ANG SALITA NG DIOS
BIBLIA

Biblica THE INTERNATIONAL BIBLE SOCIETY

Hatid ng Biblica ang Salita ng Dios sa iba't ibang wika upang magkaroon ng personal na relasyon kay Jesu-Cristo ang mga tao at lumago sa kanya. Naglilingkod kami sa Afrika, Silangang Pacifico ng Asya, Europa, Latin Amerika, Gitnang Silangan/Hilagang Afrika, Hilagang Amerika at Silangang Asya. Isinalin namin at inilathala ang Biblia sa 100 pangunahing lengguwaheng sinasalita sa buong daigdig; kami rin ang nagtaguyod sa pagsasalin at paglalathala ng Bibliang New International Version® (NIV®), ang pinakalaganap na salin sa Ingles sa buong mundo para sa kasalukuyang panahon.

MGA NILALAMAN

PAUNANG SALITA

Ang "Salita ng Dios" ay isang bagong salin ng Biblia sa wikang Pilipino na pinasinayaan at sinuportahan ng Biblica. Ang Biblica ay isang organisasyon na ang hangarin ay makapaglimbag ng salin ng Biblia na tama, malinaw, natural at maayos ang pagkagamit ng mga salita, upang makatulong sa pampubliko at pribadong pagbabasa ng Biblia; gayon din sa pagtuturo at pagpapahayag nito, at sa iba pang paglilingkod sa simbahan.

Nagpagal ang mga nagsalin nito upang maisakatuparan ang nasabing hangarin. Nagkakaisa ang mga tagapagsalin (*translators*) sa kanilang pagtitiwala sa kapangyarihan ng Salita ng Dios. Naniniwala rin sila na narito ang kasagutan sa pangangailangang espiritwal ng buong sanlibutan at ito ang gabay tungo sa magandang buhay at pagkakaroon ng buhay na walang hanggan.

Ang dagdag na impormasyon tungkol sa salin na ito ay basahin sa Paliwanag Tungkol sa Salin na Ito na makikita sa likod ng Bibliang ito (pp.). Makikita rin sa likod ang ilang mga tulong para sa inyo na gustong mag-aral ng Biblia. Ang Talaan ng mga Salitang Kailangang Ipaliwanag (pp.) ay nagbibigay ng kahulugan ng ilang mga salita na makikita sa Biblia. Ang Talaan ng mga Paksa (pp.) ay nagbibigay ng *reference* (aklat, kabanata at talata) kung saan makikita ang mga importanteng mga paksa sa Biblia. Ang mga mapa (sa likod) ay makakatulong kung saan makikita ang mga lugar na nabanggit sa Biblia.

Purihin ang Dios dahil sa pamamagitan ng kanyang biyaya at katapatan ay natapos ang salin na ito. Sa kanya ang lahat ng papuri magpakailanman.

LUMANG TIPAN

GENESIS

Ang Paglikha

1 Nang pasimula, nilikha ng Dios ang langit at ang lupa. [2] Ang mundo noon ay wala pang anyo at wala pang laman. Ang tubig na bumabalot sa mundo ay balot ng kadiliman. At ang Espiritu ng Dios[a] ay kumikilos sa ibabaw ng mga tubig. [3] Sinabi ng Dios, "Magkaroon ng liwanag!" At nagkaroon nga ng liwanag. [4] Nasiyahan ang Dios sa liwanag na nakita niya. Pagkatapos, inihiwalay niya ang liwanag sa kadiliman. [5] Tinawag niyang "araw" ang liwanag, at "gabi" naman ang kadiliman. Lumipas ang gabi at dumating ang umaga. Iyon ang unang araw.

[6] Pagkatapos, sinabi ng Dios, "Magkaroon ng pagitan na maghihiwalay sa tubig sa dalawang bahagi." [7] At nagkaroon nga ng pagitan na naghihiwalay sa tubig sa itaas at sa tubig sa ibaba. [8] Ang pagitang ito'y tinawag ng Dios na "kalawakan." Lumipas ang gabi at dumating ang umaga. Iyon ang ikalawang araw.

[9] Pagkatapos, sinabi ng Dios, "Magsama sa isang lugar ang tubig sa mundo para lumitaw ang tuyong bahagi." At iyon nga ang nangyari. [10] Tinawag niyang "lupa" ang tuyong lugar, at "dagat" naman ang nagsamang tubig. Nasiyahan ang Dios sa nakita niya. [11] Pagkatapos, sinabi ng Dios, "Magsitubo sa lupa ang *lahat ng uri ng* halaman, ang mga tanim na nagbubunga ng butil, at ang mga punongkahoy na namumunga ayon sa kani-kanilang uri." At iyon nga ang nangyari. [12] Tumubo sa lupa ang *lahat ng uri ng* halaman, ang mga tanim na nagbubunga ng butil, at ang mga punongkahoy na namumunga ayon sa kani-kanilang uri. Nasiyahan ang Dios sa nakita niya. [13] Lumipas ang gabi at dumating ang umaga. Iyon ang ikatlong araw.

[14] Pagkatapos, sinabi ng Dios, "Magkaroon ng mga ilaw sa kalangitan para ihiwalay ang araw sa gabi, at magsilbing palatandaan ng pagsisimula ng mga panahon,[b] araw at taon. [15] Magningning ang mga ito sa kalangitan para magbigay-liwanag sa mundo." At iyon nga ang nangyari. [16] Nilikha ng Dios ang dalawang malaking ilaw: ang pinakamalaki ay magliliwanag kung araw, at ang mas malaki ay magliliwanag kung gabi. Nilikha rin niya ang mga bituin. [17-18] Inilagay ng Dios ang mga ito sa kalangitan para magbigay-liwanag sa mundo kung araw at gabi, at para ihiwalay ang liwanag sa dilim. At nasiyahan ang Dios sa nakita niya. [19] Lumipas ang gabi at dumating ang umaga. Iyon ang ikaapat na araw.

[20] Pagkatapos, sinabi ng Dios, "Magkaroon ng iba't ibang hayop sa tubig at magsilipad ang iba't ibang hayop[c] sa himpapawid." [21] Kaya nilikha ng Dios ang malalaking hayop sa dagat, at ang lahat ng uri ng hayop na nakatira sa tubig, at ang lahat ng uri ng hayop na lumilipad. Nasiyahan ang Dios sa nakita niya. [22] At binasbasan niya ang mga ito. Sinabi niya, "Magpakarami kayo, kayong mga hayop sa tubig at mga hayop na lumilipad." [23] Lumipas ang gabi at dumating ang umaga. Iyon ang ikalimang araw.

[24] Pagkatapos, sinabi ng Dios, "Magkaroon ng iba't ibang uri ng hayop sa lupa: mga hayop na maamo at mailap, malalaki at maliliit." At iyon nga ang nangyari. [25] Nilikha ng Dios ang lahat ng ito at nasiyahan siya sa nakita niya.

[26] Pagkatapos, sinabi ng Dios, "Likhain natin ang tao ayon sa ating wangis. Sila ang mamamahala sa *lahat ng uri ng hayop*: mga lumalangoy, lumilipad, lumalakad at gumagapang." [27] Kaya nilikha ng Dios ang tao, lalaki at babae ayon sa wangis niya. [28] Binasbasan niya sila at sinabi, "Magpakarami kayo para mangalat ang mga lahi ninyo at mamahala sa *buong* mundo. At pamahalaan ninyo ang lahat ng hayop." [29] Pagkatapos, sinabi ng Dios, "Ibinibigay ko sa inyo ang mga tanim na namumunga ng butil pati ang mga punongkahoy na namumunga para inyong kainin. [30] At ibinibigay ko sa lahat ng hayop ang lahat ng luntiang halaman bilang pagkain nila." At iyon nga ang nangyari. [31] Pinagmasdan ng Dios ang lahat niyang nilikha at lubos siyang nasiyahan. Lumipas ang gabi at dumating ang umaga. Iyon ang ikaanim na araw.

2 Natapos likhain ng Dios ang kalangitan, ang mundo at ang lahat ng naroon. [2] Natapos niya ito sa loob ng anim na araw at nagpahinga siya sa ikapitong araw. [3] Binasbasan niya ang ikapitong araw at itinuring na di-pangkaraniwang araw, dahil sa araw na ito nagpahinga siya nang matapos niyang likhain ang lahat. [4] Ito ang salaysay tungkol sa paglikha ng Dios sa kalangitan at sa mundo.

Si Adan at si Eva

Nang likhain ng PANGINOONG Dios ang mundo at ang kalangitan, [5] wala pang tanim sa mundo at wala pang binhi ng anumang halaman ang nabubuhay, dahil hindi pa siya nagpapaulan at wala pang tao na mag-aalaga ng lupa. [6] Pero kahit wala pang ulan, ang mga bukal sa mundo ang siyang bumabasa sa lupa.

[7] Nilikha ng PANGINOONG Dios ang tao mula sa lupa. Hiningahan niya sa ilong ang tao ng hiningang nagbibigay-buhay. Kaya ang tao ay naging buhay na nilalang.

[8] Pagkatapos, nilikha rin ng PANGINOONG Dios ang isang halamanan sa Eden, sa bandang silangan, at doon niya pinatira ang tao na nilikha niya. [9] At pinatubo ng PANGINOONG Dios ang lahat ng uri ng puno na magagandang tingnan at may masasarap na bunga. Sa gitna ng halamanan ay may puno na nagbibigay ng buhay, at may puno rin doon na

---

a 2 Espiritu ng Dios: o, kapangyarihan ng Dios; o, hanging mula sa Dios; o, malakas na hangin.

b 14 mga panahon: Ang mga panahon ng kapistahan, pagtatanim, pag-aani, at iba pang mahahalagang araw.

c 20 iba't ibang hayop: Ang salitang Hebreo nito ay nangangahulugang ibon, mga insektong lumilipad, at ng iba pang uri ng mga hayop na lumilipad.

nagbibigay ng kaalaman kung ano ang mabuti at masama.

¹⁰Sa Eden ay may ilog na dumadaloy na siyang nagbibigay ng tubig sa halamanan. Nagsanga-sanga ito sa apat na ilog. ¹¹Ang pangalan ng unang ilog ay Pishon. Dumadaloy ito sa buong lupain ng Havila kung saan mayroong ginto. ¹²Sa lugar na iyon makikita ang purong ginto, ang *mamahaling pabango na* bediliyum, at ang *mamahaling* bato na onix. ¹³Ang pangalan ng ikalawang ilog ay Gihon. Dumadaloy ito sa buong lupain ng Cush. ¹⁴Ang pangalan ng ikatlong ilog ay Tigris. Dumadaloy ito sa silangan ng Asiria. At ang ikaapat na ilog ay ang Eufrates.

¹⁵Pinatira ng Panginoong Dios sa halamanan ng Eden ang taong nilikha niya para mag-alaga nito. ¹⁶At sinabi niya sa tao, "Makakakain ka ng kahit anong bunga ng punongkahoy sa halamanan, ¹⁷maliban lang sa bunga ng punongkahoy na nagbibigay ng kaalaman kung ano ang mabuti at masama. Sapagkat sa oras na kainin mo ito, tiyak na mamamatay ka."

¹⁸Pagkatapos, sinabi ng Panginoong Dios, "Hindi mabuting mabuhay ang tao nang nag-iisa lang, kaya igagawa ko siya ng kasama na tutulong sa kanya at nararapat sa kanya." ¹⁹Nilikha ng Panginoong Dios mula sa lupa ang lahat ng uri ng hayop na nakatira sa lupa pati ang lahat ng uri ng hayop na lumilipad. Pagkatapos, dinala niya ang mga ito sa tao para tingnan kung ano ang ipapangalan nito sa kanila. At kung ano ang itatawag ng tao sa kanila, iyon ang magiging pangalan nila. ²⁰Kaya pinangalanan ng tao ang mga hayop na nakatira sa lupa pati ang mga hayop na lumilipad. Pero para kay Adan,ᵃ wala kahit isa sa kanila ang nararapat na maging kasama niya na makakatulong sa kanya. ²¹Kaya pinatulog ng Panginoong Dios ang tao nang mahimbing. At habang natutulog siya, kinuha ng Panginoong Dios ang isa sa mga tadyang ng lalaki at pinaghilom agad ang pinagkuhanan nito. ²²Ang tadyang na kinuha ng Panginoong Dios sa lalaki ay nilikha niyang babae, at dinala niya sa lalaki.

²³Sinabi ng lalaki,

"Narito na ang isang tulad ko!
    Buto na kinuha sa aking mga buto, at
        laman na kinuha sa aking laman.
    Tatawagin siyang 'babae,' dahil kinuha siya
        mula sa lalaki."ᵇ

²⁴Iyan ang dahilan na iiwan ng lalaki ang kanyang ama't ina at makikipag-isa sa kanyang asawa, at silang dalawa ay magiging isa. ²⁵Nang panahon iyon, kahit hubo't hubad silang dalawa, hindi sila nahihiya.

Ang Pagkakasala ng Tao

3 Sa lahat ng hayop na nilikha ng Panginoong Dios, ang ahas ang pinakatuso. Minsan, tinanong ng ahas ang babae, "Totoo bang pinagbabawalan kayo ng Dios na kumain ng bunga ng alin mang puno sa halamanan?"

²Sumagot ang babae, "Makakain namin ang kahit anong bunga ng puno rito sa halamanan, ³maliban lang sa bunga ng puno na nasa gitna ng halamanan. Sapagkat sinabi ng Dios na hindi kami dapat kumain o humipo man lang ng bunga ng punong iyon. Kapag ginawa namin iyon, mamamatay kami."

⁴Pero sinabi ng ahas, "Hindi totoong mamamatay kayo! ⁵Sinabi iyan ng Dios dahil alam niya na kapag kumain kayo ng bungang iyon, mabubuksan ang mga isip ninyo, at magiging katulad niya kayo na nakakaalam kung ano ang mabuti at masama."

⁶Nang pinagmasdan ng babae ang puno, napakaganda nitong tingnan at *ang bunga ay* parang masarap kainin, at dahil sa pagnanais niyang maging marunong, pumitas siya ng bunga at kumain nito. Binigyan din niya ang kanyang asawa na kasama niya, at kinain din ito. ⁷Pagkatapos nilang kumain, nalaman nila kung ano ang mabuti at ang masama, at napansin nila na hubad pala sila. Kaya pinagtagni-tagni nila ang mga dahon ng *puno ng* igos para ipantakip sa kanilang katawan.

⁸Pagdating ng hapon, narinig nila na lumalakad ang Panginoong Dios sa halamanan. Kaya nagtago sila sa mga puno doon. ⁹Pero tinawag ng Panginoong Dios ang lalaki, "Nasaan ka?" ¹⁰Sumagot ang lalaki, "Narinig ko po kayo sa halamanan, kaya nagtago ako. Natatakot po ako dahil hubad ako." ¹¹Nagtanong ang Panginoong Dios, "Sino ang nagsabi sa iyo na hubad ka? Kumain ka ba ng bunga ng punongkahoy na sinabi ko sa iyo na huwag ninyong kakainin?" ¹²Sumagot ang lalaki, "Ang babae po kasi na ibinigay n'yo sa akin ay binigyan ako ng bunga ng punongkahoy na iyon at kinain ko."

¹³Tinanong ng Panginoong Dios ang babae, "Bakit mo ginawa iyon?" Sumagot ang babae, "Nilinlang po kasi ako ng ahas, kaya kumain po ako."

Pinarusahan sila ng Dios

¹⁴Kaya sinabi ng Panginoong Dios sa ahas, "Dahil sa ginawa mong ito, parurusahan kita. Sa lahat ng hayop, ikaw lang ang makakaranas ng sumpang ito: Sa buong buhay mo'y gagapang ka sa pamamagitan ng iyong tiyan at ang bibig mo ay palaging makakakain ng alikabok. ¹⁵Ikaw at ang babae ay mag-aaway. Ang lahi mo at ang lahi niyaᶜ ay mag-aaway din. Dudurugin niya ang ulo mo at tutuklawin mo ang sakong niya."

¹⁶Sinabi rin niya sa babae, "Dahil sa ginawa mo, dadagdagan ko ang paghihirap mo sa pagbubuntis at mararamdaman mo ang sobrang sakit sa iyong panganganak. Pero sa kabila niyan, hahangarin mo pa rin ang iyong asawa at maghahari siya sa iyo."ᵈ

¹⁷Sinabi rin niya sa lalaki, "Dahil naniwala ka sa asawa mo at kumain ng bunga ng punongkahoy na ipinagbawal ko sa iyo, susumpain ko ang lupa! Kaya sa buong buhay mo ay magpapakahirap ka nang husto para makakain. ¹⁸Tutubo sa lupa ang mga damo at halamang may tinik. Ang kakainin mo'y manggagaling sa mga pananim sa bukid.

ᵃ 20 kay Adan: o, sa tao.

ᵇ 23 Ang salitang Hebreo na "isha" (babae) ay mula sa salitang "ish" (lalaki).

ᶜ 15 lahi: o, mga lahi.

ᵈ 16 hahangarin…sa iyo: o, susubukan mong maghari sa iyong asawa, pero maghahari siya sa iyo.

¹⁹Kinakailangang magpakahirap ka nang husto para makakain, hanggang sa bumalik ka sa lupa na iyong pinagmulan. Dahil sa lupa ka nagmula, sa lupa ka rin babalik."

²⁰Pinangalanan ni Adan*ᵃ* ang asawa niya na "Eva"*ᵇ* dahil siya ang magiging ina ng lahat ng tao. ²¹Pagkatapos, gumawa ang Panginoong Dios ng damit mula sa balat ng hayop para kay Adan at sa asawa nito.

Pinaalis ng Dios sina Adan at Eva sa Halamanan ng Eden

²²Sinabi ng Panginoong Dios, "Ang tao ay naging katulad na natin na nakakaalam kung ano ang mabuti at masama. Kinakailangang hindi siya pahintulutang kumain ng bunga ng punongkahoy na nagbibigay ng buhay, dahil kung kakain siya, mananatili siyang buhay magpakailanman." ²³Kaya pinaalis siya ng Panginoong Dios sa halamanan ng Eden para sakahin ang lupa na pinagmulan niya.

²⁴Nang mapaalis na ng Panginoong Dios ang tao, naglagay siya ng mga kerubin*ᶜ* sa bandang silangan ng halamanan ng Eden. At naglagay din siya ng espada na naglalagablab at umiikot para walang makalapit sa puno na nagbibigay ng buhay.

Si Cain at si Abel

4 Pagkatapos noon, sumiping si Adan sa asawa niyang si Eva at nagbuntis ito. Nang manganak si Eva, sinabi niya, "Nagkaroon ako ng anak na lalaki sa pamamagitan ng tulong ng Panginoon, kaya Cain ang ipapangalan ko sa kanya."*ᵈ* ²At muling nanganak si Eva ng lalaki at Abel ang ipinangalan sa kanya.

Nang lumaki na sila, si Abel ay naging pastol ng mga tupa at kambing, at si Cain naman ay naging magsasaka. ³Isang araw, naghandog si Cain sa Panginoon ng galing sa ani niya. ⁴Si Abel naman ay kumuha ng isang panganay sa mga inaalagaan niyang hayop, kinatay ito at inihandog sa Dios ang pinakamagandang bahagi. Natuwa ang Panginoon kay Abel at sa handog nito, ⁵pero hindi siya natuwa kay Cain at sa handog nito. At dahil dito, sumimangot si Cain at labis ang kanyang galit. ⁶Kaya tinanong siya ng Panginoon, "Ano ba ang ikinagagalit mo? Bakit ka nakasimangot? ⁷Kung mabuti lang ang ginawa mo, maligaya ka*ᵉ* sana. Pero mag-ingat ka! Dahil kung hindi mabuti ang ginawa mo, ang kasalanan ay maghahari sa iyo. Sapagkat ang kasalanan ay katulad ng mabagsik na hayop na nagbabantay sa iyo para tuklawin ka. Kaya kailangan talunin mo ito."

⁸Isang araw, sinabi ni Cain kay Abel, "Halika, pumunta tayo sa bukid." Nang naroon na sila, pinatay ni Cain ang kapatid niyang si Abel.

⁹Pagkatapos, nagtanong ang Panginoon kay Cain, "Nasaan ang kapatid mo?" Sumagot si Cain, "Ewan ko, hindi ko alam kung nasaan siya. Bakit, ako ba ang tagapagbantay niya?"

¹⁰Sinabi ng Panginoon kay Cain, "Ano ang iyong ginawa? Ang dugo ng kapatid mo'y parang tinig na nagmamakaawa na parusahan ko ang taong pumatay sa kanya. ¹¹Dahil sa ginawa mo, isusumpa ka. Mula ngayon, hindi ka na makakapagsaka sa lupa na sumipsip ng dugo ng iyong kapatid na pinatay mo. ¹²Kahit magtanim ka pa, ang lupa ay hindi na magbibigay sa iyo ng ani. At wala kang pirmihang matitirhan, kaya magpapagala-gala ka kahit saan."

¹³Sinabi ni Cain sa Panginoon, "Napakabigat ng parusang ito para sa akin. ¹⁴Itinataboy ninyo ako ngayon sa lupaing ito at sa inyong harapan. Wala na akong matitirhan, kaya kahit saan na lang ako pupunta. At kung may makakakita sa akin, tiyak na papatayin niya ako."

¹⁵Pero sinabi ng Panginoon kay Cain, "Hindi iyan mangyayari sa iyo! Sapagkat ang sinumang papatay sa iyo ay gagantihan ko ng pitong beses.*ᶠ* Kaya nilagyan ng Panginoon ng palatandaan si Cain para hindi siya patayin ng kahit sinong makakakita sa kanya. ¹⁶Pagkatapos, lumayo si Cain sa Panginoon at doon tumira sa lugar ng Nod,*ᵍ* sa bandang silangan ng Eden.

Ang mga Lahi ni Cain

¹⁷Sumiping si Cain sa asawa niya. Nagbuntis ito at nanganak ng lalaki at pinangalanan nila siyang Enoc. Nagpatayo si Cain ng isang lungsod at pinangalanan niya itong Enoc kagaya ng pangalan ng kanyang anak. ¹⁸Si Enoc ay may anak ding lalaki na ang pangalan ay Irad. Si Irad ang ama ni Mehujael; si Mehujael ang ama ni Metusael; at si Metusael ang ama ni Lamec. ¹⁹Si Lamec ay may dalawang asawa na sina Ada at Zila. ²⁰Ipinanganak ni Ada si Jabal na siyang pinagmulan ng mga tao na nakatira sa mga tolda, na nag-aalaga ng mga hayop. ²¹May kapatid si Jabal na lalaki na ang pangalan ay Jubal, na siyang pinagmulan ng lahat na tagatugtog ng alpa at plauta. ²²Si Zila ay nagkaanak din ng lalaki na ang pangalan ay Tubal Cain. Si Tubal Cain ay gumagawa ng lahat ng klase ng kagamitan mula sa bakal at tanso. May kapatid siyang babae na si Naama.

²³Isang araw, sinabi ni Lamec sa dalawa niyang asawa,

> "Ada at Zila, mga asawa ko, pakinggan n'yo ako. Pinatay ko ang isang binatilyo dahil sinaktan niya ako.
> ²⁴Kung pitong beses ang tindi ng ganti sa taong pumatay kay Cain,
> 77 beses ang tindi ng ganti sa taong papatay sa akin."

Ang mga Lahi ni Set

²⁵Sumiping muli si Adan kay Eva at nanganak ng isang lalaki at pinangalanan niya itong Set.*ʰ* Sinabi niya, "Muli akong binigyan ng Dios ng anak na lalaki bilang kapalit ni Abel na pinatay ni Cain."

---

a 20 Adan: Ang ibig sabihin, *lalaki;* o, *mga tao.*

b 20 Eva: Maaaring ang ibig sabihin, *nabubuhay.*

c 24 kerubin: Isang uri ng anghel.

d 1 Cain: Maaaring ang ibig sabihin, *nakaangkin.*

e 7 maligaya ka: o, *tinanggap ko ang iyong handog.*

f 15 pitong beses: Ang ibig sabihin, *pitong beses ang tindi ng ganti.*

g 16 Nod: Maaaring ang ibig sabihin, *kahit saang lugar na lang pumupunta.*

h 25 Set: Maaaring ang ibig sabihin, *ibinigay.*

²⁶ Nang *bandang* huli, si Set ay nagkaroon din ng anak na lalaki na pinangalanan niyang Enosh.

Nang panahong isinilang si Enosh, ang mga tao'y nagsimulang tumawag sa pangalan ng PANGINOON.

Ang mga Lahi ni Adan
(1 Cro. 1:1-4)

5 Ito ang kasaysayan na isinulat tungkol sa pamilya ni Adan.

Nang likhain ng Dios ang tao, ginawa niya itong kawangis niya. ² Nilikha niya ang lalaki at babae, at binasbasan niya sila at tinawag na "tao."

³ Nang 130 taong gulang na si Adan, isinilang ang kanyang anak na kawangis niya. Pinangalanan niya itong Set. ⁴ Matapos isilang si Set, nabuhay pa si Adan ng 800 taon at nadagdagan pa ang mga anak niya. ⁵ Namatay siya sa edad na 930.

⁶ Nang 105 taong gulang na si Set, isinilang ang anak niyang lalaki na si Enosh. ⁷ Matapos isilang si Enosh, nabuhay pa si Set ng 807 taon at nadagdagan pa ang mga anak niya. ⁸ Namatay siya sa edad na 912.

⁹ Nang 90 taong gulang na si Enosh, isinilang ang anak niyang lalaki na si Kenan. ¹⁰ Matapos isilang si Kenan, nabuhay pa si Enosh ng 815 taon at nadagdagan pa ang mga anak niya. ¹¹ Namatay siya sa edad na 905.

¹² Nang 70 taong gulang na si Kenan, isinilang ang anak niyang lalaki na si Mahalalel. ¹³ Matapos isilang si Mahalalel, nabuhay pa si Kenan ng 840 taon at nadagdagan pa ang mga anak niya. ¹⁴ Namatay siya sa edad na 910.

¹⁵ Nang 65 taong gulang na si Mahalalel, isinilang ang anak niyang lalaki na si Jared. ¹⁶ Matapos isilang si Jared, nabuhay pa si Mahalalel ng 830 taon at nadagdagan pa ang mga anak niya. ¹⁷ Namatay siya sa edad na 895.

¹⁸ Nang 162 taong gulang na si Jared, isinilang ang anak niyang lalaki na si Enoc. ¹⁹ Matapos isilang si Enoc, nabuhay pa si Jared ng 800 taon at nadagdagan pa ang mga anak niya. ²⁰ Namatay siya sa edad na 962.

²¹ Nang 65 taong gulang na si Enoc, isinilang ang anak niyang lalaki na si Metusela. ²²⁻²⁴ Matapos isilang si Metusela, nabuhay pa si Enoc ng 300 taon at nadagdagan pa ang mga anak niya. Nang panahong iyon, malapit ang relasyon ni Enoc sa Dios. Nasa 365 taong gulang siya nang siya'y nawala, dahil kinuha siya ng Dios.ᵃ

²⁵ Nang 187 taong gulang na si Metusela, isinilang ang anak niyang lalaki na si Lamec. ²⁶ Matapos isilang si Lamec, nabuhay pa si Metusela ng 782 taon at nadagdagan pa ang mga anak niya. ²⁷ Namatay siya sa edad na 969.

²⁸ Nang 182 taong gulang na si Lamec, isinilang ang isa niyang anak na lalaki. ²⁹ Sinabi niya, "Ang anak kong ito ay makakatulong sa mga kahirapan natin dahil sa pagsumpa ng PANGINOON sa lupa, kaya papangalanan ko siyang Noe."ᵇ ³⁰ Matapos isilang si Noe, nabuhay pa si Lamec ng 595 taon at nadagdagan pa ang mga anak niya. ³¹ Namatay siya sa edad na 777.

³² Nang 500 taong gulang na si Noe, isinilang ang mga anak niyang lalaki na sina Shem, Ham, at Jafet.

Ang Kasamaan ng Tao

6 Hindi nagtagal, dumami ang mga tao sa mundo, at marami silang mga anak na babae. ² Nakita ng mga anak ng Diosᶜ na ang mga babae ay magaganda. Kaya pumili sila ng magiging asawa nila sa sinumang maibigan nila. ³ Ngayon, sinabi ng PANGINOON, "Hindi ko papayagang mabuhay ang tao nang matagal dahil sila'y tao lamang. Kaya mula ngayon, ang tao ay mabubuhay nang hindi hihigit sa 120 taon."

⁴ Nang panahong iyon, at kahit nitong huli, may mga kilalang tao sa mundo na mula sa lahi ng mga anak ng Dios na nagsipag-asawa ng magagandang babae. Sila'y makapangyarihan at kilalang tao noong unang panahon.

⁵ Nang makita ng PANGINOON na ang ginagawa ng mga tao sa mundo ay puro kasamaan lang, at ang palagi nilang iniisip ay masama, ⁶ nanghinayang siya kung bakit ginawa pa niya ang tao sa mundo. Labis ang kalungkutan niya, ⁷ kaya sinabi niya, "Lilipulin ko ang lahat ng taong nilikha ko sa buong lupain. At lilipulin ko rin ang lahat ng hayop sa lupa pati ang mga hayop na lumilipad, dahil nanghihinayang ako sa paglikha sa kanila." ⁸ Pero may isang tao na nakapagbigay-lugod sa PANGINOON, siya ay si Noe.

Si Noe

⁹ Ito ang salaysay tungkol sa pamilya ni Noe.

Si Noe ay makadios. Siya lang ang namumuhay na matuwid sa kapanahunan niya, at malapit ang kanyang relasyon sa Dios. ¹⁰ May tatlo siyang anak na lalaki na sina Shem, Ham at Jafet.

¹¹ Napakasama na ng mga tao sa paningin ng Dios, at ang kanilang kasamaan ay laganap na sa mundo. ¹² Nakita ng Dios na lubhang masama ang mga tao sa mundo dahil ang ginagawa nila ay puro kasamaan. ¹³ Kaya sinabi niya kay Noe, "Lilipulin ko ang lahat ng tao. Dahil sa kanila, lumaganap ang kasamaan sa mundo. Lilipulin ko sila kasama ng mundo. ¹⁴ Kaya ikaw Noe, gumawa ka ng barko mula sa matibay na kahoy, at gawan mo ito ng mga kwarto. Pagkatapos, pahiran mo ng alkitran ang loob at labas ng barko.ᵈ ¹⁵ Gawin mo ito na may sukat na 450 talampakan ang haba, 75 talampakan ang luwang, at 45 talampakan ang taas. ¹⁶ Lagyan mo ng bubong ang barko, at lagyan mo ng agwat na kalahating metro ang dingding at ang bubong. Gawan mo ang barko ng tatlong palapag, at lagyan ng pintuan sa gilid. ¹⁷ Sapagkat pababahain ko ang mundo para malipol ang lahat ng nabubuhay. Mamamatay ang lahat ng nasa mundo. ¹⁸ Pero gagawa ako ng kasunduan sa iyo. Papasok ka sa barko kasama ang asawa at ng mga anak mo pati ang mga asawa nila. ¹⁹ Magpapasok ka rin ng isang lalaki at babae sa bawat uri ng hayop para mabuhay sila kasama mo. ²⁰ Dalawa sa bawat uri ng lahat ng

---

ᵃ 22-24 *dahil kinuha siya ng Dios:* kahit hindi pa siya namamatay.

ᵇ 29 *Noe:* Maaaring ang ibig sabihin, *makakatulong;* o, *nagpapalakas.*

ᶜ 2 *mga anak ng Dios:* o, *mga anghel;* o, *mga pinuno;* o, *lahi ni Set.*

ᵈ 14 *barko:* sa ibang salin, *arko.*

hayop: mga lumilipad, lumalakad at gumagapang. Lalapit sila sa iyo para hindi sila mamatay. [21] Magdala ka rin ng lahat ng uri ng pagkain para sa inyo at para rin sa mga hayop."

[22] Sinunod ni Noe ang lahat ng iniutos ng Dios sa kanya.

Ang Baha

7 Sinabi ng Panginoon kay Noe, "Pumasok ka sa barko kasama ng buong pamilya mo. Sapagkat sa lahat ng tao sa panahong ito, ikaw lang ang nakita kong matuwid. [2] Magdala ka ng pitong pares sa bawat uri ng malinis[a] na hayop, pero isang pares lang sa bawat uri ng maruming hayop. [3] At magdala ka rin ng pitong pares sa bawat uri ng ibon. Gawin mo ito para mabuhay sila sa mundo. [4] Sapagkat pagkatapos ng pitong araw mula ngayon, magpapaulan ako sa buong mundo sa loob ng 40 araw at 40 gabi, para mamatay ang lahat ng nilikha ko."

[5] Sinunod ni Noe ang lahat ng iniutos ng Panginoon sa kanya.

[6] Nasa 600 taong gulang na si Noe nang dumating ang baha sa mundo. [7] Pumasok siya sa barko kasama ang asawa niya, mga anak na lalaki, at mga manugang para hindi sila mamatay sa baha. [8-9] Ayon sa iniutos ng Dios kay Noe, pinapasok niya sa barko ang bawat pares ng lahat ng uri ng hayop na malinis at marumi na lumapit sa kanya. [10] At pagkalipas ng pitong araw, bumaha sa mundo.

[11] Nang ika-17 araw ng ikalawang buwan, umulan ng napakalakas at umapaw ang lahat ng bukal. Si Noe ay 600 taong gulang na noon. [12] Umulan sa mundo sa loob ng 40 araw at 40 gabi.

[13] Noong mismong araw na nagsimulang umulan, pumasok sa barko si Noe, ang asawa niya at ang tatlo nilang anak na sina Shem, Ham at Jafet kasama ang mga asawa nila. [14] Kasama rin nila ang lahat ng uri ng hayop: mga lumalakad, gumagapang at lumilipad. [15-16] Ayon sa iniutos ng Dios kay Noe, pinapasok niya sa barko ang bawat pares ng lahat ng uri ng hayop na lumalapit sa kanya. Pagkatapos, isinara ng Panginoon ang barko.

[17-18] Walang tigil ang ulan sa mundo sa loob ng 40 araw. Tumaas ang tubig hanggang sa lumutang ang barko. [19] Tumaas pa nang lubusan ang tubig hanggang matakpan ang lahat ng matataas na bundok. [20] At hanggang umabot sa mga pitong metro ang taas ng tubig mula sa tuktok ng pinakamataas na bundok. [21] Kaya namatay ang lahat ng may buhay—ang mga hayop na lumilipad, lumalakad, gumagapang at ang lahat ng tao. [22] Namatay ang lahat ng nabubuhay sa lupa. [23] Nalipol ang lahat ng tao at ang lahat ng hayop sa mundo. Si Noe lang at ang mga kasama niya sa loob ng barko ang hindi namatay.

[24] Bumaha sa mundo sa loob ng 150 araw.

Ang Pagbaba ng Baha

8 Hindi kinalimutan ng Dios si Noe at ang mga kasama niyang hayop sa loob ng barko. Kaya pinaihip niya ang hangin sa mundo at dahandahang bumaba ang tubig. [2] Tinakpan niya ang mga bukal at pinahinto ang ulan. [3] Patuloy ang

pagbaba ng tubig sa loob ng 150 araw. [4] At nang ika-17 araw ng ikapitong buwan, sumadsad ang barko sa Bundok ng Ararat. [5] Patuloy ang pagbaba ng tubig. At nang unang araw ng ikasampung buwan, nakikita na ang tuktok ng mga bundok.

[6] Pagkalipas ng 40 araw *mula ng panahon na nakita na ang tuktok ng mga bundok,* binuksan ni Noe ang bintana ng barko [7] at pinakawalan ang isang uwak. At ang uwak na ito'y paroo't pariton lumilipad hanggang sa patuloy na pagbaba ng tubig. [8] Pinakawalan din ni Noe ang isang kalapati para malaman niya kung bumaba na ang tubig, [9] pero walang madapuan ang kalapati dahil natatakpan pa rin ng tubig ang buong mundo. Kaya bumalik na lamang ang kalapati kay Noe sa barko. Pinadapo ni Noe ang kalapati sa kamay niya at pinapasok sa barko. [10] Pinalipas muna ni Noe ang pitong araw at muli niyang pinakawalan ang kalapati. [11] Gabi na nang bumalik ang kalapati na may dalang sariwang dahon ng olibo sa kanyang tuka. Kaya nalaman ni Noe na bumaba na ang tubig. [12] Pinalipas muli ni Noe ang pitong araw pa at muli niyang pinakawalan ang kalapati, pero hindi na ito bumalik.

[13] Noong unang araw ng unang buwan tuluyan nang bumaba ang tubig. Si Noe ay 601 taong gulang na noon. Binuksan niya ang takip ng barko at nakita niya na tuyo na ang lupa. [14] Nang ika-27 araw ng ikalawang buwan, tuyong-tuyo na talaga ang lupa sa buong mundo.

[15] Sinabi agad ng Dios kay Noe, [16] "Lumabas na kayong lahat sa barko. [17] Palabasin n'yo rin ang lahat ng hayop para dumami sila at mangalat sa buong mundo." [18] Kaya lumabas si Noe kasama ang kanyang asawa, mga anak na lalaki at mga manugang niya. [19] Lumabas din ang lahat ng hayop: mga lumalakad, lumilipad at gumagapang. Magkakasama sila ayon sa kani-kanilang uri.

Naghandog si Noe

[20] Gumawa si Noe ng altar para sa Panginoon. Pagkatapos, kumuha siya ng isa sa bawat uri ng hayop na malinis[b] pati rin sa bawat uri ng mga ibon na malinis, at sinunog niya ito sa altar bilang handog sa Panginoon. [21] Nang naamoy ng Panginoon ang mabangong samyo nito, sinabi niya sa kanyang sarili, "Hindi ko na muling susumpain ang lupa dahil sa ginawa ng tao, kahit alam kong makasalanan ang tao mula nang bata pa siya. Hindi ko na talaga muling lilipulin ang lahat ng nabubuhay katulad ng aking ginawa noon. [22] Habang nagpapatuloy ang mundo, may panahon ng pagtatanim at pag-ani. May taglamig at may taginit, may tag-ulan at may tag-araw, at may araw at may gabi."

Ang Kasunduan ng Dios kay Noe

9 Binasbasan ng Dios si Noe at ang mga anak niya at sinabi, "Magkaroon kayo ng mga anak para dumami at mangalat kayo sa buong mundo. [2] Matatakot sa inyo ang lahat ng hayop: ang mga lumalakad, lumilipad, gumagapang, at ang mga nakatira sa tubig. Kayo ang maghahari sa kanilang

---

a 2 malinis: Ang ibig sabihin, maaaring ihandog o kainin.

b 20 malinis: Ang ibig sabihin, maaaring ihandog o, kainin.

lahat. ³ Makakakain na kayo ngayon ng mga hayop. Ibinibigay ko ito sa inyo bilang pagkain, kagaya ng mga ibinigay ko sa inyo na mga pananim na makakain.

⁴ "Pero huwag ninyong kakainin ang hayop na nang mamatay ay hindi lumabas ang dugo, dahil ang dugo ay simbolo ng buhay. ⁵ Sisingilin ko ang sinumang papatay sa inyo, kahit ang mga hayop. Sisingilin ko ang sinumang papatay sa kanyang kapwa.

⁶ "Ang sinumang pumatay sa kanyang kapwa ay papatayin din ng kanyang kapwa. Sapagkat ang tao ay ginawa ng Dios na kawangis niya. ⁷ Ngayon, magkaroon kayo ng mga anak para dumami at mangalat sa buong mundo."

⁸ Sinabi pa ng Dios kay Noe at sa mga anak niya, ⁹⁻¹¹ "Ito ang kasunduan ko sa inyo at sa mga lahi ninyo, at sa lahat ng nabubuhay sa mundo pati sa lahat ng hayop na naging kasama ninyo sa barko: Hindi ko na muling lilipulin ang lahat ng nabubuhay sa pamamagitan ng baha. At wala nang baha na mangyayari pa para malipol ang mundo."

¹²⁻¹³ At sinabi pa ng Dios, "Bilang palatandaan ng kasunduan ko sa inyo at sa mga hayop, at sa lahat ng susunod n'yo pang mga henerasyon, maglalagay ako ng bahaghari sa ulap. ¹⁴ Sa tuwing gagawin kong maulap ang langit at lilitaw ang bahaghari, ¹⁵ aalalahanin ko agad ang kasunduan ko sa inyo at sa lahat ng uri ng hayop, na hindi ko na lilipuling muli sa pamamagitan ng baha ang lahat ng may buhay. ¹⁶ Tuwing lilitaw ang bahaghari sa mga ulap, aalalahanin ko agad ang walang hanggang kasunduan ko sa lahat ng may buhay sa mundo."

¹⁷ Kaya sinabi ng Dios kay Noe, "Ang bahaghari ang siyang palatandaan ng kasunduan ko sa lahat ng nabubuhay sa mundo."

Ang mga Anak ni Noe

¹⁸ Ito ang mga anak ni Noe na kasama niya sa barko: sina Shem, Ham at Jafet. (Si Ham ang ama ni Canaan.) ¹⁹ Silang tatlo ang pinagmulan ng lahat ng tao sa mundo.

²⁰ Si Noe ay isang magsasaka at siya ang unang nagtanim ng ubas. ²¹ Isang araw, uminom siya ng alak na mula sa ubas, at nalasing. Nakatulog siyang hubad sa loob ng kanyang tolda. ²² Ngayon, si Ham na ama ni Canaan ay pumasok sa tolda, at nakita niyang hubad ang kanyang ama. Kaya lumabas siya at sinabi ito sa dalawang kapatid niya. ²³ Kumuha sina Shem at Jafet ng damit at inilagay sa balikat nila, pagkatapos, lumakad sila nang paurong papasok sa tolda para takpan ang kanilang ama. Hindi sila lumingon dahil ayaw nilang makita ang kahubaran ng kanilang ama. ²⁴ Nang mahimasmasan na si Noe sa pagkalasing niya, at nalaman kung ano ang ginawa ng bunsong anak niya, ²⁵ sinabi niya;

"Sumpain ka Canaan! Maghihirap ka
    at magiging alipin ng iyong mga
    kapatid."

²⁶ At sinabi rin niya,

"Purihin ang Panginoon, ang Dios ni
    Shem.
Nawa'y maging alipin ni Shem si Canaan.

²⁷ Nawa'y palawakin ng Dios ang lupain ni Jafet,
    at maging mabuti ang pagsasama ng mga
    lahi niya at ng mga lahi ni Shem.
At nawa'y maging alipin din ni Jafet si
    Canaan."

²⁸ Nabuhay pa si Noe ng 350 taon pagkatapos ng baha. ²⁹ Namatay siya sa edad na 950.

Ang mga Lahi ng mga Anak ni Noe
(1 Cro. 1:5-23)

10 Ito ang salaysay tungkol sa mga pamilya ng mga anak ni Noe na sina Shem, Ham at Jafet. Nagkaroon sila ng mga anak pagkatapos ng baha.

² Ang mga anak ni Jafet na lalaki ay sina Gomer, Magog, Madai, Javan, Tubal, Meshec at Tiras. ³ Si Gomer ay may mga anak din na lalaki na sina Ashkenaz, Rifat at Togarma. ⁴ Ang mga anak naman ni Javan ay sina Elisha, Tarshish, Kitim at Dodanim.ᵃ ⁵ Ito ang mga lahi ni Jafet. Sila ang pinagmulan ng mga tao na nakatira sa mga dalampasigan at mga isla. Ang bawat pamilya nila ay nakatira sa sarili nilang lugar na sakop ng bansa nila, at may sarili silang wika.

⁶ Ang mga anak ni Ham na lalaki ay sina Cush, Mizraimᵇ, Put at Canaan. ⁷ Si Cush ay may mga anak din na lalaki na sina Sheba, Havila, Sabta, Raama at Sabteca. Ang mga anak ni Raama ay sina Sheba at Dedan. ⁸ May isa pang anak si Cush na ang pangalan ay Nimrod. Si Nimrod ay naging magiting na sundalo sa mundo. ⁹ Alam ng Panginoonᶜ na mahusay siyang mangangaso; dito nanggaling ang kasabihang, "Katulad ka ni Nimrod na alam ng Panginoon na mahusay na mangangaso." ¹⁰ Ang unang kaharian na pinamahalaan ni Nimrod ay ang Babilonia, Erec, Akad. Ang lahat ng itoᵈ ay sakop ng Shinar. ¹¹ Mula sa mga lugar na iyon, pumunta siya sa Asiria at itinayo ang Nineve, Rehobot Ir, Cala, ¹² at Resen na nasa gitna ng Nineve at ng Cala na isang tanyag na lungsod.

¹³ Si Mizraimᵉ ang pinagmulan ng mga Ludeo, Anameo, Lehabeo, Naftu, ¹⁴ Patruseo, Caslu at ng Caftoreo na siyang pinagmulan ng mga Filisteo.

¹⁵ Si Canaan ang ama nina Sidon at Het. Si Sidon ang kanyang panganay. ¹⁶ Si Canaan din ang siya ring pinagmulan ng mga Jebuseo, Amoreo, Gergaseo, ¹⁷ Hiveo, Arkeo, Sineo, ¹⁸ Arvadeo, Zemareo, at Hamateo.

Sa bandang huli, nangalat ang mga lahi ni Canaan. ¹⁹ Ang hangganan ng lupain nila ay mula sa Sidon papuntang Gerar hanggang sa Gaza, at umabot sa Sodom, Gomora, Adma, Zeboyim at hanggang sa Lasha.

²⁰ Ito ang mga lahi ni Ham. Ang bawat pamilya nila ay nakatira sa kanilang sariling lupain na sakop ng kanilang bansa, at may sarili silang wika.

²¹ Si Shem na nakatatandang kapatid ni Jafet ang pinagmulan ng lahat ng Eber.

ᵃ 4 Dodanim: o, Rodanim.
ᵇ 6 Mizraim: o, Egipto.
ᶜ 9 Alam ng Panginoon: sa literal, sa harapan ng Panginoon. Maaaring ang ibig sabihin, tanyag siyang lubos.
ᵈ 10 Ang lahat ng ito: o, lugar na Calne.
ᵉ 13 Mizraim: na siyang Egipto.

²² Ang mga anak na lalaki ni Shem: sina Elam, Ashur, Arfaxad, Lud at Aram.

²³ Ang mga anak ni Aram: sina Uz, Hul, Geter at Meshec.

²⁴ Si Arfaxad ang ama ni Shela, at si Shela ang ama ni Eber.

²⁵ May dalawang anak na lalaki si Eber: ang isa ay pinangalanang Peleg, dahil noong panahon niya, ang mga tao sa mundo ay nagkahati-hati; ang pangalan naman ng kanyang kapatid ay Joktan.

²⁶ Si Joktan ang ama nina Almodad, Shelef, Hazarmavet, Jera, ²⁷ Hadoram, Uzal, Dikla, ²⁸ Obal, Abimael, Sheba, ²⁹ Ofir, Havila at Jobab. Silang lahat ang anak ni Joktan.

³⁰ Ang lupaing tinitirhan nila ay mula sa Mesha at papunta sa Sefar, sa kabundukan sa silangan.

³¹ Ito ang mga lahi ni Shem. Ang bawat pamilya nila ay nakatira sa sarili nilang lupain na sakop ng kanilang bansa, at may sarili silang wika.

³² Ito ang lahat ng lahi ng mga anak ni Noe, na nasa iba't ibang bansa. Sa kanila nagmula ang mga bansa sa buong mundo pagkatapos ng baha.

Ang Tore ng Babel

11 Noon, isang wika lang ang ginagamit ng lahat ng tao sa buong mundo. ² Habang lumilipat ng tirahan ang mga tao patungo sa silangan, nakarating sila sa isang patag na lugar sa Shinar, at doon sila nanirahan.

³-⁴ Ngayon, sinabi ng mga tao, "Magtayo tayo ng isang lungsod na may tore na aabot sa langit, para maging tanyag tayo at hindi mangalat sa buong mundo." Kaya gumawa sila ng mga tisa,ᵃ at pinainitan nila ito nang mabuti para tumigas nang husto. Tisa ang ginamit nila sa halip na bato. At aspalto ang ginamit nila bilang semento.

⁵ Ngayon, bumaba ang Panginoon para tingnan ang pagtatayo ng mga tao ng lungsod at tore. ⁶ Sinabi ng Panginoon, "Ang mga taong ito ay nagkakaisa at may isang wika lang. At ang ginagawa nilang ito ay simula pa lamang ng mga binabalak pa nilang gawin. Hindi magtatagal, gagawin nila ang kahit anong gusto nilang gawin. ⁷ Kaya bumaba tayo. Pag-iba-ibahin natin ang wika nila para hindi sila magkaintindihan."

⁸ Kaya pinangalat sila ng Panginoon sa buong mundo *dahil hindi na sila magkaintindihan,* at nahinto ang pagtatayo nila ng lungsod. ⁹ Ang lungsod na ito ay tinawag na Babelᵇ dahil doon pinag-iba-iba ng Panginoon ang wika ng mga tao, at mula roon ay pinangalat niya sila sa buong mundo.

Ang mga Lahi ni Shem
(1 Cro. 1:24-27)

¹⁰ Ito ang salaysay tungkol sa pamilya ni Shem:
Dalawang taon pagkatapos ng baha, nasa 100 taong gulang na noon si Shem, nang isilang ang anak niyang lalaki na si Arfaxad. ¹¹ Matapos isilang si Arfaxad, nabuhay pa si Shem ng 500 taon at nadagdagan pa ang mga anak niya.

¹² Nang 35 taong gulang na si Arfaxad, isinilang ang anak niyang lalaki na si Shela. ¹³ Matapos isilang si Shela, nabuhay pa si Arfaxad ng 403 taon at nadagdagan pa ang mga anak niya.

¹⁴ Nang 30 taong gulang na si Shela, isinilang ang anak niyang lalaki na si Eber. ¹⁵ Matapos isilang si Eber, nabuhay pa si Shela ng 403 taon at nadagdagan pa ang mga anak niya.

¹⁶ Nang 34 taong gulang na si Eber, isinilang ang anak niyang lalaki na si Peleg. ¹⁷ Matapos isilang si Peleg, nabuhay pa si Eber 430 taon at nadagdagan pa ang mga anak niya.

¹⁸ Nang 30 taong gulang na si Peleg, isinilang ang anak niyang lalaki na si Reu. ¹⁹ Matapos isilang si Reu, nabuhay pa si Peleg ng 209 na taon at nadagdagan pa ang mga anak niya.

²⁰ Nang 32 taong gulang na si Reu, isinilang ang anak niyang lalaki na si Serug. ²¹ Matapos isilang si Serug, nabuhay pa si Reu ng 207 taon at nadagdagan pa ang mga anak niya.

²² Nang 30 taong gulang na si Serug, isinilang ang anak niyang lalaki na si Nahor. ²³ Matapos isilang si Nahor, nabuhay pa si Serug ng 200 taon at nadagdagan pa ang mga anak niya.

²⁴ Nang 29 taong gulang na si Nahor, isinilang ang anak niyang lalaki na si Tera. ²⁵ Matapos isilang si Tera, nabuhay pa si Nahor ng 119 na taon at nadagdagan pa ang mga anak niya.

²⁶ Nang 70 taong gulang na si Tera, isinilang ang mga anak niyang lalaki na sina Abram, Nahor at Haran.

Ang mga Lahi ni Tera

²⁷ Ito ang salaysay tungkol sa pamilya ni Tera:
Si Tera ang ama nina Abram, Nahor at Haran. Si Haran ang ama ni Lot. ²⁸ Namatay si Haran doon sa Ur na sakop ng mga Caldeo,ᶜ sa lugar mismo kung saan isinilang siya. Namatay siya habang buhay pa ang ama niyang si Tera. ²⁹ Naging asawa ni Abram si Sarai, at si Nahor ay naging asawa ni Milca. Ang ama ni Milca at ng kapatid niyang si Isca ay si Haran. ³⁰ Si Sarai ay hindi magkaanak dahil siya'y baog.

³¹ Umalis si Tera sa Ur na sakop ng mga Caldeo. Kasama niya ang anak niyang si Abram, ang kanyang manugang na si Sarai, at ang apo niyang si Lot na anak ni Haran. Papunta sana sila sa Canaan, pero pagdating nila sa Haran doon na lamang sila tumira. ³² Doon namatay si Tera sa edad na 205.ᵈ

Ang Pagtawag ng Dios kay Abram

12 Ngayon, sinabi ng Panginoon kay Abram, "Lisanin mo ang iyong bansa, ang mga kamag-anak mo, at kahit ang sambahayan ng iyong ama, at pumunta ka sa lugar na ipapakita ko sa iyo.

² Gagawin kong isang tanyag na bansa ang lahi
        mo.
  Pagpapalain kita at magiging tanyag ang
        iyong pangalan.
  Sa pamamagitan mo, marami ang
        pagpapalain.

ᵃ *3-4 tisa:* sa Ingles, "brick."

ᵇ *9 Babel:* o, *Babilonia.* Maaaring ang ibig sabihin, "iba't iba."

ᶜ *28 Caldeo:* Mga taong nakatira noon sa timog ng Babilonia. Nang bandang huli, naging Caldeo ang tawag sa mga taga-Babilonia.

ᵈ *32 205:* sa tekstong Samaritan, *145.*

³ Pagpapalain ko ang magmamagandang loob
    sa iyo.
    Pero isusumpa ko naman ang susumpa sa
      iyo.
    Sa pamamagitan mo, pagpapalain ko ang
      lahat ng tao sa mundo."

⁴⁻⁵ Kaya umalis si Abram sa Haran at pumunta sa Canaan, ayon sa sinabi ng Panginoon sa kanya. Nasa 75 taong gulang noon si Abram. Sumama sa kanya ang pamangkin niyang si Lot. Kasama rin niya ang asawa niyang si Sarai at ang lahat ng ari-arian at aliping natipon nila sa Haran.

⁶ Pagdating nila sa Canaan, nagpatuloy sila hanggang sa nakarating sa malaking puno*a* ng Moreh roon sa Shekem. (Nang panahong iyon, naroon pa ang mga Cananeo). ⁷ Pagkatapos, nagpakita ang Panginoon kay Abram at sinabi sa kanya, "Ang lupaing ito ay ibibigay ko sa mga lahi mo." Kaya gumawa ng altar si Abram para sa Panginoon.

⁸ Mula roon, lumipat sila sa bundok na nasa silangan ng Betel, at doon sila nagtayo ng tolda, sa kalagitnaan ng Betel at Ai. Ang Betel ay nasa kanluran at ang Ai naman ay nasa silangan. Gumawa rin doon si Abram ng altar at sumamba sa Panginoon. ⁹ Hindi nagtagal, muli silang lumipat. Nagpatuloy sila sa paglalakbay papunta sa Negev.

Pumunta si Abram sa Egipto

¹⁰ Ngayon, nagkaroon ng matinding taggutom sa Canaan, kaya pumunta si Abram sa Egipto para roon muna manirahan. ¹¹ Nang paparating na sila sa Egipto, sinabi ni Abram sa kanyang asawa, "Sarai, maganda kang babae. ¹² Kapag nakita ka ng mga Egipcio, sasabihin nila na asawa kita, kaya papatayin nila ako para makuha ka nila. ¹³ Mabuti sigurong sabihin mo sa kanila na magkapatid tayo para hindi nila ako patayin at para maging mabuti ang pakikitungo nila sa akin dahil sa iyo."

¹⁴ Kaya pagdating nila sa Egipto, nakita nga ng mga Egipcio ang kagandahan ni Sarai. ¹⁵ At nang makita siya ng mga opisyal ng Faraon,*b* sinabi nila sa hari kung gaano siya kaganda. Kaya dinala si Sarai roon sa palasyo. ¹⁶ Dahil kay Sarai, naging mabuti ang pakikitungo ng hari kay Abram at binigyan pa siya ng mga tupa, kambing, baka, asno, kamelyo at mga alipin.

¹⁷ Pero binigyan ng Panginoon ng nakakakilabot na karamdaman ang Faraon at ang mga tauhan niya sa palasyo dahil kay Sarai. ¹⁸ *Nang malaman ng Faraon ang dahilan ng lahat ng ito,* ipinatawag niya si Abram at tinanong, "Ano ba itong ginawa mo sa akin? Bakit hindi mo sinabi na asawa mo pala siya? ¹⁹ Bakit mo sinabing magkapatid kayo? Kaya kinuha ko siya para maging asawa ko. Ngayon, heto ang asawa mo, kunin mo siya at umalis na kayo!" ²⁰ Pagkatapos, nag-utos ang Faraon sa mga tauhan niya na paalisin na sila. Kaya dinala nila si Abram palabas ng lupain na iyon at pinaalis kasama ang asawa niya at ang lahat ng ari-arian niya.

Naghiwalay si Abram at si Lot

13 Mula sa Egipto, pumunta si Abram sa Negev kasama ang asawa niya at dala ang lahat ng ari-arian niya, at sumama rin sa kanila si Lot. ² Napakayaman na ni Abram, marami na siyang hayop, pilak at ginto. ³ Mula sa Negev, nagpalipat-lipat sila hanggang makabalik sila sa lugar na dati nilang pinagtayuan ng tolda. Ang lugar na ito ay nasa gitna ng Betel at Ai. ⁴ Dito rin sila unang nagtayo ng altar *nang dumating sila sa Canaan.* At muling sumamba si Abram sa Panginoon.

⁵ Si Lot na laging kasama ni Abram saan man siya pumunta ay may sarili ring mga hayop at mga tolda. ⁶ At dahil marami na ang mga hayop nila at iba pang mga ari-arian, hindi sila maaaring manirahan sa iisang lugar. Ang pastulan ay hindi magkakasya sa kanila. ⁷ Dahil dito, nag-away-away ang mga tagapagbantay ng mga hayop nila. (Nang panahong iyon, ang mga Cananeo at mga Perezeo ay nakatira sa lupaing iyon.)

⁸ Kaya sinabi ni Abram kay Lot, "Tayo at ang mga tauhan natin ay hindi dapat mag-away, dahil magkakamag-anak tayo. ⁹ Ang mabuti pa, maghiwalay na lang tayo dahil marami pang lugar na maaaring lipatan. Ikaw ang mamili kung aling bahagi ng lupain ang pipiliin mo. Kung kakaliwa ka, kakanan ako; kung kakanan ka, kakaliwa naman ako."

¹⁰ Tumanaw si Lot sa paligid at nakita niya na ang kapatagan ng Jordan hanggang sa Zoar ay sagana sa tubig, katulad ng lugar ng Eden at ng lupain ng Egipto. (Nangyari ito noong hindi pa nililipol ng Panginoon ang Sodom at Gomora.) ¹¹ Kaya pinili ni Lot ang buong kapatagan ng Jordan sa silangan. Sa ganoong paraan, naghiwalay sila ni Abram. ¹² Si Abram ay nagpaiwan sa Canaan habang si Lot naman ay naroon sa mga lungsod ng kapatagan. Nagtayo si Lot ng mga tolda malapit sa Sodom. ¹³ Ang mga tao sa Sodom ay talamak na makasalanan. Labis ang pagkakasala nila laban sa Panginoon.

Lumipat si Abram sa Hebron

¹⁴ Nang nakaalis na si Lot, sinabi ng Panginoon kay Abram, "Mula sa kinatatayuan mo, tingnan mong mabuti ang paligid. ¹⁵ Ang lahat ng lupain na maaabot ng paningin mo ay ibibigay ko sa iyo at sa mga lahi mo, at magiging inyo ito magpakailanman. ¹⁶ Pararamihin ko ang lahi mo na kasindami ng buhangin sa mundo. Ang buhangin ay hindi kayang bilangin, kaya ang mga lahi mo ay hindi rin mabibilang. ¹⁷ Lumakad ka at ikutin ang buong lupain dahil ibibigay ko itong lahat sa iyo."

¹⁸ Kaya inilipat ni Abram ang tolda niya, at doon siya nanirahan malapit sa malalaking puno*c* ni Mamre roon sa Hebron, at gumawa siya roon ng altar para sa Panginoon.

Iniligtas ni Abram si Lot

14 Nang panahong iyon, sina Haring Amrafel ng Shinar, Haring Arioc ng Elasar, Haring Kedorlaomer ng Elam, at Haring Tidal ng Goyim ² ay nakipaglaban kina Haring Bera ng Sodom,

---

a 6 *malaking puno:* Maaaring, *puno ng terebinto.*
Pinaniniwalaang banal na puno ito.

b 15 *Faraon:* o, *hari ng Egipto.* Ganito rin sa talatang 17, 18, at 20.

c 18 *malalaking puno:* Tingnan sa "footnote" sa 12:6.

Haring Birsha ng Gomora, Haring Shinab ng Adma, Haring Shemeber ng Zeboyim, at sa hari ng Bela na tinatawag din na Zoar. [3] Nagtipon ang limang haring ito kasama ang kanilang mga sundalo roon sa Lambak ng Sidim na tinatawag ngayon na Dagat na Patay. [4] Ang mga haring ito ay sinakop ni Kedorlaomer sa loob ng 12 taon, pero nang ika-13 taon, nagrebelde sila laban sa kanya.

[5] At nang ika-14 na taon, tinalo ni Kedorlaomer at ng mga kakampi niyang hari ang mga Refaimeo sa Ashterot Karnaim, ang mga Zuzita sa Ham, ang mga Emita sa kapatagan ng Kiriataim, [6] at ang mga Horita sa bundok ng Seir hanggang sa El Paran na malapit sa disyerto. [7] Mula roon, bumalik sila at nakarating sa En Mishpat na tinatawag ngayong Kadesh. At sinakop nila ang lahat ng lupain ng mga Amalekita at mga Amoreo na nakatira sa Hazazon Tamar.

[8] Ngayon, tinipon ng mga hari ng Sodom, Gomora, Adma, Zeboyim at Bela ang mga sundalo nila sa Lambak ng Sidim [9] at nakipaglaban sila kina Haring Kedorlaomer ng Elam, Haring Tidal ng Goyim, Haring Amrafel ng Shinar, at Haring Arioc ng Elasar—limang hari laban sa apat na hari. [10] Ngayon, ang Lambak ng Sidim ay may maraming malalim na hukay na pinagkukunan ng aspalto. At nang tumakas ang hari ng Sodom at ng Gomora kasama ang mga tauhan nila, nahulog sila sa mga balon, pero ang iba nilang kasama ay tumakas sa mga bundok. [11-12] Ang lahat ng ari-arian ng Sodom at Gomora pati ang mga pagkain nila ay kinuha ng mga kalaban nila. Nabihag din nila si Lot na pamangkin ni Abram at kinuha ang mga ari-arian nito, dahil doon siya nakatira sa Sodom. Pagkatapos itong makuha ng mga kalaban, umalis agad sila.

[13] Ngayon, may isang nakatakas at nagbalita kay Abram na Hebreo tungkol sa nangyari. Si Abram ay nakatira malapit sa malalaking puno ni Mamre na Amoreo. Si Mamre at ang mga kapatid niyang sina Eshcol at Aner ang mga kakampi ni Abram. [14] Nang marinig ni Abram na binihag ang kamag-anak nila, tinipon niya agad ang 318 niyang tauhan na talagang maaasahan, at hinabol nila ang apat na hari hanggang sa Dan. [15] Kinagabihan, hinati ni Abram ang mga tauhan niya at nilusob nila ang mga kalaban, at natalo nila ito. Ang ibang nakatakas ay hinabol nila hanggang sa Hoba, sa hilaga ng Damascus. [16] Binawi nila ang lahat ng ari-arian na inagaw ng mga kalaban. Binawi rin nila si Lot at ang mga ari-arian nito pati ang mga babae at ang iba pang mga tao.

Binasbasan ni Melkizedek si Abram

[17] Nang umuwi na si Abram, matapos nilang talunin si Kedorlaomer at ang mga kasama niyang hari, sinalubong siya ng hari ng Sodom sa Lambak ng Save (na tinatawag din na Lambak ng Hari). [18] Sinalubong din siya ni Haring Melkizedek ng Salem at pari ng Kataas-taasang Dios. May dala si Melkizedek na pagkain at inumin. [19] Binasbasan niya si Abram at sinabing:

"Nawa'y pagpalain ka Abram ng Kataas-taasang Dios
na lumikha ng langit at mundo.

[20] Purihin ang Kataas-taasang Dios
na nagbigay ng tagumpay sa iyo laban sa mga kaaway mo!"

Pagkatapos, ibinigay ni Abram kay Melkizedek ang ikasampung bahagi ng lahat ng bagay na nakuha niya sa labanan.

[21] Ngayon, sinabi ng hari ng Sodom kay Abram, "Sa iyo na lang ang lahat ng ari-arian ko na nabawi mo, pero isauli mo lang sa akin ang lahat ng tauhan ko."

[22] Pero sinabi ni Abram sa hari ng Sodom, "Isinusumpa ko sa harapan ng PANGINOON, ang Kataas-taasang Dios na siyang lumikha ng langit at mundo, [23] na hindi ako kukuha ng kahit anumang ari-arian na galing sa iyo, kahit sinulid o ata'y tali ng sandalyas, para hindi mo masabing ikaw ang nagpayaman sa akin. [24] Hindi ako tatanggap ng kahit anuman para sa sarili ko. Ang ituturing ko lang na natanggap ko ay ang mga kinain ng aking mga tauhan, at pabayaan mo lang sina Aner, Eshcol at Mamre na sumama sa akin sa pagkuha ng bahagi nila sa mga bagay na nakuha mula sa labanan."

Ang Kasunduan ng Dios at ni Abram

15 Pagkatapos noon, nagsalita ang PANGINOON kay Abram sa pamamagitan ng isang pangitain. Sinabi niya, "Abram, huwag kang matakot dahil ako ang magiging kalasag mo at gagantimpalaan kita."

[2] Pero sinabi ni Abram, "O Panginoong DIOS, ano po ang halaga ng gantimpala n'yo sa akin dahil hanggang ngayon ay wala pa po akong anak. Ang magiging tagapagmana ko po ay si Eliezer na taga-Damascus. [3] Dahil hindi n'yo po ako binigyan ng anak, kaya isa sa mga alipin ng sambahayan ko ang magmamana ng mga ari-arian ko."

[4] Sinabi sa kanya ng PANGINOON, "Hindi siya ang magmamana ng mga ari-arian mo kundi ang sarili mong anak." [5] Pagkatapos, dinala siya ng PANGINOON sa labas at sinabi, "Masdan mo ang mga bituin sa langit, bilangin mo kung makakaya mo. Magiging ganyan din karami ang lahi mo."

[6] Nanalig si Abram sa PANGINOON. At dahil dito, itinuring siyang matuwid.

[7] Sinabi pa niya kay Abram, "Ako ang PANGINOON na nag-utos sa iyo na lisanin ang Ur na sakop ng mga Caldeo[a] para ibigay sa iyo ang lupaing ito at magiging pag-aari mo."

[8] Pero sinabi ni Abram, "O Panginoong Dios, paano ko po malalaman na magiging akin ito?"

[9] Sumagot ang PANGINOON, "Dalhan mo ako rito ng isang dumalagang baka, isang babaeng kambing, at isang lalaking tupa, na ang bawat isa'y tatlong taon ang gulang. At magdala ka rin ng isang inakay na batu-bato at isang inakay na kalapati." [10] Kaya dinala ni Abram ang lahat ng ito sa PANGINOON. Pagkatapos, pinaghati-hati niya at inilapag sa gitna na magkakatapat ang bawat kabiyak. Ang batu-bato lamang at ang kalapati ang hindi niya hinati. [11] Dumadapo sa hinating mga hayop ang mga ibong kumakain ng patay, pero binubugaw ito ni Abram.

---

a 7 Caldeo: Mga tao na nakatira noon sa timog ng Babilonia. Nang bandang huli, naging Caldeo ang tawag sa mga taga-Babilonia.

¹² Nang palubog na ang araw, nakatulog nang mahimbing si Abram at matinding takot ang dumating sa kanya. ¹³ Pagkatapos, sinabi sa kanya ng Panginoon, "Siguradong ang iyong mga lahi ay maninirahan sa ibang bansa, at gagawin silang mga alipin doon at pagmamalupitan sa loob ng 400 taon. ¹⁴ Ngunit parurusahan ko ang bansang aalipin sa kanila. Pagkatapos, aalis sila sa bansang iyon na dala ang maraming kayamanan. ¹⁵ Ikaw naman Abram, pahahabain ko ang buhay mo at mamamatay ka sa katandaan na may kapayapaan. ¹⁶ Lilipas muna ang apat na henerasyon bago makabalik dito ang mga lahi mo, dahil hindi pa umaabot sa sukdulan ang pagkakasala ng mga Amoreo para parusahan sila at paalisin sa lupaing ito."

¹⁷ Nang lumubog na ang araw at dumilim na, biglang may nakita si Abram na palayok na umuusok at nakasinding sulo, na dumaraan sa gitna ng mga hinating hayop. ¹⁸ Sa araw na iyon, gumawa ng kasunduan ang Panginoon kay Abram. Sinabi niya, "Ibibigay ko sa mga lahi mo ang lupaing ito mula sa dulo ng ilog na hanggganan ng Egipto hanggang sa malaking ilog na Eufrates. ¹⁹ Ito ang lupain ng mga Keneo, Kenizeo, Kadmoneo, ²⁰ Heteo, Perezeo, Refaimeo, ²¹ Amoreo, Cananeo, Gergaseo, at mga Jebuseo."

Si Hagar at si Ishmael

16 Si Sarai na asawa ni Abram ay hindi magkaanak. May alipin siyang babae na taga-Egipto na ang pangalan ay Hagar. ² Sinabi ni Sarai kay Abram, "Dahil hindi pinahintulutan ng Panginoon na magkaanak ako, mabuti pa sigurong sumiping ka sa alipin kong babae, baka sakaling magkaroon tayo ng anak sa pamamagitan niya."

Pumayag si Abram sa sinabi ng kanyang asawa. ³ Kaya ibinigay ni Sarai si Hagar kay Abram para maging asawa nito. (Nangyari ito matapos manirahan si Abram sa Canaan ng sampung taon.) ⁴ At nagbuntis nga si Hagar.

Nang malaman ni Hagar na buntis siya, hinamak niya si Sarai. ⁵ Dahil dito, sinabi ni Sarai kay Abram, "Ngayong buntis na si Hagar hinahamak na niya ako. Ikaw ang dapat sisihin. Ibinigay ko siya sa iyo *at ikaw dapat ang sumaway sa kanya.* Ang Panginoon na ang humatol kung sino sa atin ang tama."

⁶ Sumagot si Abram, "Kung ganoon, ibabalik ko siya sa iyo bilang alipin mo at bahala ka kung ano ang gusto mong gawin sa kanya." Simula noon, hindi naging maganda ang pakikitungo ni Sarai kay Hagar, kaya lumayas na lamang ito.

⁷ Nakita si Hagar ng anghel ng Panginoon doon sa bukal ng tubig sa ilang. Ang bukal na ito ay malapit sa daan na papuntang Shur. ⁸ Tinanong siya ng anghel, "Hagar, alipin ni Sarai, saan ka ba nanggaling at saan ka pupunta?"

Sumagot siya, "Lumayas po ako sa amo kong si Sarai."

⁹ Sinabi ng anghel sa kanya, "Bumalik ka sa amo mo at magpakumbaba ka sa kanya." ¹⁰ Pagkatapos, sinabi pa ng anghel,

"Pararamihin ko ang lahi mo na ang dami nila'y hindi mabibilang."

¹¹ At sinabi pa ng anghel ng Panginoon sa kanya,

"Buntis ka na at hindi magtatagal ay magkakaanak ka ng lalaki.
Pangangalanan mo siyang Ishmael,ᵃ dahil pinakinggan ng Panginoon ang pagtawag mo sa kanya dahil sa iyong pagtitiis.
¹² Pero ang anak mo ay mabubuhay na katulad ng isang asnong-gubat. Kakalabanin niya ang lahat, at ang lahat ay lalaban sa kanya. Kahit ang mga kamag-anak niya ay lalaban sa kanya."

¹³ Tinawag ni Hagar na "Dios na Nakakakita" ang pangalan ng Panginoon na nakipag-usap sa kanya, dahil sinabi niya, "Tunay bang nakita ko ang Dios na nakakakita sa akin sa lugar na ito?" ¹⁴ Iyon ang bukal na naroon sa gitna ng Kadesh at Bered na tinatawag na Beer Lahai Roi.ᵇ

¹⁵ *Bumalik si Hagar kay Sarai,* at dumating ang panahon na nanganak siya ng isang lalaki. Pinangalanan ni Abram ang bata na Ishmael. ¹⁶ Nasa 86 na taong gulang si Abram nang ipinanganak si Ishmael.

Ang Pagtutuli ay Tanda ng Kasunduan

17 Nang 99 na taong gulang si Abram, nagpakita sa kanya ang Panginoon at sinabi, "Ako ang Dios na Makapangyarihan. Palagi kang maging matapat sa akin at mamuhay nang matuwid. ² Tutuparin ko ang kasunduan ko sa iyo; pararamihin ko ang mga lahi mo."

³ Nang marinig ito ni Abram, nagpatirapa siya *bilang paggalang sa Dios.* Sinabi ng Dios sa kanya, ⁴ "Sa ganang akin, ito ang kasunduan ko sa iyo: Magiging ama ka ng maraming bansa. ⁵ Mula ngayon, hindi na Abram ang itatawag sa iyo kundi Abrahamᶜ dahil gagawin kitang ama ng maraming bansa. ⁶ Pararamihin ko ang mga lahi mo at magtatayo sila ng mga bansa, at ang iba sa kanila ay magiging hari. ⁷ Tutuparin ko ang kasunduan ko sa iyo at sa mga lahi mo sa susunod mo pang mga henerasyon, na patuloy akong magiging Dios ninyo. Ang kasunduan ito ay magpapatuloy magpakailanman. ⁸ Mga dayuhan lamang kayo ngayon sa lupaing ng Canaan. Pero ibibigay ko ang buong lupaing ito sa iyo at sa mga lahi mo. Magiging inyo na ito magpakailanman, at patuloy akong magiging Dios ninyo."

⁹ Sinabi pa niya kay Abraham, "Ingatan mo ang kasunduan nating ito, at ganoon din ang dapat gawin ng mga lahi mo sa susunod pang mga henerasyon. ¹⁰ At tungkol sa kasunduang ito, dapat ninyong tuliin ang lahat ng lalaki. ¹¹ Ito ang magiging palatandaan ng kasunduan ko sa iyo. ¹²⁻¹³ Mula ngayon hanggang sa susunod pang mga henerasyon, ang lahat ng lalaking ipapanganak ay dapat tuliin pagsapit nang ikawalong araw mula nang isilang ito. Tuliin din ninyo ang mga aliping lalaki na isinilang sa tahanan ninyo at pati mga aliping binili ninyo sa mga taga-ibang lugar. Ito ang palatandaan sa katawan ninyo na magpapatunay na ang kasunduan ko sa inyo ay magpapatuloy hanggang wakas. ¹⁴ Ang

---

ᵃ 11 *Ishmael:* Ang ibig sabihin, *nakikinig ang Dios.*
ᵇ 14 *Beer Lahai Roi:* Ang ibig sabihin, *Balon ng buhay na Dios na nakakakita sa akin.*
ᶜ 5 *Abraham:* Ang ibig sabihin, *ama ng maraming tao.*

sinumang lalaki sa inyo na tumangging magpatuli ay huwag ninyong ituring na kababayan, dahil binalewala niya ang kasunduan ko."

[15] Sinabi pa ng Dios kay Abraham, "Tungkol naman sa asawa mong si Sarai, hindi mo na siya tatawaging Sarai, kundi mula ngayon ay Sara[a] na ang itatawag mo sa kanya. [16] Pagpapalain ko siya at bibigyan kita ng anak sa pamamagitan niya. Magiging ina siya ng maraming bansa, at ang iba niyang mga lahi ay magiging hari."

[17] Nang marinig ito ni Abraham, nagpatirapa siya *bilang paggalang sa Dios*, pero tumawa siya sa kanyang narinig. Sinabi niya sa kanyang sarili, "Magkakaanak pa ba ako na nasa 100 taong gulang na? At si Sara, mabubuntis pa kaya siya na nasa 90 taong gulang na?" [18] Sinabi niya sa Dios, "Kung ganoon po ang mangyayari, nawa'y pagpalain n'yo rin po ang anak kong si Ishmael."

[19] Sumagot ang Dios, "Ang totoo ay ito: Ang asawa mong si Sara ay manganganak ng lalaki at papangalanan mo siyang Isaac.[b] Sa kanya ko ipagpapatuloy ang kasunduan ko sa iyo, at magpapatuloy ang kasunduang ito sa mga lahi niya magpakailanman. [20] Tungkol naman kay Ishmael, narinig ko ang kahilingan mo para sa kanya. Pagpapalain ko siya at bibigyan ng maraming lahi. Magiging ama siya ng 12 pinuno, at ang mga lahi niya ay magiging mga tanyag na tao.[c] [21] Kaya lang, ang kasunduan ko sa iyo ay tutuparin ko lang kay Isaac *at sa mga lahi niya*. Ipapanganak ni Sara si Isaac sa ganito ring panahon sa susunod na taon." [22] Umalis ang Dios pagkatapos niyang sabihin kay Abraham ang mga ito.

[23] Sa mismong araw na iyon, tinupad ni Abraham ang iniutos sa kanya ng Dios. Tinuli niya ang anak niyang si Ishmael at ang lahat ng lalaki sa kanyang sambahayan: ang mga aliping isinilang sa tahanan niya at ang mga aliping binili niya. [24] Si Abraham ay 99 na taong gulang nang tuliin siya, [25] at si Ishmael naman ay 13 taong gulang na. [26-27] Sa mismong araw na iyon na nag-utos ang Dios na ang lahat ng lalaki ay dapat tuliin, nagpatuli si Abraham at si Ishmael pati ang lahat ng alipin ni Abraham na isinilang sa sambahayan niya at ang mga alipin na binili niya sa mga taga-ibang lugar.

Ang Tatlong Panauhin ni Abraham

18 Nagpakita ang Panginoon kay Abraham nang nakatira pa siya malapit sa malalaking puno[d] ni Mamre. Mainit ang araw noon, at si Abraham ay nakaupo sa pintuan ng kanyang tolda. [2] Habang nagmamasid siya, may nakita siyang tatlong lalaki na nakatayo sa di-kalayuan. Tumayo siya agad at dali-daling sumalubong sa kanila. Yumukod siya sa kanila *bilang paggalang*.

[3] At sinabi, "Panginoon,[e] kung maaari, dumaan po muna kayo rito sa amin. [4] Magpapakuha po ako ng tubig para makapaghugas kayo ng mga paa

---

a 15 *Sara:* Ang ibig sabihin, *prinsesa.*
b 19 *Isaac:* Ang ibig sabihin, *masayahin siya.*
c 20 *tanyag na tao:* o, *bansa.*
d 1 *malalaking puno:* Tingnan ang "footnote" sa 12:6.
e 3 *Panginoon:* o, *Ginoo.* Malalaman natin sa susunod na mga talata na ang nagpakita kay Abraham ay ang Panginoon kasama ang dalawang anghel.

ninyo at makapagpahinga sa lilim ng punongkahoy na ito. [5] Kukuha rin ako ng pagkain para sa inyo upang may lakas po kayo sa inyong paglalakad. Ikinagagalak ko pong mapaglingkuran kayo habang nandito kayo sa amin." At sumagot sila, "Sige, gawin mo kung ano ang sinabi mo."

[6] Kaya nagmadaling pumasok si Abraham sa tolda at sinabi kay Sara, "Kumuha ka ng kalahating sako ng magandang klaseng harina at magluto ka ng tinapay. At bilisan mo ang pagluluto." [7] Tumakbo agad si Abraham papunta sa mga bakahan niya at pumili ng matabang guya, at ipinakatay niya ito at ipinaluto sa alipin niyang kabataan. [8] Pagkatapos, dinala niya ito sa mga panauhin niya, at nagdala rin siya ng keso at gatas. At habang kumakain sila sa ilalim ng punongkahoy, naroon din si Abraham na naglilingkod sa kanila.

[9] Ngayon, nagtanong ang mga panauhin kay Abraham, "Nasaan ang asawa mong si Sara?" Sumagot siya, "Naroon po sa loob ng tolda." [10] Kaya isa sa mga panauhin ay nagsabi, "Tiyak na babalik ako rito sa ganito ring panahon sa susunod na taon at magkakaroon ng anak na lalaki ang asawa mong si Sara."

Nakikinig pala si Sara sa pintuan ng tolda na nasa likod lamang ni Abraham. [11] (Matanda na silang dalawa ni Abraham at huminto na nga ang buwanang dalaw ni Sara.) [12] Tumawa si Sara sa kanyang sarili at nag-isip-isip, "Sa katandaan kong ito, masisiyahan pa ba akong sumiping sa asawa ko, na matanda na rin, para magkaanak kami?"

[13] Nagtanong agad ang Panginoon kay Abraham, "Bakit tumatawa si Sara at sinasabi, 'Magkakaanak pa ba ako ngayong matanda na ako?' [14] May bagay ba na hindi magagawa ng Panginoon? Tulad ng sinabi ko, babalik ako rito sa ganito ring panahon sa susunod na taon at magkakaroon ng anak na lalaki si Sara."

[15] Natakot si Sara, kaya nagsinungaling siya. Sinabi niya, "Hindi po ako tumawa!" Pero sinabi ng Panginoon, "Tumawa ka talaga."

Nagmakaawa si Abraham para sa Lungsod ng Sodom

[16] Pagkatapos, umalis ang tatlong lalaki. Inihatid sila ni Abraham hanggang sa lugar kung saan nakikita nila sa ibaba ang lungsod ng Sodom. [17] Sinabi ng Panginoon, "Hindi ko itatago kay Abraham ang gagawin ko. [18] Talagang magiging malaki at makapangyarihang bansa ang mga lahi niya sa hinaharap. At sa pamamagitan niya, makakatanggap ng pagpapala ang ibang mga bansa. [19] Pinili ko siya para ipatupad niya sa mga anak at mga lahi niya ang utos ko na gumawa sila ng tama at matuwid. Sa ganoong paraan, matutupad ang aking pangako sa kanya."

[20] Pagkatapos, sinabi ng Panginoon kay Abraham, "Maraming tao ang dumadaing doon sa Sodom at Gomora, dahil sobrang sama na ng lugar na iyon. [21] Kaya pupunta ako roon para malaman ko kung totoo o hindi ang mga daing ng mga tao roon."

[22] Lumakad agad ang dalawang lalaki papuntang Sodom, pero nagpaiwan ang Panginoon at si Abraham. [23] Lumapit si Abraham sa Panginoon at

nagtanong, "Lilipulin n'yo po ba ang mga matuwid kasama ng mga makasalanan. ²⁴ Kung mayroon po kayang 50 matuwid sa lungsod na iyan, lilipulin n'yo pa rin po ba ang buong lungsod? Hindi n'yo po ba kahahabagan ang lungsod dahil sa 50 taong matuwid? ²⁵ Hindi po kapani-paniwala na lilipulin ninyo ang mga matuwid kasama ng mga makasalanan. Hindi po maaaring pare-pareho ang pakikitungo n'yo sa kanila. Kayo po na humahatol sa buong mundo, hindi po ba't dapat gawin ninyo kung ano ang tama?" ²⁶ Sumagot ang PANGINOON, "Kung may makita akong 50 matuwid sa Sodom, hindi ko lilipulin ang buong lungsod alang-alang sa kanila."

²⁷ Muling nagsalita si Abraham, "O Panginoon, patawarin n'yo po akong naglakas-loob na makipag-usap sa inyo. Tao lang po ako, at wala akong katuwiran na magsabi nito sa inyo. ²⁸ Pero kung mayroon po kayang 45 matuwid, lilipulin n'yo pa rin ba ang buong lungsod dahil kulang po ito ng lima?" Sumagot ang Panginoon, "Kung may makita akong 45 matuwid, hindi ko lilipulin ang lungsod."

²⁹ Muling nagsalita si Abraham, "Kung 40 lang po kaya ang matuwid?" Sumagot ang Panginoon, "Hindi ko lilipulin ang lungsod alang-alang lamang sa 40 matuwid."

³⁰ Muling nagsalita si Abraham, "Huwag po sana kayong magalit sa akin, Panginoon, dahil magtatanong pa po ako. Ano po kaya kung may 30 lang na taong matuwid?" Sumagot ang Panginoon, "Hindi ko pa rin lilipulin ang lungsod kung may makita akong 30 tao na matuwid."

³¹ Muling nagsalita si Abraham, "Panginoon, patawarin n'yo po ako sa paglalakas-loob ko na pakikipag-usap sa inyo. Ano po kaya kung may 20 na lang na taong matuwid?" Sumagot ang Panginoon, "Hindi ko pa rin lilipulin ang lungsod alang-alang sa 20 matuwid."

³² Muling nagsalita si Abraham, "Panginoon, huwag po sana kayong magagalit; huling tanong na po ito. Halimbawa, sampu na lang po ang nakita ninyong matuwid?" Sumagot ang PANGINOON, "Hindi ko pa rin lilipulin ang lungsod alang-alang sa sampung matuwid."

³³ Pagkatapos nilang mag-usap, umalis ang PANGINOON at si Abraham ay umuwi sa kanila.

Ang Pagiging Makasalanan ng mga Tao sa Sodom

19 Magdidilim na nang dumating ang dalawang anghel sa Sodom. Nakaupo noon si Lot sa pintuan ng lungsod. Pagkakita ni Lot sa kanila, tumayo siya at sinalubong sila. Pagkatapos, yumukod siya sa harapan nila *bilang paggalang* at nagsabing, ² "Kung maaari po, dumaan muna kayo sa bahay ko para makapaghugas kayo ng mga paa ninyo at dito na po kayo matulog ngayong gabi. At bukas na lang kayo ng umaga magpatuloy sa paglalakbay ninyo."

Pero sumagot sila, "Huwag na lang, doon na lang kami matutulog sa plasa ngayong gabi."

³ Pero pinilit sila ni Lot, kaya sumama na lang sila sa bahay niya. Naghanda si Lot ng mga inumin at mga pagkain. Nagpaluto rin siya ng tinapay na walang pampaalsa. At nang handa na, naghapunan sila. ⁴ Nang mahihiga na sila para matulog, dumating ang lahat ng bata at matatandang lalaki ng Sodom, at pinaligiran nila ang bahay ni Lot. ⁵ Tinawag nila si Lot at tinanong, "Nasaan na ang mga panauhin mong lalaki na dumating ngayong gabi? Palabasin mo sila rito dahil gusto namin silang sipingan."

⁶ Lumabas si Lot sa bahay para harapin sila. Nang lumabas siya, isinara niya agad ang pintuan. ⁷ Sinabi niya sa kanila, "Mga kaibigan, nakikiusap ako sa inyo na huwag ninyong gagawin ang iniisip ninyong masama. ⁸ Kung gusto n'yo, may dalawa akong anak na dalaga. Ibibigay ko sila sa inyo at bahala na kayo kung ano ang gusto ninyong gawin sa kanila. Pero huwag ninyong galawin ang dalawang taong ito, dahil mga bisita ko sila at dapat ko silang protektahan." ⁹ Pero sinabi ng mga tao, "Dayuhan ka lang dito kaya sino ka para makialam sa amin. Umalis ka riyan! Baka mas higit pa ang magawa namin sa iyo kaysa sa kanila." Pagkatapos, itinulak nila si Lot. Lalapit sana sila sa pintuan para gibain ito, ¹⁰ pero binuksan ito ng dalawang anghel na nasa loob at hinatak nila si Lot papasok, at isinara ang pintuan. ¹¹ Pagkatapos, binulag nila ang mga tao na nasa labas para hindi na nila makita ang pintuan.

Pinaalis si Lot sa Sodom

¹² Sinabi ng dalawang anghel kay Lot, "Kung may mga anak ka pa, o mga manugang na lalaki, o mga kamag-anak sa lungsod na ito, isama mo silang lahat at umalis kayo rito, ¹³ dahil lilipulin namin ang lungsod na ito. Narinig ng PANGINOON ang mga daing laban sa mga taong ito *na puro kasamaan ang ginagawa.* Kaya ipinadala niya kami para lipulin ang lungsod na ito."

¹⁴ Kaya pinuntahan ni Lot ang mga magiging manugang[a] niyang lalaki at sinabi, "Magmadali kayong umalis dito dahil lilipulin na ng PANGINOON ang lungsod na ito." Pero hindi sila naniwala dahil akala nila'y nagbibiro lang si Lot.

¹⁵ Nang magbubukang-liwayway na, pinagmadali si Lot ng mga anghel na umalis sa lungsod. Sinabi nila, "Bilisan mo! Dalhin mo ang asawa mo at ang dalawang anak mong babae na nandito, at umalis kayo agad, dahil baka madamay kayo kapag nilipol na ang lungsod na ito dahil sa sobrang sama ng mga tao rito." ¹⁶ Hindi pa sana aalis si Lot. Pero dahil naaawa ang PANGINOON sa kanila, hinawakan sila ng mga anghel sa kamay at dinala palabas ng lungsod.

¹⁷ Nang nasa labas na sila ng lungsod, sinabi ng PANGINOON, "Tumakbo kayo! Huwag kayong lilingon, o hihinto sa kahit saan dito sa kapatagan! Tumakbo kayo papunta sa bundok para hindi kayo mamatay!" ¹⁸ Pero sumagot si Lot, "Panginoon ko, huwag n'yo na po akong patakbuhin papunta sa bundok. ¹⁹ Kinahabagan n'yo po ako at ipinakita ang kabutihan n'yo sa akin sa pagliligtas ninyo sa buhay ko. Pero napakalayo po ng bundok; baka maabutan ako ng sakuna at mamatay ako bago makarating doon. ²⁰ Nakita n'yo po ba ang maliit na bayang iyon sa unahan? Tiyak na mararating ko

---

a 14 mga magiging manugang: o, mga manugang.

po iyon dahil malapit lang. Maaari po bang doon na lang ako pumunta sa maliit na bayang iyon para maligtas ako?" ²¹Sumagot ang Panginoon, "Oo, payag ako sa kahilingan mo; hindi ko lilipulin ang bayan na iyon. ²²Sige, tumakbo na kayo roon, dahil wala pa akong gagawin hangga't hindi pa kayo nakakarating doon."

Ang bayang iyon ay tinatawag na Zoarᵃ dahil maliit ang bayang iyon.

Ang Paglipol sa Sodom at Gomora

²³Nakasikat na ang araw nang dumating sina Lot sa Zoar. ²⁴Biglang pinaulanan ng Panginoon ng naglalagablab na asupre ang Sodom at Gomora. ²⁵Nilipol ng Panginoon ang dalawang lungsod at ang buong kapatagan. Namatay ang lahat ng nakatira roon pati ang lahat ng tanim. ²⁶Lumingon ang asawa ni Lot, kaya ginawa siyang haliging asin, ²⁷Kinaumagahan, dali-daling pumunta si Abraham sa lugar kung saan siya nakipag-usap sa Panginoon. ²⁸Minasdan niya ang Sodom at Gomora, at ang buong kapatagan. Nakita niya ang usok na pumapaitaas mula sa lupa na parang usok na nagmula sa isang malaking hurno.

²⁹Inalala ng Dios si Abraham, nang lipulin ng Dios ang mga lungsod sa kapatagan kung saan nakatira si Lot, iniligtas niya muna si Lot para hindi ito mapahamak.

Ang Pinanggalingan ng mga Moabita at Ammonita

³⁰Dahil natakot si Lot na tumira sa Zoar, lumipat siya at ang dalawa niyang anak na dalaga sa bundok, at tumira sila sa kweba. ³¹Isang araw, sinabi ng panganay na anak sa kanyang kapatid, "Matanda na ang ating ama at wala nang ibang lalaki rito na maaari nating mapangasawa para magkaanak tayo katulad ng pamamaraan ng tao kahit saan sa mundo. ³²Mabuti pang painumin natin ang ating ama ng alak hanggang sa malasing siya, pagkatapos, sumiping tayo sa kanya para magkaanak tayo sa pamamagitan niya."

³³Kaya nang gabing iyon, nilasing nila ang kanilang ama. Pagkatapos, sumiping ang panganay na anak sa kanyang ama. Pero dahil sa sobrang kalasingan ni Lot, hindi niya namalayan kung ano ang nangyayari.

³⁴Kinabukasan, sinabi ng panganay sa nakababata niyang kapatid, "Sumiping na ako kagabi sa ating ama. At ngayong gabi muli natin siyang painumin ng alak hanggang sa malasing siya, at ikaw naman ang sumiping sa kanya para tayong dalawa ay magkaanak sa pamamagitan niya." ³⁵Kaya nang gabing iyon, muli nilang nilasing ang kanilang ama at ang nakababatang kapatid naman ang sumiping sa kanya. At sa sobrang kalasingan, hindi niya namalayan kung ano ang nangyayari.

³⁶Sa ganoong paraan, nabuntis ang dalawang anak ni Lot sa pamamagitan niya. ³⁷Dumating ang panahon, nanganak ang panganay ng isang lalaki at pinangalanan niyang Moab.ᵇ Siya ang pinagmulan ng lahi ng Moabita. ³⁸Nanganak

din ang nakababatang kapatid ng isang lalaki at pinangalanan niyang Ben Ami.ᶜ Siya ang pinagmulan ng lahi ng Ammonita.

Si Abraham at si Abimelec

20 Umalis sina Abraham sa Mamre at pumunta sa Negev. Doon sila tumira sa kalagitnaan ng Kadesh at Shur. Hindi nagtagal, lumipat sila sa Gerar. ²Habang naroon sila, ang pakilala ni Abraham kay Sara sa mga tao ay kapatid niya ito. Kaya ipinakuha si Sara ni Haring Abimelec ng Gerar.

³Isang gabi, nagpakita ang Dios kay Abimelec sa pamamagitan ng isang panaginip. Sinabi niya, "Mamamatay ka dahil kinuha mo ang babaeng iyan na may asawa na." ⁴Pero dahil hindi pa nagagalaw ni Abimelec si Sara, sinabi niya, "Panginoon, bakit n'yo po ako papatayin at ang mga tauhan ko? Wala po akong kasalanan. ⁵Sinabi po kasi ni Abraham na kapatid niya si Sara at sinabi rin ni Sara na kapatid niya si Abraham. Inosente po ako at wala akong masamang balak sa pagkuha kay Sara."

⁶Sinabi pa sa kanya ng Dios sa panaginip, "Oo, alam kong wala kang masamang balak, kaya hindi ko ipinahintulot na magalaw mo siya para hindi ka magkasala sa akin. ⁷Pero dapat mo siyang ibalik sa asawa niya dahil ang asawa niya ay isang propeta, at ipapanalangin ka niya para hindi ka mamatay. Pero kapag hindi mo siya naibalik, binabalaan kita na mamamatay ka pati ang lahat ng tauhan mo."

⁸Kinabukasan, maagang ipinatawag ni Abimelec ang lahat ng opisyal niya at sinabi sa kanila ang tungkol sa kanyang panaginip. At labis silang natakot. ⁹Pagkatapos, ipinatawag ni Abimelec si Abraham at tinanong, "Ano ang ginawa mong ito sa amin? Ano ba ang kasalanan ko sa iyo na inilagay mo sa kapahamakan ang buong kaharian ko? Hindi tama ang ginawa mo. ¹⁰Bakit mo ito ginawa?"

¹¹Sumagot si Abraham, "Akala ko po wala ni isa man dito na gumagalang sa Dios, kaya naisip ko na baka patayin n'yo ako para makuha n'yo ang asawa ko. ¹²Totoo po na magkapatid kami, pero sa ama lang at hindi sa ina; at napangasawa ko siya. ¹³Nang sinabihan po ako ng Dios na umalis sa tahanan ng aking ama, sinabi ko kay Sara na ipakilala niya na magkapatid kami kahit saan kami pumunta. Sa ganito pong paraan, maipapakita niya ang pagmamahal niya sa akin."

¹⁴Ibinalik ni Abimelec si Sara kay Abraham, at binigyan pa niya si Abraham ng mga tupa, baka, at mga aliping babae at lalaki. ¹⁵Pagkatapos, sinabi niya kay Abraham, "Payag akong patirahin kayo sa aking lupain. Tumira kayo kahit saan ninyo gusto." ¹⁶Sinabi rin niya kay Sara, "Bibigyan ko ang kapatid mo ng 1,000 pirasong pilak bilang katibayan sa lahat ng kasamahan ninyo na hindi kita nagalaw at para hindi sila mag-isip na nakagawa ka ng masama."

¹⁷⁻¹⁸Dahil sa pagkuha kay Sara, niloob ng Panginoon na hindi magkakaanak ang lahat ng babae sa sambahayan ni Abimelec. Kaya nanalangin si Abraham sa Dios, at pinagaling ng Dios ang asawa ni Abimelec at ang mga alipin niyang babae

---

ᵃ 22 Zoar: Ang ibig sabihin, maliit.
ᵇ 37 Moab: Maaaring ang ibig sabihin, mula sa aking ama.

ᶜ 38 Ben Ami: Ang ibig sabihin, anak ng malapit kong kamag-anak.

para muli silang magkaanak. Pinagaling din ng Dios si Abimelec *sa kanyang karamdaman*.

Ang Pagsilang ni Isaac

21 Ngayon, inalala ng Panginoon si Sara ayon sa kanyang ipinangako. ²Nagbuntis si Sara at nanganak ng lalaki kahit matanda na si Abraham. Isinilang ang sanggol sa panahon na sinabi noon ng Dios. ³Pinangalanan ni Abraham ang sanggol na Isaac.

⁴Nang walong araw na ang sanggol, tinuli siya ni Abraham ayon sa iniutos sa kanya ng Dios. ⁵Nang ipinanganak si Isaac, 100 taong gulang na si Abraham. ⁶Sinabi ni Sara, "Pinatawa ako ng Dios, at kahit sinong makarinig ng tungkol sa nangyari sa akin ay matatawa rin. ⁷Sino kaya ang makapagsasabi kay Abraham na makakapagpasuso pa ako ng sanggol? Pero nagkaanak pa ako kahit matanda na ako."

⁸Lumaki si Isaac, at nang araw na naawat na siya sa pagsuso sa kanyang ina, nagdaos si Abraham ng isang malaking handaan.

Pinalayas si Hagar at si Ishmael

⁹Isang araw, nakita ni Sara na tinutukso ni Ishmael si Isaac. (Si Ishmael ay anak ni Abraham kay Hagar na Egipcio.) ¹⁰Kaya sinabi ni Sara kay Abraham, "Palayasin mo ang babaeng alipin at ang anak niya, dahil ang anak ng babaeng alipin ay hindi maaaring makibahagi sa mamanahin ng anak kong si Isaac." ¹¹Labis itong ikinalungkot ni Abraham dahil anak din niya si Ishmael. ¹²Pero sinabi ng Dios sa kanya, "Hindi mo dapat ikalungkot ang tungkol kay Ishmael at kay Hagar. Sundin mo ang sinabi ni Sara, dahil kay Isaac magmumula ang mga lahi na aking ipinangako. ¹³At tungkol naman kay Ishmael, bibigyan ko rin siya ng maraming lahi at magiging isang bansa rin sila, dahil anak mo rin siya."

¹⁴Kinabukasan, maagang kumuha si Abraham ng pagkain at tubig na nakalagay sa sisidlang-balat, at inilagay niya ito sa balikat ni Hagar. Pagkatapos, umalis si Hagar kasama ang kanyang anak. Naglakbay sila sa ilang ng Beersheba na hindi alam kung saan sila pupunta. ¹⁵Nang naubos na ang kanilang tubig, iniwan niya ang anak niya sa ilalim ng isa sa mga mababang punongkahoy ¹⁶at lumakad siya na may layong mga 100 metro mula sa kanyang anak. Doon siya umupo at umiiyak na nagsabi sa kanyang sarili, "Hindi ko matitiis na pagmasdan ang kamatayan ng anak ko."

¹⁷Ngayon, narinig ng Dios ang iyak ng bata. Kaya sinabi ng anghel ng Dios kay Hagar mula roon sa langit, "Ano ang gumugulo sa iyo Hagar? Huwag kang matakot; narinig ng Dios ang iyak ng anak mo. ¹⁸Tumayo ka at ibangon mo ang bata, dahil gagawin kong malaking bansa ang kanyang mga lahi." ¹⁹Pagkatapos, may ipinakita ang Dios sa kanya na isang balon. Pumunta siya roon at nilagyan ng tubig ang sisidlan niya. Pagkatapos, pinainom niya ang kanyang anak.

²⁰⁻²¹Hindi pinabayaan ng Dios si Ishmael hanggang lumaki ito. Doon siya tumira sa ilang ng Paran at naging isa siyang *mahusay na* mamamana. Dumating ang panahon na pinapag-asawa siya ng kanyang ina sa isang Egipcio.

Ang Kasunduan nina Abraham at Abimelec

²²Nang panahong iyon,ᵃ pumunta si Abimelec kay Abraham kasama ang kumander ng mga sundalo niya na si Picol. Sinabi ni Abimelec kay Abraham, "Tinutulungan ka talaga ng Dios sa lahat ng ginagawa mo. ²³Kaya, mangako ka rito sa pangalan ng Dios na hindi mo ako pagtataksilan pati na ang aking mga lahi. Ipakita mo ang kabutihan mo sa akin at sa lugar na ito na tinitirhan mo ngayon, tulad din ng ipinakita kong kabutihan sa iyo." ²⁴Sumagot si Abraham, "Isinusumpa ko."

²⁵Pero dumaing si Abraham kay Abimelec tungkol sa balon na inagaw ng mga alipin niya. ²⁶Sinabi ni Abimelec, "Hindi ko alam kung sino ang gumawa niyan. Hindi mo naman ako sinabihan, at ngayon ko lang nalaman iyon." ²⁷Kaya kumuha si Abraham ng mga tupa at baka, at ibinigay niya kay Abimelec. Pagkatapos, gumawa silang dalawa ng kasunduan. ²⁸Kumuha rin si Abraham ng pitong babaeng tupa at ibinukod ito. ²⁹Nagtanong si Abimelec, "Para kanino ang pitong babaeng tupa na ibinukod mo?" ³⁰Sumagot si Abraham, "Tanggapin mo ang pitong babaeng tupa na ito bilang katibayan na ako ang naghukay ng balong iyan." ³¹Dahil sa sumpaan nila, ang lugar na iyon ay tinawag na Beersheba.ᵇ

³²Pagkatapos ng sumpaan nila roon sa Beersheba, bumalik si Abimelec at si Picol sa lupain ng mga Filisteo. ³³Nagtanim si Abraham ng isang punongkahoy na tamarisko roon sa Beersheba at sumamba siya sa Panginoon, ang Dios na walang hanggan. ³⁴Nanirahan si Abraham sa lupain ng mga Filisteo sa mahabang panahon.

Inutusan ng Dios si Abraham na Ihandog si Isaac

22 Dumating ang panahon na sinubukan ng Dios si Abraham. Tinawag niya si Abraham, at sumagot si Abraham sa kanya. ²Pagkatapos, sinabi niya, "Dalhin mo ang kaisa-isaᶜ at pinakamamahal mong anak na si Isaac, at pumunta kayo sa lupain ng Moria. Umakyat kayo sa bundok na ituturo ko sa iyo at ialay mo siya sa akin bilang handog na sinusunog."

³Kinabukasan, maagang nagsibak si Abraham ng mga kahoy na gagamitin sa paghahandog, at isinakay niya ito sa asno. Lumakad siya kasama si Isaac at ang dalawa niyang aliping lalaki papunta sa lugar na sinabi sa kanya ng Dios. ⁴Nang ikatlong araw ng kanilang paglalakbay, nakita ni Abraham sa di-kalayuan ang lugar na sinabi sa kanya ng Dios. ⁵Kaya sinabi ni Abraham sa dalawa niyang alipin, "Dito muna kayo at bantayan ninyo ang asno, at aakyat kami roon para sumamba sa Dios. Babalik din kami agad." ⁶Ipinapasan ni Abraham kay Isaac ang mga kahoy na gagamitin sa paghahandog, at siya ang nagdala ng itak at sulo.

⁷Habang lumalakad sila, sinabi ni Isaac, "Ama!" Sumagot si Abraham, "Bakit anak?" Nagtanong si

---

ᵃ 22 *Nang panahong iyon:* Nang pinaalis ni Abraham si Hagar at si Ishmael; o, *Nang namumuhay na sila sa ilang ng Paran*.

ᵇ 31 *Beersheba:* Ang ibig sabihin, *pinanumpaang balon*.

ᶜ 2 *kaisa-isa:* o, *katangi-tangi*.

Isaac, "May dala po tayong sulo at panggatong pero nasaan po ang tupa na ihahandog?"

⁸ Sumagot si Abraham, "Anak, ang Dios mismo ang magbibigay sa atin ng tupang ihahandog." At nagpatuloy sila sa paglalakad.

⁹ Nang dumating sila sa lugar na sinabi ng Dios, gumawa si Abraham ng altar na bato, at inihanda niya ang mga kahoy na ibabaw nito. Pagkatapos, iginapos niya si Isaac at inihiga sa ibabaw ng altar. ¹⁰ Kinuha niya ang itak. At nang papatayin na sana niya si Isaac, ¹¹ tinawag siya ng anghel ng Panginoon mula sa langit, "Abraham! Abraham!" Sumagot si Abraham, "Narito po ako." ¹² Sinabi ng anghel, "Huwag mong patayin ang anak mo! Ngayon, napatunayan ko na may takot ka sa Dios dahil hindi mo ipinagkait ang kaisa-isa mong anak." ¹³ Paglingon ni Abraham, may nakita siyang isang lalaking tupa na ang sungay ay nasabit sa mga sanga ng kahoy, at hindi ito makaalis. Kaya kinuha ito ni Abraham at inihandog bilang handog na sinusunog kapalit ng kanyang anak. ¹⁴ Tinawag ni Abraham ang lugar na iyon na "Naglalaan ang Panginoon." Ito ang pinagmulan ng kasabihang, "Sa bundok ng Panginoon may inilalaan siya."

¹⁵ Muling tinawag ng anghel ng Panginoon si Abraham mula sa langit. ¹⁶⁻¹⁷ Sinabi niya, "Ito ang sinasabi ng Panginoon: Sumusumpa ako sa sarili ko na pagpapalain kita nang lubos dahil hindi mo ipinagkait sa akin ang kaisa-isa mong anak. Bibigyan kita ng mga lahi na kasindami ng mga bituin sa langit at ng buhangin sa dalampasigan. Sasakupin nila ang mga lungsod ng kanilang mga kaaway. ¹⁸ At sa pamamagitan ng iyong mga lahi,ᵃ pagpapalain ko ang lahat ng bansa sa mundo, dahil sumunod ka sa akin."

¹⁹ Pagkatapos nito, binalikan nila Abraham at Isaac ang kanilang mga alipin. At bumalik sila sa Beersheba at doon na nanirahan.

Ang mga Lahi ni Nahor

²⁰ Pagkalipas ng ilang panahon, nabalitaan ni Abraham na ang kapatid niyang si Nahor ay may mga anak kay Milca: ²¹ Si Uz panganay, sumunod sina Buz, Kemuel (ang ama ni Aram), ²² Kesed, Hazo, Pildas, Jidlaf at Betuel. ²³ Silang walo ay ang mga anak ni Nahor kay Milca. Si Betuel ang ama ni Rebeka. ²⁴ May mga anak din si Nahor sa isa pa niyang asawa na si Reuma. Sila'y sina Teba, Gaham, Tahas at Maaca.

Namatay si Sara, at Bumili si Abraham ng Paglilibingan.

23 Nabuhay si Sara ng 127 taon. ² Namatay siya sa Kiriat Arba (na tinatawag ding Hebron) sa lupain ng Canaan. Labis ang paghihinagpis ni Abraham sa pagkamatay ni Sara.

³ Ngayon, iniwan muna ni Abraham ang bangkay ng asawa niya at nakipagkita siya sa mga Heteo at sinabi sa kanila, ⁴ "Nakatira ako rito sa lugar ninyo bilang isang dayuhan, kaya kung maaari ay pagbilhan din ninyo ako ng lupa na maaari kong paglibingan ng asawa ko." ⁵ Sumagot ang mga Heteo, ⁶ "Ginoo, makinig ka muna sa amin. Kilala

ka namin na isang tanyag na tao, kaya maaari mong ilibing ang asawa mo kahit saan na pinakamabuting libingan dito sa amin. Walang sinuman sa amin ang magkakait sa iyo ng kanyang libingan para mailibing mo ang asawa mo."

⁷ Yumukod agad si Abraham sa harapan ng mga Heteo. ⁸ Pagkatapos, sinabi niya, "Kung payag kayo na rito ko ilibing ang asawa ko, tulungan n'yo ako na kausapin si Efron na anak ni Zohar ⁹ na ibenta niya sa akin ang kweba niya na nasa tabi ng bukirin niya sa Macpela. Sabihin ninyo sa kanya na babayaran ko siya sa tamang halaga rito mismo sa harapan ninyo para maging akin ito at gawing libingan."

¹⁰ Naroon pala si Efron na nakaupo kasama ng mga kababayan niyang Heteo. Kaya sumagot siya kay Abraham na naririnig ng lahat ng Heteo na nagtitipon doon sa pintuan ng lungsod. ¹¹ Sinabi niya, "Sa harap ng mga kababayan ko ay ibinibigay ko sa iyo ang buong bukirin pati na ang kweba. Kaya maaari mo nang ilibing ang asawa mo."

¹² Muling yumukod si Abraham tanda ng pagpapasalamat sa harapan ng mga Heteo. ¹³ Kaya sinabi niya kay Efron na naririnig ng lahat, "Makinig kayo sa akin. Babayaran ko ang halaga ng bukirin. Tanggapin mo ang bayad ko para mailibing ko na doon ang asawa ko."

¹⁴ Sumagot si Efron, ¹⁵ "Ginoo, ang lupa ay nagkakahalaga ng 400 pirasong pilak. Pero ano naman iyon sa ating dalawa. Sige, ilibing mo na ang asawa mo."

¹⁶ Pumayag si Abraham sa halagang sinabi ni Efron. Kaya nagkilo siya ng 400 pirasong pilak ayon sa bigat na pinagbabasihan noon ng mga mangangalakal. At ibinayad niya ito kay Efron sa harap ng mga Heteo.

¹⁷⁻¹⁸ Kaya naging pag-aari ni Abraham ang bukid ni Efron sa Macpela, sa silangan ng Mamre, pati na ang kweba at ang mga punongkahoy sa paligid ng bukid. Saksi ang lahat ng Heteo na nagtipon doon sa pintuan ng lungsod. ¹⁹ Inilibing agad ni Abraham si Sara sa kweba na nasa bukirin niya sa Macpela, na sakop ng lupain ng Canaan. Ang Macpela ay malapit sa Mamre na siyang Hebron. ²⁰ Kaya ang bukid pati ang kweba, na dating pagmamay-ari ng mga Heteo ay naging kay Abraham na at ginawa niya itong libingan.

Asawa para kay Isaac

24 Matandang matanda na si Abraham at pinagpala siya ng Panginoon sa lahat ng bagay. ² Isang araw, kinausap niya ang tagapamahalang alipinᵇ niya na nag-aasikaso ng lahat ng ari-arian niya, "Ilagay mo ang kamay mo sa pagitan ng dalawang hitaᶜ ko, ³ at sumumpa ka sa akin sa pangalan Panginoon, ang Dios ng kalangitan at ng lupa, na hindi ka pipili ng taga-rito sa Canaan, na kasama nating naninirahan dito, para mapangasawa ng anak kong si Isaac. ⁴ Pumunta ka sa lugar na pinanggalingan ko, at doon ka pumili ng babaeng mapapangasawa ng anak kong si Isaac, na mula sa mga kamag-anak ko."

ᵃ 18 mga lahi: o, lahi.

ᵇ 2 tagapamahalang: o, pinakamatandang.

ᶜ 2 Ilagay…hita: Ang ibig sabihin: Ilagay sa maselang bahagi, tanda ng panunumpa.

⁵Pero nagtanong ang alipin, "Paano po kung ayaw sumama ang babae sa lugar na ito? Dadalhin ko na lang po ba si Isaac doon?"

⁶Sumagot si Abraham, "Huwag mong dalhin si Isaac doon! ⁷Dinala ako rito ng PANGINOON, ang Dios ng kalangitan, mula sa sambahayan ng aking ama, sa lugar kung saan ako isinilang. At sumumpa siya na ibibigay niya ang lupaing ito ng Canaan sa mga lahi ko. Kaya lumakad ka dahil magpapadala ang PANGINOON ng anghel niya na sasama sa iyo para makakita ka roon ng mapapangasawa ng anak ko. ⁸Kapag hindi sumama sa iyo ang babae, wala kang pananagutan sa pagsumpa mong ito sa akin. Pero huwag mong dadalhin doon ang anak ko." ⁹Kaya inilagay ng alipin ang kamay niya sa pagitan ng dalawang hita ni Abraham na kanyang amo, at sumumpa siya na susundin ang iniutos sa kanya.

¹⁰Pagkatapos, kumuha ang alipin ng sampung kamelyo at mga mamahaling regalo mula sa amo niyang si Abraham. Lumakad siya agad papunta sa Aram Naharaim,ᵃ ang bayan na tinitirhan ni Nahor. ¹¹Pagdating ng alipin sa bayan, pinaluhod niya ang mga kamelyo malapit sa balon sa labas ng bayan. Dapit-hapon noon at oras na ng pag-igib ng mga kababaihan.

¹²Nanalangin ang alipin, "PANGINOON, Dios ng amo kong si Abraham, nawa'y magtagumpay po ako sa pakay ko rito, at ipakita n'yo ang kabutihan ninyo sa aking amo. ¹³Nakatayo po ako sa tabi ng balon habang umiigib ang mga babae sa bayan na ito. ¹⁴Kung hihingi po ako ng tubig na nasa banga ng isang dalaga, at pumayag siyang painumin ako pati ang mga kamelyo ko, nawa'y siya na po ang babaeng pinili ninyong maging asawa ng lingkod ninyong si Isaac. Sa ganito ko po malalaman ang pagpapakita n'yo ng inyong kabutihan sa amo kong si Abraham."

¹⁵Hindi pa siya natatapos sa pananalangin, dumating si Rebeka na may pasan-pasan na banga sa balikat niya. Si Rebeka ay anak ni Betuel na anak nina Nahor at Milca. Si Nahor ay kapatid ni Abraham. ¹⁶Magandang dalaga si Rebeka at birhen pa. Bumaba siya papunta sa balon at nilagyan niya ng tubig ang kanyang banga. Pagkatapos, umakyat siya para umuwi.

¹⁷Nagmamadali ang alipin sa pagsalubong sa kanya at sinabi, "Pwede mo ba akong painumin sa banga mo kahit kaunti lang."

¹⁸Sumagot si Rebeka, "Sige Ginoo, uminom ka." Mula sa balikat niya, ibinaba niya agad ang banga at hinawakan ito habang umiinom ang alipin.

¹⁹Pagkatapos niyang painumin ang alipin, sinabi niya, "Iigib naman ako para sa mga kamelyo mo hanggang sa makainom silang lahat." ²⁰Dali-dali niyang ibinuhos ang tubig sa inuman ng mga hayop at bumalik siya sa balon para muling umigib. At patuloy siya sa pag-igib hanggang sa makainom ang lahat ng kamelyo. ²¹Habang nakamasid ang alipin kay Rebeka, iniisip niya kung iyon na ang sagot ng PANGINOON sa panalangin niya sa pagpunta niya sa lugar na iyon.

²²Pagkatapos uminom ng mga kamelyo, inilabas ng alipin ang dala niyang gintong singsing na ang bigat ay anim na gramo. Inilabas din niya ang dalawang pulseras na ginto na ang bigat ay mga 120 gramo. At ibinigay niya ito kay Rebeka. ²³Pagkatapos, nagtanong siya kay Rebeka, "Kanino kang anak? May lugar pa ba sa inyo na maaari naming matulugan ngayong gabi?"

²⁴Sumagot si Rebeka, "Anak ako ni Betuel na anak na lalaki nina Nahor at Milca. ²⁵May matutulugan kayo roon sa amin, at marami ring dayami at pagkain para sa mga kamelyo ninyo."

²⁶Yumukod agad ang alipin at sumamba sa Dios. ²⁷Sinabi niya, "Purihin ang PANGINOON, ang Dios ng aking amo na si Abraham. Ipinakita niya ang kanyang kabutihan sa aking amo. Ako mismo ay ginabayan niya sa pagpunta ko sa mga kamag-anak ng aking amo."

²⁸Patakbong umuwi si Rebeka sa bahay ng kanyang ina at sinabi niya sa kanila ang lahat ng nangyari. ²⁹⁻³⁰Ang kapatid niyang si Laban ay naroon din na nakikinig sa sinasabi niya tungkol sa binanggit ng tao sa kanya. Nakita ni Laban ang singsing at pulseras na suot-suot ni Rebeka. Kaya tumakbo siya papunta sa balon at pumunta sa taong sinasabi ni Rebeka. Naroon pa rin ang lalaki na nakatayo malapit sa balon, sa tabi ng mga kamelyo. ³¹Sinabi ni Laban sa kanya, "Ikaw pala ang taong pinagpala ng PANGINOON. Bakit pa kayo nakatayo lang diyan? Halika sa bahay, dahil inihanda ko na ang silid para sa iyo at ang lugar para sa mga kamelyo mo."

³²Sumama ang alipin kay Laban. Pagdating nila sa bahay, ibinaba ni Laban ang mga karga ng mga kamelyo at binigyan niya agad ang mga kamelyo ng dayami at pagkain. Dinalhan din niya ng tubig ang alipin at ang mga kasama nito, para makapaghugas sila ng paa. ³³Nang mabigyan na sila ng pagkain, sinabi ng alipin, "Hindi ako kakain hangga't hindi ko pa nasasabi ang pakay ko sa pagpunta ko rito."

Sumagot si Laban, "Sige, sabihin mo sa amin."

³⁴Sinabi niya, "Alipin ako ni Abraham. ³⁵Pinagpala ng PANGINOON ang aking amo at napakayaman na niya ngayon. Binigyan siya ng PANGINOON ng maraming tupa, kambing, baka, kamelyo, asno, pilak, ginto at mga aliping lalaki at babae. ³⁶Kahit matanda na ang asawa niyang si Sara, nagkaanak pa rin siya. At ang anak nilang lalaki ang siyang magmamana ng lahat ng ari-arian niya. ³⁷Pinasumpa ako ng aking amo para tuparin ko ang kanyang utos. Sinabi niya, 'Huwag kang pipili ng mapapangasawa ng anak ko rito sa mga taga-Canaan na ang lupain ay ang tinitirahan natin ngayon. ³⁸Pumunta ka sa tahanan ng aking ama, at doon ka pumili ng mapapangasawa ng anak ko, mula sa aking mga kamag-anak.'

³⁹"Pero nagtanong ako, 'Paano po kung hindi sumama ang babae sa akin?' ⁴⁰Sumagot siya, 'Ang PANGINOON na sinusunod ko ay magpapadala ng anghel niya para samahan ka na mamagitan sa anak ko. Makakakita ka ng mapapangasawa ng anak ko mula sa aking mga kamag-anak, sa sambahayan ng aking ama. ⁴¹Kung doon ka pupunta sa mga kamag-anak ko, hindi darating sa iyo ang kasamaang sinasabi ko na mangyayari kung hindi mo tutuparin ang ating sumpaan, kahit hindi nila pasamahin ang babae sa iyo.'

<hr/>

a 10 Aram Naharaim: Isang lugar sa Mesopotamia.

⁴²"Kaya pagdating ko kanina sa balon, nanalangin ako. Sinabi ko, 'PANGINOON, Dios ng aking amo na si Abraham, nawa'y magtagumpay ako sa pakay ko rito, at ipakita n'yo po ang inyong kabutihan sa aking amo. ⁴³Ngayon po, nakatayo ako rito sa tabi ng balon. Kung may darating po na dalagang iigib ng tubig, hihingi ako ng kaunting tubig sa kanyang banga. ⁴⁴Kung papayag po siya na painumin ako pati ang mga kamelyo ko, nawa'y siya na po ang babaeng pinili n'yo na maging asawa ng anak ng aking amo.'

⁴⁵"Hindi pa nga ako natatapos sa aking pananalangin, dumating si Rebeka na may pasan-pasan na banga sa kanyang balikat. Bumaba siya papunta sa balon at umigib. Sinabi ko sa kanya, 'Pwede mo ba akong painumin?'

⁴⁶"Ibinaba niya agad ang banga mula sa kanyang balikat, at sinabi, 'Sige, uminom ka, at paiinumin ko rin ang mga kamelyo mo.' Kaya uminom ako at pinainom din niya ang mga kamelyo ko.

⁴⁷"Pagkatapos, tinanong ko siya kung kanino siyang anak. Sumagot siya, 'Kay Betuel na anak na lalaki nina Nahor at Milca.' At nilagyan ko ng singsing ang ilong niya at sinuotan ng mga pulseras ang kanyang braso. ⁴⁸Yumukod ako agad at sumamba sa PANGINOON. Nagpuri ako sa PANGINOON, ang Dios ng amo kong si Abraham. Siya ang gumagabay sa akin sa tamang lugar, kung saan nakita ko ang anak ng kamag-anak ng aking amo para maging asawa ng kanyang anak.

⁴⁹"Ngayon, gusto kong malaman *kung ibibigay n'yo na maging asawa ni Isaac si Rebeka* bilang pagpapakita ng kabutihan n'yo sa aking amo. Sabihin n'yo na po agad para malaman ko rin kung ano ang gagawin ko."

⁵⁰Sumagot sina Laban at Betuel, "Dahil ito ay kalooban ng PANGINOON, wala na kaming masasabi. ⁵¹Narito si Rebeka, isama mo siya sa iyong pag-uwi para maging asawa ng anak ng iyong amo, ayon sa sinabi ng PANGINOON." ⁵²Pagkarinig noon ng alipin, yumukod siya at sumamba sa Dios. ⁵³Inilabas niya agad ang dala niyang mga bagay na gawa sa pilak at ginto, mga damit, at ibinigay kay Rebeka. Biniguan din niya ng mamahaling regalo ang kapatid at ang ina ni Rebeka. ⁵⁴Pagkatapos, kumain ang alipin at ang mga kasama niya. Doon sila natulog nang gabing iyon.

Paggising nila kinaumagahan, sinabi ng alipin, "Uuwi na ako sa amo ko."

⁵⁵Pero sumagot ang kapatid at ang ina ni Rebeka, "Panatilihin n'yo muna rito si Rebeka sa amin kahit sampung araw, pagkatapos ay makakaalis na kayo."

⁵⁶Pero sinabi ng alipin, "Huwag n'yo naman akong pagtagalin dito. Namagitan na ang PANGINOON sa pakay ko sa pagpunta rito, kaya pabalikin n'yo na ako sa amo ko."

⁵⁷Sumagot sila, "Tawagin muna natin si Rebeka at tanungin kung ano ang pasya niya." ⁵⁸Kaya tinawag nila si Rebeka at tinanong, "Gusto mo bang sumama sa kanya ngayon?"

Sumagot si Rebeka, "Oo, sasama ako."

⁵⁹Kaya ipinasama nila si Rebeka pati ang tagapag-alaga niya, sa alipin ni Abraham at sa mga kasama nito. ⁶⁰Binasbasan nila si Rebeka sa kanyang pag-alis. Sinabi nila,

"Kapatid, nawa'y manggaling sa iyo ang
　maraming lahi.
Nawa'y talunin ng mga lahi mo ang kanilang
　mga kaaway."

⁶¹Nang handa na ang lahat, sumakay si Rebeka at ang mga aliping babae niya sa mga kamelyo, at sumunod sila sa alipin ni Abraham.

⁶²Ngayon, si Isaac ay nakatira sa Negev at kararating lang galing sa Beer Lahai Roi. ⁶³Isang araw, nang magtatakip-silim na, lumabas si Isaac at naglakad-lakad sa kanilang bukirin. May nakita siyang mga kamelyo na papalapit. ⁶⁴Nang makita ni Rebeka si Isaac, bumaba siya sa kanyang kamelyo ⁶⁵at nagtanong sa alipin ni Abraham, "Sino ang taong iyon na naglalakad sa bukid papalapit sa atin?"

Sumagot ang alipin, "Siya ang aking amo *na si Isaac.*" Kaya tinakpan ni Rebeka ang kanyang mukha ng belo.

⁶⁶Sinabi ng alipin kay Isaac ang lahat ng ginawa niya. ⁶⁷Pagkatapos, dinala ni Isaac si Rebeka sa toldang tinitirhan noon ng kanyang inang si Sara. Naging asawa niya si Rebeka at mahal na mahal niya ito. Kaya naibsan ang kalungkutan ni Isaac na dulot ng pagkamatay ng kanyang ina.

Ang Iba pang mga Lahi ni Abraham
(1 Cro. 1:32-33)

25 Nag-asawa ulit si Abraham, at ang pangalan ng asawa niya ay Ketura. ²Ang mga anak nila ay sina Zimran, Jokshan, Medan, Midian, Ishbak at Shua. ³Si Jokshan ang ama nina Sheba at Dedan. Ang mga lahi ni Dedan ay ang mga Asureo, Letuseo, at Leumeo. ⁴Ang mga anak na lalaki ni Midian ay sina Efa, Efer, Hanoc, Abida at Eldaa. Silang lahat ang mga lahi ni Ketura.

⁵⁻⁶Bago namatay si Abraham, iniwan niya ang lahat ng ari-arian niya kay Isaac. Pero binigyan niya ng mga regalo ang iba niyang mga anak sa iba niyang mga asawa, at pinapunta sa silangan para ihiwalay sa anak niyang si Isaac.

Ang Pagkamatay at Paglilibing kay Abraham

⁷Nabuhay si Abraham ng 175 taon. ⁸Namatay siya sa katandaan na kontento sa buhay at kasama na ng kanyang mga kamag-anak *na sumakabilang buhay na.* ⁹Inilibing siya ng mga anak niyang sina Isaac at Ishmael doon sa kweba sa Macpela, sa silangan ng Mamre, sa bukid na dating pagmamay-ari ni Efron na anak ni Zohar na Heteo. ¹⁰Ang bukid na iyon ay binili ni Abraham sa harapan ng mga Heteo. Doon inilibing si Abraham at ang asawa niyang si Sara. ¹¹Pagkatapos mamatay si Abraham, binasbasan ng Dios si Isaac at doon siya nanirahan sa Beer Lahai Roi.

Ang mga Angkan ni Ishmael
(1 Cro. 1:28-31)

¹²Ito ang salaysay tungkol sa pamilya ni Ishmael na anak ni Abraham kay Hagar na Egipcio, na alipin ni Sara.

¹³Ito ang mga pangalan ng mga anak ni Ishmael mula sa pinakamatanda: Nebayot, Kedar, Adbeel, Mibsam, ¹⁴Mishma, Duma, Masa, ¹⁵Hadad, Tema,

Jetur, Nafis at Kedema. ¹⁶Sila ang mga anak ni Ishmael at naging pinuno ng 12 niyang angkan. Ang mga pangalan nila ay ang ipinangalan sa iba't ibang lugar na kanilang tinitirhan.

¹⁷Nabuhay si Ishmael ng 137 taon. Namatay siya at kasama na ng kanyang mga kamag-anak *na sumakabilang buhay na*. ¹⁸Tumira ang mga angkan niya sa mga lugar na galing sa Havila hanggang sa Shur, sa silangan ng Egipto na papunta sa Asiria. Kinalaban nila ang lahat ng kamag-anak nila *na mga lahi ni Isaac*.

Ipinanganak sina Esau at Jacob

¹⁹Ito ang salaysay tungkol sa pamilya ni Isaac na anak ni Abraham.

²⁰Si Isaac ay 40 taong gulang nang napangasawa niya si Rebeka na anak ni Betuel na Arameo na taga-Padan Aram.ᵃ Si Rebeka ay kapatid ni Laban na Arameo rin.

²¹Dahil baog si Rebeka, nanalangin si Isaac sa Panginoon na magkaanak ito. Tinugon ng Panginoon ang dalangin niya, kaya nagbuntis si Rebeka. ²²Naramdaman niya na nagtutulakan ang kambal na sanggol sa loob ng kanyang tiyan. Sinabi ni Rebeka, "Kung ganyan lang *ang mangyayari sa kanila pagdating ng panahon* mabuti pang mamatay na lang ako." Kaya nagtanong siya sa Panginoon tungkol dito. Sinabi sa kanya ng Panginoon,

²³"Manggagaling sa dalawang sanggol na nasa
    tiyan mo ang dalawang bansa;
dalawang grupo ng mga tao na
    maglalaban-laban.
Ang isa'y magiging makapangyarihan kaysa
    sa isa.
Ang nakatatanda ay maglilingkod sa
    nakababata niyang kapatid."

²⁴Nang nanganak na si Rebeka, kambal ang anak niya. ²⁵Ang unang lumabas ay mapula-pula at balbon, kaya pinangalanan nila siyang Esau.ᵇ ²⁶Nang lumabas ang ikalawa, ang kamay niya ay nakahawak sa sakong ng kanyang kapatid, kaya pinangalanan nila siyang Jacob.ᶜ Si Isaac ay 60 taong gulang nang manganak si Rebeka ng kambal.

Ibinenta ni Esau ang Kanyang Karapatan bilang Panganay

²⁷Nang lumaki na ang dalawang sanggol, naging maliksing mangangaso si Esau at palagi lang siya sa bukid habang si Jacob naman ay tahimik na tao at palaging nasa loob ng mga tolda. ²⁸Mas nagustuhan ni Isaac si Esau dahil mahilig siyang kumain ng mga ipinangaso ni Esau, pero si Jacob naman ay mas nagustuhan ni Rebeka.

²⁹Isang araw, habang nagluluto si Jacob ng sabaw, dumating si Esau galing sa pangangaso na gutom na gutom. ³⁰Sinabi niya kay Jacob, "Pakiusap, bigyan mo nga ako ng niluluto mong mapula-pulang sabaw dahil gutom na gutom na ako." (Kaya tinatawag din si Esau na Edom.)ᵈ

ᵃ *20 Padan Aram:* Isang lugar sa Mesopotamia.

ᵇ *25 Esau:* Maaaring ang ibig sabihin, *balbon.*

ᶜ *26 Jacob:* Maaaring ang ibig sabihin, *hinahawakan niya ang sakong* o, *nanloloko siya.*

ᵈ *30 Edom:* Ang ibig sabihin, *pula.*

³¹Pero sumagot si Jacob, "Bibigyan kita nito kung ibibigay mo sa akin ang karapatan mo bilang panganay." ³²Sinabi ni Esau, "Sige, ano bang gagawin ko sa karapatan na iyan kung mamamatay din lang ako sa gutom." ³³Sumagot si Jacob, "Kung ganoon, sumumpa ka muna sa akin," Kaya sumumpa si Esau na mapupunta kay Jacob ang karapatan niya bilang panganay.

³⁴Biniyan agad siya ni Jacob ng tinapay at sabaw. Pagkatapos niyang kumain at uminom, umalis siya agad. Dahil sa ginawang iyon ni Esau, binalewala niya ang karapatan niya bilang panganay.

Nanirahan si Isaac sa Gerar

26 Dumating ang taggutom sa lugar na tinitirhan ni Isaac, bukod pa ito sa taggutom na nangyari noong panahon ni Abraham. Kaya pumunta si Isaac kay Abimelec na hari ng mga Filisteo sa Gerar. ²Nagpakita sa kanya ang Panginoon at sinabi, "Huwag kang pupunta sa Egipto, manatili ka sa lugar na ituturo ko sa iyo. ³Dito ka lang muna manirahan dahil sasamahan kita at pagpapalain. Ibibigay ko sa iyo at sa mga lahi mo ang lahat ng lupaing ito. Tutuparin ko ang ipinangako ko sa iyong amang si Abraham. ⁴Pararamihin ko ang mga lahi mo na kasindami ng mga bituin sa langit, at ibibigay ko sa kanila ang lahat ng lupaing ito. At sa pamamagitan nila, pagpapalain ko ang lahat ng tao sa mundo. ⁵Gagawin ko ito dahil sumunod si Abraham sa akin, tinupad niya ang lahat ng aking kautusan at katuruan." ⁶Kaya roon nanirahan si Isaac sa Gerar.

⁷Kapag may nagtatanong kay Isaac na taga-Gerar tungkol sa kanyang asawa, sinasabi niyang kapatid niya si Rebeka. Maganda si Rebeka, kaya natatakot siyang sabihing asawa niya ito dahil baka siya'y patayin nila para makuha si Rebeka.

⁸Matagal-tagal na ang pananatili nina Isaac doon sa Gerar. At isang araw, nagkataon na dumungaw sa bintana si Abimelec na hari ng mga Filisteo at nakita niyang naglalambingan sina Isaac at Rebeka. ⁹Kaya ipinatawag niya si Isaac at sinabi, "Asawa mo pala siya? Bakit sinabi mo na kapatid mo siya?"

Sumagot si Isaac, "Natatakot po kasi ako na baka patayin ninyo ako dahil sa kanya."

¹⁰Sinabi ni Abimelec, "Hindi mabuti ang ginawa mo sa amin. Kung nangyaring ang isa sa tauhan ko'y sumiping sa kanya, ikaw ang magiging dahilan ng pagkakasala namin."

¹¹Binalaan agad ni Abimelec ang lahat ng tao. Sinabi niya, "Ang sinumang gagawa ng masama sa lalaking ito o sa asawa niya ay papatayin."

¹²Nang taon ding iyon nagtanim si Isaac sa lugar na iyon at masaganang-masagana ang kanyang ani, dahil pinagpala siya ng Panginoon. ¹³Nagpatuloy ang pag-unlad niya hanggang sa yumaman siya nang husto. ¹⁴Naiinggit sa kanya ang mga Filisteo dahil marami na ang kanyang tupa, kambing, baka at alipin. ¹⁵Sa inggit nila kay Isaac, tinabunan nila ng lupa ang mga balon na hinukay noon ng mga alipin ng ama niyang si Abraham.

¹⁶Ngayon, sinabi ni Abimelec kay Isaac, "Umalis ka na rito, dahil mas makapangyarihan ka na kaysa sa amin."

¹⁷Kaya umalis si Isaac, at nagpatayo ng tolda niya sa Lambak ng Gerar at doon na nanirahan.

¹⁸ Ipinahukay niyang muli ang mga balon ng ama niyang si Abraham dahil tinabunan ito ng mga Filisteo nang mamatay si Abraham. Pinangalanan ni Isaac ang mga balon ng dati ring pangalan na ibinigay noon ni Abraham.

¹⁹ Doon sa lambak, naghukay ng bagong balon ang mga alipin ni Isaac at nakatagpo sila ng bukal. ²⁰ Pero nakipagtalo ang mga pastol na taga-Gerar at mga pastol ni Isaac na kanila raw ang balon na iyon. Kaya pinangalanan ni Isaac ang balon na Esek,ᵃ dahil nakipagtalo ang mga taga-Gerar sa kanya. ²¹ Muling naghukay ang mga alipin ni Isaac ng ibang balon, pero pinag-awayan din nila ito ng mga taga-Gerar. Kaya pinangalanan ni Isaac ang balon na Sitna.ᵇ ²² Umalis sina Isaac doon at muling naghukay ng panibagong balon. Hindi na nila ito pinag-awayan, kaya pinangalanan ito ni Isaac na Rehobot.ᶜ Sapagkat sinabi niya, "Ngayo'y binigyan tayo ng PANGINOON ng malawak na lugar para lalo pa tayong dumami sa lugar na ito."

²³ Hindi nagtagal, umalis si Isaac sa lugar na iyon at pumunta sa Beersheba. ²⁴ Nang gabing dumating siya, nagpakita sa kanya ang PANGINOON at sinabi, "Ako ang Dios ng iyong ama na si Abraham. Huwag kang matakot dahil kasama mo ako. Pagpapalain kita at bibigyan ng maraming lahi dahil kay Abraham na aking lingkod." ²⁵ Kaya gumawa ng altar si Isaac at sumamba sa PANGINOON. Nagpatayo siya ng tolda sa lugar na iyon at nagpahukay ng balon sa kanyang mga alipin.

Ang Kasunduan nina Isaac at Abimelec

²⁶ Pumunta si Abimelec kay Isaac mula sa Gerar kasama si Ahuzat na tagapayo niya at si Picol na pinuno ng kanyang mga sundalo. ²⁷ Nagtanong si Isaac sa kanila, "Bakit kayo pumunta rito? Hindi ba't galit kayo sa akin kaya pinaalis n'yo ako sa lugar ninyo?"

²⁸ Sumagot sila, "Napatunayan namin na ang PANGINOON ay kasama mo, kaya naisip namin na dapat tayong gumawa ng kasunduan na may panata. Ipangako mo sa amin ²⁹ na hindi mo kami gagawan ng masama, dahil hindi ka rin namin ginawan ng masama nang naroon ka pa sa amin. Inaruga ka namin nang mabuti at pinaalis ka namin nang matiwasay. Ngayon, nawa'y pagpalain ka pa ng PANGINOON."

³⁰ Kaya nagpahanda si Isaac para sa kanila at nagsikain sila at nag-inuman. ³¹ Kinabukasan, maaga silang nanumpa sa isa't isa. Pagkatapos, naghiwalay sila nang matiwasay. ³² Sa araw ding iyon, dumating ang mga alipin ni Isaac at ibinalita sa kanya na may tubig ang balong hinukay nila. ³³ Pinangalanan ni Isaac ang balon na iyon na Shiba. Kaya hanggang ngayon, ang lugar na iyon ay tinatawag na Beersheba.ᵈ

Nag-asawa si Esau ng Hindi Nila Kalahi

³⁴ Nang 40 taong gulang na si Esau, napangasawa niya si Judit na anak ni Beeri na Heteo. Naging asawa rin niya si Basemat na anak ni Elon na Heteo rin. ³⁵ Ang dalawang babaeng ito ay nagbigay ng kalungkutan kina Isaac at Rebeka.

Binasbasan ni Isaac si Jacob

27 Matandang matanda na si Isaac at halos hindi na makakita. Isang araw, tinawag niya ang panganay niyang anak na si Esau. Sinabi niya, "Anak." Sumagot si Esau, "Narito po ako ama." ² Sinabi ni Isaac, "Matanda na ako at hindi magtatagal ay mamamatay na ako. ³ Mabuti pang kunin mo ang pana mo. Pumunta ka sa bukid at mangaso ka para sa akin. ⁴ Pagkatapos, ipagluto mo ako ng paborito kong pagkain at dalhin mo agad ito para makakain ako. At babasbasan kita bago ako mamatay."

⁵ Nakikinig pala si Rebeka habang kausap ni Isaac si Esau. Kaya nang pumunta si Esau sa bukid para mangaso, ⁶ kinausap ni Rebeka ang anak niyang si Jacob, "Narinig ko ang sinabi ng iyong ama kay Esau na ⁷ mangaso at agad siyang ipagluto ng paborito niyang pagkain. Sapagkat bago raw siya mamatay babasbasan niya si Esau sa presensya ng PANGINOON. ⁸ Kaya anak, sundin mo ang iuutos ko sa iyo: ⁹ Pumunta ka sa mga hayop natin at kumuha ka ng dalawang matabang batang kambing, at ipagluluto ko ang iyong ama ng paborito niyang pagkain. ¹⁰ Pagkatapos, dalhin mo ito sa kanya para basbasan ka niya bago siya mamatay."

¹¹ Pero sinabi ni Jacob sa kanyang ina, "Alam naman po ninyo na balbon si Esau at ako nama'y hindi. ¹² Baka hawakan po ako ni ama at malaman niyang niloloko ko lang siya at sumpain po niya ako sa halip na basbasan." ¹³ Sumagot si Rebeka, "Anak, ako ang mananagot kung susumpain ka niya, basta gawin mo lang ang iniuutos ko sa iyo. Lumakad ka na at dalhan mo ako ng kambing."

¹⁴ Kaya kumuha si Jacob ng dalawang kambing at dinala niya sa kanyang ina, at niluto ni Rebeka ang paboritong pagkain ni Isaac. ¹⁵ Pagkatapos, kinuha niya ang pinakamagandang damit ni Esau na nasa bahay nila at ipinasuot kay Jacob. ¹⁶ Nilagyan niya ng balat ng kambing ang braso ni Jacob pati ang leeg nito na hindi balbon. ¹⁷ Pagkatapos, ibinigay niya kay Jacob ang pagkain at ang tinapay na niluto niya.

¹⁸ Dinala iyon ni Jacob sa kanyang ama at sinabi, "Ama!"

Sinabi ni Isaac, "Sino ka ba anak ko?" ¹⁹ Sumagot si Jacob, "Ako po si Esau, ang panganay n'yong anak. Nagawa ko na po ang iniutos ninyo sa akin. Bumangon po kayo at kumain ng pinangaso ko para mabasbasan n'yo po ako."

²⁰ Sinabi ni Isaac, "Anak, paano mo ito nahuli agad?" Sumagot si Jacob, "Tinulungan po ako ng PANGINOON na inyong Dios."

²¹ Sinabi ni Isaac, "Lumapit ka sa akin anak ko para mahawakan kita kung ikaw nga talaga si Esau."

²² Kaya lumapit si Jacob, at hinawakan siya ng kanyang ama at sinabi, "Ang boses mo ay parang kay Jacob pero ang braso mo ay parang kay Esau." ²³ Hindi nakilala ni Isaac si Jacob, dahil ang braso niya ay balbon din katulad ng kay Esau.

ᵃ 20 *Esek:* Ang ibig sabihin, *pakikipagtalo.*

ᵇ 21 *Sitna:* Ang ibig sabihin, *pag-aaway.*

ᶜ 22 *Rehobot:* Ang ibig sabihin, *malawak na lugar.*

ᵈ 33 *Beersheba:* Tingnan ang "footnote" sa 21:31.

Bago niya basbasan si Jacob, ²⁴ nagtanong pa siya, "Ikaw ba talaga si Esau?"

Sumagot si Jacob, "Opo, ako nga po."

²⁵ Sinabi ni Isaac, "Sige nga, dalhin mo rito ang niluto mo mula sa pinangaso mo, at pagkatapos kong kumain ay babasbasan kita."

Kaya't binigyan siya ni Jacob ng makakain at maiinom, at kumain siya at uminom. ²⁶ Pagkatapos, sinabi ni Isaac sa kanya, "Lumapit ka sa akin, anak, at hagkan mo ako."

²⁷ Lumapit si Jacob sa kanya at hinagkan ang kanyang ama. Nang maamoy ni Isaac ang damit nito, binasbasan niya agad si Jacob na nagsasabi,

"Ang amoy ng aking anak ay katulad ng
        amoy ng bukid na binasbasan ng
    PANGINOON.
²⁸ Nawa'y bigyan ka ng Dios ng lupaing
        masagana ang ani na palaging may
        hamog na biyaya niya,ᵃ para maging
        sagana ang pagkain at katas ng
        inumin mo.
²⁹ Nawa'y magpasakop at maglingkod sa iyo ang
        maraming tao.
    Nawa'y maghari ka sa mga kamag-anak mo at
        magpasakop sila sa iyo.
    Nawa'y ang sumusumpa sa iyo ay susumpain
        din,
    at ang magpapala sa iyo ay pagpapalain din."

Nagmakaawa si Esau na Basbasan din Siya

³⁰ Pagkatapos basbasan ni Isaac si Jacob, lumakad agad si Jacob. Kaaalis lang niya ay dumating naman agad si Esau mula sa pangangaso, ³¹ Nagluto rin siya ng masarap na pagkain at dinala niya sa kanyang ama. Sinabi niya, "Ama, bumangon po kayo at kumain ng pinangaso ko para mabasbasan po ninyo ako." ³² Nagtanong si Isaac sa kanya, "Sino ka?" Sumagot siya, "Ako po si Esau, ang panganay n'yong anak." ³³ Nang marinig ito ni Isaac, nanginig siya at sabi, "Sino kaya ang unang nangaso at nagdala rito sa akin ng pagkain? Katatapos ko lang kainin iyon nang dumating ka. Ibinigay ko na sa kanya ang aking basbas at hindi ko na iyon mababawi."

³⁴ Pagkarinig nito ni Esau, umiyak siya nang labis. Sinabi niya, "Ama, basbasan n'yo rin po ako!" ³⁵ Pero sumagot si Isaac, "Niloko ako ng nakababatang kapatid mo at nakuha na niya ang basbas ko na para sana sa iyo."

³⁶ Sinabi ni Esau, "Pangalawang beses na ito na niloko niya ako. Kaya pala Jacobᵇ ang pangalan niya. Kinuha na niya ang karapatan ko bilang panganay at ngayon, kinuha pa niya ang basbas na para sa akin." Pagkatapos, nagtanong siya, "Ama, wala na po bang natitirang basbas na para sa akin?"

³⁷ Sumagot si Isaac, "Ginawa ko na siya na maging iyong amo at ginawa ko rin ang lahat ng kamag-anak niya na maging mga alipin niya. Ibinigay ko na sa kanya ang saganang pagkain at inumin. Kaya ano pa ang maibibigay ko para sa iyo anak?"

³⁸ Nagmakaawa pa si Esau sa kanyang ama, "Ama, wala na po bang kahit isang basbas? Basbasan n'yo rin po ako!" At patuloy ang kanyang paghagulgol.

³⁹ Sinabi ni Isaac sa kanya,

"Hindi aani ng sagana ang lupaing titirhan mo,
    at palagi itong walang hamog na biyaya ng
        Dios.
⁴⁰ Palagi kang makikipaglaban,
    at maglilingkod ka sa iyong kapatid.
    Pero kung lalaban ka sa kanya,
    makakalaya ka sa kanyang kapangyarihan."

⁴¹ Kinapootan ni Esau si Jacob dahil sa basbas na ibinigay ng kanyang ama kay Jacob. Sinabi ni Esau sa kanyang sarili, "Malapit nang mamatay si ama; kapag namatay na siya, papatayin ko si Jacob."

⁴² Pero nabalitaan ni Rebeka ang balak ni Esau, kaya ipinatawag niya si Jacob at sinabi, "Ang kuya mong si Esau ay balak kang patayin para mawala ang galit niya sa iyo. ⁴³ Kaya makinig ka sa sasabihin ko: Tumakas ka at pumunta sa Haran, doon sa kapatid kong si Laban. ⁴⁴ Doon ka muna hanggang mawala ang galit ng iyong kuya, ⁴⁵ at makalimutan na niya ang iyong ginawa sa kanya. Ipapasundo na lang kita roon kapag hindi na siya galit sa iyo. Hindi ko hahayaang mawala kayong dalawa sa akin, baka isang araw *magpatayan kayo*."

Pinapunta ni Isaac si Jacob kay Laban

⁴⁶ Ngayon, sinabi ni Rebeka kay Isaac, "Nagsasawa na ako sa buhay ko dahil sa mga asawang Heteo ni Esau. Kung ang magiging asawa ni Jacob ay taga-rito rin lang na isang babaeng Heteo mabuti pang mamatay na lang ako."

28 Kaya ipinatawag ni Isaac si Jacob. Pagdating niya, binasbasan niya ito at inutusan, "Huwag kang mag-aasawa ng taga-Canaan. ² Maghanda ka at pumunta sa Padan Aram,ᶜ doon sa *lolo mong* si Betuel na ama ng iyong ina. Doon ka pumili ng iyong mapapangasawa sa isa sa mga dalagang anak ni Laban na kapatid ng iyong ina. ³ Nawa'y pagpalain ka ng Makapangyarihang Dios at bigyan ka ng maraming anak para maging ama ka ng maraming grupo ng tao. ⁴ Nawa'y ibigay din sa iyo at sa mga lahi mo ang pagpapalang ibinigay niya kay Abraham, para maging iyo ang lupaing ito na iyong tinitirhan ngayon bilang isang dayuhan. Ang lupaing ito ay ibinigay *nga* ng Dios kay Abraham."

⁵ Agad na pinapunta ni Isaac si Jacob sa Padan Aram, sa lugar ni Laban na anak ni Betuel na Arameo. Si Laban ay kapatid ni Rebeka na ina nina Jacob at Esau.

Muling nag-asawa si Esau

⁶ Nalaman ni Esau na binasbasan ni Isaac si Jacob at pinapunta sa Padan Aram para roon maghanap ng mapapangasawa. Nalaman din niya na binasbasan ni Isaac si Jacob, inutusan niya ito na huwag mag-asawa ng taga-Canaan. ⁷ At nalaman din niyang sumunod si Jacob sa magulang nila at pumunta sa Padan Aram. ⁸ Dito napansin ni Esau na ayaw ng kanyang ama ang mga babaeng taga-Canaan. ⁹ Kaya pumunta siya sa tiyuhin niyang si Ishmael na anak ni Abraham *kay Hagar* at napangasawa si Mahalat na kapatid ni Nebayot at anak ni Ishmael, bukod pa sa dalawang naging asawa niya.

---

a 28 hamog na biyaya niya: sa literal, *hamog ng langit.*
b 36 Jacob: Ang ibig sabihin, *manloloko.*
c 2 Padan Aram: Isang lugar sa Mesopotamia.

Nanaginip si Jacob sa Betel

¹⁰Umalis si Jacob sa Beersheba at lumakad papuntang Haran. ¹¹Nang lumubog na ang araw, nakarating siya sa isang lugar at doon nanatili nang gabing iyon. Kumuha siya ng isang bato at ginawa niyang unan sa pagtulog niya. ¹²Ngayon, nananaginip siya na may isang hagdan na nakatayo sa lupa na abot hanggang langit. Nakita niya ang mga anghel ng Dios na umaakyat at bumababa sa hagdan. ¹³Nakita rin niya ang PANGINOON na nakatayo sa itaas ng hagdan*a* at sinabi sa kanya, "Ako ang PANGINOON, ang Dios ni Abraham at ni Isaac. Ibibigay ko sa iyo at sa mga lahi mo ang lupaing ito na iyong hinihigaan. ¹⁴Ang mga lahi mo ay magiging kasindami ng alikabok sa lupa. Mangangalat sila sa iba't ibang bahagi ng lupa. Sa pamamagitan mo at ng mga lahi mo, pagpapalain ko ang lahat ng tao sa mundo. ¹⁵Alalahanin mo palagi na kasama mo ako at iingatan kita kahit saan ka pumunta. Pababalikin kita sa lupaing ito at hindi kita pababayaan hanggang sa matupad ko ang aking ipinangako sa iyo."

¹⁶Biglang nagising si Jacob at sinabi niya sa kanyang sarili, "Hindi ko alam na nandito pala ang PANGINOON sa lugar na ito." ¹⁷Kinabahan siya at sinabi, "Nakakamangha ang lugar na ito! Tirahan ito ng Dios at dito mismo ang pintuan papuntang langit."

¹⁸Maagang bumangon si Jacob. Kinuha niya ang batong inunan niya noong gabi at itinayo bilang isang alaala. Pagkatapos, binuhusan niya ito ng langis *para maging banal.* ¹⁹Pinangalanan ni Jacob ang lugar na iyon na Betel.*b* Dati ay Luz ang pangalan ng lugar na iyon.

²⁰Sumumpa agad si Jacob na nagsabi, "PANGINOON, kung sasamahan po ninyo ako at bibigyan po ng pagkain at damit, ²¹at kung makakabalik po akong muli sa bahay ng aking ama na walang masamang nangyari sa akin, kikilanlin ko po kayong aking Dios. ²²Ang bato pong ito na itinayo ko bilang isang alaala ay magpapatunay ng inyong presensya sa lugar*c* na ito. At ibibigay ko po sa inyo ang ikasampung bahagi ng lahat ng ibibigay n'yo sa akin."

Nakarating si Jacob sa Bahay ni Laban

29 Nagpatuloy si Jacob sa paglalakbay niya hanggang sa nakarating siya sa lupain ng mga taga-silangan. ²May nakita siya roon na isang balon at sa tabi nito ay may tatlong pulutong ng tupa na nagpapahinga, dahil doon kumukuha ang mga tao ng tubig na ipinapainom sa mga tupa. Ang balon na ito ay tinatakpan ng malaking bato. ³Iniipon muna ng mga pastol ang lahat ng tupa bago nila pagulungin ang batong nakatakip sa balon. Pagkatapos nilang painumin ang mga tupa, muli nilang tinatakpan ang balon.

⁴Ngayon, nagtanong si Jacob sa mga pastol ng tupa, "Mga kaibigan, taga-saan kayo?"

Sumagot sila, "Taga-Haran."

⁵Muling nagtanong si Jacob, "Kilala ba ninyo si Laban na apo ni Nahor?"

Sumagot sila, "Oo, kilala namin."

⁶Nagpatuloy sa pagtatanong si Jacob, "Kumusta na ba siya?"

Sumagot sila, "Mabuti naman. Tingnan mo, paparating ang anak niyang si Raquel dito kasama ang kanilang mga tupa."

⁷Sinabi ni Jacob sa kanila, "Napakaaga pa at hindi pa oras para ipunin ang mga tupa, mabuti sigurong painumin ninyo sila at muling ipastol."

⁸Sumagot sila, "Hindi namin iyan magagawa kung hindi muna maiipon ang lahat ng tupa. Kung nandito na ang lahat, doon pa lamang namin pagugulungin ang takip na bato para sila'y painumin."

⁹Nagsasalita pa si Jacob sa kanila nang dumating si Raquel na dala ang mga tupa ng kanyang ama, dahil siya ang nagbabantay sa mga ito. ¹⁰Pagkakita ni Jacob kay Raquel na anak ng tiyuhin niyang si Laban, na kasama ang mga tupa, pumunta siya sa balon at pinagulong ang bato at pinainom ang mga tupa ng tiyuhin niyang si Laban. ¹¹Pagkatapos, hinagkan niya si Raquel at napaiyak siya sa tuwa. ¹²Sinabi niya kay Raquel, "Anak ako ni Rebeka, kaya pamangkin ako ng iyong ama." Patakbong umuwi si Raquel at sinabi sa kanyang ama.

¹³Nang marinig ni Laban na nariyan si Jacob na pamangkin niya kay Rebeka, agad niya itong sinalubong. Hinagkan niya si Jacob at dinala sa bahay niya. At doon sinabi ni Jacob kay Laban ang lahat ng nangyari. ¹⁴Sinabi ni Laban sa kanya, "Tunay na magkadugo tayo."

Naglingkod si Jacob kay Laban dahil kina Raquel at Lea

Pagkalipas ng isang buwan na pananatili ni Jacob kina Laban, ¹⁵sinabi ni Laban sa kanya, "Hindi mabuti na magtrabaho ka para sa akin na walang bayad dahil pamangkin kita. Sabihin mo kung ano ang gusto mong ibayad ko sa iyo."

¹⁶May dalawang anak na dalaga si Laban. Si Lea ang panganay at si Raquel ang nakababatang kapatid. ¹⁷Mapupungay*d* ang mata ni Lea, pero mas maganda ang hubog ng katawan ni Raquel. ¹⁸Dahil may gusto si Jacob kay Raquel, sinabi niya kay Laban, "Maglilingkod po ako sa inyo ng pitong taon kung ibibigay n'yo sa akin ang kamay ni Raquel."

¹⁹Sumagot si Laban, "Mas mabuti pang ikaw ang mapangasawa niya kaysa sa ibang lalaki. Manatili ka na lang dito." ²⁰Kaya naglingkod si Jacob kay Laban ng pitong taon para mapangasawa niya si Raquel. Dahil sa pagmamahal niya kay Raquel, parang ilang araw lang sa kanya ang pitong taon.

²¹Pagkalipas ng pitong taon, sinabi ni Jacob kay Laban, "Natapos na ang paglilingkod ko sa inyo, kaya ibigay n'yo na sa akin si Raquel para magsama na kami."

²²Pumayag si Laban, kaya nagdaos siya ng handaan at inimbitahan niya ang lahat ng tao sa lugar na iyon. ²³Pero kinagabihan, sa halip na si Raquel ang dalhin ni Laban kay Jacob, si Lea ang dinala niya. At sumiping si Jacob kay Lea.

---

a 13 sa itaas ng hagdan: o, *sa tabi niya.*

b 19 Betel: Ang ibig sabihin, *tirahan ng Dios.*

c 22 magpapatunay…lugar: sa literal, *magiging tirahan ng Dios.*

d 17 Mapupungay: o, *Magaganda.*

²⁴(Ibinigay ni Laban kay Lea ang alipin niyang babae na si Zilpa para maging alipin nito.)

²⁵Kinabukasan, nalaman ni Jacob na si Lea pala ang kasiping niya. Kaya pinuntahan niya si Laban at sinabi, "Bakit ginawa mo ito sa akin? Naglingkod ako sa iyo para mapangasawa ko si Raquel. Ngayon, bakit niloko mo ako?"

²⁶Sumagot si Laban, "Hindi kaugalian dito sa aming lugar na maunang makapag-asawa ang nakababatang kapatid kaysa sa nakatatandang kapatid. ²⁷Hintayin mo lamang na matapos ang isang linggong pagdiriwang ng inyong kasal at ibibigay ko agad sa iyo si Raquel, iyan ay kung muli kang maglilingkod ng pitong taon pa."

²⁸Pumayag si Jacob sa sinabi ni Laban. Pagkatapos ng isang linggo na pagdiriwang ng kasal nila ni Lea, ibinigay ni Laban kay Jacob si Raquel. ²⁹Ibinigay ni Laban kay Raquel ang alipin niyang babae na si Bilha para maging alipin nito. ³⁰Kaya sumiping din si Jacob kay Raquel. Mas mahal niya si Raquel kaysa kay Lea. Naglingkod si Jacob kay Laban ng pitong taon pa.

Ang mga Anak ni Jacob

³¹Nakita ng Panginoon na hindi mahal ni Jacob si Lea, kaya niloob niyang magkaanak si Lea, pero si Raquel naman ay hindi. ³²Nagbuntis si Lea at nanganak ng lalaki at pinangalanan niyang Reuben,ᵃ dahil sinabi niya, "Nakita ng Panginoon ang paghihirap ko, at ngayo'y tiyak na mahahalin na ako ng aking asawa."

³³Muli siyang nagbuntis at nanganak ng isa na namang lalaki. Sinabi niya, "Muli akong binigyan ng Panginoon ng isang anak na lalaki dahil narinig niya na hindi ako minamahal ng aking asawa." Kaya pinangalanan niya ang sanggol na Simeon.ᵇ

³⁴Muling nagbuntis si Lea at nanganak ng isa pang lalaki. Sinabi niya, "Ngayon, magiging malapit na sa akin ang aking asawa dahil tatlo na ang anak naming lalaki." Kaya pinangalanan niya ang sanggol na Levi.ᶜ

³⁵Muling nagbuntis si Lea at nanganak ng isa na namang lalaki. Sinabi niya, "Ngayon, pupurihin ko ang Panginoon." Kaya pinangalanan niya ang sanggol na Juda.ᵈ Mula noon, hindi na siya nagkaanak.

30 Si Raquel ay hindi pa rin nagbubuntis, kaya nainggit siya kay Lea. Sinabi niya kay Jacob, "Bigyan mo ako ng anak dahil kung hindi, mamamatay talaga ako!"

²Nagalit si Jacob sa kanya at sinabi, "Bakit, Dios ba ako? Siya ang nagpasya na hindi ka magkaanak."

³Sinabi ni Raquel, "Kung ganoon, sumiping ka kay Bilha na alipin ko para kahit sa pamamagitan niya magkaroon din ako ng anak."

⁴Kaya ibinigay niya si Bilha kay Jacob bilang asawa, at sumiping si Jacob kay Bilha.

⁵Dumating ang panahon, nabuntis si Bilha at nanganak ng lalaki. ⁶Sinabi ni Raquel, "Kinuha na

ng Dios ang aking kahihiyan. Tinugon niya ang panalangin ko dahil binigyan niya ako ng isang anak na lalaki." Kaya pinangalanan niya ang sanggol na Dan.ᵉ

⁷Muling nagbuntis si Bilha na alipin ni Raquel at nanganak ng lalaki na pangalawang anak nila ni Jacob. ⁸Sinabi ni Raquel, "Napakahigpit ng labanan namin bilang magkapatid, at nagtagumpay ako." Kaya pinangalanan niya ang sanggol na Naftali.ᶠ

⁹Nang hindi na magkaanak si Lea, pinasipingin niya kay Jacob ang alipin niyang si Zilpa. ¹⁰Nabuntis si Zilpa at nanganak ng lalaki. ¹¹Sinabi ni Lea, "Parang pinalad ako." Kaya pinangalanan niya ang sanggol na Gad.ᵍ

¹²Muling nanganak si Zilpa ng lalaki na pangalawang anak nila ni Jacob. ¹³Sinabi ni Lea, "Lubha akong nasisiyahan! Ngayon tatawagin ako ng mga babae na masiyahin." Kaya pinangalanan niya ang sanggol na Asher.ʰ

¹⁴Anihan ng trigo noon, pumunta si Reuben sa bukid at may nakita siyang tanim na mandragora. Kumuha siya ng bunga nito at dinala sa ina niyang si Lea. Pagkakita noon ni Raquel ay sinabi niya kay Lea, "Bigyan mo rin ako ng mandragora na dinala ng anak mo."

¹⁵Pero sumagot si Lea, "Hindi ka pa ba kontento na kinuha mo ang asawa ko? Ngayon, kukunin mo pa ang mandragora ng anak ko?"

Sinabi ni Raquel, "Kung bibigyan mo ako ng mandragora pasisipingin ko si Jacob sa iyo ngayong gabi."

¹⁶Mag-aagaw dilim na nang dumating si Jacob mula sa bukid, sinalubong siya ni Lea at sinabi, "Kailangang sa akin ka sumiping ngayong gabi, dahil binayaran na kita kay Raquel ng mandragora na dala ng anak ko." Kaya sumiping si Jacob kay Lea nang gabing iyon.

¹⁷Sinagot ng Dios ang panalangin ni Lea at siya'y nabuntis. Nanganak siya ng lalaki na ikalimang anak nila ni Jacob. ¹⁸Sinabi ni Lea, "Ginantimpalaan ako ng Dios dahil ibinigay ko ang alipin ko sa aking asawa." Kaya pinangalanan niya ang kanyang anak na Isacar.ⁱ

¹⁹Muling nabuntis si Lea at nanganak ng lalaki na ikaanim nilang anak ni Jacob. ²⁰Sinabi niya, "Binigyan ako ng Dios ng mabuting regalo. Pararangalan na ako nito ngayon ng asawa ko dahil nabigyan ko na siya ng anim na anak na puro lalaki." Kaya pinangalanan niya ang sanggol na Zebulun.ʲ

²¹Hindi nagtagal nanganak si Lea ng babae at pinangalanan niyang Dina.

²²Hindi rin kinalimutan ng Dios si Raquel. Sinagot niya ang kanyang panalangin na magkaanak din siya. ²³Nagbuntis siya at nanganak ng lalaki. Sinabi niya, "Inalis ng Dios ang aking kahihiyan." Kaya pinangalanan niya ang sanggol na Joseᵏ dahil

---

ᵃ 32 Reuben: Maaaring ang ibig sabihin, nakita niya ang paghihirap ko.

ᵇ 33 Simeon: Maaaring ang ibig sabihin, narinig niya.

ᶜ 34 Levi: Maaaring ang ibig sabihin, pinalapit.

ᵈ 35 Juda: Maaaring ang ibig sabihin, purihin siya.

ᵉ 6 Dan: Ang ibig sabihin, kinuha niya ang aking kahihiyan.

ᶠ 8 Naftali: Ang ibig sabihin, mahigpit ang labanan.

ᵍ 11 Gad: Ang ibig sabihin, pinalad.

ʰ 13 Asher: Ang ibig sabihin, masiyahin.

ⁱ 18 Isacar: Maaaring ang ibig sabihin, gantimpala.

ʲ 20 Zebulun: Maaaring ang ibig sabihin, karangalan.

ᵏ 23 Jose: Maaaring ang ibig sabihin, inalis niya; o, binigyan pa ng isa.

sinabi niya, ²⁴"Nawa'y bigyan ako ng Panginoon ng isa pang anak."

Ang Kasunduan ni Jacob at ni Laban

²⁵Pagkatapos na ipanganak ni Raquel si Jose, sinabi ni Jacob kay Laban, "Pahintulutan n'yo akong makauwi sa lugar namin. ²⁶Ibigay n'yo sa akin ang mga asawa ko, na ipinaglingkod ko sa inyo, at ang mga anak ko, dahil babalik na ako sa amin. Nalalaman n'yo kung paano ako naglingkod sa inyo."

²⁷Sumagot si Laban, "Kung maaari huwag muna. Ayon sa pagpapahula ko, nalaman ko na pinagpala ako ng Panginoon dahil sa iyo. ²⁸Sabihin mo lang kung magkano ang ibabayad ko sa iyo at babayaran kita."

²⁹Sinabi ni Jacob, "Alam mo kung paano ako naglingkod sa inyo at kung paano dumami ang mga hayop ninyo dahil sa pag-aalaga ko. ³⁰Nang dumating ako rito, kakaunti pa lang ang mga hayop n'yo, pero ngayon ay napakarami na, dahil pinagpala kayo ng Panginoon dahil sa akin. Ngayon, dapat na sigurong magsumikap ako para sa sarili kong sambahayan."

³¹Nagtanong si Laban, "Ano ba ang gusto mong ibayad ko sa iyo?"

Sumagot si Jacob, "Huwag n'yo na lang po akong bayaran. Ipagpapatuloy ko ang pag-aalaga sa mga hayop ninyo kung papayag kayo sa kundisyon ko: ³²Titingnan ko ngayon ang mga hayop n'yo at kukunin ko ang itim na mga tupa at batik-batik na mga kambing. Iyon na lang ang pinakabayad n'yo sa akin. ³³Darating ang araw, malalaman n'yo kung maaasahan ako o hindi kung susuriin n'yo ang mga hayop na ibinayad sa akin. Kung may makita po kayong kambing na hindi batik-batik o tupa na hindi itim, ituring n'yo na ninakaw ko ito."

³⁴Sumagot si Laban, "Kung ganyan ang gusto mo, payag ako."

³⁵Pero nang araw ding iyon, ibinukod ni Laban ang mga batik-batik na kambing na lalaki at babae, pati ang mga itim na tupa. Pinaalagaan niya ito sa mga anak niyang lalaki. ³⁶Ibinukod niya ito kay Jacob sa layo na tatlong araw kung lalakarin. Ang naiwang mga hayop ay ang binabantayan ni Jacob.

³⁷Kumuha si Jacob ng mga sanga ng almendro, abilyano, at kastanyo, at binalat-balatan niya ito. Pero hindi niya lubos na binalatan, kaya may batik-batik na puti kapag tiningnan ang mga sanga. ³⁸⁻³⁹Inilagay niya ang mga sangang iyon sa harapan ng painumin ng mga hayop para makita ng mga ito kapag iinom sila. Doon sa harapan ng mga sanga nagkakastahan*ᵃ* ang mga kambing kapag umiinom sila. Batik-batik ang mga anak nila kapag nanganganak sila. ⁴⁰Pero iba ang ginawa ni Jacob sa mga tupa: *Habang nagkakastahan ang mga hayop na ito,* pinapaharap niya sila sa mga batik-batik na kambing niya at sa itim na mga kambing ni Laban. Kaya nakaipon din si Jacob ng sarili niyang mga hayop at hindi niya ito isinama sa mga hayop ni Laban. ⁴¹Kapag nagkakastahan na ang mga hayop na maganda ang katawan doon sa pinag-iinuman, inilalagay agad ni Jacob ang mga sangang iyon sa

harapan ng mga ito. ⁴²Pero kapag ang mga hayop na matatamlay ang nagkakastahan, hindi niya inilalagay ang mga sanga, kaya ang mga matatamlay ay kay Laban at ang mga masisigla ang katawan ay kay Jacob. ⁴³Sa ganitong paraan, labis na yumaman si Jacob. Dumami ang hayop niya pati na ang mga kamelyo at asno. Dumami rin ang alipin niyang lalaki at babae.

Tumakas si Jacob kay Laban

31 Narinig ni Jacob na ang mga anak na lalaki ni Laban ay nagsasabi, "Kinuha ni Jacob ang halos lahat ng ari-arian ng ating ama. Ang lahat ng kayamanan niya ay nanggaling sa ari-arian ng ating ama." ²Napansin din ni Jacob na nag-iba na ang pakikitungo ni Laban sa kanya di tulad nang dati.

³Sinabi ng Panginoon kay Jacob, "Bumalik ka na sa lupain ng iyong mga ninuno, doon sa mga kamag-anak mo, at makakasama mo ako."

⁴Kaya ipinatawag ni Jacob ang mga asawa niyang sina Raquel at Lea na naroon sa pastulan ng mga hayop niya. ⁵Sinabi niya sa kanila, "Napansin ko na nag-iba na ang pakikitungo ng inyong ama sa akin di tulad nang dati. Pero hindi ako pababayaan ng Dios ng aking Ama. ⁶Alam naman ninyo na naglingkod ako sa inyong ama hanggang sa makakaya ko, ⁷pero dinaya pa niya ako. Sampung beses niyang binago ang kabayaran ko. Pero hindi ako pinabayaan ng Dios na api-apihin lang niya. ⁸Nang sinabi nga ni Laban na ang batik-batik na mga kambing ang siyang bayad ko, panay din batik-batik ang anak ng mga kambing. ⁹Kinuha ng Dios ang mga hayop ng inyong ama at ibinigay sa akin."

¹⁰*Sinabi pa ni Jacob,* "Nang panahon ng pagkakastahan ng mga hayop, nanaginip ako. Nakita ko na ang mga lalaking kambing na kumakasta sa mga babaeng kambing ay mga batik-batik. ¹¹Sa panaginip ko tinawag ako ng anghel ng Dios. Sinabi niya, 'Jacob!' Sumagot ako sa kanya, 'Narito po ako.' ¹²At sinabi niya, 'Masdan *mo* ang lahat ng lalaking kambing na kumakasta sa mga babaeng kambing ay mga batik-batik. Ginawa ko ito dahil nakita ko ang lahat ng ginagawa sa iyo ni Laban. ¹³Ako ang Dios na nagpakita sa iyo roon sa Betel, sa lupain kung saan binuhusan mo ng langis ang bato na itinayo mo bilang alaala. At doon ka rin nangako sa akin. Ngayon maghanda ka at umalis sa lugar na ito, at bumalik sa lugar kung saan ka isinilang.' "

¹⁴Sumagot si Raquel at si Lea kay Jacob, "Wala na kaming mamanahin sa aming ama. ¹⁵Ibang tao na kami sa paningin niya. Ipinagbili na kami at naubos na niya ang perang pinagbilhan namin. ¹⁶Ang lahat ng yaman na binawi sa kanya ng Dios *at ibinigay na sa iyo* ay maituturing namin na mamanahin namin at ng aming mga anak. Kaya gawin *mo* ang sinabi sa iyo ng Dios."

¹⁷⁻¹⁸Naghanda agad si Jacob para bumalik sa Canaan, sa lupain ng ama niyang si Isaac. Pinasakay niya ang mga anak niya at mga asawa sa mga kamelyo. Dinala niya ang mga hayop niya at ang lahat ng ari-arian niya na naipon niya sa Padan Aram.

¹⁹Nagkataon naman na umalis si Laban para gupitin ang kanyang mga tupa, at habang wala

a 38-39 nagkakastahan: sa Ingles, "mating season."

siya kinuha ni Raquel ang mga dios-diosang pag-aari ng kanyang ama. ²⁰Niloko ni Jacob si Laban na Arameo dahil hindi siya nagpaalam sa pag-alis niya. ²¹Nang umalis si Jacob, dala niya ang lahat ng ari-arian niya. Tumawid siya sa Ilog Eufrates at pumunta sa bundok ng Gilead.

Hinabol ni Laban si Jacob

²²Nakalipas ang tatlong araw bago malaman ni Laban na lumayas sina Jacob. ²³Kaya't hinabol niya si Jacob kasama ang mga kamag-anak niya sa loob ng pitong araw. Naabutan nila sina Jacob doon sa bundok ng Gilead. ²⁴Nang gabing iyon, nagpakita ang Dios kay Laban na Arameo sa panaginip. Sinabi ng Dios sa kanya, "Huwag mong gagawan ng masama si Jacob."

²⁵Nagtatayo noon si Jacob ng tolda niya sa bundok ng Gilead nang maabutan siya ni Laban. At doon din nagtayo sina Laban ng mga tolda nila. ²⁶Sinabi ni Laban kay Jacob, "Bakit ginawa mo ito sa akin? Bakit mo ako niloko? At dinala mo ang mga anak ko na parang mga bihag sa labanan. ²⁷Bakit niloko mo ako at umalis nang hindi nagpapaalam sa akin? Kung nagsabi ka lang, paglalakbayin pa sana kita nang may kagalakan sa pamamagitan ng tugtugan ng tamburin at alpa. ²⁸Hindi mo man lang ako binigyan ng pagkakataon na mahagkan ang mga apo ko at mga anak bago sila umalis. Hindi maganda itong ginawa mo. ²⁹May dahilan ako para gawan ka ng masama, kaya lang binalaan ako kagabi ng Dios ng iyong ama na huwag kitang gagawan ng masama. ³⁰Alam kong sabik na sabik ka nang umuwi. Pero bakit ninakaw mo ang mga dios ko?"

³¹Sumagot si Jacob sa kanya, "*Hindi ako nagpaalam sa iyo* dahil natatakot ako na baka pilitin n'yong bawiin sa akin ang mga anak mo. ³²Pero kung tungkol sa mga nawawala ninyong dios-diosan, kapag nakita n'yo ito sa kahit sino sa amin, parurusahan siya ng kamatayan. Sa harapan ng mga kamag-anak natin bilang mga saksi, tingnan n'yo kung may pag-aari po kayo rito na nasa amin, at kung mayroon ay kunin *n'yo*." Hindi alam ni Jacob na si Raquel pala ang kumuha ng mga dios-diosan ni Laban.

³³Kaya hinanap ni Laban ang mga dios-diosan niya sa tolda ni Jacob, sa tolda ni Lea, at pati sa tolda ng dalawang aliping babae na mga asawa ni Jacob. Pero hindi niya nakita ang mga ito. Paglabas niya sa tolda ni Lea, pumasok siya sa tolda ni Raquel. ³⁴Pero naitago na ni Raquel ang mga dios-diosan sa lalagyan na ginagamit na upuan sa pagsakay sa kamelyo, at inupuan niya. Hinanap ni Laban ang mga dios-diosan sa tolda ni Raquel pero hindi niya ito makita.

³⁵Sinabi ni Raquel sa kanya, "Ama, huwag po kayong magalit kung hindi po ako makatayo dahil mayroon akong buwanang dalaw." At patuloy na naghahanap si Laban pero hindi niya makita ang mga dios-diosan niya.

³⁶Hindi na mapigilan ni Jacob ang kanyang galit, kaya sinabi niya kay Laban, "Ano ba ang kasalanang nagawa ko at hinabol mo pa ako? ³⁷Ngayong nahalungkat mo na ang lahat ng ari-arian ko, may

nakita ka bang sa iyo? Kung mayroon, ilagay mo rito sa harap para makita ng aking mga kamag-anak at ng iyong mga kamag-anak, at bahala na sila ang humatol sa atin. ³⁸Sa loob ng 20 taon nang ako'y nasa inyo, ni minsan hindi nakunan ang iyong mga kambing at tupa. At ni isang lalaking tupa ay hindi ko pinangahasang kainin. ³⁹Hindi ko na dinadala sa iyo ang mga hayop na pinatay ng mababangis na hayop; pinapalitan ko na lang ito agad. Pinabayaran mo rin sa akin ang mga hayop na ninakaw araw man o gabi. ⁴⁰Ganito ang naging kalagayan ko: Kapag araw ay nagtitiis ako sa init, at kung gabi ay nagtitiis ako sa lamig. At palaging kulang ang tulog ko. ⁴¹Sa loob ng 20 taon na nagtira ako sa inyo, 14 na taon akong naglingkod sa iyo para sa iyong dalawang anak na babae. Naglingkod pa ako ng anim na taon para bantayan ang iyong mga hayop. Pero ano ang ginawa mo? Sampung beses mong binago ang pagbabayad mo sa akin. ⁴²Kung hindi siguro ako sinamahan ng Dios na ginagalang ng aking ama na si Isaac, na siya ring Dios ni Abraham, baka pinalayas mo na ako nang walang dalang anuman. Pero nakita ng Dios ang paghihirap ko at pagtatrabaho, kaya binalaan ka niya kagabi."

Ang Kasunduan nina Jacob at Laban

⁴³Sumagot si Laban, "Ang mga babaeng iyan ay anak ko at ang mga anak nila ay mga apo ko. At ang mga hayop na iyan ay akin din. Lahat ng nakikita mo ay akin. Pero ngayon, ano pa ang magagawa ko sa mga anak at apo ko? ⁴⁴Ang mabuti siguro, gumawa tayo ng kasunduan. Magtayo tayo ng batong magpapaalala sa atin at magpapatunay ng kasunduan natin."

⁴⁵Kaya kumuha si Jacob ng malaking bato at itinayo niya ito bilang alaala. ⁴⁶Pagkatapos, inutusan niya ang mga kamag-anak niya na magtumpok ng mga bato. At kumain sila roon sa tinumpok na mga bato. ⁴⁷Pinangalanan ni Laban ang tinumpok na mga bato na Jegar Sahaduta,ᵃ Pero pinangalanan ito ni Jacob na Galeed.ᵇ

⁴⁸Sinabi ni Laban, "Ang mga batong ito na tinumpok ang magpapatunay sa kasunduan nating dalawa." Ito ang dahilan kung bakit pinangalanan itong tinumpok na Galeed. ⁴⁹Tinawag din iyon na Mizpa,ᶜ dahil sinabi pa ni Laban, "Nawa'y ingatan tayo ng Panginoon sa ating paghihiwalay. ⁵⁰At kung hindi mabuti ang pakikitungo mo sa mga anak ko, o kaya'y mag-aasawa ka pa ng iba, alalahanin mo na kahit hindi ko man ito nalalaman, ang Dios ang magpapatunay ng kasunduan natin."

⁵¹Muli pang sinabi ni Laban kay Jacob, "Narito ang tinumpok na mga bato at ang bato na alaalang magpapatunay ng kasunduan natin. ⁵²Ang mga tinumpok na batong ito at ang bato na alaala ang siyang magpapatunay ng kasunduan na hindi ako lalampas sa tinumpok na mga batong ito para lusubin ka, at hindi ka rin lalampas sa tinumpok na mga batong ito at sa bato na alaala para lusubin ako. ⁵³Nawa'y ang Dios ng lolo mong si Abraham at ang

---

a 47 Jegar Sahaduta: Ang ibig sabihin nito sa Aramico na wika, *tinumpok bilang patunay.*

b 47 Galeed: Ang ibig sabihin nito sa wikang Hebreo, *tinumpok bilang patunay.*

c 49 Mizpa: Ang ibig sabihin, *bantayang tore.*

Dios ng aking ama na si Nahor, na siya ring Dios ng kanilang amang si Tera, ang siyang humatol sa ating dalawa."

Nakipagkasundo rin si Jacob kay Laban sa pangalan ng Dios na iginagalang ng ama niyang si Isaac. ⁵⁴Naghandog si Jacob ng hayop doon sa bundok, at tinawag niya ang mga kamag-anak niya para kumain. Kinagabihan, doon sila natulog sa bundok.

⁵⁵Kinabukasan, maaga pa ay hinagkan ni Laban at binasbasan ang mga anak at apo niya, at umalis siya pauwi.

Naghanda si Jacob sa Pakikipagkita kay Esau

32 Habang naglalakbay sina Jacob, sinalubong siya ng mga anghel ng Dios. ²Pagkakita ni Jacob sa kanila, sinabi niya, "Mga sundalo ito ng Dios." Kaya pinangalanan niya ang lugar na iyon na Mahanaim.ᵃ

³May mga inutusan si Jacob na mauna sa kanya para makipagkita sa kapatid niyang si Esau roon sa lupain ng Seir, ang lugar na tinatawag ding Edom. ⁴Tinuruan niya sila kung ano ang sasabihin nila kay Esau. Sinabi ni Jacob, "Sabihin ninyo kay Esau na matagal akong nanirahan kay Laban at hindi pa ako nakakauwi hanggang ngayon. ⁵At sabihin ninyo sa kanya na may mga baka ako, asno, tupa, kambing at mga aliping lalaki at babae. Sabihin ninyo sa kanya na inutusan ko kayo para hilingin sa kanya na maging mabuti na sana ang pakikitungo niya sa akin."

⁶Pagbalik ng mga inutusan ni Jacob, sinabi nila, "Napuntahan na po namin si Esau, at papunta na po siya rito para salubungin kayo. May kasama siyang 400 lalaki."

⁷Kinabahan si Jacob at hindi siya mapalagay, kaya hinati niya sa dalawang grupo ang mga kasamahan niya pati ang kanyang mga tupa, baka, kambing at kamelyo. ⁸Dahil naisip niya na kung sakaling dumating si Esau at lusubin ang isang grupo, makakatakas pa ang isang grupo.

⁹Nanalangin si Jacob, "Dios ng aking lolo na si Abraham at Dios ng aking ama na si Isaac, kayo po ang Panginoon na nagsabi sa akin na bumalik ako sa mga kamag-anak ko, doon po sa lupain kung saan ako isinilang, at pagpapalain ninyo ako. ¹⁰Hindi po ako karapat-dapat tumanggap ng lahat ng kabutihan at katapatan na ipinakita ninyo sa akin na inyong lingkod. Sapagkat nang tumawid ako noon sa Jordan, wala po akong ibang dala kundi tungkod lang, pero ngayon ay may dalawa na po akong grupo. ¹¹Hinihiling ko po sa inyo na iligtas n'yo ako sa kapatid kong si Esau. Natatakot po ako na baka pumunta siya rito at patayin kaming lahat pati na ang mga asawa ko't mga anak nila. ¹²Pero nangako po kayo sa akin na pagpapalain n'yo ako at pararamihin n'yo ang aking mga lahi katulad ng buhangin sa tabing-dagat na hindi mabilang."

¹³Kinagabihan, doon natulog sina Jacob. Kinabukasan, pumili si Jacob ng mga hayop na ireregalo kay Esau: ¹⁴200 babaeng kambing at 20 lalaking kambing, 200 babaeng tupa at 20 lalaking

tupa, ¹⁵ 30 inahing kamelyo kasama pa ang kanilang mga bisiro, 40 babaeng baka at sampung toro, 20 babaeng asno at sampung lalaking asno. ¹⁶Ginawang dalawang grupo ni Jacob ang mga hayop, at ang bawat grupo ay may aliping nagbabantay. Sinabihan niya ang kanyang mga alipin, "Mauna kayo sa akin, at lumakad kayo na may pagitan ang bawat grupo."

¹⁷Sinabihan niya ang mga aliping nagbabantay sa naunang grupo, "Kung makasalubong n'yo si Esau at magtanong siya kung kanino kayong alipin at kung saan kayo pupunta, at kung kanino ang mga hayop na dala ninyo, ¹⁸sagutin ninyo siya na akin ang mga hayop na ito at regalo ko ito sa kanya. Sabihin din ninyo sa kanya na nakasunod ako sa inyo."

¹⁹Ganoon din ang sinabi niya sa ikalawa, sa ikatlo at sa lahat ng aliping kasabay ng mga hayop. ²⁰At pinaalalahanan niya ang mga ito na huwag kalimutang sabihin kay Esau na nakasunod siya sa *hulihan*. Sapagkat sinabi ni Jacob sa kanyang sarili, "Aalukin ko si Esau ng mga regalong ito na pinauna ko. At kung magkikita kami, baka sakaling patawarin niya ako." ²¹Kaya pinauna niya ang mga regalo niya, pero nagpaiwan siya noong gabing iyon doon sa tinutuluyan nila.

May Nakipagbuno kay Jacob sa Peniel

²²Nang gabing iyon, bumangon si Jacob at isinama ang dalawa niyang asawa, ang dalawang alipin niyang babae at ang 11 anak niya, at pinatawid sila sa Ilog ng Jabok. ²³Ipinatawid din ni Jacob ang lahat ng ari-arian niya. ²⁴Nang nag-iisa na siya, may dumating na isang lalaki at nakipagbuno sa kanya. Nagbunuan sila hanggang mag-uumaga. ²⁵Nang mapansin niya na hindi niya matatalo si Jacob, pinisil niya ang balakang ni Jacob at nalinsad ang magkatapat na buto nito. ²⁶At sinabi ng tao, "Bitawan mo na ako dahil mag-uumaga na."

Pero sumagot si Jacob, "Hindi kita bibitawan hangga't hindi mo ako babasbasan."

²⁷Nagtanong ang tao sa kanya, "Anong pangalan mo?"

Sumagot siya, "Jacob."

²⁸Sinabi ng tao, "Simula ngayon hindi na Jacob ang pangalan mo kundi Israelᵇ na dahil nakipagbuno ka sa Dios at sa mga tao, at ikaw ay nagtagumpay."

²⁹Nagtanong din si Jacob sa kanya, "Sabihin mo rin sa akin ang pangalan mo."

Pero sumagot ang tao, "Huwag mo nang itanong ang pangalan ko." Pagkatapos, binasbasan niya si Jacob doon.

³⁰Pinangalanan ni Jacob ang lugar na iyon na Peniel,ᶜ dahil sinabi niya, "Nakita ko ang mukha ng Dios pero buhay pa rin ako."

³¹Sumisikat na ang araw nang umalis si Jacob sa Peniel. Pipilay-pilay siya dahil nalinsad ang buto niya sa balakang. ³²Ito ang dahilan kung bakit hanggang ngayon ang mga Israelita ay hindi kumakain ng litid sa magkatapat na buto sa balakang *ng hayop*. Sapagkat sa bahaging iyon pinisil ng Dios si Jacob.

ᵃ 2 *Mahanaim:* Ang ibig sabihin, *dalawang grupo ng mga sundalo.*

ᵇ 28 *Israel:* Ang ibig sabihin, *nakipagbuno sa Dios.*

ᶜ 30 *Peniel:* Ang ibig sabihin, *mukha ng Dios.*

Ang Pagkikita ni Esau at ni Jacob

33 Nang tumanaw si Jacob, nakita niya si Esau na paparating kasama ang 400 lalaki. Kaya pinasama niya ang mga anak niya sa kani-kanilang ina. ²At pag-alis nila, pinauna niya ang dalawang aliping babae at ang mga anak nila, sumunod si Lea at ang mga anak niya, at si Raquel at ang anak niyang si Jose. ³Si Jacob ay nasa unahan nilang lahat at halos ilang beses*ª* siyang yumukod habang papalapit siya sa kanyang kapatid.

⁴Pero tumakbo si Esau para salubungin siya. Niyakap niya si Esau at hinagkan, at umiyak silang dalawa. ⁵Nang makita ni Esau ang mga babae at ang mga bata, tinanong niya si Jacob, "Sino ang mga kasama mong iyan?"

Sumagot si Jacob, "Sila ang aking mga anak na ibinigay sa akin ng Dios dahil sa kanyang awa."

⁶Lumapit agad kay Esau ang dalawang alipin na babae at ang mga anak nila, at yumukod sila *bilang paggalang sa kanya.* ⁷Sumunod din si Lea at ang mga anak niya at yumukod. Ang huling lumapit at yumukod ay si Jose at ang ina niyang si Raquel.

⁸Nagtanong pa si Esau kay Jacob, "Ano ba ang ibig sabihin ng mga grupo ng hayop na nasalubong ko?"

Sinabi ni Jacob, "Regalo ko iyon sa iyo para tanggapin mo ako."

⁹Pero sumagot si Esau, "Marami na ang ari-arian ko, kaya sa iyo na lang iyon."

¹⁰Pero nagpumilit si Jacob, "Sige na, tanggapin mo na iyon. Kung totoong pinatawad mo na ako, tanggapin mo na ang regalo ko sa iyo. Sapagkat nang makita ko ang mukha mo at madama ang magandang pagtanggap mo sa akin, para ko na ring nakita ang mukha ng Dios. ¹¹Tanggapin mo na ang regalo ko sa iyo dahil napakabuti ng Dios sa akin at hindi ako nagkulang sa mga pangangailangan ko." Pinilit ni Jacob si Esau hanggang tanggapin na ni Esau ang mga regalo niya.

¹²Pagkatapós, sinabi ni Esau, "Halika na, sabay na tayong umalis."

¹³Pero sumagot si Jacob, "Alam mong mabagal maglakad ang mga bata, at kailangan kong alagaan nang mabuti ang mga hayop na nagpapasuso. Kung pipilitin natin ang mga hayop na maglakad sa buong araw, baka mamatay sila. ¹⁴Ang mabuti pa, mauna ka na lang sa amin. Susunod kami sa iyo ayon sa bilis ng mga bata at ng mga hayop na kasabay namin. Doon na lang tayo magkita sa Seir."

¹⁵Sinabi ni Esau, "Kung ganoon, ipapaiwan ko na lang ang iba kong mga tauhan sa iyo."

Sumagot si Jacob, "Hindi na kailangan. Ang mahalaga pinatawad mo na ako."

¹⁶Kaya bumalik na lang si Esau sa Seir nang mismong araw na iyon. ¹⁷Pero sina Jacob ay pumunta sa Sucot. Pagdating nila roon, gumawa si Jacob ng tirahan at ginawaan din niya ng silungan ang mga hayop niya. Kaya ang lugar na iyon ay tinawag na Sucot.*ᵇ*

¹⁸Hindi nagtagal, nakarating din sila sa Canaan mula sa Padan Aram*ᶜ* na walang masamang nangyari sa kanila. Nakarating sila sa lungsod na pagmamay-ari ni Shekem. Nagpatayo sila ng mga tolda nila malapit sa lungsod. ¹⁹Ang lupaing pinagtayuan nila ng mga tolda ay binili ni Jacob sa mga anak ni Hamor sa halagang 100 pirasong pilak. Si Hamor ay ama ni Shekem. ²⁰Gumawa si Jacob ng altar na pinangalanan niyang El Elohe Israel.*ᵈ*

Pinagsamantalahan si Dina

34 Isang araw, umalis si Dina na anak na dalaga nina Jacob at Lea. Binisita niya ang mga dalagang taga-Canaan. ²Nakita siya ni Shekem na anak ni Hamor na Hiveo, na pinuno sa lugar na iyon. Sinunggaban niya si Dina at pinagsamantalahan. ³Pero nahulog ang loob niya kay Dina at nagustuhan niya ito, kaya sinuyo niya ang dalaga. ⁴Sinabi ni Shekem sa ama niyang si Hamor, "Ama, gawan n'yo po ng paraan para mapangasawa ko ang dalagang ito."

⁵Nang malaman ni Jacob na dinungisan ni Shekem ang pagkababae ni Dina, hindi muna siya kumibo dahil naroon pa sa bukid ang mga anak niyang lalaki na nagbabantay ng kanyang mga hayop. ⁶Pumunta ang ama ni Shekem na si Hamor kay Jacob para makipag-usap.

⁷Nang mabalitaan ng mga anak ni Jacob ang nangyari, umuwi sila agad mula sa bukid. Sumama ang loob nila at labis na nagalit kay Shekem dahil sa ginawa niyang hindi nararapat, na nagdala ng kahihiyan sa pamilya ni Jacob.*ᵉ*

⁸Pero sinabi ni Hamor sa kanila, "Nabighani ang anak kong si Shekem sa dalaga ninyo, kaya nakikiusap akong payagan ninyong mapangasawa siya ng anak ko. ⁹At maganda rin na hayaan nating mapangasawa ng mga dalaga ninyo ang mga binata namin at mapangasawa rin ng mga dalaga namin ang mga binata ninyo. ¹⁰Maaari kayong manirahang kasama namin kahit saang lugar ninyo gustuhin. Maaari rin kayong magnegosyo kahit saan at magmay-ari ng lupain dito."

¹¹Nakiusap din si Shekem sa ama at sa mga kapatid ni Dina, "Kung maaari po ay mapangasawa ko si Dina na kapatid ninyo. Ibibigay ko po ang kahit anong hilingin ninyo. ¹²Kayo po ang bahala kung magkano ang hihilingin ninyo at kung ano ang ireregalo ko para mapangasawa ko ang kapatid ninyo. Babayaran ko po kayo kahit magkano ang hilingin ninyo basta't mapangasawa ko lang po si Dina."

¹³Pero dahil sa dinungisan ni Shekem ang pagkababae ni Dina, niloko ng mga anak ni Jacob si Shekem at ang ama nitong si Hamor. ¹⁴Sinabi nila, "Hindi kami papayag na makapag-asawa si Dina ng isang taong hindi tuli, dahil nakakahiya iyan para sa amin. ¹⁵Papayag lang kami kung ang lahat ng lalaki na taga-rito ay magpapatuli rin kagaya namin. ¹⁶Kung magpapatuli kayo, maaari ninyong mapangasawa ang mga dalaga namin at maaari rin kaming makapag-asawa sa mga dalaga ninyo. At maninirahan kami kasama ninyo para maging isang bayan na lang tayo. ¹⁷Pero kung hindi kayo papayag, kukunin namin si Dina at aalis kami rito."

---

a 3 ilang beses: sa literal, *pitong beses.*

b 17 Sucot: Ang ibig sabihin, *silungan.*

c 18 Padan Aram: Tingnan sa 28:2.

d 20 El Elohe Israel: Ang ibig sabihin, *Makapangyarihang Dios ng Israel.*

e 7 pamilya ni Jacob: sa literal, *mga Israelita.*

¹⁸Nakita nina Hamor at Shekem na mukhang maganda rin ang mungkahing ibinigay ng mga anak ni Jacob. ¹⁹Kaya dahil sa malaking pagmamahal ni Shekem kay Dina, hindi na siya nag-aksaya ng panahon para sundin ang mga sinabi ng mga anak ni Jacob. Si Shekem ang lubos na iginagalang sa sambahayan ng kanyang ama. ²⁰Pumunta agad sila sa kanyang ama sa pintuan ng lungsod at nagsalita sa mga lalaki sa kanilang lungsod. ²¹Sinabi nila, "Palakaibigan ang mga taong ito. Kaya rito na lang natin sila patirahin, at payagan na makapagnegosyo sila kahit saan. Malaki naman ang lupain natin. Maaari tayong makipag-asawa sa mga dalaga nila at makikipag-asawa rin sila sa mga dalaga natin. ²²Pero papayag lang sila na manirahan dito kasama natin bilang isang bayan kung papayag ang lahat ng kalalakihan natin na magpatuli kagaya nila. ²³Kung dito sila titira, magiging atin din ang lahat ng hayop at ari-arian nila. Kaya pumayag na lang tayo sa mungkahi nila para manirahan sila rito na kasama natin."

²⁴Pumayag ang lahat ng kalalakihan ng lungsod sa sinabi ni Hamor at ng anak niyang si Shekem. Kaya nagpatuli ang lahat ng kalalakihan nila.

²⁵Pagkalipas ng tatlong araw, habang mahapdi pa ang sugat ng mga lalaki, pumasok sa lungsod ang dalawang anak ni Jacob na sina Simeon at Levi, na mga kapatid ni Dina. Hindi alam ng mga tao roon na masama pala ang pakay nila. May dala silang mga espada at pinagpapatay nila ang lahat ng lalaki. ²⁶Pinatay din nila si Hamor at ang anak niyang si Shekem. Kinuha rin nila si Dina sa bahay ni Shekem, at umalis. ²⁷Pagkatapos, pinasok din ng iba pang anak ni Jacob ang lungsod at kinuha ang mga ari-arian dito. Ginawa nila ito dahil dinungisan ang pagkababae ng kapatid nilang si Dina. ²⁸Kinuha nila ang mga tupa, baka, asno at ang lahat ng ari-arian doon sa lungsod at bukirin. ²⁹Sinamsam nila ang lahat ng kayamanan ng lungsod, pati ang mga ari-arian sa loob ng mga bahay. At binihag nila ang lahat ng babae at bata.

³⁰Ngayon, sinabi ni Jacob kina Simeon at Levi, "Binigyan ninyo ako ng malaking problema. Magkikimkim ng galit sa atin ang mga Cananeo at mga Perezeo sa lupaing ito. Mamamatay tayong lahat kung magkakaisa silang lusubin tayo dahil kaunti lang tayo."

³¹Pero sumagot ang dalawa, "Pababayaan lang ba namin na tratuhin ang kapatid namin na parang isang babaeng bayaran?"

Binasbasan ng Dios si Jacob sa Betel

35 Ngayon, sinabi ng Dios kay Jacob, "Maghanda ka, pumunta ka sa Betel at doon manirahan. Gumawa ka roon ng altar para sa akin, ang Dios na nagpakita sa iyo nang tumakas ka sa kapatid mong si Esau." ²Kaya sinabi ni Jacob sa sambahayan niya at sa lahat ng kasama niya, "Itapon ninyo ang mga dios-diosan ninyo. Maging malinis kayo at magbihis ng damit bilang simbolo ng bago at malinis na buhay. ³Pagkatapos, pupunta tayo sa Betel, at gagawa ako roon ng altar para sumamba sa Dios na tumulong sa akin noong nasa kahirapan ako, at aking kasama kahit saan ako pumaroon." ⁴Kaya ibinigay

nila kay Jacob ang mga dios-diosan nila pati na ang mga hikaw nila *na ginagamit bilang anting-anting*. Ibinaon ni Jacob ang lahat ng ito sa ilalim ng *punongkahoy na* terebinto malapit sa Shekem. ⁵Nang umalis na sina Jacob, pinagharian ng takot mula sa Dios ang mga tao sa palibot ng mga bayan, kaya hindi sila lumusob at hindi nila hinabol sila Jacob.

⁶Nakarating sila Jacob at ang mga kasama niya sa Luz (na tinatawag ding Betel) doon sa Canaan. ⁷Gumawa siya roon ng altar. Tinawag niya ang lugar na iyon na El Betel[a] dahil nagpakita sa kanya roon ang Dios nang tumakas siya sa kanyang kapatid *na si Esau*.

⁸Namatay si Debora na tagapag-alaga ni Rebeka. Kaya inilibing siya sa ilalim ng *punongkahoy na* terebinto na nasa paanan ng Betel. Tinawag iyon na punongkahoy na Allon Bacut.[b]

⁹Nang umuwi si Jacob mula sa Padan Aram,[c] muling nagpakita ang Dios sa kanya at binasbasan siya. ¹⁰Sinabi ng Dios sa kanya, "Jacob ang pangalan mo, pero mula ngayon hindi ka na tatawaging Jacob kundi Israel na." Kaya naging Israel ang pangalan ni Jacob.

¹¹Sinabi pa ng Dios sa kanya, "Ako ang Makapangyarihang Dios. Magkakaroon ka ng maraming anak. Magiging ama ka ng isang bansa at ng marami pang bansa, at magiging hari ang iba mong mga lahi. ¹²Ang lupain na ibinigay ko kay Abraham at kay Isaac ay ibibigay ko rin sa iyo at sa mga lahi mo." ¹³⁻¹⁴Pagkatapos, umalis ang Dios sa lugar na iyon kung saan nakipag-usap siya kay Jacob, at nagtayo roon si Jacob ng batong alaala. Binuhusan niya agad ng alak at langis ang bato *para maging banal*. ¹⁵Pinangalanan niya ang lugar na iyon na Betel.[d]

Ang Pagkamatay ni Raquel

¹⁶Umalis si Jacob at ang sambahayan niya sa Betel. Manganganak na noon si Raquel. Malayo pa sila sa bayan ng Efrata, sumakit na ang tiyan ni Raquel. ¹⁷Nang matindi na ang sakit, sinabi ng manghihilot sa kanya, "Huwag kang matakot Raquel, lalaki na naman ang anak mo." ¹⁸Isinilang ang sanggol pero nasa bingit ng kamatayan si Raquel. Bago siya malagutan ng hininga, pinangalanan niya ang sanggol na Ben Oni.[e] Pero pinangalanan ni Jacob ang sanggol na Benjamin.[f]

¹⁹Namatay si Raquel at inilibing sa tabi ng daan na papunta sa Efrata (na tinatawag ngayong Betlehem). ²⁰Nilagyan ni Jacob ng bato ang libingan ni Raquel bilang palatandaan, at hanggang ngayon naroon pa rin ang palatandaang ito.

²¹Nagpatuloy sina Jacob[g] sa kanilang paglalakbay. Pagdating nila sa kabilang *panig* ng Migdal Eder,[h]

---

a 7 El Betel: Ang ibig sabihin, *Dios ng Betel.*

b 8 Allon Bacut: Ang ibig sabihin, *terebinto na iniyakan.*

c 9 Padan Aram: Isang lugar sa Mesopotamia.

d 15 Betel: Ang ibig sabihin, *tirahan ng Dios.*

e 18 Ben Oni: Ang ibig sabihin, *ang anak na isinilang sa hirap.*

f 18 Benjamin: Ang ibig sabihin, *mapalad na anak.*

g 21 Jacob: sa tekstong Hebreo, *Israel.* Ganito rin sa 35:22a.

h 21 Migdal Eder: Ang ibig sabihin, *bantayan ng mga tupa.*

nagtayo sila roon ng mga tolda nila. ²²Habang nakatira roon sila Jacob,ᵃ sumiping si Reuben kay Bilha na isa sa mga asawa ng kanyang ama. Nang malaman iyon ni Jacob, galit na galit siya.ᵇ

Ang mga Anak na Lalaki ni Jacob
(1 Cro. 2:1-2)

May 12 Anak na lalaki si Jacob. ²³Ang mga anak niya kay Lea ay sina Reuben na panganay, pagkatapos ay sina Simeon, Levi, Juda, Isacar at Zebulun. ²⁴Ang mga anak niya kay Raquel ay sina Jose at Benjamin. ²⁵Ang mga anak niya kay Bilha na alipin ni Raquel ay sina Dan at Naftali. ²⁶Ang mga anak niya kay Zilpa na alipin ni Lea ay sina Gad at Asher.

Silang lahat ang anak na lalaki ni Jacob na isinilang sa Padan Aram.

Ang Pagkamatay ni Isaac

²⁷Pumunta si Jacob sa ama niyang si Isaac sa Mamre, malapit sa Kiriat Arba (na tinatawag ding Hebron). Ito ang lugar na tinitirhan ni Isaac na siya ring tinitirhan noon ni Abraham. ²⁸Nabuhay si Isaac ng 180 taon. ²⁹Namatay siya sa katandaan na kontento sa kanyang buhay, at kasama na ng kanyang mga kamag-anak *na sumakabilang buhay na*. Inilibing siya ng mga anak niyang sina Esau at Jacob.

Ang mga Lahi ni Esau
(1 Cro. 1:34-37)

36 Ito ang salaysay tungkol sa pamilya ni Esau (na tinatawag ding Edom).

²Nakapag-asawa si Esau ng mga babaeng taga-Canaan. Sila'y sina Ada na anak ni Elon na Heteo, si Oholibama na anak ni Ana at apo ni Zibeon na Hiveo, ³at si Basemat na kapatid ni Nebayot na anak ni Ishmael.

⁴Ang anak ni Esau kay Ada ay si Elifaz. Ang anak niya kay Basemat ay si Reuel. ⁵At ang mga anak niya kay Oholibama ay sina Jeush, Jalam at Kora. Sila ang mga anak ni Esau na isinilang sa Canaan.

⁶Dinala ni Esau ang kanyang mga asawa't anak, ang lahat ng sakop ng kanyang sambahayan, pati ang mga ari-arian at mga hayop niya na naipon niya sa Canaan. At lumipat siya sa isang lupain na malayo kay Jacob na kanyang kapatid. ⁷Sapagkat hindi na sila maaaring magsama sa isang lupain dahil sa dami ng mga ari-arian nila; at ang lupain na kanilang tinitirhan ay hindi sapat sa kanila dahil sa dami ng mga hayop nila. ⁸Kaya roon tumira si Esau (na tinatawag ding Edom) sa kabundukan ng Seir.

⁹Ito ang salaysay tungkol sa pamilya ni Esau na ama ng mga Edomita na nakatira sa kabundukan ng Seir.

¹⁰Ang anak na lalaki ni Esau kay Basemat ay si Reuel, at ang anak niyang lalaki kay Ada ay si Elifaz. ¹¹Ang mga anak na lalaki ni Elifaz ay sina Teman, Omar, Zefo, Gatam at Kenaz.

¹²May anak ding lalaki si Elifaz sa isa pa niyang asawa na si Timna. *Siya ay si Amalek.* Sila ang mga apo ni Esau kay Ada. ¹³Ang mga anak na lalaki ni Reuel ay sina Nahat, Zera, Shama, at Miza. Sila ang mga apo ni Esau kay Basemat.

¹⁴Ang mga anak na lalaki ni Esau kay Oholibama ay sina Jeush, Jalam at Kora. (Si Oholibama ay anak ni Ana at apo ni Zibeon).

¹⁵Ito ang mga lahi ni Esau na naging pinuno ng iba't ibang angkan: Ang mga lahi ng panganay na anak ni Esau na si Elifaz na naging mga pinuno ay sina Teman, Omar, Zefo, Kenaz, ¹⁶Kora, Gatam at Amalek. Sila ang mga pinuno sa lupain ng Edom na nagmula kay Elifaz. Sila ay nagmula sa asawa ni Esau na si Ada.

¹⁷Naging pinuno rin sa Edom ang mga anak ni Reuel na sina Nahat, Zera, Shama, at Miza. Sila ang mga apo ni Esau kay Basemat.

¹⁸Naging pinuno rin ang mga anak ni Esau kay Oholibama na anak ni Ana. Sila ay sina Jeush, Jalam at Kora.

¹⁹Silang lahat ang lahi ni Esau na mga pinuno ng Edom.

Ang mga Lahi ni Seir
(1 Cro. 1:38-42)

²⁰Ito ang mga anak na lalaki ni Seir na Horeo na nakatira sa Edom: Si Lotan, Shobal, Zibeon, Ana, ²¹Dishon, Ezer at Dishan. Naging pinuno rin sila ng mga Horeo na nakatira sa Edom.

²²Ang mga anak na lalaki ni Lotan ay sina Hori at Heman.ᶜ Si Lotan ay mayroong kapatid na babae na si Timna *na isa pang asawa ni Elifaz.*

²³Ang mga anak na lalaki ni Shobal ay sina Alvan, Manahat, Ebal, Shefo at Onam.

²⁴Ang mga anak na lalaki ni Zibeon ay sina Aya at Ana. Si Ana ang nakatuklas ng bukal doon sa ilang habang nagpapastol siya ng mga asno ng kanyang ama.

²⁵Ang mga anak ni Ana ay sina Dishon at Oholibama.

²⁶Ang mga anak na lalaki ni Dishon ay sina Hemdan, Eshban, Itran at Keran.

²⁷Ang mga anak na lalaki ni Ezer ay sina Bilhan, Zaavan at Akan.

²⁸Ang mga anak na lalaki ni Dishan ay sina Uz at Aran.

²⁹⁻³⁰Ito naman ang mga pinuno batay sa bawat lahi ng mga Horeo na may pinamamahalaang lupain sa Seir: sina Lotan, Shobal, Zibeon, Ana, Dishon, Ezer at Dishan.

Ang mga Hari ng Edom
(1 Cro. 1:43-54)

³¹Ito ang mga hari ng Edom noong panahon na wala pang ganoong hari ang mga Israelita:

³²Si Bela na taga-Dinhaba na anak ni Beor ay naging hari sa Edom.

³³Pagkamatay ni Bela, pinalitan siya ni Jobab na anak ni Zera na taga-Bozra.

³⁴Pagkamatay ni Jobab, pinalitan siya ni Husham na taga-Teman.

---

a 22 Jacob: Tingnan ang "footnote" sa talatang 21a.

b 22 galit na galit siya: Makikita ito sa tekstong Griego.

c 22 Heman: o, *Homam.*

³⁵Pagkamatay ni Husham, pinalitan siya ni Hadad na taga-Avit na anak ni Bedad. Si Hadad ang tumalo sa mga Midianita roon sa Moab.

³⁶Pagkamatay ni Hadad, pinalitan siya ni Samla na taga-Masreka.

³⁷Pagkamatay ni Samla, pinalitan siya ni Shaul na taga-Rehobot na malapit sa ilog.ᵃ

³⁸Pagkamatay ni Shaul, pinalitan siya ni Baal Hanan na anak ni Acbor.

³⁹Pagkamatay ni Baal Hanan na anak ni Acbor, pinalitan siya ni Hadad na taga-Pau. Ang asawa niya ay si Mehetabel na anak ni Matred at apo ni Me-Zahab.

⁴⁰⁻⁴³Si Esau (na tinatawag ding Edom) ang pinagmulan ng mga Edomita. At ito ang mga naging pinuno sa mga lahi ni Esau na ang angkan at lupain ay ipinangalan sa kanila: Timna, Alva, Jetet, Oholibama, Elah, Pinon, Kenaz, Teman, Mibzar, Magdiel, at Iram.

Si Jose at ang Kanyang mga Kapatid

37 Nagpaiwan si Jacob para manirahan sa Canaan, ang lupaing tinitirhan din dati ng kanyang ama.

²Ito ang salaysay tungkol sa pamilya ni Jacob:

Nang 17 taong gulang si Jose, nagbabantay siya ng mga hayop kasama ng kanyang mga kapatid na mga anak ni Bilha at ni Zilpa, na mga asawa ng kanyang ama. Ipinagtapat ni Jose sa kanyang ama ang masasamang ginagawa ng kanyang mga kapatid.

³Mas mahal ni Jacobᵇ si Jose kaysa sa iba niyang mga anak, dahil matanda na siya nang isilang si Jose. Kaya itinahi niya si Jose ng maganda at mahabang damit. ⁴Pero nang napansin ng mga kapatid ni Jose na mas mahal siya ng kanilang ama kaysa sa kanila, nagalit sila kay Jose at sinabihan ito ng masasakit na salita.

⁵Isang gabi, nanaginip si Jose. Nang isalaysay niya ito sa mga kapatid niya, lalo silang nagalit sa kanya. ⁶Sapagkat ito ang isinalaysay niya, "Nanaginip ako ⁷na habang naroon tayo sa bukid na nagbibigkis ng mga uhay, bigla na lang tumayo ang ibinigkis ko at pinaikutan ito ng inyong mga ibinigkis na uhay na nakayuko."

⁸Sinabi ng kanyang mga kapatid, "Ano? Magiging hari ka at mangunguna sa amin?" Kaya lalo pa silang nagalit kay Jose.

⁹Muling nanaginip si Jose at isinalaysay naman niya sa kanyang mga kapatid. Sinabi niya, "Nanaginip ako ulit na nakita ko ang araw, ang buwan at ang 11 bituin na yumuyuko sa akin."

¹⁰Isinalaysay din ni Jose ang panaginip niya sa kanyang ama pero nagalit din ang kanyang ama sa kanya. Sinabi niya, "Ano ang ibig mong sabihin? Na kami ng iyong ina at ng mga kapatid mo ay yuyuko sa iyo?" ¹¹Nainggit ang mga kapatid ni Jose sa kanya, pero si Jacob ay sinarili na lamang ang bagay na ito.

Ipinagbili si Jose ng Kanyang mga Kapatid

¹²Isang araw, pumunta ang mga kapatid ni Jose sa Shekem para magbantay ng mga hayop ng kanilang ama. ¹³⁻¹⁴Sinabi ni Jacobᶜ kay Jose, "Ang mga kapatid mo ay naroon sa Shekem na nagpapastol ng mga hayop. Pumunta ka roon at tingnan mo kung maayos ang kalagayan ng mga kapatid mo at ng mga hayop. Bumalik ka agad at sabihin sa akin." Sumagot si Jose, "Opo ama."

Kaya mula sa Lambak ng Hebron, pumunta si Jose sa Shekem. ¹⁵Nang naroon na siyang pagala-gala sa bukid, may lalaking nagtanong sa kanya kung ano ang hinahanap niya.

¹⁶Sumagot siya, "Hinahanap ko po ang mga kapatid ko. Alam n'yo po ba kung saan sila nagpapastol?"

¹⁷Sinabi ng lalaki, "Wala na sila rito. Narinig kong pupunta raw sila sa Dotan." Kaya sinundan sila roon ni Jose at nakita niya sila sa Dotan.

¹⁸Malayo pa si Jose ay nakita na siya ng mga kapatid niya. At bago pa siya makarating, binalak na nila na patayin siya. ¹⁹Sinabi nila, "Paparating na ang mapanaginipin. Halikayo, patayin natin siya ²⁰at ihulog sa isa sa mga balon dito. Sabihin lang natin na pinatay siya ng mabangis na hayop. Tingnan nga natin kung magkakatotoo ang mga panaginip niya."

²¹Nang marinig ni Reuben ang balak nila, pinagsikapan niyang iligtas si Jose. Sinabi niya, "Huwag na lang natin siyang patayin. ²²Ihulog n'yo na lang siya rito sa balon sa ilang, pero huwag ninyo siyang papatayin." Sinabi iyon ni Reuben dahil plano na niyang iligtas si Jose at ibalik sa kanilang ama.

²³Kaya pagdating ni Jose, hinubad nila ang mahaba at magandang damit nito, ²⁴at inihulog sa balon na walang tubig.

²⁵Habang kumakain sila, may natanaw silang mga mangangalakal na Ishmaelitang nanggaling sa Gilead. Ang mga kamelyo nila ay may kargang mga sangkap, gamot at pabangong dadalhin sa Egipto.

²⁶Sinabi ni Juda sa kanyang mga kapatid, "Ano ba ang makukuha natin kung papatayin natin ang kapatid natin at ililihim ang kamatayan niya? ²⁷Ang mabuti pa siguro ipagbili natin siya sa mga Ishmaelitang iyan. Huwag natin siyang patayin dahil kapatid natin siya." Pumayag ang mga kapatid ni Juda sa sinabi niya.

²⁸Kaya pagdaan ng mga mangangalakal na Ishmaelita,ᵈ iniahon nila si Jose mula sa balon at ipinagbili nila sa halagang 20 pilak. At dinala si Jose ng mga Ishmaelita sa Egipto.

²⁹Nang bumalik si Reuben sa balon, wala na doon si Jose. Kaya pinunit niya ang kanyang damit sa lungkot. ³⁰Pagkatapos, bumalik siya sa mga kapatid niya at sinabi, "Wala na doon na nakababata nating kapatid. Paano na ako ngayon makakauwi roon kay ama?"

³¹Nagkatay sila ng kambing at isinawsaw sa dugo nito ang damit ni Jose. ³²Pagkatapos, dinala nila ang damit ni Jose sa kanilang ama at sinabi, "Nakita po namin ito. Tingnan po ninyong mabuti kung kay Jose po ito o hindi."

³³Nakilala agad ni Jacob ang damit. Sinabi niya, "Sa kanya ito! Pinatay siya ng mabangis na hayop! Tiyak na niluray-luray siya ng hayop."

ᵃ 37 ilog: o, Ilog ng Eufrates.
ᵇ 3 Jacob: sa tekstong Hebreo, Israel. Ganito rin sa 37:13-14.
ᶜ 13-14 Jacob: Tingnan ang "footnote" sa talatang 3.
ᵈ 28 Ishmaelita: sa tekstong Hebreo, Midianita. Ang mga Midianita ay posibleng isa sa mga angkan ng Ishmaelita.

³⁴ Pinunit agad ni Jacob ang kanyang damit at nagdamit ng sako *bilang pagluluksa.* Nagluksa siya nang matagal sa pagkamatay ng kanyang anak. ³⁵ Inaliw siya ng lahat ng anak niya pero patuloy pa rin ang pagdadalamhati niya. Sinabi niya, "Hayaan n'yo na lang ako! Mamamatay akong nagdadalamhati dahil sa pagkamatay ng anak ko." At nagpatuloy ang pag-iyak niya dahil kay Jose. ³⁶ Samantala, doon sa Egipto, ipinagbili ng mga Midianita*ᵃ* si Jose kay Potifar na isa sa mga opisyal ng Faraon.*ᵇ* Kapitan siya ng mga guwardya sa palasyo.

Si Juda at si Tamar

38 Nang panahon ding iyon, humiwalay si Juda sa mga kapatid niya at doon nanirahan kasama ni Hira na taga-Adulam. ² Doon nakilala ni Juda ang anak ni Shua na taga-Canaan at napangasawa niya ito. ³ Dumating ang panahon, nagbuntis ito at nanganak ng lalaki at pinangalanan ni Juda ang sanggol na Er. ⁴ Muli siyang nagbuntis at nanganak ng lalaki at pinangalanan niyang Onan. ⁵ Nagbuntis pa siya at nanganak ng lalaki at pinangalanan niyang Shela. Isinilang si Shela sa Kezib.

⁶ Si Tamar ang napili ni Juda para maging asawa ng kanyang panganay na si Er. ⁷ Pero si Er ay naging masama sa paningin ng Panginoon, kaya pinatay siya ng Panginoon.

⁸ Kaya sinabi ni Juda kay Onan, "Sipingan mo ang hipag mo dahil tungkulin mo iyan bilang kapatid ng asawa niyang namatay, para sa pamamagitan mo ay magkaroon din ng mga anak ang iyong kapatid." ⁹ Pero alam ni Onan na hindi ituturing na kanya ang magiging anak nila, kaya tuwing magsisiping sila ni Tamar, itinatapon niya sa labas ang kanyang binhi para hindi siya magkaanak para sa kanyang kapatid. ¹⁰ Masama ang ginawa ni Onan sa paningin ng Panginoon, kaya pinatay din niya ito.

¹¹ Sinabi agad ni Juda kay Tamar na kanyang manugang, "Umuwi ka muna sa iyong ama, at huwag kang mag-asawa hanggang magbinata na si Shela." Sinabi iyon ni Juda dahil natatakot siya na baka mamatay din si Shela katulad ng mga kapatid niya. Kaya umuwi muna si Tamar sa kanyang ama.

¹² Dumating ang panahon, namatay ang asawa ni Juda. Pagkatapos ng kanyang pagdadalamhati, pumunta siya sa mga manggugupit ng balahibo ng kanyang mga tupa roon sa Timnah. Kasama niyang pumunta roon ang kaibigan niyang si Hira na taga-Adulam. ¹³ May nagsabi kay Tamar na ang biyenan niya ay pupunta sa Timnah para pagupitan doon ang mga tupa nito. ¹⁴ Nang marinig iyon ni Tamar, pinalitan niya ang kanyang damit na pambalo, at tinakpan ng belo ang kanyang mukha. Naupo siya sa may pintuan ng *bayan ng* Enaim, sa tabi ng daan na papunta sa Timnah. *Plano niyang dayain si Juda* dahil hindi pa rin ibinibigay sa kanya si Shela para maging asawa niya kahit binata na ito.

¹⁵⁻¹⁶ Pagkakita ni Juda kay Tamar, hindi niya nakilala na manugang niya ito dahil may talukbong ang mukha nito. Akala niya'y isa itong babaeng

bayaran. Kaya lumapit siya sa kanya sa tabi ng daan at sinabi, "Halika, magsiping tayo."

Sumagot si Tamar, "Ano ang ibabayad mo sa akin kapag sumiping ako sa iyo?"

¹⁷ Sinabi ni Juda, "Bibigyan kita ng kambing mula sa aking mga hayop."

Sumagot si Tamar, "Papayag ako kung may ibibigay ka sa akin para makatiyak ako na babayaran mo ako hanggang maipadala mo na ang kambing."

¹⁸⁻¹⁹ Nagtanong si Juda, "Anong garantiya ang gusto mo?"

Sumagot si Tamar, "Ibigay mo sa akin ang ginagamit mong pantatak, panali at pati ang iyong tungkod." Kaya ibinigay iyon ni Juda at sumiping siya kay Tamar. Pagkatapos, umuwi si Tamar, at tinanggal niya ang talukbong sa kanyang mukha at muling isinuot ang damit na pambalo. Dumating ang panahon at nagbuntis siya.

²⁰ Hindi nagtagal, ipinahatid ni Juda ang kambing sa kaibigan niyang *si Hira* na taga-Adulam para kunin ang mga bagay na ibinigay niya kay Tamar bilang garantiya, pero hindi niya makita si Tamar. ²¹ Nagtanong si Hira sa mga lalaking taga-Enaim kung nasaan na ang babaeng bayaran, na nakaupo sa tabi ng daan.

Ngunit sumagot ang mga tao, "Wala naman kaming nakitang ganoong babae rito."

²² Kaya bumalik si Hira kay Juda at sinabi, "Hindi ko siya makita. At sinabi ng mga tao na wala naman daw ganoong babae roon."

²³ Sinabi ni Juda, "Hayaan na lang natin na itago niya ang mga ibinigay kong gamit sa kanya, dahil baka pagtawanan pa tayo ng mga tao *na naghahanap tayo sa wala.* Ganoon pa man, pinahatiran ko naman siya ng mga kambing pero hindi mo naman siya makita roon."

²⁴ Pagkalipas ng tatlong buwan, nabalitaan ni Juda na ang manugang niyang si Tamar ay nagbebenta ng dangal at nabuntis ito.

Kaya sinabi ni Juda, "Dalhin ninyo siya *sa labas ng lungsod* at sunugin."

²⁵ Pero nang ilalabas na si Tamar, ipinasabi niya kay Juda, "Narito ang pantatak, panali at pati ang tungkod. Ang may-ari nito ang ama ng sanggol na nasa sinapupunan ko. Kilalanin n'yo kung kanino ito."

²⁶ Nakilala ni Juda na kanya ang mga gamit na iyon kaya sinabi niya, "Wala siyang kasalanan. Ako ang nagkasala dahil hindi ko pinayagang mapangasawa niya ang anak kong si Shela." Hindi na muling sumiping si Juda kay Tamar.

²⁷ Nang malapit nang manganak si Tamar, nalaman niyang ang sanggol na nasa sinapupunan niya ay kambal. ²⁸ At nang nanganganak na siya, lumabas ang kamay ng isang sanggol. Tinalian ito ng manghihilot ang taling pula para malaman na ito ang unang isinilang. ²⁹ Pero ipinasok ng sanggol ang kamay nito at ang kakambal niya ang unang lumabas. Sinabi ng manghihilot, "Nakipag-unahan ka lumabas." Kaya pinangalanan ang sanggol na Perez.*ᶜ* ³⁰ Pagkatapos, lumabas din ang kakambal na may taling pula sa kamay. At pinangalanan siyang Zera.*ᵈ*

---

a 36 Midianita: posibleng isa sa mga angkan ng mga Ishmaelita.

b 36 Faraon: o, *hari ng Egipto.*

c 29 Perez: Ang ibig sabihin, *Nakipag-unahang lumabas.*

d 30 Zera: Maaaring ang ibig sabihin, *pula*

Si Jose at ang Asawa ni Potifar

39 Nang dinala na si Jose ng mga Ishmaelita sa Egipto, binili siya ni Potifar na isa sa mga opisyal ng Faraon.[a] (Si Potifar ay kapitan ng mga guwardya sa palasyo.)

[2] Ginagabayan ng PANGINOON si Jose, kaya naging matagumpay siya. Doon siya nakatira sa bahay ng amo niyang Egipcio *na si Potifar.* [3] Nakita ni Potifar na ginagabayan ng PANGINOON si Jose at pinagpapala sa lahat ng ginagawa niya, [4] kaya't panatag ang kalooban nito kay Jose. Ginawa niya ito na sarili niyang alipin at tagapamahala ng kanyang sambahayan at ng lahat ng kanyang ari-arian. [5] Mula nang panahong si Jose ang namamahala, binasbasan ng PANGINOON ang sambahayan *ni Potifar na Egipcio* at ang lahat ng ari-arian niya sa kanyang bahay at bukirin. Ginawa ito ng PANGINOON dahil kay Jose. [6] Ipinagkatiwala ni Potifar ang lahat kay Jose at wala na siyang ibang iniintindi maliban na lang sa pagpili ng kakainin niya.

Gwapo si Jose at matipuno ang katawan. [7] Hindi nagtagal, nagkagusto sa kanya ang asawa ng kanyang amo. Inakit niya si Jose para sumiping sa kanya.

[8] Pero tumanggi si Jose. Sinabi niya sa babae, "Pakinggan n'yo po ako! Ipinagkatiwala po sa akin ng amo ko ang lahat ng kanyang ari-arian kaya hindi na po siya nag-aalaa sa mga gamit dito sa kanyang sambahayan. [9] Wala na pong hihigit sa akin sa sambahayang ito. Ipinagkatiwala niya sa akin ang lahat maliban lang sa inyo dahil asawa niya kayo. Kaya hindi ko po magagawang pagtaksilan ang amo ko at magkasala sa Dios." [10] Kahit araw-araw ang pang-aakit ng babae kay Jose na sumiping sa kanya, hindi pa rin siya pumayag.

[11] Isang araw, pumasok si Jose sa bahay para magtrabaho. Nagkataon na wala kahit isang alipin sa loob ng bahay. [12] Hinawakan siya sa damit ng asawa ng amo niya at sinabi, "Sipingan mo ako!" Pero tumakbong palabas ng bahay si Jose, at naiwan ang balabal niya na hawak ng babae.

[13] Nang makita ng babae na nakalabas si Jose at hawak niya ang balabal nito, [14] tinawag niya ang kanyang mga alipin at sinabi, "Tingnan ninyo! Dinalhan tayo rito ng asawa ko ng isang Hebreo para hamakin tayo. Alam n'yo ba na pumasok siya sa silid ko para pagsamantalahan ako, pero sumigaw ako. [15] Kaya tumakbo siya palabas, at naiwan niya ang kanyang balabal."

[16] Itinago ng babae ang balabal ni Jose hanggang sa dumating ang kanyang asawa. [17] Isinalaysay niya agad sa asawa niya ang nangyari. Sinabi niya, "Ang Hebreong alipin na dinala mo rito ay gusto akong hamakin dahil pumasok siya sa silid ko *para pagsamantalahan ako.* [18] Pero tumakbo siya palabas nang sumigaw ako, at naiwan pa nga ang kanyang balabal."

[19] Nang marinig ni Potifar ang salaysay ng kanyang asawa tungkol sa ginawa ni Jose, galit na galit siya. [20] Kaya ipinadakip niya si Jose at ipinasok sa bilangguan ng hari.

Pero kahit nasa bilangguan si Jose, [21] ginagabayan pa rin siya ng PANGINOON. At dahil sa kabutihan ng PANGINOON, panatag ang loob ng tagapamahala ng bilangguan kay Jose. [22] Kaya ipinagkatiwala niya kay Jose ang pamamahala sa lahat ng bilanggo at at lahat ng gawain sa bilangguan. [23] Hindi nag-aalala ang tagapamahala ng bilangguan sa mga bagay na ipinagkatiwala niya kay Jose, dahil ginagabayan ng PANGINOON si Jose at pinagpapala sa lahat ng ginagawa niya.

Ipinaliwanag ni Jose ang Dalawang Panaginip

40 [1-2] Pagkatapos ng mga nangyaring ito, nagkasala sa Faraon[b] ang pinuno ng mga tagasilbi niya ng alak at pinuno ng mga panadero. Lubhang nagalit ang hari sa dalawa niyang opisyal na ito. [3] Kaya ipinabilanggo niya ang mga ito sa bahay ng kapitan ng mga guwardya sa palasyo kung saan naroon din si Jose nakabilanggo. [4] Si Jose ang katiwala ng kapitan ng mga guwardya na nag-aalaga sa kanila. Nagkasama sila nang matagal sa bilangguan.

[5] Isang gabi, nanaginip ang tagasilbi ng alak at ang panadero ng Faraon habang naroon sila sa bilangguan. Ang bawat isa sa kanila ay magkaiba ang panaginip at magkaiba rin ang kahulugan.

[6] Kinaumagahan, pagpunta ni Jose sa kanila, nakita niyang nanlulupaypay sila. [7] Kaya tinanong niya sila, "Bakit kayo malungkot?"

[8] Sumagot sila, "Nanaginip kasi kami pero walang makapagpaliwanag ng kahulugan nito."

Sinabi ni Jose, "Ang Dios ang nagbibigay ng kaalaman sa pagpapaliwanag ng kahulugan ng mga panaginip. Sige, sabihin n'yo sa akin kung ano ang mga panaginip ninyo."

[9] Kaya sinabi ng pinuno ng tagasilbi ng alak ang kanyang panaginip. Sinabi niya, "Nanaginip ako na may isang puno ng ubas sa aking harapan [10] at ito'y may tatlong sanga. Tumubo ito, namulaklak, at nahinog ang mga bunga. [11] Nakahawak daw ako sa saro ng Faraon at pumitas ng ubas, at piniga ko agad sa saro. Pagkatapos, ibinigay ko ang saro sa hari."

[12] Sinabi ni Jose, "Ito ang kahulugan ng panaginip mo: Ang tatlong sanga ay nangangahulugan ng tatlong araw. [13] Hindi matatapos ang tatlong araw, palalabasin ka ng Faraon sa bilangguan at pababalikin sa trabaho mo bilang tagasilbi ng kanyang alak. [14] Nawa'y alalahanin mo ako kapag nasa mabuti ka nang kalagayan. At bilang pagpapakita ng kabutihan mo sa akin, banggitin mo rin ako sa Faraon para matulungan mo ako na makalabas sa bilangguan. [15] Sapagkat ang totoo, sapilitan lang akong dinala rito mula sa lupain ng mga Hebreo, at kahit dito ay wala rin akong nagawang kasalanan para ibilanggo ako."

[16] Nang marinig ng pinuno ng mga panadero na maganda ang kahulugan ng panaginip, isinalaysay din niya ang panaginip niya kay Jose. Sinabi niya, "Nanaginip din ako na may dala-dala ako sa ulo ko na tatlong kaing na may mga laman na tinapay. [17] Ang ibabaw ng kaing ay may laman na iba't ibang uri ng tinapay para sa Faraon, pero tinuka ito ng mga ibon."

---
a 1 Faraon: o, hari ng Egipto.

b 1-2 Faraon: o, hari ng Egipto. Ganoon din sa talatang 5, 11, 13, 14, 17, 19, at 20.

¹⁸ Sinabi ni Jose, "Ito ang kahulugan ng panaginip mo: Ang tatlong kaing ay nangangahulugan ng tatlong araw. ¹⁹ Hindi matatapos ang tatlong araw, palalabasin ka ng Faraon sa bilangguan pero *ipapapatay ka niya at* ibibitin ang bangkay mo sa kahoy, at tutukain ito ng mga ibon."

²⁰ Dumating ang ikatlong araw at ito ay kaarawan ng Faraon. Kaya nagpahanda siya para sa lahat ng opisyal niya. Pinalabas niya sa bilangguan ang pinuno ng mga tagasilbi niya ng alak at ang pinuno ng mga panadero niya, at pinaharap sa kanyang mga opisyal. ²¹ Ibinalik niya ang pinuno ng mga tagasilbi ng alak sa kanyang trabaho. ²² Pero *ipinapatay niya* ang pinuno ng mga panadero, *at* ibinitin ang bangkay nito sa puno. Nangyari lahat ang sinabi ni Jose sa kanila.

²³ Pero hindi naalala ng pinuno ng mga tagasilbi ng alak si Jose.

Ipinaliwanag ni Jose ang Panaginip ng Faraon

41 Pagkalipas ng dalawang taon, nanaginip ang Faraon^a na nakatayo siya sa pampang ng Ilog ng Nilo. ² Sa kanyang panaginip, biglang may umahon na pitong maganda at matabang baka na kumakain ng damo. ³ Maya-maya pa'y may umahon din na pitong pangit at payat na baka, ⁴ nilapitan ng pitong pangit at payat na baka ang pitong maganda at matabang baka, at kinain. At nagising agad ang Faraon.

⁵ Muling nakatulog ang Faraon at nanaginip na naman. Sa kanyang panaginip, nakakita siya ng pitong uhay na mataba ang butil na sumulpot sa isang sanga. ⁶ At sa sanga ring iyon, sumulpot ang pitong uhay na payat ang butil na natuyo dahil sa *mainit na* hangin na galing sa silangan.^b ⁷ Kinain agad ng mapapayat na uhay ang pitong matatabang uhay. At nagising agad ang hari. Akala niya'y totoo iyon pero panaginip lang pala.

⁸ Kinaumagahan, litong-lito ang isip ng Faraon *tungkol sa mga panaginip niya*, kaya ipinatawag niya ang lahat ng salamangkero at matatalinong tao sa Egipto. Sinabi niya sa kanila ang mga panaginip niya, pero wala ni isa man sa kanila ang makapagpaliwanag kung ano ang kahulugan nito.

⁹ Pagkatapos, lumapit ang pinuno ng mga tagasilbi niya ng alak at nagsabi, "Naalala ko na po ngayon ang mga kasalanan ko. ¹⁰ Hindi po ba't nagalit kayo noon sa akin at sa pinuno ng mga panadero, at ipinakulong n'yo po kami sa bahay ng kapitan ng mga guwardya sa palasyo? ¹¹ Isang gabi noon, nanaginip kaming dalawa, at magkaiba po ang kahulugan ng panaginip namin. ¹² May kasama kami roon na binatang Hebreo, na alipin ng kapitan ng mga guwardya sa palasyo. Sinabi po namin sa kanya ang panaginip namin at ipinaliwanag niya sa amin ang kahulugan nito. ¹³ Nagkatotoo ang sinabi niya tungkol sa amin: Pinabalik n'yo po ako sa trabaho ko at ipinabitin ninyo sa puno ang bangkay ng kasama ko."

¹⁴ Kaya ipinatawag ng Faraon si Jose, at pinalabas siya agad sa bilangguan. Pagkatapos siyang gupitan at ahitan, nagpalit siya ng damit at pumunta sa Faraon.

¹⁵ Sinabi ng Faraon sa kanya, "Nanaginip ako pero walang makapagpaliwanag ng kahulugan nito. May nagsabi sa akin na marunong kang magpaliwanag ng kahulugan ng mga panaginip."

¹⁶ Sumagot si Jose, "Hindi po ako, Mahal na Hari, kundi ang Dios ang siyang magbibigay ng kahulugan ng mga panaginip ninyo para sa ikabubuti ninyo."

¹⁷ Sinabi ng Faraon ang panaginip niya kay Jose. Sinabi niya, "Nanaginip ako na nakatayo ako sa pampang ng Ilog Nilo. ¹⁸ Biglang may umahon na pitong maganda at matabang baka, at kumain sila ng damo. ¹⁹ Maya-maya pa'y may umahon ding pitong pangit at payat na baka. Wala pa akong nakitang baka sa buong Egipto na ganoon kapangit. ²⁰ Kinain ng mga pangit at payat na baka ang pitong matatabang baka na unang nagsiahon. ²¹ Pero pagkakain nila, hindi man lang halata na nakakain sila ng ganoon dahil ganoon pa rin sila kapapayat. At bigla akong nagising.

²² "Pero nakatulog ulit ako at nanaginip na naman. Nakakita ako ng pitong uhay na mataba ang butil na sumulpot sa isang sanga. ²³ At sa sanga ring iyon, sumulpot din ang pitong uhay na payat ang butil at natuyo dahil sa *mainit na* hangin na galing sa silangan. ²⁴ At kinain ng mga payat na uhay ang pitong matatabang butil na uhay. Sinabi ko na ito sa mga salamangkero, pero wala ni isa man sa kanila ang makapagpaliwanag ng kahulugan nito."

²⁵ Sinabi ni Jose sa Faraon, "Mahal na Hari, ang dalawang panaginip po ninyo ay iisa lang ang kahulugan. *Sa pamamagitan ng mga panaginip ninyo*, ipinapahayag sa inyo ng Dios kung ano ang kanyang gagawin. ²⁶ Ang pitong matatabang baka at pitong matatabang uhay ay parehong pitong taon ang kahulugan. ²⁷ Ang pitong payat at pangit na baka at ang pitong payat na butil na uhay na pinatigas ng *mainit na* hangin na galing sa silangan ay nangangahulugan po ng pitong taong taggutom. ²⁸ "Gaya ng sinabi ko sa inyo, Mahal na Faraon, ipinapahayag sa inyo ng Dios kung po ang kanyang gagawin. ²⁹ Sa loob po ng darating na pitong taon, magiging labis ang kasaganaan sa buong Egipto. ³⁰ Pero susundan po agad ito ng pitong taon na taggutom, at makakalimutan na ng mga tao ang naranasan nilang kasaganaan dahil ang taggutom ay nagdulot ng pinsala sa lupain ng Egipto. ³¹ Matinding taggutom po ang darating na parang hindi nakaranas ng kasaganaan ang lupain *ng Egipto*. ³² Dalawang beses po kayong nanaginip, Mahal na Faraon, para malaman n'yo na itinakda ng Dios na mangyayari ito at malapit na itong mangyari.

³³ "Kaya ngayon, Mahal na Faraon, iminumungkahi ko po na dapat kayong pumili ng isang matalinong tao para mamahala sa lupain ng Egipto. ³⁴ Maglagay din po kayo ng mga opisyal sa buong Egipto para ihanda^c ang lugar na ito sa loob

---

a 1 Faraon: o, *hari ng Egipto.* Ganito rin sa sumusunod na mga talata.

b 6 hangin na galing sa silangan: Kung nasa Israel ka, galing sa bandang silangan. Pero kung nasa Egipto ka, galing sa bandang timog.

c 34 para ihanda: o, *para mangolekta ng 20 porsiyento ng lahat ng ani.*

ng pitong taon na kasaganaan. ³⁵ Sa mga panahong iyon, ipaipon n'yo rin po sa kanila ang lahat ng *makokolekta ninyo galing sa* mga ani at sa ilalim ng inyong pamamahala, ipatago po ninyo sa kanila ang mga ani sa mga kamalig ng mga lungsod. ³⁶ Ang mga pagkaing ito ay ilalaan para sa mga tao kapag dumating na ang pitong taong taggutom sa Egipto, para hindi sila magutom."

Ginawang Tagapamahala si Jose sa Egipto

³⁷ Nagustuhan ng hari at ng kanyang mga opisyal ang mungkahi ni Jose. ³⁸ Sinabi niya sa kanyang mga opisyal, "Wala na tayong makikita pang ibang tao na kagaya ni Jose na ginagabayan ng Espiritu ng Dios."

³⁹ Kaya sinabi ng Faraon kay Jose, "Sapagkat sinabi sa iyo ng Dios ang mga bagay na ito, wala na sigurong iba pang tao na may kaalaman at pang-unawa na kagaya mo. ⁴⁰⁻⁴¹ Gagawin kita ngayon na tagapamahala ng aking kaharian at gobernador ng buong Egipto, at susunod sa iyo ang lahat ng tauhan ko. Pero mas mataas pa rin ang karapatan ko kaysa sa iyo." ⁴² Tinanggal agad ng Faraon ang kanyang singsing na pangtatak at isinuot sa daliri ni Jose. Pinasuotan niya si Jose ng *espesyal na* damit na gawa sa *telang* linen at pinasuotan ng gintong kwintas. ⁴³ Ipinagamit din niya kay Jose ang kanyang pangalawang karwahe,ᵉ at may mga tagapamalita na mauuna sa kanya na sumisigaw, "Lumuhod kayo sa gobernador!" Kaya simula noon, naging gobernador si Jose sa buong lupain ng Egipto.

⁴⁴ Sinabi pa ng Faraon kay Jose, "Ako ang hari rito sa Egipto, Pero walang sinuman ang gagawa ng kahit ano rito sa Egipto nang walang pahintulot mo." ⁴⁵ Pinangalanan niya si Jose ng Zafenat Panea. Pinag-asawa rin niya si Jose kay Asenat na anak ni Potifera na pari mula sa *lungsod ng* On. Bilang gobernador, si Jose na ang namahala sa Egipto.

⁴⁶ Si Jose ay 30 taong gulang pa lang nang magsimulang maglingkod sa Faraon. Umalis siya sa palasyo at umikot sa buong Egipto.

⁴⁷ Tunay ngang naging masagana ang ani sa loob ng pitong taong kasaganaan. ⁴⁸ At sa panahong iyon, ipinaipon ni Jose ang lahat ng *nakolekta galing sa* mga ani.ᵇ Ipinatago niya sa bawat lungsod ang mga ani na galing sa bukid sa palibot nito. ⁴⁹ Napakarami ng trigong naipon ni Jose; parang kasing dami ng buhangin sa tabing-dagat. Itinigil na lang niya ang pagtatakal nito dahil hindi na ito makayanang takalin.

⁵⁰ Bago dumating ang taggutom, ipinanganak ang dalawang anak ni Jose kay Asenat na anak ni Potifera na pari *ng lungsod* ng On. ⁵¹ Pinangalanan ni Jose ang panganay na Manaseᶜ dahil ayon sa kanya, "Dahil sa tulong ng Dios, nakalimutan ko ang mga paghihirap ko at ang *aking pananabik sa* sambahayan ng aking ama." ⁵² Pinangalanan niya ang pangalawa niyang anak na Efraim.ᵈ Sapagkat ayon sa kanya, "Dahil sa tulong ng Dios, naging masagana ako sa lugar kung saan nakaranas ako ng mga paghihirap."

⁵³ Natapos na ang pitong taong kasaganaan sa Egipto, ⁵⁴ at nagsimula na ang pitong taong taggutom katulad ng sinabi ni Jose. May taggutom sa iba't ibang lugar pero may pagkain sa buong Egipto. ⁵⁵ Dumating ang panahon na naramdaman din ng mga taga-Egipto ang taggutom, kaya humingi sila ng pagkain sa hari. Sinabi ng hari sa kanila, "Pumunta kayo kay Jose dahil siya ang magsasabi sa inyo kung ano ang gagawin ninyo."

⁵⁶ Lumaganap ang taggutom kahit saan. At dahil sa matinding taggutom sa buong Egipto, pinabuksan ni Jose ang lahat ng kamalig at pinagbilhan ng pagkain ang mga taga-Egipto. ⁵⁷ Pumunta rin sa Egipto ang halos lahat ng bansa para bumili ng pagkain kay Jose dahil matindi ang taggutom sa kanilang bansa.

Pumunta sa Egipto ang mga Kapatid ni Jose

42 Nang malaman ni Jacob na may ipinagbibiling pagkain sa Egipto, sinabi niya sa mga anak niyang lalaki, "Ano pa ang hinihintay ninyo? ² Nabalitaan ko na may ipinagbibili raw na pagkain sa Egipto kaya pumunta kayo roon at bumili para hindi tayo mamatay sa gutom."

³ Kaya lumakad ang sampung kapatid ni Jose sa Egipto para bumili ng pagkain. ⁴ Pero hindi ipinasama ni Jacob si Benjamin na nakababatang kapatid ni Jose dahil natatakot siya na baka may masamang mangyari sa kanya. ⁵ Kaya pumunta ang mga anak ni Jacobᵉ sa Egipto kasama ng mga taga-ibang lugar para bumili ng pagkain, dahil laganap na ang taggutom sa buong Canaan.

⁶ Bilang gobernador ng Egipto, tungkulin ni Jose na pagbilhan ng pagkain ang lahat ng tao. Kaya pagdating ng mga kapatid niya, yumukod sila kay Jose *bilang paggalang sa kanya*. ⁷⁻⁹ Pagkakita ni Jose sa kanila, nakilala niya agad ang mga ito pero siya'y hindi nila nakilala. Hindi lang siya nagpahalata na siya si Jose. Nagtanong siya sa kanila kung taga-saan sila.

Sumagot sila, "Taga-Canaan po kami, at pumunta po kami rito para bumili ng pagkain." Naalala agad ni Jose ang panaginip niya tungkol sa kanila *na naging dahilan kung bakit sila nagalit sa kanya*. Kaya nagsalita siya ng masasakit na salita sa kanila, "Mga espiya kayo! Pumunta kayo rito para tingnan kung ano ang kahinaan ng bansa namin."

¹⁰ Sumagot sila, "Hindi po! Hindi po kami espiya. Pumunta po kami rito para bumili ng pagkain. ¹¹ Magkakapatid po kaming lahat sa isang ama, at nagsasabi po kami ng totoo. Hindi po kami espiya."

¹² Pero sinabi ni Jose, "Hindi ako naniniwala! Pumunta kayo rito para tingnan kung ano ang kahinaan ng bansa namin."

¹³ Sumagot sila, "12 po kaming magkakapatid, at isa lang po ang aming ama na naroon ngayon sa Canaan. Ang bunso po namin ay naiwan sa kanya. Ang isa po naming kapatid ay wala na."

¹⁴ Sinabi ni Jose, "Kagaya ng sinabi ko, mga espiya talaga kayo! ¹⁵ Pero susubukan ko kayo kung totoo talaga ang mga sinasabi ninyo. Isinusumpa ko

---

ᵃ 43 *ang kanyang pangalawang karwahe:* o, *ang karwahe ng opisyal na pangalawa sa kanya.*

ᵇ 48 Tingnan ahg 47:24.

ᶜ 51 *Manase:* Maaaring ang ibig sabihin, *kinalimutan.*

ᵈ 52 *Efraim:* Maaaring ang ibig sabihin, *nagbunga o naging masagana.*

ᵉ 5 *Jacob:* sa tekstong Hebreo, *Israel.*

sa pangalan ng Faraon na hindi kayo makakaalis dito hangga't hindi ninyo maisasama ang bunsong kapatid n'yo rito. [16] Pauuwiin ang isa sa inyo para kunin ang kapatid ninyo. Ang maiiwan sa inyo'y ikukulong hanggang sa mapatunayan ninyo ang sinasabi ninyo, dahil kung hindi, talagang mga espiya nga kayo!" [17] At ipinakulong niya ang mga ito sa loob ng tatlong araw.

[18] Sa ikatlong araw, sinabi ni Jose sa kanila, "Iginagalang ko ang Dios, kaya bibigyan ko pa kayo ng pagkakataong mabuhay kung susundin lang ninyo ang iniutos ko sa inyo. [19] Kung nagsasabi kayo ng totoo, magpaiwan dito ang isa sa inyo at makakauwi kayo, at makakapagdala kayo ng pagkain para sa nagugutom ninyong pamilya. [20] Pagkatapos, dalhin n'yo rito ang bunsong kapatid ninyo para mapatunayan ko na hindi kayo nagsisinungaling at para hindi ko kayo ipapatay." At ginawa nila ito.

[21] *Habang hindi pa sila nakakaalis,* sinabi nila sa isa't isa, "Mananagot tayo sa ginawa natin sa kapatid natin. Nakita natin ang paghihirap niya nang nagmamakaawa siya sa atin, pero hindi natin siya kinaawaan. Kaya ito ang dahilan kung bakit dumating ang mga paghihirap na ito sa atin." [22] Sinabi ni Reuben, "Hindi ba't sinabi ko sa inyo noon na huwag ninyo siyang saktan? Pero hindi kayo nakinig sa akin! Kaya sinisingil na tayo ngayon sa kanyang pagkamatay." [23] Hindi nila alam na nauunawaan ni Jose ang usapan nila dahil habang nakikipag-usap siya sa kanila ay may tagapagpaliwanag siya.

[24] Lumayo muna si Jose sa kanila at umiyak. Pero hindi nagtagal, bumalik siya at nakipag-usap sa kanila. Hiniwalay niya si Simeon sa kanila at ipinagapos sa kanilang harapan.

Bumalik sa Canaan ang mga Kapatid ni Jose

[25] Pagkatapos, iniutos ni Jose na punuin ng pagkain ang mga sako ng kanyang mga kapatid at ibalik sa mga sako nila ang kani-kanilang bayad, at pabaunan sila ng kanilang mga pangangailangan sa kanilang paglalakbay. Nasunod lahat ang iniutos ni Jose. [26] Isinakay agad ng mga kapatid ni Jose ang mga sako nila sa kanilang asno at umalis.

[27] Nang nagpalipas sila ng gabi sa isang lugar, isa sa kanila ang nagbukas ng sako niya para pakainin ang kanyang asno. Pagbukas niya, nakita niya roon ang perang ibinayad niya. [28] Sumigaw siya sa kanyang mga kapatid, "Ibinalik ang ibinayad ko! Nandito sa sako ko."

Nanlupaypay silang lahat at kinabahan.[a] Nagtanungan sila, "Ano kaya itong ginawa ng Dios sa atin?"

[29] Pagdating nila sa Canaan, sinabi nila sa kanilang amang si Jacob ang lahat ng nangyari sa kanila. [30] Sinabi nila kay Jacob, "Pinagsalitaan po kami ng masasakit ng gobernador ng Egipto at pinagbintangan na mga espiya raw po kami. [31] Pero sinagot po namin siya na hindi kami espiya at nagsasabi kami ng totoo. [32] *Sinabi rin po namin na* 12 kaming magkakapatid at isa lang ang aming ama. *Sinabi rin namin na* ang isa naming kapatid ay

patay na at ang aming bunsong kapatid ay kasama po ninyo rito sa Canaan.

[33] "Pero ito po ang sinabi niya sa amin, 'Susubukan ko kayo kung totoo ang sinasabi ninyo. Magpaiwan dito ang isa sa inyo at umuwi kayo na may dalang pagkain para sa mga pamilya ninyong nagugutom. [34] Pero dalhin ninyo rito ang bunsong kapatid ninyo para malaman ko na mga tapat kayong tao at hindi kayo espiya. Pagkatapos, ibabalik ko sa inyo ang kapatid ninyong *si Simeon,* at papayagan ko kayo na pumaroo't parito sa Egipto.' "

[35] Nang ibinuhos na nila ang laman ng kanilang mga sako, nakita nila roon sa mga sako nila ang perang ibinayad nila. Nang makita ito ng kanilang ama, kinabahan silang lahat. [36] Sinabi ni Jacob sa kanila, "Gusto ba ninyong mawalan ako ng mga anak? Wala na si Jose, wala na si Simeon at ngayon gusto naman ninyong kunin si Benjamin. Hirap na hirap na ako!" [37] Sinabi ni Reuben, "Ama, ako po ang bahala sa kanya. Patayin po ninyo ang dalawa kong anak na lalaki kung hindi ko po siya maibabalik sa inyo." [38] Pero sumagot si Jacob, "Hindi ako papayag na isama ninyo ang anak ko. Namatay na ang kapatid niya at siya na lang ang naiwan. Baka may masama pang mangyari sa kanya sa daan. At sa katandaan kong ito, ikamamatay ko ang sobrang kalungkutan."

Bumalik sa Egipto ang mga Kapatid ni Jose

43 Lumala ang taggutom sa Canaan. [2] Naubos na ng pamilya ni Jacob ang pagkaing binili nila sa Egipto. Kaya inutusan ni Jacob ang mga anak niya, "Bumalik kayo roon sa Egipto at bumili ng kahit kaunting pagkain."

[3] Pero sumagot si Juda sa kanya, "Binalaan po kami ng gobernador na huwag na po kaming magpapakita sa kanya kung hindi po namin kasama ang aming kapatid *na si Benjamin.* [4] Kung pasasamahin po ninyo siya sa amin babalik kami roon para bumili ng pagkain. [5] Pero kung hindi po kayo *papayag,* hindi po kami magpapakita sa kanya kung hindi namin kasama ang aming kapatid."

[6] Sinabi ni Jacob,[b] "Bakit binigyan n'yo ako ng malaking problema? Bakit ipinagtapat n'yo pa sa gobernador na may isa pa kayong kapatid?"

[7] Sumagot sila, "Kasi po lagi niya kaming tinatanong tungkol sa pamilya natin. Nagtanong siya kung buhay pa ba ang aming ama at kung may iba pa po kaming kapatid. Kaya sinagot po namin siya. Hindi po namin inaasahan na sasabihin niya sa amin na dalhin namin sa kanya ang kapatid namin."

[8] Kaya sinabi ni Juda sa kanilang ama, "Ama, pumayag na po kayo na isama namin si Benjamin para makaalis na po kami agad *at makabili ng pagkain* para hindi po tayo mamatay lahat sa gutom. [9] Igagarantiya ko po ang buhay ko para kay Benjamin. Singilin po ninyo ako kung anuman ang mangyari sa kanya. Kung hindi po siya makakabalik sa inyo nang buhay, sisihin po ninyo ako habang buhay. [10] Kung hindi po tayo nagsayang ng panahon, dalawang beses na sana kaming nakabalik."

---

a 28 Kinabahan sila at baka pagbintangan sila na itinago nila ang pera at hindi sila nagbayad.

b 6 Jacob: sa tekstong Hebreo, *Israel.*

¹¹ Sinabi ng kanilang ama, "Kung ganoon, *umalis na kayo*. Magdala kayo sa mga sisidlan ninyo ng pinakamagandang produkto rito sa ating lugar para iregalo sa gobernador *ng Egipto:* mga gamot, pulot, pampalasa, pabango, at mga *bunga ng* pistasyo at almendro. ¹² Doblehin ninyo ang dala ninyong pera dahil dapat ninyong ibalik ang perang ibinalik sa mga sako ninyo. Baka nagkamali lang sila noon. ¹³ Isama ninyo ang kapatid ninyong *si Benjamin* at bumalik kayo agad sa gobernador *ng Egipto.* ¹⁴ Nawa'y hipuin ng Makapangyarihang Dios ang puso ng gobernador para mahabag siya sa inyo at ibalik niya sa inyo sina Simeon at Benjamin. Pero kung hindi sila makabalik, tatanggapin ko na lang nang maluwag sa kalooban ko."

¹⁵ Kaya nagdala ang magkakapatid ng mga regalo at dinoble rin nila ang dala nilang pera. Pagkatapos, umalis sila papuntang Egipto kasama si Benjamin, at nakipagkita kay Jose. ¹⁶ Pagkakita ni Jose na kasama nila si Benjamin, inutusan niya ang tagapamahalang alipin, "Dalhin mo ang mga taong ito sa bahay. Magkatay ka ng hayop at magluto, dahil magtatanghalian sila kasama ko."

¹⁷ Sinunod ng tagapamahalang alipin ang utos sa kanya. Kaya dinala niya ang magkakapatid sa bahay ni Jose. ¹⁸ Natakot ang magkakapatid nang dinala sila sa bahay ni Jose dahil inisip nila, "Baka dinala tayo rito dahil sa perang ibinalik sa mga sako natin noong una nating pagparito. Baka dakpin nila tayo, at kunin ang mga asno natin at gawin tayong mga alipin."

¹⁹ Kaya nakipag-usap sila sa tagapamahalang alipin habang nasa pintuan pa lang sila ng bahay. ²⁰ Sinabi nila, "Ginoo, sandali lang po, may sasabihin lang po kami sa inyo. Pumunta po kami rito noon para bumili ng pagkain. ²¹ *Nang papauwi na po kami,* nagpalipas kami ng gabi sa isang lugar. At doon namin binuksan ang mga sako namin at nakita po namin sa loob ang perang ibinayad namin *para sa mga pagkain.* Narito, ibinabalik na po namin. ²² Nagdala pa po kami ng karagdagang pera para bumili ng pagkain. Hindi po namin alam kung sino ang naglagay ng pera sa mga sako namin."

²³ Sumagot ang tagapamahalang alipin, "Walang anuman iyon, huwag kayong matakot. Ang inyong Dios, na Dios din ng inyong ama, ang siya sigurong naglagay ng perang iyon sa mga sako ninyo. Natanggap ko ang bayad n'yo noon." Pagkatapos, dinala niya si Simeon sa kanila.

²⁴ Pinapasok ng tagapamahalang alipin ang magkakapatid sa bahay ni Jose at binigyan ng tubig para makapaghugas sila ng kanilang mga paa. Binigyan din niya ng pagkain ang kanilang mga asno. ²⁵ Inihanda ng magkakapatid ang mga regalo nila kay Jose habang hinihintay nila ang pag-uwi nito. Sapagkat sinabihan sila na doon magtatanghalian sa bahay ni Jose.

²⁶ Pagdating ni Jose, yumukod sila sa kanyang harapan *bilang paggalang* at ibinigay nila ang kanilang mga regalo. ²⁷ Kinamusta sila ni Jose. Pagkatapos, nagtanong din siya, "Kumusta ang ama ninyong matanda na, na binanggit n'yo noon sa akin? Buhay pa ba siya?"

²⁸ Sumagot sila, "Buhay pa po si ama at mabuti pa naman po siya." Pagkatapos, yumukod silang *muli* sa kanya bilang paggalang.

²⁹ Pagkakita ni Jose kay Benjamin na kapatid niyang buo, sinabi niya, "Ito ba ang bunsong kapatid ninyo na ikinuwento n'yo noon sa akin?" Sinabi niya agad kay Benjamin, "Nawa'y pagpalain ka ng Dios." ³⁰ Pagkatapos, mabilis na lumabas si Jose dahil naiiyak na siya sa pangungulila sa kapatid niya. Pumasok siya sa kanyang silid at doon umiyak.

³¹ Pagkatapos, naghilamos siya at bumalik sa kanila na pinipigil ang kanyang nararamdaman. At nag-utos siya na ihanda na ang pagkain.

³² Iba ang mesa na kinainan ni Jose, iba rin ang kinainan ng kanyang mga kapatid, at iba rin ang sa mga Egipcio na doon din nananghalian. Sapagkat hindi kumakain ang mga Egipcio na kasama ang mga Hebreo sa isang mesa, dahil kasuklam-suklam iyon para sa kanila. ³³ Nakaharap kay Jose ang mesang inuupuan ng kanyang mga kapatid. Nagtitinginan ang magkakapatid dahil nagtaka sila na magkakasunod ang pagkakaupo nila sa mesa mula sa panganay hanggang sa bunso. ³⁴ Hinainan sila ng pagkain na galing sa mesa ni Jose pero ang ibinigay kay Benjamin na pagkain ay limang beses ang dami kaysa sa iba. Nagsikain sila at nagsiinom kasama si Jose.

Ang Nawawalang Kopa

44 Samantala, inutusan ni Jose ang tagapamahalang alipin sa kanyang bahay. Sinabi niya, "Punuin ninyo ng pagkain ang mga sako ng magkakapatid ayon sa kanilang makakaya, at ilagay sa mga sako nila ang perang ibinayad nila. ² Ilagay ninyo ang aking kopang pilak sa sako ng bunso kasama ng perang ibinayad niya sa pagkain." Ginawa ng tagapamahalang alipin niya ang sinabi ni Jose.

³ Kinabukasan, maagang umalis ang magkakapatid na dala-dala ang kanilang sako. ⁴ Hindi pa sila nakakalayo sa lungsod nang sabihin ni Jose sa kanyang tagapamahalang alipin, "Bilis, habulin mo ang mga taong iyon! At kung maabutan mo sila'y sabihin mo sa kanila, 'Bakit masama ang iginanti ninyo sa mabuting ipinakita namin sa inyo? ⁵ Bakit kinuha ninyo ang kopa na iniinuman ng aking amo at ginagamit niya sa panghuhula? Masama ang ginawa ninyong ito.' "

⁶ Naabutan ng tagapamahalang alipin ang magkakapatid at sinabi niya ito sa kanila. ⁷ Sinabi nila sa tagapamahalang alipin, "Paano po ninyo nasabi iyan? Imposibleng gawin namin ang bagay na iyan. ⁸ Alam n'yo rin na mula sa Canaan ay dinala namin pabalik sa inyo ang perang nakita namin sa aming mga sako. Kaya bakit magnanakaw pa kami ng pilak o ginto sa bahay ng amo ninyo? ⁹ Kapag nakita n'yo *ang kopa na* iyan sa isa sa amin, patayin n'yo siya at magiging alipin n'yo kami."

¹⁰ Sinabi ng tagapamahalang alipin, "Sige, Kapag nakita ko ang kopa sa isa sa inyo ay magiging alipin ko siya, at ang matitira sa inyo'y walang pananagutan."

¹¹Kaya nagmadaling ibinaba ng bawat isa ang mga sako nila at binuksan ito. ¹²Agad na hinanap ng tagapamahalang alipin ang kopa sa mga sako, magmula sa panganay hanggang sa bunso, at ang kopa ay nakita sa sako ni Benjamin. ¹³Nang makita ito ng magkakapatid, pinunit nila ang kanilang mga damit *sa sobrang kalungkutan.* Muli nilang isinakay sa asno ang mga sako nila at bumalik sa lungsod.

¹⁴Nang dumating si Juda at ang mga kapatid niya *sa Egipto,* naroon pa rin si Jose sa bahay niya. Pumasok sila sa bahay at lumuhod sa harapan ni Jose. ¹⁵Sinabi ni Jose sa kanila, "Ano ba itòng ginawa ninyo? Hindi n'yo ba alam na marunong akong manghula? *Kaya wala kayong maitatago sa akin.*"

¹⁶Sinabi ni Juda, "Mahal na Gobernador, wala na po kaming ikakatuwiran pa sa inyo, at hindi po namin masasabi na hindi kami nagkasala. Ang Dios po ang siyang naghayag ng aming kasalanan. Ngayon, lahat po kami ay alipin na ninyo—kami at ang isa na nakitaan ng kopa."

¹⁷Pero sinabi ni Jose, "Hindi ko magagawa iyan. Kung kanino lang nakita ang kopa siya lang ang magiging alipin ko. At makakauwi na kayo sa inyong ama nang matiwasay."

Nagmakaawa si Juda para kay Benjamin

¹⁸Lumapit si Juda kay Jose at sinabi, "Hinihiling ko sa inyo Mahal na Gobernador, na kung maaari, pakinggan n'yo ako. Huwag sana kayong magalit sa akin, kayo na gaya ng Faraon. ¹⁹Tinanong n'yo kami noon kung mayroon pa kaming ama at kapatid, ²⁰at sinagot po namin na may ama pa kami na matanda na, at may bunso kaming kapatid na ipinanganak sa kanyang katandaan. *Sinabi po namin na patay* na ang kapatid niya at siya na lang ang naiwan sa kanilang magkakapatid na buo, at mahal na mahal po siya ng aming ama.

²¹"Sinabi rin po namin na dadalhin namin siya sa inyo para makita n'yo rin siya. ²²Sinabi namin sa inyo na hindi maaaring iwanan ng bunsong kapatid namin ang aming ama, dahil baka ang pag-alis ng kanyang anak ang siyang ikamatay niya. ²³Pero sinabi n'yo po sa amin na huwag kaming magpapakita sa inyo kung hindi namin kasama ang aming bunsong kapatid. ²⁴Ang lahat ng ito'y sinabi namin sa aming ama noong umuwi kami.

²⁵"Hindi nagtagal, sinabi ng aming ama na muli kaming bumalik dito at bumili ng pagkain. ²⁶Pero sinabi po namin sa kanya na makakaalis lang kami kung kasama namin ang aming bunsong kapatid, dahil hindi kami maaaring magpakita sa inyo kung hindi namin kasama ang bunso namin.

²⁷"Ito ang isinagot niya sa amin, 'Alam n'yo naman na dalawa lang ang anak ko sa asawa kong si Raquel. ²⁸Ang isa'y wala na; maaaring nilurayluray siya ng mababangis na hayop. At hanggang ngayo'y hindi ko pa siya nakikita. ²⁹Kung kukunin n'yo pa ang isang ito na naiwan sa akin, at kung may mangyari sa kanya, baka mamatay ako dahil sa sobrang paghihirap ng aking kalooban.'

³⁰"Kaya, ang buhay po ng aming ama ay nakasalalay sa buhay ng kanyang anak. Kung uuwi kami na hindi namin siya kasama, ³¹tiyak na mamamatay sa kalungkutan ang aming ama na matanda na. ³²Itinaya ko ang aking buhay para sa kanyang anak. Sinabi ko po sa aking ama na kung hindi ko maibabalik sa kanya ang kanyang anak, ako ang dapat sisihin habang buhay.

³³"Kaya Mahal na Gobernador, ako na lang po ang magpapaiwan dito bilang alipin ninyo sa halip na ang kanyang anak, at payagan n'yo na lang po siyang makauwi kasama ng mga kapatid niya. ³⁴Hindi po ako pwedeng umuwi nang hindi kasama ang anak niya. Hindi ko po kayang tiisin na makita ang masamang mangyayari sa aming ama."

Nagpakilala si Jose sa Kanyang mga Kapatid

45 Hindi na mapigilan ni Jose ang kanyang sarili, kaya pinalabas niya ang kanyang mga alipin. At nang sila na lamang ang naroon, nagpakilala siya sa kanyang mga kapatid. ²Umiyak nang malakas si Jose kaya narinig ito ng mga Egipcio at ng sambahayan ng Faraon.

³Sinabi ni Jose sa kanyang mga kapatid, "Ako si Jose! Totoo bang buhay pa ang ating ama?" Pero hindi nakasagot sa kanya ang mga kapatid niya dahil natulala sila.

⁴Kaya sinabi ni Jose, "Lumapit kayo sa akin." Nang lumapit na sila, sinabi niya, "Ako si Jose na kapatid ninyo, ang ipinagbili at dinala n'yo rito sa Egipto. ⁵Ngayon, huwag kayong mag-alala at huwag ninyong sisihin ang sarili n'yo dahil ipinagbili n'yo ako rito, dahil ang Dios ang siyang nagsugo sa akin dito para iligtas ang buhay ninyo. ⁶Ikalawang taon pa lang ito ng taggutom, at may susunod pang limang taon na walang ani. ⁷Pero sinugo ako rito ng Dios para mailigtas kayo at mapanatili ang marami sa inyo rito sa mundo.

⁸"Kaya, hindi kayo ang nagpadala sa akin dito kundi ang Dios. Ginawa niya akong tagapayo ng Faraon, tagapamahala ng kanyang sambahayan at ng buong Egipto. ⁹Ngayon, magmadali kayong bumalik sa aking ama at sabihin n'yo sa kanya na ang anak niya'y ginawa ng Dios na tagapamahala ng buong Egipto. At sabihin ninyo sa kanya na pinapapunta ko siya rito sa akin sa lalong madaling panahon. ¹⁰*Sabihin n'yo rin sa kanya na* maaari siyang tumira sa lupain ng Goshen kasama ang kanyang mga anak at mga apo, mga hayop, at ang lahat ng ari-arian niya, para malapit siya sa akin. ¹¹Aalagaan ko siya rito sa Goshen dahil may darating pang limang taon na taggutom. Ayaw kong magutom siya at ang kanyang sambahayan, pati ang kanyang mga hayop."

¹²*Nagpatuloy si Jose sa pagsasalita,* "Ngayong alam n'yo na, maging ng kapatid kong si Benjamin, na talagang ako si Jose na nakikipag-usap sa inyo. ¹³Sabihin n'yo sa aking ama ang tungkol sa karangalang nakamit ko rito sa Egipto at ang lahat ng nakita ninyo *tungkol sa akin.* At dalhin n'yo siya agad dito sa akin."

¹⁴Pagkatapos, niyakap ni Jose ang kanyang kapatid na si Benjamin, umiiyak siya habang nakayakap kay Jose. ¹⁵Pagkatapos, pinaghahagkan ni Jose ang lahat ng kapatid niya at patuloy siyang umiiyak sa kanila. Pagkatapos noon ay nakipag-usap sa kanya ang mga kapatid niya.

¹⁶Nang makarating ang balita sa palasyo ng Faraon na dumating ang mga kapatid ni Jose, natuwa ang Faraon at ang kanyang mga opisyal. ¹⁷Sinabi ng Faraon kay Jose, "Sabihin mo sa mga kapatid mo na kargahan nila ng pagkain ang mga hayop nila at bumalik sa lupain ng Canaan. ¹⁸Pagkatapos, dalhin nila rito ang kanilang ama at ang kani-kanilang pamilya, dahil ibibigay ko sa kanila ang pinakamagandang lupain sa Egipto at matitikman nila ang pinakamagandang ani nito.

¹⁹"Sabihin mo rin sa kanila na magdala sila ng mga karwahe mula rito sa Egipto para masakyan ng mga asawa't anak nila *sa paglipat nila rito*. At dalhin nila rito ang kanilang ama. ²⁰Huwag na silang manghinayang sa mga ari-arian nilang *maiiwan* dahil ang magagandang bagay sa buong Egipto ay magiging sa kanila."

²¹Ginawa ito ng mga anak ni Jacob. At ayon sa utos ng Faraon, binigyan ni Jose ang mga kapatid niya ng mga karwahe at pinabaunan ng pagkain sa kanilang paglalakbay. ²²Binigyan din niya ang bawat isa sa kanila ng damit; pero ang ibinigay niya kay Benjamin ay limang damit at 300 pirasong pilak. ²³Pinadalhan din niya ang kanyang ama ng sampung asnong may mga kargang pinakamagandang ani mula sa Egipto, at sampung babaeng asno na may mga kargang trigo, tinapay at mga baon ng kanyang ama sa paglalakbay. ²⁴Nang pinaalis niya ang kanyang mga kapatid, sinabi niyang huwag silang mag-aaway sa daan.

²⁵Kaya umalis sila sa Egipto at bumalik sa kanilang ama sa Canaan. ²⁶*Pagdating nila roon,* sinabi nila sa kanilang ama na buhay pa si Jose, at siya pa nga ang tagapamahala ng buong Egipto. Natulala si Jacob; hindi siya makapaniwala. ²⁷Pero nang sinabi nila sa kanya ang lahat ng sinabi ni Jose sa kanila, at nang makita niya ang mga karwahe na ipinadala ni Jose para sa pagpunta niya sa Egipto, bigla siyang lumakas. ²⁸Sinabi ni Jacob, "Naniniwala na ako! Ang anak kong si Jose ay buhay pa. Pupuntahan ko siya bago ako mamatay."

Pumunta si Jacob sa Egipto

46 Umalis si Jacob *papuntang Egipto* kasama ang sambahayan niya na dala ang lahat ng kanyang ari-arian. Pagdating niya sa Beersheba, naghandog siya sa Dios ng ama niyang si Isaac. ²Kinagabihan, nakipag-usap ang Dios sa kanya sa pamamagitan ng isang pangitain. Tinawag ng Dios si Jacob, at sumagot si Jacob sa kanya. ³Pagkatapos, sinabi niya, "Ako ang Dios, na siyang Dios ng iyong ama. Huwag kang matakot pumunta sa Egipto, dahil gagawin ko kayong isang kilalang bansa roon. ⁴Ako mismo ang kasama mo sa pagpunta sa Egipto at muli kitang ibabalik dito *sa Canaan.* At kung mamamatay ka na, nandiyan si Jose sa iyong tabi."

⁵Pinasakay si Jacob ng mga anak niya sa karwaheng ibinigay ng Faraon para sakyan niya. Pinasakay din nila ang mga asawa't anak nila, at lumipat sila mula sa Beersheba. ⁶⁻⁷Dinala nila ang mga hayop at mga ari-ariang naipon nila sa Canaan. Dinala rin ni Jacob sa Egipto ang lahat ng kanyang lahi: ang mga anak niya at mga apo.

⁸Ito ang mga pangalan ng mga Israelitang pumunta sa Egipto:

Si Jacob, ang panganay niyang anak na si Reuben;

⁹ang mga anak ni Reuben:
sina Hanoc, Palu, Hezron at Carmi.

¹⁰Si Simeon at ang mga anak niya:
sina Jemuel, Jamin, Ohad, Jakin, Zohar at si Shaul na anak ng isang Cananea.

¹¹Si Levi at ang mga anak niya:
sina Gershon, Kohat at Merari.

¹²Si Juda at ang mga anak niya:
sina Er, Onan, Shela, Perez at Zera. (Pero si Er at Onan ay namatay sa Canaan.)
Ang mga anak ni Perez:
sina Hezron at Hamul.

¹³*Ang mga ito ay kasama rin sa Egipto:*

si Isacar at ang mga anak niyang sina Tola, Pua, Iob at Shimron.

¹⁴Si Zebulun at ang mga anak niya:
sina Sered, Elon at Jaleel.

¹⁵Sila ang 33 anak at apo ni Jacob kay Lea na ipinanganak sa Padan Aram, at hindi kabilang ang anak niyang babae na si Dina.

¹⁶*Ang mga ito ay kasama rin sa Egipto:*

si Gad at ang mga anak niyang sina Zefon, Hagi, Shuni, Ezbon, Eri, Arodi at Areli.

¹⁷Si Asher at ang mga anak niyang sina Imna, Ishva, Ishvi at Beria.
Ang kapatid nilang babae na si Sera.
Ang mga anak ni Beria na sina Heber at Malkiel.

¹⁸Sila ang 16 na anak at apo ni Jacob kay Zilpa, *ang alipin* na ibinigay ni Laban kay Lea.

¹⁹Ang mga anak ni Jacob kay Raquel:
sina Jose at Benjamin.

²⁰Ang mga anak ni Jose kay Asenat na ipinanganak sa Egipto na sina Manase at Efraim. (Si Asenat ay anak na babae ni Potifera na pari *sa lungsod* ng On.)

²¹Ang mga anak ni Benjamin:
sina Bela, Beker, Ashbel, Gera, Naaman, Ehi, Rosh, Mupim, Hupim at Ard.

²²Sila ang 14 na anak at apo ni Jacob kay Raquel.

²³*Ang mga ito ay kasama rin sa Egipto:*

si Dan at ang anak niyang si Hushim.

²⁴Si Naftali at ang mga anak niya:
sina Jahziel, Guni, Jezer at Shilem.

²⁵Sila ang pitong anak at apo ni Jacob kay Bilha, *ang alipin* na ibinigay ni Laban kay Raquel.

²⁶Ang bilang ng lahat ng anak at apo ni Jacob na pumunta sa Egipto ay 66. Hindi pa kabilang dito ang mga asawa ng kanyang mga anak. ²⁷Kasama ang dalawang anak ni Jose na ipinanganak sa Egipto, 70 ang kabuuan ng sambahayan ni Jacob na natipon sa Egipto.

²⁸*Nang hindi pa sila nakakarating sa Egipto,* inutusan ni Jacob si Juda na maunang pumunta kay Jose para ituro sa kanila ang *lugar ng* Goshen. Nang dumating na sina Jacob sa Goshen, ²⁹sumakay si

Jose sa karwahe niya at pumunta roon sa Goshen para salubungin ang kanyang ama. Nang magkita sila, niyakap ni Jose ang kanyang ama at tuloy-tuloy ang pag-iyak niya.

³⁰ Sinabi ni Jacob kay Jose, "Ngayon, handa na akong mamatay dahil nakita na kita ng buhay."

³¹ At sinabi ni Jose sa mga kapatid niya at sa buong sambahayan ng kanyang ama, "Aalis ako at sasabihin sa Faraon na narito na ang mga kapatid ko at ang buong sambahayan ng aking ama na nakatira sa Canaan. ³² Sasabihin ko rin sa kanya na nagpapastol kayo ng mga hayop, at dinala ninyo ang mga hayop ninyo at ang lahat ng ari-arian ninyo. ³³ Kaya kapag ipinatawag niya kayo at itinanong kung ano ang trabaho ninyo, ³⁴ sabihin n'yo na nagpapastol kayo ng mga hayop mula pagkabata katulad ng mga magulang ninyo, para patirahin niya kayo sa Goshen. Sapagkat nasusuklam ang mga Egipcio sa mga nagpapastol ng hayop."

47 Pagkatapos, umalis si Jose at pumunta sa Faraon *kasama ang lima sa kanyang kapatid.* Sinabi ni Jose sa hari, "Dumating na po ang aking ama at mga kapatid galing sa Canaan, at dala po nila ang mga hayop nila at ang lahat ng kanilang ari-arian. Naroon po sila ngayon sa Goshen."
² Ipinakilala niya agad sa Faraon ang lima sa kanyang kapatid.

³ Tinanong sila ng Faraon, "Ano ang trabaho ninyo?"

Sumagot sila, "Mga pastol po kami ng hayop, katulad ng mga magulang namin. ⁴ Pumunta kami rito para pansamantalang manirahan dahil matindi po ang taggutom sa Canaan, at wala na kaming mapagpastulan ng mga hayop namin. Hinihiling po namin sa inyo na kung maaari ay payagan n'yo kaming manirahan sa Goshen."

⁵ Sinabi ng Faraon kay Jose, "Ngayong dumating na ang iyong ama at mga kapatid, ⁶ nakabukas ang Egipto para sa pamilya ninyo. Patirahin sila sa Goshen, na isa sa magagandang lupain sa Egipto. Kung may mapipili ka sa kanila na mapagkakatiwalaan, gawin silang tagapagbantay ng mga hayop ko."

⁷ Dinala ni Jose ang kanyang ama sa Faraon at ipinakilala. Pagkatapos, binasbasan*ᵃ* ni Jacob ang Faraon. ⁸ Tinanong siya ng Faraon, "Ilang taon ka na?"

⁹ Sumagot siya, "130 taon. Maikli at mahirap po ang naging buhay ko rito sa lupa. Hindi ito umabot sa kahabaan ng buhay ng aking mga ninuno." ¹⁰ Pagkatapos, muli niyang binasbasan ang Faraon,*ᵇ* at umalis siya sa harapan ng Faraon.

¹¹ Ayon sa utos ng Faraon, inilagay ni Jose sa ayos ang kanyang ama at mga kapatid sa Egipto; ibinigay niya sa kanila ang lugar ng Rameses,*ᶜ* na isa sa pinakamagandang lupain sa Egipto. ¹² Sinustentuhan ni Jose ng pagkain ang kanyang ama, mga kapatid at ang buong sambahayan ng kanyang ama ayon sa dami ng kanilang mga anak.

---

a 7 binasbasan: o, *kinamusta.*

b 10 muli niyang binasbasan ang Faraon: o, *nagpaalam si Jacob sa Faraon na uuwi na siya.*

c 11 Rameses: o, *Goshen.*

---

¹³ Ngayon, malala na ang taggutom kaya wala nang pagkain kahit saan. Nanghina na ang mga tao sa Egipto at sa Canaan dahil sa gutom. ¹⁴ Tinipon ni Jose ang lahat ng perang ibinayad ng mga taga-Egipto at taga-Canaan na bumili ng pagkain, at dinala ito sa palasyo ng Faraon. ¹⁵ Dumating ang panahon na naubos na ang perang pambili ng mga taga-Egipto at ng mga taga-Canaan. Pumunta ang mga taga-Egipto kay Jose at sinabi, "Wala na po kaming pera. Kung maaari bigyan na lang ninyo kami ng pagkain dahil mamamatay na kami sa gutom."

¹⁶ Sinabi ni Jose, "Kung wala na talaga kayong pera, dalhin n'yo rito ang mga hayop ninyo at iyon ang ibayad ninyo sa pagkain ninyo." ¹⁷ Kaya dinala nila kay Jose ang kanilang mga kabayo, tupa, baka at asno, at ipinalit ito sa pagkain. Sa loob ng isang taon, sinustentuhan sila ni Jose ng pagkain kapalit ng kanilang mga hayop.

¹⁸ Pagkalipas ng isang taon, pumunta na naman ang mga tao kay Jose at nagsabi, "Hindi po maitatago sa inyo na wala na kaming pera at ang mga hayop namin ay nariyan na sa inyo. Wala na pong naiwan sa amin, maliban sa aming sarili at mga lupain. ¹⁹ Kaya tulungan n'yo po kami para hindi kami mamatay at hindi mapabayaan ang mga lupain namin. Payag po kami na maging alipin na lang ng hari at mapasakanya ang mga lupain namin para may makain lang kami. Bigyan n'yo po kami agad ng mga binhi na maitatanim para hindi kami mamatay at hindi namin mapabayaan ang mga lupain namin."

²⁰ Kaya ipinagbili ng lahat ng taga-Egipto ang mga lupain nila kay Jose dahil matindi na ang taggutom. Binili ni Jose ang lahat ng ito para sa hari, kaya ang mga lupaing iyon ay naging pag-aari ng Faraon. ²¹ Ginawa ni Jose na mga alipin ng Faraon ang mga tao sa buong Egipto. ²² Ang mga lupain lang ng mga pari ang hindi nabili ni Jose. Hindi nila kailangang ipagbili ang mga lupain nila dahil sinusustentuhan sila ng Faraon ng pagkain at ng mga pangangailangan nila.

²³ Sinabi ni Jose sa mga tao, "Ngayon na nabili ko na kayo pati ang mga lupain ninyo para sa Faraon, heto ang binhi para makapagtanim kayo. ²⁴ Kapag aani kayo, ibigay ninyo sa Faraon ang 20 porsiyento ng ani ninyo. At sa inyo na ang matitira, para may maitanim kayo at may makain ang buong sambahayan ninyo." ²⁵ Sinabi ng mga tao, "Ginoo, napakabuti po ninyong amo sa amin; iniligtas n'yo ang buhay namin. Pumapayag po kami na maging alipin ng Faraon."

²⁶ Kaya ginawa ni Jose ang kautusan sa lupain ng Egipto na ang 20 porsiyento ng ani ay para sa Faraon. Ang kautusang ito ay nagpapatuloy pa hanggang ngayon. Ang mga lupain lang ng mga pari ang hindi naging pag-aari ng Faraon.

²⁷ Tumira ang mga Israelita sa Goshen na sakop ng Egipto. Nagkaroon sila roon ng lupain at dumami pa ang lahi nila.

²⁸ Tumira si Jacob sa Egipto sa loob ng 17 taon, nabuhay siya hanggang 147 taon. ²⁹ Nang naramdaman niyang malapit na siyang mamatay, tinawag niya si Jose at sinabi, "Kung maaari, ilagay mo ang kamay mo sa pagitan ng dalawang

hita^a ko at manumpa ka na ipagpapatuloy mo ang pagpapakita ng iyong kagandahang-loob sa akin. Huwag mo akong ilibing dito sa Egipto. ³⁰Kapag namatay na ako, ilibing mo ako sa libingan ng aking mga ninuno."

Sumagot si Jose, "Gagawin ko po ang sinasabi ninyo."

³¹Sinabi ni Jacob, "Sumumpa ka sa akin." Kaya sumumpa si Jose sa kanya. Lumuhod si Jacob sa kanyang higaan *para magpasalamat sa Dios*.

Si Manase at si Efraim

48 Hindi nagtagal, may nagbalita kay Jose na may sakit ang kanyang ama. Kaya dinala niya ang dalawang anak niyang sina Manase at Efraim *at pumunta kay Jacob*. ²Nang malaman ni Jacob na dumating ang anak niyang si Jose, sinikap niyang makaupo sa higaan niya.

³Sinabi ni Jacob kay Jose, "Noong naroon pa ako sa Luz, sa lupain ng Canaan, nagpakita sa akin ang Makapangyarihang Dios at binasbasan niya ako." ⁴Sinabi niya, "Bibigyan kita ng maraming lahi para maging ama ka ng maraming tao. At ibibigay ko ang lupaing ito *ng Canaan* sa mga lahi mo at magiging kanila ito magpakailanman."

⁵*Nagpatuloy si Jacob sa pagsasalita*, "Ang dalawa mong anak na sina Efraim at Manase, na ipinanganak dito sa Egipto bago ako dumating ay ituturing kong mga anak ko. Kaya kagaya kina Reuben at Simeon, *magmumula rin sa kanila ang mga lahi ng mga Israelita*. ⁶Pero ang susunod mong mga anak ay maiiwan sa iyo at makakatanggap ng mana galing kina Efraim at Manase. ⁷Naalala ko ang pagkamatay ng iyong ina. Galing kami noon sa Padan Aram at naglalakbay sa lupain ng Canaan. Malapit na kami noon sa Efrata nang mamatay siya, kaya inilibing ko na lang siya sa tabi ng daan na papunta sa Efrata. (Ang Efrata ang tinatawag ngayon na Betlehem.)"

⁸Nang makita ni Israel^b ang mga anak ni Jose, nagtanong siya, "Sino sila?"

⁹Sumagot si Jose, "Sila po ang mga anak ko na ibinigay sa akin ng Dios dito *sa Egipto*."

Kaya sinabi ni Israel, "Dalhin sila rito sa akin para mabasbasan ko sila."

¹⁰Halos hindi na makakita si Israel dahil sa katandaan, kaya dinala ni Jose ang mga anak niya papalapit kay Israel. Niyakap sila ni Israel at hinalikan.

¹¹Sinabi ni Israel kay Jose, "Hindi na talaga ako umaasa na makikita pa kita, pero ngayon ipinahintulot ng Dios na hindi lang ikaw ang makita ko kundi pati ang mga anak mo."

¹²Kinuha agad ni Jose ang mga anak niya sa kandungan ni Israel at yumukod siya *bilang paggalang sa kanyang ama*. ¹³Pagkatapos, inilapit niyang *muli* ang mga anak niya sa lolo ng mga ito *para mabasbasan sila*. Si Efraim ay nasa kanan ni Jose, na nasa kaliwa ni Israel at si Manase ay nasa kaliwa ni Jose na nasa kanan ni Israel. ¹⁴At ipinatong ni Israel ang kanang kamay niya sa ulo ni Efraim na siyang nakababata, at ipinatong ang kaliwang kamay niya sa ulo ni Manase na siya namang nakatatanda.

¹⁵Pagkatapos, binasbasan niya ang mga ito na sinasabi,

"Nawa'y pagpalain ang mga batang ito ng
    Dios na pinaglingkuran ng aking mga
    ninuno na sina Abraham at Isaac,
    na siya ring Dios na nagbabantay sa
    akin simula nang ipinanganak ako
    hanggang ngayon.
¹⁶At nawa'y pagpalain din sila ng anghel
    na nagligtas sa akin sa lahat ng
    kapahamakan.
Nawa'y maalala ako at ang aking mga
    ninunong sina Abraham at Isaac sa
    pamamagitan nila.
At nawa'y dumami pa sila sa mundo."

¹⁷Nang makita ni Jose na ipinatong ng kanyang ama ang kanang kamay nito sa ulo ni Efraim, hindi niya ito ikinatuwa. Hinawakan niya ang kamay ng kanyang ama para ilipat kay Manase, ¹⁸At sinabi, "Ama hindi po iyan. Ito po ang panganay; ipatong po ninyo ang kanang kamay ninyo sa ulo niya."

¹⁹Pero sumagot ang kanyang ama, "Oo, alam ko anak. Ang mga lahi ni Manase ay magiging kilala ring mga bansa. Pero mas magiging kilala ang mga lahi ng nakababata niyang kapatid at magiging mas marami ang lahi nito." ²⁰Kaya ginawa niya si Efraim na nakakahigit kaysa kay Manase. At sa araw na iyon, binasbasan niya ang mga ito na nagsasabing,

"Gagamitin ng mga Israelita ang pangalan mo sa pagbabasbas. Sasabihin nila, 'Nawa'y pagpalain ka ng Dios kagaya nina Efraim at Manase.' "

²¹Kaya sinabi ni Israel kay Jose, "Malapit na akong mamatay, pero *huwag kayong mag-aalala dahil* sasamahan kayo ng Dios at pababalikin kayo sa lupain ng iyong ninuno. ²²At ikaw *Jose* ang magmamana ng Shekem, at hindi ang mga kapatid mo. Ang lupain na iyon na napasaakin dahil sa pakikipaglaban ko sa mga Amoreo sa pamamagitan ng espada at pana."

Binasbasan ni Jacob ang mga Anak Niya

49 Pagkatapos, tinawag ni Jacob ang mga anak niya, at sinabi, "Magsiparito kayo dahil sasabihin ko sa inyo kung ano ang mangyayari sa inyo sa darating na panahon.

²"Mga anak, lumapit kayo at makinig sa akin na inyong ama.

³"Ikaw Reuben, na panganay ko, ang kauna-unahang lalaki kong anak. Mas tanyag ka at mas makapangyarihan *kaysa sa iyong mga kapatid*.

⁴"Pero katulad ka ng kumukulong tubig *dahil hindi ka makapagpigil sa iyong pagnanasa*, kaya ka sumiping sa aking asawang alipin. Hindi ka na hihigit sa iba.

⁵"Kayo, Simeon at Levi na magkakampi, ginagamit ninyo ang inyong armas sa pagmamalupit sa iba.

⁶"Hindi ako sasama o dadalo sa pagtitipon ninyo dahil pumapatay kayo ng mga tao kapag galit kayo, at pinipilayan ninyo ang mga toro kapag gusto ninyo.

---

a **29** *ilagay…hita:* Tingnan ang "footnote" sa 24:2.
b **8** *Israel:* na siya ring si Jacob.

⁷ "Susumpain ko kayo dahil sa inyong galit na napakalupit. Paghihiwalayin ko kayo at ipapangalat sa Israel.

⁸ "Ikaw Juda, pupurihin ka at igagalang ng iyong mga kapatid. Tatalunin mo ang iyong mga kalaban. ⁹ Katulad ka ng batang leon na matapos hanapin ang sisilain ay bumabalik sa kanyang lungga at doon magpapahinga. At walang makakapagtangkang gumambala sa kanya. ¹⁰ Patuloy kang mamumuno, Juda. Magmumula sa mga lahi mo ang magiging mga pinuno. Kaya magbibigay ng buwis sa iyo ang mga bansa at susunod sila sa iyo. ¹¹ *Magiging sagana ang iyong lupain;* kaya kahit itali mo ang asno malapit sa pinakamagandang tanim na ubas, *hindi niya ito makakayang ubusin dahil sa dami.* At kahit ipanglaba pa ang katas ng ubas, *hindi ito mauubos.* ¹² Kaya dahil sa masaganang katas ng ubas, magniningning ang iyong mga mata at sa masaganang gatas higit na puputi ang ngipin mo.

¹³ "Ikaw Zebulun, maninirahan ka sa tabi ng dagat. Ang lupain mo ay magiging daungan ng mga sasakyang pandagat. Ang lupain mo ay aabot hanggang sa Sidon.

¹⁴ "Ikaw Isacar, katulad ka ng malakas na asno pero nagpapahinga sa tirahan ng mga tupa.ᵃ ¹⁵ Titiisin mong magpaalipin kahit pa pagpasanin ka ng mabigat at sapilitang pagtrabahuhin, basta't mabuti at sagana lang ang lupaing titirhan mo.

¹⁶ "Ikaw Dan, pangungunahan mong mabuti ang iyong mga tao bilang isa sa mga lahi ng Israel. ¹⁷ Magiging katulad ka ng makamandag na ahas sa tabi ng daan na tumutuklaw ng paa ng dumaraan na kabayo, kaya nahuhulog ang nakasakay dito."

¹⁸ *Pagkatapos, sinabi ni Jacob,* "O Panginoon, naghihintay po ako sa inyong pagliligtas."

¹⁹ *Nagpatuloy pa siya sa pagsasalita,*

"Ikaw Gad, lulusubin ka ng grupo ng mga tulisan, pero gagantihin mo sila habang tumatakas sila.

²⁰ "Ikaw Asher, magiging sagana ka sa pagkain. Aani ka ng mga pagkain na para sa mga hari.

²¹ "Ikaw Naftali, katulad ka ng pinakawalang usa na nanganganak ng magagandang supling.

²² "Ikaw Jose, katulad ka ng mailap na asno sa tabi ng bukal o sa tabi ng bangin.ᵇ ²³ Kaiinisin ka ng mga mamamana. Sa galit nila ay papanain ka nila, ²⁴ pero palagi mo rin silang papanain. At ang braso mo ay patuloy na lalakas, dahil sa tulong ng Makapangyarihang Dios ni Jacob, ang tagapagbantay at ang Bato *na kanlungan* ng Israel. ²⁵ Siya ang Makapangyarihang Dios ng iyong mga ninuno na tumutulong at nagpapala sa iyo. Bibiyayaan ka niya ng ulan at tubig sa mga bukal. At bibiyayaan ka niya ng maraming anak at hayop. ²⁶ Ngayon, marami akong pagpapala; labis pa sa kasaganaan noon ng mga sinaunang kaburulan. Nawa'y matanggap mo ang mga pagpapalang ito, Jose—ikaw na nakakahigit kaysa sa iyong mga kapatid.

²⁷ "Ikaw Benjamin, katulad ka ng asong lobo na sumisila sa umaga ng kanyang nahuli para kainin, at sa gabi ay pinaghahati-hatian ang *natirang* nasamsam."

ᵃ 14 *malakas…tupa:* o, asno na kargado na nagpapahinga.
ᵇ 22 *Ikaw Jose…bangin:* o, *Ikaw Jose, katulad ka ng tanim na malapit sa bukal, na gumagapang sa may pader.*

²⁸ Sila ang 12 anak ni Jacob na pinanggalingan ng mga lahi ng Israel. At iyon ang huling habilin ni Jacob sa bawat isa sa kanila.

Ang Pagkamatay ni Jacob

²⁹ Matapos habilinan ni Jacob ang mga anak niya. Sinabi niya, "Ngayon, sandali na lang at makakasama ko na ang mga kamag-anak ko sa kabilang buhay, ilibing n'yo ako sa libingan ng aking mga ninuno, doon sa kweba na nasa sa bukid ni Efron na Heteo. ³⁰ Ang bukid na iyon ay nasa Macpela, sa silangan ng Mamre, na sakop ng Canaan. Binili *ng lolo kong si* Abraham ang bukid na iyon kay Efron para gawing libingan. ³¹ Doon siya inilibing pati ang lola kong si Sara at *ang mga magulang kong* sina Isaac at Rebeka, at doon ko rin inilibing si Lea. ³² Ang bukid at kweba ay binili sa mga Heteo."

³³ Pagkatapos magsalita ni Jacob sa kanyang mga anak, nahiga siya at nalagutan ng hininga. At isinama siya sa kanyang mga kamag-anak *na sumakabilang buhay na.*

50 Niyakap agad ni Jose ang kanyang ama at hinalikan habang umiiyak. ² Pagkatapos, inutusan niya ang mga lingkod niyang manggagamot na embalsamohin ang kanyang ama. Kaya inembalsamo nila ito. ³ Tumagal ang pag-eembalsamo sa kanya ng 40 araw, ayon sa kinaugalian ng mga Egipcio. Nagluksa ang mga Egipcio sa loob ng 70 araw.

⁴ Nang matapos ang kanilang pagluluksa, sinabi ni Jose sa mga opisyal ng Faraon, "Kung maaari ay sabihin ninyo sa Faraon ⁵ na pahintulutan niya akong ilibing ang aking ama sa Canaan. Sapagkat bago siya namatay, ipinasumpa niya ako na ilibing ko siya sa libingan ipinagawa niya sa Canaan. Babalik din ako agad pagkatapos ng libing."

⁶ *Nang malaman ito ng Faraon,* sinabi niya kay Jose, "Tuparin mo ang ipinangako mo sa iyong ama. Umalis ka at ilibing siya."

⁷ Kaya umalis si Jose kasama ang maraming opisyal ng Faraon: ang mga tagapamahala ng palasyo at ang mga tagapamahala ng Egipto. ⁸ Kasama rin ang sambahayan ni Jose at ang sambahayan ng kanyang ama, pati ang kanyang mga kapatid. Ang naiwan sa Goshen ay ang maliliit nilang anak at ang mga hayop nila. ⁹ Kasama rin nila ang mga karwahe at mga mangangabayo. Talagang napakarami nila.

¹⁰ Pagdating nila sa giikan sa Atad, malapit sa Ilog ng Jordan, nagluksa sila roon *para kay Jacob* at labis ang kanilang pag-iyak. Labis ang kalungkutan ni Jose sa loob ng pitong araw para sa kanyang ama. ¹¹ Nang makita ng mga Cananeo ang pagdadalamhati nila sa may giikan sa Atad, sinabi nila "Labis ang pagdadalamhati ng mga Egipcio." Kaya ang lugar na iyon na malapit sa Ilog ng Jordan ay tinawag na Abel Mizraim.ᶜ

¹² Tinupad ng mga anak ni Jacob ang habilin niya sa kanila. ¹³ Sapagkat dinala nila ang bangkay nito sa Canaan at inilibing sa kweba na nasa bukid sa Macpela, sa silangan ng Mamre. Binili ni Abraham ang bukid na ito kay Efron na Heteo para gawing libingan. ¹⁴ Pagkatapos ng libing, bumalik si Jose

---

ᶜ 11 *Abel Mizraim:* Ang ibig sabihin, *ang pagdadalamhati ng mga Egipcio.*

sa Egipto kasama ang kanyang mga kapatid at ang lahat ng sumama sa paglilibing.

Ang Pangako ni Jose sa Kanyang mga Kapatid

¹⁵ Ngayong patay na ang kanilang ama, sinabi ng mga kapatid ni Jose, "Baka nagkikimkim pa ng galit sa atin si Jose at gumanti siya sa ginawa natin sa kanya." ¹⁶ Kaya nagpadala sila ng mensahe kay Jose na nagsasabi, "Nagbilin ang ama natin bago siya mamatay ¹⁷ na sabihin sa iyo na patawarin mo kami sa masamang ginawa namin sa iyo. Kaya ngayon, patawarin mo sana kami alang-alang sa Dios ng ating ama." Nang makarating ang mensahe nila kay Jose, umiyak siya.

¹⁸ Hindi nagtagal, pumunta mismo ang mga kapatid niya sa kanya. Pagdating nila, nagpatirapa sila sa harapan niya *bilang paggalang*. Pagkatapos, sinabi nila, "Handa kaming maging alipin mo."

¹⁹ Pero sumagot si Jose sa kanila, "Huwag kayong matakot. Sino ako para makialam sa plano ng Dios? ²⁰ Totoong nagplano kayo ng masama sa akin, pero plinano na ng Dios na magdulot iyon ng kabutihan na siyang nagligtas ng marami sa inyo *sa taggutom*.

²¹ Kaya huwag kayong matakot. Susustentuhan ko kayo ng pagkain pati ang mga anak ninyo." Pinangakuan sila ni Jose at nakapagbigay ito ng kaligayahan sa kanila.

Ang Pagkamatay ni Jose

²² Nanatili si Jose sa Egipto kasama ang buong sambahayan ng kanyang ama. Nabuhay siya ng 110 taon, ²³ at nakita pa niya ang mga apo niya sa tuhod sa anak niyang si Efraim at sa apo niyang si Makir na anak ni Manase. Itinuring niya bilang sariling anak ang mga anak ni Makir.

²⁴ Ngayon, sinabi ni Jose sa kanyang mga kamag-anak, "Malapit na akong mamatay, pero hindi kayo pababayaan ng Dios. Kukunin niya kayo sa lugar na ito at dadalhin sa lugar na ipinangako niya kay Abraham, Isaac at Jacob." ²⁵ Pagkatapos, pinasumpa ni Jose ang mga Israelita. Sinabi niya, "Ipangako ninyo na kung paaalisin na kayo rito ng Dios, dadalhin din ninyo ang mga buto ko sa pag-alis n'yo sa lupaing ito."

²⁶ Namatay si Jose roon sa Egipto sa edad na 110. Inembalsamo siya at inilagay sa kabaong.

EXODUS

Inapi ang mga Israelita sa Egipto

1 Ito ang mga anak na lalaki ni Jacob[a] na sumama sa kanya sa Egipto, kasama ang kanilang mga pamilya: [2] sina Reuben, Simeon, Levi, Juda, [3] Isacar, Zebulun, Benjamin, [4] Dan, Naftali, Gad, at Asher. [5] Si Jose ay matagal nang nasa Egipto. Ang bilang ng lahat ng lahi ni Jacob *na sumama sa kanya sa Egipto* ay 70.

[6] Dumating ang panahon na namatay si Jose at ang lahat ng kanyang kapatid, at lumipas na ang kanilang henerasyon [7] pero mabilis na dumami ang lahi nila. Sa sobrang dami nila, nangalat sila sa buong lupain ng Egipto.

[8] Ngayon, nagkaroon ng bagong hari ang Egipto, na walang alam tungkol kay Jose. [9] Sinabi niya sa kanyang mga mamamayan, "Tingnan ninyo. Masyado nang marami ang mga Israelita at nanganganib tayo. [10] Dahil baka magkaroon ng digmaan at kumampi sila sa mga kaaway natin, at lumaban sa atin para makaalis sa ating bansa. Kaya maghanap tayo ng paraan para hindi na sila dumami pa."

[11] Kaya naglagay sila ng mahihigpit na tao na mamamahala sa mga Israelita para pahirapan sila at pagtrabahuhin nang mabigat. Ipinagawa sa mga Israelita ang mga lungsod ng Pitom at Rameses para magkaroon dito ng mga bodega ang Faraon.[b] [12] Pero habang patuloy silang pinahihirapan, lalo naman silang dumarami at nangangalat *sa Egipto*. Kaya lalong natakot ang mga taga-Egipto sa kanila. [13] Dahil dito, lalo pa nilang pinagmalupitan ang mga Israelita. [14] Wala silang awa sa mga ito. Pinahirapan nila ang mga Israelita sa paggawa ng mga tisa at pangsemento nito, at pinagtrabaho nang matindi sa bukid.

[15] Pagkatapos, sinabi ng hari ng Egipto sa mga Hebreong kumadrona na sina Shifra at Pua, [16] "Kung magpapaanak kayo ng mga babaeng Hebreo, patayin ninyo kung lalaki ang anak, pero kung babae, huwag n'yo nang patayin." [17] Pero dahil may takot sa Dios ang mga kumadrona, hindi nila sinunod ang iniutos ng hari. Sa halip, hinahayaan nilang mabuhay ang mga sanggol na lalaki.

[18] Kaya ipinatawag ng hari ng Egipto ang mga kumadrona at tinanong, "Bakit ninyo ito ginawa? Bakit hinahayaan ninyong mabuhay ang mga sanggol na lalaki?" [19] Sumagot sila, "Ang mga babaeng Hebreo ay hindi tulad ng mga babaeng Egipcio; madali silang manganak at bago pa n'yo kami dumating, nakapanganak na sila."

[20] Kaya pinagpala ng Dios ang mga kumadrona at dumami pa nang dumami ang mga Israelita. [21] At dahil sa iginagalang ng mga kumadrona ang Dios, binigyan sila ng Dios ng sarili nilang pamilya.

[22] Nang bandang huli, nag-utos ang Faraon sa lahat ng mamamayan niya, "Itapon ninyo sa *Ilog ng Nilo* ang lahat ng bagong panganak na sanggol na lalaki *ng mga Israelita*, pero pabayaan ninyong mabuhay ang mga batang babae."

Ang Kapanganakan ni Moises

2 May isang tao mula sa lahi ni Levi na nakapag-asawa ng isang babae na galing din sa lahi ni Levi. [2] Hindi nagtagal, nagbuntis ang babae at nanganak ng isang lalaki. Nang makita niyang malusog ang sanggol, itinago niya ito sa loob ng tatlong buwan. [3] Pero nang hindi na niya maitago ang sanggol, kumuha siya ng basket na gawa sa *halaman na* papyrus at pinahiran ng alkitran. Pagkatapos, inilagay niya ang sanggol sa basket at pinalutang ito sa tubig sa tabi ng matataas na damo sa pampang ng *Ilog ng Nilo.* [4] Nakatayo naman sa di-kalayuan ang kapatid na babae ng sanggol para tingnan kung ano ang mangyayari rito.

[5] Ngayon, lumusong ang anak na babae ng Faraon sa *Ilog ng* Nilo para maligo. Habang naliligo ang prinsesa,[c] ang mga utusang babae naman niya ay naglalakad-lakad sa pampang. Nakita ng prinsesa ang basket sa matataas na damo kaya ipinakuha niya ito sa isa sa kanyang mga utusan. [6] Binuksan niya ang basket at nakita ang umiiyak na sanggol, kaya naawa siya rito. Sinabi niya, "Isa ito sa mga sanggol ng mga Hebreo."

[7] Pagkatapos, lumapit ang kapatid na babae ng sanggol sa prinsesa[d] at nagtanong, "Gusto n'yo po bang ikuha ko kayo ng isang babaeng Hebreo na magpapasuso *at mag-aalaga* sa sanggol para sa inyo?"

[8] Sumagot ang prinsesa, "Sige." Kaya umalis ang kapatid ng sanggol at pinuntahan ang kanilang ina at dinala sa prinsesa. [9] Sinabi ng prinsesa sa ina ng bata, "Dalhin mo ang sanggol na ito at pasusuhin para sa akin. *Alagaan mo siya* at babayaran kita." Kaya kinuha niya ang sanggol at inalagaan.

[10] Nang lumaki na ang sanggol, dinala siya ng kanyang ina sa prinsesa at itinuring siya ng prinsesa bilang tunay niyang anak. Pinangalanan ng prinsesa ang bata na Moises,[e] dahil sinabi niya, "Kinuha ko siya sa tubig."

Tumakas si Moises Papuntang Midian

[11] Isang araw, nang binata na si Moises, pumunta siya sa mga kadugo niya at nakita niya kung paano sila pinapahirapan. Nakita niya ang isang Egipcio na hinahagupit ang isang Hebreo na kadugo niya. [12] Luminga-linga si Moises sa paligid kung may nakatingin. At nang wala siyang nakita, pinatay niya ang Egipcio at ibinaon ang bangkay sa buhangin.

[13] Kinabukasan, bumalik siya at may nakita siyang dalawang Hebreong nag-aaway. Tinanong

---

a 1 Jacob: sa Hebreo, *Israel.*

b 11 Faraon: Ang ibig sabihin, *hari ng Egipto.*

c 5 prinsesa: sa literal, *anak na babae ng Faraon.* Ganito rin sa talatang 7, 8, 9 at 10.

d 7 prinsesa: sa literal, *anak na babae ng Faraon.* Ganito rin sa talatang 10.

e 10 Moises: Maaaring ang ibig sabihin, *kinuha.*

niya ang may kasalanan, "Bakit mo hinahagupit ang kapwa mo Hebreo?"

[14] Sumagot ang lalaki, "Sino ang naglagay sa iyo para maging pinuno at hukom namin? Papatayin mo rin ba ako katulad ng ginawa mo sa Egipcio *kahapon?*" Natakot si Moises at sinabi sa kanyang sarili, "May nakakaalam pala ng ginawa ko."

[15] Nang malaman ng Faraon ang ginawa ni Moises, tinangka niya itong patayin, pero tumakas si Moises papuntang Midian para roon manirahan. Pagdating niya sa Midian, naupo siya sa gilid ng balon. [16] Ngayon, dumating naman ang pitong anak na babae ng pari ng Midian para umigib at painumin ang mga alagang hayop ng kanilang ama. [17] May dumating doon na mga pastol at pinapaalis nila ang mga babae at ang kanilang mga hayop, pero tinulungan ni Moises ang mga babaeng anak ng pari at pinainom pa niya ang mga alaga nilang hayop.

[18] Pag-uwi ng mga babae sa ama nilang si Reuel,[a] tinanong niya sila, "Bakit parang napaaga ang pag-uwi n'yo?"

[19] Sumagot sila, "May isang Egipcio po na tumulong sa amin laban sa mga pastol. Ipinag-igib niya kami ng tubig at pinainom ang aming mga hayop."

[20] Nagtanong ang kanilang ama, "Nasaan na siya? Bakit ninyo siya iniwan? Tawagin ninyo siya at anyayahang kumain."

[21] *Tinanggap* ni Moises *ang paanyaya,* at pumayag siyang doon na tumira sa bahay ni Reuel. *Nang magtagal,* ipinakasal ni Reuel ang anak niyang si Zipora kay Moises [22] *Nagbuntis* si Zipora at nanganak ng isang lalaki, at pinangalanan ito ni Moises na Gershom,[b] dahil sinabi niya, "Dayuhan ako sa lupaing ito."

[23] Pagkalipas ng maraming taon, namatay ang hari ng Egipto. Pero patuloy pa rin ang paghihirap ng mga Israelita sa kanilang pagkaalipin. Humingi sila ng tulong at umabot sa Dios ang kanilang hinaing. [24] Narinig ng Dios ang kanilang hinaing, at inalala niya ang kanyang kasunduan kina Abraham, Isaac, at Jacob. [25] Nakita ng Dios ang kalagayan nila at naawa ang Dios sa kanila.

Ang Pagtawag kay Moises

3 Isang araw, binabantayan ni Moises ang mga hayop na biyenan niyang si Jetro[c] na pari ng Midian. Dinala ni Moises ang mga hayop malapit sa ilang at nakarating siya sa Horeb,[d] ang bundok ng Dios. [2] Nagpakita sa kanya roon ang anghel ng PANGINOON sa anyo ng naglalagablab na apoy sa isang mababang punongkahoy. Nakita ni Moises na naglalagablab ang punongkahoy pero hindi naman nasusunog. [3] Sinabi niya, "Nakapagtataka! Bakit kaya hindi iyon nasusunog? Malapitan nga at nang makita ko."

[4] Nang makita ng PANGINOON na papalapit si Moises para tumingin, tinawag siya ng Dios mula sa gitna ng mababang punongkahoy, "Moises, Moises!"

Sumagot si Moises, "Narito po ako."

[5] Sinabi ng Dios, "Huwag ka nang lumapit pa. Tanggalin mo ang iyong sandalyas, dahil banal ang lugar na kinatatayuan mo. [6] Ako ang Dios ng iyong mga ninuno, ang Dios nina Abraham, Isaac, at Jacob." *Nang marinig ito ni Moises,* tinakpan niya ang kanyang mukha, dahil natatakot siyang tumingin sa Dios.

[7] Pagkatapos, sinabi ng PANGINOON, "Nakita ko ang paghihirap ng aking mga mamamayan sa Egipto. Narinig ko ang paghingi nila ng tulong dahil sa sobrang pagmamalupit ng mga namamahala sa kanila, at naaawa ako sa kanila dahil sa kanilang mga paghihirap. [8] Kaya bumaba ako para iligtas sila sa kamay ng mga Egipcio, at para dalhin sila sa mayaman, malawak at masaganang lupain[e] na tinitirhan ngayon ng mga Cananeo, Heteo, Amoreo, Perezeo, Hiveo at mga Jebuseo. [9] Narinig ko ang paghingi ng tulong ng mga Israelita, at nakita ko kung paano sila inalipin ng mga Egipcio. [10] Kaya ipapadala kita sa Faraon para palayain ang mga mamamayan kong Israelita sa Egipto."

[11] Pero sinabi ni Moises sa Dios, "Sino po ba ako para pumunta sa Faraon at ilabas ang mga Israelita sa Egipto?"

[12] Sinabi ng Dios, "Sasamahan kita, at ito ang tanda na ako ang nagpadala sa iyo: Kapag nailabas mo na ang mga Israelita sa Egipto, sasambahin ninyo ako sa bundok na ito."

[13] Sinabi ni Moises sa Dios, "Kung sakali pong pumunta ako ngayon sa mga Israelita at sabihin ko sa kanila na ang Dios ng kanilang mga ninuno ang nagpadala sa akin para iligtas sila, at magtanong sila sa akin, 'Ano ang pangalan niya?' Ano po ang isasagot ko sa kanila?"

[14] Sumagot ang Dios kay Moises, "Ako nga ang *Dios na* ganoon pa rin.[f] Ito ang isagot mo sa kanila: 'Ang Dios na ganoon pa rin ang nagpadala sa akin.' "

[15] Sinabi pa ng Dios kay Moises, "Sabihin mo ito sa mga Israelita: 'Ang PANGINOON,[g] ang Dios ng inyong mga ninuno na sina Abraham, Isaac, at Jacob, ang nagpadala sa akin sa inyo.' Kikilalanin ako sa pangalang PANGINOON magpakailanman."

[16] *At sinabi pa ng PANGINOON kay Moises,* "Lumakad ka at tipunin ang mga tagapamahala ng Israel at sabihin mo sa kanila, 'Ang PANGINOON, ang Dios ng inyong mga ninuno na sina Abraham, Isaac, at Jacob ay nagpakita sa akin, at nagsabi na: Binabantayan ko kayo, at nakita ko ang ginawa ng mga Egipcio sa inyo. [17] Nangako ako na palalabasin ko kayo sa Egipto kung saan naghihirap kayo, at dadalhin sa maganda at masaganang lupain—ang lupain ng mga Cananeo, Heteo, Amoreo, Perezeo, Hiveo at mga Jebuseo.

[18] "Pakikinggan ka ng mga tagapamahala ng Israel. At pagkatapos, pumunta kayo ng mga tagapamahala ng Israel sa hari ng Egipto, at sabihin

---

a 18 *Reuel:* Ito ang isa pang pangalan ni Jetro. Tingnan sa 3:1.

b 22 *Gershom:* Maaaring ang ibig sabihin, *dayuhan.*

c 1 *Jetro:* Isa pang pangalan ni Reuel.

d 1 *Horeb:* o, *Sinai.*

e 8 *masaganang lupain:* sa literal, *lupain na dumadaloy ang gatas at pulot.* Ganito rin sa talatang 17.

f 14 *Ako...ganoon pa rin:* o, *Ako ay si ako nga.* (Sa Ingles, "I am who I am" o, "I will be what I will be.")

g 15 PANGINOON: Ang Hebreo nito ay maaaring nanggaling sa salitang "ehyeh" ("I am") na makikita sa talatang 14.

sa kanya, 'Nagpakita sa amin ang Panginoon, ang Dios ng mga Hebreo. Kaya kung maaari, payagan n'yo kaming umalis ng tatlong araw papunta sa disyerto para maghandog sa Panginoon naming Dios.' ¹⁹ Pero alam kong hindi kayo papayagan ng hari ng Egipto maliban na lang kung mapipilitan siya. ²⁰ Kaya parurusahan ko ang mga Egipcio sa pamamagitan ng mga himalang gagawin ko sa kanila. At pagkatapos noon, papayagan na niya kayong umalis.

²¹ "Magiging mabuti sa inyo ang mga Egipcio, at pababaunan pa nila kayo sa pag-alis ninyo. ²² Ang mga *Israelitang* babae ay manghihingi ng mga alahas na pilak at ginto at mga damit sa mga kapitbahay nila *na Egipcio* at sa mga babaeng bisita nito. At ipapasuot ninyo ang mga bagay na ito sa inyong mga anak. Sa pamamagitan nito, masasamsam ninyo ang mga ari-arian ng mga Egipcio."

Ang mga Himalang Nagpapakita ng Kapangyarihan ng Dios

4 Nagtanong si Moises, "Paano po kung hindi maniwala sa akin ang mga Israelita o makinig sa sasabihin ko? Baka sabihin nila na hindi kayo nagpakita sa akin."

² Sinabi sa kanya ng Panginoon, "Ano iyang hawak mo?"

Sumagot si Moises, "Baston*ᵃ* po."

³ Sinabi ng Panginoon, "Ihagis mo sa lupa." Kaya inihagis ni Moises ang baston at naging ahas ito. *Natakot si Moises,* kaya napatakbo siya. ⁴ Sinabi sa kanya ng Panginoon, "Hulihin mo ito sa buntot." Kaya hinuli ito ni Moises at *muling* naging baston. ⁵ Sinabi ng Panginoon, "Gawin mo ang himalang ito para maniwala sila sa ako ang Panginoon, ang Dios ng mga ninuno nilang sina Abraham, Isaac, at Jacob ay nagpakita sa iyo."

⁶ Sinabi pa ng Panginoon, "Ilagay mo ang kamay mo sa loob ng damit mo." Sinunod ito ni Moises, at nang ilabas niya ang kanyang kamay, namuti ito dahil tinubuan ng isang malubhang sakit sa balat.*ᵇ*

⁷ Sinabi ng Panginoon, "Muli mong ilagay ang kamay mo sa loob ng iyong damit." Sinunod ito ni Moises, at nang ilabas niya ito, maayos na muli ito katulad ng ibang bahagi ng kanyang katawan.

⁸ Pagkatapos, sinabi ng Panginoon, "Kung hindi sila maniwala sa unang himala, sa ikalawa'y maniniwala na sila. ⁹ Pero kung hindi pa rin sila maniwala sa iyo pagkatapos ng dalawang himala, kumuha ka ng tubig sa *Ilog ng* Nilo at ibuhos mo ito sa tuyong lupa, at magiging dugo ito."

¹⁰ Sinabi ni Moises, "Panginoon, hindi po ako magaling magsalita. Mula pa man noon, hirap na ako sa pagsasalita, kahit na ngayong nakikipag-usap kayo sa akin. Pautal-utal ako kapag nagsasalita."

¹¹ Sinabi sa kanya ng Panginoon, "Sino ba ang gumawa ng bibig ng tao? Sino ba ang may kakayahang gawing bingi o pipi? Sino ba ang nagdedesisyon na makakita o mabulag siya? Hindi ba ako, ang Panginoon? ¹² Kaya lumakad ka, dahil

a 2 Baston: Ang tinutukoy ay ang ginagamit sa pagpapastol ng tupa.

b 6 malubhang sakit sa balat: sa ibang salin, ketong. Ang salitang Hebreo nito ay ginamit sa iba't ibang uri ng sakit sa balat na itinuturing na marumi ayon sa Lev. 13.

tutulungan kita sa pagsasalita at ituturo ko sa iyo ang mga sasabihin mo."

¹³ Pero sinabi ni Moises, "O Panginoon, kung maaari po magpadala na lang kayo ng iba."

¹⁴ Nagalit nang matindi ang Panginoon kay Moises. Kaya sinabi niya, "O sige, si Aaron na lang na kapatid mo, na isang Levita ang siyang magsasalita para sa iyo. Alam kong mahusay siyang magsalita. Papunta na siya rito para makipagkita sa iyo. Matutuwa siyang makita ka. ¹⁵ Kausapin mo siya at turuan kung ano ang kanyang sasabihin. Tutulungan ko kayong dalawa sa pagsasalita, at tuturuan ko rin kayo kung ano ang gagawin ninyo. ¹⁶ Si Aaron ang magsasalita sa mga tao para sa iyo. Turuan mo siya ng mga sasabihin niya na parang ikaw ang Dios. ¹⁷ Dalhin mo ang baston mo para sa pamamagitan nito ay makagawa ka ng mga himala."

Bumalik si Moises sa Egipto

¹⁸ Bumalik si Moises sa biyenan niyang si Jetro at sinabi sa kanya, "Payagan po ninyo akong bumalik sa mga kababayan ko sa Egipto para tingnan kung buhay pa sila."

Sinabi ni Jetro, "Sige, maging maayos sana ang paglalakbay mo."

¹⁹ Bago umalis si Moises sa Midian, sinabi sa kanya ng Panginoon, "Bumalik ka na sa Egipto. Patay na ang mga gustong pumatay sa iyo." ²⁰ Kaya kinuha ni Moises ang asawa niya at mga anak na lalaki, at pinasakay sa asno at bumalik sa Egipto. Dinala rin niya ang baston *na ipinapadala sa kanya* ng Panginoon.

²¹ Sinabi ng Panginoon kay Moises, "Pagdating mo sa Egipto, gawin mo sa harapan ng Faraon ang lahat ng himalang ipinapagawa ko sa iyo. Biniyan kita ng kapangyarihang gawin iyan. Pero patitigasin ko ang puso ng hari para hindi niya payagang umalis ang mga Israelita. ²² Pagkatapos, sabihin mo sa kanya, 'Sinabi ng Panginoon na: Itinuturing ko ang Israel na panganay kong anak na lalaki, ²³ kaya iniuutos ko sa iyo na payagan mo silang umalis para makasamba sa akin, pero hindi ka pumayag. Kaya papatayin ko ang panganay mong na anak na lalaki!' "

²⁴ Nang naglalakbay na sina Moises at ang kanyang pamilya, nagpahinga sila sa isang bahay-pahingahan. Pinuntahan ng Panginoon si Moises at pinagtangkaang patayin. ²⁵⁻²⁶ Pero kumuha si Zipora ng matalim na bato at tinuli ang kanyang anak, at ang nakuha niyang balat ay idinikit niya sa paa ni Moises. At sinabi ni Zipora, "Ikaw ang duguang asawa ko." (Ang ibig sabihin ni Zipora ay may kaugnayan sa pagtutuli.) Kaya hindi pinatay ng Panginoon si Moises.

²⁷ Samantala, sinabi ng Panginoon kay Aaron, "Lumakad ka at salubungin si Moises sa disyerto." Kaya sinalubong niya si Moises sa Bundok ng Dios at hinagkan *bilang pagbati.* ²⁸ Sinabi ni Moises kay Aaron ang lahat ng iniutos ng Panginoon na sabihin niya, at ang lahat ng himalang iniutos ng Panginoon na gawin niya.

²⁹ Kaya lumakad ang dalawa, at tinipon ang lahat ng tagapamahala ng Israel. ³⁰ Sinabi sa kanila ni Aaron ang lahat ng sinabi ng Panginoon kay

Moises. At ginawa ni Moises ang mga himala sa harap ng mga tao, [31] at naniwala sila. Nang malaman nilang nagmamalasakit ang Panginoon sa kanila at nakikita niya ang mga paghihirap nila, lumuhod sila at sumamba sa Panginoon.

Nakipag-usap sina Moises at Aaron sa Hari ng Egipto

5 Pagkatapos, pumunta sina Moises at Aaron sa Faraon[a] at sinabi, "Ito ang sinasabi ng Panginoon, ang Dios ng Israel: 'Payagan mong umalis ang mga mamamayan ko, para makapagdaos sila ng pista sa ilang para sa akin.' "

[2] Sinabi ng Faraon, "Sino ba ang Panginoon para makinig ako sa kanya at payagang umalis ang mga Israelita? Hindi ko kilala ang Panginoon at hindi ko paaalisin ang mga Israelita."

[3] Sumagot sina Moises at Aaron, "Nagpakita sa amin ang Dios ng mga Israelita. Kaya kung maaari, payagan mo kaming umalis ng tatlong araw papunta sa ilang para makapaghandog kami sa Panginoon naming Dios, dahil kung hindi, papatayin niya kami sa pamamagitan ng sakit o digmaan."[b]

[4] Pero sinabi ng hari ng Egipto, "Bakit ninyo patitigilin sa pagtatrabaho ang mga tao? Bumalik na kayo sa trabaho! [5] Tingnan ninyo kung gaano kadami ang mga taong patitigilin ninyo sa pagtatrabaho."

[6] Nang araw na iyon, nag-utos ang Faraon sa mga Egipciong namamahala sa mga Israelita sa trabaho at sa mga kapatas na Israelita. Sinabi niya, [7] "Hindi na kayo magbibigay sa mga trabahador ng mga dayaming gagamitin sa paggawa ng tisa, kundi sila na mismo ang maghahanap nito. [8] Pero kailangang ganoon pa rin kadaming tisa ang gagawin nila. Mga tamad sila, iyan ang dahilan na nakikiusap silang paalisin ko sila para makapaghandog sa kanilang Dios. [9] Pagtrabahuhin pa ninyo sila nang matindi para lalo silang maging abala at mawalan ng panahong makinig sa mga kasinungalingan."

[10] Kaya pinuntahan nila ang mga Israelita at sinabi, "Nag-utos ang Faraon na hindi na namin kayo bibigyan ng dayami. [11] Kayo na ang maghahanap nito kahit saan, pero ganoon pa rin kadaming tisa ang gagawin ninyo." [12] Kaya kumalat ang mga Israelita sa buong Egipto sa pangunguha ng dayami. [13] Pinagmamadali sila ng mga namamahala sa kanila at sinasabi, "Dapat ganoon pa rin kadaming tisa ang gagawin ninyo bawat araw, kagaya ng ginagawa ninyo noong binibigyan pa kayo ng dayami." [14] Pagkatapos, hinagupit nila ang mga kapatas na Israelita at tinanong, "Bakit hindi ninyo nagawa kahapon at ngayon ang dating bilang ng mga tisang ipinapagawa sa inyo, kagaya ng ginagawa ninyo noon?"

[15] Kaya pumunta ang mga kapatas sa Faraon at nagreklamo, "Bakit ganito ang trato n'yo sa amin na inyong mga lingkod? [16] Hindi kami binibigyan ng dayami, pero pinipilit kaming gumawa ng ganoon pa rin kadaming tisa. Binubugbog pa kami, gayong ang mga tauhan ninyo ang mali!"

[17] Sinabi ng Faraon, "Napakatatamad ninyo! Iyan ang dahilan kung bakit nakikiusap kayong paalisin ko kayo para makapaghandog kayo sa Panginoon. [18] Bumalik na kayo sa inyong mga trabaho n'yo! Hindi kayo bibigyan ng dayami pero ganoon pa rin kadaming tisa ang gagawin ninyo."

[19] Dahil sa ipinilit ng Faraon na gawin nila ang dami ng tisang ipinapagawa sa kanila araw-araw. Napag-isip-isip ng mga kapatas na Israelita na mahihirapan sila. [20] Pagkagaling nila sa Faraon, nakita nila sina Moises at Aaron na naghihintay sa kanila. [21] Sinabi nila kina Moises at Aaron, "Parusahan sana kayo ng Panginoon. Dahil sa inyo nagalit sa amin ang Faraon at ang mga tauhan niya. Magiging dahilan nila ang ginawa ninyo para patayin kami."

Ang Pangako ng Dios na Ililigtas ang mga Israelita

[22] Bumalik si Moises sa Panginoon at nanalangin, "O Panginoon, bakit n'yo po pinahihirapan ang inyong mga mamamayan? Bakit pa ninyo ako isinugo sa kanila? [23] Mula nang sinabi ko sa Faraon ang mensahe ninyo, lalo pa niyang pinagmalupitan ang inyong mga mamamayan, at hindi n'yo man lang sila iniligtas."

6 Sinabi ng Panginoon kay Moises, "Makikita mo ngayon kung ano ang gagawin ko sa Faraon. Dahil sa kapangyarihan ko, papayagan niyang umalis kayo sa bayan niya. Itataboy pa nga niya kayo."

[2] Sinabi pa ng Dios kay Moises, "Ako ang Panginoon. [3] Nagpakita ako kina Abraham, Isaac, at Jacob bilang Makapangyarihang Dios, pero hindi ko ipinakilala sa kanila ang pangalan kong Panginoon. [4] Gumawa ako ng kasunduan sa kanila, na ibibigay ko sa kanila ang lupain ng Canaan kung saan sila naninirahan bilang mga dayuhan. [5] Narinig ko ang hinaing ng mga Israelita na inaalipin ng mga Egipcio at inalala ko ang kasunduan ko sa kanila.

[6] "Kaya sabihin mo sa mga Israelita: 'Ako ang Panginoon. Palalayain ko kayo sa pagkaalipin sa Egipto. Sa pamamagitan ng aking kapangyarihan, matinding parusa ang ibibigay ko sa mga Egipcio, at ililigtas ko kayo sa pagkaalipin. [7] Ituturing ko kayong mga mamamayan at ako'y magiging Dios ninyo. At malalaman ninyo na ako ang Panginoon na inyong Dios na nagligtas sa inyo sa pagkaalipin sa Egipto. [8] Dadalhin ko kayo sa lupaing ipinangako kong ibibigay kina Abraham, Isaac, at Jacob. Ibibigay ko ito sa inyo bilang pag-aari ninyo. Ako ang Panginoon.' "

[9] Sinabi ito ni Moises sa mga Israelita pero hindi sila naniwala sa kanya dahil nawalan na sila ng pag-asa sa sobrang pagpapahirap sa kanila bilang mga alipin.

[10] Sinabi ng Panginoon kay Moises, [11] "Lumakad ka at sabihin sa Faraon na hari ng Egipto na payagan na niyang umalis ang mga Israelita sa bayan niya."

[12] Pero sinabi ni Moises sa Panginoon, "Kung ang mga Israelita nga po'y hindi nakikinig sa akin, ang Faraon pa kaya? Lalo na't hindi ako magaling magsalita!"

[13] Sinabi ng Panginoon kina Moises at Aaron, "Sabihin ninyo sa mga Israelita at sa Faraon na hari

---

a 1 Faraon: o, hari ng Egipto. Ganito rin sa sumusunod na mga talata.
b 3 digmaan: sa literal, espada.

ng Egipto na inutusan ko kayong pangunahan ang mga Israelita para lumabas ng Egipto."

Ang mga Ninuno nina Moises at Aaron

¹⁴Ito ang mga ninuno ng mga sambahayan na nagmula sa lahi ng Israel:

Ang mga anak na lalaki ni Reuben, na panganay na anak ni Israel ay sina Hanoc, Palu, Hezron at Carmi. Sila at ang mga pamilya nila ay ang mga angkan na nagmula kay Reuben.

¹⁵Ang mga anak na lalaki ni Simeon ay sina Jemuel, Jamin, Ohad, Jakin, Zohar at Shaul. (Si Shaul ang anak ni Simeon sa isang Cananea.) Sila at ang mga pamilya nila ay ang mga angkan na nagmula kay Simeon.

¹⁶Ang mga anak na lalaki ni Levi ayon sa kasaysayan ng lahi niya ay sina Gershon, Kohat at Merari. Nabuhay si Levi ng 137 taon.

¹⁷Ang mga anak na lalaki ni Gershon ay sina Libni at Shimei.

¹⁸Ang mga anak na lalaki ni Kohat ay sina Amram, Izar, Hebron at Uziel. Nabuhay si Kohat ng 133 taon.

¹⁹Ang mga anak na lalaki ni Merari ay sina Mahli at Mushi. Ang mga angkan nila ay nagmula kay Levi ayon sa kasaysayan ng lahi niya.

²⁰Napangasawa ni Amram si Jochebed na kapatid ng kanyang ama. Ang kanilang mga anak na lalaki ay sina Aaron at Moises. Nabuhay si Amram ng 137 taon.

²¹Ang mga anak na lalaki ni Izar ay sina Kora, Nefeg at Zicri.

²²Ang mga anak na lalaki ni Uziel ay sina Mishael, Elzafan at Sitri.

²³Napangasawa ni Aaron si Elisheba na anak ni Aminadab at kapatid ni Nashon. Ang mga anak nilang lalaki ay sina Nadab, Abihu, Eleazar at Itamar.

²⁴Ang mga anak na lalaki ni Kora ay sina Asir, Elkana at Abiasaf. Sila at ang mga pamilya nila ay ang mga angkan nagmula kay Kora.

²⁵Si Eleazar na anak ni Aaron ay nakapag-asawa ng isa sa mga anak na babae ni Putiel. Ang kanilang anak na lalaki ay si Finehas.

Sila ang mga ninuno ng pamilyang nagmula kay Levi.

²⁶Ang Aaron at Moises na nabanggit sa listahang ito ay ang Aaron at Moises na inutusan ng PANGINOON na manguna sa pagpapalaya ng bawat lahi ng Israel sa Egipto. ²⁷Sila ang nakipag-usap sa Faraon na hari ng Egipto na palayain ang mga Israelita sa Egipto.

Inutusan ng PANGINOON si Aaron na Magsalita para kay Moises

²⁸Nang nakikipag-usap ang PANGINOON kay Moises sa Egipto, ²⁹sinabi niya kay Moises, "Ako ang PANGINOON. Sabihin ninyo sa Faraon na hari ng Egipto ang lahat ng sinabi ko sa iyo."

³⁰Pero sinabi ni Moises sa PANGINOON, "Hindi po ako magaling magsalita, kaya hindi makikinig ang Faraon sa akin."

7 Sinabi ng PANGINOON kay Moises, "Makinig ka! Gagawin kitang parang Dios sa Faraon.

Makikipag-usap ka sa kanya sa pamamagitan ng kapatid mong si Aaron. ²Sabihin mo kay Aaron ang lahat ng sinabi ko sa iyo at ipasabi mo ito sa kanya sa Faraon. Sasabihin niya sa Faraon na palayain ang mga Israelita sa kanyang bayan. ³Pero patitigasin ko ang puso ng Faraon at kahit na gumawa pa ako ng maraming himala at mga kamangha-manghang bagay sa Egipto, ⁴hindi siya makikinig sa iyo. Pagkatapos, parurusahan ko nang matindi ang Egipto, at palalayain ko ang bawat lahi ng Israel na mga mamamayan ko. ⁵Kapag naparusahan ko na ang mga Egipcio at napalabas na ang mga Israelita sa kanilang bansa, malalaman nilang ako ang PANGINOON."

⁶Sinunod nila Moises at Aaron ang iniutos ng PANGINOON sa kanila. ⁷Si Moises ay 80 taong gulang at si Aaron ay 83 naman nang makipag-usap sila sa Faraon.

⁸Sinabi ng PANGINOON kina Moises at Aaron, ⁹"Kapag sinabi ng Faraon na gumawa kayo ng himala, sabihin mo Moises kay Aaron, 'Ihagis mo ang baston sa harap ng Faraon,' at magiging ahas ito."

¹⁰Kaya pumunta sina Moises at Aaron sa Faraon at ginawa ang sinabi ng PANGINOON. Inihagis ni Aaron ang baston niya sa harap ng Faraon at ng kanyang mga opisyal, at naging ahas ito. ¹¹Ipinatawag naman ng Faraon ang kanyang matatalinong tao at mga salamangkero. Sa pamamagitan ng kanilang salamangka, nagawa rin nila ang ganoong himala. ¹²Inihagis ng bawat isa sa kanila ang mga baston nila at naging ahas din ang mga ito. Pero nilunok ng ahas ni Aaron ang mga ahas nila. ¹³Pero nagmatigas pa rin ang puso ng Faraon at hindi siya nakinig kina Moises at Aaron, gaya na rin ng sinabi ng PANGINOON.

Naging Dugo ang Tubig sa Ilog Nilo

¹⁴Sinabi ng PANGINOON kay Moises, "Matigas pa rin ang puso ng Faraon; hindi niya pinaalis ang mga mamamayan ng Israel. ¹⁵Kaya puntahan mo bukas ng umaga ang Faraon habang papunta siya sa Ilog Nilo. Dalhin mo ang baston na naging ahas at makipagkita ka sa kanya sa pampang ng ilog. ¹⁶Sabihin mo sa kanya, 'Inutusan po ako ng PANGINOON, ang Dios ng mga Hebreo, na sabihin ito sa inyo: Paalisin mo ang mamamayan ko para makasamba sila sa akin sa ilang. Pero hanggang ngayon, hindi mo ito sinusunod. ¹⁷Ako, ang PANGINOON ay nagsasabing, sa pamamagitan ng gagawin ko, malalaman mo na ako ang PANGINOON. Sa pamamagitan ng bastong ito, hahampasin ko ang tubig ng Nilo at magiging dugo ang tubig. ¹⁸Mamamatay ang mga isda, at babaho ang ilog, at hindi na makakainom dito ang mga Egipcio.' "

¹⁹Sinabi pa ng PANGINOON kay Moises, "Sabihin mo kay Aaron na iunat niya ang kanyang baston sa lahat ng tubig ng Egipto: sa mga ilog, sapa, kanal at sa lahat ng pinag-iipunan ng tubig, at magiging dugo ang lahat ng ito. Ganito ang mangyayari sa buong lupain ng Egipto. Kahit na ang mga tubig sa mga sisidlan kahoy o bato ay magiging dugo."

²⁰Sinunod nila Moises at Aaron ang iniutos ng PANGINOON. Habang nakatingin ang Faraon at ang

kanyang mga opisyal, itinaas ni Aaron ang kanyang baston at hinampas ang Ilog ng Nilo, at naging dugo ang tubig. ²¹ Namatay ang mga isda at bumaho ang ilog, kaya hindi nakainom ang mga Egipcio. Naging dugo ang lahat ng tubig sa Egipto.

²² Nagawa rin ito ng mga Egipciong salamangkero sa pamamagitan ng kanilang salamangka, kaya nagmatigas pa rin ang puso ng Faraon. Hindi pa rin siya nakinig kila Moises at Aaron, gaya ng sinabi ng PANGINOON. ²³ Bumalik ang Faraon sa palasyo niya at hindi pinansin ang nangyari. ²⁴ Naghukay ang mga Egipcio sa palibot ng ilog para makakuha ng tubig na inumin dahil hindi nila mainom ang tubig sa ilog.

Ang Salot na mga Palaka

²⁵ Pagkaraan ng pitong araw mula nang hampasin ng PANGINOON ang *Ilog ng Nilo sa pamamagitan ni Aaron.*

8 Sinabi ng PANGINOON kay Moises, "Puntahan mo ang Faraon at sabihin mo sa kanya, 'Ito ang sinasabi ng PANGINOON: Paalisin mo ang mga mamamayan ko para makasamba sila sa akin. ² Kung hindi mo sila paaalisin, pupunuin ko ng mga palaka ang iyong bansa. ³ Mapupuno ng palaka ang *Ilog ng* Nilo at papasok ito sa palasyo mo, sa kwarto at kahit sa higaan mo. Papasok din ang mga ito sa bahay ng mga opisyal at mga mamamayan mo, at pati sa mga pugon at sa pinagmamasahan ng harina. ⁴ Tatalunan ka ng mga palaka pati na ang mga mamamayan at ang lahat ng opisyal mo.' "

⁵ Sinabi pa ng PANGINOON kay Moises, "Sabihin mo kay Aaron na iunat niya ang kanyang baston sa mga ilog, sapa, at mga kanal, at mapupuno ng palaka ang buong Egipto."

⁶ Kaya iniunat ni Aaron ang kanyang baston sa mga tubig ng Egipto, at lumabas ang mga palaka at napuno ang buong Egipto. ⁷ Pero ginawa rin ito ng mga salamangkero sa pamamagitan ng kanilang salamangka. Napalabas din nila ang mga palaka sa *tubig ng* Egipto.

⁸ Ipinatawag ng Faraon sina Moises at Aaron, at sinabi sa kanila, "Manalangin kayo sa PANGINOON na tanggalin niya ang mga palakang ito sa aking bansa, at paaalisin ko ang mga kababayan n'yo para makapaghandog sila sa PANGINOON."

⁹ Sinabi ni Moises sa Faraon, "Sabihin mo sa akin kung kailan ako mananalangin para sa inyo, sa mga opisyal at sa mga mamamayan mo, para mawala ang mga palakang ito sa inyo at sa mga bahay ninyo. At ang matitira na lang na palaka ay ang mga nasa *Ilog ng* Nilo."

¹⁰ Sumagot ang Faraon, "*Ipanalangin mo ako bukas.*"

Sinabi ni Moises, "Matutupad ito ayon sa sinabi n'yo, para malaman n'yo na walang ibang katulad ng PANGINOON naming Dios. ¹¹ Mawawala ang lahat ng palaka sa inyo maliban sa nasa *Ilog ng* Nilo."

¹² Pag-alis nila Moises at Aaron sa harap ng Faraon, nanalangin si Moises sa PANGINOON na alisin na ang mga palaka na ipinadala niya sa Egipto. ¹³ At ginawa ng PANGINOON ang ipinakiusap ni Moises. Namatay ang mga palaka sa mga bahay, mga hardin at sa mga bukid. ¹⁴ Tinipon ito ng mga

Egipcio at ibinunton, dahil dito'y bumaho ang buong Egipto. ¹⁵ Pero nang makita ng Faraon na wala na ang mga palaka, nagmatigas na naman siya, at ayaw niyang makinig kina Moises at Aaron, gaya ng sinabi ng PANGINOON.

Ang Salot na mga Lamok

¹⁶ Sinabi ng PANGINOON kay Moises, "Sabihin mo kay Aaron na ihampas niya ang kanyang baston sa lupa, at magiging lamok^a ang mga alikabok sa buong lupain ng Egipto." ¹⁷ Sinunod nila ito, kaya nang hampasin ni Aaron ng kanyang baston ang lupa, naging lamok ang mga alikabok sa buong lupain ng Egipto. At dumapo ang mga ito sa mga tao at mga hayop. ¹⁸ Tinangka rin ng mga salamangkero na gayahin ito sa pamamagitan ng kanilang salamangka pero nabigo sila. Patuloy na nagsidapo ang mga lamok sa mga tao at mga hayop.

¹⁹ Sinabi ng mga salamangkero sa Faraon, "Ang Dios ang may gawa nito!" Pero matigas pa rin ang puso ng Faraon, at hindi siya nakinig *kina Moises at Aaron,* gaya ng sinabi ng PANGINOON.

Ang Salot na mga Langaw

²⁰ Sinabi ng PANGINOON kay Moises, "Bumangon ka nang maaga bukas at abangan mo ang Faraon habang papunta siya sa ilog. Sabihin mo sa kanya na ito ang sinasabi ko, 'Paalisin mo ang mga mamamayan ko para makasamba sila sa akin. ²¹ Kung hindi mo sila paaalisin, padadalhan kita ng maraming langaw, pati na ang mga opisyal at mga mamamayan mo. Mapupuno ng mga langaw ang mga bahay ninyo, at matatabunan ng mga ito ang lupa. ²² Pero hindi ito mararanasan sa lupain ng Goshen kung saan naninirahan ang mga mamamayan ko; hindi dadapo ang mga langaw sa lugar na iyon, para malaman nila na akong PANGINOON ay nasa lupaing iyon. ²³ Hindi magiging pareho ang trato ko sa mga mamamayan ko at sa iyong mga mamamayan. Ang himalang ito ay mangyayari bukas.' "

²⁴ Nagpadala nga ang PANGINOON ng maraming langaw sa palasyo ng Faraon at sa mga bahay ng kanyang mga opisyal, at naminsala ang mga ito sa buong lupain ng Egipto.

²⁵ Kaya ipinatawag ng Faraon sina Moises at Aaron, at sinabi, "Sige, maghandog na kayo sa Dios ninyo, pero rito lang sa Egipto."

²⁶ Sumagot si Moises, "Hindi pwedeng dito kami maghandog sa Egipto, dahil ang mga handog namin sa PANGINOON naming Dios ay kasuklam-suklam sa mga Egipcio. At kung maghahandog kami ng mga handog na kasuklam-suklam sa kanila, siguradong babatuhin nila kami. ²⁷ Kailangang umalis kami ng tatlong araw papunta sa ilang para maghandog sa PANGINOON naming Dios, gaya ng iniutos niya sa amin."

²⁸ Sinabi ng Faraon, "Papayagan ko kayong maghandog sa PANGINOON na inyong Dios sa ilang pero huwag kayong lalayo. Ngayon, ipanalangin ninyo ako."

²⁹ Sumagot si Moises, "Pag-alis ko rito, mananalangin ako sa PANGINOON. At bukas,

---

a 16 lamok: o, *kuto.*

mawawala ang mga langaw sa inyo, at sa mga opisyal at mamamayan mo. Pero siguraduhin mo na hindi mo na kami lolokohing muli at pipigilang umalis para maghandog sa Panginoon."

³⁰ Umalis sila Moises at nanalangin sa Panginoon, ³¹ at ginawa ng Panginoon ang pakiusap ni Moises. Umalis ang mga langaw sa lahat ng Egipcio. Walang natira kahit isa. ³² Pero nagmatigas pa rin ang Faraon at hindi niya pinaalis ang mga Israelita.

Ang Salot sa mga Hayop

9 Sinabi ng Panginoon kay Moises, "Puntahan mo ang Faraon at sabihin sa kanya, 'Ito ang sinasabi ng Panginoon, ang Dios ng mga Hebreo: Paalisin mo ang mga mamamayan ko para makasamba sila sa akin. ² Kung hindi mo sila paaalisin, ³ padadalhan ko ng nakamamatay na sakit ang mga hayop mo na nasa bukid—kabayo, asno, kamelyo, baka, tupa at kambing. ⁴ Hindi magiging pareho ang trato ko sa mga hayop ng mga Israelita at sa mga hayop ng mga Egipcio, at walang mamamatay sa mga hayop ng mga Israelita.' "

⁵⁻⁶ Ipinaalam ng Panginoon na gagawin niya ito kinabukasan, at nangyari nga. Namatay ang lahat ng hayop ng mga Egipcio, pero walang namatay ni isa man lang sa mga hayop ng mga Israelita. ⁷ Nagpadala ang Faraon ng mga tao at nalaman niya na walang namatay kahit isa sa mga hayop ng mga Israelita. Pero matigas pa rin ang puso niya at hindi pinaalis ang mga Israelita.

Ang Salot na mga Bukol

⁸ Sinabi ng Panginoon kina Moises at Aaron, "Kumuha kayo ng ilang dakot ng abo sa pugon at isasaboy ito ni Moises sa hangin sa harap ng Faraon. ⁹ Kakalat ang mga abo sa buong Egipto, at dahil dito tutubuan ng mga bukol ang katawan ng mga tao at mga hayop."

¹⁰ Kaya kumuha ng abo sa pugon sila Moises at Aaron, at tumayo sa harap ng Faraon. Isinaboy ito ni Moises sa hangin, at tinubuan ng mga bukol ang mga tao at mga hayop. ¹¹ Kahit na ang mga salamangkero ay hindi makaharap kay Moises dahil tinubuan din sila ng mga bukol katulad ng lahat ng Egipcio. ¹² Pero pinatigas ng Panginoon ang puso ng Faraon, at hindi siya nakinig kina Moises at Aaron, gaya ng sinabi ng Panginoon kay Moises.

Ang Pag-ulan ng Yelo

¹³ Pagkatapos, sinabi ng Panginoon kay Moises, "Bumangon ka nang maaga bukas at puntahan mo ang Faraon, at sabihin sa kanya, 'Ito ang sinasabi ng Panginoon, ang Dios ng mga Hebreo: Paalisin mo ang mga mamamayan ko para makasamba sila sa akin. ¹⁴ Dahil kung hindi, magpapadala ako ng matinding salot na magpaparusa sa iyo, sa mga opisyal at mga mamamayan mo para malaman mo na wala akong katulad sa buong mundo. ¹⁵ Kahit noon pa, kaya ko kitang patayin pati na ang mga mamamayan mo sa pamamagitan ng karamdaman, at wala na sana kayo ngayon. ¹⁶ Pero pinayagan kitang mabuhay dahil dito: para makita mo ang kapangyarihan ko at para makilala ang pangalan

ko sa buong mundo. ¹⁷ Pero nagyayabang ka pa rin sa mamamayan ko, at hindi mo pa rin sila pinapayagang umalis. ¹⁸ Kaya bukas, sa ganito ring oras, magpapaulan ako ng mga yelong parang bato, at ang lakas ng pagbagsak nito'y hindi pa nararanasan ng Egipto mula nang maging bansa ito. ¹⁹ Kaya iutos mo ngayon na isilong ang lahat ng hayop mo at ang lahat ng alipin mo na nasa bukid, dahil ang sinumang nasa labas, tao man o hayop ay mamamatay kapag tinamaan ng mga yelong parang bato.' "

²⁰ Natakot ang ibang mga opisyal ng Faraon sa sinabi ng Panginoon, kaya nagmadali silang isilong ang mga alipin at mga hayop nila. ²¹ Pero may ilan na binalewala ang babala ng Panginoon; pinabayaan lang nila ang mga hayop at alipin nila sa labas.

²² Sinabi ng Panginoon kay Moises, "Itaas mo ang baston mo sa langit para umulan ng mga yelong parang bato sa buong Egipto—sa mga tao, mga hayop at sa lahat ng pananim." ²³ Kaya itinaas niya ang kanyang baston, at nagpadala ang Panginoon ng kulog, mga yelo na parang bato, at kidlat. Ang mga yelong pinaulan ng Panginoon sa lupain ng Egipto ²⁴ ang pinakamatindi mula nang maging bansa ang Egipto. Habang umuulan, patuloy naman ang pagkidlat. ²⁵ Namatay lahat ng hayop at mga tao na naiwan sa labas, at pati na ang mga halaman at punongkahoy. ²⁶ Tanging sa Goshen lang hindi umulan ng yelo kung saan nakatira ang mga Israelita.

²⁷ Ipinatawag ng Faraon sila Moises at Aaron. Sinabi niya sa kanila, "Sa pagkakataong ito, inaamin ko na nagkasala ako. Tama ang Panginoon, at ako at ang mga mamamayan ko ang mali. ²⁸ Pakiusapan ninyo ang Panginoon na itigil na niya ang matinding kulog na ito at ang pag-ulan ng yelo. Paaalisin ko na kayo, hindi na kayo dapat pang manatili rito."

²⁹ Sumagot si Moises, "Kapag nakalabas na ako ng lungsod, itataas ko ang aking kamay sa Panginoon *para manalangin*. At titigil ang kulog at hindi na uulan ng yelo, para malaman mo na pag-aari ng Panginoon ang mundo. ³⁰ Pero alam kong ikaw at ang mga opisyal mo ay hindi pa rin natatakot sa Panginoong Dios."

³¹ (Nasira ang mga pananim na flax^a at sebada,^b dahil aanihin na noon ang sebada at namumulaklak na ang flax. ³² Pero hindi nasira ang mga trigo^c dahil hindi pa aanihin ang mga ito.)

³³ Umalis si Moises sa harapan ng Faraon at lumabas ng lungsod. Itinaas niya ang kanyang kamay sa Panginoon *para manalangin* at huminto ang kulog, ang pag-ulan ng yelong parang bato at ang ulan. ³⁴ Pagkakita ng Faraon na huminto na ang ulan, ang yelo at ang kulog, muli siyang nagkasala. Nagmatigas siya at ang mga opisyal niya. ³⁵ Sa pagmamatigas niya, hindi niya pinaalis ang mga Israelita, gaya ng sinabi ng Panginoon kay Moises.

---

a 31 flax: halaman na ginagawang telang linen.

b 31 sebada: ang butil na ito ay ginagawang tinapay at inumin.

c 32 mga trigo: Ang salitang Hebreo nito ay tumutukoy sa dalawang klase ng trigo.

Ang Salot na mga Balang

10 Sinabi ng PANGINOON kay Moises, "Puntahan mo ang Faraon dahil pinatigas ko ang puso niya at ng mga opisyal niya, para patuloy kong maipakita sa kanila ang aking mga himala. ² At para maikuwento ninyo sa mga anak at apo ninyo kung paano ko pinarusahan ang mga Egipcio at kung paano ako gumawa ng mga himala sa kanila. Sa ganitong paraan, malalaman nilang ako ang PANGINOON."

³ Kaya pumunta sina Moises at Aaron sa Faraon at sinabi sa kanya, "Ito ang sinasabi ng PANGINOON, ang Dios ng mga Hebreo, 'Hanggang kailan ka pa ba magmamataas sa akin? Paalisin mo ang mamamayan ko para makasamba sila sa akin. ⁴ Kung hindi mo sila paaalisin, magpapadala ako ng mga balang sa bansa mo bukas. ⁵ Sa sobrang dami nila, hindi na makikita ang lupa. Kakainin nila ang mga pananim na hindi nasira ng pag-ulan ng yelo, maging ang lahat ng punongkahoy. ⁶ Mapupuno ng balang ang iyong palasyo at ang mga bahay ng mga opisyal at mga mamamayan mo. Wala pang ganitong pangyayari sa kasaysayan ng Egipto mula nang dumating ang inyong mga ninuno hanggang ngayon.' " Nang masabi ito ni Moises, umalis na siya.

⁷ Sinabi ng mga opisyal ng Faraon sa kanya, "Hanggang kailan n'yo pa ba hahayaan ang kalamidad na ito na magparusa sa atin? Paalisin n'yo na po ang mga Israelita, para makasamba na sila sa PANGINOON na kanilang Dios. Hindi n'yo ba naiisip na nasalanta na ang Egipto?"

⁸ Kaya pinabalik sina Moises at Aaron sa Faraon. Sinabi ng Faraon sa kanila, "Maaari na kayong umalis para makasamba kayo sa PANGINOON na inyong Dios. Pero sabihin n'yo sa akin kung sino ang isasama ninyo sa pag-alis."

⁹ Sumagot si Moises, "Aalis kaming lahat, bata at matanda. Dadalhin namin ang aming mga anak at mga hayop, dahil lahat kami ay magdaraos ng pista para sa PANGINOON."

¹⁰ Sinabi ng Faraon *nang may pang-iinsulto*, "Sana'y samahan kayo ng PANGINOON kung palalakarin ko kayo at ang pamilya ninyo! Malinaw na masama ang intensyon ninyo *dahil tatakas kayo*. ¹¹ Hindi ako papayag! Ang mga lalaki lang ang aalis para sumamba sa PANGINOON kung iyan ang gusto ninyo." At pinalayas sina Moises at Aaron sa harapan ng Faraon.

¹² Sinabi ng PANGINOON kay Moises, "Itaas mo ang iyong baston sa Egipto para dumating ang mga balang, at kainin ng mga ito ang mga naiwang pananim na hindi nasira nang umulan ng yelo."

¹³ Kaya itinaas ni Moises ang kanyang baston, at nagpadala ang PANGINOON ng hangin mula sa silangan buong araw at gabi. Kinaumagahan, nagdala ang hangin ng napakaraming balang ¹⁴ at dumagsa ito sa buong Egipto. Hindi pa kailanman nagkaroon ng pagsalakay ng mga balang tulad nito sa buong Egipto at hindi na magkakaroon pang muli. ¹⁵ Dumagsa ang mga ito sa buong Egipto hanggang sa mangitim ang lupa. Kinain ang mga naiwang pananim na hindi nasira ng mga yelo, pati ang lahat ng bunga ng mga puno. Walang naiwang pananim sa buong Egipto.

¹⁶ Agad na ipinatawag ng Faraon sina Moises at Aaron, at sinabi, "Nagkasala ako sa PANGINOON na inyong Dios at sa inyo. ¹⁷ Patawarin n'yo akong muli, at manalangin kayo sa PANGINOON inyong Dios na tanggalin niya sa akin ang nakakamatay na salot na ito."

¹⁸ Umalis si Moises at nanalangin sa PANGINOON. ¹⁹ Sumagot ang PANGINOON sa pamamagitan ng pagpapadala ng malakas na hangin galing sa kanluran, at inilipad nito ang mga balang sa Dagat na Pula. At wala ni isang balang na naiwan sa Egipto. ²⁰ Pero pinatigas pa rin ng PANGINOON ang puso ng Faraon, at hindi niya pinaalis ang mga Israelita.

Ang Salot na Kadiliman

²¹ Sinabi ng PANGINOON kay Moises, "Itaas mo ang iyong kamay sa langit para mabalot ng kadiliman ang buong Egipto." ²² Kaya itinaas ni Moises ang kamay niya sa langit, at nagdilim sa buong Egipto sa loob ng tatlong araw. ²³ Walang lumabas na mga *Egipcio* sa kani-kanilang bahay dahil hindi nila makita ang isa't isa. Pero may liwanag sa lugar na tinitirhan ng lahat ng mga Israelita.

²⁴ Ipinatawag ng Faraon si Moises at sinabi, "Sige, sumamba na kayo sa PANGINOON. Dalhin ninyo pati na ang inyong pamilya, pero iwan ninyo ang mga hayop."

²⁵ Pero sumagot si Moises, "Kailangan naming dalhin ang mga hayop namin para makapag-alay kami ng mga handog na sinusunog para sa PANGINOON naming Dios. ²⁶ Dadalhin namin ang mga hayop namin; walang maiiwan kahit isa sa kanila. Sapagkat hindi namin alam kung anong hayop ang ihahandog namin sa PANGINOON. Malalaman lang namin ito kapag naroon na kami."

²⁷ Pero pinatigas ng PANGINOON ang puso ng Faraon, at hindi niya sila pinaalis. ²⁸ Sinabi ng Faraon kay Moises, "Umalis ka sa harapan ko! Huwag ka na ulit magpapakita sa akin, dahil kung makikita pa kita, ipapapatay kita."

²⁹ Sumagot si Moises, "Kung iyan ang gusto mo, hindi na ako muling magpapakita sa iyo."

Ang Kamatayan ng mga Panganay na Lalaki sa Egipto

11 Sinabi ng PANGINOON kay Moises, "Padadalhan ko ng isa pang salot ang Faraon at ang Egipto. Pagkatapos nito, paaalisin na niya kayo. Itataboy pa niya kayo dahil gusto niyang makaalis agad kayo. ² Sabihin mo sa mga Israelita, lalaki man o babae, na humingi sila ng mga alahas na pilak at ginto sa mga kapitbahay nila *na Egipcio*." ³ (Niloob ng PANGINOON na maging mabait ang mga Egipcio sa mga Israelita. At iginalang si Moises ng mga opisyal ng Faraon at ng mga mamamayan ng Egipto.)

⁴ Kaya sinabi ni Moises sa Faraon, "Ito ang sinasabi ng PANGINOON: 'Dadaan ako sa Egipto mga bandang hatinggabi, ⁵ at mamamatay ang lahat ng panganay na lalaki sa Egipto, mula sa panganay ng Faraon na papalit sa kanyang trono, hanggang sa panganay ng pinakamababang aliping babae.

Mamamatay din ang lahat ng panganay ng mga hayop. [6] Maririnig ang matinding iyakan sa buong Egipto na hindi pa nangyayari kailanman at hindi na mangyayari pang muli. [7] Pero magiging tahimik ang mga Israelita; kahit tahol ng aso'y walang maririnig.' Sa pamamagitan nito, malalaman ninyo na iba ang pagtrato ng PANGINOON sa mga Israelita at sa mga Egipcio. [8] Lahat ng iyong mga opisyal ay lalapit sa akin na nakayuko at magsasabi, 'Umalis ka na at isama mo ang mga mamamayang sumusunod sa iyo!' Pagkatapos nito, aalis na ako." At umalis si Moises sa harapan ng galit na galit na Faraon.

[9] Sinabi noon ng PANGINOON kay Moises, "Hindi maniniwala ang Faraon sa iyo, para marami pang himala ang magawa ko sa Egipto." [10] Ginawa nila Moises at Aaron ang mga himalang ito sa harap ng Faraon, pero pinatigas ng PANGINOON ang puso ng Faraon, at hindi pinayagan ng Faraon na umalis ang mga Israelita sa kanyang bansa.

Ang Paglampas ng Anghel

12 Sinabi ng PANGINOON kina Moises at Aaron doon sa Egipto, [2] "Mula ngayon, ang buwan na ito ang magiging unang buwan ng taon para sa inyo. [3] Ipaalam ninyo sa buong kapulungan ng Israel na sa ikasampung araw ng buwan na ito, maghahanda ang bawat pamilya ng isang tupa o kambing. [4] Kung maliit lang ang isang pamilya at hindi makakaubos ng isang tupa, maghati sila ng kapitbahay niya. Hatiin nila ito ayon sa dami nila at ayon sa makakain ng bawat tao. [5] Kailangang piliin ninyo ang lalaking kambing o tupa na isang taon pa lang at walang kapintasan. [6] Alagaan ninyo ito hanggang sa dapit-hapon nang ika-14 na araw ng buwan. Ito ang panahon na kakatayin ng buong kapulungan ng Israel ang mga hayop. [7] Pagkatapos, kunin ninyo ang dugo nito at ipahid sa ibabaw at sa gilid ng hamba ng mga pintuan ng mga bahay na kakainan ninyo ng mga tupa. [8] Sa gabing iyon, ang kakainin ninyo'y ang nilitsong tupa, mapapait na gulay at tinapay na walang pampaalsa. [9] Huwag ninyong kakainin nang hilaw o nilaga ang karne kundi litsunin ninyo ito nang buo kasama ang ulo, paa at mga lamang-loob. [10] Ubusin ninyo ito, at kung may matira kinaumagahan, sunugin ninyo. [11] Habang kumakain kayo, handa na dapat kayo sa pag-alis. Isuot ninyo ang inyong mga sandalyas at hawakan ang inyong mga baston, at magmadali kayong kumain. Ito ang Pista ng Paglampas ng Anghel na ipagdiriwang ninyo bilang pagpaparangal sa akin.

[12] "Sa gabing iyon, dadaan ako sa Egipto at papatayin ko ang lahat ng panganay na lalaki *ng mga Egipcio* pati na ang panganay ng kanilang mga hayop. Parurusahan ko ang lahat ng dios ng Egipto. Ako ang PANGINOON. [13] Ang dugong *ipinahid ninyo sa hamba* ng pintuan ninyo ang magiging tanda na nakatira kayo roon. Kapag nakita ko ang dugo, lalampasan ko ang bahay ninyo, at walang salot na sasapit sa inyo kapag pinarusahan ko ang Egipto.

[14] "Dapat ninyong tandaan ang araw na ito magpakailanman. Ipagdiwang ninyo ito taun-taon bilang pista ng pagpaparangal sa akin. Ang tuntuning ito'y dapat ninyong sundin hanggang sa mga susunod pang henerasyon. [15] Sa loob ng pitong araw, kakain kayo ng tinapay na walang pampaalsa. Sa unang araw, alisin ninyo ang lahat ng pampaalsa sa bahay ninyo, dahil ang sinumang kumain ng tinapay na may pampaalsa mula sa una hanggang sa ikapitong araw ay hindi ituturing na kabilang sa Israel. [16] Sa una at sa ikapitong araw, magtipon kayo para sumamba sa akin. Huwag kayong magtatrabaho sa araw na iyon, maliban na lamang sa paghahanda ng pagkain na kakainin ninyo. Ito lang ang gagawin ninyo.

[17] "Ipagdiwang ninyo ang Pista ng Tinapay na Walang Pampaalsa, dahil magpapaalala ito sa inyo ng araw na inilabas ko ang bawat lahi ninyo mula sa Egipto. Ipagdiwang ninyo ito magpakailanman bilang tuntunin na dapat sundin hanggang sa mga susunod pang henerasyon. [18] Simulan ninyong ipagdiwang ito sa dapit-hapon ng ika-14 na araw ng unang buwan hanggang sa dapit-hapon ng ika-21 araw. Kakain kayo ng tinapay na walang pampaalsa. [19] Sa loob ng pitong araw, dapat walang makitang pampaalsa sa bahay ninyo. Ang sinumang kumain ng tinapay na may pampaalsa, katutubo *na Israelita* man o hindi ay ituturing na hindi na kabilang sa mamamayan ng Israel. [20] Huwag na huwag kayong kakain ng tinapay na may pampaalsa *sa panahon ng pista*, saan man kayo nakatira."

[21] Pagkatapos, ipinatawag ni Moises ang lahat ng tagapamahala ng Israel at sinabi, "Sabihin ninyo sa lahat ng pamilya na kumuha sila ng tupa o kambing at katayin nila para ipagdiwang ang Pista ng Paglampas ng Anghel. [22] Patuluin ninyo ang dugo nito sa mangkok. Pagkatapos, kumuha kayo ng mga sanga ng isopo at isawsaw ito sa dugo, at ipahid sa ibabaw at gilid ng hamba ng pintuan ninyo. At walang lalabas sa mga bahay ninyo hanggang umaga. [23] Dahil dadaan ang PANGINOON sa Egipto para patayin ang mga *panganay na lalaki ng mga* Egipcio. Pero kapag nakita ng PANGINOON ang dugo sa ibabaw at sa gilid ng hamba ng mga pintuan *ninyo*, lalampasan lang niya ang mga bahay ninyo at hindi niya papayagan ang Mamumuksa na pumasok sa mga bahay ninyo at patayin *ang inyong mga panganay na lalaki.*

[24] "Ang tuntuning ito'y dapat ninyong sundin at ng inyong mga salinlahi magpakailanman. [25] Ipagpatuloy pa rin ninyo ang seremonyang ito kapag nakapasok na kayo sa lupaing ipinangako ng PANGINOON na ibibigay sa inyo. [26] Kapag nagtanong ang mga anak ninyo kung ano ang ibig sabihin ng seremonyang ito, [27] ito ang isasagot ninyo: Pista ito ng Paglampas ng Anghel bilang pagpaparangal sa PANGINOON, dahil nilampasan lang niya ang mga bahay ng mga Israelita sa Egipto nang patayin niya ang mga Egipcio."

Pagkatapos magsalita ni Moises, yumukod at *mga Israelita at sumamba sa PANGINOON.* [28] At sinunod nila ang iniutos ng PANGINOON kina Moises at Aaron.

[29] Nang hatinggabing iyon, pinatay ng PANGINOON ang lahat ng panganay na lalaki sa Egipto mula sa panganay ng Faraon, na tagapagmana ng kanyang trono, hanggang sa panganay ng mga bilanggo na nasa bilangguan. Pinatay din niya ang lahat ng panganay ng hayop. [30] Nang gabing iyon, nagising ang Faraon at ang

kanyang mga opisyal, at ang lahat ng Egipcio. At narinig ang matinding iyakan sa Egipto, dahil walang bahay na hindi namatayan.

³¹Nang gabi ring iyon, ipinatawag ng Faraon sila Moises at Aaron at sinabi, "Umalis na kayo! Lisanin na ninyo ang aking bansa. Umalis na kayo at sumamba sa Panginoon, gaya ng ipinapakiusap ninyo. ³²Dalhin ninyo ang mga hayop ninyo, gaya rin ng pakiusap ninyo at umalis kayo. Pero *ipanalangin ninyo na kaawaan ako ng inyong Dios.*"

³³Pinagmadali ng mga Egipcio ang mga Israelita na umalis sa kanilang bansa, dahil sabi nila, *"Kung hindi kayo aalis,* mamamatay kaming lahat!" ³⁴Kaya dinala ng mga Israelita ang mga minasa nilang harina na walang pampaalsa na nakalagay sa lalagyan. Ibinalot nila ito sa mga damit nila at pinasan. ³⁵Sinunod ng mga Israelita ang sinabi sa kanila ni Moises na humingi sa mga Egipcio ng mga alahas na pilak at ginto, at mga damit. ³⁶Niloob ng Panginoon na maging mabuti ang mga Egipcio sa mga Israelita, kaya ibinigay ng mga Egipcio ang mga hinihingi nila. Sa ganitong paraan, nasamsam nila ang mga ari-arian ng mga Egipcio.

³⁷Naglakbay ang mga Israelita mula Rameses papuntang Sucot. Mga 600,000 lahat ang lalaki, hindi pa kabilang dito ang mga babae at mga bata. ³⁸Marami ring mga dayuhan ang sumama sa kanila at marami silang dinalang hayop. ³⁹*Nang huminto sila para kumain,* nagluto sila ng tinapay na walang pampaalsa mula sa minasang harina na dala nila galing sa Egipto. Hindi ito nalagyan ng pampaalsa dahil pinagmadali sila ng mga Egipcio na umalis at wala na silang panahong hintayin pa ang pag-alsa ng minasang harina.

⁴⁰Nanirahan ang mga Israelita sa Egipto nang 430 taon. ⁴¹Sa huling araw ng 430 taon, umalis sa Egipto ang buong mamamayan ng Panginoon. ⁴²Nang gabing umalis ang mga Israelita sa Egipto, binantayan sila ng Panginoon buong gabi. Kaya katulad ng gabing iyon taun-taon, magpupuyat ang lahat ng mga Israelita bilang pagpaparangal sa Panginoon at gagawin nila ito hanggang sa mga susunod pang henerasyon.

Ang mga Tuntunin tungkol sa Pista ng Paglampas ng Anghel

⁴³Sinabi ng Panginoon kina Moises at Aaron, "Ito ang mga tuntunin tungkol sa Pista ng Paglampas ng Anghel:

"Hindi dapat kumain ang mga dayuhan ng mga pagkaing inihanda sa pistang ito. ⁴⁴Makakakain ang lahat ng aliping binili kung natuli sila, ⁴⁵pero hindi maaaring kumain ang mga upahang trabahador at ang mga dayuhan.

⁴⁶"Dapat itong kainin sa loob ng bahay kung saan ito inihanda; hindi dapat ilabas ang karne sa bahay, at huwag babaliin ang buto nito. ⁴⁷Dapat itong ipagdiwang ng buong mamamayan ng Israel. ⁴⁸"Kung may dayuhan na naninirahang kasama ninyo na gustong makipagdiwang ng Pista ng Paglampas ng Anghel sa pagpaparangal sa Panginoon, kailangang tuliin ang lahat ng lalaki sa sambahayan niya. At maaari na siyang makasama sa pagdiriwang bilang isang katutubong

Israelita. Pero hindi maaaring makipagdiwang ang taong hindi natuli. ⁴⁹Ang tuntuning ito'y para sa lahat—sa mga katutubong *Israelita* at sa mga dayuhang naninirahang kasama ninyo."

⁵⁰Sinunod ng lahat ng mga Israelita ang iniutos ng Panginoon kina Moises at Aaron. ⁵¹At nang araw na iyon, inilabas ng Panginoon ang bawat lahi ng Israel mula sa Egipto.

Ang Pagtatalaga sa mga Panganay na Lalaki

13 Sinabi ng Panginoon kay Moises, ²"Italaga n'yo sa akin ang lahat ng panganay na lalaki ng mga Israelita at ang panganay ng lahat ng hayop."

³Pagkatapos, sinabi ni Moises sa mga tao, "Alalahanin ninyo ang araw na ito, ang araw na inilabas kayo sa Egipto mula sa pagkaalipin. Sapagkat inilabas kayo ng Panginoon sa pamamagitan ng kanyang kapangyarihan. Huwag kayong kakain ng tinapay na may pampaalsa. ⁴*Alalahanin ninyo* ang araw na ito ng buwan ng Abib*ᵃ*—ang araw na inilabas kayo *sa Egipto.* ⁵Dapat n'yo itong ipagdiwang kapag dinala na kayo ng Panginoon sa lupain ng mga Cananeo, Heteo, Amoreo, Hiveo at mga Jebuseo. Ito ang lupaing ipinangako niya sa inyong mga ninuno na ibibigay sa inyo. Maganda at masaganang lupain*ᵇ* na ito. ⁶*Sa panahon ng pagdiriwang ninyo,* kakain kayo ng tinapay na walang pampaalsa sa loob ng pitong araw, at sa ikapitong araw ninyo sisimulang idaos ang pista para sa Panginoon. ⁷Huwag na huwag kayong kakain ng tinapay na may pampaalsa sa loob ng pitong araw, at wala dapat makikitang pampaalsa sa inyo o kahit saan sa lugar ninyo. ⁸Sa panahon ng pagdiriwang ninyo, ipaliwanag n'yo sa inyong mga anak na ginagawa ninyo ito para ipagdiwang ang ginawa ng Panginoon nang inilabas niya kayo sa Egipto. ⁹Ang pistang ito'y katulad ng isang tatak sa inyong mga kamay o sa inyong mga noo na magpapaalaala sa inyo na dapat ninyong sabihin sa iba ang mga utos ng Panginoon, dahil inilabas niya kayo sa Egipto sa pamamagitan ng kanyang kapangyarihan. ¹⁰Kaya ipagdiwang ninyo ang pistang ito sa itinakdang panahon bawat taon.

¹¹"Kapag dinala na kayo ng Panginoon sa lupain ng mga Cananeo na ipinangako niyang ibibigay sa inyong mga ninuno at sa inyo, ¹²italaga n'yo sa Panginoon ang inyong mga panganay na lalaki at pati na rin ang panganay ng inyong mga hayop, dahil pag-aari ito ng Panginoon. ¹³Maaaring tubusin *sa Panginoon* ang mga panganay ng mga asno sa pamamagitan ng pagpapalit nito ng tupa. Pero kung hindi ninyo ito tutubusin, kailangang patayin ang asno sa pamamagitan ng pagbali sa leeg nito. Maaari rin ninyong tubusin ang inyong mga panganay na lalaki.

¹⁴"Sa hinaharap, kapag tinanong kayo ng anak ninyo kung bakit ninyo ito ginagawa, sabihin ninyo sa kanila, 'Sa pamamagitan ng kapangyarihan ng Panginoon, inilabas niya kami sa Egipto kung saan kami inalipin. ¹⁵Nang hindi pa kami pinapayagan

---

a 4 Abib: Ang unang buwan sa kalendaryo ng Hebreo, mula sa kalagitnaan ng Marso hanggang sa kalagitnaan ng Abril.

b 5 Maganda at masaganang lupain: sa literal, *lupain na dumadaloy ang gatas at pulot.*

ng Faraon na umalis, pinatay ng PANGINOON ang lahat ng panganay na lalaki sa Egipto, maging tao o hayop. Ito ang dahilan kung bakit inihahandog namin sa PANGINOON ang lahat ng panganay na lalaki ng aming mga hayop at tinutubos namin ang mga panganay naming lalaki.' ¹⁶Ang seremonyang ito ay tulad ng tatak sa inyong mga kamay o sa inyong mga noo na magpapaalala sa inyo nang inilabas kayo ng PANGINOON sa Egipto sa pamamagitan ng kanyang kapangyarihan."

Ang Pagtawid ng mga Israelita sa Dagat na Pula

¹⁷Nang pinaalis na ng Faraon ang mga Israelita, hindi sila pinadaan ng Dios sa daang papunta sa lupain ng mga Filisteo kahit na iyon ang pinakamalapit na daan. Sapagkat sinabi ng Dios, "Kung may labanang haharapin ang mga Israelita, baka magbago ang isip nila at bumalik sila sa Egipto." ¹⁸Kaya pinaliko sila ng Dios sa disyerto papunta sa Dagat na Pula.ᵃ Armado ang mga Israelita *para sa labanan* nang lisanin nila ang Egipto.

¹⁹Dinala ni Moises ang mga buto ni Jose, ayon sa ipinanumpa noon ni Jose na gagawin ng mga Israelita. Sinabi noon ni Jose, "Siguradong palalayain kayo ng Dios. Kapag nangyari na iyon, dalhin ninyo ang mga buto ko sa pag-alis ninyo sa lugar na ito."

²⁰Pag-alis nila sa Sucot, nagkampo sila sa Etam, sa dulo ng disyerto. ²¹Kapag araw, ginagabayan sila ng PANGINOON sa pamamagitan ng makapal na ulap, at kapag gabi ay ginagabayan sila sa pamamagitan ng naglalagablab na haliging apoy na nagbibigay sa kanila ng liwanag, para makapaglakbay sila araw man o gabi. ²²Nangunguna sa kanila ang makapal na ulap kapag araw at ang naglalagablab na haliging apoy kapag gabi.

14 Sinabi ng PANGINOON kay Moises, ²"Sabihin mo sa mga Israelita na bumalik sila malapit sa Pi Hahirot, sa gitna ng Migdol at Dagat na Pula, at magkampo sila roon sa tabi ng dagat, sa harap ng Baal Zefon. ³Iisipin ng Faraon na nagkaligaw-ligaw kayo at hindi na makalabas ng disyerto. ⁴At patitigasin ko ang kanyang puso at hahabulin niya kayo. Pero papatayin ko siya at ang kanyang mga sundalo. Sa pamamagitan nito'y mapaparangalan ako, at malalaman ng mga Egipcio na ako ang PANGINOON." Kaya ginawa ito ng mga Israelita.

⁵Nang mabalitaan ng hari ng Egipto na tumakas ang mga Israelita, nagbago ang isip niya at ang lahat ng opisyal tungkol sa *pag-alis* ng mga Israelita. Sinabi nila, "Ano ba ang ginawa natin? Bakit natin pinaalis ang mga Israelita? Ngayon, wala na tayong mga alipin." ⁶Kaya inihanda ng Faraon ang karwahe niya at ang kanyang mga sundalo. ⁷Dinala niya ang 600 na pinakamahuhusay na karwahe ng Egipto at ang iba pang mga karwahe. Bawat isa'y pinamamahalaan ng opisyal. ⁸Pinatigas ng PANGINOON ang puso ng Faraon na hari ng Egipto, kaya hinabol niya ang mga Israelita na naglalakbay na buo ang loob. ⁹Ang mga Egipcio na sumama sa paghabol ay ang mga sundalo ng hari, kasama ang mga mangangabayo niya sakay ng kanilang mga

kabayo at karwahe. Naabutan nila ang mga Israelita sa pinagkakampuhan nila sa tabi ng Dagat *na Pula* malapit sa Pi Hahirot, sa harap ng Baal Zefon.

¹⁰Nang papalapit na ang Faraon at ang kanyang mga sundalo, nakita sila ng mga Israelita. Kaya lubha silang natakot at humingi ng tulong sa PANGINOON. ¹¹Sinabi nila kay Moises, "Bakit dito mo pa kami dinala sa disyerto para mamatay? Wala bang libingan doon sa Egipto? Bakit mo pa kami pinalabas sa Egipto? ¹²Hindi ba't sinabi namin sa iyo sa Egipto na pabayaan mo na lang kaming magpaalipin sa mga Egipcio? Mas mabuti pang nanilbihan na lang kami sa mga Egipcio kaysa sa mamatay dito sa disyerto!"

¹³Sumagot si Moises sa mga tao, "Huwag kayong matakot. Magpakatatag kayo at makikita ninyo ang pagliligtas ng PANGINOON sa inyo sa araw na ito. Ang mga Egipciong nakikita ninyo ngayon ay hindi na ninyo makikita pang muli. ¹⁴Ang PANGINOON ang makikipaglaban para sa inyo. Hindi n'yo na kailangang makipaglaban pa."

¹⁵Pagkatapos, sinabi ng PANGINOON kay Moises, "Bakit patuloy ka pa ring humihingi ng tulong sa akin? Sabihin mo sa mga Israelita na magpatuloy sila sa paglalakbay. ¹⁶Pagkatapos, itaas mo ang iyong baston sa dagat para mahati ang tubig at makatawid ang mga Israelita sa tuyong lupa. ¹⁷Patitigasin ko ang puso ng mga Egipcio para habulin nila kayo. Pero lilipulin ko ang Faraon at ang kanyang mga sundalo, mangangabayo at mga karwahe. Sa pamamagitan nito, mapaparangalan ako. ¹⁸At kapag nalipol ko na sila, malalaman ng mga Egipcio na ako ang PANGINOON."

¹⁹Pagkatapos, lumipat sa likuran ang anghel ng Dios na nangunguna sa mamamayan ng Israel, ganoon din ang makapal na ulap. ²⁰Tumigil ito sa gitna ng mga Israelita at mga Egipcio. Sa buong gabi, nagbigay ng liwanag ang ulap sa mga Israelita at nagbigay ng kadiliman sa mga Egipcio. Kaya lumipas ang gabi' na hindi nakalapit ang mga Egipcio sa mga Israelita.

²¹Pagkatapos, itinaas ni Moises ang kanyang kamay sa dagat, at nahati ang dagat sa pamamagitan ng malakas na hangin na ipinadala ng PANGINOON mula sa silangan. Buong gabing umihip ang hangin hanggang ang gitna ng dagat ay naging tuyong lupa. ²²At tumawid ang mga Israelita sa tuyong lupa, na ang tubig ay parang pader sa magkabilang gilid.

²³Hinabol sila ng mga sundalo ng Egipto kasama ang kanilang mga mangangabayo, mga karwahe at mga kabayo. ²⁴Nang mag-uumaga na, tiningnan ng PANGINOON ang mga sundalo ng Egipto mula sa makapal na ulap at naglalagablab na apoy, at nilito niya sila. ²⁵Tinanggalᵇ niya ang mga gulong ng mga karwahe nila para mahirapan silang patakbuhin ito. Sinabi ng mga Egipcio, "Umatras na lang tayo sa mga Israelita, dahil ang PANGINOON ang lumalaban sa atin para sa kanila."

²⁶Nang nakatawid na ang mga Israelita, sinabi ng PANGINOON kay Moises, "Itaas mo ang iyong kamay sa dagat para bumalik ang tubig at matabunan ang mga Egipcio at ang karwahe nila

---

ᵃ 18 *Dagat na Pula:* o, *Dagat ng mga Tambo.*

ᵇ 25 *Tinanggal:* sa Samaritan Pentateuch, sa Septuagint, at sa Syriac ay *Pinabaon.*

at mga mangangabayo." ²⁷ Kaya itinaas ni Moises ang kanyang kamay sa dagat, at nang sumisikat na ang araw, bumalik ang tubig sa dati nitong lugar. Tinangkang tumakas ng mga Egipcio pero ipinaanod sila ng PANGINOON sa dagat. ²⁸ Tinabunan ng tubig ang lahat ng sundalo ng Faraon na humabol sa mga Israelita pati na ang kanilang mga mangangabayo at karwahe. Wala ni isa mang nakaligtas sa kanila.

²⁹ Pero ang mga Israelita'y dumaan sa tuyong lupa sa gitna ng dagat, na parang pader ang tubig sa magkabilang gilid. ³⁰ Sa araw na iyon, iniligtas ng PANGINOON ang mga Israelita sa kamay ng mga Egipcio. At nakita ng mga Israelita ang mga bangkay ng mga Egipcio na nakahandusay sa dalampasigan. ³¹ Nakita ng mga Israelita ang dakilang kapangyarihan ng PANGINOON na ginamit niya laban sa mga Egipcio. At dahil dito, iginalang nila ang PANGINOON at siya'y pinagtiwalaan nila at ang lingkod niyang si Moises.

Ang Awit ni Moises

15 Umawit si Moises at ang mga Israelita ng awit sa PANGINOON:

"Aawitan ko ang PANGINOON dahil lubos
        siyang nagtagumpay.
Itinapon niya sa dagat ang mga kabayo at
        ang mga sakay nito.
² Ang PANGINOON ang nagbibigay sa akin ng
        lakas,
at siya ang aking awit.
Siya ang nagligtas sa akin.
Siya ang aking Dios, at pupurihin ko siya.
Siya ang Dios ng aking ama,ᵃ at itataas ko
        siya.
³ PANGINOON ang kanyang pangalan, isa siyang
        mandirigma.
⁴ Itinapon niya sa dagat ang mga karwahe at
        mga sundalo ng Faraon.
Nalunod ang pinakamagagaling na opisyal
        ng Faraon sa Dagat na Pula.
⁵ Nalunod sila sa malalim na tubig;
        lumubog sila sa kailaliman katulad ng isang
        bato.

⁶ "Dakila ang kapangyarihan n'yo, O
        PANGINOON;
sa pamamagitan nito, dinurog n'yo ang
        inyong mga kaaway.
⁷ Sa inyong kapangyarihan, ibinagsak n'yo ang
        mga kumakalaban sa inyo.
Ipinadama n'yo sa kanila ang inyong galit
        na siyang tumupok sa kanila na
        parang dayami.
⁸ Sa isang ihip n'yo lang, nahati ang tubig.
Ang dumadaluyong na tubig ay nahati at
        tumayo na parang pader;
natuyo ang malalim na dagat.
⁹ Sinabi ng *nagyayabang na* kaaway,
'Hahabulin ko sila at huhulihin;
paghahati-hatiin ko ang kanilang mga
        kayamanan at bubusugin ko nito ang
        aking sarili.

Bubunutin ko ang aking espada at lilipulin
        sila.'
¹⁰ Pero sa isang ihip n'yo lang, nalunod sila sa
        dagat.
Lumubog sila sa kailaliman kagaya ng
        tingga.
¹¹ O PANGINOON, sino po ba ang dios na katulad
        n'yo?
Wala kayong katulad sa kabanalan at
        kapangyarihan.
Kayo lang po ang Dios na gumagawa ng
        mga kamangha-manghang bagay!
¹² Sa pamamagitan ng inyong kapangyarihan,ᵇ
        nilamon ng lupa ang aming mga
        kaaway.

¹³ "Sa pamamagitan ng walang tigil n'yong
        pagmamahal, gagabayan n'yo ang
        inyong mga iniligtas.
Sa pamamagitan ng inyong lakas,
        gagabayan n'yo sila sa banal n'yong
        tahanan.
¹⁴ Maririnig ito ng mga bansa at manginginig
        sila sa takot.
Lubhang matatakot ang mga Filisteo.
¹⁵ Ang mga pinuno ng Edom at Moab ay
        manginginig sa takot,
at ang mga pinunoᶜ ng Canaan ay
        hihimatayin sa takot.

¹⁶ "*Tunay na* matatakot sila.
Sa pamamagitan ng inyong kapangyarihan,
        sila'y magiging parang bato na hindi
        nakakakilos,
hanggang sa makadaan ang inyong mga
        mamamayan na inyong iniligtas, O
        PANGINOON.
¹⁷ Dadalhin n'yo ang mga mamamayan ninyo *sa
        inyong lupain*,
at ilalagay n'yo sila sa bundok na
        pagmamay-ari ninyo—
ang lugar na ginawa n'yong tahanan, O
        PANGINOON,
ang templong kayo mismo ang gumawa.
¹⁸ Maghahari kayo, O PANGINOON
        magpakailanman."

¹⁹ Tinabunan ng PANGINOON ng tubig ang mga kabayo, mga karwahe at mga mangangabayo ng Faraon matapos na makatawid ang mga Israelita sa tuyong lupa sa gitna ng dagat. ²⁰ Kumuha ng tamburin si Miriam na propeta at kapatid ni Aaron, at pinangunahan niya ang mga babae sa pagtugtog ng tamburin at pagsayaw. ²¹ Inawit ni Miriam ang awit na ito sa kanila:

"Umawit kayo sa PANGINOON dahil lubos
        siyang nagtagumpay.
Itinapon niya sa dagat ang mga kabayo at ang
        mga sakay nito."

Ang Mapait na Tubig

²² At dinala ni Moises ang mga Israelita mula sa Dagat na Pula papunta sa ilang ng Shur. Sa loob ng

---

a 2 ama: o, *ninuno.*

b 12 *Sa pamamagitan ng inyong kapangyarihan:* sa literal, *Inunat n'yo ang inyong kanang kamay.*

c 15 *pinuno:* o, *mamamayan.*

tatlong araw, naglakbay sila sa ilang at wala silang nakitang tubig. ²³ Nang makarating sila sa Mara, *nakakita sila ng tubig*, pero hindi nila ito mainom dahil mapait. (Ito ang dahilan kung bakit Mara ang pangalan ng lugar.)ᵃ ²⁴ Dahil dito, nagreklamo ang mga Israelita kay Moises, "Ano ang iinumin natin?" ²⁵ Kaya humingi ng tulong si Moises sa Panginoon, at ipinakita ng Panginoon sa kanya ang isang *putol ng* kahoy. Inihagis ito ni Moises sa tubig at nawala ang pait ng tubig.

Doon ibinigay ng Panginoon ang tuntunin at kautusang ito para subukin ang katapatan nila sa kanya: ²⁶ "Kung susundin ninyo ako nang buong puso, ang Panginoon na inyong Dios, at gagawa ng mabuti sa aking paningin, at susundin ang aking mga kautusan at tuntunin, hindi ko kayo padadalhan ng mga karamdaman gaya ng ipinadala ko sa mga Egipcio, dahil ako ang Panginoon, ang nagpapagaling sa inyo."

²⁷ Dumating sila sa Elim, kung saan may 12 bukal at 70 puno ng palma, at nagkampo sila malapit sa tubig.

Ang Manna at mga Pugo

16 Mula sa Elim, nagpatuloy sa paglalakbay ang mamamayan ng Israel hanggang sa makarating sila sa ilang ng Zin, na nasa gitna ng Elim at ng Sinai. Nakarating sila roon sa ika-15 araw ng ikalawang buwan mula nang lumabas sila sa Egipto. ² Doon sa ilang, nagreklamo ang lahat ng mga Israelita kina Moises at Aaron. ³ Sinabi nila, "Mabuti pang pinatay na lang kami ng Panginoon sa Egipto! Doon, kahit paano'y nakakakain kami ng karne at ng lahat ng pagkain na gusto namin. Pero dinala n'yo kami rito sa ilang para patayin kaming lahat sa gutom."

⁴ Pagkatapos, sinabi ng Panginoon kay Moises, "Makinig ka! Magpapaulan ako ng pagkain mula sa langit para sa inyo. Bawat araw, mangunguha ang mga Israelita ng pagkain nila para sa araw na iyon. Sa ganitong paraan, masusubok ko kung susundin nila ang mga utos ko. ⁵ Sabihin mo sa kanila na doblehin nila ang kukunin nilang pagkain tuwing ikaanim na araw ng bawat linggo."

⁶ Kaya sinabi nila Moises at Aaron sa lahat ng mga Israelita, "Ngayong gabi, malalaman ninyo na ang Panginoon ang naglabas sa inyo sa Egipto, ⁷ at bukas ng umaga, makikita ninyo ang makapangyarihang presensya ng Panginoon. Sapagkat narinig niya ang mga reklamo ninyo. Sino ba kami para sa amin kayo magreklamo?" ⁸ Sinabi pa ni Moises, "Bibigyan kayo ng Panginoon ng karne na kakainin ninyo sa gabi at bubusugin niya kayo ng tinapay sa umaga, dahil narinig niya ang pagrereklamo ninyo sa kanya. Hindi kayo nagrereklamo sa amin kundi sa Panginoon. Sino ba kami *para sa amin kayo magreklamo*?"

⁹ Sinabi nina Moises at Aaron, "Sabihin ninyo sa buong mamamayan ng Israel na lumapit sila sa presensya ng Panginoon dahil narinig niya ang pagrereklamo ninyo."

¹⁰ Habang nagsasalita si Aaron sa buong mamamayan ng Israel, tumingin sila sa' ilang at

nakita nila ang makapangyarihang presensya ng Panginoon sa ulap. ¹¹ Sinabi ng Panginoon kay Moises, ¹² "Narinig ko ang mga pagrereklamo ng mga Israelita. Sabihin mo sa kanilang gabi-gabi silang kakain ng karne at araw-araw silang magpapakabusog sa tinapay. At malalaman ninyong ako ang Panginoon na inyong Dios."

¹³ Nang dapit-hapon ding iyon, dumagsa ang mga pugo at napuno nito ang buong kampo. Kinaumagahan, basa ng hamog ang buong kampo. ¹⁴ Nang mawala ang hamog, may nakita silang maliliit na bagay sa lupa na puting-puti. ¹⁵ Hindi nila alam kung ano ito kaya nagtanungan sila, "Ano kaya iyan?" Sinabi ni Moises sa kanila, "Iyan ang pagkain na ibinigay ng Panginoon sa inyo para kainin. ¹⁶ Sinabi ng Panginoon na ang bawat isa sa inyo'y mag-ipon nito ayon sa inyong pangangailangan; mga isang salop bawat tao."

¹⁷ Kaya nanguha ang mga Israelita ng mga pagkaing ito; marami ang kinuha ng iba habang ang iba naman ay kaunti lang. ¹⁸ Nang takalin nila ito, isang salop ang nakuha ng bawat tao. Ang nagtipon ng marami ay hindi sumobra, at ang nagtipon ng kaunti ay hindi naman kinulang. Tamang-tama lang ang nakuha ng bawat isa.

¹⁹ Sinabi ni Moises sa kanila, "Walang magtitira nito para sa susunod na araw." ²⁰ Pero ang iba sa kanila'y hindi nakinig kay Moises, nagtira sila para sa susunod na araw. Pero inuod ito at bumaho. Kaya nagalit si Moises sa kanila.

²¹ Tuwing umaga, nangunguha ang bawat isa ayon sa kanyang kailangan. At kapag uminit na, natutunaw ang pagkaing hindi nila nakukuha. ²² Sa ikaanim na araw, doble ang kanilang kinukuha—mga dalawang salop bawat tao. Kaya pumunta ang mga pinuno ng mamamayan *ng Israel* kay Moises at nagtanong *kung bakit doble*. ²³ Sinabi ni Moises sa kanila, "Iniutos ng Panginoon na magpahinga kayo bukas dahil Araw ng Pamamahinga, na banal na araw para sa Panginoon. Kaya lutuin ninyo ang gusto ninyong lutuin, at ilaga ang gusto ninyong ilaga. Ang matitira ay ilaan para bukas."

²⁴ Kaya itinira nila ito para sa susunod na araw ayon sa iniutos ni Moises. At *nang sumunod na araw* hindi ito inuod o bumaho.

²⁵ Sinabi ni Moises *sa kanila*, "Kainin n'yo iyan ngayon, dahil ngayon ang Araw ng Pamamahinga para sa Panginoon. Wala kayong makikita niyan ngayon. ²⁶ Makakakuha kayo ng pagkaing ito sa loob ng anim na araw, pero sa ikapitong araw ay magpahinga kayo. Sa araw na iyon, wala kayong makukuhang pagkain."

²⁷ May pag ka pa ring lumabas para manguha ng pagkain sa ikapitong araw, pero wala silang nakita. ²⁸ At sinabi ng Panginoon kay Moises, "Hanggang kailan ba susuwayin ng mga taong ito ang aking mga utos at katuruan? ²⁹ Alalahanin ninyo na binigyan ko kayo ng Araw ng Pamamahinga, kaya nga tuwing ikaanim na araw ay dinodoble ko ang pagkain ninyo. Dapat manatili sa bahay niya ang bawat isa sa ikapitong araw. Walang lalabas *para kumuha ng pagkain*." ³⁰ Kaya nagpahinga ang mga tao sa ikapitong araw.

³¹ Tinawag na "manna" ng mga Israelita ang pagkain. Para itong maliliit at mapuputing buto,

at matamis kagaya ng manipis na tinapay na may pulot. ³²Sinabi *sa kanila* ni Moises, "Ipinag-utos ng PANGINOON na magtago kayo ng isang salop na 'manna' para sa susunod pang mga henerasyon, para makita nila ang pagkaing ibinigay ko sa inyo sa ilang nang inilabas ko kayo sa Egipto."

³³Sinabi ni Moises kay Aaron, "Kumuha kayo ng sisidlan at lagyan ito ng isang salop na 'manna'. Pagkatapos, ilagay ninyo ito sa presensya ng PANGINOON para sa susunod pang mga henerasyon." ³⁴Sinunod ito ni Aaron ayon sa sinabi ng PANGINOON kay Moises. Inilagay ni Aaron ang "manna" sa *Kahon ng* Kasunduan para maitago. ³⁵Kumain ang mga Israelita ng "manna" sa loob ng 40 taon, hanggang sa makarating sila sa lupain ng Canaan. ³⁶(*Bawat araw, nag-iipon ang bawat isa sa kanila ng* isang "omer" na "manna", mga isang salop).

Tubig mula sa Bato
(Bil. 20:1-13)

17 Sa utos ng PANGINOON, umalis ang buong mamamayan ng Israel sa ilang ng Zin at nagpatuloy sa paglalakbay. Nagpalipat-lipat sila ng lugar. Nagkampo sila sa Refidim, pero walang tubig na mainom doon. ²Kaya nakipagtalo sila kay Moises at sinabi, "Bigyan mo kami ng tubig na maiinom."

Sumagot si Moises, "Bakit kayo nakikipagtalo sa akin? Bakit ninyo sinusubok ang PANGINOON?"

³Pero uhaw na uhaw ang mga tao roon, kaya patuloy ang pagrereklamo nila kay Moises, "Bakit mo pa kami inilabas ng Egipto? Mamamatay din lang pala kami rito sa uhaw pati ang mga anak at mga hayop namin."

⁴Kaya humingi ng tulong si Moises sa PANGINOON, "*O PANGINOON,* ano po ba ang gagawin ko sa mga taong ito? Halos batuhin na nila ako!"

⁵Sumagot ang PANGINOON kay Moises, "Kunin mo ang iyong baston na inihampas mo sa *Ilog ng* Nilo, at pangunahan mo ang mga tao kasama ng ibang mga tagapamahala ng Israel. ⁶Hihintayin kita roon sa may bato sa Horeb.ᵃ *Kapag naroon ka na,* paluin mo ang bato, at lalabas ang tubig na iinumin ng mga tao." Kaya ginawa ito ni Moises sa harap ng mga tagapamahala ng Israel. ⁷Tinawag ni Moises ang lugar na Masaᵇ at Meriba,ᶜ dahil nakipagtalo sa kanya ang mga Israelita at sinubukan nila ang PANGINOON sa pamamagitan ng pagsasabi, "Sinasamahan ba tayo ng PANGINOON o hindi?"

Natalo ang mga Amalekita

⁸Nang naroon pa ang mga Israelita sa Refidim, sinalakay sila ng mga Amalekita. ⁹Sinabi ni Moises kay Josue, "Pumili ka ng ilang tauhan natin at makipaglaban kayo sa mga Amalekita. Tatayo ako bukas sa ibabaw ng burol habang hawak ang baston *na iniutos* ng Dios *na dalhin ko.*" ¹⁰Kaya nakipaglaban sina Josue sa mga Amalekita ayon sa iniutos ni Moises, habang sina

Moises, Aaron at Hur ay umakyat sa burol. ¹¹At habang nakataas ang kamay ni Moises, nananalo ang mga Israelita, pero kapag ibinababa niya ang kanyang kamay nananalo naman ang mga Amalekita. ¹²Nang bandang huli, nangalay na ang kamay ni Moises. Kaya kinuha nila Aaron at Hur ang isang bato at pinaupo roon si Moises. Itinaas ni Aaron ang isang kamay ni Moises at ganoon din ang ginawa ni Hur sa isang kamay hanggang sa lumubog ang araw. ¹³Kaya natalo nina Josue ang mga Amalekita.

¹⁴Pagkatapos, sinabi ng PANGINOON kay Moises, "Isulat mo ito para hindi makalimutan at ipaalam mo ito kay Josue: Uubusin ko ang lahi ng mga Amalekita."

¹⁵Gumawa si Moises ng altar at tinawag niya itong, "Ang PANGINOON ang aking Bandila ng Tagumpay." ¹⁶Sinabi niya, "Dahil sa itinaas ng mga Amalekita ang mga kamao nila sa trono ng PANGINOON, patuloy na makikipaglaban sa Amalekita ang PANGINOON magpakailanman."

Binisita ni Jetro si Moises

18 Nabalitaan ni Jetro, na pari ng Midian at biyenan ni Moises, ang lahat ng ginawa ng Dios kay Moises at sa mga mamamayan niyang Israelita. Nabalitaan niya kung paanong inilabas ng PANGINOON ang mga Israelita sa Egipto.

²⁻³Pinauwi noon ni Moises kay Jetro na kanyang biyenan ang asawa niyang si Zipora at ang dalawang anak nilang lalaki. Ang panganay ay pinangalanan niyang Gershom,ᵈ dahil nang ipinanganak siya, sinabi ni Moises, "Dayuhan ako sa ibang lupain." ⁴Ang pangalan ng pangalawa ay Eliezer,ᵉ dahil nang ipinanganak siya, sinabi ni Moises, "Ang Dios ng aking amaᶠ ang tumutulong sa akin. Iniligtas niya ako sa espada ni Faraon."

⁵Ngayon, pumunta sila Jetro, ang asawa ni Moises at ang dalawa nilang anak sa pinagkakampuhan ni Moises sa ilang, malapit sa bundok ng Dios. ⁶Nagpasabi na si Jetro kay Moises na darating siya kasama si Zipora at ang dalawa nilang anak.

⁷Kaya sinalubong ni Moises ang kanyang biyenan, at yumukod siya at humalik sa kanya *bilang paggalang.* Nagkamustahan sila at pagkatapos, pumasok sa tolda. ⁸Sinabi ni Moises kay Jetro ang lahat ng ginawa ng PANGINOON sa Faraon at sa mga Egipcio para sa mga Israelita. Sinabi rin niya ang lahat ng paghihirap na naranasan nila sa paglalakbay at kung paano sila iniligtas ng PANGINOON.

⁹Tuwang-tuwa si Jetro sa lahat ng kabutihang ginawa ng PANGINOON sa mga Israelita nang iligtas niya sila sa kamay ng mga Egipcio. ¹⁰Sinabi ni Jetro, "Purihin ang PANGINOON na nagligtas sa inyo sa kamay ng mga Egipcio at ng Faraon. ¹¹Nalalaman ko ngayon na mas makapangyarihan ang PANGINOON sa lahat ng dios, dahil iniligtas niya ang mga Israelita sa mga Egipciong nagmamaltrato sa kanila." ¹²Pagkatapos, nag-alay si Jetro ng mga handog

---

ᵃ 6 *Horeb:* o, *Bundok ng Sinai.*

ᵇ 7 *Masa:* Ang ibig sabihin, *pagsubok.*

ᶜ 7 *Meriba:* Ang ibig sabihin, *pagtatalo.*

ᵈ 2-3 *Gershom:* Ang ibig sabihin, *dayuhan doon.*

ᵉ 4 *Eliezer:* Ang ibig sabihin, *Ang Dios ang tumutulong sa akin.*

ᶠ 4 *ama:* o, *ninuno.*

na sinusunog at iba pang mga handog sa Dios. At habang ginagawa niya ito, dumating si Aaron at ang lahat ng tagapamahala ng Israel. Sumama sila kay Jetro para kumain sa presensya ng Dios.

Pumili si Moises ng mga Hukom
(Deu. 1:9-18)

¹³ Kinaumagahan, naupo si Moises bilang hukom para dinggin ang mga kaso ng mga tao. Nakapila ang mga tao sa harapan niya mula umaga hanggang gabi. ¹⁴ Nang makita ito ni Jetro, sinabi niya kay Moises, "Bakit ginagawa mo ito para sa mga tao? At bakit mag-isa mo itong ginagawa? Pumipila sa iyo ang mga tao mula umaga hanggang gabi."

¹⁵ Sumagot si Moises, "Ginagawa ko po ito dahil lumalapit ang mga tao sa akin para malaman ang kalooban ng Dios. ¹⁶ Kung may pagtatalo ang mga tao, dinadala nila ito sa akin, at ako ang nagdedesisyon kung sino sa kanila ang tama. At tinuturuan ko sila ng mga tuntunin at utos ng Dios."

¹⁷ Sinabi ni Jetro, "Hindi tama ang pamamaraan mong ito. ¹⁸ Pinapahirapan mo lang ang sarili mo at ang mga taong ito. Napakahirap nito kung ikaw lang. ¹⁹ Makinig ka sa akin at papayuhan kita, at sana'y samahan ka ng Dios. Ipagpatuloy mo ang ginagawa mong paglapit sa Dios para sa mga tao. Dalhin mo ang mga kaso nila sa kanya. ²⁰ Ipagpatuloy mo rin ang pagtuturo mo sa kanila ng mga tuntunin at utos *ng Dios*. Turuan mo sila kung paano mamuhay at kung ano ang gagawin nila. ²¹ Pero pumili ka ng mga taong *tulong sa iyo*. Dapat mayroon silang kakayahan *sa paghuhukom*, may takot sa Dios, mapagkakatiwalaan, at hindi tumatanggap ng suhol. Gawin mo silang mga hukom ng grupo na binubuo ng 1,000, 100, 50 at 10 tao. ²² Maglilingkod sila bilang mga hukom sa lahat ng oras. Sila ang magpapasya sa simpleng mga kaso, pero dadalhin nila sa iyo ang mabibigat na kaso. Sa ganitong paraan, mapapagaan ang trabaho mo dahil matutulungan ka nila. ²³ Alam kong ito ang gusto ng Dios na gawin mo, at kung susundin mo ito, hindi ka na mahihirapan. At makakauwi ang mga taong ito nang mapayapa."

²⁴ Sinunod ni Moises ang ipinayo sa kanya ng kanyang biyenan. ²⁵ Pumili siya sa mga Israelita ng mga taong may kakayahan *sa paghuhukom*, at ginawa niya silang mga hukom ng grupo na binubuo ng 1,000, 100, 50 at 10 tao. ²⁶ Naglingkod sila bilang mga palagiang hukom ng mga tao. Sila ang nagpapasya sa mga simpleng kaso, pero kapag mabigat, dinadala nila ito kay Moises.

²⁷ Pagkatapos noon, pinayagan ni Moises ang kanyang biyenan na umuwi at bumalik sa sariling bayan.

Sa Bundok ng Sinai

19 ¹⁻² Umalis ang mga Israelita sa Refidim at pumunta sa ilang ng Sinai. Doon sa harap ng bundok sila nagkampo. Ikatlong buwan ito mula nang lisanin nila ang Egipto.

³ Umakyat si Moises sa bundok para makipagkita sa Dios. Tinawag siya ng PANGINOON doon sa bundok at sinabi, "Sabihin mo ito sa mga Israelita na mga lahi ni Jacob: ⁴ 'Nakita n'yo mismo kung ano ang ginawa ko sa mga Egipcio, at kung paano ko kayo dinala rito sa akin, katulad ng pagdadala ng agila sa mga inakay niya sa pamamagitan ng kanyang pakpak. ⁵ Kung lubos ninyo akong susundin at tutuparin ang aking kasunduan, pipiliin ko kayo sa lahat ng bansa para maging mga mamamayan ko. Akin ang buong mundo, ⁶ pero magiging pinili ko kayong mamamayan at magiging isang kaharian ng mga paring maglilingkod sa akin.' Sabihin mo ito sa mga Israelita."

⁷ Kaya bumaba si Moises mula sa bundok at ipinatawag niya ang mga tagapamahala ng Israel at sinabi sa kanila ang sinabi ng PANGINOON. ⁸ At sabay-sabay na sumagot ang mga tao, "Susundin namin ang lahat ng sinabi ng PANGINOON." At sinabi ni Moises sa PANGINOON ang sagot ng mga tao.

⁹ Sinabi ng PANGINOON kay Moises, "Darating ako sa iyo sa pamamagitan ng makapal na ulap para marinig ng mga tao ang pakikipag-usap ko sa iyo, at nang lagi silang magtiwala sa iyo." At sinabi ni Moises sa PANGINOON ang sagot ng mga tao.

¹⁰ At sinabi sa kanya ng PANGINOON, "Puntahan mo ang mga tao at sabihin sa kanilang linisin ang sarili nila*ᵃ* ngayon at bukas. Kailangan labhan nila ang kanilang mga damit. ¹¹ Siguraduhing handa sila sa ikatlong araw, dahil sa araw na iyon, *ako*, ang PANGINOON ay bababa sa Bundok ng Sinai na kitang-kita ng mga tao. ¹² Maglagay ka ng tanda sa paligid ng bundok kung hanggang saan lamang tatayo ang mga tao. Sabihin mo sa kanila na huwag silang aakyat o lalapit sa bundok. Ang sinumang lalapit sa bundok ay papatayin, ¹³ tao man o hayop. Kung gagawin niya ito, babatuhin siya o kaya naman ay papanain; walang kamay na hihipo sa kanya. Makakaakyat lang ang mga tao sa bundok kapag pinatunog na nang matagal ang tambuli."

¹⁴ Bumaba si Moises sa bundok at inutusan niya silang linisin ang mga sarili nila. At nilabhan ng mga tao ang kanilang mga damit. ¹⁵ Sinabi ni Moises sa kanila, "Ihanda ninyo ang mga sarili ninyo para sa ikatlong araw; huwag muna kayong makipagtalik sa inyong asawa."

¹⁶ Kinaumagahan ng ikatlong araw, kumulog at kumidlat, at may makapal na ulap na tumakip sa bundok at narinig ang malakas na tunog ng trumpeta. Nanginig sa takot ang lahat ng tao sa kampo. ¹⁷ Pagkatapos, dinala ni Moises sa labas ng kampo ang mga tao para makipagkita sa Dios, at tumayo sila sa paanan ng bundok. ¹⁸ Nabalot ng usok ang Bundok ng Sinai dahil bumaba roon ang PANGINOON sa anyo ng apoy. Pumaitaas ang usok kagaya ng usok na nanggaling sa hurno at nayanig nang malakas ang bundok,*ᵇ* ¹⁹ at lalo pang lumakas ang tunog ng trumpeta. Nagsalita si Moises at sinagot siya ng PANGINOON sa pamamagitan ng kulog.*ᶜ*

²⁰ Bumaba ang PANGINOON sa ibabaw ng bundok ng Sinai, at tinawag niya si Moises na umakyat sa ibabaw ng bundok. Kaya umakyat si Moises, ²¹ at sinabi sa kanya ng PANGINOON, "Bumalik ka sa ibaba at balaan mo sila na huwag na huwag silang

---

a 10 *linisin ang sarili nila:* Ang ibig sabihin, *kailangan nilang sundin ang seremonya para maging malinis.*

b 18 *nayanig nang malakas ang bundok:* sa ibang kopya ng Hebreo at Septuagint, *nanginig ang lahat ng tao.*

c 19 *sa pamamagitan ng kulog:* o, *sa malakas na boses.*

lalampas *sa hanggganan na inilagay sa paligid ng bundok* para tingnan ako, dahil kung gagawin nila ito, marami sa kanila ang mamamatay. ²²Kahit na ang mga pari na palaging lumalapit sa presensya ko'y kailangang maglinis ng kanilang mga sarili dahil kung hindi, parurusahan ko rin sila."

²³Sinabi ni Moises sa Panginoon, "Paano po aakyat ang mga tao sa bundok gayong binigyan n'yo na kami ng babala na ituring naming banal ang bundok, at sinabihan n'yo kaming lagyan ng tanda kung hanggang saan lang kami tatayo."

²⁴Sinabi sa kanya ng Panginoon, "Bumaba ka at dalhin si Aaron dito. Pero ang mga pari at ang mga tao ay hindi dapat pumunta rito sa akin, para hindi ko sila parusahan."

²⁵Kaya bumaba si Moises at sinabihan ang mga tao.

Ang Sampung Utos
(Deu. 5:1-21)

20 Sinabi ng Panginoon,

²"Ako ang Panginoon na inyong Dios na naglabas sa inyo sa Egipto kung saan kayo inalipin.

³"Huwag kayong sasamba sa ibang mga dios maliban sa akin.

⁴"Huwag kayong gagawa ng mga dios-diosan na anyo ng anumang bagay sa langit, o sa lupa, o sa tubig. ⁵Huwag ninyo itong paglilingkuran o sasambahin, dahil ako ang Panginoon na inyong Dios ay ayaw na may sinasamba kayong iba. Pinaparusahan ko ang mga nagkakasala sa akin, pati na ang mga anak hanggang sa ikatlo at ikaapat na henerasyon ng mga napopoot sa akin. ⁶Pero ipinapakita ko ang aking pagmamahal sa napakaraming henerasyon na nagmamahal sa akin at sumusunod sa mga utos ko.

⁷"Huwag ninyong gagamitin ang pangalan ko sa walang kabuluhan. Ako ang Panginoon na inyong Dios, ang magpaparusa sa sinumang gagamit ng pangalan ko sa walang kabuluhan.

⁸"Alalahanin ninyo ang Araw ng Pamamahinga, at gawin ninyo itong natatanging araw para sa akin. ⁹Magtrabaho kayo sa loob ng anim na araw, ¹⁰pero ang ikapitong araw, ang Araw ng Pamamahinga ay italaga ninyo para sa akin, ang Panginoon na inyong Dios. Huwag kayong magtatrabaho sa araw na iyon, pati ang inyong mga anak, mga alipin, mga hayop, o ang mga dayuhan na naninirahang kasama ninyo. ¹¹Dahil sa loob ng anim na araw, nilikha ko ang langit, ang lupa, ang dagat at lahat ng naririto, pero nagpahinga ako sa ikapitong araw. Kaya pinagpala ko ang Araw ng Pamamahinga at ginawa itong natatanging araw para sa akin.

¹²"Igalang ninyo ang inyong ama't ina para mabuhay kayo nang matagal sa lupaing ibinigay ko sa inyo.

¹³"Huwag kayong papatay.

¹⁴"Huwag kayong mangangalunya.

¹⁵"Huwag kayong magnanakaw.

¹⁶"Huwag kayong sasaksi ng hindi totoo sa inyong kapwa.

¹⁷"Huwag ninyong pagnanasahan ang bahay ng inyong kapwa, o ang kanyang asawa, mga alipin, mga hayop, o alin mang pag-aari niya."

¹⁸Nang marinig ng mga tao ang kulog, at ang tunog ng trumpeta, at nang makita nila ang kidlat at ang bundok na umuusok, nanginig sila sa takot. Tumayo sila sa malayo ¹⁹at sinabi kay Moises, "Kayo na lang ang magsalita sa amin at makikinig kami, huwag na po ang Dios at baka mamatay kami."

²⁰Kaya sinabi ni Moises sa mga tao, "Huwag kayong matakot dahil pumunta ang Panginoon dito para subukin kayo sa pamamagitan ng kanyang kapangyarihan at magkaroon kayo ng takot sa kanya, at nang hindi kayo magkasala."

²¹Tumayo ang mga tao sa malayo habang si Moises ay lumalapit sa makapal na ulap kung saan naroon ang Dios.

²²Pagkatapos, sinabi ng Panginoon kay Moises, "Sabihin mo ito sa mga Israelita: Nakita ninyo na nakipag-usap ako sa inyo mula sa langit. ²³Kaya huwag kayong gagawa ng mga dios-diosang pilak o ginto para sambahing kasama nang pagsamba sa akin.

²⁴"Gumawa kayo ng altar na lupa para sa akin at gawin ninyo itong pag-aalayan ng inyong mga tupa, kambing at mga baka bilang handog na sinusunog at handog para sa mabuting relasyon.ᵃ Gawin ninyo ito sa lugar na pinili ko para sambahin ako, at doon ay pupuntahan ko kayo at pagpapalain. ²⁵Kung gagawa kayo ng altar na bato para sa akin, huwag ninyong tatapyasin; dahil kung gagamitan ninyo ito ng sinsel, hindi na ito karapat-dapat gamitin sa paghahandog sa akin. ²⁶At huwag din kayong gagawa ng altar na may hagdan dahil baka masilipan kayo sa pag-akyat ninyo."

Ang Pagtrato sa mga Alipin
(Deu. 15:12-18)

21 Sinabi ng Panginoon kay Moises, "Ito ang mga tuntuning ipapatupad mo sa mga Israelita:

²"Kung bibili kayo ng mga aliping Hebreo, maglilingkod siya sa inyo sa loob ng anim na taon. Pero sa ikapitong taon, lalaya siya sa pagkaalipin niya na walang babayaran. ³Kung binili n'yo siya na wala pang asawa at sa katagalan ay nakapag-asawa, siya lang ang lalaya sa ikapitong taon. Pero kung may asawa siya nang bilhin ninyo, lalaya rin ang kanyang asawa kasama niya. ⁴Kung binigyan siya ng amo niya ng mapapangasawa at nagkaanak sila, lalaya siya sa ikapitong taon, pero ang asawa at ang mga anak niya ay maiiwan sa kanyang amo.

⁵"Pero kung sasabihin ng alipin na minamahal niya ang kanyang amo, ang asawa't mga anak niya, at hindi niya gustong lumaya, ⁶dadalhin siya ng amo

---
ᵃ 24 handog para sa mabuting relasyon: Tingnan sa Talaan ng mga Salita sa likod.

niya sa presensya ng Dios[a] doon sa may pintuan o hamba *ng lugar na pinagsasambahan.* Bubutasan ng amo niya ang isa sa tainga niya at magiging alipin siya ng amo niya magpakailanman.

7 "Kung ipagbibili ng isang tao ang anak niyang babae para gawing alipin, hindi siya lalaya *sa ikapitong taon* kagaya ng lalaking alipin. 8 Kung hindi masisiyahan ang amo niyang bumili sa kanya, pwede siyang tubusin *ng pamilya niya* dahil hindi pananagutan ng amo niya ang responsibilidad sa kanya. Pero hindi siya pwedeng ipagbili ng amo niya sa mga dayuhan. 9 Kung ibibigay ng amo niya ang aliping ito sa kanyang anak bilang asawa, kailangan niyang ituring siya na anak niyang babae. 10 Kung *gagawin niyang asawa ang alipin, at* mag-aasawa pa siya ng iba pang babae, kailangang ipagpatuloy niya ang pagbibigay sa kanya ng mga pagkain at damit, at ang pagsiping sa kanya. 11 Kung hindi niya masusunod ang tatlong bagay na ito, papayagan niyang lumaya ang babae nang walang bayad.

Mga Kautusan Tungkol sa mga Krimen

12 "Ang sinumang makakasakit ng tao at mapatay ito, papatayin din siya. 13 Pero kung hindi niya ito sinadya at pinayagan ko itong mangyari, makakatakas siya sa lugar na ituturo ko sa kanya. 14 Pero kung sinadya niya at plinano ang pagpatay, patayin n'yo siya kahit na lumapit pa siya sa altar ko. 15 "Ang sinumang mananakit[b] sa kanyang ama o ina ay papatayin. 16 "Ang sinumang dudukot sa isang tao ay papatayin kahit na ipinagbili na niya o hindi ang kanyang dinukot. 17 "Ang sinumang lumapastangan sa kanyang ama at ina ay papatayin. 18 "Halimbawang nag-away ang dalawang tao, sinuntok o binato ang kanyang kaaway at siya'y nabalda at hindi na makabangon pero hindi namatay, 19 ngunit kung sa bandang huli'y makabangon at makalakad ang napilay, kahit na nakabaston pa siya, ang taong nanakit sa kanya'y hindi dapat parusahan. Pero kailangang magbayad ang tao sa kanya sa nasayang na panahon, at kailangan siyang alagaan ng taong nanakit hanggang sa gumaling siya.

20 "Kapag hinagupit ng tungkod ng sinuman ang kanyang alipin, lalaki man o babae, at agad itong namatay, parurusahan siya. 21 Pero kung makakabangon ang alipin pagkalipas ng isa o dalawang araw, hindi siya parurusahan dahil pagmamay-ari niya ang alipin.

22 "Kung may nag-aaway at nasaktan ang isang buntis, at napaanak ito nang wala pa sa oras,[c] pero walang masamang nangyari sa kanya, pagbabayarin ang nakasakit ayon sa halagang hinihingi ng asawa at pinayagan ng hukom. 23 Pero kung malubha ang nangyari *sa babae,* parurusahan ang responsable *katulad ng nangyari sa babae.* Kung namatay *ang babae,* papatayin din *siya.* 24 Kung mabulag *ang babae,* bubulagin din siya. Kung mabungi ang ngipin nito, bubungiin din siya. Kung nabali ang kamay o paa, babaliin din ang *kanyang* kamay o paa. 25 Kung napaso, papasuin din siya. Kung nasugatan, susugatan din siya. Kung nagalusan, gagalusan din siya.

26 "Kung sinuntok ng amo ang kanyang aliping lalaki o babae sa mata at nabulag ito, palalayain niya ito sa pagkaalipin bilang bayad sa mata na binulag niya. 27 Kung nabungi niya ang ngipin ng kanyang aliping lalaki o babae, palalayain din niya ito sa pagkaalipin bilang bayad sa ngiping nabungi.

28 "Kung ang toro ay nakasuwag ng lalaki o babae at namatay siya, kailangang batuhin ang toro hanggang sa mamatay, at huwag kakainin ang karne nito, pero walang pananagutan dito ang may-ari ng toro. 29 Pero kung nasanay nang manuwag *ng tao* ang toro at binigyan na ng babala ang may-ari tungkol dito, pero hindi niya ito ikinulong at nakapatay ito ng tao, kailangang batuhin ito hanggang sa mamatay at papatayin din ang may-ari. 30 Pero kung pagbabayarin ang may-ari para mabuhay siya, kailangang bayaran niya nang buo ang halagang hinihingi sa kanya. 31 Ganito rin ang tuntunin kung nakasuwag ang toro ng bata, lalaki man o babae. 32 Kung nakasuwag ang toro ng alipin, lalaki man o babae, kailangang magbayad ang may-ari nito ng 30 pirasong pilak sa amo ng alipin, at kailangang batuhin ang toro.

33 "Kung may taong nagtanggal ng takip ng balon o taong naghukay ng balon at hindi niya ito tinakpan, at may nahulog na baka o asno sa balong iyon, 34 dapat magbayad ang may-ari ng balon sa may-ari ng hayop, at magiging kanya na ang hayop. 35 "Kung makapatay ang toro ng sapaw na toro, ipagbibili ng parehong may-ari ang buhay na toro at hahatiin ang pinagbilhan nito. Hahatiin din nila ang karne ng namatay na toro. 36 Pero kung nasanay nang manuwag ang torong nakapatay at hindi ito ikinulong ng may-ari, magbabayad ang may-ari ng isang toro kapalit ng namatay, at magiging kanya na ang namatay na toro.

Mga Kautusan Tungkol sa mga Ari-arian

22 "Kung nagnakaw ang isang tao ng baka o tupa, at kinatay niya ito o ipinagbili, kailangang magbayad siya. Sa isang bakang ninakaw niya, magbabayad siya ng limang baka. At sa isang tupang ninakaw niya, magbabayad siya ng apat na tupa.

2 "Kung nahuli siya *sa gabi* na aktong nagnanakaw, at napatay siya, walang pananagutan ang nakapatay sa kanya. 3 Pero kung nangyari ito sa araw, may pananagutan ang nakapatay sa magnanakaw.

"Ang magnanakaw na nahuli ay dapat magbayad sa ninakaw niya. Kung wala siyang maibabayad, ipagbibili siya bilang alipin at ang pinagbilhan ang ibabayad sa ninakaw niya. 4 Kung ang baka o asno o tupa na ninakaw niya ay nasa kanya pa, babayaran niya ito ng doble.

5 "Kung nanginain ang mga hayop sa taniman ng iba, kailangang bayaran ng may-ari ng pinakamagandang ani ng kanyang bukid o kaya ng kanyang ubasan ang nakaing mga pananim.

6 "Kung *may nagsiga at* kumalat ang apoy sa mga damo hanggang sa taniman *ng ibang tao,* kailangang bayaran ng nagsiga ang mga pananim na nasira.

---

a 6 Dios: o, *mga pinuno.*
b 15 mananakit: o, *papatay.*
c 22 napaanak ito nang wala pa sa oras: o, *nalaglag.*

⁷ "Kung nagpatago ang isang tao ng pera o kahit anong bagay sa bahay ng kapitbahay niya at ninakaw ito. Kung mahuhuli ang nagnakaw, kailangang magbayad siya ng doble. ⁸ Pero kung hindi nahuli ang magnanakaw, haharap sa presensya ng Dios*ª* ang pinagpataguan para malaman kung kinuha niya o hindi ang ipinatago sa kanya.

⁹ "Kung may dalawang taong nagtatalo tungkol sa kung sino sa kanila ang may-ari ng isang pag-aari kagaya ng baka, asno, tupa, damit o kahit anong bagay, dapat nilang dalhin ang kaso nila sa presensya ng Dios.*ᵇ* Ang taong nagkasala ayon sa desisyon ng Dios ay magbabayad ng doble sa *totoong* may-ari.

¹⁰ "Kung pinaalagaan ng isang tao ang kanyang baka, asno, tupa o kahit anong hayop sa kanyang kapwa, at namatay ito, o nasugatan o nawala nang walang nakakita. ¹¹ Dapat pumunta ang nag-alaga sa presensya ng PANGINOON at susumpang wala siyang nalalaman tungkol sa nangyari. Dapat itong paniwalaan ng may-ari, at hindi na siya pagbabayarin. ¹² Pero kung ninakaw ang hayop, dapat magbayad ang nag-alaga sa may-ari. ¹³ Kung napatay ng mabangis na hayop ang hayop, kailangang dalhin niya ang natirang parte ng hayop bilang patunay, at hindi na niya ito kailangang bayaran.

¹⁴ "Kung may nanghiram ng hayop sa kanyang kapwa at nasugatan ito o namatay, at wala ang may-ari nang mangyari ito. Dapat itong bayaran ng nanghiram. ¹⁵ Pero kung nariyan ang may-ari nang mangyari ito, hindi dapat magbayad ang nanghiram. Kung nirentahan ang hayop, ang perang ibinayad sa renta ang ibabayad sa nasugatan o namatay na hayop.

Ang Iba pang mga Kautusan

¹⁶ "Kung linlangin ng isang lalaki ang dalagang malapit nang ikasal, at sumiping siya sa kanya, dapat magbayad ang lalaki *sa pamilya ng dalaga* ng dote, at magiging asawa niya ang dalaga. ¹⁷ Kung hindi pumayag ang ama ng dalaga na ibigay ang kanyang anak na maging asawa ng nasabing lalaki, magbabayad pa rin ang lalaki ng dote.

¹⁸ "Patayin ninyo ang mga mangkukulam.

¹⁹ "Ang sinumang makikipagtalik sa hayop ay papatayin.

²⁰ "Ang sinumang maghahandog sa ibang dios maliban sa akin ay kailangang patayin.*ᶜ*

²¹ "Huwag ninyong pagmamalupitan ang mga dayuhan*ᵈ* dahil mga dayuhan din kayo noon sa Egipto.

²² "Huwag ninyong aapihin ang mga biyuda at mga ulila. ²³ Kung gagawin ninyo ito, at humingi sila ng tulong sa akin, siguradong tutulungan ko sila. ²⁴ Talagang magagalit ako sa inyo at papatayin ko kayo sa labanan.*ᵉ* Mabibiyuda ang inyong mga asawa at maúulila ang inyong mga anak.

a 8 Dios: o, mga pinuno. Ganito rin sa talatang 9.

b 9 Dios: Tingnan ang "footnote" sa talatang 8.

c 20 kailangang patayin: Ang ibig sabihin ay ibigay sa Panginoon sa pamamagitan ng paghahandog o pagwasak dito.

d 21 dayuhan: Ang ibig sabihin, ang mga dayuhan na naninirahan sa Israel. Nasa 23:9 din.

e 24 labanan: sa literal, espada.

²⁵ "Kung magpapahiram kayo ng pera sa sinuman sa mamamayan kong mahihirap na naninirahan kasama ninyo, huwag ninyong tutubuan gaya ng ginagawa ng mga nagpapahiram ng pera. ²⁶ Kung kukunin ninyo ang balabal ng kapwa ninyo bilang garantiya *na magbabayad siya ng utang sa iyo*, isauli mo ito sa kanya bago lumubog ang araw. ²⁷ Sapagkat ito lang ang pangtakip niya sa kanyang katawan kapag natutulog siya sa gabi. Kung hihingi siya ng tulong sa akin, tutulungan ko siya dahil maawain ako.

²⁸ "Huwag ninyong lalapastanganin ang Dios at susumpain ang inyong pinuno.

²⁹ "Huwag ninyong kalilimutan ang paghahandog sa akin mula sa inyong mga ani, alak at mga langis.

"Italaga rin ninyo sa akin ang inyong mga panganay na lalaki, ³⁰ at ang panganay na mga baka at tupa. Dapat maiwan sa ina ang bagong panganak na baka at tupa sa loob ng pitong araw. Sa ikawalong araw, maaari na itong ihandog sa akin.

³¹ "Kayo ang pinili kong mamamayan, kaya hindi kayo kakain ng karne na kahit anong hayop na pinatay ng mababangis na hayop. Ipakain ninyo ito sa mga aso.

Hustisya at Katarungan

23 "Huwag kayong magbabalita ng kasinungalingan. Huwag kayong magsisinungaling para tumulong sa isang taong masama.

² "Huwag kayong makikiisa sa karamihan sa paggawa ng masama. Kung sasaksi kayo sa isang kaso, huwag n'yong babaluktutin ang hustisya para lang masunod ang opinyon ng karamihan. ³ Huwag ninyong papaboran ang kaso ng mga mahihirap *dahil lang sa kanilang kalagayan*.

⁴ "Kung makita ninyong nakawala ang baka o asno ng inyong kaaway, kailangang isauli ninyo ito sa kanya. ⁵ Kung makita ninyong natumba ang asno ng inyong kaaway dahil sa bigat ng karga nito, huwag n'yo itong pabayaan kundi tulungan itong makatayo.

⁶ "Siguraduhin ninyong mabibigyan ng hustisya ang mga mahihirap sa kaso nila. ⁷ Huwag kayong magbibintang sa iba nang walang katotohanan. Huwag ninyong papatayin ang mga inosenteng tao, dahil parurusahan ko ang sinumang gagawa nito.

⁸ "Huwag kayong tatanggap ng suhol dahil bumubulag ito sa tao sa katotohanan, at hindi nabibigyan ng hustisya ang mga inosente.

⁹ "Huwag ninyong pagmamalupitan ang mga dayuhan, dahil kayo mismo ang nakakaalam ng damdamin ng isang dayuhan, dahil mga dayuhan din kayo noon sa Egipto.

Ang Araw at Taon ng Pamamahinga

¹⁰ "Sa loob ng anim na taon, makakapagtanim kayo at makakapag-ani sa lupa ninyo. ¹¹ Pero sa ikapitong taon, huwag n'yo itong tataniman. *Kung may tutubong pananim sa lupa ninyo, pabayaan ninyo* ang mahihirap na makakakuha ng mga pananim para kainin, at kung may matira, ipakain na lang ninyo sa mga hayop. Ganito rin ang gagawin ninyo sa mga ubasan at taniman ng olibo.

¹² "Magtrabaho kayo sa loob ng anim na araw, pero huwag kayong magtatrabaho sa ikapitong

araw, para makapagpahinga kayo, ang mga baka at asno ninyo, ang mga alipin ninyo at ang mga dayuhan *na naninirahang kasama ninyo.*

¹³"Sundin ninyong mabuti lahat ng sinabi ko sa inyo. Huwag kayong mananalangin sa ibang dios o babanggit ng pangalan nila.

Ang Tatlong Pista Bawat Taon
(Exo. 34:18-26; Deu. 16:1-17)

¹⁴"Magdiwang kayo ng tatlong pista bawat taon para sa karangalan ko. ¹⁵Ipagdiwang ninyo ang Pista ng Tinapay na Walang Pampaalsa. Kagaya ng iniutos ko sa inyo, kumain kayo ng tinapay na walang pampaalsa sa loob ng pitong araw. Gawin ninyo ito sa itinakdang panahon sa buwan ng Abib, dahil ito ang buwan na lumabas kayo ng Egipto. Ang bawat isa sa inyo'y dapat magdala sa akin ng handog sa panahong iyon.

¹⁶"Ipagdiwang din ninyo ang Pista ng Pag-aani *sa pamamagitan ng pagdadala* ng mga unang ani ng inyong bukid. Ipagdiwang din ninyo ang Pista ng Huling Pag-ani sa katapusan ng taon kapag titipunin na ninyo ang mga ani sa mga bukid ninyo.

¹⁷"Dapat dumalo ang kalalakihan ninyo sa tatlong pistang ito bawat taon sa pagsamba sa akin, ang inyong Panginoong Dios.

¹⁸"Huwag kayong maghahandog ng dugo sa akin at ng kahit anong may pampaalsa. Huwag kayong magtitira para sa kinaumagahan ng taba ng hayop na inyong inihandog sa akin sa pista.

¹⁹"Dalhin ninyo sa templo ng Panginoon na inyong Dios ang pinakamagandang bahagi ng una ninyong ani.

"Huwag ninyong lulutuin ang batang kambing na hindi pa naaawat sa kanyang ina.

²⁰"Ngayon, isinugo ko ang anghel para bantayan at gabayan kayo sa lugar na inihanda ko para sa inyo. ²¹Makinig kayo sa kanya at sundin ang sinasabi niya. Huwag kayong magrerebelde sa kanya dahil ang lahat ng ginagawa niya'y ginagawa niya sa aking pangalan, at hindi niya pababayaang magpatuloy kayo sa mga kasalanan ninyo.ᵃ ²²Kung makikinig lang kayo nang mabuti sa sinasabi niya at gagawin ang lahat ng sinasabi ko, lalabanan ko ang inyong mga kaaway. ²³Pangungunahan kayo ng aking anghel at dadalhin kayo sa *lupain ng* mga Amoreo, Heteo, Perezeo, Cananeo, Hiveo at Jebuseo, at lilipulin ko sila. ²⁴Huwag kayong sasamba o maglilingkod sa mga dios-diosan nila, o tutularan ang mga ginagawa nila. Durugin ninyo ang kanilang mga dios-diosan, at gibain ang mga alaalang bato nila. ²⁵Sambahin ninyo *ako,* ang Panginoon na inyong Dios, at bibigyan ko kayo ng masaganang pagkain at tubig. Pagagalingin ko ang inyong mga karamdaman, ²⁶at walang babaeng makukunan at walang magiging baog sa inyong lupain, at pahahabain ko ang inyong buhay.

²⁷"Tatakutin ko at lilituhin ang mga kaaway na makakaharap ninyo, at tatakas sila. ²⁸Magpapadala ako ng mga putakting mangunguna sa inyo, at itataboy nila ang mga Hiveo, Cananeo at Heteo. ²⁹Pero hindi ko sila itataboy sa loob lang ng isang taon para hindi mapabayaan ang lupain at nang

mapigilan ang pagdami roon ng mga hayop sa gubat. ³⁰Unti-unti ko silang itataboy hanggang sa dumami na kayo at kaya na ninyong angkinin ang lupain.

³¹"Sisiguraduhin ko na ang hangganan ng lupain ninyo ay magsisimula sa Dagat na Pula hanggang sa Dagat ng Mediteraneo,ᵇ at mula sa disyerto *sa timog* hanggang sa Ilog *ng Eufrates.* Ibibigay ko sa inyo ang mga nakatira sa lupaing iyon, at itataboy n'yo sila. ³²Huwag kayong gagawa ng kasunduan sa kanila o sa mga dios-diosan nila. ³³Huwag n'yo silang pabayaang manirahan sa inyong lupain dahil baka sila pa ang magtulak sa inyo na magkasala laban sa akin. Kung sasamba kayo sa mga dios-diosan nila, magiging bitag ito sa inyo."

Tinanggap ng mga Israelita ang Kasunduan ng Panginoon

24 Sinabi ng Panginoon kay Moises, "Umakyat ka rito sa akin at isama mo sina Aaron, Nadab, Abihu at ang 70 tagapamahala ng Israel. Sa malayo mo sila pasambahin sa akin. ²Ikaw lang, Moises, ang makakalapit sa akin, ang iba'y hindi na maaaring makalapit sa akin. Hindi dapat umakyat dito ang mga tao kasama mo."

³Nang sinabi ni Moises sa mga tao ang lahat ng itinuro at iniutos ng Panginoon, sabay-sabay silang sumagot, "Susundin namin ang lahat ng sinabi ng Panginoon." ⁴At isinulat ni Moises ang lahat ng sinabi ng Panginoon.

Kinaumagahan, bumangon si Moises at nagpatayo ng altar sa may paanan ng bundok, at naglagay siya ng 12 haligi bato na kumakatawan sa 12 lahi ng Israel. ⁵Pagkatapos, inutusan niya ang mga kabataang lalaki na mag-alay sa Panginoon ng mga handog na sinusunog at mag-alay din ng mga toro bilang handog para sa mabuting relasyon sa Panginoon. ⁶Kinuha ni Moises ang kalahati ng dugo at inilagay ito sa mga mangkok at iwinisik sa altar ang kalahati. ⁷Kinuha rin niya ang Aklat ng Kasunduan at binasa ito sa mga tao. At sumagot ang mga tao, "Susundin namin ang lahat ng sinabi ng Panginoon. Susundin namin siya."

⁸Pagkatapos, kinuha niya ang dugo *sa mga mangkok* at iwinisik ito sa mga tao, at sinabi, "Ito ang dugo na nagpapatibay sa kasunduan na ginawa ng Panginoon sa inyo nang ibigay niya ang mga utos na ito."

⁹Pumunta paakyat *sa bundok* sina Moises, Aaron, Nadab, Abihu at 70 tagapamahala ng Israel, ¹⁰at nakita nila ang Dios ng Israel. Sa paanan niya ay may parang daan na gawa sa batong safiro na kasinglinaw ng langit. ¹¹Kahit nakita na ng mga pinuno ang Dios, hindi sila pinatay ng Dios. Kumain pa sila at uminom *doon sa kanyang presensya.*

¹²Sinabi ng Panginoon kay Moises, "Pumunta ka rito sa akin sa itaas ng bundok at maghintay, dahil ibibigay ko sa iyo ang malalapad na batong sinulatan ko ng mga kautusan at batas ko para ituro sa mga tao." ¹³Kaya umakyat si Moises sa bundok kasama ang lingkod niyang si Josue. ¹⁴*Bago sila umakyat,* sinabi ni Moises sa mga tagapamahala *ng Israel,* "Hintayin n'yo kami rito hanggang sa makabalik kami. Maiiwan dito sina Aaron at Hur, at kung may problema kayo, lumapit lang kayo sa kanila."

ᵃ 21 *hindi niya pababayaang...mga kasalanan ninyo:* o, *hindi niya patatawarin ang inyong mga kasalanan.*

ᵇ 31 *Dagat ng Mediteraneo:* sa literal, *Dagat ng Filisteo.*

[15] Pagdating ni Moises sa itaas ng bundok, natakpan ng ulap ang bundok. [16] At bumaba ang makapangyarihang presensya ng Panginoon sa Bundok ng Sinai. At sa loob ng anim na araw, natakpan ng ulap ang bundok. Sa ikapitong araw, tinawag ng Panginoon si Moises mula sa ulap. [17-18] Kaya pumasok si Moises sa ulap habang papaakyat pa siya sa bundok. Nagpaiwan siya roon sa loob ng 40 araw at 40 gabi. Para sa mga Israelitang nasa ibaba, parang apoy na naglalagablab ang makapangyarihang presensya ng Panginoon sa tuktok ng bundok.

Mga Handog para sa Toldang Tipanan
(Exo. 35:4-9)

25 Sinabi ng Panginoon kay Moises, [2] "Sabihin mo sa mga Israelita na maghandog sila sa akin. Ikaw ang tumanggap ng kanilang mga handog na gusto nilang ialay sa akin. [3] Ito ang mga handog na tatanggapin mo mula sa kanila: ginto, pilak, tanso, [4] lanang kulay asul, ube at pula, manipis na *telang* linen, tela na *gawa sa* balahibo ng kambing, [5] balat ng lalaking tupa na kinulayan ng pula, magandang klase ng balat, kahoy na akasya, [6] langis ng olibo para sa ilaw, mga sangkap sa langis na pamahid at pabango sa insenso, [7] batong onix at iba pang mamahaling bato na ilalagay sa espesyal na damit[a] *ng punong pari* at sa bulsa sa dibdib nito.

[8] "Ipagawa mo sa mga mamamayan ng Israel ang Toldang Sambahan para sa akin kung saan titira akong kasama nila. [9] Ipagawa mo ang Toldang Sambahan at ang mga kagamitan dito ayon sa eksaktong tuntunin na sinabi ko sa iyo.

Ang Kahon ng Kasunduan
(Exo. 37:1-9)

[10] "Magpagawa ka ng Kahon na yari sa akasya—mga 45 pulgada ang haba, 27 pulgada ang lapad at 27 pulgada rin ang taas. [11] Balutan ninyo ito ng purong ginto sa loob at labas, at palagyan ng hinulmang ginto ang paligid nito. [12] Maghulma ka ng apat na argolyang[b] ginto at ikabit ito sa apat na paa nito, dalawa sa bawat gilid. [13] Magpagawa ka rin ng tukod na akasya at balutan ito ng ginto. [14] Isuot mo ang tukod sa mga argolyang ginto sa bawat gilid ng Kahon para mabuhat ang Kahon sa pamamagitan ng mga tukod. [15] Huwag ninyong tatanggalin ang argolyang ginto sa tukod ng Kahon. [16] Pagkatapos, ipasok mo sa Kahon ang *malapad na bato na ibinigay ko sa iyo, kung saan* nakasulat ang aking mga utos.

[17] "Ipagawa mo ng takip na purong ginto ang Kahon, na 45 pulgada ang haba at 27 pulgada ang lapad. [18-19] Magpagawa ka rin ng dalawang gintong kerubin, ilalagay ito sa dalawang dulo ng takip ng Kahon. [20] Kailangan nakalukob ang pakpak ng mga kerubin sa ibabaw ng takip para maliliman nila ito, at kailangang magkaharap silang dalawa na nakatingin sa takip. [21] Ilagay mo sa Kahon ang malapad na bato na ibinigay ko sa iyo, kung saan nakasulat ang mga utos ko, at pagkatapos ay takpan mo ang Kahon. [22] Makikipagkita ako sa iyo roon sa gitna ng dalawang kerubin na nasa ibabaw ng

Kahon, at ibibigay ko sa iyo ang lahat ng utos para sa mga mamamayan ng Israel.

Ang Mesa na Pinaglalagyan ng Tinapay
(Exo. 37:10-16)

[23] "Magpagawa ka rin ng mesang akasya, na may sukat na 36 na pulgada ang haba, 18 pulgada ang lapad at 27 pulgada ang taas. [24] Balutan mo ito ng purong ginto at lagyan ng hinulmang ginto ang mga paligid nito. [25] Palagyan n'yo rin ito ng sinepa sa bawat gilid, apat na pulgada ang lapad, at palagyan ng hinulmang ginto ang sinepa. [26] Magpagawa ka rin ng apat na argolyang ginto at ikabit sa apat na sulok ng mesa, [27] malapit sa sinepa. Dito ninyo ipasok ang mga tukod na pambuhat sa mesa. [28] Dapat ay akasya ang tukod at nababalutan ng ginto.

[29] "Magpagawa ka rin ng mga pinggan, tasa, banga at mga mangkok na gagamitin para sa handog na inumin. Kailangang purong ginto ang mga ito. [30] At kailangang palaging lagyan ng tinapay na inihahandog sa aking presensya ang mesang ito.

Ang Lalagyan ng Ilaw
(Exo. 37:17-24)

[31] "Magpagawa ka rin ng lalagyan ng ilaw na purong ginto ang paa, katawan at mga palamuting hugis bulaklak, na ang iba'y buko pa lang at ang iba'y nakabuka na. Ang palamuting ito ay dapat kasama nang gagawin ang katawan ng lalagyan ng ilaw. [32] Ang lalagyan ng ilaw ay may anim na sanga, tigtatatlo sa bawat gilid. [33] Ang bawat sanga ay may tatlong lalagyan na hugis bulaklak ng almendro.[c] [34] Ang katawan ng lalagyan ng ilaw ay may apat na palamuting hugis bulaklak ng almendro, na ang iba'y buko pa at ang iba'y nakabuka na. [35] May isang hugis bulaklak sa ilalim ng bawat pares ng anim na sanga. [36] Ang mga palamuting bulaklak at ang mga sanga ay isang piraso lamang nang hinulma ang lalagyan ng ilaw.

[37] "Magpagawa ka ng pitong ilawan at ilagay sa lalagyan nito para mailawan ang lugar sa harapan nito. [38] Ang mga panggupit ng mitsa ng ilaw at mga pansahod ng abo ng ilaw ay dapat purong ginto rin. [39] Ang kailangan mo sa pagpapagawa ng lalagyan ng ilaw at sa lahat ng kagamitan nito ay 35 kilo ng purong ginto. [40] Siguraduhin mong ipapagawa mo ang lahat ng ito ayon sa planong ipinakita ko sa iyo rito sa bundok.

Ang Toldang Sambahan
(Exo. 36:8-38)

26 "Magpagawa ka ng Toldang Sambahan. Ito ang mga gagamitin sa paggawa nito: sampung piraso ng pinong *telang* linen na may lanang kulay asul, ube at pula. At paburdahan ito ng kerubin sa mahuhusay na mamburda. [2] Kailangang magkakasukat ang bawat tela na may habang 42 talampakan at may lapad na anim na talampakan. [3] Pagdugtong-dugtungin ninyo ito ng tiglilima. [4] At pagawan mo ng parang singsing na telang asul ang bawat gilid ng pinagdugtong na mga tela, [5] at tig-50 na parang singsing na tela sa bawat dulo at kailangan magkatapat sa isa't isa. [6] Magpagawa ka ng 50 kawit

---

a 7 espesyal na damit: sa Hebreo, *"efod."*

b 12 argolya: korteng singsing.

c 33 almendro: sa Ingles, *"almond."*

na ginto para mapagkabit ang parang mga singsing na tela sa dalawang pinagsamang tela. Sa pamamagitan nito, magagawa ang Toldang Sambahan.

⁷ "Pagawan mo ng talukbong ang Tolda. Labing-isang pirasong tela na gawa sa balahibo ng kambing ang gagamitin sa paggawa nito. ⁸ Kailangang may haba na 45 talampakan ang bawat tela at anim na talampakan ang lapad. ⁹ Pagdugtong-dugtungin mo ang limang tela at ganoon din ang gawin sa natirang anim. Ang ikaanim naman ay tutupiin at ilalagay sa harap ng tolda. ¹⁰ Palagyan mo rin ito ng 50 parang singsing na tela ang bawat gilid ng pinagdugtong na mga tela, ¹¹ at ikabit dito ang 50 tansong kawit. ¹² Ilaylay mo sa likod ng Tolda ang kalahati ng sobrang tela, ¹³ at ilaylay din sa bawat gilid ang isa't kalahating talampakan ng tela na sobra sa pangtalukbong ng Tolda. ¹⁴ Ang ibabaw ng talukbong ng Tolda ay papatungan ng balat ng lalaking tupa na kinulayan ng pula, at papatungan din ng magandang klase ng balat.ᵃ

¹⁵ "Dapat ang balangkas ng Tolda ay tablang akasya. ¹⁶ Ang haba ng bawat tabla ay 15 talampakan at ang lapad ay dalawang talampakan. ¹⁷ Ang bawat tabla ay nilagyan ng dalawang mitsaᵇ para maidugtong ito sa isa pang tabla. Ganito ang ginawa nila sa bawat tabla. ¹⁸ Ang 20 sa mga tablang ito ay gagamitin sa pagtatayo ng Tolda sa timog na bahagi. ¹⁹ Ang mga tablang ito ay isinuksok sa 40 pundasyong pilak—dalawang pundasyon sa bawat tabla. ²⁰ Ang hilagang bahagi ng Tolda ay gagamitan din ng 20 tabla, ²¹ at isinuksok din sa 40 pundasyong pilak—dalawang pundasyon sa bawat tabla. ²² Ang bandang kanluran bahagi naman ng Tolda ay ginamitan nila ng anim na tabla, ²³ at dalawang tabla sa mga gilid nito. ²⁴ Pagdugtungin ang mga tabla sa mga sulok mula sa ilalim hanggang sa itaas. Kailangang ganito rin ang gawin sa dalawang tabla sa mga gilid. ²⁵ Kaya may walong tabla sa bahaging ito ng Tolda, at nakasuksok ito sa 16 na pundasyong pilak—dalawang pundasyon sa bawat tabla.

²⁶ "Magpagawa ka rin ng mga akasyang biga—lima para sa bahaging hilaga ng Tolda, ²⁷ lima rin sa bahaging timog, at lima pa rin sa bahaging kanluran sa likod ng Tolda. ²⁸ Ang biga sa gitna ng balangkas ay manggagaling sa dulo ng Tolda papunta sa kabilang dulo. ²⁹ Pabalutan ng ginto ang mga tabla at palagyan ng mga argolyangᶜ ginto na pagsusuotan ng mga biga, pabalutin din ng ginto ang mga biga. ³⁰ "Kailangang ipatayo mo ang Toldang Sambahan ayon sa planong sinabi ko sa iyo rito sa bundok.

³¹ "Magpagawa ka rin ng kurtina na gawa sa pinong telang linen na may lanang kulay asul, ube at pula. At paburdahan mo ito ng kerubin. ³² Ipakabit ito sa mga kawit na ginto sa apat na haliging akasya na nababalutan ng ginto. Ang apat na haliging ito ay nakasuksok sa apat na pundasyong pilak. ³³ Kapag nakabit na ang kurtina sa mga kawit, ilagay sa likod nito ang Kahon ng Kasunduan. Ang kurtina ang maghihiwalay sa Banal na Lugar at sa Pinakabanal na Lugar. ³⁴ Ang Kahon ng Kasunduan ay dapat

ilagay sa Pinakabanal na Lugar at dapat may takip ito. ³⁵ Ilagay ang mesa sa labas ng Pinakabanal na Lugar, sa hilagang bahagi ng Tolda, at sa bandang timog, ilagay sa tapat ng mesa ang lalagyan ng ilaw.

³⁶ "Magpagawa ka ng isa pang kurtina para sa pintuan ng Toldang Sambahan. Pinong telang linen rin ito na binurdahan gamit ang lanang kulay asul, ube at pula. At napakaganda ng pagkakaburda nito. ³⁷ Pagkatapos, ipakabit ito sa mga kawit na ginto sa limang haliging akasya na nababalutan ng ginto. Ang limang haliging ito ay nakasuksok sa limang pundasyong tanso.

Ang Altar na Pagsusunugan ng Handog (Exo. 38:1-7)

27 "Magpagawa ka ng altar na gawa sa akasya. Pito't kalahating talampakan ang haba, pito't kalahating talampakan din ang lapad, at apat at kalahating talampakan ang taas. ² Palagyan ito ng parang mga sungay sa apat na sulok, na kasama nang ginawa nang gawin ang altar. Pabalutan ng tanso ang altar. Ang lahat ng kagamitan ng altar ay kailangang gawa sa tanso— ³ ang mga lalagyan ng abo, pala, mangkok, malalaking tinidor para sa karne at mga lalagyan ng baga. ⁴ Magpagawa ka rin ng parilyang tanso para sa altar, at lagyan ito ng argolyangᵈ tanso sa bawat sulok. ⁵ Pagkatapos, ilagay mo ito sa ilalim ng altar, sa patungan nito sa bandang gitna ng altar. ⁶ Magpagawa ka rin ng tukod na pambuhat sa altar. Kailangang galing ito sa kahoy na akasya, at nababalutan ng tanso. ⁷ Ipasok ang tukod sa argolya sa bawat gilid ng altar para mabuhat ang altar. ⁸ Ang ipapagawa mong altar ay tabla at dapat bakante sa loob. Ipagawa ito ayon sa planong sinabi ko sa iyo roon sa bundok.

Ang Bakuran ng Toldang Sambahan (Exo. 38:9-20)

⁹ "Palagyan ng bakuran ang Toldang Sambahan, at palibutan ito ng kurtina na gawa sa pinong telang linen. Ang haba ng kurtina sa bandang timog ay 150 talampakan. ¹⁰ Ikabit ang kurtina sa 20 haliging tanso na nakasuksok sa 20 pundasyong tanso. Ang pagkakabitan ng kurtina ay ang mga kawit na pilak na nakakabit sa baras na pilak sa mga haligi. ¹¹ Ang kurtina sa bandang hilaga ay 150 talampakan din ang haba. Ikabit din ito sa 20 haliging tanso na nakasuksok sa 20 pundasyong tanso. Ang pagkakabitan ng mga kurtina ay ang mga kawit na pilak na nakakabit sa mga baras na pilak sa mga haligi. ¹² Ang kurtina sa bandang kanluran ay may sukat na 75 talampakan ang haba at nakakabit ito sa sampung haligi na nakasuksok sa sampung pundasyon. ¹³ Ang kurtina sa bandang silangan ay 75 talampakan ang haba. ¹⁴ Ang pintuan ng bakuran ay nasa silangan, at may mga kurtina rin ito sa gilid. Ang kurtina sa kanan ay 22 at kalahating talampakan ang haba, at nakakabit sa tatlong haligi na nakasuksok sa tatlo ring pundasyon. ¹⁵ Ang kurtina sa kaliwa ay 22 at kalahating talampakan ang haba, at nakakabit din ito sa tatlong haligi na nakasuksok sa tatlo ring pundasyon.

ᵃ 14 magandang klase ng balat: Maaaring ang ibig sabihin, balat ng "dolphin."

ᵇ 17 mitsa: sa Ingles, "tenon."

ᶜ 29 argolya: Tingnan ang "footnote" sa 25:12. Ganito rin sa 27:4.

ᵈ 4 argolya: Tingnan ang "footnote" sa 26:29.

¹⁶"Ang pintuan ng bakuran ay palagyan mo ng kurtina na 30 talampakan ang haba. Kailangan gawa ang kurtina mula sa pinong *telang* linen na may lanang kulay asul, ube at pula. Kailangan napakaganda ng pagkakabura nito. Pagkatapos, isabit ang kurtina sa apat na haligi na nakasuksok sa apat na pundasyon. ¹⁷Kailangan may kawit at baras na pilak ang lahat ng haligi sa palibot ng bakuran, at kailangan ding may mga tansong pundasyon. ¹⁸Ang buong sukat ng bakuran ay 150 talampakan ang haba at 75 talampakan ang lapad. Napapalibutan ito ng kurtinang pinong *telang* linen, na pito't kalahating talampakan ang taas. *Ang mga haligi nito ay nakasuksok sa mga* pundasyong tanso. ¹⁹Kailangang purong tanso ang lahat ng kagamitan sa Toldang Sambahan pati na ang lahat ng tulos ng Tolda at sa bakuran nito.

Ang Pangangalaga sa Ilawan ng Toldang Sambahan
(Lev. 24:1-4)

²⁰"Utusan mo ang mga Israelita na dalhan ka nila ng purong langis na mula sa pinigang olibo para sa mga ilaw *ng Tolda*, para tuloy-tuloy ang pag-ilaw nito. ²¹Ilagay ang lalagyan ng ilaw sa labas ng kurtina na tumatakip sa *Kahon ng* Kasunduan. Si Aaron at ang mga anak niyang lalaki at mag-aasikaso sa mga ilaw sa Toldang Tipanan.^a Sisindihan nila ito sa aking presensya araw at gabi. Ang tuntuning ito'y dapat sundin ng mga Israelita at ng susunod pa nilang mga henerasyon.

Ang Mga Damit ng mga Pari
(Exo. 39:1-7)

28 "Ibukod mo sa mga tao si Aaron at ang mga anak niyang lalaki na sina Nadab, Abihu, Eleazar at Itamar para makapaglingkod sila sa akin bilang mga pari. ²Magpatahi ka ng banal na damit para sa kapatid mong si Aaron, para maparangalan siya. ³Sabihin mo sa lahat ng mahuhusay na mananahi na binigyan ko ng kakayahang manahi na itahi nila ng damit si Aaron na magbubukod sa kanya sa mga tao para makapaglingkod siya sa akin bilang pari. ⁴Ito ang mga damit na tatahiin nila: ang bulsa na nasa dibdib, ang espesyal na damit,^b ang damit-panlabas, ang damit-panloob na binurdahan, ang turban at ang sinturon. Itatahi rin nila ng banal na mga damit ang mga anak na lalaki ni Aaron para makapaglingkod sila sa akin bilang mga pari. ⁵Kailangan na pinong *telang* linen na may lanang *kulay* ginto, asul, ube at pula ang gagamitin nilang tela.

Ang Espesyal na Damit ng mga Pari
(Exo. 39:2-7)

⁶"Ang espesyal na damit *ng mga pari* ay kailangan na pinong *telang* linen na may lanang *kulay* ginto, asul, kulay ube at pula. Kailangang napakaganda ng pagkakaburda nito. ⁷May dalawang parte ito, likod at harapan, at pinagdudugtong ng dalawang tirante sa may balikat. ⁸Ang sinturon nito ay gawa

sa pinong *telang* linen na binurdahan ng gintong sinulid at lanang *kulay* asul, ube at pula.
⁹"Magpakuha ka ng dalawang batong onix at iukit mo rito ang mga pangalan ng mga anak na lalaki ni Jacob.^c ¹⁰Dapat sunud-sunod ang paglalagay ng mga pangalan ayon sa kanilang kapanganakan, at anim na pangalan ang ilalagay sa bawat bato. ¹¹Dapat iukit ito kagaya ng pag-ukit ng platero sa pantatak. Pagkatapos, ilagay ang bato sa balangkas na ginto, ¹²at ikabit ito sa tirante ng espesyal na damit bilang mga alaalang bato nila para sa mga lahi ng Israel. Sa pamamagitan nito, palaging madadala ni Aaron ang pangalan nila sa presensya ko, at aalalahanin ko sila. ¹³Ang balangkas na ginto ay ¹⁴palagyan mo ng dalawang mala-kwintas na tali na purong ginto para maikabit sa may balikat ng damit.

Ang Bulsa na Nasa Dibdib
(Exo. 39:8-21)

¹⁵"Magpagawa ka ng bulsa sa dibdib na ginagamit sa pag-alam ng kalooban ng PANGINOON.^d Kailangang maganda ang pagkakagawa nito, at ang tela nito'y kapareho ng tela ng espesyal na damit *ng mga pari*: pinong *telang* linen na may lanang *kulay* ginto, asul, kulay ube at pula. ¹⁶Ang bulsa na nasa dibdib ay dapat nakatupi nang doble at parisukat—siyam na pulgada ang haba at siyam na pulgada rin ang lapad. ¹⁷Palagyan ito ng apat na hanay ng mga mamahaling bato. Sa unang hanay, ilalagay ang rubi, topaz at beril; ¹⁸sa ikalawang hanay, esmeralda, safiro at turkois; ¹⁹sa ikatlong hanay, hasinto, agata at ametista, ²⁰at sa ikaapat na hanay, krisolito, onix at jasper. Ilagay ang mga bato sa balangkas na ginto. ²¹Dapat ang bawat bato ay may pangalan ng isa sa mga anak ni Jacob bilang kinatawan sa 12 lahi ni Israel. Ang pagkakaukit ng pangalan ay gaya ng pagkakaukit sa pantatak.
²²"Palagyan din ng mala-kwintas na tali na purong ginto ang bulsa na nasa dibdib. ²³Magpagawa ka ng dalawang parang singsing na ginto at ikabit ito sa ibabaw ng mga sulok ng bulsa na nasa dibdib. ²⁴Isuot sa parang singsing na ito ang dalawang mala-kwintas na taling ginto, ²⁵at ang dalawang dulo naman ng mala-kwintas na tali ay isinuot sa dalawang balangkas na ginto na nakakabit sa tirante ng espesyal na damit. ²⁶Magpagawa ka ng dalawang parang singsing na ginto at ipasok ito sa ilalim ng mga gilid ng bulsa na nasa dibdib na nakapatong sa espesyal na damit. ²⁷Magpagawa ka pa ng dalawang parang singsing na ginto at ikabit mo ito sa espesyal na damit sa may bandang sinturon. ²⁸Pagkatapos, talian ninyo ng asul na panali ang mga pang-ilalim na parang singsing sa parang singsing na ginto sa espesyal na damit. Sa pamamagitan nito, maikakabit nang maayos ang bulsa na nasa dibdib ng espesyal na damit, sa itaas ng sinturon.
²⁹"Kung papasok si Aaron sa Banal na Lugar, kailangang suot niya ang bulsa sa dibdib na may pangalan ng mga lahi ng Israel para alalahanin ko silang palagi. ³⁰Ilagay sa bulsa na nasa dibdib ang

---

^a 21 *Toldang Tipanan:* Ang Toldang Sambahan.
^b 4 *espesyal na damit:* sa Hebreo, *"efod."* Ito rin ay nasa talatang 6, 12, 15, 25-28 at 31.

^c 9 *Jacob:* sa Hebreo, *Israel.*
^d 15 Tingnan ang talatang 30.

'Urim' at 'Thummim'[a] para naroon ito sa bulsa ni Aaron kapag pupunta siya sa aking presensya para malaman ang kalooban ko para sa mga Israelita.

Ang Iba pang Damit ng mga Pari
(Exo. 39:22-31)

31 "Ang damit-panlabas na napapatungan ng espesyal na damit ay kailangang purong asul 32 at may butas sa gitna para sa ulo. At kailangang lagyan ng butas ang parang kwelyo para hindi ito mapunit. 33-34 Palagyan ang palibot ng mga laylayan nito ng mga palamuti na korteng prutas na pomegranata, na gawa sa lanang kulay asul, ube at pula. Isingit mo ang mga palamuting ito sa mga pagitan ng gintong mga kampanilya. 35 Kailangang isuot ito ni Aaron kapag papasok siya sa Banal na Lugar para maglingkod sa aking presensya, para marinig ang tunog ng mga kampanilya kung papasok at lalabas si Aaron sa Banal na Lugar. Kung gagawin niya ito, hindi siya mamamatay.

36 "Magpagawa ka ng medalyang ginto at paukitan mo ito ng *ganitong mga salita*: 'Ibinukod para sa PANGINOON.' 37 Itali mo ito sa harap ng turban ni Aaron sa pamamagitan ng asul na panali, 38 para makita ito sa kanyang noo. Ipinapakita nito na dadalhin ni Aaron ang kahit anong kasalanang nagawa ng mga Israelita sa paghahandog nila sa PANGINOON. Lagi itong ikakabit ni Aaron sa kanyang noo para matuwa ang PANGINOON sa mga mamamayan.

39 "Ang damit-panloob ni Aaron ay kailangang pinong linen, ganoon din ang kanyang turban at ang sinturon na binurdahan ng maganda. 40 Magpatahi ka rin ng mga damit-panloob, mga sinturon, at mga turban para sa mga anak ni Aaron para sa ikararangal nila.

41 "Ipasuot mo ang mga damit sa kapatid mong si Aaron at sa mga anak niyang lalaki, at pagkatapos, pahiran[b] mo sila ng langis at ordinahan. Italaga mo sila sa akin para makapaghandog sila sa akin bilang mga pari.

42 "Ipatahi mo rin sila ng mga pang-ilalim na damit na tatakip sa kanyang kahubaran. Ang haba nito'y mula sa baywang hanggang sa hita *para hindi sila masilipan*. 43 Kailangan nila itong isuot kapag papasok sila sa Toldang Tipanan, o kapag lalapit sila sa altar ng Banal na Lugar sa paglilingkod bilang mga pari, para hindi sila masilipan at mamatay. Ang tuntuning ito'y dapat sundin ni Aaron at ng kanyang salinlahi magpakailanman.

Ang Pagtatalaga kay Aaron at sa mga Anak Niyang Lalaki Bilang mga Pari
(Lev. 8:1-36)

29 "Ito ang gagawin mo sa pag-ordina kay Aaron at sa mga anak niyang lalaki para makapaglingkod sila sa akin bilang mga pari. Kumuha ka ng isang batang toro at dalawang lalaking tupa na walang kapintasan. 2 Kumuha ka rin ng magandang klaseng harina at magluto ka ng tinapay na walang pampaalsa. Makapal na tinapay

na hinaluan ng langis ang lutuin mo, at manipis na tinapay na pinahiran ng langis. 3 Pagkatapos, ilagay mo ang mga tinapay sa basket at ihandog sa akin kasama ang batang toro at dalawang lalaking tupa.

4 "Dadalhin mo sa may pintuan ng Toldang Tipanan si Aaron at ang mga anak niyang lalaki, at papaliguin mo sila. 5 Pagkatapos, ipasuot mo kay Aaron ang damit-panloob, ang damit-panlabas, ang espesyal na damit,[c] at ang bulsa na nasa dibdib. Itali mo nang mabuti ang espesyal na damit gamit ang hinabing sinturon na maganda ang pagkakagawa. 6 Ipasuot mo sa ulo niya ang turban, at ikabit sa harapan ng turban ang ginto *na simbolo* ng pagbubukod sa kanila ng PANGINOON. 7 Kunin mo rin ang langis at ibuhos ito sa ulo ni Aaron sa pagtatalaga sa kanya. 8 Italaga rin ang mga anak niyang lalaki at pagsuotin sila ng damit-panloob, 9 turban at sinturon at ordinahan din sila. Magiging pari sila habang buhay. Sa pamamagitan nito, ordinahan mo si Aaron at ang mga anak niya.

10 "Dalhin mo ang batang toro sa harap ng Toldang Tipanan, at ipapatong ni Aaron at ng mga anak niya ang kamay nila sa ulo ng toro. 11 Pagkatapos, katayin ang baka sa presensya ng PANGINOON, sa may pintuan ng Toldang Tipanan. 12 Kumuha ka ng dugo ng baka at ipahid mo ito sa *parang* sungay sa mga sulok ng altar, at ibuhos mo sa ilalim ng altar ang matitirang dugo. 13 Pagkatapos, kunin mo ang lahat ng taba sa tiyan ng baka, ang maliit na bahagi ng atay, ang mga bato pati na ang mga taba nito, at sunugin ito sa altar. 14 Pero sunugin mo ang laman, balat at bituka nito sa labas ng kampo bilang handog sa paglilinis. 15 "Pagkatapos, kunin mo ang isa sa lalaking tupa at ipatong mo ang mga kamay ni Aaron at ng mga anak niya sa ulo ng tupa. 16 Katayin ito, at iwisik ang dugo sa palibot ng altar. 17 Hiwa-hiwain mo ang tupa at hugasan ang mga lamang loob at paa, ipunin mo ito pati ang ulo at ang iba pang parte ng hayop. 18 Sunugin mo itong lahat sa altar bilang handog na sinusunog para sa akin. Ang mabangong samyo ng handog na ito sa pamamagitan ng apoy ay makalulugod sa akin.

19 "Pagkatapos, kunin mo ang isa pang lalaking tupa, at ipatong ang mga kamay ni Aaron at ng mga anak niya sa ulo ng tupa. 20 Katayin ninyo ito at kumuha ka ng dugo, at ipahid sa ibabang bahagi ng kanang tainga ni Aaron at ng mga anak niya, at sa mga kanang hinlalaki ng kanilang kamay at paa. Pagkatapos, iwiwisik ang natirang dugo sa palibot ng altar. 21 Kumuha ka ng kaunting dugo sa altar at ihalo ito sa langis na pamahid,[d] iwisik ito kay Aaron at sa mga anak niyang lalaki, at sa kanilang mga damit. Sa pamamagitan nito, maitatalaga si Aaron at ang mga anak niya, pati na ang mga damit nila.

22 "Pagkatapos, kunin ninyo ang taba ng tupa, ang matabang buntot, at ang lahat ng taba sa lamang-loob, ang maliit na bahagi ng atay, ang mga bato pati ang taba nito, at ang kanang hita. Ito ang tupang handog para sa pagtatalaga *sa mga pari*. 23 Kumuha ka sa basket ng mga tinapay na walang pampaalsa na ihahandog para sa akin: tinapay *na hindi*

---

a 30 'Urim' at 'Thummim': Dalawang bagay na ginagamit sa pag-alam ng kalooban ng Dios.

b 41 pahiran: o, buhusan.

c 5 espesyal na damit: sa Hebreo, "efod."

d 21 pamahid: o, pambuhos.

hinaluan ng langis, makapal na tinapay na hinaluan ng langis at manipis na tinapay. 24 Ipahawak mo itong lahat kay Aaron at sa mga anak niya, at itataas nila ito sa akin bilang mga handog na itinataas. 25 Kunin mo ito sa kanila at sunugin sa altar kasama ng mga handog na sinusunog. Ang mabangong samyo ng handog na ito sa pamamagitan ng apoy ay makalulugod sa akin. 26 Kunin mo rin ang dibdib ng tupa at itaas n'yo ito sa akin bilang mga handog na itinataas. Ito ang parte mo sa tupang handog para sa pagtatalaga kay Aaron *at ng mga anak niyang lalaki*.

27 "Ialay mo rin sa akin ang mga parte ng tupang inihandog para sa pagtatalaga kay Aaron at ng mga anak niya, kasama na rito ang dibdib at hitang itinaas mo sa akin. 28 Sa tuwing maghahandog ang mga Israelita ng mga handog para sa mabuting relasyon, dapat ganito palagi ang mga parte ng mga hayop na mapupunta kay Aaron at sa mga anak niyang lalaki.

29 "Kapag namatay na si Aaron, ang banal na mga damit niya ay ibibigay sa mga anak niyang papalit sa kanya *bilang punong pari*, para ito ang isuot nila kapag ordinahan na sila. 30 Ang mga angkan ni Aaron na papalit sa kanya bilang *punong* pari ang magsusuot ng mga damit na ito sa loob ng pitong araw kapag papasok siya sa Toldang Tipanan para maglingkod sa Banal na Lugar.

31 "Kunin mo ang tupa na inialay sa pagtatalaga at lutuin ang karne nito sa isang banal na lugar. 32 Kakainin ito ni Aaron at ng mga anak niya, kasama ang tinapay sa basket, doon sa pintuan ng Toldang Tipanan. 33 Sila lang ang makakakain ng karneng ito at tinapay na inihandog para sa kapatawaran ng mga kasalanan nila nang inordinahan sila. Walang ibang maaaring kumain nito dahil banal ang pagkaing ito. 34 Kung may matirang pagkain, sa kinaumagahan dapat itong sunugin. Hindi ito dapat kainin, dahil ito'y banal. 35 "Sundin mo ang iniuutos kong ito sa iyo tungkol sa pag-ordina kay Aaron at sa mga anak niyang lalaki. Gawin mo ang pag-ordina sa kanila sa loob ng pitong araw. 36 Bawat araw, maghandog ka ng isang baka bilang handog sa paglilinis para maging malinis ang altar, at pagkatapos, pahiran mo ito ng langis para sa pagtatalaga nito. 37 Gawin mo ito sa loob ng pitong araw; at magiging pinakabanal ang altar, at dapat banal din ang humahawak nito.

Ang Araw-araw na mga Handog
(Bil. 28:1-8)

38 "Dalawang tupa na isang taong gulang ang ihandog mo sa altar araw-araw. 39 Isa sa umaga at isa sa hapon. 40 Sa paghahandog mo ng tupa sa umaga, maghandog ka rin ng dalawang kilo ng magandang klaseng harina na hinaluan ng isang litrong langis mula sa pinigang olibo. Maghandog ka rin ng isang litrong katas ng ubas bilang handog na inumin. 41 Sa paghahandog mo ng tupa sa hapon, ihandog mo rin ang mga nabanggit na harina at inumin. Ang mabangong samyo ng handog na ito sa pamamagitan ng apoy ay makalulugod sa akin. 42-43 Ang mga handog na sinusunog ay kailangang ihandog araw-araw sa susunod pang mga henerasyon. Ihandog ninyo ito sa aking presensya, doon sa may pintuan ng Toldang Tipanan kung saan ako makikipag-usap sa iyo at makikipagkita sa mga Israelita. Magiging banal ang Tolda dahil sa makapangyarihan kong presensya. 44 Oo, gagawin kong banal ang Toldang Tipanan at ang altar, at ibubukod ko si Aaron at ang mga anak niya sa paglilingkod sa akin bilang mga pari. 45 Maninirahan ako kasama ng mga Israelita at ako'y magiging Dios nila. 46 Malalaman nila na ako ang PANGINOON na kanilang Dios na naglabas *sa kanila* sa Egipto para makapanirahan akong kasama nila. *Oo,* Ako ang PANGINOON na kanilang Dios.

Ang Altar na Pagsusunugan ng Insenso
(Exo. 37:25-28)

30 "Magpagawa ka ng altar na akasya na pagsusunugan ng insenso. 2 Kailangan kwadrado ito-18 pulgada ang haba at ang lapad, at tatlong talampakan ang taas. Kailangang mayroon itong *parang* sungay sa mga sulok na kasamang ginawa nang gawin ang altar. 3 Balutin mo ng purong ginto ang ibabaw nito, ang apat na gilid, at ang *parang* sungay sa mga sulok nito. At lagyan mo ito ng hinulmang ginto sa palibot. 4 Palagyan ng dalawang argolyang ginto sa ilalim ng hinulmang ginto sa magkabilang gilid ng altar, para pagsuksukan ng mga tukod na pambuhat dito. 5 Gumawa ka ng tukod na gawa sa kahoy na akasya at balutin ito ng ginto. 6 Ilagay ito sa harap ng altar sa telang tumatabing sa Kahon ng Kasunduan. Doon ako makikipagkita sa inyo.

7 "Tuwing umaga, kapag mag-aasikaso si Aaron ng mga ilaw, magsusunog siya ng mabangong insenso sa nasabing altar. 8 At sa hapon, kapag magsisindi siya ng ilaw, magsusunog siyang muli ng insenso. Dapat itong gawin araw-araw sa aking presensya ng susunod pang mga henerasyon. 9 Huwag kayong mag-aalay sa altar na ito ng ibang insenso, o kahit anong handog na sinusunog, o handog para sa mabuting relasyon, o handog na inumin. 10 Isang beses sa bawat taon, kailangang linisin ni Aaron ang altar sa pamamagitan ng pagpapahid ng dugo sa *parang* mga sungay na sulok nito. Ang dugong ipapahid ay galing sa handog sa paglilinis. Dapat itong gawin bawat taon ng susunod pang mga henerasyon, dahil ang altar na ito ay napakabanal para sa akin."

11 Pagkatapos, sinabi ng PANGINOON kay Moises, 12 "Kapag isesensus mo ang mga mamamayan ng Israel, ang bawat mabibilang ay magbabayad sa akin para sa buhay niya, para walang kapahamakang dumating sa kanya habang binibilang mo sila. 13 Ang ibabayad ng bawat isang mabibilang mo ay anim na gramong pilak ayon sa bigat ng pilak sa timbangang ginagamit ng mga pari. Ibibigay nila ito bilang handog sa akin. 14 Ang lahat ng may edad na 20 pataas ang maghahandog nito sa akin. 15 Hindi magbabayad ng sobra ang mga mayayaman, at hindi magbabayad ng kulang ang mga mahihirap. 16 Gamitin mo ang pera para sa mga pangangailangan sa Toldang Tipanan. Bayad ito ng mga Israelita para sa kanilang buhay, at sa pamamagitan nito'y aalalahanin ko sila."

Ang Plangganang Hugasan
(Exo. 38:8)

¹⁷ Sinabi ng Panginoon kay Moises, ¹⁸ "Gumawa ka ng tansong planggana na tanso rin ang patungan, para gamiting hugasan. Ilagay mo ito sa gitna ng Toldang Tipanan at ng altar, at lagyan ito ng tubig. ¹⁹ Ito ang gagamitin ni Aaron at ng mga anak niya sa paghuhugas ng mga kamay at paa nila, ²⁰⁻²¹ bago sila pumasok sa Toldang Tipanan, at bago sila lumapit sa altar para mag-alay sa akin ng mga handog sa pamamagitan ng apoy. Kailangan nilang hugasan ang mga kamay at paa nila para hindi sila mamatay. Dapat sundin ni Aaron at ng mga angkan niya ang mga tuntuning ito hanggang sa susunod pang mga henerasyon."

Ang Langis na Pamahid

²² Sinabi ng Panginoon kay Moises, ²³ "Kumuha ka ng pinakamainam na mga sangkap: anim na kilong mira, tatlong kilo ng mabangong sinamon, tatlong kilong asukal, ²⁴ anim na kilong kasia (kailangan ang bigat nito'y ayon sa timbangang ginagamit ng mga pari) at isang galong langis ng olibo. ²⁵ Sa pamamagitan nito, makakagawa ka ng banal na mabangong langis na pamahid. ²⁶⁻²⁸ Pahiran mo ng langis na ito ang Toldang Tipanan, ang Kahon ng Kasunduan, ang mesa at ang lahat ng kagamitan nito, ang lalagyan ng ilaw at ang lahat ng kagamitan nito, ang altar na pagsusunugan ng insenso, ang altar na pinagsusunugan ng mga handog na sinusunog at ang lahat ng kagamitan nito, at ang planggana at ang patungan nito. ²⁹ Italaga mo ang mga bagay na ito para maging napakabanal nito. Ibubukod at sinumang makakahawak nito.ᵃ

³⁰ "Pahiran mo rin *ng langis* si Aaron at ang mga anak niya bilang pag-oordina sa kanila, para makapaglingkod sila sa akin bilang mga pari. ³¹ Sabihin mo sa mga Israelita na ito ang banal kong langis ang dapat gamiting pamahid hanggang sa mga susunod pang mga henerasyon. ³² Huwag n'yo itong ipapahid sa ordinaryong mga tao, at huwag n'yo rin itong gawin para sa mga sarili n'yo lang. Banal ito, kaya ituring n'yo rin itong banal. ³³ Ang sinumang gagawa ng langis na ito o gagamit nito sa sinumang hindi pari ay huwag na ninyong ituring na kababayan."

Ang Insenso

³⁴ Sinabi ng Panginoon kay Moises, "Kumuha ka ng pare-parehong dami ng mababangong sangkap: estakte, onika, galbano at purong kamangyan. ³⁵ Sa pamamagitan ng mga ito, gumawa ka ng napakabangong insenso. Pagkatapos, lagyan mo ng asin para maging puro ito at banal. ³⁶ Dikdikin nang pino ang iba sa mga ito at iwisik sa harap *ng Kahon* ng Kasunduan na nasa Toldang Tipanan, kung saan ako makikipagkita sa iyo. Dapat mo itong ituring na pinakabanal. ³⁷ Huwag kayong gagawa ng mga insensong ito para sa inyong sarili. Ituring n'yo itong banal para sa Panginoon. ³⁸ Ang sinumang gagawa nito para gagamiting pabango ay huwag na ninyong ituring na kababayan."

Ang mga Manggagawa ng Toldang Sambahan
(Exo. 35:30–36:1)

31 Sinabi ng Panginoon kay Moises, ² "Pinili ko si Bezalel na anak ni Uri at apo ni Hur, na mula sa lahi ni Juda. ³ Pinuspos ko siya ng aking Espirituᵇ para bigyan siya ng kapangyarihan na magkaroon ng karunungan at kakayahan sa anumang gawain: ⁴ sa paggawa ng magagandang bagay na ginto, pilak at tanso, ⁵ sa paghuhugis ng mamahaling mga bato, sa paglililok ng kahoy at lahat ng klase na gawang kamay. ⁶ Pinili ko rin si Oholiab na anak ni Ahisamac, na mula sa lahi ni Dan, para tumulong kay Bezalel. Binigyan ko rin siya ng kakayahan sa anumang gawain para magawa nila ang lahat ng iniutos kong gawin mo: ⁷ ang Toldang Tipanan, ang Kahon ng Kasunduan at ang takip nito, at ang lahat ng kagamitan sa Tolda— ⁸ ang mesa at ang mga kagamitan nito, ang lalagyan ng ilaw na purong ginto at ang lahat ng kagamitan nito, ang altar na pagsusunugan ng insenso, ⁹ ang altar na pagsusunugan ng mga handog na sinusunog at ang lahat ng kagamitan nito, ang planggana at ang patungan nito, ¹⁰ ang banal at magandang damit ni Aaron at ng mga anak niya na isusuot nila kapag naglilingkod na sila bilang mga pari, ¹¹ ang langis na pamahid at ang mabangong insenso para sa Banal na Lugar. Gagawin nila itong lahat ayon sa iniutos ko sa iyo."

Ang Araw ng Pamamahinga

¹² Iniutos ng Dios kay Moises ¹³ na sabihin niya ito sa mga Israelita, "Sundin ninyo ang aking *ipinag-uutos tungkol sa* Araw ng Pamamahinga, dahil tanda ito ng kasunduan natin hanggang sa susunod pang mga henerasyon. Sa pamamagitan nito, malalaman ninyo na ako ang Panginoon na pumili sa inyo na maging mga mamamayan ko. ¹⁴ Dapat ninyong sundin ang ipinag-uutos ko tungkol sa Araw ng Pamamahinga, dahil banal ang araw na ito para sa inyo. Ang sinumang lalabag *sa ipinag-uutos ko sa araw na iyon* ay dapat patayin. Ang sinumang gagawa sa araw na iyon ay huwag na ninyong ituring na kababayan. ¹⁵ Gawin ninyo ang mga gawain n'yo sa loob ng anim na araw, pero sa ikapitong araw ay magpahinga kayo. Sapagkat banal ang araw na ito para sa akin, papatayin ang sinumang gagawa sa araw na ito. ¹⁶⁻¹⁷ Kaya kayong mga Israelita, dapat ninyong sundin magpakailanman ang ipinapagawa ko sa inyo sa Araw ng Pamamahinga hanggang sa susunod pang mga henerasyon. Ito ang walang hanggang tanda ng walang katapusang kasunduan natin. Dahil sa loob ng anim na araw, nilikha ko ang langit at ang mundo, at sa ikapitong araw ay nagpahinga ako."

¹⁸ Pagkatapos ng pakikipag-usap ng Panginoon kay Moises sa Bundok ng Sinai, ibinigay niya kay Moises ang dalawang malalapad na batong sinulatan ng kanyang mga utos, na siya mismo ang sumulat.

Ang Gintong Baka
(Deu. 9:7-29)

32 Nang mainip ang mga tao sa tagal ni Moises na bumaba ng bundok, nagtipon sila kay

---

a 29 Ibubukod…makakahawak nito: Tingnan ang Lev. 6:18 at ang "footnote" nito.

b 3 Espiritu: o, *kapangyarihan.*

Aaron at sinabi, "Igawa mo kami ng dios*a* na mangunguna sa amin, dahil hindi natin alam kung ano na ang nangyari kay Moises na naglabas sa atin sa Egipto." ² Sumagot si Aaron, "Kunin n'yo ang mga hikaw na ginto na suot ng mga asawa't anak ninyo, at dalhin ninyo sa akin." ³ Kaya kinuha nilang lahat ang gintong mga hikaw at dinala nila kay Aaron. ⁴ Tinipon ni Aaron ang mga ito tinunaw, at hinugis na baka. Sinabi ng mga Israelita, "Ito ang dios natin na naglabas sa atin sa Egipto."

⁵ Pagkakita ni Aaron na sumaya ang mga tao, nagpagawa siya ng altar sa harap ng baka at ipinaalam sa kanila, "Bukas, magdaraos tayo ng pista para sa *karangalan ng* Panginoon." ⁶ Kaya kinaumagahan, maagang bumangon ang mga tao at nag-alay ng mga handog na sinusunog at handog para sa mabuting relasyon. Kumain sila at uminom at nilubos ang pagsasaya *sa pagsamba sa dios-diosan.*

⁷ Sinabi ng Panginoon kay Moises, "Bumaba ka na dahil nagpapakasama ang mga kababayan mo na inilabas mo sa Egipto. ⁸ Napakadali nilang tumalikod sa mga itinuro ko sa kanila. Gumawa sila ng dios-diosang baka at sinamba nila ito. Naghandog ang mga Israelita sa dios-diosang ito at sinabi, 'Ito ang dios natin na naglabas sa atin sa Egipto.' "

⁹ At sinabi pa ng Panginoon kay Moises, "Nakita ko kung gaano katigas ang ulo ng mga taong ito. ¹⁰ Kaya pabayaan mong lipulin ko sila nang matindi kong galit. Ikaw na lang *at ang mga angkan mo* ang gagawin kong dakilang bansa."

¹¹ Pero nagmakaawa si Moises sa Panginoon na kanyang Dios, "O Panginoon, bakit po ninyo ipapalasap ang galit n'yo sa inyong mga mamamayang inilabas ninyo sa Egipto sa pamamagitan ng dakila n'yong kapangyarihan? ¹² Ano na lang po ang sasabihin ng mga Egipcio? Na kinuha po ninyo ang inyong mga mamamayan sa Egipto para patayin sa kabundukan at mawala sila sa mundo? O, Panginoon, huwag po ninyong ituloy ang matinding galit ninyo sa kanila, huwag ninyo silang papatayin. ¹³ Alalahanin po ninyo ang ipinangako n'yo sa inyong lingkod na sina Abraham, Isaac, at Jacob*b* na pararamihin ninyo ang lahi nila na kasindami ng bituin sa langit, at ibibigay ninyo sa lahi nila ang lahat ng lupaing ipinangako ninyo sa kanila, at magiging kanila ito magpakailanman."

¹⁴ Kaya hindi na itinuloy ng Panginoon ang plano niyang pagpatay sa kanyang mga mamamayan.

¹⁵ Bumaba si Moises ng bundok na dala ang dalawang malalapad na batong sinulatan ng mga utos ng Dios. Nakasulat ang mga utos sa harap at likod ng bato. ¹⁶ Ang Dios mismo ang gumawa at sumulat nito.

¹⁷ Nang marinig ni Josue ang kaguluhan ng mga tao, sinabi niya kay Moises, "Parang may ingay ng digmaan sa kampo." ¹⁸ Sumagot si Moises, "Hindi ingay ng digmaan ang naririnig ko kundi ingay ng mga awitan."

¹⁹ Nang malapit na si Moises sa kampo, nakita niya ang *dios-diosang* baka at ang pagsasayaw ng mga tao, kaya nagalit siya nang matindi. Inihagis niya sa paanan ng bundok ang malalapad na bato na dala niya, at nabiyak ang mga ito. ²⁰ Pagkatapos, kinuha niya ang *dios-diosang* baka na ginawa nila, at sinunog ito. Dinurog niya ito nang pinong-pino at inihalo sa tubig, at ipinainom sa mga mamamayan ng Israel.

²¹ Sinabi ni Moises kay Aaron, "Ano ba ang ginawa ng mga tao sa iyo at pinabayaan mo silang magkasala?"

²² Sumagot si Aaron, "Huwag po kayong magalit sa akin. Alam n'yo kung gaano sila kadaling gumawa ng kasamaan. ²³ Sinabi nila sa akin, 'Igawa mo kami ng dios na mangunguna sa amin, dahil hindi natin alam kung ano na ang nangyari sa taong si Moises na naglabas sa atin sa Egipto.' ²⁴ Kaya sinabi ko sa kanila na dalhin nila sa akin ang mga *alahas* nilang ginto. Nang madala nila ito sa akin, inihagis ko ito sa apoy at mula roon, nabuo itong baka."

²⁵ Nakita ni Moises na nagwawala ang mga tao at pinababayaan lang sila ni Aaron. Dahil dito, naging katawa-tawa sila sa mga kaaway nila *sa palibot.* ²⁶ Kaya tumayo si Moises sa pintuan ng kampo at sumigaw, "Sinuman sa inyo na pumapanig sa Panginoon, lumapit sa akin!" At nagtipon sa kanya ang lahat ng mga Levita.

²⁷ Sinabi ni Moises sa kanila, "Sinasabi ng Panginoon, ang Dios ng Israel, na isukbit ng bawat isa sa inyo ang mga espada ninyo, libutin ninyo ang buong kampo, at patayin ninyo *ang masasamang taong ito* kahit na kapatid pa ninyo, kaibigan o kapitbahay." ²⁸ Sinunod ng mga Levita ang iniutos sa kanila ni Moises, at nang araw na iyon 3,000 ang taong namatay. ²⁹ Sinabi ni Moises sa mga Levita, "Ibinukod kayo ng Panginoon sa araw na ito, dahil pinagpapatay ninyo kahit mga anak ninyo at mga kapatid. Kaya binasbasan niya kayo sa araw na ito."

³⁰ Nang sumunod na araw, sinabi ni Moises sa mga tao, "Nakagawa kayo ng malaking kasalanan. Pero aakyat ako ngayon sa bundok, doon sa Panginoon; baka matulungan ko kayong mapatawad sa inyong mga kasalanan."

³¹ Kaya bumalik si Moises sa Panginoon at sinabi, "O Panginoon, malaking kasalanan po ang nagawa ng mga taong ito. Gumawa sila ng dios na ginto. ³² Pero ngayon, patawarin n'yo po sila sa kanilang mga kasalanan. Kung hindi ninyo sila mapapatawad, burahin na lang ninyo ang aking pangalan sa aklat na sinulatan n'yo *ng pangalan ng inyong mga mamamayan.*"

³³ Sumagot ang Panginoon kay Moises, "Kung sino ang nagkasala sa akin, ang pangalan niya ang buburahin ko sa aklat ko. ³⁴ Lumakad ka na at pangunahan ang mga tao papunta sa lugar na sinabi ko sa iyo, at pangungunahan kayo ng anghel ko. Pero darating ang panahon na paparusahan ko sila sa mga kasalanan nila."

³⁵ At nagpadala ang Panginoon ng mga karamdaman sa mga Israelita dahil sinamba nila ang *dios-diosang* baka na ginawa ni Aaron.

33 Sinabi ng Panginoon kay Moises, "Umalis ka sa lugar na ito kasama ang mga mamamayang inilabas mo sa Egipto, at pumunta kayo sa lupaing ipinangako ko kina Abraham, Isaac, at Jacob. Sinabi ko sa kanila noon na ibibigay ko ang mga lupaing

a 1 dios: o, *mga dios.* Ito rin ay nasa mga talatang 4, 8, 23 at 31.

b 13 Jacob: sa Hebreo, *Israel.*

ito sa kanilang mga salinlahi. ²Pauunahin ko ang anghel sa inyo, at itataboy ko ang mga Cananeo, Amoreo, Heteo, Perezeo, Hiveo at Jebuseo ³sa lugar na iyon. Kayo lang ang pupunta roon sa maganda at masaganang lupain;ᵃ hindi ko kayo sasamahan dahil matigas ang mga ulo ninyo, at baka mapatay ko pa kayo habang nasa daan."

⁴Nang marinig ng mga tao ang masasakit na salitang ito, labis silang nalungkot at hindi nila isinuot ang kanilang mga alahas. ⁵Sapagkat, iniutos ng PANGINOON kay Moises na sabihin ito sa mga Israelita: "Napakatigas ng ulo ninyo. Kung sasamahan ko kayo kahit na sa sandaling panahon lang, baka mapatay ko pa kayo. Ngayon, hubarin ninyo ang mga alahas ninyo hanggang sa makapagdesisyon ako kung ano ang gagawin ko sa inyo." ⁶Kaya hinubad ng mga Israelita ang mga alahas nila roon sa bundok ng Horeb.

Ang Toldang Tipanan

⁷Nakaugalian na ni Moises na itayo ang Tolda malayo sa kampo. Ang Toldang ito'y tinatawag na "Toldang Tipanan." Pumupunta sa Toldang ito ang sinumang gustong malaman ang kalooban ng PANGINOON. ⁸Sa tuwing papasok si Moises sa Tolda, tumatayo ang mga tao sa pintuan ng mga tolda nila. Tinitingnan nila si Moises hanggang sa makapasok siya sa Tolda. ⁹At habang naroon si Moises sa loob, bumababa ang makapal na ulap sa pintuan ng Tolda habang nakikipag-usap ang PANGINOON sa kanya. ¹⁰At kapag nakita ng mga tao ang makapal na ulap sa pintuan ng Tolda, tumatayo sila at sumasamba sa PANGINOON sa may pintuan ng tolda nila. ¹¹Kapag nakikipag-usap ang PANGINOON kay Moises, magkaharap sila, katulad ng magkaibigan na nagkukwentuhan. Pagkatapos, bumabalik si Moises sa kampo, pero ang binata niyang lingkod na si Josue na anak ni Nun ay nananatili sa Tolda.

Nakita ni Moises ang Makapangyarihang Presensya ng Dios

¹²Sinabi ni Moises sa PANGINOON, "Lagi po ninyong sinasabi sa akin na pangunahan ko ang inyong mga mamamayan *sa pagpunta sa lupaing ipinangako ninyo*, pero hindi pa po ninyo ipinaaalam kung sino ang pasasamahin ninyo sa akin. Sinabi pa po ninyo na kilalang-kilala n'yo ako at nalulugod kayo sa akin. ¹³Kung totoo pong nalulugod kayo sa akin, turuan n'yo ako ng mga pamamaraan ninyo para makilala ko kayo at para mas matuwa pa kayo sa akin. Alalahanin po ninyong ang bansang ito ay bayan ninyo."

¹⁴Sumagot ang PANGINOON, "Ako mismo ang sasama sa iyo, at bibigyan kita ng kapahingahan."

¹⁵Sinabi ni Moises sa kanya, "Kung hindi po ninyo kami sasamahan, huwag n'yo na lang po kaming paalisin sa lugar na ito. ¹⁶Dahil paano po malalaman ng iba na nalulugod kayo sa akin at sa inyong mga mamamayan kung hindi n'yo kami sasamahan? At paano po nila malalaman na espesyal kaming mga mamamayan kaysa sa ibang mamamayan sa mundo?"

¹⁷Sumagot ang PANGINOON kay Moises, "Gagawin ko ang ipinapakiusap mo, dahil nalulugod ako sa iyo at kilalang-kilala kita."

¹⁸Sinabi ni Moises, "Ipakita po ninyo sa akin ngayon ang makapangyarihang presensya ninyo."

¹⁹Sumagot ang PANGINOON, "Ipapakita ko sa iyo ang lahat ng kabutihan ko, at ipapaalam ko sa iyo ang pangalan ko, ang PANGINOON. Mahahabag ako sa gusto kong kahabagan; maaawa ako sa gusto kong kaawaan. ²⁰Pero hindi ko ipapakita sa iyo ang aking mukha dahil walang taong nakakita sa mukha ko nang nabuhay."

²¹Sinabi ng PANGINOON, "Tumayo ka rito sa bato malapit sa akin. ²²At habang dumadaan ang makapangyarihan presensya ko, ipapasok kita sa siwang ng bato at tatakpan kita ng aking kamay hanggang sa makadaan ako. ²³Pagkatapos, tatanggalin ko ang kamay ko at makikita mo ang likod ko, pero hindi ang aking mukha."

Ang Bagong Malalapad na Bato
(Deu. 10:1-5)

34 Sinabi ng PANGINOON kay Moises, "Tumapyas ka ng dalawang malalapad na bato gaya noong una, dahil susulatan ko ito ng mga salitang nakasulat sa naunang bato na binasag mo. ²Maghanda ka bukas ng umaga, at umakyat ka sa Bundok ng Sinai. Makipagkita ka sa akin sa itaas ng Bundok. ³Kailangang walang sasama sa iyo; walang sinumang makikita sa kahit saang bahagi ng bundok. Kahit na mga tupa o baka ay hindi maaaring manginain sa bundok."

⁴Kaya tumapyas si Moises ng dalawang malalapad na bato gaya noong una. At kinabukasan, maaga pa'y umakyat na siya sa bundok ayon sa iniutos ng PANGINOON dala ang dalawang malalapad na bato. ⁵Bumaba ang PANGINOON sa pamamagitan ng ulap at binanggit niya ang kanyang pangalang PANGINOON habang nakatayo si Moises sa presensya niya. ⁶Dumaan ang PANGINOON sa harap ni Moises at sinabi, "Ako ang PANGINOON, ang mahabagin at matulunging Dios. Mapagmahal at matapat ako, at hindi madaling magalit. ⁷Ipinapakita ko ang pagmamahal ko sa maraming tao, at pinapatawad ko ang mga kasamaan nila, pagsuway at mga kasalanan. Pero pinaparusahan ko ang mga nagkakasala, pati na ang kanilang salinlahi hanggang sa ikatlo at ikaapat na henerasyon."

⁸Nagpatirapa si Moises sa lupa at sumamba. ⁹Sinabi niya, "O PANGINOON, kung nalulugod po kayo sa akin, nakikiusap po akong sumama kayo sa amin. Kahit na matigas ang ulo ng mga taong ito, patawarin po ninyo kami sa aming kasamaan at mga kasalanan. Tanggapin po ninyo kami bilang inyong mga mamamayan."

Inulit ang Kasunduan
(Exo. 23:14-19; Deu. 7:1-5; 16:1-17)

¹⁰Sinabi ng PANGINOON, "Gagawa ako ng kasunduan sa inyo. Sa harap ng lahat ng kababayan mo, gagawa ako ng mga kamangha-manghang bagay na hinding-hindi ko pa nagagawa sa kahit saang bansa sa buong mundo. Makikita ng mga mamamayan sa palibot ninyo ang mga bagay na

---

ᵃ 3 maganda at masaganang lupain: sa literal, lupain na dumadaloy ang gatas at pulot.

gagawin ko sa pamamagitan mo. ¹¹Sundin mo ang iniutos ko sa iyo sa araw na ito. Itataboy ko ang mga Amoreo, Cananeo, Heteo, Perezeo, Hiveo at mga Jebuseo *mula sa lupaing ipinangako ko sa inyo*. ¹²Huwag kang gagawa ng kasunduan sa mga tao sa lupaing pupuntahan ninyo, dahil magiging bitag ito para sa inyo. ¹³Sa halip, gibain ninyo ang mga altar nila, durugin ang mga alaalang bato nila, at putulin ang mga posteng *simbolo ng diosang si Ashera*. ¹⁴Huwag kayong sasamba sa ibang mga dios dahil ako, ang Panginoon, ay ayaw na may sinasamba kayong iba. ¹⁵Huwag kayong gagawa ng kasunduan sa mga taong nakatira sa lupain *na pupuntahan ninyo*. Dahil baka matukso kayong kumain ng mga handog nila, at anyayahan nila kayo sa paghahandog at pagsamba nila sa kanilang mga dios. ¹⁶Baka mapangasawa ng mga anak n'yo ang mga anak nila, na silang magtutulak sa kanila sa pagsamba sa ibang mga dios.

¹⁷"Huwag kayong gagawa ng mga dios-diosan.

¹⁸"Ipagdiwang ninyo ang Pista ng Tinapay na Walang Pampaalsa. Ayon sa iniutos ko sa inyo, kumain kayo ng tinapay na walang pampaalsa sa loob ng pitong araw. Gawin ninyo ito sa itinakdang panahon sa buwan ng Abib, dahil iyon ang buwan nang lumabas kayo ng Egipto.

¹⁹"Akin ang lahat ng panganay na lalaki, pati ang panganay na lalaki ng mga hayop ninyo. ²⁰Maaaring matubos ang panganay na lalaki ng mga asno n'yo sa pamamagitan ng pagpapalit dito ng tupa. Pero kung hindi ito tutubusin, kailangang patayin ang asno sa pamamagitan ng pagbali sa leeg nito. Maaari rin ninyong matubos ang mga panganay ninyong lalaki.

"Walang makakalapit sa akin na walang dalang mga handog.

²¹"Magtrabaho kayo sa loob ng anim na araw, pero sa ikapitong araw ay magpahinga kayo, kahit sa panahon ng pag-aararo at pag-ani.

²²"Ipagdiwang ninyo ang Pista ng Pag-aani kung mag-aani kayo ng mga unang ani ng trigo, at ipagdiwang din ninyo ang Pista ng Katapusan ng Pag-ani sa katapusan ng taon.

²³"Tatlong beses sa isang taon, pupunta ang kalalakihan ninyo sa mga pistang ito *sa pagsamba sa* Panginoong Dios, ang Dios ng Israel. ²⁴Itataboy ko ang mga mamamayan sa lupaing ibibigay ko sa inyo, at palalawakin ko ang teritoryo ninyo. At walang sasalakay o aagaw sa bansa ninyo sa panahong lumalapit kayo sa akin na Panginoon na inyong Dios.

²⁵"Huwag kayong maghahandog ng dugo sa akin at kahit anong may pampaalsa. Huwag din kayong magtitira para sa susunod na araw ng karne ng tupa na handog ninyo sa panahon ng Pista ng Paglampas ng Anghel.

²⁶"Dalhin ninyo sa templo ng Panginoon na inyong Dios ang pinakamagandang bahagi ng una ninyong ani.

"Huwag ninyong lulutuin ang batang kambing na hindi pa naaawat sa kanyang ina."

²⁷Sinabi ng Panginoon kay Moises, "Isulat mo itong sinasabi ko, dahil ito ang tuntunin ng kasunduan ko sa iyo at sa Israel." ²⁸Naroon si Moises kasama ng Panginoon sa loob ng 40 araw at 40 gabi na wala siyang kinain at ininom. Isinulat niya sa malalapad na bato ang mga tuntunin ng kasunduan—ang Sampung Utos.

²⁹Nang bumaba si Moises sa Bundok ng Sinai, dala niya ang dalawang malalapad na bato kung saan nakasulat ang mga utos ng Dios. Hindi niya alam na nakakasilaw ang mukha niya dahil sa pakikipag-usap niya sa Panginoon. ³⁰Nang makita ni Aaron at ng lahat ng mga Israelita ang nakakasilaw na mukha ni Moises, natakot silang lumapit sa kanya. ³¹Pero ipinatawag sila ni Moises, kaya lumapit sila Aaron at ang mga pinuno ng mamamayan *ng Israel*, at nakipag-usap si Moises sa kanila. ³²Pagkatapos, lumapit ang lahat ng mga Israelita sa kanya. At sinabi niya sa kanila ang lahat ng utos na ibinigay sa kanya ng Panginoon sa Bundok ng Sinai.

³³Matapos makipag-usap ni Moises sa kanila, tinalukbungan ni Moises ang kanyang mukha. ³⁴Pero sa tuwing papasok siya sa Toldang Tipanan para makipag-usap sa Panginoon, tinatanggal niya ang talukbong hanggang sa makalabas siya ng Tolda. Kapag nakalabas na siya, sinasabi niya sa mga Israelita ang lahat ng sinabi ng Panginoon sa kanya, ³⁵at nakikita ng mga Israelita ang nakakasilaw niyang mukha. At tatalukbungan na naman ni Moises ang mukha niya hanggang sa bumalik siya sa Tolda para makipag-usap sa Panginoon.

Ang Tuntunin sa Araw ng Pamamahinga

35 Tinipon ni Moises ang buong mamamayan ng Israel at sinabi sa kanila, "Ito ang iniutos ng Panginoon na gawin ninyo: ²Sa loob ng anim na araw, gawin ninyo ang mga gawain ninyo, pero sa ikapitong araw ay magpahinga kayo, dahil banal ang araw na ito at para ito sa Panginoon. Ang sinumang magtatrabaho sa araw na ito ay papatayin. ³*Kaya huwag na huwag kayong magtatrabaho*, kahit na magsindi ng apoy sa bahay ninyo *para magluto sa araw na iyon.*"

Ang mga Handog para sa Toldang Sambahan (Exo. 25:1-9)

⁴Sinabi ni Moises sa buong mamamayan ng Israel, "Ito ang iniutos ng Panginoon na gawin ninyo: ⁵Maghandog kayo sa Panginoon mula sa mga ari-arian ninyo. Maghandog nang maluwag sa inyong puso ng mga ginto, pilak, tanso, ⁶lanang kulay asul, ube at pula, pinong *telang* linen, telang gawa sa balahibo ng kambing, ⁷balat ng lalaking tupa na kinulayan ng pula, magandang klase ng balat, kahoy na akasya, ⁸langis ng olibo para sa ilaw, mga sangkap sa langis na pamahid at pabango at insenso, ⁹batong onix at iba pang mamahaling bato na ilalagay sa espesyal na damit*ᵃ ng punong pari* at sa bulsa sa dibdib nito.

Mga Kagamitan para sa Toldang Sambahan (Exo. 39:32-43)

¹⁰"Lumapit ang lahat ng may kakayahang magtrabaho sa inyo at tumulong sa paggawa ng lahat ng bagay na iniutos ng Panginoon na gawin ninyo:

---

a 9 espesyal na damit: sa Hebreo, *"efod."*

¹¹ang Toldang Sambahan at ang mga talukbong nito, mga kawit, mga tablang balangkas, mga biga, mga haligi at mga pundasyon; ¹²ang Kahon *ng Kasunduan* at ang mga tukod na pambuhat, takip at kurtina; ¹³ang mesa at ang mga tukod na pambuhat at ang lahat ng kagamitan nito, at ang tinapay na inihahandog sa presensya ng Dios; ¹⁴ang lalagyan ng ilaw at mga kagamitan nito, ang mga ilaw at ang langis para sa ilawan; ¹⁵ang altar na pagsusunugan ng insenso at ang mga tukod na pambuhat nito, ang langis na pamahid, ang mabangong insenso, ang kurtina ng pintuan ng Tolda; ¹⁶ang altar na pinagsusunugan ng mga handog na sinusunog at ang parilyang tanso, mga tukod na pambuhat at ang lahat ng kagamitan nito, ang tansong planggana at ang patungan nito; ¹⁷ang mga kurtina *sa palibot* ng bakuran ng Tolda at ang mga haligi at pundasyon nito, ang kurtina sa pintuan ng bakuran; ¹⁸ang mga tulos at mga lubid ng Tolda at ang mga kurtina sa palibot nito, ¹⁹at ang banal na mga damit ni Aaron na pari at mga anak niyang lalaki, na isusuot nila kapag naglilingkod na sila sa Banal na Lugar."

²⁰Pagkatapos, umalis ang buong mamamayan ng Israel sa harapan ni Moises. ²¹Ang lahat ng gustong maghandog sa Panginoon ay nagdala ng mga materyales na gagamitin sa paggawa ng Toldang Tipanan at ang lahat ng kagamitan nito, at *mga materyales para* sa mga damit ng mga pari. ²²Ang lahat ng gustong maghandog, lalaki man o babae ay nagdala ng mamahaling mga alahas; mga hikaw, mga kwintas, mga pulseras at iba't ibang klase ng gintong alahas. Dinala nila ang mga ginto nila bilang handog sa Panginoon. ²³May mga naghandog din ng lanang kulay asul, ube at pula, pinong *telang* linen, tela na gawa sa balahibo ng kambing, balat ng lalaking tupa na kinulayan ng pula, at magandang klase ng balat. ²⁴Nagdala ang iba ng pilak o kaya naman ay tanso, at mga kahoy na akasya bilang handog sa Panginoon. ²⁵Nagdala naman ng mga lanang kulay asul, ube at pula, at pinong *telang* linen ang mga babaeng may kakayahang gumawa ng tela. ²⁶At ang mga babae namang marunong gumawa ng tela mula sa balahibo ng kambing ay kusang-loob na ginawa nito. ²⁷Nagdala ang mga pinuno ng mga batong onix at iba pang mamahaling bato para ilagay sa espesyal na damit *ng punong pari* at sa bulsa sa dibdib nito. ²⁸Nagdala rin sila ng mga sangkap at langis ng olibo para sa ilaw, para sa langis na pamahid at pabango sa insenso. ²⁹Kaya ang lahat ng mga Israelita, lalaki man o babae, na gustong tumulong sa lahat ng gawain na iniutos ng Panginoon sa pamamagitan ni Moises ay kusang-loob na nagdala ng mga handog sa Panginoon.

Ang mga Manggagawa ng Toldang Sambahan (Exo. 31:1-11)

³⁰Sinabi ni Moises sa mga Israelita, "Pinili ng Panginoon si Bezalel, na anak ni Uri at apo ni Hur, na mula sa lahi ni Juda. ³¹Pinuspos siya ng Espiritu ng Dios at binigyan ng kaalaman at kakayahan sa anumang gawain— ³²sa paggawa ng magagandang bagay na ginto, pilak at tanso; ³³sa paghuhugis ng mamahaling bato, sa paglililok ng kahoy, at lahat ng klase na gawang kamay. ³⁴Binigyan din siya ng Dios, at si Oholiab na anak ni Ahisamac na mula sa lahi ni Dan, ng kakayahang magturo sa iba ng mga nalalaman nila. ³⁵Binigyan sila ng Panginoon ng kakayahang gumawa ng lahat ng klase ng gawain: ang pagdidisenyo, ang paggawa ng tela, ang pagbuburda at pinong *telang* linen at ng lanang kulay asul, ube at pula. Kaya nilang gawin ang kahit anong klase ng gawain, at napakahuhusay nilang gumawa.

36 "Sina Bezalel, Oholiab at ang iba pang binigyan ng Panginoon ng kaalaman at kakayahan sa iba't ibang gawain ay siyang gagawa ng Tolda ayon sa utos ng Panginoon."

²Kaya ipinatawag ni Moises sina Bezalel, Oholiab at ang iba pang binigyan ng Panginoon ng kaalaman at kakayahan sa iba't ibang gawain na desididong tumulong sa pagtatrabaho. ³Ibinigay ni Moises sa kanila ang lahat ng inihandog ng mga Israelita para sa pagpapatayo ng Tolda. At patuloy pa rin ang kusang-loob na pagdadala ng mga tao ng mga handog nila tuwing umaga. ⁴Kaya pumunta kay Moises ang mga nagtatrabaho sa Tolda at nagsabi, ⁵"Sobra na sa kinakailangan ang dinadala ng mga tao para sa gawaing iniutos ng Panginoon na gawin."

⁶Kaya ipinadala ni Moises ang utos na ito sa buong kampo: "Huwag na kayong maghahandog para sa pagpapatayo ng Toldang Sambahan." Kaya tumigil na ang mga tao sa pagdadala ng mga handog nila, ⁷dahil sobra-sobra na ang ibinigay nila para sa lahat ng gawain *sa Tolda*.

Ang Pagpapatayo ng Toldang Sambahan (Exo. 26:1-37)

⁸Ang lahat ng mahuhusay magtrabaho ang gagawa ng Toldang Sambahan. Ang mga gagamitin sa paggawa nito ay sampung piraso ng pinong *telang* linen na may lanang kulay asul, ube at pula. At paburdahan ito ng kerubin sa mahuhusay na mambuburda. ⁹Ang bawat tela ay may haba na 42 talampakan at may lapad na anim na talampakan. ¹⁰Pagtatahi-tahiin nila ito ng tiglilima. ¹¹Gumawa sila ng parang singsing na telang asul at inihanay sa bawat gilid ng pinagdugtong na mga tela; ¹²tig-50 ang ikinabit sa bawat dulo at magkaharap ito. ¹³Gumawa rin sila ng 50 kawit na ginto para mapagsama ang mga parang singsing sa gilid ng pinagdugtong na mga tela. Sa pamamagitan nito, magagawa ang Toldang Sambahan.

¹⁴Kaya gumawa silang talukbong ang Tolda. Labing-isang pirasong tela na gawa sa balahibo ng kambing ang gagamitin sa paggawa nito. ¹⁵May haba na 45 talampakan ang bawat tela at may anim na talampakan ang lapad. ¹⁶Pinagdugtong-dugtong nila ang limang tela, at ganoon din ang ginawa nila sa natirang anim. ¹⁷Nilagyan nila ng 50 parang singsing ang bawat gilid ng pinagdugtong na mga tela, ¹⁸at ikinabit nila ang 50 tansong kawit.

¹⁹Ang ibabaw ng talukbong nito ay papatungan ng balat ng lalaking tupa na kinulayan ng pula, at papatungan din ng magandang klase ng balat.

²⁰Pagkatapos, gumawa sila ng balangkas ng Tolda. Ang ginamit nila ay tabla ng akasya. ²¹Ang haba ng bawat tabla ay 15 talampakan at dalawang

talampakan ang lapad. ²²Ang bawat tabla ay nilagyan ng dalawang mitsa*ᵃ* para maidugtong ito sa isa pang tabla. Ganito ang ginawa nila sa bawat tabla. ²³Ang 20 sa tablang ito ay ginamit nila na pangbalangkas sa timog na bahagi ng Tolda. ²⁴Ang mga tabla ay isinuksok nila sa 40 pundasyong pilak – dalawang pundasyon sa bawat tabla. ²⁵Ang hilagang bahagi ng Tolda ay ginamitan din ng 20 tabla, ²⁶at isinuksok din sa 40 pundasyong pilak – dalawang pundasyon bawat tabla. ²⁷Ang kanlurang bahagi ng Tolda ay ginamitan nila ng anim na tabla, ²⁸at dalawang tabla sa mga gilid nito. ²⁹Ang mga tabla sa sulok ay naikabit nang maayos mula sa ilalim hanggang sa itaas sa pamamagitan ng isang argolya. Ganito rin ang ginawa nila sa dalawang tabla sa mga sulok. ³⁰Kaya may walong tabla sa bahaging ito ng Tolda, at nakasuksok ito sa 16 na pundasyong pilak – dalawang pundasyon sa bawat tabla.

³¹Gumawa rin sila ng mga akasyang biga – lima para sa bahaging hilaga ng Tolda, ³²lima rin sa bahaging timog, at lima pa rin sa bahaging kanluran, sa likod ng Tolda. ³³Ang biga sa gitna ng balangkas ay inilagay nila mula sa dulo ng Tolda papunta sa kabilang dulo nito. ³⁴Binalutan nila ng ginto ang mga tabla at nilagyan ng argolyang*ᵇ* ginto na siyang humahawak sa mga tabla. Binalutan din nila ng ginto ang mga biga.

³⁵Gumawa rin sila ng kurtina na mula sa pinong *telang* linen na binurdahan gamit ang lanang kulay asul, ube at pula. At maayos na nabuburdahan ng larawan ng kerubin. ³⁶Gumawa rin sila ng apat na haligi ng akasya na may mga kawit na ginto, at ikinabit nila roon ang kurtina. Ang apat na haligi ay nakasuksok sa apat na pundasyong pilak. ³⁷Gumawa sila ng isa pang kurtina para sa pintuan ng Toldang Sambahan. Pinong *telang* linen rin ito na binurdahan gamit ang lanang kulay asul, ube at pula. At napakaganda ng pagkakaburda nito. ³⁸Gumawa rin sila ng limang haligi na may mga kawit, at ikinabit nila rito ang kurtina. Ang mga haliging ito'y nababalutan ng ginto pati na ang mga ulo at baras nito, at nakasuksok ito sa limang pundasyong tanso.

Ang Paggawa ng Kahon ng Kasunduan (Exo. 25:10-22)

37 Ginawa nina Bezalel ang Kahon *ng Kasunduan*. Kahoy ng akasya ang ginamit nila. May 45 pulgada ang haba ng Kahon, 27 pulgada ang lapad at taas nito. ²Binalutan ito ng purong ginto sa loob at labas, at nilagyan ng hinulmang ginto ang mga palibot nito. ³Ginawaan din nila ito ng apat na argolyang*ᶜ* ginto at ikinabit sa apat na paa nito. ⁴Gumawa sila ng tukod na akasya na binalutan ng ginto. ⁵Ikinabit nila ang mga argolya sa bawat gilid ng Kahon para mabuhat ang Kahon sa pamamagitan ng mga tukod.

⁶Ginawaan din nila ang Kahon ng takip na purong ginto. May 45 pulgada ang haba at 27 pulgada ang lapad. ⁷⁻⁸Gumawa rin sila ng dalawang

gintong kerubin, at inilagay sa bawat dulo ng takip ng Kahon. ⁹Nakalukob ang mga pakpak ng mga kerubin sa ibabaw ng takip para maliliman nila ito. Magkaharap ang dalawang kerubin at nakatingin sa takip.

Ang Paggawa ng Mesa na Nilalagyan ng Tinapay (Exo. 25:23-30)

¹⁰Gumawa rin sila ng mesang akasya na 36 na pulgada ang haba, 18 pulgada ang lapad, at 27 pulgada ang taas. ¹¹Binalutan ito ng purong ginto at nilagyan ng hinulmang ginto ang palibot nito. ¹²Nilagyan din nila ng sinepa*ᵈ* ang bawat gilid. Mga apat na pulgada ang lapad at nilagyan din nila ng hinulmang ginto ang sinepa. ¹³Pagkatapos, gumawa sila ng apat na argolyang ginto, at ikinabit ito sa apat na paa ng mesa, ¹⁴malapit sa sinepa. Dito nila isinuksok ang mga tukod na pambuhat sa mesa. ¹⁵Gawa sa akasya ang mga tukod na ito at nababalot ng ginto. ¹⁶Gumawa rin sila ng mga kagamitang purong ginto para sa mesa: pinggan, tasa, mangkok at banga na gagamitin para sa mga handog na inumin.

Ang Paggawa ng Lalagyan ng Ilaw (Exo. 25:31-40)

¹⁷Gumawa rin sila ng lalagyan ng ilaw na purong ginto ang paa, katawan, at palamuting hugis bulaklak na ang iba'y buko pa lang at ang iba naman ay nakabuka na. Ang palamuti ay kasama nang ginawa nang gawin ang katawan ng lalagyan ng ilaw. ¹⁸Ang lalagyan ng ilaw ay may anim na sanga, tigtatatlo sa bawat gilid. ¹⁹Ang bawat sanga ay may tatlong palamuting hugis bulaklak ng almendro, na ang iba ay buko pa at ang iba naman ay nakabuka na. ²⁰Ang katawan ng lalagyan ng ilaw ay may apat na palamuting hugis bulaklak ng almendro, na ang iba'y buko pa at ang iba naman ay nakabuka na. ²¹May isang hugis bulaklak sa ilalim ng bawat pares ng sanga. ²²Ang mga palamuti at ang mga sanga ay kasama nang ginawa nang gawin ang katawan ng lalagyan ng ilaw.

²³Gumawa rin sila ng pitong ilaw, mga panggupit ng mitsa nito, at mga pansahod sa upos ng mitsa ng ilaw. Purong ginto ang lahat ng ito. ²⁴Ang nagamit sa paggawa ng lalagyan ng ilaw at ng lahat ng kagamitan nito ay 35 kilong purong ginto.

Ang Paggawa ng Altar na Pagsusunugan ng Insenso (Exo. 30:1-5)

²⁵Gumawa rin sila ng altar na akasya na pagsusunugan ng insenso. Kwadrado ito, 18 pulgada ang haba, 18 pulgada ang lapad, at mga tatlong talampakan ang taas. May *parang* sungay ito sa mga sulok na kasama nang ginawa nang gawin ang altar. ²⁶Nilagyan nila ng purong ginto ang ibabaw nito, ang apat na gilid at ang *parang* sungay sa mga sulok at hinulmang ginto sa palibot. ²⁷Nilagyan nila ng dalawang argolyang ginto ang ilalim ng hinulmang ginto sa magkabilang gilid ng

---

ᵃ 22 mitsa: sa Ingles, "tenon."

ᵇ 34 argolya: korteng singsing. Ito rin ang nasa 37:3.

ᶜ 3 argolya: Tingnan ang "footnote" sa 36:34.

ᵈ 12 sinepa: sa Ingles, "rim."

altar, para pagsuksukan ng mga tukod na pambuhat dito. [28] Ang tukod ay gawa sa kahoy ng akasya at binalutan ng ginto.

[29] Gumawa rin sila ng banal na langis na pamahid at purong insenso na napakabango.

Ang Paggawa ng Altar na Pagsusunugan ng mga Handog
(Exo. 27:1-8)

38 Gumawa rin sila ng kwadradong altar na pagsusunugan ng handog na sinusunog. Pito't kalahating talampakan ang haba nito, pito't kalahating talampakan din ang lapad, at apat at kalahating talampakan ang taas. [2] Nilagyan nila ito ng *parang* mga sungay sa apat na sulok, na kasama nang ginawa nang gawin ang altar. Binalutan nila ng tanso ang altar. [3] Ang lahat ng kagamitan ng altar ay gawa rin sa tanso—ang mga lalagyan ng abo, pala, mangkok, malalaking tinidor para sa karne at mga lalagyan ng baga. [4] Gumawa rin sila ng parilyang tanso para sa altar, at inilagay nila sa ilalim ng altar, sa patungan nito sa gitna ng altar. [5] Gumawa rin sila ng apat na argolyang tanso at ikinabit ito sa apat na sulok ng parilyang tanso. Ang mga argolyang ito ang pagsusuksukan ng mga tukod na pambuhat sa altar. [6] Ang mga tukod ay gawa sa kahoy ng akasya at binalutan ng tanso. [7] Isinuksok nila ang mga tukod sa argolya sa bawat gilid ng altar para mabuhat ito. Tabla ang ginawa nilang altar at bakante ang loob.

Ang Paggawa ng Plangganang Hugasan
(Exo. 30:18-21)

[8] Pagkatapos, gumawa sila ng tansong planggana. Ang patungan nito ay tanso rin. Ang mga tansong ginamit dito ay galing sa *tanso na* salamin ng mga babaeng naglilingkod sa pintuan ng Toldang Tipanan.[a]

Ang Paggawa sa Bakuran ng Toldang Tipanan
(Exo. 27:9-19)

[9] Nilagyan nila ng bakuran *ang Toldang Tipanan,* at pinalibutan nila ito ng mga kurtina na pinong *telang* linen. Ang haba ng kurtina sa bandang timog ay 150 talampakan. [10] Ikinabit nila ang kurtina sa 20 haliging tanso na nakasuksok din sa 20 pundasyong tanso. Ang kinabitan ng kurtina ay ang mga kawit na pilak na nakakabit sa mga baras na pilak sa mga haligi. [11] Ang kurtina sa bandang hilaga ay 150 talampakan din ang haba at nakakabit ito sa 20 haliging tanso na nakasuksok sa 20 pundasyong tanso. Ang pinagkakabitan ng kurtina ay ang mga kawit na pilak na nakakabit sa mga baras na pilak sa mga haligi. [12] Ang kurtina sa bandang kanluran ay 75 talampakan ang haba, at nakakabit ito sa sampung haligi na nakasuksok naman sa sampung pundasyon. Ang pinagkakabitan ng kurtina ay ang mga kawit na pilak na nakakabit sa mga baras na pilak sa mga haligi. [13] Ang kurtina sa bandang silangan ay 75 talampakan ang haba. [14] Ang pintuan ng bakuran ay nasa silangan, at may mga kurtina ito sa gilid. Ang kurtina sa kanan ay 22 at kalahating

talampakan ang haba, at nakakabit ito sa tatlong haligi na nakasuksok sa tatlo ring pundasyon. [15] Ang kurtina sa kaliwa ay 22 at kalahating talampakan ang haba, at nakakabit ito sa tatlong haligi na nakasuksok sa tatlo ring pundasyon. [16] Ang lahat ng kurtina sa palibot ng bakuran ay gawa sa pinong *telang* linen. [17] Tanso ang pundasyon ng mga haligi, at pilak naman ang mga kawit, at mga baras nito. Ang mga ulo ng haligi ay nababalutan ng pilak. Ang lahat ng haligi sa palibot ng bakuran ay may baras na pilak.

[18] Ang kurtina ng pintuan ng bakuran ay gawa sa pinong *telang* linen na binurdahan gamit ang lanang kulay asul, ube, at pula. At napakaganda ng pagkakaburda nito. Ang haba nito'y 30 talampakan at pito't kalahating talampakan ang taas, katulad ng taas ng mga kurtina na nakapalibot sa bakuran. [19] Ang kurtinang ito'y nakakabit sa apat na haligi na nakasuksok naman sa apat na pundasyon. Nababalutan ng pilak ang mga kawit at mga baras ng mga haligi at ang mga ulo nito. [20] Purong tanso ang lahat ng tulos ng Tolda at ng bakuran sa palibot nito.

Ang mga Materyales na Ginamit sa Pagpapatayo ng Tolda

[21] Ito ang mga materyales na ginamit sa pagpapatayo ng Toldang Sambahan, kung saan nakalagay ang malalapad na batong sinulatan ng mga utos ng Dios. Inilista ng mga Levita ang mga materyales na ito ayon sa utos ni Moises. Ang gawaing ito'y pinamahalaan ni Itamar na anak ni Aaron na pari.

[22] *Ang namamahala sa pagpapatayo ng Tolda ay* si Bezalel na anak ni Uri at apo ni Hur, na mula sa lahi ni Juda. Ginawa niya ang lahat ng iniutos ng PANGINOON kay Moises. [23] Katulong niya si Oholiab na anak ni Ahisamac, na mula sa lahi ni Dan. Magaling siyang magtrabaho, magdisenyo, at magburda ng pinong *telang* linen at ng lanang kulay asul, ube at pula.

[24] Ang kabuuang timbang ng gintong inihandog para gamitin sa paggawa ng Tolda ay 1,000 kilo ayon sa timbangang ginagamit ng mga pari.

[25-26] Ang kabuuang timbang ng pilak na naipon ay 3,520 kilo ayon sa bigat ng pilak sa timbangang ginagamit ng mga pari. Nanggaling ito sa mga taong nailista sa sensus. Nagbigay ang bawat isa sa kanila ng anim na gramo ng pilak ayon sa bigat ng pilak sa timbangang ginagamit ng mga pari. May 603,550 tao na may edad na 20 pataas ang nailista sa sensus. [27] Ang 3,500 kilo ng pilak ay ginamit sa paggawa ng 100 pundasyon ng Tolda at ng mga kurtina, 35 kilo bawat pundasyon. [28] Ang natirang 20 kilong pilak ay ginawang kawit at baras ng mga haligi, at ibinalot sa ulo ng mga haligi.

[29] Ang bigat ng tansong inihandog sa PANGINOON ay mga 2,500 kilo. [30] Ginamit ito sa paggawa ng mga pundasyon *ng mga haligi* sa pintuan ng Toldang Tipanan. Ang iba rito'y ginamit sa paggawa ng altar na tanso, ng parilya nito, at ng lahat ng kagamitan ng altar. [31] Ginamit din ang mga tanso sa paggawa ng mga pundasyon *ng mga haligi* sa palibot ng bakuran at ng pintuan nito, at sa paggawa ng lahat ng tulos ng Tolda at ng mga kurtina sa palibot nito.

---

a 8 Toldang Tipanan: na tinatawag din na Toldang Sambahan.

Ang mga Damit ng mga Pari
(Exo. 28:1-14)

39 Tumahi rin sina Bezalel ng banal na mga damit para sa mga pari ayon sa iniutos ng PANGINOON kay Moises. Ang telang ginamit nila ay lanang kulay asul, ube at pula. Ito rin ang telang ginamit nila sa pagtahi ng damit ni Aaron.

Ang Espesyal na Damit ng mga Pari
(Exo. 28:6-14)

[2] Nagtahi rin sila ng espesyal na damit[a] ng mga pari. Ang telang ginamit nila ay pinong linen na binurdahan gamit ang lanang kulay asul, ube at pula. [3] Gumawa sila ng sinulid na ginto sa pamamagitan ng pagpitpit sa ginto at paghahati-hati rito nang manipis. Pagkatapos, ibinurda nila ito sa pinong *telang* linen, kasama ng lanang kulay asul, ube at pula. Napakaganda ng pagkakaburda nito. [4] May dalawang parte ang damit na ito, sa likod at harap, at pinagdudugtong ito ng dalawang tirante sa may balikat. [5] Ang sinturon nito ay gawa sa pinong *telang* linen na binurdahan ng gintong sinulid at lanang *kulay* asul, ube at pula. *Ginawa nila itong lahat* ayon sa iniutos ng PANGINOON kay Moises.

[6] Ikinabit nila ang mga batong onix sa balangkas na ginto. Inukitan nila ito ng pangalan ng mga anak ni Jacob[b] gaya ng pagkakaukit sa pantatak. [7] Ikinabit nila ito sa mga tirante ng espesyal na damit bilang mga alaalang bato para sa lahi ng Israel. *Ginawa nila itong lahat* ayon sa iniutos ng PANGINOON kay Moises.

Ang Bulsa na Nasa Dibdib
(Exo. 28:15-30)

[8] Gumawa rin sila ng bulsa na nasa dibdib at napakaganda ng pagkakagawa nito. Ang tela nito'y katulad din ng tela ng espesyal na damit: pinong *telang* linen na binurdahan gamit ang gintong sinulid, lanang kulay asul, ube at pula. [9] Ang bulsa na nasa dibdib ay nakatupi ng doble at parisukat—siyam na pulgada ang haba at siyam na pulgada rin ang lapad. [10] Inilagay nila rito ang apat na hanay ng mamahaling mga bato. Sa unang hanay nakalagay ang rubi, topaz, at beril; [11] sa ikalawang hanay, esmeralda, safiro at turkois; [12] sa ikatlong hanay, hasinto, agata at ametista; [13] at sa ikaapat na hanay, krisolito, onix at jasper. Inilagay nila ito sa balangkas na ginto. [14] Ang bawat bato ay may pangalan ng isa sa mga anak ni Jacob bilang kinatawan ng 12 lahi ng Israel. Ang pagkakaukit ng pangalan ay gaya ng pagkakaukit sa pantatak.

[15] Nilagyan nila ng mala-kwintas na tali na purong ginto ang bulsa na nasa dibdib. [16] Gumawa rin sila ng dalawang balangkas na ginto at dalawang parang singsing na ginto sa ibabaw ng mga sulok ng bulsa sa dibdib. [17] Isinuot nila ang dalawang mala-kwintas na taling ginto sa dalawang parang singsing sa bulsa na nasa dibdib, [18] at ang dalawang dulo naman ng mala-kwintas na tali ay isinuot sa dalawang balangkas *na ginto* na nakakabit sa tirante ng espesyal na damit.

[19] Gumawa rin sila ng dalawa pang parang mga singsing na ginto at isinuot ito sa ilalim ng mga gilid ng bulsa na nasa dibdib na nakapatong sa espesyal na damit. [20] Gumawa pa rin sila ng dalawa pang parang singsing na ginto at ikabit nila ito sa espesyal na damit sa may bandang sinturon. [21] Pagkatapos, tinahi nila ng asul na panali ang ilalim ng mga parang singsing sa bulsa sa dibdib at ang mga parang singsing sa espesyal na damit. Sa pamamagitan nito, mapapagdugtong nang maayos ang mga parang singsing sa bulsa sa dibdib at sa espesyal na damit, sa itaas ng sinturon. *Ginawa nila itong lahat* ayon sa iniutos ng PANGINOON kay Moises.

Ang Iba pang Damit ng mga Pari
(Exo. 28:31-43)

[22] Tumahi rin sila ng damit-panlabas *ng mga pari.* Ang mga ito ay napapatungan ng espesyal na damit. Ang telang ginamit nila sa pagtahi ng damit-panlabas ay lana na purong asul. [23] Ang mga damit na ito'y may butas sa gitna para sa ulo at may parang kwelyo para hindi ito mapunit. [24] Nilagyan nila ang palibot ng laylayan ng damit ng mga palamuting korteng prutas na pomegranata, na gawa sa pinong *telang* linen na binurdahan gamit ang lanang kulay asul, ube at pula. [25-26] Nilagyan nila ng mga gintong kampanilya ang laylayan ng damit sa pagitan ng palamuting hugis pomegranata. Ang damit na ito ang isusuot ni Aaron kapag naglilingkod na siya sa PANGINOON. *Ginawa nila itong lahat* ayon sa iniutos ng PANGINOON kay Moises.

[27] Gumawa rin sila ng panloob na mga damit para kay Aaron at sa mga anak niyang lalaki. Pinong linen ang tela na kanilang ginamit. [28] Ganito rin ang tela na ginamit nila sa paggawa ng mga turban, mga panali sa ulo at panloob na mga damit. [29] Ang mga sinturon ay gawa rin sa pinong *telang* linen na binurdahan gamit ang lanang kulay asul, ube at pula. At napakaganda ng pagkakaburda nito. *Ginawa nila itong lahat* ayon sa iniutos ng PANGINOON kay Moises.

[30] Gumawa sila ng parang medalya na purong ginto at inukit nila ang mga salitang ito, "Ibinukod para sa PANGINOON," katulad ng pagkakaukit sa pantatak. [31] Itinali nila ito sa harap ng turban sa pamamagitan ng asul na panali. *Ginawa nila itong lahat* ayon sa iniutos ng PANGINOON kay Moises.

Ang Pagsusuri ni Moises sa Natapos na Gawain
(Exo. 35:10-19)

[32] Natapos ang lahat ng gawain sa Toldang Sambahan na *tinatawag ding* Toldang Tipanan. Ginawa ng mga Israelita ang lahat ng iniutos ng PANGINOON kay Moises. [33] Ipinakita nila kay Moises ang Toldang Sambahan at ang lahat ng kagamitan nito: ang mga kawit, balangkas, biga, haligi, pundasyon, [34] ang pantaklob na gawa sa balat ng lalaking tupa na kinulayan ng pula, ang pantaklob na gawa sa magandang klase ng balat, ang mga kurtina; [35] ang Kahon ng Kasunduan, ang takip nito at pambuhat; [36] ang mesa at ang lahat ng kagamitan nito, ang tinapay na inihahandog

---

u 2 *espesyal na damit:* sa Hebreo, *efod.*

b 6 *Jacob:* sa Hebreo, *Israel.*

sa presensya ng Dios; [37] ang lalagyan ng ilaw na purong ginto at ang mga ilaw at kagamitan nito, ang langis para sa ilaw; [38] ang altar na ginto, ang langis na pamahid, ang mabangong insenso, ang kurtina sa pintuan ng Tolda; [39] ang altar na tanso at ang parilyang tanso, ang pambuhat at ang lahat ng kagamitan nito, ang planggana at ang patungan nito; [40] ang mga kurtina *sa palibot* ng bakuran at ang mga haligi at pundasyon nito, ang kurtina sa pintuan ng bakuran, ang mga panali at mga tulos para sa *kurtina ng* bakuran, at lahat ng kagamitan sa Toldang Sambahan na *tinatawag ding* Toldang Tipanan; [41] at ang banal na mga damit na isusuot ni Aaron at ng mga anak niya kapag naglilingkod na sila bilang mga pari sa Tolda.

[42] Ginawa ng mga Israelita ang lahat ng gawain ayon sa iniutos ng Panginoon kay Moises. [43] Tiningnan ni Moises ang trabaho nila, at nakita niya na ginawa nilang lahat iyon ayon sa iniutos ng Panginoon. Kaya binasbasan sila ni Moises.

Ang Pagtatayo ng Toldang Sambahan

40 Sinabi ng Panginoon kay Moises, [2] "Itayo mo ang Toldang Sambahan na *tinatawag ding* Toldang Tipanan sa unang araw ng unang buwan. [3] Ilagay mo sa loob ang Kahon ng Kasunduan, at tabingan mo ito ng kurtina. [4] Ipasok mo ang mesa sa Tolda at ayusin mo ang mga kagamitan nito. Ipasok mo rin ang mga lalagyan ng ilaw at ilagay ang mga ilaw nito. [5] Ilagay mo ang mga gintong altar na pagsusunugan ng insenso sa harap ng Kahon ng Kasunduan, at ikabit ang kurtina sa pintuan ng Tolda.

[6] "Ilagay mo ang altar na pagsusunugan ng mga handog sa harapan ng pintuan ng Toldang Sambahan na *tinatawag ding* Toldang Tipanan. [7] Ang planggana ay ilagay sa pagitan ng Tolda at ng altar, at lagyan ito ng tubig. [8] Ilagay ang mga kurtina sa bakuran ng Tolda, pati ang kurtina sa pintuan ng bakuran.

[9] "Pagkatapos, kunin mo ang langis at wisikan ang Tolda at ang lahat ng kagamitan nito bilang pagtatalaga nito sa akin, at magiging banal ito. [10] Wisikan mo rin ang altar na pagsusunugan ng mga handog at ang lahat ng kagamitan nito bilang pagtatalaga nito sa akin, at magiging pinakabanal ito. [11] Wisikan mo rin ang planggana at ang patungan nito bilang pagtatalaga nito sa akin.

[12] "Dalhin mo si Aaron at ang mga anak niyang lalaki sa pintuan ng Toldang Tipanan at paliguin mo sila roon. [13] Ipasuot mo kay Aaron ang banal na mga damit at italaga siya sa akin sa pamamagitan ng pagpapahid sa kanya ng langis para makapaglingkod siya sa akin bilang pari. [14] Dalhin mo rin ang mga anak niya at ipasuot ang damit-panloob nila. [15] Pahiran mo rin sila ng langis gaya ng ginawa mo sa kanilang ama, para makapaglingkod din sila sa akin bilang mga pari sa lahat ng susunod pang mga henerasyon." [16] Ginawa ni Moises ang lahat ng iniutos sa kanya ng Panginoon.

[17] Kaya itinayo ang Toldang Sambahan noong unang araw ng unang buwan. Ikalawang taon iyon *nang paglabas nila ng Egipto.* [18] Ganito itinayo ni Moises ang Tolda: Inilagay niya ang mga pundasyon, balangkas, biga, at haligi. [19] Inilatag niya ang Tolda at pinatungan niya ng pantaklob. *Ginawa niyang lahat ito* ayon sa iniutos sa kanya ng Panginoon.

[20] Pagkatapos, ipinasok niya sa Kahon ang malalapad na batong sinulatan ng mga utos ng Dios, at isinuksok niya sa argolya[a] ng Kahon ang mga tukod na pambuhat, at tinakpan ito. [21] Ipinasok niya ang Kahon sa loob ng Toldang Sambahan, at isinabit ang kurtina para matakpan ang Kahon ng Kasunduan ayon sa iniutos ng Panginoon.

[22] Inilagay niya ang mesa sa loob ng Tolda, sa bandang hilaga, sa labas ng kurtina. [23] At inilagay niya sa mesa ang tinapay na inihahandog sa presensya ng Panginoon. *Ginawa niyang lahat ito* ayon sa iniutos ng Panginoon.

[24] Inilagay din niya ang lalagyan ng ilaw sa loob ng Tolda, sa harapan ng mesa, sa bandang timog. [25] At inilagay niya ang mga ilaw nito sa presensya ng Panginoon. *Ginawa niyang lahat ito* ayon sa iniutos sa kanya ng Panginoon.

[26] Inilagay din niya ang gintong altar sa loob ng Tolda, sa harapan ng kurtina, [27] at nagsunog siya ng mabangong insenso sa altar. *Ginawa niyang lahat ito* ayon sa iniutos ng Panginoon.

[28] Ikinabit din niya ang kurtina sa pintuan ng Tolda, [29] at inilagay niya malapit sa pintuan ang altar na pinagsusunugan ng mga handog. Pagkatapos, nag-alay siya sa altar na ito ng mga handog na sinusunog at mga handog bilang pagpaparangal sa Panginoon. *Ginawa niyang lahat ito* ayon sa iniutos ng Panginoon.

[30] Inilagay din niya ang planggana sa pagitan ng Tolda at ng altar. Nilagyan niya ito ng tubig para paghugasan. [31] At naghugas sina Moises, Aaron at ang mga anak niyang lalaki ng mga kamay at paa nila. [32] Maghuhugas sila kapag pumapasok sa Tolda o kapag lalapit sila sa altar. *Ginawa nilang lahat ito* ayon sa iniutos ng Panginoon kay Moises.

[33] Pagkatapos, inilagay ni Moises ang mga kurtina ng bakuran, na nakapaligid sa Tolda at altar, pati ang kurtina sa pintuan ng bakuran. At natapos ni Moises ang lahat ng gawain niya.

Ang Makapangyarihang Presensya ng Panginoon
(Bil. 9:15-23)

[34] Pagkatapos ng lahat ng ito, binalot ang Toldang Tipanan[b] ng makapangyarihang presensya ng Panginoon na nasa anyo ng isang ulap. [35] Hindi makapasok si Moises sa Tolda dahil nababalot ito ng makapangyarihang presensya ng Panginoon na nasa anyong ulap.

[36] Kapag pumaitaas ang ulap mula sa Tolda at umalis, umaalis din ang mga Israelita sa pinagkakampuhan nila. [37] Pero kung hindi, hindi rin sila umaalis. [38] Ang ulap na sumisimbolo sa presensya ng Panginoon ay nasa itaas ng Tolda kapag araw, at nag-aapoy naman ito kapag gabi para makita ng lahat ng Israelita habang naglalakbay sila.

---

a 20 argolya: korteng singsing.
b 34 Toldang Tipanan: o tinatawag din na *Toldang Sambahan.*

LEVITICUS

Ang Handog na Sinusunog

1 [1-2] Tinawag ng PANGINOON si Moises at kinausap doon sa Toldang Tipanan.[a] Inutusan niya si Moises na sabihin sa mga taga-Israel:

Kapag may naghahandog sa inyo ng hayop sa PANGINOON, maghandog siya ng baka, tupa, o kambing. [3] Kung baka ang kanyang iaalay bilang handog na sinusunog, kinakailangan ay lalaking baka at walang kapintasan. Ihahandog niya ito malapit sa may pintuan ng Toldang Tipanan, para sa pamamagitan ng handog na ito ay tanggapin siya ng PANGINOON. [4] Ipapatong niya ang kanyang kamay sa ulo ng bakang inihahandog niya, at ito'y tatanggapin ng PANGINOON para matubos siya sa kanyang mga kasalanan.[b] [5] Pagkatapos, kakatayin niya ang bakang iyon sa presensya ng PANGINOON. At ang dugo nito'y iwiwisik sa paligid ng altar, na bandang pintuan ng Toldang Tipanan ng mga pari na mula sa angkan ni Aaron. [6] Pagkatapos mabalatan at hiwa-hiwain ng naghahandog ang baka, [7] ang mga paring mula sa angkan ni Aaron ay magpapaningas ng apoy sa altar at lalagyan ng panggatong na inayos ng mabuti. [8] At ilalagay nila nang maayos sa apoy ang mga hiniwang karne, pati ang ulo at taba. [9] Pero huhugasan muna ng naghahandog ang mga lamang-loob, ang mga hita at pagkatapos, susunugin ng pari ang mga ito roon sa altar bilang handog na sinusunog. Ang mabangong samyo ng handog na ito sa pamamagitan ng apoy[c] ay makalulugod sa PANGINOON.

[10] Kapag tupa o kambing ang iaalay ng tao bilang handog na sinusunog, kailangan ding lalaki at walang kapintasan. [11] Kakatayin niya ito sa presensya ng PANGINOON doon sa gawing hilaga ng altar. At ang dugo nito'y iwiwisik sa paligid ng altar ng mga paring mula sa angkan ni Aaron. [12] At pagkatapos na hiwa-hiwain ito ng naghahandog, ilalagay ito nang maayos ng pari sa apoy pati na ang ulo at taba. [13] Pagkatapos, huhugasan ng naghahandog ang mga lamang-loob at mga paa, at saka ibibigay sa pari para sunugin sa altar bilang handog na sinusunog. Ang mabangong samyo ng handog na ito sa pamamagitan ng apoy ay makalulugod sa PANGINOON.

[14] Kapag ibon ang iaalay ng isang tao bilang handog na sinusunog para sa PANGINOON, kinakailangang kalapati o batu-bato.[d] [15] Ito'y dadalhin ng pari sa altar, pipilipitin niya ang leeg hanggang sa maputol at patutuluin ang dugo sa paligid ng altar. Ang ulo nito ay susunugin doon sa altar. [16] Pagkatapos, aalisin niya ang butsi at bituka[e] nito, at ihahagis sa gawing silangan ng altar sa pinaglalagyan ng abo. [17] At pagkatapos, bibiyakin niya ang ibon sa pamamagitan ng paghila ng mga pakpak nito, pero hindi niya paghihiwalayin, at saka niya susunugin ang ibon doon sa altar bilang handog na sinusunog. Ang mabangong samyo ng handog na ito sa pamamagitan ng apoy ay makalulugod sa PANGINOON.

Handog ng Pagpaparangal sa PANGINOON

2 Kapag may nag-aalay ng handog ng pagpaparangal[f] sa PANGINOON, gagamitin niya ang magandang klaseng harina, at lalagyan niya ng langis[g] at insenso. [2] Dadalhin niya ito sa mga paring mula sa angkan ni Aaron. Kukuha ang pari ng isang dakot na pinagsama-samang harina at langis, at susunugin niya ito sa altar kasama na ang insenso na inilagay sa harina. Susunugin niya ito na pinakaalaala sa PANGINOON.[h] Ang mabangong samyo ng handog na ito sa pamamagitan ng apoy[i] ay makalulugod sa PANGINOON. [3] Ang natirang harina ay para kay Aaron at sa kanyang angkan, at ito ang pinakabanal na bahagi na mula sa handog sa pamamagitan ng apoy para sa PANGINOON.

[4] Kapag may naghahandog ng tinapay na niluto sa hurno para parangalan ang PANGINOON, kailangang gawa ito sa magandang klaseng harina at hindi nilagyan ng pampaalsa. Maaaring maghandog ng makapal na tinapay na hinaluan ng langis o ang manipis na tinapay na pinahiran ng langis.

[5] Kung ang tinapay na ihahandog ay niluto sa kawali, kinakailangang gawa ito sa magandang klaseng harina at may halong langis, pero walang pampaalsa. [6] Pipira-pirasuhin ito at lalagyan ng langis. Ito'y handog ng pagpaparangal.

[7] Kung ang tinapay na ihahandog ay niluto sa kawali, kinakailangang gawa ito sa magandang klaseng harina at nilagyan ng langis.

[8] Ang ganitong uri ng mga handog ay dadalhin sa pari para ihandog sa PANGINOON doon sa altar. [9] Babawasan ito ng pari at ang ibinawas na iyon ay susunugin niya sa altar na pinakaalaala sa PANGINOON. Ang mabangong samyo ng handog na ito sa pamamagitan ng apoy ay makalulugod sa PANGINOON. [10] Ang natirang harina ay para kay Aaron at sa kanyang angkan, at ito ang pinakabanal na bahagi na mula sa handog sa pamamagitan ng apoy na inihandog para sa PANGINOON.

---

a 1-2 Toldang Tipanan: na tinatawag din na Toldang Sambahan. Tingnan sa Talaan ng mga Salita sa likod.

b 4 matubos...kasalanan: o, *ang kanyang kasalanan ay mawala.*

c 9 handog...apoy: Hindi malinaw ang ibig sabihin ng salitang Hebreo nito. Pero ayon sa gamit nito sa Lumang Tipan, ito'y tawag sa iba't ibang klase ng mga handog. Tinatawag din itong "pagkain ng Dios" sa Lev. 21:6, 21; Bil. 28:2.

d 14 batu-bato: sa Ingles, *"wild pigeon."*

e 16 butsi at bituka: o, *balahibo;* o, *pakpak.*

f 1 handog ng pagpaparangal: sa ibang salin, *handog na pagkain.* Ganito rin sa talatang 9.

g 1 langis: Ito ay nagmula sa bunga ng puno ng olibo.

h 2 pinakaalaala sa PANGINOON: Pag-alala na siya ang nagbibigay ng pagkain o siya'y karapat-dapat na tumanggap ng handog.

i 2 handog...apoy: Tingnan ang "footnote" sa 1:9.

¹¹ Huwag kayong mag-alay ng mga handog na may pampaalsa bilang handog ng pagpaparangal sa Panginoon, dahil hindi kayo dapat magsunog ng mga pampaalsa o pulot sa inyong paghahandog sa Panginoon ng handog sa pamamagitan ng apoy. ¹² Maaari ninyong ihandog ang pampaalsa o pulot bilang handog mula sa una ninyong ani,ᵃ pero huwag ninyong susunugin sa altar. ¹³ Lagyan ninyo ng asin ang lahat ng inyong handog ng pagpaparangal, dahil ang asin ay tanda ng inyong *walang hanggang* kasunduan sa Panginoon. Kaya lagyan ninyo ng asin ang lahat ng inyong handog.

¹⁴ Kapag maghahandog kayo mula sa una ninyong ani para parangalan ang Panginoon, maghandog kayo ng mga giniling na butilᵇ na binusa. ¹⁵ Lagyan ninyo ito ng langis at insenso. Ito'y handog ng pagpaparangal. ¹⁶ At mula sa handog na ito'y kukuha ang pari ng giniling na butil na nilagyan ng langis at insenso at susunugin na pinakaalaala sa Panginoon. Ito'y handog sa pamamagitan ng apoy para sa Panginoon.

Handog para sa Mabuting Relasyon

3 Kapag may naghahandog ng baka bilang handog para sa mabuting relasyon, kinakailangang ang ihahandog niya sa presensya ng Panginoon ay walang kapintasan. ² Ipapatong niya ang kanyang kamay sa ulo ng baka na ihahandog niya at pagkatapos, papatayin niya sa may pintuan ng Toldang Tipanan. At iwiwisik ng mga paring mula sa angkan ni Aaron ang dugo nito sa paligid ng altar. ³ Kukuha ang pari ng bahagi na susunugin niya para sa Panginoon. Kukunin niya ang lahat ng taba na nasa loob ng tiyan, at ang nasa lamang-loob, ⁴ ang mga batoᶜ at ang taba nito, pati na ang maliit na bahagi ng atay. ⁵ Ang mga ito'y susunugin ng mga pari sa altar kasama ng handog na sinunog. Ang mabangong samyo ng handog na ito sa pamamagitan ng apoyᵈ ay makalulugod sa Panginoon.

⁶ Kung ang ihahandog niya para sa mabuting relasyon ay tupa o kambing, lalaki man o babae, kinakailangang ito'y walang kapintasan. ⁷ Kung maghahandog siya ng tupa sa Panginoon, ⁸ ipapatong niya ang kanyang kamay sa ulo ng tupa at papatayin niya sa harap ng Toldang Tipanan. At iwiwisik ng mga paring mula sa angkan ni Aaron ang dugo nito sa paligid ng altar. ⁹ At mula sa handog na ito'y kukuha ng bahagi na susunugin para sa Panginoon; ang mga taba, ang buntot na mataba na sagad sa gulugod ang pagkakaputol, ang lahat ng taba sa lamang-loob, ¹⁰ ang mga bato at ang taba nito, pati na ang maliit na bahagi ng atay. ¹¹ Ang lahat ng ito'y susunugin ng pari sa altar bilang handog na pagkain.ᵉ Ito'y handog sa pamamagitan ng apoy para sa Panginoon.

¹² Kung maghahandog siya ng kambing sa presensya ng Panginoon, ¹³ ipapatong niya ang kanyang kamay sa ulo ng kambing at papatayin niya sa harap ng Toldang Tipanan. Iwiwisik ng *paring mula sa* angkan ni Aaron ang dugo nito sa palibot ng altar. ¹⁴ Pagkatapos, kukuha ang pari ng bahagi na susunugin niya para sa Panginoon mula sa handog na ito. Kukunin niya ang lahat ng taba sa lamang-loob, ¹⁵ ang mga bato at ang taba nito, pati na ang maliit na bahagi ng atay. ¹⁶ Ang lahat ng ito'y susunugin ng pari sa altar bilang handog na pagkain. Ang mabangong samyo ng handog na ito sa pamamagitan ng apoy ay makalulugod *sa Panginoon.* Ang lahat ng taba ay sa Panginoon.

¹⁷ Huwag kayong kakain ng taba o dugo. Dapat ninyong sundin ang tuntuning ito kahit saan kayo tumira, kayo at ang susunod pa ninyong mga henerasyon.

Ang Handog sa Paglilinis

4 ¹⁻² Nag-utos din ang Panginoon kay Moises na sabihin sa mga taga-Israel na ang sinumang makalabag sa kanyang utos nang hindi sinasadya ay kinakailangang gawin ito:

³ Kung ang punong pari ang nagkasala *ng hindi sinasadya* at dahil dito ay nadamay ang mga tao, maghahandog siya sa Panginoon ng isang batang toro na walang kapintasan bilang handog sa paglilinis. ⁴ Dadalhin niya ang toro sa presensya ng Panginoon doon sa pintuan ng Toldang Tipanan. At ipapatong niya ang kanyang kamay sa ulo ng toro at saka niya ito papatayin. ⁵ Kukuha ng dugo ng toro ang punong pari at dadalhin niya sa loob ng Tolda. ⁶ Ilulubog niya ang kanyang daliri sa dugo at iwiwisik ng pitong beses sa harap ng tabing na tumatabing sa Pinakabanal na Lugar, sa presensya ng Panginoon. ⁷ Pagkatapos, papahiran niya ng dugo ang *parang* sungay sa mga sulok ng altar na pagsusunugin ng insenso sa loob ng Tolda sa presensya ng Panginoon. At ang natitirang dugo ng toro ay ibubuhos niya sa ilalim ng altar na pagsusunugan ng handog na sinunog. Ang altar na ito'y malapit sa pintuan ng Tolda. ⁸ Pagkatapos, kukunin niya ang lahat ng taba sa lamang-loob ng toro, ⁹ ang mga bato at ang taba nito, pati na ang maliit na bahagi ng atay. ¹⁰ (Ganito rin ang gagawin sa hayop na handog para sa mabuting relasyon.) Pagkatapos, ang mga ito'y susunugin ng pari sa altar na pinagsusunugan ng handog na sinusunog. ¹¹⁻¹² Pero ang natitirang bahagi ng hayop, katulad ng balat, laman, ulo, mga paa at nasa loob ng tiyan, pati na ang lamang-loob,ᶠ ay dadalhin sa labas ng kampo at susunugin sa lumalagablab na siga ng mga kahoy, doon sa itinuturing na malinis na lugar na pinagtatapunan ng abo.

¹³ Kung ang buong mamamayan ng Israel ay makalabag sa utos ng Panginoon nang hindi sinasadya, sila ay nagkasala pa rin kahit hindi nila ito nalalaman. ¹⁴ Kapag alam na nila na sila'y nagkasala nga, ang lahat ng mamamayan ay maghahandog ng batang toro bilang handog sa paglilinis. Dadalhin nila ang toro sa Toldang Tipanan. ¹⁵ Pagkatapos, ipapatong ng mga tagapamahala ng Israel ang kanilang kamay sa ulo ng toro at saka papatayin sa presensya ng Panginoon. ¹⁶ Kukuha ng dugo

---

a 12 ani: o, *bunga.*

b 14 giniling na butil: sa Ingles, *"milled grain."*

c 4 mga bato: sa Ingles, *"kidneys."*

d 5 handog…apoy: Tingnan ang "footnote" sa 1:9.

e 11 bilang handog na pagkain: Itinuturing ito na pagkain ng Dios. Tingnan sa 21:6, 8, 21. Ganito rin sa 3:16.

f 11-12 lamang-loob: o, *dumi.*

ng toro ang punong pari at dadalhin niya sa loob ng Tolda. ¹⁷At ilulubog niya ang kanyang daliri sa dugo at iwiwisik ng pitong beses sa tabing na *tumatabing sa Pinakabanal na Lugar*, sa presensya ng PANGINOON. ¹⁸Pagkatapos, papahiran niya ng dugo ang *parang* sungay sa mga sulok ng altar na nasa loob ng Tolda sa presensya ng PANGINOON. At ang natitirang dugo ay ibubuhos niya sa ilalim ng altar na pinagsusunugan ng handog na sinusunog. Ang altar na ito'y malapit sa pintuan ng Tolda. ¹⁹⁻²¹At ang gagawin niya sa toro na ito'y katulad din ng ginawa niya sa torong handog sa paglilinis. Kukunin niya ang lahat ng taba ng toro at susunugin sa altar, at susunugin ang toro sa labas ng kampo. Sa pamamagitan ng gagawing ito ng *punong* pari, ang mga taga-Israel ay matutubos sa kanilang mga kasalanan at patatawarin ng PANGINOON ang mga kasalanan nila. Ito ang handog sa paglilinis para sa buong sambayanan ng *Israel*.

²²Kung ang isang pinuno ay nakalabag sa utos ng PANGINOON na kanyang Dios nang hindi sinasadya, nagkasala pa rin siya. ²³At kapag nalaman niya na siya pala ay nagkasala, maghahandog siya ng isang lalaking kambing na walang kapintasan. ²⁴Ito ay handog para sa paglilinis ng kanyang kasalanan. Ipapatong niya ang kanyang kamay sa ulo ng kambing at papatayin ito sa presensya ng PANGINOON sa dakong pinagpapatayan ng mga hayop na inihahandog bilang handog na sinusunog. ²⁵Ilulubog ng pari ang kanyang daliri sa dugo ng kambing at ipapahid sa *parang* sungay sa mga sulok ng altar na pinagsusunugan ng mga handog na sinusunog. At ang natitirang dugo ay ibubuhos niya sa ilalim ng altar. ²⁶Susunugin niya ang lahat ng taba sa altar katulad ng kanyang ginawa sa mga taba ng hayop na handog para sa mabuting relasyon. Sa pamamagitan ng gagawing ito ng pari, matutubos ang tao sa kanyang mga kasalanan at patatawarin siya ng PANGINOON.

²⁷Kung ang isang pangkaraniwang tao ay makalabag sa *alin mang* utos ng PANGINOON nang hindi sinasadya, nagkasala pa rin siya. ²⁸At kapag nalaman niyang siya'y nagkasala; maghahandog siya ng babaeng kambing na walang kapintasan para sa nagawa niyang kasalanan. ²⁹Ipapatong niya ang kanyang kamay sa ulo ng kambing na handog sa paglilinis, at papatayin niya ito sa may Tolda, sa dakong pinagpapatayan ng mga hayop na handog na sinusunog. ³⁰Ilulubog ng pari ang kanyang daliri sa dugo ng kambing at ipapahid sa *parang* sungay sa mga sulok ng altar na pinagsusunugan ng mga handog na sinusunog. At ang natitirang dugo ay ibubuhos niya sa ilalim ng altar. ³¹Pagkatapos, kukunin niya ang lahat ng taba ng kambing katulad ng ginawa niya sa hayop na handog para sa mabuting relasyon. At susunugin niya sa altar ang taba at magiging mabangong samyo na handog at makalulugod sa PANGINOON. Sa pamamagitan ng gagawing ito ng pari, ang tao'y matutubos at patatawarin siya ng PANGINOON.

³²Kung tupa naman ang ihahandog ng tao para maging malinis siya sa kanyang kasalanan, kinakailangang ito'y babaeng tupa na walang kapintasan. ³³Ipapatong niya ang kanyang kamay sa ulo ng tupa at papatayin *sa Toldu* sa patayan ng

mga hayop na handog na sinusunog. ³⁴Ilulubog ng pari ang kanyang daliri sa dugo ng tupa at ipapahid sa *parang* sungay sa mga sulok ng altar na pinagsusunugan ng handog na sinusunog. Ang natitirang dugo ay ibubuhos niya sa ilalim ng altar. ³⁵Pagkatapos, kukunin niya ang lahat ng taba ng tupa katulad ng ginawa niya sa tupang handog para sa mabuting relasyon. At susunugin niya ang taba sa altar pati na ang iba pang handog sa pamamagitan ng apoy para sa PANGINOON. Sa pamamagitan ng gagawing ito ng pari, matutubos ang tao sa kanyang mga kasalanan at patatawarin siya ng PANGINOON.

5 Kung ang isang tao'y ipinatawag sa hukuman para sumaksi sa pangyayaring kanyang nakita o nalalaman, at siya'y tumanggi, may pananagutan siya. ²Kung may nakahipo ng anumang bagay na itinuturing na marumi, katulad ng mga patay na hayop na marumi,ᵃ siya'y nagkasala at naging marumiᵇ kahit hindi niya alam na nakahipo siya. ³Kung siya'y nakahipo ng mga maruming bagay ng tao,ᶜ kahit hindi niya alam na siya'y naging marumi, ituturing pa ring nagkasala siya kapag nalaman niya. ⁴Kung ang isang tao ay nanumpa nang pabigla-bigla, mabuti man o masama ang isinumpa niya, siya'y nagkasala kapag nalaman niya ang kanyang ginawa. ⁵Kapag nalaman ng isang tao na nagkasala siya ng alinman sa mga nabanggit, kinakailangang ipahayag niya ang kanyang kasalanan. ⁶At bilang kabayaran sa kasalanang nagawa niya, maghahandog siya sa PANGINOON ng babaeng tupa o kambing bilang handog sa paglilinis. Ihahandog ito ng pari para matubos siya sa kanyang kasalanan.

⁷Pero kung hindi niya kayang maghandog ng tupa, maghahandog siya ng dalawang kalapati o dalawang ibon na batu-bato bilang kabayaran sa kanyang kasalanan. Ang isa'y bilang handog sa paglilinis at ang isa'y bilang handog na sinusunog. ⁸Dadalhin niya ito sa pari at ang unang ihahandog ng pari ay ang handog sa paglilinis. Pipilipitin ng pari ang leeg ng ibon pero hindi ito puputulin. ⁹At ang dugo nito'y iwiwisik niya sa paligid ng altar, at ang natitirang dugo ay ibubuhos sa ilalim ng altar. Ito ang handog sa paglilinis. ¹⁰Ihahandog din ng pari ang isa pang handog na sinusunog ayon sa paraan ng paghahandog nito. Ganito ang paraan na gagawin ng pari para matubos ang tao sa kanyang kasalanan at patatawarin siya ng PANGINOON.

¹¹Pero kung hindi niya kayang maghandog ng dalawang kalapati o dalawang ibon na batu-bato, maghahandog na lang siya ng dalawang kilo ng magandang klaseng harina. Huwag niyang lalagyan ng langis at insenso dahil ito'y handog sa paglilinis *at hindi handog ng pagpaparangal*. ¹²Dadalhin niya ito sa pari at babawasan ng pari ng isang dakot bilang pag-alaala sa PANGINOON. Ang isang dakot na iyon ay susunugin niya sa altar pati na iba pang mga handog sa pamamagitan ng apoy para

ᵃ 2 *hayop na marumi:* Ang ibig sabihin, *hayop na ipinagbabawal kainin o ihandog sa Panginoon.* Tingnan ang kabanata 11.

ᵇ 2 *naging marumi:* Ang ibig sabihin, *hindi siya maaaring makilahok sa kanilang seremonyang pangrelihiyon.*

ᶜ 3 *maruming...tao:* Tingnan ang kabanata 12-15.

sa PANGINOON. Ito ang handog sa paglilinis. ¹³ Sa pamamagitan ng gagawing ito ng pari, matubos ang tao sa anumang kasalanang nagawa niya at patatawarin siya *ng* PANGINOON. Ang natirang handog na harina ay sa pari na, gaya ng ginagawa sa handog ng pagpaparangal.

Ang Handog na Pambayad ng Kasalanan

¹⁴ Ibinigay din ng PANGINOON ang utos na ito kay Moises:

¹⁵ Kapag ang tao'y lumabag *sa utos ng* PANGINOON dahil sa hindi niya ibinigay *ang anumang nauukol* para sa PANGINOON, kahit hindi niya sinasadya, kailangang maghandog siya ng lalaking tupa na walang kapintasan bilang kabayaran sa kanyang kasalanan. Maaari rin niyang bayaran ng pilak na katumbas ng halaga ng lalaking tupa ayon sa bigat ng pilak sa timbangang ginagamit ng mga pari. Ito'y handog na pambayad ng kasalanan.ᵃ ¹⁶ Kinakailangan niyang bayaran ang hindi niya naibigay na nauukol sa PANGINOON, at dadagdagan pa niya ng 20 porsiyento ng halagang hindi niya naibigay. Ibibigay niyang lahat ito sa paring maghahandog ng tupa bilang handog na pambayad ng kanyang kasalanan at patatawarin siya *ng* PANGINOON.

¹⁷ Kung may tao namang lumabag sa utos ng PANGINOON nang hindi niya alam, siya'y nagkasala pa rin at may pananagutan *sa* PANGINOON. ¹⁸⁻¹⁹ *Kung alam na niyang nagkasala siya,* kinakailangang magdala siya sa pari ng lalaking tupa na walang kapintasan na ihahandog niya bilang pambayad sa kanyang kasalanan. Maaari rin niyang bayaran ng pilak na katumbas ng halaga ng lalaking tupa ayon sa bigat ng pilak sa timbangan na ginagamit ng mga pari. Sa pamamagitan ng gagawing ito ng pari, matutubos ang tao sa kanyang kasalanang hindi sinasadya at patatawarin siya *ng* PANGINOON.

6 Ito pa ang sinabi ng PANGINOON kay Moises ² tungkol sa taong lumabag sa nais ng PANGINOON sa pamamagitan ng pandaraya sa kanyang kapwa tungkol sa bagay na ipinatago o iniwan sa kanya, o pagnanakaw ng mga bagay na iyon, o pagsasamantala, ³ o pagsisinungaling tungkol sa isang bagay na nawala na hindi raw niya nakita, o pagsumpa ng kasinungalingan na hindi niya nagawa ang alinman sa mga kasalanang nabanggit. ⁴ Kapag napatunayan na talagang nagkasala siya, kinakailangang ibalik niya ang kanyang ninakaw, o ang anumang nakuha niya sa pandaraya, o ang mga bagay na iniwan o ipinatago sa kanya, o ang mga bagay na nawala na nakita niya, ⁵ o anumang bagay na ayon sa kanyang panunumpa ay wala sa kanya, pero ang totoo ay nasa kanya. Kinakailangan niya itong ibalik sa may-ari na walang kulang at dadagdagan pa ng 20 porsiyento ng halaga nito. Ibibigay niya ito sa may-ari sa araw na maghahandog siya bilang pambayad sa kanyang kasalanan. ⁶ Magdadala siya sa pari ng isang tupang walang kapintasan, at ihahandog niya ito sa PANGINOON bilang kabayaran sa kanyang kasalanan. At kinakailangang ang halaga nito ay ayon sa bigat ng pilak sa timbangan na ginagamit

ng mga pari. ⁷ Sa pamamagitan ng gagawing ito ng pari, matutubos ang tao sa kanyang kasalanan, at siya'y patatawarin *ng* PANGINOON sa alin mang kasalanang nabanggit na kanyang nagawa.

Karagdagang mga Tuntunin tungkol sa Handog na Sinusunog

⁸⁻⁹ Inutusan ng PANGINOON si Moises na sabihin kay Aaron at sa mga anak niyang lalaki ang tungkol sa mga tuntuning ito, tungkol sa handog na sinusunog.

Ang handog na ito ay kinakailangang iwanan sa altar hanggang umaga, at kinakailangang patuloy ang pagningas ng apoy sa altar; huwag itong pabayaang mamatay. ¹⁰ Kinaumagahan, isusuot ng pari ang mga kasuotan niyang *gawa sa telang* linen: ang damit pang-ilalim na tatakip sa kanyang kahubaran at ang damit-panlabas. Kukunin niya ang abo ng handog na iyon at ilalagay sa tabi ng altar. ¹¹ Pagkatapos, magpapalit siya ng damit at dadalhin niya ang abo sa labas ng kampo sa itinuturing na malinis na lugar. ¹² Kinakailangang ang apoy sa altar ay patuloy na nagniningas. Huwag itong papatayin. Tuwing umaga'y gagatungan ito ng pari, at aayusin nang mabuti ang mga handog na sinusunog na itaas ng mga panggatong pati na ang mga taba *ng hayop* mula sa inialay na handog para sa mabuting relasyon. ¹³ Patuloy na paniningasin ang apoy sa altar, at huwag itong pabayaang mamatay.

Karagdagang mga Tuntunin tungkol sa Handog na Pagpaparangal sa PANGINOON

¹⁴ Ito ang mga tuntunin tungkol sa handog na pagpaparangal:

Ang *mga paring mula sa* angkan ni Aaron ang magdala nito sa PANGINOON sa harap ng altar. ¹⁵ Dadakot ang pari sa handog na harinang may halong langis at dadalhin niya sa altar pati ang mga insensong inilagay sa harina. Susunugin niya ito bilang alaala sa PANGINOON. Ang mabangong samyo ng handog na ito'y makalulugod sa PANGINOON. ¹⁶⁻¹⁷ Ang natitirang harina ay *lulutuin at* kakainin ni Aaron at ng kanyang mga anak. Pero ito'y lulutuin nilang walang pampaalsa, at doon nila kakainin sa banal na lugar sa bakuran ng Toldang Tipanan. Inilaan iyon ng PANGINOON para sa kanila bilang bahagi ng pagkaing inihandog sa kanya. Ang handog na pagpaparangal sa PANGINOON ay napakabanal, katulad ng handog sa paglilinis, at handog na pambayad ng kasalanan. ¹⁸ Ang lahat ng lalaking mula sa angkan ni Aaron hanggang sa kahuli-hulihang angkan ay maaaring kumain nito, dahil ito palagi ang kanilang bahagi sa handog sa pamamagitan ng apoy para sa PANGINOON hanggang sa susunod pang mga henerasyon. Ang mga humahawak ng mga handog na ito ay dapat banal.

¹⁹ Ito ang sinabi ng PANGINOON kay Moises ²⁰ tungkol sa handog para sa PANGINOON na iaalay ni Aaron sa araw nang ordinahan siya bilang punong pari, at siya ring gagawin ng angkan niyang papalit sa kanya.

Maghahandog siya ng dalawang kilo ng magandang klaseng harina. Ito ay handog na pagpaparangal sa PANGINOON na dapat gawin

---

ᵃ **15** *handog na...kasalanan:* Tingnan sa Talaan ng mga Salita sa likod.

magpakailanman. Ang kalahati nito'y ihahandog niya sa umaga at ang kalahati naman ay sa hapon. [21] Ang harinang ito ay hahaluan ng mantika at lulutuin sa kawali, pagpipira-pirasuhin at ihahandog sa Panginoon bilang handog na pagpaparangal. Ang mabangong samyo nito ay makalulugod sa kanya. [22] Kinakailangang sunugin itong lahat, dahil ito'y handog para sa Panginoon. Dapat itong sundin magpakailanman. Kailangang gawin ito ng angkan ni Aaron na papalit sa kanya bilang punong pari. [23] Ang lahat ng handog ng pagpaparangal ng mga pari ay kinakailangang sunugin, hindi ito maaaring kainin.

Karagdagang Tuntunin Tungkol sa Handog na Paglilinis sa Kasalanan

[24] Inutusan din ng Panginoon si Moises [25] na sabihin kay Aaron at sa mga anak niyang lalaki ang tungkol sa ganitong mga tuntunin.

Ang handog sa paglilinis ay kinakailangang patayin sa presensya ng Panginoon doon sa patayan ng handog na sinusunog. Ang handog sa paglilinis ay napakabanal. [26] Ang paring maghahandog nito'y dapat kumain nito roon sa bakuran ng Toldang Tipanan, na isang banal na lugar. [27] Ang sinumang makahipo nito ay mahahawaan ng pagkabanal nito. Ang damit na matatalsikan ng dugo ng handog na ito'y dapat labhan doon sa banal na lugar sa Tolda. [28] Ang palayok na pinaglutuan ng handog na ito ay dapat basagin. Pero kung kaldero, ito'y dapat kuskusin at hugasang mabuti sa tubig. [29] Ang lahat ng lalaki sa sambahayan ng pari ay maaaring kumain. Ito'y napakabanal na handog. [30] Pero kung ang dugo ng handog na ito'y dinala roon sa Banal na Lugar sa loob ng Tolda para gawing pantubos sa kasalanan ng tao, hindi maaaring kainin ang natirang karne na inihandog. Susunugin na lang ito.

Mga Karagdagang Tuntunin Tungkol sa Handog na Pambayad ng Kasalanan

7 Ito ang mga tuntunin tungkol sa handog na pambayad ng kasalanan. Napakabanal ng handog na ito.

[2] Ang handog na pambayad ng kasalanan ay doon papatayin sa pinagpapatayan ng mga handog na sinusunog. At ang dugo nito'y iwiwisik sa paligid ng altar. [3] Ang lahat ng taba nito ay ihahandog—ang matabang buntot, ang tabang bumabalot sa lamangloob, [4] ang mga bato at ang taba nito, pati na ang maliit na bahagi ng atay. [5] Lahat ng ito'y susunugin ng pari sa altar bilang handog sa Panginoon sa pamamagitan ng apoy. Ito'y handog na pambayad ng kasalanan. [6] Ang matitira ay maaaring kainin ng mga anak na lalaki ng mga pari, pero dapat nila itong kainin doon sa banal na lugar dahil napakabanal nito. [7] Iisa ang tuntunin sa handog sa paglilinis at sa handog na pambayad ng kasalanan. Ang karne sa mga handog na ito ay para sa paring naghandog nito. [8] Ang balat naman ng hayop na inialay bilang handog na sinusunog ay para rin sa paring nagalay nito. [9] Ganoon din sa lahat ng handog na butil na inialay bilang handog na pagpaparangal sa Panginoon, na niluto sa hurno o sa kawali. [10] At ang lahat ng handog na pagpaparangal, may halo

man itong langis o wala ay para na sa mga paring mula sa angkan ni Aaron at paghahati-hatian nila ito ng pantay-pantay.

Mga Karagdagang Tuntunin para sa Handog para sa Mabuting Relasyon

[11] Ito ang mga tuntunin tungkol sa handog para sa mabuting relasyon[a] na iniaalay sa Panginoon. [12] Kung ang hayop na handog para sa mabuting relasyon ay inialay bilang handog ng pagpapasalamat sa Panginoon, sasamahan niya ito ng tinapay. Magdadala siya ng tinapay na walang pampaalsa katulad ng makapal na tinapay na hinaluan ng langis, manipis na tinapay na pinahiran ng langis, at tinapay na mula sa magandang klaseng harina na hinaluan ng langis. [13] Maliban dito, magdadala rin siya ng tinapay na may pampaalsa. [14] Siya'y maghahandog mula sa bawat uri ng tinapay na ito bilang kaloob sa Panginoon. At ang mga tinapay na ito na inihandog ay para na sa paring nagwiwisik ng dugo ng hayop na handog para sa mabuting relasyon. [15] Ang karne ng hayop na inihandog bilang pagpapasalamat sa Panginoon ay dapat kainin ng taong naghandog nito at ng sambahayan niya at ng mga pari sa araw ding iyon, at dapat walang matira kinaumagahan.

[16] Pero kung ang kanyang handog para sa mabuting relasyon ay inialay niya bilang handog para tuparin ang isang panata o handog na kusang-loob, ang karne ay makakain sa araw ng paghahandog at ang matitira ay maaari pa ring kainin kinabukasan. [17] At kung mayroon pa ring matira hanggang sa pangatlong araw, dapat na itong sunugin. [18] Kapag may kumain pa nito sa pangatlong araw, hindi na tatanggapin ng Panginoon ang handog na ito at magiging walang kabuluhan ang handog niya. Ang handog na ito ay ituturing na kasuklam-suklam at magiging pananagutan pa ng sinumang kumain nito. [19] Kapag ang karne ay hindi sinasadyang nadikit sa anumang bagay na itinuturing na marumi, hindi na iyon dapat kainin, kundi susunugin na lang. Tungkol sa mga karneng maaaring kainin, ito'y maaaring kainin ng sinumang itinuturing na malinis ayon sa batas. [20] Pero ang sinumang itinuturing na marumi[b] at kakain ng karneng handog para sa mabuting relasyon ay huwag ninyong ituring na kababayan. [21] Ang sinumang nakahipo ng mga bagay na itinuturing na marumi, katulad ng dumi o sakit ng taong nakakahawa, hayop na itinuturing na marumi, o anumang bagay na kasuklam-suklam at pagkatapos ay kumain ng karne na inihandog sa Panginoon ay huwag na ninyong ituring na kababayan.

Pagbabawal ng Pagkain ng Dugo at Taba

[22] Nag-utos ang Panginoon kay Moises [23] na sabihin ito sa mga taga-Israel:

Huwag kayong kakain ng taba ng baka, tupa o kambing. [24] Ang taba ng hayop na namatay o

---

a 11 handog para sa mabuting relasyon: Tingnan sa Talaan ng mga Salita sa likod.

b 20 marumi: Ang ibig sabihin, hindi karapat-dapat na makisama sa kanilang seremonyang pangrelihiyon.

pinatay ng ibang hayop ay maaari ninyong gamitin sa anumang nais ninyo, pero huwag ninyong kakainin. ²⁵ Ang sinumang kakain ng taba ng hayop na maaaring ihandogᵃ sa Panginoon ay huwag na ninyong ituring na kababayan. ²⁶ At saan man kayo tumira, huwag kayong kakain ng dugo ng hayop o ibon. ²⁷ Ang sinumang kakain ng dugo ay huwag na ninyong ituring na kababayan.

Ang Bahagi ng mga Pari sa mga Handog

²⁸ Nag-utos din ang Panginoon kay Moises ²⁹ na sabihin ito sa mga taga-Israel:

Ang sinumang mag-aalay ng handog para sa mabuting relasyon ay dapat magbukod ng bahagi ng handog na iyon para sa Panginoon *na ibibigay sa mga pari.* ³⁰ At ang bahaging iyon ng handog ay dadalhin mismo ng maghahandog *sa altar* upang ialay sa Panginoon bilang handog sa pamamagitan ng apoy. Dadalhin niya ang taba at pitso ng hayop, at itataas niya ang pitso sa presensya ng Panginoon bilang handog na itinataas. ³¹ Pagkatapos, susunugin ng paring namumuno ng seremonya ang taba sa altar, pero ang pitso ay para kay Aaron at sa kanyang angkan. ³²⁻³³ Ang kanang hita ng hayop na inihandog ay ibibigay sa paring naghahandog ng dugo at taba nito. ³⁴ Sapagkat ibinibigay ng Panginoon ang pitso at paa ng inyong handog kay Aaron at sa kanyang mga angkan. Ito ang bahaging para sa kanila magpakailanman.

³⁵ Iyon ang bahagi ng mga handog sa pamamagitan ng apoy para sa Panginoon na ibinigay kay Aaron at sa kanyang mga angkan mula sa araw na sila'y itinalagang maglingkod sa Panginoon bilang mga pari. ³⁶ Nang araw na inordinahan sila, nag-utos ang Panginoon sa mga taga-Israel na dapat nilang ibigay ang bahaging iyon ng mga pari na para sa kanila magpakailanman, at dapat nila itong sundin hanggang sa susunod pang mga henerasyon.

³⁷ Iyon ang tuntunin tungkol sa handog na sinusunog, handog sa paglilinis, handog na pambayad ng kasalanan, handog sa pagtatalaga at handog para sa mabuting relasyon. ³⁸ Ang mga tuntuning ito ay ibinigay ng Panginoon kay Moises doon sa ilang sa Bundok ng Sinai, noong nag-utos ang Panginoon sa mga taga-Israel na maghandog sa kanya.

Pagtatalaga kay Aaron at sa mga Anak Niyang Lalaki
(Exo. 29:1-37)

8 Sinabi ng Panginoon kay Moises, ²⁻³ "Papuntahin mo si Aaron at ang mga anak niyang lalaki roon sa pintuan ng Toldang Tipanan, at tipunin mo ang lahat ng taga-Israel doon. Sabihin mo sa mga pari na dalhin nila ang kanilang mga damit pampari, ang langis na pamahid, ang toro na handog sa paglilinis, at dalawang lalaking tupa, at ang basket na may tinapay na walang pampaalsa."

⁴ Sinunod ni Moises ang iniutos sa kanya ng Panginoon, at nagtipon ang mga taga-Israel sa may pintuan ng Toldang Tipanan. ⁵ Sinabi sa kanila ni Moises na ang gagawin niya ay iniutos sa kanya

ng Panginoon. ⁶ Dinala niya sa gitna si Aaron at ang mga anak niyang lalaki at sila'y pinaliguan. ⁷ Ipinasuot niya kay Aaron ang damit *bilang punong pari:* ang damit-panloob, ang sinturon, ang damit-panlabas, at ang espesyal na damitᵇ at binigkisang mabuti ng hinabing sinturon na maganda ang pagkakagawa. ⁸ Ipinalagay din ni Moises ang isang lalagyan sa dibdib at doon inilagay ang "Urim" at "Thummim".ᶜ ⁹ At ipinasuot din niya ang turban sa ulo ni Aaron at sa harap ng turban ay ikinabit ang gintong sagisag ng pagtatalaga kay Aaron para sa Panginoon. Ginawang lahat ito ni Moises ayon sa iniutos sa kanya ng Panginoon.

¹⁰ Pagkatapos, kinuha ni Moises ang langis at winisikan ang Tolda at ang lahat ng nasa loob bilang pagtatalaga ng lahat ng ito para sa Panginoon. ¹¹ Winisikan din niya ng langis ang altar ng pitong beses at ang lahat ng kagamitan na naroon, pati ang planggana at ang patungan nito. Ginawa ito para ihandog sa Panginoon. ¹² Pagkatapos, binuhusan niya ng langis ang ulo ni Aaron bilang pagtatalaga sa kanya sa Panginoon. ¹³ At pinalapit niya sa gitna ang mga anak na lalaki ni Aaron at ipinasuot sa kanila ang kasuotan nila *na pampari* at nilagyan ng sinturon. Ipinasuot din sa kanila ang kanilang mga turban. Ginawa ito ni Moises ayon sa iniutos sa kanya ng Panginoon. ¹⁴ Pagkatapos nito'y ipinakuha ni Moises ang baka na handog sa paglilinis. At ipinatong ni Aaron at ng mga anak niya ang mga kamay nila sa ulo ng baka. ¹⁵ Pagkatapos, pinatay ni Moises ang baka at kumuha siya ng dugo. Inilubog niya ang kanyang daliri sa dugo at pinahiran niya ang *parang* sungay sa mga sulok ng altar para luminis ito. At ang natirang dugo ay ibinuhos niya sa ilalim ng altar. Sa ganitong paraan niya itinalaga ang altar para sa Panginoon upang maging karapat-dapat na lugar na pinaghahandugan ng mga pantubos sa kasalanan. ¹⁶ Kinuha rin ni Moises ang lahat ng taba ng lamang-loob ng baka, ang maliit na bahagi ng atay, ang mga bato pati ang taba nito, at sinunog niya ang lahat ng ito roon sa altar. ¹⁷ Ang mga natirang bahagi ng baka, katulad ng laman, balat at lamang-loob ay sinunog niya sa labas ng kampo. Ginawa ito ni Moises ayon sa iniutos sa Panginoon. ¹⁸ Pagkatapos, ipinakuha ni Moises ang lalaking tupa bilang handog na sinusunog. Ipinatong ni Aaron at ng mga anak niyang lalaki ang kanilang mga kamay sa ulo ng tupa. ¹⁹ At pinatay ni Moises ang tupa at iwinisik ang dugo sa paligid ng altar. ²⁰⁻²¹ Kinatay niya ang tupa at hinugasan ang mga lamang-loob at paa, at saka sinunog lahat doon sa altar pati na ang ulo at taba bilang handog na sinusunog. Ang mabangong samyo ng handog na ito sa pamamagitan ng apoy ay makalulugod sa Panginoon. Ginawa ito ni Moises ayon sa utos sa kanya ng Panginoon. ²² Ipinakuha rin ni Moises ang pangalawang lalaking tupa. Ito ang handog para sa pagtatalaga. Ipinatong ni Aaron at ng mga anak niyang lalaki ang mga kamay nila sa ulo ng tupa. ²³ At pinatay ni Moises ang tupa, kumuha siya ng dugo nito at ipinahid sa ibabang

---

ᵃ 25 *maaaring ihandog:* o, *inihandog.*

ᵇ 7 *espesyal na damit:* sa Hebreo, *efod.*

ᶜ 8 *"Urim"* at *"Thummim":* Dalawang bagay na ginagamit para malaman ang kalooban ng Dios.

bahagi ng kanang tainga ni Aaron at sa kanang hinlalaki ng kamay at paa niya. ²⁴Pinapunta rin ni Moises sa gitna ang mga lalaking anak ni Aaron at pinahiran din niya ng dugo sa ibabang bahagi ng kanang tainga nila, at ang kanang hinlalaki ng kanilang kamay at paa. Pagkatapos, iwinisik niya ang natirang dugo sa palibot ng altar. ²⁵Kinuha rin niya ang mga taba, ang matabang buntot, ang lahat ng taba sa lamang-loob, ang maliit na bahagi ng atay, ang mga bato pati ang taba nito, at ang kanang hita. ²⁶⁻²⁷Pagkatapos, kumuha rin si Moises ng tinapay mula sa basket na inihandog sa Panginoon—isang makapal na tinapay na walang pampaalsa, isang tinapay na may halong langis at isang tinapay na manipis. Pinahawakan niya ang lahat ng ito kay Aaron at sa mga anak nito pati na ang lahat ng taba at ang kanang hita ng tupa. At itinaas nila ito sa Panginoon bilang handog na itinataas. ²⁸Pagkatapos, kinuha iyon ni Moises sa kanila at sinunog sa altar kasama ng handog na sinusunog. Iyon ang handog bilang pagtatalaga sa kanila. Ang mabangong samyo ng handog na ito sa pamamagitan ng apoy ay makalulugod sa Panginoon. ²⁹Kinuha rin ni Moises ang pitso ng tupa at itinaas sa Panginoon bilang handog na itinataas. Ito ang bahagi niya sa tupang handog na pagtatalaga. Ang lahat ng ito'y ginawa ni Moises ayon sa iniutos sa kanya ng Panginoon.

³⁰Pagkatapos, kumuha si Moises ng banal na langis*a* at ang dugo roon sa altar at winisikan niya si Aaron at ang mga anak niya pati na ang kanilang mga damit. Sa ganitong paraan niya sila inihandog pati ang kanilang mga damit sa Panginoon. ³¹At sinabi ni Moises kay Aaron at sa mga anak niyang lalaki, "Lutuin ninyo ang karne malapit sa pintuan ng Toldang Tipanan, at ayon sa iniutos ko sa inyo kainin ninyo ito kasama ang mga tinapay na nasa basket na handog para sa pagtatalaga. ³²Ang matitirang karne at tinapay ay susunugin ninyo. ³³Huwag kayong aalis dito sa loob ng pitong araw hangga't hindi natatapos ang pagtatalaga sa inyo. ³⁴Ang Panginoon ang nag-utos sa atin na gawin natin ang ating ginagawa ngayon, para matubos kayo sa inyong mga kasalanan. ³⁵Kinakailangang manatili kayo rito araw at gabi sa loob ng pitong araw, at gawin ninyo ang ipinagpawa sa inyo ng Panginoon para hindi kayo mamatay, dahil ito ang iniutos sa akin ng Panginoon *na dapat ninyong gawin*." ³⁶Kaya sinunod ni Aaron at ng mga anak niya ang lahat ng iniutos ng Panginoon sa pamamagitan ni Moises.

Sinimulan ng mga Pari ang Kanilang Gawain

9 Nang ikawalong araw, *pagkatapos ng pagtatalaga,* ipinatawag ni Moises si Aaron at ang mga anak niyang lalaki at ang mga tagapamahala ng Israel. ²Sinabi ni Moises kay Aaron, "Kumuha ka ng isang batang toro, at isang lalaking tupa na parehong walang kapintasan, at ihandog sa Panginoon. Ang baka ay handog sa paglilinis, at ang tupa ay handog na sinusunog. ³Sabihin mo sa mga taga-Israel na magdala sila ng lalaking kambing bilang handog sa paglilinis. At kumuha rin sila ng baka at tupa na

kapwa isang taon at walang kapintasan, at ihandog bilang handog na sinusunog. ⁴Kumuha rin sila ng isang baka at lalaking tupa bilang handog para sa mabuting relasyon.*b* Ihahandog nila ito kasama ng handog na butil na may halong langis, dahil magpapakita ang Panginoon sa inyo sa araw na ito."

⁵Kaya dinala nila roon sa harap ng Toldang Tipanan ang lahat ng dadalhin ayon sa sinabi ni Moises sa kanila. At silang lahat ay nagtipon doon sa presensya ng Panginoon. ⁶Sinabi ni Moises *sa kanila,* "Inuutusan kayo ng Panginoon na gawin ninyo ang paghahandog na ito para ipakita niya sa inyo ang kanyang kapangyarihan." ⁷Pagkatapos, sinabi niya kay Aaron, "Lumapit ka sa altar at ialay mo ang iyong handog sa paglilinis at handog na sinusunog para matubos ka at ang sambahayan mo*c* sa inyong mga kasalanan. At ialay mo rin ang handog ng mga tao para sila rin ay matubos sa kanilang mga kasalanan ayon sa iniutos ng Panginoon."

⁸Kaya lumapit si Aaron sa altar at pinatay niya ang handog na batang toro bilang handog sa paglilinis. ⁹Ang dugo nito'y dinala sa kanya ng kanyang mga anak, at inilubog niya ang kanyang daliri sa dugo at iwinisik sa *parang* sungay sa mga sulok ng altar, at ang natirang dugo ay ibinuhos niya sa ilalim ng altar. ¹⁰Sinunog niya sa altar ang mga taba at ang mga bato, pati na ang maliit na bahagi ng atay ayon sa utos ng Panginoon kay Moises. ¹¹Ang karne at ang balat ay sinunog niya sa labas ng kampo. ¹²Pagkatapos, pinatay din ni Aaron ang mga hayop na para sa handog na sinusunog. Ang dugo ay dinala ng kanyang mga anak sa kanya at iwinisik niya sa palibot ng altar. ¹³Dinala rin sa kanya ng mga anak niya ang hiniwa-hiwang mga karne ng handog na hayop, pati ang ulo, at sinunog niya ang mga ito sa altar. ¹⁴Hinugasan niya ang lamang-loob, at mga paa, at sinunog niya ang mga ito sa altar pati na ang iba pang parte ng handog na hayop.

¹⁵Pagkatapos, dinala niya sa gitna ang mga handog na para sa mga tao. Pinatay niya ang kambing na handog sa paglilinis ng mga tao katulad ng kanyang ginawa sa una niyang handog na inialay *para maging malinis siya sa kanyang mga kasalanan.* ¹⁶Pagkatapos, dinala rin niya sa gitna ang *hayop para sa* handog na sinusunog, at inihandog niya ayon sa paraan ng paghahandog nito. ¹⁷Dinala rin niya sa gitna ang handog na mga butil. Dumakot siya ng isang dakot na butil at sinunog sa altar kasama ng handog na sinusunog tuwing umaga.

¹⁸Pinatay din ni Aaron ang baka at ang lalaking tupa para sa mga tao na kanilang handog para sa mabuting relasyon. Ang dugo ay dinala sa kanya ng kanyang mga anak at iwinisik niya sa palibot ng altar. ¹⁹Ang taba ng mga ito—ang matabang buntot, ang mga taba sa lamang-loob, ang mga bato, pati na ang maliit na bahagi ng atay ²⁰ay ipinatong ng mga anak ni Aaron sa pitso ng mga handog na hayop. At sinunog ni Aaron ang mga taba sa altar. ²¹Ayon din sa utos ni Moises, itinaas ni Aaron ang pitso at ang kanang hita ng hayop bilang handog na itinataas.

---

a 30 banal na langis: o, *langis na pamahid.*

b 4 handog para sa mabuting relasyon: Tingnan sa Talaan ng mga Salita sa likod.

c 7 sambahayan mo: o, *ang mga mamamayan.*

²² Pagkatapos maihandog ni Aaron ang lahat ng ito, itinaas niya ang kanyang mga kamay sa mga tao at binasbasan niya, at pagkatapos, bumaba siya mula sa altar. ²³⁻²⁴ At pumasok sina Moises at Aaron sa loob ng Toldang Tipanan. Paglabas nila, muli nilang binasbasan ang mga tao. At ipinakita ng PANGINOON ang kanyang kapangyarihan sa mga tao sa pamamagitan ng apoy na sumunog sa mga handog na nasa altar. Nang ito'y makita ng mga tao, nagsigawan sila sa tuwa at nagpatirapa *para sambahin ang* PANGINOON.

Namatay si Nadab at Abihu

10 Ang dalawang anak ni Aaron na sina Nadab at Abihu ay kapwa kumuha ng lalagyan ng insenso. Nilagyan nila ito ng mga baga at insenso at inihandog sa PANGINOON. Pero ang ginawa nilang ito'y hindi ayon sa utos ng PANGINOON, dahil iba ang apoy na kanilang ginamit para rito.ᵃ ²Kaya nagpadala ng apoy ang PANGINOON at sinunog sila hanggang sa sila'y mamatay sa presensya ng PANGINOON *doon sa Toldang Tipanan.* ³Sinabi ni Moises kay Aaron, "Iyan ang ibig sabihin ng PANGINOON nang sabihin niya,

'Dapat malaman ng mga pariᵇ na ako'y banal,
    at dapat akong parangalan ng lahat ng tao.' "

Hindi umimik si Aaron. ⁴ Ipinatawag ni Moises si Mishael at si Elzafan na mga anak ni Uziel na tiyuhin ni Aaron at sinabi niya sa kanila, "Kunin ninyo ang mga bangkay ng inyong mga pinsan sa Tolda at dalhin ninyo sa labas ng kampo." ⁵ Kaya kinuha nila ang mga bangkay, sa pamamagitan ng paghawak sa mga damit nito at dinala sa labas ng kampo ayon sa utos ni Moises. ⁶ Pagkatapos, sinabi ni Moises kay Aaron at sa mga anak niyang sina Eleazar at Itamar, "Huwag ninyong guguluhin ang inyong buhok o pupunitin man ang inyong damit *para ipakita ang inyong pagluluksa sa namatay.* Kapag ginawa ninyo iyon, pati kayo ay mamamatay at magagalit ang PANGINOON sa lahat ng taga-Israel. Pero maaaring magluksa ang mga Israelitang kamag-anak ninyo para sa kanilang dalawa na sinunog ng PANGINOON. ⁷ Huwag muna kayong umalis sa pintuan ng Tolda.ᶜ Mamamatay kayo kapag umalis kayo, dahil pinili kayo ng PANGINOON para maging mga pari sa pamamagitan ng pagpahid sa inyo ng langis." At sinunod nila ang iniutos ni Moises.

⁸ Sinabi ng PANGINOON kay Aaron, ⁹ "Ikaw at ang iyong mga anak ay hindi dapat uminom ng alak o ng anumang inuming nakakalasing kapag papasok sa Tolda. Kapag ginawa ninyo iyon, mamamatay kayo. Dapat ninyong sundin ang tuntuning ito, kayo at ng susunod pang mga henerasyon. ¹⁰ Dapat ninyong malaman kung alin ang para sa PANGINOON at kung alin ang para sa lahat, kung alin ang malinis at marumi. ¹¹ Kinakailangang turuan ninyo ang kapwa ninyo Israelita tungkol sa lahat ng tuntuning ibinigay ko sa inyo sa pamamagitan ni Moises."

---

¹² Sinabi ni Moises kay Aaron at sa dalawang anak niyang natitira na sina Eleazar at Itamar, "Kunin ninyo ang natirang handog na pagpaparangal mula sa mga handog sa pamamagitan ng apoy para sa PANGINOON. Lutuin ninyo iyon nang walang pampaalsa at kainin ninyo malapit sa altar dahil napakabanal niyon. ¹³ Iyon ang inyong bahagi mula sa handog sa pamamagitan ng apoy para sa PANGINOON. Ito ang iniutos sa akin ng PANGINOON. ¹⁴ Pero ang pitso at hita ng hayop na itinaas at inihandog sa PANGINOON ay para sa iyo at sa iyong buong sambahayan. Kainin ninyo iyon sa lugar na itinuturing nating malinis. Ito'y ibinibigay sa inyo bilang bahagi ninyo mula sa handog ng mga taga-Israel na handog para sa mabuting relasyon. ¹⁵ Kapag naghandog ang mga taga-Israel, ihandog nila ang pitso, at hita ng hayop pati na ang mga taba bilang handog sa pamamagitan ng apoy. Ang pitso at hita ay itataas nila sa PANGINOON bilang handog na itinataas. Pagkatapos, ibibigay nila ito sa inyo dahil ito ang inyong bahagi sa handog. Ito'y para sa inyo, at sa inyong mga angkan magpakailanman ayon sa iniutos ng PANGINOON."

¹⁶ Nang siyasatin ni Moises ang tungkol sa kambing na handog sa paglilinis,ᵈ napag-alaman niyang nasunog na itong lahat.ᵉ Kaya nagalit siya kina Eleazar at Itamar at sinabihan, ¹⁷ "Bakit hindi ninyo kinain ang handog sa paglilinis sa banal na lugar? Ang handog na iyon ay napakabanal, at iyon ay ibinigay ng PANGINOON sa inyo para matubos ang mga tao sa kanilang mga kasalanan sa presensya ng PANGINOON. ¹⁸ Sapagkat ang dugo nito ay hindi dinala sa loob ng Banal na Lugar, kinain sana ninyo iyon doon sa Tolda, ayon sa sinabi ko *sa inyo.*"

¹⁹ Pero sumagot si Aaron kay Moises, "Kanina, naghandog ang aking mga anak ng kanilang handog sa paglilinis at handog na sinusunog,ᶠ *pero namatay ang dalawa sa kanila.* Sa nangyaring ito *sa aking mga anak,* matutuwa kaya ang PANGINOON kung kinain ko ang handog sa paglilinis ngayong araw?" ²⁰ Sumang-ayon si Moises sa sagot ni Aaron.

Ang mga Hayop na Itinuturing na Malinis at Marumi
(Deu. 14:3-21)

11 ¹⁻² Inutusan ng PANGINOON si Moises at si Aaron na sabihin sa mga taga-Israel ang mga sumusunod:

"Pwede ninyong kainin ang anumang hayop na lumalakad sa lupa na biyak ang kuko at nginunguyang muli ang kinain nito.ᵍ ⁴⁻⁸ Pero huwag ninyong kakainin ang mga hayop na nginunguyang muli ang kinain nito pero hindi naman biyak ang mga kuko katulad ng kamelyo at kuneho. Huwag din ninyong kakainin ang baboy dahil kahit biyak ang kuko nito hindi naman nginunguyang muli ang

---

ᵃ 1 *iba...rito:* o, *iba ang pinagkunan nila ng apoy para rito.*

ᵇ 3 *mga pari:* sa literal, *ang mga lumalapit sa akin.*

ᶜ 7 Maaaring ang ibig sabihin nito ay hindi sila maaaring magluksa o umalis sa Tolda para maipagpatuloy nila ang responsibilidad nila sa paghahandog sa PANGINOON bilang mga pari.

ᵈ 16 Tingnan ang 9:15.

ᵉ 16 Ayon sa paraan ng paghahandog na makikita sa 6:25-30, ang karne ng hayop na handog na ito ay dapat kinakain ng mga pari.

ᶠ 19 Inihandog ni Aaron at ng mga anak niya ang mga handog na ito noong hindi pa namamatay ang dalawang anak niya. (Tingnan ang 9:8-16.)

ᵍ 1-3 *nginunguya...nito:* tulad ng baka, kambing, tupa at usa.

kinain nito. Ituring ninyo na maruruming*a* hayop ang mga ito. Huwag kayong kakain ng karne ng mga ito o hihipo ng mga patay na hayop na ito.

⁹⁻¹² "Pwede n'yong kainin ang mga isda sa dagat o tubig-tabang na may mga palikpik at kaliskis. Pero huwag ninyong kakainin ang mga walang palikpik at kaliskis, at huwag din kayong hihipo ng mga patay na isdang ito. Ituring ninyong kasuklam-suklam ang mga isdang ito.

¹³⁻¹⁹ "Huwag ninyong kakainin ang mga ibon*b* katulad ng agila, uwak, ibon na kumakain ng bangkay ng tao o hayop, lawin, kuwago, ibong naninila, ibong dumadagit ng isda, tagak, at paniki.*c* Ituring ninyong kasuklam-suklam ang mga ibon na ito.

²⁰⁻²³ "Pwede n'yong kainin ang mga kulisap na lumilipad at gumagapang na may malalaking paa sa paglundag, katulad ng balang, kuliglig, at tipaklong. Pero huwag ninyong kakainin ang iba pang mga kulisap na lumilipad at gumagapang. Ituring ninyong kasuklam-suklam ang mga ito.

²⁴⁻²⁸ "Huwag kayong hihipo ng bangkay ng hayop na hindi biyak ang kuko at hindi nginunguyang muli ang kinain nito. Huwag din kayong hihipo ng bangkay ng mga hayop na apat ang paa at may kukong pangkalmot.*d* Ituring ninyong marumi ang mga hayop na ito. Ang sinumang makahipo ng bangkay nila ay dapat maglaba ng kanyang damit,*e* pero ituturing pa rin siyang marumi hanggang sa paglubog ng araw.

²⁹⁻³¹ "Ituring ninyong marumi ang mga hayop na gumagapang katulad ng daga, bubwit, butiki, tuko, bayawak, buwaya, bubuli at hunyango.*f* Ang sinumang makahipo ng mga bangkay nito ay ituturing na marumi hanggang sa paglubog ng araw. ³² Ang alin mang bagay na mahulugan ng patay na katawan nito ay magiging marumi, maging ito'y yari sa kahoy, tela, balat, o sako at ginagamit kahit saan. Ito'y dapat hugasan ng tubig,*g* pero ituturing pa rin na marumi hanggang sa paglubog ng araw. ³³ Kapag ang palayok o banga ay nahulugan ng patay na hayop na ito, ang lahat ng laman sa loob nito ay marumi na, at ito'y dapat nang basagin. ³⁴ Ang lahat ng pagkain na nilagyan ng tubig na mula sa bangang iyon ay marumi na. At marumi na rin ang anumang inumin na nasa bangang iyon. ³⁵ Ang alin mang mahulugan ng patay na katawan ng mga iyon ay magiging marumi. Kapag ang nahulugan ay pugon o palayok, ituring ninyong marumi iyon at dapat basagin. ³⁶ Ang batis o balon na mahulugan

ng kanilang patay na katawan ay mananatiling malinis,*h* pero ang sinumang makahipo ng patay na katawan na iyon ay magiging marumi. ³⁷ Ang alin mang binhi na mahulugan nito ay mananatiling malinis, ³⁸ pero kung ang binhi ay nakababad na sa tubig, ang binhing iyon ay magiging marumi na.

³⁹ "Kung mamatay ang alin mang hayop na maaaring kainin, ang sinumang humipo nito ay ituturing na marumi, hanggang sa paglubog ng araw. ⁴⁰ Ang sinumang kukuha at kakain nito ay dapat maglaba ng kanyang damit pero ituturing pa rin siyang marumi hanggang sa paglubog ng araw.*i*

⁴¹⁻⁴² "Huwag ninyong kakainin ang anumang hayop na gumagapang dahil kasuklam-suklam ito: ang anumang gumagapang sa pamamagitan ng kanyang tiyan o apat na paa o maraming paa dahil iyon ay marumi. ⁴³⁻⁴⁴ Huwag ninyong dudungisan ang inyong sarili sa pamamagitan ng pagkain sa alinman sa mga ito, dahil ako ang PANGINOON na inyong Dios. Italaga ninyo ang inyong sarili para sa akin at kayo'y magpakabanal dahil ako'y banal. ⁴⁵ Ako ang PANGINOON na naglabas sa inyo sa Egipto para ako'y maging Dios ninyo. Kaya dapat kayong mamuhay nang banal dahil ako'y banal.

⁴⁶ "Sa pamamagitan ng mga tuntuning ito tungkol sa lahat ng uri ng hayop, ibon at isda, ⁴⁷ malalaman ninyo kung alin ang malinis at marumi, ang pwede at hindi pwedeng kainin."

Mga Tuntunin Tungkol sa Babaeng Nanganak

12 Inutusan ng PANGINOON si Moises na ² sabihin ito sa mga taga-Israel:

Kung ang isang babae ay nanganak ng lalaki, siya'y ituturing na marumi*j* sa loob ng pitong araw, tulad nang panahong siya ay may buwanang dalaw. ³ Sa ikawalong araw, tutuliin ang kanyang anak. ⁴ Dahil sa siya'y dinudugo pa, maghihintay pa siya hanggang sa makalipas ang 33 araw bago siya ituring na malinis*k* dahil sa dugo ng panganganak. Hindi siya maaaring humipo ng kahit anumang bagay at hindi siya maaaring pumunta sa Toldang Tipanan hanggang sa matapos ang kanyang paglilinis. ⁵ Kung babae ang anak niya, ituturing siyang marumi sa loob ng 14 na araw, tulad nang panahong siya ay siya'y may buwanang dalaw. Maghihintay pa siya ng 66 na araw bago siya ituring na malinis mula sa dugo ng panganganak.

⁶ Kapag tapos na ang mga araw ng kanyang paglilinis para sa anak na lalaki o babae, magdadala siya sa pari malapit sa may pintuan ng Toldang Tipanan ng isang tupang may isang taong gulang, bilang handog na sinusunog at isang inakay na kalapati o batu-bato bilang handog sa paglilinis. ⁷⁻⁸ Ihahandog ito ng pari sa PANGINOON para maalis ang kanyang karumihan dahil sa kanyang pagdurugo sa panganganak at magiging malinis siya. Kung hindi niya kayang maghandog ng tupa,

---

a 4-8 maruruming: Ang ibig sabihin, *hindi ito maaaring kainin o ihandog sa* PANGINOON.

b 13-19 Ang ibang nabanggit na ibon dito na nakasulat sa tekstong Hebreo ay mahirap malaman at ang iba ay wala rito sa Pilipinas.

c 13-19 paniki: o, *paniking-bahay.* Itinuturing ito na ibon ng mga Israelita.

d 24-28 hayop...pangkalmot: Tulad ng pusa, aso at leon.

e 24-28 dapat...damit: Ito ay isang ritwal na ginagawa ng mga Israelita para sila ay maging malinis at karapat-dapat makisama sa mga seremonyang pangrelihiyon nila.

f 29-31 Ang ibang mga hayop dito na nakasulat sa tekstong Hebreo ay mahirap malaman at hindi makikita sa Pilipinas.

g 32 hugasan ng tubig: Ito ay ritwal para linisin ang isang bagay para ito'y maaring magamit.

h 36 malinis: o, *ito'y maaaring gamitin kahit sa kanilang mga seremonyang pangrelihiyon.*

i 40 Tingnan ang "footnotes" sa talatang 24-28.

j 2 marumi: Ang ibig sabihin, *hindi siya maaaring makisama sa kanilang mga seremonyang pangrelihiyon.* Ganito rin sa talatang 4.

k 4 ituring na malinis: Ang ibig sabihin *maaari na siyang makibahagi sa kanilang seremonya.*

maghahandog siya ng dalawang kalapati o dalawang ibon na batu-bato. Ang isa ay bilang handog na sinusunog at ang isa ay bilang handog sa paglilinis. Sa pamamagitan ng gagawing ito ng pari, maaalis ang karumihan niya at ituturing na siyang malinis. Ito ang mga tuntunin tungkol sa babaeng nanganak.

Mga Tuntunin Tungkol sa Nakakahawang Sakit sa Balat

13 Ang mga tuntuning ito ay ibinigay ng PANGINOON kina Moises at Aaron: ² Kung ang balat ng isang tao ay namamaga, may mga butlig at namumuti, iyon ay tanda ng malubhang sakit sa balat.ᵃ Siya'y dapat dalhin sa paring si Aaron o sa isa sa mga paring mula sa angkan niya. ³ Susuriin ng pari ang balat niya, at kung makita niyang ang balahibo ay namumuti at parang tagos sa laman, may nakakahawang sakit sa balat ang taong iyon. Ipapahayag ng pari na ang taong iyon ay itinuturing na marumi.ᵇ ⁴ Pero kung ang namumuting balat ay hindi tagos sa laman at hindi rin namumuti ang balahibo, ibubukod siya ng pari sa mga tao sa loob ng pitong araw. ⁵ Sa ikapitong araw, susuriin siyang muli ng pari, at kung makita niyang ganoon pa rin ang kanyang balat, at hindi kumalat, siya'y ibubukod pa rin ng pari sa mga tao sa loob pa rin ng pitong araw. ⁶ At sa ikapitong araw, muli siyang susuriin ng pari. At kung gumaling na ang kanyang sakit sa balat at hindi ito kumalat, ipapahayag ng pari na siya'y malinisᶜ na, dahil ito'y butlig lang. Pagkatapos nito, lalabhan ng tao ang kanyang damit,ᵈ at siya'y ituturing na malinis na. ⁷ Pero kung kumalat ang mga butlig sa kanyang balat pagkatapos na siya'y magpasuri sa pari at ipinahayag na siya'y malinis na, dapat muli siyang magpasuri sa pari. ⁸ At kung kumalat na ang mga butlig, muling ipapahayag ng pari na marumi siya dahil may sakit siya sa balat na nakakahawa.

⁹ Ang sinumang may nakakahawang sakit sa balat ay dapat magpasuri sa pari. ¹⁰ Kung sa tingin ng pari ay namumuti ang namamagang balat o namumuti ang balahibo, at nagkakasugat na, ¹¹ ito'y isang sakit na paulit-ulit at nakakahawa. Kaya ipapahayag ng pari na marumi siya. Hindi na kailangang ibukod pa siya *para suriin* dahil tiyak nang marumi siya.

¹² Kung sa pagsusuri ng pari ay kumalat na ang sakit sa buong katawan ng tao, ¹³ kailangan pa rin niya itong suriing mabuti. At kung talagang kumalat na nga sa buong katawan ang sakit, at namumuti na ang lahat ng kanyang balat, ipapahayag ng pari na siya'y malinis.ᵉ ¹⁴⁻¹⁵ Pero kung sa pagsusuri ng

---

ᵃ **2** *malubhang sakit sa balat:* sa ibang salin, *ketong.* Ang Hebreong salita nito ay ang tawag sa iba't ibang uri ng sakit sa balat na itinuturing na marumi. Ito rin ang salitang ginagamit sa mantsa (13:47-59) at amag (14:33-53).

ᵇ **3** *marumi:* Ang ibig sabihin, *hindi siya maaaring makisama sa kanilang mga seremonyang pangrelihiyon.*

ᶜ **6** *malinis:* Maaari na siyang makisama sa kanilang mga seremonyang pangrelihiyon.

ᵈ **6** *lalabhan…damit:* Tingnan sa "footnote" sa 11:24-28b.

ᵉ **13** Ito'y isang uri ng sakit na itinuturing ng mga Israelita na hindi marumi dahil hindi ito namamaga o nakikita ang laman o nagkakaroon ng sugat kundi naiiba lang ang kulay ng balat ng isang tao.

---

pari ay nagkakasugat na ang kanyang sakit sa balat, ipapahayag niya na ang taong ito'y marumi at may sakit sa balat na nakakahawa. At ang lumalabas sa sugat ay ituturing na marumi. ¹⁶ Ngunit kung gumaling ang sugat at pumuti ang balat, muli siyang magpapasuri sa pari. ¹⁷ At kung makita ng pari na talagang magaling na ito, ipapahayag ng pari na malinis na siya.

¹⁸ Kung ang isang tao'y may bukol na gumaling, ¹⁹ pero muling namaga o namuti, ito'y dapat ipasuri sa pari. ²⁰ At kung nagkakasugat at ang mga balahibo ay pumuti, ipapahayag ng pari na marumi ang taong iyon, dahil ang taong ito'y may sakit sa balat na nakakahawa at nagsimula ito sa bukol. ²¹ Pero kung sa pagsusuri ng pari ay nakita niyang hindi naman nagkakasugat at balat at hindi rin namumuti ang balahibo at parang gumagaling na ito, ibubukod siya ng pari sa mga tao sa loob ng pitong araw. ²² Ngunit kung ito'y kumalat sa ibang bahagi ng balat, ipapahayag ng pari na siya'y marumi dahil iyon ay tanda *na may sakit siya sa balat na nakakahawa.* ²³ Pero kung hindi naman kumalat, at ito'y peklat lang ng gumaling na bukol, ipapahayag ng pari na siya'y malinis.

²⁴ Kung ang isang tao ay napaso at naimpeksiyon ito, at ito ay namumuti o namumula, ²⁵ ito'y dapat ipasuri sa pari at kung ito'y nagkakasugat at ang balahibo ay namumuti, may sakit siya sa balat na nagsimula sa paso. Ito'y nakakahawa kaya ipapahayag ng pari na siya'y marumi. ²⁶ Pero kung sa pagsusuri ng pari ay wala namang nagkakasugat at hindi rin namumuti ang balahibo, at parang gumagaling na ito, ibubukod siya ng pari sa mga tao sa loob ng pitong araw. ²⁷ At sa ikapitong araw, muli siyang susuriin ng pari kung ang sakit ay kumalat sa ibang bahagi ng balat, ipapahayag ng pari na marumi siya dahil iyon ay tanda ng sakit sa balat na nakakahawa. ²⁸ Pero kung hindi naman kumakalat at medyo gumagaling na, pamamaga lang iyon ng napaso. Kaya ipapahayag ng pari na siya'y malinis.

²⁹ Kung ang isang taoᶠ ay may tanda *ng nakakahawang sakit sa balat* sa ulo o sa baba, ³⁰ dapat ipasuri niya iyon sa pari. Kung iyon ay sugat na nga, at ang buhok o balbas ay naninilaw at madalang ang pagtubo, ipapahayag ng pari na ang taong iyon ay marumi, dahil may sakit siya sa balat na nakakahawa sa ulo o baba. ³¹ Pero kung sa pagsusuri ng pari ay nakita niya na hindi naman lumalalim ang sugat at wala ng maitim na buhok o balbas, ibubukod siya ng pari sa mga taᵒ sa loob ng pitong araw. ³² At sa ikapitong araw, muling susuriin ng pari ang kanyang sakit sa balat. At kung hindi naman kumalat at hindi rin nagkasugat ang balat at hindi rin naninilaw ang buhok o balbas, ³³ dapat niyang kalbuhin ang kanyang buhok o ahitin ang kanyang balbas, maliban sa bahaging may sakit sa balat. At *muli* siyang ibubukod ng pari ng pitong araw pa. ³⁴ At sa ikapitong araw, muling susuriin ng pari ang kanyang sakit. At kung hindi na kumalat ang sakit sa balat at hindi rin nagkasugat, ipapahayag ng pari na siya'y malinis. Kaya lalabhan niya ang kanyang damit, at ituturing

---

ᶠ **29** *tao:* sa literal, *lalaki o babae.* Katulad din sa talatang 38.

na siyang malinis. [35] Pero kung ang sakit sa balat ay muling kumalat sa kanyang katawan pagkatapos na maipahayag ng pari na malinis na siya, [36] muli siyang susuriin ng pari. At kung kumalat na ang sakit sa kanyang balat, hindi na niya kailangang magpasuri pa sa pari kung may buhok o balbas na naninilaw dahil tiyak na marumi siya. [37] Pero kung sa pagsusuri ng pari ay hindi iyon kumalat, at may itim na buhok o balbas na tumutubo, magaling na iyon. Kaya ipapahayag ng pari na siya'y malinis.

[38] Kung may namumuti sa balat ng isang tao, [39] kinakailangang magpasuri siya sa pari. At kung ang mga namumuting balat ay maputla, iyon ay mga butlig lang na tumutubo sa balat. Kaya ang taong iyon ay ituturing na malinis.

[40-41] Kung ang isang tao ay nakakalbo sa bandang noo o sa gitna ng ulo, malinis siya. [42-44] Pero kung may namumula at namamaga sa nakakalbong bahagi ng kanyang ulo, dapat siyang magpatingin sa pari. At kung ang namumula at namamaga ay katulad sa nakakahawang sakit sa balat na tumutubo sa ibang bahagi ng katawan, ipapahayag ng pari na marumi siya.

[45] Ang taong may sakit sa balat na nakakahawa ay dapat magsuot ng punit na damit, guluhin niya ang kanyang buhok, at takpan ang ibabang bahagi ng kanyang mukha. At siya'y sisigaw, "Ako'y marumi! Ako'y marumi!" [46] Siya'y ituturing na marumi habang siya'y hindi gumagaling sa sakit niyang iyon. At dapat siyang tumirang nag-iisa sa labas ng kampo.

Mga Tuntunin Tungkol sa Amag sa Damit

[47-50] Kung ang may sakit sa balat na nakakahawa ay magkakaroon ng amag[a] sa damit na lana o linen o anumang gamit na yari sa balat, ito'y dapat ipasuri sa pari. Pagkatapos suriin ng pari ang damit o balat, ibubukod niya iyon sa loob ng pitong araw. [51-52] Sa ikapitong araw, muli itong titingnan ng pari. At kung kumalat pa ang amag, ituturing na marumi ang damit o balat na iyon, at dapat sunugin dahil ang amag na ito ay kumakalat [53] Pero kung sa pagsusuri ng pari ay nakita niyang hindi naman ito kumakalat, [54] palalabhan niya ang damit o balat na iyon, at ibubukod sa loob ng pitong araw. [55] Pagkatapos ng pitong araw, muli itong titingnan ng pari. Kung ang amag ay hindi nagbabago ang kulay, ang damit o balat na iyon ay ituring na marumi kahit hindi na kumalat ang amag, at dapat sunugin, nasa labas man o nasa loob ng damit ang amag. [56] Pero kung sa pagsusuri ng pari ay nakita niyang kumukupas ang amag, punitin na lang niya ang bahaging iyon ng damit o balat na may amag. [57] Ngunit kung may lumitaw pa ring amag at kumalat, dapat nang sunugin ang damit o balat. [58] Kung nawala ang amag pagkatapos labhan ang damit o balat, muli itong labhan at ito'y ituuring na malinis na. [59] Ito ang mga tuntunin kung papaano malalaman ang malinis o maruming damit na lana o linen o anumang gamit na yari sa balat na nagkaroon ng amag.

Paglilinis ng Tao Matapos Gumaling sa Nakakahawang Sakit sa Balat.

14 [1-2] Ito ang mga tuntuning ibinigay ng Panginoon kay Moises tungkol sa paglilinis ng taong gumaling sa malubhang sakit sa balat:

Pagkatapos maipahayag na pari na ang tao'y gumaling na sa kanyang sakit, [3] lalabas ang pari sa kampo at susuriin niya ang katawan ng taong iyon. Kung gumaling na nga siya sa kanyang sakit, [4] magpapakuha ang pari ng dalawang malinis[b] na ibong buhay, isang putol na kahoy na sedro, panaling pula, at isang kumpol ng halaman na isopo. [5] Ipapatay ng pari ang isang ibon sa ibabaw ng palayok na may tubig na galing sa isang bukal. [6] Pagkatapos, muli siyang kukuha ng buhay na ibon, kahoy na sedro, taling pula, at halamang isopo, at ilulubog lahat sa tubig na may dugo na pinatay na ibon. [7] At ang tubig na may dugo ay kanyang iwiwisik ng pitong beses sa taong gumaling sa kanyang sakit sa balat, at kanyang ipapahayag na magaling na ang taong iyon. At pagkatapos, pakakawalan ng pari ang buhay na ibon sa bukid.

[8] Pero bago siya ituring na malinis, kinakailangang labhan muna niya ang kanyang damit, magpaahit ng kanyang buhok at balahibo, at maligo. Pagkatapos nito, maaari na siyang pumasok sa kampo pero hindi pa rin siya makakatira sa loob ng kanyang tolda sa loob ng pitong araw. [9] Sa ikapitong araw, muli niyang ipapaahit ang kanyang buhok at balahibo, lalabhan ang kanyang damit at maliligo.

[10] Sa ikawalong araw, kinakailangang magdala siya ng dalawang lalaking tupa at isang babaeng tupa na isang taong gulang, at walang kapintasan. Magdala rin siya ng anim na kilo ng magandang klaseng harina na hinaluan ng langis bilang handog ng pagpaparangal sa Panginoon. At magdala rin siya ng isang basong langis. [11] Pagkatapos, dadalhin ng pari ang tao at ang handog niya sa presensya ng Panginoon malapit sa pintuan ng Toldang Tipanan.

[12] Kukunin ng pari ang isang lalaking tupa at ang isang basong langis, at ihahandog niya ito bilang handog na pambayad ng kasalanan. Pagkatapos, itataas niya ito sa Panginoon bilang handog na itinataas. [13] At papatayin niya ang tupa sa Banal na Lugar, doon sa pinagpapatayan ng mga handog sa paglilinis at handog na sinusunog. Ang tupang ito na handog ay napakabanal, at ito ay para sa mga pari, katulad ng handog na pambayad ng kasalanan. [14] Pagkatapos, kukuha ang pari ng dugo ng tupang handog na pambayad ng kasalanan at ipapahid sa ibabang bahagi ng kanang tainga ng taong naghandog at sa kanyang kanang hinlalaki sa kamay at paa. [15] Kukuha rin ang pari ng langis at magbubuhos sa kanyang kaliwang palad, [16] at ilulubog niya sa langis ang mga daliri niya sa kanang kamay at iwiwisik ng pitong beses sa presensya ng Panginoon. [17] Ang ibang langis sa kanyang palad ay ipapahid niya sa ibabang bahagi ng kanang tainga at kanang hinlalaki ng kamay at paa ng taong pinahiran niya mismo ng dugo. [18-20] Ang natitira

---

a 47-50 amag: sa wikang Hebreo, ang katumbas na salita ay tumutukoy sa maraming klase ng sakit sa balat na parang ketong.

b 4 malinis: Ang ibig sabihin, ito'y maaaring kainin o ihandog sa Panginoon.

pang langis sa palad ng pari ay ipapahid niya sa ulo ng taong iyon, at saka niya ihahandog ang handog sa paglilinis. Pagkatapos nito, papatayin ng pari ang handog na sinusunog at ihahandog niya ito sa altar pati ang handog ng pagpaparangal. Ganito ang gagawin ng pari sa presensya ng PANGINOON para matubos ang karumihan ng tao at magiging malinis siya.

²¹ Pero kung mahirap ang tao at hindi niya kayang maghandog ng mga ito, magdala na lang siya ng isang lalaking tupa bilang handog na pambayad sa kanyang kasalanan. Itataas niya ang handog na ito sa PANGINOON para matubos siya sa kanyang kasalanan. Magdala rin siya ng dalawang kilo ng magandang klaseng harina na may halong langis bilang handog ng pagpaparangal sa PANGINOON. At magdala pa siya ng isang basong langis. ²² Magdadala rin siya ng dalawang kalapati o dalawang ibon na batu-bato. Alinman ang kanyang makakayanan sa mga ito, ang isa'y bilang handog sa paglilinis at ang isa naman ay bilang handog na sinusunog.

²³ Sa ikawalong araw, ang lahat ng handog na ito'y dadalhin niya sa presensya ng PANGINOON malapit sa may pintuan ng Toldang Tipanan. At ibibigay niya ito sa pari. ²⁴ Kukunin ng pari ang tupang ihahandog bilang pambayad ng kasalanan at ang isang basong langis, at itataas niya iyon sa presensya ng PANGINOON bilang handog na itinataas. ²⁵ Pagkatapos, papatayin niya ang tupa at kukuha siya ng dugo nito at ipapahid sa ibabang bahagi ng kanang tainga ng taong nililinis at sa hinlalaki niya sa kanang kamay at paa. ²⁶ Pagkatapos, maglalagay ang pari ng langis sa kanyang kaliwang palad, ²⁷ at ilulubog niya sa langis ang mga daliri sa kanang kamay at iwiwisik ng pitong beses sa presensya ng PANGINOON. ²⁸ Ang ibang langis sa kanyang palad ay ipapahid niya sa ibabang bahagi ng kanang tainga ng taong nililinis at sa hinlalaki nito sa kanang kamay at paa, doon mismo sa pinahiran ng dugo. ²⁹⁻³¹ Ang natirang langis sa palad ng pari ay ipapahid niya sa ulo ng tao. Pagkatapos, ihahandog ng pari ang dalawang kalapati o dalawang ibon na batu-bato. Ang isa'y handog sa paglilinis at ang isa'y para sa handog na sinusunog. Ihahandog din niya ang handog ng pagpaparangal. Sa pamamagitan ng gagawing ito ng pari sa presensya ng PANGINOON, maaalis ang karumihan ng tao. ³² Ito ang mga tuntunin tungkol sa paglilinis ng taong may sakit sa balat at kung ano ang dapat niyang gawin kung hindi niya kaya ang handog sa paglilinis.

Ang mga Tuntunin Tungkol sa mga Amag na Kumakalat sa Bahay

³³ Ito ang sinabi ng PANGINOON kina Moises at Aaron ³⁴ tungkol sa dapat gawin kung patutubuin ng PANGINOON ang mga amag*ᵃ* sa kanilang mga bahay kapag sila'y nasa Canaan na, ang lugar na ibibigay ng PANGINOON sa kanila bilang pag-aari: ³⁵ Kung mapuna ng may-ari ng bahay na nagkakaamag ang kanyang bahay, dapat niya itong

sabihin sa pari. ³⁶ At bago pumasok ang pari sa bahay na iyon, ipag-uutos niyang ilabas lahat ng kagamitan sa loob ng bahay, dahil baka pati iyon ay maibilang na marumi. Pagkatapos, papasok ang pari sa bahay ³⁷ at titingnan niya ang amag. Kapag nakita niyang ang dingding ay parang kulay berde o namumula, at parang makapal ang tagos sa dingding,*ᵇ* ³⁸ lalabas ang pari sa bahay na iyon at ipapasara niya ang bahay sa loob ng pitong araw. ³⁹ Sa ikapitong araw, babalik ang pari at muling titingnan ang amag sa bahay. At kung iyon ay kumalat pa sa ibang bahagi ng dingding, ⁴⁰ ipapatanggal niya ang mga dingding na may amag at ipapatapon sa labas ng bayan, doon sa pinagtatapunan ng mga bagay na itinuturing na marumi. ⁴¹ At ipababakbak niya ang lahat ng bahagi ng dingding sa loob ng bahay at ang lahat ng binakbak ay ipapatapon din niya sa labas ng bayan, doon sa lugar na pinagtatapunan ng mga bagay na itinuturing na marumi. ⁴² At ipag-uutos niya na palitan ang lahat ng bahagi ng dingding na tinanggal.

⁴³ Pero kung pagkatapos nito'y muling magkakaamag ang bahay, ⁴⁴ pupuntahan niyang muli ang pari at muling ipapasuri ito. Kung ang amag ay kumakalat, ituturing na marumi na naman ang bahay na iyon dahil pabalik-balik ang amag sa bahay. ⁴⁵ Kaya dapat nang gibain ang bahay at ang mga gamit nito'y ipatapon sa labas ng bayan, doon sa lugar na pinagtatapunan ng mga bagay na itinuturing na marumi.

⁴⁶ Ang sinumang pumasok sa bahay na iyon na ipinasara ay ituturing na marumi hanggang sa paglubog ng araw. ⁴⁷ At ang sinumang kumain o matulog sa bahay na iyon ay kinakailangang maglaba ng kanyang damit.*ᶜ*

⁴⁸ Pero kung sa pagsusuri ng pari ay hindi na nagkaamag ang bahay pagkatapos palitan ang mga bahagi ng dingding na may amag, ipapahayag ng pari na malinis na ang bahay dahil wala nang amag. ⁴⁹ At para maituring na malinis ang bahay, kinakailangan ng pari ang dalawang ibon, kahoy na sedro, pulang panali, at halamang isopo. ⁵⁰ Papatayin niya ang isang ibon sa ibabaw ng palayok na may tubig mula sa bukal. ⁵¹ At kukunin niya ang kahoy na sedro, ang pulang panali, halamang isopo, at ang buhay na ibon. At ilulubog niyang lahat ito sa tubig sa palayok na may dugo ng ibong pinatay. At ang tubig na may dugo ay iwiwisik niya ng pitong beses sa bahay. ⁵² Kaya sa pamamagitan ng dugo ng ibon, tubig na galing sa bukal, buhay na ibon, kahoy na sedro, halamang isopo, at ng pulang panali, malilinis ng pari ang bahay. ⁵³ Pagkatapos, pakakawalan niya ang buhay na ibon sa labas ng bayan. Ganito ang paraan na gagawin ng pari para maalis ang karumihan sa bahay at magiging malinis na ito.

⁵⁴⁻⁵⁷ Ito ang mga tuntunin tungkol sa sakit sa balat na nakakahawa at kumakati, o namamaga, o may butlig o namumuti, at tungkol sa amag ng damit at amag sa bahay. At sa pamamagitan ng mga tuntuning ito, malalaman ninyo kung alin ang malinis at marumi.

---

a 34 Ang uri ng amag na ito na tumutubo sa bahay ay hindi karaniwang nakikita sa Pilipinas. Tingnan din ang "footnote" sa 13:2.

b 37 kulay…dingding: o, kinakain ang loob ng dingding.

c 47 Tingnan ang "footnote" sa 11:24-28b.

Ang mga Lumalabas sa Katawan ng Tao na Itinuturing na Marumi

15 Inutusan ng Panginoon sina Moises at Aaron [2] na sabihin ito sa mga taga-Israel:

Kung may lumalabas sa ari ng lalaki *dahil sa kanyang sakit*, ang lumalabas na iyon ay itinuturing na marumi. [3] At kahit na magpatuloy ang pagtulo o hindi, ituturing pa rin siyang marumi. [4] At ituturing na marumi ang anumang mahigaan o maupuan niya. [5-7] At ang sinumang makahipo sa kanya o sa kanyang hinigaan o inupuan ay kinakailangang maglaba ng kanyang damit at maligo,[a] pero ituturing pa rin siyang marumi hanggang sa paglubog ng araw.

[8] Ang sinumang maduraan ng taong ito ay kinakailangang maglaba ng kanyang damit at maligo, pero ituturing pa rin siyang marumi hanggang sa paglubog ng araw. [9-10] Ang anumang maupuan ng taong ito, katulad ng upuang ginagamit kapag sumasakay sa kabayo ay magiging marumi. Ang sinumang makahipo ng mga bagay na iyon ay kinakailangang maglaba ng kanyang damit at maligo, pero ituturing pa rin siyang marumi hanggang sa paglubog ng araw.

[11] Ang sinumang makahipo sa taong iyon habang hindi pa siya nakakapaghugas ng kanyang kamay ay kinakailangang maglaba ng kanyang damit at maligo, pero ituturing pa rin siyang marumi hanggang sa paglubog ng araw. [12] Ang palayok na mahihipo ng taong iyon ay dapat basagin, at ang mga bagay na gawa sa kahoy ay dapat hugasan.

[13-14] Kung gumaling na ang may sakit na ito, maghihintay siya ng pitong araw. Pagkatapos, lalabhan niya ang kanyang damit at maliligo ng tubig na galing sa bukal. Sa ikawalong araw, kinakailangang magdala siya ng dalawang kalapati o dalawang ibon na batu-bato sa presensya ng Panginoon malapit sa pintuan ng Toldang Tipanan. At ibibigay niya sa paring maghahandog noon. [15] Ang isa'y bilang handog sa paglilinis at ang isa'y bilang handog na sinusunog. Ganito ang paraan na gagawin ng pari para maalis ang karumihan ng taong iyon dahil sa tumutulo sa ari niya; magiging malinis siya.

[16] Kung ang isang lalaki ay nilabasan ng kanyang binhi, kinakailangang maligo siya pero ituturing pa rin siyang marumi hanggang sa paglubog ng araw. [17] Ang alin mang damit o gamit na yari sa balat na natuluan ng binhi ay kinakailangang labhan, pero iyon ay ituturing pa ring marumi hanggang sa paglubog ng araw. [18] Kapag nagsiping ang lalaki at babae, at nilabasan ang lalaki ng binhi, kinakailangang maligo silang dalawa, pero ituturing pa rin silang marumi hanggang sa paglubog ng araw.

[19] Kung ang isang babae ay may buwanang dalaw, ituturing siyang marumi sa loob ng pitong araw, at ang sinumang makahipo sa kanya ay ituturing ding marumi hanggang sa paglubog ng araw. [20] Ang anumang mahigaan o maupuan niya habang siya'y may buwanang dalaw ay magiging marumi. [21-23] Ang sinumang makahipo sa kanyang hinigaan o inupuan ay kinakailangang maglaba ng kanyang damit at maligo, at ituturing pa rin siyang marumi hanggang sa paglubog ng araw.

[24] Kung ang lalaki ay sumiping sa babaeng may buwanang dalaw, ituturing siyang marumi sa loob ng pitong araw. At ang anumang kanyang mahigaan ay ituturing na marumi.

[25] Kung ang babae ay dinudugo nang hindi pa panahon ng buwanan niyang dalaw o pagtatapos ng buwanan niyang dalaw, ituturing siyang marumi katulad ng kung siya'y may buwanang dalaw. At ituturing siyang marumi habang dinudugo siya. [26] Ang anumang mahigaan niya at maupuan habang siya'y dinudugo ay magiging marumi katulad ng kung siya'y may buwanang dalaw. [27] At ang sinumang makahipo ng mga iyon ay magiging marumi, kinakailangang maglaba siya ng kanyang damit at maligo, pero ituturing pa rin siyang marumi hanggang sa paglubog ng araw.

[28-29] Kung huminto na ang buwanang dalaw ng babae, maghihintay siya ng pitong araw at ituturing na siyang malinis. Sa ikawalong araw, kinakailangang magdala siya ng dalawang kalapati o dalawang ibon na batu-bato malapit sa may pintuan ng Toldang Tipanan. [30] Ihahandog ng pari ang isa bilang handog sa paglilinis at ang isa'y bilang handog na sinusunog. Ganito ang paraan na gagawin ng pari sa presensya ng Panginoon para maalis ang karumihan ng babae dahil sa buwanan niyang dalaw at magiging malinis na siya.

[31] Sinabihan ng Panginoon sina Moises at Aaron na bigyang babala ang mga taga-Israel tungkol sa mga bagay na nakapagpaparumi sa kanila, para hindi sila mamatay kapag lumapit sila sa Tolda ng Panginoon sa gitna ng kampo.

[32-33] Ito ang mga tuntunin tungkol sa lalaking nilalabasan ng kanyang binhi o may lumalabas sa ari niya dahil sa kanyang sakit, at tungkol sa babaeng dinudugo sa panahon ng buwanang dalaw o dinudugo bago ang kanyang buwanang dalaw, at tungkol sa lalaking sumisiping sa babaeng itinuturing na marumi.[b]

Ang Seremonya sa Araw ng Pagtubos

16 [1-2] Pagkamatay ng dalawang anak na lalaki ni Aaron nang sila'y naghandog sa Panginoon, sinabi ng Panginoon kay Moises, "Sabihin mo sa kapatid mong si Aaron na huwag siyang papasok sa Pinakabanal na Lugar sa kabila ng tabing, sa anumang oras na naisin niya. Kapag ginawa niya iyon, mamamatay siya. Sapagkat doon ako nagpapakita sa anyong ulap sa itaas ng takip ng Kahon ng Kasunduan."[c]

[3] Ito ang *utos ng Panginoon na* gagawin ni Aaron sa araw na papasok siya sa Pinakabanal na Lugar: Magdadala siya ng batang toro bilang handog sa paglilinis at lalaking tupa bilang handog na sinusunog. [4] Kinakailangang maligo muna siya at pagkatapos, isuot niya ang kanyang damit pampari na purong linen: pang-ilalim na damit na tatakip sa kanyang kahubaran, ang kanyang sinturon, at ang

---

b 32-33 *babaeng…marumi*: Ang ibig sabihin, *hindi maaari para sa isang babae ang makisama sa kanilang seremonyang pangrelihiyon.*

c 1-2 Tingnan sa Talaan ng mga Salita sa likod.

a 5-7 Tingnan ang "footnotes" sa 11:24-28.

turban na linen, at ang kanyang panlabas na damit.ᵃ
⁵ Ang mamamayan ng Israel ay magbibigay sa kanya
ng dalawang lalaking kambing bilang handog sa
paglilinis, at isang lalaking tupa bilang handog na
sinusunog.

⁶ Ihahandog ni Aaron ang batang toro bilang
handog sa paglilinis para maging malinis siya at
ang sambahayan niya. ⁷ Pagkatapos, kukunin niya
ang dalawang kambing at dadalhin din niya sa
presensya ng Panginoon, malapit sa may pintuan
ng Toldang Tipanan. ⁸ At sa pamamagitan ng
palabunutan, pipiliin niya kung alin sa dalawang
kambing ang para sa Panginoon at ang para kay
Azazel.ᵇ ⁹ Ang kambing na nabunot sa pamamagitan
ng palabunutan na para sa Panginoon ay ang
ihahandog niya bilang handog sa paglilinis. ¹⁰ Pero
ang kambing na nabunot para kay Azazel ang
ihahandog niyang buhay sa Panginoon at saka
niya ito pakakawalan sa ilang para matubos ang
mga tao sa kanilang mga kasalanan.

Ang mga Detalye ng Seremonyang Iyon

¹¹ Papatayin ni Aaron ang batang toro bilang
handog sa paglilinis para sa kanyang sarili at sa
sambahayan niya. ¹² Pagkatapos, kukuha siya ng
lalagyan ng insenso at pupunuin niya ng baga galing
sa altar na nasa loob ng Tolda. At kukuha rin siya ng
dalawang dakot ng mabangong insenso na pinong-
pino, at dadalhin niya sa loob ng Pinakabanal
na Lugar. ¹³ Doon sa presensya ng Panginoon,
ilalagay niya ang insenso sa apoy, at ang usok nito
ay papailanlang sa palibot ng takip ng Kahon ng
Kasunduan, kaya hindi siya mamamatay. ¹⁴ Kukuha
rin siya ng dugo ng batang toro at tatayo sa harap ng
Kahon ng Kasunduan na nakaharap sa silangan. At
sa pamamagitan ng mga daliri niya, iwiwisik niya
ang dugo sa takip ng pitong beses.

¹⁵ Papatayin din niya ang kambing bilang handog
sa paglilinis para sa mga tao. Dadalhin din niya
ang dugo nito sa Pinakabanal na Lugar at iwiwisik
sa takip ng Kahon ng Kasunduan katulad ng
kanyang ginawa sa dugo ng batang toro. ¹⁶ Ganito
ang paraan na gagawin ni Aaron para luminis
ang Pinakabanal na Lugar dahil sa karumihan ng
mga taga-Israel at sa kanilang mga kasalanan at
pagsuway. Ito'y gagawin din ni Aaron sa lahat ng
bahagi ng Toldaᶜ na nasa gitna ng maruming mga
taga-Israel. ¹⁷ Walang sinumang mananatili sa loob
ng Tolda sa oras na pumasok si Aaron sa loob ng
Pinakabanal na Lugar hanggang sa siya'y lumabas.
Pagkatapos niyang magawa ang seremonya para
matubos siya, ang sambahayan niya at ang lahat ng
taga-Israel, ¹⁸ saka siya lalabas *mula sa Pinakabanal
na Lugar* at pupunta siya sa altar, malapit sa may
pintuan ng Tolda. Kukuha siya ng dugo ng baka
at ng kambing *na inihandog* at ipapahid sa *parang
sungay* sa mga sulok ng altar para iyon ay linisin.
¹⁹ Sa pamamagitan ng kanyang mga daliri, iwiwisik
niya ng pitong beses ang natirang dugo sa altar para
ito'y ihandog sa Panginoon at upang ito'y linisin sa
karumihan dahil sa kasalanan ng mga taga-Israel.

²⁰ Pagkatapos magawa ni Aaron ang paglilinis
sa Pinakabanal na Lugar at sa iba pang bahagi ng
Tolda pati na ang altar, dadalhin niya sa gitna ang
buhay na kambing. ²¹ Ipapatong niya ang dalawang
kamay niya sa ulo ng kambing at ipapahayag ang
lahat ng kasalanan at pagsuway ng mga taga-
Israel. Sa ganitong paraan, malilipat ang kanilang
kasalanan sa ulo ng kambing. Pagkatapos, ibibigay
ni Aaron ang kambing sa taong namamahalang
magpapakawala nito roon sa ilang. ²² Kaya dadalhin
ng kambing ang lahat ng kasalanan ng mga taga-
Israel doon sa ilang.

²³ Pagkatapos, papasok si Aaron sa Tolda at
huhubarin niya ang kanyang damit bilang punong
pari na kanyang isinuot bago siya pumasok sa
Pinakabanal na Lugar at iiwan niya iyon doon.
²⁴ Maliligo siya sa banal na lugar *doon sa Tolda* at
saka niya isusuot ang pangkaraniwan niyang damit.
Pagkatapos, lalabas siya at ihahandog ang dalawang
handog na sinusunog para mapatawad ang kanyang
mga kasalanan at ang kasalanan ng mga taga-Israel.
²⁵ Susunugin din niya sa altar ang mga taba ng
hayop na iniaalay bilang handog sa paglilinis.

²⁶ Ang taong nagpapakawala ng kambing sa ilang
para kay Azazel ay kinakailangang maglaba ng
kanyang damit at maligo bago siya bumalik sa
kampo. ²⁷ Ang mga natirang bahagi ng baka at
kambing na ang dugo ay dinala sa Pinakabanal na
Lugar para sa paglilinis ay kailangang dalhin sa labas
ng kampo at sunugin. ²⁸ At ang taong magsusunog
nito ay kinakailangang maglaba rin ng kanyang
damit at maligo bago siya bumalik sa kampo.

²⁹⁻³¹ Ito naman ang mga tuntuning dapat gawin
ng mga katutubong *Israelita* at mga dayuhang
naninirahang kasama nila, at ito'y dapat sundin
magpakailanman. Sa ikasampung araw ng
ikapitong buwan, dapat silang mag-ayuno at huwag
magtrabaho, katulad ng Araw ng Pamamahinga.
Sapagkat sa araw na iyon gagawin ang seremonya
ng pagtubos sa kanilang mga kasalanan para sila'y
maging malinis sa presensya ng Panginoon. ³² Sa
mga susunod na salinlahi, ang paring napili at
inordinahan upang pumalit sa kanyang ama bilang
punong pari ang siyang gagawa ng seremonyang
ito. Isusuot niya ang kanyang damit bilang punong
pari, ³³ at gagawin niya ang seremonya ng paglilinis
sa Pinakabanal na Lugar, ng iba pang bahagi ng
Tolda pati na ang altar, ng mga pari, at ng mga
mamamayan ng Israel.

³⁴ Kinakailangang sundin nila ang mga tuntuning
ito magpakailanman. At ito'y gagawin nila minsan
sa isang taon.

At ginawa ito ayon sa iniutos ng Panginoon kay
Moises.

Ang mga Tuntunin Tungkol sa Tamang Lugar ng Paghahandog

17 Inutusan ng Panginoon si Moises ² na sabihin
ito kay Aaron at sa mga anak niyang lalaki, at
sa lahat ng mga taga-Israel:

³ Ang sinuman sa inyo na maghahandog ng
baka, tupa, o kambing sa ibang lugar ⁴⁻⁵ maliban
sa Toldang Tipanan ay katulad ng taong nakapatay
ng kapwa, kaya huwag ninyo siyang ituturing na
kababayan ninyo. Ang tuntuning ito'y ginawa para

ᵃ 4 *panlabas na damit:* katulad ng kapa ng pari.
ᵇ 8 *Azazel:* Marahil ay isa sa mga demonyo sa disyerto.
ᶜ 16 *Ito'y...Tolda:* o, *Ito ang kanyang gagawin sa Tolda.*

ang paghahandog ay gagawin ninyo malapit sa may pintuan ng Tolda at hindi sa ibang lugar. Ang inyong mga handog para sa mabuting relasyon ay ibibigay ninyo sa pari na siyang maghahandog nito sa Panginoon. ⁶Iwiwisik ng pari ang dugo ng handog na hayop sa altar na pinaghahandugan para sa Panginoon malapit sa may pintuan ng Toldang Tipanan. Pagkatapos, susunugin niya ang taba ng mga hayop. At ang mabangong samyo nito'y makalulugod sa Panginoon. ⁷Kaya hindi na kayo dapat maghandog sa mga demonyo na mukhang kambing,ᵃ dahil ito ang maglalayo sa inyo sa Panginoon. Dapat ninyong sundin ang tuntuning ito, kayo at ng susunod pang mga henerasyon magpakailanman.

⁸Kayong mga taga-Israel at ang mga dayuhang naninirahang kasama ninyo, tandaan ninyo ito:

Ang sinuman sa inyo na maghahandog ng anumang uri ng handog sa ibang lugar ⁹at hindi sa may pintuan ng Tolda ay huwag na ninyong ituring na kababayan.

¹⁰Ang sinuman sa inyo na kakain ng dugo ay magiging kalaban ng Panginoon at huwag na ninyong ituring na kababayan. ¹¹Sapagkat ang buhay ng bawat nilalang ay nasa *kanyang* dugo at iniutos sa inyo ng Panginoon na ang dugo ay gamitin ninyo bilang pantubos sa inyong mga kasalanan, dahil ang dugo ang nagbibigay ng buhay, ang siyang pantubos ng tao sa kanyang mga kasalanan. ¹²Ito ang dahilan kung bakit hindi ninyo dapat kainin ang dugo.

¹³Ang sinuman sa inyong huhuli ng hayop o ibon na maaaring kainin, dapat niyang patuluin ang dugo at tabunan ng lupa, ¹⁴dahil ang buhay ng bawat nilalang ay nasa kanyang dugo. Kaya nga sinabi sa inyo ng Panginoon na huwag kayong kakain ng dugo ng anumang nilalang. Ang sinuman sa inyong kakain ng dugo ay huwag na ninyong ituring na kababayan.

¹⁵Ang sinuman sa inyo; katutubong *Israelita* man o dayuhan kumain ng hayop na namatay o pinatay ng kapwa hayop, kailangan niyang maglaba ng kanyang damit at maligo, pero ituturing pa rin siyang marumi hanggang sa paglubog ng araw. ¹⁶Kapag hindi niya nilabhan ang kanyang damit at hindi naligo, may pananagutan siya.

Ang mga Ipinagbabawal na Gawaing Mahahalay

18 Inutusan ng Panginoon si Moises ²na sabihin ito sa mga taga-Israel:

Ako ang Panginoon na inyong Dios. ³Huwag n'yong gawin ang mga ginagawa ng mga taga-Egipto, kung saan kayo tumira noon. Huwag din ninyong gayahin ang mga ginagawa ng mga taga-Canaan na pagdadalhan ko sa inyo. ⁴⁻⁵Dapat ninyong sundin ang aking mga utos at mga tuntunin dahil ang mga susunod dito ay mabubuhay. Ako ang Panginoon na inyong Dios.

⁶Huwag kayong sumiping sa malapit ninyong kamag-anak. Ako ang Panginoon.

⁷⁻⁸Huwag mong ilagay sa kahihiyan ang iyong ama sa pamamagitan ng pagsiping sa iyong ina o sa iba pa niyang asawa.

⁹Huwag kang sumiping sa iyong kapatid na babae, kahit na kapatid mo siya sa ama o sa ina, kahit na lumaki siya sa inyo o hindi.

¹⁰Huwag kang sumiping sa iyong apong babae dahil magbibigay ito sa iyo ng kahihiyan.

¹¹Huwag kang sumiping sa anak na babae ng iyong ama sa iba niyang asawa, dahil kapatid mo rin siya.

¹²⁻¹³Huwag kang sumiping sa iyong tiyahin na kapatid ng iyong ama o ina.

¹⁴Huwag mong ilalagay sa kahihiyan ang iyong tiyuhin sa pamamagitan ng pagsiping sa kanyang asawa, dahil tiyahin mo rin siya.

¹⁵Huwag kang sumiping sa iyong manugang na babae dahil asawa siya ng iyong anak.

¹⁶Huwag kang sumiping sa iyong hipag na babae dahil ito'y magbibigay ng kahihiyan sa iyong kapatid.

¹⁷Huwag kang sumiping sa anak o apo ng babaeng sinipingan mo noon, dahil baka anak o apo mo iyon at ito'y nakakahiya.

¹⁸Huwag kang mag-asawa ng kapatid na babae ng iyong asawa habang buhay pa ang iyong asawa.

¹⁹Huwag kang sumiping sa babaeng may buwanang dalaw dahil itinuturing siyang marumi.

²⁰Huwag kang sumiping sa asawa ng iba dahil kapag ginawa mo ito, ituturing kang marumi.

²¹Huwag mong ibigay ang iyong anak para ihandog sa *dios na si Molec*, dahil iyan ay paglapastangan sa aking pangalan na iyong Dios. Ako ang Panginoon.

²²Huwag kang sumiping sa kapwa mo lalaki o kapwa mo babae dahil kasuklam-suklam ito.

²³Huwag kang sumiping sa hayop dahil ito ay napakasama at ikaw ay ituturing na marumi kapag ginawa mo iyon.

²⁴Huwag ninyong dumihan ang inyong sarili sa pamamagitan ng paggawa ng ganitong mga gawain dahil ito ang nagparumi sa mga taong pinaalis ko sa lupaing ibinigay ko sa inyo. ²⁵⁻²⁸At kahit ang lupain ay nadungisan dahil sa ginawa nilang iyon. Pinadalhan ko ng mga salot ang lupaing iyon para sila'y magsialis doon. Pero kayong mga katutubong Israelita at mga dayuhang naninirahang kasama ninyo, huwag ninyong gawin ang kasuklam-suklam na gawaing iyon, kundi sundin ninyo ang mga tuntunin at mga kautusan ko. Sapagkat kung dudungisan din ninyo ang lupaing iyon, *sa pamamagitan ng paggawa ng mga gawaing iyon*, paaalisin ko rin kayo sa lupaing iyon katulad ng mga taong unang tumira roon. ²⁹Ang sinumang gumawa ng mga kasuklam-suklam na gawaing ito ay huwag na ninyong ituring na kababayan. ³⁰Kaya sundin ninyo ang iniuutos ko sa inyo at huwag ninyong susundin ang mga kasuklam-suklam na ginawa ng mga taong nauna sa inyo, para hindi ninyo madungisan ang inyong sarili katulad nila. Ako ang Panginoon na inyong Dios.

Iba't ibang Kautusan

19 Inutusan ng Panginoon si Moises ²na sabihin ito sa lahat ng mamamayan ng Israel: Magpakabanal kayo dahil ako ang Panginoon na inyong Dios ay banal. ³Dapat ninyong igalang ang inyong ina at ama. Sundin ninyo ang ipinapagawa ko sa inyo sa Araw ng Pamamahinga. Ako ang Panginoon na inyong Dios.

⁴Huwag kayong sasamba sa mga dios-diosan o gagawa ng mga imahen nila. Ako ang Panginoon na inyong Dios.

⁵Kung mag-aalay kayo ng handog para sa mabuting relasyon, ialay ninyo ito sa paraang katanggap-tanggap sa akin. ⁶Kainin ninyo ito sa araw ding iyon o sa kinabukasan. Pero kung may matitira pa sa pangatlong araw, sunugin na ninyo ito. ⁷Kapag sa ikatlong araw ay kinain pa ninyo ito, hindi ko na ito tatanggapin dahil ito'y karumal-dumal na. ⁸At ang sinumang kumain nito ay mananagot dahil binalewala niya ang banal na bagay na para sa akin, kaya ang taong iyon ay huwag na ninyong ituring na kababayan.

⁹Kung mag-aani kayo, huwag ninyong uubusin ang mga nasa gilid ng inyong bukirin, at huwag na ninyong balikan para pulutin ang mga natira. ¹⁰Ganoon din sa inyong ubasan, huwag na ninyong babalikan para kunin ang mga natirang bunga o mga nalaglag. Iwanan ninyo iyon para sa mahihirap at mga dayuhan. Ako ang Panginoon na inyong Dios.

¹¹Huwag kayong magnanakaw, o magsisinungaling, o mandadaya ng inyong kapwa. ¹²Huwag kayong manunumpa ng kasinungalingan sa aking pangalan dahil kapag iyon ay ginawa ninyo iyon nilalapastangan ninyo ang aking pangalan. Ako ang Panginoon. ¹³Huwag ninyong lalamangan o pagnanakawan ang inyong kapwa. Huwag ninyong ipagpapaliban ang pagbabayad ng sweldo ng taong pinagtatrabaho ninyo.

¹⁴Huwag kayong magsasalita ng masama sa bingi, at huwag ninyong lalagyan ng katitisuran ang dinadaanan ng bulag. Ipakita ninyong kayo'y may takot sa akin sa pamamagitan ng pagsunod ng mga utos ko. Ako ang Panginoon.

¹⁵Kinakailangang matuwid at walang kinikilingan ang inyong paghatol sa inyong kapwa, mayaman man o dukha. ¹⁶Huwag kayong magtsitsismisan tungkol sa inyong kapwa. Huwag kayong magsasalita o gagawa ng anumang makasisira sa inyong kapwa. Ako ang Panginoon.

¹⁷Huwag ninyong kapopootan ang inyong kapwa. Paalalahanan ninyo siya kung siya'y nagkasala para kayo'y walang panagutan.

¹⁸Huwag kayong gumanti ng masama o magtatanim ng galit sa inyong kapwa, kundi mahalin ninyo siya gaya ng inyong sarili. Ako ang Panginoon.

¹⁹Sundin ninyo ang aking mga utos. Huwag ninyong palalahian ang isang hayop sa ibang uri ng hayop. Huwag kayong magtatanim ng dalawang klaseng binhi sa iisang bukid. Huwag kayong magsusuot ng damit na yari sa dalawang klaseng tela. ²⁰Kung ang isang lalaki ay sumiping sa isang aliping babae na nakatakdang ikasal sa ibang lalaki, pero hindi pa natutubos o napapalaya ang babae,ᵃ

dapat silang parusahan. Pero huwag silang patayin dahil hindi pa napapalaya ang nasabing babae. ²¹ ²²Kinakailangang magdala ang lalaki ng lalaking tupa malapit sa may pintuan ng Toldang Tipanan bilang handog na pambayad sa kanyang kasalanan sa Panginoon. Sa paghahandog ng pari ng tupang iyon sa aking harapan, matutubos ang lalaking iyon sa kanyang kasalanan at patatawarin ko siya.

²³Kapag dumating na kayo sa lupaing ibibigay ko sa inyo, huwag ninyong kakainin ang bunga ng mga punongkahoy na inyong itinanim sa loob ng tatlong taon. Ituring ninyong marumi iyon. ²⁴Sa ikaapat na taon, ang lahat ng bunga ay ihandog ninyo sa akin bilang papuri sa akin *kaya huwag ninyo itong kakainin.* ²⁵Sa ikalimang taon, makakain na ninyo ang mga bunga ng inyong mga pananim. At kung susundin ninyo ang tuntuning ito, magiging sagana ang bunga ng inyong mga pananim. Ako ang Panginoon na inyong Dios.

²⁶Huwag kayong kakain ng *karneng* may dugo pa.

Huwag ninyong gagawin ang ginagawa ng mga manghuhula at mangkukulam.

²⁷*Kung magluluksa kayo sa patay,* huwag ninyong pagugupitan ang inyong buhok sa palibot ng inyong ulo o magpuputol ng inyong balbas. ²⁸At huwag din ninyong susugatan ang inyong katawan. Huwag din kayong magpapatato. Ako ang Panginoon.

²⁹Huwag ninyong ilagay sa kahihiyan ang inyong anak na babae sa pamamagitan ng pagpilit sa kanila na ipagbili ang kanilang sarili para sa panandaliang-aliw, dahil ito ang magiging dahilan ng paglaganap ng kasamaan sa inyong bayan.

³⁰Sundin ninyo ang ipinapagawa ko sa inyo sa Araw ng Pamamahinga, at igalang ninyo ang lugar na inyong pinagsasambahan sa akin. Ako ang Panginoon.

³¹Huwag kayong sasangguni sa mga espiritistang nakikipag-usap sa kaluluwa ng mga patay, dahil kapag ginawa ninyo ito, ituturing kayo na marumi. Ako ang Panginoon na inyong Dios.

³²Igalang ninyo ang matatanda. Igalang n'yo *ako na* inyong Dios, ako ang Panginoon.

³³Huwag ninyong aapihin ang mga dayuhang naninirahang kasama ninyo. ³⁴Ituring ninyo silang gaya ng inyong mga kababayan at ibigin ninyo sila gaya ng sa inyong sarili, dahil kayo rin noon ay naging mga dayuhan sa Egipto. Ako ang Panginoon na inyong Dios.

³⁵Huwag kayong mandadaya sa inyong pagtitimbang, pagsukat at pagtatakal. ³⁶-³⁷Gamitin ninyo ang tamang timbangan, sukatan, o takalan.

Ako ang Panginoon na inyong Dios na naglabas sa inyo sa Egipto. Sundin ninyo ang lahat ng tuntunin at utos ko. Ako ang Panginoon.

Mga Parusa sa mga Kasalanan

20 Inutusan ng Panginoon si Moises, ²na sabihin ito sa mga taga-Israel:

Ang sinuman sa inyo at sa mga dayuhang naninirahang kasama ninyo na maghahandog ng kanyang anak sa *dios-diosang si Molec* ay dapat batuhin ng taong bayan hanggang sa mamatay. ³-⁴Kasusuklaman ko ang taong iyon at huwag na ninyong ituring na kababayan. Sapagkat dahil sa

---

a 20 hindi...ang babae: Ang ibig sabihin, hindi pa siya natutubos ng kanyang mapapangasawa o ng ibang tao na kanyang amo para siya'y lumaya sa pagkaalipin.

paghahandog niya ng kanyang anak kay Molec, dinungisan niya ang lugar na pinagsasambahan sa akin at nilapastangan niya ang aking pangalan. Kapag ang taong iyon ay hinahayaan ninyo sa kanyang ginagawang iyon, ⁵ ako mismo ang uusig sa kanya, at sa sambahayan niya, at sa lahat ng sumusunod sa kanya sa paghahandog kay Molec. Hindi ko sila ituturing na kababayan ninyo.

⁶ Kasusuklaman ko ang mga sumasanggui at sumusunod sa mga espiritistang nakikipag-usap sa mga kaluluwa ng patay. Hindi ko sila ituturing na kababayan ninyo.

⁷ Italaga ninyo ang inyong sarili para sa akin at magpakabanal kayo dahil ako ang PANGINOON na inyong Dios. ⁸ Sundin ninyo ang aking mga tuntunin dahil ako ang PANGINOON na nagtalaga sa inyo para maging bayan ko.

⁹ Ang sinumang lumapastangan sa kanyang ama at ina ay kailangang patayin.

¹⁰ Kung ang isang lalaki ay sumiping sa asawa ng iba, siya at ang babae ay dapat patayin.

¹¹ Kung ang isang lalaki ay sumiping sa asawa ng kanyang ama, nilalapastangan niya ang kanyang ama. Kaya siya at ang babae ay dapat patayin. Sila ang responsable sa sinapit nilang kamatayan.

¹² Kung ang isang ama'y sumiping sa kanyang manugang na babae, siya at ang babae ay dapat patayin, dahil masama ang kanilang ginawa. Sila ang responsable sa sinapit nilang kamatayan.

¹³ Kung ang isang lalaki ay sumiping sa kapwa lalaki, pareho silang dapat patayin dahil pareho silang gumawa ng kasuklam-suklam na gawain. Sila ang responsable sa sinapit nilang kamatayan.

¹⁴ Kung ang isang lalaki ay sumiping sa mag-ina, silang tatlo ay dapat sunugin dahil masama ang kanilang ginawa. Ang kasamaang ito ay dapat mawala sa inyo.

¹⁵⁻¹⁶ Kung ang isang lalaki o babae ay sumiping sa hayop, dapat siyang patayin pati na ang hayop. Sila ang responsable sa kanilang kamatayan.

¹⁷ Kung ang isang lalaki ay magpakasal sa kapatid niyang babae at sumiping dito, maging ito'y kapatid niya sa ama o sa ina, inilalagay niya ang kanyang kapatid sa kahihiyan kaya dapat siyang managot. At dahil masama ang ginawa nila, huwag na silang ituring na kababayan ninyo.

¹⁸ Kung ang lalaki ay sumiping sa babaeng may buwanang dalaw dahil gusto rin ng babae, silang dalawa ay huwag na ninyong ituring na kababayan.

¹⁹ Kung ang isang lalaki ay sumiping sa kanyang tiyahin, inilalagay niya sa kahihiyan ang kanyang tiyahin. Silang dalawa ay dapat managot sa kanilang ginawa.

²⁰ Kung ang isang lalaki ay sumiping sa asawa ng kanyang tiyuhin, inilalagay niya ang kanyang tiyuhin sa kahihiyan. Silang dalawa ay dapat managot at mamatay na walang anak.

²¹ Kung ang isang lalaki ay sumiping sa asawa ng kanyang kapatid, inilalagay niya ang kanyang kapatid sa kahihiyan. At dahil masama ang ginawa nila, mamamatay silang dalawa na walang anak.

²² Sundin ninyo ang lahat ng tuntunin at utos upang hindi kayo paalisin sa lupaing pagdadalhan ko sa inyo para roon kayo manirahan. ²³ Ang mga taong paaalisin ko sa lupaing iyon ay gumagawa ng

mga kasamaang ito, at dahil doo'y itinatakwil ko sila. Kaya huwag ninyong gagayahin ang ginagawa nila. ²⁴ At ayon na rin sa aking sinabi sa inyo, magiging inyo ang kanilang lupain. Ibibigay ko sa inyo ang lupaing iyon na maganda at sagana*ᵃ* sa ani para maging pag-aari ninyo. Ako ang PANGINOON na inyong Dios na humirang sa inyo mula sa mga tao.

²⁵ Dapat ninyong malaman kung aling mga hayop at mga ibon ang malinis o marumi. Huwag ninyong dudungisan ang inyong sarili sa pamamagitan ng pagkain ng mga maruming hayop na ipinagbawal ko. ²⁶ Kayo'y magpakabanal dahil ako, ang PANGINOON ay banal. At kayo'y hinirang ko mula sa ibang mga bansa para maging akin.

²⁷ Kung mayroong espiritista sa inyo na nakikipag-usap sa mga kaluluwa ng patay, kailangang batuhin ninyo siya hanggang sa mamatay. Siya ang responsable sa kanyang kamatayan.

Mga Tuntunin tungkol sa mga Pari

21 Inutusan ng PANGINOON si Moises na sabihin ito sa mga paring mula sa angkan ni Aaron: Huwag ninyong dudungisan ang inyong sarili sa pamamagitan ng paglapit o paghipo sa bangkay ng tao, ² maliban na lamang kung ang namatay ay malapit ninyong kamag-anak gaya ng inyong ina, ama, anak, kapatid na lalaki, ³ o dalagang kapatid at walang inaasahan kundi kayo. ⁴ Huwag din ninyong dungisan ang inyong sarili sa inyong pagpunta sa libing ng kamag-anak ng inyong asawa. ⁵ *Kung kayo'y magluluksa sa patay,* huwag ninyong aahitin ang inyong buhok o puputulan ang inyong balbas o susugatan ang inyong katawan. ⁶ Italaga ninyo ang inyong sarili para sa akin na inyong Dios, at huwag ninyong lapastanganin ang aking pangalan. Ito'y dapat ninyong gawin dahil kayo ang nag-aalay ng mga handog sa pamamagitan ng apoy,*ᵇ* para sa akin na siyang pagkain ko.

⁷ Huwag kayong mag-asawa ng babaeng marumi dahil nagbebenta siya ng panandaliang aliw, o babaeng hiwalay sa asawa, dahil kayo'y hinirang ko para sa aking sarili. ⁸ Kinakailangan kayo ay ituring na banal ng inyong kapwa Israelita dahil kayo ang nag-aalay ng mga handog para sa akin.*ᶜ* Dapat nila kayong ituring na banal dahil ako ang PANGINOON ay banal at ginawa kong banal ang aking mga tao.*ᵈ*

⁹ Kung kayo'y may anak na babae na nagdudulot ng kahihiyan sa inyo dahil sa nagbebenta siya ng panandaliang-aliw, siya'y ituturing na marumi, dapat siyang sunugin.

¹⁰ Kung ang punong pari*ᵉ* ay namatayan ng kamag-anak, huwag niyang guguluhin ang kanyang

---

a 24 maganda at sagana: sa literal, *dumadaloy ang gatas at pulot.*

b 6 handog sa pamamagitan ng apoy: Tingnan ang footnote sa 1:9.

c 8 mga handog para sa akin: sa literal, *pagkain ng Dios.* Tingnan ang "footnote" sa 21:6.

d 8 ginawa…tao: o, *itinalaga ko sila para sa akin.*

e 10 punong pari: sa tekstong Hebreo makikita ang buong katawagan sa kanya: *ang punong pari sa kanyang mga kapwa Israelita na pinahiran ng langis sa ulo at itinalagang magsuot ng pamparing damit* na para sa punong pari.

buhok ni pupunitin ang kanyang damit *bilang tanda ng pagluluksa.* [11] Dapat din niyang iwasan ang paglapit sa patay kahit na iyon ay kanyang ama o ina. [12] At dahil siya'y itinalaga sa akin bilang punong pari sa pamamagitan ng pagpapahid sa kanya ng langis ng pagtatalaga, hindi siya dapat umalis doon sa Toldang Tipanan dahil kapag siya'y umalis doon *at sumama sa libing,* marurumihan ang Tolda. Ako ang Panginoon.

[13-14] Kung ang punong pari ay mag-aasawa, dapat Israelitang katulad niya at tunay na dalaga. Huwag siyang mag-aasawa sa biyuda, o ng babaeng hiwalay sa asawa, o ng babaeng marumi na nagbebenta ng panandaliang-aliw, [15] upang sa ganoon ay walang maging kapintasan ang mga anak niya. Ako ang Panginoong humirang sa kanya para siya'y maging banal.

[16] Inutusan ng Panginoon si Moises [17] na sabihin ito kay Aaron:

Walang sinuman sa angkan mo hanggang sa susunod pang mga henerasyon na may kapansanan ang katawan na makapaghahandog sa akin ng *mga handog na* pagkain. [18] Hindi maaari ang bulag, pilay, may kapansanan ang mukha, may kapansanan ang isang bahagi ng katawan, [19] bali ang paa o kamay, [20] kuba, unano, may sakit sa mata o sa balat, o baog. [21-23] Kaya kung ang angkan ni Aaron ay may kapansanan sa katawan, hindi siya maaaring maghandog sa akin ng mga handog sa pamamagitan ng apoy na siyang pagkain ko. Hindi rin siya maaaring pumasok sa Banal na Lugar o lumapit sa altar dahil madudungisan ang aking Tolda. Pero maaari siyang kumain ng mga pagkaing bahagi ng mga pari sa mga banal at pinakabanal na handog. Ako ang Panginoong nagtalaga sa inyo para maging akin.

[24] Ang lahat ng ito ay sinabi ni Moises kay Aaron at sa mga anak niyang lalaki at sa lahat ng mga Israelita.

Ang mga Handog sa Panginoon

22 Inutusan ng Panginoon si Moises [2] na sabihin ito kay Aaron at sa mga anak niyang lalaki:

Huwag ninyong lapastanganin ang banal kong pangalan. Igalang ninyo ang mga handog na inihahandog sa akin ng mga Israelita. Ako ang Panginoon.

[3] Ang sinumang anak *ni Aaron* ngayon at sa susunod pang mga henerasyon na hihipo ng handog para sa akin ngunit siya'y itinuturing na marumi,[a] ay hindi na makapaglilingkod bilang pari. Ako ang Panginoon.

[4-7] Walang sinuman sa inyo ang maaaring kumain ng handog kung siya'y may malubhang sakit sa balat,[b] o may sakit na tulo o nakahipo ng anumang bagay na marumi dahil nadikit ito sa patay, o nilabasan ng binhi, o nakahipo ng hayop o tao na itinuturing na marumi. Siya'y maaari lamang kumain ng mga handog kung siya'y nakapaligo

na.[c] Pero maghihintay siya hanggang sa paglubog ng araw at saka pa lang siya makakakain ng mga handog na pagkain niya *bilang pari.*

[8] Hindi kayo dapat kumain ng alin mang karne ng namatay na hayop o pinatay ng kapwa hayop, dahil kapag ginawa ninyo ito, kayo'y ituturing na marumi. Ako ang Panginoon.

[9] Kaya dapat ninyong sundin ang mga iniuutos kong ito sa inyo para hindi kayo magkasala sa akin o mamatay. Ako ang Panginoong nagtalaga sa inyo para sa akin.

[10] Kayong mga pari at ang inyong sambahayan lang ang makakakain ng bahagi ng handog na para sa mga pari. Hindi maaaring kumain nito ang inyong mga panauhin o ang inyong mga upahang manggagawa. [11] Pero maaaring kumain ang inyong aliping binili, o ipinanganak sa tahanan ninyo. [12] Hindi rin maaaring kumain nito ang babaeng anak ng pari na nakapag-asawa ng hindi pari. [13] Pero kung siya'y nabiyuda o naghiwalay sila ng kanyang asawa at wala silang anak, at muling tumira sa kanyang ama, siya'y maaaring kumain ng pagkaing tinatanggap ng kanyang ama bilang pari.

Tandaan ninyong mabuti na kayong mga pari lang at ang inyong sambahayan ang maaaring kumain ng bahagi ng handog na para sa inyo. [14] Pero kung sa hindi inaasahang pangyayari ay may taong nakakain na hindi kabilang sa inyong sambahayan, dapat niyang palitan ang kanyang kinain at dadagdagan pa niya ng 20 porsiyento ang halaga noon.

[15] Kayong mga pari, pakaingatan ninyo ang mga handog na inihahandog sa akin ng mga Israelita, [16] para sa inyong pagkain nito ay hindi kayo magkasala at nang wala kayong pananagutan sa akin. Ako ang Panginoong nagtalaga sa inyo para sa akin.

Mga Tuntunin tungkol sa Pagpili ng Hayop na Ihahandog

[17] Inutusan ng Panginoon si Moises [18] na sabihin ito kay Aaron at sa mga anak niyang lalaki, sa lahat ng mga Israelita pati na sa mga dayuhang naninirahang kasama nila:

Kung ang iaalay ay handog na sinusunog bilang handog para tuparin ang isang panata o handog na kusang-loob, [19] ang kailangan ay lalaking baka o tupa, o kambing na walang kapintasan para tanggapin ko. [20] Huwag kayong maghahandog ng may kapansanan dahil hindi ko iyon tatanggapin. [21] Kung ang handog para sa mabuting relasyon sa akin ay iaalay bilang handog para tuparin ang isang panata o handog na kusang-loob, ito'y kailangang baka, tupa, o kambing na walang kapintasan upang ito'y tanggapin ko. [22] Huwag kayong maghahandog sa akin ng bulag, may bali, may sugat, o may sakit sa balat. Huwag ninyo itong ialay sa altar bilang handog sa akin sa pamamagitan ng apoy. [23] Pero maaari kayong mag-alay ng handog na kusang-loob na baka o tupang bansot o may kapansanan ang isang bahagi ng katawan, pero hindi ito maaaring ialay bilang handog para tuparin ang isang panata.

---

a 3 marumi: Ang ibig sabihin, *hindi siya karapat-dapat na makisama sa kanilang mga seremonyang pangrelihiyon.*

b 4-7 malubhang sakit sa balat: sa ibang salin, *ketong.* Ang salitang Hebreo nito ay ginamit sa iba't ibang uri ng sakit sa balat na itinuturing na marumi ayon sa Lev. 13.

c 4-7 nakapaligo na: isa sa mga gawain na ginagawa ng mga Israelita para sila'y maging malinis at karapat-dapat na makisama sa kanilang mga seremonyang pangrelihiyon.

²⁴Huwag kayong maghahandog sa akin ng hayop na kinapon o may kapansanan ang itlog. Huwag ninyong gagawin iyon sa inyong lupain. ²⁵Huwag din kayong bumili ng mga hayop na ganoong uri mula sa ibang lugar at ihandog sa akin, dahil hindi ko iyon tatanggapin.

²⁶⁻²⁷Ang bagong ipinanganak na baka, tupa, o kambing ay dapat manatili sa kanyang ina sa loob ng pitong araw. Pero mula sa ikawalong araw, maaari na itong ialay sa akin bilang handog sa pamamagitan ng apoy. ²⁸Huwag ninyong ihahandog nang sabay sa isang araw ang baka o tupa at ang kanyang anak.

²⁹Kung kayo'y maghahandog sa akin ng handog ng pasasalamat, sundin ninyo ang tamang paraan sa paghahandog nito para tanggapin ko ito. ³⁰At dapat ninyo itong kainin sa araw ding iyon ng paghahandog at huwag kayong magtitira hanggang sa kinabukasan. Ako ang PANGINOON.

³¹Sundin ninyo ang aking mga utos. Ako ang PANGINOON. ³²Huwag ninyong lapastanganin ang banal kong pangalan, at ako'y kilalanin ninyong banal. Ako ang PANGINOONg nagtalaga sa inyo para sa akin. ³³Ako ang naglabas sa inyo sa Egipto para maging Dios ninyo. Ako ang PANGINOON.

Mga Espesyal na Araw ng Pagsamba

23 Inutusan ng PANGINOON si Moises ²na sabihin sa mga Israelita ang mga tuntuning ito tungkol sa mga espesyal na araw na magtitipon sila para sumamba sa PANGINOON.

Ang Araw ng Pamamahinga

³May anim na araw kayo para magtrabaho, pero sa ikapitong araw ay magpahinga kayo, dahil ito ang Araw ng Pamamahinga. Huwag kayong magtrabaho sa araw na ito, sa halip ay magtipon kayo para sumamba dahil ito ang araw para purihin ang PANGINOON.

Ang Pista ng Paglampas ng Anghel at ang Pista ng Tinapay na Walang Pampaalsa (Bil. 28:16-25)

⁴Ang Pista ng Paglampas ng Anghel at ang Pista ng Tinapay na Walang Pampaalsa ay mga natatanging upang magtipon ang mga Israelita para sumamba sa PANGINOON. ⁵Ang Pista ng Paglampas ng Anghel ay ginaganap sa gabi nang ika-14 na araw ng unang buwan. ⁶At sa ika-15 araw ng buwan ding iyon, magsisimula naman ang Pista ng Tinapay na Walang Pampaalsa. Pitong araw ang pistang ito at sa mga araw na iyon, ang tinapay na kakainin ninyo ay dapat walang pampaalsa. ⁷Sa unang araw ng pistang ito, huwag kayong magtatrabaho, sa halip ay magtipon kayo at sumamba sa PANGINOON. ⁸Sa loob ng pitong araw, mag-aalay kayo sa PANGINOON ng handog sa pamamagitan ng apoy. At sa ikapitong araw, huwag kayong magtatrabaho sa halip ay magtipon nga kayo at sumamba sa PANGINOON.

Ang Pista ng Pag-aani (Bil. 28:26-31)

⁹⁻¹¹Kapag naroon na kayo sa lupaing ibibigay sa inyo ng PANGINOON, ihandog ninyo sa kanya ang unang bigkis ng bawat ani. Dalhin ninyo ito sa pari sa susunod na araw pagkatapos ng Araw ng Pamamahinga. Itataas ito ng pari sa PANGINOON para tanggapin kayo ng PANGINOON sa pamamagitan nito. ¹²Sa araw ding iyon, maghahandog din kayo sa PANGINOON ng tupa na isang taong gulang na walang kapintasan bilang handog na sinusunog. ¹³Kasama nito, maghandog din kayo ng apat na kilo ng magandang klaseng harina na hinaluan ng langis bilang handog ng pagpaparangal sa PANGINOON, at isang litrong katas ng ubas bilang handog na inumin. Mga handog ito sa pamamagitan ng apoy, at ang mabangong samyo nito'y makalulugod sa PANGINOON. ¹⁴Kung hindi pa kayo nakapaghahandog nito, huwag kayong kakain ng kahit anong klase ng pagkain mula sa inyong bagong ani, ito may sariwa o binusa o nilutong tinapay. Dapat ninyong sundin ang tuntuning ito kahit saan kayo tumira, kayo at ng susunod pang mga henerasyon.

¹⁵⁻¹⁷Pagkatapos ng pitong linggo mula sa araw na kayo'y naghandog ng mga ibinigkis na ani, muli kayong magtipon at mag-alay ng handog ng pagpaparangal mula sa mga ibinigkis ng unang ani ninyo. Ito'y sa ika-50 araw, ang araw pagkatapos ng ikapitong Araw ng Pamamahinga. Ang inyong ihahandog ay dalawang tinapay na bawat isa ay gawa sa apat na kilo ng magandang klaseng harina na may pampaalsa. Ihandog ninyo ito bilang handog na itinataas, mula sa inyong unang ani. ¹⁸Kasama nito, magdala rin kayo ng pitong lalaking tupa na isang taong gulang na walang kapansanan, isang batang toro, at dalawang lalaking tupa na walang kapintasan. Ihahandog ninyo ang mga ito bilang handog na sinusunog kasama ng handog ng pagpaparangal sa PANGINOON at handog na inumin. Mga handog ito para sa PANGINOON. Ang mabangong samyo ng handog na ito sa pamamagitan ng apoy ay makalulugod sa PANGINOON. ¹⁹Maghandog din kayo ng isang lalaking kambing bilang handog sa paglilinis. At dalawang tupa na tig-isang taong gulang bilang handog para sa mabuting relasyon. ²⁰Itataas ng pari sa presensya ng PANGINOON ang dalawang tupa at ang handog na mula sa unang ani. Ito'y banal na mga handog sa PANGINOON dahil ito'y bahagi ng mga pari. ²¹Huwag kayong magtatrabaho sa araw ding iyon, kundi magtipon kayo at sumamba sa PANGINOON. Dapat ninyong sundin ang tuntuning ito kahit saan kayo tumira, kayo at ng susunod pang mga henerasyon.

²²Kung aani kayo, huwag ninyong uubusin ang mga nasa gilid ng inyong mga bukid, at huwag na ninyong balikan para ipunin ang mga naiwan. Ipaubaya na lang ninyo iyon sa mga dukha at sa mga dayuhan. Ito ang utos ng PANGINOON na inyong Dios.

Ang Pista ng Pagpapatunog ng mga Trumpeta (Bil. 29:1-6)

²³⁻²⁴Sa unang araw ng ikapitong buwan, magpahinga kayo para alalahanin ang PANGINOON. Kung marinig ninyo ang tunog ng trumpeta, magtipon kayo para sumamba sa kanya. ²⁵Huwag

kayong magtrabaho sa araw na iyon, sa halip mag-alay kayo ng handog sa pamamagitan ng apoy para sa Panginoon.

Ang Araw ng Pagtubos
(Bil. 29:7-11)

26-28 Ang ikasampung araw ng ikapitong buwan ding iyon ay Araw ng Pagtubos.ᵃ Huwag kayong magtatrabaho sa araw na iyon kundi magtipon kayo sa pagsamba sa Panginoon na may pag-aayuno at pag-aalay ng handog sa pamamagitan ng apoy. Sapagkat sa araw na iyon gagawin ang seremonya ng pagtubos sa inyong mga kasalanan sa Panginoon na inyong Dios. 29 Ang ayaw mag-ayuno sa araw na iyon ay huwag na ninyong ituring na kababayan. 30 Papatayin ng Panginoon ang sinumang magtatrabaho sa araw na iyon. 31-32 Kaya magpahinga kayo at mag-ayuno mula sa paglubog ng araw nang ikasiyam na araw ng buwang iyon hanggang sa susunod na paglubog ng araw. Dapat ninyong sundin ang tuntuning ito kahit saan kayo tumira, kayo at ng susunod pang mga henerasyon.

Ang Pista ng Pagtatayo ng mga Kubol
(Bil. 29:12-40)

33-34 Inutusan ng Panginoon si Moises na sabihin ito sa mga Israelita: Sa ika-15 araw ng ikapitong buwan, magsisimula ang Pista ng Pagtatayo ng mga Kubol at ito'y ipagdiriwang ninyo sa loob ng pitong araw. 35 Sa unang araw, huwag kayong magtatrabaho, sa halip magtipon kayo at sumamba sa Panginoon. 36 Sa loob ng pitong araw, mag-aalay kayo ng handog sa pamamagitan ng apoy para sa Panginoon. Sa ikawalong araw,ᵇ hindi rin kayo magtatrabaho kundi muli kayong magtipon sa pagsamba sa Panginoon, at maghandog sa kanya. Iyan ang panghuling araw ng inyong pagtitipon.

37 Iyon ang itinakdang espesyal na mga araw na magtitipon kayo para sumamba sa Panginoon at para mag-alay ng mga handog sa pamamagitan ng apoy para sa Panginoon. Dapat magdala kayo ng mga handog na sinusunog, handog ng pagpaparangal sa Panginoon, at mga handog na inumin. Ang mga handog na ito ay kinakailangang ihandog nito sa itinakdang araw ng paghahandog nito. 38 Ipagdiwang ninyo ang itinakdang mga araw na ito bukod pa sa lingguhang Araw ng Pamamahinga na ginagawa ninyo. At ang mga handog na ito ay dapat ninyong ialay dagdag sa inyong mga kaloob, mga handog para tuparin ang isang panata, at handog na kusang-loob na iniaalay ninyo sa Panginoon. 39 Tungkol naman sa Pista ng Pagtatayo ng mga Kubol, ipagdiriwang ninyo ito para parangalan ang Panginoon mula sa ika-15 araw ng ikapitong buwan, pagkatapos ng anihan. Ipagdiwang n'yo ito sa loob ng pitong araw. Huwag kayong magtatrabaho sa una at sa ikawalong araw. 40 Sa unang araw, kumuha kayo ng pinakamagandang bunga ng mga punongkahoy, mga dahon ng palma, mga mayayabong na sanga

ng puno sa lambak, at kayo'y masayang magdiwang sa presensya ng Panginoon na inyong Dios sa loob ng pitong araw. 41-43 Ipagdiwang ninyo ang pistang ito sa ikapitong buwan bawat taon para parangalan ang Panginoon. Sa loob ng pitong araw, lahat kayong mga Israelita ay dapat tumira sa mga kubol para malaman ng inyong mga anak na pinatira ng Panginoon na inyong Dios ang inyong mga ninuno sa mga kubol nang sila ay inilabas sa Egipto. Dapat ninyong sundin ang mga tuntuning ito hanggang sa susunod pang mga henerasyon.

44 Ito ang tungkol sa mga itinakdang pagdiriwang sa pagsamba sa Panginoon na sinabi ni Moises sa mga Israelita.

Ang mga Ilaw at mga Tinapay sa Loob ng Toldang Tipanan
(Exo. 27:20-21)

24 1-2 Sinabi ng Panginoon kay Moises na iutos ito sa mga Israelita:

Magdala kayo ng purong langis mula sa pinigang olibo para sa ilaw na nasa labas ng kwarto kung saan nakalagay ang Kahon ng Kasunduan doon sa Toldang Tipanan, para patuloy itong magningas sa presensya ng Panginoon. Sisindihan ito ni Aaron tuwing takip-silim at patuloy na pagniningasin hanggang sa umaga. Dapat tiyakin na laging nagniningas ang mga ilaw sa patungang ginto nito. Dapat ninyong sundin ang tuntuning ito, kayo at susunod pang mga henerasyon.

Ang mga Tinapay na Inihahandog sa Presensya ng Dios

5 Magluto kayo ng 12 pirasong tinapay, na ang bawat isa ay gawa sa apat na kilo ng magandang klaseng harina. 6 Pagkatapos, ilagay ninyo ito sa mesang ginto sa presensya ng Panginoon. Ihanay ninyo ito ng dalawang hanay, tig-anim ang bawat hanay. 7 Lagyan ninyo ng purong insenso ang gilidᶜ ng bawat hanay. Ang insenso ang siyang magsisilbing handog para alalahanin ang Panginoon. Susunugin ito bilang handog sa pamamagitan ng apoy sa halip na ang tinapay. 8 Dapat laging maglagay ng tinapay sa presensya ng Panginoon tuwing Araw ng Pamamahinga. Ito'y tungkulin ninyong mga Israelita magpakailanman. 9 Ang mga tinapay na ito'y para kay Aaron at sa kanyang angkan. Kakainin nila ito sa banal na lugar doon sa Tolda, dahil ito ang pinakabanal na bahagi ng mga handog sa pamamagitan ng apoy para sa Panginoon, at ito'y para sa kanila magpakailanman.

Ang Parusa sa Panlalait sa Dios at Pamiminsala sa Kapwa

10-11 May isang tao noon na ang ama ay isang Egipcio at ang ina ay Israelita. (Ang pangalan ng ina niya ay si Shelomit na anak ni Dibri na mula sa lahi ni Dan). Siya'y nakipag-away sa isang Israelita roon sa kampo, at nilapastangan niya ang pangalan ng Panginoon. Kaya dinala nila siya kay Moises, 12 at ikinulong nila siya hanggang sa malaman nila kung ano ang kalooban ng Panginoon na gawin sa kanya.

ᵃ 26-28 Araw ng Pagtubos: Tingnan sa Talaan ng mga Salita sa likod.

ᵇ 36 Sa ikawalong araw: Ito ay dagdag na araw para magpista na siyang huling araw ng pista.

ᶜ 7 gilid: o, itaas.

¹³ Ngayon, sinabi ng Panginoon kay Moises, ¹⁴ "Dalhin ninyo sa labas ng kampo ang taong iyon na lumapastangan sa akin. At ang lahat ng nakarinig ng kanyang paglapastangan ay magpatong ng kanilang mga kamay sa ulo niya *bilang patunay na siya'y dapat managot*, at pagkatapos, babatuhin siya ng buong mamamayan. ¹⁵⁻¹⁶ At sabihin mo sa mga Israelita na ang sinumang katutubong Israelita o dayuhang naninirahang kasama nila na lalapastangan sa aking pangalan ay mananagot. At dapat siyang batuhin ng lahat hanggang sa mamatay siya.

¹⁷ "Ang sinumang pumatay ng tao ay dapat ding patayin. ¹⁸ At ang taong pumatay sa hayop ng kanyang kapwa ay dapat palitan ito. Buhay na hayop ang ipapalit niya sa pinatay na hayop. ¹⁹⁻ ²⁰ Kapag sinaktan ng sinuman ang kanyang kapwa, kailangang saktan din siya katulad ng ginawa niya. Kung binali niya ang buto ng iba, babaliin din ang buto niya, kung dinukot niya ang mata ng iba, dudukutin din ang mata niya, at kung binungi niya ang ngipin ng iba, bubungiin din ang ngipin niya. ²¹ Ang sinumang makapatay ng hayop ng iba ay dapat niya itong palitan, ngunit ang makapatay ng tao ay dapat ding patayin. ²² Ang mga utos na ito'y para sa inyong lahat, katutubong Israelita man o dayuhan. Ako ang Panginoon na inyong Dios."

²³ Pagkatapos itong sabihin ni Moises sa mga Israelita, dinala nila ang taong iyon na lumapastangan sa Dios doon sa labas ng kampo at binato ayon sa iniutos ng Panginoon kay Moises.

Ang Taon ng Pamamahinga ng Lupa

25 Noong si Moises ay nasa bundok ng Sinai, inutusan siya ng Panginoon ² na sabihin ito sa mga Israelita:

Kapag naroon na kayo sa lupaing ibibigay ko sa inyo, huwag ninyong tataniman ang inyong mga bukid tuwing ikapitong taon para ako'y inyong maparangalan. ³⁻⁴ Sa loob ng anim na taon ay makakapagtanim kayo at makakapag-ani, pero sa ikapitong taon ay dapat ninyong pagpahingahin ang lupa. Huwag ninyong tataniman ang inyong mga bukid at puputulan ng mga sanga ang inyong mga ubas. ⁵ At huwag din ninyong aanihin ang mga butil o pipitasin ang mga bunga ng mga tanim na kusang tumubo. ⁶ Pero maaari kayong kumuha nito para may makain kayo, ang inyong mga alipin mga manggagawa, mga dayuhang naninirahang kasama ninyo, ⁷ mga alaga n'yong hayop, at mga hayop sa gubat na nasa inyong lupain.

Ang Taon ng Pagpapalaya at Pagsasauli

⁸⁻⁹ Tuwing ika-49 na taon,ᵃ sa ikasampung araw ng ikapitong buwan, ang Araw ng Pagtubos, patunugin ninyo ang mga trumpeta sa buong lupain. ¹⁰ Ang ika-50 taon ay ituring ninyong natatanging taon dahil iyon ay panahon ng pagpapalaya ng mga alipin para sila'y makabalik na sa sarili nilang sambahayan. Panahon din ito ng pagsasauli ng may-ari ng mga lupain na ipinagbili niya. ¹¹⁻¹² Sa taong ito, na Taon ng Pagpapalaya at Pagsasauli,

---

ᵃ 8-9 Tuwing ika-49 na taon: sa literal, *pitong taon na Pamamahinga.*

huwag kayong magtatanim sa inyong mga bukirin at huwag din kayong mag-aani o mamimitas ng mga bunga ng mga tanim na kusang tumubo, pero pwede kayong kumuha para may makain kayo. Ito'y banal na taon para sa inyo.

¹³ Sa taong ito, lahat ng mga ari-ariang ipinagbili sa inyo ay ibalik ninyo sa may-ari. ¹⁴ Kaya kung kayo'y magbebenta o bibili ng lupain sa inyong kapwa Israelita, huwag kayong magdadayaan. ¹⁵ Ang halaga ng lupa ay ibabatay ayon sa dami ng taon ng pamumunga nito bago dumating ang Taon ng Pagpapalaya at Pagsasauli. ¹⁶ Kung mahaba pa ang mga taon bago dumating ang Taon ng Pagpapalaya at Pagsasauli, taasan ninyo ang halaga ng lupa, pero kung maigsi na lang, babaan ninyo. Sapagkat ang binibili ninyo ay hindi ang lupang iyon kundi ang dami ng magiging ani nito. ¹⁷ Huwag kayong magdadayaan, sa halip ay matakot kayo sa akin, dahil ako ang Panginoon na inyong Dios. ¹⁸⁻¹⁹ Sundin ninyo ang mga tuntunin at utos ko para kayo'y mamuhay ng mapayapa sa lupaing inyong titirhan at hindi kayo mawawalan ng pagkain dahil sa masaganang ani ng lupain. ²⁰ Huwag kayong mababahala sa kung ano ang inyong kakainin sa ikapitong taon na hindi kayo makakapagtanim o makakapag-ani. ²¹ Pagpapalain ko ang inyong mga bukid tuwing ikaanim na taon upang maging masagana ang ani para maging sapat para sa tatlong taon. ²² Kaya sa tuwing magtatanim kayo sa ikawalong taon, ang kakainin ninyo ay ang inyong ani pa rin noong ikaanim na taon, at magiging marami pa ang pagkain ninyo hanggang sa dumating ang tag-ani sa ikasiyam na taon.

²³ Huwag ninyong ipagbibili ang inyong lupain na hindi na ninyo matutubos pa, dahil ang lupaing ito ay akin. Pinatitirhan at *pinasasakahan* ko lang ito sa inyo. ²⁴ Kaya payagan ninyong matubos pa ng may-ari ang kanyang lupain na ipinagbili sa inyo. Ganyan ang gawin ninyo sa lahat ng lupaing binili ninyo.

²⁵ Kung maghirap ang inyong kapwa Israelita at napilitan siyang ipagbili ang kanyang lupain, ang pinakamalapit niyang kamag-anak ang tutubos ng lupaing kanyang ipinagbili. ²⁶ Pero kung wala siyang kamag-anak na tutubos nito para sa kanya, maaari pa rin niya itong tubusin kapag kaya na niya. ²⁷ Kapag nangyari ito, babayaran niya ang bumili ng kanyang lupain ng halagang ayon sa maaani sa lupain hanggang sa dumating ang Taon ng Pagpapalaya at Pagsasauli, at saka pa lang niya maaaring bawiin ang kanyang lupain. ²⁸ Pero kung kulang ang perang pantubos niya, mananatili ang lupain sa bumili hanggang sa dumating ang Taon ng Pagpapalaya at Pagsasauli. At sa taong iyon, ibabalik na sa kanya ang lupain niya *nang walang bayad.*

²⁹ Kung may taong magbenta ng kanyang bahay na nasa napapaderang lungsod, maaari pa rin niya itong tubusin sa loob ng isang taon pagkatapos niyang ipagbili. ³⁰ Pero kung hindi niya ito matubos sa loob ng isang taon, ang bahay na iyon ay lubusan nang magiging pag-aari ng bumili at ng mga angkan nito magpakailanman. Hindi na ito maaaring bawiin ng may-ari sa Taon ng Pagpapalaya at Pagsasauli. ³¹ Ngunit ang mga

bahay sa mga baryo na walang pader ay ituturing na katulad ng bukid na maaaring matubos o mabawi sa Taon ng Pagpapalaya at Pagsasauli.

[32] Maaaring tubusin ng mga Levita kahit kailan ang kanilang mga bahay na nasa kanilang bayan. [33] Kung hindi nila iyon matubos, ibabalik iyon sa kanila sa Taon ng Pagpapalaya at Pagsasauli. Sapagkat ang mga bahay sa kanilang bayan ay para sa kanila dahil bahagi nila ito na ibinigay ng kapwa nila Israelita. [34] Pati ang mga pastulang nasa palibot ng kanilang bayan ay hindi dapat ipagbili, dahil iyon ay pag-aari nila magpakailanman.

[35] Kung maghirap ang kapwa ninyo Israelita at hindi na niya kayang buhayin ang kanyang sarili, tulungan n'yo siya katulad ng inyong pagtulong sa isang dayuhan o bisita para patuloy siyang makapamuhay kasama ninyo. [36-37] Pahiramin ninyo siya ng pera na walang tubo, at pagbilhan ninyo siya ng pagkain na walang tubo para patuloy siyang naninirahang kasama ninyo. Gawin ninyo ito para ipakita na may takot kayo sa *akin na* inyong Dios. [38] Ako ang PANGINOON na inyong Dios na naglabas sa inyo sa Egipto para maibigay ko sa inyo ang lupain ng Canaan upang ako'y maging Dios ninyo.

[39] Kung sa labis na kahirapan ng inyong kapwa Israelita ay napilitang ipagbili ang sarili upang maging alipin, huwag ninyo siyang pagtrabahuhin katulad ng pangkaraniwang alipin. [40] Ituring ninyo siyang isang upahang manggagawa o isang panauhing nakatira sa inyo. Magtatrabaho siya sa inyo hanggang sa sumapit ang Taon ng Pagpapalaya at Pagsasauli. [41] Sa taong iyon, malaya na siya at ang mga anak niya, at makakabalik na sila sa kanilang mga kamang-anak at mapapasakanilang muli ang mga pag-aari ng kanilang mga ninuno. [42] Kayo'y mga alipin ko, kayo'y mga Israelitang inilabas ko sa Egipto. Kaya huwag ninyong ipagbibili ang inyong sarili para maging alipin. [43] Huwag ninyong pagmamalupitan ang inyong kapwa Israelita na alipin ninyo. Ipakita ninyong kayo'y may takot sa *akin na* inyong Dios.

[44] Kung gusto ninyong kayo'y may alipin, bumili kayo sa mga bansa sa palibot ninyo. [45] Maaari rin kayong bumili ng mga dayuhang naninirahang kasama ninyo, o ng kanilang mga anak na ipinanganak sa inyong lugar. At ang mga aliping nabili ninyo sa kanila ay magiging pag-aari na ninyo. [46] At maaari n'yo silang ipamana sa inyong mga anak upang maglingkod sa kanila habang sila'y nabubuhay. Pero huwag ninyong pagmalupitan ang inyong kapwa Israelita na alipin ninyo.

[47] Kung sa labis na kahirapan ay ipinagbili ng isang Israelita ang kanyang sarili *bilang alipin* sa isang dayuhang naninirahang kasama ninyo, o sa kamag-anak ng dayuhang iyon, [48] ang Israelitang iyon ay maaari pang tubusin. Maaari siyang tubusin ng kanyang kapatid, [49] tiyuhin, pinsan, o sinumang malapit niyang kamag-anak. Maaari ring siya mismo ang tumubos ng kanyang sarili kung kaya na niya. [50-52] Kukuwentahin niya at ng bumili sa kanya kung ilang taon siyang naglingkod at kung magkano ang katumbas na halaga nito kung babayaran siya katulad ng isang upahang manggagawa. At ang halaga nito ay ibabawas niya sa halagang ibinayad sa kanya noong siya ay binili

bilang isang alipin. (Ang halagang iyon ay batay sa dami ng taon mula nang siya'y binili hanggang sa Taon ng Pagpapalaya at Pagsasauli.) At kung magkano ang natira, iyon ang babayaran niya para matubos ang kanyang sarili. [53] Kinakailangang ituring siya ng dayuhang bumili sa kanya na parang isang upahang manggagawa at huwag siyang pagmamalupitan. [54] Kung hindi siya makakalaya at ang mga anak niya sa ganoong paraan, maaari pa rin silang lumaya sa Taon ng Pagpapalaya at Pagsasauli. [55] *Kaya hindi kayo magiging alipin ng inyong mga kababayan magpakailanman*, dahil alipin ko kayo, ako ang naglabas sa inyo mula sa Egipto. Ako ang PANGINOON na inyong Dios.

Ang Gantimpala sa mga Masunurin
(Deu. 7:11-24; 28:1-14)

26 Huwag kayong gagawa ng mga dios-diosan katulad ng mga inukit na imahen, mga alaalang bato, o batong may larawan para sambahin, dahil ako ang PANGINOON na inyong Dios.

[2] Sundin ninyo ang ipinapagawa ko sa inyo sa Araw ng Pamamahinga at igalang ninyo ang lugar na pinagsasambahan ninyo sa akin. Ako ang PANGINOON.

[3] Kung susundin ninyo ang aking mga tuntunin at mga utos, [4] pauulanin ko sa inyong lugar sa tamang panahon para umani ng sagana ang lupain ninyo at mamunga ng marami ang mga punongkahoy. [5] Kaya gigiik kayo ng mga butil hanggang sa panahon ng pamimitas ng ubas, at ang pamimitas naman ng ubas ay magpapatuloy hanggang sa panahon ng paghahasik. Kaya magiging sagana kayo sa inyong pagkain at mamumuhay kayong payapa sa inyong lupain.

[6] Bibigyan ko ng kapayapaan ang inyong lupain kaya makakatulog kayo ng walang kinatatakutan. Palalayasin ko ang mababangis na hayop sa inyong lugar, at walang kalaban na sasalakay sa inyo. [7] Kayo ang sasalakay sa inyong mga kalaban at papatayin ninyo sila. [8] Tatalunin ng lima sa inyo ang 100, at ang 100 sa inyo ay tatalo ng 10,000. [9] Iingatan ko kayo at pararamihin para matupad ko ang aking pangako sa inyo. [10] *At dahil sa kasaganaan ng inyong ani*, ang inyong kakainin ay mula pa sa dati ninyong inani, na hindi pa nauubos sa lalagyan hanggang sa dumating ang bagong ani na papalit dito. [11] Maninirahan akong kasama ninyo at hindi ko kayo pababayaan. [12] Ako'y magiging kasama ninyo, at patuloy akong magiging Dios ninyo, at patuloy kayong magiging mga mamamayan ko. [13] Ako ang PANGINOON na inyong Dios na naglabas sa inyo sa Egipto para huwag na kayong maging mga alipin ng mga taga-Egipto. Pinalaya ko na kayo, kaya wala na kayong dapat ikahiya.

Ang Parusa sa mga Sumusuway
(Deu. 28:15-68)

[14-15] Pero kung hindi kayo makikinig sa akin, at hindi ninyo susundin ang aking mga utos at tuntunin, nilalabag ninyo ang kasunduan ko sa inyo. [16] Kaya ganito ang gagawin ko sa inyo. Bigla kayong masisindak sa takot dahil padadalhan ko kayo ng mga sakit na hindi gumagaling, at lagnat na

magpapadilim ng inyong paningin at magpapahina ng inyong katawan. Magtatanim kayo, pero hindi rin ninyo pakikinabangan dahil sasalakayin kayo ng inyong mga kalaban at kukunin nila at kakainin ang inyong mga ani. [17] Pababayaan ko kayong matalo ng inyong mga kalaban, at kayo'y sasakupin nitong mga napopoot sa inyo. At *dahil sa takot sa kanila,* tatakas kayo kahit na walang humahabol sa inyo. [18] At kung hindi pa rin kayo makikinig sa akin, parurusahan ko kayo ng pitong beses.[a] [19] Aalisin ko ang katigasan ng inyong ulo sa pamamagitan ng hindi pagpapadala ng ulan sa inyo, kaya matitigang ang inyong mga lupain.[b] [20] Mawawalan ng kabuluhan ang inyong pagtatrabaho, dahil wala kayong aanihin sa inyong mga lupain at hindi rin mamumunga ang inyong mga punongkahoy.

[21] At kung patuloy pa rin kayong hindi makikinig sa akin, dadagdagan ko pa ng pitong beses ang tindi ng parusa sa inyo. [22] Padadalhan ko kayo ng mababangis na hayop at papatayin nila ang inyong mga anak at mga alagang hayop. At dahil dito, kakaunti na lang ang matitira sa inyo at iilan-ilan na lang ang makikitang lumalakad sa daan ninyo.

[23] Kung hindi pa rin kayo makikinig at patuloy pa rin na susuway sa akin, [24] ako na ang makakalaban ninyo at parurusahan ko kayo ng pitong beses. [25] Ipapasalakay ko kayo sa inyong mga kalaban para parusahan kayo dahil sa inyong pagsuway sa kasunduan natin. Kahit na magtago kayo sa loob ng inyong lungsod, padadalhan ko pa rin kayo ng salot. At dahil dito, mapipilitan kayong sumuko sa inyong mga kalaban. [26] Kukulangin kayo ng pagkain, kaya iisang kalan ang paglulutuan ng tinapay ng sampung babae at iyon ay paghahahatian pa ninyo. Makakakain nga kayo pero hindi kayo mabubusog.

[27] At kung hindi pa rin kayo makikinig at patuloy pang susuway sa akin, [28] magagalit na ako sa inyo at kakalabanin ko kayo, at parurusahan ko kayo ng pitong beses.[c] [29] *Gugutumin ko kayo,* at mapipilitan kayong kumain ng sarili ninyong anak. [30] Wawasakin ko ang inyong mga sambahan sa matataas na lugar,[d] pati na ang mga altar na pagsusunugan ng insenso. Itatapon ko ang inyong mga bangkay sa ibabaw ng mga patay n'yong dios-diosan. At itatakwil ko kayo. [31] Wawasakin ko ang inyong mga lungsod at mga sambahan. At hindi ko na nanaisin ang mabangong samyo ng inyong mga handog. [32] Wawasakin ko ang inyong lupain at magtataka ang inyong mga kalaban na sasakop nito. [33] Pasasapitin ko sa inyo ang digmaan na gigiba ng inyong mga bayan at mga lungsod, at pangangalatin ko kayo sa mga bansa. [34-35] Habang bihag kayo ng inyong mga kalaban sa ibang lugar, makakapagpahinga na ang inyong lupain. Sapagkat noong nakatira pa kayo sa inyong lupain, hindi ninyo ito pinagpahinga kahit na sa panahon ng pagpapahinga ng inyong lupain. Pero ngayon ay makakapagpahinga na ito habang nasa ibang lugar kayo.

[36-37] Kayong mga natitirang buhay na binihag at dinala ng inyong mga kalaban sa kanilang lugar ay padadalhan ko ng labis na pagkatakot. At kahit na kaluskos lang ng dahon sa ihip ng hangin ay katatakutan ninyo, tatakas kayong parang hinahabol upang patayin, kahit walang humahabol sa inyo. At habang tumatakas kayo, magbabanggaan kayo at magkakandarapa. Hindi kayo makakalaban sa inyong mga kalaban. [38] Mamamatay kayo sa lugar ng inyong mga kalaban. [39] At ang matitira sa inyo'y unti-unting mamamatay dahil sa inyong mga kasalanan at sa kasalanan ng inyong mga ninuno.

[40-41] Dahil sa inyong pagtataksil at pagsuway sa akin, kinalaban ko kayo at ipinabihag sa inyong mga kalaban. Pero kung ipapahayag ninyo ang inyong mga kasalanan at ang kasalanan ng inyong mga ninuno, at titigilan na ang inyong pagmamatigas, at tatanggapin ang mga parusa para sa inyong mga kasalanan, [42] tutuparin ko ang kasunduan ko sa inyong mga ninuno na sina Abraham, Isaac, at Jacob at ibabalik ko kayo sa inyong lupain. [43] Pero kinakailangang paalisin ko muna kayo sa inyong lupain bilang parusa sa inyong mga kasalanan dahil sa pagsuway ninyo sa aking mga utos at mga tuntunin. At para makapagpahinga ang lupain ninyo habang wala kayo roon. [44] Ngunit kahit na pinarurusahan ko kayo, hindi ko kayo itatakwil habang kayo'y nasa lupain ng inyong mga kalaban. Hindi ko kayo lilipulin na walang matitira sa inyo. Sapagkat hindi ko maaaring sirain ang kasunduan ko sa inyo, dahil ako ang Panginoon na inyong Dios. [45] Tutuparin ko ang kasunduan ko sa inyong mga ninuno na inilabas ko sa Egipto para maipakita ko sa mga bansa ang aking kapangyarihan. *Ginawa ko ito sa inyong mga ninuno* para maging Dios nila ako. Ako ang Panginoon.

[46] Ito ang mga utos at mga tuntuning ibinigay ng Panginoon sa mga Israelita roon sa Bundok ng Sinai sa pamamagitan ni Moises.

Ang Pagtubos ng mga Bagay na Inihandog sa Panginoon

27 Inutusan ng Panginoon si Moises [2] na sabihin ito sa mga Israelita:

Kung ang isang tao ay inihandog sa Panginoon bilang pagtupad sa isang panata, ang taong iyon ay maaari pang matubos sa panatang iyon, [3-7] kung babayaran niya ng pilak, ang kanyang halaga ay kinakailangan ayon sa bigat ng pilak sa timbangang ginagamit ng mga pari:

Sa edad na isang buwan hanggang apat na
    taon
    lalaki: limang pirasong pilak
    babae: tatlong pirasong pilak
Sa edad na lima hanggang 19 na taon
    lalaki: 20 pirasong pilak
    babae: sampung pirasong pilak
Sa edad na 20 hanggang 59 na taon
    lalaki: 50 pirasong pilak
    babae: 30 pirasong pilak
Sa edad na 60 taon pataas
    lalaki: 15 pirasong pilak

---

a 18 *pitong beses:* Ang ibig sabihin, *pitong beses ang tindi.* Ganito rin sa talatang 21 at 24.

b 19 *hindi...lupain:* sa literal, *Gagawin ko ang ulap na gaya ng bakal at ang bukid na gaya ng tanso.*

c 28 *pitong beses:* Tingnan ang "footnote" sa 26:18.

d 30 *sambahan sa matataas na lugar:* Tingnan sa Talaan ng mga Salita sa likod.

babae: sampung pirasong pilak.

⁸Kung dukha ang nagpanata at hindi kayang magbayad ng nasabing halaga, dadalhin niya sa pari ang taong ipinanata niyang ihahandog sa Panginoon, at ang pari ang siyang magbibigay ng halaga ayon sa makakayanan ng tao.

⁹Kung ang panatang handog ay hayop na maaaring ihandog sa Panginoon, ang hayop na iyon ay sa Panginoon na. ¹⁰Iyon ay hindi na niya maaaring palitan kahit mas maganda pa ang kanyang ipapalit. Kapag pinalitan niya ito, ang hayop na kanyang ipinanata pati ang ipinalit ay parehong sa Panginoon na. ¹¹Kung ang kanyang panatang hayop ay itinuturing na marumi at hindi maaaring ihandog sa Panginoon, dadalhin niya iyon sa pari. ¹²Titingnan iyon ng pari kung mabuti ba ito o hindi, at bibigyan niya ito ng halaga*a* at hindi na maaaring baguhin pa. ¹³Kung babawiin ng may-ari ang hayop. Kinakailangang bayaran niya ang halaga ng hayop at dadagdagan pa niya ng 20 porsiyento ng halaga nito.

¹⁴Kung bahay naman ang panatang handog sa Panginoon, titingnan muna ng pari ang nasabing bahay kung mabuti ba ito o hindi, at saka niya bibigyan ng halaga at hindi na maaaring baguhin pa. ¹⁵Kung babawiin ng may-ari ang kanyang bahay, kinakailangang bayaran niya ang halaga ng bahay at dadagdagan pa niya ng 20 porsiyento ng halaga nito at saka ibabalik sa kanya ang bahay.

¹⁶Kung ang inihandog naman sa Panginoon ay bahagi ng lupaing minana sa kanyang mga magulang, ito'y bibigyan ng halaga *ng pari* ayon sa dami ng binhing maaaring ihasik sa lupaing iyon: Sa bawat kalahating sako ng binhing maihahasik, ang halaga ng lupa ay 20 pirasong pilak. ¹⁷Kung ihahandog niya ang kanyang bukid pagkatapos ng Taon ng Pagpapalaya at Pagsasauli, ganoon pa rin ang halaga nito. ¹⁸Pero kung sa bandang huli na niya ihahandog, bibigyan ito ng halaga ng pari ng mas mababa, batay sa dami ng taon na natitira hanggang sa susunod na Taon ng Pagpapalaya at Pagsasauli. ¹⁹Kung babawiin ng may-ari ang kanyang bukid, kinakailangang bayaran niya ang halaga ng bukid at dadagdagan pa niya ng 20 porsiyento ng halaga nito. At saka ibabalik sa kanya ang bukid. ²⁰Pero kung ipagbili niya ang bukid

nang hindi pa niya natutubos, hindi na niya ito mababawi. ²¹At pagsapit ng Taon ng Pagpapalaya at Pagsasauli, iyon ay sa Panginoon na, at hindi na niya mababawi pa. Iyon ay magiging pag-aari na ng mga pari.

²²Kung ang inihandog naman ay lupang binili, ²³ito'y bibigyan ng halaga ng pari ayon sa dami ng natitirang taon bago dumating ang Taon ng Pagpapalaya at Pagsasauli. Dapat itong tubusin ng taong iyon. At ang halagang itinubos ay sa Panginoon na. ²⁴Sa Taon ng Pagpapalaya at Pagsasauli, ang nasabing lupain ay isasauli sa may-ari na nagbenta ng lupaing iyon.

²⁵Ang lahat ng halaga *ng mga ito na inihandog sa Panginoon* ay kinakailangang ayon sa bigat ng pilak sa timbangang ginagamit ng mga pari.

²⁶Ang panganay na anak ng hayop ay sa Panginoon na, kaya ito'y hindi na maaaring ihandog sa kanya. Ito ay sa Panginoon, maging baka man ito o tupa. ²⁷Pero kung ang hayop ay itinuturing na marumi, iyon ay maaaring tubusin ng may-ari. Babayaran niya ang halaga ng hayop at dadagdagan pa niya ng 20 porsiyento ng halaga nito. Pero kung iyon ay hindi tutubusin ng may-ari, ipagbibili iyon *ng pari* ayon sa itinakdang halaga.

²⁸Ang anumang bagay na lubusang itinalaga*b* sa Panginoon ay hindi na maaaring ipagbili o tubusin maging ito'y tao o hayop o lupaing minana dahil iyon ay sa Panginoon na. ²⁹Ang taong lubusang inihandog sa Panginoon ay hindi na maaaring tubusin. Dapat siyang patayin.

³⁰Ang ikasampung bahagi ng lahat ng ani ay sa Panginoon. ³¹Kung tutubusin ng sinuman ang ikasampung bahagi *ng kanyang ani*, kinakailangan niyang bayaran ang halaga at dadagdagan pa ng 20 porsiyento ng halaga nito. ³²Kung bibilangin ninyo ang inyong mga baka, tupa, o kambing, lahat ng ikasampung bahagi ay ibibigay ninyo sa Panginoon. ³³Hindi ninyo ito dapat piliin o palitan. Kung papalitan ninyo ito, ang inyong ipinalit na hayop at ang pinalitan nito ay parehong ilalaan sa Panginoon na at hindi na maaaring tubusin.

³⁴Ito ang mga utos na ibinigay ng Panginoon kay Moises doon sa bundok ng Sinai para sa mga Israelita.

---

a 12 bibigyan...halaga: Upang ito ay maipagbili at ang pera ay gagamitin sa Tolda o sa Toldang Tipanan.

b 28 lubusang itinalaga: Ang ibig sabihin, ang anumang bagay na itinalaga sa Panginoon ay hindi na maaaring bawiin pa dahil ito'y sa mga pari na magpakailanman.

MGA BILANG

Ang Unang Sensus sa Israel

1 Noong unang araw ng ikalawang buwan, nang ikalawang taon mula nang lumabas ang mga Israelita sa Egipto, sinabi ng PANGINOON kay Moises doon sa Toldang Tipanan sa disyerto ng Sinai. Sabi niya, [2] "Isensus ninyo ang buong mamamayan ng Israel ayon sa kanilang lahi at pamilya. Ilista ninyo ang pangalan ng lahat ng lalaki [3] na may edad 20 taong gulang pataas na may kakayahan sa paglilingkod bilang sundalo. Kayong dalawa ni Aaron ang mamamahala sa sensus ng bawat lahi ng Israel. [4] Tutulong sa inyo ang pinuno ng bawat lahi."

[5-15] Ito ang pangalan ng mga taong tutulong sa inyo:

Lahi Pinuno
Reuben
    Elizur na anak ni Sedeur
Simeon
    Selumiel na anak ni Zurishadai
Juda
    Nashon na anak ni Aminadab
Isacar
    Netanel na anak ni Zuar
Zebulun
    Eliab na anak ni Helon
Efraim na anak ni Jose
    Elishama na anak ni Amihud
Manase na anak ni Jose
    Gamaliel na anak ni Pedazur
Benjamin
    Abidan na anak ni Gideoni
Dan
    Ahiezer na anak ni Amishadai
Asher
    Pagiel na anak ni Ocran
Gad
    Eliasaf na anak ni Deuel
Naftali
    Ahira na anak ni Enan.

[16] Sila ang mga pinuno ng mga lahing pinili mula sa mga mamamayan *ng Israel.*

[17-18] Kasama ng mga pinunong ito, tinipon nina Moises at Aaron ang lahat ng mga Israelita nang araw ding iyon. Inilista nila ang lahat ng lalaking may edad na 20 taong gulang pataas, ayon sa kanilang lahi at pamilya. [19] Inilista sila ni Moises doon sa disyerto ng Sinai, ayon sa iniutos sa kanya ng PANGINOON.

[20-43] Ito ang bilang ng mga lalaking may edad 20 pataas na may kakayahan sa paglilingkod bilang sundalo, na nailista ayon sa kanilang lahi at pamilya:

Lahi Bilang
Reuben (ang panganay ni Jacob[a])
    46,500
Simeon
    59,300
Gad
    45,650

Juda
    74,600
Isacar
    54,400
Zebulun
    57,400
Efraim na anak ni Jose
    40,500
Manase na anak ni Jose
    32,200
Benjamin
    35,400
Dan
    62,700
Asher
    41,500
Naftali
    53,400

[44-45] Sila ang mga lalaking nabilang nina Moises at Aaron at ng 12 pinuno ng Israel. Ang bawat isa sa kanila ay kumakatawan sa kani-kanilang pamilya. Sila ay 20 taong gulang pataas at may kakayahang maging sundalo ng Israel. [46] Ang kabuuang bilang nila ay 603,550 lahat. [47] Pero hindi kasama rito ang mga lahi ni Levi. [48] Sapagkat sinabi ng PANGINOON kay Moises, [49] "Huwag ninyong isama ang lahi ni Levi sa sensus kasama ng ibang mga Israelita, *na magsisilbi sa panahon ng labanan.* [50] Sa halip, ibigay sa kanila ang responsibilidad na pamahalaan ang Tolda na kinalalagyan ng aking mga utos at ng lahat ng kagamitan nito. Sila ang magdadala ng Tolda at ng lahat ng kagamitan nito, at kailangang pangalagaan nila ito at magkampo sila sa paligid nito. [51] Kapag lilipat na ang Tolda, sila ang magliligpit nito. At kung itatayo naman, sila rin ang magtatayo nito. Ang sinumang gagawa ng ganitong gawain sa Tolda na hindi Levita ay papatayin. [52] Magkakampo ang mga Israelita ayon sa bawat lahi nila, at may bandila ang bawat lahi. [53] Pero ang mga Levita ay magkakampo sa paligid ng Tolda na kinalalagyan ng aking mga utos, para hindi ako magalit sa mga mamamayan ng Israel. Ang mga Levita ang responsable sa pangangalaga ng Tolda na kinalalagyan ng aking mga utos."

[54] Ginawa itong lahat ng mga Israelita ayon sa iniutos ng PANGINOON kay Moises.

Ang Pagkakaayos ng Kampo ng mga Israelita

2 Sinabi ng PANGINOON kina Moises at Aaron, [2] "Magkakampo ang bawat lahi ng Israel sa ilalim ng bandila ng kani-kanilang lahi. Ang Toldang Tipanan ay ilalagay sa gitna ng kampo. [3-8] Ang mga lahi nina Juda, Isacar at Zebulun ay magkakampo sa silangan, sa ilalim ng bandila ng kani-kanilang lahi. Ito ang mga pangalan ng kanilang mga pinuno at ang bilang ng kanilang mga tauhan:

Lahi Pinuno Bilang
Juda
    Nashon na anak ni Aminadab 74,600

---

a 20-43 Jacob: sa Hebreo, *Israel.*

Isacar

Netanel na anak ni Zuar 54,400

Zebulun

Eliab na anak ni Helon 57,400

⁹ Ang bilang ng lahat ng grupong ito na pinangungunahan ng lahi ni Juda ay 186,400. Sila ang nasa unahan kapag naglalakbay ang mga Israelita.

¹⁰⁻¹⁵ "Ang mga lahi nina Reuben, Simeon at Gad ay magkakampo sa timog, sa ilalim ng bandila ng kani-kanilang lahi. Ito ang mga pangalan ng kanilang mga pinuno at ang bilang ng kanilang mga tauhan:

Lahi   Pinuno   Bilang

Reuben

Elizur na anak ni Sedeur 46,500

Simeon

Selumiel na anak ni Zurishadai 59,300

Gad

Eliasaf na anak ni Deuel 45,650

¹⁶ Ang bilang ng lahat ng grupong ito na pinangungunahan ng lahi ni Reuben ay 151,450. Sila ang ikalawang grupo sa linya kapag naglalakbay ang mga Israelita.

¹⁷ "Kasunod nila ang mga Levita na nagdadala ng Toldang Tipanan. Ang lahat ng lahi ay maglalakad ng magkakasunod gaya ng kanilang posisyon kapag nagkakampo sila, bawat lahi ay nasa ilalim ng kani-kanilang bandila.

¹⁸⁻²³ "Ang mga lahi nina Efraim, Manase at Benjamin ay magkakampo sa kanluran, sa ilalim ng bandila ng kani-kanilang lahi. Ito ang mga pangalan ng kanilang mga pinuno at bilang ng kanilang mga tauhan:

Lahi   Pinuno   Bilang

Efraim

Elishama na anak ni Amihud 40,500

Manase

Gamaliel na anak ni Pedazur 32,200

Benjamin

Abidan na anak ni Gideoni 35,400

²⁴ Ang bilang ng lahat ng grupong ito na pinangungunahan ng lahi ni Efraim ay 108,100. Sila ang susunod sa lahi ni Levi kapag naglalakbay ang mga Israelita.

²⁵⁻³⁰ "Ang mga lahi nina Dan, Asher at Naftali ay magkakampo sa hilaga, sa ilalim ng bandila ng kani-kanilang lahi. Ito ang mga pangalan ng kanilang mga pinuno at ang bilang ng kanilang mga tauhan:

Lahi   Pinuno   Bilang

Dan

Ahiezer na anak ni Amishadai 62,700

Asher

Pagiel na anak ni Ocran 41,500

Naftali

Ahira na anak ni Enan 53,400

³¹ Ang bilang ng lahat ng grupong ito na pinangungunahan ng lahi ni Dan ay 157,600. Sila ang kahuli-hulihang grupo sa linya kapag naglalakbay ang mga Israelita."

³² Ang kabuuang bilang ng mga Israelita na nailista ayon sa kanilang lahi ay 603,550 lahat. ³³ Pero hindi kasama rito ang mga Levita, ayon sa iniutos ng PANGINOON kay Moises.

³⁴ Kaya ginawa ng mga Israelita ang lahat ng iniutos ng PANGINOON kay Moises. Ang bawat lahi ay nagkampo at naglakbay sa ilalim ng kani-kanilang bandila ayon sa kani-kanilang lahi at pamilya.

Ang mga Levita

3 Ito ang tala tungkol sa mga angkan nina Aaron at Moises nang panahong nakipag-usap ang PANGINOON kay Moises doon sa Bundok ng Sinai.

² Ang mga anak ni Aaron ay sina Nadab, Abihu, Eleazar at Itamar. Si Nadab ang panganay. ³ Pinili sila at inordinahan para sa paglilingkod bilang mga pari. ⁴ Pero sina Nadab at Abihu ay namatay sa presensya ng PANGINOON nang gumamit sila ng apoy na hindi dapat gamitin sa paghahandog sa PANGINOON doon sa disyerto ng Sinai. Namatay silang walang anak, kaya sina Eleazar at Itamar lang ang naglingkod bilang mga pari habang nabubuhay pa si Aaron.

⁵ Sinabi ng PANGINOON kay Moises, ⁶ "Ipatawag ang lahi ni Levi at dalhin sila sa paring si Aaron para tumulong sa kanya. ⁷ Maglilingkod sila kay Aaron at sa mga mamamayan ng Israel sa pamamagitan ng pag-aasikaso ng mga gawain sa Toldang Sambahan, *na tinatawag din na* Toldang Tipanan. ⁸ Sila rin ang mangangalaga ng lahat ng kagamitan ng Toldang Tipanan, at maglilingkod sa Toldang iyon para sa mga Israelita. ⁹ Itatalaga ang mga Levita para tumulong kay Aaron at sa mga anak niyang lalaki. ¹⁰ Si Aaron at ang mga anak niya ay piliin mo na maglilingkod bilang mga pari. Ang sinumang gagawa ng mga gawain ng pari sa Tolda na hindi lahi ni Levi ay papatayin."

¹¹ Sinabi pa ng PANGINOON kay Moises, ¹² "Pinili ko ang mga Levita bilang kapalit ng mga panganay na lalaki ng Israel. Akin ang bawat Levita, ¹³ dahil akin ang bawat panganay. Nang pinagpapatay ko ang lahat ng panganay *na lalaki* ng mga Egipcio, ibinukod ko para sa akin ang lahat ng panganay *na lalaki* ng Israel, tao man o hayop. Kaya akin sila. Ako ang PANGINOON."

¹⁴ Sinabi ng PANGINOON kay Moises doon sa disyerto ng Sinai, ¹⁵ "Bilangin mo ang mga lalaking Levita mula sa edad na isang buwan pataas, ayon sa kanilang pamilya." ¹⁶ Kaya binilang sila ni Moises, ayon sa iniutos sa kanya ng PANGINOON.

¹⁷ Ito ang mga anak ni Levi: sina Gershon, Kohat at Merari. ¹⁸ Ang mga anak ni Gershon ay sina Libni at Shimei. ¹⁹ Ang mga anak ni Kohat ay sina Amram, Izar, Hebron at Uziel. ²⁰ Ang mga anak ni Merari ay sina Mahli at Mushi.

Sila ang mga Levita, ayon sa kanilang pamilya.

²¹ Ang mga angkan ni Gershon ay ang mga pamilya na nanggaling kina Libni at Shimei. ²² Ang bilang nila mula isang buwang gulang pataas ay 7,500. ²³ Ang lugar na kanilang pinagkakampuhan ay nasa likod ng Toldang Sambahan, sa bandang kanluran. ²⁴ Ang kanilang pinuno ay si Eliasaf na anak ni Lael. ²⁵ Sila ang binigyan ng responsibilidad sa pag-aasikaso ng mga kagamitang ito sa Toldang Tipanan: Ang mga pantaklob, ang kurtina ng pintuan ng Tolda, ²⁶ ang mga kurtina ng bakuran na nakapalibot sa Tolda at sa altar, pati ang kurtina

ng pintuan ng bakuran, at ang mga tali. Sila ang responsable sa lahat ng mga gawain na may kinalaman sa mga kagamitang ito.

²⁷ Ang mga angkan ni Kohat ay ang mga pamilya na nanggaling kina Amram, Izar, Hebron at Uziel. ²⁸ Ang bilang nila mula isang buwang gulang pataas ay 8,600. Binigyan sila ng responsibilidad na asikasuhin ang Toldang Tipanan. ²⁹ Ang lugar na kanilang pinagkakampuhan ay nasa bandang timog ng Toldang Sambahan. ³⁰ At ang pinuno nila ay si Elizafan na anak ni Uziel. ³¹ Sila ang responsable sa pag-aasikaso ng Kahon *ng Kasunduan*, ang mesa ang lalagyan ng ilaw, ang altar, ang mga kagamitang ginagamit ng mga pari sa kanilang paglilingkod at ang kurtina. Sila ang responsable sa lahat ng mga gawain na may kinalaman sa mga kagamitang ito. ³² Ang pinuno ng mga Levita ay si Eleazar na anak ng paring si Aaron. Siya ang pinili na mamahala sa mga binigyan ng responsibilidad sa pag-aasikaso ng Tolda.

³³ Ang mga angkan ni Merari ay ang mga pamilya na nanggaling kina Mahli at Mushi. ³⁴ Ang bilang nila mula isang buwang gulang pataas ay 6,200. ³⁵ Ang kanilang pinuno ay si Zuriel na anak ni Abihail. Nasa bandang hilaga ng Toldang Sambahan ang lugar na kanilang pinagkakampuhan. ³⁶ Sila ang binigyan ng responsibilidad sa pag-aasikaso ng mga balangkas ng Tolda, ng mga biga nito, ng mga haligi at mga pundasyon. Sila ang responsable sa lahat ng mga gawain na may kinalaman sa mga kagamitang ito. ³⁷ Sila rin *ang biniyan ng responsibilidad sa pag-aasikaso* ng mga haligi *na pinagkakabitan ng mga kurtina* ng bakuran na nakapalibot *sa Tolda* pati ang mga pundasyon, mga tulos at mga tali.

³⁸ Ang lugar na pinagkakampuhan nina Moises at Aaron at ng mga anak niya ay nasa harapan ng Toldang Sambahan, sa bandang silangan. Sila ang binigyan ng responsibilidad para pamahalaan ang mga gawain sa Tolda para sa mga Israelita. Ang sinumang gagawa ng mga gawain ng mga pari sa Tolda na hindi lahi ni Levi ay papatayin.

³⁹ Ang kabuuang bilang ng mga lalaki na Levita mula isang buwang gulang pataas ay 22,000 lahat. Sina Moises at Aaron ang bumilang sa kanila, ayon sa iniutos ng Panginoon sa kanila.

⁴⁰ Sinabi ng Panginoon kay Moises, "Bilangin mo at ilista ang mga pangalan ng lahat ng panganay na lalaki ng mga Israelita, mula sa edad na isang buwan pataas. ⁴¹ Italaga ang mga Levita sa akin kapalit ng lahat ng panganay na lalaki ng mga Israelita. Ihandog din sa akin ang mga hayop ng mga Levita kapalit ng mga hayop ng mga Israelita. Ako ang Panginoon."

⁴²⁻⁴³ Kaya binilang ni Moises ang lahat ng panganay na lalaki ng mga Israelita na may edad isang buwan pataas, ayon sa iniutos ng Panginoon sa kanya. Ang bilang nila ay 22,273.

⁴⁴ Sinabi pa ng Panginoon kay Moises, ⁴⁵ "Italaga ang mga Levita sa akin kapalit ng mga panganay na lalaki ng mga Israelita. Ihandog din sa akin ang mga hayop ng mga Levita kapalit ng mga *panganay na* hayop ng mga Israelita. Akin ang mga Levita. Ako ang Panginoon. ⁴⁶ At dahil sobra ng 273 ang panganay na lalaki ng mga Israelita kaysa sa mga Levita, kailangang tubusin sila. ⁴⁷ Ang ibabayad sa pagtubos sa bawat isa sa kanila ay limang pirasong pilak ayon sa timbang ng pilak sa timbangang ginagamit ng mga pari. ⁴⁸ Ibigay mo kay Aaron at sa mga anak niyang lalaki ang sobrang pera na itinubos sa mga panganay."

⁴⁹ Kaya kinolekta ni Moises ang pera na ipinangtubos sa mga panganay na anak ng mga Israelita na sobra sa bilang ng mga Levita. ⁵⁰ Ang kanyang nakolekta ay 1,365 pirasong pilak, ayon sa timbang ng pilak sa timbangan na ginagamit ng mga pari. ⁵¹ At ibinigay niya ito kay Aaron at sa mga anak niyang lalaki ayon sa iniutos ng Panginoon sa kanya.

Ang mga Angkan ni Kohat

4 Sinabi ng Panginoon kina Moises at Aaron, ² "Isensus ninyo ang mga angkan ni Kohat na sakop ng mga Levita, ayon sa kanilang pamilya. ³ Isama sa bilang ang lahat ng lalaking may edad na 30 hanggang 50 taong gulang na may kakayahang maglingkod sa Toldang Tipanan.

⁴ "Ang mga gawain ng mga angkan ni Kohat sa Toldang Tipanan ay ang pag-aasikaso ng pinakabanal na mga bagay. ⁵ Kung aalis na kayo sa inyong pinagkakampuhan, si Aaron at ang mga anak niya ay papasok sa Tolda at kukunin ang kurtina sa loob at itataklob ito sa Kahon ng Kasunduan. ⁶ At tatakluban pa nila ito ng magandang klase ng balat*a* at ng telang asul, at pagkatapos ay isusuot nila sa mga argolya ang mga pambuhat nito.

⁷ "Sasapinan din nila ng asul na tela ang mesa na nilalagyan ng tinapay na iniaalay sa presensya ng Dios; at ilalagay nila sa mesa ang mga pinggan, mga tasa, mga mangkok, mga banga na lalagyan ng mga handog na inumin, at hindi aalisin ang mga tinapay na laging nasa mesa. ⁸ Pagkatapos, tatakluban nila ito ng telang pula, at tatakluban pa ng magandang klase ng balat at pagkatapos ay isusuot ang mga pambuhat nito sa lalagyan.

⁹ "Ang mga lalagyan ng ilaw ay babalutin nila ng telang asul, pati ang mga ilaw nito, ang mga panggupit ng mitsa ng ilaw, ang mga lalagyan ng upos na mula sa ilawan at mga banga na lalagyan ng langis ng ilaw. ¹⁰ Babalutin pa nila itong lahat ng magandang klase ng balat at itatali sa tukod na pambuhat.

¹¹ "Tatakluban din nila ng telang asul ang gintong altar at tatakluban pa ng magandang klase ng balat, at pagkatapos, isusuot sa mga argolya ang mga pambuhat nito. ¹² Ang mga natirang kagamitan ng Tolda na ginagamit sa paglilingkod sa templo ay babalutin din nila ng telang asul at tatakluban ng magandang klase ng balat *ng hayop* at itatali sa tukod na pambuhat.

¹³ "Kailangang alisin ang abo sa altar, at tatakluban ng telang kulay ube. ¹⁴ At ilalagay nila sa altar ang lahat ng kagamitan nito: Ang lalagyan ng baga, ang malalaking tinidor para sa karne, ang mga pala at ang mga mangkok. Tatakluban nila ito ng magandang klase ng balat at isusuot nila sa argolya ang mga pambuhat nito.

---

a 6 magandang klase ng balat: maaaring ang ibig sabihin nito sa Hebreo, *balat ng "dolphin".* Ganoon din sa talatang 8, 10, 11, 12, 14.

¹⁵ "Matapos takluban ni Aaron at ng mga anak niya ang Toldang Tipanan at ang lahat ng kagamitan nito, dadalhin ito ng angkan ni Kohat kapag aalis na sila sa kanilang pinagkakampuhan. Pero hindi nila hahawakan ang mga banal na bagay para hindi sila mamatay. Ito nga ang mga kagamitan ng Toldang Tipanan na dadalhin ng mga angkan ni Kohat.

¹⁶ "Si Eleazar na anak ng paring si Aaron ang responsable sa langis para sa mga ilaw, sa insenso, sa araw-araw na handog bilang pagpaparangal sa akin at sa langis na pamahid. Siya ang mamamahala sa buong Tolda at sa lahat ng kagamitan nito."

¹⁷ Sinabi ng PANGINOON kina Moises at Aaron, ¹⁸ "Huwag ninyong pabayaang mawala ang pamilya ni Kohat sa mga Levita. ¹⁹ Ganito ang inyong gagawin para hindi sila mamatay kapag lalapit sila sa pinakabanal na mga bagay: sasamahan sila ni Aaron at ng mga anak nito kapag papasok na sila *sa Tolda* at sasabihin sa kanila kung ano ang dapat nilang gawin at kung ano ang kanilang dadalhin. ²⁰ Kung hindi sila sasamahan, hindi sila dapat pumasok kahit sandali lang para tingnan ang banal na mga bagay, para hindi sila mamatay."

Ang mga Angkan ni Gershon

²¹ Sinabi ng PANGINOON kay Moises, ²² "Isensus ang mga angkan ni Gershon ayon sa kanilang pamilya. ²³ Isama sa sensus ang lahat ng lalaking may edad 30 hanggang 50 taong gulang na may kakayahang maglingkod sa Toldang Tipanan. ²⁴ "Ang mga gawain ng mga angkan ni Gershon ay ang pagdadala ng mga sumusunod: ²⁵ ang mga kurtina ng Toldang Sambahan na *tinatawag ding* Toldang Tipanan, ang lahat ng pantaklob nito at ang mga kurtina sa pintuan, ²⁶ ang mga kurtina sa bakuran na nakapalibot sa Tolda at altar, ang kurtina sa pintuan ng bakuran, ang mga panali at ang lahat ng kagamitan na ginagamit sa paglilingkod *sa Tolda*. Sila ang gagawa ng lahat ng mga gawain na may kinalaman sa mga kagamitang ito. ²⁷ Si Aaron at ang mga anak niya ang mamamahala sa mga angkan ni Gershon tungkol sa kanilang mga gawain, magdadala man ng mga kagamitan o gagawa ng ibang mga gawain. Kayo ni Aaron ang magsasabi kung ano ang kanilang dadalhin. ²⁸ Iyon ang mga gawain ng mga angkan ni Gershon sa Toldang Tipanan. Pangungunahan sila ni Itamar na anak ng paring si Aaron."

Ang mga Angkan ni Merari

²⁹ "Bilangin mo rin ang mga angkan ni Merari ayon sa kanilang pamilya. ³⁰ Isama sa bilang ang lahat ng lalaking may edad 30 hanggang 50 taong gulang may kakayahang maglingkod sa Toldang Tipanan. ³¹ Ito ang kanilang mga gawain sa Toldang Tipanan: sila ang magdadala ng mga balangkas ng Tolda, mga biga nito, mga haligi at ng mga pundasyon. ³² Sila rin *ang binigyan ng responsibilidad sa pag-aasikaso* ng mga haligi *na pinagkakabitan ng mga kurtina* sa bakuran na nakapalibot *sa Tolda* pati ang mga pundasyon, mga tulos at mga tali. At sila rin ang gagawa ng mga gawaing kaugnay sa mga kagamitang ito. Kayo ni Aaron ang magsasabi sa bawat isa sa kanila kung ano ang kanilang dadalhin.

³³ Iyon ang mga gawain ng mga angkan ni Merari sa Toldang Tipanan. Pangungunahan sila ni Itamar na anak ng paring si Aaron."

Ang Pagbilang sa mga Levita

³⁴⁻⁴⁸ Bilang pagsunod sa utos ng PANGINOON, inilista nina Moises, Aaron at ng mga pinuno ng mga mamamayan *ng Israel* ang mga angkan nina Kohat, Gershon at Merari ayon sa bawat pamilya nito. Inilista nila ang lahat ng lalaking may edad 30 hanggang 50 taong gulang na may kakayahang maglingkod sa Toldang Tipanan, at ito ang bilang nila:

Pamilya	Bilang
Kohat	2,750
Gershon	2,630
Merari	3,200

Ang kabuuang bilang nila ay 8,580. ⁴⁹ Kaya ayon sa utos ng PANGINOON kay Moises, binilang ang bawat isa sa kanila at binigyan ng kanya-kanyang gawain at sinabihan kung ano ang kanilang dadalhin.

Ang Paglilinis ng Kampo

5 Sinabi ng PANGINOON kay Moises, ² "Utusan mo ang mga Israelita na palabasin nila sa kampo ang sinumang may malubhang sakit sa balat o may lumalabas sa kanyang ari dahil sa karamdaman o itinuring siyang marumi dahil nakahipo siya ng patay. ³ Palabasin ninyo sila, lalaki man o babae para hindi sila marumihan ang kampo, kung saan ako naninirahan kasama ninyo." ⁴ Kaya pinalabas ng mga Israelita ang mga ganoong tao sa kampo ayon sa iniutos ng PANGINOON kay Moises.

Ang Bayad sa Ginawan ng Masama

⁵ Pagkatapos, sinabi ng PANGINOON kay Moises, ⁶ "Sabihin mo sa mga Israelita na kung ang isang lalaki o babae ay sumuway sa gusto ng PANGINOON sa pamamagitan ng paggawa ng masama sa kanyang kapwa, nagkasala ang taong iyon. ⁷ Kailangang aminin niya ang nagawang kasalanan, at kailangang bayaran niya ng buo ang ginawan niya ng masama, at dagdagan ng 20 porsiyento ang bayad. ⁸ Pero kung patay na ang ginawan ng masama at wala na siyang malapit na kamag-anak na tatanggap ng bayad, ang bayad ay mapupunta sa PANGINOON at kailangang ibigay ito sa pari, kasama ng tupa na ihahandog ng pari para tubusin ang kasalanan ng taong iyon. ⁹ Ang lahat ng banal na regalo na dinadala ng mga Israelita sa mga pari ay magiging pag-aari na ng pari. ¹⁰ Magiging pag-aari ng mga pari ang mga banal na handog na ito."

Ang Parusa sa Babaeng Nanlalalaki

¹¹ Sinabi pa ng PANGINOON kay Moises, ¹²⁻¹³ "Sabihin mo ito sa mga Israelita: Kung sakali man na may isang lalaking naghihinala na nanlalalaki ang kanyang asawa, ngunit wala siyang katibayan dahil walang nakakita nito sa akto, ¹⁴⁻¹⁵ kailangang dalhin niya ang kanyang asawa sa pari, kahit na hindi totoong dinungisan nito ang sarili sa pamamagitan ng pangangalunya. At kailangang magdala ang lalaki ng handog na dalawang kilong harinang sebada para

sa kanyang asawa. Hindi niya ito dapat lagyan ng langis o insenso dahil ito'y handog ng paghihinala. [16] Dadalhin ng pari ang babae sa aking presensya, [17] at pagkatapos ay maglalagay ang pari ng tubig sa mangkok na gawa sa putik, at lalagyan niya ito ng alikabok na mula sa sahig ng Toldang Tipanan. [18] Kapag pinatayo na ng pari ang babae sa aking presensya, ilulugay ng pari ang buhok ng babae, at ilalagay sa kamay niya ang handog ng paghihinala para malaman kung talagang nagkasala ang babae. Pagkatapos, hahawakan ng pari ang mangkok na may mapait na tubig na nagdadala ng sumpa, [19] at pasusumpain niya ang babae at sasabihin sa kanya, 'Kung hindi mo dinungisan ang iyong sarili sa pamamagitan ng pakikipagtalik sa ibang lalaki, hindi ka masasaktan ng parusang dala ng tubig na ito. [20] Pero kung dinungisan mo ang iyong sarili sa pamamagitan ng pakikipagtalik sa ibang lalaki na hindi mo asawa, [21] sumusumpa ako na magiging halimbawa sa mga tao ang sumpa ng Dios sa iyo. At sana'y hindi ka magkaanak.[a] [22] Ang tubig sana na ito na nagdadala ng sumpa ay pumasok sa iyong katawan para hindi ka na magkaanak.' Pagkatapos, sasabihin ng babae, 'Mangyari sana ito.'

[23] "At isusulat ng pari ang sumpang ito sa isang sulatan at huhugasan niya ito sa mangkok na may mapait na tubig. [24] (Kapag napainom na sa babae ang mapait na tubig na nagdadala ng sumpa. At *kung may kasalanan siya*, magiging dahilan ito ng matinding paghihirap niya, *kung talagang nagkasala siya*.) [25] Pagkatapos, kukunin ng pari sa kamay ng babae ang handog ng paghihinala na inihandog ng asawa niya dahil sa paghihinala nito, at itataas ito ng pari sa aking presensya at dadalhin sa altar. [26] Kukuha ang pari ng isang dakot ng handog na ito upang malaman kung nagkasala nga ang babae o hindi, at susunugin ito sa altar. Pagkatapos, ipapainom niya sa babae ang tubig. [27] Kung totoong dinungisan niya ang kanyang sarili sa pamamagitan ng pagtataksil sa kanyang asawa, magpaparusa sa kanya nang matindi ang tubig na kanyang ininom na nagdadala ng sumpa. Hindi na siya magkakaanak at magiging halimbawa sa mga tao ang sumpa ng Dios sa kanya. [28] Pero kung hindi niya dinungisan ang kanyang sarili, hindi siya masasaktan, at magkakaanak siya.

[29] "Ito ang kautusan tungkol sa lalaki na naghihinala sa kanyang asawa. Kung nadungisan ng babae ang kanyang sarili sa pamamagitan ng pagtataksil sa kanyang asawa, [30] o naghihinala ang lalaki sa kanyang asawa *na nanlalaki ito*, kailangang patayuin ng pari ang asawa niya sa aking presensya at ipagawa ang kautusang ito sa kanya. [31] Walang pananagutan ang lalaki pero may pananagutan ang babae kung nagkasala siya, at magdurusa siya sa kanyang kasalanan."

Ang Tuntunin tungkol sa Taong Inihandog para sa Paglilingkod sa Panginoon

6 Sinabi ng Panginoon kay Moises, [2] "Sabihin mo sa mga Israelita na kung ang isang lalaki o babae ay gagawa ng isang panata na itatalaga niya ang kanyang sarili sa paglilingkod sa akin bilang Nazareo,[b] [3] kailangang hindi siya iinom ng alak na mula sa ubas o ng kahit na anong nakalalasing na inumin. Hindi rin siya gagamit ng suka na galing sa anumang inuming nakalalasing. Hindi rin siya dapat uminom ng katas ng ubas, o kumain ng ubas o pasas. [4] Habang isa siyang Nazareo, kailangang hindi siya kakain ng kahit anong galing sa ubas, kahit na buto o balat nito.

[5] "Hindi rin niya pagugupitan ang kanyang buhok habang hindi pa natatapos ang kanyang panata sa Panginoon. Kailangang maging banal siya hanggang sa matapos ang panahon ng kanyang panata. Kaya hahayaan lang niyang humaba ang kanyang buhok. [6] At habang hindi pa natatapos ang kanyang panata sa Panginoon, hindi siya dapat lumapit sa patay, [7] kahit na ama pa niya ito, ina o kapatid. Hindi niya dapat dungisan ang kanyang sarili dahil lang sa kanila. Dahil ang kanyang buhok ay simbolo ng pagtatalaga niya ng kanyang buhay sa Panginoon.[c] [8] Kaya sa buong panahon ng pagtatalaga niya ng kanyang buhay, ibinukod siya para sa Panginoon.

[9] "Kung may biglang namatay sa kanyang tabi, at dahil dito'y nadumihan ang kanyang buhok[d] na simbolo ng kanyang pagkakatalaga sa Panginoon, kailangang ahitin niya ito sa ikapitong araw, iyon ang araw ng kanyang paglilinis. [10] Sa ikawalong araw, kailangang magdala siya ng dalawang kalapati o dalawang ibon na batu-bato sa pari roon sa pintuan ng Toldang Tipanan. [11] Ihahandog ng pari ang isa bilang handog sa paglilinis at ang isa bilang handog na sinusunog. Sa pamamagitan nito, mapapatawad siya sa kasalanan niya na paghipo sa patay. Sa mismong araw na iyon, itatalaga niyang *muli* ang kanyang sarili[e] at muli niyang pahahabain *ang kanyang buhok.* [12] Ang lumipas na mga araw ng kanyang paglilingkod sa Panginoon ay hindi kabilang sa pagtupad niya sa kanyang panata, dahil nadungisan siya *nang nakahipo siya ng patay.* Kailangang italaga niyang *muli* ang kanyang sarili hanggang sa matapos ang kanyang panata, at magdala siya ng lalaking tupa bilang handog na pambayad sa kanyang kasalanan.

[13] "Ito ang kanyang dapat gawin kapag natapos na niya ang kanyang panata bilang Nazareo: Kailangang dalhin siya sa pintuan ng Toldang Tipanan. [14] Doon, maghahandog siya sa Panginoon nitong mga sumusunod na hayop na walang kapintasan: isang lalaking tupa na isang taong gulang bilang handog na sinusunog, isang babaeng tupa na isang taong gulang din bilang handog sa paglilinis at isang lalaking tupa bilang handog para sa mabuting relasyon. [15] Bukod pa rito, maghahandog din siya ng mga handog bilang pagpaparangal sa Panginoon, mga handog na inumin at isang basket ng tinapay na walang pampaalsa, na ginawa mula sa magandang klaseng harina. Ang ibang tinapay ay makapal na

b 2 Nazareo: Ang ibig sabihin, *itinalaga.* Tingnan sa Talaan ng mga Salita sa likod.

c 7 Kaugalian na noon ang pagpapakalbo bilang pagliluksa sa namatay. Hindi ito maaaring gawin ng isang Nazareo.

d 9 buhok: sa Hebreo, *ulo.*

e 11 sarili: sa Hebreo, *ulo.*

a 21 hindi ka magkaanak: sa literal, *lumiit ang iyong balakang (o ari) at mamaga ang iyong tiyan.*

hinaluan ng langis, at ang iba naman ay manipis na pinahiran ng langis.

[16] "Ang pari ang maghahandog nito sa Panginoon: Ihahandog niya ang handog sa paglilinis at ang handog na sinusunog; [17] pagkatapos, ihahandog din niya ang lalaking tupa bilang handog para sa mabuting relasyon kasama ang isang basket na tinapay na walang pampaalsa. At ihahandog din niya ang mga handog bilang pagpaparangal sa Panginoon at ang mga handog na inumin.

[18] "At doon sa pintuan ng Toldang Tipanan aahitin ng Nazareo ang kanyang buhok na simbolo ng pagtatalaga niya ng kanyang buhay sa Panginoon. Susunugin niya ito sa apoy na pinagsusunugan ng handog na para sa mabuting relasyon. [19] Pagkatapos nito, ilalagay ng pari sa kamay ng Nazareo ang balikat ng nilagang tupa at ang manipis at makapal na mga tinapay na walang pampaalsa na galing sa basket. [20] Pagkatapos, kukunin ito ng pari at itataas sa presensya ng Panginoon bilang handog na itinaas. Banal ang bahaging ito ng handog, at ito ay para na sa pari, pati ang dibdib at paa ng tupa na itinaas din sa Panginoon. Pagkatapos nito, maaari nang makainom ng alak na ubas ang Nazareo.

[21] "Ito ang tuntunin para sa isang Nazareo. Pero kung mangangako ang isang Nazareo na maghahandog siya sa Panginoon na sobra sa ipinatutupad sa kanyang panata, dapat niya itong sundin."

Ang Pagbendisyon ng mga Pari

[22] Sinabi ng Panginoon kay Moises, [23] "Sabihin mo kay Aaron at sa mga anak niyang lalaki na ito ang kanilang sasabihin kapag magbabasbas sila sa mga Israelita:

[24] 'Pagpalain sana kayo ng Panginoon.
[25] Ipakita sana ng Panginoon ang kanyang
     kabutihan at awa sa inyo.
[26] At malugod sana ang Panginoon sa inyo
     at bigyan niya kayo ng mabuting
     kalagayan.'

[27] "Sa pamamagitan nito'y maipapahayag nila sa mga Israelita kung sino ako, at pagpapalain ko sila."

Ang mga Handog para sa Pagtatalaga ng Toldang Tipanan

7 Pagkatapos maiayos ni Moises ang Tolda, winisikan niya ito ng langis at itinalaga pati ang lahat ng kagamitan nito. Ganito rin ang kanyang ginawa sa altar at sa lahat ng kagamitan nito. [2] Pagkatapos, nagdala ng mga handog sa Panginoon ang mga pinuno ng Israel, na pinuno ng bawat lahi. Sila ang nakatalaga sa pagsesensus. [3] Nagdala sila ng anim na kariton at 12 baka—isang kariton sa bawat dalawang pinuno, at isang baka sa bawat isa sa kanila. Dinala nila ito sa harapan ng Toldang Sambahan. [4] Sinabi ng Panginoon kay Moises, [5] "Tanggapin mo ang kanilang mga handog upang magamit para sa mga gawain sa Toldang Tipanan. Ibigay ito sa mga Levita ayon sa kanilang gawain." [6] Kaya tinanggap ni Moises ang mga kariton at ang mga baka, at ibinigay ito sa mga Levita.

[7] Ibinigay niya ang dalawang kariton at apat na baka sa mga angkan ni Gershon para sa kanilang gawain. [8] At ibinigay niya ang apat na kariton at walong baka sa mga angkan ni Merari para rin sa kanilang gawain. Pinamumunuan silang lahat ni Itamar na anak ng paring si Aaron. [9] Pero hindi binigyan ni Moises ng kariton o baka ang mga angkan ni Kohat dahil sila ay itinalaga sa pagdadala ng mga banal na bagay ng Tolda.

[10] Nagdala rin ang mga pinuno ng kanilang mga handog para sa pagtatalaga ng altar noong itinalaga ito. [11] Sinabi ng Panginoon kay Moises, "Kailangan na sa bawat araw, may isang pinuno na magdadala ng kanyang handog para sa pagtatalaga ng altar."

[12-83] Sa ganitong paraan nila dinala ang kanilang mga handog:

Nang unang araw, si Nashon na anak ni Aminadab, na pinuno ng lahi ni Juda.

Nang ikalawang araw, si Netanel na anak ni Zuar, na pinuno ng lahi ni Isacar.

Nang ikatlong araw, si Eliab na anak ni Helon, na pinuno ng lahi ni Zebulun.

Nang ikaapat na araw, si Elizur na anak ni Sedeur, na pinuno ng lahi ni Reuben.

Nang ikalimang araw, si Selumiel na anak ni Zurishadai, na pinuno ng lahi ni Simeon.

Nang ikaanim na araw, si Eliasaf na anak ni Deuel, na pinuno ng lahi ni Gad.

Nang ikapitong araw, si Elishama na anak ni Amihud, na pinuno ng lahi ni Efraim.

Nang ikawalong araw, si Gamaliel na anak ni Pedazur, na pinuno ng lahi ni Manase.

Nang ikasiyam na araw, si Abidan na anak ni Gideoni, na pinuno ng lahi ni Benjamin.

Nang ikasampung araw, si Ahiezer na anak ni Amishadai, na pinuno ng lahi ni Dan.

Nang ika-11 araw, si Pagiel na anak ni Ocran, na pinuno ng lahi ni Asher.

Nang ika-12 araw, si Ahira na anak ni Enan, na pinuno ng lahi ni Naftali.

Ang bawat isa sa kanila ay nagdala ng mga handog na ito: isang pilak na bandehado na may bigat na isa't kalahating kilo, at isang pilak na mangkok na may bigat na 800 gramo ayon sa bigat ng pilak na timbangang ginagamit ng mga pari. Ang bawat isa nito ay puno ng magandang klaseng harina na hinaluan ng langis para sa handog sa pagpaparangal sa Panginoon. Nagdala rin ang bawat isa sa kanila ng isang gintong pinggan na may bigat na mga 120 gramo na puno ng insenso; isang batang toro, isang lalaking tupa at isang batang lalaking tupa na isang taong gulang bilang handog na sinusunog; isang lalaking kambing bilang handog sa paglilinis; dalawang baka, limang lalaking tupa, limang lalaking kambing at limang batang lalaking tupa na isang taong gulang bilang handog para sa mabuting relasyon.

[84] Ito ang lahat ng mga handog ng 12 pinuno ng mga Israelita para sa pagtatalaga ng altar: 12 pilak na bandehado, 12 pilak na mangkok, at 12 gintong tasa.

[85] Ang bawat bandehadong pilak ay may bigat na isa't kalahating kilo, at ang bawat mangkok na pilak ay may bigat na 800 gramo. Ang kabuuang timbang nila ay mga 28 kilo ayon sa timbangang ginagamit ng mga pari.

[86] Ang 12 gintong lalagyan na puno ng insenso ay may bigat na mga 120 gramo bawat isa ayon sa bigat ng ginto sa timbangang ginagamit ng mga pari. Ang kabuuang timbang nila ay mga 1,440 gramo.

[87] Ang mga hayop na ibinigay para sa handog na sinusunog: 12 batang toro, 12 lalaking tupa at 12 lalaking tupang isang taong gulang pa lang ang edad, kasama nito ang mga handog bilang pagpaparangal sa PANGINOON. Ang handog sa paglilinis: 12 lalaking kambing.

[88] Ang mga hayop na handog para sa mabuting relasyon: 24 na toro, 60 lalaking tupa, 60 lalaking kambing at 60 batang lalaking tupa na isang taong gulang pa lang ang edad.

Ito ang lahat ng mga handog nang italaga ang altar.

[89] Kapag papasok si Moises sa Toldang Tipanan para makipag-usap sa PANGINOON, naririnig niya ang boses na nakikipag-usap sa kanya galing sa gitna ng dalawang kerubin, sa ibabaw ng takip ng Kahon ng Kasunduan. Doon nakikipag-usap ang PANGINOON kay Moises.

Ang Paglalagay ng mga Ilaw

8 Sinabi ng PANGINOON kay Moises, [2] "Sabihin mo kay Aaron na kung ilalagay na niya ang pitong ilaw, kailangan na maliwanagan ng ilaw ang lugar sa harapan ng lalagyan nito."

[3] Kaya ginawa ito ni Aaron; inilagay niya ang mga ilaw na ang sinag nito ay nagliliwanag sa harapan, ayon sa iniutos ng PANGINOON kay Moises. [4] Ang buong lalagyan ng ilaw, mula sa ilalim hanggang sa itaas ay ginawa mula sa ginto ayon sa disenyo na ipinakita ng PANGINOON kay Moises.

Ang Pagtatalaga ng mga Levita

[5] Sinabi ng PANGINOON kay Moises, [6] "Ibukod ang mga Levita sa ibang mga Israelita, at linisin sila.[a] [7] Ganito ang gagawin mong paglilinis sa kanila: wisikan mo sila ng tubig na ginagamit sa paglilinis, ahitan ang buo nilang katawan, at palabhan ang kanilang mga damit. Pagkatapos nito ay ituturing na silang malinis. [8] Pagkatapos, pagdalhin mo sila ng batang toro at ng magandang klaseng harina na hinaluan ng langis bilang handog na pagpaparangal sa PANGINOON. Pagdalhin mo rin *sila* ng isa pang batang toro bilang handog sa paglilinis. [9] "Pagkatapos, tipunin mo ang buong mamamayan ng Israel at italaga ang mga Levita sa harap ng Toldang Tipanan. [10] Dalhin mo ang mga Levita sa aking presensya at ipapatong ng mga Israelita ang kanilang mga kamay sa mga ulo nito. [11] Si Aaron magtatalaga sa kanila sa aking presensya bilang espesyal na handog[b] mula sa mga Israelita, para makapaglingkod sila sa akin.

[12] "Pagkatapos, ipapatong ng mga Levita ang mga kamay nila sa ulo ng dalawang toro na handog para sa akin. Ang isa ay bilang handog sa paglilinis at ang isa naman ay bilang handog na sinusunog, para mapatawad sila sa kanilang mga kasalanan. [13] At patatayuin sila sa harapan ni Aaron at ng mga anak niyang lalaki, at itatalaga sila bilang espesyal na handog sa akin. [14] Sa pamamagitan nito, ibubukod mo ang mga Levita sa ibang mga Israelita, at magiging akin sila.

[15] "Pagkatapos na malinisan mo ang mga Levita at maitalaga sila sa akin bilang espesyal na handog, makapaglilingkod na sila sa Toldang Tipanan. [16] Sila ang mga Israelita na ibinukod para lang sa akin kapalit ng lahat ng panganay na lalaki ng mga Israelita. [17] Dahil ang bawat panganay sa Israel ay akin, tao man o hayop. Nang pinagpapatay ko ang lahat ng panganay ng mga Egipcio, ibinukod ko para sa akin ang lahat ng panganay na lalaki ng Israel. [18] At kinuha ko ang mga Levita kapalit ng lahat ng panganay na lalaki ni Israel. [19] Sa lahat ng mga Israelita, ang mga Levita ang pinili ko na tumulong kay Aaron at sa mga anak niyang lalaki. Maglingkod sila sa Toldang Tipanan para sa mga Israelita, at gagawa sila ng mga seremonya para sa kapatawaran ng kasalanan ng mga Israelita, para walang panganib na dumating sa kanila kapag lumapit sila sa Toldang Tipanan."

[20] Kaya itinalaga nila Moises, Aaron at ng buong mamamayan ng Israel ang mga Levita ayon sa iniutos ng PANGINOON kay Moises. [21] Naglinis ang mga Levita ng kanilang sarili at nilabhan nila ang kanilang mga damit. Pagkatapos, itinalaga sila ni Aaron sa presensya ng PANGINOON bilang espesyal na handog, at gumawa si Aaron ng seremonya para sa kapatawaran ng mga kasalanan nila, at para maituring silang malinis. [22] Pagkatapos noon, naglingkod na ang mga Levita sa Toldang Tipanan sa ilalim ng pamamahala ni Aaron at ng mga anak niya. Kaya ginawa nila sa mga Levita ang iniutos ng PANGINOON kay Moises.

[23] Sinabi ng PANGINOON kay Moises, [24] "Para sa mga Levita ang mga tuntuning ito: Magsisimula ang mga Levita sa paglilingkod sa Toldang Tipanan sa edad na 25, [25] at titigil sila sa paglilingkod sa edad na 50. At kapag magreretiro na sila, [26] maaari silang makatulong sa kapwa nila Levita sa pamamagitan ng paglilingkod bilang tagapagbantay sa Tolda, pero hindi na sila gagawa ng mga gawain sa Tolda. Ganito ang paraan kung paano mo ibibigay ang mga tungkulin sa mga Levita."

9 Nang unang buwan ng ikalawang taon, mula nang inilabas ang mga Israelita sa Egipto, sinabi ng PANGINOON kay Moises doon sa disyerto ng Sinai, [2] "Ipagdiriwang ng mga Israelita ang Pista ng Paglampas ng Anghel sa nakatakdang panahon. [3] Simula sa paglubog ng araw ng ika-14 na araw ng buwang ito, kailangang sundin ninyo ang lahat ng tuntunin tungkol sa pistang ito."

[4] Kaya sinabihan ni Moises ang mga Israelita na ipagdiwang ang Pista ng Paglampas ng Anghel, [5] at sinunod nila ito roon sa disyerto ng Sinai nang lumubog ang araw nang ika-14 na araw ng unang buwan. Ginawa ito ng lahat ng mga Israelita ayon sa iniutos ng PANGINOON kay Moises.

[6] Pero may iba sa kanila na hindi nakapagdiwang ng Pistang ito dahil nang araw na iyon, itinuturing silang marumi dahil nakahipo sila ng patay. Kaya nang mismong araw na iyon, pumunta sila kina Moises at Aaron [7] at sinabi nila, "Naging marumi kami dahil nakahipo kami ng patay, pero bakit ba

---

a 6 linisin sila: Ang ibig sabihin, *gawin silang karapat-dapat na makiisa sa mga seremonyang pangrelihiyon nila.*

b 11 espesyal na handog: sa literal, *handog na itinataas.*

hindi kami pinapayagan sa *pagdiriwang ng pistang ito at* sa pag-aalay ng mga handog sa Panginoon kasama ng ibang mga Israelita sa naitakdang panahon?" [8] Sumagot si Moises sa kanila, "Maghintay muna kayo hanggang sa malaman ko kung ano ang iuutos ng Panginoon sa akin tungkol sa inyo."

[9] Sinabi ng Panginoon kay Moises, [10] "Sabihin mo sa mga Israelita na kahit sino sa kanila o sa kanilang mga lahi na naging marumi dahil sa paghipo ng patay o dahil bumiyahe siya sa malayo, makakapagdiwang pa rin siya ng Pista ng Paglampas ng Anghel. [11] Ipagdiriwang nila ito *pagkalipas ng isang buwan,* simula sa paglubog ng araw sa ika-14 na araw ng ikalawang buwan. Kakain sila ng tupa kasama ng tinapay na walang pampaalsa at ng mapait na halaman. [12] Kailangang wala silang iiwanang pagkain kinaumagahan, at hindi rin nila babaliin ang mga buto ng tupa. Kung magdiriwang sila ng Pista ng Paglampas ng Anghel, kailangang sundin ang mga tuntunin tungkol dito.

[13] "Pero ang tao na hindi nagdiwang ng Pista ng Paglampas ng Anghel, kahit na itinuturing pa siyang malinis at hindi bumiyahe sa malayo, ang taong iyon ay huwag na ninyong ituring na kababayan, dahil hindi siya nag-alay ng handog para sa Panginoon sa nakatakdang panahon. Magdurusa siya sa kanyang kasalanan.

[14] "Kung may dayuhan na naninirahang kasama ninyo na gustong makipagdiwang ng Pista ng Paglampas ng Anghel, kailangang ipagdiwang niya ito ayon sa lahat ng mga tuntunin nito. Magkapareho lang ang mga tuntunin para sa mga katutubong Israelita at sa mga dayuhan."

Ang Ulap sa Toldang Tipanan (Exo. 40:34-38)

[15] Nang araw na ipinatayo ang Toldang Sambahan *na tinatawag ding* Toldang Tipanan, natakpan ito ng ulap. Ang ulap na ito ay nagliliwanag na parang apoy mula gabi hanggang umaga. [16] Ganito palagi ang nangyayari—ang ulap ay bumabalot sa Toldang Tipanan *kung araw* at nagliliwanag naman ito na parang apoy kung gabi. [17] Kapag pumapaitaas na ang ulap, umaalis na rin ang mga Israelita at nagpapatuloy sa kanilang paglalakbay, at kung saan tumitigil ang ulap, doon sila nagkakampo. [18] Kaya naglalakbay at nagkakampo ang mga Israelita ayon sa utos ng Panginoon. Hindi sila naglalakbay habang nasa ibabaw pa ng Tolda ang ulap. [19] Kahit magtagal ang ulap sa ibabaw ng Tolda, naghihintay lang sila sa utos ng Panginoon at hindi sila umaalis. [20] Kung minsan, mga ilang araw lang ang ulap sa ibabaw ng Tolda, kaya nananatili rin doon ang mga tao ng ilang araw. Pagkatapos, aalis ulit sila ayon sa utos ng Panginoon. [21] Kung minsan nama'y nananatili lang ang ulap sa ibabaw ng Tolda ng isang gabi at pumapaitaas na ito kinaumagahan, at nagpapatuloy sila sa paglalakbay. Araw man o gabi, naglalakbay ang mga Israelita sa tuwing pumapaitaas ang ulap. [22] Kung nananatili ang ulap sa ibabaw ng Tolda ng dalawang araw o isang buwan o isang taon, ganoon din katagal nananatili ang mga Israelita sa kanilang kampo. [23] Kaya nagkakampo at naglalakbay ang mga Israelita ayon sa utos ng Panginoon. At sinunod nila ang mga utos ng Panginoon sa pamamagitan ni Moises.

Ang mga Trumpetang Pilak

10 Sinabi ng Panginoon kay Moises, [2] "Magpagawa ka ng dalawang trumpetang pilak, at gamitin mo ito upang tipunin ang mga tao at ihanda sila sa paglalakbay. [3] Kapag pinatunog na nang sabay ang dalawang trumpeta, magtitipon ang buong mamamayan sa pintuan ng Toldang Tipanan. [4] Kapag isa lang ang pinatunog, ang mga pinuno lang ng bawat lahi ang magtitipon sa iyong harapan. [5] Kapag pinatunog ang trumpeta para ihanda ang mga tao sa paglalakbay, ang mga lahi sa silangang bahagi ng Tolda ang mauunang lumakad. [6] Kapag pinatunog ang trumpeta ng dalawang beses, ang lahi naman sa gawing timog *na bahagi ng Tolda* ang mauunang lumakad. Ang pagpapatunog na ito ang magiging hudyat ng kanilang paglakad. [7] Pero iba ang pagpapatunog ng trumpeta kapag titipunin sila.

[8] "Ang mga angkan ni Aaron na mga pari ang magpapatunog ng mga trumpeta. Ang mga tuntuning ito ay dapat ninyong tuparin at ng susunod pang mga henerasyon.

[9] "Kapag naroon na kayo sa inyong lupain, at makikipaglaban na sa inyong mga kaaway na umaapi sa inyo, patunugin ninyo ang trumpeta, at *ako,* ang Panginoon na inyong Dios, ay aalalahanin kayo at ililigtas sa inyong mga kaaway. [10] At sa panahon ng inyong pagsasaya—sa inyong pagdiriwang ng pista, pati na ng Pista ng Pagsisimula ng Buwan[a]—patutunugin din ninyo ang mga trumpeta kung mag-aalay kayo ng mga handog na sinusunog at handog para sa mabuting relasyon. Ang mga trumpetang ito ang magpapaalala sa akin na inyong Dios *ng aking kasunduan sa inyo.* Ako ang Panginoon na inyong Dios."

Umalis ang mga Israelita sa Sinai

[11] Nang ika-20 araw ng ikalawang buwan, nang ikalawang taon *mula nang inilabas ang mga Israelita sa Egipto,* pumaitaas ang ulap mula sa Toldang Sambahan kung saan nakalagay ang Kasunduan. [12] Pagkatapos, umalis ang mga Israelita sa disyerto ng Sinai at nagpatuloy sa paglalakbay hanggang sa tumigil ang ulap sa disyerto ng Paran. [13] Ito ang unang pagkakataon na naglakbay sila ayon sa utos ng Panginoon sa pamamagitan ni Moises. [14] Ang unang grupo na naglakbay dala ang kanilang bandila ay ang grupong pinangungunahan ng lahi ni Juda. Ang pinuno nila ay si Nashon na anak ni Aminadab. [15] Ang lahi ni Isacar ay pinamumunuan ni Netanel na anak ni Zuar, [16] at ang lahi ni Zebulun ay pinamumunuan ni Eliab na anak ni Helon.

[17] Pagkatapos kalasin ang Toldang Sambahan, dinala ito ng mga angkan ni Gershon at ng mga angkan ni Merari, at sumunod sila sa paglalakad.

[18] Ang sumunod na lumakad dala ang kanilang bandila ay ang grupong pinangungunahan ng lahi ni Reuben. Ang kanilang pinuno ay si Elizur na anak ni Sedeur. [19] Ang lahi ni Simeon ay pinangungunahan ni Selumiel na anak ni Zurishadai, [20] at ang lahi ni Gad ay pinamumunuan ni Eliasaf na anak ni Deuel.

a 10 *Pista ng Pagsisimula ng Buwan:* Tingnan sa Talaan ng mga Salita sa likod.

²¹ At ang sumunod ay ang mga angkan ni Kohat na nagdadala ng mga banal na kagamitan *ng Tolda.* Kailangang naiayos na ang Tolda bago sila dumating *sa susunod na lugar na kanilang pagkakampuhan.*

²² Ang sumunod na lumakad dala ang kanilang bandila ay ang grupo na pinangungunahan ng lahi ni Efraim. Ang kanilang pinuno ay si Elishama na anak ni Amihud. ²³ Ang lahi ni Manase ay pinamumunuan ni Gamaliel na anak ni Padazur, ²⁴ at ang lahi ni Benjamin na pinamumunuan ni Abidan na anak ni Gideoni.

²⁵ Ang kahuli-hulihang lumakad dala ang kanilang bandila ay ang grupo na pinangungunahan ng lahi ni Dan. Sila ang mga guwardya sa likod ng lahat ng mga grupo. Ang kanilang pinuno ay si Ahiezer na anak ni Amishadai. ²⁶ Ang lahi ni Asher ay pinamumunuan ni Pagiel na anak ni Ocran, ²⁷ at ang lahi ni Naftali ay pinamumunuan ni Ahira na anak ni Enan.

²⁸ Ito ang pagkakasunud-sunod ng paglalakbay ng mga lahi ng Israel na magkakagrupo. ²⁹ Ngayon, sinabi ni Moises kay Hobab na kanyang bayaw na anak ni Reuel na Midianita, "Maglalakbay na kami sa lugar na sinabi ng Panginoon na ibibigay niya sa amin. Kaya sumama ka sa amin at hindi ka namin pababayaan, dahil nangako ang Panginoon na pagpapalain niya ang Israel." ³⁰ Sumagot si Hobab, "Ayaw ko! Babalik ako sa aking bayan at sa aking mga kamag-anak." ³¹ Sinabi ni Moises, "Kung maaari, huwag mo kaming iwan. Ikaw ang nakakaalam kung saan ang mabuting lugar sa disyerto na maaari naming pagkakampuhan. ³² Kung sasama ka sa amin, babahaginan ka namin ng lahat ng pagpapalang ibibigay sa amin ng Panginoon."

³³ Kaya umalis sila sa bundok ng Panginoon at naglakbay ng tatlong araw. Nasa unahan nila palagi ang Kahon ng Kasunduan para humanap ng lugar na kanilang mapagpapahingahan. ³⁴ Kung araw, ang ulap ng Panginoon ay nasa itaas nila kapag naglalakbay sila. ³⁵ Bawat panahon na dadalhin ang Kahon ng Kasunduan, sinasabi ni Moises, "O Panginoon, mauna po kayo at pangalatin po ninyo ang inyong mga kaaway. Sana'y magsitakas sila." ³⁶ At kapag inihihinto na nila sa paglalakbay ang Kahon ng Kasunduan, sinasabi ni Moises, "Panginoon, bumalik na po kayo rito sa libu-libong mamamayan ng Israel."

Nagreklamo ang mga Israelita kay Moises

11 Nagreklamo ang mga Israelita kay Moises dahil sa hirap na kanilang dinaranas. Nang marinig ito ng Panginoon, nagalit siya at nagpadala siya ng apoy na sumunog sa ilang dulong bahagi ng kampo. ² Dahil dito, humingi ng tulong ang mga Israelita kay Moises, at nanalangin si Moises sa Panginoon, at namatay ang apoy. ³ Kaya ang lugar na iyon ay pinangalanang Tabera,ᵃ dahil nagpadala ang Panginoon ng apoy sa kanila.

⁴ May mga grupo ng dayuhan na sumama sa mga Israelita na naghahanap ng mga pagkaing gusto nilang kainin, kaya nagreklamo pati ang mga Israelita na nagsasabi, "Kung makakakain man lang sana tayo ng karne. ⁵ Noong naroon tayo sa Egipto, nakakakain tayo ng mga libreng isda at ng mga pipino, melon, sibuyas at mga bawang. ⁶ Pero dito wala tayong ganang kumain;ᵇ puro 'manna' lang ang ating kinakain."

⁷ Ang mga "manna" na ito ay parang mga buto na maliliit at mapuputi. ⁸⁻⁹ Pinupulot ito ng mga Israelita sa lupa tuwing umaga at ginigiling nila ito o binabayo sa lusong. Pagkatapos, niluluto nila ito sa banga at ginagawang manipis na tinapay. Ang lasa nito ay katulad ng tinapay na niluto sa langis ng olibo.

¹⁰ Narinig ni Moises ang reklamo ng bawat pamilya sa pintuan ng kanilang mga tolda. Kaya nagalit nang matindi ang Panginoon sa kanila, at dahil dito'y nabahala si Moises. ¹¹ Nagtanong siya sa Panginoon, "Bakit n'yo po ako binigyan na inyong lingkod ng malaking problema? Ano po ba ang ginawa ko na hindi kayo natuwa kaya ibinigay ninyo sa akin ang problema ng mga taong ito? ¹² Mga anak ko po ba sila? Ama ba nila ako? Bakit ninyo sinasabi sa akin na alagaan ko sila katulad ng isang yaya na kumakarga sa isang bata, at dalhin sila sa lupaing ipinangako ninyo sa kanilang mga ninuno? ¹³ Saan po ba ako kukuha ng karne para sa mga taong ito? Dahil patuloy ang pagrereklamo nila sa akin na bigyan ko sila ng karneng makakain nila. ¹⁴ Hindi ko po sila kayang alagaang lahat nang mag-isa. Napakahirap nito para sa akin. ¹⁵ Kung ganito lang po ang pagtrato ninyo sa akin, patayin na lang ninyo ako ngayon. Kung nalulugod kayo sa akin, huwag ninyo akong pabayaang magdusa."

¹⁶ Kaya sinabi ng Panginoon kay Moises, "Tipunin mo ang 70 sa mga tagapamahala ng Israel na kilalang-kilala nila na mga pinuno ng mga mamamayan, at papuntahin sila sa Toldang Tipanan at patayuin sila roon kasama mo. ¹⁷ Bababa ako at makikipag-usap sa iyo roon, at ibibigay ko sa kanila ang ibang kapangyarihanᶜ na ibinigay ko sa iyo upang makatulong sila sa pamamahala ng mga tao para hindi lang ikaw mag-isa ang namamahala.

¹⁸ "Pagkatapos, sabihin mo sa mga tao na linisin nila ang kanilang sariliᵈ dahil bukas, may makakain na silang karne. Sabihin mo ito sa kanila: 'Narinig ko ang inyong reklamo na gusto ninyong kumain ng karne. At sinasabi ninyo na mas mabuti pa ang inyong kalagayan sa Egipto. Kaya bukas, bibigyan ko kayo ng karne para makakain kayo. ¹⁹ Hindi lang isang araw, o dalawa, o lima, o 10, o 20 araw ang pagkain ninyo nito, ²⁰ kundi isang buwan, hanggang sa magsawa kayoᵉ at hindi na kayo makakain nito. Dahil itinakwil ninyo ako na sumasama sa inyo, at nagreklamo kayo sa akin na sana'y hindi na lang kayo umalis sa Egipto.' "

²¹ Pero sinabi ni Moises, "600,000 lahat ang tao na kasama ko, at ngayo'y sinasabi po ninyo na bibigyan ninyo sila ng karne na kanilang kakainin sa loob ng isang buwan? ²² Kahit po katayin pa namin ang lahat ng tupa at baka o kahit hulihin pa namin ang mga isda sa dagat, hindi po ito magkakasya sa

---

a 3 Tabera: Ang ibig sabihin, *nag-aapoy.*

b 6 Pero dito wala tayong ganang kumain: o, *Pero dito nanghihina tayo.*

c 17 kapangyarihan: o, *Espiritu o espiritu.*

d 18 linisin nila ang kanilang sarili: Ang ibig sabihin, sundin nila ang seremonya ng pagiging malinis.

e 20 magsawa kayo: sa literal, *magsilabas ito sa inyong mga ilong.*

kanila." ²³Sinabi ng Panginoon kay Moises, "May limitasyon ba ang aking kapangyarihan? Makikita mo ngayon kung mangyayari ang sinabi ko o hindi."

²⁴Kaya lumakad si Moises at sinabi sa mga tao ang sinabi ng Panginoon. Tinipon niya ang 70 tagapamahala at pinatayo sa palibot ng Tolda. ²⁵Pagkatapos, bumaba ang Panginoon sa pamamagitan ng ulap at nakipag-usap kay Moises. Kinuha niya ang ibang kapangyarihan*a* ni Moises at ibinigay sa 70 tagapamahala. At nang matanggap nila ito, nagsalita sila kagaya ng mga propeta pero hindi na ito nangyari pang muli.

²⁶Ang dalawa sa 70 tagapamahala na sina Eldad at Medad ay nagpaiwan sa kampo at hindi pumunta sa Tolda. Pero natanggap din nila ang kapangyarihan at nagsalita rin sila na kagaya ng mga propeta. ²⁷May isang binata na nagtatakbo papunta kay Moises at sinabi na nagsasalita sina Eldad at Medad doon sa kampo na kagaya ng mga propeta. ²⁸Sinabi ni Josue na anak ni Nun, na naging katulong ni Moises mula noong bata pa ito, "Amo, patigilin po ninyo sila." ²⁹Pero sumagot si Moises, "Nababahala ka ba kung ano ang magiging resulta nito sa aking pagkapinuno? Kung sa akin lang, gusto kong bigyan ng Panginoon ng kapangyarihan ang lahat ng mamamayan at makapagsalita sila kagaya ng mga propeta." ³⁰Pagkatapos, bumalik sa kampo si Moises at ang mga tagapamahala ng Israel.

³¹Ngayon, nagpadala ang Panginoon ng hangin na nagdala ng mga pugo mula sa dagat. Lumipad-lipad sila sa palibot ng kampo at ibinagsak sa lupa; mga tatlong talampakan ang taas ng bunton nito at mga ilang kilometro ang lawak ng ibinunton na mga pugo. ³²Kaya nang araw na iyon at nang sumunod pang araw, nanghuli ang mga tao ng mga pugo araw at gabi. Walang nakakuha nang bababa pa sa 30 sako at ibinilad nila ito sa palibot ng kampo. ³³Pero habang nginunguya pa nila ang karne at hindi pa nalululon ito, nagalit ang Panginoon sa kanila, at pinadalhan sila ng salot. ³⁴Kaya tinawag ang lugar na iyon na Kibrot Hataava*b* dahil doon inilibing ang mga taong matatakaw sa karne. ³⁵Mula roon, naglakbay ang mga Israelita sa Hazerot, at doon nagkampo.

Ang Reklamo nila Miriam at Aaron

12 Ngayon, siniraan nila Miriam at Aaron si Moises dahil nakapag-asawa siya ng isang taga-Cush.*c* ²Sinabi nila, "Sa pamamagitan lang ba ni Moises nakikipag-usap ang Panginoon? Nakikipag-usap din siya sa amin." Pero narinig ito ng Panginoon.

³(Mapagpakumbaba si Moises higit sa lahat ng mga tao sa mundo.)

⁴Kaya nakipag-usap agad ang Panginoon kina Moises, Aaron at Miriam, "Lumabas kayong tatlo at pumunta sa Toldang Tipanan." Kaya pumunta silang tatlo sa Tolda. ⁵Pagkatapos, bumaba ang Panginoon sa pamamagitan ng ulap na parang haligi at tumayo sa pintuan ng Toldang Tipanan, at tinawag sina Aaron at Miriam. Paglapit ng dalawa, ⁶sinabi ng Panginoon, "Pakinggan ninyo ito: Kung

may propeta ako na nasa inyo, nakikipag-usap ako sa kanya sa pamamagitan ng pangitain at panaginip. ⁷Pero hindi ako ganoon makipag-usap ako sa aking lingkod na si Moises na mapagkakatiwalaang pinuno ng aking mga mamamayan. ⁸Kung makikipag-usap ako sa kanya, parang magkaharap lang kami dahil ang aking sinasabi sa kanya ay malinaw talaga. Parang nakikita niya ako. Kaya bakit hindi kayo natakot magsalita ng masama laban sa aking lingkod na si Moises?"

⁹Nagalit ang Panginoon sa kanila, at umalis siya. ¹⁰Nang umalis na ang ulap sa ibabaw ng Tolda, tinubuan si Miriam ng malubhang sakit sa balat,*d* at namuti ang kanyang balat. Pagkakita ni Aaron sa kanya, ¹¹sinabi ni Aaron kay Moises, "Pakiusap kapatid*e* ko, huwag po ninyo kaming pahirapan dahil sa aming kasalanang nagawa namin nang may kahangalan. ¹²Huwag ninyong hayaang maging tulad si Miriam ng isang batang patay nang ipinanganak at bulok ang kalahating katawan."

¹³Kaya nagmakaawa si Moises sa Panginoon, "O Dios ko, nakikiusap po ako sa inyo na pagalingin ninyo si Miriam." ¹⁴Sumagot ang Panginoon kay Moises, "Hindi ba't kapag dinuraan siya ng kanyang ama sa mukha *para pasamain siya* ay pagdurusahan niya ang kahihiyan sa loob ng pitong araw? Kaya palabasin siya sa kampo sa loob ng pitong araw, pagkatapos ng pitong araw, maaari na siyang makabalik."

¹⁵Kaya pinalabas si Miriam sa kampo sa loob ng pitong araw. Hindi nagpatuloy ang mga tao sa paglalakbay hanggang sa makabalik si Miriam sa kampo. ¹⁶Pagkatapos noon, umalis sila sa Hazerot, at nagkampo sa disyerto ng Paran.

Ang mga Espiya
(Deu. 1:19-33)

13 Sinabi ng Panginoon kay Moises, ²"Magpadala ka ng mga tao para mag-espiya sa Canaan—ang lupain na ibibigay ko sa inyong mga Israelita. Ang mga tao na iyong ipapadala ay mga pinuno ng bawat lahi ng Israel." ³Kaya sinunod ni Moises ang iniutos sa kanya ng Panginoon. Ipinadala niya *sa Canaan* ang mga pinuno ng mga Israelita mula roon sa Disyerto ng Paran. ⁴⁻¹⁵Ito ang *mga lahi* at mga pangalan nila:

Lahi	Pinuno
Reuben	Shamua na anak ni Zacur
Simeon	Shafat na anak ni Hori
Juda	Caleb na anak ni Jefune
Isacar	Igal na anak ni Jose
Efraim	Hoshea na anak ni Nun
Benjamin	Palti na anak ni Rafu

a 25 kapangyarihan: Tingnan ang "footnote" sa talatang 17.

b 34 Kibrot Hataava: Ang ibig sabihin, *libingan ng mga matatakaw.*

c 1 taga-Cush: sa Hebreo, *taga-Etiopia.*

d 10 malubhang sakit sa balat: sa ibang salin ng Biblia, *ketong.* Ang salitang Hebreo nito ay ginagamit sa iba't ibang klase ng sakit sa balat na itinuturing na marumi ayon sa Lev. 13.

e 11 kapatid: sa literal, *panginoon.*

Zebulun
  Gadiel na anak ni Sodi
Manase na anak ni Jose
  Gadi na anak ni Susi
Dan
  Amiel na anak ni Gemali
Asher
  Seteur na anak ni Micael
Naftali
  Nabi na anak ni Vofsi
Gad
  Geuel na anak ni Maki

¹⁶ Sila ang mga tao na ipinadala ni Moises para mag-espiya sa Canaan. (Pinalitan ni Moises ng Josue ang pangalan ni Hoshea na anak ni Nun.)

¹⁷ Bago sila pinaalis ni Moises para mag-espiya sa Canaan, sinabi ni Moises sa kanila, "Maglakad kayo pahilaga at pumunta sa timog ng Canaan,ᵃ at dumiretso sa kabundukan. ¹⁸ Tingnan ninyo kung ano ang itsura ng lupain, at kung malakas ba o mahina ang mga tao roon, at kung marami sila o kaunti lang. ¹⁹ Tingnan ninyo kung anong klase ng lupain ang kanilang tinitirhan, kung mabuti o hindi. Tingnan ninyo ang kanilang bayan kung napapalibutan ng pader o hindi. ²⁰ Tingnan din ninyo kung masagana ang lupa o hindi, at kung may mga puno o wala. At pagsikapan ninyong makapagdala ng prutas sa inyong pagbalik. (Panahon noon ng paghinog ng ubas.)

²¹ Kaya naglakad sila at tinanaw nila ang lupain mula sa ilang ng Zin hanggang sa Rehob malapit sa Lebo Hamat. ²² Nag-umpisa sila sa Negev hanggang sa nakarating sila sa Hebron, kung saan nakatira sina Ahiman, Sheshai at Talmai, na mga angkan ni Anak. (Itinayo ang Hebron pitong taon bago itinayo ang Zoan sa Egipto.) ²³ Pagdating nila sa Lambak ng Eshcol, pumutol sila ng isang kumpol ng ubas. *Masyadong mabigat ito* kaya itinali nila ito sa isang tukod at magkatulong na binuhat ng dalawang tao. Nagdala rin sila ng mga *prutas na* pomegranata at igos. ²⁴ Tinatawag ang lugar na iyon na Lambak ng Eshcolᵇ dahil sa kumpol ng ubas na pinutol ng mga Israelita.

²⁵ Pagkatapos ng 40 araw na pag-espiya sa lupain, bumalik sila ²⁶ kina Moises, Aaron at sa buong mamamayan ng Israel sa Kadesh, doon sa disyerto ng Paran. Sinabi nila sa buong kapulungan ang kanilang nakita, at ipinakita nila ang kanilang dalang mga prutas. ²⁷ Sinabi nila kay Moises, "Pumunta kami sa lugar na pinapuntahan mo sa amin, maganda at masaganang lupainᶜ iyon. Sa katunayan, heto ang mga prutas. ²⁸ Pero makapangyarihan ang mga taong nakatira roon, at malalaki ang kanilang mga lungsod at napapalibutan ng mga pader. Nakita pa namin ang mga angkan ni Anak. ²⁹ Nakatira ang mga Amalekita sa Negev; ang mga Heteo, Jebuseo at mga Amoreo sa kabundukan; at ang mga Cananeo naman ay nakatira malapit sa dagat at sa tabi ng *Ilog ng Jordan.*

³⁰ Pinakalma ni Caleb ang mga tao sa harapan ni Moises, at sinabi niya, "Lalakad tayo at sasakupin natin ang lupain, dahil nasisiguro kong maaagaw natin ito."

³¹ Pero sinabi ng mga tao na sumama kay Caleb para mag-espiya, "Hindi natin makakaya ang pagsalakay sa kanila dahil mas malakas sila sa atin." ³² At ipinalaganap nila sa mga Israelita ang masamang balita tungkol sa lupain na kanilang tiningnan. Ito ang kanilang sinabi, "Hindi maganda ang lupaing nakita namin doon, at hindi lang iyan, malalaki ang mga taong nakita namin doon, sobrang tangkad. ³³ May nakita pa kaming mga higante,ᵈ na mga angkan ni Anak. Parang mga tipaklong lang ang tingin namin sa aming mga sarili kung ikukumpara sa kanila, at ganyan din ang kanilang tingin sa amin."

Nagrebelde ang mga Israelita

14 Nang gabing iyon, humagulgol ang lahat ng mamamayan. ² Nagreklamo sila kina Moises at Aaron. Sinabi nila, "Mabuti pang namatay na lang tayo sa Egipto o rito sa disyerto. ³ Bakit pa ba tayo dadalhin ng Panginoon sa lupaing iyon? Para lang ba mamatay tayo sa labanan at bihagin ang ating mga asawa't anak? Mabuti pa sigurong bumalik na lang tayo sa Egipto." ⁴ At nag-usap-usap sila, "Pumili tayo ng pinuno at bumalik sa Egipto!"

⁵ Pagkatapos, nagpatirapa sina Moises at Aaron sa harapan ng lahat ng mamamayan ng Israel na nagkakatipon doon. ⁶ Pinunit ni Josue na anak ni Nun at ni Caleb na anak ni Jefune ang kanilang mga damit *sa kalungkutan.* Ang dalawang ito ay kasama sa pag-espiya sa lupain. ⁷ Sinabi nila sa mga mamamayan ng Israel, "Napakabuti ng lupaing aming pinuntahan. ⁸ Kung nalulugod ang Panginoon sa atin, gagabayan niya tayo papunta sa lupang iyon—ang maganda at masaganang lupain,ᵉ at ibibigay niya ito sa atin. ⁹ Huwag lang kayong magrerebelde sa Panginoon. At huwag kayong matatakot sa mga tao roon dahil matatalo natin sila. Walang tutulong sa kanila, pero ang Panginoon ang tutulong sa atin. Kaya huwag kayong matakot sa kanila."

¹⁰ Babatuhin sana sila ng buong kapulungan, pero biglang nagpakita sa kanila ang makapangyarihang presensya ng Panginoon sa ibabaw ng Toldang Tipanan. ¹¹ Sinabi ng Panginoon kay Moises, "Hanggang kailan pa ba ako itatakwil ng mga taong ito? Hanggang kailan pa ba sila hindi maniniwala sa akin sa kabila ng lahat ng mga himalang ginawa ko sa kanila? ¹² Padadalhan ko sila ng salot at papatayin ko sila, pero gagawin kitang isang bansa na mas makapangyarihan at matatag kaysa sa kanila." ¹³ Sinabi ni Moises sa Panginoon, "Ano na lang po ang sasabihin ng mga Egipcio kung mababalitaan nila ito? Hindi ba't nalalaman nila na kinuha ninyo ang mga Israelita sa kanila sa pamamagitan ng inyong kapangyarihan? ¹⁴ *Kapag pinatay po ninyo ang inyong mamamayan,* sasabihin nila ito sa mga naninirahan sa Canaan. Narinig ng mga Cananeo na kayo, Panginoon ay sumasama sa mga Israelita, at nagpapakita sa kanila sa pamamagitan ng ulap

---

ᵃ 17 *timog ng Canaan:* sa Hebreo, *Negev.*

ᵇ 24 *Eshcol:* Ang ibig sabihin, *kumpol.*

ᶜ 27 *maganda at masaganang lupain:* sa literal, *lupain na dumadaloy ang gatas at pulot.*

ᵈ 33 *higante:* sa Hebreo, *Nefilim.* Tingnan ang Gen. 6:1-4.

ᵉ 8 *maganda at masaganang lupain:* sa literal, *lupain na dumadaloy ang gatas at pulot.*

na gumagabay sa kanila. Pinangungunahan n'yo sila kapag gabi sa pamamagitan ng apoy na parang haligi, at kapag araw sa pamamagitan ng ulap na parang haligi rin. ¹⁵ Ngayon, kapag pinatay po ninyong lahat ang, inyong mamamayan, sasabihin ng mga bansang nakarinig ng inyong katanyagan, ¹⁶ 'Hindi kayang dalhin ng Panginoon ang mga Israelita sa lupaing ipinangako niya sa kanila, kaya pinatay na lang niya sila sa disyerto.'

¹⁷ "Kaya ngayon, O Panginoon, sana po ay ipakita ninyo ang inyong kapangyarihan ayon sa inyong sinabi na mapagmahal kayo ¹⁸ at hindi madaling magalit, at mapagpatawad sa mga kasalanan ng tao. Pero pinarurusahan po ninyo ang mga nagkakasala, hanggang sa ikatlo at ikaapat na henerasyon. ¹⁹ Ayon sa inyong dakilang pagmamahal, patawarin po ninyo ang mga kasalanan ng mga taong ito, gaya ng pagpapatawad ninyo sa kanila mula nang lumabas sila sa Egipto."

²⁰ Sumagot ang Panginoon, "Patatawarin ko sila ayon sa iyong hiniling. ²¹ Ngunit sumusumpa ako, ang Panginoong nabubuhay, habang ang buong mundo ay napupuno ng aking dakilang presensya, ²²⁻²³ walang sinuman sa kanila ang makakapasok sa lupaing ipinangako ko sa kanilang mga ninuno. Dahil kahit nakita nila ang aking makapangyarihang presensya at ang mga himala na ginawa ko sa Egipto at sa disyerto, palagi pa rin nila akong sinusubok at hindi sila sumusunod sa akin. Kaya hindi makakapasok sa lupaing iyon ang mga nagtatakwil sa akin. ²⁴ Ngunit papapasukin ko sa lupain na kanyang tiningnan si Caleb na aking lingkod, dahil iba ang kanyang pag-uugali sa iba at sumusunod siya sa akin nang buong puso niya. Maninirahan ang kanyang mga angkan sa lupaing iyon. ²⁵ Huwag muna kayong dumiretso dahil may mga Cananeo at mga Amalekita na naninirahan sa mga lambak, kundi magbalik kayo bukas sa disyerto, sa daang papunta sa Dagat na Pula." ²⁶ Sinabi ng Panginoon kina Moises at Aaron, ²⁷ "Hanggang kailan pa ba ang pagrereklamo sa akin ng masasamang mamamayang ito? Narinig ko ang mga reklamo ng mga Israelita. ²⁸ Kaya sabihin mo ito sa kanila: Ako, ang Panginoon na buhay, ay sumusumpa na gagawin ko sa inyo ang inyong hinihiling. ²⁹ Mamamatay kayo rito sa disyerto. Dahil nagreklamo kayo sa akin, walang kahit isa sa inyo na may edad na 20 taong gulang pataas ³⁰ ang makakapasok sa lupaing ipinangako ko na ibibigay sa inyo na inyong titirhan, maliban lang kay Caleb na anak ni Jefune at kay Josue na anak ni Nun. ³¹ Tungkol naman sa inyong mga anak na sinabi ninyong bibihagin, dadalhin ko sila sa lupain na inyong itinakwil at magiging kanila ito. ³² Ngunit mamamatay kayo sa disyerto. ³³ Ang inyong mga anak ay magiging tulad ng mga tagapagbantay ng tupa na palibot-libot sa disyerto sa loob ng 40 taon. Sa pamamagitan nito, magdurusa sila dahil sa inyong pagtataksil sa akin hanggang sa mamatay kayong lahat. ³⁴ Dahil ang mga espiya sa lupain ay tumira roon ng 40 araw, magdurusa rin kayo ng 40 taon dahil sa inyong kasalanan, para malaman ninyo kung paano ako magalit sa mga kumakalaban sa akin. ³⁵ Ako, ang Panginoon, ang nagsasabi nito at siguradong gagawin ko ang mga bagay na ito sa masasamang mamamayang ito na

nagkaisang kumalaban sa akin. Mamamatay silang lahat sa disyerto."

³⁶⁻³⁷ Ang mga taong inutusan ni Moises para sa pag-espiya, na nagbalita ng masama tungkol sa lupain na siyang naging dahilan ng pagrereklamo ng mga Israelita ay namatay sa karamdaman sa presensya ng Panginoon. ³⁸ Sa 12 espiya, si Josue na anak ni Nun at si Caleb na anak ni Jefune lang ang hindi namatay.

Natalo ang mga Israelita sa Kanilang Pagsalakay sa Canaan
(Deu. 1:41-46)

³⁹ Nang sinabi ito ni Moises sa lahat ng mga Israelita, nagluksa sila. ⁴⁰ At kinabukasan, maaga silang bumangon para umakyat sa kabundukan ng Canaan. Sinabi nila, "Napag-isip-isip namin na nagkasala kami, at ngayo'y handa na kami sa pagpunta sa lugar na ipinangako ng Panginoon."

⁴¹ Pero sinabi ni Moises, "Bakit sinuway ninyo ang utos ng Panginoon *na magbalik kayo sa disyerto*? Hindi kayo magtatagumpay! ⁴² Huwag kayong lalakad, dahil hindi kayo sasamahan ng Panginoon, at matatalo lang kayo ng inyong mga kaaway. ⁴³ Sa oras na makipaglaban sa inyo ang mga Cananeo at mga Amalekita, mamamatay kayo; hindi sasama ang Panginoon dahil siya'y itinakwil ninyo." ⁴⁴ Pero naglakbay sila sa kabundukan *ng Canaan* kahit hindi sumama sa kanila si Moises at ang Kahon ng Kasunduan. ⁴⁵ Pagkatapos, sinalakay sila ng mga Amalekita at ng mga Cananeo na naninirahan doon sa kabundukan, at natalo sila, at hinabol pa sila hanggang sa Horma.

Mga Tuntunin Tungkol sa mga Handog

15 Inutusan ng Panginoon si Moises ² na sabihin ito sa mga Israelita: "Kapag dumating na kayo sa lupain na ibibigay ko sa inyo na inyong titirhan, ³ maghandog kayo sa akin mula sa inyong mga hayop bilang mga handog sa pamamagitan ng apoy^a. Maghandog din kayo ng mga handog sa pagtupad ng isang panata o mga handog na kusang-loob o mga handog sa panahon ng mga pista. Ang mabangong samyo ng mga handog na sinusunog na ito ay makalulugod sa akin. ⁴⁻⁵ Ang maghahandog ng batang tupa bilang handog na sinusunog para sa akin ay maghandog din ng handog para sa pagpaparangal sa akin ng mga dalawang kilo ng magandang klaseng harina na hinaluan ng isang litrong langis. At sasamahan pa ito ng handog na inumin na isang litrong katas ng ubas. ⁶ Kung matandang tupa ang ihahandog, sasamahan ito ng handog para sa pagpaparangal sa akin ng mga apat na kilo ng magandang klaseng harina, na hinaluan ng isa't kalahating litro ng langis. ⁷ At sasamahan pa ito ng handog na inumin na isa't kalahating litrong katas ng ubas. Ang mabangong samyo ng handog na ito'y makalulugod sa akin.

⁸ "Ang maghahandog ng batang toro bilang handog na sinusunog o handog sa pagtupad ng

---

a 3 *handog…apoy:* Hindi malinaw ang ibig sabihin ng salitang Hebreo nito. Pero ayon sa gamit nito sa Lumang Tipan, ito'y tawag sa iba't ibang klase ng mga handog. Tinatawag din itong "pagkain ng Dios" sa Lev. 21:6, 21 at Bil. 28:2.

isang panata, o handog para sa mabuting relasyon, ⁹ay kailangang maghandog din ng handog para sa pagpaparangal sa akin ng mga anim na kilo ng magandang klaseng harina na hinaluan ng dalawang litrong langis. ¹⁰At sasamahan pa ito ng mga handog na inumin na dalawang litrong katas ng ubas. Ang mabangong samyo ng handog na ito sa pamamagitan ng apoy ay makalulugod sa akin. ¹¹Ito ang inyong gagawin kapag maghahandog kayo ng isang toro o matandang lalaking tupa o kambing. ¹²Gawin ninyo ito sa bawat hayop na inyong ihahandog.

¹³"Ang lahat ng katutubong *Israelita* na mag-aalay ng mga handog sa pamamagitan ng apoy bilang mabangong handog na makalulugod sa akin ay dapat sumunod sa mga tuntuning ito. ¹⁴Kung sa susunod pang mga henerasyon ay may mga dayuhang maninirahang kasama ninyo, panandalian man o permanente, at gustong mag-alay ng mga handog sa pamamagitan ng apoy bilang mabangong handog na makalulugod sa akin, dapat ay susundin din nila ang mga nabanggit na tuntunin. ¹⁵Kayong mga Israelita at ang mga dayuhang naninirahang kasama ninyo ay pareho lang sa harapan ko at parehong kautusan lang ang tutuparin ninyo. Dapat ninyong sundin ang mga tuntuning ito at ng inyong lahi hanggang sa susunod pang mga henerasyon. ¹⁶Pareho lang ang mga utos at mga tuntunin ang susundin ninyo at ng mga dayuhan na naninirahang kasama ninyo."

¹⁷Inutusan pa ng PANGINOON si Moises ¹⁸na sabihin sa mga Israelita: "Kapag dumating na kayo sa lupain na ibibigay sa inyo, ¹⁹makakakain kayo ng bunga ng lupaing ito. Pero dapat ibukod ang iba nito para ihandog sa akin. ²⁰Maghandog kayo ng tinapay galing sa harina na una ninyong giniling, katulad ng inyong ginawa sa unang ani ng inyong trigo mula sa giikan. ²¹Ang handog na ito mula sa harina na una ninyong giniling ay ihahandog ninyo sa akin hanggang sa susunod pang mga henerasyon.

²²"Kung ang ilan sa inyo ay nasuway ang isa sa mga utos na ibinigay ko kay Moises nang hindi sinasadya, ²³(ang mga utos na ibinigay ko sa inyo sa pamamagitan ni Moises, dapat n'yong sundin mula sa araw na ibinigay ko ito hanggang sa susunod pang mga henerasyon) ²⁴kung hindi nga sinasadya ang paggawa nito, at hindi rin alam ng buong kapulungan na pagsuway pala ito, ang buong kapulungan ang maghahandog ng isang batang toro bilang handog na sinusunog *sa panahon na nalaman ninyo ang inyong pagsuway.* Ang mabangong samyo ng handog na ito'y makalulugod sa PANGINOON. Isama rin ninyo ang mga kinakailangang mga handog para sa pagpaparangal sa akin at mga handog na inumin at isang lalaking kambing bilang handog sa paglilinis. ²⁵Ihahandog ito ng pari para matubos ang buong mamamayan ng Israel sa kanilang kasalanan. Patatawarin ko sila dahil hindi naman ito sinasadya, at maghahandog din sila sa akin ng mga handog sa pamamagitan ng apoy at ng handog sa paglilinis. ²⁶Patatawarin ko ang buong mamamayan ng Israel, pati ang mga dayuhan na naninirahan kasama nila, dahil sangkot ang lahat sa kasalanan iyon na hindi sinasadya.

²⁷"Pero kung isang tao lang ang nagkasala nang hindi sinasadya, magdadala siya ng isang babaeng kambing na isang taong gulang, bilang handog sa paglilinis. ²⁸Ihahandog ito ng pari sa aking presensya para matubos ang taong iyon sa kanyang kasalanang hindi sinasadya, at pagkatapos, patatawarin ko siya. ²⁹Iisa lang ang tuntunin para sa lahat ng nagkasala nang hindi sinasadya, katutubong Israelita man o dayuhan na naninirahan kasama ninyo.

³⁰"Pero, ang sinumang nagkasala nang sinadya, katutubo *na Israelita* man o hindi, na lumapastangan sa PANGINOON, kailangang huwag na ninyong ituring na kababayan. ³¹Dahil sa itinakwil niya ang salita ng PANGINOON at sinuway niya ang utos nito. Huwag na siyang ituturing na kabilang sa inyo. Mananagot siya sa kanyang mga kasalanan."

Ang Parusa sa Hindi Pagsunod sa Araw ng Pamamahinga

³²Habang naroon sa ilang ang mga Israelita, may nakita silang tao na nangangahoy sa Araw ng Pamamahinga. ³³Dinala siya ng mga tao na nakakita sa kanya kina Moises at Aaron, at buong kapulungan. ³⁴Ikinulong nila siya, dahil hindi sila nakasisiguro kung ano ang dapat gawin sa kanya. ³⁵Pagkatapos, sinabi ng PANGINOON kay Moises, "Kailangang patayin ang taong iyan, babatuhin siya ng buong kapulungan sa labas ng kampo." ³⁶Kaya dinala siya ng mga tao sa labas ng kampo at pinagbato hanggang sa mamatay, ayon sa iniutos ng PANGINOON kay Moises.

³⁷Inutusan pa ng PANGINOON si Moises ³⁸na sabihin nito sa mga Israelita: "Gumawa kayo ng mga palawit sa laylayan ng inyong mga damit at lagyan ninyo ito ng taling kulay asul. Kailangang sundin ninyo ito hanggang sa susunod pang mga henerasyon. ³⁹Ang mga palawit na ito ang magpapaalala sa inyo ng lahat kong mga utos para sundin ninyo ito at hindi ang inyong kagustuhan lang ang inyong gawin. ⁴⁰Sa pamamagitan ng mga palawit na ito, maaalala ninyo ang pagtupad sa aking kasunduan, at magiging akin kayo. ⁴¹Ako ang PANGINOON na inyong Dios na naglabas sa inyo sa Egipto para maging inyong Dios. Ako ang PANGINOON na inyong Dios."

Nagrebelde si Kora at ang Kanyang mga Kasama

16 ¹⁻²Ngayon, nagrebelde kay Moises si Kora na anak ni Izar, na angkan ni Kohat na anak ni Levi. Kasama niya sa pagrerebelde sina Datan at Abiram na mga anak ni Eliab, at si On na anak ni Pelet na mula sa lahi ni Reuben. May kasama pa silang 250 lalaking Israelita na kilala at pinili ng mga pinuno mula sa kapulungan *ng Israel.* ³Pumunta silang kina Moises at Aaron, at sinabi, "Sobra na ang ginagawa n'yo sa amin, ang buong sambayanan ay banal at nasa gitna nila ang presensya ng PANGINOON, kaya bakit ninyo ginagawang mas mataas ang inyong sarili ng higit sa aming lahat?" ⁴Pagkarinig nito ni Moises, nagpatirapa siya *para manalangin sa* PANGINOON. ⁵Pagkatapos, sinabi niya kay Kora at sa lahat ng kanyang tagasunod, "Bukas ng umaga, ipapahayag ng Panginoon kung sino ang totoong pinili na maglingkod sa kanya bilang mga pari dahil palalapitin niya sa kanyang presensya ang kanyang pinili. Kaya ganito ang inyong gagawin bukas: Kumuha kayo ng lalagyan ng insenso [6-7] at lagyan ninyo ito ng baga at insenso, at dalhin sa presensya ng Panginoon. Pagkatapos, makikita natin kung sino ang pinili ng Panginoon na maglingkod sa kanya. Kayong mga Levita ang sumusobra na ang mga ginagawa!" [8] Sinabi pa ni Moises kay Kora, "Pakinggan ninyo ito, kayong mga Levita. [9] Hindi pa ba sapat sa inyo na sa buong mamamayan ng Israel, kayo ang pinili ng Dios ng Israel na makalapit sa kanyang presensya para maglingkod sa kanyang Tolda at para maglingkod para sa sambayanan? [10] Pinili niya kayo at ang iba pang mga Levita para makalapit sa kanyang presensya, at ngayon gusto pa ninyong maging pari? [11] Sino ba si Aaron para reklamuhan ninyo? *Sa ginagawa ninyong iyan,* ang Panginoon ang inyong kinakalaban."

[12] Pagkatapos, ipinatawag ni Moises sina Datan at Abiram, na mga anak ni Eliab. Pero sinabi nila, "Hindi kami pupunta! [13] Hindi pa ba sapat na kinuha mo kami sa Egipto na maganda at masaganang lupain[a] para patayin lang kami rito sa ilang? At ngayon, gusto mo pang maghari sa amin. [14] At isa pa, hindi mo kami dinala sa maganda at masaganang lupain o binigyan ng mga bukid o mga ubasan sa aming aariin. Ngayon, gusto mo pa ba kaming lokohin? Hindi kami pupunta *sa iyo!*"

[15] Nagalit si Moises at sinabi niya sa Panginoon, "Huwag po ninyong tatanggapin ang kanilang mga handog. Hindi ako nagkasala sa sinuman sa kanila; wala akong kinuha sa kanila kahit isang asno."

[16] Sinabi ni Moises kay Kora, "Bukas, ikaw at ang iyong mga tagasunod ay pupunta sa presensya ng Panginoon *sa Toldang Tipanan,* at pupunta rin doon si Aaron. [17] Ang 250 na mga tagasunod mo ay pagdalhin mo ng tig-iisang lalagyan ng insenso. Palagyan mo ito ng insenso at ihandog sa Panginoon. Kayo ni Aaron ay magdadala rin ng lalagyan ng insenso."

[18] Kaya kumuha ang bawat isa ng kanya-kanyang lalagyan ng insenso at nilagyan ng baga at insenso, at tumayo sila kasama nina Moises at Aaron sa pintuan ng Toldang Tipanan. [19] Nang magtipon na si Kora at ang mga tagasunod niya sa harapan ni Moises at ni Aaron, doon sa pintuan ng Toldang Tipanan, nagpakita ang makapangyarihang presensya ng Panginoon sa buong kapulungan. [20] Sinabi ng Panginoon kina Moises at Aaron, [21] "Lumayo kayo sa mga taong ito para mapatay ko sila agad."

[22] Pero nagpatirapa sina Moises at Aaron at sinabi, "O Dios na pinanggagalingan ng buhay ng lahat ng tao, magagalit po ba kayo sa buong kapulungan kahit isang tao lang ang nagkasala? [23] Sinabi ng Panginoon kay Moises, [24] "Sabihin mo sa mga mamamayan na lumayo sila sa Tolda nina Kora, Datan at ni Abiram."

[25] Pinuntahan ni Moises si Datan at si Abiram, at sumunod sa kanya ang mga tagapamahala ng Israel.

[26] Pagkatapos, sinabi niya sa mga mamamayan, "Lumayo kayo sa mga tolda ng masasamang taong ito! Huwag kayong hahawak ng kahit anong pagaari nila, dahil kapag ginawa ninyo ito parurusahan kayong *kasama nila* dahil sa lahat ng kasalanan nila." [27] Kaya lumayo ang mga tao sa mga tolda nina Kora, Datan at Abiram. Lumabas sina Datan at Abiram, at tumayo sa pintuan ng kanilang mga tolda kasama ng kanilang mga asawa't anak.

[28] Sinabi ni Moises *sa mga tao,* "Sa pamamagitan nito malalaman ninyo na ang Panginoon ang nagsugo sa akin para sa paggawa ng mga bagay na ito, at hindi ko ito sariling kagustuhan. [29] Kung mamatay ang mga taong ito sa natural na kamatayan, hindi ako isinugo ng Panginoon. [30] Pero kung gagawa ang Panginoon ng kamanghamanghang bagay, at mabiyak ang lupa, at lamunin silang buhay, kasama ang lahat nilang mga ari-arian papunta sa mundo ng mga patay, malalaman ninyo na ang mga taong ito ang nagtakwil sa Panginoon."

[31] Pagkatapos magsalita ni Moises, nabiyak ang lupa na kinatatayuan nina Datan at Abiram, [32] at nilamon sila at ang kanilang pamilya ng lupa, kasama ang lahat ng tagasunod ni Kora at ang lahat ng kanilang ari-arian. [33] Buhay silang lahat na nilamon ng lupa pati ang kanilang mga ari-arian. Sumara ang lupa at nawala sila sa kapulungan. [34] Ang lahat ng mga Israelita ay nagsilayo nang marinig nila ang kanilang pagsigaw, dahil iniisip nila na baka lamunin din sila ng lupa.

[35] Pagkatapos, nagpadala ang Panginoon ng apoy, at nilamon nito ang 250 tagasunod ni Kora na naghahandog ng insenso.

[36] Sinabi ng Panginoon kay Moises, [37] "Sabihin mo sa paring si Eleazar na anak ni Aaron, na kunin niya ang mga lalagyan ng insenso sa mga bangkay na nangasunog, dahil banal ang mga lalagyan. Sabihin mo rin sila na ikalat nila sa malayo ang mga baga [38] ng mga lalagyang ito na galing sa mga taong nangamatay dahil sa kanilang mga kasalanan. Ipamartilyo ang mga ito hanggang sa mapitpit, at itakip sa altar dahil inihandog ito sa Panginoon at naging banal ito. Ang takip na ito sa altar ay magiging isang babala para sa mga Israelita.

[39-40] Kaya ayon sa iniutos ng Panginoon sa pamamagitan ni Moises, ipinakuha ng paring si Eleazar ang mga tansong lalagyan ng insenso na dinala ng mga taong nangasunog at minartilyo niya ito upang itakip sa altar. Isa itong babala para sa mga Israelita na walang sinumang makakalapit sa altar para magsunog ng insenso sa Panginoon maliban lang sa mga angkan ni Aaron upang hindi mangyari sa kanya ang nangyari kay Kora at sa mga tagasunod niya. [41] Pero nang sumunod na araw, nagreklamo na naman ang buong mamamayang Israelita kina Moises at Aaron. Sinabi nila, "Pinatay ninyo ang mga mamamayan ng Panginoon."

[42] Habang nagkakaisa silang nagrereklamo kina Moises at Aaron, lumingon sila sa Toldang Tipanan at nakita nila na biglang bumalot ang ulap sa Tolda at ipinakita ng Panginoon ang kanyang makapangyarihang presensya. [43] Pumunta sina Moises at Aaron sa harapan ng Tolda [44] at sinabi ng Panginoon kay Moises, [45] "Lumayo kayo sa mga taong iyan dahil ibabagsak ko sila ngayon din."

---

a 13 maganda at masaganang lupain: sa literal, *lupain na dumadaloy ang gatas at pulot.* Ganito rin sa talatang 14.

Nagpatirapa ang dalawa.

[46] Pagkatapos, sinabi ni Moises kay Aaron, "Kunin mo ang lalagyan mo ng insenso at lagyan ito ng insenso at baga galing sa altar, at magmadali kang pumunta sa mga mamamayan at maghandog ka sa PANGINOON para mapatawad ang kanilang mga kasalanan, dahil galit na ang PANGINOON at nagsimula na ang salot." [47] Kaya sinunod ni Aaron ang iniutos ni Moises, at tumakbo siya sa gitna ng mga mamamayan. Nagsimula na ang salot sa mga tao, pero naghandog pa rin si Aaron ng insenso para mapatawad ang kasalanan ng mga tao. [48] Tumayo siya sa gitna ng mga taong patay na at ng mga buhay pa at tumigil ang salot. [49] Pero 14,700 ang namatay, hindi pa kasama ang mga namatay dahil kay Kora. [50] Pagkatapos, bumalik si Aaron kay Moises sa pintuan ng Toldang Tipanan dahil tumigil na ang salot.

Ang Tungkod ni Aaron

17 Sinabi ng PANGINOON kay Moises, [2] "Sabihin mo sa mga Israelita na ang bawat pinuno sa bawat lahi ay magbibigay sa iyo ng isang baston at isulat dito ang kani-kanilang pangalan. 12 lahat ang baston. [3] Sa baston ng lahi ni Levi, isulat ang pangalan ni Aaron dahil kailangang may isang baston sa bawat pinuno ng lahi. [4] Ilagay mo ang lahat ng ito sa Toldang Tipanan, sa harapan ng *Kahon ng* Kasunduan kung saan ako nakikipagkita sa inyo ni Aaron. [5] At ang baston ng taong piliin ko *na maglingkod sa akin bilang pari* ay sisibulan at sa pamamagitan nito, titigil ang pagrereklamo ng mga Israelita laban sa inyo ni Aaron."

[6] Kaya sinabi ito ni Moises sa mga Israelita, at ang bawat pinuno ng lahi ay nagbigay sa kanya ng baston. Ang lahat ng baston ay 12 at isa rito ni kay Aaron. [7] Inilagay lahat ni Moises ang baston sa presensya ng PANGINOON doon sa Tolda ng Kahon ng Kasunduan.

[8] Kinaumagahan, pumasok si Moises sa Tolda ng Kahon ng Kasunduan at nakita niya na ang baston ni Aaron, na kumakatawan sa lahi ni Levi ay hindi lang sumibol kundi nagkabuko pa, namulaklak, at namunga ng almendro. [9] Pagkatapos, inilabas ni Moises ang lahat ng baston at ipinakita sa lahat ng mga Israelita. Tiningnan nila ito, at kinuha ng bawat pinuno ng lahi ang kani-kanilang baston.

[10] Sinabi ng PANGINOON kay Moises, "Ibalik ang baston ni Aaron sa harapan ng *Kahon ng* Kasunduan para maging babala ito sa mga rebelde na mamamatay sila kung hindi sila titigil sa pagrerebelde laban sa akin." [11] Tinupad ni Moises ang iniutos sa kanya ng PANGINOON.

[12] Sinabi ng mga Israelita kay Moises, "Mamamatay kami nitong lahat! [13] Dahil sinumang lumapit sa Tolda ng PANGINOON ay mamamatay. Mamamatay na ba kaming lahat?"

Ang Tungkulin ng mga Pari at ng mga Levita

18 Sinabi ng PANGINOON kay Aaron, "Ikaw at ang mga anak mong lalaki na mula sa lahi ni Levi ang mananagot sa kasalanang ginawa ninyo sa inyong paglilingkod sa Toldang Pinagtipunan. Pero ikaw lang at ang mga anak mo ang mananagot sa kasalanan na inyong magagawa na may kinalaman sa inyong pagkapari. [2] Kung maglilingkod ka at ang mga anak mo sa Tolda ng Kahon ng Kasunduan, patulungin n'yo ang mga kamag-anak n'yong kapwa Levita. [3] Magtatrabaho sila sa ilalim ng iyong pamamahala at gagawin nila ang lahat ng mga gawain sa Tolda, pero hindi sila dapat humawak sa mga banal na kagamitan ng Tolda o sa altar, dahil kung gagawin nila ito mamamatay sila pati kayo. [4] Tutulong sila sa iyo, at responsibilidad nila ang pag-aasikaso ng Toldang Tipanan at ang paggawa ng lahat ng gawain dito. Dapat walang sinumang tutulong sa iyo at sa iyong mga anak maliban sa lahi ni Levi.

[5] "Ikaw ang mamamahala sa pag-aasikaso ng Banal na Lugar at ng altar, para hindi ako muling magalit sa mga Israelita. [6] Ako ang pumili ng kapwa mo Levita mula sa mga Israelita, para maging katulong mo. Itinalaga sila sa akin sa paglilingkod sa Toldang Tipanan. [7] Pero ikaw lang at ang iyong mga anak ang makapaglilingkod bilang mga pari, dahil kayo lang ang makakagawa ng mga gawain na may kinalaman sa altar at sa Pinakabanal na Lugar. Regalo ko sa inyo ang inyong pagkapari. Papatayin ang sinumang gagawa nito na hindi pari."

Mga Handog para sa mga Pari at sa mga Levita

[8] Sinabi ng PANGINOON kay Aaron, "Ako ang pumili sa iyo na mamahala sa banal na mga handog na inihahandog sa akin ng mga Israelita. Ibinibigay ko ito sa iyo at sa iyong mga anak bilang inyong bahagi magpakailanman. [9] May bahagi kayo sa pinakabanal na mga handog na ito na hindi sinusunog, na inihandog ng mga tao sa akin dulang pinakabanal na mga handog. Kasama ng mga handog na ito ang handog bilang pagpaparangal sa akin, handog sa paglilinis, at handog na pambayad ng kasalanan. Ito ang mga bahagi mo at ng iyong mga anak. [10] Kainin ninyo ito bilang isang pinakabanal na handog. Kailangang mga lalaki lang ang kakain nito at ituring ninyo itong banal. [11] Ang iba pang mga handog ng mga Israelita na itinataas *sa altar* ay para rin sa inyo. Ibinibigay ko ito sa iyo at sa iyong mga angkan, bilang inyong bahagi magpakailanman. Makakakain nito ang sinuman sa iyong pamilya na itinuturing na malinis. [12] Ibinibigay ko rin sa inyo ang mabubuting produkto na inihahandog ng mga Israelita mula sa ubas nilang ani: langis ng olibo, bagong katas ng ubas at trigo. [13] Magiging inyong lahat ang mga produkto na kanilang inihahandog mula sa unang ani ng kanilang lupa. Makakakain nito ang sinuman sa iyong pamilya na itinuturing na malinis.

[14] "Ang lahat ng bagay sa Israel na ibinigay sa akin nang buo[a] ay magiging inyo. [15] Ang lahat ng panganay na lalaki, tao man o hayop na inihahandog sa akin ay magiging inyo rin. Pero kailangang tubusin ninyo ang mga panganay na anak na lalaki at ang mga panganay na mga hayop na itinuturing na marumi. [16] Tubusin ninyo

---

a 14 ibinigay sa akin nang buo: Ang Hebreong salita nito ay nangangahulugan na ang mga bagay na ibinigay sa PANGINOON ay hindi na mababawi at magiging sa mga pari na ito magpakailanman. Kung minsan, itoy winawasak.

ito kung isang buwan na ang edad at kailangang tubusin ninyo ito sa halagang limang pirasong pilak ayon sa bigat ng pilak sa timbangang ginagamit ng mga pari. [17] Pero huwag ninyong tutubusin ang panganay na toro, tupa o kambing dahil sa akin ito. *Katayin ninyo ito* at iwisik ninyo ang dugo sa altar at sunugin ang mga taba bilang handog sa pamamagitan ng apoy.[a] Ang mabangong samyo ng handog na ito ay makalulugod sa akin. [18] Sa inyo ang karne nito, gaya ng dibdib at ng kanang paa ng handog na itinataas ninyo. [19] Ibinibigay ko sa inyo ang lahat ng mga handog na itinataas ng mga Israelita sa akin. Para ito sa inyo at sa inyong mga angkan bilang inyong bahagi magpakailanman. Kasunduan ko ito sa iyo at sa iyong angkan na hindi magbabago magpakailanman."[b]

[20] Sinabi pa ng Panginoon kay Aaron, "Kayong mga pari ay walang mamanahing lupa sa Israel, dahil ako mismo ang magbibigay ng inyong mga pangangailangan.

[21] "Kung tungkol sa mga Levita, babayaran ko sila sa kanilang serbisyo sa Tolda. Ibibigay ko sa kanila ang lahat ng ikapu na ibinibigay ng mga Israelita bilang kanilang bahagi. [22] Mula ngayon, wala nang iba pang Israelita na lalapit sa Toldang Tipanan *maliban sa mga pari at sa mga Levita*, dahil kung lalapit sila, mananagot sila sa kanilang mga kasalanan, at mamamatay. [23] Ang mga Levita ang responsable sa mga gawain sa Toldang Tipanan, at mananagot sila sa kanilang magagawang kasalanan laban dito. Ang mga tuntuning ito ay dapat tuparin hanggang sa susunod pang mga henerasyon. Walang mamanahing lupa ang mga Levita sa Israel. [24] Sa halip, ibibigay ko sa kanila bilang kanilang bahagi ang mga ikapu na ibinibigay ng mga Israelita bilang handog nila sa akin. Iyan ang dahilan kung bakit sinasabi ko na ang mga Levita ay walang mamanahing lupa sa Israel."

[25] Inutusan ng Panginoon si Moises [26] na sabihin niya ito sa mga Levita: "Kung matanggap na ninyo mula sa mga Israelita ang ikapu na ibibigay ko sa inyo bilang inyong bahagi, kailangang magbigay din kayo ng inyong ikapu galing sa ikapu nila, bilang handog sa akin. [27] Ituturing ko ito bilang inyong handog mula sa mga ani, na parang naghandog kayo ng trigo mula sa giikan o alak mula sa pisaan ng ubas. [28] Sa pamamagitan nito, makapagbibigay din kayo ng handog sa akin galing sa lahat ng ikapu na inyong natanggap mula sa akin galing sa mga Israelita. At sa aking *bahagi na iyon, ang ikapu nito* ay ibigay ninyo sa paring si Aaron. [29] Kailangan na ang aking bahagi ang pinakamagandang parte sa lahat ng ibinibigay sa inyo. [30] Kapag naihandog na ninyo ito, ituturing ko itong handog ninyo mula sa giikan o pisaan ng ubas. [31] Maaari mong kainin at ng iyong pamilya ang inyong bahagi kahit saang lugar dahil sweldo ninyo iyan sa inyong paglilingkod sa Toldang Tipanan. [32] Hindi kayo magkakasala sa pagkain ninyo nito kung naihandog na ninyo ang pinakamabuting bahagi sa Panginoon. Ngunit

siguraduhin ninyo na hindi ninyo marurumihan ang banal na mga handog ng mga Israelita, *sa pamamagitan ng pagkain ng inyong bahagi nang hindi pa ninyo naibibigay ang aking bahagi* para hindi kayo mamatay."

Ang Tubig na Ginagamit sa Paglilinis

19 Sinabi ng Panginoon kina Moises at Aaron, [2] "Ito pa ang isang tuntunin na gusto kong tuparin ninyo: Sabihin ninyo sa mga Israelita na dalhan kayo ng isang pulang dumalagang baka na walang kapintasan at hindi pa nagagamit sa pag-aararo.[c] [3] Ibigay ninyo ito kay Eleazar na pari at dalhin ninyo sa labas ng kampo at katayin sa kanyang harapan. [4] Pagkatapos, kukuha si Eleazar ng dugo nito sa pamamagitan ng kanyang daliri, at iwiwisik ito ng pitong beses sa harapan ng Toldang Tipanan. [5] At habang nakatingin si Eleazar, susunugin ang buong baka—ang balat, ang laman, dugo at mga bituka nito. [6] Pagkatapos, kukuha si Eleazar ng *isang putol ng* punong sedro, *isang sanga ng tanim* na isopo at pulang panali na ihahagis lahat sa sinusunog na baka. [7] Pagkatapos, kailangang labhan ni Eleazar ang kanyang damit at maligo siya. At pagkatapos, makakapasok na siya sa kampo, pero ituturing siyang marumi hanggang hapon. [8] Ang taong nagsunog ng baka ay kailangang maglaba rin ng kanyang damit at maligo, at ituturing din siyang marumi hanggang hapon.

[9] "Ang taong itinuturing na malinis ang siyang kukuha ng abo ng baka, at ilalagay niya ito sa isang lugar na itinuturing na malinis sa labas ng kampo. Itatago ito pero gagamitin ng mamamayan ng Israel na panghalo sa tubig na gagamitin sa paglilinis. Ginagamit ang seremonyang ito para mawala ang kasalanan. [10] Kailangang labhan ng taong kumuha ng abo ng baka ang kanyang damit, at ituturing din siyang marumi hanggang sa hapon. Ang tuntuning ito ay dapat tuparin ng mga Israelita at dayuhan na naninirahan kasama ninyo magpakailanman.

[11] "Ang sinumang hihipo sa bangkay ay ituturing na marumi sa loob ng pitong araw. [12] Kailangang linisin niya ang kanyang sarili ng tubig na ginagamit sa paglilinis sa ikatlo at ikapitong araw. Pagkatapos, ituturing na siyang malinis. Pero kung hindi siya maglilinis sa ikatlo at ikapitong araw, hindi siya ituturing na malinis. [13] Ang sinumang makakahipo sa bangkay na hindi naglinis ng kanyang sarili[d] ay para na rin niyang dinungisan ang Tolda ng Panginoon. Kailangang huwag na ninyong iituring na kababahagi ang taong iyon. Dahil hindi siya nawisikan ng tubig na ginagamit sa paglilinis, marumi pa rin siya.

[14] "Ito ang tuntunin kung may taong mamatay sa loob ng tolda: Ang sinumang pumasok sa tolda o kaya'y naroon na sa loob *nang mamatay ang tao* ay ituturing na marumi sa loob ng pitong araw. [15] At ituturing din na marumi ang anumang mga lalagyan sa tolda na walang takip.

[16] "Ituturing din na marumi sa loob ng pitong araw ang sinumang nasa labas ng kampo na

---

[a] 17 *handog sa pamamagitan ng apoy:* Tingnan ang "footnote" sa 15:3.

[b] 19 *hindi magbabago magpakailanman:* sa literal, *Ito ay walang katapusang kasunduan na asin para sa iyo at sa iyong lahi.*

[c] 2 *hindi pa nagagamit sa pag-aararo:* sa literal, *hindi pa ito nakakabitan ng pamatok.*

[d] 13 *hindi naglinis ng kanyang sarili:* Ang ibig sabihin, hindi ginawa ang seremonya upang maging karapat-dapat sa Dios.

nakahipo ng bangkay, pinatay man ito o namatay sa natural na paraan. Ganoon din sa nakahipo sa buto ng tao o nakahawak ng libingan.

¹⁷ "Upang mawala ang pagiging marumi, ilagay sa lalagyan ang ibang abo ng baka na inihahandog para sa paglilinis at pagkatapos, dadagdagan ito ng tubig. ¹⁸ Pagkatapos, kukuha ang taong itinuturing na malinis ng *isang sanga ng tanim na* isopo, at isasawsaw niya ito sa nasabing tubig, at iwiwisik sa tolda *na may namatay* at sa lahat ng kagamitan dito, at sa mga tao na nasa tolda. Wiwisikan din ang taong nakahipo ng buto ng tao o ng libingan, o ang sinumang pinatay o namatay sa natural na kamatayan. ¹⁹ Sa ikatlo at ikapitong araw, wiwisikin ng malinis na tao ang maruming tao. At sa ikapitong araw, kailangang labhan ng taong nilinisan ang kanyang damit at maligo siya, at sa gabing iyo'y ituturing na siyang malinis. ²⁰ Pero kung ang taong marumi ay hindi maglilinis, huwag na siyang ituring na kababayan ninyo, dahil para na rin niyang dinungisan ang Tolda ng Panginoon. At dahil hindi siya nawisikan ng tubig na ginagamit sa paglilinis, marumi pa rin siya. ²¹ Ang tuntuning ito ay dapat nilang sundin magpakailanman.

"Ang taong nagwisik ng tubig na ginagamit sa paglilinis ay kailangang maglaba ng kanyang damit, at ang sinumang humipo ng tubig na ginagamit sa paglilinis ay ituturing na marumi hanggang hapon. ²² Ang sinuman o anuman na hahawak o hihipo sa maruming tao ay magiging marumi rin hanggang hapon."

Ang Tubig na Lumabas sa Bato
(Exo. 17:1-7)

20 Noong unang buwan, dumating ang buong mamamayan ng Israel sa ilang ng Zin, at nagkampo sila sa Kadesh. Doon namatay si Miriam at inilibing.

² Walang tubig doon, kaya nagtipon na naman ang mga tao laban kina Moises at Aaron. ³ Nakipagtalo sila kay Moises at sinabi, "Mabuti pang namatay na lang kami kasama ng mga kababayan naming namatay noon sa presensya ng Panginoon. ⁴ Bakit dinala mo *kaming* mga mamamayan ng Panginoon dito sa disyerto? Para ba mamatay kasama ng aming mga alagang hayop? ⁵ Bakit ba pinalabas mo pa kami sa Egipto at dinala kami rito sa walang kwentang lugar na kahit trigo, igos, ubas o pomegranata ay wala? At walang tubig na mainom!"

⁶ Kaya iniwan nina Moises at Aaron ang mga mamamayan, at nagpunta sila sa Toldang Tipanan at nagpatirapa sila *para manalangin.* Pagkatapos, nagpakita sa kanila ang makapangyarihang presensya ng Panginoon. ⁷ Sinabi ng Panginoon kay Moises, ⁸ "Kunin mo ang iyong baston at tipunin ninyo ni Aaron ang *buong* mamamayan. At habang nakatingin sila, utusan mo ang bato na maglabas ng tubig, at mula dito aagos ang tubig. Sa pamamagitan nito, mabibigyan ninyo ng tubig ang mamamayan para makainom sila at ang kanilang mga hayop."

⁹ Kaya kinuha ni Moises ang baston sa presensya ng Panginoon, *doon sa may Toldang Tipanan,* ayon

sa iniutos ng Panginoon sa kanya. ¹⁰ Pagkatapos, tinipon nina Aaron ang *buong* mamamayan sa harapan ng bato, at sinabi ni Moises sa kanila, "Makinig kayong mga suwail, dapat ba namin kayong bigyan ng tubig mula sa batong ito?" ¹¹ Pagkatapos, itinaas ni Moises ang kanyang baston, pinalo ng dalawang beses ang bato, at bumulwak ang tubig *mula rito,* at uminom ang mamamayan at ang kanilang mga hayop.

¹² Pero sinabi ng Panginoon kina Moises at Aaron, "Dahil sa hindi kayo naniwala sa akin na ipapakita ko sa inyo ang aking kabanalan sa harap ng mga Israelita, hindi kayo ang mamumuno sa pagdadala ng mga mamamayang ito sa lupaing ibibigay ko sa kanila."

¹³ Ang lugar na ito ay tinatawag na Meriba[a] dahil nakipagtalo ang mga Israelita sa Panginoon sa lugar na ito, at dito rin ipinakita ng Panginoon ang kanyang kabanalan.

Hindi Pinayagan ng mga taga-Edom na Dumaan ang mga Israelita

¹⁴ Habang naroon pa ang mga Israelita sa Kadesh, nagsugo si Moises ng mga mensahero sa hari ng Edom na nagsasabi, "Ito ang mensahe mula sa iyong kamag-anak, ang mamamayan ng Israel: Nalalaman mo ang lahat ng kahirapan na aming napagdaanan. ¹⁵ Pumunta ang aming mga ninuno sa Egipto, at matagal silang nanirahan doon. Inapi kami at ang aming mga ninuno ng mga Egipcio, ¹⁶ pero humingi kami ng tulong sa Panginoon at pinakinggan niya kami at pinadalhan ng anghel na naglabas sa amin sa Egipto.

"Ngayon, naririto kami sa Kadesh, ang bayan sa tabi ng iyong teritoryo. ¹⁷ Kung maaari, payagan mo kaming dumaan sa inyong lupain. Hindi kami dadaan sa inyong mga bukid o ubasan o iinom sa inyong mga balon. Dadaan lang kami sa inyong pangunahing daan[b] at hindi kami dadaan sa ibang mga daan hanggang sa makalabas kami sa inyong teritoryo."

¹⁸ Pero ito ang sagot ng hari ng Edom, "Huwag kayong dadaan dito sa amin. Kung dadaan kayo, sasalakayin namin kayo at papatayin."

¹⁹ Sumagot ang mga Israelita, "Dadaan lang kami sa pangunahing daan; at kung makakainom kami at ang aming mga hayop ng inyong tubig, babayaran namin ito. Dadaan lang kami sa inyo."

²⁰ Sumagot muli ang hari ng Edom:

"Hindi kayo maaaring dumaan dito!" Pagkatapos, tinipon ng hari ng Edom ang kanyang malalakas na sundalo para makipaglaban sa mga Israelita. ²¹ Dahil ayaw magpadaan ng mga taga-Edom sa kanilang teritoryo, humanap na lang ang mga Israelita ng ibang madaraanan.

Namatay si Aaron

²² Umalis ang buong mamamayan ng Israel sa Kadesh, at pumunta sa Bundok ng Hor. ²³ Doon sa Bundok ng Hor, malapit sa hangganan ng Edom, sinabi ng Panginoon kina Moises at Aaron, ²⁴ "Dumating na ang panahon Aaron na isasama ka

---

a 13 *Meriba:* Ang ibig sabihin sa, *pagtatalo.*

b 17 *pangunahing daan:* sa literal, *daanan ng hari.*

na sa piling ng mga yumao mong ninuno. Hindi ka makakapasok sa lupaing ibibigay ko sa mga Israelita dahil sumuway kayong dalawa ni Moises sa aking utos doon sa bukal ng Meriba. ²⁵Ngayon, Moises, dalhin mo si Aaron at ang anak niyang si Eleazar sa Bundok ng Hor. ²⁶Pagkatapos, hubaran mo si Aaron ng kanyang damit pampari at ipasuot ito sa anak niyang si Eleazar, dahil mamamatay si Aaron doon sa bundok at isasama na sa piling ng mga yumao niyang ninuno.

²⁷Sinunod ni Moises ang iniutos sa kanya ng PANGINOON. Umakyat sila sa Bundok ng Hor, habang nakatingin ang buong mamamayan. ²⁸Pagkatapos, hinubad ni Moises ang damit pampari ni Aaron, at ipinasuot niya ito kay Eleazar. At namatay si Aaron doon sa itaas ng bundok. Pagkatapos, bumaba sila Moises at Eleazar mula sa bundok. ²⁹Nang malaman ng buong mamamayan na patay na si Aaron, nagluksa sila para sa kanya sa loob ng 30 araw.

Natalo ang mga Cananeo

21 Nang mabalitaan ng Cananeong hari ng Arad na naninirahan sa Negev, na paparating ang mga Israelita na dumadaan sa Atarim, sinalakay niya sila at binihag ang iba sa kanila. ²Pagkatapos, sumumpa ang mga Israelita sa PANGINOON, "Kung ibibigay n'yo po ang mga taong ito sa aming mga kamay, wawasakin namin nang lubusan ang kanilang mga bayan bilang handog sa inyo." ³Pinakinggan ng PANGINOON ang pakiusap ng mga Israelita at ibinigay niya sa kanila ang mga Cananeo. Lubusan silang nilipol ng mga Israelita pati ang kanilang mga bayan bilang handog sa Panginoon, kaya tinawag itong lugar ng Horma.

Ang Tansong Ahas

⁴Mula sa Bundok ng Hor, naglakbay ang mga Israelita na dumaan sa daan na papunta sa Dagat na Pula para makaikot sila sa lupain ng Edom. Pero nagsawa ang mga tao sa kanilang paglalakbay, ⁵kaya nagreklamo sila sa Dios at kay Moises. Sinabi nila, "Bakit ba pinalabas mo pa kami sa Egipto para mamatay lang dito sa disyerto? Walang pagkain at tubig dito! At hindi na kami makakatiis sa nakakasawang 'manna' na ito!"

⁶Kaya pinadalhan sila ng PANGINOON ng mga makamandag na ahas at pinagkakagat sila, at marami ang nangamatay sa kanila. ⁷Pumunta ang mga tao kay Moises at sinabi, "Nagkasala kami nang magsalita kami laban sa PANGINOON at sa iyo. Ipanalangin ninyo sa PANGINOON na tanggalin niya sa amin ang mga ahas na ito." Kaya ipinanalangin ni Moises ang mga tao.

⁸Sinabi ng PANGINOON kay Moises, "Gumawa ka ng *tansong* ahas at ilagay ito sa dulo ng isang tukod. Ang sinumang nakagat ng ahas na titingin sa *tansong* ahas na ito ay hindi mamamatay." ⁹Kaya gumawa si Moises ng tansong ahas at inilagay niya ito sa dulo ng isang tukod. At ang mga nakagat ng ahas na tumingin sa tansong ahas ay hindi nga namatay.

Ang Paglalakbay Papunta sa Moab

¹⁰Nagpatuloy sa paglalakbay ang mga Israelita, at nagkampo sila sa Obot. ¹¹Mula sa Obot, naglakbay

uli sila at nagkampo sa Iye Abarim, sa disyerto na nasa bandang silangan ng Moab. ¹²Mula roon, naglakbay sila at nagkampo sa Lambak ng Zered. ¹³At mula sa Zered naglakbay na naman sila at nagkampo sa kabila ng *Lambak ng* Arnon, na nasa ilang na malapit sa teritoryo ng mga Amoreo. Ang Arnon ang hangganan sa gitna ng lupain ng mga Moabita at lupain ng mga Amoreo. ¹⁴Iyan ang dahilan kung bakit nakasulat sa Aklat ng Pakikipaglaban ng PANGINOON ang *bayan ng* Waheb sa sakop ng Sufa, ang mga lambak ng Arnon, ¹⁵pati ang gilid ng mga lambak na umaabot sa bayan ng Ar na nasa hangganan ng Moab.

¹⁶Mula roon *sa Arnon*, nagpatuloy ang mga Israelita sa Beer, ang balon na kung saan sinabi ng PANGINOON kay Moises, "Tipunin ninyo ang mga tao at bibigyan ko sila ng tubig." ¹⁷At doon umawit ang mga Israelita ng awit na ito:

Patuloy na magbibigay ng tubig ang balong ito!
Aawit tayo tungkol sa balong ito ¹⁸na
ipinahukay ng mga pinuno at
mararangal na tao sa pamamagitan ng
kanilang kapangyarihan.ᵃ

Mula sa disyerto nagpunta sila sa Matana; ¹⁹mula sa Matana nagpunta sila sa Nahaliel; mula sa Nahaliel nagpunta sila sa Bamot, ²⁰at mula sa Bamot nagpunta sila sa lambak ng Moab, na kung saan makikita ang disyerto sa baba ng tuktok ng Pisga.

Natalo si Haring Sihon at si Haring Og (Deu. 2:26–3:11)

²¹Ngayon, nagsugo ng mga mensahero ang Israel kay Sihon na hari ng mga Amoreo. Ganito ang kanilang mensahe: ²²Kung maaari ay payagan n'yo kaming dumaan sa inyong lupain. Hindi kami dadaan sa inyong mga bukid, o ubasan o iinom sa inyong mga balon. Dadaan lang kami sa inyong pangunahing daan hanggang sa makalabas kami sa inyong teritoryo.

²³Pero hindi pumayag si Sihon na dumaan ang mga Israelita sa kanyang teritoryo. Sa halip, tinipon niya ang kanyang mga sundalo at nagpunta sila sa disyerto para salakayin ang mga Israelita. Pagdating nila sa Jahaz, nakipaglaban sila sa mga Israelita. ²⁴Pero pinagpapatay sila ng mga Israelita, at inagaw nila ang kanilang lupain mula sa Arnon papunta sa *Ilog ng* Jabok. Pero hanggang sa hanggahan lang sila ng lupain ng mga Ammonita dahil ang kanilang hangganan ay napapaderan.ᵇ ²⁵Kaya naagaw ng mga Israelita ang lahat ng lungsod ng mga Amoreo at tinirhan nila ito, pati ang Heshbon at ang lahat ng baryo na sakop nito. ²⁶Ang Heshbon ang kabisera ng lungsod ni Sihon na hari ng mga Amoreo. Natalo niya noon ang isang hari ng Moab at inagaw niya ang lahat ng lupain nito hanggang sa Arnon. ²⁷Iyan ang dahilan kung bakit sinasabi ng mga makata na,

"Pumunta kayo sa Heshbon, ang lungsod ni Sihon, at *muli* n'yo itong ipatayo. ²⁸Noon, sumasalakay ang mga sundalo ng Heshbon katulad ng naglalagablab na apoy at lumamon sa bayan ng Ar na sakop ng

---

ᵃ 18 kapangyarihan: sa literal, *mga baston at setro.*

ᵇ 24 *ang kanilang…napapaderan:* sa Septuagint, *Jazer ang tawag sa kanilang hangganan.*

Moab at sumira sa mataas na lugar ng Arnon. [29]Nakakaawa kayong mga taga-Moab! Bumagsak kayong mga sumasamba sa dios na si Kemosh. Kayo na mga anak niya ay pinabayaan niyang mabihag ni Sihon na hari ng Amoreo. [30]Pero ngayon, bagsak na ang mga Amoreo. Nagiba ang lungsod ng Heshbon, pati ang Dibon, Nofa at Medeba."

[31]Kaya nanirahan ang mga Israelita sa lupain ng mga Amoreo. [32]Pagkatapos, nagpadala si Moises ng mga espiya sa Jazer, at inagaw din nila ito pati ang mga baryo na sakop nito. Pinaalis nila ang mga Amoreo na naninirahan doon. [33]Pagkatapos, nagpunta naman sila sa Bashan, pero sinalakay sila ni Haring Og ng Bashan at ng kanyang buong sundalo roon sa Edrei. [34]Sinabi ng PANGINOON kay Moises, "Huwag kang matakot sa kanya dahil siguradong ibibigay ko siya sa iyo at ang kanyang mga sundalo sa inyo, pati ang kanyang lupain. Gagawin mo sa kanya ang ginawa mo kay Sihon na hari ng mga Amoreo, na naghari sa Heshbon." [35]Kaya pinagpapatay ng mga Israelita si Og pati ang mga anak niya at ang lahat niyang mamamayan, kaya walang natira sa kanila. At inangkin ng mga Israelita ang lupaing sakop ni Og.

Ipinatawag ni Haring Balak si Balaam

22 Nagpatuloy sa paglalakbay ang mga Israelita hanggang sa nakarating sila sa kapatagan ng Moab, at nagkampo sila sa silangan ng *Ilog ng* Jordan, sa harapan ng Jerico. [2]Alam ni *Haring* Balak *ng Moab*, na anak ni Zipor, ang lahat ng ginawa ng mga Israelita sa mga Amoreo, [3]at natakot siya at ng mga Moabita dahil sa dami ng mga Israelita.

[4]Sinabi ng mga Moabita sa mga tagapamahala ng Midian, "Uubusin talaga tayo ng mga taong ito, tulad ng baka na nanginginain ng mga damo."

Kaya si Balak na anak ni Zipor, na siyang hari ng Moab nang mga panahong iyon [5]ay nagsugo ng mga mensahero para ipatawag si Balaam na anak ni Beor na naninirahan sa Petor. Sa Petor, malapit sa Ilog *ng Eufrates* ipinanganak si Balaam. Ito ang mensahe ni Balak:

May mga taong nanggaling sa Egipto at masyado silang marami at naninirahan sila malapit sa amin. [6]Kaya pumunta ka rito at sumpain ang mga taong ito dahil mas makapangyarihan sila kaysa sa amin. At baka sakaling matalo ko sila at maitaboy palayo sa aking lupain. Dahil nalalaman ko na ang sinumang isinusumpa mo ay nasusumpa.

[7]Kaya naglakbay ang mga tagapamahala ng Moab at Midian na dala ang bayad para kay Balaam. Sinabi nila sa kanya ang sinabi ni Balak. [8]At sinabi ni Balaam sa kanila, "Dito na lang kayo matulog ngayong gabi at sasabihin ko sa inyo bukas kung ano ang sasabihin ng PANGINOON sa akin." Kaya roon natulog ang mga pinuno ng Moab.

[9]Nagtanong ang Dios kay Balaam, "Sino ang mga taong ito na kasama mo?" [10]Sumagot si Balaam sa Dios, "*Sila po ang mga mensaherong isinugo ni Haring Balak ng Moab, na anak ni Zipor. Ganito ang kanyang mensahe:* [11]May mga taong nanggaling sa Egipto at masyado silang marami. Kaya pumunta ka rito at sumpain ang mga taong ito para sa akin dahil baka matalo ko sila at maitaboy palayo."

[12]Pero sinabi ng Dios kay Balaam, "Huwag kang sasama sa kanila. At huwag mong isusumpa ang mga taong *sinasabi nila*, dahil pinagpala ko° ang mga iyon."

[13]Paggising ni Balaam kinaumagahan, sinabihan niya ang mga pinuno ni Balak, "Umuwi na lang kayo sa inyong bansa dahil hindi pumayag ang PANGINOON na sumama ako sa inyo."

[14]Kaya umuwi ang mga pinuno ng Moab at pumunta kay Balak at sinabi, "Ayaw sumama ni Balaam sa amin."

[15]Kaya muling nagpadala si Balak ng mga pinuno na mas marami at mas marangal pa sa nauna. [16]Pumunta sila kay Balaam at sinabi:

"Ito ang ipinapasabi ni Balak na anak ni Zipor: Huwag mong payagan na may humadlang sa pagpunta mo rito. [17]Babayaran kitang mabuti at gagawin ko ang anumang gustuhin mo. Sige na, pumunta ka na rito at sumpain ang mga taong ito para sa akin."

[18]Pero sumagot si Balaam sa kanila, "Kahit na ibigay pa ni Balak sa akin ang palasyo niyang puno ng pilak at ginto, hindi ko magagawang suwayin ang utos ng PANGINOON na aking Dios, kahit sa malaki o maliit lang na bagay. [19]Pero rito na lang muna kayo matulog ngayong gabi katulad ng ginawa ng iba ninyong mga kasama dahil baka may iba pang sabihin ang PANGINOON sa akin."

[20]Noong gabing iyon, sinabi ng Dios kay Balaam, "Pumunta rito ang mga taong ito para tawagin ka, sumama ka na lang sa kanila, pero ang mga sasabihin ko lang sa iyo ang gawin mo."

Ang Asno ni Balaam

[21]Kaya kinaumagahan, inihanda ni Balaam ang kanyang asno at sumama sa mga pinuno ng Moab [22]kasama ang kanyang dalawang katulong. Pero habang naglalakbay° si Balaam, nagalit ang PANGINOON, kaya hinarang siya ng anghel ng PANGINOON sa daan. [23]Pagkakita ng asno na nakatayo ang anghel ng PANGINOON sa daan na may hawak na espada, lumihis ng daan ang asno at nagpunta sa bukid. Kaya pinalo ito ni Balaam at pinabalik sa daan.

[24]Pagkatapos, tumayo ang anghel ng PANGINOON sa makitid na daan sa gitna ng dalawang pader ng mga ubasan. [25]Pagkakita ng asno sa anghel ng PANGINOON, sumiksik siya sa pader at naipit ang paa ni Balaam sa pader kaya pinalo na naman ito ni Balaam.

[26]Pagkatapos, lumakad sa unahan ang anghel ng PANGINOON at tumayo sa mas makitid na daan na hindi na talaga makakadaan kahit sa magkabilang gilid. [27]Pagkakita ng asno sa anghel ng PANGINOON, tumumba na lang ito at nagalit si Balaam, at pinalo na naman niya ito ng kanyang baston. [28]Pagkatapos, pinagsalita ng PANGINOON ang asno, at sinabi niya kay Balaam, "Ano ba ang nagawa ko sa iyo para paluin mo ako ng tatlong beses?" [29]Sumagot si Balaam sa asno, "Ginawa mo akong parang luku-luko. Kung may espada lang ako, papatayin kita ngayon din."

---

a 22 *habang naglalakbay:* o, *dahil umalis.*

³⁰ Sinabi ng asno kay Balaam, "Hindi ba't ako ang asnong palagi mong sinasakyan? Umasal ba ako dati nang gaya nito?" Sumagot si Balaam, "Hindi."
³¹ Pagkatapos, ipinakita ng PANGINOON kay Balaam ang anghel na nakatayo sa daan na may hawak na espada. Kaya nagpatirapa si Balaam.
³² Nagtanong sa kanya ang anghel ng PANGINOON, "Bakit mo ba pinalo ang asno mo ng tatlong beses? Nandito ako para harangan ka dahil masama sa aking paningin ang inasal mo. ³³ Nakita ako ng iyong asno at umiwas siya sa akin ng tatlong beses. Kung hindi siya umiwas sa akin, pinatay na sana kita at pinabayaang mabuhay ang iyong asno."
³⁴ Sinabi ni Balaam sa anghel ng PANGINOON, "Nagkasala po ako! Hindi ko alam na nakatayo pala kayo riyan sa daan para humarang sa akin. Kung masama para sa inyong magpatuloy ako, uuwi na lang po ako."
³⁵ Sinabi ng anghel ng PANGINOON kay Balaam, "Sasama ka sa mga taong iyon, pero sabihin mo lang sa kanila ang mga sasabihin ko sa iyo." Kaya sumama si Balaam sa mga pinuno ni Balak.
³⁶ Nang malaman ni Balak na paparating si Balaam, sumalubong siya roon sa isang bayan ng Moab malapit sa Arnon, sa hangganan ng kanyang teritoryo.
³⁷ Sinabi ni Balak kay Balaam, "Hindi ba't dali-dali kitang ipinatawag? Bakit hindi ka kaagad nagpunta? Iniisip mo ba na hindi kita babayaran?"
³⁸ Sumagot si Balaam, "Nandito na ako. Pero sasabihin ko lang sa iyo kung ano ang ipinapasabi ng Dios sa akin."
³⁹ Pagkatapos, sumama si Balaam kay Balak sa Kiriat Huzot. ⁴⁰ At naghandog doon si Balak ng baka at tupa. Ibinigay niya ang ibang mga karne kay Balaam at sa mga pinuno na kasama niya.
⁴¹ Kinaumagahan, dinala ni Balak si Balaam sa Bamot Baal at doon nakita niya sa ibaba ang buong*ᵃ* mamamayan ng Israel.

Ang Unang Mensahe ni Balaam

23 Sinabi ni Balaam *kay Balak*, "Pagawan mo ako rito ng pitong altar, at ipaghanda mo ako ng pitong toro at pitong matandang lalaking tupa." ² Sinunod ni Balak ang sinabi ni Balaam, at silang dalawa ang naghandog ng toro at ng lalaking tupa sa bawat altar. ³ Pagkatapos, sinabi ni Balaam kay Balak, "Dito ka lang sa tabi ng iyong handog dahil aalis ako. Baka makipagkita ang PANGINOON sa akin. Sasabihin ko na lang sa iyo kung ano ang sasabihin niya sa akin." Kaya umakyat siya sa itaas ng burol.
⁴ Nakipagkita ang PANGINOON sa kanya at sinabi ni Balaam, "Nagpagawa po ako ng pitong altar, at sa bawat altar ay naghandog ako ng isang batang toro at tupa."
⁵ Binigyan ng PANGINOON si Balaam ng mensahe at sinabi, "Bumalik ka kay Balak at sabihin sa kanya ang mensaheng ito." ⁶ Kaya bumalik si Balaam, at nakita niya si Balak na nakatayo sa tabi ng kanyang mga handog, kasama ng lahat ng pinuno ng Moab.
⁷ Pagkatapos, sinabi ni Balaam,
"Ipinatawag mo ako, Haring Balak ng Moab, mula sa Aram, sa kabundukan sa silangan. Sinabi

mo sa akin, 'Dali, sumpain mo ang mga lahi ni Jacob para sa akin. Sumpain sila na mga mamamayan ng Israel.' ⁸ Paano ko susumpain ang mga taong hindi isinusumpa ng Dios? Paano ko susumpain ang mga taong hindi isinusumpa ng PANGINOON? ⁹ Mula sa itaas ng bundok, nakita ko sila. Nabubuhay sila nang sila lang, na nakabukod sa ibang mga bansa. ¹⁰ Sino ba ang may kayang bumilang sa kanilang dami na tulad ng buhangin sa tabing-dagat? Mamatay sana ako na tulad ng matuwid na mga mamamayan ng Dios."
¹¹ Sinabi ni Balak kay Balaam, "Ano itong ginawa mo sa akin? Dinala kita rito para sumpain ang aking mga kaaway pero ang ginawa mo, binasbasan mo pa sila!" ¹² Sumagot si Balaam, "Kailangang sabihin ko ang sinabi ng PANGINOON sa akin."

Ang Ikalawang Mensahe ni Balaam

¹³ Pagkatapos, sinabi ni Balak sa kanya, "Sumama ka sa akin sa isa pang lugar na kung saan makikita mo ang iba pang mga mamamayan ng Israel, pero hindi ang lahat. At doon, sumpain mo sila." ¹⁴ Kaya dinala ni Balak si Balaam sa isang bukid sa Zofim, sa ibabaw ng *bundok ng* Pisga, at doon nagpatayo sila ng pitong altar at naghandog ng pitong baka at pitong lalaking tupa, isa sa bawat altar.
¹⁵ Sinabi ni Balaam kay Balak, "Dito ka lang sa tabi ng iyong handog habang nakikipagkita ako sa PANGINOON diyan sa unahan."
¹⁶ Nakipagkita ang PANGINOON kay Balaam at binigyan niya siya ng mensahe. At sinabi niya, "Bumalik ka kay Balak at sabihin mo sa kanya ang mensaheng ito."
¹⁷ Kaya nagbalik si Balaam kay Balak, at nakita niya siya na nakatayo sa tabi ng kanyang handog, kasama ng mga pinuno ng Moab. Nagtanong si Balak kay Balaam, "Ano ang sinabi ng PANGINOON sa iyo?"
¹⁸ Sinabi ni Balaam, "Dali, Balak na anak ni Zipor, at pakinggan mo ako. ¹⁹ Ang Dios ay hindi tao na magsisinungaling, o magbabago ng kanyang isip. Nagsasabi ba siya ng hindi niya ginagawa? Nangangako ba siya ng hindi niya tinutupad? ²⁰ Inutusan niya akong magbasbas, at kapag nababasbas na niya, hindi ko na ito mababawi pa. ²¹ Wala akong nakitang kapahamakan o kaguluhan na dadating sa Israel. Kasama nila ang PANGINOON na kanilang Dios; kinikilala nila siya na kanilang hari. ²² Inilabas sila ng Dios sa Egipto; tulad siya ng isang malakas na toro para sa kanila. ²³ Walang manghuhula o mangkukulam na makakasakit sa kanila. Kaya sasabihin ng mga tao tungkol sa Israel, 'Tunay na kamangha-mangha ang ginawa ng Dios sa Israel. ²⁴ Tulad ng isang leong handang sumalakay ang mamamayang ito at hindi nagpapahinga hanggang sa malamon niya ang kanyang biktima at mainom ang dugo nito.'"
²⁵ Pagkatapos, sinabi ni Balak kay Balaam, "Kung hindi mo sila susumpain, huwag mo silang pagpapalain!" ²⁶ Sumagot si Balaam, "Hindi ba't sinabihan na kita na kailangang gawin ko kung ano ang sasabihin ng PANGINOON sa akin?"

Ang Ikatlong Mensahe ni Balaam

²⁷ Muling sinabi ni Balak kay Balaam, "Halika, dadalhin kita sa ibang lugar. Baka roon, pumayag

a 41 buong: o, ibang.

na ang Dios na sumpain mo ang Israel para sa akin." [28] Kaya dinala ni Balak si Balaam sa ibabaw ng *Bundok ng* Peor, kung saan nakikita ang disyerto sa ibaba. [29] Sinabi ni Balaam, "Pagawan mo ako rito ng pitong altar at maghanda ka ng pitong toro at pitong lalaking tupa para sa akin." [30] Kaya ginawa ni Balak ang sinabi ni Balaam, at naghandog siya ng isang baka at isang tupa sa bawat altar.

24 Samantala, nang mapag-isip-isip ni Balaam na gusto ng Panginoon na pagpalain ang Israel, hindi na siya nangkulam katulad ng ginawa niya noong una. Sa halip, humarap siya sa disyerto [2] at nakita niya ang mga Israelita na nagkakampo ayon sa kani-kanilang lahi. Pagkatapos, pinuspos siya ng Espiritu ng Dios, [3] at sinabi niya, "Ako si Balaam na anak ni Beor, at may malinaw akong pang-unawa.[a] [4] Narinig ko ang salita ng Dios, at nakakita ako ng isang pangitain na mula sa Makapangyarihang *Dios.* Nagpatirapa ako at nagpahayag siya sa akin.[b] Ito ang aking mensahe:

[5] 'Anong ganda ng mga toldang tinitirhan ng
      mga mamamayan ng Israel na mga
      lahi ni Jacob.
[6] Katulad ito ng mga nakalinyang palma, o ng
      mga tanim sa tabi ng ilog.
   Katulad din ito ng puno ng aloe na itinanim
      ng Panginoon, o ng mga puno ng
      sedro sa tabi ng tubig.
[7] Umaapaw ang mga tubig sa kanilang mga
      lalagyan, at nagtatanim sila ng buto sa
      mga lupang sagana sa tubig.
   Ang kanilang hari ay magiging mas
      makapangyarihan kaysa kay Agag *na
      hari ng Amalekita,* at ang kanilang
      kaharian ay magiging tanyag.
[8] Inilabas sila ng Dios sa Egipto; para sa kanila,
      katulad siya ng isang malakas na toro.
   Lulupigin nila ang kanilang mga kaaway;
      tutuhugin sa tulis ng pana at
      dudurugin ang kanilang mga buto.
[9] Katulad sila ng mga leon na kapag nakatulog
      na ay wala nang mangangahas pang
      gumising sa kanila.
   Pagpapalain ang mga nagpapala sa kanila at
      susumpain ang mga sumusumpa sa
      kanila.' "

[10] Dahil dito, matindi ang galit ni Balak kay Balaam. Isinuntok niya ang kanyang kamao sa kanyang palad at sinabi, "Ipinatawag kita para sumpain ang aking mga kaaway, pero binasbasan mo pa sila ng tatlong beses. [11] Umuwi ka na lang! Nangako ako sa iyong babayaran kita ng malaking halaga, pero hindi pumayag ang Panginoon na matanggap mo ang bayad." [12] Sumagot si Balaam kay Balak, "Hindi ba't sinabihan ko ang iyong mga mensahero, [13] na kahit ibigay mo pa sa akin ang iyong palasyong puno ng pilak at ginto, hindi ako makakagawa ng sarili kong kagustuhan, masama man ito o mabuti. Kung ano ang sinasabi ng Panginoon sa akin, iyon lang ang aking sasabihin. [14] Uuwi ako ngayon din sa aking mga

kababayan, pero bago ako umalis, paaalalahanan muna kita kung ano ang gagawin ng mga Israelitang ito sa iyong mga mamamayan balang araw."

Ang Ikaapat na Mensahe ni Balaam

[15] Pagkatapos, sinabi ni Balaam ang mensaheng ito: "Ako si Balaam na anak ni Beor, at may malinaw akong pang-unawa.[c] [16] Narinig ko ang salita ng Kataas-taasang Dios, at nakakita ako ng pangitain mula sa Makapangyarihang *Dios.* Nagpatirapa ako sa kanya at nagpahayag siya sa akin.[d] Ito ang aking mensahe:

[17] "May nakita ako sa aking pangitain na hindi pa nangyayari. Sa hinaharap, mamamahala ang isang hari[e] sa Israel mula sa lahi ni Jacob. Ibabagsak niya ang mga Moabita at ang lahat ng lahi ni Set. [18] Sasakupin niya ang Edom na kanyang kaaway, na tinatawag din na Seir, habang tumatatag ang Israel. [19] Mamumuno ang isang pinuno sa Israel[f] at ibabagsak niya ang mga natirang buhay sa lungsod ng *Moab.*"

Ang Huling Mensahe ni Balaam

[20] Pagkatapos, nakita ni Balaam *sa kanyang pangitain* ang mga Amalekita at sinabi niya, "Ang Amalek noon ang nangunguna sa mga bansa, pero sa huli, babagsak ito."

[21] Pagkatapos, nakita na naman ni Balaam *sa kanyang pangitain* ang mga Keneo at sinabi niya, "Matatag ang inyong tinitirhan, dahil nakapatong ito sa mga bato [22] pero babagsak kayo kapag binihag kayo ng Asiria."

[23] At sinabi pa ni Balaam ang mensaheng ito, "Kahabag-habag, sino ba ang mabubuhay kung gagawin ito ng Dios? [24] Darating ang mga barko mula sa Kitim at sasakupin nila ang mga mamamayan ng Asiria at ng Eber, pero babagsak din ang Kitim."

[25] Pagkatapos, umuwi si Balaam at ganoon din si Balak.

Sumamba ang mga Israelita kay Baal

25 Habang nagkakampo ang mga Israelita sa Shitim, nakipagtalik ang mga lalaki sa mga babaeng Moabita. [2] Hinikayat sila ng mga babaeng ito sa paghahandog sa mga dios-diosan, at kumain sila ng mga handog na ito at sumamba sa mga dios-diosan *ng Peor.* [3] Kaya nahikayat ang mga Israelita sa pagsamba kay Baal ng Peor. Kaya nagalit nang matindi ang Panginoon sa kanila.

[4] Sinabi ng Panginoon kay Moises, "Kunin mo ang lahat ng pinuno ng mga taong ito, at patayin sila sa aking presensya habang nakatingin ang mga tao, para mawala na ang matindi kong galit sa Israel." [5] Kaya sinabi ni Moises sa mga hukom ng Israel, "Kailangang patayin ninyo ang mga taong sumamba kay Baal ng Peor."

[6] Ngayon, may isang Israelitang nagdala ng isang Midianitang babae sa kanyang pamilya. Nakita

---

a 3 pang-unawa: sa literal, *paningin.*
b 4 nagpahayag siya sa akin: sa literal, *binuksan ang aking mga mata.*

c 15 pang-unawa: Tingnan ang "footnote" sa 24:3.
d 16 nagpahayag siya sa akin: Tingnan ang "footnote" sa 24:4.
e 17 mamamahala ang isang hari: sa literal, *may lilitaw na bituin, may lalabas na setro ng hari.*
f 19 Israel: sa literal, *Jacob.*

ito ni Moises at ng buong kapulungan ng Israel habang nagluluksa sila roon sa pintuan ng Toldang Tipanan. [7]Pagkakita rito ni Finehas na anak ni Eleazar at apo ng paring si Aaron, umalis siya sa kapulungan at kumuha ng sibat. [8]Sinundan niya ang tao sa loob ng tolda, at sinibat niya ang dalawa. Pagkatapos, huminto ang salot sa Israel, [9]pero 24,000 ang namatay dahil sa salot.

[10]Sinabi ng PANGINOON kay Moises, [11]"Inalis ni Finehas na anak ni Eleazar at apo ng paring si Aaron ang aking galit sa mga Israelita. Sa pamamagitan ng kanyang ginawa, ipinakita niya ang kanyang kagustuhan na protektahan ang aking karangalan sa gitna nila. Kaya hindi ko sila nilipol. [12]Kaya sabihin mo sa kanya na gagawa ako ng kasunduan sa kanya na pagpapalain ko siya. [13]At sa kasunduang ito, siya at ang kanyang mga angkan ang magiging mga pari magpakailanman dahil ipinakita niya ang aking galit at tinubos niya ang mga Israelita *sa kanilang mga kasalanan*."

[14]Ang Israelitang namatay kasama ng babaeng Midianita ay si Zimri na anak ni Salu, na pinuno ng isang pamilya na lahi ni Simeon. [15]At ang Midianitang babae ay si Cozbi na anak ni Zur. Si Zur ay isang pinuno ng isang pamilyang Midianita.

[16]Sinabi ng PANGINOON kay Moises, [17]"Ituring ninyong kaaway ang mga Midianita, at patayin ninyo sila, [18]dahil itinuring din nila kayong kaaway sa pamamagitan ng panlilinlang sa inyo roon sa Peor at dahil din kay Cozbi na anak ng isang pinunong Midianita. Pinatay ang babaeng ito noong dumating ang salot sa Peor."

Ang Ikalawang Sensus

26 Pagkatapos ng salot, sinabi ng PANGINOON kina Moises at Eleazar na anak ng paring si Aaron, [2]"Isensus ninyo ang buong mamamayan ng Israel ayon sa kanilang pamilya—lahat ng may edad na 20 taon pataas na may kakayahan sa paglilingkod bilang sundalo ng Israel." [3]Kaya nakipag-usap sina Moises at Eleazar na pari sa mga Israelita roon sa kapatagan ng Moab sa tabi ng Jordan malapit sa Jerico. [4]*Sinabi niya sa kanila*, "Isensus ninyo ang mga taong may edad na 20 taon pataas, ayon sa iniutos ng PANGINOON kay Moises."

Ito ang mga Israelitang lumabas sa Egipto:

[5]Ang mga lahi ni Reuben na panganay na anak ni Jacob,[a] ay ang mga pamilya nina Hanoc, Palu, [6]Hezron at Carmi. [7]Sila ang mga pamilyang nanggaling kay Reuben; 43,730 silang lahat.

[8]Ang anak ni Palu ay si Eliab, [9]at ang mga anak ni Eliab ay sina Nemuel, Datan at Abiram. Itong sina Datan at Abiram ay ang mga pinuno ng kapulungan na sumama kay Kora sa pagrerebelde sa PANGINOON sa pamamagitan ng paglaban kina Moises at Aaron. [10]Pero nilamon sila ng lupa kasama ni Kora, at nasunog ang apoy na kanyang 250 tagasunod. At naging babala sa mga Israelita ang pangyayaring ito. [11]Pero hindi namatay ang mga anak ni Kora.

[12]Ang mga lahi ni Simeon ay ang mga pamilya nina Nemuel, Jamin, Jakin, [13]Zera at Shaul. [14]Sila ang mga pamilyang nanggaling kay Simeon; 22,200 silang lahat.

[15]Ang mga lahi ni Gad ay ang mga pamilya nina Zefon, Haggi, Shuni, [16]Ozni, Eri, [17]Arod at Areli. [18]Sila ang mga pamilya na nanggaling kay Gad; 40,500 silang lahat.

[19-20]May dalawang anak na lalaki si Juda na sina Er at Onan, na namatay sa lupain ng Canaan. Pero may mga lahi rin naman si Juda na siyang pamilya nina Shela, Perez at Zera. [21]Ang mga angkan ni Perez ay ang pamilya nina Hezron at Hamul. [22]Sila ang mga pamilyang nanggaling kay Juda; 76,500 silang lahat.

[23]Ang mga lahi ni Isacar ay ang mga pamilya nina Tola, Pua, [24]Jashub at Shimron. [25]Sila ang mga pamilyang nanggaling kay Isacar; 64,300 silang lahat.

[26]Ang mga lahi ni Zebulun ay ang mga pamilya ni Sered, Elon at Jaleel. [27]Sila ang mga pamilyang nanggaling kay Zebulun; 60,500 silang lahat.

[28]Ang mga lahi ni Jose ay nanggaling sa dalawa niyang anak na sina Manase at Efraim. [29]Ang mga lahi ni Manase ay ang mga pamilya ni Makir at ang anak nitong si Gilead. [30]Ang mga angkan ni Gilead ay ang mga pamilya nina Iezer, Helek, [31]Asriel, Shekem, [32]Shemida at Hefer. [33]Ang anak ni Hefer na si Zelofehad ay walang anak na lalaki, pero may mga anak siyang babae na sina Mahlah, Noe, Hogla, Milca at Tirza. [34]Sila ang mga pamilyang nanggaling kay Manase; 52,700 silang lahat.

[35]Ang mga lahi naman ni Efraim ay ang mga pamilya nina Shutela, Beker, Tahan. [36]Ang mga angkan ni Shutela ay ang mga pamilya ni Eran. [37]Sila ang mga pamilya na nanggaling kay Efraim; 32,500 silang lahat. Ito ang mga pamilyang nanggaling kina Manase at Efraim na mga lahi ni Jose.

[38]Ang mga lahi ni Benjamin ay ang sambahayan nina Bela, Ashbel, Ahiram, [39]Shufam at Hufam. [40]Ang mga angkan ni Bela ay ang mga pamilya nina Ard at Naaman. [41]Sila ang mga pamilya na nanggaling kay Benjamin; 45,600 silang lahat.

[42]Ang mga lahi ni Dan ay ang mga pamilya ni Shuham. [43]Shuhamita ang lahat ng lahi ni Dan; at 64,400 silang lahat.

[44]Ang mga lahi ni Asher ay ang mga pamilya nina Imna, Ishvi at Beria. [45]Ang mga angkan ni Beria ay ang mga pamilya nina Heber at ni Malkiel. [46](May anak na babae si Asher na si Sera.) [47]Sila ang mga pamilyang nanggaling kay Asher; 53,400 silang lahat.

[48]Ang mga lahi ni Naftali ay ang mga pamilya nina Jazeel, Guni [49]Jezer at Shilem. [50]Sila ang mga pamilyang nanggaling kay Naftali; 45,400 silang lahat.

[51]Kaya ang kabuuang bilang ng mga lalaking Israelitang nasensus ay 601,730.

[52]Pagkatapos, sinabi ng PANGINOON kay Moises, [53]"Hati-hatiin mo sa kanila ang lupa bilang mana nila ayon sa dami ng bawat lahi. [54]Ang malaking lahi, bigyan ng mas malaki at ang maliit na lahi bigyan ng maliit. [55-56]Ang lupain ay kailangang hatiin sa pamamagitan ng palabunutan para malaman kung aling bahagi ang makukuha ng malaki at maliit na angkan ayon sa sensus."

[57]Ang mga Levita ay ang mga pamilya nina Gershon, Kohat at Merari. [58]At sa kanila nanggaling ang mga pamilya nina Libni, Hebron, Mahli, Mushi at Kora.

---

a 5 Jacob; sa Hebreo, *Israel.*

Si Kohat ang panganay ni Amram; ⁵⁹ at ang asawa ni Amram ay si Jochebed na mula naman sa pamilya ng mga Levita. Ipinanganak si Jochebed sa Egipto. Sina Amram at Jochebed ang mga magulang nina Aaron, Moises at Miriam. ⁶⁰ Si Aaron ang ama nina Nadab, Abihu, Eleazar at Itamar. ⁶¹ Pero namatay sina Nadab at Abihu nang gumamit sila ng apoy na hindi dapat gamitin sa kanilang paghahandog sa PANGINOON.

⁶² Ang bilang ng mga lalaking Levita na may edad na isang buwan pataas ay 23,000. Hindi sila ibinilang sa kabuuang bilang ng mga Israelita dahil wala silang tinanggap na lupaing minana ng mga Israelita.

⁶³ Ito ang lahat ng mga Israelitang sinensus ni Moises at ng paring si Eleazar doon sa kapatagan ng Moab sa tabi ng Jordan malapit sa Jerico. ⁶⁴ Wala ni isang natira sa mga kasama sa naunang sensus na ginawa nina Moises at Aaron sa ilang ng Sinai. ⁶⁵ Sapagkat sinabi noon ng PANGINOON sa kanila na tiyak na mamamatay sila roon sa ilang, at walang makakaligtas sa kanila maliban lang kina Caleb na anak ni Jefune at Josue na anak ni Nun.

Ang mga Anak na Babae ni Zelofehad

27 Si Zelofehad ay may mga anak na babae na sina Mahlah, Noe, Hogla, Milca at Tirza. Si Zelofehad ay anak ni Hefer at apo ni Gilead na anak ni Makir at apo ni Manase. Si Manase ay anak ni Jose. ² Ngayon, nagpunta ang mga babaeng ito sa pintuan ng Toldang Tipanan at tumayo sa harapan nina Moises, Eleazar, ng mga pinuno at ng buong kapulungan *ng Israel*. Sinabi ng mga babae, ³ "Namatay ang aming ama roon sa ilang na walang anak na lalaki. Pero namatay siya hindi dahil sa tagasunod siya ni Kora na nagrebelde sa PANGINOON, kundi dahil sa sarili niyang kasalanan. ⁴ Dahil lang po ba sa walang anak na lalaki ang aming ama, mawawala na ang kanyang pangalan sa sambahayan ng Israel? Bigyan din ninyo kami ng lupa tulad ng natanggap ng aming mga kamag-anak."

⁵ Kaya sinabi ni Moises sa PANGINOON ang kanilang hinihingi. ⁶ Sinabi ng PANGINOON kay Moises, ⁷ "Tama ang sinabi ng mga anak na babae ni Zelofehad. Kailangang bigyan mo sila ng lupa kasama ng mga kamag-anak ng kanilang ama. Ibigay sa kanila ang lupa na dapat sana ay sa kanilang ama.

⁸ "At sabihin mo sa mga Israelita na kung mamatay ang isang tao na hindi nagkaanak ng lalaki, kailangang ibigay sa kanyang anak na babae ang kanyang lupa. ⁹ At kung wala siyang anak na babae, ibigay sa kanyang kapatid na lalaki. ¹⁰ At kung wala siyang kapatid na lalaki, ibigay ang kanyang lupa sa kapatid na lalaki ng kanyang ama. ¹¹ Kung walang kapatid na lalaki ang kanyang ama, ibigay ang kanyang lupa sa pinakamalapit niyang kamag-anak at ang kanyang kamag-anak ang magmamana ng lupa. Ito'y susundin ng mga Israelita bilang isang legal na kautusang dapat sundin, ayon sa iniutos ko sa iyo, Moises."

Pinili si Josue Bilang Kapalit ni Moises
(Deu. 31:1-8)

¹² Pagkatapos, sinabi ng PANGINOON kay Moises, "Umakyat ka sa kabundukan ng Abarim at tingnan mo roon ang lupaing ibinigay ko sa mga Israelita. ¹³ Pagkatapos mong makita ito, sasama ka na sa piling ng mga yumao mong ninuno, tulad ng kapatid mong si Aaron. ¹⁴ Dahil noong nagrebelde ang mga Israelita sa akin doon sa bukal ng ilang ng Zin, sinuway ninyo ni Aaron ang aking utos na ipakita ang aking kabanalan sa mga mamamayan." (Ang bukal na ito ay ang Meriba na nasa Kadesh sa ilang ng Zin.) ¹⁵ Sinabi ni Moises sa PANGINOON, ¹⁶ "O PANGINOON, Dios na pinanggagalingan ng buhay ng lahat ng tao, pumili po sana kayo ng isang tao na mamumuno sa mga mamamayang ito ¹⁷ at mangunguna sa kanila sa labanan, upang ang inyong mga mamamayan ay hindi maging tulad ng mga tupang walang tagapagbantay."

¹⁸ Kaya sinabi ng PANGINOON kay Moises, "Ipatawag si Josue na anak ni Nun, na puspos ng Espiritu, at ipatong mo ang iyong kamay sa kanyang ulo. ¹⁹ Patayuin siya sa harapan ng paring si Eleazar at ng buong kapulungan, at ipaalam mo sa kanila na pinili mo siya para pumalit sa iyo. ²⁰ Ibigay mo sa kanya ang iba mong kapangyarihan upang sundin siya ng buong mamamayan ng Israel. ²¹ Kay Eleazar niya malalaman ang aking pasya sa pamamagitan ng paggamit ni Eleazar ng 'Urim'ᵃ sa aking presensya. Sa pamamagitan nito, masusubaybayan ni Eleazar si Josue at ang lahat ng mga Israelita sa kanilang gagawin."

²² Kaya ginawa ni Moises ang iniutos sa kanya ng PANGINOON. Ipinatawag niya si Josue at pinatayo sa harapan ng paring si Eleazar at ng buong kapulungan. ²³ At ayon sa iniutos sa kanya ng PANGINOON, ipinatong niya ang kanyang kamay kay Josue at ipinahayag na si Josue ang papalit sa kanya.

Ang Pang-araw-araw na mga Handog
(Exo. 29:38-46)

28 Sinabi ng PANGINOON kay Moises, ² "Sabihin mo sa mga Israelita na kailangan silang maghandog sa akin ng mga handog sa pamamagitan ng apoyᵇ sa nakatakdang panahon. Ang mga handog na ito ay ang pagkain ko, at ang mabangong samyo nito ay makalulugod sa akin. Kaya sabihin mo ito sa mga Israelita: ³ 'Ito ang mga handog sa pamamagitan ng apoy na inyong iaalay sa PANGINOON araw-araw: dalawang tupa na isang taong gulang at walang kapintasan. ⁴ Ang isang handog ay sa umaga at isa sa hapon, ⁵ kasama ng handog bilang pagpaparangal sa PANGINOON na dalawang kilo ng magandang klaseng harina na hinaluan ng isang litrong langis ng olibo. ⁶ Ito ang pang-araw-araw na handog na inyong susunugin na iniutos noon ng PANGINOON sa inyo sa Bundok ng Sinai. Ang mabangong samyo ng handog na ito sa pamamagitan ng apoy ay makalulugod sa PANGINOON. ⁷ Ang handog na inumin na isasama sa bawat tupa ay isang litrong alak a ibubuhos ito sa banal na lugar para sa PANGINOON. ⁸ Ito rin ang gagawin ninyo sa ikalawang tupa na ihahandog ninyo sa hapon. Samahan din ninyo ito ng isang

---

ᵃ 21 'Urim': Bagay na ginagamit para malaman ang kalooban ng Dios.

ᵇ 2 handog sa pamamagitan ng apoy: Tingnan ang "footnote" sa 15:3.

handog bilang pagpaparangal sa PANGINOON at handog na inumin. Ang mabangong samyo ng handog na ito sa pamamagitan ng apoy ay makalulugod sa PANGINOON.

Ang mga Handog sa Araw ng Pamamahinga

9 " 'Sa araw ng Pamamahinga, maghandog kayo ng dalawang tupa na isang taong gulang at walang kapintasan, kasama ang handog na inumin at ang handog bilang pagpaparangal sa PANGINOON na apat na kilo ng magandang klaseng harina na hinaluan ng langis. 10 Ito ang handog na sinusunog tuwing Araw ng Pamamahinga, bukod pa sa pang-araw-araw na handog kasama ang handog na inumin.

Ang Buwanang Handog

11 " 'Sa bawat unang araw ng buwan, maghahandog kayo ng handog na sinusunog sa PANGINOON. Ang inyong handog ay dalawang batang toro, isang lalaking tupa at pitong batang lalaking tupa na isang taong gulang. Kailangan na walang kapintasan ang lahat ng mga ito. 12 Ang bawat toro ay sasamahan ng handog bilang pagpaparangal sa PANGINOON na mga anim na kilo ng magandang klaseng harina na hinaluan ng langis, bawat isang lalaking tupa ay sasamahan din ng handog na may mga apat na kilo ng magandang klaseng harina na hinaluan ng langis bilang pagpaparangal sa PANGINOON. 13 At ang batang lalaking tupa ay sasamahan ng handog na dalawang kilo ng magandang klaseng harina na hinaluan ng langis bilang pagpaparangal sa PANGINOON. Ito'y mga handog na sinusunog, ang mabangong samyo nito ay makalulugod sa PANGINOON. 14 Ang bawat toro ay sasamahan ng handog na inumin na dalawang litrong katas ng ubas. At ang bawat batang tupa ay sasamahan ng mga isang litrong alak. Ito ang buwanang handog na sinusunog na inyong gagawin sa bawat simula ng buwan sa buong taon. 15 Maghandog pa kayo sa PANGINOON ng isang lalaking kambing bilang handog sa paglilinis. Gawin ninyo ito bukod pa sa pang-araw-araw na handog na sinusunog at sa mga handog na inumin.'

Ang Pista ng Paglampas ng Anghel
(Lev. 23:4-8)

16 "Ipagdiwang ninyo ang Pista ng Paglampas ng Anghel sa ika-14 na araw ng unang buwan. 17 Bukas magsisimula ang pitong araw na pista. At sa loob ng pitong araw, huwag kayong kakain ng tinapay na may pampaalsa. 18 Sa unang araw ng pista, huwag kayong magtatrabaho, sa halip magtipon kayo para sumamba sa PANGINOON. 19 Maghandog kayo sa PANGINOON ng handog na sinusunog na dalawang batang toro, isang lalaking tupa at pitong batang lalaking tupa na isang taong gulang. Kailangan na walang kapintasan ang lahat ng mga ito. 20 At sa paghahandog ninyo nito, samahan ninyo ito ng magandang klaseng harina na hinaluan ng langis, anim na kilo sa bawat toro, apat na kilo sa lalaking tupa 21 at dalawang kilo sa bawat batang tupa. 22 Maghandog din kayo ng isang lalaking kambing bilang handog sa paglilinis para mapatawad ang inyong mga kasalanan. 23 Ialay

ninyo ang mga handog na ito bukod pa sa inyong pang-araw-araw na handog na sinusunog tuwing umaga. 24 Sa ganitong paraan ninyo ialay itong mga handog sa pamamagitan ng apoy bilang pagkain *para sa* PANGINOON. Gawin ninyo ito bawat araw sa loob ng pitong araw. Ang mabangong samyo ng mga handog na ito ay makalulugod sa PANGINOON. Ihandog ninyo ito bukod pa sa pang-araw-araw na handog na sinusunog at sa handog na inumin. 25 Sa ikapitong araw, muli kayong magtipon sa pagsamba sa PANGINOON. At huwag kayong magtatrabaho sa araw na iyon.

Ang mga Handog sa Panahon ng Pista ng Pag-aani
(Lev. 23:9-22)

26 "Sa unang araw ng Pista ng Pag-aani, sa panahon na maghahandog kayo sa PANGINOON ng bagong ani ng trigo, huwag kayong magtatrabaho, sa halip magtipon kayo bilang pagsamba sa PANGINOON. 27 Maghandog kayo ng handog na sinusunog: dalawang batang toro, isang lalaking tupa at pitong batang lalaking tupa na isang taong gulang. Ang mabangong samyo ng handog na ito'y makalulugod sa PANGINOON. 28 At sa paghahandog ninyo nito, samahan ninyo ito ng magandang klaseng harina na hinaluan ng langis, anim na kilo sa bawat toro, apat na kilo sa lalaking tupa 29 at dalawang kilo sa bawat batang tupa. 30 Maghandog din kayo ng isang lalaking kambing para sa kapatawaran ng inyong mga kasalanan. 31 Ihandog ninyo ito kasama ang mga handog na inumin bukod pa sa pang-araw-araw na handog na sinusunog at ng handog bilang pagpaparangal sa PANGINOON. Siguraduhin ninyo na ang mga hayop na ito ay walang kapintasan.

Ang mga Handog sa Pista ng Pagpapatunog ng mga Trumpeta
(Lev. 23:23-25)

29 "Sa unang araw ng ikapitong buwan, huwag kayong magtatrabaho, sa halip magtipon kayo para sumamba sa PANGINOON. Sa araw na iyon ay patunugin ninyo ang mga trumpeta. 2 Pagkatapos, mag-alay kayo ng mga handog na sinusunog na ang mabangong samyo nito ay makalulugod sa PANGINOON: isang batang toro, isang lalaking tupa at pitong batang tupa na isang taong gulang. Kailangang walang kapintasan ang lahat ng mga ito. 3 Sa paghahandog ninyo ng mga ito, samahan ninyo ito ng mga handog bilang pagpaparangal sa PANGINOON. Magandang klaseng harina na hinaluan ng langis ang ihalo ninyo—anim na kilo sa bawat batang toro, apat na kilo para sa lalaking tupa 4 at dalawang kilo sa bawat batang tupa. 5 Maghandog din kayo ng isang lalaking kambing bilang handog sa paglilinis para mapatawad ang inyong mga kasalanan. 6 Ihandog ninyo ito bukod pa sa buwanan at pang-araw-araw na mga handog na sinusunog na may kasamang handog bilang pagpaparangal sa PANGINOON at mga handog na inumin. Mga handog ito na sinusunog, at ang mabangong samyo nito ay makalulugod sa PANGINOON.

Mga Handog sa Araw ng Pagtubos
(Lev. 23:26-32)

⁷"Sa ikasampung araw nitong ikapitong buwan, magtipon kayo para sumamba sa Panginoon. Kailangang mag-ayuno kayo at huwag na huwag kayong magtatrabaho. ⁸Pagkatapos, mag-alay kayo ng handog na sinusunog, na ang mabangong samyo nito ay makalulugod sa Panginoon: isang batang toro, isang lalaking tupa at pitong batang tupa na isang taong gulang. Kailangang walang kapintasan ang lahat ng mga ito. ⁹Sa paghahandog ninyo, samahan ito ng handog bilang pagpaparangal sa Panginoon. Ang isama ninyo ay magandang klaseng harina na hinaluan ng langis—anim na kilo sa bawat batang toro, apat na kilo sa bawat lalaking tupa ¹⁰at dalawang kilo sa bawat batang tupa. ¹¹Maghandog din kayo ng isang lalaking kambing bilang handog sa paglilinis, bukod sa isa pang handog sa paglilinis para sa kapatawaran ng inyong kasalanan at sa pang-araw-araw na handog na sinusunog na may kasamang handog bilang pagpaparangal sa Panginoon, at sa handog na inumin.

Ang mga Handog sa Pista ng Pagtatayo ng mga Kubol
(Lev. 23:33-34)

¹²"Sa ika-15 araw ng buwan ding iyon, huwag kayong magtatrabaho, sa halip magtipon kayo para sumamba sa Panginoon. Magdiwang kayo ng pista para sa Panginoon sa loob ng pitong araw. ¹³Mag-alay kayo ng mga handog na sinusunog na ang mabangong samyo nito ay makalulugod sa Panginoon. *Sa unang araw, ito ang inyong ihandog:* 13 batang toro, dalawang lalaking tupa at 14 na batang tupa na isang taong gulang. Kailangang walang kapintasan ang lahat ng mga ito. ¹⁴Sa paghahandog ninyo nito, samahan ninyo ito ng handog bilang pagpaparangal sa Panginoon. Haluan ninyo ito ng magandang klaseng harina na hinaluan ng langis—anim na kilo sa bawat batang toro, apat na kilo sa bawat lalaking tupa ¹⁵at dalawang kilo sa bawat batang tupa. ¹⁶Maghandog din kayo ng isang lalaking kambing bilang handog sa paglilinis, bukod pa sa pang-araw-araw na handog na sinusunog na may kasamang handog bilang pagpaparangal sa Panginoon at handog na inumin.

¹⁷"Sa ikalawang araw, ito ang inyong ihandog: 12 batang toro, dalawang lalaking tupa at 14 na batang tupa na isang taong gulang. Kailangang walang kapintasan ang lahat ng mga ito. ¹⁸Sa paghahandog ninyo nito, samahan ninyo ito ng tamang dami ng handog bilang pagpaparangal sa Panginoon at handog na inumin. ¹⁹Maghandog din kayo ng isang lalaking kambing bilang handog sa paglilinis bukod pa sa pang-araw-araw na handog na sinusunog na may kasamang handog bilang pagpaparangal sa Panginoon at handog na inumin.

²⁰"Sa ikatlong araw, maghandog kayo ng 11 batang toro, dalawang lalaking tupa at 14 na batang tupa na isang taong gulang. Kailangang walang kapintasan ang lahat ng mga ito. ²¹Sa paghahandog ninyo nito, samahan ninyo ito ng tamang dami ng handog bilang pagpaparangal sa Panginoon at handog na inumin. ²²Maghandog din kayo ng isang

lalaking kambing bilang handog sa paglilinis, bukod pa sa pang-araw-araw na handog na sinusunog na may kasamang handog bilang pagpaparangal sa Panginoon at handog na inumin.

²³"Sa ikaapat na araw, ito ang inyong ihandog: sampung batang toro, dalawang lalaking tupa at 14 na batang tupa na isang taong gulang. Kailangang walang kapintasan ang lahat ng mga ito. ²⁴Sa paghahandog ninyo nito, samahan ninyo ito ng tamang dami ng handog bilang pagpaparangal sa Panginoon at handog na inumin. ²⁵Maghandog din kayo ng isang lalaking kambing bilang handog sa paglilinis, bukod pa sa pang-araw-araw na handog na sinusunog na may kasamang handog bilang pagpaparangal sa Panginoon at handog na inumin.

²⁶"Sa ikalimang araw, ito ang inyong ihandog: siyam na batang toro, dalawang lalaking tupa at 14 na batang tupa na isang taong gulang. Kailangang walang kapintasan ang lahat ng mga ito. ²⁷Sa paghahandog ninyo nito, samahan ninyo ito ng tamang dami ng handog bilang pagpaparangal sa Panginoon at handog na inumin. ²⁸Maghandog din kayo ng isang lalaking kambing bilang handog sa paglilinis, bukod pa sa pang-araw-araw na handog na sinusunog na may kasamang handog bilang pagpaparangal sa Panginoon at handog na inumin.

²⁹"Sa ikaanim na araw, ito ang inyong ihandog: walong batang toro, dalawang lalaking tupa at 14 na batang tupa na isang taong gulang. Kailangang walang kapintasan ang lahat ng mga ito. ³⁰Sa paghahandog ninyo nito, samahan ninyo ito ng tamang dami ng handog bilang pagpaparangal sa Panginoon at handog na inumin. ³¹Maghandog din kayo ng isang lalaking kambing bilang handog sa paglilinis, bukod pa sa pang-araw-araw na handog na sinusunog na may kasamang handog bilang pagpaparangal sa Panginoon at handog na inumin.

³²"Sa ikapitong araw, ito ang inyong ihandog: pitong batang toro, dalawang lalaking tupa at 14 na batang tupa na isang taong gulang. Kailangang walang kapintasan ang lahat ng mga ito. ³³Sa paghahandog ninyo nito, samahan ninyo ito ng tamang dami ng handog bilang pagpaparangal sa Panginoon at handog na inumin. ³⁴Maghandog din kayo ng isang lalaking kambing bilang handog sa paglilinis, bukod pa sa pang-araw-araw na handog na sinusunog na may kasamang handog bilang pagpaparangal sa Panginoon at handog na inumin.

³⁵"Sa ikawalong araw, huwag kayong magtatrabaho, sa halip magtipon kayo para sa pagsamba sa Panginoon. ³⁶Mag-alay kayo ng handog na sinusunog na ang mabangong samyo nito ay makalulugod sa Panginoon: isang batang toro, isang lalaking tupa at pitong batang tupa na isang taong gulang. Kailangan na walang kapintasan ang lahat ng mga ito. ³⁷Sa paghahandog ninyo nito, samahan ninyo ito ng tamang dami ng handog bilang pagpaparangal sa Panginoon at handog na inumin. ³⁸Maghandog din kayo ng isang lalaking kambing bilang handog sa paglilinis, bukod pa sa pang-araw-araw na handog na sinusunog na may kasamang handog bilang pagpaparangal sa Panginoon at handog na inumin.

³⁹ "Bukod pa sa mga handog para sa pagtupad ng inyong panata at mga handog na kusang-loob, maghandog din kayo sa Panginoon sa nakatakdang mga pista ng mga handog na ito, mga handog na sinusunog, mga handog bilang pagpaparangal sa Panginoon, mga handog na inumin at mga handog para sa mabuting relasyon."

⁴⁰ Sinabing lahat ito ni Moises sa mga Israelita ayon sa iniutos sa kanya ng Panginoon.

Ang Kautusan tungkol sa Panata

30 Sinabi ni Moises sa mga pinuno ng lahi ng Israel, "Ito ang mga utos ng Panginoon: ² Kung ang isang lalaki ay gagawa ng panata o susumpa sa Panginoon na gagawin niya o hindi ang isang bagay, kailangang tuparin niyang lahat ang kanyang sinabi. ³ Kung ang isang dalaga na naninirahan pa sa bahay ng kanyang ama ay gumawa ng panata o nanumpa sa Panginoon na gagawin niya o hindi ang isang bagay, ⁴ at nalaman ito ng kanyang ama pero hindi naman ito tumutol, kailangang tuparin niya ito. ⁵ Pero kung tumutol ang kanyang ama nang malaman ito, hindi na niya ito kailangang tuparin. Patatawarin siya ng Panginoon dahil tumutol ang kanyang ama.

⁶ "Kung ang isang dalaga ay manumpa o gumawa ng panata na gagawin niya o hindi ang isang bagay, pagkatapos nag-asawa siya, kahit na pabigla-bigla man o hindi ang kanyang pangako, ⁷ at nalaman ito ng kanyang asawa pero hindi naman ito tumutol, kailangang gawin niya ang kanyang ipinangako. ⁸ Pero kung tumutol ang kanyang asawa nang malaman ito, hindi na niya ito kailangang tuparin, at wala na siyang pananagutan sa Panginoon.

⁹ "Pero kung ang isang biyuda o babaeng hiniwalayan ng asawa ay gumawa ng panata o nanumpa na gagawin niya o hindi ang isang bagay, kailangang tuparin niya ito.

¹⁰ "At kung ang isang babaeng may asawa ay gumawa ng panata o nanumpa na gagawin niya o hindi ang isang bagay, ¹¹ at nalaman ito ng kanyang asawa pero tumahimik lang ito at hindi tumutol, kailangang tuparin niya ito. ¹² Pero kung tumutol ang kanyang asawa nang malaman ito, hindi na niya ito kailangang tuparin. Patatawarin siya ng Panginoon dahil tumutol ang kanyang asawa. ¹³ May karapatang pumayag o tumutol ang kanyang asawa sa kahit anong ginawa niyang sumpa o panata. ¹⁴ Pero kung hindi tumutol ang kanyang asawa sa mismong araw na nalaman niya ito, pumapayag ang kanyang asawa na tuparin niya ito. ¹⁵ Pero kung pinalipas pa ng kanyang asawa ang ilang araw bago pa tumutol, ang kanyang asawa ang parurusahan sa kanyang kasalanan."

¹⁶ Iyon ang mga kautusan na ibinigay ng Panginoon kay Moises tungkol sa lalaki at sa kanyang asawa, at tungkol sa ama at sa kanyang anak na dalagitang nakatira sa kanyang bahay.

Ang Pakikipaglaban ng mga Israelita sa mga Midianita

31 Sinabi ng Panginoon kay Moises, ² "Gantihan mo ang mga Midianita dahil sa kanilang ginawa sa mga Israelita. Pagkatapos mo itong gawin, mamamahinga ka na sa piling ng mga yumao mong ninuno."

³ Kaya sinabi ni Moises sa mga tao, "Maghanda ang iba sa inyo sa pakikipaglaban sa mga Midianita dahil gusto ng Panginoon na gantihan natin sila. ⁴ Magpadala ang bawat lahi ng 1,000 tao sa digmaan."

⁵ Kaya 12,000 tao na galing sa 12 lahi ng Israel ang naghanda para sa labanan. ⁶ Ipinadala sila ni Moises sa labanan, 1,000 mula sa bawat lahi na pinamumunuan ni Finehas na anak ng paring si Eleazar. Nagdala si Finehas ng mga kagamitan mula sa templo at ng mga trumpeta para sa pagbibigay-babala.

⁷ Nakipaglaban sila sa mga Midianita, ayon sa iniutos ng Panginoon kay Moises at pinatay nila ang lahat ng lalaki. ⁸ Kasama sa pinatay nila ang limang hari ng Midian na sina Evi, Rekem, Zur, Hur at Reba. Pinatay din nila si Balaam na anak ni Beor sa pamamagitan ng espada. ⁹ Binihag nila ang mga babae at mga batang Midianita, at sinamsam nila ang kanilang mga hayop at mga ari-arian. ¹⁰ Sinunog nila ang lahat ng bayan pati ang lahat ng kampo ng mga Midianita. ¹¹ Dinala nila ang kanilang mga sinamsam, maging tao o hayop man, ¹² kina Moises at Eleazar na pari at sa mga mamamayan ng Israel doon sa kanilang kampo sa kapatagan ng Moab, sa tabi ng Jordan malapit sa Jerico.

¹³ Sinalubong sila nina Moises, Eleazar na pari at ng mga pinuno ng mga mamamayan *ng Israel* sa labas ng kampo. ¹⁴ Nagalit si Moises sa mga opisyal ng mga sundalo na nanggaling sa digmaan. ¹⁵ Sinabi ni Moises sa kanila, "Bakit hindi ninyo pinatay ang mga babae? ¹⁶ Sila ang mga sumunod sa payo ni Balaam sa paghikayat sa mga Israelita na itakwil ang Panginoon doon sa Peor, kaya dumating ang salot sa mamamayan ng Panginoon. ¹⁷ Kaya patayin ninyo ang lahat ng batang lalaki, at ang lahat ng babaeng nasipingan na. ¹⁸ Pero ang mga babaeng hindi pa nasisipingan ay itira ninyong buhay para sa inyo. ¹⁹ Ang lahat sa inyo na nakapatay o nakahipo ng patay ay kailangang manatili sa labas ng kampo sa loob ng pitong araw. Sa ikatlo at ikapitong araw, kailangang maglinis kayo at ang inyong mga bihag. ²⁰ Linisin ninyo ang lahat ng damit ninyo, pati ang lahat ng kagamitang gawa sa balat o sa balahibo ng kambing o sa kahoy."

²¹ Pagkatapos, sinabi ng paring si Eleazar sa mga sundalo na nagpunta sa labanan, "Ito ang tuntunin ng kautusang ibinigay ng Panginoon kay Moises: ²²⁻²³ Ang anumang bagay na hindi nasusunog gaya ng ginto, pilak, tanso, bakal, lata o tingga ay kailangang ilagay sa apoy para maging malinis ito. Pagkatapos, hugasan ito ng tubig na ginagamit sa paglilinis. Ang kahit anong hindi nasusunog ay hugasan lang sa tubig na ito. ²⁴ Sa ikapitong araw, kailangang labhan ninyo ang inyong mga damit at ituturing na kayong malinis, at makakapasok na kayo sa kampo."

Ang Paghahati-hati ng mga Nasamsam

²⁵ Sinabi ng Panginoon kay Moises, ²⁶ "Bilangin ninyo ni Eleazar na pari at ng mga pinuno ng kapulungan ang lahat ng tao at hayop na nabihag.

²⁷Hatiin ninyo ito sa mga sundalo na nakipaglaban at sa kapulungan ng Israel. ²⁸Mula sa bahagi ng mga sundalo, magbukod ka ng para sa PANGINOON, isa sa bawat 500 bihag, tao man o baka, asno, tupa, o kambing. ²⁹Ibigay mo ito sa paring si Eleazar bilang bahagi ng PANGINOON. ³⁰Mula sa parte ng mga Israelita, magbukod ka ng isa sa bawat 50 bihag, tao man o baka, asno, tupa, kambing o iba pang mga hayop. Ibigay ito sa mga Levita na siyang responsable sa pangangalaga sa tolda ng PANGINOON." ³¹Kaya ginawa ni Moises at ng paring si Eleazar ang iniutos ng PANGINOON kay Moises.

³²⁻³⁵Ito ang nasamsam ng mga sundalo sa digmaan: 675,000 tupa, 72,000 baka, 61,000 asno at 32,000 babaeng hindi pa nasipingan. ³⁶⁻⁴⁰Ito ang kalahati ng parte ng mga sundalong nakipaglaban. 337,500 tupa na ang 675 nito ay ibinigay para sa PANGINOON; 36,000 baka na ang 72 nito ay ibinigay para sa PANGINOON; 30,500 asno na ang 61 nito ay ibinigay para sa PANGINOON; at 16,000 dalaga*a* na ang 32 nito ay ibinigay para sa PANGINOON.

⁴¹Ibinigay ni Moises kay Eleazar na pari ang bahagi para sa PANGINOON ayon sa iniutos sa kanya ng PANGINOON. ⁴²⁻⁴⁶Ito ang parte ng mga Israelita na kalahati ng ibinigay ni Moises sa mga sundalong nakipaglaban: 337,500 tupa, 36,000 baka, 30,500 asno at 16,000 dalaga.*b* ⁴⁷Mula sa parteng ito ng Israelita, nagbukod si Moises ng isa sa bawat 50 tao o hayop ayon sa iniutos ng PANGINOON sa kanya. At ibinigay niya ito sa mga Levita na siyang responsable sa pangangalaga sa tolda ng PANGINOON.

⁴⁸Pagkatapos, pumunta kay Moises ang mga opisyal ng mga sundalo ⁴⁹at sinabi sa kanya, "Binilang namin ang mga sundalo na sakop namin at wala ni isa mang kulang. ⁵⁰Kaya inihahandog namin sa PANGINOON ang gintong mga bagay na aming nakuha sa labanan—pulseras sa braso at kamay, mga singsing, mga hikaw at mga kwintas, para hindi kami parusahan ng PANGINOON."

⁵¹Tinanggap nina Moises at Eleazar ang lahat ng alahas na ginto. ⁵²Ang bigat ng mga gintong ito na dinala ng mga opisyal ng mga sundalo na inihandog ni Moises at ni Eleazar sa PANGINOON ay 200 kilo. ⁵³Ito'y mula sa mga nasamsam ng bawat sundalo sa labanan. ⁵⁴Ang mga gintong alahas na tinanggap nina Moises at Eleazar mula sa mga opisyal ng libu-libo at daan-daang sundalo ay dinala nila ito sa Toldang Tipanan para alalahanin ng PANGINOON ang mga Israelita.

Ang mga Lahi sa Silangan ng Ilog ng Jordan (Deu. 3:12-22)

32 Napakaraming hayop ng mga lahi nina Reuben at Gad. Kaya nang makita nila na masagana ang lupain ng Jazer at Gilead para sa mga hayop ²nagpunta sila kina Moises, Eleazar at sa mga pinuno ng mamamayan *ng Israel* at sinabi, ³"Ang Atarot, Dibon, Jazer, Nimra, Heshbon, Eleale, Sebam, Nebo at Beon— ⁴ang mga lugar na sinakop ng PANGINOON sa pamamagitan ng mga Israelita—ay mabuting lugar para sa mga hayop at kami na mga alagad ninyo ay napakaraming hayop.

⁵Kaya kung nalulugod kayo sa amin, ibigay ninyo ang mga lupaing ito sa amin, bilang bahagi namin at huwag na ninyo kaming dalhin sa kabila *ng Ilog* ng Jordan."

⁶Sinabi ni Moises sa mga lahi nina Gad at Reuben, "Ano ang ibig ninyong sabihin, magpapaiwan na lang kayo rito habang ang mga kapwa ninyo Israelita ay pupunta sa labanan? ⁷Pahihinain lang ninyo ang loob ng mga Israelita na pumunta sa lupaing ibinigay ng PANGINOON sa kanila. ⁸Ganito rin ang ginawa noon ng inyong mga ninuno nang ipinadala ko sila mula sa Kadesh Barnea para tingnan ang lupaing ito. ⁹Nang makarating sila sa Lambak ng Eshcol, at nakita nila ang lupain, pinahina nila ang loob ng mga Israelita na pumunta sa lupaing ibinigay ng PANGINOON sa kanila. ¹⁰Matindi ang galit ng PANGINOON nang araw na iyon at sumumpa siya: ¹¹'Dahil sa hindi sila sumunod sa akin nang buong puso nila, wala ni isa man sa kanila na 20 taong gulang pataas na nagmula sa Egipto, ang makakakita ng lupaing ipinangako ko kay Abraham, Isaac, at Jacob, ¹²maliban lang kay Caleb na anak ni Jefune na Kenizeo at kay Josue na anak ni Nun, dahil sumunod sila sa akin nang buong puso nila.' ¹³Nagalit nang matindi ang PANGINOON sa mga Israelita, kaya pinaikot-ikot niya sila sa ilang sa loob ng 40 taon hanggang sa nangamatay ang buong henerasyon na gumawa ng masama sa kanyang paningin.

¹⁴"At ngayon, kayo namang lahi ng mga makasalanan ang pumalit sa inyong mga ninuno at dinagdagan pa ninyo ang galit ng PANGINOON sa mga Israelita. ¹⁵Kung hindi kayo susunod sa PANGINOON, pababayaan niyang muli kayong mga mamamayan dito sa ilang at kayo ang magiging dahilan ng pagkalipol ng mga Israelita."

¹⁶Pero lumapit pa sila kay Moises at sinabi, "Gagawa na lang po kami rito ng mga kulungan para sa aming mga hayop at mga lungsod para sa aming mga kababaihan at anak. ¹⁷Pero handa po kaming pangunahan ang aming mga kapwa Israelita sa pakikipaglaban hanggang sa madala namin sila sa kanilang mga lugar. Habang nakikipaglaban kami, dito po maninirahan ang aming mga anak sa napapaderang lungsod *na aming ipapatayo* para maging ligtas sila sa mga naninirahan sa lupaing ito. ¹⁸Hindi po kami uuwi hanggang sa matanggap ng lahat ng mga Israelita ang lupaing kanilang mamanahin. ¹⁹Pero ayaw naming makatanggap ng lupa kasama nila sa kabila ng Jordan. Mas gusto po namin dito sa bandang silangan ng Jordan dahil nakakuha na kami ng parte namin dito sa silangan ng Jordan."

²⁰Sinabi ni Moises sa kanila, "Kung talagang gagawin ninyo yan, na handa kayo sa pakikipaglaban kasama ang PANGINOON, ²¹at tatawid ang lahat ng sundalo ninyo sa Jordan hanggang sa maitaboy ng PANGINOON ang kanyang mga kaaway ²²at maangkin ang lupa, maaari na kayong makabalik dito dahil natupad na ninyo ang inyong tungkulin sa PANGINOON at sa kapwa ninyo Israelita. At magiging inyo na ang lupaing ito sa harapan ng PANGINOON. ²³"Pero kung hindi ninyo ito gagawin, magkakasala kayo sa PANGINOON at siguradong pagbabayaran ninyo ang inyong mga kasalanan.

---

a 36-40 dalaga: o, tao.
b 42-46 dalaga: o, tao.

²⁴ Sige, magtayo kayo ng mga lungsod para sa inyong mga asawa't anak at gumawa ng mga kulungan para sa inyong mga hayop, pero dapat ninyong tuparin ang inyong ipinangako."

²⁵ Sumagot ang mga lahi nina Gad at Reuben kay Moises, "Susundin namin ang inyong mga utos. ²⁶ Maiiwan dito sa mga lungsod ng Gilead ang aming mga asawa, mga anak at mga hayop. ²⁷ Pero kami na iyong mga lingkod na may kakayahang makipaglaban ay tatawid sa Jordan para makipaglaban ayon sa utos mo sa amin."

²⁸ Kaya nag-utos si Moises na paring si Eleazar, kay Josue na anak ni Nun at sa mga pinuno ng lahi ng Israel. ²⁹ Sinabi niya, "Kung ang mga tauhan ng lahi nina Gad at Reuben na may kakayahang makipaglaban ay tatawid sa Jordan para sumama sa pakikipaglaban sa laban ng Panginoon at kung maagaw na ninyo ang lupaing iyon, ibigay ninyo sa kanila ang lupain ng Gilead bilang lupain nila. ³⁰ Pero kung hindi sila tatawid kasama ninyo dapat silang tumanggap ng lupa kasama ninyo, roon sa lupain ng Canaan."

³¹ Sinabi ng mga lahi nina Gad at Reuben, "Susundin namin kung ano ang sinabi ng Panginoon. ³² Tatawid kami sa Jordan sa presensya ng Panginoon, pero ang mamanahin naming lupain ay ang nasa silangan sa tabi ng Jordan."

³³ Kaya ibinigay ni Moises sa mga lahi nina Gad, Reuben at sa kalahati ng lahi ni Manase na anak ni Jose ang kaharian ni Sihon na hari ng mga Amoreo at ang kaharian ni Haring Og ng Bashan—ang buong lupain pati na ang lungsod at mga teritoryo sa palibot nito.

³⁴ Itinayong muli ng lahi ni Gad ang Dibon, Atarot, Aroer, ³⁵ Atrot Shofan, Jazer, Jogbeha, ³⁶ Bet Nimra at Bet Haran. Ang mga lungsod na ito ay pinalibutan nila ng pader. Gumawa rin sila ng mga kulungan para sa kanilang mga hayop. ³⁷ At itinayong muli ng mga lahi ni Reuben ang Heshbon, Eleale, Kiriataim ³⁸ pati ang mga lugar na tinatawag noon na Nebo at Baal Meon at ang Sibma. Pinalitan nila ang mga pangalan ng mga lungsod na muli nilang itinayo.

³⁹ Sinalakay ng mga angkan ni Makir na anak ni Manase ang Gilead at naagaw nila ito, at itinaboy nila ang mga Amoreo na naninirahan doon. ⁴⁰ Kaya ibinigay ni Moises ang Gilead sa mga angkan ni Makir, na lahi rin ni Manase at doon sila nanirahan. ⁴¹ Naagaw ni Jair na mula rin sa lahi ni Manase, ang mga baryo sa Gilead at tinawag niya itong, "Mga Bayan ni Jair". ⁴² Naagaw ni Noba ang Kenat at ang mga baryo sa palibot nito at tinawag niya itong, "Noba" ayon sa pangalan niya.

Ang mga Lugar na Dinaanan ng mga Israelita mula Egipto Papuntang Moab

33 Ito ang mga lugar na dinaanan ng mga Israelita nang umalis sila sa Egipto na nakagrupo ang bawat lahi sa ilalim ng pangunguna nina Moises at Aaron. ² Ayon sa utos ng Panginoon, inilista ni Moises ang kanilang dinaanan na mga lugar mula sa kanilang pinanggalingan. ³ Umalis sila sa Rameses nang ika-15 araw ng unang buwan pagkatapos ng Pista ng Paglampas ng Anghel. Umalis silang may lakas ng loob, habang nakatingin ang mga Egipcio

⁴ na naglilibing ng lahat ng panganay nilang lalaki na pinatay ng Panginoon dahil hinatulan sila ng Panginoon sa kanilang pagsamba sa mga dios-diosan nila.

⁵ Mula sa Rameses, nagkampo sila sa Sucot.
⁶ Mula sa Sucot, nagkampo sila sa Etam, na tabi ng disyerto.
⁷ Mula sa Etam, nagbalik sila papunta sa Pi Harirot na nasa silangan ng Baal Zefon, at nagkampo malapit sa Migdol.
⁸ Mula sa Pi Harirot, tumawid sila sa dagat at pumunta sa disyerto. Naglakbay sila sa loob ng tatlong araw sa disyerto ng Etam at nagkampo sila sa Mara. ⁹ Mula sa Mara, nagkampo sila sa Elim, kung saan may 12 bukal at 70 puno ng palma.
¹⁰ Mula sa Elim nagkampo sila sa tabi ng Dagat na Pula. ¹¹ Mula sa Dagat na Pula nagkampo sila sa ilang ng Sin.
¹² Mula sa ilang ng Sin, nagkampo sila sa Dofka.
¹³ Mula sa Dofka, nagkampo sila sa Alus.
¹⁴ Mula sa Alus, nagkampo sila sa Refidim, kung saan walang tubig na naiinom ang mga tao.
¹⁵ Mula sa Refidim, nagkampo sila sa disyerto ng Sinai.

¹⁶⁻³⁶ Ito pa ang mga lugar na kanilang pinagkampuhan nang naglalakbay sila mula sa disyerto ng Sinai papunta sa Kadesh, sa ilang ng Zin: Kibrot Hataava, Hazerot, Ritma, Rimon Perez, Libna, Risa, Kehelata, Bundok ng Shefer, Harada, Makelot, Tahat, Tera, Mitca, Hasmona, Moserot, Bene Jaakan, Hor Hagidgad, Jotbata, Abrona, Ezion Geber at hanggang sa makarating sila sa Kadesh sa ilang ng Zin.

³⁷ Mula sa Kadesh, nagkampo sila sa Bundok ng Hor, sa hangganan ng lupain ng Edom. ³⁸⁻³⁹ Sa utos ng Panginoon, umakyat si Aaron sa Bundok ng Hor at doon siya namatay sa edad na 123 taon. Nangyari ito noong unang araw ng ikalimang buwan, nang ika-40 taon mula nang umalis ang mga Israelita sa Egipto.

⁴⁰ Ngayon, ang hari ng Canaan na si Arad na naninirahan sa Negev ay nakabalita na paparating ang mga mamamayan ng Israel.

⁴¹⁻⁴⁸ Mula naman sa Bundok ng Hor, nagpatuloy ang mga Israelita sa kanilang paglalakbay. Ito ang mga lugar na kanilang pinagkampuhan: Zalmona, Punon, Obot, Iye Abarim, na nasa hangganan ng Moab, Dibon Gad, Almon Diblataim, sa mga bundok ng Abarim na malapit sa Nebo, at hanggang sa nakarating sila sa kapatagan ng Moab sa tabi ng Jordan malapit sa Jerico. ⁴⁹ Nagkampo sila roon sa tabi ng Jordan mula sa Bet Jeshimot hanggang sa Abel Shitim na sakop pa rin ng kapatagan ng Moab. ⁵⁰ At habang nagkakampo sila roon sa kapatagan ng Moab, sa tabi ng Jordan malapit sa Jerico, sinabi ng Panginoon kay Moises, ⁵¹ "Sabihin mo sa mga Israelita na kung tatawid sila sa Ilog ng Jordan papunta sa Canaan, ⁵² palayasin nila ang lahat ng naninirahan doon at gibain ang lahat ng dios-diosan nila na gawa sa mga bato at metal, at ang lahat ng kanilang sambahan sa matataas na lugar.ᵃ ⁵³ Sasakupin ninyo ang mga lupaing iyon

---

ᵃ 52 sambahan sa matataas na lugar: Tingnan sa Talaan ng mga Salita sa likod.

at doon kayo titira dahil ibinibigay ko ito sa inyo. ⁵⁴Partihin ninyo ang lupa sa pamamagitan ng palabunutan ayon sa dami ng bawat lahi. Ang lahi na may maraming bilang ay partihan ninyo ng malaki, at ang lahi na may kakaunting bilang ay partihan ninyo ng maliit. Kung ano ang mabunot nila, iyon na ang kanilang parte. Sa pamamagitan nito, mahahati ang lupa sa bawat lahi.

⁵⁵"Pero kung hindi ninyo palalayasin ang mga naninirahan doon, ang mga matitira sa kanila'y magiging parang puwing sa inyong mga mata at tinik sa inyong mga tagiliran. Magbibigay sila ng kaguluhan sa inyong paninirahan doon. ⁵⁶At gagawin ko sa inyo ang parusa na dapat para sa kanila."

Ang mga Hangganan ng Canaan

34 Sinabi ng Panginoon kay Moises, ²"Sabihin mo sa mga Israelita na kung papasok na sila sa Canaan, ito ang mga hangganan ng lupain na kanilang mamanahin:

³"Ang hangganan sa timog ay ang ilang ng Zin sa may hangganan ng Edom. Magsisimula ito sa katimugang bahagi ng Dagat na Patay.ᵃ ⁴At liliko ito patimog papunta sa Daang Paahon ng Akrabim, hanggang sa ilang ng Zin, at magpapatuloy sa timog ng Kadesh Barnea. Pagkatapos, didiretso ito sa Hazar Adar hanggang sa Azmon, ⁵at liliko papunta sa Lambak ng Egipto at magtatapos sa Dagat *ng Mediteraneo.*

⁶"Ang hangganan sa kanluran ay ang Dagat ng Mediteraneo.

⁷"Ang hangganan sa hilaga ay magmumula sa Dagat ng Mediteraneo papunta sa Bundok ng Hor, ⁸at mula sa Bundok ng Hor papunta sa Lebo Hamat. Magpapatuloy ito sa Zedad, ⁹hanggang sa Zifron at magtatapos sa Hazar Enan.

¹⁰"Ang hangganan sa silangan ay magmumula sa Hazar Enan papunta sa Shefam. ¹¹Pagkatapos, bababa ito papunta sa Ribla, sa bandang silangan ng Ain, at magpapatuloy ito sa mga burol sa silangan ng Lawa ng Galilea.ᵇ ¹²Pagkatapos, bababa ito sa Jordan at magtatapos sa Dagat na Patay.

"Ito ang inyong lupain, at ang mga hangganan nito sa palibot."

¹³Pagkatapos, sinabi ni Moises sa mga Israelita, "Hatiin ninyo ang mga lupaing ito bilang inyong mana sa pamamagitan ng palabunutan. Sinabi ng Panginoon na ibigay ito sa siyam at kalahating lahi, ¹⁴⁻¹⁵Dahil ang lahi nina Reuben, Gad, at ng kalahating lahi ni Manase ay nakatanggap na ng kanilang mana sa bandang silangan ng Jordan malapit sa Jerico."

¹⁶Sinabi ng Panginoon kay Moises, ¹⁷"Sina Eleazar na pari at Josue na anak ni Nun ang maghahati-hati ng lupain para sa mga tao. ¹⁸At pumili ka ng isang pinuno sa bawat lahi para tulungan sila sa paghahati ng lupain." ¹⁹⁻²⁸Ito ang pangalan ng mga pinili:

Lahi   Pinuno
Juda
      Caleb na anak ni Jefune

ᵃ 3 *Dagat na Patay:* sa literal, *napakaalat na dagat.* Ganito rin sa talatang 12.

ᵇ 11 *Lawa ng Galilea:* sa Hebreo, *Lawa ng Kineret.*

Simeon
      Shemuel na anak ni Amihud
Benjamin
      Elidad na anak ni Kislon
Dan
      Buki na anak ni Jogli
Manase na anak ni Jose
      Haniel na anak ni Efod
Efraim na anak ni Jose
      Kemuel na anak ni Siftan
Zebulun
      Elizafan na anak ni Parnac
Isacar
      Paltiel na anak ni Azan
Asher
      Ahihud na anak ni Shelomi
Naftali
      Pedahel na anak ni Amihud

²⁹Sila ang mga pinili ng Panginoon para tumulong sa paghahati-hati ng lupain ng Canaan bilang mana ng mga Israelita.

Ang mga Bayan ng mga Levita

35 Sinabi ng Panginoon kay Moises doon sa kapatagan ng Moab sa tabi ng Jordan malapit sa Jerico, ²"Sabihin mo sa mga Israelita na bigyan nila ang mga Levita ng mga bayan na titirhan ng mga ito mula sa mga lupaing matatanggap nila. ³Sa ganitong paraan, may matitirhang bayan ang mga Levita at may pastulan para sa kanilang mga hayop. ⁴Ang agwat ng pastulang inyong ibibigay sa palibot ng kanilang bayan ay mga 450 metro mula sa pader ng kanilang mga bayan. ⁵Pagkatapos, sumukat kayo ng 900 metro sa bawat direksyon ng bayan—sa silangan, sa timog, sa kanluran at sa hilaga—kaya nasa gitna ang bayan nito. Ito ang pastulan para sa mas malaking mga bayan.

⁶"Bigyan din ninyo ang mga Levita ng anim na bayan na magiging lungsod na tanggulan, kung saan makakatakas papunta roon ang taong makakapatay *nang hindi sinasadya.* Hindi ito kasama sa 42 bayan na inyong ibibigay sa kanila. ⁷Kaya 48 lahat ang mga bayan na inyong ibibigay sa mga Levita kasama ang kanilang mga pastulan. ⁸Manggagaling ang mga bayan na ito sa mga lupain ng mga lahi ng Israel. Ang lahi na may maraming parte ay magbibigay ng maraming bayan at ang lahi na may kaunting parte ay magbibigay ng kaunti."

Ang Lungsod na Tanggulan
(Deu. 19:1-13; Josue 20:1-9)

⁹Pagkatapos, sinabi ng Panginoon kay Moises, ¹⁰"Sabihin mo sa mga Israelita na kapag tumawid na sila sa Jordan papunta sa Canaan, ¹¹pumili sila ng mga bayan na magiging lungsod na tanggulan kung saan makakatakas papunta roon ang taong makakapatay nang hindi sinasadya. ¹²Mapoprotektahan siya ng lungsod na ito laban sa mga taong gustong gumanti sa kanya. Hindi siya dapat patayin hangga't hindi pa siya nahahatulan sa harap ng kapulungan. ¹³Ang anim na bayan na ito ang magiging lungsod ninyong tanggulan. ¹⁴Ilagay ninyo sa silangan ng Jordan ang tatlong lungsod at tatlo sa Canaan. ¹⁵Ang anim na bayan na ito ay

magiging tanggulan hindi lang ng mga Israelita kundi pati ng mga dayuhan na naninirahan kasama ninyo para ang sinuman sa kanila na makapatay nang hindi sinasadya ay makakatakas papunta dito.

¹⁶"Pero kung hinampas ng isang tao ang sinuman ng bakal at namatay ito, ituturing na kriminal ang nasabing tao at kailangang patayin din siya. ¹⁷Kung binato ng isang tao ang sinuman at namatay ito, ituturing na kriminal ang nasabing tao at kailangang patayin din siya. ¹⁸O halimbawa, hinampas ng kahoy ng isang tao ang sinuman at namatay ito, ituturing din na kriminal ang taong iyon, at kailangang patayin din siya. ¹⁹Ang malapit na kamag-anak ng pinatay ang may karapatang pumatay sa kriminal. Papatayin niya ang kriminal kung siya'y makikita niya.

²⁰"Kung napatay ng isang tao dahil sa kanyang galit ang sinuman sa pamamagitan ng panunulak, o paghahagis ng kahit anong bagay, ²¹o pagsuntok, ituturing na kriminal ang nasabing tao at kailangang patayin din siya. Ang malapit na kamag-anak ng napatay ang may karapatang pumatay sa kriminal. Papatayin niya ang kriminal kung siya'y makikita niya.

²²"Pero halimbawang ang isang taong walang sama ng loob ang nakapatay sa isang tao na nahagisan niya ng kahit anong bagay o natulak na hindi sinasadya, ²³o nahulugan niya ng bato nang hindi niya nakikita, at dahil nga napatay niya ang tao, kahit hindi niya kaaway, at hindi niya sinasadya ang pagkakapatay sa kanya, ²⁴dadalhin pa rin siya sa kapulungan kasama ng taong gustong maghiganti sa kanya, at hahatulan siya ayon sa mga tuntuning ito. ²⁵Kung mapatunayan na hindi niya sinasadya ang pagpatay, kailangang proteksyunan ng sambayanan ang taong nakapatay laban sa mga tao na gustong maghiganti sa kanya, at ibabalik siya sa lungsod na tanggulan, kung saan siya tumakas. Kailangang magpaiwan siya roon hanggang hindi pa namamatay ang punong pari na itinalaga sa paglilingkod.ᵃ

²⁶"Pero kapag lumabas sa lungsod na tanggulan ang nakapatay ²⁷at makita siya ng taong gustong gumanti sa kanya, maaari siyang patayin ng taong iyon. Walang pananagutan ang taong nakapatay sa kanya. ²⁸Kaya dapat na ang taong nakapatay sa lungsod na tanggulan hanggang hindi pa namamatay ang punong pari, at pagkatapos ay makakauwi na siya sa kanila.

²⁹"Ito ang mga tuntuning dapat ninyong sundin hanggang sa susunod pang mga henerasyon, kahit saan kayo manirahan.

³⁰"Ang sinumang pumatay sa kanyang kapwa ay kailangang patayin, pero kailangang may mga saksi na magpapatotoo na siya'y nakapatay. Kung isang saksi lang ang magpapatotoo, hindi papatayin ang nasabing tao.

³¹"Huwag kayong tatanggap ng bayad para sa buhay ng isang kriminal. Kailangang patayin siya. ³²Huwag din kayong tatanggap ng bayad para sa

buhay ng taong tumakas sa lungsod na tanggulan upang makabalik siya sa kanyang lugar bago mamatay ang punong pari. ³³Sa pamamagitan nito, maiiwasan ang pagdanak ng dugo sa lupaing inyong tinitirhan. Dahil ang pagpatay ay makakapagparumi sa lupain na inyong tinitirhan at walang makapaglilinis nito maliban sa dugo ng taong nakapatay. ³⁴Kaya huwag ninyong dudungisan ang lupaing inyong tinitirhan, dahil ako mismo ang PANGINOON, ay naninirahan kasama ninyong mga Israelita."

Ang mga Babaeng Anak ni Zelofehad na Nakatanggap ng Lupain

36 Pumunta kay Moises at sa mga pinuno ng Israel ang pamilya ni Gilead na anak ni Makir at apo ni Manase, na anak ni Jose, ²at sinabi, "Ginoo, nang nag-utos sa inyo ang PANGINOON na hatiin ang lupa bilang mana ng mga Israelita sa pamamagitan ng palabunutan; nag-utos din siya na ibigay ang bahagi ng aming kapatid na si Zelofehad sa mga anak niyang babae. ³Pero halimbawang nag-asawa po sila galing sa ibang lahi at dahil dito'y napunta ang kanilang lupain sa lahi ng kanilang napangasawa, hindi ba't mapupunta na ang bahagi ng aming lahi sa iba? ⁴Pagsapit ng Taon ng Pagpapalaya at Pagsasauli, ang kanilang lupa ay mapupunta sa lahi kung saan sila nakapag-asawa, at mawawala na ito sa lahi ng aming mga ninuno."

⁵Kaya ayon sa utos ng PANGINOON, sinabi ni Moises sa mga Israelita, "Tama ang sinabi ng angkan ng mga salinlahi ni Jose. ⁶Kaya ito ang sinasabi ng PANGINOON tungkol sa mga anak na babae ni Zelofehad: Malaya silang makakapag-asawa sa kung sinong kanilang magugustuhan basta manggagaling lang sa lahi nila. ⁷Ang lupang mamanahin ng bawat lahi ay hindi maaaring mapunta sa ibang lahi dahil kailangang manatili sa bawat lahi ang lupa na kanilang namana sa kanilang mga ninuno. ⁸Ang lahat ng babaeng nakamana ng lupa sa kahit saang lahi ay kailangang mag-asawa ng mula sa kanilang lahi para hindi mawala sa bawat Israelita ang lupang namana niya sa kanyang mga ninuno. ⁹Ang lupang namana ng bawat lahi ay hindi maaaring mapunta sa ibang lahi, dahil kailangang manatili sa bawat lahi ang lupa na kanilang namana."

¹⁰Kaya sinunod ng mga anak na babae ni Zelofehad ang sinabi ng PANGINOON sa pamamagitan ni Moises. ¹¹Ang mga anak na babae ni Zelofehad ay sina Mahlah, Tirza, Hogla, Milca, at Noe. At ang kanilang napangasawa ay ang kanilang mga pinsan sa ama, ¹²na mga lahi ni Manase na anak ni Jose. Kaya ang lupain na kanilang namana ay nanatili sa sambahayan at angkan ng kanilang ama.

¹³Ganito ang mga utos at tuntunin na ibinigay ng PANGINOON sa mga Israelita sa pamamagitan ni Moises habang naroon sila sa kapatagan ng Moab sa tabi ng Jordan malapit sa Jerico.

---

a 25 itinalaga sa paglilingkod: sa literal, *pinahiran ng banal na langis.*

DEUTERONOMIO

Iniutos ng Panginoon sa mga Israelita na Umalis sa Bundok ng Sinai

1 Ang *aklat na ito ay tungkol sa* mga mensahe na sinabi ni Moises sa lahat ng Israelita noong naroon pa sila sa ilang, sa silangan ng *Ilog ng* Jordan. Nagkakampo sila sa Kapatagan ng Jordan*ª* malapit sa Suf, sa gitna ng Paran, Tofel, Laban, Hazerot at Dizahab. ²(Mga 11 araw na paglalakbay mula sa Bundok ng Sinai*ᵇ* papunta sa Kadesh Barnea kung dadaan sa Bundok ng Seir.) ³Nang unang araw ng ika-11 buwan, sa ika-40 taon, mula nang umalis ang mga Israelita sa Egipto, sinabi sa kanila ni Moises ang lahat na iniutos ng Panginoon na sabihin sa kanila. ⁴Nangyari ito matapos matalo ni Moises*ᶜ* si Sihon na hari ng mga Amoreo, na nakatira sa Heshbon, at si Haring Og ng Bashan na nakatira sa Ashtarot at Edrei. ⁵Kaya sinabi nga sa kanila ni Moises ang mga kautusan *ng Panginoon* doon sa silangan ng Jordan, sa teritoryo ng Moab. Sinabi niya, ⁶"Noong naroon tayo sa Horeb, sinabi sa atin ng Panginoon na ating Dios, 'Matagal na kayong naninirahan sa bundok na ito, ⁷kaya umalis na kayo. Pumunta kayo sa kaburulan ng mga Amoreo at sa mga lugar sa palibot nito—sa Kapatagan ng Jordan, sa kabundukan, sa kaburulan sa kanluran,*ᵈ* sa Negev, at sa mga lugar sa tabing-dagat. Pumunta kayo sa lupain ng Canaan at sa Lebanon, hanggang sa malaking Ilog ng Eufrates. ⁸Ibinibigay ko ang mga lupaing ito sa inyo. Lumakad na kayo at angkinin ang mga lugar na ito na ipinangako ko sa inyong mga ninunong sina Abraham, Isaac, at Jacob, at sa kanilang salinlahi.' "

Humirang si Moises ng mga Pinuno sa Bawat Lahi
(Exo. 18:13-27)

⁹"Nang panahong iyon, sinabi ko sa inyo, 'Hindi ko kayo kayang pamunuan nang mag-isa. ¹⁰Pinarami kayo ng Panginoon na inyong Dios. At ngayon, kasindami na kayo ng mga bituin sa langit. ¹¹Nawa'y ang Panginoon, ang Dios ng inyong mga ninuno, ang lalo pang magparami sa inyo ng ilang libong beses at pagpalain niya kayo ayon sa kanyang ipinangako. ¹²Pero paano ko aayusing mag-isa ang inyong mga away at problema? ¹³Kaya pumili kayo sa bawat lahi ninyo ng mga taong marunong, maunawain at iginagalang, at pamamahalain ko sila sa inyo.'

¹⁴"Sumang-ayon kayo na mabuti ang aking plano. ¹⁵Kaya pinamahala ko sa inyo, bilang *mga hukom* at mga opisyal, ang mga taong marunong at iginagalang na mula sa inyong lahi. Ang iba'y responsable sa 1,000 tao, ang iba'y sa 100, ang iba'y sa 50, at ang iba'y sa 10. ¹⁶Nang panahong iyon, iniutos ko sa inyong mga hukom, 'Ayusin ninyo ang kaso ng mga tao, at humatol nang makatarungan, hindi lang sa mga Israelita kundi pati na rin sa mga dayuhang naninirahang kasama ninyo. ¹⁷Wala dapat kayong papanigan sa inyong paghatol; parehas ninyong pakinggan ang mga mahihirap at mayayaman. Huwag kayong matatakot kahit kanino, dahil galing sa Dios ang mga desisyong ginagawa ninyo. Kung mahirap para sa inyo ang kaso, dalhin ninyo ito sa akin at ako na ang bahala sa paghatol nito.' ¹⁸At sinabi ko rin sa inyo noon ang lahat ng dapat ninyong gawin.

Nagpadala Sila ng mga Espiya
(Bil. 13:1-33)

¹⁹"Ayon sa iniutos ng Panginoon na ating Dios, umalis tayo sa Bundok ng Sinai,*ᵉ* at naglakbay sa malawak at nakakatakot na ilang na nakita mismo ninyo, at pumunta tayo sa kaburulan ng mga Amoreo. Pagdating natin sa Kadesh Barnea, ²⁰sinabi ko sa inyo, 'Nakarating na tayo sa kaburulan ng mga Amoreo na ibinibigay sa atin ng Panginoon na ating Dios. ²¹Tingnan ninyo ang lupaing ibinigay niya sa inyo. Angkinin ninyo ito ayon sa sinabi ng Panginoon, ang Dios ng inyong mga ninuno. Huwag kayong matakot o manghina.'

²²"Lumapit kayong lahat sa akin at sinabi, 'Magpadala muna tayo ng mga tao para mag-espiya sa lupain upang masabihan nila tayo kung saan tayo dadaan at kung saan ang mga bayan na pupuntahan natin.'

²³"Napag-isip-isip ko na mabuti ang planong iyon kaya pumili ako ng 12 tao, isa sa bawat lahi. ²⁴Lumakad sila at dumaan sa kaburulan, at nakarating sa Lambak ng Eshcol at nagmanman sila roon. ²⁵Sa kanilang pagbalik, may dala sila sa ating mga prutas galing doon, at ibinalita nila na masagana ang lupaing ibinigay ng Panginoon na ating Dios.

²⁶"Pero ayaw ninyong pumunta roon, sinuway ninyo ang utos ng Panginoon na inyong Dios. ²⁷Nagreklamo kayo sa inyong mga tolda at sinabi, 'Kinasusuklaman tayo ng Panginoon, kaya pinaalis niya tayo sa Egipto para ibigay sa kamay ng mga Amoreo at kanilang patayin. ²⁸Paano tayo makakapunta roon? Tinakot tayo ng mga nagmanman sa lupain. Sinasabi nilang mas malalakas at mas matataas pa sa atin ang mga tao roon, at ang mga lungsod nila ay malalaki at napapalibutan ng mga pader na *parang* umabot na sa langit ang taas. At nakita pa nila roon ang mga angkan ni Anak.'

²⁹"Pagkatapos, sinabi ko sa inyo, 'Huwag kayong masindak o matakot sa kanila. ³⁰Ang Panginoon

---

a 1 Kapatagan ng Jordan: sa Hebreo, *Araba.* Ganito rin sa talatang 7.

b 2 Bundok ng Sinai: sa Hebreo, *Horeb.* Ganito rin sa talatang 19.

c 4 ni Moises: o, ng Panginoon.

d 7 kaburulan sa kanluran: sa Hebreo, *Shefela.*

e 19 Bundok ng Sinai: Tingnan ang "footnote" sa talatang 2.

na inyong Dios ang mangunguna at makikipaglaban para sa inyo, kagaya ng nakita ninyong ginawa niya sa Egipto [31] at sa ilang. Nakita ninyo kung paano kayo inalagaan ng Panginoon na inyong Dios, katulad ng ama na nag-aalaga sa kanyang anak, hanggang sa makarating kayo sa lugar na ito.'

[32] "Pero sa kabila ng lahat ng ito, hindi pa rin kayo nagtiwala sa Panginoon na inyong Dios [33] na nangunguna sa inyong paglalakbay, sa pamamagitan ng apoy sa gabi at ulap kung araw. Inihanap niya kayo ng mga lugar na mapagkakampuhan ninyo at itinuro sa inyo kung saan kayo dadaan.

[34-35] "Nang marinig ng Panginoon ang pagrereklamo ninyo, nagalit siya at sumumpang, 'Wala kahit isa sa masamang henerasyong ito ang makakakita ng magandang lupaing ipinangako ko sa kanilang mga ninuno, [36] maliban lang kay Caleb na anak ni Jefune. Makikita niya ito, at ibibigay ko sa kanya at sa angkan niya ang lupaing ito na kanyang minanmanan, dahil buong puso niya akong sinunod.'

[37] "Dahil sa inyo, nagalit din ang Panginoon sa akin. Sinabi niya sa akin, 'Kahit na ikaw ay hindi rin makakapasok sa lupaing iyon. [38] Pero ang iyong lingkod na si Josue na anak ni Nun ay makakapasok doon. Palakasin mo siya dahil siya ang mamumuno sa mga Israelita sa pag-angkin sa lupain.'

[39] "Pagkatapos, sinabi ng Panginoon sa ating lahat, 'Makakapasok sa lupaing iyon ang inyong mga anak na wala pang muwang. Natatakot kayo na baka bihagin sila, pero sa kanila ko ibibigay ang lupaing iyon at magiging pag-aari nila. [40] Pero kayo, babalik kayo sa ilang papunta sa Dagat na Pula.'

[41] "At sinabi ninyo, 'Nagkasala kami sa Panginoon. Lalakad kami at makikipaglaban ayon sa iniutos sa amin ng Panginoon naming Dios.' Kaya inihanda ng bawat isa sa inyo ang kanyang mga armas, at inisip ninyo na madali lang ang pag-agaw sa mga kaburulan.

[42] "Ngunit sinabi ng Panginoon sa akin, 'Sabihin mo sa kanila na huwag munang lumakad at makipaglaban, dahil hindi ko sila sasamahan. Matatalo sila ng kanilang mga kaaway.'

[43] "Kaya sinabihan ko kayo, pero hindi kayo nakinig sa akin. Sinuway ninyo ang utos ng Panginoon, at dahil sa inyong kayabangan sumalakay kayo sa kaburulan. [44] At nakipaglaban sa inyo ang mga Amoreo na naninirahan doon, at para silang mga pukyutang humabol at tumalo sa inyo mula sa Seir hanggang sa Horma. [45] Nagbalik kayo at nag-iyakan sa Panginoon, pero hindi siya nakinig o sumagot sa inyo. [46] Iyan ang dahilan kaya nanirahan kayo nang matagal sa Kadesh."

Ang Paglalakbay sa Ilang

2 "At nagsibalik tayo at pumunta sa ilang papunta sa Dagat na Pula, ayon sa iniutos ng Panginoon sa akin. At sa matagal na panahon, nagpaikot-ikot tayo sa kaburulan ng Seir. [2] Pagkatapos, sinabi sa akin ng Panginoon, [3] 'Matagal na kayong nagpapaikot-ikot sa kaburulan ito. Ngayon, dumiretso kayo sa hilaga. [4] Sabihin mo sa mga tao: Dadaan kayo sa teritoryo ng inyong kamag-anak na mga lahi ni Esau, na naninirahan sa Seir. Matatakot

sila sa inyo, pero mag-ingat kayo sa kanila. [5] Huwag n'yo silang pakikialaman, dahil ibinigay ko na sa kanila ang mga kaburulan ng Seir bilang kanilang lupain, at ni kapiraso man ng lupain nila ay hindi ko ibibigay sa inyo. [6] Babayaran ninyo ng pilak ang pagkain at inuming manggagaling sa kanila.' [7] Alalahanin ninyo kung paano ko kayo pinagpala sa lahat ng ginawa ninyo. Ako ang Panginoon na inyong Dios ay nagbabantay sa inyo sa paglalakbay sa malawak na ilang na ito. Sa loob ng 40 taon, sinamahan ko kayo, at hindi kayo kinulang ng mga bagay na kailangan ninyo.

[8] "Kaya dumaan tayo sa mga kadugo na lahi ni Esau, na naninirahan sa Seir. Hindi tayo dumaan sa daan ng Araba,[a] na nanggagaling sa mga bayan ng Elat at Ezion Geber. Nang naglalakbay na tayo sa daan sa ilang ng Moab, [9] sinabi sa akin ng Panginoon, 'Huwag ninyong guguluhin o lulusubin ang mga Moabita na lahi ni Lot, dahil ibinigay ko sa kanila ang Ar bilang lupain nila, at ni kapiraso man ng lupain nila ay hindi ko ibibigay sa inyo.' "

[10] (Noong una, naninirahan sa Ar ang marami at malalakas na tao na tinatawag na Emita. Sila'y matatangkad katulad ng mga angkan ni Anak. [11] Tinatawag din silang Refaimeo, katulad ng mga angkan ni Anak, pero tinatawag silang Emita ng mga Moabita. [12] Sa Seir dati nakatira ang mga Horeo, pero pinalayas sila ng mga lahi ni Esau, at sila na ang nanirahan doon, katulad ng ginawa ng mga Israelita sa mga Cananeo sa lupain na ibinigay ng Panginoon sa kanila.)

[13] Sinabi pa ni Moises, "Pagkatapos, inutos ng Panginoon na tumawid tayo sa Lambak ng Zered, kaya tumawid tayo. [14] Ito'y pagkalipas ng 38 taon mula noong umalis tayo sa Kadesh Barnea. Nang mga panahong iyon, nangamatay ang mga sundalong Israelita sa henerasyong iyon, ayon sa isinumpa ng Panginoon sa kanila. [15] Pinarusahan sila ng Panginoon hanggang sa mamatay silang lahat sa kampo.

[16] "Nang patay na ang lahat ng sundalo, [17] sinabi sa akin ng Panginoon, [18] 'Sa araw na ito, tumawid kayo sa hangganan ng Moab sa Ar. [19] Kapag nakarating na kayo sa mga Ammonita, na lahi ni Lot, huwag ninyo silang guguluhin o lulusubin dahil ibinigay ko sa kanila ang lupaing iyon, at hindi ko kayo bibigyan kahit na maliit na bahagi nito.'

[20] "Ang lupaing iyon ay kilala rin noong una na lupain ng mga Refaimeo, pero tinawag silang Zamzumeo ng mga Ammonita. [21] Napakarami nila at napakalalakas, at matatangkad katulad ng mga angkan ni Anak. [22] Ito rin ang ginawa ng Panginoon sa mga lahi ni Esau na nakatira sa Seir; pinagpapatay niya ang mga Horeo para makapanirahan ang mga lahi ni Esau sa kanilang lupain. Hanggang ngayon, naninirahan pa rin sila sa lupaing iyon. [23] Ito rin ang nangyari nang sinalakay ng taga-Caftor[b] ang mga taga-Avim na naninirahan sa mga baryo ng Gaza. Nilipol nila ang mga taga-Avim at tinirhan ang lupain ng mga ito.

[24] "Pagkatapos, sinabi ng Panginoon, 'Ngayon, tumawid na kayo sa Lambak ng Arnon. Ibinibigay

---

a 8 Araba: Jordan.
b 23 taga-Caftor: o, Crete.

ko sa inyo ang Amoreong si Haring Sihon ng Heshbon, at ang kanyang lupain. Salakayin ninyo siya at angkinin ang kanyang lupain. ²⁵Mula ngayon, loloobin kong matakot sa inyo ang lahat ng bansa sa buong mundo. Manginginig sa takot ang makakarinig ng tungkol sa inyo.'

Natalo ang Hari ng Heshbon na si Sihon
(Bil. 21:21-30)

²⁶"Kaya noong naroon tayo sa ilang ng Kedemot, nagsugo ako ng mga mensahero kay Haring Sihon ng Heshbon upang sabihin sa kanya ang mensahe para sa ikabubuti ng aming relasyon. Sinabi ko, ²⁷'Kung maaari, payagan n'yo kaming dumaan sa inyong lupain. Sa pangunahing daan lang kami dadaan, hindi kami lilihis ng daan. ²⁸Babayaran namin ang aming makakain at maiinom. Ang pakiusap lang namin sa inyo, payagan n'yo kaming dumaan sa inyong lupain ²⁹katulad ng ginawa ng mga lahi ni Esau na naninirahan sa Seir at ng mga Moabita na naninirahan sa Ar. Payagan n'yo kaming dumaan hanggang sa makatawid kami sa *Ilog ng* Jordan papunta sa lupaing ibinibigay sa amin ng PANGINOON naming Dios.' ³⁰Pero hindi pumayag si Haring Sihon ng Heshbon na padaanin tayo dahil pinatigas ng PANGINOON na inyong Dios ang kanyang puso para ibigay niya siya sa ating mga kamay, kagaya ng ginawa niya ngayon.

³¹"Pagkatapos, sinabi ng PANGINOON sa akin, 'Sinimulan ko nang ibigay sa inyo si Sihon at ang kanyang lupain; kaya simulan na ninyo ang pagsalakay at pagsakop sa kanyang lupain.'

³²"Nang nakikipaglaban si Sihon at ang kanyang mga sundalo*ᵃ* sa atin doon sa Jahaz, ³³ibinigay siya ng PANGINOON na ating Dios sa atin at pinatay natin siya, pati ang mga anak niya at ang lahat ng sundalo niya. ³⁴Nang panahong iyon, sinakop natin ang lahat ng kanyang bayan at nilipol sila ng lubusan*ᵇ*—mga lalaki, babae at mga bata. Wala tayong itinirang buhay. ³⁵Dinala natin ang kanilang mga hayop at mga ari-arian na ating nasamsam mula sa kanilang mga bayan.

³⁶"Tinulungan tayo ng PANGINOON na ating Dios sa pag-agaw ng Aroer *ang lugar* sa tabi ng Lambak ng Arnon at sa mga bayan sa paligid ng lambak na ito, at ng mga lugar hanggang sa Gilead. Walang bayan na matibay ang mga pader na hindi natin kayang pasukin. ³⁷Pero ayon sa iniutos sa atin ng PANGINOON na ating Dios, hindi tayo lumapit sa kahit aling lupain ng mga Ammonita, kahit sa Lambak ng Jabok o sa mga bayan sa palibot ng mga kaburulan."

Natalo si Haring Og ng Bashan
(Bil. 21:31-35)

3 "Pagkatapos, dumiretso tayo sa Bashan pero pagdating natin sa Edrei, sinalakay tayo ni Haring Og ng Bashan at ng mga sundalo nito. ²Ngunit sinabi sa akin ng PANGINOON, 'Huwag kang matakot sa kanya dahil siguradong ibibigay ko siya sa iyo pati ang kanyang mga sundalo at ang

kanyang lupain. Gagawin mo sa kanya ang ginawa mo kay Sihon na hari ng mga Amoreo, na naghari sa Heshbon.' ³Kaya ibinigay sa atin ng PANGINOON na ating Dios si Haring Og ng Bashan at ang lahat ng kanyang sundalo. Pinatay natin sila at wala tayong itinirang buhay. ⁴Inagaw natin ang lahat ng 60 lungsod niya—ang buong teritoryo ng Argob kung saan naghahari si Haring Og ng Bashan. ⁵Ang lahat ng lungsod na ito ay napapalibutan ng matataas na pader na may pintuan at kandado. Inagaw din natin ang napakaraming mga baryo na walang pader.

⁶"Nilipol natin sila nang lubusan*ᶜ* katulad ng ginawa natin kay Haring Sihon ng Heshbon. Pinatay natin ang lahat ng tao sa bawat lungsod na ating naagaw—mga lalaki, babae at bata. ⁷Ngunit dinala natin ang lahat ng hayop at mga ari-arian na nasamsam natin sa kanilang mga lungsod.

⁸"Kaya naagaw natin mula sa dalawang hari ng mga Amoreo, ang lupain sa silangan ng *Ilog ng* Jordan mula sa Lambak ng Arnon hanggang sa Bundok ng Hermon. ⁹(Ang Bundok ng Hermon ay tinatawag ng mga Sidoneo na Sirion at ng mga Amoreo na Senir.) ¹⁰Inagaw natin ang lahat ng bayan na nasa talampas, ang buong Gilead at ang buong Bashan hanggang sa Saleca at Edrei, na mga bayan na sakop ng kaharian ni Og ng Bashan. ¹¹(Si Haring Og lang ang nag-iisang natira sa mga lahi ng Refaimeo. Ang higaan niyang bakal*ᵈ* ay may habang 13 talampakan at anim na talampakan ang lapad. Makikita pa ito ngayon sa Rabba na lungsod ng mga Ammonita.)

Ang Paghahati-hati ng Lupa
(Bil. 32:1-42)

¹²"Nang maagaw natin ang lupaing ito, ibinigay ko sa mga lahi nina Reuben at Gad ang lupain sa hilaga ng Aroer malapit sa Lambak ng Arnon pati na ang kalahati ng kaburulan ng Gilead at ang mga bayan nito. ¹³Ibinigay ko ang natirang bahagi ng Gilead at ng buong Bashan, na kaharian ni Og, sa kalahating lahi ni Manase. (Ang buong Argob sa Bashan ay tinatawag noon na Lupa ng mga Refaimeo.) ¹⁴Si Jair na mula sa lahi ni Manase, ang nagmamay-ari ng buong Argob na sakop ng Bashan hanggang sa hangganan ng lupain ng mga Geshureo at ng mga Maacateo. Pinangalanan ni Jair ng mismong pangalan niya ang teritoryong ito, kaya hanggang sa ngayon, ang Bashan ay tinatawag na 'Mga Bayan ni Jair.' ¹⁵Ibinigay ko ang Gilead sa *pamilya ni* Makir. ¹⁶Ibinigay ko sa mga lahi nina Reuben at Gad ang mga lupain mula sa Gilead hanggang sa Lambak ng Arnon. Ang gitna ng Arnon ang kanilang hangganan *sa timog,* at *ang kanilang hangganan sa hilaga ay* ang Lambak ng Jabok, na hangganan din ng *lupain ng* mga Ammonita. ¹⁷Ang hangganan sa kanluran ay ang Kapatagan ng Jordan*ᵉ* pati na ang *Ilog ng* Jordan, mula sa *Lawa ng* Galilea hanggang sa Dagat na Patay*ᶠ* sa ibabang bahagi ng libis ng Pisga sa silangan.

---

a 32 mga sundalo: o, *mga tao.* Ganito rin sa talatang 33.
b 34 nilipol sila ng lubusan: o, *nilipol sila ng lubusan bilang handog sa Panginoon.*
c 6 Nilipol natin sila nang lubusan: Tingnan ang footnote sa 2:34.
d 11 higaan niyang bakal: o, *kabaong.*
e 17 Kapatagan ng Jordan: sa Hebreo, *Araba.*
f 17 Galilea…Patay: sa Hebreo, *Kineret hanggang sa Dagat ng Araba, ang pinakamaalat na dagat.*

¹⁸ "Nang panahong iyon, inutusan ko ang mga angkan ninyo na naninirahan sa silangan ng Jordan,ᵃ 'Kahit na ibinigay ng PANGINOON na inyong Dios ang lupang ito para angkinin ninyo, kailangang tumawid ang lahat ng sundalo ninyo sa *Ilog ng Jordan* na armado at handang manguna sa inyong mga kapatid na Israelita sa pakikipaglaban. ¹⁹ Ngunit iiwan ninyo ang inyong mga asawa't anak, at ang napakarami ninyong hayop sa mga bayan na ibinigay ko sa inyo. ²⁰ Kapag naangkin na ng mga kapwa ninyo Israelita ang lupain sa kabila ng Jordan na ibinigay sa kanila ng PANGINOON na inyong Dios, at kapag nabigyan na sila ng kasiguraduhan katulad ng kanyang ginawa sa inyo, makabalik na kayo sa lupaing ibinigay ko sa inyo.'

Hindi Pinayagan si Moises na Makapasok sa Canaan

²¹ "At nang panahong iyon, sinabi ko rin kay Josue, 'Nakita mo ang lahat ng ginawa ng PANGINOON na inyong Dios sa dalawang haring iyon. Ganoon din ang gagawin ng PANGINOON sa lahat ng kaharian na inyong pupuntahan. ²² Huwag kayong matakot sa kanila; ang PANGINOON na inyong Dios mismo ang makikipaglaban para sa inyo.'

²³ "Nang panahong iyon, nagmakaawa ako sa PANGINOON. *Sinabi ko,* ²⁴ 'O Panginoong DIOS, sinimulan na ninyong ipakita sa inyong lingkod ang inyong kadakilaan, dahil walang dios sa langit o sa lupa na makakagawa ng mga himala na inyong ginawa. ²⁵ Kaya payagan po ninyo akong makatawid para makita ko ang magandang lupain sa kabila ng Jordan, ang magagandang kaburulan at ang *mga kabundukan ng* Lebanon.'

²⁶ "Ngunit nagalit ang PANGINOON sa akin dahil sa inyo, at hindi niya ako pinakinggan. Sinabi niya, 'Tama na iyan! Huwag mo na akong kausapin tungkol sa mga bagay na iyan. ²⁷ Umakyat ka sa tuktok ng Bundok ng Pisga at tumanaw sa lupain sa kahit saang direksyon, dahil hindi ka makakatawid sa Jordan. ²⁸ Ngunit turuan mo si Josue sa kanyang gagawin. Palakasin mo ang loob niya dahil siya ang mamumuno sa mga taong ito sa pagtawid *sa Jordan.* Ibibigay niya sa kanila ang lupaing nakikita mo ngayon!' ²⁹ Kaya nanatili tayo sa lambak malapit sa Bet Peor."

Pinayuhan ni Moises ang mga Israelita na Maging Masunurin

4 *Pagkatapos, sinabi ni Moises sa mga Israelita,* "Pakinggan ninyo ang mga utos at tuntunin na ituturo ko sa inyo. Sundin ninyo ito para mabuhay kayo at makapanirahan sa lupaing ibinibigay sa inyo ng PANGINOON, ang Dios ng inyong mga ninuno. ² Huwag ninyong dadagdagan o babawasan ang mga utos na ibinigay ko sa inyo, mula sa PANGINOON na inyong Dios. Dapat ninyo itong sundin. ³ Nakita ninyo ang ginawa ng PANGINOON sa Baal Peor. Pinatay ng PANGINOON na inyong Dios ang mga kapwa ninyo Israelita na sumamba kay Baal. ⁴ Pero kayo na matapat sa PANGINOON na inyong Dios ay buhay pa hanggang ngayon.

⁵ "Itinuturo ko sa inyo ang mga utos at mga tuntunin na ibinigay sa akin ng PANGINOON na aking Dios para inyong sundin pagdating ninyo sa lupaing pupuntahan ninyo at titirhan. ⁶ Sundin ninyo ito nang buong tapat, dahil sa pamamagitan nito'y maipapakita ninyo ang inyong kaalaman at pang-unawa sa ibang mga bansa. Kung maririnig nilang lahat ang tuntunin ito, sasabihin nila, 'Totoo nga na marunong at may pang-unawa ang mga tao ng makapangyarihang bansang ito.' ⁷ Wala nang iba pang makapangyarihang bansa na may dios na malapit sa kanila gaya ng PANGINOON na ating Dios na malapit sa atin sa mga panahong tumatawag tayo sa kanya. ⁸ At wala nang iba pang makapangyarihang bansa na may mga utos at tuntunin na katulad ng itinuro ko sa inyo ngayon. ⁹ Pero mag-ingat kayo! Huwag ninyong kalilimutan ang mga bagay na inyong nakita *na ginawa ng* PANGINOON. Kailangang manatili ito sa inyong mga puso habang nabubuhay kayo. Sabihin ninyo ito sa inyong mga anak at mga apo. ¹⁰ Alalahanin ninyo ang araw na tumayo kayo sa harap ng PANGINOON na inyong Dios sa *Bundok ng* Sinai,ᵇ kung saan sinabi niya sa akin, 'Tipunin mo ang mga mamamayan sa aking presensya para makinig sa aking mga salita upang matuto silang gumalang sa akin habang nabubuhay pa sila, at para maituro nila ito sa kanilang mga anak.' ¹¹ Pagkatapos, lumapit kayo sa akin at tumayo sa ibaba ng bundok habang naglalagablab ito na abot hanggang langit, na binalutan ng kadiliman dahil sa maitim na ulap. ¹² Pagkatapos, nagsalita ang PANGINOON mula sa gitna ng apoy. Narinig ninyo ang kanyang boses, pero wala kayong nakita. ¹³ Sinabi niya sa inyo ang mga bagay na gagawin ninyo sa pagtupad ng mga kasunduan niya sa inyo. Ito ay ang Sampung Utos na iniutos niyang sundin ninyo. At isinulat niya ito sa dalawang malalapad na bato. ¹⁴ Nang panahong iyon, inutusan ako ng PANGINOON na ituro sa inyo ang mga utos at mga tuntunin na susundin ninyo roon sa lupain na inyong aangkinin at titirhan.

¹⁵ "Nang nakipag-usap ang PANGINOON sa inyo sa Bundok ng Sinai mula sa gitna ng apoy, wala kayong nakitang anyo ng PANGINOON. Kaya bantayan ninyo ang inyong mga sarili ¹⁶ na hindi ninyo dudungisan ang inyong mga sarili sa pamamagitan ng paggawa ng anumang anyo o imahen ng dios-diosan—lalaki man o babae, ¹⁷ hayop na lumalakad o lumilipad, ¹⁸ gumagapang o nakatira sa tubig. ¹⁹ Huwag kayong maakit sa pagsamba sa mga bagay na nasa langit—sa araw, buwan at mga bituin. Ang mga ito ay inilagay ng PANGINOON na inyong Dios para sa lahat ng mamamayan sa buong mundo. ²⁰ Alalahanin ninyo na kinuha kayo ng PANGINOON sa Egipto, ang lugar na katulad ng pugon na naglalagablab, para maging mamamayan niya, at ganyan kayo ngayon.

²¹ "Nagalit ang PANGINOON sa akin dahil sa inyo, at isinumpa niya na hindi ako makakatawid sa Jordan at makakapasok sa magandang lupain na ibinigay ng PANGINOON na inyong Dios bilang inyong mana. ²² Mamamatay ako sa lupaing ito na hindi makakatawid sa Jordan, pero matatawid ninyo at masasakop ang masaganang lupaing iyon. ²³ Ngunit mag-ingat kayo na hindi ninyo makalimutan ang kasunduang ginawa sa inyo ng

---

ᵃ 18 *ninyo...Jordan:* sa Hebreo, *kayo.*   ᵇ 10 *Sinai:* sa Hebreo, *Horeb.* Ganito rin sa talatang 15.

Panginoon na inyong Dios. Huwag kayong gagawa ng mga dios-diosan sa anyo ng anumang bagay, dahil ipinagbabawal ito ng Panginoon na inyong Dios, ²⁴at ayaw na ayaw niyang may sinasamba kayong ibang dios. Parang apoy na nakakatupok *kapag nagparusa* ang Panginoon na inyong Dios.

²⁵"Sa bandang huli, kung magkakaanak kayo at magkakaapo, at naninirahan na sa lupaing iyon nang matagal na panahon, huwag ninyong dudumihan ang inyong sarili sa pamamagitan ng paggawa ng mga dios-diosan at anumang anyo. Masama ito sa paningin ng Panginoon na inyong Dios at makakapagpagalit ito sa kanya.

²⁶"Sa araw na ito, itinuturing kong saksi ang langit at lupa laban sa inyo. *Kung hindi ninyo ako susundin*, hindi kayo magtatagal sa lupain na inyong mamanahin sa kabila ng Jordan. Maninirahan kayo roon sa sandaling panahon lang, at pagkatapos ay malilipol kayo ng lubusan. ²⁷Pangangalatin kayo ng Panginoon sa ibang mga bansa, at kaunti lang ang matitira sa inyo roon sa mga bansa kung saan kayo itataboy ng Panginoon. ²⁸At doon ay kayo sasamba sa mga dios na gawa sa kahoy at bato, na hindi nakakakita, nakakarinig, nakakakain o nakakaamoy. ²⁹Ngunit kung hahanapin ninyo ang Panginoon na inyong Dios, makikita ninyo siya, kung hahanapin ninyo siya nang buong puso. ³⁰Kapag dumating ang kahirapan sa inyo, sa bandang huli'y manunumbalik kayo sa Panginoon na inyong Dios at susundin ninyo siya. ³¹Sapagkat maawain ang Panginoon na inyong Dios, hindi niya kayo pababayaan o lilipulin. Hindi niya kalilimutan ang kasunduang kanyang ipinangako sa inyong mga ninuno.

May Iisa lang na Dios

³²"Alalahanin ninyo ang mga nangyari mula nang araw na nilikha ng Dios ang tao sa mundo hanggang ngayon. Libutin ninyo ang buong mundo kung may makikita kayong kamangha-manghang bagay na nangyari katulad ng mga ito. ³³Mayroon pa bang ibang tao na nabuhay pagkatapos nilang marinig ang boses ng Dios mula sa apoy, kagaya ninyo? ³⁴Mayroon pa bang ibang Dios na nangahas na kunin ang isang grupo ng mga mamamayan mula sa isang bansa para maging kanya sa pamamagitan ng mga pagsubok, himala, mga kamangha-manghang bagay, digmaan o mga makapangyarihang gawa? Pero iyan ang ginawa ng Panginoon na inyong Dios doon sa Egipto, at kayo mismo ang nakakita nito. ³⁵Ipinakita sa inyo ang mga bagay na ito para malaman ninyo na ang Panginoon ang Dios, at wala nang iba pa. ³⁶Ipinarinig niya sa inyo ang kanyang boses mula sa langit sa pagdisiplina sa inyo. Ipinakita niya sa inyo ang kanyang makapangyarihang apoy dito sa lupa para makipag-usap sa inyo mula sa apoy na ito. ³⁷At dahil sa minahal niya ang inyong mga ninuno, pinili niya kayo at inilabas sa Egipto sa pamamagitan ng kanyang presensya at kapangyarihan. ³⁸Itinaboy niya ang mga bansang mas makapangyarihan pa sa inyo para madala kayo sa kanilang lupain, ibinigay niya ito sa inyo bilang inyong mana, katulad ng ginawa niya ngayon.

³⁹"Kaya kilalanin ninyo ang araw na ito at itanim sa inyong mga puso na ang Panginoon ay Dios sa langit at sa lupa, at wala nang iba pang dios. ⁴⁰Sundin ninyo ang kanyang mga utos at tuntunin na ibinigay ko sa inyo ngayon para walang masamang mangyari sa inyo at sa inyong salinlahi, upang mabuhay kayo nang matagal sa lupaing ibinibigay ng Panginoon na inyong Dios magpakailanman."

Ang Lungsod na Tanggulan

⁴¹Pagkatapos, pumili si Moises ng tatlong lungsod sa silangan ng Jordan ⁴²para makatakas papunta roon ang taong nakapatay ng kanyang kapwa nang hindi sinasadya at hindi plinano. Makakatakas siya papunta sa mga lungsod na ito para hindi siya mapahamak. ⁴³Ito ang mga lungsod: Bezer na nasa disyerto sa talampas na sakop ng lahi ni Reuben; Ramot sa Gilead para sa lahi ni Gad; at Golan para sa lahi ni Manase.

⁴⁴Ibinigay ni Moises sa mga Israelita ang mga kautusan, ⁴⁵katuruan at tuntunin na ito nang lumabas sila sa Egipto ⁴⁶at habang nagkakampo sila sa lambak malapit sa Bet Peor sa silangan ng Jordan. Sakop noon ni Sihon na hari ng mga Amoreo ang lupaing ito, noong naghahari siya sa Heshbon. Siya at ang mga tauhan niya ang tinalo ni Moises at ng mga Israelita nang lumabas sila sa Egipto. ⁴⁷Sinakop nila Moises ang lupain nito at ang lupain ni Haring Og ng Bashan. Sila ang dalawang Amoreo na mga hari sa silangan ng Jordan. ⁴⁸Ang kanilang mga lupain na nasakop ng mga Israelita ay mula sa Aroer na nasa itaas na bahagi ng Lambak ng Arnon, papunta sa Bundok ng Sirion*ᵃ* na tinatawag ding Hermon, ⁴⁹at ang lahat ng lupain sa Lambak ng Jordan*ᵇ* sa silangan ng *Ilog ng* Jordan hanggang sa Dagat na Patay,*ᶜ* sa ibabang bahagi ng libis ng Pisga.

Ang Sampung Utos (Exo. 20:1-17)

5 Tinipon ni Moises ang lahat ng mga Israelita at sinabi sa kanila, "O mga Israelita, pakinggan ninyo ang mga utos at tuntunin na ibibigay ko sa inyo sa araw na ito. Pag-aralan ninyo ito at sundin. ²Gumawa sa atin ng kasunduan ang Panginoon na ating Dios sa Bundok ng Sinai.*ᵈ* ³Hindi niya ito ginawa sa ating mga ninuno kundi sa ating lahat na nabubuhay ngayon. ⁴At doon sa bundok nagsalita ang Panginoon sa inyo mula sa apoy na parang magkaharap lang kayo. ⁵Nakatayo ako sa pagitan ninyo at ng Panginoon nang oras na iyon para sabihin sa inyo ang mensahe ng Panginoon, dahil natatakot kayo sa apoy at ayaw ninyong umakyat sa bundok. Sinabi ng Panginoon,

⁶" 'Ako ang Panginoon na inyong Dios na naglabas sa inyo sa Egipto kung saan kayo inalipin.

⁷" 'Huwag kayong sasamba sa ibang mga dios maliban sa akin.

⁸" 'Huwag kayong gagawa ng mga dios-diosan na anyo ng anumang bagay sa langit, o

---

a 48 Sirion: Ito ay sa tekstong Syriac, sa Hebreo, *Zion.*

b 49 Lambak ng Jordan: sa Hebreo, *Araba.*

c 49 Dagat na Patay: sa Hebreo, *Dagat ng Araba.*

d 2 Bundok ng Sinai: sa Hebreo, *Horeb.*

sa lupa, o sa tubig. [9]Huwag ninyo itong paglilingkuran o sasambahin, dahil ako ang Panginoon na inyong Dios ay ayaw na may sinasamba kayong iba. Pinaparusahan ko ang mga nagkakasala sa akin, pati na ang mga anak hanggang sa ikatlo at ikaapat na henerasyon ng mga napopoot sa akin. [10]Pero ipinapakita ko ang aking pagmamahal sa napakaraming henerasyon na nagmamahal sa akin at sumusunod sa mga utos ko.

[11]" 'Huwag ninyong gagamitin ang pangalan ko sa walang kabuluhan. Ako ang Panginoon na inyong Dios, ang magpaparusa sa sinumang gagamit ng pangalan ko sa walang kabuluhan.

[12]" 'Sundin ninyo ang Araw ng Pamamahinga, at gawin ninyo itong natatanging araw para sa akin, ang Panginoon na inyong Dios, ayon sa iniutos ko sa inyo. [13]Magtrabaho kayo sa loob ng anim na araw, [14]pero ang ikapitong araw, ang Araw ng Pamamahinga ay ilaan ninyo para sa akin, ang Panginoon na inyong Dios. Huwag kayong magtatrabaho sa araw na ito pati ang inyong mga anak, mga alipin, mga baka, mga asno at iba pang mga hayop, o ang mga dayuhang naninirahang kasama ninyo. Sa ganitong paraan ay makakapagpahinga ring katulad ninyo ang inyong mga alipin. [15]Alalahanin ninyo na mga alipin din kayo noon sa Egipto, at ako ang Panginoon na inyong Dios ang naglabas sa inyo roon sa pamamagitan ng aking dakilang kapangyarihan. Kaya *ako*, ang Panginoon na inyong Dios ay nag-uutos sa inyo na sundin ninyo ang Araw ng Pamamahinga.

[16]" 'Igalang ninyo ang inyong ama't ina, ayon sa iniutos ko sa inyo para mabuhay kayo nang matagal at maging mabuti ang inyong kalagayan sa lupaing ibinibigay ko sa inyo.

[17]" 'Huwag kayong papatay.

[18]" 'Huwag kayong mangangalunya.

[19]" 'Huwag kayong magnanakaw.

[20]" 'Huwag kayong sasaksi ng hindi totoo laban sa inyong kapwa.

[21]" 'Huwag ninyong pagnanasahan ang asawa ng inyong kapwa o ang kanyang bahay, lupa, mga alipin, mga baka o mga asno, o alin mang pag-aari niya.'

[22]"Iyan ang mga utos ng Panginoon sa inyong lahat na nagtipon sa bundok. Nang nagsalita siya nang malakas mula sa gitna ng apoy na napapalibutan ng makapal na ulap, ibinigay niya ang mga utos na ito at wala nang iba pang sinabi. Isinulat niya ito sa dalawang malalapad na bato at ibinigay sa akin.

[23]"Nang marinig ninyo ang boses mula sa kadiliman habang naglalagablab ang bundok, lumapit sa akin ang lahat ng pinuno ng mga angkan at ang mga tagapamahala ninyo [24]at sinabi nila, 'Ipinakita sa atin ng Panginoon na ating Dios ang kanyang kapangyarihan, at narinig natin ang

kanyang boses mula sa apoy. Nakita natin sa araw na ito na maaaring mabuhay ang tao kahit nakipag-usap ang Panginoon sa kanya. [25]Ngunit hindi namin ilalagay sa panganib ang buhay namin. Sapagkat kung maririnig namin muli ang boses ng Panginoon na ating Dios, siguradong lalamunin kami ng apoy. [26]May tao bang nanatiling buhay matapos niyang marinig ang boses ng Dios na buhay mula sa apoy tulad ng ating narinig? [27]Ikaw na lang ang lumapit sa Panginoon na ating Dios, at pakinggan ang lahat ng sasabihin niya. Pagkatapos, sabihin mo sa amin ang lahat ng sinabi niya, dahil pakikinggan namin ito at susundin.'

[28]"Narinig ng Panginoon ang sinabi ninyo nang nakipag-usap kayo sa akin, at sinabi niya, 'Narinig ko kung ano ang sinabi ng mga taong ito sa iyo, at mabuti ang lahat ng kanilang sinabi. [29]Sana'y palagi nila akong igalang at sundin ang aking mga utos para maging mabuti ang kalagayan nila at ng kanilang mga salinlahi magpakailanman. [30]Lumakad ka at sabihin sa kanila na bumalik sila sa kanilang mga tolda. [31]Ngunit magpaiwan ka rito sa akin para maibigay ko sa iyo ang lahat ng utos at tuntunin na ituturo mo sa kanila, na kanilang susundin doon sa lupaing ibinibigay ko sa kanila bilang pag-aari.'

[32]"Kaya sundin ninyong mabuti ang iniutos ng Panginoon na inyong Dios sa inyo. Huwag ninyong susuwayin ang kahit isa sa kanyang mga utos. [33]Mamuhay kayo ayon sa iniutos ng Panginoon na inyong Dios sa inyo para mabuhay kayo nang matagal at masagana roon sa lupaing inyong mamanahin.

Mahalin ang Panginoon na inyong Dios

6 "Ito ang mga utos, katuruan at tuntunin na iniutos ng Panginoon na inyong Dios sa akin na ituro sa inyo. Sundin ninyo ito sa lupaing inyong aariin doon sa kabila *ng Jordan*, [2]para kayo at ang mga anak at mga apo ninyo ay gumalang sa Panginoon na inyong Dios habang nabubuhay kayo. Kung susundin ninyo ang lahat ng utos niya at mga tuntunin na ibinigay ko sa inyo, mabubuhay kayo nang matagal. [3]Makinig *kayo, O mamamayan ng Israel*, at sundin ninyo ang kanyang mga utos para maging mabuti ang inyong kalagayan at upang lalo pa kayong dumami sa maganda at masaganang lupain,[a] ayon sa ipinangako ng Panginoon, ang Dios ng inyong mga ninuno.

[4]"Makinig *kayo, O mga mamamayan ng Israel*: Ang Panginoon na ating Dios ay iisang Panginoon lang.[b] [5]Mahalin ninyo ang Panginoon na inyong Dios nang buong puso, nang buong kaluluwa, at nang buo ninyong lakas. [6]Huwag ninyong kalilimutan ang mga utos na ito na ibinigay ko sa inyo ngayon. [7]Ituro ninyo ito sa inyong mga anak. Pag-usapan ninyo ito kapag kayo'y nasa inyong mga bahay at kapag naglalakad, kapag nakahiga, at kapag babangon kayo. [8]Itali ninyo ito sa inyong mga braso o ilagay sa inyong mga noo bilang paalala sa inyo.

a 3 maganda at masaganang lupain: sa literal, lupain na dumadaloy ang gatas at pulot.

b 4 Ang Panginoon na ating Dios ay iisang Panginoon lang: o, Ang Panginoon na ating Dios, siya lang ang Panginoon.

⁹ Isulat ninyo ito sa mga hamba ng inyong bahay at sa bukana ng pintuan *ng inyong mga lungsod.*

¹⁰ "Dadalhin kayo ng Panginoon na inyong Dios doon sa lupain na ipinangako niya sa inyong mga ninuno na sina Abraham, Isaac, at Jacob. Malaki ang lupaing ito at may maunlad na mga lungsod na hindi kayo ang nagtayo. ¹¹ May mga bahay din ito na puno ng mabubuting bagay na hindi kayo ang naghirap, may mga balon na hindi kayo ang naghukay, at mga ubasan at mga puno ng olibo na hindi kayo ang nagtanim. At kung makakain na kayo at mabusog, ¹² siguraduhin ninyo na hindi ninyo makakalimutan ang Panginoon na naglabas sa inyo sa Egipto kung saan kayo inalipin.

¹³ "Igalang ninyo ang Panginoon na inyong Dios; siya lang ang inyong paglingkuran at mangako kayo sa pangalan lang niya. ¹⁴ Huwag kayong susunod sa ibang mga dios, ang mga dios ng mga mamamayan sa inyong paligid; ¹⁵ dahil ang Panginoon na inyong Dios na kasama n'yo ay ayaw na may sinasamba kayong iba. *Kung sasamba kayo sa ibang dios,* ipadarama ng Panginoon ang kanyang galit sa inyo at lilipulin niya kayo sa mundo. ¹⁶ Huwag ninyong susubukin ang Panginoon na inyong Dios kagaya ng ginawa ninyo sa Masa. ¹⁷ Sundin ninyo ang kanyang mga utos, mga katuruan at mga tuntunin na ibinigay sa inyo ng Panginoon na inyong Dios. ¹⁸ Gawin ninyo ang tama at mabuti sa paningin ng Panginoon para maging mabuti ang inyong kalagayan at maangkin ninyo ang magandang lupaing ipinangako niya sa inyong mga ninuno. ¹⁹ Itataboy niya sa inyong harapan ang lahat ng inyong mga kaaway ayon sa kanyang sinabi.

²⁰ "Sa darating na panahon, kung magtanong ang inyong mga anak, 'Ano po ba ang ibig sabihin ng mga katuruan, tuntunin at kautusan na iniutos ng Panginoon na ating Dios?' ²¹ Sabihin ninyo sa kanila, 'Mga alipin kami noon ng hariᵃ ng Egipto, pero inilabas kami roon ng Panginoon sa pamamagitan ng kanyang kapangyarihan. ²² Nakita namin ang mga dakilang himala at mga kamangha-manghang bagay na ginawa niya sa pagpaparusa sa *mga mamamayan ng* Egipto, kasama ng Faraon at ng buong sambahayan niya. ²³ At inilabas niya kami sa Egipto para dalhin sa lupain na kanyang ipinangako sa ating mga ninuno. ²⁴ Inutusan kami ng Panginoon na sundin namin ang lahat ng mga tuntuning ito at gumalang sa kanya na ating Dios, para lagi kaming maging maunlad at mabuhay nang matagal gaya ng nangyayari ngayon. ²⁵ At kung susundin lang nating mabuti ang lahat ng mga utos na ito ng Panginoon na ating Dios, gaya ng iniutos sa atin, magiging matuwid tayo sa kanyang paningin.'

Ang Piniling Mamamayan ng Dios
(Exo. 34:10-16)

7 "Kapag dinala na kayo ng Panginoon na inyong Dios doon sa lupain na inyong titirhan at aangkinin, itataboy niya sa harapan ninyo ang pitong bansa na mas malaki at mas makapangyarihan pa kaysa sa inyo: ang mga Heteo, Gergaseo, Amoreo, Cananeo, Perezeo, Hiveo at mga Jebuseo. ² Kapag ibinigay na sila ng Panginoon

sa inyo at natalo ninyo sila, lipulin ninyo sila ng lubusan bilang handog sa Panginoon. Huwag kayong gagawa ng kasunduan o magpapakita ng awa sa kanila. ³ Huwag kayong magpapakasal sa kanila, at huwag din ninyong papayagan ang mga anak ninyo na maikasal sa kanila. ⁴ Sapagkat ilalayo nila sa Panginoon ang inyong mga anak para paglingkuran ang ibang mga dios. *At kapag nangyari ito,* ipapalasap ng Panginoon ang galit niya sa inyo at agad kayong malilipol. ⁵ Sa halip, ito ang gawin ninyo: Gibain ninyo ang mga altar nila, durugin ang mga alaalang bato nila, putulin ang kanilang mga posteng *simbolo ng diosang si* Ashera, at sunugin ninyo ang mga dios-diosan nila. ⁶ Sapagkat ibinukod kayo ng Panginoon na inyong Dios. Sa lahat ng mga tao, kayo ang pinili ng Panginoon na inyong Dios na maging espesyal niyang mamamayan.

⁷ "Pinili kayo ng Panginoon at minahal, hindi dahil mas marami kayo sa ibang mga mamamayan, dahil kayo pa nga ang pinakakaunti sa lahat. ⁸ Pinili niya kayo dahil sa pag-ibig niya sa inyo at tinutupad niya ang kanyang ipinangako sa inyong mga ninuno. Iyan ang dahilan na inilabas niya kayo sa Egipto sa pamamagitan ng kanyang kapangyarihan, at pinalaya sa pagkaalipin sa Faraon na hari ng Egipto. ⁹ Isipin ninyo na ang Panginoon na inyong Dios ay iisang Dios. Matapat siya at tinutupad niya ang kanyang kasunduan hanggang sa mga salinlahi ng mga nagmamahal sa kanya at sumusunod sa kanyang mga utos. ¹⁰ Ngunit hindi siya magdadalawang-isip na ibagsak ang mga napopoot sa kanya.

Ang Gantimpala sa Katapatan
(Lev. 26:3-13; Deu. 28:1-14)

¹¹ "Kaya sundin ninyong mabuti ang mga utos at mga tuntunin na ibinigay ko sa inyo sa araw na ito. ¹² Kung tutuparin at susundin ninyong mabuti ang mga utos, tutuparin ng Panginoon na inyong Dios ang kanyang kasunduan na mamahalinᵇ niya kayo, gaya ng ipinangako niya sa inyong mga ninuno. ¹³ Mamahalin niya kayo, pagpapalain at padadamihin. Bibigyan niya kayo ng maraming anak at pagpapalain ang mga pananim sa inyong lupa: ang inyong mga trigo, bagong katas ng ubas at langis. At padadamihin niya ang inyong mga hayop doon sa lupaing ipinangako niyang ibibigay sa inyong mga ninuno at sa inyo. ¹⁴ Pagpapalain niya kayo ng higit pa sa sinumang mga mamamayan sa mundo. Walang lalaki o babae sa inyo na magiging baog, ganoon din sa inyong mga hayop. ¹⁵ Poprotektahan kayo ng Panginoon sa lahat ng karamdaman. Hindi niya kayo padadalhan ng nakapangingilabot na mga karamdaman na nakita ninyo sa Egipto, pero ipapadala niya ito sa lahat ng mga napopoot sa inyo. ¹⁶ Dapat ninyong patayin ang lahat ng tao na ibinigay ng Panginoon na inyong Dios sa inyo. Huwag ninyo silang kaaawaan, at huwag kayong maglilingkod sa kanilang mga dios dahil magiging bitag ito para sa inyo.

¹⁷ "Baka sabihin ninyo sa inyong mga sarili, 'Mas makapangyarihan pa ang bansang ito

---

a 21 hari: sa literal, Faraon.   *b 12 mamahalin: o, pagpapalain.*

kaysa sa atin. Paano ba natin sila maitataboy?' [18] Pero huwag kayong matatakot sa kanila, kundi alalahanin ninyong mabuti kung ano ang ginawa ng Panginoon na inyong Dios sa Faraon at sa lahat ng Egipcio. [19] Nakita ninyo ang mga pagsubok, mga himala at kamangha-manghang bagay, at ang dakilang kapangyarihang ipinakita ng Panginoon na inyong Dios nang ilabas niya kayo. Katulad din nito ang gagawin ng Panginoon na inyong Dios sa lahat ng taong kinatatakutan ninyo. [20] At ngayon, padadalhan sila ng Panginoon na inyong Dios ng mga putakti hanggang sa malipol kahit pa ang mga natitirang nagtatago. [21] Huwag kayong matakot sa kanila dahil kasama ninyo ang Panginoon na inyong Dios; ang makapangyarihan at kamangha-manghang Dios. [22] Unti-unting palalayasin ng Panginoon na inyong Dios sa inyong harapan ang mga bansang iyon. Huwag ninyo silang paalisin agad, dahil kung gagawin ninyo iyon, dadami ang mababangis na hayop. [23] Pero ibibigay sila ng Panginoon na inyong Dios sa inyo. Magkakagulo sila hanggang sa malipol silang lahat. [24] Ibibigay niya sa inyo ang kanilang mga hari. Papatayin ninyo sila, at hindi na sila maaalala pa. Wala ni isa man sa kanila na makakatalo sa inyo, at papatayin ninyo silang lahat. [25] Sunugin ninyo ang mga imahen na dios-diosan nila, at huwag ninyong hahangarin ang mga ginto at pilak nito. Huwag na huwag ninyo itong kukunin dahil magiging bitag ito sa inyo, at kasuklam-suklam ito sa Panginoon na inyong Dios. [26] Huwag kayong magdadala sa mga bahay ninyo ng anumang kasuklam-suklam na bagay, para hindi kayo malipol kasama ng mga bagay na iyon. Kamuhian ninyo ito, dahil itong mga bagay ay dapat wasakin ng lubusan.

Huwag Kalilimutan ang Panginoon

8 "Sundin ninyong mabuti ang lahat ng utos na ibinibigay ko sa inyo sa araw na ito, para mabuhay kayo *nang matagal* at dumami, at makapanirahan sa lupaing ipinangako ng Panginoon sa inyong mga ninuno. [2] Alalahanin ninyo kung paano kayo ginabayan ng Panginoon na inyong Dios sa paglalakbay ninyo sa disyerto sa loob ng 40 taon. Ginawa niya ito upang turuan kayong magpakumbaba, at sinubok niya kayo upang malaman kung ano talaga ang nilalaman ng inyong puso, kung susundin ninyo ang kanyang mga utos o hindi. [3] Ibinaba niya kayo sa pamamagitan ng paggutom sa inyo at pagkatapos, binigyan niya kayo ng 'manna'—isang klase ng pagkain na hindi pa ninyo natitikman maging ng inyong mga ninuno mula pa noong una. Ginawa ito ng Panginoon para ituro sa inyo na hindi lang sa tinapay nabubuhay ang tao kundi sa bawat salita ng Panginoon. [4] Sa loob ng 40 taon, hindi naluma ang mga damit ninyo at hindi namaga ang mga paa ninyo *sa paglalakbay.* [5] Dapat ninyong maisip na gaya ng pagdidisiplina ng ama sa kanyang anak, ang Panginoon na inyong Dios ay dumidisiplina rin sa inyo.

[6] "Kaya sundin ninyo ang mga utos ng Panginoon na inyong Dios. Mamuhay kayo ayon sa kanyang pamamaraan at igalang ninyo siya.

[7] Sapagkat dadalhin kayo ng Panginoon na inyong Dios sa magandang lupain, na may mga sapa at mga bukal na umaagos sa mga lambak at mga kaburulan. [8] Ang lupaing ito ay may mga trigo, sebada, ubas, igos, pomegranata, olibo at pulot. [9] Hindi kayo mawawalan ng pagkain sa lupaing ito at hindi kayo kukulangin ng anuman. Makakakuha kayo ng bakal sa mga bato nito, at makakahukay kayo ng tanso sa mga kabundukan. [10] Kapag nakakain na kayo at nangabusog, purihin ninyo ang Panginoon na inyong Dios dahil sa magandang lupaing ibinigay niya sa inyo.

[11] "Ingatan ninyong huwag makalimutan ang Panginoon na inyong Dios at huwag ninyong susuwayin ang kanyang mga utos at mga tuntunin na ibinigay ko sa inyo sa araw na ito. [12] Kapag nakakain na kayo at nangabusog, at kapag nakapagpatayo na kayo ng maaayos na matitirhan, [13] at dumami na ang inyong mga hayop, pilak, ginto at mga ari-arian, [14] siguraduhin ninyong hindi kayo magyayabang at lilimot sa Panginoon na inyong Dios na naglabas sa inyo sa Egipto kung saan kayo inalipin. [15] Ginabayan niya kayo sa malawak at nakakatakot na disyerto na may mga makamandag na ahas at mga alakdan. Walang tubig sa lugar na iyon pero binibigyan niya kayo ng tubig mula sa bato. [16] Doon sa disyerto, binibigyan niya kayo ng 'manna'—isang pagkain na hindi natitikman ng inyong mga ninuno. Ginawa ito ng Panginoon para magpakumbaba kayo at para subukin kayo upang sa bandang huli'y maging mabuti ang inyong kalagayan. [17] Baka sabihin ninyo sa inyong mga sarili, 'Sa pamamagitan ng sarili kong kakayahan at lakas, naging akin ang lahat ng kayamanang ito.' [18] Pero alalahanin ninyo na ang Panginoon na inyong Dios ang siyang nagbigay sa inyo ng kakayahang maging mayaman, at ginawa niya ito para matupad niya ang kasunduan niya sa inyong mga ninuno, katulad ng ginawa niya ngayon.

[19] "Ngunit binabalaan ko kayo ngayon, na kung kakalimutan ninyo ang Panginoon na inyong Dios at susunod kayo sa ibang mga dios, at sasamba kayo at maglilingkod sa kanila, siguradong malilipol kayo. [20] Kagaya ng pagwasak ng Panginoon sa mga bansa sa inyong harapan, lilipulin din niya kayo kung hindi kayo susunod sa Panginoon na inyong Dios.

Pagtatagumpay sa Pamamagitan ng Tulong ng Dios

9 "Makinig kayo, *mga mamamayan ng* Israel. Tatawid kayo ngayon sa Jordan para sakupin ang mga bansa na mas malaki at mas makapangyarihan kaysa sa inyo. Malalaki ang kanilang lungsod at may matataas na pader na *parang* umabot na sa langit. [2] Malalakas at matatangkad ang mga naninirahan dito—mga angkan ni Anak! Alam naman ninyo ang tungkol sa mga angkan ni Anak at narinig ninyo na walang makalaban sa kanila. [3] Ngunit ngayon, makikita ninyo na ang Panginoon na inyong Dios ang mangunguna sa inyo na parang apoy na lumalamon *sa inyong mga kaaway.* Tatalunin niya sila para madali ninyo silang maitaboy at malipol ayon sa ipinangako ng Panginoon sa inyo.

⁴"Kapag naitaboy na sila ng Panginoon na inyong Dios sa inyong harapan, huwag ninyong sasabihin sa inyong mga sarili, 'Dinala tayo ng Panginoon para angkinin ang lupaing ito dahil matuwid tayo.' Hindi, palalayasin sila ng Panginoon dahil masama silang bansa. ⁵Mapapasainyo ang kanilang lupain hindi dahil matuwid kayo o mabuti kayong mga tao kundi dahil masama sila, at para matupad ng Panginoon ang kanyang ipinangako sa inyong mga ninuno na sina Abraham, Isaac, at Jacob. ⁶Alalahanin ninyo na hindi dahil matuwid kayo kaya ibinibigay ng Panginoon na inyong Dios ang magandang lupaing ito. Ang totoo, matitigas ang inyong ulo.

⁷"Alalahanin ninyo kung paano ninyo ginalit ang Panginoon na inyong Dios sa disyerto. Mula nang araw na lumabas kayo sa Egipto hanggang ngayon, palagi na lang kayong nagrerebelde sa Panginoon. ⁸Kahit doon sa Bundok ng Sinai,ᵃ ginalit ninyo ang Panginoon, kaya gusto na lang niya kayong patayin. ⁹Nang umakyat ako sa bundok para kunin ang malalapad na bato, kung saan nakasulat ang kasunduan ng Panginoon na kanyang ginawa sa inyo, nanatili ako roon sa loob ng 40 araw at 40 gabi na walang kinakain at iniinom. ¹⁰Ibinigay ng Panginoon sa akin ang dalawang malalapad na bato, na siya mismo ang sumulat ng mga utos na sinabi niya sa inyo na mula sa apoy doon sa Bundok *ng Sinai* habang nagtitipon kayo.

¹¹"Pagkatapos ng 40 araw at 40 gabi, ibinigay ng Panginoon sa akin ang dalawang malalapad na bato kung saan nakasulat ang kautusan. ¹²At sinabi ng Panginoon sa akin, 'Bumaba ka agad dahil ang mga mamamayan na pinangunahan mo sa paglabas sa Egipto ay naging masama na. Napakadali nilang tumalikod sa mga tuntunin na iniutos ko sa kanila at gumawa sila ng mga dios-diosan para sambahin nila.'

¹³"At sinabi pa ng Panginoon sa akin, 'Nakita ko kung gaano katigas ang ulo ng mga mamamayang ito. ¹⁴Pabayaan mo akong puksain sila para hindi na sila maalala pa. Pagkatapos, gagawin kita *at ang iyong salinlahi na* isang bansa na mas makapangyarihin at mas marami pa kaysa sa kanila.'

¹⁵"Kaya bumaba ako mula sa naglalagablab na bundok, dala ang dalawang malalapad na bato kung saan nakasulat ang tuntunin ng kasunduan. ¹⁶At nakita ko ang pagkakasala n'yo sa Panginoon na inyong Dios. Gumawa kayo ng dios-diosang guya.ᵇ Napakadali ninyong tumalikod sa mga iniutos ng Panginoon sa inyo. ¹⁷Kaya sa harapan ninyo, ibinagsak ko ang dalawang malalapad na bato at nabiyak ang mga ito.

¹⁸"Pagkatapos, nagpatirapa ako sa harapan ng Panginoon sa loob ng 40 araw at 40 gabi na walang kinakain at iniinom, dahil sa lahat ng mga ginawa ninyong kasalanan. Masama ang ginawa ninyo sa paningin ng Panginoon at nakapagpapagalit ito sa kanya. ¹⁹Natakot ako dahil sa matinding galit ng Panginoon sa inyo dahil baka patayin niya kayo. Ngunit pinakinggan pa rin ako ng Panginoon.

²⁰Matindi rin ang galit ng Panginoon noon kay Aaron at gusto rin siyang patayin ng Panginoon, pero nanalangin din ako nang panahong iyon para sa kanya. ²¹Pagkatapos, kinuha ko ang bakang ginawa ninyo, na nagtulak sa inyo sa kasalanan, at tinunaw ko ito sa apoy. Dinurog ko ito na kasingpino ng alikabok at isinabog sa sapa na umaagos mula sa bundok.

²²"Ginalit din ninyo ang Panginoon doon sa Tabera, sa Masa at sa Kibrot Hataava.

²³"Nang pinalakad kayo ng Panginoon mula sa Kadesh Barnea, sinabi niya *sa inyo*, 'Lumakad kayo at angkinin na ninyo ang lupain na ibinigay ko sa inyo.' Ngunit nagrebelde kayo, hindi ninyo sinunod ang utos ng Panginoon na inyong Dios. Hindi kayo nagtiwala o sumunod sa kanya. ²⁴Mula nang makilala ko kayo, puro na lang pagrerebelde ang ginagawa ninyo.

²⁵"Iyan ang dahilan kung bakit ako nagpatirapa sa harapan ng Panginoon sa loob ng 40 araw at 40 gabi dahil sinabi ng Panginoon na pupuksain niya kayo. ²⁶Nanalangin ako sa Panginoon, 'O Panginoong Dios, huwag po ninyong puksain ang sarili ninyong mamamayan. Iniligtas po ninyo sila at inilabas sa Egipto sa pamamagitan ng inyong kapangyarihan. ²⁷Huwag na ninyong pansinin ang katigasan ng ulo, ang kasamaan at ang mga kasalanan ng mga mamamayang ito, kundi alalahanin ninyo ang inyong mga lingkod na sina Abraham, Isaac, at Jacob. ²⁸Kung lilipulin n'yo sila, sasabihin ng mga Egipcio, "Nilipol sila dahil hindi sila kayang dalhin ng Panginoon sa lupaing ipinangako niya sa kanila." *O sasabihin nila,* "Pinatay sila ng Panginoon dahil galit siya sa kanila; inilabas niya sila sa Egipto at dinala sa disyerto para patayin."

²⁹"Ngunit sila ay inyong mamamayan. Sila ang sarili ninyong mamamayan na inilabas ninyo sa Egipto sa pamamagitan ng inyong dakilang kapangyarihan.'

Ang Ikalawang Malalapad na Bato (Exo. 34:1-10)

10 "Nang panahong sinabi sa akin ng Panginoon, 'Gumawa ka ng dalawang malalapad na bato kagaya noong una, at umakyat ka sa bundok papunta sa akin. Gumawa ka rin ng kahon na yari sa kahoy. ²Isusulat ko sa malalapad na bato ang mga salita na isinulat ko sa unang malalapad na bato na biniyak mo. At ilagay mo ito sa kahon.'

³"Kaya gumawa ako ng kahon na yari sa akasya at ng dalawang malalapad na bato gaya noong una, at umakyat sa bundok dala ang dalawang malalapad na bato. ⁴Isinulat ng Panginoon sa dalawang malalapad na batong ito ang isinulat niya noong una, ang Sampung Utos na ibinigay niya sa inyo nang nagsalita siya mula sa apoy noong araw na nagtipon kayo sa bundok. Nang maibigay na ito ng Panginoon sa akin, ⁵bumaba ako sa bundok at inilagay ito sa kahong ginawa ko, ayon sa iniutos ng Panginoon, at hanggang ngayo'y naroon pa ito."

⁶(Naglakbay ang mga Israelita mula sa balon ng mga taga-Jaakanᶜ papunta sa Mosera. Doon

---

ᵃ 8 *Bundok ng Sinai:* sa Hebreo, *Horeb.*
ᵇ 16 *guya:* sa Ingles, *"calf".*
ᶜ 6 *mga taga-Jaakan:* o, *mga angkan ni Jaakan.*

namatay si Aaron at doon din inilibing. At si Eleazar na anak niya ang pumalit sa kanya bilang *punong* pari. [7] Mula roon, pumunta sila sa Gudgoda at sa Jotbata, isang lugar na may mga sapa. [8] Nang panahong iyon, pinili ng PANGINOON ang lahi ni Levi para sila ang magbuhat ng Kahon ng Kasunduan ng PANGINOON, para maglingkod sa kanyang presensya, at para magbasbas *sa mga tao* sa kanyang pangalan. At hanggang ngayo'y ganito ang gawain nila. [9] Ito ang dahilan kung bakit walang bahagi o mana ang mga Levita sa lupain, hindi gaya ng ibang mga Israelita. Ang PANGINOON ang bahagi nila ayon sa sinabi ng PANGINOON na inyong Dios.)

[10] Sinabi pa ni Moises, "Gaya ng ginawa ko noong una, nanatili ako sa bundok sa loob ng 40 araw at 40 gabi, at muli akong pinakinggan ng PANGINOON at hindi niya kayo pinatay. [11] Sinabi niya sa akin, 'Lumakad ka at pamunuan ang mga Israelita sa pagpasok at sa pag-angkin sa lupaing ipinangako kong ibibigay sa inyo at sa inyong mga ninuno.'

Igalang at Sundin ang PANGINOON

[12] "At ngayon, O *mga mamamayan ng* Israel, ang hinihingi lang ng PANGINOON na inyong Dios sa inyo ay igalang ninyo siya, mamuhay ayon sa kanyang pamamaraan, mahalin siya, maglingkod sa kanya nang buong puso't kaluluwa, [13] at sundin ang lahat ng mga utos at tuntunin niya na ibinibigay ko sa inyo sa araw na ito para sa ikabubuti ninyo.

[14] "Sa PANGINOON na inyong Dios ang kalangitan, kahit ang pinakamataas na langit, pati ang mundo at lahat ng narito. [15] Ngunit pinili ng PANGINOON ang inyong mga ninuno para mahalin, at sa lahat ng bansa kayo na mula sa kanilang lahi ang pinili niya hanggang ngayon. [16] Kaya baguhin[a] ninyo ang mga puso ninyo at huwag nang patigasin ang mga ulo ninyo. [17] Sapagkat ang PANGINOON na inyong Dios ay Dios ng mga dios at PANGINOON ng mga panginoon. Makapangyarihan siya at kamangha-manghang Dios. Wala siyang pinapanigan at hindi siya tumatanggap ng suhol. [18] Ipinagtatanggol niya ang karapatan ng mga ulila at mga biyuda. Minamahal niya ang mga dayuhan[b] at binibigyan sila ng pagkain at mga damit. [19] Kaya mahalin din ninyo ang mga dayuhan, dahil mga dayuhan din kayo noon sa Egipto. [20] Igalang ninyo ang PANGINOON na inyong Dios at paglingkuran ninyo siya. Manatili kayo sa kanya at sumumpa kayo sa pangalan lang niya. [21] Purihin ninyo siya, dahil siya ang Dios ninyo na gumawa ng dakila at kamangha-manghang bagay na nakita ninyo. [22] Nang dumating ang inyong mga ninuno sa Egipto, 70 lang silang lahat, pero ngayon, pinadami na kayo ng PANGINOON na inyong Dios na katulad ng mga bituin sa langit.

Mahalin at Sundin ang PANGINOON

11 "Mahalin ninyo ang PANGINOON na inyong Dios at tuparin ang kanyang mga utos, tuntunin, panuntunan at kautusan. [2] Alalahanin ninyo ang *naranasang* pagtutuwid ng PANGINOON na inyong Dios sa inyo. Kayo ang nakaranas nito at

hindi ang mga anak ninyo. Hindi sila ang nakakita ng kadakilaan at kapangyarihan ng PANGINOON, [3] at ng mga himala na ginawa niya sa Egipto laban sa Faraon na hari nito at sa buong bansa nito. [4] Hindi rin nila nakita ang ginawa ng PANGINOON sa mga sundalong Egipcio at sa mga kabayo at mga karwahe nila, at kung paano nilunod ng PANGINOON ang mga ito sa Dagat na Pula nang hinabol nila kayo. Nangamatay silang lahat. [5] Hindi rin nakita ng mga anak ninyo ang ginawa ng PANGINOON sa inyo roon sa disyerto hanggang sa makarating kayo sa lugar na ito, [6] at kung ano ang ginawa niya kina Datan at Abiram, na mga anak ni Eliab na lahi ni Reuben. Nilamon sila ng lupang bumuka, pati ang kanilang pamilya, tolda at lahat ng nakatirang kasama nila. Nangyari ito sa harap ng mga Israelita. [7] Kayo ang nakakita ng mga dakilang bagay na ito na ginawa ng PANGINOON.

[8] "Kaya sundin ninyo ang lahat ng utos na ibinibigay ko sa inyo ngayon para may lakas kayo sa paglalakbay at sa pag-agaw ng lupain *sa kabila ng Jordan*. [9] Kung susunod kayo, mabubuhay kayo nang matagal doon sa maganda at masaganang lupain[c] na ipinangako ng PANGINOON na ibibigay sa inyong mga ninuno at sa kanilang mga salinlahi. [10] Sapagkat ang lupain na aangkinin at titirhan ninyo ay hindi gaya ng lupain sa Egipto na pinanggalingan ninyo. Doon sa Egipto, kapag magtatanim kayo, magpapakahirap pa kayo ng todo sa pagpapatubig nito. [11] Ngunit ang lupain na aangkinin ninyo ay may mga bundok at lambak na laging nauulanan. [12] Ang lupaing ito ay inaalagaan ng PANGINOON na inyong Dios; binabantayan niya ito araw-araw sa buong taon!

[13] "Kaya kung lagi lang ninyong susundin ang mga utos na ibinibigay ko sa inyo ngayon, na mahalin ninyo ang PANGINOON na inyong Dios at paglingkuran ninyo nang buong puso't kaluluwa, [14] padadalhan niya kayo ng ulan sa tamang panahon para makapag-ani kayo ng trigo, ng bagong katas ng ubas at ng *olibo para gawing* langis. [15] Bibigyan niya ng pastulan ang mga hayop ninyo, at magkakaroon kayo ng masaganang pagkain.

[16] "Mag-ingat kayo dahil baka matukso kayong lumayo sa Dios at sumamba sa ibang mga dios at maglingkod sa kanila. [17] Kapag ginawa ninyo ito, magagalit ang PANGINOON sa inyo at hindi na niya pauulanin at hindi na kayo makakapag-ani, at sa huli ay mawawala kayo sa magandang lupain na ibibigay ng PANGINOON sa inyo. [18] Kaya panatilihin ninyo ang mga salita kong ito sa inyong puso't isipan. Itali ninyo ito sa mga braso ninyo at ilagay sa inyong noo bilang paalala sa inyo. [19] Ituro ito sa inyong mga anak. Pag-usapan ninyo ito kapag naroon kayo sa inyong bahay at kapag naglalakad kayo, kapag nakahiga kayo o kapag kayo'y babangon. [20] Isulat ninyo ito sa mga hamba ng inyong mga pintuan at sa pintuan *ng inyong lungsod*, [21] para kayo at ang inyong mga anak ay mabuhay nang matagal doon sa lupaing ipinangako ng PANGINOON na ibibigay sa inyong mga ninuno. *Maninirahan kayo rito* hangga't may langit sa ibabaw ng mundo.

---

a 16 baguhin: sa literal, *tuliin.*

b 18 dayuhan: Ang ibig sabihin, *mga dayuhan na naninirahan sa Israel.*

c 9 maganda at masaganang lupain: sa literal, *lupain na dumadaloy ang gatas at pulot.*

²² "Kung susundin ninyong mabuti ang lahat ng mga utos na ibinibigay ko sa inyo, na mahalin ninyo ang Panginoon na inyong Dios at mabuhay ayon sa kanyang pamamaraan at manatili sa kanya, ²³ itataboy ng Panginoon ang mga tao sa lupain na inyong aangkinin kahit na mas malaki at mas makapangyarihan pa sila sa inyo. ²⁴ Ang lahat ng lupang matatapakan ninyo ay magiging inyo: mula sa disyerto papunta sa Lebanon, at mula sa Ilog ng Eufrates hanggang sa Dagat ng Mediteraneo.ᵃ ²⁵ Walang makakapigil sa inyo. Ayon sa ipinangako ng Panginoon na inyong Dios sa inyo, loloobin niyang matakot ang mga tao sa inyo saanmang dako kayo pumunta sa lugar na iyon. ²⁶ Makinig kayo! Pinapapili ko kayo ngayon sa pagpapala o sa sumpa. ²⁷ Pagpapalain kayo kung susundin ninyo ang mga utos ng Panginoon na inyong Dios na ibinibigay ko sa inyo ngayon. ²⁸ Susumpain ko kayo kung hindi ninyo susundin ang mga utos na ito ng Panginoon na ibinibigay ko sa inyo ngayon, at sumamba sa ibang mga dios na hindi naman ninyo kilala. ²⁹ Kapag dinala kayo ng Panginoon na inyong Dios sa lupain na inyong titirhan at aangkinin, ipahayag ninyo ang mga pagpapala sa Bundok ng Gerizim at ang sumpa ay ipahayag ninyo sa Bundok ng Ebal. ³⁰ Ang mga bundok na ito ay nasa kanluran ng *Ilog ng* Jordan, sa lupain ng mga Cananeo na naninirahan sa Lambak ng Jordanᵇ malapit sa bayan ng Gilgal. Hindi ito malayo sa mga malalaking puno ng Moreh. ³¹ Tatawid na kayo sa Jordan para pasukin at angkinin ang lupaing ibinibigay ng Panginoon na inyong Dios sa inyo. Kapag nakuha na ninyo ito at doon na kayo naninirahan, ³² sundin ninyo ang lahat ng mga utos at tuntunin na ibinibigay ko sa inyo sa araw na ito.

Ang Lugar na Pinagsasambahan

12 "Ito ang mga utos at tuntunin na dapat n'yong sundin nang mabuti habang nabubuhay kayo rito sa lupaing ibinibigay sa inyo ng Panginoon, ang Dios ng inyong mga ninuno. ² Kapag pinalayas na ninyo ang mga taong naninirahan doon, gibain ninyo ang lahat ng lugar na pinagsasambahan nila sa kanilang mga dios-diosan: sa matataas na mga bundok, sa mga kaburulan at sa ilalim ng bawat malalagong punongkahoy. ³ Gibain din ninyo ang kanilang mga altar, durugin ang mga alaalang bato nila, sunugin ang kanilang mga posteng *simbolo ng diosang si* Ashera, at durugin ang imahen ng kanilang mga dios para hindi na ito alalahanin pa sa mga lugar na iyon.

⁴ "Huwag ninyong sasambahin ang Panginoon na inyong Dios na gaya ng paraan ng kanilang pagsamba, ⁵ kundi dumulog kayo sa Panginoon na inyong Dios at parangalan siya sa lugar na kanyang pipiliin mula sa lahat ng teritoryo ng mga lahi *ng Israel*. ⁶ Doon ninyo dalhin ang mga handog ninyo na sinusunog at iba pang mga handog, ang inyong mga ikapu, ang inyong mga espesyal na handog, ang inyong mga ipinangakong regalo at mga handog na kusang-loob, gayon din ang panganay ng inyong mga hayop. ⁷ Doon kayo kumain at ang inyong

pamilya sa presensya ng Panginoon na inyong Dios, at magsaya kayo sa lahat ng inyong nagawa dahil pinagpala kayo ng Panginoon.

⁸⁻⁹ "Kapag dumating na kayo sa lugar na kung saan makapagpapahinga na kayo, ang lugar na ibinibigay ng Panginoon na inyong Dios bilang inyong mana, huwag na ninyong gawin ang ginagawa natin ngayon, na kahit saan lang tayo naghahandog. ¹⁰ Kapag nakatawid na kayo sa Jordan at nanirahan sa lugar na ibinibigay ng Panginoon na inyong Dios bilang inyong mana, mabubuhay kayo nang mapayapa dahil hindi papayag ang Panginoon na gambalain kayo ng mga kaaway sa inyong paligid. ¹¹ Pagkatapos, dalhin ninyo ang mga handog doon sa lugar na pipiliin ng Panginoon na inyong Dios, kung saan pararangalan siya. Ito ang mga handog na iniutos ko sa inyo: mga handog na sinusunog at ang iba pang mga handog, ang inyong ikapu, ang mga espesyal na regalo at ang lahat ng handog na ipinangako ninyo sa Panginoon. ¹² Doon kayo magsasaya sa presensya ng Panginoon na inyong Dios, pati ang inyong mga anak, mga alipin at ang mga Levita na naninirahan sa mga bayan ninyo na walang lupang mamanahin. ¹³ Huwag ninyong ihandog ang inyong mga handog na sinusunog sa kahit saang lugar lang na gustuhin ninyo, ¹⁴ kundi, ihandog ninyo ito sa lugar ng lahi na pipiliin ng Panginoon, at doon ninyo gawin ang lahat ng iniutos ko sa inyo.

¹⁵ "*Pero kung hindi panghandog*, maaari ninyong katayin at kainin ang hayop saanman kayo nakatira. Magpakasawa kayong kumain ng karne nito, kagaya ng pagkain ninyo ng usa at ng gaselaᶜ ayon sa pagpapalang ibinibigay sa inyo ng Panginoon na inyong Dios. Ang bawat tao ay makakakain nito, itinuturing man siyang malinis o marumi. ¹⁶ Pero huwag ninyong kakainin ang dugo; ibuhos ninyo ito sa lupa kagaya ng tubig. ¹⁷ Huwag din ninyong kainin o inumin ang mga sumusunod: ang ikapu ng inyong mga trigo, bagong katas ng ubas at langis, ang panganay na anak ng inyong mga hayop, ang anumang ipinangako ninyong handog at espesyal na mga regalo, at handog na kusang-loob. ¹⁸ Kundi kainin lang ninyo ito sa presensya ng Panginoon na inyong Dios doon sa lugar na pipiliin niya kasama ng inyong mga anak, mga alipin at ng mga Levita na naninirahan sa inyong mga bayan. Magsasaya kayo sa presensya ng Panginoon na inyong Dios sa lahat ng kanyang ginawa. ¹⁹ Huwag ninyong pababayaan ang mga Levita habang nabubuhay kayo sa inyong lupain.

²⁰ "Kapag napalawak na ng Panginoon na inyong Dios ang teritoryo ninyo ayon sa ipinangako niya sa inyo, at gusto ninyong kumain ng karne, maaari kayong kumain anumang oras na gustuhin ninyo. ²¹ Kung malayo sa inyo ang lugar na pinili ng Panginoon na kung saan ninyo siya pararangalan, maaari kayong magkatay ng inyong mga baka o tupa sa inyong lugar. At ayon sa iniutos ko sa inyo, maaari kayong magpakasawa sa pagkain ng mga hayop na ibinigay ng Panginoon sa inyo, ²² katulad ng pagkain ninyo ng gasela at ng usa. Ang bawat tao

---

a 24 Dagat ng Mediteraneo: sa Hebreo, *dagat sa kanluran.*
b 30 Lambak ng Jordan: sa Hebreo, *Araba.*

c 15 gasela: sa Ingles, *"gazelle."* Isang hayop na kapareho ng usa.

ay makakakain nito, itinuturing man siyang malinis o marumi. ²³ Pero siguraduhin ninyong hindi ninyo kakainin ang dugo, dahil ang buhay ay nasa dugo, at huwag ninyong kakainin ang buhay kasama ng karne. ²⁴ Sa halip, ibuhos ninyo ang dugo sa lupa gaya ng tubig. ²⁵ Huwag ninyo itong kakainin para maging mabuti ang kalagayan ninyo at ng inyong mga lahi, dahil ang pag-iwas sa pagkain ng dugo ay mabuti sa paningin ng Panginoon.

²⁶ "Dalhin ninyo sa lugar na pinili ng Panginoon ang mga bagay na ibibigay ninyo sa Panginoon at ang mga handog na ipinangako ninyo sa kanya. ²⁷ Ihandog ninyo ang dugo at karne ng inyong mga handog sa altar ng Panginoon na inyong Dios. Dapat ninyong ibuhos ang dugo sa gilid ng altar ng Panginoon na inyong Dios, pero pwede ninyong kainin ang karne. ²⁸ Sundin ninyo ang lahat ng tuntuning ito na ibinibigay ko sa inyo, para laging maging mabuti ang kalagayan ninyo at ng lahi ninyo, dahil mabuti at tama ang pagsunod sa mga ito sa paningin ng Panginoon na inyong Dios.

²⁹ "Kapag winasak na ng Panginoon na inyong Dios ang mga bansa na sasalakayin ninyo, at pinalayas ninyo ang mga naninirahan dito at inagaw ang kanilang lugar, ³⁰ huwag kayong magpapabitag sa pamamagitan ng pagsunod sa pagsamba nila sa kanilang mga dios. Huwag ninyong sasabihin, 'Paano sila sumasamba sa kanilang mga dios? Susundin din namin ang ginagawa nila.' ³¹ Huwag ninyo itong gagawin para sambahin ang Panginoon na inyong Dios, dahil sa kanilang pagsamba, ginagawa nila ang lahat ng klase ng kasuklam-suklam na bagay na kinasusuklaman ng Panginoon. Sinusunog pa nila ang mga anak nila bilang handog sa kanilang mga dios.

³² "Sundin ninyo ang lahat ng iniutos ko sa inyo. Huwag ninyo itong dadagdagan o babawasan.

Babala Laban sa Pagsamba sa mga Dios-diosan

13 "Kung may isang propeta o tagapagpaliwanag ng panaginip na nangako sa inyo, na magpapakita siya ng mga himala at kamangha-manghang bagay, ² at nangyari ang sinabi niya, at sabihin niya sa inyo, 'Sumunod tayo at sumamba sa ibang mga dios na hindi pa natin nakikilala.' ³ Huwag kayong maniwala sa kanya, dahil sinusubukan lang kayo ng Panginoon na inyong Dios kung minamahal n'yo ba siya nang buong puso't kaluluwa. ⁴ Ang Panginoon ninyong Dios lang ang dapat ninyong sundin at igalang. Tuparin ninyo ang kanyang mga utos at sundin n'yo siya; paglingkuran siya at manatili kayo sa kanya. ⁵ Dapat patayin ang propeta o ang tagapagpaliwanag ng panaginip dahil itinuturo niyang magrebelde kayo sa Panginoon na inyong Dios na naglabas sa inyo sa Egipto at nagligtas sa inyo sa pagkaalipin. Tinatangka ng mga taong ito na ilayo kayo sa mga pamamaraang iniutos ng Panginoon na inyong Dios na sundin ninyo. Sa pamamagitan nito, mawawala ang masasamang gawa sa inyong bansa.

⁶ "Halimbawang ang iyong kapatid o anak, o ang iyong minamahal na asawa o ang pinakamatalik mong kaibigan ay lihim kang hinikayat at sabihing,

'Halika, sumamba tayo sa ibang mga dios' (mga dios na hindi pa natin nakikilala maging ng ating mga ninuno. ⁷ *Kapag hinikayat ka niyang sambahin ang* mga dios na sinasamba ng mga tao sa paligid ninyo o ng mga tao sa malalayong lugar), ⁸ huwag kang magpapadala o makikinig sa kanya. Huwag mo siyang kaaawaan o kakampihan. ⁹ Dapat mo siyang patayin. Ikaw ang unang babato at susunod ang lahat ng tao, para patayin siya. ¹⁰ Babatuhin siya hanggang sa mamatay dahil tinangka niyang ilayo kayo sa Panginoon na inyong Dios na naglabas sa inyo sa Egipto kung saan kayo inalipin. ¹¹ Pagkatapos itong marinig ng mga Israelita, natakot sila, at hindi na sila gumawa ng masasamang gawa.

¹² "Kung makabalita kayo na ang isa sa mga bayang ibinibigay ng Panginoon na inyong Dios na inyong titirhan, ¹³ ay may masasamang taong nag-uudyok sa mga naninirahan sa bayang iyon na sumamba sila sa ibang mga dios na hindi pa nila nakikilala, ¹⁴ dapat alamin ninyong mabuti kung totooito. At kung totoong nangyari nga ang kasuklam-suklam na gawang ito, ¹⁵ dapat ninyong patayin ang lahat ng naninirahan sa bayang iyon pati na ang kanilang mga hayop. Lipulin ninyo silang lahat bilang handog sa Panginoon. ¹⁶ Tipunin ninyo ang lahat ng masasamsam ninyo sa bayang iyon at tumpukin sa gitna ng plasa, at sunugin ninyo ito bilang isang handog na sinusunog sa Panginoon na inyong Dios. Mananatiling wasak ang bayang iyon magpakailanman; hindi na iyon dapat itayong muli. ¹⁷ Huwag kayong magtatago ng anumang bagay mula sa bayang iyon na naitakda nang wasakin nang lubusan. *Kung susundin ninyo ito*, aalisin ng Panginoon ang kanyang matinding galit, at kaaawaan niya kayo. At sa kanyang awa, pararamihin niya kayo ayon sa ipinangako niya sa inyong mga ninuno. ¹⁸ Gagawin ito ng Panginoon na inyong Dios kung susundin ninyo ang lahat ng utos na ibinibigay ko sa inyo ngayon at kung gagawa kayo ng matuwid sa kanyang paningin.

Mga Utos tungkol sa Paglulukisa sa Patay

14 "Mga anak kayo ng Panginoon na inyong Dios. Kaya kung magluluksa kayo sa patay, huwag ninyong susugatan ang mga sarili ninyo o aahitan ang mga ulo ninyo. ² Sapagkat mga mamamayan nga kayo ng Panginoon na inyong Dios. Sa lahat ng tao sa mundo, kayo ang kanyang pinili na maging espesyal niyang mga mamamayan.

Ang mga Hayop na Itinuturing na Malinis at Marumi
(Lev. 11:1-47)

³ "Huwag kayong kakain ng anumang hayop na itinuturing na marumi. ⁴ Ito ang mga hayop na pwede ninyong kainin: baka, tupa, kambing, ⁵ usa, mailap na kambing, mailap na tupa at iba pang klase ng usa.ᵃ ⁶ Pwede ninyong kainin ang anumang hayop na biyak ang kuko at ngumunguya ng kanilang kinain. ⁷ Ngunit huwag ninyong kakainin ang mga hayop na nginunguyang muli ang kinain nito pero hindi biyak ang kuko, gaya ng kamelyo,

---

a 5 Ang ibang mga hayop dito sa tekstong Hebreo ay mahirap kilalanin at ang iba ay wala rito sa Pilipinas.

kuneho at daga sa batuhan. Ituring ninyong marumi ang mga hayop na ito. [8]Huwag din ninyong kakainin ang baboy, dahil kahit biyak ang kuko nito, hindi naman nginunguya ang kinakain nito. Huwag ninyong kakainin ang mga hayop na ito o hahawakan ang kanilang patay na katawan.

[9]"Pwede ninyong kainin ang anumang hayop na nabubuhay sa tubig na may mga palikpik at mga kaliskis. [10]Pero huwag ninyong kainin ang walang palikpik at kaliskis. Ituring ninyo itong marumi. [11]Pwede ninyong kainin ang anumang klase ng ibon na itinuturing na malinis. [12-18]Pero huwag ninyong kakainin ang mga ibon katulad ng agila, uwak, ibon na kumakain ng bangkay ng tao o hayop, lawin, kuwago, ibong naninila, ibong dumadagit ng isda, tagak, at paniki.[a] [19]Huwag din ninyong kakainin ang mga insektong may pakpak na gumagapang. [20]Pero pwede ninyong kainin ang mga insektong itinuturing na malinis.

[21]"Huwag ninyong kakainin ang anumang hayop na patay na. Maaari ninyo itong ipagbili sa mga dayuhan o ibigay sa mga dayuhang naninirahan sa bayan n'yo, at kakainin nila ito. *Pero huwag kayong kakain nito*, dahil ibinukod kayo bilang mamamayan ng PANGINOON na inyong Dios.

"Huwag ninyong lulutuin ang batang kambing sa gatas ng kanyang ina.

Ang Ikapu

[22]"Dapat ninyong ibukod ang ikasampung bahagi ng lahat ng ani ng inyong bukid bawat taon. [23]Dalhin ninyo ang ikasampung bahagi ng trigo, bagong katas ng ubas at langis, at ang panganay ng inyong mga hayop sa lugar na pipiliin ng PANGINOON na inyong Dios, kung saan pararangalan siya. Doon ninyo ito dalhin sa kanyang presensya. Gawin ninyo ito para matuto kayo na laging gumalang sa PANGINOON na inyong Dios. [24]Pero kung malayo sa inyo ang lugar na pinili ng PANGINOON, at mahihirapan kayo sa pagdadala ng ikasampung bahagi ng mga pagpapala ng PANGINOON na inyong Dios, [25]ipagpalit ninyo ang ikasampung bahagi ninyo sa pilak at dalhin ninyo ito roon sa lugar na pinili ng PANGINOON na inyong Dios. [26]Pagkatapos, ang pilak na iyon ang ipambili ninyo ng baka, tupa, katas ng ubas o ng iba pang inumin, o ng anumang magustuhan ninyo. Pagkatapos, kainin ninyo ito ng inyong pamilya sa presensya ng PANGINOON na inyong Dios at magsaya. [27]At huwag ninyong kalilimutan ang mga Levita na naninirahan sa bayan ninyo, dahil wala silang bahagi o lupang minana.

[28]"Sa katapusan ng bawat tatlong taon, tipunin ninyo ang ikasampung bahagi ng ani ninyo sa taong iyon, at dalhin ninyo ito sa pinagtataguan nito sa mga bayan ninyo. [29]Ibigay ninyo ito sa mga Levita na walang lupang minana, sa mga dayuhan *na naninirahang kasama ninyo*, sa mga ulila at sa mga biyuda na bayan ninyo para makakain din sila at mabusog. *Kung gagawin ninyo ito*, pagpapalain kayo ng PANGINOON na inyong Dios sa lahat ng ginagawa ninyo.

Ang Taon ng Pagkansela ng Utang

15 "Sa katapusan ng bawat ikapitong taon, dapat ninyong kanselahin na ang lahat ng utang. [2]Ito ang gawin ninyo: Hindi na dapat singilin ng nagpautang ang utang ng kapwa niya Israelita. Hindi na niya ito sisingilin dahil umabot na ang panahon na itinakda ng PANGINOON na kanselahin ang mga utang. [3]Pwede ninyong singilin ang mga dayuhan pero kanselahin dapat ninyo ang utang ng kapwa ninyo Israelita.

[4]"Kailangang walang maging mahirap sa inyo sa lupaing ibinibigay sa inyo ng PANGINOON na inyong Dios na inyong aangkinin, dahil tiyak na pagpapalain niya kayo, [5]basta sundin ninyong mabuti ang PANGINOON na inyong Dios at tuparin ang lahat ng utos na ibinibigay ko sa inyo ngayon. [6]Pagpapalain kayo ng PANGINOON na inyong Dios ayon sa ipinangako niya sa inyo. Maraming bansa ang mangungutang sa inyo, pero kayo ay hindi mangungutang. Pamamahalaan ninyo ang maraming bansa pero hindi kayo mapamamahalaan.

[7]"Kung may mahirap sa bayan ninyo, sa lupaing ibinibigay sa inyo ng PANGINOON na inyong Dios, huwag kayong maging maramot sa kanya. [8]Kundi maging mapagbigay kayo at pautangin ninyo siya ng kanyang mga pangangailangan. [9]Huwag kayong mag-iisip ng masama, na dahil sa malapit na ang ikapitong taon, ang taon ng pagkakansela ng mga utang, hindi na lang kayo magpapautang sa mga kababayan ninyong mahihirap. Kapag dumaing sa akin ang mga mahihirap na ito dahil sa inyong ginawa, may pananagutan kayo. [10]Magbigay kayo sa kanila nang bukal sa loob. Kung gagawin ninyo ito, pagpapalain kayo ng PANGINOON na inyong Dios sa lahat ng inyong ginagawa. [11]Hindi maiiwasan na may mahihirap sa inyong bayan, kaya inuutusan ko kayong maging lubos na mapagbigay sa kanila.

Ang Pagpapalaya sa mga Alipin
(Exo. 21:1-11)

[12]"Kung ang kapwa mo Hebreo, lalaki man o babae ay ipinagbili ang sarili niya sa iyo *bilang alipin*, at naglingkod siya sa iyo sa loob ng anim na taon, kailangang palayain mo siya sa ikapitong taon. [13]At kapag palalayain mo na siya, huwag mo siyang paaalisin na walang dala. [14]Bigyan mo siya nang saganang hayop, trigo at katas ng ubas ayon sa pagpapala ng Dios sa iyo. [15]Alalahanin ninyo na mga alipin din kayo noon sa Egipto at pinalaya rin kayo ng PANGINOON na inyong Dios. Iyan ang dahilan kaya ibinibigay ko ang mga utos na ito sa inyo ngayon.

[16]"Pero kung sabihin ng alipin mo sa iyo, 'Hindi po ako aalis sa inyo dahil mahal ko kayo at ang pamilya ninyo, at mabuti ang kalagayan ko dito sa inyo,' [17]dalhin mo siya sa pintuan ng bahay mo, butasan ang tainga niya at magiging alipin mo siya sa buong buhay niya. Ganito rin ang gawin mo sa iyong aliping babae.

[18]"Huwag sasama ang loob mo kung palalayain mo ang alipin mo dahil ang halaga ng pagseserbisyo niya sa iyo sa loob ng anim na taon ay doble pa sa sweldo na tinatanggap ng isang trabahador. Kung

---

[a] 12-18 paniki: o, *paniking-bahay*. Itinuturing ito na ibon ng mga Israelita.

gagawin mo ito, pagpapalain ng Panginoon na inyong Dios ang lahat ng ginagawa mo.

[19] "Ibukod ninyo para sa Panginoon na inyong Dios ang lahat ng panganay na lalaki ng inyong mga hayop. Huwag ninyong pag-aararuhin ang mga panganay ng inyong mga baka o pagugupitan ang mga panganay ng inyong mga tupa. [20] Sa halip, kainin ninyo ito at ng inyong pamilya sa presensya ng Panginoon na inyong Dios bawat taon, sa lugar na pipiliin niya. [21] Pero kung may kapintasan ang hayop na ito, halimbawa'y pilay o bulag o anumang malalang kapansanan, hindi ninyo ito dapat ihandog sa Panginoon na inyong Dios. [22] Sa halip, kainin ninyo ito sa inyong mga bayan. Ang lahat ay makakakain nito, itinuturing man siyang malinis o marumi, katulad ng pagkain ninyo ng usa at ng gasela. [23] Pero huwag ninyong kainin ang dugo, kundi ibuhos ninyo ito sa lupa gaya ng tubig.

Ang Pista ng Paglampas ng Anghel
(Exo. 12:1-20; Lev. 23:4-8)

16 "Ipagdiwang ninyo ang Pista ng Paglampas ng Anghel sa buwan ng Abib[a] bilang pagpaparangal sa Panginoon na inyong Dios, dahil sa buwan na ito'y inilabas niya kayo nang gabi sa Egipto. [2] Maghandog kayo ng tupa o baka bilang pagdiriwang ng Pista ng Paglampas ng Anghel. Ihandog ninyo ito para sa Panginoon na inyong Dios doon sa lugar na pinili niya, kung saan pararangalan siya. [3] Kainin ninyo ito kasama ng tinapay na walang pampaalsa. Sa loob ng pitong araw, kumain kayo ng tinapay na walang pampaalsa gaya ng ginawa ninyo noong nagmamadali kayong umalis sa Egipto. Kainin ninyo ang tinapay na ito, ang simbolo ng inyong pagtitiis, para maalala ninyo sa buong buhay ninyo ang panahon na lumabas kayo sa Egipto. [4] Wala dapat makitang pampaalsa sa mga bahay ninyo sa buong bansa sa loob ng pitong araw. At ang karneng inihandog nang gabi ng unang araw ay walang matitira sa kinaumagahan.

[5] "Bilang pagdiriwang sa Pista ng Paglampas ng Anghel, ang hayop na ihahandog ninyo ay huwag ninyong ihahandog sa kahit saang bayan na ibinigay sa inyo ng Panginoon na inyong Dios, [6] kundi sa lugar lang na pipiliin niya, kung saan pararangalan siya. Kailangang ihandog ninyo ito sa paglubog ng araw, ang oras na umalis kayo sa Egipto. [7] Lutuin ninyo ito at kainin sa lugar na pinili ng Panginoon na inyong Dios. Pagkaumaga, bumalik kayo sa inyong mga tolda. [8] Sa susunod na anim na araw, kumain kayo ng tinapay na walang pampaalsa, at sa ikapitong araw, huwag kayong magtrabaho, kundi magtipon kayo para sumamba sa Panginoon na inyong Dios.

Ang Pista ng Pag-aani
(Exo. 34:22; Lev. 23:15-21)

[9] "Bumilang kayo ng pitong linggo mula sa pag-uumpisa ng tag-ani. [10] Pagkatapos, ipagdiwang ninyo ang Pista ng Pag-aani para parangalan ang Panginoon na inyong Dios sa pamamagitan ng pag-aalay ng mga handog na kusang-loob ayon sa mga pagpapala na natanggap ninyo mula sa Panginoon na inyong Dios. [11] At magsaya kayo sa presensya ng Panginoon na inyong Dios sa lugar na pipiliin niya, kung saan pararangalan siya. Magdiwang kayo kasama ang inyong mga anak, alipin at Levita na naninirahan sa inyong mga bayan, mga dayuhan, mga ulila at mga biyudang naninirahan sa inyong mga bayan. [12] Alalahanin ninyo na naging mga alipin muna kayo sa Egipto, kaya sundin ninyong mabuti ang mga tuntuning ito.

Ang Pista ng Pagtatayo ng mga Kubol
(Lev. 23:33-43; Bil. 29:12-38)

[13] "Ipagdiwang ninyo ang Pista ng Pagtatayo ng mga Kubol sa loob ng pitong araw sa katapusan ng tag-ani, pagkatapos na magiik ninyo ang mga trigo at mapiga ang mga ubas. [14] Magsaya kayo sa pagdiriwang ninyo ng pistang ito kasama ng inyong mga anak, mga alipin, mga Levita, mga dayuhan, mga ulila at mga biyudang naninirahan sa bayan ninyo. [15] Sa loob ng pitong araw, ipagdiwang ninyo ang Pistang ito para parangalan ang Panginoon na inyong Dios doon sa lugar na pinili niya. Sapagkat pagpapalain ng Panginoon na inyong Dios ang lahat ng ani ninyo at ang lahat ng ginagawa ninyo, at magiging lubos ang inyong kaligayahan.

[16] "Bawat taon, dapat makiisa ang bawat lalaki sa tatlong pistang ito: ang Pista ng Tinapay na Walang Pampaalsa, ang Pista ng Pag-aani at ang Pista ng Pagtatayo ng mga Kubol. Pupunta ang bawat isa sa kanila sa presensya ng Panginoon na inyong Dios sa lugar na pipiliin niya, [17] at nararapat na magdala sila ng handog sa Panginoon ayon sa pagpapalang ibinigay sa kanila ng Panginoon na inyong Dios.

Ang mga Hukom

[18] "Maglagay kayo ng mga hukom at opisyal sa bawat lahi ninyo sa lahat ng bayan na ibinibigay sa inyo ng Panginoon na inyong Dios. Sila ang maghuhukom sa mga mamamayan nang walang pinapanigan. [19] Huwag nilang babaluktutin ang hustisya at dapat wala silang pinapaboran sa paghuhukom. Huwag silang tatanggap ng suhol dahil makakabulag ito sa marurunong at matutuwid, at makakaimpluwensya sa desisyon nila. [20] Dapat mangibabaw ang tamang hustisya para mabuhay kayo at makapanirahan sa lupaing ibinibigay sa inyo ng Panginoon na inyong Dios.

Ang Pagsamba sa Ibang mga Dios-diosan

[21] "Huwag kayong magpapatayo ng poste na *simbolo ng diosang si* Ashera sa tabi ng altar na ginawa ninyo para sa Panginoon na inyong Dios, [22] at huwag kayong magpapatayo ng mga alaalang bato *para sambahin*, dahil kinasusuklaman ito ng Panginoon na inyong Dios.

17 "Huwag kayong maghahandog sa Panginoon na inyong Dios ng baka o tupa na may kapintasan o kapansanan, dahil kasuklam-suklam ito sa Panginoon.

[2] "Kung ang isang lalaki o babae na naninirahan sa isa sa mga bayan na ibinibigay ng Panginoon ay nahuling gumagawa ng masama sa paningin

---

a 1 buwan ng Abib: Unang buwan sa kalendaryo ng Hebreo, *mula sa kalagitnaan ng Marso hanggang sa kalagitnaan ng Abril.*

ng Panginoon na inyong Dios, sinira niya ang kasunduan sa Panginoon ³at sumuway sa pamamagitan ng pagsamba sa ibang mga dios o sa araw o sa buwan o sa mga bituin; ⁴kapag narinig ninyo ito, kailangang imbestigahan ninyo ito nang mabuti. Kung totoo ngang ginawa sa Israel ang kasuklam-suklam na bagay na ito, ⁵dalhin ninyo ang taong gumawa ng masama sa pintuan ng lungsod at batuhin hanggang sa mamatay. ⁶Pwede lang patayin ang tao kapag napatunayang nagkasala siya sa pamamagitan ng patotoo ng dalawa o tatlong saksi, pero kung isa lang ang saksi, hindi siya pwedeng patayin. ⁷Ang mga saksi ang unang babato sa taong nagkasala, at susunod na babato ang lahat ng tao. Sa pamamagitan nito, mawawala ang masasamang gawa sa inyong bansa.

⁸"Kung may mga kaso sa korte ninyo tungkol sa pagpatay, pag-aaway o pananakit na mahirap bigyan ng desisyon; ang gawin ninyo, dalhin ninyo ang kasong ito sa lugar na pinili ng Panginoon na inyong Dios ⁹kung saan ang mga pari na mga Levita at ang mga hukom na naglilingkod sa panahong iyon ang magdedesisyon sa kaso. ¹⁰Kailangang tanggapin ninyo ang kanilang desisyon doon sa lugar na pinili ng Panginoon. Sundin ninyong mabuti ang lahat ng sinabi nila sa inyo. ¹¹Kung anuman ang kanilang napagdesisyunan ayon sa kautusan, dapat ninyo itong sundin. Huwag ninyong susuwayin ang sinabi nila sa inyo. ¹²Ang taong hindi tatanggap sa desisyon ng hukom o ng pari na naglilingkod sa Panginoon na inyong Dios ay dapat patayin. Sa pamamagitan nito, mawawala ang masasamang gawa sa inyong bansa. ¹³Kapag narinig ito ng lahat ng tao, matatakot sila at hindi na muling gagawa ng bagay na iyon.

Ang mga Hari

¹⁴Kapag nakapasok na kayo sa lupaing ibinibigay ng Panginoon na inyong Dios at maangkin na ninyo iyon at doon na kayo manirahan, sasabihin ninyo, 'Pumili tayo ng hari na mamumuno sa atin katulad ng mga bansa sa palibot natin.' ¹⁵Siguraduhin ninyo na ang pipiliin ninyong hari ay ang pinili rin ng Panginoon na inyong Dios, at kailangang katulad ninyo siyang Israelita. Huwag kayong pipili ng dayuhan. ¹⁶Hindi dapat mag-ipon ng maraming kabayo ang hari ninyo, at hindi niya dapat pabalikin sa Egipto ang mga tauhan niya para bumili ng mga kabayo, dahil sinabi ng Panginoong Dios sa inyo na huwag na kayong babalik doon. ¹⁷Hindi siya dapat magkaroon ng maraming asawa dahil baka tumalikod siya sa Panginoon. At hindi dapat siya nagmamay-ari ng maraming pilak at ginto. ¹⁸"Kung uupo na siya sa trono bilang hari, kailangan niyang kopyahin ang mga kautusang ito para sa kanyang sarili sa harapan ng mga pari na mga Levita. ¹⁹Dapat niya itong ingatan at laging basahin sa buong buhay niya para matuto siyang gumalang sa Panginoon na kanyang Dios, at masunod niya nang mabuti ang lahat ng sinasabi ng mga kautusan at mga tuntunin. ²⁰Sa pamamagitan din ng laging pagbabasa nito, makakaiwas siya sa pagyayabang sa kapwa niya Israelita, at makakaiwas

siya sa pagsuway sa mga utos ng Panginoon. *Kung susundin niyang lahat ito*, maghahari siya at ang kanyang angkan nang matagal sa Israel.

Mga Handog para sa mga Pari at sa mga Levita

18 "Ang mga pari na mga Levita, at ang iba pang mga sakop ng lahi ni Levi ay walang lupaing mamanahin sa Israel. Makakakain lang sila sa pamamagitan ng mga handog sa pamamagitan ng apoy para sa Panginoon, dahil ito ang kanilang mana. ²Wala silang mamanahing lupa hindi tulad ng kapwa nila Israelita; ang Panginoon ang kanilang mana ayon sa ipinangako niya sa kanila.

³"Balikat, pisngi at tiyan ang mga bahaging mula sa baka o tupa na mula sa handog ng mga tao ang nakalaan para sa mga pari. ⁴Ibigay din ninyo sa mga pari ang naunang bahagi ng inyong trigo, bagong katas ng ubas, langis at balahibo ng tupa. ⁵Sapagkat sa lahat ng lahi *ng Israel*, sila at ang kanilang mga angkan ang pinili ng Panginoon na inyong Dios para maglingkod sa kanya magpakailanman.

⁶"Ang sinumang Levita na naninirahan sa kahit saang lugar ng Israel ay makakapunta sa lugar na pinili ng Panginoon, ⁷at makapaglilingkod siya roon sa Panginoon na kanyang Dios, katulad ng kapwa niya Levita na naglilingkod doon sa presensya ng Panginoon. ⁸Makakatanggap din siya ng kanyang bahagi sa mga handog kahit na mayroon pa siyang tinatanggap mula sa iba na kanyang ikinabubuhay.

Ang mga Kasuklam-suklam na Kaugalian

⁹"Kapag nakapasok na kayo sa lupaing ibinibigay sa inyo ng Panginoon na inyong Dios, huwag ninyong susundin ang kasuklam-suklam na mga kaugalian ng mga naninirahan doon. ¹⁰Wala ni isa man sa inyo na magsusunog ng kanyang anak bilang handog. At huwag din kayong manghuhula, mangkukulam, ¹¹manggagaway, gumagawa ng mga ginagawa ng mga espiritista, at makikipag-usap sa espiritu ng mga patay. ¹²Kinasusuklaman ng Panginoon ang sinumang gumagawa ng mga bagay na ito. Ito ang dahilan kung bakit palalayasin ng Panginoon na inyong Dios ang mga bansa sa inyong harapan. ¹³Wala dapat kayong maging kapintasan sa harap ng Panginoon na inyong Dios.

Ang mga Propeta

¹⁴"Ang mga bansang ito na palalayasin ninyo ay sumasangguni sa mga mangkukulam at mga manghuhula. Pero kayo, pinagbabawalan ng Panginoon na inyong Dios sa paggawa nito. ¹⁵*Sa halip*, magpapadala sa inyo ang Panginoon na inyong Dios ng isang propeta na mula sa inyo at kadugo ninyo tulad ko. At kailangang makinig kayo sa kanya. ¹⁶Sapagkat ito ang hinihingi ninyo sa Panginoon na inyong Dios nang magtipon kayo roon sa Horeb. Sinabi ninyo sa Panginoon, 'Huwag n'yong iparinig sa amin ang boses n'yo o ipakita ang naglalagablab na apoy dahil baka mamatay kami.'

¹⁷"Kaya sinabi ng Panginoon sa akin, 'Mabuti ang kanilang hinihingi. ¹⁸Magpapadala ako sa kanila ng isang propeta na mula sa kanila at kadugo

nila tulad mo. Ipasasabi ko sa kanya ang lahat ng gusto kong sabihin sa kanila. [19] Parurusahan ko ang sinumang hindi makikinig sa aking mga salita na sinasabi ng propeta na ito sa pamamagitan ng aking pangalan. [20] At kailangang patayin ang sinumang propetang magsasalita sa aking pangalan nang hindi ko inuutusan o magsasalita sa pangalan ng ibang dios.'

[21] "Maaaring isipin ninyo, 'Paano ba namin malalaman kung iyon nga ay mensahe ng Panginoon?' [22] Kapag ang sinabi ng propeta na gumamit ng pangalan ng Panginoon ay hindi mangyari o magkatotoo, ang mensahe niya ay hindi galing sa Panginoon. Gawa-gawa lang iyon ng propeta, kaya huwag kayong matakot sa kanya.

Ang mga Lungsod na Tanggulan
(Bil. 35:9-34; Josue 20:1-9)

19 "Kapag nilipol na ng Panginoon na inyong Dios ang mga mamamayan na ang mga lupain ay ibinibigay niya sa inyo, at kapag napalayas na ninyo sila at doon na kayo naninirahan sa kanilang mga bayan at mga bahay, [2] pumili kayo ng tatlong lungsod *na tanggulan* sa lupaing ibinibigay sa inyo ng Panginoon na inyong Dios na aangkinin ninyo. [3] Hatiin ninyo sa tatlong distrito ang lupaing ibinibigay sa inyo ng Panginoon na inyong Dios, na may isang lungsod *na tanggulan* sa bawat distrito. Ayusin ninyo ang mga daan papunta doon, para ang sinumang makapatay ng tao ay makakatakas papunta sa isa sa mga lungsod na iyon. [4] Kung nakapatay ng tao ang kanyang kapwa nang hindi sinadya at hindi dahil sa galit, makakatakas siya papunta sa mga lungsod na tanggulan at walang makakapanakit sa kanya doon.

[5] "Kung ang isang tao ay pumunta sa kakahuyan para mangahoy kasama ang kanyang kapitbahay, at habang pumuputol siya ng kahoy ay biglang natanggal ang ulo ng palakol niya at natamaan ang kapitbahay niya, at namatay ito, pwede siyang makatakas papunta sa isa sa mga lungsod na tanggulan at walang makakapanakit sa kanya doon. [6] Kung ang lungsod na tanggulan ay malayo sa taong nakapatay, baka habulin siya ng tao na gustong gumanti sa kanya, at mapatay siya. Pero hindi siya dapat patayin dahil hindi sinasadya ang pagkakapatay niya at wala naman siyang galit sa napatay. [7] Ito ang dahilan kung bakit ko kayo inuutusang pumili ng tatlong lungsod *na tanggulan*.

[8] "Palalawakin ng Panginoon na inyong Dios ang teritoryo ninyo ayon sa ipinangako niya sa inyong mga ninuno, at magiging inyo ang buong lupain na ipinangako niya sa kanila. [9] Gagawin ito ng Panginoon na inyong Dios kung susundin ninyong mabuti ang lahat ng utos na iniuutos ko sa inyo ngayon, na mahalin ninyo ang Panginoon na inyong Dios at mamuhay kayong lagi ayon sa kanyang mga pamamaraan. *Kapag lumawak na ang inyong lupain*, magdagdag pa kayo ng tatlo pang bayan *na tanggulan*. [10] Gawin ninyo ito para walang inosenteng tao na mamamatay sa lupain ninyo, na ibinibigay sa inyo ng Panginoon na inyong Dios bilang mana, at para hindi na kayo magkasala kung may inosenteng tao na mapatay.

[11] "Ngunit kung ang isang tao ay napopoot sa kanyang kapwa at inabangan niya ito at pinatay, at pagkatapos ay tumakas siya papunta sa isa sa mga lungsod *na tanggulan*, [12] kailangang ipakuha siya ng mga tagapamahala ng kanyang bayan at ibigay sa gustong gumanti sa kanya para patayin siya. [13] Huwag kayong maaawa sa kanya. Kailangang alisin ninyo sa Israel ang pumapatay ng mga inosenteng tao para maging mabuti ang inyong kalagayan.

Ang Hangganan ng Lupa

[14] "Kapag dumating na kayo sa lupaing ibinibigay sa inyo ng Panginoon na inyong Dios na inyong aangkinin, huwag ninyong nanakawin ang lupain ng inyong kapwa sa pamamagitan ng paglilipat ng muhon[a] ng kanyang lupain na inilagay noon ng inyong ninuno.

Ang mga Saksi

[15] "Huwag ninyong hahatulan na nagkasala ang isang tao dahil lang sa patotoo ng isang saksi. Kailangang may dalawa o tatlong saksi na magpapatotoo na ang isang tao ay nagkasala. [16] Kung ang isang saksi ay tatayo sa korte at magpapahayag ng kasinungalingan na nagkasala ang isang tao, [17] patatayuin silang dalawa sa presensya ng Panginoon, sa harap ng mga pari at ng mga hukom na naglilingkod sa panahong iyon. [18-19] Dapat itong imbestigahang mabuti ng mga hukom, at kung mapapatunayang nagsisinungaling nga ang saksi sa pamamagitan ng pambibintang sa kanyang kapwa, dapat siyang parusahan ng parusang dapat sana ay sa taong pinagbintangan niya. Sa pamamagitan nito, mawawala ang masasamang gawa sa inyong bansa. [20] Matatakot ang makakarinig nito at wala nang gagawa muli ng masamang gawang ito. [21] Huwag kayong magpakita ng awa. Kung pinatay ng isang tao ang kapwa niya, dapat din siyang patayin. Kung nambulag siya, dapat din siyang bulagin. Kung nambungi siya, dapat din siyang bungiin. Kung nambali siya ng kamay at paa, dapat ding baliin ang kamay at paa niya.

Ang mga Kautusan tungkol sa Digmaan

20 "Kung kayo'y makikipagdigma, at makita ninyo na mas marami ang mga kabayo, karwahe at sundalo ng inyong kalaban, huwag kayong matatakot, dahil kasama ninyo ang Panginoon na inyong Dios na naglabas sa inyo sa Egipto. [2] Bago kayo pumunta sa digmaan, dapat lumapit muna ang pari sa harapan ng mga sundalo at sabihin, [3] 'Makinig kayo, *O mamamayan ng Israel!* Sa araw na ito ay makikipagdigma kayo sa inyong mga kaaway. Lakasan ninyo ang inyong loob at huwag kayong matakot. [4] Sapagkat ang Panginoon na inyong Dios ang sasama sa inyo! Makikipaglaban siya para sa inyo laban sa mga kaaway ninyo at pagtatagumpayin niya kayo!'

[5] "Pagkatapos, ganito dapat ang sasabihin ng mga opisyal sa mga sundalo: 'Sinuman sa inyo ang may bagong bahay na hindi pa naitatalaga, umuwi siya, dahil baka mapatay siya sa labanan, at ibang

a 14 muhon: Tanda ng hangganan ng lupa.

tao ang magtalaga ng bahay niya. ⁶Kung mayroon sa inyong nakapagtanim ng ubas at hindi pa niya napapakinabangan ang bunga nito, umuwi rin siya dahil baka mapatay siya sa labanan at ang ibang tao ang makinabang nito. ⁷Kung may ikakasal sa inyo, umuwi siya dahil baka mapatay siya sa labanan at ang ibang tao ang pakasalan ng kanyang mapapangasawa.'

⁸"Sasabihin pa ng mga opisyal, 'Kung mayroon sa inyong natatakot o naduduwag, umuwi siya dahil baka maduwag din ang mga kasama niya.' ⁹Kapag natapos na ng mga opisyal ang pagsasabi nito sa mga sundalo, pipili sila ng mga pinuno para pamahalaan ang mga sundalo.

¹⁰"Kung sasalakay kayo sa isang lungsod, bigyan n'yo muna sila ng pagkakataong sumuko. ¹¹Kapag sumuko sila at buksan ang pintuan ng kanilang lungsod, gawin n'yong alipin silang lahat at pagtrabahuhin para sa inyo. ¹²Pero kung hindi sila susuko kundi makikipaglaban sila sa inyo, salakayin ninyo sila. ¹³Kapag sila'y natalo na ninyo sa tulong ng Panginoon na inyong Dios sa inyo, patayin ninyo ang lahat ng kanilang mga lalaki. ¹⁴Nguni't maaari ninyong bihagin ang mga babae, mga bata, at ang mga hayop, at maaari ninyong samsamin ang lahat ng ari-arian na nasa lungsod. Gamitin ninyo ang mga samsam na ito na ibinigay sa inyo ng Panginoon na inyong Dios mula sa mga kaaway ninyo. ¹⁵Gawin lang ninyo ito sa mga lungsod na hindi bahagi ng lupaing sasakupin ninyo. ¹⁶Pero patayin ninyong lahat ang tao sa mga lungsod na ibinibigay sa inyo ng Panginoon na inyong Dios bilang inyong mana. ¹⁷Lipulin ninyo ang lahat ng Heteo, Amoreo, Cananeo, Perezeo, Hiveo at Jebuseo, bilang handog sa Panginoon na inyong Dios ayon sa kanyang iniutos. ¹⁸Sapagkat kung hindi, tuturuan nila kayo ng lahat ng kasuklam-suklam na gawa na ginagawa nila sa pagsamba nila sa kanilang mga dios, at dahil dito'y magkakasala kayo sa Panginoon na inyong Dios. ¹⁹Kung matagal ang inyong pagsalakay sa isang lungsod, huwag ninyong puputulin ang mga punong namumunga. Kainin ninyo ang mga bunga nito, pero huwag nga ninyong puputulin, dahil hindi ninyo sila kalaban na inyong lilipulin. ²⁰Pero maaari ninyong putulin ang mga puno na walang bunga o walang bunga na maaaring kainin, at gamitin ito sa pagsakop sa lungsod hanggang sa maagaw ninyo ito.

Ang Hindi pa Nakikilalang Mamamatay-Tao

21 "Kapag naroon na kayo sa lupaing ibinibigay sa inyo ng Panginoon na inyong Dios na aangkinin ninyo, at may nakita kayong bangkay ng tao at hindi ninyo alam kung sino ang pumatay dito, ²dapat sukatin ng mga tagapamahala sa inyo kung aling bayan sa palibot ang pinakamalapit kung saan natagpuan ang bangkay. ³Pagkatapos, kukuha ang mga tagapamahala ng bayang iyon ng dumalagang baka na hindi pa nakakapagtrabaho o nakakapag-araro. ⁴Dadalhin nila ito sa lambak na palaging dinadaluyan ng tubig, na ang lupa doon ay hindi pa naaararo o natataniman. At doon nila babaliin ang leeg ng dumalagang baka. ⁵Dapat ding pumunta roon ang mga pari na mula sa lahi

ni Levi, dahil pinili sila ng Panginoon na inyong Dios na maglingkod at magbigay ng basbas sa pangalan ng Panginoon, at magdesisyon sa lahat ng kaso. ⁶Pagkatapos, ang lahat ng tagapamahala ng bayan sa pinakamalapit na lugar kung saan nakita ang bangkay ay maghuhugas ng kamay sa ibabaw ng dumalagang baka na binali ang leeg sa lambak. ⁷At sasabihin nila, 'Hindi kami ang pumatay at hindi rin namin nakita kung sino ang pumatay. ⁸⁻⁹O Panginoon, patawarin n'yo po ang mga mamamayan ninyong Israelita na inyong iniligtas *sa Egipto*. Huwag ninyo kaming panagutin sa kamatayan ng inosenteng taong ito.' Kung ganito ang gagawin ninyo hindi na kayo pananagutin ng Panginoon sa pagpatay, dahil makikita niya na matuwid kayo.

Ang Pag-aasawa ng Bihag na Babae

¹⁰"Kung nakipaglaban kayo sa inyong mga kaaway at ibinigay sila sa inyo ng Panginoon na inyong Dios, at binihag ninyo sila, ¹¹at ang isa sa inyo ay nakakita ng magandang babae sa mga bihag at nagustuhan niya ito at gusto niya itong mapangasawa, ¹²dadalhin niya ang babae sa kanyang bahay at kakalbuhin ang ulo niya, puputulin ang mga kuko, ¹³at papalitan ang suot niyang damit nang binihag siya. Dapat magpaiwan ang babae sa bahay ninyo sa loob ng isang buwan habang nagluluksa siya para sa kanyang mga magulang. Pagkatapos nito, maaari na siyang maging asawa. ¹⁴Pero kung sa bandang huli ay mawalan ang lalaki ng gana sa babae, dapat niya itong payagang pumunta saan man gustuhin ng babae. Hindi na siya dapat pang ipagbili o gawing alipin dahil siya'y ipinahiya niya.

Ang Karapatan ng mga Panganay

¹⁵"Kung may isang lalaki na dalawa ang asawa, at mahal niya ang isa pero hindi ang isa, at may mga anak siya sa dalawa. At kung ang panganay niyang lalaki ay anak ng asawa niyang hindi niya mahal, ¹⁶kapag hahatiin na niya ang kanyang ari-arian, kailangang ang parte na para sa panganay na anak ay huwag ibigay sa anak ng asawa niyang minamahal. Dapat niya itong ibigay sa panganay kahit na hindi niya mahal ang ina nito. ¹⁷Kailangan niyang kilalanin na panganay niyang anak ang anak ng asawa niyang hindi minamahal. Ibibigay niya sa kanya nang doble ang bahagi ng ari-arian niya dahil siya ang naunang anak at may karapatan siyang tumanggap ng kanyang bahagi bilang panganay na anak.

Ang Hindi Matapat na Anak

¹⁸"Kung ang isang tao ay may anak na lalaki na matigas ang ulo at suwail na ayaw makinig sa kanyang mga magulang kapag siya'y dinidisiplina, ¹⁹dadalhin siya ng kanyang mga magulang sa mga tagapamahala doon sa pintuan ng bayan. ²⁰Sasabihin nila sa mga tagapamahala, 'Matigas ang ulo nitong anak namin at rebelde siya; hindi siya sumusunod sa amin. Gastador siya at lasenggo.' ²¹Pagkatapos, dapat siyang batuhin ng lahat ng naninirahan sa bayan hanggang sa mamatay siya.

Marinig ito ng lahat ng Israelita at matatakot sila. Sa pamamagitan nito, mawawala ang masasamang gawa sa inyong bansa.

Ang Iba pang mga Kautusan

²² "Kung ang isang tao ay pinarusahan ng kamatayan dahil sa isang krimen na ginawa niya, at ibinitin ang bangkay niya sa puno, ²³ hindi dapat umabot hanggang umaga ang bangkay niya roon. Dapat ninyo itong ilibing sa araw ding iyon, dahil ang sinumang ibinitin sa puno ay isinumpa ng Dios. Kung hindi ninyo ito ililibing *sa araw ding iyon,* madudungisan nito ang lupaing ibinibigay sa inyo ng Panginoon na inyong Dios bilang mana ninyo.

22 ¹ "Kapag nakita ninyong nakawala ang baka o tupa ng inyong kapwa, huwag ninyo itong pababayaan, sa halip dalhin ito sa may-ari. ² Pero kung malayo ang tinitirhan ng may-ari o hindi ninyo alam kung kanino ito, iuwi muna ninyo ito. Kapag hinanap ito ng may-ari, saka ninyo ito ibigay sa kanya. ³ Ganito rin ang gagawin ninyo sa asno o kasuotan o anumang bagay na nawala sa inyong kapwa. Huwag ninyo itong babalewalain.

⁴ "Kung makita mo na ang asno o ang baka ng iyong kapwa ay nabuwal sa daan, huwag mo itong pabayaan. Tulungan mo ang may-ari para itayo ito.

⁵ "Hindi dapat magsuot ng kasuotang panlalaki ang mga babae, o ang mga lalaki ng kasuotang pambabae, dahil kinasusuklaman ng Panginoon na inyong Dios ang gumagawa nito.

⁶ "Kung may makita kayong mga pugad ng ibon sa tabi ng daan, sa punongkahoy, o sa lupa, at ang inahin ay nakaupo sa mga itlog o sa kanyang mga inakay, huwag ninyong kukunin ang inahing kasama ng mga itlog o mga inakay. ⁷ Maaari ninyong kunin ang mga itlog o mga inakay, pero kailangang pakawalan ninyo ang inahin, para maging mabuti ang inyong kalagayan at mabuhay kayo nang matagal.

⁸ "Kung magpapatayo kayo ng bahay, lagyan ninyo ng rehas ang palibot ng inyong *patag na* bubong para wala kayong pananagutan kung may mahulog mula sa bubong ninyo at mamatay.

⁹ "Huwag kayong magtatanim ng ibang binhi sa ubasan. Kung gagawin ninyo ito, magiging pag-aari na ng templo ang bungang itinanim ninyo at pati na rin ang bunga ng inyong ubasan.

¹⁰ "Huwag ninyong pagpaparisin ang baka at ang asno sa pag-aararo. ¹¹ Huwag kayong magsusuot ng damit na ginawa sa dalawang klase ng tela.

¹² "Lagyan ninyo ng palawit ang apat na gilid ng balabal na damit ninyo.

Ang Kautusan tungkol sa Dangal ng Babae

¹³ "Kung napangasawa ng isang lalaki ang isang babae, at pagkatapos nilang magsiping ay inayawan ng lalaki ang kanyang asawa ¹⁴ at pinagbintangan niya ito. At sinabi niya, 'Natuklasan kong hindi na birhen ang aking asawa nang sumiping ako sa kanya.' ¹⁵ Pupunta ang magulang ng babae sa mga tagapamahala doon sa may pintuan ng bayan. Magdadala sila ng ebidensya na birhen ang anak nila. ¹⁶ At sasabihin ng ama ng babae sa mga tagapamahala, 'Ipinakasal ko ang anak ko sa taong ito at ngayo'y nagagalit siya sa anak ko. ¹⁷ Pinagbibintangan niya ang anak ko na hindi na siya birhen nang mapangasawa niya. Pero heto ang ebidensya na birhen ang aking anak.' At ipapakita ng magulang sa mga tagapamahala ang sapin *ng mag-asawa na may dugo.* ¹⁸ Pagkatapos nito, huhulihin ng mga tagapamahala ang lalaki at parurusahan. ¹⁹ Pagmumultahin siya ng 100 pirasong pilak at ibibigay ito sa ama ng babae, dahil ipinahiya niya ang isang birheng Israelita. At dapat ay huwag niyang hihiwalayan ang babae habang nabubuhay siya.

²⁰ "Pero kung totoo ang bintang at walang makitang ebidensya na birhen ang babae, ²¹ dadalhin ang babaeng iyon sa harap ng bahay ng kanyang ama at doon babatuhin siya ng mga lalaki ng bayan hanggang sa mamatay. Sa pamamagitan nito, mawawala ang masasamang gawa sa inyong bansa. Nakakahiya ang bagay na ginawa niya sa Israel sa pamamagitan ng pakikiapid habang nasa poder pa siya ng kanyang ama.

Ang Kautusan tungkol sa Pakikiapid

²² "Kung nakiapid ang isang lalaki sa isang babaeng may asawa, dapat na patayin silang dalawa. Sa pamamagitan nito, mawawala ang masasamang gawa sa inyong bansa.

²³ "Kung ang isang lalaki ay nakiapid sa isang dalagang malapit nang ikasal, at nangyari ito sa isang bayan, ²⁴ dadalhin silang dalawa sa pintuan ng bayan at babatuhin hanggang sa mamatay. Papatayin ang babae dahil kahit na naroon siya sa bayan, hindi siya sumigaw para humingi ng tulong. Papatayin din ang lalaki dahil nakiapid siya sa babaeng ikakasal na. Sa pamamagitan nito, mawawala ang masasamang gawa sa inyong bansa.

²⁵ "Ngunit kung ang babaeng ikakasal na ay pinagsamantalahan ng lalaki sa labas ng bayan, ang lalaki lang ang papatayin. ²⁶ Huwag ninyong sasaktan ang babae; hindi siya nagkasala at hindi siya dapat parusahan ng kamatayan. Ang kasong ito ay katulad ng kaso ng tao na sumalakay sa kanyang kapwa at pinatay ito. ²⁷ Dahil sa labas ng bayan pinagsamantalahan ang babae, kahit na sumigaw siya para humingi ng tulong, walang makakarinig sa kanya para tumulong.

²⁸ "Kung nahuli ang isang lalaki na pinagsamantalahan ang isang dalaga na walang nobyo, ²⁹ magbabayad ang lalaki ng 50 pirasong pilak sa ama ng babae. Dapat niyang pakasalan ang babae dahil kinuha niya ang kanyang pagkababae, at hindi niya ito dapat hiwalayan habang siya'y nabubuhay.

³⁰ "Hindi dapat makiapid ang anak sa asawa ng kanyang ama, dahil kahiya-hiya ito sa kanyang ama.

Ang mga Taong Itiniwalag sa Kapulungan ng Israel

23 "Walang taong kinapon o pinutulan ng ari ang makakasama sa pagtitipon ng mga mamamayan ng Panginoon.

² "Ang anak sa labas ay hindi makakasama sa pagtitipon ng mga mamamayan ng Panginoon pati

na ang kanyang angkan hanggang sa ikasampung salinlahi. ³ Walang Amoreo o Moabita o sinuman sa kanilang lahi hanggang sa ikasampung salinlahi ang makakasama sa pagtitipon ng mga mamamayan ng PANGINOON. ⁴ Sapagkat hindi nila kayo binigyan ng pagkain o tubig nang naglalakbay kayo mula sa Egipto, at sinulsulan pa nila si Balaam na anak ni Beor na taga-Petor sa Mesopotamia para sumpain kayo. ⁵ Ngunit hindi nakinig ang PANGINOON na inyong Dios kay Balaam. Sa halip, ginawa niyang basbas ang sumpa sa inyo, dahil minamahal kayo ng PANGINOON na inyong Dios. ⁶ Habang buhay kayo, huwag kayong tutulong sa mga Amoreo o Moabita sa anumang paraan.

⁷ "Huwag ninyong kamumuhian ang mga Edomita, dahil kadugo n'yo sila. Huwag din ninyong kamumuhian ang mga Egipcio dahil tumira kayo dati sa kanilang lupain bilang mga dayuhan. ⁸ Ang kanilang mga angkan sa ikatlong salinlahi ay maaaring makasama sa pagtitipon ng mga mamamayan ng PANGINOON.

Iba pang mga Tuntunin

⁹ "Kapag makikipaglaban kayo sa inyong mga kaaway, umiwas kayo sa anumang bagay na makakadungis sa inyo. ¹⁰ Kung may isa sa inyo na nilabasan ng binhi sa kanyang pagtulog sa gabi, kailangang lumabas siya sa kampo at doon muna siya manatili. ¹¹ "Pagdating ng hapon, maliligo siya, at paglubog ng araw, maaari na siyang makabalik sa kampo. ¹² Pumili kayo ng lugar sa labas ng kampo na gagawin ninyong palikuran. ¹³ Kailangang may panghukay ang bawat isa sa inyo, para huhukay kayo kapag nadudumi kayo, at tatabunan ito kapag tapos na kayo. ¹⁴ Sapagkat ang PANGINOON na inyong Dios ay naglilibot sa inyong kampo para iligtas kayo at ibigay sa inyo ang mga kaaway ninyo. Kaya kailangang malinis ang inyong kampo para wala siyang makitang hindi maganda sa inyo, at para hindi niya kayo pabayaan.

¹⁵ "Kung tumakas ang isang alipin sa kanyang amo at tumakbo sa inyo, huwag ninyo siyang piliting bumalik sa kanyang amo. ¹⁶ Patirahin ninyo siya sa inyong lugar, kahit saang bayan niya gusto. Huwag ninyo siyang aapihin.

¹⁷ "Dapat walang Israelita, lalaki man o babae, na magbebenta ng kanyang katawan bilang pagsamba sa mga dios-diosan sa templo. ¹⁸ Huwag ninyong dadalhin sa bahay ng PANGINOON na inyong Dios ang pera na natanggap ninyo sa pamamaraang ito bilang bayad sa inyong pangako sa PANGINOON na inyong Dios, dahil kasuklam-suklam ito sa kanya.

¹⁹ "Kung magpapautang kayo sa kapwa ninyo Israelita, huwag ninyo itong tutubuan, pera man ito o pagkain o anumang bagay na maaaring patubuan. ²⁰ Maaari kayong magpautang nang may patubo sa mga dayuhan, pero hindi sa mga kapwa ninyo Israelita. Gawin ninyo ito para pagpalain kayo ng PANGINOON na inyong Dios sa lahat ng ginagawa ninyo roon sa lupain na titirhan at aangkinin ninyo.

²¹ "Kung gagawa kayo ng panata sa PANGINOON na inyong Dios, huwag ninyong patatagalin ang pagtupad nito, dahil siguradong sisingilin kayo ng

PANGINOON na inyong Dios, at magkakasala kayo sa hindi pagtupad nito. ²² Hindi ito kasalanan kung hindi kayo gumawa ng panata sa PANGINOON. ²³ Pero anumang ipanata ninyo sa PANGINOON na inyong Dios ay dapat ninyong tuparin.

²⁴ "Kung pupunta kayo sa ubasan ng inyong kapwa, maaari kayong kumain hanggang gusto ninyo, pero huwag kayong kukuha at maglalagay sa inyong lalagyan para dalhin. ²⁵ Kung mapapadaan kayo sa taniman ng trigo ng inyong kapwa, maaari kayong makaputol ng mga uhay, pero huwag ninyo itong gagamitan ng karit na panggapas.

24 "Kung nag-asawa ang isang lalaki, at sa bandang huli ay inayawan na niya ito dahil may natuklasan siyang hindi niya nagustuhan dito, dapat siyang gumawa ng kasulatan ng paghihiwalay at ibigay ito sa kanya, at maaari na niya itong paalisin sa kanyang bahay. ² Kung mag-aasawa muli ang babae, ³ at hiwalayan na naman siya ng ikalawa niyang asawa o mamatay ito, ⁴ hindi na siya maaaring mapangasawang muli ng nauna niyang asawa dahil narumihan na siya.ᵃ Kung muli siyang mapapangasawa ng nauna niyang asawa, kasuklam-suklam ito sa paningin ng PANGINOON. Hindi ninyo dapat gawin ang mga kasalanang ito sa lupaing ibinibigay sa inyo ng PANGINOON na inyong Dios bilang inyong mana.

⁵ "Kung bagong kasal ang isang lalaki, huwag ninyo siyang isasama sa labanan o bibigyan ng anumang responsibilidad sa bayan sa loob ng isang taon, para manatili muna siya sa kanyang bahay at mabigyan ng kasiyahan ang kanyang asawa.

⁶ "Huwag ninyong kukunin sanla ang gilingan ng umutang sa inyo dahil para na rin ninyong kinuha ang kanyang ikinabubuhay.

⁷ "Sinuman sa inyo ang kumidnap sa kapwa niya Israelita at ginawa itong alipin o ipinagbili, dapat patayin ang kumidnap. Sa pamamagitan nito, mawawala ang masasamang gawa sa inyong bansa.

⁸ "Tungkol sa malubhang sakit sa balat, sundin ninyong mabuti ang mga tuntunin na ipinapagawa sa inyo ng mga pari na mga Levita. Sundin ninyo ang mga iniutos ko sa kanila. ⁹ Alalahanin ninyo kung ano ang ginawa ng PANGINOON na inyong Dios kay Miriam nang naglalakbay kayo paglabas sa Egipto.

¹⁰ "Kung magpapautang kayo ng kahit ano sa kapwa ninyo Israelita, huwag kayong papasok sa bahay niya para kumuha ng anumang isasanla niya. ¹¹ Maghintay lang kayo sa labas at dadalhin niya ito sa inyo. ¹²⁻¹³ Kung mahirap ang tao, at pangbalabal ang isinanla niya sa inyo, huwag ninyong palilipasin ang gabi na nasa inyo ito. Isauli ito sa kanya habang hindi pa lumulubog ang araw para magamit niya ito sa kanyang pagtulog, at pasasalamatan ka pa niya. Ituturing ng PANGINOON na inyong Dios na gawang matuwid.

¹⁴ "Huwag ninyong dadayain ang mahihirap na trabahador sa kanilang upa, Israelita man siya o dayuhan na naninirahan sa inyong bayan. ¹⁵ Bayaran ninyo siya ng isang araw na sweldo bago lumubog ang araw dahil mahirap siya at inaasahan

---

a 4 narumihan na siya: Maaaring ang ibig sabihin, *nanlalaki na siya.*

niyang matanggap ito. Sapagkat kung hindi, baka dumaing siya sa Panginoon laban sa inyo at ito'y ituturing na kasalanan ninyo.

¹⁶"Hindi dapat patayin ang magulang dahil sa kasalanan ng kanilang mga anak, o ang mga anak dahil sa kasalanan ng kanilang magulang; ang bawat isa ay papatayin lang dahil sa kanyang sariling kasalanan.

¹⁷"Bigyan ninyo ng hustisya ang mga dayuhan at ang mga ulila. Huwag ninyong kukunin ang balabal ng biyuda bilang sanla sa kanyang utang. ¹⁸Alalahanin ninyong alipin kayo noon sa Egipto at iniligtas kayo ng Panginoon na inyong Dios. Ito ang dahilan kung bakit inuutusan ko kayong gawin ito.

¹⁹"Kapag nag-aani kayo at may naiwang bigkis sa bukid, huwag na ninyo itong babalikan para kunin. Iwan na lang ninyo ito para sa mga dayuhan, sa mga ulila at sa mga biyuda, para pagpalain kayo ng Panginoon na inyong Dios sa lahat ng inyong ginagawa. ²⁰Kung mamimitas kayo ng olibo, huwag na ninyong babalikan ang mga naiwan. Itira na lang ninyo ito sa mga dayuhan, sa mga ulila at sa mga biyuda. ²¹Kung aani kayo ng ubas, huwag na ninyong babalikan ang mga naiwan. Itira n'yo na lang ito sa mga dayuhan, sa mga ulila at sa mga biyuda. ²²Alalahanin ninyo na mga alipin kayo noon sa Egipto. Ito ang dahilan kung bakit inuutusan ko kayong gawin ito.

25 "Halimbawa, may pinagtalunan ang dalawang tao at dinala nila ang kanilang kaso sa korte, at idineklara ng mga hukom kung sino sa kanila ang may kasalanan at walang kasalanan. ²Kung sinentensyahan ng hukom na hagupitin ang may kasalanan, padadapain siya sa harap ng hukom at hahagupitin ayon sa bigat ng kasalanan na kanyang ginawa. ³Ngunit hindi ito hihigit pa sa 40 hagupit dahil magiging kahiya-hiya na ito kung hihigit pa roon.

⁴"Huwag ninyong bubusalan ang baka habang gumigiik pa ito.

⁵"Kung may dalawang magkapatid na lalaking naninirahan sa iisang bayan, at namatay ang isa sa kanila nang hindi nagkaanak, hindi makapagaasawa ang babae ng iba maliban lang sa pamilya ng kanyang asawa. Ang kapatid ng kanyang asawa ang dapat na maging asawa niya. Tungkulin niya ito sa kanyang hipag. ⁶Ang panganay nilang anak ay ituturing na anak ng namatay na kapatid para hindi mawala ang kanyang pangalan sa Israel.

⁷"Pero kung ayaw mapangasawa ng kapatid ng namatay ang biyuda, pupunta ang biyuda sa mga tagapamahala roon sa pintuan ng bayan at sasabihin, 'Hindi pumayag ang aking hipag na bigyan ng lahi ang kanyang kapatid sa Israel. Ayaw niyang tuparin ang kanyang tungkulin sa akin bilang hipag.' ⁸At ipapatawag siya ng mga tagapamahala ng bayan at makikipag-usap sila sa kanya. Kung talagang ayaw pa rin niyang pakasalan ang biyuda, ⁹lalapitan siya ng biyuda sa harap ng mga tagapamahala at kukunin niya ang sandalyas sa kanyang paa at duduraan niya sa mukha at sasabihin, 'Ganyan ang gagawin sa lalaking hindi pumapayag na bigyan ng lahi ang kanyang kapatid *na namatay*.' ¹⁰Ang

pamilya ng taong ito ay tatawagin sa Israel na pamilya ng taong kinuhanan ng sandalyas.

¹¹"Kung may dalawang lalaking nag-aaway at lumapit ang asawa ng isa para tumulong sa kanyang asawa sa pamamagitan ng pagdakot sa ari ng kalaban, ¹²kailangang putulin ang kamay ng babae nang walang awa.

¹³⁻¹⁴"Huwag kayong mandaraya sa inyong pagtimbang at pagtakal. ¹⁵Gumamit kayo ng tamang timbangan at takalan, para mabuhay kayo nang matagal sa lupaing ibinibigay sa inyo ng Panginoon na inyong Dios. ¹⁶Sapagkat kasuklamsuklam sa Panginoon na inyong Dios ang taong mandaraya.

¹⁷"Alalahanin ninyo ang ginawa ng mga Amalekita sa inyo nang lumabas kayo sa Egipto. ¹⁸Sinalakay nila kayo noong pagod na pagod na kayo, at pinagpapatay nila ang inyong mga kasama na nasa hulihan. Wala silang takot sa Panginoon. ¹⁹Kaya patayin ninyo ang lahat ng mga Amalekita kapag binigyan na kayo ng Panginoon na inyong Dios ng kapayapaan doon sa lupaing ibinibigay niya sa inyo na inyong aangkinin. Huwag ninyo itong kalilimutan.

Ang Unang Ani at ang Ikapu

26 "Kapag naangkin na ninyo ang lupaing ibinigay ng Panginoon na inyong Dios bilang inyong mana, at doon na kayo naninirahan, ²ilagay ninyo ang naunang mga bahagi ng inyong ani sa basket. At dalhin ninyo ito sa lugar na pinili ng Panginoon na inyong Dios, kung saan pararangalan siya. ³Pumunta kayo sa paring naglilingkod sa panahong iyon, at sabihin sa kanya, '*Sa pamamagitan ng handog na ito*, kinikilala ko sa araw na ito, na ang Panginoon na ating Dios ang nagdala sa akin sa lupaing ito na kanyang ipinangako sa ating mga ninuno na ibibigay sa atin.'

⁴"Pagkatapos, kukunin ng pari ang basket sa inyo at ilalagay ito sa harap ng altar ng Panginoon na inyong Dios. ⁵At sasabihin ninyo ito sa presensya ng Panginoon na inyong Dios, 'Ang amin pong ninuno *na si Jacob* ay isang Arameong walang permanenteng tirahan. Pumunta siya sa Egipto at nanirahan doon kasama ang kanyang pamilya. Kaunti lang sila noon, pero dumami sila at nang bandang huli ay naging makapangyarihang bansa. ⁶Ngunit pinagmalupitan po kami ng mga Egipcio. Pinahirapan nila kami at pinilit na magtrabaho. ⁷Humingi kami ng tulong sa inyo, Panginoon, ang Dios ng aming mga ninuno, at pinakinggan n'yo kami. Nakita n'yo ang mga paghihirap, mga pagtitiis at pagpapakasakit namin. ⁸Kaya kinuha n'yo kami sa Egipto, Panginoon na aming Dios, sa pamamagitan ng dakila n'yong kapangyarihan at nakakatakot na mga gawa. Gumawa kayo ng himala at mga kamangha-manghang bagay. ⁹Dinala n'yo kami sa lugar na ito, at ibinigay sa amin ang maganda at masaganang lupain*ᵃ* na ito. ¹⁰Kaya heto po kami ngayon, O Panginoon, dinadala namin ang unang bahagi ng ani ng lupaing ibinigay ninyo sa amin.' *Pagkatapos ninyo itong sabihin*, ilagay

---

a 9 maganda at masaganang lupain: sa literal, *lupain na dumadaloy ang gatas at pulot.* Ganito rin sa talatang 15.

ninyo ang basket sa presensya ng Panginoon na inyong Dios, at sumamba kayo sa kanya. ¹¹ Magsaya kayo dahil mabuti ang mga bagay na ibinigay ng Panginoon na inyong Dios sa inyo at sa inyong pamilya. Isama rin ninyo sa pagdiriwang ang mga Levita at ang mga dayuhan na naninirahang kasama ninyo.

¹² "Sa bawat ikatlong taon, ibigay ninyo ang ikasampung bahagi ng inyong ani sa mga Levita, sa mga dayuhan, sa mga ulila at sa mga biyuda, para mayroon silang masaganang pagkain. ¹³ Pagkatapos, sabihin ninyo sa presensya ng Panginoon na inyong Dios, 'Kinuha ko na po sa aking bahay ang banal na bahagi, *iyon ang ikasampung bahagi*, at ibinigay sa mga Levita, sa mga dayuhan, sa mga ulila at sa mga biyuda ayon sa lahat ng iniutos n'yo sa amin. Hindi po ako sumuway o lumimot sa kahit isang utos ninyo. ¹⁴ Hindi ko po ito kinain habang nagdadalamhati ako; hindi ko ito ginalaw habang itinuturing akong marumi at hindi ko po ito inihandog sa patay. O Panginoon na aking Dios, sinunod ko po kayo. Ginawa ko ang lahat ng iniutos ninyo sa amin. ¹⁵ Tingnan po ninyo kami mula sa inyong banal na tahanan sa langit, at pagpalain ang mga mamamayan ninyong Israelita at ang maganda at masaganang lupain na ibinigay ninyo sa amin ayon sa ipinangako ninyo sa aming mga ninuno.'

Sundin ang mga Utos ng Panginoon

¹⁶ "Sa araw na ito, inuutusan kayo ng Panginoon na inyong Dios na sundin ninyong lahat ang utos at tuntuning ito. Sundin ninyo itong mabuti nang buong puso't kaluluwa. ¹⁷ Ipinahayag ninyo sa araw na ito na ang Panginoon ang inyong Dios at mabubuhay kayo ayon sa kanyang pamamaraan, dahil susundin ninyo ang kanyang mga utos at mga tuntunin, at susundin ninyo siya. ¹⁸ At ipinahayag din ng Panginoon sa araw na ito, na kayo ay espesyal na mamamayan ayon sa kanyang ipinangako,ª na dapat kayong sumunod sa lahat ng utos niya. ¹⁹ Ayon sa kanyang ipinangako, gagawin niya kayong higit kaysa sa lahat ng bansa; pupurihin at pararangalan kayo. Kayo ay magiging mga mamamayang pinili ng Panginoon na inyong Dios."

Ang Altar sa Bundok ng Ebal

27 Pagkatapos, inutusan nila Moises at ng mga tagapamahala ng Israel ang mga mamamayan, "Sundin ninyong lahat ang mga utos na ibinibigay ko sa inyo sa araw na ito. ² Kapag nakatawid na kayo sa Jordan, doon sa lupaing ibinibigay sa inyo ng Panginoon na inyong Dios, magtumpok kayo ng malalaking bato, at pahiran ninyo ang palibot nito ng apog. ³ Isulat ninyo sa mga batong ito ang lahat ng kautusan kapag nakapasok na kayo sa maganda at masaganang lupainª na ibinibigay sa inyo ng Panginoon na inyong Dios, ang Dios ng inyong mga ninuno, ayon sa ipinangako niya sa inyo. ⁴ Kapag nakatawid na kayo sa Jordan, itayo ninyo ang mga batong ito sa Bundok ng Ebal, ayon sa iniutos ko sa inyo sa araw na ito, at pahiran ninyo ng apog ang

palibot nito. ⁵ Pagkatapos, gumawa kayo roon ng batong altar para sa Panginoon na inyong Dios. Huwag kayong gagamit ng anumang kagamitang bakal sa pagtatabas nito. ⁶ Ang mga bato na gagawin ninyong altar ay dapat hindi pa natabasan. Pagkatapos, maghandog kayo sa altar na ito ng mga handog na sinusunog para sa Panginoon na inyong Dios. ⁷ Maghandog din kayo ng handog para sa mabuting relasyon sa Panginoon at kainin ninyo ito roon, at magsaya kayo sa presensya ng Panginoon na inyong Dios. ⁸ At isulat ninyo nang malinaw ang mga kautusan ng Dios sa mga batong pinahiran ninyo ng apog." ⁹ Sinabi pa ni Moises at ng mga pari na mga Levita sa lahat ng Israelita, "Makinig kayo, O *mga mamamayan ng* Israel! Sa araw na ito, naging mamamayan na kayo ng Panginoon na inyong Dios. ¹⁰ Kaya sundin ninyo ang Panginoon na inyong Dios at tuparin ang lahat ng utos at tuntunin niyang ibinibigay ko sa inyo ngayon."

Ang mga Sumpa

¹¹ Nang araw na iyon, iniutos ni Moises sa mga tao, ¹² "Kapag nakatawid na kayo sa Jordan, ito *ang mga angkan* na tatayo sa Bundok ng Gerizim para basbasan ang mga tao: ang lahi nina Simeon, Levi, Juda, Isacar, Jose at Benjamin. ¹³ At ito *ang mga lahi* na tatayo sa Bundok ng Ebal para sumpain ang mga tao: ang lahi nina Reuben, Gad, Asher, Zebulun, Dan at Naftali.

¹⁴ "Ang mga Levita naman ay sisigaw nang malakas:

¹⁵ "Sumpain ang taong gagawa ng anumang mga dios-diosan na gawa sa bato o tanso at sasambahin ito kahit palihim. Sapagkat kinasusuklaman ng Panginoon ang dios-diosang ginawa ng tao." At sasagot ang lahat ng tao, "Amen!"ᵇ

¹⁶ "Sumpain ang taong hindi gumagalang sa kanyang magulang." At sasagot ang lahat ng tao, "Amen!"

¹⁷ "Sumpain ang taong nagnakaw ng lupain ng kanyang kapwa sa pamamagitan ng paglilipat ng muhon ng lupain nito." At sasagot ang lahat ng tao, "Amen!"

¹⁸ "Sumpain ang taong nagliligaw ng bulag sa daan." At sasagot ang lahat ng tao, "Amen!"

¹⁹ "Sumpain ang taong hindi nagbibigay ng hustisya sa mga dayuhan, sa mga ulila at sa mga biyuda." At sasagot ang lahat ng tao, "Amen!"

²⁰ "Sumpain ang taong nakikipagtalik sa asawa ng kanyang ama, dahil ipinapahiya niya ang kanyang ama." At sasagot ang lahat ng tao, "Amen!"

²¹ "Sumpain ang taong nakikipagtalik sa anumang hayop." At sasagot ang lahat ng tao, "Amen!"

²² "Sumpain ang taong nakikipagtalik sa kanyang kapatid na babae, kapatid man niya ito sa ama o sa ina." At sasagot ang lahat ng tao, "Amen!"

²³ "Sumpain ang taong nakikipagtalik sa kanyang biyenang babae." At sasagot ang lahat ng tao, "Amen!"

²⁴ "Sumpain ang taong pumatay ng kanyang kapwa kahit walang nakakaalam." At sasagot ang lahat ng tao, "Amen!"

---

a 3 *maganda at masaganang lupain:* sa literal, *lupain na dumadaloy ang gatas at pulot.*

b 15 *Amen:* Ang ibig sabihin, *Siya nawa.*

²⁵ "Sumpain ang taong tumatanggap ng suhol para pumatay ng inosenteng tao." At sasagot ang lahat ng tao, "Amen!"

²⁶ "Sumpain ang tao na hindi susunod o gagawa sa lahat ng utos na ito." At sasagot ang lahat ng tao, "Amen!"

Ang Pagpapala sa Pagsunod
(Lev. 26:3-13; Deu. 7:11-24)

28 "Kung lubos ninyong susundin ang PANGINOON na inyong Dios at gagawin ang lahat ng utos niya na ibinigay ko sa inyo ngayon, gagawin niya kayong nakakahigit sa lahat ng bansa rito sa mundo. ² Kung susundin ninyo ang PANGINOON na inyong Dios, mapapasainyo ang lahat ng pagpapalang ito: ³ "Pagpapalain niya ang mga lungsod at mga bukid ninyo. ⁴ Pagpapalain niya kayo ng maraming anak, masaganang ani at maraming hayop. ⁵ Pagpapalain niya kayo ng masaganang ani at pagkain. ⁶ Pagpapalain niya ang lahat ng ginagawa ninyo. ⁷ Ipapatalo ng PANGINOON sa inyo ang mga kaaway na sasalakay sa inyo. Sama-sama silang sasalakay sa inyo pero magkakanya-kanya sila sa pagtakas. ⁸ Pagpapalain ng PANGINOON na inyong Dios ang lahat ng ginagawa ninyo at pupunuin niya ng ani ang mga bodega ninyo. Pagpapalain niya kayo sa lupaing ibinibigay niya sa inyo. ⁹ Ayon sa ipinangako ng PANGINOON na inyong Dios, gagawin niya kayo na pinili niyang mamamayan, kung susundin ninyo ang kanyang mga utos at mamumuhay ayon sa kanyang pamamaraan. ¹⁰ At sa ganoon ay malalaman ng lahat ng tao sa mundo na pinili kayo ng PANGINOON, at matatakot sila sa inyo. ¹¹ Pagpapalain kayo ng PANGINOON doon sa lupaing ipinangako niya sa inyong mga ninuno na ibibigay sa inyo. Pararamihin niya ang inyong mga anak, mga hayop at ang inyong ani. ¹² Padadalhan kayo ng PANGINOON ng ulan sa tamang panahon mula sa taguan ng kayamanan niya sa langit, at pagpapalain niya ang lahat ng ginagawa ninyo. Magpapautang kayo sa maraming bansa, pero kayo ay hindi mangungutang. ¹³ Gagawin kayo ng PANGINOON na pinuno *ng mga bansa*, at hindi tagasunod lang. Lagi kayong nasa itaas at hindi sa ilalim kung susundin ninyong mabuti ang mga utos ng PANGINOON na inyong Dios na ibinibigay ko sa inyo ngayon. ¹⁴ Kaya huwag ninyong susuwayin ang alinman sa iniuutos ko sa inyo sa araw na ito, at huwag kayong susunod sa ibang mga dios at maglilingkod sa kanila.

Ang mga Sumpa sa Hindi Pagsunod
(Lev. 26:14-46)

¹⁵ "Ngunit kung hindi kayo susunod sa PANGINOON na inyong Dios at hindi susunding mabuti ang lahat ng utos niya at tuntunin na ibinigay ko sa inyo ngayon, mararanasan ninyo ang lahat ng sumpang ito: ¹⁶ Susumpain ng PANGINOON ang inyong mga lungsod at bukid. ¹⁷ Susumpain niya ang inyong mga ani at pagkain. ¹⁸ Susumpain niya kayo sa pamamagitan ng pagbibigay sa inyo ng kaunting anak, ani, at hayop. ¹⁹ Susumpain niya ang lahat ng gagawin ninyo. ²⁰ Maguguluhan at malilito

kayo sa lahat ng gagawin ninyo hanggang sa malipol kayo at tuluyang mawala, dahil sa masama ninyong ginagawa sa pamamagitan ng pagsuway sa kanya.ᵃ ²¹ Padadalhan kayo ng PANGINOON ng mga salot hanggang sa mamatay kayo roon sa lupain na titirhan at aangkinin ninyo. ²² Pahihirapan kayo ng PANGINOON sa sakit at hindi gumagaling, lagnat, pamamaga, mainit na hangin, mahabang tagtuyot,ᵇ at peste sa mga halaman hanggang sa mamatay kayo. ²³ Magiging *parang* tanso ang langit *na hindi magbibigay ng ulan* at ang lupa ay matutuyo at magiging *kasintigas* ng bakal. ²⁴ Sa halip na tubig ang ibigay ng PANGINOON sa inyo bilang ulan, alikabok ang ibibigay niya. Pauulanin niya ng alikabok hanggang sa mamatay kayo.

²⁵ "Ipapatalo kayo ng PANGINOON sa inyong mga kaaway. Sama-sama kayong sasalakay sa kanila, pero magkakanya-kanya kayo sa pagtakas. Magiging kasuklam-suklam kayo sa lahat ng kaharian sa mundo. ²⁶ Kakainin ng mga ibon at mababangis na hayop ang mga bangkay ninyo, at walang magtataboy sa kanila. ²⁷ Pahihirapan kayo ng PANGINOON sa mga bukol na ipinadala niya sa mga Egipcio. Patutubuan niya kayo ng tumor, pangangati at galis na hindi gumagaling. ²⁸ Gagawin kayong baliw ng PANGINOON, bubulagin at lilituhin. ²⁹ Mangangapa kayo kahit na araw tulad ng isang bulag. Hindi kayo uunlad sa lahat ng ginagawa ninyo. Palagi kayong aapihin at pagnanakawan, at walang tutulong sa inyo.

³⁰ "Aagawinᶜ ng ibang lalaki ang babaeng magiging asawa ninyo. Magpapatayo kayo ng mga bahay pero hindi kayo ang titira rito. Magtatanim kayo ng ubas pero hindi kayo ang makikinabang sa mga bunga nito. ³¹ Kakatayin ang baka ninyo sa inyong harapan, pero hindi ninyo ito makakain. Pipiliting kunin sa inyo ang inyong mga asno, at hindi na ito ibabalik sa inyo. Ibibigay ang inyong mga tupa sa inyong mga kaaway, at walang tutulong sa inyo upang mabawi ito. ³² Habang nakatingin kayo, bibihagin ang mga anak ninyo ng mga taga-ibang bansa, at araw-araw kayong aasang babalik sila, pero wala kayong magagawa. ³³ Kakainin ng mga taong hindi ninyo nakikilala ang pinaghirapan ninyo, at palagi kayong aapihin at pahihirapan. ³⁴ At kapag nakita ninyo itong lahat, mababaliw kayo. ³⁵ Patutubuan kayo ng PANGINOON ng mga bukol na hindi gumagaling mula sa sakong hanggang sa ulo ninyo.

³⁶ "Kayo at ang pinili ninyong hari ay ipapabihag ng PANGINOON sa bansang hindi ninyo kilala maging ng inyong mga ninuno. Doon, sasamba kayo sa ibang mga dios na gawa sa kahoy at bato. ³⁷ Kasusuklaman kayo, hahamakin, at kukutyain ng mga naninirahan sa mga bansa kung saan kayo binihag.

³⁸ "Marami ang itatanim ninyo pero kakaunti lang ang inyong aanihin, dahil kakainin ito ng mga balang. ³⁹ Magtatanim kayo ng ubas at aalagaan ninyo ito, pero hindi kayo makakapamitas ng bunga nito o makakainom ng katas mula rito, dahil

---

a 20 kanya: sa Hebreo, *akin*.

b 22 mahabang tagtuyot: sa Hebreo, *espada*.

c 30 Aagawin: o, *pagsasamantalahan*.

kakainin ito ng mga uod. ⁴⁰Magtatanim kayo ng maraming olibo kahit saan sa inyong lugar, pero wala kayong makukuhang langis mula rito, dahil malalaglag ang mga bunga nito. ⁴¹Magkakaanak kayo pero, mawawala sila sa inyo dahil bibihagin sila. ⁴²Kakainin ng maraming insekto ang lahat ng inyong puno at pananim.

⁴³"Unti-unting magiging makapangyarihan ang mga dayuhang naninirahang kasama ninyo habang kayo naman ay unti-unting manghihina. ⁴⁴Papautangin nila kayo pero hindi kayo makapagpapautang sa kanila. Sila ang mamumuno sa inyo at kayo ang susunod sa kanila. ⁴⁵Mangyayari ang lahat ng sumpang ito sa inyo hanggang sa mamatay kayo, kung hindi ninyo susundin ang Panginoon na inyong Dios at sa kanyang mga utos at mga tuntunin na ibinigay niya sa inyo. ⁴⁶Magiging babala sa inyo at sa inyong mga salinlahi ang mga sumpang ito magpakailanman. ⁴⁷Dahil hindi kayo naglingkod nang may kaligayahan at kagalakan sa Panginoon na inyong Dios sa panahon ng inyong kasaganaan, ⁴⁸ibibigay niya kayo sa mga kaaway na ipinadala niya sa inyo at maglilingkod kayo sa kanila. Gugutumin kayo, uuhawin, kukulangin ng damit at mawawalan ng lahat ng bagay. Pahihirapan niya kayo na parang kinabitan ng pamatok na bakal sa leeg hanggang sa mamatay kayo.

⁴⁹"Ipapasalakay kayo ng Panginoon sa isang bansa na mula sa malayong lugar, sa dulo ng mundo, na hindi ninyo maintindihan ang salita. Sasalakayin nila kayo katulad ng pagsila ng agila sa mga kaaway. ⁵⁰Mababangis sila at walang awa sa matanda man o bata. ⁵¹Kakainin nila ang mga hayop at mga ani ninyo hanggang sa mamatay kayo. Wala silang ititirang trigo, bagong katas ng ubas, langis o hayop hanggang sa malipol kayo. ⁵²Sasalakayin nila ang lahat ng lungsod na ibinibigay ng Panginoon na inyong Dios sa inyo hanggang sa gumuho ang nagtataasang pader nito na pinagtitiwalaan ninyo. ⁵³"Sa panahong pinapalibutan kayo ng mga kaaway, kakainin ninyo ang inyong mga anak na ibinigay sa inyo ng Panginoon na inyong Dios *dahil sa sobrang gutom*. ⁵⁴Kahit na ang mahinahon at napakabait na tao sa inyo ay hindi na maaawa sa kanyang kapatid, sa minamahal niyang asawa at sa natira niyang anak. ⁵⁵Hindi sila bibigyan ng kinakain niyang laman ng kanyang anak dahil natatakot siyang maubusan ng pagkain. Ganyan ang mangyayari sa inyo sa panahon na papalibutan ng inyong mga kaaway ang lahat ng lungsod ninyo. ⁵⁶Kahit na ang mahinhin at napakabait na babae ay magiging mabangis sa kanyang minamahal na asawa't mga anak. ⁵⁷Itatago niya ang kanyang anak na kapapanganak pa lang at ang inunan nito para kainin nang lihim, dahil natatakot siyang walang makain habang pinapalibutan ng inyong mga kaaway ang inyong lungsod.

⁵⁸"Kung hindi ninyo susunding mabuti ang lahat ng mga utos na nakasulat sa aklat na ito, at hindi igagalang ang kahanga-hanga at kamanghamanghang pangalan ng Panginoon na inyong Dios, ⁵⁹padadalhan niya kayo at ang inyong mga lahi ng malulubhang karamdaman na sobrang sakit at wala nang lunas para rito. ⁶⁰Ipapalasap niya

sa inyo ang nakakatakot na mga karamdaman na ipinadala niya sa Egipto, at mananatili ito sa inyo. ⁶¹Ipapalasap din sa inyo ng Panginoon ang lahat ng uri ng karamdaman na hindi naisulat sa aklat ng kasunduan, hanggang sa mamatay kayo. ⁶²Kahit na kasindami kayo ng bituin sa langit, kakaunti lang ang matitira sa inyo dahil hindi kayo sumunod sa Panginoon na inyong Dios. ⁶³Gaya ng kasiyahan ng Panginoon sa pagpapaunlad at pagpaparami sa inyo, ikasisiya rin niya ang pagwasak at pagpatay sa inyo, hanggang sa mawala kayo sa lupaing titirhan at aangkinin ninyo.

⁶⁴"Pangangalat kayo ng Panginoon sa lahat ng bansa sa bawat sulok ng mundo. At doo'y sasamba kayo sa ibang mga dios na gawa sa kahoy at bato, na hindi ninyo nakikilala o ng inyong mga ninuno. ⁶⁵Wala kayong kapayapaan doon at wala rin kayong lugar na mapagpapahingahan. Hindi kayo bibigyan ng Panginoon ng kapanatagan at mawawalan kayo ng pag-asa, at palaging mamumuhay sa kabiguan. ⁶⁶Laging manganganib ang inyong buhay; araw at gabi kayo'y matatakot, at walang katiyakan ang inyong buhay. ⁶⁷Dahil sa takot ninyo sa mga bagay na nakikita ninyo sa paligid, sasabihin ninyo kapag umaga, 'Sana, gabi na.' At kapag gabi naman, sasabihin ninyong, 'Sana, umaga na.' ⁶⁸Pababalikin kayo ng Panginoon sa Egipto sakay ng barko, kahit na sinabi ko sa inyo na hindi na kayo dapat bumalik doon. Ipagbibili ninyo roon ang inyong mga sarili sa inyong mga kaaway bilang mga alipin, pero walang bibili sa inyo."

Ang Pagbago ng Kasunduan

29 Ito ang mga tuntunin ng pagsunod sa kasunduang ipinagawa ng Panginoon kay Moises sa mga Israelita sa Moab, maliban pa sa kasunduan na ginawa niya sa kanila sa Horeb.

²Ipinatawag ni Moises ang lahat ng Israelita at sinabi sa kanila, "Nakita ninyo ang lahat ng ginawa ng Panginoon sa Faraon at sa lahat ng opisyal niya at sa buong bansa nito. ³Nakita ninyo noon ang matinding pagsubok*ᵃ*, ang mga himala at ang mga kamangha-manghang gawa. ⁴Pero hanggang ngayon, hindi pa ito ipinauunawa ng Panginoon sa inyo. ⁵Sa loob ng 40 taon na pinangunahan ko kayo sa ilang, hindi naluma ang mga damit at sandalyas ninyo. ⁶Wala kayong pagkain doon o katas ng ubas o ng iba pang inumin, pero binigyan kayo ng Panginoon ng mga kailangan ninyo para malaman ninyong siya ang Panginoon na inyong Dios.

⁷"Pagdating natin sa lugar na ito, nakipaglaban sa atin si Haring Sihon ng Heshbon at si Haring Og ng Bashan, pero tinalo natin sila. ⁸Inagaw natin ang lupain nila at ibinigay ito sa mga lahi nina Reuben, Gad at sa kalahating lahi ni Manase bilang mana nila.

⁹"Kaya sundin ninyong mabuti ang mga ipinatutupad ng kasunduang ito, para maging matagumpay kayo sa lahat ng ginagawa ninyo. ¹⁰Sa araw na ito, nakatayo kayo sa harap ng presensya ng Panginoon na inyong Dios: ang mga pinuno ng mga angkan ninyo, ang mga tagapamahala, ang mga opisyal at lahat ng kalalakihan ng Israel, ¹¹ang mga

---

a 3 pagsubok: o salot

asawa't mga anak ninyo, at ang mga dayuhan na naninirahang kasama ninyo na inyong tagasibak at taga-igib. ¹²Nakatayo kayo rito ngayon para gawin ang kasunduan sa Panginoon na inyong Dios. Sinusumpaan ng Panginoon ang kasunduang ito ngayon. ¹³Gusto niyang mapatunayan sa inyo sa araw na ito na kayo ang mamamayan niya at siya ang Dios ninyo ayon sa ipinangako niya sa inyo at sa inyong mga ninuno na sina Abraham, Isaac, at Jacob. ¹⁴⁻¹⁵Pero hindi lang kayo na nakatayo ngayon dito sa presensya ng Panginoon na inyong Dios ang saklaw ng kasunduang ito, kundi pati ang lahat ng inyong lahi na ipapanganak pa lang.

¹⁶"Nalalaman ninyo kung paano tayo nanirahan sa Egipto noon at kung paano tayo naglakbay sa lupain ng iba pang mga bansa papunta sa lugar na ito. ¹⁷Nakita ninyo ang kanilang kasuklam-suklam na mga dios-diosan na ginawa mula sa kahoy, bato, pilak at ginto. ¹⁸Siguraduhin ninyong wala ni isa sa inyo, babae o lalaki, sambahayan o angkan, na tatalikod sa Panginoon na ating Dios at sasamba sa mga dios ng mga bansang iyon para wala ni isa sa inyo ang maging katulad ng ugat na tumutubong mapait at nakakalason. ¹⁹Ang sinumang nakarinig ng mga babala ng sumpang ito ay huwag mag-iisip na hindi siya masasaktan kahit na magpatuloy siya sa kanyang gusto. Pagbagsak ang idudulot nito sa inyong lahat. ²⁰Hindi siya patatawarin ng Panginoon. Maglalagablab ang galit ng Panginoon sa kanya *tulad ng apoy*, at mangyayari sa kanya ang lahat ng sumpa na nakasulat sa aklat na ito, at buburahin ng Panginoon ang kanyang pangalan sa mundo. ²¹Ibubukod siya ng Panginoon sa lahat ng lahi ng Israel, at pahihirapan siya ayon sa mga sumpa ng kasunduan na nakasulat dito sa Aklat ng Kautusan.

²²"Sa mga susunod na henerasyon, ang inyong mga lahi at ang mga dayuhang galing sa malayong lugar ay makakakita ng mga kalamidad at mga karamdamang ipapadala ng Panginoon sa inyo. ²³Ang buong lupain ninyo ay magiging katulad ng disyerto na natabunan ng asupre at asin. Walang magtatanim sa lupaing ito dahil hindi tutubo ang mga pananim. Magiging katulad ito ng pagkawasak ng Sodom at Gomora, Adma at Zeboyim na ibinagsak ng Panginoon dahil sa matindi niyang galit. ²⁴Pagkatapos, magtatanong ang mga bansa, 'Bakit ginawa ito ng Panginoon sa kanyang bansa? Bakit napakatindi ng kanyang galit?'

²⁵"At sasagutin sila nang ganito, 'Dahil sinuway ng mga taong ito ang kasunduang ginawa sa kanila ng Panginoon, ang Dios ng kanilang mga ninuno, nang inilabas niya sila sa Egipto. ²⁶Sumamba sila at naglingkod sa ibang mga dios na hindi nila nakikilala, na ipinagbawal ng Panginoon na sambahin nila. ²⁷Kaya nagalit nang matindi ang Panginoon sa kanilang bansa at ipinalasap niya sa kanila ang lahat ng sumpa na nakasulat sa aklat na ito. ²⁸Sa matinding galit ng Panginoon, pinalayas niya sila sa kanilang bansa at ipinabihag sa ibang mga bansa kung saan sila naninirahan ngayon.'

²⁹May mga lihim na bagay na ang Panginoon lang ang nakakaalam, pero ipinahayag niya sa atin at kanyang kasunduan, at dapat natin itong sundin maging ng ating lahi magpakailanman.

Ang mga Dapat Gawin upang Pagpalain ng Dios

30 "Kapag nangyari na sa inyo ang mga bagay na ito—ang mga pagpapala at ang mga sumpa na aking sinabi sa inyo—at maalala ninyo ito kapag naroon na kayo sa mga bansa kung saan ipinabihag kayo ng Panginoon na inyong Dios, ²at kung sa mga oras na iyon ay magbabalik-loob kayo sa Panginoon na inyong Dios, at susundin ninyo nang buong puso at kaluluwa ang lahat ng iniutos ko sa inyo ngayon, ³kaaawaan kayo ng Panginoon na inyong Dios at titipunin mula sa lahat ng bansa kung saan ipinabihag niya kayo, at pagkatapos ay muling magiging mabuti ang kalagayan ninyo. ⁴Kahit itinaboy pa niya kayo sa pinakamalayong bahagi ng mundo, titipunin pa rin kayo ng Panginoon na inyong Dios ⁵at pababalikin sa lupain ng inyong mga ninuno, at aangkinin ninyo ito. Pauunlarin at padadamihin pa niya kayo kaysa sa inyong mga ninuno. ⁶Babaguhin ng Panginoon na inyong Dios ang mga puso ninyo at ang mga puso ng inyong lahi para mahalin ninyo siya nang buong puso't kaluluwa, at mabubuhay kayo *nang matagal*. ⁷Ipaparanas ng Panginoon na inyong Dios ang lahat ng sumpang ito sa inyong mga kaaway na napopoot at gumigipit sa inyo. ⁸Muli ninyong susundin ang Panginoon at tutuparin ang lahat ng utos niya na ibinibigay ko sa inyo ngayon. ⁹Pauunlarin kayo ng Panginoon na inyong Dios sa lahat ng ginagawa ninyo. Pararamihin niya ang inyong mga anak, mga hayop at ang inyong mga ani, dahil natutuwa ang Panginoong pagpalain kayo gaya ng pagpapala niya sa inyong mga ninuno. ¹⁰Mangyayari ito kung susundin ninyo ang Panginoon na inyong Dios at tutuparin ang lahat ng utos niya at tuntuning nakasulat sa Aklat ng Kautusan, at kung manunumbalik kayo sa kanya nang buong puso't kaluluwa.

¹¹"Hindi mahirap unawain at gawin ang mga utos na ito na ibinibigay ko sa inyo ngayon. ¹²Wala ito sa langit para magtanong kayo, 'Sino ba ang aakyat sa langit para kunin ito at ipahayag sa atin upang masunod natin?' ¹³Wala rin naman ito sa kabila ng dagat para magtanong kayo, 'Sino ba ang tatawid sa dagat para kunin ito at ipahayag sa atin upang masunod natin?' ¹⁴Nasa inyo ito, sa bibig at puso ninyo, kaya ninyo itong sundin ito.

¹⁵"Makinig kayo! Sa araw na ito, pinapapili ko kayo: buhay o kamatayan, kasaganaan o kahirapan. ¹⁶Inuutusan ko kayo ngayon na mahalin ang Panginoon na inyong Dios, na mamuhay ayon sa kanyang pamamaraan, at sundin ang kanyang mga utos at tuntunin. *Kung gagawin ninyo ito*, mabubuhay kayo nang matagal at dadami, at pagpapalain kayo ng Panginoon doon sa lupaing titirhan at aangkinin ninyo.

¹⁷"Ngunit kung tatalikod kayo at hindi susunod sa kanya, at kung sasamba kayo at maglilingkod sa ibang mga dios; ¹⁸ngayon pa lang, binabalaan ko na kayo na siguradong mamamatay kayo. Hindi kayo mabubuhay nang matagal sa lupaing titirhan ninyo at mamanahin doon sa kabila ng Jordan. ¹⁹"Sa araw na ito, tinawag ko ang langit at lupa na maging saksi kung alin dito ang pipiliin ninyo: buhay o kamatayan, pagpapala o sumpa. Piliin sana ninyo ang buhay para mabuhay kayo nang matagal

pati na ang inyong mga anak.ᵃ ²⁰Mahalin ninyo ang PANGINOON na inyong Dios. Sundin ninyo siya at manatili kayo sa kanya, dahil siya ang inyong buhay. Kung gagawin ninyo ito, mabubuhay kayo nang matagal doon sa lupain na ipinangako niyang ibibigay sa inyong mga ninuno na sina Abraham, Isaac, at Jacob."

Si Josue ang Pumalit kay Moises
(Bil. 27:12-23)

31 Nagpatuloy si Moises sa pakikipag-usap sa lahat ng Israelita. ²Sinabi niya, "Ako'y 120 taong gulang na at hindi ko na kayo kayang pamunuan. At sinabi rin ng PANGINOON sa akin na hindi ako makakatawid sa Jordan. ³Ang PANGINOON na inyong Dios mismo ang mangunguna sa inyo sa pagtawid. Wawasakin niya ang mga bayan doon, at aangkinin ninyo ang mga lupain nila. Pangungunahan kayo ni Josue sa pagtawid ayon sa sinabi ng PANGINOON. ⁴Wawasakin ng PANGINOON ang mga bayang ito gaya ng ginawa niya kina Sihon at Og, na mga hari ng mga Amoreo, at sa kanilang lupain. ⁵Ibibigay sila ng PANGINOON sa inyo, at kailangang gawin ninyo sa kanila ang iniutos ko sa inyo. ⁶Magpakatatag kayo at magpakatapang. Huwag kayong matatakot sa kanila dahil ang PANGINOON na inyong Dios ay kasama ninyo; hindi niya kayo iiwan o pababayaan man."

⁷Pagkatapos, ipinatawag ni Moises si Josue, at sa harap ng lahat ng Israelita ay sinabi sa kanya, "Magpakatatag ka at magpakatapang, dahil ikaw ang mangunguna sa mga taong ito sa pagpunta at pagsakop sa lupaing ipinangako ng PANGINOON sa kanilang mga ninuno na ibibigay sa kanila. Tutulungan mo silang angkinin ang lupain. ⁸Pangungunahan ka ng PANGINOON at sasamahan ka niya; hindi ka niya iiwan o pababayaan man. Kaya huwag kang matakot ni panghinaan ng loob."

Ang Pagbasa ng Kautusan

⁹Isinulat ni Moises ang mga utos na ito at ibinigay sa mga paring lahi ni Levi, na siyang mga tagabuhat ng Kahon ng Kasunduan ng PANGINOON, at sa lahat ng tagapamahala ng Israel. ¹⁰Pagkatapos, inutusan sila ni Moises, "Sa katapusan ng bawat pitong taon na siyang taon ng pagkakansela ng mga utang, habang Pista ng Pagtatayo ng mga Kubol, ¹¹babasahin ninyo ang mga utos na ito sa lahat ng mga Israelita kung magtitipon sila sa presensya ng PANGINOON na inyong Dios sa lugar na pipiliin niya. ¹²Tipunin ang mga tao—mga lalaki, babae, bata at mga dayuhang naninirahan sa bayan n'yo—upang makapakinig sila at matutong gumalang sa PANGINOON na inyong Dios at sumunod nang mabuti sa lahat ng ipinatutupad ng mga utos na ito. ¹³Gawin ninyo ito para ang inyong mga anak na hindi pa nakakaalam ng mga utos na ito ay makarinig din nito at matutong gumalang sa PANGINOON na inyong Dios habang nabubuhay kayo sa lupaing aangkinin ninyo sa kabila ng Jordan."

Itinakda ang Pagrerebelde ng mga Israelita

¹⁴Sinabi ng PANGINOON kay Moises, "Malapit ka nang mamatay, kaya ipatawag mo si Josue at pumunta kayo sa Toldang Tipanan, dahil tuturuan ko siya roon ng gagawin niya." Kaya pumunta sina Moises at Josue sa Toldang Tipanan.

¹⁵Nagpakita ang PANGINOON sa pamamagitan ng ulap na parang haligi roon sa may pintuan ng Tolda. ¹⁶Sinabi ng PANGINOON kay Moises, "Malapit ka nang *mamatay at* makasama ng mga ninuno mo. Kung wala ka na, ang mga taong ito ay sasamba sa ibang mga dios na sinasamba ng mga tao sa lupaing pupuntahan nila. Itatakwil nila ako at susuwayin ang kasunduang ginawa ko sa kanila. ¹⁷Sa araw na iyon, magagalit ako sa kanila at itatakwil ko sila. Tatalikuran ko sila at sila'y malilipol. Maraming kapahamakan at kahirapan ang darating sa kanila, at sa panahong iyon, magtatanong sila, 'Dumating ba sa atin ang mga kapahamakang ito dahil hindi tayo sinasamahan ng PANGINOON?' ¹⁸Tatalikuran ko sila sa panahong iyon dahil sa lahat ng kasamaang ginawa nila at pagsamba sa ibang mga dios.

¹⁹"Kaya isulat mo ang awit na ito at ituro sa mga Israelita. Ipaawit mo ito sa kanila para maging saksi ito laban sa kanila. ²⁰Dadalhin ko sila sa maganda at masaganang lupainᵇ na ipinangako kong ibibigay sa kanilang mga ninuno. Doon, mabubuhay sila nang masagana; kakain sila ng lahat ng pagkaing gusto nila, at mabubusog sila. Pero tatalikuran nila ako at sasamba sa ibang mga dios. Susuwayin nila ang aking kasunduan. ²¹Kung dumating na sa kanila ang maraming kapahamakan at mga kahirapan, ang awit na ito ay magiging saksi laban sa kanila, sapagkat hindi ito malilimutan ng kanilang mga lahi. Nalalaman ko kung ano ang pinaplano nilang gawin kahit na hindi ko pa sila nadadala sa lupaing ipinangako ko sa kanila." ²²Sa araw na iyon, isinulat ni Moises ang awit at itinuro sa mga Israelita.

²³Itinalaga ng PANGINOON si Josue na anak ni Nun. Sabi niya, "Magpakatatag ka at magpakatapang, dahil ikaw ang magdadala sa mga Israelita sa lupain na ipinangako ko sa kanila, at sasamahan kita."

²⁴Pagkatapos na maisulat ni Moises ang lahat ng utos sa aklat, ²⁵inutusan niya ang mga Levita, na siyang mga tagabuhat ng Kahon ng Kasunduan ng PANGINOON. Sinabi niya, ²⁶"Kunin ninyo ang Aklat ng Kautusan na ito at ilagay sa tabi ng Kahon ng Kasunduan ng PANGINOON na inyong Dios. Mananatili ito roon bilang saksi laban sa mga mamamayan ng Israel. ²⁷Sapagkat nalalaman ko kung gaano kayo kasuwail kung gaano katigas ang inyong ulo. Kahit nga ngayong kasama ninyo ako, nagrerebelde na kayo sa PANGINOON, ano pa kaya kung patay na ako? ²⁸Tipunin ninyo sa harapan ko ang lahat ng tagapamahala ng inyong angkan at ang lahat ng opisyal para sabihin ko sa kanila ang mga bagay na ito. At tatawagin ko ang langit at ang lupa bilang saksi laban sa kanila. ²⁹Sapagkat nalalaman ko na kung patay na ako, siguradong gagawa kayo ng kasamaan at itatakwil ninyo ang lahat ng iniuutos ko sa inyo. Sa bandang huli, darating sa inyo ang lahat ng kapahamakan dahil gagawa kayo ng masama sa paningin ng PANGINOON at gagalitin ninyo siya sa pamamagitan ng mga gagawin ninyo."

ᵃ 19 *mga anak:* o, *lahi.*

ᵇ 20 *masaganang lupain:* sa literal, *lupain na dumadaloy ang gatas at pulot.*

Ang Awit ni Moises

³⁰ Ito ang kabuuan ng awit na ipinarinig ni Moises sa mga Israelita:

32 O langit, makinig, sapagkat magsasalita ako!

O lupa, pakinggan ang aking mga salita.
² Ang aking mga katuruan ay papatak gaya ng ulan at hamog.

Ang aking mga salita ay katulad ng patak ng ulan sa mga damo;

katulad rin ng ambon sa mga pananim.
³ Ipahahayag ko ang pangalan ng PANGINOON.

Purihin natin ang kadakilaan ng ating Dios!
⁴ Siya ang Bato *na kanlungan*;

matuwid ang lahat ng gawa niya

at mapagkakatiwalaan ang lahat ng kanyang mga pamamaraan.

Matapat siyang Dios at hindi nagkakasala;

makatarungan siya at maaasahan.
⁵ Ngunit nagkasala kayo sa kanya at hindi na kayo itinuring na mga anak niya,

dahil sa inyong kasamaan.

Makasalanan kayo at madayang henerasyon!
⁶ Ganito pa ba ang igaganti ninyo sa PANGINOON, kayong mga mangmang at kulang sa pang-unawa?

Hindi ba't siya ang inyong ama na lumikha sa inyo at nagtaguyod na kayo'y maging isang bansa?
⁷ Alalahanin ninyo ang mga taon na lumipas;

isipin ninyo ang mga lumipas na henerasyon.

Tanungin ninyo ang inyong mga magulang at mga matatanda, at ihahayag nila ito sa inyo.
⁸ Nang binigyan ng Kataas-taasang Dios ang mga bansa ng lupain nila at nang pinagbukod-bukod niya ang mga mamamayan,

nilagyan niya sila ng hangganan ayon sa dami ng mga anghel ng Dios.ᵃ
⁹ Pinili rin ng PANGINOON ang lahi ni Jacob bilang mamamayan niya.
¹⁰ Nakita niya sila sa disyerto, sa lugar na halos walang tumutubong pananim.

Binabantayan niya sila at iniingatan katulad ng pag-iingat ng tao sa kanyang mata.
¹¹ Binantayan niya sila gaya ng pagbabantay ng agila sa kanyang mga inakay habang tinuturuan niya itong lumipad.

Ibinubuka niya ang kanyang mga pakpak para saluhin at buhatin sila.
¹² Ang PANGINOON lang ang gumagabay sa kanyang mga mamamayan,

walang tulong mula sa ibang mga dios.
¹³ Sila ang pinamahala niya sa mga kabundukan,

at pinakain ng mga ani ng lupa.

Inalagaan niya sila sa pamamagitan ng pulot mula sa batuhan at ng langis *ng olibo* mula sa mabatong lupa.
¹⁴ Binigyan niya sila ng keso at gatas ng mga baka at kambing,

at binigyan ng matatabang tupa at kambing mula sa Bashan.

Binigyan din niya sila ng pinakamagandang trigo at pinainom ng katas ng ubas.
¹⁵ Naging maunlad ang mga Israelitaᵇ pero nagrebelde sila.

Tumaba sila at lumakas,

ngunit tinalikuran nila ang Dios na lumikha sa kanila,

at sinuway nila ang kanilang Bato *na kanlungan* na kanilang Tagapagligtas.
¹⁶ Pinagselos nila at ginalit ang PANGINOON dahil sa kanilang pagsamba sa mga dios na kasuklam-suklam.
¹⁷ Naghandog sila sa mga demonyo na hindi tunay na dios—mga dios na hindi nila kilala at kailan lang lumitaw,

at hindi iginalang ng kanilang mga ninuno.
¹⁸ Kinalimutan nila ang Dios na Bato *na kanlungan* na lumikha sa kanila.
¹⁹ Nakita ito ng PANGINOON,

at dahil sa kanyang galit, itinakwil niya sila na kanyang mga anak.
²⁰ Sinabi niya, "Tatalikuran ko sila, at titingnan ko kung ano ang kanilang kahihinatnan,

sapagkat sila'y masamang henerasyon, mga anak na hindi matapat.
²¹ Pinagselos nila ako sa mga hindi tunay na dios,

at ginalit nila ako sa kanilang walang kwentang mga dios-diosan.

Kaya pagseselosin ko rin sila sa pamamagitan ng pagpapala ko sa ibang mga lahi.

Gagalitin ko sila sa pamamagitan ng *pagpapala ko sa* mga mangmang na bansa.
²² Naglalagablab na parang apoy ang aking galit;

susunugin nito ang lupa at ang lahat ng naroon,

pati ang kailaliman ng lupa,ᶜ at ang pundasyon ng mga bundok.

²³ "Padadalhan ko sila ng mga kalamidad, at tatamaan sila ng aking mga pana.
²⁴ Gugutumin ko sila; at mangamamatay sila sa gutom at karamdaman.

Padadalhan ko sila ng mababangis na hayop para atakihin sila at mga ahas para sila'y tuklawin.
²⁵ Sa labas ng kanilang bahay, marami ang mamamatay sa labanan,

at sa loob nito'y maghahari ang takot.

Mamamatay ang lahat, maging ang mga kabataan, matatanda at mga bata.
²⁶ Sinabi ko na pangangalatin ko sila hanggang sa hindi na sila maalala sa mundo.
²⁷ Ngunit hindi ko papayagang magyabang ang kanilang mga kaaway. Baka sabihin nila, 'Natalo natin sila. Hindi ang PANGINOON ang gumawa nito.'"

ᵃ **8 mga anghel ng Dios:** Ito ang nasa tekstong Septuagint. Sa Dead Sea Scrolls, *mga anak ng Dios.* Sa tekstong Masoretic, *mga anak ni Israel.*

ᵇ **15 mga Israelita:** sa Hebreo, *Jeshurun;* ang ibig sabihin, *mga matuwid.*

ᶜ **22 kailaliman ng lupa:** o, *lugar ng mga patay.*

²⁸ Ang Israel ay isang bansa na walang alam at pang-unawa.
²⁹ Kung matalino lang sila, mauunawaan sana nila ang kanilang kahihinatnan.
³⁰ Paano ba mahahabol ng isang tao ang 1,000 Israelita?

Paano matatalo ng dalawang tao ang 10,000 sa kanila?

Mangyayari lamang ito kung ibinigay sila ng Panginoon na kanilang Bato *na kanlungan.*
³¹ Sapagkat ang Bato *na kanlungan* ng ating mga kaaway ay hindi katulad ng ating batong *kanlungan;*

at kahit sila ay nakakaalam nito.
³² Kasinsama ng mga naninirahan sa Sodom at Gomora ang ating mga kaaway,

katulad ng ubas na mapait at nakakalason ang bunga,
³³ at katulad ng alak na gawa sa kamandag ng ahas.
³⁴ Nalalaman ng Panginoon ang kanilang ginagawa,

iniipon niya muna ito at naghihintay ng tamang panahon para parusahan sila.
³⁵ Sabi niya, "Ako ang maghihiganti at magpaparusa sa kanila,

sapagkat darating ang panahon na madudulas sila.

Malapit nang dumating ang panahon ng kanilang pagbagsak."
³⁶ Ipagtatanggol ng Panginoon ang kanyang mga mamamayan;

kaaawaan niya ang kanyang mga lingkod, kapag nakita niya na wala na silang lakas at kakaunti na lang ang natira sa kanila, alipin man o hindi.
³⁷ At pagkatapos ay magtatanong ang Panginoon *sa kanyang mamamayan,* "Nasaan na ngayon ang inyong mga dios, ang batong kanlungan ninyo?
³⁸ Nasaan na ngayon ang inyong mga dios na kumakain ng taba at umiinom ng alak na inyong handog?

Magpatulong kayo sa kanila, at gawin ninyo silang proteksyon!
³⁹ Tingnan ninyo ngayon; ako lang ang Dios! Wala nang iba pang dios maliban sa akin.

Ako ang pumapatay at ako ang nagbibigay-buhay;

ako ang sumusugat at nagpapagaling, at walang makatatakas sa aking mga kamay.
⁴⁰ Ngayon, itataas ko ang aking mga kamay at manunumpa,

'Ako na nabubuhay magpakailanman,
⁴¹ hahasain ko ang aking espada at gagamitin ko ito sa aking pagpaparusa:

Gagantihin ko ang aking mga kaaway at pagbabayarin ang mga napopoot sa akin.
⁴² Dadanak ang kanilang dugo sa aking pana, at ang aking espada ang papatay sa kanilang mga katawan.

Mamamatay sila pati na ang sugatan at mga bilanggo.

Mamamatay pati ang kanilang mga pinuno.' "
⁴³ Mga bansa, purihin n'yo ang mga mamamayan ng Panginoon.ᵃ

Sapagkat gaganti ang Panginoon sa mga pumatay sa kanyang mga lingkod.

Gaganti siya sa kanyang mga kaaway, at lilinisin niya ang kanyang lupain at ang kanyang mamamayan.

⁴⁴ Ito nga ang inawit ni Moises kasama si Josue sa harapan ng mga Israelita. ⁴⁵⁻⁴⁶ Pagkatapos niyang sabihin ito, sinabi ni Moises sa mga tao, "Itanim ninyo sa inyong mga puso ang lahat ng sinasabi ko sa inyo sa araw na ito. Ituro rin ninyo ito sa inyong mga anak para matupad nilang mabuti ang lahat ng sinasabi sa mga utos na ito. ⁴⁷ Hindi lang karaniwang salita ang mga utos na ito; magbibigay ito sa inyo ng buhay. Kung susundin ninyo ito, mabubuhay kayo nang matagal sa lupain na aangkinin ninyo sa kabila ng Jordan."

Ipinaalam ang Kamatayan ni Moises

⁴⁸ Nang araw ding iyon, sinabi ng Panginoon kay Moises, ⁴⁹ "Pumunta ka sa Moab, sa kabundukan ng Abarim, at umakyat ka sa bundok ng Nebo na nakaharap sa Jerico. Tanawin mo roon ang Canaan, ang lupaing ibinibigay ko sa mga Israelita na kanilang aangkinin. ⁵⁰ Sapagkat sa bundok na iyan ka mamamatay at isasama na sa iyong mga kamag-anak *na sumakabilang buhay na,* gaya ni Aaron na iyong kapatid nang mamatay siya sa Bundok ng Hor at isinama na rin sa mga kamag-anak niya *na sumakabilang buhay na.* ⁵¹ Sapagkat dalawa kayong nawalan ng pagtitiwala sa akin sa harap ng mga Israelita nang naroon kayo sa tubig ng Meriba sa Kadesh, sa ilang ng Zin. Hindi ninyo pinarangalan ang aking kabanalan sa kanilang harapan. ⁵² Kaya makikita mo lang sa malayo ang lupaing ibinibigay ko sa mga Israelita, pero hindi ka makakapasok doon."

Binasbasan ni Moises ang mga Lahi ng Israel

33 Ito ang basbas na sinabi ni Moises na lingkod ng Dios sa mga Israelita bago siya namatay. ² Sinabi niya,

"Dumating ang Panginoon galing sa Sinai; nagpakita siya galing sa Bundok ng Seir katulad ng pagsikat ng araw.

Sumikat siya sa mga tao galing sa Bundok ng Paran.

Dumating siya kasama ang libu-libong mga anghel,

at ang kanyang kanang kamay ay may dala-dalang naglalagablab na apoy.ᵇ
³ Tunay na minamahal ng Panginoon ang kanyang mamamayan.

Pinoprotektahan niya ang mga taong kanyang pinili.

---

a 43 purihin...Panginoon: o, *mangagalak kayo kasama ng mga mamamayan ng* Panginoon. Sa Dead Sea Scrolls at sa tekstong Griego, *Mangagalak kayong kasama niya, O langit, at lahat ng mga anghel ng Dios ay dapat sambahin siya.*

b 2 Dumating...apoy: o, *Dumating siya galing sa Meriba sa Kadesh, mula sa timog, sa mga libis.*

Kaya siya'y sinusunod nila at tinutupad ang kanyang utos.

⁴ Ibinigay ni Moises sa ating mga lahi ni Jacob ang kautusan bilang mana.

⁵ Naging hari ang PANGINOON ng Israel nang magtipon ang kanilang mga pinuno at ang kanilang mga angkan.

⁶ *Sinabi ni Moises tungkol sa lahi ni Reuben,*
"Sana'y hindi mawala ang mga lahi ni Reuben kahit kakaunti lang sila."

⁷ Sinabi ni Moises tungkol sa lahi ni Juda
"O PANGINOON, pakinggan po ninyo ang paghingi ng tulong *ng lahi* ni Juda.
Muli po ninyo silang isama sa ibang mga lahi *ng Israel.*
Protektahan at tulungan ninyo sila laban sa kanilang mga kaaway."

⁸ Sinabi ni Moises tungkol sa lahi ni Levi,
"O PANGINOON, ibigay po ninyo ang 'Urim' at 'Thummim'ᵃ sa tapat ninyong mga lingkod *na lahi ni Levi.*
Sinubukan ninyo sila sa Masa at sinaway sa tabi ng tubig ng Meriba.

⁹ Nagpakita sila ng malaking katapatan sa inyo kaysa sa kanilang mga magulang, mga kapatid at mga anak.
Sinunod po nila ang inyong mga utos, at iningatan ang inyong kasunduan.

¹⁰ Tuturuan nila ang mga Israelita ng inyong mga utos at tuntunin,
at maghahandog sila ng insenso at mga handog na sinusunog sa inyong altar.

¹¹ O PANGINOON, pagpalain n'yo po sila, at sana'y masiyahan kayo sa lahat ng kanilang ginagawa.
Ibagsak po ninyo ang kanilang mga kaaway upang hindi na sila makabangon pa."

¹² Sinabi ni Moises tungkol sa lahi ni Benjamin,
"Minamahal ng PANGINOON ang lahi ni Benjamin,
at inilalayo niya sila sa kapahamakan at pinoprotektahan sa buong araw."

¹³ Sinabi ni Moises tungkol sa lahi ni Jose,
"Sana'y pagpalain ng PANGINOON ang kanilang lupain at padalhan silang lagi ng ulan at ng tubig mula sa ilalim ng lupa.

¹⁴ Sa tulong ng araw, mamunga sana nang maayos ang kanilang mga pananim at mamunga sa tamang panahon nito.

¹⁵ Sana ang kanilang sinaunang kabundukan at kaburulan ay magkaroon ng mabuti at masaganang bunga.

¹⁶ Umani sana ng pinakamagandang produkto ang kanilang lupa dahil sa kabutihan ng Dios na nagpahayag sa kanila sa naglalagablab na mababang punongkahoy. Manatili sana ang mga pagpapalang ito sa lahi ni Jose dahil nakakahigit siya sa kanyang mga kapatid,

¹⁷ Ang kanyang lakas ay katulad ng lakas ng batang bakang lalaki.
Ang kanyang kapangyarihan ay katulad ng kapangyarihan ng sungay ng mailap na baka.
Sa pamamagitan nito, ibabagsak niya ang mga bansa kahit na ang nasa malayo.
Ganito ang aking pagpapala sa maraming mamamayan ng Efraim at Manase."

¹⁸ Sinabi ni Moises tungkol sa lahi nila Zebulun *at Isacar,*
"Matutuwa ang *lahi nina* Zebulun at Isacar *dahil uunlad sila* sa kanilang lugar.

¹⁹ Iimbitahin nila ang mga tao na pumunta sa kanilang bundok para maghandog ng tamang handog sa Dios.
Magdiriwang sila dahil maraming pagpapala na nakuha nila sa dagat at sa baybayin nito."

²⁰ Sinabi ni Moises tungkol sa lahi ni Gad,
"Purihin ang Dios na nagpapalawak ng teritoryo ng lahi ni Gad!
Nabubuhay sila sa lupaing ito katulad ng leon na handang sumunggab ng kamay o ng ulo ng kanyang kaaway.

²¹ Pinili niya ang pinakamagandang lupain na nababagay sa mga pinuno.
Kapag nagtitipon ang mga tagapamahala ng mga mamamayan ng Israel, sinusunod nila ang mga ipinatutupad ng PANGINOON at ang kanyang mga tuntunin para sa Israel."

²² Sinabi ni Moises tungkol sa lahi ni Dan,
"Ang lahi ni Dan ay katulad sa mga batang leon na tumatalon-talon mula sa Bashan."

²³ Sinabi ni Moises tungkol sa lahi ni Naftali,
"Ang lahi ni Naftali ay sagana sa pagpapala ng PANGINOON. Maangkin sana nila ang lupain sa kanluranᵇ at sa timog."

²⁴ Sinabi ni Moises tungkol sa lahi ni Asher,
"Pagpalain sana ng PANGINOON ang lahi ni Asher ng higit pa sa lahat ng lahi ng Israel.
Sana ay maging masaya sa kanila ang kapwa nila mga Israelita at maging sagana ang kanilang langis.

²⁵ At sana'y maprotektahan ng mga tarangkahang bakal at tanso ang mga pintuan ng kanilang lungsod,
at sana'y manatili ang kanilang kadakilaan habang sila'y nabubuhay.

²⁶ Walang katulad ang Dios ng Israel.ᶜ
Sa kanyang kadakilaan, sumasakay siya sa ulap para matulungan kayo. Sa kanyang kadakilaan dumarating siya mula sa kalangitan.

²⁷ Ang walang hanggang Dios ang inyong kanlungan;

ᵃ 8 *'Urim' at 'Thummim'*: Dalawang bagay na ginagamit sa pag-alam ng kalooban ng Dios.

ᵇ 23 *kanluran:* Ganito ang nakasulat sa tekstong Septuagint, Syriac, at Vulgate. Sa Hebreo, *Jeshurun;* ang ibig sabihin, *matuwid.*

ᶜ 26 *Israel:* sa Hebreo, *Jeshurun,* ang ibig sabihin, *matuwid.*

palalakasin niya kayo sa pamamagitan
ng walang hanggan niyang
kapangyarihan.
Palalayasin niya ang inyong mga kaaway sa
inyong harapan,
at iuutos niya sa inyo ang pagpapabagsak sa
kanila.
28 Kaya mamumuhay ang Israel na malayo sa
kapahamakan, sa lupaing sagana sa
trigo at bagong katas ng ubas,
at kung saan ang hamog na mula sa langit ay
nagbibigay ng tubig sa lupa.
29 Pinagpala kayo, *mga mamamayan ng* Israel!
Wala kayong katulad—isang bansa na iniligtas
ng PANGINOON.
Ang PANGINOON ang mag-iingat at tutulong
sa inyo,
at siya ang makikipaglaban para sa inyo.
Gagapang ang inyong mga kaaway papunta sa
inyo, at tatapakan ninyo sila sa likod."*a*

Ang Pagkamatay ni Moises

34 Mula sa kapatagan ng Moab, umakyat si
Moises sa Bundok ng Nebo sa tuktok ng
Pisga na nakaharap sa Jerico. Doon ipinakita ng
PANGINOON ang buong lupain—mula sa Gilead
hanggang sa Dan, 2 ang buong lupain ng Naftali,
ang lupain ng Efraim at ng Manase, ang buong
lupain ng Juda hanggang sa Dagat ng Mediteraneo,*b*
3 ang Negev, at ang buong lupain mula sa Lambak
ng Jerico (ang lungsod ng mga palma) hanggang sa
Zoar.
4 Pagkatapos, sinabi ng PANGINOON kay Moises,
"Iyan ang lupaing ipinangako ko kina Abraham,
Isaac at Jacob, at sinabi kong ibibigay ko ito sa
kanilang salinlahi. Ipinakita ko ito sa iyo, pero hindi
ka makakapunta roon."
5 Kaya namatay si Moises na lingkod ng
PANGINOON, ayon sa sinabi ng PANGINOON.
6 Inilibing siya sa Moab, sa lambak na nakaharap
sa Bet Peor, pero hanggang ngayon ay walang
nakakaalam kung saan talaga siya inilibing. 7 Si
Moises ay 120 taong gulang nang mamatay, pero
malakas pa rin siya, at malinaw pa ang paningin.
8 Nagluksa ang mga Israelita kay Moises doon sa
kapatagan ng Moab sa loob ng 30 araw.
9 Ngayon, si Josue na anak ni Nun ay binigyan
ng Espiritu ng karunungan dahil pinili siya ni
Moises na pumalit sa kanya sa pamamagitan ng
pagpapatong ng kamay nito sa kanya. Kaya sinunod
siya ng mga Israelita, at ginawa nila ang lahat ng
iniutos ng PANGINOON kay Moises.
10 Mula noon, wala nang propeta pa sa Israel na
katulad ni Moises, na nakakausap ng PANGINOON
nang harapan. 11 Isinugo ng PANGINOON si Moises
para gumawa ng mga himala at mga kamangha-
manghang bagay sa Egipto laban sa Faraon, sa
kanyang mga opisyal at sa buong bansa. 12 Wala
nang nakagawa pa ng mga makapangyarihan at
kamangha-manghang bagay na katulad ng ginawa
ni Moises sa harap ng lahat ng Israelita.

---

a 29 *tatapakan ninyo sila sa likod:* o, *tatapak-tapakan*
ninyo ang kanilang mga sambahan sa matataas na lugar.
b 2 *Dagat ng Mediteraneo:* sa Hebreo, *dagat sa kanluran.*

JOSUE

Ang Paghahanda sa Pag-agaw ng Canaan

1 Nang mamatay na si Moises na lingkod ng PANGINOON, sinabi ng PANGINOON sa kanang-kamay ni Moises na si Josue na anak ni Nun, ² "Patay na ang lingkod kong si Moises. Kaya ngayon, maghanda kayo, ikaw at ang lahat ng Israelita, sa pagtawid sa *Ilog ng* Jordan papunta sa lupaing ibibigay ko sa inyo. ³ Ayon sa ipinangako ko kay Moises, ibibigay ko sa inyo ang lahat ng lupaing mararating ninyo. ⁴ Ito ang magiging teritoryo n'yo: mula sa disyerto *sa timog* hanggang sa *kabundukan ng* Lebanon *sa hilaga*, at mula sa malaking Ilog ng Eufrates *sa silangan*, hanggang sa Dagat ng Mediteraneo *sa kanluran*, at ang lupain ng mga Heteo.

⁵ "Walang makakatalo sa iyo habang ikaw ay nabubuhay. Sasamahan kita gaya ng pagsama ko kay Moises. Hindi kita iiwan o kaya'y pababayaan. ⁶ Magpakatatag ka at magpakatapang, dahil ikaw ang mamumuno sa mga taong ito para angkinin ang lupaing ipinangako ko sa mga ninuno nila. ⁷ Basta't magpakatatag ka lang at magpakatapang. Sundin mong mabuti ang lahat ng kautusan na ibinigay sa iyo ng lingkod kong si Moises. Huwag mo itong kalilimutan para magtagumpay ka sa lahat ng ginagawa mo. ⁸ Huwag mong kalimutang basahin ang Aklat ng Kautusan. Pagbulay-bulayan mo ito araw at gabi para malaman mo kung paano mo matutupad nang mabuti ang lahat ng nakasulat dito. Kung gagawin mo ito, uunlad ka at magtatagumpay. ⁹ Alalahanin mo palagi ang bilin ko sa iyo: Magpakatatag ka at magpakatapang. Huwag kang matakot o kaya'y manghina, dahil *ako*, ang PANGINOON na iyong Dios, ay sasaiyo kahit saan ka pumaroon."

¹⁰ Kaya, inutusan ni Josue ang mga pinuno ng Israel, ¹¹ "Libutin ninyo ang kampo at sabihin ninyo sa mga tao na maghanda sila ng mga pagkain nila dahil sa ikatlong araw mula ngayon, tatawid tayo sa *Ilog ng* Jordan para angkinin ang lupaing ibinigay sa atin ng PANGINOON na ating Dios."

¹² At sinabi ni Josue sa mga lahi nina Reuben, Gad at sa kalahating lahi ni Manase, ¹³ "Alalahanin n'yo ang sinabi sa inyo ni Moises na lingkod ng PANGINOON. Sinabi niya na bibigyan kayo ng PANGINOON na inyong Dios ng lugar na matitirhan na may kapahingahan. At ito na nga ang lupaing ibinigay niya sa inyo: ¹⁴ Ang silangang bahagi ng *Ilog ng* Jordan. Mananatili rito ang mga asawa, mga anak at mga hayop ninyo. Pero dapat mauna ang mga sundalo sa pagtawid *sa Jordan* para tulungan ang mga kapatid ninyo, ¹⁵ hanggang sa masakop nila ang lupaing ibinigay sa kanila ng PANGINOON na ating Dios. Pagkatapos, maaari na kayong bumalik dito sa silangang bahagi ng Jordan, para angkinin ang lupaing ito na ibinigay sa inyo ni Moises na lingkod niya."

¹⁶ Sumagot sila kay Josue, "Gagawin namin ang lahat ng sinabi n'yo, at pupunta kami kahit saan n'yo kami ipadala. ¹⁷ Susunod kami sa inyo gaya ng pagsunod namin kay Moises. Samahan nawa kayo ng PANGINOON na inyong Dios gaya ng pagsama niya kay Moises. ¹⁸ Papatayin ang sinumang lalabag sa pamumuno at utos ninyo. Kaya magpakatatag po kayo at magpakatapang!"

Nagpadala si Josue ng mga Espiya sa Jerico

2 Pagkatapos, lihim na nagpadala si Josue ng dalawang tao mula *sa kampo ng mga Israelita sa* Shitim para mag-espiya sa lupain ng Canaan, lalung-lalo na sa lungsod ng Jerico. Nang makarating ang dalawang espiya sa Jerico, nakituloy sila sa bahay ni Rahab na isang babaeng bayaran.

² Nabalitaan ng hari ng Jerico na may dumating na mga Israelita nang gabing iyon para mag-espiya sa kanila. ³ Kaya nagpadala ng mensahe ang hari kay Rahab, na sinasabi: "Palabasin mo ang mga taong nakituloy sa bahay mo, dahil nandito sila para mag-espiya sa lupain natin."

⁴⁻⁶ Sinabi ni Rahab, "Totoo pong may mga taong nakituloy dito, pero hindi ko po alam kung taga saan sila. Umalis sila nang madilim na at pasara na ang pintuan ng lungsod. Hindi ko alam kung saan sila pupunta, pero kung susundan n'yo agad sila, maaabutan n'yo pa sila." (Pero ang totoo, itinago ni Rahab ang dalawang espiya sa bubong ng bahay niya at tinakpan niya sila ng mga pinagputol-putol na halaman na ginagawang *telang* linen na pinapatuyo niya roon.)

Umalis ang mga tauhan ng hari para habulin ang dalawang espiya. ⁷ Paglabas nila sa lungsod, isinara agad ang pintuan nito. Sa paghabol nila nakarating sila hanggang sa tawiran ng *Ilog ng* Jordan.

⁸ Bago matulog ang dalawang espiya, umakyat si Rahab sa bubong at ⁹ sinabi sa kanila, "Alam kong ibinigay sa inyo ng PANGINOON ang lupain ito at labis ang pagkatakot ng mga tao rito sa inyo. ¹⁰ Nabalitaan namin kung paano pinatuyo ng PANGINOON ang Dagat na Pula nang lumabas kayo sa Egipto. Nabalitaan din namin kung paano n'yo pinatay ang dalawang hari ng mga Amoreo na sina Sihon at Og, sa silangan ng Jordan. ¹¹ Natakot kami nang mabalitaan namin ito at naduwag ang bawat isa sa amin dahil sa inyo. Sapagkat ang PANGINOON na inyong Dios ay siyang Dios sa langit at sa lupa. ¹² Kaya ngayon, ipangako n'yo sa pangalan ng PANGINOON na tutulungan n'yo ang pamilya ko gaya ng pagtulong ko sa inyo. Bigyan n'yo ako ng patunay ¹³ na hindi n'yo papatayin ang mga magulang ko, mga kapatid ko at ang buo nilang sambahayan."

¹⁴ Sinabi ng dalawang espiya kay Rahab, "Itataya namin ang buhay namin para sa inyo! Huwag mo lang ipagsasabi ang pag-espiya namin dito, hindi ka namin gagalawin kapag ibinigay na ng PANGINOON ang lupaing ito sa amin."

¹⁵ Si Rahab ay nakatira sa bahay na nasa pader ng lungsod, kaya tinulungan niya ang dalawang espiya

na makababa sa bintana gamit ang lubid. ¹⁶Sinabi ni Rahab sa kanila, "Pumunta kayo sa kabundukan para hindi kayo makita ng mga humahabol sa inyo. Magtago kayo roon sa loob ng tatlong araw hanggang makabalik sila rito. Pagkatapos, maaari na kayong umuwi."

¹⁷Sinabi ng dalawang espiya kay Rahab, "Tutuparin namin ang ipinangako namin sa iyo, ¹⁸pero kailangang gawin mo rin ito: Kapag nilusob na namin ang lupain n'yo, itali mo ang pulang lubid na ito sa bintanang binabaan namin. Tipunin sa bahay mo ang mga magulang mo, mga kapatid mo at ang buo nilang sambahayan. ¹⁹Kung may isang lalabas at pupunta sa daan, hindi na namin pananagutan kapag namatay siya. Pero may pananagutan kami kapag may namatay sa loob ng bahay mo. ²⁰Pero kung ipagsasabi mo ang mga ginagawa namin, hindi namin tutuparin ang ipinangako namin sa iyo." ²¹Sumagot si Rahab, "Oo, payag ako." Pagkatapos, pinaalis sila ni Rahab, at itinali niya agad ang pulang lubid sa bintana.

²²Nang makaalis na ang dalawang espiya, pumunta sila sa kabundukan. Doon sila nagtago sa loob ng tatlong araw habang hinahanap sila ng mga tauhan *ng hari* sa mga daanan. Hindi sila nakita, kaya umuwi na lang ang mga tauhan ng hari. ²³Bumaba ng kabundukan ang dalawang espiya, at tumawid sa ilog at bumalik kay Josue. Ikinuwento nila kay Josue ang lahat ng nangyari. ²⁴Sinabi nila, "Totoong ibinibigay ng Panginoon ang buong lupain sa atin. Ang mga tao roon ay takot na takot sa atin."

Tumawid ang mga Israelita sa Jordan

3 Maaga pa'y bumangon na si Josue at ang lahat ng mga Israelita. Umalis sila sa Shitim at pumunta sa *Ilog ng* Jordan. Nagkampo muna sila roon bago sila tumawid. ²Pagkalipas ng tatlong araw, nag-ikot sa kampo ang mga pinuno ³at sinabi sa mga tao, "Kapag nakita n'yong dinadala ng mga pari na ma Levita ang Kahon ng Kasunduan ng Panginoon na inyong Dios, sumunod kayo sa kanila, ⁴para malaman n'yo kung saan kayo dadaan, dahil hindi pa kayo nakakadaan doon. Pero huwag kayong lalapit sa Kahon ng Kasunduan; magkaroon kayo ng agwat na isang kilometro."

⁵Pagkatapos, sinabi ni Josue sa mga tao, "Linisin n'yo ang inyong sarili*ᵃ* dahil bukas ipapakita sa inyo ng Panginoon ang mga kamangha-manghang bagay." ⁶Sinabi rin ni Josue sa mga pari, "Dalhin n'yo na ang Kahon ng Kasunduan at mauna kayo sa mga tao." Sinunod nila ang sinabi ni Josue.

⁷At sinabi ng Panginoon kay Josue, "Sa araw na ito, pararangalan kita sa harap ng lahat ng Israelita para malaman nilang sumasaiyo ako gaya ng pagsama ko kay Moises. ⁸Sabihin mo sa mga paring tagabuhat ng Kahon ng Kasunduan na pagtapak nila sa *Ilog ng* Jordan ay huminto muna sila."

⁹Kaya tinawag ni Josue ang mga tao, "Halikayo sasabihin ko sa inyo kung 'ano ang sinabi ng Panginoon na inyong Dios. ¹⁰Ngayon, malalaman n'yo na sumasainyo ang buhay na Dios, dahil

siguradong itataboy niya papalayo sa inyo ang mga Cananeo, Heteo, Hiveo, Perezeo, Girgaseo, Amoreo at mga Jebuseo. ¹¹Tiyakin n'yo na ang Kahon ng Kasunduan ng Panginoon na makapangyarihan sa buong mundo ay mauuna sa inyo sa pagtawid sa *Ilog ng* Jordan. ¹²Kaya ngayon, pumili kayo ng 12 lalaki, isa sa bawat lahi ng Israel. ¹³Kapag lumusong na ang mga pari na tagabuhat ng Kahon ng Kasunduan ng Panginoon, ang Panginoon na makapangyarihan sa buong mundo, hihinto ang pagdaloy ng tubig sa Ilog ng Jordan. Ang tubig nito mula sa itaas ay maiipon sa isang lugar."

¹⁴⁻¹⁵Anihan noon at umaapaw ang tubig sa pampang *ng ilog* ng Jordan. Umalis ang mga tao sa mga kampo nila para tumawid sa ilog. Nauuna sa kanila ang mga paring buhat ang Kahon ng Kasunduan. Paglusong ng mga pari sa ilog, ¹⁶huminto agad sa pagdaloy ang tubig. Naipon ang tubig sa malayo, sa lugar na tinatawag na Adam—isang bayan malapit sa Zaretan. Walang tubig na dumaloy papunta sa Dagat na Patay,*ᵇ* kaya nakatawid ang mga tao sa lugar na malapit sa Jerico. ¹⁷Nakatayo sa gitna ng natuyong ilog ang mga pari na buhat ang Kahon ng Kasunduan habang tumatawid ang mga Israelita. Hindi sila umalis doon hangga't hindi nakakatawid ang lahat.

Nagtayo ang mga Israelita ng Monumento

4 Nang makatawid na ang lahat ng mamamayan ng Israel sa *Ilog ng* Jordan, sinabi ng Panginoon kay Josue, ²"Pumili ka ng 12 lalaki, isa sa bawat lahi, ³at utusan ang bawat isa sa kanila na kumuha ng isang bato sa gitna ng ilog, doon sa kinatatayuan ng mga pari. Pagkatapos, dadalhin nila ito sa lugar na tutuluyan n'yo ngayong gabi."

⁴Kaya tinawag ni Josue ang 12 lalaki na pinili niya mula sa bawat lahi ng Israel at sinabi, ⁵"Pumunta kayo sa gitna ng ilog, sa harap ng Kahon ng *Kasunduan ng* Panginoon na inyong Dios. Ang bawat isa sa inyo'y kumuha ng isang malaking bato para sa bawat lahi ng Israel at pasanin ito. ⁶Gawin n'yo agad itong monumento bilang alaala sa ginawa ng Panginoon. Sa darating na panahon, kapag nagtanong ang mga anak n'yo kung ano ang ibig sabihin ng mga batong ito, ⁷sabihin n'yo sa kanila na huminto sa pagdaloy ang Ilog ng Jordan nang itinawid dito ang Kahon ng Kasunduan ng Panginoon. Ang mga batong ito ay isang alaala para sa mga mamamayan ng Israel magpakailanman."

⁸Sinunod ng 12 Israelita ang iniutos sa kanila ni Josue, ayon sa sinabi ng Panginoon. Kumuha sila ng 12 bato sa gitna ng ilog, isang bato para sa bawat lahi ng Israel. Dinala nila ang mga bato sa kampo nila at inilagay doon. ⁹Naglagay din si Josue ng 12 bato sa gitna ng ilog, sa lugar na kinatatayuan mismo ng mga paring buhat ang Kahon ng Kasunduan. Hanggang ngayon nandoon pa ang mga batong iyon. ¹⁰Natitiling nakatayo sa gitna ng ilog ang mga pari hanggang sa matapos ng mga tao ang lahat ng iniutos ng Panginoon kay Josue, na ayon din sa iniutos ni Moises kay Josue.

---

a 5 Linisin n'yo ang inyong sarili: Ang ibig sabihin, sundin nila ang seremonya ng pagiging malinis.

b 16 Dagat na Patay: sa Hebreo, *Dagat ng Araba, ang pinakamaalat na dagat.*

¹¹ Nang makatawid na silang lahat, itinawid din ang Kahon ng Kasunduan. At nauna ulit ang mga pari sa mga tao. ¹² Tumawid din at nauna sa mga tao ang mga lalaking armado mula sa lahi nina Reuben, Gad at kalahating lahi ni Manase, ayon sa iniutos ni Moises sa kanila. ¹³ Ang 40,000 armadong lalaki ay dumaan sa presensya ng PANGINOON*ᵃ* at pumunta sa Kapatagan ng Jerico para makipaglaban.

¹⁴ Nang araw na iyon, pinarangalan ng PANGINOON si Josue sa harap ng mga Israelita. At iginalang si Josue ng mga tao sa buong buhay niya gaya ng ginawa ng mga tao kay Moises.

¹⁵ Pagkatawid noon *ng mga Israelita sa Ilog ng Jordan*, sinabi ng PANGINOON kay Josue, ¹⁶ "Utusan mo ang mga paring may buhat ng Kahon ng Kasunduan, na umahon na sila sa *Ilog ng* Jordan." ¹⁷ At sinunod iyon ni Josue. ¹⁸ Kaya umahon ang mga pari na dala ang Kahon ng Kasunduan ng PANGINOON. At pagtapak nila sa pampang, dumaloy ulit ang tubig at umapaw gaya ng dati.

¹⁹ Ang pagtawid ng mga Israelita sa *Ilog ng* Jordan ay nangyari nang ikasampung araw ng unang buwan. Pagkatapos, nagkampo ang mga Israelita sa Gilgal, sa gawing silangan ng Jerico. ²⁰ Doon ipinalagay ni Josue ang 12 bato na ipinakuha niya sa *Ilog ng* Jordan. ²¹ Sinabi ni Josue sa mga Israelita, "Sa darating na panahon, kapag nagtanong sa inyo ang mga anak n'yo kung anong ibig sabihin ng mga batong ito, ²² sabihin n'yo na lumakad sa tuyong lupa ang mga Israelita nang tumawid sila sa *Ilog ng* Jordan. ²³ Sabihin n'yo sa kanila na pinatuyo ng PANGINOON na inyong Dios ang *Ilog ng* Jordan hanggang sa makatawid kayo, gaya ng ginawa niya sa Dagat na Pula hanggang sa makatawid tayo. ²⁴ Ginawa niya ito para kilalanin ng lahat ng mga tao sa mundo na makapangyarihan ang PANGINOON at upang lagi kayong magkaroon ng takot sa PANGINOON na inyong Dios."

Ang Pagtutuli

5 Nabalitaan ng lahat ng hari na Amoreo sa kanluran ng Jordan at ng lahat ng haring Cananeo sa baybayin ng Dagat *ng Mediteraneo* kung paanong pinatuyo ng PANGINOON ang *Ilog ng* Jordan nang tumawid ang mga Israelita. Kaya natakot sila at naduwag sa pakikipaglaban sa mga Israelita.

² Nang panahong iyon, sinabi ng PANGINOON kay Josue, "Gumawa ka ng mga patalim na gawa sa bato, at tuliin ang mga Israelita." (Ito ang ikalawang pagkakataon na tutuliin ang mga Israelitang hindi pa tuli.) ³ Kaya gumawa si Josue ng mga patalim, at tinuli ang mga lalaking Israelita roon sa *lugar na tinawag na* Bundok ng Pinagtulian.

⁴⁻⁶ Ito ang dahilan kung bakit tinuli ni Josue ang mga lalaki: Nang umalis ang mga Israelita sa Egipto, ang lahat ng lalaki ay natuli na. Pero ang mga isinilang sa loob ng 40 taon na paglalakbay nila sa ilang ay hindi pa natutuli. Nang panahong iyon, ang mga lalaking nasa tamang edad na para makipaglaban ay nangamatay dahil hindi sila sumunod sa PANGINOON. Sinabi sa kanila ng PANGINOON na hindi nila makikita ang maganda at masaganang lupainᵇ na ipinangako niya sa mga ninuno nila. ⁷ Ang mga anak nilang lalaki na pumalit sa kanila ang tinuli ni Josue, dahil hindi pa sila tuli nang panahong naglalakbay sila. ⁸ Matapos silang matuli, nanatili sila sa mga kampo nila hanggang sa gumaling ang mga sugat nila.

⁹ At sinabi ng PANGINOON kay Josue, "Sa araw na ito, inalis ko sa inyo ang kahihiyan ng *pagiging alipin n'yo* sa Egipto." Kaya ang lugar na iyon ay tinawag na Gilgalᶜ hanggang ngayon.

¹⁰ Noong gabi ng ika-14 na araw ng unang buwan, habang nagkakampo pa ang mga Israelita sa Gilgal, sa Kapatagan ng Jerico, ipinagdiwang nila ang Pista ng Paglampas ng Anghel. ¹¹ Kinaumagahan, kumain sila ng mga produkto ng lupaing iyon: binusang trigo at tinapay na walang pampaalsa. ¹² Mula nang araw na iyon, tumigil na ang pagbagsak ng "manna", at wala ng "manna" ang mga Israelita. Ang pagkain nila ay galing na sa inani sa lupain ng Canaan.

¹³ Nang malapit na si Josue sa Jerico, bigla niyang nakita ang isang lalaking nakatayo sa harap niya na may hawak na espada. Tinanong siya ni Josue, "Kakampi ka ba namin o kalaban?" ¹⁴ "Hindi," sagot ng lalaki. "Naparito ako bilang pinuno ng mga sundalo ng PANGINOON." Nagpatirapa si Josue *bilang paggalang* sa kanya at nagtanong, "Ginoo, ano po ang gusto n'yong ipagawa sa akin na inyong lingkod?" ¹⁵ Sumagot ang kumander ng mga sundalo ng PANGINOON, "Hubarin mo ang sandalyas mo, dahil banal na lugar ang kinatatayuan mo." At sinunod ni Josue ang iniutos sa kanya.

Ang Pagbagsak ng Jerico

6 Samantala, isinarang mabuti ng mga nakatira roon ang Jerico dahil sa mga Israelita. Walang makapasok o kaya'y makalabas na mga tao sa lungsod. ² Sinabi ng PANGINOON kay Josue, "Ipapasakop ko sa inyo ang Jerico pati ang hari at mga sundalo nito. ³ Ikaw at ang mga sundalo mo ay iikot sa lungsod ng isang beses sa bawat araw, sa loob ng anim na araw. ⁴ Pauunahin mo sa Kahon *ng Kasunduan* ang pitong pari na ang bawat isa sa kanila ay may dalang trumpeta. Sa ikapitong araw, iikutan n'yo ang lungsod ng pitong beses, kasama ng mga paring nagpapatunog ng mga trumpeta nila. ⁵ Kapag narinig n'yo na ang mahabang tunog ng trumpeta nila, sisigaw kayong lahat nang malakas. Pagkatapos, guguho ang pader ng lungsod at makakapasok kayong lahat nang walang hadlang."

⁶ Kaya tinawag ni Josue ang mga anak ni Nun ang mga pari at sinabi sa mga ito, "Dalhin n'yo ang Kahon ng Kasunduan. Mauuna ang pito sa inyo na may dalang trumpeta ang bawat isa." ⁷ At sinabi rin niya sa mga tao, "Lumakad na kayo! Paikutan n'yo ang lungsod. Ang ibang mga sundalo ay mauuna sa pitong pari na may dalang trumpeta."

⁸ Ayon sa sinabi ni Josue, nauna ang pitong pari sa Kahon ng Kasunduan at pinatunog nila ang mga trumpeta nila. ⁹ Ang ibang mga sundalo ay nauuna

---

ᵃ 13 presensya ng PANGINOON: Maaring ang ibig sabihin, *Kahon ng Kasunduan.*

ᵇ 4-6 masaganang lupain: sa literal, *lupain na dumadaloy ang gatas at pulot.*

ᶜ 9 Gilgal: Maaaring ang ibig sabihin, *inalis.*

sa mga pari, at may iba pang sumusunod sa Kahon ng Kasunduan. Walang hinto ang pagtunog ng mga trumpeta. [10] Pero sinabi ni Josue sa mga tao na huwag sumigaw o kaya'y mag-ingay hangga't hindi pa niya inuutos na sumigaw. [11] Ayon sa iniutos ni Josue, inikot nila sa lungsod ang Kahon ng Kasunduan ng PANGINOON ng isang beses. Pagkatapos, bumalik sila sa kampo nila at doon natulog kinagabihan.

[12] Kinaumagahan, maagang bumangon si Josue. Muling dinala ng mga pari ang Kahon ng Kasunduan, [13] at ang pito sa kanila ay nauna rin sa Kahon ng Kasunduan na nagpapatunog ng kanilang mga trumpeta. At ganoon din ang ginawa ng mga sundalo – iba sa kanila ay nasa unahan ng Kahon ng Kasunduan at ang iba'y nasa hulihan, habang patuloy na pinapatunog ang mga trumpeta. [14] Nang ikalawang araw, inikot nila ulit ang lungsod ng isang beses, at pagkatapos, bumalik sila sa kampo nila. Ganoon ang ginawa nila sa loob ng anim na araw.

[15] Nang ikapitong araw, madaling-araw pa lang ay bumangon na sila at inikutan ang lungsod ng pitong beses, sa ganoon ding paraan. Iyon lang ang araw na umikot sila sa lungsod ng pitong beses. [16] Sa ikapitong beses nilang pag-ikot, pinatunog ng mga pari ang mga trumpeta nila at inutusan ni Josue ang mga tao na sumigaw. At sinabi ni Josue, "Ibinigay na sa atin ng PANGINOON ang lungsod na ito! [17] Ang buong lungsod at ang lahat ng makukuha rito ay *wawasakin nang lubusan* bilang handog na buo sa PANGINOON. Si Rahab lang na babaeng bayaran at ang buo niyang sambahayan niya ang ililigtas dahil itinago niya ang mga espiya natin. [18] At huwag kayong kukuha ng kahit anumang bagay na inihandog na nang buo sa PANGINOON. Kapag kumuha kayo ng kahit ano, malilipol kayo at kayo ang magiging dahilan ng pagkawasak na darating sa Israel. [19] Ang lahat ng bagay na gawa sa pilak, ginto, tanso, o kaya'y bakal ay ihihiwalay para sa PANGINOON, at dapat itong ilagay sa taguan ng kayamanan ng PANGINOON." [20] Pinatunog ng mga pari ang mga trumpeta nila at nagsigawan ang mga Israelita nang marinig nila ito. Nawasak ang mga pader ng lungsod at lumusob sila. Nakapasok sila ng walang hadlang at nasakop nila ang lungsod. [21] Inihandog nila nang buo sa PANGINOON ang lungsod sa pamamagitan ng pagpatay sa mga lalaki't babae, matanda at bata, at pati mga baka, tupa at mga asno. [22] Inutusan ni Josue ang dalawang espiya, "Puntahan n'yo ang bahay ng babaeng bayaran, at palabasin n'yo sila at ang buong pamilya niya ayon sa ipinangako n'yo sa kanya." [23] Kaya umalis silang dalawa at dinala nila palabas si Rahab, kasama ang mga magulang niya, mga kapatid at ang buo niyang sambahayan. Pinalabas nila ang mga ito at nanatili sila labas ng kampo na Israel. [24] Sinunog nila ang buong lungsod at ang lahat na nandoon maliban sa mga bagay na gawa sa pilak, ginto, tanso at bakal. Pinagkukuha nila ito para ilagay sa taguan ng kayamanan ng PANGINOON. [25] Iniligtas nga ni Josue si Rahab at ang sambahayan niya dahil itinago niya ang mga lalaking inutusan ni Josue para mag-espiya sa Jerico. Hanggang ngayon, ang mga angkan niya ay naninirahan sa Israel.

[26] Nang panahong iyon, binalaan ni Josue ang mga Israelita, "Isusumpa ng PANGINOON ang sinumang maghahangad na itayo ulit ang lungsod ng Jerico. Mamamatay ang panganay na anak ng sinumang magtatayo ng pundasyon o ang sinumang gagawa ng mga pintuan nito."

[27] Kasama ni Josue ang PANGINOON, at naging tanyag siya sa buong lupain.

Ang Kasalanan ni Acan

7 Pero nilabag ng mga Israelita ang utos ng PANGINOON na huwag kumuha ng kahit anumang handog na nakalaan nang buo para sa PANGINOON. Kumuha si Acan ng mga bagay na hindi dapat kunin, kaya nagalit nang matindi ang PANGINOON sa kanila. Si Acan ay anak ni Carmi. Si Carmi ay anak ni Zabdi. Si Zabdi ay anak ni Zera. Nagmula sila sa lahi ni Juda.

[2] Mula sa Jerico, may inutusan si Josue na mga tao para mag-espiya sa Ai, isang lungsod sa silangan ng Betel, na malapit sa Bet Aven. Kaya umalis ang mga tao para mag-espiya. [3] Pagbalik nila, sinabi nila kay Josue, "Hindi kailangang lumusob tayong lahat sa Ai, dahil kaunti lang naman ang mga naninirahan doon. Magpadala ka lang ng 2,000 o kaya'y 3,000 tao para lumusob doon." [4] Kaya 3,000 Israelita ang lumusob sa Ai, pero napaatras sila ng mga taga-Ai. [5] Hinabol sila mula sa pintuan ng lungsod hanggang sa Shebarim[a], at 36 ang napatay sa kanila habang bumababa sila sa kabundukan. Kaya naduwag at natakot ang mga Israelita. [6] *Dahil sa lungkot,* pinunit ni Josue at ng mga tagapamahala ng Israel ang mga damit nila, at nilagyan ng alikabok ang mga ulo nila, at nagpatirapa sila sa harapan ng Kahon ng Kasunduan ng PANGINOON hanggang sa gumabi. [7] Sinabi ni Josue, "O PANGINOONG Dios, bakit n'yo pa po kami pinatawid sa *Ilog ng* Jordan kung ipapatalo n'yo rin lang naman kami sa mga Amoreo? Mabuti pang nanatili na lang kami sa kabila ng Jordan. [8] PANGINOON, ano po ang sasabihin ko, ngayong umurong na ang mga Israelita sa mga kalaban nila? [9] Mababalitaan ito ng mga Cananeo at ng iba pang taga-rito. Paiikutan nila kami at papatayin. Ano po ang gagawin n'yo alang-alang sa dakila n'yong pangalan?"

[10] Sinabi ng PANGINOON kay Josue, "Tumayo ka! Bakit ka ba nakadapa? [11] Nagkasala ang Israel; nilabag nila ang kasunduan ko. Kumuha sila ng mga bagay na nakalaang ihandog nang buo sa akin. Ninakaw nila ito, nagsinungaling sila tungkol dito, at isinama nila ito sa mga ari-arian nila. [12] Ito ang dahilan kung bakit hindi sila makalaban sa mga kaaway nila. Natakot sila at tumakas dahil sila mismo ay lilipulin din bilang handog sa akin. Hindi ko na kayo sasamahan kung hindi ninyo wawasakin ang mga bagay na nakalaang ihandog nang buo sa akin.

[13] "Tumayo ka at sabihin mo sa mga tao na linisin nila ang kanilang sarili[b] para bukas, dahil ako, ang PANGINOON na Dios ng Israel ay nagsasabi, 'O Israel, may tinatago kayong mga bagay na

---

a 5 *Shebarim:* Ang ibig sabihin, *tibagan ng bato.*
b 13 *linisin nila ang kanilang sarili:* Ang ibig sabihin, sundin nila ang seremonya ng pagiging malinis.

nakalaang ihandog nang buo sa akin. Hindi kayo makakalaban sa mga kaaway n'yo hangga't nasa inyo ang mga bagay na ito. ¹⁴Kaya bukas ng umaga, humarap kayo sa akin ayon sa inyong lahi. Ang lahing ituturo kong nagkasala ay humanay ayon sa angkan nila. Ang angkan na ituturo kong nagkasala ay humanay ayon sa pamilya nila. At ang pamilyang ituturo kong nagkasala ay humanay bawat isa. ¹⁵Ang taong ituturo ko na nagtago ng mga bagay na nakalaang ihandog nang buo sa akin ay susunugin kasama ng pamilya niya at ng lahat ari-arian niya. Dahil nilabag niya ang kasunduan ko at gumawa siya ng kahiya-hiyang bagay sa Israel.' "

¹⁶Kinabukasan, maagang pinalapit ni Josue ang mga Israelita ayon sa lahi nila. At napili ang angkan ni Juda. ¹⁷Pinalapit ang lahi ni Juda, at napili ang angkan ni Zera. Pinalapit ang angkan ni Zera at napili ang pamilya ni Zabdi.ᵃ ¹⁸Pinalapit ang pamilya ni Zabdi at napili si Acan. (Si Acan ay anak ni Carmi. Si Carmi ay anak ni Zabdi. At si Zabdi ay anak ni Zera na mula sa angkan ni Juda.)

¹⁹Sinabi ni Josue kay Acan, "Anak, parangalan mo ang Panginoon, ang Dios ng Israel; magsabi ka ng totoo sa harapan niya. Ano ang ginawa mo? Huwag mo itong ilihim sa akin."

²⁰Sumagot si Acan, "Totoong nagkasala ako sa Panginoon, ang Dios ng Israel. Ito po ang ginawa ko: ²¹Sa mga bagay na nasamsam natin, may nakita akong isang magandang damit na mula sa Babilonia, pilak na mga dalawang kilo't kalahati at isang baretang ginto na may bigat na kalahating kilo. Naakit ako sa mga ito, kaya kinuha ko. Ibinaon ko ito sa lupa sa loob ng tolda ko. Ang pilak ang nasa pinakailalim."

²²Kaya nagsugo si Josue ng mga tao, at patakbong pumunta ang mga ito sa tolda ni Acan. At nakita nga nila roon ang mga bagay na ibinaon, ang pilak ay nandoon nga sa ilalim nito. ²³Dinala nila ito kay Josue at sa lahat ng mga Israelita, at inilapag sa presensya ng Panginoon.

²⁴At dinala ni Josue at ng lahat ng mga Israelita si Acan sa Lambak ng Acor,ᵇ pati ang pilak, damit, isang baretang ginto, ang mga anak niya, mga baka, mga asno, mga tupa, tolda at ang lahat ng ari-arian niya. ²⁵Sinabi ni Josue kay Acan, "Bakit mo kami ipinahamak? Ngayon, ipapahamak ka rin ng Panginoon."

Binato ng mga Israelita si Acan hanggang sa mamatay. Binato rin nila ang pamilya niya at sinunog ang lahat ng bangkay at ang kanyang mga ari-arian. ²⁶Pagkatapos, tinabunan nila si Acan ng mga bato. Nandoon pa ang mga bato hanggang ngayon. At ang lugar na iyon ay tinatawag na Lambak ng Acor hanggang ngayon.

At napawi ang galit ng Panginoon.

Ang Pagsakop sa Ai

8 Sinabi ng Panginoon kay Josue, "Huwag kang matakot o kaya'y manghina. Isama mo ang lahat ng iyong sundalo at lusubin ulit ninyo ang Ai, dahil ibinigay ko na sa inyo ang hari ng Ai, ang kanyang mga mamamayan, ang kanyang bayan at ang kanyang lupain. ²Kung ano ang ginawa ninyo sa Jerico at sa hari nito, ganoon din ang gawin ninyo sa Ai. Pero sa pagkakataong ito, maaari na ninyong kunin ang kanilang mga ari-arian at mga hayop para sa inyong sarili. Maghanda kayo at tambangan ninyo sila sa likod ng lungsod."

³Kaya umalis sila Josue at ang lahat ng sundalo niya para lusubin ang Ai. Pumili si Josue ng 30,000 sundalo na mahuhusay makipaglaban at pinaalis nang gabi. ⁴Ito ang bilin ni Josue sa kanila, "Magtago kayo sa likod ng lungsod, pero huwag masyadong malayo. Humanda kayo sa paglusob kahit anong oras. ⁵Ako at ang mga kasama ko ay lulusob sa harapan. Kung lalabas na sila sa pakikipaglaban sa amin, tatakas kami, gaya ng nangyari noon. ⁶Iisipin nilang natatakot kami kagaya noon, kaya hahabulin nila kami hanggang sa makalayo sila sa lungsod. ⁷Pagkatapos, lumabas kayo sa pinagtataguan n'yo at sakupin ang lungsod. Ibibigay ito sa inyo ng Panginoon na inyong Dios. ⁸Kapag nasakop n'yo na ang lungsod, sunugin n'yo ito ayon sa sinabi ng Panginoon. Tiyakin n'yong gagawin ito ayon sa iniutos." ⁹Pinaalis sila ni Josue, at nagtago sila sa bandang kanluran ng Ai, sa kalagitnaan ng Ai at Betel. At sina Josue naman ay nagpaiwan sa kampo nang gabing iyon.

¹⁰Kinaumagahan, maagang tinipon ni Josue ang mga tauhan niya. Pinangunahan niya at ng mga pinuno ng Israel ang mga tao sa pagpunta nila sa Ai. ¹¹Nakarating sila sa lugar na nakaharap sa lungsod, sa bandang hilaga nito, at doon sila nagtayo ng mga tolda. May lambak na nakapagitan sa kanila at sa Ai. ¹²Nagpadala si Josue ng 5,000 sundalo para tambangan ang lungsod sa bandang kanluran nito, sa kalagitnaan ng Ai at Betel. ¹³Kaya pumwesto na ang mga sundalo. Ang ibang mga sundalo ay nasa bandang hilaga ng lungsod, at ang iba naman ay naroon sa bandang kanluran nito.

Nang gabing iyon pumunta sina Josue sa lambak. ¹⁴Nang makita ng hari ng Ai sina Josue, maaga pa'y agad-agad na siyang lumabas sa lungsod kasama ang mga tauhan niya, at pumunta sa lugar na nakaharap sa Lambak ng Jordanᶜ para makipaglaban sa Israel. Hindi nila alam na may lulusob sa kanila galing sa likod ng lungsod. ¹⁵Sina Josue at ang mga tauhan niya ay nagkunwaring natalo sila, at tumakas papuntang ilang. ¹⁶Kaya hinabol silang lahat ng kalalakihan ng Ai hanggang sa unti-unti silang lumalayo sa lungsod. ¹⁷Lahat ng kalalakihan sa Ai at sa Betel ay hinabol ang mga Israelita, kaya walang naiwan para ipagtanggol ang lungsod.

¹⁸Sinabi ng Panginoon kay Josue, "Ituro mo ang sibat mo sa Ai dahil ibibigay ko ito sa inyo." Kaya itinuro ni Josue ang sibat niya sa Ai. ¹⁹Nang ginawa niya iyon, lumabas at nagsitakbo ang mga tauhan niyang nananambang sa bayan, lumusob sila papasok sa lungsod, at dali-daling sinunog ito. ²⁰Nang lumingon ang mga taga-Ai, nakita nila ang makapal na usok sa ibabaw ng lungsod. Wala na silang matatakbuhan, dahil bigla na lang silang hinarap ng mga Israelita na hinahabol nila sa ilang. ²¹Dahil nang makita ni Josue at ng mga tauhan niya na nakapasok na sa lungsod ang mga kasama nila

ᵃ 17 Zabdi: o, Zimri.
ᵇ 24 Acor: Ang ibig sabihin, kaguluhan.
ᶜ 14 Lambak ng Jordan: sa Hebreo, Araba.

at sinunog na nila ito, bumalik sila at nilusob ang mga taga-Ai. ²²Lumusob din ang mga Israelitang pumasok sa lungsod, kaya napagitnaan nila ang mga taga-Ai. Pinatay nilang lahat ang mga ito at walang nakatakas o kaya'y naiwang buhay sa kanila, ²³bukod lang sa hari nila. Binihag siya at dinala kay Josue.

²⁴Nang mapatay na nilang lahat ang taga-Ai na humabol sa kanila sa ilang, bumalik sila sa lungsod at pinatay din ang lahat ng naiwan doon. ²⁵Nang araw na iyon, namatay ang lahat ng naninirahan sa Ai—12,000 lahat, lalaki at babae. ²⁶Nanatiling nakatutok ang sibat ni Josue sa lugar ng Ai hanggang hindi nalilipol ang lahat ng mamamayan nito. ²⁷Kinuha ng mga Israelita ang mga hayop at mga ari-arian ng lungsod, ayon sa sinabi ng PANGINOON kay Josue. ²⁸Pagkatapos, ipinasunog ni Josue ang buong Ai, at hindi na ito muling maitatayo; hanggang ngayon wala nang nakatira rito. ²⁹Pinabitin ni Josue sa isang puno ang hari at pinabayaan doon maghapon. Paglubog ng araw, ipinakuha niya ang bangkay at ipinatapon sa labas ng pintuan ng lungsod. Pinatambakan nila ito ng malaking bunton ng mga bato, at hanggang ngayon ay makikita pa roon ang mga batong ito.

Binasa ang Kasunduan sa Bundok ng Ebal

³⁰Pagkatapos, nagpagawa si Josue ng altar sa Bundok ng Ebal para sa PANGINOON, ang Dios ng Israel. ³¹Ipinagawa niya ito ayon sa utos ni Moises na lingkod ng PANGINOON sa mga Israelita. Nakasulat ito sa Aklat ng Kautusan ni Moises at ito ang sinasabi: "Gumawa ka ng altar na bato na hindi natabasan ng gamit na bakal." Sa ibabaw ng altar, nag-alay sila sa PANGINOON ng mga handog na sinusunog at mga handog para sa mabuting relasyon. ³²Sa harap ng mga Israelita, kinopya ni Josue sa mga bato*ᵃ* ang kautusang isinulat ni Moises. ³³Ang lahat ng mga Israelita, kasama ang kanilang mga tagapamahala, mga opisyal at mga hukom nila, pati ang mga dayuhang kasama nila ay tumayo sa dalawang grupo na magkaharap. Ang isang grupo ay nakatalikod sa Bundok ng Gerizim at isa'y nakatalikod sa Bundok ng Ebal. Sa gitna nila ay nakatayo ang mga paring Levita na nagbubuhat ng Kahon ng Kasunduan. Nag-utos sa kanila noon si Moises na lingkod ng PANGINOON na gawin ito sa panahong tatanggapin na nila ang pagbabasbas. ³⁴Binasa ni Josue ang Aklat ng Kasunduan, pati ang pagpapala at sumpa na nakasulat dito. ³⁵Isa-isang binasa ni Josue ang mga utos ni Moises sa harap ng buong mamamayan ng Israelita, kasama na ang mga babae, anak at mga dayuhang naninirahan kasama nila.

Niloko ng mga Taga-Gibeon ang mga Israelita

9 Narinig ng lahat ng hari sa kanluran ng Jordan ang pagtatagumpay ng mga Israelita. (Ito ay ang mga hari ng mga Heteo, Amoreo, Cananeo, Perezeo, Hiveo, at mga Jebuseo.) Nakatira sila sa mga kabundukan, kaburulan sa kanluranᵇ at sa baybayin ng Dagat ng Mediteraneo hanggang sa Lebanon. ²Nagtipon silang lahat para makipaglaban kay Josue at sa Israel.

³Pero nang marinig ng mga taga-Gibeon ang ginawa ni Josue sa Jerico at Ai, ⁴naghanap sila ng paraan para lokohin si Josue. Nagpadala sila ng mga tao kay Josue, ang mga asno nila'y may kargang lumang sako at mga sisidlang-balat ng alak na sira-sira at tagpi-tagpi. ⁵Nagsuot sila ng mga lumang damit at mga sandalyas na pudpod at tagpi-tagpi. Nagbaon sila ng matitigas at inaamag na mga tinapay. ⁶Pagkatapos, pumunta sila kay Josue sa kampo ng Israel sa Gilgal, at sinabi sa kanya at sa mga Israelita, "Pumunta kami rito galing sa malayong lugar para hilingin sa inyo na gumawa kayo ng kasunduan sa amin *na hindi n'yo gagalawin ang mga mamamayan namin.* ⁷Pero sumagot ang mga Israelita, "Baka taga-rito rin kayo malapit sa amin. Kaya hindi kami maaaring gumawa ng kasunduan sa inyo." ⁸Nagmakaawa sila kay Josue, "Handa po kaming maging lingkod ninyo." Nagtanong si Josue sa kanila, "Sino kayo at saan kayo nanggaling?" ⁹Sumagot sila, "Galing po kami sa napakalayong lugar. Pumunta kami rito dahil narinig namin ang tungkol sa PANGINOON na inyong Dios. Nabalitaan din namin ang lahat ng kanyang ginawa sa Egipto, ¹⁰at sa dalawang hari na Amoreo sa silangan ng Jordan na sina Haring Sihon ng Heshbon, at Haring Og ng Bashan na nakatira sa Ashtarot. ¹¹Kaya inutusan kami ng mga tagapamahala at mga kababayan namin na maghanda ng pagkain at pumunta rito, at makipagkita sa inyo para sabihin na handa kaming maglingkod sa inyo basta't gumawa lang kayo ng kasunduan sa amin *na hindi n'yo kami gagalawin.* ¹²Tingnan n'yo po ang tinapay namin, mainit pa ito pag-alis namin, pero ngayon matigas na at durug-durog pa. ¹³Itong mga sisidlang-balat ay bago pa nang salinan namin ng alak, pero tingnan n'yo po, sira-sira na ito. Ang mga damit at sandalyas namin ay naluma na dahil sa malayong paglalakbay."

¹⁴Naniwala at tinanggap ng mga Israelita ang ebidensya na dala nila, pero hindi sila nagtanong sa PANGINOON tungkol dito. ¹⁵Gumawa si Josue ng kasunduan sa kanila, na hindi niya sila gagalawin o kaya'y papatayin. At nanumpa ang mga pinuno ng mga kapulungan *ng Israel* sa kasunduang ito.

¹⁶Pagkalipas ng tatlong araw pagkatapos pagtibayin ang kasunduan, nabalitaan ng mga Israelita na malapit lang pala sa kanila ang tinitirhan ng mga taong iyon. ¹⁷Kaya umalis ang mga Israelita, at matapos ang tatlong araw, nakarating sila sa mga lungsod na tinitirhan ng mga taong iyon. Ito'y ang mga lungsod ng Gibeon, Kefira, Beerot at Kiriat Jearim. ¹⁸Pero hindi sila nilusob ng mga Israelita dahil may sinumpaan silang kasunduan sa mga pinuno ng Israel sa pangalan ng PANGINOON, ang Dios ng Israel.

Nagreklamo ang mga Israelita sa mga pinuno nila, ¹⁹pero sumagot ang lahat ng pinuno, "May sinumpaan na tayo sa kanila sa pangalan ng PANGINOON, ang Dios ng Israel, kaya ngayon ay hindi natin sila pwedeng galawin. ²⁰Ganito ang gagawin natin: Hindi natin sila papatayin dahil baka parusahan tayo ng Dios kapag sinira natin ang

---

a 32 sa mga bato: o, *sa mga bato ng altar.*
b 1 kaburulan sa kanluran: sa Hebreo, *Shefela.*

sumpaan natin sa kanila. ²¹ Pabayaan natin silang mabuhay, pero gawin natin silang tagapangahoy at tagaigib ng buong mamamayan." *At ganito nga ang nangyari sa mga taga-Gibeon* ayon sa sinabi ng mga pinuno tungkol sa kanila.

²² Ipinatawag ni Josue ang mga taga-Gibeon at sinabi, "Bakit n'yo kami niloko? Bakit n'yo sinabing galing pa kayo sa malayong lugar pero taga-rito lang pala kayo malapit sa amin? ²³ Dahil sa ginawa n'yo, isusumpa kayo *ng Dios*: Mula ngayon, maglilingkod kayo bilang tagapangahoy at tagaigib para sa bahay ng aking Dios." ²⁴ Sumagot sila kay Josue, "Ginawa namin ito dahil natatakot po kami na baka patayin n'yo kami. Dahil nabalitaan po namin na inutusan ng Panginoon na inyong Dios si Moises na kanyang lingkod, na ibigay sa inyo ang lupaing ito at patayin ang lahat ng nakatira rito. ²⁵ Ngayon, nandito kami sa ilalim ng kapangyarihan n'yo, kayo ang masusunod kung ano po ang dapat ninyong gawin sa amin." ²⁶ Hindi pinahintulutan ni Josue na patayin sila ng mga Israelita. ²⁷ Pero ginawa niya silang mga tagapangahoy at tagaigib para sa mga Israelita at sa altar ng Panginoon. Hanggang ngayon, ginagawa nila ang gawaing ito sa lugar na pinili ng Panginoon *kung saan siya sasambahin.*

Natalo ng Israel ang mga Hari sa Timog

10 Nabalitaan ni Haring Adoni Zedek ng Jerusalem na inagaw ni Josue ang Ai at nilipol nang lubusan at pinatay ang hari nito, gaya ng ginawa niya sa Jerico at sa hari nito. Nabalitaan din niya na ang mga taga-Gibeon ay nakipagkaibigan na sa mga Israelita at namuhay kasama nila. ² Natakot siya at ang mga tao sa kanyang nasasakupan dahil alam niya na ang Gibeon ay isang makapangyarihang lungsod na may sarili ring hari. Mas malaki pa ito sa Ai at ang mga sundalo nito'y mahuhusay makipaglaban. ³ Kaya nagpadala ng mensahe si Adoni Zedek kina Haring Hoham ng Hebron, Haring Piram ng Jarmut, Haring Jafia ng Lakish, at Haring Debir ng Eglon. ⁴ *Ito ang mensahe niya,* "Tulungan n'yo akong lusubin ang Gibeon dahil nakipagkaibigan ito kay Josue at sa mga Israelita." ⁵ Kaya nagkaisa ang limang hari ng mga Amoreo: ang hari ng Jerusalem, Hebron, Jarmut, Lakish at Eglon. Tinipon nila ang mga sundalo nila at nilusob ang Gibeon.

⁶ Nagpadala ng mensahe ang mga taga-Gibeon kay Josue sa kampo nito sa Gilgal. Sinabi nila, "Huwag n'yo kaming pabayaan, kaming mga lingkod ninyo. Pumunta po kayo agad dito at iligtas kami. Tulungan n'yo kami dahil pinagtutulungan kami ng lahat ng hari ng mga Amoreo na nakatira sa mga kabundukan." ⁷ Kaya umalis si Josue kasama ang lahat ng sundalo niya, pati ang lahat ng mahuhusay makipaglaban. ⁸ Sinabi ng Panginoon kay Josue, "Huwag kang matakot sa kanila. Ibibigay ko sila sa iyo. Wala kahit isa sa kanila ang makakatalo sa iyo." ⁹ Buong gabing naglakad sina Josue mula sa Gilgal, at nilusob nila ang mga kalaban na walang kamalay-malay. ¹⁰ Sinindak ng Panginoon ang mga kalaban nang makaharap nila ang mga Israelita, at marami sa kanila ang pinatay doon sa Gibeon. Ang iba sa kanila'y hinabol at pinatay sa daang paakyat sa Bet Horon hanggang sa Azeka at Makeda. ¹¹ Patuloy ang paghabol sa kanila ng mga

Israelita habang bumababa sila galing sa Bet Horon. At nang papunta sila sa Azeka, pinaulanan sila ng Panginoon ng malalaking yelo at namatay sila. Mas marami pang namatay sa kanila sa yelo kaysa sa espada ng mga Israelita.

¹² Nang araw na pinagtagumpay ng Panginoon ang mga Israelita laban sa mga Amoreo, nanalangin si Josue sa Panginoon. Pagkatapos, sinabi niya habang nakikinig ang mga Israelita, "Araw, tumigil ka sa taas ng Gibeon! *Ikaw naman* buwan, *tumigil ka* sa taas ng Lambak ng Ayalon." ¹³ Kaya tumigil ang araw at ang buwan hanggang sa natalo ng mga Israelita ang mga kalaban nila.

Ang pangyayaring ito ay nakasulat sa Aklat ni Jashar. Tumigil ang araw sa gitna ng langit, at hindi ito lumubog sa buong araw. ¹⁴ Hindi pa nangyari ang ganito mula noon, mula noon, na sumagot ang Panginoon sa panalangin ng tao na kagaya nito. Tunay na nakikipaglaban ang Panginoon para sa Israel.

¹⁵ Pagkatapos, bumalik si Josue at ang lahat ng mga Israelita sa kampo nila sa Gilgal.

Pinatay ang Limang Hari ng mga Amoreo

¹⁶ Nakatakas ang limang hari at nagtago sa kweba sa Makeda. ¹⁷ Pero may nakakita sa kanila na doon sila nagtatago, at sinabi nila ito kay Josue. ¹⁸ Kaya sinabi ni Josue, "Tabunan n'yo ng malalaking bato ang bukana ng kweba at bantayan ninyo. ¹⁹ Pero huwag kayong manatili roon kundi habulin n'yo at lusubin ang mga naiwang kalaban. Siguraduhin ninyong hindi sila makakapasok sa mga lungsod nila. Dahil ibibigay sila sa inyo ng Panginoon na inyong Dios."

²⁰ Halos naubos ni Josue at ng mga Israelita ang mga kalaban nila. Pero mayroon ding nakaligtas at nakapasok sa mga napapaderang lungsod nito. ²¹ At bumalik ang lahat ng sundalo kay Josue sa kampo nila sa Makeda. Mula noon, wala nang nagtangkang magsalita laban sa mga Israelita.

²² At nag-utos si Josue, "Buksan n'yo ang kweba at dalhin dito sa akin ang limang hari." ²³ Kaya pinalabas nila sa kweba ang limang hari: ang hari ng Jerusalem, Hebron, Jarmut, Lakish at Eglon. ²⁴ Nang madala na ang limang hari kay Josue, tinipon ni Josue ang lahat ng mga Israelita at sinabi niya sa mga kumander ng mga sundalo niya, "Halikayo, at tapakan n'yo ang leeg ng mga haring ito." Kaya lumapit sila at tinapakan nila ang leeg ng mga haring iyon. ²⁵ Sinabi sa kanila ni Josue, "Huwag kayong matakot o kaya'y panghinaan ng loob. Magpakatatag kayo at magpakatapang. Ito ang gagawin ng Panginoon sa lahat ng kalaban ninyo." ²⁶ At pinatay ni Josue ang limang hari at ipinabitin sa limang puno hanggang hapon. ²⁷ Nang lumubog na ang araw, ipinakuha ni Josue ang mga bangkay nila at ipinatapon sa kweba na pinagtaguan nila. Tinakpan nila ang bunganga ng kweba ng malalaking bato na hanggang ngayon ay naroon pa.

Sinakop ni Josue ang Iba pang mga Lugar ng mga Amoreo

²⁸ Nang araw na iyon, sinakop ni Josue ang Makeda. Pinapatay niya ang lahat ng naninirahan dito, pati na ang hari nito. Nilipol niya ito nang

lubusan, at walang naiwang buhay. Ginawa ni Josue sa hari ng Makeda ang ginawa rin niya sa hari ng Jerico. ²⁹ Mula sa Makeda, pumunta si Josue at ang mga Israelita sa Libna at nilusob ito. ³⁰ Ibinigay din sa kanila ng Panginoon ang lungsod at ang hari nito. Pinatay nila ang lahat ng naninirahan dito, at walang naiwang buhay. Ginawa ni Josue sa hari ng Libna ang ginawa niya sa hari ng Jerico.

³¹ Mula sa Libna, pumunta si Josue at ang mga Israelita sa Lakish. Pinalibutan nila ito at nilusob. ³² Ibinigay ng Panginoon ang Lakish sa mga Israelita sa ikalawang araw ng labanan. Gaya ng ginawa nila sa Libna, pinatay din nila ang lahat ng naninirahan sa Lakish. ³³ Habang *nilulusob nila ang Lakish*, si Haring Horam ng Gezer at ang mga sundalo nito ay tumulong sa Lakish, pero natalo sila ni Josue, at walang naiwang buhay sa kanila.

³⁴ Mula sa Lakish, pumunta si Josue at ang mga Israelita sa Eglon. Pinalibutan din nila ito at nilusob. ³⁵ Sa mismong araw na iyon, nasakop nila ang Eglon at pinatay ang lahat ng naninirahan dito. Nilipol nila ito nang lubusan gaya ng ginawa nila sa Lakish.

³⁶ Mula sa Eglon, umahon si Josue at ang mga Israelita sa Hebron at nilusob ito. ³⁷ Sinakop nila ang lungsod, at pinatay nila ang hari at ang lahat ng naninirahan dito, pati na ang mga tao sa karatig baryo. Walang naiwang buhay. Winasak nila nang lubusan ang buong lungsod gaya ng ginawa nila sa Eglon.

³⁸ Pagkatapos nito, bumalik si Josue at ang mga Israelita at lumusob sa Debir. ³⁹ Inagaw nila ang lungsod at pinatay ang hari at ang lahat ng naninirahan dito, pati ang mga tao sa karatig baryo. Nilipol nila ito nang lubusan, at walang naiwang buhay. Ang ginawa nila sa Hebron at Libna at sa mga hari nito ay ginawa rin nila sa Debir at sa hari nito.

⁴⁰ Sinakop nga ni Josue ang buong lupain—ang mga kabundukan, ang Negev, ang kaburulan sa kanluran*ᵃ* at mga libis, pati na ang mga hari nito. Nilipol nang lubusan nina Josue ang lahat ng naninirahan dito, at walang naiwang buhay. Ginawa nila ito ayon sa utos ng Panginoon, ang Dios ng Israel. ⁴¹ Sinakop ni Josue ang mga lugar mula sa Kadesh Barnea hanggang sa Gaza, at mula sa buong lupain ng Goshen hanggang sa Gibeon. ⁴² Sinakop ni Josue ang lahat ng lupain at ang mga hari nito sa minsanang paglusob lamang, dahil ang Panginoon, ang Dios ng Israel, ang tumulong sa kanila sa pakikipaglaban.

⁴³ Pagkatapos, bumalik si Josue at ang lahat ng Israelita sa kampo nila sa Gilgal.

Nasakop ng Israel ang mga Lugar sa Hilaga

11 Nang mabalitaan ni Haring Jabin ng Hazor ang mga tagumpay ng Israel, nagpadala siya ng mensahe kay Haring Jobab ng Madon, sa mga hari ng Shimron at Acshaf, ² sa mga haring nasa kabundukan sa hilaga, sa*mga hari sa* Lambak ng Jordan*ᵇ* na nasa timog ng *Lawa ng* Galilea,*ᶜ* sa *mga hari sa kaburulan sa kanluran,ᵈ* sa *mga hari*

sa baybayin ng Dor sa kanluran, ³ sa *mga hari ng* mga Cananeo sa silangan at sa kanluran *ng Ilog ng Jordan*, sa *mga hari ng* mga Amoreo, Heteo, Perezeo, Jebuseo na nakatira sa kabundukan, at sa *mga hari ng mga* Hiveo sa ibaba *ng Bundok* ng Hermon sa lupain ng Mizpa. ⁴ Dumating ang mga hari, kasama ang mga sundalo nilang kasindami ng buhangin sa dagat. Marami rin silang kabayo at karwahe. ⁵ Nagtipon sila at nagkampo sa tabi ng Batis ng Merom para labanan ang Israel.

⁶ Sinabi ng Panginoon kay Josue, "Huwag kayong matakot sa kanila, dahil bukas sa ganito ring oras, ibibigay ko silang lahat sa Israel para patayin. Pipilayan n'yo ang mga kabayo nila at susunugin ang mga karwahe nila." ⁷ Kaya biglang lumusob si Josue at ang mga sundalo niya sa Batis ng Merom. ⁸ At pinagtagumpay sila ng Panginoon sa mga kalaban nila. Hinabol nila ang mga kalaban nila hanggang sa Malaking Sidon at sa Misrefot Maim hanggang sa Lambak ng Mizpa sa silangan. Pinatay nila ang mga kalaban nila hanggang sa maubos. ⁹ At ginawa sa kanila ni Josue ang iniutos ng Panginoon: Pinilayan niya ang mga kabayo nila at pinasunog ang mga karwahe nila.

¹⁰ Pagkatapos, bumalik sina Josue at sinakop nila ang Hazor at pinatay ang hari nito. (Nang mga panahong iyon, ang Hazor ay ang pinakamakapangyarihan sa lahat ng kaharian.) ¹¹ Pinatay din nila ang lahat ng naninirahan sa Hazor. Nilipol nila ito nang lubusan at walang naiwang buhay. At ang lungsod mismo ay sinunog nila.

¹² Sinakop ni Josue ang lahat ng lungsod. Pinatay nila ang lahat ng naninirahan dito, pati na ang mga hari nito. Nilipol nila ito nang lubusan ayon sa iniutos ni Moises na lingkod ng Panginoon. ¹³ Pero hindi sinunog ng mga Israelita ang mga lungsod sa mga bulubundukin, maliban lang sa Hazor. ¹⁴ Kinuha ng mga Israelita para sa sarili ang lahat ng nasamsam na mga hayop at mga ari-arian ng mga lungsod na ito. Pero nilipol nila nang lubusan ang mga naninirahan dito, at walang naiwang buhay. ¹⁵ Iyon ang iniutos ng Panginoon kay Moises na gawin at ito rin ang iniutos ni Moises kay Josue. Tinupad ni Josue ang lahat ng iniutos ng Panginoon kay Moises.

¹⁶ Sinakop nga ni Josue ang buong lupain: ang kabundukan, ang buong lupain ng Negev, ang buong lupain ng Goshen, ang mga kaburulan sa kanluran, ang Lambak ng Jordan, ang mga kabundukan at kaburulan ng Israel. ¹⁷ *Ang teritoryo na sinakop niya ay mula* sa Bundok ng Halak na paahon sa Seir hanggang sa Baal Gad sa Lambak ng Lebanon sa ibaba ng Bundok ng Hermon. Dinakip at pinatay niya ang mga hari ng mga lugar na ito ¹⁸ sa mahabang panahon ng pakikipaglaban nila. ¹⁹ Walang nakikipagkasundo sa mga Israelita para sa kapayapaan maliban lang sa mga Hiveo na nakatira sa Gibeon. Ang lahat ng hindi nakipagkasundo ay nilipol sa labanan. ²⁰ Sapagkat pinatigas ng Panginoon ang puso nila para makipaglaban sila sa mga Israelita. Kaya nga lubusan silang nilipol nang walang awa, ayon sa inutos ng Panginoon kay Moises.

---

a **40** *kaburulan sa kanluran:* Tingnan ang "footnote" sa 9:1.

b **2** *Lambak ng Jordan:* sa Hebreo, *Araba*. Ganito rin sa talatang 16.

c **2** *Galilea:* sa Hebreo, *Kineret.*

d **2** *kaburulan sa kanluran:* sa Hebreo, *Shefela.* Ganito rin sa talatang 16.

²¹ Nang panahong iyon, nilusob ni Josue ang mga lahi ni Anak na nakatira sa mga kabundukan ng Hebron, Debir, Anab, at sa lahat ng kabundukan ng Juda at Israel. Nilipol sila nang lubusan ni Josue pati na ang kanilang mga bayan. ²² Wala nang natirang kalahi si Anak sa teritoryo ng mga Israelita, pero may natira pa sa kanila sa Gaza, Gat at sa Ashdod.

²³ Kaya sinakop ni Josue ang buong lupain, ayon sa iniutos ng Panginoon kay Moises. Ibinigay ng Panginoon ang lupaing ito sa mga Israelita bilang mana nila, at hinati nila ito ayon sa bawat lahi nila.

At nahinto na ang labanan sa buong lupain.

Ang mga Hari na Natalo sa Silangan ng Jordan

12 ¹⁻² Sinakop na ng mga Israelita ang mga lupain sa silangan ng *Ilog* Jordan, mula sa Lambak ng Arnon hanggang sa Bundok ng Hermon, kasama na rito ang lupain sa silangan ng Lambak ng Jordan.ᵃ Ito ang mga hari sa mga lugar na natalo ng mga Israelita:

Si Sihon na Amoreo na nakatira sa Heshbon. Sakop ng kaharian niya ang kalahati ng Gilead. Ito ay mula sa Aroer sa tabi ng Lambak ng Arnon, at mula sa gitna nito hanggang sa Lambak ng Jabok, na siyang hangganan ng *lupain ng* mga Ammonita. ³ Sakop din niya ang silangan ng Lambak ng Jordan, mula sa Lawa ng Galilea hanggang sa Bet Jeshimot, sa silangan ng Dagat na Patayᵇ at hanggang sa timog sa ibaba ng libis ng Pisga.

⁴ Ang ikalawa ay si Haring Og ng Bashan. Isa siya sa mga naiwan na Refaimeo. Nakatira siya sa Ashtarot at sa Edrei. ⁵ Ang sakop ng kaharian niya ay ang Bundok ng Hermon, Saleca, ang buong Bashan hanggang sa hangganan ng Geshur at Maaca, at ang kalahati ng Gilead, hanggang sa hanggananan ng Heshbon, na ang hari ay si Sihon. ⁶ Tinalo sila ni Moises, na lingkod ng Panginoon, at ng mga Israelita. Ibinigay ni Moises ang lupain ng mga ito sa lahi ni Reuben, Gad at sa kalahating lahi ni Manase bilang mana nila.

Ang mga Hari na Natalo sa Kanluran ng Jordan

⁷⁻⁸ Sinakop din ni Josue at ng mga Israelita ang mga lupain sa kanluran ng Jordan, mula sa Baal Gad sa Lambak ng Lebanon hanggang sa Bundok ng Halak na paahon sa Seir. Ibinigay ni Josue ang mga lupaing ito sa mga Israelita bilang mana nila. Hinati niya ito ayon sa bawat lahi nila. Ang mga lupaing ito ay ang mga kabundukan, mga kaburulan sa kanluran,ᶜ ang Lambak ng Jordan, ang mga libis, ang disyerto *sa timog*, at ang Negev. Tinirhan ito dati ng mga Heteo, Amoreo, Cananeo, Perezeo, Hiveo, at mga Jebuseo. Ito ang mga hari ng mga lugar na iyon na tinalo ni Josue at ng mga Israelita:

⁹ ang hari ng Jerico
ang hari ng Ai (malapit sa Betel)
¹⁰ ang hari ng Jerusalem
ang hari ng Hebron

¹¹ ang hari ng Jarmut
ang hari ng Lakish
¹² ang hari ng Eglon
ang hari ng Gezer
¹³ ang hari ng Debir
ang hari ng Geder,
¹⁴ ang hari ng Horma
ang hari ng Arad
¹⁵ ang hari ng Libna
ang hari ng Adulam
¹⁶ ang hari ng Makeda
ang hari ng Betel
¹⁷ ang hari ng Tapua
ang hari ng Hefer
¹⁸ ang hari ng Afek
ang hari ng Lasharon
¹⁹ ang hari ng Madon
ang hari ng Hazor
²⁰ ang hari ng Shimron Meron
ang hari ng Acshaf
²¹ ang hari ng Taanac
ang hari ng Megido
²² ang hari ng Kedesh
ang hari ng Jokneam (sa Carmel)
²³ ang hari ng Dor (sa Nafat Dor)
ang hari ng Goyim (sa Gilgal)
²⁴ ang hari ng Tirza.
Ang mga haring ito ay 31 lahat.

Ang Lupaing Sasakupin

13 Napakatanda na ni Josue. Sinabi sa kanya ng Panginoon, "Matanda ka na at marami pang lupain ang kailangang sakupin. ² Ito pa ang mga naiwan: ang lahat ng lupain ng mga Filisteo at Geshureo ³ na bahagi ng teritoryo ng mga Cananeo. Ito ay mula sa *ilog ng* Shihor sa silangan ng Egipto, hanggang sa hilagang hangganan ng Ekron kasama ang limang bayan ng mga Filisteo: Gaza, Ashdod, Ashkelon, Gat at Ekron, at lupain ng mga Aveo ⁴ sa timog; ang lahat ng lupain ng mga Cananeo mula sa Meara, na dating nasasakupan ng mga Sidoneo, hanggang sa Afek na nasa hangganan ng lupain ng mga Amoreo; ⁵ ang lupain ng mga Gebaleo, at ang buong Lebanon sa silangan, mula sa Baal Gad sa ibaba ng Bundok ng Hermon hanggang sa Lebo Hamat; ⁶ at pati ang mga kabundukan mula sa Lebanon hanggang sa Misrefot Maim, na bahagi ng nasasakupan ng mga Sidoneo.

"Sa paglusob ninyo, ako mismo ang magtataboy sa mga nakatira sa mga lugar na ito. Tiyakin mong mahahati-hati ang mga lupaing ito sa mga Israelita bilang mana nila, ayon sa iniutos ko sa iyo. ⁷ Isama mo ito sa paghahatiang lupain ng siyam na lahi at sa kalahating lahi ni Manase."

⁸ Ang lahi ni Reuben, Gad at ang kalahating lahi ni Manase ay binigyan na ni Moises na lingkod ng Dios ng bahagi nila sa silangan ng Jordan. ⁹ Ang lupa nila ay mula sa Aroer sa tabi ng Lambak ng Arnon (kasama na ang bayan sa gitna nito) papunta sa buong talampas ng Medeba hanggang sa Dibon. ¹⁰ Umabot ito sa lahat ng bayan na pinamahalaan ni Sihon na Amoreo na naghari sa Heshbon, hanggang sa hangganan ng mga Ammonita. ¹¹ Nakasama rin ang Gilead at ang mga lupaing tinirhan ng mga

---

ᵃ 1-2 *Lambak ng Jordan:* Tingnan ang "footnote" sa 11:2a. Ganito rin sa talatang 3 at 7.

ᵇ 3 *Dagat na Patay:* sa Hebreo, *Dagat ng Araba, ang pinakamaalat na dagat.*

ᶜ 7-8 *kaburulan sa kanluran:* sa Hebreo, *Shefela.*

Geshureo at mga Maacateo at ang buong lugar na *tinatawag na* Bundok ng Hermon, at ang buong Bashan hanggang Saleca. [12] Nakasama rin ang kaharian ni Og na naghari sa Ashtarot at sa Edrei. Si Og ay isa sa mga naiwang Refaimeo. Sila'y tinalo ni Moises at itinaboy sa kanilang mga lupain. [13] Pero hindi naitaboy[a] ng mga Israelita ang mga Geshureo at mga Maacateo, kaya nakatira pa rin sila kasama ng mga Israelita hanggang ngayon.

[14] Hindi binigyan ni Moises ang lahi ni Levi ng lupain bilang mana. Ang matatanggap nila ay ang bahagi ng mga handog sa pamamagitan ng apoy[b] na para sa PANGINOON, ang Dios ng Israel, ayon sa sinabi nila kay Moises.

[15] Ito ang bahagi ng lupain na ibinigay ni Moises sa lahi ni Reuben, na hinati ayon sa bawat pamilya: [16] Ang nasasakupan nila ay mula sa Aroer na nasa tabi ng Lambak ng Arnon (kasama na ang bayan sa gitna nito) hanggang sa buong talampas ng Medeba. [17] Nakasama rin ang Heshbon at ang lahat ng bayan nito sa talampas: ang Dibon, Bamot Baal, Bet Baal Meon, [18] Jahaz, Kedemot, Mefaat, [19] Kiriataim, Sibma, Zeret Shahar (na nasa burol sa gitna ng lambak), [20] Bet Peor, ang libis ng Pisga, Bet Jeshimot, [21] at ang lahat ng bayan sa buong talampas at ang lahat ng lugar na sakop ng hari ng Amoreo na si Haring Sihon ng Heshbon. Tinalo siya ni Moises pati ang mga pinuno ng Midian na sina Evi, Rekem, Zur, Hur at Reba. Lahat sila ay naghari sa mga lupain nila sa ilalim ng pamamahala ni Haring Sihon. [22] Kasama sa mga pinatay ng mga Israelita si Balaam na manghuhula na anak ni Beor. [23] Ang *Ilog ng* Jordan ay ang hangganan ng lahi ni Reuben. Ito nga ang mga bayan at baryo na ibinigay sa lahi ni Reuben na hinati sa bawat sambahayan. [24] Ito naman ang bahagi ng lupain na ibinigay ni Moises sa lahi ni Gad, na hinati ayon sa bawat sambahayan: [25] Ang Jazer at ang lahat ng bayan ng Gilead, at ang kalahati ng lupain ng mga Ammonita hanggang sa Aroer malapit sa Rabba. [26] Nakasama rin ang mga lupain mula sa Heshbon hanggang sa Ramat Mizpa at Betomin, at mula sa Mahanaim hanggang sa hangganan ng Lo Debar. [27] Ang lupaing natanggap nila sa Lambak ng Jordan[c] ay ang Bet Haram, Bet Nimra, Sucot, Zafon at ang nalalabi sa kaharian ni Haring Sihon ng Heshbon. Ang hangganan sa kanluran ay ang *Ilog ng* Jordan hanggang sa Lawa ng Galilea. [28] Ito ang mga bayan at baryo na ibinigay sa lahi ni Gad na hinati ayon sa bawat sambahayan.

[29] Ito naman ang bahagi ng lupain na ibinigay ni Moises sa kalahating lahi ni Manase, na hinati ayon sa bawat sambahayan: [30] Mula sa Mahanaim hanggang sa buong Bashan, ang buong kaharian ni Haring Og ng Bashan at ang 60 bayan ng Jair na sakop ng Bashan. [31] Nakasama rin ang kalahati ng Gilead, at ang Ashtarot at Edrei, ang mga lungsod sa Bashan kung saan naghari si Og. Ito ang lupain na ibinigay sa kalahating angkan ni Makir na anak ni Manase, ayon sa bawat pamilya.

[32] Ito ang ginawang paghahati-hati ni Moises ng mga lupain sa silangan ng Jerico at Jordan nang nandoon siya sa kapatagan ng Moab. [33] Pero sa lahi ni Levi, hindi niya sila binigyan ng lupain bilang mana dahil ang mamanahin nila ay ang PANGINOON, ang Dios ng Israel, ayon sa ipinangako sa kanila.

Ang Pagkakahati-hati ng Lupain sa Kanluran ng Jordan

14 Ito ang pagkakahati ng iba pang mga lupain ng Canaan sa mga Israelita. Hinati-hati ito nila Eleazar na pari, Josue na anak ni Nun, at ng mga pinuno ng mga sambahayan ng bawat lahi ng Israel. [2] Ayon sa utos ng PANGINOON kay Moises, ang mga lupain ng siyam at kalahati na mga lahi ay pinaghahati-hati sa kanila sa pamamagitan ng palabunutan. [3-4] Ibinigay na ni Moises sa dalawa't kalahating lahi ang bahagi nila sa silangan ng Jordan. (Ang lahi ni Jose ay hinati sa dalawa, ang lahi ni Manase at ang lahi ni Efraim.) Hindi binigyan ng lupain ang mga Levita, pero binigyan sila ng mga bayan na titirhan nila at mga bukirin para sa mga hayop nila. [5] Ganito ang paghahati ng mga lupain sa mga Israelita ayon sa utos ng PANGINOON kay Moises.

Ibinigay kay Caleb ang Hebron

[6] Isang araw pumunta kay Josue sa Gilgal ang ilang mga tao mula sa lahi ni Juda. Ang isa sa kanila ay si Caleb na anak ni Jefune na Kenizeo. Sinabi niya kay Josue, "Naaalala mo pa ba ang sinabi ng PANGINOON kay Moises na lingkod ng Dios tungkol sa ating dalawa nang naroon tayo sa Kadesh Barnea? [7] Ako'y 40 taong gulang pa lang noon nang inutusan ako ni Moises mula sa Kadesh Barnea para mag-espiya sa lupaing iyon, at ipinagtapat ko sa kanya ang lahat ng nalaman ko. [8] Ngunit tinakot ng mga kasama ko ang mga kababayan natin. Pero ako, matapat kong sinunod ang PANGINOON kong Dios. [9] Kaya nang araw na iyon, nangako si Moises sa akin. Sinabi niya, 'Dahil matapat ka sa pagsunod sa PANGINOON kong Dios, magiging iyo at sa mga angkan mo ang lupaing pinuntahan mo *para mag-espiya*.'

[10] "Nakalipas na ang 45 taon nang sabihin iyon ng PANGINOON sa pamamagitan ni Moises. Naglalakbay pa noon ang mga Israelita sa ilang. Buhay pa ako hanggang ngayon at 85 taong gulang na ako, [11] pero ang lakas ko ay gaya pa rin noong panahon na inutusan ako ni Moises. Kayang-kaya ko pang makipaglaban gaya noong dati. [12] Kaya ibigay mo na sa akin ang kabundukan na ipinangako sa akin noon ng PANGINOON. Ikaw mismo ang nakarinig noon, na nakatira roon ang mga lahi ni Anak at matitibay ang mga lungsod nila na may mga pader. Pero sa tulong ng PANGINOON, maitataboy ko sila sa lupaing iyon ayon sa pangako niya sa akin."

[13] Binasbasan ni Josue si Caleb na anak ni Jefune, at ibinigay sa kanya ang Hebron bilang mana niya. [14] Hanggang ngayon, ang Hebron ay pagmamayari ng mga angkan ni Caleb na anak ni Jefune na Kenizeo dahil matapat na sinunod ni Caleb ang PANGINOON, ang Dios ng Israel. [15] Kiriat Arba ang pangalan noon ng Hebron bilang alaala kay Arba, ang pinakatanyag sa mga lahi ni Anak.

---

a 13 *hindi naitaboy*: o, *hindi na ipinagtabuyan.*

b 14 *handog…apoy:* Tingnan ang footnote sa Bil. 15:3.

c 27 *Lambak ng Jordan:* sa Hebreo, *Araba.*

At nahinto na ang labanan sa lupain ng mga Israelita.

Ang mga Lupain na Ibinigay kay Juda

15 Ito ang mga lupaing natanggap ng lahi ni Juda, na hinati ayon sa bawat sambahayan: Ang lupain ay umaabot sa hangganan ng Edom sa timog, sa dulo ng ilang ng Zin. ² Ang kanilang hangganan sa timog ay nagsisimula sa baybayin ng katimugang bahagi ng Dagat na Patay[a] ³ papunta sa timog ng Daang Paahon ng Akrabim hanggang sa ilang ng Zin papunta sa timog ng Kadesh Barnea, at lumampas sa Hezron paakyat sa Adar at paliko papunta sa Karka, ⁴ papunta sa Azmon, sa Lambak ng Egipto at sa Dagat na Mediteraneo. Ito ang hangganan ng Juda sa timog. ⁵ Ang hangganan sa silangan ay ang Dagat na Patay hanggang sa labasan ng tubig ng Ilog ng Jordan.

Ang hangganan sa hilaga ay nagmula roon sa labasan ng tubig ng Ilog ng Jordan, ⁶ paakyat sa Bet Hogla, at papunta sa hilaga ng Bet Araba hanggang sa Bato ni Bohan. (Si Bohan ay anak ni Reuben.) ⁷ Mula rito, papunta sa Lambak ng Acor[b] hanggang sa Debir, at paliko sa hilaga papunta sa Gilgal na nakaharap sa Daang Paahon ng Adumim sa katimugang bahagi ng daluyan ng tubig. At umaabot ito papunta sa mga bukal ng En Shemesh at palabas ng En Rogel. ⁸ Mula roon papunta sa Lambak ng Ben Hinom hanggang sa katimugang libis ng lungsod ng mga Jebuseo. (Ito ay ang Jerusalem.) Mula roon, paahon sa tuktok ng bundok sa kanluran ng Lambak ng Ben Hinom sa dulo ng hilagang bahagi ng Lambak ng Refaim. ⁹ At mula roon, papunta sa Bukal ng Neftoa, palabas sa mga bayan na malapit sa Bundok ng Efron. Mula roon, pababa sa Baala (na siyang Kiriat Jearim), ¹⁰ lumiko sa bandang kanluran ng Baala papunta sa Bundok ng Seir. Pagkatapos, papunta ito sa hilagang bahagi ng libis ng Bundok ng Jearim (na siyang Kesalon), papunta sa Bet Shemesh at dumadaan sa Timnah. ¹¹ Mula roon, nagpatuloy ito sa hilagang bahagi ng libis ng Ekron at paliko papunta sa Shikeron, at dumaraan sa Bundok ng Baala hanggang sa Jabneel. Ang hangganan nito ay ang Dagat ng Mediteraneo, ¹² at ito rin ang hangganan sa kanluran. Iyon ang mga hangganan sa paligid ng lupaing hinati sa mga sambahayan ng lahi ni Juda.

Ang Lupaing Ibinigay kay Caleb
(Hukom 1:11-15)

¹³ Inutos ng PANGINOON kay Josue na ibigay niya ang isang bahagi ng lupain ng lahi ni Juda kay Caleb na anak ni Jefune. Ang lupaing ito ay ang Kiriat Arba, na siyang Hebron. (Si Arba ang ama ni Anak.) ¹⁴ Pinalayas ni Caleb sa lupaing iyon ang tatlong lahi ni Anak: ang mga sambahayan nina Sheshai, Ahiman at Talmai. ¹⁵ Mula roon nilusob niya ang mga nakatira sa Debir (na noon ay tinatawag na Kiriat Sefer). ¹⁶ Sinabi ni Caleb, "Ibibigay ko bilang asawa ang anak kong si Acsa sa lalaking makakaagaw ng Kiriat Sefer." ¹⁷ Si Otniel na anak ni Kenaz na kapatid ni Caleb ang nakaagaw

ng lungsod. Kaya sa kanya ibinigay ni Caleb ang anak niyang si Acsa para maging asawa. ¹⁸ Nang ikinasal na sila, hinikayat ni Acsa ang asawa niya na humingi sila ng dagdag na lupain sa ama nito. Pagkatapos, pumunta si Acsa kay Caleb, at nang makababa na siya sa kanyang asno, tinanong siya ni Caleb kung ano ang kailangan niya. ¹⁹ Sumagot si Acsa, "Hihingi po sana ako ng pabor sa inyo, gusto ko po sanang bigyan n'yo ako ng lupaing may mga bukal dahil ang lupaing ibinigay n'yo sa akin sa Negev ay walang bukal." Kaya ibinigay sa kanya ni Caleb ang lugar na may mga bukal sa itaas at sa ibaba ng Negev.

Ang mga Lungsod ng Juda

²⁰ Ito ang mga lungsod na natanggap ng lahi ni Juda na hinati ayon sa bawat sambahayan:

²¹ Ang mga bayan sa timog, sa pinakadulo ng Negev malapit sa hangganan ng Edom: Kabzeel, Eder, Jagur, ²² Kina, Dimona, Adada, ²³ Kedesh, Hazor, Itnan, ²⁴ Zif, Telem, Bealot, ²⁵ Hazor Hadata, Keriot Hezron (na siyang Hazor), ²⁶ Amam, Shema, Molada, ²⁷ Hazar Gada, Heshmon, Bet Pelet, ²⁸ Hazar Shual, Beersheba, Biziotia, ²⁹ Baala, Iim, Ezem, ³⁰ Eltolad, Kesil, Horma, ³¹ Ziklag, Madmana, Sansana, ³² Lebaot, Shilhim, Ayin at Rimon— 29 na bayan lahat, kasama ang mga bayan at mga baryo sa paligid nito.

³³ Ang mga bayan sa kaburulan sa kanluran[c]: Estaol, Zora, Ashna, ³⁴ Zanoa, En Ganim, Tapua, Enam, ³⁵ Jarmut, Adulam, Soco, Azeka, ³⁶ Shaaraim, Aditaim, Gedera (o Gederotaim)— 14 na bayan lahat, kasama ang mga baryo sa paligid nito.

³⁷ Kasama rin ang Zenan, Hadasha, Migdal Gad, ³⁸ Dilean, Mizpa, Jokteel, ³⁹ Lakish, Bozkat, Eglon, ⁴⁰ Cabon, Lamas, Kitlis, ⁴¹ Gederot, Bet Dagon, Naama at Makeda— 16 na bayan lahat, kasama ang mga baryo sa paligid nito.

⁴² Kasama pa ang Libna, Eter, Ashan, ⁴³ Ifta, Ashna, Nezib, ⁴⁴ Keila, Aczib at Maresha— 9 na bayan lahat, kasama ang mga baryo sa paligid nito.

⁴⁵ Ganoon din ang Ekron at ang mga bayan at baryo sa paligid nito, ⁴⁶ at ang lahat ng bayan at mga baryo na malapit sa Ashdod mula sa Ekron papunta sa Dagat ng Mediteraneo. ⁴⁷ Ang Ashdod at Gaza, kasama ang mga bayan nito at mga baryo hanggang sa Lambak ng Egipto at sa baybayin ng Dagat ng Mediteraneo.

⁴⁸ Ang mga bayan sa kabundukan: Shamir, Jatir, Soco, ⁴⁹ Dana, Kiriat Sana (na siyang Debir), ⁵⁰ Anab, Estemo, Anim, ⁵¹ Goshen, Holon at Gilo— 11 bayan lahat, kasama ang mga baryo sa paligid nito.

⁵² Ganoon din ang Arab, Duma, Eshan, ⁵³ Janim, Bet Tapua, Afek, ⁵⁴ Humta, Kiriat Arba (na siyang Hebron) at Zior— 9 bayan lahat, kasama ang mga baryo sa paligid nito.

⁵⁵ Kabilang din ang Maon, Carmel, Zif, Juta, ⁵⁶ Jezreel, Jokdeam, Zanoa ⁵⁷ Kain, Gibea at Timnah— 10 bayan lahat, kasama ang mga baryo sa paligid nito.

⁵⁸ Ganoon din ang Halhul, Bet Zur at Gedor, ⁵⁹ Maarat, Bet Anot at Eltekon— 6 na bayan lahat, kasama ang mga baryo sa paligid nito. ⁶⁰ Ang Kiriat

---

a 2 Dagat na Patay: sa Hebreo, napakaalat na dagat.

b 7 Acor: Ang ibig sabihin, kaguluhan.

c 33 kaburulan sa kanluran: sa Hebreo, Shefela.

Baal (na siyang Kiriat Jearim) at ang Rabba— 2 bayan, kasama ang mga baryo sa paligid nito.

⁶¹ Ang mga bayan sa ilang: Bet Araba, Midin, Secaca, ⁶²Nibshan, ang bayan ng Asin at ang En Gedi— 6 na bayan, kasama ang mga baryo sa paligid nito.

⁶³ Pero hindi mapaalis ng lahi ng Juda ang mga Jebuseo na nakatira sa Jerusalem. Kaya hanggang ngayon doon pa sila nakatira kasama ng mga mamamayan ng Juda.

Ang mga Lupain na Ibinigay sa mga Lahi nina Efraim at Manase

16 Ang lupain na ibinigay sa mga lahi ni Jose ay nagsimula sa *Ilog ng* Jordan malapit sa Jerico, sa silangan ng mga bukal ng Jerico, papunta sa ilang at sa kabundukan hanggang sa Betel. ²Mula sa Betel (na siyang Luz),ᵃ dumaraan ito sa Atarot na kung saan nakatira ang mga Arkeo ³at pababa sa kanluran papunta sa lugar ng mga Jafleteo, hanggang sa hangganan ng mababang Bet Horon. At nagpatuloy ito sa Gezer hanggang sa Dagat *ng Mediteraneo.* ⁴Ito ang bahaging natanggap ng mga lahi nina Manase at Efraim na mga anak ni Jose.

⁵Ito ang nasasakupan *ng lahi* ni Efraim na hinati-hati ayon sa bawat sambahayan: Ang hangganan nito sa silangan ay nagsisimula sa Atarot Adar papunta sa mataas na Bet Horon ⁶hanggang sa Dagat *ng Mediteraneo.* Ang hangganan nito sa hilaga ay nagsisimula sa Micmetat, at paliko pasilangan sa Taanat Shilo, at dumaraan sa silangan ng Janoa. ⁷At mula sa Janoa ay pababa ito sa Atarot at Naara, at dumaraan sa Jerico papunta sa *Ilog ng* Jordan. ⁸Mula sa Tapua, ang hangganan ay papunta sa kanluran at dumaraan sa Lambak ng Kana, hanggang sa Dagat *ng Mediteraneo.* Ito ang lupain na ibinigay sa lahi ni Efraim na hinati-hati ayon sa bawat sambahayan. ⁹Kasama nito ang mga bayan at baryo na sakop sa lupain ni Manase. ¹⁰Hindi nila pinalayas ang mga Cananeo na nakatira sa Gezer; kaya may mga Cananeo na nakatira kasama ng mga taga-Efraim hanggang ngayon, pero ginawa silang mga alipin.

Ang Lupain ng Kalahating Lahi ni Manase

17 May ibinigay din na mga lupain para sa *kalahating* lahi ni Manase, na panganay na anak ni Jose. Ang Gilead at ang Bashan *sa silangan ng Ilog ng Jordan* ay ibinigay kay Makir dahil mabuti siyang sundalo. (Si Makir ang panganay ni Manase at ang ama ni Gilead.) ²Ang lupain *sa kanluran ng Jordan* ay ibinigay sa ibang mga lahi ni Manase: ang mga sambahayan nina Abiezer, Helek, Asriel, Shekem, Hefer at Shemida. Sila ang mga lalaking anak ni Manase, at mga pinuno ng kani-kanilang angkan.

³Ngayon, may isang tao na ang pangalan ay si Zelofehad. Anak siya ni Hefer at apo ni Gilead. Si Gilead ay anak ni Makir, at si Makir ay anak ni Manase. Si Zelofehad ay walang anak na lalaki kundi mga babae lang. Sila'y sina Mahlah, Noe, Hogla, Milka at Tirza. ⁴Pumunta sila kina Eleazar na pari, Josue na anak ni Nun at sa mga pinuno, at

sinabi, "Nag-utos po ang PANGINOON kay Moises na bigyan kami ng lupain gaya po ng mga kamag-anak naming lalaki." Kaya binigyan sila ng bahagi nila ayon sa iniutos ng PANGINOON. ⁵Ito ang dahilan kung bakit ang lahi ni Manase ay nakatanggap ng sampung bahagi ng lupain, hindi kasama ang Gilead at Bashan sa silangan ng Jordan, ⁶dahil binigyan din ng bahagi ang mga kalahing babae kagaya ng mga kalahi niyang lalaki. Ang Gilead ay ibinigay sa iba pang lahi ni Manase.

⁷Ang hangganan ng lupain *ng lahi* ni Manase ay nagmula sa Asher hanggang sa Micmetat, sa silangan ng Shekem papuntang timog sa *lupain ng* mga nakatira malapit sa bukal ng Tapua.ᵇ ⁸(Ang mga lupain sa paligid ng Tapua ay pagmamay-ari *ng lahi* ni Manase, pero ang Tapua, na nasa hangganan ng lupain ni Manase ay pagmamay-ari *ng lahi* ni Efraim.) ⁹Tumuloy ito sa hangganan na papunta sa Lambak ng Kana. Sa timog ng lambak na ito ay may mga bayan na pagmamay-ari *ng lahi* ni Efraim, kahit sa kasama ito sa mga bayan *ng lahi* ni Manase. Ang hangganan *ng lahi* ni Manase ay patuloy sa hilaga ng lambak hanggang sa Dagat *ng Mediteraneo.* ¹⁰Ang lupain sa timog ng ilog ay pagmamay-ari *ng lahi* ni Efraim at ang lupain sa hilaga ng ilog ay pagmamay-ari *ng lahi* ni Manase. Ang hangganan ng lupainⁿ *ng lahi* ni Manase sa kanluran ay ang Dagat *ng Mediteraneo.* Ang nasa hilaga *ng lahi* ni Manase ay *ng lahi* ni Asher, at ang nasa silangan ay *ng lahi* ni Isacar. ¹¹Ito ang mga bayan sa lupain *ng lahi* nina Isacar at Asher na ibinigay sa *lahi* ni Manase: ang Bet Shan, Ibleam, Dor (na tinatawag ding Nafat *Dor*), Endor, Taanac, Megido at ang mga bayan sa paligid nito. ¹²Pero hindi naangkin ng mga lahi ni Manase ang mga bayan na ito dahil hindi nila mapaalis ang mga Cananeo roon. ¹³Ngunit nang matatag na ang mga Israelita, inalipin nila ang mga Cananeo, pero hindi nila itinaboy nang lubusan ang mga ito.

¹⁴Sinabi ng mga lahi ni Jose kay Josue, "Bakit isang bahagi lang ng lupain ang ibinigay mo sa amin? Napakarami namin dahil pinagpala talaga kami ng PANGINOON."

¹⁵Sumagot si Josue, "Kung talagang marami kayo at maliit para sa inyo ang mga kabundukan ng Efraim, pumunta kayo sa mga kagubatan ng mga Perezeo at Refaimeo. Linisin n'yo ang lugar na iyon para sa sarili ninyo."

¹⁶Sinabi ng mga lahi ni Jose, "Ang mga kabundukan ay maliit para sa amin. At hindi namin kaya ang mga Cananeo sa kapatagan dahil may mga karwahe silang bakal. At ganoon din ang mga Cananeo sa Bet Shan at sa mga bayan sa paligid nito at sa Lambak ng Jezreel."

¹⁷Sumagot si Josue, "Dahil napakarami n'yo at makapangyarihan, hindi lang isa ang bahagi n'yo, ¹⁸magiging inyo rin ang mga kagubatan ng kabundukan. Kahit magubat ito, linisin na lang ninyo, dahil magiging inyo ito mula sa unahan hanggang sa dulo. At tiyak na maitataboy n'yo ang mga Cananeo kahit makapangyarihan pa sila at may mga karwaheng bakal."

ᵃ 2 *na siyang Luz:* Ito ang nasa tekstong Griegong (tingnan din sa 18:13). Sa Hebreo, *papunta sa Luz.*

ᵇ 7 *nakatira malapit sa bukal ng Tapua:* o, *nakatira sa En Tapua.*

Ang Pagkakahati-hati ng Iba pang Lupain

18 Nang matapos nilang sakupin ang lupain, nagtipon ang buong mamamayan ng Israelita sa Shilo, at nagtayo ng Toldang Tipanan. [2] May pito pang lahi ng mga Israelita na hindi pa napapartihan ng lupa. [3] Kaya sinabi ni Josue sa mga Israelita, "Kailan n'yo pa ba sasakupin ang natirang lupain na ibinigay sa inyo ng Panginoon, ang Dios ng mga ninuno n'yo? [4] Pumili kayo ng tatlong tao sa bawat lahi. Papupuntahin ko sila para suriin ang *natirang* lupain. Pagkatapos, babalik sila sa akin na may dalang mapa na ginawa nila na nagpapakita kung papaano hahatiin ang lupaing iyon. [5] Dapat hatiin ang lupain sa pitong bahagi, hindi kasali ang lupain *ng lahi* ni Juda sa timog at ang lupain ng lahi ni Jose sa hilaga. [6] Pagkatapos madala ang mapa sa akin, magpapalabunutan agad ako sa presensya ng Panginoon na ating Dios, kung kaninong lahi mapupunta ang bawat bahagi ng lupain. [7] Pero ang mga Levita ay hindi papartihan ng lupa, dahil ang bahagi nila ay ang paglilingkod sa Panginoon bilang mga pari. Ang mga lahi nina Gad, Reuben, at ang kalahating lahi ni Manase ay nakatanggap na ng mga bahagi nilang lupain sa silangan ng Jordan, na ibinigay sa kanila ni Moises na lingkod ng Panginoon."

[8] Nang papaalis na ang mga napiling tao, sinabi ni Josue sa kanila, "Suriin n'yo ang buong lupain at gawan n'yo ito ng mapa. Pagkatapos, bumalik kayo rito sa akin sa Shilo, dahil magpapalabunutan agad ako sa presensya ng Panginoon kung kaninong lahi mapupunta ang bawat bahagi ng lupain." [9] Kaya lumakad ang mga tao para suriin ang buong lupain. Pagkatapos, ginawan nila ito ng mapa, na ang lupa'y nahati sa pitong bahagi, at inilista nila ang mga bayan at baryo na sakop ng bawat bahagi. Pagkatapos, bumalik sila kay Josue sa Shilo. [10] At pagkatapos magpalabunutan sa presensya ng Panginoon, binigyan ni Josue ng bahagi ang mga lahi ng Israel *na walang lupain.*

Ang Lupaing Ibinigay sa Lahi ni Benjamin

[11] Ang unang bahagi ng lupain ay napunta sa lahi ni Benjamin. Nasa pagitan ito ng mga lupaing ibinigay noon sa lahi ni Juda at sa mga lahi ni Jose. [12] Ang hangganan nito sa hilaga ay nagsisimula sa *Ilog ng* Jordan papunta sa hilagang libis ng Jerico. Pagkatapos, paahon ito sa kanluran sa mga kabundukan hanggang sa disyerto ng Bet Aven. [13] Mula roon, papunta ito sa libis na nasa bandang timog ng Luz (na siyang Betel). Pagkatapos, pababa ito sa Atarot Adar, sa bundok sa timog ng Mababang Bet Horon. [14] Mula roon, papunta ito sa kanluran ng bundok na nakaharap sa Bet Horon at papunta sa timog. Nagtapos ito sa Kiriat Baal (na siyang Kiriat Jearim), isang bayan ng lahi ni Juda. Ito ang hangganan sa kanluran.

[15] Ang hangganan sa timog ay magmumula sa hangganan ng Kiriat Jearim. Mula roon, papunta ito sa kanluran sa mga bukal ng Neftoa. [16] Pababa ito sa paanan ng bundok na nakaharap sa Lambak ng Ben Hinom. Ang lambak na ito ay nasa hilaga ng Lambak ng Refaim. Mula roon, papunta ito sa Lambak ng Hinom, sa timog na ng lungsod ng

mga Jebuseo, pababa sa En Rogel. [17] Paliko agad ito pahilaga papuntang En Shemesh, hanggang sa Gelilot na nakaharap sa Daang Paahon ng Adumim. Pagkatapos, pababa ito sa Bato ni Bohan na anak ni Reuben [18] at dumaraan sa hilagang libis na nakaharap sa Lambak ng Jordan*a* pababa sa Lambak mismo. [19] Pagkatapos, papunta ito sa hilagang libis ng Bet Hogla, at nagtapos ito sa hilagang daanan ng tubig ng Dagat na Patay, na siyang hangganan ng *Ilog ng* Jordan sa timog. Ito ang hangganan sa timog. [20] Ang *Ilog ng* Jordan ay ang hangganan sa silangan.

Iyon ang mga hangganan ng lupaing natanggap ng lahi ni Benjamin ayon sa bawat sambahayan.

Ang mga Lungsod na Natanggap ng Lahi ni Benjamin

[21] Ito ang mga lungsod na ibinigay sa lahi ni Benjamin na hinati ayon sa bawat sambahayan:

Jerico, Bet Hogla, Emek Keziz, [22] Bet Araba, Zemaraim, Betel, [23] Avim, Para, Ofra, [24] Kefar Ammoni, Ofni at Geba — 12 bayan kasama ang mga baryo nito. [25] *Dagdag pa rito ay ang* Gibeon, Rama, Beerot, [26] Mizpa, Kefira, Moza, [27] Rekem, Irpeel, Tarala, [28] Zela, Haelef, Jebus (na siyang Jerusalem), Gibea at Kiriat Jearim*b* — 14 na bayan, kasama ang mga baryo nito.

Ito ang natanggap ng lahi ni Benjamin na hinati-hati ayon sa bawat sambahayan.

Ang Lupaing Ibinigay sa Lahi ni Simeon

19 Ang ikalawang pinartihan ng lupa ay ang sambahayan ng lahi ni Simeon. Ang lupain nila ay nasa gitna ng lupaing ibinigay sa lahi ni Juda. [2] Kasama rito ang Beersheba (o Sheba),*c* Molada, [3] Hazar Shual, Bala, Ezem, [4] Eltolad, Betul, Horma, [5] Ziklag, Bet Marcabot, Hazar Susa, [6] Bet Lebaot at Sharuhen — 13 bayan kasama ang mga baryo sa paligid nito. [7] *Dagdag pa rito ang* Ayin, Rimon, Eter at Ashan — 4 na bayan, kasama ang lahat ng mga baryo sa paligid nito, [8] hanggang sa Baalat Beer (na siyang Rama) sa Negev.

Ito ang lupaing natanggap ng lahi ni Simeon na hinati-hati ayon sa bawat sambahayan. [9] Ang ibang bahagi ng lupang ito ay galing sa parte ng lahi ni Juda dahil ang ibinigay sa kanila ay sobrang maluwang para sa kanila. Kaya natanggap ng lahi ni Simeon ang kanilang lupain sa gitna ng lupain ng lahi ni Juda.

Ang Lupaing Ibinigay sa Lahi ni Zebulun.

[10] Ang ikatlong pinartihan ng lupa ay ang mga sambahayan ng lahi ni Zebulun.

Ang hangganan ng lupain nila ay nagsimula sa Sarid. [11] Mula roon, papunta ito sa kanluran: sa Marala, sa Dabeshet, at patuloy sa daluyan ng tubig sa silangan ng Jokneam. [12] Mula sa kabilang bahagi ng Sarid, papunta ito sa silangan sa hangganan ng Kislot Tabor, at patuloy sa Daberat hanggang Jafia. [13] Mula roon, papunta ito sa silangan sa Gat

---

a 18 *Lambak ng Jordan:* sa Hebreo, *Araba.*

b 28 *Kiriat Jearim:* Ito ang nasa tekstong Griego. Sa Hebreo, *Kiriat.*

c 2 *Beersheba (o Sheba):* o, *Beersheba, Sheba.*

Hefer, sa Et Kazin, sa Rimon at paliko papuntang Nea. ¹⁴Ang hangganan *ng Zebulun* sa hilaga ay dumaraan sa Hanaton at nagtatapos sa Lambak ng Ifta El: ¹⁵Lahat ay 12 bayan, kasama ang mga baryo sa paligid nito. *Kasama rin ang mga bayan ng* Katat, Nahalal, Shimron, Idala at Betlehem. ¹⁶Ito ang mga bayan at baryo na natanggap ng lahi ni Zebulun na hinati ayon sa bawat sambahayan.

Ang Lupaing Ibinigay sa Lahi ni Isacar

¹⁷Ang ikaapat na pinartihan ng lupa ay ang mga sambahayan ng lahi ni Isacar. ¹⁸Ito ang mga lungsod na sakop nila: Jezreel, Kesulot, Shunem, ¹⁹Hafaraim, Shion, Anaharat, ²⁰Rabit, Kishion, Ebez, ²¹Remet, En Ganim, En Hada at Bet Pazez. ²²Ang hangganan ng lupain ay umaabot sa Tabor, Shahazuma at sa Bet Shemesh at nagtatapos sa *Ilog ng* Jordan— 16 na bayan lahat, kasama ang mga baryo sa paligid nito. ²³Ito ang mga bayan at baryo na natanggap ng lahi ni Isacar na hinati ayon sa bawat sambahayan.

Ang Lupaing Ibinigay sa Lahi ni Asher

²⁴Ang ikalimang pinartihan ng lupa ay ang mga sambahayan ng lahi ni Asher. ²⁵Ito ang mga bayan na sakop nila:

Helkat, Hali, Beten, Acshaf, ²⁶Alamelec, Amad at Mishal. Ang hangganan nitong lupain sa kanluran ay umaabot sa Carmel at Shihor Libnat, ²⁷paliko ito pasilangan papuntang Bet Dagon at umaabot sa Zebulun at sa Lambak ng Ifta El. Pagkatapos, papunta ito sa hilaga papuntang Bet Emek at Niel. Papunta pa ito sa hilaga hanggang Cabul, ²⁸Ebron,ᵃ Rehob, Hammon, Kana at hanggang sa Malaking Sidon. ²⁹Pagkatapos, liliko ito patungong Rama at sa napapaderang bayan ng Tyre, at papuntang Hosa, at nagtatapos sa Dagat *ng Mediteraneo*. Ang iba pang mga bayan na sakop nila ay ang Mehebel, Aczib, ³⁰Uma, Afek at Rehob— 22 bayan lahat, kasama ang mga bayan sa paligid nito. ³¹Ito ang mga bayan at baryo na natanggap ng lahi ni Asher na hinati ayon sa bawat sambahayan.

Ang Lupaing Ibinigay sa Lahi ni Naftali

³²Ang ikaanim na pinartihan ng lupa ay ang mga sambahayan ng lahi ni Naftali.

³³Ang hangganan ng lupain nila ay nagsimula sa Helef at sa puno ng terebinto sa Zaananim papuntang Adami Nekeb at Jabneel hanggang sa Lakum, at nagtapos sa *Ilog ng* Jordan.

³⁴Mula roon, paliko ito sa kanluran papuntang Aznot Tabor, pagkatapos sa Hukok, hanggang sa hangganan ng Zebulun sa timog, sa hangganan ng Asher sa kanluran at sa *Ilog ng* Jordanᵇ sa silangan. ³⁵Ang mga napapaderang lungsod na sakop ng lupaing ito ay ang: Zidim, Zer, Hamat, Rakat, Kineret, ³⁶Adama, Rama, Hazor, ³⁷Kedesh, Edrei, En Hazor, ³⁸Iron, Migdal El, Horem, Bet Anat at Bet Shemesh— 19 na bayan lahat, kasama ang mga baryo sa paligid nito. ³⁹Iyon ang mga bayan at baryo na natanggap ng lahi ni Naftali na hinati ayon sa bawat sambahayan.

Ang Lupaing Ibinigay sa Angkan ni Dan

⁴⁰Ang ikapitong pinartihan ng lupa ay ang mga sambahayan ng lahi ni Dan. ⁴¹Ito ang mga bayan na sakop nila: Zora, Estaol, Ir Shemesh, ⁴²Shaalabin, Ayalon, Itla, ⁴³Elon, Timnah, Ekron, ⁴⁴Elteke, Gibeton, Baalat, ⁴⁵Jehud, Bene Berak, Gat Rimon, ⁴⁶Me Jarkon at Rakon, pati rin ang lupain na nakaharap sa Jopa. ⁴⁷Nahirapan ang mga lahi ni Dan sa pag-agaw ng lupain nila, kaya nilusob nila ang Leshemᶜ at pinatay ang mga naninirahan dito. Naagaw nila ito at doon sila tumira. Pinalitan nila ang pangalan nito ng Dan ayon sa pangalan ng ninuno nilang si Dan.

⁴⁸Ito ang mga bayan at baryo na natanggap ng lahi ni Dan na hinati ayon sa bawat sambahayan.

Ang Lupaing Ibinigay kay Josue

⁴⁹Pagkatapos hatiin ng mga Israelita ang lupain nila, binigyan nila si Josue na anak ni Nun ng bahagi niya. ⁵⁰Ayon sa iniutos ng PANGINOON, ibinigay nila sa kanya ang bayan na hinihiling niya—ang Timnat Sera sa kabundukan ng Efraim. Ipinatayo niyang muli ang bayan at doon tumira. ⁵¹Ang naghati-hati ng lupain ay sina Eleazar na pari, Josue na anak ni Nun at ang mga pinuno ng bawat lahi ng Israel. Ginawa nila ito sa pamamagitan ng palabunutan sa presensya ng PANGINOON, sa pintuan ng Toldang Tipanan doon sa Shilo. Kaya natapos na ang paghahati ng lupain.

Ang mga Lungsod na Tanggulan
(Bil. 35:9-15; Deu. 19:1-13)

20 At sinabi ng PANGINOON kay Josue, ²"Sabihin mo sa mga Israelita na pumili sila ng mga lungsod na tanggulan ayon sa sinabi ko noon *sa inyo* sa pamamagitan ni Moises. ³Ang taong nakapatay nang hindi sinasadya ay maaaring makakatakas roon at makapagtago mula sa mga taong gustong gumanti sa kanya. ⁴Maaari siyang magtago sa isa sa mga lungsod na ito. Haharap siya sa tagapamahala na naroon sa pintuan ng lungsod at magpapaliwanag tungkol sa nangyari. Pagkatapos, papapasukin siya at doon patitirahin. ⁵Kung hahabulin siya roon ng gustong gumanti sa kanya, hindi siya ibibigay ng mga naninirahan doon. Kakampihan nila siya dahil hindi niya sinadya ang pagpatay sa kanyang kapwa, at napatay niya ito hindi dahil sa kanyang galit. ⁶Mananatili siya sa lungsod na iyon hanggang madinig ang kaso niya sa harapan ng kapulungan at hanggang hindi pa namamatay ang punong pari na naglilingkod nang panahong iyon. Pagkatapos, makakauwi na siya sa kanila."

⁷Kaya pinili nila ang Kedesh sa Galilea sa kabundukan ng Naftali, ang Shekem sa kabundukan ng Efraim at ang Kiriat Arba (na siyang Hebron), sa kabundukan ng Juda. ⁸Sa silangan ng *Ilog ng* Jordan at ng Jerico, pinili nila ang Bezer sa disyerto sa talampas na sakop ng lahi ni Reuben, ang Ramot sa Gilead na sakop ng lahi ni Gad at ang Golan sa Bashan na sakop ng lahi ni Manase. ⁹Ito ang mga lungsod na tanggulan na pinili para sa mga Israelita at sa mga dayuhang naninirahang kasama nila. Ang sinumang makapatay nang hindi sinasadya ay

---

ᵃ *28 Ebron:* o, *Abdon.*
ᵇ *34 sa Ilog ng Jordan:* Ito ang nasa tekstong Griego. Sa Hebreo, *sa Juda, sa Ilog ng Jordan.*

ᶜ *47 Leshem:* o, *Laish.*

maaaring tumakas papunta sa mga lungsod na ito para hindi siya mapatay ng mga gustong gumanti sa kanya habang hindi pa dinidinig ang kaso niya sa harapan ng kapulungan.

Ang mga Bayan para sa mga Levita

21 Ang mga pinuno ng mga Levita ay pumunta kina Eleazar na pari, Josue na anak ni Nun at sa mga pinuno ng bawat lahi ng Israel ² doon sa Shilo sa lupain ng Canaan. Sinabi nila, "Nag-utos ang PANGINOON sa pamamagitan ni Moises na bigyan kami ng mga bayan na titirhan namin at mga pastulan para sa mga hayop namin." ³ Kaya ayon sa iniutos ng PANGINOON, binigyan ang mga Levita ng mga bayan at mga pastulan mula sa mga lupain ng mga Israelita.

⁴ Ang unang nakatanggap ng lupain ay ang mga angkan ni Kohat. Ang mga Levita na mula sa angkan ni Aaron *ay kabilang sa angkan ni Kohat*. Nakatanggap sila ng 13 bayan na galing sa lupain ng mga lahi nina Juda, Simeon at Benjamin. ⁵ Ang ibang mga angkan ni Kohat ay binigyan ng 10 bayan mula sa lupain ng mga lahi nina Efraim, Dan at ng kalahating lahi ni Manase.

⁶ Ang mga angkan ni Gershon ay biniyan ng 13 bayan mula sa lupain ng mga lahi nina Isacar, Asher, Naftali at ng kalahating lahi ni Manase sa Bashan.

⁷ Ang mga angkan ni Merari ay biniyan ng 12 bayan mula sa lupain ng mga lahi nina Reuben, Gad at Zebulun.

⁸ Kaya sa paraan ng palabunutan, binigyan ng mga Israelita ang mga Levita ng mga bayan at mga pastulan, ayon sa iniutos ng PANGINOON kay Moises.

⁹⁻¹⁰ Ito ang mga pangalan ng mga bayan na mula sa lupain ng mga lahi nina Simeon at Juda na ibinigay sa mga angkan ni Aaron. Sila ang mga angkan ni Kohat na mga Levita. Sila ang unang nabunot na bibigyan ng mga bayan. ¹¹ Ibinigay sa kanila ang Kiriat Arba (na siyang Hebron), sa kabundukan ng Juda, kasama na ang mga pastulan sa paligid nito. (Si Arba ang amaᵃ ni Anak). ¹² Pero ang mga bukirin ng lungsod at ang mga baryo sa paligid nito ay ibinigay na kay Caleb na anak ni Jefune bilang bahagi niya. ¹³ Kaya ibinigay sa mga angkan ni Aaron ang Hebron na isa sa mga lungsod na tanggulan, kung saan makakapagtago ang taong nakapatay *nang hindi sinasadya*. Ibinigay din sa kanila ang Libna, ¹⁴ Jatir, Estemoa, ¹⁵ Holon, Debir, ¹⁶ Ayin, Juta at Bet Shemesh, kasama ang mga pastulan nila. Siyam na bayan lahat mula sa lupain ng mga lahi nina Simeon at Juda.

¹⁷⁻¹⁸ Binigyan din sila ng apat na bayan mula sa lupain ng lahi ni Benjamin. Ito ay ang Gibeon, Geba, Anatot at Almon, kasama ang mga pastulan nito.

¹⁹ Ang natanggap ng mga pari na angkan ni Aaron ay 13 bayan lahat, kasama ang mga pastulan nito.

²⁰⁻²² Ang ibang angkan ni Kohat na mga Levita ay nakatanggap ng apat na bayan mula sa lupain ng lahi ni Efraim. Ito ay ang Shekem (sa kabundukan ng Efraim na isa sa mga lungsod na tanggulan, kung saan makakapagtago ang tao na nakapatay *nang hindi sinasadya*), ang Gezer, Kibzaim at Bet Horon, kasama ang mga pastulan nito.

²³⁻²⁴ Binigyan din sila ng apat na bayan mula sa lupain ng lahi ni Dan. Ito ay ang Elteke, Gibeton, Ayalon at Gat Rimon, kasama ang mga pastulan nito.

²⁵⁻²⁶ At mula naman sa lupain ng kalahating lahi ni Manase *sa kanluran*, natanggap nila ang dalawang bayan: ang Taanac at Gat Rimon, kasama ang mga pastulan ng nito. Ang natanggap ng ibang mga angkan ni Kohat ay 10 bayan lahat, kasama ang mga pastulan nito.

²⁷ Ang mga angkan ni Gershon na mga Levita ay nakatanggap ng dalawang bayan mula sa lupain ng kalahating lahi ni Manase *sa silangan*. Ito ay ang Golan sa Bashan (na isa sa mga lungsod na tanggulan, kung saan makakapagtago ang taong nakapatay *nang hindi sinasadya*) at ang Be Eshtara, kasama ang mga pastulan nito. ²⁸⁻²⁹ Binigyan din sila ng apat na bayan mula sa lupain ng lahi ni Isacar. Ito ay ang Kishion, Daberat, Jarmut, En Ganim, kasama ang mga pastulan nito. ³⁰⁻³¹ At mula sa lupain ng lahi ni Asher, natanggap nila ang apat na bayan: ang Mishal, Abdon, Helkat at Rehob, kasama ang mga pastulan nito. ³²⁻³³ Binigyan pa sila ng tatlong bayan mula sa lupain ng lahi ni Naftali. Ito ay ang Kedesh sa Galilea (isa ito sa mga lungsod na tanggulan, kung saan makakapagtago ang taong nakapatay *nang hindi sinasadya*), ang Hamot Dor at ang Kartan kasama ang mga pastulan nito. Ang natanggap ng mga angkan ni Gershon ay 13 bayan lahat, kasama ang mga pastulan nito.

³⁴⁻³⁵ Ang mga natirang Levita—ang mga angkan ni Merari—ay nakatanggap ng apat na bayan mula sa lupain ng lahi ni Zebulun. Ito ay ang Jokneam, Karta, Dimna at Nahalal kasama ang mga pastulan nito. ³⁶⁻³⁷ Binigyan din sila ng apat na bayan mula sa lupain ng lahi ni Reuben. Ito ay ang Bezer, Jahaz, Kedemot at Mefaat, kasama ang mga pastulan nito. ³⁸⁻³⁹ Binigyan din sila ng apat na bayan mula sa lupain ng lahi ni Gad. Ito ay ang Ramot sa Gilead (na isa sa mga lungsod na tanggulan, kung saan makakapagtago ang taong nakapatay *nang hindi sinasadya*), ang Mahanaim, Heshbon at Jazer, kasama ang mga pastulan nito.

⁴⁰ Ang natanggap ng mga angkan ni Merari na Levita ay 12 bayan lahat kasama ang mga pastulan nito.

⁴¹⁻⁴² Ang natanggap ng mga Levita na mula sa lupain na pagmamay-ari ng mga Israelita ay 48 bayan lahat, kasama ang kani-kanilang pastulan.

⁴³ Kaya ibinigay ng PANGINOON sa Israel ang lahat ng lupain na ipinangako niya sa mga ninuno nila. Sinakop nila ang mga ito at doon nanirahan. ⁴⁴ Binigyan sila ng PANGINOON ng kapahingahan sa *mga kalaban nila sa* paligid ayon sa ipinangako ng PANGINOON sa mga ninuno nila. Hindi sila natalo ng mga kalaban nila dahil pinagtagumpay sila ng PANGINOON sa lahat ng kalaban nila. ⁴⁵ Tinupad ng PANGINOON ang lahat ng ipinangako niya sa mga mamamayan ng Israel.

Bumalik sa Kanilang Lugar ang mga Lahi ng Israel sa Silangan

22 Tinipon ni Josue ang mga mamamayan ng lahi nina Reuben, Gad at ng kalahating lahi ni Manase. ² Sinabi ni Josue sa kanila, "Ginawa

---

ᵃ 11 *ama:* o, *ninuno.*

n'yo ang lahat ng iniutos sa inyo ni Moises na lingkod ng Panginoon at sinunod din ninyo ang lahat ng iniutos ko. [3] Hanggang ngayon, hindi n'yo pinapabayaan ang mga kapatid ninyong Israelita at tinupad n'yong mabuti ang lahat ng iniutos sa inyo ni Panginoon na inyong Dios. [4] At ngayon, naangkin na ng mga kapatid ninyong Israelita ang kapahingahan na ipinangako sa kanila ng Panginoon. Kaya bumalik na kayo sa mga lugar n'yo sa kabila ng *Ilog ng* Jordan, sa lupain na ibinigay sa inyo ni Moises na lingkod ng Panginoon. [5] Pero huwag n'yong kalimutang tuparin ang mga utos at katuruan na ibinigay sa inyo ni Moises na lingkod ng Panginoon. Ibigin n'yo ang Panginoon na inyong Dios, mamuhay kayo ayon sa kalooban niya, tuparin ang mga utos niya, maging matapat sa kanya at paglingkuran n'yo siya nang buong puso't kaluluwa." [6] Binasbasan sila ni Josue at pinauwi. [7] (Ang kalahating lahi ni Manase ay binigyan ni Moises ng lupain sa Bashan at ang kalahati pang angkan ay binigyan ni Josue ng lupain sa kanluran ng Jordan kasama ng ibang mga angkan.)

Nang papauwi na sila, binasbasan sila ni Josue [8] at sinabi, "Magsiuwi kayo na dala ang marami n'yong kayamanan—mga hayop, pilak, ginto, tanso, bakal at mga damit. Bigyan din ninyo ang inyong mga kamag-anak ng mga nasamsam ninyo sa inyong mga kalaban." [9] At umuwi na ang mga mamamayan ng lahi nina Reuben, Gad at ang kalahating lahi ni Manase. Iniwan nila ang mga kapatid nilang Israelita sa Shilo, sa lupain ng Canaan at bumalik sa Gilead, ang lupaing naging bahagi nila ayon sa iniutos ng Panginoon sa pamamagitan ni Moises.

[10] Pagdating nila sa Gelilot, malapit sa *Ilog ng* Jordan, nagpatayo ang mga lahi nina Reuben, Gad at ang kalahating lahi ni Manase ng malaking altar. Ang lugar na ito ay sakop pa rin ng Canaan. [11-12] At nabalitaan ng ibang mga Israelita na nagpatayo ang lahi nina Reuben, Gad at kalahating lahi ni Manase ng altar sa hangganan ng Canaan sa Gelilot, malapit sa *Ilog ng* Jordan. Kaya nagtipon sila sa Shilo para makipaglaban sa kanila. [13] Inutusan ng mga Israelita si Finehas, na anak ng paring si Eleazar na pumunta sa lahi nina Reuben, Gad at kalahating lahi ni Manase. [14] May kasama siyang sampung pinuno mula sa bawat lahi ng Israel. Bawat isa sa kanila'y mga pinuno ng mga sambahayan ng lahi nila. [15] Pagdating nila sa Gilead, sinabi nila sa lahi nina Reuben, Gad at sa kalahating lahi ni Manase, [16] "Gustong malaman ng buong mamamayan ng Panginoon kung bakit kayo tumalikod sa Dios ng Israel. Nagrebelde kayo sa Panginoon sa pagpapatayo n'yo ng altar para sa sarili ninyo. Hindi kayo sumusunod sa kanya. [17] Nakalimutan n'yo na ba ang kasalanan natin doon sa Peor? Dahil doon, pinadalhan tayo ng Panginoon ng salot at hanggang ngayon ay nagtitiis pa tayo. Hindi pa ba tayo natuto sa kamaliang iyon? [18] At ngayon, nagtangka pa kayong tumalikod sa Panginoon! Kung magrerebelde pa kayo sa kanya sa araw na ito, bukas ay magagalit siya sa buong bayan ng Israel. [19] Kaya kung ang lupain n'yo ay hindi karapat-dapat na pagsambahin, tumawid kayo rito sa amin, sa lupain ng Panginoon kung saan naroon ang Tolda na pinagsasambahan sa kanya, at doon na kayo

tumira. Pero huwag lang kayong magtatayo ng ibang altar maliban sa altar ng Panginoon na ating Dios, dahil iyan ay isang pagrerebelde sa kanya at sa amin. [20] Nakalimutan n'yo na ba si Acan na anak ni Zera? Nang nilabag niya ang utos tungkol sa mga bagay na nakalaang ihandog ng buo sa Panginoon, pinarusahan siya at ang buong mamamayan ng Israel. Hindi lang siya ang namatay dahil sa kasalanan niya."

[21] Sumagot ang mga lahi nina Reuben, Gad at kalahating lahi ni Manase sa mga pinuno, [22] "Ang Panginoon po ay ang Makapangyarihang Dios! Ang Panginoon po ay ang Makapangyarihang Dios! Nalalaman po niya kung bakit namin ito ginawa, at dapat din ninyong malaman. Kung nagrebelde kami o kaya'y lumabag sa Panginoon, patayin n'yo kami sa araw na ito. [23] Kung nilabag namin ang Panginoon dahil sa pagpapatayo namin ng sariling altar para alayan namin ng mga handog na sinusunog, handog bilang pagpaparangal sa Panginoon, o kaya'y handog para sa mabuting relasyon, ang Panginoon sana ang magparusa sa amin.

[24] "Ginawa namin ito dahil natakot kami na baka dumating ang panahon na sabihin ng mga kaapu-apuhan n'yo sa mga kaapu-apuhan namin ang ganito, 'Ano ang pakialam n'yo sa Panginoon, ang Dios ng Israel? [25] Ginawa na ng Panginoon na hangganan ang *Ilog ng* Jordan para ihiwalay kayo sa amin. Kayong mga lahi nina Reuben at Gad, wala kayong bahagi sa Panginoon.' Baka ang mga kaapu-apuhan n'yo ang siyang magpahinto sa mga kaapu-apuhan namin sa pagsamba sa Panginoon. [26] Kaya ipinatayo namin ang altar, hindi para sa mga handog na sinusunog o sa iba pang mga handog, [27] kundi para maging tanda para sa amin, sa inyo, at para sa mga susunod nating henerasyon na sinasamba namin ang Panginoon sa pamamagitan ng mga handog na sinusunog, mga handog bilang pagpaparangal sa Panginoon at ng iba pang mga handog na naroon sa Tolda niya.[a] Kaya hindi makapagsasabi ang mga kaapu-apuhan n'yo sa mga kaapu-apuhan namin ang ganito, 'Wala kayong pakialam sa Panginoon!' [28] At kung mangyari nga na sabihin nila ito sa mga kaapu-apuhan namin, sasagutin sila ng kaapu-apuhan namin, 'Tingnan n'yo! Nagpatayo ang mga ninuno namin ng altar, gaya ng altar ng Panginoon, hindi para pag-alayan ng mga handog na sinusunog at ng iba pang mga handog, kundi upang maging paalala para sa amin at sa inyo *na isang Dios lamang ang ating sinasamba*.'

[29] "Hindi namin magagawa na magrebelde o sumuway sa Panginoon sa pamamagitan ng pagpapatayo namin ng sariling altar para pag-alayan ng mga handog na sinusunog, mga handog bilang pagpaparangal sa Panginoon at ng iba pang mga handog. Hindi namin ipagpapalit ang altar ng Panginoon na ating Dios na nandoon sa harap ng kanyang Tolda."

[30] Natuwa sina Finehas na pari at ang mga pinuno ng mga pamilya ng mga Israelita nang marinig nila ang sinabi ng mga lahi nina Reuben, Gad at ng kalahating lahi ni Manase. [31] Kaya sinabi ni Finehas,

---

a 27 Tolda niya: sa literal, *sa presensya niya.*

anak ng paring si Eleazar, "Alam na namin ngayon na kasama natin ang PANGINOON dahil hindi kayo nagrebelde sa kanya. Niligtas n'yo ang Israel sa parusa ng PANGINOON."

³² Pagkatapos, umuwi sa Canaan sina Finehas at ang mga pinuno, at sinabi nila sa mga Israelita ang pakikipag-usap nila sa mga lahi nina Reuben at Gad. ³³ Nang marinig nila ito, natuwa sila at nagpuri sa Dios. At hindi na sila nagsalita tungkol sa paglusob sa lupain na tinitirhan ng mga lahi nina Reuben at Gad.

³⁴ Pinangalanan ng mga lahi nina Reuben at Gad ang altar na "Saksi", dahil sabi nila, "Saksi ito para sa ating lahat na ang PANGINOON ay Dios."

Ang Habilin ni Josue sa mga Israelita

23 Sa mahabang panahon, binigyan ng PANGINOON ng kapahingahan ang Israel sa mga kalaban nila sa paligid. Matanda na si Josue, ² kaya ipinatawag niya ang lahat ng mamamayan ng Israel, kasama ang mga tagapamahala, mga pinuno, mga hukom at mga opisyal ng Israel. Sinabi niya sa kanila, "Matanda na ako. ³ Nakita n'yo mismo ang lahat ng ginawa ng PANGINOON na inyong Dios sa mga bansang ito alang-alang sa inyo. Ang PANGINOON na inyong Dios ang nakipaglaban para sa inyo. ⁴ Pinaghati-hati ko na sa inyo bilang mana ng mga lahi n'yo ang lahat ng lupain ng mga bansang nasakop natin, mula sa *Ilog ng* Jordan *sa silangan* hanggang sa Dagat ng Mediteraneo *sa kanluran*, pati na rin ang mga lupain ng mga bansang hindi pa natin nasasakop. ⁵ Magiging inyo ang mga lupain nila, ayon sa ipinangako sa inyo ng PANGINOON na inyong Dios. Itataboy sila ng PANGINOON na inyong Dios mismo. Tatakas sila habang nilulusob ninyo.

⁶ "Magpakatatag kayo at tuparin n'yong mabuti ang lahat ng nakasulat sa Aklat ng Kautusan ni Moises. Huwag n'yo itong itakwil. ⁷ Huwag kayong makikiisa sa mga bayan na natitira pa sa karatig ninyo, at huwag ninyong babanggitin ang mga pangalan ng mga dios nila o kaya'y sumumpa sa pangalan ng mga ito. Huwag kayong sasamba o kaya'y maglilingkod sa kanila, ⁸ kundi, maging tapat kayo sa PANGINOON na inyong Dios, gaya ng ginagawa n'yo hanggang ngayon.

⁹ "Itinaboy ng PANGINOON ang malalaki at mga makapangyarihang bansa nang lusubin n'yo sila at hanggang ngayon wala pang kahit isa na nakatalo sa inyo. ¹⁰ Kahit sino sa inyo ay makakapagtaboy ng 1,000 tao dahil ang PANGINOON na inyong Dios ang nakikipaglaban para sa inyo, ayon sa ipinangako niya. ¹¹ Kaya ingatan ninyong lubos sa inyong puso na ibigin ang PANGINOON na inyong Dios.

¹² "Pero kung tatalikod kayo sa kanya at makikipag-isa sa mga karatig bansang natira, at makikipag-asawa sa kanila at makikisalamuha, ¹³ tiyak na hindi na itataboy ng PANGINOON na inyong Dios ang mga bansang ito. Sa halip, magiging mapanganib sila para sa inyo gaya ng bitag, at magiging pahirap sila sa inyo gaya ng malupit na latigo kapag hinagupit kayo sa likod o kaya'y tinik kapag tinusok ang mata ninyo. Mangyayari ito hanggang sa mamatay kayong lahat sa magandang

lupain na ibinigay sa inyo ng PANGINOON na inyong Dios.

¹⁴ "Malapit na akong mamatay. Nalalaman n'yo ng buong puso ninyo't kaluluwa na tinupad ng PANGINOON na inyong Dios ang lahat ng mabubuting bagay na ipinangako niya sa inyo. Wala, kahit isa na hindi niya tinupad. ¹⁵ Pero ngayon na tinupad ng PANGINOON na inyong Dios ang lahat ng mabubuting bagay na ipinangako niya sa inyo, tutuparin din niya ang parusa na babala niya sa inyo hanggang sa malipol niya kayo rito sa magandang lupain na ibinigay niya sa inyo. ¹⁶ *Oo, mangyayari ito sa inyo* kung lalabag kayo sa kasunduan ng PANGINOON na inyong Dios at kung sasamba kayo at maglilingkod sa ibang mga dios. Talagang ipaparanas niya sa inyo ang kanyang galit at malilipol agad kayo sa magandang lupain na ibinigay niya sa inyo."

Muling Nangako ang mga Israelita na Tutuparin Nila ang Kasunduan ng Dios

24 Tinipon ni Josue ang lahat ng lahi ng Israel sa Shekem. Tinawag niya ang mga tagapamahala, mga pinuno, mga hukom at mga opisyal ng Israel, at lumapit sila sa presensya ng Dios.

² Sinabi ni Josue sa lahat ng tao, "Ito ang sinasabi ng PANGINOON, ang Dios ng Israel, 'Noon, ang mga ninuno n'yo ay nakatira sa kabila ng Ilog *ng Eufrates* at sumamba sa ibang mga dios-diosan. Isa sa kanila ay si Tera na ama nina Abraham at Nahor. ³ Pero kinuha ko si Abraham sa lugar na iyon at pinapunta papunta sa lupain ng Canaan at binigyan ng maraming lahi. Naging anak niya si Isaac, ⁴ at naging anak naman ni Isaac sina Esau at Jacob. Ibinigay ko kay Esau ang kabundukan sa Seir bilang bahagi niya pero si Jacob at ang mga anak niya ay pumunta sa Egipto. ⁵ Pagkatapos, isinugo ko sina Moises at Aaron sa Egipto at pinadalhan ko ng mga salot ang mga Egipcio, at inilabas roon ang inyong mga ninuno. ⁶ Pero nang makarating ang mga ninuno n'yo sa Dagat na Pula, hinabol sila ng mga Egipcio na may mga kabayo at mga karwahe. ⁷ Humingi ng tulong sa akin ang inyong mga ninuno at nilagyan ko ng kadiliman ang pagitan nila at ng mga Egipcio. At nilunod ko agad ang mga Egipcio sa dagat. Nakita mismo ng inyong mga ninuno ang ginawa ko sa mga Egipcio. At tumira kayo sa disyerto nang mahabang panahon.

⁸ " 'Pagkatapos, dinala ko kayo sa lupain ng mga Amoreo sa silangan ng Ilog *ng* Jordan. Nakipaglaban sila sa inyo, pero pinagtagumpay ko kayo sa kanila. Nilipol ko sila at nasakop n'yo ang lupain nila. ⁹ Pagkatapos, nakipaglaban sa Israel ang hari ng Moab na si Balak na anak ni Zipor. Inutusan niya si Balaam na anak ni Beor na sumpain kayo. ¹⁰ Pero hindi ko pinahintulutan si Balaam na gawin ito sa inyo. Sa halip, binasbasan kayo ni Balaam, at iniligtas ko kayo sa kamay ni Balak.

¹¹ " 'Pagkatapos, tumawid kayo sa Ilog *ng* Jordan at nakarating sa Jerico. Nakipaglaban sa inyo ang mga taga-Jerico, ganoon din ang mga Amoreo, Perezeo, Cananeo, Heteo, Gergaseo, Hiveo at Jebuseo. Pinagtagumpay ko kayo laban sa kanila. ¹² Pinadalhan ko ng mga putakti ang dalawang

haring Amoreo para itaboy sila bago pa kayo dumating. Nanalo kayo hindi dahil sa inyong mga espada at pana. [13] Binigyan ko kayo ng lupaing hindi n'yo pinaghirapan. Pinatira ko kayo sa mga lungsod na hindi kayo ang nagtatag. Kumakain kayo ngayon ng mga ubas at mga olibo na hindi kayo ang nagtanim.'

[14] "Kaya ngayon, igalang n'yo ang PANGINOON at paglingkuran na may katapatan. Itakwil na ninyo ang mga dios-diosang sinasamba noon ng mga ninuno n'yo sa kabila ng Ilog *ng Eufrates* at sa Egipto, at maglingkod kayo sa PANGINOON. [15] Pero kung ayaw n'yong maglingkod sa PANGINOON, mamili kayo ngayon sa araw na ito kung sino ang paglilingkuran ninyo. Maglilingkod ba kayo sa mga dios na pinaglilingkuran ng mga ninuno n'yo sa kabila ng Ilog *ng Eufrates*, o sa mga dios ng mga Amoreo na ang lupain ay tinitirhan n'yo ngayon? Pero para sa akin at sa pamilya ko maglilingkod kami sa PANGINOON."

[16] Sumagot ang mga tao, "Wala sa isipan naming tumalikod sa PANGINOON at maglingkod sa ibang mga dios. [17] Ang PANGINOON na ating Dios mismo ang naglabas sa atin at sa mga ninuno natin sa pagkaalipin doon sa Egipto. Nakita rin natin ang mga himalang ginawa niya. Iningatan niya tayo sa paglalakbay natin sa mga bansang dinadaanan natin. [18] Itinaboy niya ang mga Amoreo at ang ibang mga bansa na naninirahan sa mga lupaing ito. Kaya maglilingkod din kami sa PANGINOON, dahil siya ang Dios namin."

[19] Sinabi ni Josue sa mga tao, "Hindi kayo makapaglilingkod sa PANGINOON dahil siya'y banal na Dios at ayaw niya na may sinasamba kayong iba. Hindi niya babalewalain ang pagrerebelde at mga kasalanan ninyo. [20] Kapag itinakwil n'yo ang PANGINOON at naglingkod kayo sa ibang dios, magagalit siya sa inyo at paparusahan niya kayo. Lilipulin niya kayo kahit na noon ay naging mabuti siya sa inyo."

[21] Pero sumagot ang mga tao kay Josue, "Maglilingkod kami sa PANGINOON." [22] Sinabi ni Josue, "Kayo mismo ang mga saksi sa mga sarili n'yo na pinili ninyong paglingkuran ang PANGINOON." Sumagot sila, "Oo, mga saksi kami."

[23] Pagkatapos, sinabi ni Josue, "Kung ganoon, itakwil n'yo na ang mga dios-diosan n'yo at paglingkuran ninyo nang buong puso ang PANGINOON, ang Dios ng Israel." [24] Sumagot ang mga tao, "Paglilingkuran namin ang PANGINOON naming Dios, at susundin namin ang mga utos niya."

[25] Nang araw na iyon, gumawa si Josue ng kasunduan sa mga tao roon sa Shekem, at ibinigay niya sa kanila ang mga kautusan at mga tuntunin. [26] Sinulat ito ni Josue sa Aklat ng Kautusan ng Dios. Pagkatapos, kumuha siya ng malaking bato at itinayo sa puno ng terebinto malapit sa banal na lugar ng PANGINOON. [27] At sinabi ni Josue sa lahat ng tao, "Ang batong ito ang saksi natin na nakipag-usap ang PANGINOON sa atin. Magpapatunay ito laban sa inyo kung tatalikuran ninyo ang Dios." [28] Pagkatapos, pinauwi ni Josue ang mga tao sa kanya-kanyang lugar.

Namatay si Josue at si Eleazar

[29] Dumating ang panahon na namatay ang lingkod ng PANGINOON na si Josue, na anak ni Nun sa edad na 110. [30] Inilibing siya sa lupain niya sa Timnat Sera, sa kabundukan ng Efraim, sa hilaga ng Bundok ng Gaas. [31] Naglingkod sa PANGINOON ang mga Israelita habang nabubuhay pa si Josue. At kahit patay na si Josue, nanatili pa rin sila sa paglilingkod sa PANGINOON habang buhay pa ang mga tagapamahala *ng Israel* na nakaranas ng lahat ng ginawa ng PANGINOON para sa Israel. [32] Ang mga buto ni Jose na dinala ng mga Israelita mula sa Egipto ay inilibing sa Shekem, sa lupa na binili ni Jacob ng 100 pilak sa mga anak ni Hamor na ama ni Shekem. Ang lupang ito'y bahagi ng teritoryo na ibinigay sa mga lahi ni Jose.

[33] Namatay din si Eleazar na anak ni Aaron at inilibing sa Gibea, ang bayan sa kabundukan ng Efraim, na ibinigay ni Eleazar sa anak niyang si Finehas.

MGA HUKOM
(MGA PINUNO)

Nabihag ng Lahi ni Juda at ng Lahi ni Simeon si Adoni Bezek

1 Pagkamatay ni Josue, nagtanong ang mga Israelita sa PANGINOON kung sino sa mga lahi nila ang unang makikipaglaban sa mga Cananeo. [2] Sumagot ang PANGINOON, "Ang lahi ni Juda, dahil ipinagkatiwala ko sa kanila ang lupaing iyon." [3] Kaya sinabi ng lahi ni Juda sa lahi ni Simeon na kanilang kadugo, "Tulungan n'yo kaming sakupin ang lugar ng mga Cananeo na para sa amin at tutulungan din namin kayo na sakupin ang lugar na para sa inyo." Kaya tinulungan sila ng lahi ni Simeon *sa labanan*. [4-5] Nang lumusob ang *angkan ni* Juda, pinagtagumpay sila ng PANGINOON laban sa mga Cananeo at Perezeo. May 10,000 tao ang napatay nila sa Bezek. Habang nakikipaglaban sila sa Bezek, nakalaban nila roon si Adoni Bezek *na hari sa lugar na iyon*. [6] Tumakas si Adoni Bezek, pero hinabol siya *ng mga Israelita* at nahuli. Pinutol nila ang mga hinlalaki nito sa kamay at paa. [7] Sinabi ni Adoni Bezek, "Noon, may 70 hari ang pinutulan ko ng hinlalaki sa kamay at paa at namulot sila ng mumo sa ilalim ng aking mesa. Ngayon, sinisingil sa akin ng Dios sa ginawa ko sa kanila." At dinala nila si Adoni Bezek sa Jerusalem, at doon siya namatay.

[8] Nilusob ng mga lahi ni Juda ang Jerusalem at sinakop nila ito. Pinatay nila ang mga naninirahan doon at sinunog ang lungsod. [9] Pagkatapos, kinalaban nila ang mga Cananeo na nakatira sa mga kabundukan, sa Negev at sa mga kaburulan sa kanluran.[a] [10] Nilusob din nila ang mga Cananeo na nakatira sa Hebron (na noon ay tinatawag na Kiriat Arba), at pinatay nila sina Sheshai, Ahiman at Talmai.

Sinakop ni Otniel ang Lungsod ng Debir (Josue 15:13-19)

[11] Mula sa Hebron, nilusob din nila ang mga nakatira sa Debir (na noon ay tinatawag na Kiriat Sefer). [12] Sinabi ni Caleb, "Ibibigay ko bilang asawa ang anak kong si Acsa sa lalaking makakaagaw ng Kiriat Sefer." [13] Si Otniel na anak ni Kenaz na nakababatang kapatid ni Caleb ang nakaagaw ng lungsod. Kaya sa kanya ibinigay ni Caleb ang anak niyang si Acsa para maging asawa. [14] Nang ikinasal na sila, hinikayat ni Acsa ang asawa niya na humingi sila ng *dagdag na lupain sa ama nito*. *Pagkatapos, pumunta si Acsa kay Caleb*, at nang makababa na siya sa kanyang asno, tinanong siya ni Caleb kung ano ang kailangan niya. [15] Sumagot si Acsa, "Hihingi po sana ako ng pabor sa inyo, gusto ko po sanang bigyan n'yo ako ng *lupaing may* mga bukal, dahil ang lupaing ibinigay n'yo sa akin sa Negev *ay walang bukal*." Kaya ibinigay sa kanya ni Caleb ang *lugar na may* mga bukal sa itaas at sa ibaba *ng Negev*.

Ang mga Pananakop ng lahi ni Juda at ng lahi ni Benjamin

[16] Pag-alis ng lahi ni Juda sa lungsod ng Jerico,[b] sumama sa kanila ang mga Keneo, na mula sa angkan ng biyenan ni Moises, papunta sa ilang ng Juda. Tumira sila kasama ng mga tao roon, malapit sa *bayan ng* Arad sa Negev.

[17] Pagkatapos, ang lahi naman ni Simeon ang tinulungan ng lahi ni Juda na sakupin ang lungsod ng Zefat na tinitirhan din ng mga Cananeo. Winasak nila nang husto[c] ang lungsod, kaya tinawag itong Horma.[d] [18] Sinakop din nila ang mga lungsod ng Gaza, Ashkelon at Ekron, pati ang mga teritoryo nito *sa paligid*.

[19] Tinulungan ng PANGINOON ang mga lahi ng Juda. Sinakop nila ang mga kabundukan, pero hindi nila madaig ang mga tao na nakatira sa mga kapatagan dahil may mga karwahe silang yari sa bakal. [20] At tulad ng ipinangako ni Moises, ibinigay kay Caleb ang Hebron. Itinaboy ni Caleb ang tatlong pamilya na nakatira sa lugar na ito, na mula sa angkan ni Anak. [21] Hindi itinaboy ng lahi ni Benjamin ang mga Jebuseo na nakatira sa Jerusalem. Kaya hanggang ngayon, naninirahan pa rin ang mga ito kasama ng mga lahi ni Benjamin.

Sinakop ng Dalawang Lahi ni Jose ang Betel

[22-23] Ngayon, nilusob ng mga lahi ni Jose ang lungsod ng Betel (na noon ay tinatawag na Luz), at tinulungan sila ng PANGINOON. Nang nagpadala sila ng mga tao para mag-espiya sa Betel, [24] may nakita ang mga espiya na isang tao na papalabas mula sa lungsod na iyon. Sinabi nila sa kanya, "Tulungan mo kami kung paano makapasok sa lungsod at hindi ka namin gagalawin." [25] Tinuruan niya sila, at pinatay nila ang lahat ng nakatira sa lungsod na iyon. Pero hindi nila pinatay ang tao *na nagturo sa kanila* pati ang buong sambahayan nito. [26] Ang taong ito'y pumunta sa lupain ng mga Heteo, at doon nagtayo ng isang lungsod na tinawag niyang Luz. Ito pa rin ang pangalan nito hanggang ngayon.

Ang mga Tao na Hindi Itinaboy ng mga Israelita sa Kanilang mga Lupain

[27] Hindi itinaboy[e] *ng lahi* ni Manase ang mga nakatira sa Bet Shan, Taanac, Dor, Ibleam, Megido, at ang mga bayan *sa paligid* ng mga ito dahil determinado ang mga Cananeo na huwag umalis sa lupaing iyon. [28] Nang naging makapangyarihan na ang mga Israelita, pinilit nila ang mga Cananeo na magtrabaho *para sa kanila*, pero hindi nila itinaboy ang mga ito.

---

a 9 kaburulan sa kanluran: sa Hebreo, *Shefela.*

b 16 lungsod ng Jerico: sa Hebreo, *lungsod ng mga palma.*

c 17 Winasak...husto: Ang kahulugan nito sa Hebreo ay ang mga bagay na ibinigay sa Panginoon bilang handog o winasak ang mga ito.

d 17 Horma: Ang ibig sabihin, *pagkawasak.*

e 27 Hindi itinaboy: o, *Hindi maitaboy.*

²⁹Hindi rin itinaboy *ng lahi* ni Efraim ang mga nakatira sa Gezer. Kaya patuloy na nanirahan ang mga Cananeo kasama nila.

³⁰Hindi rin itinaboy *ng lahi* ni Zebulun ang mga Cananeo na naninirahan sa mga lungsod ng Kitron at Nahalol. Kaya patuloy na nanirahan ang mga Cananeo kasama nila. Pero pinilit silang magtrabaho *para sa kanila.*

³¹Hindi rin itinaboy *ng lahi* ni Asher ang mga nakatira sa Aco, Sidon, Aczib, Helba, Afek at Rehob. ³²Kaya patuloy na nanirahan ang mga Cananeo roon kasama ng lahi ni Asher.

³³Hindi rin itinaboy *ng lahi* ni Naftali ang mga nakatira sa Bet Shemesh at Bet Anat. Kaya patuloy na nanirahan ang mga Cananeo kasama ng lahi ni Naftali. Pero pinilit silang magtrabaho para sa kanila.

³⁴Hindi naman pinahintulutan ng mga Amoreo na tumira sa kapatagan ang mga lahi ni Dan, kaya nanatili na lamang sila sa kabundukan. ³⁵Determinado ang mga Amoreo na huwag umalis sa Bundok ng Heres, Ayalon at Saalbim. Pero nang lumakas ang kapangyarihan ng mga angkan ni Jose, pinilit nila ang mga Amoreo na magtrabaho *para sa kanila.* ³⁶Ang hangganan ng lupain ng mga Amoreo ay mula sa Daang Paakyat ng Akrabim at paakyat pa mula sa Sela.

Ang Anghel ng P<small>ANGINOON</small> sa Bokim

2 Pumunta ang anghel ng P<small>ANGINOON</small> sa Bokim mula sa Gilgal. At sinabi niya *sa mga Israelita, ito ang ipinapasabi ng* P<small>ANGINOON</small>: "Inilabas ko kayo sa Egipto at dinala *dito* sa lupain na ipinangako ko sa inyong mga ninuno. Sinabi ko noon na hindi ko sisirain ang kasunduan ko sa inyo. ²Sinabi ko rin na huwag kayong gagawa ng kasunduan sa mga tao sa lupaing ito kundi gibain n'yo ang mga altar nila. Pero ano ang ginawa ninyo? Hindi n'yo ako sinunod! ³Kaya ngayon, hindi ko sila itataboy sa lupain ninyo. Magiging parang tinik sila sa daraanan ninyo at ang mga dios nila ay magiging parang bitag sa inyo."

⁴Nang marinig ito ng mga Israelita, humagulgol sila. ⁵Kaya tinawag nilang Bokim^a ang lugar na iyon. At doon sila naghandog sa P<small>ANGINOON</small>.

⁶Nang pinauwi na ni Josue ang mga Israelita, umalis sila upang angkinin ang lupain na nakalaan para sa kanila. ⁷At naglingkod sila sa P<small>ANGINOON</small> habang nabubuhay si Josue. At kahit namatay na siya, patuloy pa rin silang naglingkod sa P<small>ANGINOON</small> habang nabubuhay ang mga tagapamahala *ng Israel* na nakakita ng lahat ng kahanga-hangang ginawa ng P<small>ANGINOON</small> para sa Israel. ⁸Ang lingkod ng P<small>ANGINOON</small> na si Josue na anak ni Nun ay namatay sa edad na 110. ⁹Inilibing siya sa kanyang lupain doon sa Timnat Heres, sa kabundukan ng Efraim, sa hilaga ng Bundok ng Gaas.

Huminto ang mga Israelita sa Paglilingkod sa P<small>ANGINOON</small>

¹⁰Nang mamatay ang mga tao sa henerasyong iyon, ang sumunod na salinlahi ay hindi nakikilala ang P<small>ANGINOON</small>, maging ang mga ginawa niya para sa Israel. ¹¹Gumawa ng kasamaan ang mga Israelita sa paningin ng P<small>ANGINOON</small> at naglingkod sa mga *imahen ni* Baal. ¹²Itinakwil nila ang P<small>ANGINOON</small>, ang Dios ng kanilang mga ninuno, na siyang naglabas sa kanila sa Egipto. Sinunod nila at sinamba ang iba't ibang dios ng mga tao sa paligid nila. Nagalit ang P<small>ANGINOON</small>, ¹³dahil itinakwil siya ng mga ito at naglingkod kay Baal at kay Ashtoret. ¹⁴Dahil sa galit ng P<small>ANGINOON</small> sa Israel, pinabayaan niyang lusubin sila ng mga tulisan para samsamin ang kanilang mga ari-arian. Pinabayaan din sila ng P<small>ANGINOON</small> na matalo ng mga kaaway nila sa paligid at hindi na nila makayanang ipagtanggol ang kanilang sarili. ¹⁵Kapag nakikipaglaban sila, pinapatalo sila ng P<small>ANGINOON</small>, tulad ng sinabi niya. Kaya labis silang nahirapan.

¹⁶Ngayon, binigyan ng P<small>ANGINOON</small> ang Israel ng mga pinuno^b na magliligtas sa kanila mula sa mga tulisan. ¹⁷Pero hindi nila pinansin ang kanilang mga pinuno. Sa halip, tumalikod sila sa P<small>ANGINOON</small> at sumamba sa ibang mga dios. Hindi sila katulad ng kanilang mga ninuno. Napakadali nilang tumalikod sa mga utos ng Dios na sinunod noon ng mga ninuno nila. ¹⁸Ang lahat na pinunong ibinigay ng P<small>ANGINOON</small> sa kanila ay tinulungan niya. At habang buhay ang pinuno nila, inililigtas sila ng P<small>ANGINOON</small> sa kanilang mga kaaway. Sapagkat naaawa siya sa kanila dahil sa mga pagtitiis nila sa mga nanggigipit at nagpapahirap sa kanila. ¹⁹Pero kapag namatay na ang pinuno, bumabalik na naman sila sa masasama nilang gawa. Muli silang naglilingkod at sumasamba sa ibang mga dios mas masahol pa sa pagkakasala ng kanilang mga ninuno. Ayaw nilang talikuran ang masasamang gawain nila at ang katigasan ng kanilang mga ulo.

²⁰Kaya lalo pang nagalit ang P<small>ANGINOON</small> sa kanila. Sinabi ng P<small>ANGINOON</small>, "Dahil nilabag ng bansang ito ang kasunduan ko sa kanilang mga ninuno, at hindi nila ako sinunod, ²¹hindi ko itataboy ang natirang mga bansa na hindi nasakop ni bago siya namatay. ²²Gagamitin ko ang mga bansang ito para subukin ang mga Israelita kung talagang tutuparin nila ang aking mga utos katulad ng kanilang mga ninuno." ²³Ito ang dahilan kung bakit hindi agad itinaboy ng P<small>ANGINOON</small> ang natirang mga bansa at hindi niya pinahintulutang matalo ito ni Josue.

Ang mga Natirang Tao sa Canaan

3 Nagtira ang P<small>ANGINOON</small> ng ibang mga tao sa Canaan para subukin ang mga Israelita na hindi nakaranas makipaglaban sa Canaan. ²Ginawa ito ng P<small>ANGINOON</small> para maturuan niyang makipaglaban ang mga lahi ng Israelita na hindi pa nakaranas nito. ³Ito ang mga taong itinira ng P<small>ANGINOON</small>: ang mga nakatira sa limang lungsod ng mga Filisteo, ang lahat ng Cananeo, ang mga Sidoneo, at ang mga Hiveo na nakatira sa mga bundok ng Lebanon, mula sa Bundok ng Baal Hermon hanggang sa Lebo Hamat. ⁴Itinira sila para subukin kung tutuparin ng mga Israelita ang mga utos ng P<small>ANGINOON</small> na ibinigay niya sa kanilang mga ninuno sa

---

a 5 Bokim: Ang ibig sabihin, *mga umiiyak.*

b 16 pinuno: Sa ibang mga salin, hukom. Pero hindi sila mga hukom (judges) lang, kundi sila ay mga pinakapinuno sa buong Israel dahil wala pang mga hari noon.

pamamagitan ni Moises. ⁵Kaya nanirahan ang mga Israelita kasama ng mga Cananeo, Heteo, Amoreo, Perezeo, Hiveo at mga Jebuseo. ⁶Nagsipag-asawa ang mga Israelita ng mga anak ng mga taong ito at ibinigay nila ang kanilang mga anak na babae para maging asawa rin ng mga ito, at sumamba rin sila sa mga dios-diosan ng mga ito.

Si Otniel

⁷Gumawa ng kasamaan ang mga Israelita sa paningin ng Panginoon dahil kinalimutan nila ang Panginoon na kanilang Dios at sumamba sila sa *mga imahen ni Baal at ni Ashera.* ⁸Dahil dito, labis na nagalit ang Panginoon sa kanila, kaya hinayaan niya silang matalo ni Haring Cushan Rishataim ng Aram Naharaim.ᵃ Sila'y sinakop nito sa loob ng walong taon.

⁹Pero nang humingi ng tulong ang mga Israelita sa Panginoon, binigyan sila ng isang tao na magliligtas sa kanila. Siya'y si Otniel na anak ni Kenaz na nakababatang kapatid ni Caleb. ¹⁰Ginabayan siya ng Espiritu ng Panginoon, at pinamunuan niya ang Israel. Nakipaglaban siya kay Haring Cushan Rishataim ng Aram, at pinagtagumpay siya ng Panginoon. ¹¹Kaya nagkaroon ng kapayapaan sa Israel sa loob ng 40 taon. At pagkatapos ay namatay si Otniel.

Si Ehud

¹²Muling gumawa ng kasamaan ang mga Israelita sa paningin ng Panginoon. Dahil dito, ipinasakop sila ng Panginoon kay Haring Eglon ng Moab. ¹³Sa tulong ng mga Ammonita at Amalekita, nilusob at tinalo ni Eglon ang Israel, at sinakop ang lungsod ng Jerico.ᵇ ¹⁴Sinakop sila ni Eglon sa loob ng 18 taon.

¹⁵Muling humingi ng tulong ang mga Israelita sa Panginoon at binigyan sila ng isang tao na magliligtas sa kanila. Siya ay ang kaliweteng si Ehud na anak ni Gera na mula sa lahi ni Benjamin. Ipinadala siya ng mga Israelita kay Haring Eglon ng Moab para ibigay dito ang buwis ng Israel. ¹⁶*Bago siya umalis,* gumawa siya ng isang espada na magkabila ang talim na may kalahating metro ang haba. Itinali niya ito sa kanyang kanang hita sa ilalim ng kanyang damit. ¹⁷*Nang naroon na siya,* ibinigay niya ang buwis kay Haring Eglon na napakatabang tao. ¹⁸Nang maibigay ni Ehud ang buwis, pinauwi niya ang mga kasamahang nagdala ng buwis. ¹⁹*Sumama siya sa kanila noong una,* pero nang makarating sila sa mga inukitang bato sa Gilgal, bumalik si Ehud at sinabi sa hari, "Mahal na Hari, may lihim po akong sasabihin sa inyo." Kaya sinabi ng hari sa mga utusan niya, "Iwan n'yo muna kami." At umalis ang lahat ng utusan niya. ²⁰Pagkatapos, lumapit si Ehud sa hari na nakaupo sa malamig niyang kwarto sa itaas. Sinabi ni Ehud, "May mensahe ako sa inyo mula sa Dios." Nang tumayo ang hari, ²¹binunot ni Ehud ng kaliwang kamay niya ang espada sa kanang hita niya, at sinaksak sa tiyan ang hari, ²²at tumagos ito hanggang sa kanyang likod. At dahil mataba ang hari, bumaon pati ang hawakan ng espada. Kaya hindi na niya ito binunot.

²³Pagkatapos, lumabas si Ehud sa kwarto at ikinandado ang mga pinto. ²⁴Nang nakaalis na siya, bumalik ang mga utusan *ng hari* at nakita nila na sarado ang mga pinto. Akala nila nasa palikuran ang hari, ²⁵*kaya hindi na lang nila binuksan ang mga pinto* at naghintay sila *sa labas.* Pero nang magtagal, hindi na sila mapalagay dahil hindi pa rin binubuksan ng hari ang mga pinto. Kaya kinuha na lang nila ang susi at binuksan *ito,* at nakita nila ang kanilang hari na nakahandusay sa sahig na patay na.

²⁶Habang hinihintay ng mga utusan *na buksan ng hari ang mga pinto,* nakatakas na si Ehud. Dumaan siya sa mga imaheng bato at pumunta sa Seira. ²⁷Pagdating niya sa kabundukan ng Efraim, hinipan niya ang trumpeta *para tawagin ang mga Israelita sa pakikipaglaban.* Pagkatapos, bumaba ang mga Israelita mula sa kabundukan sa pangunguna ni Ehud. ²⁸Sinabi niya sa kanila, "Sumunod kayo sa akin dahil pagtatagumpayin kayo ng Panginoon laban sa Moab na kalaban ninyo." Kaya sumunod sila sa kanya at sinakop nila ang tawiran sa *Ilog ng* Jordan patungong Moab, at wala silang pinatawid doon ni isang tao. ²⁹Nang araw na iyon, nakapatay sila ng 10,000 malalakas at matatapang na Moabita. Wala ni isang nakatakas sa kanila. ³⁰Sinakop ng Israel ang Moab nang araw na iyon, at mula noon, naging mapayapa ang Israel sa loob ng 80 taon.

Si Shamgar

³¹Si Shamgar na anak ni Anat ang sumunod kay Ehud *bilang pinuno.* Iniligtas niya ang Israel sa mga Filisteo. Nakapatay siya ng 600 Filisteo gamit ang tungkod niyang pangtaboy sa baka.

Si Debora at si Barak

4 Pagkamatay ni Ehud, muling gumawa ng kasamaan ang mga Israelita sa paningin ng Panginoon. ²Kaya hinayaan ng Panginoon na sakupin sila ni Haring Jabin ng Hazor, na isang hari ng mga Cananeo. Ang kumander ng mga sundalo ni Jabin ay si Sisera na nakatira sa Haroshet Hagoyim. ³May 900 karwaheng yari sa bakal si Jabin, at labis niyang pinagmalupitan ang mga Israelita sa loob ng 20 taon. Kaya *muling* humingi ng tulong ang mga Israelita sa Panginoon.

⁴Nang panahong iyon, ang pinuno ng Israel ay si Debora, na isang propeta *ng Dios* at asawa ni Lapidot. ⁵Kapag gustong ayusin ng mga Israelita ang kanilang mga di-pagkakaunawaan, pumupunta sila kay Debora na nasa ilalim ng puno ng palma na pag-aari nito, sa pagitan ng Rama at Betel sa kabundukan ng Efraim.

⁶*Isang araw,* ipinatawag ni Debora si Barak na anak ni Abinoam na taga-Kedesh na sakop *ng lahi* ni Naftali. *Pagdating ni Barak,* sinabi ni Debora sa kanya, "Inuutusan ka ng Panginoon, ang Dios ng Israel, na kumuha ng 10,000 lalaki sa lahi ni Naftali at Zebulun, at dalhin sila sa Bundok ng Tabor. ⁷Lilinlangin ko si Sisera, ang kumander ng mga sundalo ni Jabin, na pumunta sa Lambak ng Kishon, kasama ang kanyang mga sundalo at mga karwahe. At doon pagtatagumpayin ko kayo laban sa kanila."

⁸Sinabi ni Barak kay Debora, "Pupunta ako kung sasama ka, pero kung hindi ka sasama, hindi ako pupunta." ⁹Sumagot si Debora, "Sige, sasama ako

---

ᵃ 8 *Aram Naharaim:* Isang lugar sa Mesopotamia.
ᵇ 13 *lungsod ng Jerico:* sa Hebreo, *lungsod ng mga palma.*

sa iyo, pero hindi mapupunta sa iyo ang karangalan dahil ipapatalo ng Panginoon si Sisera sa isang babae." Kaya sumama si Debora kay Barak at pumunta sila sa Kedesh. ¹⁰ Doon, ipinatawag ni Barak ang mga lahi ni Naftali at ni Zebulun, at 10,000 tao ang sumama sa kanya. Sumama rin sa kanya si Debora.

¹¹ Nang panahong iyon, si Heber na Keneo ay nagtayo ng tolda niya malapit sa puno ng terebinto sa Zaananim malapit sa Kedesh. Humiwalay siya sa ibang mga Keneo na mula sa angkan ni Hobab na bayaw*ᵃ* ni Moises.

¹² Ngayon, may nakapagsabi kay Sisera na papunta si Barak sa Bundok ng Tabor. ¹³ Kaya tinipon ni Sisera ang 900 karwahe niyang yari sa bakal at ang lahat ng sundalo niya. At umalis sila mula sa Haroshet Hagoyim papunta sa Lambak ng Kishon.

¹⁴ Sinabi ni Debora kay Barak, "Humanda ka! Ito na ang araw na pagtatagumpayin ka ng Panginoon laban kay Sisera. Pangungunahan ka ng Panginoon." Kaya bumaba si Barak sa Bundok ng Tabor kasama ng 10,000 niyang sundalo. ¹⁵ Nang lumusob na sina Barak, nilito ng Panginoon si Sisera at ang lahat ng mangangarwahe at sundalo niya. Pagkatapos, tumalon si Sisera sa karwahe niya at tumakas. ¹⁶ Hinabol nila Barak ang mga sundalo at ang mga mangangarwahe ni Sisera hanggang sa Haroshet Hagoyim at nilipol ang mga ito. Wala ni isang natira sa kanila.

¹⁷ Si Sisera naman ay tumakas papunta sa tolda ni Jael na asawa ni Heber, dahil magkaibigan si Haring Jabin ng Hazor at ang pamilya ni Heber na Keneo. ¹⁸ Sinalubong ni Jael si Sisera at sinabi, "Tuloy po kayo sa aking tolda at huwag kayong matakot." Kaya pumasok si Sisera sa tolda, at tinakluban siya ni Jael ng kumot*ᵇ* para itago. ¹⁹ Sinabi ni Sisera kay Jael, "Pahingi ng tubig. Uhaw na uhaw na ako." Kaya binuksan ni Jael ang balat na sisidlan ng gatas at pinainom si Sisera, at pagkatapos ay itinago siyang muli. ²⁰ Sinabi ni Sisera, "Tumayo ka sa pintuan ng tolda. Kapag may dumating at magtanong kung may ibang tao rito sabihin mong wala."

²¹ Dahil sa sobrang pagod ni Sisera, nakatulog siya. Nang makita ni Jael na nakatulog si Sisera, kumuha siya ng martilyo at tulos ng tolda at dahan-dahang lumapit kay Sisera. Pagkatapos, ibinaon niya ang tulos sa sentido ni Sisera, gamit ang martilyo, hanggang sa bumaon ang tulos sa lupa, at namatay si Sisera.

²² Nang dumating si Barak na naghahanap kay Sisera, sinalubong siya ni Jael, at sinabi, "Halika, ipapakita ko sa iyo ang taong hinahanap mo." Pagpasok ni Barak sa tolda kasama ni Jael, nakita niya roon si Sisera na nakahandusay at patay na, at may tulos na nakabaon sa kanyang ulo. ²³ Nang araw na iyon, pinagtagumpay ng Dios ang mga Israelita laban kay Haring Jabin na Cananeo. ²⁴ Patuloy nilang nilabanan si Jabin hanggang sa mapatay nila ito.

Ang Awit ni Debora at ni Barak

5 Nang araw na iyon *na sila'y nanalo*, umawit si Debora at si Barak na anak ni Abinoam. Ito ang awit nila:

---

a 11 bayaw: o, *biyenan*.

b 18 tinakluban siya ni Jael ng kumot: o, *tinago siya ni Jael sa likod ng kurtina*.

² Purihin ang Panginoon! Sapagkat ang
   mga pinuno ng Israel ay nangunang
   lumaban at kusang-loob na sumunod
   ang mga mamamayan.
³ Makinig kayong mga hari at mga pinuno!
   Aawit ako ng mga papuri sa Panginoon, ang
   Dios ng Israel!
⁴ O Panginoon, nang umalis kayo sa *Bundok*
   ng Seir,
   at nang lumabas kayo sa lupain ng Edom,
   ang mundo'y nayanig at umulan nang malakas.
⁵ Nayanig ang mga bundok sa harapan n'yo, O
   Panginoon.
   Kayo ang Dios ng Israel na nagpahayag ng
   inyong sarili sa *Bundok* ng Sinai.
⁶ Nang panahon ni Shamgar na anak ni Anat
   at nang panahon ni Jael, walang
   dumadaan sa mga pangunahing
   lansangan.
   Ang mga naglalakbay doon ay dumadaan sa
   mga liku-likong daan.
⁷ Walang nagnanais tumira sa Israel, hanggang
   sa dumating ka, Debora, na
   kinikilalang ina ng Israel.
⁸ Nang sumamba ang mga Israelita sa mga
   bagong dios, dumating sa kanila ang
   digmaan.
   Pero sa 40,000 Israelita ay wala ni isang may
   pananggalang o sibat man.
⁹ Nagagalak ang aking puso sa mga pinuno ng
   Israel at sa mga Israelita na masayang
   nagbigay ng kanilang sarili.
   Purihin ang Panginoon!
¹⁰ Kayong *mayayaman* na nakasakay sa
   mga puting asno at nakaupo sa
   magagandang upuan nito,
   at kayong mga *mahihirap* na naglalakad lang,
   makinig kayo!
¹¹ Pakinggan n'yo ang mga salaysay ng mga tao
   sa paligid ng mga balon.
   Isinasalaysay nila ang mga pagtatagumpay*ᶜ*
   ng Panginoon sa pamamagitan ng
   kanyang mga sundalo sa Israel.
   Pagkatapos, nagmartsa ang mga mamamayan
   ng Panginoon sa may pintuan ng
   lungsod *na nagsasabi*,
¹² "Tayo na Debora, lumakad tayo habang
   umaawit ng mga papuri sa Dios.
   Tayo na Barak na anak ni Abinoam, hulihin
   mo ang iyong mga bibihagin."
¹³ Ang mga natirang buhay na mga mamamayan
   ng Panginoon ay kasama kong
   bumaba para lusubin ang mga kilala
   at mga makapangyarihang tao.
¹⁴ Ang iba sa kanila'y nanggaling sa
   Efraim—ang lupaing pagmamay-ari
   noon ng mga Amalekita—at ang iba'y
   mula sa lahi ni Benjamin.
   Sumama rin sa pakikipaglaban ang mga
   kapitan ng mga kawal ng Makir at *ang
   lahi* ni Zebulun.
¹⁵ Sumama rin ang mga pinuno *ng lahi* ni Isacar
   kina Debora at Barak papunta sa
   lambak.

---

c 11 mga pagtatagumpay: o, *mga matuwid na ginawa*.

Pero ang lahi naman ni Reuben ay *walang pagkakaisa, kaya* hindi makapagpasya kung sasama sila o hindi.

[16] O lahi ni Reuben, magpapaiwan na lang ba kayo kasama ng mga tupa?

Gusto n'yo lang bang makinig sa pagtawag *ng mga tagapagbantay* ng *kanilang* mga tupa?

Wala talaga kayong pagkakaisa, kaya hindi kayo makapagpasya kung ano ang dapat ninyong gawin.

[17] Nagpaiwan din ang *lahi ni* Gad sa silangan ng Jordan,

at ang *lahi ni* Dan naman ay nagpaiwan sa trabaho nila sa mga barko.

Ang *lahi ni* Asher naman ay nagpaiwan sa tinitirhan nila sa tabi ng dagat.

[18] Pero itinaya ng lahi nina Zebulun at Naftali ang kanilang buhay sa pakikipaglaban.

[19] Dumating ang mga haring Cananeo at nakipaglaban *sa mga Israelita* sa Taanac na nasa tabi ng Ilog ng Megido,

pero kahit isang pilak ay wala silang nasamsam.

[20] Hindi lang ang Israel ang nakipaglaban kay Sisera, kundi pati rin ang mga bituin.

[21] Inanod sila sa Lambak ng Kishon, ang napakatagal nang lambak.

Magpapatuloy ako sa pakikipaglaban sa pamamagitan ng lakas *ng* Panginoon.

[22] At ngayon, maririnig ang yabag ng mga paa ng mga kabayo.

[23] Pagkatapos, sinabi ng anghel ng Panginoon, "Sumpain ang Meroz!

Sumpain kayong mga naninirahan dito dahil hindi kayo tumulong nang makipaglaban ang Panginoon sa mga makapangyarihang tao."

[24] Higit na mapalad si Jael na asawa ni Heber na Keneo kaysa sa lahat ng babae na nakatira sa mga tolda.

[25] Nang humingi ng tubig si Sisera, gatas ang kanyang ibinigay na nakalagay sa mamahaling sisidlan.

[26] Pagkatapos, kumuha siya ng martilyo at tulos ng tolda at ipinukpok sa sentido ni Sisera.

[27] At namatay si Sisera na nakahandusay sa paanan ni Jael.

[28] Nakamasid sa bintana ang ina ni Sisera, na hindi mapakali at nagtatanong kung bakit hindi pa dumadating ang kanyang anak.

[29] Sumagot ang mga pinakamatalino sa kanyang mga kababaihan, at ito rin ang paulit-ulit niyang sinasabi sa kanyang sarili,

[30] "Baka natagalan sila sa pangunguha at paghahati ng mga bagay na nasamsam nila sa kanilang mga kalaban:

isa o dalawang babae para sa bawat sundalo, mamahaling damit para kay Sisera,

at binurdahang damit na napakaganda para sa akin."

[31] Kaya malipol sana ang lahat ng kalaban mo, O Panginoon.

Pero ang mga nagmamahal sana sa inyo ay matulad sana sa pagsikat ng araw na sobrang liwanag.

At nagkaroon ng kapayapaan sa Israel sa loob ng 40 taon.

Si Gideon

6 *Muling* gumawa ng kasamaan ang mga Israelita sa paningin ng Panginoon, kaya ipinasakop sila ng Panginoon sa mga Midianita sa loob ng pitong taon. [2] Napakalupit ng mga Midianita, kaya napilitan ang mga Israelita na magtago sa mga bundok, mga kweba at sa iba pang tagong lugar. [3] Tuwing magtatanim ang mga Israelita, nilulusob sila ng mga Midianita, Amalekita at iba pang mga tao sa silangan. [4] Nagkampo sila sa lugar ng mga Israelita at sinira ang mga pananim nito hanggang sa Gaza. Kinuha nila ang lahat ng tupa, baka at asno; wala talaga silang itinira para sa mga Israelita. [5] Sumalakay sila na dala ang kanilang tolda at mga hayop na parang kasindami ng mga balang. Hindi sila mabilang pati ang kanilang mga kamelyo. Winasak nila ang lugar *ng mga Israelita*. [6] Naging kahabag-habag ang kalagayan ng mga Israelita, dahil sa mga Midianita, kaya humingi sila ng tulong sa Panginoon.

[7] Nang tumawag sila sa Panginoon, [8] pinadalhan sila ng Panginoon ng *isang* propeta na nagsabi sa kanila, "Ito ang sinasabi ng Panginoon na inyong Dios:[a] 'Inilabas ko kayo sa Egipto na kung saan inalipin kayo. [9] Iniligtas ko kayo sa mga Egipcio at sa lahat ng umaapi sa inyo. Pinagtagumpay ko kayo sa kanila at ibinigay ko sa inyo ang kanilang mga lupain. [10] Sinabi ko sa inyo, ako ang Panginoon na inyong Dios at hindi n'yo dapat sambahin ang mga dios ng mga Amoreo kung saan kayo nakatira ngayon. Pero hindi kayo nakinig sa akin.' "

[11] Pagkatapos, dumating ang anghel ng Panginoon sa Ofra. Naupo siya sa ilalim ng puno ng terebinto na pag-aari ni Joash na mula sa angkan ni Abiezer. Si Gideon na anak ni Joash ay naggigiik noon ng trigo sa ilalim ng pisaan ng ubas para hindi makita ng mga Midianita ang trigo. [12] Nagpakita sa kanya ang anghel ng Panginoon at sinabi, "Ikaw, magiting na sundalo, ang Panginoon ay sumasaiyo."

[13] Sumagot si Gideon, "Kung[b] sumasaamin nga ang Panginoon, bakit ganito ang kalagayan namin? Bakit hindi na siya gumagawa ng mga himala gaya ng ginawa niya noon nang inilabas niya sa Egipto ang aming mga ninuno, ayon na rin sa mga kwento nila sa amin. At ngayon, pinabayaan na kami ng Panginoon at ipinaubaya sa mga Midianita."

[14] Sinabi ng Panginoon kay Gideon, "Humayo ka at gamitin ang buong lakas mo sa pagliligtas sa Israel mula sa mga Midianita. Ako ang nagsusugo sa iyo."

[15] Sumagot si Gideon, "Pero paano ko maililigtas ang Israel? Ang pamilya po namin ang pinakamahina sa lahi ni Manase at ako naman po ang pinakaaba sa pamilya namin."

---

a 8 *inyong Dios:* sa Hebreo, *Dios ng Israel.*
b 13 Sa Hebreo ang sagot ni Gideon ay nagsisimula sa salitang "adonai", na maaaring isalin na "Ginoo" o "Panginoon". Ganoon din sa talatang 15.

¹⁶Sumagot ang PANGINOON, "Tutulungan kita at lilipulin mo ang mga Midianita na parang nakikipaglaban ka lang sa isang tao."

¹⁷Sinabi ni Gideon, "Kung nalulugod po kayo sa akin, PANGINOON, bigyan n'yo po ako ng palatandaan na kayo talaga ang nag-uutos sa akin. ¹⁸Huwag po muna kayong umalis dahil kukuha ako ng ihahandog ko sa inyo."

Sumagot ang PANGINOON, "Hihintayin kita."

¹⁹Umuwi si Gideon at nagluto ng isang batang kambing. At gumawa siya ng tinapay na walang pampaalsa gamit ang kalahating sako ng harina. Pagkatapos, inilagay niya ang karne sa basket at ang sabaw nito sa kaldero, at dinala niya ang pagkain sa anghel doon sa puno ng terebinto.

²⁰Sinabi sa kanya ng anghel ng Dios, "Ipatong mo ang karne at tinapay sa batong ito, at buhusan mo ng sabaw." Sinunod ito ni Gideon. ²¹Pagkatapos, inabot ng anghel ng PANGINOON ang pagkain, sa pamamagitan ng tungkod na hawak niya. Bigla na lang lumabas ang apoy mula sa bato at tinupok ang karne at ang tinapay. At nawala na ang anghel ng PANGINOON.

²²Napatunayan ni Gideon na anghel nga ng PANGINOON ang nakita niya, sinabi niya, "O Panginoong DIOS, nakita ko po nang harapan ang anghel ninyo." ²³Pero sinabihan siya ng PANGINOON, "Huwag kang mag-alala at matakot. Hindi ka mamamatay."

²⁴Nagpatayo roon si Gideon ng altar para sa PANGINOON at tinawag niya itong, "Nagbibigay ng Kapayapaan ang PANGINOON." Hanggang ngayon, naroon pa rin iyon sa Ofra, sa lugar ng mga angkan ni Abiezer.

²⁵Nang gabi ring iyon, sinabi ng PANGINOON kay Gideon, "Kunin mo ang pangalawa sa pinakamagandang toro ng iyong ama, iyong pitong taong gulang na. Pagkatapos, gibain mo ang altar para kay Baal na ipinatayo ng iyong ama at gibain mo rin ang posteng *simbolo ng diosang si Ashera* na nasa tabi ng altar nito. ²⁶Pagkatapos, magpatayo ka ng *tamang* altar para sa *akin, ang* PANGINOON na iyong Dios sa ibabaw ng bundok na ito. Pagkatapos, ialay mo *sa akin* ang baka bilang handog na sinusunog. At gamitin mong panggatong ang pinutol mong *poste ni* Ashera." ²⁷Kaya isinama ni Gideon ang sampu niyang utusan at ginawa niya ang iniutos sa kanya ng PANGINOON. Pero ginawa niya ito nang gabi dahil natatakot siya sa pamilya niya at sa kanyang mga kababayan.

²⁸Kinaumagahan, nakita ng mga tao na giba na ang altar para kay Baal, at putol-putol na ang *poste ni* Ashera at ito ang ipinanggatong sa baka na inihandog sa bagong altar. ²⁹Tinanong nila ang isa't isa kung sino ang gumawa noon. Inusisa nila ito at nalamang si Gideon na anak ni Joash ang gumawa nito. ³⁰Kaya't sinabihan nila si Joash, "Palabasin mo rito ang anak mo! Dapat siyang patayin! Dahil giniba niya ang altar para kay Baal at pinagputol-putol ang *poste ni* Ashera sa tabi nito."

³¹Sumagot si Joash sa mga taong galit na nakapaligid sa kanya, "Nakikipagtalo ba kayo sa akin para kay Baal? Ipinagtatanggol n'yo ba siya? Ang nagtatanggol sa kanya ang dapat patayin sa umagang ito. Kung si Baal ay totoong dios, maipagtatanggol niya ang sarili niya sa gumiba ng altar niya." ³²Mula noon, tinawag si Gideon na "Jerubaal" na ang ibig sabihin ay "Hayaang ipagtanggol ni Baal ang kanyang sarili," dahil giniba niya ang altar nito.

³³Ngayon, nagkaisa ang mga Midianita, Amalekita at iba pang mga tao sa silangan *sa paglaban sa Israel.* Tumawid sila *sa Ilog ng Jordan* at nagkampo sa Lambak ng Jezreel. ³⁴Ginabayan si Gideon ng Espiritu ng PANGINOON at pinatunog niya ang trumpeta para tawagin ang mga angkan ni Abiezer para sumunod sa kanya. ³⁵Nagsugo rin siya ng mga mensahero sa buong *lahi nina* Manase, Asher, Zebulun at Naftali para tawagin sila na sumama sa pakikipaglaban. At sumama sila kay Gideon.

³⁶Sinabi ni Gideon sa Dios, "Sinabi n'yo po na gagamitin n'yo ako para iligtas ang Israel. ³⁷Ngayon, maglalagay po ako ng balahibo ng tupa sa lupang ginigiikan namin ng trigo. Kung mabasa po ito ng hamog kahit tuyo ang lupa, malalaman ko po na ako nga ang gagamitin n'yo para iligtas ang Israel ayon sa sinabi ninyo." ³⁸At ganoon nga ang nangyari. Nang sumunod na araw, maagang gumising si Gideon at kinuha ang balahibo ng tupa at piniga, at napuno ng tubig ang isang mangkok. ³⁹Pagkatapos, sinabi ni Gideon sa Dios, "Huwag po kayong magalit sa akin; may isa na lang po akong kahilingan sa inyo. Nais ko po ng isa pang pagsubok para sa balahibo ng tupa. Gusto ko po sanang mabasa ng hamog ang lupa pero manatiling tuyo ang balahibo ng tupa." ⁴⁰Kinagabihan, ginawa nga ito ng Dios. Tuyo ang balahibo ng tupa pero basa naman ng hamog ang lupa sa paligid nito.

Tinalo ni Gideon ang mga Midianita

7 Nang araw na iyon, maagang gumising si Jerubaal (na siya ring tawag kay Gideon) kasama ng mga tauhan niya. Nagkampo sila sa may bukal ng Harod. Nagkampo ang mga Midianita sa hilaga nila sa lambak malapit sa Bundok ng Moreh. ²Sinabi ng PANGINOON kay Gideon, "Napakarami mong kasama. Baka isipin nila na natalo nila ang mga Midianita dahil sa sarili nilang kakayahan at hindi dahil sa akin. ³Kaya sabihin mo sila na kung sino man ang natatakot ay maaari nang umalis dito sa Bundok ng Gilead at umuwi na." Nang sinabi ito ni Gideon, umuwi ang 22,000, at 10,000 na lang ang natira.

⁴Pero sinabi ng PANGINOON kay Gideon, "Marami pa rin ang naiwan. Dalhin mo sila sa ilog at susubukin ko sila. Kung sino ang sasabihin kong makakasama ay isama mo, at ang sasabihin ko na huwag isama ay huwag mong isama."

⁵Kaya dinala sila ni Gideon sa ilog. At doo'y sinabi ng PANGINOON, "Ibukod ang lahat ng umiinom ng tubig *sa kanilang kamay* na parang umiinom na aso, at ibukod din ang umiinom nang nakaluhod." ⁶May 300 tao ang uminom sa kanilang mga kamay, at ang iba naman ay uminom na nakaluhod. ⁷Sinabi ng PANGINOON kay Gideon, "Sa pamamagitan ng 300 taong ito ay ililigtas ko kayo at pagtatagumpayin sa mga Midianita. Ang mga natirang tao ay pauwiin na sa kani-kanilang lugar." ⁸Kaya pinauwi nga sila ni Gideon matapos ipaiwan ang mga dala nilang baon at mga trumpeta; pinaiwan din niya ang 300 taong napili.

Ang kampo ng mga Midianita ay nasa ibaba lang ng bundok, kung saan *sa itaas nito ay* naroon sila Gideon. [9]Nang gabing iyon, sinabi ng PANGINOON kay Gideon, "Maghanda ka na! Lusubin n'yo na ang kampo *ng mga Midianita,* dahil ipapatalo ko sila sa inyo. [10]Kung natatakot kang lumusob, isama mo ang lingkod mong si Pura at pumunta kayo sa kampo ng mga Midianita, [11]at pakinggan n'yo kung ano ang sinasabi nila. Tiyak na lalakas ang loob mong lumusob dahil sa maririnig mo." Kaya pumunta silang dalawa sa hangganan ng kampo *ng mga Midianita,* kung saan may mga sundalong nagbabantay. [12]Nagkampo sa lambak ang mga Midianita, Amalekita at ang iba pang mga tao sa silangan na parang kasindami ng balang. Ang mga kamelyo nila ay parang buhangin sa dagat na hindi mabilang.

[13]Nang naroon na sina Gideon, may narinig silang dalawang tao na nag-uusap. Sinabi ng isa, "Nananaginip ako na may isang pirasong tinapay na sebada na gumulong papunta sa kampo natin at tumama ito nang malakas sa isang tolda. Pagkatapos, natumba ang tolda at nawasak." [14]Sumagot ang isa, "Ang panaginip mo'y walang iba kundi ang espada ni Gideon, ang Israelitang anak ni Joash. Pagtatagumpayin siya ng Dios laban sa mga Midianita at sa ating lahat."

[15]Nang marinig ni Gideon ang panaginip at ang kahulugan nito, nagpuri siya sa PANGINOON. At bumalik siya sa kampo ng mga Israelita at sinabi niya sa kanyang mga kasamahan, "Magsipaghanda kayo dahil pagtatagumpayin tayo ng PANGINOON laban sa mga Midianita." [16]Hinati niya sa tatlong grupo ang 300 niyang tauhan, at biniggyan ang bawat isa ng trumpeta at mga banga na may ilaw sa loob nito. [17]At sinabi niya sa kanila, "Sundan n'yo ako ng tingin. Kapag naroon na kami sa dulo ng kampo *ng kalaban,* gawin n'yo kung ano ang gagawin ko. [18]Kapag pinatunog ko at ng mga kasama ko ang mga trumpeta namin, ganoon din ang gawin n'yo sa palibot ng kampo, at isigaw n'yo *nang malakas,* 'Para sa PANGINOON at kay Gideon!' "

[19]Maghahatinggabi na nang dumating si Gideon at ang 100 niyang kasama sa hangganan ng kampo *ng kalaban,* kapapalit lang ng guwardya noon. Pinatunog nina Gideon ang mga trumpeta nila at pinagbabasag ang kanilang mga banga. [20]Ganoon din ang ginawa ng ibang grupo. At habang hawak nila ang ilaw sa kaliwang kamay at ang trumpeta sa kanang kamay, sumisigaw sila, "Lumaban tayo gamit ang ating espada para sa PANGINOON at kay Gideon." [21]Ang bawat isa ay pumwesto sa kanya-kanyang lugar sa palibot ng kampo, pero ang mga kalaban nila ay nagsisisigaw na nagsitakas. [22]Habang tumutunog ang trumpeta ng 300 Israelita, pinaglaban-laban ng PANGINOON ang mga Midianita sa loob ng kampo. Ang iba ay tumakas papunta sa Bet Shita malapit sa Zerera hanggang sa Abel Mehola malapit sa Tabat.

[23]Ipinatawag ni Gideon ang mga Israelita mula sa *lahi nina* Naftali, Asher at sa buong *lahi ni* Manase, at ipinahabol sa kanila ang mga Midianita. [24]Nagsugo rin si Gideon ng mga mensahero para sabihin sa mga naninirahan sa kabundukan ng Efraim na magbantay sila sa Ilog ng Jordan hanggang sa sapa ng Bet Bara para hindi makatawid ang mga Midianita roon. Sinunod ito ng lahat ng lalaki sa Efraim, at binantayan nila ang Ilog ng Jordan hanggang sa sapa ng Bet Bara. [25]Nabihag nila ang dalawang pinuno ng mga Midianita na sina Oreb at Zeeb. Pinatay nila si Oreb sa *bato na tinawag na* Bato ni Oreb, at si Zeeb ay pinatay nila sa *pisaan ng ubas na tinawag na* Pisaan ng Ubas ni Zeeb. Patuloy nilang hinabol ang mga Midianita. Pagkatapos, dinala nila ang ulo ni Oreb at ni Zeeb kay Gideon na naroon sa kabila ng *Ilog ng Jordan.*

Pinatay ni Gideon sina Zeba at Zalmuna

8 Ngayon, tinanong ng mga taga-Efraim si Gideon, "Bakit ganito ang ginawa mo sa amin? Bakit hindi mo kami tinawag nang makipaglaban kayo sa mga Midianita?" Nakipagtalo sila nang matindi kay Gideon. [2]Pero sumagot si Gideon sa kanila, "Ano ba ang nagawa ko kung ikukumpara sa nagawa ninyo. Kahit ang maliit na ginawa n'yo ay higit pa kung ikukumpara sa lahat ng nagawa ng pamilya namin. [3]Hinayaan ng Dios na matalo n'yo ang dalawang pinuno ng mga Midianita na sina Oreb at Zeeb. Ano ba ang nagawa ko kung ikukumpara roon?" Nang masabi ito ni Gideon, huminahon na sila.

[4]Pagkatapos, tumawid si Gideon at ang 300 tauhan niya sa *Ilog ng* Jordan. Kahit pagod na pagod na, patuloy pa rin nilang hinabol *ang mga kalaban nila.* [5]Nang makarating sila sa Sucot, humiling si Gideon sa mga taga-roon. Sinabi niya, "Pahingi po ng pagkain. Pagod na pagod at gutom na gutom na kami, hahabulin pa namin ang dalawang hari ng Midian na sina Zeba at Zalmuna." [6]Pero sumagot ang mga opisyal ng Sucot, "Hulihin muna ninyo sina Zeba at Zalmuna at saka namin kayo bibigyan ng pagkain." [7]Sinabi ni Gideon, "Kung ganoon, kapag ibinigay na sa amin ng PANGINOON sina Zeba at Zalmuna, paghahahampasin ko ang katawan n'yo ng matitinik na sanga!"

[8]Mula roon, umahon sina Gideon sa Penuel[a] at ganoon din ang hiniling niya sa mga taga-roon, pero ang sagot nila ay katulad din ng sagot ng mga taga-Sucot. [9]Sinabi ni Gideon sa kanila, "Pagkatapos naming manalo sa mga kalaban namin, babalik kami rito at gigibain ko ang tore ninyo."

[10]Ngayon, sina Zeba at Zalmuna ay nasa Karkor kasama ang 15,000 nilang sundalo na natira. Mga 120,000 na ang namatay sa kanila. [11]*Nagpatuloy sina Gideon sa paghabol.* Dumaan sila Gideon sa lugar ng mga taong nakatira sa tolda sa silangan ng Noba at Jogbeha. Saka nila biglang sinalakay ang mga Midianita. [12]Tumakas sina Zeba at Zalmuna, pero hinabol sila ni Gideon at nadakip, kaya nataranta ang lahat ng sundalo nila.

[13]Nang umuwi na sina Gideon mula sa labanan, doon sila dumaan sa Paahong Daan ng Heres. [14]Nakahuli sila ng isang kabataang lalaki na taga-Sucot, at tinanong nila kung sinu-sino ang mga opisyal ng Sucot. At isinulat ng kabataang lalaki ang pangalan ng 77 opisyal na tagapamahala ng Sucot. [15]Pagkatapos, pinuntahan nina Gideon ang mga taga-Sucot at sinabi, "Natatandaan pa ba ninyo ang inyong pang-iinsulto sa akin? Sinabi ninyo,

---

a 8 Penuel: o, Peniel.

'Hulihin muna ninyo sina Zeba at Zalmuna at saka namin kayo bibigyan ng pagkain.' Ngayon, heto na sina Zeba at Zalmuna!" ¹⁶ Kinuha ni Gideon ang mga tagapamahala ng Sucot at tinuruan sila ng leksyon sa pamamagitan ng paghampas sa kanila ng matitinik na sanga. ¹⁷ Giniba rin niya ang tore sa Penuel at pinatay ang mga lalaki roon.

¹⁸ At tinanong ni Gideon sina Zeba at Zalmuna, "Ano ba ang itsura ng mga lalaking pinatay n'yo sa Tabor?" Sumagot sila, "Katulad mo na parang mga anak ng hari." ¹⁹ Sinabi ni Gideon, "Mga kapatid ko sila; mga anak mismo ng aking ina. Nangangako ako sa buhay na Panginoon na hindi ko kayo papatayin kung hindi n'yo sila pinatay." ²⁰ Pagkatapos, sinabi niya sa panganay niyang anak na si Jeter, "Patayin sila!" Pero dahil bata pa si Jeter, natakot siya, kaya hindi niya binunot ang kanyang espada. ²¹ Sinabi nina Zeba at Zalmuna *kay Gideon*, "Bakit hindi na lang ikaw ang pumatay sa amin? Kung tunay kang lalaki, ikaw na ang pumatay sa amin." Kaya pinatay sila ni Gideon at kinuha niya ang mga palamuti sa leeg ng kanilang mga kamelyo.

Ang Espesyal na Damit ni Gideon

²² Sinabi ng mga Israelita kay Gideon, "Dahil ikaw ang nagligtas sa amin sa mga Midianita, ikaw na lang at ang mga angkan mo ang mamuno sa amin." ²³ Sumagot si Gideon, "Hindi ako o ang mga angkan ko ang mamumuno sa inyo kundi ang Panginoon. ²⁴ Pero may hihilingin ako sa inyo: maaari bang ang bawat isa sa inyo ay magbigay sa akin ng mga hikaw na nasamsam n'yo sa mga Midianita?" (Nakahikaw ng ginto ang mga Midianita ayon sa kanilang nakaugalian bilang mga Ishmaelita.) ²⁵ Sumagot ang mga tao, "Oo, bibigyan ka namin." Naglatag sila ng isang damit at naglagay ang bawat isa roon ng hikaw mula sa nasamsam nila *sa mga Midianita*. ²⁶ Ang bigat ng mga gintong hikaw na natipon ay 20 kilo, hindi pa kasama ang mga dekorasyon, kwintas, damit na kulay ube ng mga hari ng Midian at ang mga nakasabit sa leeg ng mga kamelyo nila. ²⁷ Mula sa natipon na ginto, nagpagawa si Gideon ng isang espesyal na damit*ᵃ* at inilagay ito sa bayan niya sa Ofra. Muling tumalikod ang mga Israelita sa Dios at sumamba sa ipinagawa ni Gideon. Naging malaking bitag ito kay Gideon at sa kanyang pamilya. ²⁸ Lubusang natalo ng mga Israelita ang mga Midianita at hindi na nakabawi pa ang mga ito. Naging mapayapa ang Israel sa loob ng 40 taon habang nabubuhay si Gideon.

Ang Pagkamatay ni Gideon

²⁹ Umuwi si Gideon*ᵇ* sa sarili niyang bahay at doon tumira. ³⁰ May 70 siyang anak dahil marami siyang asawa. ³¹ May asawa pa siyang alipin sa Shekem at may anak silang lalaki na pinangalanan niyang Abimelec. ³² Namatay si Gideon sa katandaan. Inilibing siya sa libingan ng ama niyang si Joash sa Ofra, sa lugar ng mga angkan ni Abiezer. ³³ Hindi pa nagtatagal mula nang mamatay si Gideon nang muling tumalikod ang mga Israelita sa Dios at sumambang muli sa *mga imahen ni* Baal. Ginawa

---

nilang dios si Baal Berit. ³⁴ Kinalimutan nila ang Panginoon na kanilang Dios na siyang nagligtas sa kanila laban sa lahat ng kaaway nilang nakapalibot sa kanila. ³⁵ Hindi sila nagpakita ng utang na loob sa pamilya ni Jerubaal (na siya ring tawag kay Gideon) sa lahat ng kabutihang ginawa niya sa Israel.

Si Abimelec

9 Isang araw, pumunta si Abimelec na anak ni Gideon*ᶜ* sa mga kamag-anak ng kanyang ina sa Shekem. Sinabi niya sa kanila, ² "Tanungin ninyo ang lahat ng mga taga-Shekem kung alin ang gusto nila: pamunuan sila ng 70 anak ni Gideon o ng isang tao? Alalahanin ninyo na ako ay kadugo ninyo."

³ Kaya nakipag-usap ang mga kamag-anak ni Abimelec sa mga taga-Shekem. Pumayag silang si Abimelec ang mamuno sa kanila, dahil kamag-anak nila ito. ⁴ Binigyan nila si Abimelec ng 70*ᵈ* pirasong pilak mula sa templo ni Baal Berit, at ginamit niya itong pambayad sa mga taong walang kabuluhan ang ginagawa para sumunod sila sa kanya. ⁵ Pagkatapos, pumunta si Abimelec sa bahay ng kanyang ama sa Ofra. At doon, sa ibabaw ng isang bato, pinatay niya ang 70*ᵉ* kapatid niya sa ama niyang si Gideon. Pero ang bunsong si Jotam ay hindi napatay dahil nakapagtago ito. ⁶ Nagtipon ang mga taga-Shekem at taga-Bet Millo sa may puno ng terebinto sa Shekem at doon ginawa nilang hari si Abimelec.

⁷ Nang marinig ito ni Jotam, umakyat siya sa ibabaw ng Bundok ng Gerizim at sumigaw sa kanila, "Mga taga-Shekem, pakinggan n'yo ako kung gusto n'yong pakinggan kayo ng Dios. ⁸ *Isasalaysay ko sa inyo ang isang kwento tungkol* sa mga kahoy na naghahanap ng maghahari sa kanila. Sinabi nila sa kahoy na olibo, 'Ikaw ang maghari sa amin.' ⁹ Sumagot ang olibo, 'Mas pipiliin ko ba ang maghari sa inyo kaysa sa magbigay ng langis na ginagamit sa pagpaparangal sa mga dios at sa mga tao? *Hindi!*'

¹⁰ "At sinabi nila sa puno ng igos, 'Ikaw na lang ang maghari sa amin.' ¹¹ Sumagot ang igos, 'Mas pipiliin ko pa ba ang maghari sa inyo kaysa sa magbigay ng masarap na bunga? *Hindi!*'

¹² "Pagkatapos, sinabi nila sa ubas, 'Ikaw na lang ang maghari sa amin.' ¹³ Sumagot ang ubas, 'Mas pipiliin ko pa ba ang maghari sa inyo kaysa sa magbigay ng alak na makapagpapasaya sa mga dios at sa mga tao? *Hindi!*'

¹⁴ "Kaya sinabi na lang ng lahat sa mababang bungkos ng halamang may tinik, 'Ikaw na lang ang maghari sa amin.' ¹⁵ Sumagot ang halamang may tinik, 'Kung gusto n'yong ako ang maghari sa inyo, lumilim kayo sa akin. Pero kung ayaw n'yo, magpapalabas ako ng apoy na makakatupok sa mga kahoy na sedro ng Lebanon.'"

¹⁶ *At sinabi ni Jotam*, "Tunay at tapat ba ang paghirang ninyo kay Abimelec na hari? Matuwid ba ang ginawa ninyo sa aking amang si Gideon at sa kanyang pamilya? At nababagay ba ito sa ginawa niya? ¹⁷ Alalahanin n'yo na nakipaglaban ang aking ama para iligtas kayo sa mga Midianita. Itinaya niya ang buhay niya para sa inyo. ¹⁸ Pero ngayon,

---

a 27 espesyal na damit: sa Hebreo, *efod.*

b 29 Gideon: sa Hebreo, *Jerubaal.*

c 1 Gideon: sa Hebreo, *Jerubaal.* Ganito rin sa talatang 2, 5, 24, 28, at 57.

d 4,5 70: o, *humigit kumulang 70.*

e 4,5 70: o, *humigit kumulang 70.*

kinalaban n'yo ang pamilya ng aking ama. Pinatay n'yo ang 70 anak niya sa ibabaw lang ng isang bato. At ginawa n'yong hari si Abimelec, na anak ng aking ama sa alipin niyang babae, dahil kamag-anak n'yo siya. [19] Kaya kung para sa inyo, tunay at tapat ang ginawa n'yo ngayon sa aking ama at sa pamilya niya, masiyahan sana kayo kay Abimelec at ganoon din siya sa inyo. [20] Pero kung hindi, matupok sana kayo ni Abimelec na parang lalamunin kayo ng apoy. At kaya na mga taga-Shekem at taga-Bet Millo ay tutupukin din ni Abimelec na parang lalamunin kayo ng apoy." [21] *At pagkatapos ay* tumakas si Jotam papunta sa Beer at doon tumira dahil natakot siya sa kapatid niyang si Abimelec.

[22] Pagkatapos ng tatlong taon na pamamahala ni Abimelec *sa mga Israelita*, [23] pinag-away ng Dios si Abimelec at ang mga tao ng Shekem. Nagrebelde ang mga taga-Shekem kay Abimelec. [24] Nangyari ito para pagbayarin si Abimelec at ang mga taga-Shekem na tumulong sa kanya sa pagpatay sa 70 anak ni Gideon. [25] Ang mga taga-Shekem ay naglagay ng mga tao paikot sa bundok para nakawan ang mga dumadaan doon. Nabalitaan ito ni Abimelec. [26] Nang panahong iyon, si Gaal na anak ni Ebed ay lumipat sa Shekem kasama ang kanyang mga kapatid. Nagtiwala sa kanila ang mga taga-Shekem. [27] Nang panahon ng pagbubunga ng ubas, gumawa ang mga tao ng alak mula rito. At nagdiwang sila ng pista sa templo ng kanilang dios. At habang kumakain sila roon at nag-iinuman, nililibak nila si Abimelec. [28] Sinabi ni Gaal, "Anong klase tayong mga tao sa Shekem. Bakit nagpapasakop tayo kay Abimelec? Sino ba talaga siya? Hindi ba anak lang siya ni Gideon? Kaya bakit magpapasakop tayo sa kanya o kay Zebul na tagapamahala niya? Dapat magpasakop kayo sa angkan ng inyong ninuno na si Hamor. [29] Kung pinamumunuan ko lang kayo, tiyak na mapapaalis ko si Abimelec. Sasabihin ko sa kanya na ihanda niya ang mga sundalo niya at makipaglaban *sa atin*."

[30] Nang marinig ni Zebul na pinuno ng lungsod ang sinabi ni Gaal, lubos siyang nagalit. [31] Kaya palihim siyang nag-utos sa mga mensahero na pumunta kay Abimelec. Ito ang ipinapasabi niya, "Si Gaal at ang mga kapatid niya ay lumipat dito sa Shekem at hinihikayat ang mga tao na lumaban sa iyo. [32] Kaya ngayong gabi, isama mo ang mga tauhan mo at magtago muna kayo sa parang, *sa labas ng lungsod*. [33] Bukas, pagsikat ng araw, bigla kayong lumusob sa lungsod. Kung makikipaglaban sila Gaal, gawin mo ang gusto mong gawin sa kanila."

[34] Kinagabihan, umalis si Abimelec at ang mga tauhan niya. Naghati sila sa apat na grupo at nagtago sa *labas lang ng* Shekem. [35] Nang makita nilang lumabas si Gaal at nakatayo sa may pintuan ng lungsod, lumabas sila sa pinagtataguan nila para lumusob. [36] Nang makita sila ni Gaal, sinabi niya kay Zebul, "Tingnan mo! May mga taong paparating mula sa tuktok na bundok." Sumagot si Zebul, "Mga anino lang iyan sa bundok. Akala mo lang na tao."

[37] Sinabi ni Gaal, "Pero tingnan mo nga! May mga tao ring bumababa sa may gitna ng dalawang bundok, at mayroon pang dumaraan malapit sa banal na puno ng terebinto!"[a]

[38] Sumagot si Zebul sa kanya, "Nasaan na ngayon ang ipinagmamalaki mo? Hindi ba't sinabi mo, 'Bakit sino ba si Abimelec at magpapasakop tayo sa kanya?' Ngayon, nandito na ang hinahamak mo! Bakit hindi ka makipaglaban sa kanila?"

[39] Kaya tinipon ni Gaal ang mga taga-Shekem at nakipaglaban sila kay Abimelec. [40] Tumakas si Gaal at hinabol siya ni Abimelec. Marami ang namatay sa labanan; ang mga bangkay ay nagkalat hanggang sa may pintuan ng lungsod. [41] Pagkatapos noon, tumira si Abimelec sa Aruma. Hindi pinayagan ni Zebul na bumalik sa Shekem si Gaal at ang mga kapatid nito.

[42] Kinaumagahan, nabalitaan ni Abimelec na pupunta sa bukirin ang mga taga-Shekem. [43] Kaya hinati niya sa tatlong grupo ang mga tauhan niya at pumunta sila sa bukirin at naghintay sa paglusob. Nang makita nila ang mga taga-Shekem na lumalabas sa lungsod, nagsimula silang lumusob. [44] Ang grupo ni Abimelec ay pumwesto sa may pintuan ng lungsod habang pinagpapatay ng dalawa niyang grupo ang mga taga-Shekem sa may kabukiran. [45] Buong araw na nakikipaglaban sina Abimelec. Nasakop nila ang lungsod at pinagpapatay ang mga naninirahan dito. Pagkatapos, giniba nila ang lungsod at sinabuyan ng asin.

[46] Nang mabalitaan ito ng mga nakatira sa Tore ng Shekem, nagtago sila sa templo ni El Berit[b] na napapalibutan ng pader. [47] Nang malaman ito ni Abimelec, [48] dinala niya ang mga tauhan niya sa Bundok ng Zalmon. Pagdating nila roon, kumuha si Abimelec ng palakol at namutol ng ilang sanga ng kahoy at pinasan. Ganito ang ipinagawa niya sa kanyang mga tauhan. [49] Bawat isa sa kanila ay pumasan ng kahoy at iniligay sa paligid ng pader *ng templo ng El Berit* at sinindihan ito. Kaya namatay ang lahat ng tao na nakatira roon sa Tore ng Shekem. Mga 1,000 silang lahat pati mga babae.

[50] Pagkatapos, pumunta sina Abimelec sa Tebez at sinakop din nila ito. [51] Pero may matatag doon na tore na kung saan tumatakas ang mga taga-Tebez. Isinasara nila ito at umaakyat sila sa bubungan ng tore. [52] Nilusob ni Abimelec ang tore. At nang susunugin na sana niya ito, [53] hinulugan siya ng babae ng gilingang bato at pumutok ang kanyang ulo. [54] Agad niyang tinawag ang tagadala ng armas niya at sinabihan, "Patayin mo ako ng espada mo para hindi nila masabi na isang babae lang ang nakapatay sa akin." Kaya pinatay siya ng kanyang utusan. [55] Nang makita ng mga tauhan ni Abimelec[c] na patay na siya, nagsiuwi sila.

[56] Sa ganitong paraan, pinagbayad ng Dios si Abimelec sa ginawa niyang masama sa kanyang ama dahil sa pagpatay niya sa 70 kapatid niya. [57] Pinagbayad din ng Dios ang mga taga-Shekem sa lahat ng kanilang kasamaan. Kaya natupad ang sumpa ni Jotam na anak ni Gideon.

Si Tola at si Jair

10 Pagkamatay ni Abimelec, si Tola na anak ni Pua at apo ni Dodo ang siyang namuno sa pagliligtas sa Israel. Mula siya sa lahi ni Isacar, pero

---

a 37 banal na puno ng terebinto: sa literal, terebinto ng mga manghuhula.

b 46 El Berit: o, Baal Berit.

c 55 Abimelec: sa literal, mga Israelita.

tumira siya sa Shamir sa kabundukan ng Efraim.
[2] Pinamunuan niya ang Israel sa loob ng 23 taon.
Nang mamatay siya, inilibing siya sa Shamir.

[3] Sumunod kay Tola ay si Jair na taga-Gilead.
Pinamunuan niya ang Israel sa loob ng 22 taon.
[4] Mayroon siyang 30 anak, at ang bawat isa sa
kanila'y may asnong sinasakyan. Ang mga ito ang
namamahala sa 30 bayan sa Gilead na tinatawag
ngayon na bayan ni Jair.[a] [5] Nang mamatay si Jair,
inilibing siya sa Kamon.

Pinahirapan ng mga Ammonita ang mga Israelita

[6] Muling gumawa ng kasamaan ang mga Israelita
sa paningin ng PANGINOON. Itinakwil nila ang
PANGINOON at sumamba sila sa *mga imahen ni Baal*
at ni Ashtoret, at sa mga dios-diosan ng Aram,[b]
Sidon, Moab, Ammon at Filisteo. [7] Dahil dito,
nagalit sa kanila ang PANGINOON at pinasakop sila
sa mga Ammonita at mga Filisteo. [8] At nang taon
ding iyon, pinagdusa at pinahirapan nila ang mga
Israelita. Sa loob ng 18 taon, *pinahirapan nila ang*
lahat ng mga Israelita sa Gilead, sa silangan ng
Ilog ng Jordan na sakop noon ng mga Amoreo.
[9] Tumawid din ang mga taga-Ammon sa *kanluran*
ng Ilog ng Jordan at nakipaglaban sa *lahi nina* Juda,
Benjamin at ang sambahayan ni Efraim. Dahil
dito, labis na nahirapan ang Israel.

[10] Kaya humingi ng tulong ang mga Israelita
sa PANGINOON. Sinabi nila, "Nagkasala po kami
laban sa inyo, dahil tumalikod kami sa inyo na
aming Dios at sumamba sa *mga imahen ni Baal*."
[11-12] Sumagot ang PANGINOON, "Nang pinahirapan
kayo ng mga Egipcio, Amoreo, Ammonita, Filisteo,
Sidoneo, Amalekita at mga Maon,[c] humingi
kayo ng tulong sa akin at iniligtas ko kayo. [13] Pero
tumalikod kayo sa akin at sumamba sa ibang mga
dios. Kaya ngayon hindi ko na kayo ililigtas. [14] Bakit
hindi kayo humingi ng tulong sa mga dios na pinili
ninyo *na sambahin*? Sila na lang ang magligtas sa
inyo sa oras ng inyong kagipitan."

[15] Pero sinabi nila sa PANGINOON, "Nagkasala
po kami sa inyo, kaya gawin n'yo ang gusto n'yong
gawin sa amin. Pero maawa po kayo, iligtas n'yo
po kami ngayon." [16] Pagkatapos, itinakwil nila ang
mga dios-diosan nila at sumamba sa PANGINOON.
Kinalaunan, hindi na matiis ng PANGINOON na
makita silang nahihirapan.

[17] Dumating ang araw na naglaban ang mga
Ammonita at mga Israelita. Nagkampo ang mga
Ammonita sa Gilead, at ang mga Israelita sa
Mizpa. [18] Nag-usap ang mga pinuno ng Gilead.
Sinabi nila, "Kung sino ang mamumuno sa atin sa
pakikipaglaban sa mga Ammonita, siya ang gagawin
nating pinuno sa lahat ng nakatira sa Gilead."

Si Jefta

11 Si Jefta na taga-Gilead ay isang magiting na
sundalo. Si Gilead ang kanyang ama at ang
kanyang ina ay isang babaeng bayaran. [2] May mga

anak si Gilead sa asawa niya. At nang lumaki sila,
pinalayas nila si Jefta. Sinabi nila, "Wala kang
mamanahin sa aming ama, dahil anak ka sa ibang
babae." [3] Kaya lumayo si Jefta at sa kanila at tumira sa
Tob, kung saan sumama sa kanya ang isang grupo
ng mga *taong palaboy-laboy.*

[4] Nang panahong iyon, naglaban ang mga
Ammonita at mga Israelita. [5] Dahil dito, pinuntahan
ng mga tagapamahala ng Gilead si Jefta roon sa Tob.
[6] Sinabi nila, "Pamunuan mo kami sa pakikipaglaban
namin sa mga Ammonita." [7] Pero sumagot si Jefta,
"Hindi ba't napopoot kayo sa akin at pinalayas
ninyo ako sa bahay ng aking ama? Ngayon na
nasa kagipitan kayo, humihingi kayo ng tulong sa
akin?" [8] Pero sinabi nila, "Kailangan ka namin. Sige
na, sumama ka sa amin sa pakikipaglaban sa mga
Ammonita at ikaw ang magiging pinuno sa Gilead."
[9] Sumagot si Jefta, "Kung sasama ako sa labanan at
pagtagumpayin ako ng PANGINOON, ako ba talaga
ang gagawin n'yong pinuno?" [10] Sumagot sila, "Oo,
ikaw ang gagawin naming pinuno. Ang PANGINOON
ang saksi namin."

[11] Kaya sumama si Jefta sa kanila at ginawa
siyang pinuno at kumander ng mga taga-Gilead. At
doon sa Mizpa, sa presensya ng PANGINOON, sinabi
ni Jefta ang mga pangako niya *bilang pinuno.*

[12] Nagsugo si Jefta ng mga mensahero para
itanong sa hari ng mga Ammonita kung bakit
nilulusob nila ang Israel. [13] Ito ang sagot ng hari
ng mga Ammonita sa mga mensahero ni Jefta:
"Nang dumating ang mga Israelita mula sa Egipto,
sinakop nila ang mga lupain namin mula sa Arnon
hanggang sa Jabok, papunta sa *Ilog ng* Jordan. Kaya
ngayon, ibalik n'yo ito sa amin nang maayos."

[14] Pinabalik ni Jefta ang mga mensahero sa hari
ng mga Ammonita [15] para sabihin, "Hindi namin
sinakop ang lupain ng Moab o ng Ammon. [16] Nang
umalis sa Egipto ang aming mga ninuno, dumaan
sila sa ilang papunta sa Dagat na Pula hanggang
nakarating sila sa Kadesh.

[17] "Pagkatapos, nagsugo sila ng mga mensahero
sa hari ng Edom para hilingin payagan silang
dumaan sa lupain ng mga ito, pero hindi sila
pinayagan. Ganito rin ang ginawa ng hari ng Moab
sa kanila. Kaya nagpaiwan na lang sila sa Kadesh.
[18] "Nagpatuloy sila sa paglalakbay sa ilang.
Dumaan sila paikot ng Edom at Moab hanggang
nakarating sila sa silangan ng Moab sa kabila
ng Arnon. Doon sila nagkampo, pero hindi sila
tumawid sa Arnon dahil hangganan iyon ng Moab.
[19] "Pagkatapos, nagsugo sila ng mga mensahero
kay Sihon na hari ng mga Amoreo (na naghari sa
Heshbon) para hilingin payagan silang dumaan
sa lupain ng mga ito para makarating sila sa lugar
nila. [20] Pero hindi nagtiwala si Sihon sa kanila. Sa
halip, tinipon niya ang mga sundalo niya sa Jahaz
at nilusob ang mga Israelita. [21] Pero ipinatalo sila ng
PANGINOON, ang Dios ng Israel, sa mga Israelita.
Kaya sinakop ng mga Israelita ang lahat ng lupain
ng mga Amoreo na nakatira sa lugar na iyon:
[22] mula sa Arnon hanggang sa Jabok, at mula sa
ilang hanggang sa *Ilog ng* Jordan.

[23] "Ang PANGINOON, ang Dios ng Israel, ang
siyang nagtaboy sa mga Amoreo at nagbigay ng
kanilang lupain sa mga Israelita. At ngayon gusto

---

a 4 bayan ni Jair: o, *Havot Jair.*
b 6 Aram: o, *Syria.*
c 11-12 Maon: Sa ibang mga tekstong Septuagint, *Midianita.*

n'yo itong kunin? ²⁴ Angkinin n'yo ang ibinigay sa inyo ni Kemosh na inyong dios. At aangkinin din namin ang ibinigay sa amin ng Panginoon naming Dios. ²⁵ Ano, mas magaling ka pa ba kay Balak na anak ni Haring Zipor ng Moab? Hindi ba, hindi nga sila nakipag-away sa Israel *tungkol sa lupain* o nakipaglaban sa kanila? ²⁶ May 300 taon nang nakatira ang mga Israelita sa Heshbon, Aroer at sa mga bayan sa paligid nito, at pati sa mga bayan sa tabi ng Arnon. Bakit hindi n'yo ito binawi noon pa? ²⁷ Wala kaming masamang ginawa sa inyo, pero masasama ang ginagawa n'yo sa amin dahil gusto n'yong makipaglaban sa amin. Ang Panginoon na sana ang humatol sa atin *kung sino ang tama.*"

²⁸ Pero hindi pinansin ng hari ng mga Ammonita ang mensahe ni Jefta.

²⁹ At pinagharian si Jefta ng Espiritu ng Panginoon. Pumunta siya sa Gilead at sa Manase *para tipunin ang mga sundalo.* Pagkatapos, bumalik siya sa Mizpa na sakop ng Gilead. At mula roon, nilusob niya ang mga Ammonita. ³⁰ Nangako si Jefta sa Panginoon. Sinabi niya, "Kung ipagkakaloob n'yo pong matalo ko ang mga Ammonita, ³¹ iaalay ko po sa inyo bilang handog na sinusunog ang unang lalabas sa pintuan ng aking bahay para salubungin ako sa aking pagbabalik mula sa labanan."

³² Nakipaglaban si Jefta sa mga Ammonita, at pinagtagumpay siya ng Panginoon. ³³ Natalo nila ang mga Ammonita, at napakarami nilang pinatay. Sinakop nila ang 20 bayan mula sa Aroer papunta sa paligid ng Minit hanggang sa Abel Keramim.

Ang Anak ni Jefta

³⁴ Nang umuwi si Jefta sa Mizpa, sinalubong siya ng anak niyang babae na sumasayaw habang tumutugtog ng tamburin. Siya ang nag-iisang anak ni Jefta. ³⁵ Nang makita siya ni Jefta, pinunit niya ang kanyang damit *dahil sa kalungkutan,* at sinabi, "Anak ko, pinalungkot mo ako dahil nangako ako sa Panginoon *na ihahandog ko sa kanya ang unang sasalubong sa akin,* at hindi ko na ito mababawi."

³⁶ Sumagot ang anak ni Jefta, "Ama, nangako po kayo sa Panginoon, kaya tuparin n'yo po iyon, dahil pinagtagumpay kayo ng Panginoon sa mga kalaban n'yong mga Ammonita. ³⁷ Pero may isang bagay lang akong hihilingin sa inyo: payagan n'yo po akong mag-ikot-ikot ng dalawang buwan sa bundok para makapaghinagpis kasama ng mga kaibigan ko, dahil mamamatay na ako at hindi na makakapag-asawa." ³⁸ Pinayagan siya ni Jefta. Kaya sa loob ng dalawang buwan, nag-ikot siya sa bundok kasama ng mga kaibigan niya para maghinagpis, dahil mamamatay na siya at hindi na makakapag-asawa. ³⁹ Pagkalipas ng dalawang buwan, bumalik siya sa kanyang ama. At tinupad ni Jefta ang panata niya sa Panginoon, at namatay ang kanyang anak na isang birhen. Dito nagmula ang kaugalian ng Israel ⁴⁰ na sa bawat taon, nagpabalik-balik ang mga dalaga sa bundok ng Israel at naghihinagpis sa loob ng apat na araw bilang pag-alaala sa anak na babae ni Jefta na taga-Gilead.

Si Jefta at ang Lahi ni Efraim

12 Nagtipon ang mga sundalo ng Efraim, at tumawid sila *sa Ilog ng Jordan,* at pumunta sa Zafon para harapin si Jefta. Nagtanong sila sa kanya, "Bakit hindi mo kami tinawag nang makipaglaban kayo sa mga Ammonita? Dahil sa ginawa mong ito, susunugin namin ang bahay mo na nandoon ka sa loob." ² Pero sinabi ni Jefta sa kanila, "Nang nakipaglaban kami sa mga Ammonita, humingi kami ng tulong sa inyo. Pero hindi n'yo kami tinulungan. ³ Nang malaman kong hindi kayo tutulong, itinaya ko ang buhay ko sa labanan. At pinagtagumpay ako ng Panginoon. Ngayon, bakit ba gusto n'yong makipaglaban sa akin?"

⁴ Sumagot ang mga taga-Efraim, "Kayong mga taga-Gilead ay mga sampid lamang sa angkan ng Efraim at Manase." Kaya tinipon ni Jefta ang mga lalaki sa Gilead at nakipaglaban sila sa mga taga-Efraim at nalupig nila ang mga ito. ⁵ Sinakop nila ang mga lugar sa Ilog ng Jordan na tinatawiran papunta sa Efraim, *para walang taga-Efraim na makatakas.* Ang kahit sinong tatawid ay tinatanong nila kung taga-Efraim ba sila o hindi. Kung sasagot sila ng, "Hindi," ⁶ pinagsasalita nila ito ng "Shibolet," dahil ang mga taga-Efraim ay hindi makabigkas nito. Kung ang pagkakasabi naman ay "Sibolet," papatayin sila sa may tawiran ng *Ilog ng Jordan.* May 42,000 taga-Efraim ang namatay nang panahong iyon.

⁷ Pinamunuan ni Jefta ang Israel sa loob ng anim na taon. Nang mamatay siya, inilibing siya sa isang bayan sa Gilead.

Si Ibzan, si Elon, at si Abdon

⁸ Pagkamatay ni Jefta, si Ibzan na taga-Betlehem ang pumalit sa kanya bilang pinuno ng Israel. ⁹ Si Ibzan ay may *60 anak*: 30 lalaki at 30 babae. Pinapag-asawa niya ang mga anak niyang babae sa mga hindi kabilang sa kanilang angkan. Namuno siya sa Israel sa loob ng pitong taon. ¹⁰ Nang mamatay siya, inilibing siya sa Betlehem.

¹¹ Ang pumalit sa kanya bilang pinuno ay si Elon na taga-Zebulun. Pinamunuan niya ang Israel sa loob ng sampung taon. ¹² Nang mamatay siya, inilibing siya sa Ayalon na sakop ng Zebulun.

¹³ Ang pumalit sa kanya bilang pinuno ay si Abdon na anak ni Hilel na taga-Piraton. ¹⁴ May 40 siyang anak na lalaki at 30 apo na lalaki, at ang bawat isa sa kanila'y may asnong sinasakyan. Siya ang namuno sa Israel sa loob ng walong taon. ¹⁵ Pagkamatay niya, inilibing siya sa Piraton, sa kabundukan ng Efraim, na sakop ng mga Amalekita.

Ang Kapanganakan ni Samson

13 Muling gumawa ng kasamaan ang mga Israelita sa paningin ng Panginoon, kaya ipinasakop sila ng Panginoon sa mga Filisteo sa loob ng 40 taon.

² Nang panahong iyon, may isang lalaki na ang pangalan ay Manoa. Kabilang siya sa lahi ni Dan, at nakatira siya sa Zora. Ang asawa niya ay baog. ³ *Isang araw,* nagpakita ang anghel ng Panginoon sa asawa ni Manoa at nagsabi, "Hanggang ngayon ay wala ka pang anak. Pero hindi magtatagal, magbubuntis ka at manganganak ng isang lalaki. ⁴ Mula ngayon, siguraduhin mong hindi ka na iinom ng alak o anumang uri ng inuming nakakalasing,

o kakain ng anumang pagkain na itinuturing na marumi. ⁵At huwag mong gugupitan ang buhok niya, sapagkat ang sanggol na isisilang mo ay itatalaga sa Dios bilang isang Nazareo. Ililigtas niya ang Israel sa mga Filisteo."

⁶Pumunta ang babae sa kanyang asawa at sinabi, "Nagpakita sa akin ang isang kamangha-manghang lingkod ng Dios na parang anghel. Hindi ko naitanong kung taga-saan siya at hindi rin niya sinabi kung sino siya. ⁷Sinabi niya sa akin na mabubuntis ako at manganganak ng lalaki. Sinabihan din niya ako na huwag iinom ng alak o anumang uri ng inuming nakalalasing, o kumain ng anumang pagkain na itinuturing na marumi, dahil ang sanggol na isisilang ko ay itatalaga sa Dios bilang isang Nazareo mula sa kanyang pagkasilang hanggang sa mamatay siya."

⁸Dahil dito, nanalangin si Manoa, "PANGINOON, kung maaari po, pabalikin ninyo ang taong isinugo n'yo para turuan kami kung ano ang dapat naming gawin sa anak namin kapag isinilang na siya."

⁹Pinakinggan ng Dios ang panalangin ni Manoa. Muling nagpakita ang anghel ng Dios sa asawa ni Manoa habang nakaupo siyang nag-iisa sa bukid. ¹⁰Mabilis niyang hinanap ang asawa niya at sinabi, "Manoa, halika! Narito ang tao na nagpakita sa akin noong isang araw." ¹¹Tumayo si Manoa at sumunod sa kanyang asawa. Pagkakita niya sa tao, tinanong niya, "Kayo ba ang nakipag-usap sa asawa ko?" Sumagot siya, "Oo." ¹²Nagtanong si Manoa sa kanya, "Kung matutupad ang sinabi n'yo, ano po ba ang mga dapat sundin ng batang ito patungkol sa kanyang pamumuhay at sa kanyang gawain?" ¹³Sumagot ang anghel, "Kailangang sundin ng asawa mo ang lahat ng sinabi ko sa kanya. ¹⁴Hindi siya kakain ng anumang mula sa ubas. Hindi rin siya iinom ng katas ng ubas o anumang uri ng inuming nakakalasing, o kakain ng anumang pagkain na itinuturing na marumi. Kailangang sundin niya ang lahat ng sinabi ko sa kanya."

¹⁵Sinabi ni Manoa sa anghel, "Huwag po muna kayong umalis dahil magkakatay kami ng batang kambing para sa inyo." ¹⁶Sumagot ang anghel, "Kahit hindi ako umalis, hindi ko kakainin ang pagkaing inihanda mo. Mabuti pa kung maghahanda ka ng handog na sinusunog para sa PANGINOON." (Hindi alam ni Manoa na anghel pala iyon ng PANGINOON.)

¹⁷Nagtanong si Manoa, "Ano po ang pangalan n'yo, para mapasalamatan po namin kayo sa oras na matupad ang sinabi n'yo?" ¹⁸Sumagot ang anghel, "Bakit gusto mong malaman ang pangalan ko? Mahirap itong maintindihan." ¹⁹Pagkatapos, kumuha si Manoa ng batang kambing at inihandog niya bilang pagpaparangal sa PANGINOON, at inilagay niya ito sa ibabaw ng *altar na* bato para sa PANGINOON. *Habang nakatitig si Manoa at ang asawa niya,* gumawa ang PANGINOON ng kamangha-manghang bagay. ²⁰Nakita nila ang anghel ng PANGINOON na pumaitaas sa langit kasama ng naglalagablab na apoy. Dahil sa nakita nila, lumuhod sila at nagpatirapa sa lupa. ²¹Doon nila naunawaan na anghel nga iyon ng PANGINOON. Mula noon hindi na nila muling nakita ang anghel.

²²Sinabi ni Manoa sa kanyang asawa, "Tiyak na mamamatay tayo dahil nakita natin ang Dios." ²³Pero sumagot ang kanyang asawa, "Kung gusto ng PANGINOON na patayin tayo, hindi sana niya tinanggap ang mga handog natin. Hindi rin sana niya ipinakita sa atin ang himala o sinabi sa atin ang tungkol sa sanggol."

²⁴Dumating ang panahon na nanganak ang asawa ni Manoa. Lalaki ang anak niya at pinangalanan nila siyang Samson. Pinagpala ng PANGINOON ang sanggol habang lumalaki. ²⁵Ang Espiritu ng PANGINOON ay nagsimulang kumilos sa kanya habang naroon siya sa kampo ng Dan,ᵃ sa kalagitnaan ng Zora at Estaol.

Si Samson at ang Babae sa Timnah

14 Isang araw, pumunta si Samson sa Timnah, at may nakita siya roon na isang dalagang Filisteo. ²Nang umuwi siya, nagkwento siya sa mga magulang niya. Sinabi niya, "May nakita ako sa Timnah na isang babaeng Filisteo. Kunin ninyo siya dahil gusto ko siyang mapangasawa."

³Pero sumagot ang mga magulang niya, "Bakit gusto mong makapag-asawa ng mula sa mga Filisteong hindi nakakakilala sa Dios?ᵇ Wala ka bang mapili sa mga kamag-anak o kababayan natin?" Sumagot si Samson sa kanyang ama, "Ah basta, siya po ang gusto kong mapangasawa." ⁴Hindi pala alam ng mga magulang ni Samson na kalooban ng PANGINOON ang pasya niya. Sapagkat naghahanap ang PANGINOON ng pagkakataon na makipaglaban sa mga Filisteo, dahil sakop ng mga Filisteo ang Israel nang mga panahong iyon.

⁵Pumunta si Samson sa Timnah kasama ang mga magulang niya. Nang papunta na si Samsonᶜ sa mga ubasan sa Timnah, bigla siyang sinalubong ng isang batang leon na umuungal. ⁶Pinalakas siya ng Espiritu ng PANGINOON, at niluray niya ang leon sa pamamagitan ng mga kamay niya na tulad lang ng pagluray sa batang kambing. Pero hindi niya ito sinabi sa mga magulang niya. ⁷At puntahan ni Samson ang babae at nakipagkwentuhan. Nagustuhan talaga niya ang babae.

⁸Pagkalipas ng ilang araw, bumalik siya sa Timnah para pakasalan ang babae. Doon siya dumaan sa kinaroroonan ng pinatay niyang leon para tingnan ang bangkay nito. At nakita niya ang maraming pulot at pukyutan sa bangkay ng leon. ⁹Isinandok niya ang kanyang kamay sa pulot at kinain ito habang naglalakad. Nang makita niya ang kanyang magulang, binigyan niya sila ng pulot, at kinain din nila ito. Pero hindi niya sinabi sa kanila na kinuha niya ito sa bangkay ng leon.

¹⁰⁻¹¹Pumunta ang ama ni Samson sa bahay ng magiging manugang niya, at doon ay nagpa-piging si Samson ayon sa kaugalian nila na dapat gawin ng isang nobyo. Nang makita nila si Samson, binigyan siya ng 30 binatang lalaki para makasama niya. ¹²Sinabi ni Samson sa kanila, "May bugtong ako sa inyo. Kung mahuhulaan n'yo ito bago matapos ang pitong araw na piging, bibigyan ko kayo ng 30

ᵃ 25 *kampo ng Dan:* o, *Mahane Dan.*

ᵇ 3 *hindi...Dios:* sa literal, *ay hindi tuli.*

ᶜ 5 *Samson:* sa Septuagint, *siya.* Sa Hebreo, *sila.*

telang linen at 30 mamahaling damit. ¹³ Pero kapag hindi n'yo ito nahulaan, kayo ang magbibigay sa akin ng mga ito." Sumagot sila, "Sige, sabihin mo sa amin ang bugtong mo."

¹⁴ Sinabi ni Samson,

"Mula sa nangangain, lumabas ang pagkain,
at mula sa malakas, matamis ay lumabas."

Lumipas ang tatlong araw pero hindi nila ito mahulaan. ¹⁵ Nang ikaapat na araw, kinausap nila ang asawa ni Samson, "Hikayatin mo ang asawa mo na ipagtapat niya sa iyo ang sagot sa bugtong para malaman namin. Kung hindi, susunugin ka namin pati ang sambahayan ng iyong ama. Inimbita n'yo ba kami sa piging na ito para kunin ang mga pag-aari namin?"

¹⁶ Kaya pumunta ang babae kay Samson na mangiyak-ngiyak. Sinabi niya, "Hindi mo pala ako mahal. Nagpahula ka ng bugtong sa mga kababayan ko pero hindi mo sinabi sa akin ang sagot." Sumagot si Samson, "Hindi ko nga sinabi sa mga magulang ko, sa iyo pa kaya?" ¹⁷ Mula noon, patuloy na umiyak ang babae hanggang sa ikapitong araw. Kaya sinabi na lang ni Samson sa kanya ang sagot dahil tuloy pa rin ang pangungulit niya. At ang sinabi ni Samson sa kanya ay sinabi rin niya sa kanyang kababayan. ¹⁸ Kaya bago matapos ang ikapitong araw, sinagot nila ang bugtong. Sinabi nila kay Samson,

"Wala nang mas tatamis pa sa pulot, at wala nang mas lalakas pa sa leon."

Sumagot si Samson,

"Kung hindi n'yo pinilit ang asawa*ᵃ* ko,
hindi n'yo sana nalaman ang sagot."

¹⁹ Pinalakas ng Espiritu ng PANGINOON si Samson. Pumunta siya sa Ashkelon at doon pinatay niya ang 30 tao at kinuha ang mga ari-arian at mga damit ng mga ito. Pagkatapos, ibinigay niya ang mga damit sa mga tao na nakasagot ng bugtong niya. Kaya umuwi siya sa magulang niya na galit na galit dahil sa nangyari. ²⁰ Ang asawa ni Samson ay ibinigay sa pangunahing abay sa kanilang kasal.

Ang Paghihiganti ni Samson sa mga Filisteo

15 Panahon ng tag-ani noon, dumalaw si Samson sa kanyang asawa na may dalang batang kambing. Sinabi ni Samson sa biyenan niyang lalaki, "Papasok po ako sa kwarto ng asawa ko." Pero hindi pumayag ang biyenan niya. ² Sinabi ng kanyang biyenan, "Akala ko kinasusuklaman mo na siya, kaya ibinigay ko siya sa kaibigan*ᵇ* mo. Kung gusto mo, nandiyan ang kapatid niyang mas maganda pa sa kanya. Siya na lang ang pakasalan mo."

³ Sinabi ni Samson, "Sa ginawa n'yong ito, huwag n'yo akong sisisihin kapag may ginawa ako sa inyo, mga Filisteo." ⁴ Kaya umalis si Samson at humuli ng 300 asong-gubat. Pinagbuhol-buhol niya ang buntot ng mga ito ng tig-dadalawa at nilagyan ng sulo. ⁵ Sinindihan niya ang mga sulo at pinakawalan ang mga asong-gubat sa mga trigo ng mga Filisteo. Nasunog ang lahat ng trigo, hindi lang ang nakatali

kundi pati na rin ang aanihin pa. Nasunog din ang mga ubasan at mga taniman ng olibo.

⁶ Nagtanong ang mga Filisteo kung sino ang gumawa noon, at nalaman nilang si Samson. Nalaman din nilang ginawa iyon ni Samson dahil ipinakasal ng biyenan niyang taga-Timnah ang asawa niya sa isa niyang kaibigan.*ᶜ* Kaya hinanap ng mga Filisteo ang babae at ang kanyang ama at sinunog nila.

⁷ Sinabi ni Samson sa mga Filisteo, "Dahil sa ginawa n'yong ito, hindi ako titigil hangga't hindi ako nakakapaghiganti sa inyo." ⁸ Kaya buong lakas na nilusob ni Samson ang mga Filisteo at marami ang napatay niya. Pagkatapos, tumakas siya at nagtago sa kweba, sa may bangin ng Etam.

⁹ Nagkampo ang mga Filisteo sa Juda, at nilusob nila ang *bayan ng* Lehi. ¹⁰ Kaya nagtanong sa kanila ang mga taga-Juda, "Bakit nilulusob n'yo kami?" Sumagot sila, "Para dakpin si Samson at gantihan sa mga ginawa niya sa amin." ¹¹ Kaya ang 3,000 lalaki ng Juda ay pumunta sa kweba, sa may bangin ng Etam, at sinabi nila kay Samson, "Hindi mo ba naisip na sakop tayo ng mga Filisteo? Ngayon pati kami ay nadamay sa ginawa mo." Sumagot si Samson, "Ginantihan ko lang sila sa ginawa nila sa akin." ¹² Sinabi nila, "Pumunta kami rito para dakpin ka at ibigay sa mga Filisteo." Sumagot si Samson, "Payag ako, basta mangako kayo sa akin na hindi n'yo ako papatayin." ¹³ Sinabi nila, "Oo, hindi ka namin papatayin. Gagapusin ka lang namin at ibibigay sa kanila." Kaya Siya iginapos nila siya ng dalawang bagong lubid at dinala palabas sa kweba.

¹⁴ Pagdating nila sa Lehi, sinalubong sila ng mga Filisteo na sumisigaw sa pagtatagumpay. Pinalakas ng kapangyarihan ng Espiritu ng PANGINOON si Samson, at pinagputol-putol niya ang lubid na parang sinulid lang. ¹⁵ Pagkatapos, may nakita siyang panga ng asnong kamamatay pa lang. Kinuha niya ito at ginamit sa pagpatay sa 1,000 Filisteo. ¹⁶ Sinabi ni Samson,

"Sa pamamagitan ng panga ng asno,
pinatay ko ang 1,000 tao.
Sa pamamagitan ng panga ng asno,
itinumpok ko sila."

¹⁷ Pagkatapos niyang magsalita, itinapon niya ang panga ng asno. Ang lugar na iyon ay tinawag na Ramat Lehi.*ᵈ*

¹⁸ Labis ang pagkauhaw ni Samson. Kaya tumawag siya sa PANGINOON. Sinabi niya, "Pinagtagumpay n'yo po ako, pero ngayon parang mamamatay na ako sa uhaw at mabibihag ng mga *Filisteo na* hindi nakakakilala sa inyo."*ᵉ* ¹⁹ Kaya pinalabas ng Dios ang tubig sa may butas ng lupa sa Lehi. Uminom si Samson at bumalik ang kanyang lakas. Ang bukal na ito'y tinatawag na En Hakore.*ᶠ* Naroon pa ito sa Lehi hanggang ngayon.

²⁰ Pinamunuan ni Samson ang mga Israelita sa loob ng 20 taon. Nang panahong iyon, sakop pa rin ng mga Filisteo *ang kanilang lupain.*

ᵃ 18 Kung…asawa: sa literal, *Kung hindi ninyo ipinang-araro ang aking dumalagang baka.*

ᵇ 2 kaibigan: o, *abay na lalaki.*

ᶜ 6 kaibigan: Tingnan ang "footnote" sa talatang 2.

ᵈ 17 Ramat Lehi: Ang ibig sabihin, *Bundok ng Panga.*

ᵉ 18 hindi…inyo: sa literal, *hindi tuli.*

ᶠ 19 En Hakore: Ang ibig sabihin, *Bukal ng Tumatawag.*

Pumunta si Samson sa Gaza

16 1-2Isang araw, pumunta si Samson sa Gaza *na isang lungsod ng Filisteo.* May nakilala siya roon na isang babaeng bayaran, at sumiping siya sa babaeng iyon. Nalaman ng mga taga-Gaza na naroon si Samson, kaya pinalibutan nila ang lungsod at binantayan ang pintuan ng lungsod buong gabi. Hindi sila lumusob nang gabing iyon. Nagpasya sila na papatayin nila si Samson nang madaling-araw. 3Pero sumiping si Samson sa babae hanggang hatinggabi lang. Bumangon siya at pumunta sa may pintuan ng lungsod. Hinawakan niya ang pintuan at binunot, at natanggal ito pati ang mga kandado at haligi nito. Pagkatapos, pinasan niya ito at dinala sa tuktok ng bundok na nakaharap sa Hebron.

Si Samson at si Delaila

4Isang araw, nagkagusto si Samson sa isang dalaga na nakatira sa Lambak ng Sorek. Ang pangalan niya'y Delaila. 5Pinuntahan ng limang pinuno ng mga Filisteo si Delaila at sinabi, "Kumbinsihin mo siya na ipagtapat sa iyo ang sekreto ng lakas niya at kung paano siya matatalo, para maigapos at mabihag namin siya. Kung magagawa mo ito, ang bawat isa sa amin ay magbibigay sa iyo ng 1,100 pilak."

6Kaya tinanong ni Delaila si Samson. Sinabi niya, "Ipagtapat mo sa akin ang sekreto ng lakas mo. Kung may gagapos o huhuli sa iyo, paano niya ito gagawin?" 7Sumagot si Samson, "Kung gagapusin ako ng pitong sariwang bagting ng pana,a magiging katulad na lang ng karaniwang tao ang lakas ko."

8Nang malaman ito ng mga pinuno ng Filisteo, biniyan nila si Delaila ng pitong sariwang bagting ng pana at iginapos niya si Samson. 9May ilang mga Filisteo na nakatago noon sa kabilang kwarto. Pagkatapos, sumigaw si Delaila, "Samson, may dumating na mga Filisteo para hulihin ka!" Pero nilagot ni Samson ang tali na parang lubid na nadarang sa apoy. Kaya hindi pa rin nila nalaman ang sekreto ng kanyang lakas.

10Sinabi ni Delaila kay Samson, "Niloko mo lang ako; nagsinungaling ka sa akin. Sige na, ipagtapat mo sa akin kung paano ka maigagapos." 11Sinabi ni Samson, "Kapag naigapos ako ng bagong lubid na hindi pa nagagamit, magiging katulad na lang ng karaniwang tao ang lakas ko."

12Kaya kumuha si Delaila ng bagong lubid na hindi pa nagagamit at iginapos niya si Samson. May ilang mga Filisteo na nakatago noon sa kabilang kwarto. Pagkatapos, sumigaw si Delaila, "Samson, may dumating na mga Filisteo para dakpin ka!" Pero nilagot ni Samson ang tali sa kanyang braso na parang sinulid lang.

13Kaya sinabing muli ni Delaila kay Samson, "Hanggang ngayon, niloloko mo pa rin ako at nagsisinungaling ka. Sige na, ipagtapat mo na kung paano ka maigagapos." Sinabi ni Samson, "Kung itatali mo ng pitong tirintas ang buhok ko sa teralb at ipinulupot sa isang tulos, magiging katulad na lang ng karaniwang tao ang lakas ko."

14Kaya nang nakatulog si Samson, itinali ni Delaila ng pitong tirintas ang buhok ni Samson sa teral, at sumigaw agad, "Samson, may dumating na mga Filisteo para dakpin ka!" Nagising si Samson at mabilis niyang tinanggal ang buhok niya sa teral.

15Kaya sinabi ni Delaila sa kanya, "Sabi mo mahal mo ako, pero hindi mo ako pinagkakatiwalaan. Tatlong beses mo na akong niloko. Hindi mo talaga ipinagtapat sa akin kung saan nanggagaling ang lakas mo." 16Araw-araw niyang tinatanong si Samson hanggang sa bandang huli ay nakulian din ito. 17Kaya ipinagtapat na lang ni Samson sa kanya ang totoo. Sinabi ni Samson, "Hindi pa nagugupitan ang buhok ko kahit isang beses lang. Sapagkat mula pa sa kapanganakan ko, itinalaga na ako sa Dios bilang isang Nazareo. Kaya kung magugupitan ang buhok ko, magiging katulad na lang ng karaniwang tao ang lakas ko."

18Naramdaman ni Delaila na nagsasabi si Samson ng totoo. Kaya nagpautos siya na sabihin sa mga pinuno ng mga Filisteo na bumalik dahil nagtapat na sa kanya si Samson. Kaya bumalik ang mga pinuno, dala ang perang ibabayad kay Delaila. 19Pinatulog ni Delaila si Samson sa hita niya, at nang makatulog na ito, tumawag siya ng isang tao para gupitin ang pitong tirintas ng buhok ni Samson. Kaya nanghina si Samson, at ipinadakip siya ni Delaila. 20Sumigaw si Delaila, "Samson, may dumating na mga Filisteo para hulihin ka!" Pagbangon ni Samson akala niya'y makakawala pa rin siya tulad ng ginagawa niya noon. Pero hindi niya alam na hindi na siya tinutulungan ng Panginoon. 21Dinakip siya ng mga Filisteo at dinukit ang kanyang mga mata. Pagkatapos, dinala siya sa Gaza at kinadenahan ng tanso. Pinagtrabaho nila siya sa loob ng bilangguan bilang tagagiling ng trigo. 22Pero unti-unting tumubo ulit ang kanyang buhok.

Ang Pagkamatay ni Samson

23Muling nagkatipon ang mga pinuno ng mga Filisteo para magdiwang at mag-alay ng maraming handog sa kanilang dios na si Dagon. Sa pagdiriwang nila ay nag-aawitan sila: "Pinagtagumpay tayo ng dios natin laban sa kalaban nating si Samson." 24-25Labis ang kanilang kasiyahan at nagsigawan sila, "Dalhin dito si Samson para magbigay aliw sa atin!" Kaya pinalabas si Samson sa bilangguan. At nang makita ng mga tao si Samson, pinuri nila ang kanilang dios. Sinabi nila, "Pinagtagumpay tayo ng dios natin sa ating kalaban na nangwasak sa lupain natin at pumatay ng marami sa atin." Pinatayo nila si Samson sa gitna ng dalawang haligi at ginawang katatawanan. 26Sinabi ni Samson sa utusanc na nag-aakay sa kanya, "Pahawakin mo ako sa haligi ng templong ito para makasandal ako." 27Siksikan ang mga tao sa templo. Naroon ang lahat ng pinuno ng mga Filisteo. Sa bubungan ay may 3,000 tao, lalaki at babae. Nagkakasayahan silang nanonood kay Samson.

28Nanalangin si Samson, "O Panginoong Dios, alalahanin n'yo po ako. Kung maaari, ibalik n'yo po ang lakas ko kahit minsan pa para makaganti po ako sa mga Filisteo sa pagdukit nila sa mga mata ko." 29Kumapit si Samson sa dalawang haliging nasa

---

a 7 bagting ng pana: sa Ingles, *"bowstring."*
b 13 teral: Ingles ay *"loom."*
c 26 utusan: o, binatilyo.

gitna ng templo na nakatukod sa bubungan nito. Ang kanan niyang kamay ay nasa isang haligi at ang kaliwa naman ay nasa kabilang haligi. [30] Pagkatapos, sumigaw siya, "Mamamatay akong kasama ng mga Filisteo!" At itinulak niya ang dalawang haligi nang buong lakas at gumuho ang templo at nabagsakan ang mga pinuno at ang lahat ng tao roon. Mas maraming tao ang napatay ni Samson sa panahong iyon kaysa noong nabubuhay pa siya.

[31] Ang bangkay ni Samson ay kinuha ng mga kapatid at kamag-anak niya at inilibing sa pinaglibingan ng ama niyang si Manoa, doon sa gitna ng Zora at Estaol. Pinamunuan ni Samson ang Israel sa loob ng 20 taon.

Ang mga dios-diosan ni Micas

17 May isang tao na nakatira sa kabundukan ng Efraim na ang pangalan ay Micas. [2-3] *Isang araw*, sinabi ni Micas sa kanyang ina, "Narinig ko pong isinumpa n'yo ang kumuha ng inyong 1,100 pirasong pilak. Narito ang pilak, ako po ang kumuha." Pagkatanggap nito ng kanyang ina, sinabi nito, "Anak, pagpalain ka sana ng PANGINOON. Ihahandog ko itong pilak sa PANGINOON para hindi dumating sa iyo ang sumpa. Gagamitin ko ito na pangtapal sa kahoy na imahen na ipapagawa ko. Ihahandog ko nga ito sa PANGINOON para maligtas ka sa sumpa." [4] Pagkatapos, kumuha ang kanyang ina ng 200 pilak at ibinigay sa platero. Ginamit ito ng platero na pangtapal sa kahoy na imahen. Nang natapos na, inilagay ang dios-diosan sa bahay ni Micas.

[5] May sariling sambahan si Micas at nagpagawa siya ng mga dios-diosan at espesyal na damit[a] ng pari. At ginawa niyang pari ang isa sa mga anak niyang lalaki. [6] Nang panahong iyon, walang hari sa Israel, kaya ang bawat isa ay malaya kung ano ang gusto niyang gawin.

[7] May isang binatilyong Levita[b] na nakatira sa Betlehem na sakop ng Juda. [8] Isang araw, umalis siya para maghanap ng matitirhan sa ibang lugar. Sa kanyang pag-alis, napadaan siya sa bahay ni Micas sa kabundukan ng Efraim. [9] Tinanong siya ni Micas, "Taga-saan ka?" Sumagot siya, "Taga-Betlehem po ako, na sakop ng Juda, at isa po akong Levita. Naghahanap po ako ng matitirhan." [10-11] Sinabi ni Micas, "Dito ka na lang tumira kasama ko. Gagawin kitang tagapayo[c] ko at pari. At bawat taon, bibigyan kita ng sampung pirasong pilak, bukod pa sa mga damit at pagkain na ibibigay ko sa iyo." Pumayag ang Levita sa sinabi ni Micas at itinuring siya ni Micas na isa sa kanyang mga anak. [12] Ginawa siyang pari ni Micas at doon pinatira sa kanyang bahay. [13] Sinabi ni Micas, "Ngayon, natitiyak kong pagpapalain ako ng PANGINOON dahil may pari na akong Levita."

Si Micas at ang Lahi ni Dan

18 Nang mga panahong iyon, walang hari ang Israel. At sa panahon ding iyon, ang lahi ni Dan ay naghahanap ng lugar na matitirhan nila

at magiging sa kanila. Sa mga lahi ng Israel, ang lahi ni Dan ay hindi pa natatanggap ang lupaing mamanahin nila. [2] Kaya nagsugo ang mga lahi ni Dan ng limang matatapang na lalaki sa kalahi nila para maghanap ng matitirhan nila. Ang limang lalaki ay nagmula sa mga bayan ng Zora at Estaol.

Nang umalis na sila para maghanap ng lugar, nakarating sila sa bahay ni Micas sa kabundukan ng Efraim, at doon sila natulog. [3] Habang naroon sila, nalaman nilang hindi taga-roon ang binatilyong Levita dahil sa pagsasalita nito. Kaya tinanong nila ito, "Bakit narito ka? Sino ang nagdala sa iyo rito? At ano ang ginagawa mo rito?"

[4] Ipinaalam niya sa kanila ang ginawa ni Micas sa kanya, sinabi niya, "Nagtatrabaho ako bilang pari ni Micas at pinapasahod niya ako." [5] Sumagot ang mga lalaki, "Kung ganoon, pakitanong mo naman sa Dios kung magiging matagumpay ang paglalakbay naming ito." [6] Sumagot ang pari, "Huwag kayong mag-alala. Sasamahan kayo ng PANGINOON sa paglalakbay ninyo."

[7] Kaya nagpatuloy ang limang lalaki at nakarating sila sa Laish. Nakita nila na maayos ang pamumuhay ng mga tao roon tulad ng mga Sidoneo. Mapayapa ang lugar, at mabuti ang kalagayan ng mga tao. Ang lugar na ito ay malayo sa mga Sidoneo, at wala silang kakamping bansa. [8] Nang bumalik ang limang lalaki sa Zora at Estaol, tinanong sila ng kanilang mga kababayan kung ano ang nakita nila. [9] Sinabi nila, "Tayo na, nakakita na kami ng pinakamabuting lugar para sa atin. Bilisan natin! Lusubin na natin ang lupaing iyon. [10] Ibinigay na iyon sa atin ng Dios. Malawak at masagana; naroon ang lahat ng kailangan natin. At isa pa, mapayapa ang lugar na iyon kaya hindi sila mag-iisip na may mangyayaring masama."

[11] Kaya mula sa Zora at Estaol, umalis ang 600 armadong lalaki mula sa lahi ni Dan para makipaglaban. [12] Nagkampo sila sa gawing kanluran ng lungsod ng Kiriat Jearim sa Juda. (Ito ang dahilan kaya hanggang ngayon, ang lugar na iyon ay tinatawag na Kampo ni Dan.) [13] Mula roon, nagpatuloy sila sa paglalakbay hanggang sa nakarating sila sa bahay ni Micas, sa kabundukan ng Efraim.

[14] Pagkatapos, ang limang lalaking iyon na nagmanman sa Laish ay nagsabi sa mga kasama nila, "Alam n'yo ba na ang isa sa mga bahay dito ay may espesyal na damit[d] ng pari, may dios-diosan na nababalutan ng pilak, at iba pang dios-diosan. Ano kaya ang dapat nating gawin?" [15] Matapos nilang magdesisyon kung ano ang gagawin, pumunta sila sa bahay ni Micas at nangumusta sa binatilyong Levita na nakatira roon. [16-17] Habang nakatayo sa pintuan ng lungsod ang pari at ang 600 armadong lalaki na kalahi ni Dan, pumasok ang limang espiya sa bahay ni Micas at kinuha ang espesyal na damit, ang imahen na nababalutan ng pilak, at ang iba pang dios-diosan.

[18] Nang makita ng pari na pinasok ng limang tao ang bahay ni Micas at kinuha ang mga gamit, nagtanong siya sa kanila, "Bakit n'yo kinukuha iyan?" [19] Sumagot sila, "Huwag kang maingay.

---

a 5 *espesyal na damit:* sa Hebreo, *"efod."*
b 7 *Levita:* o, *lahi ni Levi.*
c 10-11 *tagapayo:* sa literal, *ama.*
d 14 *espesyal na damit:* sa Hebreo, *"efod."*

Sumama ka sa amin dahil gagawin ka naming pari at tagapayo. Ayaw mo bang maging pari ng isang lahi ng Israel kaysa sa isang bahay lang?" ²⁰Nagustuhan ng pari ang inaalok sa kanya, kaya kinuha niya ang espesyal na damit, ang imahen na nababalutan ng pilak at ang iba pang mga dios-diosan, at sumama sa kanila.

²¹Habang naglalakad sila, nauna sa kanila ang kanilang mga anak, mga hayop at mga gamit. ²²Hindi pa sila nakakalayo sa bahay ni Micas *ay nalaman na ni Micas ang nangyari. Kaya* tinipon niya ang mga kapitbahay niya at hinabol nila ang mga kalahi ni Dan. ²³Sinigawan nila sila, at lumingon ang mga ito at nagtanong kay Micas, "Ano ba ang nangyari at hinahabol n'yo kami?"

²⁴Sumagot si Micas, "Nagtatanong pa kayo? Kinuha n'yo ang mga dios na aking ipinagawa, pati ang pari *ko*. Wala nang natira sa akin." ²⁵Sinabi nila, "Mabuti pang tumahimik ka na lang, dahil baka magalit ang iba naming kasama at patayin ka nila pati ang pamilya mo." ²⁶At nagpatuloy sila sa paglalakbay. Nakita ni Micas na hindi niya sila makakaya, kaya umuwi na lang siya.

²⁷Pumunta ang mga kalahi ni Dan sa Laish dala ang mga dios-diosan ni Micas pati ang pari niya. Mapayapang lugar ang Laish, at panatag ang loob ng mga mamamayan doon na walang mangyayari sa kanila. Nilusob ng mga angkan ni Dan ang Laish, pinatay ang mga tao, at sinunog ang lungsod. ²⁸Walang tumulong sa mga taga-Laish dahil malayo sila sa Sidon at wala silang kakamping bansa. Ang lugar na ito'y malapit sa lambak ng Bet Rehob. Ipinatayong muli ng mga lahi ni Dan ang lungsod at tinirhan nila ito. ²⁹Pinalitan nila ng Dan ang pangalan nito ayon sa pangalan ng ninuno nilang si Dan, na isa sa mga anak ni Jacob.*ᵃ* ³⁰Ipinatayo nila roon ang dios-diosan *ni Micas* at kanilang sinamba. Si Jonatan na anak ni Gershom at apo ni Moises ang ginawa nilang pari. Ang mga angkan ni Jonatan ang naglingkod bilang mga pari sa lahi ni Dan hanggang sa pagkabihag ng mga taga-Israel. ³¹At habang ang tolda na pinagsasambahan sa Dios ay naroon pa sa Shilo, ang dios-diosan ni Micas ay patuloy na sinasamba sa Dan.

Ang Levita at ang Kanyang Asawang Alipin

19 Nang panahong iyon na wala pang hari ang Israel, may isang Levita*ᵇ* na nakatira sa malayong bahagi ng kabundukan ng Efraim. Ang Levitang ito ay nakapag-asawa ng isang alipin na taga-Betlehem sa Juda. ²Pero ang babaeng ito ay nagtaksil sa kanyang asawa at umuwi sa bahay ng magulang niya sa Betlehem. Pagkalipas ng apat na buwan, ³nagdesisyon ang Levita na sunduin ang asawa niya at kumbinsihing magsama silang muli. Kaya umalis siya kasama ang isa niyang utusan at dalawang asno. Pagdating niya roon, pinatuloy siya ng babae. Nang makita siya ng ama ng babae, malugod siyang tinanggap. ⁴Pinilit siya ng biyenan niyang lalaki na manatili roon. Kaya nanatili siya sa loob ng tatlong araw na doon kumakain, umiinom at natutulog.

⁵Nang ikaapat na araw, maaga silang bumangon para magkasamang umuwi. Pero sinabi ng ama ng babae sa manugang niya, "Kumain muna kayo bago umalis." ⁶Kaya kumain silang dalawa. Pagkatapos, sinabi ng ama ng babae, "Dito muna kayo magpalipas ng gabi dahil magsasaya tayo." ⁷Hindi sana siya papayag pero pinilit siya ng biyenan lalaki, kaya nanatili na lang sila. ⁸Kinaumagahan, nakahanda na silang umalis, pero sinabi na naman ng ama ng babae, "Kumain muna kayo at mamayang hapon na lang kayo umalis." Kaya kumain muna sila. ⁹Nang aalis na ang Levita, ang asawa niya, at ang kanyang utusan, sinabi ng ama ng babae, "Hapon na at maya-maya ay madilim na. Mabuti pa rito na lang kayo muling matulog. Magsaya muna kayo rito at maaga na lang kayo umalis bukas."

¹⁰⁻¹¹Pero hindi na pumayag ang Levita, sa halip, umalis siya at ang asawa niya, kasama ang *utusan at* ang dalawang asno. Papalubog na ang araw nang dumating sila malapit sa Jebus (na siyang Jerusalem ngayon). Kaya sinabi ng utusan ng Levita, "Mabuti po siguro na rito na lang tayo matulog sa lungsod na ito ng mga Jebuseo." ¹²Sumagot ang Levita, "Hindi maaari na dito tayo matulog sa lugar na hindi sakop ng mga Israelita. Tutuloy tayo sa Gibea. ¹³Tayo na, sikapin nating makarating sa Gibea o sa Rama, at doon tayo matutulog." ¹⁴Kaya nagpatuloy sila sa paglalakbay. Mag-aagaw dilim na nang dumating sila sa Gibea na sakop ng lahi ni Benjamin. ¹⁵Pumasok sila sa lungsod at naupo sa plasa, pero walang nag-alok sa kanila ng matutulugan.

¹⁶Nang madilim na, may isang matandang lalaki na pauwi galing sa kanyang bukirin. Ang matandang ito'y nakatira dati sa kabundukan ng Efraim, pero ngayon ay nakatira na sa Gibea na sakop ng teritoryo ng lahi ni Benjamin.

¹⁷Nang makita ng matanda ang manlalakbay sa plasa, nilapitan niya ang mga ito at tinanong, "Taga-saan kayo? At saan kayo pupunta?" ¹⁸Sumagot ang Levita, "Galing kami sa Betlehem na sakop ng Juda at pauwi na kami sa bahay namin*ᶜ* sa kabundukan ng Efraim. Walang nag-alok sa amin na tumuloy sa bahay niya. ¹⁹May pagkain at inumin kami ng asawa ko at ng aking utusan. Mayroon kaming dayami at pagkain para sa mga asno namin. Kaya wala na kaming kailangan pa." ²⁰Sinabi ng matanda, "Huwag kayong matulog dito sa plasa; doon na lang kayo sa aking bahay. Handa akong magbigay ng kahit anong kakailanganin ninyo." ²¹Kaya sumama sila sa matanda. Pagdating nila, pinakain ng matanda ang mga asno nila. Pagkatapos nilang maghugas ng paa, kumain sila at uminom.

²²Habang nagkakasayahan sila, biglang pinaligiran ng masasamang tao ang bahay, at kinalabog ang pintuan. Sinisigawan nila ang matandang may-ari ng bahay, "Palabasin mo ang bisita mong lalaki para makipagtalik kami sa kanya." ²³Sumagot ang matanda, "Bisita ko siya, kaya huwag n'yo siyang gawan ng marumi at kahiya-hiyang bagay. ²⁴Kung gusto n'yo, ang anak kong dalaga na lang at ang asawa ng lalaking ito ang ibibigay ko sa inyo. Gawin n'yo ang gusto n'yong

---

a 29 Jacob: sa Hebreo, *Israel.*
b 1 Levita: o, *lahi ni Levi.*

c 18 sa bahay namin: Ito ang nasa Septuagint. Sa Hebreo, *bahay ng* Panginoon.

gawin sa kanila, huwag lang ninyong gawin ang kahiya-hiyang bagay sa bisita ko."

²⁵ Hindi nakinig ang mga tao sa kanya, kaya pinalabas ng Levita ang asawa niya at ibinigay sa kanila. Magdamag siyang pinagsamantalahan at inabuso ng mga ito. At nang magbubukang-liwayway na, pinaalis nila ang asawa ng Levita. ²⁶ Bumalik ang babae sa bahay na tinutuluyan ng kanyang asawa. Natumba siya sa pintuan at doon na siya sinikatan ng araw.

²⁷ Nang umagang iyon, bumangon ang kanyang asawa. Binuksan nito ang pintuan para umalis na, at nakita niya ang asawa niyang nakahandusay at ang kamay nito ay nakaunat pa sa pintuan. ²⁸ Sinabi ng Levita, "Bangon na dahil uuwi na tayo." Pero patay na pala ang babae, kaya ikinarga niya ang bangkay sa kanyang asno at umalis.

²⁹ Pagdating niya sa kanila, pinagputol-putol niya sa 12 bahagi ang bangkay ng kanyang asawa at ipinadala sa 12 lahi ng Israel. ³⁰ Sinabi ng lahat ng nakakita nito, "Wala pang nangyari na katulad nito mula nang umalis ang mga Israelita sa Egipto. Ano kaya ang mabuti nating gawin?"

Naghanda ang Israel sa Pakikipaglaban

20 Ang lahat ng Israelita mula Dan hanggang sa Beersheba at mula sa Gilead ay nagtipon sa Mizpa, sa presensya ng PANGINOON. ² Naroon din ang pinuno ng bawat lahi ng Israel nang magtipon ang mga mamamayan ng Dios. May 400,000 silang lahat na sundalong armado ng espada. ³ Nabalitaan ng mga taga-Benjamin na ang ibang mga lahi ng Israel ay nagtipon sa Mizpa.

At ngayon nagtatanong ang mga Israelita, "Paano nangyari ang kasamaang ito?" ⁴ Sinabi ng Levita na asawa ng babaeng pinatay, "Dumaan kami ng asawa ko sa Gibea na sakop ng Benjamin para doon magpalipas ng gabi. ⁵ Kinagabihan, pinaligiran ng ilang lalaking taga-Gibea ang bahay na tinutuluyan namin. Papatayin sana nila ako, pero ginahasa nila ang asawa ko hanggang sa namatay ito. ⁶ Kaya dinala ko pauwi ang bangkay niya at pinagputol-putol at ipinadala sa 12 lahi ng Israel, dahil napakasama at kahiya-hiya ang ginawa ng mga taong ito sa Israel. ⁷ Lahat tayong mga Israelita, ano ngayon ang gagawin natin?" ⁸ Nagkaisa ang mga tao na nagsabi, "Wala ni isa man sa atin ang uuwi. ⁹ Ito ang gagawin natin. Magpalabunutan tayo kung sino sa atin ang lulusob sa Gibea. ¹⁰ Ang ikasampung bahagi ng lahat ng lalaki sa bawat lahi ang mag-aasikaso sa pagkain ng mga sundalo. Ang natitira ang maghihiganti sa mga taga-Gibea dahil sa napakasamang ginawa nila sa Israel." ¹¹ Kaya nagkaisa ang mga lalaki ng Israel sa paglusob sa Gibea.

¹² Nagsugo ang Israel ng mga mensahero sa mga lahi ni Benjamin at sinabi, "Ano itong kasamaang nangyari sa inyo? ¹³ Ngayon, isuko n'yo sa amin ang masasamang taga-Gibea na gumawa nito, at papatayin namin sila, at nang mawala ang kasamaang ito sa Israel." Pero hindi pinansin ng mga taga-Benjamin ang mga kapwa nila Israelita. ¹⁴ Sa halip, lumabas sila sa mga bayan nila at nagtipon sa Gibea para makipaglaban sa mga kapwa nila Israelita. ¹⁵ Nang araw na iyon, nakapagtipon ang

mga taga-Benjamin ng 26,000 na sundalo hindi pa kasama rito ang 700 piling sundalo na taga-Gibea. ¹⁶ Kabilang sa mga piling sundalo na taga-Gibea ang 700 tao na ito na puro kaliwete at kayang-kayang patamaan ng tirador kahit hibla ng buhok. ¹⁷ Ang mga Israelita naman, maliban sa angkan ni Benjamin, ay nakapagtipon ng 400,000 sundalong mahuhusay sa pakikipaglaban.

¹⁸ Bago makipaglaban, pumunta muna ang mga Israelita sa Betel at nagtanong sa Dios kung aling lahi ang unang lulusob sa mga taga-Benjamin. At ayon sa PANGINOON, ang lahi ni Juda. ¹⁹ Kaya nang sumunod na araw, maaga nagkampo ang mga Israelita malapit sa Gibea. ²⁰ At pumunta sila sa Gibea. Pagdating doon, pumwesto na ang mga Israelita para makipaglaban sa lahi ni Benjamin. ²¹ Naglabasan ang mga taga-Benjamin sa Gibea para lusubin sila. At sa araw na iyon, 22,000 Israelita ang napatay ng mga taga-Benjamin.

²²⁻²³ Umahon muli ang mga Israelita sa Betel at umiyak doon hanggang gabi. Tinanong nila ang PANGINOON, "Muli po ba kaming makikipaglaban sa mga kadugo naming taga-Benjamin?" Sumagot ang PANGINOON, "Oo, muli kayong makipaglaban."

Kaya pinalakas nila ang kanilang loob at muli silang pumwesto sa dating lugar noong unang araw silang lumusob. ²⁴ At nang sumunod na araw, nilusob nila ang mga taga-Benjamin. ²⁵ Pero lumabas muli ang mga taga-Benjamin sa Gibea at sinalubong ang mga kapwa nila Israelita. At sa pagkakataong iyon, napatay na naman nila ang 18,000 Israelita na armado lahat ng espada.

²⁶ Kaya umahon muli ang lahat ng Israelita sa Betel at umiyak sa presensya ng PANGINOON. Nag-ayuno sila hanggang gabi at nag-alay ng mga handog na sinusunog at mga handog para sa mabuting relasyon. ²⁷⁻²⁸ Nang panahong iyon, ang Kahon ng Kasunduan ng Dios ay nasa Betel, at namamahala rito ay si Finehas na anak ni Eleazar at apo ni Aaron. Nagtanong muli ang mga Israelita sa PANGINOON, "Muli po ba kaming makikipaglaban sa mga kadugo naming taga-Benjamin o hindi na po?" Sumagot ang PANGINOON, "Muli kayong makipaglaban, dahil bukas ay pagtatagumpayin ko kayo laban sa kanila."

²⁹ Kaya pinaligiran ng mga Israelita ang Gibea. ³⁰ Pumwesto muli sila sa lugar ding iyon. Ikatlong araw ito ng kanilang paglusob. ³¹ Muli silang sinalubong ng mga taga-Benjamin na lumalabas mula sa lungsod. At katulad ng nangyari sa mga nakaraang araw, may napatay silang mga Israelita. May 30 Israelita ang namatay sa bukirin at sa mga daan papunta sa Betel at sa Gibea. ³² Dahil tumakas ang mga Israelita, akala ng mga taga-Benjamin ay magtatagumpay silang muli laban sa mga Israelita. Hindi nila alam na nagpapahabol lang pala ang mga Israelita para lubihin sila papalayo ng lungsod.

³³ Nang nakarating ang mga Israelita sa Baal Tamar, pumwesto sila roon habang ang mga nag-aabang sa paligidᵃ ng Gibea ay nagsisilabasan. ³⁴ 10,000 silang lahat na puro piling sundalo ng Israel. Nilusob nila ang Gibea, at matindi ang labanan. Hindi alam ng mga taga-Benjamin na

---

ᵃ 33 paligid: o, kanluran.

malapit na ang katapusan nila. ³⁵ Pinagtagumpay ng Panginoon ang mga Israelita. At sa araw na iyon, nakapatay sila ng 25,100 taga-Benjamin na armadong lahat ng espada. ³⁶ At napansin ng mga taga-Benjamin na natatalo na sila.

Ang Detalye nang Pagtatagumpay ng mga Israelita

Tumakas ang malaking grupo ng mga sundalo ng Israel para makalusob ang mga taong itinalaga nilang pumaligid sa bayan ng Gibea. ³⁷ *Habang humahabol ang mga taga-Benjamin,* biglang nilusob ng mga taong ito ang Gibea at pinagpapatay ang lahat ng tao roon. ³⁸ Bago sila lumusob, nag-usap muna sila na kapag nakita ng mga tumatakas na mga Israelita ang makapal na usok sa Gibea, ³⁹ babalik sila sa pakikipaglaban. Ang mga taga-Benjamin noon ay nakapatay ng 30 Israelita, kaya inaakala nilang nagtagumpay na naman sila sa mga Israelita. ⁴⁰ At nang pumaitaas na ang makapal na usok sa Gibea, lumingon ang mga taga-Benjamin, at nakita nila ang makapal na usok mula sa lungsod. ⁴¹ Kaya bumalik ang mga Israelita at nilusob nila ang mga taga-Benjamin. Natakot ang mga taga-Benjamin dahil napansin nilang malapit na ang katapusan nila. ⁴² Tumakas sila sa ilang, pero hinabol sila ng mga Israelitang lumalabas sa bayan. ⁴³ Pinaligiran sila ng mga Israelita at hindi tumigil ang mga ito sa paghabol sa kanila hanggang sa silangan ng Gibea. ⁴⁴ May 18,000 matatapang na sundalo ng Benjamin ang namatay. ⁴⁵ Tumakas ang iba papunta sa ilang sa Bato ng Rimon, pero 5,000 ang namatay sa kanila sa daan. Patuloy silang hinabol ng mga Israelita hanggang sa Gidom at nakapatay pa ang mga Israelita ng 2,000. ⁴⁶ Sa kabuuan, 25,000 matatapang na taga-Benjamin ang namatay nang araw na iyon. Mga magagaling sila na sundalo at armado ng espada. ⁴⁷ Pero may 600 pa na taga-Benjamin ang nakatakas sa Bato ng Rimon, at doon sila nanatili sa loob ng apat na buwan ⁴⁸ Pagkatapos, bumalik ang mga Israelita sa mga bayan ng Benjamin at pinatay nila ang mga natitirang buhay pa, pati ang mga hayop. At sinunog nila ang lahat ng bayan *ng mga taga-Benjamin* na madaanan nila.

Mga Asawa para sa mga taga-Benjamin

21 Doon sa Mizpa, nangako ang mga Israelita na hindi na nila papayagang mag-asawa ang mga anak nilang babae ng mga taga-Benjamin. ² Pagkatapos, pumunta ang mga Israelita sa Betel at umiyak nang malakas sa presensya ng Dios hanggang gabi. ³ Sinabi nila, "O Panginoon, Dios ng Israel, bakit po ba nangyari ito? Ngayon, nabawasan na ng isang lahi ang Israel!"

⁴ Kinaumagahan, gumawa sila ng altar at nag-alay ng mga handog na sinusunog at mga handog para sa mabuting relasyon. ⁵ Pagkatapos, nagtanong sila, "May lahi ba ng Israel na hindi dumalo nang nagtipon tayo sa presensya ng Panginoon sa Mizpa?" Nang panahong iyon naipangako nila sa presensya ng Panginoon, na ang sinumang hindi dadalo roon ay papatayin.

⁶ Nalungkot ang mga Israelita sa mga kadugo nilang lahi ni Benjamin. Sinabi nila, "Nabawasan ng isang lahi ang Israel. ⁷ Saan pa tayo makakakita ng mapapangasawa ng mga natirang lahi ni Benjamin? Nangako kasi tayo na hindi natin papayagang mapangasawa nila ang mga anak nating babae."

⁸ Nang nagtanong sila kung may lahi ng Israel na hindi nakasama nang nagtipon sila sa presensya ng Panginoon sa Mizpa, nalaman nilang hindi dumalo ang mga taga-Jabes Gilead. ⁹ Dahil nang binilang ang mga tao, wala ni isa mang mga taga-Jabes Gilead ang nandoon. ¹⁰⁻¹¹ Kaya pumili ang mga mamamayan ng 12,000 matatapang na sundalo, at pinapunta sa Jabes Gilead para lipulin ang mga taga-roon, bata man o matanda, lalaki o babae, maliban lang sa mga dalaga. ¹² At doon, nakakita sila ng 400 dalagang birhen at dinala nila ito sa kampo nila sa Shilo na sakop ng Canaan.

¹³ Pagkatapos, nagsugo ang buong sambayanan ng *Israel* ng mga mensahero sa mga lahi ni Benjamin na nagtatago sa Bato ng Rimon. Sinabi sa kanila ng mga mensahero na handa nalang makipagkasundo sa kanila ang mga kapwa nila Israelita. ¹⁴ Kaya umuwi ang mga lahi ni Benjamin at ibinigay sa kanila ng mga Israelita ang mga dalagang taga-Jabes Gilead. Pero kulang pa ang mga dalaga para sa kanila.

¹⁵ Nalungkot ang mga Israelita sa nangyari sa mga lahi ni Benjamin dahil binawasan ng Panginoon ng isang lahi ang Israel. ¹⁶ Kaya nag-usap-usap ang mga tagapamahala sa mga mamamayan *ng Israel.* Sinabi nila, "Wala nang natirang babae na lahi ni Benjamin. Ano ba ang gagawin natin para makapag-asawa ang natira nilang mga lalaki? ¹⁷ Kailangang magpatuloy ang lahi nila para hindi mawala ang lahi ni Benjamin. ¹⁸ Pero hindi natin mapapayagang mapangasawa nila ang mga anak nating babae dahil nakapangako na tayo na ang gagawa nito ay susumpain."

¹⁹ Pagkatapos, naalala nila na malapit na pala ang taunang pista para sa Panginoon na ginaganap sa Shilo. (Ang Shilo ay nasa hilaga ng Betel, sa timog ng Lebona, at sa silangan ng daang mula sa Betel papunta sa Shekem.) ²⁰ Sinabi nila sa mga lahi ni Benjamin, "Magtago kayo sa mga ubasan, ²¹ at bantayan n'yo ang mga dalagang taga-Shilo. Kapag dumaan sila roon para sumayaw sa pista, lumabas kayo sa taniman at kumuha ng mapapangasawa ninyo at dalhin sa inyong lugar. ²² Kung magrereklamo sa amin ang kanilang mga ama o mga kapatid na lalaki, ito ang sasabihin namin sa kanila, 'Nakikiusap kami na pabayaan n'yo na lang sila dahil kulang ang mga dalagang nakuha natin noong lusubin natin ang Jabes Gilead. Wala kayong pananagutan dahil hindi naman kayo pumayag na mapangasawa ng mga lahi ni Benjamin ang mga anak ninyong babae.'"

²³ Kaya ginawa ito ng mga taga-Benjamin. Nagsikuha sila ng mga dalagang sumasayaw, at dinala pauwi bilang asawa. Pagdating nila sa kanilang lupain, ipinatayo nilang muli ang mga bayan nila at doon sila tumira. ²⁴ Umuwi rin ang iba pang mga Israelita sa sarili nilang lupain at sa sarili nilang angkan at pamilya.

²⁵ Nang panahong iyon, walang hari sa Israel, kaya ang bawat isa ay gumagawa ng kahit anong gusto nilang gawin.

RUTH

Ang Pakikiramay ni Ruth kay Naomi

1 **1-2** Noong panahon na hindi pa mga hari ang namumuno*ᵃ* sa Israel, nagkaroon ng taggutom sa lupaing ito. Kaya si Elimelec na taga-Betlehem na sakop ng Juda ay pumunta sa Moab kasama ang asawa at dalawang anak niyang lalaki, para roon muna manirahan. Ang pangalan ng asawa niya ay Naomi at ang dalawang anak nila ay sina Mahlon at Kilion. Mga angkan sila ni Efrata na taga-Betlehem.

Habang naroon sila sa Moab, **3** namatay si Elimelec, kaya si Naomi at ang dalawa niyang anak na lalaki ang naiwan. **4** Nag-asawa ang mga anak niya ng mga Moabita. Ang pangalan ng isa ay Orpah at Ruth naman ang isa. Pagkalipas ng mga sampung taon, **5** namatay sina Mahlon at Kilion, kaya si Naomi na lang ang naiwan.

6 Nang mabalitaan ni Naomi na pinagpala ng Panginoon ang bayan niya sa pamamagitan ng pagbibigay sa kanila ng mabuting ani, naghanda siya at ang mga manugang niya para bumalik sa Juda. **7** At habang naglalakbay na sila pabalik sa Juda, **8** sinabi ni Naomi sa dalawang manugang niya, "Bumalik na lang kayo sa inyong ina. Pagpalain nawa kayo ng Panginoon sa mabuti ninyong pakikitungo sa mga yumao ninyong asawa at sa akin. **9** At loobin sana ng Panginoon na makapag-asawa kayong muli para magkaroon kayo ng maayos na kalagayan sa panibagong tahanan."

Pagkatapos, hinalikan sila ni Naomi. Humagulgol sila **10** at sinabi sa kanya, "Sasama kami sa inyo sa pagbalik n'yo sa kababayan ninyo." **11-12** Pero sinabi ni Naomi, "Umuwi na lang mga anak. Bakit pa kayo sasama sa akin? Akala n'yo ba makakapag-asawa pa ako at makakapanganak ng mga lalaking mapapangasawa ninyo? Hindi na maaari dahil matanda na ako. Pero ipagpalagay natin na makapag-asawa ako ngayong gabi at magkaanak pa, **13** hihintayin n'yo ba silang lumaki? Hindi ba kayo mag-aasawa alang-alang sa kanila? Hindi maaari mga anak. Ang totoo, mas mapait ang sinapit ko kaysa sa inyo, dahil pinahirapan ako ng Panginoon."

14 At umiyak na naman sila nang malakas. Pagkatapos, hinalikan ni Orpah ang biyenan niya at umuwi,*ᵇ* pero si Ruth naman ay nagpaiwang kasama ni Naomi. **15** Sinabi ni Naomi, "Bumalik na ang bilas mo sa mga kababayan niya at sa kanyang dios,*ᶜ* kaya sumama ka na rin sa kanya." **16** Pero sumagot si Ruth, "Huwag po ninyo akong piliting iwan kayo, dahil kung saan kayo pupunta, doon din ako pupunta, at kung saan kayo tumira, doon din po ako titira. Ang mga kababayan n'yo ay magiging kababayan ko rin, at ang Dios ninyo ay magiging Dios ko rin. **17** Kung saan kayo mamamatay, doon din po ako mamamatay at ililibing. Parusahan nawa ako ng Panginoon nang mabigat kapag humiwalay ako sa inyo, maliban na lang kung ang kamatayan na ang maghihiwalay sa ating dalawa."

18 Nang makita ni Naomi na desidido si Ruth na sumama sa kanya, tumahimik na lang siya. **19** Kaya nagpatuloy silang dalawa sa paglalakbay hanggang sa nakarating sila sa Betlehem. Ang lahat ng tao'y nabigla sa kanilang pagdating. Sinabi ng mga babae, "Si Naomi ba talaga ito?"

20 Sinabi ni Naomi sa kanila, "Huwag n'yo na akong tawaging Naomi,*ᵈ* kundi tawagin ninyo akong Mara,*ᵉ* dahil pinapait ng Makapangyarihang Dios ang buhay ko. **21** Pag-alis ko rito ay nasa akin ang lahat, pero ibinalik ako ng Panginoon nang walang-wala. Kaya huwag na ninyo akong tawaging Naomi, dahil pinahirapan ako ng Makapangyarihang Panginoon."

22 Nagsisimula pa lang ang anihan ng sebada*ᶠ* nang dumating si Naomi sa Betlehem kasama ang manugang niyang si Ruth na Moabita.

Nakilala ni Ruth si Boaz

2 **1-3** Isang araw, sinabi ni Ruth kay Naomi, "Gusto ko po sanang pumunta sa bukid at mamulot*ᵍ* ng mga nalalaglag na uhay mula sa mga tagapag-ani sa bukid ng taong magpapahintulot sa akin." Sumagot si Naomi, "O sige anak." Kaya umalis si Ruth at namulot ng mga nalaglag mula sa mga tagapag-ani. Nagkataon na doon siya namulot sa bukid ni Boaz na kamag-anak ni Elimelec. Si Boaz ay mayaman at makapangyarihan.

4 Habang nandoon si Ruth ay dumating si Boaz mula sa Betlehem at binati ang mga tagapag-ani, "Sumainyo nawa ang Panginoon!" Sumagot ang mga tagapag-ani, "Pagpalain nawa kayo ng Panginoon!" **5** Tinanong ni Boaz ang kanyang katiwala na nangangasiwa sa mga tagapag-ani, "Sino ang dalagang iyan?" **6** Sumagot ang katiwala, "Isa po siyang Moabita na sumama kay Naomi na bumalik mula sa Moab. **7** Nakiusap siya sa akin na payagan ko siyang mamulot ng mga uhay na nalaglag mula sa mga tagapag-ani. Mula kaninang umaga tuloy-tuloy ang pagtatrabaho niya hanggang ngayon. Nagpahinga lang siya ng sandali sa kubol."*ʰ* **8** Sinabi ni Boaz kay Ruth, "Anak, makinig ka. Huwag ka nang pumunta sa ibang bukid para mamulot ng mga nalaglag. Dito ka na lang mamulot

---

ᵃ **1-2** Noong panahon…namumuno: sa literal, Noong panahon na ang mga "shoftim" (mga pinuno/hukom) ang siyang namumuno.

ᵇ **14** at umuwi: Ito'y nasa Septuagint pero wala sa Hebreo.

ᶜ **15** dios: o, mga dios.

ᵈ **20** Naomi: Ang ibig sabihin, masarap.

ᵉ **20** Mara: Ang ibig sabihin, mapait.

ᶠ **22** sebada: sa Ingles, "barley."

ᵍ **1-3** mamulot: Kaugalian ng mga Israelita ang mag-iwan ng mga uhay para pulutin ng mga mahihirap, biyuda, o dayuhan. (Tingnan ang Lev. 19:9-10; 23:22; Deu. 24:19-22.)

ʰ **8** Mula kaninang…kubol: o, Mula kaninang umaga hanggang ngayon ay wala siyang pahinga kahit sandali lang.

kasama ng mga utusan kong babae. ⁹Tingnan mo kung saan nag-aani ang mga tauhan ko at sumunod ka sa mga utusan *kong* babae. Sinabihan ko na ang mga tauhan ko na huwag kang galawin. At kapag nauhaw ka, uminom ka lang sa mga tapayan na inigiban ng mga tauhan ko."

¹⁰Nagpatirapa si Ruth sa harapan ni Boaz *bilang paggalang* at sinabi, "Bakit napakabuti n'yo po sa akin gayong isang dayuhan lang ako?" ¹¹Sumagot si Boaz, "May nagkwento sa akin ng lahat ng ginawa mo para sa biyenan mong babae mula pa noong namatay ang asawa mo. Iniwan mo raw ang iyong ama at ina at ang bayang sinilangan mo para manirahang kasama ng mga taong hindi mo kilala. ¹²Pagpalain ka nawa ng Panginoon dahil sa iyong ginawa. Malaking gantimpala nawa ang matanggap mo mula sa Panginoon, ang Dios ng Israel, na siyang pinagkanlungan mo." ¹³Sinabi ni Ruth, "Napakabuti po ninyo sa akin. Pinalakas ninyo ang loob ko at sinabihan ng mabuti kahit hindi ako isa sa mga utusan ninyo."

¹⁴Nang oras na para kumain, sinabi ni Boaz kay Ruth, "Halika, kumuha ka ng pagkain at isawsaw mo sa suka." Kaya naupo si Ruth kasama ng mga tagapag-ani, at inabutan siya ni Boaz ng binusa na trigo. Kumain siya hanggang sa nabusog, at may natira pa siya. ¹⁵Nang tumayo na si Ruth para mamulot *ulit* ng mga nalaglag na uhay, nag-utos si Boaz sa mga tauhan niya, "Huwag ninyong hihiyain si Ruth kahit mamulot pa siya malapit sa mga binigkis na uhay.ᵃ ¹⁶Kumuha kayo ng mga uhay sa mga binigkis at iwan para sa kanya, at huwag n'yo siyang sasawayin."

¹⁷Kaya namulot si Ruth ng mga nalaglag na uhay hanggang sa lumubog ang araw. At nang magiik na niya ang naipon niyang sebadaᵇ ay umabot ito ng mga kalahating sako. ¹⁸Dinala niya ito pauwi sa bayan at ipinakita sa kanyang biyenanᶜ *na si Naomi*. Pagkatapos kinuha niya ang natira niyang pagkain at ibinigay kay Naomi. ¹⁹Nagtanong si Naomi sa kanya, "Saan ka namulot ng mga nalaglag na uhay kanina? Kaninong bukirin? Pagpalain nawa ang taong nagmagandang-loob sa iyo!"

Ikinuwento ni Ruth kay Naomi na doon siya namulot sa bukid ng taong ang pangalan ay Boaz. ²⁰Sinabi ni Naomi kay Ruth, "Pagpalain nawa ng Panginoon si Boaz. Ipinapakita niya ang kanyang kabutihan sa mga taong buhay pa at sa mga patay na." At sinabi pa niya, "Si Boaz na sinasabi mo ay malapit nating kamag-anak; isa siya sa may tungkuling mangalaga sa atin."

²¹Sinabi ni Ruth kay Naomi, "Sinabi pa po ni Boaz sa akin na sa mga tauhan lang niya ako sumama sa pamumulot hanggang matapos ang lahat ng mga aanihin niya." ²²Sinabi naman ni Naomi kay Ruth, "Anak, mabuti nga na sa mga utusan niyang babae

ka sumama, dahil baka kung ano pa ang mangyari sa iyo sa ibang bukid."

²³Kaya sumama si Ruth sa mga utusang babae ni Boaz sa pamumulot ng mga nalaglag na uhay hanggang sa matapos ang anihan ng sebada at trigo. At patuloy siyang naninirahan kasama ng biyenan niya.

Ang Kahilingan ni Ruth kay Boaz

3 Isang araw, sinabi ni Naomi kay Ruth, "Anak, gusto kong makapag-asawa ka na para sa ikabubuti mo. ²Natatandaan mo ba si Boaz na kamag-anak natin, na ang kanyang mga utusang babae ay nakasama mo sa pagtatrabaho? Alam mo, maggigiik siya ng sebada mamayang gabi. ³Kaya maligo ka, magpabango, at isuot ang pinakamaganda mong damit. Pumunta ka sa giikan, pero huwag kang magpakita sa kanya hanggang sa makakain at makainom siya. ⁴Kapag matutulog na siya, tingnan mo kung saan siya hihiga. At kapag tulog na siya, puntahan mo at iangat ang kumot sa paanan niya, at doon ka mahiga.ᵈ At sasabihin niya sa iyo kung ano ang gagawin mo." ⁵Sumagot si Ruth, "Gagawin ko po ang lahat ng sinabi ninyo." ⁶Kaya pumunta siya sa giikan para gawin ang lahat ng sinabi sa kanya ng biyenan niya.

⁷Nang matapos kumain at uminom si Boaz, gumanda ang pakiramdam niya. Nahiga siya sa tabi ng bunton ng sebada para matulog. Dahan-dahang lumapit si Ruth at iniangat ang kumot sa paanan niya at nahiga roon. ⁸At nang maghahatinggabi na ay nagising si *Boaz*, at nang nag-inatᵉ siya, nagulat siya na may babaeng nakahiga sa paanan niya. ⁹Nagtanong si Boaz, "Sino ka?" Sumagot siya, "Ako po si Ruth. Isa po ako sa malapit n'yong kamag-anak na dapat n'yong pangalagaan. Takpan n'yo po ako ng damit ninyo *para ipakita na pakakasalan at pangangalagaan n'yo ako*." ¹⁰Sinabi ni Boaz, "Anak, pagpalain ka nawa ng Panginoon. Ang katapatan na ipinakita mo ngayon *sa pamilya mo* ay mas higit pa sa ipinakita mo noon.ᶠ Sapagkat hindi ka humabol sa mga binata, mayaman man o mahirap. ¹¹Kaya huwag kang mag-alala, anak. Gagawin ko ang lahat ng hinihiling mo, dahil alam ng lahat ng kababayan ko na mabuti kang babae. ¹²Totoong malapit mo akong kamag-anak, na may tungkuling pangalagaan ka, pero mayroon pa ng mas malapit na kamag-anak kaysa sa akin. ¹³Manatili ka rito nang magdamag, at bukas ng umaga ay malalaman natin kung gagampanan niya ang tungkulin niya sa iyo. Kung papayag siya, mabuti, pero kung hindi, isinusumpa ko sa buhay na Panginoon na gagampanan ko ang tungkulin ko sa iyo. Sige, dito ka muna matulog hanggang umaga."

¹⁴Kaya natulog si Ruth sa paanan ni Boaz hanggang sa mag-umaga, pero madilim-dilim pa ay bumangon na si Ruth para hindi siya makilala,

---

ᵃ 15 *Huwag ninyong hihiyain…binigkis na uhay:* Pagkatapos kunin ang mga binigkis na mga uhay, pwede nang pulutin ang natirang mga uhay. Pero pinayagan ni Boaz si Ruth na mamulot kahit hindi pa nakuha ang mga binigkis na mga uhay.

ᵇ 17 *sebada:* sa Ingles, "barley."

ᶜ 18 *at ipinakita sa kanyang biyenan:* o, *at nakita ito ng kanyang biyenan.*

ᵈ 4 *iangat…mahiga:* Maaaring pagpapakita na humihingi siya ng proteksyon kay Boaz.

ᵉ 8 *nag-inat:* o, *bumaling.*

ᶠ 10 Ang katapatan na ipinakita niya noon sa pamilya niya ay ang pagsama niya sa kanyang biyenan pabalik sa Juda. At ang katapatan na ipinakita niya ngayon ay ang pagpapahalaga niya na makapag-asawa ng kamag-anak ng yumao niyang asawa.

dahil ayaw ni Boaz na may makaalam na pumunta si Ruth doon sa giikan niya. [15] Sinabi ni Boaz *kay Ruth*, "Dalhin mo rito sa akin ang balabal mo at ilatag mo." Inilatag ito ni Ruth, at nilagyan ni Boaz ng mga anim na kilong sebada at ipinasan kay Ruth. At bumalik si Ruth[a] sa bayan.

[16] Pagdating ni Ruth sa biyenan niya, tinanong siya, "Kumusta, anak?" Ikinuwento naman ni Ruth ang lahat ng ginawa ni Boaz. [17] At sinabi pa ni Ruth, "Ayaw po ni Boaz na umuwi ako sa inyo nang walang dala, kaya binigyan niya ako nitong anim na kilong sebada." [18] Sinabi ni Naomi, "Maghintay ka lang, anak, hanggang malaman mo kung ano ang mangyayari, dahil hindi titigil si Boaz hanggang sa maisaayos niya sa araw na ito ang hinihiling mo sa kanya."

Nagpakasal si Boaz kay Ruth

4 Pumunta si Boaz sa pintuang bayan[b] at naupo roon. Nang dumaan ang sinasabi niyang mas malapit na kamag-anak *ni Elimelec*, sinabi ni Boaz sa kanya, "Kaibigan, halika't maupo ka." Lumapit naman ang lalaki at naupo. [2] At tinipon ni Boaz ang sampung mga tagapamahala ng bayan at pinaupo rin doon. At nang nakaupo na sila, [3] sinabi ni Boaz sa kamag-anak niya, "Bumalik na si Naomi mula sa Moab, at gusto niyang ipagbili ang lupa ng kamag-anak nating si Elimelec. [4] Naisip kong ipaalam ito sa iyo. Kaya kung gusto mo, bilhin mo ito sa harapan ng mga tagapamahala ng mga kababayan ko at ng iba pang mga nakaupo rito. Pero kung ayaw mo, sabihin mo at nang malaman ko. Kung tutuusin, ikaw ang may tungkuling tumubos nito, at pangalawa lang ako." Sumagot ang lalaki, "Sige, tutubusin ko." [5] Pero sinabi ni Boaz, "Sa araw na tubusin mo ang lupa kay Naomi, kailangang pakasalan mo si Ruth, ang Moabitang biyuda,[c] para *kapag nagkaanak kayo*, mananatili ang lupa sa pamilya ng kamag-anak nating namatay."[d]

[6] *Nang marinig ito ng lalaki*, sinabi niya, "Kung ganoon, hindi ko na tutubusin ang lupa dahil baka magkaproblema pa ako sa sarili kong lupa *dahil pati ang magiging anak namin ni Ruth ay may bahagi na sa lupa ko*. Ikaw na lang ang tumubos, hindi ko kasi magagawa iyan."

[7] Nang panahong iyon sa Israel, para matiyak ang pagtubos ng lupa o ang paglilipat ng karapatan sa pagtubos ng lupa, hinuhubad ng isa ang sandalyas niya at ibinibigay sa isa. Ganito ang ginagawa noon sa Israel bilang katibayan ng kanilang transaksyon.

[8] Kaya nang sabihin ng lalaki kay Boaz, "Ikaw na lang ang tumubos ng lupa," hinubad agad niya ang kanyang sandalyas at ibinigay kay Boaz.[e] [9] Sinabi ni Boaz sa mga tagapamahala ng bayan at sa lahat ng tao roon, "Mga saksi kayo ngayong araw na bibilhin ko na kay Naomi ang lahat ng lupain ni Elimelec, *na minana* nina Kilion at Mahlon. [10] At bukod pa rito, pakakasalan ko si Ruth na Moabita, na biyuda ni Mahlon, para *kapag nagkaanak kami*, mananatili ang lupain ni Mahlon sa kanyang pamilya,[f] at hindi mawawala ang lahi niya sa kanyang mga kababayan. Saksi nga kayo sa araw na ito!"

[11] Sumagot ang mga tagapamahala ng bayan at ang lahat ng tao roon sa pintuan, "Oo, mga saksi kami. Nawa'y ang magiging asawa mo ay gawin ng PANGINOON na katulad nina Raquel at Lea *na nagkaanak* ng mga naging mamamayan ng Israel. Nawa'y maging mayaman ka sa Efrata at maging tanyag sa Betlehem. [12] Nawa'y magpatanyag sa pamilya mo ang mga anak na ibibigay sa iyo ng PANGINOON sa iyo sa pamamagitan ng babaeng iyon ay magpatanyag sa pamilya mo katulad ng pamilya ni Perez, ang anak ni Juda kay Tamar."

Ang mga Ninuno ni David

[13] Kaya nagpakasal si Boaz kay Ruth, at niloob ng PANGINOON na magdalantao si Ruth at manganak ng isang lalaki. [14] Sinabi ng mga kababaihan kay Naomi, "Purihin ang PANGINOON! Binigyan ka niya ngayon ng apo na mag-aaruga sa iyo. Nawa'y maging tanyag siya sa Israel! [15] Palalakasin at aalagaan ka niya kapag matanda ka na, dahil anak siya ng manugang mo na nagmamahal sa iyo nang higit pa sa pagmamahal ng pitong anak na lalaki."

[16] Palaging kinukuha ni Naomi ang bata at kinakalong. At siya ang nagbabantay nito. [17] Sinabi ng mga babaeng kapitbahay ni Naomi, "May apong lalaki na si Naomi!" Pinangalanan nila ang bata na Obed. *At nang malaki na* si Obed, nagkaanak siya na Jesse ang pangalan. At si Jesse ang naging ama ni David.

[18] Ito ang mga angkan ni Perez *hanggang kay David*:

Si Perez ang ama ni Hezron, [19] si Hezron ang ama ni Ram, si Ram ang ama ni Aminadab, [20] si Aminadab ang ama ni Nashon, si Nashon ang ama ni Salmon, [21] si Salmon ang ama ni Boaz, si Boaz ang ama ni Obed, [22] si Obed ang ama ni Jesse, at si Jesse ang ama ni David.

---

a 15 si Ruth: o, *si Boaz*.

b 1 pintuang bayan: Dito ginaganap ang pagtitipon ng mga tao kung may mga bagay sila na kailangang ayusin.

c 5 Sa araw…biyuda: Ganito ito sa ibang teksto, pero sa Hebreo, *Sa araw na bibilhin mo ang lupa kay Naomi at kay Ruth na Moabita, kinakailangang kunin* (sa literal, *bilhin*) *mo bilang asawa ang biyuda*.

d 5 Kapag nagkaanak ang lalaki kay Ruth, ang anak niya ay ituturing na anak ni Mahlon, ang unang asawa ni Ruth na namatay. Si Ruth at ang anak niya ang magmamay-ari ng lupa at hindi ang taong nagpakasal sa kanya. Sa ganitong paraan mananatili ang lupa sa pamilya ni Mahlon.

e 8 at ibinigay kay Boaz: Ito ang nasa Septuagint, pero wala sa Hebreo.

f 10 Tingnan ang "footnote" sa 4:5.

1 SAMUEL

Ang Kapanganakan ni Samuel

1 May isang lalaking mula sa angkan ni Zuf na ang pangalan ay Elkana. Nakatira siya sa Rama, sa maburol na lupain ng Efraim. Anak siya ni Jeroham na anak ni Elihu. Si Elihu ay anak naman ni Tohu na anak ni Zuf, na mula sa lahi ni Efraim. ² Si Elkana ay may dalawang asawa. Sila ay sina Hanna at Penina. May mga anak si Penina pero si Hanna ay wala.

³ Taun-taon, pumupunta si Elkana *at ang sambahayan niya* sa Shilo upang sumamba at maghandog sa P*anginoong* Makapangyarihan. Ang dalawang anak ni Eli na sina Hofni at Finehas ang mga pari ng P*anginoon* sa Shilo. ⁴ Sa tuwing maghahandog si Elkana, hinahati niya ang ibang bahagi ng kanyang handog para kay Penina at sa mga anak niya. ⁵ Pero doble ang bahagi na ibinibigay niya kay Hanna dahil mahal niya ito kahit hindi siya nagkakaanak, dahil ginawa siyang baog ng Dios. ⁶ At dahil hindi nga siya magkaanak, lagi siyang iniins at hinihiya ni Penina na kanyang karibal. ⁷ Ganito ang laging nangyayari taun-taon. Sa tuwing pupunta si Hanna sa bahay ng P*anginoon*, iniins siya ni Penina hanggang sa umiyak na lang siya at hindi na kumain. ⁸ Sinasabi ni Elkana sa kanya, "Bakit ka umiiyak? Bakit ayaw mong kumain? Bakit ka malungkot? Mas mahalaga ba para sa iyo ang sampung anak kaysa sa akin?"

⁹⁻¹⁰ *Minsan,* pagkatapos nilang kumain *sa bahay ng* P*anginoon* sa Shilo, tumayo si Hanna at nanalangin nang umiiyak dahil sa labis na kalungkutan. Nakaupo noon ang pari na si Eli sa may pintuan ng bahay ng P*anginoon*.ᵃ ¹¹ Nangako si Hanna sa P*anginoon*. Sinabi niya, "O P*anginoong* Makapangyarihan, tingnan po ninyo ang aking paghihirap. Alalahanin ninyo ang inyong lingkod at huwag ninyo akong kalimutan. Kung bibigyan n'yo po ako ng isang anak na lalaki, ihahandog ko siya sa inyo para maglingkod sa inyo sa buong buhay niya. At *bilang tanda nang lubos niyang pagsunod sa inyo,* hindi ko po pagugupitan ang kanyang buhok."

¹²⁻¹³ Habang patuloy siyang nananalangin sa P*anginoon*, nakita ni Eli na bumubuka ang bibig ni Hanna pero hindi naririnig ang kanyang boses. Inakala ni Eli na lasing si Hanna, ¹⁴ kaya sinabi niya sa kanya, "Hanggang kailan ka maglalasing? Tigilan mo na ang pag-inom!" ¹⁵ Sumagot si Hanna, "Hindi po ako lasing, at hindi po ako nakainom ng kahit anong klase ng inumin. Ibinubuhos ko lang po sa P*anginoon* ang paghihirap na aking nararamdaman. ¹⁶ Huwag po ninyong isipin na masama akong babae. Nananalangin po ako rito dahil sa labis na kalungkutan."

¹⁷ Sinabi ni Eli, "Sige, umuwi kang mapayapa. Sana'y ipagkaloob ng Dios ng Israel ang hinihiling mo sa kanya." ¹⁸ Sumagot si Hanna, "Salamat po sa kabutihan ninyo sa akin." Pagkatapos ay umalis na siya at kumain, at nawala na ang lungkot sa kanyang mukha.

¹⁹ Kinabukasan, maagang bumangon si Elkana at ang kanyang pamilya, at sila'y sumamba sa P*anginoon*. Pagkatapos ay umuwi sila sa bahay nila sa Rama. Sinipingan ni Elkana si Hanna at sinagot ng P*anginoon* ang panalangin ni Hanna na bigyan siya ng anak. ²⁰ At dumating ang panahon na nagbuntis siya at nanganak ng isang lalaki. Pinangalanan niya itong Samuel,ᵇ dahil sinabi niya, "Hiningi ko siya sa P*anginoon*."

Inihandog ni Hanna si Samuel

²¹ Muling dumating ang panahon na si Elkana at ang buo niyang pamilya ay maghahandog sa P*anginoon* gaya ng ginagawa nila taun-taon. Ito rin ang panahon na maghahandog siya bilang pagtupad sa panata niya sa P*anginoon*. ²² Pero hindi sumama si Hanna. Sinabi niya sa kanyang asawa, "Kapag naawat na ang sanggol sa pagsuso sa akin, dadalhin ko siya sa *bahay ng* P*anginoon* para ihandog sa kanya. Doon na siya titira sa buong buhay niya." ²³ Sumagot si Elkana, "Gawin mo kung ano ang sa tingin mo'y mabuti. Dito ka na lang muna hanggang sa maawat mo na ang sanggol. Tulungan ka sana ng P*anginoon* na matupad ang ipinangako mo sa kanya." Kaya nagpaiwan si Hanna at inalagaan ang kanyang anak.

²⁴ Nang maawat na ang bata, dinala siya ni Hanna sa bahay ng P*anginoon* sa Shilo. Nagdala rin siya ng tatlong taong gulang na toro, kalahating sako ng harina at katas ng ubas na nakalagay sa balat na sisidlan. ²⁵ Matapos katayin ang toro, dinala nila si Samuel kay Eli. ²⁶ Sinabi ni Hanna kay Eli, "Kung natatandaan n'yo po, ako ang babaeng tumayo rito noon na nanalangin sa P*anginoon*. ²⁷ Hiningi ko po ang batang ito sa P*anginoon* at ibinigay niya ang kahilingan ko. ²⁸ Kaya ngayon, ihahandog ko po siya sa P*anginoon*. Maglilingkod po ang batang ito sa P*anginoon* sa buong buhay niya." Pagkatapos ay sumamba sila saᶜ P*anginoon*.

Ang Panalangin ni Hanna

2 At nanalangin si Hanna,

"Nagagalak ako sa P*anginoon*!
Dahil sa kanyang ginawa, hindi na ako
    mahihiya.
Tinatawanan ko ngayon ang aking mga
    kaaway.
Nagagalak ako sa pagliligtas niya sa akin.
² Walang ibang banal maliban sa P*anginoon*.
Wala siyang katulad.
Walang Bato *na kanlungan* tulad ng ating
    Dios.

ᵃ 9-10 bahay ng P*anginoon*: sa Hebreo, *templo ng* P*anginoon*.

ᵇ 20 *Samuel*: Maaaring ang ibig sabihin, *dininig ng Dios.*

ᶜ 28 *sila sa*: o, *siya sa.*

³Walang sinumang makapagyayabang dahil
    alam ng PANGINOONG Dios ang lahat
    ng bagay,
at hinahatulan niya ang mga gawa ng tao.
⁴Nililipol niya ang mga makapangyarihan,
    ngunit pinalalakas niya ang mahihina.
⁵Ang mayayaman noon, ngayon ay
    nagtatrabaho para lang may makain.
Ngunit ang mahihirap noon ay sagana na
    ngayon.
Ang dating baog ay marami nang anak.ᵃ
Ngunit ang may maraming anak ay nawalan
    ng mga ito.
⁶May kapangyarihan ang PANGINOON na
    patayin o buhayin ang tao.
May kapangyarihan siyang ilagay sila sa lugar
    ng mga patay o kunin sila roon.
⁷Ang PANGINOON ang nagpapadukha at
    nagpapayaman.
Itinataas niya ang iba at ang iba naman ay
    kanyang ibinababa.
⁸Ibinabangon niya ang mga mahihirap sa
    kanilang kahirapan.
Pinapaupo niya sila kasama ng mga
    maharlika at pinararangalan.
Sa kanya ang pundasyon na kinatatayuan ng
    mundo.
⁹Iniingatan niya ang tapat niyang
    mamamayan.
Ngunit lilipulin niya ang masasama.
Walang sinumang magtatagumpay sa
    pamamagitan ng sarili niyang
    kalakasan.
¹⁰Dudurugin niya ang kanyang mga kaaway.
Padadagundungin niya ang langit laban sa
    kanila.
Ang PANGINOON ang hahatol sa buong
    mundo.ᵇ
Dahil sa kanya, magiging makapangyarihan
    at laging magtatagumpay ang haring
    kanyang hinirang."

¹¹Pagkatapos, umuwi si Elkana *at ang
sambahayan niya* sa Rama. Pero iniwan nila si
Samuel para maglingkod sa PANGINOON sa ilalim
ng pangangalaga ni Eli na pari.

Ang Kasalanan ng Dalawang anak ni Eli

¹²Masamang tao ang dalawang anak ni Eli.
Hindi sila sumusunod sa Dios ¹³dahil hindi nila
sinusunod ang mga tuntunin tungkol sa bahaging
matatanggap ng mga pari galing sa handog ng
mga tao. Ito ang kanilang ginagawa kapag may
naghahandog: Habang pinapakuluan ang mga
karneng ihahandog, pinapapunta nila roon ang
alipin nila na may dalang malaking tinidor na may
tatlong tulis. ¹⁴Pagkatapos, tinutusok ng alipin
ang mga karne sa loob ng kaldero o palayok. Ang
matusok ng tinidor ay ang bahaging mapupunta
sa mga pari. Ganito ang kanilang ginagawa tuwing
maghahandog ang mga Israelita sa Shilo. ¹⁵At bago
pa masunog ang taba ng karne, pumupunta na ang

alipin at sinasabi sa naghahandog, "Bigyan mo ang
pari ng karneng maiihaw. Hindi siya tumatanggap
ng pinakuluan. Hilaw ang gusto niya." ¹⁶Kapag sinabi
ng naghahandog na hintayin munang maihandog
ang taba ng karne bago siya kumuha ng gusto niya,
sasagot ang alipin, "Hindi maaari! Kailangang ngayon
mo ibigay dahil kung hindi, aagawin ko iyan sa iyo."
¹⁷Malaking kasalanan sa paningin ng PANGINOON
ang ginagawa ng mga anak ni Eli dahil hindi nila
iginagalang ang handog para sa PANGINOON.

¹⁸Samantala, patuloy na naglilingkod sa
PANGINOON ang batang si Samuel. Suot-suot niya
ang espesyal na damitᶜ na gawa sa *telang* linen.
¹⁹Taun-taon, iginagawa ni Hanna ng balabal si
Samuel, at dinadala niya ito kay Samuel sa tuwing
maghahandog sila ng asawa niya ng taunang
handog. ²⁰Doon, binabasbasan ni Eli si Elkana
at ang kanyang asawa. Sinasabi niya kay Elkana,
"Sana'y bigyan ka ng PANGINOON ng mga anak sa
babaeng ito kapalit ng kanyang hiningi at inihandog
sa PANGINOON." Pagkatapos, umuwi na sila.
²¹Kinahabagan ng PANGINOON si Hanna.
Nagkaanak pa siya ng tatlong lalaki at dalawang
babae, habang si Samuel ay patuloy na lumalaking
naglilingkod sa PANGINOON.

Si Eli at ang mga Anak Niya

²²Matandang-matanda na si Eli. Nabalitaan niya
ang lahat ng kasamaang ginagawa ng kanyang mga
anak sa mga Israelita. Nalaman na rin niya ang
pagsiping ng mga ito sa mga babaeng naglilingkod
sa may pintuan ng Toldang Tipanan. ²³Kaya
sinabihan niya ang mga ito, "Nabalitaan ko sa
mga tao ang lahat ng kasamaang ginagawa ninyo.
Bakit ninyo ginagawa ang mga bagay na ito? ²⁴Mga
anak, tigilan na ninyo ito, dahil hindi maganda
ang nababalitaan ko tungkol sa inyo mula sa mga
mamamayan ng PANGINOON."
²⁵Sinabi pa ni Eli, "Kung magkasala ang isang
tao sa kanyang kapwa, maaaring mamamagitan ang
Diosᵈ sa kanila; pero sino ang mamamagitan kung
magkasala ang tao sa PANGINOON?" Pero hindi
nakinig ang mga anak niya dahil nakapagpasya na
ang PANGINOON na patayin sila.
²⁶Samantala, patuloy na lumalaki si Samuel, at
kinalulugdan siya ng PANGINOON at ng mga tao.

Ang Propesiya tungkol sa Sambahayan ni Eli

²⁷Lumapit ang isang lingkod ng Dios kay Eli at
sinabi sa kanya, "Ito ang sinasabi ng PANGINOON:
Ipinahayag ko ang aking sarili sa ninuno n'yong si
Aaron at sa pamilya niya noong alipin pa sila ng
Faraon sa Egipto. ²⁸Sa lahat ng lahi ng Israel, ang
pamilya niya ang pinili ko na maging aking pari
na maglingkod sa aking altar, sa pagsusunog
ng insenso, sa pagsuot ng espesyal na damit *ng
pari* sa aking presensya. Binigyan ko rin sila ng
bahagi sa mga handog sa pamamagitan ng apoy na
iniaalay ng mga Israelita. ²⁹Bakit pinag-iinteresanᵉ
pa ninyo ang mga handog na para sa akin? Bakit
mas iginagalang mo pa, *Eli*, ang mga anak mo

a 5 marami nang anak: sa literal, *magkakaroon ng pitong anak.*
b 10 buong mundo: sa literal, *dulo ng mundo.*
c 18 espesyal na damit: sa Hebreo, *"efod."*
d 25 Dios: o, *mga hukom.*
e 29 pinag-iinteresan: o, *nilalapastangan.*

kaysa sa akin? Hinahayaan mong patabain nila ang kanilang mga sarili ng mga pinakamagandang bahagi ng handog ng mga mamamayan kong Israelita. [30] Ako na inyong PANGINOON, ang Dios ng Israel ay nangako noon na kayo lang at ang lahi ng inyong mga ninuno ang makapaglilingkod sa akin magpakailanman bilang pari. Ngunit hindi na ngayon, dahil pararangalan ko ang nagpaparangal sa akin, ngunit hahamakin ko ang humahamak sa akin. [31-32] Tandaan ninyo ito: Darating ang panahon na lilipulin ko ang lahat ng kabataan sa inyo at sa iba pang lahi ng inyong mga ninuno. Magdurusa kayo at hindi ninyo mararanasan ang kasaganaang ibibigay ko sa Israel. Magiging maikli ang inyong buhay. [33] Hindi ko aalisin ang iba sa inyo sa paglilingkod sa akin bilang pari, pero dadanas sila ng matinding pagdurusa, at hindi sila mabubuhay nang matagal. [34] At bilang tanda sa iyo na mangyayari ang mga bagay na ito, mamamatay nang sabay ang dalawa mong anak na sina Hofni at Finehas sa isang araw lang. [35] Pipili ako ng pari na matapat sa akin at susunod sa aking kalooban. Bibigyan ko siya ng mga angkan na maglilingkod sa aking piniling hari magpakailanman. [36] Lahat ng matitira sa mga angkan mo ay mamamalimos ng pera o pagkain sa mga angkan ng paring ito. Magmamakaawa sila na gawing alipin man lang ng mga pari para makakain lang sila."

Ang Pagtawag ng Dios kay Samuel

3 Noong mga panahong naglilingkod si Samuel sa PANGINOON sa ilalim ng pangangalaga ni Eli, madalang nang makipag-usap ang PANGINOON, at kakaunti na rin ang mga pangitain. [2] Isang gabi, natutulog si Eli sa kanyang kwarto. Hindi na siya gaanong nakakakita. [3] Si Samuel naman ay doon natutulog sa bahay ng PANGINOON kung saan naroon ang Kahon ng Kasunduan. At habang nakasindi pa ang ilawan ng Dios, [4] tinawag ng PANGINOON si Samuel. Sumagot si Samuel, "Ano po iyon?" [5] Tumakbo siya kay Eli at sinabi, "Ano po iyon? Bakit n'yo po ako tinawag?" Sumagot si Eli, "Hindi kita tinawag. Bumalik ka na at matulog ulit." Kaya bumalik siya at muling natulog.

[6] Muli siyang tinawag ng PANGINOON, "Samuel!" Bumangon si Samuel, pumunta kay Eli at sinabi, "Ano po iyon? Bakit n'yo po ako tinawag?" Sumagot si Eli, "Anak, hindi kita tinawag, bumalik ka na at matulog ulit." [7] Hindi pa nakikilala noon ni Samuel ang PANGINOON dahil hindi pa nakikipag-usap sa kanya ang PANGINOON.

[8] Tinawag ng PANGINOON si Samuel sa ikatlong pagkakataon. Bumangon siya at pumunta kay Eli, "Ano po iyon? Bakit n'yo po ako tinawag?" At naunawaan ni Eli na ang PANGINOON ay tumatawag kay Samuel, [9] kaya sinabi niya kay Samuel, "Bumalik ka na ulit at matulog, kung tatawagin ka ulit, sabihin mo, 'Magsalita po kayo, PANGINOON. Nakikinig ang lingkod ninyo.' " Kaya bumalik si Samuel sa higaan at muling natulog.

[10] Lumapit kay Samuel ang PANGINOON at gaya ng dati, tinawag siya, "Samuel! Samuel!" Sumagot si Samuel, "Magsalita po kayo, PANGINOON, sapagkat nakikinig ang lingkod ninyo." [11] Sinabi ng PANGINOON, "Tandaan mo ito, hindi magtatagal at may gagawin ako sa bayan ng Israel. Paghaharian ng matinding takot ang lahat ng makakarinig nito. [12] Pagdating ng takdang panahon, gagawin ko ang mga sinabi ko laban sa sambahayan ni Eli. [13] Sinabi ko sa kanya na parurusahan ko habang panahon ang sambahayan niya, dahil pinabayaan niya ang mga anak niya sa mga ginagawa nilang paglapastangan sa akin kahit alam na niya ang tungkol dito. [14] Kaya isinumpa ko, na ang kasalanan nila'y hindi mapapatawad ng anumang handog kahit kailan."

[15] Natulog si Samuel hanggang umaga, at binuksan niya ang pintuan ng sambahan para sa PANGINOON. Natatakot siyang sabihin kay Eli ang tungkol sa pangitain. [16] Ngunit tinawag siya ni Eli, "Samuel, anak." Sumagot si Samuel, "Ano po iyon?" [17] Nagtanong si Eli, "Ano ba ang sinabi ng PANGINOON sa iyo? Huwag kang maglilihim sa akin. Parurusahan ka ng Dios ng matindi kung hindi mo sasabihin sa akin ang lahat ng sinabi niya sa iyo." [18] Ipinagtapat nga ni Samuel ang lahat sa kanya. Wala siyang itinago. At sinabi ni Eli, "Siya ang PANGINOON. Gagawin niya kung ano sa tingin niya ang mabuti."

[19] Patuloy na pinapatnubayan ng PANGINOON si Samuel habang siya'y lumalaki. Niloob ng PANGINOON na matupad ang lahat ng sinabi ni Samuel. [20] Kaya kinilala si Samuel na propeta ng PANGINOON mula Dan hanggang sa Beersheba.[a] [21] Patuloy na nagpapakita ang PANGINOON kay Samuel doon sa Shilo, at doon ay ipinakikilala ng PANGINOON ang kanyang sarili sa pamamagitan ng pakikipag-usap sa kanya.

4 Kumalat sa buong Israel ang mensahe ni Samuel.

Nakuha ng mga Filisteo ang Kahon ng Kasunduan

Nagkaroon ng digmaan sa pagitan ng mga Israelita at mga Filisteo nang mga panahong iyon. Nagkampo ang mga Israelita sa Ebenezer, at ang mga Filisteo naman ay sa Afek. [2] Sinugod ng mga Filisteo ang mga Israelita at tinalo ang mga ito; 4,000 Israelita ang napatay nila. [3] *Pagkatapos ng digmaan*, bumalik ang mga natirang Israelita sa kampo nila. Tinanong sila ng mga tagapamahala ng Israel, "Bakit hinayaan ng PANGINOON na matalo tayo ng mga Filisteo? Mabuti pa sigurong kunin natin ang Kahon ng Kasunduan sa Shilo para samahan tayo ng PANGINOON at iligtas tayo sa mga kalaban natin."

[4] Kaya ipinakuha nila sa Shilo ang Kahon ng Kasunduan ng PANGINOONG Makapangyarihan. Ang takip ng Kahon ay may estatwa ng dalawang kerubin, at nananahan sa kalagitnaan nito ang PANGINOON. Sumama sa pagdala ng Kahon ng Kasunduan ang dalawang anak ni Eli na sina Hofni at Finehas. [5] Nang madala na ang Kahon ng Kasunduan doon sa kampo, sumigaw nang malakas ang mga Israelita sa kasiyahan at yumanig ang lupa. [6] Nang marinig ng mga Filisteo ang sigawan ng mga Israelita, nagtanong sila, "Bakit kaya sumisigaw ang mga Hebreo sa kanilang kampo?"

Nang malaman nila na ang Kahon ng PANGINOON ay nasa kampo ng mga Israelita,

---

a 20 mula Dan…sa Beersheba: Ang ibig sabihin, sa buong Israel.

[7] natakot sila at sinabi, "May dumating na dios sa kampo ng mga Israelita! Nanganganib tayo! Kahit kailan, hindi pa nangyayari ang ganito sa atin. [8] Nakakaawa tayo! Sino ang magliligtas sa atin sa mga makapangyarihan nilang dios? Sila rin ang mga dios na pumatay sa mga Egipcio sa disyerto sa pamamagitan ng iba't ibang mga salot. [9] Kaya magpakatatag tayo, dahil kung hindi, magiging alipin tayo ng mga Hebreo gaya ng pang-aalipin natin sa kanila. Labanan natin sila."

[10] Kaya nakipaglaban ang mga Filisteo at natalo ang mga Israelita. Napakarami ng napatay; 30,000 ang napatay na mga Israelita. Ang mga natira sa kanila ay tumakas pabalik sa kanilang tinitirhan. [11] Naagaw ng mga Filisteo ang Kahon ng Kasunduan at napatay ang dalawang anak ni Eli na sina Hofni at Finehas.

Ang Pagkamatay ni Eli

[12] Nang araw ding iyon, may isang tao mula sa lahi ni Benjamin na tumatakbo galing sa digmaan papunta sa Shilo. Pinunit niya ang kanyang damit at nilagyan ng abo ang kanyang ulo *bilang tanda ng pagluluksa*. [13-15] Pagdating niya sa Shilo, nakaupo si Eli sa upuan na nasa gilid ng daan at nagbabantay dahil nag-aalala siya para sa Kahon ng Dios. Si Eli ay 98[*] taon na noon at halos hindi na nakakakita. Ibinalita ng tao ang nangyaring digmaan sa bayan. Nang marinig ito ng mga tao, nag-iyakan sila. Narinig ito ni Eli at nagtanong siya, "Bakit umiiyak ang mga tao?" Dali-daling lumapit sa kanya ang tao, [16] at sinabi, "Kagagaling ko lang po sa digmaan. Nakatakas po ako." Nagtanong si Eli, "Ano ang nangyari, anak?" [17] Sumagot ang tao, "Nagsitakas po ang mga Israelita sa harap ng mga Filisteo. Napakarami pong namatay sa mga sundalo natin, kasama po ang dalawang anak n'yo na sina Hofni at Finehas. At naagaw din po ang Kahon ng Dios."

[18] Nang mabanggit ng tao ang tungkol sa Kahon ng Dios, natumba si Eli mula sa kinauupuan niya na nasa gilid ng pintuan ng lungsod. Nabali ang kanyang leeg at agad na namatay, dahil mataba siya at matanda na. Pinamunuan niya ang Israel sa loob ng 40 taon.

[19] Nang panahon ding iyon, kabuwanan ng manugang ni Eli na asawa ni Finehas. Nang mabalitaan niya na naagaw ang Kahon ng Dios at namatay ang kanyang asawa at biyenang lalaki, sumakit ang tiyan niya at napaanak ng wala sa panahon dahil sa matinding sakit. [20] Nang nag-aagaw buhay na siya, sinabi sa kanya ng mga manghihilot, "Lakasan mo ang loob mo. Lalaki ang anak mo." Pero hindi na siya sumagot.

[21-22] Bago siya namatay, Icabod[a] ang ipinangalan niya sa bata, dahil sinabi niya, "Wala na ang makapangyarihang presensya *ng Dios* sa Israel." Sinabi niya ito dahil naagaw ang Kahon ng Dios at napatay ang asawa niya at biyenan niyang lalaki.

Ang Kahon ng Kasunduan sa Ashdod at Ekron

5 Nang maagaw ng mga Filisteo ang Kahon ng Dios, dinala nila ito mula sa Ebenezer papunta sa Ashdod. [2] Pagkatapos, dinala nila ito sa templo ng kanilang dios-diosan na si Dagon at itinabi rito. [3] Kinaumagahan, nakita ng mga taga-Ashdod ang rebulto ni Dagon na nakasubsob na sa harap ng Kahon ng PANGINOON. Itinayo nila ito at ibinalik sa dating posisyon. [4] Pero kinaumagahan, nakita ulit nila na nakasubsob ang rebulto sa harap ng Kahon ng PANGINOON. Ang ulo at ang dalawang kamay nito ay putol na, at nakakalat sa bandang pintuan; katawan lang nito ang natirang buo. [5] Kaya hanggang ngayon, ang mga pari ni Dagon at ang mga pumapasok sa templo niya roon sa Ashdod ay hindi na tumatapak sa bandang pintuan.

[6] Pinarusahan nang matindi ng PANGINOON ang mga taga-Ashdod at mga karatig lugar nito. Binigyan sila ng PANGINOON ng mga tumor bilang parusa sa kanila. [7] Nang makita ng mga taga-Ashdod ang nangyari, sinabi nila, "Hindi dapat manatili sa atin ang Kahon ng Dios ng Israel dahil pinarurusahan niya tayo at si Dagon na ating dios." [8] Kaya ipinatawag nila ang lahat ng pinuno ng mga Filisteo at nagtanong, "Ano ang gagawin natin sa Kahon ng Dios ng Israel?" Sumagot sila, "Dalhin ito sa Gat." Kaya dinala nila ang Kahon ng Dios ng Israel sa Gat.

[9] Pero nang dumating ito roon, pinarusahan din ng PANGINOON ang mga tao sa lungsod na iyon. Labis na nagkagulo ang buong bayan dahil binigyan din sila ng PANGINOON ng tumor, bata man o matanda. [10] Dahil doon, ipinadala nila ang Kahon ng Dios sa Ekron. Habang padating pa lang sila roon, nagrereklamo na ang mga mamamayan ng Ekron. Sinabi nila, "Dinala nila rito ang Kahon ng Dios ng Israel para patayin din tayong lahat." [11] Kaya ipinatawag nila ang lahat ng pinuno ng mga Filisteo at sinabi, "Ilayo ninyo rito ang Kahon ng Dios ng Israel at ibalik ito sa kanyang lugar dahil kung hindi, mamamatay kaming lahat." Ito ang sinabi nila dahil nagsimula na ang matinding parusa ng Dios sa kanilang lungsod. Nagkagulo ang lahat sa takot dahil marami na ang namatay. [12] Nagkaroon din ng tumor ang mga natitirang buhay. Abot hanggang langit ang pag-iyak nila dahil sa nangyari.

Ibinalik ang Kahon ng Kasunduan sa Israel

6 Nanatili ang Kahon ng PANGINOON sa mga Filisteo sa loob ng pitong buwan. Noong naroon pa ang Kahon, [2] ipinatawag ng mga Filisteo ang *kanilang* mga pari at manghuhula at nagtanong, "Ano ang gagawin namin sa Kahon ng PANGINOON. Sabihin ninyo sa amin kung paano namin ito ibabalik sa kanyang lugar?" [3] Sumagot sila, "Kung ibabalik ninyo ang Kahon ng Dios ng Israel, dapat samahan ninyo ito ng handog na pambayad ng kasalanan, sa pamamagitan nito, gagaling kayo at ihihinto na ng Dios ang pagpaparusa sa inyo."

[4-5] Nagtanong ang mga Filisteo, "Ano ang ipapadala namin bilang handog na pambayad ng kasalanan?" Sumagot ang mga pari at manghuhula, "Gumawa kayo ng limang gintong estatwa na hugis tumor at limang gintong estatwa na hugis daga, ayon sa dami ng mga pinuno natin, dahil dumating sa atin at sa mga pinuno natin ang salot ng mga tumor at daga na naminsala sa ating lupain. Ihandog ninyo ito bilang pagpaparangal sa Dios ng Israel, baka sakaling itigil

a 21-22 Icabod: Ang ibig sabihin, *wala na ang kapangyarihan o presensya (ng Dios).*

na niya ang pagpaparusa sa atin sa mga dios natin, at sa ating lupain. ⁶Huwag na ninyong patigasin ang mga puso ninyo gaya ng ginawa ng mga Egipcio at ng kanilang Faraon. Pinayagan lang nilang makaalis ang mga Israelita nang matindi na ang pagpapahirap sa kanila ng Dios. ⁷Kaya ngayon, gumawa kayo ng bagong kariton at kumuha ng dalawang inahing baka na hindi pa napapahila ng kariton. Ikabit ninyo ang kariton sa mga baka pero ihiwalay ninyo ang kanilang mga bisiro at ikulong sa kwadra. ⁸Pagkatapos, kunin ninyo ang Kahon ng PANGINOON at ilagay sa kariton. Ilagay din ninyo sa tabi nito ang isang Kahon na may lamang mga gintong handog na mga tumor at daga na ipapadala ninyo bilang handog na pambayad ng kasalanan. Palakarin ninyo ang mga baka nang walang umaakay at pabayaan silang pumunta kahit saan. ⁹Pero tingnan ninyo kung saan sila pupunta. Kung lalakad sila paakyat sa Bet Shemesh, na isa sa mga bayan ng mga Israelita, malalaman natin na ang PANGINOON ang nagpadala ng matinding pinsalang ito sa atin. Pero kung hindi ito tutuloy sa Bet Shemesh, malalaman natin na hindi ang PANGINOON ang nagpaparusa sa atin. Kundi nagkataon lang ito."

¹⁰Kaya sinunod nila ito. Kumuha sila ng dalawang inahing baka at ikinabit sa kariton. Ikinulong naman sa kwadra ang mga bisiro nito. ¹¹Isinakay nila ang Kahon ng PANGINOON sa kariton at ang kahon na may lamang mga ginto na hugis tumor at daga. ¹²Pagkatapos, lumakad ang mga baka patungo sa Bet Shemesh na hindi man lang lumilihis ng daan habang patuloy na umuunga. Sumusunod sa kanila ang mga pinuno ng mga Filisteo hanggang sa hangganan ng Bet Shemesh.

¹³Nang mga panahong iyon, nag-aani ang mga taga-Bet Shemesh ng trigo sa lambak. Nang makita nila ang Kahon ng Kasunduan, tuwang-tuwa sila. ¹⁴⁻¹⁵Dumating ang kariton sa bukid ni Josue na taga-Bet Shemesh, at tumigil sa tabi ng isang malaking bato. Kinuha ng mga Levita ang Kahon ng PANGINOON at ang kahon na may lamang mga gintong estatwa, at ipinatong sa malaking bato. Pagkatapos, sinibak nila ang kariton at inialay ang mga baka sa PANGINOON bilang handog na sinusunog, at nag-alay sila ng iba pang mga handog. ¹⁶Nakita ng limang pinuno ng mga Filisteo ang lahat ng ito at pagkatapos ay umuwi sila sa Ekron nang araw ding iyon.

¹⁷Ang limang gintong hugis tumor na ipinadala ng mga Filisteo bilang handog na pambayad ng kasalanan ay galing sa mga pinuno ng Ashdod, Gaza, Ashkelon, Gat at Ekron. ¹⁸Kasama ng limang gintong hugis daga, ayon na rin sa bilang ng limang bayan ng mga Filisteo. Itong mga napapaderang bayan at ang mga baryo na walang pader ay sakop ng limang pinunong iyon. Ang malaking bato sa bukid ni Josue ng Bet Shemesh na pinagpatungan nila ng Kahon ng PANGINOON ay naroon pa hanggang ngayon bilang alaala sa nangyari roon.

¹⁹Ngunit may pinatay ang Dios na 70 tao na taga-Bet Shemesh dahil tiningnan nila ang laman ng Kahon ng PANGINOON. Nagluksa ang mga tao dahil sa matinding dagok na ito ng PANGINOON sa kanila. ²⁰Nagtanong sila, "Sino ba ang makakaharap sa presensya ng PANGINOON, ang banal na Dios? Saan ba natin ipapadala ang Kahon ng PANGINOON

para mailayo *ito* sa atin?" ²¹Pagkatapos, nagsugo sila ng mga mensahero sa mga taga-Kiriat Jearim at sinabi roon, "Ibinalik ng mga Filisteo ang Kahon ng PANGINOON. Pumunta kayo rito at dalhin ninyo ito sa lugar ninyo."

7 Kaya kinuha ng mga taga-Kiriat Jearim ang Kahon ng PANGINOON at dinala sa bahay ni Abinadab na nasa burol. Pinili nila si Eleazar na anak ni Abinadab na magbantay dito.

Ang Pamumuno ni Samuel sa Israel

²Nanatili sa Kiriat Jearim ang Kahon ng PANGINOON sa mahabang panahon—mga 20 taon. Sa panahong iyon, nagdalamhati at humingi ng tulong sa PANGINOON ang buong mamamayan ng Israel. ³Sinabi ni Samuel sa kanila, "Kung taos sa puso ninyo ang pagbabalik-loob sa PANGINOON, itapon ninyo ang inyong mga dios-diosan pati na ang *imahen ni* Ashtoret. Ilaan ninyo ang inyong buhay sa PANGINOON lamang at siya lang ang inyong paglingkuran. Kung gagawin ninyo ang mga ito, ililigtas niya kayo sa kamay ng mga Filisteo." ⁴Kaya itinapon nila ang mga *imahen ni na* Baal at Ashtoret, at sa PANGINOON lamang sila naglingkod.

⁵Pagkatapos, sinabi ni Samuel sa mga Israelita, "Magtipon kayong lahat sa Mizpa at ipapanalangin ko kayo sa PANGINOON." ⁶Nang magkatipon na silang lahat sa Mizpa, kumuha sila ng tubig at ibinuhos sa harap ng presensya ng PANGINOON. Nang araw na iyon, hindi sila kumain buong araw at nagsisi sa mga kasalanang ginawa nila sa PANGINOON. Pinamunuan ni Samuel ang Israel doon sa Mizpa.

⁷Nang mabalitaan ng mga Filisteo na nagtitipon ang mga Israelita sa Mizpa, naghanda ang mga pinuno ng mga Filisteo para salakayin sila. Nang mabalitaan ito ng mga Israelita, natakot sila sa mga Filisteo. ⁸Sinabi nila kay Samuel, "Huwag po kayong tumigil sa pananalangin sa PANGINOON na ating Dios na iligtas niya tayo sa mga Filisteo." ⁹Kaya kumuha si Samuel ng isang batang tupa at sinunog ito nang buo bilang handog na sinusunog para sa PANGINOON. Humingi siya ng tulong sa PANGINOON para sa Israel at sinagot siya ng PANGINOON.

¹⁰Habang iniaalay ni Samuel ang handog na sinusunog, dumating ang mga Filisteo para makipaglaban sa mga Israelita. Pero sa araw na iyon, nagpakulog nang malakas ang PANGINOON kaya natakot at nalito ang mga Filisteo, at nagsitakas sila sa mga Israelita. ¹¹Hinabol sila at pinatay ng mga Israelita sa daan mula sa Mizpa hanggang sa Bet Car.

¹²Pagkatapos, kumuha si Samuel ng isang bato at inilagay sa gitna ng Mizpa at Shen. Pinangalanan niya itong Ebenezer dahil sinabi niya, "Hanggang ngayon, tinutulungan kami ng PANGINOON." ¹³Kaya natalo nila ang mga Filisteo, at hindi na nila muli pang sinalakay ang mga Israelita habang nabubuhay pa si Samuel dahil ang PANGINOON ay laban sa mga Filisteo. ¹⁴Naibalik sa Israel ang mga lupain malapit sa Ekron at Gat, na sinakop ng mga Filisteo. Natigil na rin ang digmaan sa pagitan ng mga Israelita at mga Amoreo.

¹⁵Nagpatuloy si Samuel sa pamumuno sa Israel sa buong buhay niya. ¹⁶Taun-taon, lumilibot siya mula Betel papuntang Gilgal at Mizpa para gampanan ang tungkulin niya bilang pinuno ng mga lugar na

ito. ¹⁷ Pero bumabalik din siya sa Rama kung saan siya nakatira at namumuno rin sa mga tao roon. At gumawa siya roon ng altar para sa PANGINOON.

Humingi ng Hari ang mga Israelita

8 Nang matanda na si Samuel, pinili niya ang mga anak niyang lalaki na maging pinuno ng Israel. ² Joel ang pangalan ng panganay at Abijah naman ang sumunod. Pareho silang namuno sa Beersheba, ³ pero hindi sila gaya ng kanilang ama. Gahaman sila sa pera, tumatanggap ng suhol at binabaluktot ang katarungan.

⁴ Kaya nagtipon ang lahat ng tagapamahala ng Israel at pumunta kay Samuel sa Rama. ⁵ Sinabi nila, "Matanda na po kayo; at ang mga anak ninyo'y hindi naman sumusunod sa inyong mga pamamaraan. Ngayon, bigyan n'yo po kami ng hari na mamumuno sa amin, gaya ng ibang bansa na mayroong hari." ⁶ Pero sumama ang loob ni Samuel sa hiniling nila, kaya nanalangin siya sa PANGINOON. ⁷ Sinabi sa kanya ng PANGINOON, "Gawin mo ang ipinapagawa nila sa iyo, hindi ikaw ang tinatanggihan nila kundi ako. ⁸ Mula nang ilabas ko sila sa Egipto hanggang ngayon, itinakwil nila ako at nagsisunod sa ibang mga dios. Ngayon, ganyan din ang ginagawa nila sa iyo. ⁹ Kaya gawin mo ang kahilingan nila, pero bigyan mo sila ng babala kung ano ang gagawin ng haring mamumuno sa kanila."

¹⁰ Sinabi ni Samuel sa mga Israelitang humihingi ng hari ang lahat ng sinabi ng PANGINOON. ¹¹ Sinabi niya, "Ito ang gagawin ng hari na mamumuno sa inyo: Kukunin niya ang mga anak ninyong lalaki at gagawin niyang mga sundalo. Ang iba'y gagawin niyang mga mangangarwahe, mangangabayo at ang iba'y mauuna sa kanyang karwahe. ¹² Ang iba sa kanila'y gagawin niyang opisyal na mamamahala sa 1,000 sundalo at ang iba naman sa 50 sundalo. Ang iba'y pag-aararuhin niya sa kanyang bukid at ang iba'y pag-aanihin ng mga pananim niya, ang iba nama'y gagawin niyang manggagawa ng mga armas para sa digmaan at mga kagamitan para sa kanyang karwahe. ¹³ Kukunin niya ang mga anak ninyong babae at gagawin niyang mga manggagawa ng pabango, kusinera at panadera. ¹⁴ Kukunin niya ang pinakamaganda ninyong mga bukid, mga ubasan, mga taniman ng olibo, at ibibigay niya ang mga ito sa mga tagasunod niya. ¹⁵ Kukunin niya ang ikasampung bahagi ng inyong mga trigo at mga ubas, at ibibigay niya sa mga opisyal at iba pa niyang mga tagasunod. ¹⁶ Kukunin din niya ang mga alipin n'yong lalaki at babae, at ang pinakamaganda ninyong mga baka at mga asno para magtrabaho sa kanya. ¹⁷ Kukunin din niya ang ikasampung bahagi ng mga hayop ninyo, at pati kayo ay gagawin niyang mga alipin. ¹⁸ Pagdating ng araw na iyon, dadaing kayo sa PANGINOON dahil sa *kalupitan ng* hari na pinili ninyo, pero hindi niya kayo sasagutin."

¹⁹ Pero hindi nakinig kay Samuel ang mga tao. Sinabi nila, "Hindi maaari! Gusto namin na may haring mamamahala sa amin. ²⁰ At magiging tulad kami ng ibang mga bansa, na may haring namamahala at nangunguna sa amin sa digmaan." ²¹ Nang marinig ni Samuel ang lahat ng sinabi ng mga tao, sinabi niya ito sa PANGINOON. ²² Sumagot ang PANGINOON sa kanya. "Gawin mo ang sinabi nila, bigyan mo sila ng hari." Pagkatapos, sinabi ni Samuel sa mga Israelita, "*Sige, pumapayag na ako, magsiuwi na kayo sa mga bayan ninyo.*"

Pinili ni Samuel si Saul para Maging Hari

9 May isang taong mayaman at kilala mula sa lahi ni Benjamin. Ang pangalan niya ay Kish, at anak siya ni Abiel. Si Abiel ay anak ni Zeror, si Zeror ay anak ni Becorat, at si Becorat ay anak ni Afia na mula sa lahi ni Benjamin. ² Si Kish ay may anak na ang pangalan ay Saul. Bata pa si Saul at siya ang pinakagwapo at pinakamatangkad na lalaki sa Israel.

³ *Isang araw*, nawala ang mga asno ni Kish, kaya sinabi niya sa anak niyang si Saul, "Magsama ka ng isang utusan at hanapin ninyo ang mga asno." ⁴ Kaya lumakad si Saul at ang utusan. Nakarating sila sa mga burol ng Efraim hanggang sa lugar ng Shalisha, pero wala silang nakitang mga asno. Kaya tumuloy sila sa lugar ng Shaalim hanggang sa mga lugar ng Benjamin pero hindi rin nila nakita *ang mga asno* doon. ⁵ Nang makarating sila sa lugar ng Zuf, sinabi ni Saul sa kanyang utusan, "Umuwi na tayo. Baka lalong mag-alala sa atin ang aking ama kaysa sa mga asno." ⁶ Pero sumagot ang utusan, "Sandali lang po, may isang lingkod ng Dios na malapit lang dito. Iginagalang siya ng mga tao at nagkakatotoo ang lahat ng kanyang sinasabi. Pumunta po tayo sa kanya at baka sakaling masabi niya sa atin kung saan makikita ang mga asno." ⁷ Sinabi ni Saul sa utusan, "Kung pupunta tayo, ano ang ibibigay natin sa kanya? Wala na tayong natirang pagkain. Wala tayong maibibigay." ⁸ Sumagot ang utusan, "Mayroon pa po akong isang pirasong pilak. Ibibigay ko po ito sa lingkod ng Dios para sabihin niya sa atin kung saan natin makikita ang mga asno." ⁹⁻¹⁰ "Mabuti," sabi ni Saul. "Halika na, pumunta na tayo *sa manghuhula*." (Noon sa Israel, kung may taong gustong makatanggap ng mensahe galing sa Dios sinasabi niya, "Halika, pumunta tayo sa manghuhula," dahil ang mga tinatawag na propeta ngayon ay tinatawag na manghuhula noon.)

Pumunta si Saul at ang utusan sa bayan kung saan naroon ang propeta ng Dios. ¹¹ Habang tinatahak nila ang daang paakyat sa burol ng bayan, nakasalubong nila ang mga dalagang palabas para umigib. Nagtanong sila sa mga dalaga, "Nandito ba ngayon ang manghuhula?" ¹² Sumagot sila, "Oo, nandiyan siya. Nauna lang nang kaunti sa inyo. Kararating lang niya sa bayan namin para pangunahan ang mga tao sa paghahandog doon sa sambahan sa mataas na lugar. Dalian ninyo! ¹³ Habulin ninyo siya bago siya umakyat sa sambahan sa mataas na lugar para roon kumain. Hindi kakain ang mga taong inimbita kung hindi pa siya dumarating, dahil kailangang basbasan muna niya ang mga handog. Kaya umakyat na kayo dahil maaabutan ninyo siya habang may araw pa."

¹⁴ Kaya umakyat sila sa bayan, at habang papasok sila, nakita nila si Samuel na dumarating na kasalubong nila papunta sa sambahan sa mataas na lugar.

¹⁵ Isang araw bago dumating si Saul, sinabi na ng PANGINOON kay Samuel, ¹⁶ "Bukas sa ganito

ring oras, papupuntahin ko sa iyo ang isang tao na galing sa lugar ng Benjamin. Pahiran mo ng langis ang kanyang ulo bilang *tanda na siya ang pinili kong magiging pinuno ng mga mamamayan kong Israelita. Ililigtas niya ang aking mga mamamayan sa kamay ng mga Filisteo dahil nakita ko ang paghihirap nila at narinig ko ang paghingi nila ng tulong."*

[17] Nang makita ni Samuel si Saul, nagsalita ang PANGINOON kay Samuel, "Siya ang taong sinasabi ko sa iyo. Pamumunuan niya ang aking bayan."

[18] Lumapit si Saul kay Samuel sa may daang papasok ng bayan at nagtanong, "Saan ba rito ang bahay ng manghuhula?" [19] Sumagot si Samuel, "Ako ang manghuhula. Mauna kayo sa akin sa pagpunta sa sambahan sa mataas na lugar dahil sa araw na ito, kakain kayong kasama ko. Bukas ng umaga, sasabihin ko sa iyo ang gusto mong malaman at pagkatapos ay lumakad na kayo. [20] Tungkol sa mga asnong tatlong araw nang nawawala, huwag ka nang mag-alala pa dahil nakita na sila. At ngayon, sinasabi ko sa iyo na ikaw at ang sambahayan ng iyong ama ang inaasahan ng mga Israelita."

[21] Sumagot si Saul, "Pero galing lang po ako sa lahi ni Benjamin, ang pinakamaliit na lahi ng Israel, at ang sambahayan namin ang pinakamababa sa aming lahi. Bakit po ninyo sinasabi sa akin iyan?"

[22] *Nang makarating na sila sa sambahan sa mataas na lugar,* dinala ni Samuel si Saul at ang kanyang utusan sa malaking kwarto kung saan nakaupo ang 30 tao na inimbita. Pagkatapos, pinaupo niya si Saul at ang kanyang utusan sa upuang para sa pangunahing bisita. [23] Sinabi ni Samuel sa tagapagluto, "Dalhin mo rito ang karneng ipinatabi ko sa iyo." [24] Kaya kinuha ng tagapagluto ang hita at inilagay sa harapan ni Saul. Sinabi ni Samuel *kay Saul,* "Kainin mo, itinabi ko talaga iyan bago ko inimbitahan ang mga taong ito para sa ganitong mahalagang okasyon." Kaya kumain si Saul kasama si Samuel nang araw na iyon.

[25] Pagbalik nila sa bayan galing sa sambahan sa mataas na lugar, ipinaghanda siya ni Samuel ng matutulugan doon sa *patag na* bubong ng kanyang bahay, [26] at doon natulog si Saul. Kinaumagahan, tinawag ni Samuel si Saul kung saan siya natulog, "Bangon na! Maghanda ka na, dahil pauuwiin na kita." Nang makapaghanda na si Saul, sabay silang lumabas ng bahay ni Samuel. [27] Nang palabas na sila ng bayan, sinabi ni Samuel kay Saul, "Paunahin mo ang utusan mo, may sasabihin lang ako sa iyo mula sa Dios." Kaya nauna ang utusan.

10 Pagkatapos, kumuha si Samuel ng lalagyan ng langis at ibinuhos *ang langis* sa ulo ni Saul. Hinagkan niya si Saul at sinabi, "Ang PANGINOON ang pumili sa iyo na mamuno sa kanyang *bayan.* [2] Pag-alis mo ngayon, may makakasalubong kang dalawang tao malapit sa libingan ni Raquel sa Zelza, sa hangganan ni Benjamin. Sasabihin nila sa iyo, 'Nakita na ang mga asnong hinahanap ninyo. At ngayon, hindi na ang mga asno ang inaalala ng iyong ama kundi kayo na. Patuloy niyang itinatanong, "Ano ang gagawin ko para makita ko ang aking anak?"'

[3] "Pagdating mo sa malaking puno ng Tabor, may makakasalubong kang tatlong tao na pupunta sa Betel para sumamba sa Dios. Ang isa sa kanila'y

may dalang tatlong batang kambing, ang isa'y may dalang tatlong tinapay at ang isa naman ay may dalang katas ng ubas na nakalagay sa balat na sisidlan. [4] Babatiin ka nila at aalukin ng dalawang tinapay na tatanggapin mo naman. [5] Pagdating mo sa bundok ng Dios sa Gibea, kung saan may kampo ng mga Filisteo, may makakasalubong kang grupo ng mga propeta pababa galing sa *sambahan sa mataas na lugar.* Tumutugtog sila ng lira, tamburin, plauta at alpa, at nagpapahayag ng mensahe ng Dios. [6] At sasaiyo ang Espiritu ng PANGINOON at magpapahayag ka ng mensahe ng Dios kasama nila, at mababago na ang pagkatao mo. [7] Kapag nangyari na ang mga bagay na ito, gawin mo kung ano ang mabuti dahil kasama mo ang Dios.

[8] "Mauna ka na sa akin sa Gilgal. Susunod ako para maghain ng mga handog na sinusunog at mga handog para sa mabuting relasyon.[a] Pero hintayin mo ako sa loob ng pitong araw hanggang sa dumating ako, at pagkatapos ay sasabihin ko sa iyo kung ano ang gagawin mo."

Ginawang Hari si Saul

[9] Nang maghiwalay sila ni Samuel, binago ng Dios ang buhay ni Saul, at ang lahat ng sinabi sa kanya ni Samuel ay nangyari nang araw na iyon. [10] Pagdating ni Saul at ng kanyang utusan sa Gibea, sinalubong siya ng mga propeta. Napuspos siya ng Espiritu ng Dios at nagpahayag din siya ng mensahe ng Dios kasama ng mga propetang iyon. [11] Nang makita siya ng mga nakakakilala sa kanya na nagpapahayag ng mensahe ng Dios kasama ng mga propeta, tinanong nila ang isa't isa, "Propeta na rin ba si Saul? Paano naging propeta ang anak ni Kish?" [12] Sumagot ang isang taga-roon, "Hindi na mahalaga kung sino ang kanyang ama; kahit sino ay pwedeng maging propeta." Dito nagsimula ang kasabihang, "Propeta na rin ba si Saul?"

[13] Pagkatapos magpahayag ng mensahe ng Dios, pumunta si Saul sa *sambahan* sa mataas na lugar. [14] Nagtanong ang tiyuhin ni Saul sa kanya at sa kanyang utusan, "Saan kayo nanggaling?" Sumagot si Saul, "Hinanap po namin ang mga asno. Nang hindi po namin makita ay pumunta kami kay Samuel." [15] Sinabi ng tiyuhin ni Saul, "Sabihin mo sa akin kung ano ang sinabi ni Samuel sa iyo." [16] Sumagot si Saul, "Sinabi niyang nakita na ang mga asno." Pero hindi niya sinabi sa tiyuhin niya ang sinabi ni Samuel tungkol sa kanyang pagiging hari.

[17] Tinipon ni Samuel ang mga Israelita sa Mizpa para sabihin sa kanila ang sinabi ng PANGINOON. [18] Ito ang mensaheng ibinigay niya galing sa PANGINOON, ang Dios ng Israel: "Inilabas ko kayo mula sa Egipto, iniligtas ko kayo sa mga kamay ng mga Egipcio at sa lahat ng bansang umaapi sa inyo. [19] Pero kahit na iniligtas ko kayo sa lahat ng kapahamakan at kagipitan, tinalikuran pa rin ninyo ako na inyong Dios, at humingi kayo ng hari na mamumuno sa inyo. Ngayon humarap kayo sa akin ayon sa lahi ninyo at angkan."

[20] Pinalapit ni Samuel ang bawat lahi ng Israel at ang lahi ni Benjamin ang napili. [21] Pagkatapos,

a 8 handog para sa mabuting relasyon: Tingnan sa Talaan ng mga Salita sa likod.

pinapunta ni Samuel sa harapan ang lahi ni Benjamin ayon sa sambahayan at ang pamilya ni Matri ang napili. Si Saul na anak ni Kish ang napili *sa pamilya ni Matri*, pero nang hanapin nila si Saul ay hindi nila ito makita. ²² Kaya tinanong nila ang Panginoon, "Nasaan po siya?" Sumagot ang Panginoon, "Nandito siya. Nagtatago siya sa bunton ng mga bagahe." ²³ Kaya tumakbo sila papunta kay Saul at kinuha siya. Nang pinatayo siya sa gitna, siya ang pinakamatangkad sa lahat. ²⁴ Sinabi ni Samuel sa lahat ng mga tao, "Ito ang taong pinili ng Panginoon *para maghari sa inyo*. Wala ni isa man sa atin na katulad niya." At sumigaw ang lahat ng tao, "Mabuhay ang hari!"

²⁵ Ipinaliwanag ni Samuel sa mga tao ang mga karapatan at pananagutan ng isang hari. Isinulat niya ito sa isang nakarolyong papel at itinago ito sa *bahay ng Panginoon*. Pagkatapos, pinauwi ni Samuel ang mga tao. ²⁶ Umuwi rin si Saul sa bahay nila sa Gibea. Sinamahan siya ng mga sundalo na hinipo ng Dios ang puso para sumama sa kanya. ²⁷ Dahil may masasamang taong nanlalait kay Saul na nagsabi, "Paano tayo maililigtas ng taong ito?" At hindi sila nagbigay ng regalo kay Saul *bilang parangal sa kanya bilang hari*. Pero hindi sila pinansin ni Saul.

Iniligtas ni Saul ang Lungsod ng Jabes

11 Nang panahong iyon, pinaligiran ni Nahash na *hari ng mga* Ammonita at ng mga kasama niyang sundalo ang lungsod ng Jabes Gilead. At sinabi ng mga mamamayan ng Jabes sa kanya, "Gumawa kayo ng kasunduan sa amin at magpapasakop kami sa inyo." ² Sumagot si Nahash, "Payag ako, sa isang kundisyon. Dudukitin ko ang kanang mata ng bawat isa sa inyo para mapahiya ang buong Israel." ³ Sinabi ng mga tagapamahala ng Jabes, "Bigyan mo kami ng pitong araw para maikalat ang mensaheng ito sa buong Israel. Kung walang tulong na darating sa amin, susuko kami sa inyo."

⁴ Dumating ang mga mensahero sa Gibea, kung saan nakatira si Saul. Nang sabihin nila sa mga tao ang sinabi ni Nahash, humagulgol ang lahat. ⁵ Nang oras na iyon, pauwi si Saul galing sa bukid niya na hinihila ang kanyang mga baka. *Nang marinig niya ang iyakan*, nagtanong siya, "Ano ang nangyari? Bakit nag-iiyakan ang mga tao?" Kaya sinabi ng mga tao sa kanya ang mensahe ng mga taga-Jabes. ⁶ Nang marinig ito ni Saul, napuspos siya ng Espiritu ng Dios at nagalit siya nang matindi. ⁷ Kumuha siya ng dalawang baka at pinaghihiwa niya ito. Pagkatapos, ibinigay niya ito sa mga mensahero. Inutusan niya ang mga ito na pumunta sa buong lupain ng Israel at sabihin sa mga tao, "Ganito ang mangyayari sa baka ng mga hindi sasama kina Saul at Samuel *sa pakikidigma*." Niloob ng Panginoon na magkaroon ng takot ang mga Israelita kay Saul, kaya sumama sila sa kanya. ⁸ Tinipon sila ni Saul sa Bezek; 300,000 ang galing sa Israel at 30,000 ang galing sa Juda. ⁹ Sinabi nila sa mga mensahero ng Jabes Gilead, "Sabihin ninyo sa mga kababayan ninyo, bukas ng tanghali, maliligtas kayo." Nang sabihin ito ng mga mensahero sa mga kababayan nila, tuwang-tuwa ang lahat. ¹⁰ At sinabi nila sa mga

Ammonita, "Bukas susuko kami sa inyo at gawin ninyo sa amin kung ano ang gusto ninyo."

¹¹ Kinabukasan, madaling-araw pa lang ay hinati na ni Saul sa tatlong grupo ang kanyang hukbo. Nang mag-umaga na, sinalakay nila ang kampo ng mga Ammonita at pinatay silang lahat hanggang tanghali. Ang mga natirang buhay ay nagsitakas.

¹² Pagkatapos ng digmaan, sinabi ng mga Israelita kay Samuel, "Sinu-sino ang mga nagsasabing hindi natin dapat maging hari si Saul? Dalhin ninyo sila sa amin at papatayin namin sila."

¹³ Pero sinabi ni Saul, "Walang papatayin ni isa man sa araw na ito, dahil ngayon ay iniligtas ng Panginoon ang Israel." ¹⁴ Sinabi ni Samuel sa mga tao, "Pupunta tayo sa Gilgal at muli nating ipahayag si Saul bilang hari natin." ¹⁵ Kaya pumunta silang lahat sa Gilgal at pinagtibay ang pagiging hari ni Saul sa presensya ng Panginoon. Nag-alay sila roon ng mga handog para sa mabuting relasyon, at nagkaroon sila ng malaking pagdiriwang.

Mga Huling Pananalita ni Samuel

12 Sinabi ni Samuel sa lahat ng Israelita, "Sinunod ko ang mga hiniling ninyo sa akin; binigyan ko kayo ng hari na mamumuno sa inyo. ² Ngayon, may hari na kayo na inyong pinuno. Matanda na ako, at maputi na ang buhok. At kasama naman ninyo ang mga anak ko. Naging pinuno n'yo na ako mula pa noong kabataan ko. ³ Narito ako ngayon sa harapan ninyo. Kung may nagawa akong masama sa inyo sabihin ninyo sa akin sa presensya ng Panginoon at ng kanyang piniling *hari*. May kinuha ba akong baka o asno sa sinuman sa inyo? May dinaya o ginipit ba ako sa inyo? Tumanggap ba ako ng suhol para balewalain ang kasalanang nagawa nang sinuman? Kung mapapatunayan ninyo na nagawa ko ang isa man sa mga bagay na ito, pananagutan ko ito."

⁴ Sumagot ang mga tao, "Hindi po ninyo kami dinaya o ginipit man. Wala rin po kayong kinuhang anuman sa kahit kanino sa amin." ⁵ Sinabi ni Samuel sa kanila, "Sa araw na ito, saksi ang Panginoon at ang kanyang piniling *hari* na wala kayong maisusumbat sa akin." Sumagot ang mga tao, "Opo, saksi ang Panginoon." ⁶ Sinabi ni Samuel, "Ang Panginoon ang pumili kina Moises at Aaron na maging pinuno ng inyong mga ninuno, at siya rin ang naglabas sa kanila sa Egipto. ⁷ Ngayon tumayo kayo sa presensya ng Panginoon dahil ipapaalala ko sa inyo ang mga kabutihang ginawa ng Panginoon sa inyo at sa inyong mga ninuno.

⁸ "Noong nasa Egipto pa ang lahi ni Jacob, humingi sila ng tulong sa Panginoon. Ipinadala ng Panginoon sina Moises at Aaron na naglabas sa kanila sa Egipto at nagdala sa kanila sa lupaing ito. ⁹ Pero kinalimutan nila ang Panginoon na kanilang Dios kaya hinayaan ng Panginoon na matalo sila ni Sisera na kumander ng mga sundalo ng Hazor, ng mga Filisteo at ng hari ng Moab. ¹⁰ Humingi na naman sila ng tulong sa Panginoon at sinabi, 'Nagkasala kami, Panginoon. Tinalikuran namin kayo at sumamba sa *imahen ni* Baal at Ashtoret. Pero ngayon, iligtas n'yo po kami sa kamay ng mga kalaban namin at sasambahin namin kayo.' ¹¹ Pagkatapos,

isinugo ng Panginoon sina Gideon,[a] Barak, Jefta at ako; at iniligtas namin kayo sa kamay ng mga kalaban ninyo na nasa paligid at namuhay kayo nang ligtas sa anumang kapahamakan. [12] Pero nang salakayin kayo ni Haring Nahash ng mga Ammonita, humingi kayo sa akin ng haring mamumuno sa inyo, kahit na ang Panginoon na inyong Dios ang siyang hari ninyo. [13] Narito na ngayon ang pinili ninyong hari. Tingnan ninyo! Hiningi ninyo siya at ibinigay siya sa inyo ng Panginoon. [14] Kung kayo at ang hari ninyo ay mamumuhay nang may takot sa Panginoon, susunod sa mga utos niya, at maglilingkod sa kanya, walang masamang mangyayari sa inyo. [15] Pero kung hindi kayo susunod sa Panginoon at sa mga utos niya, parurusahan niya kayo gaya ng ginawa niya sa inyong mga ninuno.

[16] "Manatili kayo sa kinaroroonan ninyo at tingnan ninyo ang kamangha-manghang bagay na gagawin ng Panginoon sa inyong harapan. [17] Hindi ba't panahon ngayon ng pag-aani ng trigo at hindi umuulan? Pero mananalangin ako sa Panginoon na magpakulog at magpaulan, at nang mapag-isip-isip ninyo kung gaano kasama ang ginawa ninyo sa paninging ng Panginoon nang humingi kayo ng hari."

[18] Nanalangin nga si Samuel, at nang araw na iyon, nagpakulog at nagpaulan ang Panginoon. Pinagharian ang lahat ng tao ng matinding takot sa Panginoon at kay Samuel. [19] Sinabi nila kay Samuel, "Ipanalangin n'yo po kami sa Panginoon na iyong Dios upang hindi kami mamatay, dahil dinagdagan namin ang aming mga kasalanan nang humingi kami ng hari." [20] Sumagot si Samuel, "Huwag kayong matakot. Kahit na nakagawa kayo ng masama, huwag ninyong talikuran ang Panginoon, kundi paglingkuran ninyo siya nang buong puso. [21] Huwag kayong susunod sa mga walang kwentang dios-diosan. Hindi sila makakatulong o makakapagligtas sa inyo. [22] Alang-alang sa kanyang pangalan, hindi kayo pababayaan ng Panginoon. Ikinalulugod niyang gawin kayong mga mamamayan niya.

[23] "Tungkol naman sa akin, hindi ako titigil ng pananalangin sa Panginoon para sa inyo dahil kung magkaganoon, magkakasala ako sa Panginoon. Tuturuan ko rin kayong mamuhay nang tama at matuwid. [24] Pero dapat kayong magkaroon ng takot sa Panginoon at maglingkod sa kanya nang tapat at buong puso. Alalahanin ninyo ang mga kamangha-manghang bagay na ginawa niya sa inyo. [25] Pero kung magpapatuloy kayo sa kasalanan, kayo at ang hari ninyo ay lilipulin."

Sinaway ni Samuel si Saul

13 Si Saul ay 30[b] taong gulang nang maging hari ng Israel, at naghari siya rito sa loob ng 42[c] taon. [2] Pumili si Saul ng 3,000 lalaki sa Israel para makipaglaban sa mga Filisteo. Ang mga hindi napili ay pinauwi niya. Isinama niya ang 2,000 sa Micmash at sa kaburulan ng Betel at ang 1,000

naman ay pinasama niya sa anak niyang si Jonatan sa Gibea sa sakop ng mga taga-Benjamin. [3] Sinalakay ni Jonatan ang kampo ng mga Filisteo sa Geba at nabalitaan ito ng iba pang Filisteo. Kaya iniutos ni Saul na patunugin ang trumpeta sa buong Israel bilang paghahanda ng mga Hebreo[d] sa digmaan. [4] Nabalitaan ng mga Israelita na galit na galit ang mga Filisteo sa kanila dahil sinalakay ni Saul ang kampo. Kaya nagtipon ang mga Israelita sa Gilgal kasama ni Saul.

[5] Nagtipon ang mga Filisteo para makipagdigma sa mga Israelita. Mayroon silang 3,000[e] karwahe, 6,000 mangangabayo at mga sundalo na kasindami ng buhangin sa tabing-dagat. Nagtipon sila at nagkampo sa Micmash, sa silangan ng Bet Aven. [6] Nang makita ng mga Israelita na nanganganib ang sitwasyon nila, nagtago sila sa mga kweba, talahiban, mga batuhan, hukay at mga imbakan ng tubig. [7] Ang iba sa kanila'y tumawid sa Ilog ng Jordan papuntang Gad at Gilead. Naiwan si Saul sa Gilgal, at nanginginig sa takot ang mga kasama niya.

[8] Naghintay si Saul kay Samuel sa Gilgal ng pitong araw ayon sa sinabi ni Samuel sa kanya, pero hindi dumating si Samuel. Nang makita ni Saul na unti-unting nag-aalisan ang mga kasama niya, sinabi niya, [9] "Dalhin ninyo sa akin ang handog na sinusunog at ang handog para sa mabuting relasyon."[f] At inialay ni Saul ang mga handog na sinusunog. [10] Nang patapos na siya, dumating si Samuel. Sinalubong niya ito upang batiin, pero nagtanong si Samuel, [11] "Ano ang ginawa mo?" Sumagot si Saul, "Nakita ko na unti-unting nag-aalisan ang mga kasama ko, at hindi ka dumating sa oras na sinabi mo, at nagtitipon na ang mga Filisteo sa Micmash. [12] Inisip ko na baka salakayin kami ng mga Filisteo rito sa Gilgal at hindi pa nakakapaghandog sa Panginoon para humingi ng tulong sa kanya. Kaya napilitan akong mag-alay ng handog na sinusunog."

[13] Sinabi ni Samuel, "Kahangalan ang ginawa mo! Hindi mo sinunod ang utos na ibinigay sa iyo ng Panginoon na iyong Dios. Kung sumunod ka lang sana, ang sambahayan mo ang maghahari sa Israel habang panahon. [14] Pero hindi na ito mangyayari dahil nakakita na ang Panginoon ng taong susunod sa kagustuhan niya, at ginawa na siyang pinuno para sa kanyang mga mamamayan, dahil hindi ka sumunod sa utos ng Panginoon."

[15] Pagkatapos, umalis si Samuel sa Gilgal at pumunta sa Gibea, na sakop ng Benjamin. Binilang ni Saul ang mga natira niyang tauhan—600 lahat.

Walang Armas ang mga Israelita

[16] Nagkampo si Saul, ang anak niyang si Jonatan, at ang mga natitira pa niyang tauhan sa Geba, na sakop ng Benjamin, habang ang mga Filisteo naman ay nagkakampo sa Micmash. [17] Nagtatlong grupo ang mga Filisteo sa kanilang pagsalakay. Ang isang grupo'y pumunta sa Ofra, sa lupain ng Shual. [18] Ang isang grupo'y sa Bet Horon, at ang isa'y pumunta sa

---

a 11 Gideon: sa Hebreo, Jerubaal.

b 1 30: Wala ito sa Hebreo pero makikita sa ibang mga tekstong Septuagint.

c 1 42: Hindi kumpleto ang numero sa Hebreo: naghari siya sa loob ng at 2 taon.

d 3 Hebreo: o, Israelita.

e 5 3,000: Ganito sa ibang mga teksto ng Septuagint at sa Syriac. Sa Hebreo, 30,000.

f 9 handog para sa mabuting relasyon: Tingnan sa Talaan ng mga Salita sa likod.

hangganan kung saan matatanaw ang Lambak ng Zeboim na papunta sa disyerto. [19] Nang mga panahong iyon, walang panday sa buong Israel. Hindi sila pinayagan ng mga Filisteo dahil sinabi nila, "Baka gumawa ng mga espada at sibat ang mga Hebreo." [20] Kaya kinakailangan pa ng mga Israelitang pumunta sa mga Filisteo kung maghahasa sila ng kanilang talim ng araro, piko, palakol at karit. [21] *At mahal ang singil sa kanila.* Ang bayad sa pagpapahasa ng araro at piko ay dalawang pirasong pilak at sa pagpapahasa ng palakol at talim ng pantaboy sa hayop ay isang pirasong pilak. [22] Kaya nang araw ng digmaan, wala ni isang sundalo sa Israel ang may espada at sibat maliban kina Saul at Jonatan. [23] Samantala, nagpadala ang mga Filisteo ng mga sundalo para bantayan ang daanan papuntang Micmash.

Sinalakay ni Jonatan ang mga Filisteo

14 Isang araw, sinabi ni Jonatan sa binata na tagapagdala ng kanyang armas, "Halika, pumunta tayo sa kampo ng mga Filisteo." Pero hindi niya ito sinabi sa kanyang ama.

[2] Si Saul naman noon ay nasa ilalim ng punong pomegranata sa Migron, na nasa labas ng Gibea, at kasama ang 600 niyang tauhan *sa di-kalayuan.* [3] Naroon din *ang paring* si Ahia na nakasuot ng espesyal na damit*a* ng pari. Si Ahia ay anak ni Ahitub na kapatid ni Icabod. Si Ahitub ay anak ni Finehas na anak naman ni Eli na pari na naglingkod noon sa Shilo. Walang nakakaalam na umalis si Jonatan.

[4] May bangin sa magkabilang gilid ng dinadaanan ni Jonatan papunta sa kampo ng mga Filisteo; at isa'y tinatawag na Bozez at ang isa'y tinatawag na Sene. [5] Ang isa'y nasa gawing hilaga at nakaharap sa Micmash, at ang isa'y nasa gawing timog at nakaharap sa Gibea.

[6] Sinabi ni Jonatan sa tagapagdala niya ng armas, "Puntahan natin ang kampo ng mga taong iyon na hindi kumikilala sa Dios.*b* Baka sakaling tulungan tayo ng Panginoon, dahil walang makakapigil kung loloobin niyang magtagumpay tayo, kahit marami o kakaunti tayo." [7] Sinabi ng tagapagdala niya ng armas, "Gawin n'yo po ang anumang iniisip ninyo. Kasama n'yo ako kahit ano ang mangyari." [8] Sinabi ni Jonatan, "Tayo na, pupuntahan natin sila at magpapakita tayo sa kanila. [9] Kung sasabihin nilang sila ang lalapit sa atin para makipaglaban, hindi na tayo aakyat pa sa kanila, hihintayin na lang natin sila. [10] Pero kung sasabihin nilang tayo ang lumapit, aakyat tayo dahil iyon ang tanda na ipapatalo sila sa atin ng Panginoon."

[11] Nang magpakita silang dalawa roon sa mga Filisteo, sumigaw ang mga Filisteo, "Tingnan ninyo ang mga Hebreo!*c* Naglalabasan na sila mula sa pinagtataguan nila." [12] At sinigawan nila sina Jonatan at ang tagapagdala niya ng armas, "Lumapit kayo rito, nang maturuan namin kayo ng leksyon." Sinabi ni Jonatan sa tagapagdala niya ng armas, "Halika, sumunod ka sa akin dahil tutulungan tayo ng Panginoon na talunin sila ng Israel."

[13] Kaya gumapang si Jonatan paakyat, kasunod ang tagapagdala niya ng armas. Pinatay ni Jonatan ang mga Filisteo at ganoon din ang ginawa ng tagapagdala niya ng armas. [14] Sa unang pagsalakay na ito, napatay nila ang 20 Filisteo at nagkalat ang mga bangkay ng mga ito sa kalahating ektaryang lupa roon. [15] Natakot nang matindi ang mga Filisteong nasa kampo, nasa bukid, at pati na ang mga *sundalo nilang* sasalakay. At lumindol, kaya lalo pang tumindi ang takot nila.*d*

[16] Doon sa Gibea, *sa lupain* ng Benjamin, nakita ng mga tagapagbantay ni Saul ang mga sundalong Filisteo na nagtatakbuhan papunta sa iba't ibang direksyon. [17] Sinabi ni Saul sa mga tauhan niya, "Tipunin ninyo ang mga sundalo at tingnan kung sino ang nawawala." At nalaman nila na wala si Jonatan at ang tagapagdala niya ng armas. [18] Sinabi ni Saul kay Ahia, "Dalhin dito ang Kahon ng Dios."*e* (Nang panahong iyon, ang Kahon ng Kasunduan ay nasa mga Israelita.)*f* [19] Habang nakikipag-usap si Saul sa pari, lalo pang lumakas ang sigawan at kaguluhan sa kampo ng mga Filisteo kaya sinabi ni Saul kay Ahia, "Hayaan mo na. Itigil mo na iyan." [20] Agad na tinipon ni Saul ang mga tauhan niya at sumugod sa digmaan. Nakita nila ang mga Filisteo na nagkakagulo at sila-sila ang nagpapatayan. [21] Pati na ang mga Hebreong dating kakampi ng mga Filisteo ay pumunta sa kampo ng mga Israelita at kumampi kina Saul at Jonatan. [22] Nang makita ng lahat ng mga Israelitang nagtatago sa kaburulan ng Efraim na nagsisitakas ang mga Filisteo, sumama na rin sila sa paghabol. [23] Nang araw na iyon, iniligtas ng Panginoon ang mga Israelita at umabot pa ang digmaan hanggang sa Bet Aven.

Ang Sumpa ni Saul

[24] Nang araw na iyon, nanghina ang mga Israelita sa gutom dahil pinanumpa sila ni Saul, na sinabi, "Sumpain ang sinumang kakain ng pagkain bago gumabi, hangga't hindi pa ako nakakapaghiganti sa aking mga kalaban." Kaya walang kumain kahit isa sa kanila. [25] Pumunta ang lahat ng sundalo sa kagubatan, kung saan may mga pulot na tumutulo sa lupa. [26] Hindi nila ito tinikman man lang dahil natatakot sila sa sumpa.

[27] Pero hindi narinig ni Jonatan na pinanumpa ng kanyang ama ang mga tao, kaya isinawsaw niya ang dulo ng isang patpat sa pulot at kinain ito. Pagkakain niya, bumuti ang pakiramdam niya. [28] Nakita siya ng isa sa mga tauhan at sinabi sa kanya, "Pinanumpa ng inyong ama ang buong hukbo na huwag kumain ngayong araw na ito kaya hinang-hina na kami." [29] Sinabi ni Jonatan, "Hindi tama ang ginagawa niya sa bayan natin. Tingnan mo kung paano bumuti ang pakiramdam ko nang tumikim ako ng kaunting pulot. [30] Ano pa kaya kung pinayagan silang kumain ng mga masasamsam natin sa ating mga kalaban, siguro mas marami pa tayong napatay na mga Filisteo."

---

a 3 espesyal na damit: sa Hebreo, *"efod."*

b 6 mga taong iyon na hindi kumikilala sa Dios: sa literal, *mga hindi tuli.*

c 11 Hebreo: o, *Israelita.*

d 15 lalo pang tumindi…nila: o, *niloob ng Dios na matakot sila.*

e 18 Kahon ng Dios: Ang Kahon ng Kasunduan.

f 18 Dalhin…Israelita: Ito ang nasa Hebreo; sa ibang tekstong Septuagint, *"Dalhin dito ang espesyal na damit ng pari." (Nang panahong iyon, si Ahia ang nagsusuot ng damit na ito sa harap ng mga Israelita.)*

³¹ Nang araw na iyon, matapos talunin ng mga Israelita ang mga Filisteo mula sa Micmash hanggang sa Ayalon, napagod at nagutom sila nang husto. ³² Kaya, nagmamadali silang humuli ng mga tupa at baka na kanilang nasamsam, at doon mismo ay kinatay nila ang mga ito at kinain nang hindi inalisan ng dugo. ³³ May nagsabi kay Saul, "Tingnan n'yo, nagkakasala sa Panginoon ang mga tauhan ninyo dahil kumain sila ng karneng may dugo pa." Sinabi ni Saul, "Isang malaking pagtataksil ito! Humanap kayo ng isang malaking bato at pagulungin n'yo rito. ³⁴ At puntahan n'yo ang mga tauhan ko at sabihin silang dalhin dito ang mga baka at tupa. Dito nila katayin at kainin ang mga ito. Sabihin n'yo sa kanila na huwag silang magkasala sa Panginoon dahil sa pagkain ng karneng may dugo pa." Kaya nang gabing iyon, dinala ng mga tauhan ni Saul ang kanilang mga baka at tupa sa kanya at doon kinatay. ³⁵ Gumawa naman si Saul ng altar para sa Panginoon. Ito ang unang altar na ginawa niya.

³⁶ Sinabi ni Saul, "Sasalakayin natin ngayong gabi ang mga Filisteo at tatalunin natin sila hanggang sa umaga, sasamsamin natin ang mga ari-arian nila at papatayin silang lahat. *Wala tayong ititirang buhay.*" Sumagot ang mga tao, "Gawin n'yo po kung ano sa tingin n'yo ang mabuti." Pero sinabi ng pari, "Tanungin muna natin ang Dios tungkol sa bagay na ito." ³⁷ Kaya nagtanong si Saul sa Dios, "Sasalakayin po ba namin ang mga Filisteo? Ipapatalo n'yo ba sila sa amin?" Pero hindi sumagot ang Dios nang araw na iyon. ³⁸ Kaya sinabi ni Saul sa mga pinuno ng mga mamamayan ng Israel, "Magtipon kayong lahat dito, kailangang malaman natin ang nagawa nating kasalanan sa araw na ito. ³⁹ Isinusumpa ko sa ngalan ng buhay na Panginoon na nagligtas sa mga Israelita, mamamatay ang nagkasala kahit na siya ay ang anak kong si Jonatan." Pero wala ni isa mang nagsalita sa mga Israelita.

⁴⁰ Sinabi pa niya sa lahat ng mga Israelita, "Tumayo kayo riyan at tatayo rin kami ng anak kong si Jonatan." Pumayag naman ang mga tao. ⁴¹ Pagkatapos, nanalangin si Saul, "Panginoon, Dios ng Israel, ipaalam n'yo po sa amin kung sino ang nagkasala." Sa pamamagitan ng palabunutan, sina Saul at Jonatan ang napiling nagkasala at hindi ang mga tao. ⁴² Sinabi ni Saul, "Magpalabunutan naman tayo ngayon para malaman kung sino sa aming dalawa ni Jonatan ang nagkasala. At si Jonatan ang nabunot." ⁴³ Tinanong ni Saul si Jonatan, "Ano ang ginawa mo?" Sumagot si Jonatan, "Isinawsaw ko po ang dulo ng patpat ko sa pulot at kumain ako ng kaunti. Karapat-dapat po ba akong mamatay?" ⁴⁴ Sinabi ni Saul, "Oo, dapat kang mamatay. Lubos sana akong parusahan ng Dios kung hindi kita ipapatay." ⁴⁵ Pero sinabi ng mga tao kay Saul, "Si Jonatan po ang nagpanalo sa atin, at ngayon, papatayin natin siya? Hindi po maaari! Sumusumpa kami sa buhay na Panginoon na wala ni isa sa buhok niya ang mahuhulog sa lupa,ᵃ dahil ang Dios po ang tumulong sa kanya sa ginawa niya sa araw na ito." At hindi nga pinatay si Jonatan dahil iniligtas siya ng mga Israelita. ⁴⁶ Ipinatigil na ni Saul ang paghabol sa mga Filisteo at bumalik na ang mga Filisteo sa kanilang lugar.

⁴⁷ Nang maghari si Saul sa Israel, nakipaglaban siya sa mga kalaban nila sa paligid. Ang mga kalaban niya ay ang mga Moabita, Ammonita, Edomita, hari ng mga Zobita at mga Filisteo. Natatalo niya ang sinumang makalaban niya. ⁴⁸ Buong tapang siyang nakipaglaban at natalo niya ang mga Amalekita. Sa pamamagitan nito, iniligtas niya ang mga Israelita sa kamay ng mga sumasalakay sa kanila at sumamsam ng kanilang mga ari-arian.

Ang Sambahayan ni Saul

⁴⁹ Ang mga anak na lalaki ni Saul ay sina Jonatan, Ishvi, at Malki Shua; si Merab naman ang kanyang panganay na babae, at si Mical ang bunsong babae. ⁵⁰ Ang asawa ni Saul ay si Ahinoam na anak ni Ahimaaz. Ang pinuno ng kanyang hukbo ay ang pinsan niyang si Abner, anak ng tiyuhin niyang si Ner. ⁵¹ Ang ama ni Saul na si Kish at ang ama ni Abner na si Ner ay magkapatid, sila'y mga anak ni Abiel.

⁵² Sa buong panahon ng paghahari ni Saul, naging matindi ang labanan sa pagitan ng mga Israelita at mga Filisteo. Kapag may nakikita si Saul na malakas at magiting na lalaki, ginagawa niya itong sundalo niya.

Itinakwil ng Panginoon si Saul Bilang Hari

15 Sinabi ni Samuel kay Saul, "Isinugo ako noon ng Panginoon para pahiran ka ng langis at ipakita sa mga mamamayan ng Israel na ikaw ang pinili niyang hari. Pakinggan mo ang mensahe ng Panginoon. ² 'Ako ang Makapangyarihang Panginoon. Parurusahan ko ang mga Amalekita dahil sa pagsalakay nila sa mga Israelita nang inilabas ko sila sa Egipto. ³ Salakayin ninyo ang mga Amalekita. Lipulin ninyo nang lubusan ang lahat ng naroroon. Patayin ninyo silang lahat, mga lalaki, babae, bata at mga sanggol, pati na rin ang kanilang mga baka, tupa, kamelyo at mga asno.' "

⁴ Kaya tinipon ni Saul ang mga sundalo sa Telaim. May 200,000 sundalo ang nagtipon, bukod pa ang 10,000 mula sa Juda. ⁵ Pinangunahan sila ni Saul papunta sa lungsod ng Amalek at naghintay sa natuyong ilog para sumalakay. ⁶ Nagpasabi siya sa mga Keneo, "Lumayo kayo sa mga Amalekita para hindi kayo mamatay kasama nila. Naging mabuti kayo sa lahat ng mga Israelita nang lumabas sila sa Egipto." Kaya lumayo ang mga Keneo sa mga Amalekita. ⁷ Sinalakay nina Saul ang mga Amalekita mula sa Havila hanggang sa Shur, sa gawing silangan ng Egipto. ⁸ Nilipol nila nang lubusan ang lahat ng Amalekita, pero si Agag na kanilang hari ay hindi nila pinatay kundi binihag lang. ⁹ Hindi rin nila pinatay ang pinakamainam na tupa at baka pati ang mga anak nito. Ang lahat ng maiinam ay hindi nila nilipol, pero ang hindi mapapakinabangan ay nilipol nila nang lubusan.

¹⁰ Sinabi ng Panginoon kay Samuel, ¹¹ "Nalungkot ako na ginawa kong hari si Saul. Sapagkat tinalikuran niya ako at hindi sinunod ang utos ko." *Nang marinig ito ni* Samuel, labis siyang nabagabag, at nanalangin siya sa Panginoon nang buong magdamag.

ᵃ 45 wala...lupa: Ang ibig sabihin, *hindi siya mapapahamak.*

¹²Kinabukasan, maagang bumangon si Samuel at lumakad para makipagkita kay Saul. Pero may nagsabi sa kanya, "Pumunta si Saul sa Carmel para magpatayo roon ng monumento para sa kanyang karangalan, at pagkatapos ay pumunta siya sa Gilgal." ¹³Pinuntahan ni Samuel si Saul at nang magkita sila, binati siya ni Saul, "Pagpalain ka sana ng Panginoon! Sinunod ko ang mga utos ng Panginoon." ¹⁴Pero sinabi ni Samuel, *"Kung totoong sinunod mo ang utos ng Panginoon,* bakit may naririnig akong ingay ng mga tupa at unga ng mga baka?" ¹⁵Sumagot si Saul, "Ang mga iyon ay ang pinakamagandang tupa at mga baka, dala ng mga sundalo galing sa mga Amalekita. Hindi nila pinatay dahil iaalay nila sa Panginoon na iyong Dios, pero maliban sa mga iyon, pinatay naming lahat." ¹⁶Sinabi ni Samuel, "Tumigil ka! Pakinggan mo ang sinabi ng Panginoon sa akin kagabi." "Ano iyon?" Tanong ni Saul. ¹⁷Sinabi ni Samuel, "Kahit na maliit ang tingin mo sa sarili noong una, pinili ka pa rin ng Panginoon na maging hari ng buong lahi ng Israel. ¹⁸Inutusan ka niyang ubusin ang lahat ng makasalanang Amalekita at labanan sila hanggang sa maubos silang lahat. ¹⁹Pero bakit hindi ka sumunod sa Panginoon? Bakit dali-dali ninyong sinamsam ang mga ari-arian nila? Bakit ginawa ang masamang bagay na ito sa Panginoon?"

²⁰Sumagot si Saul, "Pero sinunod ko ang Panginoon. Ginawa ko ang iniutos niya sa akin. Binihag ko si Agag, ang hari ng mga Amalekita, at nilipol ko nang lubusan ang mga tao sa nasasakupan niya. ²¹Pagkatapos, kinuha ng mga sundalo ko ang pinakamagandang tupa, baka at mga bagay-bagay na nasamsam sa digmaan, na nakatalagang wasakin nang lubos. Dinala nila ang mga ito rito sa Gilgal para ihandog sa Panginoon na iyong Dios." ²²Pero sumagot si Samuel, "Mas nalulugod ba ang Panginoon sa mga handog ninyo kaysa sa pagsunod sa kanya? Ang pagsunod sa Panginoon ay mas mabuti kaysa sa mga handog. Ang pakikinig sa kanya ay mas mabuti kaysa sa paghahandog ng mga taba ng tupa. ²³Ang pagsuway sa Panginoon ay kasinsama ng pangkukulam at ang katigasan ng ulo'y kasinsama ng pagsamba sa mga dios-diosan. Dahil sa pagsuway mo sa salita ng Panginoon, inayawan ka rin niya bilang hari."

²⁴Sinabi ni Saul kay Samuel, "Nagkasala ako; hindi ko sinunod ang mga turo mo at ang utos ng Panginoon. Natakot ako sa mga tao, kaya sinunod ko ang gusto nilang mangyari. ²⁵Nagmamakaawa ako sa iyo na patawarin mo ako sa mga kasalanan ko at samahan mo ako sa pagsamba sa Panginoon." ²⁶Pero sinabi ni Samuel, "Hindi ako sasama sa iyo. Dahil sa pagsuway mo sa Panginoon, ayaw na niya sa iyo bilang hari ng Israel." ²⁷Nang patalikod na si Samuel para umalis, hinawakan ni Saul ang laylayan ng damit niya at napunit ito. ²⁸Sinabi ni Samuel sa kanya, "Inalis na sa iyo ngayon ng Panginoon ang kaharian ng Israel at ibinigay ito sa iba—sa isang tao na mas mabuti kaysa sa iyo. ²⁹Ang Dios ng Israel ay hindi nagsisinungaling at hindi tulad ng tao na pabago-bago ng isip." ³⁰Sumagot si Saul, "Nagkasala ako! Nakikiusap ako, parangalan mo ako sa harap ng mga tagapamahala ng aking mga mamamayan at ng buong Israel sa pamamagitan ng pagsama sa akin sa pagsamba sa Panginoon na iyong Dios." ³¹Kaya sumama si Samuel kay Saul at sumamba si Saul sa Panginoon.

³²Sinabi ni Samuel, "Dalhin mo sa akin si Agag na hari ng mga Amalekita." Tiwalang-tiwala na lumapit kay Samuel si Agag. Iniisip niya na hindi na siya papatayin.ᵃ ³³Pero sinabi ni Samuel, "Kung paanong maraming ina ang nawalan ng anak dahil sa pagpatay mo, ngayon, mawawalan din ng anak ang iyong ina." At pinagtataga ni Samuel si Agag sa presensya ng Panginoon sa Gilgal. ³⁴Pagkatapos, bumalik si Samuel sa Rama, at si Saul ay umuwi sa Gibea. ³⁵Mula noon, hindi na nagpakita si Samuel kay Saul hanggang sa mamatay si Samuel. Pero nagdalamhati siya para kay Saul. Nalungkotᵇ ang Panginoon na ginawa niyang hari ng Israel si Saul.

Piniling Maging Hari si David

16 Nang panahong iyon, sinabi ng Panginoon kay Samuel, "Hanggang kailan ka magdadalamhati para kay Saul? Inayawan ko na siya bilang hari ng Israel. Ngayon, punuin mo ng langis ang iyong sisidlan na sungay, at pumunta ka kay Jesse sa Betlehem. Pinili ko ang isa sa mga anak niya na maging bagong hari." ²Pero sinabi ni Samuel, "Paano ako makakapunta roon? Kapag nalaman ito ni Saul, tiyak na ipapapatay niya ako." Sinabi ng Panginoon, "Magdala ka ng isang dumalagang baka *sa Betlehem,* at sabihin mo sa mga tao na pumunta ka roon para maghandog sa Panginoon. ³Imbitahin mo si Jesse sa sumama sa paghahandog at tuturuan kita kung ano ang gagawin mo. Ituturo ko sa iyo ang anak niyang pinili ko para maging hari. At papahiran mo ng langis ang kanyang ulo."

⁴Sinunod ni Samuel ang iniutos ng Panginoon. Pagdating niya sa Betlehem, sinalubong siya ng mga tagapamahala ng bayan na nanginginig sa takot. Nagtanong sila, "Kapayapaan ba ang pakay mo sa pagpunta rito?" ⁵Sumagot si Samuel, "Oo, matiwasay akong pumunta rito para maghandog sa Panginoon. Maglinis kayo ng sarili ninyo sa paghandog sa kanya at sumama kayo sa akin sa paghahandog." Pagkatapos, ginawa ni Samuel ang *seremonya* para linisin si Jesse at ang mga anak niya at inanyayahan din sila sa paghahandog.

⁶Pagdating nila, nakita ni Samuel si Eliab at naisip niya, "Siguradong siya na ang pinili ng Panginoon na maging hari." ⁷Pero sinabi ng Panginoon kay Samuel, "Huwag mong tingnan ang tangkad at ang kakisigan niya dahil hindi siya ang pinili ko. Hindi ako tumitingin na gaya ng pagtingin ng tao. Ang tao'y tumitingin sa panlabas na kaanyuan, ngunit ang tinitingnan ko'y ang puso." ⁸Tinawag ni Jesse si Abinadab at pinapunta kay Samuel. Pero sinabi ni Samuel, "Hindi siya ang pinili ng Panginoon." ⁹Pagkatapos, pinapunta ni Jesse si Shama kay Samuel, pero sinabi ni Samuel, "Hindi rin siya ang pinili ng Panginoon." ¹⁰Pinapunta ni Jesse kay Samuel ang pito niyang mga anak na lalaki, pero sinabi ni Samuel sa kanya, "Wala ni isa man

---

a 32 Tiwalang-tiwala na lumapit...si Agag. Iniisip niya na hindi na siya papatayin: o, Nanginginig na lumapit...si Agag. Iniisip niya, "Mapait ang pagkamatay!"
b 35 Nalungkot: o, Nagsisi.

sa kanila ang pinili ng Panginoon." [11] Tinanong ni Samuel si Jesse, "Sila na bang lahat ang anak mo?" Sumagot si Jesse, "May isa pa, ang bunso, pero nagpapastol siya ng mga tupa." Sinabi ni Samuel, "Ipasundo mo siya. Hindi tayo magpapatuloy sa ating gagawin hangga't hindi siya dumarating." [12] Kaya ipinatawag ni Jesse si David at pinapunta sa kanila. Magandang lalaki siya, mamula-mula ang mukha at maganda ang mga mata. Pagkatapos, sinabi ng Panginoon, "Pahiran mo siya ng langis dahil siya ang pinili ko." [13] Kaya kinuha ni Samuel ang langis at pinahiran niya sa ulo si David sa harap ng kanyang mga kapatid. Simula nang araw na iyon, napuspos siya ng Espiritu ng Panginoon. At umuwi naman si Samuel sa Rama.

Naglingkod si David kay Saul

[14] Umalis kay Saul ang Espiritu ng Panginoon, at pinahirapan siya ng masamang espiritu na ipinadala ng Panginoon. [15] Sinabi ng mga utusan ni Saul sa kanya, "Malinaw po na pinahihirapan kayo ng masamang espiritu na ipinadala ng Dios. [16] Kaya kung papayag po kayo, hahanap kami ng marunong tumugtog ng alpa. At tuwing pahihirapan kayo ng masamang espiritu na ipinadala po niya kayo ng alpa at bubuti na ang pakiramdam ninyo." [17] Sinabi ni Saul sa kanyang mga utusan, "Sige, humanap kayo ng taong marunong tumugtog ng alpa at dalhin n'yo siya sa akin." [18] Sumagot ang isa sa kanyang mga utusan, "Nakita ko po na ang isa sa mga anak ni Jesse na taga-Betlehem ay magaling tumugtog ng alpa. Bukod pa roon, matapang po siya at mahusay makipaglaban, magandang lalaki, mahusay magsalita at sumasakanya ang Panginoon."

[19] Nagsugo si Saul ng mga mensahero kay Jesse para papuntahin sa kanya ang anak ni Jesse na si David na pastol ng mga tupa. [20] Kaya pinapunta ni Jesse si David kay Saul na may dalang *mga regalo*: isang asno na may kargang tinapay, isang balat na sisidlan na puno ng katas ng ubas at isang batang kambing.

[21] Naglingkod si David kay Saul at nagustuhan siya ni Saul, kaya ginawa niyang tagapagdala ng armas si David. [22] Pagkatapos, nagpadala ng mensahe si Saul kay Jesse na nagsasabi, "Hayaan mong manatili *rito* si David para maglingkod sa akin dahil natutuwa ako sa kanya."

[23] Sa tuwing dumarating kay Saul ang masamang espiritu na ipinapadala ng Dios, tinutugtog ni David ang kanyang alpa. Pagkatapos, umaalis kay Saul ang masamang espiritu at bumubuti ang kanyang pakiramdam.

Si David at si Goliat

17 Tinipon ng mga Filisteo ang mga sundalo nila sa Soco na sakop ng Juda para makipagdigma. Nagkampo sila sa Efes Damim, sa gitna ng Soco at Azeka. [2] Tinipon din ni Saul ang mga Israelita, at nagkampo sila malapit sa Lambak ng Elah. Naghanda sila sa pakikipagdigma laban sa mga Filisteo. [3] Ang mga Filisteo'y nasa isang burol at ang mga Israelita nama'y nasa kabilang burol, nasa gitna nila ang lambak.

[4] Ngayon, may isang mahusay at matapang na mandirigmang taga-Gat na ang pangalan ay Goliat. Lumabas siya sa kampo ng mga Filisteo, *at lumapit sa kampo ng mga Israelita.* May siyam na talampakan[a] ang kanyang taas. [5] Tanso ang helmet niya at tanso rin ang kanyang panangga sa dibdib na tumitimbang ng 60 kilo. [6] Tanso rin ang nakabalot sa kanyang binti at hita, at may tansong sibat na nakasukbit sa kanyang balikat. [7] Ang hawakan naman ng kanyang sibat ay mabigat at makapal; ang dulo nito'y tumitimbang ng pitong kilo. Nasa unahan naman niya ang tagapagdala ng kanyang kalasag.

[8] Huminto si Goliat at sumigaw sa mga Israelita, "Kailangan n'yo pa ba ng buong hukbo para makipaglaban? Ako ang Filisteo at kayo ang mga utusan ni Saul. Pumili na lang kayo ng isang taong kakatawan sa inyo na lalaban sa akin. [9] Kung mapapatay niya ako, magpapaalipin kami sa inyo; pero kung mapapatay ko siya, magpapaalipin kayo at maglilingkod sa amin. [10] Ngayon, hinahamon ko kayo! Papuntahin ninyo rito ang makikipaglaban sa akin." [11] Nang marinig ito ni Saul at ng mga Israelita, natakot sila nang husto.

[12] Ngayon, may anak si Jesse na nagngangalang David. Si Jesse ay taga-Betlehem, na mula sa lahi ni Efraim sa lupain ng Juda. Matanda na si Jesse nang mga panahong iyon. May walo siyang anak na lalaki. [13] Ang tatlong nakatatanda ay sumama kay Saul sa digmaan—ang panganay na si Eliab, ang sumunod ay si Abinadab at si Shama naman ang pangatlo. [14] Si David ang bunso sa magkakapatid. Habang kasama ni Saul sa digmaan ang tatlo, [15] si David ay nagpapabalik-balik sa paglilingkod kay Saul at sa pagpapastol ng mga tupa ng kanyang ama sa Betlehem.

[16] Sa loob ng 40 araw, paulit-ulit na hinahamon ni Goliat ang mga Israelita, araw at gabi.

[17] Isang araw, sinabi ni Jesse kay David, "Anak, dalhin mo agad itong kalahating sako ng binusang trigo at sampung pirasong tinapay sa mga kapatid mo na nasa kampo. [18] Dalhin mo rin itong sampung pirasong keso sa pinuno ng hukbo. Kumustahin mo rin ang kalagayan ng mga kapatid mo roon. At sa pagbalik mo rito, magdala ka ng katunayan na mabuti ang kalagayan nila. [19] Naroon sila ngayon sa Lambak ng Elah at nakikipaglaban sa mga Filisteo kasama ni Saul at ng iba pang mga Israelita." [20] Kaya kinabukasan, madaling-araw pa lang ay bumangon na si David at inihanda ang mga pagkaing dadalhin niya. Iniwan niya ang mga tupa sa isang pastol at siya'y umalis ayon sa iniutos ni Jesse. Nang dumating siya sa kampo ng mga Israelita, palabas na ang mga sundalong nagsisigawan para makipaglaban. [21] Maya-maya, magkaharap na ang mga Israelita at mga Filisteo na handa nang maglaban. [22] Iniwan ni David ang mga dala-dala niya sa tagapag-asikaso ng mga kailangan ng hukbo, at tumakbo siya sa lugar ng labanan at kinamusta ang mga kapatid niya. [23] Habang kinakausap niya sila, lumabas si Goliat, ang mahusay na mandirigma na taga-Gat, at pumunta sa unahan ng mga Filisteo, at hinamon

---

a 4 May siyam na talampakan: o, *Mga tatlong metro.* Sa Septuagint, *anim na talampakan at siyam na pulgada.*

na naman niya ang mga Israelita. Narinig ito ni David. ²⁴Nang makita ng mga Israelita si Goliat, nagtakbuhan sila sa sobrang takot. ²⁵Nag-usap-usap sila, "Nakita ba ninyo ang lalaking iyon na sumusugod para hamunin ang Israel? Bibigyan ng hari ng malaking gantimpala ang sinumang makakapatay sa kanya. Hindi lang iyan, ibibigay pa niya rito para maging asawa ang isa sa mga anak niyang babae, at ang buo niyang sambahayan ay hindi na magbabayad ng buwis sa Israel."

²⁶Nagtanong si David sa mga taong nakatayo malapit sa kanya, "Sino ba ang Filisteong iyon na hindi nakakakilala sa Dios*ᵃ* na humahamon sa mga sundalo ng buhay na Dios? Ano ba ang matatanggap ng taong makakapatay sa kanya para matigil na ang panghihiya niya sa Israel?" ²⁷At sumagot ang mga tao, "Tulad ng narinig mo, iyon nga ang gantimpala sa makakapatay kay Goliat."

²⁸Nang marinig ito ni Eliab, ang nakatatandang kapatid ni David, na nakikipag-usap si David sa mga tao, nagalit siya. Sinabi niya kay David, "Bakit ka pumunta rito? Sino ang pinagbantay mo sa iilang tupa natin doon sa ilang? Akala mo kung sino ka. Alam ko kung gaano ka kayabang. Pumunta ka lang dito para manood ng labanan." ²⁹Sinabi ni David, "Ano ba ang ginawa ko? Nagtatanong lang ako." ³⁰Tinalikuran niya si Eliab at nagtanong sa iba para linawin ang mga nalaman niya kanina at ganoon din ang sagot na natanggap niya.

³¹Nakarating kay Saul ang mga sinabi ni David. Kaya ipinatawag niya ito. ³²Pagdating ni David, sinabi niya kay Saul, "Wala po ni isa man sa atin ang dapat na panghinaan ng loob dahil lang sa Filisteong iyon. Ako na po na inyong lingkod ang makikipaglaban sa kanya." ³³Sumagot si Saul, "Hindi mo kayang makipaglaban sa kanya. Bata ka pa, habang siya'y mandirigma na mula pa sa kanyang pagkabata." ³⁴Pero sumagot si David, "Matagal na po akong nagbabantay sa mga tupa ng aking ama. Kung may leon o oso na tatangay sa mga tupa, ³⁵tinutugis ko po ito at binubugbog, at kinukuha ang tupa. Kung lalaban ito hinuhuli ko ito sa leeg*ᵇ* at hinahampas hanggang sa mamatay. ³⁶Nagawa ko po ito sa mga leon at oso, at gagawin ko rin ito sa Filisteong iyon na hindi nakakakilala sa Dios dahil hinahamon po niya ang mga sundalo ng buhay na Dios. ³⁷Ang Panginoon na nagligtas sa akin sa mga leon at oso ang siya ring magliligtas sa akin sa kamay ng Filisteong iyon."

Sinabi ni Saul kay David, "Sige, lumakad ka na. Patnubayan ka sana ng Dios." ³⁸Ibinigay niya at ipinasuot kay David ang mga kasuotan niyang pandigma—ang tansong helmet at panangga sa dibdib. ³⁹Pagkatapos, isinukbit ni David ang espada ni Saul at sinubukang lumakad. Ngunit, dahil hindi pa siya sanay na gumamit ng mga ito, sinabi niya kay Saul, "Hindi po ako makikipaglaban na suot ang mga ito, hindi po ako sanay." Kaya hinubad niya ang lahat ng ito. ⁴⁰Pagkatapos, kinuha niya ang kanyang tungkod, pumulot ng limang makikinis na bato sa sapa at inilagay sa balat na lalagyan. Dala-dala ang kanyang tirador, lumapit siya kay Goliat.

⁴¹Lumapit si Goliat kay David na pinangungunahan ng tagapagdala niya ng armas. ⁴²Nang makita niyang binatilyo lamang si David, magandang lalaki at may mamula-mulang pisngi, hinamak niya ito. ⁴³Sinabi niya kay David, "Aso ba ako at patpat iyang dala-dala mo?" At isinumpa niya si David sa ngalan ng kanyang mga dios. ⁴⁴Sinabi pa niya, "Lumapit ka rito at ipapakain ko ang bangkay mo sa mga ibon at sa mababangis na hayop!" ⁴⁵Sumagot si David, "Makikipaglaban ka sa akin na ang dala'y espada, sibat, at punyal, pero lalabanan kita sa pangalan ng Panginoong Makapangyarihan, ang Dios ng hukbo ng Israel na iyong hinahamon. ⁴⁶Sa araw na ito ibibigay ka sa akin ng Panginoon. Papatayin at pupugutan kita ng ulo. Ngayong araw ding ito, ang mga bangkay ng mga kasama mong Filisteo ay ipapakain ko sa mga ibon at mababangis na hayop, at malalaman ng buong mundo na may Dios ang Israel. ⁴⁷Malalaman ng lahat ng nagkakatipon dito na kayang iligtas ng Panginoon ang kanyang bayan kahit na walang espada o sibat. Sapagkat ang Panginoon ang makikipaglaban at ibibigay niya kayong lahat sa amin."

⁴⁸Habang lumalapit si Goliat sa kanya, patakbo naman siyang sinalubong ni David. ⁴⁹Kumuha siya ng bato sa kanyang lalagyan at tinirador sa noo si Goliat. Tumama ito at bumaon sa noo ni Goliat at natumba siya nang padapa sa lupa.

⁵⁰Kaya tinalo ni David si Goliat sa pamamagitan lang ng tirador at isang bato. Napatay niya si Goliat kahit wala siyang dalang espada. ⁵¹Tumakbo siya papunta kay Goliat, kinuha ang espada nito at pinugutan ito ng ulo. Nang makita ng mga Filisteo na patay na ang mahusay nilang mandirigma, nagtakbuhan sila papalayo. ⁵²Sumugod ang mga sundalo ng Israel at Juda na sumisigaw, at hinabol nila ang mga Filisteo hanggang sa Gat*ᶜ* at Ekron. Nagkalat ang mga bangkay ng mga Filisteo sa daan ng Shaaraim hanggang sa Gat at Ekron. ⁵³Pagkatapos nilang habulin ang mga Filisteo, nagsibalik sila at sinamsam ang mga naiwan sa kampo ng mga Filisteo. ⁵⁴Dinala ni David ang ulo ni Goliat sa Jerusalem, at inilagay sa kanyang tolda ang mga armas ni Goliat.

⁵⁵Habang pinagmamasdan ni Saul si David na papalapit kay Goliat para makipaglaban, tinanong ni Saul si Abner, na kumander ng mga sundalo, "Abner, kaninong anak ang binatilyong iyan?" Sumagot si Abner, "Hindi ko po alam, Mahal na Hari." ⁵⁶Sinabi ni Saul, "Alamin mo kung kanino siyang anak."

⁵⁷Nang bumalik si David *sa kampo nila* matapos niyang mapatay si Goliat, dinala siya ni Abner kay Saul. Bitbit pa niya ang ulo ni Goliat. ⁵⁸Tinanong siya ni Saul, "Kanino kang anak, binata?" Sumagot si David, "Anak po ako ng inyong lingkod na si Jesse na taga-Betlehem."

Ang Pagkakaibigan ni David at Jonatan

18 Matapos makipag-usap ni David kay Saul, nakilala niya ang anak nitong si Jonatan. Naging matalik silang magkaibigan at mahal na mahal ni Jonatan si David gaya ng pagmamahal niya

---

a 26 na hindi nakakakilala sa Dios: sa literal, *na hindi tuli.* Ganito rin sa talatang 36.

b 34-35 leeg: Makikita ito sa Septuagint. Sa Hebreo, *balbas.*

c 52 Gat: Ito ay sa Septuagint, sa Hebreo, *lambak.*

sa kanyang sarili. ² Mula noon, hindi na pinauwi ni Saul si David sa kanilang bahay. ³ Sumumpa si Jonatan kay David *na magiging magkaibigan sila sa habang panahon* dahil mahal niya si David gaya ng kanyang sarili. ⁴ *At bilang patunay ng kanyang pangako,* hinubad niya ang kanyang balabal at ibinigay kay David, kasama ang kanyang pamigkis, espada, pana at sinturon.

⁵ Napagtagumpayan ni David ang lahat ng ipinagawa sa kanya ni Saul, kaya siya'y ginawa nitong pinuno ng buong hukbo. Nagustuhan ito ng mga mamamayan pati na rin ng mga opisyal ni Saul.

Nainggit si Saul kay David

⁶ Nang pauwi na ang mga Israelita matapos mapatay ni David si Goliat, sinalubong si Saul ng mga babaeng mula sa lahat ng bayan ng Israel. Sumasayaw sila at umaawit na may tamburin at alpa. ⁷ Ganito ang kanilang awit:

"Libu-libo ang napatay ni Saul, kay David naman ay tig-sasampung libo." ⁸ Nagalit si Saul nang mapakinggan niya ang awit nila. Naisip niya, "Sinasabi nilang tig-sasampung libo ang napatay ni David, pero ang sa akin ay libu-libo lang. Kulang na lang ay siya ang kilalanin nilang hari." ⁹ Mula noon, binantayan na niyang mabuti si David dahil nagseselos siya rito.

¹⁰⁻¹¹ Kinabukasan, pinasukan si Saul ng masamang espiritu na ipinadala ng Dios, at umasta siya na parang baliw sa loob ng kanilang bahay. Tumutugtog si David ng alpa gaya ng ginagawa niya bawat araw. May hawak noon na sibat si Saul, at dalawang beses niyang sinibat si David. Ang balak niya'y itusok si David sa dingding, pero nakailag si David at nakatakas. ¹² Natatakot si Saul kay David dahil sinasamahan ito ng Panginoon samantalang siya nama'y pinabayaan na ng Panginoon. ¹³ Kaya para malayo sa kanya si David, ginawa niya itong kumander ng 1,000 sundalo, at pinamunuan ito ni David nang buong lakas sa digmaan.

¹⁴ Nagtagumpay si David sa lahat ng ginagawa niya dahil kasama niya ang Panginoon. ¹⁵ Nang malaman ni Saul kung gaano katagumpay si David, lalo pa siyang natakot. ¹⁶ Pero lalo namang napamahal ang buong Israel at Juda kay David, dahil pinamumunuan niya sila sa mga labanan.

¹⁷ Isang araw, sinabi ni Saul kay David, "Handa akong ibigay sa iyo ang panganay kong anak na si Merab bilang asawa mo, pero kailangan mo munang patunayan sa akin na isa kang matapang na mandirigma sa pamamagitan ng pakikipaglaban para sa Panginoon." At sinabi ni Saul sa sarili niya, "Sa pamamagitan nito ay mapapatay si David ng mga Filisteo at hindi na kailangang ako pa ang pumatay sa kanya."

¹⁸ Pero sinabi ni David kay Saul, "Sino po ba ako at ang aking pamilya para maging manugang ng hari?"

¹⁹ Nang dumating ang araw na ikakasal na si Merab kay David, ipinakasal na lang ni Saul si Merab kay Adriel na taga-Mehola.

²⁰ Samantala, ang isang anak na babae ni Saul na si Mical ay nagkagusto kay David. Nang malaman ito ni Saul, natuwa siya. ²¹ Sinabi ni Saul

sa kanyang sarili, "Ipakakasal ko si Mical kay David, at gagawin ko siyang pain para mapatay ng mga Filisteo si David." Kaya sinabi niya kay David, "May pagkakataon ka pa para maging manugang ko."

²² Kinasabwat din ni Saul ang kanyang mga lingkod na makipag-usap mismo kay David at sabihin sa kanya, "Talagang gusto ka ng hari pati na rin ng kanyang mga lingkod. Kaya pumayag ka nang maging manugang niya." ²³ Nang sinabi nila ito kay David, sumagot siya, "Hindi ko makakayang magbayad sa hari para mapangasawa ko ang kanyang anak. Mahirap lang ako at galing sa isang hindi kilalang pamilya."

²⁴ Nang ibalita nila ito kay Saul, ²⁵ sinabi ni Saul, "Sabihin ninyo kay David na ang hinihingi ko lang na bayad sa pagpapakasal sa aking anak ay 100 balat ng pinagtulian ng mga Filisteo bilang paghihiganti sa aking mga kalaban." Pero ang plano ni Saul ay mahulog si David sa kamay ng mga Filisteo.

²⁶ Nang sabihin ito ng mga lingkod ni Saul kay David, natuwa siya dahil gusto niyang maging manugang ng hari. Kaya bago pa sumapit ang itinakdang araw, ²⁷ sinalakay ni David at ng mga tauhan niya ang mga Filisteo at napatay nila ang 200 sa mga ito. Pagkatapos, kinuha nila ang mga balat ng pinagtulian ng mga Filisteo at dinala ang lahat ng ito sa hari. Kaya ibinigay ni Saul si Mical kay David para maging asawa nito.

²⁸ Nang malaman ni Saul na pinapatnubayan ng Panginoon si David at nakita niya kung gaano kamahal ni Mical si David, ²⁹ lalo pa siyang natakot kay David. At itinuring niyang kaaway si David habang nabubuhay siya. ³⁰ Nagpatuloy ang labanan sa pagitan ng mga Israelita at mga Filisteo. Bawat labanan, mas nagiging matagumpay si David kaysa sa lahat ng opisyal ng hari. Kaya lalong nakilala ang pangalan ni David sa buong bayan.

Tinangkang Patayin ni Saul si David

19 Minsan, sinabi ni Saul kay Jonatan at sa lahat ng lingkod niya na patayin si David. Pero mahal ni Jonatan si David, ² kaya binigyan niya ng babala si David. *Sinabi niya,* "Naghahanap ng pagkakataon ang aking ama para patayin ka, kaya mag-ingat ka. Bukas maghanap ka ng mapagtataguan at huwag kang aalis doon. ³ Dadalhin ko roon ang aking ama at kakausapin ko siya tungkol sa iyo. Pagkatapos, sasabihin ko sa iyo ang napag-usapan namin."

⁴ *Kinaumagahan, kinausap ni Jonatan si Saul tungkol kay David doon sa bukid at* pinuri niya ito sa harap ng kanyang ama. At sinabi, "Ama,ᵃ huwag n'yo pong saktan si David na inyong lingkod dahil wala siyang ginawang masama sa inyo. Nakagawa pa nga po siya ng malaking kabutihan sa inyo. ⁵ Itinaya po niya ang kanyang buhay nang patayin niya ang Filisteo *na si Goliat* at pinagtagumpay ng Panginoon ang buong Israel. Nasaksihan n'yo ito at natuwa kayo. Pero bakit gusto n'yo pang ipapatay ang isang inosenteng tao na katulad ni David nang walang dahilan?"

⁶ Pinakinggan ni Saul si Jonatan at sumumpa siya sa pangalan ng Panginoon na buhay na hindi na niya ipapapatay si David. ⁷ Ipinatawag ni Jonatan si

a 4 Ama: sa literal, Hari.

David at sinabi niya rito ang lahat ng pinag-usapan nila ni Saul. Dinala ni Jonatan si David kay Saul, at muling pinaglingkuran ni David si Saul gaya nang dati.

⁸ Muling naglaban ang mga Filisteo at mga Israelita, at buong lakas na pinamunuan ni David ang mga tauhan niya sa pakikipaglaban. Sinalakay nila David nang buong lakas ang mga Filisteo kaya natalo ang mga ito at nagsitakas.

⁹ Isang araw, habang nakaupo si Saul sa kanyang bahay at may hawak na sibat, sinaniban na naman siya ng masamang espiritu na ipinadala ng Panginoon. Habang tumutugtog si David ng alpa, ¹⁰ sinubukang itusok ni Saul si David sa dingding sa pamamagitan ng pagsibat dito pero nakaiwas si David. Kinagabihan, tumakas si David.

¹¹ Nagpadala naman ng mga tauhan si Saul para magmanman sa bahay ni David at para patayin ito kinaumagahan. Pero binalaan si David ng kanyang asawang si Mical, "Kung hindi ka tatakas ngayong gabi, papatayin ka bukas." ¹² Kaya tinulungan niyang makababa si David sa bintana, at tumakas si David. ¹³ Kumuha naman si Mical ng isang dios-diosan, at inihiga sa kama. Kinumutan niya ito, at binalot ng balahibo ng kambing ang ulo nito.

¹⁴ Nang dumating ang mga taong ipinadala ni Saul para hulihin si David, sinabi sa kanila ni Mical na may sakit ito at hindi kayang bumangon sa higaan. ¹⁵ Nang ibinalita nila ito kay Saul, pinabalik sila ni Saul para tingnan nila mismo si David, at sinabihan ng ganito, "Dalhin ninyo siya sa akin na nakahiga sa kanyang higaan para mapatay ko siya." ¹⁶ Pero nang pumasok sila sa bahay ni David, nakita nila na ang nakahiga ay isang dios-diosan na may balahibo ng kambing sa ulo.

¹⁷ Sinabi ni Saul kay Mical, "Bakit mo ako niloko, at pinatakas ang aking kaaway?" Sumagot si Mical, "Sinabi niya sa akin na papatayin niya ako kapag hindi ko siya tinulungang makatakas."

¹⁸ Nang makatakas si David, pumunta siya kay Samuel sa Rama at sinabi niya ang lahat ng ginawa ni Saul sa kanya. Pagkatapos nito, pumunta sila ni Samuel sa Nayot at doon naninirahan.

¹⁹ Nabalitaan ni Saul na si David ay nasa Nayot sa Rama, ²⁰ kaya nagpadala siya ng mga tauhan para hulihin si David. Pagdating nila roon, nakita nila ang mga propetang nagpapahayag ng mensahe ng Dios at pinangungunahan ni Samuel. Pagkatapos, napuspos ng Espiritu ng Dios ang mga tauhan ni Saul at nagpahayag din sila ng mensahe ng Dios. ²¹ Nang marinig ni Saul ang nangyari, muli siyang nagpadala ng mga tauhan para hulihin si David. Pero pagdating nila doon, ganoon din ang nangyari, nagpahayag din ang mga ito ng mensahe ng Dios. Muling nagpadala si Saul ng mga tauhan sa ikatlong pagkakataon pero ganoon din ang nangyari sa mga ito. ²² Sa bandang huli, si Saul na mismo ang pumunta sa Rama. Pagdating niya sa malaking balon ng Secu, nagtanung-tanong siya kung nasaan sina Samuel at David. Sinabi sa kanya na nasa Nayot sila. ²³ Kaya pumunta si Saul sa Nayot. Pero habang nasa daan, pinuspos rin siya ng Espiritu ng Dios at nagpahayag din siya ng mensahe ng Dios hanggang sa makarating siya sa Nayot. ²⁴ Nang naroon na siya, hinubad niya ang kanyang damit at nagpahayag ng

mensahe ng Dios sa harapan ni Samuel. Nahiga siya nang nakahubad buong araw at gabi. Ito ang dahilan kung bakit nagtatanong ang mga tao, "Naging propeta na rin ba si Saul?"

Si David at si Jonatan

20 Tumakas si David mula sa Nayot sa Rama, at pumunta kay Jonatan at nagtanong, "Ano ba ang kasalanang nagawa ko sa iyong ama at gusto niya akong patayin?" ² Sumagot si Jonatan, "Hindi ka mamatay! Sigurado akong wala siyang pinaplanong ganyan. Maliit man o malaking bagay, ipinapaalam ng ama ko sa akin lahat ng gagawin niya. Kung binabalak ka niyang patayin, ipinaalam na sana niya ito sa akin. Kaya hindi totoo yan." ³ Pero sinabi ni David, "Alam na alam ng iyong ama ang tungkol sa pagkakaibigan natin kaya minabuti niya na huwag nang ipaalam sa iyo ang plano niyang pagpatay sa akin, dahil baka masaktan ka lang. Pero tinitiyak ko sa iyo, at sa harap ng presensya ng Panginoon na buhay, na nasa panganib ang buhay ko." ⁴ Sinabi ni Jonatan, "Kung anuman ang gusto mo, gagawin ko." ⁵ Kaya sinabi ni David, "Bukas ay Pista ng Pagsisimula ng Buwan,ᵃ at gaya ng nakagawian, dapat akong kumain kasama ng iyong ama. Pero hayaan mo akong makaalis at magtago sa bukid hanggang sa gabi ng ikatlong araw. ⁶ Kung hahanapin ako ng iyong ama, sabihin mo sa kanya na humingi ako ng pahintulot sa iyo na umuwi sa amin sa Betlehem para makasama ko ang buong pamilya ko sa paghahandog na ginagawa nila taun-taon. ⁷ Kapag hindi siya nagalit, ibig sabihin ako'y wala sa panganib. Pero kapag nagalit siya, alam mo nang binabalak niya akong patayin. ⁸ Kaya kung maaari, tulungan mo ako, gawin mo sa akin ang kabutihang ito, ayon sa napagkasunduan natin sa harap ng presensya ng Panginoon. Pero kung nagkasala man ako, ikaw na ang pumatay sa akin. Bakit mo pa ako ibibigay sa iyong ama?" ⁹ Sumagot si Jonatan, "Hindi iyan mangyayari! Kung nalalaman ko na may balak ang aking ama na patayin ka, ipapaalam ko agad sa iyo." ¹⁰ Nagtanong si David, "Paano ko malalaman kung galit o hindi ang iyong ama?" ¹¹ Sinabi ni Jonatan, "Sumama ka sa akin sa bukid." Kaya nagpunta sila roon.

¹² Sinabi ni Jonatan kay David, "Nangangako ako sa Panginoon, ang Dios ng Israel, na bukas sa ganito ring oras, o sa susunod na araw, makikipag-usap ako sa aking ama, at kung mabuti ang pakitungo niya tungkol sa iyo, ipapaalam ko sa iyo. ¹³ Pero kung may balak ang aking ama na patayin ka, at hindi ko ito ipinaalam sa iyo para makatakas ka, sana'y parusahan ako nang matindi ng Panginoon. Ngayon, samahan ka sana ng Panginoon gaya ng ginawa niya noon sa aking ama. ¹⁴ At ipakita mo sana ang pagmamahal mo sa akin habang ako'y nabubuhay pa gaya ng pagmamahal ng Panginoon sa atin. At kung patay na ako, ¹⁵ ipagpatuloy mo pa rin ang pagmamahal sa pamilya ko, kahit pa patayin ng Panginoon ang lahat ng kaaway mo." ¹⁶ Kaya gumawa si Jonatan ng kasunduan sa pamilya ni David, at sinabi niya, "Ibigay ka sana ng

Panginoon sa iyong mga kaaway, kapag hindi ka tumupad sa kasunduan natin[a]." [17] At pinasumpa ulit ni Jonatan si David ng pagmamahal sa kanya dahil mahal na mahal niya si David gaya ng pagmamahal niya sa kanyang sarili. [18] Pagkatapos, sinabi niya kay David, "Bukas ay Pista ng Pagsisimula ng Buwan at malalaman nila na wala ka roon dahil bakante ang upuan mo. [19] Sa makalawa, bago gumabi, pumunta ka sa dati mong pinagtaguan sa bukid. Maghintay ka roon sa may bato ng Ezel. [20] Darating ako at papana ng tatlong beses sa gilid ng bato na parang may pinapana ako. [21] Pagkatapos, uutusan ko ang isang bata na hanapin ang palaso. Kung sasabihin ko sa kanya na nasa gilid niya ang mga palaso, lumabas ka. Tinitiyak ko sa iyo, sa harap ng presensya ng Panginoon na buhay, na wala kang dapat katakutan panganib. [22] Pero kung sasabihin ko sa bata na nasa banda pa roon ang mga palaso, nangangahulugan ito na kailangan mong tumakas dahil pinapatakas ka ng Panginoon. [23] Tungkol sa sumpaan natin, alalahanin mo na ang Panginoon ang ating saksi magpakailanman."

[24] Kaya nagtago si David sa bukid, at nang dumating ang Pista ng Pagsisimula ng Buwan, umupo si Haring Saul para kumain. [25] Doon siya umupo sa dati niyang inuupuan sa tabi ng dingding. Si Jonatan naman ay naupo sa tapat niya at si Abner sa tabi niya. Pero bakante ang upuan ni David. [26] Nang araw na iyon, hindi nagsalita si Saul tungkol sa pagkawala ni David dahil inisip niya na baka may nagawa si David na nagparumi sa kanya kaya hindi siya nakapunta.

[27] Pero nang sumunod na araw, ang ikalawang araw ng buwan, bakante pa rin ang upuan ni David. Kaya tinanong ni Saul si Jonatan, "Bakit hindi pumupunta rito si David na anak ni Jesse para makisalo sa atin kahapon at ngayon?" [28] Sumagot si Jonatan, "Nagpaalam po siya sa akin na uuwi muna siya sa Betlehem. [29] Sabi po kasi niya, 'Inutusan ako ng kapatid ko na sumama muna ako sa aking pamilya na maghandog, kaya humihingi ako ng pabor sa iyo, payagan mo akong makita at aking mga kapatid.' Iyan po ang dahilan kung bakit hindi n'yo siya kasalo." [30] Galit na galit si Saul kay Jonatan. Sinabi niya, "Isa kang suwail na anak! Alam kong kinakampihan mo si David. Ipinahiya mo ang iyong sarili at ang iyong ina. [31] Habang nabubuhay si David na anak ni Jesse, hindi ka magiging hari. Kaya kunin mo siya ngayon at dalhin sa akin. Dapat siyang mamatay." [32] Nagtanong si Jonatan, "Bakit po ba kailangan siyang patayin? Ano po ba ang ginawa niya?" [33] Pero sa halip na sumagot, sinibat ni Saul si Jonatan para patayin. Kaya nalaman niya na desidido ang kanyang ama na patayin si David. [34] Dahil sa sobrang galit, umalis sa hapag-kainan si Jonatan, at hindi na siya kumain nang araw na iyon dahil masamang-masama ang loob niya sa kahiyahiyang inasal ng kanyang ama kay David.

[35] Kinaumagahan, pumunta si Jonatan sa bukid para makipagkita kay David gaya ng napagkasunduan. May kasama siyang batang lalaki. Sinabi niya sa bata, [36] "Tumakbo ka na at hanapin

mo ang mga palasong ipapana ko." Kaya tumakbo ang bata at pumana si Jonatan sa unahan nito. [37] Nang dumating ang bata sa lugar na binagsakan ng palaso, sumigaw si Jonatan, "Nasa banda pa roon ang mga palaso. [38] Magmadali ka. Pulutin mo!" Pinulot ng bata ang mga palaso at bumalik sa kanyang amo. [39] Walang kaalam-alam ang bata kung ano ang kahulugan ng mga pangyayari. Sina David at Jonatan lang ang nakakaalam. [40] Pagkatapos, ibinigay ni Jonatan ang mga palaso sa bata at sinabi, "Dalhin mo ito pabalik sa bayan."

[41] Nang makaalis na ang bata, lumabas si David sa batong pinagtataguan niya at lumuhod sa harap ni Jonatan ng tatlong beses na ang mukha'y nakadikit sa lupa bilang paggalang. Niyakap[b] nila ang isa't isa na kapwa umiiyak, pero mas malakas ang iyak ni David. [42] Sinabi ni Jonatan kay David, "Sige, sana'y maging matiwasay ang iyong paglalakbay. At sana'y tulungan tayo ng Panginoon na matupad ang mga sumpaan natin sa isa't isa, hanggang sa mga magiging angkan natin." Lumakad na si David, at si Jonatan nama'y bumalik sa bayan.

Pumunta si David sa Nob

21 Pumunta si David sa Nob at tumuloy kay Ahimelec na siyang pari sa Nob. Nanginig sa takot si Ahimelec nang makita si David. Nagtanong siya, "Bakit nag-iisa ka lang?" [2] Sumagot si David, "May iniutos sa akin ang hari, at pinagbilinan niya ako na huwag ipagsasabi kahit kanino ang pakay ko rito. Ang mga tauhan ko nama'y sinabihan ko na magkita-kita na lang kami sa isang lugar. [3] May pagkain ka ba rito? Bigyan mo ako ng limang tinapay o kahit anong mayroon ka." [4] Sumagot ang pari, "Wala na akong ordinaryong tinapay. Pero mayroon ako ritong tinapay na inihandog. Maaari ko itong ibigay sa iyo at sa mga tauhan mo kung hindi sila sumiping sa kahit sinong babae nitong mga huling araw." [5] Sumagot si David, "Hindi kami sumisiping sa mga babae kapag may misyon kami. Kahit na ordinaryong misyon lang ang gagawin namin, kailangang malinis[c] kami. Ano pa kaya ngayon na mahalaga ang misyong ito." [6] At dahil nga walang ordinaryong tinapay, ibinigay sa kanya ng pari ang tinapay na inihandog sa presensya ng Dios. Ito'y kinuha mula sa banal na mesa at pinalitan ng bagong tinapay nang araw ding iyon.

[7] Nang araw na iyon, naroon ang alipin ni Saul na si Doeg na taga-Edom. Siya ang punong tagapangalaga ng mga hayop ni Saul. Naroon siya dahil may tinutupad siyang panata sa Panginoon.

[8] Tinanong ni David si Ahimelec, "Mayroon ka bang espada o sibat dito? Hindi ako nakapagdala ng aking espada o kahit anumang armas dahil madalian ang utos ng hari." [9] Sumagot ang pari, "Narito ang espada ng Filisteong si Goliat na pinatay mo sa Lambak ng Elah. Nakabalot ito sa tela at nasa likod ng espesyal na damit[d] ng mga pari. Kunin mo kung gusto mo, wala nang iba pang espada rito kundi iyon lang." Sinabi ni David, "Ibigay mo iyon sa akin. Wala ng ibang kapareho iyon."

---

a 16 Ibigay ka sana…sa kasunduan natin o, Parusahan sana ng Panginoon ang mga kaaway ni David.

b 41 Niyakap: sa Hebreo, Hinagkan.

c 5 malinis: Ang ibig sabihin, karapat-dapat sa seremonya ng kanilang relihiyon.

d 9 espesyal na damit: sa Hebreo, "efod."

¹⁰ Nang araw na iyon, tumakas si David kay Saul, at pumunta kay Haring Akish ng Gat. ¹¹ Sinabi ng mga opisyal ng hari sa kanya, "Hindi ba't ito si David ang naghahari sa lugar nila? Hindi ba't siya ang pinararangalan ng mga kababaihan habang sumasayaw sila at umaawit ng,

'Libu-libo ang napatay ni Saul,
   tig-sasampung libo naman ang kay
      David?' "

¹² Inisip ni David ang sinabi nila, at natakot siya sa maaaring gawin sa kanya ni Haring Akish ng Gat. ¹³ Kaya nagkunwari siyang baliw, pinagkakalmot niya ang mga dingding ng lungsod at pinatulo ang laway niya sa kanyang balbas. ¹⁴ Sinabi ni Akish sa kanyang mga opisyal, "Tingnan n'yo! Baliw ang taong ito! Bakit ninyo siya dinala sa akin? ¹⁵ Marami na ang baliw na gaya niya rito. Bakit n'yo pa dinala sa pamamahay ko ang taong iyan para umasal nang ganyan sa aking harapan?"

Si David sa Adulam at Mizpa

22 Umalis si David sa Gat, at tumakas papunta sa kweba ng Adulam. Nang mabalitaan ito ng mga kapatid at kapamilya ni David, pinuntahan nila ito *para samahan siya.* ² Sumama na rin kay David ang mga taong nababahala, lubog sa utang, at hindi kontento sa buhay. Umabot sa 400 ang kanilang bilang at si David ang naging pinuno nila. ³ Mula rito, pumunta si David sa Mizpa na sakop ng Moab at sinabi niya sa hari ng Moab, "Nakikiusap ako na payagan ninyo na dito muna manirahan ang aking mga magulang hangga't hindi ko pa natitiyak kung ano ang kalooban ng Dios sa akin." ⁴ *Pumayag ang hari,* kaya iniwan niya ang kanyang mga magulang sa hari ng Moab habang nandoon siya sa matatag na kublihan. ⁵ Isang araw, sinabi ni propeta Gad kay David, "Umalis ka na rito sa pinagtataguan mo at pumunta ka sa Juda." Umalis nga si David at pumunta sa kagubatan ng Heret.

Ang Pagpatay sa mga Pari ng Nob

⁶ Nabalitaan ni Saul na nahanap na sina David at ang kanyang mga tauhan. Nakaupo noon si Saul sa ilalim ng puno ng tamarisko, doon sa burol ng Gibea. May hawak siyang sibat at nakapalibot sa kanya ang kanyang mga opisyal. ⁷ Sinabi ni Saul sa kanila, "Makinig kayo, mga taga-Benjamin! Pinangakuan ba kayo ni David na bibigyan kayo ng bukid at ubasan? Pinangakuan ba niya kayong gagawin kayong kumander ng mga sundalo? ⁸ Iyan ba ang dahilan kung bakit nakipagsabwatan kayo sa kanya laban sa akin? Wala ni isa man sa inyo ang nagsabi sa akin na gumawa ng kasunduan kay David ang anak kong *si Jonatan.* Hindi man lang kayo nag-alala para sa akin, dahil hindi ninyo sinabi sa akin na inudyukan ng aking anak ang lingkod kong si David na patayin ako gaya ng plano niya ngayon." ⁹ Isa sa mga nakatayo kasama ng mga opisyal ni Saul ay si Doeg na taga-Edom. Sinabi niya kay Saul, "Noong naroon po ako sa Nob, nakita ko si David na pumunta kay Ahimelec na anak ni Ahitub. ¹⁰ Tinanong ni Ahimelec sa Panginoon kung ano

ang dapat gawin ni David, at binigyan pa po niya ito ng makakain at ibinigay din po ang espada ng Filisteong si Goliat."

¹¹ Ipinatawag ni Saul ang paring si Ahimelec na anak ni Ahitub, at ang buo niyang pamilya na mga pari sa Nob. ¹² Pagdating nila ay sinabi ni Saul, "Makinig ka sa akin, anak ni Ahitub." "Nakikinig po ako, Mahal na Hari," sagot ni Ahimelec. ¹³ Sinabi ni Saul sa kanya, "Bakit ka nakipagsabwatan kay David laban sa akin? Bakit binigyan mo pa siya ng pagkain at espada? Bakit nagtanong ka pa sa Dios para sa kanya? Hindi mo ba alam na nagrerebelde siya sa akin at binabalak niya akong patayin?" ¹⁴ Sumagot si Ahimelec, "Hindi po ba't si David ay manugang ninyo at pinakamatapat ninyong lingkod? Bukod pa roon, siya po ang kapitan ng mga guwardya ninyo at iginagalang siya sa inyong sambahayan. ¹⁵ Opo, nagtanong ako sa Dios para sa kanya, pero matagal ko na itong ginagawa sa kanya noon pa. Nakikiusap po ako, huwag ninyo akong akusahan pati na ang sambahayan ko sa bagay na ito, dahil wala akong nalalaman sa mga plano niya laban sa inyo." ¹⁶ Pero sinabi ng hari, "Siguradong mamamatay ka, Ahimelec, kasama ang buo mong pamilya." ¹⁷ Inutusan ni Saul ang mga guwardya sa kanyang tabi, "Patayin ninyo ang mga paring ito ng Panginoon dahil nakipagsabwatan sila kay David. Alam nilang tumakas si David mula sa akin pero hindi nila sinabi sa akin." Pero hindi ginalaw ng mga opisyal ng hari ang mga pari ng Panginoon. ¹⁸ Kaya si Doeg na lang ang inutusan ng hari na pumatay sa mga pari, at pinatay naman sila ni Doeg. Nang araw na iyon 85 pari[a] ang pinatay ni Doeg. ¹⁹ Ipinapatay din ni Saul ang lahat ng nakatira sa Nob, ang bayan ng mga pari: ang mga lalaki, babae, bata, sanggol, baka, asno, at mga tupa. ²⁰ Pero nakatakas si Abiatar na anak ni Ahimelec, at sumama kay David. ²¹ Sinabi niya kay David na ipinapatay ni Saul ang mga pari ng Panginoon. ²² Sinabi ni David kay Abiatar, "Nang makita ko noon si Doeg nang pumunta ako kay Ahimelec, alam ko nang magsusumbong siya kay Saul. Kaya pananagutan ko ang pagkamatay ng buong sambahayan mo. ²³ Sumama ka na lang sa akin, dahil iisa lang ang gustong pumatay sa iyo at sa akin. Huwag kang matakot. Hindi ka mapapahamak kapag kasama mo ako."

Iniligtas ni David ang Bayan ng Keila

23 Isang araw ibinalita kay David na sinasalakay ng mga Filisteo ang Keila at sinasamsam ang mga *trigo sa giikan.* ² Nagtanong si David sa Panginoon, "Sasalakayin ko po ba ang mga Filisteo?" Sumagot ang Panginoon, "Sige, salakayin mo sila at iligtas mo ang Keila." ³ Pero sinabi ng mga tauhan ni David, "Dito pa nga lang po sa Juda ay natatakot na kami, lalo pa kaya kung pupunta kami sa Keila para makipaglaban sa mga Filisteo." ⁴ Muling nagtanong si David sa Panginoon, at sinabi ng Panginoon, "Pumunta ka sa Keila dahil pagtatagumpayin ko kayo laban sa Filisteo." ⁵ Kaya pumunta si David at ang mga tauhan niya sa Keila para makipaglaban sa mga Filisteo. Maraming

---

a 18 pari: sa literal, *ang mga nakasuot ng espesyal na damit.*

Filisteo ang napatay nila; kinuha nila ang mga hayop nito at nailigtas nila ang mga taga-Keila.

[6] (Nang tumakas si Abiatar at pumunta kay David sa Keila, dinala niya ang espesyal na damit[a] ng mga pari.)

Tinugis ni Saul si David

[7] May nagsabi kay Saul na si David ay pumunta sa Keila. Kaya sinabi ni Saul, "Ibinigay na siya ng Dios sa akin, para na niyang ibinilanggo ang kanyang sarili sa pagpasok sa bayan na napapalibutan ng pader." [8] Tinipon ni Saul ang lahat ng tauhan niya para pumunta sa Keila at lusubin si David at ang mga tauhan niya. [9] Nang malaman ni David ang plano ni Saul, sinabihan niya ang paring si Abiatar na kunin ang espesyal na damit *ng mga pari.* [10] Nanalangin si David, "O Panginoon, Dios ng Israel nabalitaan po ng inyong lingkod na nagpaplano si Saul na pumunta rito sa Keila para wasakin ang bayang ito dahil sa akin. [11] Pupunta po ba talaga rito si Saul gaya ng narinig ko? Ibibigay po ba ako ng mga mamamayan ng Keila·kay Saul? O Panginoong Dios ng Israel, sagutin po ninyo ang inyong lingkod." Sumagot ang Panginoon, "Oo, pupunta siya rito." [12] Muling nagtanong si David, "Ako at ang aking mga tauhan ba ay ipapaubaya ng mga mamamayan ng Keila sa kamay ni Saul?" Sumagot ang Panginoon. "Oo, ipapaubaya nila kayo." [13] Kaya umalis si David sa Keila kasama ang kanyang 600 na tauhan at nagpalipat-lipat sila ng lugar. Nang mabalitaan ni Saul na tumakas na si David mula sa Keila, hindi na siya pumunta roon.

[14] Nagtago si David sa mga kuta ng ilang at sa kaburulan ng disyerto ng Zif. Araw-araw ay hinahanap siya ni Saul, pero hindi siya ibinigay ng Dios kay Saul.

[15] *Isang araw,* habang naroon pa si David sa Hores sa disyerto ng Zif, nabalitaan niya na pumunta roon si Saul para patayin siya. [16] Pinuntahan siya ni Jonatan para palakasin ang pananampalataya niya sa Dios. [17] Sinabi ni Jonatan, "Huwag kang matakot. Hindi ka magagalaw ng aking ama. Nalalaman ng aking ama na magiging hari ka ng Israel at magiging pangalawa lang ako sa iyo." [18] Gumawa silang dalawa ng kasunduan sa presensya ng Panginoon. At pagkatapos, umuwi na si Jonatan pero nagpaiwan si David sa Hores.

[19] Ngayon, may mga taga-Zif na pumunta kay Saul sa Gibea at nagsabi, "Nagtatago po si David sa amin doon sa Hores sa kaburulan ng Hakila, sa gawing timog ng Jeshimon. [20] Kaya Mahal na Hari, pumunta po kayo roon anumang oras na gustuhin ninyo at kami na ang bahala. Ibibigay namin sa inyo si David." [21] Sumagot si Saul, "Pagpalain sana kayo ng Panginoon sa pag-aalala ninyo sa akin. [22] Lumakad na kayo at tiyakin ninyo kung saan siya pumupunta at kung sino ang nakakita sa kanya roon, dahil alam kong napakatuso niya. [23] Alamin ninyo kung saan siya pwedeng magtago at bumalik kayo rito kapag sigurado na kayo. Pagkatapos, sasama ako sa inyo at kung naroon pa siya, hahanapin ko siya kahit saan sa lupain ng Juda." [24] Kaya nauna sila kay Saul papuntang Zif.

Samantala, si David at ang kanyang mga tauhan ay nasa disyerto ng Maon sa Araba, sa gawing timog ng Jeshimon. [25] Pagdating ni Saul at ng mga tauhan niya sa Zif, hinanap nila si David. Nang malaman ito ni David, nagtago siya sa malaking bato sa disyerto ng Maon at doon siya nanirahan. Nang mabalitaan ito ni Saul, pumunta siya sa disyerto ng Maon para hanapin si David. [26] Habang sina Saul *at ang mga tauhan niya* ay nasa kabilang gilid ng bundok, sina David at ang mga tauhan naman niya ay nasa kabilang gilid at nagmamadaling makalayo kay Saul. Nang malapit na silang maabutan ni Saul at ng kanyang mga tauhan, [27] dumating ang isang mensahero at sinabi kay Saul, "Bumalik po muna kayo dahil sinasalakay tayo ng mga Filisteo *ang ating* bayan." [28] Kaya tumigil si Saul sa paghabol kina David at bumalik para labanan ang mga Filisteo. At dahil sa lugar na iyon naghiwalay si David at si Saul, tinawag ang lugar na iyon na "Batong Pinaghiwalayan." [29] Mula roon, dumiretso si David sa mga kuta ng En Gedi at doon nagtago.

Hindi Pinatay ni David si Saul

24 Nang bumalik si Saul mula sa pakikipaglaban sa mga Filisteo, sinabi sa kanya na naroon si David sa disyerto ng En Gedi. [2] Kaya pumili si Saul ng 3,000 tao galing sa buong Israel at lumakad sila para hanapin si David, malapit sa mabatong lugar na tinitirhan ng maiilap na kambing.

[3] Nakarating si Saul sa kulungan ng mga tupa sa tabi ng daan, kung saan may kweba roon. Pumasok siya sa loob ng kweba at doon dumumi. Doon pala sa kaloob-loobang bahagi ng kweba nagtatago si David at ang mga tauhan niya. [4] Sinabi ng mga tauhan ni David, "Dumating na ang panahong sinabi ng Panginoon na ibibigay niya sa iyo ang iyong kaaway at ikaw na ang bahala kung ano ang gusto mong gawin sa kanya." Dahan-dahang lumapit si David kay Saul at pumutol ng kapirasong tela sa laylayan ng damit nito nang hindi nito namamalayan. [5] Pero nakonsensya si David dahil pinutol niya ang laylayan ng damit ni Saul. [6] Sinabi niya sa kanyang mga tauhan, "Huwag sanang ipahintulot ng Panginoon na gawan ko ng masama ang aking hari, ang hinirang ng Panginoon na maging hari." [7] Sa sinabing ito ni David, sinaway niya ang kanyang mga tauhan, at hindi niya sila pinayagang salakayin si Saul. Umalis si Saul at nagpatuloy sa paglalakbay.

[8] Maya-maya, lumabas ng kweba si David at tinawag si Saul, "Mahal na Hari!" Nang lumingon si Saul, nagpatirapa si David sa kanyang harapan *bilang paggalang.* [9] At sinabi niya kay Saul, "Bakit kayo naniniwala sa mga taong nagsasabi na nagbabalak akong patayin kayo? [10] Sa araw na ito, nakita n'yo kung paano kayo ibinigay ng Panginoon sa aking mga kamay doon sa loob ng kweba. Sinabi sa akin ng iba kong mga tauhan na patayin kayo pero hindi ko ginawa. Sinabi ko sa kanila na hindi ko sasaktan ang aking hari[b] dahil pinili siya ng Panginoon *na maging hari.* [11] Ama ko, tingnan ninyo ang kapirasong tela na hawak ko, galing ito sa laylayan ng damit ninyo. Pinutol ko ito pero hindi ko kayo

---

a 6 espesyal na damit: sa Hebreo, *"efod."* Ganito rin sa talatang 9.

b 10 hari: sa Hebreo, *amo.*

pinatay. Nagpapatunay ito na wala akong masamang plano o pagrerebelde laban sa inyo. Wala akong kasalanan sa inyo, pero tinutugis n'yo ako para patayin. [12] Ang PANGINOON sana ang humatol sa ating dalawa, at parusahan kayo ng PANGINOON sa mga ginagawa n'yo sa akin. Pero wala akong gagawing masama sa inyo, [13] sabi nga ng kasabihan, 'Ang masamang tao lang ang gumagawa ng masama.' Kaya hindi ko kayo gagawan ng masama. [14] Sino po ba ako at hinahabol ako ng hari ng Israel? Katulad lang ako ng isang patay na aso o isang pulgas. [15] Ang PANGINOON sana ang humatol at magdesisyon kung sino po ang may kasalanan sa ating dalawa. Sana'y mapansin niya at matugunan ang usaping ito at mailigtas ako mula sa iyong mga kamay."

[16] Matapos magsalita ni David, sinabi ni Saul, "Ikaw ba iyan, David, anak ko?" At humagulgol si Saul. [17] Sinabi pa niya, "Mas matuwid ka kaysa sa akin. Masama ang trato ko sa iyo pero mabuti ang iginanti mo sa akin. [18] Sa araw na ito, ipinakita mo ang iyong kabutihan. Ibinigay ako ng PANGINOON sa mga kamay mo para patayin pero hindi mo ito ginawa. [19] Ang iba'y hindi pinababayaang makatakas ang kanilang kaaway kapag nakita na nila ito. Gantimpalaan ka sana ng PANGINOON sa kabutihang ipinakita mo sa akin ngayon. [20] Tinatanggap ko na ngayon, ikaw na ang magiging hari at ang kaharian ng Israel ay magiging matatag sa ilalim ng iyong pamumuno. [21] Ngayon, mangako ka sa akin sa pangalan ng PANGINOON na hindi mo papatayin ang aking angkan para hindi mawala ang pangalan ng pamilya ko." [22] Kaya sumumpa si David kay Saul. Pagkatapos, umuwi si Saul, pero si David at ang mga tauhan niya'y bumalik sa pinagtataguan nila.

Sina David, Nabal at Abigail

25 Lumipas ang panahon at namatay si Samuel. Nagtipon ang buong Israel at ipinagluksa ang pagkamatay niya. Inilibing siya sa kanyang tirahan sa Rama.

Pagkatapos nito, lumipat si David sa disyerto ng Maon. [2] Doon sa Maon, may isang tao na napakayaman at may lupain sa Carmel. Mayroon siyang 1,000 kambing at 3,000 tupa na kanyang pinapagupitan sa Carmel. [3] Ang pangalan ng taong ito ay Nabal at mula siya sa angkan ni Caleb. Ang asawa naman niya ay si Abigail. Matalino at maganda si Abigail pero si Nabal ay masungit at magaspang ang pag-uugali.

[4] Habang nasa ilang si David, nabalitaan niya na pinapagupitan ni Nabal ang kanyang mga tupa. [5] Kaya nagpadala siya ng sampung tao sa Carmel na dala ang mensaheng ito para kay Nabal, "Biyayaan ka sana ng mahabang buhay. Maging masagana sana ang buo mong sambahayan at ang lahat ng pag-aari mo. [7] Nabalitaan ko na nagpapagupit ka ng iyong mga tupa. Nang nakasama namin ang mga pastol mo sa Carmel, hindi namin sila sinaktan at walang anumang nawala sa kanila. [8] Tanungin mo sila at sasabihin nila ang totoo. Ngayon, nakikiusap ako na pakitaan mo ng kabutihan ang mga tauhan ko, dahil pista ngayon. Ituring mo akong anak at ang mga alipin ko bilang iyong alipin; pakibigay sa amin ang anumang gusto mong ibigay."

[9] Pagdating ng mga tauhan ni David kay Nabal, ipinaabot nila ang mensahe ni David, at naghintay. [10] *Tinanggihan ni Nabal si David.* "Sino ba ang David na ito na anak ni Jesse? Sa panahon ngayon, maraming alipin ang tumatakas sa kanilang mga amo. [11] Bakit ko naman ibibigay sa iyo ang tinapay, tubig at karneng para sa mga manggugupit ng mga tupa ko, gayong hindi ko nga alam kung saang lupalop kayo nanggaling?"

[12] Bumalik ang mga tauhan ni David at isinalaysay ang lahat ng sinabi ni Nabal. [13] *Nang marinig niya ang lahat ng ito,* sinabi niya sa kanyang mga tauhan, "Isukbit ninyo ang inyong mga espada!" Kaya isinukbit ng mga tauhan niya ang kanilang mga espada, at ganoon din ang ginawa ni David. Mga 400 tao ang sumama kay David at 200 ang naiwan para bantayan ang mga kagamitan.

[14] Isa sa mga alipin ni Nabal ang nagsabi kay Abigail na kanyang asawa, "Nagsugo si David ng mga mensahero rito galing sa disyerto para kumustahin ang amo naming si Nabal, pero ininsulto pa niya sila. [15] Mabuti ang mga taong iyon sa amin, hindi nila kami ginawan ng anumang masama. Sa buong panahon na naroon kami sa bukid malapit sa kanila, walang anumang nawala sa amin. [16] Binantayan nila kami araw at gabi habang nagbabantay kami ng mga tupa. [17] Pag-isipan mong mabuti ang nararapat mong gawin dahil mapapahamak ang asawa mo at ang kanyang buong sambahayan. Napakasama niyang tao kaya walang nangangahas na makipag-usap sa kanya."

[18] Walang sinayang na oras si Abigail. Nagpakuha siya ng 200 tinapay, dalawang balat na sisidlan na puno ng katas ng ubas, limang kinatay na tupa, isang sako ng binusang trigo, 100 dakot ng pasas, at 200 dakot ng igos. Pagkatapos, ipinakarga niya ito sa mga asno, [19] at sinabi sa kanyang mga utusan, "Mauna na kayo, susunod na lang ako." Pero hindi niya ito ipinaalam sa asawa niyang si Nabal.

[20] Habang nakasakay si Abigail sa kanyang asno at paliko na sa gilid ng bundok, nakita niyang padating naman si David at ang mga tauhan nito. [21] Samantala, sinasabi ni David, "Walang saysay ang pagbabantay natin sa mga ari-arian ni Nabal sa disyerto para walang mawala sa mga ito. Masama pa ang iginanti niya sa mga kabutihang ginawa natin. [22] Parusahan sana ako ng Dios nang napakatindi kapag may itira pa akong buhay na lalaki sa sambahayan niya pagdating ng umaga."

[23] Nang makita ni Abigail si David, dali-dali siyang bumaba sa kanyang asno at lumuhod sa harapan ni David *bilang paggalang.* [24] Sinabi niya, "Pakiusap po, pakinggan n'yo ako. Inaako ko na po ang pagkakamali ng aking asawa. [25] Huwag n'yo na pong pag-aksayahan ng panahon si Nabal. Napakasama niyang tao. Nababagay lang sa kanya ang pangalan niyang Nabal, na ang ibig sabihin ay 'hangal.' *Ipagpaumanhin n'yo po pero* hindi ko nakita ang mga mensaherong pinapunta n'yo kay Nabal.

[26] "Ngayon po, niloob ng PANGINOON na hindi matuloy ang paghihiganti at pagpatay ninyo para hindi madungisan ang inyong mga kamay. Sa *kapangyarihan ng* buhay na PANGINOON at ng buhay n'yo, nawa'y matulad kay Nabal ang kahihinatnan ng inyong mga kaaway at ng lahat

ng naghahangad ng masama laban sa inyo. ²⁷ Kaya, kung maaari, tanggapin ninyo ang mga regalong ito na dinala ko para sa inyo at sa inyong mga tauhan. ²⁸ Patawarin n'yo po sana ako kung mayroon man akong mga pagkukulang. Nakakatiyak ako na gagawin kayong hari ng Panginoon at magpapatuloy ang paghahari ninyo sa lahat ng inyong salinlahi, dahil nakikipaglaban kayo para sa kanya. Wala sanang makakapanaig na kasamaan sa inyo habang kayo'y nabubuhay. ²⁹ Kahit may humahabol sa inyo para patayin kayo, iingatan kayo ng Panginoon na inyong Dios. Ililigtas kayo ng kanyang mga kamay tulad ng pag-iingat ng isang tao sa isang mamahaling bagay. Pero ang inyong mga kaaway ay ihahagis na parang batong ibinala sa tirador. ³⁰ Kapag natupad na ang lahat ng kabutihang ipinangako sa inyo ng Panginoon at maging hari na kayo ng Israel, ³¹ hindi kayo uusigin ng inyong konsensya dahil hindi kayo naghiganti at pumatay ng walang sapat na dahilan. At kapag pinagtagumpay na kayo ng Panginoon, nakikiusap ako na huwag n'yo po akong kalimutan na inyong lingkod."

³² Sinabi ni David kay Abigail, "Purihin ang Panginoon, ang Dios ng Israel, na nagpadala sa iyo ngayong araw na ito para makipagkita sa akin. ³³ Salamat sa Dios sa mabuti mong pagpapasya. Dahil dito, iniwas mo ako sa paghihiganti at pagpatay. ³⁴ Kung hindi ka nagmadaling makipagkita sa akin, wala sanang matitirang buhay na lalaki sa sambahayan ni Nabal bukas ng umaga. Isinumpa ko iyan sa buhay na Panginoon, ang Dios ng Israel, na siyang pumigil sa akin sa paggawa sa iyo ng masama." ³⁵ Tinanggap ni David ang mga regalo ni Abigail at sinabi, "Umuwi ka na at huwag ka nang mag-alala. Gagawin ko ang mga sinabi mo."

³⁶ Nang dumating si Abigail sa bahay nila, nagdiriwang sila Nabal na parang pista sa kaharian. Sobrang saya ni Nabal at lasing na lasing, kaya hindi na niya sinabi rito hanggang umaga ang pakikipagkita niya kay David. ³⁷ Kinaumagahan, nang wala na ang pagkalasing nito, sinabi sa kanya ni Abigail ang nangyari. Inatake siya sa puso at hindi na nakagalaw. ³⁸ Pagkaraan ng sampung araw, pinalala ng Panginoon ang kalagayan niya at siya'y namatay.

³⁹ Nang mabalitaan ni David na patay na si Nabal, sinabi niya, "Purihin ang Panginoon! Siya ang gumanti kay Nabal dahil sa pang-iinsulto niya sa akin. Hindi na niya hinayaang ako pa ang gumawa noon. Pinarusahan niya si Nabal sa masama niyang ginawa sa akin."

Pagkatapos, nagpadala ng mensahe si David kay Abigail na hinihiling niya na maging asawa niya ito. ⁴⁰ Pagdating ng mga mensahero sa Carmel, sinabi nila kay Abigail, "Pinapunta kami ni David sa iyo upang sunduin ka at gawing asawa niya." ⁴¹ Lumuhod si Abigail at sinabi, "Pumapayag ako. Handa akong paglingkuran siya pati na ang kanyang mga alipin.ᵃ" ⁴² Dali-daling sumakay si Abigail sa asno at sumama sa mga mensahero ni David. Kasama niya ang lima niyang aliping babae at naging asawa siya ni David. ⁴³ Pinakasalan din

ni David si Ahinoam na taga-Jezreel, at dalawa silang naging asawa ni David. ⁴⁴ Ang unang asawa ni David na si Mical ay ibinigay ni Saul kay Paltiel na anak ni Laish na taga-Galim.

Muling Kinaawaan ni David si Saul

26 *Isang araw*, may pumuntang mga taga-Zif kay Saul sa Gibea at nagsabi, "Nagtatago po si David sa kaburulan ng Hakila, na nasa harap ng Jeshimon." ² Kaya umalis si Saul patungo sa ilang ng Zif kasama ang 3,000 na kanyang piniling tauhan mula sa Israel para hanapin si David. ³ Nagkampo sila sa tabi ng daan sa kaburulan ng Hakila, na nasa harap ng Jeshimon. Si David ay nagtatago sa disyerto. Nang mabalitaan ni David na nasundan siya doon ni Saul, ⁴ nagpadala siya ng mga espiya at nalaman niyang dumating nga si Saul.

⁵ Pagkatapos, naghanda si David at pumunta sa kampo ni Saul. Nakita niya si Saul at si Abner na anak ni Ner na pinuno ng hukbo ng mga sundalo. Napapalibutan si Saul ng *mga natutulog* na sundalo na natutulog. ⁶ Tinanong ni David si Ahimelec na Heteo at si Abishai na anak ni Zeruya at kapatid ni Joab, "Sino sa inyo ang sasama sa akin para pumasok sa kampo ni Saul?" Sumagot si Abishai, "Ako po, sasama ako sa inyo." ⁷ Kaya pinasok nina David at Abishai ang kampo ni Saul, at natagpuan nila itong natutulog, na ang sibat ay nakatusok sa lupa sa ulunan ni Saul. ⁸ Sinabi ni Abishai kay David, "Sa araw na ito, ipinagkaloob sa inyo ng Dios ang tagumpay laban sa inyong kaaway. Payagan n'yo akong saksakin siya ng sibat na iyon at nang mabaon hanggang sa lupa. Isang saksak ko lang sa kanya at hindi na kailangang ulitin." ⁹ Pero sinabi ni David kay Abishai, "Huwag mo siyang patayin! Parurusahan ng Panginoon ang sinumang papatay sa kanyang piniling hari. ¹⁰ Sinisiguro ko sa iyo, sa presensya ng buhay na Panginoon, na ang Panginoon mismo ang papatay sa kanya, o mamamatay siya sa digmaan o dahil sa katandaan. ¹¹ Pero huwag sanang ipahintulot ng Panginoon na ako ang pumatay sa kanyang piniling hari. Kunin na lang natin ang sibat at ang lalagyan niya ng tubig na nasa kanyang ulunan at umalis na tayo." ¹² Kaya kinuha ni David ang sibat at ang lalagyan ng tubig na nasa ulunan ni Saul at umalis na sila. Nakaalis sila nang walang nakakaalam o nakakakita sa nangyari; walang nagising sa kanila dahil pinahimbing ng Panginoon ang kanilang pagtulog.

¹³ Pagkatapos, umakyat sina David sa burol na nasa kabilang gilid ng kampo hanggang sa di-kalayuan. ¹⁴ Sumigaw si David kay Abner na anak ni Ner at sa mga kasama niyang sundalo, "Abner, naririnig mo ba ako?" Sumagot si Abner, "Sino ka? Ano ang kailangan mo sa hari?" ¹⁵ Sumagot si David, "Hindi ba't ikaw ang pinakamagiting na lalaki sa buong Israel? Bakit hindi mo binantayang mabuti ang hari na iyong amo? May nakapasok diyan para patayin siya. ¹⁶ Hindi tamang pabayaan mo ang hari! Isinusumpa ko sa buhay na Panginoon, dapat kang mamatay pati na ang mga tauhan mo dahil hindi ninyo binantayan ang inyong amo, ang haring pinili ng Panginoon. Tingnan n'yo nga kung makikita pa ninyo ang sibat at lalagyan ng

ᵃ 41 pati na ang kanyang mga alipin: sa literal, at sa paghuhugas ng mga paa ng kanyang mga alipin.

tubig na nasa ulunan niya?" ¹⁷Nakilala ni Saul ang boses ni David, kaya sinabi niya, "David, anak, ikaw ba iyan?" Sumagot si David, "Ako nga po, Mahal na Hari. ¹⁸Bakit ninyo hinahabol ang inyong lingkod? Ano ba ang ginawa kong masama? ¹⁹Mahal na Hari, pakinggan ninyo ang sasabihin ko. Kung ang Panginoon ang nag-udyok sa inyo para patayin ako, tanggapin sana niya ang aking handog. Pero kung galing lang ito sa tao, sumpain sana sila ng Panginoon. Dahil itinaboy nila ako mula sa aking tahanan at inutusang sumamba sa ibang mga dios. ²⁰Huwag sanang ipahintulot na mamatay ako sa ibang lupain, na malayo sa Panginoon. Bakit ako pinag-aaksayahang habulin ng hari ng Israel, gayong tulad lang ako ng pulgas? Bakit ninyo ako hinahabol na gaya lang ng ibon sa kabundukan?"

²¹Sinabi ni Saul, "Nagkasala ako. Bumalik ka na, David anak ko, at hindi ko na tatangkaing saktan ka dahil hindi mo ako pinatay ngayong araw na ito. Naging isa akong hangal dahil sa ginawa ko. Napakalaki ng aking kasalanan." ²²Sumagot si David, "Narito na ang sibat ninyo, ipakuha ninyo sa inyong tauhan. ²³May gantimpala ang Panginoon sa mga taong matapat at gumagawa ng matuwid. Ibinigay kayo ng Panginoon sa aking mga kamay sa araw na ito, pero tumanggi akong patayin kayo dahil kayo ang piniling hari ng Panginoon. ²⁴Biniyan ko ng halaga ang buhay ninyo ngayon at sana'y bigyan din ng halaga ng Panginoon ang buhay ko at iligtas niya ako sa lahat ng kapahamakan." ²⁵Sinabi ni Saul kay David, "Pagpalain ka, anak ko. Marami pang dakilang bagay ang gagawin mo at siguradong magtatagumpay ka." Pagkatapos, umalis si David at umuwi naman si Saul.

Si David Kasama ng mga Filisteo

27 Nasabi ni David sa kanyang sarili, "Darating ang panahon na papatayin ako ni Saul. Mabuti pang tumakas ako papunta sa lupain ng mga Filisteo para tumigil na siya sa paghahanap sa akin sa Israel at makaligtas ako sa kanya." ²Kaya pumunta si David at ang 600 niyang tauhan kay Haring Akish ng Gat, ang anak ni Maok. ³Doon sila tumira sa Gat sa pangangalaga ni Akish, kasama ang kani-kanilang pamilya. Dinala ni David ang dalawa niyang asawa na si Ahinoam na taga-Jezreel at si Abigail na taga-Carmel, na biyuda ni Nabal. ⁴Nang mabalitaan ni Saul na tumakas si David at pumunta sa Gat, hindi na niya ito hinanap.

⁵Isang araw, sinabi ni David kay Akish, "Kung naging mabuti po ako sa inyong paningin, maaari po bang sa isang bayan sa ibang lalawigan kami tumira? Hindi po kasi kami nararapat tumira rito sa lungsod na tinitirhan ninyo bilang hari." ⁶Kaya nang araw na iyon, ibinigay sa kanya ni Akish ang *lugar ng* Ziklag. Kaya hanggang ngayon sakop ito ng mga hari ng Juda. ⁷Tumira si David sa teritoryo ng mga Filisteo sa loob ng isang taon at apat na buwan.

⁸Nang panahong iyon, sinalakay ni David at ng mga tauhan niya ang mga Geshureo, Gizrita at mga Amalekita. Mula pa noong una, ang mga taong ito'y nakatira na sa lugar na malapit sa Shur papuntang Egipto. ⁹Kapag sumasalakay sila David, pinapatay nila ang lahat ng lalaki at babae,

at kinukuha ang mga tupa, baka, asno, kamelyo at pati na rin ang mga damit. Pagkatapos, bumabalik sila kay Akish. ¹⁰Kapag itinatanong ni Akish kung saan sila sumalakay nang araw na iyon, sinasabi nilang sinalakay nila ang Negev sa Juda, o sa *bahagi ng* Negev *na tinitirhan* ng mga Jerameelita o sa *bahagi ng* Negev *na tinitirhan* ng mga Keneo. ¹¹Pinapatay nina David ang lahat ng lalaki at babae para walang makarating sa Gat at sabihin kung ano talaga ang ginawa nila. Ito ang madalas niyang ginagawa habang naroon siya sa teritoryo ng mga Filisteo. ¹²Pinagkakatiwalaan ni Akish si David kaya nasabi niya sa kanyang sarili, "Natitiyak kong kinamumuhian na si David ng mga kapwa niya Israelita kaya habang buhay na siyang maglilingkod sa akin."

Si Saul at ang Mangkukulam sa Endor

28 Nang mga panahong iyon, tinipon ng mga Filisteo ang mga sundalo nila at naghanda sa pakikipaglaban sa mga Israelita. Sinabi ni Akish kay David, "Kailangang sumama ka at ang mga tauhan mo sa amin para makipaglaban." ²Sinabi ni David, "Magaling! Makikita ninyo ngayon kung ano ang magagawa ko, na inyong lingkod." Sumagot si Akish, "Mabuti! Gagawin kitang personal na tagapagbantay ko habang buhay."

³Patay na noon si Samuel. Nang mamatay siya nalungkot at naglukso ang buong Israel sa kanya, at inilibing siya sa kanyang bayan sa Rama. At pinaalis na ni Saul ang mga espiritista sa Israel.

⁴Nagkampo ang mga Filisteo sa Shunem, at si Saul naman at ang buong hukbo ng Israel ay sa Gilboa. ⁵Nang makita ni Saul ang mga sundalo ng mga Filisteo, pinagharian siya ng matinding takot. ⁶Nagtanong siya sa Panginoon kung ano ang nararapat niyang gawin. Pero hindi siya sinagot ng Panginoon kahit sa pamamagitan ng panaginip, o sa mga propeta, o kahit sa anumang paraan. ⁷Pagkatapos, sinabi ni Saul sa kanyang alipin, "Ihanap mo ako ng babaeng espiritista na maaari kong pagtanungan." Sumagot ang kanyang alipin, "Mayroon po sa Endor."

⁸Kaya nagpanggap si Saul sa pamamagitan ng pagsusuot ng ordinaryong damit sa halip na ang magara niyang damit. Kinagabihan, pinuntahan niya ang babae kasama ang dalawa niyang tauhan. Pagdating nila, sinabi ni Saul, "Gusto kong makipag-usap sa kaluluwa ng isang tao." ⁹Sinabi ng babae sa kanya, "Ano, gusto mo bang mamatay ako? Alam mo naman siguro kung ano ang ginawa ni Saul. Pinaalis niya sa Israel ang lahat ng espiritista at ang mga manghuhula. Huwag mo nang ilagay sa panganib ang buhay ko." ¹⁰Sumumpa si Saul sa kanya sa pangalan ng buhay ng Panginoon na hindi siya mapaparusahan sa gagawin niya. ¹¹Nang bandang huli, sinabi ng babae, "Sino ang kaluluwang gusto mong kausapin?" Sinabi ni Saul, "Tawagin mo si Samuel."

¹²*Kaya tinawag ng babae si Samuel,* at nang makita ng babae si Samuel, sumigaw siya nang malakas at sinabi niya kay Saul, "Niloko n'yo po ako! Kayo po si Saul!" ¹³Sinabi ni Saul, "Huwag kang matakot. Ano ba ang nakita mo?" Sumagot

ang babae, "Nakita ko po ang isang kaluluwa[a] na lumalabas galing sa lupa." [14] Nagtanong si Saul, "Ano ba ang itsura niya?" Sumagot siya, "Isa pong matandang lalaki na nakabalabal." Natiyak ni Saul na si Samuel iyon kaya nagpatirapa siya *bilang paggalang sa kanya*. [15] Sinabi ni Samuel kay Saul, "Bakit mo ako ginagambala sa pamamagitan ng pagtawag sa akin?" Sumagot si Saul, "Mayroon akong malaking problema. Sinasalakay kami ng mga Filisteo at tinalikuran na ako ng Dios. Hindi na siya sumasagot sa pamamagitan man ng panaginip o ng mga propeta. Ipinatawag kita para sabihin mo sa akin kung ano ang dapat kong gawin." [16] Sinabi ni Samuel, "Bakit ako ang tinatanong mo? Hindi ba't tinalikuran ka na ng Panginoon at naging kaaway mo siya? [17] Tinupad ng Panginoon ang sinabi niya sa pamamagitan ko. Kinuha niya sa iyo ang kaharian *ng Israel* at ibinigay sa kapwa mo Israelita na si David. [18] Ginawa ito ng Panginoon sa iyo ngayon dahil hindi mo sinunod ang utos niyang iparanas ang kanyang galit sa lahat ng Amalekita. [19] Bukas, ikaw at ang mga Israelita ay ibibigay ng Panginoon sa mga Filisteo, at makakasama kita at ang iyong mga anak na lalaki *sa lugar ng mga patay*." [20] *Nang marinig ito ni Saul*, natumba siya at nasubsob sa lupa. Matindi ang takot niya sa sinabi ni Samuel. Hinang-hina rin siya sa gutom dahil hindi siya kumain buong araw at gabi.

[21] Nilapitan ng babae si Saul. At nang makita niya na takot na takot si Saul, sinabi niya, "Mahal na Hari, tinupad ko na po ang ipinag-uutos ninyo sa akin kahit na alam kong nasa panganib ang buhay ko. [22] Nakikiusap po akong pakinggan ninyo ang inyong lingkod. Bibigyan ko kayo ng pagkain para manumbalik ang inyong lakas at makapagpatuloy kayo sa inyong paglalakbay." [23] Pero tumangging kumain si Saul. Tinulungan ng mga tauhan ni Saul ang babae sa pagpilit sa kanya para kumain, at pumayag na rin siya. Tumayo siya mula sa lupa at naupo sa higaan. [24] Kinatay agad ng babae ang pinapataba niyang guya, nagmasa ng harina, at nagluto ng tinapay na walang pampaalsa. [25] Inihain niya ang mga ito kay Saul at sa mga tauhan nito, at kumain sila. Pagkatapos, umalis na rin sila nang gabing iyon.

Bumalik si David sa Ziklag

29 Tinipon ng mga Filisteo ang lahat ng sundalo nila sa Afek, at ang mga Israelita naman ay nagkampo sa may bukal ng Jezreel. [2] Habang nagmamartsa papunta sa labanan ang mga pinuno ng mga Filisteo kasama ang mga sundalo nilang nakagrupo ng 100 at 1,000, nakasunod naman kina *Haring Akish* sina David at ang kanyang mga tauhan. [3] Pero nagtanong ang mga pinuno ng mga Filisteo *kay Akish*, "Ano ang ginagawa ng mga Hebreong iyan dito?" Sumagot si Akish, "Ang taong iyan ay si David na opisyal ni Saul, na hari ng Israel. Mahigit isang taon ko na siyang kasama, at magmula noong tumakas siya kay Saul hanggang ngayon, wala akong nakitang masama na ginawa niya." [4] Pero nagalit sa kanya ang mga pinuno ng mga Filisteo. Sinabi nila, "Pabalikin mo sila sa

bayang ibinigay mo sa kanila. Hindi siya dapat sumama sa atin sa pakikipaglaban. Baka kapag nakikipaglaban sa tayo, tayo ang patayin niya para mawala ang galit ng kanyang amo sa kanya. [5] Hindi ba't siya ang pinarangalan ng mga babae sa Israel habang sumasayaw sila at umaawit ng,

> 'Libu-libo ang napatay ni Saul,
> tig-sasampung libo naman ang kay David.' "

[6] Kaya tinawag ni Akish si David at sinabihan, "Nagsasabi ako ng totoo sa presensya ng Panginoon na buhay na mapagkakatiwalaan ka. Kung sa akin lang, gusto kong sumama ka sa pakikipaglaban ko dahil mula pa noong araw na sumama ka sa akin hanggang ngayon, wala akong nakitang masama sa iyo. Pero walang tiwala sa iyo ang ibang pinuno. [7] Kaya umuwi ka na lang at huwag kang gagawa ng kahit anong hindi nila magugustuhan. Umuwi ka nang matiwasay." [8] Tinanong siya ni David, "Ano po ba ang kasalanang nagawa ko mula nang sumama ako sa inyo hanggang ngayon, Mahal na Hari? Bakit hindi ako pwedeng sumamang makipaglaban sa mga kaaway ninyo?" [9] Sumagot si Akish, "Alam ko na mabuti kang tao tulad ng isang anghel ng Dios. Pero ayaw kang isama ng aking mga kumander sa labanan. [10] Maaga kang bumangon bukas, at umuwi ka kasama ang mga tauhan mo bago pa sumikat ang araw."

[11] Kaya maagang bumangon sina David at ang kanyang mga tauhan para bumalik sa lupain ng mga Filisteo, at pumunta naman ang *hukbo ng* mga Filisteo sa Jezreel.

Sinalakay ni David ang mga Amalekita

30 Nakarating si David at ang mga tauhan niya sa Ziklag nang ikatlong araw. Sinalakay ng mga Amalekita ang Negev sa Ziklag. Nilusob nila ang Ziklag at sinunog ito. [2] Binihag nila ang babae at ang lahat ng tao dito, bata man o matanda. Walang pinatay kahit isa pero binihag nila ang mga ito sa kanilang pag-alis. [3] Nang makarating si David at ang mga tauhan niya sa Ziklag, nakita nila na nasunog na ang kanilang lugar at ang kanilang mga asawa't anak ay binihag. [4] Kaya si David at ang mga tauhan niya ay umiyak nang husto hanggang maubusan sila ng lakas dahil sa pag-iyak. [5] Kasama sa mga bihag ang dalawang asawa ni David na si Ahinoam na taga-Jezreel at si Abigail na taga-Carmel na biyuda ni Nabal. [6] Sobrang nag-alala si David dahil masama ang loob ng kanyang mga tauhan sa pagkabihag ng mga asawa't anak nila, at balak nilang batuhin siya. Pero pinalakas siya ng Panginoon na kanyang Dios.

[7] Kaya sinabi ni David sa paring si Abiatar, na anak ni Ahimelec, "Dalhin mo sa akin ang espesyal na damit[b] *ng pari*." Dinala nga ito ni Abiatar sa kanya. [8] Nagtanong si David sa Panginoon, "Hahabulin ko po ba ang mga sumalakay sa amin? Matatalo ko po ba sila?" Sumagot ang Panginoon, "Oo, habulin mo sila. Siguradong matatalo mo sila at maililigtas mo ang mga bihag." [9] Kaya lumakad si David kasama ang 600 niyang tauhan at nakarating sila sa lambak ng Besor. Nagpaiwan doon [10] ang 200

---

a 13 *kaluluwa*: sa Hebreo, *dios*.   b 7 *espesyal na damit*: sa Hebreo, "*efod.*"

niyang tauhan dahil pagod na pagod na sila para tumawid pa sa lambak. Pero nagpatuloy si David sa paghabol kasama ang 400 niyang tauhan.

[11] Nakita ng ilang mga tauhan ni David ang isang Egipcio sa bukid. Dinala nila ito kay David, at binigyan nila ng tubig at tinapay. [12] Binigyan din nila ang Egipcio ng kapirasong tuyong igos at dalawang tumpok ng pasas, dahil tatlong araw na siyang hindi kumakain ni umiinom. Pagkatapos niyang kumain, nanumbalik ang kanyang lakas. [13] Tinanong siya ni David, "Sino ang amo mo? Taga-saan ka?" Sumagot siya, "Isa po akong Egipcio, at alipin ng isang Amalekita. Iniwan ako ng amo ko, tatlong araw na po ang nakakaraan dahil nagkasakit ako. [14] Bigla po naming sinalakay ang mga Kereteo sa Negev, sa lupain ng Juda at ganoon din ang *katimugang bahagi ng Negev na tinitirhan* ng mga angkan ni Caleb. Sinunog din po namin ang Ziklag." [15] Nagtanong si David sa kanya, "Masasamahan mo ba kami sa mga taong bumihag sa pamilya namin?" Sumagot siya, "Opo. Kung maipapangako n'yo sa pangalan ng Dios na hindi n'yo ako papatayin o ibabalik sa aking amo, sasamahan ko po kayo sa kanila."

[16] Kaya sinamahan ng Egipcio sina David sa mga Amalekita. Doon, nadatnan nila ang mga Amalekitang nakakalat na kumakain, umiinom at nagkakasayahan, dahil marami silang nasamsam sa lupain ng mga Filisteo at Juda. [17] Sinalakay sila ni David at ng mga tauhan niya, mula sa paglubog ng araw hanggang sa kinagabihan ng sumunod na araw. Walang nakatakas sa mga Amalekita, maliban sa 400 kabataang lalaki na sumakay sa kamelyo nila at tumakas. [18] Nabawi ni David ang lahat ng kinuha sa kanila ng mga Amalekita pati ang dalawa niyang asawa. [19] Walang nawala, bata man o matanda, lalaki man o babae, o kahit ano sa mga nakuha ng mga Amalekita. Nabawing lahat ni David ang mga ito. [20] Pagkatapos, nakuha rin niya ang lahat ng tupa at baka, at pinauna ng mga tauhan niya ang mga hayop na ito sa harapan ng iba pang mga hayop habang sinasabi, "Ito ang mga samsam para kay David."

[21] Nang makarating na sina David sa lambak ng Besor, sinalubong sila ng 200 niyang tauhan na hindi nakasama dahil sa sobrang pagod. Lumapit sina David sa kanila at binati niya ang mga ito. [22] Pero, may masasama at walang silbing mga tauhan na nagsabi, "Hindi sila dapat bigyan ng bahagi ng mga nasamsam natin sa Amalekita dahil hindi naman sila sumama sa atin. Kunin na lang nila ang asawa't anak nila at umalis na sila." [23] Sumagot si David, "Mga kapatid, hindi tama iyan. Huwag ninyong ipagdamot ang ibinigay ng Panginoon sa atin. Iningatan niya tayo at tinulungang magtagumpay sa ating mga kaaway. [24] Sino sa tingin ninyo ang makikinig sa inyo? Dapat bigyan ang lahat. Pareho lang ang bahagi ng mga nagpaiwan para magbantay sa kagamitan at ng mga sumama sa labanan." [25] Ang tuntuning ito ay ginawa ni David para sundin ng mga Israelita, at ipinapatupad pa rin ito hanggang ngayon.

[26] Nang dumating sila sa Ziklag, pinadalhan niya ng ilang bahagi ng mga nasamsam nila ang mga kaibigan niyang tagapamahala ng Juda, kasama ang mensaheng, "Ito ang regalo ko sa inyo galing sa mga nasamsam namin sa mga kaaway ng Panginoon." [27] Ipinadala ang mga ito sa mga sumusunod na bayan: Betel, Ramot Negev, Jatir, [28] Aroer, Sifmot, Estemoa, [29] Racal, sa mga bayan ng mga Jerameelita at mga Keneo, [30] sa Horma, Bor Ashan, Atac, [31] Hebron at iba pang mga lupain na kanilang napuntahan.

Ang Kamatayan ni Saul at ng Kanyang mga Anak

(1 Cro. 10:1-12)

31 Nakipaglaban ang mga Filisteo sa mga Israelita sa Bundok ng Gilboa. Maraming namatay *sa mga Israelita*, at ang iba sa kanila'y nagsitakas. [2] Hinabol ng mga Filisteo si Saul at ang mga anak niyang lalaki, at pinatay nila ang mga anak niyang sina Jonatan, Abinadab at Malki Shua. [3] Matindi ang labanan nina Saul at ng mga Filisteo. Tinamaan siya ng pana at malubhang nasugatan. [4] Sinabi ni Saul sa tagapagdala ng kanyang armas, "Bunutin mo ang iyong espada at patayin ako, dahil kung hindi, silang mga hindi nakakakilala sa Dios[a] ang papatay sa akin, at pagtatawanan pa nila ako." Pero natakot ang tagapagdala niya ng armas na patayin siya, kaya kinuha ni Saul ang sarili niyang espada, at sinaksak ang sarili. [5] Nang makita ng tagapagdala ng armas na patay na si Saul, sinaksak din niya ang kanyang sarili at namatay sa tabi ni Saul. [6] Kaya nang araw na iyon, namatay si Saul, at tatlo niyang anak na lalaki, ang tagapagdala niya ng armas at ang lahat ng tauhan niya.

[7] Nakita ng mga Israelitang nakatira sa kabilang bahagi ng lambak *ng Jezreel* at sa kabilang ilog ng Jordan ang pagtakas ng mga sundalong Israelita at pagkamatay ni Saul at ng kanyang mga anak. Kaya iniwan nila ang kani-kanilang bayan at nagsitakas. Dahil doon, pinasok at tinirhan ng mga Filisteo ang mga bayang ito.

[8] Kinabukasan, nang pumunta ang mga Filisteo sa Bundok ng Gilboa para kunin ang mahahalagang bagay sa mga namatay na sundalo, nakita nila ang bangkay ni Saul at ng kanyang tatlong anak. [9] Pinugutan nila ng ulo si Saul, at kinuha ang kanyang armas. Pagkatapos nito, nagsugo sila ng mga mensahero sa buong lupain ng Filisteo para ibalita sa templo ng kanilang dios-diosan at mga kababayan *ang kamatayan ni Saul*. [10] Inilagay nila ang armas ni Saul sa templo ng diosa nilang si Ashtoret, at isinabit ang bangkay nito sa pader ng lungsod ng Bet Shan.

[11] Nang mabalitaan ng mga taga-Jabes Gilead ang ginawa ng mga Filisteo kay Saul, [12] lumakad ang lahat ng matatapang nilang mandirigma nang buong gabi hanggang sa makarating sila sa Bet Shan. Kinuha nila ang bangkay ni Saul at ng kanyang mga anak mula sa pader ng Bet Shan at dinala sa Jabes at sinunog ang mga ito roon. [13] Pagkatapos, kinuha nila ang mga buto, inilibing sa ilalim ng punong tamarisko sa Jabes, at nag-ayuno sila sa loob ng pitong araw.

---

a 4 hindi nakakakilala sa Dios: sa literal, *hindi tuli.*

2 SAMUEL

Nalaman ni David ang Pagkamatay ni Saul

1 Bumalik sina David sa Ziklag pagkatapos nilang matalo ang mga Amalekita. Patay na noon si Saul. Nanatili sila ng dalawang araw sa Ziklag. [2] Nang ikatlong araw, may dumating na tao sa Ziklag mula sa kampo ni Saul; punit ang damit niya at may alikabok ang ulo *bilang pagluluksa.* Lumapit siya kay David at yumukod *bilang paggalang* sa kanya. [3] Tinanong siya ni David, "Saan ka nanggaling?" Sumagot siya, "Nakatakas po ako mula sa kampo ng mga Israelita." [4] Nagtanong si David, "Bakit, ano ang nangyari? Sabihin mo sa akin." Sinabi niya, "Tumakas po ang mga sundalo ng Israel sa labanan. Maraming napatay sa kanila pati na po si Saul at ang anak niyang si Jonatan." [5] Nagtanong si David sa binata, "Paano mo nalamang patay na sina Saul at Jonatan?" [6] Ikinuwento ng binata ang nangyari, "Nagkataon na nandoon po ako sa Bundok ng Gilboa, at nakita ko roon si Saul na nakasandal sa sibat niya. Palapit na po sa kanya ang mga kalaban na nakasakay sa mga karwahe at kabayo. [7] Nang lumingon siya, nakita niya ako at tinawag niya ako. Sumagot ako, 'Ano po ang maitutulong ko?' [8] Tinanong niya kung sino ako. Sumagot ako na isa akong Amalekita. [9] Pagkatapos, nakiusap siya sa akin, 'Lumapit ka rito at patayin mo ako, tapusin mo na ang paghihirap ko. Gusto ko nang mamatay dahil hirap na ako sa kalagayan ko.' [10] Kaya nilapitan ko siya at pinatay dahil alam kong hindi na rin siya mabubuhay sa grabeng sugat na natamo niya. Pagkatapos, kinuha ko po ang korona sa ulo niya at pulseras sa kamay niya, at dinala ko po rito sa inyo."

[11] *Nang marinig ito ni David at ng mga tauhan niya, pinunit nila ang kanilang mga damit bilang pagluluksa.* [12] Umiyak at nag-ayuno sila hanggang gabi para kay Saul at sa anak nitong si Jonatan, at para sa mga mamamayan ng Panginoon, ang bayan ng Israel, dahil marami ang namatay sa digmaan. [13] Tinanong ni David ang binatang nagbalita sa kanya, "Taga-saan ka?" Sumagot siya, "Isa po akong dayuhang Amalekita na nakatira sa lupain ninyo." [14] Nagtanong si David, "Bakit hindi ka man lang natakot na patayin ang piniling hari ng Panginoon?" [15] Pagkatapos, tinawag ni David ang isa sa mga tauhan niya at inutusan, "Patayin mo ang taong ito!" Pinatay nga ng tauhan niya ang tao. [16] Sinabi ni David, "Ikaw ang dapat sisihin sa kamatayan mo. Ikaw na mismo ang tumestigo laban sa sarili mo nang sabihin mong pinatay mo ang piniling hari ng Panginoon."

Ang Awit ng Kalungkutan ni David para kina Saul at Jonatan

[17] Gumawa si David ng isang awit para kay Saul at sa anak nitong si Jonatan, [18] at iniutos niyang ituro ito sa mga mamamayan ng Juda. Tinawag itong Awit Tungkol sa Pana at nakasulat ito sa Aklat ni Jashar. *Ito ang panaghoy niya:*

[19] "O Israel, ang mga dakilang mandirigma mo'y namatay sa kabundukan mismo ng Israel.
Napatay din ang mga magigiting mong sundalo.
[20] Huwag itong ipaalam sa Gat, o sa mga lansangan ng Ashkelon,
baka ikagalak ito ng mga babaeng Filisteo na hindi nakakakilala sa Dios.
[21] O Bundok ng Gilboa, wala sanang ulan o hamog na dumating sa iyo.
Wala sanang tumubong pananim sa iyong bukirin upang ihandog *sa Dios.ᵃ*
Sapagkat diyan nadungisan *ng mga kaaway* ang pananggalang ng magiting na si Haring Saul.
At wala nang magpapahid dito ng langis *upang ito'y linisin at pakintabin.*
[22] Sa pamamagitan ng espada ni Saul at pana ni Jonatan, maraming magigiting na kalaban ang kanilang napatay.
[23] Minahal at kinagiliwan ng mga Israelita sina Saul at Jonatan.
Magkasama sila sa buhay at kamatayan.
Sa digmaan, mas mabilis pa sila sa agila at mas malakas pa sa leon.
[24] Mga babae ng Israel, magdalamhati kayo para kay Saul.
Dahil sa kanya'y nakapagsuot kayo ng mga mamahaling damit at alahas na ginto.
[25] Ang magigiting na sundalo *ng Israel* ay napatay sa labanan.
Pinatay din si Jonatan sa inyong kabundukan.
[26] Nagdadalamhati ako sa iyo, Jonatan kapatid ko!
Mahal na mahal kita; ang pagmamahal mo sa akin ay mas higit pa sa pagmamahal ng mga babae.
[27] Nangabuwal ang magiting na sundalo *ng Israel.*
Ang kanilang mga sandata'y nangawala."

Ginawang Hari ng Juda si David

2 Pagkatapos nito, nagtanong si David sa Panginoon, "Pupunta po ba ako sa isa sa mga bayan ng Juda?" Sumagot ang Panginoon, "Pumunta ka." Muling nagtanong si David, "Saan po roon?" Sumagot ang Panginoon, "Sa Hebron." [2] Kaya pumunta roon si David kasama ang dalawa niyang asawang sina Ahinoam na taga-Jezreel at Abigail na biyuda ni Nabal na taga-Carmel. [3] Isinama rin ni David ang mga tauhan niya at mga pamilya nila, at doon sila tumira sa Hebron at sa mga lugar sa paligid nito. [4] Di nagtagal, pumunta ang mga pinuno ng Juda sa Hebron, at pinahiran ng langis ang ulo ni David bilang *pagkilala na siya na ang* hari ng Juda.

ᵃ 21 *upang ihandog* sa Dios: o, *sa sambahan sa matataas na lugar.*

Nang mabalitaan ni David na ang mga taga-Jabes Gilead ang naglibing kay Saul, [5] nagpadala siya ng mga mensahero na nagsabi, "Pagpalain sana kayo ng Panginoon sa ipinakita n'yong kabutihan kay Saul na hari ninyo sa pamamagitan ng paglilibing sa kanya. [6] Ipakita sana ng Panginoon ang pagmamahal at katapatan niya sa inyo, at ipapakita ko rin sa inyo ang kabutihan ko dahil sa ginawa ninyo. [7] At ngayon, magpakatatag kayo at lakasan n'yo ang loob n'yo kahit patay na ang hari[a] ninyong si Saul. Ako naman ay pinili ng mga taga-Juda bilang kanilang hari."

Ang Alitan sa Pagitan ng Pamilya nina David at Saul

[8] Ngayon, ang kumander ng mga sundalo ni Saul, na si Abner na anak ni Ner ay pumunta sa Mahanaim kasama si Ishboshet na anak ni Saul. [9] Doon, hinirang niyang hari ng buong Israel si Ishboshet, kasama na rito ang mga lugar ng Gilead, Ashuri, Jezreel, Efraim at Benjamin. [10] Si Ishboshet ay 40 taong gulang nang maging hari ng Israel, at naghari siya sa loob ng dalawang taon. Si David naman ang kinikilalang hari ng mga taga-Juda, [11] at naghari siya sa Juda sa loob ng pitong taon at anim na buwan. Doon siya nanirahan sa Hebron.

[12] Isang araw, nagpunta si Abner sa Gibeon mula sa Mahanaim kasama ang mga tauhan ni Ishboshet. [13] Sinalubong sila ni Joab na anak ni Zeruya, kasama ng iba pang mga tauhan ni David doon sa Imbakan ng Tubig sa Gibeon. Umupo ang grupo ni Abner sa kabilang panig ng Imbakan ng Tubig at ang grupo naman ni Joab ay naupo rin sa kabilang panig. [14] Sinabi ni Abner kay Joab, "Paglabanin natin sa ating harapan ang ilan sa mahuhusay nating sundalo." Pumayag si Joab, [15] at tumayo ang 12 tauhan ni Ishboshet na mula sa lahi ni Benjamin para makipaglaban sa 12 tauhan ni David. [16] Hinawakan nila ang ulo ng isa't isa at nagsaksakan hanggang sa mamatay silang lahat. Kaya tinawag na Helkat Hazurim[b] ang lugar na iyon sa Gibeon. [17] At nagkaroon ng matinding labanan sa pagitan ng dalawang grupo. At nang araw na iyon, natalo si Abner at ang mga tauhan ng Israel laban sa mga tauhan ni David.

[18-19] Kasama sa labanan ang tatlong anak ni Zeruya na sina Joab, Abishai at Asahel. Mabilis tumakbo si Asahel gaya ng usa, at hinabol niya si Abner nang walang lingon-lingon. [20] Nang lumingon si Abner, nakita niya ito at tinanong, "Ikaw ba iyan, Asahel?" Sumagot si Asahel, "Ako nga." [21] Pagkatapos, sinabi ni Abner sa kanya, "Huwag mo na akong habulin, iyong isa na lang sa mga kasama ko ang habulin mo at kunin mo ang kagamitan niya." Pero hindi tumigil si Asahel sa paghabol sa kanya. [22] Muling sinabi ni Abner kay Asahel, "Tumigil ka sa paghabol sa akin! Huwag mo akong piliting patayin ka. Wala na akong mukhang maihaharap sa kapatid mong si Joab kung papatayin kita." [23] Pero hindi tumigil si Asahel sa paghabol sa kanya, kaya tinusok niya ito ng dulo ng sibat, at

tumagos ito hanggang sa likod. Bumagsak siya sa lupa at tuluyang namatay. Napahinto ang lahat ng dumadaan sa lugar na kinamatayan ni Asahel.

[24] Nang malaman nina Joab at Abishai ang nangyari, hinabol nila si Abner. Papalubog na ang araw nang makarating sila sa burol ng Amma malapit sa Gia, sa daang papunta sa ilang ng Gibeon. [25] Nagtipon kay Abner sa itaas ng burol ang mga sundalo mula sa lahi ni Benjamin para maghanda sa pakikipaglaban. [26] Sinigawan ni Abner si Joab, "Itigil na natin ang patayang ito! Hindi mo ba naunawaan na sama lang ng loob ang ibubunga nito? Kailan mo patitigilin ang mga tauhan mo sa paghabol sa aming mga kadugo n'yo?"

[27] Sumagot si Joab, "Tinitiyak ko sa iyo, sa harap ng presensya ng Dios na buhay, na kung hindi mo iyan sinabi patuloy kayong hahabulin ng mga tauhan ko hanggang umaga." [28] Kaya pinatunog ni Joab ang trumpeta, at ang lahat niyang tauhan ay tumigil sa pagtugis sa mga Israelita. At tumigil ang labanan. [29] Buong gabing naglakad si Abner at ang mga tauhan niya sa Lambak ng Jordan.[c] Tumawid sila sa *Ilog ng* Jordan at nagpatuloy sa paglalakad buong umaga hanggang sa makarating sila sa Mahanaim.

[30] Nang huminto si Joab sa paghabol kay Abner, siya at ang mga tauhan niya ay umuwi na rin. Nang tipunin ni Joab ang mga tauhan niya, nalaman niyang bukod kay Asahel, 19 ang napatay sa kanila. [31] Pero 360 ang napatay nila sa mga tauhan ni Abner, at ang lahat ng iyon ay mula sa lahi ni Benjamin. [32] Kinuha nina Joab ang bangkay ni Asahel at inilibing sa libingan ng kanyang ama sa Betlehem. Pagkatapos, buong gabi silang naglakad, at kinaumagahan, nakarating sila sa Hebron.

3 Iyon ang simula ng mahabang labanan sa pagitan ng mga matatapat na tauhan ni Saul at ni David. Lumakas ang lumakas ang grupo ni David. Pero ang kay Saul naman ay humina nang humina.

[2] Ito ang mga anak na lalaki ni David na isinilang sa Hebron: Si Amnon ang panganay, na anak niya kay Ahinoam na taga-Jezreel. [3] Si Kileab ang pangalawa, na anak niya kay Abigail, ang biyuda ni Nabal na taga-Carmel. Si Absalom ang pangatlo, na anak niya kay Maaca, ang anak ni Haring Talmai ng Geshur. [4] Si Adonia ang pang-apat, na anak niya kay Hagit. Si Shefatia ang panglima, na anak niya kay Abital. [5] Si Itream ang pang-anim, na anak niya kay Egla. Sila ang mga anak ni David na isinilang sa Hebron.

Kumampi si Abner kay David

[6] Habang patuloy ang labanan sa pagitan ng mga tauhan ni Saul at ni David, naging makapangyarihang pinuno si Abner sa mga tauhan ni Saul. [7] Isang araw, inakusahan ni Ishboshet si Abner, "Bakit mo sinipingan ang isa sa mga asawa ng ama kong si Saul?" Ang tinutukoy ni Ishboshet ay si Rizpa na anak ni Aya. [8] Nagalit si Abner sa sinabi ni Ishboshet, kaya sumagot siya, "Iniisip mo bang pinagtaksilan ko ang iyong ama, at kumakampi ako sa Juda? Mula pa noon, matapat na ako sa iyong ama, sa pamilya niya at

---

a 7 hari: sa Hebreo, *amo.*

b 16 Helkat Hazurim: Ang ibig sabihin, *ang lugar na nagkaroon ng labanan sa pamamagitan ng espada.*

c 29 Lambak ng Jordan: sa Hebreo, *Araba.*

mga kaibigan, at hindi kita ibinigay kay David. Pero ngayon, inaakusahan mo akong nagkasala dahil sa isang babae! ⁹Kung ganyan din lang, mabuti pang tulungan ko na lang si David na matupad ang ipinangako ng PANGINOON sa kanya, at parusahan sana ako nang matindi ng Dios kapag hindi ko siya tinulungan. ¹⁰Ipinangako ng PANGINOON na hindi na niya paghahariin ang sinumang kalahi ni Saul kundi si David ang paghahariin niya sa Israel at Juda, mula Dan hanggang sa Beersheba."ᵃ ¹¹Hindi na nangahas pang magsalita si Ishboshet dahil natatakot siya kay Abner.

¹²Pagkatapos, nagsugo si Abner ng mga mensahero kay David na sinasabi, "Kayo ang dapat na maghari sa buong lupain ng Israel. Gumawa po tayo ng kasunduan at tutulungan ko kayong masakop ang buong bayan ng Israel." ¹³Sumagot si David, "Sige, pumapayag akong makipagkasundo sa isang kundisyon: Ibalik ninyo sa akin ang asawa kong si Mical na anak ni Saul sa pagpunta ninyo rito."

¹⁴Pagkatapos, nagsugo si David ng mga mensahero kay Ishboshet para sabihin, "Ibalik mo sa akin ang asawa kong si Mical, dahil ipinagkasundo kaming ipakasal kapalit ng 100 buhay at balat ng pinagtulian ng mga Filisteo." ¹⁵Kaya ipinag-utos ni Ishboshet na bawiin si Mical sa asawa nitong si Paltiel na anak ni Laish. ¹⁶Umiiyak na sumunod si Paltiel kay Mical hanggang sa Bahurim. Sinabihan siya ni Abner na umuwi na, at umuwi nga ito.

¹⁷Nakipag-usap si Abner sa mga tagapamahala ng Israel. Sinabi niya, "Matagal n'yo ng gustong maging hari si David. ¹⁸Ito na ang pagkakataon n'yo, dahil nangako ang PANGINOON sa lingkod niyang si David na sa pamamagitan niya, ililigtas niya ang mga mamamayan niyang Israelita sa kamay ng mga Filisteo at sa lahat ng kalaban nito."

¹⁹Nakipag-usap din si Abner sa lahi ni Benjamin. At pumunta siya sa Hebron para sabihin kay David na sinusuportahan ng mga mamamayan ng Israel at Benjamin ang pagiging hari niya sa kanila.

²⁰Nang dumating si Abner sa Hebron kasama ang 20 niyang tauhan, nagdaos si David ng pagdiriwang para sa kanila. ²¹Sinabi ni Abner kay David, "Mahal na Hari, payagan n'yo po akong umalis para kumbinsihin ang lahat na mamamayan ng Israel na suportahan kayo bilang hari. Sa ganitong paraan, makikipagkasundo sila inyo na tatanggapin nila kayo bilang hari. Pagkatapos, makakapamuno na po kayo sa buong Israel, sa paraang gusto ninyo." At hinayaan ni David si Abner na umalis ng matiwasay.

Pinatay ni Joab si Abner

²²Dumating si Joab at ang ibang tauhan ni David sa Hebron mula sa pagsalakay, at marami silang dalang samsam mula sa labanan. Pero wala na roon si Abner dahil pinaalis na siya ni David ng matiwasay. ²³Nang mabalitaan ni Joab na pumunta si Abner sa hari at pinaalis ng matiwasay, ²⁴pumunta si Joab sa hari at sinabi, "Ano po ang ginawa n'yo? Pumunta na sa inyo si Abner, bakit pinaalis pa ninyo? Ngayon, wala na siya! ²⁵Kilala n'yo naman

si Abner na anak ni Ner, pumunta siya rito para dayain at obserbahan ang bawat kilos ninyo." ²⁶Iniwan agad ni Joab si David, at nag-utos siyang habulin si Abner. Inabutan nila ito sa balon ng Sira at dinala pabalik sa Hebron. Pero hindi ito alam ni David. ²⁷Nang naroon na si Abner sa Hebron, dinala siya ni Joab sa may pintuan ng lungsod at kunwari'y kakausapin niya ito nang silang dalawa lang. At doon sinaksak ni Joab si Abner sa tiyan bilang paghihiganti sa pagpatay ni Abner sa kapatid niyang si Asahel. At namatay si Abner.

²⁸Nang mabalitaan ito ni David, sinabi niya, "Alam ng PANGINOON na inosente ako at ang mga tauhan ko sa pagkamatay ni Abner na anak ni Ner. ²⁹Si Joab at ang pamilya niya ang may pananagutan dito. Sumpain nawa ang pamilya niya at huwag mawalan ng may sakit na tulo, malubhang sakit sa balat,ᵇ pilay, mamamatay sa labanan, at namamalimos." ³⁰(Kaya pinatay ni Joab at ng kapatid niyang si Abishai si Abner dahil pinatay nito ang kapatid nilang si Asahel sa labanan doon sa Gibeon.)

³¹Pagkatapos, sinabi ni David kay Joab at sa lahat ng kasama niya, "Punitin ninyo ang inyong mga damit at magsuot kayo ng sako. Magluksa kayo habang naglalakad sa unahan ng bangkay ni Abner sa paglilibing sa kanya." Nakipaglibing din si Haring David na sumusunod sa bangkay. ³²Inilibing si Abner sa Hebron, at labis ang pag-iyak ni Haring David doon sa pinaglibingan. Ganoon din ang lahat ng tao na nakipaglibing. ³³Inawit ni Haring David ang awit ng kalungkutan para kay Abner:

"Bakit namatay si Abner na gaya ng isang
        kriminal?
³⁴Hindi iginapos ang mga kamay niya ni
        ikinadena ang mga paa niya, pero
        pinatay siya ng masasamang tao."

Muling iniyakan ng mga tao si Abner. ³⁵Nang araw na iyon, hindi kumain si David, kaya pinilit siya ng mga tao na kumain. Pero nanumpa si David, "Parusahan sana ako nang matindi ng Dios kapag kumain ako ng anuman bago lumubog ang araw." ³⁶Natuwa ang mga tao sa mga sinabi ni David. Pati na rin ang lahat ng ginagawa ni David ay kanilang ikinatuwa. ³⁷Kaya nalaman ng lahat ng mamamayan ng Israel na walang kinalaman si Haring David sa pagkamatay ni Abner.

³⁸Pagkatapos, sinabi ni David sa mga tauhan niya, "Hindi n'yo ba naiisip na napatay ang isang makapangyarihang pinuno ng Israel sa araw na ito? ³⁹At kahit ako ang piniling hari ngayon, hindi ko kaya sina Joab at Abishai na mga anak ni Zeruya. Mas malakas sila sa akin. Kaya ang PANGINOON na lang ang maghihiganti sa masasamang taong ito dahil sa kasamaang ginawa nila."

Pinatay si Ishboshet

4 Nang marinig ni Ishboshet na anak ni Saul, na pinatay si Abner sa Hebron, pinagharian siya ng matinding takot pati na ang lahat ng mamamayan ng Israel. [2] May dalawang tauhan si Ishboshet na namumuno sa pagsalakay sa mga lungsod ng mga kalaban: sina Baana at Recab. Mga anak sila ni Rimon na taga-Beerot, mula sa lahi ni Benjamin. Ang Beerot ay sakop ngayon ng Benjamin [3] dahil tumakas ang mga unang naninirahan dito papuntang Gittaim. Hanggang ngayon, naninirahan pa rin sila roon bilang mga dayuhan.

[4] (Ang *isa pang* anak ni Saul na si Jonatan ay may anak na nalumpo, si Mefiboset. Limang taong gulang ito nang dumating ang balitang napatay sina Saul at Jonatan sa labanan sa Jezreel. Nang marinig ng tagapag-alaga ni Mefiboset ang balita, binuhat niya ito at tumakas. Pero dahil sa pagmamadali, nabitawan niya ang bata at nalumpo.)

[5] Isang araw, nagpunta sa bahay ni Ishboshet sina Recab at Baana na mga anak ni Rimon na taga-Beerot. Tanghaling-tapat nang dumating sila habang nagpapahinga si Ishboshet. [6-7] Pumasok sila sa bahay na kunwari'y kukuha ng trigo. Dumiretso sila sa kwarto ni Ishboshet kung saan nakahiga ito sa kama niya at pagkatapos, sinaksak nila ito sa tiyan. Pinutol nila ang ulo ni Ishboshet at dinala nila ito sa kanilang pagtakas. Buong gabi silang naglakbay sa Lambak ng Jordan.[a]

[8] Pagdating nila sa Hebron, dinala nila kay David ang ulo ni Ishboshet at sinabi, "Narito po ang ulo ni Ishboshet ang anak ni Saul na kalaban n'yo, na nagtangka sa inyong buhay. Sa araw na ito, ipinaghiganti kayo ng PANGINOON laban kay Saul at sa angkan niya." [9] Sumagot si David, "Sasabihin ko sa inyo ang totoo sa presensya ng PANGINOON na buhay, na nagligtas sa akin sa lahat ng kapahamakan. [10] Noon ay may taong pumunta sa akin sa Ziklag at sinabing patay na si Saul, akala niya'y magandang balita ang dala niya sa akin. Sa halip, ipinadakip ko siya at ipinapatay. Iyon ang gantimpalang ibinigay ko sa balitang inihatid niya sa akin. [11] Ngayon, anong gantimpala ang ibibigay ko sa masasamang taong gaya n'yo na pumatay ng isang inosenteng tao sa sarili nitong tahanan at sa sarili niyang higaan? Hindi ba't nararapat na patayin ko kayo para mawala na kayo sa mundo?"

[12] Kaya iniutos ni David sa mga tauhan niya na patayin sina Recab at Baana, at sinunod nila ito. Pinutol nila ang mga kamay at paa ng magkapatid, at ibinitin ang kanilang katawan malapit sa Imbakan ng Tubig ng Hebron. Pagkatapos, kinuha nila ang ulo ni Ishboshet, at inilibing sa libingan ni Abner sa Hebron.

Naging Hari si David ng Israel
(1 Cro. 11:1-9)

5 Ang lahat ng lahi ng Israel ay pumunta kay David sa Hebron at sinabi, "Kadugo n'yo po kami. [2] Mula pa noong una, kahit si Saul pa ang hari namin, kayo na ang namumuno sa mga Israelita sa kanilang mga pakikipaglaban. At sinabi sa inyo ng PANGINOON, 'Ikaw ang gagabay sa mga mamamayan kong Israelita *gaya ng paggabay ng isang* pastol sa mga tupa niya. Ikaw ang magiging pinuno nila.' "

---

a 6-7 Lambak ng Jordan: sa Hebreo, *Araba.*

[3] Kaya roon sa Hebron, gumawa ng kasunduan si David sa mga tagapamahala ng Israel sa presensya ng PANGINOON. At pinahiran nila ng langis ang ulo ni David bilang *pagkilala na siya na ang* hari ng Israel. [4] Si David ay 30 taong gulang nang maging hari ng Israel, at naghari siya sa loob ng 40 taon. [5] Naghari siya sa Juda sa loob ng pitong taon at anim na buwan habang nakatira siya sa Hebron, at 33 taon ang paghahari niya sa buong Israel at Juda habang nakatira siya sa Jerusalem.

Sinakop ni David ang Jerusalem

[6] Isang araw, pumunta si David. at ang mga tauhan niya sa Jerusalem para salakayin ang mga Jebuseo na nakatira roon. Sinabi ng mga Jebuseo kay David, "Hindi kayo makakapasok dito sa Jerusalem! Kahit mga bulag at pilay ay kaya kayong pigilan para hindi kayo makapasok." Sinabi nila ito dahil iniisip nilang hindi makakapasok sina David. [7] Pero nasakop ni David at ng mga tauhan niya ang matatag na kampo ng Zion, *na tinatawag ngayong* Lungsod ni David.

[8] Nang hindi pa napapasok ni David ang Jerusalem, sinabi niya sa mga tauhan niya, "Doon kayo dumaan sa daanan ng tubig para makapasok kayo sa Jerusalem at talunin n'yo ang mga 'bulag at pilay' na mga Jebuseo. Kinamumuhian ko sila!" Diyan nagsimula ang kasabihang "Hindi makakapasok ang mga bulag at pilay sa bahay *ng* PANGINOON."

[9] Matapos sakupin ni David ang matatag na kampo ng Zion, doon na siya tumira at tinawag niya itong Lungsod ni David. Pinadagdagan niya ito ng pader sa palibot mula sa mababang bahagi ng lungsod. [10] Lalong nagiging makapangyarihan si David dahil tinutulungan siya ng PANGINOONG Dios na Makapangyarihan.

[11] Nagsugo ng mga mensahero si Haring Hiram ng Tyre kay David kasama ng mga karpintero at kantero, at may dala silang mga trosong sedro para maipagpatayo ng palasyo si David. [12] At naunawaan ni David na ang PANGINOON ang nagluklok sa kanya bilang hari ng Israel at nagpaunlad ng kaharian niya para sa mga mamamayang Israelita.

[13] Nang lumipat siya mula sa Hebron papuntang Jerusalem, marami pa siyang naging asawa; ang iba sa kanila'y mga alipin niya, at nadagdagan pa ang mga anak niya. [14] Ito ang mga pangalan ng mga anak niyang lalaki na ipinanganak sa Jerusalem: Shamua, Shobab, Natan, Solomon, [15] Ibhar, Elishua, Nefeg, Jafia, [16] Elishama, Eliada at Elifelet.

Tinalo ni David ang mga Filisteo
(1 Cro. 14:8-17)

[17] Nang mabalitaan ng mga Filisteo na si David ang piniling hari ng Israel, tinipon nila ang lahat ng sundalo nila para hulihin siya. Pero nabalitaan ito ni David, kaya pumunta siya sa isang matatag na kuta. [18] Dumating ang mga Filisteo at nagkampo sa Lambak ng Refaim. [19] Kaya nagtanong si David sa PANGINOON, "Sasalakayin po ba namin ang mga Filisteo? Ipapatalo n'yo po ba sila sa amin?" Sumagot ang PANGINOON, "Oo, lumakad kayo, dahil siguradong ipapatalo ko sila sa inyo." [20] Kaya nagpunta sina David sa Baal Perazim, at doon

natalo nila ang mga Filisteo. Sinabi ni David, "Nilipol ng PANGINOON ang mga kalaban ko na parang dinaanan ng rumaragasang baha sa harapan ko." Kaya tinawag na Baal Perazim[a] ang lugar na iyon. [21] Iniwanan doon ng mga Filisteo ang mga dios-diosan nila, at dinala ito ni David at ng mga tauhan niya.

[22] Bumalik ang mga Filisteo at muling nagkampo sa Lambak ng Refaim. [23] Kaya muling nagtanong si David sa PANGINOON, at sumagot ang PANGINOON, "Huwag n'yo agad silang salakayin kundi palibutan muna, at saka n'yo sila salakayin malapit sa puno ng balsamo. [24] Kapag narinig n'yo na parang may nagmamartsang mga sundalo sa taas na bahagi ng puno ng balsamo, dali-dali kayong sumalakay dahil iyon ang tanda na pinangungunahan ko kayo sa pagsalakay sa mga Filisteo." [25] Ginawa nga ni David ang iniutos ng PANGINOON sa kanya, at pinagpapatay nila ang mga Filisteo mula sa Geba[b] hanggang sa Gezer.

Dinala ang Kahon ng Kasunduan sa Jerusalem
(1 Cro. 13:1-14; 15:25–16:6, 43)

6 Muling tinipon ni David ang pinakamagagaling na sundalo ng Israel at umabot ito sa 30,000. [2] Lumakad sila papuntang Baala na sakop ng Juda para kunin doon ang Kahon ng Dios,[c] kung saan naroon ang presensya[d] ng PANGINOON Makapangyarihan. Nakaluklok ang PANGINOON sa gitna ng dalawang kerubin na nasa ibabaw ng Kahon. [3-4] Kinuha nina David ang Kahon ng Kasunduan ng Dios na nandoon sa bahay ni Abinadab sa burol at isinakay ito sa bagong kariton. Sina Uza at Ahio na anak ni Abinadab ang umaalalay sa kariton; si Ahio ang nasa unahan. [5] Buong kagalakang nagdiwang si David at ang buong Israel sa presensya ng PANGINOON nang buong kalakasan. Umaawit sila[e] at tumutugtog ng mga alpa, lira, tamburin, kastaneta at pompyang.

[6] Nang dumating sila sa may giikan ni Nacon, natisod ang mga baka at hinawakan ni Uza ang Kahon ng Kasunduan ng Dios. [7] Nagalit ang matindi ang PANGINOON kay Uza dahil sa ginawa niya. Kaya pinatay siya ng Dios doon sa tabi ng Kahon. [8] Nagalit si David dahil biglang pinarusahan ng PANGINOON si Uza. Ito ang dahilan kaya hanggang ngayon ang lugar na iyon ay tinatawag na Perez Uza.[f] [9] Nang araw na iyon, natakot si David sa PANGINOON at sinabi niya, "Paano madadala *sa lungsod* ko ang Kahon ng Kasunduan ng PANGINOON?" [10] Kaya nagdesisyon siyang huwag na lang dalhin sa lungsod niya[g] ang Kahon ng

PANGINOON. Iniwan na lang niya ito sa bahay ni Obed Edom na taga-Gat. [11] Nanatili ang Kahon ng PANGINOON sa bahay ni Obed Edom sa loob ng tatlong buwan, at pinagpala siya ng PANGINOON, maging ang buo niyang sambahayan.

[12] Ngayon, nabalitaan ni Haring David na pinagpala ng PANGINOON ang sambahayan ni Obed Edom at ang lahat ng pag-aari nito dahil sa Kahon ng Dios. Kaya pumunta siya sa bahay nito at kinuha ang Kahon ng Dios at dinala sa Jerusalem nang may kagalakan. [13] Nang makaanim na hakbang na ang mga nagbubuhat ng Kahon ng PANGINOON, *pinahinto sila ni David* at naghandog siya ng isang toro at isang pinatabang guya. [14] At sumayaw si David nang buong sigla sa presensya ng PANGINOON na nakasuot ng espesyal na damit[h] na *gawa sa telang* linen. [15] Habang dinadala ni David at ng mga Israelita ang Kahon ng Kasunduan ng PANGINOON, nagsisigawan sila at umiihip ng trumpeta.

[16] Nang papasok na ng lungsod ang Kahon ng PANGINOON, dumungaw sa bintana si Mical na anak ni Saul. Nakita niyang nagtatatalon at nagsasasayaw si Haring David sa presensya ng PANGINOON, at ikinahiya niya ang ginawa nito. [17] Inilagay nila ang Kahon ng PANGINOON sa loob ng toldang ipinatayo ni David para rito. Pagkatapos, nag-alay siya sa PANGINOON ng mga handog na sinusunog at mga handog para sa mabuting relasyon.[i] [18] Pagkatapos niyang maghandog, binasbasan niya ang mga tao sa pangalan ng PANGINOONG Makapangyarihan. [19] Binigyan niya ng tinapay, karne[j] at pasas ang bawat isang Israelita, lalaki man o babae. Pagkatapos, umuwi sila sa kani-kanilang mga bahay.

[20] Nang umuwi si David para basbasan ang sambahayan niya, sinalubong siya ni Mical na anak ni Saul na kinutya, "Napakadakila ng araw na ito para sa kagalang-galang na hari ng Israel! Sumasayaw kang halos hubad na, sa harap ng mga babaeng alipin ng mga opisyal mo, hindi ka man lang nahiya!" [21] Sinabi ni David kay Mical, "Ginawa ko iyon sa presensya ng PANGINOON na pumili sa akin kapalit ng iyong ama o ng kahit sino pa sa angkan niya. Pinili niya akong mamahala sa mga mamamayan niyang Israelita kaya ipagpapatuloy ko ang pagsasaya sa presensya ng PANGINOON. [22] At kahit na nakakahiya pa ang gagawin ko *para sa pagdiriwang ng* PANGINOON, gagawin ko pa rin ito. Kahiya-hiya ako sa paningin mo[k] pero marangal ako sa paningin ng mga babaeng alipin na sinasabi mo."

[23] Dahil dito, hindi nagkaanak si Mical hanggang sa mamatay siya.

Ang Pangako ng PANGINOON kay David
(1 Cro. 17:1-15)

7 Nang manirahan si Haring *David* sa kanyang palasyo, binigyan ng kapayapaan ng PANGINOON

---

a 20 Baal Perazim: Ang ibig sabihin, *ang Panginoon na sumasalakay.*

b 25 Geba: Ito ang nasa tekstong Hebreo. Sa Septuagint at 1 Cro. 14:16, *Gibeon.*

c 2 Kahon ng Dios: Ang Kahon ng Kasunduan.

d 2 presensya: sa literal, *tinatawag na pangalan.*

e 5 nang buong kalakasan. Umaawit sila: Ito'y ayon sa Dead Sea Scrolls, Septuagint at 1 Cro. 13:8. Sa tekstong Masoretic, *sa pamamagitan ng mga instrumento na gawa sa kahoy na sipres.*

f 8 Perez Uza: Ang ibig sabihin, *biglang pagparusa kay Uza.*

g 10 lungsod niya: sa Hebreo, *lungsod ni David.* Ganito rin sa talatang 12 at 16.

h 14 espesyal na damit: sa Hebreo, *"efod."*

i 14 handog para sa mabuting relasyon: Tingnan sa Talaan ng mga Salita sa likod.

j 19 karne: Ito ang nasa tekstong Septuagint at sa Syriac, pero sa Hebreo hindi malinaw.

k 22 sa paningin mo: Ito ang nasa tekstong Septuagint. Sa Hebreo, *sa paningin ko.*

ang kaharian niya; hindi siya sinasalakay ng mga kalaban niya. ²Isang araw, sinabi ni David kay Propeta Natan, "Tingnan mo, nakatira ako sa *magandang* palasyo na gawa sa *kahoy na* sedro, pero ang Kahon ng Dios ay nasa tolda lang." ³Sumagot si Natan sa hari, "Gawin mo ang gusto mong gawin dahil ang Panginoon ay sumasaiyo." ⁴Pero nang gabi ring iyon, sinabi ng Panginoon kay Natan, ⁵"Lumakad ka, at sabihin mo sa lingkod kong si David na ito ang sinabi ko, 'Ikaw ba ang magpapatayo ng templong titirhan ko? ⁶Hanggang ngayon hindi pa ako tumitira sa templo mula noong inilabas ko ang mga Israelita sa Egipto. Nagpalipat-lipat ako ng lugar na tolda lang ang pinananahanan ko. ⁷Sa paglipat-lipat ko kasama ang lahat ng mamamayan kong Israelita, hindi ako nagreklamo sa mga pinuno nila na inuutusan akong mag-alaga sa kanila. Ni hindi ako nagtanong kung bakit hindi nila ako ipinagpapatayo ng templo na gawa sa sedro.' ⁸"Sabihin mo pa kay David na *ako,* ang Panginoon Makapangyarihan ay nagsasabi, 'Tagapagbantay ka noon ng mga tupa, pero pinili kita para mamuno sa mga mamamayan kong Israelita. ⁹Sinasamahan kita kahit saan ka magpunta, at nilipol ko ang lahat ng mga kalaban mo. Ngayon, gagawin kitang tanyag katulad ng ibang mga tanyag na tao sa mundo. ¹⁰Binigyan ko ng sariling lupain ang mga mamamayan kong Israelita, para may sarili silang tirahan at wala nang gagambala sa kanila. Hindi na sila aapihin ng masasamang tao gaya nang dati, ¹¹mula nang maglagay ako ng mga pinuno sa mga mamamayan kong Israelita. Magiging payapa ang paghahari mo at wala ng kalaban na sasalakay sa iyo. Ako, ang Panginoon, ay nagsasabi sa iyo na hindi mawawalan ng maghahari galing sa angkan mo. ¹²Kapag namatay ka at ilibing kasama ng mga ninuno mo, ipapalit ko sa iyo ang isa sa mga anak mo, at patatatagin ko ang kaharian niya. ¹³Siya ang magpapatayo ng templo para sa *karangalan ng* aking pangalan, at titiyakin ko na ang kanyang angkan ang maghahari magpakailanman. ¹⁴Kikilalanin niya akong ama at kikilalanin ko siyang anak. Kung magkakasala siya, didisiplinahin ko siya gaya ng pagdidisiplina ng isang ama sa kanyang anak. ¹⁵Pero hindi magbabago ang pagmamahal ko sa kanya hindi gaya ng ginawa ko kay Saul na pinalitan mo bilang hari. ¹⁶Magpapatuloy ang paghahari mo magpakailanman, ganoon din ang paghahari ng iyong angkan.' " ¹⁷Isinalaysay ni Natan kay David ang lahat ng ipinahayag ng Dios sa kanya.

Ang Panalangin ni David
(1 Cro. 17:16-27)

¹⁸Pagkatapos, pumasok si David *sa tolda kung saan naroon ang Kahon ng Kasunduan*. Umupo siya roon sa presensya ng Panginoon, at nanalangin, "O Panginoong Dios, sino po ako at ang pamilya ko at pinagpala n'yo nang ganito? ¹⁹At ngayon, Panginoong Dios, bukod pa rito, may pangako pa kayo tungkol sa kinabukasan ng angkan ko. Ganito po ba talaga kayo makitungo sa tao? ²⁰Ano pa po ba ang masasabi ko sa inyo, Panginoong Dios? Sapagkat nakikilala n'yo kung sino talaga ako na inyong lingkod. ²¹Ayon sa pangako n'yo at

kalooban, ginawa n'yo po ang mga dakilang bagay na ito at inihayag n'yo sa *akin na* inyong lingkod. ²²"Panginoong Dios, dakila kayo. Wala po kayong katulad. Walang ibang Dios maliban sa inyo at wala rin kaming ibang alam na dios na gaya ninyo. ²³At wala ring katulad ang inyong mga mamamayang Israelita. Ito lamang ang bansa sa mundo na inyong pinalaya *mula sa pagkaalipin* para maging mga mamamayan ninyo. Naging tanyag ang pangalan n'yo dahil sa dakila at kamangha-manghang ginawa ninyo. Itinaboy n'yo ang mga bansa at ang mga dios nila sa pamamagitan ng mga mamamayan n'yo nang inilabas n'yo sila sa Egipto. ²⁴Itinatag n'yo ang Israel bilang sarili n'yong mga mamamayan magpakailanman, at kayo Panginoon, ang kanilang naging Dios.

²⁵⁻²⁶"At ngayon, Panginoong Dios, tuparin po ninyo ang ipinangako n'yo sa akin na inyong lingkod at sa angkan ko, para maging tanyag kayo magpakailanman. At sasabihin *ng mga tao*, 'Ang Panginoong Makapangyarihan ang Dios ng Israel!' At ang sambahayan ko ay patuloy na maglilingkod sa inyo magpakailanman. ²⁷Panginoong Makapangyarihan, Dios ng Israel, malakas po ang loob ko na manalangin sa inyo nang ganito dahil ipinahayag n'yo sa *akin na* inyong lingkod, na patuloy na manggagaling sa aking angkan ang magiging hari *ng Israel*. ²⁸Panginoong Dios, tunay ngang kayo ay Dios! Ipinangako n'yo sa *akin na* inyong lingkod ang mabubuting bagay na ito, at tapat kayo sa mga pangako ninyo. ²⁹Nawa po'y ikalugod n'yo na pagpalain ang sambahayan ko para magpatuloy silang manahan sa inyong presensya magpakailanman, dahil ito po ang ipinangako n'yo, Panginoong Dios. At sa pagpapala n'yong ito, pinagpala ang aking angkan magpakailanman."

Ang mga Pagtatagumpay ni Haring David
(1 Cro. 18:1-17)

8 Kinalaunan, natalo at nasakop ni David ang mga Filisteo. Inagaw niya mula sa kanila ang Meteg Amma. ²Natalo rin ni David ang mga Moabita. Nakahanay na pinahiga niya ang mga ito sa lupa, at sinukat niya ang mga ito sa pamamagitan ng isang lubid. Ang mga napabilang sa sukat na dalawang lubid ay pinagpapatay, at ang mga napabilang naman sa sukat ng pangatlong lubid ay hinayaang mabuhay. Ang mga Moabitang hinayaang mabuhay ay nagpasakop kay David at nagbayad sa kanya ng buwis.

³Nakipaglaban din si David kay Haring Hadadezer ng Zoba, na anak ni Rehob, habang papunta si Hadadezer sa lupaing malapit sa Ilog ng Eufrates para bawiin ito. ⁴Naagaw nila David ang 1,000 niyang karwahe, 7,000 mangangarwahe,ᵃ at 20,000 sundalo. Pinilayan nila David ang mga kabayo na humihila ng mga karwahe, maliban lang sa 100 kabayo na itinira nila *para gamitin*. ⁵Nang dumating ang mga Arameoᵇ mula sa Damascus para tulungan si Hadadezer, pinatay

---

a 4 1,000 niyang karwahe, 7,000 mangangarwahe: Ito'y ayon sa tekstong Septuagint (at sa 1 Cro. 18:4). Sa Hebreo, *1,700 mangangarwahe*.

b 5 Arameo: o, *taga-Syria*. Ganito rin sa talatang 6.

nila David ang 22,000 sa mga ito. ⁶Nagpatayo agad si David ng mga kampo sa Damascus, ang lugar ng mga Arameo. At naging sakop niya ang mga ito, at nagbayad sila ng buwis sa kanya. Pinagtagumpay ng PANGINOON si David sa bawat *labanang* pupuntahan niya. ⁷Kinuha ni David ang mga gintong kalasag na pag-aari ng mga opisyal ni Hadadezer, at dinala ang mga ito sa Jerusalem. ⁸Kinuha rin niya ang napakaraming tanso sa Beta*ᵃ* at Berotai, mga bayang sakop ni Hadadezer.

⁹Nabalitaan ni Haring Tou*ᵇ* ng Hamat na tinalo ni David ang buong sundalo ni Hadadezer. ¹⁰Kaya pinapunta niya ang anak niyang si Joram kay Haring David para kamustahin at batiin sa pagkakapanalo niya kay Hadadezer. (Noon pa man ay magkalaban na sina Tou at Hadadezer.) Nagdala si Joram ng mga regalong gawa sa pilak, ginto at tanso. ¹¹Inihandog ito ni Haring David sa PANGINOON, gaya ng ginawa niya sa mga pilak at ginto na nasamsam niya mula lahat ng basanang tinalo niya— ¹²ang Edom,*ᶜ* Moab, Ammon, Filistia at Amalek. Inihandog din niya ang mga nasamsam nila mula kay Haring Hadadezer ng Zoba, na anak ni Rehob. ¹³Naging tanyag pa si David nang mapatay niya ang 18,000 Edomita*ᵈ* sa lambak na tinatawag na Asin. ¹⁴Naglagay siya ng mga kampo sa buong Edom, at sinakop niya ang mga Edomita. Pinagtagumpay ng PANGINOON si David sa bawat labanang pinupuntahan niya.

Ang mga Opisyal ni David

¹⁵Naghari si David sa buong Israel. Ginawa niya ang matuwid at tama para sa lahat ng mamamayan niya. ¹⁶Si Joab na anak ni Zeruya ang namumuno sa mga sundalo niya. Si Jehoshafat naman na anak ni Ahilud ang namamahala sa mga kasulatan ng kaharian. ¹⁷Sina Zadok na anak ni Ahitub at Ahimelec na anak ni Abiatar ang *punong* pari. Si Seraya ang kalihim. ¹⁸Si Benaya na anak ni Jehoyada ang namumuno sa mga Kereteo at Peleteo *na mga personal niyang tagapagbantay*. At ang mga anak niyang lalaki ang mga tagapayo*ᵉ* niya.

Si David at si Mefiboset

9 *Isang araw*, nagtanong si David, "May natitira pa ba sa sambahayan ni Saul na maaari kong pakitaan ng kabutihan alang-alang kay Jonatan?" ²Ipinatawag ni David ang isang tao na nagngangalang Ziba, isang utusan mula sa sambahayan ni Saul. *Pagdating niya*, tinanong siya ni David, "Ikaw ba si Ziba?" Sumagot siya, "Ako nga po." ³Muling nagtanong ang hari, "May natitira pa ba sa sambahayan ni Saul na maaari kong pakitaan ng kabutihan ng Dios?" Sumagot siya, "Mayroon po, ang lumpong anak na lalaki ni Jonatan." ⁴"Nasaan siya?" tanong ng hari. Sumagot si Ziba, "Naroon po sa Lo Debar, sa bahay ni Makir na anak ni Amiel." ⁵Kaya ipinasundo siya ni David mula sa bahay ni Makir.

---

a 8 Beta: Sa ibang mga tekstong Septuagint (at sa 1 Cro. 18:8), *Teba*.

b 9 Tou: o, *Toi*.

c 12 Edom: Ito ay ayon sa Septuagint, Syriac at sa iba pang tekstong Hebreo. Sa ibang tekstong Hebreo, *Aram*.

d 13 Edomita: Ito'y ayon sa tekstong Septuagint at Syriac; sa Hebreo, *Aram* (na ang ibig sabihin, mga Arameo.)

e 18 tagapayo: o, *pari*.

⁶Ang pangalan ng anak ni Jonatan ay Mefiboset at apo siya ni Saul. Pagdating niya kay David, yumukod siya *bilang paggalang* dito. Sinabi ni David sa kanya, "Ikaw pala si Mefiboset." Sumagot siya, "Ako nga po." ⁷Sinabi ni David sa kanya, "Huwag kang matakot. Ipinatawag kita dahil gusto kitang pakitaan ng kabutihan dahil sa iyong amang si Jonatan. Ibabalik ko sa iyo ang lahat ng lupain ng iyong lolong si Saul, at hindi lang iyan, dito ka na palaging kakain kasama ko." ⁸Yumukod si Mefiboset at sinabi, "Sino po ako para tratuhin n'yo ako ng ganito? Gaya lang po ako ng isang patay na aso." ⁹Pagkatapos, ipinatawag ng hari si Ziba, ang *dating* utusan ni Saul at sinabi, "Ibinigay ko na sa apo ng amo mong si Saul ang lahat ng ari-arian ng kanyang lolo. ¹⁰Ikaw, ang mga anak mo, at ang mga utusan mo ang magsasaka ng lupain para sa kanya, at dapat mong dalhin sa kanya ang mga ani para may pagkain ang sambahayan ng amo mo.*ᶠ* Pero si Mefiboset naman ay kakaing kasama ko." (May 15 anak na lalaki at 20 utusan si Ziba.)

¹¹Sumagot si Ziba sa hari, "Gagawin ko po, Mahal na Hari, ang lahat ng iniutos n'yo sa akin na inyong lingkod." Mula noon, palaging kumakain si Mefiboset kasama ni David na parang isa sa mga anak niya. ¹²May bata pang anak na lalaki si Mefiboset na nagngangalang Mica. Ang lahat ng miyembro ng pamilya ni Ziba ay naging utusan ni Mefiboset. ¹³At si Mefiboset na lumpo ang dalawang paa ay nanirahan sa Jerusalem, at palagi siyang kumakain kasama ni Haring David.

Tinalo ni David ang mga Ammonita
(1 Cro. 19:1-19)

10 Mga ilang panahon pa ang lumipas, namatay si Nahash, ang hari ng mga Ammonita. Pinalitan siya ng anak niyang si Hanun bilang hari. ²Sinabi ni David, "Magpapakita ako ng kabutihan kay Hanun dahil naging mabuti ang kanyang ama sa akin." Kaya nagpadala si David ng mga opisyal para ipakita ang pakikiramay niya kay Hanun sa pagkamatay ng ama nito.

Pero pagdating ng mga opisyal ni David sa lupain ng mga Ammonita, ³sinabi ng mga opisyal ng mga Ammonita kay Hanun na kanilang hari, "Sa tingin n'yo ba pinahahalagahan ni David ang inyong ama sa pamamagitan ng pagpapadala ng mga tauhan para makiramay sa kalungkutan n'yo? Hindi! Ipinadala niya ang mga taong iyan para manmanan lang ang lungsod natin at wasakin." ⁴Kaya ipinadakip ni Hanun ang mga opisyal ni David, inahit ang kalahati ng kanilang balbas, at ginupit ang mga damit nila mula baywang pababa at pagkatapos ay pinauwi sila. ⁵Talagang hiyang-hiya silang umuwi *dahil sa kanilang itsura*. At nang mabalitaan ni David ang nangyari, nagsugo siya ng mga mensahero para sabihin sa mga opisyal niya na manatili muna sila sa Jerico hanggang sa tumubo na ang mga balbas nila. Pagkatapos, maaari na silang bumalik.

⁶Napag-isip-isip ng mga Ammonita na ginalit nila si David, kaya umupa sila ng 20,000 sundalong

---

f 10 ang sambahayan ng amo mo: Ito ang nasa tekstong Septuagint. Sa Hebreo, *ang apo ng amo mo*.

Arameo[a] mula sa Bet Rehob at Zoba, 1,000 sundalo mula sa hari ng Maaca, at 12,000 sundalo mula sa Tob. [7] Nang marinig ito ni David, ipinadala niya si Joab at ang lahat ng sundalo niya sa pakikipaglaban. [8] Pumwesto ang mga Ammonita sa bungad ng kanilang lungsod, habang ang mga Arameo naman na galing sa Rehob at Zoba at ang mga sundalong galing sa Tob at Maaca ay naroon sa kapatagan.

[9] Nang makita ni Joab na may mga kalaban sa harap nila at likuran, pumili siya ng pinakamahuhusay na sundalo ng Israel, at pinamunuan niya ang mga ito sa pakikipaglaban sa mga Arameo. [10] Si Abishai naman na kanyang kapatid ang pinamuno niya sa mga natitirang sundalo sa pakikipaglaban sa mga Ammonita. [11] Sinabi ni Joab *kay Abishai*, "Kapag nakita mo na parang natatalo kami ng mga Arameo, tulungan n'yo kami, pero kapag kayo ay parang natatalo ng mga Ammonita, tutulungan namin kayo. [12] Magpakatatag tayo at buong tapang na makipaglaban para sa ating mga mamamayan at mga lungsod ng ating Dios. Gagawin ng Panginoon kung ano ang mabuti para sa kanya." [13] Sumalakay sina Joab at ang mga tauhan niya sa mga Arameo, at nagsitakas ang mga Arameo sa kanila. [14] Nang makita ng mga Ammonita na tumatakas ang mga Arameo, tumakas din sila palayo kay Abishai at pumasok sa lungsod nila. Pagkatapos, umuwi sina Joab sa Jerusalem mula sa pakikipaglaban sa mga Ammonita.

[15] Nang mapansin ng mga Arameo na natatalo sila ng mga Israelita, muli silang nagtipon. [16] Tinulungan sila ng ibang mga Arameo na ipinatawag ni Hadadezer mula sa kabila ng Ilog ng *Eufrates*. Pumunta sila sa Helam sa pamumuno ni Shobac na kumander ng mga sundalo ni Hadadezer. [17] Nang malaman ito ni David, tinipon niya ang lahat ng sundalo ng Israel, tumawid sila sa *Ilog ng* Jordan at pumunta sa Helam. Naghanda ang mga Arameo para harapin si David, at nakipaglaban sila sa kanya. [18] Pero muling tumakas ang mga Arameo sa mga Israelita. Napatay nina David ang 700 mangangarwahe at 40,000 mangangabayo,[b] Napatay din nila si Shobac, ang kumander ng mga sundalo. [19] Nang makita ng mga haring kaanib *ng mga Arameo*, na sakop ni Hadadezer, na natalo sila ng mga Israelita, nakipagkasundo sila sa mga Israelita at nagpasakop sa kanila. Kaya mula noon natakot nang tumulong ang mga Arameo sa mga Ammonita.

Si David at si Batsheba

11 Nang panahong pumupunta ang mga hari sa digmaan para makipaglaban, hindi sumama si David at nagpaiwan lang siya sa Jerusalem. Sina Joab, ang mga opisyal niya, at ang lahat ng sundalo ng Israel ang pinapunta niya. Tinalo nina Joab ang mga Ammonita at sinakop ang Rabba.

[2] Isang hapon, bumangon si David at naglakad-lakad sa *patag na* bubungan ng palasyo. Habang nakatingin siya sa ibaba, may nakita siyang isang magandang babaeng naliligo. [3] Nag-utos si David na alamin kung sino ang babaeng iyon. Napag-alaman niyang ang babae ay si Batsheba na anak ni Eliam at asawa ni Uria na Heteo. [4] Ipinasundo ni David si Batsheba at nang dumating ito, sinipingan siya ni David. (Katatapos pa lang noon ni Batsheba ng seremonya ng paglilinis dahil sa buwanan niyang dalaw.) Pagkatapos nilang magsiping, umuwi siya.

[5] Nabuntis siya, at ipinaalam niya ito kay David. [6] Nagpadala si David ng mensahe kay Joab na papuntahin sa kanya si Uria na Heteo. Kaya pinapunta ni Joab si Uria kay David. [7] Pagdating ni Uria, tinanong siya ni David kung ano na ang kalagayan ni Joab at ng mga sundalo sa kanilang pakikipaglaban. [8] Pagkatapos, sinabi ni David sa kanya, "Umuwi ka muna at magpahinga."[c] Kaya umalis si Uria sa palasyo, at pinadalhan siya ni David ng mga regalo sa bahay niya. [9] Pero hindi umuwi si Uria sa kanila kundi roon siya natulog sa pintuan ng palasyo kasama ng mga lingkod ng kanyang amo *na si David*. [10] Nang malaman ni David na hindi umuwi si Uria, *ipinatawag niya ito*, at tinanong, "Bakit hindi ka umuwi? Matagal kang nawala sa inyo." [11] Sinabi ni Uria, "Ang Kahon *ng Kasunduan ng Dios* at ang mga sundalo ng Israel at Juda ay naroon po sa mga kampo sa kapatagan, at nandoon din ang pinuno naming si Joab at ang mga opisyal niya. Maaatim ko po bang umuwi sa amin para kumain, uminom at sumiping sa asawa ko? Isinusumpa ko na hinding-hindi ko ito gagawin!" [12] Sinabi sa kanya ni David, "Manatili ka pa rito ng isang gabi, at bukas pababalikin na kita *sa kampo*." Kaya nanatili pa si Uria sa Jerusalem ng araw na iyon. Kinabukasan, [13] inanyayahan siya ni David na kumain at uminom kasama niya. At nilasing siya ni David. Pero nang gabing iyon, hindi pa rin umuwi si Uria kundi roon ulit siya natulog kasama ng mga lingkod ng kanyang amo *na si David*.

[14] Kinaumagahan, sumulat si David kay Joab at ipinadala niya ito kay Uria. [15] Ito ang isinulat niya: "Ilagay mo si Uria sa unahan ng labanan, kung saan matindi ang labanan. Pagkatapos, umatras kayo upang siya ay matamaan at mamatay." [16] Kaya habang pinaliligiran nila ang Rabba, inilagay ni Joab si Uria sa lugar kung saan alam niyang malalakas ang mga kalaban. [17] Sinalakay ng mga kalaban sina Joab at napatay si Uria na Heteo kasama ng iba pang mga sundalo ni David. [18] Nagpadala si Joab ng balita kay David tungkol sa lahat ng nangyari sa labanan. [19] Sinabi niya sa mensahero, "Pagkatapos mong sabihin sa hari ang nangyari sa labanan, [20] maaaring magalit siya at tanungin ka, 'Bakit masyado kayong lumapit sa lungsod habang nakikipaglaban? Hindi n'yo ba naiisip na maaari nila kayong mapana mula sa pader? [21] Hindi ba ninyo naaalala kung paano namatay si Abimelec na anak ni Jerub Beshet[d] sa Tebez? Hindi ba't hinulugan siya ng isang babae ng gilingang bato mula sa itaas ng pader, at namatay siya? Bakit lumapit kayo sa pader?' Kung magtatanong siya nang ganito, sabihin mo sa kanya, 'Namatay din po ang inyong lingkod ninyong si Uria na Heteo.' "

---

a 6 *Arameo*; o, *Syrian*.

b 18 *mangangabayo*: Ito'y batay sa Hebreo. Sa ibang kopyang Griego (at sa 1 Cro. 19:18), *mga sundalong naglalakad*.

c 8 *magpahinga*: o, *sumiping sa asawa mo*. Sa literal, *hugasan mo ang paa mo*.

d 21 *Jerub Beshet*: Ito ay isa sa pang tawag kay Gideon.

22 Lumakad ang mensahero, at pagdating niya kay David sinabi niya rito ang lahat ng ipinapasabi ni Joab. 23 Sinabi niya kay David, "Sinalakay po kami ng mga kalaban sa kapatagan, pero hinabol po namin sila pabalik sa pintuan ng lungsod nila. 24 Pagkatapos, pinana po kami ng mga mamamana na nandoon sa pader at napatay po ang ilan sa mga sundalo n'yo pati na ang lingkod ninyong si Uria na Heteo."

25 Sinabi ni David sa mensahero, "Sabihin mo kay Joab na huwag ikalungkot ang nangyari, dahil hindi natin masasabi kung sino ang mamamatay sa labanan. Sabihin mo sa kanya na lakasan niya ang loob niya, at pagbutihin pa niya ang pagsalakay sa lungsod hanggang sa maibagsak ito."

26 Nang malaman ni Batsheba na napatay ang asawa niyang si Uria, nagluksa siya. 27 Pagkatapos ng pagluluksa, ipinasundo siya ni David at dinala sa palasyo. Naging asawa siya ni David at hindi nagtagal, nanganak siya ng isang lalaki. Pero ang ginawa ni David ay masama sa paningin ng PANGINOON.

Sinaway ni Natan si David

12 Ngayon, isinugo ng PANGINOON si *Propeta* Natan kay David. Pagdating niya kay David, sinabi niya, "May dalawang taong nakatira sa isang bayan. Ang isa'y mayaman at ang isa'y mahirap. 2 Ang mayaman ay maraming tupa at baka, 3 pero ang mahirap ay isa lang ang tupa na binili pa niya. Inalagaan niya ito at lumaking kasabay ng mga anak niya. Pinapakain niya ito ng pagkain niya, at pinapainom sa baso niya, at kinakarga-karga pa niya ito. Itinuturing niya itong parang anak niyang babae. 4 Minsan, may dumating na bisita sa bahay ng mayaman, pero ayaw niyang katayin ang baka o tupa niya para ipakain sa bisita niya. Kaya kinuha niya ang tupa ng mahirap at ito ang inihanda niya para sa bisita niya."

5 Labis na nagalit si David sa mayaman at sinabi niya kay Natan, "Isinusumpa ko sa PANGINOON na buhay, na dapat patayin ang taong gumawa niyan. 6 Dapat niyang bayaran ng hanggang apat na beses ang halaga ng isang tupang kanyang kinuha dahil wala siyang awa."

7 Pagkatapos, sinabi ni Natan kay David, "Ikaw ang taong iyon! Ito ang sinasabi ng PANGINOON, ang Dios ng Israel: 'Pinili kitang hari ng Israel at iniligtas kita kay Saul. 8 Ibinigay ko sa iyo ang kaharian at mga asawa niya. Ginawa kitang hari ng buong Israel at Juda. At kung kulang pa ito, bibigyan pa sana kita nang mas marami pa riyan. 9 Pero bakit hindi mo sinunod ang mga utos ko, at ginawa mo ang masamang bagay na ito sa paningin ko? Ipinapatay mo pa si Uria na Heteo sa labanan; ipinaapatay mo siya sa mga Ammonita, at kinuha mo ang asawa niya. 10 Kaya dahil sa ginawa mo, mula ngayon, palagi nang magkakaroon ng labanan at patayan sa pamilya mo, dahil sinuway mo ako at kinuha ang asawa ni Uria upang maging iyong asawa.'

11 "Ito pa ang sinasabi ng PANGINOON: May isang miyembro ng sambahayan mo ang maghihimagsik laban sa iyo. Ibibigay ko ang mga asawa mo sa taong iyon na hindi iba sa iyo at sisiping siya sa kanila na

kitang-kita ng mga tao. 12 Ginawa mo ito nang lihim pero ang gagawin ko'y makikita nang hayagan ng buong Israel."

13 Sinabi ni David kay Natan, "Nagkasala ako sa PANGINOON." Sumagot si Natan, "Pinatawad ka na ng PANGINOON at hindi ka mamamatay *sa kasalanang ginawa mo*. 14 Pero dahil sa ginawa mo, binigyan mo ng dahilan ang mga kalaban ng PANGINOON na lapastanganin siya kaya siguradong mamamatay ang anak mo." 15 Nang makauwi si Natan, ipinahintulot ng PANGINOON na magkasakit *ng malubha* ang anak ni David kay Batsheba. 16 Nakiusap si David sa Dios para sa bata. Nag-ayuno siya sa loob ng kwarto niya, at natutulog siya sa lapag gabi-gabi. 17 Pinuntahan siya ng mga tagapamahala ng kanyang sambahayan para pabangunin, pero ayaw niya, at ayaw din niyang kumaing kasama nila.

18 Nang ikapitong araw, namatay ang bata. Natakot ang mga lingkod ni David na sabihin sa kanya na patay na ang bata. Sinabi nila, "Paano natin sasabihin sa kanya na patay na ang bata? Hindi nga niya pinapansin ang pagdamay natin sa kanya noong buhay pa ang bata, paano pa kaya ngayong patay na ito. Baka kung ano ang gawin niya *sa sarili niya*!"

19 Napansin ni David na nagbubulungan ang mga alipin niya, kaya pakiramdam niya, patay na ang bata. Nagtanong siya, "Patay na ba ang bata?" Sumagot sila, "Patay na po siya." 20 Pagkarinig nito, bumangon si David, naligo, nagpahid *ng mabangong langis* at nagpalit ng damit. Pumunta siya sa bahay ng PANGINOON at sumamba. Pagkatapos, umuwi siya, nagpahain, at kumain. 21 Sinabi ng mga lingkod niya, "Hindi po namin kayo maintindihan. Noong buhay pa ang bata, nag-aayuno po kayo at umiiyak, pero ngayong patay na ang bata, bumangon kayo at kumain!" 22 Sumagot si David, "Oo, nag-ayuno ako at umiyak noong buhay pa ang bata dahil iniisip ko na baka kaawaan ako ng PANGINOON at hindi niya payagang mamatay ang bata. 23 Pero ngayong patay na ang bata, bakit pa ako mag-aayuno? Mabubuhay pa ba siya? Darating ang panahon na makakapunta ako sa kinaroroonan niya, pero hindi na siya makakabalik sa akin."

24 Dinamayan ni David ang asawa niyang si Batsheba, at nagsiping sila. Nabuntis si Batsheba at nanganak ng isang lalaki, at pinangalanan nila siyang Solomon. Minahal ng PANGINOON ang bata, 25 at nagpadala siya ng mensahe kay Propeta Natan na pangalanang Jedidia*ª* ang bata dahil mahal siya ng PANGINOON.

Sinakop ni David ang Rabba
(1 Cro. 20:1-3)

26 Sa kabilang dako, sumalakay sina Joab sa Rabba, ang kabisera ng Ammon, at malapit na nila itong masakop. 27 Nagsugo si Joab ng mga mensahero kay David para sabihin, "Sinalakay po namin ang Rabba at nasakop na namin ang imbakan nila ng tubig. 28 Ngayon, tipunin n'yo po ang mga natitirang sundalo at tapusin na ninyo ang

---

a 25 Jedidia: Ang ibig sabihin, *mahal ng* PANGINOON.

pagsakop sa lungsod para kayo ang maparangalan at hindi ako."

²⁹ Kaya tinipon ni David ang natitirang sundalo at sinalakay nila ang Rabba, at nasakop nila ito. ³⁰ Kinuha ni David sa ulo ng hari ng mga Ammonita*a* ang gintong korona at ipinutong ito sa kanyang ulo. Ang bigat ng korona ay 35 kilo at may mga mamahaling bato. Marami pang bagay ang nasamsam ni David sa lungsod na iyon. ³¹ Ginawa niyang alipin ang mga naninirahan doon at sapilitan silang pinagtrabaho gamit ang lagare, piko, at palakol, at pinagawa rin sila ng mga tisa. Ito ang ginawa ni David sa mga naninirahan sa lahat ng bayan ng mga Ammonita. Pagkatapos, umuwi si David at ang lahat ng sundalo niya sa Jerusalem.

Si Amnon at si Tamar

13 Ang anak ni David na si Absalom ay may magandang kapatid na ang pangalan ay Tamar. Ngayon, si Amnon, na isa rin sa mga anak ni David ay umiibig kay Tamar. ² Pero hindi niya magawa ang gusto niyang gawin kay Tamar dahil dalaga pa ito *at lagi itong may bantay.* Dahil dito, sumama ang loob niya hanggang sa magkasakit siya.

³ May napakatusong kaibigan si Amnon na ang pangalan ay Jonadab. Anak siya ng kapatid ni David na si Shimea. ⁴ *Isang araw,* nagtanong siya kay Amnon, "Anak ka ng hari, pero bakit araw-araw kitang nakikitang malungkot? Sabihin mo nga sa akin kung ano ang problema mo." Sinabi ni Amnon sa kanya, "Gusto ko si Tamar, ang kapatid ni Absalom na kapatid ko *sa ama.*" ⁵ Sinabi sa kanya ni Jonadab, "Humiga ka at magkunwaring may sakit. Kapag dinalaw ka ng iyong ama, sabihin mong payagan niya si Tamar na puntahan ka at pakainin. Sabihin mo sa kanyang gusto mong makita si Tamar na naghahanda ng pagkain mo at gusto mo rin na siya ang magpakain sa iyo."

⁶ Kaya humiga nga si Amnon at nagkunwaring may sakit. Nang dalawin siya ni Haring *David,* sinabi niya, "Gusto ko pong pumunta rito ang kapatid kong si Tamar at gumawa ng tinapay sa tabi ko, at siya ang magpakain sa akin." ⁷ Kaya nagpasabi si David kay Tamar na nasa palasyo, na puntahan niya ang kapatid niyang si Amnon at maghanda ng pagkain para rito.

⁸ Pumunta si Tamar sa bahay ng kapatid niyang si Amnon at dinatnan niya itong nakahiga. Kumuha siya ng harina, minasa ito at niluto ang tinapay kung saan nakikita siya ni Amnon. ⁹ Pagkaluto, kinuha niya ito para pakainin si Amnon, pero tumanggi ito. Sinabi ni Amnon, "Palabasin mo ang lahat ng tao rito!" At lumabas ang lahat ng tao. ¹⁰ Pagkatapos, sinabi ni Amnon kay Tamar, "Dalhin mo sa aking silid ang pagkain at subuan mo ako." Kaya dinala ni Tamar ang pagkain kay Amnon.

¹¹ Pero habang pinapakain niya si Amnon, niyakap siya nito at sinabing magsiping sila. ¹² Ngunit tumanggi si Tamar at sinabi, "Huwag mo akong piliting gawin ito! Magkapatid tayo! Huwag mong gawin sa akin ang masamang bagay na ito. Hindi ito dapat mangyari sa Israel. ¹³ Ano

na lang ang mukhang ihaharap ko sa mga tao? At ikaw, ituturing na pinakadakilang hangal sa buong Israel. Pakiusap, kausapin mo ang hari tungkol dito; nasisiguro kong papayag siyang maging asawa mo ako."

¹⁴ Pero hindi siya pinakinggan ni Amnon at dahil sa mas malakas siya kay Tamar napagsamantalahan niya ito. ¹⁵ Pagkatapos ng nangyari, kinasuklaman ni Amnon si Tamar, at ang pagkasuklam niya kay Tamar ay mas matindi pa sa pag-ibig na naramdaman niya rito noong una. Sinabi ni Amnon sa kanya, "Lumabas ka!" ¹⁶ Sumagot si Tamar, "Hindi ako lalabas! Mas malaking kasalanan ang ginagawa mong pagtataboy sa akin ngayon kaysa sa ginawa mo sa akin." Pero hindi siya pinakinggan ni Amnon. ¹⁷ Sa halip, ipinatawag niya ang personal niyang lingkod at inutusan, "Palabasin mo ang babaeng ito at isara mo ang pinto."

¹⁸ Kaya pinalabas nga niya si Tamar at isinara ang pinto. Nakasuot noon ng maganda at mahabang damit si Tamar dahil iyon ang isinusuot ng mga dalagang anak ng hari nang panahong iyon. ¹⁹ *Pero dahil sa sinapit ni Tamar,* pinunit niya ang maganda at mahaba niyang damit, at naglagay ng abo sa ulo niya. Pagkatapos, lumakad siyang umiiyak habang nakatakip ang kamay niya sa mukha niya.

²⁰ Nang makita siya ng kapatid niyang si Absalom, tinanong siya nito, "May *masamang* ginawa ba sa iyo si Amnon? *Kung mayroon ma'y,* huwag mo na lang itong sabihin sa iba dahil kapatid mo siya *sa ama.* Huwag mo na lang masyadong isipin ang nangyari sa iyo." At doon na sa bahay ni Absalom nanirahan si Tamar, pero palagi siyang malungkot at nag-iisa. ²¹ Nang malaman ni Haring David ang nangyari, galit na galit siya. ²² At kahit walang binanggit si Absalom kay Amnon tungkol sa ginawa nito sa kapatid niya, kinasuklaman niya ito sa kahihiyang idinulot nito sa kapatid niyang si Tamar.

Pinatay ni Absalom si Amnon

²³ Pagkaraan ng dalawang taon, nang pinapagupitan ni Absalom ang mga tupa niya sa Baal Hazor, malapit sa Efraim, inimbita niya ang lahat ng anak ng hari na sumama para magdiwang doon. ²⁴ Nagpunta siya kay Haring David at sinabi, "Nagpapagupit po ako ng mga tupa, makakapunta po ba kayo at ang mga opisyal n'yo sa okasyong ito?" ²⁵ Sumagot ang hari, "Hindi na lang anak, mahihirapan ka lang kung sasama kaming lahat." Pinilit siya ni Absalom pero hindi siya pumayag. Binasbasan na lang niya si Absalom. ²⁶ Sinabi ni Absalom, "Kung hindi po kayo pupunta, si Amnon na lang na kapatid ko ang payagan n'yong pumunta." Nagtanong ang hari, "Bakit gusto mo siyang papuntahin doon?" ²⁷ Sa halip *na sumagot,* nagpumilit *pa rin* si Absalom, kaya ipinasama na lang ni David si Amnon, at ang iba pa niyang mga anak na lalaki.

²⁸ Sinabi ni Absalom sa mga tauhan niya, "Hintayin n'yong malasing si Amnon, at pagsenyas ko, patayin n'yo siya. Huwag kayong matakot; ako ang nag-uutos sa inyo. Lakasan n'yo ang loob ninyo at huwag kayong magdalawang-isip!" ²⁹ Kaya pinatay

---

a 30 sa ulo ng hari ng mga Ammonita: o, *sa ulo ni Milcom.* Si Milcom dios ng mga Ammonita.

ng mga tauhan ni Absalom si Amnon ayon sa utos niya. Sumakay agad ang ibang anak na lalaki ng hari sa kani-kanilang mola*a* at nagsitakas. ³⁰ Habang pauwi na sila sa Jerusalem, may nakapagbalita kay David na pinagpapatay ni Absalom ang mga anak niyang lalaki at walang natira kahit isa. ³¹ Tumayo si David at pinunit ang damit niya *bilang pagluluksa*, at dumapa siya sa lupa. Pinunit din ng mga lingkod niya na nakatayo roon ang kanilang damit gaya ng ginawa ni David. ³² Pero sinabi ni Jonadab na anak ng kapatid ni David na si Shimea, "Mahal na Hari, hindi po napatay ang lahat ng anak ninyo kundi si Amnon lang po. Matagal na pong plano ni Absalom na patayin si Amnon mula pa nang pagsamantalahan nito ang kapatid niyang si Tamar. ³³ Huwag kayong maniwalang namatay ang lahat ng anak n'yong lalaki. Si Amnon lang po ang pinatay."

³⁴ Samantala, tumakas si Absalom.

Nang mga oras ding iyon, may nakita ang mga tagapagbantay sa pader ng Jerusalem na may isang grupong paparating mula sa gilid ng burol sa gawing kanluran. Pumunta ang isang tagapagbantay sa hari at sinabi, "May nakita po kaming mga tao sa daan ng Horonaim, sa gilid ng burol."*b* ³⁵ Sinabi ni Jonadab sa hari, "Mahal na Hari, tingnan n'yo po! Nandiyan po ang mga anak ninyong lalaki gaya ng sinabi ko." ³⁶ Pagkatapos niyang magsalita, dumating ang mga anak na lalaki ni David na umiiyak. Labis ding umiyak si David at ang lahat ng lingkod niya. ³⁷ ³⁸ Ipinagluksa ni David ang anak niyang si Amnon sa loob ng mahabang panahon.

Nang tumakas si Absalom, pumunta siya kay Haring Talmai ng Geshur na anak ni Amihud. Doon siya nanirahan sa loob ng tatlong taon. ³⁹ Nang lumipas na ang pangungulila ni Haring David kay Amnon, nangulila naman siya kay Absalom.*c*

Bumalik si Absalom sa Jerusalem

14 Alam ni Joab, anak ni Zeruya, na nangungulila si Haring David kay Absalom. ² Kaya nagpatawag siya ng isang matalinong babae galing sa Tekoa. Pagdating ng babae, sinabi ni Joab sa kanya, "Magkunwari kang nagluluksa. Magsuot ka ng damit na panluksa at huwag kang magpahid ng *mabangong* langis. Umarte ka gaya ng isang nagluluksa ng mahabang panahon. ³ Pagkatapos, pumunta ka sa hari at sabihin mo sa kanya ang sasabihin ko sa iyo." At sinabi ni Joab sa kanya ang dapat niyang sabihin sa hari.

⁴ Pumunta ang babae sa hari at nagpatirapa siya *bilang paggalang*. Pagkatapos, sinabi ng babae, "Tulungan n'yo po ako, Mahal na Hari!" ⁵ Tinanong siya ng hari, "Ano ba ang problema mo?" Sumagot siya, "Isa po akong biyuda, ⁶ at may dalawa akong anak na lalaki. Isang araw, nag-away po silang dalawa sa bukid, at dahil walang umawat sa kanila, napatay ang isa. ⁷ Pinuntahan ako ng lahat ng kamag-anak ko at sinabi, 'Ibigay mo sa amin ang anak mo, at papatayin namin siya dahil pinatay niya ang kapatid niya. Hindi siya nararapat magmana ng

mga ari-arian ng kanyang ama.' Kung gagawin nila ito, mawawala pa ang isa kong anak na siya na lang ang inaasahan kong tutulong sa akin, at mawawala na rin ang pangalan ng asawa ko rito sa mundo."

⁸ Sinabi ng hari sa babae, "Umuwi ka na, ako na ang bahala. Mag-uutos akong huwag na nilang saktan ang anak mo." ⁹ Sinabi ng babae, "Mahal na Hari, kung kayo man po ay babatikusin dahil sa pagpanig n'yo sa akin, ako po at ang aking pamilya ang mananagot at hindi kayo." ¹⁰ Sumagot ang hari, "Kung may magbabanta sa iyo, dalhin mo siya sa akin at titiyakin kong hindi ka na niya muling gagambalain." ¹¹ Sinabi ng babae, "Mahal na Hari, sumumpa po kayo sa Panginoon na inyong Dios, na hindi n'yo papayagang may maghiganti pa sa anak ko para hindi na lumala ang pangyayari, at para hindi mapatay ang anak ko." Sumagot si Haring David, "Isinusumpa ko sa Panginoon na buhay, na hindi mapapahamak ang anak mo."*d*

¹² Sinabi ng babae, "Mahal na Hari, may isa pa po akong hihilingin sa inyo." Sumagot ang hari, "Sige, sabihin mo." ¹³ Sinabi ng babae, "Bakit hindi n'yo po gawin sa mga mamamayan ng Dios ang ipinangako n'yong gagawin para sa akin? Kayo na ang humatol sa inyong sarili sa ginawa n'yong desisyon, dahil sa hindi n'yo pagpapabalik sa itinaboy n'yong anak. ¹⁴ Mamamatay tayong lahat; magiging gaya tayo ng tubig na natapon sa lupa at hindi na muling makukuha. Pero hindi lang po basta-basta kinukuha ng Dios ang buhay ng tao, sinisikap niyang mapanumbalik ang mga taong napalayo sa kanya.

¹⁵ "Mahal na Hari, pumunta po ako rito para sabihin ang problema ko dahil natatakot ako sa mga kamag-anak ko. Nagpasya akong makipag-usap sa inyo dahil baka magawan n'yo ng paraan ang kahilingan ko, ¹⁶ na mailigtas n'yo kami at aking anak sa mga taong nagtatangkang kunin ang lupaing ibinigay sa amin ng Dios. ¹⁷ Ang desisyon n'yo ang makapagbibigay sa akin ng kapayapaan dahil tulad kayo ng isang anghel ng Dios, na nakakaalam kung ano ang masama at mabuti. Lagi sana kayong samahan ng Panginoon na inyong Dios." ¹⁸ Sinabi ng hari sa babae, "May itatanong ako sa iyo at gusto kong sagutin mo ako nang totoo." Sumagot ang babae, "Sige po, Mahal na Hari." ¹⁹ Nagtanong ang hari, "Si Joab ba ang nagturo nito sa iyo?" Sumagot ang babae, "Hindi ko po kayang magsinungaling sa inyo, Mahal na Hari. Si Joab nga po ang nag-utos sa aking gawin ito at siya rin ang nagturo sa akin kung ano ang mga dapat kong sabihin. ²⁰ Ginawa po niya ito para magkaayos na po kayo ni Absalom. Pero matalino kayo, Mahal na Hari, gaya ng isang anghel ng Dios, nalalaman n'yo ang lahat ng nangyayari sa bansa natin."

²¹ Kaya ipinatawag ng hari si Joab at sinabi, "Sige, lumakad ka at dalhin mo pabalik dito ang binatang si Absalom." ²² Nagpatirapa siya sa hari at sinabi, "Pagpalain sana kayo ng Panginoon, Mahal na Hari. Ngayon, nalalaman kong nalulugod kayo sa akin dahil tinupad n'yo ang kahilingan ko." ²³ Pagkatapos, pumunta si Joab sa Geshur at dinala

---

a 29 mola: sa Ingles, *"mule."* Hayop na parang kabayo.

b 34 Pumunta...burol: Wala sa tekstong Hebreo, pero mayroon nito sa tekstong Septuagint.

c 39 nangulila...Absalom: o, nawala na ang kagustuhan niyang hulihin si Absalom.

d 11 na hindi...anak mo: sa literal, wala ni isang buhok ng anak mo ang mahuhulog sa lupa.

si Absalom pabalik sa Jerusalem. [24] Pero iniutos ng hari, "Doon siya pauwiin sa bahay niya. Ayaw ko siyang makita rito sa palasyo." Kaya umuwi si Absalom sa sarili niyang bahay at hindi na siya nagpakita sa hari.

[25] Wala nang hihigit pa sa kagwapuhan ni Absalom sa buong Israel kaya hinahangaan siya ng lahat. Wala siyang kapintasan mula sa ulo hanggang paa. [26] Isang beses lang siya magpagupit bawat taon kapag nabibigatan na siya sa buhok niya. Kung titimbangin ang buhok niya, aabot ito ng dalawang kilo, ayon sa timbangang ginagamit ng hari. [27] Si Absalom ay may tatlong anak na lalaki at isang napakagandang babaeng nagngangalang Tamar. [28] Naninirahan si Absalom sa Jerusalem sa loob ng dalawang taon na hindi nakikita ang hari.

[29] Isang araw, ipinatawag ni Absalom si Joab para hilingin na makipag-usap ito sa hari para sa kanya. Pero hindi pumunta si Joab kay Absalom. Kaya muling ipinatawag siya ni Absalom, pero hindi na naman siya pumunta. [30] Sinabi ni Absalom sa mga lingkod niya, "Sunugin n'yo ang bukid ni Joab na taniman ng sebada. Katabi lang ito ng bukid ko." Kaya sinunog nila ang bukid ni Joab.

[31] Pumunta si Joab kay Absalom at sinabi, "Bakit sinunog ng mga lingkod mo ang bukid ko?" [32] Sumagot si Absalom, "Dahil hindi ka pumunta rito noong ipinatawag kita. Gusto ko sanang pumunta ka sa hari at tanungin siya kung bakit ipinakuha pa niya ako sa Geshur. Mas mabuti pang nagpaiwan na lang ako roon. Gusto kong makita ang hari, kung nagkasala ako, patayin niya ako."

[33] Kaya pumunta si Joab sa hari, at ipinaabot dito ang mga sinabi ni Absalom. Pagkatapos, ipinatawag ng hari si Absalom, pagdating niya, yumukod ito sa hari *bilang paggalang*. At hinalikan siya ng hari.

Naghimagsik si Absalom Laban kay David

15 Pagkatapos, nagkaroon si Absalom ng karwahe at mga kabayo, at nakapagtipon siya ng 50 personal na tagapagbantay. [2] Maaga siyang gumigising araw-araw at tumatayo sa gilid ng daan papunta sa pintuan ng lungsod. Kapag may dumarating na tao para idulog ang kaso niya sa hari, tinatanong siya ni Absalom kung taga-saan, at sinasabi ng tao kung saang lahi siya ng Israel nagmula. [3] Pagkatapos, sinasabi sa kanya ni Absalom, "Malaki ang pag-asa mong manalo sa iyong kaso, kaya lang, walang kinatawan ang hari para duminig ng kaso mo. [4] Kung ako sana ang hukom, makakalapit sa akin ang bawat tao na mayroong reklamo o kaso, at titiyakin kong mabibigyan siya ng hustisya." [5] At kung may lalapit na tao kay Absalom at yuyukod *bilang paggalang*, niyayakap niya ito at hinahalikan *bilang pagbati*. [6] Ganito ang ginagawa ni Absalom sa lahat ng Israelitang pumupunta sa hari para idulog ang kaso nila. Kaya nakuha niya ang tiwala ng mga Israelita.

[7] Pagkalipas ng apat na taon,[a] sinabi ni Absalom sa hari, "Payagan n'yo po akong pumunta sa Hebron para tuparin ang ipinangako ko sa Panginoon. [8] Noong naninirahan pa ako sa Geshur na sakop ng Aram, nangako ako sa Panginoon na kung pababalikin ulit ako ng Panginoon sa Jerusalem, sasamba ako sa kanya sa Hebron." [9] Sinabi ng hari sa kanya, "Sige, magkaroon ka sana ng matiwasay na paglalakbay." Kaya pumunta si Absalom sa Hebron.

[10] Pero nang dumating si Absalom sa Hebron, lihim siyang nagsugo ng mga mensahero sa buong Israel para sabihin, "Kapag narinig n'yo ang tunog ng trumpeta, sumigaw kayo, 'Si Absalom na ang hari *ng Israel, at doon siya naghahari* sa Hebron!' " [11] Isinama ni Absalom ang 200 tao para pumunta sa Hebron. Subalit ang mga taong ito'y walang alam sa mga plano ni Absalom. [12] Habang naghahandog si Absalom, ipinatawag niya si Ahitofel sa bayan ng Gilo. Taga-Gilo si Ahitofel at isa 'sa mga tagapayo ni David. Habang tumatagal, lalong dumarami ang mga tagasunod ni Absalom, kaya lumakas nang lumakas ang plano niyang pagrerebelde laban kay David.

Tumakas si David

[13] May isang mensaherong nagsabi kay David na ang mga Israelita'y nakipagsabwatan na kay Absalom. [14] Sinabi ni David sa lahat ng kasama niyang opisyal sa Jerusalem, "Dali, kailangan nating makatakas agad. Baka sumalakay si Absalom at maabutan niya tayo at pagpapatayin tayong lahat pati na ang mga nakatira sa Jerusalem. Dalian n'yo, kung gusto ninyong makaligtas kay Absalom!" [15] Sinabi ng mga opisyal, "Mahal na Hari, handa po kaming gawin ang anumang sabihin n'yo sa amin." [16] Kaya lumakad si David kasama ang buong sambahayan niya, pero iniwan niya ang sampu niyang asawang alipin para asikasuhin ang palasyo.

[17] Lumakad na si David at ang mga tauhan niya, at huminto sila sa tapat ng kahuli-hulihang bahay ng lungsod, [18] at pinauna niya David at lahat ng tauhan niya, pati na ang lahat *ng personal niyang tagapagbantay* na mga Kereteo at Peleteo. Sumunod ang 600 tao na galing sa Gat at sumama kay David. [19] Sinabi ni David kay Itai na *pinuno ng mga* taga-Gat, "Bakit kayo sumasama sa amin? Bumalik kayo sa Jerusalem, sa *bagong hari ninyo na si Absalom*. Mga dayuhan lang kayo sa Israel na tumakas mula sa lugar ninyo. [20] Kadarating lang ninyo dito, tapos ngayon sasama kayo sa amin na hindi nga namin alam kung saan kami pupunta? Bumalik na kayo kasama ang mga kababayan n'yo, at ipakita sana sa inyo ng Panginoon ang pagmamahal niya at katapatan." [21] Pero sumagot si Itai sa hari, "Sumusumpa po ako sa Panginoon na buhay at sa inyo, Mahal na Hari, sasama po kami sa inyo kahit saan kayo pumunta, kahit na kamatayan pa ang kahihinatnan namin." [22] Sinabi ni David sa kanya, "Kung ganoon, sige, sumama kayo sa amin." Kaya lumakad si Itai at ang lahat ng tauhan niya, at ang pamilya niya. [23] Humagulgol ang mga tao sa Jerusalem habang dumadaan ang mga tauhan ni David. Tumawid si David sa Lambak ng Kidron kasama ang kanyang mga tauhan patungo sa disyerto.

[24] Nandoon ang mga paring sina Zadok at Abiatar, at ang mga Levita na buhat ang Kahon ng Kasunduan ng Dios. Inilagay nila ang Kahon

---

a 7 apat na taon: Ito'y batay sa ibang mga tekstong Septuagint at Syriac. Sa Hebreo, *40 taon.*

ng Kasunduan *sa tabi ng daan* at naghandog si Abiatar hanggang sa makaalis ang lahat ng tauhan ni David sa lungsod. [25] Pagkatapos, sinabi ni David kay Zadok, "Ibalik ang Kahon ng Dios sa Jerusalem. Kung nalulugod sa akin ang PANGINOON, pababalikin niya ako sa Jerusalem at makikita ko itong muli at ang lugar na kinalalagyan nito. [26] Pero kung hindi, handa ako kung anuman ang gusto niyang gawin sa akin."

[27] Sinabi pa ni David kay Zadok, "Matiwasay kayong bumalik ni Abiatar sa Jerusalem kasama ang anak mong si Ahimaaz at ang anak ni Abiatar na si Jonatan, at magmanman kayo roon. [28] Maghihintay ako sa tawiran ng ilog sa disyerto hanggang sa makatanggap ako ng balita galing sa inyo." [29] Kaya ibinalik nina Zadok at Abiatar ang Kahon ng Dios sa Jerusalem, at nanatili sila roon.

[30] Umiiyak na umakyat si David sa Bundok ng Olibo. Nakapaa lang siya at tinakpan niya ang ulo niya *bilang pagdadalamhati.* Nakatakip din ng ulo ang mga kasama niya at umiiyak habang umaakyat. [31] May nagsabi kay David na si Ahitofel ay sumama na kay Absalom. Kaya nanalangin si David, "PANGINOON, gawin po ninyong walang kabuluhan ang mga payo ni Ahitofel."

[32] Nang makarating sina David sa ibabaw ng Bundok ng Olibo, kung saan sinasamba ang Dios, sinalubong siya ni Hushai na Arkeo. Punit ang damit niya at may alikabok ang kanyang ulo *bilang pagdadalamhati.* [33] Sinabi ni David sa kanya, "Wala kang maitutulong kung sasama ka sa akin. [34] Pero kung babalik ka sa lungsod at sasabihin mo kay Absalom na pagsisilbihan mo siya gaya ng pagsisilbing ginawa mo sa akin, matutulungan mo pa ako sa pamamagitan ng pagsalungat sa bawat payong ibibigay ni Ahitofel. [35] Naroon din sina Zadok at Abiatar na mga pari. Sabihin mo sa kanila ang lahat ng maririnig mo sa palasyo ng hari. [36] Pagkatapos, paputunhin mo sa akin ang mga anak nilang sina Ahimaaz at Jonatan para ibalita sa akin ang mga narinig nila." [37] Kaya bumalik sa Jerusalem si Hushai na kaibigan ni David. Nagkataon naman na papasok noon ng lungsod si Absalom.

Si David at si Ziba

16 Kalalampas pa lang nang kaunti ni David sa ibabaw ng bundok nang salubungin siya ni Ziba na katiwala ni Mefiboset. May dalawa itong asno na may kargang 200 tinapay, 100 kumpol ng ubas, 100 piraso ng hinog na prutas,[a] at katas ng ubas na nakalagay sa balat na sisidlan. [2] Tinanong ni David si Ziba, "Bakit nagdala ka ng mga iyan?" Sumagot si Ziba, "Ang mga asno po ay para sakyan ng sambahayan n'yo, ang mga tinapay naman at prutas ay para kainin n'yo at ng mga kasama ninyo, at ang katas ng ubas ay para naman inumin n'yo kapag napagod kayo sa disyerto." [3] Nagtanong si David, "Nasaan na *si Mefiboset,* ang apo ng amo mong si Saul?" Sumagot si Ziba, "Nagpaiwan po siya sa Jerusalem, dahil iniisip niyang gagawin siyang hari ngayon ng mga Israelita sa kaharian ng lolo niyang si Saul. [4] Sinabi ni David, "Kung ganoon, ibinigay ko na sa iyo ngayon ang lahat ng

ari-arian ni Mefiboset." Sinabi ni Ziba, "Mahal na Hari, handa po akong sumunod sa inyo. Malugod sana kayo sa akin."

Sinumpa ni Shimei si David

[5] Nang papalapit na si Haring David sa Bahurim, may taong lumabas sa bayang iyon at isinumpa si David. Ang taong ito ay si Shimei na anak ni Gera at kamag-anak ni Saul. [6] Binato niya si David at ang mga opisyal nito kahit na napapaligiran si David ng mga tauhan at mga personal niyang tagapagbantay. [7] Ito ang sinabi niya kay David: "Huwag kang papasok sa bayan namin, mamamatay-tao at masamang tao ka! [8] Ginagantihan ka ng PANGINOON sa pagpatay mo kay Saul at sa sambahayan niya. Kinuha mo ang kanyang trono, pero ngayon, ibinigay ito ng PANGINOON sa anak mong si Absalom. Bumagsak ka dahil mamamatay-tao ka!"

[9] Sinabi ni Abishai na anak ni Zeruya sa hari, "Mahal na Hari, bakit n'yo po pinapabayaang sumpain kayo ng taong iyan na tulad lang ng patay na aso? Payagan n'yo po akong pugutan siya ng ulo." [10] Pero sinabi ng hari, "Kayong mga anak ni Zeruya, wala kayong pakialam dito! Kung inutusan siya ng PANGINOON sumpain ako, sino ako para pigilan siya?" [11] Sinabi ni David kay Abishai at sa lahat ng opisyal niya, "Kung ang anak ko nga ay binabalak akong patayin, paano pa kaya itong kamag-anak ni Saul?[b] Inutusan siya ng PANGINOON kaya hayaan n'yo na lang siya. [12] Baka makita ng PANGINOON ang paghihirap ko, at gantihan niya ng kabutihan ang kasamaang nararanasan ko ngayon." [13] Kaya nagpatuloy sa paglakad sina David at ang mga tauhan niya. Sinusundan din sila ni Shimei, pero sa gilid ng burol lang siya dumadaan. Habang naglalakad siya, isinusumpa niya si David at hinahagisan ng bato at lupa. [14] Napagod sina David at ang mga tauhan niya kaya nagpahinga sila pagdating nila sa Ilog ng Jordan.[c]

Nakipagkita si Hushai kay Absalom

[15] Samantala, dumating sa Jerusalem sina Absalom, Ahitofel at ang iba pang mga Israelita. [16] Dumating din doon si Hushai na Arkeo, na kaibigan ni David. Pumunta siya kay Absalom at sinabi, "Mabuhay ang hari! Mabuhay ang hari!" [17] Tinanong ni Absalom si Hushai, "Nasaan na ang katapatan mo sa kaibigan mo *na si David*? Bakit hindi ka sumama sa kanya?" [18] Sumagot si Hushai, "Hindi! Sa inyo po ako sasama dahil kayo ang pinili ng PANGINOON at ng buong mamamayan ng Israel na maging hari. [19] Bukod pa riyan, sino pa ba ang pagsisilbihan ko, kundi *kayo na* anak ni David. Naglingkod ako noon sa ama n'yo, ngayon, kayo naman ang paglilingkuran ko."

Ang Payo ni Ahitofel kay Absalom

[20] Sinabi ni Absalom kay Ahitofel, "*Ngayon,* ano ang maipapayo mong gawin natin?" [21] Sumagot si Ahitofel, "Sipingan n'yo ang mga asawang alipin ng inyong ama na kanyang iniwan para asikasuhin ang

---

a 1 prutas: Marahil igos o ibang prutas.

b 11 kamag-anak ni Saul: sa Hebreo, *Benjaminita.*

c 14 sa Ilog ng Jordan: Wala ito sa Hebreo, pero makikita sa tekstong Griego.

palasyo. At malalaman ng buong Israel na ginalit n'yo nang labis ang inyong ama at lalakas pa lalo ang suporta ng mga tauhan n'yo sa inyo." ²²Kaya nagpatayo sila ng tolda sa bubungan ng palasyo para kay Absalom, at nakikita ng buong Israel na pumapasok siya roon para sumiping sa mga asawa ng kanyang ama.

²³Nang mga panahong iyon, sinusunod ni Absalom ang mga payo ni Ahitofel, gaya ng ginawa ni David. Dahil ipinapalagay nilang galing sa Dios ang bawat payong ibinibigay ni Ahitofel.

17 Sinabi ni Ahitofel kay Absalom, "Payagan n'yo po akong pumili*ᵃ* ng 12,000 tauhan para hanapin sina David ngayong gabi. ²Sasalakayin namin sila habang pagod sila at nanghihina. Matataranta sila at magsisitakas ang mga tauhan niya. Si David lang po ang papatayin ko, ³at pababalikin ko sa inyo ang lahat ng tauhan niya gaya ng pagbabalik ng asawa sa kabiyak nito.*ᵇ* Kapag napatay si David, hindi na makakalaban ang mga tauhan niya." ⁴Mukhang mabuti naman ang payo na ito para kay Absalom at sa lahat ng tagapamahala ng Israel.

⁵Pero sinabi ni Absalom, "Tawagin natin si Hushai na Arkeo, at nang malaman natin kung ano ang masasabi niya." ⁶Kaya nang dumating si Hushai, sinabi sa kanya ni Absalom ang payo ni Ahitofel. Pagkatapos, nagtanong si Absalom, "Gagawin ba natin ang sinabi niya? Kung hindi, ano ang dapat nating gawin?" ⁷Sumagot si Hushai, "Sa ngayon, hindi maganda ang ipinayo ni Ahitofel. ⁸Kilala n'yo ang ama n'yo at ang mga tauhan niya; magigiting silang mandirigma at mababangis tulad ng oso na inagawan ng mga anak. Bukod pa riyan, bihasa ang ama n'yo sa pakikipaglaban, at hindi siya natutulog na kasama ng mga tauhan niya. ⁹Maaaring sa oras na ito, nagtatago siya sa kweba o kung saang lugar. Kung sa unang paglalaban n'yo ay mapatay ang iba sa mga sundalo n'yo, sasabihin ng makakarinig nito na natalo na ang mga sundalo ninyo. ¹⁰Kahit ang pinakamagigiting n'yong sundalo na kasintapang ng leon ay matatakot. Sapagkat nalalaman ng lahat ng Israelita na ang ama ninyo'y bihasang mandirigma at matatapang ang tauhan niya. ¹¹Ang payo ko, tipunin n'yo ang buong hukbo ng mga Israelita mula sa Dan hanggang Beersheba,*ᶜ* na kasindami ng buhangin sa tabing dagat. At kayo mismo ang mamuno sa kanila sa pakikipaglaban. ¹²Hahanapin natin si David saanman siya naroon. Susugod tayo sa kanya na gaya ng pagpatak ng hamog sa lupa at walang makakaligtas isa man sa kanila. ¹³Kung tatakas siya sa isang bayan doon, ang buong Israel ay nandoon naghihintay sa iyong iuutos. Pagkatapos, maaari naming talian ang pader nito at hilahin papunta sa kapatagan hanggang sa magiba ito, at hanggang sa wala na batong matitira roon."

¹⁴Sinabi ni Absalom at ng lahat ng namumuno sa Israel, "Mas mabuti ang payo ni Hushai na Arkeo kaysa kay Ahitofel." *Ang totoo, mas* mabuti ang payo ni Ahitofel, pero niloob ng Panginoon na hindi ito sundin ni Absalom para ibagsak siya.

¹⁵Sinabi ni Hushai sa mga paring sina Zadok at Abiatar ang payo ni Ahitofel kay Absalom at sa mga tagapamahala ng Israel, at pati na rin ang ibinigay niyang payo. ¹⁶Pagkatapos, sinabi niya sa kanila, "Ipaalam n'yo agad kay David na huwag siyang magpaiwan sa tawiran *ng Ilog ng Jordan* sa disyerto ngayong gabi, tumawid sila agad *sa ilog* para hindi sila mamatay."

¹⁷Nang mga panahong iyon, naghihintay sina Jonatan *na anak ni Abiatar* at Ahimaaz *na anak ni Zadok* sa En Rogel, dahil ayaw nilang makitang labas-masok sila ng Jerusalem. Pinapapunta na lang nila ang isang aliping babae para sabihin sa kanila ang nangyayari, at saka nila ito sasabihin kay David. ¹⁸Pero isang araw, nakita sila ng isang binatilyo, kaya sinabi niya ito kay Absalom. Kaya nagmamadaling umalis ang dalawa, at pumunta sa bahay ng isang lalaki sa Bahurim. Mayroong balon ang lalaking ito na malapit sa bahay niya, at doon, bumaba sina Jonatan at Ahimaaz *para magtago.* ¹⁹Kumuha ng takip ang asawa ng lalaki, tinakpan ang balon, at nagbilad siya ng butil sa ibabaw nito para walang maghinalang may nagtatago roon. ²⁰Nang makarating ang mga tauhan ni Absalom sa bahay ng lalaki, tinanong nila ang asawa nito, "Nakita n'yo ba sina Ahimaaz at Jonatan?" Sumagot ang asawa, "Tumawid sila sa ilog." Hinanap sila ng mga tauhan pero hindi sila nakita, kaya bumalik sila sa Jerusalem.

²¹Nang makaalis ang mga tauhan ni Absalom, lumabas sina Jonatan at Ahimaaz sa balon, at pumunta sila kay David. Sinabi nila sa kanya "Tumawid po kayo agad sa ilog dahil nagpayo si Ahitofel na patayin kayo." ²²Kaya tumawid si David at ang mga tauhan niya sa *Ilog ng* Jordan, at kinaumagahan, nakatawid na sila sa kabila.

²³Nang malaman ni Ahitofel na hindi sinunod ang payo niya, sumakay siya sa asno niya at umuwi sa bayan niya. Pagkatapos niyang magbigay ng mga habilin sa sambahayan niya, nagbigti siya. Inilibing siya sa pinaglibingan ng kanyang ama. ²⁴Nakarating na si David at ang mga tauhan niya sa Mahanaim. Nakatawid na noon si Absalom at ang mga tauhan nito sa *Ilog ng* Jordan. ²⁵Pinili ni Absalom si Amasa na kapalit ni Joab bilang kumander ng mga sundalo. Si Amasa ay anak ni Jeter na Ishmaelita.*ᵈ* Ang ina niya ay si Abigail na anak ni Nahash at kapatid ng ina ni Joab na si Zeruya. ²⁶Nagkampo si Absalom at ang mga Israelita sa Gilead.

²⁷Nang dumating sina David sa Mahanaim, *binati sila nina* Shobi na anak ni Nahash na Ammonitang taga-Rabba, Makir na anak ni Amiel na taga-Lo Debar, at Barzilai na Gileaditang taga-Rogelim. ²⁸May dala silang mga higaan, mangkok, palayok, trigo, sebada, harina, binusang butil, buto ng mga gulay, ²⁹pulot, mantika, keso at tupa. Ibinigay nila ito kay David at sa mga tauhan niya, dahil alam nilang gutom, pagod, at uhaw na ang mga ito *sa paglalakbay nila* sa ilang.

Napatay si Absalom

18 Pinaggrupo-grupo ni David ang mga tauhan niya sa tig-1,000 at tig-100 at pumili siya ng

---

a 1 Payagan...pumili: o, *Pipili ako.*

b 3 gaya...kabiyak nito: Ito'y batay sa Septuagint.

c 11 mula sa Dan hanggang Beersheba: Ang ibig sabihin, *ang buong Israel.*

d 25 Ishmaelita: Ito'y batay sa ibang tekstong Septuagint; sa Hebreo, *Israelita.*

mga pinuno na mamumuno sa kanila. ² Pinalakad niya sila sa tatlong grupo. Si Joab ang pinuno ng isang grupo, si Abishai na kapatid ni Joab ang sa isang grupo, at si Itai naman na taga-Gat ang sa isa pang grupo. Sinabi ni Haring David sa kanila, "Ako mismo ang mamumuno sa inyo sa pakikipaglaban." ³ Pero sinabi ng mga tauhan niya, "Hindi po kayo dapat sumama sa amin. Wala pong halaga sa mga kalaban kung tatakas kami, o kung mapatay ang kalahati sa amin. Mas gusto nilang mapatay kayo kaysa sa 10,000 sa amin. Kaya mabuti pang maiwan na lang kayo rito sa lungsod at magpadala sa amin ng tulong kung kinakailangan." ⁴ Sumagot si Haring *David*, "Gagawin ko kung ano ang mabuti sa tingin ninyo." Tumayo si Haring *David* sa gilid ng pintuan ng *lungsod* habang lumalabas ang lahat ng tauhan niya na nakagrupo sa tig-1,000 at tig-100. ⁵ Nag-utos si Haring *David* kina Joab, Abishai at Itai, "Alang-alang sa akin, huwag n'yong sasaktan ang binatang si Absalom." Narinig ng lahat ng grupo ang utos na ito ni David sa mga kumander *ng mga sundalo* niya.

⁶ Lumakad na ang mga sundalo *ni David* para makipaglaban sa *mga sundalo ng* Israel, at sa kagubatan ng Efraim sila naglaban. ⁷ Natalo ng mga sundalo ni David ang mga Israelita. Maraming namatay nang araw na iyon—20,000 tao. ⁸ Lumaganap ang labanan sa buong kagubatan, at mas maraming namatay sa panganib sa kagubatan kaysa sa mga namatay sa espada.

⁹ Sa panahon ng labanan, nasalubong ni Absalom ang mga tauhan ni David, at tumakas siya sakay ng mola[a] niya. At habang nagpapasuot-suot siya sa ilalim ng malalagong sanga ng malaking *puno ng ensina*, sumabit ang ulo niya sa sanga. Dumiretso ng takbo ang mola at naiwan siyang nakabitin sa puno. ¹⁰ Nang makita ito ng isang tauhan *ni David*, pinuntahan niya si Joab at sinabi, "Nakita ko si Absalom na nakabitin sa *puno ng* ensina." ¹¹ Sinabi sa kanya ni Joab, "Ano? Nakita mo siya? Bakit hindi mo siya pinatay? Binigyan sana kita ng gantimpalang sampung pirasong pilak at espesyal na sinturon para sa isang opisyal." ¹² Pero sumagot ang tauhan, "Kahit na bigyan mo pa ako ng 1,000 pirasong pilak, hindi ko papatayin ang anak ng hari. Narinig namin ang iniutos ng hari sa iyo, kay Abishai at kay Itai, na huwag ninyong sasaktan ang binatang si Absalom alang-alang sa kanya. ¹³ At kahit na suwayin ko pa ang hari sa pamamagitan ng pagpatay kay Absalom, malalaman din ito ng hari, at hindi mo naman ako ipagtatanggol." ¹⁴ Sinabi ni Joab, "Nagsasayang lang ako ng oras sa iyo!" Pagkatapos, kumuha siya ng tatlong sibat at pinuntahan si Absalom na buhay pang nakasabit sa puno ng ensina. Pagkatapos, sinibat niya sa dibdib si Absalom. ¹⁵ Pinalibutan pa ng sampung tagadala ng armas ni Joab si Absalom at tinuluyan siyang patayin. ¹⁶ Pinatunog ni Joab ang trumpeta para itigil na ang labanan, at upang tumigil na ang mga tauhan niya sa paghabol sa mga sundalo ng Israel. ¹⁷ Kinuha nila ang bangkay ni Absalom at inihulog sa malalim na hukay sa kagubatan, at tinabunan ito ng napakaraming malalaking tipak ng bato.

Samantala, tumakas pauwi ang lahat ng sundalo ng Israel.

¹⁸ Noong buhay pa si Absalom, nagpatayo siya ng monumento para sa sarili niya sa Lambak ng Hari, dahil wala siyang anak na lalaki na magdadala ng pangalan niya. Tinawag niya itong "Monumento ni Absalom", at hanggang ngayon, ito pa rin ang tawag dito.

Ipinagluksa ni David ang Pagkamatay ni Absalom

¹⁹ Sinabi ng anak ni Zadok na si Ahimaaz, *kay Joab*, "Payagan mo akong pumunta kay David para ibalita sa kanya na iniligtas siya ng Panginoon sa mga kalaban niya." ²⁰ Sinabi ni Joab, "Hindi ka magbabalita sa hari sa araw na ito. Pwede sa ibang araw, pero hindi ngayon, dahil namatay ang anak ng hari." ²¹ Sinabi ni Joab sa isang tao na galing sa Etiopia,[b] "Puntahan mo si Haring *David* at sabihin mo ang nakita mo." Yumukod muna ito kay Joab bago patakbong umalis. ²² Muling sinabi ni Ahimaaz kay Joab, "Kahit ano pa ang mangyari, payagan mo akong sumunod sa taong taga-Etiopia." Sinabi ni Joab, "Anak, bakit gusto mong gawin ito? Wala ka namang makukuhang gantimpala sa pagbabalita mo." ²³ Sinabi ni Ahimaaz, "Kahit anong mangyari, aalis ako." Kaya sinabi ni Joab sa kanya, "Sige, umalis ka!" Kaya tumakbo si Ahimaaz at tinahak ang daan papuntang kapatagan *ng Jordan*, at naunahan pa niya ang taong taga-Etiopia.

²⁴ Habang nakaupo si David sa pagitan ng pintuan ng unang pader at pintuan ng ikalawang pader *ng lungsod*, umakyat sa pader ang tagapagbantay ng lungsod at tumayo sa bubong ng pintuan. Habang tumitingin-tingin siya roon, may nakita siyang isang taong tumatakbo. ²⁵ Sumigaw siya kay David na may dumarating na tao, nang mga panahong iyon ay nasa ilalim ng bubong ang hari. Sinabi ni David, "Kung mag-isa lang siya, may dala siguro siyang balita." Habang papalapit nang papalapit ang tao, ²⁶ may nakita pa siyang isang taong tumatakbo rin. Sumigaw siya sa ibaba na may isa pang taong paparating. Sinabi ng hari, "May dala rin siguro siyang balita." ²⁷ Sinabi ng tagapagbantay, "Para pong si Ahimaaz na anak ni Zadok ang unang paparating." Sinabi ng hari, "Mabuti siyang tao. Magandang balita siguro ang dala niya." ²⁸ Pagdating ni Ahimaaz, kinamusta niya ang hari at yumukod siya rito *bilang paggalang*. Pagkatapos, sinabi niya, "Purihin ang Panginoon na inyong Dios, Mahal na Hari! Pinagtagumpay niya po kayo laban sa mga taong naghimagsik sa inyo." ²⁹ Nagtanong ang hari, "Kumusta ang binatang si Absalom? Ayos lang ba siya?" Sumagot si Ahimaaz, "Nang ipinatawag ako ni Joab na lingkod n'yo, nakita ko pong nagkakagulo ang mga tao pero hindi ko alam kung ano iyon." ³⁰ Sinabi ng hari, "Diyan ka lang." Kaya tumayo siya sa tabi. ³¹ Maya-maya pa, dumating ang taong taga-Etiopia at sinabi, "Mahal na Hari, may maganda po akong balita. Iniligtas po kayo ng Panginoon sa araw na ito sa lahat ng naghimagsik laban sa inyo." ³² Nagtanong sa kanya ang hari, "Kumusta ang binata kong si Absalom? Hindi ba siya nasaktan?"

---

a 9 mola: sa Ingles, *"mule."* Hayop na parang kabayo.   *b 21 na galing sa Etiopia:* sa Hebreo, *na galing sa Cush.*

Sumagot ang tao, "Ang nangyari po sana sa kanya ay mangyari siya sa lahat ng kalaban n'yo, Mahal na Hari."

³³ Nanginig si David. Umakyat siya sa kwarto sa itaas ng pintuan ng lungsod at umiyak. Habang umaakyat siya, sinasabi niya, "O Absalom, anak ko, ako na lang sana ang namatay sa halip sa ikaw. O Absalom, anak ko, anak ko!"

19 May nagsabi kay Joab na umiiyak ang hari at nagluluksa dahil kay Absalom. ² Nang marinig ito ng mga sundalo, natigil ang kasayahan ng kanilang tagumpay at napalitan ito ng pagluluksa. ³ Tahimik silang bumalik sa lungsod *ng Mahanaim*, gaya ng mga sundalong nahihiya dahil tumakas mula sa labanan. ⁴ Tinakpan ni David ang mukha niya at umiyak nang labis, "O Absalom, anak ko, anak ko!"

⁵ Pumunta si Joab sa bahay ng hari at sinabi, "Ipinahiya n'yo ngayon ang mga tauhan ninyong nagligtas sa buhay n'yo at sa buhay ng mga anak at asawa ninyo. ⁶ Minamahal n'yo ang mga napopoot sa inyo, at kinapopootan ang mga nagmamahal sa inyo. Malinaw po na hindi n'yo pinapahalagahan ang mga opisyal at tauhan ninyo. Sa tingin ko, mas masisiyahan pa kayo kung namatay kaming lahat at nabuhay si Absalom. ⁷ Lumabas po kayo ngayon at pasalamatan ang mga tauhan ninyo. Dahil kung hindi, isinusumpa ko sa PANGINOON na wala ni isa sa kanilang maiiwan na kasama n'yo ngayong gabi. Ito ang pinakamasamang mangyayari sa inyo mula noon hanggang ngayon." ⁸ Kaya tumayo si David at umupo sa may pintuan ng lungsod. Nang malaman ito ng mga tao, nagtipon silang lahat sa kanya.

Bumalik si David sa Jerusalem

Samantala, tumakas pauwi ang mga sundalo ng Israel *na mga tauhan ni Absalom*. ⁹ Nagtalo-talo ang mga tao sa buong Israel. Sinabi nila, "Iniligtas tayo ni Haring *David* sa kamay ng mga Filisteo, pero tumakas siya sa bayan natin dahil kay Absalom. ¹⁰ Pinili nating maging hari si Absalom, pero napatay naman siya sa labanan. Bakit hindi tayo humanap ng paraan para mapabalik natin si David bilang hari?"

¹¹⁻¹² Nang mabalitaan ni Haring David ang pinag-usapan nila, nagpadala siya ng mensahe sa mga paring sina Zadok at Abiatar, na sinasabi, "Sabihin n'yo ito sa mga tagapamahala ng Juda: 'Nabalitaan kong gusto ng inyong mga mamamayan na ibalik ako bilang hari, at kayo pa ang huling nagpasya na pabalikin ako sa aking trono? Hindi ba't mga kamag-anak at kalahi ko kayo?' ¹³ At sabihin n'yo rin ito kay Amasa, 'Dahil kalahi kita, gagawin kitang kumander ng mga sundalo ko kapalit ni Joab. Kung hindi ko ito gagawin, parusahan sana ako nang matindi ng Dios.' "

¹⁴ Napapayag ni David ang mga taga-Juda at nagkaisa sila sa kanilang desisyon. At ipinasabi nila kay David, "Bumalik po kayo rito at ang lahat ng tauhan ninyo."

¹⁵ Habang pabalik si David, sinalubong siya ng mga mamamayan ng Juda roon sa *Ilog ng* Jordan. Ang mga taong ito'y nagtipon sa Gilgal para samahan siya sa pagtawid sa ilog. ¹⁶ Nagmamadaling sumama sa pagsalubong kay David si Shimei na anak ni Gera, isang Benjaminita galing Bahurim.

¹⁷ May kasama siyang 1,000 Benjaminita, kasama na rito si Ziba na katiwala ng sambahayan ni Saul, at ang 15 nitong anak na lalaki at 20 utusan. Nagmamadali nilang sinalubong si David sa *Ilog ng* Jordan. ¹⁸ Tinulungan nilang lahat si David at ang sambahayan niya sa pagtawid ng ilog, at sinunod nila ang anumang gustuhin ni David.

Pinatawad ni David si Shimei

Nang patawad pa lang ng *Ilog ng* Jordan si David, nagpatirapa si Shimei sa harapan niya *bilang paggalang*, ¹⁹ at sinabi, "Mahal na Hari, patawarin n'yo po ako. Kalimutan n'yo na po sana ang masamang ginawa ko sa inyo noong umalis kayo sa Jerusalem. ²⁰ Inaamin ko po na nagkasala ako, Mahal na Hari. Kaya nga nauna akong dumating dito kaysa sa ibang mga lahi sa hilaga*ᵃ* para salubungin kayo."

²¹ Pagkatapos, sinabi ni Abishai na anak ni Zeruya, "Hindi ba't dapat patayin si Shimei dahil isinumpa niya ang piniling hari ng PANGINOON?" ²² Pero sinabi ni David, "Kayong mga anak ni Zeruya, ano ang pakialam n'yo? Huwag na ninyong salungatin ang desisyon ko. Ako na ngayon ang hari ng Israel, at walang taong papatayin sa Israel sa araw na ito." ²³ Kaya sinabi ni David kay Shimei, "Isinusumpa ko na hindi ka papatayin."

²⁴⁻²⁵ Pumunta rin doon si Mefiboset na apo ni Saul para salubungin si David. Galing siya sa Jerusalem. Hindi pa siya nakakapaghugas ng paa, nakakapag-ahit ng balbas, at nakakapagpalit ng damit niya mula nang umalis si David sa Jerusalem hanggang sa matagumpay na nakabalik ito. Nang makarating siya roon, tinanong siya ni David, "Mefiboset, bakit hindi ka sumama sa akin?" ²⁶ Sumagot siya, "Mahal na Hari, alam ninyong lumpo ako. Sinabihan ko ang utusan kong si Ziba na ihanda ang asno para makasakay ako at makasama sa inyo pero nagtraydor siya sa akin. ²⁷ At siniraan niya po ako sa inyo *na hindi ako sasama*. Pero nalalaman n'yo ang totoo dahil katulad kayo ng anghel ng Dios, kaya gawin n'yo kung ano sa tingin n'yo ang mabuti. ²⁸ Dapat ay papatayin n'yo na ang buong angkan ng lolo ko pero binigyan n'yo ako ng karapatang kumain kasama ninyo. Kaya wala na po akong karapatan pang humingi sa inyo ng pabor." ²⁹ Sinabi ni David sa kanya, "Huwag na nating pag-usapan ito. Nakapagdesisyon na akong paghatian n'yo ni Ziba ang lupain ni Saul." ³⁰ Sinabi ni Mefiboset sa hari, "Ibigay n'yo na lang po sa kanya lahat. Kontento na akong nakauwi kayo nang ligtas."

Ang Kabaitan ni David kay Barzilai

³¹ Pumunta rin kay David si Barzilai na taga-Gilead galing sa Rogelim. Gusto rin niyang tumulong kina Haring David sa pagtawid sa *Ilog ng* Jordan. ³² Matanda si Barzilai; 80 taong gulang na siya. Mayaman siya at siya ang nagbibigay ng mga kailangan ni David noong doon pa ito nakatira sa Mahanaim. ³³ Sinabi sa kanya ni David, "Sumama kang tumawid sa akin at manirahan ka na rin sa Jerusalem. Ako na bahala sa iyo roon." ³⁴ Pero sumagot si Barzilai, "Hindi na po magtatagal ang

---

a 20 ibang mga lahi sa hilaga: sa literal, *ang buong lahi ni Jose.*

buhay ko, bakit pa ako sasama sa inyo sa Jerusalem? ³⁵ Ako po ay 80 taong gulang na, at hindi ko na malaman ang ipinagkaiba ng masarap at hindi masarap. Hindi ko na malasahan ang kinakain at iniinom ko. Hindi ko na marinig ang mga umaawit. Magiging pabigat lang ako sa inyo, Mahal na Hari. ³⁶ Maliit na bagay lang po ang paghahatid ko sa inyo sa Jordan, bakit kailangan n'yo pa akong gantihin ng ganitong gantimpala? ³⁷ Uuwi na lang ako, para kapag namatay ako, doon ako mamamatay sa sarili kong bayan, kung saan inilibing ang mga magulang ko. Narito *ang anak kong* si Kimham na magsisilbi sa inyo. Isama n'yo siya, Mahal na Hari at gawin n'yo kung ano sa tingin ninyo ang makakabuti sa kanya." ³⁸ Sumagot ang hari, "Isasama ko siya at gagawin ko kanya ang anumang kabutihang gagawin ko sana sa iyo, at gagawin ko ang anumang hilingin mo sa akin." ³⁹ Niyakap ni David si Barzilai at binasbasan. Pagkatapos, tumawid si David at ang mga tauhan niya sa *Ilog ng* Jordan, at umuwi si Barzilai sa bahay niya.

⁴⁰ Nang makatawid na si David, pumunta siya sa Gilgal kasama si Kimham at ang buong hukbo ng Juda at kalahati ng hukbo ng Israel.

⁴¹ Nagpunta ang buong hukbo ng Israel sa hari at nagreklamo kung bakit ang mga kadugo nilang taga-Juda ang nanguna sa pagpapatawid sa kanya at sa sambahayan niya, at sa lahat ng tauhan niya. ⁴² Sumagot ang mga taga-Juda sa mga sundalo ng Israel, "Ginawa namin ito dahil ang hari ay malapit naming kamag-anak. Bakit kayo nagagalit? Nakatanggap ba kami ng pagkain o anumang regalo galing sa kanya? *Hindi!*" ⁴³ Sumagot ang mga taga-Israel, "Sampu kaming lahi ng Israel kaya sampung beses ang karapatan namin sa hari kaysa sa inyo. Bakit ang baba ng tingin n'yo sa amin? Hindi ba't kami ang unang nagsabi na pabalikin natin ang ating hari?" Pero ayaw magpaawat ng mga taga-Juda, at masasakit na salita ang isinasagot nila sa mga taga-Israel.

Nagrebelde si Sheba kay David

20 Ngayon, may isang tao mula sa lahi ni Benjamin na laging naghahanap ng gulo. Siya ay si Sheba na anak ni Bicri. Pinatunog niya ang trumpeta at pagkatapos ay sumigaw, "Mga taga-Israel, wala tayong pakialam kay David na anak ni Jesse! Umuwi na tayong lahat!" ² Kaya iniwan ng mga taga-Israel si David at sumunod kay Sheba na anak ni Bicri. Pero nagpaiwan ang mga taga-Juda sa hari nila at sinamahan siya mula *Ilog ng* Jordan papuntang Jerusalem.

³ Nang makabalik na si David sa palasyo niya sa Jerusalem, iniutos niyang dalhin sa isang bahay ang sampung asawa niyang iniwan para asikasuhin at bantayan ang palasyo. Ibinigay niya lahat ng pangangailangan nila pero hindi na niya sinipingan ang mga ito. Doon sila naninirahan na parang mga biyuda hanggang sa mamatay.

⁴ Pagkatapos, sinabi ng hari kay Amasa, "Tipunin mo ang mga sundalo ng Juda at pumunta kayo sa akin sa ikatlong araw mula ngayon." ⁵ Kaya lumakad si Amasa at tinipon ang mga sundalo ng Juda, pero hindi siya nakabalik sa itinakdang araw ng hari. ⁶ Kaya sinabi ng hari kay Abishai, "Mas

malaking pinsala ang gagawin sa atin ni Sheba kaysa sa ginawa ni Absalom. Kaya ngayon, isama mo ang mga tauhan ko at habulin n'yo siya bago pa niya maagaw ang mga napapaderang lungsod at makalayo siya sa atin."

⁷ Kaya umalis si Abishai sa Jerusalem para habulin si Sheba na anak ni Bicri. Isinama niya si Joab at ang mga tauhan nito, ang *mga personal na tagapagbantay ni David na mga* Kereteo at Peleteo, at ang lahat ng magigiting na sundalo. ⁸ Nang naroon na sila sa malaking bato sa Gibeon, nakasalubong nila si Amasa. Nakabihis pandigma si Joab at nakasuksok ang espada sa sinturon niya. Habang lumalapit siya kay Amasa, lihim niyang hinugot ang espada niya.ᵃ ⁹ Sinabi niya kay Amasa, "Kumusta ka, kaibigan?" Pagkatapos, hinawakan niya ng kanan niyang kamay ang balbas ni Amasa para halikan siya. ¹⁰ Pero hindi napansin ni Amasa ang espada sa kaliwang kamay ni Joab. Sinaksak siya ni Joab sa tiyan at lumuwa ang bituka niya sa lupa. Namatay siya agad kaya hindi na siya muling sinaksak ni Joab. Nagpatuloy sa paghabol kay Sheba ang magkapatid na Joab at Abishai. ¹¹ Tumayo sa tabi ni Amasa ang isa sa mga tauhan ni Joab at sinabi *sa mga tauhan ni Amasa*, "Kung pumapanig kayo kina Joab at David, sumunod kayo kay Joab!" ¹² Nakahandusay sa gitna ng daan ang bangkay ni Amasa na naliligo sa sarili niyang dugo. Sinumang dumadaan doon ay napapahinto at tinitingnan ang bangkay. Nang mapansin ito ng mga tauhan ni Joab, kinaladkad nila ang bangkay ni Amasa mula sa daan papunta sa bukid, at tinakpan ito ng tela. ¹³ Nang makuha na ang bangkay ni Amasa sa daan, nagpatuloy ang lahat sa pagsunod kay Joab sa paghabol kay Sheba.

¹⁴ Samantala, pumunta si Sheba sa lahat ng lahi ng Israel para tipunin ang lahat ng kamag-anak niya.ᵇ Sumunod sa kanya ang mga kamag-anak niya at nagtipon sila sa Abel Bet Maaca. ¹⁵ *Nang mabalitaan ito ni* Joab at ng mga tauhan niya, nagpunta sila sa Abel Bet Maaca at pinalibutan ito. Gumawa sila ng mga tumpok ng lupa sa gilid ng pader para makaakyat sila, at unti-unti nilang sinira ang pader.

¹⁶ May isang matalinong babae sa loob ng lungsod na sumigaw *sa mga tauhan ni Joab*, "Makinig kayo sa akin! Sabihin n'yo kay Joab na pumunta sa akin dahil gusto kong makipag-usap sa kanya." ¹⁷ Kaya pumunta si Joab sa kanya, at nagtanong ang babae, "Kayo ba si Joab?" Sumagot si Joab, "Oo, ako nga." Sinabi ng babae, "Makinig po kayo sa sasabihin ko sa inyo." Sumagot si Joab, "Sige, makikinig ako." ¹⁸ Sinabi ng babae, "May isang kasabihan noon na nagsasabi, 'Kung gusto n'yong malutas ang problema n'yo, humingi kayo ng payo sa lungsod ng Abel.' ¹⁹ Isa po ako sa mga umaasang magpapatuloy ang kapayapaan sa Israel. Pero kayo, bakit pinipilit n'yong ibagsak ang isa sa mga nangungunang lungsodᶜ sa Israel? Bakit gusto n'yong ibagsak ang lungsod na pag-aari ng PANGINOON?" ²⁰ Sumagot si Joab, "Hindi ko gustong ibagsak ang lungsod

---

a 8 lihim…espada niya: o, *nahulog ang espada niya.*

b 14 lahat ng kamag-anak niya: sa Hebreo, *Beriteo.* Maaaring ang ibig sabihin, *mga angkan ni Bicri.*

c 19 isa sa mga nangungunang lungsod: sa literal, *kabisera.*

n'yo! ²¹Hindi iyan ang pakay namin. Sumalakay kami dahil kay Sheba na anak ni Bicri na galing sa kaburulan ng Efraim. Nagrebelde siya kay Haring David. Ibigay n'yo siya sa amin at aalis kami sa lungsod ninyo." Sinabi ng babae, "Ihahagis namin sa inyo ang ulo niya mula sa pader."

²²Kaya pinuntahan ng babae ang mga nakatira sa lungsod at sinabi niya sa kanila ang plano niya. Pinugutan nila ng ulo si Sheba at inihagis nila ito kay Joab. Pagkatapos, pinatunog ni Joab ang trumpeta at umalis ang mga tauhan niya sa lungsod at umuwi. Si Joab ay bumalik sa hari, sa Jerusalem.

Ang mga Opisyal ni David

²³Si Joab ang kumander ng buong hukbo ng Israel. Si Benaya naman na anak ni Jehoyada ang pinuno ng *personal na tagapagbantay ni David na* mga Kereteo at Peleteo. ²⁴Si Adoniram ang namumuno sa mga alipin na sapilitang pinagtatrabaho. Si Jehoshafat na anak ni Ahilud ang tagapag-ingat ng mga kasulatan sa kaharian. ²⁵Si Sheva ang kalihim ng hari. Sina Zadok at Abiatar ang *pinuno ng* mga pari. ²⁶Si Ira na taga-Jair ang personal na pari ni David.

Pinatay ang mga Angkan ni Saul

21 Noong panahon ng paghahari ni David, nagkaroon ng taggutom sa loob ng tatlong taon. Kaya nanalangin si David sa PANGINOON. Sinabi ng PANGINOON, "Dumating ang taggutom dahil pinatay ni Saul at ng pamilya niya ang mga Gibeonita." ²Ang mga Gibeonita ay hindi *mula sa lahi ng* Israelita kundi sa natitirang buhay na mga Amoreo. Nangako ang mga Israelita na hindi nila sila papatayin pero tinangka silang lipulin ni Saul dahil sa matindi niyang pag-alala sa Israel at Juda.

Ipinatawag ni David ang mga Gibeonita, ³at tinanong, "Ano ang maaari kong gawin sa inyo para mabayaran ang kasalanang ginawa ni Saul sa inyo, at para pagpalain ninyo ang mamamayan ng PANGINOON?" ⁴Sumagot ang mga Gibeonita, "Hindi po mababayaran ng pilak o ginto ang galit namin kay Saul at sa pamilya niya. At ayaw din naming pumatay ng sinumang Israelita bilang paghihiganti *maliban na lang kung ipahintulot n'yo ito.*" Nagtanong si David, "Kung ganoon, ano ang gusto n'yong gawin ko para sa inyo?" ⁵Sumagot sila, "Tinangka po kaming patayin ni Saul para walang matira sa amin sa Israel. ⁶Kaya ibigay n'yo sa amin ang pitong lalaki na mula sa angkan niya, dahil papatayin namin sila at pababayaan ang kanilang bangkay sa lugar na malapit sa lugar kung saan sumasamba sa PANGINOON doon sa Gibea, bayan ito ni Saul na *haring* pinili ng PANGINOON." Sinabi ng hari, "Sige, ibibigay ko sila sa inyo." ⁷Hindi ibinigay ni David sa kanila si Mefiboset na anak ni Jonatan at apo ni Saul, dahil sa sumpaan nila ni Jonatan sa presensya ng PANGINOON. ⁸Ang ibinigay ni David ay ang dalawang anak ni Saul na sina Armoni at Mefiboset. Ang ina nila ay si Rizpa na anak ni Aya. Ibinigay din ni David ang limang anak na lalaki ni Merab. Anak ni Saul si Merab at asawa ni Adriel na anak ni Barzilai na taga-Mehola. ⁹Ibinigay sila ni David sa mga Gibeonita, at pinagpapatay silang pito roon sa burol na malapit sa lugar kung saan

sumasamba sa PANGINOON. At pinabayaan lang nila roon ang mga bangkay. Nangyari ito noong nagsisimula pa lang ang anihan ng sebada.

¹⁰Si Rizpa na anak ni Aya ay kumuha ng sako at inilatag ito sa isang malaking bato para gawin niyang higaan. Binantayan niya ang mga bangkay upang hindi kainin ng mga ibon kapag araw at para hindi kainin ng mababangis na hayop kapag gabi. Nanatili siya roon simula nang mag-umpisa ang anihan hanggang sa magtag-ulan.

¹¹Nang malaman ni David ang ginawa ni Rizpa na asawa ni Saul, ¹²nagpunta siya sa mga naninirahan sa Jabes Gilead at hiningi ang mga buto ni Saul at ng anak nitong si Jonatan. (Nang mapatay sina Saul at Jonatan sa pakikipaglaban nila sa mga Filisteo sa Gilboa, ibinitin ng mga Filisteo ang mga bangkay nila sa plasa ng Bet Shan, at lihim na kinuha ng mga taga-Jabes Gilead ang mga bangkay nila.) ¹³Dinala ni David ang mga buto nina Saul at Jonatan, pati na rin ang mga buto ng pitong pinagpapatay ng mga Gibeonita. ¹⁴Ipinalibing niya ito sa mga tauhan niya sa pinaglibingan ng ama ni Saul na si Kish, sa bayan ng Zela sa Benjamin. Natupad ang lahat ng iniutos ni David. Pagkatapos nito, sinagot ng PANGINOON ang mga panalangin nila *na huminto ang taggutom* sa kanilang bansa.

Ang Pakikidigma Laban sa mga Filisteo
(1 Cro. 20:4-8)

¹⁵Dumating ang panahon na muling naglaban ang mga Filisteo at mga Israelita. At nang nakikipaglaban na si David at ang mga tauhan niya, napagod siya. ¹⁶Si Ishbi Benob *na Filisteo* na mula sa angkan ng mga Rafa,ᵃ ay nagtangkang patayin si David. Tanso ang dulo ng sibat niya na tumitimbang ng mga apat na kilo, at may nakasukbit pa siyang bagong espada. ¹⁷Pero dumating si Abishai na anak ni Zeruya para iligtas si David, at pinatay niya ang Filisteo. Pagkatapos nito, sinabi ng mga tauhan ni David sa kanya, "Hindi na po kami papayag na muli kayong sumama sa amin sa labanan. Tulad kayo ng ilaw sa Israel at ayaw naming mawala kayo."

¹⁸Nang sumunod na mga panahon, muling naglaban ang mga Filisteo at mga Israelita sa Gob. Sa labanang ito, pinatay ni Sibecai na taga-Husha si Saf, na isa sa mga angkan ng Rafa. ¹⁹At sa isa pa nilang labanan sa Gob, pinatay ni Elhanan na anak ni Jaare Origem, na taga-Betlehem, si Goliat na taga-Gat. Ang sibat ni Goliat ay mabigat at makapal.ᵇ

²⁰Muli pang naglaban ang mga Filisteo at mga Israelita, nangyari ito sa Gat. Sa labanang ito, may isang tao na sobrang laki, may tig-aanim na daliri sa mga kamay at paa niya. Isa rin siya sa mga angkan ng mga Rafa. ²¹Nang kutyain niya ang mga Israelita, pinatay siya ni Jonatan na anak ng kapatid ni David na si Shimea.

²²Ang apat na Filisteong ito ay mula sa angkan ng Rafa na taga-Gat. Pinatay sila ni David at ng mga tauhan niya.

---

a 16 *Rafa:* o, *Rafamita.* Maaaring matatangkad na tao na naninirahan sa Canaan bago dumating ang mga Israelita. Tingnan ang Deu. 2:10-11.

b 19 mabigat at makapal: sa literal, *katulad ng tungkod na panghabi.*

Ang Awit ng Tagumpay ni David
(Salmo 18)

22 Umawit si David sa PANGINOON nang iligtas siya ng PANGINOON sa kamay ng mga kalaban niya at kay Saul. ² Ito ang awit niya:

"PANGINOON, kayo ang aking matibay na bato *na kanlungan* at pananggalang.
Kayo ang aking Tagapagligtas na nag-iingat sa akin.
Bilang *kanlungan na* bato, makakapagtago ako sa inyo.

³ Sa inyo ako tumatakbo at kumakanlong.
Inililigtas n'yo ako sa mararahas na tao.

⁴ Karapat-dapat kayong purihin PANGINOON,
dahil kapag tumatawag ako sa inyo,
inililigtas n'yo ako sa mga kalaban ko.

⁵ Tulad ng mga alon, ang kamatayan ay nakapalibot sa akin.
Ang mga pinsala'y tulad ng malakas na agos na tumatangay sa akin.

⁶ Ang kamataya'y parang lubid na nakapulupot sa akin at parang bitag sa aking daraanan.

⁷ Sa aking kahirapan, humingi ako ng tulong sa inyo, PANGINOON na aking Dios,
at pinakinggan n'yo ang panalangin ko roon sa inyong templo.

⁸ Lumindol, at ang pundasyon ng kalangitan ay nayanig,
dahil nagalit kayo, PANGINOON.

⁹ Umusok din ang inyong ilong,
at ang inyong bibig ay bumuga ng apoy at mga nagliliyab na baga.

¹⁰ Binuksan n'yo ang langit at kayo'y bumaba,
at tumuntong sa maitim at makapal na ulap.

¹¹ Kayo'y sumakay sa isang kerubin,
at mabilis na lumipad na dala ng hangin.

¹² Pinalibutan mo ang iyong sarili ng kadiliman,
ng madilim at makapal na ulap.

¹³ Kumidlat mula sa inyong kinaroroonan,
at mula roo'y bumagsak ang mga yelo at nagliliyab na baga.

¹⁴ Ang tinig n'yo, Kataas-taasang Dios na aming PANGINOON, ay dumadagundong mula sa langit.

¹⁵ Pinana n'yo ng kidlat ang inyong mga kalaban at nataranta silang nagsitakas.

¹⁶ Sa inyong tinig at matinding galit, *natuyo ang dagat at* nakita ang lupa sa ilalim nito,
pati na rin ang pundasyon ng mundo ay nalantad.

¹⁷ At mula sa langit ako'y inabot n'yo
at inahon mula sa malalim na tubig.

¹⁸ Iniligtas n'yo ako sa kapangyarihan ng aking mga kalaban na hindi ko kayang labanan.

¹⁹ Sinalakay nila ako sa oras ng aking kagipitan.
Ngunit sinaklolohan n'yo ako, PANGINOON.

²⁰ Dinala n'yo ako sa lugar na walang kapahamakan dahil nalulugod kayo sa akin.

²¹ Pinagpala n'yo ako dahil ako'y namumuhay sa katuwiran.

Sa kalinisan ng aking kamay ako'y inyong ginantimpalaan.

²² Dahil sinunod ko ang inyong kalooban,
at hindi ko kayo tinalikuran, PANGINOON na aking Dios.

²³ Tinutupad ko ang lahat ng inyong utos.
Ang inyong mga tuntunin ay hindi ko sinusuway.

²⁴ Alam n'yong namumuhay ako ng walang kapintasan,
at iniiwasan ko ang kasamaan.

²⁵ Kaya naman ako'y inyong ginagantimpalaan,
dahil nakita n'yong wala akong ginagawang kasalanan.

²⁶ Tapat kayo sa mga tapat sa inyo,
at mabuti kayo sa mabubuting tao.

²⁷ Tapat kayo sa mga taong totoo sa inyo,
ngunit mas tuso kayo sa mga taong masama.

²⁸ Inililigtas n'yo ang mga mapagpakumbaba,
ngunit ibinababa n'yo ang mga mapagmataas.

²⁹ PANGINOON, kayo ang aking liwanag
Sa kadiliman kayo ang aking ilaw.

³⁰ Sa tulong n'yo, kaya kong salakayin ang grupo ng mga sundalo,
at kaya kong akyatin ang pader ng kanilang tanggulan.

³¹ Ang pamamaraan n'yo, O Dios ay walang kamalian.
Ang inyong mga salita ay maaasahan.
Kayo'y katulad ng isang kalasag sa mga naghahanap ng kaligtasan sa inyo.

³² Kayo lang, PANGINOON, ang *tunay na* Dios, at wala nang iba.
At kayo lang talaga ang aming batong kanlungan.

³³ Kayo ang nagbibigay sa akin ng kalakasan,ᵃ
at nagbabantay sa aking daraanan.

³⁴ Pinatatatag n'yo ang aking paa tulad ng paa ng usa,
upang maging ligtas ang pag-akyat ko sa matataas na lugar.

³⁵ Sinasanay n'yo ako sa pakikipaglaban, tulad ng pagbanat ng matibay na pana.

³⁶ Ang katulad n'yo ay kalasag na nag-iingat sa akin,
at sa pamamagitan ng inyong tulong ay naging kilala ako.

³⁷ Pinaluwang n'yo ang aking dadaanan,
kaya hindi ako natitisod.

³⁸ Hinabol ko ang aking mga kalaban at inabutan ko sila,
at hindi ako tumigil hanggang sa naubos ko sila.

³⁹ Hinampas ko sila hanggang sa magsibagsak,
at hindi na makabangon sa aking paanan.

⁴⁰ Binigyan n'yo ako ng lakas sa pakikipaglaban,
kaya natalo ko ang aking mga kalaban.

⁴¹ Dahil sa inyo, umatras ang aking mga kaaway na may galit sa akin,
at sila'y pinatay ko.

ᵃ 33 Kayo...kalakasan: Ito'y ayon sa Dead Sea Scrolls, Latin Vulgate, Syriac at sa ibang tekstong Septuagint. Sa Hebreo, *Ikaw ang matatag na lugar na aking kanlungan.*

⁴²Humingi sila ng tulong, ngunit walang
sinumang tumulong.
Tumawag din sila sa inyo Panginoon,
ngunit kayo'y hindi tumugon.
⁴³Dinurog ko sila hanggang sa naging parang
alikabok na lamang na inililipad ng
hangin,
at tinatapak-tapakan na parang putik sa
kalsada.
⁴⁴Iniligtas n'yo ako Panginoon sa mga rebelde
kong mamamayan.
Ginawa n'yo akong pinuno ng mga bansa.
Ang mga taga-ibang lugar ay sumusunod
sa akin.
⁴⁵Yumuyukod sila sa akin nang may takot at
sinusunod ang aking mga utos.
⁴⁶Nawawalan sila ng lakas ng loob,
kaya lumalabas sila sa kanilang
pinagtataguan na nanginginig sa takot.
⁴⁷Buhay kayo, Panginoon!
Karapat-dapat kayong purihin at dakilain,
O Dios na aking batong *kanlungan* at
Tagapagligtas!
⁴⁸Pinaghigantihan n'yo ang aking mga kaaway,
at ipinasailalim mo ang mga bansa sa aking
kapangyarihan.
⁴⁹Inilalayo n'yo ako sa mararahas kong kalaban,
at pinagtagumpay n'yo ako sa kanila.
⁵⁰Kaya pararangalan ko kayo sa mga bansa, O
Panginoon.
Aawitan ko kayo ng mga papuri.
⁵¹Sa hinirang n'yong hari ay nagbigay kayo ng
maraming tagumpay.
Ang inyong pagmamahal ay ipinadama
n'yo kay David at sa kanyang lahi
magpakailanman.”

Ang Mga Huling Pangungusap ni David

23 Pinatanyag ng Kataas-taasang Dios si David
na anak ni Jesse. Pinili siya ng Dios ni Jacob
para maging hari, at sumulat siya ng magagandang
awit ni Israel. Ito ang mga huling pangungusap
niya:

²“Nagsalita ang Espiritu ng Panginoon sa
pamamagitan ko;
ang mga mensahe niya'y nasa aking mga
labi.
³Sinabi sa akin ng Dios, na bato *na kanlungan*
ng Israel,
'Ang namumuno nang matuwid at may
takot sa Dios,
⁴tulad ng liwanag ng araw na sumisikat sa
umaga na walang maitim na ulap,
na nagpapakinang sa mga damo
pagkatapos ng ulan!'
⁵Ganyan ang pamilya ko sa paningin ng Dios,
at gumawa siya ng kasunduang walang
hanggan sa akin.
Maayos at detalyado ang kasunduang ito at
hindi ia mapapalitan.
Kaya nakatitiyak ako na palagi akong
ililigtas ng Dios
at ibibigay niya sa akin ang lahat ng aking
mga ninanais.

⁶⁻⁷Ngunit ang masasamang tao'y gaya ng
matitinik na mga halaman na
itinatapon.
Hindi sila pwedeng kunin sa pamamagitan
lang ng kamay, kailangan pa itong
gamitan ng kagamitang gawa sa bakal
o kahoy,
at susunugin sila sa lugar na kinaroroonan
nila.”

Ang Matatapang na Tauhan ni David
(1 Cro. 11:10-41)

⁸Ito ang mga matatapang na tauhan ni David:
Si Josheb Bashebet na taga-Takemon ang
nanguguna sa tatlo *na matatapang na tauhan ni
David*. Sa isang labanan lang, nakapatay siya ng 800
tao sa pamamagitan ng sibat niya.
⁹Ang sumunod sa kanya ay si Eleazar na anak
ni Dodai na angkan ni Ahoa, na isa sa tatlo *na
matatapang na tauhan ni David*. Isa siya sa mga
kasama ni David na humamon sa mga Filisteong
nagtipon sa Pas Damim[a] sa pakikipaglaban.
Tumakas ang mga Israelita, ¹⁰pero nagpaiwan siya
at pinagpapatay niya ang mga Filisteo hanggang
sa mapagod na ang kamay niya at manigas sa
pagkahawak sa espada. Pinagtagumpay sila ng
Panginoon nang araw na iyon. Bumalik kay Eleazar
ang mga tumakas na Israelita para kunin ang mga
armas ng mga namatay.
¹¹Ang sumunod ay si Shama na anak ni Agee
na taga-Harar. Isang araw, nagtipon ang mga
Filisteo sa Lehi, at sinalakay nila ang mga Israelita
sa taniman ng mga gisantes. Tumakas ang mga
Israelita, ¹²pero nagpaiwan si Shama sa gitna ng
taniman para protektahan ito, at pinatay niya ang
mga Filisteo. Pinagtagumpay sila ng Panginoon
nang araw na iyon.
¹³Nang panahon ng tag-ani, pumunta kay David
ang tatlo niyang tauhan doon sa kweba ng Adulam.
Ang tatlong taong ito'y kasama sa 30 matatapang
na tauhan *ni David*. Nagkakampo noon ang mga
Filisteo sa Lambak ng Refaim ¹⁴at naagaw nila
ang Betlehem. Habang naroon si David sa isang
matatag na kublihan, ¹⁵nauhaw siya. Sinabi niya,
“Mabuti sana kung may kukuha sa akin ng tubig
na maiinom doon sa balon malapit sa pintuang
bayan ng Betlehem.” ¹⁶Kaya palihim na pumasok
ang tatlong matatapang na iyon sa kampo ng mga
Filisteo, malapit sa pintuang bayan ng Betlehem.
Kumuha sila ng tubig sa balon at dinala ito kay
David. Pero hindi ito ininom ni David, sa halip ay
ibinuhos niya ito bilang handog sa Panginoon.
¹⁷Sinabi niya, “Panginoon, hindi ko po ito
maiinom dahil kasinghalaga ito ng dugo ng mga
taong nagtaya ng kanilang buhay sa pagkuha nito.”
Kaya hindi ito ininom ni David.
Iyon ang ginawa ng tatlong matatapang na
tauhan ni David.

¹⁸ Si Abishai na kapatid ni Joab, na anak ni Zeruya ang pinuno ng 30ª *tauhan ni David*. Nakapatay siya ng 300 Filisteo sa pamamagitan ng sibat niya. Kaya naging tanyag siya katulad ng tatlong matatapang na tauhan. ¹⁹ At dahil sa siya ang pinakatanyag sa 30, naging pinuno nila siya pero hindi siya kabilang sa tatlong matatapang.

²⁰ May isa pang matapang na tao na ang pangalan ay Benaya. Taga-Kabzeel siya, at ang ama niya ay si Jehoyada. Marami siyang kabayanihang ginawa, kabilang na rito ang pagpatay sa dalawang pinakamahuhusay na sundalo ng Moab. Minsan, kahit umuulan ng yelo, bumaba siya sa pinagtataguan ng leon at pinatay ito. ²¹ Bukod dito, pinatay niya ang isang napakalaking Egipcio na may armas na sibat, habang isang pamalo lang ang armas niya. Inagaw niya ang sibat sa Egipcio at ito rin ang ipinampatay niya rito. ²² Ito ang mga ginawa ni Benaya na anak ni Jehoyada. Naging tanyag din siya gaya ng tatlong matatapang na tao, ²³ pero hindi siya kabilang sa kanila. At dahil siya ang pinakatanyag sa kanyang 30 kasama, ginawa siyang pinuno ni David ng kanyang mga personal na tagapagbantay.

²⁴ Ito ang iba pang miyembro ng 30 *matatapang na tao*:
si Asahel na kapatid ni Joab;
si Elhanan na anak ni Dodo na taga-Betlehem;
²⁵ sina Shama at Elika na taga-Harod;
²⁶ si Helez na taga-Palti;
si Ira na anak ni Ikkes na taga-Tekoa;
²⁷ si Abiezer na taga-Anatot;
si Mebunaiᵇ na taga-Husha;
²⁸ si Zalmon na taga-Ahoa;
si Maharai na taga-Netofa;
²⁹ si Helebᶜ na anak ni Baana na taga-Netofa;
si Itai na anak ni Ribai na taga-Gibea, na sakop ng Benjamin;
³⁰ si Benaya na taga-Piraton;
si Hidaiᵈ na nakatira malapit sa mga daluyan ng tubig sa Gaas;
³¹ si Abi Albon na taga-Arba;
si Azmavet na taga-Bahurim;
³² si Eliaba na taga-Shaalbon;
mga anak ni Jasen;
³³ si Jonatan na anak ni Shamaᵉ na taga-Harar;
si Ahiam na anak ni Sharar na taga-Harar;
³⁴ si Elifelet na anak ni Ahasbai na taga-Maaca;
si Eliam na anak ni Ahitofel na taga-Gilo;
³⁵ si Hezro na taga-Carmel;
si Paarai na taga-Arba;
³⁶ si Igal na anak ni Natan na taga-Zoba;

ang anak ni Haggadi;ᶠ
³⁷ si Zelek na taga-Ammon;
si Naharai na taga-Beerot (ang tagadala ng armas ni Joab na anak ni Zeruya);
³⁸ sina Ira at Gareb na mga taga-Jatir;
³⁹ at si Uria na Heteo.
Silang lahat ay 37.

Isinensus ni David ang mga Sundalo Niya (1 Cro. 21:1-27)

24 Muling nagalit ang PANGINOON sa mga Israelita, kaya ginamit niya si David laban sa kanila sa pamamagitan ng pagsasabi sa kanya na isensus ang mga mamamayan ng Israel at Juda. ² Kaya sinabi ni Haring *David* kay Joab at sa mga kumander ng mga sundalo, "Puntahan n'yo ang lahat ng lahi ng Israel, mula Dan hanggang sa Beersheba,ᵍ at isensus n'yo ang mga mamamayan, para malaman ko kung ilan silang lahat." ³ Pero sumagot si Joab sa hari, "Paramihin sana ng PANGINOON na inyong Dios ang mga tauhan n'yo ng 100 beses, at makita n'yo sana ito. Ngunit, Mahal na Hari, bakit gusto n'yong gawin ang bagay na ito?" ⁴ Ngunit nagpumilit si David, kaya lumakad si Joab at ang mga opisyal ng mga sundalo para isensus ang mga mamamayan ng Israel. ⁵ Tumawid sila sa *Ilog ng* Jordan at nagsimulaʰ *sa pagsensus* sa Aroer, timog ng bayan na nasa gilid ng daluyan ng tubig. Mula roon dumiretso sila sa Gad hanggang sa Jazer. ⁶ Pumunta rin sila sa Gilead, sa Tatim Hodsi, sa Dan Jaan, at umikot sila papuntang Sidon. ⁷ Pagkatapos, pumunta sila sa napapaderang lungsod ng Tyre, at sa lahat ng bayan ng mga Hiveo at Cananeo, at sa kahuli-hulihan, nagpunta sila sa Beersheba, sa timogⁱ ng Juda. ⁸ Nalibot nila ang buong bansa sa loob ng 9 na buwan at 20 araw, at pagkatapos, bumalik sila sa Jerusalem.

⁹ Sinabi niya kay Haring *David* ang bilang ng mga lalaki na may kakayahang makipaglaban: 800,000 sa Israel at 500,000 sa Juda. ¹⁰ Nakonsensya si David, matapos niyang ipasensus ang mga tao. Kaya sinabi niya sa PANGINOON, "Nagkasala po ako dahil sa ginawa ko. Kaya nakikiusap ako sa inyo, PANGINOON, na patawarin n'yo ako na inyong lingkod sa kasalanan ko, dahil isa pong kahangalan ang ginawa ko."

¹¹ Hindi pa nakakabangon si David kinaumagahan nang sabihin ng PANGINOON kay Gad na propeta ni David, ¹² "Pumunta ka kay David at papiliin mo siya kung alin sa tatlong parusa ang gusto niyang gawin ko sa kanya."

¹³ Kaya pumunta si Gad at sinabi, "*Alin po sa tatlong ito ang pipiliin n'yo*: Tatlong taonʲ na taggutom sa bansa n'yo, tatlong buwan na tumatakas kayo sa mga kalaban n'yo habang hinahabol nila kayo, o tatlong araw na salot sa bansa n'yo? Pag-isipan n'yo po ito nang mabuti, at ipaalam n'yo po

---

_{a 18 30:} Ito ang nasa Syriac at sa ibang teksto ng Hebreo. Sa karamihang teksto ng Hebreo, *tatlo*. Ganito rin sa talatang 19.
_{b 27 Mebunai:} o, *Sibecai*.
_{c 29 Heleb:} o, *Heled*.
_{d 30 Hidai:} o, *Hurai*.
_{e 33 si Jonatan na anak ni Shama:} o, *si Jonatan, si Shama*.
_{f 36 anak ni Haggadi:} o, *Bani na taga-Gad*.
_{g 2 mula Dan hanggang sa Beersheba:} Ang ibig sabihin, *ang buong sambayanan ng Israel*.
_{h 5 nagsimula:} Ito'y ayon sa tekstong Griego. Sa Hebreo, *nagkampo*.
_{i 7 timog:} sa Hebreo, *Negev*.
_{j 13 Tatlong taon:} Ito ang nasa ibang mga tekstong Septuagint (tingnan sa 1 Cro. 21:12). Sa Hebreo, *pito*.

sa akin kung ano ang isasagot ko sa PANGINOON na nagsugo sa akin."

¹⁴ Sumagot si David kay Gad, "Nahihirapan akong pumili. Mas mabuti pang ang kamay ng PANGINOON ang magparusa sa amin kaysa ang mga tao, dahil maawain ang PANGINOON."

¹⁵ Kaya nagpadala ang PANGINOON ng matinding salot sa Israel mula noong umagang iyon hanggang sa itinakda niyang panahon. At 70,000 tao ang namatay mula Dan hanggang sa Beersheba. ¹⁶ Nang papatayin na ng anghel ang mga mamamayan ng Jerusalem, naawa ang PANGINOON sa mga tao.ᵃ Kaya sinabi niya sa anghel na nagpaparusa sa mga tao, "Tama na! Huwag na silang parusahan." Nang oras na iyon, nakatayo ang anghel ng PANGINOON sa may giikan ni Arauna na Jebuseo.

Gumawa ng Altar si David

¹⁷ Nang makita ni David ang anghel na pumapatay ng mga tao, sinabi niya sa PANGINOON, "Ako po ang may kasalanan. Ang mga taong ito'y gaya ng mga tupa *na walang nagawang kasalanan.* Ako na lang po at ang sambahayan ko ang parusahan ninyo."

¹⁸ Nang araw na iyon, nagpunta si Gad kay David at sinabi sa kanya, "Umakyat kayo sa giikan ni Arauna na Jebuseo at gumawa kayo roon ng altar para sa PANGINOON." ¹⁹ Kaya umakyat si David gaya

ng iniutos ng PANGINOON kay Gad. ²⁰ Nang makita ni Arauna na paparating si David at ang mga tauhan nito, lumabas siya at lumuhod sa harapan ni David *bilang paggalang sa kanya.* ²¹ Sinabi ni Arauna, "Mahal na Hari, bakit po kayo nandito?" Sumagot si David, "Pumunta ako rito para bilhin ang giikan mo, dahil gagawa ako ng altar para sa PANGINOON, upang matigil na ang salot." ²² Sinabi ni Arauna, "Kunin n'yo na lang po at ihandog *sa PANGINOON* ang anumang gustuhin n'yo, Mahal na Hari. Narito ang mga baka para ialay n'yo bilang handog na sinusunog. Narito rin po ang mga pamatok pati ang mga tabla na ginagamit sa paggiik, at gawin n'yong panggatong. ²³ Mahal na Hari, ibibigay ko po itong lahat sa inyo, at tanggapin sana ng PANGINOON na inyong Dios ang handog ninyo."

²⁴ Pero sumagot si David, "Hindi ko ito tatanggapin ng libre; babayaran kita. Hindi ako maghahandog sa PANGINOON kong Dios ng mga handog na sinusunog na walang halaga sa akin." Kaya binili ni David ang giikan at ang mga baka sa halagang 50 pirasong pilak. ²⁵ Pagkatapos, gumawa siya roon ng altar para sa PANGINOON at nag-alay ng mga handog na sinusunog at mga handog para sa mabuting relasyon.ᵇ Sinagot ng PANGINOON ang panalangin ni David para sa Israel, at huminto ang matinding salot.

ᵃ 16 *naawa ang Panginoon sa mga tao:* o, *nagbago ang desisyon ng* PANGINOON *sa pagpaparusa sa mga tao.*

ᵇ 25 *handog para sa mabuting relasyon:* Tingnan sa Talaan ng mga Salita sa likod.

1 HARI

Ang mga Huling Araw ni Haring David

1 Matandang-matanda na si Haring David at kahit kumutan pa siya ng makapal ay giniginaw pa rin siya. ² Kaya sinabi ng kanyang mga lingkod, "Mahal na Hari, payagan n'yo po kaming maghanap ng isang dalagita na mag-aalaga sa inyo. Tatabihan po niya kayo para hindi kayo ginawin." ³ Kaya naghanap sila ng magandang dalagita sa buong Israel, at nakita nila si Abishag na taga-Shunem, at dinala nila siya sa hari. ⁴ Talagang maganda si Abishag at naging tagapag-alaga siya ng hari. Pero hindi sumiping ang hari sa kanya.

Gusto ni Adonia na Maging Hari

⁵ Ngayon, si Adonia na anak ni *David kay Hagit* ay nagmamayabang na siya ang susunod na magiging hari. Kaya naghanda siya ng mga karwahe at mga kabayo*a* at 50 tao na magsisilbing tagabantay na mauuna sa kanya. ⁶ Hindi siya kailanman pinakialaman ng kanyang ama *na si David*, at hindi sinaway sa kanyang mga ginawa. Napakaguwapong lalaki ni Adonia at ipinanganak siyang kasunod ni Absalom. ⁷ Nakipag-usap siya kay Joab na anak ni Zeruya at sa paring si Abiatar tungkol sa balak niyang maging hari, at pumayag ang dalawa sa tumulong sa kanya. ⁸ Ngunit hindi pumanig sa kanya ang paring si Zadok at ang propetang si Natan, pati si Benaya na anak ni Jehoyada, gayon din sina Simei at Rei at ang magigiting na bantay ni David.

⁹ Isang araw, pumunta si Adonia sa Bato ng Zohelet malapit sa En Rogel at naghandog siya roon ng mga tupa, mga baka, at mga pinatabang guya. Inimbita niya ang halos lahat ng kapatid niyang lalaki kay David at ang halos lahat ng pinuno ng Juda. ¹⁰ Pero hindi niya inimbita ang propetang si Natan, si Benaya, ang magigiting na bantay ng hari at si Solomon na kanyang kapatid.

¹¹ Pumunta si Natan kay Batsheba na ina ni Solomon, at nagtanong, "Hindi mo ba alam na ang anak ni Hagit na si Adonia ay ginawang hari na sarili at hindi ito alam ni Haring David? ¹² Kung gusto mong maligtas ang buhay mo at ang buhay ng anak mong si Solomon, sundin mo ang payo ko. ¹³ Puntahan mo si Haring David at sabihin mo sa kanya, 'Mahal na Hari, hindi po ba't nangako kayo sa akin na ang anak nating*b* anak na si Solomon ang papalit sa inyo bilang hari? Bakit si Adonia po ang naging hari?' ¹⁴ At habang nakikipag-usap ka sa hari, papasok ako at patutunayan ko ang iyong sinasabi."

¹⁵ Kaya nagpunta si Batsheba sa kwarto ng hari. Matanda na talaga ang hari at si Abishag na taga-Shunem ang nag-aalaga sa kanya. ¹⁶ Yumukod si Batsheba at lumuhod sa hari *bilang paggalang*. Tinanong siya ng hari, "Ano ang kailangan mo?"

¹⁷ Sumagot si Batsheba, "Mahal na Hari, nangako po kayo sa akin sa pangalan ng PANGINOON na inyong Dios, na ang anak nating si Solomon ang papalit sa inyo bilang hari. ¹⁸ Ngunit ipinalagay ni Adonia na siya na ang hari ngayon, at hindi mo ito alam. ¹⁹ Naghandog siya ng maraming torong baka, mga pinatabang guya at mga tupa. Inanyayahan niya ang lahat ng anak mong lalaki, maliban kay Solomon na iyong lingkod. Inanyayahan din niya ang paring si Abiatar at si Joab na kumander ng inyong mga sundalo. ²⁰ Ngayon, Mahal na Hari, naghihintay po ang mga Israelita sa inyong pasya kung sino po ang papalit sa inyo bilang hari. ²¹ Kung hindi kayo magpapasya, ako at ang anak nating si Solomon ay ituturing nilang traydor kapag namatay kayo."

²² Habang nakikipag-usap si Batsheba sa hari, dumating ang propetang si Natan. ²³ Pumunta sa silid ng hari ang kanyang lingkod at sinabi na dumating si Natan *at nais siyang makausap, kaya ipinatawag siya ng hari*. Pagpasok ni Natan nagpatirapa siya sa hari *bilang paggalang*, ²⁴ at sinabi, "Mahal na Hari, sinabi po ba ninyong si Adonia ang siyang papalit sa inyo bilang hari? ²⁵ Ngayong araw na ito, naghandog siya ng maraming toro, pinatabang guya at mga tupa. At inimbita niya ang halos lahat ng inyong anak na lalaki, ang kumander ng iyong mga sundalo at ang paring si Abiatar. Ngayo'y kumakain at nag-iinuman sila at nagsasabi, 'Mabuhay si Haring Adonia!' ²⁶ Pero ako na inyong lingkod ay hindi niya inimbita, pati na rin ang paring si Zadok, si Benaya na anak ni Jehoyada at si Solomon na inyong lingkod. ²⁷ Ito po ba ang pasya ninyo, Mahal na Hari, na hindi n'yo na ipinaalam sa amin kung sino ang papalit sa inyo bilang hari?"

Hinirang ni David si Solomon Bilang Hari

²⁸ Sinabi ni Haring David, "Sabihin mo si Batsheba na pumunta rito." Kaya pumunta si Batsheba sa hari. ²⁹ Pagkatapos, sumumpa si Haring David, "Sumusumpa ako sa buhay na PANGINOON, na nagligtas sa akin sa lahat ng kapahamakan, ³⁰ na tutuparin ko ngayon ang pangako ko sa iyo sa pangalan ng PANGINOON, ang Dios ng Israel, na si Solomon na ating anak ang siyang papalit sa akin bilang hari."

³¹ Yumukod agad si Batsheba *bilang paggalang*, at sinabi, "Mabuhay kayo magpakailanman,*c* Mahal na Haring David!" ³² Sinabi ni Haring David, "Papuntahin dito ang paring si Zadok, ang propetang si Natan at si Benaya na anak ni Jehoyada." Kaya pumunta sila sa hari. ³³ At sinabi ng hari sa kanila, "Pasakayin mo ang anak kong si Solomon sa aking mola*d* at dalhin ninyo siya sa Gihon kasama ang aking mga pinuno. ³⁴ Pagdating ninyo doon, kayo Zadok at Natan, pahiran ninyo ng langis ang ulo ni Solomon para ipakita na siya

---

a 5 mga kabayo: o, *mga mangangarwahe.*

b 13 nating: sa literal, *kong.* Ganito rin sa talatang 17.

c 31 magpakailanman: o, *nang matagal.*

d 33 mola: sa Ingles, *"mule."* Hayop na parang kabayo.

ang pinili kong maging hari ng Israel. Pagkatapos, patunugin n'yo ang trumpeta at isigaw, 'Mabuhay si Haring Solomon!' " ³⁵ Pagkatapos, samahan n'yo siya pabalik dito, uupo siya sa aking trono at papalit sa akin bilang hari. Siya ang pinili ko na mamamahala sa buong Israel at Juda."

³⁶ Sumagot si Benaya na anak ni Jehoyada, "Gagawin po namin iyan! Mahal na Hari, nawa'y ang Panginoon na inyong Dios magpatunay nito. ³⁷ Kung paano kayo sinamahan ng Panginoon, samahan din sana niya si Solomon at gawin niyang mas matagumpay pa ang paghahari niya kaysa sa inyong paghahari." ³⁸ Kaya lumakad na ang paring si Zadok, ang propetang si Natan, si Benaya na anak ni Jehoyada, at ang mga personal na tagapagbantay ni David na mga Kereteo at Peleteo. Pinasakay nila si Solomon sa mola ni Haring David at dinala sa Gihon. ³⁹ Pagdating nila roon, kinuha ni Zadok sa banal na tolda ang langis na nasa loob ng sisidlang sungay, at pinahiran niya si Solomon sa ulo. Pinatunog nila ang trumpeta at sumigaw silang lahat, "Mabuhay si Haring Solomon!" ⁴⁰ Inihatid si Haring Solomon ng mga tao pauwi sa Jerusalem na nagkakasayahan at tumutugtog ng mga plauta. Nayanig ang lupa sa ingay nila.

⁴¹ Narinig ito ni Adonia at ng kanyang mga bisita nang malapit na silang matapos sa kanilang handaan. Nang marinig ni Joab ang tunog ng trumpeta, nagtanong siya, "Ano ba ang nangyayari, bakit masyadong maingay sa lungsod?" ⁴² Habang nagsasalita siya, dumating si Jonatan na anak ng paring si Abiatar. Sinabi ni Adonia, "Pumasok ka dahil mabuti kang tao, at tiyak kong may dala kang magandang balita." ⁴³ Sumagot si Jonatan, "Hindi ito magandang balita, dahil ginawang hari ni Haring David si Solomon. ⁴⁴ Pinapunta niya ito sa Gihon kasama ang paring si Zadok, ang propetang si Natan, si Benaya na anak ni Jehoyada at ang kanyang mga personal na tagapagbantay na mga Kereteo at Peleteo. Pinasakay pa nila si Solomon sa mola ni hari. ⁴⁵ Pagdating nila sa Gihon, pinahiran siya ng langis nina Zadok at Natan para ipakitang siya ang piniling hari. Kababalik lang nila, kaya nga nagkakasayahan ang mga tao sa lungsod. Iyan ang mga ingay na inyong naririnig. ⁴⁶ At ngayon, si Solomon na ang nakaupo sa trono bilang hari. ⁴⁷ Pumunta rin kay Haring David ang mga pinuno niya para parangalan siya. Sinabi nila, 'Gawin sanang mas tanyag ng inyong Dios si Solomon kaysa sa inyo, at gawin sana niyang mas matagumpay pa ang paghahari niya kaysa sa inyo.' Yumukod agad si David sa kanyang higaan para sumamba sa Panginoon, ⁴⁸ at sinabi, 'Purihin ang Panginoon, ang Dios ng Israel, niloob niya na makita ko sa araw na ito ang papalit sa akin bilang hari.' "

⁴⁹ Nang marinig ito ng mga bisita ni Adonia, tumayo silang takot na takot, at isa-isang umalis. ⁵⁰ Natakot din si Adonia kay Solomon, kaya pumunta siya sa tolda na sinasambahan at humawak sa parang mga sungay na bahagi ng altar.ᵃ

⁵¹ May nagsabi kay Solomon, "Natakot sa inyo si Adonia, at ngayo'y nakahawak siya sa parang mga sungay na bahagi ng altar. Hinihiling niya

na sumumpa kayong hindi n'yo siya papatayin." ⁵² Sinabi ni Solomon, "Kung mananatili siyang tapat sa akin, hindi siya mapapahamak.ᵇ Pero kung magtatraydor siya, mamamatay siya." ⁵³ Pagkatapos, ipinakuha ni Haring Solomon si Adonia roon sa altar, at pagdating ni Adonia, yumukod siya kay Haring Solomon bilang paggalang. Sinabi ni Solomon sa kanya, "Umuwi ka na."

Ang mga Habilin ni David kay Solomon

2 Nang malapit nang mamatay si David, naghabilin siya kay Solomon na kanyang anak ng ganito: ² "Malapit na akong mamatay, kaya magpakatatag ka at magpakatapang, ³ at sundin ang mga iniuutos ng Panginoon na iyong Dios. Sumunod ka sa kanyang mga pamamaraan, mga tuntunin at mga utos na nakasulat sa Kautusan ni Moises para magtagumpay ka sa lahat ng gagawin mo, saan ka man magpunta. ⁴ Kung gagawin mo ito, tutuparin ng Panginoon ang pangako niya sa akin, na kung ang aking mga lahi ay mamumuhay nang tama at buong buhay na susunod sa kanya nang may katapatan, laging sa kanila magmumula ang maghahari sa Israel.

⁵ "Ito pa ang bilin ko sa iyo: Nalaman mo kung ano ang ginawa sa akin ni Joab na anak ni Zeruya. Pinatay niya ang dalawang kumander ng mga sundalo ng Israel na si Abner na anak ni Ner at si Amasa na anak ni Jeter. Pinatay niya sila na parang mga kaaway, pero ginawa niya iyon sa panahon na walang labanan. Siya ang may pananagutan sa pagkamatay nila.ᶜ ⁶ Kaya gawin mo ang naiisip mong mabuting gawin sa kanya, pero huwag mong hayaan na payapa siyang mamatay sa katandaan.

⁷ "Ngunit maging mabuti ka sa mga anak ni Barzilai na taga-Gilead at pakainin silang kasama mo, dahil tinulungan nila ako nang tumakas ako sa kapatid mong si Absalom.

⁸ "Tandaan mo si Shimei na anak ni Gera, na taga-Bahurim at mula sa lahi ni Benjamin. Isinumpa niya ako ng matindi nang pumunta ako sa Mahanaim. Pero nang magkita kami sa Ilog ng Jordan, nakipagkasundo ako sa kanya sa pangalan ng Panginoon na hindi ko siya papatayin. ⁹ Pero ngayon, ikaw ang hahatol sa kanya. Matalino ka, at alam mo kung ano ang dapat gawin. Kahit matanda na siya, ipapatay mo siya."

¹⁰ Pagkatapos, namatay si David at inilibing sa kanyang lungsod.ᵈ ¹¹ Naghari siya sa buong Israel sa loob ng 40 taon—pitong taon sa Hebron at 33 taon sa Jerusalem. ¹² Si Solomon ang pumalit sa ama niyang si David bilang hari, at tunay na matatag ang kaharian niya.

Namatay si Adonia

¹³ Ngayon, si Adonia na anak ni Hagit ay pumunta kay Batsheba na ina ni Solomon. Nagtanong si Batsheba sa kanya, "Mabuti ba ang pakay mo sa pagpunta rito?" Sumagot si Adonia, "Mabuti po. ¹⁴ May hihilingin lang ako sa inyo." Nagtanong si

---

ᵃ 50 Ang sinumang hahawak sa parang mga sungay na bahagi ng altar ay hindi papatayin.

ᵇ 52 hindi siya mapapahamak: sa literal, wala ni kahit isang buhok niya na mahuhulog sa lupa.

ᶜ 5 Siya ang may pananagutan sa pagkamatay nila: sa literal, Dinungisan niya ang kanyang sinturon at panyapak ng dugo sa labanan.

ᵈ 10 kanyang lungsod: sa Hebreo, Lungsod ni David.

Batsheba, "Ano ba ang hihilingin mo?" [15] Sumagot si Adonia, "Nalalaman ninyo na ako na sana ang naging hari, at hinihintay ito ng buong Israel. Pero iba ang nangyari; ang kapatid ko ang siyang naging hari, dahil iyan ang gusto ng PANGINOON. [16] Ngayon, may hihilingin ako sa inyo. At kung maaari, huwag n'yo akong biguin." Nagtanong si Batsheba, "Ano ba iyon?" [17] Sumagot si Adonia, "Kung maaari ay hilingin n'yo kay Haring Solomon na mapangasawa ko si Abishag na taga-Shunem. Alam kong hindi siya tatanggi sa inyo." [18] Sumagot si Batsheba, "Sige, sasabihin ko sa hari."

[19] Kaya pumunta si Batsheba kay Haring Solomon para sabihin sa kanya ang tungkol sa kahilingan ni Adonia. *Pagkakita ni Solomon sa kanya,* tumayo si Solomon mula sa kanyang trono para salubungin siya, at agad siyang yumukod sa kanyang ina *bilang paggalang.* Pagkatapos, muli siyang naupo sa kanyang trono. Nagpakuha siya ng upuan at ipinalagay sa kanan niya at doon pinaupo ang kanyang ina. [20] Sinabi ni Batsheba, "Mayroon akong maliit na kahilingan sa iyo. Huwag mo sana akong tatanggihan." Sumagot ang hari, "Ano po ang hihilingin ninyo? Hindi ko kayo bibiguin." [21] Sinabi ni Batsheba, "Hayaan mong mapangasawa ng iyong kapatid na si Adonia si Abishag na taga-Shunem."

[22] Nagtanong si Haring Solomon, "Bakit hinihiling ninyo na mapangasawa ni Adonia si Abishag? Baka hilingin n'yo rin na ibigay ko sa kanya ang kaharian ko dahil mas matanda siya sa akin at kakampi niya ang paring si Abiatar at si Joab na anak ni Zeruya!" [23] Pagkatapos, sumumpa si Haring Solomon sa pangalan ng PANGINOON, "Parusahan sana ako ng Dios kung hindi ko mapatay si Adonia dahil sa kahilingan niya. [24] Ang PANGINOON ang siyang nagluklok sa akin sa trono ng aking amang si David. Tinupad niya ang kanyang pangako na ibibigay niya ang kaharian sa akin at sa aking mga angkan. Kaya sumusumpa ako sa buhay na PANGINOON na mamamatay si Adonia sa araw na ito!" [25] Kaya iniutos ni Haring Solomon kay Benaya, na anak ni Jehoyada, na patayin si Adonia, at pinatay nga niya ito.

[26] Pagkatapos, sinabi ni Haring Solomon kay Abiatar na pari, "Umuwi ka sa iyong bukirin sa Anatot. Dapat kang patayin pero hindi kita papatayin ngayon dahil katiwala ka ng Kahon ng Panginoong DIOS noong kasama ka pa ng aking amang si David, at nakihati ka sa kanyang mga pagtitiis." [27] Kaya tinanggal ni Solomon si Abiatar sa kanyang tungkulin bilang pari ng PANGINOON. At natupad ang sinasabi ng PANGINOON doon sa Shilo tungkol sa pamilya ni Eli.

Namatay si Joab

[28] Hindi tumulong si Joab kay Absalom na maging hari, pero tumulong siya kay Adonia. Kaya nang mabalitaan niya ang pagkamatay ni Adonia, tumakas siya papunta sa tolda ng PANGINOON at humawak sa *parang* mga sungay na bahagi ng altar.[a] [29] Nang mabalitaan ni Haring Solomon na tumakas si Joab papunta sa tolda ng PANGINOON at lumapit

sa altar, inutusan niya si Benaya na patayin si Joab. [30] Kaya pumunta si Benaya sa tolda ng PANGINOON at sinabihan si Joab, "Lumabas ka, sabi ng hari!" Pero sumagot si Joab, "Hindi ako lalabas; dito ako mamamatay!" Bumalik si Benaya sa hari at sinabi ang sagot ni Joab. [31-32] Sinabi ni Solomon kay Benaya, "Gawin *mo* ang sinabi niya. Doon siya patayin sa tolda at ilibing, para ako at ang pamilya ng aking ama ay hindi managot sa pagpatay niya kay Abner na anak ni Ner, na kumander ng mga sundalo ng Israel, at kay Amasa na kumander ng mga sundalo ng Juda. Pinatay niya ang mga taong inosente nang hindi nalalaman ng aking ama. Mas matuwid at mabuti ang mga taong ito kaysa sa kanya. Ngayon, gagantihin siya ng PANGINOON sa ginawa niya sa kanila. [33] Siya at ang angkan niya ang mananagot magpakailanman sa pagkamatay ng mga taong ito. Pero si David at ang angkan niya't kaharian ay bibigyan ng mabuting kalagayan magpakailanman."

[34] Kaya pinuntahan ni Benaya si Joab at pinatay. Inilibing siya *malapit* sa bahay[b] niya sa ilang. [35] Pagkatapos, ipinalit ng hari si Benaya kay Joab bilang kumander ng mga sundalo at ang ipinalit niya kay Abiatar ay ang paring si Zadok.

Ang Pagkamatay ni Shimei

[36] Ipinatawag ng hari si Shimei at sinabi sa kanya, "Magpatayo ka ng sarili mong bahay sa Jerusalem at doon ka tumira. Huwag kang umalis sa lungsod at pumunta sa ibang lugar. [37] Sa oras na umalis ka at tumawid sa Lambak ng Kidron, tiyak na mamamatay ka. At kapag nangyari ito, ikaw na ang may pananagutan nito." [38] Sumagot si Shimei, "Mabuti po ang sinabi n'yo, susundin ko ito!" Kaya tumira si Shimei sa Jerusalem nang matagal na panahon. [39] Pero pagkalipas ng tatlong taon, lumayas ang dalawa sa mga alipin ni Shimei, at pumunta sa hari ng Gat na si Akish, na anak ni Maaca. Nang mabalitaan ito ni Shimei, [40] nilagyan niya agad ng upuan ang kanyang asno *at sumakay,* pumunta siya kay Akish sa Gat para hanapin ang dalawang alipin niya. Nakita niya sila at isinama pauwi.

[41] Nang mabalitaan ni Solomon na umalis si Shimei sa Jerusalem at pumunta sa Gat at nakabalik na, [42] ipinatawag niya ito at sinabihan, "Hindi ba't pinasumpa kita sa pangalan ng PANGINOON at binalaan na sa oras na umalis ka sa Jerusalem at pumunta sa ibang lugar ay tiyak na mamamatay ka? At hindi ba sinabi mo na mabuti ang sinabi ko at susundin mo ito? [43] Ngayon, bakit hindi mo sinunod ang ipinangako mo sa PANGINOON? Bakit hindi mo tinupad ang mga iniutos ko sa iyo?"

[44] Sinabi pa ng hari sa kanya, "Tiyak na naaalala mo ang lahat ng kasamaan na ginawa mo sa aking amang si David. Ngayon, gagantihin ka ng PANGINOON sa masamang ginawa mo. [45] Pero pagpapalain ako ng PANGINOON, at ang kaharian ng aking ama na si David ay magpapatuloy sa kanyang mga angkan magpakailanman."

[46] Pagkatapos, inutusan ng hari si Benaya *na patayin si Shimei.* Kaya dinala ni Benaya si Shimei sa labas at pinatay.

---

a 28 Ang kahit sinong hahawak sa parang mga sungay na bahagi ng altar ay hindi papatayin.

b 34 *malapit sa bahay:* o, *sa libingan.*

Mas lalong tumatag ang kaharian sa ilalim ng pamamahala ni Solomon.

Humingi si Solomon ng Karunungan (2 Cro. 1:1-13)

3 Nakipag-alyansa si Solomon sa Faraon na hari ng Egipto at naging asawa niya ang anak nito. Dinala niya ang kanyang asawa sa Lungsod ni David[a] hanggang sa matapos niya ang pagpapatayo ng kanyang palasyo, ng templo ng PANGINOON, at ng mga pader sa paligid ng Jerusalem. ² Wala pang templo noon para sa PANGINOON, kaya ang mga tao ay naghahandog sa mga sambahan sa matataas na lugar.[b] ³ Ipinakita ni Solomon ang pagmamahal niya sa PANGINOON sa pamamagitan ng pagtupad ng mga tuntunin na iniwan ng ama niyang si David. Maliban doon, naghandog siya at nagsunog ng mga insenso sa mga sambahan sa matataas na lugar.

⁴ *Isang araw,* pumunta si Haring Solomon sa Gibeon para maghandog dahil naroon ang pinakatanyag na sambahan sa mataas na lugar. Nag-alay siya sa altar na 1,000 handog na sinusunog. ⁵ Kinagabihan, nagpakita si kanya ang PANGINOON sa pamamagitan ng isang panaginip. Sinabi ng Dios sa kanya, "Humingi ka ng kahit ano at ibibigay ko ito sa iyo." ⁶ Sumagot si Solomon, "Nagpakita po kayo ng malaking kabutihan sa aking amang si David, na inyong lingkod, dahil matapat siya sa inyo, at matuwid ang kanyang pamumuhay. Patuloy n'yo pong ipinakita sa kanya ang inyong malaking kabutihan sa pamamagitan ng pagbibigay sa kanya ng isang anak na siya pong pumalit sa kanya bilang hari ngayon. ⁷ PANGINOON na aking Dios, ako na inyong lingkod ang ipinalit ninyo sa ama kong si David bilang hari, kahit binatilyo pa ako at wala pang karanasan sa pamamahala. ⁸ At ngayon narito po ako kasama ang pinili ninyong mga mamamayan, na hindi mabilang sa sobrang dami. ⁹ Kaya bigyan n'yo po ako ng karunungan para pamahalaan ang inyong mga mamamayan at kaalamang malaman kung ano ang mabuti at masama. Dahil sino po ba ang may kakayahang mamahala sa inyong mga mamamayan na napakarami?"

¹⁰ Natuwa ang PANGINOON sa hiningi ni Solomon. ¹¹ Kaya sinabi ng Dios sa kanya, "Dahil humingi ka ng kaalaman na mapamahalaan ang aking mga mamamayan at hindi ka humingi ng mahabang buhay o kayamanan o kamatayan ng iyong mga kaaway, ¹² ibibigay ko sa iyo ang kahilingan mo. Bibigyan kita ng karunungan at kaalaman na hindi pa naangkin ng kahit sino, noon at sa darating na panahon. ¹³ Bibigyan din kita ng hindi mo hiningi, ang kayamanan at karangalan para walang hari na makapantay sa iyo sa buong buhay mo. ¹⁴ At kung susunod ka sa aking mga pamamaraan at tutupad sa aking mga tuntunin at mga utos, katulad ng ginawa ng iyong ama na si David, bibigyan kita ng mahabang buhay."

¹⁵ Nagising si Solomon, at naunawaan niya na nakipag-usap ang PANGINOON sa kanya sa pamamagitan ng panaginip. Pagbalik ni Solomon

sa Jerusalem, tumayo siya sa harap ng Kahon ng Kasunduan ng PANGINOON at nag-alay ng mga handog na sinusunog at mga handog para sa mabuting relasyon.[c] Nagpahanda agad siya *ng mga pagkain* para sa lahat ng pinuno niya.

Ang Mahusay na Paghatol ni Solomon

¹⁶ May dalawang babaeng bayaran na pumunta kay Haring *Solomon.* ¹⁷ Nagsalita ang isa sa kanila, "Mahal na Hari, ako at ang babaeng ito ay nakatira sa iisang bahay. Nanganak ako habang naroon siya sa bahay. ¹⁸ Pagkalipas ng tatlong araw, siya naman ang nanganak. Kaming dalawa lang ang nasa bahay at wala nang iba. ¹⁹ Isang gabi, nahigaan niya ang kanyang anak at namatay ito. ²⁰ Nang maghatinggabi, bumangon siya habang natutulog ako at pinagpalit ang mga anak namin. Inilagay niya ang anak ko sa tabi niya at ang anak naman niyang namatay ay inilagay niya sa tabi ko. ²¹ Kinabukasan, nang bumangon ako para pasusuhin ang anak ko, nakita kong patay na ito. At nang mapagmasdan ko nang mabuti ang sanggol sa liwanag, nakita kong hindi siya ang aking anak."

²² Sumagot ang isang babae, "Hindi totoo iyan! Akin ang buhay na sanggol at sa iyo ang patay." Pero sinabi ng unang babae, "Hindi totoo iyan! Iyo ang patay na sanggol at akin ang buhay." Kaya nagsagutan silang dalawa sa harapan ng hari.

²³ Sinabi ng hari, "Ang bawat isa sa inyo ay gustong angkinin ang buhay na sanggol at walang isa man sa inyo ang gustong umangkin sa patay na sanggol." ²⁴ Kaya nag-utos ang hari na bigyan siya ng espada. At nang dalhan siya ng espada, ²⁵ inutos niya, "Hatiin ang buhay na sanggol at ibigay ang bawat kalahati sa kanilang dalawa."

²⁶ Dahil sa awa ng totoong ina sa kanyang sanggol, sinabi niya sa hari, "Maawa po kayo, Mahal na Hari, huwag po ninyong patayin ang sanggol. Ibigay n'yo na lang po siya sa babaeng iyan." Pero sinabi ng isang babae, "Hatiin n'yo na lang po ang sanggol para wala ni isa man sa amin ang makaangkin sa kanya."

²⁷ Pagkatapos, sinabi ng hari, "Huwag hatiin ang buhay na sanggol. Ibigay ito sa babae na nagmamakaawa na huwag itong patayin, dahil siya ang tunay na ina."

²⁸ Nang marinig ng mga mamamayan ng Israel ang pagpapasya ng hari, lumaki ang paggalang nila sa kanya, dahil nakita nila na may karunungan siyang mula sa Dios sa paghatol ng tama.

Ang mga Pinuno ni Solomon

4 Naghari si Solomon sa buong Israel. ² At ito ang kanyang matataas na pinuno:

Si Azaria ang *punong* pari mula sa angkan ni Zadok.

³ Sina Elihoref at Ahia na mga anak ni Sisha, ang mga kalihim ng hari.

Si Jehoshafat na anak ni Ahilud, ang namamahala ng mga kasulatan ng kaharian.

⁴ Si Benaya na anak ni Jehoyada ang kumander ng mga sundalo.

---

a 1 *Lungsod ni David:* Ito ay isang lugar na bahagi ng Jerusalem.

b 2 *sambahan sa matataas na lugar:* Tingnan sa Talaan ng mga Salita sa likod. Ganito rin sa talatang 3.

c 15 *handog para sa mabuting relasyon:* Tingnan sa Talaan ng mga Salita sa likod.

Sina Zadok at Abiatar ang mga pari.

⁵ Si Azaria na anak ni Natan ang pinuno ng mga gobernador sa mga distrito *ng Israel.*

Ang paring si Zabud na anak din ni Natan ang personal na tagapayo ng hari.

⁶ Si Ahisar ang tagapamahala ng palasyo.

At si Adoniram na anak ni Abda, ang namamahala sa mga aliping sapilitang pinagtatrabaho.

⁷ Mayroon ding 12 gobernador si Solomon sa mga distrito sa buong Israel. Sila ang nagbibigay ng pagkain sa hari at sa sambahayan niya. Bawat isa sa kanila ay nagbibigay ng pagkain sa isang buwan bawat taon. ⁸ Ito ang kanilang mga pangalan:

Si Ben Hur, *na namamahala* sa kabundukan ng Efraim.

⁹ Si Ben Deker *na namamahala* sa Makaz, Saalbim, Bet Shemesh at sa Elon Bet Hanan.

¹⁰ Si Ben Hesed *na namamahala* sa Arubot, kasama na rito ang Soco at ang buong lupain ng Hefer.

¹¹ Si Ben Abinadab *na namamahala* sa Nafat Dor. (Asawa siya ni Tafat na anak ni Solomon.)

¹² Si Baana na anak ni Ahilud, *na namamahala* sa Taanac, Megido, sa buong Bet Shan malapit sa Zaretan sa ibaba ng Jezreel at sa mga lugar na mula sa Bet Shan hanggang Abel Mehola at patawid sa Jokmeam.

¹³ Si Ben Geber, *na namamahala* sa Ramot Gilead, kasama na rito ang mga bayan ni Jair na anak ni Manase, at sa mga distrito ng Argob sa Bashan, kasama na ang 60 malalaki at napapaderang bayan, na ang mga pintuan ay may tarangkahang tanso.

¹⁴ Si Ahinadab na anak ni Iddo, *na namamahala* sa Mahanaim.

¹⁵ Si Ahimaaz, *na namamahala* sa Naftali. (Asawa siya ni Basemat na anak ni Solomon.)

¹⁶ Si Baana na anak ni Hushai, *na namamahala* sa Asher at sa Alot.

¹⁷ Si Jehoshafat na anak ni Parua, *na namamahala* sa Isacar.

¹⁸ Si Shimei na anak ni Ela, *na namamahala* sa Benjamin.

¹⁹ Si Geber na anak ni Uri, *na namamahala* sa Gilead na sakop noon ni Sihon na hari ng mga Amoreo at ni Haring Og ng Bashan. Si Geber lang ang gobernador sa buong distritong ito.ª

Ang Kasaganaan at ang Karunungan ni Solomon

²⁰ Ang bilang ng mga tao sa Juda at Israel ay tulad ng buhangin sa dalampasigan *na hindi mabilang.* Sagana sila ang pagkain at inumin, at masaya sila. ²¹ Si Solomon ang namamahala sa lahat ng kaharian mula sa Ilog *ng Eufrates* hanggang sa lupain ng mga Filisteo, hanggang sa hangganan ng Egipto. Ang mga kahariang ito ay nagbabayad ng buwis kay Solomon at nagpapasakop sa kanya habang nabubuhay siya.

²² Ito ang mga pagkaing kailangan ni Solomon *sa kanyang palasyo* bawat araw: 100 sako ng magandang klaseng harina, 200 sako ng ordinaryong harina, ²³ sampung pinatabang baka sa

kulungan, 20 baka na galing sa pastulan, 100 tupa o kambing, hindi pa kasama ang iba't ibang uri ng mga usa at magandang uri ng ibon at manok.

²⁴ Sakop ni Solomon ang buong lupain sa kanlurang Ilog *ng Eufrates* mula sa Tifsa hanggang sa Gaza. At maganda ang pakikitungo niya sa lahat ng bansa sa palibot niya. ²⁵ Kaya habang nabubuhay si Solomon, may kapayapaan sa Juda at sa Israel, mula Dan hanggang sa Beersheba. Ang bawat tao ay payapang nakaupo sa ilalim ng kanyang tanim na ubas at puno ng igos.

²⁶ May 40,000ᵇ kwadra si Solomon para sa kanyang mga kabayong pangkarwahe at may 12,000 siyang mangangabayo.ᶜ ²⁷ Ang mga gobernador sa mga distrito ang nagbibigay ng pangangailangan ni Haring Solomon at ng lahat ng nasa palasyo. Ang bawat isa sa kanila ay may responsibilidad sa pagbibigay bawat buwan. Tinitiyak nilang maibibigay ang mga pangangailangan ni Solomon. ²⁸ Nagbibigay din sila ng sebada at dayami para sa mga kabayo. Dinadala nila ito sa lugar na dapat nitong pagdalhan sa oras na kailangan ito.

²⁹ Biniyan ng Dios si Solomon ng di-pangkaraniwang karunungan at pang-unawa, at kaalaman na hindi masukat. ³⁰ Ang kaalaman niya ay higit pa sa kaalaman ng lahat ng matatalino sa silangan at sa Egipto. ³¹ Siya ang pinakamatalino sa lahat. Mas matalino pa siya kaysa kay Etan na Ezrano at sa mga anak ni Mahol na sina Heman, Calcol at Darda. At naging tanyag siya sa mga nakapaligid na bansa. ³² Gumawa siya ng 3,000 kawikaan at 1,005 awit. ³³ Makapagsasabi siya ng tungkol sa lahat ng uri ng pananim, mula sa malalaking punongkahoy hanggang sa maliliit na pananim.ᵈ Makapagsasabi rin siya ng tungkol sa lahat ng uri ng hayop na lumalakad, gumagapang, lumilipad, at lumalangoy. ³⁴ Nabalitaan ng lahat ng hari sa mundo ang karunungan ni Solomon, kaya nagpadala sila ng mga tao para makinig sa kanyang karunungan.

Ang Paghahanda sa Pagpapatayo ng Templo (2 Cro. 2:1-18)

5 Matagal nang magkaibigan si Haring Hiram ng Tyre at si Haring David. Kaya nang mabalitaan ni Hiram na pinalitan ni Solomon ang ama niyang si David bilang hari, nagpadala siya ng mga opisyal kay Solomon. ² Pagkatapos, nagpadala si Solomon ng mensahe kay Hiram:

³ "Nalalaman mong hindi nakapagpatayo ang aking amang si David ng templo para sa PANGINOON na kanyang Dios dahil palagi siyang nakikipaglaban sa mga kalabang bansa sa palibot. Hindi siya makakapagpatayo nito hanggang hindi pa ipinapatalo sa kanya ng PANGINOON ang lahat ng kanyang kalaban. ⁴ Pero ngayon ay binigyan ako ng PANGINOON na aking Dios ng kapayapaan sa paligid, wala na akong mga kalaban at wala na ring panganib. ⁵ Kaya naisip ko na magpatayo na ng templo para sa karangalan ng PANGINOON na aking Dios, ayon sa

---

ª 19 Si Geber lang...distritong ito: o, At may isang gobernador na pinagkatiwalaan sa buong lupain ng Juda. Ito'y ayon sa ibang mga tekstong Griego.

ᵇ 26 40,000: Sa ibang mga tekstong Septuagint, 4,000. Tingnan din ang 2 Cro. 9:25.

ᶜ 26 siyang mangangabayo: o, mga kabayo.

ᵈ 33 mula sa malalaking...pananim: sa literal, mula sa sentro ng Lebanon hanggang sa isopo na tumutubo sa dingding.

sinabi ng Panginoon sa aking amang si David. Ito ang kanyang sinabi, 'Ang iyong anak, na ipapalit ko sa iyo bilang hari ang siyang magpapatayo ng templo para sa *karangalan* ng aking pangalan.'

⁶ "Kaya iutos mo sa iyong mga tauhan na pumutol ng mga puno ng sedro sa Lebanon para sa akin. Patutulungin ko sa kanila ang mga tauhan ko at uupahan ko ang mga tauhan mo ayon sa gusto mo. At alam mo rin na wala talaga kaming tao na mahusay pumutol ng mga puno tulad ng mga tauhan mong Sidoneo."

⁷ Tuwang-tuwa si Hiram nang matanggap niya ang mensahe ni Solomon. Sinabi niya, "Purihin natin ang Panginoon sa araw na ito, dahil binigyan niya si David ng matalinong anak para mamahalaan ang makapangyarihang bansang ito!" ⁸ Kaya nagpadala si Hiram ng mensahe kay Solomon na nagsasabi:

"Natanggap ko ang ipinadala mong mensahe, at ibibigay ko sa iyo ang mga kailangan mong kahoy na sedro at sipres.ᵃ ⁹ Hahakutin ito ng mga tauhan ko mula sa Lebanon hanggang sa dagat at gagawin nila itong parang balsa, at palulutangin papunta sa lugar na pipiliin mo. At doon ito kakalagin ng mga tauhan ko at kayo na ang bahalang kumuha nito. Bilang kabayaran, bigyan mo ako ng pagkain para sa mga tauhan ko sa palasyo."

¹⁰ Pinadalhan nga ni Hiram si Solomon ng lahat ng kahoy na sedro at sipres na kailangan niya. ¹¹ At pinadalhan naman ni Solomon si Hiram ng 60,000 sakong trigo at 110,000 galong langis ng olibo bawat taon. ¹² Binigyan ng Panginoon si Solomon ng karunungan ayon sa kanyang ipinangako. Maganda ang relasyon nina Solomon at Hiram, at gumawa sila ng kasunduan *na hindi sila maglalaban.*

¹³ Pagkatapos, sapilitang pinagtrabaho ni Haring Solomon ang 30,000 tao mula sa buong Israel. ¹⁴ Pinagpangkat sila ayon sa bilang na 10,000 bawat isang pangkat at ipinapadala sa Lebanon bawat buwan. Kaya ang bawat grupo ay isang buwan sa Lebanon at dalawang buwan sa kanilang lugar. Si Adoniram ang tagapamahala ng mga trabahador na ito. ¹⁵ May 70,000 tao si Solomon na tagahakot ng mga materyales at 80,000 tao na tagatabas ng bato sa kabundukan. ¹⁶ Mayroon din siyang 3,300 kapatas na namamahala sa trabaho at mga trabahador. ¹⁷ At sa utos niya, nagtabas sila ng malalaki't magagandang uri ng bato para sa pundasyon ng templo. ¹⁸ Kaya inihanda ng mga tauhan nina Solomon at Hiram, kasama ng mga taga-Gebal,ᵇ ang mga bato at mga kahoy para sa pagpapatayo ng templo.

Ang Pagpapatayo ni Solomon ng Templo

6 Sinimulan ni Solomon ang pagpapatayo ng templo ng Panginoon nang ikalawang buwan, ang buwan ng Ziv, sa ikaapat na taon ng paghahari niya sa Israel. Ika-480 taon iyon ng paglaya ng mga Israelita sa Egipto. ² Ang templo na ipinatayo ni Haring Solomon para sa Panginoon ay 90 talampakan ang haba, 30 talampakan ang luwang at 45 talampakan ang taas. ³ Ang luwang ng

balkonahe ng templo ay 15 talampakan, at ang haba ay 30 talampakan na katulad mismo ng luwang ng templo. ⁴ Nagpagawa rin si Solomon ng mga bintana sa templo. Mas malaki ang sukat nito sa loob kaysa sa labas.

⁵ Nagpagawa rin siya ng mga kwarto sa mga gilid at likod ng templo. Ang mga kwartong ito ay may tatlong palapag at nakadugtong sa pader ng templo. ⁶ Ang luwang ng unang palapag ay pito't kalahating talampakan, siyam na talampakan ang pangalawang palapag at ang pangatlong palapag naman 'ay sampu't kalahating talampakan. Ang pader ng templo ay unti-unting numinipis sa bawat palapag upang maipatong ang mga kwarto sa pader nang hindi na kailangan ng mga biga.

⁷ Nang ipinatayo ang templo, ang mga bato na ginamit ay tinabas na sa pinagkunan nito, kaya wala nang maririnig na pukpok ng martilyo, pait o anumang gamit na bakal.

⁸ Ang daanan papasok sa unang palapag ay nasa bandang timog ng templo. May mga hagdan papuntang pangalawa at pangatlong palapag. ⁹ Nang nailagay na ang mga dingding ng templo, pinalagyan ito ni Solomon ng kisame na ang mga tabla ay sedro. ¹⁰ At ang mga kwarto sa mga gilid at likod ng templo, na ang taas ay pito't kalahating talampakan, na nakakabit sa templo ay ginamitan din ng mga kahoy na sedro.

¹¹ Sinabi ng Panginoon kay Solomon, ¹²⁻¹³ "Kung tutuparin mo ang aking mga tuntunin at mga utos, tutuparin ko rin sa pamamagitan mo ang ipinangako ko kay David na iyong ama. Maninirahan ako kasama ng mga Israelita sa templong ito na iyong ipinatayo at hindi ko sila itatakwil."

¹⁴ Natapos ni Solomon ang pagpapatayo ng templo.

Ang mga Ipinagawa sa Loob ng Templo
(2 Cro. 3:8-14)

¹⁵ Ang dingding sa loob ng templo ay natatakpan ng tablang sedro mula sa sahig hanggang sa kisame, at ang sahig ay kahoy na sipres. ¹⁶ Nagpagawa si Solomon ng dalawang kwarto sa loob ng templo sa pamamagitan ng paglalagay ng dibisyon mula sa sahig hanggang kisame. Ang ginamit na dibisyong tabla ay sedro. Ang kwarto sa bandang likod ng templo ay tinawag na Pinakabanal na Lugar at ang haba nito ay 30 talampakan. ¹⁷ Ang haba naman ng kwarto sa labas ng Pinakabanal na Lugar ay 60 talampakan. ¹⁸ Ang buong dingding sa loob ng templo ay natatakpan ng *tablang* sedro kaya hindi makita ang mga bato sa dingding. May mga inukit din ditong mga bulaklak at mga gumagapang na halaman.

¹⁹ Inihanda ni Solomon ang Pinakabanal na Lugar sa loob ng templo para mailagay ang Kahon ng Kasunduan ng Panginoon. ²⁰ Ang kwartong ito ay kwadrado; ang haba, luwang at taas ay pare-parehong 30 talampakan. Ang mga dingding at kisame nito ay pinatakpan ni Solomon ng purong ginto at ganoon din ang altar na gawa sa *kahoy ng* sedro. ²¹ Ang ibang bahagi ng loob ng templo ay pinatakpan din niya ng purong ginto. Nagpagawa siya ng gintong kadena at ipinatali niya ito ng

---
ᵃ 8 *sipres:* o, *"pine tree."*
ᵇ 18 *Gebal:* Kinalaunan, ang lugar na ito ay tinatawag na Biblos.

pahalang sa daanan na papasok sa Pinakabanal na Lugar. ²²Kaya natatakpan lahat ng ginto ang loob ng templo, pati na ang altar na nasa loob ng Pinakabanal na Lugar.

²³Nagpalagay si Solomon sa loob ng Pinakabanal na Lugar ng dalawang kerubin[a] na gawa sa kahoy na olibo, na ang bawat isa ay 15 talampakan ang taas. ²⁴⁻²⁶Ang dalawang kerubing ito ay magkasinglaki at magkasinghugis. Ang bawat isa ay may dalawang pakpak, at bawat pakpak ay may habang pito't kalahating talampakan. Kaya ang haba mula sa dulo ng isang pakpak hanggang sa dulo ng isa pang pakpak ay 15 talampakan. ²⁷Pinagtabi ito ni Solomon sa loob ng Pinakabanal na Lugar na nakalukob ang mga pakpak. Ang isa nilang pakpak ay nagpapang-abot, at nakatutok sa gitna ng kwarto. At ang kabilang pakpak naman ay nakasayad sa dingding. ²⁸Pinatakpan din ni Solomon ng ginto ang dalawang kerubin.

²⁹Ang lahat ng dingding sa dalawang kwarto ng templo ay pinaukitan ni Solomon ng mga kerubin, mga palma at mga bulaklak na nakabukadkad. ³⁰Kahit ang sahig sa dalawang kwarto ay pinatakpan din niya ng ginto.

³¹Ang daanan papasok sa Pinakabanal na Lugar ay may dalawang pinto na gawa sa kahoy ng olibo at lima ang gilid ng mga hamba nito. ³²Ang mga pintong ito ay pinaukitan ni Solomon ng mga kerubin, mga palma at mga namumukadkad na bulaklak, at pinabalutan ng ginto.

³³Ang daanan papasok sa templo ay pinagawan din ni Solomon ng parihabang mga hamba na gawa sa kahoy na olibo. ³⁴May dobleng pinto din ito na gawa sa kahoy na sipres at ang bawat isa nito ay may dalawang hati na maaaring itiklop. ³⁵Pinaukitan din ito ni Solomon ng mga kerubin, mga palma at mga namumukadkad na bulaklak, at maayos na binalutan ng ginto.

³⁶Ipinagawa rin niya ang loob ng bakuran ng templo. Napapaligiran ito ng pader na ang bawat tatlong patong ng mga batong tinabas ay pinatungan ng kahoy na sedro.

³⁷Inilagay ang pundasyon ng templo ng PANGINOON nang *ikalawang buwan, na siyang* buwan ng Ziv, noong ikaapat na taon *ng paghahari ni Solomon.* ³⁸Natapos ang templo nang ikawalong buwan, na siyang buwan ng Bul, noong ika-11 taon *ng paghahari ni Solomon.* Pitong taon ang pagpapatayo ng templo, at sinunod ang mga detalye nito ayon sa plano.

Nagpatayo ng Palasyo si Solomon

7 Nagpatayo rin si Solomon ng palasyo niya at inabot ng 13 taon ang pagpapatayo nito. ²⁻³Ang isa sa mga gusali nito ay tinawag na Kagubatan ng Lebanon. Ang haba nito ay 150 talampakan, ang luwang ay 75 talampakan at ang taas ay 45 talampakan. Ito ay may apat[b] na hanay ng mga haliging sedro—15 bawat hanay, at nakatukod ito sa 45 na pambalagbag sa ibabaw ng haliging kung saan nakakabit ang kisameng sedro. ⁴Ang dalawang gilid ng gusaling magkaharap ay may tatlong hanay na bintana na magkakasunod. ⁵May tatlong hanay rin itong parihabang mga pintuan na magkakaharap.

⁶Ang isa pang gusali ay ang lugar na pinagtitipunan, na may maraming haligi. Ang haba nito ay 75 talampakan at ang luwang ay 45 talampakan. May balkonahe ito sa harapan, na may bubong at mga haligi.

⁷Nagpatayo rin siya ng gusali kung saan inilagay niya ang kanyang trono. Ito rin ang lugar kung saan siya humahatol. Pinatakpan niya ito ng mga tablang sedro mula sa sahig hanggang sa kisame.[c]

⁸Ang bahagi ng palasyo, kung saan nakatira si Solomon ay nasa likod lang ng gusali kung saan siya humahatol, at magkatulad ang pagkakagawa nito. Katulad din nito ang yari ng bahay na kanyang ipinagawa para sa kanyang asawa, na anak ng Faraon.[d]

⁹Lahat ng mga gusaling ito, mula sa mga pundasyon hanggang sa mga bubong ay gawa sa pinakamagandang uri ng bato na pinagputol-putol at tinabas ang lahat ng gilid ayon sa tamang sukat. ¹⁰Ang mga pundasyon ay gawa sa malalaki at magagandang uri ng bato. Ang haba ng ibang mga bato ay 15 talampakan at ang iba ay 12 talampakan. ¹¹Sa ibabaw nito ay mga *kahoy na* sedro at mamahaling mga bato na tinabas ayon sa tamang sukat. ¹²Ang maluwang na bakuran ay napapaligiran ng pader, na ang bawat tatlong patong ng mga tinabas na bato ay pinatungan ng kahoy na sedro. Katulad din nito ang pagkakagawa ng mga pader ng bakuran sa loob ng templo ng PANGINOON at ng balkonahe.

Ang mga Gamit ng Templo
(2 Cro. 3:15-17; 4:1-22)

¹³Ipinasundo ni Haring Solomon si Huram[e] sa Tyre ¹⁴dahil magaling siyang panday ng mga tanso. Anak siya ng isang biyuda mula sa lahi ni Naftali at ang kanyang ama ay taga-Tyre, na isa ring panday ng mga tanso. Pumunta siya kay Haring Solomon at ginawa niya ang lahat ng ipinagawa sa kanya.

¹⁵Gumawa si Huram ng dalawang haliging tanso na ang bawat isa ay may taas na 27 talampakan at may pabilog na sukat na 18 talampakan. ¹⁶Gumawa rin siya ng dalawang ulo ng mga haliging gawa sa tanso, na ang bawat isa ay may taas na pito't kalahating talampakan. ¹⁷Ang bawat ulo ng haligi ay napapalamutian ng pitong kadenang dugtong-dugtong. ¹⁸na may dalawang hilerang palamuti na *ang hugis ay parang prutas na* pomegranata. ¹⁹Ang hugis ng ulo ng mga haligi sa balkonahe ay parang mga *bulaklak na* liryo, at ang taas nito ay anim na talampakan. ²⁰Ang bawat ulo ng dalawang haligi ay napapaligiran ng dalawang hilera na may 200 na palamuti na *ang hugis ay parang prutas na* pomegranata. Ang palamuting ito ay nasa ibabaw ng bilog na bahagi ng ulo, sa tabi ng mga kadena. ²¹Itinayo ni Huram ang mga haligi sa balkonahe ng templo. Ang haligi sa gawing timog ay tinawag

---

a 23 *kerubin:* Isang uri ng anghel.
b 2-3 *apat:* sa tekstong Septuagint, *tatlo.*
c 7 *kisame:* Ito'y ayon sa teksto na Syriac at Latin Vulgate. Sa Hebreo, *sahig.*
d 8 *Faraon:* ohari ng Egipto.
e 13 *Huram:* sa Hebreo, *Hiram.* Ganito rin sa talatang 40 at 45. Hindi siya ang hari na binabanggit sa 5:1.

niyang Jakin at ang haligi sa gawing hilaga ay tinawag niyang Boaz. ²²Ang hugis ng mga ulo ng mga haligi ay parang mga *bulaklak na liryo*. At natapos ang pagpapagawa ng mga haligi.

²³Pagkatapos, gumawa si Huram ng *malaking lalagyan ng tubig na parang* kawa, *na tinatawag na* Dagat. Ang lalim nito ay pito't kalahating talampakan, ang luwang ay 15 talampakan at ang sukat sa paligid ay 45 talampakan. ²⁴Napapalibutan ito ng dalawang hilerang palamuti sa ilalim ng bibig nito. Ang bilog-bilog na palamuting ito ay nakapalibot—anim bawat isang talampakan. Kasama na itong ginawa nang gawin ang sisidlan. ²⁵Nakapatong ang sisidlan sa likod ng 12 *tansong* toro na magkakatalikod. Ang tatlong toro ay nakaharap sa gawing hilaga, ang tatlo ay sa kanluran, ang tatlo ay sa timog, at ang tatlo naman ay sa gawing silangan. ²⁶Ang kapal ng sisidlan ay mga tatlong pulgada at ang ilalim nito ay parang bibig ng tasa *na nakakurba palabas* katulad ng namumukadkad na *bulaklak ng* liryo. At maaari itong malagyan ng mga 11,000 galong tubig.

²⁷Gumawa rin si Huram ng sampung tansong kariton na gagamitin sa paghakot ng tubig. Ang haba ng bawat isa ay anim na talampakan, ang luwang ay anim ding talampakan at ang taas ay apat at kalahating talampakan. ²⁸Ganito ang pagkagawa ng mga kariton: Ang mga dingding nito ay may mga kwadro ²⁹at napapalamutian ng mga larawan ng leon, mga baka at mga kerubin. Ang ibabaw at ang ilalim ng mga kwadro ay may magkakatulad na palamuti na parang mga bulaklak. ³⁰⁻³¹Ang bawat kariton ay may apat na tansong gulong at mga tansong ehe. Sa bawat sulok ng mga kariton ay may tukod na humahawak sa pabilog na patungan ng tansong planggana. Ang mga tukod ay napapalamutian ng parang mga bulaklak na kabit-kabit. Ang pabilog na patungan ay nakaangat ng isa't kalahating talampakan sa ibabaw ng kariton, at ang luwang ng bunganga ay dalawang talampakan at tatlong pulgada. Ang paligid ng ilalim ay may mga inukit na palamuti. Ang dingding ng kariton ay kwadrado, hindi pabilog. ³²Sa ilalim ng mga kwadradong dingding ay may apat na gulong na nakakabit sa mga ehe, na kasama ng ginawa nang gawin ang kariton. Ang taas ng bawat gulong ay dalawang talampakan at tatlong pulgada ³³at katulad ito ng gulong ng karwahe. Ang mga ehe, tubo, rayos at tapalodo ng gulong ay gawa lahat sa tanso. ³⁴Ang bawat kariton ay may apat na hawakan—isa sa bawat gilid, at naiporma na ito kasama ng kariton. ³⁵Sa ibabaw ng bawat kariton ay may pabilog na leeg na may siyam na pulgada ang taas. Ang mga tukod nito at ang dingding ay naiporma na rin kasama ng kariton. ³⁶Napapalamutian ang dingding at mga tukod ng mga larawan ng kerubin, leon at puno ng palma, kahit saan na may lugar para sa mga ito. At may palamuti rin ito na parang mga bulaklak na kabit-kabit sa paligid. ³⁷Ganito ang pagkakagawa ni Huram ng sampung kariton. Magkakatulad lahat ang kanilang laki at hugis, sapagkat iisa lang ang pinaghulmahan nilang lahat.

³⁸Nagpagawa rin si Huram ng sampung tansong planggana—isa para sa bawat kariton. Ang luwang ng bawat planggana ay anim na talampakan at maaaring lagyan ng 220 galong tubig. ³⁹Inilagay niya

ang limang kariton sa bandang timog ng templo a ang lima nama'y sa bandang hilaga. Inilagay niya *lalagyan ng tubig na tinatawag na* Dagat sa pagitar ng gawing silangan at gawing timog ng templo ⁴⁰Nagpagawa rin siya ng mga palayok, mga pala a mga mangkok *na ginagamit sa pangwisik.*

Natapos ni Huram ang lahat ng ipinagawa sa kanya ni Haring Solomon para sa templo ng PANGINOON. *Ito ang kanyang mga ginawa:*

⁴¹ang dalawang haligi;
ang dalawang parang mangkok na ulo ng
mga haligi;
ang dalawang magkadugtong na mga
kadenang palamuti sa ulo ng mga haligi;
⁴²ang 400 *palamuti na ang hugis ay parang*
prutas na pomegranata (nakakabit
ang dalawang hilera nito sa bawat
magkadugtong na mga kadenang
nakapaikot sa ulo ng mga haligi);
⁴³ang sampung kariton at ang sampung
planggana nito;
⁴⁴ang *lalagyan ng tubig na tinatawag na* Dagat
at ang 12 *tansong* toro sa ilalim nito;
⁴⁵ang mga palayok, mga pala at mga mangkok
na ginagamit sa pangwisik.

Ang lahat ng ito na ipinagawa ni Haring Solomon kay Huram na para sa templo ng PANGINOON ay gawa lahat sa pinakinang na tanso. ⁴⁶Ipinagawa ang mga ito ni Haring Solomon sa pamamagitan ng hulmahan na nasa kapatagan ng Jordan, sa pagitan ng Sucot at Zaretan. ⁴⁷Napakarami ng mga bagay na ito, kaya hindi na ito ipinakilo ni Solomon; hindi alam kung ilang kilo ang mga tansong ito.

⁴⁸Nagpagawa rin si Solomon ng mga kagamitang ito para sa templo ng PANGINOON:

ang gintong altar;
ang mga gintong mesa na pinaglalagyan
ng tinapay na inihahandog sa presensya
ng Dios;
⁴⁹ang mga patungan ng ilaw na purong ginto
na nakatayo sa harap ng Pinakabanal na
Lugar (lima sa bandang kanan at lima sa
kaliwa);
ang mga gintong bulaklak, mga ilaw at
mga pang-sipit;
⁵⁰ang mga baso na purong ginto, mga
panggupit ng mitsa ng ilaw, mga mangkok
na ginagamit sa pangwisik, mga sandok at
mga lalagyan ng insenso;
ang mga gintong bisagra para sa mga pintuan
ng Pinakabanal na Lugar at gitnang
bahagi ng templo.

⁵¹Nang matapos na ni Solomon ang lahat ng gawain para sa templo ng PANGINOON, dinala niya sa bodega ng templo ang lahat ng bagay na itinalaga ng ama niyang si David pati na ang ginto, pilak at iba pang kagamitan.

Dinala sa Templo ang Kahon ng Kasunduan
(2 Cro. 5:2–6:2)

8 Ipinatawag ni Haring Solomon sa Jerusalem ang mga tagapamahala ng Israel at ang lahat ng pinuno ng mga lahi at mga pamilya sa Israel para kunin ang Kahon ng Kasunduan ng Panginoon mula sa Zion, ang Lungsod ni David. ² Pumunta silang lahat kay Haring Solomon noong panahon ng Pista *ng Pagtatayo ng mga Kubol*, noong buwan ng Etanim, na siyang ikapitong buwan. ³⁻⁴ Nang magkatipon na ang lahat ng tagapamahala ng Israel, kinuha ng mga pari at ng mga Levita*ᵃ* ang Kahon ng Panginoon, pati ang Toldang Tipanan at ang *mga* banal na gamit nito at dinala nila ang lahat ng ito sa templo. ⁵ Naghandog si Haring Solomon at ang buong mamamayan ng Israel sa harapan ng Kahon *ng Kasunduan*. Napakaraming tupa at baka ang kanilang inihandog, hindi ito mabilang dahil sa dami.

⁶ Pagkatapos, dinala ng mga pari ang Kahon ng Kasunduan ng Panginoon sa lugar nito roon sa pinakaloob ng templo, sa Pinakabanal na Lugar, sa ilalim ng pakpak ng mga kerubin. ⁷ Nakalukob ang pakpak ng mga kerubin, kaya natatakpan nito ang Kahon at ang mga hawakang pasanan nito. ⁸ Itong mga hawakang pasanan ay mahaba, ang dulo nito ay kita sa Banal na Lugar, sa harapan ng pinakaloob ng templo, pero hindi ito makita sa labas ng Banal na Lugar. At naroon pa ito hanggang ngayon. ⁹ Walang ibang laman ang Kahon maliban sa dalawang malalapad na bato na inilagay ni Moises noong nandoon siya sa Horeb, kung saan gumawa ng kasunduan ang Panginoon sa mga Israelita pagkatapos nilang lumabas sa Egipto.

¹⁰ Nang lumabas ang mga pari sa Banal na Lugar, may ulap na bumalot sa templo ng Panginoon. ¹¹ Hindi na makagawa ang mga pari sa kanilang gawain *sa templo* dahil sa ulap, dahil ang kapangyarihan ng Panginoon ay bumalot sa kanyang templo.

¹² At nanalangin si Solomon, "Sinabi n'yo po Panginoon na maninirahan kayo sa makapal na ulap. ¹³ Ngayon, nagpatayo po ako ng kahanga-hangang templo para sa inyo, na matatahanan n'yo magpakailanman."

Ang Mensahe ni Solomon sa mga Mamamayan ng Israel
(2 Cro. 6:3-11)

¹⁴ Pagkatapos, humarap si Haring *Solomon* sa buong mamamayan ng Israel na nakatayo roon at binasbasan niya sila. ¹⁵ Sinabi niya, "Purihin ang Panginoon, ang Dios ng Israel. Tinupad niya ang kanyang pangako sa aking ama na si David. Sinabi niya noon, ¹⁶ 'Mula nang panahon na inilabas ko ang mga mamamayan kong Israelita sa Egipto, hindi ako pumili ng lungsod sa kahit anong lahi ng Israel para pagtayuan ng templo para sa *karangalan ng* aking pangalan. Ngunit pinili ko si David upang mamahala sa mga mamamayan kong Israelita.'

¹⁷ "Nasa puso ng aking amang si David na magtayo ng templo sa pagpaparangal sa Panginoon, ang Dios ng Israel. ¹⁸ Pero sinabi sa kanya ng Panginoon, 'Mabuti na naghahangad kang magpatayo ng templo para sa *karangalan ng* aking pangalan. ¹⁹ Ngunit hindi ikaw ang magtatayo nito kundi ang sarili mong anak. Siya ang magtatayo ng templo para sa *karangalan ng* aking pangalan.'

---

a 3-4 mga Levita: Sila ang mga katulong ng mga pari sa templo.

²⁰ "Tinupad ng Panginoon ang kanyang ipinangako. Ako ang pumalit sa aking amang si David bilang hari ng Israel, ayon sa ipinangako ng Panginoon. At ipinatayo ko ang templo para parangalan ang Panginoon, ang Dios ng Israel. ²¹ Nagpagawa ako ng lugar doon sa templo para sa Kahon, kung saan nakalagay ang Kasunduan ng Panginoon, na kanyang ginawa sa ating mga ninuno nang inilabas niya sila sa Egipto."

Ang Panalangin ni Solomon para sa Bayan ng Israel
(2 Cro. 6:12-42)

²² Sa harap ng buong kapulungan ng Israel, lumapit si Solomon sa altar ng Panginoon at itinaas niya ang kanyang mga kamay, ²³ at nanalangin, "Panginoon, Dios ng Israel, wala pong Dios na katulad ninyo sa langit o sa lupa. Tinutupad n'yo ang inyong kasunduan at ipinapakita ninyo ang inyong pag-ibig sa mga lingkod ninyong buong pusong sumusunod sa inyo. ²⁴ Tinupad n'yo ang inyong ipinangako sa aking amang si David na inyong lingkod. Kayo po ang nangako, at kayo rin ang tumupad sa araw na ito. ²⁵ At ngayon, Panginoon, Dios ng Israel, tuparin n'yo rin po ang ipinangako ninyo sa lingkod ninyong si David na aking ama nang sinabi n'yo sa kanya, 'Laging sa angkan mo magmumula ang maghahari sa Israel kung matapat na susunod sa akin ang mga angkan mo, tulad ng iyong ginawa.' ²⁶ Kaya ngayon, O Dios ng Israel, tuparin n'yo ang ipinangako ninyo sa lingkod ninyong si David na aking ama.

²⁷ "Pero makakapanahon po ba talaga kayo, O Dios, dito sa mundo? Ni hindi nga po kayo magkasya kahit sa pinakamataas na langit, dito pa kaya sa templo na ipinatayo ko? ²⁸ Ngunit pakinggan ninyo ako na inyong lingkod sa aking pananalangin at pagsusumamo, O Panginoon na aking Dios. Pakinggan n'yo ang panawagan at pananalangin ko sa inyong presensya ngayon. ²⁹ Ingatan n'yo po sana ang templong ito araw at gabi, ang lugar na sinabi n'yong dito *pararangalan* ang pangalan n'yo. Pakinggan n'yo po sana ako na inyong lingkod sa aking pananalangin na nakaharap sa lugar na ito. ³⁰ Pakinggan n'yo po ang kahilingan ko at ng mga mamamayan n'yo kapag sila'y nanalangin na nakaharap sa lugar na ito. Pakinggan n'yo kami riyan sa inyong luklukan sa langit. At kung marinig n'yo kami, patawarin n'yo po kami.

³¹ "Kung ang isang tao ay pinagbintangang nagkasala sa kanyang kapwa, at pinapunta siya sa inyong altar sa templo na ito para sumumpa *na inosente siya*, ³² dinggin n'yo po ito riyan sa langit at hatulan ang inyong mga lingkod—*ang nagbintang at ang pinagbintangan*. Parusahan n'yo po ang nagkasala ayon sa kanyang ginawa at palayain ang walang sala para mahayag na inosente siya.

³³ "Kung ang mga mamamayan n'yong Israelita ay matalo ng mga kalaban nila dahil nagkasala sila sa inyo at kung manumbalik sila at magpuri at manalangin sa templong ito, ³⁴ dinggin n'yo po sila riyan sa langit. Patawarin n'yo sila sa kanilang kasalanan at dalhin ninyo sila pabalik sa lupaing ibinigay ninyo sa kanilang mga ninuno.

³⁵"Kung hindi n'yo pauulanin, dahil nagkasala ang inyong mga mamamayan sa inyo, at kung manalangin po silang nakaharap sa templong ito at magpuri sa inyo, at magsisi sa kanilang mga kasalanan dahil pinarusahan n'yo sila, ³⁶dinggin n'yo po sila riyan sa langit. Patawarin n'yo po sila na inyong mga lingkod, ang inyong mga mamamayang Israelita. Turuan n'yo po sila ng matuwid na pamumuhay, at padalhan ng ulan ang lupain na inyong ibinigay sa kanila bilang pag-aari.

³⁷"Kung may dumating pong taggutom sa lupain *ng inyong mga mamamayan*, o salot, o malanta ang mga tanim, *o peste sa mga tanim gaya ng* mga balang at mga uod, o palibutan ng mga kalaban ang alinman sa kanilang mga lungsod, o sumapit man sa kanila ang kahit anong karamdaman, ³⁸at kung mayroon po sa kanila na mananalangin o hihiling sa inyo *dinggin n'yo po sila*, at kung kinikilala po nilang dahil sa kanilang mga kasalanan dumating ang mga pagtitiis at sakuna sa kanila, at manalangin po sila ng nakataas ang kanilang mga kamay, na nakaharap sa templong ito, ³⁹dinggin n'yo po sila riyan sa inyong luklukan sa langit. Kumilos po kayo at patawarin sila, at gawin sa bawat isa ang nararapat sa kanilang mga ginawa, dahil alam n'yo po ang bawat puso nila. Tunay na tanging kayo lamang po ang nakakaalam ng puso ng lahat ng tao. ⁴⁰*Gawin n'yo po ito* para gumalang sila sainyo habang nabubuhay sila sa lupaing ibinigay n'yo sa aming mga ninuno.

⁴¹⁻⁴²"Kung ang mga dayuhan na nakatira sa malayong lugar ay makarinig ng inyong kadakilaan at kapangyarihan, at pumunta sila rito para sumamba sa inyo at manalangin na nakaharap sa templong ito, ⁴³dinggin n'yo po sila riyan sa inyong luklukan sa langit. At gawin ang kahit anong hinihiling nila, para ang lahat po ng tao sa mundo ay makakilala sa inyo at gumalang po sa inyo gaya ng inyong mga mamamayang Israelita. At para malaman po nilang pinaparangalan kayo sa templo na aking ipinatayo.

⁴⁴"Kung ang inyo pong mga mamamayan ay makikipaglaban ayon sa inyong utos, at kung mananalangin po sila sa *inyo*, Panginoon, na nakaharap sa lungsod na ito na pinili n'yo at sa templo na aking ipinatayo para sa *karangalan ng* inyong pangalan, ⁴⁵dinggin n'yo po ang kanilang mga dalangin at mga kahilingan diyan sa langit, at bigyan sila ng tagumpay.ᵃ ⁴⁶Kung magkasala sila sa inyo—dahil wala kahit isa man na hindi nagkakasala—at sa inyong galit ay ipinatalo n'yo sila sa kanilang mga kalaban at binihag sa sariling lupain at dinala sila sa malayo o sa malapit na lugar, ⁴⁷at kung sa huli'y magbago ang kanilang mga puso roon sa lugar ng kanilang mananakop, at magsisi at magmakaawa po sa inyo na nagsasabi, 'Nagkasala kami, at napakasama ng aming mga ginawa,' ⁴⁸*pakinggan n'yo po ang kanilang dalangin*. Kung babalik po sila sa inyo nang buong puso't isipan, doon sa lugar ng mga kaaway na bumihag sa kanila, at manalangin sila sa inyo na nakaharap sa lupaing ito na ibinigay n'yo sa kanilang mga ninuno, sa lungsod na ito na inyong hinirang at sa templo na aking ipinatayo para sa *karangalan ng* inyong pangalan, ⁴⁹dinggin n'yo po sila riyan sa inyong luklukan sa langit, at bigyan sila ng tagumpay. ⁵⁰Patawarin n'yo po sila sa kanilang mga kasalanan at mga paglabag sa inyo, at loobin n'yong kahabagan sila ng mga bumihag sa kanila. ⁵¹Dahil sila'y mga taong inyong pagmamay-ari. Inilabas ninyo sila sa Egipto, ang lugar na tulad ng naglalagablab na hurno.

⁵²"Pansinin sana ninyo ang mga kahilingan ko at ang mga kahilingan ng inyong mga mamamayang Israelita, at pakinggan ninyo sana sila kapag nanalangin sila sa inyo. ⁵³Dahil hinirang ninyo sila, Panginoong Dios, sa lahat ng bansa sa mundo bilang bayan na inyong pagmamay-ari, ayon sa sinabi ninyo kay Moises na inyong lingkod, nang inilabas ninyo ang aming mga ninuno sa Egipto."

⁵⁴Nang matapos ni Solomon ang kanyang panalangin at kahilingan sa Panginoon, tumayo siya sa harapan ng altar ng Panginoon, kung saan siya nakaluhod at nakataas ang mga kamay sa langit. ⁵⁵Binasbasan niya ang buong sambayanan ng Israel at sinabi nang may malakas na tinig, ⁵⁶"Purihin ang Panginoon na nagbigay ng kapahingahan sa mga mamamayan niyang Israelita ayon sa kanyang ipinangako. Tinupad niya ang lahat ng ipinangako niya kay Moises na kanyang lingkod. ⁵⁷Samahan sana tayo ng Panginoon na ating Dios tulad ng pagsama niya sa ating mga ninuno. Huwag sana niya tayong itaboy o pabayaan. ⁵⁸Gawin sana niya tayong masunurin sa kanya para makapamuhay tayo ayon sa kanyang mga utos at mga tuntunin na ibinigay niya sa ating mga ninuno. ⁵⁹Palagi sanang maalala ng Panginoon na ating Dios, araw at gabi, ang mga panalangin kong ito. Nawa'y tulungan niya ako at ang mga mamamayan niyang Israelita, ayon sa kanilang pangangailangan bawat araw, ⁶⁰para malaman ng lahat ng bayan sa buong mundo na ang Panginoon ay siyang Dios at wala nang iba pa. ⁶¹At sana, kayong *mga Israelita* ay maging tapat sa Panginoon na ating Dios. Tuparin ninyo ang kanyang mga tuntunin at mga utos katulad ng ginagawa ninyo ngayon."

Ang Pagtatalaga ng Templo
(2 Cro. 7:4-10)

⁶²Pagkatapos, naghandog sa Panginoon si Haring Solomon at ang lahat ng Israelita na kasama niya. ⁶³Nag-alay sila ng mga handog para sa mabuting relasyon: 22,000 baka at 120,000 tupa at kambing. Sa ganitong paraan, itinalaga ng hari at ng lahat ng mga Israelita ang templo ng Panginoon. ⁶⁴Sa araw ding iyon, itinalaga ng hari ang bakuran na nasa harap ng templo ng Panginoon para roon mag-alay ng mga handog na sinusunog, mga handog bilang pagpaparangal sa Panginoon, at mga taba bilang handog para sa mabuting relasyon. Dahil ang tansong altar na nasa harapan ng templo ay napakaliit para sa mga handog na ito.

⁶⁵Ipinagdiwang ni Solomon at ng buong Israel ang Pista *ng Pagtatayo ng mga Kubol*. Napakaraming pumunta mula sa Lebo Hamat *sa bandang hilaga* hanggang sa lambak ng Egipto *sa bandang timog*. Nagdiwang sila sa presensya ng Panginoon na kanilangᵇ Dios sa loob ng 14 na araw—pitong araw *para sa pagtatalaga ng templo* at pitong araw *para sa Pista ng Pagtatayo ng mga Kubol*. ⁶⁶Pagkatapos ng

---

ᵃ 45 *tagumpay*: o, *gawin ang nararapat para sa kanila.*

ᵇ 65 *kanilang*: sa Hebreo, *ating.*

Pista,[a] pinauwi ni Solomon ang mga tao. Binasbasan ng mga tao si Haring *Solomon*, at umuwi sila na may galak dahil sa lahat ng kabutihang ginawa ng Panginoon sa kanyang lingkod na si David at 'sa mga mamamayan niyang Israelita.

Nagpakita ang Panginoon kay Solomon
(2 Cro. 7:11-22)

9 Nang matapos ni Solomon ang pagpapatayo ng templo ng Panginoon at ng kanyang palasyo, at ng iba pa na binalak niyang gawin, [2] nagpakitang muli ang Panginoon sa kanya katulad ng ginawa niya noon sa Gibeon. [3] Sinabi sa kanya ng Panginoon, "Narinig ko ang panalangin at kahilingan mo sa akin. Ang templong ipinatayo mo ang pinili kong lugar kung saan ako pararangalan magpakailanman. Palagi ko itong babantayan at iingatan. [4] At ikaw, kung mamumuhay kang tapat at matuwid sa aking harapan, katulad ng iyong ama na si David, at kung gagawin mo ang lahat ng ipinapagawa ko sa iyo at tutuparin ang aking mga tuntunin at mga utos, [5] paghaharin ko sa Israel ang iyong mga angkan magpakailanman. Ipinangako ko ito sa iyong ama na si David nang sabihin ko sa kanya, 'Laging magmumula sa angkan mo ang maghahari sa Israel.' [6] Pero kung tatalikod kayo o ang inyong mga angkan sa akin at hindi susunod sa aking mga utos at mga tuntunin na ibinigay ko sa inyo, at kung maglilingkod at sasamba kayo sa ibang mga dios, [7] paaalisin ko kayo sa lupaing ibinigay ko sa inyo at itatakwil ko ang templong ito na hinirang kong lugar kung saan *pararangalan* ang aking pangalan. Pagkatapos, kukutyain at pagtatawanan ng lahat ng tao ang Israel. [8] At kahit maganda at tanyag ang templong ito, *sisirain ko ito*. Magugulat at mamamangha ang lahat ng dumaraan dito at painsultong sasabihin, 'Bakit ginawa ito ng Panginoon sa lupain at templong ito?' [9] Sasagot ang iba, 'Dahil itinakwil nila ang Panginoon na kanilang Dios na naglabas sa kanilang mga ninuno sa Egipto at naglingkod sila at sumamba sa ibang mga dios. Iyan ang dahilan kung bakit pinadalhan sila ng Panginoon ng mga kapahamakan.' "

Ang Iba pang Naipatayo ni Solomon
(2 Cro. 8:1-18)

[10] Matapos na maipatayo ni Solomon ang dalawang gusali—ang templo ng Panginoon at ang palasyo sa loob ng 20 taon, [11] ibinigay niya ang 20 bayan sa Galilea kay Haring Hiram ng Tyre. Ginawa niya ito dahil tinustusan siya ni Hiram ng lahat ng kahoy na sedro at sipres[b] at ng ginto na kanyang kailangan. [12] Pero nang pumunta si Hiram *sa Galilea* mula sa Tyre para tingnan ang mga bayan na ibinigay sa kanya ni Solomon, hindi siya nasiyahan dito. [13] Sinabi niya kay Solomon "Aking kapatid, anong klaseng mga bayan itong ibinigay mo sa akin?" Tinawag ni Hiram ang lupaing iyon na Cabul,[c] at ganito pa rin ang tawag dito hanggang

ngayon. [14] Nagpadala roon si Hiram kay Solomon ng limang toneladang ginto.

[15] Ito ang ulat tungkol sa sapilitang pagpapatrabaho ni Haring Solomon sa mga tao para maipatayo ang templo ng Panginoon at ang kanyang palasyo, sa pagpapatibay ng lupain sa bandang silangan ng lungsod, sa pagpapatibay ng pader ng Jerusalem, at sa pagpapatayong muli ng mga lungsod ng Hazor, Megido at Gezer. [16] (Nilusob ang Gezer at inagaw ito ng Faraon na hari ng Egipto. Sinunog niya ito at pinagpatay ang mga naninirahan dito na mga Cananeo. Ibinigay niya ang lungsod na ito sa kanyang anak na babae bilang regalo sa kasal nito kay Solomon. [17] At ipinatayong muli ni Solomon ang Gezer.) Ipinatayo rin niya ang ibabang bahagi ng Bet Horon, [18] ang Baalat, ang Tamar[d] na nasa disyerto na sakop ng kanyang lupain, [19] at ang lahat ng lungsod na imbakan ng kanyang mga pangangailangan, at mga karwahe at mga kabayo. Ipinatayo niya ang lahat ng ninanais niyang ipatayo sa Jerusalem, sa Lebanon at sa lahat ng lupaing sakop niya.

[20-21] May mga tao pa na naiwan sa Israel na hindi mga Israelita. Sila ay mga lahi ng mga Amoreo, Heteo, Perezeo, Hiveo at mga Jebuseo, na hindi nalipol ng lubusan ng mga Israelita *nang sakupin nila ang lupain ng Canaan*. Ginawa silang alipin ni Solomon at pinilit na magtrabaho, at nananatili silang alipin hanggang ngayon. [22] Pero hindi ginawang alipin ni Solomon ang sinumang Israelita. Sa halip, ginawa niya silang kanyang mga sundalo, mga opisyal, mga kapitan ng mga sundalo, mga kumander ng kanyang mga mangangarwahe at mga mangangabayo. [23] Ang 550 sa kanila ay ginawa ni Solomon na mga opisyal na mamamahala sa mga manggagawa ng kanyang mga proyekto.

[24] Nang matapos ang palasyo na ipinagawa ni Solomon para sa kanyang asawa, na anak ng Faraon, inilipat niya ito roon mula sa Lungsod ni David. Pagkatapos, pinatambakan niya ng lupa ang mababang bahagi ng lungsod.

[25] Tatlong beses sa bawat taon, nag-aalay si Solomon ng mga handog na sinusunog at mga handog para sa mabuting relasyon[e] doon sa altar na ipinagawa niya para sa Panginoon. Nagsusunog din siya ng mga insenso sa presensya ng Panginoon. Kaya natapos ni Solomon ang pagpapatayo ng templo.

[26] Nagpagawa rin si Solomon ng mga barko sa Ezion Geber, malapit sa Elat[f] na sakop ng Edom, sa dalampasigan ng Dagat na Pula. [27] Nagpadala si Hiram ng mga marino na bihasang mandaragat, kasama ng mga tauhan ni Solomon. [28] Naglayag sila sa Ofir at bumalik sila na may dalang 15 toneladang ginto at dinala nila ito kay Haring Solomon.

Dumalaw ang Reyna ng Sheba kay Haring Solomon
(2 Cro. 9:1-12)

10 Nang marinig ng reyna ng Sheba ang pagiging tanyag ni Solomon, na nakapagbigay ng karangalan sa Panginoon, pumunta siya kay

---

a 66 *Pagkatapos ng Pista*: sa Hebreo, *Nang ikawalong araw*. Maaaring na susunod na araw pagkatapos ng ikapitong araw ng Pista.

b 11 sipres: o, *"pine tree."*

c 13 *Cabul*: Maaaring ang ibig sabihin nito sa Hebreo, *walang halaga*.

d 18 *Tamar*: o, *Tadmor*.

e 25 *handog para sa mabuting relasyon*: Tingnan sa Talaan ng mga Salita sa likod.

f 26 *Elat*: Ito ang nasa tekstong Griego. Sa Hebreo, *Elot*.

Solomon para subukin ang karunungan nito sa pamamagitan ng mahihirap na tanong. ²Dumating siya sa Jerusalem na kasama ang marami niyang tauhan, at may dala siyang mga kamelyo na kargado ng mga *regalo na* mga pampalasa, napakaraming ginto at mamahaling mga bato. Nang makita niya si Solomon, itinanong niya rito ang lahat ng gusto niyang itanong. ³Sinagot ni Solomon ang lahat ng tanong niya at walang anumang bagay ang hindi niya naipaliwanag sa kanya. ⁴Nang mapatunayan ng reyna ng Sheba ang karunungan ni Solomon at nang makita niya ang ganda ng palasyo na ipinatayo nito, ⁵hindi siya makapaniwala. *Ganoon din nang makita niya* ang pagkain sa mesa ng hari, ang pamamahala ng kanyang mga opisyal, ang paglilingkod ng mga utusan na may magagandang uniporme, ang mga tagasilbi ng kanyang inumin at ang mga handog na sinusunog na inialay nito sa templo ng Panginoon.

⁶Sinabi niya sa hari, "Totoo nga ang nabalitaan ko sa aking bansa tungkol sa inyong mga gawa at karunungan. ⁷Hindi ako naniwala hanggang sa pumunta ako rito at nakita ko mismo. Ang totoo, wala sa kalahati ng nabalitaan ko tungkol sa inyo ang nakita ko. Ang karunungan at kayamanan n'yo ay higit pa kaysa sa narinig ko. ⁸Napakapalad ng inyong mga tauhan! Napakapalad ng inyong mga opisyal na naglilingkod sa inyo dahil palagi nilang naririnig ang inyong karunungan. ⁹Purihin ang Panginoon na iyong Dios, na natutuwa sa inyo at naglagay sa inyo sa trono ng Israel. Dahil sa walang katapusang pag-ibig ng Panginoon sa Israel, ginawa kayong hari para mamuno kayo nang may katarungan at katuwiran."

¹⁰Binigyan niya ang hari ng limang toneladang ginto, maraming sangkap at mga mamahaling bato. Hindi na mapapantayan ang dami ng sangkap na ibinigay ng reyna ng Sheba kay Haring Solomon.

¹¹(May dala ring mga ginto ang mga barko ni Hiram, maraming kahoy na almug at mga mamahaling bato mula sa Ofir *para kay Haring Solomon.* ¹²Ang mga kahoy na almug ay ginamit ng hari upang gawing hagdan para sa templo ng Panginoon at sa palasyo, at ang iba ay ginawang mga alpa at mga lira para sa mga musikero. Iyon ang pinakamagandang kahoy na almug na ipinadala sa Israel; wala nang makikita na kagaya nito hanggang sa ngayon.ᵃ)

¹³Ibinigay ni Haring Solomon sa reyna ng Sheba ang anumang hingin niya, bukod pa sa mga regalo na ibinigay ni Solomon sa kanya. Pagkatapos, umuwi na ang reyna kasama ang mga tauhan niya.

Ang Kayamanan ni Solomon
(2 Cro. 9:13-28)

¹⁴Taun-taon tumatanggap si Solomon ng 23 toneladang ginto, ¹⁵bukod pa rito ang mga buwis na galing sa mga negosyante, sa lahat ng hari ng Arabia at sa mga gobernador ng Israel.

¹⁶Nagpagawa si Haring Solomon ng 200 malalaking pananggalang na ang bawat isa ay nababalutan ng mga pitongᵇ kilong ginto.

¹⁷Nagpagawa rin siya ng 300 maliliit na pananggalang na ang bawat isa ay nababalutan din ng ginto na mga tatlo at kalahating kilo. Pinalagay niya ang lahat ng ito sa bahagi ng palasyo na tinatawag na Kagubatan ng Lebanon.

¹⁸Nagpagawa rin ang hari ng isang malaking trono na gawa sa mga pangil ng elepante at binalutan ito ng purong ginto. ¹⁹May anim na baitang ang tronong ito at pabilog ang sandalan. Sa magkabilang gilid nito na may patungan ng braso ay may estatwang leon na nakatayo. ²⁰Mayroon ding estatwang leon sa bawat gilid ng baitang. Ang estatwang leon sa anim na baitang ay 12 lahat. Walang trono na katulad nito kahit saan mang kaharian. ²¹Ang lahat ng kopang inuman ni Haring Solomon ay purong ginto at ang lahat ng gamit sa bahagi ng palasyo na tinatawag na Kagubatan ng Lebanon ay purong ginto rin. Hindi ginawa ang mga ito sa pilak dahil maliit lang ang halaga nito nang panahon ni Solomon. ²²Si Solomon ay may mga barko rin na pangkalakalᶜ na naglalayag kasama ng mga barko ni Hiram. Ang mga barkong ito'y umuuwi isang beses sa tatlong taon, na may dalang mga ginto, pilak, pangil ng elepante at malalaki't maliliit na uri ng unggoy. ²³Walang sinumang hari sa mundo na makakapantay sa karunungan at kayamanan ni Haring Solomon. ²⁴Ang mga tao sa mundo ay naghahangad na makita si Solomon para mapakinggan ang karunungan na ibinigay ng Dios sa kanya. ²⁵Taun-taon, ang bawat dumadalaw sa kanya ay may dalang mga regalo—mga bagay na gawa sa pilak at ginto, mga damit, mga sandata, mga sangkap, mga kabayo at mga mola.ᵈ

²⁶Nakapagtipon si Solomon ng 14,000 mga karwahe at 12,000 kabayo. Inilagay niya ang iba nito sa mga lungsod na taguan ng kanyang mga karwahe, at ang iba'y doon sa Jerusalem. ²⁷Nang panahong siya ang hari, ang pilak sa Jerusalem ay tulad lang ng mga pangkaraniwang bato, at ang kahoy na sedro ay parang kasindami ng mga *pangkaraniwang* puno ng sikomoro sa mga kaburulan sa kanluran.ᵉ ²⁸Ang mga kabayo ni Solomon ay galing pa sa Egiptoᶠ at sa Cilicia.ᵍ Binili ito sa Cilicia ng kanyang mga tagabili sa tamang halaga. ²⁹Nang panahong iyon, ang halaga ng karwahe na mula sa Egipto ay 600 pirasong pilak at ang kabayo ay 150 pirasong pilak. Ipinagbili rin nila ito sa lahat ng hari ng mga Heteo at mga Arameo.ʰ

Ang mga Asawa ni Solomon

11 Maraming dayuhang babae ang inibig ni Haring Solomon. Bukod pa sa anak ng Faraon, may mga asawa pa siyang Moabita, Ammonita, Edomita, Sidoneo at Heteo. ²Sinabi na sa kanya ng Panginoon na ang mga Israelita ay hindi dapat mag-asawa mula sa mga bansang iyondahil

---

a 12 Iyon ang...sa ngayon: o, Wala nang hihigit pa sa dami ng kahoy na almug na dinala roon sa Israel; wala na ring makikitang kasindami noon ngayon.

b 16 pitong: o, tatlo't kalahating.

c 22 mga barko rin na pangkalakal: sa Hebreo, mga barko ng Tarshish.

d 25 mola: sa Ingles, "mule." Hayop na parang kabayo.

e 27 kaburulan sa kanluran: sa literal, Shefela.

f 27 Egipto: o, Muzur, na isang lugar na malapit sa Cilicia.

g 28 Cilicia: sa Hebreo, Kue. Maaaring isang pangalan ng Cilicia.

h 29 Arameo: o, Sirianita.

mahihimok lang sila ng mga ito na sumamba sa ibang mga dios. Pero umibig pa rin si Solomon sa mga babaeng ito. [3] May 700 asawa si Solomon na puro mga prinsesa, at may 300 pa siyang asawang alipin. Ang mga asawa niya ang nagpalayo sa kanya sa Dios. [4] Nang matanda na siya, nahimok siya ng kanyang mga asawa na sumamba sa ibang mga dios. Hindi na naging maganda ang relasyon niya sa PANGINOON na kanyang Dios; hindi tulad ng ama niyang si David. [5] Sumamba siya kay Ashtoret, ang diosa ng mga Sidoneo at kay Molec,[a] ang kasuklam-suklam na dios ng mga Ammonita. [6] Sa pamamagitan nito, nakagawa si Solomon ng masama sa paningin ng PANGINOON. Hindi siya sumunod nang buong katapatan sa PANGINOON; hindi tulad ng ama niyang si David.

[7] Nagpagawa si Solomon ng sambahan sa matataas na lugar,[b] sa bandang silangan ng Jerusalem, para kay Kemosh, ang kasuklam-suklam na dios ng mga Moabita. Nagpagawa rin siya ng sambahan para kay Molec, ang kasuklam-suklam na dios ng mga Ammonita. [8] Nagpagawa rin siya ng sambahan ng mga dios-diosan ng lahat ng asawa niyang dayuhan at doon sila nagsusunog ng mga insenso at naghahandog para sa mga dios-diosan nila.

[9] Nagalit ang PANGINOON kay Solomon dahil tinalikuran niya ang PANGINOON, ang Dios ng Israel, na nagpakita sa kanya ng dalawang beses. [10] Kahit binalaan na niya si Solomon na huwag sumunod sa ibang mga dios, hindi pa rin sumunod si Solomon sa kanya. [11] Kaya sinabi ng PANGINOON kay Solomon, "Dahil hindi mo tinupad ang ating kasunduan at ang mga utos ko, kukunin ko sa iyo ang kaharian mo at ibibigay ko sa isa sa mga lingkod mo. [12] Pero dahil sa iyong amang si David hindi ko ito gagawin habang buhay ka pa. Gagawin ko ito sa panahon nang *paghahari ng* iyong anak. [13] Pero hindi ko kukunin ang buong kaharian sa kanya, magtitira ako ng isang angkan alang-alang sa aking lingkod na si David at dahil sa Jerusalem na aking hinirang *na lungsod.*"

Ang mga Kaaway ni Solomon

[14] Pinahintulutan ng PANGINOON na may kumalaban kay Solomon. Siya ay si Hadad na taga-Edom, na mula sa angkan ng isa sa mga hari ng Edom. [15] Noong una, nang nakipaglaban si David sa Edom, si Joab na kumander ng mga sundalo ni David ay pumunta roon sa Edom para ilibing ang mga namatay sa labanan. At nang naroon na siya, pinatay niya at ng mga tauhan niya ang lahat ng lalaki sa Edom. [16] Anim na buwan silang nanatili roon. Hindi sila umalis hanggang sa mapatay nila ang lahat ng mga lalaki roon. [17] Pero si Hadad, na bata pa noon ay tumakas papunta sa Egipto kasama ng ibang mga opisyal na taga-Edom na naglingkod sa kanyang ama. [18] Umalis sila sa Midian at pumunta sa Paran. At kasama ng ibang mga taga-Paran, pumunta sila sa Egipto at nakipagkita sa Faraon, ang hari ng Egipto. Binigyan ng hari si Hadad ng bahay, lupa at pagkain.

[19] Nagustuhan ng Faraon si Hadad, kaya ibinigay niya ang hipag niya kay Hadad para maging asawa nito, kapatid ito ng kanyang asawang si Reyna Tapenes. [20] Kinalaunan, nanganak ng lalaki ang asawa ni Hadad at pinangalanan nila siyang Genubat. Si Tapenes ang nagpalaki sa bata roon sa palasyo. Tumira ang bata roon kasama ng mga anak ng Faraon.

[21] Nang naroon na si Hadad sa Egipto, nabalitaan niya na patay na si David at si Joab na kumander ng mga sundalo. Sinabi ni Hadad sa Faraon, "Hayaan n'yo na po akong umuwi sa aking bansa." [22] Nagtanong ang Faraon, "Bakit? Ano pa ba ang kulang sa iyo rito at gusto mo pang umuwi sa inyo?" Sumagot si Hadad, "Wala po; basta pauwiin n'yo na lang po ako."

[23] May isa pang tao na pinahintulutan ng Dios na kumalaban kay Solomon. Ito ay si Rezon na anak ni Eliada. Lumayas siya sa kanyang amo na si Haring Hadadezer ng Zoba, [24] at naging pinuno siya ng mga rebeldeng tinipon niya. Nang matalo ni David ang mga sundalo ni Hadadezer, pumunta si Rezon at ang mga tauhan niya sa Damascus. Sinakop nila ang lugar na ito at doon tumira. [25] Naging hari si Rezon ng Aram,[c] at kinalaban niya ang Israel. Naging kalaban siya ng Israel habang buhay pa si Solomon. Dinagdagan pa niya ang kaguluhan na ginawa ni Hadad sa Israel.

Nagrebelde si Jeroboam kay Solomon

[26] Isa pa sa mga kumalaban kay Solomon ay si Jeroboam na isa sa mga opisyal niya. Galing siya sa lungsod ng Zereda sa Efraim. Ang ama niyang si Nebat ay patay na, pero ang kanyang ina na si Zerua ay buhay pa. [27] Ito ang nangyari kung paano siya nagrebelde sa hari: Pinatabunan noon ni Solomon ng lupa ang mababang bahagi ng bayan na ama niyang si David at ipinaayos ang mga pader nito. [28] Maabilidad na tao si Jeroboam at nang mapansin ni Solomon ang kanyang kasipagan, itinalaga niya itong tagapamahala ng lahat ng tao na pinilit magtrabaho mula sa lahi ni Efraim at ni Manase.[d]

[29] Isang araw, habang palabas si Jeroboam sa Jerusalem, sinalubong siya ni propetang Ahia na taga-Shilo. Bago ang suot na balabal ni Ahia. Silang dalawa lang ang naroon sa kapatagan. [30] Hinubad ni Ahia ang balabal niya at pinunit ito sa 12 bahagi. [31] Pagkatapos, sinabi niya kay Jeroboam, "Kunin mo ang sampung piraso nito, dahil ganito ang sinasabi ng PANGINOON, ang Dios ng Israel: 'Kukunin ko ang kaharian ni Solomon at ibibigay sa iyo ang sampung lahi nito. [32] Ngunit alang-alang kay David na aking lingkod at sa lungsod ng Jerusalem na aking hinirang sa lahat ng lungsod ng Israel, ititira ko ang isang lahi kay Solomon. [33] Gagawin ko ito dahil itinakwil niya[e] ako at sinamba si Ashtoret, ang diosa ng mga Sidoneo, si Kemosh, ang dios ng mga Moabita at si Molec, ang dios ng mga Ammonita. Hindi siya sumunod sa aking mga pamamaraan at hindi siya namuhay nang matuwid sa aking paningin. Hindi

---

a 5 Molec: sa Hebreo, *Milcom.* Ganito rin sa talatang 33.

b 7 sambahan sa matataas na lugar: Tingnan sa Talaan ng mga Salita sa likod.

c 25 Aram: o, *Syria.*

d 28 lahi ni Efraim at ni Manase: sa literal, *sambahayan ni Jose.*

e 33 niya: Ito'y ayon sa mga teksto ng Septuagint, Vulgate at Syriac; sa Hebreo, *nila.*

siya tumupad sa aking mga tuntunin at mga utos; hindi tulad ng ama niyang si David. ³⁴Pero hindi ko kukunin ang buong kaharian kay Solomon. Maghahari siya sa buong buhay niya dahil sa pinili kong lingkod na si David, na tumupad sa aking mga utos at mga tuntunin. ³⁵Kukunin ko ang kaharian sa kanyang anak *na papalit sa kanya bilang hari*, at ibibigay ko ang sampung lahi nito sa iyo. ³⁶Bibigyan ko ng isang lahi ang kanyang anak para ang angkan ni David na aking lingkod ay magpapatuloy sa paghahari sa Jerusalem, ang lungsod na aking pinili para parangalan ako. ³⁷At ikaw naman ay gagawin kong hari ng Israel. Pamamahalaan mo ang lahat ng gusto mo. ³⁸Kung tutuparin mo ang lahat ng iuutos ko sa iyo at susunod ka sa pamamaraan ko, at kung gagawa ka nang mabuti sa aking harapan sa pamamagitan ng pagtupad ng aking mga tuntunin at mga utos katulad ng ginawa ni David na aking lingkod, ako'y makakasama mo. Mananatili sa paghahari ang iyong mga angkan tulad sa mga angkan ni David. Magiging iyo ang Israel. ³⁹Dahil sa mga kasalanan ni Solomon, parurusahan ko ang mga angkan ni David, pero hindi panghabang buhay.' "

⁴⁰*Nang malaman ito ni Solomon*, pinagsikapan niyang patayin si Jeroboam, pero tumakas ito at pumunta kay Haring Sishak ng Egipto at doon siya tumira hanggang mamatay si Solomon.

Ang Pagkamatay ni Solomon
(2 Cro. 9:29-31)

⁴¹Ang iba pang salaysay tungkol sa paghahari ni Solomon, at ang lahat ng ginawa niya, at ang tungkol sa kanyang karunungan ay nakasulat sa Aklat ng mga Gawa ni Solomon. ⁴²Sa Jerusalem *nakatira* si Solomon habang naghahari siya sa buong Israel sa loob ng 40 taon. ⁴³Nang mamatay siya, inilibing siya sa lungsod ng ama niyang si David. At ang anak niyang si Rehoboam ang pumalit sa kanya bilang hari.

Nagrebelde ang Israel kay Rehoboam
(2 Cro. 10:1-19)

12 Pumunta si Rehoboam sa Shekem, kung saan nagtipon ang lahat ng mga Israelita para hirangin siya na hari. ²Nang mabalitaan ito ni Jeroboam na anak ni Nebat, bumalik siya sa Israel. (Sapagkat nang panahong iyon, doon siya nakatira sa Egipto, kung saan tumakas siya kay Haring Solomon.) ³Ipinatawag ng buong mamamayan ng Israel si Jeroboam at pumunta sila kay Rehoboam at sinabi, ⁴"Mabigat ang mga ipinapatupad ng inyong ama sa amin. Pero kung pagagaanin n'yo ito, paglilingkuran namin kayo."

⁵Sumagot si Rehoboam, "Bigyan n'yo muna ako ng tatlong araw para pag-isipan ito, pagkatapos, bumalik kayo sa akin." Kaya umuwi ang mga tao. ⁶Nakipagkita agad si Haring Rehoboam sa mga tagapamahala, na naglilingkod sa ama niyang si Solomon nang nabubuhay pa ito. Nagtanong si Rehoboam sa kanila, "Ano ba ang maipapayo ninyo na isasagot ko sa hinihiling ng mga taong iyon?" ⁷Sumagot sila, "Kung ipapakita mo ngayon ang iyong kabutihan sa kanila, at ibibigay ang kahilingan nila, maglilingkod sila sa iyo magpakailanman."

⁸Pero hindi sinunod ni Rehoboam ang kanilang payo, sa halip nakipagkita siya sa mga kababata niya na naglilingkod sa kanya. ⁹Nagtanong siya sa kanila, "Ano ba ang maipapayo n'yo na isasagot ko sa kahilingan ng mga taong iyon? Humihiling sila sa akin na pagaanin ko ang mabigat na mga ipinapatupad ng aking ama sa kanila." ¹⁰Sumagot ang mga kababata ni Rehoboam, "Ito ang isagot mo sa mga taong iyon na humihiling sa iyo: 'Ang kalingkingan ko ay mas malaki pa sa baywang ng aking ama. ¹¹*Ang ibig kong sabihin*, mas mabigat pa ang ipapatupad ko sa inyo kaysa sa ipinapatupad ng aking ama. Kung hinampas kayo ng aking ama ng latigo, hahampasin ko kayo ng latigong may mga matalim na bakal.' "ᵃ

¹²Pagkalipas ng tatlong araw, bumalik si Jeroboam at ang mga tao kay Haring Rehoboam, ayon sa sinabi ng hari sa kanila. ¹³Pero hindi tinupad ni Rehoboam ang ipinayo ng mga tagapamahala. Sa halip, pinagsalitaan niya ng masasakit ang mga tao ¹⁴ayon sa ipinayo ng mga kababata niya. Sinabi niya sa kanila, "Mabigat ang ipinapatupad ng aking ama sa inyo, pero mas mabigat pa ang ipapatupad ko sa inyo. Kung pinalo kayo ng aking ama ng latigo, papaluin ko kayo ng latigong may matalim na mga bakal."

¹⁵Hindi nga nakinig ang hari sa mga tao, niloob ito ng Dios para matupad ang kanyang sinabi kay Jeroboam na anak ni Nebat sa pamamagitan ni Ahia na taga-Shilo. ¹⁶Nang malaman ng lahat ng Israelita na hindi sila pinakinggan ng hari, sinabi nila sa hari, "Wala kaming pakialam sa iyo na mula sa lahi ni David! Bahala ka na sa iyong kaharian! Halikayo mga Israelita, umuwi na tayo!" At umuwi nga ang mga Israelita. ¹⁷Ang mga Israelita lang na nakatira sa mga bayan ng Juda ang napamahalaan ni Rehoboam.

¹⁸Ngayon, pinapunta ni Haring Rehoboam sa mga Israelita si Adoniram, ang tagapamahala ng mga tao na pinagtatrabaho ng sapilitan, para makipag-ayos sa kanila. Pero binato siya ng mga Israelita hanggang sa mamatay. Nagmamadaling sumakay si Rehoboam sa kanyang karwahe at tumakas papunta sa Jerusalem. ¹⁹Hanggang ngayon, nagrerebelde ang mga Israelita sa mga angkan ni David.

²⁰Nang mabalitaan ng lahat ng mga Israelita na nakauwi na si Jeroboam, ipinatawag nila siya sa isang pagtitipon at ginawa nila siyang hari sa buong Israel. Ang lahi lang ni Juda ang nanatiling tapat sa paghahari ng mga angkan ni David.

Binalaan ni Shemaya si Rehoboam
(2 Cro. 11:1-4)

²¹Pagdating ni Rehoboam sa Jerusalem, tinipon niya ang mahuhusay na sundalo ng mga lahi nina Juda at Benjamin. Nakapagtipon siya ng 180,000 sundalo na makikipaglaban sa mga mamamayan ng Israel at para bawiin ang kaharian niya. ²²Pero sinabi ng Dios kay Shemaya na kanyang lingkod, ²³"Sabihin mo kay Haring Rehoboam ng Juda, na anak ni Solomon, at sa lahat ng sambayanan ng

---

a 11 *latigong may mga matalim na bakal*: sa literal, *alakdan*. Ganito rin sa talatang 14.

Juda at Benjamin at sa iba pang taong naroon ²⁴na ito ang sinasabi ko: 'Huwag kayong makipaglaban sa mga kapwa ninyo Israelita. Umuwi kayo, dahil kalooban ko ang lahat ng ito.' " Sumunod nga sila sa PANGINOON at umuwi ayon sa inutos ng PANGINOON.

Nagpagawa si Jeroboam ng mga Gintong Baka

²⁵ Pinalibutan ni Jeroboam ng pader ang lungsod ng Shekem sa kabundukan ng Efraim at doon siya tumira. Kinalaunan, pumunta siya sa Penuel at ipinaayos niya ito. ²⁶ Sinabi niya sa kanyang sarili, "Baka maibalik ang kaharian sa angkan ni David ²⁷ kung magpapatuloy ang mga tao sa pagpunta sa Jerusalem para maghandog doon sa templo ng PANGINOON. Maaaring mahulog muli ang kanilang loob kay Haring Rehoboam sa Juda. At kung mangyayari iyon, papatayin nila ako at babalik sila kay Rehoboam."

²⁸ Kaya pagkatapos na payuhan si Jeroboam tungkol dito, nagpagawa siya ng dalawang gintong baka. Sinabi niya sa mga tao, "Mga Israelita, mahirap na para sa inyo na makapunta pa sa Jerusalem. Narito ang inyong mga dios na naglabas sa inyo sa Egipto." ²⁹ Ang isang gintong baka ay ipinalagay niya sa Betel at ang isa naman ay sa Dan. ³⁰ Ang ginawang ito ni Jeroboam ay naging dahilan ng pagkakasala *ng mga Israelita.ᵃ* Pumupunta pa sila kahit sa Dan para sumamba roon.

³¹ Nagpagawa pa si Jeroboam ng mga sambahan sa matataas na lugarᵇ at pumili siya ng mga tao na maglilingkod bilang pari, kahit hindi sila mula sa pamilya ng mga Levita. ³² Nagpasimula rin siya ng pista na ipinagdiriwang tuwing ika-15 araw ng ikawalong buwan, tulad ng pista sa Juda. Nang araw na iyon, nag-alay siya sa Betel ng mga handog sa altar para sa mga *gintong* baka na ipinagawa niya. At doon siya pumili ng mga pari na itinalaga niyang maglingkod sa mga sambahan sa matataas na lugar na ipinagawa niya. ³³ Sa araw na iyon na naghandog siya sa altar na kanyang ipinagawa sa Betel, sinimulan niya ang pista para sa mga Israelita. Siya ang pumili ng petsang ika-15 araw ng ikawalong buwan para sa ganitong pista.

Isinumpa ng Propeta ang Altar sa Betel

13 Ngayon, inutusan ng PANGINOON ang isang lingkod niyang taga-Juda na pumunta sa Betel. Pagdating niya roon, nakatayo si Jeroboam sa tabi ng altar para maghandog. ²Inutusan ng PANGINOON ang lingkod niya na isumpa ang altar na iyon. Sinabi niya, "Ito ang sinasabi ng PANGINOON tungkol sa altar na ito: May isisilang na isang sanggol sa pamilya ni David na ang pangalan ay Josia. Papatayin niya at ihahandog sa altar na ito ang mga pari na naglilingkod sa mga sambahan sa matataas na lugarᶜ at naghahandog sa altar na ito. Masusunog ang kanilang mga buto sa altar na ito." ³ Sa mismong araw na ito, nagbigay ang lingkod ng Dios ng palatandaan *na mangyayari ang kanyang*

sinabi. Sinabi niya, "Ito ang palatandaan na sinabi ng PANGINOON: Matitibag ang altar na ito at ang alikabok nito ay kakalat."

⁴ Nang marinig ito ni Haring Jeroboam, itinuro niya ang lingkod ng Dios at sinabi, "Hulihin ninyo siya!" Pero bigla na lang naniigas ang kamay ng hari, kaya hindi na niya maibaba ang kanyang kamay. ⁵ Pagkatapos, natibag ang altar at ang alikabok nito ay kumalat, ayon sa palatandaang sinabi ng lingkod ng Dios na ipinahayag sa kanya ng PANGINOON.

⁶ Pagkatapos, sinabi ng hari sa lingkod ng Dios, "Ipanalangin mo ako sa PANGINOON na iyong Dios na pagalingin niya ang kamay ko." Kaya nanalangin ang lingkod ng Dios sa PANGINOON at gumaling ang kamay ng hari. ⁷ Muling sinabi ng hari sa lingkod ng Dios, "Halika sa bahay at kumain, at bibigyan kita ng regalo." ⁸ Pero sumagot ang lingkod ng Dios, "Kahit ibigay pa po ninyo sa akin ang kalahati ng ari-arian ninyo, hindi ako sasama sa inyo o kakain ni iinom man sa lugar na ito. ⁹ Sapagkat inutusan po ako ng PANGINOON na huwag akong kumain ni uminom habang nandito ako, at sa pag-uwi ko'y hindi ako dapat dumaan sa dinaanan ko papunta rito." ¹⁰ Kaya ibang daan ang dinaanan niya nang umuwi siya.

¹¹ Nang panahong iyon, may isang matandang propeta na nakatira sa Betel. Pinuntahan siya ng kanyang mga anak na lalakiᵈ at ibinalita ang lahat ng ginawa ng lingkod ng Dios noong araw na iyon sa Betel. Ibinalita rin nila sa kanya kung ano ang sinabi ng lingkod ng Dios sa hari. ¹² Nagtanong ang kanilang ama, "Saan siya dumaan pauwi?" At sinabi nila kung saan siya dumaan. ¹³ Pagkatapos, sinabi ng kanilang ama sa kanila, "Ihanda ninyo ang asno para sa akin." Kaya inihanda nila ang asno; sumakay siya ¹⁴ at hinabol ang lingkod ng Dios. Inabutan niyang nakaupo ito sa ilalim ng punong terebinto. Tinanong niya ito, "Ikaw ba ang lingkod ng Dios na galing sa Juda?" Sumagot siya, "Opo." ¹⁵ Sinabi niya, "Halika sa bahay at kumain." ¹⁶ Sumagot ang lingkod ng Dios, "Hindi po ako maaaring bumalik at sumama sa inyo, at hindi rin ako maaaring kumain o uminom kasama ninyo sa lugar na ito. ¹⁷ Sapagkat inutusan ako ng PANGINOON na huwag akong kumain ni uminom habang nandito ako at sa pag-uwi ko'y hindi ako dapat dumaan sa dinaanan ko papunta rito." ¹⁸ Sinabi ng matandang propeta, "Propeta rin ako na katulad mo. At inutusan ng PANGINOON ang isang anghel para sabihin sa akin na dalhin kita sa bahay ko para makakain at makainom ka." (Pero nagsisinungaling ang matanda.) ¹⁹ Kaya sumama sa kanyang bahay ang lingkod ng Dios, kumain at uminom siya roon.

²⁰ Habang nakaupo sila sa mesa, may sinabi ang PANGINOON sa matandang propeta. ²¹ Kaya sinabi ng matandang propeta sa lingkod ng Dios na galing sa Juda, "Ito ang sinasabi ng PANGINOON: 'Nilabag mo ang utos ng PANGINOON na iyong Dios; hindi mo sinunod ang iniutos niya sa iyo. ²² Iniutos niya sa iyo na huwag kang kakain at iinom sa lugar na ito, pero bumalik ka rito at kumain at uminom. Dahil sa ginawa mo, ang bangkay mo ay hindi ililibing sa libingan ng mga ninuno mo.' "

ᵃ 30 *naging dahilan...Israelita:* o, *kasalanan.*

ᵇ 31 *sambahan sa matataas na lugar:* Tingnan sa Talaan ng mga Salita sa likod. Makikita rin sa 13:2.

ᶜ 2 *sambahan sa matataas na lugar:* Tingnan sa Talaan ng mga Salita sa likod.

ᵈ 11 *mga anak na lalaki:* Ito'y ayon sa ibang lumang teksto; sa Hebreo, *anak na lalaki.*

²³ Nang matapos kumain at uminom ang lingkod ng Dios, inihanda ng matandang propeta ang asno para sa pag-uwi nito. ²⁴ At habang papauwi na siya, sinalubong siya ng isang leon at pinatay. Ang bangkay nito'y nakahandusay sa daan, at sa tabi nito'y nakatayo ang leon at asno. ²⁵ Nakita ng mga taong dumaraan doon ang bangkay at ang leon sa tabi nito, at ibinalita nila ito sa lungsod kung saan nakatira ang matandang propeta.

²⁶ Nang marinig ito ng matandang propeta, sinabi niya, "Siya ang lingkod ng Dios na lumabag sa salita ng Panginoon. Pinabayaan siya ng Panginoon sa leon na sumunggab at pumatay sa kanya, ayon sa sinabi ng Panginoon sa kanya."

²⁷ Sinabi agad ng matandang propeta sa mga anak niyang lalaki, "Ihanda ninyo ang asno para sa akin." At inihanda nila ito. ²⁸ Umalis siya, at nakita niya ang bangkay na nakahandusay sa daan, at ang leon at asno na nakatayo sa tabi nito. Hindi kinain ng leon ang bangkay o nilapa man ang asno. ²⁹ Kinuha ng matandang propeta ang bangkay ng lingkod ng Dios at isinakay sa asno, at dinala sa kanilang lungsod para ipagluksa ang bangkay at ilibing ito. ³⁰ Inilibing niya ito sa libingan na ipinagawa niya para sa kanyang sarili. Lubha silang nalungkot sa pagkamatay ng lingkod ng Dios.

³¹ Matapos siyang mailibing, sinabi ng matandang propeta sa mga anak niyang lalaki, "Kapag namatay ako, ilibing ninyo ako sa pinaglibingan ng lingkod ng Dios, at pagtabihin ninyo kami. ³² Dahil ang mga salita na sinabi ng Panginoon sa kanya tungkol sa altar sa Betel at sa mga sambahan sa matataas na lugar sa Samaria ay siguradong matutupad."

³³ Kahit nangyari ang mga ito, hindi pa rin nagbago si Jeroboam sa kanyang pag-uugali. Pumili pa rin siya ng mga taong maglilingkod bilang mga pari sa mga sambahan sa matataas na lugar. Ang sinumang gustong maglingkod bilang pari ay inordinahan niya. ³⁴ Ang ginawang ito ni Jeroboam ay naging dahilan ng pagkakasala ng sambahayan niya at naghatid sa kanila ng pagkatalo at kapahamakan.

Ang Sinabi ni Propeta Ahia Laban kay Jeroboam

14 Nang panahong iyon, nagkasakit ang anak na lalaki ni Jeroboam na si Abijah. ² Kaya sinabi ni Jeroboam sa asawa niya, "Pumunta ka sa Shilo, magbalat-kayo ka para walang makakilala sa iyo na asawa kita. Naroon si Ahia, ang propeta na nagsabi sa akin na magiging hari ako ng Israel. ³ Pumunta ka sa kanya at magdala ng mga regalo na sampung tinapay, mga pagkain, at isang garapong pulot dahil sasabihin niya sa iyo kung ano ang mangyayari sa anak natin." ⁴ Kaya pumunta ang asawa ni Jeroboam sa bahay ni Ahia sa Shilo. Matanda na si Ahia at hindi na makakita. ⁵ Pero sinabi ng Panginoon kay Ahia, "Papunta rito ang asawa ni Jeroboam na nagbalat-kayo para hindi makilala. Magtatanong siya sa iyo tungkol sa anak niyang may sakit, at sagutin mo siya ng sasabihin ko sa iyo."

⁶ Nang marinig ni Ahia na papasok siya sa pintuan, sinabi ni Ahia, "Halika, pumasok ka. Alam kong asawa ka ni Jeroboam. Bakit ka nagbabalat-kayo? May masamang balita ako sa iyo. ⁷ Umuwi ka at sabihin mo kay Jeroboam na ito ang sinasabi ng Panginoon, ang Dios ng Israel: 'Ikaw ang pinili ko sa lahat ng tao para gawing pinuno ng mga mamamayan kong Israelita. ⁸ Kinuha ko ang kaharian sa pamilya ni David at ibinigay sa iyo. Pero hindi ka katulad ni David na lingkod ko. Tinupad niya ang mga utos ko, sumunod siya sa akin nang buong puso, at gumawa ng matuwid sa aking paningin. ⁹ Mas masama ang ginawa mo kaysa sa ginawa ng mga pinunong nauna sa iyo. Itinakwil mo ako at ipinagpalit sa pamamagitan ng pagpapagawa ng mga dios-diosang gawa sa metal. ¹⁰ Dahil dito, padadalhan ko ng kapahamakan ang sambahayan mo. Papatayin ko lahat ng lalaki, alipin man o hindi. Wawasakin ko nang lubusan ang sambahayan mo tulad ng dumiᵃ na sinunog at walang natira. ¹¹ Ang mga miyembro ng sambahayan mo na mamamatay sa lungsod ay kakainin ng mga aso, at ang mamamatay sa bukid ay kakainin ng mga ibon.' Mangyayari ito dahil Ako, ang Panginoon, ang nagsabi nito."

¹² Pagkatapos, sinabi ni Ahia sa asawa ni Jeroboam, "Umuwi ka na sa inyo. Pagdating mo sa inyong lungsod, mamamatay ang iyong anak. ¹³ Ipagluluksa siya ng buong Israel at ililibing. Siya lang sa sambahayan ni Jeroboam ang mailiibing ng maayos, dahil siya lang sa sambahayan ni Jeroboam ang kinalugdan ng Panginoon, ang Dios ng Israel. ¹⁴ At sa panahong ito, maglalagay ang Panginoon ng hari sa Israel na siyang gigiba sa sambahayan ni Jeroboam. ¹⁵ Parurusahan ng Panginoon ang Israel hanggang sa manginig ito tulad ng talahib na humahapay-hapay sa agos ng tubig. Aalisin niya sila sa magandang lupaing ito, na ibinigay niya sa kanilang mga ninuno, at pangangalatin sila sa unahan ng Ilog ng Eufrates dahil ginalit nila siya nang gumawa sila ng mga posteng simbolo ng diosang si Ashera. ¹⁶ Pababayaan niya sila dahil sa mga kasalanan ni Jeroboam, na naging dahilan ng pagkakasala ng mga taga-Israel."

¹⁷ Pagkatapos, umuwi ang asawa ni Jeroboam sa Tirza. Pagdating niya sa pintuan ng bahay nila, namatay agad ang kanyang anak. ¹⁸ Ipinagluksa ng buong Israel ang kanyang anak at inilibing nila ito, ayon nga sa sinabi ng Panginoon sa pamamagitan ng kanyang lingkod na si Propeta Ahia.

¹⁹ Ang iba pang salaysay tungkol sa paghahari ni Jeroboam, pati na ang kanyang pakikipaglaban ay nakasulat sa Aklat ng Kasaysayan ng mga hari ng Israel. ²⁰ Naghari si Jeroboam sa Israel sa loob ng 22 taon. Nang mamatay siya, ang anak niyang si Nadab ang pumalit sa kanya bilang hari.

Ang Paghahari ni Rehoboam sa Juda (2 Cro. 11:5–12:16)

²¹ Si Rehoboam na anak ni Solomon ang hari sa Juda, 41 taong gulang siya nang maging hari. Naghari siya sa loob ng 17 taon sa Jerusalem, ang lungsod na pinili ng Panginoon sa lahat ng lahi ng Israel, kung saan pararangalan siya. Ang ina ni Rehoboam ay si Naama na taga-Ammon. ²² Gumawa ng kasamaan ang mga mamamayan ng Juda sa paningin ng Panginoon, at mas matindi

---

ᵃ 10 dumi: o, dumi ng hayop.

pa ang galit ng Panginoon sa kanila kaysa sa kanilang mga ninuno, dahil mas matindi ang mga kasalanan nila. ²³Gumawa rin sila ng mga sambahan sa matataas na lugar*a* at mga alaalang bato. At nagpatayo sila ng mga posteng *simbolo ng diosang si* Ashera sa ibabaw ng bawat burol at sa lilim ng bawat malalagong punongkahoy. ²⁴Bukod pa rito, may mga lalaki at babaeng bayaran sa lugar na pinagsasambahan nila. Gumawa ang mga mamamayan ng Juda ng lahat ng kasuklam-suklam na mga bagay na ginawa ng mga bansang pinalayas ng Panginoon sa pamamagitan ng mga Israelita.

²⁵Nang ikalimang taon ng paghahari ni Rehoboam, nilusob ni Haring Shisak ng Egipto ang Jerusalem. ²⁶Kinuha niya ang mga kayamanan sa templo ng Panginoon at sa palasyo. Kinuha niya ang lahat, pati na rin ang lahat ng pananggalang na ginto na ipinagawa ni Solomon. ²⁷Kaya nagpagawa si Haring Rehoboam ng mga pananggalang na tanso na kapalit ng mga ito, at ipinamahala niya ito sa mga opisyal ng mga guwardya na nagbabantay sa pintuan ng palasyo. ²⁸At kapag pupunta ang hari sa templo ng Panginoon, sasama sa kanya ang mga tagapagbantay na dala ang mga pananggalang na ito, at pagkatapos, ibabalik din nila ito sa kanilang kwarto.

²⁹Ang iba pang salaysay tungkol sa paghahari ni Rehoboam, at ang lahat ng ginawa niya ay nakasulat sa Aklat ng Kasaysayan ng mga Hari sa Juda. ³⁰Palaging naglalaban sila Rehoboam at Jeroboam. ³¹Nang mamatay si Rehoboam, inilibing siya sa libingan ng mga ninuno niya sa Lungsod ni David. (Ang ina ni Rehoboam ay si Naama na taga-Ammon.) At ang anak niyang si Abijah*b* ang pumalit sa kanya bilang hari.

Ang Paghahari ni Abijah sa Juda
(2 Cro. 13:1–14:1)

15 Noong ika-18 taon ng paghahari *sa Israel* ni Jeroboam na anak ni Nebat, naging hari naman ng Juda si Abijah. ²Sa Jerusalem *tumira si Abijah, at* naghari siya sa loob ng tatlong taon. Ang ina niya ay si Maaca na apo*c* ni Absalom.*d*

³Ginawa rin niya ang lahat ng kasalanan na ginawa ng kanyang ama. Hindi naging maganda ang relasyon niya sa Panginoon na kanyang Dios; hindi tulad ni David na kanyang ninuno. ⁴Pero dahil kay David, niloob ng Panginoon na kanyang Dios, na patuloy na magmumula sa angkan niya ang maghahari*e* sa Jerusalem sa pamamagitan ng pagbibigay sa kanya ng anak na papalit sa kanyang trono upang pangunahan at patatagin ang Jerusalem. ⁵Dahil ginawa ni David ang matuwid sa paningin ng Panginoon, at noong nabubuhay pa siya, hindi siya sumuway sa utos ng Panginoon, maliban lang sa ginawa niya kay Uria na Heteo.

---

a **23** *sambahan sa matataas na lugar*: Tingnan sa Talaan ng mga Salita sa likod.

b **31** *Abijah*: Tinatawag din siyang *Abijam.*

c **2** *apo*: Si Maaca ay anak ni Uriel na asawa ni Tamar. Si Tamar naman ay anak ni Absalom. Ganito rin sa talatang 10.

d **2** *Absalom*: sa Hebreo, *Abisalom*, na siya ring si Absalom.

e **4** *niloob ng* Panginoon*...ang maghahari*: sa literal, binigyan siya ng Panginoon *na kanyang Dios ng ilaw.*

---

⁶-⁷Gayon pa man, palagi pa ring naglalaban sina Rehoboam at Jeroboam. At nang huli, sina Abijah naman at Jeroboam ang naglaban. Ang iba pang salaysay tungkol sa paghahari ni Abijah, at ang lahat ng ginawa niya ay nakasulat sa Aklat ng Kasaysayan ng mga hari ng Juda. ⁸Nang mamatay si Abijah, inilibing siya sa Lungsod ni David. At ang anak niyang si Asa ang pumalit sa kanya bilang hari.

Ang Paghahari ni Asa sa Juda
(2 Cro. 15:16–16:6, 11-14)

⁹Naging hari ng Juda si Asa noong ika-20 taon ng paghahari ni Jeroboam sa Israel. ¹⁰Sa Jerusalem *tumira si Asa at* naghari siya sa loob ng 41 taon. Ang lola niya ay si Maaca na apo ni Absalom. ¹¹Matuwid ang ginawa ni Asa sa paningin ng Panginoon, katulad ni David na kanyang ninuno. ¹²Pinalayas niya sa Juda ang mga lalaki at babaeng nagbebenta ng aliw sa mga lugar na pinagsasambahan nila, at ipinatanggal ang lahat ng dios-diosang ipinagawa ng kanyang mga ninuno. ¹³Pati ang lola niyang si Maaca ay inalis niya sa pagkareyna dahil nagpagawa ito ng kasuklam-suklam na posteng *simbolo ng diosang si* Ashera. Ipinaputol ni Asa ang mga simbolong ito at ipinasunog sa Lambak ng Kidron. ¹⁴Kahit hindi nawala ang mga sambahan sa matataas na lugar, nanatili pa rin siyang tapat sa Panginoon sa buong buhay niya. ¹⁵Dinala niya sa templo ng Panginoon ang mga pilak, ginto at ang iba pang mga bagay na inihandog niya, at ng kanyang ama *sa* Panginoon.

¹⁶Sa buong paghahari nila, palaging naglalaban sina Asa at Baasha na hari ng Israel. ¹⁷Nilusob ni Haring Baasha ng Israel ang Juda, at pinalibutan niya ng pader ang Rama para walang makalabas o makapasok sa teritoryo ni Haring Asa ng Juda. ¹⁸Pinagkukuha ni Asa ang lahat ng pilak at ginto na naiwan sa mga bodega ng templo ng Panginoon at sa kanyang palasyo. Ipinagkatiwala niya ito sa kanyang mga opisyal at inutusan niya sila na dalhin ito kay Haring Ben Hadad ng Aram*f* doon sa Damascus kung saan ito nakatira. Si Ben Hadad ay anak ni Tabrimon at apo ni Hezion. ¹⁹Ito ang mensahe ni Asa kay Ben Hadad: "Gumawa tayo ng kasunduan tulad ng ginawa ng mga magulang natin. Tanggapin mo ang mga regalo ko sa iyo na ginto at pilak. Hinihiling kong tigilan mo na ang pagkampi kay Haring Baasha ng Israel para pabayaan na niya ako."

²⁰Pumayag si Ben Hadad sa kahilingan ni Haring Asa, at inutusan niya ang mga kumander ng kanyang sundalo na lusubin ang mga bayan ng Israel. Nasakop nila ang Ijon, Dan, Abel Bet Maaca, ang buong Kineret at ang buong Naftali. ²¹Nang mabalitaan ito ni Baasha, pinahinto niya ang pagpapatayo ng pader sa Rama, at bumalik siya sa Tirza. ²²Pagkatapos, nagutos si Haring Asa sa lahat ng taga-Juda na kunin ang mga bato at mga troso na ginamit ni Baasha sa pagpapatayo ng pader ng Rama. At ginamit naman ito ni Haring Asa sa pagpapatayo ng pader ng Geba sa Benjamin at ng Mizpa.

²³Ang iba pang salaysay tungkol sa paghahari ni Asa, at ang kanyang mga tagumpay at ang lahat ng

---

f **18** *Aram*: o, *Syria.*

kanyang mga ginawa, pati na ang mga lungsod na ipinatayo niya ay nakasulat sa Aklat ng Kasaysayan ng mga hari ng Juda. Nang matanda si na si Asa, nagkasakit siya sa paa. ²⁴At nang mamatay siya, inilibing siya sa libingan ng mga ninuno niya sa Lungsod ng kanyang ninunong si David. At ang anak niyang si Jehoshafat ang pumalit sa kanya bilang hari.

Ang Paghahari ni Nadab sa Israel
²⁵Naging hari ng Israel si Nadab na anak ni Jeroboam noong ikalawang taon ng paghahari ni Asa sa Juda. Naghari si Nadab sa Israel sa loob ng dalawang taon. ²⁶Masama ang ginawa niya sa paningin ng Panginoon. Sumunod siya sa pamumuhay ng kanyang ama at sa kasalanang ginawa nito, na naging dahilan ng pagkakasala ng mga Israelita.

²⁷Ngayon, si Baasha na anak ni Ahia, na mula sa lahi ni Isacar ay nagbalak ng masama laban kay Nadab. Ipinapatay ni Baasha si Nadab habang sinasalakay ni Nadab at ng buong Israel ang Gibeton, na isang bayan ng mga Filisteo. ²⁸Ang pagpatay ni Baasha kay Nadab ay nangyari noong ikatlong taon ng paghahari ni Asa sa Juda. At si Baasha ang pumalit kay Nadab bilang hari. ²⁹Nang magsimulang maghari si Baasha, pinagpapatay niya ang buong pamilya ni Jeroboam; hindi siya nagtira kahit isa. Nangyari ito ayon sa sinabi ng Panginoon sa pamamagitan ng kanyang lingkod na si Ahia na taga-Shilo. ³⁰Dahil nagalit ang Panginoon, ang Dios ng Israel, kay Jeroboam sa mga kasalanang ginawa niya, na naging dahilan ng pagkakasala ng mga Israelita.

³¹Ang iba pang salaysay tungkol sa paghahari ni Nadab, at ang lahat ng ginawa niya ay nakasulat sa Aklat ng Kasaysayan ng mga hari ng Israel. ³²Sa buong paghahari nila, palaging naglalaban sina Asa at Baasha.

Ang Paghahari ni Baasha sa Israel
³³Naging hari ng Israel si Baasha na anak ni Ahia noong ikatlong taon ng paghahari ni Asa sa Juda. Sa Tirza *tumira si Baasha, at* naghari siya roon sa loob ng 24 na taon. ³⁴Masama ang ginawa niya sa paningin ng Panginoon. Sumunod siya sa pamumuhay ni Jeroboam at sa kasalanan na ginawa nito, na naging dahilan ng pagkakasala ng mga Israelita.

16 Ito ang mensahe ng Panginoon laban kay Baasha na sinabi niya sa pamamagitan ni Jehu na anak ni Hanani: ²"Pinabangon kita mula sa lupa, at ginawang pinuno ng mga mamamayan kong Israelita. Pero sinunod mo ang pamumuhay ni Jeroboam at ikaw ang naging dahilan ng pagkakasala ng aking mga mamamayan, at ginalit mo ako dahil sa kanilang mga kasalanan. ³Kaya lilipulin kita at ang iyong pamilya katulad ng ginawa ko sa pamilya ni Jeroboam na anak ni Nebat. ⁴Ang mga kabilang sa pamilya mo na mamamatay sa lungsod ay kakainin ng mga aso, at ang mamamatay sa bukid ay kakainin ng mga ibon."

⁵Ang iba pang salaysay tungkol sa paghahari ni Baasha, at ang mga ginawa niya at pagtatagumpay ay nakasulat sa Aklat ng Kasaysayan ng mga hari ng Israel. ⁶Nang mamatay si Baasha, inilibing siya sa Tirza. At ang anak niyang si Elah ang pumalit sa kanya bilang hari.

⁷Ang mensaheng iyon ng Panginoon laban kay Baasha at sa pamilya niya ay sinabi ng Panginoon sa pamamagitan ng propetang si Jehu na anak ni Hanani. *Sinabi iyon ng Panginoon* dahil sa lahat ng masasamang ginawa nito sa paningin ng Panginoon. Ginalit niya ang Panginoon dahil sa mga ginawa niya na katulad ng ginawa ng pamilya ni Jeroboam, at dahil sa kanyang pagpatay sa buong pamilya ni Jeroboam.

Ang Paghahari ni Elah sa Israel
⁸Naging hari ng Israel si Elah na anak ni Baasha noong ika-26 na taon ng paghahari ni Asa sa Juda. Sa Tirza *siya tumira, at* naghari siya sa loob ng dalawang taon.

⁹Si Zimri, na isa sa mga opisyal niya at kumander ng kalahati ng kanyang mga mangangarwahe ay nagbalak ng masama laban sa kanya. Isang araw, naglasing si Elah sa Tirza, sa bahay ni Arsa na siyang tagapamahala ng palasyo roon. ¹⁰Pumasok si Zimri sa bahay at pinatay niya si Ela. Nangyari ito noong ika-27 taon ng paghahari ni Asa sa Juda. At si Zimri ang pumalit kay Elah bilang hari.

¹¹Nang magsimulang maghari si Zimri, pinagpapatay niya ang buong pamilya ni Baasha. Wala siyang itinirang lalaki, kahit sa mga kamag-anak at mga kaibigan ni Baasha. ¹²Pinatay ni Zimri ang buong pamilya ni Baasha ayon sa sinabi ng Panginoon sa pamamagitan ng propetang si Jehu. ¹³Sapagkat ginalit ni Baasha at ng anak niyang si Elah ang Panginoon, ang Dios ng Israel, dahil sa mga kasalanang ginawa nila na naging dahilan ng pagkakasala ng mga Israelita sa pamamagitan ng pagsamba sa walang kwentang mga dios-diosan.

¹⁴Ang iba pang salaysay tungkol sa paghahari ni Elah, at ang lahat ng ginawa niya ay nakasulat sa Aklat ng Kasaysayan ng mga hari ng Israel.

Ang Paghahari ni Zimri sa Israel
¹⁵Naging hari *ng Israel* si Zimri noong ika-27 taon ng paghahari ni Asa sa Juda. Doon siya tumira sa Tirza, pero pitong araw lang ang itinagal ng paghahari niya. Habang nagkakampo ang mga sundalo ng Israel malapit sa Gibeton sa isang bayan ng mga Filisteo, ¹⁶nabalitaan nila na pinatay ni Zimri ang hari. Kaya nang araw ding iyon sa kampo, ginawa nilang hari ng Israel si Omri. Si Omri ang kumander ng mga sundalo *ng Israel.*

¹⁷Umalis agad si Omri at ang mga lahat ng kasama niyang mga Israelita, at sinalakay nila ang Tirza. ¹⁸Nang makita ni Zimri na naaagaw na ang lungsod, pumunta siya sa tore ng palasyo at sinunog ang paligid nito, kaya namatay siya. ¹⁹Nangyari ito dahil sa mga kasalanang ginawa niya. Masama ang ginawa niya sa paningin ng Panginoon, at sumunod siya sa pamumuhay ni Jeroboam at sa kasalanan na ginawa nito, na naging dahilan ng pagkakasala ng mga Israelita.

²⁰Ang iba pang salaysay tungkol sa paghahari ni Zimri at ang tungkol sa pagrerebelde niya ay nakasulat sa Aklat ng Kasaysayan ng mga hari ng Israel.

Ang Paghahari ni Omri sa Israel
²¹Nahati ang mga mamamayan ng Israel sa dalawang grupo. Ang isang grupo ay gustong

maging hari si Tibni na anak ni Ginat, at ang isang grupo naman ay gusto si Omri. ²² Pero mas malakas ang mga pumapanig kay Omri kaysa sa mga pumapanig kay Tibni na anak ni Ginat. Napatay si Tibni, at si Omri ang naging hari.

²³ Sumunod na naghari si Omri sa Israel noong ika-31 taon ng paghahari ni Asa sa Juda. Naghari siya sa loob ng 12 taon; ang anim na taon nito ay doon siya sa Tirza. ²⁴ Binili niya kay Shemer ang bundok ng Samaria na 70 kilong pilak, at pinatayuan niya ito ng lungsod. Pagkatapos, pinangalanan niya itong lungsod ng Samaria, mula sa pangalan ni Shemer na siyang dating nagmamay-ari ng bundok.

²⁵ Masama ang ginawa ni Omri sa paningin ng Panginoon, at nagkasala siya ng higit pa sa mga hari na nauna sa kanya. ²⁶ Sumunod siya sa pamumuhay ni Jeroboam na anak ni Nebat at sa kasalanan na ginawa nito, na naging dahilan ng pagkakasala ng mga Israelita, sa pamamagitan ng pagsamba sa mga walang kwentang mga dios-diosan. Kaya ginalit nila ang Panginoon, ang Dios ng Israel.

²⁷ Ang iba pang salaysay tungkol sa paghahari ni Omri, at ang mga ginawa niya at pagtatagumpay ay nakasulat sa Aklat ng Kasaysayan ng mga hari ng Israel. ²⁸ Nang mamatay si Omri, inilibing siya sa Samaria. At ang anak niyang si Ahab ang pumalit sa kanya bilang hari.

Ang Paghahari ni Ahab sa Israel

²⁹ Naging hari ng Israel si Ahab na anak ni Omri noong ika-38 taon ng paghahari ni Asa sa Juda. Sa Samaria *siya tumira, at* naghari siya sa loob ng 22 taon. ³⁰ Masama ang ginawa niya sa paningin ng Panginoon, higit pa sa ginawa ng mga haring nauna sa kanya. ³¹ Kulang pa sa kanya ang pagsunod sa mga kasalanang ginawa ni Jeroboam, kinuha pa niyang maging asawa si Jezebel na anak ni Haring Etbaal ng mga Sidoneo. At mula noon, naglingkod siya at sumamba sa dios-diosang si Baal. ³² Nagpatayo siya ng templo at altar para kay Baal doon sa Samaria. ³³ Nagpagawa rin siya ng posteng *simbolo ng diosang si* Ashera. Ginalit niya ang Panginoon, ang Dios ng Israel, higit pa sa ginawa ng mga hari ng Israel na nauna sa kanya.

³⁴ Nang panahon ng paghahari ni Ahab, muling ipinatayo ni Hiel na taga-Betel ang Jerico. Habang ipinapatayo niya ang mga pundasyon nito, namatay ang panganay niyang anak na si Abiram. At habang ipinapagawa naman niya ang mga pintuan nito, namatay ang bunso niyang anak na si Segub. Nangyari ang lahat ng ito ayon sa sinabi ng Panginoon sa pamamagitan ni Josue na anak ni Nun.ᵃ

Nagdala ng Pagkain ang Uwak kay Elias

17 May isang propeta na ang pangalan ay Elias. Nakatira siya sa Tisbe na sakop ng Gilead. Sinabi niya kay Ahab, "Tinitiyak ko sa iyo, sa harap ng buhay na Panginoon, ang Dios ng Israel na aking pinaglilingkuran, na wala ni hamog o ulan na darating sa loob ng ilang taon hangga't hindi ko sinasabi na umulan o humamog."

² Pagkatapos, sinabi ng Panginoon kay Elias, ³ "Umalis ka rito, tuntunin mo ang daan pasilangan at magtago ka sa daluyan ng tubig Kerit, sa bandang silangan ng Jordan. ⁴ Sa ilog ka uminom, at uutusan ko ang mga uwak na magdala sa iyo ng pagkain doon." ⁵ Sinunod ni Elias ang utos ng Panginoon sa kanya. Pumunta siya sa daluyan ng tubig Kerit, sa bandang silangan ng Jordan at doon nanirahan. ⁶ Dinadalhan siya ng mga uwak ng tinapay at karne tuwing umaga at gabi, at sa ilog siya umiinom.

Ang Biyuda sa Zarefat

⁷ Kinalaunan, natuyo ang ilog dahil hindi na umuulan. ⁸ Iniutos agad ng Panginoon kay Elias, ⁹ "Pumunta ka sa Zarefat sa Sidon, at doon ka manirahan. May isang biyuda roon na inutusan kong magpapakain sa iyo." ¹⁰ Kaya pumunta si Elias sa Zarefat. Pagdating niya sa pintuan ng bayan, may nakita siyang biyuda na nangangahoy. Sinabi niya sa babae, "Pakiusap, dalhan mo ako ng kaunting tubig na maiinom." ¹¹ Nang paalis na ang biyuda para kumuha ng tubig, sinabi pa sa kanya ni Elias, "Pakiusap dalhan mo rin ako ng tinapay."

¹² Sinabi ng biyuda, "Nagsasabi po ako ng totoo, sa harap ng buhay na Panginoon na inyong Dios, na wala na akong tinapay. Ang natitira na lang ay isang dakot na harina sa mangkok at kaunting langis sa banga. Nangunguha nga po ako ng ilang pirasong kahoy dito para dalhin sa bahay at lutuin ang natitirang harina para sa akin at sa anak ko, at kapag naubos na namin ito, mamamatay na kami sa gutom."

¹³ Sinabi ni Elias sa kanya, "Huwag kang mag-alala. Umuwi ka at gawin ang sinabi mo. Pero ipagluto mo muna ako ng maliit na tinapay mula sa natirang harina, at dalhin mo agad ito sa akin. Pagkatapos, magluto ka rin para sa iyo at anak mo. ¹⁴ Sapagkat ito ang sinasabi ng Panginoon, ang Dios ng Israel, 'Hindi mauubusan ng harina ang iyong mangkok at hindi mauubusan ng langis ang iyong banga hanggang sa araw na padalhan ko ng ulan ang lupa.' " ¹⁵ Lumakad ang babae at ginawa niya ang sinabi ni Elias. Kaya may pagkain araw-araw para kay Elias, at para sa biyuda at sa kanyang anak.ᵇ ¹⁶ Sapagkat hindi nauubos ang harina sa mangkok at hindi rin nauubos ang langis sa banga, ayon sa sinabi ng Panginoon sa pamamagitan ni Elias.

¹⁷ Kinalaunan, nagkasakit ang anak ng babae. Lumala ang sakit nito hanggang sa mamatay. ¹⁸ Sinabi ng babae kay Elias, "Ano po ang ikinagalit ninyo sa akin, lingkod ng Dios? Pumunta po ba kayo rito para patayin ang aking anak bilang parusa sa aking mga kasalanan?" ¹⁹ Sumagot si Elias, "Ibigay mo sa akin ang bata." Kinuha ni Elias ang bata sa kanyang ina, at dinala ito sa kwarto sa itaas, kung saan siya nakatira. Inihiga niya ang bata sa kanyang higaan, ²⁰ at nanalangin siya sa Panginoon, "O Panginoon, na aking Dios, pinadalhan po ba ninyo ng pagdurusa ang biyudang ito na nagpatuloy sa akin sa pamamagitan ng pagkamatay ng kanyang anak?" ²¹ Dumapa si Elias ng tatlong beses sa bata at tumawag sa Panginoon, "O Panginoon na aking Dios, buhayin po ninyo ang batang ito!" ²² Sinagot ng Panginoon ang panalangin ni Elias at muling nabuhay ang bata. ²³ Pagkatapos, dinala ni Elias ang bata sa ibaba at ibinigay sa kanyang ina. Sinabi ni Elias,

---

ᵃ **34** Tingnan sa Josue 6:26.

ᵇ **15** *anak:* sa Hebreo, *pamilya.*

"Tingnan mo ang iyong anak, buhay siya!" ²⁴Agad na sinabi ng babae kay Elias, "Ngayon, napatunayan kong lingkod nga kayo ng Dios at totoong nagsasalita ang Panginoon sa pamamagitan ninyo."

Pinatunayan ni Elias na siya'y Totoong Propeta ng Dios

18 Tatlong taon nang *walang ulan*. Isang araw, sinabi ng Panginoon kay Elias, "Humayo ka at makipagkita kay Ahab, dahil pauulanin ko na." ²Kaya pumunta si Elias kay Ahab.

Malubha ang taggutom sa Samaria. ³Kaya ipinatawag ni Ahab si Obadias na siyang namamahala sa palasyo niya. (Si Obadias ay lubos na gumagalang sa Panginoon. ⁴Nang pinapatay ni Jezebel ang mga propeta ng Panginoon, itinago ni Obadias ang 100 propeta sa dalawang kweba, 50 bawat kweba, at binigyan niya sila ng pagkain at tubig doon.) ⁵Sinabi ni Ahab kay Obadias, "Puntahan natin ang lahat ng bukal at lambak sa *ating* bansa, baka sakaling makakita tayo ng mga damo para sa ating mga kabayo at mga mola,ᵃ para hindi na natin sila kailangang katayin." ⁶Kaya naghati sila ng lugar kung saan sila pupunta. Agad silang pumunta sa kani-kanilang direksyon.

⁷Habang naglalakad si Obadias, nakasalubong niya si Elias. Nakilala niya si Elias, kaya yumukod siya *bilang paggalang*, at sinabi, "Kayo po ba iyan, Ginoong Elias?" ⁸Sumagot si Elias, "Oo. Ngayon, humayo ka at sabihin mo sa iyong amo *na si Ahab* na nandito ako." ⁹Pero sinabi ni Obadias, "Huwag po ninyong ilagay sa panganib ang buhay ko kay Ahab, dahil wala naman akong nagawang kasalanan sa inyo. ¹⁰Nagsasabi po ako ng totoo sa presensya ng buhay na Panginoon na inyong Dios, na walang bansa o kaharian na hindi padadalhan ng aking amo ng tao para hanapin kayo. Kapag sinasabi ng mga pinuno ng mga bansa at mga kaharian na wala kayo sa lugar nila, pinasusumpa pa sila ni Ahab na hindi talaga nila kayo nakita. ¹¹At ngayon, inuutusan n'yo po ako na pumunta sa aking amo at sabihin sa kanya na nandito kayo? ¹²Paano kung sa sandaling pag-alis ko ay dalhin kayo ng Espiritu ng Panginoon sa lugar na hindi ko alam? Kapag dumating si Ahab dito na wala kayo, papatayin niya ako. Pero, Ginoong *Elias*, mula pa sa pagkabata ko ay naglilingkod na ako sa Panginoon. ¹³Hindi n'yo ba nabalitaan ang ginawa ko noong pinapatay ni Jezebel ang mga propeta ng Panginoon? Itinago ko ang 100 propeta ng Panginoon sa dalawang kweba, 50 sa bawat kweba, at binibigyan ko sila ng pagkain at tubig doon. ¹⁴At ngayon inuutusan ninyo akong pumunta sa aking amo at sabihin sa kanya na nandito kayo? Papatayin po niya ako!"

¹⁵Sinabi ni Elias, "Sumusumpa ako sa buhay na Panginoong Makapangyarihan, na aking pinaglilingkuran, na makikipagkita ako kay Ahab sa araw na ito."

¹⁶Kaya pumunta si Obadias kay Ahab at sinabi sa kanya na naroon si Elias, at lumakad si Ahab para makipagkita kay Elias. ¹⁷Nang makita ni Ahab si Elias, sinabi niya, "Ikaw ba talaga iyan, ang nanggugulo sa Israel?" ¹⁸Sumagot si Elias, "Hindi

ako ang nanggugulo sa Israel, kundi ikaw at ang pamilya ng iyong ama. Dahil itinakwil ninyo ang mga utos ng Panginoon at sinamba ninyo ang mga dios-diosang si Baal. ¹⁹Ngayon, tipunin mo ang lahat ng mamamayan ng Israel para samahan nila ako sa Bundok ng Carmel. At paputahin mo rin ang 450 propeta ni Baal at ang 400 propeta ni Ashera, na pinapakain ni Jezebel."

²⁰Kaya tinipon ni Ahab ang lahat ng mamamayang Israelita at ang mga propeta sa Bundok ng Carmel. ²¹Lumapit si Elias sa mga tao at sinabi, "Hanggang kailan pa ba kayo mag-aalinlangan? Kung ang Panginoon ang totoong Dios, sundin ninyo siya, pero kung si Baal ang totoong Dios, sundin ninyo ito." Pero hindi sumagot ang mga tao.

²²Sinabing muli ni Elias sa kanila, "Ako na lang ang natitira sa mga propeta ng Panginoon, pero si Baal ay may 450 propeta. ²³Ngayon, dalhan ninyo kami ng dalawang toro. Pagkatapos, pumili ang mga propeta ni Baal ng kanilang kakatayin at ilagay ito sa ibabaw ng gatong, pero hindi ito sisindihan. Ganoon din ang gagawin ko sa isang toro; ilalagay ko rin ito sa ibabaw ng gatong at hindi ko rin ito sisindihan. ²⁴Pagkatapos, manalangin kayo sa inyong dios, at mananalangin din ako sa Panginoon. Ang sasagot sa pamamagitan ng apoy ang siyang totoong Dios." At sumang-ayon ang mga tao.

²⁵Sinabi ni Elias sa mga propeta ni Baal, "Kayo ang mauna dahil marami kayo. Mamili kayo ng isang toro at ihanda ninyo. Manalangin na kayo sa inyong dios, pero huwag ninyong sisindihan ang gatong." ²⁶Kaya kinuha ng mga propeta ni Baal ang toro na dinala sa kanila, at inihanda ito. Pagkatapos, nanalangin sila kay Baal mula umaga hanggang tanghali. Sumigaw sila, "O Baal, sagutin mo kami!" Sumayaw-sayaw pa sila sa paligid ng altar na ginawa nila. Pero walang sumagot.

²⁷Nang tanghaling-tapat na, insinulto na sila ni Elias. Sabi niya, "Sige lakasan n'yo pa ang pagsigaw, dios naman siya! Baka nagbubulay-bulay lang siya, o nagpapahinga,ᵇ o may pinuntahan, o nakatulog at kailangang gisingin." ²⁸Kaya sumigaw pa sila nang malakas at sinugatan ang mga katawan nila ng sibat at espada ayon sa kinaugalian nila, hanggang sa dumanak ang dugo. ²⁹Lumipas ang tanghali, tuloy-tuloy pa rin ang pagsigaw nila hanggang lumampas na ang takdang oras ng paghahandog,ᶜ pero wala pa ring sumagot sa kanila.

³⁰Nagsalita si Elias sa lahat ng tao, "Lumapit kayo sa akin." At nagsilapit ang mga tao sa kanya. Inayos niya ang altar ng Panginoon na nagiba. ³¹Kumuha siya ng 12 bato na sumisimbolo ng 12 lahi ng mga anak ni Jacob, ang tao na pinangalanan ng Panginoon na Israel. ³²Ginawa niyang altar ang mga bato para sa Panginoon at ginawan ng kanal ang paligid ng altar. Ang kanal ay kayang malagyan ng tatlong galong butil. ³³Iniayos niya nang mabuti ang panggatong sa altar, kinatay ang toro at inilapag ito sa ibabaw ng gatong. Pagkatapos, sinabi niya sa mga tao, "Buhusan ninyo ng apat na tapayang

---

ᵃ 5 *mola*: sa Ingles, "*mule*." Hayop na parang kabayo.

ᵇ 27 *nagpapahinga*: o, *nagbabawas*.

ᶜ 29 *hanggang...paghahandog*: sa literal, *hanggang sa pag-aalay ng handog*. Ginagawa ito sa paglubog ng araw.

tubig ang handog at panggatong." *Matapos nilang gawin ito,* [34] sinabi ni Elias, "Buhusan ninyo ulit." Pagkatapos nilang buhusan, sinabi ulit ni Elias, "Buhusan pa ninyo sa ikatlong pagkakataon." Sinunod nila ang sinabi ni Elias, [35] at umagos ang tubig sa paligid ng altar, at napuno ang kanal.

[36] Nang oras na ng paghahandog, lumapit si Propeta Elias sa altar at nanalangin. *Sinabi niya,* "PANGINOON, Dios ni Abraham, ni Isaac at ni Jacob,[a] patunayan ninyo sa araw na ito, na kayo ang Dios ng Israel at ako ang inyong lingkod, at ginawa ko ang lahat ng ito ayon sa utos ninyo. [37] PANGINOON, dinggin n'yo po ako, para malaman ng mga tao na kayo ang PANGINOON, ang Dios, at nais n'yo silang magbalik-loob sa inyo."

[38] Dumating agad ang apoy na galing sa PANGINOON, at sinunog nito ang handog, ang gatong, ang mga bato at ang lupa, at natuyo ang kanal. [39] Nang makita ito ng lahat ng tao, nagpatirapa sila at sinabi, "Ang PANGINOON ang siyang Dios! Ang PANGINOON ang siyang Dios!" [40] Iniutos agad ni Elias sa mga tao, "Dakpin ninyo ang mga propeta ni Baal. Dapat walang makatakas sa kanila!" Dinakip ang lahat ng propeta ni Baal at dinala nila Elias sa Lambak ng Kishon at pinagpapatay. [41] Sinabi ni Elias kay Ahab, "Humayo ka, kumain at uminom, dahil paparating na ang malakas na ulan." [42] Kaya humayo si Ahab para kumain at uminom, pero si Elias ay umakyat sa bundok ng Carmel at *nanalangin, na* nakaluhod at nakayuko sa lupa. [43] Pagkatapos, sinabi niya sa kanyang utusan, "Umakyat ka at tumingin sa dagat." At sinunod ito ng utusan.

Pagbalik niya kay Elias, sinabi niya, "Wala po akong nakikita." Pitong beses na sinabi ni Elias na bumalik siya at tumingin. [44] Nang ikapitong pagbalik niya, sinabi niya kay Elias, "May nakita po akong ulap na maitim na kasinlaki ng palad ng tao, na pumapaibabaw mula sa laot." Kaya sinabi ni Elias, "Humayo ka at sabihin kay Ahab na sumakay siya sa kanyang karwahe at umuwi bago pa siya maabutan ng ulan."

[45] Di nagtagal, dumilim ang langit dahil sa makapal na ulap. Humangin at umulan nang malakas, at sumakay si Ahab sa karwahe at pumunta sa Jezreel. [46] Pinalakas ng PANGINOON si Elias. Ibinigkis niya sa baywang ang balabal niya at tumakbo, at nauna pa kay Ahab papunta sa Jezreel.

Tumakas si Elias

19 Ngayon, sinabi ni Ahab *sa asawa niyang* si Jezebel ang lahat ng ginawa ni Elias, at kung paano nito pinagpapatay ang lahat ng propeta ni Baal. [2] Kaya nagpadala si Jezebel ng mensahe para kay Elias na nagsasabi, "Lubusan sana akong parusahan ng mga dios kung sa ganitong oras bukas ay hindi pa kita napapatay, tulad ng ginawa mo sa mga propeta."

[3] Natakot si Elias, kaya tumakas siya papunta sa Beersheba na sakop ng Juda, at iniwan niya roon ang utusan niya. [4] Pagkatapos, naglakad siya ng isang araw papuntang ilang. Nagpahinga siya at umupo sa ilalim ng punongkahoy at nanalangin

na mamatay na lang sana siya. Sinabi niya, "Sobra na po ito PANGINOON! Kunin na lang ninyo ang buhay ko, wala naman akong ipinagkaiba sa aking mga ninuno." [5] Pagkatapos, humiga siya sa ilalim ng punongkahoy, at nakatulog.

Biglang may anghel na kumalabit sa kanya at sinabi, "Bumangon ka at kumain." [6] Pagdilat niya, may nakita siyang tinapay sa ulunan niya, na niluto sa mainit na bato, at tubig na nakalagay sa sisidlan. Kumain siya at uminom, at nahigang muli. [7] Muling bumalik ang anghel ng PANGINOON, kinalabit si Elias at sinabi, "Bumangon ka at kumain, dahil malayo pa ang iyong lalakbayin." [8] Kaya bumangon si Elias, kumain, at uminom. Pinalakas siya ng kanyang kinain, at naglakbay siya sa loob ng 40 araw at 40 gabi, hanggang makarating siya sa Horeb,[b] ang bundok ng Dios. [9] Pumasok siya sa isang kweba at doon natulog kinagabihan.

Nakipag-usap ang PANGINOON kay Elias

Ngayon, sinabi sa kanya ng PANGINOON, "Ano ang ginagawa mo rito Elias?" [10] Sumagot siya, "O PANGINOON, Dios na Makapangyarihan, tapat po akong naglilingkod sa inyo. Pero itinakwil ng mga Israelita ang kasunduan nila sa inyo, winasak nila ang mga altar ninyo, at pinagpapatay ang mga propeta ninyo. Ako na lang po ang natira, at pinagsisikapan din nila akong patayin." [11] Nagsalita ang PANGINOON, "Lumabas ka at tumayo sa ibabaw ng bundok sa aking presensya, dahil dadaan ako." Pagkatapos, may dumaan na napakalakas na hangin, na bumitak sa mga bundok at dumurog sa mga bato, pero wala ang PANGINOON sa hangin. Pagkatapos ng hangin, lumindol, pero wala rin ang PANGINOON sa lindol. [12] Pagkatapos ng lindol, may apoy na dumating, pero wala pa rin ang PANGINOON sa apoy. Pagkatapos ng apoy, may *narinig siyang* tinig na parang bulong. [13] Nang marinig ito ni Elias, nagtakip siya ng kanyang mukha gamit ang kanyang balabal, lumabas siya at tumayo sa bungad ng kweba. Biglang may tinig na nagsabi sa kanya, "Ano ang ginagawa mo rito, Elias?" [14] Sumagot siya, "O PANGINOON, Dios na Makapangyarihan, tapat po akong naglilingkod sa inyo, pero itinakwil ng mga Israelita ang kasunduan nila sa inyo, winasak nila ang mga altar ninyo, at pinagpapatay ang mga propeta ninyo. Ako na lang po ang natitira, at pinagsisikapan din nila akong patayin." [15] Nagsalita ang PANGINOON sa kanya, "Bumalik ka sa iyong dinaanan, at pumunta sa ilang ng Damascus. Pagdating mo roon, pahiran mo ng langis si Hazael bilang *pagkilala na siya na ang* hari ng Aram.[c] [16] Pahiran mo rin si Jehu na anak ni Nimsi bilang hari ng Israel, at si Eliseo na anak ni Shafat, na taga-Abel Mehola, para pumalit sa iyo bilang propeta. [17] Papatayin ni Hazael ang mga sumasamba kay Baal. Ang makakatakas sa kanya'y papatayin ni Jehu, at ang makakatakas kay Jehu ay papatayin ni Eliseo. [18] Pero ililigtas ko ang 7,000 Israelita na hindi lumuhod at humalik sa *imahen ni Baal.*"

Ang Pagtawag kay Eliseo

[19] Umalis doon si Elias at nakita niya si Eliseo na anak ni Shafat, na nag-aararo. May labing-isang

---

a 36 *Jacob:* sa Hebreo, *Israel.*

b 8 *Horeb:* o, *Sinai.*

c 15 *Aram:* o, *Syria.* Ganito rin sa 20:1.

pares na baka sa unahan niya na gamit *ng kanyang mga kasama* sa pag-aararo, at gamit naman niya ang ikalabindalawang pares ng baka. Lumapit si Elias sa kanya, hinubad ang kanyang balabal at pinasa ito kay Eliseo. ²⁰Iniwan ni Eliseo ang mga baka at hinabol si Elias. Sinabi ni Eliseo, "Hahalik po muna ako sa aking ama't ina bilang pamamaalam at saka po ako sasama sa inyo." Sumagot si Elias, "Sige, pero huwag mong kalimutan ang ginawa ko sa iyo."

²¹Bumalik si Eliseo, kinuha ang kanyang mga baka, at kinatay. Ginawa niyang panggatong sa pagluluto ng karne ng mga baka ang mga kagamitan sa pag-aararo. Pagkaluto, binigyan niya ang kanyang mga kasamang nag-aararo, at kumain silang lahat. At agad siyang sumunod kay Elias para maging lingkod nito.

Nilusob ni Ben Hadad ang Samaria

20 Ngayon, tinipon ni Haring Ben Hadad ng Aram^a ang lahat ng sundalo niya para makipaglaban. Sumama sa kanila ang 32 hari na kakampi ni Ben Hadad na may mga kabayo at mga karwahe. At umalis sila para lusubin ang Samaria. ²Nagsugo si Ben Hadad ng mga mensahero sa Samaria para iparating ang mensaheng ito kay Haring Ahab ng Israel, "Ito ang ipinapasabi ni Ben Hadad: ³'Ang iyong mga pilak at ginto ay akin, at ang iyong mga asawa at ang iyong mabubuting anak ay akin din.'" ⁴Sinagot siya ni Haring Ahab ng Israel, "Ayon nga sa sinabi mo, Mahal na Hari, ako at ang lahat ng akin ay iyo."

⁵Muling bumalik ang mga mensahero kay Ahab at sinabi, "Ito ang ipinapasabi ni Ben Hadad: 'Sinabi ko na sa iyo na ibigay mo sa akin ang iyong mga pilak, ginto, mga asawa't anak. ⁶Pero bukas sa ganito ring oras, papupuntahin ko riyan ang mga opisyal ko para maghalughog at palusyo mo at sa mga bahay ng iyong mga opisyal. Kukunin nila ang lahat ng itinuturing mong mahalaga.'"

⁷Ipinatawag ng hari ng Israel ang lahat ng tagapamahala ng Israel, at sinabi, "Naghahanap talaga ng paraan si Ben Hadad na wasakin tayo. Pumayag na nga ako nang hilingin niya ang aking mga asawa, mga anak, mga pilak at ginto." ⁸Sumagot ang mga tagapamahala at ang mga tao, "Huwag po kayong papayag sa mga hinihiling niya." ⁹Kaya sinabihan niya ang mga mensahero ni Ben Hadad, "Sabihin ninyo sa mahal na hari na ibibigay ko ang kanyang unang kahilingan, pero ang ikalawa ay hindi ko na maibibigay." Nagsiuwi ang mga mensahero at sinabi kay Ben Hadad ang sagot ni Ahab.

¹⁰Nagpadala muli si Ben Hadad ng mensahe kay Ahab, "Lubos sana akong parusahan ng mga dios, kung hindi ko mawasak nang lubos ang Samaria. Titiyakin kong kahit alikabok ay walang maiiwan na madadakot ang mga sundalo ko." ¹¹Sumagot ang hari ng Israel, "Sabihin n'yo siya na ang sundalong naghahanda pa lang sa pakikipaglaban ay hindi dapat magmayabang tulad ng sundalong tapos nang makipaglaban." ¹²Natanggap ni Ben Hadad ang sagot ni Ahab habang umiinom siya at ang mga kasama niyang hari roon sa kanilang mga tolda. Agad niyang inutusan ang mga tauhan niya na maghanda sa paglusob sa Samaria. At sinunod nila ito.

Tinalo ni Ahab si Ben Hadad

¹³Samantala, may dumating na isang propeta kay Ahab, at sinabi, "Ito ang sinasabi ng Panginoon: Nakita mo ang napakaraming sundalo ni Ben Hadad. Pero ipapatalo ko sila sa iyo sa araw na ito, at malalaman mo na ako ang Panginoon." ¹⁴Nagtanong si Ahab, "Pero sino ang tatalo sa kanila?" Sumagot ang propeta, "Ito ang sinasabi ng Panginoon: Ang mga binatang sundalo na nasa ilalim ng kapangyarihan ng mga gobernador ng mga probinsya ang siyang tatalo sa kanila." Nagtanong si Ahab, "Sino ang unang lulusob?" Sumagot ang propeta, "Kayo."^b

¹⁵Kaya ipinatawag ni Ahab ang mga binatang sundalo, na nasa ilalim ng kapangyarihan ng mga gobernador ng mga probinsya—232 silang lahat. At tinipon din niya ang iba pang mga Israelita—7,000 silang lahat. ¹⁶Tanghali nang lumusob sila, habang si Ben Hadad at ang 32 haring kakampi niya ay naglalasing sa mga tolda nila. ¹⁷Ang unang lumusob ay ang mga binatang sundalo.

Ngayon, ang mga espiyang ipinadala ni Ben Hadad sa Samaria ay nagsabi sa kanya, "May mga sundalo pong papunta rito mula sa Samaria." ¹⁸Sinabi ni Ben Hadad, "Hulihin n'yo sila! Kahit anong pakay nila rito, makipaglaban man o makipag-ayos."

¹⁹Ang mga binatang sundalo ang nangunguna sa mga sundalo ng Israel. ²⁰Ang bawat isa'y pinatay ang kanyang kalaban. Kaya tumakas ang ibang mga sundalo ng Aram, at hinabol sila ng mga Israelita. Pero si Ben Hadad at ang iba pa niyang mga kasama ay tumakas na nakasakay sa kabayo.

²¹Ganoon ang paglusob nina Haring Ahab ng Israel. Marami silang pinatay na Arameo at pinagkukuha^c nila ang mga kabayo at mga karwahe ng mga ito. ²²Pagkatapos nito, lumapit ang propeta sa hari ng Israel, at sinabi, "Maghanda kayo at magplano nang mabuti, dahil lulusob pong muli ang hari ng Aram sa susunod na taon."

²³Samantala, sinabi ng mga opisyal ng hari ng Aram sa kanya, "Ang dios ng mga Israelita ay dios ng mga bundok; iyan ang dahilan ng kanilang pagwawagi. Pero kung makikipaglaban tayo sa kanila sa kapatagan, siguradong matatalo natin sila. ²⁴Ito ang kailangan ninyong gawin: Alisin ninyo ang 32 hari sa kanilang katungkulan, at ipalit sa kanila ang mga kumander. ²⁵Pagkatapos, magtipon kayo ng mga sundalo, mga kabayo, at mga karwahe na kasindami ng mga nawala noon. Makipaglaban tayo sa mga Israelita sa kapatagan, at tiyak na matatalo natin sila." Pumayag si Ben Hadad, at ginawa niya ito.

²⁶Nang sumunod na taon, tinipon ni Ben Hadad ang mga Arameo, at pumunta sila sa lungsod ng Afek para makipaglaban sa mga Israelita. ²⁷Nagtipon din ang mga Israelita, naghanda ng

---

b 14 *Sino ang unang…Kayo:* o, *Sino ang mangunguna sa kanila sa pakikipaglaban? Sumagot ang propeta, "Ikaw."*
c 21 *pinagkukuha:* Ganito sa isang lumang teksto. Sa Hebreo, *pinagsisira.*

a 1 *Aram:* o, *Syria.*

kanilang mga pangangailangan, at lumabas para makipaglaban sa mga Arameo. Nagkampo sila na paharap sa kampo ng mga Arameo. Pero katulad lang sila ng dalawang maliliit na pulutong ng mga kambing kung ikukumpara sa mga Arameo na nakakalat sa kapatagan. ²⁸ Pumunta ang lingkod ng Dios sa hari ng Israel, at sinabi, "Ito po ang sinasabi ng Panginoon: Inaakala ng mga Arameo na dios ako ng mga bundok at hindi dios ng mga lambak, kaya ipapatalo ko sa iyo ang napakarami nilang sundalo para malaman ninyo na ako ang siyang Panginoon."

²⁹ Nagkampo ang mga Israelita at ang mga Arameo na magkaharap sa loob ng pitong araw. At naglaban sila nang ikapitong araw. Sa isang araw lang, nakapatay ang mga Israelita ng 100,000 sundalong Arameo. ³⁰ Ang mga natirang Arameo ay nagsitakas sa lungsod ng Afek, kung saan ang 27,000 sa kanila ay nabagsakan ng pader ng lungsod. Tumakas din doon si Ben Hadad at nagtago sa kasuluk-sulukang kwarto ng bahay. ³¹ Sinabi sa kanya ng kanyang mga opisyal, "Narinig po namin na maawain daw ang mga hari ng Israel. Kaya pupunta kami sa hari ng Israel, magsusuot ng sako at magtatali ng lubid sa aming mga ulo. Baka sakaling hindi ka niya patayin."

³² Kaya nagsuot sila ng sako at tinalian nila ng lubid ang kanilang ulo. Pagkatapos, pumunta sila sa hari ng Israel, at sinabi, "Ang inyo pong lingkod na si Ben Hadad ay humihiling na kung maaari, huwag n'yo siyang patayin." Sumagot ang hari, "Buhay pa pala siya? Para ko na siyang kapatid." ³³ Itinuring ng mga opisyal ang sagot ng hari na isang palatandaan na may pag-asa sila, kaya agad naman nilang sinabi na, "Opo, si Ben Hadad ay para ninyong kapatid." Sinabi ng hari, "Dalhin niyo siya sa akin."

Pagdating ni Ben Hadad, pinasakay siya ni Ahab sa kanyang karwahe. ³⁴ Sinabi ni Ben Hadad kay Ahab, "Isasauli ko sa iyo ang mga lungsod na inagaw ng aking ama sa iyong ama. At maaari kang magpatayo ng mga tindahan sa Damascus, katulad ng ginawa ng aking ama sa Samaria." Tugon ni Ahab, "Sa alok mong ito, pakakawalan kita." Kaya gumawa sila ng kasunduan, at pinaalis siya ni Ahab.

³⁵ Samantala, may isang taong kabilang sa samahan ng mga propeta ang inutusan ng Panginoon para sabihin ito sa kasama niya, "Sige saktan mo ako." Pero tumanggi ang kasama niya na saktan siya. ³⁶ Kaya sinabi niya sa kanyang kasama, "Dahil hindi mo sinunod ang Panginoon, papatayin ka ng leon pag-alis mo rito." Pag-alis nga ng kasama niya, nakita siya ng isang leon at pinatay.

³⁷ May nakita namang isang tao at propeta at sinabi niya, "Saktan mo ako." Kaya sinaktan siya nito at nasugatan siya. ³⁸ Pagkatapos, lumakad ang propeta at tumayo sa daan para hintayin *na dumaan* ang hari *ng Israel.* Nagbalat-kayo siya sa pamamagitan ng paglalagay ng piring sa mata para hindi makilala. ³⁹ Pagdaan ng hari, sumigaw ang propeta sa kanya, "Mahal na hari, sumama po ako sa labanan, at doon ay may taong nagdala sa akin ng bihag at sinabi, 'Bantayan mo ang taong ito. Kapag nakatakas siya, papatayin ka o pagbabayarin ng 35 kilong pilak.' ⁴⁰ Pero naging abala po ako sa ibang mga gawain kaya nakatakas ang bihag."

Sinabi ng hari, "Dapat ka ngang parusahan ayon sa sinabi mo." ⁴¹ Tinanggal ng propeta ang piring sa kanyang mga mata, at nakilala siya ng hari ng Israel na isa siyang propeta. ⁴² Sinabi niya sa hari, "Ito ang sinasabi ng Panginoon: Dahil sa pinakawalan mo ang taong sinasabi ko na dapat patayin, ikaw ang papatayin bilang kapalit niya at papatayin din ang iyong mga tauhan bilang kapalit ng kanyang mga tauhan." ⁴³ Umuwing malungkot at galit ang hari ng Israel sa palasyo niya sa Samaria.

Ang Ubasan ni Nabot

21 May isang taong taga-Jezreel na ang pangalan ay Nabot. May taniman siya ng ubas sa Jezreel sa tabi ng palasyo ni Haring Ahab ng Samaria. ² Isang araw, sinabi ni Ahab kay Nabot, "Dahil malapit sa palasyo ko ang taniman mo ng ubas, ibigay mo na lang iyan sa akin para gawin kong taniman ng mga gulay. At bilang kapalit, bibigyan kita ng mas magandang ubasan o kung gusto mo, babayaran kita sa nararapat na halaga nito." ³⁻⁴ Pero sumagot si Nabot, "Hindi po papayag ang Panginoon na ibigay ko sa inyo ang minana ko sa aking mga ninuno."

Umuwi si Ahab na malungkot at galit dahil sa sagot ni Nabot sa kanya. Nahiga siya paharap sa dingding at ayaw kumain. ⁵ Pinuntahan siya ni Jezebel na kanyang asawa, at tinanong, "Bakit ka ba nalulungkot? Bakit ayaw mong kumain?" ⁶ Sumagot siya, "Sinabi ko kay Nabot na bibilhin ko ang taniman niya ng ubas o kung gusto niya ay papalitan ko ito ng mas magandang ubasan, pero hindi siya pumayag." ⁷ Sinabi ni Jezebel, "Hindi ba't ikaw ang hari ng Israel? Bumangon ka at kumain! Magpakasaya ka dahil ibibigay ko sa iyo ang ubasan ni Nabot na taga-Jezreel."

⁸ Kaya sumulat si Jezebel sa pangalan ni Ahab, tinatakan ito ng tatak niya, at ipinadala sa mga tagapamahala at sa iba pang mga opisyal ng lungsod kung saan nakatira si Nabot. ⁹ Ito ang mensahe ng kanyang sulat: "Tipunin ninyo ang mga mamamayan para mag-ayuno, at paupuin ninyo si Nabot sa unahan ng mga tao. ¹⁰ Pagkatapos, paupuin ninyo sa harapan niya ang dalawang masamang tao para paratangan siya na isinumpa niya ang Dios at ang hari. Pagkatapos, dalhin ninyo siya sa labas ng lungsod at batuhin hanggang mamatay."

¹¹ Ginawa ng mga tagapamahala at ng iba pang mga opisyal ang sinabi sa kanila ni Jezebel sa sulat. ¹² Tinipon nga nila ang mga mamamayan para mag-ayuno at pinaupo nila si Nabot sa unahan ng mga ito. ¹³ Pagkatapos, may dumating na dalawang masamang tao, umupo sa harapan ni Nabot, at pinaratangan nila ito sa harapan ng mga tao. Sinabi nila, "Isinumpa ni Nabot ang Dios at ang hari." Kaya dinala nila si Nabot sa labas ng lungsod, at binato hanggang mamatay. ¹⁴ Pagkatapos, sumulat sila kay Jezebel na binato nila si Nabot at patay na ito.

¹⁵ Nang malaman ni Jezebel na patay na si Nabot, sinabi niya kay Ahab, "Patay na si Nabot kaya lumakad ka at angkinin mo ang taniman niya ng ubas na itinanggi niyang ibenta sa iyo." ¹⁶ Pagkarinig ni Ahab na patay na si Nabot, umalis siya agad para angkinin ang ubasan ni Nabot.

¹⁷Sinabi ng Panginoon kay Elias na taga-Tisbe, ¹⁸"Humayo ka't puntahan si Haring Ahab ng Israel, na nakatira sa Samaria. Naroon siya sa ubasan ni Nabot dahil gusto niya itong angkinin. ¹⁹Sabihin mo ito sa kanya: 'Pagkatapos mong pumatay ng tao, kukunin mo pa pati ang kanyang lupa? Dahil sa iyong ginawa, hihimurin ng mga aso ang dugo mo sa labas ng lungsod, tulad ng paghimod nila roon sa dugo ni Nabot.' "

²⁰Pagkakita ni Ahab kay Elias, sinabi niya, "Natagpuan din ako ng kaaway ko!" Sumagot si Elias, "Oo, pumunta ako sa iyo dahil ipinagbili mo ang iyong sarili sa paggawa ng masama sa paningin ng Panginoon! ²¹Kaya *ito ang sinasabi ng Panginoon sa iyo*: 'Padadalhan kita ng kapahamakan. Papatayin ko ang lahat ng iyong angkan na lalaki, alipin man o hindi. ²²Lilipulin ko ang pamilya mo katulad ng ginawa ko sa pamilya ni Jeroboam na anak ni Nebat at sa pamilya ni Baasha na anak ni Ahia, dahil ginalit mo ako at ikaw ang naging dahilan ng pagkakasala ng mga Israelita.'

²³"At tungkol naman kay Jezebel, sinabi ng Panginoon, na kakainin siya ng mga aso sa pader ng Jezreel. ²⁴Ang mga kabilang sa pamilya mo na mamamatay sa lungsod ay kakainin ng mga aso, at ang mamamatay sa bukid ay kakainin ng mga ibon."

²⁵(Wala ng ibang taong ipinagbili ang sarili sa paggawa ng masama sa paningin ng Panginoon, katulad ng ginawa ni Ahab dahil sinulsulan siya ni Jezebel na kanyang asawa. ²⁶Gumawa siya ng masasamang bagay sa pamamagitan ng pagsamba sa mga dios-diosan, katulad ng ginawa ng mga Amoreo na pinalayas ng Panginoon sa mga Israelita.)

²⁷Pagkarinig ni Ahab sa sinabi ni Elias, sinira niya ang kanyang damit at nagsuot ng sako, kahit sa pagtulog. Nag-ayuno siya at malungkot na nagpalakad-lakad.

²⁸Sinabi ng Panginoon kay Elias na taga-Tisbe, ²⁹"Nakita mo ba kung papaano nagpakumbaba si Ahab ng kanyang sarili sa aking harapan? Dahil sa pagpapakumbaba niya, hindi ko na ipapadala ang kapahamakan sa panahon niya, kundi ipapadala ko ito sa pamilya ng kanyang anak kapag naghari na ito."

Pinaghanda ni Micaya si Ahab
(2 Cro. 18:2-27)

22 Sa loob ng tatlong taon, walang nangyaring labanan sa pagitan ng Aram[a] at ng Israel. ²At nang ikatlong taon, nakipagkita si Haring Jehoshafat ng Juda kay *Ahab na* hari ng Israel. ³Sinabi ni Ahab[b] sa kanyang mga opisyal, "Alam ninyo na atin ang Ramot Gilead. Pero bakit hindi tayo gumagawa ng paraan para mabawi natin ito sa hari ng Aram? ⁴Kaya tinanong ni Ahab si Jehoshafat, "Sasama ka ba sa amin sa pakikipaglaban sa Ramot Gilead?" Sumagot si Jehoshafat kay Ahab, "Handa akong sumama sa iyo at handa akong ipagamit sa iyo ang mga sundalo't mga kabayo ko. ⁵Pero tanungin muna natin ang Panginoon kung ano ang masasabi niya."

⁶Kaya ipinatawag ni Ahab ang mga propeta—400 silang *lahat*, at tinanong, "Pupunta ba kami sa Ramot Gilead o hindi?" Sumagot sila, "Sige, lumakad kayo, dahil pagtatagumpayin kayo ng Panginoon!" ⁷Pero nagtanong si Jehoshafat, "Wala na bang iba pang propeta ng Panginoon dito na mapagtatanungan natin?" ⁸Sumagot si Ahab kay Jehoshafat, "May isa pang maaari nating mapagtanungan—si Micaya na anak ni Imla. Pero napopoot ako sa kanya dahil wala siyang magandang propesiya tungkol sa akin kundi puro kasamaan." Sumagot si Jehoshafat, "Hindi ka dapat magsalita ng ganyan." ⁹Kaya ipinatawag ni Ahab ang isa sa kanyang mga opisyal at sinabi, "Dalhin n'yo agad dito si Micaya na anak ni Imla."

¹⁰Ngayon, sina Haring *Ahab ng* Israel at Haring Jehoshafat ng Juda, na nakasuot ng kanilang damit panghari, ay nakaupo sa kanilang trono sa harapan ng giikan na nasa bandang pintuan ng bayan ng Samaria. At nakikinig sila sa sinasabi ng mga propeta. ¹¹Si Zedekia na isa sa mga propeta na anak ni Kenaana ay gumawa ng mga sungay na bakal. Sinabi niya, "Ito ang sinasabi ng Panginoon *kay Haring Ahab*: 'Sa pamamagitan ng mga sungay na ito, lilipulin mo, *Haring Ahab,* ang mga Arameo hanggang sa maubos sila.' " ¹²Ganito rin ang sinabi ng lahat ng propeta. Sinabi nila, "Haring Ahab, lusubin n'yo ang Ramot Gilead, at magtatagumpay kayo, dahil ibibigay ito sa inyo ng Panginoon."

¹³Samantala, ang mga inutusan sa pagkuha kay Micaya ay nagsabi sa kanya, "Ang lahat ng propeta ay pare-parehong nagsasabing magtatagumpay ang hari, kaya ganoon din ang sabihin mo." ¹⁴Pero sinabi ni Micaya, "Nanunumpa ako sa buhay na Panginoon, na sasabihin ko lang ang ipinapasabi niya sa akin."

¹⁵Pagdating ni Micaya kay Haring Ahab, nagtanong ang hari sa kanya, "Micaya, lulusubin ba namin ang Ramot Gilead o hindi?" Sumagot si Micaya, "Lusubin ninyo at magtatagumpay kayo, dahil ipapatalo ito ng Panginoon sa inyo." ¹⁶Pero sinabi ng hari kay Micaya, "Ilang beses ba kitang panunumpain na sabihin mo sa akin ang totoo sa pangalan ng Panginoon?" ¹⁷Kaya sinabi ni Micaya, "Nakita ko sa pangitain na nakakalat ang mga Israelita sa mga kabundukan gaya ng mga tupa na walang nagbabantay, at nagsabi ang Panginoon, 'Ang mga taong ito'y wala nang pinuno. Matiwasay n'yo silang pauwiin.' " ¹⁸Sinabi ni Haring Ahab kay Jehoshafat, "Hindi ba sinabihan na kitang wala siyang magandang propesiya tungkol sa akin kundi puro kasamaan lang?"

¹⁹Sinabi pa ni Micaya, "Pakinggan mo ang mensahe ng Panginoon! Nakita ko ang Panginoon na nakaupo sa kanyang trono, at may mga makalangit na nilalang na nakatayo sa kanyang kaliwa at kanan. ²⁰At sinabi ng Panginoon, 'Sino ang hihikayat kay Ahab para lusubin ang Ramot Gilead upang mamatay siya roon?' Iba-iba ang sagot ng mga makalangit na nilalang. ²¹At may espiritu na lumapit sa Panginoon at nagsabi, 'Ako ang hihikayat sa kanya.' ²²Nagtanong ang Panginoon, 'Sa papaanong paraan?' Sumagot siya, 'Pupunta ako at pagsasalitain ko ng kasinungalingan ang mga propeta ni Ahab.' Sinabi ng Panginoon,

---

a 1 Aram: o Syria.
b 3 Ahab: sa literal, *hari ng Israel*. Ganito rin sa talatang 4-6, 8,9, at 30.

'Lumakad ka at gawin mo ito. Magtatagumpay ka sa paghihikayat sa kanya.' "

²³ At sinabi ni Micaya, "At ngayon pinadalhan ng PANGINOON ang iyong mga propeta ng espiritu na nagpasabi sa kanila ng kasinungalingan. Itinakda ng PANGINOON na matalo ka." ²⁴ Lumapit si Zedekia kay Micaya at sinampal ito. Sinabi ni Zedekia, "Paano mong nasabi na ang Espiritu ng PANGINOON ay umalis sa akin at nakipag-usap sa iyo?" ²⁵ Sumagot si Micaya, "Malalaman n'yo ito sa araw na matalo kayo sa labanan at magtago sa kaloob-loobang kwarto ng bahay."

²⁶ Nag-utos agad si Haring Ahab, "Dakpin n'yo si Micaya at dalhin pabalik kay Ammon na pinuno ng lungsod at kay Joash na aking anak. ²⁷ At sabihin n'yo sa kanila na nag-utos ako na ikulong ang taong ito. Tinapay at tubig lang ang ibigay sa kanya hanggang sa makabalik akong ligtas mula sa labanan."

²⁸ Sinabi ni Micaya, "Kung makakabalik kayo nang ligtas, ang ibig sabihin hindi nagsalita ang PANGINOON sa pamamagitan ko." At sinabi ni Micaya sa lahat ng tao roon, "Tandaan n'yo ang sinabi ko!"

Namatay si Ahab
(2 Cro. 18:28-34)

²⁹ Kaya lumusob sa Ramot Gilead si Ahab na hari ng Israel at si Haring Jehoshafat ng Juda. ³⁰ Sinabi ni Ahab kay Jehoshafat, "Sa panahon ng labanan, hindi ako magpapakilala na ako ang hari, pero ikaw magsuot ka ng iyong damit panghari." Kaya nagkunwari ang hari ng Israel, at nakipaglaban sila. ³¹ Samantala, nag-utos ang hari ng Aram sa 32 kumander ng kanyang mga mangangarwahe, "Huwag ninyong lusubin ang kahit sino, kundi ang hari lang ng Israel." ³² Pagkakita ng mga kumander ng mga mangangarwahe kay Jehoshafat, inisip nila na siya ang hari ng Israel, kaya nilusob nila ito. Pero nang sumigaw si Jehoshafat, ³³ nalaman ng mga kumander ng mga mangangarwahe na hindi pala siya ang hari ng Israel kaya huminto sila sa paghabol sa kanya.

³⁴ Pero habang pinapana ng isang sundalong Arameo ang mga sundalo ng Israel, natamaan niya ang hari ng Israel sa pagitan ng kanyang pananggga sa dibdib. Sinabi ni Haring Ahab na nagdadala ng kanyang karwahe, "Ilayo mo ako sa labanan! Dahil nasugatan ako." ³⁵ Matindi ang labanan nang araw na iyon, at ang hari ng Israel ay nakasandal na lang sa kanyang karwahe na nakaharap sa mga Arameo. Dumaloy ang dugo niya sa karwahe, at namatay siya kinahapunan. ³⁶ Nang papalubog na ang araw, may sumigaw sa mga sundalo ng Israel, "Ang bawat isa ay magsiuwi na sa kani-kanilang lugar!"

³⁷ Nang mamatay ang hari ng Israel, dinala ang kanyang bangkay sa Samaria, at doon inilibing. ³⁸ Hinugasan nila ang karwahe sa paliguan sa Samaria, kung saan naliligo ang mga babaeng bayaran, at ang dugo niya ay dinilaan ng mga aso. Nangyari ito ayon sa sinabi ng PANGINOON.

³⁹ Ang iba pang salaysay tungkol sa paghahari ni Ahab, at ang lahat ng ginawa niya, pati ang pagpapatayo niya ng magandang palasyo, at pagpapatibay ng mga lungsod ay nakasulat sa Aklat ng Kasaysayan ng mga hari ng Israel. ⁴⁰ Nang mamatay si Ahab, ang anak niyang si Ahazia ang pumalit sa kanya bilang hari.

Ang Paghahari ni Jehoshafat sa Juda
(2 Cro. 20:31–21:1)

⁴¹ Naging hari ng Juda si Jehoshafat na anak ni Asa noong ikaapat na taon ng paghahari ni Ahab sa Israel. ⁴² Si Jehoshafat ay 35 taong gulang nang maging hari. Sa Jerusalem siya tumira, at naghari siya sa loob ng 25 taon. Ang ina niya ay si Azuba na anak ni Silhi. ⁴³ Sinunod niya ang pamumuhay ng ama niyang si Asa. Matuwid ang ginawa niya sa paningin ng PANGINOON. Pero hindi niya winasak ang mga sambahan sa matataas na lugar,ᵃ kaya ang mga tao ay patuloy na nag-aalay at nagsusunog ng mga insenso roon. ⁴⁴ May magandang relasyon din si Jehoshafat sa hari ng Israel.

⁴⁵ Ang iba pang salaysay tungkol sa paghahari ni Jehoshafat, at ang mga pagtatagumpay sa labanan ay nakasulat sa Aklat ng Kasaysayan ng mga hari ng Juda. ⁴⁶ Pinalayas niya ang mga lalaking nagbebenta ng aliw sa mga sambahan sa matataas na lugar, na hindi umalis noong panahon ng ama niyang si Asa. ⁴⁷ Nang panahong iyon ay walang hari sa Edom; pinamamahalaan lang ito ng isang pinuno na pinili ni Jehoshafat.

⁴⁸ May ipinagawa si Jehoshafat na mga barko na pangkalakal,ᵇ na naglalayag sa Ofir para kumuha ng ginto. Pero hindi nakapaglayag ang mga ito dahil nasira pagdating sa Ezion Geber. ⁴⁹ Nang panahong iyon, sinabi ni Ahazia na anak ni Ahab kay Jehoshafat, "Pasamahin mo ang aking mga tauhan sa iyong mga tauhan sa kanilang paglalayag." Pero hindi pumayag si Jehoshafat.

⁵⁰ Nang mamatay si Jehoshafat, inilibing siya sa libingan ng mga ninuno niya sa Lungsod ni David. Ang anak niyang si Jehoram ang pumalit sa kanya bilang hari.

Ang Paghahari ni Ahazia sa Israel

⁵¹ Naging hari ng Israel si Ahazia na anak ni Ahab noong ika-17 taon ng paghahari ni Jehoshafat sa Juda. Sa Samaria tumira si Ahazia, at naghari siya sa loob ng dalawang taon. ⁵² Masama ang ginawa niya sa paningin ng PANGINOON, dahil sumunod siya sa kanyang ama't ina, at kay Jeroboam na anak ni Nebat, na siyang naging dahilan ng pagkakasala ng mga Israelita. ⁵³ Sumamba siya at naglingkod kay Baal. Katulad ng ginawa ng kanyang ama, ginalit din niya ang PANGINOON, ang Dios ng Israel.

---

a 43 sambahan sa matataas na lugar: Tingnan sa Talaan ng mga Salita sa likod.

b 48 mga barko na pangkalakal: sa Hebreo, mga barko ng Tarshish.

2 HARI

Si Elias at si Haring Ahazia

1 Nang mamatay si Ahab, nagrebelde ang Moab sa Israel.

[2] Isang araw, nahulog si Ahazia mula sa bintanang may rehas sa itaas ng kwarto niya sa Samaria, at lubha siyang napinsala. Kaya nagsugo siya ng mga mensahero kay Baal Zebub, ang dios ng Ekron, para magtanong kung gagaling pa siya sa pagkakabaldado niya. [3] Samantala, sinabi ng anghel ng PANGINOON kay Elias na taga-Tisbe, "Salubungin mo ang mga mensahero ng hari ng Samaria at tanungin mo sila: Bakit kayo pupunta kay Baal Zebub, ang dios ng Ekron? Wala na bang Dios sa Israel? [4] Kaya ngayon, *sabihin ninyo kay Ahazia* na ito ang sinasabi *sa kanya*, ng PANGINOON, 'Hindi ka na makakabangon sa higaan mo. Tiyak na mamamatay ka!' " Pagkatapos, umalis na si Elias.

[5] *Nang masabihan na ni Elias* ang mga mensahero, bumalik ang mga ito sa hari. Tinanong sila ng hari, "Bakit kayo bumalik?" [6] Sumagot sila, "Sinalubong po kami ng isang tao at sinabi niya, 'Bumalik kayo sa hari at sabihin ninyo ang sinabi ng PANGINOON: Bakit nagpadala ka ng mga tao para magtanong kay Baal Zebub, ang dios ng Ekron? Wala na bang Dios sa Israel? Dahil sa ginawa mo, hindi ka na makakabangon sa higaan mo. Tiyak na mamamatay ka!' "

[7] Tinanong sila ng hari, "Ano ang itsura ng taong sumalubong at nagsabi nito sa inyo?" [8] Sumagot sila, "Nakasuot po siya ng damit na yari sa balahibo ng hayop at nakasinturon na yari sa balat." Sinabi ng hari, "Si Elias iyon na taga-Tisbe." [9] Pagkatapos, pinapunta ng hari ang isang opisyal,[a] kasama ang 50 tauhan, *para hulihin si Elias*. Umakyat ang opisyal sa ibabaw ng burol kung saan nakaupo si Elias, at sinabi niya, "Lingkod ng Dios, sinabi ng hari na pumunta ka sa kanya." [10] Sumagot si Elias sa opisyal, "Kung lingkod nga ako ng Dios, umulan sana ng apoy mula sa langit at sunugin ka pati ang 50 tauhan mo!" Dumating nga ang apoy at nasunog ang opisyal at ang 50 tauhan niya.

[11] Muling nagpadala ang hari ng isang opisyal kasama ang 50 tauhan *para hulihin si Elias*. Sinabi ng opisyal kay Elias, "Lingkod ng Dios, sinabi ng hari na pumunta ka agad sa kanya!" [12] Sumagot si Elias, "Kung lingkod nga ako ng Dios, umulan sana ng apoy mula sa langit at sunugin ka pati ang 50 tauhan mo!" Dumating nga ang apoy ng Dios mula sa langit at nasunog ang opisyal at ang 50 tauhan niya.

[13] Nagpadala ang hari ng ikatlong opisyal kasama ang 50 tauhan. Pagdating ng opisyal kay Elias, lumuhod siya *bilang paggalang*, at nagmakaawa, "Lingkod ng Dios, mahabag ka sa akin at sa mga tauhan ko. Huwag mo kaming patayin na iyong mga lingkod. [14] Nalaman ko na sinunog mo ng apoy

mula sa langit ang dalawang opisyal at ang mga tauhan nila. Pero mahabag kayo sa amin." [15] Sinabi ng anghel ng PANGINOON kay Elias, "Sumama ka sa kanya, huwag kang matakot." Kaya sumama si Elias sa opisyal papunta sa hari.

[16] Pagdating ni Elias sa hari, sinabi niya, "Ito ang sinasabi ng PANGINOON: Bakit nagsugo ka ng mga mensahero para magtanong kay Baal Zebub, ang dios ng Ekron? Wala na bang Dios sa Israel na mapagtatanungan mo? Dahil sa ginawa mo, hindi ka na makakabangon sa higaan mo. Tiyak na mamamatay ka!"

[17] Namatay nga ang hari ayon sa sinabi ng PANGINOON sa pamamagitan ni Elias. Dahil walang anak na lalaki si Ahazia, si Joram *na kapatid niya* ang pumalit sa kanya bilang hari. Naghari si Joram noong ikalawang taon ng paghahari ni Jehoram na anak ni Haring Jehoshafat ng Juda. [18] Ang iba pang mga salaysay tungkol sa paghahari ni Ahazia ay nakasulat sa Aklat ng Kasaysayan ng mga hari ng Israel.

Dinala si Elias Papuntang Langit

2 Nang oras na kukunin na ng PANGINOON si Elias para dalhin sa langit sa pamamagitan ng isang ipu-ipo, naglalakad sina Elias at Eliseo galing sa Gilgal. [2] Sinabi ni Elias kay Eliseo, "Maiwan ka na lang dito, dahil pinapapunta ako ng PANGINOON sa Betel." Pero sinabi ni Eliseo, "Sumusumpa ako sa buhay na PANGINOON at sa iyo, hindi kita iiwan." Kaya pumunta sila sa Betel.

[3] May grupo ng mga propeta roon sa Betel na pumunta kay Eliseo at nagtanong, "Alam mo bang kukunin na ng PANGINOON ang guro[b] mo sa araw na ito?" Sumagot si Eliseo, "Oo, alam ko, pero huwag na nating pag-usapan."

[4] Pagkatapos, sinabi ni Elias kay Eliseo, "Maiwan ka na lang dito, dahil pinapapunta ako ng PANGINOON sa Jerico." Sumagot si Eliseo, "Sumusumpa ako sa buhay na PANGINOON at sa iyo, hindi kita iiwan." Kaya pumunta sila sa Jerico.

[5] Muli, may grupo ng mga propeta roon sa Jerico na pumunta kay Eliseo at nagtanong, "Alam mo bang kukunin na ng PANGINOON ang guro mo sa araw na ito?" Sumagot si Eliseo, "Oo, alam ko, pero huwag na nating pag-usapan." [6] Pagkatapos, sinabi ni Elias kay Eliseo, "Maiwan ka na lang dito, dahil pinapapunta ako ng PANGINOON sa Ilog ng Jordan." Sumagot si Eliseo, "Sumusumpa ako sa buhay na PANGINOON at sa iyo, hindi kita iiwan." Kaya nagpatuloy silang dalawa sa paglalakad.

[7] May 50 miyembro ng mga propeta na nakatayo sa unahan, at nakaharap sila sa lugar na hinintuan nina Elias at Eliseo sa *ilog ng* Jordan.

[8] Hinubad ni Elias ang balabal niya, iniroylo ito at inihampas sa tubig. Nahawi ang tubig at tumawid silang dalawa sa tuyong lupa. [9] Pagkatawid

nila, sinabi ni Elias kay Eliseo, "Bago ako kunin sa iyo, sabihin mo sa akin kung ano ang gusto mong gawin ko para sa iyo." Sumagot si Eliseo, "Gusto kong ipamana mo sa akin ang dobleng bahagi ng iyong kapangyarihan."*a* [10] Sinabi ni Elias, "Mahirap ang hinihiling mo. Pero, matatanggap mo ito kung makikita mo ako habang kinukuha sa harap mo, kung hindi mo ako makikita, hindi mo matatanggap ang hinihiling mo."

[11] Habang naglalakad sila na nagkukwentuhan, biglang may dumating na karwaheng apoy na hinihila ng mga kabayong apoy. Dumaan ito sa gitna nila na nagpahiwalay sa kanila, at biglang dinala si Elias papuntang langit sa pamamagitan ng isang ipu-ipo. [12-13] Nakita ito ni Eliseo at sumigaw siya, "Ama ko! Ama ko! Ang mga karwahe at mangangabayo ng Israel!" At hindi na niya nakita si Elias. Pagkatapos, pinunit niya ang kanyang damit *bilang pagpapakita ng kalungkutan niya.* Dinampot niya ang balabal ni Elias na nahulog, at bumalik siya sa tabi *ng Ilog ng* Jordan at tumayo roon. [14] Hinampas niya ang tubig ng balabal ni Elias at sinabi, "Nasaan na ang PANGINOON, ang Dios ni Elias?" Nang ginawa niya iyon, nahawi ang tubig at tumawid siya. [15] Nang makita ito ng grupo ng mga propeta na galing sa Jerico, sinabi nila, "Ang kapangyarihan ni Elias ay sumasakanya." Kaya sinalubong nila si Eliseo at yumukod sila *bilang paggalang sa kanya.* [16] Sinabi nila, "May kasama kaming 50 malalakas na tao. Hayaan mong hanapin nila ang guro mo. Baka dinala lang siya ng Espiritu ng PANGINOON sa isang bundok o sa isang lambak." Sumagot si Eliseo, "Huwag na ninyo silang paalisin." [17] Pero nagpumilit sila hanggang sa nahiya na lang siya *na tumanggi.* Sinabi niya, "Sige, paalisin ninyo sila." Kaya pinaalis nila ang 50 tao at sa loob ng tatlong araw ay hinanap nila si Elias, pero hindi nila ito nakita. [18] Pagbalik nila kay Eliseo, na nasa Jerico pa, sinabi ni Eliseo sa kanila, "Hindi ba't sinabi ko sa inyo na huwag na kayong umalis?"

Ang mga Himala na Ginawa ni Eliseo

[19] Ang mga tao sa lungsod *ng Jerico* ay nagsabi kay Eliseo, "Ginoo, nakita naman po ninyo na mabuti ang kinatatayuan ng aming lugar, pero marumi ang tubig at hindi tinutubuan ng pananim ang lupa."*b* [20] Sinabi ni Eliseo, "Dalhan ninyo ako ng bagong mangkok at lagyan ito ng asin." Kaya siya'y dinalhan nila nito. [21] Pumunta siya sa bukal at inihagis doon ang asin at sinabi, "Ito ang sinasabi ng PANGINOON: Lilinis ang tubig na ito. At mula ngayon, hindi na ito magiging sanhi ng kamatayan o hindi pagtubo ng mga pananim."*c* [22] Mula noon, naging malinis na ang tubig, ayon sa sinabi ni Eliseo na mangyayari.

[23] Umalis si Eliseo sa Jerico at pumunta sa Betel. Habang naglalakad siya sa daan, may mga kabataan na nanggaling sa isang bayan at ininsulto

a 9 *Gusto…iyong kapangyarihan:* Maaaring ang ibig sabihin, nais ni Eliseo na bigyan siya ng kapangyarihan na doble kaysa sa ibinigay niya sa ibang mga propeta, upang siya ang pumalit kay Elias bilang pinuno ng mga propeta.
b 19 *hindi tinutubuan ng pananim ang lupa:* sa literal, *ang mga nagbubuntis ay nakukunan.*
c 21 *hindi pagtubo ng mga pananim:* o, *makukunan ang mga buntis.*

siya. Sinabi nila, "Umakyat ka, panot! Umakyat ka, panot!" [24] Lumingon si Eliseo, tinitigan niya ang mga ito at isinumpa sa pangalan ng PANGINOON. Pagkatapos, may dalawang babaeng oso na lumabas galing sa gubat at pinagluray-luray ang 42 kabataan. [25] Mula roon, pumunta si Eliseo sa Bundok ng Carmel at pagkatapos ay bumalik siya sa Samaria.

Naglaban ang Israel at ang Moab

3 Naging hari ng Israel ang anak ni Ahab na si Joram nang ika-18 taon ng paghahari ni Jehoshafat sa Juda. Sa Samaria *tumira si Joram,* at naghari siya sa loob ng 12 taon. [2] Masama ang ginawa niya sa paningin ng PANGINOON, pero hindi kasinsama ng ginawa ng kanyang ama at ina. Ipinagiba niya ang alaalang bato na ipinatayo ng kanyang ama sa pagpaparangal kay Baal. [3] Pero ginawa rin niya ang mga kasalanang ginawa ni Jeroboam na anak ni Nebat at ito ang naging dahilan ng pagkakasala ng mga taga-Israel. Hindi niya tinalikuran ang mga kasalanang ito.

[4] Si Haring Mesha ng Moab ay nag-aalaga ng mga tupa. *Taun-taon ay* nagbibigay siya sa hari ng Israel ng 100,000 batang tupa at balahibo ng 100,000 lalaking tupa *dahil sakop ng Israel ang bansa nila.* [5] Pero pagkamatay ni Ahab, nagrebelde siya sa hari ng Israel. [6] Nang panahong iyon, tinipon ni Joram ang buong Israel at umalis sila sa Samaria *para lusubin ang Moab.* [7] Nagpadala siya ng ganitong mensahe kay Haring Jehoshafat ng Juda: "Nagrebelde sa akin ang hari ng Moab. Sasama ka ba sa akin para makipaglaban sa kanila?" Sumagot si Jehoshafat, "Oo, sasama ako sa iyo. Handa akong sumama sa iyo at handa akong ipagamit sa iyo ang mga sundalo't mga kabayo ko." [8] Nagtanong si Jehoshafat, "Saan tayo dadaan kung lulusob tayo?" Sumagot si Joram, "Sa ilang ng Edom."

[9] Kaya lumakad ang hari ng Israel, ang hari ng Juda at ang hari ng Edom. Pagkatapos ng pitong araw nilang paglalakad, naubusan ng tubig ang mga sundalo at ang mga hayop nila. [10] Sinabi ng hari ng Israel, "Ano ang gagawin natin? Ipinatawag ba tayong tatlo ng PANGINOON para ibigay lang sa kamay *ng hari* ng Moab?" [11] Kaya nagtanong si Jehoshafat, "Wala bang propeta ng PANGINOON dito para makapagtanong tayo sa PANGINOON sa pamamagitan niya?" Sumagot ang isang opisyal ng hari ng Israel, "Si Eliseo na anak ni Shafat ay nandito. Dati siyang lingkod ni Elias." [12] Sinabi ni Jehoshafat, "Ang salita ng PANGINOON ay sumasakanya." Kaya pumunta si Jehoshafat ang hari ng Israel, at ang hari ng Edom kay Eliseo.

[13] Sinabi ni Eliseo sa hari ng Israel, "Ano ang pakialam natin sa isa't isa? Pumunta kayo sa mga propeta ng inyong ama at ina!" Sinabi ng hari ng Israel, "Hindi! Dahil ang PANGINOON ang nagdala sa aming tatlo upang ibigay lang sa kamay ng mga Moabita." [14] Sinabi ni Eliseo, "Nagsasabi ako ng katotohanan sa presensya ng buhay at Makapangyarihang PANGINOON, na aking pinaglilingkuran, na hindi kita papansinin kung hindi lang dahil sa paggalang ko kay Haring Jehoshafat ng Juda. [15] Ngayon, dalhan n'yo ako ng taong marunong tumugtog ng alpa."

Habang pinapatugtog ang alpa, napuspos ng kapangyarihan ng. PANGINOON si Eliseo, ¹⁶at sinabi niya, "Sinabi ng PANGINOON na magkakaroon ng maraming tubig sa lambak na ito. ¹⁷Kahit na walang ulan o hangin, mapupuno pa rin ng tubig ang lambak na ito, at makakainom kayo at ang inyong mga baka at ang iba pa ninyong mga hayop. ¹⁸Madali lang ang bagay na ito para sa PANGINOON. Ibibigay din niya ang Moab sa inyong mga kamay. ¹⁹Pupuksain ninyo ang bawat napapaderang lungsod at pangunahing bayan nila. Puputulin ninyo ang magaganda nilang puno, tatakpan ang kanilang mga bukal at sisirain ang sagana nilang bukirin sa pamamagitan ng mga bato." ²⁰Kinaumagahan, sa oras ng paghahandog, umagos ang tubig mula sa Edom at napuno ng tubig ang lupa.

²¹Pagkatapos, nabalitaan ng lahat ng Moabita na lulusubin sila ng mga hari. Kaya tinipon nila ang lahat ng kalalakihan, bata man o matanda, na may kakayahan sa pakikipaglaban at inapwesto sila sa hangganan ng Moab. ²²Nang maagang bumangon ang mga Moabita, nakita nilang kasing pula ng dugo ang tubig nang masikatan ito ng araw. ²³Sinabi nila, "Dugo iyan! Siguradong naglaban-laban ang tatlong hari at nagpatayan. Kaya samsamin natin ang mga ari-arian nila!"

²⁴Pero pagdating ng mga Moabita sa kampo ng Israel, lumabas ang mga Israelita at nilusob sila hanggang sa sila'y magsitakas. Sinalakay nila ang lupain ng mga Moabita at pinagpapatay sila. ²⁵Winasak nila ang mga bayan, hinagisan ng mga bato ang bawat magagandang bukirin hanggang sa ito'y matabunan. Pinagtatakpan nila ang mga bukal at pinagpuputol ang magagandang puno. Ang Kir Hareset na lang ang natira, pero pinalibutan din sila ng mga lalaking may dalang tirador at nilusob.

²⁶Nang makita ng hari ng Moab na natatalo na sila sa labanan, dinala niya ang 700 tao na may mga espada para hawiin ang mga sundalo ng hari ng Edom at makatakas, pero nabigo sila. ²⁷Kaya kinuha niya ang panganay niyang anak na papalit sana sa kanya bilang hari, at inialay niya ito sa may pader bilang handog na sinusunog. Dahil sa sobrang galit[a] laban sa Israel, pinabayaan na lang nila ang hari ng Moab at umuwi sila sa lupain nila.

Dumami ang Langis ng Biyuda

4 May isang biyuda na ang asawa ay kaanib noon sa grupo ng mga propeta. Isang araw, humingi siya ng tulong kay Eliseo. Sinabi niya, "Patay na po ang asawa ko na inyong lingkod at alam n'yo kung gaano niya iginagalang ang PANGINOON. Ngayon, ang tao po na pinagkakautangan niya ay dumating para kunin ang dalawa naming anak na lalaki upang gawing alipin bilang kabayaran sa utang." ²Sinabi sa kanya ni Eliseo, "Ano ang maitutulong ko sa iyo? Sabihin mo sa akin, ano ang mayroon sa bahay mo?" Sumagot ang babae, "Wala po, maliban lang sa kaunting langis sa lalagyan." ³Sinabi ni Eliseo, "Puntahan mo ang lahat ng kapitbahay mo at manghiram ka ng maraming sisidlan. ⁴Pumasok kayo ng mga anak mo sa bahay n'yo at isara n'yo ang pinto. Ibuhos n'yo ang langis sa lahat ng sisidlan. Itabi mo ang bawat sisidlan na mapupuno mo."

⁵Kaya ginawa ng babae ang iniutos ni Eliseo sa kanya, at isinara nila ang pinto ng bahay nila. Pagkatapos, dinala sa kanya ng mga anak niya ang mga sisidlan, at nilagyan niya ito ng langis. ⁶Nang mapuno na ang lahat ng sisidlan, sinabi niya sa isa sa kanyang mga anak, "Bigyan mo pa ako ng sisidlan." Sumagot ang anak niya, "Wala na pong sisidlan." At tumigil na ang pag-agos ng langis. ⁷Pumunta ang babae kay Eliseo na lingkod ng Dios at sinabi niya ang nangyari sa kanya. Sinabi ni Eliseo sa kanya, "Umalis ka at ipagbili ang langis, at bayaran mo ang utang mo. May matitira ka pang sapat na pera para mabuhay kayo ng mga anak mo."

Si Eliseo at ang Babaeng Taga-Shunem

⁸Isang araw, pumunta si Eliseo sa Shunem. May mayamang babae roon na nag-imbita kay Eliseo na kumain. Simula noon, kapag dumaraan si Eliseo sa Shunem, dumadaan siya sa bahay ng babae at kumakain.

⁹Ngayon, nagsabi ang babae sa asawa niya, "Nalalaman ko na isang banal na lingkod ng Dios ang taong ito na palaging dumadaan dito sa atin. ¹⁰Igawa natin siya ng maliit na kwarto sa may bubungan, at lagyan natin ito ng higaan, mesa, upuan at ilawan, para kapag pupunta siya rito sa atin ay may matuluyan siya."

¹¹Isang araw, nang pumunta si Eliseo sa Shunem, umakyat siya sa kwarto at nagpahinga. ¹²Inutusan niya ang katulong niyang si Gehazi na tawagin ang babae. Kaya tinawag ni Gehazi ang babae. Pagdating ng babae, ¹³sinabi ni Eliseo sa katulong niya, "Dahil sa mabuting pag-aaruga niya sa atin, tanungin mo siya kung ano ang magagawa natin para sa kanya. Gusto ba niyang kausapin ko ang hari o ang kumander ng mga sundalo para sa kanya?" Sumagot ang babae, "Hindi na po kailangan, mabuti naman po ang kalagayan ko kasama ng aking mga kababayan." ¹⁴Nagtanong si Eliseo kay Gehazi, "Ano kaya ang magagawa natin para sa kanya?" Sumagot si Gehazi, "Wala po siyang anak na lalaki at matanda na ang asawa niya." ¹⁵Sinabi ni Eliseo, "Tawagin mo siya ulit." Kaya tinawag siya ni Gehazi at tumayo ang babae sa pintuan. ¹⁶Sinabi ni Eliseo sa kanya, "Sa susunod na taon, sa ganito ring panahon, may kinakalong ka nang anak na lalaki." Sumagot ang babae, "Huwag naman po sana ninyo akong paasahin. Lingkod po kayo ng Dios."

¹⁷At nagbuntis ang babae at nanganak ng lalaki sa ganoon ding panahon nang sumunod na taon, ayon sa sinabi ni Eliseo.

¹⁸At lumaki na ang bata. Isang araw pumunta siya sa kanyang ama na nagtatrabaho sa bukid kasama ng mga gumagapas. ¹⁹Sinabi niya sa kanyang ama, "Masakit po ang ulo ko! Masakit po ang ulo ko!" Sinabi ng kanyang ama sa utusan, "Dalhin mo siya sa kanyang ina!" ²⁰Dinala nga ng utusan ang bata sa kanyang ina. Kinalong ng ina ang bata hanggang tanghali at ito'y namatay. ²¹Iniakyat ng ina ang bangkay ng kanyang anak sa kwarto ni Eliseo at inilagay sa higaan nito. Pagkatapos, lumabas siya sa kwarto at isinara ang pinto. ²²Tinawag ng babae ang asawa niya at sinabi, "Padalhan mo ako ng isang utusan at isang asno

para mabilis akong makapunta sa lingkod ng PANGINOON at makabalik agad." ²³ Nagtanong ang asawa niya, "Bakit ngayon ka pupunta? Hindi naman Pista ng Pagsisimula ng Buwan*a* o Araw ng Pamamahinga?" Sumagot ang babae, "Ayos lang iyon." ²⁴ Kaya nilagyan niya ng upuan ang asno at sinabi sa utusan niya, "Bilisan mo! Huwag kang titigil hangga't hindi ko sinasabi."

²⁵ Kaya umalis sila, at nakarating sa Bundok ng Carmel kung saan naroon ang lingkod ng Dios. Nang makita ni Eliseo sa malayo na paparating ang babae, sinabi niya sa katulong niyang si Gehazi, "Tingnan mo, nandiyan ang babae na taga-Shunem! ²⁶ Tumakbo ka at salubungin siya. Kamustahin mo siya, ang kanyang asawa, at ang anak niya." Sinabi ng babae kay Gehazi, "Mabuti naman ang lahat."

²⁷ Pero pagdating niya kay Eliseo sa bundok, *lumuhod siya* at hinawakan ang paa ni Eliseo. Lumapit si Gehazi para hilahin ang babae palayo. Pero sinabi ni Eliseo, "Hayaan mo siya! May dinaramdam siya, pero hindi sinabi sa akin ng PANGINOON kung bakit." ²⁸ Sinabi ng babae, "Ginoo, hindi ako humingi sa inyo ng anak na lalaki, *kaya mismo ang nagsabing magkakaanak ako.* Sinabi ko pa nga sa inyo na huwag ninyo akong paasahin."

²⁹ *Nang napagtanto ni Eliseo na may nangyari sa bata,* sinabi niya kay Gehazi, "Maghanda ka sa pagpunta *sa bahay niya.* Dalhin mo ang tungkod ko at magmadali ka. Kung may makasalubong ka, huwag mong pansinin. Kung may babati sa iyo huwag mo nang sagutin. Pagdating mo, ilagay mo agad ang tungkod ko sa mukha ng bata." ³⁰ Pero sinabi ng ina ng bata *kay Eliseo,* "Sumusumpa ako sa buhay na PANGINOON at sa inyo na hindi po ako uuwi kung hindi ko kayo kasama." Kaya sumama sa kanya si Eliseo.

³¹ Nauna si Gehazi at inilagay niya ang tungkod sa mukha ng bata, pero hindi nagsalita o gumalaw ang bata. Kaya bumalik si Gehazi para salubungin si Eliseo at sinabi, "Hindi po nabuhay ang bata."

³² Nang dumating si Eliseo sa bahay, nakita niya ang bata na nakahiga sa higaan niya. ³³ Pumasok siya, isinara ang pintuan at nanalangin sa PANGINOON. ³⁴ Pagkatapos, dumapa siya sa bata, at inilapat ang bibig niya sa bibig ng bata, ang mata niya sa mata ng bata at ang kamay niya sa kamay nito. Habang nakadapa siya, unti-unting umiinit ang katawan ng bata. ³⁵ Tumayo si Eliseo at nagpabalik-balik sa loob ng silid. Muli siyang dumapa sa bata. Sa pagkakataong iyon, bumahing ang bata ng pitong beses at dumilat.

³⁶ Tinawag ni Eliseo si Gehazi at sinabi, "Tawagin mo ang kanyang ina." Kaya tinawag nga niya ito. Nang dumating ang babae, sinabi ni Eliseo, "Kunin mo ang iyong anak." ³⁷ Nagpatirapa ang babae sa paanan ni Eliseo *bilang pagpapasalamat*b *sa kanya.* Kinuha niya ang anak niya at dinala sa ibaba.

Ang Himala sa Panahon ng Taggutom

³⁸ Mayroong taggutom sa Gilgal nang bumalik si Eliseo roon. *Isang araw,* habang nakikipag-usap ang grupo ng mga propeta sa kanya, sinabi niya sa

katulong niya, "Isalang mo ang malaking palayok at magluto ka ng pagkain para sa mga taong ito." ³⁹ Pumunta sa bukid para kumuha ng mga gulay ang isa sa mga propeta. Nakakita siya roon ng gulay na gumagapang, at kumuha siya ng mga bunga nito hanggang mapuno ang damit niya. Pagkauwi, hiniwa-hiwa niya ito at inilagay sa palayok, pero hindi niya alam kung anong klaseng pananim ito. ⁴⁰ *Pagkaluto ng pagkain,* ipinamahagi niya ito sa mga tao. Pero habang kumakain, sumigaw sila, "Lingkod ng Dios, napakasama ng lasa nito!"c Kaya hindi na nila ito kinain. ⁴¹ Sinabi ni Eliseo, "Kumuha ka ng harina." Ibinuhos niya ang harina sa palayok at sinabi sa katulong, "Ipamahagi mo na ito sa kanila para kainin." Hindi na masama ang lasa nito.

⁴² *Isang araw,* may isang lalaking galing sa Baal Shalisha na nagdala kay Eliseo ng isang sako na may lamang 20 tinapay na gawa sa unang ani ng sebada at mga bagong aning butil. Sinabi ni Eliseo, "Ibigay mo iyan sa grupo ng mga propeta*d* para kainin." ⁴³ Sinabi ng katulong niya, "Paano ko po ito mapagkakasya sa 100 tao?" Sumagot si Eliseo, "Ibigay mo ito sa kanila para kainin. Ito ang sinasabi ng PANGINOON: Makakakain sila at may matitira pa." ⁴⁴ Kaya ibinigay niya ito sa kanila, at kumain sila at may natira pa, ayon sa sinabi ng PANGINOON.

Pinagaling ang Sakit sa Balat ni Naaman

5 Iginagalang ng hari ng Aram si Naaman na pinuno ng kanyang hukbo, dahil pinagtagumpay ng PANGINOON ang Aram sa pamamagitan niya. Matapang siyang sundalo, pero may malubhang sakit sa balat.*e*

² Noong lumusob ang mga sundalo ng Aram sa Israel, may nabihag silang dalagita na naging alipin ng asawa ni Naaman. ³ Isang araw, sinabi ng dalagita sa kanyang amo, "Kung makikipagkita lang ang amo ko *na si Naaman* sa propeta na nasa Samaria, pagagalingin siya nito sa sakit niya sa balat."

⁴ Pumunta si Naaman sa hari at sinabi niya ang sinabi ng dalagita na mula sa Israel. ⁵ Sinabi ng hari ng Aram, "Lumakad ka, dalhin mo ang sulat ko sa hari ng Israel." Kaya umalis si Naaman na may dalang *regalo* na 350 kilong pilak, 70 kilong ginto at sampung pirasong damit. ⁶ Ito ang mensahe ng sulat na dinala niya sa hari: Ipinadala ko sa iyo si Naaman na aking lingkod para pagalingin mo ang sakit niya sa balat.

⁷ Nang mabasa ng hari ng Israel ang sulat, pinunit niya ang damit niya at sinabi, "Bakit ipinadala niya sa akin ang taong ito na may malubhang sakit sa balat para pagalingin? Dios ba ako? May kapangyarihan ba ako para pumatay at bumuhay? Gumagawa lang siya ng paraan para makipag-away!" ⁸ Nang malaman ni Eliseo na lingkod ng Dios ang nangyari, nagpadala siya ng ganitong mensahe sa hari: "Bakit mo pinunit ang damit mo? Papuntahin mo sa akin ang taong iyan para malaman niya na may propeta sa Israel."

---

c 40 napakasama ng lasa: o, *nakakalason ito.*

d 42 sa grupo ng mga propeta: sa Hebreo, *sa mga tao.*

e 1 malubhang sakit sa balat: Sa ibang salin ng Biblia, *ketong.* Ang Hebreong salita nito ay ginamit sa iba't ibang klase ng sakit sa balat na itinuturing na marumi ayon sa Lev. 13.

---

a 23 Pista ng Pagsisimula ng Buwan: Tingnan sa Talaan ng mga Salita sa likod.

b 37 pagpapasalamat: o, *pagpaparangal.*

⁹Kaya umalis si Naaman sakay ng mga kabayo at karwahe niya at huminto sa pintuan ng bahay ni Eliseo. ¹⁰Nagsugo si Eliseo ng mensahero para sabihin kay Naaman na pumunta siya sa *Ilog ng* Jordan, lumubog doon ng pitong beses at gagaling siya. ¹¹Pero nagalit si Naaman at umalis *nang padabog.* Sinabi niya, "Akala ko, talagang lalabas siya at haharap sa akin. Iniisip ko na tatawagin niya ang PANGINOON niyang Dios, at ikukumpas niya kanyang kamay sa ibabaw ng aking balat at pagagalingin ako. ¹²Ang mga ilog ng Abana at Farpar sa Damascus ay mas mabuti kaysa sa ibang mga ilog dito sa Israel. Bakit hindi na lang ako roon lumubog para gumaling?" Kaya umalis siyang galit na galit.

¹³Pero lumapit ang mga utusan niya at sinabi, "Amo, kung may ipinapagawa po sa inyo na malaking bagay ang propeta, hindi ba gagawin ninyo ito? Pero bakit hindi ninyo magawa ang sinabi niya na maghugas at gagaling kayo." ¹⁴Kaya pumunta si Naaman sa *Ilog ng* Jordan at lumubog ng pitong beses, ayon sa sinabi ng lingkod ng Dios. Gumaling nga ang kanyang sakit at kuminis ang kanyang balat gaya ng balat ng sanggol. ¹⁵Pagkatapos, bumalik si Naaman at ang mga kasama niya sa lingkod ng Dios. Tumayo siya sa harap ni Eliseo at sinabi, "Ngayon, napatunayan ko na wala nang ibang Dios sa buong mundo maliban sa Dios ng Israel. Kaya pakiusap, tanggapin mo ang regalo ko sa iyo, Ginoo."

¹⁶Sumagot si Eliseo, "Sumusumpa ako sa buhay na PANGINOON na aking pinaglilingkuran, na hindi ako tatanggap ng anumang regalo." Pinilit siya ni Naaman na tanggapin ang regalo, pero tumanggi siya. ¹⁷Sinabi ni Naaman, "Kung hindi mo tatanggapin ang regalo ko, bigyan mo na lang po ako ng lupa na kayang dalhin ng aking dalawang mola*ᵃ* at dadalhin ko sa amin.*ᵇ* Mula ngayon, hindi na ako mag-aalay ng mga handog na sinusunog at iba pang mga handog sa ibang dios maliban sa PANGINOON. ¹⁸Pero patawarin sana ako ng PANGINOON kapag sumama ako sa hari na pumunta sa templo ng dios na si Remon para sumamba. Dapat lang na gawin ko ito bilang opisyal ng hari. Patawarin sana ako ng PANGINOON kung luluhod din ako roon." ¹⁹Sinabi ni Eliseo, "Umalis ka nang payapa."

Pero hindi pa nakakalayo si Naaman, ²⁰sinabi ni Gehazi *sa sarili niya,* "Hindi dapat hinayaan ng aking amo na paalisin ang Arameong si Naaman nang hindi tinatanggap ang regalong dala niya. Sumusumpa ako sa buhay na PANGINOON na hahabulin ko siya at kukuha ako ng kahit ano sa kanya." ²¹Kaya nagmamadaling hinabol ni Gehazi si Naaman. Nang makita ni Naaman si Gehazi na tumatakbo papunta sa kanya, bumaba siya sa karwahe at sinalubong ito. Nagtanong si Naaman, "May masama bang nangyari?" ²²Sumagot si Gehazi, "Wala naman po. Isinugo po ako ng aking amo para sabihin sa inyo na may dumating na dalawang binatang propeta mula sa kaburulan ng Efraim. Pakibigyan ninyo sila ng 35 kilong pilak at dalawang pirasong damit." ²³Sinabi ni Naaman, "Oo,

narito ang 70 kilong pilak." At pinilit niya si Gehazi na tanggapin iyon. Ipinasok ni Naaman ang pilak sa dalawang sisidlan kasama ang dalawang pirasong damit, ibinigay ito sa dalawa niyang lingkod at dinala kay Gehazi. ²⁴Pagdating ng mga lingkod sa bundok, kinuha ni Gehazi ang dalawang sisidlan at pinabalik sila. Pagkatapos, dinala niya iyon sa bahay niya at itinago. ²⁵Nang pumunta siya kay Eliseo, tinanong siya nito, "Saan ka nanggaling, Gehazi?" Sumagot si Gehazi, "Wala po akong pinuntahan." ²⁶Pero sinabi ni Eliseo, "Hindi mo ba alam na ang espiritu ko ay naroon, nang bumaba si Naaman sa karwahe niya para salubungin ka? Hindi ito ang oras para tumanggap ng pera, damit, taniman ng olibo, ubasan, mga baka, tupa, at mga utusan. ²⁷Dahil sa ginawa mong ito, malilipat sa iyo ang malubhang sakit sa balat ni Naaman at sa mga lahi mo magpakailanman." Nang umalis na si Gehazi, nagkaroon nga siya ng mapanganib na sakit sa balat at naging kasingputi ng niyebe ang balat niya.

Lumutang sa Tubig ang Ulo ng Palakol

6 Isang araw, pumunta ang grupo ng mga propeta kay Eliseo at sinabi, "Nakikita po ninyo na maliit ang pinagtitipunan natin. ²Kaya pumunta po tayo sa *Ilog ng* Jordan kung saan maraming punongkahoy, at doon tayo gumawa ng lugar na pagtitipunan natin." Sinabi ni Eliseo, "Sige, lumakad na kayo." ³Pero sinabi ng isa sa kanila, "Kung maaari po, Guro, sumama na lang kayo sa amin." Sumagot siya, "O sige, sasama ako." ⁴Kaya sumama siya sa kanila.

Pumunta nga sila sa *Ilog ng* Jordan at pumutol ng mga punongkahoy. ⁵Habang ang isa sa kanila ay pumuputol ng punongkahoy, nahulog ang ulo ng palakol niya sa tubig, kaya sumigaw siya, "Guro, hiniram ko lang po iyon!" ⁶Tinanong ni Eliseo, "Saang banda nahulog?" Itinuro niya kung saang banda ito nahulog, pumutol si Eliseo ng sanga at inihagis ito sa tubig. At lumutang ang ulo ng palakol. ⁷Sinabi ni Eliseo, "Kunin mo na." At kinuha nga niya ito.

Pinahinto ni Eliseo ang Paglusob ng mga Arameo

⁸Nang nakikipaglaban ang hari ng Aram sa Israel, nagkaroon sila ng pagpupulong ng kanyang mga opisyal at sinabi niya, "Dito ko itatayo ang kampo ko." ⁹Sinabi ni Eliseo sa hari ng Israel, "Mag-ingat kayo! Huwag kayong dumaan sa lugar na iyon dahil pupunta roon ang mga Arameo." ¹⁰Kaya nag-utos ang hari ng Israel na sabihan ang mga nakatira sa lugar na sinasabi ni Eliseo na maging handa sila. Palaging nagbibigay ng babala si Eliseo sa hari.*ᶜ* ¹¹Dahil dito, nagalit ang hari ng Aram. Ipinatawag niya ang mga opisyal niya at sinabi, "Sino sa inyo ang kumakampi sa hari ng Israel?" ¹²Nagsalita ang isa sa opisyal niya, "Wala po talaga kahit isa man sa amin, Mahal na Hari. Ang propeta sa Israel na si Eliseo ang nagpapahayag sa hari ng Israel ng lahat ng sinasabi ninyo kahit pa ang sinasabi n'yo sa loob

---

a 17 mola: sa Ingles, "*mule.*" Hayop na parang kabayo.
b 17 Pinaniniwalaan noon na ang isang dios ay dapat sambahin sa sarili niyang lupain.

c 10 Kaya...hari: o, *Kaya ipinauusisa ng hari ng Israel ang lugar na sinasabi ni Eliseo. Binabalaan palagi ni Eliseo ang hari ng Israel para palagi itong mag-ingat sa lugar na iyon.*

ng inyong kwarto." ¹³ Sinabi ng hari, "Lumakad ka at hanapin siya para makapagpadala ako ng mga tauhan upang hulihin siya."

Nang sinabi sa hari na si Eliseo ay naroon sa Dotan, ¹⁴ nagpadala siya roon ng maraming sundalo na nakasakay sa mga kabayo at karwahe. Gabi na nang nakarating sila sa Dotan at pinaligiran nila ito.
¹⁵ Kinabukasan, gumising ng maaga ang katulong ni Eliseo, nakita niya ang mga sundalo na nakasakay sa mga kabayo at karwahe na nakapaligid sa lungsod. Sinabi niya kay Eliseo, "Ano po ang gagawin natin, amo?" ¹⁶ Sumagot si Eliseo, "Huwag kang matakot. Mas marami tayong kasama kaysa sa kanila."
¹⁷ Nanalangin si Eliseo, "PANGINOON, buksan po ninyo ang mga mata ng katulong ko para makakita siya." Binuksan ng PANGINOON ang mga mata ng katulong, at nakita niya na puno ng mga kabayo at karwaheng apoy ang kaburulan sa paligid ni Eliseo.
¹⁸ Habang papunta ang mga kaaway kay Eliseo, nanalangin siya, "PANGINOON, bulaginᵃ po niyo ang mga taong ito." Kaya binulag sila ng PANGINOON ayon sa hiling ni Eliseo. ¹⁹ Sinabi ni Eliseo sa mga kaaway, "Hindi ito ang tamang daan at hindi ito ang lungsod ng Dotan. Sumunod kayo sa akin, dadalhin ko kayo sa taong hinahanap ninyo." Kaya dinala sila ni Eliseo sa Samaria.
²⁰ Pagpasok nila sa Samaria nanalangin si Eliseo, "PANGINOON, buksan po ninyo ang mga mata nila para makakita sila." Binuksan nga ng PANGINOON ang mga mata ng mga sundalo ng Aram at nakita nila na nasa loob na sila ng Samaria. ²¹ Pagkakita ng hari ng Israel sa kanila, tinanong niya si Eliseo, "Papatayin ko po ba sila, ama?" ²² Sumagot si Eliseo, "Huwag mo silang patayin. Pinapatay ba natin ang mga bihag sa labanan? Bigyan mo sila ng makakain at maiinom at pabalikin mo sila sa kanilang hari."ᵇ
²³ Kaya naghanda ang hari ng isang malaking salo-salo para sa kanila at pagkatapos, pinauwi sila sa kanilang hari. At mula noon, hindi na muling lumusob ang mga Arameo sa lupain ng Israel.

Pinaligiran ang Samaria

²⁴ Kinalaunan, tinipon ni Haring Ben Hadad ng Aram ang kanyang buong hukbo, at nilusob ang Samaria. ²⁵ Dahil dito, nagkaroon ng malaking taggutom sa lungsod, hanggang sa nagsitaasan ang mga bilihin. Ang halaga ng ulo ng asno ay 80 pirasong pilak at ang isang gatang na dumi ng kalapatᶜ ay limang pirasong pilak.
²⁶ Isang araw, habang dumaraan ang hari ng Israel sa itaas ng pader,ᵈ may isang babae na sumigaw sa kanya, "Tulungan po ninyo ako, Mahal na Hari!" ²⁷ Sumagot ang hari, "Kung hindi ka tinutulungan ng PANGINOON, paano kita matutulungan? Wala akong trigo o katas ng ubas na maibibigay sa iyo." ²⁸ Pagkatapos nagtanong ang hari, "Ano ba ang problema mo?" Sumagot ang babae, "Sinabi po sa akin ng babaeng ito, 'Kainin natin ang anak mong lalaki at bukas ang anak ko namang lalaki.' ²⁹ Kaya

niluto po namin ang aking anak at kinain. Nang sumunod na araw sinabi ko sa kanya na ibigay na niya ang kanyang anak para makain namin. Pero itinago niya ito."
³⁰ Nang marinig ng hari ang sinabi ng babae, pinunit niya ang damit niya *sa sobrang kalungkutan.* Habang naglalakad siya sa gilid ng pader, nakita siya ng mga tao na nakasuot ng sako na nakasuson sa kanyang damit *dahil sa pagluluksa niya.* ³¹ Sinabi niya, "Parusahan sana ako nang matindi ng PANGINOON kung hindi ko mapuputol ang ulo ni Eliseo na anak ni Shafat sa araw na ito!"
³² Nakaupo si Eliseo sa bahay niya na nakikipag-usap sa mga tagapamahala *ng Israel* nang magsugo ang hari ng mensahero para mauna sa kanya *doon kay Eliseo.* Pero bago dumating ang mensahero ng hari, sinabi ni Eliseo sa mga tagapamahala, "Tingnan ninyo, isang mamamatay-tao ang nagpadala ng tao para pugutan ako. Kapag dumating na ang taong iyon, isara ninyo ang pinto at huwag siyang papapasukin. Ang *hari mismo* na kanyang amo ay kasunod niya." ³³ Habang nagsasalita si Eliseo, dumating ang mensahero ng hari at sinabi, "Ang PANGINOON ang nagpadala ng paghihirap sa atin. Bakit hihintayin ko pa na tumulong siya?"

7 Sinabi ni Eliseo, "Pakinggan mo ang mensahe ng PANGINOON: Bukas, sa ganito ring oras, *magiging mura ang bilihin* sa pamilihanᵉ ng Samaria. Isang pirasong pilak na lang ang halaga ng isang takal na harina at ganoon din ang halaga ng dalawang takal ng sebada." ² Sinabi ng opisyal na katiwala ng hari, "Kahit na magpaulan pa ang PANGINOON hindi magiging ganoon kadami ang ani." Sumagot si Eliseo, "Makikita mo na mangyayari iyon, pero hindi ka makakakain ng kahit ano."

Huminto ang mga Arameo sa Paglusob

³ May apat na tao na may malubhang sakit sa balatᶠ na nakaupo sa pintuan ng lungsod. Sinabi nila sa isa't isa, "Bakit kailangan nating umupo rito hanggang sa mamatay? ⁴ Kung papasok tayo sa lungsod, mamamatay tayo sa gutom at kung mauupo lang tayo rito, mamamatay din tayo. Kaya pumunta na lang tayo sa kampo ng mga Arameo at sumuko. Nasa kanila na kung bubuhayin nila tayo o papatayin."
⁵ Kaya kinagabihan, pumunta sila sa kampo ng mga Arameo. Pero pagdating nila roon, walang tao. ⁶ Ipinarinig ng PANGINOON sa mga sundalo ng Aram ang ingay ng mga karwahe, kabayo at mga sundalo, kaya nasabi nila sa isa't isa, "Baka inupahan ng hari ng Israel ang hari ng Heteo at ang hari ng Egipto para lusubin tayo." ⁷ Kaya tumakas sila nang gabing iyon at iniwanan nila ang mga tolda, kabayo at mga asno nila. Iniwan din nila ang kampo nila at iniligtas ang mga sarili nila.
⁸ Nang dumating sa kampo ang mga taong may malubhang sakit sa balat, isa-isa nilang pinasok ang mga tolda, kumain sila at uminom. Kinuha nila ang mga pilak, ginto at damit, at itinago ang

---

ᵃ 18 bulagin: Maaaring ang ibig sabihin, iligaw.
ᵇ 22 hari: sa Hebreo, panginoon.
ᶜ 25 dumi ng kalapati: Maaaring pangalan ito ng isang klase ng buto ng gulay.
ᵈ 26 itaas ng pader: makapal ang mga pader nila, kaya maaaring dumaan dito.
ᵉ 1 pamilihan: sa Hebreo, pintuang bayan. Ganito rin sa talatang 18.
ᶠ 3 sakit sa balat: sa ibang salin, ketong. Ang salitang Hebreo nito ay ang tawag sa iba't ibang uri ng sakit sa balat.

mga ito. [9]Sa bandang huli, sinabi nila sa isa't isa, "Hindi ito tama. Magandang balita *ang nangyari* sa araw na ito, kaya hindi natin dapat ilihim. Kung ipagpapabukas pa natin ang pagsasabi nito, tiyak na parurusahan tayo. Pumunta tayo ngayon sa palasyo ng hari at ibalita ang nangyari."

[10]Kaya bumalik sila sa lungsod *ng Samaria* at tinawag ang mga guwardya ng pintuan ng lungsod at sinabi, "Pumunta kami sa kampo ng mga Arameo at walang tao roon, maliban sa mga nakataling kabayo at asno. At naroon pa ang mga kagamitan sa tolda."

[11]Kaya isinigaw ng mga tagapagbantay ang balitang ito sa mga tao hanggang sa nakarating ito sa palasyo. [12]Bumangon ang hari nang madaling-araw at sinabi sa mga opisyal niya, "Sasabihin ko sa inyo kung ano ang plano ng mga Arameo. Alam nilang nagugutom tayo, kaya iniwan nila ang kampo nila at nagtago sa bukid. Iniisip nila: 'Kapag umalis ang mga Israelita sa lungsod, huhulihin natin sila ng buhay, pagkatapos papasukin natin ang lungsod nila.' [13]Sumagot ang isa sa mga opisyal niya, 'Mas mabuti po na magpadala tayo ng mga tao para alamin *ang nangyari.* Hayaan nating gamitin nila ang limang natirang kabayo. Kung may mangyayari po sa kanila, hindi ito malaking kawalan kaysa manatili sila rito at mamatay rin na kasama natin.'"

[14]Kaya naghanda sila ng dalawang karwahe na may mga kabayo at nagpadala ang hari ng mga tao para alamin kung ano talaga ang nangyari sa mga sundalo ng Aram. [15]Nakaabot sila hanggang sa *Ilog ng Jordan,* at nakita nila sa daan ang mga damit at mga kagamitan na itinapon ng mga Arameo sa pagmamadaling makatakas. Bumalik ang mga inutusan at ibinalita ito sa hari. [16]Pagkatapos, lumabas ang mga tao sa bayan at kinuha nila ang mga mahahalagang bagay na naiwan sa kampo ng mga Arameo. Nangyari ang sinabi ng PANGINOON na magiging isang pirasong pilak lang ang halaga ng isang takal ng harina at ganoon din ang halaga ng dalawang takal na sebada.

[17]Pinili ng hari ang pinagkakatiwalaan niyang opisyal para magbantay sa pintuan ng lungsod. *Nang magtakbuhan ang mga tao,* natumba ang opisyal at natapak-tapakan siya ng mga tao roon sa pintuan, at namatay siya ayon sa sinabi ni *Eliseo* na lingkod ng Dios nang pumunta ang hari sa kanya. [18]*Nangyari rin ang* sinabi ng lingkod ng Dios sa hari, "Bukas, sa ganito ring oras, *magiging mura ang bilihin* sa pamilihan ng Samaria. Isang pirasong pilak lang ang halaga ng isang takal ng harina at ganoon din ang halaga ng dalawang takal ng sebada." [19]Sumagot noon ang opisyal *ng hari,* "Kahit na magpaulan pa ang PANGINOON hindi magiging ganoon kadami ang ani." Sumagot si Eliseo, "Makikita mo na mangyayari iyon, pero hindi ka makakakain nito." [20]Iyon nga ang nangyari sa opisyal, dahil natapak-tapakan siya ng mga tao *na nagsiksikan* sa pintuan ng lungsod hanggang sa mamatay siya.

Bumalik ang Babae na Taga-Shunem

8 Kinausap ni Eliseo ang ina ng batang lalaki na kanyang binuhay, "Dalhin mo ang iyong pamilya at manirahan kayo sa ibang lugar dahil nagpadala ang PANGINOON ng taggutom sa Israel na tatagal ng pitong taon." [2]Kaya sinunod ng babae ang sinabi sa kanya ng lingkod ng Dios. Umalis siya at ang pamilya niya, at nanirahan sa lupain ng mga Filisteo sa loob ng pitong taon.

[3]Pagkatapos ng pitong taon, bumalik siya sa Israel at pumunta sa hari para magmakaawa na ibalik sa kanya ang bahay at lupa niya. [4]*Habang pumapasok siya,* nakikipag-usap ang hari kay Gehazi na katulong ni Eliseo. Sinabi ng hari, "Sabihin mo sa akin ang lahat ng kamangha-manghang bagay na ginawa ni Eliseo." [5]Habang ikinukuwento ni Gehazi sa hari kung paano binuhay ni Eliseo ang isang batang namatay, lumapit sa hari ang ina ng bata at nagmakaawa na maibalik ang bahay at lupa niya. Sinabi ni Gehazi, "Mahal na Hari, ito po ang babae at ang anak niyang binuhay ni Eliseo." [6]Tinanong ng hari ang babae kung totoo ba ang tungkol doon at sinabi ng babae na totoo iyon. Kaya nagpatawag ang hari ng isang opisyal para tulungan ang babae. Sinabi niya sa opisyal, "Tulungan mo siyang maibalik ang lahat ng nawala sa kanya, kasama ang lahat ng perang dapat kinita niya na galing sa bukid niya mula nang siya'y umalis hanggang ngayon."

Pinatay ni Hazael si Ben Hadad

[7]Pumunta si Eliseo sa Damascus, kung saan naroon ang may sakit na si Ben Hadad na hari ng Aram.[a] Nang mabalitaan ng hari na dumating ang lingkod ng Dios, [8]sinabi niya kay Hazael, "Magdala ka ng regalo at salubungin mo ang lingkod ng Dios. Sabihin mo sa kanya na tanungin ang PANGINOON kung gagaling pa ako sa aking sakit."

[9]Kaya pumunta si Hazael kay Eliseo na may dalang 40 kamelyo na kinargahan ng pinakamagandang produkto ng Damascus bilang regalo. Pagdating niya kay Eliseo, sinabi niya, "Inutusan po ako ng lingkod[b] ninyong si Haring Ben Hadad ng Aram, para tanungin kayo kung gagaling pa siya sa sakit niya." [10]Sumagot si Eliseo, "Sabihin mo sa kanya na siguradong gagaling siya, pero sinabi sa akin ng PANGINOON na tiyak na mamamatay siya." [11]Tinitigan niyang mabuti si Hazael hanggang sa nahiya ito. Pagkatapos, umiyak si Eliseo. [12]Tinanong siya ni Hazael, "Ginoo, bakit po kayo umiiyak?" Sumagot siya, "Dahil nalalaman ko ang masamang gagawin mo sa mga Israelita. Susunugin mo ang matatatag na lungsod, papatayin mo ang mga binata nila sa pamamagitan ng espada, ihahampas mo ang maliliit nilang anak at hahatiin mo ang tiyan ng mga buntis." [13]Sumagot si Hazael, "Paano magagawa ng isang aliping katulad ko ang mga bagay na yan. Gayong ako'y isang hamak na tagasunod lang?[c]" Sumagot si Eliseo, "Ipinakita sa akin ng PANGINOON na magiging hari ka ng Aram."

[14]Umalis si Hazael at bumalik sa amo niya *na si Haring Ben Hadad.* Tinanong siya ni Ben Hadad, "Ano ang sinabi ni Eliseo sa iyo?" Sumagot si Hazael, "Sinabi niya po sa akin na tiyak na gagaling kayo." [15]Pero nang sumunod na araw, kumuha si Hazael ng makapal na tela, isinawsaw ito sa tubig

---

[a] 7 *Aram:* o, *Syria.*

[b] 9 *lingkod:* sa Hebreo, *anak.*

[c] 13 *Gayong ako'y...lang:* sa literal, *Para lang akong aso.*

at itinakip sa mukha ng hari hanggang sa mamatay ito. Kaya si Hazael ang pumalit bilang hari ng Aram.

Ang Paghahari ni Jehoram sa Juda
(2 Cro. 21:4-20)

¹⁶Naging hari ng Juda ang anak ni Jehoshafat na si Jehoram nang ikalimang taon ng paghahari ni Joram sa Israel. Si Joram ay anak ni Ahab. ¹⁷Si Jehoram ay 32 taong gulang nang maging hari. Sa Jerusalem *siya tumira, at* naghari siya sa loob ng walong taon. ¹⁸Sumunod siya sa pamumuhay ng mga hari ng Israel, tulad ng ginawa ng pamilya ni Ahab, dahil naging asawa niya ang anak nito. Masama ang ginawa niya sa paningin ng Panginoon. ¹⁹Pero dahil kay David, hindi winasak ng Panginoon ang Juda dahil nangako ang Panginoon na hindi mawawalan si David ng angkan na maghahari magpakailanman.ᵃ

²⁰Nang panahon ng paghahari ni Jehoram, nagrebelde ang Edom sa Juda at pumili sila ng sarili nilang hari. ²¹Kaya pumunta si Jehoram sa Zair dala ang lahat ng kanyang karwahe. Pinalibutan sila ng mga Edomita. Ngunit kinagabihan, sinalakay nila ang mga Edomita, nakalusot sila at nakatakas. Pagkatapos, nagsiuwi ang mga sundalo niya sa tolda nila. ²²Hanggang ngayon, nagrerebelde pa rin ang Edom sa Juda. Sa panahon ding iyon, nagrebelde rin ang Libna.

²³Ang iba pang salaysay tungkol sa paghahari ni Jehoram, at ang lahat na ginawa niya at pagtatagumpay ay nakasulat sa Aklat ng Kasaysayan ng mga hari ng Israel. ²⁴Nang mamatay si Jehoram, inilibing siya sa libingan ng mga ninuno niya sa Lungsod ni David. At ang anak niyang si Ahazia ang pumalit sa kanya bilang hari.

Ang Paghahari ni Ahazia sa Juda
(2 Cro. 22:1-6)

²⁵Naging hari ng Juda ang anak ni Jehoram na si Ahazia nang ika-12 taon ng paghahari ni Joram sa Israel. Si Joram ay anak ni Ahab. ²⁶Si Ahazia ay 22 taong gulang nang maging hari. Sa Jerusalem *siya tumira, at* naghari siya sa loob ng isang taon. Ang ina niya ay si Atalia na apo ni Haring Omri ng Israel. ²⁷Sumunod siya sa pamumuhay ng pamilya ni Ahab. Masama ang ginawa niya sa paningin ng Panginoon gaya ng ginawa ng pamilya ni Ahab dahil ginawa niyang asawa ang isa sa kapamilya nito. ²⁸⁻²⁹Sumama si Ahazia sa anak ni Ahab na si Joram sa pakikipaglaban kay Haring Hazael ng Aram. Nakipaglaban sila sa Ramot Gilead at nasugatan si Joram. Umuwi si Haring Joram sa *lungsod ng* Jezreel para magpagaling ng sugat niya. Habang naroon siya, dinalaw siya ni Haring Ahazia ng Juda.

Ginawang Hari ng Israel si Jehu

9 Ipinatawag ni Eliseo ang isa sa miyembro ng grupo ng mga propeta at sinabi, "Maghanda ka, dalhin mo ang lalagyan ng langis, at pumunta ka sa Ramot Gilead. ²Pagdating mo roon, hanapin mo si Jehu na anak ni Jehoshafat na apo ni Nimsi. Kunin

---
ᵃ 19 nangako...magpakailanman: sa literal, nangako ang Panginoon na bibigyan niya si David at ang kanyang angkan ng ilaw magpakailanman.

mo siya sa mga kasama niya at dalhin mo sa isang kwarto *na dalawa lang kayo.* ³Pagkatapos, kunin mo ang langis, ibuhos mo sa ulo niya at sabihin, 'Ito ang sinasabi ng Panginoon: Pinili kitang maging hari ng Israel.' Pagkatapos, buksan mo ang pintuan at tumakbo ka nang mabilis."

⁴Kaya pumunta ang binatang propeta sa Ramot Gilead. ⁵Pagdating niya roon, nakita niyang nakaupo ang mga opisyal na mga sundalo. Sinabi niya, "May mensahe po ako para sa inyo, mahal na pinuno." Nagtanong si Jehu, "Para kanino iyan?" Sumagot ang tao, "Para po sa inyo, mahal na pinuno." ⁶Tumayo si Jehu at pumasok sa bahay. Pagkatapos, ibinuhos ng propeta ang langis sa ulo ni Jehu at sinabi, "Ito ang sinasabi ng Panginoon, ang Dios ng Israel: Pinili kitang maging hari ng mga mamamayan ng Panginoon sa Israel. ⁷Patayin mo ang pamilya ni Ahab na iyong amo. Sa ganitong paraan, maipaghihiganti ko ang mga propeta at ang iba pang mga lingkod ng Panginoon na pinatay ni Jezebel. ⁸Mauubos ang lahat ng miyembro ng pamilya ni Ahab. Papatayin ko ang lahat ng lalaki sa kanyang pamilya, alipin man o hindi. ⁹Gagawin ko sa pamilya ni Ahab ang ginawa ko sa pamilya ni Jeroboam na anak ni Nebat, at sa pamilya ni Baasha na anak ni Ahia. ¹⁰Si Jezebel naman ay kakainin ng mga aso sa lupain ng Jezreel at walang maglilibing sa kanya." Binuksan ng batang propeta ang pinto at tumakbo papalayo.

¹¹Pagbalik ni Jehu sa mga kasama niyang opisyal, isa sa kanila ang nagtanong sa kanya, "May problema ba? Bakit ka pinuntahan ng baliw na iyon?" Sumagot si Jehu, "Kilala ninyo kung sino siya at kung ano ang kanyang pinagsasabi." ¹²Sumagot sila, "Hindi totoo iyan. Sabihin mo sa amin *kung ano talaga ang sinabi niya.*" Sinabi ni Jehu, "Ito ang sinabi niya sa akin, 'Sinabi ng Panginoon, ang Dios ng Israel: Pinili kitang maging hari ng Israel.'" ¹³*Nang marinig ito ng mga opisyal,* tinanggal nila ang mga balabal nila at inilatag sa hagdanan para kay Jehu. Pinatunog nila ang trumpeta at sumigaw, "Si Jehu na ang hari!"

Pinatay ni Jehu sina Joram at Ahazia

¹⁴Nagplano si Jehu na anak ni Jehoshafat at apo ni Nimsi laban kay Joram. (Nang panahong iyon, ipinagtatanggol ni Joram at ng mga taga-Israel ang Ramot Gilead laban kay Haring Hazael ng Aram. ¹⁵Pero nasugatan si Joram sa pakikipaglaban nila sa mga Arameo kaya kinailangan niyang umuwi sa Jezreel para magpagaling.) Sinabi ni Jehu *sa mga kasama niyang opisyal,* "Kung gusto ninyo maging hari ako, huwag ninyong hayaang may lumabas sa lungsod para pumunta sa Jezreel at ibalita *na ginawa ninyo akong hari.*" ¹⁶Sumakay agad si Jehu sa karwahe niya at pumunta sa Jezreel kung saan nagpapagaling si Joram. Si haring Ahazia ay naroon din dahil binisita niya si Joram.

¹⁷Ngayon, nakita ng guwardya sa tore ng Jezreel si Jehu na paparating kasama ang mga sundalo nito, kaya sumigaw siya, "May paparating na mga sundalo!" Sumagot si Joram, "Magpadala ka ng mangangabayo para alamin kung kapayapaan ang sadya nila sa pagpunta rito." ¹⁸Kaya umalis ang

mangangabayo para salubungin si Jehu at sinabi, "Gusto pong malaman ng hari kung kapayapaan ang sadya ninyo rito." Sumagot si Jehu, "Wala ka nang pakialam doon! Sumunod ka sa akin!"

Sumigaw ang guwardya *sa hari,* "Nakarating na po sa kanila ang mangangabayo pero hindi pa siya bumabalik." [19] Kaya muling nagpadala ang hari ng isang mangangabayo. Pagdating niya kina Jehu sinabi niya, "Gustong malaman ng hari kung kapayapaan ang sadya ninyo rito." Sumagot si Jehu, "Wala ka nang pakialam doon! Sumunod ka sa akin!"

[20] Muling sumigaw ang guwardya *sa hari,* "Nakarating na po sa kanila ang ikalawang mangangabayo, pero hindi pa siya bumabalik. Sobrang bilis magpatakbo ng karwahe *ng kanilang pinuno;* parang si Jehu na apo ni Nimsi!" [21] Sinabi ni Joram, "Ihanda mo ang karwahe ko." *Nang maihanda na,* umalis sina Haring Joram ng Israel at Haring Ahazia ng Juda, para salubungin si Jehu. Nakasakay sila sa kani-kanilang karwahe. Nagkita sila ni Jehu sa lupain ni Nabot na taga-Jezreel. [22] Pagkakita ni Joram kay Jehu, tinanong niya ito, "Kapayapaan ba ang sadya mo rito, Jehu?" Sumagot si Jehu, "Kahit kailan hindi magkakaroon ng kapayapaan hangga't may pagsamba sa dios-diosan *sa pamamagitan ng prostitusyon* at pangkukulam na inumpisahan ng iyong ina na si Jezebel." [23] Pinabalik ni Joram ang kabayo niya at pinatakbo nang mabilis. Sinigawan niya si Ahazia, "Nagtraydor *si Jehu* sa akin!"

[24] Kinuha ni Jehu ang palaso niya at pinana si Joram sa likod. Tumagos ang pana sa puso nito at humandusay ito sa loob ng karwahe. [25] Sinabi ni Jehu kay Bidkar na kanyang opisyal, "Kunin mo ang bangkay ni Joram at itapon sa bukid ni Nabot na taga-Jezreel. Naaalala mo ba noong nakasakay tayo *sa karwahe* sa likuran ni Ahab na kanyang ama? Ito ang sinabi ng PANGINOON laban sa kanya: [26] 'Nakita ko kahapon ang pagkamatay ni Nabot at ng kanyang mga anak. At nangangako ako na parurusahan kita sa lupain mismo ni Nabot. *Ako ang* PANGINOON *ang nagsasabi nito.'* Kaya kunin mo ang katawan niya at itapon sa bukid ni Nabot ayon sa sinabi ng PANGINOON."

[27] Nang makita ni Haring Ahazia ng Juda ang nangyari, tumakas siya papunta sa Bet Haggan. Hinabol siya ni Jehu na sumisigaw, "Panain din siya!" *Kaya pinana nila siya[a]* sa kanyang karwahe sa daan papunta sa Gur, malapit sa Ibleam. Nakatakas siya *na sugatan* hanggang sa Megido, pero namatay siya roon. [28] Kinuha ng mga lingkod ni Ahazia ang bangkay niya at isinakay sa karwahe papunta sa Jerusalem. Inilibing siya sa libingan ng mga ninuno niya sa Lungsod ni David.

[29] Naging hari ng Juda si Ahazia nang ika-11 taon ng paghahari ni Joram na anak ni Ahab sa Israel.

Pinatay si Jezebel

[30] Pumunta si Jehu sa Jezreel. Nang nalaman ito ni Jezebel, kinulayan ni Jezebel ng pampaganda ang kanyang mga mata, inayos ang buhok niya at dumungaw sa bintana *ng palasyo.* [31] Pagpasok ni Jehu sa pintuan *ng palasyo* sinabi ni Jezebel sa

kanya, "Kapayapaan ba ang sadya mo rito, ikaw na mamamatay-tao? Katulad ka ni Zimri na pinatay ang kanyang amo!" [32] Tumingala si Jehu at nakita niya si Jezebel sa bintana at nagtanong, "Sino sa inyo riyan ang kakampi sa akin?" May dalawa o tatlong opisyal na dumungaw sa kanya sa bintana. [33] Sinabi ni Jehu sa kanila, "Ihulog ninyo siya!" Kaya inihulog nila si Jezebel. Tumalsik ang dugo nito sa pader at sa mga kabayo. Tinapak-tapakan ng mga kabayo ni Jehu ang katawan ni Jezebel. [34] Nang pumasok si Jehu sa palasyo, kumain siya at uminom. Pagkatapos ay sinabi niya, "Kunin ninyo ang isinumpang babaeng iyan at ilibing dahil anak siya ng hari." [35] Pero nang kukunin na nila ang bangkay niya para ilibing, wala nang natira sa kanya, maliban sa kanyang bungo, mga paa at mga kamay. [36] Kaya bumalik sila at sinabi kay Jehu *ang nangyari.* Sinabi ni Jehu, "Natupad ang sinabi ng PANGINOON sa pamamagitan ng lingkod niyang si Elias na taga-Tisbe: Sa isang lupain ng Jezreel, kakainin ng mga aso ang laman ni Jezebel. [37] Ang katawan niya ay kakalat na parang dumi sa bukid ng Jezreel at walang makakakilala sa kanya."

Pinatay ang Pamilya ni Ahab

10 May 70 anak[b] si Ahab sa Samaria. Kaya nagpadala ng sulat doon si Jehu sa mga opisyal ng lungsod,[c] sa mga tagapamahala at mga tagapag-alaga ng mga anak ni Ahab. Ito ang sinasabi sa sulat, [2] "Ang mga anak ni Haring Ahab ay nasa inyo pati ang mga karwahe, mga kabayo, napapaderang lungsod at mga armas. [3] Kaya pagkatanggap ninyo ng sulat na ito, pumili kayo ng nararapat na maging hari sa mga anak ni Haring Ahab at makipaglaban kayo para sa angkan niya."

[4] Pero labis silang natakot at sinabi, "Kung hindi natalo ng dalawang hari si Jehu, kami pa kaya?" [5] Kaya ang namamahala ng palasyo, gobernador sa lungsod, mga tagapamahala at mga tagapag-alaga *ng mga anak ng hari* ay sumulat kay Jehu. Ito ang sinasabi sa sulat, "Mga lingkod n'yo kami at gagawin namin ang lahat ng iuutos ninyo. Hindi kami pipili ng ibang hari; gawin n'yo kung ano sa tingin n'yo ang pinakamabuti."

[6] Sinagot sila ni Jehu sa pamamagitan ng pangalawang sulat: "Kung kakampi ko kayo at handa kayong sumunod sa akin, pugutan ninyo ng ulo ang mga anak ni Ahab at dalhin ninyo sa akin dito sa Jezreel bukas, sa ganito ring oras."

Inalagaan ng mga namumuno ng Samaria mula pagkabata ang 70 anak ni Haring Ahab. [7] Pagdating ng sulat *ni Jehu,* pinatay nila ang 70 anak ng hari. Inilagay nila ang mga ulo nito sa mga basket at ipinadala kay Jehu sa Jezreel. [8] Nang dumating ang mensahero, sinabi niya kay Jehu, "Ipinadala nila ang ulo ng mga anak ng hari." Pagkatapos, sinabi ni Jehu, "Itumpok ninyo sa dalawa ang mga ulo sa pintuan ng lungsod at iwanan doon hanggang umaga."

[9] Kinaumagahan, lumabas si Jehu, tumayo sa harap ng mga tao at sinabi, "Wala kayong kasalanan. Ako ang nagplano laban sa aking amo at pumatay

---

a 27 Kaya pinana nila siya: Wala ito sa tekstong Hebreo, pero nasa ibang lumang teksto.

b 1 anak: o, *mga angkan.* Ganito rin sa talatang 6 at 7.

c 1 lungsod: Ganito sa tekstong Griego. Sa Hebreo, *Jezreel.*

sa kanya. Pero sino ang pumatay sa kanilang lahat? [10] Gusto kong malaman ninyo na matutupad ang lahat ng sinabi ng Panginoon laban sa pamilya ni Ahab. Tinupad ng Panginoon ang sinabi niya sa pamamagitan ng lingkod niyang si Elias." [11] Pagkatapos, pinatay ni Jehu ang lahat ng kamag-anak ni Ahab sa Jezreel, pati ang mga opisyal, kaibigan at mga pari nito. Wala talagang natirang buhay sa kanila. [12] Lumakad si Jehu papunta sa Samaria. Habang nasa daan siya, sa lugar na tinatawag na Pinagtitipunan ng mga Pastol ng mga Tupa, [13] nakita niya ang mga kamag-anak ni Haring Ahazia ng Juda. Tinanong niya ang mga ito, "Sino kayo?" Sumagot sila, "Mga kamag-anak po kami ni Ahazia at nagpunta kami rito para dumalaw sa pamilya ni Haring *Ahab* at Reyna *Jezebel*." [14] Inutusan ni Jehu *ang mga tauhan niya*, "Hulihin ninyo sila nang buhay!" Kaya hinuli sila nang buhay. Dinala sila at pinatay doon sa balon sa lugar na tinatawag na Pinagtitipunan ng mga Pastol ng mga Tupa— 42 silang lahat. Walang iniwang buhay si Jehu.

[15] Pag-alis ni Jehu roon, nakita niyang paparating ang anak ni Recab na si Jehonadab para makipagkita sa kanya. Pagkatapos nilang batiin ang isa't isa, tinanong siya ni Jehu, "Tapat ka ba sa akin tulad ng pagiging tapat ko sa iyo?" Sumagot si Jehonadab, "Opo." Sinabi ni Jehu, "Kung ganoon, iabot mo sa akin ang kamay mo." Iniabot ni Jehonadab ang kamay niya at pinaakyat siya ni Jehu sa kanyang karwahe. [16] Sinabi ni Jehu, "Sumama ka sa akin para makita mo ang katapatan ko sa Panginoon." Kaya sumama si Jehonadab sa kanya. [17] Pagdating ni Jehu sa Samaria, pinatay niya ang natira sa pamilya ni Ahab, ayon sa sinabi ng Panginoon sa pamamagitan ni Elias.

Pinapatay ang mga Naglilingkod kay Baal

[18] Tinipon ni Jehu ang lahat ng tao at sinabi, "Hindi ganoon katapat si Ahab sa paglilingkod niya kay Baal kung ikukumpara sa gagawin kong paglilingkod. [19] Kaya papuntahin ninyo sa akin ang lahat ng propeta, pari ni Baal at ang lahat ng naglilingkod sa kanya. Kailangang nandito silang lahat, dahil mag-aalay ako ng malaking handog para kay Baal. Ipapapatay ko ang hindi pupunta." Pero nagkukunwari lang si Jehu para mapatay niya ang mga naglilingkod kay Baal.

[20] Sinabi ni Jehu, "Maghanda ng banal na pagtitipon para sambahin si Baal." Kaya ipinaalam nila ito sa mga tao. [21] Ipinatawag ni Jehu sa buong Israel ang lahat ng naglilingkod kay Baal. Pumunta silang lahat at walang naiwan sa bahay nila. Pumasok silang lahat sa templo ni Baal at napuno ito. [22] Sinabi ni Jehu sa nangangasiwa ng espesyal na kasuotan, "Ipasuot mo ito sa bawat isa na sasamba kay Baal." Kaya binigyan niya ng damit ang mga ito. [23] Pagkatapos, pumasok si Jehu at ang anak ni Recab na si Jehonadab sa templo ni Baal. Sinabi ni Jehu sa mga naglilingkod kay Baal, "Tiyakin ninyo na walang sumasamba sa Panginoon na napasama sa inyo. Kayo lang sa mga sumasamba kay Baal ang dapat na nandito." [24] Nang nandoon sila sa loob *ng templo*, nag-alay sila ng mga handog na sinusunog at ng iba pang handog. Mayroong 80 tauhan si Jehu

sa labas *ng templo*. Sinabi niya sa kanila, "Ibinigay ko sila sa inyong mga kamay para patayin. Ang sinuman sa inyo ang magpabaya na makatakas kahit isa sa kanila ay papatayin ko."

[25] Matapos ialay ni Jehu ang mga handog na sinusunog, inutusan niya ang mga guwardya at mga opisyal, "Pumasok kayo at patayin ninyo ang mga sumasamba kay Baal! Huwag ninyong hayaang may makatakas sa kanila!" Kaya pinatay nila ang mga ito sa pamamagitan ng espada at itinapon ang mga bangkay nila sa labas. Pagkatapos, pumasok sila sa pinakaloob na bahagi ng templo ni Baal [26] at kinuha nila roon ang alaalang bato at dinala sa labas ng templo, at sinunog. [27] Dinurog nila ang alaalang bato ni Baal at giniba nila ang templo nito. Ginawa nila itong pampublikong palikuran hanggang ngayon. [28] Sa ganitong paraan sinira ni Jehu ang pagsamba ng Israel kay Baal. [29] Pero sinunod pa rin niya ang mga kasalanan ni Jeroboam, na anak ni Nebat, na naging dahilan ng pagkakasala ng mga taga-Israel. Ito ay ang pagsamba sa mga gintong baka sa Betel at Dan.

[30] Sinabi ng Panginoon kay Jehu, "Mabuti ang ginawa mong pagsunod sa mga utos ko na patayin ang pamilya ni Ahab. Dahil sa ginawa mong ito, magiging hari sa Israel ang angkan mo hanggang sa ikaapat na henerasyon." [31] Pero hindi sumunod si Jehu sa kautusan ng Panginoon, ang Dios ng Israel, nang buong puso. Sa halip, sinunod niya ang kasalanan ni Jeroboam, na naging dahilan ng pagkakasala ng mga taga-Israel.

[32] Nang panahong iyon, unti-unting pinaliliit ng Panginoon ang teritoryo ng Israel. Nasakop ni *Haring* Hazael ang mga lugar ng Israel [33] sa silangan ng *Ilog ng* Jordan: ang buong Gilead, Bashan, at mga lugar sa hilaga ng bayan ng Aroer na malapit sa Lambak ng Arnon. Ang mga lugar na ito ay dating pinamamayanan ng mga lahi ni Gad, Reuben at Manase.

[34] Ang iba pang salaysay tungkol sa paghahari ni Jehu, at ang lahat ng ginawa niya at pagtatagumpay ay nakasulat sa Aklat ng Kasaysayan ng mga hari ng Israel. [35] Nang mamatay si Jehu, inilibing siya sa Samaria. At ang anak niyang si Jehoahaz ang pumalit sa kanya bilang hari. [36] Naghari si Jehu sa Israel doon sa Samaria sa loob ng 28 taon.

Si Atalia at si Joash
(2 Cro. 22:10–23:15)

11 Nang malaman ni Atalia na patay na ang anak niyang si Ahazia *na hari ng Juda*, nagpasya siyang patayin ang lahat ng miyembro ng pamilya ng hari ng Juda. [2] Pero iniligtas ni Jehosheba ang anak ni Ahazia na si Joash nang papatayin na ito at ang iba pang mga anak ng hari. Si Jehosheba ay kapatid ni Ahazia at anak na babae ni Haring Jehoram. Itinago niya si Joash at ang kanyang tagapag-alaga sa isang silid *sa templo*, kaya hindi siya napatay ni Atalia. [3] Sa loob ng anim na taon, doon nagtago sa templo ng Panginoon si Joash at ang tagapag-alaga niya habang si Atalia ang namamahala sa *kaharian at* lupain.

[4] Nang ikapitong taon, ipinatawag *ng paring si* Jehoyada ang mga pinunong personal na tagapagbantay ng hari at mga guwardya ng palasyo

para papuntahin sa templo ng Panginoon. Gumawa siya ng kasunduan sa kanila at sinumpaan nila ang mga ito roon sa templo ng Panginoon. Pagkatapos, ipinakita sa kanila ang anak ng hari. ⁵Sinabi niya sa kanila, "Ito ang gagawin n'yo: Ang ikatlong bahagi ng mga nagbabantay kapag Araw ng Pamamahinga ang magbabantay sa palasyo ng hari. ⁶Ang isa pang ikatlong bahagi naman ang magbabantay sa Pintuan ng Sur. Ang isa pang grupo ang magbabantay sa pintuan ng palasyo para tumulong sa iba pang mga guwardya na naroon. ⁷Ang dalawang grupo sa inyo na hindi nagbabantay kapag Araw ng Pamamahinga ang siyang magbabantay sa templo ng Panginoon para ingatan ang hari. ⁸Dapat ninyong bantayang mabuti ang hari, dala ang inyong mga sandata, sundan n'yo siya kahit saan siya magpunta. Patayin ninyo ang sinumang lalapit sa inyo." ⁹Ginawa ng mga pinuno ang iniutos ng paring si Jehoyada. Tinipon nila ang mga tauhan nila na nagbabantay kapag Araw ng Pamamahinga, pati na rin ang mga hindi nagbabantay sa araw na iyon at dinala nila kay Jehoyada. ¹⁰Ibinigay ni Jehoyada sa mga pinuno ang mga sibat at pananggalang na nakatago sa templo ng Panginoon, na pag-aari noon ni Haring David. ¹¹Pumwesto ang mga armadong guwardya sa palibot ng templo at ng altar para protektahan ang hari.

¹²Pagkatapos, inilabas ni Jehoyada si *Joash na* anak ng hari at kinoronahan. Binigyan niya ito ng kopya ng mga kautusan *ng* Panginoon. Idineklara siyang hari at pinahiran ng langis *bilang pagkilala na siya na ang hari.* Pagkatapos, nagpalakpakan ang mga tao at sumigaw, "Mabuhay ang Hari!"

¹³Nang marinig ni Atalia ang ingay ng mga guwardya at ng mga tao, pinuntahan niya ang mga ito sa templo ng Panginoon. ¹⁴Nakita niya roon ang *bagong* hari na nakatayo malapit sa haligi, ayon sa kaugalian *ng pagdedeklara sa isang hari.* Nakapalibot sa hari ang mga pinuno at mga tagapagpatunog ng trumpeta. Ang lahat ng tao ay nagsasaya at nagpapatunog ng mga trumpeta. Nang makita ito ni Atalia, pinunit niya ang kanyang damit *sa sama ng loob* at sumigaw, "Mga traydor! Mga traydor!"

¹⁵Inutusan ni Jehoyada ang mga kumander ng mga sundalo, "Dalhin ninyo si Atalia sa labas. Huwag ninyo siyang patayin sa loob ng templo ng Panginoon. Patayin ang sinumang magliligtas sa kanya." ¹⁶Kaya dinakip nila siya at dinala sa labas ng pintuan na dinadaanan ng mga kabayong papunta sa palasyo, at doon siya pinatay.

Mga Pagbabagong Ginawa ni Jehoyada (2 Cro. 23:16-21)

¹⁷Pagkatapos, pinagawa ni Jehoyada ang hari at ang mga tao ng kasunduan sa Panginoon, na magiging mamamayan sila ng Panginoon. Gayon din ang ginawang kasunduan sa pagitan ng hari at ng mga tao na kanyang nasasakupan. ¹⁸Pumunta ang lahat ng tao sa templo ni Baal at giniba ito. Dinurog nila ang mga altar at mga dios-diosan *doon,* at pinatay nila si Matan na pari ni Baal sa harapan ng mga altar.

Pagkatapos, naglagay si Jehoyada ng mga guwardya sa templo ng Panginoon. ¹⁹Isinama niya ang mga kumander ng mga sundalo, mga personal na tagapagbantay ng hari, mga guwardya ng palasyo at ang lahat ng tao. Inihatid nila ang hari sa palasyo mula sa templo ng Panginoon. Doon sila dumaan sa pintuan ng mga guwardya. Pagkatapos, naupo ang hari sa kanyang trono. ²⁰Nagdiwang ang mga tao at naging mapayapa ang lungsod matapos patayin si Atalia sa palasyo.

²¹Si Joash ay pitong taong gulang nang maging hari.

Ang Paghahari ni Joash sa Juda (2 Cro. 24:1-16)

12 Naging hari si Joash *ng Juda* nang ikapitong taon ng paghahari ni Jehu *sa Israel.* Sa Jerusalem *siya nakatira, at* naghari siya sa loob ng 40 taon. Ang ina niya ay si Zibia na taga-Beersheba. ²Sa buong buhay niya, matuwid ang ginawa niya sa paningin ng Panginoon dahil tinuruan siya ng paring si Jehoyada. ³Pero hindi niya ipinagiba ang mga sambahan sa matataas na lugar,ᵃ kaya nagpatuloy ang mga tao sa paghahandog at pagsusunog ng mga insenso.

⁴Sinabi ni Joash sa mga pari, "Kolektahin ninyo ang lahat ng pera na dinala sa templo ng Panginoon bilang handog: ang perang kinolekta sa buwis ng sensus, ang perang ibinayad para sa panata, at ang perang handog na kusang-loob na ibinigay. ⁵Gamitin ninyo ang lahat ng ito sa pagpapaayos ng templo."

⁶Pero hanggang sa ika-23 taong paghahari ni Joash, hindi pa rin naipapaayos ng mga pari ang templo. ⁷Kaya ipinatawag ni Haring Joash si Jehoyada at ang iba pang mga pari at tinanong, "Bakit hindi pa ninyo naipapaayos ang templo? Simula ngayon, huwag na ninyong gagastusin ang mga pera para sa sarili ninyong pangangailangan. Dapat gastusin ito sa pagpapaayos ng templo." ⁸Pumayag ang mga pari na hindi na sila ang mangongolekta ng pera sa mga tao at hindi na rin sila ang magpapaayos ng templo.

⁹Kumuha si Jehoyada ng kahon at binutasan ang takip nito. Pagkatapos, inilagay niya ito sa tabi ng altar, sa gawing kanan papasok sa templo ng Panginoon. Kung mayroong magbibigay ng pera sa templo, ang mga paring nagbabantay sa pintuan ang maglalagay nito sa kahon. ¹⁰Kapag puno na ang kahon, binibilang ng kalihim ng hari at ng punong pari ang pera at inilalagay nila ito sa mga lalagyan. ¹¹⁻¹²Pagkatapos, ibibigay nila ang pera sa mga tao na namamahala sa pagpapaayos ng templo. Ito ang ibinabayad nila sa mga nagtatrabaho sa templo ng Panginoon—ang mga karpintero, mga mason, at iba pang mga manggagawa. Ito rin ang ginagamit nilang pambili ng kahoy at mga hinating bato para sa pagpapaayos ng templo ng Panginoon. Binabayaran din nila ang iba pang mga gastusin sa pagpapaayos nito.

¹³Hindi ginamit ang perang dinala sa templo sa paggawa ng mga pilak na planggana, mga panggupit ng mitsa ng ilaw, mga mangkok, mga trumpeta o kahit anong gamit na ginto o

---

ᵃ 3 *sambahan sa matataas na lugar:* Tingnan sa Talaan ng mga Salita sa likod.

pilak para sa templo ng Panginoon. ¹⁴Ibinayad ang pera sa mga manggagawa ng templo at sa mga materyales. ¹⁵Hindi na sila hinihingan ng listahan kung paano ginastos ang pera, dahil tapat at mapagkakatiwalaan sila. ¹⁶Ang perang ibinigay kasama ng mga handog na pambayad ng kasalanan at ng mga handog sa paglilinis ay hindi dinadala sa templo ng Panginoon, dahil para ito sa mga pari.

¹⁷Nang panahong iyon, si Haring Hazael ng Aram ay lumusob sa Gat at nasakop ito. Pagkatapos, binalak din niyang lusubin ang Jerusalem. ¹⁸Tinipon ni Haring Joash ang mga inihandog niya pati ang lahat ng bagay na inihandog para sa Panginoon ng mga ninuno niya na sina Jehoshafat, Jehoram at Ahazia na mga hari ng Juda. Ipinadala ni Joash ang lahat ng ito kay Hazael pati na ang lahat ng ginto na naroon sa bodega ng templo ng Panginoon at ang mga nasa palasyo. Kaya hindi na lumusob si Hazael sa Jerusalem.

¹⁹Ang iba pang salaysay tungkol sa paghahari ni Joash at lahat ng ginawa niya ay nakasulat sa Aklat ng Kasaysayan ng mga hari ng Juda. ²⁰Nang bandang huli, nagplano ang mga opisyal niya laban sa kanya at pinatay siya sa Bet Millo sa daang papunta sa Silla. ²¹Ang kanyang mga opisyal na pumatay sa kanya ay sina Josacarᵃ na anak ni Shimeat at Jehozabad na anak ni Shomer. Inilibing siya sa libingan ng mga ninuno niya sa Lungsod ni David. At ang anak niyang si Amazia ang pumalit sa kanya bilang hari.

Ang Paghahari ni Jehoahaz sa Israel

13 Naging hari ng Israel ang anak ni Jehu na si Jehoahaz nang ika-23 taon ng paghahari ng anak ni Ahazia na si Joash sa Juda. Sa Samaria *siya nakatira, at* naghari siya roon sa loob ng 17 taon. ²Masama ang ginawa ni Jehoahaz sa paningin ng Panginoon. Sumunod siya sa mga ginawa ni Jeroboam, na anak ni Nebat, na naging dahilan ng pagkakasala ng mga taga-Israel. Hindi niya tinalikuran ang mga kasalanang ito. ³Kaya nagalit nang matindi ang Panginoon sa Israel. Hinayaan niyang masakop ito ni Haring Hazael ng Aram at ng anak nitong si Ben Hadad na matagal na panahon.

⁴Nanalangin si Jehoahaz sa Panginoon at pinakinggan siya ng Panginoon, sapagkat nakita ng Panginoon ang sobrang kalupitan ng hari ng Aram sa Israel. ⁵Binigyan sila ng Panginoon ng tao na magliligtas sa kanila mula sa mga taga-Aram. Kaya muling namuhay ng may kapayapaan ang mga Israelita tulad ng dati. ⁶Pero hindi sila tumigil sa paggawa ng mga kasalanang ginawa ng pamilya ni Jeroboam, na naging dahilan ng pagkakasala nila. Nanatiling nakatayo ang posteng *simbolo ng diosang si* Ashera sa Samaria.

⁷Walang natira sa mga sundalo ni Jehoahaz maliban sa 50 mangangabayo, 10 karwahe at 10,000 sundalo, dahil ang iba ay pinatay ng hari ng Aram, na parang alikabok na tinatapak-tapakan.

⁸Ang iba pang salaysay tungkol sa paghahari ni Jehoahaz, at ang lahat ng kanyang ginawa at pagtatagumpay ay nakasulat sa Aklat ng Kasaysayan

ng mga hari ng Israel. ⁹Nang mamatay si Jehoahaz, inilibing siya sa Samaria, sa libingan ng kanyang mga angkan. At ang anak niyang si Jehoash ang pumalit sa kanya bilang hari.

Ang Paghahari ni Jehoash sa Israel

¹⁰Naging hari ng Israel ang anak ni Jehoahaz na si Jehoash nang ika-37 taon ng paghahari ni Joash sa Juda. Sa Samaria *siya nakatira, at* naghari siya roon sa loob ng 16 na taon. ¹¹Masama ang mga ginawa niya sa paningin ng Panginoon. Sumunod siya sa mga ginawa ni Jeroboam, na anak ni Nebat, na naging dahilan ng pagkakasala ng mga taga-Israel.

¹²Ang iba pang salaysay tungkol sa paghahari ni Jehoash at lahat ng ginawa niya at pagtatagumpay, pati ang pakikipaglaban kay Haring Amazia ng Juda ay nakasulat sa Aklat ng Kasaysayan ng mga hari ng Israel. ¹³Nang mamatay si Jehoash, inilibing siya sa libingan ng mga hari ng Israel sa Samaria. *Ang anak niyang* si Jeroboam *II* ang pumalit sa kanya bilang hari.

Namatay si Eliseo

¹⁴Nang magkasakit si Eliseo at malapit nang mamatay, pumunta sa kanya si Haring Jehoash *noong buhay pa ito* at umiyak. Sinabi ni Jehoash, "Ama ko! Ama ko! Ang mga karwahe at mangangabayo ng Israel!"ᵇ ¹⁵Sinabi ni Eliseo, "Kumuha ka ng pana at mga palaso." Ginawa nga ito ni Jehoash. ¹⁶Sinabi ni Eliseo, "Hawakan mo ang pana." Habang hawak ito ni Jehoash, ipinatong ni Eliseo ang kamay niya kay Jehoash ¹⁷at sinabi, "Buksan mo ang bintana sa bandang silangan." Binuksan nga niya ito. Pagkatapos, sinabi ni Eliseo, "Pumana ka." Pumana nga siya. Sinabi ni Eliseo, "Ang palasong iyon ay palatandaan sa pagtatagumpayin ka ng Panginoon laban sa Aram. Tatalunin mo ang mga Arameo sa Apek hanggang sa malipol sila."

¹⁸Muling sinabi ni Eliseo kay Jehoash na kumuha siya ng mga palaso. Nang makakuha siya, sinabi ni Eliseo, "Panain mo ang lupa." Pinana niya ang lupa na tatlong beses at huminto siya. ¹⁹Nagalit ang lingkod ng Dios sa kanya at sinabi, "Pinana mo dapat ng lima o anim na beses para tuluyan mong mawasak ang lahat ng Arameo. Pero ngayon, tatlong beses mo lang sila matatalo."

²⁰*Kinalaunan,* namatay si Eliseo at inilibing.

Tuwing tagsibol, may grupo ng mga tulisang Moabita na lumulusob sa Israel. ²¹Minsan, may mga Israelita na naglilibing ng patay pero nang makita nila ang grupo ng mga Moabita na lumulusob, naihagis nila ang bangkay sa pinaglibingan kay Eliseo*at sila ay tumakas.* Nang sumagi ang bangkay sa mga buto ni Eliseo, nabuhay ang patay at tumayo.

²²Pinahirapan ni Haring Hazael ng Aram ang Israel sa buong panahon ng paghahari ni Jehoash. ²³Pero kinahabagan at inalala sila ng Panginoon dahil sa pangako niya kina Abraham, Isaac, at Jacob. Hanggang ngayon, hindi niya ito winawasak o itinatakwil.

²⁴Namatay si Haring Hazael ng Aram, at ang anak niyang si Ben Hadad ang pumalit sa kanya

---

ᵃ 21 *Josacar:* Ito ang nasa tekstong Septuagint at Syriac. Sa Hebreo, *Jozabad.*

ᵇ 14 *Ang mga karwahe…ng Israel:* Maaring ang ibig sabihin, si *Eliseo ay tagapagtanggol ng Israel o walang makapagtatanggol sa Israel kung wala siya.*

bilang hari. [25] Natalo ni Jehoash si Ben Hadad ng tatlong beses. Nabawi niya ang mga bayang kinuha ng ama ni Ben Hadad na si Hazael mula sa ama niyang si Jehoahaz nang maglaban ang mga ito.

Ang Paghahari ni Amazia sa Juda
(2 Cro. 25:1-28)

14 Naging hari ng Juda ang anak ni Joash na si Amazia nang ikalawang taon ng paghahari ng anak ni Jehoahaz na si Jehoash sa Israel. [2] Si Amazia ay 25 taong gulang nang maging hari. Sa Jerusalem *siya tumira, at* naghari siya sa loob ng 29 na taon. Ang ina niya ay si Jehoadin na taga-Jerusalem. [3] Matuwid ang ginawa niya sa paningin ng Panginoon, pero hindi kapantay ng ginawa ni David na ninuno niya. Sinunod niya ang ama niyang si Joash. [4] Hindi rin niya ipinagiba ang mga sambahan sa matataas na lugar, kaya nagpatuloy ang mga tao sa paghahandog at pagsusunog ng insenso roon.

[5] Nang matatag na ang paghahari ni Amazia, ipinapatay niya ang mga opisyal na pumatay sa kanyang amang hari. [6] Pero hindi niya ipinapatay ang mga anak nila, dahil ayon sa nasusulat sa Aklat ng Kautusan ni Moises, sinabi ng Panginoon, "Huwag papatayin ang mga magulang dahil sa kasalanan ng kanilang mga anak, at ang mga anak ay hindi rin dapat patayin dahil sa kasalanan ng kanilang mga magulang. Ang taong nagkasala lamang ang dapat managot sa kanyang mga kasalanan."

[7] Si Amazia ang nakapatay ng 10,000 taga-Edom sa Lambak ng Asin. Nasakop niya ang Sela at pinalitan niya ang pangalan nito ng Jokteel, at hanggang sa kasalukuyan ito pa rin ang tawag sa lugar.

[8] Isang araw, nagsugo si Amazia ng mga mensahero kay Haring Jehoash ng Israel, na anak ni Jehoahaz at apo ni Jehu. Hinamon niya si Jehoash at sinabi, "Makipaglaban ka sa akin." [9] Pero sinagot siya ni Haring Jehoash *sa pamamagitan ng kwentong ito*: "Doon sa Lebanon ay may halamang may tinik na nagpadala ng mensahe sa puno ng sedro: 'Ipakasal mo ang anak mong babae sa anak kong lalaki.' Pero may dumaang hayop mula sa gubat at tinapak-tapakan ang halamang may tinik. [10] *Amazia*, totoong natalo mo ang Edom at ipinagyayabang mo ito. Magdiwang ka *at huwag ka na lang makipaglaban sa amin.* Manatili ka na lang sa iyong lugar. Bakit gusto mo ng gulo na magdadala lang ng kapahamakan sa iyo at sa Juda?"

[11] Pero hindi nakinig si Amazia, kaya nilusob siya ni Haring Jehoash at ng mga sundalo nito. Naglaban sila sa Bet Shemesh na sakop ng Juda. [12] Natalo ng Israel ang Juda, at ang bawat sundalo ng Juda ay tumakas pauwi sa kanilang bahay. [13] Nadakip ni Haring Jehoash si Haring Amazia roon sa Bet Shemesh, at dinala niya siya sa Jerusalem. Pagkatapos, giniba ni Jehoash ang mga pader ng Jerusalem mula sa Pintuan ng Efraim hanggang sa Sulok na Pintuan, na mga 600 talampakan ang haba. [14] Kinuha niya ang lahat ng ginto, pilak at kagamitan na nakita niya sa templo ng Panginoon at kabang-yaman o palasyo. Nagdala rin siya ng mga bihag pagbalik niya sa Samaria.

[15] Ang iba pang salaysay tungkol sa paghahari ni Jehoash, at lahat ng ginawa niya at pagtatagumpay, pati ang pakikipaglaban kay Haring Amazia ng Juda ay nakasulat sa Aklat ng Kasaysayan ng mga hari ng Israel. [16] Nang mamatay si Jehoash, inilibing siya sa libingan ng mga hari ng Israel sa Samaria. At ang anak niyang si Jeroboam *II* ang pumalit sa kanya bilang hari.

[17] Nabuhay pa si Haring Amazia ng Juda ng 15 taon matapos mamatay si Haring Jehoash ng Israel. [18] Ang iba pang salaysay tungkol sa paghahari ni Amazia ay nakasulat sa Aklat ng Kasaysayan ng mga hari ng Juda.

[19] May mga taga-Jerusalem na nagplanong patayin si Amazia. Kaya tumakas siya papunta sa bayan ng Lakish, pero nagpadala sila ng tao para sundan siya roon at patayin. [20] Ikinarga sa kabayo ang bangkay niya pabalik sa Jerusalem at inilibing sa libingan ng mga ninuno niya sa Lungsod ni David. [21] Ipinalit ng mga taga-Juda si Azaria na anak ni Amazia bilang hari. Si Azaria[a] ay 16 na taong gulang nang maging hari. [22] Muli niyang itinayo ang Elat at naging bahagi ulit ito ng Juda nang mamatay ang ama niyang si Amazia.

Ang Paghahari ni Jeroboam II sa Israel

[23] Nagsimulang maghari sa buong Israel ang anak ni Joash na si Jeroboam *II* nang ika-15 taon ng paghahari ni Amazia sa Juda. Sa Samaria *siya nakatira, at* naghari siya roon sa loob ng 41 taon. [24] Masama ang mga ginawa niya sa paningin ng Panginoon. Sumunod siya sa mga ginawa ni Jeroboam, na anak ni Nebat, na naging dahilan ng pagkakasala ng mga taga-Israel. [25] Nabawi niya ang mga teritoryo ng Israel sa pagitan ng Lebo Hamat hanggang sa Dagat na Patay[b] tulad ng ipinangako ng Panginoon, ang Dios ng Israel, sa pamamagitan ng anak ni Amitai na si Propeta Jonas na taga-Gat Hefer. [26] *Niloob ng Panginoon na mangyari ito* dahil nakita niya ang paghihirap ng mga Israelita, alipin man o hindi, at walang sinumang makakatulong sa kanila. [27] Dahil sinabi ng Panginoon na hindi niya aalisin ang Israel sa mundo, kaya iniligtas niya ang mga Israelita sa pamamagitan ni Jeroboam *II* na anak ni Joash.

[28] Ang iba pang salaysay tungkol sa paghahari ni Jeroboam *II*, at lahat ng ginawa niya at pagtatagumpay, pati ang pagbawi niya sa Damascus at Hamat na sakop noon ng Juda,[c] ay nakasulat sa Aklat ng Kasaysayan ng mga hari ng Israel. [29] Nang mamatay si Jeroboam *II*, inilibing siya sa libingan ng mga hari ng Israel, at ang anak niyang si Zacarias ang pumalit sa kanya bilang hari.

Ang Paghahari ni Azaria sa Juda
(2 Cro. 26:1-23)

15 Naging hari ng Juda ang anak ni Amazia na si Azaria[d] nang ika-27 taon ng paghahari ni Jeroboam *II* sa Israel. [2] Si Azaria ay 16 na taong gulang nang maging hari. Sa Jerusalem *siya tumira, at* naghari siya roon sa loob ng 52 taon. Ang ina

---

a 21 *Azaria:* o, *Uzia.*

b 25 *Dagat na Patay:* sa Hebreo, *Dagat ng Araba.*

c 28 *Juda:* Ang ibig sabihin, *ang buong bansa ng Israel noong hindi pa nahahati sa dalawang kaharian.*

d 1 *Azaria:* o, *Uzia.*

niya ay si Jecolia na taga-Jerusalem. ³ Matuwid ang ginawa niya sa paningin ng PANGINOON katulad ng ginawa ng ama niyang si Amazia. ⁴ Pero hindi niya ipinagiba ang mga sambahan sa matataas na lugar,ᵃ kaya nagpatuloy ang mga tao sa paghahandog at pagsusunog ng mga insenso roon.

⁵ Binigyan siya ng PANGINOON ng malubhang sakit sa balat,ᵇ na hindi gumaling hanggang sa araw nang kamatayan niya. Nakatira siya sa isang bukod na bahay. Si Jotam na anak niya ang siyang namahala sa palasyo *ng Juda* at sa mga mamamayan. ⁶ Ang iba pang salaysay tungkol sa paghahari ni Azaria, at lahat ng ginawa niya ay nakasulat sa Aklat ng Kasaysayan ng mga hari ng Juda. ⁷ Nang mamatay si Azaria, inilibing siya sa libingan ng mga ninuno niya sa Lungsod ni David. At ang anak niyang si Jotam ang pumalit sa kanya bilang hari.

Ang Paghahari ni Zacarias sa Israel

⁸ Naging hari ng Israel ang anak ni Jeroboam *II* na si Zacarias nang ika-38 taon ng paghahari ni Azaria sa Juda. *Nakatira siya* sa Samaria at naghari siya sa loob ng anim na buwan. ⁹ Masama ang mga ginawa niya sa paningin ng PANGINOON, katulad ng ginawa ng mga ninuno niya. Sumunod siya sa mga ginawang kasalanan ni Jeroboam, na anak ni Nebat, na naging dahilan ng pagkakasala ng mga taga-Israel. ¹⁰ Nagplano ng masama ang anak ni Jabes na si Shalum laban kay Zacarias. Pinatay niya si Zacarias sa harap ng mga tao at siya ang pumalit bilang hari. ¹¹ Ang iba pang pangyayari tungkol sa paghahari ni Zacarias ay nakasulat sa Aklat ng Kasaysayan ng mga hari ng Israel. ¹² Kaya natupad ang sinabi ng PANGINOON kay Jehu, "Ang mga angkan mo ay maghahari sa Israel hanggang sa ikaapat na henerasyon."

Ang Paghahari ni Shalum sa Israel

¹³ Naging hari ng Israel ang anak ni Jabes na si Shalum nang ika-39 na taon ng paghahari ni Uziaᶜ sa Juda. Sa Samaria *siya tumira, at* naghari siya roon sa loob ng isang buwan. ¹⁴ Pinatay siya ni Menahem na anak ni Gadi nang dumating ito sa Samaria galing Tirza. Si Menahem ang pumalit kay Shalum bilang hari.

¹⁵ Ang iba pang salaysay tungkol sa paghahari ni Shalum, pati ang balak niyang pagpatay *kay Zacarias* ay nakasulat sa Aklat ng Kasaysayan ng mga hari ng Israel. ¹⁶ Nang mga panahong iyon, nilusob ni Menahem ang Tifsa at ang mga lugar sa paligid nito hanggang sa Tirza, dahil ang mga naninirahan dito ay ayaw sumuko sa kanya. Pinatay niya ang lahat ng naninirahan dito at hinati ang tiyan ng mga buntis.

Ang Paghahari ni Menahem sa Israel

¹⁷ Naging hari ng Israel ang anak ni Gadi na si Menahem nang ika-39 na taon ng paghahari ni

Azaria sa Juda. Sa Samaria *siya tumira, at* naghari siya roon sa loob ng sampung taon. ¹⁸ Masama ang ginawa niya sa paningin ng PANGINOON. Sumunod siya sa mga ginawang kasalanan ni Jeroboam, na anak ni Nebat, na naging dahilan ng pagkakasala ng mga taga-Israel. Hindi niya tinalikuran ang mga kasalanang ito sa buong paghahari niya.

¹⁹ Nang pumunta si Haring Tiglat Pileserᵈ ng Asiria sa Israel para lusubin ito, binigyan siya ni Menahem ng 35 toneladang pilak para tulungan siya nito na mapatibay pa ang husto ang paghahari niya. ²⁰ Kinuha ni Menahem ang mga pilak sa mga mayayaman ng Israel sa pamamagitan ng pagpilit sa bawat isa sa kanila na magbigay ng tig-50 pirasong pilak. Kaya huminto sa paglusob ang hari ng Asiria at umuwi sa bansa niya.

²¹ Ang iba pang salaysay tungkol sa paghahari ni Menahem at lahat ng ginawa niya ay nakasulat sa Aklat ng Kasaysayan ng mga hari ng Israel. ²² Nang mamatay si Menahem, ang anak niyang si Pekaya ang pumalit sa kanya bilang hari.

Ang Paghahari ni Pekaya sa Israel

²³ Naging hari ng Israel ang anak ni Menahem na si Pekaya nang ika-50 taon ng paghahari ni Azaria sa Juda. Sa Samaria *siya nakatira, at* naghari siya roon sa loob ng dalawang taon. ²⁴ Masama ang ginawa niya sa paningin ng PANGINOON. Sumunod siya sa mga ginawang kasalanan ni Jeroboam, na anak ni Nebat, na naging dahilan ng pagkakasala ng mga taga-Israel. Hindi niya tinalikuran ang mga kasalanang ito.

²⁵ Nagplano ng masama ang anak ni Remalia na si Peka laban kay Pekaya. Si Peka ang kumander ng mga sundalo ni Pekaya. Kasama ng 50 tao mula sa Gilead, pinatay ni Peka si Pekaya pati sina Argob at Arie sa matatatag na gusali ng palasyo sa Samaria. Pinalitan ni Peka si Pekaya bilang hari. ²⁶ Ang iba pang salaysay tungkol sa paghahari ni Pekaya at lahat ng ginawa niya ay nakasulat sa Aklat ng Kasaysayan ng mga hari ng Israel.

Ang Paghahari ni Peka sa Israel

²⁷ Naging hari ng Israel ang anak ni Remalia na si Peka nang ika-52 taon ng paghahari ni Azaria sa Juda. Sa Samaria *siya tumira, at* naghari siya roon sa loob ng 20 taon. ²⁸ Masama ang ginawa niya sa paningin ng PANGINOON. Sumunod siya sa mga ginawang kasalanan ni Jeroboam, na anak ni Nebat, na naging dahilan ng pagkakasala ng mga taga-Israel. Hindi niya tinalikuran ang mga kasalanang ito.

²⁹ Nang panahon ng paghahari *ni Peka*, nilusob ni Haring Tiglat Pileser ng Asiria ang Israel at nasakop niya ang mga lungsod ng Ijon, Abel Bet Maaca, Janoa, Kedesh at Hazor. Nasakop din niya ang Gilead, Galilea at ang buong lupain ng Naftali. At dinala niya sa Asiria ang mga naninirahan dito bilang mga bihag.

³⁰ Pagkatapos, nagplano ng masama ang anak ni Elah na si Hoshea laban sa anak ni Remalia na si Peka. Pinatay nito si Peka at pinalitan bilang hari. Nangyari ito nang ika-20 taon ng paghahari ng anak ni Uzia na si Jotam sa Juda.

---

a 4 sambahan sa matataas na lugar: Tingnan sa Talaan ng mga Salita sa likod.

b 5 malubhang sakit sa balat: Sa ibang salin ng Biblia, *ketong.* Ang salitang Hebreo nito ay ginamit sa iba't ibang klase ng sakit sa balat na itinuturing na marumi ayon sa Lev. 13.

c 13 Uzia: o, *Azaria.*

d 19 Tiglat Pileser: Siya rin si *Pul.*

31 Ang iba pang salaysay tungkol sa paghahari ni Peka, at lahat ng ginawa niya ay nakasulat sa Aklat ng Kasaysayan ng mga hari ng Israel.

Ang Paghahari ni Jotam sa Juda
(2 Cro. 27:1-9)

32 Naging hari ng Juda ang anak ni Uzia na si Jotam nang ikalawang taon ng paghahari ng anak ni Remalia na si Peka sa Israel. **33** Si Jotam ay 25 taong gulang nang maging hari. Sa Jerusalem *siya tumira, at* naghari siya roon sa loob ng 16 na taon. Ang ina niya ay si Jerusha na anak ni Zadok. **34** Matuwid ang ginawa niya sa paningin ng PANGINOON katulad ng ginawa ng ama niyang si Uzia. **35** Pero hindi niya ipinagiba ang mga sambahan sa matataas na lugar, kaya nagpatuloy ang mga tao sa paghahandog at pagsusunog ng insenso roon. Si Jotam ang nagpatayo ng Hilagang Pintuan ng templo ng PANGINOON.

36 Ang iba pang salaysay tungkol sa paghahari ni Jotam, at lahat ng ginawa niya ay nakasulat sa Aklat ng Kasaysayan ng mga hari ng Juda. **37** Nang panahon ng paghahari niya, sinimulang ipadala ng PANGINOON sina Haring Rezin ng Aram at Haring Peka ng Israel para lusubin ang Juda. **38** Nang mamatay si Jotam, inilibing siya sa libingan ng mga ninuno niya sa Lungsod ni David. At ang anak niyang si Ahaz ang pumalit sa kanya bilang hari.

Ang Paghahari ni Ahaz sa Juda
(2 Cro. 28:1-27)

16 Naging hari ng Juda ang anak ni Jotam na si Ahaz nang ika-17 taon ng paghahari ng anak ni Remalia na si Peka *sa Israel.* **2** Si Ahaz ay 20 taong gulang nang maging hari. Sa Jerusalem *siya tumira, at* naghari siya roon sa loob ng 16 na taon. Gumawa siya ng masama sa paningin ng PANGINOON na kanyang Dios, hindi katulad ng ginawa ng kanyang ninuno na si David. **3** Sumunod siya sa pamumuhay ng mga naging hari ng Israel, at kahit ang kanyang anak ay inihandog niya sa apoy. Ginaya niya ang mga kasuklam-suklam na ginawa ng mga bansang pinalayas ng PANGINOON sa pamamagitan ng mga Israelita. **4** Nag-alay siya ng mga handog at nagsunog ng mga insenso sa mga sambahan sa matataas na lugar, sa ibabaw ng bundok at sa ilalim ng bawat malalagong punongkahoy.

5 Nakipaglaban sina Haring Rezin ng Aram at Haring Peka ng Israel kay Ahaz. Nilusob nila ang Jerusalem pero hindi nila ito nasakop. **6** Nang panahong iyon, nabawi ni Haring Rezin ng Aram*ª* ang Elat sa pamamagitan ng pagpapalayas niya sa mga mamamayan ng Juda. At pumunta ang mga Arameo*b* roon para manirahan at doon sila nakatira hanggang ngayon.

7 Nagsugo ng mga mensahero si Ahaz para sabihin kay Haring Tiglat Pileser ng Asiria, "Lingkod mo ako at kakampi. Iligtas mo ako sa mga kamay ng hari ng Aram at ng hari ng Israel na lumulusob sa akin." **8** Kinuha ni Ahaz ang pilak at ginto sa templo ng PANGINOON at mga kabang-yaman sa palasyo at ipinadala ito bilang regalo sa hari ng Asiria.

9 Pumayag ang hari ng Asiria sa kahilingan ni Ahaz, kaya nilusob niya ang Damascus at sinakop ito. Dinala niya sa Kir ang mga naninirahan dito bilang mga bihag at pinatay niya si Rezin.

10 Pagkatapos, pumunta si Haring Ahaz sa Damascus para makipagkita kay Haring Tiglat Pileser ng Asiria. Nang naroon na siya, may nakita siyang altar. Kaya pinadalhan niya ang paring si Uria ng plano ng altar kasama ang mga detalye sa paggawa nito. **11** Gumawa si Uria ng altar ayon sa plano na ipinadala ni Ahaz at natapos nila bago makabalik si Ahaz galing Damascus. **12-13** Pagdating ni Haring *Ahaz* mula sa Damascus, nakita niya ang altar. Lumapit siya dito at nag-alay*c* ng handog na sinusunog at handog na pagpaparangal at ibinuhos niya sa altar ang handog na inumin at winisikan ng dugo *ng hayop* na handog para sa mabuting relasyon.*d* **14** Pagkatapos, tinanggal niya ang lumang tansong altar na nasa presensya ng PANGINOON. Ito ay nasa pagitan ng bagong altar at ng templo ng PANGINOON at inilagay niya ito sa bandang hilaga ng bagong altar. **15** Inutusan niya ang paring si Uria, "Gamitin mo ang bagong altar para sa pag-aalay ng mga handog na sinusunog tuwing umaga at mga handog ng pagpaparangal sa PANGINOON tuwing gabi. Gamitin mo rin ito sa pag-aalay ng mga handog na sinusunog at handog ng pagpaparangal ng hari at ng mga tao, pati na rin ang kanilang mga handog na inumin. Iwisik mo sa bagong altar ang dugo ng handog na sinusunog at ng iba pang mga handog. Pero gagawin kong lugar na aking dalanginan ang tansong altar." **16** At ginawa nga ng paring si Uria ang lahat ng iniutos ni Haring Ahaz sa kanya.

17 Pagkatapos, inalis ni Haring Ahaz ang mga dingding ng kariton at mga planggana na nasa ibabaw nito. Inalis rin niya ang *malaking kawa ng tubig na tinatawag na* Dagat sa likod ng mga tansong toro at inilagay ito sa patungang bato. **18** Para masiyahan ang hari ng Asiria, inalis ni Ahaz sa palasyo ang bubong na ginagamit kung Araw ng Pamamahinga at isinara ang daanan ng mga hari *ng Juda* papasok sa templo.

19 Ang iba pang salaysay tungkol sa paghahari ni Ahaz, at lahat ng ginawa niya ay nakasulat sa Aklat ng Kasaysayan ng mga hari ng Juda. **20** Nang mamatay si Ahaz, inilibing siya sa libingan ng mga ninuno niya sa Lungsod ni David. At ang anak niyang si Hezekia ang pumalit sa kanya bilang hari.

Ang Paghahari ni Hoshea sa Israel

17 Naging hari ng Israel ang anak ni Elah na si Hoshea nang ika-12 taon ng paghahari ni Ahaz sa Juda. Sa Samaria *siya tumira, at* naghari siya roon sa loob ng siyam na taon. **2** Masama ang ginawa niya sa paningin ng PANGINOON, pero hindi kasinsama ng ginawa ng mga hari ng Israel na nauna sa kanya.

3 Nilusob ni Haring Shalmaneser ng Asiria si Hoshea at natalo niya ito, kaya napilitang magbayad ng buwis taun-taon ang Israel sa Asiria. **4** Pero nagplano si Hoshea laban sa hari ng Asiria

---

a 6 Haring Rezin ng Aram: sa teksto na Latin Vulgate, *hari ng Edom.*

b 6 Arameo: Sa Septuagint at sa Latin Vulgate, *Edomita.*

c 12-13 nag-alay: sa literal, *umakyat at nag-alay.*

d 12-13 handog para sa mabuting relasyon: Tingnan sa Talaan ng mga Salita sa likod.

sa pamamagitan ng paghingi ng tulong kay Haring So ng Egipto *para makalaya sa kapangyarihan ng Asiria*. Hindi na rin siya nagbayad ng buwis katulad ng ginagawa niya taun-taon. Nang malaman ng hari ng Asiria na nagtraydor si Hoshea, ipinadakip niya ito at ipinakulong.

⁵Pagkatapos, nilusob ng hari ng Asiria ang buong Israel. Sa loob ng tatlong taon, pinaligiran niya ang Samaria. ⁶Nang ikasiyam na taon ng paghahari ni Hoshea, sinakop ng hari ng Asiria ang Samaria at dinala ang mga taga-Israel sa Asiria bilang mga bihag. Pinatira niya sila sa *lungsod ng Hala*, sa mga lugar na malapit sa Ilog ng Habor sa Gozan at sa mga bayan ng Media.

⁷Nangyari ito sa mga taga-Israel dahil nagkasala sila sa Panginoon na kanilang Dios na naglabas sa kanila sa Egipto at nagpalaya mula sa kapangyarihan ng Faraon na hari ng Egipto. Sumamba sila sa mga dios-diosan ⁸at ginaya nila ang mga kasuklam-suklam na ginagawa ng mga bansang pinalayas ng Panginoon sa pamamagitan nila. Sumunod din sila sa kasuklam-suklam na pamumuhay ng mga hari nila. ⁹Palihim din silang gumawa ng mga bagay na hindi nakalulugod sa Panginoon na kanilang Dios. Gumawa rin sila ng mga sambahan sa matataas na lugarᵃ sa lahat ng bayan mula sa *pinakamaliit na* barangay hanggang sa *malalaking* napapaderang lungsod. ¹⁰Nagpatayo sila ng mga alaalang bato at mga posteng *simbolo ng diosang si* Ashera sa ibabaw ng bawat matataas na burol at sa ilalim ng bawat malalagong punongkahoy. ¹¹Nagsunog sila ng mga insenso sa bawat sambahan sa matataas na lugar katulad ng ginagawa ng mga bansang pinalayas ng Panginoon sa pamamagitan nila. Gumawa sila ng mga kasuklam-suklam na bagay na nakapagpagalit sa Panginoon. ¹²Sumamba sila sa mga dios-diosan kahit na sinabi ng Panginoon, "Huwag kayong sasamba sa mga dios-diosan." ¹³Paulit-ulit na nagpapadala ang Panginoon ng mga propeta para bigyang babala ang Israel at ang Juda: "Itigil ninyo ang mga kasuklam-suklam ninyong ginagawa. Sundin ninyo ang mga utos ko at tuntunin ayon sa kautusan na iniutos ko sa inyong mga ninuno at ibinigay ko sa inyo sa pamamagitan ng aking mga lingkod na propeta." ¹⁴Pero hindi sila nakinig. Matitigas ang ulo nila katulad ng mga ninuno nilang walang tiwala sa Panginoon na kanilang Dios. ¹⁵Itinakwil nila ang tuntunin ng Panginoon, ang kasunduang ginawa niya sa mga ninuno nila, at hindi rin sila nakinig sa mga babala niya. Sinunod nila ang mga walang kwentang dios-diosan at sila'y naging walang kwenta na rin. Ginawa nila ang mga bagay na ipinagbabawal ng Panginoon na ginagawa ng mga bansang nakapalibot sa kanila. ¹⁶Itinakwil nila ang lahat ng utos ng Panginoon na kanilang Dios. Gumawa sila ng larawan ng dalawang guya at posteng *simbolo ng diosang si* Ashera. Sumamba sila sa lahat ng bagay na nasa langit, at kay Baal. ¹⁷Inihandog nila ang mga anak nila sa apoy. Sumanggguni sila sa mga manghuhula, gumamit ng pangkukulam at ipinagbili ang sarili nila sa paggawa ng masama sa paningin ng Panginoon, at ito ang nakapagpagalit sa kanya.

a 9 sambahan sa matataas na lugar: Tingnan sa Talaan ng mga Salita sa likod.

¹⁸Galit na galit ang Panginoon sa Israel kaya pinalayas niya ang mga ito sa harapan niya. Ang lahi lang ni Juda ang natira sa lupain. ¹⁹Pero kahit ang mga taga-Juda ay hindi rin sumunod sa mga utos ng Panginoon na kanilang Dios. Ginawa rin nila kung ano ang ginawa ng mga taga-Israel. ²⁰Kaya itinakwil ng Panginoon ang lahat ng mamamayan ng Israel. Ibinigay niya sila sa mga kaaway nila bilang parusa hanggang sa mawala sila sa kanyang presensya.

²¹Nang ihiwalay ng Panginoon ang Israel sa kaharian ni David, ginawang hari ng mga taga-Israel si Jeroboam na anak ni Nebat. Hinikayat ni Jeroboam ang mga taga-Israel sa pagtalikod sa Panginoon at siya ang nagtulak sa kanila sa paggawa ng napakalaking kasalanan. ²²Nagpatuloy sa pagsunod ang mga taga-Israel sa mga kasalanan ni Jeroboam at hindi sila tumalikod dito, ²³hanggang sa pinalayas sila ng Panginoon sa kanyang harapan, ayon sa babala niya sa kanila sa pamamagitan ng mga lingkod niyang propeta. Kaya binihag ng Asiria ang lahat ng mamamayan ng Israel at doon sila nakatira hanggang ngayon.

Nanirahan ang mga Taga-Asiria sa Israel

²⁴Nagpadala ang hari ng Asiria ng mga tao mula sa Babilonia, Cuta, Ava, Hamat at Sefarvaim, at pinatira niya sila sa mga bayan ng Samaria para palitan ang mga Israelita. Sinakop ng mga taga-Asiria ang Samaria at ang iba pang mga bayan ng Israel. ²⁵Sa simula pa lang ng pagtira nila roon ay hindi na sila sumamba sa Panginoon, kaya pinadalhan sila ng Panginoon ng mga leon para patayin sila. ²⁶Sinabi ng mga tao sa hari ng Asiria: "Ang mga pinatira mo sa mga bayan ng Samaria ay walang alam sa kautusan ng dios sa lugar na iyon. Kaya nagpadala siya ng mga leon para patayin sila dahil hindi nga nila nalalaman ang kanyang kautusan."

²⁷Kaya, nag-utos ang hari ng Asiria, "Pabalikin sa Samaria ang isa sa mga pari na binihag natin. Hayaan n'yo siyang magturo sa mga bagong nakatira roon kung ano ang kautusan ng dios sa lugar na iyon." ²⁸Kaya ang isa sa mga pari na binihag mula sa Samaria ay bumalik at tumira sa Betel, at tinuruan niya ang mga bagong nakatira roon kung paano sambahin ang Panginoon. ²⁹Pero ang iba't ibang grupo ng mga taong ito ay patuloy pa rin sa paggawa ng sarili nilang mga dios-diosan. Sa bawat bayan na tinitirhan nila ay nilalagyan nila ng mga dios-diosan sa mgasambahan sa matataas na lugar na ginawa ng mga taga-Samaria. ³⁰Ginawang dios ng mga taga-Babilonia si Sucot Benot. Sinamba ng mga taga-Cuta ang dios nilang si Nergal. Sinamba naman ng mga taga-Hamat si Ashima. ³¹Sinamba ng mga taga-Ava ang dios nilang sina Nibhaz at Tartac. Sinunog naman sa apoy ng mga taga-Sefarvaim ang mga anak nila bilang handog sa dios nilang sina Adramelec at Anamelec. ³²Sinamba nila ang Panginoon, pero pumili sila ng mga pari na mula sa kanila para mag-alay ng mga handog sa mga sambahan sa matataas na lugar. ³³Kahit sinasamba nila ang Panginoon, patuloy pa rin sila sa pagsamba sa kanilang mga dios-diosan ayon sa kaugalian ng mga bansang pinanggalingan

nila. ³⁴Hanggang ngayon, ginagawa pa rin nila ito. Wala silang takot sa Panginoon, at hindi sila sumusunod sa mga tuntunin, mga turo at mga kautusan na ibinigay ng Panginoon sa lahi ni Jacob, na pinangalanan niyang Israel. ³⁵Gumawa ang Panginoon ng kasunduan sa mga Israelita, at iniutos sa kanila: "Huwag kayong sumamba sa mga dios-diosan o lumuhod sa kanila o maglingkod, o kaya'y maghandog sa kanila. ³⁶Sambahin ninyo ako, ang Panginoon na naglabas sa inyo mula sa Egipto sa pamamagitan ng dakila kong kapangyarihan at lakas. Ako lamang ang inyong sasambahin at hahandugan. ³⁷Palagi ninyong sundin ang mga tuntunin, turo at mga kautusan na isinulat ko para sa inyo. Hindi kayo dapat sumamba sa ibang dios. ³⁸Huwag ninyong kalimutan ang kasunduang ginawa ko sa inyo at huwag kayong sasamba sa ibang dios. ³⁹Sa halip, ako lamang ang sambahin ninyo, ang Panginoon na inyong Dios. Ako lang ang magliligtas sa inyo sa lahat ng kaaway ninyo."

⁴⁰Pero hindi nakinig ang mga taong iyon at nagpatuloy sila sa dati nilang ginagawa. ⁴¹Habang sinasamba ng mga bagong naninirahan ang Panginoon, sumasamba rin sila sa mga dios-diosan nila. Hanggang ngayon ito pa rin ang ginagawa ng mga angkan nila.

Ang Paghahari ni Hezekia sa Juda
(2 Cro. 29:1-2; 31:1)

18 Naging hari ng Juda ang anak ni Ahaz na si Hezekia nang ikatlong taon ng paghahari ng anak ni Elah na si Hoshea sa Israel. ²Si Hezekia ay 25 taong gulang nang maging hari. Sa Jerusalem *siya tumira,* at naghari siya roon sa loob ng 29 na taon. Ang ina niya ay si Abijah na anak ni Zacarias. ³Matuwid ang ginawa ni Hezekia sa paningin ng Panginoon, tulad ng ginawa ng ninuno niyang si David. ⁴Ipinatanggal niya ang mga sambahan sa matataas na lugar, ipinadurog ang mga alaalang bato at ipinagiba ang mga posteng *simbolo ng diosang si* Ashera. Ipinadurog din niya ang tansong ahas na ginawa ni Moises, dahil mula noong nagsunog dito ng insenso si Moises ay sinamba na ito ng mga mamamayan ng Israel. Tinawag na Nehushtan ang tansong ahas.

⁵Nagtiwala si Hezekia sa Panginoon, ang Dios ng Israel. Walang naging hari sa Juda na katulad niya, kahit ang mga nauna o mga sumunod pa sa kanya. ⁶Nanatili siyang tapat sa Panginoon at hindi siya tumalikod sa kanya. Sinunod niya ang mga utos na ibinigay ng Panginoon kay Moises. ⁷Sumakanya ang Panginoon kaya nagtagumpay siya sa lahat ng ginawa niya. Nagrebelde siya sa hari ng Asiria at hindi niya ito pinaglingkuran. ⁸Nasakop ni Hezekia ang Filistia hanggang sa Gaza at mga hangganan nito, mula sa mga bantayang tore hanggang sa napapaderang lungsod.

⁹Nang ikaapat na taon ng paghahari ni Hezekia, na siyang ikapitong taon ng paghahari ni Hoshea sa Israel, lumusob si Haring Shalmanaser ng Asiria sa Israel at sinimulang paligiran ang bayan ng Samaria. ¹⁰Pagkalipas ng tatlong taon, nang ikaanim na taon ng paghahari ni Hezekia at ikasiyam na taong paghahari ni Hoshea, nasakop

ng Asiria ang Samaria. ¹¹Dinala ng hari ng Asiria ang mga Israelita sa Asiria at pinatira sila sa *lungsod ng* Hala, sa mga lugar na malapit sa Ilog ng Habor sa Gozan at sa mga bayan ng Media. ¹²Nangyari ito sa mga taga-Israel dahil hindi sila sumunod sa Panginoon na kanilang Dios. Nilabag nila ang kanyang kasunduan at hindi sumunod sa lahat ng utos na ibinigay ng Panginoon sa pamamagitan ng lingkod niyang si Moises. Hindi nila pinakinggan o sinunod ang mga utos nito.

Nilusob ng Asiria ang Juda
(2 Cro. 32:1-19; Isa. 36:1-22)

¹³Nang ika-14 na taon ng paghahari ni Hezekia, nilusob ni Haring Senakerib ng Asiria ang lahat ng napapaderang lungsod ng Juda at sinakop ito. ¹⁴Kaya nagpadala ng mensahe si Haring Hezekia sa hari ng Asiria sa Lakish: "Nagkasala ako *sa pagrerebelde ko sa iyo.* Ibibigay ko ang kahit anong hihilingin mo, basta umalis ka lang *dito sa amin.*" Kaya pinagbayad ng hari ng Asiria si Haring Hezekia ng mga sampung toneladang pilak at isang toneladang ginto. ¹⁵Ibinigay ni Hezekia ang lahat ng pilak na nasa templo ng Panginoon at ang nasa kabang-yaman ng palasyo. ¹⁶Ipinatanggal ni Hezekia pati na ang mga ginto na nakabalot sa mga pintuan at hamba[a] ng templo ng Panginoon at ibinigay niyang lahat sa hari ng Asiria.

¹⁷Ipinadala ng hari ng Asiria ang pinuno ng mga kumander, mga punong opisyal, at ang kumander ng mga sundalo niya. Kasama nila ang napakaraming sundalo mula sa Lakish para harapin si Haring Hezekia sa Jerusalem. Tumigil sila malapit sa may daluyan ng tubig na nasa itaas ng lugar na pinag-iimbakan ng tubig kung saan naglalaba ang mga tao. ¹⁸Ipinatawag nila si Haring Hezekia, pero ang pinapunta ng hari ay sina Eliakim na anak ni Hilkia, na namamahala ng palasyo, Shebna na kalihim at Joa na anak ni Asaf, na namamahala ng mga kasulatan sa kaharian. ¹⁹Sinabi sa kanila ng kumander ng mga sundalo, "Sabihin n'yo kay Hezekia na ito ang sinasabi ng makapangyarihang hari ng Asiria:

" 'Ano ba ang ipinagmamalaki mo? ²⁰Sinasabi mong maabilidad at malakas ang mga sundalo mo, pero walang kabuluhan ang mga sinasabi mo. Sino ba ang ipinagmamalaki mo at nagrerebelde ka sa akin? ²¹Ang Egipto ba? Ang bansang ito at ang hari nito ay parang nabaling tungkod na nakakasugat sa kamay kapag ginamit mo. ²²Maaari ninyong sabihin na nagtitiwala kayo sa Panginoon na inyong Dios, pero hindi ba't ikaw din Hezekia ang nagpagiba ng mga sambahan niya sa matataas na lugar pati ang mga altar nito. At sinabi mo pa sa mga nakatira sa Jerusalem at mga lungsod ng Juda na sumamba sila sa *nag-iisang* altar doon sa Jerusalem?'

²³"Ngayon inaalok ka ng aking amo, ang hari ng Asiria. Bibigyan ka namin ng 2,000 kabayo kung may 2,000 ka ring mangangabayo! ²⁴Hindi ka mananalo kahit sa pinakamababang opisyal ng aking amo. Bakit Umaasa ka lang naman sa Egipto na bibigyan ka nito ng mga karwahe at mangangabayo. ²⁵Iniisip mo bang hindi ako inutusan ng Panginoon na pumunta rito? Ang Panginoon mismo ang nag-utos sa akin na lusubin at lipulin ang bansang ito."

---

a 16 *hamba:* sa Ingles, *"doorpost."*

²⁶ Sinabi nina Eliakim, Shebna at Joa sa kumander *ng mga sundalo,* "Pakiusap, kausapin mo kami sa wikang Aramico, dahil naiintindihan din namin ang *wikang* ito. Huwag mong gamitin ang *wikang Hebreo* dahil maririnig ka ng mga taong nasa mga pader ng lungsod." ²⁷ Pero sumagot ang kumander, "Inutusan ako ng aking amo na ipaalam ang mga bagay na ito hindi lang sa inyo at sa inyong hari kundi sa lahat ng naninirahan sa Jerusalem. *Magugutom at mauuhaw* kayong lahat *kapag nilusob namin kayo. Kaya* kakainin ninyo ang inyong mga dumi at iinumin ninyo ang inyong mga ihi."

²⁸ Pagkatapos, tumayo ang kumander at sumigaw sa wikang Hebreo, "Pakinggan ninyo ang mensahe ng makapangyarihang hari ng Asiria! ²⁹ Ito ang sinabi niya: Huwag kayong magpaloko kay Hezekia. Hindi niya kayo maililigtas mula sa mga kamay ko! ³⁰ Huwag kayong maniwala sa kanya na magtiwala sa Panginoon kapag sinabi niya, 'Tiyak na ililigtas tayo ng Panginoon; hindi ipapaubaya ang lungsod na ito sa kamay ng hari ng Asiria.'

³¹ "Huwag kayong makinig kay Hezekia! Ito ang ipinapasabi ng hari ng Asiria: Huwag na kayong lumaban sa akin; sumuko na lang kayo! Papayagan ko kayong kainin ang bunga ng inyong mga ubasan at mga puno ng igos at inumin ang tubig sa sarili ninyong mga balon, ³² hanggang sa dumating ako at dadalhin ko kayo sa lupaing katulad din ng inyong lupain na may mga ubasan na magbibigay sa inyo ng bagong katas ng ubas at may mga trigo na magagawa ninyong tinapay, at mayroon ding mga punong olibo at mga pulot. Piliin ninyo ang mabuhay kaysa ang mamatay. Huwag ninyong pakinggan si Hezekia! Inililigaw lang niya kayo kapag sinabi niya, 'Ililigtas tayo ng Panginoon!' ³³ May mga dios ba sa ibang bansa na nailigtas ang kanilang bayan mula sa kamay ng hari ng Asiria? ³⁴ May nagawa ba ang mga dios ng Hamat, Arpad, Sefarvaim, Hena, at Iva? Nailigtas ba nila ang Samaria mula sa mga kamay ko? ³⁵ Alin sa mga dios ng mga bansang ito ang nakapagligtas sa kanilang bansa laban sa akin? Kaya papaano maililigtas ng Panginoon ang Jerusalem mula sa mga kamay ko?" ³⁶ Hindi sumagot ang mga tao dahil inutusan sila ni Haring Hezekia na huwag sumagot. ³⁷ Pagkatapos, pinunit nina Eliakim, Shebna, at Joa ang damit nila *sa sobrang kalungkutan.* Bumalik sila kay Hezekia at ipinaalam ang lahat ng sinabi ng kumander ng mga sundalo.

Humingi ng Payo si Haring Hezekia kay Isaias (Isa. 37:1-7)

19 Nang marinig ni Haring Hezekia ang balita, pinunit niya ang kanyang damit, nagdamit siya ng sako *para ipakita ang kalungkutan niya* at pumunta siya sa templo ng Panginoon *para manalangin.* ² Pinapunta niya kay Propeta Isaias na anak ni Amoz sina Eliakim na tagapamahala ng palasyo, Shebna na kalihim at ang mga punong pari na nakadamit ng sako.

³ *Pagdating nila kay Isaias,* sinabi nila sa kanya, "Ito ang sinabi ni Haring Hezekia: Ito ang panahon ng paghihirap, pagtutuwid at kahihiyan. Katulad tayo ng isang babae na malapit nang manganak na wala ng lakas para iluwal ang sanggol. ⁴ Ipinadala ng hari

ng Asiria ang kumander ng kanyang mga sundalo para kutyain ang Dios na buhay. Baka sakaling narinig ng Panginoon na iyong Dios ang lahat na sinabi ng kumander at parusahan ito sa sinabi niya. Kaya ipanalangin mo ang mga natira sa atin."

⁵ Nang naipaalam na ng mga opisyal ni Haring Hezekia ang mensahe kay Isaias, ⁶ sinabi ni Isaias sa kanila, "Sabihin ninyo sa inyong amo na ito ang sinasabi ng Panginoon: 'Huwag kang matakot sa narinig mong paglapastangan sa akin ng mga tauhan ng hari ng Asiria. ⁷ Pakinggan mo! Pupuspusin ko ng espiritu ang hari ng Asiria. Makakarinig siya ng balita na magpapabalik sa kanya sa sarili niyang bansa. At doon ko siya ipapapatay sa pamamagitan ng espada.'"

Muling Nagbanta ang Asiria (Isa. 37:8-20)

⁸ Nang marinig ng kumander na umalis na sa Lakish ang hari ng Asiria at kasalukuyang nakikipaglaban sa Libna, pumunta siya roon. ⁹ Nang makatanggap ng balita si Haring Senakerib *ng Asiria* na lulusubin sila ni Haring Tirhaka ng Etiopia,ᵃ nagsugo siya ng mga mensahero kay Hezekia para sabihin ito: ¹⁰ "Huwag kang magpaloko sa inaasahan mong Dios kapag sinabi niya, 'Hindi ipapaubaya ang Jerusalem sa kamay ng hari ng Asiria.' ¹¹ Makinig ka! Narinig mo kung ano ang ginawa ng mga hari ng Asiria sa halos lahat ng bansa. Nilipol sila nang lubusan. Sa palagay mo ba makakaligtas ka? ¹² Nailigtas ba ang mga bansang ito ng dios nila? Ang mga lungsod ng Gozan, Haran, Reshef at ang mga mamamayan ng Eden na nasa Tel Asar ay nilipol ng mga ninuno ko. ¹³ May nagawa ba ang hari ng Hamat, Arpad, Sefarvaim, Hena at Iva?"

Ang Panalangin ni Haring Hezekia

¹⁴ Nang makuha ni Hezekia ang sulat mula sa mensahero, binasa niya ito. Pumunta siya sa templo ng Panginoon at inilapag ang sulat sa presensya ng Panginoon. ¹⁵ Pagkatapos, nanalangin siya, "Panginoon, Dios na Israel na nakaupo sa trono sa pagitan ng mga kerubin, kayo lang po ang Dios na namamahala sa lahat ng kaharian dito sa mundo. Nilikha ninyo ang kalangitan at ang mundo. ¹⁶ Panginoon, pakinggan n'yo po at tingnan *ang mga nangyayari.* O Dios na buhay, narinig n'yo ang mga sinabi ni Senakerib na lumapastangan sa inyo. ¹⁷ Panginoon, totoo po na nilipol ng mga hari ng Asiria ang maraming bansa. ¹⁸ *Winasak nila* ang mga dios-diosan nila sa pamamagitan ng pagtapon ng mga ito sa apoy. Dahil hindi po ito mga totoong dios kundi mga bato at kahoy lang na ginawa ng tao. ¹⁹ Kaya, Panginoon naming Dios, iligtas po ninyo kami sa kamay ng Asiria, para malaman ng lahat ng kaharian dito sa mundo na kayo lang, Panginoon, ang Dios."

Ang Paglipol kay Senakerib (Isa. 37:21-38)

²⁰ Pagkatapos, nagpadala si Isaias na anak ni Amoz ng mensahe kay Hezekia ng ganito, "Ito ang sinasabi ng Panginoon, ang Dios ng Israel: Narinig

---

ᵃ **9** *Etiopia:* sa Hebreo, *Cush.*

ko ang panalangin mo tungkol kay Haring Senakerib ng Asiria. [21] Ito ang sinabi ko laban sa kanya:

'Pinagtatawanan at iniinsulto ka ng mga naninirahan sa Zion,[a] ang lungsod ng Jerusalem.

Umiiling-iling sila sa paghamak sa iyo habang nakatalikod ka.

[22] Sino ba ang hinahamak at nilalapastangan mo? Sino ang pinagtataasan mo ng boses at pinagyayabangan mo?

Hindi ba't *ako*, ang Banal na Dios ng Israel?

[23] Kinutya mo ako sa pamamagitan ng iyong mga sugo.

Sinabi mo pa, "Sa pamamagitan ng aking maraming karwahe naakyat ko ang matataas na bundok pati na ang tuktok ng bundok ng Lebanon.

Pinutol ko ang pinakamataas na mga puno ng sedro at natatanging sipres nito.

Nakarating ako sa tuktok nito na may makapal na kagubatan.

[24] Naghukay ako ng balon sa ibang mga lugar at uminom ng tubig mula rito.

Sa pagdaan ko, natuyo ang mga sapa sa Egipto."

[25] " 'Totoo ngang winasak mo ang mga napapaderang lungsod.

Pero hindi mo ba alam na matagal ko nang itinakda iyon?

Mula pa noon, naplano ko na ito at ngayon, ginagawa ko na ito.

[26] Ang mga mamamayan *ng mga lungsod na iyong nilipol* ay nawalan ng lakas. Natakot sila at napahiya.

Para silang mga damo sa parang *na madaling malanta*,

o mga damong tumutubo sa bubungan ng bahay na pagkatapos tumubo ay nalanta rin agad.

[27] Pero alam ko *ang lahat tungkol sa iyo*, kung saan ka nananatili, kung saan ka galing, kung saan ka pupunta, at kung gaano katindi ang galit mo sa akin.

[28] Dahil narinig ko ang galit mo at ang pagmamayabang sa akin, lalagyan ko ng kawit ang ilong mo, at bubusalan ko ang bibig mo, at hihilahin ka pabalik sa iyong pinagmulan, sa daan na iyong tinahak.' "

[29] *Sinabi pa ni Isaias kay* Hezekia, "Ito ang tanda na iingatan ng PANGINOON *ang Jerusalem sa mga taga-Asiria*: Sa taon na ito, ang mga bunga ng mga tanim na kusang tumutubo lang ang kakainin ninyo, at sa susunod na taon ang mga bunga naman ng mga tanim na tumubo mula sa dating tanim. Pero sa ikatlong taon, makakapagtanim na kayo *ng trigo at makakaani*. Makakapagtanim na rin kayo ng mga ubas at makakakain ng mga bunga nito. [30] At ang mga natirang buhay sa Juda ay muling uunlad, katulad ng tanim na nagkakaugat nang malalim at namumunga. [31] Sapagkat may mga matitirang buhay na mangangalat mula sa Jerusalem, sa Bundok ng

Zion. Titiyakin ng PANGINOONG Makapangyarihan na ito'y magaganap.

[32] "Ito ang sinasabi ng PANGINOON tungkol sa hari ng Asiria: Hindi siya makakapasok sa lungsod ng Jerusalem, ni hindi makakapana kahit isang palaso rito. Hindi siya makakalapit na may pananggalang o kaya'y mapapaligiran ang lungsod para lusubin ito. [33] Babalik siya sa pinanggalingan niya, sa daan na kanyang tinahak. *Ako*, ang PANGINOON, ay nagsasabing hindi siya makakapasok sa lungsod na ito. [34] Iingatan at ililigtas ko ang lungsod na ito para sa karangalan ko at dahil *sa pangako ko* kay David na aking lingkod."

[35] Kinagabihan, pumunta ang anghel ng PANGINOON sa kampo ng Asiria at pinatay niya ang 185,000 kawal. Kinaumagahan, paggising ng mga natitirang buhay, nakita nila ang napakaraming bangkay. [36] Dahil dito, umuwi si Senakerib sa Nineve at doon na tumira.

[37] Isang araw, habang sumasamba si Senakerib sa templo ng dios niyang si Nisroc, pinatay siya ng kanyang dalawang anak na lalaki na sina Adramelec at Sharezer sa pamamagitan ng espada at tumakas ang mga ito papunta sa Ararat. At ang anak niyang si Esarhadon ang pumalit sa kanya bilang hari.

Ang Pagkakasakit ni Hezekia
(2 Cro. 32:24-26; Isa. 38:1-8, 21-22)

20 Nang panahong iyon, nagkasakit si Hezekia na halos ikamatay niya. Pumunta sa kanya si Propeta Isaias na anak ni Amoz at sinabi, "Sinabi ng PANGINOON na magbilin ka na sa sambahayan mo dahil hindi ka na gagaling; mamamatay ka na." [2] Nang marinig ito ni Hezekia, humarap siya sa dingding at nanalangin sa PANGINOON. [3] Sinabi niya, "PANGINOON, alalahanin po ninyo kung papaano ako namuhay nang tapat at buong pusong naglingkod sa inyo at kung papaano ako gumawa ng mabuti sa paningin ninyo." At umiyak siya nang husto.

[4] Nang hindi pa nakakaalis si Isaias sa gitna ng bulwagan ng palasyo, sinabi sa kanya ng PANGINOON, [5] "Bumalik ka kay Hezekia, na pinuno ng mga mamamayan ko at sabihin mo ito: 'Ito ang sinasabi ng PANGINOON, ang Dios ng ninuno mong si David: Narinig ko ang panalangin mo at nakita ko ang mga luha mo kaya pagagalingin kita. Sa ikatlong araw mula ngayon, *makakabangon ka na* at makakapunta ka sa templo ng PANGINOON. [6] Dadagdagan ko pa ng 15 taon ang buhay mo. Ililigtas kita at ang lungsod na ito sa kamay ng hari ng Asiria. Iingatan ko ang lungsod na ito para sa karangalan ko at dahil kay David na aking lingkod.' " [7] Sinabi ni Isaias *sa mga utusan ni Haring Hezekia* na tapalan nila ang namamagang bukol nito ng dinurog na igos. Ginawa nga nila ito at gumaling siya.

[8] *Noong hindi pa gumagaling* si Hezekia, nagtanong siya kay Isaias, "Ano ba ang magpapatunay na gagaling ako at makakapunta sa templo ng PANGINOON sa ikatlong araw mula ngayon?" [9] Sumagot si Isaias, "Ito ang tanda na ibibigay ng PANGINOON na magpapatunay na tutuparin niya ang pangako niya. *Pumili ka sa dalawang ito*: Aatras ng sampung hakbang ang anino ng araw sa orasan[b]

---

a 21 *Zion*: sa Hebreo, *birhen na anak na babae ng Zion... anak na babae ng Jerusalem.*

b 9 *orasan*: Ang orasan na ito ay nakabatay sa anino ng araw.

o aabante ng sampung hakbang?" [10] Sumagot si Hezekia, "Mas madaling umabante ng sampung hakbang ang anino, kaya paatrasin mo na lang ito ng sampung hakbang!" [11] Kaya nanalangin si Isaias sa PANGINOON at pinaatras ng PANGINOON ng sampung hakbang ang anino araw sa orasan na ipinagawa ni Ahaz.

Ang mga Mensahero Mula sa Babilonia

[12] Nang panahong iyon, nabalitaan ni Merodac Baladan na anak ni Haring Baladan ng Babilonia na nagkasakit si Hezekia. Kaya nagpadala siya ng mga sulat at regalo kay Hezekia. [13] Malugod na tinanggap ni Hezekia ang mga sugo, at ipinakita niya sa mga ito ang lahat ng mga bagay sa taguan ng kayamanan niya—ang mga pilak, ginto, sangkap, magagandang uri ng langis, mga armas at ang iba pa niyang mga kayamanan. Wala ni isang bagay sa palasyo o kaharian ang hindi niya ipinakita sa kanila.

[14] Samantala, pumunta si Propeta Isaias kay Haring Hezekia at nagtanong, "Saan ba nanggaling ang mga taong iyan at ano ang kailangan nila?" Sumagot si Hezekia, "Nanggaling sila sa malayong lugar, sa Babilonia." [15] Nagtanong pa ang propeta, "Ano ang nakita nila sa palasyo mo?" Sumagot si Hezekia, "Nakita nila ang lahat *ng bagay* sa palasyo ko. Wala kahit isa sa mga kayamanan ko ang hindi ko ipinakita sa kanila." [16] Pagkatapos, sinabi ni Isaias kay Hezekia, "Pakinggan mo ang mensahe ng PANGINOON: [17] Darating ang panahon na dadalhin sa Babilonia ang lahat ng kayamanan sa palasyo mo, pati ang lahat ng naipon ng mga ninuno mo na nariyan pa hanggang ngayon. Walang matitira, sabi ng PANGINOON. [18] At ang iba sa mga susunod na lahi mo ay bibihagin at magiging alipin sa palasyo ng hari ng Babilonia." [19] Ang akala ni Hezekia ay *hindi pa mangyayari iyon, kundi* magiging mapayapa at walang panganib sa kapanahunan niya. Kaya sinabi niya kay Isaias, "Maganda ang mensaheng iyon ng PANGINOON na sinabi mo sa akin."

Ang Katapusan ng Paghahari ni Hezekia (2 Cro. 32:32-33)

[20] Ang iba pang salaysay tungkol sa paghahari ni Hezekia, at lahat ng ginawa niya at pagtatagumpay, pati ang pagpapagawa niya ng imbakan ng tubig at dinadaluyan nito papunta sa lungsod ay nakasulat sa Aklat ng Kasaysayan ng mga hari ng Juda.

[21] Nang mamatay si Hezekia, ang anak niyang si Manase ang pumalit sa kanya bilang hari.

Ang Paghahari ni Manase sa Juda (2 Cro. 33:1-20)

21 Si Manase ay 12 taong gulang nang maging hari ng Juda. Sa Jerusalem *siya tumira, at* naghari siya roon sa loob ng 55 taon. Ang ina niya ay si Hefziba. [2] Masama ang ginawa niya sa paningin ng PANGINOON. Sumunod siya sa kasuklam-suklam na gawain ng mga bansang pinalayas ng PANGINOON sa pamamagitan ng mga Israelita. [3] Muli niyang ipinatayo ang mga sambahan sa matataas na lugar[a] na ipinagiba ng ama niyang si Hezekia. Ipinatayo rin niya ang mga altar para kay Baal at nagpagawa

ng posteng *simbolo ng diosang si* Ashera, tulad ng ipinagawa ni Haring Ahab ng Israel. Sumamba siya sa lahat ng bagay na nasa langit. [4] Nagpagawa pa siya ng mga altar sa templo ng PANGINOON sa Jerusalem, ang lugar na sinabi ng PANGINOON na pararangalan siya. [5] Inilagay niya ang mga altar sa magkabilang panig ng bakuran ng templo ng PANGINOON para sambahin ang lahat ng bagay sa langit. [6] Inihandog pa niya ang sarili niyang anak sa apoy. Ginawa rin niya ang mga ginagawa ng mga mangkukulam at mga manghuhula, at nagtatanong siya sa mga espiritista na nakikipag-usap sa kaluluwa ng patay. Labis ang pagkakasala ni Manase na nakapagpagalit sa PANGINOON. [7] Ang ipinagawa niya na posteng *simbolo ng diosang si* Ashera ay inilagay niya sa templo, ang lugar kung saan sinabi ng PANGINOON kay David at sa anak nitong si Solomon, "Pararangalan ako habang buhay sa templong ito at sa Jerusalem, ang lugar na pinili ko sa lahat ng lahi ng Israel. [8] Kung tutuparin lang ng mamamayan ng Israel ang lahat ng kautusan na ibinigay ko sa kanila *sa pamamagitan* ng lingkod kong si Moises, hindi ko papayagang palayasin sila sa lupaing ito na ibinigay ko sa mga ninuno nila." [9] Pero ayaw makinig ng mga tao. Inudyukan sila ni Manase sa paggawa ng masasama at ang ginawa nila ay mas masama pa kaysa sa ginawa ng mga bansang nilipol ng PANGINOON sa pamamagitan ng mga Israelita.

[10] Sinabi ng PANGINOON sa pamamagitan ng mga lingkod niyang propeta: [11] "Gumawa si Haring Manase ng Juda ng mga kasuklam-suklam na gawain, na mas masama pa kaysa sa ginawa ng mga Ammonitang nakatira sa lupaing ito bago dumating ang mga Israelita. Inudyukan niya ang mga taga-Juda sa pagkakasala sa pamamagitan ng *pagsamba sa* mga dios-diosan niya. [12] Kaya ako, ang PANGINOON na Dios ng Israel, ay magpapadala ng kapahamakan sa Jerusalem at sa Juda, at ang bawat isa na makakarinig nito ay matatakot. [13] Hahatulan ko ang Jerusalem katulad nang paghatol ko sa Samaria at sa sambahayan ni *Haring* Ahab. Lilinisin ko ang Jerusalem tulad ng pinggan na pinunasan at itinaob. [14] Itatakwil ko kahit pa ang natira sa aking mga mamamayan at ibibigay ko sila sa mga kaaway nila bilang bihag. [15] Mangyayari ito sa kanila dahil masama ang ginawa nila sa paningin ko at ginalit nila ako, mula pa nang lumabas ang mga ninuno nila sa Egipto hanggang ngayon."

[16] Maraming inosenteng tao ang pinatay ni Manase hanggang sa dumanak ang dugo sa mga daanan ng Jerusalem. Hindi pa kabilang dito ang kasalanan na ginawa niya na naging dahilan ng pagkakasala ng mga taga-Juda sa paningin ng PANGINOON.

[17] Ang iba pang salaysay tungkol sa paghahari ni Manase, at lahat ng ginawa niya, pati ang mga kasalanan na ginawa niya ay nakasulat sa Aklat ng Kasaysayan ng mga hari ng Juda.

[18] Nang mamatay si Manase, inilibing siya sa hardin ng kanyang palasyo, na tinatawag na Uza. At ang anak niyang si Ammon ang pumalit sa kanya bilang hari.

Ang Paghahari ni Ammon sa Juda (2 Cro. 33:21-25)

[19] Si Ammon ay 22 taong gulang nang maging hari ng Juda. Sa Jerusalem *siya tumira, at* naghari

---

a 3 sambahan sa matataas na lugar: Tingnan sa Talaan ng mga Salita sa likod.

siya roon sa loob ng dalawang taon. Ang ina niya ay si Mesulemet na taga-Jotba at anak ni Haruz. [20] Masama ang ginawa ni Ammon sa paningin ng Panginoon, katulad ng ginawa ni Manase na kanyang ama. [21] Sinunod niya ang pamumuhay ng kanyang ama. Sinamba niya ang mga dios-diosan na sinasamba nito [22] at itinakwil niya ang Panginoon, ang Dios ng mga ninuno niya. Hindi niya sinunod ang pamamaraan ng Panginoon. [23] Nagplano ng masama ang mga opisyal ni Ammon laban sa kanya at pinatay siya sa palasyo niya. [24] Pero pinatay ng mamamayan ng Juda ang lahat ng pumatay kay Haring Ammon. At ang anak niyang si Josia ang ipinalit nila bilang hari.

[25] Ang iba pang salaysay tungkol sa paghahari ni Ammon, at lahat ng ginawa niya ay nakasulat sa Aklat ng Kasaysayan ng mga hari ng Juda. [26] Inilibing si Ammon sa libingan niya sa hardin na tinatawag na Uza. At ang anak niyang si Josia ang pumalit sa kanya bilang hari.

Ang Paghahari ni Josia sa Juda
(2 Cro. 34:1-2)

22 Si Josia ay walong taong gulang nang maging hari ng Juda. Sa Jerusalem *siya tumira, at* naghari siya roon sa loob ng 31 taon. Ang ina niya ay si Jedida na taga-Bozkat at anak ni Adaya. [2] Matuwid ang ginawa niya sa paningin ng Panginoon at sumunod siya sa pamumuhay ng ninuno niyang si David. At lubos siyang sumunod sa mga utos ng Dios.

Natagpuan sa Templo ang Aklat ng Kautusan
(2 Cro. 34:8-28)

[3] Nang ika-18 taon ng paghahari ni Josia, pinapunta niya sa templo ng Panginoon ang kanyang kalihim na si Shafan, na anak ni Azalia at apo ni Meshulam at sinabi, [4] "Pumunta ka sa punong pari na si Hilkia at ipaipon mo sa kanya ang perang dinala ng mga tao sa templo ng Panginoon, na kinolekta ng mga *paring* nagbabantay sa pintuan ng templo. [5] Sabihin mo na ibigay niya ito sa mga taong pinagkakatiwalaang mamahala sa pagpapaayos ng templo, para ibayad sa mga manggagawa sa templo ng Panginoon— [6] ang mga karpintero at mga kantero. Ang ibang pera ay ibibili nila ng mga kahoy at mga hinating bato na kailangan sa pagpapaayos ng templo. [7] Hindi na sila kailangan pang hanapin ng listahan kung paano ginastos ang pera dahil mapagkakatiwalaan sila."

[8] Sinabi ni Hilkia na punong pari kay Shafan na kalihim, "Nakita ko ang Aklat ng Kautusan sa templo ng Panginoon." Ibinigay ni Hilkia ang aklat kay Shafan at binasa niya ito. [9] Pagkatapos, pumunta si Shafan sa hari at sinabi, "Kinuha na po ng mga opisyal ninyo ang pera sa templo at ibinigay sa mga katiwala na itinalaga sa pagpapaayos ng templo." [10] Sinabi pa niya sa hari, "May ibinigay na aklat sa akin ang paring si Hilkia." At binasa niya ito sa harapan ng hari.

[11] Nang marinig ng hari ang nakasulat sa Aklat ng Kautusan, pinunit niya ang kanyang damit *bilang pagpapakita ng kalungkutan niya.* [12] Inutusan niya sina Hilkia na pari, Ahikam na

anak ni Shafan, Acbor na anak ni Micaya, Shafan na kalihim at Asaya na personal niyang lingkod. *Sinabi niya,* [13] "Magtanong kayo sa Panginoon para sa akin at para sa mga mamamayan ng Juda tungkol sa nakasulat sa aklat na ito. Galit na galit ang Panginoon sa atin dahil hindi sumunod ang mga ninuno natin sa nakasulat dito. Hindi natin ginagawa ang mga ipinatutupad ng aklat na ito."

[14] Kaya pumunta ang paring si Hilkia, Ahikam, Acbor, Shafan at Asaya sa babaeng propeta na si Hulda para makipag-usap. Nakatira si Hulda sa ikalawang distrito ng Jerusalem. Asawa siya ni Shalum na anak ni Tikva at apo ni Harhas. Si Shalum ang namamahala ng mga damit sa templo.

[15-16] Sinabi ni Hulda sa kanila, "Sabihin ninyo sa taong nagpadala sa inyo sa akin na ito ang sinasabi ng Panginoon, ang Dios ng Israel: 'Lilipulin ko ang lugar na ito at ang mga naninirahan dito, ayon sa nasusulat sa aklat na binasa mo. [17] Ipapakita ko ang galit ko sa lugar na ito at hindi ito titigil, dahil itinakwil ako ng aking mga mamamayan at sumamba sila[a] sa ibang mga dios. Ginalit nila ako sa mga ginawa nila.'[b]

[18] "Sabihin ninyo sa hari ng Juda na nagpadala sa inyo para magtanong sa Panginoon, na hindi siya dapat mabahala sa mensaheng ito, dahil ito ang sinasabi ng Panginoon, ang Dios ng Israel: [19] Pinakinggan ko ang panalangin mo dahil nagsisi ka at nagpakumbaba sa harapan ko nang marinig mo ang sinabi ko na susumpain at lilipulin ko ang lugar na ito at ang mga naninirahan dito. Pinunit mo pa ang iyong damit at umiyak sa harapan ko *dahil sa pagsisisi. Kaya ako,* ang Panginoon, ay nagsasabi na [20] habang buhay ka pa, hindi darating ang kapahamakan na ipapadala ko sa lugar na ito. Mamamatay ka nang may kapayapaan."

At sinabi nila sa hari ang isinagot ni Hulda.

Mga Pagbabago na Ginawa ni Josia
(2 Cro. 34:3-7, 29-33)

23 Pagkatapos, ipinatawag ni Haring *Josia* ang lahat ng tagapamahala ng Juda at Jerusalem. [2] Pumunta siya sa templo ng Panginoon kasama ang lahat ng mamamayan ng Juda at Jerusalem, mula sa pinakatanyag hanggang sa pinakamababa. Sumama rin ang mga pari at mga propeta. Binasa sa kanila ni Josia ang lahat ng nakasulat sa Aklat ng Kasunduan *ng Dios* na nakita sa templo ng Panginoon. [3] Pagkatapos, tumayo si Josia sa gilid ng haligi. At gumawa siya ng kasunduan sa presensya ng Panginoon na susunod siya sa Panginoon sa pamamagitan ng pagtupad sa kanyang mga utos, katuruan, at tuntunin nang buong puso't kaluluwa. Sa ganitong paraan matutupad ang mga ipinapatupad na kasunduan *ng Dios* na nasusulat sa aklat na ito. At nangako rin ang mga tao na tutupad sila sa kasunduan.

[4] Pagkatapos, inutusan ni Haring *Josia* ang punong pari na si Hilkia, ang mga paring pumapangalawa sa katungkulan ni Hilkia at ang

---

a 17 sumamba sila: sa Hebreo, *nagsunog sila ng insenso,* na isang paraan ng pagsamba.

b 17 sa mga ginawa nila: o, *sa mga dios-diosang ginawa nila.*

mga paring nagbabantay sa pintuan ng templo, na alisin sa templo ng Panginoon ang lahat ng kagamitan na ginagamit sa pagsamba kina Baal, Ashera, at sa lahat ng bagay na nasa langit. Ipinasunog niya ito sa labas ng Jerusalem, sa bukid ng Lambak ng Kidron, at dinala ang abo sa Betel. ⁵ Pinaalis niya sa tungkulin ang mga paring naglilingkod sa mga dios-diosan. Ang mga paring ito ay pinagkakatiwalaan ng mga hari ng Juda sa pagsunog ng mga insenso sa mga sambahan sa matataas na lugar* doon sa mga bayan ng Juda at sa paligid ng Jerusalem. Nagsunog sila ng mga insenso para kay Baal at sa mga nasa langit—sa araw, buwan at mga bituin. ⁶ Pinaalis din ni Haring Josia ang posteng simbolo ng diosang si Ashera sa templo ng Panginoon at dinala sa labas ng Jerusalem, sa Lambak ng Kidron, at sinunog doon. Pagkatapos, ipinadurog niya ito nang pino at isinabog ang abo sa libingan ng mga tao. ⁷ Ipinagiba rin niya ang mga bahay ng mga lalaki at babaeng bayaran na nasa templo ng Panginoon, kung saan nananahi ang mga babae ng mga damit na ginagamit sa pagsamba kay Ashera.ᵇ

⁸ Pinabalik ni Josia sa Jerusalem ang lahat ng pari na nakatira sa ibang mga bayan ng Juda. Dinungisan niyaᶜ ang mga sambahan sa matataas na lugar, mula sa Geba hanggang sa Beersheba kung saan nagsusunog ang mga pari ng mga insenso. Ipinagiba niya ang mga sambahan sa Pintuan ni Josue, ang gobernador ng Jerusalem. Ang pintuang ito ay nasa kaliwang bahagi ng pintuan ng lungsod. ⁹ Ang mga paring naglilingkod sa mga sambahan sa matataas na lugar ay hindi pinayagang maglingkod sa altar ng Panginoon sa Jerusalem, pero pinayagan silang kumain ng tinapay na walang pampaalsa kasama ng ibang mga pari.

¹⁰ Ipinagiba rin ni Josia ang altar ng Tofet, sa Lambak ng Ben Hinom, para walang sinumang maghahandog ng mga anak nila sa pamamagitan ng apoy para kay Molec. ¹¹ Kinuha rin niya sa pintuan ng templo ng Panginoon ang mga kabayoᵈ na inialay ng mga hari ng Juda para sa araw. Ang mga kabayong ito ay nasa bandang bakuran ng templo, malapit sa kwarto ng opisyal na si Natan Melec. Sinunog din ni Josia ang mga karwahe na inihahandog sa araw.

¹² Ipinagiba niya ang mga altar na ipinatayo ng mga hari ng Juda sa bubong ng kwarto ni Ahaz, pati ang mga altar na ipinagawa ni Manase sa bakuran ng templo ng Panginoon. Ipinadurog niya ito ng pino at isinabog ang abo sa Lambak ng Kidron. ¹³ Dinungisan din niya ang mga sambahan sa matataas na lugar sa silangan ng Jerusalem at sa timog ng Bundok ng Kasamaan. Ang mga sambahang ito ay ipinatayo ni Haring Solomon ng Israel para kay Ashtoret, ang kasuklam-suklam na diosa mga Sidoneo, para kay Kemosh, ang

kasuklam-suklam na dios-diosan ng mga Moabita, at para rin kay Molec, ang kasuklam-suklam dios-diosan ng mga Ammonita. ¹⁴ Ipinadurog ni Josia ang mga alaalang bato at pinagpuputol ang mga posteng simbolo ng diosang si Ashera. Pagkatapos, dinungisan niya ang mga lugar na iyon sa pamamagitan ng pagkalat ng mga buto ng tao. ¹⁵ Ipinagiba din ni Josia kahit ang altar sa mga sambahan sa matataas na lugar sa Betel. Ang sambahang ito ay ipinagawa ni Jeroboam sa anak ni Nebat, na naging dahilan ng pagkakasala ng mga taga-Israel. Dinurog ito ni Josia ng pino at sinunog pati ang posteng simbolo ng diosang si Ashera. ¹⁶ At habang nakatitig siya sa paligid, nakita niya ang mga libingan sa gilid ng kabundukan. Ipinakuha niya ang mga buto sa mga libingan at sinunog niya roon sa altar sa Betel para dungisan ito. Nangyari ito ayon sa sinabi ng Panginoon sa pamamagitan ng lingkod niya na nagpropesiya tungkol sa mga bagay na ito. ¹⁷ Nagtanong si Haring Josia, "Kaninong libingan iyan?" Sumagot ang mga mamamayan ng lungsod, "Libingan po ito ng lingkod ng Dios na taga-Juda. Siya ang nagpropesiya tungkol sa mga ginawa ninyo ngayon sa altar sa Betel." ¹⁸ Sinabi ng hari, "Pabayaan lang ninyo ang libingan niya. Huwag ninyong kunin ang mga buto niya." Kaya hindi nila kinuha ang mga buto nito pati ang buto ng mga propeta na taga-Samaria.

¹⁹ Pagkatapos, giniba ni Josia ang mga sambahan sa matataas na lugar sa Samaria, tulad ng ginawa niya sa Betel. Ito ang mga sambahan na ipinagawa ng mga hari ng Israel na nakapagpagalit sa Panginoon. ²⁰ Pinatay ni Josia ang lahat ng pari roon mismo sa mga altar ng mga sambahan na iyon. At sinunog niya ang buto ng mga tao sa mga altar na iyon para dungisan ito. Pagkatapos, bumalik siya sa Jerusalem.

Ipinagdiwang ni Josia ang Pista ng Paglampas ng Anghel
(2 Cro. 35:1-19)

²¹ Inutusan ni Josia ang lahat ng tao, "Ipagdiwang natin ang Pista ng Paglampas ng Anghel para parangalan ang Panginoon na ating Dios, ayon sa nakasulat dito sa Aklat ng Kasunduan ng Dios." ²² Walang naging katulad ang pagdiriwang ng Pista ng Paglampas ng Anghel mula pa nang panahon ng mga pinuno na namahala sa Israel at nang panahon ng mga hari ng Israel at Juda. ²³ Ipinagdiwang nila ang pista sa Jerusalem para parangalan ang Panginoon nang ika-18 taong paghahari ni Josia.

²⁴ Pinalayas din ni Josia sa Jerusalem at sa buong Juda ang mga espiritista na nakikipag-usap sa mga kaluluwa ng patay, ang mga dios ng mga tahanan, at iba pang mga dios-diosan at ang lahat ng kasuklam-suklam na sinasamba ng mga tao. Ginawa ito ni Josia para tuparin ang mga utos na nakasulat sa aklat na nakita ng paring si Hilkia sa templo ng Panginoon. ²⁵ Wala pang naging hari na katulad ni Josia na sumunod sa Panginoon ng buong puso, buong kaluluwa at nang buong lakas. Tinupad niya ang lahat ng Kautusan ni Moises, at wala ni isa man ang katulad niyang manungkulan kahit ang mga sumunod sa kanya.

ᵃ 5 sambahan sa matataas na lugar: Tingnan sa Talaan ng mga Salita sa likod.

ᵇ 7 mga damit…kay Ashera: o, pantakip para sa poste na simbolo ni Ashera.

ᶜ 8 Dinungisan niya upang hindi na ito pagsambahan ng mga tao, dahil hindi kalooban ng Dios na doon sila sumamba.

ᵈ 11 mga kabayo: Maaring ito ay estatwa.

²⁶ Pero kahit tinupad pa niya itong lahat, hindi pa rin nawala ang galit ng PANGINOON sa Juda, dahil sa lahat ng ginawa ni Manase na nakapagpagalit sa kanya. ²⁷ Kaya sinabi ng PANGINOON, "Palalayasin ko sa aking harapan ang Juda katulad ng ginawa ko sa Israel at itatakwil ko ang Jerusalem, ang lungsod na aking pinili at ang templong ito na sinabi kong dito ako pararangalan."

Ang Katapusan ng Paghahari ni Josia
(2 Cro. 35:20–36:1)

²⁸ Ang iba pang salaysay tungkol sa paghahari ni Josia, at lahat ng ginawa niya ay nakasulat sa Aklat ng Kasaysayan ng mga hari ng Juda.

²⁹ Nang naghahari pa si Josia, si Faraon Neco na hari ng Egipto ay pumunta sa Ilog ng Eufrates para tulungan ang hari ng Asiria. Umalis si Haring Josia *at ang mga sundalo niya* para makipaglaban kay Neco, pero pinatay siya ni Neco nang magkita sila sa Megido. ³⁰ Isinakay ng kanyang lingkod ang bangkay niya sa karwahe at dinala pabalik sa Jerusalem at inilibing sa sarili niyang libingan. At ang anak niyang si Jehoahaz ay ipinalit na hari ng mga mamamayan ng Juda sa pamamagitan ng pagpapahid sa kanya ng langis.

Ang Paghahari ni Jehoahaz sa Juda
(2 Cro. 36:2-4)

³¹ Si Jehoahaz ay 23 taong gulang nang maging hari. Sa Jerusalem *siya tumira, at* naghari siya roon sa loob ng tatlong buwan. Ang ina niya ay si Hamutal na taga-Libna at anak ni Jeremias. ³² Masama ang ginawa niya sa paningin ng PANGINOON katulad ng ginawa ng mga ninuno niya. ³³ Ibinilanggo siya ni Faraon Neco sa Ribla na sakop ng lupain ng Hamat, para hindi siya maghari sa Jerusalem. Pinagbayad ni Neco ang Juda ng 3,500 kilong pilak at 35 kilong ginto bilang buwis. ³⁴ Si Eliakim na isa pang anak ni Josia ang ipinalit na hari ni Neco. Pinalitan ni Neco ang pangalan ni Eliakim na Jehoyakim. Si Jehoahaz naman ay dinala ni Neco sa Egipto at doon ito namatay. ³⁵ Pinagbayad ng buwis ni Haring Jehoyakim ang mga taga-Juda ayon sa kayamanan nila, para ipambayad sa buwis na hinihingi ni Faraon Neco.

Ang Paghahari ni Jehoyakim sa Juda
(2 Cro. 36:5-8)

³⁶ Si Jehoyakim ay 25 taong gulang nang maging hari. Sa Jerusalem *siya tumira, at* naghari siya roon sa loob ng 11 taon. Ang ina niya ay si Zebida na taga-Ruma at anak ni Pedaya. ³⁷ Masama ang ginawa niya sa paningin ng PANGINOON katulad ng ginawa ng mga ninuno niya.

24 Nang panahon ng paghahari ni Jehoyakim, nilusob ni Haring Nebucadnezar ng Babilonia ang Juda at sa loob ng tatlong taon napasailalim sa kanyang pamamahala si Jehoyakim. Pero sa huli nagrebelde siya kay Nebucadnezar. ² Ipinadala ng PANGINOON ang mga taga-Babilonia,ᵃ taga-Aram, taga-Moab at taga-Ammon para lusubin ang Juda, ayon sa sinabi ng PANGINOON sa pamamagitan ng mga lingkod niyang propeta. ³ Nangyari ito sa Juda ayon sa iniutos ng PANGINOON, para mapalayas niya ang mga ito sa harapan niya, dahil sa mga kasalanang ginawa ni Manase. ⁴ Ang pagpatay niya sa mga inosenteng tao at ang pagdanak ng dugo nito sa Jerusalem ay hindi mapapatawad ng PANGINOON.

⁵ Ang iba pang salaysay tungkol sa paghahari ni Jehoyakim, at lahat ng ginawa niya ay nakasulat sa Aklat ng Kasaysayan ng mga hari ng Juda. ⁶ Nang mamatay si Jehoyakim, ang anak niyang si Jehoyakin ang pumalit sa kanya bilang hari. ⁷ Hindi na muling lumusob ang hari ng Egipto, dahil sinakop ng hari ng Babilonia ang lahat ng teritoryo nito, mula sa Lambak ng Egipto hanggang sa Ilog ng Eufrates.

Ang Paghahari ni Jehoyakin sa Juda
(2 Cro. 36:9-10)

⁸ Si Jehoyakin ay 18 taong gulang nang maging hari. Sa Jerusalem *siya tumira, at* naghari siya roon sa loob ng tatlong buwan. Ang ina niya ay si Nehusta na taga-Jerusalem at anak ni Elnatan. ⁹ Masama ang ginawa niya sa paningin ng PANGINOON katulad ng ginawa ng ama niyang si Jehoyakim.

¹⁰ Nang panahon ng paghahari niya, ang mga opisyal ni Haring Nebucadnezar ng Babilonia ay lumusob sa Jerusalem at pinalibutan ito. ¹¹ Pumunta si Nebucadnezar sa Jerusalem habang pinalilibutan ng kanyang mga tauhan ang buong lungsod. ¹² At sumuko sa kanya si Haring Jehoyakin kasama ang kanyang ina, mga lingkod, mga tanyag na tao at mga opisyal.

Nang ikawalong taon ng paghahari ni Nebucadnezar sa Babilonia, binihag niya si Jehoyakin. ¹³ Ayon sa sinabi noon ng PANGINOON, kinuha ni Nebucadnezar ang lahat ng kayamanan sa templo ng PANGINOON at sa palasyo, at ang lahat ng gintong kagamitan na ipinagawa ni Haring Solomon ng Israel para sa templo ng PANGINOON. ¹⁴ At binihag niya ang 10,000 naninirahan sa Jerusalem, kasama ang lahat ng opisyal, pinakamahuhusay na sundalo, lahat ng mahuhusay na manggagawa at mga panday. Ang pinakamahihirap na tao lang ang natira.

¹⁵ Binihag ni Nebucadnezar si Jehoyakin sa Babilonia, pati ang kanyang ina, mga asawa, mga opisyal at ang mga tanyag na tao sa Juda. ¹⁶ Binihag din ni Nebucadnezar ang 7,000 pinakamatatapang na sundalo, 1,000 mahuhusay na manggagawa at mga panday na mga sundalo rin. ¹⁷ At ipinalit niya bilang hari ay si Matania na tiyuhin ni Jehoyakin. At pinalitan niya ang pangalan ni Matania na Zedekia.

Ang Paghahari ni Zedekia sa Juda
(2 Cro. 36:11-12; Jer. 52:1-3)

¹⁸ Si Zedekia ay 21 taong gulang nang maging hari. Sa Jerusalem *siya tumira, at* naghari siya roon sa loob ng 11 taon. Ang ina niya ay si Hamutal na taga-Libna at anak ni Jeremias. ¹⁹ Masama ang ginawa niya sa paningin ng PANGINOON katulad ng ginawa ni Jehoyakim. ²⁰ Sa galit ng PANGINOON,

---

a 2 taga-Babilonia: sa literal, *Caldeo.* Ito ang tawag sa mga taga-Babilonia.

pinalayas niya sa harapan niya ang mga taga-Jerusalem at taga-Juda.

Ang Pagkawasak ng Jerusalem
(2 Cro. 36:15-21; Jer. 52:3b-11)

Nagrebelde si Zedekia sa hari ng Babilonia.

25 Nang ikasampung araw ng ikasampung buwan, nang ikasiyam na taon ng paghahari ni Zedekia, lumusob si Haring Nebucadnezar ng Babilonia at ang buong sundalo niya sa Jerusalem. Nagkampo sila sa labas ng lungsod at nagtambak ng mga lupa sa gilid ng pader nito *para makasampa sila.* ² Pinalibutan nila ang lungsod hanggang ika-11 taon ng paghahari ni Zedekia.

³ Noong ikasiyam na araw ng ikaapat na buwan ng taon ding iyon, matindi na ang taggutom sa lungsod at wala nang makain ang mga tao. ⁴ Winasak na ng mga taga-Babilonia ang isang bahagi ng pader ng lungsod, kaya naisip *ni Zedekia* na tumakas kasama ang kanyang buong hukbo. Pero dahil sa napalibutan na sila ng mga taga-Babilonia, naghintay sila hanggang sa gumabi. Doon sila dumaan sa pintuan na nasa pagitan ng dalawang pader malapit sa halamanan ng hari. Tumakas sila patungo sa Lambak ng Jordan,*ᵃ* ⁵ pero hinabol sila ng mga sundalo ng Babilonia at inabutan sila sa kapatagan ng Jerico. Humiwalay kay Zedekia ang lahat ng sundalo niya, ⁶ at siya'y nahuli. Dinala siya sa hari ng Babilonia sa Ribla, at doon siya hinatulan. ⁷ Pinatay sa harapan niya ang mga anak niyang lalaki. Dinukit ang mga mata niya, at nakakadena siyang dinala sa Babilonia.

Giniba ang Templo
(Jer. 52:12-27)

⁸ Nang ikapitong araw ng ikalimang buwan, nang ika-19 na taon ng paghahari ni Nebucadnezar sa Babilonia, pumunta sa Jerusalem si Nebuzaradan na kumander ng mga guwardya ng hari ng Babilonia. ⁹ Sinunog niya ang templo ng PANGINOON, ang palasyo, ang lahat ng bahay sa Jerusalem at ang lahat ng mahahalagang gusali. ¹⁰ Sa pamamahala niya, giniba ng mga sundalo ng Babilonia ang mga pader na nakapalibot sa Jerusalem. ¹¹ At dinala niyang bihag ang mga natitirang tao sa lungsod, pati ang mga taong kumampi sa hari ng Babilonia. ¹² Pero itinira niya ang iba sa pinakamahihirap na tao para mag-alaga sa mga ubasan at bukirin.

¹³ Sinira ng mga taga-Babilonia ang mga kagamitan sa templo ng PANGINOON: ang mga haliging tanso, mga karitong ginagamit sa pag-iigib, at ang *malaking lalagyan ng tubig na* tanso na tinatawag nilang Dagat. At dinala nila ang mga tanso sa Babilonia. ¹⁴ Kinuha rin nila ang mga kawali, mga pala, mga panggupit ng mitsa ng ilaw, mga mangkok at ang iba pang tanso na ginagamit sa templo. ¹⁵ Kinuha rin ni Nebuzaradan ang mga lalagyan ng baga, mga mangkok at ang iba pang mga gamit na ginto at pilak. ¹⁶ Hindi matimbang ang mga tanso na mula sa dalawang haligi, sa *malaking lalagyan ng tubig na tinatawag na* Dagat, at sa mga kariton na ginagamit sa pag-iigib ng tubig. Ito ang mga bagay na ipinagawa noon ni Solomon para sa templo ng PANGINOON. ¹⁷ Ang bawat haligi ay may taas na 27 talampakan. Ang dalawang tanso na ulo ng bawat haligi ay may taas na apat at kalahating talampakan. Pinaikutan ito ng mga kadenang dugtong-dugtong at napapalibutan ng dekorasyong tanso, na hugis *prutas na* pomegranata.

¹⁸ Binihag din ni Nebuzaradan ang punong pari na si Seraya, si Zefanias na sumunod sa posisyon ni Seraya at ang tatlong guwardya ng pintuan *ng templo.* ¹⁹ Ito pa ang mga nakita niya at dinalang bihag mula sa lungsod: ang opisyal ng mga sundalo ng Juda, ang limang tagapamahala ng hari, ang kumander na kumukuha at nagsasanay ng mga taong magiging sundalo at ang 60 pang mamamayan doon. ²⁰ Dinala silang lahat ni Nebuzaradan sa hari ng Babilonia na nasa Ribla, ²¹ na sakop ng Hamat. At doon sila pinatay ng hari. Kaya ang mga mamamayan ng Juda ay binihag at dinala papalayo sa lupain nila.

Si Gedalia na Gobernador ng Juda
(Jer. 40:7-9; 41:1-3)

²² Pinili ni Haring Nebucadnezar ng Babilonia si Gedalia na anak ni Ahikam at apo ni Shafan bilang gobernador ng mga naiwang tao sa Juda. ²³ Nang marinig ito ng mga opisyal ng Juda at ng mga tauhan nila, pumunta sila kay Gedalia sa Mizpa. Sila ay sina Ishmael na anak ni Netania, Johanan na anak ni Karea, Seraya na anak ni Tanhumet na taga-Netofa, Jaazania na taga-Maaca, at ang kanilang mga tauhan. ²⁴ Nanumpa si Gedalia sa kanila at sa mga tauhan nila, "Huwag kayong matakot sa mga opisyal ng Babilonia. Manirahan lang kayo rito at paglingkuran ninyo ang hari ng Babilonia at walang mangyayari sa inyo."

²⁵ Pero, nang ikapitong buwan *nang taon na iyon,* si Ishmael na anak ni Netania at apo ni Elishama, na miyembro ng sambahayan ng hari ay pumunta sa Mizpa. Kasama ang sampung tao, pinatay nila si Gedalia at ang mga kasama nitong mga taga-Juda at taga-Babilonia. ²⁶ Dahil dito, lahat ng tao sa Juda mula sa pinakatanyag hanggang sa pinakamababa, pati ang mga opisyal ng mga sundalo ay tumakas papuntang Egipto dahil natakot sila sa maaaring gawin sa kanila ng mga taga-Babilonia.

Pinakawalan si Jehoyakin
(Jer. 52:31-34)

²⁷ Noong ika-37 taon ng pagkabihag ni Haring Jehoyakin ng Juda, naging hari ng Babilonia si Evil Merodac. Pinalaya niya si Jehoyakin nang ika-27 araw ng ika-12 buwan ng taong ding iyon. ²⁸ Mabait siya kay Jehoyakin at pinarangalan niya ito higit sa ibang mga hari na binihag din sa Babilonia. ²⁹ Kaya hindi na nagsuot si Jehoyakin ng damit na para sa mga bilanggo, at mula noon ay kumakain na siya kasama ng hari. ³⁰ Araw-araw siyang binibigyan ng hari ng mga pangangailangan niya habang siya'y nabubuhay.

---

a 4 Lambak ng Jordan: sa Hebreo, *Araba.*

1 CRONICA

Mga Lahi Mula kay Adan Hanggang sa mga Anak ni Noe
(Gen. 5:1-32; 10:1-32; 11:1-26)

1 *Ang mga lahi ni* Adan *ay sina* Set, Enosh, ² Kenan, Mahalalel, Jared, ³ Enoc, Metusela, Lamec at Noe. ⁴ *Ang mga anak na lalaki ni* Noe *ay sina* Shem, Ham at Jafet.

Ang Lahi ni Jafet
⁵ Ang mga anak na lalaki ni Jafet ay sina Gomer, Magog, Madai, Javan, Tubal, Meshec at Tiras. ⁶ Si Gomer ay may mga anak din na lalaki na sina Ashkenaz, Rifat,ᵃ at Togarma. ⁷ Ang mga anak na lalaki ni Javan ay sina Elisha, Tarshish, Kitim at Rodanim.ᵇ

Ang Lahi ni Ham
⁸ Ang mga anak na lalaki ni Ham ay sina Cush, Mizraim,ᶜ Put, at Canaan. ⁹ Si Cush ay may mga anak ding lalaki na sina Sheba, Havila, Sabta, Raama at Sabteca. Ang mga anak na lalaki ni Raama ay sina Sheba at Dedan. ¹⁰ May isa pang anak si Cush na ang pangalan ay Nimrod na naging magiting na sundalo sa mundo.

¹¹ Si Mizraim ang pinagmulan ng mga Ludeo, Anameo, Lehabeo, Naftu, ¹² Patruseo, Caslu, at mga Caftoreo na siyang pinagmulan ng mga Filisteo.

¹³ Si Canaan ang ama nina Sidon at Het.ᵈ Si Sidon ang panganay. ¹⁴ *Si Canaan ang siya ring pinagmulan ng mga* Jebuseo, Amoreo, Girgaseo, ¹⁵ Hiveo, Arkeo, Sineo, ¹⁶ Arvadeo, Zemareo at Hamateo.

Ang Lahi ni Shem
¹⁷ Ang mga anak na lalaki ni Shem: sina Elam, Ashur, Arfaxad, Lud at Aram. Ang mga anak na lalaki ni Aram ay sina,ᵉ Uz, Hul, Geter at Meshec.ᶠ ¹⁸ Si Arfaxad ang ama ni Shela, at si Shela ang ama ni Eber. ¹⁹ May dalawang anak na lalaki si Eber: ang isa ay pinangalanang Peleg, dahil noong panahon niya, ang mga tao sa mundo ay nagkahati-hati; ang pangalan naman ng kanyang kapatid ay Joktan. ²⁰ Si Joktan ang ama nina Almodad, Shelef, Hazarmavet, Jera, ²¹ Hadoram, Uzal, Dikla, ²² Obal,ᵍ Abimael, Sheba, ²³ Ofir, Havila at Jobab. Silang lahat ay anak na lalaki ni Joktan.

²⁴ *Ito ang lahi na mula kay* Shem: sina Arfaxad, Shela, ²⁵ Eber, Peleg, Reu ²⁶ Serug, Nahor, Tera, ²⁷ at si Abram na siya ring si Abraham.

Ang Lahi ni Abraham
(Gen. 25:1-4, 12-16)
²⁸ Ang mga anak na lalaki ni Abraham ay sina Isaac at Ishmael. ²⁹ Ang mga anak na lalaki ni Ishmael ay sina Nebayot (ang panganay), Kedar, Adbeel, Mibsam, ³⁰ Mishma, Duma, Masa, Hadad, Tema, ³¹ Jetur, Nafis at Kedema. Sila ang mga anak na lalaki ni Ishmael. ³² Ang mga anak na lalaki ni Ketura na isa pang asawa ni Abraham ay sina Zimran, Jokshan, Medan, Midian, Ishbak at Shua. Ang mga anak na lalaki ni Jokshan ay sina Sheba at Dedan. ³³ Ang mga anak na lalaki ni Midian ay sina Efa, Efer, Hanoc, Abida at Eldaa. Silang lahat ang angkan ni Ketura.

Ang Lahi ni Esau
(Gen. 36:1-19)
³⁴ Si Abraham ang ama ni Isaac. Ang mga anak ni Isaac ay sina Esau at Israel.ʰ ³⁵ Ang mga anak na lalaki ni Esau ay sina Elifaz, Reuel, Jeush, Jalam at Kora. ³⁶ Ang mga anak na lalaki ni Elifaz ay sina Teman, Omar, Zefo,ⁱ Gatam, Kenaz at Amalek. Si Amalek ay anak niya kay Timna.ʲ ³⁷ Ang mga anak na lalaki ni Reuel ay sina Nahat, Zera, Shama at Miza.

Ang mga Edomita
(Gen. 36:20-30)
³⁸ Ang mga anak na lalaki ni Seir ay sina Lotan, Shobal, Zibeon, Ana, Dishon, Ezer at Dishan. ³⁹ Ang mga anak na lalaki ni Lotan ay sina Hori at Homam.ᵏ Magkapatid sina Lotan at Timna *na isa pang asawa ni Elipaz.* ⁴⁰ Ang mga anak na lalaki ni Shobal ay sina Alvan,ˡ Manahat, Ebal, Shefoᵐ at Onam. Ang mga anak na lalaki ni Zibeon ay sina Aya at Ana. ⁴¹ Ang anak na lalaki ni Ana ay si Dishon. Ang mga anak na lalaki ni Dishon ay sina Hemdan,ⁿ Eshban, Itran at Keran. ⁴² Ang mga anak na lalaki ni Ezer ay sina Bilhan, Zaavan at Akan.ᵒ Ang mga anak na lalaki ni Dishanᵖ ay sina Uz at Aran.

Ang mga Hari ng Edom
(Gen. 36:31-43)
⁴³ Ito ang mga hari ng Edom, noong panahon na wala pang mga hari ang mga Israelita:

Si Bela na taga-Dinhaba na anak ni Beor ay naging hari sa Edom. ⁴⁴ Pagkamatay niya, pinalitan siya ni Jobab na anak ni Zera na taga-Bozra. ⁴⁵ Pagkamatay

---

a 6 Rifat: o, Difat.

b 7 Rodanim: o, Dodanim.

c 8 Mizraim: o, Egipto. Tingnan sa Gen. 10:5.

d 13 Sidon at Het: Si Sidon ang pinagmulan ng mga Sidoneo at ang pinagmulan ng mga Heteo ay si Het.

e 17 Ang mga anak...sina: Hindi ito makikita sa halos karamihan ng tekstong Hebreo.

f 17 Meshec: o, Mash.

g 22 Obal: o, Ebal.

h 34 Israel: o, Jacob.

i 36 Zefo: o, Zefi.

j 36 Kenaz...Timna: Ito ay nasa ibang mga tekstong Septuagint; pero sa Hebreo, Kenaz, Timna at Amalek.

k 39 Homam: o, Hemam.

l 40 Alvan: o, Alian.

m 40 Shefo: o, Shefi.

n 41 Hemdan: o, Hamran.

o 42 Akan: o, Jaakan.

p 42 Dishan: o, Dishon.

ni Jobab, pinalitan siya ni Husham na taga-Teman. [46] Pagkamatay ni Husham, pinalitan siya ni Hadad na taga-Avit na anak ni Bedad. Si Hadad ang nakatalo sa mga Midianita roon sa Moab. [47] Pagkamatay ni Hadad, pinalitan siya ni Samla na taga-Masreka. [48] Pagkamatay ni Samla, pinalitan siya ni Shaul na taga-Rehobot na malapit sa Ilog *ng Eufrates*. [49] Pagkamatay ni Shaul, pinalitan siya ni Baal Hanan na anak ni Acbor. [50] Pagkamatay ni Baal Hanan, pinalitan siya ni Hadad na taga-Pau. Ang asawa niya ay si Mehetabel na anak ni Matred at apo ni Me-Zahab. [51] Hindi nagtagal, namatay si Hadad.

Ito ang mga pinuno ng angkan ng Edom: Timna, Alva, Jetet, [52] Oholibama, Elah, Pinon, [53] Kenaz, Teman, Mibzar, [54] Magdiel at Iram.

Ang mga Anak ni Israel

2 Ito ang mga anak na lalaki ni Israel: Reuben, Simeon, Levi, Juda, Isacar, Zebulun, [2] Dan, Jose, Benjamin, Naftali, Gad at Asher.

Ang Lahi ni Juda

[3] May tatlong anak na lalaki si Juda sa asawa niyang si Batshua na Cananea. Sila'y sina Er, Onan at Shela. Si Er ang panganay sa magkakapatid. Masama siya sa paningin ng PANGINOON, kaya pinatay siya ng PANGINOON. [4] May mga anak pang lalaki si Juda kay Tamar na kanyang manugang. Sila'y sina Perez at Zera. Lima lahat ang anak na lalaki ni Juda. [5] Ang mga anak na lalaki ni Perez ay sina Hezron at Hamul. [6] Lima lahat ang anak na lalaki ni Zera: sina Zimri, Etan, Heman, Calcol at Darda.[a] [7] Ang anak na lalaki ni Carmi[b] ay si Acar.[c] Si Acar ang nagdala ng kasamaan sa Israel dahil kinuha niya ang bagay na inilaan nang buo[d] para sa Dios. [8] Ang anak na lalaki ni Etan ay si Azaria.

Ang Lahi na Pinagmulan ni David

[9] Ang mga anak na lalaki ni Hezron ay sina Jerameel, Ram at Caleb.[e] [10] Si Ram ang ama ni Aminadab, at si Aminadab naman ang ama ni Nashon na pinuno ng lahi ni Juda. [11] Si Nashon ang ama ni Salmon,[f] at si Salmon ang ama ni Boaz. [12] Si Boaz ang ama ni Obed at si Obed ang ama ni Jesse. [13] Ang panganay na anak ni Jesse ay si Eliab, ang ikalawa nama'y si Abinadab, at ang ikatlo ay si Shimea, [14] ang ikaapat ay si Netanel, ang ikalima ay si Radai, [15] ang ikaanim ay si Ozem, at ang ikapito ay si David. [16] Ang mga kapatid nilang babae ay sina Zeruya at Abigail. Si Zeruya ay may tatlong anak na lalaki, sina Abishai, Joab at Asahel. [17] Ang asawa ni Abigail ay si Jeter na Ishmaelita at may anak silang lalaki na si Amasa.

Ang Angkan ni Hezron

[18] Ang anak ni Hezron na si Caleb ay may mga anak sa asawa niyang si Azuba na tinatawag

ding Jeriot. Sila ay sina Jesher, Shobab at Ardon. [19] Pagkamatay ni Azuba, napangasawa ni Caleb si Efrat[g] at ang naging anak nila ay si Hur. [20] Si Hur ang ama ni Uri, at si Uri ang ama ni Bezalel. [21] Noong 60 taong gulang na si Hezron, napangasawa niya ang anak ni Makir, ang kapatid na babae ni Gilead. Si Segub ang naging anak nila. [22] Si Segub ang ama ni Jair, na namahala ng 23 bayan sa Gilead. [23] (Dumating ang panahon na inagaw ni Geshur at ni Aram ang mga bayan ni Jair[h] at ang Kenat, pati ang 60 bayan sa paligid nito.) Silang lahat ang angkan ni Makir na ama ni Gilead.

[24] Kamamatay lang ni Hezron sa Caleb Efrata nang manganak ang asawa niyang si Abijah. Ang anak niya ay si Ashur na ama ni Tekoa.

Ang Angkan ni Jerameel na Anak ni Hezron

[25] Ito ang mga anak na lalaki ni Jerameel na panganay na anak ni Hezron: Si Ram ang panganay, sumunod sina Buna, Oren, Ozem at Ahia. [26] Si Jerameel ay may isa pang asawa na ang pangalan ay Atara. Siya ang ina ni Onam. [27] Ang mga anak na lalaki ni Ram na panganay ni Jerameel ay sina Maaz, Jamin at Eker.

[28] Ang mga anak na lalaki ni Onam ay sina Shamai at Jada. Ang mga anak na lalaki ni Shamai ay sina Nadab at Abishur. [29] Ang pangalan ng asawa ni Abishur ay Abihail. May mga anak silang lalaki, sina Aban at Molid. [30] Ang mga anak na lalaki ni Nadab ay sina Seled at Apaim. Namatay si Seled na walang anak. [31] Ang anak na lalaki ni Apaim ay si Ishi. Si Ishi ang ama ni Sheshan at si Sheshan ang ama ni Alai. [32] Ang mga anak na lalaki ni Jada na kapatid ni Shamai ay sina Jeter at Jonatan. Namatay si Jeter na walang anak. [33] Ang mga anak na lalaki ni Jonatan ay sina Pelet at Zaza. Silang lahat ang angkan ni Jerameel.

[34] Walang anak na lalaki si Sheshan, kundi puro babae. May alipin siyang Egipcio na ang pangalan ay Jarha. [35] Ibinigay ni Sheshan ang anak niyang babae kay Jarha bilang asawa. Nagkaanak sila na ang pangalan ay Atai. [36] Si Atai ang ama ni Natan, at si Natan ang ama ni Zabad. [37] Si Zabad naman ang ama ni Eflal, si Eflal ang ama ni Obed, [38] si Obed ang ama ni Jehu, at si Jehu ang ama ni Azaria. [39] Si Azaria ang ama ni Helez, si Helez ang ama ni Eleasa, [40] at si Eleasa ang ama ni Sismai. Si Sismai ang ama ni Shalum, [41] si Shalum ang ama ni Jekamia, at si Jekamia ang ama ni Elishama.

Ang Iba pang Angkan ni Caleb

[42] Ang panganay na anak na lalaki ni Caleb na kapatid ni Jerameel ay si Mesha na ama ni Zif. Ang ikalawa niyang anak ay si Maresha na ama ni Hebron. [43] Ang mga anak na lalaki ni Hebron ay sina Kora, Tapua, Rekem at Shema. [44] Si Shema ang ama ni Raham, at si Raham ang ama ni Jorkeam. Si Rekem ang ama ni Shamai, [45] si Shamai ang ama ni Maon, at si Maon ang ama ni Bet Zur.

[46] Ang isa pang asawa ni Caleb na si Efa ang ina nina Haran, Moza at Gazez. May anak si Haran na Gazez *din ang pangalan*.

---

a 6 *Darda:* o, *Dara.*
b 7 *Carmi:* Maaaring siya ay anak ni Zimri.
c 7 *Acar:* o, *Acan.*
d 7 *inilaan nang buo:* Mga samsam na nakalaang sirain lahat bilang handog sa Dios.
e 9 *Caleb:* sa Hebreo, *ay Kelubai.*
f 11 *Salmon:* sa Hebreo, *Salma.*

g 19 *Efrat:* o, *Efrata.*
h 23 *mga bayan ni Jair:* o, *Havot Jair.*

⁴⁷ Ang mga anak na lalaki ni Jadai ay sina Regem, Jotam, Geshan, Pelet, Efa at Shaaf.

⁴⁸ Ang isa pang asawa ni Caleb ay si Maaca. May mga anak silang lalaki na sina Sheber, Tirhana, ⁴⁹ Shaaf na ama ni Madmana at Sheva na ama naman nina Macbena at Gibea. Ang anak na babae ni Caleb ay si Acsa. ⁵⁰ Sila ang angkan ni Caleb.

Ang Angkan ng Anak ni Caleb na si Hur.

Si Hur ang panganay na anak *ni Caleb at* ni Efrata. Ang mga anak na lalaki ni Hur ay sina Shobal na ama ni Kiriat Jearim, ⁵¹ si Salma na ama ni Betlehem, at si Haref na ama ni Bet Gader. ⁵² Ang angkan ni Shobal na ama ni Kiriat Jearim ay ang mga Haroe, ang kalahati ng mga naninirahan sa Manahat,ᵃ ⁵³ at ang angkan ni Kiriat Jearim ay ang mga Itreo, Puteo, Sumateo at Misraita. Sila ang pinagmulan ng mga Zoratita at mga Estaolita.

⁵⁴ Ang angkan ni Salma ay ang mga taga-Betlehem, mga taga-Netofa, mga taga-Atrot Bet Joab, ang kalahati ng mga Manahateo, at ang mga Zorita. ⁵⁵ Ang lahi ng mga Tirateo, Shimeateo at Sucateo na magagaling sumulat ng mga dokumento ay nakatira sa bayan ng Jabez. Sila ang mga Keneo na nagmula kay Hamat, na ama ng pamilya ni Bet Recab.ᵇ

Ang mga Anak na Lalaki ni David

3 Ito ang mga anak na lalaki ni David na isinilang sa Hebron: Si Amnon ang panganay, na anak niya kay Ahinoam na taga-Jezreel. Si Danielᶜ ang pangalawa, na anak niya kay Abigail na taga-Carmel. ² Si Absalom ang pangatlo, na anak niya kay Maaca na anak na babae ni Haring Talmai ng Geshur. Si Adonia ang pang-apat, na anak niya kay Hagit. ³ Si Shefatia ang panglima, na anak niya kay Abital. Si Itream ang pang-anim, na anak niya kay Egla. ⁴ Silang anim ay isinilang sa Hebron, kung saan naghari si David sa loob ng pitong taon at anim na buwan.

Naghari si David sa Jerusalem sa loob ng 33 taon. ⁵ At ito ang mga anak niyang lalaki na isinilang doon: si Shimea, Shobab, Natan at Solomon. Silang apat ang anak niya sa asawa niyang si Batshebaᵈ na anak ni Amiel. ⁶ May siyam pa siyang anak na sina Ibhar, Elishuaᵉ Elifelet, ⁷ Noga, Nefeg, Jafia, ⁸ Elishama, Eliada at Elifelet. ⁹ Iyon ang lahat ng mga anak na lalaki ni David, bukod sa iba pa niyang mga anak na lalaki sa iba pa niyang mga asawa. May anak din si David na babae na si Tamar.

Ang mga Hari ng Juda

¹⁰ Ito ang angkan ni Solomon *na naging hari*: Rehoboam, Abijah, Asa, Jehoshafat, ¹¹ Jehoram,ᶠ Ahazia, Joash, ¹² Amazia, Azaria,ᵍ Jotam, ¹³ Ahaz, Hezekia, Manase, ¹⁴ Ammon at Josia.

¹⁵ Ito ang mga anak ni Josia: Ang panganay ay si Johanan, ang ikalawa ay si Jehoyakim, ang ikatlo ay si Zedekia, at ang ikaapat ay si Shalum. ¹⁶ Ang pumalit kay Jehoyakim bilang hari ay si Jehoyakinʰ na kanyang anak. At ang pumalit kay Jehoyakin ay si Zedekia *na kanyang tiyuhin.*ⁱ

Ang Angkan ni Jehoyakin

¹⁷ Ito ang angkan ni Jehoyakin, *ang hari* na binihag *sa Babilonia*: si Shealtiel, ¹⁸ Malkiram, Pedaya, Shenazar, Jekamia, Hoshama at si Nedabia. ¹⁹ Ang mga anak na lalaki ni Pedaya ay sina Zerubabel at Shimei. Ang mga anak na lalaki ni Zerubabel ay sina Meshulam at Hanania. Ang kapatid nilang babae ay si Shelomit. ²⁰ May lima pang anak na lalaki si Zerubabel na sina Hashuba, Ohel, Berekia, Hasadia at Jushab Hesed. ²¹ Ang mga anak na lalaki ni Hanania ay sina Pelatia at Jeshaya. Si Jeshaya ang ama ni Refaya, si Refaya ang ama ni Arnan, si Arnan ang ama ni Obadias, at si Obadias ang ama ni Shecania. ²² Ang angkan ni Shecania ay si Shemaya. Anim lahat ang anak ni Shemaya: sina Hatush, Igal, Baria, Nearia at Shafat. ²³ Tatlo lahat ang anak na lalaki ni Nearia: sina Elyoenai, Hizkia at Azrikam. ²⁴ Pito lahat ang anak na lalaki ni Elyoenai: sina Hodavia, Eliashib, Pelaya, Akub, Johanan, Delaya at Anani.

Ang Ibang Lahi ni Juda

4 Ito ang *iba pang* lahi ni Juda: sina Perez, Hezron, Carmi, Hur at Shobal. ² Ang anak ni Shobal na si Reaya ay ama ni Jahat. Si Jahat ang ama nina Ahumai at Lahad. Sila ang pamilya ng mga Zoratita.

³ Ito ang mga anakʲ ni Etam: sina Jezreel, Ishma at Idbas. Si Hazeleponi ang kapatid nilang babae.

⁴ Si Penuel ang ama ni Gedor, at si Ezer ang ama ni Husha. Sila ang mga angkan ni Hur na panganay na anak ni Efrata. Si Hur ang ninuno ng mga taga-Betlehem.

⁵ Si Ashur na ama ni Tekoa ay may dalawang asawa, sina Hela at Naara. ⁶ Ang mga anak na lalaki nina Naara at Ashur ay sina Ahuzam, Hefer, Temeni at Haahashtari. ⁷ Ang mga anak naman nina Hela *at Ashur* ay sina Zeret, Zohar,ᵏ Etnan, ⁸ at Koz. Si Koz ang ama nina Anub at Hazobeba, at ang pinagmulan ng pamilya ni Aharhel na anak ni Harum.

⁹ May isang tao na ang pangalan ay Jabez. Kagalang-galang siya kaysa sa mga kapatid niyang lalaki. Pinangalanan siya ng kanyang ina na Jabezˡ dahil sinabi ng kanyang ina, "Labis akong nahirapan sa panganganak ko sa kanya." ¹⁰ Nanalangin si Jabez sa Dios ng Israel, "Pagpalain n'yo po sana ako at palawakin ang aking nasasakupan. Samahan n'yo po ako at ilayo sa kapahamakan para hindi ako masaktan." At dininig ng Dios ang kanyang kahilingan.

¹¹ Si Kelub na kapatid ni Shuha ang ama ni Mehir. Si Mehir ang ama ni Eston, at ¹² si Eston ang ama nina Bet Rafa, Pasea at Tehina. Si Tehina ang ama ni Ir Nahash. Sila ang angkan ni Reca.ᵐ

---

a 52 naninirahan sa Manahat: o, Manahateo.

b 55 Recab: o, Pinagmulan ng angkan ni Recab.

c 1 Daniel: o, Kileab.

d 5 Batsheba: o, Batshua.

e 6 Elishua: o, Elishama.

f 11 Jehoram: o, Joram.

g 12 Azaria: o, Uzia.

h 16 Jehoyakin: o, Jeconia.

i 16 tiyuhin: o, kapatid.

j 3 mga anak: Ito ang nasa ibang mga tekstong Septuagint. Sa Hebreo, ama.

k 7 Zohar: o, Izar.

l 9 Jabez: Maaaring ang ibig sabihin, nahirapan.

m 12 Sila…Reca: o, Sila ang mga mamamayan ng Reca.

¹³ Ang mga anak na lalaki ni Kenaz ay sina Otniel at Seraya. Ang mga anak ni Otniel ay sina Hatat at Meonotai.ᵃ ¹⁴ Si Meonotai ang ama ni Ofra. Si Seraya naman ang ama ni Joab, na nagtatag ng Lambak ng mga Panday.ᵇ Tinawag itong Lambak ng mga Panday dahil doon nakatira ang maraming panday.

¹⁵ Ito ang mga anak na lalaki ni Caleb na anak ni Jefune: sina Iru, Elah at Naam. Ang anak na lalaki ni Elah ay si Kenaz.

¹⁶ Ang mga anak na lalaki ni Jehalelel ay sina Zif, Zifa, Tiria at Asarel.

¹⁷⁻¹⁸ Ang mga anak na lalaki ni Ezra ay sina Jeter, Mered, Efer at Jalon. Asawa ni Mered si Bitia na anak ng Faraon.ᶜ Ang mga anak nila ay sina Miriam, Shamai at Ishba. Si Ishba ang ama ni Estemoa. May asawa rin si Mered na taga-Judea, at ang mga anak nila ay sina Jered na ama ni Gedor, Heber na ama ni Soco, at Jekutiel na ama ni Zanoa. ¹⁹ Napangasawa ni Hodia ang kapatid ni Naham. Ang isa sa mga anak niya ay ama ni Keila na Garmita, at ang isa naman ay ama ni Estemoa na Maacateo.

²⁰ Ang mga anak na lalaki ni Shimon ay sina Amnon, Rina, Ben Hanan at Tilon. Ang mga angkan ni Ishi ay sina Zohet at Ben Zohet.

²¹ Ito ang mga angkan ni Shela na anak ni Juda: si Er (na ama ni Leca), at si Laada (na ama ni Maresha), at ang pamilya ng mga tagagawa ng *telang* linen sa Bet Ashbea. ²² *Ito pa ang mga angkan Shela*: si Jokim, ang mga mamamayan ng Cozeba, si Joash, at si Saraf na namuno sa Moab at sa Jashubi Lehem. (Ang talaang ito ay mula sa matagal nang dokumento.) ²³ Sila ang mga magpapalayok na nakatira sa Netaim at Gedera. Nagtatrabaho sila para sa hari.

Ang Angkan ni Simeon

²⁴ Ang mga anak na lalaki ni Simeon ay sina Nemuel, Jamin, Jarib, Zera at Shaul. ²⁵ Si Shaul ang ama ni Shalum, si Shalum ang ama ni Mibsam, at si Mibsam ang ama ni Mishma. ²⁶ Si Mishma ang ama ni Hammuel, si Hammuel ang ama ni Zacur, at si Zacur ang ama ni Shimei. ²⁷ May 16 na anak na lalaki si Shimei at anim na anak na babae. Pero kakaunti lang ang anak ng mga kapatid niya, kaya ang buong angkan nila ay hindi kasindami ng mga mamamayan ng Juda. ²⁸ Tumira sila sa Beersheba, Molada, Hazar, Shual, ²⁹ Bilha, Ezem, Tolad, ³⁰ Betuel, Horma, Ziklag, ³¹ Bet Marcabot, Hazar Susim, Bet Biri at Shaaraim. Ito ang mga bayan nila hanggang sa paghahari ni David. ³² Tumira rin sila sa limang bayan sa paligid nila: sa Etam, Ayin, Rimon, Token at Ashan, ³³ pati na rin sa mga baryo sa paligid ng mga bayang ito hanggang sa Baalat.ᵈ Ito ang mga lugar na tinirhan nila, at naitago nila ang mga talaan ng kanilang angkan.

Ito ang iba pang lahi ni Simeon: ³⁴ sina Meshobab, Jamlec, Josha na anak ni Amazia ³⁵ Joel, Jehu na anak ni Joshibia at apo ni Seraya, na apo sa tuhod ni Asiel, ³⁶ Elyoenai, Jaakoba, Jeshohaya, Asaya, Adiel, Jesimiel, Benaya ³⁷ at Ziza na anak ni Shifi at apo ni Allon, at apo sa tuhod ni Jedaya. Si Jedaya ay anak ni Shimri at apo ni Shemaya. ³⁸ Sila ang mga pinuno ng kanilang mga pamilya. Lalong dumami ang pamilya nila, ³⁹ kaya napunta sila sa hanggganan ng Gedor, sa gawing silangan ng lambak. Naghanap sila roon ng mapagpapastulan ng kanilang mga tupa, ⁴⁰ at nakakita sila ng mayabong at magandang pastulan. Malawak ang lugar na ito at mapayapa. Doon dati nakatira ang ibang lahi ni Ham. ⁴¹ Pero noong panahon na si Haring Hezekia ang hari ng Juda, nilusob ng lahi ni Ham ng lahi ni Simeon na ang mga pangalan ay nabanggit sa itaas. Nilusob din nila ang mga Meuneo na doon din nakatira, at nilipol nila sila nang lubusan. Pagkatapos, sila ang tumira roon hanggang ngayon, dahil mayroong pastulan doon para sa kanilang mga tupa. ⁴² Lumusob ang 500 sa kanila sa kabundukan ng Seir. Pinangunahan sila nina Pelatia, Nearia, Refaya at Uziel na mga anak ni Ishi. ⁴³ Pinatay nila roon ang natitirang mga Amalekita, at doon sila nakatira hanggang ngayon.

Ang Lahi ni Reuben

5 Si Reuben ang panganay na anak ni Israel,ᵉ pero dahil nakipagtalik siya sa isa sa mga asawa ng kanyang ama, ang karapatan niya bilang panganay ay ibinigay sa mga anak ni Jose na kanyang kapatid. Kaya hindi siya inilista sa talaan ng lahi nila bilang panganay na anak. ² Kahit mas makapangyarihan si Juda kaysa sa kanyang mga kapatid at ang pinuno ay nagmula sa kanyang lahi, ang karapatan at pagkapanganay ay ibinigay kay Jose. ³ Ito ang mga anak na lalaki ni Reuben na panganay ni Israel: sina Hanoc, Pallu, Hezron at Carmi.

⁴ Ito ang mga angkan ni Joel: sina Shemaya, Gog, Shimei, ⁵ Micas, Reaya, Baal, ⁶ at Beera. Si Beera ang pinuno ng lahi ni Reuben nang binihag sila ni Haring Tiglat Pileserᶠ ng Asiria. ⁷ Ito ang mga kamag-anak ni Beera na naitala sa talaan ng kanilang mga angkan ayon sa kanilang lahi: si Jeyel na pinuno, si Zacarias, ⁸ at si Bela na anak ni Azaz na anak ni Shema at apo ni Joel. Ito ang *lahi ni Reuben na* tumira mula sa Aroer hanggang sa Nebo at Baal Meon. ⁹ At dahil dumami ang kanilang hayop doon sa Gilead, tumira sila hanggang sa silangan, sa tabi ng ilang na papunta sa Ilog ng Eufrates. ¹⁰ Nang si Saul pa ang hari, nakipaglaban sila sa mga Hagreo at tinalo nila ang mga ito. Sinakop nila ang mga tinitirhan ng mga Hagreo sa buong silangan ng Gilead.

Ang Lahi ni Gad

¹¹ Tumira ang lahi ni Gad sa lupain ng Bashan na kasunod ng lupain nina Reuben, hanggang sa Saleca. ¹² *Ito ang lahi ni Gad*: si Joel, na siyang pinuno sa Bashan, ang sumunod sa kanya ay si Shafam, pagkatapos ay sina Janai at Shafat. ¹³ Ang kanilang mga kamag-anak ayon sa bawat pamilya ay sina Micael, Meshulam, Sheba, Jorai, Jacan, Zia at Eber—pito silang lahat. ¹⁴ Sila ang mga angkan ni Abihail na anak ni Huri. Si Huri ang anak ni Jaroa at apo ni Gilead, at apo sa tuhod ni Micael. Si Micael ay

---

ᵃ 13 *Meonotai:* Wala ito sa tekstong Hebreo, pero makikita sa ibang tekstong Septuagint at sa Latin Vulgate.

ᵇ 14 *na nagtatag ng Lambak ng mga Panday:* o, *na ama ni Geharasim.*

ᶜ 17-18 *Faraon:* o *hari ng Egipto.*

ᵈ 33 *Baalat:* Ito ang nasa ibang teksto ng Septuagint. Sa Hebreo, *Baal.*

ᵉ 1 *Israel:* o, *Jacob.*

ᶠ 6 *Tiglat Pileser:* o, *Pilneser.*

anak ni Jeshishai at apo ni Jado, at apo sa tuhod ni Buz. ¹⁵ Si Ahi na anak ni Abdiel at apo ni Guni ang siyang pinuno ng kanilang pamilya. ¹⁶ Tumira sila sa Gilead doon sa Bashan at sa mga baryo sa paligid nito, at sa buong pastulan ng Sharon. ¹⁷ Nailista silang lahat sa talaan ng mga angkan noong panahon ng paghahari ni Jotam sa Juda at ni Jeroboam sa Israel.

¹⁸ May 44,760 sundalo sa mga lahi nina Reuben, Gad, at sa kalahating lahi ni Manase. Sinanay sila para sa labanan at mahusay silang gumamit ng mga pananggalang, espada at pana. ¹⁹ Nakipaglaban sila sa mga Hagreo, Jetureo, Nafiseo, at Nodabeo. ²⁰ Humingi sila ng tulong sa Dios nang nakipaglaban sila, at dahil nagtiwala sila sa kanya, tinugon ng Dios ang panalangin nila. Kaya pinagtagumpay sila ng Dios sa mga Hagreo at sa mga kakampi nito. ²¹ Pinagkukuha nila ang hayop ng mga Hagreo: 50,000 kamelyo, 250,000 tupa at 2,000 asno. Binihag din nila ang 100,000 tao, ²² at marami silang napatay dahil tinulungan sila ng Dios sa pakikipaglaban. Tinirhan nila ang mga lugar na ito hanggang sa mabihag sila *ng ibang bansa.*

Ang Kalahating Lahi ni Manase

²³ Ang kalahating angkan ni Manase ay napakarami. Tumira sila sa mga lupain mula sa Bashan papunta sa Baal Hermon, Senir, at Bundok ng Hermon. At napakarami nila. ²⁴ Ito ang mga pinuno ng kanilang mga pamilya: sina Efer, Ishi, Eliel Azriel, Jeremias, Hodavia at Jadiel. Matatapang silang mandirigma at tanyag na mga pinuno ng mga pamilya nila. ²⁵ Pero hindi sila naging tapat sa Dios ng kanilang mga ninuno, sa halip sumamba sila sa mga dios ng mga taong nilipol ng Dios sa lupaing iyon. ²⁶ Ito ang dahilan kung bakit niloob ng Dios ng Israel na lusubin sila ni Pul na hari ng Asiria (na siya ring si Tiglat Pileser). Binihag ni Pul ang mga lahi ni Reuben at Gad, pati na ang kalahating lahi ni Manase at dinala sa Hala, Habor, Hara, at sa Ilog ng Gozan, kung saan doon sila naninirahan hanggang ngayon.

Ang Lahi ni Levi na mga Pari

6 Ito ang mga anak na lalaki ni Levi: sina Gershon,ᵃ Kohat at Merari. ² Ang mga anak na lalaki ni Kohat ay sina Amram, Izar, Hebron at Uziel. ³ Ang mga anak ni Amram ay sina Aaron, Moises at Miriam. Ang mga anak na lalaki ni Aaron ay sina Nadab, Abihu, Eleazar at Itamar. ⁴ Si Eleazar ay ama ni Finehas, si Finehas ay ama ni Abishua, ⁵ at si Abishua ay ama ni Buki. Si Buki ay ama ni Uzi, ⁶ si Uzi ay ama ni Zerahia at si Zerahia ay ama ni Merayot. ⁷ Si Merayot ay ama ni Amaria, si Amaria ay ama ni Ahitub, ⁸ si Ahitub ay ama ni Zadok. Si Zadok ay ama ni Ahimaaz, ⁹ si Ahimaaz ay ama ni Azaria, at si Azaria ay ama ni Johanan. ¹⁰ Si Johanan ay ama ni Azaria na siyang *punong* pari nang ipinatayo ni Solomon ang templo sa Jerusalem. ¹¹ Si Azaria ay ama ni Amaria, si Amaria ay ama ni Ahitub, ¹² si Ahitub ay ama ni Zadok. Si Zadok ay ama ni Shalum, ¹³ si Shalum ay ama ni Hilkia at si Hilkia ay ama ni Azaria. ¹⁴ Si Azaria ay ama ni Seraya at si Seraya ay ama ni Jehozadak. ¹⁵ Jehozadak ay kasama sa mga bihag nang ipabihag

ng Panginoon ang mga mamamayan ng Jerusalem at Juda kay Nebucadnezar.

Ang Iba pang Lahi ni Levi

¹⁶ Ang mga anak na lalaki ni Levi ay sina Gershon, Kohat at Merari. ¹⁷ Ang mga anak na lalaki ni Gershon ay sina Libni at Shimei. ¹⁸ Ang mga anak na lalaki ni Kohat ay sina Amram, Izar, Hebron at Uziel. ¹⁹ Ang mga anak na lalaki ni Merari ay sina Mahli at Mushi.

Ito ang mga pamilya ng mga Levita na itinala ayon sa kanilang mga ninuno:

²⁰ Sa mga angkan ni Gershon: sina Libni, Jehat, Zima, ²¹ Joa, Iddo, Zera at Jeaterai.

²² Sa mga angkan ni Kohat: sina Aminadab, Kora, Asir, ²³ Elkana, Ebiasaf,ᵇ Asir, ²⁴ Tahat, Uriel, Uzia at Shaul. ²⁵ Sa mga angkan ni Elkana: sina Amasai, Ahimot, ²⁶ Elkana, Zofai, Nahat, ²⁷ Eliab, Jeroham, Elkana at Samuel.ᶜ ²⁸ Ang mga anak na lalaki ni Samuel ay si Joel,ᵈ ang panganay, at ang ikalawa ay si Abijah.

²⁹ Sa mga angkan ni Merari: sina Mahli, Libni, Shimei, Uza, ³⁰ Shimea, Haggia at Asaya.

Ang mga Musikero sa Templo

³¹ May mga taong itinalaga ni David sa pag-awit at pagtugtog sa bahay ng Panginoon matapos malipat doon ang Kahon ng Kasunduan. ³² Naglingkod sila sa pamamagitan ng pag-awit doon sa Toldang Sambahan na *tinatawag ding* Toldang Tipanan hanggang sa panahon na naipatayo ni Solomon ang templo ng Panginoon sa Jerusalem. Ginawa nila ang kanilang gawain ayon sa mga tuntunin na ipinatupad sa kanila. ³³ Ito ang mga naglilingkod na kasama ang kanilang mga anak:

Si Heman na isang musikero na mula sa angkan ni Kohat. (Si Heman ay anak ni Joel. Si Joel ay anak ni Samuel. Si Samuel ay anak ni Elkana. ³⁴ Si Elkana ay anak ni Jeroham. Si Jeroham ay anak ni Eliel. Si Eliel ay anak ni Toa. ³⁵ Si Toa ay anak ni Zuf. Si Zuf ay anak ni Elkana. Si Elkana ay anak ni Mahat. Si Mahat ay anak ni Amasai. ³⁶ Si Amasai ay anak ni Elkana. Si Elkana ay anak ni Joel. Si Joel ay anak ni Azaria. Si Azaria ay anak ni Zefanias. ³⁷ Si Zefanias ay anak ni Tahat. Si Tahat ay anak ni Asir. Si Asir ay anak ni Ebiasaf. Si Ebiasaf ay anak ni Kora. ³⁸ Si Kora ay anak ni Izar. Si Izar ay anak ni Kohat. Si Kohat ay anak ni Levi. Si Levi ay anak ni Israel.)

³⁹ Si Asaf *na mula sa angkan ni Gershon.* Siya ang unang tagapamahala ni Heman. (Si Asaf ay anak ni Berekia. Si Berekia ay anak ni Shimea. ⁴⁰ Si Shimea ay anak ni Micael. Si Micael ay anak ni Baaseya. Si Baaseya ay anak ni Malkia. ⁴¹ Si Malkia ay anak ni Etni. Si Etni ay anak ni Zera. Si Zera ay anak ni Adaya. ⁴² Si Adaya ay anak ni Etan. Si Etan ay anak ni Zima. Si Zima ay anak ni Shimei. ⁴³ Si Shimei ay anak ni Jahat. Si Jahat ay anak ni Gershon. Si Gershon ay anak ni Levi.)

⁴⁴ Si Etan na mula sa angkan ni Merari. Siya ang pangalawang tagapamahala ni Heman. (Si Etan ay

---

ᵃ *1 Gershon:* o, *Gershom.*

ᵇ *23 Ebiasaf:* o, *Abiasaf.*

ᶜ *27 Samuel:* Wala ito sa tekstong Hebreo, pero makikita sa ibang mga tekstong Septuagint at sa Syriac.

ᵈ *28 Joel:* Wala ito sa tekstong Hebreo, pero makikita sa ibang mga tekstong Septuagint at sa Syriac.

anak ni Kishi. Si Kishi ay anak ni Abdi. Si Abdi ay anak ni Maluc. ⁴⁵ Si Maluc ay anak ni Hashabia. Si Hashabia ay anak ni Amazia. Si Amazia ay anak ni Hilkia. ⁴⁶ Si Hilkia ay anak ni Amzi. Si Amzi ay anak ni Bani. Si Bani ay anak ni Shemer. ⁴⁷ Si Shemer ay anak ni Mahli. Si Mahli ay anak ni Mushi. Si Mushi ay anak ni Merari. At si Merari ay anak ni Levi.)

⁴⁸ Ang mga kapwa nila Levita ay binigyan ng ibang gawain sa Toldang Sambahan, ang bahay ng Dios. ⁴⁹ Pero si Aaron at ang kanyang angkan ang naghahandog sa altar na pinag-aalayan ng mga handog na sinusunog at sa altar na pinagsusunugan ng insenso. At sila rin ang gumagawa ng iba pang mga gawain na may kinalaman sa ginagawa sa Pinakabanal na Lugar. Naghahandog sila para sa kapatawaran ng kasalanan ng Israel. Ginagawa nila ito ayon sa lahat ng iniutos ni Moises na lingkod ng Dios. ⁵⁰ Ito ang mga angkan ni Aaron: sina Eleazar, Finehas, Abishua, ⁵¹ Buki, Uzi, Zerahia, ⁵² Merayot, Amaria, Ahitub, ⁵³ Zadok, at Ahimaaz.

Ang mga Lupain ng Lahi ni Levi

⁵⁴ Ito ang mga lupain na ibinigay sa angkan ni Aaron na mula sa angkan ni Kohat. Sila ang unang binigyan ng lupain sa pamamagitan ng palabunutan. ⁵⁵ Kabilang sa mga lupaing ito ay ang Hebron na nasa Juda at ang mga pastulan sa paligid nito. ⁵⁶ Pero ang mga bukirin at ang mga baryo sa paligid ng Hebron ay ibinigay kay Caleb na anak ni Jefune. ⁵⁷ Kaya ibinigay sa angkan ni Aaron ang mga sumusunod na lupain kabilang ang mga pastulan nito: Hebron (ang lungsod na tanggulan), Libna, Jatir, Estemoa, ⁵⁸ Hilen,ᵃ Debir, ⁵⁹ Ashan,ᵇ Juta,ᶜ at Bet Shemesh. ⁶⁰ At mula sa lupain ng lahi ni Benjamin ay ibinigay sa kanila ang Gibeon,ᵈ Geba, Alemet at Anatot, pati na ang mga pastulan nito. Ang bayan na ibinigay sa angkang ito ni Kohat ay 13 lahat. ⁶¹ Ang natirang mga angkan ni Kohat ay binigyan ng sampung bayan sa pamamagitan ng palabunutan mula sa lupain ng kalahating lahi ni Manase.

⁶² Ang mga angkan ni Gershon ayon sa bawat pamilya ay binigyan ng 13 bayan mula sa mga lahi nina Isacar, Asher, Naftali, at mula sa kalahating lahi ni Manase sa Bashan.

⁶³ Ang angkan ni Merari, ayon sa bawat pamilya ay binigyan ng 12 bayan mula sa lahi nina Reuben, Gad at Zebulun.

⁶⁴ Kaya ibinigay ng mga Israelita sa mga Levita ang mga bayang ito at ang mga pastulan nito. ⁶⁵ Ibinigay din sa lahi ni Levi ang mga nabanggit na bayan na mula sa lahi nina Juda, Simeon at Benjamin. ⁶⁶ Ang ibang mga pamilya ni Kohat ay binigyan ng mga bayan mula sa lahi ni Efraim. ⁶⁷ Ibinigay sa kanila ang Shekem (na siyang lungsod na tanggulan sa kaburulan ng Efraim), ang Gezer, ⁶⁸ Jokmeam, Bet Horon, ⁶⁹ Ayalon at Gat Rimon, pati na ang mga pastulan nito. ⁷⁰ Ang iba pang mga angkan ni Kohat ay binigyan ng mga kapwa nila Israelita ng mga bayan mula sa kalahating lahi ni Manase. Ang

ibinigay sa kanila ay ang Aner at Bileam pati ang mga pastulan nito.

⁷¹ Ang angkan ni Gershon ay binigyan ng mga sumusunod na bayan:

Mula sa kalahating lahi ni Manase: Golan sa Bashan at ang Ashtarot, pati ang mga pastulan nito.

⁷² Mula sa lahi ni Isacar: Kedesh, Daberat, ⁷³ Ramot at Anem, pati ang mga pastulan nito.

⁷⁴ Mula sa lahi ni Asher: Mashal, Abdon, ⁷⁵ Hukok at Rehob, pati ang mga pastulan nito.

⁷⁶ Mula sa lahi ni Naftali: Kedesh sa Galilea, Hammon at Kiriataim, pati ang mga pastulan nito.

⁷⁷ Ang mga natirang angkan ni Merari ay binigyan ng mga sumusunod na lupain:

Mula sa lahi ni Zebulun: Jokneam, Karta,ᵉ Rimono at Tabor, pati ang mga pastulan nito.

⁷⁸ Mula sa lahi ni Reuben na nasa kabilang Ilog ng Jordan sa silangan ng Jerico: Bezer sa may disyerto, Jaza,ᶠ ⁷⁹ Kedemot at Mefaat, pati ang mga pastulan nito.

⁸⁰ At mula sa lahi ni Gad: Ramot sa Gilead, Mahanaim, ⁸¹ Heshbon at Jazer, pati ang mga pastulan nito.

Ang Lahi ni Isacar

7 May apat na anak na lalaki si Isacar: sina Tola, Pua, Jashub at Shimron. ² Ang mga anak na lalaki ni Tola ay sina Uzi, Refaya, Jeriel, Jamai, Ibsam at Shemuel.ᵍ Sila ang mga pinuno ng kanilang mga pamilya. Nang si David ang hari, 22,600 ang bilang ng mga lalaking handa sa paglilingkod sa militar mula sa mga angkan ni Tola.

³ Ang anak na lalaki ni Uzi ay si Izrahia. Si Izrahia at ang kanyang apat na anak na sina Micael, Obadias, Joel at Ishia, ang mga pinuno ng kanilang mga pamilya. ⁴ Marami silang asawa't anak, kaya ayon sa talaan ng kanilang mga angkan, mayroon silang 36,000 lalaking handa sa paglilingkod sa militar. ⁵ Ang bilang ng mga lalaking handa sa paglilingkod sa militar mula sa lahat ng pamilya ni Isacar ay 87,000, ayon sa talaan ng kanilang lahi.

Ang Lahi ni Benjamin

⁶ May tatlong anak na lalaki si Benjamin: sina Bela, Beker at Jediael. ⁷ Si Bela ay may limang anak na lalaki na sina Ezbon, Uzi, Uziel, Jerimot at Iri. Sila ang mga pinuno ng kanilang mga pamilya. Ang bilang ng kalalakihan nilang handa sa paglilingkod sa militar ay 22,034, ayon sa talaan ng kanilang mga lahi. ⁸ Ang mga anak na lalaki ni Beker ay sina Zemira, Joash, Eliezer, Elyoenai, Omri, Jeremot, Abijah, Anatot at Alemet. Silang lahat ang anak ni Beker. ⁹ Ang bilang ng kalalakihan nilang handa sa paglilingkod sa militar ay 20,200. Ito ang mga pinuno ng mga pamilya nila na nakatala sa talaan ng kanilang mga lahi. ¹⁰ Ang anak na lalaki ni Jediael ay si Bilhan. Ang mga anak na lalaki ni Bilhan ay sina Jeush, Benjamin, Ehud, Kenaana, Zetan, Tarshish at Ahishahar. ¹¹ Sila ang mga pinuno ng kanilang mga pamilya. May 17,200 silang kalalakihang handa sa

---

ᵃ 58 Hilen: o, Holon.

ᵇ 59 Ashan: o, Ain.

ᶜ 59 Juta: Wala ito sa tekstong Hebreo, pero makikita sa tekstong Syriac.

ᵈ 60 Gibeon: Wala ito sa tekstong Hebreo, pero makikita sa Josue 21:17.

ᵉ 77 Jokneam, Karta: Hindi ito makikita sa tekstong Hebreo ngunit makikita sa Septuagint at sa Josue 21:34.

ᶠ 78 Jaza: o, Jahaz.

ᵍ 2 Shemuel: o, Samuel.

paglilingkod sa militar. ¹² Ang mga anak na lalaki ni Ir ay sina Shupim at si Hupim,ᵃ at ang anak ni Aher ay si Hushim.

Ang Lahi ni Naftali

¹³ Ang mga anak na lalaki ni Naftali kay Bilha ay sina Jahziel,ᵇ Guni, Jezer at Shilem.ᶜ ¹⁴ May *dalawang* anak si Manase sa asawa niyang Arameo. Sila ay sina Asriel at Makir. Si Makir ang ama ni Gilead, ¹⁵ at siya ang naghanap ng asawa para kina Hupim at Shupim.ᵈ May kapatid na babae si Makir na ang pangalan ay Maaca. Ang isa pang anak ni Makir ay si Zelofehad na ang mga anak ay puro babae. ¹⁶ May mga anak ding lalaki si Makir kay Maaca na ang mga pangalan ay Peresh at Sheresh. Ang mga anak na lalaki ni Peresh ay sina Ulam at Rakem. ¹⁷ Ang anak na lalaki ni Ulam ay si Bedan. Sila ang mga angkan ni Gilead na anak ni Makir, at apo ni Manase. ¹⁸ Ang kapatid na babae ni Gilead na si Hammoleket ay may mga anak *na lalaki* na sina Ishod, Abiezer at Mala.

¹⁹ Ang mga anak na lalaki ni Shemida ay sina Ahian, Shekem, Likhi at Aniam.

Ang Lahi ni Efraim

²⁰ Ito ang lahi ni Efraim: si Shutela na ama ni Bered, si Bered na ama ni Tahat, si Tahat na ama ni Eleada, si Eleada na ama ni Tahat, ²¹ si Tahat na ama ni Zabad, si Zabad na ama ni Shutela. Ang mga anak ni Efraim na sina Ezer at Elead ay pinatay ng mga lalaking katutubo ng Gat nang nagnakaw sila ng mga hayop. ²² Matagal ang paghihinagpis ni Efraim sa kanilang pagkamatay, at pumunta ang kanyang mga kamag-anak para aliwin siya. ²³ Nang *bandang* huli, sumiping si Efraim sa kanyang asawa; nabuntis ito at nanganak ng lalaki. Pinangalanan ni Efraim ang bata na Beria,ᵉ dahil sa kasawiang dumating sa kanilang pamilya. ²⁴ May anak na babae si Efraim na si Sheera. Siya ang nagtatag ng itaas at ibabang bahagi ng Bet Horon at ng Uzen Sheera. ²⁵ At ang anak na lalaki ni Efraim ay si Refa. Si Refa ay ama ni Reshef, si Reshef ay ama ni Tela, si Tela ay ama ni Tahan, ²⁶ si Tahan ay ama ni Ladan, si Ladan ay ama ni Amihud, si Amihud ay ama ni Elishama, ²⁷ si Elishama ay ama ni Nun, si Nun ay ama ni Josue. ²⁸ Ang lupaing natanggap at tinirhan ng lahi ni Efraim ay ang Betel at ang mga baryo sa paligid nito, ang Naaran sa bandang silangan, ang Gezer sa kanluran at ang mga baryo sa paligid nito, ang Shekem at ang mga baryo sa paligid nito papunta sa Aya at sa mga baryo nito. ²⁹ Ang lahi ni Manase ang nagmamay-ari sa mga lungsod ng Bet Shan, Taanac, Megido at Dor, pati sa mga baryo sa paligid nito. Sa mga bayang ito nakatira ang lahi ni Jose na anak ni Israel.ᶠ

ᵃ 12 *Ang mga anak...Shupim at si Hupim:* o, *Ang mga angkan ni Ir na may Hupeo at Shupeo.*

ᵇ 13 *Jahziel:* o, *Jazeel.*

ᶜ 13 *Shilem:* o, *Shalum.*

ᵈ 15 *Shupim:* o, *si Makir ay nakapag-asawa mula sa angkan ng Hupeo at Shupeo.*

ᵉ 23 *Beria:* Maaaring ang ibig sabihin, *kasawian.*

ᶠ 29 *Israel:* Ang pangalang ibinigay ng Dios kay Jacob.

Ang Lahi ni Asher

³⁰ Ang mga anak na lalaki ni Asher ay sina Imna, Ishva, Ishvi at Beria. Ang kapatid nilang babae ay si Sera. ³¹ Ang mga anak na lalaki ni Beria ay sina Heber at Malkiel. Si Malkiel ang ama ni Birzait. ³² Si Heber ang ama nina Jaflet, Shomer, at Hotam. Ang kapatid nilang babae ay si Shua. ³³ Ang mga anak na lalaki ni Jaflet ay sina Pasac, Bimhal at Asvat. ³⁴ Ang mga anak na lalaki ni Shomer ay sina Ahi, Roga,ᵍ Hubba at Aram. ³⁵ Ang mga anak na lalaki ng kapatid ni Shomer na si Helemʰ ay sina Zofa, Imna, Sheles at Amal. ³⁶ Ang mga anak na lalaki ni Zofa ay sina Shua, Harnefer, Shual, Beri, Imra, ³⁷ Bezer, Hod, Shama, Shilsha, Itran,ⁱ at Beera. ³⁸ Ang mga anak na lalaki ni Jeter ay sina Jefune, Pispa at Ara. ³⁹ Ang mga anak na lalaki ni Ula ay sina Ara, Haniel at Rizia. ⁴⁰ Silang lahat ang lahi ni Asher na pinuno ng kanilang mga pamilya. Matatapang silang mandirigma at tanyag na mga pinuno. Ang bilang ng mga lalaki sa lahi ni Asher na handa sa paglilingkod sa militar ay 26,000 ayon sa talaan ng kanilang mga lahi.

Ang Lahi ni Benjamin

8 Ito ang mga anak na lalaki ni Benjamin mula sa panganay hanggang sa pinakabata: Bela, Ashbel, Ahara, ² Noha at Rafa. ³ Ang mga anak na lalaki ni Bela ay sina Adar, Gera, Abihud,ʲ ⁴ Abishua, Naaman, Ahoa, ⁵ Gera, Shefufan at Huram. ⁶ Ang mga angkan ni Ehud na pinuno ng kanilang mga pamilya ay pinaalis sa Geba at lumipat sa Manahat— ⁷ sila ay sina Naaman, Ahia, at Gera. Si Gera na ama nina Uza at Ahihud ang nanguna sa paglipat nila. ⁸ Hiniwalayan ni Shaharaim ang mga asawa niyang sina Hushim at Baara. Kinalaunan, tumira siya sa Moab, at nagkaanak siya ⁹ sa asawa niyang si Hodes. Ang mga anak nilang lalaki ay sina Jobab, Zibia, Mesha, Malcam, ¹⁰ Jeuz, Sakia at Mirma. Naging pinuno sila ng kanilang mga pamilya. ¹¹ May anak ding lalaki si Shaharaim sa asawa niyang si Hushim. Sila'y sina Abitub at Elpaal. ¹² Ang mga anak na lalaki ni Elpaal ay sina Eber, Misam, Shemed (na nagtatag ng *mga bayan ng* Ono at Lod, at ng mga baryo sa paligid nito), ¹³ at sina Beria at Shema. Sila ang mga pinuno ng kanilang mga pamilya na nakatira sa Ayalon. Sila rin ang nagpaalis sa mga naninirahan sa Gat. ¹⁴⁻¹⁶ Ang mga anak na lalaki ni Beria ay sina Ahio, Shashak, Jeremot, Zebadia, Arad, Eder, Micael, Ishpa at Joha. ¹⁷⁻¹⁸ Ang mga anak na lalaki ni Elpaal ay sina Zebadia, Meshulam, Hizki, Heber, Ishmerai, Izlia at Jobab. ¹⁹⁻²¹ Ang mga anak na lalaki ni Shimei ay sina Jakim, Zicri, Zabdi, Elienai, Ziletai, Eliel, Adaya, Beraya at Shimrat. ²²⁻²⁵ Ang mga anak na lalaki ni Shashak ay sina Ispan, Eber, Eliel Abdon, Zicri, Hanan, Hanania, Elam, Antotia, Ifdeya at Penuel. ²⁶⁻²⁷ Ang mga anak na lalaki ni Jeroham ay sina Shamsherai, Sheharia,

---

ᵍ 34 *ang mga anak na lalaki...Roga:* o, *ang kanyang anak ay si Shomer na nagkaroon ng anak kay Roga.*

ʰ 35 *Helem:* Maaaring ito ay isa pang pangalan ni Hotam.

ⁱ 37 *Itran:* Maaaring ito ay isa pang pangalan ni Jeter.

ʲ 3 *Abihud:* o, *Abihud, na ama ni Ehud.*

Atalia, Jaareshia, Elias at Zicri. [28] Sila ang mga pinuno ng mga pamilya nila ayon sa talaan ng kanilang mga lahi, at tumira sila sa Jerusalem.

[29] Si Jeyel[a] na ama ni Gibeon ay tumira sa Gibeon. Ang pangalan ng asawa niya ay Maaca. [30] Ang mga anak niyang lalaki mula sa panganay hanggang sa pinakabata ay sina Abdon, Zur, Kish, Baal, Ner,[b] Nadab, [31] Gedor, Ahio, Zeker,[c] [32] at Miklot na ama ni Shimea. [1] Tumira sila malapit sa kanilang mga kamag-anak sa Jerusalem. [33] Si Ner ang ama ni Kish, si Kish ang ama ni Saul, at si Saul ang ama ni Jonatan, Malki Shua, Abinadab at Eshbaal.[e] [34] Ang anak ni Jonatan ay si Merib Baal[f] na ama ni Micas. [35] Ang mga anak na lalaki ni Micas ay sina Piton, Melec, Tarea at Ahaz. [36] Si Ahaz ang ama ni Jehoada,[g] at si Jehoada ang ama nina Alemet, Azmavet at Zimri. Si Zimri ang ama ni Moza, [37] at si Moza ang ama ni Binea. Ang anak ni Binea ay si Rafa,[h] na ama ni Eleasa, na ama ni Azel. [38] Si Azel ay may anim na anak na lalaki na sina Azrikam, Bokeru, Ishmael, Shearia, Obadias at Hanan. [39] Ang mga anak na lalaki ng kapatid ni Azel na si Eshek ay sina Ulam (ang panganay), Jeush (ang ikalawa), at Elifelet (ang ikatlo). [40] Matatapang ang anak ni Ulam at mahuhusay silang pumana. Marami silang anak at apo— 150 lahat.

Silang lahat ang lahi ni Benjamin.

9 Nailista ang lahat ng Israelita sa talaan ng mga lahi sa Aklat ng Kasaysayan ng mga hari ng Israel. Ang mga mamamayan ng Juda ay binihag sa Babilonia dahil hindi sila naging tapat sa PANGINOON. [2] Ang unang nakabalik sa kanilang mga bayan sa sariling lupain ay ang mga ordinaryong Israelita, mga pari, mga Levita, at mga utusan sa templo.[i]

[3] Ito ang mga lahi nina Juda, Benjamin, Efraim at Manase na nakabalik at tumira sa Jerusalem:

[4] Si Utai na anak ni Amihud (si Amihud ay anak ni Omri; si Omri ay anak ni Imri; si Imri ay anak ni Bani na mula sa angkan ni Perez na anak ni Juda).

[5] Sa mga Shilonita: si Asaya (ang panganay) at ang mga anak niya.

[6] Sa mga Zerahita: ang pamilya ni Jeuel. Silang lahat ay 690 mula sa lahi ni Juda.

[7] Sa lahi ni Benjamin: si Salu na anak ni Meshulam (si Meshulam ay anak ni Hodavia; si Hodavia ay anak ni Hasenua), [8] si Ibneya na anak ni Jeroham, si Elah na anak ni Uzi (si Uzi ay anak ni Micri), at si Meshulam na anak ni Shefatia (si Shefatia ay anak ni Reuel; si Reuel ay anak ni Ibnia).

[9] Silang lahat ang pinuno ng kanilang mga pamilya. Mula sa lahi ni Benjamin, ang

---

---

lahat ng nakabalik na lalaki ay 956 ayon sa talaan ng kanilang mga lahi.

[10] Sa mga pari: si Jedaya, si Jehoyarib, si Jakin, [11] si Azaria na pinakamataas na opisyal sa templo ng Dios (anak siya ni Hilkia; si Hilkia ay anak ni Meshulam; si Meshulam ay anak ni Zadok; si Zadok ay anak ni Merayot; si Merayot ay anak ni Ahitub), [12] si Adaya na anak ni Jeroham (si Jeroham ay anak ni Pashur; si Pashur ay anak ni Malkia), at si Maasai na anak ni Adiel (si Adiel ay anak ni Jazera; si Jezera ay anak ni Meshulam; si Meshulam ay anak ni Meshilemit; si Meshilemit ay anak ni Imer).

[13] Ang mga pari na nakabalik ay 1,760 lahat. Mahuhusay silang pinuno ng kanilang mga pamilya. Sila ang mga pinagkatiwalaan sa paglilingkod sa templo ng Dios.

[14] Sa mga Levita: si Shemaya na anak ni Hashub (si Hashub ay anak ni Azrikam; si Azrikam ay anak ni Hashabia na mula sa angkan ni Merari), [15] si Bakbakar, si Heres, si Galal, si Matania na anak ni Mica (si Mica ay anak ni Zicri; si Zicri ay anak ni Asaf), [16] si Obadias na anak ni Shemaya (si Shemaya ay anak ni Galal; si Galal ay anak ni Jedutun), at si Berekia na anak ni Asa at apo ni Elkana, na tumira sa baryo ng mga Netofatno.

[17] Ang mga guwardya ng pintuan: sina Shalum, Akub, Talmon, Ahiman, at ang kanilang mga kamag-anak.

Si Shalum ang pinuno nila. [18] Hanggang ngayon, sila pa rin ang guwardya ng Pintuan ng Hari sa bandang silangan ng lungsod. Sila noon ang mga guwardya ng pintuang papasok sa kampo ng mga Levita. [19] Si Shalum ay anak ni Kore at apo ni Ebiasaf,[j] na mula sa pamilya ni Kora. Si Shalum at ang kanyang mga kamag-anak na mula sa angkan ni Kora ang pinagkatiwalaan sa pagbabantay ng pintuan ng Tolda katulad ng kanilang mga ninuno na pinagkatiwalaan sa pagbabantay ng pintuan ng bahay[k] ng PANGINOON. [20] Si Finehas na anak ni Eleazar ang namamahala noon sa mga guwardya ng pintuan, at sinamahan siya ng PANGINOON.

[21] Si Zacarias na anak ni Meshelemia ay guwardya rin ng pintuan ng Toldang Tipanan. [22] Ang mga guwardya ng pintuan ay 212 lahat, at itinala sila ayon sa talaan ng mga angkan nila sa kanilang bayan. Ang nagbigay ng tungkulin sa kanilang mga ninuno bilang mga guwardya ng pintuan (dahil maaasahan sila) ay sina David at Propeta Samuel. [23] Sila at ang kanilang mga angkan ang pinagkakatiwalaang magbantay sa mga pintuan ng bahay ng PANGINOON—na tinatawag ding Tolda.

---

²⁴ Nagbabantay sila sa apat na sulok: sa silangan, kanluran, hilaga at timog. ²⁵ Kung minsan ang mga kamag-anak nilang nakatira sa mga bayan ang pumapalit sa kanila na magbantay sa loob ng pitong araw. ²⁶ Pero ang apat na pinuno ng mga guwardya ng pintuan, na mula sa mga Levita, ang siyang responsable sa mga kwarto at mga bodega ng templo. ²⁷ Nagpupuyat sila sa pagbabantay sa paligid ng templo dahil kailangan nila itong bantayan at sila ang tagabukas ng pinto tuwing umaga.

²⁸ Ang iba sa kanila'y pinagkatiwalaan sa pag-aasikaso ng mga gamit sa pagsamba. Binibilang nila ito bago at pagkatapos gamitin. ²⁹ Ang iba'y pinagkatiwalaan sa pag-aasikaso ng iba pang mga gamit sa templo gaya ng harina, katas ng ubas, langis, insenso at mga pampalasa. ³⁰ Ngunit katungkulan ng mga pari ang pagtitimpla ng mga pampalasa. ³¹ Si Matitia na Levita, at panganay na anak ni Shalum na mula sa angkan ni Kora, ang pinagkatiwalaan sa pagluluto ng tinapay *para ihandog*. ³² Ang ibang angkan ni Kohat ang pinagkatiwalaan sa paghahanda at paglalagay ng mga tinapay sa mesa tuwing Araw ng Pamamahinga. ³³ Ang mga musikero *sa templo* na mga pinuno rin ng mga pamilyang Levita ay doon na rin tumira sa mga silid sa templo. At wala na silang iba pang gawain, dahil ginagawa nila ito araw at gabi. ³⁴ Silang lahat ang pinuno ng mga pamilyang Levita, nailista sila sa talaan ng kanilang lahi. Tumira sila sa Jerusalem.

Ang Angkan ni Saul
(1 Cro. 8:29-38)

³⁵ Si Jeyel na ama ni Gibeon ay tumira sa Gibeon. Ang pangalan ng asawa niya ay Maaca. ³⁶ Ang mga anak niyang lalaki mula sa panganay hanggang sa pinakabata ay sina Abdon, Zur, Kish, Baal, Ner, Nadab, ³⁷ Gedor, Ahio, Zacarias at Miklot ³⁸ (na ama ni Shimeam). Tumira sila malapit sa mga kamag-anak nila sa Jerusalem. ³⁹ Si Ner ang ama ni Kish, si Kish ang ama ni Saul, at si Saul ang ama nina Jonatan, Malki Shua, Abinadab at Eshbaal. ⁴⁰ Ang anak ni Jonatan ay si Merib Baalᵃ na ama ni Micas. ⁴¹ Ang mga anak na lalaki ni Micas ay sina Piton, Melec, Tarea at Ahaz.ᵇ ⁴² Si Ahaz ang ama ni Jada,ᶜ at si Jada ang ama nina Alemet, Azmavet at Zimri. Si Zimri ang ama ni Moza, ⁴³ at si Moza ama ni Binea. Ang anak ni Binea ay si Refaya, ang anak ni Refaya ay si Eleasa, at ang anak ni Eleasa ay si Azel. ⁴⁴ Si Azel ay may anim na anak na sina: Azrikam, Bokeru, Ishmael, Shearia, Obadias at Hanan.

Pinatay ni Saul ang Sarili
(1 Sam. 31:1-13)

10 Nakipaglaban ang mga Filisteo sa mga Israelita sa Bundok ng Gilboa. Maraming namatay *sa mga Israelita*, at ang iba sa kanila'y nagsitakas. ² Hinabol ng mga Filisteo si Saul at ang mga anak niyang lalaki, at pinatay nila ang mga anak niyang sina Jonatan, Abinadab at Malki Shua. ³ Matindi ang labanan nina Saul at ng mga Filisteo. Tinamaan siya

ng pana at malubhang nasugatan. ⁴ Sinabi ni Saul sa tagapagdala ng kanyang armas, "Bunutin mo ang iyong espada at patayin ako, dahil kung hindi, silang mga hindi nakakakilala sa Diosᵈ ang papatay sa akin, at pagtatawanan pa nila ako." Pero natakot ang tagapagdala niya ng armas na patayin siya, kaya kinuha ni Saul ang sarili niyang espada, at sinaksak ang sarili.

⁵ Nang makita ng tagapagdala ng armas na patay na si Saul, sinaksak din niya ang kanyang sarili at namatay siya. ⁶ Kaya namatay si Saul, ang tatlo niyang anak na lalaki, at ang lahat ng pamilya niya.

⁷ Nang panahong iyon, may mga Israelitang nakatira sa lambak *ng Jezreel*. Nang makita nilang nagsitakas ang mga sundalo ng Israel at patay na si Saul pati ang mga anak niya, iniwan nila ang mga bayan nila at nagsitakas din. Kaya pinasok ng mga Filisteo ang mga bayan at tinirhan nila ang mga ito.

⁸ Kinabukasan, nang pumunta ang mga Filisteo sa Bundok ng Gilboa para kunin ang mahahalagang bagay sa mga namatay na sundalo, nakita nila ang bangkay ni Saul at ng kanyang mga anak. ⁹ Kinuha nila ang mga armas ni Saul at pinutol ang ulo nito. Pagkatapos, nagsugo sila ng mga mensahero sa buong lupain ng Filisteo para ibalita sa kanilang mga dios-diosan at mga kababayan *na patay na si Saul*. ¹⁰ Inilagay nila ang armas ni Saul sa templo ng kanilang mga dios, at isinabit ang ulo niya sa templo ng *dios nilang si* Dagon.

¹¹ Nabalitaan ng mga taga-Jabes Gilead ang lahat ng ginawa ng mga Filisteo kay Saul. ¹² Kaya lumakad ang lahat ng kanilang matatapang na tao at kinuha ang bangkay ni Saul at ng kanyang mga anak, at dinala nila ito sa Jabes. Pagkatapos, inilibing nila ang mga bangkay sa ilalim ng malaking punongkahoy sa Jabes, at nag-ayuno sila ng pitong araw.

¹³ Namatay si Saul dahil hindi siya naging tapat sa PANGINOON. Hindi niya tinupad ang utos ng PANGINOON, at dumulog pa siya sa mga espiritista ¹⁴ sa halip na humingi siya ng payo sa PANGINOON. Kaya pinatay siya ng PANGINOON at ibinigay ang kaharian kay David na anak ni Jesse.

Naging Hari si David sa Israel
(2 Sam. 5:1-10)

11 Pumunta ang lahat ng Israelita kay David sa Hebron at sinabi, "Mga kamag-anak mo kami. ² Mula pa noon, kahit nang si Saul pa ang aming hari, ikaw na ang namumuno sa mga Israelita sa pakikipaglaban. At sinabi sa iyo ng PANGINOON na iyong Dios, 'Aalagaan mo ang mga mamamayan kong Israelita, tulad ng isang pastol ng mga tupa. Ikaw ang mumumuno sa kanila.' " ³ Kaya roon sa Hebron, gumawa si David ng kasunduan sa mga tagapamahala ng Israel sa harap ng PANGINOON, at pinahiran nila ng langis ang ulo ni David bilang *pagkilala na siya na ang* hari ng Israel, ayon sa ipinangako ng PANGINOON sa pamamagitan ni Samuel.

⁴ *Isang araw*, pumunta si David at lahat ng mga Israelita sa Jerusalem (na dating Jebus) para lusubin ito. Ang mga Jebuseo na nakatira roon ⁵ ay nagsabi

---

a 40 Merib Baal: siya rin si Mefiboset.

b 41 Ahaz: Wala ito sa tekstong Hebreo, pero makikita sa tekstong Syriac at sa Latin Vulgate. Tingnan din sa 8:35.

c 42 Jada: o, *Jara.*

d 4 hindi nakakakilala sa Dios: sa literal, *hindi tuli.*

kay David, "Hindi kayo makakapasok dito." Pero naagaw nina David ang matatag na kuta ng Zion,ᵃ na sa bandang huli'y tinawag na Lungsod ni David.

⁶Sinabi ni David, "Ang sinumang manguna sa paglusob sa mga Jebuseo ang magiging kumander ng mga sundalo." Si Joab na anak ni Zeruya ang nanguna sa paglusob kaya siya ang naging kumander.

⁷Pagkatapos maagaw ni David ang matatag na kutang iyon, doon na siya tumira. At tinawag niya itong Lungsod ni David. ⁸Pinadagdagan niya ang mga pader sa paligid mula sa mababang parte ng lungsod. Si Joab na namamahala sa pag-aayos ng ibang bahagi ng lungsod. ⁹Naging makapangyarihan si David, dahil tinutulungan siya ng Panginoong Makapangyarihan.

Ang Matatapang na Tauhan ni David
(2 Sam. 23:8-39)

¹⁰Ito ang mga pinuno ng matatapang na tauhan ni David. Sila at ang lahat ng Israelita ay sumuporta sa paghahari ni David ayon sa ipinangako ng Panginoon tungkol sa Israel. ¹¹Si Jashobeam na Hacmoneo, ang nangunguna sa matatapang na tauhan ni David. Sa isang labanan lang, nakapatay siya ng 300 tao sa pamamagitan ng sibat niya.

¹²Ang sumunod sa kanya ay si Eleazar na anak ni Dodaiᶜ na mula sa angkan ni Ahoa. Isa rin siya sa tatlo na matatapang na tauhan ni David. ¹³⁻¹⁴Isa siya sa mga sumama kay David nang nakipaglaban sila sa mga Filisteo sa Pas Damim. Doon sila naglaban sa taniman ng sebada. Tumakas ang mga Israelita pero sina Eleazar at David ay nanatili sa gitna ng taniman, at pinatay nila ang mga Filisteo. Pinagtagumpay sila ng Panginoon.

¹⁵Isang araw, pumunta kay David ang tatlo niyang tauhan doon sa kweba ng Adulam. Ang tatlong ito ay kabilang sa 30 matatapang na mga tauhan ni David. Nagkakampo noon ang mga Filisteo sa Lambak ng Refaim, ¹⁶at naagaw nila ang Betlehem. Habang naroon si David sa isang matatag na kublihan, ¹⁷nauhaw siya. Sinabi niya, "Mabuti sana kung may kukuha sa akin ng tubig na maiinom doon sa balon malapit sa pintuang bayan ng Betlehem." ¹⁸Kaya palihim na pumasok ang tatlong matatapang na iyon sa kampo ng mga Filisteo, malapit sa pintuang bayan ng Betlehem. Kumuha sila ng tubig sa balon at dinala ito kay David. Pero hindi ito ininom ni David, sa halip ibinuhos niya ito bilang handog sa Panginoon. ¹⁹Sinabi niya, "O Dios ko, hindi ko po ito maiinom dahil kasinghalaga ito ng dugo ng mga taong nagtaya ng kanilang buhay sa pagkuha nito." Kaya hindi ito ininom ni David.

Iyon nga ang mga ginawa ng tatlong matatapang na tauhan ni David.

²⁰Si Abishai na kapatid ni Joab ang pinuno ng 30ᵈ matatapang na tauhan ni David. Nakapatay siya ng 300 Filisteo sa pamamagitan ng sibat niya.

Kaya naging tanyag siya gaya ng tatlong matatapang na tauhan, ²¹pero hindi siya kabilang sa kanila. At dahil siya ang pinakatanyag sa 30ᵉ niyang kasama, siya ang naging kumander nila.

²²May isa pang matapang na tao na ang pangalan ay Benaya. Taga-Kabzeel siya, at ang ama niya ay si Jehoyada. Marami siyang kabayanihang ginawa, kabilang na rito ang pagpatay sa dalawang pinakamahuhusay na sundalo ng Moab. Minsan, kahit umuulan ng yelo, bumaba siya sa pinagtataguan ng leon at pinatay ito. ²³Bukod dito, pinatay niya ang isang Egipciong may taas na pito't kalahating talampakan. Ang armas ng Egipcio ay sibat na mabigat at makapal,ᶠ pero ang armas niya'y isang pamalo lang. Inagaw niya ang sibat sa Egipcio at ito rin ang ipinampatay niya rito. ²⁴Ito ang mga ginawa ni Benaya na anak ni Jehoyada. Naging tanyag din siya gaya ng tatlong matatapang na tao, ²⁵pero hindi siya kabilang sa kanila. At dahil siya ang pinakatanyag sa kanyang 30 kasama, ginawa siyang pinuno ni David ng kanyang mga personal na tagapagbantay.

²⁶Ito ang matatapang na kawal:
si Asahel na kapatid ni Joab,
si Elhanan na anak ni Dodo na taga-Betlehem,
²⁷si Shamot na taga-Haror,ᵍ
si Helez na taga-Pelon,
²⁸si Ira na anak ni Ikkes na taga-Tekoa,
si Abiezer na taga-Anatot,
²⁹si Sibecai na taga-Husha,
si Ilaiʰ na taga-Ahoa,
³⁰si Maharai na taga-Netofa,
si Heledⁱ na anak ni Baana na taga-Netofa,
³¹si Itai na anak ni Ribai na taga-Gibea, na sakop ng Benjamin,
si Benaya na taga-Piraton,
³²si Huraiʲ na nakatira malapit sa mga ilog ng Gaas,
si Abielᵏ na taga-Arba,
³³si Azmavet na taga-Baharum,ˡ
si Eliaba na taga-Shaalbon,
³⁴ang mga anak ni Hashemᵐ na taga-Gizon,
si Jonatan na anak ni Shageeⁿ na taga-Harar,
³⁵si Ahiam na anak ni Sacarᵒ na taga-Harar,
si Elifal na anak ni Ur,
³⁶si Hefer na taga-Mekerat,
si Ahia na taga-Pelon,
³⁷si Hezro na taga-Carmel,
si Naaraiᵖ na anak ni Ezbai,
³⁸si Joel na kapatid ni Natan,

e 21 30: sa Hebreo, tatlo. Tingnan sa talatang 25.
f 23 mabigat at makapal: sa literal, gaya ng panghabi ng manghahabi (sa Ingles, weaver's rod).
g 27 Shamot na taga-Haror: o, Shama na taga-Harod.
h 29 Ilai: o, Zalmon.
i 30 Heled: o, Heleb.
j 32 Hurai: o, Hudai.
k 32 Abiel: o, Abialbon.
l 33 Baharum: o, Bahurim.
m 34 Hashem: o, Jasen.
n 34 Shagee: o, Sama.
o 35 Sacar: o, Sharar.
p 37 Naarai: o, Paarai.

a 5 Zion: Ito ang unang tawag sa Jerusalem.
b 11 tatlo: Ito ang nasa ibang mga teksto ng Septuagint (tingnan din sa 2 Sam. 23:8). Sa Hebreo, 30.
c 12 Dodai: o, Dodo.
d 20 30: Ito ang nasa ibang mga tekstong Hebreo at Syriac, ngunit sa karamihan na teksto, tatlo.

si Mibhar na anak ni Hagri,
³⁹ si Zelek na taga-Ammon,
si Naharai na taga-Berot, na tagapagdala
ng armas ni Joab na anak ni Zeruya,
⁴⁰ sina Ira at Gareb na mga taga-Jatir,ᵃ
⁴¹ si Uria na Heteo,
si Zabad na anak ni Alai,
⁴² si Adina na anak ni Shiza na isang pinuno
sa lahi ni Reuben kasama ng kanyang 30
tauhan,
⁴³ si Hanan na anak ni Maaca,
si Joshafat na taga-Mitna,
⁴⁴ si Uzia na taga-Ashterot,
sina Shama at Jeyel na mga anak ni Hotam
na taga-Aroer,
⁴⁵ si Jediael na anak ni Shimri, at ang kapatid
niyang si Joha na taga-Tiz,
⁴⁶ si Eliel, na taga-Mahav,
sina Jeribai at Josavia na mga anak ni
Elnaam,
si Itma na taga-Moab,
⁴⁷ sina Eliel, Obed, at Jaasiel na taga-Mezoba.

Ang mga Tao na Sumama kay David at ang Kanyang mga Sundalo

12 Ito ang mga tao na pumunta kay David doon sa Ziklag nang siya'y nagtatago kay Saul na anak ni Kish. Kasama sila sa mga tumulong kay David sa labanan. ² Armado sila ng mga pana at mahuhusay silang pumana o manirador, kanan o kaliwang kamay man. Mga kamag-anak sila ni Saul mula sa lahi ni Benjamin. ³ Pinamumunuan sila nina Ahiezer at Joash na mga anak ni Shemaa na taga-Gibea. *Ito ang mga pangalan nila:*

sina Jeziel at Pelet na mga anak ni Azmavet,
sina Beraca at Jehu na mga taga-Anatot,
⁴ si Ishmaya na taga-Gibeon, na isa sa mga
tanyag na sundalo at isa rin sa matatapang
na pinuno ng 30 *matatapang na tao*,
sina Jeremias, Jahaziel, Johanan, at Jozabad
na taga-Gedera,
⁵ sina Eluzai, Jerimot, Bealia, Shemaria, at
Shefatia na taga-Haruf,
⁶ sina Elkana, Ishia, Azarel, Joezer, at
Jashobeam na mga angkan ni Kora,
⁷ sina Joela at Zebadia na mga anak ni Jeroham
na taga-Gedor.

⁸ May mga tao ring mula sa lahi ni Gad ang sumama kay David doon sa matatag na kuta na pinagtataguan niya sa ilang. Matatapang silang sundalo at mahuhusay gumamit ng mga pananggalang at sibat. Kasintapang sila ng mga leon, at kasimbilis ng usa sa kabundukan:

⁹ si Ezer ang pinuno nila,
si Obadias ang pangalawa,
si Eliab ang pangatlo,
¹⁰ si Mishmana ang pang-apat,
si Jeremias ang panglima,
¹¹ si Atai ang pang-anim,
si Eliel ang pampito,
¹² si Johanan ang pangwalo,
si Elzabad ang pangsiyam,
¹³ si Jeremias ang pangsampu,
at si Macbanai ang pang-11.

¹⁴ Sila ang lahi ni Gad na mga kumander ng mga sundalo. Ang pinakamahina sa kanila ay makakapamahala ng 100 sundalo, at ang pinakamalakas ay makakapamahala ng 1,000 sundalo. ¹⁵ Tinawid nila ang *Ilog ng* Jordan nang unang buwan ng taon, ang panahong umaapaw ang tubig nito, at itinaboy nila ang lahat ng nakatira sa mga lambak ng silangan at kanluran *ng ilog*.

¹⁶ May mga tao ring nagmula sa mga lahi nina Benjamin at Juda na pumunta kay David doon sa pinagkukutaan niya. ¹⁷ Lumabas si David para salubungin sila at sinabi, "Kung pumunta kayo rito para tumulong sa akin bilang kaibigan, tinatanggap ko kayo na sumama sa amin. Pero kung pumunta kayo rito para ibigay ako sa aking mga kalaban kahit wala akong kasalanan, sana'y makita ito ng Dios ng ating mga ninuno at parusahan niya kayo."

¹⁸ Pagkatapos, pinuspos ng Espiritu si Amasai na *kalaunan ay naging* pinuno ng 30 *matatapang na sundalo, at* sinabi niya,

"Kami po ay sa inyo, O David na anak ni Jesse!
Magtagumpay sana kayo at ang mga tumutulong sa
inyo, dahil ang Dios ninyo ang tumutulong sa inyo."

Kaya tinanggap sila ni David at ginawang opisyal ng mga sundalo niya.

¹⁹ May mga tao rin na mula sa lahi ni Manase ang sumama kay David nang pumunta siya sa mga Filisteo para makipaglaban kay Saul. Pero hindi pumayag ang mga Filisteo na sumama si David at ang mga tauhan niya, dahil iniisip nila na baka muling pumanig si David sa amo niyang si Saul. Kaya pagkatapos nilang mag-usap, pinabalik nila si David *sa Ziklag*.

²⁰ Ito ang mga tao na mula sa lahi ni Manase na sumama kay David sa Ziklag: sina Adna, Jozabad, Jediael, Micael, Jozabad, Elihu at Ziletai. Bawat isa sa kanila'y pinuno ng 1,000 sundalo sa lahi ni Manase. ²¹ Tumulong sila kay David sa pakikipaglaban sa mga lumulusob sa kanila, dahil matatapang silang mga mandirigma. Kaya nga naging pinuno sila ng mga sundalo ni David. ²² Sa bawat araw, may mga tao na pumupunta kay David para tumulong, hanggang sa dumami at naging matibay ang kanyang mga sundalo.ᵇ

²³⁻²⁴ Ito ang bilang ng mga armadong sundalo na pumunta kay David sa Hebron upang tumulong sa kanya na maagaw ang kaharian ni Saul, ayon sa ipinangako ng PANGINOON:

Mula sa lahi ni Juda: 6,800 sundalo na may mga
dalang sibat at pana.
²⁵ Mula sa lahi ni Simeon: 7,100 mahuhusay na
sundalo.
²⁶ Mula sa lahi ni Levi: 4,600 *sundalo*, ²⁷ kabilang
na si Jehoyada na pinuno ng pamilya ni Aaron at
ang kanyang 3,700 tauhan, ²⁸ at si Zadok na isang
matapang at kabataang mandirigma at ang 22
opisyal mula sa kanyang pamilya.
²⁹ Mula sa lahi ni Benjamin na mga kamag-
anak ni Saul: 3,000 *sundalo*. Karamihan sa lahi ni
Benjamin ay nanatiling tapat kay Saul.
³⁰ Mula sa lahi ni Efraim: 20,800 matatapang na
sundalo at tanyag sa pamilya nila.

ᵃ 40 *taga-Jatir:* o, *Angkan ni Itra.*

ᵇ 22 *hanggang sa dumami...mga sundalo:* o, *hanggang sa dumami ang kanyang mga sundalo katulad ng mga sundalo ng Dios.*

³¹ Mula sa kalahating lahi ni Manase: 18,000 *sundalo*. Ipinadala sila para tumúlong sa pagluklok kay David na maging hari.

³² Mula sa lahi ni Isacar: 200 pinuno kasama ang mga kamag-anak na pinamamahalaan nila. Sila ang nakakaalam kung ano ang dapat gawin ng Israel at kung kailan ito gagawin.

³³ Mula sa lahi ni Zebulun: 50,000 mahuhusay na sundalo na armado ng iba't ibang armas. Handang-handa silang tumulong at mamatay para kay David.

³⁴ Mula sa lahi ni Naftali: 1,000 opisyal at 37,000 sundalo na may dalang mga pananggalang at sibat.

³⁵ Mula sa lahi ni Dan: 28,600 sundalo na handa sa labanan.

³⁶ Mula sa lahi ni Asher: 40,000 mahuhusay na sundalo na handa sa labanan.

³⁷ At mula sa lahi sa silangan ng *Ilog ng* Jordan, ang lahi ni Reuben, Gad at kalahating lahi ni Manase: 120,000 sundalo na armado ng iba't ibang uri ng armas.

³⁸ Silang lahat ang sundalo na nagprisinta sa pakikipaglaban. Pumunta sila sa Hebron at nagkaisa silang gawing hari si David sa buong Israel. Sa katunayan, halos lahat ng Israelita ay gustong maging hari si David. ³⁹ Nanatili sila roon ng tatlong araw kasama si David na nagsisikain at nag-iinuman dahil pinadalhan sila ng mga kababayan nila ng pagkain. ⁴⁰ Nagdala rin ng pagkain ang mga kamag-anak nilang mula pa sa malayong lugar ni Isacar, Zebulun at Naftali. Ikinarga nila ito sa mga asno, kamelyo, mola*ᵃ* at baka. Marami ang kanilang harina, igos, mga pinatuyong pasas, katas ng ubas at langis, baka at tupa. Masayang-masaya ang lahat sa Israel.

Ang Pagkuha ng Kahon ng Kasunduan
(2 Sam. 6:1-11)

13 Nakipag-usap si David sa kanyang mga opisyal at sa mga kumander ng libu-libo at daan-daang sundalo. ² Pagkatapos, sinabi niya sa lahat ng Israelitang naroon, "Kung gusto ninyo at kung kalooban ng PANGINOON na ating Dios, magpapadala tayo ng mensahe sa lahat ng kababayan natin sa buong Israel, pati na sa mga pari at mga Levita na kasama nila sa mga bayan at pastulan. Paupuntahin natin sila rito para makiisa sa atin. ³ Ito na ang panahon para kunin natin ang Kahon ng ating Dios, dahil hindi natin ito pinahalagahan nang si Saul pa ang hari." ⁴ Pumayag ang buong kapulungan dahil nakita nilang iyon ang tamang gawin.

⁵ Kaya tinipon ni David ang lahat ng mga Israelita, mula sa *Ilog ng* Shihor sa Egipto hanggang sa Lebo Hamat,*ᵇ* para kunin ang Kahon ng Dios*ᶜ* sa Kiriat Jearim. ⁶ Pumunta si David at lahat ng kasama niyang mga Israelita sa Baala na nasa Juda (na siya ring Kiriat Jearim) para kunin ang Kahon ng PANGINOONG Dios, kung saan siya nananahan.*ᵈ* Nananahan ang PANGINOON sa gitna ng mga kerubin *na nasa ibabaw ng Kahon.* ⁷ Kinuha nila ang Kahon ng Dios sa bahay ni Abinadab at ikinarga sa

bagong kariton. Sina Uza at Ahio ang umaalalay sa kariton. ⁸ Buong lakas na nagdiwang si David at lahat ng mga Israelita sa presensya ng Dios. Umawit sila at tumugtog ng mga alpa, lira, tamburin, pompyang at trumpeta.

⁹ Nang dumating sila sa giikan ni Kidon,*ᵉ* hinawakan ni Uza ang Kahon, dahil nadulas ang mga baka. ¹⁰ Nagalit nang matindi ang PANGINOON kay Uza dahil hinawakan niya ang Kahon. Kaya namatay siya roon sa presensya ng Dios. ¹¹ Nagalit si David dahil biglang pinarusahan ng PANGINOON si Uza. Ito ang dahilan kaya hanggang ngayon ang lugar na iyon ay tinatawag na Perez Uza.*ᶠ* ¹² Nang araw na iyon, natakot si David sa Dios at sinabi niya, "Paano madadala sa lungsod ko ang Kahon ng Dios?" ¹³ Kaya nagpasya siyang huwag na lang dalhin ang Kahon sa kanyang lungsod.*ᵍ* Sa halip, iniwan niya ito sa bahay ni Obed Edom na taga-Gat. ¹⁴ Nanatili ito sa bahay ni Obed Edom sa loob ng tatlong buwan, at pinagpala ng PANGINOON ang pamilya ni Obed Edom at ang lahat ng ari-arian niya.

Ang Pamilya ni David
(2 Sam. 5:11-16)

14 Samantala, nagsugo ng mga mensahero si Haring Hiram ng Tyre kay David kasama ng mga karpintero at kantero. Nagpadala rin siya ng mga trosong sedro para maipagpatayo ng palasyo si David. ² At dito nalaman ni David na ang PANGINOON ang nagluklok sa kanya bilang hari at nagpalago ng kaharian niya para sa mga mamamayan niyang Israelita.

³ Doon sa Jerusalem, marami pang naging asawa si David, at nadagdagan pa ang mga anak niya. ⁴ Ito ang mga anak niya na isinilang doon: Shamua,*ʰ* Shobab, Natan, Solomon, ⁵ Ibhar, Elishua, Elpelet, ⁶ Noga, Nefeg, Jafia, ⁷ Elishama, Beeliada,*ⁱ* at Elifelet.

Tinalo ni David ang mga Filisteo
(2 Sam. 5:17-25)

⁸ Nang mabalitaan ng mga Filisteo na si David ang piniling hari sa buong Israel, tinipon nila ang lahat ng sundalo nila para hulihin siya. Pero nabalitaan iyon ni David, at sinalubong niya sila. ⁹ Nang lusubin ng mga Filisteo ang Lambak ng Refaim, ¹⁰ nagtanong si David sa Dios, "Sasalakayin po ba namin ang mga Filisteo? Matatalo po ba namin sila?" Sumagot ang PANGINOON, "Oo, lumakad kayo, dahil matatalo ninyo sila." ¹¹ Kaya pumunta si David at ang mga tauhan niya sa Baal Perazim, at tinalo nila roon ang mga Filisteo. Sinabi ni David, "Nilipol ng Dios ang mga kalaban ko na parang dinaanan ng rumaragasang baha, at ginamit niya ako para lipulin sila." Kaya tinawag na Baal Perazim*ʲ* ang lugar na iyon.

¹² Naiwan ng mga Filisteo ang mga dios-diosan nila roon, at nag-utos si David na sunugin ang mga ito.

---

a 40 mola: sa Ingles, "*mule*." Hayop na parang kabayo.

b 5 Lebo Hamat: o, *Paakyat ng Hamat.*

c 5 Kahon ng Dios: Ito ang Kahon ng Kasunduan.

d 6 saan siya nananahan: sa literal, *saan tinatawag ang kanyang pangalan.*

e 9 Kidon: o, *Nacon.*

f 11 Perez Uza: Ang ibig sabihin, *biglang pagparusa kay Uza.*

g 13 kanyang lungsod: sa Hebreo, *Lungsod ni David.*

h 4 Shamua: o, *Shimea.*

i 7 Beeliada: o, *Eliada.*

j 11 Baal Perazim: Ang ibig sabihin, *ang* PANGINOON *ang lumusob.*

[13] Muling nilusob ng mga Filisteo ang Lambak *ng Refaim.* [14] Kaya muling nagtanong si David sa Dios, at sumagot ang Dios sa kanya, "Huwag n'yo agad silang salakayin, palibutan n'yo muna, at saka n'yo sila salakayin malapit sa puno ng balsamo. [15] Kapag narinig ninyo na *parang* may nagmamartsang mga sundalo sa itaas ng puno ng balsamo, sumalakay kayo agad dahil iyon ang palatandaan na pinangungunahan ko kayo sa pagsalakay sa mga Filisteo." [16] Kaya sinunod ni David ang iniutos sa kanya ng Dios, at pinatay nila ang mga Filisteo mula sa Gibeon hanggang sa Gezer.

[17] Kaya naging tanyag si David kahit saan, at ginawa ng PANGINOON na katakutan siya ng lahat ng bansa.

Ang Paghahanda sa Pagkuha ng Kahon ng Kasunduan

15 Nagpatayo si David ng mga gusali sa kanyang lungsod[a] para sa sarili niya. Nagpagawa rin siya ng tolda para sa Kahon ng Dios, at inilagay niya ito nang maayos sa lugar na kanyang inihanda para rito. [2] Pagkatapos, sinabi ni David, "Walang ibang tagabuhat ng Kahon ng Dios maliban sa mga Levita, dahil sila ang pinili ng PANGINOON na magbuhat ng Kahon ng PANGINOON at maglingkod sa presensya niya magpakailanman." [3] Tinipon ni David ang lahat ng mga Israelita sa Jerusalem na magdadala ng Kahon ng PANGINOON sa lugar na inihanda niya para rito. [4] Ipinatawag din niya ang mga pari[b] at mga Levita, *na ang mga bilang ay ito:*

[5] Mula sa mga angkan ni Kohat, 120, at pinamumunuan sila ni Uriel.

[6] Mula sa mga angkan ni Merari, 220, at pinamumunuan sila ni Asaya.

[7] Mula sa mga angkan ni Gershon,[c] 130, at pinamumunuan sila ni Joel.

[8] Mula sa angkan ni Elizafan, 200, at pinamumunuan sila ni Shemaya.

[9] Mula sa angkan ni Hebron, 80, at pinamumunuan sila ni Eliel.

[10] Mula sa mga angkan ni Uziel, 112, at pinamumunuan sila ni Aminadab.

[11] Pagkatapos, ipinatawag ni David ang mga paring sina Zadok at Abiatar at ang mga Levitang sina Uriel, Asaya, Joel, Shemaya, Eliel at Aminadab. [12] Sinabi niya sa kanila, "Kayo ang mga pinuno ng mga pamilyang Levita. Linisin n'yo ang inyong mga sarili[d] at ganoon din ang mga kapwa n'yo Levita, para madala ninyo ang Kahon ng PANGINOON, ang Dios ng Israel, sa lugar na inihanda ko para rito. [13] Dahil noong una hindi kayo ang nagdala ng Kahon ng Kasunduan. Pinarusahan tayo ng PANGINOON na ating Dios dahil hindi tayo nagtanong sa kanya kung paano ito dadalhin sa tamang paraan."

[14] Kaya nilinis ng mga pari at mga Levita ang kanilang sarili para madala nila ang Kahon ng PANGINOON, ang Dios ng Israel. [15] Pinagtulungang pasanin ng mga Levita ang Kahon ng Dios sa pamamagitan ng tukod, ayon sa iniutos ng PANGINOON kay Moises.

[16] Inutusan ni David ang mga pinuno ng mga Levita na pumili ng mang-aawit mula sa kapwa nila Levita, sa pag-awit ng masasayang awitin na tinugtugan ng mga lira, alpa at pompyang. [17] Kaya pinili ng mga Levita si Heman na anak ni Joel, si Asaf na anak ni Berekia, at si Etan na anak ni Kusaya na mula sa angkan ni Merari. [18] Ang piniling tutulong sa kanila ay ang mga kamag-anak nilang sina Zacarias, Jaaziel, Shemiramot, Jehiel, Uni, Eliab, Benaya, Maaseya, Matitia, Elifelehu, Mikneya, at ang mga guwardya ng pintuan *ng Tolda* na sina Obed Edom at Jeyel. [19] Ang pinagkatiwalaang tumugtog ng mga tansong pompyang ay sina Heman, Asaf at Etan. [20] Ang pinagkatiwalaang tumugtog ng mga lira sa mataas na tono ay sina Zacarias, Aziel, Shemiramot, Jehiel, Uni, Eliab, Maaseya at Benaya. [21] Ang pinagkatiwalaang tumugtog ng mga alpa sa mababang tono ay sina Matitia, Elifelehu, Mikneya, Obed Edom, Jeyel at Azazia. [22] Ang pinagkatiwalaang manguna sa pag-awit ay ang pinuno ng mga Levita na si Kenania, dahil mahusay siyang umawit. [23] Ang pinagkatiwalaang magbantay ng Kahon *ng Kasunduan* ay sina Berekia at Elkana. [24] Ang pinagkatiwalaang magpatunog ng trumpeta sa harapan ng Kahon ng Dios ay ang mga pari na sina Shebania, Joshafat, Netanel, Amasai, Zacarias, Benaya at Eliezer. Sina Obed Edom at Jehia ay mga tagapagbantay din sa Kahon *ng Kasunduan.*

Dinala ang Kahon ng Kasunduan sa Jerusalem (2 Sam. 6:12-22)

[25] Kaya masayang pumunta si David, ang mga tagapamahala ng Israel, at ang mga pinuno ng libu-libong sundalo sa bahay ni Obed Edom para kunin ang Kahon ng Kasunduan ng PANGINOON. [26] At dahil tinulungan ng Dios ang mga Levita nang dalhin nila ang Kahon ng Kasunduan ng PANGINOON, naghandog sila ng pitong batang toro at pitong tupa. [27] Nagsuot si David ng damit na *gawa sa telang* linen pati ang lahat ng Levitang bumubuhat ng Kahon *ng Kasunduan,* ang mga mang-aawit, at si Kenania na siyang pinagkatiwalaang manguna sa pag-awit. Nagsuot din si David ng espesyal na damit[e] na *gawa sa telang* linen. [28] At dinala ng lahat ng mga Israelita ang Kahon ng Kasunduan ng PANGINOON nang may kagalakan. Pinatunog nila ang mga tambuli, trumpeta at pompyang; at pinatugtog ang mga lira at mga alpa.

[29] Nang papasok na ang Kahon ng Kasunduan ng PANGINOON sa Lungsod ni David, dumungaw sa bintana si Mical na anak ni Saul. At nang makita niya si Haring David na sumasayaw sa tuwa, kinamuhian niya siya.

16 Inilagay nila ang Kahon ng Dios sa loob ng toldang itinayo ni David para rito. Pagkatapos, nag-alay sila sa PANGINOON ng mga handog na sinusunog at mga handog para sa mabuting relasyon.[f] [2] Pagkatapos nilang maghandog nina David, binasbasan niya ang mga tao sa pangalan ng

---

a 1 kanyang lungsod: sa Hebreo, *Lungsod ni David.*

b 4 mga pari: sa literal, *mga angkan ni Aaron.*

c 7 Gershon: o, *Gershom.*

d 12 Linisin…sarili: Ang ibig sabihin, *sundin n'yo ang seremonya ng paglilinis.* Ganito rin sa talatang 14.

e 27 espesyal na damit: sa Hebreo, "efod."

f 1 handog para sa mabuting relasyon: Tingnan sa Talaan ng mga Salita sa likod.

PANGINOON. ³Binigyan niya ng tinapay, karne,ᵃ at pasas ang bawat isang Israelita, lalaki man o babae.

⁴Pumili si David ng mga Levita na maglilingkod sa harap ng Kahon ng PANGINOON para manalangin, magpasalamat at magpuri sa PANGINOON, ang Dios ng Israel. ⁵Si Asaf ang nanguna sa kanila at siya ang nagpapatunog ng mga pompyang. Sumunod sa kanya ay sina Zacarias, Jeyel, Shemiramot, Jehiel, Matitia, Eliab, Benaya, Obed Edom at Jeyel. Sila ang mga tagatugtog ng lira at alpa. ⁶Ang mga pari na sina Benaya at Jahaziel ang palaging nagpapatunog ng mga trumpeta sa harapan ng Kahon ng Kasunduan ng Dios.

Ang Awit ng Pasasalamat ni David
(Salmo 105:1-15; 96:1-13; 106:1, 47-48)

⁷Nang araw na iyon, sa unang pagkakataon ay ibinigay ni David kay Asaf at sa mga kapwa niya Levita ang awit na ito ng pasasalamat sa PANGINOON:

⁸Pasalamatan n'yo ang PANGINOON. Sambahin n'yo siya!
　Ihayag sa mga tao ang kanyang mga ginawa.
⁹Awitan n'yo siya ng mga papuri;
　ihayag ang lahat ng kamangha-mangha niyang mga gawa.
¹⁰Purihin n'yo ang kanyang banal na pangalan.
　Magalak kayo, kayong mga lumalapit sa PANGINOON.
¹¹Magtiwala kayo sa PANGINOON, at sa kanyang kalakasan.
　Palagi kayong dumulog sa kanya.
¹²⁻¹³Kayong mga pinili ng Dios na mga lahi ni Jacob na lingkod ng Dios, alalahanin ninyo ang kahanga-hanga niyang mga gawa, mga himala, at ang kanyang mga paghatol.
¹⁴Siya ang PANGINOON na ating Dios,
　at siya ang namamahala sa buong mundo.
¹⁵Hindi niya kinakalimutan ang kanyang kasunduan at pangako sa libu-libong henerasyon.
¹⁶Ang kasunduan ito ay ginawa niya kay Abraham,
　at ipinangako niya kay Isaac.
¹⁷Ipinagpatuloy niya ang kasunduang ito kay Jacob,ᵇ
　at magpapatuloy ito magpakailanman.
¹⁸Sinabi niya *sa bawat isa sa kanila*,
　"Ibibigay ko sa inyo ang lupain ng Canaan, ipamamana ko ito sa inyo at sa inyong mga angkan."ᶜ

¹⁹Noon iilan pa lang ang mga mamamayan ng Dios,
　at mga dayuhan pa lang sila sa lupain ng Canaan.
²⁰Nagpalipat-lipat sila sa mga bansa at mga kaharian.
²¹Ngunit hindi pinahintulutan ng Dios na apihin sila.
　Para maproteksyunan sila, sinaway niya ang mga hari *na kumakalaban sa kanila.*
²²Sinabi niya,
　"Huwag ninyong galawin ang hinirang kong mga lingkod,
　huwag ninyong saktan ang aking mga propeta."
²³Kayong mga tao sa buong mundo, umawit kayo sa PANGINOON.
　Ipahayag ninyo sa bawat araw ang tungkol sa pagliligtas niya sa atin.
²⁴Ipahayag ninyo sa lahat ng tao sa mga bansa ang kanyang kapangyarihan at kahanga-hangang mga gawa.
²⁵Dahil dakila ang PANGINOON at karapat-dapat papurihan.
　Dapat siyang katakutan ng higit kaysa sa lahat ng mga dios,
²⁶dahil ang lahat ng dios ng ibang mga bansa ay ginawa lang nila para sambahin, ngunit ang PANGINOON ang lumikha ng langit.
²⁷Nasa kanya ang kaluwalhatian at karangalan; ang kalakasan at kagalakan ay nasa kanyang tahanan.
²⁸Purihin ninyo ang PANGINOON, kayong lahat ng tao sa mundo.
　Purihin ninyo ang kanyang kaluwalhatian at kapangyarihan.
²⁹Ibigay ninyo sa PANGINOON ang mga papuring nararapat sa kanya.
　Magdala kayo ng mga handog at pumunta sa kanyang presensya.
　Sambahin ninyo ang PANGINOON sa kagandahan ng kanyang kabanalan.
³⁰Matakot kayo sa kanya, kayong lahat ng nasa sanlibutan.
　Matatag niyang itinayo ang mundo at hindi ito mauuga.
³¹Magalak ang buong kalangitan at mundo; ipahayag sa mga bansa, "Naghahari ang PANGINOON."
³²Magalak din ang mga karagatan, bukirin at ang lahat ng nasa kanila.
³³At ang mga puno sa gubat ay aawit sa tuwa sa presensya ng PANGINOON.
　Dahil darating siya upang hatulan ang *mga tao sa mundo.*
³⁴Magpasalamat kayo sa PANGINOON dahil siya'y mabuti;
　ang kanyang pag-ibig ay walang hanggan.
³⁵Manalangin kayo, "Iligtas n'yo kami, O Dios na aming Tagapagligtas;
　palayain n'yo po kami sa mga bansa at muli kaming tipunin *sa aming lupain*, upang makapagpasalamat at makapagbigay kami ng papuri sa inyong kabanalan."ᵈ
³⁶Purihin ang PANGINOON, ang Dios ng Israel, magpakailanman.

At ang lahat ay magsabing, "Amen!" Purihin ninyo ang PANGINOON!

ᵃ **3** *karne:* Ito ang nasa tekstong Syriac. Sa Hebreo, hindi malinaw ang ibig sabihin nito.
ᵇ **17** *Jacob:* sa literal, *Israel.*
ᶜ **18** *inyong...angkan:* sa Hebreo, *mana ninyo.*
ᵈ **35** *kabanalan:* sa literal, *banal na pangalan.*

³⁷ Ipinagkatiwala ni David kay Asaf at sa kapwa nito *Levita* ang palaging paglilingkod sa harap ng Kahon ng Kasunduan ng Panginoon, ayon sa kailangang gawin sa bawat araw. ³⁸ Kabilang sa grupong ito ay si Obed Edom na anak ni Jedutun, si Hosa, at ang 68 pang Levita, na mga guwardya *ng Tolda.*

³⁹ Ipinagkatiwala ni David sa pari na si Zadok at sa kanyang mga kapwa pari ang Tolda ng Panginoon doon sa mataas na lugar sa Gibeon. ⁴⁰ Sila ang palaging nag-aalay ng mga handog na sinusunog sa altar, araw at gabi, ayon sa lahat ng nakasulat sa Kautusan ng Panginoon na ibinigay niya sa Israel. ⁴¹ Kasama rin nila sina Heman, Jedutun, at ang iba pang mga pinili sa pag-awit ng pagpapasalamat sa Panginoon dahil sa pag-ibig niyang walang hanggan. ⁴² Tungkulin nina Heman at Jedutun ang pagpapatunog ng mga trumpeta, pompyang at ng iba pang mga instrumento na ginagamit sa pag-awit ng mga awitin para sa Panginoon. Ang mga anak ni Jedutun ang pinagkatiwalaan na magbantay sa pintuan.

⁴³ Pagkatapos, umuwi ang lahat sa mga bahay nila, at si David ay umuwi rin para basbasan ang kanyang pamilya.

Ang Pangako ng Dios kay David
(2 Sam. 7:1-17)

17 Nang nakatira na si David sa kanyang palasyo, sinabi niya kay Natan na propeta. "Narito ako, nakatira sa *magandang* palasyo na gawa sa kahoy na sedro, pero ang Kahon ng Panginoon ay nasa tolda lang." ² Sumagot si Natan kay David, "Gawin mo ang gusto mong gawin dahil ang Panginoon ay sumasaiyo."

³ Pero nang gabing iyon sinabi ng Dios kay Natan, ⁴ "Lumakad ka, at sabihin mo sa lingkod kong si David na ito ang sinabi ko: 'Hindi ikaw ang magpapatayo ng templo na aking titirhan. ⁵ Hindi pa ako nakakatira sa templo mula noong inilabas ko ang mga Israelita sa *Egipto* hanggang ngayon. Palipat-lipat ang tinitirhan kong tolda. ⁶ Sa aking paglipat-lipat kasama ng mga mamamayan kong Israelita, hindi ako nagreklamo sa mga pinunong inutusan kong mag-alaga sa kanila, kung bakit hindi nila ako ipinagpapatayo ng templong gawa sa *kahoy na* sedro.'

⁷ "Sabihin mo pa kay David na ako, ang Panginoong Makapangyarihan, ay nagsasabi, 'Tagapagbantay ka noon ng mga tupa, pero pinili kita para mamuno sa mga mamamayan kong Israelita. ⁸ Sinasamahan kita kahit saan ka magpunta, at nilipol ko ang lahat ng mga kalaban mo. Ngayon, gagawin kitang tanyag katulad ng ibang mga tanyag na tao sa mundo. ⁹ Binigyan ko ng sariling lupain ang mga mamamayan kong Israelita, para may sarili silang tirahan at wala nang gagambala sa kanila. Hindi na sila aapihin ng masasamang tao gaya nang dati, ¹⁰ mula nang maglagay ako ng mga pinuno sa mga mamamayan kong Israelita. Tatalunin ko rin ang lahat ng kalaban mo. Ako, ang Panginoon, ay nagsasabi sa iyo na patuloy na manggagaling sa iyong angkan ang magiging hari *ng Israel.* ¹¹ Kapag namatay ka na at ilibing kasama ng mga ninuno mo, ipapalit ko sa iyo ang isa sa mga anak mo, at patatagin ko ang kaharian niya. ¹² Siya ang magpapatayo ng templo

para sa akin, at titiyakin ko na ang kanyang angkan ang maghahari magpakailanman. ¹³ Kikilanin niya akong ama at kikilalanin ko siyang anak. Mananatili ang pag-ibig ko sa kanya hindi gaya ng ginawa ko kay Saul na pinalitan mong hari. ¹⁴ Pamamahalain ko siya sa aking mga mamamayan at kaharian, at ang kanyang angkan ang maghahari magpakailanman.' "

¹⁵ Isinalaysay ni Natan kay David ang lahat ng ipinahayag ng Dios sa kanya.

Ang Panalangin ni David
(2 Sam. 7:18-29)

¹⁶ Pagkatapos, pumasok si Haring David *sa tolda kung saan naroon ang Kahon ng Kasunduan.* Umupo siya roon sa presensya ng Panginoon at nanalangin, "Panginoong Dios, sino po ba ako at ang sambahayan ko para pagpalain n'yo nang ganito? ¹⁷ Ngayon, O Dios, may pangako pa kayo tungkol sa kinabukasan ng sambahayan ko. Itinuring n'yo ako na parang pinakadakilang tao. O Panginoong Dios, ¹⁸ ano pa po ba ang masasabi ko sa pagpaparangal ninyo sa akin? Sapagkat nakikilala n'yo kung sino talaga ako na inyong lingkod. ¹⁹ O Panginoon, dahil po sa *akin na* inyong lingkod at ayon na rin sa inyong kalooban, ginawa n'yo ang mga dakilang bagay na ito at inihayag ito sa akin. ²⁰ Panginoon, wala po kayong katulad. Walang ibang Dios maliban sa inyo at wala rin kaming ibang alam na dios na gaya ninyo. ²¹ At wala ring ibang tao na tulad ng inyong mga mamamayang Israelita. Ang bansang ito lamang sa mundo ang inyong pinalaya mula sa pagkaalipin para maging mamamayan ninyo. Naging tanyag ang pangalan n'yo dahil sa kadakilaan at kamangha-manghang ginawa n'yo nang itinaboy n'yo ang mga bansa sa pamamagitan ng inyong mga mamamayan na inilabas n'yo sa Egipto. ²² Ginawa n'yong sariling mamamayan ang mga Israelita magpakailanman, at kayo, Panginoon, ang kanilang naging Dios.

²³⁻²⁴ "At ngayon, Panginoon, tuparin po ninyo ang ipinangako n'yo sa akin na inyong lingkod at sa aking pamilya, para maging tanyag kayo magpakailanman. At sasabihin ng mga tao, 'Ang Panginoong Makapangyarihan ang Dios ng Israel!' At ang pamilya ko'y magpapatuloy sa paglilingkod sa inyong presensya magpakailanman. ²⁵ Malakas po ang loob ko na manalangin sa inyo nang ganito aking Dios, dahil ipinahayag ninyo sa akin na inyong lingkod na magpapatuloy ang aking paghahari sa pamamagitan ng aking angkan.

²⁶ "Panginoon, tunay ngang kayo ang Dios! Ipinangako n'yo po sa inyong lingkod ang mga magagandang bagay na ito. ²⁷ At ngayon, nalulugod po kayong pagpalain ang sambahayan ko para magpatuloy ito sa presensya n'yo magpakailanman. Sapagkat kapag nagpapala kayo Panginoon, ang pagpapala ninyo'y magpakailanman."

Ang Mga Pagtatagumpay ni David
(2 Sam. 8:1-18)

18 Kinalaunan, natalo at sinakop ni David ang mga Filisteo. Inagaw niya sa kanila ang Gat at ang mga baryo sa paligid nito. ² Natalo rin ni David ang mga Moabita, at sinakop niya sila at nagbayad sila ng buwis sa kanya. ³ Nakipaglaban din si David kay Haring Hadadezer ng Zoba, hanggang doon sa Hamat, noong naglakbay si Hadadezer sa pagsakop sa mga lupaing malapit sa Ilog ng Eufrates. ⁴Naagaw nina David ang 1,000 niyang karwahe, 7,000 mangangarwahe, at 20,000 sundalo. Pinilayan nina David ang mga kabayo na humihila ng mga karwahe maliban lang sa 100 na itinira nila *para gamitin*. ⁵Nang dumating ang mga Arameo*ᵃ* mula sa Damascus para tulungan si Hadadezer, pinatay nila David ang 22,000 sa mga ito. ⁶Nagpatayo agad si David ng mga kampo sa Damascus, ang lugar ng mga Arameo. At naging sakop niya ang mga ito, at nagbayad sila ng buwis sa kanya. Pinagtagumpay ng Panginoon si David kahit saang *labanan* siya magpunta. ⁷Kinuha ni David ang mga gintong kalasag ng mga opisyal ni Hadadezer, at dinala ang mga ito sa Jerusalem. ⁸Kinuha rin niya ang maraming tanso sa Teba*ᵇ* at Cun, mga bayang sakop ni Hadadezer. Kinalaunan, ang mga tansong ito ang ginamit ni Solomon sa pagpapagawa ng *malaking sisidlan ng tubig na parang kawa na tinatawag na Dagat*, mga haligi, at ng mga kagamitang tanso para gamitin sa templo.

⁹Nang mabalitaan ni Haring Tou,*ᶜ* ng Hamat na tinalo ni David ang buong sundalo ni Haring Hadadezer ng Zoba, ¹⁰pinapunta niya ang anak niyang si Hadoram*ᵈ* kay Haring David para kamustahin at batiin sa pagkakapanalo niya kay Hadadezer. (Noon pa man ay magkalaban na sina Tou at Hadadezer.) Nagdala si Hadoram ng mga regalong gawa sa ginto, pilak, at tanso. ¹¹Inihandog ito ni Haring David sa Panginoon, gaya ng ginawa niya sa mga pilak at ginto na naagaw niya mula sa mga sumusunod na bansa—ang Edom, Moab, Ammon, Filistia at Amalek.

¹²Si Abishai na anak ni Zeruya ay nakapatay ng 18,000 Edomita sa Lambak ng Asin. ¹³Naglagay si David ng mga kampo sa Edom at naging sakop niya ang lahat ng Edomita. Pinagtagumpay ng Panginoon si David saan man siya pumunta *para makipaglaban*.

Ang mga Opisyal ni David

¹⁴Naghari si David sa buong Israel, na gumagawa ng matuwid at tama para sa lahat ng mamamayan niya. ¹⁵Si Joab na anak ni Zeruya ang namumuno sa mga sundalo niya. Si Jehosafat na anak ni Ahilud ang namamahala ng mga kasulatan ng kaharian. ¹⁶Sina Zadok na anak ni Ahitub at si Ahimelec*ᵉ* na anak ni Abiatar ang mga pari. Ang kalihim ay si Shavsa.*ᶠ* ¹⁷Si Benaya na anak ni Jehoyada ang pinuno ng mga Kereteo at Peleteo. At ang mga punong opisyal ni David ay ang kanyang mga anak na lalaki.

Ang Digmaan laban sa mga Ammonita at Arameo
(2 Sam. 10:1-19)

19 Makalipas ang ilang panahon, namatay si Nahash, na hari ng mga Ammonita. At ang anak niya *na si Hanun* ang pumalit sa kanya bilang hari. ²Sinabi ni David, "Pakikitaan ko ng kabutihan si Hanun dahil naging mabuti ang ama niya sa akin." Kaya nagpadala si David ng mga opisyal para ipakita ang pakikiramay niya kay Hanun sa pagkamatay ng ama nito.

Pero pagdating ng mga opisyal ni David sa lupain ng mga Ammonita, ³sinabi ng mga opisyal ng mga Ammonita sa kanilang hari, "Iniisip n'yo ba na pinaparangalan ni David ang inyong ama sa pamamagitan ng pagpapadala ng mga tauhan para makiramay sa kalungkutan ninyo? Hindi! Ipinadala niya ang mga taong iyan para magmanman sa lupain natin at wasakin ito." ⁴Kaya ipinadakip ni Hanun ang mga tauhan ni David, inahit *ang balbas nila* at ginupit ang kanilang mga damit mula baywang pababa at pagkatapos ay pinauwi sila.

⁵Sa ganoong kalagayan, nahihiya silang umuwi dahil sa kanilang itsura. At nang mabalitaan ni David ang nangyari, nagsugo siya ng mga mensahero para sabihin sa mga opisyal niya na manatili muna sila sa Jerico hanggang sa tumubo na ang mga balbas nila. Pagkatapos, maaari na silang umuwi.

⁶Napag-isip-isip ng mga Ammonita na ginalit nila si David. Kaya nagbayad sila ng 35 toneladang pilak para umupa ng mga karwahe at mga mangangarwahe mula sa Aram Naharaim,*ᵍ* Aram Maaca at Zoba.

⁷Ang bilang ng mga karwahe at mga mangangarwahe ay 32,000. Sumama rin sa kanila ang hari ng Maaca at ang mga sundalo nito. Nagkampo sila malapit sa Medeba. At naghanda rin ang mga Ammonita at lumabas sa bayan nila para makipaglaban. ⁸Nang mabalitaan ito ni David, isinugo niya si Joab at ang lahat ng matatapang na sundalo *sa pakikipaglaban*. ⁹Pumwesto ang mga Ammonita sa pakikipaglaban sa may pintuan ng kanilang lungsod, habang ang mga hari na sumama sa kanila ay pumwesto sa kapatagan.

¹⁰Nang makita ni Joab na may mga kalaban sa harap nila at likuran, pumili siya ng pinakamahuhusay na sundalo ng Israel, at pinamunuan niya ang mga ito sa pakikipaglaban sa mga Arameo. ¹¹Si Abishai naman na kanyang kapatid ang pinamuno niya sa mga natitirang sundalo sa pakikipaglaban sa mga Ammonita. ¹²Sinabi ni Joab *kay Abishai*, "Kung makikita mo na parang matatalo kami ng mga Arameo, tulungan ninyo kami, pero kung kayo naman ang parang matatalo ng mga Ammonita, tutulungan namin kayo. ¹³Magpakatatag tayo at buong tapang na makipaglaban para sa ating mga mamamayan at mga lungsod ng ating Dios. Gagawin ng Panginoon kung ano ang mabuti para sa kanya."

¹⁴Sumalakay sina Joab at ang mga tauhan niya sa mga Arameo, at nagsitakas ang mga Arameo sa kanila. ¹⁵Nang makita ng mga Ammonita na tumatakas ang mga Arameo, tumakas din sila palayo kay Abishai na kapatid ni Joab, at pumasok sa lungsod nila. Kaya umuwi sina Joab sa Jerusalem.

¹⁶Nang mapansin ng mga Arameo na natatalo sila ng mga Israelita, nagsugo sila ng mga mensahero sa mga kasama nilang mga Arameo na

---

a 5 Arameo: o, *taga-Syria.*
b 8 Teba: o, *Tiblat.*
c 9 Tou: o, *Toi.*
d 10 Hadoram: o, *Joram.*
e 16 Ahimelec: Ganito sa mga tekstong Syriac at sa Latin Vulgate, pero sa ibang mga tekstong Hebreo, *Abimelec.*
f 16 Shavsa: o, *Seraya.*
g 6 Aram Naharaim: Isang lugar sa Mesopotamia.

nasa kabilang Ilog *ng Eufrates* para tulungan sila. Ang grupong ito ay pinamumunuan ni Shofac[a] na kumander ng mga sundalo ni Hadadezer.

[17] Nang malaman ito ni David, tinipon niya ang lahat *ng sundalo* ng Israel sa pakikipaglaban. Pagkatapos, tumawid sila sa *Ilog ng* Jordan at pumwesto na nakaharap sa mga Arameo, at naglaban sila. [18] Pero nagsitakas ang mga Arameo sa mga Israelita. Nakapatay sina David ng 7,000 mangangarwahe at 40,000 sundalo na lumalakad lang. Napatay din nila si Shofac, ang kumander ng mga sundalo. [19] Nang makita ng mga sakop ni Hadadezer na natalo na sila ng mga Israelita, nakipagkasundo sila at nagpasakop kay David. Kaya mula noon, hindi na tumulong ang mga Arameo sa mga Ammonita.

Inagaw ni David ang Rabba
(2 Sam. 12:26-31)

20 Nang panahong pumupunta ang mga hari sa digmaan para makipaglaban, hindi sumama si David at nagpaiwan siya sa Jerusalem. Si Joab ang nanguna sa mga sundalo *sa pakikipaglaban*. Winasak nila ang lupain ng mga Ammonita at pinalibutan ang Rabba hanggang sa malipol ito. [2] Pumunta si David sa Rabba at kinuha ang gintong korona sa ulo ng hari ng mga Ammonita,[b] at inilagay niya ito sa kanyang ulo. Ang bigat ng korona na may mamahaling bato ay 35 kilo. Marami pang bagay ang nasamsam ni David sa lungsod na iyon. [3] Ginawa niyang alipin ang mga mamamayan doon at pinagtrabaho, gamit ang lagare, piko, at palakol. Ito ang ginawa ni David sa mga naninirahan sa lahat ng bayan ng mga Ammonita. Pagkatapos, umuwi si David at ang lahat ng sundalo niya sa Jerusalem.

Ang Digmaan Laban sa mga Filisteo
(2 Sam. 21:15-22)

[4] Makalipas ang ilang panahon, muling naglaban ang mga Filisteo at mga Israelita, nangyari ito sa Gezer. Sa labanang ito, pinatay ni Sibecai na taga-Husha si Sipai,[c] na isa sa mga angkan ng Rafa.[d] At natalo ang mga Filisteo. [5] Sa isa pa nilang labanan, pinatay ni Elhanan na anak ni Jair si Lami na kapatid ni Goliat na taga-Gat. Ang sibat ni Lami ay makapal at mabigat.[e]

[6] Muli pang naglaban ang mga Filisteo at mga Israelita, nangyari ito sa Gat. Sa labanang ito, may isang tao na sobrang laki, may tig-aanim na daliri sa mga kamay at paa niya. Isa rin siya sa mga angkan ng mga Rafa. [7] Nang kutyain niya ang mga Israelita, pinatay siya ni Jonatan na anak ng kapatid ni David na si Shimea. [8] Ang mga Filisteong iyon ay mula sa mga angkan ng Rafa na taga-Gat. Pinatay sila ni David at ng mga tauhan niya.

---

a 16 *Shofac:* o, *Shobac.*

b 2 *hari ng mga Ammonita:* o, *Milcom.* Si Milcom ay dios ng mga Ammonita.

c 4 *Sipai:* o, *Saf.*

d 4 *Rafa:* o, *Refaimeo.* Maaaring ang matatanghal na tao na naninirahan sa Canaan bago dumating ang mga Israelita. Tingnan sa Deu. 2:10-11.

e 5 *makapal at mabigat:* sa literal, *gaya ng panghabi ng manghahabi.* Sa Ingles, *weaver's rod.*

Ipinasensus ni David ang Kanyang mga Sundalo
(2 Sam. 24:1-25)

21 Inatake ni Satanas[f] ang Israel, kaya inudyukan niya si David na ipasensus ang mga Israelita. [2] Kaya sinabi ni David kay Joab at sa mga kumander ng mga sundalo, "Lumakad kayo at isensus ang mga Israelita mula sa Beersheba hanggang sa Dan.[g] Pagkatapos, bumalik kayo rito para malaman ko kung ilan silang lahat."

[3] Pero sumagot si Joab, "Paramihin sana ng PANGINOON ng 100 ulit ang inyong mga mamamayan. Ngunit, Mahal na Hari, bakit gusto n'yong gawin ang bagay na ito? Hindi po ba mga sakop n'yo naman sila? Bakit idadamay n'yo sila sa gagawin ninyong kasalanan?"

[4] Pero nagpumilit si David, kaya nilibot ni Joab ang buong Israel at bumalik agad sa Jerusalem. [5] Sinabi niya kay David ang bilang ng mga lalaki na may kakayahang makipaglaban: 1,100,000 sa Israel at 470,000 sa Juda. [6] Pero hindi isinama ni Joab sa pagbilang ang mga lahi nina Levi at Benjamin dahil nainis siya sa utos ng hari. [7] Hindi rin natuwa ang Dios sa utos na ito *ni David,* kaya pinarusahan niya ang Israel. [8] Pagkatapos, sinabi ni David sa Dios, "Napakalaking kasalanan po itong nagawa ko. Kaya nakikiusap ako sa inyo, PANGINOON, na patawarin n'yo ako na inyong lingkod sa aking kasalanan, dahil isa pong kamangmangan ang ginawa ko."

[9] Sinabi ni PANGINOON kay Gad na propeta ni David, [10] "Pumunta ka kay David at papiliin mo siya kung alin sa tatlong parusa ang gusto niyang gawin ko sa kanya." [11] Kaya pumunta si Gad kay David at sinabi sa kanya, "Alin sa tatlong ito ang gusto mo: [12] tatlong taong taggutom, tatlong buwang paglipol sa inyo ng mga kalaban ninyo o tatlong araw na salot mula sa PANGINOON sa pamamagitan ng pagwasak ng anghel ng PANGINOON sa buong lupain ng Israel. Magpasya ka at sabihin mo sa akin kung ano ang isasagot ko sa PANGINOON *na* nagpadala sa akin."

[13] Sumagot si David kay Gad, "Nahihirapan akong pumili. Mabuti pang ang PANGINOON na lang ang magparusa sa akin kaysa sa mga kamay ng tao, dahil napakamaawain ng PANGINOON." [14] Kaya nagpadala ang PANGINOON ng salot sa Israel, at 70,000 Israelita ang namatay. [15] At habang winawasak ng anghel ang Jerusalem, naawa[h] ang PANGINOON sa tao. Kaya sinabi niya sa anghel na lumilipol sa mga tao, "Tama na! Huwag mo na silang parusahan." Nang oras na iyon, nakatayo ang anghel ng PANGINOON sa may giikan ni Arauna[i] na Jebuseo.

[16] Tumingala si David at nakita niya ang anghel ng PANGINOON na nakatayo sa himpapawid, sa kalagitnaan ng langit at lupa. May hawak itong espada na nakaturo sa Jerusalem. Pagkatapos, nagpatirapa si David at ang mga tagapamahala *ng Israel,* na nakasuot ng sako *bilang pagpapakita ng kanilang pagdadalamhati.* [17] Sinabi ni David sa Dios, "Ako po ang nag-utos na bilangin ang mga lalaki na may kakayahang makipaglaban. Ako lang po ang nagkasala. Ang mga taong ito ay *inosente*

---

f 1 *ni Satanas* o, *ng kaaway.*

g 2 *mula…Dan:* Ibig sabihin, *sa buong bansa ng Israel.*

h 15 *naawa:* o, *nagbago ng isip.*

i 15 *Arauna:* o, *Ornan.*

gaya ng mga tupa. Wala silang nagawang kasalanan. O Panginoon na aking Dios, ako na lang po at ang aking pamilya ang parusahan ninyo. Huwag n'yo pong pahirapan ang inyong mga mamamayan sa salot na ito."

¹⁸ Pagkatapos, inutusan ng anghel ng Panginoon si Gad na sabihin kay David na pumunta siya sa giikan ni Arauna na Jebuseo, at gumawa roon ng altar para sa Panginoon. ¹⁹ Kaya pumunta si David ayon sa utos ng Panginoon sa pamamagitan ni Gad. ²⁰ Nang panahong iyon, gumigiik ng trigo si Arauna at ang apat niyang anak na lalaki. Nang makita nila ang anghel ng Panginoon, tumakbo ang apat na anak ni Arauna at nagtago. ²¹ Pagkatapos, nakita ni Arauna na paparating si David. Kaya umalis siya sa giikan at lumuhod sa harapan ni David *bilang paggalang sa kanya*. ²² Sinabi ni David sa kanya, "Ipagbili mo sa akin ang giikan mo para makapagpatayo ako ng altar para sa Panginoon, para huminto na ang salot sa mga tao. Babayaran kita kung magkano ang halaga nito."

²³ Sinabi ni Arauna kay David, "Sige po Mahal na Hari, kunin ninyo. Gawin n'yo kung ano ang gusto ninyo. Bibigyan ko pa po kayo ng baka para ialay bilang handog na sinusunog, mga tabla na ginagamit sa paggiik para ipanggatong at trigo para ihandog bilang pagpaparangal sa Panginoon. Ibibigay ko po itong lahat sa inyo."

²⁴ Pero sumagot si Haring David kay Arauna, "Hindi ko ito tatanggapin ng libre. Babayaran kita kung magkano ang halaga nito. Hindi ko magagawang kunin ito sa iyo at ihandog sa Panginoon. Hindi ako mag-aalay ng handog na sinusunog na walang halaga sa akin." ²⁵ Kaya binayaran ni David si Arauna ng 600 pirasong*ᵃ* ginto para sa lupain na iyon. ²⁶ Pagkatapos, gumawa siya roon ng altar para sa Panginoon at nag-alay ng mga handog na sinusunog at ng mga handog para sa mabuting relasyon.*ᵇ* At sinagot siya ng Panginoon sa pamamagitan ng pagpapadala ng apoy mula sa langit *para sunugin* ang mga handog sa altar. ²⁷ Pagkatapos, sinabi ng Panginoon sa anghel na ibalik na ang espada niya sa lalagyan nito. ²⁸ Nang makita ni David na sinagot ng Panginoon ang kanyang dalangin, nag-alay pa siya ng handog doon sa giikan ni Arauna na Jebuseo. ²⁹ Nang panahong iyon, ang Tolda ng Panginoon at ang altar para sa mga handog na sinusunog na ipinagawa ni Moises sa ilang ay nasa mataas na lugar sa Gibeon. ³⁰ Pero hindi pumunta roon si David para magtanong sa Dios, dahil natatakot siya sa espada ng anghel ng Panginoon.

22 Pagkatapos, sinabi ni David, "Dito sa lugar na ito itatayo ang templo ng Panginoong Dios at ang altar para sa mga handog na sinusunog ng Israel."

Ang Paghahanda para sa Pagpapatayo ng Templo

² Nag-utos si David na tipunin ang mga dayuhang naninirahan sa Israel. Pumili siya sa kanila ng mga tagatabas ng bato para sa templo ng Dios. ³ Nagbigay si David ng napakaraming bakal para gawing mga pako at bisagra para sa mga pintuan, at maraming tanso na hindi na matimbang sa sobrang bigat. ⁴ Naghanda rin siya ng napakaraming kahoy na sedro na dinala sa kanya ng mga Sidoneo at Tyreo. ⁵ Sinabi ni David, "Bata pa ang anak kong si Solomon at wala pa siyang karanasan. Kailangang ang templo ng Panginoon na itatayo ay napakaganda at magiging tanyag sa buong mundo. Kaya paghahandaan ko ito ngayon pa lang." Kaya lubusan ang paghahandang ginawa ni David bago siya mamatay.

⁶ Pagkatapos, ipinatawag ni David ang anak niyang si Solomon at inutusang ipatayo ang templo para sa Panginoon, ang Dios ng Israel. ⁷ Sinabi ni David kay Solomon, "Anak, gusto ko sanang magpatayo ng templo para sa karangalan ng pangalan ng Panginoon na aking Dios. ⁸ Pero ito ang sinabi niya sa akin: 'Sa dami ng labanang napagdaanan mo, maraming tao ang napatay mo, kaya hindi kita papayagang magpatayo ng templo para sa *karangalan ng* aking pangalan. ⁹ Ngunit bibigyan kita ng anak na lalaki na maghahari nang may kapayapaan dahil hindi siya gagambalain ng lahat ng kanyang kalaban sa paligid. Ang magiging pangalan niya ay Solomon,*ᶜ* at bibigyan ko ng kapayaaan ang Israel sa kanyang paghahari. ¹⁰ Siya ang magpapatayo ng templo para sa *karangalan ng* aking pangalan. Ituturing ko siyang anak at ako'y magiging kanyang ama. Maghahari ang mga angkan niya sa Israel magpakailanman.'

¹¹ "Kaya anak, gabayan ka sana ng Panginoon at magtagumpay ka sa pagpapatayo mo ng templo ng Panginoon na iyong Dios, ayon sa sinabi niya na gawin mo. ¹² Bigyan ka sana ng Panginoon na iyong Dios ng karunungan at pang-unawa para matupad mo ang kautusan niya sa panahon na pamamahalain ka niya sa buong Israel. ¹³ At kung matupad mo nang mabuti ang mga utos at mga tuntunin na ibinigay niya sa Israel sa pamamagitan ni Moises, magiging matagumpay ka. Kaya magpakatatag ka at magpakatapang. Huwag kang matakot o kaya'y manlupaypay. ¹⁴ Pinaghirapan kong mabuti ang paghahanda ng mga materyales para sa pagpapatayo ng templo ng Panginoon—3,500 toneladang ginto, 35,500 toneladang pilak, at maraming tanso at mga bakal na hindi na matimbang sa sobrang bigat. Naghanda rin ako ng mga kahoy at mga bato, pero kailangan mo pa rin itong dagdagan. ¹⁵ Marami kang manggagawa: mga tagatabas ng bato, mga mason, mga karpintero at mga taong may kakayahan sa anumang gawain ¹⁶ ginto, pilak, tanso at bakal. Ngayon, simulan mo na ang pagpapagawa, at gabayan ka sana ng Panginoon."

¹⁷ Pagkatapos, inutusan ni David ang lahat ng pinuno ng Israel para tulungan ang anak niyang si Solomon. ¹⁸ Sinabi niya sa kanila, "Kasama n'yo ang Panginoon na inyong Dios at binigyan niya kayo ng kapayapaan *sa mga kalaban ninyo* sa paligid. Sapagkat ipinagkatiwala niya sa akin ang

---

a 25 600 piraso: o, *mga pitong kilo.*
b 26 handog para sa mabuting relasyon: Tingnan sa Talaan ng mga Salita sa likod.

c 9 Solomon: Ang pangalang ito'y posibleng galing sa salitang Hebreo na "shalom" na ang ibig sabihin ay "kapayapaan."

lahat ng naninirahan sa lupaing ito, at ngayon ay sa Panginoon na at tayong mga mamamayan niya ang may sakop sa mga ito. [19] Kaya ngayon, italaga ninyo ang inyong sarili sa Panginoon na inyong Dios, nang buong puso't kaluluwa. Simulan na ninyo ang pagtatayo ng templo ng Panginoon na inyong Dios para mailagay na ang Kahon ng Kasunduan at ang mga banal na kagamitan ng Dios sa templong ito na itatayo para sa karangalan ng pangalan ng Panginoon."

Ang Gawain ng mga Levita

23 Nang matandang-matanda na si David, ginawa niyang hari ng Israel ang anak niyang si Solomon. [2] Ipinatipon niya ang lahat ng pinuno ng Israel, pati ang mga pari at mga Levita. [3] Binilang ang mga Levita na nasa edad 30 pataas, at ang bilang nila'y 38,000. [4] Sinabi ni David, "Ang 24,000 sa kanila ay mamamahala ng mga gawain sa templo ng Panginoon, ang 6,000 ay maglilingkod bilang mga opisyal at mga hukom, [5] ang 4,000 ay maglilingkod bilang mga guwardya ng mga pintuan *ng templo*, at ang 4,000 ay magpupuri sa Panginoon sa pamamagitan ng mga instrumentong ipinagawa ko para sa gawaing ito." [6] Hinati ni David sa tatlong grupo ang mga Levita, ayon sa mga pamilya ng mga anak ni Levi na sina Gershon, Kohat at Merari.

Ang mga Angkan ni Gershon

[7] Ang mga anak ni Gershon ay sina Ladan[a] at Shimei. [8] Tatlo ang anak ni Ladan: si Jehiel, ang pinakapinuno *ng kanilang pamilya*,[b] si Zetam at si Joel. [9] Sila ang mga pinuno ng mga pamilya ni Ladan.

Si Shimei ay may tatlo ring anak na lalaki na sina Shelomot, Haziel at Haran. [10-11] Nagkaroon pa ng apat na anak na lalaki si Shimei: ang pinakapinuno *ng kanilang pamilya* ay si Jahat, ang pangalawa ay si Zina,[c] at sumunod sina Jeush at Beria. Kakaunti lang ang mga anak ni Jeush at Beria, kaya binilang sila na isang pamilya lang.

Ang mga Angkan ni Kohat

[12] Si Kohat ay may apat na anak na lalaki na sina Amram, Izar, Hebron at Uziel. [13] Ang mga anak na lalaki ni Amram ay sina Aaron at Moises. Ibinukod si Aaron at ang kanyang mga angkan para sa pagtatalaga ng mga pinakabanal na bagay, sa pag-aalay ng mga handog sa Panginoon, sa paglilingkod sa kanya at sa pagbabasbas sa pamamagitan ng pangalan ng Panginoon. *Ito ang magiging tungkulin nila* magpakailanman. [14] Ang mga anak na lalaki ni Moises na lingkod ng Dios ay kabilang sa mga Levita. [15] Ang mga anak niyang lalaki ay sina Gershom at Eliezer. [16] Ang isa sa mga anak na lalaki ni Gershom ay si Shebuel na pinakapinuno *ng kanilang pamilya*. [17] Si Eliezer ay may kaisa-isang anak na lalaki, si Rehabia na pinakapinuno rin *ng kanilang pamilya*. Marami ang mga angkan ni Rehabia.

[18] Ang isa sa mga anak na lalaki ni Izar ay si Shelomit na pinakapinuno *ng kanilang pamilya*.

[19] Ang mga anak na lalaki ni Hebron ay sina Jeria na pinakapinuno *ng kanilang pamilya*, si Amaria ang ikalawa, si Jahaziel ang ikatlo, at si Jekameam ang ikaapat.

[20] Ang mga anak na lalaki ni Uziel ay sina Micas na pinakapinuno *ng kanilang pamilya*, at Ishia ang pangalawa.

Ang mga Angkan ni Merari

[21] Ang mga anak na lalaki ni Merari ay sina Mahli at Mushi. Ang mga anak na lalaki ni Mahli ay sina Eleazar at Kish. [22] Namatay si Eleazar na walang anak na lalaki kundi puro babae. Sila'y napangasawa ng kanilang mga pinsan na mga anak ni Kish.

[23] Si Mushi ay may tatlong anak na lalaki na sina Mahli, Eder at Jeremot.

[24] Sila ang lahi ni Levi ayon sa mga pinuno ng kanilang mga pamilya. Nakatala ang kani-kanilang mga pangalan. Ang bawat isa sa kanila ay dapat nasa edad na 20 pataas para makapaglingkod sa templo ng Panginoon. [25-26] Sinabi ni David, "Binigyan tayo ng Panginoon, ang Dios ng Israel, ng kapayapaan at maninirahan siya sa Jerusalem magpakailanman. Hindi na kailangang dalhin ng mga Levita ang Tolda at ang mga kagamitan nito." [27] Ayon sa huling utos ni David, ang lahat ng Levita na nasa edad 20 pataas ay itinala para maglingkod. [28] Ang tungkulin ng mga Levita ay ang pagtulong sa mga *pari, na mga* angkan ni Aaron sa paglilingkod sa templo ng Panginoon. Sila ang mangangalaga ng bakuran ng templo at ng mga kwarto sa gilid nito. Sila rin ang tutulong sa mga seremonya ng paglilinis at ng iba pang gawain sa templo ng Dios. [29] Sila rin ang pinagkatiwalaan sa *banal na* tinapay na inilalagay sa mesa, sa harina para sa mga handog ng pagpaparangal sa Panginoon, sa tinapay na walang pampaalsa, at sa iba pang niluluto at minamasa. Sila rin ang pinagkatiwalaan sa pagtitimbang at sa pagtatakal ng lahat *ng handog*. [30] Tungkulin din nila ang tumayo tuwing umaga at gabi *sa templo* para magpasalamat at magpuri sa Panginoon. [31] Tutulong din sila sa pag-aalay ng mga handog na sinusunog sa Panginoon tuwing Araw ng Pamamahinga, tuwing Pista ng Pagsisimula ng Buwan,[d] at sa iba pang mga pista. May mga sinusunod silang tuntunin kung ilang mga Levita ang gagawa ng gawaing ito at kung paano nila ito gagawin.

[32] Kaya ginawa ng mga Levita ang tungkulin nilang alagaan ang Toldang Tipanan at ang Banal na Lugar, at sa pagtulong sa mga kamag-anak nilang pari na mula sa angkan ni Aaron sa paglilingkod sa templo ng Panginoon.

Ang Gawain ng mga Pari

24 Ito ang mga grupo ng mga angkan ni Aaron: Ang mga anak na lalaki ni Aaron ay sina Nadab, Abihu, Eleazar at Itamar. [2] Pero unang namatay sina Nadab at Abihu sa kanilang ama, at wala silang anak, kaya sina Eleazar at Itamar ang naglingkod bilang mga pari. [3] Sa tulong nina Zadok na mula sa angkan ni Eleazar, at Ahimelec na mula sa angkan ni Itamar, pinagbukod-bukod ni *Haring*

---

a 7 Ladan: o, *Libni*.

b 8 pinakapinuno ng kanilang pamilya: o, *panganay*.

c 10-11 Zina: o, *Ziza*.

d 31 Pista ng Pagsisimula ng Buwan: Tingnan sa Talaan ng mga Salita sa likod.

David ang angkan ni Aaron ayon sa kanilang tungkulin. ⁴Ang angkan ni Eleazar ay hinati sa 16 na grupo at ang angkan ni Itamar sa walong grupo, dahil mas marami ang mga pinuno sa pamilya ng angkan ni Eleazar. ⁵Ang lahat ng gawain ay hinati sa mga grupo sa pamamagitan ng palabunutan, kaya may mga opisyal ng templo na naglilingkod sa Dios mula sa mga angkan ni Eleazar at mula sa mga angkan ni Itamar.

⁶Si Shemaya na anak ni Netanel na Levita ang kalihim. Itinala niya ang pangalan ng mga pari sa harap ng hari at ng mga opisyal na sina Zadok na pari, Ahimelec na anak ni Abiatar, at ng mga pinuno ng mga pamilya ng mga pari at ng mga Levita. Salitan sa pagbunot ang angkan nina Eleazar at Itamar.

⁷Ang unang nabunot ay si Jehoyarib,
      ang ikalawa ay si Jedaya,
⁸ang ikatlo ay si Harim,
      ang ikaapat ay si Seorim,
⁹ang ikalima ay si Malkia,
      ang ikaanim ay si Mijamin,
¹⁰ang ikapito ay si Hakoz,
      ang ikawalo ay si Abijah,
¹¹ang ikasiyam ay si Jeshua,
      ang ikasampu ay si Shecania,
¹²ang ika-11 ay si Eliashib,
      ang ika-12 ay si Jakim,
¹³ang ika-13 ay si Huppa,
      ang ika-14 ay si Jeshebeab,
¹⁴ang ika-15 ay si Bilga,
      ang ika-16 ay si Imer,
¹⁵ang ika-17 ay si Hezir,
      ang ika-18 ay si Hapizez,
¹⁶ang ika-19 ay si Petahia,
      ang ika-20 ay si Jehezkel,
¹⁷ang ika-21 ay si Jakin,
      ang ika-22 ay si Gamul,
¹⁸ang ika-23 ay si Delaya,
      at ang ika-24 ay si Maazia.
¹⁹Ginawa nila ang kanilang mga tungkulin sa templo ng PANGINOON ayon sa tuntunin na ibinigay ng ninuno nilang si Aaron mula sa PANGINOON, ang Dios ng Israel.

Ang mga Pinuno ng mga Pamilya ng mga Levita

²⁰Ito ang mga pinuno ng mga pamilya ng iba pang lahi ni Levi:
      Mula sa angkan ni Amram: si Shubael.
      Mula sa angkan ni Shubael: si Jedeya.
²¹Mula sa angkan ni Rehabia: si Ishia, ang pinakapinuno ng kanilang pamilya.
²²Mula sa angkan ni Izar: si Shelomot.
      Mula sa angkan ni Shelomot: si Jahat.
²³Mula sa angkan ni Hebron: si Jeria ang pinakapinuno ng kanilang pamilya, si Amaria ang ikalawa, si Jahaziel ang ikatlo at si Jekameam ang ikaapat.
²⁴Mula sa angkan ni Uziel: si Micas.
      Mula sa angkan ni Micas: si Shamir.
²⁵Mula sa angkan ni Ishia na kapatid na lalaki ni Micas: si Zacarias.
²⁶Mula sa angkan ni Merari: sina Mahli at Mushi.
      Mula sa angkan ni Jaazia: si Beno.

²⁷Mula sa angkan ni Merari sa pamamagitan ni Jaazia: sina Beno, Shoham, Zacur at Ibri.
²⁸Mula sa angkan ni Mahli: si Eleazar, na walang mga anak na lalaki.
²⁹Mula sa angkan ni Kish: si Jerameel.
³⁰Mula sa angkan ni Mushi: sina Mahli, Eder at Jerimot.
      Iyon ang mga Levita ayon sa kanilang mga pamilya. ³¹Katulad ng ginawa ng mga angkan ni Aaron, nagpalabunutan din sila para malaman ang mga tungkulin nila, anuman ang kanilang edad. Ginawa nila ito sa harap nina Haring David, Zadok, Ahimelec at ng mga pinuno ng mga pamilya ng mga pari at mga Levita.

Ang mga Musikero

25 Pumili si David at ang mga kumander ng mga sundalo mula sa mga anak ni Asaf, Heman at Jedutun para ipahayag ang mensahe ng Dios na tinutugtugan ng mga alpa, lira at pompyang. Ito ang talaan ng mga pangalan nila at gawain:
²Mula sa mga anak na lalaki ni Asaf: sina Zacur, Jose, Netania at Asarela. Naglingkod sila sa ilalim ng pamamahala ng kanilang ama. Si Asaf ang nagpapahayag ng mensahe ng Dios kung ipinaguutos ito ng hari.
³Mula sa mga anak na lalaki ni Jedutun: sina Gedalia, Zeri, Jeshaya, Shimei,ᵃ Hashabia at Matitia–anim silang lahat. Naglingkod din sila sa ilalim ng pamamahala ng ama nilang si Jedutun, na nagpahayag ng mensahe ng Dios na tinutugtugan ng alpa, na may pasasalamat at papuri sa PANGINOON.
⁴Mula sa mga anak na lalaki ni Heman: sina Bukia, Matania, Uziel, Shebuel,ᵇ Jerimot, Hanania, Hanani, Eliata, Giddalti, Romamti Ezer, Joshbekasha, Malloti, Hotir at Mahaziot. ⁵Silang lahat ang anak ni Heman na propeta ng hari. Pinarangalan siya ng Dios sa pamamagitan ng pagbibigay sa kanya ng 14 na anak na lalaki at tatlong anak na babae, ayon sa ipinangako ng Dios sa kanya.
⁶Ang lahat ng lalaking ito ay pinamahalaan ng kanilang ama sa pagtugtog nila ng mga pompyang, lira at alpa bilang paglilingkod sa bahay ng Dios. Sina Asaf, Jedutun at Heman ay nasa ilalim ng pamamahala ng hari. ⁷Sila at ang mga kamag-anak nila, na 288 lahat ay mahuhusay na musikero para sa PANGINOON. ⁸Nagpalabunutan sila para malaman ang kanya-kanyang tungkulin, bata man o matanda, guro man o mag-aaral.
⁹Ang unang nabunot sa pamilya ni Asaf ay si Jose at ang mga anak niyang lalaki at mga kamag-anakᶜ— 12 sila.
      Ang ikalawa ay si Gedalia at ang mga anak niyang lalaki at mga kamag-anak— 12 sila.
¹⁰Ang ikatlo ay si Zacur at ang mga anak niyang lalaki at mga kamag-anak— 12 sila.
¹¹Ang ikaapat ay si Izriᵈ at ang mga anak niyang lalaki at mga kamag-anak— 12 sila.

a 3 Shimei: Wala ito sa karamihang tekstong Hebreo, ngunit makikita ito sa isang tekstong Hebreo at sa iilang tekstong Septuagint.
b 4 Shebuel: o, Shubael.
c 9 at ang mga…kamag-anak: Wala ito sa Hebreo, pero makikita sa Septuagint.
d 11 Izri: o, Zeri.

¹² Ang ikalima ay si Netania at ang mga anak niyang lalaki at mga kamag-anak— 12 *sila.*

¹³ Ang ikaanim ay si Bukia at ang mga anak niyang lalaki at mga kamag-anak— 12 *sila.*

¹⁴ Ang ikapito ay si Jesarela*ᵃ* at ang mga anak niyang lalaki at mga kamag-anak— 12 *sila.*

¹⁵ Ang ikawalo ay si Jeshaya at ang mga anak niyang lalaki at mga kamag-anak— 12 *sila.*

¹⁶ Ang ikasiyam ay si Matania at ang mga anak niyang lalaki at mga kamag-anak— 12 *sila.*

¹⁷ Ang ikasampu ay si Shimei at ang mga anak niyang lalaki at mga kamag-anak— 12 *sila.*

¹⁸ Ang ika-11 ay si Azarel*ᵇ* at ang mga anak niyang lalaki at mga kamag-anak— 12 *sila.*

¹⁹ Ang ika-12 ay si Hashabia at ang mga anak niyang lalaki at mga kamag-anak— 12 *sila.*

²⁰ Ang ika-13 ay si Shebuel*ᶜ* at ang mga anak niyang lalaki at mga kamag-anak— 12 *sila.*

²¹ Ang ika-14 ay si Matitia at ang mga anak niyang lalaki at mga kamag-anak— 12 *sila.*

²² Ang ika-15 ay si Jerimot*ᵈ* at ang mga anak niyang lalaki at mga kamag-anak— 12 *sila.*

²³ Ang ika-16 ay si Hanania at ang mga anak niyang lalaki at mga kamag-anak— 12 *sila.*

²⁴ Ang ika-17 ay si Joshbekasha at ang mga anak niyang lalaki at mga kamag-anak— 12 *sila.*

²⁵ Ang ika-18 ay si Hanani at ang mga anak niyang lalaki at mga kamag-anak— 12 *sila.*

²⁶ Ang ika-19 ay si Malloti at ang mga anak niyang lalaki at mga kamag-anak— 12 *sila.*

²⁷ Ang ika-20 ay si Eliata at ang mga anak niyang lalaki at mga kamag-anak— 12 *sila.*

²⁸ Ang ika-21 ay si Hotir at ang mga anak niyang lalaki at mga kamag-anak— 12 *sila.*

²⁹ Ang ika-22 ay si Gedalti at ang mga anak niyang lalaki at mga kamag-anak— 12 *sila.*

³⁰ Ang ika-23 ay si Mahaziot at ang mga anak niyang lalaki at mga kamag-anak— 12 *sila.*

³¹ Ang ika-24 ay si Romamti Ezer at ang mga anak niyang lalaki at mga kamag-anak— 12 *sila.*

Ang mga Guwardya ng Pintuan ng Templo

26 Ito ang mga grupo ng mga guwardya ng mga pintuan *ng templo*:

Mula sa pamilya ni Kora, si Meshelemia na anak ni Kore na miyembro ng pamilya ni Asaf, ² at pito niyang anak na lalaki: si Zacarias ang panganay, at ang kasunod ay sina Jediael, Zebadia, Jatniel, ³ Elam, Jehohanan at Eliehoenai.

⁴ *Kasama rin* si Obed Edom at ang walo niyang anak na lalaki: si Shemaya ang panganay, at ang kasunod ay sina Jehozabad, Joa, Sacar, Netanel, ⁵ Amiel, Isacar at Peuletai. Pinagpala ng Dios si Obed Edom. ⁶⁻⁷ Ang panganay na anak ni Obed Edom na si Shemaya ay may mga anak na lalaki na may kakayahan at mga pinuno ng kanilang mga pamilya. Sila'y sina Otni, Refael Obed at Elzabad. Ang kanilang kamag-anak na sina Elihu at Semakia ay may mga kakayahan din.

⁸ Lahat sila ay mula sa angkan ni Obed Edom. Sila at ang kanilang mga anak at kamag-anak ay 62 lahat. Mahuhusay sila at may kakayahan sa paggawa.

⁹ Ang 18 anak at mga kamag-anak ni Meshelemia ay may mga kakayahan din.

¹⁰ Si Hosa na mula sa pamilya ni Merari ay may mga anak din. Ginawa niyang pinuno *ng kanilang pamilya* si Shimri kahit hindi siya ang panganay na anak. ¹¹ Ang sumunod kay Shimri ay sina Hilkia, Tabalia at Zacarias. 13 lahat ang anak at mga kamag-anak ni Hosa *na mga tagapagbantay sa pintuan ng templo.*

¹² Iginrupo ang mga guwardya ng mga pintuan *ng templo* ayon sa pinuno ng kanilang pamilya, at may mga tungkulin sila sa paglilingkod sa templo ng Panginoon, katulad ng kasama nilang *mga Levita.* ¹³ Nagpalabunutan sila kung aling pinto ang babantayan ng mga pamilya nila, bata man o matanda. ¹⁴ Ang pintuan sa gawing silangan ang nabunot ni Shelemia,*ᵉ* at ang pintuan sa gawing hilaga ang nabunot ng anak niyang mahusay magpayo na si Zacarias ¹⁵ Ang pintuan sa gawing timog ang nabunot ni Obed Edom, at sa mga anak niyang lalaki ipinagkatiwala ang mga bodega. ¹⁶ Ang pintuan sa gawing kanluran at ang pintuan paakyat sa templo*ᶠ* ang nabunot ni Shupim at Hosa.

Bawat isa sa kanila'y may takdang oras ng pagbabantay: ¹⁷ Sa gawing silangan, anim na guwardya ang nagbabantay araw-araw, sa gawing hilaga ay apat, sa gawing timog ay apat din, at sa bawat bodega ay tig-dadalawa. ¹⁸ Sa gawing kanluran, apat ang nagbabantay, sa daanan paakyat sa templo ay apat din, at sa bakuran *ng templo* ay dalawa.

¹⁹ Iyon ang mga grupo ng mga guwardya ng mga pintuan *ng templo* na angkan nina Kora at Merari.

Ang mga Ingat-yaman at ang Iba pang mga Opisyal

²⁰ Ang ibang mga Levita*ᵍ* na pinamumunuan ni Ahia ang katiwala sa mga bodega ng templo ng Dios, kabilang na ang mga bodega ng mga inihandog sa Dios.

²¹ Si Ladan ay mula sa angkan ni Gershon at ama ni Jehieli. Ang ilan sa mga miyembro ng kanyang pamilya ay mga pinuno *rin* ng kanyang mga angkan. ²² Ang mga anak ni Jehieli na sina Zetam at Joel ang katiwala ng mga bodega ng templo ng Panginoon.

²³ *Ito ang mga pinuno* mula sa angkan ni Amram, Izar, Hebron at Uziel:

Mula sa angkan ni Amram: ²⁴ si Shebuel,*ʰ* na mula *rin* sa angkan ni Gershom, na anak ni Moises, ang punong opisyal sa mga bodega ng templo. ²⁵ Ang mga kamag-anak niya sa angkan ni Eliezer ay sina Rehabia, Jeshaya, Joram, Zicri at Shelomit.*ⁱ* ²⁶ Si Shelomit at ang kanyang mga kamag-anak ang katiwala sa mga bodega ng mga handog na inialay ni Haring David, ng mga pinuno ng mga pamilya, ng mga kumander ng libu-libo at ng daan-daang

---

ᵃ 14 *Jesarela:* o, *Azarela.*

ᵇ 18 *Azarel:* o, *Uziel.*

ᶜ 20 *Shebuel:* o, *Shubael.*

ᵈ 22 *Jerimot:* o, *Jeremot.*

ᵉ 14 *Shelemia:* o, *Meshelemia.*

ᶠ 16 *pintuan…paakyat sa templo:* sa Hebreo, *Pintuan na Shaleket na daanan sa ibabaw.*

ᵍ 20 *ibang mga Levita:* Ito ang nasa Septuagint. Sa Hebreo, *Ang Levita, si Ahia.*

ʰ 24 *Shebuel:* o, *Shubael.*

ⁱ 25 *Shelomit:* o, *Shelomot.*

sundalo, at ng iba pang mga pinuno. ²⁷ Inihandog nila ang ibang nasamsam nila sa labanan para gamitin sa templo ng Panginoon. ²⁸ Si Shelomit din at ang kanyang mga kamag-anak ang nangalaga sa lahat ng mga inihandog ni Samuel na propeta, ni Saul na anak ni Kish, ni Abner na anak ni Ner, at ni Joab na anak ni Zeruya. Ang iba pang mga inihandog ay ipinamahala din nila.

²⁹ Mula sa mga angkan ni Izar: si Kenania at ang mga anak niyang lalaki, na siyang nangangasiwa at mga hukom sa buong Israel. Hindi sila naglilingkod sa *loob ng* templo.

³⁰ Mula sa angkan ni Hebron: si Hashabia at ang 1,700 kamag-anak niya na may mga kakayahan. Pinagkatiwalaan sila na mamahala ng mga lupain sa gawing kanluran ng *Ilog ng* Jordan. Sila ang nangangasiwa ng mga gawain ng Panginoon at ng hari sa lugar na iyon. ³¹ Si Jeria ang pinuno ng angkan ni Hebron ayon sa talaan ng kanilang mga pamilya. Nang ika-40 taon ng paghahari ni David, siniyasat ang mga talaan, at natuklasan na may angkan si Hebron sa Jazer na sakop ng Gilead, at may mga kakayahan sila. ³² Si Jeria ay may 2,700 kamag-anak na may mga kakayahan at mga pinuno ng mga pamilya. Sila ang pinamahala ni Haring David sa lahi ni Reuben, Gad at sa kalahating lahi ni Manase. Sila ang nangangasiwa sa lahat ng gawain ng Dios at ng hari sa mga lugar na iyon.

Ang mga Opisyal ng mga Sundalo

27 Ito ang listahan ng mga pinuno, mga kumander, at mga opisyal ng mga Israelita na naglilingkod sa hari bilang tagapangasiwa sa grupo ng mga sundalong naglilingkod ng isang buwan sa bawat taon. Ang bawat grupo ay may 24,000 *sundalo*.

² Si Jashobeam na anak ni Zabdiel ang kumander ng mga sundalo sa unang buwan. May 24,000 *sundalo* sa grupo niya. ³ Mula siya sa angkan ni Perez at pinuno ng lahat ng opisyal ng mga sundalo tuwing unang buwan.

⁴ Si Dodai na mula sa angkan ni Ahoa ang kumander ng mga sundalo sa ikalawang buwan. May 24,000 siyang *sundalo*. Si Miklot ang pinakamataas na opisyal sa grupo niya.

⁵ Si Benaya na anak ng paring si Jehoyada, ang kumander ng mga *sundalo* sa ikatlong buwan. May 24,000 *siyang sundalo* sa kanyang grupo. ⁶ Siya ang Benaya na matapang na pinuno ng 30 *matatapang na tauhan ni David*. Ang anak niyang si Amizabad ang pinakamataas na opisyal sa grupo niya.

⁷ Si Asahel na kapatid ni Joab ang kumander ng sundalo sa ikaapat na buwan. Ang anak niyang si Zebadia ang pumalit sa kanya. May 24,000 *sundalo* sa grupo niya.

⁸ Si Shamut*ᵃ* na mula sa angkan ni Izra ang kumander sa ikalimang buwan. May 24,000 *sundalo* sa grupo niya.

⁹ Si Ira na anak ni Ikkes na mula sa Tekoa ang kumander ng mga sundalo sa ikaanim na buwan. May 24,000 *sundalo* sa grupo niya.

¹⁰ Si Helez na taga-Pelon na lahi ni Efraim ang kumander ng mga sundalo sa ikapitong buwan. May 24,000 *sundalo* sa grupo niya.

¹¹ Si Sibecai na taga-Husha na mula sa angkan ni Zera ang kumander ng mga sundalo sa ikawalong buwan. May 24,000 *sundalo* sa grupo niya.

¹² Si Abiezer na taga-Anatot na mula sa lahi ni Benjamin ang kumander sa ikasiyam na buwan. May 24,000 *sundalo* sa grupo niya.

¹³ Si Maharai na taga-Netofa na mula sa angkan ni Zera ang kumander ng mga sundalo sa ikasampung buwan. May 24,000 *sundalo* sa grupo niya.

¹⁴ Si Benaya na taga-Piraton na mula sa lahi ni Efraim ang kumander ng mga sundalo sa ika-11 buwan. May 24,000 *sundalo* sa grupo niya.

¹⁵ Si Heldai*ᵇ* na taga-Netofa na mula sa angkan ni Otniel ang kumander ng mga sundalo sa ika-12 buwan. May 24,000 *sundalo* sa grupo niya.

Ang mga Pinuno ng mga Angkan ng Israel

¹⁶ Ito ang mga opisyal ng lahi ng Israel:

Sa lahi ni Reuben: si Eliezer na anak ni Zicri.

Sa lahi ni Simeon: si Shefatia na anak ni Maaca.

¹⁷ Sa lahi ni Levi: si Hashabia na anak ni Kemuel.

Sa angkan ni Aaron: si Zadok.

¹⁸ Sa lahi ni Juda: si Elihu na kapatid ni David.

Sa lahi ni Isacar: si Omri na anak ni Micael.

¹⁹ Sa lahi ni Zebulun: si Ishmaya na anak ni Obadias.

Sa lahi ni Naftali: si Jeremot na anak ni Azriel.

²⁰ Sa lahi ni Efraim: si Hoshea na anak ni Azazia.

Sa kalahating lahi ni Manase: si Joel na anak ni Pedaya.

²¹ Sa kalahati pang lahi ni Manase sa Gilead: si Iddo na anak ni Zacarias.

Sa lahi ni Benjamin: si Jaasiel na anak ni Abner.

²² Sa lahi ni Dan: si Azarel na anak ni Jeroham.

Sila ang mga opisyal ng mga lahi ng Israel.

²³ Nang sinensus ni David ang mga tao, hindi niya isinama ang mga tao na wala pa sa edad na 20, dahil nangako ang Panginoon na pararamihin niya ang mga Israelita gaya ng mga bituin sa langit. ²⁴ Inumpisahan ni Joab na anak ni Zeruya ang pagsesensus sa mga tao pero hindi niya ito natapos dahil nagalit ang Dios sa pagsesensus na ito. Kaya ang kabuuang bilang ng mga Israelita ay hindi naitala sa listahan ni Haring David.

Ang mga Opisyal sa Kaharian

²⁵ Si Azmavet na anak ni Adiel ang namamahala sa bodega sa palasyo ng hari.

Si Jonatan na anak ni Uzia ang namamahala sa mga bodega sa mga distrito, bayan, baryo at sa mga tore.

²⁶ Si Ezri na anak ni Kelub ang namamahala sa mga nagtatrabaho sa bukid *ng hari*.

²⁷ Si Shimei na taga-Rama ang namamahala sa mga ubasan *ng hari*.

Si Zabdi na taga-Sefam ang namamahala ng mga produkto nito, ang bunga ng ubas at alak *ng hari*.

---

a 8 *Shamut:* o, *Shama.*   *b* 15 *Heldai:* o, *Heled.*

²⁸ Si Baal Hanan na taga-Geder ang namamahala ng mga puno ng olibo at sikomoro sa mga kaburulan sa kanluran.ᵃ

Si Joash ang namamahala sa mga bodega ng langis ng *olibo*.

²⁹ Si Sitrai na taga-Sharon ang namamahala ng mga kawan ng hayop na pinapastol sa Sharon.

Si Shafat na anak ni Adlai ang namamahala ng mga kawan ng hayop sa mga lambak.

³⁰ Si Obil na Ishmaelita ang namamahala ng mga kamelyo.

Si Jedaya na taga-Meronot ang namamahala ng mga asno.

³¹ Si Jaziz na Hagreo ang namamahala ng mga tupa.

Silang lahat ang mga opisyal na namamahala sa mga ari-arian ni Haring David.

³² Si Jonatan na tiyuhin ni *Haring* David ang tagapayo niya. Isa siyang matalinong tao at manunulat. Si Jehiel na anak ni Hacmoni ang guro ng mga anak ng hari. ³³ Si Ahitofel ang isa pang tagapayo ng hari. Ang Arkeo na si Hushai ay malapit na kaibigan ng hari. ³⁴ Nang mamatay si Ahitofel, pinalitan siya ni Jehoyada na anak ni Benaya at ni Abiatar. Si Joab ang kumander ng mga sundalo ng hari.

Ang Plano ni David para sa Templo

28 Ipinatawag ni *Haring* David sa Jerusalem ang lahat ng opisyal ng Israel: Ang mga opisyal ng mga lahi, ang mga kumander ng bawat grupo ng mga sundalo na naglilingkod sa hari, ang iba pang mga kumander ng libu-libo at daan-daang sundalo, ang mga opisyal na namamahala sa lahat ng ari-arian at mga hayop ng hari at ng kanyang mga anak, ang mga opisyal ng palasyo, ang mga makapangyarihang tao, at ang lahat ng mahuhusay na sundalo.

² *Nang nagtitipon na sila*, tumayo si David at sinabi, "Makinig kayo, aking mga kapatid at tauhan. Gusto ko sanang magpatayo ng templo para paglagyan ng Kahon ng Kasunduan ng PANGINOON na ating Dios, upang magkaroon ng tungtungan ang kanyang mga paa. At nakapagplano na ako para sa pagpapatayo nito. ³ Pero sinabi ng Dios sa akin, 'Hindi ikaw ang magpapatayo ng templo para sa *karangalan ng aking pangalan* dahil isa kang sundalo at marami kang napatay.' ⁴ Ngunit sa kabila nito, pinili ako ng PANGINOON, ang Dios ng Israel, mula sa aming pamilya na maging hari ng Israel magpakailanman. Pinili niya ang lahi ni Juda bilang pinuno ng mga lahi. At mula sa lahing ito, pinili niya ang aking pamilya, at mula sa aking pamilya ikinalugod niya ang pagpili sa akin bilang hari ng buong Israel. ⁵ Binigyan niya ako ng maraming anak na lalaki, at mula sa kanila, pinili niya si Solomon na maghari sa kanyang kaharian, ang Israel. ⁶ Sinabi niya sa akin, 'Ang iyong anak na si Solomon ang magpapatayo ng aking templo, at ng mga bakuran nito. Sapagkat pinili ko siya na maging aking anak, at ako'y magiging kanyang ama. ⁷ At kung patuloy siyang susunod sa mga utos ko at tuntunin gaya ng ginagawa niya ngayon, paghahariin ko ang kanyang angkan magpakailanman.'

⁸ "Kaya ngayon, inuutusan ko kayo sa harap ng lahat ng Israelita, ang mga mamamayan ng PANGINOON, at sa presensya ng ating Dios, na maingat n'yong sundin ang lahat ng utos ng PANGINOON na inyong Dios. Kung gagawin n'yo ito, patuloy na kayo ang magmamay-ari ng magandang lupaing ito, at ipamamana ninyo ito sa inyong mga angkan magpakailanman.

⁹ "At ikaw, Solomon na anak ko, kilalanin mo at paglingkuran ang Dios ng iyong ama nang buong puso mo at isip, dahil nakikita ng PANGINOON ang bawat puso ng tao at nalalaman niya ang ating layunin at pag-iisip. Kung dudulog ka sa kanya, tutulungan ka niya, pero kung tatalikod ka sa kanya, itatakwil ka niya magpakailanman. ¹⁰ *Kaya* pag-isipan mo itong mabuti. Pinili ka ng PANGINOON para ipatayo ang templo para roon siya sambahin. Magpakatatag ka, at gawin mo ang gawaing ito."

¹¹ Pagkatapos, ibinigay ni David kay Solomon ang lahat ng plano sa pagpapatayo ng templo at ng mga balkonahe nito, mga gusali, mga bodega, mga silid sa itaas, mga silid sa loob, at ang *Pinakabanal na Lugar na* kung saan pinapatawad ang mga kasalanan *ng mga tao*. ¹² Ibinigay niya ang lahat ng plano na itinuro sa kanya ng Espirituᵇ para sa pagpapatayo ng mga bakuran ng templo ng PANGINOON, sa lahat ng silid sa paligid nito, sa mga bodega ng templo ng Dios, kasama na ang mga bodega para sa mga bagay na inihandog. ¹³ Tinuruan din niya si Solomon kung paano igugrupo ang mga pari at mga Levita, at ang lahat ng gawain sa paglilingkod sa templo ng PANGINOON, ganoon din ang lahat ng mga gagamitin sa paglilingkod. ¹⁴ Itinuro rin niya kung gaano karaming pilak at ginto ang gagamitin sa paggawa ng mga gamit na ito: ¹⁵ sa mga ilawang ginto at mga lagayan nito; sa mga ilawang pilak at mga lagayan nito; ¹⁶ sa mga mesang ginto kung saan ilalagay ang tinapay na inihahandog sa Dios; sa mesang pilak; ¹⁷ sa mga malalaking gintong tinidor; sa mga mangkok at mga pitsel; sa mga platong ginto at pilak; ¹⁸ at sa gintong altar na pagsusunugan ng insenso. Tinuruan din ni David si Solomon kung paano gawin ang gintong kerubin na nakalukob ang mga pakpak sa itaas ng Kahon ng Kasunduan ng PANGINOON.

¹⁹ *Sinabi ni Haring David*, "Ang mga planong ito ay isinulat ayon sa gabay ng PANGINOON, at tinuruan niya ako kung paano gawin ang lahat ng ito."

²⁰ Sinabi rin ni David sa anak niyang si Solomon, "Magpakatatag ka at magpakatapang. Simulan mo na ang pagpapagawa. Huwag kang matakot o manlupaypay, dahil ang PANGINOONG Dios, ang aking Dios ay kasama mo. Hindi ka niya iiwan o pababayaan hanggang sa matapos ang lahat ng gawain para sa templo ng PANGINOON. ²¹ Nakahanda na ang grupo ng mga pari at mga Levita para sa lahat ng gawain sa templo ng Dios, at may mga tao rin na may kakayahang gumawa ng anumang gawain na handang tumulong sa iyo. Ang mga opisyal at ang lahat ng tao ay handang sumunod sa iyo."

ᵃ 28 *kaburulan sa kanluran*: sa Hebreo, *Shefela*.

ᵇ 12 *na itinuro sa kanya ng Espiritu*: o, *na kanyang napag-isipan*.

Ang mga Regalo sa Pagpapatayo ng Templo

29 Pagkatapos, sinabi ni Haring David sa lahat ng mamamayan *ng Israel*, "Ang anak kong si Solomon na pinili ng Dios ay bata pa at wala pang karanasan. Malaki ang gawain na ito, dahil ang ipapatayong gusali ay hindi para sa tao kundi para sa Panginoong Dios. ²Ginawa ko ang lahat para maihanda ang mga materyales para sa templo ng aking Dios—maraming ginto, pilak, tanso, bakal, kahoy, mamahaling bato na onix, at iba pang mamahaling hiyas at mga batong may iba't ibang kulay, at marami ring marmol. ³At dahil sa kagustuhan kong maitayo ang templo ng aking Dios, ibibigay ko pati ang personal kong mga ginto at pilak, bukod pa ang mga materyales na naipon ko para sa banal na templo. ⁴*Ang ibibigay ko ay* 100 toneladang ginto mula sa Ofir, at 250 toneladang pilak. Ito ay gagamiting pangtapal sa mga dingding ng templo, ⁵at para naman sa lahat ng mga kagamitan na gagawin ng mga platero. Ngayon, sino ang gustong magbigay para sa Panginoon?"

⁶Pagkatapos, kusang-loob na nagbigay ang mga pinuno ng mga pamilya, mga pinuno ng mga lahi ng Israel, mga kumander ng libu-libo at daan-daang sundalo, at ang mga opisyal na itinalaga sa pamamahala ng mga ari-arian ng hari. ⁷Nagbigay sila para sa pagpapagawa ng templo ng Dios ng 175 toneladang ginto, 10,000 perang ginto, 350 toneladang pilak, 630 toneladang tanso, at 3,500 toneladang bakal. ⁸May mga nagbigay din ng mga mamahaling bato, at itinabi ito sa bodega ng templo ng Panginoon na pinamamahalaan ni Jehiel na mula sa angkan ni Gershon. ⁹Nagalak ang mga tao sa mga pinuno nila dahil kusang-loob at taos-puso silang nagbigay para sa Panginoon. Labis din ang kagalakan ni Haring David.

Ang Panalangin ni David

¹⁰Pinuri ni David ang Panginoon sa harap ng mga tao. Sinabi niya,

"O Panginoon, Dios ng aming ninuno na si Jacob,ᵃ sa inyo ang kapurihan magpakailanman! ¹¹Makapangyarihan kayo, kagalang-galang, dakila, at kapuri-puri! Sapagkat sa inyo ang lahat ng bagay na nasa langit at nasa lupa. Kayo ang hari, O Panginoon, at higit kayo sa lahat! ¹²Sa inyo nagmumula ang kayamanan at karangalan. Kayo ang namamahala sa lahat ng bagay. Makapangyarihan kayo, at kayo ang nagpapalakas at nagbibigay kapangyarihan sa sinuman.

¹³"Ngayon, O aming Dios, pinasasalamatan namin kayo at pinupuri ang inyong kagalang-galang na pangalan. ¹⁴Pero sino po ba ako at ang aking mga mamamayan na makapagbibigay kami ng nag-uumapaw na kaloob gaya nito? Lahat ng bagay ay nagmula sa inyo, at ibinabalik lamang namin sa inyo ang ibinigay n'yo sa amin. ¹⁵Nalalaman n'yo, O Panginoon, na pansamantala lang kami rito sa mundo gaya ng aming mga ninuno. Ang buhay namin ay gaya ng anino na hindi nananatili.

¹⁶"O Panginoon naming Dios, ang lahat ng ibinigay namin sa pagpapatayo ng templo para sa karangalan ng inyong banal na pangalan ay nagmula *rin* sa inyo. Pagmamay-ari n'yo ang lahat ng ito! ¹⁷O aking Dios, alam ko pong sinasaliksik n'yo ang aming puso at nasisiyahan kayo kapag nakikita n'yong tapat ito. *Kaya* tapat at kusang-loob ang pagbibigay ko sa inyo ng mga bagay na ito. At nagagalak po ako dahil nakita kong kahit ang mga mamamayan ninyong narito ay kusang-loob na nagbigay.

¹⁸"O Panginoon, ang Dios ng aming mga ninuno na sina Abraham, Isaac at Jacob, palagi n'yo po sanang ilagay sa puso ng mga mamamayan ninyo ang naising ito at tulungan n'yo po sila na maging tapat sa inyo. ¹⁹Tulungan n'yo rin po ang anak kong si Solomon na lalong maging tapat sa pagsunod sa inyong mga utos, katuruan at mga tuntunin, at sa paggawa ng lahat ng ipinatutupad ninyo tungkol sa pagpapatayo ng templo na aking inihanda."

²⁰Pagkatapos, sinabi ni David sa lahat ng tao, "Purihin n'yo ang Panginoon na inyong Dios." Kaya pinuri nila ang Panginoon, ang Dios ng kanilang mga ninuno. Yumukod sila at nagpatirapa bilang pagpaparangal sa Panginoon at sa kanilang hari.

Kinilala si Solomon Bilang Hari

²¹Nang sumunod na araw, nag-alay sila sa Panginoon ng mga handog na sinusunog: 1,000 toro, 1,000 lalaking tupa at 1,000 batang tupa. Nag-alay din sila ng mga handog na inumin at iba pang mga handog para sa mga Israelita. ²²Masaya silang nagkainan at nag-inuman sa presensya ng Panginoon nang araw na iyon.

Muli, idineklara nilang hari si Solomon na anak ni David. Pinahiran si Solomon ng langis sa presensya ng Panginoon bilang hari, at pinahiran *din ng langis* si Zadok bilang pari. ²³Kaya umupo si Solomon sa trono ng Panginoon bilang hari, kapalit ng ama niyang si David. Naging maunlad si Solomon, at sumunod sa kanya ang buong Israel. ²⁴Nangako ang lahat ng opisyal, ang mga makapangyarihang tao, at ang lahat ng anak na lalaki ni Haring David na magpapasakop sila kay Haring Solomon. ²⁵Niloob ng Panginoon na maging tanyag si Solomon sa buong Israel at binigyan ng karangalang hindi nakamit ng ibang hari sa Israel.

Ang Pagkamatay ni David

²⁶⁻²⁷Naghari si David na anak ni Jesse sa buong Israel sa loob ng 40 taon—7 taon sa Hebron at 33 taon sa Jerusalem. ²⁸Nabuhay siya nang matagal, mayaman at marangal. Namatay siya nang matandang-matanda na at ang anak niyang si Solomon ang pumalit sa kanya bilang hari. ²⁹Ang kasaysayan tungkol sa paghahari ni Haring David, mula sa simula hanggang katapusan ay nakasulat sa mga aklat ng mga propeta na sina Samuel, Natan at Gad. ³⁰Naisulat dito kung paano siya naghari, at kung gaano siya naging makapangyarihan, at ang lahat ng nangyari sa kanya at sa Israel, at sa mga nakapaligid na kaharian.

ᵃ **10** *Jacob:* sa Hebreo, *Israel.* Ganito rin sa talatang 18.

2 CRONICA

Humingi si Solomon ng Karunungan
(1 Hari 3:1-15)

1 Naging matatag ang paghahari ni Solomon na anak ni David sa kaharian niya dahil kasama niya ang PANGINOON na kanyang Dios, at siya'y ginawa niyang makapangyarihan. ² Nakipag-usap si Solomon sa lahat ng mga Israelita—sa mga kumander ng mga libu-libo at daan-daang mga sundalo, sa mga hukom, sa lahat ng pinuno ng Israel, at sa mga pinuno ng mga pamilya. ³ Pagkatapos, umalis si Solomon at lahat ng tao papuntang sambahan sa matataas na lugarᵃ sa Gibeon, dahil naroon ang Toldang Tipanan ng Dios. Ang toldang ito ay ang ipinagawa ni Moises na lingkod ng PANGINOON sa disyerto. ⁴ Nang panahong iyon, nailipat na ni David ang Kahon ng Kasunduan ng Dios mula sa Kiriat Jearim papunta sa toldang inihanda niya para rito, doon sa Jerusalem. ⁵ Ngunit ang tansong altar na ginawa ni Bezalel na anak ni Uri at apo ni Hur ay naroon pa sa Gibeon sa harap ng Tolda ng PANGINOON. Kaya doon nagtipon si Solomon at ang lahat ng tao para magtanong sa PANGINOON. ⁶ Pagkatapos, umakyat si Solomon sa tansong altar sa presensya ng PANGINOON sa Toldang Tipanan, at naghandog siya ng 1,000 handog na sinusunog.

⁷ Nang gabing iyon, nagpakita ang Dios kay Solomon at sinabi sa kanya, "Humingi ka ng kahit ano at ibibigay ko ito sa iyo" ⁸ Sumagot si Solomon, "Pinakitaan n'yo po ng malaking kabutihan ang ama kong si David. At ngayon, ipinalit n'yo ako sa kanya bilang hari. ⁹ Kaya ngayon, PANGINOONG Dios, tuparin n'yo po ang pangako n'yo sa aking amang si David, dahil ginawa n'yo po akong hari ng mga taong kasindami ng buhangin. ¹⁰ Bigyan n'yo po ako ng karunungan at kaalaman para mapamahalaan ko ang mga taong ito. Dahil sino po ba ang may kakayahang mamahala sa mga mamamayan ninyo na napakarami?"

¹¹ Sinabi ng Dios kay Solomon, "Dahil humingi ka ng karunungan at kaalaman para mapamahalaan ng aking mga mamamayan na kung saan ginawa kitang hari at hindi ka humingi ng kayamanan, o karangalan, o kamatayan ng iyong mga kalaban, o mahabang buhay, ¹² ibibigay ko sa iyo ang iyong hinihingi. At hindi lang iyan, bibigyan din kita ng mga kayamanan at karangalan na hindi pa nakamtan ng sinumang hari noon at sa darating na panahon."

¹³ Pagkatapos, umalis si Solomon sa Toldang Tipanan doon sa sambahan sa matataas na lugar na nasa Gibeon, at bumalik sa Jerusalem. At naghari siya sa Israel.

Ang mga Kayamanan ni Solomon
(1 Hari 10:26-29)

¹⁴ Nakapagtipon si Solomon ng 1,400 karwahe at 12,000 kabayo.ᵇ Inilagay niya ang iba nito sa mga lungsod na taguan ng kanyang mga karwahe, at ang iba'y doon sa Jerusalem. ¹⁵ Nang panahong siya ang hari, ang pilak at ginto sa Jerusalem ay parang ordinaryong mga bato lang, at ang kahoy na sedro ay kasindami ng ordinaryong mga kahoy na sikomoro sa mga kaburulan sa kanluran.ᶜ ¹⁶ Ang mga kabayo ni Solomon ay nagmula pa sa Egiptoᵈ at sa Cilicia.ᵉ Binili ito sa Cilicia ng kanyang mga tagabili sa tamang halaga. ¹⁷ Nang panahong iyon, ang halaga ng karwahe na mula sa Egipto ay 600 pirasong pilak at ang kabayo ay 150 pirasong pilak. Ipinagbili rin nila ito sa lahat ng hari ng mga Heteo at mga Arameo.ᶠ

Ang Paghahanda sa Pagpapatayo ng Templo
(1 Hari 5:1-18)

2 Nag-utos si Solomon na magpatayo ng templo, para sa karangalan ng pangalan ng PANGINOON, at ng palasyo para sa kanyang sarili. ² Nagpatawag siya ng 70,000 tagahakot, 80,000 tagatabas ng mga bato sa mababang bahagi ng bundok, at 3,600 kapatas.

³ Nagpadala si Solomon ng ganitong mensahe kay Haring Hiramᵍ ng Tyre: "Padalhan mo ako ng mga kahoy na sedro gaya ng ipinadala mo sa aking amang si David nang nagpatayo siya ng palasyo niya. ⁴ Magpapatayo ako ng templo para sa karangalan ng pangalan ng PANGINOON na aking Dios. Magiging banal ang lugar na ito na pinagsusunugan ng mabangong insenso, hinahandugan ng banal na tinapay, pinag-aalayan ng mga handog na sinusunog tuwing umaga at gabi at sa Araw ng Pamamahinga, sa Pista ng Pagsisimula ng Buwanʰ at sa iba pang mga pista sa pagpaparangal sa PANGINOON na aming Dios. Ang tuntuning ito'y dapat tuparin ng mga Israelita magpakailanman.

⁵ "Napakalaki ng templo na itatayo ko, dahil makapangyarihan ang aming Dios kaysa sa ibang mga dios. ⁶ Ngunit sino nga ba ang makakagawang magpatayo ng templo para sa kanya? Sapagkat kahit ang pinakamataas na kalangitan, hindi magkakasya para sa kanya. Kaya sino ba ako na magpapatayo ng templo para sa kanya? Ang maitatayo ko lang ay ang lugar na pinagsusunugan ng mga handog sa kanyang presensya. ⁷ Kaya ngayon, padalhan mo ako ng taong mahusay gumawa sa mga ginto, pilak, tanso't bakal, at mahusay gumawa ng telang kulay ube, pula at asul, at mahuhusay na manguukit. Gagawa siya kasama ang aking mahuhusay na manggagawang taga-Juda at taga-Jerusalem, na pinili ng aking amang si David. ⁸ Padalhan mo rin ako ng mga kahoy na sedro, sipres at algum mula

---

ᵃ 3 sambahan sa matataas na lugar: Tingnan sa Talaan ng mga Salita sa likod.

ᵇ 14 kabayo: o, mangangabayo.

ᶜ 15 kaburulan sa kanluran: sa Hebreo, Shefela.

ᵈ 16 Egipto: o, Muzur. Isang lugar malapit sa Cilicia.

ᵉ 16 Cilicia: sa Hebreo, Kue. Maaaring isang pangalan ng Cilicia.

ᶠ 17 Arameo: o, taga-Syria.

ᵍ 3 Hiram: o, Huram.

ʰ 4 Pista ng Pagsisimula ng Buwan: Tingnan sa Talaan ng mga Salita sa likod.

sa Lebanon, dahil alam kong mahusay ang mga tauhan mo sa pagputol ng kahoy. Tutulong ang mga tauhan ko sa mga tauhan mo⁹sa paghahanda ng maraming kahoy, dahil malaki at maganda ang templo na itatayo ko. ¹⁰Babayaran ko ang iyong mga tagaputol ng kahoy ng 100,000 sako ng trigo, 100,000 sako ng sebada, 110,000 galon ng katas ng ubas at 110,000 galon ng langis ng olibo."

¹¹Ito ang sulat na isinagot ni Haring Hiram ng Tyre kay Solomon:

"Dahil iniibig ng Panginoon ang kanyang mga bayan, ginawa ka niyang hari nila. ¹²Purihin ang Panginoon, ang Dios ng Israel na gumawa ng langit at lupa! Binigyan niya si haring David ng matalinong anak na puno ng kaalaman at pang-unawa, na magtatayo ng templo para sa Panginoon at nang palasyo para sa kanyang sarili.

¹³"Ipapadala ko sa iyo si Huram Abi na isang mahuhusay na manggagawa. ¹⁴Ang kanyang ina ay mula sa Dan at ang kanyang ama'y mula sa Tyre. Dalubhasa siya sa paggawa sa ginto, pilak, tanso, bakal, bato at kahoy, at sa paggawa ng telang kulay ube,ᵃ pula at asul, at pinong telang linen. Dalubhasa siya sa kahit anong uri ng pag-ukit, at makakagawa siya ng anumang uri ng disenyo na ipapagawa mo sa kanya. Gagawa siya kasama ng iyong manggagawa at ng mga manggagawa na pinili ng kagalang-galangᵇ na si David, na iyong ama.

¹⁵"Ngayon, kagalang-galang na Solomon, ipadala mo sa amin ang trigo, sebada, alak at langis ng olibo na iyong ipinangako, ¹⁶at puputulin namin ang maraming kahoy na kailangan mo. Pagkatapos, idudugtong namin na parang balsa at palulutangin sa dagat papunta sa Jopa. At kayo na ang magdadala nito na Jerusalem."

¹⁷Sinensus ni Solomon ang lahat ng dayuhan gaya ng ginawa ni David na kanyang ama, at ang bilang ay 153,600. ¹⁸Ginawa niya ang 70,000 sa kanila na tagahakot, 80,000 tagatabas ng bato at mababang bahagi ng bundok, at ang 3,600 kapatas na mamamahala sa mga manggagawa.

Nagpatayo si Solomon ng Templo sa Jerusalem

3 At sinimulan na ni Solomon ang pagpapatayo ng templo ng Panginoon sa Jerusalem doon sa Bundok ng Moria, kung saan nagpakita ang Panginoon sa ama niyang si David. Doon niya ito ipinatayo sa giikan ni Arauna na Jebuseo, ang lugar na inihanda ni David. ²Sinimulan niya itong ipatayo noong ikalawang araw ng ikalawang buwan, nang ikaapat na taon ng paghahari niya.

³Ang pundasyon ng templo ng Dios ay may taas na 90 talampakan at lapad na 30 talampakan. ⁴Ang balkonahe sa harapan ng templo ay 30 talampakan ang lapad, gaya ng lapad ng templo, at ang taas ay 30 talampakan din. Pinabalutan ni Solomon ang loob nito ng purong ginto.

⁵Pinadingdingan niya ang bulwagan ng templo ng kahoy na sipres at pinabalutan ng purong ginto, at pinalamutian ng mga disenyo na palma at mga

ᵃ 14 telang kulay ube: o, sinulid.
ᵇ 14 kagalang-galang: sa literal, panginoon. Ganito rin sa talatang 15.

kadena. ⁶Nilagyan din niya ang templo ng mga palamuti na mamahaling bato at ginto na galing pa sa Parvaim. ⁷Pinabalutan niya ng ginto ang mga biga, hamba ng pintuan, mga dingding at mga pintuan. At pinaukitan niya ng kerubin ang mga dingding.

⁸Ang Pinakabanal na Lugar ay may lapad na 30 talampakan at may haba na 30 talampakan din, na gaya ng lapad ng templo. Ang loob nito'y binalutan ng mga 21 toneladang ginto. ⁹Ang mga pako ay ginto na may timbang na kalahating kilo. Ang mga dingding sa itaas na bahagi ay binalutan din ng ginto.

¹⁰Nagpagawa si Solomon sa loob ng Pinakabanal na Lugar ng dalawang kerubin at pinabalutan ito ng ginto. ¹¹⁻¹³Ang bawat kerubin ay may dalawang pakpak, at ang bawat pakpak ay may habang pito't kalahating talampakan. Kaya ang kabuuang haba ng nakalukob na mga pakpak ng dalawang kerubin ay 30 talampakan. Ang kabilang dulo ng kanilang pakpak ay nagpapang-abot, at ang kabilang pakpak nito ay nakadikit sa dingding. ¹⁴Ang kurtina na nakatakip sa Pinakabanal na Lugar ay gawa mula sa pinong telang linen na asul, kulay ube at pula, na may burdang kerubin.

Ang Dalawang Haligi
(1 Hari 7:15-22)

¹⁵Gumawa rin si Solomon ng dalawang haligi sa harapan ng templo na ang taas ng bawat isa ay 52 talampakan. Ang bawat haligi ay may hugis-ulo na ang taas ay pito't kalahating talampakan. ¹⁶Ang bawat hugis-ulo ng haligi ay nilagyan ng mga kadena na may nakasabit na mga palamuting ang korte ay parang prutas na pomegranata. Ang mga palamuting ito ay 100 piraso. ¹⁷Ipinatayo niya ang mga haligi sa harapan ng templo. Ang isa'y sa gawing timog at ang isa'y sa gawing hilaga. Ang haligi sa gawing timog ay tinawag niyang Jakin at ang haligi sa gawing hilaga ay tinawag niyang Boaz.

Ang Kagamitan ng Templo
(1 Hari 7:23-51)

4 Nagpagawa rin si Solomon ng tansong altar na 30 talampakan ang haba, 30 talampakan ang lapad at 15 talampakan ang taas. ²Nagpagawa rin siya ng malaking lalagyan ng tubig na parang kawa, na tinatawag na Dagat. Ang lalim nito ay pito't kalahating talampakan, ang luwang ay 15 talampakan, at ang sukat sa paligid ay 45 talampakan. ³Napapalibutan ito ng dalawang hanay ng palamuting hugis toro sa ilalim ng bibig nito. Ang mga palamuti ay kasama na nang gawin ito. ⁴Nakapatong ang sisidlan sa likod ng 12 tansong toro na magkakatalikod. Ang tatlong toro ay nakaharap sa gawing hilaga, ang tatlo ay sa kanluran, ang tatlo ay sa timog, at ang tatlo ay sa gawing silangan. ⁵Ang kapal ng sisidlan ay mga tatlong pulgada, at ang ilalim nito ay parang bibig ng tasa na nakakurba palabas katulad ng namumukadkad na bulaklak ng liryo. At maaari itong malagyan ng 17,500 galong tubig. ⁶Nagpagawa rin siya ng sampung planggana para paghugasan ng mga kagamitan sa mga handog na sinusunog. Inilagay ang lima sa gawing timog

at ang lima ay sa gawing hilaga. Pero ang *tubig sa lalagyan na tinatawag na* Dagat ay ginagamit ng mga pari na panghugas. [7] Nagpagawa rin siya ng sampung lalagyan ng ilaw na ginto ayon sa plano, at inilagay sa templo, lima sa gawing hilaga at lima sa gawing timog. [8] Nagpagawa siya ng 10 mesa at inilagay sa templo, lima sa gawing timog at lima sa gawing hilaga. Nagpagawa rin siya ng 100 gintong mangkok na ginagamit sa pangwisik.

[9] Nagpagawa rin siya ng bakuran ng mga pari at maluwang na bakuran sa labas. Pinagawan niya ng mga pintuan ang mga daanan papasok sa bakuran ng templo at pinabalutan niya ng tanso. [10] Inilagay niya ang *sisidlan ng tubig na tinatawag na* Dagat sa gawing timog-silangan ng templo. [11] Nagpagawa rin siya ng mga palayok, mga pala, at mga mangkok na ginagamit sa pangwisik.

Natapos ni Huram ang lahat ng ipinagawa sa kanya ni Solomon para sa templo ng Dios. *Ito ang kanyang mga ginawa:*

[12] ang dalawang haligi;
ang dalawang parang mangkok na ulo ng mga haligi;
ang dalawang magkadugtong na mga kadenang palamuti sa ulo ng mga haligi;
[13] ang 400 *palamuti na ang hugis ay parang prutas na* pomegranata (nakakabit ang dalawang hilera nito sa bawat magkadugtong na mga kadenang nakapaikot sa ulo ng mga haligi);
[14] ang mga kariton at mga planggana;
[15] ang *lalagyan ng tubig na tinatawag na* Dagat at ang 12 *tansong* toro sa ilalim nito;
[16] ang mga palayok, mga pala, malalaking tinidor para sa karne, at ang iba pang kagamitan.

Ang lahat ng bagay na ipinagawa ni Haring Solomon kay Huram na para sa templo ng PANGINOON ay gawa lahat sa pinakintab na tanso. [17] Ipinagawa ang mga ito ni Haring Solomon sa pamamagitan ng hulmahan na nasa kapatagan ng Jordan, sa pagitan ng Sucot at Zaretan. [18] Napakaraming tanso na ginamit ni Solomon kaya hindi na kayang alamin ang eksaktong timbang nito.

[19] Nagpagawa rin si Solomon ng mga kagamitan ito para sa templo ng Dios:
ang gintong altar,
ang mga gintong mesa na pinaglalagyan ng tinapay na inihahandog sa presensya ng Dios,
[20] ang mga patungan ng ilaw na purong ginto at ang mga lampara nito na pinapailaw sa harapan ng Pinakabanal na Lugar ayon sa tuntunin tungkol dito,
[21] ang palamuting bulaklak, ang mga ilawan at ang mga pang-ipit, na puro ginto lahat;
[22] ang mga panggupit ng mitsa ng ilaw, mga mangkok na ginagamit sa pangwisik, mga sandok at mga sisidlan ng insenso na puro ginto rin lahat;
ang mga pintuan ng templo at ang mga pintuan papasok sa Pinakabanal na Lugar, na nababalutan ng ginto.

5 Nang matapos na ni Solomon ang lahat ng gawain para sa templo ng PANGINOON, dinala niya sa bodega ng templo ang lahat ng bagay na itinalaga ng ama niyang si David pati na ang ginto, pilak at iba pang kagamitan.

Dinala sa Templo ang Kahon ng Kasunduan (1 Hari 8:1-9)

[2] Ipinatawag ni *Haring* Solomon sa Jerusalem ang mga tagapamahala ng Israel at ang lahat ng pinuno ng mga lahi at ng mga pamilya sa Israel, para kunin ang Kahon ng Kasunduan ng PANGINOON mula sa Zion, ang Lungsod ni David. [3] Pumunta silang lahat kay Haring *Solomon* noong panahon ng Pista *ng Pagtatayo ng mga Kubol*, nang ikapitong buwan.

[4-5] Nang magkatipon na ang lahat ng tagapamahala ng Israel, kinuha ng mga pari at ng mga Levita ang Kahon, ang Toldang Tipanan at ang mga banal na gamit nito. Dinala nilang lahat ito sa templo. [6] Naghandog si Haring Solomon at ang buong mamamayan ng Israel sa harapan ng Kahon *ng Kasunduan*. Napakaraming tupa at baka ang kanilang inihandog, hindi ito mabilang dahil sa dami.

[7] Pagkatapos, dinala ng mga pari ang Kahon ng Kasunduan ng PANGINOON sa lugar nito roon sa pinakaloob ng templo, sa Pinakabanal na Lugar, sa ilalim ng mga pakpak ng mga kerubin. [8] Nakalukob ang mga pakpak ng mga kerubin kaya natatakpan ang Kahon at ang mga hawakang pasanan nito. [9] Itong mga hawakang pasanan ay mahaba, ang dulo nito ay kita sa Banal na Lugar, sa harapan ng pinakaloob ng templo, pero hindi ito makita sa labas ng Banal na Lugar. At naroon pa ito hanggang ngayon. [10] Walang ibang laman ang Kahon maliban sa dalawang malalapad na bato na inilagay ni Moises noong nandoon siya sa Horeb, kung saan gumawa ng kasunduan ang PANGINOON sa mga Israelita pagkatapos nilang lumabas sa Egipto.

[11] Pagkatapos, lumabas ang mga pari sa Banal na Lugar. Ang lahat ng pari na naroon ay nagpakalinis, oras man ng kanilang paglilingkod o hindi. [12] Ang mga musikerong Levita na sina Asaf, Heman, Jedutun at ang kanilang mga anak at mga kamag-anak ay tumayo sa bandang silangan ng altar. Nakasuot sila ng pinong linen at tumutugtog ng pompyang, alpa at lira. Sinasamahan sila ng 120 pari na nagpapatunog ng trumpeta. [13] Ang mga mang-aawit ay nagpuri at nagpasalamat sa PANGINOON na tinutugtugan ng mga trumpeta, pompyang at iba pang mga instrumento. Ito ang kanilang inaawit:

"Ang PANGINOON ay mabuti; ang pag-ibig niya'y walang hanggan."

Pagkatapos, may ulap na bumalot sa templo ng PANGINOON. [14] Hindi na makaganap ang mga pari ng kanilang gawain *sa templo* dahil sa ulap, dahil binalot ng makapangyarihang presensya ng PANGINOON ang kanyang templo.

6 At nanalangin si Solomon, "Sinabi n'yo po PANGINOON na maninirahan kayo sa makapal na ulap. [2] Nagpatayo po ako ng kahanga-hangang na templo para sa inyo, na matatahanan n'yo magpakailanman."

Ang Mensahe ni Solomon sa mga Mamamayan ng Israel
(1 Hari 8:14-21)

³ At humarap si Haring Solomon sa buong kapulungan ng Israel na nakatayo roon at sila'y binasbasan. ⁴ Sinabi niya, "Purihin ang PANGINOON, ang Dios ng Israel. Tinupad niya ang kanyang pangako sa aking ama na si David. Sapagkat sinabi niya, ⁵ 'Mula nang araw na inilabas ko ang mga mamamayan kong Israelita sa Egipto, hindi ako pumili ng lungsod sa kahit anong lahi ng Israel para pagtayuan ng templo sa pagpaparangal sa akin, at hindi rin ako pumili ng haring mamamahala sa mga mamamayan kong Israelita. ⁶ Ngunit ngayon, pinili ko ang Jerusalem para doon *pararangalan ang* aking pangalan, at pinili ko si David para mamahala sa mga mamamayan kong Israelita.'

⁷ "Nasa puso ng aking amang si David na magtayo ng templo sa pagpaparangal sa PANGINOON, ang Dios ng Israel. ⁸ Pero sinabi sa kanya ng PANGINOON, 'Mabuti na naghahangad kang magpatayo ng templo para sa *karangalan ng* aking pangalan. ⁹ Ngunit hindi ikaw ang magtatayo nito kundi ang sarili mong anak. Siya ang magtatayo ng templo para sa *karangalan ng* aking pangalan.'

¹⁰ "Tinupad ng PANGINOON ang kanyang pangako. Ako ang pumalit sa aking amang si David bilang hari ng Israel, ayon sa pangako ng PANGINOON. At ipinatayo ko ang templo para parangalan ang PANGINOON, ang Dios ng Israel. ¹¹ Nagpagawa ako ng lugar doon sa templo para sa Kahon kung saan nakalagay ang Kasunduan ng PANGINOON na kanyang ginawa sa mamamayan ng Israel."

Ang Panalangin ni Solomon para sa Mamamayang Israel
(1 Hari 8:22-53)

¹² Sa harap ng buong kapulungan ng Israel, lumapit si Solomon sa altar ng PANGINOON at itinaas niya ang kanyang mga kamay. ¹³ Pagkatapos, tumayo siya sa tansong entablado na kanyang ipinagawa. Ito'y may haba at luwang na pito't kalahating talampakan, at may taas na apat at kalahating talampakan. At lumuhod si Solomon sa harap ng mga mamamayan ng Israel na nakataas ang kanyang mga kamay. ¹⁴ Nanalangin siya,

"O PANGINOON, Dios ng Israel, wala pong Dios na katulad n'yo sa langit o sa lupa. Tinutupad n'yo ang inyong kasunduan, at ipinapakita ang inyong pag-ibig sa inyong mga lingkod na sumusunod sa inyo ng buong puso. ¹⁵ Tinupad n'yo ang inyong ipinangako sa aking amang si David na inyong lingkod. Kayo po ang nangako at kayo rin ang tumupad sa araw na ito. ¹⁶ At ngayon, PANGINOON, Dios ng Israel, tuparin n'yo po ang inyong ipinangako sa inyong lingkod na si David na aking ama nang sinabi n'yo po sa kanya, 'Laging sa angkan mo magmumula ang maghahari sa Israel kung matapat na susunod sa akin ang mga angkan mo, tulad ng iyong ginawa.' ¹⁷ Kaya ngayon, O Dios ng Israel, tuparin n'yo po ang ipinangako ninyo sa lingkod ninyong si David na aking ama.

¹⁸ "Ngunit makakatira nga po ba kayo, O Dios, sa mundo kasama ng mga tao? Hindi nga kayo magkakasya kahit sa pinakamataas na langit, ano pa kaya kung sa templo na ipinatayo ko? ¹⁹ Ngunit pakinggan ninyo ako na inyong lingkod sa aking pananalangin at pagsusumamo, O PANGINOON na aking Dios. Pakinggan n'yo ang panawagan at pananalangin ko sa inyong presensya. ²⁰ Ingatan n'yo po sana ang templong ito araw at gabi, ang lugar na sinabi n'yong kayo'y pararangalan. Pakinggan n'yo po sana ako na inyong lingkod sa aking pananalangin sa harap ng altar na ito. ²¹ Pakinggan n'yo po ang mga kahilingan ko at ng mga mamamayan n'yo kapag sila'y nanalangin na nakaharap sa lugar na ito. Pakinggan n'yo kami riyan sa inyong luklukan sa langit. At kung marinig n'yo kami, patawarin n'yo po kami.

²² "Kung ang isang tao ay pinagbintangang nagkasala sa kanyang kapwa, at pinapunta siya sa inyong altar sa templo na ito para sumumpa *na inosente siya,* ²³ dinggin n'yo po ito riyan sa langit at hatulan ang inyong mga lingkod—*ang nagbintang at ang pinagbintangan.* Parusahan n'yo po ang nagkasala ayon sa kanyang ginawa at palayain ang walang sala para mahayag na inosente siya.

²⁴ "Kung ang mga mamamayan n'yong Israelita ay matalo ng mga kalaban nila dahil nagkasala sila sa inyo at kung manumbalik sila at magpuri sa inyo at manalangin sa templong ito, ²⁵ dinggin n'yo po sila riyan sa langit. Patawarin n'yo sila sa kanilang kasalanan at dalhin ninyo sila pabalik sa lupaing ibinigay ninyo sa kanila at sa mga ninuno nila.

²⁶ "Kung hindi n'yo paulanin, dahil nagkasala ang inyong mga mamamayan sa inyo, at kung manalangin po silang nakaharap sa templong ito at magpuri sa inyo, at magsisi sa kanilang mga kasalanan dahil pinarusahan n'yo sila, ²⁷ dinggin n'yo po sila riyan sa langit. Patawarin n'yo po sila na inyong mga lingkod, ang inyong mga mamamayang Israelita. Turuan n'yo po sila ng matuwid na pamumuhay, at padalhan ng ulan ang lupain na inyong ibinigay sa kanila bilang pag-aari.

²⁸ "Kung may dumating pong taggutom sa lupain *ng inyong mga mamamayan,* o salot, o malanta ang mga tanim, *o peste sa mga tanim gaya ng* mga balang at mga uod, o palibutan ng mga kalaban ang alinman sa kanilang mga lungsod, o sumapit man sa kanila at kahit anong karamdaman, ²⁹ at kung mayroon po sa kanila na mananalangin o hihiling sa inyo, *dinggin n'yo po sila.* Kung kinikilala po nilang dahil sa kanilang mga kasalanan dumating ang mga pagtitiis at sakuna sa kanila, at manalangin po sila ng nakataas ang kanilang mga kamay, na nakaharap sa templong ito, ³⁰ dinggin n'yo po sila riyan sa inyong luklukan sa langit. Patawarin n'yo po sila at gawin sa bawat isa ang nararapat sa kanilang mga ginawa, dahil alam n'yo po ang bawat puso nila. Tunay na tanging kayo lamang po ang nakakaalam ng puso ng lahat ng tao. ³¹ *Gawin n'yo po ito* para gumalang sila sa inyo at sumunod sa inyong pamamaraan habang nakatira sila sa lupaing ibinigay n'yo sa aming mga ninuno.

³² "Kung ang mga dayuhan na nakatira sa malayong lugar ay makarinig ng inyong kadakilaan at kapangyarihan, at pumunta sila rito para

sumamba sa inyo at manalangin na nakaharap sa templong ito, [33] dinggin n'yo po sila riyan sa inyong luklukan sa langit. At gawin ang kahit anong hinihiling nila, para ang lahat po ng tao sa mundo ay makakilala sa inyo at gumalang po sa inyo gaya ng inyong mga mamamayang Israelita. At para malaman po nilang pinaparangalan kayo sa templo na aking ipinatayo.

[34] "Kung ang inyo pong mamamayan ay makikipaglaban ayon sa inyong utos, at kung mananalangin po sila sa inyo na nakaharap sa lungsod na ito na pinili n'yo at sa templo na aking ipinatayo para sa *karangalan ng* inyong pangalan, [35] dinggin n'yo po ang kanilang mga dalangin at mga kahilingan diyan sa langit, at bigyan sila ng tagumpay.

[36] "Kung magkasala sila sa inyo—dahil wala kahit isa man na hindi nagkakasala—at sa inyong galit ay ipinatalo n'yo sila sa kanilang mga kalaban at binihag at dinala sila sa malayo o sa malapit na lugar, [37] at kung sa huli'y magbago ang kanilang mga puso roon, at magsisi at magmakaawa po sa inyo na nagsasabi, 'Nagkasala kami, at napakasama ng aming mga ginawa,' [38] *dinggin n'yo po ang kanilang dalangin.* Kung babalik po sila sa inyo ng buong puso't isipan, doon sa lugar na pinagbihagan sa kanila, at manalangin po sila na nakaharap sa lupaing ito na ibinigay n'yo sa kanilang mga ninuno, sa lungsod na ito na pinili po ninyo, at sa templong aking ipinatayo para sa *karangalan ng* inyong pangalan, [39] dinggin n'yo po ang kanilang mga dalangin at mga kahilingan diyan sa inyong luklukan sa langit, at bigyan sila ng tagumpay. Patawarin n'yo po sila sa kanilang mga kasalanan laban sa inyo.

[40] "O aking Dios, sagutin n'yo po sana ang mga dalangin na ginawa sa lugar na ito.

[41] "Ngayon, PANGINOONG Dios, pumunta na po kayo sa templo n'yo kasama ng Kahon ng Kasunduan na simbolo ng inyong kapangyarihan. Sana'y lagi pong magtagumpay ang inyong mga pari at magsaya ang mga mamamayan ninyo sa inyong kabutihan. [42] O PANGINOONG Dios, huwag n'yo pong itakwil ang pinili n'yong hari. Alalahanin n'yo po ang inyong ipinangako kay David na inyong lingkod na iibigin siyang lubos."

Ang Pagtatalaga ng Templo
(1 Hari 8:62-66)

7 Nang matapos ni Solomon ang kanyang panalangin, may apoy na bumaba mula sa langit at tinupok ang handog na sinusunog at ang iba pang mga handog, at nabalot ng makapangyarihang presensya ng PANGINOON ang templo. [2] Hindi makapasok ang mga pari sa templo ng PANGINOON dahil ang makapangyarihang presensya ng PANGINOON ay bumalot sa templo. [3] Nang makita ng lahat ng mga Israelita ang apoy na bumaba at ang makapangyarihang presensya ng PANGINOON sa ibabaw ng templo, lumuhod sila at sumamba sa PANGINOON na may pasasalamat. Sinabi nila, "Ang PANGINOON ay mabuti; ang pag-ibig niya'y walang hanggan."

[4] Pagkatapos, naghandog sa PANGINOON si Haring *Solomon* at ang lahat ng mamamayan.

[5] Naghandog sila ng 22,000 baka at 120,000 tupa't kambing. Sa ganitong paraan itinalaga ng hari at ng mga mamamayan ang templo ng PANGINOON. [6] Pumwesto ang mga pari *sa templo,* at ganoon din ang mga Levita na umaawit, "Ang pag-ibig niya'y walang hanggan." Tinutugtog nila ang awit gamit ang mga instrumento na ipinagawa ni Haring David sa pagpupuri sa Dios. Sa harap ng mga Levita, ang mga pari ay nagpapatunog din ng mga trumpeta nila habang nakatayo ang lahat ng mga Israelita.

[7] Itinalaga ni Solomon ang bakuran sa harap ng templo ng PANGINOON para roon mag-alay ng mga handog na sinusunog, mga handog bilang pagpaparangal sa PANGINOON, at mga taba bilang handog para sa mabuting relasyon. Dahil ang tansong altar na ipinagawa niya ay hindi kakasya para sa mga handog na ito.

[8] Nagdiwang pa si Solomon at ang lahat ng mga Israelita ng Pista *ng Pagtatayo ng mga Kubol* ng pitong araw. Napakarami ng mga mamamayan na nagtipon mula sa Lebo Hamat *sa gawing hilaga* hanggang sa Lambak ng Egipto *sa gawing timog.* [9] Nang ikawalong araw, ginanap nila ang huling pagtitipon, dahil ipinagdiwang nila ang pagtatalaga ng altar *at ng buong templo* nang ikapitong araw at ng Pista *ng Pagtatayo ng mga Kubol* nang ikapito ring araw. [10] Kinabukasan, na siyang ika-23 araw ng ikapitong buwan, pinauwi ni Solomon ang mga tao. Umuwi sila na masaya dahil sa lahat ng kabutihang ginawa ng PANGINOON kay David at kay Solomon, at sa mga mamamayan niyang Israelita.

Nagpakita ang Dios kay Solomon
(1 Hari 9:1-9)

[11] Nang matapos ni Solomon ang pagpapatayo ng templo ng PANGINOON at ng kanyang palasyo. Natapos niya ang lahat ng binalak niya para rito. [12] At isang gabi, nagpakita sa kanya ang PANGINOON at sinabi, "Narinig ko ang panalangin mo at pinili ko ang templong ito na lugar para pag-aalayan ng mga handog.

[13] "Halimbawang hindi ko paulanin, o kaya nama'y magpadala ako ng mga balang sa lupa na kakain ng mga tanim, o magpadala ako ng salot sa aking mga mamamayan; [14] at kung ang mga mamamayan ko na aking tinawag ay magpakumbaba, manalangin, dumulog sa akin, at tumalikod sa ginagawa nilang kasamaan, diringgin ko sila mula sa langit at patatawarin ang kanilang kasalanan, at pagpapalain ko *ulit* pagpapalain ang kanilang lupain. [15] Papansinin ko sila at pakikinggan ang kanilang mga panalangin sa lugar na ito, [16] dahil ang templong ito ay pinili kong isang lugar kung saan pararangalan ako magpakailanman. Iingatan ko ito at laging aalagaan.

[17] "At ikaw, kung mamumuhay ka sa aking harapan gaya ng iyong amang si David, at kung gagawin mo ang lahat ng ipinagpapagawa ko sa iyo at tutuparin ang aking mga tuntunin at mga utos, [18] paghaharin ko ang iyong mga angkan magpakailanman. Ipinangako ko ito sa iyong amang si David nang sabihin ko sa kanya, 'Hindi ka mawawalan ng angkan na maghahari sa Israel.' [19] Pero kung tatalikod kayo at hindi tutuparin ang

aking mga utos at mga tuntunin na ibinigay ko sa inyo, at kung maglilingkod at sasamba kayo sa ibang mga dios, ²⁰ palalayasin ko kayo sa lupain na ibinigay ko sa inyo, at itatakwil ko ang templong ito na pinili kong lugar para sa *karangalan ng aking pangalan.* At ito'y kukutyain at pagtatawanan ng lahat ng tao. ²¹ At kahit maganda at tanyag ang templong ito, *gigibain ko ito.* Magugulat at magtataka ang lahat ng daraan dito at magsasabi, 'Bakit ginawa ito ng PANGINOON sa lupain at sa templong ito?' ²² Sasagot ang iba, 'Dahil itinakwil nila ang PANGINOON, ang Dios ng kanilang mga ninuno, na naglabas sa kanila sa Egipto, at naglingkod sila at sumamba sa ibang mga dios. Iyan ang dahilan kung bakit pinadalhan sila ng PANGINOON ng mga kasamaang ito.'"

Ang Iba Pang Naipatayo ni Solomon
(1 Hari 9:10-28)

8 Pagkatapos ng 20 taong pagpapatayo ni Solomon ng templo ng PANGINOON at ng kanyang palasyo, ² muli niyang ipinatayo ang mga bayan na ibinigay sa kanya ni Hiram*ᵃ* at pinatirhan sa mga Israelita. ³ Ito rin ang panahong nilusob ni Solomon at inagaw ang Hamat Zoba. ⁴ Ipinatayo rin niyang muli ang Tadmor na nasa disyerto at ang mga lungsod sa Hamat na pinaglalagyan ng kanyang mga pangangailangan. ⁵ Pinatibay niya ang itaas at ilalim na bahagi ng Bet Horon. Pinaligiran niya ito ng mga pader at pinalagyan ng pintuan na may mga kandado. ⁶ Ganito rin ang ginawa niya sa Baalat at sa iba pang mga lungsod na lagayan ng kanyang mga pangangailangan, mga karwahe at mga kabayo. Ipinatayo niya ang lahat ng gusto niyang ipatayo sa Jerusalem, Lebanon at sa lahat ng lupaing sakop niya.
⁷⁻⁸ May mga tao pang naiwan sa Israel na hindi mga Israelita. Sila ang mga lahi ng mga Heteo, Amoreo, Perezeo, Hiveo at mga Jebuseo, na hindi nalipol ng mga Israelita *nang agawin nila ang lupai ng Canaan.* Ginawa silang alipin ni Solomon at pinilit na gumawa, at nanatili silang alipin hanggang ngayon. ⁹ Pero hindi ginawang alipin ni Solomon ang sinumang Israelita. Sa halip, ginawa niya itong kanyang mga sundalo, mga kapitan ng kanyang mga sundalo at mga kumander ng kanyang mga mangangarwahe at mga mangangabayo. ¹⁰ Ang 250 sa kanila'y ginawa ni Solomon na mga opisyal na namamahala ng mga gumagawa sa kanyang mga proyekto.
¹¹ Nang matapos na ang palasyo na ipinagawa ni Solomon para sa kanyang asawa na anak ng Faraon,*ᵇ* inilipat niya ang kanyang asawa roon mula sa Lungsod ni David. Sapagkat sinabi niya, "Hindi pwedeng tumira ang asawa ko sa palasyo ni Haring David, dahil banal ang lugar na iyon dahil naroon dati ang Kahon ng PANGINOON."
¹² Pagkatapos, naghandog si Solomon ng mga handog na sinusunog para sa PANGINOON sa altar na kanyang ipinatayo sa harapan ng balkonahe ng templo. ¹³ Tinupad niya ang utos ni Moises na maghandog ayon sa nararapat na ihandog araw-araw at sa panahon ng Araw ng Pamamahinga,

Pista ng Pagsisimula ng Buwan,*ᶜ* at ng tatlong pista na ipinagdiriwang taun-taon: ang Pista ng Tinapay na Walang Pampaalsa, Pista ng Pag-aani, at Pista ng Pagtatayo ng mga Kubol. ¹⁴ At ayon sa tuntunin ng ama niyang si David, pinagbukod-bukod niya ang mga pari at mga Levita para sa kanilang mga gawain. Ang mga Levita ang nangunguna sa mga tao sa pagpupuri *sa Dios* at sila ang tumutulong sa mga pari sa kanilang gawain *sa templo* araw-araw. Ibinukod din niya ang mga guwardya ng bawat pintuan *sa templo,* dahil ito ang utos ni David na lingkod ng Dios. ¹⁵ Sinunod ni Solomon ang lahat ng utos ni Haring *David* tungkol sa mga pari at mga Levita at sa mga bodega.
¹⁶ Natapos ang lahat ng ipinagawa ni Solomon sa templo, mula sa paglalagay ng pundasyon nito hanggang sa matapos ito.
¹⁷ Pagkatapos, pumunta si Solomon sa Ezion Geber at Elat, sa baybayin ng *Dagat na Pula, sa lupain ng* Edom. ¹⁸ Pinadalhan siya ni Hiram ng mga barko na pinamahalaan ng sarili niyang mga opisyal na mahuhusay na mandaragat. Naglakbay sila kasama ng mga tauhan ni Solomon papuntang Ofir. At sa pagbalik nila, may dala silang mga 16 na toneladang ginto, at dinala nila ito kay Haring Solomon.

Dumalaw ang Reyna ng Sheba kay Haring Solomon
(1 Hari 10:1-13)

9 Nang mabalitaan ng reyna ng Sheba ang katanyagan ni Solomon, pumunta siya sa Jerusalem para subukin ang karunungan ni Solomon sa pamamagitan ng mahihirap na katanungan. Dumating siya sa kasama ang marami niyang tauhan, at may dala siyang mga kamelyo na kargado ng mga *regalo na* mga pampalasa, napakaraming ginto at mamahaling mga bato. Nang makita niya si Solomon, itinanong niya rito ang lahat ng nasa kanyang isipan. ² Sinagot ni Solomon ang lahat niyang mga katanungan at walang anumang bagay ang hindi niya naipaliwanag sa kanya. ³ Nang mapatunayan ng reyna ng Sheba ang karunungan ni Solomon, at nang makita niya ang ganda ng palasyo na kanyang ipinatayo, ⁴ lubos siyang namangha. Ganoon din nang makita niya ang pagkain sa mesa ng hari, ang pamamahala ng kanyang mga opisyal, ang paglilingkod ng kanyang mga alipin at mga tagasilbi ng kanyang alak na may magagandang uniporme, at ang mga handog na sinusunog na kanyang inihandog sa templo ng PANGINOON.
⁵ Sinabi niya sa hari, "Totoo nga ang nabalitaan ko sa aking bansa tungkol sa inyong mga gawa at karunungan. ⁶ Hindi ako naniwala hanggang sa pumunta ako rito at nakita ko mismo. At totoo, wala sa kalahati ng nabalitaan ko tungkol sa inyo ang nakita ko. Ang karunungan ninyo ay higit pa kaysa sa nabalitaan ko. ⁷ Napakapalad ng mga tauhan ninyo! Napakapalad ng inyong mga opisyal na naglilingkod sa inyo dahil palagi nilang naririnig ang inyong karunungan. ⁸ Purihin ang PANGINOON

---

a 2 Hiram: o, *Huram.*
b 11 Faraon: o *hari ng Egipto.*

c 13 Pista ng Pagsisimula ng Buwan: Tingnan sa Talaan ng mga Salita sa likod.

na inyong Dios na nalugod sa inyo at naglagay sa inyo sa trono upang maghari para sa kanya. Dahil sa pag-ibig ng inyong Dios sa Israel at sa kagustuhan niyang manatili ang bansang ito magpakailanman, ginawa niya kayong hari nito, para mamahala na may katarungan at katuwiran."

⁹ Binigyan niya ang hari ng limang toneladang ginto, maraming sangkap at mamahaling mga bato. Wala nang makakapantay sa dami ng sangkap na ibinigay ng reyna ni Sheba kay Haring Solomon.

¹⁰ May dala rin kay Haring Solomon ang mga tauhan niya at ang mga tauhan ni Hiram na mga ginto, maraming kahoy na almug, at mamahaling mga bato galing sa Ofir. ¹¹ Ginamit ng hari ang mga kahoy na almug para gawing hagdanan sa templo ng Panginoon at sa palasyo, at ang iba'y ginawang mga alpa at mga lira para sa mga musikero. Wala pang sinuman ang nakakita ng mga ganoong bagay sa Juda.

¹² Ibinigay ni Haring Solomon sa reyna ng Sheba ang kahit anong hingin nito. Mas sobra pa ang ibinigay ni Solomon sa kanya kaysa sa dinala niya. Pagkatapos, umuwi na ang reyna kasama ng mga tauhan niya.

Ang Kayamanan ni Solomon
(1 Hari 10:14-29)

¹³ Taun-taon tumatanggap si Solomon ng mga 23 toneladang ginto, ¹⁴ bukod pa rito ang mga buwis na dala ng mga negosyante. Nagbibigay din sa kanya ng mga ginto at pilak ang lahat ng hari ng Arabia at ang mga gobernador ng Israel.

¹⁵ Nagpagawa si Haring Solomon ng 200 malalaking pananggalang na ang bawat isa ay nababalutan ng mga pitongᵃ kilong ginto. ¹⁶ Nagpagawa rin siya ng 300 maliliit na pananggalang na ang bawat isa ay nababalutan ng mga tatlo at kalahating kilong ginto. Pinalagay niya itong lahat sa bahagi ng palasyo na tinatawag na Kagubatan ng Lebanon.

¹⁷ Nagpagawa rin ang hari ng isang malaking trono na gawa sa mga pangil ng elepante, at binalutan ito ng purong ginto. ¹⁸ May anim na baitang ang trono, at may tungtungan ito ng paa na ginto. Sa bawat gilid nito ay may estatwang leon na nakatayo. ¹⁹ At mayroon ding estatwa ng leon sa bawat gilid ng baitang. Ang estatwang leon sa anim na baitang ay 12 lahat. Walang trono na katulad nito kahit saan mang kaharian. ²⁰ Ang lahat ng kopa ni Haring Solomon ay purong ginto, at ang lahat ng gamit sa bahagi ng palasyo na tinatawag na Kagubatan ng Lebanon ay puro ginto rin. Hindi ito ginawa sa pilak dahil maliit lang ang halaga nito nang panahon ni Solomon. ²¹ May mga barko rin si Solomon na pang-negosyo,ᵇ na ang tripulante ay ang mga tauhan ni Hiram. Ang mga barkong ito'y umuuwi isang beses sa bawat tatlong taon, na may dalang mga ginto, pilak, pangil ng elepante, at malalaki't maliliit na uri ng mga unggoy at pabo real.

²² Walang sinumang hari sa mundo na makakapantay sa karunungan at kayamanan ni Haring Solomon. ²³ Ang lahat ng hari sa mundo ay naghahangad na makita si Solomon para makapakinig ng karunungan na ibinigay ng Dios sa kanya. ²⁴ Taun-taon, ang bawat dumadalaw sa kanya ay may dalang mga regalo—mga bagay na gawa sa pilak at ginto, mga damit, mga sandata, mga sangkap, mga kabayo at mga mola.ᶜ

²⁵ May 4,000 kwadra si Solomon para sa kanyang mga kabayo at mga karwahe. Siya'y may 12,000 kabayoᵈ na inilagay niya sa lungsod na lagayan ng kanyang mga karwahe, at ang iba'y doon sa Jerusalem. ²⁶ Sinakop niya ang lahat ng hari mula sa Ilog ng Eufrates hanggang sa lupain ng mga Filisteo at sa hangganan ng Egipto. ²⁷ Noong panahon na siya ang hari, ang pilak sa Jerusalem ay gaya lang ng ordinaryong mga bato, at ang kahoy na sedro ay kasindami ng mga ordinaryong kahoy na sikomoro sa mga kaburulan sa kanluran.ᵉ ²⁸ Ang mga kabayo ni Solomon ay nagmula sa Egipto at sa iba pang mga bansa.

Ang Pagkamatay ni Solomon
(1 Hari 11:41-43)

²⁹ Ang iba pang salaysay tungkol sa paghahari ni Solomon, mula sa simula hanggang sa katapusan ay nakasulat sa Aklat ni Propeta Natan, sa Mga Mensahe ni Ahia na Taga-Shilo, at sa mga Pangitain ni Iddo na Propeta, na nagsasabi rin tungkol sa paghahari ni Jeroboam na anak ni Nebat. ³⁰ Sa Jerusalem nakatira si Solomon habang naghahari siya sa buong Israel sa loob ng 40 taon. ³¹ Nang mamatay siya, inilibing siya sa lungsod ng ama niyang si David. At ang anak niyang si Rehoboam ang pumalit sa kanya bilang hari.

Nagrebelde ang Israel kay Rehoboam
(1 Hari 12:1-20)

10 Pumunta si Rehoboam sa Shekem, kung saan nagtipon ang lahat ng mga Israelita para hirangin siya na hari. ² Nang mabalitaan ito ni Jeroboam na anak ni Nebat, bumalik siya sa Israel. (Sapagkat sa panahong ito, doon siya nakatira sa Egipto, kung saan tumakas siya kay Haring Solomon.) ³ Ipinatawag ng mga Israelita si Jeroboam, at pumunta sila kay Rehoboam at sinabi, ⁴ "Mabigat ang mga ipinapatupad ng inyong ama sa amin. Pero kung pagagaanin n'yo ito, paglilingkuran namin kayo."

⁵ Sumagot si Rehoboam, "Bigyan n'yo muna ako ng tatlong araw para pag-isipan ito, pagkatapos, bumalik kayo sa akin." Kaya umuwi ang mga tao. ⁶ Nakipagkita agad si Haring Rehoboam sa mga tagapamahala na naglilingkod sa ama niyang si Solomon nang nabubuhay pa ito. Nagtanong si Rehoboam sa kanila, "Ano ba ang maipapayo ninyo na isasagot ko sa hinihiling ng mga taong iyon?" ⁷ Sumagot sila, "Kung ipapakita n'yo ang inyong kabutihan sa kanila, at ibibigay sa kanila ang kanilang kahilingan, maglilingkod sila sa inyo magpakailanman."

⁸ Pero hindi sinunod ni Rehoboam ang kanilang payo. Sa halip, nakipagkita siya sa mga kababata

---

ᵃ 15 pito: o, tatlo't kalahati.
ᵇ 21 pang-negosyo: sa Hebreo, papuntang Tarshish.
ᶜ 24 mola: sa Ingles, "mule." Hayop na parang kabayo.
ᵈ 25 kabayo: o, mangangabayo.
ᵉ 27 kaburulan sa kanluran: sa literal, Shefela.

niya na naglilingkod sa kanya. ⁹Nagtanong siya sa kanila, "Ano ba ang maipapayo n'yo na isasagot ko sa kahilingan ng mga taong iyon? Humihiling sila sa akin na pagaanin ko ang mabigat na mga ipinapatupad ng aking ama sa kanila." ¹⁰Sumagot ang mga binata, "Ito ang isagot mo sa mga taong iyon na humihiling sa iyo: 'Ang aking kalingkingan ay mas malaki pa sa baywang ng aking ama. ¹¹*Ang ibig kong sabihin* mas mabigat pa ang ipapatupad ko sa inyo kaysa sa ipinapatupad ng aking ama. Kung pinalo kayo ng aking ama ng latigo, papaluin ko kayo ng latigong may matalim na mga bakal.' "ᵃ

¹²Pagkalipas ng tatlong araw, bumalik si Jeroboam at ang mga tao kay Haring Rehoboam, ayon sa sinabi ng hari sa kanila. ¹³Pero hindi tinupad ni Rehoboam ang ipinayo ng mga tagapamahala. Sa halip, pinagsalitaan niya nang masasakit ang mga tao ¹⁴ayon sa ipinayo ng mga binata. Sinabi niya sa kanila, "Mabigat ang ipinapatupad ng aking ama sa inyo, pero mas mabigat pa ang ipapatupad ko sa inyo. Kung pinalo kayo ng aking ama ng latigo, papaluin ko kayo ng latigong may matalim na mga bakal."

¹⁵Kaya hindi nakinig ang hari sa mga tao, ito'y niloob ng Dios para matupad ang kanyang sinabi kay Jeroboam na anak ni Nebat sa pamamagitan ni Ahia na taga-Shilo. ¹⁶Nang malaman ng mga Israelita na hindi sila pinakinggan ng hari, sinabi nila sa hari, "Hindi kami bahagi ng *lahi* ni David! Bahala ka na sa iyong kaharian! Halikayo mga Israelita, umuwi na tayo!" Kaya umuwi ang lahat ng mga Israelita. ¹⁷Ang mga Israelita lang na nakatira sa mga bayan ng Juda ang pinamahalaan ni Rehoboam.

¹⁸Ngayon, pinapunta ni Haring Rehoboam sa mga Israelita si Adoram, ang tagapamahala ng mga tao na pinagtatrabaho ng sapilitan, *para makipag-ayos sa kanila.* Pero binato siya ng mga Israelita hanggang sa mamatay. Nagmamadaling sumakay si Rehoboam sa kanyang karwahe at tumakas papunta sa Jerusalem. ¹⁹Hanggang ngayon, nagrerebelde ang mga Israelita sa mga angkan ni David.

Binalaan ni Shemaya si Rehoboam
(1 Hari 12:21-24)

11 Pagdating ni Rehoboam sa Jerusalem, tinipon niya ang mahuhusay na sundalo ng mga lahi nina Juda at Benjamin. Nakapagtipon siya ng 180,000 sundalo na makikipaglaban sa mga mamamayan ng Israel at para bawiin ang kaharian niya. ²Pero sinabi ng PANGINOON kay Shemaya na kanyang lingkod, ³"Sabihin mo kay Haring Rehoboam ng Juda, na anak ni Solomon, at sa lahat ng Israelita sa Juda at Benjamin ⁴na ito ang sinasabi ko: 'Huwag kayong makipaglaban sa inyong kadugo. Umuwi kayo, dahil kalooban ko ang lahat ng ito.' " Sumunod sila sa PANGINOON at hindi nila nilusob si Jeroboam.

⁵Nagpaiwan si Rehoboam sa Jerusalem at pinalakas niya ang mga bayan na ito para maprotektahan ang Juda: ⁶Betlehem, Etam, Tekoa, ⁷Bet Zur, Soco, Adulam, ⁸Gat, Maresha, Zif, ⁹Adoraim, Lakish, Azeka, ¹⁰Zora, Ayalon at

Hebron. Ito ang mga napapaderang lungsod sa Juda at Benjamin. ¹¹Pinatatag niya ang mga tanggulan nito at pinalagyan ito ng mga kumander. Sila'y binigyan niya ng mga pagkain, langis ng olibo, at katas ng ubas. ¹²Pinalagyan niya ang mga lungsod ng mga pananggalang at mga sibat bilang dagdag na pampatibay. Kaya ang Juda at ang Benjamin ay naging sakop niya.

¹³Pero ang mga pari at mga Levita na nakatira kasama ng ibang lahi ng Israel ay kumampi kay Rehoboam. ¹⁴Ang mga Levitang ito ay iniwan ang kanilang bahay at lupa, at lumipat sa Juda at Jerusalem dahil itinakwil sila ni Jeroboam at ng mga anak nito bilang mga pari ng PANGINOON. ¹⁵Nagtalaga si Jeroboam ng sarili niyang mga pari sa mga sambahan sa matataas na lugar,ᵇ kung saan sumasamba sila sa kanilang mga dios-diosan na kambing at baka na gawa ni Jeroboam. ¹⁶Ang mga Israelita sa ibang lahi ng Israel na gustong dumulog sa PANGINOON, ang Dios ng Israel ay sumunod sa mga Levita sa Jerusalem, para makapaghandog sila ng mga handog sa PANGINOON, ang Dios ng kanilang mga ninuno. ¹⁷Pinatibay nila ang kaharian ng Juda, at sa loob ng tatlong taon, sinuportahan nila si Rehoboam na anak ni Solomon. Sumunod sila sa PANGINOON gaya ng kanilang ginawa noong naghari sina David at Solomon.

Ang Pamilya ni Rehoboam

¹⁸Pinakasalan ni Rehoboam si Mahalat, na anak ni Jerimot na anak ni David, at Abihail na anak ni Eliab at apo ni Jesse. ¹⁹Si Rehoboam at si Mahalat ay may tatlong anak na lalaki na sina Jeush, Shemaria at Zaham. ²⁰Pinakasalan din ni Rehoboam si Maaca na anak ni Absalom. Ang kanilang mga anak na lalaki ay sina Abijah, Atai, Ziza at Shelomit. ²¹Mas mahal ni Rehoboam si Maaca kaysa sa iba niyang mga asawa. May 18 asawa si Rehoboam at may 60 pa siyang mga asawang alipin. At ang mga anak niya ay 28 lalaki at anim na babae. ²²Ang anak niya kay Maaca na si Abijah ang pinili niyang maging pinuno ng mga anak niyang prinsipe, na nangangahulugang si Abijah ang papalit sa kanya bilang hari. ²³Maingat na binigyan ni Rehoboam ng katungkulan ang iba pa niyang mga anak, at inilagay niya sila sa napapaderang lungsod ng Juda at Benjamin. Binigyan niya sila ng kanilang mga pangangailangan at mga asawa.

Nilusob ni Shisak ang Jerusalem
(1 Hari 14:25-28)

12 Nang matatag na ang paghahari ni Rehoboam at makapangyarihan na siya, itinakwil niya at ng buong Israel ang kautusan ng PANGINOON. ²Dahil hindi sila matapat sa PANGINOON, nilusob ni Haring Shisak ng Egipto, ang Jerusalem noong ikalimang taon ng paghahari ni Rehoboam. ³Kasama ni Shisak ang 1,200 karwahe, 60,000 mangangabayo at napakaraming sundalo, na ang iba sa kanila'y galing pa sa Libya, Sukot at Etiopia. ⁴Sinakop ni Shisak ang napapaderang lungsod ng Juda at lumusob hanggang sa Jerusalem.

---

a 11 latigong…bakal: sa literal, *alakdan.* Ganito rin sa talatang 14.

b 15 sambahan sa matataas na lugar: Tingnan sa Talaan ng mga Salita sa likod.

⁵ Pagkatapos, pumunta si Propeta Shemaya kay Rehoboam at sa mga pinuno ng Juda na tumakas sa Jerusalem dahil sa takot kay Shisak. Sinabi ni Shemaya sa kanila, "Ito ang sinasabi ng Panginoon: Itinakwil n'yo ako, kaya ngayon, pababayaan ko kayo kay Shisak."

⁶ Nagpakumbaba ang hari at ang mga pinuno ng Israel. Sinabi nila, "Matuwid ang Panginoon!"

⁷ Nang makita ng Panginoon na sila'y nagpakumbaba, sinabi ng Panginoon sa pamamagitan ni Shemaya, "Dahil nagpakumbaba sila, hindi ko sila lilipulin at hindi magtatagal ay palalayain ko sila. ⁸ Pero ipapasakop ko sila sa kanya para matutuhan nila na mas mabuti ang maglingkod sa akin kaysa sa paglingkuran ang mga makalupang hari."

⁹ Nang nilusob ni Haring Shisak ng Egipto ang Jerusalem, ipinakuha niya ang mga kayamanan sa templo ng Panginoon at sa palasyo. Kinuha niya ang lahat, pati ang lahat ng pananggalang na ginto na ipinagawa ni Solomon. ¹⁰ Kaya nagpagawa si Haring Rehoboam ng mga pananggalang na tanso na kapalit ng mga ito, at ipinamahala niya ito sa mga opisyal ng mga guwardya ng pintuan ng palasyo. ¹¹ At kapag pupunta ang hari sa templo ng Panginoon, sasama sa kanya ang mga tagapagbantay na nagdadala ng mga pananggalang na ito, at pagkatapos, ibabalik din nila ito sa kanilang kwarto.

¹² Dahil nagpakumbaba si Rehoboam, nawala ang galit ng Panginoon sa kanya, at hindi siya nalipol nang lubos. May natira pang kabutihan sa Juda.

¹³ Lalong tumatag ang pamamahala ni Haring Rehoboam at nagpatuloy siya sa paghahari roon sa Jerusalem. Siya'y 41 taong gulang nang maging hari, at naghari siya ng 17 taon sa Jerusalem, ang lungsod na pinili ng Panginoon sa lahat ng lahi ng Israel, kung saan pararangalan siya. Ang ina ni Rehoboam ay si Naama na isang Ammonita. ¹⁴ Pero gumawa ng kasamaan si Rehoboam dahil hindi siya naghangad na hanapin ang Panginoon.

¹⁵ Ang salaysay tungkol sa paghahari ni Rehoboam mula sa umpisa hanggang sa katapusan ay nakasulat sa Aklat ni Propeta Shemaya at Aklat ni Propeta Iddo, na talaan ng mga salinlahi. Nagpatuloy ang paglalaban nina Rehoboam at Jeroboam. ¹⁶ Nang mamatay si Rehoboam, inilibing siya sa Lungsod ni David. At ang anak niyang si Abijah ay pumalit sa kanya bilang hari.

Ang Paghahari ni Abijah sa Juda
(1 Hari 15:1-8)

13 Naging hari ng Juda si Abijah noong ika-18 taon ng paghahari ni Jeroboam *sa Israel*. ² Sa Jerusalem *siya tumira*, at naghari siya sa loob ng tatlong taon. Ang ina niya ay si Maaca*ᵃ* na anak ni Uriel na taga-Gibea.

Naglaban sina Abijah at Jeroboam. ³ Lumusob si Abijah kasama ang 400,000 matatapang na tao, at naghanda si Jeroboam ng 800,000 matatapang na tao sa pakikipaglaban. ⁴ Pagdating nila Abijah sa mababang bahagi ng Efraim, tumayo si Abijah sa

Bundok ng Zemaraim, at sumigaw kay Jeroboam at sa mga taga-Israel, "Makinig kayo sa akin. ⁵ Hindi n'yo ba alam na ang Panginoon, ang Dios ng Israel ay gumawa ng walang hanggang kasunduan kay David na siya at ang kanyang mga angkan ang maghahari sa Israel magpakailanman? ⁶ Pero ikaw Jeroboam na anak ni Nebat ay nagrebelde sa iyong amo na si Solomon na anak ni David. ⁷ Sumama sa iyo ang mga walang kwentang tao, at kumakalaban sa anak ni Solomon na si Rehoboam noong bata pa ito, at wala pang karanasan at kakayahang lumaban sa inyo. ⁸ At ngayon gusto n'yong kalabanin ang kaharian ng Panginoon na pinamamahalaan ng angkan ni David. Nagmamayabang kayo na marami ang mga sundalo ninyo at dala n'yo ang mga gintong baka na ipinagawa ni Jeroboam bilang mga dios ninyo. ⁹ Pinalayas n'yo ang mga pari ng Panginoon, na angkan ni Aaron at ang mga Levita, at pumili kayo ng sarili n'yong mga pari gaya ng ginagawa ng ibang mga bansa. Sinuman sa inyo na may toro at pitong lalaking tupa ay maaari ng italaga bilang pari ng inyong huwad na mga dios.

¹⁰ "Pero kami, ang Panginoon ang aming Dios, at hindi namin siya itinakwil. Ang mga pari *namin* na naglilingkod sa Panginoon ay mga angkan ni Aaron, at tinutulungan sila ng mga Levita. ¹¹ Tuwing umaga at gabi, naghahandog sila sa Panginoon ng mga handog na sinusunog at insenso. Naglalagay sila ng tinapay sa mesa na itinuturing na malinis. At tuwing gabi, sinisindihan nila ang mga ilaw na nasa gintong mga patungan. Tinutupad namin ang mga utos ng Panginoon naming Dios. Pero kayo, itinakwil n'yo siya. ¹² Ang Dios ay kasama namin; siya ang pinuno namin. Patutunugin ng kanyang mga pari ang mga trumpeta nila sa pangunguna sa amin sa pakikipaglaban sa inyo. Mga mamamayan ng Israel, huwag kayong sumalungat laban sa Panginoon, ang Dios ng inyong mga ninuno, dahil hindi kayo magtatagumpay."

¹³ Habang nagsasalita si Abijah, lihim na nagsugo si Jeroboam ng mga sundalo sa likod ng mga taga-Juda para tambangan sila. ¹⁴ Nang makita ng mga taga-Juda na nilulusob sila sa likuran at sa harapan, humingi sila ng tulong sa Panginoon. Pinatunog agad ng mga pari ang mga trumpeta, at ¹⁵ sumigaw nang malakas ang mga taga-Juda sa paglusob. Sa kanilang pagsigaw, tinalo ng Dios si Jeroboam at ang mga sundalo ng Israel. Hinabol sila ni Abijah at ng mga sundalo ng Juda. ¹⁶ Tumakas sila at ibinigay sila ng Dios sa mga taga-Juda. ¹⁷ Marami ang napatay ni Abijah at ng mga tauhan niya—500,000 matatapang na taga-Israel. ¹⁸ Kaya natalo ng mga taga-Juda ang mga taga-Israel, dahil nagtiwala sila sa Panginoon, ang Dios ng kanilang mga ninuno.

¹⁹ Hinabol ni Abijah si Jeroboam at inagaw niya rito ang mga bayan ng Betel, Jeshana at Efron, at ang mga baryo sa paligid nito. ²⁰ Hindi na mabawi ni Jeroboam ang kanyang kapangyarihan nang panahon ni Abijah, at pinarusahan siya ng Panginoon at siya'y namatay. ²¹ Samantala, lalo pang naging makapangyarihan si Abijah. May 14 siyang asawa at 22 anak na lalaki at 16 na anak na babae. ²² Ang iba pang mga salaysay tungkol sa

paghahari ni Abijah, ang kanyang mga sinabi at mga ginawa ay nakasulat sa Aklat ni Propeta Iddo.

14 Namatay si Abijah at inilibing sa Lungsod ni David. At ang anak niyang si Asa ang pumalit sa kanya bilang hari. Sa panahon ng paghahari niya, nagkaroon ng kapayapaan sa Juda sa loob ng sampung taon.

Ang Paghahari ni Asa sa Juda.

² Matuwid ang ginawa ni Asa sa paningin ng PANGINOON na kanyang Dios. ³ Ipinagiba niya ang mga altar ng mga dios-diosan at ang mga sambahan sa matataas na lugar.ᵃ Ipinagiba rin niya ang mga alaalang bato at pinaputol ang posteng *simbolo ng diosang si Ashera*. ⁴ Inutusan niya ang mamamayan ng Juda na dumulog sa PANGINOON, ang Dios ng kanilang mga ninuno, at tumupad sa kanyang mga kautusan. ⁵ Ipinagiba niya ang mga sambahan sa matataas na lugar at ang mga altar na pinagsusunugan ng mga insenso sa lahat ng bayan ng Juda. Kaya may kapayapaan ang kaharian ng Juda sa panahon ng paghahari ni Asa. ⁶ At habang mapayapa, pinalagyan niya ng mga pader ang mga lungsod ng Juda. Walang nakipaglaban sa kanya sa panahong ito, dahil binigyan siya ng PANGINOON ng kapayapaan.

⁷ Sinabi ni Asa sa mga taga-Juda, "Patatagin natin ang mga bayan na ito sa pamamagitan ng paglalagay ng mga pader sa paligid nito na may mga tore, at ng mga pintuan at mga kandado. Angkinin natin ang lupaing ito, dahil dumulog tayo sa PANGINOON na ating Dios. Binigyan niya tayo ng kapayapaan sa ating mga kalaban sa paligid." Kaya pinalakas nila ang bayan at naging maunlad sila.

⁸ May 300,000 sundalo si Asa na taga-Juda, na armado ng malalaking pananggalang at mga sibat. At mayroon din siyang 280,000 sundalo na taga-Benjamin, na armado ng maliliit na pananggalang at mga pana. Silang lahat ay matatapang na sundalo. ⁹ Nilusob ni Zera na taga-Etiopiaᵇ ang Juda kasama ang maraming sundalo at 300 karwahe. At nakarating sila hanggang sa Maresha. ¹⁰ Pumwesto sina Asa sa Lambak ng Zefata malapit sa Maresha. ¹¹ Pagkatapos, nanalangin si Asa sa PANGINOON na kanyang Dios, "O PANGINOON, wala na pong iba pang makakatulong sa mga taong walang kakayahan laban sa mga makapangyarihan kundi kayo lang. Tulungan n'yo po kami, O PANGINOON naming Dios, dahil umaasa po kami sa inyo, at sa inyong pangalan, pumunta kami rito laban sa napakaraming sundalong ito. O PANGINOON, kayo po ang aming Dios; huwag n'yo pong payagang manaig ang tao laban sa inyo."

¹² Kaya dinaig ng PANGINOON ang mga taga-Etiopia sa harapan ni Asa at ng mga taga-Juda. Tumakas ang mga taga-Etiopia, ¹³ at hinabol sila ni Asa at ng kanyang mga sundalo hanggang sa Gerar. Marami sa mga ito ang namatay at hindi na makalaban pa. Dinaig sila ng PANGINOON at ng kanyang mga sundalo. Maraming ari-arian ang nasamsam ng mga sundalo ng Juda. ¹⁴ Nilipol nila

ang mga baryo sa paligid ng Gerar, dahil dumating sa mga ito ang nakakatakot na parusa ng PANGINOON. Sinamsam nila ang mga ari-arian ng mga bayan dahil marami ang ari-arian nito. ¹⁵ Nilusob din nila ang mga kampo ng mga tagapagbantay ng mga hayop, at pinagkukuha ang mga tupa, mga kambing at mga kamelyo. Pagkatapos, nagsibalik sila sa Jerusalem.

Ang Mga Pagbabagong Ginawa ni Asa

15 Pinuspos ng Espiritu ng Dios si Azaria na anak ni Obed. ² Nakipagkita siya kay Asa at sinabi, "Pakinggan n'yo po ako Haring Asa, at lahat kayong taga-Juda at taga-Benjamin. Mananatili ang PANGINOON sa inyo habang nananatili kayo sa kanya. Kung dudulog kayo sa kanya, tutulungan niya kayo. Pero kung tatalikuran n'yo siya, tatalikuran din niya kayo. ³ Sa mahabang panahon, namuhay ang mga Israelita na walang tunay na Dios, walang paring nagtuturo sa kanila, at walang kautusan. ⁴ Pero sa kanilang paghihirap, dumulog sila sa PANGINOON, ang Dios ng Israel, at tinulungan niya sila. ⁵ Nang panahong iyon, mapanganib ang maglakbay dahil nagkakagulo ang mga tao. ⁶ Naglalaban ang mga bansa at ang mga lungsod, dahil ginulo sila ng Dios sa pamamagitan ng iba't ibang mga kahirapan. ⁷ Pero kayo naman, magpakatapang kayo at huwag manghina dahil ang mga gawa ninyo ay gagantimpalaan."

⁸ Nang marinig ni Asa ang mensahe ni Azaria na anak ni Obed, nagpakatapang siya. Inalis niya ang kasuklam-suklam na mga dios-diosan sa buong Juda at Benjamin, at sa mga bayan na kanyang inagaw sa mababang bahagi ng Efraim. Ipinaayos niya ang altar ng PANGINOON na nasa harapan ng balkonahe ng templo ng PANGINOON.

⁹ Pagkatapos, ipinatipon niya ang lahat ng mamamayan ng Juda at Benjamin, at ang mga mamamayan mula sa Efraim, Manase, at Simeon na nakatirang kasama nila. Maraming lumipat sa Juda mula sa Israel nang makita nilang si Asa ay sinasamahan ng PANGINOON na kanyang Dios.

¹⁰ Nagtipon sila sa Jerusalem noong ikatlong buwan nang ika-15 taon ng paghahari ni Asa. ¹¹ At sa oras na iyon, naghandog sila sa PANGINOON ng mga hayop na kanilang nasamsam sa labanan—700 baka at 7,000 tupa at kambing. ¹² Gumawa sila ng kasunduan na dumulog sa PANGINOON, ang Dios ng kanilang mga ninuno, nang buong puso nila't kaluluwa. ¹³ Ang sinumang hindi dumulog sa PANGINOON, ang Dios ng Israel ay papatayin, bata man o matanda, lalaki man o babae. ¹⁴ Nangako sila sa PANGINOON sa malakas na tinig na may pagsasaya at pagpapatunog ng mga trumpeta at mga trumpeta. ¹⁵ Nagsaya ang lahat ng taga-Juda dahil nangako sila nang buong puso. Dumulog sila sa PANGINOON nang taimtim sa kanilang puso, at tinulungan niya sila. At binigyan niya sila ng kapayapaan sa kanilang mga kalaban kahit saan.

¹⁶ Inalis din ni Haring Asa ang kanyang lolang si Maaca sa pagkareyna nito dahil gumawa ito ng karumal-dumal na posteng *simbolo ng diosang si Ashera*. Ipinaputol ni Asa ang poste, ipinasibak ito, at ipinasunog sa Lambak ng Kidron. ¹⁷ Kahit

---

ᵃ 3 *sambahan sa matataas na lugar:* Tingnan sa Talaan ng mga Salita sa likod.
ᵇ 9 *taga-Etiopia:* sa Hebreo, *taga-Cush.*

hindi nawala ang mga sambahan sa matataas na lugar,*ª naging matapat pa rin si Asa sa PANGINOON sa buong buhay niya. ¹⁸Dinala niya sa templo ng PANGINOON ang mga pilak, ginto at iba pang mga bagay na inihandog niya at ng kanyang ama *sa PANGINOON.*

¹⁹Hindi nagkaroon ng digmaan hanggang sa ika-35 taon ng paghahari ni Asa.

Ang Huling Taon ni Asa
(1 Hari 15:17-24)

16 Nang ika-36 na taon ng paghahari ni Asa, nilusob ni Haring Baasha ng Israel ang Juda. At pinabakuran niya ang Rama para walang makalabas o makapasok sa teritoryo ni Haring Asa ng Juda. ²Ipinakuha ni Asa ang mga pilak at ginto sa mga bodega ng templo ng PANGINOON at ng kanyang palasyo. At ibinigay niya ito kay Haring Ben Hadad ng Aramᵇ doon sa Damascus kung saan siya nakatira. ³Ito ang mensahe ni Asa kay Ben Hadad: "Gumawa tayo ng kasunduan *na magkakampihan tayo,* gaya ng ginawa ng ating mga magulang. Tanggapin mo ang ipinadala ko sa iyong pilak at ginto, at hinihiling kong tigilan mo na ang pagkampi kay Haring Baasha ng Israel para pabayaan na niya ako."

⁴Pumayag si Ben Hadad sa kahilingan ni Haring Asa, at inutusan niya ang mga kumander ng kanyang mga sundalo na lusubin ang mga bayan ng Israel. Nasakop nila ang Ijon, Dan, Abel Maim, at ang lahat ng lungsod ng Naftali na ginagamit na bodega. ⁵Nang marinig ito ni Baasha, ipinahinto niya ang pagpapatayo ng pader sa Rama. ⁶Pagkatapos, nag-utos si Haring Asa sa lahat ng lalaki ng Juda na kunin nila ang mga bato at mga troso na ginagamit ni Baasha sa paggawa ng pader ng Rama. At ginamit ito ni Haring Asa sa paggawa ng pader ng Geba at ng Mizpa.

⁷Nang panahong iyon, pumunta ang propetang si Hanani kay Haring Asa ng Juda at sinabi sa kanya, "Dahil nagtiwala ka sa hari ng Aram at hindi sa PANGINOON na iyong Dios, hindi n'yo malilipol ang mga sundalo ng hari ng Aram. ⁸Naalala mo ba kung ano ang nangyari sa mga taga-Etiopia at taga-Libya, na ang mga sundalo, mga karwahe at mga mangangabayo ay napakarami? Nang panahong iyon, nagtiwala ka sa PANGINOON, at kayo'y pinagtagumpay niya sa kanila. ⁹Sapagkat nakatingin ang PANGINOON sa buong mundo para palakasin ang mga taong matapat sa kanya. Kamangmangan ang iyong ginawa! Kaya mula ngayon makikipaglaban ka na."

¹⁰Dahil dito, labis na nagalit si Asa sa propeta, kaya ito'y kanyang pinakulong. At sa panahong ding iyon, nagsimulang pahirapan ni Asa ang iba niyang mga mamamayan.

¹¹Ang mga salaysay tungkol sa paghahari ni Asa mula sa simula hanggang sa katapusan ay nakasulat sa Aklat ng Kasaysayan ng mga hari ng Juda at ng Israel. ¹²Nang ika-39 na taon ng paghahari ni Asa, nagtiis siya ng karamdaman sa paa. Kahit

malubha na ang kanyang karamdaman, hindi siya humingi ng tulong sa PANGINOON kundi sa mga manggagamot. ¹³At nang ika-41 taon ng paghahari niya, namatay siya. ¹⁴Inilibing siya sa libingan na ipinagawa niya para sa kanyang sarili sa Lungsod ni David.ᶜ Inilagay siya sa kabaong na may iba't ibang mga pabango. At nagpaningas ng malaking apoy ang mga tao sa pagpaparangal sa kanya.

Si Haring Jehoshafat ng Juda

17 Ang pumalit kay Asa bilang hari ay ang anak niyang si Jehoshafat. Pinatibay ni Jehoshafat ang kaharian niya para makalaban siya sa Israel. ²Nagtalaga siya ng mga sundalo sa lahat ng napapaderang lungsod, at naglagay din siya ng mga kampo ng sundalo sa Juda at sa mga bayan ng Efraim na sinakop ni Asa na kanyang ama. ³Sinamahan ng PANGINOON si Jehoshafat dahil sa unang mga taon ng paghahari niya sinunod niya ang pamumuhay ng kanyang ninuno na si David. Hindi siya dumulog kay Baal,ᵈ ⁴kundi dumulog siya sa Dios ng kanyang ama, at sumunod sa kanyang kautusan sa halip na sumunod sa pamumuhay ng mga taga-Israel. ⁵Pinatibay ng PANGINOON ang kaharian sa ilalim ng kanyang pamumuno. Nagdala ng mga regalo ang lahat ng taga-Juda sa kanya, kaya yumaman siya at naging tanyag. ⁶Matapat siya sa pagsunod sa mga pamamaraan ng PANGINOON. Ipinagiba niya ang mga sambahan sa matataas na lugarᵉ at ang posteng *simbolo ng diosang si Ashera* sa Juda.

⁷Nang ikatlong taon ng paghahari niya, dinala niya ang kanyang mga opisyal na sila Ben Hail, Obadias, Zacarias, Netanel at Micaya para magturo sa mga bayan ng Juda. ⁸Kasama nila ang ibang mga Levita na sina Shemaya, Netania, Zebadia, Asahel, Shemiramot, Jehonatan, Adonia, Tobia, Tob Adonia, at ang mga pari na sina Elishama at Jehoram. ⁹Dinala nila ang Aklat ng Kautusan ng PANGINOON at umikot sila sa lahat ng bayan ng Juda at nagturo sa mga tao.

¹⁰Niloob ng PANGINOON na matakot sa kanya ang lahat ng kaharian sa paligid ng Juda, kaya wala sa kanila na nakipaglaban kay Jehoshafat. ¹¹Ang ibang mga Filisteo ay nagdala kay Jehoshafat ng mga regalo at pilak bilang buwis, at mga taga-Arabia ay nagdala sa kanya ng 7,700 tupa at 7,700 kambing. ¹²Kaya naging makapangyarihan pa si Jehoshafat. Nagpatayo siya sa Juda ng mga depensa at ng mga lungsod na ginawang mga bodega. ¹³Maraming pantustos ang tinipon niya sa mga bayan ng Juda. Naglagay din siya ng mahuhusay at matatapang na sundalo sa Jerusalem. ¹⁴Ang kanyang mga sundalo'y inilista ayon sa kanilang mga pamilya. Mula sa *lahi ni* Juda: si Adna ang kumander ng 300,000 sundalo, na binukod-bukod sa tig-1,000. ¹⁵Ang sumunod sa kanya ay si Jehohanan na kumander ng 280,000 sundalo. ¹⁶Sumunod ay si Amasia na anak ni Zicri, na kumander ng 200,000 sundalo. Nagkusang-loob siya para sa gawain ng PANGINOON.

ª 17 *sambahan sa matataas na lugar:* Tingnan sa Talaan ng mga Salita sa likod.

ᵇ 2 *Aram:* o, *Syria.*

ᶜ 14 *Lungsod ni David:* Jerusalem.

ᵈ 3 *Baal:* o, *sa mga imahen ni Baal.*

ᵉ 6 *sambahan sa matataas na lugar:* Tingnan sa Talaan ng mga Salita sa likod.

¹⁷ Mula sa *lahi ni* Benjamin: si Eliada, na isang matapang na tao, ang kumander ng 200,000 sundalo. Ang mga sundalong ito'y may mga pananggalang at mga pana. ¹⁸ Ang sumunod sa kanya ay si Jehozabad na kumander ng 180,000 armadong sundalo.

¹⁹ Sila ang mga naglilingkod kay Haring *Jehoshafat* bukod pa sa mga sundalo na kanyang inilagay sa lahat ng napapaderang lungsod sa Juda.

Nagsalita si Micaya Laban kay Ahab
(1 Hari 22:1-28)

18 Yumaman at naging tanyag na si Jehoshafat, at naging mabuti ang kanyang relasyon kay *Haring Ahab*ᵃ *ng Israel* dahil sa pagpapakasal ng ilang miyembro ng kanilang mga pamilya. ² Pagkalipas ng ilang taon, dumalaw si Jehoshafat kay Ahab sa Samaria. Nagkatay si Ahab ng maraming tupa at baka para sa pagpapapiging kay Jehoshafat at sa mga tauhan niya. At hinikayat niya si Jehoshafat na lusubin ang Ramot Gilead. ³ Sinabi niya kay Jehoshafat, "Sasama ka ba sa amin sa pakikipaglaban sa Ramot Gilead?" Sumagot si Jehoshafat, "Handa akong sumama sa iyo, at handa akong ipagamit sa iyo ang aking mga sundalo. Oo, sasama kami sa inyo sa pakikipaglaban. ⁴ Pero tanungin muna natin ang PANGINOON kung ano ang kanyang masasabi."

⁵ Kaya ipinatawag ni Ahab ang mga propeta—400 silang lahat, at tinanong, "Pupunta ba kami sa Ramot Gilead o hindi?" Sumagot sila, "Sige, lumakad kayo, dahil pagtatagumpayin kayo ng PANGINOON!"

⁶ Pero nagtanong si Jehoshafat, "Wala na bang iba pang propeta ng PANGINOON na mapagtatanungan natin?" ⁷ Sumagot si Ahab kay Jehoshafat, "May isa pang maaari nating mapagtanungan—si Micaya na anak ni Imla. Pero napopoot ako sa kanya dahil wala siyang magandang propesiya tungkol sa akin kundi puro kasamaan." Sumagot si Jehoshafat, "Hindi ka dapat magsalita ng ganyan." ⁸ Kaya ipinatawag ni Ahab ang isa sa kanyang opisyal at sinabi, "Dalhin n'yo agad dito si Micaya na anak ni Imla."

⁹ Ngayon, sina Haring Ahab ng Israel at Haring Jehoshafat ng Juda, na nakasuot ng kanilang damit panghari, ay nakaupo sa kanilang trono sa harapan ng giikan na nasa bandang pintuang bayan ng Samaria, at nakikinig sa sinasabi ng mga propeta. ¹⁰ Si Zedekia na isa sa mga propeta, na anak ni Kenaana ay gumawa ng sungay na bakal. Sinabi niya, "Ito ang sinasabi ng PANGINOON: 'Sa pamamagitan ng sungay na ito, lilipulin mo, *Haring Ahab*, ang mga Arameo hanggang sa maubos sila.'" ¹¹ Ganito rin ang sinabi ng lahat ng propeta. Sinabi nila, "Lusubin n'yo po ang Ramot Gilead, Haring Ahab, at magtatagumpay kayo, dahil ibibigay ito sa inyo ng PANGINOON."

¹² Samantala, ang mga inutusan sa pagkuha kay Micaya ay nagsabi sa kanya, "Ang lahat ng propeta ay pare-parehong nagsasabing magtatagumpay ang hari, kaya ganoon din ang iyong sabihin." ¹³ Pero sinabi ni Micaya, "Nanunumpa ako sa buhay na PANGINOON na aking Dios na sasabihin ko lang ang ipinapasabi niya sa akin."

¹⁴ Pagdating ni Micaya kay Haring Ahab, nagtanong ang hari sa kanya, "Micaya, lulusubin ba namin ang Ramot Gilead o hindi?" Sumagot si Micaya, "Lusubin n'yo at magtatagumpay kayo, dahil ibibigay ito sa inyo." ¹⁵ Pero sinabi ng hari kay Micaya, "Ilang beses ka kitang panunumpain na sabihin mo sa akin ang totoo sa pangalan ng PANGINOON?" ¹⁶ Kaya sinabi ni Micaya, "Nakita ko sa pangitain na nakakalat ang mga Israelita sa mga kabundukan gaya ng mga tupa na walang nagbabantay, at nagsabi ang PANGINOON, 'Ang mga taong ito'y wala ng pinuno. Pauwiin sila na may kapayapaan.'" ¹⁷ Sinabi ni Haring Ahab kay Jehoshafat, "Hindi ba sinabihan na kitang wala siyang magandang propesiya tungkol sa akin kundi puro kasamaan lang?"

¹⁸ Sinabi pa ni Micaya, "Pakinggan mo ang mensahe ng PANGINOON! Nakita ko ang PANGINOON na nakaupo sa kanyang trono, na may nakatayo sa kanan niya at kaliwa niyang mga makalangit na nilalang. ¹⁹ At sinabi ng PANGINOON, 'Sino ang hihikayat kay Haring Ahab ng Israel para lusubin ang Ramot Gilead upang mamatay siya roon?' Iba-iba ang sagot ng mga makalangit na nilalang. ²⁰ At may espiritu na lumapit sa PANGINOON at nagsabi, 'Ako ang hihikayat sa kanya.' Nagtanong ang PANGINOON, 'Sa paanong paraan?' ²¹ Sumagot siya, 'Pupunta ako at pagsasalitain ko ng kasinungalingan ang mga propeta ni Ahab.' Sinabi ng PANGINOON, 'Lumakad ka at gawin mo ito. Magtatagumpay ka sa paghihikayat sa kanya.'"

²² Sinabi agad ni Micaya, "Pinadalhan ng PANGINOON ang iyong mga propeta ng espiritu na nagpasalita sa kanila ng kasinungalingan. Ipinahintulot ng PANGINOON na matalo ka." ²³ Lumapit agad si Zedekia kay Micaya at sinampal ito. Sinabi agad ni Zedekia, "Paano mong nasabi na ang Espiritu ng PANGINOON ay umalis sa akin at nakipag-usap sa iyo?" ²⁴ Sumagot si Micaya, "Malalaman mo ito sa araw na *matalo kayo sa labanan* at magtatago ka sa kaloob-loobang kwarto ng bahay."

²⁵ Nag-utos agad si Haring Ahab, "Dakpin n'yo si Micaya at dalhin pabalik kay Ammon na pinuno ng lungsod at kay Joash na aking anak. ²⁶ At sabihin n'yo sa kanila na nag-utos ako na ikulong ang taong ito, tinapay at tubig lang ang ibigay sa kanya hanggang makabalik akong ligtas mula sa labanan."

²⁷ Sinabi ni Micaya, "Kung makabalik ka ng walang nangyari, *ang ibig sabihin* hindi nagsalita ang PANGINOON sa pamamagitan ko." At sinabi ni Micaya sa lahat ng tao roon, "Tandaan n'yo ang sinabi ko!"

Namatay si Ahab
(1 Hari 22:29-35)

²⁸ Kaya lumusob sa Ramot Gilead si Haring *Ahab* ng Israel at si Haring Jehoshafat ng Juda. ²⁹ Sinabi ni Ahab kay Jehoshafat, "Sa panahon ng labanan, hindi ako magpapakilala na ako ang hari, pero ikaw ang siyang magsusuot ng damit panghari." Kaya nagkunwari ang hari ng Israel, at nakipaglaban sila. ³⁰ Samantala, nag-utos ang hari ng Aram sa kumander ng kanyang mga mangangarwahe,

---

a 1 Ahab: sa Hebreo, *hari ng Israel.* Ganito rin sa talatang 7-9,17,25,29.

"Huwag ninyong lusubin ang kahit sino, kundi ang hari lang ng Israel." ³¹ Pagkakita ng mga kumander ng mga mangangarwahe kay Jehoshafat, inisip nila na siya ang hari ng Israel, kaya nilusob nila ito. Pero humingi ng tulong si Jehoshafat sa PANGINOON, at tinulungan siya at inilayo sa mga kalaban niya. ³² Nang mapansin ng mga kumander ng mga mangangarwahe na hindi pala siya ang hari ng Israel, huminto sila sa paghabol sa kanya.

³³ Pero habang namamana ang isang sundalong Arameo sa mga sundalo ng Israel, natamaan niya ang hari ng Israel sa pagitan ng kanyang pananggal sa dibdib. Sinabi ni Haring Ahab sa nagdadala ng kanyang karwahe, "Ilayo mo ako sa labanan! Dahil nasugatan ako." ³⁴ Matindi ang labanan nang araw na iyon, at ang hari ng Israel ay nakasandal lang sa kanyang karwahe na nakaharap sa mga Arameo hanggang hapon. At nang lumubog na ang araw, siya'y namatay.

19 Bumalik si Jehoshafat sa palasyo niya sa Jerusalem na ligtas, ² sinalubong siya ni propeta Jehu na anak ni Hanani at sinabi, "Bakit tinulungan mo ang masama at inibig ang napopoot sa PANGINOON? Dahil dito, nagalit ang PANGINOON sa iyo. ³ Pero mayroon ding mabuti sa iyo. Inalis mo sa Juda ang posteng *simbolo ng diosang si* Ashera at hinangad mo ang sumunod sa Dios."

Pumili si Jehoshafat ng mga Hukom

⁴ Nakatira si Jehoshafat sa Jerusalem, pero pinupuntahan niya ang mga tao mula sa Beersheba hanggang sa bulubundukin ng Efraim para hikayatin silang manumbalik sa PANGINOON, ang Dios ng kanilang ninuno. ⁵ Naglagay siya ng mga hukom sa bawat napapaderang lungsod ng Juda. ⁶ Sinabi niya sa kanila, "Mag-isip muna kayo 'ng mabuti bago kayo humatol dahil hindi kayo hahatol para sa tao kundi para sa PANGINOON, na siyang sumasainyo sa tuwing magbibigay kayo ng hatol. ⁷ Gumalang kayo sa PANGINOON, at humatol kayo nang mabuti dahil hindi pinapayagan ng PANGINOON na ating Dios ang kawalan ng katarungan, ang paghatol nang may kinikilingan, at ang pagtanggap ng suhol."

⁸ Naglagay din sa Jerusalem si Jehoshafat ng mga Levita, mga pari, at mga pinuno ng pamilya ng mga Israelita sa pagdinig ng mga kaso na may kinalaman sa kautusan ng PANGINOON at mga alitan. At sila'y tumira sa Jerusalem. ⁹ Ito ang utos niya sa kanila: "Kailangang maglingkod kayo nang tapat at buong puso, na may paggalang sa PANGINOON. ¹⁰ Kung may kaso na dumating sa inyo mula sa mga kababayan ninyo sa kahit saang lungsod na may kinalaman sa pagpatay o paglabag sa mga utos at mga tuntunin, balaan n'yo sila na huwag magkasala sa PANGINOON dahil kung hindi, ipapataw niya ang kanyang galit sa inyo at sa kanila. Gawin n'yo ito para hindi kayo magkasala. ¹¹ Kung may kaso tungkol sa PANGINOON na hindi n'yo maayos, si Amaria na punong pari ang siyang mag-aayos nito. At kung may kaso tungkol sa gobyerno na hindi n'yo maayos, si Zebadia na anak ni Ishmael, na pinuno ng lahi ni Juda, ang siyang mag-aayos nito. Ang mga Levita ay tutulong sa inyo para matiyak na mapapairal ang hustisya. Magpakatapang kayo

sa paggawa ng inyong mga tungkulin. Nawa'y samahan ng Dios ang mga taong gumagawa ng matuwid."

Tinalo ni Jehoshafat ang Moab at Ammon

20 Pagkatapos, nakipaglaban ang mga Moabita at mga Ammonita, kasama ng ibang mga Meuneo,ᵃ kay Jehoshafat. ² May mga taong pumunta kay Jehoshafat at nagsabi, "Napakarami pong sundalo ang papalapit upang lusubin kayo. Sila'y galing sa Edom,ᵇ sa kabilang bahagi ng Dagat *na Patay*. Naroon sila sa Hazazon Tamar" (na tinatawag ding En Gedi). ³ Natakot si Jehoshafat at dumulog siya sa PANGINOON. At nag-utos siya na mag-ayuno ang lahat ng taga-Juda. ⁴ Kaya nagtipon ang mga tao mula sa lahat ng bayan ng Juda upang humingi ng tulong sa PANGINOON. ⁵ Tumayo si Jehoshafat sa harapan ng mamamayan ng Juda at ng Jerusalem doon sa harap ng templo ng PANGINOON, sa harapan ng bagong bakuran nito, ⁶ at nagsabi, "O PANGINOON, Dios ng aming mga ninuno, kayo po ang Dios na nasa langit. Kayo ang namamahala sa lahat ng kaharian sa mundo. Makapangyarihan po kayo dahil walang makakalaban sa inyo. ⁷ O Dios namin, hindi ba't itinaboy n'yo po ang mga nakatira sa lupaing ito sa pamamagitan ng inyong mga mamamayan? At hindi ba ibinigay n'yo po ito sa kanila na mga lahi ni Abraham na inyong kaibigan, para maging kanila magpakailanman? ⁸ Nakatira po sila rito at pinatayuan ng templo para sa *karangalan ng* inyong pangalan. Sinabi nila, ⁹ 'Kung may sakunang darating sa amin gaya ng labanan, kasamaan, o taggutom, tatayo kami sa inyong presensya sa harap ng templong ito kung saan pinararangalan kayo. Hihingi kami ng tulong sa inyo sa aming kahirapan, at pakikinggan n'yo kami at ililigtas.'

¹⁰ "Ngayon, nilulusob kami ng mga tao mula sa Ammon, Moab at Bundok ng Seir. Noon, ang mga teritoryo nila ay hindi n'yo pinapayagang sakupin ng mga Israelita nang lumabas sila sa Egipto. Kaya umiwas ang mga Israelita sa kanila at hindi sila nilipol. ¹¹ Pero ngayon, masdan n'yo po ang iginanti nila sa amin. Nilulusob nila kami para itaboy kami sa lupain na inyo pong ibinigay sa amin bilang mana. ¹² O Dios namin, hindi n'yo po ba sila parurusahan? Sapagkat wala kaming kakayahang humarap sa napakaraming sundalo na lumulusob sa amin. Hindi po namin alam kung ano ang gagawin namin, pero nagtitiwala po kami sa inyo."

¹³ Habang nakatayo roon ang lahat ng lalaking taga-Juda, kasama ang kanilang mga asawa't anak, at kanilang mga sanggol, ¹⁴ pinatnubayan ng Espiritu ng PANGINOON si Jahaziel na nakatayo roon kasama nila. Si Jahaziel ay anak ni Zacarias. Si Zacarias ay anak ni Benaya. Si Benaya ay anak ni Jeyel. At si Jeyel ay anak ni Matania na Levita at mula sa angkan ni Asaf.

¹⁵ Sinabi ni Jahaziel, "Makinig po kayo, Haring Jehoshafat, at lahat kayong nakatira sa Juda at Jerusalem! Ito ang sinasabi ng PANGINOON sa

---

ᵃ 1 *Meuneo:* Ito ay sa ibang teksto sa Griego. Sa Hebreo, *Ammonita.*

ᵇ 2 *Edom:* Ito ay makikita sa isa sa mga tekstong Hebreo. Karamihan, *Aram.*

inyo, 'Huwag kayong matakot o manlupaypay dahil sa napakaraming sundalong ito, dahil ang pakikipaglaban ay hindi sa inyo kundi sa Dios. ¹⁶Bukas, puntahan n'yo sila. Makikita n'yo sila na aahon sa ahunan ng Ziz, sa dulo ng kapatagan na papuntang disyerto ng Jeruel. ¹⁷Hindi na kailangan na makipaglaban pa kayo. Maghanda lang kayo at magpakatatag, at masdan n'yo ang katagumpayan na gagawin ng PANGINOON para sa inyo. Kayong mga taga-Juda at taga-Jerusalem, huwag kayong matakot o manghina. Harapin n'yo sila bukas at ang PANGINOON ay sasama sa inyo.' " ¹⁸Lumuhod si Jehoshafat at ang lahat ng taga-Juda at taga-Jerusalem sa pagsamba sa PANGINOON. ¹⁹Pagkatapos, tumayo ang ibang mga Levita mula sa mga pamilya nina Kohat at Kora at nagpuri sa PANGINOON, ang Dios ng Israel, sa napakalakas na tinig.

²⁰Kinabukasan nang maagang-maaga pa, pumunta sina Jehoshafat sa disyerto ng Tekoa. Habang naglalakad sila, huminto si Jehoshafat at nagsabi, "Pakinggan n'yo ako, kayong taga-Juda at taga-Jerusalem! Maniwala kayo sa PANGINOON na inyong Dios, at maging matatag kayo. Maniwala kayo sa kanyang propeta, at magtatagumpay kayo." ²¹Pagkatapos niyang makipag-usap sa mga tao, pumili siya ng mga mang-aawit para mauna sa kanila at umawit sa PANGINOON upang papurihan siya sa kanyang banal na presensya. Ito ang kanilang inaawit: "Pasalamatan ang PANGINOON dahil ang kanyang pag-ibig ay walang hanggan." ²²At nang nagsimula silang umawit ng mga papuri, pinaglaban-laban ng PANGINOON ang mga Moabita, Ammonita at mga taga-Bundok ng Seir. ²³Nilusob ng mga Ammonita at Moabita ang mga sundalo ng mga taga-Bundok ng Seir at nilipol silang lahat. Pagkatapos nilang pumatay, sila naman ang nagpatayan. ²⁴Pagdating ng mga sundalo ng Juda sa mataas na bahagi ng disyerto, nakita nila ang mga bangkay ng mga kalaban nila na nakahandusay sa lupa. Wala kahit isang buhay. ²⁵Kaya pinuntahan ito ni Jehoshafat at ng mga tauhan niya, at sinamsam ang kanilang mga ari-arian. Marami ang kanilang nasamsam na mga gamit, mga damit,ᵃ at iba pang mahahalagang bagay na halos hindi na nila madala. Inabot sila ng tatlong araw sa pagsamsam dahil sa sobrang dami ng mga ari-arian. ²⁶Nang ikaapat na araw, nagtipon sila sa Lambak ng Beraca kung saan nagpuri sila sa PANGINOON. Ito ang dahilan kung bakit tinawag itong Lambak ng Beracaᵇ hanggang ngayon.

²⁷Pagkatapos, bumalik sila sa Jerusalem na pinangunahan ni Jehoshafat. Masaya sila dahil pinagtagumpay sila ng PANGINOON sa kanilang mga kalaban. ²⁸Pagdating nila sa Jerusalem, dumiretso sila sa templo ng PANGINOON, na tumutugtog ng mga alpa, lira at mga trumpeta.

²⁹Nang marinig ng lahat ng kaharian kung paano nakipaglaban ang PANGINOON sa mga kalaban ng Israel, natakot sila. ³⁰Kaya may kapayapaan ang kaharian ni Jehoshafat dahil binigyan siya ng kanyang Dios ng kapayapaan sa kanyang paligid.

Ang Katapusan ng Paghahari ni Jehoshafat (1 Hari 22:41-50)

³¹Iyon ang paghahari ni Jehoshafat sa Juda. Siya'y 35 taong gulang nang maging hari. Sa Jerusalem *siya tumira*, at naghari siya roon sa loob ng 25 taon. Ang ina niya ay si Azuba na anak ni Silhi. ³²Sinunod niya ang pamumuhay ng ama niyang si Asa. Matuwid ang kanyang ginawa sa paningin ng PANGINOON. ³³Pero hindi niya inalis ang mga sambahan sa matataas na lugar,ᶜ at ang mga tao ay hindi pa rin naging tapat sa pagsunod sa Dios ng kanilang ninuno.

³⁴Ang iba pang salaysay sa paghahari ni Jehoshafat, mula simula hanggang sa katapusan ay nakasulat sa Mga Aklat ni Jehu na anak ni Hanani, na kasama sa Aklat ng Kasaysayan ng mga hari ng Juda.

³⁵Pero sa mga huling bahagi ng paghahari ni Jehoshafat sa Juda, nakipag-alyansa siya kay Haring Ahazia ng Israel, na isang masamang tao. ³⁶Nagkasundo sila na magpagawa ng mga barko na pang-negosyo.ᵈ Ipinagawa nila ito sa piyer ng Ezion Geber. ³⁷Sinabi ni Eliezer na anak ni Dodavahu na taga-Maresha kay Jehoshafat, "Dahil kumampi ka kay Ahazia, gigibain ko ang ipinagawa ninyo." Kaya nagiba ang barko at hindi ito nakapaglakbay.

21 Nang mamatay si Jehoshafat, inilibing siya sa libingan ng mga ninuno niya sa Lungsod ni David. At ang anak niyang si Jehoram ang pumalit sa kanya bilang hari. ²Ang mga kapatid ni Jehoram ay sina Azaria, Jehiel, Zacarias, Azariahu, Micael, at Shefatia. Silang lahat ang anak ni Haring Jehoshafat ng Juda.ᵉ ³Binigyan sila ni Jehoshafat ng maraming regalo na pilak at ginto, mahahalagang bagay at mga napapaderang lungsod sa Juda. Pero si Jehoram ang kanyang ipinalit bilang hari dahil siya ang panganay.

Ang Paghahari ni Jehoram sa Juda (2 Hari 8:16-24)

⁴Nang matatag na ang paghahari ni Jehoram sa kaharian ng kanyang ama, ipinapatay niya ang lahat ng kanyang kapatid, pati ang ibang mga opisyal ng Juda.ᶠ ⁵Si Jehoram ay 32 taong gulang nang maging hari. Sa Jerusalem *siya tumira*, at naghari siya roon sa loob ng walong taon. ⁶Sumunod siya sa pamumuhay ng mga hari ng Israel, gaya ng ginawa ng sambahayan ni Ahab, dahil ang kanyang napangasawa ay anak ni Ahab. Masama ang ginawa niya sa paningin ng PANGINOON. ⁷Pero dahil sa kasunduan ng PANGINOON kay David, hindi niya nilipol ang angkan ni David. Nangako siya kay David na hindi mawawalan si David ng angkan na maghahari magpakailanman.ᵍ

⁸Nang panahon ng paghahari ni Jehoram, nagrebelde ang Edom sa Juda, at pumili sila ng

---

ᶜ 33 *sambahan sa matataas na lugar*: Tingnan sa Talaan ng mga Salita sa likod.

ᵈ 36 *mga barko na pang-negosyo*: sa Hebreo, *mga barko na papuntang Tarshish*.

ᵉ 2 *Juda*: sa Hebreo, *Israel*.

ᶠ 4 *Juda*: sa Hebreo, *Israel*.

ᵍ 7 *Nangako…magpakailanman*: sa literal, *Nangako ang PANGINOON na bibigyan niya si David at ang kanyang angkan ng ilaw magpakailanman*.

ᵃ 25 *mga damit*: Ito ay sa ibang tekstong Hebreo. Pero karamihan sa ibang kopya, *bangkay*.

ᵇ 26 *Beraca*: Ang ibig sabihin, *pagpuri*.

sarili nilang hari. ⁹Kaya pumunta si Jehoram at ang kanyang mga opisyal sa Edom dala ang lahat niyang karwahe. Pinalibutan siya at ang kumander ng kanyang mga mangangarwahe ng mga taga-Edom, pero kinagabihan sinalakay nila ang mga Edomita, *at nakatakas sila*. ¹⁰Hanggang ngayon, nagrerebelde pa rin ang Edom sa Juda.

Sa panahon ding iyon, nagrebelde rin ang Libna *sa Juda*, dahil itinakwil ni Jehoram ang PANGINOON, ang Dios ng kanyang mga ninuno. ¹¹Nagpatayo siya ng mga sambahan sa mga bulubundukin ng Juda na siyang dahilan ng pagsamba ng mga taga-Jerusalem at taga-Juda sa mga dios-diosan.

¹²Pinadalhan ni Propeta Elias si Jehoram ng sulat na nagsasabi:

"Ito ang sinasabi ng PANGINOON, ang Dios ng iyong ninunong si David: Hindi mo sinunod ang pamumuhay ng iyong amang si Jehoshafat o ng iyong lolo na si Asa na naging hari rin ng Juda. ¹³Sa halip, sinunod mo ang pamumuhay ng mga hari ng Israel. Hinikayat mo ang mga taga-Juda at mga taga-Jerusalem sa pagsamba sa mga dios-diosan gaya ng ginawa ni Ahab. Pinatay mo rin ang iyong sariling mga kapatid na mas mahusay pa sa iyo. ¹⁴Kaya ngayon parurusahan ka ng PANGINOON, ikaw at ang iyong mamamayan, mga anak, mga asawa at ang lahat ng iyong ari-arian. Matinding parusa ang ipapadala niya sa inyo. ¹⁵Ikaw mismo ay magtitiis ng malubhang karamdaman sa tiyan, hanggang sa lumabas ang iyong bituka."

¹⁶Pagkatapos, pinalusob ng PANGINOON laban kay Jehoram ang mga Filisteo at ang mga Arabo, na nakatira malapit sa Etiopia. ¹⁷Nilusob nila ang Juda at sinakop, at sinamsam ang mga ari-arian sa palasyo ng hari, pati ang kanyang mga asawa't anak. Ang bunso lang niyang anak na si Ahazia*ᵃ* ang hindi nadala.

¹⁸Pagkatapos noon, pinahirapan ng PANGINOON si Jehoram ng karamdaman sa tiyan na walang kagalingan.

¹⁹At pagkalipas ng dalawang taon, lumabas ang kanyang bituka dahil sa karamdaman, at namatay siya sa sobrang sakit. Hindi nagsindi ng apoy ang kanyang mamamayan sa pagpaparangal sa kanya, tulad ng kanilang ginawa sa kanyang mga ninuno. ²⁰Si Jehoram ay 32 taong gulang nang maging hari. Sa Jerusalem *siya tumira, at* naghari siya roon sa loob ng walong taon. Nang mamatay siya, walang nagluksa sa kanya. Inilibing siya sa Lungsod ni David, pero hindi sa libingan ng mga hari.

Ang Paghahari ni Ahazia sa Juda
(2 Hari 8:25-29; 9:21-28)

22 Si Ahazia na bunsong anak ni Jehoram ang iniluklok ng mga mamamayan ng Jerusalem na kanilang hari. Sapagkat ang ibang mga anak ni Jehoram ay pinagpapatay ng mga tulisang Arabo na lumusob sa Juda. Kaya naghari sa Juda si Ahazia na anak ni Haring Jehoram. ²Si Ahazia ay 22*ᵇ* taong gulang nang maging hari. Sa Jerusalem *siya tumira, at* naghari siya roon sa loob ng isang taon. Ang ina niya ay si Atalia na apo ni Omri.

³Sumunod din si Ahazia sa pamumuhay ng sambahayan ni Ahab, dahil hinikayat siya ng kanyang ina sa paggawa ng kasamaan. ⁴Masama ang ginawa niya sa paningin ng PANGINOON katulad ng ginawa ng sambahayan ni Ahab, dahil pagkatapos mamatay ng kanyang ama, naging tagapayo niya ang mga miyembro ng sambahayan ni Ahab. ⁵Sinunod niya ang payo nila na kumampi kay Joram na anak ni Haring Ahab ng Israel. Sumama siya kay Joram sa pakikipaglaban kay Haring Hazael ng Aram. Naglaban sila sa Ramot Gilead, at nasugatan si Joram. ⁶Kaya umuwi siya sa *lungsod ng* Jezreel para magpagaling ng sugat niya. Habang naroon siya, dinalaw siya ni Haring Ahazia ng Juda.

⁷Ang pagdalaw ni Ahazia kay Joram ay ginamit ng Dios para lipulin si Ahazia. Nang naroon si Ahazia *sa Jezreel*, tinulungan niya si Joram para makipaglaban kay Jehu na anak ni Nimsi. Si Jehu ang pinili ng PANGINOON para lipulin ang sambahayan ni Ahab.

⁸Habang nililipol ni Jehu ang sambahayan ni Ahab, nakita niya ang mga opisyal ng Juda at ang mga anak ng mga kamag-anak ni Ahazia na sumama kay Ahazia. At pinagpapatay niya sila. ⁹Pagkatapos, hinanap ng mga tauhan ni Jehu si Ahazia, at nakita nila ito na nagtatago sa *lungsod ng* Samaria. Dinala siya kay Jehu at pinatay. Siya'y inililibing nila dahil sabi nila, "Apo siya ni Jehoshafat, ang taong dumulog sa PANGINOON ng buong puso."

Wala ni isang naiwan sa mga miyembro ng pamilya ni Ahazia ang may kakayahang maghari.

Si Atalia at si Joash
(2 Hari 11:1-16)

¹⁰Nang malaman ni Atalia na patay na ang anak niyang si Ahazia, nagpasya siyang patayin ang lahat ng miyembro ng pamilya ng hari ng Juda. ¹¹Pero iniligtas ni Jehosheba ang anak ni Ahazia na si Joash nang papatayin na ito at ang iba pang mga anak ng hari. Si Jehosheba*ᶜ* ay kapatid ni Ahazia at anak na babae ni Haring Jehoram, at asawa ng paring si Jehoyada. Itinago niya si Joash at ang kanyang yaya sa isang silid *sa templo*, kaya hindi siya napatay ni Atalia. ¹²Sa loob ng anim na taon, nakatago sa templo ng PANGINOON si Joash habang si Atalia ang namamahala sa *kaharian at* lupain.

23 Nang ikapitong taon, gumawa na ng hakbang si Jehoyada. Gumawa siya ng kasunduan sa limang kumander ng daan-daang sundalo. Sila'y sina Azaria na anak ni Jehoram, Ishmael na anak ni Jehohanan, Azaria na anak ni Obed, Maaseya na anak ni Adaya at Elishafat na anak ni Zicri. ²Umikot sila sa buong Juda para tipunin ang mga Levita at ang mga pinuno ng mga pamilya.

Pagdating ng mga tao sa Jerusalem, ³pumunta sila sa templo at gumawa ng kasunduan kay *Joash, na anak ng* hari. Sinabi ni Jehoyada sa mga tao, "Ito na ang panahon na ang anak ng hari ay dapat maghari. Nangako ang PANGINOON na palaging mayroon sa angkan ni David na maghahari.*ᵈ* ⁴Ngayon, ito ang

---

a 17 Ahazia: o, *Jehoahaz.*

b 2 Ito ay sa ibang tekstong Septuagint at Syriac. Sa Hebreo, 42.

c 11 Jehosheba: o, *Jehoshabet.*

d 3 Nangako…maghahari: sa literal, *ayon sa sinabi ng* PANGINOON *tungkol sa angkan ni David. Tingnan sa talatang 7.*

gagawin ninyo: Ang isa sa tatlong grupo ng pari at Levita, na nagbabantay sa Araw ng Pamamahinga ay magbabantay sa mga pintuan ng templo. ⁵Ang pangalawa sa tatlong grupo nila ay magbabantay sa palasyo ng hari. At ang huli sa tatlong grupo ay magbabantay sa Pintuan ng Sur. Ang iba'y doon sa bakuran ng templo ng Panginoon. ⁶Walang papasok sa templo ng Panginoon, maliban lang sa mga pari at mga Levita na naglilingkod sa oras na iyon. Pwede silang pumasok dahil itinalaga sila para sa gawaing ito. Pero ang iba'y kailangang sa labas lang magbabantay ayon sa utos ng Panginoon. ⁷Dapat bantayang mabuti ng mga Levita ang hari, na nakahanda ang kanilang mga sandata, at susundan nila siya kahit saan siya magpunta. Ang sinumang papasok sa templo *na hindi pari o Levita* ay dapat patayin."

⁸Ginawa ng mga Levita at ng mga taga-Juda ang iniutos ng paring si Jehoyada. Tinipon ng mga kumander at mga tauhan nila na nagbabantay sa Araw ng Pamamahinga, pati rin ang mga hindi nagbabantay sa araw na iyon. Hindi muna pinauwi ni Jehoyada ang mga Levita kahit tapos na ang kanilang takdang oras. ⁹Pagkatapos, binigyan ni Jehoyada ang mga kumander ng mga sibat at ng malalaki at maliliit na pananggalang na pag-aari noon ni Haring David, na itinago sa templo ng Panginoon. ¹⁰Pinapwesto niya ang mga armadong lalaki sa palibot ng templo at ng altar para protektahan ang hari.

¹¹Pagkatapos, pinalabas ni Jehoyada at ng kanyang mga anak si Joash na anak ng hari at kinoronahan. Binigyan siya ng kopya ng mga tuntunin tungkol sa pamamahala ng hari,ᵃ at idineklara siyang hari. Pinahiran siya ng langis *para ipakita na siya na ang hari* at sumigaw agad ang mga tao, "Mabuhay ang Hari!"

¹²Nang marinig ni Atalia ang ingay ng mga tao na tumatakbo at nagsisigawan para papurihan ang hari, pumunta siya sa kanila roon sa templo ng Panginoon. ¹³At nakita niya roon ang *bagong* hari na nakatayo malapit sa haligi, sa may pintuan ng templo. Nasa tabi ng hari ang mga kumander at ang mga tagatrumpeta, at ang lahat ng tao roon ay nagsasaya at nagpapatunog ng mga trumpeta. Ang mga mang-aawit ay nangunguna sa pagpupuri sa Dios, na tumutugtog ng mga instrumento. Nang makita itong lahat ni Atalia, pinunit niya ang kanyang damit *sa sama ng loob*, at sumigaw, "Mga traydor! Mga traydor!"

¹⁴Inutusan ni Jehoyada ang mga kumander ng mga sundalo, "Dalhin ninyo sa labas si Atalia at patayin ang sinumang magliligtas sa kanya. Huwag n'yo siyang patayin dito sa loob ng templo ng Panginoon." ¹⁵Kaya dinakip nila siya at dinala sa labas ng pintuan na dinadaanan ng mga kabayong papunta sa palasyo, at doon siya pinatay.

Mga Pagbabagong Ginawa ni Jehoyada (2 Hari 11:17-20)

¹⁶Pagkatapos, gumawa ng kasunduan sina Jehoyada, ang mga tao, at ang hari na magiging mamamayan sila ng Panginoon. ¹⁷Pumunta agad

ang lahat ng tao sa templo ni Baal at giniba ito. Dinurog nila ang mga altar at mga dios-diosan *doon*, at pinatay nila si Matan na pari ni Baal sa harapan ng mga altar.

¹⁸Pagkatapos, ipinagkatiwala ni Jehoyada sa mga paring Levita ang pamamahala sa templo ng Panginoon gaya ng ginawa ni David noon. Maghahandog sila ng mga handog na sinusunog ayon sa nakasulat sa Kautusan ni Moises, at magsasaya at aawit ayon sa iniutos ni David. ¹⁹Nagpalagay din si Jehoyada ng mga guwardya ng pintuan ng templo ng Panginoon para walang makapasok na tao na itinuturing na marumi.

²⁰Pagkatapos, isinama niya ang mga kumander, ang mga kilalang tao, at ang lahat ng tao, at inihatid nila ang hari sa palasyo mula sa templo ng Panginoon. Doon sila dumaan sa Hilagang Pintuan. At naupo ang hari sa kanyang trono. ²¹Nagdiwang ang mga tao, at naging mapayapa na ang lungsod matapos patayin si Atalia.

Ipinaaayos ni Joash ang Templo (2 Hari 12:1-16)

24 Si Joash ay pitong taong gulang nang maging hari. Sa Jerusalem *siya tumira, at* naghari siya roon sa loob ng 40 taon. Ang ina niya ay si Zibia na taga-Beersheba. ²Matuwid ang ginawa ni Joash sa paningin ng Panginoon sa buong buhay ng paring si Jehoyada. ³Pumili si Jehoyada ng dalawang asawa para sa kanya, at nagkaroon siya ng mga anak na lalaki at babae.

⁴Pagkalipas ng ilang panahon, nagpasya si Joash na ipaayos ang templo. ⁵Ipinatawag niya ang mga pari at mga Levita, at sinabi, "Pumunta kayo sa mga bayan ng Juda at kolektahin n'yo ang mga buwis ng mga Israelita bawat taon, para maipaayos natin ang templo ng ating Dios." Pero hindi agad sumunod ang mga Levita.

⁶Kaya ipinatawag ni Haring Joash si Jehoyada, ang punong pari, at tinanong, "Bakit hindi mo kinolekta sa mga Levita ang buwis ng mga mamamayan ng Juda at ng Jerusalem? Hindi ba nag-utos si Moises sa mamamayan ng Israel na ibigay nila ito para sa Tolda ng Kahon ng Kasunduan?"

⁷Ang mga anak ng masamang babaeng si Atalia ay pumasok noon sa templo ng Dios at nanguha ng mga banal na kagamitan para gamitin sa pagsamba kay Baal. ⁸Kaya nag-utos si Haring Joash na gumawa ng kahon *na paglalagyan ng pera*, at ilagay ito sa labas ng pintuan ng templo. ⁹Pagkatapos, naglabas siya ng pabalita sa Juda at sa Jerusalem, na kailangan dalhin ng mga tao sa Panginoon ang kanilang buwis ayon sa iniutos ni Moises sa mamamayan ng Israel sa disyerto. ¹⁰Masayang nagbigay ang lahat ng opisyal at tao. Inihulog nila ang kanilang pera sa kahon hanggang mapuno ito.

¹¹Kapag puno na ang kahon, dinadala ito ng mga Levita sa mga opisyal ng hari. Pagkatapos, binibilang ito ng kalihim ng hari at ang opisyal ng punong pari, at ibinabalik nila ang kahon sa pintuan ng templo. Ginagawa nila ito araw-araw hanggang sa dumami ang koleksyon. ¹²Pagkatapos, ibinigay nina Haring Joash at Jehoyada ang pera sa mga tao na namamahala sa pag-aayos ng templo

---

ᵃ 11 *tuntunin…hari*: o *mga utos ng Dios.*

ng Panginoon. At kumuha sila ng mga karpintero at manggagawang mahusay sa bakal at tanso. [13] Napakasipag ng mga itinalaga sa mga trabaho, kaya naging mabilis ang paggawa. Naayos nila ang templo ng Dios ayon sa orihinal na disenyo at mas pinatatag pa ito. [14] Nang matapos ang trabaho, isinauli nila sa hari at kay Jehoyada ang sobráng pera at ginamit ito sa paggawa ng mga kagamitan sa templo ng Panginoon—ang mga ginagamit sa pagsamba, sa pag-aalay ng mga handog na sinusunog, pati na ang mga mangkok at mga sisidlan na ginto at pilak. At habang nabubuhay si Jehoyada, nagpatuloy ang pag-aalay ng mga handog na sinusunog sa templo ng Panginoon.

[15] Nabuhay si Jehoyada nang mahabang taon, at namatay siya sa edad na 130. [16] Inilibing siya sa libingan ng mga hari sa Lungsod ni David, dahil sa mabubuting ginawa niya sa Israel para sa Dios at sa kanyang templo.

[17] Pero pagkatapos mamatay ni Jehoyada, pumunta ang mga opisyal ng Juda kay Haring Joash at hinimok siyang makinig sa kanila. [18] Nagpasya sila na pabayaan na lang ang templo ng Panginoon, ang Dios ng kanilang mga ninuno, at sumamba sa posteng *simbolo ng diosang si Ashera* at sa iba pang mga dios-diosan. Dahil sa ginawa nila, nagalit ang Dios sa Juda at sa Jerusalem. [19] Nagpadala ang Panginoon ng mga propeta sa mga tao para pabalikin sila sa kanya, pero hindi sila nakinig.

[20] Si Zacarias na anak ni Jehoyada na pari ay pinuspos ng Espiritu ng Dios. Tumayo siya sa harapan ng mga tao at nagsabi, "Ito ang sinabi ng Dios: Bakit hindi n'yo sinusunod ang mga utos ng Panginoon? Hindi kayo uunlad kailanman. Dahil itinakwil n'yo ang Panginoon, itatakwil din niya kayo."

[21] Nagplano ang mga opisyal na patayin si Zacarias. At sa utos ng hari, binato nila si Zacarias sa loob ng bakuran ng templo ng Panginoon, at namatay ito. [22] Kinalimutan ni Haring Joash ang kabutihang ipinakita sa kanya ni Jehoyada, na ama ni Zacarias. Sa halip, pinatay niya si Zacarias. Ito ang sinabi ni Zacarias nang naghihingalo na siya, "Sana'y pansinin ng Panginoon ang inyong ginawa, at singilin niya kayo."

[23] Nang simula ng bagong taon, nilusob ng mga sundalo ng Aram ang Juda. Natalo nila ang Juda at ang Jerusalem, at pinatay nila ang mga pinuno ng Juda. At dinala nila sa kanilang hari sa Damascus ang lahat ng kanilang nasamsam. [24] Kakaunti lang ang mga sundalo ng Aram na lumusob kung ihahambing sa mga sundalo ng Juda. Pero ipinatalo sa kanila ng Panginoon ang Juda, dahil itinakwil nila ang Panginoon, ang Dios ng kanilang mga ninuno. Kaya dumating ang parusang ito kay Joash.

[25] Pag-alis ng mga taga-Aram, malubha ang mga sugat ni Joash. Pero nagplano ang kanyang mga opisyal na patayin siya dahil sa pagpatay niya sa anak ni Jehoyada na pari. Kaya pinatay nila siya sa kanyang higaan. Inilibing siya sa Lungsod ni David, pero hindi sa libingan ng mga hari.

[26] Ang mga pumatay sa kanya ay sina Zabad na anak ng isang babaeng Ammonita na si Shimeat, at si Jehozabad na anak ng isang babaeng Moabita

na si Shimrit. [27] Ang salaysay tungkol sa mga anak ni Joash, sa mga propesiya tungkol sa kanya, at sa pagpapaayos ng templo ng Dios ay nakasulat sa Aklat ng Kasaysayan ng mga Hari. At ang anak niyang si Amazia ang pumalit sa kanya bilang hari.

Ang Paghahari ni Amazia sa Juda (2 Hari 14:1-20)

25 Si Amazia ay 25 taong gulang nang siya ay naging hari. Sa Jerusalem *siya tumira*, at naghari siya roon sa loob ng 29 na taon. Ang ina niya ay si Jehoadin na taga-Jerusalem. [2] Matuwid ang ginawa ni Amazia sa paningin ng Panginoon, pero hindi lubos ang pagsunod niya sa Panginoon. [3] Nang matatag na ang paghahari ni Amazia, ipinapatay niya ang mga opisyal na pumatay sa kanyang amang hari. [4] Pero hindi niya ipinapatay ang kanilang mga anak, dahil ayon sa nasusulat sa Aklat ng Kautusan ni Moises, sinabi ng Panginoon, "Huwag papatayin ang mga magulang dahil sa kasalanan ng kanilang mga anak, at ang mga anak ay hindi rin dapat patayin dahil sa kasalanan ng kanilang mga magulang. Papatayin lang ang tao dahil sa sarili niyang kasalanan."

[5] Tinipon ni Amazia ang kanyang mga sundalo na mula sa Juda at Benjamin. Binukod-bukod niya sila ayon sa kanilang pamilya at nilagyan ng mga kumander na mamamahala ng tig-100 at tig-1,000 sundalo. Pagkatapos, binilang niya ang kanyang mga sundalo na nasa 20 taong gulang pataas, at ang bilang ay 300,000. Sila'y mahuhusay na sibat at pananggalang. [6] Kumuha rin siya ng 100,000 sundalo mula sa Israel. Nagbayad siya ng 3,500 kilong pilak bilang upa sa mga sundalo.

[7] Pero may isang lingkod ng Dios na pumunta kay Amazia at nagsabi, "Mahal na Hari, huwag po kayong kumuha ng mga sundalong mula sa Israel, dahil ang bayang iyon ay hindi pinapatnubayan ng Panginoon. Ang mga mamamayan ng Efraim ay hindi na tinutulungan ng Panginoon. [8] Kung pasasamahin n'yo po sila sa labanan, matatalo kayo kahit makipaglaban pa kayo nang mabuti. Ang Dios lang ang makapagpapanalo o makapagpapatalo sa inyo." [9] Sinabi ni Amazia sa lingkod ng Dios, "Pero paano ang ibinayad kong 3,500 kilong pilak?" Sumagot ang lingkod ng Dios, "Higit pa po riyan ang ibibigay ng Panginoon sa inyo." [10] Kaya pinauwi ni Amazia ang mga sundalo na taga-Efraim. Umuwi sila na galit na galit sa Juda.

[11] Buong tapang na lumusob si Amazia at pinangunahan niya ang kanyang mga sundalo sa pagpunta sa Lambak ng Asin, kung saan nakapatay sila ng 10,000 Edomita.[a] [12] Nakadakip pa sila ng 10,000 sundalo, at dinala nila ito sa isang bangin at doon inihulog, kaya nagkabali-bali ang buto ng mga ito.

[13] Samantala, ang mga sundalong pinauwi ni Amazia at hindi pinasama sa labanan ay lumusob sa mga bayan ng Judea, mula sa Samaria hanggang sa Bet Horon. Nakapatay sila ng 3,000 tao, at maraming ari-arian ang kanilang sinamsam.

---

a 11 Edomita: sa Hebreo, *angkan ni Seir*. Ganito rin sa talatang 14.

¹⁴Pagbalik ni Amazia mula sa pagpatay sa mga Edomita, dinala niya ang mga dios-diosan ng mga Edomita. Ginawa niya itong sariling dios, sinamba, at pinag-alayan ng mga handog. ¹⁵Kaya labis ang galit ng PANGINOON kay Amazia. Nagpadala siya ng propeta kay Amazia para sabihin, "Bakit dumudulog ka sa mga dios-diosan na hindi nakapagligtas ng kanilang mga mamamayan sa iyong mga kamay?"

¹⁶Habang nagsasalita ang propeta, sumagot ang hari, "Bakit mo ako pinapayuhan? Ginawa ba kitang tagapayo? Tumahimik ka, dahil kung hindi, ipapapatay kita!" Kaya tumahimik ang propeta pagkatapos niyang sabihin, "Tiyak na lilipulin ka ng Dios dahil sinamba mo ang mga dios-diosan at hindi ka nakinig sa akin."

¹⁷Matapos makipag-usap ni Haring Amazia sa kanyang mga tagapayo, nagpadala siya ng mensahe sa hari ng Israel na si Jehoash na anak ni Jehoahaz at apo ni Jehu. Hinamon niya si Jehoash na maglaban sila. ¹⁸Pero sinagot siya ni Haring Jehoash *sa pamamagitan ng kwentong ito*: "Doon sa Lebanon ay may halamang may tinik na nagpadala ng mensahe sa puno ng sedro: 'Ipakasal mo ang iyong anak na babae sa aking anak na lalaki.' Pero may dumaang hayop mula sa gubat at tinapak-tapakan ang halamang may tinik. ¹⁹*Amazia*, totoong natalo mo ang Edom, at ipinagyabang mo ito. Pero *mabuti pang huwag ka na lang makipaglaban sa amin*, manatili ka na lang sa iyong lugar. Bakit gustong-gusto mo ng gulo na magdadala lang ng kapahamakan sa iyo at sa Juda?"

²⁰Pero hindi nakinig si Amazia, dahil kumikilos ang Dios para wasakin siya ni Jehoash dahil sa kanyang pagsamba sa mga dios ng Edom. ²¹Kaya nilusob siya ni Haring Jehoash *at ng mga sundalo nito*. Naglaban sila sa Bet Shemesh na sakop ng Juda. ²²Natalo ng Israel ang Juda, at ang bawat sundalo ng Juda ay tumakas pauwi sa kanilang bahay. ²³Nadakip ni Haring Jehoash si Haring Amazia roon sa Bet Shemesh, at dinala niya siya sa Jerusalem. Pagkatapos, giniba ni Jehoash ang mga pader ng Jerusalem mula sa Pintuan ng Efraim hanggang sa Sulok na Pintuan, na mga 600 talampakan ang haba. ²⁴Kinuha niya ang lahat ng ginto, pilak at kagamitan na nakita niya sa templo ng Dios na iniingatan noon ni Obed Edom. Kinuha rin niya ang mga kayamanan sa palasyo. Dinala niya ito at ang mga bihag pagbalik sa Samaria.

²⁵Nabuhay pa si Haring Amazia ng Juda ng 15 taon matapos mamatay si Haring Jehoash ng Israel. ²⁶Ang iba pang salaysay tungkol sa paghahari ni Amazia, mula sa simula hanggang sa katapusan ay nakasulat sa Aklat ng Kasaysayan ng mga hari ng Juda at Israel.

²⁷Matapos tumalikod ni Amazia sa PANGINOON, may mga taga-Jerusalem na nagplanong patayin siya. Kaya tumakas siya papunta sa bayan ng Lakish pero nagpadala sila ng tao para sundan siya roon at patayin. ²⁸Ikinarga sa kabayo ang bangkay niya pabalik sa Jerusalem at inilibing sa libingan ng mga ninuno niya sa Lungsod ni David.ᵃ

Ang Paghahari ni Uzia sa Juda
(2 Hari 14:21-22; 15:1-7)

26 Ang ipinalit ng mamamayan ng Juda kay Amazia bilang hari ay ang anak nitong si Uziaᵇ na 16 na taong gulang. ²Siya ang bumawi ng Elatᶜ at ang muling nagpatayo nito matapos mamatay ang ama niyang si Amazia. ³Si Uzia ay 16 na taong gulang nang maging hari. Sa Jerusalem *siya tumira, at* naghari siya roon sa loob ng 52 taon. Ang ina niya ay si Jecolia na taga-Jerusalem. ⁴Matuwid ang ginawa ni Uzia sa paningin ng PANGINOON, katulad ng ginawa ng ama niyang si Amazia. ⁵Dumulog siya sa Dios nang panahon ni Zacarias, na siyang nagturo sa kanya sa paggalang sa Dios. Hangga't dumudulog siya sa PANGINOON, binibigyan siya nito ng katagumpayan.

⁶Nakipaglaban siya sa mga Filisteo at winasak niya ang mga pader *sa mga lungsod* ng Gat, Jabne at Ashdod. Pagkatapos, nagpatayo siya ng bagong mga bayan malapit sa Ashdod at sa iba pang mga bayan ng Filisteo. ⁷Tinulungan siya ng Dios sa kanyang pakikipaglaban sa mga Filisteo, Meuneo at sa mga Arabo na nakatira sa Gur Baal. ⁸Nagbabayad ng buwis ang mga Ammonita sa kanya, at naging tanyag siya hanggang sa Egipto, dahil naging makapangyarihan siya.

⁹Pinatatag pa ni Uzia ang Jerusalem sa pamamagitan ng pagpapatayo ng mga tore sa Sulok na Pintuan, sa Pintuan na Nakaharap sa Lambak, at sa likuan ng pader. ¹⁰Nagpatayo rin siya ng mga tore sa ilang at nagpahukay ng mga balon na imbakan ng mga tubig, dahil marami ang kanyang mga hayop sa mga kaburulan sa kanluran at sa kapatagan. May mga tauhan siya na nag-aalaga sa kanyang bukirin at ubasan sa kabundukan at sa kapatagan, dahil mahilig siya sa magtanim.

¹¹May mahuhusay na sundalo si Uzia na laging handa sa labanan. Sila'y binuo nina Jeyel na kalihim at Maaseya na opisyal, sa ilalim ng pamamahala ni Hanania na isa sa mga opisyal ng hari. ¹²Ang mga kumander na matatapang na sundalo ay ang mga pinuno ng mga pamilya na 2,600 lahat. ¹³Ang kabuuang bilang ng mga sundalo ay 307,500. Sila'y mahuhusay sa labanan at handa sa pagtulong sa hari laban sa mga kaaway niya. ¹⁴Binigyan sila ni Uzia ng mga pananggalang, sibat, helmet, kasuotang pananggga ng katawan, pana at tirador. ¹⁵Nagpagawa rin si Uzia sa mahuhusay na manggagawa ng makina para gamitin sa pamamana at sa paghahagis ng malalaking bato mula sa mga tore at sa mga sulok ng mga pader. Naging tanyag si Uzia kahit saan, dahil tinulungan siya ng PANGINOON hanggang sa naging makapangyarihan siya.

¹⁶Pero nang naging makapangyarihan siya, naging mayabang siya. At ito ang nagpabagsak sa kanya. Hindi siya sumunod sa PANGINOON na kanyang Dios, dahil pumasok siya sa templo ng PANGINOON at personal na nagsunog ng insenso sa altar. ¹⁷Sinundan siya ni Azaria na *punong* pari at ng 80 pang matatapang na mga pari ng PANGINOON, ¹⁸at sinaway. Sinabi nila, "Uzia, hindi ka dapat magsunog ng insenso para sa PANGINOON. Ang

---

ᵃ **28** *Lungsod ni David:* sa ibang mga tekstong Hebreo, *Lungsod ng Juda.*

ᵇ **1** *Uzia:* o, *Azaria.*

ᶜ **2** *Elat:* o, *Elot.*

gawaing iyan ay para lang sa mga pari na mula sa angkan ni Aaron. Sila ang pinili ng PANGINOON para magsunog ng insenso. Lumabas ka sa templo dahil hindi ka sumunod sa PANGINOON. Hindi ka pagpapalain ng PANGINOONG Dios."

¹⁹ Labis na nagalit si Uzia sa mga pari. At habang hawak niya ang sisidlan ng insenso sa may altar sa templo sa PANGINOON, tinubuan ng malubhang sakit sa balat*ᵃ ang kanyang noo. ²⁰ Nang makita ni Azaria at ng mga kasama niyang pari na tinubuan ng malubhang sakit sa balat ang noo ni Uzia, nagmadali silang ilabas ito. Hindi naman ito tumutol sapagkat naramdaman niyang siya'y pinarusahan ng PANGINOON.

²¹ May malubhang sakit sa balat si Haring Uzia hanggang sa araw na namatay siya. Nakatira siya sa isang bukod na bahay, at hindi pinayagang makapasok sa templo. Si Jotam na anak niya ang siyang namahala sa palasyo at sa mga mamamayan ng Juda. ²² Ang iba pang salaysay tungkol sa paghahari ni Uzia, mula sa simula hanggang sa katapusan ay isinulat ni Propeta Isaias na anak ni Amoz. ²³ Nang mamatay si Uzia, inilibing siya malapit sa libingan ng mga ninuno niyang hari. *Hindi siya isinama sa kanila,* dahil may malubhang sakit siya sa balat. At ang anak niyang si Jotam ang pumalit sa kanya bilang hari.

Ang Paghahari ni Jotam sa Juda
(2 Hari 15:32-38)

27 Si Jotam ay 25 taong gulang nang maging hari. Sa Jerusalem *siya tumira, at* naghari siya roon sa loob ng 16 na taon. Ang ina niya ay si Jerusha na anak ni Zadok. ² Matuwid ang ginawa ni Jotam sa paningin ng PANGINOON, gaya ng ama niyang si Uzia. At *mas matuwid pa siya dahil* hindi niya ginaya ang kasalanang ginawa ng kanyang ama sa pamamagitan ng labag na pagpasok sa templo ng Panginoon. Sa kabila *ng mga kabutihang ginawa ni Jotam,* patuloy pa rin ang mga tao sa masasama nilang gawain. ³ Si Jotam ang nagpatayo ng Hilagang Pintuan ng templo ng PANGINOON, at nagpaayos ng pader sa *bulubundukin ng Ofel.* ⁴ Siya rin ang nagpatayo ng mga bayan sa bulubundukin ng Judea, at nagpatayo ng mga pader sa mga tore sa mga kagubatan.

⁵ Nakipaglaban si Jotam sa mga Ammonita at sa kanilang hari, at tinalo niya sila. Sa taon ding iyon, nagbigay sa kanila ang mga Ammonita ng 3,500 kilo ng pilak, 30,000 sako ng trigo, at 30,000 sako ng sebada. Ginawa nila ito hanggang sa ikatlong taon.

⁶ Naging mas makapangyarihan pa si Jotam dahil matapat siyang sumunod sa PANGINOON na kanyang Dios. ⁷ Ang iba pang salaysay tungkol sa paghahari ni Jotam, pati ang lahat ng kanyang pakikipaglaban at mga ginawa ay nakasulat sa Aklat ng Kasaysayan ng mga hari ng Israel at Juda. ⁸ Si Jotam ay 25 taong gulang nang maging hari. Sa Jerusalem *siya tumira, at* naghari siya roon sa loob ng 16 na taon. ⁹ Nang mamatay si Jotam, inilibing

siya sa Lungsod ni David. At ang anak niyang si Ahaz ang pumalit sa kanya bilang hari.

Ang Paghahari ni Ahaz sa Juda
(2 Hari 16:1-4)

28 Si Ahaz ay 20 taong gulang nang maging hari. Sa Jerusalem *siya tumira, at* naghari siya roon sa loob ng 16 na taon. Gumawa siya ng masama sa paningin ng PANGINOON, hindi katulad ng ginawa ng kanyang ninuno na si David. ² Sumunod siya sa pamumuhay ng mga hari ng Israel, at gumawa ng metal na mga imahen ni Baal. ³ Nagsunog siya ng mga handog sa Lambak ng Ben Hinom, at inihandog niya mismo sa apoy ang kanyang mga anak na lalaki. Sinunod niya ang kasuklam-suklam na mga kaugalian ng mga bansang pinalayas ng PANGINOON sa pamamagitan ng mga Israelita. ⁴ Nag-alay siya ng mga handog at nagsunog ng mga insenso sa mga sambahan sa matataas na lugar,*ᵇ sa ibabaw ng bundok at sa ilalim ng bawat malalagong punongkahoy.

⁵ Kaya ibinigay siya ng PANGINOON na kanyang Dios sa hari ng Aram. Tinalo siya ng mga Arameo at marami sa kanyang mamamayan ang binihag sa Damascus. Ibinigay din siya sa hari ng Israel, na pumatay ng marami sa kanyang mamamayan. ⁶ Sa isang araw lang 120,000 sundalo ng Juda ang pinatay ni *Haring* Peka *ng Israel,* na anak ni Remalia. Nangyari ito sa mga taga-Juda dahil itinakwil nila ang PANGINOON, ang Dios ng kanilang mga ninuno. ⁷ Pinatay ni Zicri, na isang matapang na sundalo ng Israel,*ᶜ sina Maaseya na anak ni Haring Ahaz, Azrikam na tagapamahala ng palasyo, at Elkana na pangalawa sa hari. ⁸ Binihag ng mga taga-Israel ang kanilang mga kadugo na taga-Juda—200,000 asawa't mga anak. Sinamsam din nila ang mga ari-arian ng mga taga-Juda at dinala pauwi sa Samaria.

⁹ Pero nang dumating ang mga sundalo sa Samaria, sinalubong sila ni Oded na propeta ng PANGINOON, at sinabi, "Ipinaubaya sa inyo ng PANGINOON na inyong Dios ang Juda dahil sa kanyang galit sa kanila. Pero labis ang ginawa ninyo; pinagpapatay n'yo sila nang walang awa, at nalaman ito ng PANGINOON doon sa langit. ¹⁰ At ngayon, gusto pa ninyong alipinin ang mga lalaki at mga babae na mula sa Jerusalem at *sa iba pang lungsod ng* Juda. Hindi ba't may kasalanan din kayo sa PANGINOON na inyong Dios? ¹¹ Makinig kayo sa akin! Galit na galit ang PANGINOON sa inyo. Kaya pabalikin n'yo ang inyong mga kadugo na inyong binihag."

¹² Ganito rin ang sinabi ng ibang mga pinuno ng Israel sa mga sundalo na dumating galing sa labanan. Ang mga pinuno ay sina Azaria na anak ni Jehohanan, Berekia na anak ni Meshilemot, Jehizkia na anak ni Shalum, at Amasa na anak ni Hadlai. ¹³ Ito ang sinabi nila sa mga sundalo: "Huwag n'yong dalhin dito ang mga bihag na iyan, dahil pananagutan natin ito sa PANGINOON. Dadagdagan n'yo pa ba ang kasalanan natin? Marami na tayong kasalanan, at galit na galit na ang PANGINOON sa Israel."

---

a 19 malubhang sakit sa balat: Sa ibang salin ng Biblia, *ketong.* Ang salitang Hebreo nito ay ginamit sa iba't ibang klase ng sakit sa balat na itinuturing na marumi ayon sa Lev. 13.

b 4 sambahan sa matataas na lugar: Tingnan sa Talaan ng mga Salita sa likod.

c 7 Israel: sa Hebreo, *Efraim.* Isa sa mga lahi sa Israel at kumakatawan sa buong kaharian ng Israel. Ganito rin sa talatang 12.

¹⁴Kaya pinakawalan ng mga sundalo ang mga bihag at isinauli ang kanilang ari-arian sa harapan ng mga pinuno at mga mamamayan. ¹⁵Pagkatapos, lumapit sa mga bihag ang apat na pinuno na nabanggit, at tinulungan ang mga bihag. Kumuha sila ng mga damit mula sa mga kagamitang nasamsam ng mga sundalo, at ipinasuot ito sa mga hubad na bihag. Binigyan nila ang mga bihag ng mga damit, sandalyas, inumin, at gamot. Ipinasakay nila sa mga asno ang mga mahina, at dinala nila pabalik ang lahat ng bihag sa kani-kanilang mga kababayan. Doon nila sila iniwan sa Jerico, sa Bayan ng mga Palma. Pagkatapos, umuwi sila sa Samaria.

Humingi ng Tulong si Ahaz sa Asiria
(2 Hari 16:7-9)

¹⁶Nang panahong iyon, humingi ng tulong si Haring Ahaz sa hari ng Asiria. ¹⁷Sapagkat muling nilusob ng mga taga-Edom ang Juda at binihag ang ibang mga naninirahan dito. ¹⁸Bukod pa rito, nilusob din ng mga Filisteo ang mga bayan ng Juda na nasa kaburulan sa kanluran at nasa Negev. Naagaw nila ang Bet Shemesh, Ayalon, Gederot, Soco, Timnah at Gimzo, pati ang mga baryo sa paligid nito; at doon na sila nanirahan. ¹⁹Ibinaba ng Panginoon ang Juda dahil hinikayat ni Haring Ahaz ang mga mamamayan sa paggawa ng kasamaan, at hindi siya sumunod sa Panginoon. ²⁰Kaya pagdating ni Haring Tiglat Pileser ng Asiria, ginipit niya si Ahaz sa halip na tulungan. ²¹Nanguha si Ahaz ng mga ari-arian sa templo ng Panginoon, sa palasyo, at sa mga bahay ng mga opisyal, at ibinigay niya ito sa hari ng Asiria. Pero hindi ito nakatulong kay Ahaz.

²²Sa panahon ng mga kahirapan ni Haring Ahaz, lalo pa siyang naging suwail sa Panginoon. ²³Nag-alay siya ng mga handog sa mga dios ng mga taga-Damascus na tumalo sa kanya. Sapagkat sinabi niya, "Ang mga hari ng Aram ay tinulungan ng kanilang mga dios. Kaya maghahandog din ako sa mga dios na ito para tulungan din nila ako." Pero ang mga ito ang nagpahamak sa kanya at sa mga taga-Israel. ²⁴Kinuha ni Ahaz ang mga kagamitan sa templo ng Dios at ipinadurog ito. Ipinasara niya ang pintuan ng templo, at nagpatayo siya ng mga altar sa bawat kanto ng Jerusalem. ²⁵Nagpatayo rin siya ng mga sambahan sa matataas na lugar sa lahat ng bayan sa Juda, para makapaghandog sa ibang mga dios. At labis itong nakapagpagalit sa Panginoon, ang Dios ng kanyang mga ninuno.

²⁶Ang iba pang mga salaysay tungkol sa paghahari ni Ahaz at sa kanyang pag-uugali, mula sa simula hanggang sa katapusan ay nakasulat sa Aklat ng Kasaysayan ng mga hari ng Juda at Israel. ²⁷Nang mamatay si Ahaz, inilibing siya sa lungsod ng Jerusalem, pero hindi sa libingan ng mga hari ng Israel. At ang anak niyang si Hezekia ang pumalit sa kanya bilang hari.

Ang Paghahari ni Hezekia sa Juda
(2 Hari 18:1-3)

29 Si Hezekia ay 25 taong gulang nang maging hari. Sa Jerusalem siya tumira, at naghari siya roon sa loob ng 29 na taon. Ang ina niya ay si Abijah na anak ni Zacarias. ²Matuwid ang ginawa ni Hezekia sa paningin ng Panginoon, katulad ng ginawa ng ninuno niyang si David. ³Sa unang buwan nang unang taon ng paghahari niya, pinabuksan niyang muli ang mga pintuan ng templo ng Panginoon at ipinaayos ito. ⁴Ipinatawag niya ang mga pari at ang mga Levita, at pinatipon sa loob ng bakuran sa bandang silangan *ng templo*. ⁵Sinabi niya sa kanila, "Pakinggan n'yo ako, kayong mga Levita! Linisin ninyo ang inyong mga sariliᵃ ngayon, at linisin din ninyo ang templo ng Panginoon, ang Dios ng inyong mga ninuno. Kunin n'yo sa templo ang lahat ng bagay na itinuturing na marumi. ⁶Hindi naging tapat at ating mga ninuno. Masama ang ginawa nila sa paningin ng Panginoon na ating Dios at siya'y kanilang itinakwil. Pinabayaan nila ang kanyang templo at siya'y kanila ngang tinalikuran. ⁷Isinara nila ang mga pintuan sa balkonahe ng templo at pinatay ang mga ilaw. Hindi sila nagsunog ng insenso o nag-alay ng mga handog na sinusunog sa templo para sa Dios ng Israel. ⁸Kaya nagalit ang Panginoon sa Juda at sa Jerusalem. At dahil sa kanyang parusa sa atin, pinandirihan, kinutya at minaliit tayo ng mga tao gaya ng inyong nakikita ngayon. ⁹Namatay ang mga ninuno natin sa labanan, at binihag ang ating mga asawa't anak. ¹⁰Pero ngayon, desidido akong gumawa ng kasunduan sa Panginoon, ang Dios ng Israel, para mawala ang matindi niyang galit sa atin. ¹¹Kaya mga minamahal,ᵇ huwag na kayong magpabaya. Kayo ang pinili ng Panginoon para tumayo sa kanyang presensya, at para maglingkod at maghandog."ᶜ

¹²Kaya nagsimula sa paggawa ang mga Levita:
Sa pamilya ni Kohat: sina Mahat na anak ni Amasai at Joel na anak ni Azaria.
Sa pamilya ni Merari: sina Kish na anak ni Abdi at Azaria na anak ni Jehalelel.
Sa pamilya ni Gershon: sina Joa na anak ni Zima at Eden na anak ni Joa.
¹³Sa angkan ni Elizafan: sina Shimri at Jeyel.
Sa angkan ni Asaf: sina Zacarias at Matania.
¹⁴Sa angkan ni Heman: sina Jehiel at Shimei.
Sa angkan ni Jedutun: sina Shemaya at Uziel.
¹⁵Tinipon nila ang kanilang mga kadugong Levita at nilinis nila ang kanilang sarili. Nilinis din nila ang templo ng Panginoon ayon sa iniutos ng hari. Sinunod nila ang sinabi ng Panginoon. ¹⁶Pumasok ang mga pari sa templo para linisin ito. Inilagay nila sa bakuran ng templo ang lahat na kanilang nakita *na kagamitan na itinuturing* na marumi. At dinala ito ng mga Levita sa Lambak ng Kidron.
¹⁷Sinimulan nilang linisin *ang templo* sa unang araw ng unang buwan, at nang ikawalong araw, umabot sila sa balkonahe ng templo. Ipinagpatuloy nila ang paglilinis sa loob pa ng walong araw, at natapos nila ang paglilinis nang ika-16 na araw ng buwan na iyon. ¹⁸Pagkatapos, pumunta sila kay

---

ᵃ 5 Linisin ninyo ang inyong mga sarili: Ang ibig sabihin, gawin ninyo ang seremonya sa paglilinis.
ᵇ 11 mga minamahal: sa literal, mga anak.
ᶜ 11 maghandog: o, magsunog ng insenso.

Haring Hezekia at sinabi, "Mahal na Hari, nalinis na po namin ang buong templo ng PANGINOON pati ay altar na pinagsusunugan ng mga handog na sinusunog at ang lahat po ng kagamitan nito, at ang mesa na pinaglalagyan po ng tinapay na inihahandog at ang lahat ng kagamitan nito. ¹⁹ Naibalik na rin po namin ang lahat ng kagamitan na tinanggal ni Haring Ahaz nang mga panahong hindi siya naging matapat sa Dios. Nilinis na po namin ang mga ito at handa ng gamitin. Naroon na po ang mga ito ngayon sa harapan ng altar ng PANGINOON."

²⁰ Kinabukasan, maaga pa'y tinipon na ni Haring Hezekia ang mga opisyal ng lungsod at pumunta sila sa templo ng PANGINOON. ²¹ Nagdala sila ng pitong toro, pitong lalaking tupa, pitong batang tupa, at pitong lalaking kambing bilang handog sa paglilinis para sa kanilang kaharian, sa templo at sa mga mamamayan ng Juda. Inutusan ni Haring Hezekia ang mga pari na mula sa angkan ni Aaron para ihandog ang mga iyon sa altar ng PANGINOON. ²² Kaya kinatay ng mga pari ang mga toro at iwinisik ang dugo nito sa altar. Ganoon din ang ginawa sa mga lalaking tupa at sa mga batang tupa. ²³ Ang mga kambing na handog sa paglilinis ay dinala nila sa hari at sa mga tao, at kanilang ipinatong ang kanilang mga kamay sa mga kambing. ²⁴ Pagkatapos, kinatay ng mga pari ang mga kambing at ibinuhos ang dugo nito sa altar bilang handog para sa paglilinis ng kasalanan ng lahat ng mga Israelita. Sapagkat nag-utos ang hari na mag-alay ng mga handog na sinusunog at mga handog sa paglilinis para sa lahat ng Israelita.

²⁵ Pagkatapos, nagtalaga si Hezekia ng mga Levita sa templo ng PANGINOON na may mga pompyang, alpa at mga lira. Ito'y ayon sa utos ng PANGINOON kay Haring David sa pamamagitan ni Gad na propeta ni David at kay Propeta Natan. ²⁶ Pumwesto ang mga Levita na may mga instrumento ni Haring David, at ang mga pari na may mga trumpeta.

²⁷ At nag-utos si Hezekia na ihandog sa altar ang mga handog na sinusunog. Habang naghahandog, umaawit ng mga papuri sa PANGINOON ang mga tao, na tinutugtugan ng mga trumpeta at iba pang mga instrumento ni Haring David ng Israel. ²⁸ Ang buong kapulungan ay lumuhod sa pagsamba sa PANGINOON habang umaawit ang mga mang-aawit at nagpapatugtog ang mga tagatrumpeta hanggang sa maialay ang lahat ng handog na sinusunog. ²⁹ Pagkatapos ng paghahandog, lumuhod si Haring Hezekia at ang lahat ng kasama niya, at sumamba sa PANGINOON. ³⁰ Nag-utos si Haring Hezekia at ang kanyang mga opisyal sa mga Levita para purihin ang PANGINOON sa pamamagitan ng mga awit na ginawa ni Haring David at ni Asaf na propeta. Kaya umawit sila ng mga awit ng pagpupuri na may kagalakan habang nakayuko sila sa pagsamba sa Dios.

³¹ Pagkatapos, sinabi ni Hezekia, "Ngayong naihandog n'yo na ang inyong sarili sa PANGINOON, magdala kayo ng mga handog, kasama ang mga handog ng pasasalamat sa templo ng PANGINOON." Kaya nagdala ang mga tao ng mga handog na ito sa templo ng PANGINOON, at ang iba ay kusang-loob na nag-alay ng mga handog na sinusunog. ³² Ang bilang ng mga handog na sinusunog na dinala ng mga tao ay 70 toro, 100 lalaking tupa at 200 batang tupa. ³³ Nagdala rin sila ng iba pang mga handog na 600 toro at 3,000 tupa at kambing. ³⁴ Pero kakaunti lang ang mga pari na nagkakatay ng mga hayop na ito. Kaya tumulong sa kanila ang mga kamag-anak nilang Levita hanggang matapos ang gawaing iyon at hanggang sa dumami na ang mga pari na naglinis ng kanilang sarili. Sapagkat mas matapat pa ang mga Levita sa paglilinis ng kanilang sarili kaysa sa mga pari. ³⁵ Napakaraming handog na sinusunog, pati mga taba ng mga hayop na inihandog para sa mabuting relasyon, at mga handog na inuming inialay kasama ng mga handog na sinusunog. Sa ganitong paraan, muling naibalik ang mga gawain sa templo ng PANGINOON. ³⁶ Labis ang kagalakan ni Hezekia at ng mga tao sa tulong na ginawa ng Dios, dahil dito'y nagawa nila ang lahat ng ito nang mabilis.

Ang Paghahanda para sa Pista ng Paglampas ng Anghel

30 Nagpadala si Hezekia ng mensahe sa lahat ng mamamayan ng Israel at Juda, pati na sa mga mamamayan ng Efraim at Manase. Inimbita niya sila na pumunta sa templo ng PANGINOON sa pagdiriwang ng Pista ng Paglampas ng Anghel bilang pagpaparangal sa PANGINOON, ang Dios ng Israel. ² Nagpasya si Haring Hezekia at ang kanyang mga opisyal, at ang lahat ng mamamayan sa Jerusalem na ipagdiwang ang Pista ng Paglampas ng Anghel sa ikalawang buwan. ³ Dapat sana'y gaganapin ang pistang ito sa unang buwan, pero kakaunti lang ang mga pari na naglinis ng kanilang sarili sa panahong iyon at hindi nagtipon ang mga tao sa Jerusalem.

⁴ Nagustuhan ng hari at ng lahat ng mamamayan ang plano na pagdiriwang ng pista, ⁵ kaya nagpadala sila ng mensahe sa buong Israel, mula sa Beersheba hanggang sa Dan, na dapat pumunta ang mga tao sa Jerusalem sa pagdiriwang ng Pista ng Paglampas ng Anghel para sa PANGINOON, ang Dios ng Israel. Sa mga nagdaang pagdiriwang, kakaunti lang ang nagsidalo. Pero sinasabi ng kautusan na dapat dumalo ang lahat.

⁶ Sa utos ng hari, pumunta nga ang mga mensahero sa buong Israel at Juda dala ang mga sulat mula sa hari at sa kanyang mga opisyal. Ito ang nakasulat:

"Mga mamamayan ng Israel, ngayong nakaligtas kayo sa kamay ng mga hari ng Asiria, panahon na para magbalik-loob kayo sa PANGINOON, ang Dios ng inyong mga ninuno na sina Abraham, Isaac at Jacob,ᵃ para bumalik din siya sa inyo. ⁷ Huwag n'yong tularan ang inyong mga ninuno at mga kamag-anak na hindi naging tapat sa PANGINOON na kanilang Dios, na dahil dito'y ginawa silang kasuklam-suklam ng PANGINOON gaya ng nakikita ninyo ngayon. ⁸ Kaya huwag maging matigas ang inyong ulo gaya ng inyong mga ninuno, kundi magpasakop kayo sa PANGINOON. Pumunta kayo sa templo na kanyang pinabanal magpakailanman. At maglingkod kayo sa PANGINOON na inyong

a 6 Jacob: sa Hebreo, Israel.

Dios, para mawala ang matindi niyang galit sa inyo. ⁹Sapagkat kung manunumbalik kayo sa Panginoon, kahahabagan ng mga bumihag ang inyong mga anak at mga kamag-anak, at pababalikin sila rito sa lupain. Sapagkat matulungin at mahabagin ang Panginoon na inyong Dios. Hindi niya kayo tatalikuran kung manunumbalik kayo sa kanya."

¹⁰Pumunta ang mga mensahero sa bawat bayan sa buong Efraim at Manase hanggang sa Zebulun, pero pinagtawanan lang sila at hinamak ng mga tao. ¹¹Ngunit may ibang galing sa Asher, Manase at Zebulun na nagpakumbaba at pumunta sa Jerusalem. ¹²Kumilos din ang Panginoon sa mga taga-Juda para magkaisa sila sa pagtupad ng utos ng hari at mga opisyal, ayon sa utos ng Panginoon. ¹³Kaya nang ikalawang buwan, maraming tao ang nagtipon sa Jerusalem sa pagdiriwang ng Pista ng Tinapay na Walang Pampaalsa. ¹⁴Inalis nila ang mga altar sa Jerusalem *na pinaghahandugan para sa mga dios-diosan*, pati ang mga altar na pinagsusunugan ng insenso, at itinapon nila ang lahat ng ito sa Lambak ng Kidron.

¹⁵Nang ika-14 na araw ng ikalawang buwan, kinatay ng mga tao ang kanilang mga tupa para sa Pista ng Paglampas ng Anghel. Ang mga pari at mga Levita *na marumi* ay nahiya, kaya naglinis sila at nag-alay ng mga handog na sinusunog sa templo ng Panginoon. ¹⁶Pagkatapos, pumwesto sila sa kanilang mga lugar *sa templo*, ayon sa mga tuntunin sa kautusan ni Moises na lingkod ng Dios. Iwinisik ng mga pari sa altar ang dugo na dinala sa kanila ng mga Levita.

¹⁷Dahil marami sa mga tao roon ang hindi naglinis ng kanilang sarili, ang mga Levita ang siyang nagkatay ng tupa para sa kanila upang maihandog sa Panginoon. ¹⁸Karamihan sa mga pumunta na nagmula sa Efraim, Manase, Isacar at Zebulun ay hindi naglinis ng kanilang sarili, pero kumain pa rin sila ng inihandog para sa Pista ng Paglampas ng Anghel, kahit labag ito sa kautusan. Ngunit nanalangin si Hezekia para sa kanila. *Sinabi niya*, "O Panginoon, sa inyo pong kabutihan, sana'y patawarin n'yo po ang bawat tao ¹⁹na nagnanais na dumulog sa inyo, ang Dios ng kanyang ninuno, kahit na hindi po siya malinis ayon sa mga tuntunin sa templo." ²⁰Pinakinggan ng Panginoon si Hezekia at pinatawad*ᵃ* niya ang mga tao.

²¹Sa loob ng pitong araw, ang mga Israelita na naroon sa Jerusalem ay nagdiwang ng Pista ng Tinapay na Walang Pampaalsa nang may malaking kagalakan. Araw-araw, umaawit ang mga Levita at ang mga pari na may mga papuri sa Panginoon, na tinutugtugan nang malalakas na instrumento na ginagamit sa pagpupuri sa Panginoon. ²²Pinuri ni Hezekia ang lahat ng Levita sa mabuting gawa na ipinakita nila sa paglilingkod sa Panginoon. Kaya nagpatuloy ang pagdiriwang nila sa loob ng pitong araw. Kinain nila ang kanilang bahagi sa mga handog, at naghandog sila ng mga handog para sa mabuting relasyon, at nagpuri sa Panginoon, ang Dios ng kanilang ninuno.

²³Pagkatapos, nagpasya ang buong kapulungan na magdiwang pa sila ng pitong araw. Kaya ginawa nila ito nang may malaking kagalakan. ²⁴Nagbigay si Haring Hezekia sa mga tao ng 1,000 toro, 7,000 tupa at kambing. Nagbigay din ang mga opisyal ng 1,000 toro at 10,000 tupa't kambing. Marami sa mga pari ang naglinis ng kanilang sarili. ²⁵Masayang nagdiwang ang buong kapulungan ng Juda, ang mga pari, ang mga Levita at ang lahat ng nagtipon mula sa Israel, pati ang mga dayuhang naninirahan sa Israel at Juda. ²⁶Labis ang kasayahan sa Jerusalem. Wala pang ganitong kasayahan na nangyari sa Jerusalem mula noong panahon na si Solomon na anak ni David ang hari sa Israel. ²⁷Pagkatapos, nagsitayo ang mga pari at ang mga Levita, at binasbasan nila ang mga tao. At pinakinggan ito ng Dios sa langit, sa kanyang banal na tahanan.

Ang mga Pagbabagong Ginawa ni Hezekia

31 Pagkatapos ng pista, ang mga Israelita na nagsidalo roon ay nagpunta sa mga bayan ng Juda, at pinagdurog nila ang mga alaalang bato at pinagputol-putol ang mga posteng *simbolo ng diosang si Ashera*. Giniba nila ang mga sambahan sa matataas na lugar*ᵇ* sa buong Juda, Benjamin, Efraim at Manase. Pagkatapos nilang gibain ang lahat ng ito, umuwi silang lahat sa kanilang mga bayan at lupain.

²Ipinagbukod-bukod ni Hezekia ang mga pari at ang mga Levita ayon sa kani-kanilang gawain *sa templo ng Panginoon*—para mag-alay ng mga handog na sinusunog at mga handog para sa mabuting relasyon, para magpasalamat at umawit ng mga papuri sa mga pintuan ng templo. ³Nagbigay si Hezekia ng sarili niyang mga hayop para sa mga handog na sinusunog sa umaga at sa gabi, at para rin sa Araw ng Pamamahinga, sa Pista ng Pagsisimula ng Buwan,*ᶜ* at sa iba pang mga pista, ayon sa nakasulat sa Kautusan ng Panginoon. ⁴Inutusan din niya ang mga tao na nakatira sa Jerusalem na ibigay sa mga pari at mga Levita ang kanilang bahagi para makapaglingkod sila nang lubusan sa Kautusan ng Panginoon. ⁵Nang maipaalam na ito sa mga tao, bukas palad na nagbigay ang mga Israelita ng unang ani ng kanilang trigo, bagong katas ng ubas, langis, pulot at ng iba pang produkto sa lupa. Ibinigay nila ang ikapu ng lahat nilang produkto. ⁶Ang mga taga-Israel na lumipat sa Juda, at ang mga taga-Juda ay nagbigay din ng ikasampung bahagi ng kanilang mga baka, tupa at ng mga bagay na itinalaga nila sa Panginoon na kanilang Dios, at tinipon nila ito. ⁷Sinimulan nila ang pag-iipon nito nang ikatlong buwan, at natapos sa ikapitong buwan. ⁸Nang makita ni Hezekia at ng kanyang mga opisyal ang mga nakatumpok *na handog*, pinuri nila ang Panginoon at ang mga mamamayan niyang Israelita.

⁹Tinanong ni Hezekia ang mga pari at ang mga Levita tungkol sa mga nakatumpok. ¹⁰Sumagot si Azaria, ang punong pari na mula sa angkan ni

ᵃ 20 pinatawad: o, pinagaling.

ᵇ 1 sambahan sa matataas na lugar: Tingnan sa Talaan ng mga Salita sa likod.

ᶜ 3 Pista ng Pagsisimula ng Buwan: Tingnan sa Talaan ng mga Salita sa likod.

Zadok, "Mula nang nagsimulang magdala ang mga tao ng kanilang mga handog sa templo ng Panginoon, nagkaroon na kami ng sapat na pagkain at marami pang sumobra, dahil pinagpala ng Panginoon ang kanyang mga mamamayan."

¹¹ Nag-utos si Hezekia na gumawa ng mga bodega sa templo ng Panginoon, at nangyari nga ito. ¹² At matapat na dinala roon ng mga tao ang kanilang mga handog, mga ikapu at ang mga bagay na itinalaga nila sa Panginoon. Si Conania na isang Levita ang siyang pinagkatiwalaan ng mga bagay na ito, at katulong niya ang kanyang kapatid na lalaki na si Shimei. ¹³ Sina Jehiel, Azazia, Nahat, Azael, Jerimot, Jozabad, Eliel, Ismakia, Mahat, at Benaya ang mga tagapangasiwa sa ilalim ng pamamahala nina Conania at Shimei. Pinili sila nina Haring Hezekia at Azaria na punong opisyal ng templo ng Dios.

¹⁴ Si Kore na anak ni Imna na Levita, na tagapagbantay sa silangang pintuan ng templo, pinagkatiwalaan sa pamamahagi ng mga handog na kusang-loob na ibinibigay sa Dios, at sa mga bagay na itinalaga sa Panginoon at ng mga banal na handog. ¹⁵ Ang matatapat niyang katulong ay sina Eden, Miniamin, Jeshua, Shemaya, Amaria, at Secanias. Pumunta sila sa mga bayan na tinitirhan ng mga pari na kanilang kadugo at ipinamahagi sa kanila ang kanilang bahagi sa mga handog, ayon sa kanilang grupo at tungkulin, bata man o matanda. ¹⁶ Binigyan ang lahat ng mga lalaki na nasa tatlong taong gulang pataas ang edad, na pumupunta sa templo para gawin ang kanilang araw-araw na gawain ayon sa tungkulin ng kani-kanilang grupo. Kasama na rin ang mga paring hindi nakalista sa talaan ng mga angkan ng mga pari. ¹⁷ Sila at ang mga pari na nakalista sa talaan ng mga angkan ay binigyan ng kanilang bahagi, at ganoon din ang mga Levita na nasa 20 taong gulang pataas, na naglilingkod ayon sa tungkulin ng kani-kanilang grupo. ¹⁸ Binigyan din ang mga pamilya ng mga Levita—ang kanilang mga asawa, mga anak, pati ang maliliit nilang anak. Ginawa ito sa lahat ng Levita na nakalista sa talaan ng kanilang angkan. Sapagkat matapat din sila sa paglilinis ng kanilang sarili. ¹⁹ Tungkol naman sa mga pari na angkan ni Aaron, na nakatira sa mga bukirin sa palibot ng mga bayan at sa ibang mga bayan, may mga taong pinagkatiwalaan na mamigay ng kanilang bahagi at sa bahagi ng lahat ng Levita na nakalista sa talaan ng kanilang angkan.

²⁰ Ganoon ang ginawa ni Hezekia sa buong Juda. Ginawa niya ang mabuti at ang tama, at naging tapat siya sa harapan ng Panginoon na kanyang Dios. ²¹ Naging matagumpay siya, dahil sa lahat ng ginawa niya sa templo ng Dios at sa pagsunod niya sa kautusan, dumulog siya sa kanyang Dios nang buong puso.

Nilusob ng Asiria ang Juda
(2 Hari 18:13-37; Isa. 36:1-22)

32 Matapos magampanan nang tapat ni Hezekia ang mga gawaing ito, nilusob ni Haring Senakerib ng Asiria ang Juda. Tinambangan niya *at ng kanyang mga sundalo* ang mga napapaderang lungsod, dahil iniisip niyang masasakop niya ito. ² Nang makita ni Hezekia na pati ang Jerusalem ay lulusubin ni Senakerib, ³ kinausap niya ang kanyang mga opisyal at mga pinuno ng kanyang mga sundalo. Nagkaisa silang patigilin ang pagdaloy ng mga bukal sa labas ng lungsod. ⁴ Kaya nagtipon sila ng maraming tao at tinambakan nila ang mga bukal sa lambak na dinadaluyan ng tubig sa lupain. Sapagkat sinabi nila, "Pagdating dito ng mga hari ng Asiria, kakapusin sila ng tubig."

⁵ Pagkatapos, pinatibay pa ni Hezekia ang kanyang mga depensa sa pamamagitan ng pagpapaayos ng mga pader at pagpapapatayo ng mga tore. Pinalibutan pa niya ng isa pang pader ang lungsod, at pinatambakan ng lupa ang mababang bahagi ng Lungsod ni David. Nagpagawa rin siya ng maraming armas at mga pananggalang.

⁶ Nagtalaga siya ng mga pinuno sa mga tao, at ipinatipon niya sila sa plasa, malapit sa pintuan ng lungsod. Pinalakas niya ang kanilang loob, sinabi niya, ⁷ "Magpakatatag kayo at magpakatapang. Huwag kayong matakot o manlupaypay dahil sa hari ng Asiria o sa marami niyang sundalo. Sapagkat higit na makapangyarihan ang sumasaatin kaysa sa kanya. ⁸ Mga tao lang ang kasama niya; pero tayo, kasama natin ang Panginoon na ating Dios. Siya ang tutulong sa atin at makikipaglaban para sa atin." Kaya tumatag ang mga tao dahil sa sinabi ni Haring Hezekia ng Juda.

⁹ Habang nilulusob ni Haring Senakerib at ng kanyang mga sundalo ang *lungsod ng* Lakish, isinugo niya ang kanyang mga opisyal sa Jerusalem para sabihin ito kay Haring Hezekia at sa mga mamamayan doon:

¹⁰ "Ito ang sinabi ni Haring Senakerib ng Asiria: 'Ano ba ang inaasahan ninyo at nananatili pa rin kayo sa Jerusalem kahit pinalilibutan na namin kayo? ¹¹ Sinabi ni Hezekia sa inyo na ililigtas kayo ng Panginoon na inyong Dios sa kamay ng hari ng Asiria, pero inililigaw lang niya kayo para mamatay kayo sa gutom at uhaw. ¹² Hindi ba't si Hezekia mismo ang nagpagiba ng mga sambahan ng Panginoon sa matataas na lugar, pati ng mga altar nito? Nag-utos pa siya sa inyong mga taga-Juda at Jerusalem na sa isang altar lang kayo sumamba at magsunog ng mga handog.

¹³ " 'Nalalaman n'yo kung anong ginawa ko at ng aking mga ninuno sa mga mamamayan ng ibang mga bansa. Nailigtas ba sila ng kanilang mga dios mula sa aking mga kamay? ¹⁴ Wala ni isa man sa mga dios ng mga bansa na nilipol *ko* nang lubusan *o* ng aking mga ninuno ang nakapagligtas sa kanyang mga mamamayan mula sa aking mga kamay. Makakapagligtas ba sa inyo ang inyong dios mula sa aking mga kamay? ¹⁵ Huwag kayong magpaloko kay Hezekia. Huwag kayong makinig sa kanya, dahil walang dios sa kahit saan mang bansa o kaharian ang nakapagligtas sa kanyang mga mamamayan mula sa aking mga kamay o sa kamay ng aking mga ninuno. At lalung-lalo na ang inyong dios!' "

¹⁶ May idinagdag pang masamang mga salita ang mga opisyal ni Senakerib laban sa Panginoong Dios at sa kanyang lingkod na si Hezekia. ¹⁷ Nagpadala pa si Haring Senakerib ng mga sulat para insultuhin ang Panginoon, ang Dios ng

Israel. Ito ang sulat niya: "Ang mga dios ng ibang mga bansa ay hindi nailigtas ang kanilang mga mamamayan mula sa aking kamay. Kaya ang dios ni Hezekia ay hindi rin maililigtas ang kanyang mga mamamayan mula sa aking mga kamay." [18] Sinabi ito nang malakas ng mga opisyal ni Senakerib sa wikang Hebreo para takutin ang mga mamamayan ng Jerusalem na nagtitipon noon sa may pader. At kapag natakot na ang mga tao, madali na nilang masasakop ang lungsod. [19] Ang mga opisyal ay nagsabi *ng masama laban* sa Dios ng Jerusalem gaya *ng kanilang sinabi laban* sa mga dios ng ibang bansa na gawa lang ng tao.

[20] Nanalangin sina Haring Hezekia at si Propeta Isaias na anak ni Amoz *sa Dios* sa langit. [21] At nagpadala ang PANGINOON ng anghel na lumipol sa matatapang na sundalo, mga kumander, at sa mga opisyal sa kampo ng hari ng Asiria. Kaya umuwi si Haring Senakerib na labis na napahiya. At nang pumasok siya sa templo ng kanyang dios, pinatay siya ng iba niyang mga anak sa pamamagitan ng espada.

[22] Kaya iniligtas ng PANGINOON si Hezekia at ang mga mamamayan ng Jerusalem sa kamay ni Haring Senakerib ng Asiria at sa kamay ng iba pang mga kalaban. Binigyan niya sila ng kapayapaan sa kanilang paligid. [23] Maraming tao ang nagdala ng mga handog sa Jerusalem para sa PANGINOON. Nagdala rin sila ng mga mamahaling regalo kay Haring Hezekia. Mula noon, pinarangalan si Hezekia ng lahat ng bansa.

Ang Pagkakasakit ni Hezekia
(2 Hari 20:1-11; Isa. 38:1-18)

[24] Nang panahong iyon, nagkasakit si Hezekia at halos mamatay na. Nanalangin siya sa PANGINOON, at binigyan siya ng PANGINOON ng isang tanda na gagaling siya. [25] Pero nagyabang si Hezekia at binalewala niya ang kabutihang ipinakita ng PANGINOON sa kanya. Kaya nagalit ang PANGINOON sa kanya at sa mga mamamayan ng Juda at Jerusalem. [26] Pagkatapos, nagsisi si Hezekia sa kanyang pagmamalaki, at ganoon din ang mga mamamayan ng Jerusalem. Kaya hindi ipinadama ng PANGINOON ang kanyang galit sa kanila habang nabubuhay pa si Hezekia. [27] Si Hezekia ay mayaman at tanyag. Nagpagawa siya ng mga bodega para sa kanyang mga pilak, ginto, mamahaling bato, pampalasa, pananggalang at iba pang mamahaling bagay. [28] Nagpagawa rin siya ng mga bodega para sa kanyang mga trigo, bagong katas ng ubas at langis. Bukod pa rito, nagpagawa rin siya ng mga kulungan para sa kanyang mga hayop, [29] dahil napakarami niyang hayop. Nagpatayo rin siya ng mga bayan, dahil binigyan siya ng PANGINOON ng maraming kayamanan. [30] Si Hezekia ang nag-utos na lagyan ng harang ang dinadaanan ng tubig na mula sa bukal ng Gihon at padaluyin ito papunta sa kanluran ng Lungsod ni David. Nagtagumpay si Hezekia sa lahat ng kanyang ginawa. [31] Pero sinubok siya ng Dios nang dumating ang mga opisyal mula sa Babilonia na nag-usisa tungkol sa kamangha-manghang nangyari sa Juda.

Ginawa ito ng Dios para malaman kung ano talaga ang nasa puso ni Hezekia.

Ang Katapusan ng Paghahari ni Hezekia
(2 Hari 20:20-21)

[32] Ang iba pang salaysay tungkol sa paghahari ni Hezekia at ang pag-ibig[a] niya sa PANGINOON ay nakasulat sa Pangitain ni Propeta Isaias na Anak ni Amoz, na bahagi ng Aklat ng Kasaysayan ng mga hari ng Juda at Israel. [33] Nang mamatay si Hezekia, inilibing siya sa ibabaw na bahagi ng libingan ng mga angkan ni David. Pinarangalan siya ng lahat ng mamamayan ng Juda at Jerusalem nang mamatay siya. At ang anak niyang si Manase ang pumalit sa kanya bilang hari.

Ang Paghahari ni Manase sa Juda
(2 Hari 21:1-18)

33 Si Manase ay 12 taong gulang nang maging hari. Sa Jerusalem *siya tumira, at* naghari siya roon sa loob ng 55 taon. [2] Masama ang ginawa niya sa paningin ng PANGINOON. Sumunod siya sa kasuklam-suklam na gawain ng mga bansang pinalayas ng PANGINOON sa pamamagitan ng mga Israelita. [3] Muli niyang ipinatayo ang mga sambahan sa matataas na lugar[b] na ipinagiba ng ama niyang si Hezekia. Nagpatayo rin siya ng mga altar para kay Baal at nagpagawa ng mga posteng *simbolo ng diosang si* Ashera. Sumamba siya sa lahat ng bagay sa langit. [4] Nagpagawa pa siya ng mga altar sa templo ng PANGINOON sa Jerusalem, na ayon sa PANGINOON ay ang lugar na kung saan pararangalan siya magpakailanman. [5] Inilagay niya ang mga altar sa dalawang bakuran ng templo ng PANGINOON para sambahin ang lahat ng bagay sa langit. [6] Inihandog niya sa pamamagitan ng apoy ang kanyang mga anak[c], sa Lambak ng Ben Hinom. Ginawa rin niya ang mga ginagawa ng mga manghuhula at mangkukulam, at nagtatanong siya sa mga espiritista na nakikipag-usap sa kaluluwa ng mga patay. Napakasama ng ginawa niya at nakapagpagalit ito sa PANGINOON.

[7] Inilagay niya sa templo ang imahen na kanyang ipinagawa, kung saan sinabi ng PANGINOON kay David at sa anak niyang si Solomon, "Pararangalan ako magpakailanman sa templong ito at sa Jerusalem, ang lugar na aking pinili mula sa lahat ng lugar ng mga lahi ng Israel. [8] Kung tutuparin lang ng mga mamamayan ng Israel ang lahat ng kautusan at tuntunin ko na ibinigay sa kanila ni Moises, hindi ko papayagang paalisin sila rito sa lupaing ibinigay ko sa kanilang mga ninuno." [9] Pero hinikayat ni Manase ang mga mamamayan ng Juda at Jerusalem sa paggawa ng masama, at ang ginawa nila ay mas malala pa sa ginawa ng mga bansang ipinalipol ng PANGINOON sa harap ng mga Israelita.

[10] Kahit binalaan ng PANGINOON si Manase at ang kanyang mga mamamayan, hindi pa rin sila nakinig sa kanya. [11] Kaya ipinalusob sila ng PANGINOON sa

---

a 32 pag-ibig: o, *katapatan.*

b 3 sambahan sa matataas na lugar: Tingnan sa Talaan ng mga Salita sa likod.

c 6 Inihandog niya sa pamamagitan ng apoy ang kanyang mga anak: o, *Idinaan niya sa apoy ang kanyang mga anak.*

mga sundalo ng Asiria. Binihag nila si Manase, nilagyan ng kawit ang kanyang ilong, kinadenahan, at dinala sa Babilonia. [12] Sa kanyang paghihirap, nagpakumbaba siya at nagmakaawa sa PANGINOON na kanyang Dios, na Dios din ng kanyang mga ninuno. [13] At nang nanalangin siya, pinakinggan siya ng PANGINOON. Naawa ang PANGINOON sa kanyang mga pagmamakaawa. Kaya pinabalik siya ng PANGINOON sa Jerusalem at sa kaharian niya. At napagtanto ni Manase na ang PANGINOON ang Dios.

[14] Simula noon, ipinaayos ni Manase ang panlabas na pader ng Lungsod ni David mula sa kanluran ng Gihon, sa may lambak hanggang sa pintuan na tinatawag na Isda, paliko siya *bulubundukin ng* Ofel. Pinataasan din niya ito. Pagkatapos, naglagay siya ng mga pinuno sa lahat ng napapaderang lungsod ng Juda. [15] Ipinaalis niya ang mga dios-diosan ng taga-ibang bansa at ang imahen sa templo ng PANGINOON. Ipinaalis din niya ang mga altar na ipinatayo niya sa burol na kinatatayuan ng templo at ang mga altar sa ibang bahagi ng Jerusalem, at ipinatapon niya ito sa labas ng lungsod. [16] Pagkatapos, ipinaayos niya ang altar ng PANGINOON, at pinag-alayan ng mga handog para sa mabuting relasyon at mga handog ng pasasalamat. Sinabihan niya ang mga mamamayan ng Juda na maglingkod sa PANGINOON, ang Dios ng Israel.

[17] Ganoon pa man, naghahandog pa rin ang mga tao sa mga sambahan sa matataas na lugar, pero ang PANGINOON lang na kanilang Dios ang hinahandugan nila. [18] Ang iba pang salaysay tungkol sa paghahari ni Manase, pati ang pananalangin niya sa Dios at ang mga sinabi ng mga propeta sa kanya sa pangalan ng PANGINOON, ang Dios ng Israel ay nakasulat sa Aklat ng Kasaysayan ng mga hari ng Israel. [19] Ang panalangin niya at ang sagot ng PANGINOON sa kanya, pati ang lahat niyang kasalanan at pagsuway sa PANGINOON ay nakasulat sa aklat ng mga Propeta. Nakatala rin dito ang mga lugar na pinatayuan niya ng mga sambahan, mga posteng *simbolo ng diosang si* Ashera at ang iba pang mga dios-diosan, bago pa siya nagpakumbaba *sa Dios.* [20] Nang mamatay si Manase, inilibing siya sa palasyo niya. At ang anak niyang si Ammon ang pumalit sa kanya bilang hari.

Ang Paghahari ni Ammon sa Juda
(2 Hari 21:19-26)

[21] Si Ammon ay 22 taong gulang nang maging hari. Sa Jerusalem *siya tumira, at* naghari siya roon sa loob ng dalawang taon. [22] Masama ang ginawa ni Ammon sa paningin ng PANGINOON, gaya ng ginawa ni Manase na kanyang ama. Sinamba at hinandugan niya ang mga dios-diosan na ipinagawa ni Manase. [23] Pero hindi tulad ng kanyang ama, hindi siya nagpakumbaba sa PANGINOON. Sa halip, dinagdagan pa niya ang kanyang kasalanan.

[24] Nagplano ng masama ang mga opisyal ni Ammon laban sa kanya at pinatay siya sa palasyo niya. [25] Pero pinatay ng mga mamamayan ng Juda ang lahat ng pumatay kay Haring Ammon. At ang anak niyang si Josia ang ipinalit nila bilang hari.

Ang Paghahari ni Josia sa Juda
(2 Hari 22:1-2)

34 Si Josia ay walong taong gulang nang maging hari. Sa Jerusalem *siya tumira, at* naghari siya roon sa loob ng 31 taon. [2] Matuwid ang ginawa niya sa paningin ng PANGINOON at sumunod siya sa pamumuhay ng ninuno niyang si David. At hindi siya tumigil sa paggawa ng tama.

[3] Nang ikawalong taon ng paghahari niya, habang bata pa siya, nagsimula siyang dumulog sa Dios ng kanyang ninunong si David. At noong 12 taon ng paghahari niya, nilinis niya ang Juda at Jerusalem sa pamamagitan ng pagpapagiba ng mga sambahan sa matataas na lugar,[a] ng mga posteng *simbolo ng diosang si* Ashera, ng mga dios-diosan at mga imahen. [4] Ipinagiba rin niya ang mga altar para kay Baal at ang mga altar na pagsusunugan ng insenso sa tabi nito. Ipinadurog niya ang mga posteng *simbolo ng diosang si* Ashera, ang mga dios-diosan at ang mga larawan, at isinabog sa libingan ng mga taong naghandog sa mga ito. [5] Ipinasunog din niya ang mga buto ng mga pari na *dayuhan* sa mga altar na pinaghahandugan ng mga ito. Sa ganitong paraan, nilinis niya ang Juda at Jerusalem. [6] Ganito rin ang ginawa niya sa mga bayan ng Manase, Efraim, Simeon, at hanggang sa Naftali, pati sa gibang mga bayan sa paligid nito. [7] Ipinagiba niya ang mga altar at ang mga posteng *simbolo ng diosang si* Ashera, at ipinadurog ang mga dios-diosan at ang mga altar na pagsusunugan ng insenso. Pagkatapos niyang gawin ito sa buong Israel, umuwi siya sa Jerusalem.

Natagpuan sa Templo ang Aklat ng Kautusan
(2 Hari 22:3-20)

[8] Sa ika-18 taon ng paghahari ni Josia, matapos niyang ipalinis ang lupain at ang templo, nagpasya siyang ipaayos ang templo ng PANGINOON na kanyang Dios. Ipinagkatiwala niyang ipagawa ito sa kanyang kalihim na si Shafan, na anak ni Azalia, sa gobernador ng Juda na si Maaseya, at sa tagapamahala ng mga kasulatan ng kaharian na si Joa, na anak ni Joahaz. [9] Sila'y pumunta kay Hilkia na punong pari para ibigay ang pera na dinala ng mga tao sa templo ng Dios. Ang pera ay kinolekta ng mga Levita na nagbabantay sa pintuan ng templo mula sa mga mamamayan ng Manase, Efraim, at sa natitirang mga mamamayan ng Israel, sa mga mamamayan ng Juda at Benjamin, pati na sa Jerusalem. [10] Pagkatapos, ibinigay ang pera sa mga tao na pinagkatiwalaang mamahala sa pag-aayos ng templo ng PANGINOON, at ginamit nila ito sa pag-upa ng mga manggagawa. [11] Ang ibang pera ay ibinigay nila sa mga manggagawa para ibili ng mga batong tabas na at ng mga kahoy para sa biga ng templo na pinabayaang magiba ng mga hari ng Juda.

[12-13] Naging matapat ang mga manggagawa sa kanilang trabaho. Pinamahalaan sila ng *apat* na Levita na sina Jahat at Obadias, na mula sa angkan ni Merari, at Zacarias at Meshulam, na mula sa angkan ni Kohat. Nasa ilalim ng kanilang

---

a 3 sambahan sa matataas na lugar: Tingnan sa Talaan ng mga Salita sa likod.

pamamahala ang mga manggagawa na may iba't ibang trabaho. Mahuhusay magsitugtog ng mga instrumento ang mga Levita, at ang iba sa kanila'y mga kalihim, mga dalubhasa sa pagsulat ng mga dokumento, at mga tagapagbantay ng mga pintuan ng templo.

Nakita ang Aklat ng Kautusan

[14] Habang kinukuha ang pera na kinolekta sa templo ng Panginoon, nakita ni Hilkia na pari ang Aklat ng Kautusan ng Panginoon na ibinigay *sa mga Israelita* sa pamamagitan ni Moises. [15] Ibinalita niya kay Shafan, na kalihim ng hari, na nakita niya ang Aklat ng Kautusan sa templo ng Panginoon. Pagkatapos, ibinigay niya ito kay Shafan, [16] at dinala ito ni Shafan sa hari. Sinabi niya agad sa hari, "Kaming mga opisyal ay ginawa ang lahat ng ipinagawa n'yo sa amin. [17] Kinuha namin ang pera sa templo ng Panginoon at ibinigay sa mga pinagkatiwalaan sa pag-aayos ng templo." [18] Sinabi pa niya sa hari, "May ibinigay sa aking aklat si Hilkia na pari." At binasa niya ito sa harapan ng hari.

[19] Nang marinig ng hari ang nakasulat sa Kautusan, pinunit niya ang kanyang damit *sa hinagpis.* [20] Nag-utos agad siya kina Hilkia, Ahikam na anak ni Shafan, Abdon na anak ni Micas, Shafan na kalihim, at Asaya na kanyang personal na lingkod. *Sinabi niya,* [21] "Magtanong kayo sa Panginoon para sa akin at para sa mga naiwang mamamayan ng Israel at Juda tungkol sa nakasulat sa natagpuang aklat. Matindi ang galit ng Panginoon sa atin dahil hindi natupad ang mga nakasulat sa aklat."

[22] Kaya pumunta si Hilkia at ang mga kasama niya sa isang propetang babae na si Hulda, na nakatira sa bagong bahagi ng Jerusalem. Si Hulda ay asawa ni Shalum na anak ni Tokat at apo ni Hasra. Si Shalum ang nagbabantay ng mga damit sa templo.

[23-24] Sinabi ni Hulda sa kanila, "Sabihin n'yo sa mga tao na nagpadala sa inyo sa akin na ito ang sinasabi ng Panginoon, ang Dios ng Israel: 'Lilipulin ko ang lugar na ito at ang mga mamamayan nito, ayon sa nakasulat sa aklat na binasa sa inyong harapan. [25] Ipapakita ko ang galit ko sa lugar na ito at hindi ito titigil, dahil itinaboy ako ng aking mga mamamayan at sumamba sila[a] sa ibang mga dios. Ginalit nila ako sa kanilang ginawa.'[b] [26] Pero sabihin ninyo sa hari ng Juda na nagpadala sa inyo para magtanong sa Panginoon, na hindi siya dapat mabahala sa mensaheng ito, dahil ito ang sinasabi ng Panginoon, ang Dios ng Israel: [27] Pinakinggan ko ang panalangin mo dahil nagsisi ka at nagpakumbaba sa harapan ko nang marinig mo ang sinabi ko laban sa lugar na ito at sa mga naninirahan dito. Pinunit mo pa ang iyong damit at umiyak sa harapan ko *dahil sa pagsisisi.* Kaya ako, ang Panginoon, ay nagsasabing [28] habang buhay ka pa, hindi darating ang paglipol

na ipapadala ko sa lugar na ito at sa mga naninirahan dito. Mamamatay ka nang mapayapa." At sinabi nila sa hari ang isinagot ni Hulda.

Nangakong Tutuparin ni Josia ang Utos ng Dios
(2 Hari 23:1-20)

[29] Pagkatapos, ipinatawag ni Haring *Josia* ang lahat ng tagapamahala ng Juda at Jerusalem. [30] Pumunta siya sa templo ng Panginoon kasama ang lahat ng mamamayan ng Juda at Jerusalem mula sa pinakatanyag hanggang sa pinakamababa. Sumama rin ang mga pari at mga Levita. Binasa sa kanila ni Josia ang lahat ng nakasulat sa Aklat ng Kautusan *ng Dios,* na nakita sa templo ng Panginoon. [31] Pagkatapos, tumayo si Josia sa tabi ng haligi na madalas tayuan ng hari. At gumawa siya ng kasunduan sa presensya ng Panginoon na susundin niya ang Panginoon sa pamamagitan ng pagtupad ng kanyang mga utos, katuruan, at tuntunin nang buong puso't kaluluwa. Nangako siyang tutuparin niya ang mga ipinapatupad ng kasunduan *ng Dios* na nakasulat sa aklat. [32] At sinabi rin niya sa mga mamamayan ng Jerusalem at Benjamin na mangako sila na tutuparin nila ang kasunduan ng Dios. Kaya sinunod nila ang kautusan ng Dios, ang Dios ng kanilang mga ninuno.

[33] Pagkatapos, ipinaalis ni Josia ang lahat ng kasuklam-suklam na mga dios-diosan sa buong lupain ng Israel, at pinaglingkod ang mga tao sa Panginoon na kanilang Dios. Habang buhay siya, sinunod nila ang Panginoon, ang Dios ng kanilang mga ninuno.

Ipinagdiwang ni Josia ang Pista ng Paglampas ng Anghel
(2 Hari 23:21-23)

35 Nang ika-14 na araw ng unang buwan, nagdiwang si Haring Josia ng Pista ng Paglampas ng Anghel sa Jerusalem bilang pagpaparangal sa Panginoon. Nagkatay sila ng tupa para sa pistang ito. [2] Binigyan ni Josia ang mga pari ng kanilang tungkulin sa templo ng Panginoon, at pinatatag niya sila sa kanilang paglilingkod. [3] Binigyan din niya ng mga tungkulin ang mga Levita na tagapagturo sa Israel, na itinalaga sa paglilingkod sa Panginoon. Sinabi niya sa kanila, "Nailagay na ang banal na kahon sa templo na ipinatayo ni Solomon na anak ni David, at hindi n'yo na kailangang dalhin ito palagi. Kaya gamitin n'yo ang inyong panahon sa paglilingkod sa Panginoon na inyong Dios at sa mga mamamayan niyang Israelita. [4] Gawin n'yo ang mga tungkulin ninyo sa templo ayon sa grupo ng inyong mga pamilya. Sundin n'yo ang nakasulat sa mga tuntunin ni Haring David ng Israel, at ng anak niyang si Solomon. [5] Pumwesto kayo sa templo ayon sa inyong grupo, at tumulong sa mga pamilya na naghahandog, na ipinagkatiwala sa inyo. [6] Maglinis kayo at maghanda ng inyong sarili sa paglilingkod sa inyong mga kababayan. Pagkatapos, katayin n'yo ang mga tupa para sa Pista ng Paglampas ng Anghel. Sundin n'yo ang mga utos ng Panginoon sa inyo sa pamamagitan ni Moises."

---

a 25 sumamba sila: sa Hebreo, *nagsunog sila ng insenso,* na isang paraan sa pagsamba.

b 25 sa kanilang mga ginawa: o, *sa mga dios-diosan na kanilang ginawa.*

⁷Personal na nagbigay si Josia ng 30,000 tupa at kambing, at 3,000 baka, para sa handog ng mga tao sa panahon ng Pista ng Paglampas ng Anghel. ⁸Kusa ding nagbigay ang mga opisyal ni Josia sa mga tao, mga pari, at mga Levita. Ang mga tagapamahala ng templo na sina Hilkia, Zacarias, at Jehiel ay nagbigay sa kapwa nila pari ng 2,600 tupa at kambing, at 300 baka bilang handog sa pista. ⁹Ang mga pinuno ng mga Levita na si Conania, ang kanyang mga kapatid na sina Shemaya at Netanel, si Hashabia, Jeyel, at Jozabad ay nagbigay sa kapwa nila Levita ng 5,000 tupa at kambing, at 500 baka bilang handog sa pista.

¹⁰Nang handa na ang lahat para sa pista, pumwesto ang mga pari at mga Levita sa templo, ayon sa gawain ng kani-kanilang grupo, dahil sa utos ng hari. ¹¹Kinatay ng mga Levita ang mga tupa't kambing, at ibinigay ang dugo sa mga pari. Iwinisik ito ng mga pari sa altar habang binabalatan ng mga Levita ang mga hayop. ¹²Pagkatapos, ipinamahagi nila sa mga tao, ayon sa grupo ng kanilang mga pamilya, ang mga handog na sinusunog para ihandog sa PANGINOON, ayon sa nakasulat sa Aklat ni Moises. Ganoon din ang ginawa nila sa mga baka. ¹³At nilitson nila ang mga hayop na pampista, ayon sa nakasulat sa kautusan, at inilaga ang banal na mga handog sa mga palayok, mga kaldero, at mga kawali, at ipinamahagi agad nila sa mga tao.

¹⁴Pagkatapos nito, naghanda ang mga Levita ng pagkain para sa kanilang sarili at sa mga pari, dahil ang mga paring mula sa angkan ni Aaron ay abala sa pag-aalay ng mga handog na sinusunog at ng mga taba ng hayop hanggang magtakip-silim. ¹⁵Ang mga musikero na mula sa angkan ni Asaf ay naroon sa kanilang pwesto *sa templo*, ayon sa tuntunin na ibinigay nina David, Asaf, Heman at Jedutun na propeta ng hari. Ang mga guwardya ng pintuan ay hindi na umalis sa kinalalagyan nila dahil ang kapwa nila Levita ang siyang naghanda ng kanilang pagkain.

¹⁶Nang araw ding iyon, natapos ang buong seremonya para sa Pista ng Paglampas ng Anghel na ipinagdiwang para sa PANGINOON, pati ang pag-aalay ng mga handog na sinusunog na iniutos ni Haring Josia. ¹⁷Ipinagdiwang ng mga Israelitang dumalo sa pistang ito at ang Pista ng Tinapay na Walang Pampaalsa sa loob ng pitong araw. ¹⁸Mula nang panahon ni Samuel, hindi naipagdiwang ang Pista ng Paglampas ng Anghel na tulad nito. Hindi nakapagdiwang ang mga nakalipas na mga hari gaya ng pagdiriwang ni Haring Josia at ng mga pari, mga Levita, mga mamamayan ng Jerusalem, at ng mga mamamayan ng Juda at Israel. ¹⁹Ipinagdiwang ang pista noong ika-18 taon ng paghahari ni Josia.

Ang Pagkamatay ni Josia
(2 Hari 23:28-30)

²⁰Pagkatapos ng mga ginawa ni Josia para sa templo, pinangunahan ni Haring Neco ng Egipto ang kanyang mga sundalo sa pakikipaglaban doon sa Carkemish, na may *Ilog ng* Eufrates. Pumunta roon si Josia *at ang kanyang mga sundalo* para makipaglaban kay Neco. ²¹Pero nagsugo si Neco ng mga mensahero kay Josia at sinabi, "Ano ang pakialam mo, Haring Josia? Hindi ikaw ang

nilulusob ko kundi ang bansang nakikipaglaban sa akin. At sinabi ng Dios sa akin na bilisan ko ang paglusob. Kasama ko ang Dios, kaya huwag mo akong kalabanin, dahil baka wasakin ka niya." ²²Ngunit hindi nagbago ng isip si Josia. Ipinasya niyang lumaban. Hindi siya naniwala sa sinabi ng Dios sa pamamagitan ni Neco. Sa halip, nagbalatkayo si at umalis para sa kapatagan ng Megido. ²³Pinana si Josia *at nasugatan siya*. Sinabi niya sa kanyang mga opisyal, "Ilayo n'yo ako rito, dahil malubha ang sugat ko." ²⁴Kaya kinuha nila siya sa kanyang karwahe at dinala sa Jerusalem. Namatay siya roon at inilibing sa libingan ng mga ninuno niya. Naglungsa para sa kanya ang lahat ng mamamayan ng Juda at Jerusalem. ²⁵Gumawa si Jeremias ng mga awit ng pagluluksa para kay Josia, at hanggang ngayon inaawit ito ng mga mang-aawit sa pag-alaala sa kanya. Ang mga awit ng pagluluksa ay palaging inaawit sa Israel, at nakasulat sa Aklat ng mga Pagluluksa. ²⁶⁻²⁷Ang iba pang mga salaysay tungkol sa paghahari ni Josia, mula sa simula hanggang sa wakas ay nakasulat sa kasulatan ng kasaysayan ng mga hari ng Israel at Juda. Nakasulat din dito ang tungkol sa pagmamahal ni Josia sa PANGINOON na ipinakita niya sa pamamagitan ng pagsunod sa Kautusan ng PANGINOON.

Ang Paghahari ni Jehoahaz sa Juda
(2 Hari 23:30-35)

36 Ang anak ni Josia na si Jehoahaz ang ipinalit ng mga tao na hari sa Jerusalem. ²Si Jehoahaz ay 23 taong gulang nang maging hari. Sa Jerusalem *siya tumira, at* naghari siya roon sa loob ng tatlong buwan. ³Tinanggal siya sa kanyang trono ni Haring Neco ng Egipto, at pinagbayad ni Neco ang mga taga-Juda ng buwis na 3,500 kilong pilak at 35 kilong ginto. ⁴Dinalang bihag ni Neco si Jehoahaz sa Egipto, at ginawa niyang hari ng Juda at Jerusalem si Eliakim na kapatid ni Jehoahaz. Pinalitan niya ang pangalan ni Eliakim na Jehoyakim.

Ang Paghahari ni Jehoyakim sa Juda
(2 Hari 23:36–24:7)

⁵Si Jehoyakim ay 25 taong gulang nang maging hari. Sa Jerusalem *siya tumira, at* naghari siya roon sa loob ng 11 taon. Masama ang ginawa niya sa paningin ng PANGINOON na kanyang Dios. ⁶Nilusob siya ni Haring Nebucadnezar ng Babilonia at kinadenahan, at dinala sa Babilonia. ⁷Dinala rin ni Nebucadnezar sa Babilonia ang ibang mga kagamitan ng templo ng PANGINOON at inilagay sa kanyang palasyo.ᵃ

⁸Ang ibang mga salaysay tungkol sa paghahari ni Jehoyakim at ang mga kasuklam-suklam at masasamang bagay na ginawa niya ay nakasulat sa Aklat ng Kasaysayan ng mga hari ng Israel at Juda. At ang anak niyang si Jehoyakin ang pumalit sa kanya bilang hari.

Ang Paghahari ni Jehoyakin sa Juda
(2 Hari 24:8-17)

⁹Si Jehoyakin ay 18 taong gulang nang maging hari. Sa Jerusalem *siya tumira, at* naghari siya

---

a 7 palasyo: o, *templo.*

roon sa loob ng tatlong buwan at sampung araw. Masama ang ginawa niya sa paningin ng PANGINOON. ¹⁰Sa pagsisimula ng taon, binihag ni Haring Nebucadnezar si Jehoyakin sa Babilonia. Pinagkukuha niya ang mga mamahaling ari-arian sa templo ng PANGINOON, at ginawa niyang hari ng Juda at Jerusalem ang tiyuhin ni Jehoyakin na si Zedekia.

Ang Paghahari ni Zedekia sa Juda
(2 Hari 24:18-20; Jer. 52:1-3)

¹¹Si Zedekia ay 21 taong gulang nang maging hari. Sa Jerusalem *siya tumira, at* naghari siya roon sa loob ng 11 taon. ¹²Masama ang ginawa niya sa paningin ng PANGINOON na kanyang Dios at hindi siya nagpakumbaba kay Jeremias na propeta ng PANGINOON. ¹³Nagrebelde rin siya kay Haring Nebucadnezar, kahit pinanumpa siya nito sa pangalan ng Dios *na hindi siya maghihimagsik sa kanya.* Naging matigas ang puso ni Zedekia, at ayaw niyang manumbalik sa PANGINOON, ang Dios ng Israel. ¹⁴Gayon din ang lahat ng punong pari at ang mga mamamayan ay hindi naging tapat *sa Dios.* Sinunod nila ang kasuklam-suklam na mga ginagawa ng ibang mga bansa at dinungisan ang templo ng PANGINOON, na itinalagang banal sa Jerusalem.

Ang Pagkawasak ng Jerusalem
(2 Hari 24:20b–25:21; Jer. 52:3b-11)

¹⁵Laging nakikipag-usap sa kanila ang PANGINOON, ang Dios ng kanilang mga ninuno, sa pamamagitan ng kanyang mga propeta, dahil naawa siya sa kanila at sa kanyang templo. ¹⁶Pero hinamak nila ang mga propeta ng Dios, pinagtawanan, at binalewala ang kanilang mga mensahe. Kaya nagalit ang PANGINOON sa kanila, at wala nang makakapigil sa kanya. ¹⁷Ipinalusob niya

ang mga taga-Babilonia sa kanila. Pinatay ng mga taga-Babilonia ang kanilang mga kabataang lalaki kahit sa templo. Wala silang awa kahit kaninuman, lalaki man o babae, bata man o matanda, sakitin man o hindi. Ipinaubaya ng Dios ang lahat niyang mamamayan kay Nebucadnezar. ¹⁸Dinala ni Nebucadnezar sa Babilonia ang lahat ng kagamitan sa templo ng Dios, maliliit at malalaki, at ang lahat ng kayamanan ng templo, ng hari, at ng kanyang mga opisyal. ¹⁹Pagkatapos, sinunog nila ang templo ng Dios at tinibag ang pader ng Jerusalem. Sinunog din nila ang lahat ng matitibay na bahagi ng lungsod, at giniba ang lahat ng mamahaling bagay. ²⁰Dinalang bihag ni Nebucadnezar sa Babilonia ang mga Israelita na hindi namatay, at ang mga ito ay naging alipin niya at ng kanyang mga anak hanggang sa naging makapangyarihan ang kaharian ng Persia. ²¹Kaya natupad ang sinabi ng PANGINOON sa pamamagitan ni Propeta Jeremias, na magiging mapanglaw ang lupain at makakapagpahinga ito sa loob ng 70 taon.

Pinabalik ni Cyrus ang mga Israelita sa Kanilang Lupain
(Ezra 1:1-4)

²²Noong unang taon ng paghahari ni Cyrus sa Persia, tinupad ng PANGINOON ang sinabi niya sa pamamagitan ni Jeremias. Hinipo niya ang puso ni Cyrus para gumawa ng isang pahayag. Isinulat ito at ipinadala sa kanyang buong kaharian. ²³Ito ang mensahe ni Haring Cyrus ng Persia:

"Ibinigay sa akin ng PANGINOON, ang Dios ng kalangitan, ang lahat ng kaharian dito sa mundo, at pinagkatiwalaan niya ako sa pagpapatayo ng templo para sa kanya roon sa Jerusalem na sakop ng Juda. Kayong lahat ng mamamayan ng Dios, bumalik na kayo sa inyong lupain. At nawa'y samahan kayo ng PANGINOON."

EZRA

Pinabalik ni Haring Cyrus ang mga Judio sa Kanilang Lupain
(2 Cro. 36:22-23)

1 Noong unang taon ng paghahari ni Cyrus sa Persia, tinupad ng Panginoon ang kanyang sinabi sa pamamagitan ni Jeremias.[a] Hinipo niya ang puso ni Cyrus para gumawa ng isang pahayag. Isinulat ito at ipinadala sa buo niyang kaharian.

[2] "Ito ang mensahe ni Haring Cyrus ng Persia:

"Ibinigay sa akin ng Panginoon, ang Dios ng kalangitan, ang lahat ng kaharian dito sa mundo, at ipinagkatiwala niya sa akin ang pagpapatayo ng templo para sa kanya roon sa Jerusalem na sakop ng Juda. [3] Kayong lahat na mamamayan ng Dios, bumalik na kayo sa Jerusalem at muli ninyong ipatayo roon ang templo ng Panginoon, ang Dios ng Israel, na nakatira sa lungsod na iyon. At samahan niya sana kayo. [4] Ang mga natitirang tao sa mga lugar na tinitirhan n'yong mga Israelita ay dapat tumulong sa inyong paglalakbay. Magbibigay sila ng mga pilak at ginto, mga kakailanganing bagay, mga hayop, at pagtulong na kusang-loob para sa templo ng Dios sa Jerusalem."

[5] May mga Israelitang hinipo ng Panginoon para bumalik sa Jerusalem. Kaya naghanda silang pumunta roon para ipatayo ang templo ng Panginoon. Kasama sa kanila ang mga pinuno ng mga pamilyang mula sa mga lahi ni Juda at ni Benjamin, pati ang mga pari, at ang mga Levita. [6] Ang ibang mga tao ay tumulong sa kanila sa pamamagitan ng pagbibigay ng mga gamit na gawa sa pilak at ginto, mga kakailanganing bagay, mga hayop, iba pang mga mamahaling bagay, at pagtulong na kusang-loob para sa templo.

[7] Ibinalik din sa kanila ni Haring Cyrus ang mga gamit sa templo ng Panginoon na kinuha ni Haring Nebucadnezar sa Jerusalem at dinala sa templo ng mga dios-diosan niya. [8] Ipinagkatiwala ito ni Haring Cyrus kay Mitredat na ingat-yaman ng kaharian niya. Binilang ito ni Mitredat at ibinigay ang listahan kay Sheshbazar, ang gobernador ng Juda. [9-10] Ito ang bilang ng mga gamit:

mga gintong bandehado	30
mga pilak na bandehado	1,000
mga kutsilyo	29
mga gintong mangkok	30
mga pilak na mangkok	410
iba pang mga gamit	1,000

[11] Sa kabuuan, may mga 5,400 gamit na ginto at pilak. Dinala lahat ito ni Sheshbazar nang bumalik siya sa Jerusalem mula sa Babilonia kasama ng ibang mga bihag.

Ang Talaan ng mga Bumalik Mula sa Pagkabihag
(Neh. 7:4-73)

2 Ang mga sumusunod ay ang mga Israelita sa probinsya ng Juda na binihag noon ni Haring Nebucadnezar at dinala sa Babilonia. Ngayon umalis na sila sa lugar na iyon at bumalik na sa Jerusalem at sa sarili nilang mga bayan sa Juda. [2] Ang mga namuno sa pagbalik nila sa Jerusalem ay sina Zerubabel, Jeshua, Nehemias, Seraya, Reelaya, Mordecai, Bilshan, Mispar, Bigvai, Rehum, at Baana.

Ito ang talaan ng mga mamamayan ng Israel na bumalik mula sa pagkabihag:

[3-20] Mga angkan nina

Paros	2,172
Shefatia	372
Ara	775
Pahat Moab (mula sa mga pamilya nina Jeshua at Joab)	2,812
Elam	1,254
Zatu	945
Zacai	760
Bani	642
Bebai	623
Azgad	1,222
Adonikam	666
Bigvai	2,056
Adin	454
Ater (na tinatawag ding Hezekia)[b]	98
Bezai	323
Jora	112
Hashum	223
Gibar	95

[21-35] Ito ang bilang ng mga tao na nakabalik mula sa pagkabihag, na ang mga ninuno ay nakatira sa mga sumusunod na bayan:

Betlehem	123
Netofa	56
Anatot	128
Azmavet	42
Kiriat Jearim, Kefira, at Beerot	743
Rama at Geba	621
Micmash	122
Betel at Ai	223
Nebo	52
Magbis	156
ang isa pang Elam	1,254
Harim	320
Lod, Hadid, at Ono	725
Jerico	345
Senaa	3,630

[36-39] Ito ang mga angkan ng mga pari na bumalik mula sa pagkabihag:

Mga angkan nina

Jedaya (mula sa pamilya ni Jeshua)	973
Imer	1,052
Pashur	1,247
Harim	1,017

[40-42] Ito ang mga angkan ng mga Levita na bumalik din mula sa pagkabihag:

Mga angkan nina Jeshua at Kadmiel (mula sa pamilya ni Hodavia)   74

---

a 1 tinupad...Jeremias: para mangyari na mapalaya ang mga Israelita sa pagkabihag sa Babilonia paglipas ng 70 taon (Tingnan sa Jer. 25:11 at 29:10).

b 3-20 na tinatawag ding Hezekia: o, mula sa pamilya ni Hezekia.

Mga mang-aawit sa templo na mula sa
   angkan ni Asaf   128
Mga guwardya ng pintuan *ng templo* na mula
   sa angkan nina Shalum, Ater, Talmon,
   Akub, Hatita, at Shobai   139

[43-54] *Ito naman ang mga angkan ng* mga utusan sa templo *na bumalik din mula sa pagkabihag:*

Mga angkan nina Ziha, Hasufa, Tabaot, Keros, Siaha, Padon, Lebana, Hagaba, Akub, Hagab, Shalmai, Hanan, Gidel, Gahar, Reaya, Rezin, Nekoda, Gazam, Uza, Pasea, Besai, Asna, Meunim, Nefusim, Bakbuk, Hakufa, Harhur, Bazlut, Mehida, Harsha, Barkos, Sisera, Tema, Nezia, at Hatifa.

[55-57] *Bumalik din mula sa pagkabihag* ang mga angkan ng mga alipin ni Solomon:

Ang mga angkan nina Sotai, Hasoferet, Peruda, Jaala, Darkon, Gidel, Shefatia, Hatil, Pokeret Hazebaim, at Ami.

[58] Ang kabuuang bilang ng mga *angkan ng mga* utusan sa templo at mga angkan ng mga alipin ni Solomon ay 392.

[59-60] May 652 din na bumalik *sa Juda* mula sa mga bayan ng Tel Mela, Tel Harsha, Kerub, Adon, at Imer. Sila ang mga angkan nina Delaya, Tobia, at Nekoda, pero hindi nila mapatunayan na sila'y talagang mga Israelita.

[61] Hindi rin mapatunayan ng mga angkan nina Hobaya, Hakoz at Barzilai na mga pari sila. (Nang nag-asawa si Barzilai, dinala niya ang pangalan ng biyenan niyang si Barzilai na taga-Gilead.) [62] Dahil nga hindi nila makita ang talaan ng mga ninuno nila, hindi sila tinanggap na mga pari. [63] Pinagbawalan sila ng gobernador *ng Juda* na kumain ng mga pagkaing inihandog sa Dios habang walang pari na sasangguni *sa PANGINOON tungkol sa pagkapari nila* sa pamamagitan ng "Urim" at "Thummim".[a]

[64-67] Ang kabuuang bilang ng mga bumalik mula sa pagkabihag ay 42,360, maliban sa 7,337 na mga alipin nila, at 200 lalaki at babaeng mang-aawit. May dala silang 736 na mga kabayo, 245 mola,[b] 435 kamelyo, at 6,720 asno. [68] Pagdating nila sa templo ng PANGINOON sa Jerusalem, ang ibang mga pinuno ng mga pamilya ay nagbigay ng kusang-loob na tulong sa muling pagpapatayo ng templo sa dati nitong pinagtayuan. [69] Nagbigay sila ayon sa makakaya nila para sa gawaing ito. At ang kabuuang natipon nila ay mga 500 kilong ginto, mga 3,000 kilong pilak, at 100 pirasong kasuotan para sa mga pari. [70] Ang bawat isa sa kanila ay bumalik sa kani-kanilang bayan, pati na ang mga pari, ang mga Levita, ang mga mang-aawit, ang mga guwardya ng mga pintuan *ng templo*, at ang mga utusan sa templo.

Ang Pagpapatayo ng Bagong Altar

3 Nang dumating ang ikapitong buwan, noong nakatira na ang mga Israelita sa kani-kanilang bayan, nagtipon silang lahat sa Jerusalem nang may pagkakaisa. [2] Pagkatapos, muling itinayo ang altar ng Dios ng Israel para makapag-alay dito ng mga handog na sinusunog ayon sa nakasulat sa Kautusan ni Moises na kanyang lingkod.[c] Ang nagpatayo nito

ay si Jeshua[d] na anak ni Jozadak at ang iba pa niyang mga kasamahang pari, at si Zerubabel na anak ni Shealtiel at ang mga kamag-anak niya. [3] Kahit takot sila sa mga tao na dati nang nakatira sa lupaing iyon,[e] itinayo nila ang altar sa dating pinagtayuan nito. Pagkatapos, nag-alay sila sa PANGINOON ng mga handog na sinusunog sa umaga at gabi.

[4] Ipinagdiwang din nila ang Pista ng Pagtatayo ng mga Kubol ayon sa nakasulat *sa Kautusan ni Moises.* At nag-alay sila ng mga handog na sinusunog, na kinakailangang ihandog sa bawat araw *ng ganitong pista.* [5] Bukod pa sa mga handog na sinusunog, naghahandog din sila ng mga handog sa bawat Pista ng Pagsisimula ng Buwan,[f] at sa iba pang mga pista sa pagsamba sa PANGINOON. At nag-aalay din sila ng handog na kusang-loob para sa PANGINOON. [6] Kahit hindi pa nasisimulan ang muling pagpapatayo ng templo ng PANGINOON, nagsimula na ang mga Israelita sa pag-aalay ng mga handog na sinusunog nang unang araw ng ikapitong buwan *nang taon ding iyon.*

Muling Ipinatayo ang Templo

[7] Nagbigay ang mga Israelita ng pera na pambayad sa mga tagatabas ng bato at sa mga karpintero. Nagbigay din sila ng mga pagkain, inumin, at langis na pambayad sa mga taga-Sidon at taga-Tyre para sa mga kahoy na sedro na galing sa Lebanon. Ang mga kahoy na ito ay isasakay sa mga barko at dadalhin sa Jopa. Pinahintulutan ito ni Haring Cyrus ng Persia.

[8] Sinimulan ang pagpapatayo ng templo nang ikalawang buwan ng ikalawang taon mula nang makabalik ang mga Israelita sa Jerusalem. Tulong-tulong sa pagtatrabaho ang lahat ng nakabalik sa Jerusalem galing sa pagkabihag, kasama na rito sina Zerubabel na anak ni Shealtiel, Jeshua na anak ni Jozadak at ang mga kasamahan niyang pari, at ang mga Levita. Ang pinagkatiwalaan sa pamamahala sa pagpapatayo ng templo ng PANGINOON ay ang mga Levita na nasa edad 20 taon pataas. [9] Sila'y si Jeshua,[g] ang mga anak niya at mga kamag-anak, si Kadmiel at ang mga anak niya. Silang lahat ay mula sa lahi ni Juda.[h] Tumulong din sa kanila ang mga angkan at mga kamag-anak ni Henadad na mga Levita rin.

[10] Nang matapos na ng mga karpintero ang pundasyon ng templo ng PANGINOON, pumwesto na ang mga pari na nakasuot ng kanilang damit na pangpari para sa hipan at ang mga trumpeta. Pumwesto rin ang mga Levita, na angkan ni Asaf, sa pagtugtog ng mga pompyang upang purihin ang PANGINOON ayon sa kaparaanan na itinuro noon ni Haring David sa Israel. [11] Nagpuri sila at nagpasalamat sa PANGINOON habang umaawit ng, "Napakabuti ng PANGINOON, dahil ang pag-ibig niya sa Israel ay walang hanggan." At sumigaw nang malakas ang lahat ng tao sa pagpupuri sa PANGINOON dahil

---

a **63** *"Urim" at "Thummim":* Dalawang bagay na ginagamit sa pagkaalam ng kalooban ng Dios.

b **64-67** *mola:* sa Ingles, *"mule."* Hayop na parang kabayo.

c **2** *lingkod:* o, *propeta.* Sa literal, *tao.*

d **2** *Jeshua:* Siya ay si Josue sa Hageo 1:1.

e **3** *mga tao na dati nang nakatira sa lupaing iyon:* o, *mga taong nakatira sa paligid na mga lugar.*

f **5** *Pista ng Pagsisimula ng Buwan:* Tingnan sa Talaan ng mga Salita sa likod.

g **9** *Jeshua:* Maaaring iba itong Jeshua sa talatang 8. Tingnan ang 2:36 at 2:40.

h **9** *Juda:* Maaaring siya rin si Hodavia (tingnan ang 2:40).

natapos na ang pundasyon ng templo. ¹²Nandoon ang maraming matatandang pari, mga Levita, at mga pinuno ng mga pamilya na nakakita noon sa unang templo. Umiyak sila nang malakas nang makita nila ang pundasyon ng bagong templo. At marami rin ang sumigaw sa galak. ¹³Hindi na malaman ang sigaw ng kagalakan at ang tinig ng pag-iyak dahil napakaingay ng mga tao, at naririnig ito sa malayo.

Sinalungat ang Pagpapatayo ng Templo

4 Nabalitaan ng mga kaaway ng mga taga-Juda at taga-Benjamin na muling ipinapatayo ng mga bumalik galing sa pagkabihag ang templo ng PANGINOON, ang Dios ng Israel. ²Kaya pumunta sila kay Zerubabel at sa mga pinuno ng mga pamilya, at nagsabi, "Tutulungan namin kayo sa pagpapatayo ng templo dahil sinasamba rin namin ang Dios n'yo kagaya ng ginagawa ninyo. Matagal na kaming naghahandog sa kanya, mula pa noong panahon ni Haring Esarhadon ng Asiria na siyang nagdala sa amin dito." ³Ngunit ito ang sagot nina Zerubabel, Jeshua, at ng mga pinuno ng mga pamilya: "Inutusan kami ni Haring Cyrus ng Persia na muling ipatayo ang templo. Ngunit hindi kayo kasama sa pagpapatayo nito para sa aming Dios. Kami lang ang magpapatayo nito para sa PANGINOON, ang Dios ng Israel."

⁴Kaya pinahina ang loob at tinakot ng mga taong dati nang nakatira sa lupaing iyon*ᵃ* ang mga tao sa Juda para hindi nila maipagpatuloy ang pagpapagawa nila *ng templo.* ⁵Sinuhulan nila ang mga opisyal ng gobyerno ng Persia para salungatin ang mga plano *ng mga tao sa Juda.* Patuloy nila itong ginagawa mula nang panahon na si Cyrus ang hari ng Persia hanggang sa panahong si Darius na ang hari ng Persia.

Ang Pagsalungat sa Pagpapatayo ng Templo nang Panahon ni Haring Artaserses

⁶Nang maging hari si Ahasuerus, ang mga kalaban ng mga naninirahan sa Jerusalem at ng iba pang mga nakatira sa Juda ay sumulat ng mga paratang laban sa kanila. ⁷At kahit na noong si Artaserses na ang hari ng Persia, sumulat din sila sa kanya. Sila ay sina Bishlam, Mitredat, Tabeel, at ang iba pa nilang mga kasama. Isinulat nila ito sa wikang Aramico at isinalin ito *sa wika ng mga taga-Persia.*

⁸⁻¹¹Sumulat din kay Haring Artaserses si Rehum na gobernador at si Shimsai na kalihim laban sa mga taga-Jerusalem. Ito ang *nilalaman ng* sulat nila:

"Mahal na Haring Artaserses,

"*Una po sa lahat* nangungumusta kami sa inyo, kaming mga lingkod n'yo rito sa *lalawigan ng* kanluran ng Eufrates. Kasama po sa mga nangungumusta ay ang mga kasama naming mga pinuno at opisyal, ang mga tao sa Tripolis, Persia, Erec, Babilonia, at ang mga tao sa Susa sa lupain ng Elam. Kinukumusta rin po kayo ng mga taong pinaalis sa kanilang mga lugar ni Osnapar,*ᵇ* ang tanyag at makapangyarihan *na hari ng Asiria.* Itong mga mamamayan ay pinatira niya sa lungsod ng Samaria at sa ibang mga lugar sa kanluran ng Eufrates.

¹²"Mahal na Hari, gusto po naming malaman n'yo na muling ipinapatayo ng mga Judio ang lungsod ng Jerusalem. Ang mamamayan nito ay masasama at rebelde. Dumating ang mga ito sa lungsod mula sa mga lugar na inyong nasasakupan. Inaayos nga nila ang mga pader pati na po ang mga pundasyon nito.*ᶜ* ¹³Mahal na Hari, kapag muli pong naipatayo ang lungsod na ito at naayos na ang mga pader nito, hindi na magbabayad ng mga buwis at ng iba pang bayarin ang mga tao, at liliit na ang kita ng kaharian.

¹⁴"Dahil nga po may tungkulin kami sa inyo, Mahal na Hari, at hindi namin gustong mapahiya kayo, ipinapaalam namin ito sa inyo ¹⁵para saliksikin po ninyo ang kasulatang itinago ng mga ninuno ninyo. Sa ganoong paraan, malalaman n'yo po na ang mga nakatira sa lungsod ng Jerusalem ay rebelde mula pa noon. Kaya nga nilipol ang lungsod na ito dahil naging problema ito ng mga hari at ng mga lugar na gustong sumakop dito. ¹⁶Ipinapaalam lang po namin sa inyo, Mahal na Hari, na kung muling maipatayo ang lungsod na ito at maiayos na ang mga pader nito, mawawala sa inyo ang lalawigan na nasa kanluran ng Eufrates."

¹⁷Ito ang sagot na ipinadala ng hari:

"*Nangungumusta ako* sa *iyo* Gobernador Rehum, kay Shimsai na kalihim, at sa inyong mga kasama na nakatira sa Samaria at sa iba pang mga lugar sa kanluran ng Eufrates.

"Nawa'y nasa mabuti kayong kalagayan.

¹⁸"Ang sulat na inyong ipinadala ay isinalin sa wika namin at binasa sa akin. ¹⁹Nag-utos akong saliksikin ang mga kasulatan, at napatunayan na ang mga dating naninirahan sa Jerusalem ay kumakalaban nga sa mga hari. Nakasanayan na nga ng lugar na iyan ang pagrerebelde laban sa gobyerno. ²⁰*Nalaman ko rin sa pamamagitan ng mga kasulatan na* ang Jerusalem ay pinamahalaan at pinagbayad ng buwis at ng iba pang bayarin ng mga makapangyarihang hari, na namuno sa buong lalawigan sa kanluran ng Eufrates.

²¹"Ngayon, ipag-utos n'yong itigil ng mga taong iyan ang muling pagpapatayo ng lungsod hangga't hindi ko iniuutos. ²²Gawin n'yo agad ito para hindi mapahamak ang kaharian ko."

²³Pagkatapos basahin kina Rehum, Shimsai, at sa mga kasama nila ang liham ni Haring Artaserses, pumunta agad sila sa Jerusalem at pinilit ang mga Judio na itigil ang muling pagpapatayo ng lungsod. ²⁴Kaya natigil ang pagpapatayo ng templo ng Dios sa Jerusalem hanggang sa ikalawang taon ng paghahari ni Darius sa Persia.

Ipinagpatuloy ang Pagpapatayo ng Templo

5 Ngayon, inutusan ng Dios ng Israel, ang mga propeta na sina Hageo at Zacarias na apo ni Iddo para sabihin ang mensahe niya sa mga Judio sa Juda pati na sa Jerusalem. ²Nakinig sa kanila sina Zerubabel na anak ni Shealtiel at Jeshua na anak ni Jozadak. Kaya ipinagpatuloy nila ang pagpapatayo ng templo ng Dios sa Jerusalem. Tinulungan sila ng dalawang propeta ng Dios. ³Ngunit hindi nagtagal, dumating sa Jerusalem si Tatenai na gobernador ng *lalawigan sa* kanluran ng

---

a 4 mga taong dati nang nakatira sa lupaing iyon: Tingnan ang footnote sa 3:3.

b 8-11 Osnapar: o, *Ashurbanipal.*

c 12 pati na po ang mga pundasyon nito: o, *at ang mga pundasyon ng lungsod.*

Eufrates, si Shetar Bozenai, at ang mga kasama nila. Nagtanong sila[a] sa mga Judio, "Sino ang nag-utos sa inyo na ipagpatuloy ang pagpapatayo ng templong ito?" [4]Nagtanong pa sila, "Ano ang pangalan ng mga taong nagtatrabaho rito?" [5-7]Ngunit iningatan ng Dios ang mga tagapamahala ng mga Judio, kaya nagpasya sina Tatenai, Shetar Bozenai, at ang kanilang kasamang mga opisyal ng *lalawigan sa* kanluran ng Eufrates na hindi muna nila ipapatigil ang pagpapatayo ng templo hanggang sa maipaalam nila ang tungkol dito kay Haring Darius at makatanggap ng kanyang sagot.

Ito ang *nilalaman ng* sulat na ipinadala nila kay Haring Darius:

"Mahal na Haring Darius,

"Nawa'y nasa mabuti po kayong kalagayan.

[8]"Ipinapaalam po namin, Mahal na Hari, na pumunta kami sa lalawigan ng Juda, doon sa pinagtatayuan ng templo ng makapangyarihang Dios. Malalaking bato ang ginagamit sa pagpapatayo ng templo, at ang mga pader nito ay nilagyan ng mga troso *upang tumibay*. Ginagawa po nila ito nang may kasipagan, kaya mabilis ang pagpapatayo nito. [9]Tinanong po namin ang mga tagapamahala nila kung sino ang nag-utos sa kanila sa muling pagpapatayo ng templo. [10]At tinanong din namin ang mga pangalan nila para maipaalam namin sa inyo kung sino ang mga namumuno sa pagpapatayo nito.

[11]"Ito po ang sagot nila sa amin: 'Mga lingkod kami ng Dios ng langit at lupa, at muli naming ipinapatayo ang templo na itinayo noon ng isang makapangyarihang hari ng Israel. [12]Ngunit dahil ginalit ng aming mga ninuno ang Dios sa langit, pinabayaan niya sila na sakupin ni Haring Nebucadnezar ng Babilonia. Giniba ni Nebucadnezar ang templong ito at binihag niya sa Babilonia ang aming mga ninuno. [13]Ngunit sa unang taon ng paghahari ni Haring Cyrus sa Babilonia, nag-utos siya na muling ipatayo ang templo ng Dios. [14]Ibinalik din niya ang mga kagamitang ginto at pilak ng templo ng Dios. Ang mga ito ay kinuha noon ni Nebucadnezar sa templo ng Jerusalem at inilagay sa templo sa Babilonia. Ipinagkatiwala ni Haring Cyrus ang mga kagamitang ito kay Sheshbazar na pinili niyang gobernador ng Juda. [15]Sinabi ng hari kay Sheshbazar na muling ipatayo ang templo ng Dios sa Jerusalem sa dati nitong pinagtayuan, at ilagay doon ang mga kagamitan nito. [16]Kaya pumunta si Sheshbazar sa Jerusalem at itinayo niya ang mga pundasyon ng templo ng Dios. Hanggang ngayon ay ginagawa pa ang templo; hindi pa ito tapos.'

[17]"Ngayon, kung inyo pong mamarapatin, Mahal na Hari, ipasaliksik po ninyo ang mga kasulatan na ipinatago ng mga hari ng Babilonia kung totoo nga bang nag-utos si Haring Cyrus na muling ipatayo ang templo ng Dios sa Jerusalem. At agad n'yo pong ipaalam sa amin kung ano ang inyong pasya tungkol dito."

Pumayag si Haring Darius sa Muling Pagpapatayo ng Templo

6 Kaya nag-utos si Haring Darius na saliksikin ang mga kasulatang nakatago sa lalagyan ng mga kayamanan doon sa Babilonia. [2]Ngunit sa matatag na lungsod ng Ecbatana, na sakop ng lalawigan ng Media, nakita ang isang nakarolyong kasulatan na may nakasulat na:

[3]"Ang kasulatang ito ay nagpapaalala na sa unang taon ng paghahari ni Cyrus, nag-utos siya na muling ipatayo ang templo ng Dios sa Jerusalem kung saan iniaalay ang mga handog. Dapat matibay ang pundasyon nito. At dapat 90 talampakan ang taas at 90 talampakan din ang luwang nito. [4]Ang bawat tatlong patong ng malalaking bato nito ay papatungan ng isang troso. Ang lahat ng gastos ay kukunin sa pondo ng kaharian. [5]Ang mga kagamitang ginto at pilak sa templo ng Dios na dinala ni Haring Nebucadnezar sa Babilonia ay dapat ibalik sa lalagyan nito sa templo ng Jerusalem."

[6]Kaya nagpadala si Haring Darius ng mensahe kay Tatenai, na gobernador ng *lalawigan sa* kanluran ng Eufrates, kay Shetar Bozenai, at sa mga kapwa nila opisyal sa lalawigang iyon:

[7]"Lumayo kayo riyan sa templo ng Dios. Huwag na ninyong pakialaman ang pagpapatayo nito. Pabayaan n'yo na lang ang gobernador at ang iba pang mga tagapamahala ng mga Judio sa pagpapatayo nito sa dati nitong kinatatayuan.

[8]"Iniuutos ko rin na tulungan n'yo ang mga tagapamahala ng mga Judio na mabayaran agad ang lahat ng gastusin para hindi maabala ang pagtatrabaho nila. Kunin n'yo ang bayad sa pondo ng kaharian na nanggagaling sa mga buwis ng lalawigan ninyo. [9]Dapat n'yong bigyan araw-araw ang mga pari sa Jerusalem ng mga pangangailangan nila gaya ng batang toro, lalaking tupa, at batang lalaking tupa bilang handog na sinusunog para sa Dios ng kalangitan,[b] pati na rin trigo, asin, katas ng ubas, at langis. Dapat hindi kayo pumalya sa pagbibigay, [10]para makapag-alay sila ng mga handog na makakalugod sa Dios ng kalangitan, at maipanalangin nila ako at ang mga anak ko.

[11]"Iniuutos ko rin na ang sinumang hindi tutupad nito ay tutuhugin ng kahoy na tinanggal sa bahay niya, at ang bahay niya ay gigibain hanggang sa wala nang bahagi nito ang maiwang nakatayo.[c] [12]Nawa'y ang Dios na pumili sa Jerusalem bilang lugar kung saan siya sasambahin, ang siyang lumipol sa kahit sinong hari o kaya'y bansa na hindi tutupad sa utos na ito at gigiba ng templong ito sa Jerusalem.

"Ako, si Darius, ang nag-utos nito. Dapat itong tuparin."

Itinalaga ang Templo

[13]Tinupad nila Tatenai na gobernador, Shetar Bozenai, at ng mga kasama nila ang utos ni Haring Darius. [14]Kaya patuloy na nagtrabaho ang mga tagapamahala ng mga Judio habang pinapalakas sila ng mga mensahe ng mga propeta na sina Hageo at Zacarias na anak ni Iddo. Natapos nila ang templo ayon sa utos ng Dios ng Israel na ipinatupad nina Cyrus, Darius, at Artaserses, *na magkakasunod na* mga hari ng Persia. [15]Natapos ang templo nang ikatlong araw ng *ika-12 buwan, na siyang* buwan ng Adar, nang ikaanim na taon ng paghahari ni Darius.

---

[a] 3 *sila:* Ito ang nasa tekstong Septuagint at Syriac. Pero sa Aramico, *kami.*

[b] 9 *Dios ng kalangitan:* o, *Dios na nasa langit.*

[c] 11 *gigibain...nakatayo:* o, *gagawing tapunan ng basura.*

¹⁶Masayang nagdiwang sa pagtatalaga ng templo ng Dios ang mamamayan ng Israel—ang mga pari, mga Levita, at ang iba pang bumalik galing sa pagkabihag. ¹⁷Sa pagtatalagang ito ng templo ng Dios, naghandog sila ng 100 toro, 200 lalaking tupa, at 400 batang lalaking tupa. Naghandog din sila ng 12 lalaking kambing bilang handog sa paglilinis*ª ng bawat lahi ng Israel. ¹⁸Itinalaga nila ang mga pari at mga Levita sa kani-kanilang tungkulin sa templo ng Jerusalem ayon sa nakasulat sa Aklat ni Moises.

Ang Pista ng Paglampas ng Anghel

¹⁹Nang ika-14 na araw ng unang buwan, *nang sumunod na taon,* ipinagdiwang ng mga bumalik galing sa pagkabihag ang Pista ng Paglampas ng Anghel. ²⁰Nilinis ng mga pari at mga Levita ang kanilang sarili para maging karapat-dapat sila sa pangunguna nila sa mga seremonya. Pagkatapos, kinatay ng mga Levita ang mga tupang handog sa pagdiriwang ng Pista ng Paglampas ng Anghel. *Ginawa nila ito* para sa lahat ng bumalik galing sa pagkabihag, para sa mga paring kamag-anak nila, at para sa sarili nila. ²¹Ang mga handog na ito ay kinain ng mga Israelitang bumalik galing sa pagkabihag at ng ibang mga taong nakatira roon na tumalikod na sa mga ginagawa ng mga taong hindi kumikilala sa Dios. *Tumalikod sila sa mga bagay na ito* para sambahin ang Panginoon, ang Dios ng Israel. ²²Sa loob ng pitong araw ipinagdiwang nila nang may kagalakan ang Pista ng Tinapay na Walang Pampaalsa. Sapagkat binigyan sila ng Panginoon ng kagalakan nang binago niya ang puso ng hari ng Asiria para tulungan sila sa paggawa ng templo ng Dios, ang Dios ng Israel.

Dumating si Ezra sa Jerusalem

7 ¹⁻⁶Pagkalipas ng maraming taon, nang si Artaserses ang hari ng Persia, dumating si Ezra *sa Jerusalem* galing sa Babilonia. Si Ezra ay anak ni Seraya. Si Seraya ay anak ni Azaria. Si Azaria ay anak ni Hilkia. Si Hilkia ay anak ni Shalum. Si Shalum ay anak ni Zadok. Si Zadok ay anak ni Ahitub. Si Ahitub ay anak ni Amaria. Si Amaria ay anak ni Azaria. Si Azaria ay anak ni Merayot. Si Merayot ay anak ni Zerahia. Si Zerahia ay anak ni Uzi. Si Uzi ay anak ni Buki. Si Buki ay anak ni Abishua. Si Abishua ay anak ni Finehas. Si Finehas ay anak ni Eleazar. Si Eleazar ay anak ni Aaron na punong pari.

Si Ezra ay isang tagapagturo na lubos ang kaalaman sa Kasulatan na ibinigay kay Moises ng Panginoon, ang Dios ng Israel. Ibinigay ng hari ang lahat ng hiniling niya dahil tinutulungan siya ng Panginoon na kanyang Dios. ⁷May sumama ring mga Israelita sa kanya nang bumalik siya sa Jerusalem noong ikapitong taon ng paghahari ni Artaserses. Kabilang sa mga sumama ay ang mga pari, mga Levita, mga mang-aawit, mga guwardya ng mga pintuan *ng templo,* at mga utusan sa templo. ⁸⁻⁹Umalis si Ezra sa Babilonia nang unang araw ng unang buwan. At sa tulong ng Dios, nakarating siya sa Jerusalem nang unang araw ng ikalimang buwan, nang ikapitong taon ng paghahari ni Artaserses.

¹⁰*Tinulungan siya ng Dios* dahil itinalaga niya ang sarili niya sa pag-aaral at pagtupad ng Kautusan ng Panginoon, at sa pagtuturo ng mga tuntunin at mga utos nito sa mga Israelita.

Ang Sulat ni Artaserses kay Ezra

¹¹Ito ang *nilalaman ng* sulat na ibinigay ni Haring Artaserses kay Ezra na pari at tagapagturo, na lubos na nakakaalam ng mga utos at mga tuntunin na ibinigay ng Panginoon sa mga taga-Israel:

¹²"Ako si Haring Artaserses ang hari ng mga hari. Nangungumusta ako sa iyo, Ezra, na pari at tagapagturo ng Kautusan ng Dios ng kalangitan.

¹³"Iniuutos ko na kahit sino sa mga Israelita rito sa kaharian ko, pati mga pari at mga Levita, na gustong sumama sa iyo sa pagbalik sa Jerusalem ay maaari mong isama. ¹⁴Inuutusan kita at ng aking pitong tagapayo na alamin mo ang mga nangyayari sa Juda at sa Jerusalem kung talaga bang sinusunod nila ang Kautusan ng iyong Dios, na lubos mong nalalaman.ᵇ ¹⁵*Inuutusan din kita na* dalhin mo ang mga ginto at pilak na kusang-loob kong ibinibigay at ng mga tagapayo ko sa Dios ng Israel na nananahan sa Jerusalem. ¹⁶Dalhin mo rin ang lahat ng pilak at ginto na matatanggap mo galing sa lalawigan ng Babilonia, pati na rin ang mga kusang-loob na tulong ng mga mamamayan *ng Israel* at ng mga pari nila para sa templo ng kanilang Dios sa Jerusalem. ¹⁷Tiyakin mo na ang perang ito ay gagamiting pambili ng mga toro, mga lalaking tupa, mga batang lalaking tupa, mga butil, at inuming handog sa altar ng templo ng inyong Dios sa Jerusalem. ¹⁸Ang matitirang ginto at pilak ay pwede n'yong gamitin ng mga kababayan mo sa kahit anong gusto n'yo ayon sa kalooban ng Dios. ¹⁹Ngunit ang mga kagamitang ipinagkatiwala sa iyo na gagamitin sa paglilingkod sa templo ng iyong Dios ay ibigay mong lahat sa Dios ng Jerusalem. ²⁰Kung may iba ka pang kailangan para sa templo, kumuha ka lang ng panggastos sa pondo ng kaharian.

²¹"Ako, si Haring Artaserses, ang nag-uutos sa lahat ng ingat-yaman *sa lalawigan sa* kanluran ng Eufrates na ibigay n'yo ang anumang hilingin sa inyo ni Ezra na pari at tagapagturo ng Kautusan ng Dios ng kalangitan. ²²Bigyan n'yo siya hanggang 3,500 kilong pilak, 300 sakong trigo, 550 galong alak, 550 galong langis ng olibo, at kahit gaano kadaming asin na kinakailangan. ²³Ibigay n'yo rin ang lahat ng kinakailangan sa templo ayon sa iniutos ng Dios ng kalangitan. Sapagkat kung hindi, magagalit siya sa kaharian ko at sa mga anak ko.' ²⁴Ipinapaalam din namin sa inyo na huwag ninyong pagbuwisin ng buwis at ng iba pang bayarin ang mga pari, mga Levita, mga musikero, mga guwardya ng mga pintuan *ng templo,* mga utusan sa templo, at iba pang nagtatrabaho sa templo ng Dios.

²⁵"At ikaw, Ezra, ayon sa karunungang ibinigay sa iyo ng Dios, pumili ka ng mga tagapamahala at mga hukom na nakakaalam ng Kautusan ng iyong Dios at sila ang mangangasiwa sa lahat ng tao sa *lalawigan sa* kanluran ng Eufrates. At ang mga tao na hindi nakakaalam ng Kautusan ay turuan mo. ²⁶Sinumang hindi tumupad sa Kautusan ng iyong Dios o kaya'y sa kautusan ng hari ay parurusahan

---

ª 17 handog sa paglilinis: Sa ibang salin, *handog dahil sa kasalanan* o, *handog dahil sa mga kasalanang hindi sinadya.*

ᵇ 14 na lubos mong nalalaman: o, *na ipinagkatiwala sa iyo.*

ng kamatayan, o paaalisin sa lugar niya, o kukunin ang ari-arian niya, o ikukulong siya."

Pinuri ni Ezra ang Dios

[27] Sinabi ni Ezra, "Purihin ang PANGINOON, ang Dios ng mga ninuno natin, na humipo ng puso ng hari na parangalan niya ang templo ng PANGINOON sa Jerusalem. [28] Dahil sa kabutihan sa akin ng PANGINOON, mabuti ang pagtrato sa akin ng hari at ng mga tagapayo niya, at pati na ng lahat ng makapangyarihan niyang opisyal. At dahil nga tinutulungan ako ng PANGINOON na aking Dios, nagkaroon ako ng lakas ng loob para tipunin ang mga pinuno ng Israel para sumama sa akin sa Jerusalem."

Ang mga Bumalik Galing sa Pagkabihag Kasama ni Ezra

8 Sinabi ni Ezra, "Ito ang mga pinuno ng mga pamilya na sumama sa akin *sa Jerusalem* galing sa Babilonia, noong panahon ng paghahari ni Haring Artaserses:
[2] si Gershom, na galing sa pamilya ni Finehas; si Daniel, na galing sa pamilya ni Itamar;
[3] si Hatush na anak ni Shecania, na galing sa pamilya ni David;
si Zacarias at ang 150 lalaking kasama niya, na galing sa pamilya ni Paros (mayroong talaan ng mga ninuno nila);
[4] si Eliehoenai na anak ni Zerahia at ang 200 lalaking kasama niya, na galing sa pamilya ni Pahat Moab;
[5] si Shecania na anak ni Jahaziel at ang 300 lalaking kasama niya, na galing sa pamilya ni Zatu;
[6] si Ebed na anak ni Jonatan at ang 50 lalaking kasama niya, na galing sa pamilya ni Adin;
[7] si Jeshaya na anak ni Atalia at ang 70 lalaking kasama niya, na galing sa pamilya ni Elam;
[8] si Zebadia na anak ni Micael at ang 80 lalaking kasama niya, na galing sa pamilya ni Shefatia;
[9] si Obadias na anak ni Jehiel at ang 218 lalaking kasama niya, na galing sa pamilya ni Joab;
[10] si Shelomit na anak ni Josifia at ang 160 lalaking kasama niya, na galing sa pamilya ni Bani;
[11] si Zacarias na anak ni Bebai at ang 28 lalaking kasama niya, na galing sa pamilya ni Bebai;
[12] si Johanan na anak ni Hakatan at ang 110 lalaking kasama niya, na galing sa pamilya ni Azgad;
[13] si Elifelet, si Jeuel, at si Shemaya at ang 60 lalaking kasama nila, na galing sa pamilya ni Adonikam;
[14] si Utai at si Zacur at ang 70 lalaking kasama niya, na galing sa pamilya ni Bigvai."

Ang Pagbalik nina sa Ezra sa Jerusalem

[15] Tinipon ko ang sasama sa akin *sa Jerusalem* doon sa ilog na dumadaloy papunta sa *lugar ng* Ahava. Nagkampo kami roon ng tatlong araw. Nang tingnan ko ang talaan ng mga tao na sasama sa akin, pati na ang mga pari, nalaman kong walang mga

Levita roon. [16] Kaya ipinatawag ko ang mga pinuno ng grupo na sina Eliezer, Ariel, Shemaya, Elnatan, Jarib, Elnatan, Natan, Zacarias, at Meshulam, at ang dalawang matalinong tao na sina Joyarib at Elnatan. [17] Pinapunta ko sila kay Iddo na pinuno ng lugar ng Casifia para hilingin sa kanya at sa mga kamag-anak niyang utusan sa templo na magpadala sila ng mga tao na maglilingkod sa templo ng Dios. [18] Dahil tinulungan kami ng Dios, ipinadala nila sa amin si Sherebia, kasama ang kanyang mga anak at mga kapatid niyang lalaki, na ang kabuuang bilang ay 18. Si Sherebia ay maabilidad na tao at mula siya sa pamilya ni Mahli na lahi ni Levi. Si Levi ay anak ni Israel. [19] Ipinadala rin nila si Hashabia at ang mga kapatid at mga pamangkin nitong lalaki na 20 ang bilang, kasama si Jeshaya na galing sa pamilya ni Merari. [20] Ipinadala pa nila ang 220 utusan sa templo. Ang mga utusan sa templo ay pinili noon ni Haring David at ng mga opisyal niya para tumulong sa mga Levita. Nakalista lahat ang mga pangalan nila.

Nag-ayuno at Nanalangin Sina Ezra

[21] Doon sa tabi ng Ilog Ahava, sinabi ko sa grupo na mag-ayuno kami at magpakumbaba ng mga sarili namin sa presensya ng aming Dios para hilingin sa kanya na ingatan kami sa paglalakbay, pati ang aming mga anak at mga ari-arian. [22] Sapagkat nahihiya akong humingi sa hari ng mga sundalo at mangangabayo na magbabantay sa amin laban sa mga kalaban habang naglalakbay kami, dahil sinabi na namin sa hari na tinutulungan ng aming Dios ang lahat ng nagtitiwala sa kanya, pero galit na galit siya sa mga nagtatakwil sa kanya. [23] Kaya nag-ayuno at nanalangin kami sa aming Dios na ingatan niya kami, at tinugon niya ang dalangin namin.

Ang mga Handog para sa Templo

[24] Pumili ako ng 12 tao mula sa mga namumunong pari, hindi kabilang sina[a] Sherebia, Hashabia, at ang sampu sa kamag-anak nila. [25] Pagkatapos, ipinagkatiwala ko sa kanila ng walang kulang[b] ang mga pilak, ginto, at mga kagamitang ibinigay ng hari, at ng mga tagapayo niya at mga opisyal, at ng maraming Israelita, bilang tulong sa templo ng aming Dios. [26-27] Ito ang aking ipinagkatiwala sa kanila:

22 toneladang pilak
3 toneladang kasangkapang pilak
3 toneladang ginto
20 gintong mangkok na mga walo't kalahating kilo,
2 tansong mangkok[c] na pinakintab na kasinghalaga ng *mga mangkok na* ginto.

[28] Sinabi ko sa mga pari, "Kayo at ang mga kagamitang ito ay ibinukod para sa PANGINOON. Ang mga pilak at ginto ay handog na kusang-loob para sa PANGINOON, ang Dios ng inyong mga ninuno. [29] Ingatan n'yo itong mabuti hanggang sa madala n'yo ito sa mga bodega templo ng PANGINOON sa Jerusalem na walang kulang,[d] sa

---

a 24 *hindi kabilang sina:* o, *na sina.*
b 25 *ipinagkatiwala ko sa kanila ng walang kulang* sa literal, *tinimbang ko at ipinagkatiwala sa kanila.*
c 26-27 *mangkok:* sa Hebreo, *kagamitan.*
d 29 *na walang kulang:* sa literal, *na tinimbang.* Ganito rin sa talatang 30,32.

harap ng mga namumunong pari, mga Levita, at ng mga pinuno ng mga pamilya ng mga Israelita."

[30] Kaya kinuha ng mga pari at ng mga Levita ang mga pilak, ginto, at ang mga kagamitan, na walang kulang, para dalhin sa templo ng aming Dios sa Jerusalem.

Ang Pagbalik sa Jerusalem

[31] Umalis kami sa Ilog Ahava at naglakbay papuntang Jerusalem nang ika-12 araw ng unang buwan. Tinulungan kami ng aming Dios at iningatan kami sa mga kalaban at tulisan habang naglalakbay kami. [32] Pagdating namin sa Jerusalem, nagpahinga muna kami ng tatlong araw.

[33] Nang ikaapat na araw, pumunta kami sa templo ng aming Dios at ipinagkatiwala namin ang mga pilak, ginto, at mga kagamitan ng walang kulang kay Meremot na anak ni Uria. Kasama niya si Eleazar na anak ni Finehas at ang dalawang Levita na sina Jozabad na anak ni Jeshua at Noadia na anak ni Binui. [34] Binilang at tinimbang ito lahat, at inilista.

[35] Pagkatapos, ang lahat ng bumalik galing sa pagkabihag ay nag-alay sa Dios ng Israel ng mga handog na sinusunog: 12 toro para sa buong Israel, 96 na lalaking tupa, at 77 batang lalaking tupa. Nag-alay din sila ng 12 lalaking kambing bilang handog sa paglilinis. Ang lahat ng ito ay ang mga handog na sinusunog para sa PANGINOON. [36] Ibinigay din nila sa mga gobernador at mga opisyal ng lalawigan sa kanluran ng Eufrates ang dokumento kung saan nakasulat ang utos ng hari. At ang mga pinunong ito ay tumulong sa mga mamamayan *ng Israel* at sa templo ng Dios.

Nagsipag-asawa ng mga Dayuhan ang mga Israelita

9 *Sinabi pa ni Ezra:* Pagkatapos ng pangyayaring iyon, pumunta sa akin ang mga pinuno *ng mga Judio* at nagsabi, "Marami sa mamamayan ng Israel, pati na ang mga pari at mga Levita, ang namumuhay katulad ng mga tao sa paligid nila. Ginagawa nila ang mga kasuklam-suklam na gawain ng mga Cananeo, Heteo, Perezeo, Jebuseo, Ammonita, Moabita, Egipcio, at Amoreo. [2] Nagsipag-asawa pa sila at ang mga anak nila ng mga babaeng mula sa mga mamamayang nabanggit. Kaya ang mga mamamayang pinili ng Dios ay nahaluan ng ibang mga lahi. At ang mga pinuno at mga opisyal pa *natin* ang siyang nangunguna sa paggawa nito."

[3] Nang marinig ko ito, pinunit ko ang damit ko, sinabunutan ko ang buhok ko, hinila ko ang balbas ko, at naupo akong tulala. [4] Nagtipon sa akin ang mga tao na takot sa mensahe ng Dios ng Israel dahil sa pagtataksil ng mga kapwa nila Israelitang bumalik galing sa pagkabihag. Naupo akong tulala, hanggang sa dumating ang oras ng panggabing paghahandog. [5] Pagdating ng oras na iyon, tumigil ako sa pagdadalamhati. Lumuhod akong gutay-gutay ang damit, at nanalangin na nakataas ang mga kamay sa PANGINOON na aking Dios. [6] Sinabi ko, "Dios ko, hiyang-hiya po ako. Hindi ako makatingala sa inyo sa sobrang hiya, dahil sobra na ang mga kasalanan namin; parang umaapaw na po ito sa ulo namin at umabot na sa langit. [7] Simula pa po sa kapanahunan ng mga ninuno namin

hanggang ngayon, sobra na ang kasalanan namin; at dahil dito, kami at ang aming mga hari at mga pari ay palaging sinasakop ng mga hari ng ibang mga bansa. Pinatay nila ang iba sa amin, at ang iba naman ay binihag, ninakawan at pinahiya, katulad ng nangyayari sa amin ngayon.

[8] "At ngayon, sa maikling panahon, kinahabagan n'yo po kami, PANGINOON na aming Dios. Niloob n'yong may matira sa amin, at pinatira n'yo kami nang may katiyakan sa lugar na ito na inyong pinili. Binigyan n'yo po kami ng pag-asa at pinagaan n'yo ang aming kalagayan sa pagkaalipin. [9] Kahit mga alipin kami, hindi n'yo kami pinabayaan sa pagkaalipin, sa halip ipinapakita n'yo sa amin ang inyong pag-ibig sa pamamagitan ng mabuting pagtrato ng mga hari ng Persia sa amin. Ginawa n'yo ito para mabigyan kami ng bagong buhay, at para maipatayo namin muli ang templo n'yong nagiba, at mabigyan n'yo po kami ng kalinga *dito* sa Juda at Jerusalem.

[10] "Pero ngayong nagkasala kami, O aming Dios, ano pa ang masasabi namin? Sapagkat binalewala namin ang mga utos n'yo [11] na ibinigay n'yo sa amin sa pamamagitan ng mga propetang lingkod ninyo. Sinabi nila sa amin na ang lupaing pupuntahan namin para angkinin ay maruming lupain dahil sa kasamaan ng mga naninirahan dito. Dinumihan nila ang lahat ng bahagi ng lupaing ito sa pamamagitan ng mga kasuklam-suklam nilang gawain. [12] Sinabi rin sa amin ng mga propeta na huwag kaming magsisipag-asawa sa kanila, at huwag kaming tutulong na umunlad sila, para maging matibay at maunlad kami,[a] at para manatili ang pag-unlad na ito sa mga lahi namin magpakailanman. [13] Pinarusahan n'yo kami, O aming Dios, dahil sa mga kasalanan namin. Pero ang parusa n'yo sa amin ay kulang pa sa nararapat naming tanggapin, at niloob n'yo pa na may matirang buhay sa amin. [14] Pero sa kabila nito, sinuway ulit namin ang mga utos n'yo, at nagsipag-asawa kami ng mga taong gumagawa ng mga kasuklam-suklam na gawain. Talagang magagalit kayo sa amin at lilipulin kami hanggang sa wala nang matira sa amin. [15] O PANGINOON, Dios ng Israel, makatarungan po kayo, sapagkat niloob n'yo na may matira pang buhay sa amin hanggang ngayon. Inaamin po namin ang aming mga kasalanan, at hindi kami makakatayo sa presensya n'yo dahil sa mga kasalanang ito."

Ang Pagpapahayag ng mga Israelita ng Kanilang mga Kasalanan

10 Habang nakaluhod si Ezra na nananalangin sa harapan ng templo ng Dios, umiiyak siya at nagpapahayag *ng mga kasalanan ng mga mamamayan ng Israel.* Maraming Israelitang lalaki, babae, at mga kabataan ang nakapaligid sa kanya na umiiyak din nang malakas. [2] Pagkatapos, sinabi sa kanya ni Shecania na anak ni Jehiel, na angkan ni Elam, "Hindi kami naging tapat sa Dios natin dahil nagsipag-asawa kami ng mga dayuhang babae na galing sa mga sambayanang nasa paligid natin. Pero sa kabila nito, may pag-asa pa rin ang *mga mamamayan ng* Israel. [3] Kaya ngayon, susundin namin ang payo n'yo at ng iba pang gumagalang

---

a 12 maunlad kami: o, *makakain kami ng pinakamabubuting ani ng lupain.*

sa mga utos ng ating Dios. Gagawa kami ng kasunduan sa ating Dios na palalayasin namin ang mga babaeng ito pati na ang kanilang mga anak. Tutuparin namin ang sinasabi ng Kautusan. ⁴Tumayo po kayo, dahil tungkulin n'yo na gabayan kami sa mga bagay na ito. Magpakatatag kayo at gawin ang nararapat. Tutulungan namin kayo."

⁵Kaya tumayo si Ezra at pinanumpa niya ang mga namumunong pari, mga Levita, at ang lahat ng mga Israelita, na gagawin nila ang sinasabi ni Shecania. At nanumpa sila. ⁶Pagkatapos, umalis si Ezra sa harapan ng templo ng Dios at pumunta sa kwarto ni Jehohanan na anak ni Eliashib. Pagdating niya roon, hindi siya kumain o uminom, dahil nalulungkot siya dahil hindi naging tapat ang mga Israelitang bumalik mula sa pagkabihag.

⁷⁻⁸Ipinabatid ng mga pinuno at mga tagapamahala sa mga Israelita sa buong Juda pati na sa Jerusalem na ang lahat ng bumalik galing sa pagkabihag ay magtipon sa Jerusalem. At ang sinumang hindi pupunta doon sa loob ng tatlong araw, kukunin sa kanya ang lahat niyang mga ari-arian at hindi na siya ituturing na kabilang sa mga tao na bumalik galing sa pagkabihag.

⁹Kaya sa loob ng tatlong araw, nagtipon ang buong mamamayan ng Juda at Benjamin, at naupo sila doon sa plasa ng templo ng Dios sa Jerusalem. Nangyari ito nang ika-20 araw ng ikasiyam na buwan. Nanginginig ang mga tao dahil napakaseryoso ng pinag-uusapan nila at dahil sa malakas na ulan.

¹⁰Pagkatapos, tumayo si Ezra na pari at sinabi, "Nagkasala kayo dahil nagsipag-asawa kayo ng mga dayuhan. Dahil dito, dinagdagan n'yo pa ang kasalanan ng Israel. ¹¹Ngayon, ipahayag n'yo ang mga kasalanan n'yo sa Panginoon ng mga ninuno n'yo, at gawin n'yo ang kalooban niya. Ibukod n'yo ang sarili n'yo sa mga tao sa paligid ninyo, at hiwalayan n'yo ang mga asawa n'yong dayuhan."

¹²Sumagot nang malakas ang buong mamamayan, "Tama ka! Gagawin namin ang sinabi mo. ¹³Ngunit ang bagay na ito ay hindi matatapos sa isa o dalawang araw lamang dahil napakarami sa amin ang nakagawa ng ganitong kasalanan. Tag-ulan pa ngayon, at hindi namin kayang magpaulan dito sa labas. ¹⁴Ang mga opisyal na lang natin ang magpaiwan dito at mag-asikaso nito para sa buong mamamayan. Paputuntahin na lang dito sa takdang oras ang mga nagsipag-asawa ng dayuhan kasama ang mga tagapamahala at mga hukom ng bayan nila. Gawin natin ito upang mapawi ang matinding galit ng Dios sa atin dahil sa bagay na ginawa natin."

¹⁵Walang sumuway sa planong ito maliban kina Jonatan na anak ni Asahel at Jazea na anak ni Tikva. Sinuportahan din sila nina Meshulam at Shabetai na Levita.

¹⁶⁻¹⁷Tinupad ng mga bumalik sa pagkabihag ang planong iyon. Kaya pumili si Ezra na pari ng mga lalaking pinuno ng mga pamilya, at inilista ang pangalan nila. At nang unang araw ng ikasampung buwan, naupo sila at sinimulan nila ang pagsisiyasat tungkol sa pag-aasawa ng mga Israelita ng mga dayuhang babae. Natapos nila ang pagsisiyasat ng lahat ng kaso nang unang araw ng unang buwan, *ng sumunod na taon.*

Ang mga Lalaki na Nagsipag-asawa ng mga Dayuhan

¹⁸⁻¹⁹Ito ang mga lalaking nagsipag-asawa ng mga dayuhan, at nangakong hihiwalayan nila ang mga asawa nila: (Naghandog sila ng mga lalaking tupa bilang pambayad sa mga kasalanan nila.)

Sa mga pari:
sina Maaseya, Eliezer, Jarib, at Gedalia, na galing sa pamilya ni Jeshua na anak ni Jozadak at ang mga kapatid niya;
²⁰sina Hanani at Zebadia, na galing sa pamilya ni Imer;
²¹sina Maaseya, Elias, Shemaya, Jehiel at Uzia, na galing sa pamilya ni Harim;
²²sina Elyoenai, Maaseya, Ishmael, Natanael, Jozabad, at Elasa, na galing sa pamilya ni Pashur.

²³Mula sa mga Levita:
sina Jozabad, Shimei, Kelaya (na tinatawag din na Kelita), Petahia, Juda, at Eliezer.
²⁴Mula sa mga musikero:
si Eliashib.
Mula sa mga guwardya ng mga pintuan ng templo ay sina:
Shalum, Telem, at Uri.

²⁵Mula sa iba pang mga Israelita:
sina Ramia, Izia, Malkia, Mijamin, Eleazar, Malkia, at Benaya, na galing sa pamilya ni Paros;
²⁶sina Matania, Zacarias, Jehiel, Abdi, Jeremat, at Elias, na galing sa pamilya ni Elam;
²⁷sina Elyoenai, Eliashib, Matania, Jeremot, Zabad, at Asisa, na galing sa pamilya ni Zatu;
²⁸sina Jehohanan, Hanania, Zabai, at Atlai, na galing sa pamilya ni Bebai;
²⁹sina Meshulam, Maluc, Adaya, Jashub, Sheal, at Jeremot, na galing sa pamilya ni Bani;
³⁰sina Adna, Kelal, Benaya, Maaseya, Matania, Bezalel, Binui, at Manase, na galing sa pamilya ni Pahat Moab;
³¹⁻³²sina Eliezer, Ishya, Malkia, Shemaya, Simeon, Benjamin, Maluc at Shemaria, na galing sa pamilya ni Harim;
³³sina Matenai, Matata, Zabad, Elifelet, Jeremai, Manase at Shimei, na galing sa pamilya ni Hashum;
³⁴⁻³⁷sina Maadai, Amram, Uel, Benaya, Bedia, Keluhi, Vania, Meremot, Eliashib, Matania, Matenai at Jaasu, na galing sa pamilya ni Bani;
³⁸⁻⁴²sina Shimei, Shelemia, Natan, Adaya, Macnadebai, Shasai, Sharai, Azarel, Shelemia, Shemaria, Shalum, Amaria at Jose, na galing sa pamilya ni Binui;
⁴³sina Jeyel, Matitia, Zabad, Zebina, Jadai, Joel at Benaya, na galing sa pamilya ni Nebo.

⁴⁴Silang lahat ang nagsipag-asawa ng mga dayuhang babae, at ang iba sa kanila ay may mga anak sa mga babaeng ito.ᵃ

---

a 44 at...babaeng ito: o, *at pinalayas nila ang mga asawa't mga anak nila.*

NEHEMIAS

1 Ito ang salaysay tungkol sa mga ginawa ni Nehemias na anak ni Hacalia.

Ang Pananalangin ni Nehemias para sa Jerusalem

Noong *ikasiyam na buwan, ang* buwan ng Kislev, nang ika-20 taon *ng paghahari ni Artaserses sa Persia,* naroon ako sa palasyo sa Susa. [2] Doon ay pumunta sa akin ang isa sa mga kapatid ko na si Hanani. Galing siya sa Juda kasama ang ilang kalalakihan. Tinanong ko sila tungkol sa Jerusalem at sa mga Judio na nagsibalik mula sa pagkakabihag*[a]* sa Babilonia. [3] Sumagot sila, "Labis na nahihirapan ang mga nagsibalik sa Juda, tinutuya sila *ng mga tao sa paligid* nila. Hanggang ngayon, sira pa rin ang pader ng Jerusalem at sunog ang mga pintuan nito."

[4] Nang marinig ko iyon, umupo ako at umiyak. Ilang araw akong nagdalamhati, nag-ayuno, at nanalangin sa presensya ng Dios ng kalangitan. [5] Sinabi ko, "Panginoon, Dios ng kalangitan, makapangyarihan po kayo at kamangha-manghang Dios. Tinutupad n'yo ang *inyong* kasunduan nang may pag-ibig sa mga umiibig sa inyo at tumutupad sa inyong mga utos. [6] Akong lingkod n'yo ay nananalangin araw at gabi para sa bayan ng Israel na mga lingkod ninyo. Pakinggan n'yo po ako at tugunin ang dalangin ko. Ipinapahayag ko sa inyo ang mga kasalanan naming mga Israelita, pati ang mga kasalanan ko at ng aking mga ninuno. [7] Lubha pong napakasama ng ginawa namin sa inyo. Hindi namin tinutupad ang mga utos ninyo at mga tuntuning ibinigay sa amin sa pamamagitan ni Moises na inyong lingkod.

[8] "Alalahanin po ninyo ang sinabi n'yo noon kay Moises: 'Kung kayong mga Israelita ay hindi maging matapat sa akin, pangangalatin ko kayo sa ibang mga bansa. [9] Ngunit kung manunumbalik kayo sa akin at tutupad sa mga utos ko, kahit mangalat pa kayo sa pinakamalayong lugar, titipunin ko kayong muli sa lugar na pinili ko upang ako'y parangalan.'

[10] "Kami po ay mga lingkod n'yo at mga mamamayang iniligtas ninyo sa pamamagitan ng inyong kapangyarihan at lakas. [11] Panginoon, dinggin n'yo po ang dalangin ko, na inyong lingkod, at ang dalangin ng iba pa ninyong mga lingkod na nasisiyahang igalang kayo. Bigyan n'yo po ako ngayon ng tagumpay sa paghiling ko sa hari. At nawa'y kabutihan ang maipakita niya sa akin."

Nang panahong iyon, tagapagsilbi ako ng inumin ng hari.

Pumunta si Nehemias sa Jerusalem

2 Noong *unang buwan, na siyang* buwan ng Nisan, nang ika-20 taon ng paghahari ni Artaserses, sinilbihan ko ng inumin ang hari. Noon lang niya ako nakitang malungkot. [2] Kaya tinanong niya ako,

"Bakit ka nalulungkot, mukha ka namang walang sakit? Parang may problema ka." Labis akong kinabahan, [3] pero sumagot ako sa hari, "Humaba po nawa ang buhay ng Mahal na Hari! Nalulungkot po ako dahil ang lungsod na pinaglibingan ng aking mga ninuno ay nagiba at ang mga pintuan nito ay nasunog." [4] Nagtanong ang hari, "Ano ang gusto mo?" Nanalangin ako sa Dios ng kalangitan, [5] at pagkatapos, sumagot ako sa hari, "Kung maaari po, Mahal na Hari, at kung nalulugod po kayo sa akin, gusto ko sanang umuwi sa Juda, para muling ipatayo ang lungsod kung saan inilibing ang aking mga ninuno."

[6] Tinanong ako ng hari habang nakaupo ang reyna sa tabi niya, "Gaano ka katagal doon at kailan ka babalik?" Sinabi ko kung kailan ako babalik, at pinayagan niya ako. [7] Humiling din ako sa hari, "Kung maaari po, Mahal na Hari, bigyan n'yo po ako ng mga sulat para sa mga gobernador ng probinsya sa kanlurang Eufrates, na payagan nila akong dumaan sa nasasakupan nila sa pag-uwi ko sa Juda. [8] At kung maaari, bigyan n'yo rin po ako ng sulat para kay Asaf na tagapagbantay ng mga halamanan ninyo, para bigyan ako ng mga kahoy na gagamitin sa paggawa ng pintuan ng matatag na kuta malapit sa templo, at sa pagpapatayo ng pader ng lungsod at ng bahay na titirhan ko." Pinagbigyan ng hari ang mga kahilingan ko sa kanya dahil sa kabutihan ng Dios sa akin.

[9] Sa pag-alis ko, pinasamahan pa ako ng hari sa mga opisyal ng sundalo at sa mga mangangabayo. Pagdating ko sa kanluran ng Eufrates, ibinigay ko sa mga gobernador ang sulat ng hari. [10] Ngunit nang marinig nina Sanbalat na taga-Horon at Tobia na isang opisyal ng Ammonita na dumating ako para tulungan ang mga Israelita, labis silang nagalit.

Tiningnan ni Nehemias ang Pader ng Jerusalem

[11] Pagkalipas ng tatlong araw mula nang dumating ako sa Jerusalem, [12] umalis ako nang hatinggabi na may ilang kasama. Hindi ko sinabi kahit kanino ang gustong ipagawa sa akin ng Dios tungkol sa Jerusalem. Wala kaming dalang ibang hayop maliban sa sinasakyan kong asno. [13] Lumabas kami sa pintuang nakaharap sa lambak at pumunta sa Balon ng Dragon*[b]* hanggang sa may pintuan ng pinagtatapunan ng basura. Pinagmasdan kong mabuti ang mga nagibang pader ng Jerusalem at ang mga pintuan nitong nasunog. [14] Nagpatuloy ako sa Pintuan ng Bukal hanggang sa paliguan ng hari, pero hindi makaraan doon ang asno ko. [15] Kaya tumuloy na lang ako sa Lambak *ng Kidron*, at siniyasat ang mga pader nang gabing iyon. Pagkatapos, bumalik ako at muling dumaan sa pintuang nakaharap sa lambak.

---

a 2 na nagsibalik mula sa pagkakabihag: o, *na nakaligtas sa pagkakabihag.*

b 13 Dragon: o, *ahas;* o, *asong-gubat.*

[16] Hindi alam ng mga opisyal *ng lungsod* kung saan ako nanggaling at kung ano ang ginawa ko. Sapagkat wala pa akong pinagsabihang Judio tungkol sa balak ko, kahit ang mga pari, mga pinuno, mga opisyal, at ang iba pang nasa pamahalaan.

[17] Ngunit ngayon ay sinabi ko sa kanila, "Nakita n'yo ang nakakaawang kalagayan ng lungsod natin. Giba ang Jerusalem at sunog ang mga pintuan nito. Muli nating itayo ang pader ng Jerusalem para hindi na tayo mapahiya." [18] Sinabi ko rin sa kanila kung gaano kabuti ang Dios sa akin at kung ano ang sinabi ng hari sa akin. Sumagot sila, "Sige, muli nating itayo ang pader." Kaya naghanda sila para simulan ang mabuting gawaing ito. [19] Ngunit nang mabalitaan ito ni Sanbalat na taga-Horon, ni Tobia na isang opisyal na Ammonita, at ni Geshem na isang Arabo, nilait nila kami at pinagtawanan. Sinabi nila, "Ano ang ginagawa n'yong ito? Nagbabalak ba kayong maghimagsik laban sa hari?" [20] Sinagot ko sila, "Magtatagumpay kami sa pamamagitan ng tulong ng Dios sa langit. Kami na mga lingkod niya ay magsisimula na sa pagpapatayo *ng pader ng Jerusalem*. Pero kayo ay hindi kabilang at walang karapatan sa Jerusalem, at hindi kayo bahagi ng kasaysayan nito."

Muling Itinayo ang Pader ng Jerusalem

3 Itinayo ni Eliashib na punong pari at ng mga kasamahan niyang pari ang pintuan na tinatawag na Tupa. Matapos nilang ikabit ang pintuan, itinalaga nila ito *sa Dios*. Itinayo rin nila at itinalaga ang mga pader hanggang sa Tore ng Isang Daan[a] at sa Tore ni Hananel. [2] Ang nagtayo ng sumunod na bahagi ng pader ay ang mga taga-Jerico, at sumunod sa kanila ay si Zacur na anak ni Imri.

[3] Itinayo ng mga anak ni Hasena ang pintuan na tinatawag na Isda.[b] Nilagyan nila ito ng mga hamba, ikinabit ang mga pinto, at ginawan ng mga trangka. [4] Ang nagtayo ng sumunod na bahagi ng pader ay si Meremot na anak ni Uria at apo ni Hakoz. Ang kasunod na bahagi nama'y itinayo ni Meshulam na anak ni Berekia at apo ni Meshezabel. Sumunod naman ay si Zadok na anak ni Baana. [5] At ang sumunod sa kanya ay mga taga-Tekoa. Ngunit ang mga pinuno nila ay hindi sumunod sa ipinapagawa ng mga namumuno sa kanila sa gawain.

[6] Ang nagtayo ng Lumang Pintuan[c] ay si Joyada na anak ni Pasea at si Meshulam na anak ni Besodeya. Nilagyan nila ito ng mga hamba, ikinabit ang mga pinto, at ginawan ng mga trangka. [7] Ang nagtayo ng sumunod na bahagi ng pader ay sina Melatia na taga-Gibeon, Jadon na taga-Meronot at ang mga lalaking taga-Gibeon at taga-Mizpa. Ang mga lugar na ito ay sakop ng gobernador ng probinsya sa kanlurang Eufrates. [8] Ang nagtayo ng sumunod na bahagi ng pader ay si Uziel na platero, na anak ni Harhaya. Ang sumunod naman sa kanya ay si Hanania na manggagawa ng pabango. Itinayo nila ang bahaging ito ng pader ng

Jerusalem hanggang sa Malawak na Pader. [9] Ang sumunod na nagtayo sa kanila ay ang anak ni Hur na si Refaya, na pinuno ng kalahating distrito ng Jerusalem. [10] Ang sumunod sa kanya ay si Jedaya na anak ni Harumaf. Itinayo niya ang bahagi ng pader malapit sa kanyang bahay. Ang sumunod sa kanya ay si Hatush na anak ni Hashabneya.

[11] Ang nagtayo ng sumunod pang bahagi ng pader at ng tore na may mga hurno ay sina Malkia na anak ni Harim, at Hashub na anak ni Pahat Moab. [12] Ang sumunod na nagtayo ay ang anak ni Halohes na si Shalum, na pinuno ng kalahating distrito ng Jerusalem. Tinulungan siya ng mga anak niyang babae.

[13] Ang nagtayo ng pintuang nakaharap sa lambak ay si Hanun at ang mga taga-Zanoa. Ikinabit nila ang mga pinto nito, at ginawan ng mga trangka. Ipinatayo rin nila ang 450 metro na pader sa pintuan ng pinagtatapunan ng basura.

[14] Ang nagtayo ng pintuan ng pinagtatapunan ng basura ay ang anak ni Recab na si Malkia, na pinuno ng distrito ng Bet Hakerem. Ikinabit niya ang mga pinto nito, at ginawan ng mga trangka.

[15] Ang nagtayo ng Pintuan ng Bukal ay ang anak ni Col Hoze na si Shalum, na pinuno ng distrito ng Mizpa. Binubungan niya ito, ikinabit ang mga pinto at ginawan ng mga trangka. Itinayo rin niya ang pader ng paliguan sa Siloam, malapit sa hardin ng hari, hanggang sa hagdanang pababa mula sa Lungsod ni David. [16] Ang sumunod sa kanya ay ang anak ni Azbuk na si Nehemias, na pinuno ng kalahating distrito ng Bet Zur. Itinayo niya ang pader na nakaharap sa libingan[d] ni David hanggang sa pinag-iimbakan ng tubig at sa kampo ng mga sundalo.

[17] Ang nagtayo ng sumunod na bahagi ng pader ay ang mga Levita na pinamumunuan ni Rehum na anak ni Bani. Ang sumunod sa kanya ay si Hashabia na pinuno ng kalahating distrito ng Keila. [18] Ang sumunod sa kanya ay ang mga kababayan niya na pinamumunuan ng anak ni Henadad na si Binui,[e] na pinuno ng kalahating distrito ng Keila. [19] Ang sumunod ay ang anak ni Jeshua na si Ezer na pinuno ng Mizpa. Itinayo niya ang bahagi ng pader na nakaharap sa bodega ng mga sandata hanggang sa sulok ng pader. [20] Ang sumunod naman ay si Baruc na anak ni Zabai. Buong sipag niyang itinayo ang bahagi ng pader mula sa sulok nito hanggang sa bandang pintuan ng bahay ni Eliashib na punong pari. [21] Ang sumunod sa kanya ay si Meremot na anak ni Uria at apo ni Hakoz. Itinayo niya ang bahagi ng pader mula sa bandang pintuan ng bahay ni Eliashib hanggang sa dulo ng bahay nito.

[22] Ang sumunod na nagtayo ng bahagi ng pader ay ang mga pari sa paligid ng Jerusalem. [23] Ang sumunod sa kanila ay sina Benjamin at Hashub. Itinayo nila ang bahagi ng pader na nakaharap sa bahay nila. Ang sumunod sa kanila ay si Azaria na anak ni Maaseya at apo ni Anania. Itinayo niya ang bahagi ng pader sa bandang gilid ng bahay niya.

---

a 1 Tore ng Isang Daan: Maaaring ang "isang daan" ay ang taas o lalim ng baitang ng hagdan nito.

b 3 pintuan na tinatawag na Isda: Maaaring dito pinararaanan ang mga isda na dinadala sa lungsod.

c 6 Lumang Pintuan: o, *Pintuan ni Jeshana.*

d 16 libingan: Ganito ang nasa tekstong Septuagint at Syriac. Sa Hebreo, *mga libingan.*

e 18 Binui: Ito ang nasa dalawang kopya ng tekstong Hebreo, sa Septuagint at Syriac. Karamihan sa kopyang Hebreo, *Bavai.*

²⁴Ang sumunod ay si Binui na anak ni Henadad. Itinayo niya ang bahagi ng pader mula sa bahay ni Azaria hanggang sa sulok ng pader. Isa pang bahagi ng pader na ito ang kanyang ipinatayo. ²⁵Ang sumunod naman ay si Palal na anak ni Uzai. Itinayo niya ang bahagi ng pader mula sa sulok ng pader at ng nakausling tore sa palasyo, malapit sa pinagpupwestuhan ng mga guwardya. Ang sumunod sa kanya ay si Pedaya na anak ni Paros, ²⁶at ang mga utusan sa templo na nakatira sa may *bulubundukin ng* Ofel. Itinayo nila ang bahagi ng pader pasilangan, hanggang sa Pintuan ng Tubig at sa nakausling tore. ²⁷Ang sumunod sa kanila ay ang mga taga-Tekoa. Itinayo nila ang bahagi ng pader mula sa malalaking toreng nakausli hanggang sa pader ng Ofel. Pangalawang bahagi na ito ng pader *na kanilang itinayo.*

²⁸Ang nagtayo ng bahagi ng pader na paahon mula sa Pintuan ng mga Kabayo ay ang mga pari. Itinayo ng bawat isa sa kanila ang bahagi na nakaharap sa bahay nila. ²⁹Ang sumunod sa kânila ay si Zadok na anak ni Imer. Itinayo niya ang bahagi ng pader na nakaharap sa bahay niya. Ang sumunod sa kanya ay ang anak ni Shecania si Shemaya, na guwardya ng Pintuan sa Silangan. ³⁰Ang sumunod sa kanya ay si Hanania na anak ni Shelemia at si Hanun na ikaanim na anak ni Salaf. Pangalawang bahagi na ito ng pader *na kanilang itinayo.* Ang sumunod sa kanila ay si Meshulam na anak ni Berekia. Itinayo niya ang bahagi ng pader na nakaharap sa bahay niya. ³¹Ang sumunod naman ay si Malkia na isang platero. Itinayo niya ang bahagi ng pader hanggang sa tinitirhan ng mga utusan sa templo at ng mga mangangalakal, na nakaharap sa Pintuan ng Pinagtitipunan, at hanggang sa kwarto sa sulok na nasa itaas ng pader. ³²Ang nagtayo ng bahagi ng pader mula sa kwartong iyon hanggang sa pintuan na tinatawag na Tupa ang mga platero at mga mangangalakal.

Hinadlangan ang Pagpapatayo ng Pader

4 Nang mabalitaan ni Sanbalat na itinatayo naming muli ang pader, nagalit siya at husto at hinamak kaming mga Judio. ²Sa harap ng mga kasama niya at ng mga sundalo ng Samaria, sinabi niya, "Ano ba ang ginagawa ng mga kawawang Judiong ito? Akala ba nila, maitatayo nila ulit ang pader ng Jerusalem sa *loob* lang ng isang araw at makapaghahandog uli't sila? Akala siguro nila, magagamit pa nila ang mga nasunog at nadurog na mga bato *ng pader!*" ³Sinabi pa ng Ammonitang si Tobia na nasa tabi ni Sanbalat, "Kahit asong-gubat*ᵃ* lang ang sumampa sa pader na iyan, mawawasak na iyan!"

⁴*Agad akong nanalangin,* "O aming Dios, pakinggan n'yo po kami dahil hinahamak kami. Sa kanila po sana mangyari ang mga panunuya nilang ito sa amin. Madala sana sila sa ibang lugar bilang bihag. ⁵Huwag n'yo po silang patawarin dahil sa panghahamak*ᵇ* nila sa inyo sa harap naming mga gumagawa *ng pader.*"

⁶Patuloy ang aming pagtatayo ng pader at nangangalahati na ang taas nito dahil ang mga tao ay talagang masigasig na gumagawa. ⁷Ngunit nang mabalitaan nina Sanbalat, Tobia, at ng mga taga-Arabia, taga-Ammon, at mga taga-Ashdod na patuloy ang pagtatayo ng pader ng Jerusalem at natakpan na ang mga butas nito, galit na galit sila. ⁸Binalak nilang lahat na salakayin ang Jerusalem para guluhin kami. ⁹Subalit nanalangin kami sa aming Dios at naglagay ng mga guwardya araw at gabi para maprotektahan ang mga sarili namin.

¹⁰Sinabi ng mga taga-Juda, "Pagod na kami sa pagtatrabaho. Napakarami pang guho na dapat hakutin, hindi namin ito makakayang tapusin."

¹¹Samantala, sinabi ng mga kalaban namin, "Biglain natin sila, bago nila mapansin, napasok na natin ang lugar nila. Pagpapatayin natin sila, at mahihinto na ang pagtatrabaho nila."

¹²Ang mga Judio na nakatira malapit sa kanila ay palaging nagbabalita sa amin ng balak nilang pagsalakay. ¹³Kaya naglagay ako ng mga tao para magbantay sa pinakamababang bahagi ng pader na madaling pasukin. Pinagbantay ko sila roon na magkakagrupo sa bawat pamilya, at may mga armas silang mga espada, sibat at palaso. ¹⁴Habang pinag-iisipan ko ang kalagayan namin, ipinatawag ko ang mga pinuno, mga opisyal at ang mga mamamayan, at sinabi ko sa kanila, "Huwag kayong matakot sa mga kalaban. Alalahanin natin ang makapangyarihan at kamangha-manghang Panginoon. Makipaglaban tayo para mailigtas natin ang ating mga kamag-anak, mga anak, mga asawa, pati ang ating mga bahay."

¹⁵Nang mabalitaan ng aming mga kalaban na nalaman namin ang balak nilang pagsalakay at naisip nilang sinira ng Dios ang balak nila, bumalik kaming lahat sa ginagawa naming pader. ¹⁶Ngunit mula nang araw na iyon, kalahati lang sa mga tauhan ko ang gumagawa ng pader, dahil ang kalahati ay nagbabantay na may mga sibat, pananggalang, palaso, at panangga sa dibdib. Ang mga opisyal ay nakatayo sa likod ng mga mamamayan ng Juda ¹⁷na gumagawa ng pader. Ang isang kamay ng mga nagtatrabaho ay may hawak na mga gamit sa paggawa at ang isa namang kamay ay may hawak na sandata, ¹⁸at nakasukbit sa baywang nila ang espada. Ang tagapagpatunog ng trumpeta ay nasa tabi ko.

¹⁹Sinabi ko sa mga pinuno, mga opisyal, at sa mga mamamayan, "Malawak ang ginagawa nating pader at malalayo ang ating pagitan *habang nagtatrabaho,* ²⁰kaya kapag narinig n'yo ang tunog ng trumpeta, pumunta kayo agad dito sa akin. Ang Dios natin ang siyang makikipaglaban para sa atin."

²¹Kaya patuloy ang paggawa namin mula madaling-araw hanggang magtakip-silim, at ang kalahati ng mga tao ay nagbabantay na may dalang sandata. ²²Nang panahong iyon, sinabi ko rin sa mga taong naninirahan sa labas ng Jerusalem na sila at ang mga alipin nila ay papasok sa lungsod kapag gabi para magbantay, at kinabukasan naman ay magtatrabaho sila. ²³*Dahil palagi kaming nagbabantay,* ako at ang mga kamag-anak ko, mga tauhan, at mga guwardya ay hindi na nakapagpalit ng damit. At kahit *pumunta* sa tubig ay dala-dala namin ang aming mga sandata.

---

a 3 asong-gubat: sa Ingles, *"fox."*

b 5 panghahamak: o, *pagpapagalit.*

Tinulungan ni Nehemias ang mga Dukha

5 Dumaing ang ibang mga lalaki at ang mga asawa nila sa kapwa nila mga Judio. [2] Sinabi nila, "Malaki ang pamilya namin at kailangan namin ng pagkain para mabuhay." [3] May iba rin sa kanila na nagsabi, "Isinanla na lang namin ang mga bukirin namin, mga ubasan, at ang mga bahay namin para may makain kami sa panahon ng taggutom." [4] May iba pa sa kanila na nagsabi, "Nanghiram kami ng pera para makapagbayad ng buwis sa hari para sa aming mga bukirin at ubasan. [5] Kahit kami at ang mga anak namin ay kapwa nila Judio, kinailangang ipaalipin namin sa kanila ang aming mga anak para magkapera. Sa totoo lang, ang iba naming mga anak na babae ay ipinagbili na namin bilang alipin. Wala kaming magawa dahil ang aming mga bukirin at mga ubasan ay pagmamay-ari na ng iba."

[6] Labis akong nagalit nang marinig ko ang mga hinaing nila. [7] Pinag-isipan kong mabuti ang kalagayan nila, at pinuntahan agad ang mga pinuno at mga opisyal, at pinaratangan sila. Sinabi ko, "Ginigipit n'yo ang mga kababayan ninyo! Sapagkat tinutubuan n'yo pa sila kapag nanghihiram sila sa inyo ng pera." Pagkatapos, pinatipon ko agad ang mga tao para sa isang pulong. [8] Sinabi ko, "Sinisikap nating matubos ang mga kapwa natin Judio na nagbenta ng sarili nila bilang alipin sa mga dayuhan. Pero ngayon, dahil sa ginagawa n'yo, napipilitan na din silang ibenta ang sarili nila bilang mga alipin. Palagi na lang ba natin silang tutubusin?" Tumahimik na lang sila dahil wala silang maidahilan.

[9] Nagpatuloy ako sa pagsasalita, "Hindi maganda ang ginagawa ninyo. Dapat sana'y mamuhay kayo nang may takot sa Dios para hindi tayo tuyain ng ibang mga bansang kalaban natin. [10] Ako mismo at ang aking mga kamag-anak, pati ang mga tauhan ko ay nagpahiram ng pera at trigo sa mga kababayan nating nangangailangan. Pero huwag na natin silang pagbayarin sa mga utang nila![a] [11] Ngayon din ibalik n'yo ang mga bukirin, mga ubasan, mga taniman ng olibo, at mga bahay ng may utang sa inyo. Ibalik n'yo rin ang tubo ng mga pinahiram ninyong pera, trigo, bagong katas ng ubas at langis."

[12] Sumagot sila, "Ibabalik namin ang lahat ng iyon sa kanila. Hindi na namin sila sisingilin. Gagawin namin ang sinasabi mo."

Ipinatawag ko ang mga pari at pinasumpa sa harapan nila ang mga pinuno at ang mga opisyal na tutuparin nila ang pangako nila. [13] Ipinagpag ko ang balabal[b] ko sa baywang ko at sinabi, "Ganito nawa ang gawin ng Dios sa mga bahay at ari-arian ninyo kapag hindi ninyo tinupad ang pangako ninyo. Kunin nawa niya ang lahat ng ito sa inyo."

Ang lahat ng tao roon ay sumagot, "Siya nawa," at pinuri nila ang Panginoon. At tinupad ng mga pinuno at ng mga opisyal ang pangako nila.

Ang Pagiging Mapagbigay ni Nehemias

[14] Sa loob ng 12 taon na naglingkod ako bilang gobernador ng Juda, mula nang ika-20 taon hanggang ika-32 taon ng paghahari ni Artaserses, ako at ang mga kamag-anak ko ay hindi tumanggap ng pagkaing para sa gobernador. [15] Ngunit ang mga gobernador na nauna sa akin ay naging pasanin ng mga tao, dahil humihingi sila ng pang-araw-araw nilang pagkain at inumin maliban pa sa 40 pirasong pilak. Pati ang mga opisyal nila ay nang-abuso ng mga tao. Pero hindi ko ito ginawa, dahil may takot ako sa Dios. [16] Sa halip, ginawa ko ang lahat para maitayong muli ang pader sa tulong ng mga tauhan ko. At hindi ako[c] nang-angkin ng lupa. [17] Palagi kong pinapakain ang 150 Judiong opisyal bukod pa sa mga bisitang mula sa paligid na mga bansa. [18] Araw-araw akong nagpapakatay ng isang baka, anim na matatabang tupa, at mga manok. At tuwing ikasampung araw ay naglalabas ako ng marami at iba't ibang klaseng inumin. Sa kabila nito, hindi ako tumanggap ng pagkaing para sa gobernador, dahil nalaman kong nabibigatan na ang mga tao.

[19] Nanalangin ako, "O aking Dios, nawa'y pagpalain po ninyo ako sa lahat ng ginagawa ko para sa sambayanang ito."

Ang Patuloy na Paghadlang ng Pagpapatayo ng Pader

6 Samantala, nabalitaan nina Sanbalat, Tobia, Geshem na taga-Arabia, at ng iba pa naming mga kalaban na natapos na namin ang pagpapatayo ng pader at wala na itong mga butas, maliban na lamang sa mga pinto nito na hindi pa naikakabit. [2] Kaya nagpadala sina Sanbalat at Geshem ng ganitong mensahe sa akin: "Gusto naming makipagkita sa iyo sa isang nayon ng kapatagan ng Ono."

Ngunit nalaman ko na may balak silang masama sa akin. [3] Kaya nagsugo ako ng mga mensahero para sabihin ito sa kanila, "Mahalaga ang ginagawa ko ngayon, kaya hindi ako makakapunta riyan. Hindi ko maaaring itigil ang paggawa para lang pumunta riyan." [4] Apat na beses nila akong pinadalhan ng ganoong mensahe at apat na beses ko rin silang pinadalhan ng parehong sagot.

[5] Sa panglimang beses pinapunta ni Sanbalat sa akin ang alipin niya na may dalang sulat na nakabukas na. [6] At ito ang nakasulat: "Ipinagtapat sa akin ni Geshem[d] na kahit saan siya pumunta ay naririnig niyang ikaw at ang mga Judio ay nagbabalak mag-alsa, at iyan ang dahilan kung bakit muli ninyong ipinapatayo ang pader. At ayon sa narinig niya, gusto mong maging hari ng mga Judio, [7] at pumili ka pa ng mga propeta na magpoproklama sa iyo sa Jerusalem na ikaw na ang hari ng Juda. Tiyak na malalaman ito ng hari, kaya pumarito ka para pag-usapan natin ang mga bagay na ito."

[8] Ito ang sagot ko sa kanya: "Hindi totoo ang mga sinasabi mo. Gawa-gawa mo lang iyan." [9] Alam kong tinatakot lang nila kami para mahinto ang paggawa namin. Pero nanalangin ako sa Dios na palakasin pa niya ako.

[10] Isang araw, pumunta ako kay Shemaya na anak ni Delaya at apo ni Mehetabel, dahil hindi

---

a 10 huwag...utang: o, huwag na nating patutubuan ang mga inutang nila.

b 13 balabal: Ang mga damit noon ay walang bulsa, kaya ang ginagawa nilang bulsa ay ang balabal sa kanilang baywang. Ang pagpagpag nito ay nagsisimbolo ng pagkawala ng lahat.

c 16 ako: Ito ang nasa ibang tekstong Hebreo, sa Syriac, at sa Septuagint. Karamihan ng tekstong Hebreo, kami.

d 6 Geshem: o, Gashmu.

siya makaalis sa bahay niya. Sinabi niya sa akin, "Magkita tayo sa loob ng templo ng Dios, at ikandado natin ang mga pintuan. Dahil darating ang mga kalaban mo ngayong gabi para patayin ka." ¹¹ Ngunit sumagot ako, "Gobernador ako, bakit ako lalayo at magtatago sa loob ng templo para iligtas ang buhay ko? Hindi ako magtatago!" ¹² Naisip kong hindi nangusap ang Dios sa kanya, kundi inupahan lamang siya nina Sanbalat at Tobia para sabihin iyon sa akin. ¹³ Gusto lamang nila akong takutin at magkasala sa pamamagitan ng pagsunod sa sinasabi ni Shemaya, para hamakin nila ako at pintasan ng mga tao.

¹⁴ *Kaya nanalangin ako,* "O aking Dios, huwag n'yo pong kalimutan *na parusahan* si Tobia at si Sanbalat sa kanilang *masamang* ginawa, pati na ang babaeng propeta na si Noadias at ang iba pang mga propeta na naghahangad na takutin ako."

Natapos ang Pagpapatayo ng Pader

¹⁵ Natapos ang pader noong ika-25 araw ng *ikaanim na buwan, na siyang* buwan ng Elul. Natapos ito sa loob ng 52 araw. ¹⁶ Nang mabalitaan ito ng aming mga kalaban sa kalapit na mga bansa, natakot sila at napahiya. Napag-isip-isip nila na natapos ang gawaing iyon sa pamamagitan ng tulong ng Dios.

¹⁷ Nang panahong iyon, nagsusulatan sina Tobia at ang mga pinuno ng Juda. ¹⁸ Maraming taga-Juda ang sumumpa ng katapatan kay Tobia dahil manugang siya ni Shecania na anak ni Ara. At isa pa, napangasawa ng anak niyang si Jehohanan ang anak ni Meshulam na anak ni Berekia. ¹⁹ Palaging sinasabi sa akin ng mga tao ang tungkol sa mabubuting ginawa ni Tobia, at palagi ring nakakarating sa kanya ang mga sinasabi ko. At patuloy na sumusulat si Tobia sa akin para takutin ako.

Naglagay ng mga Opisyal sa Jerusalem

7 ¹⁻⁶ Nang matapos na ang pader ng lungsod at naikabit na ang mga pinto nito, itinalaga sa tungkulin nila ang mga guwardya ng mga pintuan ng lungsod, ang mga mang-aawit, at ang mga Levita. ² Ibinigay ko ang tungkulin ng pamamahala sa Jerusalem sa kapatid kong si Hanani kasama si Hanania na kumander ng *mga guwardya sa* buong palasyo. Pinili ko si Hanania dahil mapagkakatiwalaan siya at may takot sa Dios higit sa karamihan. ³ Sinabi ko sa kanila, "Huwag n'yong pabayaang nakabukas ang mga pintuan ng lungsod kapag tanghaling-tapat,ᵃ kahit may mga guwardya pa na nagbabantay. Dapat nakasara ito at nakakandado. Maglagay din kayo ng mga guwardya mula sa mga mamamayan ng Jerusalem. Ang iba sa kanila ay ilagay *sa pader na* malapit sa mga bahay nila, at ang iba naman ay ilagay sa ibang bahagi ng pader."

Ang Talaan ng mga Tao na Bumalik mula sa Pagkabihag.
(Ezra 2:1-7)

⁴ Napakalawak noon ng lungsod *ng Jerusalem* pero kakaunti lang ang mga naninirahan doon at kakaunti rin ang mga bahay. ⁵ Kaya ipinaisip ng aking Dios sa akin na tipunin ang mga pinuno, mga opisyal, at iba pang mga naninirahan para maitala sila ayon sa bawat pamilya. Nakita ko ang listahan ng mga pamilya na unang bumalik mula sa pagkabihag. Ito ang nakatala roon:

⁶ Ang mga sumusunod ay ang mga Israelita sa probinsya ng Juda na binihag noon ni Haring Nebucadnezar at dinala sa Babilonia. Ngayon, umalis na sila sa lugar na iyon at bumalik na sa Jerusalem at sa sarili nilang mga bayan sa Juda. ⁷ Ang namuno sa pagbalik nila sa Jerusalem ay sina Zerubabel, Jeshua, Nehemias, Azaria, Raamias, Nahamani, Mordecai, Bilshan, Misperet, Bigvai, Nehum, at Baana.

Ito ang talaan ng mga mamamayan ng Israel *na bumalik mula sa pagkabihag:*

⁸⁻²⁵ Mga angkan nina:

Paros	2,172
Shefatia	372
Ara	652
Pahat Moab (mula sa mga pamilya ni Jeshua at ni Joab)	2,818
Elam	1,254
Zatu	845
Zacai	760
Binui	648
Bebai	628
Azgad	2,322
Adonikam	667
Bigvai	2,067
Adin	655
Ater (na tinatawag din na Hezekia)ᵇ	98
Hashum	328
Bezai	324
Harifᶜ	112
Gibeonᵈ	95

²⁶⁻³⁸ Ito ang bilang ng mga tao na bumalik mula sa pagkabihag, na ang mga ninuno ay nakatira sa mga sumusunod na bayan:

Betlehem at Netofa	188
Anatot	128
Bet Azmavet	42
Kiriat Jearim, Kefira, at Beerot	743
Rama at Geba	621
Micmash	122
Betel at Ai	123
Nebo	52
Elam	1,254
Harim	320
Jerico	345
Lod, Hadid, at Ono	721
Senaa	3,930

³⁹⁻⁴² Ito ang mga angkan ng mga pari na bumalik mula sa pagkabihag:

Mga angkan nina:

Jedaya (mula sa pamilya ni Jeshua)	973
Imer	1,052
Pashur	1,247
Harim	1,017

---

a 3 *tanghaling-tapat:* oras ito ng pamamahinga, kaya maaaring ang mga kalaban ay bigla na lang sumalakay.

b 8-25 *na tinatawag din na Hezekia:* o, *na mga angkan ni Hezekia.*

c 8-25 *Harif:* o, *Jora.*

d 8-25 *Gibeon:* o, *Gibar.*

43-45 Ito ang mga lahi ng mga Levita *na bumalik din mula sa pagkabihag:*

Mga angkan nina Jeshua at Kadmiel (mula sa pamilya ni Hodavia) 74

Mga mang-aawit sa templo na mga angkan ni Asaf 148

Mga guwardya ng pintuan *ng templo* na mga angkan nina Shalum, Ater, Talmon, Akub, Hatita, at Shobai 138

46-56 Ito ang mga angkan ng mga utusan sa templo *na bumalik din mula sa pagkabihag:* Ziha, Hasufa, Tabaot, Keros, Sia, Padon, Lebana, Hagaba, Shalmai, Hanan, Gidel, Gahar, Reaya, Rezin, Nekoda, Gazam, Uza, Pasea, Besai, Meunim, Nefusim, Bakbuk, Hakufa, Harhur, Bazlut, Mehida, Harsha, Barkos, Sisera, Tema, Nezia, at Hatifa.

57-59 Bumalik din mula sa pagkabihag ang mga angkan ng mga alipin ni Solomon: Ang mga angkan nina Sotai, Soferet, Perida, Jaala, Darkon, Gidel, Shefatia, Hatil, Pokeret Hazebaim, at Ammon.

60 Ang kabuuang bilang ng mga angkan ng mga utusan sa templo at mga angkan ng mga alipin ni Solomon ay 392.

61 Mayroon ding bumalik *sa Jerusalem* mula sa mga bayan ng Tel Mela, Tel Harsha, Kerub, Adon, at Imer. Pero hindi nila mapatunayan na sila'y talagang mga Israelita:

62 Sila ang mga angkan nina Delaya, Tobia, at Nekoda 642

63 Hindi rin mapatunayan ng mga angkan nina Hobaya, Hakoz, at Barzilai na mga pari sila. (Nang nag-asawa si Barzilai, dinala niya ang pangalan ng biyenan niyang si Barzilai na taga-Gilead.) **64** Dahil nga hindi nila makita ang talaan ng kanilang mga ninuno, hindi sila tinanggap bilang mga pari. **65** Sinabihan sila ng gobernador *ng Juda* na hindi sila maaaring kumain ng mga pagkain na inihandog sa Dios hangga't walang pari na sasangguni sa Panginoon tungkol sa kanilang pagkapari sa pamamagitan ng "Urim" at "Thummim".[a]

66-69 Ang kabuuang bilang ng mga lalaki mula sa pagkabihag ay 42,360, hindi pa kabilang dito ang mga alipin nilang lalaki at babae na 7, 337 at mga mang-aawit na lalaki at babae na 245. May dala silang 736 na kabayo, 245 mola,[b] 435 kamelyo, at 6,720 asno.

70 Ang ibang mga pinuno ng mga pamilya ay nag-ambag para sa muling pagpapatayo ng templo. Ang gobernador ay nagbigay ng walong kilong ginto, 50 mangkok *na gagamitin sa templo,* at 530 pirasong damit para sa mga pari. **71** Ang ibang mga pinuno ng mga pamilya ay nagbigay para sa ganitong gawain ng 168 kilong ginto at 1,200 kilong pilak. **72** Ang kabuuang ibinigay ng iba pang mga tao ay 168 kilong ginto, 1,100 kilong pilak, at 67 pirasong damit para sa mga pari.

73 Ang bawat isa sa kanila ay bumalik sa mga bayan na kung saan nagmula ang kanilang pamilya, pati na ang mga pari, ang mga Levita, ang mga guwardya ng mga pintuan *ng templo,* ang mga mang-aawit, at ang mga utusan sa templo.

Binasa ni Ezra ang Kautusan

Nang dumating ang ikapitong buwan, nang nakatira na ang mga Israelita sa mga bayan **8** nila, **1** nagtipon silang lahat *sa Jerusalem* nang may pagkakaisa, doon sa plasa na nasa harapan ng Pintuan ng Tubig. Hiniling nila kay Ezra na tagapagturo ng kautusan na kunin niya *at basahin* ang Aklat ng Kautusan ni Moises na iniutos ng Panginoon sa mga Israelita.

2-3 Kaya *nang araw na iyon,* ang unang araw ng ikapitong buwan, dinala ng paring si Ezra ang Kautusan sa harap ng mga tao—mga lalaki, babae, at mga *batang nakakaunawa na.* Binasa niya ito sa kanila nang malakas mula sa pagsikat ng araw hanggang tanghali, doon sa plasa na nasa harapan ng Pintuan ng Tubig. At pinakinggang mabuti ng lahat ang Aklat ng Kautusan. **4** Tumayo si Ezra sa mataas na entabladong kahoy na ginawa para sa okasyong iyon. Sa bandang kanan niya ay nakatayo sina Matitia, Shema, Anaya, Uria, Hilkia, at Maaseya. At sa bandang kaliwa ay nakatayo sina Pedaya, Mishael, Malkia, Hashum, Hasbadana, Zacarias, at Meshulam.

5 Nakikita si Ezra ng lahat dahil mataas at kinatatayuan niya. At nang binuksan niya ang aklat, tumayo ang lahat ng tao. **6** Pinapurihan ni Ezra ang Panginoon, ang makapangyarihang Dios! At sumagot ang mga tao, "Amen! Amen!" habang itinataas nila ang kanilang mga kamay. Pagkatapos, nagpatirapa sila at sumamba sa Panginoon.

7 Nang tumayo na ang mga tao, ipinaliwanag sa kanila ang Kautusan. Ang nagpaliwanag sa kanila ay ang mga Levita na sina Jeshua, Bani, Sherebia, Jamin, Akub, Shabetai, Hodia, Maaseya, Kelita, Azaria, Jozabad, Hanan, at Pelaya. **8** Bumasa sila mula sa Aklat ng Kautusan ng Dios at ipinaliwanag ang kahulugan nito,[c] para maunawaan ng mga tao.

9 Habang nakikinig ang mga tao sa sinasabi ng Kautusan ay umiiyak sila. Sinabi sa kanila nina Nehemias na gobernador, Ezra na pari at tagapagturo ng kautusan, at ng mga Levita na nagpapaliwanag sa kanila ng Kautusan, "Ang araw na ito ay banal sa Panginoon na inyong Dios, kaya huwag kayong umiyak." **10** Sinabi pa ni Nehemias, "Magdiwang kayo, kumain ng masasarap na pagkain at uminom ng masasarap na inumin. Bigyan n'yo ang mga walang pagkain, dahil ang araw na ito ay banal sa Panginoon. At huwag kayong mabalisa, dahil ang kagalakang ibinigay ng Panginoon ay magpapatatag sa inyo." **11** Sinabi rin ng mga Levita, "Tumahimik kayo! Huwag kayong mabalisa! Sapagkat banal ang araw na ito." **12** Kaya umuwi ang lahat ng tao para kumain at uminom at magbigay ng pagkain sa iba. Nagdiwang sila nang may lubos na kagalakan dahil naunawaan nila ang mga mensahe ng Dios na binasa sa kanila.

Ang Pista ng Pagtatayo ng mga Kubol

13 Nang ikalawang araw ng buwang iyon, nagtipon sa harapan ni Ezra ang mga pinuno ng mga pamilya, ang mga pari at ang mga Levita para

---

a 65 "Urim" at "Thummim": dalawang bagay na ginagamit para malaman ang kalooban ng Panginoon.
b 66-69 mola: sa Ingles, *"mule."* Hayop na parang kabayo.

c 8 ipinaliwanag ang kahulugan nito: Maaaring pati ang pagpapaliwanag ng Kautusan sa wikang Aramico dahil ito'y nakasulat wikang Hebreo.

mag-aral pa tungkol sa Kautusan. [14] Natuklasan nila sa Kautusan na iniutos ng Panginoon sa pamamagitan ni Moises na ang mga Israelita ay dapat tumira sa mga kubol sa oras ng pista na ginaganap tuwing ikapitong buwan. [15] At dapat nilang ipaalam sa Jerusalem at sa iba pa nilang mga bayan ang utos *ng Panginoon* na pumunta sila sa mga kaburulan at kumuha ng mga sanga ng olibo, mirto, palma, at ng iba pang mga kahoy na malago para gawing mga kubol, ayon sa nakasulat *sa Kautusan.*

[16] Kaya kumuha ang mga tao ng mga sanga at gumawa ng kubol sa *patag na* bubong ng mga bahay nila, sa bakuran ng mga bahay nila, sa bakuran ng templo ng Dios, sa plasa na nasa harapan ng Pintuan ng Tubig, at sa Pintuan ni Efraim. [17] Lahat sila na bumalik mula sa pagkabihag ay gumawa ng mga kubol at doon tumira. Hindi pa nila nagawa ang ganito simula noong panahon ni Josue na anak ni Nun; at labis ang kasiyahan nila. [18] Araw-araw ay binabasa ni Ezra *sa mga tao* ang Aklat ng Kautusan ng Dios, mula sa una hanggang sa huling araw *ng pista.* Ipinagdiwang nila ang pista ng pitong araw, at nang ikawalong araw, nagtipon sila *para sumamba sa Panginoon,* ayon sa Kautusan.

Ipinahayag ng mga Israelita ang Kanilang mga Kasalanan

9 Nang ika-24 na araw ng buwan ding iyon, nagtipon ang mga Israelita para mag-ayuno. Nagdamit sila ng sako at naglagay ng alikabok sa kanilang ulo.[a] [2] Hindi nila isinama *sa pag-aayuno* ang mga dayuhan. Tumayo sila at ipinahayag ang kanilang mga kasalanan at ang mga kasalanan ng kanilang mga ninuno. [3] Nakatayo sila sa loob ng tatlong oras habang binabasa sa kanila ang Kautusan ng Panginoon na kanilang Dios. At sa loob din ng tatlong oras, ipinahayag nila ang kanilang mga kasalanan at sumamba sa Panginoon na kanilang Dios. [4] Ang ibang mga Levita ay nakatayo sa hagdanan, at malakas na nananalangin sa Panginoon na kanilang Dios. Sila ay sina Jeshua, Bani, Kadmiel, Shebania, Buni, Sherebia, Bani, at Kenani. [5] At ang mga Levita *na tumawag sa mga tao para sumamba* ay sina: Jeshua, Kadmiel, Bani, Hashabneya, Sherebia, Hodia, Shebania, at Petahia. Sabi nila, "Tumayo kayo at purihin ang Panginoon na inyong Dios na walang hanggan!"[b]

Pagkatapos, sinabi nila, "O Panginoon, kapuri-puri po ang inyong pagiging makapangyarihan! Hindi ito mapapantayan ng aming pagpupuri. [6] Ikaw lang po ang Panginoon. Ginawa n'yo ang kalangitan, ang lupa, ang dagat, at ang lahat ng mga naroroon. Binigyan n'yo po ng buhay ang lahat ng inyong nilikha, at sinasamba kayo ng mga anghel sa langit.

[7] "Kayo ang Panginoong Dios na pumili kay Abram at naglabas sa kanya sa Ur, na sakop ng mga Caldeo. At pinangalanan n'yo siyang Abraham. [8] Nakita n'yong tapat siya sa inyo, at gumawa kayo ng kasunduan sa kanya na ibibigay n'yo sa mga lahi

---

a 1 Nagdamit ulo: Upang ipakita ang kanilang pagsisisi.
b 5 na walang hanggan: o, na nabubuhay mula noon magpakailanman.

niya ang lupain ng mga Cananeo, Heteo, Amoreo, Perezeo, Jebuseo, at ng mga Gergaseo. At tinupad po ninyo ang pangako n'yo, dahil matuwid kayo.

[9] "Nakita n'yo po ang pagtitiis ng aming mga ninuno sa Egipto. Narinig n'yo ang paghingi nila ng tulong sa inyo noong naroon sila sa Dagat na Pula. [10] Gumawa kayo ng mga himala at kamangha-manghang bagay laban sa Faraon, at sa lahat ng mga opisyal niya at tauhan, dahil nalalaman n'yo kung paano nila inapi ang aming mga ninuno. At ang inyong pangalan ay tanyag hanggang ngayon. [11] Sa harap ng inyong mga mamamayan ay hinati ninyo ang dagat at sa gitna nito'y dumaan sila sa tuyong lupa. Ngunit nilunod n'yo ang mga kalaban nilang humahabol sa kanila. Para silang bato na lumubog sa nagngangalit na dagat. [12] Sa araw, ginagabayan n'yo ang inyong mga mamamayan sa pamamagitan ng ulap na parang haligi, at sa gabi'y sa pamamagitan ng apoy na parang haligi, para bigyan sila ng liwanag sa kanilang nilalakaran.

[13] "Bumaba kayo sa Bundok ng Sinai mula sa langit at nakipag-usap kayo sa kanila. Binigyan n'yo sila ng mga tamang katuruan, mabubuting utos at ng mga tuntunin. [14] Itinuro n'yo sa kanila ang tungkol sa dapat nilang gawin sa Araw ng Pamamahinga. At inutusan n'yo sila sa pamamagitan ng inyong lingkod na si Moises, na tuparin ang mga utos n'yo, mga tuntunin, at mga katuruan. [15] Nang magutom sila, binigyan n'yo sila ng pagkain mula sa langit, at nang mauhaw ay pinainom n'yo ng tubig mula sa bato. Sinabihan n'yo silang pasukin at angkinin ang lupaing pangako na ibinigay ninyo sa kanila. [16] Ngunit sila na aming mga ninuno ay naging mapagmataas, matigas ang ulo, at masuwayin sa inyong mga utos. [17] Ayaw nilang makinig *sa mga sinasabi n'yo,* at kinalimutan lang ang mga himalang ginawa ninyo sa kanila. Naging matigas ang kanilang ulo, at sumalungat sila sa inyong pamamaraan sa pamamagitan ng pagpili ng pinuno na magdadala sa kanila pabalik sa pagkaalipin sa Egipto. Ngunit kayo ay mapagpatawad na Dios, mahabagin, maalalahanin, hindi madaling magalit, at mapagmahal. Kaya hindi n'yo po sila pinabayaan, [18] kahit gumawa sila ng imaheng baka, at nagsabi, 'Ito ang dios nating nagpalaya at nagpalabas sa atin sa Egipto.' Lubos ang paglapastangan nila sa inyo! [19] Ngunit dahil sa dakilang habag ninyo sa kanila, hindi n'yo po sila pinabayaan sa ilang. Hindi n'yo kinuha ang makapal na ulap na gumagabay sa kanila kapag araw, at ang naglalagablab na apoy na nagbibigay liwanag sa nilalakaran nila kapag gabi. [20] Ibinigay n'yo po ang mabuting Espiritu ninyo sa pagtuturo sa kanila. Patuloy n'yo silang pinakain ng 'manna,' at binigyan ng tubig kapag nauuhaw sila. [21] Ibinibigay n'yo po sa kanila ang mga pangangailangan nila sa loob ng 40 taon sa ilang, kaya hindi sila nagkulang ng anuman. Hindi naluma ang mga damit nila at hindi rin namaga ang mga paa nila sa paglalakad.

[22] "Pinagtagumpay n'yo sila laban sa mga kaharian, mga bansa, at ang mga lupain sa paligid nila. Sinakop nila ang lupain ng Heshbon na pinamamahalaan ni Haring Sihon, at ang lupain ng Bashan na pinamamahalaan ni Haring Og. [23] Pinarami n'yo ang kanilang mga lahi, katulad

ng mga bituin sa langit. Dinala n'yo sila sa lupaing ipinangako n'yo sa kanilang mga ninuno para pasukin at angkinin. ²⁴Talagang pinasok nila ito at inangkin. Pinagtagumpay n'yo po sila laban sa mga Cananeo na nakatira sa lupaing iyon. Ipinaubaya n'yo sa kanila ang mga Cananeo pati ang mga hari nila para magawa ng inyong mga mamamayan ang gusto nilang gawin sa mga ito. ²⁵Sinakop po ng mga mamamayan ninyo ang mga napapaderang lungsod at ang matatabang lupain. Inangkin din po nila ang mga bahay na punong-puno ng magagandang bagay, mga balon, mga ubasan, mga taniman ng olibo at napakarami pang ibang punongkahoy na namumunga. Kumain sila hanggang sa mabusog sila at naging malusog ang kanilang katawan. Nagalak sila sa napakabuting ginawa ninyo sa kanila.

²⁶"Pero sa kabila ng lahat, sumuway at lumabag po sila sa inyo. Tinalikuran nila ang inyong Kautusan, pinatay nila ang inyong mga propeta na nanghikayat sa kanilang magbalik sa inyo. Labis ang paglapastangan nila sa inyo! ²⁷Kaya ipinaubaya n'yo po sila sa kanilang mga kalaban na nagpahirap sa kanila. Pero nang nahihirapan na sila, humingi sila ng tulong sa inyo at pinakinggan n'yo pa rin sila riyan sa langit. At sa laki ng inyong habag, binigyan n'yo sila ng mga pinuno na magliligtas sa kanila sa kamay ng kanilang kalaban.

²⁸"Pero kapag mabuti na ang kalagayan nila, gumagawa na naman sila ng masama sa inyong harapan. At ipapaubaya n'yo sila sa kamay ng mga kalaban nila para pamunuan sila. At kapag nanalangin na naman sila para humingi ng tulong n'yo, pinapakinggan n'yo sila riyan sa langit. At sa inyong habag, palagi n'yo silang inililigtas. ²⁹Pinaalalahanan n'yo po sila na tumupad muli sa inyong Kautusan, pero naging mapagmataas sila at hindi nila tinupad ang inyong mga utos. Nagkasala sila laban sa inyong mga utos na nagbibigay *ng totoong buhay* sa tumutupad nito. Sa katigasan ng kanilang mga ulo tumalikod sila sa inyo, at ayaw nilang makinig sa inyo. ³⁰Sa napakaraming taon, tiniis ninyo sila at pinaalalahanan ng Espiritu ninyo sa pamamagitan ng mga propeta. Pero hindi nila ito pinansin, kaya ipinaubaya n'yo sila sa mga mamamayang nasa paligid nila. ³¹Ngunit dahil sa laki ng inyong habag, hindi n'yo sila pinabayaan o lubos na ipinahamak, dahil mahabagin at maalalahanin kayo, O Dios.

³²"Kayo na aming Dios ay makapangyarihan at tunay na kamangha-mangha. Tinutupad po ninyo ang inyong kasunduan at ipinapakita ang inyong pag-ibig. Ngayon, huwag po ninyong balewalain ang aming mga pagtitiis. Nagtiis kaming lahat sa inyong mamamayan, pati ang aming mga hari, mga pinuno, mga pari, mga propeta, at mga ninuno, mula pa ng panahong pinahirapan kami ng mga hari ng Asiria hanggang ngayon. ³³Matuwid ang ginawa n'yong paghatol sa amin. Matapat kayo sa amin, pero kami ay mga makasalanan. ³⁴Ang aming mga hari, mga pinuno, mga pari, at mga ninuno ay hindi tumupad sa inyong Kautusan. Hindi pinansin ang inyong mga utos at mga babala. ³⁵Kahit mayroon silang sariling kaharian, at nakakaranas ng labis ninyong kabutihan, at kahit binigyan n'yo sila

ng malawak at matabang lupain, hindi pa rin sila naglingkod sa inyo at hindi tumalikod sa masama nilang pag-uugali. ³⁶Ito po ang dahilan kaya kami'y mga alipin ngayon sa lupaing ito na ibinigay n'yo sa aming mga ninuno, kung saan makakakain sila ng mga ani nito at ng iba pang mabubuting produkto nito. ³⁷Ang masaganang ani ng mga lupain ay napupunta sa mga hari na pinaghari n'yo sa amin dahil sa aming mga kasalanan. Ginagawa nila ang gusto nilang gawin sa amin at sa mga alaga naming hayop, at sobra-sobra ang aming pagtitiis."

Gumawa ng Kasunduan ang mga Tao
³⁸"Dahil dito, kami pong mga Judio ay gumawa ng isang matibay na kasunduan. Isinulat ito at pinirmahan ng aming mga pinuno, mga pari, at mga Levita."

10 Ang unang pumirma ay si Gobernador Nehemias na anak ni Hakalias, at si Zedekia. ²⁻⁸*Ang mga paring pumirma ay sina* Seraya, Azaria, Jeremias, Pashur, Amaria, Malkia, Hatush, Shebania, Maluc, Harim, Meremot, Obadias, Daniel, Gineton, Baruc, Meshulam, Abijah, Mijamin, Maazia, Bilgai, at Shemaya.

⁹⁻¹³Ang mga Levita na pumirma ay sina Jeshua na anak ni Azania, Binui na mula sa pamilya ni Henadad, Kadmiel, Shebania, Kelita, Pelaya, Hanan, Mica, Rehob, Hashabia, Zacur, Sherebia, Shebania, Hodia, Bani, at Beninu.

¹⁴⁻²⁷Ang mga pinuno na pumirma ay sina Paros, Pahat Moab, Elam, Zatu, Bani, Buni, Azgad, Bebai, Adonia, Bigvai, Adin, Ater, Hezekia, Azur, Hodia, Hashum, Bezai, Harif, Anatot, Nebai, Magpias, Meshulam, Hezir, Meshezabel, Zadok, Jadua, Palatia, Hanan, Anaya, Hoshea, Hanania, Hashub, Halohes, Pilha, Shobek, Rehum, Hashabna, Maaseya, Ahia, Hanan, Anan, Maluc, Harim, at Baana.

Ang Kasunduan
²⁸Ang iba pang mamamayan ng Israel, pati na ang mga pari, mga Levita, mga guwardya ng mga pintuan *ng templo*, mga mang-aawit, mga utusan sa templo, at ang lahat ng nakahiwalay sa mga dayuhan nakatira sa lupain namin para sumunod sa Kautusan ng Dios, maging ang mga asawa nila at ang mga batang nakakaunawa na ²⁹ay sumampa kasama ng aming mga pinuno, na aming tutuparin ang Kautusan na ibinigay ng Dios sa pamamagitan ng lingkod niyang si Moises. Nanumpa rin kami na tatanggapin namin ang sumpa ng Dios kung hindi namin matutupad ang pangakong susundin namin ang lahat ng utos at tuntunin ng PANGINOON na aming Dios. ³⁰Nangako kami na hindi namin papayagang makapag-asawa ang mga anak namin ng mga dayuhang naninirahan sa aming lupain. ³¹*Nangako rin kami na* hindi kami bibili kung ipagbibili ng mga dayuhan ang trigo nila o kahit anong ipinagbibili sa Araw ng Pamamahinga o sa ibang banal na araw. At tuwing ikapitong taon, hindi kami magtatanim sa aming lupain, at hindi na namin sisingilin ang mga may utang sa amin.

³²Nangako pa kami na tutuparin namin ang utos na magbibigay kami bawat taon ng apat na gramong

pilak para sa gawain sa templo ng aming Dios. [33] Nakalaan ito para sa tinapay na inihahandog sa presensya ng Dios, sa mga handog na sinusunog at mga handog bilang pagpaparangal sa PANGINOON na inihahandog araw-araw, sa mga handog para sa Araw ng Pamamahinga, para sa Pista ng Pagsisimula ng Buwan,[a] at sa iba pang mga pista; maging sa iba pang mga banal na handog tulad ng handog sa paglilinis na inihahandog upang matubos ang mga mamamayan ng Israel sa kanilang mga kasalanan. Ginagamit din ang perang ito sa iba pang mga pangangailangan sa templo ng aming Dios. [34] Nagpalabunutan kaming lahat, pati ang mga pari namin at mga Levita, para malaman kung kailan magdadala ng panggatong ang bawat pamilya bawat taon para gamitin sa mga handog sa altar ng PANGINOON na aming Dios, ayon sa nasusulat sa Kautusan.

[35] Nangako rin kami na dadalhin namin bawat taon sa templo ng PANGINOON ang unang ani ng aming bukirin at ang unang bunga ng aming mga tanim. [36] Dadalhin din namin sa mga pari na naglilingkod sa templo ng aming Dios ang aming panganay na anak na lalaki, pati ang unang anak ng aming mga baka, tupa, at kambing, ayon sa nasusulat sa Kautusan.

[37] *Nangako pa kami na* dadalhin namin sa mga pari ang pinakamagandang klase ng aming harina at ang iba pang mga handog bilang pagpaparangal sa PANGINOON, para ilagay sa bodega ng templo ng Dios. Dadalhin din namin ang pinakamabuti naming mga prutas, at ang bagong katas ng ubas at langis ng olibo. Dadalhin din namin sa mga Levita ang ikapu ng aming mga ani, dahil sila ang nangongolekta ng mga ikapu sa lahat ng baryo na may mga sakahan. Kapag mangongolekta ng ikapu ang mga Levita, [38] sinasamahan sila ng mga pari mula sa angkan ni Aaron. At ang ikapu na nakolekta ay dadalhin ng mga Levita sa bodega ng templo ng aming Dios. [39] Ang mga Israelita, pati na ang mga Levita ay dapat magdala ng mga handog na trigo, bagong katas ng ubas at langis sa bodega kung saan nakalagay ang mga kagamitan ng templo at kung saan nakatira ang mga pari na naglilingkod, ang mga guwardya ng mga pintuan *ng templo,* at ang mga mang-aawit.

Kaya nangako kami na hindi namin pababayaan ang templo ng aming Dios.

Ang mga Naninirahan sa Jerusalem

11 Nang panahong iyon, ang mga pinuno ng mga mamamayan *ng Israel* ay nakatira sa Jerusalem, ang banal na lungsod. Nagpalabunutan ang mga tao para sa bawat sampung pamilya ay may isang pamilyang maninirahan sa Jerusalem, habang ang iba'y mananatili sa mga bayan nila. [2] Pinuri ng mga tao ang lahat ng nagpasyang tumira sa Jerusalem.

[3-4] Ang ibang Israelita, pati mga pari, mga Levita, mga utusan sa templo, at ang mga angkan ng mga alipin ni Solomon ay patuloy na nakatira sa kanilang sariling mga lupain sa iba't ibang mga bayan ng Juda. Ang ibang mga mamamayan ng Juda at Benjamin ay nakatira sa Jerusalem.

a 33 Pista ng Pagsisimula ng Buwan: Tingnan sa Talaan ng mga Salita sa likod.

Ito ang mga pinuno ng mga probinsya *ng Juda at Benjamin* na nakatira sa Jerusalem.

Mula sa lahi ni Juda:
Si Ataya na anak ni Uzia. (Si Uzia ay anak ni Zacarias. Si Zacarias ay anak ni Amaria. Si Amaria ay anak ni Shefatia. At si Shefatia ay anak ni Mahalalel na mula sa angkan ni Perez.) [5] Si Maaseya na anak ni Baruc. (Si Baruc ay anak ni Col Hoze. Si Col Hoze ay anak ni Hazaya. Si Hazaya ay anak ni Adaya. Si Adaya ay anak ni Joyarib. At si Joyarib ay anak ni Zacarias na mula sa angkan ni Shela.) [6] (Sa mga angkan ni Perez, 468 matatapang na lalaki na nakatira rin sa Jerusalem.)

[7] Mula sa lahi ni Benjamin:
Si Salu na anak ni Meshulam (si Meshulam ay anak ni Joed; si Joed ay anak ni Pedaya; si Pedaya ay anak ni Kolaya; si Kolaya ay anak ni Maaseya; si Maaseya ay anak ni Itiel; at si Itiel ay anak ni Jeshaya); [8] ang sumunod kay Salu ay sina Gabai at Salai, at ang 928 kamag-anak nila. [9] Si Joel na anak ni Zicri ang pinakapinuno nila at ang ikalawa sa kanya ay si Juda na anak ni Hasenua.

[10] Mula sa mga Pari:
Si Jedaya na anak ni Joyarib, si Jakin, [11] at si Seraya na anak ni Hilkia (Si Hilkia ay anak ni Meshulam, Si Meshulam ay anak ni Zadok, si Zadok ay anak ni Merayot. At si Merayot ay anak ni Ahitub na namamahala sa templo ng Dios); [12] ang 822 lalaking kasama nilang nagpapagal sa templo:
Si Adaya na anak ni Jeroham. (Si Jeroham ay anak ni Pelalia. Si Pelalia ay anak ni Amzi. Si Amzi ay anak ni Zacarias. Si Zacarias ay anak ni Pashur. At si Pashur ay anak ni Malkia); [13] ang mga kasama ni Adaya na 242 lalaki na mga pinuno ng mga pamilya:
Si Amasai ay anak ni Azarel. (Si Azarel ay anak ni Azai. Si Azai ay anak ni Meshilemot. At si Meshilemot ay anak ni Imer); [14] ang mga kasama ni Amasai na 128 matatapang na lalaki:
Si Zabdiel na anak ni Hagedolim ang pinakapinuno nila.

[15] Mula sa mga Levita:
Si Shemaya na anak ni Hashub. (Si Hashub ay anak ni Azrikam; si Azrikam ay anak ni Hashabia; at si Hashabia ay anak ni Buni.) [16] Si Shabetai at si Jozabad na dalawang pinuno ng mga Levita. Sila ang mga katiwalang namamahala sa mga gawain sa labas ng templo. [17] Si Matania ay anak ni Mica. (Si Mica ay anak ni Zabdi at si Zabdi ay anak ni Asaf.) Si Matania ang nangunguna sa mga

mang-aawit na umaawit ng pananalangin
at pasasalamat.
Si Bakbukia na kasama ni Matania.
Si Abda na anak ni Shamua. (Si Shamua
ay anak ni Galal, at si Galal ay anak ni
Jedutun.)
¹⁸ May 248 lahat ang mga Levita na nakatira sa
Jerusalem, ang banal na lungsod.

¹⁹ Mula sa mga guwardya ng mga pintuan *ng
templo*:
Si Akub at si Talmon, at ang mga kasama
nilang 172 lalaking guwardya ng pintuan
ng templo.

²⁰ Ang ibang mga Israelita, pati mga pari at mga
Levita ay nakatira sa mga lupaing minana nila sa
kanilang mga ninuno sa iba't ibang mga bayan
ng Juda. ²¹ Ngunit ang mga utusan sa templo na
pinangungunahan nina Ziha at Gishpa ay doon
tumira sa bulubundukin ng Ofel.

²² Ang pinakapinuno ng mga Levita sa Jerusalem
ay si Uzi na anak ni Bani (si Bani ay anak ni
Hashabia; si Hashabia ay anak ni Matania; at si
Matania ay anak ni Mica). Si Uzi ay isa sa mga
angkan ni Asaf, na mang-aawit sa templo ng Dios.
²³ Ang hari ang nag-uutos sa kanila tungkol sa mga
gagawin nila sa bawat araw.

²⁴ Si Petahia na anak ni Meshezabel, na isa sa mga
angkan ni Zera na anak ni Juda, ang kinatawan ng
bayan *ng Israel* sa hari *ng Persia*.

²⁵ Ang ibang mga mamamayan ng Juda ay
nakatira sa mga bayan na malapit sa mga lupain nila.
Ang iba sa kanila ay nakatira sa Kiriat Arba, Dibon,
Jekabzeel, at sa mga baryo sa paligid ng mga bayang
ito. ²⁶ Ang iba sa kanila ay nakatira sa Jeshua, Molada,
Bet Pelet, ²⁷ Hazar Shual, Beersheba, at sa mga baryo
sa palibot nito. ²⁸ *Mayroon ding nakatira sa kanila* sa
Ziklag, sa Mecona, at sa mga baryo sa paligid nito.
²⁹ sa En Rimon, Zora, Jarmut, ³⁰ Zanoa, Adulam, at sa
mga baryo sa paligid ng mga bayang ito. *Ang iba pa
sa kanila ay nakatira* sa Lakish at sa malalapit na mga
sakahan, at sa Azeka at sa mga baryo sa paligid nito.
Kaya nakatira ang tao sa Juda mula sa Beersheba
hanggang sa Lambak ng *Ben* Hinom.
³¹ Ang ibang mga mamamayan ng Benjamin
ay nakatira sa Geba, Micmash, Aya, Betel, at sa
mga baryo sa paligid nito. ³² *Ang iba sa kanila ay
nakatira* sa Anatot, Nob, Anania, ³³ Hazor, Rama,
Gitaim, ³⁴ Hadid, Zeboim, Nebalat, ³⁵ Lod, Ono, at
sa Lambak ng mga Manggagawa. ³⁶ Ang iba pang
mga Levita na nakatira sa Juda ay pinatira kasama
ng mga mamamayan ng Benjamin.

Ang mga Pari at ang mga Levita

12 ¹⁻⁷ Ito ang talaan ng mga pari at ng mga Levita
na bumalik mula sa pagkabihag kasama ni
Zerubabel na anak ni Shealtiel at ni Jeshua *na
punong pari.* Ang mga pari ay sina Seraya, Jeremias,
Ezra, Amaria, Maluc, Hatush, Shecania, Rehum,
Meremot, Iddo, Gineton, Abijah, Mijamin, Moadia,
Bilga, Shemaya, Joyarib, Jedaya, Salu, Amok, Hilkia,
at Jedaya. Sila ang mga pinuno ng mga kapwa nila
pari at ng kanilang mga kasama noong panahon ni
Jeshua.

⁸ Ang mga Levita ay sina Jeshua, Binui, Kadmiel,
Sherebia, Juda at Matania. Si Matania at ang mga
kasama niya ang katiwala sa pag-awit ng mga awit
ng pasasalamat. ⁹ At sina Bakbukia, Uni, at ang mga
kasama nila, ang katiwala sa pagsagot sa awit na
iyon.

Ang mga Lahi ng Punong Pari na si Jeshua

¹⁰ Si Jeshua ay ama ni Joyakim. Si Joyakim ay ama
ni Eliashib. Si Eliashib ay ama ni Joyada. ¹¹ Si Joyada
ay ama ni Jonatan. At si Jonatan ay ama ni Jadua.

Ang Pinuno ng mga Pamilya ng mga Pari

¹²⁻¹³ Ito ang mga pinuno ng mga pamilya ng mga
pari noong si Joyakim ang punong pari:
Si Meraya ang pinuno ng pamilya ni Seraya.
Si Hanania ang pinuno ng pamilya ni
Jeremias.
Si Meshulam ang pinuno ng pamilya ni Ezra.
Si Jehohanan ang pinuno ng pamilya ni
Amaria.
¹⁴ Si Jonatan ang pinuno ng pamilya ni Maluc.
Si Jose ang pinuno ng pamilya ni Shebania.ᵃ
¹⁵ Si Adna ang pinuno ng pamilya ni Harim.
Si Helkai ang pinuno ng pamilya ni Merayot.
¹⁶ Si Zacarias ang pinuno ng pamilya ni Iddo.
Si Meshulam ang pinuno ng pamilya ni
Gineton.
¹⁷ Si Zicri ang pinuno ng pamilya ni Abijah.
Si Piltai ang pinuno ng pamilya nina
Miniamin at Moadia.
¹⁸ Si Shamua ang pinuno ng pamilya ni Bilga.
Si Jehonatan ang pinuno ng pamilya ni
Shemaya.
¹⁹ Si Matenai ang pinuno ng pamilya ni Joyarib.
Si Uzi ang pinuno ng pamilya ni Jedaya.
²⁰ Si Kalai ang pinuno ng pamilya ni Salu.
Si Eber ang pinuno ng pamilya ni Amok.
²¹ Si Hashabia ang pinuno ng pamilya ni Hilkia.
At si Netanel ang pinuno ng pamilya ni
Jedaya.

Ang mga Pinuno ng mga Pamilya ng mga Levita

²² Noong panahon ng paghahari ni Darius sa
Persia, inilista ang mga pangalan ng mga pinuno
sa mga pamilya ng mga pari at mga Levita. Nang
panahon ng *mga punong pari* na sina Eliashib,
Joyada, Johanan, at Jadua. ²³ Ang mga pinuno ng
mga pamilya ng mga Levita hanggang sa panahon
ni Johanan na apo ni Eliashib ay nakalista sa Aklat
ng Kasaysayan.

²⁴ Ito ang mga pinuno ng mga pamilya ng
mga Levita: si Hashabia, Sherebia, Jeshua, Binui,
Kadmiel,ᵇ at ang iba pa nilang mga kasama na
nakatayo sa kabilang bahagi nila sa oras ng pag-awit
sa templo ng mga papuri at pasasalamat sa Dios.
Sila ang sumasagot sa awit sa kabilang grupo, ayon
sa utos ni David na lingkod ng Dios. ²⁵ Ang mga
guwardya ng pintuan ng templo na nagbabantay ng
mga bodega na malapit sa pintuan ay sina Matania,
Bakbukia, Obadias, Meshulam, Talmon at Akub.

a 14 Shebania: o, *Shecania.*
b 24 Jeshua, Binui, Kadmiel: o, *Jeshua na anak ni Kadmiel.*

²⁶ Sila ang naglilingkod sa panahon ni Joyakim na anak ni Jeshua at apo ni Jozadak, at sa panahon ni Nehemias na gobernador at ni Ezra na pari at tagapagturo ng Kautusan.

Itinalaga sa Dios ang Pader ng Lungsod

²⁷ Noong panahong itinalaga ang pader ng Jerusalem, ipinatawag ang mga Levita mula sa tinitirhan nila. Pinapunta sila sa Jerusalem upang makalahok sa masayang pagdiriwang ng pagtatalaga ng templo sa pamamagitan ng pag-awit ng mga awit ng pasasalamat at pagtugtog ng mga pompyang, alpa, at lira. ²⁸ Pinapunta rin ang mga mang-aawit mula sa mga baryo sa paligid ng Jerusalem at mula sa baryo ng Netofa. ²⁹ May mga nagmula sa bayan ng Bet Gilgal, at sa lugar ng Geba at Azmavet. Sapagkat ang mga mang-aawit ay nagtayo ng sarili nilang mga baryo sa paligid ng Jerusalem. ³⁰ Gumawa ng seremonya sa paglilinis ang mga pari at mga Levita, para maging malinis sila, at ganoon din ang ginawa nila sa mga tao, sa mga pintuan ng lungsod at sa pader nito.

³¹ Dinala ko ang mga pinuno ng Juda sa itaas ng pader, at tinipon ko roon ang dalawang malalaking grupo ng mga mang-aawit para magpasalamat *sa Dios*. Ang isang grupo naman ay nagmartsa roon sa itaas papunta sa pintuan ng pinagtatapunan ng basura. ³² Sumusunod sa kanila sina Hosaya at ang kalahati ng mga pinuno ng Juda, ³³ kasama rin sina Azaria, Ezra, Meshulam, ³⁴ Juda, Benjamin, Shemaya, Jeremias, ³⁵ at ilang mga pari na nagpapatunog ng trumpeta. Sumusunod din si Zacarias na anak ni Jonatan. (Si Jonatan ay anak ni Shemaya. Si Shemaya ay anak ni Matania. Si Matania ay anak ni Micaya. At si Micaya ay anak ni Zacur na angkan ni Asaf.) ³⁶ Sumusunod naman kay Zacarias ang mga kasama niyang sina Shemaya, Azarel, Milai, Gilalai, Maai, Netanel, Juda at Hanani. May dala silang mga instrumento katulad ng mga tinutugtog noon ni Haring David na lingkod ng Dios. Ang grupong ito ay pinapangunahan ni Ezra na tagapagturo ng kautusan. ³⁷ Pagdating nila sa Pintuan ng Bukal, umakyat sila sa daang parang hagdan na papuntang Lungsod ni David. Dumaan sila sa palasyo ni David hanggang makarating sila sa Pintuan ng Tubig, sa gawing silangan ng lungsod. ³⁸ Ang ikalawang grupo ay nagmartsa pakaliwa sa itaas ng pader. Sumunod ako sa grupong ito kasama ang kalahati ng mamamayan.^a Dumaan kami sa gilid ng Tore na May Hurno papunta sa Malapad na Pader. ³⁹ Mula roon dumaan kami sa Pintuan ni Efraim, sa Lumang Pintuan,^b sa pintuan na tinatawag na Isda, sa Tore ni Hananel, at sa Tore ng Isang Daan.^c Pagkatapos, dumaan kami sa pintuan na tinatawag na Tupa at huminto sa may Pintuan ng Guwardya.

⁴⁰ Ang dalawang grupo na nagpapasalamat sa Dios habang nagmamartsa ay dumiretso sa templo ng Dios. Dumiretso rin ako roon at ang kalahati ng mga opisyal na kasama ko. ⁴¹ Naroon din ang mga pari na nagpapatunog ng trumpeta na sina Eliakim, Maaseya, Mijamin, Micaya, Elyoenai, Zacarias, at Hanania, ⁴² at *ang mga mang-aawit na* sina Maaseya, Shemaya, Eleazar, Uzi, Jehohanan, Malkia, Elam, at Ezer. Sila ang mga mang-aawit na pinamumunuan ni Jezrahia. ⁴³ Nang araw na iyon, nag-alay sila ng maraming handog at nagsaya, dahil lubos silang pinagalak ng Dios. Pati ang mga babae at mga bata ay naging masaya rin. Kaya ang ingay ng pagsasaya nila ay naririnig kahit sa malayo.

⁴⁴ Nang araw ding iyon, naglagay sila ng mga lalaki na mamamahala sa mga bodega na pinaglalagyan ng mga kaloob, ng unang ani, at ng ikapu. Sila ang mangongolekta ng mga handog mula sa mga sakahan sa paligid ng mga bayan para sa mga pari at sa mga Levita, ayon sa Kautusan. Sapagkat natutuwa ang mga mamamayan ng Juda sa mga gawain ng mga pari at ng mga Levita. ⁴⁵ Ginawa nila ang seremonya sa paglilinis at ang iba pang mga gawain na ipinapatupad sa kanila ng Dios. Ginawa rin ng mga mang-aawit at ng mga guwardya ng mga pintuan *ng templo* ang mga gawain nila ayon sa mga utos ni Haring David at ng anak niyang si Solomon. ⁴⁶ Mula pa ng panahon ni Haring David at ni Asaf, mayroon nang mga namumuno sa mga umaawit ng papuri at pasasalamat sa Dios. ⁴⁷ Kaya noong panahon ni Zerubabel at ni Nehemias, ang lahat ng mga Israelita ay nagbibigay ng mga handog nila para sa mga mang-aawit at mga guwardya ng mga pintuan *ng templo*, maging sa mga Levita. At mula sa mga natatanggap nila binahaginan din ng mga Levita ang mga *paring mula sa* angkan ni Aaron.

Ang mga Pagbabago na Ginawa ni Nehemias

13 Nang araw na iyon binasa ang Kautusan ni Moises sa mga tao, nalaman nilang ipinagbabawal ang mga Ammonita at mga Moabita na makihalubilo sa mga mamamayan ng Dios. ² Dahil hindi nila binigyan ng pagkain at inumin ang mga Israelita *nang lumabas sila sa Egipto*. Sa halip, inupahan nila si Balaam na isumpa ang mga Israelita. Ngunit sa halip na sumpa, ginawa ito ng Dios na pagpapala. ³ Nang marinig ng mga tao ang kautusang iyon, hindi na nila isinama ang mga hindi tunay na Israelita.

⁴ Bago ito nangyari, si Eliashib na pari, na namamahala ng mga bodega sa templo ng aming Dios at kamag-anak ni Tobia, ⁵ ay nagpahintulot kay Tobia na gamitin ang malaking kwarto sa templo. Ang kwartong ito ay ginagamit noon na bodega para sa mga handog na pagkain, insenso, mga kagamitan sa templo, mga handog sa mga pari, mga ikapu ng mga trigo, bagong katas ng ubas, at langis, na ayon sa Kautusan ay para sa mga Levita, sa mga mang-aawit, at sa mga guwardya ng mga pintuan *ng templo*. ⁶ Wala pa ako sa Jerusalem nang mangyari ito, dahil noong ika-32 taon ng paghahari ni Artaserses sa Babilonia, pumunta ako sa kanya. Kinalaunan, pinayagan din niya ako ⁷ na makabalik sa Jerusalem. At pagdating ko, nalaman ko ang masamang ginawa ni Eliashib na nagpatira kay Tobia sa kwarto na nasa harapan ng templo ng Dios. ⁸ Sa tindi ng galit ko, pinagtatapon ko ang lahat ng kagamitan ni Tobia palabas ng kwarto. ⁹ Agad

---

^a 38 *mamamayan:* o, *pinuno.*

^b 39 *Lumang Pintuan:* o, *Pintuan ni Jeshana.*

^c 39 *Tore ng Isang Daan:* Maaaring ang "isang daan" ay ang taas o lalim ng baitang ng hagdan nito.

kong iniutos na linisin ang kwarto. At pagkatapos, pinabalik ko roon ang mga kagamitan ng templo pati ang mga handog na pagkain at ang insenso.

[10] Nalaman ko rin na ang mga Levita ay hindi na nabigyan ng bahagi na para sa kanila, kaya sila at ang mga mang-aawit na pinagkatiwalaan ng mga gawain sa templo ay nagsiuwi para magsaka. [11] Kaya pinagsabihan ko ang mga opisyal, "Bakit pinapabayaan n'yo ang templo ng Dios?" Ipinatawag ko agad ang mga Levita at ang mga mang-aawit at pinabalik sa mga gawain nila sa templo. [12] At muli ang lahat ng mamamayan ng Juda ay nagdala ng ikapu ng kanilang mga trigo, bagong katas ng ubas, at langis doon sa mga bodega. [13] Ang pinamahala ko sa mga bodega ay si Shelemia na pari, si Zadok na tagapagturo ng kautusan, at ang Levitang si Pedaya. Pinatulong ko rin sa kanila si Hanan na anak ni Zacur at apo ni Matania. *Sila ang pinili ko* dahil maaasahan sila. Ipinagkatiwala ko rin sa kanila ang pamamahagi *ng mga pangangailangan* ng kapwa nila manggagawa sa templo.

[14] *Pagkatapos ay nanalangin ako,* "O aking Dios, alalahanin po ninyo ako at huwag kalimutan ang tapat kong paglilingkod para sa inyong templo at sa mga gawain dito."

[15] Nang oras na iyon, may nakita akong mga taga-Juda na pumipisa ng mga ubas sa Araw ng Pamamahinga. Ang iba sa kanila ay nagkakarga ng mga trigo, alak, ubas, igos, at iba pang mga bagay sa mga asno para dalhin sa Jerusalem *at ipagbili.* Kaya pinagsabihan ko sila na huwag ipagbili ang mga produkto nila sa Araw ng Pamamahinga. [16] Mayroon ding mga taga-Tyre na nakatira sa Jerusalem na nagdala ng mga isda at iba pang mga kalakal. Ipinagbili nila ito sa mga taga-Juda na nasa Jerusalem sa *araw ding iyon ng* Araw ng Pamamahinga. [17] Kaya sinaway ko ang mga pinuno ng Juda at sinabihan, "Ano ba itong ginagawa ninyong kasamaan? Hindi ba ninyo itinuturing na banal ang Araw ng Pamamahinga? [18] Hindi ba ganito rin ang ginawa ng inyong mga ninuno, kaya tayo at ang lungsod na ito ay pinarusahan ng ating Dios? Ngayon, ginalit pa ninyo nang lubos ang Dios dahil sa ginagawa ninyo, dahil hindi ninyo itinuturing na banal ang Araw ng Pamamahinga."

[19] Kaya nag-utos ako na isara ang pintuan ng lungsod tuwing Biyernes*[a]* habang papalubog ang araw, at huwag itong bubuksan hangga't hindi pa natatapos ang Araw ng Pamamahinga. Pinabantayan ko sa mga tauhan ko ang mga pintuan para walang makapasok na kahit anong tinda sa lungsod sa Araw ng Pamamahinga. [20] Kung minsan, ang mga mangangalakal ay natutulog sa labas ng Jerusalem kapag Biyernes ng gabi. [21] Pero binalaan ko sila. Sinabi ko, "Bakit dito kayo natutulog sa pader ng lungsod? Kapag inulit n'yo pa ito, parurusahan ko kayo." Kaya mula noon, hindi na sila bumalik sa Araw ng Pamamahinga. [22] Pagkatapos, inutusan ko ang mga Levita na maging malinis at magbantay sa mga pintuan upang ituring na banal ng mga tao ang Araw ng Pamamahinga.

At saka ako nanalangin, "O aking Dios, alalahanin po ninyo ang mga ginawa kong ito, at kaawaan n'yo ako ayon sa dakila n'yong pag-ibig." [23] Nang mga panahon ding iyon, nakita ko na may mga taga-Juda na nakapag-asawa ng mga babaeng taga-Ashdod, taga-Ammon, at taga-Moab. [24] Kalahati sa mga anak nila ay nagsasalita ng wikang Ashdod o sa wika ng ibang tao, at hindi sila makapagsalita ng wika ng Juda. [25] Kaya sinaway ko at sinumpa ang mga taga-Juda. Pinalo ko ang iba sa kanila at hinila ang mga buhok nila. Ipinasumpa ko sila at ang mga anak nila sa pangalan ng Dios na hinding-hindi na sila mag-aasawa ng mga dayuhan. [26] At sinabi ko sa kanila, "Hindi ba ito ang dahilan ng pagkakasala ni Haring Solomon ng Israel? Walang haring katulad niya, saan mang bansa. Minamahal siya ng kanyang Dios, at ginawa siya ng Dios na hari sa buong Israel. Pero sa kabila ng lahat, nagkasala siya dahil sa udyok ng mga asawa niyang dayuhan. [27] At ano, pababayaan na lang ba namin ang kasamaang ito na ginawa n'yo—ang pagiging di-tapat sa ating Dios sa pamamagitan ng pag-aasawa ng dayuhan?"

[28] Si Joyada na anak ng punong pari na si Eliashib ay may anak na nakipag-asawa sa anak ni Sanbalat na taga-Horon, kaya pinaalis ko siya.

[29] *Pagkatapos ay nanalangin ako,* "O aking Dios, huwag n'yo pong kalilimutan na binalewala nila ang kanilang pagkapari at ang sinumpaan nila bilang mga pari at mga Levita."

[30] Kaya tiniyak ko na ang mga mamamayan ng Israel ay malaya na sa kahit anong impluwensya ng mga dayuhan. At binigyan ko ng trabaho ang mga pari at ang mga Levita ayon sa bawat gawain nila. [31] Tiniyak ko rin na ang mga panggatong *na gagamitin sa paghahandog* ay madadala sa tamang panahon, pati ang mga unang ani.

At nanalangin ako, "O aking Dios, alalahanin po ninyo ako at pagpalain."

---

a 19 *Biyernes:* sa Hebreo, *bago ang Araw ng Pamamahinga.*

ESTER

Pinalitan si Vasti bilang Reyna

1 [1-2] May isang hari sa Persia na ang pangalan ay Ahasuerus.[a] Nakatira siya sa palasyo niya sa lungsod ng Susa. Ang nasasakupan niya ay 127 probinsya mula sa India hanggang sa Etiopia.[b] [3] Nang ikatlong taon ng paghahari niya, nagdaos siya ng malaking handaan para sa mga pinuno niya at sa iba pang lingkod sa palasyo. Dumalo rin ang mga pinuno ng mga kawal ng Persia at Media pati na ang mararangal na tao at mga pinuno ng mga probinsya. [4] Ang handaang iyon ay tumagal ng anim na buwan. At sa loob ng mga panahong iyon, ipinakita ni Ahasuerus ang kayamanan ng kaharian niya, ang kanyang kapangyarihan, at ang karangyaan ng kanyang pamumuhay.

[5] Pagkatapos noon, naghanda rin ang hari para sa lahat ng mga taga-Susa, mayaman man o dukha. Ang handaang iyon ay ginanap sa hardin ng palasyo ng hari, at tumagal ng isang linggo. [6] Naglagay sila ng kurtinang puti at asul na tinalian ng panaling *gawa sa telang* linen na kulay ube. At ikinabit sa mga argolya na pilak sa mga haliging marmol. Ang mga upuan ay yari sa ginto at pilak. Ang sahig naman nito ay may disenyong yari sa kristal, marmol, nakar,[c] at iba pang mamahaling bato. [7-8] Pati ang mga kopa na iniinuman ng mga panauhin ay yari sa ginto na iba't iba ang hugis at disenyo. Nag-utos ang hari sa mga alipin niya na bigyan ng mamahaling alak ang mga panauhin niya hangga't gusto nila.

[9] *Habang nagdadaos ng handaan ang hari para sa mga kalalakihan*, nagdadaos din ng handaan si Reyna Vasti para sa mga kababaihan sa palasyo ni Haring Ahasuerus.

[10] At sa ikapitong araw ng pagdiriwang, masayang-masaya ang hari dahil sa labis na nainom. Ipinatawag niya ang pitong pinuno niya na may matataas na katungkulan na personal na nag-aasikaso sa kanya. Ito'y sina, Mehuman, Bizta, Harbona, Bigta, Abagta, Zetar at Carcas. [11] Pagkatapos, ipinasundo niya si Reyna Vasti. Ipinasabi niyang isuot ng reyna ang kanyang korona para ipakita ang kagandahan niya sa mga pinuno at mga panauhin, dahil talagang maganda ito. [12] Pero nang masabi ng mga lingkod sa reyna ang gusto ng hari, sinabi nitong ayaw niyang pumunta roon. Kaya nagalit ang hari sa kanya.

[13] Nakaugalian na noon ng hari na humingi ng payo sa mga pantas na siyang nakakaalam ng mga batas at kaugalian ng kaharian. [14] Ang palagi niyang hinihingan ng payo ay sina Carshena, Shetar, Admata, Tarshish, Meres, Marsena at Memucan. Sila ang pitong pinakamataas na pinuno sa kaharian ng Persia at Media, at malapit sila sa hari.

[15] Nagtanong ang hari sa kanila, "Ayon sa batas ng kaharian ng Persia, ano ang dapat gawin kay Reyna Vasti dahil hindi siya sumunod sa utos ko sa pamamagitan ng aking mga lingkod?" [16] Sumagot si Memucan, "Mahal na Hari, nagkasala po si Reyna Vasti hindi lang sa inyo, kundi pati na rin sa mga pinuno ng kaharian ng Persia at Media at sa mga mamamayan ng buong kaharian. [17] Ang ginawa ni Reyna Vasti ay tiyak na malalaman ng lahat ng kababaihan sa buong kaharian at gagayahin din nila iyon. Hindi rin sila magsisisunod sa asawa nila. Dahil mangangatwiran sila na si Reyna Vasti nga ay hindi sumunod noong pinapapunta siya ng hari roon sa kanya. [18] Kaya simula ngayon, maaaring ito rin ang gawin ng mga asawa ng mga pinuno ng Persia at Media, na makakabalita sa ginawa ng reyna. Kaya ang mangyayari, hindi na igagalang ng mga asawang babae ang kanilang mga asawang lalaki, at magagalit ang mga ito sa kanila.

[19] "Kaya kung gusto ninyo Mahal na Hari, iminumungkahi namin, na gumawa kayo ng isang kautusan na huwag nang magpakita pa sa inyo si Reyna Vasti, at palitan ninyo siya ng reynang mas mabuti kaysa sa kanya. Ipasulat po ninyo ang kautusang ito, at isama sa mga kautusan ng kaharian ng Persia at Media para hindi na mabago. [20] At kapag naipahayag na ito sa buong kaharian, tiyak na igagalang ng mga babae ang mga asawa nila mula sa pinakadakila hanggang sa pinakaaba."

[21] Nagustuhan ng hari at ng mga pinuno ang payo ni Memucan, kaya sinunod niya ito. [22] Ipinasulat niya ito at ipinadala sa lahat ng probinsya na nasasakupan ng kaharian niya ayon sa kanilang wika. Sinasabi sa sulat na ang lalaki ay siyang dapat mamuno sa sambahayan niya.

Naging Reyna si Ester

2 Nang mawala na ang galit ni Haring Ahasuerus, naalala niya si Vasti at ang ginawa nito, at ang kautusan na nilagdaan niya laban dito. [2] Sinabi ng mga pinunong naglilingkod sa kanya, "Mahal na Hari, bakit po hindi kayo maghanap ng magagandang dalagang birhen? [3] Pumili po kayo ng mga pinuno sa bawat probinsyang nasasakupan ng kaharian ninyo para maghanap ng magagandang dalagang birhen at dalhin dito sa lungsod ng Susa, sa tahanan ng mga kababaihan. Ipaasikaso ninyo sila kay Hegai na isa sa mga pinuno ninyong mataas ang katungkulan, nangangalaga sa tahanan ng mga kababaihan. Siya na po ang bahalang magbigay sa mga dalaga ng mga pangangailangan nila para sa pagpapaganda. [4] At ang dalaga pong magugustuhan ninyo ang siyang ipapalit ninyo kay Vasti bilang reyna." Nagustuhan ng hari ang payong ito kaya sinunod niya.

[5] Nang panahong iyon, may isang Judio na nakatira sa lungsod ng Susa. Ang pangalan niya'y Mordecai na anak ni Jair, na apo ni Shimei na anak ni Kish, na kabilang sa lahi ni Benjamin. [6] Isa siya sa mga bihag ni Haring Nebucadnezar na dinala *sa Babilonia*

---

a 1-2 Ahasuerus: Ibang pangalan ni Xerxes.

b 1-2 Etiopia: sa Hebreo, Cush.

c 6 nakar: sa Ingles, "mother-of-pearl."

mula sa Jerusalem, kasama ni Haring Jehoyakin[a] ng Juda. [7]Si Mordecai ay may pinsang dalaga. Nang ito'y maulila, inalagaan niya ito, pinalaki at itinuring na parang sarili niyang anak. Ang pangalan niya ay Hadasa na tinatawag ding Ester. Maganda si Ester at maganda rin ang hugis ng katawan nito.

[8]Nang maihayag ang utos ng hari, maraming dalaga ang dinala sa palasyo ng hari roon sa Susa. Ang isa sa kanila ay si Ester. Ipinaasikaso sila kay Hegai dahil ito nga ang nangangasiwa sa mga babaeng dinadala roon. [9]Tuwang-tuwa si Hegai kay Ester, kaya mabuti ang pakikitungo niya rito. Binigyan niya agad ng pagkain si Ester at ng mga kailangan nito sa pagpapaganda. Ipinili niya ito ng pinakamagandang kwarto at binigyan ng pitong katulong na babae.

[10]Hindi sinabi ni Ester na isa siyang Judio, dahil pinagbilinan siya ni Mordecai na huwag itong sasabihin. [11]Araw-araw namang dumaraan si Mordecai malapit sa bakuran ng bahay na tinitirhan ng mga dalaga para malaman at kalagayan ni Ester (at kung ano na ang mga nangyayari sa kanya).

[12]Bago humarap ang isang babae sa hari, kinakailangang matapos niya ang isang taon ng pagpapaganda. Sa unang anim na buwan, magpapahid siya ng langis ng mira sa katawan, at sa susunod na anim na buwan, magpapahid naman ng mga pabango at iba pang pampaganda. [13]At bago siya pumunta sa hari, bibigyan siya ng anumang damit at alahas na gusto niyang isuot para sa pagharap sa hari. [14]Pupunta siya sa hari pagsapit ng gabi at kinabukasan, dadalhin siya sa tirahan ng mga asawa ng hari na pinamamahalaan ni Shaasgaz na isa sa mga pinunong mataas ang katungkulan. Siya ang namamahala sa mga asawa ng hari. Walang sinuman sa kanila ang makakabalik sa hari maliban lang kung magustuhan siya at ipatawag ng hari.

[15-16]Nang ikasampung buwan, buwan ni Tibet, at ikapitong taon ng paghahari ni Ahasuerus, dumating ang araw na si Ester[b] na ang haharap sa hari sa palasyo. Sinunod ni Ester ang payo ni Hegai, ang pinunong nangangalaga sa kanila sa tahanan ng mga babae. Isinuot niya ang damit na sinabi ni Hegai na isuot niya. Ganoon na lang ang paghanga at pagpuri ng mga nakakita sa kanya, at dinala siya sa palasyo ng hari.

[17]Nagustuhan ng hari si Ester ng higit kaysa sa ibang mga dalaga na dinala sa kanya. Tuwang-tuwa siya kay Ester, at mabuti ang trato niya sa kanya. Kinoronahan niya ito at ginawang reyna bilang kapalit ni Vasti. [18]Nagdaos ang hari ng malaking handaan para parangalan si Ester. Inanyayahan niya ang lahat ng pinuno niya at ang iba pang naglilingkod sa kanya. Nang araw na iyon, ipinag-utos niya sa lahat at sa buong kaharian na magdiwang ng isang pista opisyal, at nagbigay siya ng maraming regalo sa mga tao.

Iniligtas ni Mordecai ang Hari

[19]Sa pangalawang pagtititpon ng mga dalaga, si Mordecai ay isa nang opisyal na nakapwesto sa pintuan ng palasyo. [20]Hindi pa rin sinasabi ni Ester na isa siyang Judio, tulad ng bilin ni Mordecai. Sinusunod pa rin ni Ester si Mordecai katulad noon, nang siya'y nasa pangangalaga pa nito.

[21]Nang panahong si Mordecai ay isa nang opisyal na nakapwesto sa pintuan ng palasyo, may dalawang pinuno ng hari na ang mga pangalan ay Bigtana[c] at Teres. Sila ang mga guwardya ng pintuan ng kwarto ng hari. Galit sila kay Haring Ahasuerus, at nagplano silang patayin ito. [22]Pero nalaman ni Mordecai ang planong ito, kaya sinabi niya ito kay Reyna Ester. Sinabi naman ito ni Ester sa hari at ipinaalam din niya sa kanya na si Mordecai ang nakatuklas sa planong pagpatay. [23]Ipinasiyasat ito ng hari. At nang mapatunayang totoo ito, ipinatuhog niya sina Bigtan at Teres sa nakatayong matulis na kahoy. At ang pangyayaring ito'y ipinasulat ng hari sa aklat ng kasaysayan ng kaharian.

Nagplano si Haman na Lipulin ang mga Judio

3 Pagkatapos ng mga pangyayaring ito, itinaas ni Haring Ahasuerus sa tungkulin si Haman na anak ni Hamedata na Agageo.[d] Ginawa siyang pinakamataas na pinuno sa kaharian niya. [2]Inutusan niya ang lahat ng opisyal na yumukod kay Haman bilang paggalang sa kanya. Pero ayaw yumukod ni Mordecai. [3]Tinanong siya ng ibang pinuno kung bakit hindi niya sinusunod ang utos ng hari. [4]At sinabi niyang isa siyang Judio.[e] Araw-araw, hinihikayat siya ng mga kapwa niya pinuno na yumukod kay Haman pero ayaw pa rin niyang sumunod. Dahil dito, isinumbong nila kay Haman si Mordecai para malaman nila kung pababayaan na lang siya sa ginagawa niya, dahil sinabi niyang isa siyang Judio.

[5]Nang makita ni Haman na hindi yumuyukod sa kanya si Mordecai para magbigay galang, nagalit siya ng labis. [6]At nang malaman pa niyang si Mordecai ay isang Judio, naisip niyang hindi lang si Mordecai ang ipapapatay niya kundi pati na ang lahat ng Judio sa buong kaharian ni Haring Ahasuerus. [7]Nang buwan ng Nisan, ang unang buwan ng taon, noong ika-12 taon ng paghahari ni Ahasuerus, nag-utos si Haman na magpalabunutan para malaman kung ano ang tamang araw at buwan para ipatupad ang plano niya. (Ang ginagamit nila sa palabunutan ay tinatawag nilang "pur".) At ang nabunot ay ang ika-13 araw ng[f] ika-12 buwan, ang buwan ng Adar.

[8]Sinabi ni Haman kay Haring Ahasuerus, "Mahal na Hari, may isa pong grupo ng mga tao na naninirahan sa iba't ibang probinsya ng inyong kaharian at may mga sarili po silang kautusan na iba kaysa sa ibang bansa. Hindi sila sumusunod sa mga kautusan ninyo at hindi ito makakabuti para sa inyo kung pababayaan na lang sila. [9]Kung gusto ninyo,

a 6 Jehoyakin: o, Jeconia.

b 15-16 Ester: sa Hebreo, anak ni Abihail na tito ni Mordecai, at pinalaki ni Mordecai bilang sarili niyang anak.

c 21 Bigtana: o, Bigtan.

d 1 Agageo: Angkan ni Agag. Si Agag ay hari na lumaban sa mga Judio noon. (Tingnan ang 1 Sam. 15:1-33.)

e 4 Maaaring ayaw yumukod ni Mordecai kay Haman dahil itinuturing ni Haman na dios ang sarili, at isang Judio na tapat sa pananampalataya niya ay hindi yuyukod sa dahilang ito.

f 7 ika-13 araw ng: Tingnan ang talatang 13.

Mahal na Hari, mag-utos kayo na patayin silang lahat. At magbibigay po ako ng 350 toneladang pilak sa mga pinuno ng inyong kaharian, at ilalagay nila ito sa taguan ng kayamanan ng hari."

¹⁰ Pagkatapos, kinuha ng hari ang kanyang singsing na pantatak,ᵃ at ibinigay kay Haman na anak ni Hamedata na Agageo, ang kalaban ng mga Judio. ¹¹ Sinabi ng hari sa kanya, "Sa iyo na lang ang pera mo, pero gawin mo ang gusto mong gawin sa mga Judio." ¹² Kaya noong ika-13 araw ng unang buwan, ipinatawag ni Haman ang lahat ng kalihim ng hari. Nagpagawa siya ng sulat sa kanila para sa mga gobernador ng mga probinsya, mga pinuno ng mga bayan at sa iba pang mga pinuno sa buong kaharian, sa kanilang sariling wika. Ang sulat ay ginawa sa pangalan ni Haring Ahasuerus at tinatakan ng singsing nito. ¹³ Ang sulat na iyon ay ipinadala sa lahat ng probinsya ng kaharian sa pamamagitan ng mga mensahero. Nakasulat dito ang utos na sa loob lang ng isang araw ay papatayin ang lahat ng Judio: bata, matanda, lalaki at babae, at sasamsamin ang lahat ng ari-arian nila. Gagawin ito sa ika-13 araw ng ika-12 buwan, ang buwan ng Adar.

¹⁴⁻¹⁵ Sa utos ng hari, mabilis na nagsialis ang mga mensahero para ihatid sa bawat probinsya ang kopya ng kautusan ng hari, at ipinaalam ito sa mga tao para makapaghanda sila para sa araw ng pagpatay sa lahat ng Judio. At ang utos na ito'y ipinaalam din sa lungsod ng Susa. Habang nakaupo at nag-iinuman ang hari at si Haman, nagkakagulo naman ang lungsod ng Susa dahil sa mga nangyayari.

Humingi ng Tulong si Mordecai kay Ester

4 Nang malaman ni Mordecai ang plano laban sa kanila, pinunit niya ang damit niya *bilang pagpapakita ng kanyang pagdadalamhati.* At nagsuot siya ng sako, naglagay ng abo sa ulo, at pumasok sa lungsod na umiiyak nang napakalakas. ² Pero hanggang doon lang siya sa labas ng pintuan ng palasyo, dahil hindi pinapayagang pumasok sa palasyo ang nakasuot ng sako. ³ Ang mga Judio sa bawat probinsya na nakarinig sa utos ng hari ay nagsipag-ayuno, nag-iyakan nang napakalakas, at nanaghoy. Marami sa kanila ang nagsuot ng sako at humiga sa abo.

⁴ Nang malaman ni Reyna Ester ang tungkol kay Mordecai sa pamamagitan ng mga alipin niyang babae at mga pinunong nangangalaga sa kanya, nalungkot siya. Pinadalhan niya ng damit si Mordecai para palitan ang kanyang suot na sako, pero hindi niya ito tinanggap. ⁵ Kaya ipinatawag ni Ester si Hatak. Isa siya sa mga pinuno ng hari na itinalagang mag-asikaso sa kanya. Pinapunta niya si Hatak kay Mordecai para alamin kung bakit siya nagkakaganoon.

⁶ Kaya pinuntahan naman ni Hatak si Mordecai sa plasa ng lungsod na nasa harap ng pintuan ng palasyo. ⁷ Sinabi sa kanya ni Mordecai ang lahat ng nangyari at kung magkano ang ipinangako

ni Haman na ibibigay sa taguan ng kayamanan ng kaharian *ng Susa,* para patayin ang lahat ng Judio. ⁸ Binigyan siya ni Mordecai ng isang kopya ng kautusan ng hari na ipinagbigay-alam sa mga taga-Susa, para ipakita kay Ester. Sinabihan din niya si Hatak na sabihing lahat kay Ester ang lahat ng nangyari, at pakiusapan ito na pumunta sa hari upang magmakaawa para sa mga kalahi niya.

⁹ Bumalik si Hatak kay Ester at sinabi ang lahat ng sinabi ni Mordecai. ¹⁰ Pinabalik muli ni Ester si Hatak kay Mordecai at ipinasabi ang ganito. ¹¹ "Alam ng lahat sa buong kaharian na ang sinumang lalapit sa hari sa loob ng kanyang bulwagan, lalaki man o babae na hindi ipinapatawag ay papatayin, maliban na lang kung ituturo ng hari ang kanyang gintong setro sa taong ito. At isang buwan na akong hindi ipinapatawag ng hari."

¹² Pagkatapos na masabi kay Mordecai ang ipinapasabi ni Ester, ¹³ ito naman ang ipinasabi niya kay Ester, "Huwag mong isiping ikaw lang sa lahat ng Judio ang makakaligtas dahil sa palasyo ka nakatira. ¹⁴ Sapagkat kahit na manahimik ka sa panahong ito, may ibang tutulong at maglililigtas sa mga Judio, pero ikaw at ang mga kamag-anak mo ay mamamatay. Baka nga kaya ka ginawang reyna ay para mailigtas mo ang kapwa mo mga Judio."

¹⁵ Ito naman ang ipinasabi ni Ester kay Mordecai, ¹⁶ "Humayo ka, tipunin mo ang lahat ng Judio na nandito sa Susa at mag-ayuno kayo para sa akin. Huwag kayong kumain o uminom sa loob ng tatlong araw. Ako at ang mga alipin kong babae ay mag-aayuno rin. At pagkatapos, pupunta ako sa hari kahit na labag sa batas. At kung papatayin man ako, handa akong mamatay."

¹⁷ Kaya umalis si Mordecai at ginawa niya ang ipinapagawa ni Ester.

Nakiusap si Ester sa Hari

5 Nang ikatlong araw, isinuot ni Ester ang kasuotan niyang pangreyna, at tumayo sa bulwagan ng palasyo na nakaharap sa trono ng hari. Nakaupo noon ang hari sa trono niya at nakaharap siya sa pintuan. ² Nang makita niya si Reyna Ester, tuwang-tuwa siya at itinuro niya rito ang kanyang gintong setro. Kaya lumapit si Ester at hinipo ang dulo ng setro.

³ Nagtanong ang hari sa kanya, "Ano ang kailangan mo Mahal na Reyna? Sabihin mo at ibibigay ko sa iyo kahit ang kalahati ng kaharian ko." ⁴ Sumagot si Ester, "Mahal na Hari, kung ibig po ninyo, inaanyayahan ko po kayo at si Haman sa hapunang ihahanda ko para sa inyo." ⁵ Sinabi ng hari *sa mga alipin niya,* "Tawagin ninyo si Haman para masunod namin ang nais ni Ester." Kaya pumunta agad ang hari at si Haman sa hapunang inihanda ni Ester. ⁶ At habang nag-iinuman sila, tinanong ng hari si Ester, "Ano ba talaga ang kailangan mo? Sabihin mo na dahil ibibigay ko sa iyo kahit ang kalahati ng kaharian ko." ⁷ Sumagot si Ester, "Ito po ang kahilingan ko, ⁸ kung kalugod-lugod po ako sa inyo, at gusto ninyong ibigay ang kahilingan ko, minsan ko pa po kayong inaanyayahan at si Haman sa hapunan na ihahanda ko para sa inyo bukas. At saka ko po sasabihin ang kahilingan ko sa inyo."

---

a 10 singsing na pantatak: Ibinigay ito ng hari kay Haman para matatakan niya ang kautusan na isusulat at ipapamigay sa mga tao. (Tingnan ang talatang 12.)

Nagplano si Haman na Patayin si Mordecai

⁹Nang araw na iyon, masayang-masaya lumabas sa palasyo si Haman. Pero nagalit siya nang makita niya si Mordecai sa pintuan ng palasyo na hindi man lang tumayo o yumukod bilang paggalang sa kanya. ¹⁰Ganoon pa man, pinigilan niya ang kanyang sarili at nagpatuloy sa pag-uwi.

Pagdating sa bahay niya, tinawag niya ang mga kaibigan niya at ang asawa niyang si Zeres. ¹¹Ipinagmalaki niya sa kanila ang kayamanan at mga anak niya, ang lahat ng pagpaparangal sa kanya ng hari pati na ang pagbibigay sa kanya ng pinakamataas na katungkulan sa lahat ng pinuno at sa iba pang mga lingkod ng hari. ¹²Sinabi pa niya, "Hindi lang iyon, noong naghanda ng hapunan si Reyna Ester, ako lang ang inanyayahan niyang makasama ng hari. At muli niya akong inanyayahan sa ihahanda niyang hapunan bukas kasama ng hari. ¹³Pero ang lahat ng ito'y hindi makapagbibigay sa akin ng kaligayahan, habang nakikita ko ang Judiong si Mordecai na nakaupo sa pintuan ng palasyo."

¹⁴Sinabi sa kanya ng kanyang asawa't mga kaibigan, "Bakit hindi ka magpagawa ng matulis na kahoy na 75 talampakan ang taas. At bukas ng umaga, hilingin mo sa hari na ituhog doon si Mordecai para maging maligaya kang kasama ng hari sa inihandang hapunan." Nagustuhan iyon ni Haman kaya nagpagawa siya niyon.

Pinarangalan si Mordecai

6 Kinagabihan, hindi makatulog si Haring Ahasuerus, kaya ipinakuha niya ang aklat tungkol sa kasaysayan ng kaharian niya at ipinabasa habang nakikinig siya. ²Nabasa ang bahagi ng kasaysayan tungkol sa pagkakatuklas ni Mordecai sa plano nina Bigtan at Teres na patayin si Haring Ahasuerus. Sina Bigtana at Teres ay mga lingkod ng hari. Sila ang guwardya ng pintuan ng kwarto ng hari.

³Sa nabasang iyon, nagtanong ang hari, "Anong gantimpala o parangal ang ginawa o ibinigay kay Mordecai dahil sa mabuting ginawa niya sa akin?" Sinabi ng lingkod ng hari, "Wala po, *Mahal na Hari.*"

⁴Tamang-tama naman na nang oras ding iyon, papasok si Haman sa bulwagan ng palasyo para hilingin sa hari na ituhog si Mordecai sa matulis na kahoy na ipinagawa niya para dito. Nagtanong ang hari, "Sino ang nasa bulwagan?" ⁵Sumagot ang mga lingkod ng hari, "Si Haman po." Kaya sinabi ng hari, "Papasukin ninyo siya rito."

⁶Nang naroon na si Haman, tinanong siya ng hari, "Ano ang mabuting gawin sa taong nais parangalan ng hari?" Ang akala ni Haman ay siya ang tinutukoy ng hari na pararangalan. ⁷Kaya sinabi niya, "Ito po ang gawin n'yo, Mahal na Hari: ⁸Ipakuha n'yo ang isa sa inyong mga damit na panghari na nasuot na, at ang isa sa mga sinasakyan n'yong kabayo, na may sagisag ng hari na nakasuot sa ulo nito. ⁹Pagkatapos, utusan po ninyo ang isa sa mga pinuno ninyo na isuot sa taong pararangalan ang damit ng hari at pasakayin siya sa kabayo ng hari, at ilibot sa buong bayan habang isinisigaw ang

mga kasama niya, 'Ganito ang ginagawa sa taong pinararangalan ng hari.' "

¹⁰Sinabi ng hari kay Haman, "Sige, ipakuha mo ang isa sa mga damit at kabayo ko, at gawin mo ang lahat ng sinabi mo kay Mordecai, ang Judiong nakaupo sa pintuan ng aking palasyo. Tiyakin mo na matutupad ang lahat ng sinabi mo."

¹¹Kaya kinuha ni Haman ang damit ng hari at isinuot kay Mordecai, at isinakay sa kabayo ng hari at inilibot sa lungsod habang sumisigaw siya, "Ganito ang ginagawa sa taong pinararangalan ng hari."

¹²Pagkatapos, bumalik si Mordecai sa pintuan ng palasyo. Si Haman naman ay dali-daling umuwi na nakatalukbong dahil sa hiya at sama ng loob. ¹³Pagdating niya sa bahay, isinalaysay niya sa asawa niyang si Zeres at sa mga kaibigan niya at lahat ng nangyari. Sinabi sa kanya ng asawa niya at mga kaibigan *na mga tagapayo niya*, "Unti-unti ka nang nadadaig ni Mordecai. Hindi mo siya madadaig dahil isa siyang Judio. Tiyak na ikaw ang matatalo." ¹⁴Habang nag-uusap pa sila, dumating ang ilang lingkod ng hari at dali-daling isinama si Haman sa inihandang hapunan ni Ester.

Binitay si Haman

7 Dumalo sina Haring Ahasuerus at Haman sa inihandang hapunan ni Reyna Ester. ²At habang nag-iinuman sila, tinanong muli ng hari si Reyna Ester, "Ano ba talaga ang kahilingan mo? Sabihin mo na at ibibigay ko sa iyo kahit kalahati ng kaharian ko." ³"Mahal na Hari, kung kalugod-lugod po ako sa inyo, iligtas po ninyo ako at ang mga kalahi kong Judio. Iyan ang kahilingan ko sa inyo. ⁴Dahil may gantimpalang ipinangako sa mga taong papatay sa amin. Kung ipinagbili po kami para maging alipin lang, magsasawalang-kibo na lang ako, dahil hindi iyon gaanong mahalaga para gambalain ko pa kayo."

⁵Sinabi ni Haring Ahasuerus, "Sino ang nangahas na gumawa ng bagay na iyon at nasaan siya ngayon?" ⁶Sumagot si Ester, "Ang kumakalaban po sa amin at ang kaaway namin ay ang masamang si Haman."

Takot na takot si Haman habang nasa harap ng hari at ng reyna. ⁷Galit na galit na tumayo ang hari. Iniwan niya ang kanyang iniinom at pumunta sa hardin ng palasyo. Naiwan si Haman na nagmamakaawa kay Reyna Ester dahil natitiyak niyang parurusahan siya ng hari.

⁸Pagbalik ng hari mula sa hardin, nakita niyang nakadapa si Haman *na nagmamakaawa* sa harap ng hinihigaan ni Ester. Kaya sinabi ng hari, "At gusto mo pang pagsamantalahan ang reyna rito sa loob ng palasyo ko!" Nang masabi iyon ng hari, dinakip ng mga naroon si Haman at tinalukbungan ang ulo*ᵃ* nito. ⁹Sinabi ni Harbona, isa sa mga lingkod ng hari, "Nagpagawa po si Haman ng matulis na kahoy para tuhugin si Mordecai, na nagligtas sa inyong buhay. Ang taas po ng kahoy ay 75 talampakan at malapit ito sa bahay ni Haman." ¹⁰Kaya nag-utos ang hari, "Doon ninyo siya tuhugin!" At tinuhog nga nila si

a 8 tinalukbungan ang ulo: Maaaring palatandaan ito na papatayin siya.

Haman doon sa ipinagawa niyang matulis na kahoy para kay Mordecai. At nawala ang galit ng hari.

Hinirang ng Hari si Mordecai

8 Nang araw ding iyon, ibinigay ni Haring Ahasuerus kay Reyna Ester ang ari-arian ni Haman, ang kalaban ng mga Judio. Sinabi ni Ester sa hari na kamag-anak niya si Mordecai, kaya ipinatawag ito ng hari. ² Kinuha ng hari ang kanyang singsing na pantatak, na binawi niya kay Haman, at ibinigay kay Mordecai. At siya ang ginawang katiwala ni Ester sa lahat ng ari-arian ni Haman.

³ Minsan pang lumapit si Ester kay Haring Ahasuerus habang nakaluhod at umiiyak sa kanyang paanan. Hiniling niyang huwag nang ituloy ang masamang plano ni Haman na Agageo laban sa mga Judio. ⁴⁻⁵ Itinuro ng hari ang kanyang gintong setro kay Ester, kaya tumayo siya sa harap ng hari at sinabi, "Kung kalugod-lugod po ako sa inyo, Mahal na Hari, at kung para sa inyo'y tama at matuwid ito, nais ko sanang hilingin sa inyo na gumawa po kayo ng isang kautusan na magpapawalang bisa sa kautusang ipinakalat ni Haman na anak ni Hamedata na Agageo, na patayin ang lahat ng Judio sa inyong kaharian. ⁶ Hindi ko po matitiis na makitang nililipol ang mga kalahi at mga kamag-anak ko."

⁷ Sinabi ni Haring Ahasuerus kay Ester at kay Mordecai na Judio, "Ipinatuhog ko na si Haman dahil sa masama niyang plano na patayin ang mga Judio. Kaya ibinigay ko na sa iyo, Ester, ang mga ari-arian niya. ⁸ Kaya gumawa kayo ng kautusan sa aking pangalan para sa anumang nais ninyong isulat para sa ikabubuti ng mga Judio, at pagkatapos ay tatakan ninyo ng singsing ko. Dahil anumang kasulatan na isinulat sa pangalan ng hari at tinatakan ng singsing niya ay hindi mababago."

⁹ Kaya noong ika-23 ng ikatlong buwan, ang buwan ng Sivan, ipinatawag ang mga kalihim ng hari. Isinulat nila ang lahat ng idinikta ni Mordecai. Ang sulat ay para sa mga Judio, mga gobernador, mga punong-bayan, at iba pang lingkod ng hari sa 127 lalawigan, mula sa India hanggang sa Etiopia.ᵃ Isinulat ito sa bawat wika ng mga tao sa buong kaharian, pati na sa wika ng mga Judio. ¹⁰ Ipinasulat ni Mordecai sa pangalan ni Haring Ahasuerus at tinatakan ng singsing ng hari. At pagkatapos, ipinadala sa pamamagitan ng mga tagapaghatid ng sulat na nakasakay sa mabibilis na kabayo ng hari. ¹¹ Ayon sa sulat na iyon, binigyan ng pahintulot ang lahat ng Judio na magsama-sama at ipagtanggol ang kanilang sarili, *pati na ang kanilang* mga babae at mga bata. Maaari nilang patayin ang sinumang sasalakay sa kanila mula sa kahit anong bansa o probinsya. Pinahintulutan din silang samsamin ang mga ari-arian ng kanilang mga kaaway. ¹² Gagawin ito ng mga Judio sa lahat ng probinsyang nasasakupan ni Haring Ahasuerus, sa ika-13 araw ng ika-12 buwan, ang buwan ng Adar. ¹³ Ang sulat na ito'y ipapadala sa lahat ng probinsya bilang isang kautusan at dapat ipaalam sa lahat, para makapaghanda ang mga Judio sa pagtatanggol ng kanilang sarili laban sa mga kaaway nila sa araw na iyon.

¹⁴ Kaya sa utos ng hari, nagmamadaling umalis ang mga tagapaghatid ng sulat na nakasakay sa mabibilis na kabayo ng hari. Ang utos na iyon ay ipinakalat din sa lungsod ng Susa.

¹⁵ Nang lumabas si Mordecai sa palasyo, nakadamit siya ng damit panghari na puti at asul at nakabalabal ng pinong linen na kulay ube, at may malaking koronang ginto sa kanyang ulo. Nagsigawan sa tuwa ang mga tao sa lungsod ng Susa. ¹⁶ Labis ang katuwaan ng lahat ng Judio. ¹⁷ Sa bawat lungsod o probinsya na naabot ng utos ng hari, tuwang-tuwa ang mga Judio at nagdiwang sila. At marami sa lupaing iyon ang naging Judio dahil sa takot nila sa mga Judio.

Nadaig ng mga Judio ang mga Kalaban Nila

9 Dumating ang ika-13 araw ng ika-12 buwan ng Adar. Ito ang araw na ipapatupad ang kautusan ng hari. Sa araw na ito, inakala ng mga kalaban ng mga Judio na lubusan na nilang malilipol ang mga Judio. Pero kabaligtaran ang nangyari, dahil sila ang nalipol ng mga Judio. ² Nang araw na iyon, nagtipon ang mga Judio sa kani-kanilang mga lungsod at probinsya na sakop ni Haring Ahasuerus para patayin ang sinumang mangahas na sumalakay sa kanila. Pero wala namang nangahas dahil takot sa kanila ang mga tao. ³ Tinulungan pa sila ng mga pinuno ng mga probinsya, ng mga gobernador, at ng iba pang lingkod ng hari sa bawat lugar dahil natatakot din sila kay Mordecai. ⁴ Sapagkat makapangyarihan na si Mordecai sa palasyo ng hari at tanyag na sa buong kaharian. At lalo pang nadadagdagan ang kanyang kapangyarihan.

⁵ Pinatay ng mga Judio ang lahat ng kalaban nila nang araw na iyon sa pamamagitan ng espada. Ginawa nila ang gusto nila sa lahat ng nagagalit sa kanila. ⁶ Sa lungsod lang ng Susa, 500 na lalaki ang napatay nila. ⁷ Pinatay din nila sina Parshandata, Dalfon, Aspata, ⁸ Porata, Adalia, Aridata, ⁹ Parmasta, Arisai, Aridai at Vaizata ¹⁰ na mga anak ni Haman na kalaban ng mga Judio at anak ni Hamedata. Pero hindi sinamsam ng mga Judio ang mga ari-arian ng mga kalaban nila.

¹¹ Nang araw ding iyon, napag-alaman ng hari ang dami ng mga pinatay sa lungsod ng Susa. ¹² Sinabi ng hari kay Reyna Ester, "Sa Susa pa lang 500 na lalaki ang pinatay ng mga Judio, at pinatay din nila ang sampung anak ni Haman. Ano kaya ang nangyari sa ibang lungsod at probinsya? Ano pa ngayon ang gusto mong hilingin at ibibigay ko sa iyo." ¹³ Sinabi ni Ester, "Mahal na Hari, kung gusto po ninyo, payagan ninyong ipagtanggol pa ng mga Judio rito sa Susa ang kanilang sarili hanggang bukas, tulad ng ginagawa nila ngayon. At ituhog sa nakatayong kahoy ang mga bangkay ng sampung anak ni Haman."

¹⁴ Kaya nag-utos ang hari na gawin ang kahilingan ni Ester. Ipinaalam sa mga taga-Susa ang utos ng hari at ibinigay ang mga bangkay ng sampung anak ni Haman. ¹⁵ *Kinaumagahan,* ika-14 na araw ng buwan ng Adar, nagtipong muli ang mga Judio na nasa Susa at nakapatay pa sila ng 300 lalaki. Pero hindi rin nila sinamsam ang mga ari-arian *ng mga kalaban nila.*

---

a 9 Etiopia: sa Hebreo, *Cush.*

¹⁶⁻¹⁷ Pero noong ika-13 araw ng buwan ng Adar, nagtipon ang mga Judio sa iba't ibang probinsya ng kaharian para ipagtanggol ang kanilang sarili sa mga kalaban nila. At nakapatay sila ng 75,000 tao, pero hindi nila sinamsam ang mga ari-arian nito. Kinaumagahan, ika-14 na araw ng buwan ng Adar, nagpahinga sila at nagdiwang ng pista. ¹⁸ Pero sa Susa, patuloy pa ang pagpatay ng mga Judio sa kanilang mga kalaban. At nang ika-15 araw ng buwan ng Adar, nagpahinga sila at nagdiwang ng pista. ¹⁹ Ito ang dahilan kung bakit ang mga Judiong nasa probinsya ay nagdiriwang ng pista sa ika-14 na araw ng buwan ng Adar. Sa araw na iyon, nagbibigayan sila ng mga regalo.ᵃ

Ang Pista ng "Purim"

²⁰ Isinulat ni Mordecai ang lahat ng nangyari, at nagpadala siya ng sulat sa lahat ng Judio sa malalayo at sa malalapit na probinsyang nasasakupan ni Haring Ahasuerus. ²¹ Sa sulat na ito, sinabi ni Mordecai sa mga Judio na dapat alalahanin nila at ipagdiwang ang ika-14 at ika-15 araw ng buwan ng Adar. ²² Ito'y para alalahanin ang araw na nakaligtas sila sa mga kalaban, na ang kalungkutan nila ay naging kaligayahan at ang kanilang iyakan ay naging kasayahan. Kaya sinabi sa kanila ni Mordecai sa sulat na dapat magdiwang sila ng pista, magsaya sa araw na iyon, at magbigayan ng mga regaloᵇ sa isa't isa at sa mahihirap. ²³ Sinunod ng mga Judio ang utos ni Mordecai, na patuloy nilang ipagdiriwang ang pistang iyon sa bawat taon.

Ang Dahilan kung Bakit may Pista ng Purim

²⁴ Si Haman na anak ni Hamedata na Agageo, na kalaban ng mga Judio ay nagplanong patayin ang lahat ng Judio. Nagpalabunutan sila para malaman kung kailan isasagawa ang pagpatay. Ang uri ng palabunutan na ginamit ay tinatawag na "Pur". ²⁵ Pero nang malaman ng hari ang planong ito sa pamamagitan ni Reyna Ester, nagpasulat ang hari ng isang utos na ang masamang plano ni Haman laban sa mga Judio ay gawin kay Haman at sa

mga anak nitong lalaki. At iyon nga ang nangyari. ²⁶ Ito ang dahilan kaya tinawag ang pistang iyon na Purim,ᶜ na mula sa salitang "pur", na ang ibig sabihin ay palabunutan. At dahil sa sulat ni Mordecai at ayon sa karanasan nila, ²⁷ nagkasundo ang mga Judio na ipagdiwang nila ang dalawang araw na iyon taun-taon katulad ng sinabi ni Mordecai, at napagpasyahan din nilang ipagdiwang ito ng kanilang angkan at ng lahat ng naging Judio. ²⁸ Ang dalawang araw na ito ay aalalahanin at ipagdiriwang ng bawat sambahayan ng Judio sa bawat salinlahi nila, sa lahat ng lungsod at probinsya. Hindi ito dapat kalimutan o itigil ng alin mang lahi.

²⁹ Para lalong mapagtibay ang sulat ni Mordecai tungkol sa Pista ng Purim, sumulat din si Reyna Ester na anak ni Abihail patungkol dito. Kasama rin niya si Mordecai sa pagsulat nito. ³⁰ At ipinadala iyon ni Mordecai sa 127 probinsya na sakop ng kaharian ni Haring Ahasuerus. Ang sulat ay nagdulot ng kapayapaan at katiwasayan sa mga Judio, ³¹ at itinalaga na ipagdiwang ang Pista ng Purim sa takdang panahon, ayon sa iniutos ni Mordecai at ni Reyna Ester. Dapat nila itong sundin katulad ng pagsunod ng lahi nila sa mga tuntunin tungkol sa pag-aayuno at pagdadalamhati. ³² At ang utos ni Ester na nagpapatibay ng pagganap ng Pista ng Purim ay isinulat sa aklat ng kasaysayan.

Ang Kapangyarihan ni Haring Ahasuerus at Mordecai

10 Pinagbayadᵉ ni Haring Ahasuerus ng buwis ang lahat ng mamamayan sa buong kaharian niya, pati na ang nakatira sa mga isla.ᵈ ² Ang kapangyarihan ni Haring Ahasuerus at ang lahat ng ginawa niya, pati na ang pagtataas niya ng katungkulan kay Mordecai at ang malaking karangalang ibinigay niya rito ay nakasulat lahat sa Aklat ng Kasaysayan ng hari ng Media at Persia. ³ Si Mordecai ay pangalawa kay Haring Ahasuerus. Tanyag siya sa mga kapwa niya Judio, at iginagalang nila dahil ginagawa niya ang lahat para sa ikabubuti ng mga kalahi niyang Judio, at siya ang nakikiusap sa hari kapag mayroon silang kahilingan.

ᵃ 19 regalo: o, regalong pagkain.
ᵇ 22 regalo: Tingnan ang "footnote" sa talatang 19.

ᶜ 26 Purim: Ito ang tawag sa higit sa isang "pur"; kung sa Ingles, plural of "pur".
ᵈ 1 isla: o, lugar malapit sa dagat; o, malalayong lugar.

JOB

Ang Matuwid na Pamumuhay ni Job

1 May isang lalaking nakatira sa lupain ng Uz na ang pangalan ay Job. Matuwid siya, walang kapintasan ang pamumuhay, may takot sa Dios at umiiwas sa kasamaan. [2] Mayroon siyang pitong anak na lalaki at tatlong anak na babae. [3] Ang mga pag-aari naman niya ay 7,000 tupa, 3,000 kamelyo, 500 pares ng baka at 500 ang kanyang asnong babae. Marami ang kanyang alipin. Siya ang pinakamayaman sa buong silangan *ng Israel.*

[4] Nakaugalian na ng mga anak niyang lalaki na halinhinang maghanda sa kani-kanilang mga bahay at inaanyayahan nilang dumalo ang tatlo nilang kapatid na babae. [5] Tuwing matatapos ang handaan, naghahandog si Job para sa kanyang mga anak. Maaga siyang gumigising at nag-aalay ng handog na sinusunog[a] para sa bawat anak niya, dahil naisip niyang baka nagkasala ang mga ito at sinadyang magsalita ng masama laban sa Dios. Ito ang palaging ginagawa ni Job.

Ang Unang Pagsubok kay Job

[6] Isang araw, nagtipon ang mga anghel[b] sa presensya ng PANGINOON, at sumali sa kanila si Satanas. [7] Sinabi ng PANGINOON kay Satanas, "Saan ka nanggaling?" Sumagot si Satanas, "Paroo't parito na naglilibot sa mundo." [8] Sinabi sa kanya ng PANGINOON, "Napansin mo ba ang lingkod kong si Job? Wala siyang katulad sa buong mundo. Matuwid siya at malinis ang pamumuhay. May takot siya sa akin at umiiwas sa kasamaan." [9] Sumagot si Satanas, "May takot si Job sa iyo dahil pinagpapala mo siya. [10] Iniingatan mo siya at ang sambahayan niya, pati na ang lahat ng ari-arian niya. Pinagpapala mo ang lahat ng ginagawa niya. Kaya lalong dumarami ang kanyang mga hayop sa *buong* lupain. [11] Pero subukan mong kunin ang lahat ng iyan sa kanya at siguradong isusumpa ka niya." [12] Sinabi ng PANGINOON kay Satanas, "Sige, kunin mo ang lahat ng mayroon siya, pero huwag mo siyang sasaktan." Kaya umalis agad si Satanas sa harapan ng PANGINOON.

[13] Isang araw, habang nagkakasayahan sa handaan ang mga anak ni Job sa bahay ng panganay, [14] dumating sa bahay ni Job ang isa niyang tauhan at ibinalita ang ganito, "Habang nag-aararo po kami gamit ang inyong mga baka, at pinapastol ang inyong mga asno sa di-kalayuan, [15] bigla kaming sinalakay ng mga Sabeo. Kinuha po nila ang mga hayop at pinatay ang aking mga kasama. Ako lang po ang nakatakas para magbalita sa inyo!"

[16] Habang nagsasalita pa ang tauhan, dumating din ang isa pang tauhan ni Job at sinabi, "Tinamaan po ng apoy ng Dios ang inyong mga tupa at ang mga pastol nito, at nasunog. Ako lang po ang nakaligtas para magbalita sa inyo!"

[17] Habang nagsasalita pa siya, may isa pang dumating at nagbalita, "Sinalakay po kami ng tatlong pangkat ng mga Caldeo. Kinuha po nila ang mga kamelyo at pinatay ang aking mga kasama. Ako lang po ang nakatakas para magbalita sa inyo!"

[18] Habang nagsasalita pa siya, may isa pang dumating at nagbalita, "Habang nagkakasayahan po ang inyong mga anak sa bahay ng kanilang nakatatandang kapatid, [19] bigla pong dumating ang malakas na hangin mula sa ilang at nawasak po ang bahay. Nabagsakan po ang inyong mga anak at namatay. Ako lang po ang nakaligtas para magbalita sa inyo!"

[20] *Nang marinig iyon ni Job,* tumayo siya at pinunit ang kanyang damit *dahil sa pagdadalamhati.* Pagkatapos, inahitan niya ang kanyang buhok sa ulo at nagpatirapa sa lupa *para sumamba sa* PANGINOON. [21] Sinabi niya, "Ipinanganak akong walang dala at mamamatay din akong walang dala. Ang PANGINOON ang nagbigay *ng lahat ng mayroon ako* at ang PANGINOON din ang kumuha nito. Purihin ang pangalan ng PANGINOON!" [22] Sa kabila ng lahat ng nangyari, hindi nagkasala si Job. Hindi niya sinisi ang Dios.

Ang Pangalawang Pagsubok kay Job

2 Isang araw, muling nagtipon ang mga anghel[c] sa presensya ng PANGINOON, at muli ring sumali sa kanila si Satanas. [2] Sinabi ng PANGINOON kay Satanas, "Saan ka nanggaling?" Sumagot si Satanas, "Paroo't parito na naglilibot sa mundo." [3] Sinabi sa kanya ng PANGINOON, "Napansin mo ba ang aking lingkod na si Job? Wala siyang katulad sa buong mundo. Matuwid siya, malinis ang pamumuhay, may takot sa akin at umiiwas sa kasamaan. Tapat pa rin siya sa akin, kahit na pinilit mo akong *payagan ka na* sirain siya ng walang dahilan." [4] Sinabi ni Satanas, "Matatanggap ng tao na mawala ang lahat sa kanya basta't buhay lang siya. [5] Pero kapag siya na ang sinaktan mo, tiyak na isusumpa ka niya." [6] Sinabi ng PANGINOON kay Satanas, "O sige, gawin mo ang gusto mong gawin sa kanya, pero huwag mo siyang papatayin." [7] Kaya umalis si Satanas sa presensya ng PANGINOON, at sinaktan si Job sa pamamagitan ng mga pigsa mula ulo hanggang talampakan. [8] Kumuha si Job ng basag na palayok at ginamit na pangkayod sa kanyang mga sugat habang nakaupo sa abo. [9] Sinabi sa kanya ng asawa niya, "Ano, tapat ka pa rin ba sa iyong Dios? Sumpain mo na siya at nang mamatay ka na!"

[10] Sumagot si Job, "Nagsasalita ka ng walang kabuluhan. Mabubuting bagay lang ba ang tatanggapin natin mula sa Dios at hindi ang masasama?" Sa kabila ng lahat ng nangyari kay Job ay hindi siya nagkasala kahit sa pananalita.

---

a 5 handog na sinusunog. Tingnan sa Talaan ng mga Salita sa likod.

b 6 anghel: sa literal, *mga anak ng Dios.*

c 1 mga anghel: sa literal, *mga anak ng Dios.*

Ang Tatlong Kaibigan ni Job

¹¹ Tatlo sa kaibigan ni Job ang nakabalita tungkol sa masamang nangyari sa kanya. Ito'y sina Elifaz na taga-Teman, si Bildad na taga-Shua, at si Zofar na taga-Naama. Nagkasundo silang dalawin si Job para makiramay at aliwin. ¹² Malayu-layo pa sila, nakita na nila si Job, pero halos hindi na nila ito makilala. Kaya napaiyak sila nang malakas. Pinunit nila ang kanilang mga damit at naglagay ng alikabok sa kanilang ulo *bilang pagpapakita ng pagdadalamhati.* ¹³ Pagkatapos, umupo sila sa lupa kasama ni Job sa loob ng pitong araw at pitong gabi. Hindi sila nagsalita dahil nakita nila ang labis na paghihirap na dinaranas ni Job.

Nagsalita si Job

3 Kinalaunan, nagsalita si Job at isinumpa niya ang araw na isinilang siya. ² Sinabi niya, ³ "Isinusumpa ko ang araw na ako'y ipinanganak. ⁴ Naging madilim na lang sana ang araw na iyon at hindi na sinikatan ng araw. Kinalimutan na lang sana ng Dios sa langit ang araw na iyon. ⁵ Nanatili na lang sana itong madilim o natatakpan ng makapal na ulap, at nilukuban na lang sana ng kadiliman ang kaliwanagan. ⁶ Kinuha na lang sana ng kadiliman ang gabing iyon nang ako'y isilang, at hindi na sana napabilang sa kalendaryo. ⁷ Hindi na nga lang sana ako ipinanganak ng gabing iyon, at wala rin sanang kasayahan noon. ⁸ Sumpain nawa ang gabing iyon ng mga manunumpa na alam kung paano pakilusin ang Leviatan.ᵃ ⁹ Hindi na sana sumikat ang tala sa umaga ng araw na iyon, at hindi na sana dumating ang bukang-liwayway. ¹⁰ *Isinusumpa ko ang araw na iyon* dahil hindi niya pinigilan ang pagsilang sa akin, nang hindi ko na sana naranasan ang ganitong paghihirap.

¹¹ "Mabuti pang namatay na lang ako sa sinapupunan ng aking ina. ¹² Bakit pa ako kinalinga't pinasuso *ng aking ina*? ¹³ Kung namatay na sana ako noon, tahimik na sana ako ngayong natutulog at nagpapahinga ¹⁴ kasama ng mga hari at mga pinuno ng mundo na nagtayo ng mga palasyoᵇ na giba na ngayon.ᶜ ¹⁵ Nagpapahinga na rin sana ako kasama ng mga pinuno na ang mga tahanan ay puno ng mga ginto't pilak. ¹⁶ Mas mabuti pang ako'y naging katulad ng mga batang patay na nang ipinanganak at hindi na nakakita ng liwanag. ¹⁷ Doon sa lugar ng mga patay, ang masama ay hindi na gumagawa ng kasamaan at ang mga pagod ay nagpapahinga na. ¹⁸ Doon, ang mga bihag ay nagpapahinga rin at hindi na nila naririnig ang sigaw ng taong pumipilit sa kanila na magtrabaho. ¹⁹ Naroon ang lahat na uri ng tao, tanyag man o hindi. At ang mga alipin ay malaya na sa kanilang amo.

²⁰ "Bakit pa pinapayagang mabuhay ang taong nagtitiis at nagdurusa? ²¹ Nagnanais silang mamatay pero hindi pa rin sila namamatay. Hangad nila ang kamatayan ng higit pa sa isang taong naghahanap ng nakatagong kayamanan. ²² Mas sasaya sila kapag namatay na at nailibing. ²³ Bakit kaya niloob pa ng Dios na mabuhay ang tao nang hindi man lamang pinapaalam ang kanyang kahahantungan? ²⁴ Hindi ako makakain dahil sa labis na pagdaramdam at walang tigil ang aking pagdaing. ²⁵ Ang kinatatakutan ko'y nangyari sa akin. ²⁶ Wala akong kapayapaan at katahimikan. Wala akong kapahingahan, pawang kabagabagan ang nararanasan ko."

Nagsalita si Elifaz

4 Nagsalita si Elifaz na taga-Teman. Sinabi niya, ² "Magagalit ka ba kung magsasalita ako? Hindi ko na kayang manahimik. ³ Noon, pinapayuhan mo ang maraming tao *na magtiwala sa Dios,* at pinalalakas ang mahihina at nanlulupaypay. ⁴ Ang mga salita mo'y nagpalakas sa kanila at umalalay sa mga nanghihina. ⁵ Pero ngayong ikaw na ang dumaranas ng kahirapan, tila ikaw ang nanghihina at naguguluhan. ⁶ Hindi ba't kapag may takot ka sa Dios at namumuhay ka ng matuwid, magdudulot ito sa iyo ng tiwala't pag-asa?

⁷ "Ngayon, isipin mong mabuti. May tao bang matuwid at walang kasalanan na napahamak? ⁸ Ayon sa aking nakita't nalaman, ang mga taong gumagawa ng kasamaan at kaguluhan, kasamaan at kaguluhan din ang kanilang kahahantungan. ⁹ Sa isang bugso lamang ng galit ng Dios, mapapahamak sila. ¹⁰ Kahit na sila'y *tulad ng* malakas at mabangis na leon, tananggalin pa rin ang kanilang mga ngipin. ¹¹ Mamamatay sila dahil sa gutom at ang mga anak nila ay mangangalat.

¹² "May sinabi sa akin nang palihim. Ibinulong ito sa akin ¹³ sa pamamagitan ng panaginip. Gabi iyon habang ang mga tao'y mahimbing na natutulog. ¹⁴ Natakot ako at nanginig ang buo kong katawan. ¹⁵ May espiritu na dumaan sa aking harapᵈ at tumayo ang mga balahibo ko at kinilabutan ako. ¹⁶ Huminto ito, pero hindi ko gaanong maaninag. At may narinig akong mahinang tinig na nagsasabi, ¹⁷ 'Mayroon bang taong matuwid o malinis sa paningin ng Dios na kanyang Manlilikha? ¹⁸ Kung mismong sa mga anghel na lingkod niya ay hindi siya lubusang nagtitiwala, at nakakakita siya ng kamalian nila, ¹⁹ di lalo na sa taong nilikha lamang mula sa lupa, na madaling pisain katulad ng gamo-gamo? ²⁰ Ang tao'y araw-araw na buhay pa sa umaga pero kinagabihay patay na at hindi na makikita magpakailanman. ²¹ Para silang mga toldang bumagsak. Namatay sila nang kulang sa karunungan.'

5 "Job, kahit humingi ka ng tulong, walang tutulong sa iyo. Kahit ang mga anghelᵉ ay hindi ka tutulungan. ² Ang galit at paninibugho ay pumapatay sa hangal at sa walang karunungan. ³ Ayon sa aking nakita at nalaman, maaaring umunlad ang pamumuhay ng isang hangal, pero bigla na lang isusumpa ng Dios ang sambahayan niya. ⁴ Ang mga anak niya'y walang malalapitan at wala ring magtatanggol sa kanila sa hukuman. ⁵ Ang ani niya'y kakainin ng iba. At kahit ang mga bungang nasa tinikan ay kukunin ng mga taong gutom. Ang kayamanan niya'y aagawin ng mga

---

ᵃ 8 *Leviatan:* Maaaring dambuhalang hayop, buwaya, ahas, o balyena.

ᵇ 14 *palasyo:* o, *gusali.*

ᶜ 14 *giba na ngayon:* o, *na muling itatayo.*

ᵈ 15 *May espiritu na dumaan sa aking harap:* o, *Umihip ang hangin sa mukha ko.*

ᵉ 1 *ang mga anghel:* sa literal, *ang mga banal.*

taong uhaw *sa mga ari-arian*. ⁶Ang kahirapan at kaguluhan ay hindi tumutubo sa alikabok o lupa. ⁷Likas sa tao ang gumawa ng kahirapan at kaguluhan, tulad ng alipatong *mula sa apoy na lumilipad paitaas.*

⁸"Kung ako sa iyo, lalapit ako sa Dios. Sasabihin ko sa kanya ang aking kalagayan. ⁹*Sapagkat* gumagawa siya ng mga kahanga-hangang bagay at mga himalang hindi kayang unawain o bilangin. ¹⁰Nagpapadala siya ng ulan sa mundo at pinatutubigan niya ang mga bukirin. ¹¹Itinataas niya ang mga nagpapakumbaba at kinakalinga ang mga nagdadalamhati. ¹²Sinisira niya ang plano ng mga mandaraya, para hindi sila magtagumpay. ¹³Hinuhuli niya ang marurunong sa kanilang katusuhan, at hinahadlangan ang plano ng mga mandaraya. ¹⁴Hindi sila nakakakita kahit maliwanag, at nangangapa sila na parang gabi kahit na katanghalian. ¹⁵Inililigtas ng Dios ang mga dukha mula sa kamatayan at sa mga taong makapangyarihan na umaapi sa kanila. ¹⁶Kaya may pag-asa ang mga dukha, pero ang masasama ay kanyang sinasaway.

¹⁷"Mapalad ang taong itinutuwid ng Dios ang pag-uugali. Kaya huwag mong mamasamain ang pagtutuwid ng Makapangyarihang Dios sa iyo. ¹⁸Sapagkat ang kanyang mga sinusugatan ay kanya ring ginagamot, at ang kanyang sinasaktan ay kanya ring pinagagaling. ¹⁹Palagi ka niyang ililigtas sa mga salot at panganib. ²⁰Ililigtas ka niya sa kamatayan sa panahon ng taggutom at digmaan. ²¹Iingatan ka niya kung sisiraan ka ng iba, at wala kang katatakutan kung dumating man ang kapahamakan. ²²Ang taggutom at kapahamakan ay iyong tatawanan at hindi ka matatakot sa mababangis na hayop, ²³sapagkat hindi ka gagalawin ng mga ito. At hindi ka na mahihirapang magtanim sa bukid mong mabato. ²⁴Mamumuhay ng payapa ang sambahayan mo at walang mawawala sa iyong mga hayop. ²⁵Dadami ang iyong angkan na parang kasindami ng mga damo sa lupa. ²⁶Hahaba ang buhay mo at hindi ka mamamatay nang hindi sa tamang panahon.*ᵃ* ²⁷Ayon sa aming nalaman at naranasan, napatunayan namin na talagang totoo ang lahat ng ito. Kaya dinggin mo ito at isabuhay para sa ikabubuti mo."

Sumagot si Job

6 Sumagot si Job, ²"Kung matitimbang lang ang dinaranas kong pagtitiis at paghihirap, ³mas mabigat pa ito kaysa sa buhangin sa tabing-dagat. Iyan ang dahilan kung bakit nagsasalita ako, nang hindi ko pinag-iisipan nang mabuti. ⁴Sapagkat para akong pinana ng Makapangyarihan *na Dios* ng panang nakakalason, at ang lason nito'y kumalat sa buo kong katawan. Ang nakakatakot na pana ng Dios ay nakatusok na sa akin. ⁵*Wala ba akong karapatang dumaing?* Kahit asnong-gubat at baka ay umaatungal kapag walang damo. ⁶Ang tao nama'y nagrereklamo kapag walang asin ang kanyang pagkain, lalo na't

kung ang kakainin ay puti lang ng itlog. ⁷Ako man ay wala ring ganang kainin iyan, para akong masusuka.

⁸"Nawa'y ibigay ng Dios sa akin ang aking kahilingan. Matanggap ko na sana ang aking hinahangad, ⁹na bawiin na lang sana ng Dios ang aking buhay. ¹⁰At kapag ito'y nangyari, masaya pa rin ako, dahil sa kabila ng aking paghihirap hinding-hindi ko itinakwil ang mga salita ng Banal *na Dios.*

¹¹"Ngunit pagod na akong maghintay at wala na rin akong maaasahan pa. Bakit kailangang patagalin pa ang buhay ko? ¹²Kasingtibay ba ako ng bato at gawa ba sa tanso ang katawan ko? *Hindi!* ¹³Wala na akong lakas para iligtas ang sarili ko. Wala na rin akong pagkakataong magtagumpay pa.

¹⁴"Bilang mga kaibigan nais kong damayan ninyo ako sa paghihirap kong ito, kahit na sa tingin ninyo'y itinakwil ko na ang *Dios na* Makapangyarihan. ¹⁵Pero kayong mga itinuturing kong kapatid ay hindi pala maaasahan; para kayong sapa na kung minsan ay umaapaw ang tubig at kung minsan naman ay tuyo. ¹⁶Ito'y umaapaw kapag napupuno ng tunaw na yelo at nyebe, ¹⁷at natutuyo kapag tag-init. ¹⁸Kapag dumaan doon ang mga naglalakbay, wala silang tubig na maiinom, kaya pagdating nila sa ilang namamatay sila. ¹⁹Ang mga mangangalakal na nagmula sa Tema at Sheba na naglalakbay ay umaasang makakainom sa sapa, ²⁰pero nabigo sila. Umaasa silang may tubig doon pero wala pala. ²¹*Ang sapa na iyon ang katulad ninyo.* Wala rin kayong naitutulong sa akin. Natakot kayo nang makita ninyo ang nakakaawa kong kalagayan. ²²Pero bakit? Humingi ba ako ng regalo sa inyo? Nakiusap ba ako na tulungan ninyo ako mula sa inyong kayamanan, ²³o iligtas sa kamay ng aking mga kaaway? *Hindi!* Ang pakiusap ko lamang ay sabihin ninyo sa akin ang tamang sagot sa nangyayari sa akin, at tatahimik na ako. Sabihin ninyo sa akin kung ano ang nagawa kong pagkakamali. ²⁵Hindi baleng masakit ang sasabihin ninyo basta't iyon ay totoo. Pero ang ibinibintang ninyo sa akin ay hindi totoo at hindi ninyo mapatunayan. ²⁶Gusto ninyong ituwid ang mga sinasabi ko, dahil para sa inyo, ang aking sinasabi bilang desperadong tao ay walang kabuluhan. ²⁷*Bakit, kayo ba'y matuwid?* Nagagawa nga ninyong ipaalipin ang isang ulila, o di kaya'y ipagbili ang isang kaibigan! ²⁸Tingnan ninyo ako. Sa tingin ba ninyo'y magsisinungaling ako sa inyo? ²⁹Tigilan na ninyo ang paghatol sa akin, dahil wala akong kasalanan. ³⁰Akala ba ninyo ay nagsisinungaling ako, at hindi ko alam kung ano ang tama at mali?

7 "Ang buhay ng tao dito sa mundo ay napakahirap. Ito'y kasinghirap ng araw-araw na pagtatrabaho ng isang manggagawa, ²o gaya ng isang aliping nagnanais na sumapit na ang hapon upang siya'y makapagpahinga, o tulad ng isang manggagawang naghihintay ng kanyang sweldo. ³Ganyan din ang kalagayan ko. Ilang buwan na ang aking paghihirap na walang kabuluhan. Kahit gabi'y naghihirap ako, ⁴at habang nakahiga ako, iniisip ko kung kailan darating ang umaga. Napakabagal ng takbo ng oras. Hindi ako mapalagay hanggang magbukang-liwayway. ⁵Ang katawan ko'y puno ng

---

a 26 at hindi ka mamamatay nang hindi sa tamang panahon: sa literal, *gaya ng mga hinog na butil na inani sa tamang panahon.*

uod at langib. Nagnanana at pumuputok ang mga pigsa kong namamaga."

Nanalangin si Job sa Dios

⁶"Lumilipas po ang aking mga araw na walang pag-asa. Mabilis itong lumilipas, higit pa sa bilis ng isang habian*a* ng manghahabi.*b* ⁷O Dios, alalahanin n'yo po na ang buhay ko'y parang isang hinga lamang, at hindi na po ako makadama ng anumang ligaya. ⁸Nakikita n'yo po ako ngayon pero sa huli ay hindi na. Hahanapin n'yo ako ngunit hindi n'yo ako matatagpuan. ⁹Kung papaanong ang mga ulap ay nawawala at hindi na nakikita, ganoon din ang mga namamatay, hindi na sila nakakabalik pa. ¹⁰Hindi na siya makakauwi sa kanyang bahay, at makakalimutan na siya ng mga nakakakilala sa kanya.

¹¹"Kaya po hindi ako maaaring manahimik; naninikip na po ang aking dibdib at kailangan ko na pong sabihin ang aking sama ng loob. ¹²O Dios, bakit n'yo po ako binabantayan? Isa ba akong dambuhalang halimaw sa dagat na dapat bantayan? ¹³Kung gusto ko pong mahiga para makapagpahinga sa tinitiis kong hirap, ¹⁴tinatakot n'yo naman po ako sa pamamagitan ng mga panaginip at pangitain. ¹⁵Kaya mas mabuti pang sakalin na lang ako at mamatay kaysa mabuhay sa katawang ito. ¹⁶Kinasusuklaman ko ang aking buhay. Ayoko nang mabuhay. Hayaan n'yo na lang akong mamatay, dahil wala nang kabuluhan ang aking buhay.

¹⁷"Ano po ba ang tao para pahalagahan at pagmalasakitan n'yo ng ganito? ¹⁸Sinisiyasat n'yo siya tuwing umaga at sinusubukan sa bawat sandali. ¹⁹Kung maaari, hayaan na lang muna n'yo ako kahit sandali lang. ²⁰At kung nagkasala naman po ako, ano po ang kasalanang nagawa ko sa inyo, O Tagapagbantay ng tao? Bakit ako ang pinili n'yong pahirapan? Naging pabigat po ba ako sa inyo? ²¹Kung nagkasala po ako sa inyo, bakit hindi n'yo na lang ako patawarin? Hindi na rin naman magtatagal at papanaw na ako, at kahit hanapin n'yo ako, hindi n'yo na ako makikita."

Nagsalita si Bildad

8 Sumagot si Bildad na taga-Shua, ²"Hanggang kailan ka magsasalita ng ganyan? Nag-iingay ka lang at walang kabuluhan ang mga sinasabi mo. ³Hindi maaaring pilipitin ng Makapangyarihang Dios ang katarungan o baluktutin ang katuwiran. ⁴Nagkasala ang iyong mga anak laban sa Dios kaya nararapat lamang ang natanggap nilang kaparusahan. ⁵Pero kung lalapit ka sa Makapangyarihang Dios, at magmamakaawa sa kanya, ⁶at mamumuhay nang malinis at matuwid, kahit ngayon ay agad ka niyang tutulungan at ibabalik sa mabuting kalagayan. ⁷At ang kayamanang ibibigay sa iyo ay higit pa kaysa sa kayamanan mo noon.

⁸"Tanungin mo ang mga matatanda. Alamin mo kung ano ang natutunan*c* ng kanilang mga ninuno.

---

a 6 habian: sa ingles, *shuttle*.

b 6 manghahabi: sa Ingles, *weaver*.

c 8 natutunan: o, *natuklasan*; o, *naranasan*.

---

⁹Sapagkat parang kailan lang tayo ipinanganak at kaunti lang ang ating nalalaman, at ang mga araw natin dito sa mundo ay tulad ng anino na hindi nagtatagal. ¹⁰Pakinggan mo sila, at sasabihin nila sa iyo ang kanilang nalalaman.

¹¹"Hindi mabubuhay ang halamang tubig kung walang tubig. ¹²Mamamatay iyon kahit na pasibol pa lang at hindi pa panahong putulin. ¹³Ganyan din ang kahihinatnan ng lahat ng taong tumatalikod sa Dios. Ang kanyang pag-asa ay mawawala. ¹⁴Ang lahat ng inaasahan at pinagtitiwalaan niya ay kasinrupok ng sapot ng gagamba. ¹⁵Kapag sinandalan ito, agad nalalagot; dumidikit ngunit mahina ang kapit. ¹⁶*Kung titingnan parang mabuti ang kalagayan niya*, parang tanim na sagana sa dilig at sikat ng araw. Yumayabong ito sa buong hardin ¹⁷at kumakapit ang mga ugat nito sa mga bato. ¹⁸Pero kapag nabunot na ito, hindi na pinapansin. ¹⁹Ganyan ang wakas ng buhay niya, at may tanim na tutubong muli sa lugar na kanyang tinubuan.

²⁰"Ang totoo, hindi itinatakwil ng Dios ang taong matuwid at hindi niya tinutulungan ang taong masama. ²¹Patatawanin ka niyang muli, at pasisigawin sa kagalakan. ²²Ipapahiya niya ang mga napopoot sa iyo at wawasakin ang kanilang sambahayan."

Sumagot si Job

9 Sumagot si Job, ²"Totoo ang sinabi mo. Pero paano mapapatunayan ng tao na wala siyang kasalanan sa harapan ng Dios? ³Kahit na makipagtalo pa siya sa Dios sa hukuman, wala siyang magagawa, dahil sa isang libong katanungan ng Dios, hindi niya masasagot isa man sa mga ito. ⁴Marunong at makapangyarihan ang Dios. Sino ang nakipaglaban sa kanya at nagtagumpay?

⁵"Walang anu-ano'y pinauuga niya ang mga bundok at natitibag ito sa tindi ng kanyang galit. ⁶Niyayanig niya ang lupa at ang mga pundasyon nito ay nauuga. ⁷Kapag inutusan niya ang araw o ang mga bituin, hindi ito sisikat o magbibigay ng liwanag. ⁸Tanging siya lang ang nakapaglalatag ng langit at nakapagpapatigil ng alon. ⁹Siya ang manlilikha ng grupo ng mga bituin na tinatawag na Oso, Orion, Pleyades, at mga bituin sa katimugan. ¹⁰Gumagawa siya ng mga kahanga-hangang bagay at mga himalang hindi kayang unawain at bilangin. ¹¹Kapag dumadaan siya sa tabi ko, hindi ko siya nakikita o nararamdaman. ¹²Kung may gusto siyang kunin, walang makakapigil sa kanya. At sino ang makakapagreklamo sa mga ginagawa niya? ¹³Hindi pinipigil ng Dios ang kanyang galit. Kahit ang mga katulong ng *dragon na si* Rahab ay yumuyukod sa takot sa kanya. ¹⁴Kaya papaano ko ipagtatanggol ang sarili ko sa Dios? Ano ang mga salitang maaari kong gamitin para makipagtalo sa kanya? ¹⁵Kahit na wala akong kasalanan, hindi ko maipagtatanggol ang sarili ko. Ang magagawa ko lamang ay magmakaawa sa *Dios na* aking Hukom. ¹⁶Kahit hilingin kong makausap kami at pumayag siya, hindi pa rin niya ako pakikinggan. ¹⁷Sapagkat pinapahirapan niya ako na parang sinasalanta ng bagyo, at dinadagdagan pa niya ang paghihirap

ko nang walang dahilan. ¹⁸Halos malagot na ang aking hininga dahil sa paghihirap na idinulot niya sa akin. ¹⁹Kung lakas ang pag-uusapan walang tatalo sa kanya! At kung sa hukuman idadaan, sinong makapaghahabla sa kanya? ²⁰Kahit na wala akong kasalanan, paparusahan pa rin ako dahil sa mga sinabi ko. ²¹Kahit na wala akong kapintasan, wala na itong halaga sa akin ngayon. Kinamumuhian ko na ang aking buhay. ²²Pareho lang naman ang kapalaran ng matuwid at masama. Lahat sila ay mamamatay. ²³Kapag biglang namatay sa kalamidad ang matuwid, natatawa lang siya. ²⁴Ipinagkatiwala niya ang mundo sa masasama. Tinatakpan niya ang mata ng mga hukom *para hindi sila humatol ng tama.* Kung hindi siya ang gumagawa nito, sino pa kaya?

²⁵"Madaling lumipas ang mga araw sa buhay ko; mas mabilis pa ito kaysa sa mananakbo. Lumilipas ito nang walang nakikitang kabutihan. ²⁶Dumadaan ito na kasimbilis ng isang matuling sasakyang pandagat o ng agilang dumadagit ng pagkain. ²⁷Kahit tumigil na ako sa pagdaing at pagdadalamhati at ako'y ngumiti na, ²⁸nananaig pa rin sa akin ang takot sa mga paghihirap *na maaaring dumating sa akin.* Dahil alam kong hindi niya ako ituturing na walang kasalanan. ²⁹Yaman din lamang na itinuring na niya akong may kasalanan, wala nang halaga na ipagtanggol ko pa ang aking sarili. ³⁰Kahit sabunan ko pa ang aking buong katawan para luminis, ³¹ilulubog pa rin niya ako sa *maputik na* hukay, upang kahit ang sarili kong damit ay ikahiya ako. ³²Hindi tao ang Dios na katulad ko; hindi ko siya kayang sagutin o isakdal man sa hukuman. ³³Mayroon sanang mamagitan sa amin para pagkasunduin kaming dalawa, ³⁴at mapatigil sana niya ang pagpalo ng Dios sa akin, para hindi na ako matakot. ³⁵Kung magkagayo'y makakausap ko na ang Dios nang walang takot, pero sa ngayon hindi ko pa ito magagawa."

10 "Kinasusuklaman ko ang buhay ko, kaya dadaing ako hangga't gusto ko. Sasabihin ko ang aking sama ng loob. ²Ito ang sasabihin ko sa Dios: 'Huwag n'yo akong hatulan na masama ako. Sabihin n'yo sa akin kung ano ang kasalanan ko sa inyo. ³Natutuwa ba kayo na pinahihirapan n'yo ako? Bakit n'yo itinatakwil ang inyong nilikha, at sinasang-ayunan naman ang binabalak ng masama? ⁴Ang paningin n'yo ba'y tulad ng paningin ng tao? ⁵Ang buhay n'yo ba'y kasing-ikli ng buhay ng tao? ⁶Bakit pilit n'yo akong hinahanapan ng kasalanan? ⁷Alam n'yong wala akong kasalanan, pero sino ang makapagtatanggol sa akin mula sa inyong kamay?

⁸" 'Kayo ang gumawa at humubog sa akin, at ngayon kayo rin ang sisira sa akin. ⁹Alalahanin ninyong ako'y hinubog n'yo mula sa lupaᵃ at ngayon ba'y ibabalik n'yo na ako sa lupa? ¹⁰Hindi ba't kayo ang humubog sa akin *mula sa sinapupunan ng aking ina* na parang keso na hinubog mula sa gatas? ¹¹Binuo n'yo ang aking mga buto at litid, at saka binalutan ng laman at balat. ¹²Pagkatapos, binigyan n'yo ako ng buhay, pinakitaan ng kabutihan at iningatan. ¹³Pero nalaman ko na ang tunay ninyong plano sa akin ¹⁴ay ang bantayan

ako kung magkakasala ako at kapag nangyari iyon, hindi n'yo ako patatawarin. ¹⁵Nagkasala man ako o hindi, pareho lang naman na nakakaawa ako, dahil sa labis na kahihiyan at paghihirap na dinaranas ko. ¹⁶Pinagsisikapan kong bumangon, pero para kayong leon na nakaabang sa akin. Ginagamit n'yo ang inyong kapangyarihan laban sa akin. ¹⁷Patuloy n'yo akong isinasakdal at lalo kayong nagagalit sa akin. Walang tigil n'yo akong nilulusob.

¹⁸" 'Bakit niloob n'yo pa na isilang ako? Sana'y namatay na lang ako at wala nang nakakita sa akin. ¹⁹Hindi na lang sana ako nilikha. Namatay na lang sana ako bago isinilang at itinuloy sa libingan. ²⁰Maikling panahon na lang ang natitira sa akin, kaya hayaan n'yo na lang ako para kahit saglit man lang ay sumaya naman ako, ²¹bago ako pumunta sa lugar na malungkot at madilim, at hindi na ako makakabalik pa rito. ²²Napakadilim sa lugar na iyon; palaging gabi at walang liwanag, at naghahari doon ang kaguluhan.' "

Nagsalita si Zofar

11 Pagkatapos, sumagot si Zofar na taga-Naama, ²"Hindi dapat palampasin itong mga sinabi mo. Hindi mapapatunayan ng isang tao na wala siyang kasalanan sa pamamagitan lang ng kanyang mga salita. ³Sa tingin mo ba'y mapapatahimik kami ng mga sinasabi mong walang saysay? Akala mo ba'y hindi ka namin sasawayin sa iyong panunuya? ⁴Sinasabi mong tama ang iyong paniniwala at matuwid ka sa paningin ng Dios. ⁵Magsalita sana ang Dios laban sa iyo, ⁶at sabihin sa iyo ang mga bagay na hindi mo pa alam. May mga bagay na alam mo na at may mga bagay ding hindi mo pa alam. Alam mo bang ang parusa ng Dios sa iyo ay kulang pa sa nararapat sa iyo?

⁷"Kaya mo bang unawain ang lahat-lahat tungkol sa Dios? ⁸⁻⁹Mas mataas pa ito kaysa sa langit at mas malalim pa kaysa sa lugar ng mga patay. Mas malawak pa ito kaysa sa mundo at mas maluwang pa kaysa sa dagat. Maihahambing mo kaya ang karunungan mo sa kanya?

¹⁰"Halimbawang dakpin ka ng Dios, iharap sa hukuman at ipakulong, may makakapigil ba sa kanya? ¹¹Alam niya kung sino ang mga mandaraya at hindi lingid sa kanya ang kanilang kasamaan. ¹²Ang mangmang ay imposibleng maging marunong gaya ng asnong-gubat na imposibleng manganak ng tao.

¹³*Job,* kung magsisisi ka at lalapit sa Dios, ¹⁴at tatalikuran ang iyong mga kasalanan, at kung pati ang sambahayan mo ay magsisisi sa kanilang kasalanan, ¹⁵tiyak na hindi ka na mapapahiya, tatatag ang iyong pamumuhay at wala ka nang katatakutan. ¹⁶Makakalimutan mo na rin ang iyong paghihirap na parang tubig na umagos lang at nawala. ¹⁷At ang buhay mo'y magiging mas maliwanag pa kaysa sa sikat ng araw sa katanghaliang tapat. At ang dati mong buhay na madilim ay magiging maliwanag na parang umaga. ¹⁸Mapapanatag ang buhay mo dahil may bago kang pag-asa. Iingatan ka *ng Dios* at makapagpapahinga ka ng walang kinatatakutan. ¹⁹Matutulog ka ng walang mananakot sa iyo, at marami ang hihingi ng

---

ᵃ *9 hinubog…lupa:* o, *hinubog mo mula sa putik.*

tulong sa iyo. ²⁰ Pero ang masasama ay mabibigo at walang patutunguhan. At ang tanging pag-asa nila ay kamatayan."

Sumagot si Job

12 Sumagot si Job, ² "Ang akala n'yo ba'y kayo lang ang marunong at wala nang matitirang marunong kapag namatay kayo? ³ Ako man ay marunong din gaya ninyo; hindi kayo nakahihigit sa akin. Alam ko rin ang lahat ng sinasabi ninyo. ⁴ Pero naging katawa-tawa ako sa aking mga kaibigan, kahit na matuwid ako at walang kapintasan, at kahit sinagot ng Dios ang mga dalangin ko noon. ⁵ Ang mga taong naghihirap na *gaya ko na* tila mabubuwal ay kinukutya ng mga taong walang problema. ⁶ Pero ang mga tulisan at ang mga taong ginagalit ang Dios ay namumuhay ng payapa gayong ang dinidios nila'y ang sarili nilang kakayahan.

⁷⁻⁸ "Matututo ka sa iba't ibang hayop—ang lumalakad, lumilipad, gumagapang, at ang lumalangoy. ⁹ Sapagkat alam nila na ang PANGINOON ang may gawa nito.[a] ¹⁰ Nasa kamay niya ang buhay o hininga ng bawat nilalang, pati na ng tao. ¹¹ Kung alam ng dila ng tao kung alin ang masarap o hindi masarap na pagkain, alam din ng tainga ng tao kung alin ang mabuti o masamang salita. ¹² Maraming alam *sa buhay* ang matatanda, dahil habang tumatagal ang buhay nila, lalong dumarami ang kanilang nalalaman.

¹³ "Pero ang Dios ay *hindi lang nagtataglay ng* karunungan, nasa kanya *rin* ang kapangyarihan, at *siya lang* ang nakakaunawa *kung ano ang dapat gawin.* ¹⁴ Walang makapag-aayos ng kanyang sinisira, at walang makapagpapalaya sa kanyang ikinukulong. ¹⁵ Kung pipigilin niya ang ulan, matutuyo ang lupa, at kung ibubuhos naman niya ito, babahain ang lupa. ¹⁶ Makapangyarihan siya't matagumpay, at nasa ilalim ng kanyang kapangyarihan ang mandaraya at ang dinadaya. ¹⁷ Inaalisan niya ng karunungan ang mga tagapayo, at ginagawang mangmang ang mga hukom. ¹⁸ Pinaaalis niya ang mga hari sa kanilang trono at ipinabibihag. ¹⁹ Tinatanggal niya sa tungkulin ang mga pari at ang mga taong may kapangyarihan. ²⁰ Pinatatahimik niya ang mga pinagkakatiwalaang tagapayo at inaalis ang karunungan ng matatanda. ²¹ Hinahamak niya ang mga mararangal na tao at inaalisan ng kakayahan ang mga may kapangyarihan. ²² Ang mga lihim ay kanyang inihahayag, at ang madilim ay pinapalitan ng liwanag. ²³ Pinalalakas niya ang mga bansa at pinapalawak ang kanilang teritoryo, pero ibinabagsak din niya ito at winawasak. ²⁴ Ginagawa niyang mangmang ang kanilang mga pinuno at inililigaw sila sa ilang. ²⁵ Kaya para silang bulag na kumakapa sa dilim at sumusuray-suray na parang lasing.

13 "Nakita ko't napakinggan ang lahat *ng sinabi ninyo,* at ito'y aking naunawaan. ² Ang alam ninyo ay alam ko rin. Hindi kayo nakahihigit sa akin. ³ Pero hindi na ako makikipagtalo sa inyo tungkol sa kalagayan ko. Sa Makapangyarihang Dios ko na lang ito idudulog. ⁴ Sapagkat pinagsisikapan

ninyong gamitin ako ng kasinungalingan. Lahat kayo'y parang manggagamot na walang silbi. ⁵ Mas mabuti pang tumahimik na lang kayo. Iyan ang pinakamabuti n'yong gawin.

⁶ "Pakiusap naman! Pakinggan ninyo ang katuwiran ko. ⁷ Ipagtatanggol n'yo ba ang Dios sa pamamagitan ng pagsisinungaling? ⁸ Kumakampi ba kayo sa kanya? Ipagtatanggol ba ninyo siya? ⁹ Kung siyasatin kaya kayo ng Dios, may kabutihan kaya siyang makikita sa inyo? Huwag ninyong isipin na madadaya ninyo siya tulad ng pandaraya ninyo sa mga tao. ¹⁰ Tiyak na sasawayin kayo ng Dios kahit na kinakampihan ninyo siya. ¹¹ Hindi ba kayo natatakot sa kapangyarihan niya? ¹² Ang mga binabanggit n'yong kasabihan ay walang kabuluhan; ito'y parang abo. Ang mga katuwiran n'yo ay marupok gaya ng palayok.

¹³ "Tumahimik kayo habang nagsasalita ako, at anuman ang mangyari sa akin, bahala na. ¹⁴ Nakahanda akong itaya ang buhay ko. ¹⁵ Tiyak na papatayin ako ng Dios; wala na akong pag-asa. Pero ipagtatanggol ko pa rin ang aking sarili sa kanya. ¹⁶ Baka sakaling sa pamamagitan nito ay maligtas ako, dahil walang masamang tao na makakalapit sa kanya.

¹⁷ "Pakinggan ninyong mabuti ang sasabihin ko. ¹⁸ Ngayong handa na akong ipagtanggol ang sarili ko; alam kong mapapawalang-sala ako. ¹⁹ Sino ang makapagpaparatang na nagkasala ako? Kung mayroon nga, mananahimik na lang ako hanggang sa mamatay.

²⁰ "O Dios, dalawang bagay lang ang hinihiling ko sa inyo, na kung ibibigay n'yo sa akin ay hindi na ako magtatago sa inyo: ²¹ Tigilan n'yo na ang pagpaparusa sa akin at huwag n'yo na akong takutin ng mga nakakatakot na parusa ninyo. ²² Kausapin n'yo ako at sasagot ako, o kaya'y ako ang magsasalita sa iyo at sagutin n'yo ako. ²³ Anu-ano po ba ang mga nagawa kong pagkakamali at kasalanan? Sabihin n'yo po sa akin ang aking pagkakamali at mga kasalanan. ²⁴ Bakit umiiwas kayo sa akin at itinuturing n'yo akong kaaway? ²⁵ Bakit n'yo ako tinatakot at hinahabol? Para lang akong dahon o tuyong ipa na tinatangay ng hangin. ²⁶ Inililista n'yo ang mabibigat na paratang laban sa akin at isinasama n'yo pa ang lahat ng kasalanan ko noong bata pa ako. ²⁷ Para n'yong ikinadena ang aking mga paa. Bawat hakbang ko'y binabantayan n'yo, at pati bakas ng paa ko'y sinusundan ninyo. ²⁸ Kaya para na akong isang bagay na nabubulok o isang damit na sinisira ng amag.

14 "Ang buhay ng tao ay maikli lamang at puno ng kahirapan. ² Ang katulad nito ay isang bulaklak, namumukadkad pero agad nalalanta. Katulad din ito ng aninong biglang nawawala. ³ Kaya *Panginoon,* bakit kailangan n'yo pang bantayan nang ganito ang tao? Gusto n'yo pa ba siyang[b] hatulan sa inyong hukuman? ⁴ May tao bang nabubuhay na lubusang matuwid? Wala! Sapagkat ang lahat ay ipinanganak na makasalanan. ⁵ Sa simula pa'y itinakda n'yo na kung gaano kahaba ang itatagal ng buhay ng isang tao. At hindi siya lalampas sa itinakda n'yong oras

---

a 9 ang may gawa nito: Siguro ang ibig sabihin nito, ang mga bagay na nangyayari sa mundo pati na ang paghihirap ay ayon sa kalooban ng Dios.

b 3 siyang: Ito'y nasa teksto ng Septuagint, Vulgate at Syriac. Sa Hebreo, *akong.*

sa kanya. ⁶Kaya hayaan n'yo na lamang siya para makapagpahinga naman siya katulad ng isang manggagawa pagkatapos magtrabaho.

⁷"Kapag pinutol ang isang puno, may pag-asa pa itong mabuhay at tumubong muli. ⁸Kahit na matanda na ang ugat nito at patay na ang tuod, ⁹tutubo itong muli na parang bagong tanim kapag nadiligan. ¹⁰Pero kapag ang tao'y namatay, mawawala na ang lakas niya. Pagkalagot ng hininga niya, iyon na ang wakas niya. ¹¹Kung papaanong bumababa ang tubig sa dagat at natutuyo ang mga ilog, ¹²gayon din naman, ang tao'y namamatay at hindi na makakabangon pa o magigising sa kanyang pagkakatulog hanggang sa maglaho ang langit.

¹³"Panginoon, itago n'yo na lamang po sana ako sa lugar ng mga patay hanggang sa mawala ang galit n'yo sa akin, at saka n'yo ako alalahanin sa inyong itinakdang panahon. ¹⁴Kung mamatay ang tao, mabubuhay pa kaya ito? Kung ganoon, titiisin ko ang lahat ng paghihirap na ito hanggang sa dumating ang oras na matapos ito. ¹⁵At sa oras na tawagin n'yo ako, Panginoon, sasagot ako, at kasasabikan n'yo ako na inyong nilikha. ¹⁶Sa mga araw na iyon, babantayan n'yo pa rin ang aking mga ginagawa, pero hindi n'yo na aalalahanin pa ang aking mga kasalanan. ¹⁷Parang ipinasok n'yo ito sa bag at tinakpan para hindi n'yo na makita.

¹⁸"Pero kung papaanong gumuguho ang mga bundok at nahuhulog ang mga bato mula sa kanilang kinalalagyan, ¹⁹at kung paanong nagiging manipis ang bato sa patuloy na pag-agos ng tubig, at gumuguho ang lupa dahil sa malakas na ulan, ganyan n'yo rin sinisira ang pag-asa ng tao. ²⁰Nilulupig n'yo siyang lagi at namamatay siya, at binabago n'yo ang mukha niya kapag patay na siya. ²¹Hindi na niya malalaman kung ang mga anak niya'y nagtamo ng karangalan o kahihiyan. ²²Ang tanging madarama na lang niya ay ang sarili niyang paghihirap at kalungkutan."

Nagsalita si Elifaz

15 Sumagot si Elifaz na taga-Teman, ²"Job, ang taong marunong ay hindi nagsasalita ng walang kabuluhan. ³Hindi siya nakikipagtalo sa mga salitang walang saysay. ⁴Pero ang mga sinasabi mo'y magtutulak sa tao upang mawalan ng paggalang sa Dios at magiging hadlang sa paglilingkod sa kanya. ⁵Ang sinasabi mo ay bunga ng iyong kasamaan. At dinadaya mo ang iba sa pamamagitan ng iyong mga sinasabi. ⁶Hindi na kailangang hatulan pa kita, dahil ang iyong mga sinasabi mismo ang nagpapatunay laban sa iyo. ⁷Akala mo ba'y ikaw ang unang isinilang? Ipinanganak ka na ba bago nilikha ang mga bundok? ⁸Narinig mo na ba ang mga plano ng Dios? Ikaw lang ba ang marunong? ⁹Ano bang alam mo na hindi namin alam? At ano ang naunawaan mo na hindi namin naunawaan? ¹⁰Natuto kami sa matatanda na mas matanda pa kaysa sa iyong ama. ¹¹Sinabi namin sa iyo ang mga salitang mula sa Dios na makapagbibigay ng lakas at aliw sa iyo. Hindi pa ba sapat iyon? ¹²Bakit nagpapadala ka sa iyong damdamin? Nabubulagan ka na ba sa katotohanan ¹³para magalit ka sa Dios at magsalita ng masama laban sa kanya? ¹⁴Kaya ba

ng isang tao na mamuhay ng malinis at matuwid sa paningin ng Dios? ¹⁵Ni hindi nga lubusang nagtitiwala ang Dios sa mga anghel niya. Kung ang mga nilalang niyang ito na nasa langit ay hindi lubusang malinis sa kanyang paningin, ¹⁶ang tao pa kaya na ipinanganak na masama at makasalanan, at uhaw sa paggawa ng masama?

¹⁷"Job, pakinggan mo ako. Sasabihin ko sa iyo at ipapaliwanag ang mga naranasan ko. ¹⁸May masasabi rin tungkol dito ang mga marurunong na tao na natuto sa kanilang mga ninuno. ¹⁹Sila lang ang nagmamay-ari ng kanilang lupain, at walang dayuhang sumakop sa kanila.

²⁰"Ang taong masama ay maghihirap habang buhay. ²¹Palagi siyang kinakabahan kahit na walang panganib, dahil iniisip niya na baka salakayin siya ng mga tulisan. ²²Takot din siyang pumunta sa dilim dahil baka may pumatay sa kanya. ²³Kung saan-saan siya naghahanap ng pagkain. Alam niyang malapit nang dumating ang kapahamakan.ᵃ ²⁴Kaya labis ang kanyang pagkatakot, katulad ng hari na naghahanda sa pagsalakay sa kanyang mga kaaway. ²⁵Nangyayari ito sa kanya dahil nagrerebelde at sumusuway siya sa Makapangyarihang Dios. ²⁶Para siyang nakahawak sa matibay na kalasag at handang kalabanin ang Dios. ²⁷Kahit mataba at mayaman siya ngayon, ²⁸titira siya sa mga gibang bayan, sa mga bahay na walang nakatira at malapit nang gumuho. ²⁹Hindi na dadami ang kanyang kayamanan, at ang mga natitira niyang yaman at ari-arian ay hindi na magtatagal. ³⁰Hindi siya makakatakas sa kapahamakan.ᵇ Magiging tulad siya ng puno na ang mga sanga'y masusunog. Lahat ng ari-arian niya ay mawawala sa isang ihip lamang ng Dios. ³¹Huwag sana niyang dayain ang sarili niya sa pamamagitan ng pagtitiwala sa mga bagay na walang kabuluhan, dahil wala siyang makukuha sa mga iyon. ³²Maagang darating sa kanya ang kanyang parusa at hindi na siya uunlad pa.ᶜ ³³At magiging tulad siya ng ubas na nalalagas ang mga hilaw na bunga o katulad ng olibo na nalalagas ang mga bulaklak. ³⁴Sapagkat mamamatay ng walang lahi ang mga taong walang takot sa Dios. At ang mga bahay na itinayo nila mula sa mga suhol ay masusunog. ³⁵Ang lagi nilang iniisip ay ang manggulo, gumawa ng masama, at mandaya."

Sumagot si Job

16 Sumagot si Job, ²"Napakinggan ko na iyan noon pa. Sa halip na aliwin ninyo ako, lalo n'yo pang pinabigat ang paghihirap ko. ³Hindi na ba kayo titigil sa pagsasalita ng walang kabuluhan? Ano bang gumugulo sa isipan n'yo at wala kayong tigil sa pakikipagtalo sa akin? ⁴Kung kayo ang nasa kalagayan ko, masasabi ko rin ang katulad ng mga sinasabi ninyo sa akin. Pagsasabihan ko kayo at kukutyain pa. ⁵Pero hindi ko gagawin iyon. Sa halip, magsasalita ako ng mga salitang makapagpapalakas at makapagpapaaliw sa inyo. ⁶Ngunit sa ngayon, patuloy pa rin ang paghihirap ko kahit ano pa ang

---

ᵃ 23 malapit nang dumating ang kapahamakan: sa literal, malapit na ang araw ng kadiliman.

ᵇ 30 kapahamakan: sa literal, kadiliman.

ᶜ 32 hindi na siya uunlad pa: sa literal, ang kanyang mga sanga ay hindi na tutubuan ng mga dahon.

sabihin ko. At kung tumahimik man ako, hindi rin ito mawawala.

[7] "O Dios, pinanghina n'yo ako at winasak ang buong sambahayan ko. [8] Pinapayat n'yo ako; buto't balat na lang ako, at ayon sa iba ito ang katunayan na ako'y nagkasala. [9] Sa galit n'yo, O Dios, sinalakay n'yo ako. *Para kayong mabangis na hayop* na lumuray ng aking laman. Nagngangalit ang inyong ngipin at tinititigan n'yo ako na parang ako'y inyong kaaway.

[10] "Kinukutya ako at pinagtatawanan ng mga tao. Sinasampal para hiyain. Nagkaisa sila laban sa akin. [11] Ipinaubaya ako ng Dios sa kamay ng taong masama at makasalanan. [12] Maganda ang kalagayan ko noon, pero sinira niya ako. Hinawakan niya ako sa leeg, inilugmok, at ginawa niya akong puntiryahan. [13] Pinalibutan ako ng mga tagapana niya at walang awang pinagpapana. Tinamaan ang aking bato, at ang apdo ko'y bumulwak sa lupa. [14] Paulit-ulit niya akong sinusugatan. Sinasalakay niya akong parang mandirigma. [15] Nagdamit ako ng sako at naupo sa lupa *para magluksa*. [16] Namumula na ang mukha ko at namumugto na ang mga mata sa kakaiyak. [17] Wala akong nagawang kasalanan at tapat ang aking panalangin.

[18] "Ang katulad ko'y isang taong pinatay na nakikiusap sa lupa na huwag tatabunan ang kanyang dugo hangga't hindi niya nakakamtan ang katarungan. [19] Kahit ngayon ang saksi[a] ko'y nasa langit. Siya ang magpapatunay na wala akong kasalanan. [20] Hinahamak ako ng mga kaibigan ko; pero umiiyak ako sa Dios at humihingi ng tulong sa kanya. [21] Ang saksi ko ang siyang magmamakaawa sa Dios para sa akin, katulad ng taong nakikiusap para sa kanyang kaibigan. [22] Sapagkat malapit na akong pumanaw at hindi na babalik pa.

[17] "Malapit na akong mamatay; parang malalagot na ang hininga ko. Nakahanda na ang libingan para sa akin. [2] Napapaligiran ako ng mga mangungutya. Kitang-kita ko kung paano nila ako kutyain. [3] O Dios, tulungan n'yo po ako na makalaya. Tanging kayo lang ang makakatulong sa akin. [4] Isinara n'yo ang isipan ng aking mga kaibigan para hindi sila makaunawa. Kaya huwag ninyong payagan na magtagumpay sila *sa kanilang mga paratang sa akin*. [5] Katulad sila ng taong nandadaya sa kanyang mga kaibigan para magkapera, at ito ang magiging dahilan ng paghihirap[b] ng kanyang mga anak.

[6] "Ginawa akong katawa-tawa ng Dios sa mga tao at dinuraan pa nila ang mukha ko. [7] Nagdilim na ang paningin ko dahil sa matinding kalungkutan; halos buto't balat na ako, at halos kasingnipis na ng anino. [8] Ang mga taong *nag-iisip na sila ay* matuwid ay nagtataka na nangyaring ito sa akin. Akala nila'y masama ako at hindi makadios. [9] *Para sa kanila* ang matuwid ay matatag ang pamumuhay at lalo pang nagiging matatag. [10] Pero hinahamon ko sila na minsan pa nila akong siyasatin. At tiyak na matutuklasan kong wala kahit isa sa kanila ang nakakaunawa. [11] Malapit nang matapos ang mga araw ko. Bigo ang mga plano ko't hinahangad.

[12] Pero sinasabi ng iba na baka sakaling maging mabuti rin ang kalagayan ko sa hinaharap, dahil sa kabila raw ng dilim ay may liwanag. [13] Ngunit kung ako man ay may pag-asa pa, doon ito sa lugar ng mga patay kung saan ako titira. At nais ko nang ilagay ang higaan ko sa madilim na lugar na iyon. [14] Ituturing kong ama ang libingan ko at ang mga uod ang siya kong ina at babaeng kapatid. [15] May pag-asa pa kaya ako? Sinong makapagsasabi na may pag-asa pa kaya ako? [16] Kasama kong malilibing ang pag-asa ko. Magkakasama kami roon sa ilalim ng lupa."

Nagsalita si Bildad

[18] Pagkatapos, sumagot si Bildad na taga-Shua, [2] "Job, hanggang kailan ka ba magsasalita ng ganyan? Ayusin mo ang sinasabi mo at saka kami makikipag-usap sa iyo. [3] Ang tingin mo ba sa amin ay para kaming mga hayop na hindi nakakaunawa? [4] Sinasaktan mo lang ang sarili mo dahil sa galit mo. Ang akala mo ba'y dahil lang sa iyo, pababayaan na *ng Dios* ang mundo o ililipat *niya* ang mga bato mula sa kinaroroonan nila?

[5] "Sa totoo lang, ang taong masama ay tiyak na mamamatay. Ang tulad niya'y ilaw na hindi na magbibigay ng liwanag. [6] Magdidilim sa kinaroroonan niya, dahil mamamatay ang ilawang malapit sa kanya. [7] Noon ay may katatagan siya pero ngayon ay bumabagsak. Ang sarili niyang plano ang siya ring sisira sa kanya. [8] Siya mismo ang lumakad papunta sa bitag at nahuli siya. [9] Hindi na maalis doon ang mga paa niya. [10] Inilagay ang bitag sa dinadaanan niya, at tinabunan ng lupa. [11] Napapaligiran siya ng mga bagay na kinatatakutan niya at para bang hinahabol siya ng mga ito saanman siya pumunta. [12] Dahil sa pagkagutom, unti-unting nababawasan ang lakas niya. At ang kapahamakan ay nakahanda para ipahamak siya. [13] Ang balat niya'y sinisira ng nakakamatay na sakit at nabubulok ang kanyang mga paa't kamay. [14] Pinaalis siya sa tahanang kanlungan niya at dinala sa harap ng nakakatakot na hari. [15] Mawawala ang tirahan ng masama dahil masusunog iyon sa nagniningas na asupre. [16] Ang katulad niya'y isang punongkahoy na natuyo ang mga ugat at mga sanga. [17] Makakalimutan siya ng lahat dito sa daigdig at wala nang makakaalala pa sa kanya. [18] Palalayasin siya mula rito sa maliwanag na daigdig patungo sa madilim na lugar ng mga patay. [19] Wala siyang magiging anak o apo at walang matitirang buhay sa pamilya[c] niya. [20] Ang mga tao sa saanmang lugar[d] ay magtataka at matatakot sa mga nangyayari sa kanya. [21] Ganyan nga ang sasapitin ng taong masama na hindi kumikilala sa Dios."

Sumagot si Job

[19] Muling sumagot si Job, [2] "Hanggang kailan ninyo ako pahihirapan, at sasaktan sa mga sinasabi ninyo? [3] Paulit-ulit ninyo akong iniinsulto. Hindi na kayo nahiya sa mga ginagawa ninyo sa akin? [4] Kung talagang nagkasala ako, problema ko na iyon. [5] Ang akala

---

a 19 saksi: Maaaring isa sa makalangit na nilalang.

b 5 paghihirap: sa literal, *pagkabulag.*

c 19 pamilya: o, *bayan.*

d 20 sa saanmang lugar: sa literal, *sa silangan at sa kanluran.*

ninyo'y matuwid kayo kaysa sa akin, at iniisip ninyong ang mga paghihirap ko'y nagpapatunay na nagkasala ako. ⁶ Pero ang Dios ang may gawa nito sa akin. Siya ang naglagay ng bitag sa palibot ko.

⁷ "Tumawag ako at humingi ng tulong pero walang sumagot sa akin. Humingi ako ng katarungan pero walang nagbigay sa akin. ⁸ Hinarangan ng Dios ang dinadaanan ko para hindi ako makadaan. Tinakpan din niya ito ng kadiliman. ⁹ Kinuha niya ang kayamanan ko pati na ang aking karangalan. ¹⁰ Pinahirapan niya ako saanman ako bumaling na halos ikamatay ko na. Inalis niya ang pag-asa ko na parang punongkahoy na binunot. ¹¹ Labis ang galit niya sa akin at itinuring niya akong kaaway. ¹² *Parang* pinadalhan niya ako ng mga sundalo upang salakayin at palibutan ang aking tolda.

¹³ "Inilayo niya sa akin ang aking mga kamag-anak;ᵃ at nilayuan na ako ng aking mga kakilala. ¹⁴ Wala na ang lahat ng taong malapit sa akin. Pati mga kaibigan ko'y nilimot na ako. ¹⁵ Hindi na ako kilala ng aking mga bisita at mga babaeng alipin. Itinuring na nila akong dayuhan. ¹⁶ Kapag tinatawag ko ang aking alipin, hindi na niya ako pinapansin, makiusap man ako. ¹⁷ Ang asawa ko'y nababahuan sa hininga ko at ang mga kapatid kong lalaki ay nandidiri sa akin. ¹⁸ Hinahamak ako kahit ng mga batang paslit. Kapag nakikita nila ako,ᵇ pinagtatawanan nila ako. ¹⁹ Lahat ng matalik kong kaibigan ay nasusuklam sa akin. Pati mga mahal ko sa buhay ay lumayo na rin. ²⁰ Buto't balat na lang ako at halos mamamatay na.

²¹ "Maawa kayo sa akin, mga kaibigan ko, dahil pinahihirapan ako ng Dios. ²² Bakit ninyo ako inuusig tulad ng ginagawa ng Dios sa akin? Hindi pa ba sapat ang pagpapahirap ninyo sa akin? ²³ Mabuti sana kung isinulat sa aklat ang mga sinabi ko, ²⁴ o di kaya'y iniukit ito sa bato para hindi mabura magpakailanman.

²⁵ "Pero alam kong buhay ang aking Tagapagligtas at sa bandang huli ay darating siya rito sa lupa *para ipagtanggol ako.* ²⁶ Pagkaalis ko sa katawang ito at mabulok ang mga laman ko, makikita ko *na* ang Dios.ᶜ ²⁷ Makikita ko siya nang harapan at hindi na siya iba sa akin. Labis na akong nananabik na makita siya.

²⁸ "Kung patuloy ninyo akong pararatangan na ako'y naghihirap dahil sa aking kasalanan, ²⁹ tiyak na darating sa inyo ang nakakatakot na parusa *ng Dios.* Parurusahan niya kayo dahil sa galit niya. Saka ninyo malalaman na hinatulan kayo *ng Dios.*"

Nagsalita si Zofar

20 Pagkatapos, sumagot si Zofar na taga-Naama, ² "Kailangang magsalita na ako dahil hindi ako mapakali. ³ Sinaway mo ako ng may halong pangungutya at may nag-uudyok sa isip kong ikaw ay sagutin.

⁴ "Tiyak na alam mo na mula pa noong unang panahon, simula nang likhain ang tao sa mundo, ⁵ ang ligaya ng taong masama ay sandali lang. Totoong hindi nagtatagal ang kasiyahan ng taong hindi naniniwala sa Dios. ⁶ Kahit na kasintaas ng langit at ulap ang tingin niya sa kanyang sarili, ⁷ mawawala rin siya magpakailanman katulad ng kanyang dumi. Ang mga kakilala niya'y magtataka kung nasaan na siya. ⁸ Mawawala siya na parang isang panaginip o pangitain sa gabi at hinding-hindi na matatagpuan. ⁹ Hindi na siya makikita ng mga nakakakilala sa kanya at mawawala siya sa dati niyang tirahan. ¹⁰ Ang mga anak niya ang magbabayad ng mga ninakaw niya sa mga dukha. ¹¹ Malakas at bata pa siyang mamamatay at ililibing.

¹² "Ang paggawa niya ng masama ay parang pagkaing matamis sa kanyang bibig ¹³ na nginunguyang mabuti at ninanamnam. ¹⁴ Pero pagdating sa tiyan, ito ay nagiging maasim at lalason sa kanya na parang kamandag ng ahas. ¹⁵ Isusuka niyang parang pagkain ang kayamanang ninakaw niya. Ipapasuka ito ng Dios sa kanya kahit ito'y nasa tiyan na niya. ¹⁶ Sisipsipin niya ang kamandag ng mga ahas at ang pangilᵈ ng ahas ang papatay sa kanya. ¹⁷ Hindi na niya matitikman ang saganang langis, gatas, at ang pulot na dumadaloy na parang batis o ilog. ¹⁸ Hindi siya gagantimpalaan para sa kanyang pinaghirapan o matutuwa man sa kanyang kayamanan. ¹⁹ Sapagkat inapi niya at pinabayaan ang mga dukha, at inagaw ang mga bahay na hindi sa kanya.

²⁰ "Hindi niya mapapakinabangan ang kanyang pinaghirapan. Lahat ng magugustuhan niya ay hindi makakaligtas sa kanya. ²¹ Wala ng matitira sa kanya na makakain niya dahil mawawala ang kanyang kayamanan. ²² Sa kanyang kasaganaan, darating sa kanya ang kahirapan. Labis na paghihirap nga ang darating sa kanya. ²³ Bubusugin siya ng Dios ng paghihirap. Patitikimin siya ng Dios ng kanyang matinding galit, at pauulanan ng parusa. ²⁴ Maaaring makatakas siya sa sandatang bakal pero tatamaan din siya ng panang tanso. ²⁵ Tutusok ito sa kanyang apdo at tatagos sa kanyang katawan. At makakaramdam siya ng takot. ²⁶ Mawawala ang kanyang kayamanan sa kadiliman. Susunugin siya ng apoy na hindi tao ang nagpaningas, pati na ang lahat ng naiwan sa kanyang tirahan.ᵉ ²⁷ Ihahayag ng langit ang mga kasalanan niya at sasaksi naman ang lupa laban sa kanya. ²⁸ Tatangayin ng baha ang bahay niya sa araw na ibuhos ng Dios ang kanyang galit. ²⁹ Iyan ang kapalaran ng taong masama ayon sa itinakda ng Dios sa kanya."

Nagsalita si Job

21 Sumagot si Job, ² "Pakinggan ninyo akong mabuti upang mapasaya rin ninyo ako. ³ Makinig kayo habang nagsasalita ako at kapag ako'y tapos na, tuyain ninyo ako kung gusto ninyo.

⁴ "Ang hinaing ko'y hindi laban sa tao *kundi sa Dios.* Ito ang dahilan kung bakit maikli ang pasensya ko. ⁵ Tingnan ninyo ako. Sa nakita ninyo sa akin makakapagsalita pa ba kayo? ⁶ Kung iisipin ko ang mga nangyayari sa akin, manginginig ako sa takot.

ᵃ **13** *kamag-anak:* o, *kapatid.*

ᵇ **18** *Kapag nakikita nila ako:* o, *Kapag tumayo ako at magsalita.*

ᶜ **26** O, *Habang nandito pa ako sa aking katawan, makikita ko ang Dios kahit na naaagnas ang aking balat dahil sa aking sakit.*

ᵈ **16** *pangil:* sa literal, *dila.*

ᵉ **26** *tirahan:* sa literal, *tolda.*

7 "Bakit patuloy na nabubuhay ang mga masama? Tumatanda sila at nagiging maunlad. 8 Nakikita nila ang paglaki ng kanilang mga anak at apo. 9 Namumuhay sila sa kanilang tahanan na ligtas sa panganib at walang kinatatakutan. Hindi sila pinaparusahan ng Dios. 10 Walang tigil ang panganganak ng kanilang mga baka at hindi ito nakukunan. 11 Marami silang anak, parang kawan ng tupa sa dami.[a] Nagsasayawan sila, 12 nag-aawitan, at nagkakatuwaan sa tugtog ng tamburin, alpa at plauta. 13 Namumuhay sila sa kasaganaan at payapang namamatay. 14 Pero sinasabi nila sa Dios, 'Pabayaan mo kami! Ayaw naming malaman ang iyong mga pamamaraan. 15 Sino kang Makapangyarihan na dapat naming paglingkuran? At ano ba ang mapapala namin kung mananalangin kami sa iyo?' 16 Pero ang totoo, ang pag-unlad nila'y hindi galing sa sarili nilang pagsisikap. Kaya anuman ang ipapayo ng masasamang taong ito ay hindi ko tatanggapin.

17 "Pero madalang ang taong masasama na namamatay. Bihirang dumating sa kanila ang kahirapan o parusang ipinapadala ng Dios dahil sa kanyang galit. 18 Bihira nilang maranasan ang mapalayas tulad ng ipa na tinatangay ng malakas na hangin. 19 Sinasabi ninyo na kapag hindi sila parurusahan ng Dios ang mga anak nila ang parurusahan. Pero sa ganang akin, ang nagkasala ang siyang dapat parusahan ng Dios para maranasan nila 20 at makita ang kanilang kapahamakan. Matikman sana nila ang galit ng Makapangyarihang Dios. 21 Kapag patay na sila, hindi na nila malalaman ang mga nangyayari sa kanilang sambahayan.

22 "Matuturuan ba ng tao ang Dios, na siya ngang pinakamataas na hukom? 23 May mga taong namamatay sa gitna ng kasaganaan at panatag na kalagayan, 24 at malusog na pangangatawan. 25 May mga tao ring namamatay sa kahirapan, at hindi nakaranas ng kahit kaunting kaginhawahan sa buhay. 26 Pero pareho rin silang ililibing sa lupa at kakainin ng mga uod.

27 "Alam ko kung ano ang nasa isip ninyo. Alam ko kung ano ang binabalak ninyo laban sa akin. 28 Sasabihin ninyo sa akin ang tungkol sa mga taong mayaman na nawasak ang tahanan dahil sa kanilang kasamaan. 29 Pero tanungin mo ang mga dumadaan at pakinggan ang sinasabi nila. Sapagkat sasabihin nila sa inyo na 30 palaging naliligtas ang masasamang tao sa araw ng pagpaparusa ng Dios. 31 Walang hayagang sumasaway sa taong masama. Walang gumaganti sa masama niyang ginawa. 32-33 At kapag namatay siya at inihatid sa kanyang huling hantungan, marami ang nakikipaglibing. Tinatanggap ng lupa ang katawan niya at binibigyan ng kapahingahan. Binabantayan pa ang kanyang libingan.

34 "Kaya paano ninyo ako maaaliw sa pamamagitan ng mga salita ninyong walang kabuluhan? Ang mga sinasabi ninyo'y walang katotohanan!"

Nagsalita si Elifaz

22 Pagkatapos, sumagot si Elifaz na taga-Teman, 2 "May maitutulong ba ang tao sa Dios, o kahit ang taong marunong? 3 Matutuwa kaya ang Makapangyarihang Dios kung matuwid ka? May mapapala ba siya sa iyo kung walang kapintasan ang buhay mo? 4 Sinasaway ka at hinahatulan ng Dios hindi dahil may takot ka sa kanya, 5 kundi dahil sa sukdulan na ang kasamaan mo at walang tigil ang paggawa mo ng kasalanan. 6 Walang awa mong kinukuha ang damit ng iyong kapwa bilang garantiya sa kanyang utang sa iyo. 7 Hindi mo binibigyan ng tubig ang nauuhaw at hindi mo rin binibigyan ng pagkain ang nagugutom. 8 Ginagamit mo ang iyong kapangyarihan at kadakilaan sa pangangamkam ng lupa. 9 Kapag humihingi sa iyo ng tulong ang mga biyuda, pinauuwi mo silang walang dala. Pinagmamalupitan mo pa pati ang mga ulila. 10 Iyan ang mga dahilan kung bakit napapalibutan ka ng patibong at dumarating sa iyo ang biglang pagkatakot. 11 Iyan din ang mga dahilan kung bakit nadiliman ka at hindi nakakita, at inaapawan pa ng baha.

12 "Ang Dios ay nasa kataas-taasang langit, mas mataas pa sa pinakamataas na bituin. 13 Kaya sinasabi mo, 'Hindi alam ng Dios ang ginagawa ko. Paano siya makakahatol kung napapalibutan siya ng makapal na ulap? 14 Napapalibutan nga siya ng makapal na ulap, kaya hindi niya tayo makikita habang naglalakad siya sa itaas ng langit.'

15 "Patuloy ka bang susunod sa pag-uugaling matagal ng sinusunod ng taong masama? 16 Namatay sila nang wala pa sa panahon; katulad sila ng pundasyon ng bahay na tinangay ng baha. 17 Sinabi nila sa Makapangyarihang Dios, 'Hayaan mo na lamang kami! Ano bang magagawa mo para sa amin?' 18 Pero ang Dios ang pumuno ng mabubuting bagay sa bahay nila. Kaya anuman ang ipapayo nitong mga taong masama ay hindi ko tatanggapin.

19 "Kapag nakita ng mga taong matuwid ang walang kasalanan ang kapahamakan ng mga taong masama, matutuwa sila at magdiriwang. 20 Sasabihin nila, 'Napahamak na ang mga kaaway natin, at natupok sa apoy ang kayamanan nila.'

21 "Job, magpasakop ka sa Dios at makipagkasundo ka sa kanya upang pagpalain ka niya. 22 Tanggapin mo ang kanyang mga itinuturo at ingatan mo sa iyong puso ang kanyang mga salita. 23 Kung manunumbalik ka sa Dios na Makapangyarihan, at aalisin ang kasamaan sa sambahayan mo, pagpapalain ka niyang muli. 24 Huwag mong pahalagahan ang iyong kayamanan; ituring mo ito na parang buhangin o batong nasa ilog. 25 At ang Dios na Makapangyarihan ang ituring mong ginto at mamahaling pilak. 26 At saka mo matatagpuan ang kaligayahang nagmumula sa Makapangyarihang Dios, at hindi ka mahihiyang lumapit sa kanya. 27 Manalangin ka sa kanya at didinggin ka niya. Tuparin mo ang iyong mga pangako sa kanya. 28 Anuman ang binabalak mong gawin ay mangyayari at magiging maliwanag ang iyong daan. 29 Kung may taong nanghihina, at kung idadalangin mo sa Dios na palakasin siya, tutulungan niya ang taong iyon. 30 Pati ang mga taong nagkasala ay ililigtas niya sa pamamagitan ng buhay mong matuwid."

Sumagot si Job

23 Pagkatapos, sinabi ni Job, 2 "Hanggang ngayo'y labis pa rin ang hinaing ko.

---

a 11 Marami…sa dami: o, Pinaglalaro nila ang kanilang mga anak tulad ng mga tupa.

Pinahihirapan pa rin ako ng Dios sa kabila ng labis kong pagdaing. ³Kung alam ko lang kung saan ko siya hahanapin; kung makakapunta lang sana ako sa kinaroroonan niya, ⁴sasabihin ko sa kanya ang aking kaso at ilalahad ang aking katuwiran. ⁵Gusto kong malaman kung ano ang isasagot niya sa akin at gusto ko ring maintindihan ang sasabihin niya. ⁶Makikipagtalo kaya siya sa akin gamit ang kapangyarihan niya? Hindi! Hindi niya iyon gagawin, kundi pakikinggan niya ako. ⁷Ang taong matuwid na tulad ko ay maaaring mangatuwiran sa harap ng *Dios na* aking hukom, at palalayain niya ako nang lubusan.

⁸⁻⁹"Hinanap ko ang Dios sa kung saan-saan—sa silangan, kanluran, hilaga, at timog, pero hindi ko siya matagpuan. ¹⁰Ngunit alam niya ang ginagawa ko. Pagkatapos na masubukan niya ako, makikita niyang malinis ako tulad ng lantay na ginto. ¹¹Sinunod ko ang kanyang mga pamamaraan; hindi ko ito sinuway. ¹²Sinusunod ko ang kanyang mga utos, at iniingatan ko ito sa aking puso. Pinahahalagahan ko ang mga salita niya ng higit pa sa pang-araw-araw na pagkain ko.

¹³"Pero malaya ang Dios na gawin ang nais niyang gawin; walang sinumang makahahadlang sa kanya. ¹⁴Kaya gagawin niya ang binabalak niyang gawin sa akin, at marami pa siyang planong gagawin sa akin. ¹⁵Kaya natatakot ako sa kanya. At kapag iniisip ko ito, lalo akong natatakot. ¹⁶Pinanghihina ako at tinatakot ng Makapangyarihang Dios. ¹⁷Pero hindi ako tumigil sa pagdaing kahit na para akong nababalutan ng kadiliman.

Nagtanong si Job tungkol sa Paghatol ng Dios

24 "Bakit hindi pa itakda ng *Dios na* Makapangyarihan ang kanyang paghatol *sa masasamang tao*? Bakit hindi makita ng mga nakakakilala sa kanya ang panahong iyon ng paghatol? ²Nangangamkam ng lupain ang masasamang tao sa pamamagitan ng paglilipat ng muhon. Nagnanakaw sila ng mga hayop at isinasama sa sarili nilang mga hayop. ³Ninanakaw nila ang mga asno ng mga ulila, at kinukuha nila ang baka ng biyuda bilang sangla sa utang. ⁴Inaapi nila ang mga dukha kaya napipilitang magtago ang mga ito. ⁵Naghahanap sila ng kanilang pagkain sa ilang na parang mga asnong-gubat, dahil wala silang ibang lugar na mapagkukunan ng pagkain para sa kanilang mga anak. ⁶Namumulot sila ng mga tirang bunga sa mga bukid, pati na sa ubasan ng taong masama. ⁷Sa gabi'y natutulog silang giniginaw dahil wala silang damit o kumot man lamang. ⁸Nababasa sila ng ulan sa mga kabundukan, at sumisiksik na lang sa mga siwang ng bato dahil walang masilungan.

⁹"Kinukuha *ng taong masasama* ang anak ng biyuda at babaeng dukha bilang garantiya sa pagkakautang nila. ¹⁰Lumalakad na walang damit ang mga dukha; tagapasan sila ng mga inaning *trigo*, pero sila'y nagugutom. ¹¹Pumipiga sila ng mga olibo at ubas, pero sila mismo ay nauuhaw. ¹²Naririnig sa lungsod ang daing ng mga nag-aagaw buhay at mga sugatang humihingi ng tulong, pero hindi ginagantihan ng Dios ang gumawa nito sa kanila.

¹³"May mga taong kumakalaban sa liwanag. Hindi sila lumalakad sa liwanag at hindi nila ito nauunawaan. ¹⁴Ang mga mamamatay-tao ay bumabangon ng maaga at pinapatay ang mga dukha, at sa gabi nama'y nagnanakaw. ¹⁵Ang mangangalunya'y naghihintay na dumilim para walang makakita sa kanya. Tinatakpan niya ang kanyang mukha para walang makakilala sa kanya. ¹⁶Sa gabi, pinapasok ng mga magnanakaw ang mga bahay. Sa araw, nagtatago sila dahil umiiwas sila sa liwanag. ¹⁷Itinuturing nilang liwanag ang dilim, dahil gusto nila ang nakakatakot na kadiliman."

Ang Sagot ni Zofar

¹⁸"Pero ang masasama ay hindi magtatagal, gaya ng bula sa tubig. Kahit na ang lupa na kanilang pag-aari ay isinumpa *ng Dios*. Kaya walang pumaparoon kahit sa kanilang ubasan. ¹⁹Kung paanong ang yelo ay natutunaw at nawawala dahil sa init, ang makasalanan ay mawawala rin sa daigdig. ²⁰Lilimutin na sila at hindi na maaalala kahit ng kanilang ina. Lilipulin sila na parang punongkahoy na pinutol at kakainin sila ng mga uod. ²¹Sapagkat hindi maganda ang pakikitungo nila sa mga babaeng baog at hindi sila nahahabag sa mga biyuda.

²²"Sa pamamagitan ng kapangyarihan ng Dios, ibabagsak niya ang mga taong makapangyarihan. Kahit na malakas sila, walang katiyakan ang buhay nila. ²³Maaaring hayaan sila ng Dios na mamuhay na walang panganib, pero binabantayan niya ang lahat ng kilos nila. ²⁴Maaari rin silang magtagumpay, pero sandali lang iyon dahil hindi magtatagal ay mawawala sila na parang bulaklak na nalalanta o parang uhay na ginapas.

²⁵"Kung hindi tama ang sinabi ko, sinong makapagpapatunay na sinungaling ako? Sino ang makapagsasabing mali ako?"

Nagsalita si Bildad

25 Sumagot si Bildad na taga-Shua, ²"Makapangyarihan ang Dios at kagalang-galang. Pinaghahari niya ang kapayapaan sa langit. ³Mabibilang ba ang kanyang hukbo? May lugar bang hindi nasisinagan ng kanyang liwanag? ⁴Paano makakatayo ang isang tao sa harapan ng Dios at sasabihing siya ay matuwid? Mayroon bang taong ipinanganak na walang kapintasan? ⁵Kung ang buwan at mga bituin ay hindi maliwanag sa kanyang paningin, ⁶di lalo na ang tao na parang uod lamang."

Sumagot si Job

26 Sumagot si Job, ²"Ang akala mo ba'y natulungan mo ang walang kakayahan at nailigtas ang mahihina? ³Ang akala mo ba'y napayuhan mo ang kapos sa karunungan sa pamamagitan ng iyong karunungan? ⁴Saan ba nanggaling ang mga sinasabi mong iyan? Sinong espiritu ang nagturo sa iyo na sabihin iyan?

⁵"Nanginginig sa takot ang mga patay sa kinalalagyan nila sa ilalim ng tubig. ⁶Lantad sa paningin ng Dios ang lugar ng mga patay. Hindi maitatago ang lugar *na iyon* ng kapahamakan.

⁷Inilatag ng Dios ang hilagang *kalangitan sa* kalawakan at isinabit ang mundo sa kawalan. ⁸Ibinabalot niya ang ulan sa makakapal na ulap, pero hindi ito napupunit gaano man kabigat. ⁹Tinatakpan niya ng makapal na ulap ang bilog na buwan.ᵃ ¹⁰Nilagyan niya ng hangganan ang langit at dagat na parang hangganan din ng liwanag at dilim. ¹¹Sa pagsaway niya ay nayayanig ang mga haligi ng langit. ¹²Sa kanyang kapangyarihan ay pinaaalon niya ang dagat; sa kanyang karunungan ay tinalo niya ang *dragon na si* Rahab. ¹³Sa pamamagitan ng pag-ihip niya ay umaaliwalas ang langit, at sa kanyang kapangyarihan pinatay niya ang gumagapang na dragon. ¹⁴Mga simpleng bagay lang ito para sa kanya. Parang isang bulong lang na ating napakinggan. Sino ngayon ang makakaunawa sa kapangyarihan ng Dios?"

27 Nagpatuloy sa pagsasalita si Job, ²"Sumusumpa ako sa Makapangyarihan at buhay na Dios na nagkait ng katarungan at nagdulot sa akin ng sama ng loob. ³Habang ako'y may hininga at pinapahintulutan niyang mabuhay, ⁴hindi ako magsasalita ng masama at kasinungalingan. ⁵Hinding-hindi ko matatanggap na tama kayo. Ipipilit ko pa rin na wala akong kasalanan hanggang sa mamatay ako. ⁶Ipaglalaban kong tama ako, at hindi ako titigil. Malinis ang aking konsensya habang ako'y nabubuhay.

⁷"Parusahan nawa ng Dios ang mga kumakalaban sa akin ng parusang nararapat sa masasamang tao! ⁸Sapagkat ano ang pag-asa ng taong walang takot sa Dios kung bawiin na ng Dios ang kanyang buhay? ⁹Didinggin kaya ng Dios ang paghingi niya ng tulong kung dumating sa kanya ang kagipitan? ¹⁰Matutuwa kaya siya sa Makapangyarihang Dios? Tatawag kaya siya sa kanya sa lahat ng oras?

¹¹"Tuturuan ko *sana* kayo ng tungkol sa kapangyarihan ng Dios. Sasabihin ko sa inyo ang mga pamamaraan niya. ¹²Pero alam na pala ninyo ang lahat ng ito. *Kaya* bakit pa kayo nagsasalita sa akin ng walang kabuluhan?

¹³"Ito ang kapalaran na itinakda ng Makapangyarihang Dios sa taong masama at malupit. ¹⁴Kahit gaano kadami ang anak niya, mamamatay ang iba sa kanila sa digmaan at ang iba naman ay sa gutom. ¹⁵Ang matitira sa kanila ay mamamatay sa sakit, at walang magluluksa sa pagkamatay nila, kahit ang kanilang mga asawa. ¹⁶"Kahit mag-ipon ng maraming pilak at damit ang masamang tao, ¹⁷*hindi rin siya ang makikinabang nito.* Ang matutuwid at walang kasalanan ang magsusuot ng kanyang mga damit at ang maghahati-hati sa kanyang mga pilak. ¹⁸Ang itinatayo niyang bahay ay magiging *kasinrupok ng sapot* ng gagamba o kaya'y silungan ng tagapagbantay sa bukid. ¹⁹Matutulog siyang mayaman pero paggising niya'y wala na ang kanyang kayamanan. ²⁰Darating sa kanya ang takot na parang rumaragasang baha at tatangayin siya ng ipu-ipo pagsapit ng gabi. ²¹Tatangayin siya ng hangin na mula sa silangan at mawawala siya sa kanyang tirahan. ²²Walang awa siyang tatangayin nito habang pinipilit niyang makatakas. ²³May mga papalakpak at susutsot sa kanya para mangutya, dahil wala na siya sa kanyang tinitirhan.

Nagsalita si Job Tungkol sa Karunungan at Pang-unawa

28 "May mga minahan kung saan matatagpuan ang pilak at may mga lugar kung saan dinadalisay ang ginto. ²Ang bakal ay nakukuha mula sa lupa, at ang tanso ay tinutunaw mula sa mga bato. ³Gumagamit ng ilaw ang mga tao para madaig nila ang kadiliman sa kanilang paghuhukay sa kailaliman ng lupa. ⁴Humuhukay sila ng daanan sa minahan, sa dakong walang taong nakatira at dumadaan. Bumababa sila sa pamamagitan ng mga nakalaylay na lubid. ⁵Sa ibabaw ng lupa *tumutubo ang mga tanim kung saan* nagmumula ang pagkain, pero sa ilalim ay parang dinaanan ng apoy. ⁶Ang mga bato roon ay may mga safiroᵇ at ang mga alikabok ay may ginto. ⁷Ang mga daan patungo roon ay hindi makita ng mga ibon, kahit ng ibong mandaragit. ⁸Hindi rin ito nadaanan ng mga mababangis *na hayop* o ng leon. ⁹Hinuhukay ng mga tao kahit na ang pinakamatigas na bato sa ilalim ng bundok. ¹⁰Hinuhukay nila ang bundok para hanapin ang iba't ibang uri ng mamahaling bato. ¹¹Hinahanap din nila ang mga ito sa mga ilog.

¹²"Pero saan nga ba matatagpuan ang karunungan at pang-unawa? ¹³Hindi alam ng tao kung saan ito matatagpuan. Hindi ito matatagpuan dito sa lupa. ¹⁴Hindi rin ito matatagpuan sa ilalim ng dagat. ¹⁵Hindi rin ito nabibili ng purong ginto o pilak. ¹⁶Ang halaga nito ay hindi matutumbasan ng ginto o ng alin mang mamahaling *bato* gaya ng onix o safiro. ¹⁷Higit pa ito sa ginto o kristal. Hindi ito maipagpapalit sa gintong alahas. ¹⁸Ang halaga nito'y higit pa sa koral, jasper, o rubi. ¹⁹Hindi ito mapapantayan ng *mamahaling batong* topaz na mula sa Etiopiaᶜ at hindi rin mababayaran ng purong ginto.

²⁰"Kaya saan matatagpuan ang karunungan at pang-unawa? ²¹Walang nilalang na makakakita nito kahit na ang mga ibon. ²²Kahit na ang lugar ng kapahamakan na siyang lugar ng mga patay, sabi-sabi lang ang kanilang nalaman tungkol dito. ²³Dios lang ang nakakaalam kung saan matatagpuan ang karunungan. ²⁴Sapagkat nakikita niya kahit ang pinakamalayong bahagi ng mundo at ang lahat ng nasa ilalim ng langit. ²⁵Noong pinalakas niya ang hangin, at sinukat kung gaano karaming ulan ang dapat bumuhos, ²⁶itinakda na niya kung saan ito papatak, at kung saan tatama ang kulog at kidlat. ²⁷Sa ganito niya ipinakita ang karunungan at kahalagahan ng mga ito. Nasubukan na niya ito at napatunayan. ²⁸Pagkatapos, sinabi niya sa mga tao, 'Ang pagkatakot sa Panginoon at ang paglayo sa kasamaan ay siyang karunungan at pagkaunawa.' "

Ang mga Pagpapalang Tinanggap Noon ni Job

29 Nagpatuloy sa pagsasalita si Job, ²"Kung maibalik ko lang sana ang mga nagdaang araw noong kinakalinga pa ako ng Dios, ³noong

---

ᵃ **9** *bilog na buwan:* o, *trono.*

ᵇ **6** *safiro:* Isang uri ng mamahaling bato.

ᶜ **19** *Etiopia:* sa Hebreo, *Cush.*

tinatanglawan pa niya ang aking daan habang lumalakad ako sa dilim. ⁴Noong ako'y nasa mabuti pang kalagayan, ang Dios ay matalik kong kaibigan, at pinagpapala niya ang sambahayan ko. ⁵Pinapatnubayan pa ako noon ng *Dios na Makapangyarihan*, at magkakasama pa kami ng mga anak ko. ⁶Ang mga baka ko noo'y nagbibigay sa akin ng maraming gatas at mula sa mga tanim kong olibo ay umaani ako ng napakaraming langis. ⁷Kapag pumupunta ako sa pintuang bayan at sumasama sa mga pinuno ng lungsod sa tuwing may pagpupulong sila, ⁸tumatabi ang mga kabataang lalaki kapag nakita nila ako, at ang matatanda'y tumatayo *para magbigay galang sa akin.* ⁹Tumatahimik kahit ang mga pinuno ¹⁰at ang mararangal na tao *kapag nakikita nila ako.* ¹¹Pinupuri ako ng mga taong nanonood o nakikinig sa aking pagsasalita. ¹²Sapagkat tinutulungan ko ang mga dukhang humihingi ng tulong at mga ulilang walang malapitan. ¹³Binabasbasan ako ng mga taong nag-aagaw buhay *na aking tinulungan,* at umaawit sa galak ang mga biyuda *na aking natulungan din.* ¹⁴Palagi kong ginagawa ang tama at matuwid; para itong damit at turban na aking isinusuot. ¹⁵Naging parang mata ako sa taong bulag at paa sa pilay. ¹⁶Naging parang ama ako sa mga dukha, at kahit ang mga dayuhan ay tinulungan ko sa kanilang mga suliranin. ¹⁷Winasak ko ang kapangyarihan ng masasamang tao at iniligtas ko ang mga biktima nila.

¹⁸"Ang akala ko'y hahaba pa ang buhay ko, at mamamatay na kasama ang aking sambahayan. ¹⁹Sapagkat ang katulad ko noo'y *matibay na punongkahoy na umaabot ang mga ugat sa tubig at laging nahahamugan ang mga sanga.* ²⁰Palagi akong malakas at pinupuri ng mga tao. ²¹Kapag nagpapayo ako, tumatahimik ang mga tao at nakikinig nang mabuti. ²²Pagkatapos kong magsalita, hindi na sila nagsasalita dahil nasisiyahan na sila sa mga sinabi ko. ²³Pinanabikan nila ang mga sasabihin ko tulad ng pagkasabik nila sa pagdating ng ulan. Gusto talaga nila akong mapakinggan. ²⁴Halos hindi sila makapaniwala kapag ngumiti ako, dahil ang masayang mukha ko'y nagpapalakas sa kanila. ²⁵Tulad ng isang pinuno, tinuturuan ko sila kung ano ang dapat gawin. Pinamumunuan ko sila tulad ng haring namumuno sa kanyang mga kawal. At inaaliw ko sila kapag sila'y nalulungkot.

30 "Pero ngayon, kinukutya na ako ng mga mas bata sa akin, na ang mga ama ay hindi mapagkakatiwalaan. Mas mapagkakatiwalaan pa nga ang mga aso kong tagapagbantay ng aking kawan kaysa sa kanila. ²Ano bang makukuha ko sa mga taong ito na mahihina at talagang wala ng lakas? ³Payat na payat sila dahil sa labis na kahirapan at gutom. Kahit gabi ay nagkakaykay sila ng mga lamang-lupa sa ilang *para may makain.* ⁴Binubunot nila at kinakain ang mga tanim sa ilang pati na ang ugat ng *punong* enebro. ⁵Tinataboy sila palayo sa kanilang mga kababayan at sinisigawan na parang mga magnanakaw. ⁶Tumitira sila sa mga lambak, sa malalaking bitak ng bato at mga lungga sa lupa. ⁷Para silang mga hayop na umaalulong sa kagubatan at nagsisiksikan sa ilalim ng maliliit

na punongkahoy. ⁸Wala silang halaga, walang nakakakilala at pinalayas pa sa kanilang lupain.

⁹"At ngayon, paawit pa kung kutyain ako ng kanilang mga anak at naging katatawanan pa ako sa kanila. ¹⁰Namumuhi sila at umiiwas sa akin. Hindi sila nangingiming duraan ako sa mukha. ¹¹Ngayong pinanghina ako at pinahirapan ng Dios, ginawa nila ang gusto nilang gawin sa akin. ¹²Nilusob ako ng masasamang ito at nilagyan ng bitag ang aking daanan. Talagang pinagsisikapan nila akong ipahamak. ¹³Sinisira nila ang dadaanan ko para ipahamak ako. At nagtatagumpay sila kahit walang tumutulong sa kanila. ¹⁴Sinasalakay nila ako na parang mga sundalong dumadaan sa malalaking butas ng gibang pader. ¹⁵Takot na takot ako, at biglang nawala ang karangalan ko na parang hinipan ng malakas na hangin, at ang kasaganaan ko'y naglahong gaya ng ulap. ¹⁶At ngayon ay parang mamamatay na ako; walang tigil ang aking paghihirap. ¹⁷Sa gabi ay kumikirot ang mga buto ko at hindi nawawala ang sakit nito. ¹⁸Sa pamamagitan ng pambihirang lakas ng Dios, sinunggaban niya ako, hinawakan sa kwelyo, ¹⁹at inihagis sa putik. Naging parang alikabok at abo na lang ako.

²⁰"*O Dios,* humingi ako ng tulong sa inyo pero hindi kayo sumagot. Tumayo pa ako sa presensya n'yo pero tiningnan n'yo lang ako. ²¹Naging malupit kayo sa akin. Pinahirapan n'yo ako sa pamamagitan ng inyong kapangyarihan. ²²Parang ipinatangay n'yo ako sa hangin at ipinasalanta sa bagyo. ²³Alam kong dadalhin n'yo ako sa lugar ng mga patay, ang lugar na itinakda para sa lahat ng tao.

²⁴"Tiyak na wala akong sinaktang taong naghihirap at humihingi ng tulong dahil sa kahirapan. ²⁵Iniyakan ko pa nga ang mga taong nahihirapan, at ang mga dukha. ²⁶Ngunit nang ako naman ang umasang gawan ng mabuti, masama ang ginawa sa akin. Umasa ako ng liwanag pero dilim ang dumating sa akin. ²⁷Walang tigil na nasasaktan ang aking damdamin. Araw-araw paghihirap ang dumarating sa akin. ²⁸Umitim ang balat ko hindi dahil sa init ng araw *kundi sa aking karamdaman.* Tumayo ako sa harap ng kapulungan at humingi ng tulong. ²⁹Ang boses ko'y parang alulong ng asonggubat o huni ng kuwago. ³⁰Umitim ang balat ko't natutuklap, at inaapoy ako ng lagnat. ³¹Kaya naging malungkot ang tugtugin ng aking alpa at plauta.

31 "Ipinangako ko sa aking sarili na hindinghindi ako titingin nang may pagnanasa sa isang dalaga. ²Sapagkat anong igaganti ng Makapangyarihang Dios na nasa langit sa mga ginagawa ng tao? ³Hindi ba't kapahamakan at kasawian para sa mga gumagawa ng kasamaan? ⁴Alam ng Dios ang lahat ng aking ginagawa. ⁵Kung nagsinungaling man ako at nandaya, ⁶hahayaan kong hatulan ako ng Dios, dahil siya ang nakakaalam kung nagkasala nga ako. ⁷Kung hindi ako sumunod sa tamang daan, o kung sinunod ko ang nais ng aking mata, at dinungisan ko ang aking sarili, ⁸masira nawa ang aking mga pananim o di kaya'y pakinabangan ng iba. ⁹Kung naakit ako ng ibang babae o napaibig sa asawa ng aking kapwa, ¹⁰kunin nawa at sipingan ng ibang lalaki ang asawa ko. ¹¹Sapagkat ang pangangalunya ay kasalanang nakakahiya, at dapat na parusahan ang taong ganyan ang ginagawa. ¹²Iyan ay parang mapamuksang apoy na uubos sa lahat ng aking kabuhayan.

¹³"Kung hindi ko pinahalagahan ang karapatan ng aking alipin nang dumaing sila sa akin, ¹⁴anong gagawin ko kung hatulan ako ng Dios? Anong isasagot ko kung tanungin niya ako? ¹⁵Hindi ba't ang Dios na lumikha sa akin ang siya ring Dios na lumikha sa aking mga alipin?

¹⁶"Kung hindi ako tumulong sa mga dukha at sa mga biyuda na nahihirapan, ¹⁷at *kung* naging madamot ako sa mga ulila, *parusahan nawa ako ng Dios.* ¹⁸Pero mula pa noong kabataan ko, tumutulong na ako sa mga ulila, at sa buong buhay ko hindi ko pinabayaan ang mga biyuda. ¹⁹Kapag nakakita ako ng taong nahihirapan sa lamig dahil kapos siya sa damit, ²⁰binibigyan ko siya ng damit panggingaw na yari sa balahibo ng aking mga tupa. At buong puso siyang nagpapasalamat sa akin. ²¹Kung pinagbuhatan ko ng kamay ang mga ulila, dahil alam kong malakas ako sa hukuman, ²²maputol sana ang mga braso ko. ²³Hindi ko magagawa ang mga bagay na iyan dahil natatakot ako sa parusa at kapangyarihan ng Dios.

²⁴"Hindi ako nagtiwala sa aking kayamanan o nag-isip man na magbibigay ito sa akin ng katiyakan. ²⁵Hindi ko ipinagyabang ang kayamanan ko at lahat ng aking ari-arian. ²⁶Hindi ako sumamba sa araw na nagbibigay ng liwanag o sa buwan na kumikinang. ²⁷Ang puso ko'y hindi nahikayat na sumamba sa mga ito. ²⁸Kung nagkasala ako sa paggawa ng mga ito, dapat akong parusahan dahil nagtaksil ako sa Dios na nasa langit.

²⁹"Hindi ko ikinatuwa ang kapahamakan ng aking kaaway o ang pagsapit sa kanila ng kahirapan. ³⁰Hindi ako nagkasala sa pamamagitan ng pagsumpa sa kanila. ³¹Alam ng aking mga kasambahay na pinapakain ko ang lahat kahit na ang mga dayuhan. ³²Hindi ko pinabayaang matulog kahit saan ang mga dayuhan, dahil palaging bukas ang pintuan ng aking tahanan para sa kanila. ³³Hindi ko itinatago ang aking kasalanan katulad ng ginagawa ng iba. ³⁴Hindi ako tumahimik o nagtago dahil takot ako sa anumang sasabihin ng mga tao.

³⁵"Kung mayroon lang sanang makikinig ng panig ko, nakahanda akong lumagda para patunayan na wala akong kasalanan. Kung may reklamo ang Dios *na* Makapangyarihan laban sa akin, ipapakiusap ko sa kanyang sabihin niya ito sa akin o kaya'y isulat ko na lang. ³⁶At ikakabit ko ito sa aking balikat o sa ulo ko na parang korona *para ipakita sa lahat na nakahanda akong humarap sa mga usapin.* ³⁷Sasabihin ko sa Dios ang lahat ng aking ginawa. Haharap ako sa kanya katulad ng pinuno *na hindi nahihiya.*

³⁸"Kung inaabuso ko ang aking lupain, o kinamkam ko ito sa iba,ᵃ ³⁹o kung pinasama ko ang loob ng mga manggagawa sa aking lupain dahil kinuha ko ang kanilang ani ng walang bayad, ⁴⁰tumubo nawa sa lupain ko ang mga matitinik na halaman at mga damo sa halip na trigo at sebada."

Dito natapos ang mga sinabi ni Job.

ᵃ 38 *Kung…iba:* sa literal, *Kung magrereklamo ang lupain ko laban sa akin at inaararo ito na basa sa luha.*

Nagsalita si Elihu

32 Kinalaunan, tumigil na sa pagsasalita ang tatlong kaibigan ni Job, dahil ipinipilit ni Job na wala siyang kasalanan. ²May isang tao roon na ang pangalan ay Elihu. Anak siya ni Barakel, na taga-Buz. Mula siya sa angkan ni Ram. Nagalit siya kay Job dahil sinisisi nito ang Dios, sa halip na ang kanyang sarili. ³Nagalit din siya sa tatlong kaibigan ni Job dahil hindi nila napatunayang nagkasala si Job at lumalabas pa na ang Dios ang may kasalanan. ⁴At dahil mas matanda sila kaysa kay Elihu, naghintay muna si Elihu na matapos silang magsalita bago siya nagsalita kay Job. ⁵Pero nang wala ng masabi ang tatlo, nagalit siya. ⁶Kaya sinabi niya, "Bata pa ako at kayo'y matatanda na, kaya nag-aatubili akong magsalita. Hindi ako nangahas na magsalita sa inyo tungkol sa nalalaman ko. ⁷Ang akala ko ay kayo ang dapat magturo dahil matatanda na kayo at maraming nalalaman. ⁸Pero ang totoo, ang espiritu ng *Dios na* Makapangyarihan na nasa tao, ang siyang nagbibigay ng pang-unawa. ⁹Ang katandaan ay hindi garantiya ng karunungan at kaalaman kung ano ang tama. ¹⁰Kaya pakinggan ninyo ako. Sasabihin ko ang nalalaman ko. ¹¹Naghintay ako habang iniisip ninyo kung ano ang nararapat ninyong sabihin. Pinakinggan ko ang inyong mga katuwiran. ¹²Pinakinggan kong mabuti ang mga sinabi ninyo, pero ni isa sa inyo'y walang nakapagpatunay na nagkasala si Job; ni hindi ninyo nasagot ang mga pangangatwiran niya. ¹³Huwag ninyong sasabihing, 'Napag-alaman naming mas marunong siya. Hayaan ninyong ang Dios ang sumagot sa kanya at hindi ang tao!' ¹⁴Kung sa akin siya nakipagtalo, hindi ko siya sasagutin na katulad ng mga sinabi ninyo. ¹⁵Hindi na kayo makakibo ngayon at wala nang maisagot sa kanya. ¹⁶At ngayong wala na kayong maisagot, kailangan ko pa bang maghintay? ¹⁷Ako rin ay may sasabihin ayon sa nalalaman ko. ¹⁸Dahil marami akong gustong sabihin, at hindi ko na talaga ito mapigilan. ¹⁹Para akong bagong sisidlang-balat na punong-puno at malapit nang sumabog. ²⁰Kinakailangan kong magsalita para gumaan ang pakiramdam ko. ²¹Wala akong kakampihan o pupurihin. ²²Hindi ako marunong mambola. Kung gagawin ko ito, parusahan nawa ako ng aking Manlilikha."

33 "Ngayon, Job, pakinggan mong mabuti ang sasabihin ko sa iyo. ²Handang-handa na akong magsalita, at ang mga sasabihin ko'y nasa dulo na ng aking dila. ³Ang sasabihin ko'y mula sa tapat kong puso at tuwiran kong sasabihin ang aking nalalaman. ⁴Ang espiritu ng Makapangyarihang Dios ang gumawa sa akin at nagbigay buhay. ⁵Sagutin mo ako, kung kaya mo. Ihanda mo ang iyong katuwiran at harapin ako. ⁶Pareho lang tayo sa harapan ng Dios. Tulad mo rin akong nagmula sa lupa. ⁷Kaya huwag kang matakot sa akin at huwag mong isipin na aapihin kita.

⁸"Narinig ko ang mga sinabi mo. Sinabi mong, ⁹'Wala akong kasalanan. Malinis ako at walang ginawang masama. ¹⁰Pero naghahanap ang Dios ng dahilan para ako'y pahirapan. Itinuturing niya akong kaaway. ¹¹Kinadenahan niya ang mga paa ko at binabantayan ang lahat ng kilos ko.'

¹²"Pero *Job*, mali ka sa mga sinabi mo. Hindi ba't ang Dios ay higit kaysa sa tao? ¹³Bakit mo siya pinararatangan na hindi niya sinasagot ang daing ng tao? ¹⁴Ang totoo, palaging*ᵃ* nagsasalita ang Dios, kaya lang hindi nakikinig ang mga tao. ¹⁵*Nagsasalita siya* sa pamamagitan ng panaginip o ng pangitain habang ang tao'y natutulog ng mahimbing sa gabi. ¹⁶Bumubulong siya sa mga tainga nila para magbigay ng babala, at ito ang nakapagpatakot sa kanila. ¹⁷*Ginagawa niya ito* para pigilan sila sa paggawa ng kasalanan at pagmamataas, ¹⁸at para mailigtas sila sa kamatayan. ¹⁹Kung minsan naman, itinutuwid ng Dios ang tao sa pamamagitan ng sakit tulad ng walang tigil na pananakit ng buto, ²⁰at nawawalan siya ng ganang kainin kahit na ang pinakamasasarap na pagkain. ²¹Kaya pumapayat siya, at nagiging buto't balat na lamang. ²²Malapit na siyang mamatay at mapunta sa lugar ng mga patay.

²³"Pero kung may kahit isa man sa isang libong anghel na mamamagitan sa kanya *at sa Dios,* at sasabihing siya ay matuwid, ²⁴kahahabagan siya ng Dios.*ᵇ* At sasabihin ng Dios, 'Iligtas n'yo siya sa kamatayan. Nakatagpo ako ng pantubos sa kanya.' ²⁵Muli siyang magiging malusog. Lalakas siya tulad noong kanyang kabataan. ²⁶At kapag nanalangin siya sa Dios, sasagutin siya ng Dios at masayang tatanggapin, ibabalik ng Dios ang matuwid niyang pamumuhay. ²⁷Pagkatapos, sasabihin niya sa mga tao, 'Nagkasala ako at gumawa ng hindi tama, pero hindi ko natanggap ang parusang nararapat sa akin. ²⁸Iniligtas niya ako sa kamatayan at patuloy akong nabubuhay.'

²⁹"Oo, lagi itong ginagawa ng Dios sa tao. ³⁰Inililigtas niya ang tao sa kamatayan para mabuhay ito.

³¹"Job, pakinggan mo akong mabuti. Tumahimik ka't hayaan akong magsalita. ³²Kung may gusto kang sabihin, sabihin mo, dahil gusto kong malaman kung wala ka talagang kasalanan. ³³Pero kung wala ka namang sasabihin, tumahimik ka na lang at makinig sa karunungan ko."

34 Sinabi pa ni Elihu, ²"Kayong mga nagsasabing marurunong at maraming nalalaman, pakinggan ninyo akong mabuti. ³Sapagkat kung papaanong alam ng dila ang masarap at hindi masarap na pagkain, alam din ng tainga kung ano ang tama at hindi tamang mga salita. ⁴Kaya alamin natin kung ano ang tama, pag-aralan natin kung ano ang mabuti. ⁵Sapagkat sinabi ni Job, 'Wala akong kasalanan pero hindi ako binigyan ng Dios ng katarungan. ⁶Kahit na matuwid ako, itinuring akong sinungaling. Kahit na wala akong nagawang kasalanan, binigyan niya ako ng karamdamang walang kagalingan.'

⁷"Walang taong katulad ni Job na uhaw sa pangungutya. ⁸Ang gusto niyang makasama ay masasama at makasalanang tao, ⁹dahil sinabi niya, 'Walang pakinabang ang tao kung magsisikap siyang bigyan kasiyahan ang Dios!'

¹⁰"Kaya makinig kayo sa akin, kayong mga nagsasabing kayo ay nakakaunawa. Ang Makapangyarihang Dios ay hindi gumagawa ng masama. ¹¹Ginagantimpalaan niya ang tao ayon sa kanyang mga ginawa; pinakikitunguhan niya ito ayon sa nararapat sa kanyang ugali. ¹²Nakatitiyak akong hindi maaaring gumawa ang Makapangyarihang Dios ng masama. Hindi niya maaaring baluktutin ang hustisya. ¹³May nagtatalaga ba sa kanya para pamunuan ang mundo? May nagbilin ba sa kanya ng mundo? *Wala!* ¹⁴Kung loloobin ng Dios na kunin ang buhay na ibinigay niya sa tao, ¹⁵lahat ng tao'y mamamatay at babalik sa lupa.

¹⁶"*Job,* kung may pang-unawa ka, pakinggan mo ang sasabihin ko: ¹⁷Makakapamuno kaya ang Dios kung ayaw niya ng katarungan? Bakit mo hinahatulan ang matuwid at makapangyarihang Dios? ¹⁸Hindi ba't siya ay sumasaway sa mga hari at pinunong masama at walang kwenta? ¹⁹Wala siyang itinatangi sa mga pinuno at wala rin siyang pinapanigan, mayaman man o mahirap, dahil silang lahat ay pare-pareho niyang nilikha. ²⁰Kahit ang taong makapangyarihan ay biglang mamamatay sa gabi nang hindi ginagalaw ng tao.

²¹"Binabantayan ng Dios ang lahat ng ginagawa ng tao. ²²Walang madilim na lugar na maaaring pagtaguan ng masama. ²³Hindi na kailangang tawagin pa ng Dios ang tao upang humarap sa kanya para tanungin at hatulan. ²⁴Hindi na niya kailangang imbestigahan pa ang taong namumuno para alisin ito sa katungkulan at palitan ng iba. ²⁵Sapagkat alam niya ang kanilang ginagawa, inaalis niya sila sa kapangyarihan at nililipol kahit gabi. ²⁶Hayagan niya silang pinaparusahan dahil sa kanilang kasamaan. ²⁷Ginawa niya ito dahil tumigil sila ng pagsunod sa kanya, at binalewala ang kanyang pamamaraan. ²⁸Inaapi nila ang mga dukha, at narinig ng Dios ang paghingi ng mga ito ng tulong. ²⁹Pero kahit na tumahimik ang Dios at magtago, walang sinuman ang makapagsasabing mali siya. Ang totoo, binabantayan ng Dios ang tao at mga bansa, ³⁰para patigilin ang pamumuno ng mga hindi makadios, na siyang bitag *na pipinsala* sa mga tao.

³¹"*Job,* bakit ayaw mong lumapit sa Dios at sabihin sa kanya, 'Nagkasala po ako, pero hindi na ako magkakasala pa!' ³²o, 'Sabihin n'yo sa akin ang kasalanan ko. Kung nagkasala ako, hindi ko na ito muling gagawin.' ³³Papaano sasagutin ng Dios ang kahilingan mo kung hindi ka magsisisi? Ikaw ang magpapasya nito at hindi ako. Kaya sabihin mo sa akin kung ano ang pasya mo.

³⁴"Ang mga taong marunong at may pang-unawa, na nakikinig sa akin, ³⁵ay makapagsasabing ang mga sinasabi mo Job ay kamangmangan at walang kabuluhan. ³⁶Dapat ka ngang lubusang subukin dahil nagsasalita kang gaya ng masamang tao. ³⁷Dinadagdagan mo pa ang kasalanan mo dahil sa paghihimagsik mo sa Dios. Minamasama mo't kinukutya ang Dios sa harap namin."

35 Sinabi pa ni Elihu, ²"Akala mo ba'y tama ka sa pagsasabing wala kang kasalanan sa harap ng Dios? ³Pero tinatanong mo rin, 'Anong pakinabang ko kung ako'y hindi gagawa ng kasalanan?'

⁴"Sasagutin kita pati na ang iyong mga kaibigan. ⁵Tumingin ka sa langit at tingnan mo kung gaano kataas ang ulap. ⁶Kung magkasala ka, hindi

---

a 14 palaging: o, iba-ibang pamamaraan.

b 24 Dios: o, anghel.

iyon makakaapekto sa Dios, kahit patuloy ka pang magkasala. ⁷Kung matuwid ka, ano naman ang kabutihang maibibigay nito sa Dios? ⁸Ang maaapektuhan lamang sa ginagawa mong mabuti o masama ay ang iyong kapwa.

⁹"Ang mga inaapi ay humihingi ng tulong na iligtas sila sa kamay ng mga makapangyarihang tao. ¹⁰Pero hindi sila tumatawag sa Dios na lumikha sa kanila at nagbibigay ng kalakasan sa panahon ng paghihirap. ¹¹*Hindi sila lumalapit sa Dios* na nilikha silang higit na marunong kaysa sa mga hayop at ibon. ¹²At kung mananalangin sila, hindi sila sinasagot ng Dios dahil mayayabang sila at masasamang tao. ¹³Tunay ngang hindi dinidinig ng Makapangyarihang Dios ang walang kabuluhang paghingi nila ng tulong. ¹⁴*Job*, lalo ka lang niyang hindi pakikinggan kung sasabihin mong hindi mo nakikita ang kanyang tulong nang idinulog mo ang iyong kalagayan, at pinaghihintay ka lang. ¹⁵Sinabi mo rin na hindi nagpaparusa ang Dios kahit galit siya, at hindi niya pinapansin ang kasamaang ginagawa ng tao. ¹⁶*Job*, walang saysay ang sinasabi mo. *Talagang* malinaw na hindi mo alam ang iyong sinasabi."

36 Nagpatuloy pa si Elihu, ²"Pagtiyagaan mo pa ako ng kaunti, dahil may sasabihin pa ako para ipagtanggol ang Dios. ³Marami akong nalalaman at papatunayan ko sa iyo na ang *Dios na* lumikha sa akin ay tama. ⁴Tinitiyak ko sa iyong hindi ako nagsisinungaling, dahil ako na kausap mo'y tunay na marunong.

⁵"Makapangyarihan ang Dios, pero wala siyang hinahamak. Nalalaman niya ang lahat ng bagay. ⁶Hindi niya pinapayagang mabuhay ang masama, at ang mga inaapi ay binibigyan niya ng katarungan. ⁷Hindi niya pinapabayaan ang mga matuwid. Pinararangalan niya sila kasama ng mga hari magpakailanman. ⁸Pero kung sila'y pinahihirapan na parang ginagapos ng kadena, ⁹ipinapakita sa kanila ng Dios ang ginawa nilang kasalanan na ipinagmamalaki pa nila. ¹⁰Ipinaririnig niya sa kanila ang kanyang babala at inuutusan silang tumalikod sa kasamaan. ¹¹Kung susunod sila at maglilingkod sa kanya, buong buhay silang mamumuhay sa kasaganaan at kaligayahan. ¹²Pero kung hindi sila susunod, mamamatay sila sa digmaan na kapos sa kaalaman.

¹³"Ang mga taong hindi makadios ay nagkikimkim ng galit sa puso, at kahit na pinaparusahan na sila ng Dios, hindi pa rin sila humihingi ng tulong sa kanya. ¹⁴Mamamatay silang kahiya-hiya*ᵃ* habang bata pa. ¹⁵Pero sa pamamagitan ng mga paghihirap, tinuturuan ng Dios ang mga tao. Natututo silang makinig sa kanya sa pamamagitan ng mga pagdurusa.

¹⁶"Inilalayo ka ng Dios sa panganib at binibigyan ng kalayaan at kasaganaan. At mapupuno ng masasarap na pagkain ang iyong hapag-kainan. ¹⁷Pero ngayong nararanasan mo ang parusang nararapat sa masasama, hindi ka na makakaiwas sa katarungan. ¹⁸Mag-ingat ka, baka matukso ka sa kayamanan at mailigaw ng malalaking suhol.

¹⁹Makakatulong kaya sa iyong paghihirap ang mga kayamanan mo't kakayahan? ²⁰Huwag mong hahanapin ang gabi,ᵇ ang panahon ng kapahamakan ng mga bansa. ²¹Mag-ingat ka't huwag gumawa ng masama. Pinahihirapan ka para makaiwas sa kasamaan.

²²"Alalahanin mong ang Dios ay tunay makapangyarihan. Walang guro na katulad niya. ²³Walang makapagtuturo sa kanya kung ano ang dapat niyang gawin, at walang makapagsasabing nagkamali siya. ²⁴Huwag mong kalimutang purihin ang kanyang mga ginawa gaya ng ginagawa ng iba sa kanilang pag-awit. ²⁵Nakita ng lahat ang kanyang mga gawa, kahit tinitingnan ito mula sa malayo.ᶜ ²⁶Tunay na makapangyarihan ang Dios at hinding-hindi natin kayang unawain ang kanyang kadakilaan. Kahit ang kanyang mga taon ay hindi natin mabibilang.

²⁷"*Ang Dios* ang nagpapaakyat ng tubig mula sa lupa at ginagawa niyang ulan. ²⁸Bumubuhos ang ulan mula sa ulap para sa mga tao. ²⁹Walang nakakaalam kung paano kumakalat ang ulap, at kung paano kumukulog sa langit kung saan nananahan ang Dios. ³⁰Masdan mo kung paano niya pinakikidlat sa kanyang paligid, at kung paano nito pinaliliwanag hanggang sa dulo ng dagat. ³¹Sa pamamagitan *ng kapangyarihan ng Dios*, pinamumunuan niya ang mga bansa at binibigyan ng saganang pagkain *ang mga tao*. ³²Hinahawakan niya ang kidlat at inuutusang tamaan ang sinumang nais niyang patamaan. ³³Ang kulog ay nagpapahiwatig na may bagyong paparating, kahit mga hayop ay alam na ito'y darating.

37 "Kumakabog ang dibdib ko *dahil sa bagyo*. ²Pakinggan ninyo ang dumadagundong na tinig *ng Dios* na parang kulog. ³Pinakikidlat niya ang buong kalangitan at pinaaabot ito hanggang sa dulo ng mundo. ⁴Pagkatapos ay maririnig ang dagundong ng kanyang tinig na parang isang kulog. Hindi niya ito pinipigilan. ⁵Kagila-gilalas ang dumadagundong na tinig ng Dios. Gumagawa siya ng mga kahanga-hangang bagay, mga bagay na hindi natin kayang unawain. ⁶Inuutusan niya ang yelo na pumatak sa lupa, ganoon din ang ulan na bumuhos nang malakas, ⁷para ang tao'y makapagpahinga sa kanilang mga ginagawa at makapagbulay-bulay sa mga ginawa ng Dios. ⁸Nagtatago ang mga hayop sa kanilang mga taguan at nananatili roon *kapag may bagyo*. ⁹Dumadating ang bagyo at ang hanging malamig mula sa kanilang taguan. ¹⁰Sa pamamagitan ng hininga ng Dios nabubuo ang yelo, at nagiging yelo ang malalawak na *bahagi ng* tubig. ¹¹Pinupuno niya ng tubig ang mga ulap at pinakikidlat ito. ¹²Sa kanyang utos, nagpapaikot-ikot sa buong mundo ang mga ulap. ¹³Ginagamit niya ang mga ito upang ituwid ang tao, o ipadama ang kanyang pag-ibig.

¹⁴"Job, pakinggan mo ito, at pagbulay-bulayan ang mga kahanga-hangang bagay na ginagawa ng Dios. ¹⁵Alam mo ba kung paano inuutusan ng Dios ang ulap, at kung paano siya nagpapakidlat

---

ᵇ **20 gabi:** Maaaring ang ibig sabihin, ang oras ng pagpaparusa ng Dios.

ᶜ **25 malayo:** Maaaring ang ibig sabihin ay hindi nila lubos na naunawaan o naintindihan.

ᵃ **14 kahiya-hiya:** sa literal, *kasama ng mga lalaking bayaran sa templo.*

mula rito? ¹⁶ Alam mo ba kung paano lumulutang ang mga ulap? Ang lahat ng ito'y kahanga-hangang gawa ng Dios na ang dunong ay walang hangganan. ¹⁷ Ika'y pagpapawisan dahil sa mainit na hangin mula sa timog, ¹⁸ matutulungan mo ba ang Dios na ilatag ang kalangitan at patigasin na parang tansong salamin?

¹⁹ *"Kung matalino ka,* sabihin mo sa amin kung ano ang dapat naming sabihin sa Dios. Hindi namin alam kung paano kami mangangatwiran dahil kulang ang aming kaalaman. ²⁰ Hindi ko gugustuhing makipagtalo sa Dios, dahil baka ako'y kanyang ipahamak. ²¹ Walang sinuman makakatitig sa araw na nagliliwanag sa himpapawid, pagkatapos mahawi ng hangin ang mga ulap. ²² Mula sa hilaga, paparating ang Dios na nagniningning na parang ginto at ang kanyang liwanag ay kahanga-hanga. ²³ Hindi natin lubos na maunawaan ang Makapangyarihang *Dios* na napakadakila. Lubos siyang makatarungan, matuwid at hindi nang-aapi, ²⁴ kaya iginagalang siya ng mga tao. Hindi niya pinapansin ang mga taong nagsasabing sila ay marunong."

Nagsalita ang Panginoon

38 Pagkatapos, sinagot ng Panginoon si Job mula sa ipu-ipo, sinabi niya,

² "Sino ka na nag-aalinlangan sa aking karunungan? Ang mga sinasabi mo'y nagpapatunay lang na wala kang nalalaman. ³ Humanda ka. Sagutin mo ang aking mga tanong.

⁴ "Nasaan ka noong nilikha ko ang pundasyon ng daigdig? Kung talagang may alam ka, sabihin mo sa akin. ⁵ Alam mo ba kung sino ang nagpasya ng magiging lawak ng pundasyon at sukat nito? ⁶ Sino ang may hawak ng pundasyon ng mundo? At sino ang naglagay ng pundasyon na ito ⁷ habang sama-samang umaawit ang mga bituin sa umaga at nagsisigawan sa tuwa ang lahat ng anghel?ᵃ

⁸ "Sino ang naglagay ng hangganan sa dagat nang bumulwak ito mula sa kailaliman? ⁹ Ako ang naglagay ng makapal na ulap at kadiliman bilang takip ng dagat. ¹⁰ Nilagyan ko ng hangganan ang dagat; parang pintuang isinara at nilagyan ng trangka. ¹¹ Sinabihan ko *ang dagat,* 'Hanggang dito ka lang at huwag kang lalampas; hanggang dito lang ang malalaki mong alon.'

¹² "Minsan ba sa buhay mo *Job* ay nautusan mo ang umaga na magbukang-liwayway ¹³ para ang ningning nito ay lumiwanag sa buong mundo at mapatigil ang kasamaang ginagawa kapag madilim? ¹⁴ At dahil sa sikat ng araw, ang daigdig ay malinaw na nakikita katulad ng marka ng pantatak at lukot ng damit. ¹⁵ Ang liwanag ay nakakapigil sa masasama, dahil hindi sila makakagawa ng karahasan sa iba.

¹⁶ "Ikaw ba'y nakapunta na sa mga bukal na nasa ilalim ng dagat o sa pinakamalalim na bahagi ng dagat? ¹⁷ Naipakita na ba sa iyo ang mga pintuan patungo sa lugar ng mga patay? ¹⁸ Alam mo ba kung gaano kalaki itong mundo? Sabihin mo sa akin kung alam mo ang lahat ng ito! ¹⁹ "Alam mo ba kung saan nanggaling ang liwanag at dilim? ²⁰ At kaya mo ba silang pabalikin sa kanilang pinanggalingan? ²¹ Oo nga pala, alam

mo ang lahat ng ito dahil ipinanganak ka na bago pa likhain ang mga ito at matagal na panahon ka nang nabubuhay!

²² "Nakapunta ka na ba sa lugar na pinanggagalingan ng nyebe o ulan na yelo? ²³ Ang mga yelong ito'y inihahanda ko para sa panahon ng kaguluhan at digmaan. ²⁴ Alam mo ba ang daan patungo sa lugar na pinanggagalingan ng kidlat,ᵇ o sa lugar na pinanggagalingan ng hanging silangan? ²⁵ Sino nga ba ang gumawa ng dadaanan ng ulan at ng bagyo? ²⁶ Sino nga ba ang nagpapadala ng ulan sa disyerto, sa lugar na walang nakatirang tao? ²⁷ Sino ang nagpapadala ng ulan sa ilang para tumubo ang mga damo? ²⁸ Sino ang ama ng ulan, ng hamog, ²⁹ at ng yelong mula sa langit? ³⁰ Ang tubig ay nagyeyelo na kasingtigas ng bato, pati na ang itaas na bahagi ng dagat.

³¹ "Kaya mo bang talian o kalagan ng tali ang *grupo ng mga bituin na tinatawag na* Pleyades at Orion? ³² Mapapatnubayan mo ba ang mga bituin na lumabas sa tamang oras? Maituturo mo ba sa *grupo ng mga bituing tinatawag na* Malaki at Maliit na Oso ang kanilang daan? ³³ Alam mo ba ang mga tuntuning umiiral sa kalangitan?ᶜ Ito kaya'y mapapairal mo rito sa mundo?

³⁴ "Mauutusan mo ba ang ulap na umulan? ³⁵ Mauutusan mo ba ang kidlat na kumislap? Mapapasunod mo kaya ito? ³⁶ Sino ang nagbibigay ng karunungan at pang-unawa sa tao? ³⁷ Sinong napakarunong ang makakabilang ng mga ulap? Sinong makakapagbuhos ng tubig mula sa langit ³⁸ upang ang mga tuyong alikabok ay maging buo-buong putik?

³⁹ "Maihahanap mo ba ng pagkain ang mga leon para sila ay mabusog ⁴⁰ habang sila'y nagtatago sa kanilang lungga o sa maliliit na punongkahoy? ⁴¹ Sino ang nagpapakain sa mga uwak kapag sila'y nagugutom at kapag ang mga inakay nila'y humihingi ng pagkain sa akin?

39 "Alam mo ba kung kailan nanganganak ang mga kambing-gubat? Nakakita ka na ba ng usa na nanganganak? ² Binibilang mo ba ang mga buwan ng kanilang pagbubuntis hanggang sa sila ay manganak? At alam mo rin ba kung kailan sila manganganak? ³ Nakayukyok sila't nagtitiis ng hirap hanggang sa makapanganak. ⁴ Paglaki ng kanilang mga anak sa kagubatan, umaalis sila at hindi na bumabalik.

⁵ "Sino ang nagpalaya sa asnong-gubat? ⁶ Ibinigay ko sa kanya ang ilang para kanyang tirhan, pinatira ko siya sa lupaing pinabayaan. ⁷ Lumalayo siya sa maingay na bayan at ayaw niyang siya ay mapaamo. ⁸ Paikot-ikot siya sa mga kabundukan para maghanap ng sariwang pastulan.

⁹ "Mapagtatrabaho mo ba ang bakang-gubat? Mapapanatili mo kaya siya sa kanyang kulungan kung gabi? ¹⁰ Matatalian mo kaya siya at mapag-aararo sa iyong bukid? ¹¹ Makakaasa ka kaya sa lakas niya para gawin ang mabibigat na gawain? ¹² Maaasahan mo kaya siyang tipunin at hakutin ang iyong ani papunta sa giikan?

ᵃ **7** lahat ng anghel: sa literal, *lahat ng anak ng Dios.*

ᵇ **24** kidlat: o, *liwanag.*

ᶜ **33** tuntuning...kalangitan: Ang ibig sabihin nito ay ang "batas ng kalikasan."

¹³ "Napakagandang tingnan ng pakpak ng malaking ibong[a] kapag ito'y pumapagaspas, pero hindi nito mapantayan ang ganda ng pakpak ng tagak. ¹⁴ Iniiwanan ng malaking ibong ito ang kanyang mga itlog sa lupa para mainitan. ¹⁵ Hindi siya nag-aalalang baka matapakan ito o madaganan ng mga hayop sa gubat. ¹⁶ Malupit siya sa kanyang mga sisiw, parang hindi kanya kung ituring. Hindi siya nag-aalala na ang pinaghirapan niya ay mawawalan ng kabuluhan. ¹⁷ Sapagkat hindi ko siya binigyan ng karunungan at pang-unawa. ¹⁸ Pero kapag tumakbo na siya, tinatawanan niya ang kabayo at ang sakay nito.

¹⁹ "Job, ikaw ba ang nagbibigay ng lakas sa kabayo? Ikaw din ba ang naglagay ng kanyang kiling?[b] ²⁰ Ikaw ba ang nagpapalukso sa kanya gaya ng isang balang at nagpapatakot sa mga tao kapag siya ay sumisinghal? ²¹ Kumakahig siya sa lupa na parang ipinagmamalaki ang kanyang lakas. Pagkatapos ay tumatakbo siya papunta sa digmaan. ²² Wala siyang kinatatakutan, ni hindi siya natatakot sa espada.[c] ²³ Kumakalansing at kumikislap ang mga sandata ng sumasakay sa kanya. ²⁴ Lumilipad ang alikabok sa bilis ng kanyang pagtakbo. Hindi na siya mapigilan kapag tumunog na ang trumpeta. ²⁵ Sumisinghal siya kapag naririnig ang trumpeta. Naaamoy niya ang digmaan kahit sa malayo, at naririnig niya ang ingay ng digmaan at ang sigaw ng mga kumander.

²⁶ "Ikaw ba ang nagtuturo sa lawin na lumipad at pumunta sa timog? ²⁷ Ikaw ba ang nag-uutos sa agila na lumipad at gumawa ng kanyang pugad sa mataas na dako? ²⁸ Nakatira ang agila sa mataas na bato. Ang matarik na lugar ang kanyang taguan. ²⁹ Mula roon naghahanap siya ng madadagit, kahit ang malayo ay naaabot ng kanyang paningin. ³⁰ At kapag may nakita siyang bangkay ay pinupuntahan niya, at ang dugo nito ang iniinom ng kanyang mga inakay."

40 Sinabi pa ng Panginoon kay Job, ² "Makikipagtalo ka ba sa akin na Makapangyarihang Dios? Sinasabi mong nagkamali ako. Ngayon, sagutin mo ako." ³ Kaya sinagot ni Job ang Panginoon,

⁴ "Hindi po ako karapat-dapat na sumagot sa inyo. Tatahimik na lang po ako. ⁵ Marami na akong nasabi, kaya hindi na po ako magsasalita." ⁶ Muling sinabi ng Panginoon kay Job mula sa ipu-ipo,

⁷ "Ihanda mo ang iyong sarili, at sagutin mo ang mga tanong ko.

⁸ "Gusto mo bang patunayan na mali ako para palabasin na ikaw ang tama? ⁹ Ikaw ba'y makapangyarihang tulad ko? Magagawa mo bang parang kulog ang tinig mo na katulad ng sa akin? ¹⁰ Kung magagawa mo iyan, patunayan mo na ikaw nga'y makapangyarihan, marangal at dakila. ¹¹⁻¹² Ipakita mo ang matindi mong galit sa taong mayayabang at ibagsak sila. Wasakin mo ang taong masasama sa kanilang kinatatayuan. ¹³ Ilibing mo silang lahat sa lupa, sa lugar ng mga patay. ¹⁴ Kapag nagawa mo ang mga ito, ako ang pupuri sa iyo sa tatanggapin ko na may kakayahan ka ngang iligtas ang iyong sarili.

¹⁵ "Tingnan mo ang hayop na Behemot,[d] nilalang ko rin siya katulad mo. Kumakain ito ng damo na tulad ng baka, ¹⁶ pero napakalakas nito, at napakatibay ng katawan. ¹⁷ Ang buntot niya'y tuwid na tuwid na parang kahoy ng sedro, at ang mga hita'y matipuno. ¹⁸ Ang mga buto nito'y kasintibay ng tubong tanso o bakal. ¹⁹ Kahanga-hanga siya sa lahat ng aking nilalang. Pero ako na Manlilikha niya ay hindi niya matatalo. ²⁰ Nanginginain siya sa mga kabundukan habang naglalaro ang mga hayop sa gubat malapit sa kanya. ²¹ Nagpapahinga siya sa matitinik na halamang natatabunan ng talahib. ²² Ang mga halamang matinik at ang iba pang mga punongkahoy sa tabi ng batis ay nagiging kanlungan niya. ²³ Hindi siya natatakot kahit na rumaragasa ang tubig sa ilog. Tahimik pa rin siya kahit halos natatabunan na siya ng tubig sa Ilog ng Jordan. ²⁴ Sino ang makakahuli sa kanya sa pamamagitan ng pagbulag sa kanya? Sino ang makakabitag sa kanya at makakakawit sa ilong niya?

41 "Job, mabibingwit mo kaya ang dragon na Leviatan? Matatalian mo kaya ang nguso niya ng lubid? ² Matatalian mo ba ng lubid ang ilong niya o maiilalagay mo kaya ang kawil sa kanyang panga? ³ Kapag nagawa mo iyon, makikiusap kaya siyang lagi sa iyo na pakawalan mo siya, o di kaya'y magmakaawa siya sa iyo? ⁴ Makikipagkasundo kaya siya sa iyo na magpapaalipin habang buhay? ⁵ Magagawa mo kaya siyang parang alagang ibon o maibibigay mo ba siya sa iyong mga anak[e] na babae para kanilang laruin? ⁶ May negosyante kayang bibili sa kanya at hihiwa-hiwain siya para ipagbili? ⁷ Tatalaban kaya ng matulis na sibat ang kanyang ulo o balat? ⁸ Kapag hinawakan mo siya, maaalala mo kung gaano ito kahirap hulihin at masasabi mong hinding-hindi ka na uulit. ⁹ Walang saysay ang mga pagsisikap na hulihin siya, dahil makita mo pa lang siya'y maduduwag ka na. ¹⁰ Kung sa kanya nga'y walang mangangahas gumambala, sino pa kayang mangangahas na lumaban sa akin? ¹¹ Sino ang makapagsasabing may utang na loob ako sa kanya? Ang lahat dito sa mundo ay akin.

¹² "Sasabihin ko pa sa iyo ang tungkol sa katawan ng Leviatan at kung gaano siya kalakas at kamakapangyarihan. ¹³ Sinong makakatuklap ng kanyang balat o makakatusok nito? ¹⁴ Sino ang makakapagpabuka ng kanyang bunganga? Ang mga ngipin niya'y nakakatakot. ¹⁵ Ang likod niya'y may makakapal na kaliskis na parang panangga na nakasalansan. ¹⁶⁻¹⁷ Sobrang dikit-dikit na ito na kahit ang hangin ay hindi makakalusot at walang makakatuklap nito. ¹⁸ Kapag sumisinga siya, may lumalabas na parang kidlat at ang kanyang mga mata ay mapula na parang bukang-liwayway. ¹⁹ Bumubuga siya ng apoy, ²⁰ at umuusok ang ilong na ang usok ay parang nagmumula sa kumukulong palayok na may nagliliyab na panggatong. ²¹ Ang hininga niya'y makapagpapabaga ng uling dahil sa apoy na lumalabas sa kanyang bunganga.

---

a 13 malaking ibon: o, "ostrich." Ganito rin sa talatang 14.

b 19 kiling: o, buhok ng kabayo sa kanyang leeg.

c 22 espada: o, labanan.

d 15 hayop na Behemot: Maaaring isang elepante o hipopotamus o dambuhalang hayop panlupa.

e 5 mga anak: o, mga alipin.

[22] Nasa leeg ang kanyang lakas, at ang makakita sa kanya ay kinikilabutan. [23] Kahit ang kanyang mga laman ay siksik at matitigas. [24] Matigas din ang puso niya, kasintigas ng gilingang bato. [25] Kapag siya'y tumayo, takot na takot pati ang mga makapangyarihang tao. [26] Walang espada, sibat, pana, o palasong makakapanakit sa kanya. [27] Para sa kanya ang bakal ay *kasinlambot lang ng* dayami at ang tanso ay para lang bulok na kahoy. [28] Hindi niya iniilagan ang mga pana. Ang mga batong tumatama sa kanya'y nagiging parang mga ipa lang. [29] Ang mga kahoy na ipinapalo ay parang mga dayami lang sa kanya. At pinagtatawanan lang niya ang mga humahagibis na sibat na isinisibat sa kanya. [30] Ang tiyan niya'y may mga kaliskis na matalim, na parang mga basag na bote. Kaya kapag gumagapang siya sa putik, nag-iiwan siya ng mga bakas. [31] Kinakalawkaw niya ang dagat hanggang bumula na parang kumukulong tubig sa palayok o kumukulong langis sa kaldero. [32] Ang tubig na kanyang dinadaanan ay bumubula, parang puting buhok kung tingnan. [33] Wala siyang katulad dito sa mundo. Isa siyang nilalang na walang kinatatakutan. [34] Minamaliit niya ang lahat ng mayayabang na hayop. Siya ang hari ng lahat ng mababangis na hayop sa gubat."

42 Sinabi ni Job sa PANGINOON, [2] "Alam ko pong magagawa n'yo ang lahat ng bagay, at walang sinumang makapipigil sa inyo. [3] Ako po'y tinanong n'yo kung bakit ako nag-aalinlangan sa inyong karunungan, gayong wala naman akong nalalaman. Totoo pong nagsalita ako ng mga bagay na hindi ko naiintindihan at mga bagay na sa hindi ko lubos maunawaan.

[4] "Nakipag-usap po kayo sa akin at sinabi n'yong makinig ako sa inyo at sagutin ko ang mga tanong ninyo. [5] Noon ay naririnig ko lang po sa iba ang tungkol sa inyo, pero ngayon ay nakita ko na kayo. [6] Kaya ako ay nahihiya sa lahat ng sinabi ko tungkol sa inyo, ako po ngayon ay nagsisisi sa pamamagitan ng pag-upo sa abo at alikabok."[a]

Ang Katapusan

[7] Pagkatapos sabihin ng PANGINOON kay Job ang mga bagay na ito, sinabi niya kay Elifaz na taga-Teman, "Galit ako sa iyo at sa dalawa mong kaibigan, dahil hindi ninyo sinabi ang katotohanan tungkol sa akin katulad ng ginawa ni Job na aking lingkod. [8] Kaya ngayon, kumuha kayo ng pitong toro at pitong lalaking tupa at dalhin ninyo kay Job, at ialay ninyo sa akin bilang handog na sinusunog para sa inyong sarili. Si Job ay mananalangin para sa inyo at sasagutin ko ang kanyang panalangin, at hindi ko kayo parurusahan nang nararapat sa inyong kamangmangan. Hindi nga ninyo sinabi ang katotohanan tungkol sa akin katulad ng ginawa ni Job na aking lingkod."

[9] Kaya ginawa nina Elifaz na taga-Teman, Bildad na taga-Shua at Zofar na taga-Naama ang iniutos ng PANGINOON sa kanila. At sinagot ng PANGINOON ang dalangin ni Job.

[10] Pagkatapos maipanalangin ni Job ang kanyang mga kaibigan, muli siyang pinaunlad ng PANGINOON at dinoble pa niya ang dating kayamanan ni Job. [11] Lahat ng kapatid niya at mga kaibigan noon ay nagpunta sa kanya at nagsalo-salo sila sa kanyang bahay. Inaliw nila si Job sa kahirapang pinasapit sa kanya ng PANGINOON. At bawat isa sa kanila'y nagbigay kay Job ng pera at gintong singsing.

[12] Sa gayo'y lalong pinagpala ng PANGINOON ang mga huling araw ni Job ng higit pa kaysa sa dati. Binigyan siya ng PANGINOON ng 14,000 tupa, 6,000 kamelyo, 1,000 pares ng baka, at 1,000 babaeng asno. [13] Binigyan din siya ng pitong anak na lalaki at tatlong anak na babae. [14] Ang panganay niyang babae ay si Jemima, ang pangalawa ay si Kezia, at ang pangatlo ay si Keren Hapuc. [15] Walang babaeng mas maganda pa kaysa sa kanila sa buong lupain.[b] Binigyan sila ni Job ng mana katulad ng kanilang mga kapatid na lalaki.

[16] Pagkatapos nito'y nabuhay pa si Job ng 140 taon. Nakita pa niya ang kanyang mga apo hanggang sa ikaapat na salinlahi. [17] Matandang-matanda na si Job nang siya ay namatay.

---

a 6 ako po ngayon ay…alikabok: o, *pinagsisisihan ko na ang pag-upo sa abo at alikabok.*

b 15 sa buong lupain: o, *sa buong mundo.*

MGA SALMO

Salmo 1

Mapalad ang Taong Matuwid

[1] Mapalad ang taong hindi namumuhay ayon
    sa payo ng masasama,
  o sumusunod sa mali nilang
    halimbawa,
  at hindi nakikisama sa mgataong
    nangungutya.
[2] Sa halip ay nagagalak siyang sumunod sa mga
    aral na mula sa PANGINOON,
  at araw-gabi ito ay kanyang
    pinagbubulay-bulayan.
[3] Ang katulad niya'y isang punongkahoy na
    itinanim sa tabi ng sapa,
  na namumunga sa takdang panahon at
    hindi nalalanta ang mga dahon.
  Magtatagumpay siya sa anumang kanyang
    ginagawa.
[4] Ngunit iba ang mga taong masama;
  sila'y parang ipa na tinatangay ng hangin.
[5] Parurusahan sila *ng Dios* sa araw ng
    paghatol,
  at ihihiwalay sa mga matuwid.
[6] Sapagkat pinapatnubayan ng PANGINOON ang
    mga matuwid,
  ngunit ang buhay ng taong masama ay
    hahantong sa kapahamakan.

Salmo 2

Ang Haring Hinirang ng PANGINOON

[1] Bakit nagsipagtipon ang mga bansa sa
    pagpaplano ng masama?
  Bakit sila nagpaplano ng wala namang
    patutunguhan?
[2] Ang mga hari at mga pinuno sa mundo ay
    nagsama-sama,
  at nagsipaghanda sa pakikipaglaban sa
    PANGINOON,
  at sa hari na kanyang hinirang.
[3] Sinabi nila,
    "Huwag tayong pasakop o sumunod man
      sa kanilang pamamahala!"
[4] Ngunit siyang nakaupo sa kanyang trono sa
    langit ay natatawa lang, at kumukutya
    sa kanila.
[5] Sa galit ng Dios, sila'y binigyang babala,
  at sa tindi ng kanyang poot sila'y natatakot.
[6] Sinabi niya,
    "Iniluklok ko na ang hinirang kong hari sa
      kanyang trono sa Zion,[a] sa banal kong
      bundok."
[7] *Sinabi ng hari na hinirang ng Dios,*
    "Sasabihin ko ang sinabi sa akin ng
      PANGINOON: 'Ikaw ang Anak ko,

at ngayon, ipapahayag ko na ako ang iyong
    Ama.[b]
[8] Hilingin mo sa akin ang mga bansa sa buong
    mundo,
  at ibibigay ko ito sa iyo bilang mana mo.
[9] Pamumunuan mo sila,
  at walang sasalungat sa iyong
    pamamahala.
  Sila'y magiging parang palayok na iyong
    dudurugin.' "
[10] Kaya kayong mga hari at pinuno sa buong
    mundo,
  unawain ninyo ang mga salitang ito at
    pakinggan ang mga babala laban sa
    inyo.
[11] Paglingkuran ninyo ang PANGINOON nang
    may takot,
  at magalak kayo sa kanya.
[12] Magpasakop kayo sa hari na kanyang
    hinirang,
  kung hindi ay baka magalit siya at kayo'y
    ipahamak niya.
  Mapalad ang mga nanganganlong sa
    PANGINOON.

Salmo 3[c]

Panalangin sa Oras ng Panganib

[1] PANGINOON, kay dami kong kaaway;
  kay daming kumakalaban sa akin!
[2] Sinasabi nilang hindi n'yo raw ako
    ililigtas.
[3] Ngunit kayo ang aking kalasag.
  Pinalalakas n'yo ako at pinagtatagumpay
    sa aking mga kaaway.
[4] Tumawag ako sa inyo PANGINOON at sinagot
    n'yo ako mula sa inyong banal[d] na
    bundok.
[5] At dahil iniingatan n'yo ako, nakakatulog ako
    at nagigising pa.
[6] Hindi ako matatakot kahit ilang libo pang
    kaaway ang nakapalibot sa akin.

[7] Pumarito kayo, PANGINOON!
  Iligtas n'yo po ako, Dios ko,
  dahil noon ay inilagay n'yo sa kahihiyan
    ang lahat ng mga kaaway ko,
  at inalis mo sa mga masamang tao ang
    kanilang kakayahang saktan ako.
[8] Kayo, PANGINOON, ang nagliligtas.
  Kayo rin po ang nagpapala sa inyong mga
    mamamayan.

---

b 7 ako ang iyong Ama: o, *ipinapakilala mong ama mo
ako.*

*c Salmo 3 Ang unang mga salita sa Hebreo: Awit na
isinulat ni David o para kay David nang tumakas siya
mula sa anak niyang si Absalom.*

d 4 banal: o, *hinirang.*

---

a 6 Zion: o, *Jerusalem.*

Salmo 4[a]

Panalangin sa Gabi

[1] O Dios na aking Tagapagtanggol, sagutin n'yo
po ako kapag ako'y tumatawag sa inyo.
Hindi ba noon tinulungan n'yo ako nang
ako'y nasa kagipitan?
Kaya ngayon, maawa kayo sa akin at
pakinggan ang dalangin ko.

[2] Kayong mga kumakalaban *sa akin,*
kailan kayo titigil sa inyong paninirang
puri sa akin?
Hanggang kailan ninyo iibigin ang mga
bagay na walang kabuluhan at
magpapatuloy sa kasinungalingan?[b]
[3] Dapat ninyong malaman na ibinukod ng
Panginoon ang mga banal para sa
kanyang sarili.
Kaya kung tatawag ako sa Panginoon,
pakikinggan niya ako.
[4] Kapag kayo'y nagagalit, huwag kayong
magkakasala.
Habang nakahiga kayo sa inyong higaan,
tumahimik kayo at magbulay-bulay.
[5] Magtiwala kayo sa Panginoon at mag-alay sa
kanya ng tamang mga handog.

[6] Marami ang nagsasabi,
"Sino ang magpapala sa amin?"
Panginoon, kaawaan n'yo po kami!
[7] Pinaliligaya n'yo ako,
higit pa kaysa sa mga taong sagana sa
pagkain at inumin.
[8] Kaya nakakatulog ako ng mapayapa,
dahil binabantayan n'yo ako, O
Panginoon.

Salmo 5[c]

Panalangin para Ingatan ng Panginoon

[1] O Panginoon, pakinggan n'yo po ang aking
mga hinaing at iyak.
[2] Pakinggan n'yo ang paghingi ko ng tulong, O
Dios ko at aking Hari,
dahil sa inyo lamang ako lumalapit.
[3] Sa umaga, O Panginoon naririnig n'yo ang
aking panalangin, habang sinasabi ko
sa inyo ang aking mga kahilingan at
hinihintay ko ang inyong kasagutan.
[4] Kayo ay Dios na hindi natutuwa sa kasamaan,
at hindi n'yo tinatanggap ang taong
namumuhay sa kasalanan.
[5] Ang mga mapagmataas ay hindi makalalapit
sa inyong harapan,
at ang mga gumagawa ng kasamaan ay
inyong kinasusuklaman.

[6] Lilipulin n'yo ang mga sinungaling.
Kinasusuklaman n'yo ang mga
mamamatay-tao at mga mandaraya.
[7] Ngunit dahil sa dakila n'yong pag-ibig sa akin,
makakapasok ako sa banal n'yong templo.
At doon ako'y sasamba nang may
paggalang sa inyo.

[8] O Panginoon, dahil napakarami ng aking
mga kaaway,
gabayan n'yo ako tungo sa inyong matuwid
na daan.
Gawin n'yong madali para sa akin ang
pagsunod ko sa inyong kagustuhan.
[9] Hindi maaasahan ang sinasabi ng aking mga
kaaway,
laging hangad nila'y kapahamakan ng iba.
Ang kanilang pananalita ay mapanganib
katulad ng bukas na libingan,
at ang kanilang sinasabi ay puro panloloko.
[10] O Dios, parusahan n'yo po ang aking mga
kaaway.
Mapahamak sana sila sa sarili nilang
masamang plano.
Itakwil n'yo sila dahil sa kanilang mga
kasalanan,
dahil sila'y sumuway sa inyo.
[11] Ngunit magalak nawa ang lahat ng
nanganganlong sa inyo;
magsiawit nawa sila sa kagalakan.
Ingatan n'yo silang mga nagmamahal sa
inyo, upang sa inyo magmula ang
kanilang kagalakan.
[12] Pinagpapala n'yo Panginoon ang mga
matuwid.
Ang pag-ibig n'yo ay parang kalasag na
nag-iingat sa kanila.

Salmo 6[d]

Panalangin para Tulungan ng Dios

[1] O Panginoon, huwag n'yo akong parusahan
kahit na kayo ay nagagalit sa akin.
[2] Maawa po kayo sa akin at ako'y pagalingin,
dahil ako'y nanghihina na.
[3] O Panginoon, ako'y labis na nababagabag.
Kailan n'yo po ako pagagalingin?
[4] Dinggin n'yo ako Panginoon at ako'y
palayain.
Iligtas n'yo ako sa kamatayan alang-alang
sa pag-ibig n'yo sa akin.
[5] Dahil kung ako'y patay na ay hindi na kita
maaalala,
sa lugar ng mga patay ay hindi na rin ako
makakapagpuri pa.
[6] Ako'y pagod na sa sobrang pagdaing.
Gabi-gabi'y basa ng luha ang aking unan,
dahil sa labis na pag-iyak.
[7] Ang aking mga mata'y namumugto na sa
kaiiyak,
dahil sa ginagawa ng lahat kong mga
kaaway.

---

*a Salmo 4 Ang unang mga salita sa Hebreo: Awit na
isinulat ni David. Para sa direktor ng mga mang-aawit:
Tugtugin ang mga instrumentong may mga kwerdas.*
*b 2 iibigin…kasinungalingan: Maaaring ang ibig sabihin
ay pagsamba sa dios-diosan.*
*c Salmo 5 Ang unang mga salita sa Hebreo: Awit na
isinulat ni David. Para sa direktor ng mga mang-aawit:
Tugtugin ang plauta.*
*d Salmo 6 Ang unang mga salita sa Hebreo: Awit na
isinulat ni David. Para sa direktor ng mga mang-aawit:
Tugtugin ang instrumentong may walong kwerdas.*

⁸ Lumayo kayo sa akin, kayong gumagawa ng
　 kasamaan,
　　 dahil narinig ng PANGINOON ang aking
　　　 pag-iyak.
⁹ Narinig niya ang paghingi ko ng tulong,
　 at sasagutin niya ang aking dalangin.
¹⁰ Mapapahiya at matatakot ang lahat ng aking
　　 kaaway,
　　 kaya bigla silang tatakas dahil sa sobrang
　　　 kahihiyan.

Salmo 7ᵃ

Palaging Tama ang Ginagawa ng Dios
¹ PANGINOON kong Dios, nanganganlong ako
　 sa inyo.
　　 Iligtas n'yo ako sa mga umuusig sa akin.
² Baka patayin nila ako,
　 katulad ng pagluray ng leon sa kanyang
　　 mga biktima,
　 kung walang magliligtas sa akin.
³ PANGINOON kong Dios, kung talagang ginawa
　 ko ang mga kasalanang ito—
⁴ kung ginantihan ko nga ng masama ang
　　 ginawang mabuti ng aking kaibigan,
　 o kung sinamsam ko ang mga ari-arian
　　 ng aking mga kaaway nang walang
　　　 dahilan,
⁵ hayaan n'yong usigin ako ng aking mga
　　 kaaway at talunin.
　　 Hayaan n'yong tapakan nila ako hanggang
　　　 sa mamatay, at pabayaan sa lupa ang
　　　 aking bangkay.

⁶ Sige na po, O PANGINOON kong Dios,
　　 ipakita n'yo ang inyong galit sa aking mga
　　　 kaaway,
　　 dahil nais n'yo rin ang katarungan.
⁷ Tipunin n'yo ang lahat ng bansa sa palibot n'yo,
　 at pamahalaan n'yo sila mula sa langit.
⁸ Kayo PANGINOON ang humahatol sa lahat ng
　　 tao.
　　 Patunayan n'yo sa kanila na mali ang
　　　 kanilang mga paratang laban sa akin,
　　 dahil alam n'yo na ako'y matuwid,
　　 at namumuhay nang wasto.
⁹ Pigilan n'yo ang kasamaang ginagawa ng mga
　　 tao,
　　 at pagpalain n'yo ang mga matuwid,
　　 dahil kayo ay Dios na matuwid,
　　 at sinisiyasat n'yo ang aming mga puso't
　　　 isipan.
¹⁰ Kayo, O Dios, ang nag-iingat sa akin.
　　 Inililigtas n'yo ang mga namumuhay nang
　　　 matuwid.
¹¹ Kayo ang matuwid na hukom, at sa araw-araw
　　 ay *ipinapakita n'yo ang inyong* galit sa
　　　 masasama.
¹²⁻¹³ Kung ayaw nilang magsisi sa kanilang mga
　　 kasalanan,
　　 ikaw nama'y nakahandang sila'y parusahan.

Katulad n'yo ay isang sundalong nakahanda
　 na ang mga nakamamatay na sandata.
Nahasa na niya ang kanyang espada,
　 at nakaumang na ang palasong nagbabaga.

¹⁴ Mapag-isip sila ng gulo at kasamaan,
　 kaya nakakapanloko sila ng kapwa.
¹⁵⁻¹⁶ Pero sila mismo ang mapapahamak sa
　　 kanilang binabalak na panggugulo at
　　　 karahasan.
　　 Ang katulad nila ay humuhukay ng bitag
　　　 para mahulog ang iba,
　　 pero sila rin ang mahuhulog sa hinukay nila.

¹⁷ Pinasasalamatan ko kayo PANGINOON, dahil
　　 matuwid kayo.
　　 Aawitan ko kayo ng mga papuri, Kataas-
　　　 taasang Dios.

Salmo 8ᵇ

Ang Kadakilaan ng Dios ay Makikita sa Buong Sanlibutan
¹ O PANGINOON, aming Panginoon, ang
　　 kadakilaan ng inyong pangalan ay
　　　 makikita sa buong mundo,
　 at ipinakita n'yo ang inyong kaluwalhatian
　　 hanggang sa kalangitan.
² Kahit mga bata at sanggol ay nagpupuri sa inyo,
　 kaya napapahiya at tumatahimik ang
　　 inyong mga kaaway.

³ Kapag tumitingala ako sa langit na inyong
　　 nilikha,
　　 at aking pinagmamasdan ang buwan at
　　　 mga bituin sa kanilang kinalalagyan,
⁴ ako'y nagtatanong, ano ba ang tao upang
　　 inyong alalahanin?
　　 Sino nga ba siya upang inyong kalingain?
⁵ Ginawa n'yo kaming mababa ng kaunti sa
　　 mga anghel.
　　 Ngunit pinarangalan n'yo kami na parang
　　　 mga hari.
⁶ Ipinamahala n'yo sa amin ang inyong mga
　　 nilalang,
　　 at ipinasailalim sa amin ang lahat ng bagay:
⁷ mga tupa, mga baka at lahat ng mga
　　 mababangis na hayop,
⁸ ang mga ibon sa himpapawid, mga isda sa
　　 dagat at lahat ng naroroon.
⁹ O PANGINOON, aming Panginoon, ang
　　 kadakilaan ng inyong pangalan ay
　　　 makikita sa buong mundo.

Salmo 9ᶜ

Ang Makatarungang Paghatol ng Dios
¹ PANGINOON, buong puso kitang
　　 pasasalamatan.

---
a Salmo 7 Ang unang mga salita sa Hebreo: *Ang
"shiggaion" ni David tungkol kay Cush na mula sa
angkan ni Benjamin. Inawit niya ito sa* PANGINOON. *Ang
"shiggaion" maaaring isang uri ng awit.*

---
b Salmo 8 Ang unang mga salita sa Hebreo: *Awit na
isinulat ni David. Para sa pinuno ng mga mang-aawit:
Tugtugin ang instrumentong "gittith."*

c Salmo 9 Ang unang mga salita sa Hebreo: *Awit na
isinulat ni David. Para sa direktor ng mga mang-aawit:
Awitin ito sa tono ng awiting "Ang Pagkamatay ng Anak."*

Ikukuwento ko ang lahat ng inyong
   ginawang kahanga-hanga.
² Magpapakasaya ako dahil sa inyo, Kataas-
   taasang Dios.
   Aawit ako ng mga papuri para sa inyo.
³ Kapag nagpapakita kayo sa aking mga
   kaaway, natatakot sila:
   tumatakas sila, nadadapa, at sa inyong
   harapan sila'y namamatay.
⁴ Nakaupo kayo sa inyong trono bilang
   matuwid na hukom.
   Noong hinatulan n'yo ako, napatunayan
   n'yong wala akong kasalanan.
⁵ Hinatulan n'yo at nilipol ang mga bansang
   masasama,
   kaya hindi na sila maaalala magpakailanman.
⁶ Tuluyan nang nawala ang aking mga kaaway;
   sila ay lubusang nawasak.
   Giniba n'yo rin ang kanilang mga bayan,
   at sila'y lubusan nang makakalimutan.
⁷ Ngunit kayo, Panginoon ay maghahari
   magpakailanman.
   At handa na ang inyong trono para sa
   paghatol.
⁸ Hinahatulan n'yo nang matuwid ang mga tao
   sa bawat bansa,
   at wala kayong kinikilingan.
⁹ Panginoon, kayo ang kanlungan ng mga
   inaapi,
   at kublihan sa panahon ng kahirapan.
¹⁰ Sa inyo nagtitiwala ang nakakakilala sa inyo,
   dahil hindi n'yo itinatakwil ang mga
   lumalapit sa inyo.

¹¹ Magsiawit kayo ng papuri sa Panginoon na
   hari ng Jerusalem!
   Ihayag ninyo sa mga bansa ang kanyang
   mga ginawa!
¹² Hindi niya nakakalimutan ang panawagan ng
   mga pinahihirapan;
   pinaghihigantihan niya ang mga
   nagpapahirap sa kanila.

¹³ Panginoon, tingnan n'yo po ang
   pagpapahirap sa akin ng aking mga
   kaaway.
   Maawa kayo sa akin, at iligtas n'yo ako sa
   bingit ng kamatayan,
¹⁴ upang masabi ko *sa lahat ng tao* sa pintuan ng
   Zion,ᵃ ang inyong mga ginawa,
   at ako'y magagalak at magpupuri dahil sa
   inyong pagliligtas.

¹⁵ Nangyari mismo sa kanilang bansa *ang
   plinano nilang masama.*
   At sila mismo ang nahuli sa sarili nilang
   bitag.
¹⁶ Ipinakita ng Panginoon kung sino siya sa
   pamamagitan ng paghatol niya ng
   matuwid.
   At ang masasama ay napahamak,
   dahil na rin sa kanilang ginawang masama.
¹⁷ Mamamatay ang taong masasama sa lahat ng
   bansa,
   dahil itinakwil nila ang Dios.

ᵃ 14 Zion: o, Jerusalem.

¹⁸ Ang mga dukha ay hindi laging pababayaan,
   at ang pag-asa ng mga mahihirap ay hindi
   na mawawala kailanman.

¹⁹ O Panginoon, huwag n'yong pabayaang
   manaig ang kakayahan ng mga tao,
   tipunin n'yo sa inyong presensya at hatulan
   ang mga taong hindi kumikilala sa inyo.
²⁰ Turuan n'yo silang matakot Panginoon,
   at nang malaman nilang sila'y mga tao
   lamang.

Salmo 10

Panalangin upang Tulungan
¹ Panginoon, bakit parang kay layo n'yo sa
   akin?
   Bakit sa panahon ng kaguluhan kayo ay
   nagtatago sa amin?
² Ang dukha ay pinahihirapan ng masasama at
   mayayabang,
   Sana'y mangyari rin sa kanila ang kanilang
   masasamang plano.
³ Ipinagmamalaki nila ang kanilang
   masasamang kagustuhan.
   Pinupuri nila ang mga sakim,
   ngunit kinukutya ang Panginoon.
⁴ Dahil sa kahambugan ng mga taong masama,
   binabalewala nila ang Dios,
   at ayaw nila siyang lapitan.
⁵ Ang kanilang pamumuhay ay laging
   matagumpay,
   at hindi man lang sila nag-aalala na sila'y
   inyong hahatulan.
   Hinahamak nila ang lahat ng kanilang mga
   kaaway.
⁶ Akala nila'y walang mangyayaring masama
   sa kanila at wala silang magiging
   problema.
⁷ Sila'y lapastangan kapag nagsalita,
   sinungaling at mapagbanta,
   at sila na rin ang nagsasabi ng masasakit at
   masasamang salita.
⁸ Sa liblib na mga lugar sila'y nagtatago,
   at nag-aabang sa mga inosente na kanilang
   papatayin.
⁹ Naghihintay silang nakakubli na parang leon,
   upang sakmalin at kaladkarin ang
   mahihirap.
¹⁰ Dahil malakas sila, ibinabagsak nila ang mga
   kawawa,
   hanggang sa hindi na makabangon.
¹¹ Ang akala nila'y hindi sila pinapansin ng Dios
   at hinding-hindi niya nakikita ang
   kanilang mga ginawa.

¹² Sige na Panginoong Dios, parusahan n'yo na
   po *ang mga taong masama.*
   Huwag n'yong pababayaan ang mga inaapi.
¹³ O Dios, bakit nilalait kayo ng mga taong
   masama?
   Sinasabi pa nila, "Hindi tayo parurusahan
   ng Dios."
¹⁴ Ngunit nakikita n'yo, O Dios, ang mga taong
   nagdurusa at naghihirap.

Lumalapit sa inyo ang mga kaawa-awa
   tulad ng mga ulila,
at nakahanda kayong tumulong sa kanila.
[15] Alisan n'yo ng lakas ang mga taong masama,
   at parusahan n'yo sila hanggang sa sila'y
      tumigil na sa paggawa ng masama.
[16] PANGINOON, kayo ay Hari magpakailanman!
   At ang masamang tao ay maglalaho sa
      mundo.
[17] PANGINOON, narinig n'yo ang dalangin ng
      mga mahihirap.
   Pakinggan n'yo po sila at palakasin.
[18] Bigyan n'yo ng katarungan ang mga ulila at
      mga api,
   upang wala ng mga taong mananakot ng
      kapwa, dahil sila'y tao rin lang.

Salmo 11[a]

Pagtitiwala sa PANGINOON

[1] Nagtitiwala ako sa PANGINOON na aking
      kanlungan.
   O tao, bakit ninyo sinasabi sa akin,
   "Tumakas ka papuntang kabundukan, at
      lumipad tulad ng ibon.[b]
[2]   Inihanda na ng mga masama ang kanilang
      mga pana,
   para panain nang palihim ang mga
      matuwid.
[3] Ano ang magagawa ng mga matuwid kung
      ang batas
   na pundasyon ng bayan ay wala nang
      halaga?"

[4] Ang PANGINOON ay nasa kanyang templo;
   at nasa langit ang kanyang trono.
   Tinitingnan niya at sinisiyasat ang lahat
      ng tao.

[5] Sinisiyasat niya ang matutuwid at masama.
   At siya'y napopoot sa malulupit.
[6] Pauulanan niya ng lumalagablab na baga at
      asupre ang masasama;
   at ipapadala niya ang mainit na hangin na
      papaso sa kanila.
[7] Dahil ang PANGINOON ay matuwid at iniibig
      niya ang mga gawang mabuti,
   kaya ang mga namumuhay nang tama ay
      makakalapit sa kanya.[c]

Salmo 12[d]

Panalangin para Tulungan ng Dios

[1] PANGINOON, tulungan n'yo po kami,
   dahil wala nang makadios,

---

at wala na ring may paninindigan.
[2] Nagsisinungaling sila sa kanilang kapwa.
   Nambobola sila para makapandaya
      ng iba.
[3] PANGINOON, patigilin n'yo na sana ang mga
      mayayabang at mambobola.
[4] Sinasabi nila,
   "Sa pamamagitan ng aming pananalita ay
      magtatagumpay kami.
   Sasabihin namin ang gusto naming
      sabihin,
   at walang sinumang makakapigil sa amin."

[5] Sinabi ng PANGINOON,
   "Kikilos ako! Nakikita ko ang kaapihan ng
      mga dukha,
   at naririnig ko ang iyakan ng mga
      naghihirap.
   Kaya't ibibigay ko sa kanila ang
      pinapangarap nilang kaligtasan."
[6] Ang pangako ng PANGINOON ay purong
      katotohanan,
   gaya ng purong pilak na pitong ulit na
      nasubukan sa nagliliyab na pugon.

[7] PANGINOON, nalalaman namin na kami ay
      inyong iingatan,
   at ilalayo sa masamang henerasyong ito
      magpakailanman.
[8] Pinalibutan nila kami,
   at pinupuri pa ng lahat ang kanilang
      kasuklam-suklam na gawain.

Salmo 13[e]

Panalangin para Tulungan

[1] PANGINOON, hanggang kailan n'yo ako
      kalilimutan?
   Kalilimutan n'yo ba ako habang buhay?
   Hanggang kailan ba kayo magtatago sa
      akin?
[2] Hanggang kailan ko dadalhin itong mga
      pangamba ko?
   Ang aking mga araw ay punong-puno ng
      kalungkutan.
   Hanggang kailan ba ako matatalo ng aking
      mga kaaway?

[3] PANGINOON kong Dios, bigyan n'yo ako ng
      pansin;
   sagutin n'yo ang aking dalangin.
   Ibalik n'yo ang ningning sa aking mga
      mata,
   upang hindi ako mamatay
[4] at upang hindi masabi ng aking mga kaaway
      na natalo nila ako, dahil tiyak na
      magagalak sila kung mapahamak ako.
[5] PANGINOON, naniniwala po ako na mahal
      n'yo ako.
   At ako ay nagagalak dahil iniligtas n'yo
      ako.
[6] PANGINOON, aawitin kita dahil napakabuti
      n'yo sa akin mula pa noon.

---

a Salmo 11 Ang unang mga salita sa Hebreo: Isinulat ni
David para sa direktor ng mga mang-aawit.
b 1 Tumakas…ibon: Ito ay nasa Septuagint at Syriac. Sa
Hebreo, Ibon, tumakas kayo sa inyong bundok.
c 7 makakalapit sa kanya: sa literal, makakakita sa
mukha niya.
d Salmo 12 Ang unang mga salita sa Hebreo: Awit na
isinulat ni David. Para sa direktor ng mga mang-aawit:
Tugtugin ito gamit ang mga instrumentong may walong
kwerdas.

e Salmo 13 Ang unang mga salita sa Hebreo: Isinulat ni
David para sa tagakumpas ng mga mang-aawit.

Salmo 14[a]

Ang Kasamaan ng Tao
(Salmo 53)

[1] "Walang Dios!"
  Iyan ang sinasabi ng mga hangal sa
    kanilang sarili.
  Masasama sila at kasuklam-suklam ang
    kanilang mga gawa.
  Ni isa sa kanila ay walang gumagawa ng
    mabuti.
[2] Mula sa langit, tinitingnan ng PANGINOON
    ang lahat ng tao,
  kung may nakakaunawa *ng katotohanan* at
    naghahanap sa kanya.
[3] Ngunit ang lahat ay naligaw *ng landas* at pare-
    parehong nabulok ang pagkatao.
  Wala kahit isa man ang gumagawa ng
    mabuti.

[4] Kailan kaya matututo ang masasamang tao?
  Sinasamantala nila ang aking mga
    kababayan para sa kanilang
    pansariling kapakanan.
  At hindi sila nananalangin sa PANGINOON.
[5] Ngunit *darating ang araw na manginginig* sila
    sa takot,
  dahil kakampihan ng Dios ang mga
    matuwid.
[6] Sinisira ng masasamang tao ang mga plano
    ng mga dukha,
  ngunit ang PANGINOON ang magiging
    kanlungan nila.
[7] Dumating na sana ang Tagapagligtas ng Israel
    mula sa Zion!
  Magsasaya ang mga Israelita, ang mga
    mamamayan ng PANGINOON,
  kapag naibalik na niya ang kanilang
    kasaganaan.

Salmo 15[b]

Ang Nais ng Dios sa mga Sumasamba sa
Kanya

[1] PANGINOON, sino ang maaaring tumira sa
    inyong templo?
  Sino ang karapat-dapat na tumira sa
    inyong Banal na Bundok?

[2] *Sumagot ang PANGINOON,*
  "Ang taong
    namumuhay ng tama,
  walang kapintasan at taos-pusong
    nagsasabi ng katotohanan,
[3] hindi naninirang puri,
  at hindi nagsasalita at gumagawa ng
    masama laban sa kanyang kapwa.
[4] Itinatakwil ang mga taong sobrang sama,
  ngunit pinararangalan ang mga taong may
    takot sa Dios.

Tinutupad ang kanyang ipinangako kahit
    na mahirap gawin.
[5] Hindi nagpapatubo sa kanyang mga pautang,
  at hindi tumatanggap ng suhol upang
    sumaksi laban sa taong walang
    kasalanan."
  Ang taong gumagawa ng ganito ay hindi
    matitinag kailanman.

Salmo 16[c]

Panalangin ng Pagtitiwala sa Dios

[1] O Dios, ingatan n'yo po ako,
  dahil sa inyo ako nanganganlong.
[2] Kayo ang aking PANGINOON.
  Lahat ng kabutihang nakamtan ko ay mula
    sa inyo.
[3] Tungkol sa inyong mga taong banal na nasa
    lupain ng Israel,
  lubos ko silang kinalulugdan.
[4] Ngunit ang mga sumusunod sa mga dios-
    diosan ay lalong mahihirapan.
  Hindi ako sasama sa paghahandog nila ng
    dugo sa kanilang mga dios-diosan,
  at ayaw kong banggitin man lang ang
    pangalan ng mga ito.
[5] PANGINOON, kayo ang lahat sa aking buhay.
  Lahat ng pangangailangan ko'y inyong
    ibinibigay.
  Kinabukasan ko'y nasa inyong mga kamay.
[6] Ang mga biyayang kaloob n'yo sa akin
    ay parang malawak na taniman,
    kahanga-hangang tunay.
  Tunay na napakaganda ng kaloob na
    ibinigay n'yo sa akin.
[7] Pupurihin ko kayo, PANGINOON, na sa akin ay
    nagpapayo.
  At kahit sa gabi'y pinaaalalahanan ako ng
    aking budhi.
[8] PANGINOON palagi ko kayong iniisip,
  at dahil kayo ay lagi kong kasama, hindi
    ako matitinag.
[9] Kaya't nagagalak ang puso ko,
  at ako'y panatag, dahil *alam kong* ligtas
    ako.
[10] Sapagkat hindi n'yo pababayaan na ang aking
    kaluluwa ay mapunta sa lugar ng mga
    patay;
  hindi n'yo hahayaang mabulok sa libingan
    ang matapat n'yong lingkod.
[11] Itinuro n'yo sa akin ang landas patungo sa
    buhay na puno ng kasiyahan,
  at sa piling n'yo, aking matatagpuan ang
    ligayang walang hanggan.

Salmo 17[d]

Ang Dalangin ng Taong Matuwid

[1] O PANGINOON, pakinggan n'yo ang taimtim
    kong dalangin.

---

a Salmo 14 Ang unang mga salita sa Hebreo: *Isinulat ni
David para sa tagakumpas ng mga mang-aawit.*
b Salmo 15 Ang unang mga salita sa Hebreo: *Ang awit
na isinulat ni David.*

c Salmo 16 Ang unang mga salita sa Hebreo: *Ang
"miktam" ni David.*
d Salmo 17 Ang unang mga salita sa Hebreo: *Ang
panalangin ni David.*

Dinggin n'yo po ang hiling kong
katarungan.
² Alam n'yo kung sino ang gumagawa ng
matuwid,
kaya sabihin n'yo na wala akong
kasalanan.
³ Siniyasat n'yo ang puso ko, at kahit sa gabi'y
sinusubukan n'yo ako,
ngunit wala kayong nakitang anumang
kasalanan sa akin.
Napagpasyahan ko na hindi ako
magsasalita ng masama
⁴ gaya ng ginagawa ng iba.
Dahil sa inyong mga salita,
iniiwasan ko ang paggawa ng masama at
kalupitan.
⁵ Palagi kong sinusunod ang inyong
kagustuhan,
at hindi ako bumabaling sa kaliwa o sa
kanan man.

⁶ O Dios sa inyo ako'y dumadalangin,
dahil alam kong ako'y inyong diringin.
Pakinggan n'yo po ang aking mga hiling.
⁷ Ipakita n'yo ang inyong pag-ibig sa
pamamagitan ng inyong kahanga-
hangang gawa.
Alam ko, sa inyong kapangyarihan,
inyong inililigtas ang mga taong
nanganganlong sa inyo mula sa
kanilang mga kaaway.
⁸ Ingatan n'yo ako katulad ng pag-iingat ng tao
sa kanyang mga mata,
at kalingain n'yo *gaya ng pagtatakip ng
inahing manok sa kanyang mga sisiw
sa* ilalim ng kanyang mga pakpak.
⁹ Ipagtanggol n'yo po ako sa aking mga kaaway
na nakapaligid sa akin at pinagtatangkaan
ang aking buhay.
¹⁰ Sila'y mayayabang sa kanilang pagsasalita at
mga walang awa.
¹¹ Ako'y hinanap nila at ngayo'y kanilang
napapaligiran.
Naghihintay na lamang sila ng
pagkakataong itumba ako.
¹² Para silang mga leon na kumukubli at
nag-aabang,
at nakahandang sumakmal ng mga
biktima.

¹³ Sige na po Panginoon, labanan n'yo na at
talunin sila.
At iligtas n'yo ako sa pamamagitan ng
inyong kapangyarihan.
¹⁴ Iligtas n'yo ako sa mga makamundong tao na
ang gusto lamang ay ang mga bagay
ng sanlibutan.

Kaming mga minamahal n'yo ay biyayaan
n'yo ng kasaganaan,
pati ang aming mga anak, hanggang sa
aming kaapu-apuhan.

¹⁵ Dahil ako'y matuwid, makikita ko kayo.
At sapat na sa akin ang makita ka sa aking
paggising.

Salmo 18ᵃ

Awit ng Tagumpay ni David
(2 Sam. 22:1-51)

¹ Iniibig ko kayo Panginoon. Kayo ang aking
kalakasan.
² Panginoon, kayo ang aking matibay na
batong kanlungan at pananggalang.
Kayo ang aking Tagapagligtas na nag-iingat
sa akin.
³ Karapat-dapat kayong purihin, Panginoon,
dahil kapag tumatawag ako sa inyo,
inililigtas n'yo ako sa mga kalaban ko.

⁴⁻⁵ Ang kamataya'y parang lubid na nakapulupot
sa akin at parang bitag sa aking
dadaanan,
na para ring malakas na agos na
tumatangay sa akin.
⁶ Kinakabahan ako! Humingi ako ng tulong sa
inyo, Panginoon kong Dios,
at pinakinggan n'yo ang panalangin ko sa
inyong templo.

⁷ Nagalit kayo, at lumindol, maging ang
pundasyon ng mga bundok ay
nayanig.
⁸ Umusok din ang inyong ilong,
at ang inyong bibig ay bumuga ng apoy at
mga nagliliyab na baga.
⁹ Binuksan n'yo ang langit at kayo'y bumaba,
at tumuntong sa maitim at makapal na
ulap.
¹⁰ Kayo'y sumakay sa isang kerubin,
at mabilis na lumipad na dala ng hangin.
¹¹ Ginawa n'yong talukbong ang kadiliman,
at nagtago kayo sa maitim na ulap.
¹² Kumidlat mula sa inyong kinaroroonan,
at mula roo'y bumagsak ang mga yelo at
nagliliyab na baga.
¹³ Ang tinig n'yo, Kataas-taasang Dios na aming
Panginoon, ay dumadagundong
mula sa langit.
¹⁴ Pinana n'yo ng kidlat ang inyong mga kalaban
at nataranta silang nagsitakas.
¹⁵ Sa inyong tinig at matinding galit, *natuyo ang
dagat at* nakita ang lupa sa ilalim nito,
pati na rin ang pundasyon ng mundo ay
nalantad.
¹⁶ At mula sa langit ako'y inabot n'yo
at inahon mula sa malalim na tubig.
¹⁷ Iniligtas n'yo ako sa kapangyarihan ng aking
mga kalaban na hindi ko kayang
labanan.
¹⁸ Sinalakay nila ako sa oras ng aking kagipitan.
Ngunit sinaklolohan n'yo ako, Panginoon.
¹⁹ Dinala n'yo ako sa lugar na walang
kapahamakan dahil nalulugod kayo sa
akin.
²⁰ Pinagpala n'yo ako dahil ako'y namumuhay
sa katuwiran.

---

a Salmo 18 Ang unang mga salita sa Hebreo: *Para sa
direktor ng mga mang-aawit. Ang awit na isinulat ni
David na lingkod ng* Panginoon. *Inawit niya ito noong
iniligtas siya ng* Panginoon *mula kay Saul at sa iba pa
niyang mga kalaban.*

Sa kalinisan ng aking kamay ako'y inyong
ginantimpalaan.
²¹ Dahil sinusunod ko ang inyong kalooban,
at hindi ko kayo tinalikuran, PANGINOON
na aking Dios.
²² Tinutupad ko ang lahat ng inyong utos.
Ang inyong mga tuntunin ay hindi ko
sinusuway.
²³ Alam n'yong namumuhay ako ng walang
kapintasan,
at iniiwasan ko ang kasamaan.
²⁴ Kaya naman ako'y inyong ginagantimpalaan,
dahil nakita n'yong matuwid ang aking
pamumuhay.
²⁵ Tapat kayo sa mga tapat sa inyo,
at mabuti kayo sa mabubuting tao.
²⁶ Tapat kayo sa mga taong totoo sa inyo,
ngunit tuso kayo sa mga taong masama.
²⁷ Inililigtas n'yo ang mga mapagpakumbaba,
ngunit ang nagmamataas ay inyong
ibinababa.

²⁸ PANGINOON kong Dios, kayo ang nagbibigay
sa akin ng liwanag.
Sa gitna ng kadiliman kayo ang aking
tanglaw.
²⁹ Sa tulong n'yo, kaya kong salakayin ang grupo
ng mga sundalo,
at kaya kong akyatin ang pader ng kanilang
tanggulan.
³⁰ Ang pamamaraan n'yo, O Dios ay walang
kamalian.
Ang inyong mga salita ay maaasahan.
Kayo'y katulad ng isang kalasag sa mga
naghahanap ng kaligtasan^a sa inyo.
³¹ Kayo lang, PANGINOON, ang *tunay na* Dios, at
wala nang iba.
At kayo lang talaga ang aming batong
kanlungan.
³² Kayo ang nagbibigay sa akin ng kalakasan,
at nagbabantay sa aking daraanan.
³³ Pinatatatag n'yo ang aking paa tulad ng paa
ng usa,
upang maging ligtas ang pag-akyat ko sa
matataas na lugar.
³⁴ Sinasanay n'yo ako sa pakikipaglaban, tulad
ng pagbanat ng matibay na pana.
³⁵ Ang katulad n'yo ay kalasag na nag-iingat sa
akin.
Inaakay n'yo ako sa pamamagitan ng
inyong kapangyarihan,
at dahil sa tulong n'yo, naging tanyag ako.
³⁶ Pinaluwang n'yo ang aking dadaanan,
kaya hindi ako natitisod.
³⁷ Hinabol ko ang aking mga kalaban at
inabutan ko sila,
at hindi ako tumigil hanggang sa naubos
ko sila.
³⁸ Hinampas ko sila hanggang sa magsibagsak,
at hindi na makabangon sa aking paanan.
³⁹ Binigyan n'yo ako ng lakas sa pakikipaglaban,
kaya natalo ko ang aking mga kalaban.
⁴⁰ Dahil sa inyo, umatras ang aking mga kaaway
na may galit sa akin,

at sila'y pinatay ko.
⁴¹ Humingi sila ng tulong, ngunit walang
sinumang tumulong.
Tumawag din sila sa inyo PANGINOON,
ngunit kayo'y hindi tumugon.
⁴² Dinurog ko sila hanggang sa naging alikabok
na lang na inililipad ng hangin,
at tinatapak-tapakan na parang putik sa
kalsada.
⁴³ Ako'y iniligtas n'yo sa mga rebelde,
at ginawa n'yo akong pinuno ng maraming
bansa.
Kahit ako'y hindi nila kilala,
pinaglingkuran nila ako.
⁴⁴ Yumuyukod sila sa aking harapan.
Naririnig pa lang nila ang tungkol sa akin,
sumusunod agad sila sa utos ko.
⁴⁵ Nawawalan sila ng lakas ng loob,
kaya lumalabas sila sa kanilang
pinagtataguan na nanginginig sa
takot.
⁴⁶ Buhay kayo, PANGINOON!
Karapat-dapat kayong purihin at dakilain,
O Dios na aking batong *kanlungan* at
Tagapagligtas!
⁴⁷ Pinaghigantihan n'yo ang aking mga kaaway,
at ipinasailalim mo ang mga bansa sa aking
kapangyarihan.
⁴⁸ Inililigtas n'yo ako sa mararahas kong kalaban,
at pinagtagumpay n'yo ako sa kanila.
⁴⁹ Kaya pararangalan ko kayo sa mga bansa.
O PANGINOON, aawitan ko kayo ng mga
papuri.
⁵⁰ Sa hinirang n'yong hari ay nagbigay kayo ng
maraming tagumpay.
Ang inyong pagmamahal ay ipinadama
n'yo kay David at sa kanyang lahi
magpakailanman.

Salmo 19^b

Ang Kadakilaan ng Salita ng Dios

¹ Ipinapakita ng kalangitan ang kadakilaan ng
Dios,
ang gawa ng kanyang kamay.
² Araw at gabi, ang kalangitan ay parang
nagsasabi tungkol sa kanyang
kapangyarihan.
³ Kahit na walang salita o tinig kang maririnig,
⁴ ang kanilang mensahe ay napapakinggan pa
rin sa buong daigdig.

Iginawa ng Dios ang araw ng tirahan sa
kalangitan.
⁵ Tuwing umaga'y sumisikat ang araw,
na parang lalaking bagong kasal na
lumalabas sa bahay nila nang may
galak.
O katulad din ng isang manlalarong
kampeon sa takbuhan, na nasasabik
na tumakbo.

---

a 30 *naghahanap ng kaligtasan:* sa Hebreo, *nanganganlong.*

b Salmo 19 Ang unang mga salita sa Hebreo: *Ang awit
na isinulat ni David na lingkod ng* PANGINOON *para sa
direktor ng mga mang-aawit.*

⁶ Ito'y sumisikat sa silangan, at lumulubog sa
  kanluran.
  At ang kanyang init, hindi mapagtataguan.

Ang Kautusan ng PANGINOON
⁷ Ang kautusan ng PANGINOON ay walang
  kamalian.
  Ito'y nagbibigay sa atin ng bagong
   kalakasan.
  Ang mga turo ng PANGINOON ay
   mapagkakatiwalaan,
  at nagbibigay karunungan sa mga walang
   kaalaman.
⁸ Ang mga tuntunin ng PANGINOON ay tama at
  sa puso'y nagbibigay kagalakan.
  Ang mga utos ng PANGINOON ay malinaw
  at nagbibigay liwanag sa kaisipan.
⁹ Ang pagkatakot sa PANGINOON ay
  nagpapadalisay ng puso; mananatili
  ito magpakailanman.
  Ang mga utos niya ay matuwid at
   makatarungan.
¹⁰ Ang mga ito'y higit pa kaysa purong ginto,
  at mas matamis pa kaysa sa
   pulot-pukyutan.
¹¹ Ang inyong mga utos PANGINOON, ang
  nagbibigay babala sa akin na inyong
  lingkod.
  May dakilang gantimpala kapag ito'y
   sinusunod.

¹² Hindi namin napapansin ang aming mga
  kamalian.
  Kaya linisin n'yo po ako sa mga kasalanang
   hindi ko nalalaman.
¹³ Ilayo n'yo rin ako sa kasalanang sadya kong
  ginagawa,
  at huwag n'yong payagan na alipinin ako
   nito.
  Para mamuhay akong ganap at walang
   kapintasan,
  at lubos na lalaya sa maraming kasalanan.
¹⁴ Sana'y maging kalugod-lugod sa inyo
  PANGINOON ang aking iniisip at
  sinasabi.
  Kayo ang aking Bato na kanlungan at
   Tagapagligtas!

Salmo 20ᵃ

Dalangin para Magtagumpay ang Kaibigan
¹ Sa oras ng kaguluhan, pakinggan sana ng
  PANGINOON ang iyong mga daing.
  At sana'y ingatan ka ng Dios ni Jacob.
² Sana'y tulungan ka niya mula sa kanyang
  templo roon sa Zion.
³ Sana'y tanggapin niya ang iyong mga handog,
  pati na ang iyong mga haing sinusunog.
⁴ Sana'y ibigay niya ang iyong kahilingan,
  at ang iyong mga binabalak ay
  magtagumpay.

⁵ Sa pagtatagumpay mo kami ay sisigaw sa
  kagalakan,
  at magdiriwang na nagpupuri sa ating
  Dios.
  Ibigay nawa ng PANGINOON ang lahat
  mong kahilingan.
⁶ Ngayon ay alam kong ang Dios ang
  nagbibigay ng tagumpay sa haring
  kanyang hinirang,
  at sinasagot niya mula sa banal na langit
  ang kanyang dalangin,
  at lagi niyang pinagtatagumpay
  sa pamamagitan ng kanyang
  kapangyarihan.
⁷ May mga umaasa sa kanilang mga kabayo at
  karwaheng pandigma,
  ngunit kami ay umaasa sa PANGINOON
  naming Dios.
⁸ Sila'y manghihina at tuluyang babagsak,
  ngunit kami ay magiging matatag at
  magtatagumpay.

⁹ PANGINOON, pagtagumpayin n'yo ang
  hinirang n'yong hari.
  At sagutin n'yo kami kapag kami ay
  tumawag sa inyo.

Salmo 21ᵇ

Pagpupuri sa Pagtatagumpay
¹ PANGINOON, sobrang galak ng hari
  dahil binigyan n'yo siya ng kalakasan.
  Siya'y tuwang-tuwa dahil binigyan n'yo
  siya ng tagumpay.
² Ibinigay n'yo sa kanya ang kanyang
  hinahangad;
  hindi n'yo ipinagkait ang kanyang
  kahilingan.
³ Tinanggap n'yo siya, at pinagkalooban ng
  masaganang pagpapala.
  Pinutungan n'yo ang ulo niya ng koronang
  yari sa purong ginto.
⁴ Hiniling niya sa inyo na dagdagan ang buhay
  niya,
  at binigyan n'yo siya ng mahabang buhay.
⁵ Dahil sa pagbibigay n'yo ng tagumpay sa
  kanya,
  naging tanyag siya at makapangyarihan.
⁶⁻⁷ Dahil nagtitiwala siya sa inyo, PANGINOON,
  pinagpala n'yo siya ng mga pagpapalang
  walang katapusan,
  at pinasaya n'yo siya sa inyong piling.
  At dahil minamahal n'yo siya nang tapat,
  Kataas-taasang Dios,
  hindi siya mabubuwal.

⁸ Sa pamamagitan ng inyong kapangyarihan,
  matatalo n'yo ang lahat n'yong mga
  kaaway.
⁹ At kapag kayo ay dumating PANGINOON,
  lilipulin n'yo sila.

---

a Salmo 20 Ang unang mga salita sa Hebreo: Ang awit
na isinulat ni David na lingkod ng PANGINOON para sa
direktor ng mga mang-aawit.

b Salmo 21 Ang unang mga salita sa Hebreo: Ang awit
na isinulat ni David na lingkod ng PANGINOON para sa
direktor ng mga mang-aawit.

Dahil sa galit n'yo, tutupukin sila *na parang
dayami* sa naglalagablab na apoy.
¹⁰ Uubusin n'yo ang lahat ng mga anak nila sa
buong kalupaan,
upang wala nang magpatuloy ng kanilang
lahing *masama.*
¹¹ Nagbabalak sila ng masama laban sa inyo,
ngunit hindi sila magtatagumpay.
¹² Tatakas sila kapag nakita nilang nakatutok na
sa kanila ang inyong pana.
¹³ PANGINOON, pinupuri namin kayo
dahil sa inyong kalakasan.
Aawit kami ng mga papuri
dahil sa inyong kapangyarihan.

Salmo 22[a]

Panawagan sa Dios para Tulungan

¹ Dios ko! Dios ko! Bakit n'yo ako pinabayaan?
Bakit kay layo n'yo sa akin?
Dumadaing ako sa hirap, ngunit hindi n'yo
pa rin ako tinutulungan.
² Dios ko, araw-gabi'y tumatawag ako sa inyo,
ngunit hindi n'yo ako sinasagot,
kaya wala akong kapahingahan.
³ Ngunit banal ka, at nakaluklok ka sa iyong
trono,
at pinupuri ng mga Israelita.
⁴ Ang aming mga ninuno ay sa inyo nagtiwala,
at sila'y inyong iniligtas.
⁵ Tinulungan n'yo sila nang sila ay tumawag sa
inyo.
Sila ay nagtiwala at hindi nabigo.

⁶ Ako'y hinahamak at hinihiya ng mga tao.
Sinasabi nila na para akong higad at hindi
tao.
⁷ Bawat makakita sa akin ay nangungutya,
nang-aasar,
at iiling-iling na nagsasabi,
⁸ "Hindi ba't nagtitiwala ka sa PANGINOON,
bakit hindi ka niya iniligtas?
Hindi ba't nalulugod siya sa iyo, bakit hindi
ka niya tinulungan?"
⁹ Ngunit kayo ang naglabas sa akin sa
sinapupunan ng aking ina,
at mula noong dumedede pa ako, iningatan
n'yo na ako.
¹⁰ Mula kapanganakan ko, nakadepende na ako
sa inyo,
at mula noon, kayo lang ang aking Dios.
¹¹ Kaya huwag n'yo akong pababayaan,
dahil malapit nang dumating ang
kaguluhan,
at wala na akong ibang maaasahan.

¹² Napapaligiran ako ng maraming kaaway,
na para bang mababangis na mga toro
mula sa Bashan.
¹³ Para rin silang mga leong umaatungal
at nakanganga na handa akong lapain.

¹⁴ Nawalan ako ng lakas na parang tubig na
ibinubuhos,
at ang aking mga buto ay parang nalinsad[b]
lahat.
At nawalan ako ng lakas ng loob, para
akong nauupos na kandila.
¹⁵ Ang aking kalakasan ay natuyo na parang
tigang na lupa,
at ang aking dila ay dumidikit sa aking
ngala-ngala.
O PANGINOON, pinabayaan n'yo ako sa
lupa na parang isang patay.
¹⁶ Pinaligiran ako ng mga taong masama na
parang mga aso.
At binutasan nila ang aking mga kamay at
mga paa.
¹⁷ Naglalabasan na ang lahat ng aking mga buto,
ngunit ako'y kanilang tinitingnan lamang.
¹⁸ Ang aking mga damit ay kanilang
pinaghati-hatian sa pamamagitan ng
palabunutan.
¹⁹ Ngunit kayo, PANGINOON, huwag n'yo akong
lalayuan.
Kayo ang aking kalakasan;
magmadali kayo at ako'y tulungan.
²⁰ Iligtas n'yo ang buhay ko sa espada ng aking
mga kaaway na tulad ng mga pangil
ng aso,
²¹ o mga kuko ng leon, o sungay ng toro.
Sagutin n'yo po *ang aking dalangin.*
²² Ikukuwento ko sa aking mga kababayan ang
lahat ng tungkol sa inyo.
At sa gitna ng kanilang pagtitipon, kayo ay
aking papupurihan.

²³ Kayong may takot sa PANGINOON,
purihin ninyo siya!
Kayong mga lahi ni Jacob na siyang bayan
ng Israel,
parangalan ninyo siya
at matakot kayo sa kanya!
²⁴ Hindi niya binabalewala ang mga mahihirap.
Hindi niya sila tinatalikuran,
sa halip ay pinakikinggan pa niya ang
kanilang mga pagtawag.

²⁵ PANGINOON, bigyan n'yo ako ng kasiglahan
na magpuri sa inyo sa gitna ng buong
sambayanan.
Sa gitna ng mga taong may takot sa inyo,
tutuparin ko ang aking mga pangako sa
inyo.
²⁶ Kakain ang mga dukha hanggang sa
mabusog.
Pupurihin kayo ng mga lumalapit sa inyo.
Sana'y sumakanila ang mabuti at
mahabang buhay magpakailanman.
²⁷ PANGINOON, maaalala kayo ng tao sa buong
mundo,
at sila ay manunumbalik at sasamba sa
inyo,
²⁸ sapagkat kayo ang naghahari,
at namumuno sa lahat ng bansa.

---

a Salmo 22 Ang unang mga salita sa Hebreo: *Ang awit
na isinulat ni David. Para sa direktor ng mga mang-aawit:
Awitin ito sa tono ng awiting "Ang Usa sa Umaga."*

b 14 *nalinsad:* Ang ibig sabihin ay "dislocated" o nagsala
ang buto.

²⁹ Kaya magdiriwang at sasamba sa inyo ang
     lahat ng mayayaman sa buong mundo.
Luluhod sa inyo ang lahat ng mga mortal,
     ang mga babalik sa alikabok.
³⁰ Ang susunod na salinlahi ay maglilingkod sa
     inyo.
At tuturuan nila ang kanilang mga anak ng
     tungkol sa inyo, PANGINOON.
³¹ *Balang araw,* silang hindi pa ipinapanganak
     ay malalaman ang mga ginawa n'yo,
at maging ang pagliligtas n'yo sa inyong
     mga mamamayan.

Salmo 23ᵃ

Ang PANGINOON ay Tulad ng Isang Pastol

¹ Ang PANGINOON ang aking pastol,
     hindi ako magkukulang ng anuman.
² *Tulad ng tupa,* pinagpapahinga niya ako sa
     masaganang damuhan,
patungo sa tahimik na batisan ako'y
     kanyang inaakay.
³ Panibagong kalakasan ako'y kanyang
     binibigyan.
Pinapatnubayan niya ako sa tamang daan,
     upang siya'y aking maparangalan.

⁴ Kahit dumaan ako sa pinakamadilim na libis,
     hindi ako matatakot
dahil kayo ay aking kasama.
Ang dala n'yong pamaloᵇ ang sa akin ay
     nag-iingat;
ang inyo namang tungkod ang gumagabay
     at nagpapagaan sa aking kalooban.
⁵ Ipinaghanda n'yo ako ng piging sa harap ng
     aking mga kaaway.
Pinahiran n'yo ng langis ang aking ulo,
     tanda ng inyong pagtanggap at
     parangal sa akin.
At hindi nauuubusan ng laman ang aking
     inuman.
⁶ Tiyak na ang pag-ibig at kabutihan n'yo
     ay mapapasaakin habang ako'y
     nabubuhay.
At titiraᶜ ako sa bahay n'yo,ᵈ PANGINOON,
     magpakailanman.

Salmo 24ᵉ

Ang Dios ang Dakilang Hari

¹ Ang buong mundo at ang lahat ng naririto ay
     pag-aari ng PANGINOON.
² Itinayo niya ang pundasyon ng mundo sa
     kailaliman ng dagat.

---

a Salmo 23 Ang unang mga salita sa Hebreo: *Ang awit
na isinulat ni David.*

b *4 pamalo:* ginagamit ng pastol para itaboy ang mga
mababangis na hayop.

c *6 titira:* Ito ang nasa tekstong Septuagint. Sa Hebreo:
babalik.

d *6 sa bahay n'yo:* Maaaring ang ibig sabihin, *sa templo,*
o, *sa tahanan ng Dios sa langit.*

e Salmo 24 Ang unang mga salita sa Hebreo: *Ang awit
na isinulat ni David.*

---

³ Sino ang karapat-dapat umakyat sa bundok
     ng PANGINOON?
At sino ang maaaring tumungtong sa
     kanyang banal na templo?
⁴ Makatutungtong ang may matuwid na
     pamumuhay at malinis na puso,
ang hindi sumasamba sa mga dios-diosan,
at ang hindi sumusumpa ng
     kasinungalingan.
⁵ Pagpapalain siya at ipapawalang-sala ng
     PANGINOON, ang Dios na kanyang
     Tagapagligtas.
⁶ Iyan ang mga taong makakalapit at sasamba
     sa Dios ni Jacob.

⁷ Buksan ninyo nang maluwang ang mga
     lumang pintuan *ng templo*
upang makapasok ang Haring
     makapangyarihan!
⁸ Sino ang Haring makapangyarihan?
     Siya ang PANGINOONG malakas at matatag
     sa pakikipaglaban.
⁹ Buksan ninyo nang maluwang ang mga
     lumang pintuan *ng templo*
upang makapasok ang Haring
     makapangyarihan!
¹⁰ Sino ang Haring makapangyarihan?
     Siya ang PANGINOON na pinuno ng hukbo
     ng kalangitan.
Tunay nga siyang Haring
     makapangyarihan!

Salmo 25ᶠ

Dalangin para Ingatan at Patnubayan

¹⁻² PANGINOON kong Dios, sa inyo ako
     nananalangin at nagtitiwala.
Huwag n'yo pong hayaan na mapahiya ako
at pagtawanan ng aking mga kaaway dahil
     sa aking pagkatalo.
³ Ang sinumang nagtitiwala sa inyo ay hindi
     malalagay sa kahihiyan,
ngunit mapapahiya ang mga traydor.

⁴ Ituro n'yo sa akin, PANGINOON, ang tamang
     pamamaraan,
ang tuwid na daan na dapat kong lakaran.
⁵ Turuan n'yo akong mamuhay ayon sa
     katotohanan,
dahil kayo ang Dios na aking tagapagligtas.
Kayo ay lagi kong inaasahan.
⁶ PANGINOON, alalahanin n'yo ang
     kagandahang-loob at pag-ibig,
na inyong ipinakita mula pa noong una.
⁷ PANGINOON, ayon sa inyong kabutihan at
     pag-ibig,
alalahanin n'yo ako, pero huwag ang mga
     kasalanan at pagsuway ko
mula pa noong aking pagkabata.

⁸ Mabuti at matuwid po kayo, PANGINOON,
     kaya tinuturuan n'yo ng inyong
     pamamaraan ang mga makasalanan.

---

f Salmo 25 Ang unang mga salita sa Hebreo: *Ang Salmo
ni David.*

⁹ Pinapatnubayan n'yo ang mga
      mapagpakumbaba para gumawa ng
      tama.
    Sila'y tinuturuan n'yo ng inyong
      pamamaraan.
¹⁰ Lahat ng ginagawa n'yo ay nagpapakita ng
    inyong pag-ibig at katapatan sa mga
    sumusunod sa inyong mga kautusan.
¹¹ Panginoon, alang-alang sa inyong
    kabutihan,ᵃ patawarin n'yo ako sa
    napakarami kong kasalanan.
¹² Ang sinumang may takot sa inyo,
    Panginoon, ay turuan n'yo po ng
    daan na dapat nilang lakaran.
¹³ Mabubuhay sila ng masagana,
    at ang kanilang lahi ay patuloy na
      maninirahan sa lupain *na ipinangako
      ng Dios.*
¹⁴ Panginoon, kayo'y malapit sa mga taong
    may takot sa inyo,
    at pinapaalala n'yo sa kanila ang inyong
      kasunduan.
¹⁵ Palagi akong umaasa sa inyo, Panginoon,
    dahil kayo ang palaging nagliligtas sa akin
      sa kapahamakan.
¹⁶ Dinggin n'yo po ako at inyong kahabagan,
    dahil ako'y nag-iisa at naghihirap.
¹⁷ Lalong dumarami ang bigat sa aking
    kalooban.
    Hanguin n'yo ako sa aking mga
      kalungkutan.
¹⁸ Tingnan n'yo ang dinaranas kong mga
    kahirapan,
    at patawarin n'yo ang lahat kong kasalanan.
¹⁹ Tingnan n'yo kung gaano karami ang aking
    mga kaaway
    na galit na galit sa akin.
²⁰ Iligtas n'yo ako, *Panginoon*! At ingatan ang
    aking buhay!
    Nanganganlong ako sa inyo; huwag n'yong
      hayaan na mapahiya ako.
²¹ Dahil namumuhay ako nang matuwid at
    walang kapintasan, at umaasa sa inyo,
    nawa'y maging ligtas ako.
²² O Dios, iligtas n'yo po ang Israel sa lahat ng
    kaguluhan.

Salmo 26ᵇ

Ang Panalangin ng Taong Matuwid

¹ Patunayan n'yo, Panginoon, na ako'y walang
    kasalanan,
    dahil ako'y namumuhay nang matuwid,
    at nagtitiwala sa inyo ng walang
      pag-aalinlangan.
² Siyasatin at subukin n'yo ako, Panginoon.
    Suriin n'yo ang aking puso't isipan,
³ dahil lagi kong naaalala ang inyong
    pagmamahal,
    at namumuhay ako na pinanghhawakan
    ang inyong katapatan.

⁴ Hindi ako sumasama sa mga taong
    sinungaling at mapagpanggap.
⁵ Kinaiinisan ko ang mga pagsasama-sama ng
    masasamang tao,
    at hindi ako nakikisama sa kanila.
⁶⁻⁷ Naghuhugas ako ng kamay upang ipakitang
    ako'y walang kasalanan.
    Pagkatapos, pumupuntaᶜ ako sa
      pinaghahandugan ng hayop at iba't
      ibang ani *upang sumamba sa inyo*, O
      Panginoon,
    na umaawit ng papuri't pasasalamat.
    Sinasabi ko sa mga tao ang lahat ng inyong
      mga kahanga-hangang ginawa.
⁸ Panginoon, mahal ko ang templo na inyong
    tahanan,
    na siyang kinaroroonan ng inyong
      kaluwalhatian.
⁹⁻¹⁰ Huwag n'yo po akong parusahang kasama ng
    mga makasalanan,
    gaya ng mga mamamatay-tao.
    Palagi silang handang gumawa ng masama,
    at nanghihingi ng suhol.
¹¹ Ngunit ako'y namumuhay nang matuwid,
    kaya iligtas n'yo ako at inyong kahabagan.

¹² Ngayon, ligtas na ako sa panganib,ᵈ
    kaya pupurihin ko kayo, Panginoon,
    sa gitna ng inyong mamamayang
      nagtitipon-tipon.

Salmo 27ᵉ

Panalangin ng Pagtitiwala

¹ Ang Panginoon ang aking ilaw at
    Tagapagligtas.
    Sino ang aking katatakutan?
    Siya ang nagtatanggol sa akin kaya wala
      akong dapat katakutan.
² Kapag sinasalakay ako ng masasamang tao o
    ng aking mga kaaway upang patayin,
    sila ang nabubuwal at natatalo!
³ Kahit mapaligiran ako ng maraming kawal,
    hindi ako matatakot.
    Kahit salakayin nila ako,
    magtitiwala ako *sa Dios*.
⁴ Isang bagay ang hinihiling ko sa Panginoon,
    ito ang tanging ninanais ko:
    na ako'y manirahan sa kanyang templo
      habang ako'y nabubuhay,
    upang mamasdan ang kanyang kadakilaan,
    at hilingin sa kanya ang kanyang patnubay.
⁵ Sa oras ng kagipitan ay itatago niya ako sa
    kanyang templo,
    at ilalagay niya ako sa ligtas na lugar.
⁶ Kaya mananaig ako sa mga kaaway ko na
    nakapaligid sa akin.
    Maghahandog ako sa templo ng Panginoon
      habang sumisigaw sa kagalakan,
    umaawit at nagpupuri.

---

c **6-7** *pumupunta:* sa Hebreo, *iikot.*

d **12** *ligtas…panganib:* sa literal, *ako'y nakatayo sa patag
na lugar.*

e **Salmo 27** Ang unang mga salita sa Hebreo: *Ang Salmo
ni David.*

---

a **11** *inyong kabutihan:* sa literal, *inyong pangalan.*

b **Salmo 26** Ang unang mga salita sa Hebreo: *Ang Salmo
ni David.*

⁷ Dinggin n'yo PANGINOON ang aking
pagtawag.
Kahabagan n'yo ako at sagutin ang aking
dalangin.
⁸ PANGINOON, hinipo n'yo ang aking puso na
lumapit sa inyo,
kaya narito ako, lumalapit sa inyo.
⁹ Huwag n'yo po akong pagtaguan!
Ako na alipin n'yo ay huwag n'yong itakwil
dahil sa inyong galit.
Kayo na laging tumutulong sa akin,
huwag n'yo akong iwanan at pabayaan,
O Dios na aking Tagapagligtas.
¹⁰ Iwanan man ako ng aking mga magulang,
kayo naman, PANGINOON, ang mag-aalaga
sa akin.
¹¹ Ituro n'yo sa akin ang daang gusto n'yong
lakaran ko.
Patnubayan n'yo ako sa tamang daan,
dahil sa mga kaaway ko *na gusto akong
gawan ng masama.*
¹² Huwag n'yo akong ibigay sa aking mga
kaaway,
dahil ako'y kanilang pinagbibintangan ng
kasinungalingan,
at nais nilang ako'y saktan.
¹³ Ngunit naniniwala ako na mararanasan ko
ang kabutihan n'yo, PANGINOON,
habang ako'y nabubuhay dito sa mundo.

¹⁴ Magtiwala kayo sa PANGINOON!
Magpakatatag kayo at huwag mawalan ng
pag-asa.
Magtiwala lamang kayo sa PANGINOON!

Salmo 28^a

Panalangin ng Paghingi ng Tulong

¹ Tumatawag ako sa inyo, PANGINOON, ang
aking Bato *na kanlungan.*
Dinggin n'yo ang aking dalangin!
Dahil kung hindi, matutulad ako sa mga
patay na nasa libingan.
² Pakinggan n'yo ang aking pagsusumamo!
Humingi ako sa inyo ng tulong,
habang itinataas ang aking mga kamay sa
harap ng inyong banal na templo.
³ Huwag n'yo akong parusahan kasama ng
masasama.
Nagkukunwari silang mga kaibigan,
pero ang plano pala'y pawang kasamaan.
⁴ Gantihan n'yo sila ayon sa kanilang mga
gawa.
Parusahan n'yo sila ayon sa masama nilang
gawa.
⁵ Binalewala nila ang inyong mga gawa.
Gaya ng lumang gusali,
gibain n'yo sila at huwag nang itayong
muli.
⁶ Purihin kayo, PANGINOON,
dahil pinakinggan n'yo ang aking
pagsusumamo.

⁷ Kayo ang nagpapalakas at nag-iingat sa
akin.
Nagtitiwala ako sa inyo nang buong
puso.
Tinutulungan n'yo ako,
kaya nagagalak ako at umaawit 'ng
pasasalamat.
⁸ Kayo, PANGINOON, ang kalakasan ng inyong
mga mamamayan.
Iniingatan n'yo ang inyong haring
hinirang.
⁹ Iligtas n'yo po at pagpalain ang mga
mamamayang pag-aari ninyo.
Katulad ng isang pastol, bantayan n'yo sila,
at kalungin magpakailanman.

Salmo 29^b

Ang Makapangyarihang Tinig ng PANGINOON

¹ Purihin ang PANGINOON, kayong mga anak
ng makapangyarihang Dios.^c
Purihin siya sa kanyang kadakilaan at
kapangyarihan.
² Papurihan ang PANGINOON ng mga papuring
nararapat sa kanyang pangalan.
Sambahin ninyo siya sa kanyang banal na
presensya.

³ Ang tinig ng PANGINOONG Dios
na makapangyarihan ay
dumadagundong
na parang kulog sa ibabaw ng malalakas na
alon ng karagatan.
⁴ Ang tinig ng PANGINOON ay
makapangyarihan at kagalang-galang.
⁵ Ang tinig ng PANGINOON ay makakabali
at makakapagpira-piraso ng *pinakamatibay
na* mga puno ng sedro sa Lebanon.
⁶ Niyayanig ng tinig ng PANGINOON ang *mga
bundok sa* Lebanon
at ang *bundok ng* Hermon^d, na parang
bisirong baka na tumatalon-talon.
⁷ Ang tinig ng PANGINOON ang nagpapakidlat.
⁸ Ang tinig din ng PANGINOON ang
nagpapayanig sa Disyerto ng Kadesh.
⁹ Sa tinig ng PANGINOON, napapagalaw ang
mga puno ng ensina,^e
at nalalagas ang mga dahon sa kagubatan.
At ang lahat ng nasa templo ay sumisigaw,
"*Ang Dios ay* makapangyarihan!"

¹⁰ Ang PANGINOON ang may kapangyarihan sa
mga baha.
Maghahari siya magpakailanman.
¹¹ Ang PANGINOON ang nagbibigay ng kalakasan
sa kanyang mga mamamayan,
at pinagpapala niya sila ng mabuting
kalagayan.

---

a Salmo 28 Ang unang mga salita sa Hebreo: *Ang Salmo
ni David.*

b Salmo 29 Ang unang mga salita sa Hebreo: *Ang Salmo
ni David.*
c 1 kayong mga anak ng makapangyarihang Dios: Sa
ibang salin ng Biblia, *kayong mga nilalang sa kalangitan.*
d 6 Hermon: sa Hebreo, *Sirion.*
e 9 napapagalaw ang mga puno ng ensina: sa literal,
napapaanak ang mga usa.

Salmo 30[a]

Dalangin ng Pagpapasalamat

[1] PANGINOON, pupurihin ko kayo,
   dahil iniligtas n'yo ako.
   Hindi n'yo pinayagang insultuhin ako ng
      aking mga kaaway.
[2] PANGINOON kong Dios, humingi ako ng
      tulong sa inyo,
   at pinagaling n'yo ako.
[3] Iniligtas n'yo ako sa kamatayan.
   Hindi n'yo niloob na ako'y mamatay.

[4] Umawit kayo ng mga papuri sa PANGINOON,
   kayong mga tapat sa kanya.
   Papurihan ninyo ang kanyang banal na
      pangalan.
[5] Dahil ang kanyang galit ay hindi nagtatagal,
   ngunit ang kanyang kabutihan ay
      magpakailanman.
   Maaaring sa gabi ay may pagluha,
   pero pagsapit ng umaga ay may ligaya.

[6] Sa panahon ng aking kaginhawahan ay sinabi
      ko,
   "Wala akong pangangambahan."
[7] Ito'y dahil sa kabutihan n'yo, PANGINOON.
   Pinatatag n'yo ako tulad ng isang bundok.
   Nguni't nang lumayo kayo sa akin, ako ay
      nanlumo.

[8] Tumawag ako sa inyo, PANGINOON, at
      nanalangin ng ganito:
[9] "Ano ang mapapala mo kung ako'y mamatay?
   Makakapagpuri pa ba ang mga patay?
   Maipapahayag pa ba nila ang inyong
      katapatan?
[10] PANGINOON, pakinggan n'yo ako at
      kahabagan.
   Tulungan n'yo ako, PANGINOON!"

[11] Ang aking kalungkutan ay pinalitan n'yo ng
      sayaw *ng kagalakan.*
   Hinubad n'yo sa akin ang damit na
      panluksa,
   at binihisan n'yo ako ng damit ng
      kagalakan,
[12] para hindi ako tumahimik, sa halip ay umawit
      ng papuri sa inyo.
   PANGINOON kong Dios, kayo ay aking
      pasasalamatan magpakailanman.

Salmo 31[b]

Dalangin ng Pagtitiwala

[1] PANGINOON, sa inyo ako humihingi ng
      kalinga.
   Huwag n'yong hayaang mapahiya ako.
   Iligtas n'yo ako dahil matuwid kayo.
[2] Pakinggan n'yo ako at agad na iligtas.
   Kayo ang aking batong kanlungan,

at pader na tanggulan para sa aking
      kaligtasan.
[3] Dahil kayo ang bato na matibay na kong
      kanlungan,
   pangunahan n'yo ako at patnubayan nang
      kayo ay aking maparangalan.
[4] Ilayo n'yo ako sa bitag ng aking mga kaaway,
   dahil kayo ang aking matibay na tanggulan.
[5] Ipinauubaya ko sa inyo ang aking sarili.
   Iligtas n'yo ako, PANGINOON,
   dahil kayo ang Dios na maaasahan.

[6] PANGINOON, namumuhi ako sa mga
      sumasamba sa mga dios-diosan na
      walang kabuluhan,
   dahil sa inyo ako nagtitiwala.
[7] Ako'y magagalak sa inyong pag-ibig,
   dahil nakita n'yo ang aking pagdurusa,
   at nalalaman n'yo ang tinitiis kong
      kahirapan.
[8] Hindi n'yo ako ibinigay sa aking mga kaaway,
   sa halip iniligtas n'yo ako sa kapahamakan.
[9] PANGINOON, kahabagan n'yo po ako,
   dahil ako'y labis nang nahihirapan.
   Namumugto na ang aking mga mata sa
      pag-iyak,
   at nanghihina na ako.
[10] Ang buhay ko'y punong-puno ng kasawian;
   umiikli nang buhay ko dahil sa pag-iyak at
      kalungkutan.
   Nanghihina na ako sa kapighatiang aking
      nararanasan,
   at parang nadudurog na ang aking mga
      buto.
[11] Kinukutya ako ng aking mga kaaway,
   at hinahamak ng aking mga kapitbahay.
   Iniiwasan na ako ng mga dati kong
      kaibigan;
   kapag nakikita nila ako sa daan, ako'y
      kanilang nilalayuan.
[12] Para akong patay na kanilang kinalimutan,
   at parang basag na sisidlan *na wala nang
      halaga.*
[13] Marami akong naririnig na banta *laban sa
      akin.*
   Natatakot akong pumunta kahit saan,
   dahil plano nilang patayin ako.
[14] Ngunit ako ay nagtitiwala sa inyo,
      PANGINOON.
   Sinasabi kong,
   "Kayo ang aking Dios!"
[15] Ang aking kinabukasan ay nasa inyong mga
      kamay.
   Iligtas n'yo po ako sa aking mga kaaway na
      umuusig sa akin.
[16] Ipadama n'yo ang inyong kabutihan sa akin
      na inyong lingkod.
   Sa inyong pagmamahal, iligtas n'yo ako.
[17] PANGINOON, huwag n'yong payagang ako'y
      mapahiya,
   dahil sa inyo ako tumatawag.
   Ang masasama sana ang mapahiya
   at manahimik doon sa libingan.
[18] Patahimikin n'yo silang mga sinungaling,
   pati ang mga mayayabang at mapagmataas

---

a Salmo 30 Ang unang mga salita sa Hebreo: *Ang Salmo
ni David. Awit sa pagtatalaga ng templo.*
b Salmo 31 Ang unang mga salita sa Hebreo: *Ang Salmo
ni David para sa direktor ng mga mang-aawit.*

na binabalewala at hinahamak ang mga
matuwid.

¹⁹ O kay dakila ng inyong kabutihan;
sa mga may takot sa inyo, pagpapala'y
inyong inilaan.
Nakikita ng karamihan ang mga ginawa
n'yong kabutihan sa mga taong kayo
ang kanlungan.
²⁰ Itinago n'yo sila sa ilalim ng inyong
pagkalinga.
At doon ay ligtas sila sa mga masamang
balak at pang-iinsulto ng iba.

²¹ Purihin ang PANGINOON,
dahil kahanga-hanga ang pag-ibig niyang
ipinakita sa akin
noong ako'y naipit sa isang sinasalakay na
bayan.
²² Doon ako'y natakot at nasabi ko,
"Binalewala na ako ng PANGINOON."
Ngunit narinig niya pala ang aking
kahilingan, at ako'y kanyang
tinulungan.

²³ O, kayong tapat niyang mga mamamayan,
mahalin ninyo ang PANGINOON.
Iniingatan niya ang mga tapat sa kanya,
ngunit lubos ang kanyang parusa sa mga
mapagmataas.
²⁴ Magpakatatag kayo at lakasan ninyo ang
inyong loob,
kayong mga umaasa sa PANGINOON.

Salmo 32ᵃ

Ang Paghahayag ng Kasalanan at Paghingi ng Kapatawaran sa Dios

¹ Mapalad ang isang tao na ang mga pagsuway
at mga kasalanan ay pinatawad at
kinalimutan na ng PANGINOON.
² Mapalad ang tao na ang kasalanan ay hindi
ibinibintang sa kanya ng PANGINOON,
at walang pandaraya sa kanyang puso.

³ Noong hindi ko pa ipinagtatapat ang aking
mga kasalanan,
buong araw ako'y nanlulumo at nanghihina
ang aking katawan.
⁴ Araw-gabi, hirap na hirap ako
dahil sa tindi ng inyong pagdidisiplina sa
akin.ᵇ
Nawalan na ako ng lakas,
tulad ng natuyong tubig sa panahon ng
tag-araw.
⁵ Ngunit sa wakas, ipinagtapat ko ang aking
mga kasalanan sa inyo;
hindi ko na ito itinago pa.
Sinabi ko nga sa sarili ko, "Ipagtatapat
ko na ang aking mga kasalanan sa
PANGINOON."

At pinatawad n'yo ako.

⁶ Kaya manalangin sana ang lahat ng matapat
sa inyo,
habang may panahon pa.
*Kung dumating man ang kapighatian na
parang baha,*
hindi sila mapapahamak.
⁷ Kayo ang aking kublihan;
iniingatan n'yo ako sa oras ng kaguluhan,
at pinaliligutan n'yo ako ng mga awit ng
kaligtasan.

⁸ *Sinabi ng* PANGINOON *sa akin,*
"Ituturo ko sa iyo ang daan na dapat mong
lakaran.
Papayuhan kita habang binabantayan.
⁹ Huwag kang tumulad sa kabayo o mola na
walang pang-unawa,
na kailangan pang rendahan upang
mapasunod."
¹⁰ Maraming hirap ang mararanasan ng taong
masama,
ngunit mamahalin ng PANGINOON ang sa
kanya ay nagtitiwala.
¹¹ Kayong mga matuwid, magalak kayo at
magsaya sa PANGINOON.
Kayong mga namumuhay ng tama,
sumigaw kayo sa galak!

Salmo 33

Awit ng Papuri

¹ Kayong mga matuwid,
sumigaw kayo sa galak,
dahil sa ginawa ng PANGINOON!
Kayong namumuhay ng tama,
nararapat ninyo siyang purihin!
² Pasalamatan ninyo ang PANGINOON
sa pamamagitan ng mga alpa at mga
instrumentong may mga kwerdas.
³ Awitan ninyo siya ng bagong awit.
Tugtugan ninyo siya ng buong husay,
at sumigaw kayo sa tuwa.
⁴ Ang salita ng PANGINOON ay matuwid,
at maaasahan ang kanyang mga gawa.
⁵ Ninanais ng PANGINOON ang katuwiran at
katarungan.
Makikita sa buong mundo ang kanyang
pagmamahal.
⁶ Sa pamamagitan ng salita ng PANGINOON,
ang langit ay nalikha;
sa kanyang hininga nagmula ang araw,
buwan at mga bituin.
⁷ Inipon niya ang dagatᶜ na parang inilagay sa
isang sisidlan.
⁸ Ang lahat ng tao sa daigdig ay dapat matakot
sa PANGINOON,
⁹ dahil nang siya'y nagsalita, nalikha ang
mundo;
siya'y nag-utos at lumitaw ang lahat.
¹⁰ Sinisira ng PANGINOON ang mga plano ng mga
bansang *hindi kumikilala sa kanya.*

ᵃ Salmo 32 Ang unang mga salita sa Hebreo: *Ang
"maskil" na isinulat ni David.*

ᵇ *4 hirap na hirap ako dahil sa tindi ng inyong
pagdidisiplina sa akin:* sa Hebreo, *mabigat ang kamay mo
sa akin.*

ᶜ *7 Sa* Gen. 1:9, nakikita natin na ang buong mundo,
noong una, ay nababalutan ng tubig.

Sinasalungat niya ang kanilang binabalak.
¹¹ Ngunit ang mga plano ng PANGINOON ay
mananatili magpakailanman,
at ang kanyang mga balak, sa sali't saling
lahi ay matutupad.

¹² Mapalad ang bansa na ang Dios ay ang
PANGINOON.
At *mapalad* ang mga taong pinili niya na
maging kanya.
¹³ Mula sa langit ay minamasdan ng
PANGINOON ang lahat ng tao.
¹⁴ Mula sa kanyang luklukan,
tinitingnan niya ang lahat ng narito sa
mundo.
¹⁵ Siya ang nagbigay ng puso sa mga tao,
at nauunawaan niya ang lahat ng kanilang
ginagawa.

¹⁶ Hindi nananalo ang isang hari dahil sa dami
ng kanyang kawal,
at hindi naman naililigtas ang kawal gamit
ang kanyang lakas.

¹⁷ Ang mga kabayo ay hindi maaasahan na
maipanalo ang digmaan;
hindi sila makapagliligtas sa kabila ng
kanilang kalakasan.
¹⁸ Ngunit binabantayan ng PANGINOON ang mga
may takot sa kanya,
sila na nagtitiwala sa kanyang pag-ibig.
¹⁹ Sila'y inililigtas niya sa kamatayan,
at sa panahon ng taggutom, sila'y kanyang
inaalalayan.

²⁰ Tayo'y naghihintay nang may pagtitiwala sa
PANGINOON.
Siya ang tumutulong at sa atin ay
nagtatanggol.
²¹ Nagagalak tayo,
dahil tayo'y nagtitiwala sa kanyang banal
na pangalan.

²² PANGINOON, sumaamin nawa ang inyong
matapat na pag-ibig.
Ang aming pag-asa ay nasa inyo.

Salmo 34ᵃ

Ang Kabutihan ng Dios
¹ Pupurihin ko ang PANGINOON sa lahat ng
oras.
Ang aking bibig ay hindi titigil sa
pagpupuri sa kanya.
² Ipagmamalaki ko ang gawa ng PANGINOON;
maririnig ito ng mga api at sila'y
magagalak.
³ Halikayo! Ipahayag natin ang kadakilaan ng
PANGINOON,
at itaas natin ang kanyang pangalan.
⁴ Ako'y nanalangin sa PANGINOON at ako'y
kanyang sinagot.
Pinalaya niya ako sa lahat ng aking takot.

⁵ Ang mga umaasa sa kanya ay nagniningning
ang mata sa kaligayahan,
at walang bahid ng hiya sa kanilang mukha.
⁶ Noong wala na akong pag-asa, tumawag ako
sa PANGINOON.
Ako'y kanyang pinakinggan at iniligtas
sa lahat ng mga dinaranas kong
kahirapan.
⁷ Ang anghel ng PANGINOON ay nagbabantay sa
mga may takot sa Dios,
at ipinagtatanggol niya sila.

⁸ Subukan ninyo at inyong makikita,
kung gaano kabuti ang PANGINOON.
Napakapalad ng taong naghahanap ng
kaligtasanᵇ sa kanya!
⁹ Kayong mga hinirang ng PANGINOON,
matakot kayo sa kanya,
dahil ang may takot sa kanya ay
hindi kukulangin sa lahat ng
pangangailangan.
¹⁰ Kahit mga leon ay kukulangin sa pagkain at
magugutom,
ngunit hindi kukulangin ng mabubuting
bagay ang mga nagtitiwala sa
PANGINOON.
¹¹ Lumapit kayo, kayong gustong matuto sa akin.
Pakinggan ninyo ako at tuturuan ko kayo
ng pagkatakot sa PANGINOON.
¹² Kung nais ninyo ng masaya at mahabang
buhay,
¹³ iwasan ninyo ang masamang pananalita at
pagsisinungaling.
¹⁴ Lumayo kayo sa masama at gawin ninyo ang
mabuti.
Pagsikapan ninyong kamtin ang
kapayapaan.
¹⁵ Iniingatan ng PANGINOON ang mga matuwid,
at pinakikinggan niya ang kanilang mga
karaingan.
¹⁶ Ngunit kinakalaban ng PANGINOON ang mga
gumagawa ng masama.
Sila'y kanyang nililipol hanggang sa hindi
na sila maalala ng mga tao sa mundo.
¹⁷ Tinutugon ng PANGINOON ang panalangin ng
mga matuwid,
at inililigtas sila sa lahat ng mga suliranin.
¹⁸ Malapit ang PANGINOON sa mga may bagbag
na puso,
at tinutulungan niya ang mga nawawalan
ng pag-asa.

¹⁹ Marami ang paghihirap ng mga matuwid,
ngunit inililigtas sila ng PANGINOON sa
lahat ng ito.
²⁰ Sila'y iniingatan ng PANGINOON,
at kahit isang buto nila'y hindi mababali.
²¹ Ang masamang tao ay papatayin ng kanyang
kasamaan.
At silang nagagalit sa taong matuwid ay
parurusahan *ng Dios*.
²² Ngunit ililigtas ng PANGINOON ang kanyang
mga lingkod,
at hindi parurusahan ang isa man sa mga
naghahanap ng kaligtasan sa kanya.

ᵃ Salmo 34 Ang unang mga salita sa Hebreo: *Ito ay
isinulat ni David nang siya'y nagbaliw-baliwan sa
harapan ni Abimelec, upang siya'y itaboy at makaalis.*

ᵇ 8 *naghahanap ng kaligtasan:* sa Hebreo: *nanganganlong.*

Salmo 35[a]

Dalangin para Tulungan

[1] PANGINOON, kontrahin n'yo po
ang mga kumukontra sa akin.
Labanan n'yo ang mga kumakalaban sa
akin.
[2] Kunin n'yo ang inyong kalasag,
at ako'y inyong tulungan.
[3] Ihanda n'yo ang inyong mga sibat,
para sa mga taong humahabol sa akin.
Gusto kong marinig na sabihin n'yo,
"Ako ang magpapatagumpay sa iyo."
[4] Mapahiya sana ang mga taong naghahangad
na ako'y patayin.
Paatrasin n'yo at biguin ang mga
nagpaplano ng masama sa akin.
[5] Maging gaya sana sila ng ipa na tinatangay ng
hangin,
habang sila'y itinataboy ng inyong anghel.
[6] Maging madilim sana at madulas ang
kanilang dinadaanan,
habang sila'y hinahabol ng inyong anghel.
[7] Naghukay sila at naglagay ng bitag para sa
akin,
kahit wala akong ginawang masama sa
kanila.
[8] Dumating sana sa kanila ang kapahamakan
nang hindi nila inaasahan.
Sila sana ang mahuli sa bitag na kanilang
ginawa,
at sila rin ang mahulog sa hukay na
kanilang hinukay.
[9] At ako'y magagalak
dahil sa inyong pagliligtas sa akin,
PANGINOON.
[10] Buong puso kong isisigaw,
"PANGINOON, wala kayong katulad!
Kayo ang nagliligtas sa mga dukha at api
mula sa mga mapagsamantala."

[11] May mga malupit na taong sumasaksi laban
sa akin.
Ang kasalanang hindi ko ginawa ay
ibinibintang nila sa akin.
[12] Ginagantihan nila ako ng masama sa mga
kabutihang aking ginawa,
kaya ako'y labis na nagdaramdam.
[13] Kapag sila'y nagkakasakit ako'y nalulungkot
para sa kanila;
nagdaramit ako ng sako at nag-aayuno pa.
At kung ang aking dalangin para sa kanila'y
hindi sinasagot,
[14] palakad-lakad akong nagluluksa na parang
nawalan ng kapatid o kaibigan,
at ako'y yumuyuko at nagdadalamhati para
sa kanila na para bang nawalan ako
ng ina.
[15] Ngunit nang ako na ang nahihirapan,
nagkakatipon sila at nagtatawanan.
Nagsasama-sama ang mga sa akin ay
kumakalaban;

kahit ang mga hindi ko kilala ay
sumasama't walang tigil na ako'y
hinahamak.
[16] Kinukutya nila ako nang walang
pakundangan,
at ang kanilang mga ngipin ay nagngangalit
sa sobrang galit.
[17] PANGINOON, hanggang kailan kayo
manonood lang?
Iligtas n'yo na ako sa mga sumasalakay
na ito na parang mga leon na gusto
akong lapain.
[18] At sa gitna ng karamihan, kayo'y aking
papupurihan at pasasalamatan.
[19] Huwag n'yong payagan na matuwa ang aking
mga kaaway sa aking pagkatalo.
Ang mga galit sa akin nang walang dahilan
ay huwag n'yong payagang kutyain
ako.
[20] Walang maganda sa sinasabi nila,
sa halip sinisiraan nila ang namumuhay
nang tahimik.
[21] Sumisigaw sila sa akin na nagpaparatang,
"Aha! Nakita namin ang ginawa mo!"
[22] PANGINOON, alam n'yo ang lahat ng ito,
kaya huwag kayong manahimik.
Huwag kayong lumayo sa akin.
[23] Sige na po, Panginoon kong Dios,
ipagtanggol n'yo na ako sa kanila.
[24] O Dios ko, dahil kayo ay matuwid kung
humatol,
ipahayag n'yo na wala akong kasalanan.
Huwag n'yong payagang pagtawanan nila
ako.
[25] Huwag n'yong hayaang sabihin nila sa
kanilang sarili,
"Sa wakas, nangyari rin ang gusto naming
mangyari,
natalo na rin namin siya!"

[26] Mapahiya sana silang nagmamalaki sa akin
at nagagalak sa aking mga paghihirap.
[27] Sumigaw sana sa kagalakan ang mga taong
nagagalak sa aking kalayaan.
Palagi sana nilang sabihin,
"Purihin ang PANGINOON na nagagalak sa
tagumpay ng kanyang mga lingkod."
[28] Ihahayag ko sa mga tao ang inyong
pagkamakatwiran,
at buong maghapon ko kayong
papupurihan.

Salmo 36[b]

Ang Kasamaan ng Tao at ang Kabutihan ng Dios

[1] Pumapasok sa puso ng masamang tao ang
tukso ng pagsuway,
kaya wala man lang siyang takot sa Dios.
[2] Dahil mataas ang tingin niya sa kanyang sarili,
hindi niya nakikita ang kanyang kasalanan
para kamuhian ito.

---

[a] Salmo 35 Ang unang mga salita sa Hebreo: *Ang Salmo
ni David.*

[b] Salmo 36 Ang unang mga salita sa Hebreo: *Ang Salmo
ni David, ang lingkod ng Dios. Para sa direktor ng mga
mang-aawit.*

³ Ang kanyang mga sinasabi ay puro kasamaan
      at kasinungalingan.
   Hindi na niya iniisip ang paggawa ng ayon
      sa karunungan at kabutihan.
⁴ Kahit siya'y nakahiga, nagpaplano siya ng
      masama.
   Napagpasyahan niyang gumawa ng hindi
      mabuti,
   at hindi niya tinatanggihan ang kasamaan.

⁵ PANGINOON, ang inyong pag-ibig at katapatan
      ay umaabot hanggang sa kalangitan.
⁶ Ang inyong katuwiran ay kasintatag ng
      kabundukan.
   Ang inyong paraan ng paghatol ay sinlalim
      ng karagatan.
   Ang mga tao o hayop man ay inyong
      iniingatan, O PANGINOON.
⁷ Napakahalaga ng pag-ibig n'yong walang
      hanggan, O Dios!
   Nakakahanap ang tao ng pagkalinga sa
      inyo,
   tulad ng pagkalinga ng inahing manok
   sa kanyang mga inakay sa ilalim ng
      kanyang pakpak.
⁸ Sa inyong tahanan ay pinakakain n'yo sila ng
      masaganang handa,
   at pinaiinom n'yo sila sa inyong ilog ng
      kaligayahan.
⁹ Dahil kayo ang nagbibigay ng buhay.
   Pinapaliwanagan n'yo kami,
   at naliliwanagan ang aming isipan.
¹⁰ Patuloy n'yong ibigin ang mga kumikilala sa
      inyo,
   at bigyan n'yo ng katarungan ang mga
      namumuhay nang matuwid.
¹¹ Huwag n'yong payagang ako'y tapakan ng
      mga mapagmataas
   o itaboy ng mga masasama.
¹² Ang masasamang tao ay mapapahamak nga.
   Sila'y babagsak at hindi na muling
      makakabangon.

Salmo 37ᵃ

Ang Kahihinatnan ng Masama at Mabuting Tao

¹ Huwag kang mainis o mainggit man sa
      masasama,
² dahil tulad ng damo, sila'y madaling
      matutuyo,
   at tulad ng sariwang halaman, sila'y
      malalanta.

³ Magtiwala ka sa PANGINOON at gumawa ng
      mabuti.
   Sa gayon ay mananahan ka nang ligtas sa
      lupaing ito.
⁴ Sa PANGINOON mo hanapin ang kaligayahan,
   at ibibigay niya sa iyo ang ninanais mo.
⁵ Ipagkatiwala mo sa PANGINOON ang lahat ng
      iyong ginagawa;
   magtiwala ka sa kanya at tutulungan ka
      niya.

⁶ Ihahayag niya nang malinaw na ikaw ay
      matuwid at makatarungan,
   kasingliwanag ng sinag ng araw sa
      katanghaliang tapat.
⁷ Pumanatag ka sa piling ng PANGINOON,
   at matiyagang maghintay sa gagawin niya.
   Huwag mong kaiinggitan ang masasama na
      gumiginhawa,
   kahit pa magtagumpay ang masasamang
      plano nila.
⁸ Huwag kang magagalit. Pigilan mo ang iyong
      poot.
   Ni huwag kang mababalisa, dahil ito sa iyo
      ay makakasama.
⁹ Ang masama ay ipagtatabuyan,
   ngunit ang nagtitiwala sa PANGINOON ay
      mananatili sa lupaing ito.
¹⁰ Hindi magtatagal at mawawala ang
      masasama.
   At kahit hanapin mo man sila ay hindi mo
      na makikita.
¹¹ Ngunit ang mga mapagpakumbaba ay patuloy
      na mananahan sa lupain *ng Israel*
   nang mapayapa at masagana.

¹² Ang mga masama ay nagpaplano ng hindi
      mabuti laban sa mga matuwid,
   at galit na galit sila.
¹³ Ngunit tinatawanan lamang ng Panginoon
      ang mga masama,
   dahil alam niyang malapit na ang oras *ng
      paghahatol.*
¹⁴ Binunot na ng masasama ang kanilang mga
      espada,
   at nakaumang na ang kanilang mga pana
   upang patayin ang mga dukha na
      namumuhay nang matuwid.
¹⁵ Ngunit sila rin ang masasaksak ng kanilang
      sariling espada
   at mababali ang kanilang mga pana.

¹⁶ Ang kaunting tinatangkilik ng matuwid ay
      mas mabuti
   kaysa sa kayamanan ng masama.
¹⁷ Dahil tutulungan ng PANGINOON ang
      matuwid,
   ngunit mawawalan ng kakayahan ang
      taong masama.
¹⁸ Araw-araw, inaalagaan ng PANGINOON ang
      mga taong matuwid.
   At tatanggap sila ng gantimpalang
      pangwalang hanggan.
¹⁹ Sa panahon ng kahirapan hindi sila malalagay
      sa kahihiyan.
   Kahit na taggutom, magkakaroon pa rin
      sila ng kasaganaan.
²⁰ Ngunit ang mga taong masama'y mamamatay.
   Ang mga kaaway ng PANGINOON ay
      mamamatay tulad ng bulaklak.
   Sila'y maglalaho na gaya ng usok.

²¹ Ang taong masama ay nangungutang pero
      hindi nagbabayad,
   ngunit ang taong matuwid ay naaawa at
      nagbibigay ng sagana.

---

a Salmo 37 Ang unang mga salita sa Hebreo: *Ang Salmo
ni David.*

²² Ang mga pinagpapala ng P<small>ANGINOON</small> ay
    patuloy na titira sa lupain *ng Israel*.
  Ngunit silang mga isinumpa niya ay
    palalayasin.
²³ Ginagabayan ng P<small>ANGINOON</small> ang bawat
    hakbang ng taong matuwid na ang
    buhay ay nakakalugod sa kanya.
²⁴ Matisod man siya'y hindi siya mabubuwal,
  dahil hinahawakan siya ng P<small>ANGINOON</small>.

²⁵ Ako'y naging bata at ngayo'y matanda na,
    ngunit hindi ko pa nakita kahit kailan
    na ang matuwid ay pinabayaan *ng*
    P<small>ANGINOON</small>
    o ang kanya mang mga anak ay namalimos
    ng pagkain.
²⁶ Ang matuwid ay palaging nagbibigay at
    nagpapahiram,
    at ang kanilang mga anak ay nagiging
    pagpapala sa iba.

²⁷ Iwasan ang masama at gawin ang mabuti;
    nang sa gayon ay manahan ka sa lupain
    magpakailanman.
²⁸ Dahil ang nais ng P<small>ANGINOON</small> ay katarungan,
    at ang mga taong tapat sa kanya ay hindi
    niya pinapabayaan.
  Sila'y iingatan niya magpakailanman.
  Ngunit ang lahi ng mga taong masama ay
    mawawala.
²⁹ Ang mga matuwid ay mananahan
    magpakailanman sa lupain *ng Israel*
    na sa kanila'y ipinamana.

³⁰ Ang taong matuwid ay nagsasalita ng tama, at
    may karunungan.
³¹ Ang Kautusan ng Dios ay iniingatan niya sa
    kanyang puso,
    at hindi niya ito sinusuway.
³² Ang mga taong masama'y laging nagbabantay
    upang salakayin at patayin ang taong may
    matuwid na pamumuhay.
³³ Ngunit hindi pababayaan ng P<small>ANGINOON</small> ang
    taong matuwid
    sa kamay ng kanyang mga kaaway,
    o parurusahan man kapag siya'y hinatulan.

³⁴ Magtiwala ka sa P<small>ANGINOON</small> at sundin mo
    ang kanyang pamamaraan.
  Pararangalan ka niya at patitirahin sa
    lupain ng Israel,
    at makikita mong itataboy niya ang mga
    taong masama.

³⁵ Nakita ko ang masamang tao na nang-aapi.
  Gusto niyang kilalanin siyang mataas kaysa
    sa iba,
    katulad ng mataas na punongkahoy ng
    Lebanon.
³⁶ Nang siya'y aking balikan, siya'y wala na;
    hinanap ko siya ngunit hindi ko na nakita
    dahil siya'y patay na.
³⁷ Tingnan mo ang taong totoo at matuwid.
  May magandang kinabukasan at may
    tahimik na pamumuhay.
³⁸ Ngunit lilipulin ang lahat ng masama,
    at ang kinabukasan nila ay mawawala.

³⁹ Ang kaligtasan ng mga matuwid ay mula sa
    P<small>ANGINOON</small>.
  Siya ang nag-iingat sa kanila sa panahon ng
    kaguluhan.
⁴⁰ Tinutulungan sila ng P<small>ANGINOON</small> at inililigtas
    sa mga taong masama,
    dahil sila'y humihingi ng kanyang kalinga.

Salmo 38*ᵃ*

Dalangin ng Taong Dumaranas ng Hirap

¹ P<small>ANGINOON</small>, sa inyong galit, huwag n'yo
    akong patuloy na parusahan.
² Para bang pinalo n'yo ako at pinana.
³ Dahil sa galit n'yo sa akin, nanlulupaypay ang
    aking katawan.
  Sumasakit ang buong katawan ko dahil sa
    aking mga kasalanan.
⁴ Parang nalulunod na ako sa nag-uumapaw
    kong kasalanan.
  Ito'y para bang pasanin na hindi ko na
    makayanan.
⁵ Dahil sa aking kamangmangan ang
    aking mga sugat ay namamaga at
    nangangamoy.
⁶ Ako'y namimilipit sa sobrang sakit at lubos
    ang kalungkutan ko buong araw.
⁷ Sumasakit ang buo kong katawan,
    at bumagsak na rin ang aking kalusugan.
⁸ Ako'y pagod na at nanghihina pa,
    at dumadaing din ako dahil sa sobrang
    bigat ng aking kalooban.
⁹ Panginoon, alam n'yo ang lahat kong
    hinahangad,
    at naririnig n'yo ang lahat kong mga daing.
¹⁰ Kumakabog ang aking dibdib at nawawalan
    ako ng lakas;
    pati ang ningning ng aking mga mata ay
    nawala na.
¹¹ Dahil sa aking karamdaman,
    ako'y iniwasan ng aking mga kaibigan,
    kasamahan,
    at maging ng aking mga kamag-anak.
¹² Ang mga tao na gustong pumatay sa akin
    ay naglalagay ng bitag upang ako'y
    hulihin.
  Ang mga gustong manakit sa akin ay nag-
    uusap na ako'y ipahamak.
  Buong araw silang nagpaplano ng
    kataksilan.

¹³ Ngunit para akong pipi at bingi na hindi
    nakaririnig at hindi nakapagsasalita.
¹⁴ Nagbibingi-bingihan ako at hindi sumasagot
    sa kanila.
¹⁵ Dahil naghihintay pa rin ako sa inyo,
    P<small>ANGINOON</small>.
  Kayo, P<small>ANGINOON</small> na aking Dios, sasagutin
    n'yo ako.
¹⁶ Kaya't hinihiling ko sa inyo:

---

a Salmo 38 Ang unang mga salita sa Hebreo: *Ang Salmo*
ni David na inaawit sa tuwing mag-aalay ng mga handog
bilang pag-alaala sa P<small>ANGINOON</small>.

"Huwag n'yong payagan na matuwa ang
aking mga kaaway
o kaya'y magmalaki kapag ako'y natumba."
¹⁷ Ako'y parang babagsak na
sa walang tigil na paghihirap.
¹⁸ Kaya inihahayag ko ang aking kasalanan na
nagpapahirap sa akin.

¹⁹ Tungkol naman sa aking mga kaaway,
napakarami at napakalakas nila.
Kinamumuhian nila ako ng walang
dahilan.
²⁰ Sa mabuti kong ginawa,
sinusuklian nila ako ng masama.
At kinakalaban nila ako
dahil nagsisikap akong gumawa ng mabuti.

²¹ PANGINOON kong Dios, huwag n'yo akong
pababayaan;
huwag n'yo akong lalayuan.
²² PANGINOON kong Tagapagligtas, agad n'yo po
akong tulungan.

Salmo 39ᵃ

Ang Pagpapahayag ng Kasalanan ng Taong Nahihirapan

¹ Sinabi ko sa aking sarili,
"Ang ugali ko'y aking babantayan, sa
pagsasalita, ang magkasala'y iiwasan.
Pipigilan ko ang aking mga labi habang
malapit ako sa masasamang tao."
² Kaya tumahimik ako at walang anumang
sinabi kahit mabuti,
ngunit lalong nadagdagan ang sakit ng
aking kalooban.
³ Ako'y tunay na nabahala,
at sa kaiisip ko'y lalo akong naguluhan,
kaya nang hindi ko na mapigilan ay sinabi
ko,
⁴ "PANGINOON, paalalahanan n'yo ako na may
katapusan at bilang na ang aking mga
araw,
na ang buhay ko sa mundo'y pansamantala
lamang.
Paalalahanan n'yo akong sa mundo ay
lilisan.
⁵ Kay ikli ng buhay na ibinigay n'yo sa akin.
Katumbas lang ng isang saglit para sa inyo.
Ito'y parang hangin lamang na dumadaan,
⁶ o kaya'y parang anino na nawawala.
Abala siya sa mga bagay na wala namang
kabuluhan.
Nagtitipon siya ng kayamanan, ngunit
kapag siya'y namatay,
hindi na niya alam kung sino ang
makikinabang.
⁷ At ngayon, Panginoon, ano pa ang aasahan
ko?
Kayo lang ang tanging pag-asa ko.
⁸ Iligtas n'yo ako sa lahat kong kasalanan,
at huwag n'yong hayaang pagtawanan ako
ng mga hangal.

⁹ Ako'y mananahimik at hindi na ibubuka pa
ang aking bibig,
dahil nanggaling sa inyo ang pagdurusa
kong ito.
¹⁰ Huwag n'yo na akong parusahan.
Ako'y parang mamamatay na sa dulot
n'yong kahirapan.
¹¹ Dinidisiplina n'yo ang tao kapag siya ay
nagkakasala.
Katulad ng anay, inuubos n'yo rin ang
kanilang mga pinahahalagahan.
Tunay na ang buhay ng tao ay
pansamantala lamang.ᵇ

¹² "PANGINOON, dinggin n'yo ang dalangin ko.
Pakinggan n'yo ang paghingi ko ng tulong
sa inyo.
Huwag n'yo sanang balewalain ang aking
mga pag-iyak.
Dahil dito sa mundo ako'y dayuhan
lamang,
gaya ng aking mga ninuno, sa mundo ay
lilisan.
¹³ Huwag na kayong magalit sa akin,
upang ako'y maging masaya bago ako
mamatay."

Salmo 40ᶜ

Awit ng Pagpupuri sa PANGINOON

¹ Ako'y matiyagang naghintay sa PANGINOON,
at dininig niya ang aking mga daing.
² Para akong nasa malalim at lubhang maputik
na balon,
ako ay kanyang iniahon at itinatayo sa
malaking bato, upang hindi
mapahamak.
³ Tinuruan niya ako ng bagong awit,
ang awit ng pagpupuri sa ating Dios.
Marami ang makakasaksi at matatakot sa
Dios,
at sila'y magtitiwala sa kanya.
⁴ Mapalad ang taong sa PANGINOON
nagtitiwala,
at hindi lumalapit sa mga mapagmataas,
o sumasamba sa mga dios-diosan.

⁵ PANGINOON kong Dios, wala kayong katulad.
Napakarami ng kahanga-hangang bagay na
inyong ginawa para sa amin,
at ang inyong mga plano para sa amin ay
marami rin.
Sa dami ng mga ito'y hindi ko na kayang
banggitin.
⁶ Hindi kayo nalulugod sa iba't ibang klaseng
handog.
Hindi kayo humihingi ng handog
na sinusunog at handog para sa
kasalanan.
Sa halip, ginawa n'yo akong masunurin sa
inyo.

ᵃ Salmo 39 Ang unang mga salita sa Hebreo: *Ang Salmo
ni David para kay Jedutun na direktor ng mga mang-aawit.*

ᵇ 11 *pansamantala lamang:* sa literal, *parang hininga
lamang.*

ᶜ Salmo 40 Ang unang mga salita sa Hebreo: *Ang awit
na isinulat ni David para sa direktor ng mga mang-aawit.*

[7] Kaya sinabi ko,
"Narito ako. Sa *inyong* Kasulatan ay
nakasulat ang tungkol sa akin.
[8] O Dios, nais kong sundin ang kalooban
ninyo.
Ang inyong mga kautusan ay iniingatan ko
sa aking puso."

[9] Sa malaking pagtitipon *ng inyong mga
mamamayan*, inihayag ko ang inyong
pagliligtas *sa akin*.
At alam n'yo, PANGINOON, na hindi ako
titigil sa paghahayag nito.
[10] Hindi ko sinasarili ang pagliligtas n'yo sa
akin.
Ibinabalita ko na kayo ay nagliligtas at
maaasahan.
Hindi ako tumatahimik kapag nagtitipon
ang inyong mga mamamayan.
Sinasabi ko sa kanila ang inyong pag-ibig at
katotohanan.
[11] PANGINOON, huwag n'yong pigilin ang awa
n'yo sa akin.
Ang inyong pag-ibig at katapatan ang
laging mag-iingat sa akin.
[12] Hindi ko na kayang bilangin ang napakarami
kong suliranin.
Para na akong natabunan ng marami kong
kasalanan,
kaya hindi na ako makakita.
Ang bilang ng aking mga kasalanan ay mas
marami pa kaysa sa aking buhok.
Dahil dito, halos mawalan na ako ng
pag-asa.
[13] PANGINOON, pakiusap!
Iligtas n'yo ako at kaagad na tulungan.
[14] Mapahiya sana at malito ang lahat ng
nagnanais na mamatay ako.
Magsitakas sana sa kahihiyan ang lahat ng
mga nagnanais na ako'y mapahamak.
[15] Pahiyain n'yo nang lubos ang mga nagsasabi
sa akin, "Aha! Napasaamin ka rin!"
[16] Ngunit ang mga lumalapit sa inyo ay magalak
sana at magsaya.
Ang mga nagpapahalaga sa inyong
pagliligtas ay lagi sanang magsabi,
"Dakilain ang PANGINOON!"

[17] Ako naman na dukha at nangangailangan,
alalahanin n'yo ako, Panginoon.
Kayo ang tumutulong sa akin.
Kayo ang aking Tagapagligtas.
Aking Dios, agad n'yo akong tulungan.

Salmo 41[a]

Ang Dalangin ng Taong may Sakit

[1] Mapalad ang taong nagmamalasakit sa mga
mahihirap.
Tutulungan siya ng PANGINOON sa
panahon ng kaguluhan.
[2] Ipagtatanggol siya ng PANGINOON, at iingatan
ang kanyang buhay.

Pagpapalain din siya sa lupain natin.
At hindi siya isusuko sa kanyang mga
kaaway.
[3] Tutulungan siya ng PANGINOON kung siya ay
may sakit,
at pagagalingin siya sa kanyang
karamdaman.
[4] Sinabi ko,
"O PANGINOON, nagkasala ako sa inyo.
Maawa kayo sa akin, at pagalingin ako."
[5] Ang aking mga kaaway ay nagsasalita laban sa
akin.
Sinasabi nila,
"Kailan pa ba siya mamamatay upang
makalimutan na siya?"
[6] Kapag dumadalaw sila sa akin, nagkukunwari
silang nangungumusta,
pero nag-iipon lang pala sila ng masasabi
laban *sa akin*.
Kapag sila'y lumabas na, ikinakalat nila ito.
[7] Ang lahat ng galit sa akin ay masama ang
iniisip tungkol sa akin,
at pinagbubulung-bulungan nila ito.
[8] Sinasabi nila,
"Malala na ang karamdaman niyan,
kaya hindi na iyan makakatayo!"
[9] Kahit ang pinakamatalik kong kaibigan
na kasalo ko lagi sa pagkain at
pinagkakatiwalaan —
nagawa akong pagtaksilan!
[10] Ngunit kayo PANGINOON, ako'y inyong
kahabagan.
Pagalingin n'yo ako upang makaganti na
ako sa aking mga kaaway.
[11] Alam ko na kayo'y nalulugod sa akin,
dahil hindi ako natatalo ng aking mga
kaaway.
[12] Dahil ako'y taong matuwid,
tinutulungan n'yo ako at pinapanatili sa
inyong presensya magpakailanman.

[13] Purihin ang PANGINOON, ang Dios ng Israel,
magpakailanman.
Amen! Amen!

Salmo 42[b]

Ang Hangad ng Taong Lumapit sa Piling ng PANGINOON

[1] Tulad ng usang sa tubig ilog ay nasasabik,
O Dios, ako sa inyo'y nananabik.
[2] Ako'y nauuhaw sa inyo, Dios na buhay.
Kailan pa kaya ako makakatayo sa
presensya n'yo?
[3] Araw-gabi'y, luha ko lang ang pagkain ko,
habang sinasabi sa akin ng aking mga
kaaway,
"Nasaan na ang Dios mo?"
[4] Sumasama ang loob ko kapag naaalala ko
na dati ay pinangungunahan ko ang

---

a Salmo 41 Ang unang mga salita sa Hebreo: *Ang awit
na isinulat ni David para sa direktor ng mga mang-aawit.*

b Salmo 42 Ang unang mga salita sa Hebreo: *Ang
"maskil" na isinulat ng mga anak ni Kora para sa direktor
ng mga mang-aawit.*

maraming tao na pumupunta sa
templo.
At kami ay nagdiriwang, sumisigaw sa
kagalakan at nagpapasalamat sa inyo.

⁵ Bakit nga ba ako nalulungkot at
nababagabag?
Dapat magtiwala ako sa inyo.
Pupurihin ko kayong muli, aking Dios at
Tagapagligtas!
⁶⁻⁷ Nanghihina ang loob ko.
Ako'y parang tinabunan n'yo ng
malalaking alon,
na umuugong na parang tubig sa talon.
Kaya dito ko muna kayo inaalala sa paligid
ng Ilog ng Jordan at Hermon, sa
Bundok ng Mizar.
⁸ Sa araw, Panginoon, ipinapakita n'yo ang
inyong pag-ibig.
Kaya sa gabi, umaawit ako ng aking
dalangin sa inyo,
O Dios na nagbigay ng buhay ko.
⁹ O Dios, na aking batong *kanlungan*, ako'y
nagtatanong,
"Bakit n'yo ako kinalimutan?
Bakit kinakailangan pang magdusa ako sa
pang-aapi ng aking mga kaaway?"
¹⁰ Para bang tumatagos na sa aking mga buto ang
pang-iinsulto ng aking mga kaaway.
Patuloy nilang sinasabi, "Nasaan na ang
Dios mo?"
¹¹ Bakit nga ba ako nalulungkot at
nababagabag?
Dapat magtiwala ako sa inyo.
Pupurihin ko kayong muli, aking Dios at
Tagapagligtas!

Salmo 43

Ang Panalangin sa Panahon ng Kagipitan

¹ Patunayan n'yo, O Dios, na ako'y walang
kasalanan,
at ako'y inyong ipagtanggol sa mga hindi
matuwid.
Iligtas n'yo ako sa mga mandaraya at sa
masasama.
² Kayo ang Dios na nag-iingat sa akin,
bakit n'yo ako itinakwil?
Bakit kailangan pang magdusa ako sa
pang-aapi ng aking mga kaaway?
³ Paliwanagan n'yo ako at turuan ng inyong
katotohanan,
upang ako'y magabayan pabalik sa inyong
templo sa banal na bundok.
⁴ Nang sa gayon, makalapit ako sa inyong altar,
O Dios,
na nagpapagalak sa akin.
At sa pamamagitan ng pagtugtog ng alpa
ay pupurihin ko kayo, O aking Dios.
⁵ Bakit nga ba ako nalulungkot at
nababagabag?
Dapat magtiwala ako sa inyo.
Pupurihin ko kayong muli, aking Dios at
Tagapagligtas!

Salmo 44ᵃ

Dalangin para Iligtas ng Dios

¹ O Dios, narinig namin mula sa aming mga
ninuno
ang tungkol sa mga ginawa n'yo sa kanila
noong kanilang kapanahunan.
Matagal nang panahon ang lumipas.
² Ang mga bansang *hindi naniniwala sa inyo*
ay pinalayas n'yo sa kanilang mga lupain at
pinarusahan,
samantalang ang aming mga ninuno ay
itinanim n'yo roon at pinalago.
³ Nasakop nila ang lupain,
hindi dahil sa kanilang mga armas.
Nagtagumpay sila hindi dahil sa kanilang
lakas,
kundi sa pamamagitan ng inyong
kapangyarihan, pagpapala at
kakayahan,
dahil mahal n'yo sila.
⁴ O Dios, kayo ang aking Hari na nagbigay ng
tagumpay sa amin na lahi ni Jacob.
⁵ Sa pamamagitan n'yo pinatumba't tinapak-
tapakan namin ang aming mga
kaaway.
⁶ Hindi ako nagtitiwala sa aking espada at pana
upang ako'y magtagumpay,
⁷ dahil kayo ang nagpapatagumpay sa amin.
Hinihiya n'yo ang mga kumakalaban sa
amin.
⁸ O Dios, kayo ang lagi naming
ipinagmamalaki,
at pupurihin namin kayo magpakailanman.

⁹ Ngunit ngayo'y itinakwil n'yo na kami at
inilagay sa kahihiyan.
Ang mga sundalo namin ay hindi n'yo na
sinasamahan.
¹⁰ Pinaatras n'yo kami sa aming mga kaaway,
at ang aming mga ari-arian ay kanilang
sinamsam.
¹¹ Pinabayaan n'yong kami ay lapain na parang
mga tupa.
Pinangalat n'yo kami sa mga bansa.
¹² Kami na inyong mga mamamayan ay
ipinagbili n'yo sa kaunting halaga.
Parang wala kaming kwenta sa inyo.
¹³ Ginawa n'yo kaming kahiya-hiya;
iniinsulto at pinagtatawanan kami ng
aming mga kalapit na bansa.
¹⁴ Ginawa n'yo kaming katawa-tawa sa mga
bansa,
at pailing-iling pa sila habang
nang-iinsulto.
¹⁵ Ako'y palaging inilalagay sa kahihiyan.
Wala na akong mukhang maihaharap pa,
¹⁶ dahil sa pangungutya at insulto sa akin ng aking
mga kaaway na gumaganti sa akin.

¹⁷ Ang lahat ng ito ay nangyari sa amin
kahit na kami ay hindi nakalimot sa inyo,

a Salmo 44 Ang unang mga salita sa Hebreo: *Ang
"maskil" na isinulat ng mga anak ni Kora para sa direktor
ng mga mang-aawit.*

o lumabag man sa inyong kasunduan.
[18] Hindi kami tumalikod sa inyo,
   at hindi kami lumihis sa inyong
      pamamaraan.
[19] Ngunit kami ay inilugmok n'yo at pinabayaan
      sa dakong madilim na tinitirhan ng
      mga asong-gubat.[a]
[20] O Dios, kung kayo ay nakalimutan namin,
   at sa ibang dios, kami ay nanalangin,
[21] hindi ba't iyon ay malalaman n'yo rin?
      Dahil alam n'yo kahit ang mga lihim sa isip
      ng tao.
[22] Ngunit dahil sa aming pananampalataya sa
      inyo,
   kami ay palaging nasa panganib ang aming
      buhay.
   Para kaming mga tupang kakatayin.

[23] Sige na po, Panginoon! Kumilos na kayo!
   Huwag n'yo kaming itakwil
      magpakailanman.
[24] Bakit n'yo kami binabalewala?
   Bakit hindi n'yo pinapansin ang aming
      pagdurusa at ang pang-aapi sa amin?
[25] Nagsibagsak na kami sa lupa at hindi na
      makabangon.
[26] Sige na po, tulungan n'yo na kami.
   Iligtas n'yo na kami dahil sa inyong
      pagmamahal sa amin.

Salmo 45[b]

Ang Kasal ng Hari

[1] Ang aking puso ay punong-puno ng
      magagandang paksa
   habang ako'y nagsasalita ng mga tula para
      sa hari.
   Ang aking kakayahan sa pagsasalita ay
      katulad ng kakayahan ng isang
      magaling na makata.

[2] Mahal na Hari, kayo ang pinakamagandang
      lalaki sa lahat.
   At ang mga salita n'yo ay nakabubuti sa iba.
   Kaya lagi kayong pinagpapala ng Dios.
[3] Marangal na hari na dakilang mandirigma!
   Isukbit n'yo sa inyong tagiliran ang inyong
      espada.
[4] Ipahayag na ang inyong kadakilaan!
   Maging matagumpay kayo na may
      katotohanan, kapakumbabaan at
      katuwiran.
   Gumawa kayo ng mga kahanga-hangang
      bagay sa pamamagitan ng inyong
      kapangyarihan.
[5] Patamaan n'yo ng matatalim n'yong palaso
      ang puso ng inyong mga kaaway.
   Babagsak ang mga bansa sa inyong paanan.

[6] O Dios, ang kaharian mo ay magpakailanman

at ang paghahari mo'y makatuwiran.
[7] Kinalulugdan mo ang gumagawa ng matuwid
   at kinamumuhian mo ang gumagawa
      ng masama.
   Kaya pinili ka ng Dios, na iyong Dios,
   at binigyan ng kagalakang higit sa
      ibinigay niya sa mga kasama mo.
[8] Ang mga damit n'yo ay pinabanguhan ng
      mira, aloe at kasia.
   Sa inyong palasyo na nakakasilaw sa
      ganda,[c]
   nililibang kayo ng mga tugtugin ng alpa.
[9] Ang ilan sa inyong mga kagalang-galang na
      babae ay mga prinsesa.
   At sa inyong kanan ay nakatayo ang reyna
      na nakasuot ng mga alahas na purong ginto
      mula sa Ofir.

[10] O kasintahan ng hari, pakinggan mo ang
      sasabihin ko:
   Kalimutan mo ang iyong mga kamag-anak
      at mga kababayan.
[11] Nabihag mo ang hari ng iyong kagandahan.
   Siya'y iyong amo na dapat igalang.
[12] Ang mga taga-Tyre ay magdadala sa iyo ng
      kaloob;
   pati ang mga mayayaman ay hihingi ng
      pabor sa iyo.

[13] Nagniningning ang kagandahan ng prinsesa
      sa loob ng kanyang silid.
   Ang kanyang suot na trahe de boda ay may
      mga burdang ginto.
[14] Sa ganitong kasuotan ay dadalhin siya sa hari,
      kasama ng mga dalagang abay.
[15] Masayang-masaya silang papasok sa palasyo
      ng hari.

[16] Mahal na Hari, ang inyong mga anak na lalaki
      ay magiging hari rin, katulad ng kanilang
      mga ninuno.
   Gagawin n'yo silang mga pinuno sa buong
      daigdig.
[17] Ipapaalala kita sa lahat ng salinlahi.
   Kaya pupurihin ka ng mga tao
      magpakailanman.

Salmo 46[d]

Kasama Natin ang Dios

[1] Ang Dios ang ating kanlungan at kalakasan.
   Siya'y laging nakahandang sumaklolo sa
      oras ng kagipitan.
[2] Kaya huwag tayong matatakot kahit lumindol
      man,
   at gumuho ang mga bundok at bumagsak
      sa karagatan.
[3] Humampas man at umugong ang mga alon
      na naglalakihan,
   at mayanig ang kabundukan.

---

[a] **19** asong-gubat: sa Ingles, "jackal."
[b] Salmo 45 Ang unang mga salita sa Hebreo: *Ang "maskil" na isinulat ng mga anak ni Kora. Ito'y awit para sa kasal. Sa direktor ng mga mang-aawit: Awitin ninyo ito sa tono ng awiting "Mga Lily."*

[c] **8** nakakasilaw sa ganda: sa literal, nilagyan ng palamuti.
[d] Salmo 46 Ang unang mga salita sa Hebreo: *Ang "maskil" na isinulat ng mga anak ni Kora. Sa direktor ng mga mang-aawit: Awitin ninyo ito na may mataas na tono.*

⁴ May ilog na nagbibigay ng kagalakan sa bayan
　　ng Dios,
　　sa banal na tahanan ng Kataas-taasang Dios.
⁵ Ang Dios ay nakatira sa lungsod na ito kaya
　　hindi ito magigiba.
　　Ito'y kanyang ipagtatanggol sa
　　kinaumagahan.
⁶ Nagkakagulo ang mga bansa; bumabagsak
　　ang mga kaharian.
　　Sa sigaw ng Dios, ang *mga tao sa* mundo ay
　　parang matutunaw *sa takot.*
⁷ Kasama natin ang Panginoon ng hukbo ng
　　kalangitan.
　　Ang Dios ni Jacob ang ating kanlungan.

⁸ Halika, tingnan mo ang mga kahanga-
　　hangang bagay na ginagawa ng
　　Panginoon sa mundo.
⁹ Kanyang pinatitigil ang mga digmaan sa lahat
　　ng sulok ng mundo.
　　Binabali niya ang mga sibat, pinuputol
　　ang mga pana, at sinusunog ang mga
　　kalasag.
¹⁰ Sinasabi niya,
　　"Tumigil kayo*ᵃ* at kilalanin ninyo na ako
　　ang Dios.
　　Ako'y pararangalan sa mga bansa.
　　Ako'y papupurihan sa buong mundo."

¹¹ Kasama natin ang Panginoong
　　Makapangyarihan.
　　Ang Dios ni Jacob ang ating kanlungan.

Salmo 47*ᵇ*

Ang Dios ang Hari sa Buong Sanlibutan

¹ Kayong mga tao sa bawat bansa,
　　magpalakpakan kayo!
　　Sumigaw sa Dios nang may kagalakan.
² Ang Panginoon, ang Kataas-taasang Dios at
　　kagalang-galang.
　　Siya ang dakilang Hari sa buong
　　sanlibutan.
³ Ipinasakop niya sa aming mga Israelita ang
　　lahat ng bansa.
⁴ Pinili niya para sa amin ang lupang
　　ipinangako bilang aming mana.
　　Ito'y ipinagmamalaki ni Jacob na kanyang
　　minamahal.
⁵ Ang Dios ay umaakyat *sa kanyang trono*
　　habang nagsisigawan ang mga tao at
　　tumutunog ang mga trumpeta.

⁶ Umawit kayo ng mga papuri sa Dios.
　　Umawit kayo ng mga papuri sa ating hari.
⁷ Dahil ang Dios ang siyang Hari sa buong
　　mundo.
　　Umawit sa kanya ng mga awit ng
　　pagpupuri.

⁸ Ang Dios ay nakaupo sa kanyang trono at
　　naghahari sa mga bansa.
⁹ Nagtitipon ang mga hari ng mga bansa,
　　kasama ang mga mamamayan ng Dios ni
　　Abraham.
　　Ang mga pinuno sa mundo ay sa Dios,
　　at mataas ang paggalang nila sa kanya.

Salmo 48*ᶜ*

Ang Zion ang Bayan ng Dios

¹ Dakila ang Panginoon na ating Dios,
　　at karapat-dapat na papurihan sa kanyang
　　bayan,
　　ang kanyang banal na bundok.
² Ito'y mataas at maganda,
　　at nagbibigay kagalakan sa buong mundo.
　　Ang *banal na* bundok ng Zion ay ang
　　bayan ng Makapangyarihang Hari.
³ Ang Dios ay nasa mga muog ng Jerusalem,
　　at ipinakita niyang siya ang Tagapagligtas
　　ng mga taga-Jerusalem.

⁴ Nagtipon-tipon ang mga hari upang
　　sumalakay *sa Jerusalem.*
⁵ Ngunit noong nakita *ng mga hari ang bayan,*
　　nagulat, natakot at nagsitakas sila.
⁶ Dahil sa takot, nanginig sila
　　gaya ng babaeng nanganganak na
　　namimilipit sa sakit.
⁷ Winasak sila ng Dios tulad ng mga barkong
　　panglayag*ᵈ*
　　na sinisira ng hanging amihan.

⁸ Noon, nabalitaan natin ang ginawa ng ating
　　Dios,
　　pero ngayon, tayo mismo ang nakakita sa
　　ginawa niya sa kanyang bayan.
　　Siya ang Panginoon ng hukbo ng
　　kalangitan,
　　at patatatagin niya ang kanyang bayan
　　magpakailanman.

⁹ Sa loob ng inyong templo, O Dios,
　　iniisip namin ang pag-ibig n'yong matapat.
¹⁰ O Dios, dakila ang pangalan n'yo,
　　at pinupuri kayo ng mga tao sa buong
　　mundo.
　　Ang kapangyarihan n'yo ay laging
　　makatarungan.
¹¹ Nagagalak ang mga mamamayan ng Zion,*ᵉ*
　　at ng mga bayan ng Juda,
　　dahil sa inyong *makatarungang* paghatol.

¹² *Mga mamamayan ng Dios,*
　　libutin ninyo ang Zion at bilangin ninyo
　　ang mga tore nito.
¹³ Tingnan ninyong mabuti ang mga pader at
　　ang mga tanggulan ng bayan na ito,
　　upang masabi ninyo sa susunod na
　　salinlahi,

---

a 10 *Tumigil kayo:* o, *Tumahimik kayo* o, *Bitawan ninyo
ang mga armas ninyo.*
b Salmo 47 Ang unang mga salita sa Hebreo: *Ang awit
na isinulat ng mga anak ni Kora para sa direktor ng mga
mang-aawit.*

c Salmo 48 Ang unang mga salita sa Hebreo: *Ang awit
na isinulat ng mga anak ni Kora.*
d 7 *barkong panglayag:* sa Hebreo, *barko ng Tarshish.*
e 11 *mamamayan ng Zion:* sa literal, *Bundok ng Zion.*
Tinatawag ding Zion ang Jerusalem.

[14] "Siya ang Dios, ang Dios natin
magpakailanman.
Siya ang gagabay sa atin habang buhay."

Salmo 49[a]

Kamangmangan ang Pagtitiwala sa Kayamanan

[1] Makinig kayo, lahat ng bansa,
kayong lahat na nananahan dito sa mundo!
[2] Dakila ka man o aba,
mayaman ka man o dukha, *makinig ka,*
[3] dahil magsasalita ako na puno ng
karunungan,
at puno rin ng pang-unawa ang aking
kaisipan.
[4] Itutuon ko ang aking pansin sa mga
kawikaan,
at ipapaliwanag ko ang kahulugan nito,
habang tinutugtog ko ang alpa.

[5] Bakit ako matatakot kung may darating na
panganib,
o kung ako'y mapaligiran ng aking mga
kaaway?
[6] Sila ay nagtitiwala sa kanilang kayamanan
at dahil dito ay nagmamayabang.
[7] Pero walang may kakayahang tubusin ang
kanyang sarili mula sa kamatayan,
kahit magbayad pa siya sa Dios.
[8] Dahil napakamahal ang pagtubos sa isang
buhay;
hindi sapat ang anumang pambayad
[9] upang ang tao'y mabuhay magpakailanman,
at hindi na mamatay.
[10] Nakikita nga ng lahat, na kahit ang
marurunong ay namamatay,
ganoon din ang mga matitigas ang ulo at
mga hangal.
At maiiwan nila sa iba ang kanilang
kayamanan.
[11] Ang kanilang libingan ay magiging bahay nila
magpakailanman.
Doon sila mananahan,
kahit may mga lupaing nakapangalan sa
kanila.
[12] Kahit tanyag ang tao, hindi siya magtatagal;
mamamatay din siya katulad ng hayop.
[13] Ganito rin ang kahihinatnan ng taong
nagtitiwala sa sarili,
na nasisiyahan sa sariling pananalita.
[14] Sila'y nakatakdang mamatay.
Tulad sila ng mga tupa na ginagabayan ng
kamatayan patungo sa libingan.[b]
(Pagsapit ng umaga, pangungunahan sila
ng mga matuwid.)
Mabubulok ang bangkay nila sa libingan,
malayo sa dati nilang tirahan.
[15] Ngunit tutubisin naman ako ng Dios
mula sa kapangyarihan ng kamatayan.

Tiyak na ililigtas niya ako.

[16] Huwag kang mangamba kung yumayaman
ang iba
at ang kanilang kayamanan ay lalo pang
nadadagdagan,
[17] dahil hindi nila ito madadala kapag sila'y
namatay.
Ang kanilang kayamanan ay hindi
madadala sa libingan.
[18] Sa buhay na ito, itinuturing nila na pinagpala
sila ng Dios,
at pinupuri din sila ng mga tao dahil
nagtagumpay sila.
[19] Ngunit makakasama pa rin sila ng kanilang
mga ninunong *namatay na,*
doon sa lugar na hindi sila makakakita ng
liwanag.
[20] Ang taong mayaman na hindi nakakaunawa
ng katotohanan
ay mamamatay katulad ng mga hayop.

Salmo 50[c]

Ang Tunay na Pagsamba

[1] Ang PANGINOONG Dios na makapangyarihan
ay nagsasalita at nananawagan sa lahat
ng tao sa buong mundo.
[2] Nagliliwanag siya mula sa Zion,
ang magandang lungsod na walang
kapintasan.
[3] Darating ang Dios at hindi lang siya basta
mananahimik.
Sa unahan niya'y may apoy na
nagngangalit,
at may bagyong ubod ng lakas sa kanyang
paligid.
[4] Tinawag niya ang buong langit at mundo para
sumaksi
sa paghatol niya sa kanyang mga
mamamayan.
[5] *Sinabi niya,* "Tipunin sa aking harapan ang
mga tapat kong pinili
na nakipagkasundo sa akin sa
pamamagitan ng paghahandog."
[6] Inihahayag ng kalangitan na ang Dios ay
matuwid,
dahil siya nga ang Dios na may karapatang
mamuno at humatol.
[7] *Sinabi pa ng Dios,* "Kayong mga mamamayan
ko,
pakinggan ninyo ang aking sasabihin!
Ako ang Dios, na inyong Dios.
Sasaksi ako laban sa inyo, mga taga-Israel!
[8] Hindi dahil sa inyong mga sinusunog na
handog
na palagi ninyong iniaalay sa akin.
[9] Hindi ko kailangan ang inyong mga baka[d] at
mga kambing.
[10] Sapagkat akin ang lahat ng hayop:

a Salmo 49 Ang unang mga salita sa Hebreo: *Ang awit
na isinulat ng mga anak ni Kora para sa direktor ng mga
mang-aawit.*
b 14 libingan: o, Sheol.

c Salmo 50 Ang unang mga salita sa Hebreo: *Ang awit
na isinulat ni Asaf.*
d 9 baka: sa literal, *toro.*

ang mga hayop sa gubat at ang mga baka sa
libu-libong mga burol.
11 Kilala ko *rin* ang lahat ng ibon sa mga
bundok,
at ang lahat ng hayop sa parang ay akin.
12 Kung magutom man ako, hindi ako hihingi sa
inyo ng pagkain,
dahil ang daigdig at ang lahat ng nasa loob
nito ay akin.
13 Kumakain ba ako ng karne ng toro?
Hindi!
Umiinom ba ako ng dugo ng kambing?
Hindi!
14 Ang kailangan kong handog ay ang inyong
pasasalamat
at ang pagtupad sa mga ipinangako ninyo
sa akin na Kataas-taasang Dios.
15 Tumawag kayo sa akin sa oras ng inyong
kagipitan.
At ililigtas ko kayo at ako'y pararangalan
ninyo."
16 Ngunit sinabi ng Dios sa mga masama,
"Wala kayong karapatang banggitin ang
aking mga kautusan at kasunduan!
17 Namumuhi kayo sa *aking* pagdidisiplina.
Hindi ninyo pinapansin ang mga sinasabi ko.
18 Kapag nakakakita kayo ng magnanakaw,
nakikipagkaibigan kayo sa kanya at
nakikisama rin kayo sa mga
nakikiapid.
19 Lagi kayong nagsasalita ng masama at kay
dali para sa inyong magsinungaling.
20 Sinisiraan ninyo ang inyong mga kapatid.
21 Hindi ako kumibo nang gawin ninyo ang mga
bagay na ito,
kaya inakala ninyong katulad din ninyo ako.
Ngunit sasawayin ko kayo at ipapakita ko
sa inyo kung gaano kayo kasama.
22 Pakinggan ninyo ito, kayong mga nakalimot
sa Dios,
dahil kung hindi ay lilipulin ko kayo at
walang makapagliligtas sa inyo.
23 Ang naghahandog sa akin ng pasasalamat ay
pinaparangalan ako
at ang nag-iingat sa kanyang pag-uugali ay
ililigtas ko."

Salmo 51[a]

Paghingi ng Kapatawaran sa Dios

1 O Dios, kaawaan n'yo po ako
ayon sa inyong tapat na pagmamahal.
At ayon sa inyong labis na pagmamalasakit
sa akin,
ang lahat ng pagsuway ko ay inyong pawiin
at ako'y patawarin.
2 Hugasan n'yo ako, at linisin n'yo nang lubos
sa aking kasamaan,
3 dahil inaamin ko ang aking mga pagsuway,

at lagi kong iniisip ang aking mga
kasalanan.
4 Tanging sa inyo lamang ako nagkasala.
Gumawa ako ng masama sa inyong
paningin.
Kaya makatarungan kayo sa inyong
pagbibintang sa akin.
Karapat-dapat lang na hatulan n'yo ako.
5 Ako'y makasalanan at masama mula pa
noong ako'y isinilang,
kahit noong ipinaglilihi pa lang ako.
6 Ang nais n'yo ay isang pusong tapat,
kung kaya't ipagkaloob n'yo sa aking
kaloob-looban ang karunungan.
7 Linisin at hugasan n'yo ako *sa aking mga
kasalanan*
upang lubusang luminis ang puso't
kaluluwa ko.[b]
8 Ipadama n'yo sa akin ang kasiyahan at
kaligayahan
upang sa aba kong kalagayan, muling
mapasaakin ang kagalakan.
9 Kalimutan n'yo ang aking mga kasalanan,
at pawiin ang lahat kong kasamaan.
10 Ilikha n'yo ako ng busilak na puso, O Dios,
at bigyan ako ng bagong espiritu na
matapat.
11 Huwag po akong itaboy palayo sa inyong piling,
at ang inyong Banal na Espiritu sa akin ay
huwag n'yo po sanang bawiin.
12 Sana'y ibalik sa akin ang kagalakang
naramdaman ko noong iniligtas n'yo
ako,
at bigyan nawa ako ng masunuring
espiritu.
13 At tuturuan ko ang mga makasalanan ng
inyong mga pamamaraan upang
manumbalik sila sa inyo.
14 Patawarin n'yo ako sa kasalanan kong
pagpatay,
O Dios na aking Tagapagligtas.
At sisigaw ako sa kagalakan dahil sa inyong
pagliligtas.
15 Panginoon, buksan n'yo po ang aking labi,
nang ang mga ito'y magpuri sa inyo.
16 Hindi naman mga handog ang nais n'yo;
mag-alay man ako ng mga handog na
sinusunog, hindi rin kayo malulugod.
17 Ang handog na nakalulugod sa inyo ay
pusong nagpapakumbaba at nagsisisi
sa kanyang kasalanan.
Ito ang handog na hindi n'yo tatanggihan.
18 Dahil sa kagustuhan n'yo,
pagpalain n'yo ang Jerusalem.[c]
Muli n'yong itayo ang mga pader nito.
19 Nang sa gayon malugod kayo sa mga
nararapat na handog,
pati sa mga handog na sinusunog ng buo.
At maghahandog din sila ng mga baka sa
inyong altar.

---

*a Salmo 51 Ang unang mga salita sa Hebreo: Ang awit
na isinulat ni David para sa direktor ng mga mang-aawit.
Isinulat niya ito nang kausapin siya ng propetang si Natan
pagkatapos niyang makipagtalik sa may asawang si
Batsheba.*

*b 7 Linisin…kaluluwa ko: sa literal, Linisin mo ako
ng isopo at magiging dalisay ako; hugasan mo ako at
magiging kasimputi ako ng nyebe.*

c 18 Jerusalem: sa Hebreo, Zion.

Salmo 52[a]

Ang Paghatol at Habag ng Dios

¹ Ikaw, taong mapagmataas,
　　bakit mo ipinagyayabang ang kasamaan mo?
　　Hindi ba't ang Dios ay palaging mabuti sa iyo?
² Sa pagbabalak mo ng masama laban sa iba,
　　kasintalim ng pang-ahit ang iyong dila,
　　at lagi kang nagsisinungaling.
³ Minamahal mo ang kasamaan kaysa sa kabutihan,
　　at mas nais mong magsinungaling kaysa magsabi ng katotohanan.
⁴ Taong sinungaling, ang gusto mo'y makapanakit sa iba sa pamamagitan ng iyong pananalita.
⁵ Ngunit dudurugin ka ng Dios nang tuluyan.
　　Dadakpin ka at kakaladkarin palabas ng bahay;
　　bubunutin ka mula rito sa mundo ng mga buhay.
⁶ Makikita ito ng mga matuwid at magtataka sila. Pagtatawanan ka nila at sasabihing,
⁷ "Tingnan ninyo ang taong hindi nanalig sa Dios bilang matibay nilang kanlungan.
　　Sa halip, nagtiwala lang sa kanyang masaganang kayamanan,
　　at patindi nang patindi ang kanyang kasamaan."

⁸ Ngunit ako ay tulad ng punong olibo
　　na yumayabong sa loob ng inyong templo.
　　Nagtitiwala ako sa inyong pag-ibig magpakailanman.
⁹ Pasasalamatan ko kayo magpakailanman dahil sa mga ginawa ninyo.
　　At sa harapan ng mga matatapat sa inyo,
　　ipapahayag ko ang kabutihan ninyo.

Salmo 53[b]

Ang Kasamaan ng Tao (Salmo 14)

¹ "Walang Dios!"
　　Iyan ang sinasabi ng mga hangal sa kanilang sarili.
　　Masasama sila at kasuklam-suklam ang kanilang mga gawa.
　　Ni isa ay walang gumagawa ng mabuti.
² Mula sa langit, tinitingnan ng Dios ang lahat ng tao,
　　kung may nakakaunawa ng katotohanan at naghahanap sa kanya.
³ Ngunit ang lahat ay naligaw ng landas at pare-parehong nabulok ang pagkatao.

Wala kahit isa man ang gumagawa ng mabuti.
⁴ Kailan kaya matututo ang masasamang tao?
　　Sinasamantala nila ang aking mga kababayan para sa kanilang pansariling kapakanan.
　　At hindi sila nananalangin sa Dios.
⁵ Ngunit darating ang araw na manginginig sila sa takot,
　　sa takot na kahit kailan ay hindi pa nila nararanasan,
　　samantalang ikakalat naman ng Dios ang mga buto ng mga sumasalakay sa inyo.
　　Mailalagay sila sa kahihiyan,
　　dahil itinakwil sila ng Panginoon.
⁶ Dumating na sana ang Tagapagligtas ng Israel mula sa Zion!
　　Magsasaya ang mga Israelita, ang mga mamamayan ng Dios,
　　kapag naibalik na niya ang kanilang kasaganaan.

Salmo 54[c]

Ang Dios ang Sumasaklolo

¹ O Dios, iligtas n'yo ako sa pamamagitan ng inyong kapangyarihan at patunayan n'yong wala akong kasalanan.
² Dinggin n'yo ang aking mga panalangin,
³ dahil sinasalakay ako ng mga dayuhan upang patayin. Malulupit sila at hindi kumikilala sa inyo.
⁴ Kayo, O Dios ang tumutulong sa akin.
　　Kayo, Panginoon ang aking maaasahan.
⁵ Ibalik n'yo sana sa aking mga kaaway ang ginagawa nilang masama.
　　O Dios, sa inyong pagkamatapat, lipulin n'yo sila.

⁶ Kusang-loob akong maghahandog sa inyo Panginoon.
　　Pupurihin ko ang pangalan n'yo dahil napakabuti ninyo.
⁷ Iniligtas n'yo ako sa lahat ng kahirapan,
　　at nakita kong natalo ang aking mga kaaway.

Salmo 55[d]

Ang Panalangin ng Taong Pinagtaksilan ng Kanyang Kaibigan

¹ O Dios, dinggin n'yo ang aking dalangin.
　　Ang paghingi ko ng tulong ay bigyan n'yo ng pansin.
² Pakinggan n'yo ako at sagutin,
　　naguguluhan ako sa aking mga suliranin.

a Salmo 52 Ang unang mga salita sa Hebreo: Ang "maskil" na isinulat ni David para sa direktor ng mga mang-aawit. Isinulat niya ito pagkatapos pumunta ni Doeg na taga-Edom kay Saul upang sabihin na si David ay pumunta sa bahay ni Ahimelec.

b Salmo 53 Ang unang mga salita sa Hebreo: Ang "maskil" na isinulat ni David para sa direktor ng mga mang-aawit. Gamit ang instrumentong mahalat.

c Salmo 54 Ang unang mga salita sa Hebreo: Ang "maskil" na isinulat ni David para sa direktor ng mga mang-aawit. Isinulat ito ni David pagkatapos isumbong ng mga taga-Zif kay Saul na nagtatago siya sa kanilang lugar. Ginamit ito ng instrumentong may kwerdas.

d Salmo 55 Ang unang mga salita sa Hebreo: Ang "maskil" na isinulat ni David para sa direktor ng mga mang-aawit. Ginamit ito ng instrumentong may kwerdas.

³ Nag-aalala na ako sa pananakot at pang-aapi
ng aking mga kaaway.
Dahil galit na galit sila, ginugulo nila ako at
pinagbabantaan.
⁴ Kumakabog ang dibdib ko sa takot na ako'y
mamatay.
⁵ Nanginginig na ako sa sobrang takot.
⁶ At nasabi ko ito: "Kung may pakpak lang
ako tulad ng kalapati, lilipad ako at
maghahanap ng mapagpapahingahan.
⁷ Lilipad ako ng malayo at doon mananahan sa
ilang.
⁸ Maghahanap agad ako ng mapagtataguan
para makaiwas sa *galit ng aking mga
kaaway na tulad ng* malakas na
hangin o bagyo."

⁹ Panginoon, lituhin n'yo ang aking mga
kaaway at guluhin n'yo ang kanilang
mga pag-uusap.
Dahil nakita ko ang karahasan at
kaguluhan sa lungsod.
¹⁰ Araw-gabi itong nangyayari.ᵃ
Ang lungsod ay puno ng kasamaan at
kaguluhan.
¹¹ Laganap ang kasamaan at walang tigil ang
pang-aapi at pandaraya sa mga
lansangan.
¹² Matitiis ko kung ang kaaway ko ang
kumukutya sa akin.
Kung ang isang taong galit sa akin ang
magmamalaki sa akin, maiiwasan ko
siya.
¹³ Ngunit mismong kagaya ko, kasama ko
at kaibigan ko *ang sa akin ay
nangiinsulto.*
¹⁴ Dati, malapit kami sa isa't isa, at magkasama
pa kaming pumupunta sa templo ng
Dios.
¹⁵ Sana'y mamatay na lang bigla ang aking mga
kaaway.
Sana'y malibing silang buhay sa lugar ng
mga patay.
Sapagkat ang kasamaan ay nasa puso nila
at sa kanilang mga tahanan.
¹⁶ Ngunit ako ay humihingi ng tulong sa
Panginoong Dios,
at inililigtas niya ako.
¹⁷ Umaga, tanghali at gabi, dumadaing ako at
nagbubuntong-hininga sa kanya, at
ako'y pinapakinggan niya.
¹⁸ Ililigtas niya ako at iingatan sa aking
pakikipaglaban,
kahit napakarami ng aking mga kalaban.
¹⁹ Pakikinggan ako ng Dios na naghahari
magpakailanman,
at ibabagsak niya ang aking mga kaaway.
Dahil ang aking mga kaaway ay hindi
nagbabago at walang takot sa Dios.
²⁰ Kinalaban ng dati kong kaibigan ang kanyang
mga kaibigan;
at hindi niya tinupad ang kanyang mga
pangako.

²¹ Malumanay at mahusay nga siyang magsalita,
ngunit puno naman ng poot ang kanyang
puso,
at ang kanyang pananalita ay nakakasugat
tulad ng matalim na espada.
²² Ibigay mo sa Panginoon ang iyong mga
alalahanin at aalagaan ka niya.
Hindi niya pababayaan ang mga matuwid
magpakailanman.
²³ Ngunit itatapon niya ang mga mamamatay-
tao at ang mga mandaraya
sa napakalalim na hukay bago mangalahati
ang kanilang buhay.
Ngunit ako, ako'y magtitiwala sa kanya.

Salmo 56

Dalangin ng Pagtitiwala sa Diosᵇ
¹ O Dios, maawa kayo sa akin dahil sinasalakay
ako ng aking mga kaaway.
Palagi nila akong pinahihirapan.
² Kinukutya nila ako at laging sinasalakay.
Kay dami nilang kumakalaban sa akin,
O Kataas-taasang Dios.ᶜ
³ Kapag ako'y natatakot, magtitiwala ako sa
inyo.
⁴ O Dios, pinupuri ko kayo dahil sa inyong
pangako.
Hindi ako matatakot dahil nagtitiwala ako
sa inyo.
Ano bang magagawa ng isang hamak na
tao sa akin? Wala!
⁵ Binabaluktot lagi ng aking mga kaaway ang
mga sinasabi ko.
Lagi silang nagpaplano na saktan ako.
⁶ Nagsasama-sama sila at nagsisipagtago,
binabantayan nila ang lahat ng kilos ko at
naghihintay ng pagkakataon upang
patayin ako.
⁷ Huwag n'yo silang hayaang matakasan ang
parusa ng kanilang kasamaan.
Lipulin n'yo sila sa inyong matinding galit.
⁸ Nalalaman n'yo ang aking kalungkutan at
napapansin n'yo ang aking mga
pag-iyak.
Hindi ba't inilista n'yo ito sa inyong aklat?
⁹ Kapag tumawag ako sa inyo, O Dios,
magsisitakas ang aking mga kaaway.
Alam ko ito dahil ikaw ay aking kakampi.
¹⁰ Panginoong Dios, pinupuri ko kayo dahil sa
inyong mga salita at pangako.
¹¹ Hindi ako matatakot dahil nagtitiwala ako sa
inyo.
Ano bang magagawa ng isang hamak na
tao sa akin? Wala!
¹² Tutuparin ko, O Dios, ang mga pangako ko sa
inyo.

ᵃ 10 *itong nangyayari:* sa literal, *naglilibot sila sa mga
pader ng lungsod.*

ᵇ Salmo 56 Ang Pamagat sa Hebreo: Ang maskil na
isinulat ni David para sa direktor ng mga mang-aawit.
Isinulat nĩya ito pagkatapos siyang mahuli ng mga
Filisteo sa Gat. Inaawit sa tono ng "Ang Kalapati sa
Terebinto na nasa Malayong Lugar".

ᶜ 2 *O Kataas-taasang Dios:* o, *dahil sa kanilang
pagmamataas.*

Maghahandog ako ng alay ng pasasalamat
sa inyo.
[13] Dahil iniligtas n'yo ako sa kamatayan
at hindi n'yo ako pinabayaang madapa.
Para mamuhay akong kasama kayo, O Dios,
sa inyong liwanag na nagbibigay-buhay.

Salmo 57[a]

Dalangin para Tulungan ng Dios

[1] O Dios, maawa kayo sa akin, dahil sa inyo
ako nanganganlong.
Katulad ng sisiw na sumisilong sa ilalim ng
pakpak ng inahing manok, sisilong
ako sa inyo hanggang sa wala ng
kapahamakan.
[2] Tumatawag ako sa inyo, Kataas-taasang Dios,
sa inyo na nagsasagawa ng layunin sa aking
buhay.
[3] Mula sa langit ay magpapadala kayo ng
tulong upang ako'y iligtas.
Ilalagay n'yo sa kahihiyan ang mga kaaway
ko.
Ipapakita n'yo ang inyong pag-ibig at
katapatan *sa akin.*
[4] Napapaligiran ako ng mga kaaway,
parang mga leong handang lumapa ng tao.
Ang mga ngipin nila'y *parang* sibat at pana,
mga dila'y kasintalim ng espada.
[5] O Dios, ipakita n'yo ang inyong
kapangyarihan sa kalangitan at sa
buong mundo.
[6] Nabagabag ako dahil naglagay ng bitag ang
aking mga kaaway.
Naghukay rin sila sa aking dadaanan,
ngunit sila rin ang nahulog dito.
[7] O Dios, lubos akong nagtitiwala sa inyo.
Aawit ako ng mga papuri para sa inyo.
[8] Gigising ako ng maaga at ihahanda ko
ang aking sarili at ang aking
instrumentong may mga kwerdas
para magpuri sa inyo.
[9] Panginoon, pupurihin ko kayo sa gitna ng
mga mamamayan.
At sa gitna ng mga bansa, ikaw ay aking
aawitan.
[10] Dahil ang pag-ibig n'yo at katapatan ay
hindi mapantayan at lampas pa sa
kalangitan.
[11] O Dios, ipakita n'yo ang inyong
kapangyarihan sa buong kalangitan at
sa buong mundo.

Salmo 58[b]

Mapapahamak ang Masasama

[1] Kayong mga pinuno, matuwid ba ang
paghatol ninyo sa mga tao?

[2] Hindi! Dahil paggawa ng masama ang laging
iniisip ninyo at namiminsala kayo sa
iba saanman kayo naroroon.
[3] Ang masasama ay lumalayo *sa Dios*
at mula nang isilang ay nagsisinungaling na.
[4-5] Para silang mga ahas na makamandag.
Parang kobrang hindi nakikinig sa tinig ng
mahuhusay na tagapagpaamo niya.
[6] O PANGINOONG Dios, *sirain n'yo ang kanilang
kakayahan sa pamiminsala
na parang* binabali n'yo ang kanilang mga
ngipin na parang pangil ng mga leon!
[7] Mawala sana silang tulad ng tubig na
natutuyo
at gawin mo ring walang silbi ang kanilang
mga armas.
[8] Maging tulad sana sila ng kuhol na parang
natutunaw habang gumagapang,
o ng sanggol na patay nang ipinanganak,
na hindi pa nakakita ng liwanag.
[9] *Mabilis* silang tatangayin ng Dios,
maging ang mga nabubuhay pa,
mabilis pa sa pag-init ng palayok na
inaapuyan ng malakas.
[10] Magagalak ang mga matuwid kapag nakita
na nilang pinaghigantihan ng Dios
ang masasama, at dumanak na ang
kanilang dugo.[c]
[11] At sasabihin ng mga tao, "Tunay ngang may
gantimpala ang matutuwid
at mayroong Dios na humahatol sa *mga tao
sa* mundo."

Salmo 59[d]

Panalangin Laban sa Masama

[1] O Dios, iligtas n'yo ako sa aking mga kaaway.
At sa mga kumakalaban sa akin, ako ay
inyong ingatan.
[2] Iligtas n'yo ako sa masasama at sa mga
mamamatay-tao.
[3] PANGINOON, tingnan n'yo!
Inaabangan nila ako para patayin,
kahit na wala akong nagawang kasalanan
sa kanila.
[4-5] Wala akong nagawang kasalanan,
ngunit handa silang salakayin ako.
Sige na po, PANGINOONG Dios na
Makapangyarihan, Dios ng Israel.
Tingnan n'yo na ang nangyayari; tulungan
n'yo ako!
Kumilos na kayo, at parusahan n'yo ang
mga bansang *hindi sumasampalataya
sa inyo.*
Huwag n'yong kahabagan ang mga taksil
na iyon.
[6] Bumabalik sila kapag gabi at tumatahol

---

a Salmo 57 Ang unang mga salita sa Hebreo: *Ang awit
na isinulat ni David para sa direktor ng mga mang-aawit.
Isinulat niya ito pagkatapos niyang tumakas kay Saul
papunta sa kweba. Inaawit sa tono ng "Huwag Sirain".*
b Salmo 58 Ang unang mga salita sa Hebreo: *Ang awit
na isinulat ni David para sa direktor ng mga mang-aawit.
Inaawit sa tono ng "Huwag Sirain".*

c 10 *at dumanak na ang kanilang dugo:* sa literal,
hinugasan niya ang kanyang paa sa dugo ng masama.
d Salmo 59 Ang unang mga salita sa Hebreo: *Ang awit
na isinulat ni David para sa direktor ng mga mang-aawit.
Isinulat niya ito pagkatapos magpadala ng tao ni Saul sa
bahay niya upang manmanan siya at patayin. Inaawit sa
tono ng "Huwag Sirain".*

gaya ng aso habang naglilibot sila sa bayan.
⁷ Pakinggan n'yo ang kanilang pananalita;
kasing sakit ng tusok ng espada.
At *sinasabi pa nila,* "Wala namang
nakakarinig sa atin."
⁸ Ngunit, pinagtatawanan n'yo lang sila
Panginoon.
Kinukutya n'yo ang mga taong *hindi
sumasampalataya sa inyo.*
⁹ O Dios ikaw ang aking kalakasan.
Maghihintay ako sa inyo dahil ikaw ang
aking tagapagtanggol,
¹⁰ at *ikaw ang* Dios na nagmamahal sa akin.
Manguna ka sa akin at ipakita mo sa akin
ang pagbagsak ng aking mga kaaway.
¹¹ Pero huwag n'yo silang patayin agad
para hindi makalimutan ng aking mga
kababayan
*kung paano n'yo pinarurusahan ang inyong
mga kaaway.*
O Panginoon na aming pananggalang,
iligaw n'yo at ibagsak ang aking mga
kaaway sa pamamagitan ng inyong
kapangyarihan.
¹² Nagkakasala sila dahil sa kasamaan ng
kanilang sinasabi.
Mahuli sana sila sa kanilang kayabangan.
Nagmumura sila at nagsisinungaling,
¹³ kaya sa inyong galit, lipulin n'yo sila
hanggang sa sila'y maglaho.
Sa gayon ay malalaman ng buong mundo
na kayo, O Dios, ang naghahari sa
Israel.
¹⁴ Bumabalik ang mga kaaway ko kapag gabi at
tumatahol
gaya ng aso habang naglilibot sila sa bayan.
¹⁵ Naglilibot sila para humanap ng pagkain at
umaalulong kapag hindi nabusog.
¹⁶ Ngunit ako ay aawit tungkol sa inyong
kapangyarihan.
Tuwing umaga aawit ako nang may
kagalakan tungkol sa inyong pag-ibig.
Sapagkat kayo ang aking kanlungan sa oras
ng kagipitan.
¹⁷ O Dios, kayo ang aking kalakasan.
Aawit ako ng mga papuri sa inyo,
dahil kayo ang aking kanlungan at Dios na
sa akin ay nagmamahal.

Salmo 60ᵃ

Panalangin para Tulungan ng Dios

¹ O Dios, itinakwil n'yo kami *at pinabayaang
malupig.*
Nagalit kayo sa amin ngunit ngayon,
manumbalik sana ang inyong
kabutihan.

² Niyanig n'yo ang kalupaan at
pinagbitak-bitak,
ngunit nakikiusap ako na ayusin n'yo po
dahil babagsak na ito.
³ Kami na mga mamamayan n'yo ay labis-labis
n'yong pinahirapan.
Para n'yo kaming nilasing sa alak,
sumusuray-suray.
⁴ Ngunit, para sa *aming* mga may takot sa
inyo, nagtaas kayo ng bandila bilang
palatandaan
ng aming pagtitipon sa oras ng labanan.
⁵ Iligtas n'yo kami *sa pamamagitan ng* inyong
kapangyarihan.
Pakinggan n'yo kami,
upang kaming mga iniibig n'yo ay maligtas.
⁶ O Dios, sinabi n'yo roon sa inyong templo,
"Magtatagumpay ako! Hahatiin ko ang
Shekem at ang kapatagan ng Sucot
para ipamigay *sa aking mga mamamayan.*
⁷ Sa akin ang Gilead at Manase,
ang Efraim ay gagawin kong tanggulanᵇ
at ang Juda ang aking tagapamahala.ᶜ
⁸ Ang Moab ang aking utusanᵈ at ang Edom ay
sa akin din.ᵉ
Sisigaw ako ng tagumpay laban sa mga
Filisteo."
⁹ Sinong magdadala sa akin sa Edom
at sa bayan nito na napapalibutan ng pader?
¹⁰ Sino *na ang makakatulong,* O Dios, ngayong
itinakwil n'yo na kami?
Ni hindi na nga kayo sumasama sa aming
mga kawal.
¹¹ Tulungan n'yo kami laban sa aming mga
kaaway,
dahil ang tulong ng tao ay walang
kabuluhan.
¹² Sa tulong n'yo, O Dios,
kami ay magtatagumpay
dahil tatalunin n'yo ang aming mga kaaway.

Salmo 61ᶠ

Panalangin para Ingatan ng Dios

¹ O Dios, pakinggan n'yo ang aking
panawagan.
Dinggin n'yo ang aking dalangin.
² Mula sa dulo ng mundo,
tumatawag ako sa inyo dahil nawalan na
ako ng pag-asa.
Dalhin n'yo ako sa lugar na ligtas sa
panganib,ᵍ
³ dahil kayo ang aking kanlungan,
tulad kayo ng isang toreng matibay

---

b 7 tanggulan: sa literal, *helmet.*
c 7 tagapamahala: sa literal, *setro ng hari.*
d 8 utusan: sa literal, *planggana na panghugas ng mukha,
kamay, at paa.*
e 8 sa akin din: o, *aking alipin.* Sa literal, *tapunan ko ng
aking sandalyas.*
f Salmo 61 Ang unang mga salita sa Hebreo: *Isinulat ni
David para sa direktor ng mga mang-aawit. Ginagamitan
ng instrumentong may kwerdas.*
g 2 sa lugar na ligtas sa panganib: sa literal, *sa bato na
mas mataas kaysa sa akin.*

---

a Salmo 60 Ang unang mga salita sa Hebreo: *Ang awit na
isinulat ni David pagkatapos ng kanyang pakikipaglabun
sa mga taga-Aram Naharaim at sa mga taga-Aram Zoba
at pag-uwi ni Joab mula sa pakikipaglaban at pagpatay sa
12,000 Edomita sa lambak na tinatawag na Asin. Ituro ang
awit na ito. Sa direktor ng mga mang-aawit: Awitin ito sa
tono ng "Liryo para sa pagpapatibay ng Kasunduan."*

na *pananggalang* laban sa kaaway.
⁴ Hayaan n'yo akong tumira sa inyong templo
magpakailanman
at ingatan n'yo ako tulad ng manok na nag-
iingat ng kanyang mga sisiw sa ilalim
ng kanyang mga pakpak.
⁵ Dahil napakinggan n'yo, O Dios, ang aking
mga pangako sa
at binigyan n'yo ako ng mga bagay na
ibinibigay n'yo sa mga may takot sa
inyo.
⁶ Pahabain n'yo ang buhay ng hari at paghariin
n'yo siya sa mahabang panahon *sa
pamamagitan ng kanyang mga lahi.*
⁷ Sana'y maghari siya magpakailanman na
kasama n'yo, O Dios,
at ingatan n'yo siya sa inyong pag-ibig at
katapatan.
⁸ At ako'y palaging aawit ng papuri sa inyo,
at tutuparin kong lagi ang aking mga
pangako sa inyo.

Salmo 62ᵃ

Magtiwala sa Pag-iingat ng Dios
¹ Sa Dios lang ako may kapahingahan;
ang kaligtasan ko'y nagmumula sa kanya.
² Siya lang ang aking batong *kanlungan* at
kaligtasan.
Siya ang aking tanggulan, kaya ligtas ako sa
kapahamakan.
³ *Kayong mga kaaway ko,* hanggang kailan kayo
sasalakay upang ako'y patayin?
Tulad ko'y pader na malapit nang magiba
at bakod na malapit nang matumba.
⁴ Gusto lamang ninyong maalis ako sa aking
mataas na katungkulan.
Tuwang-tuwa kayo sa pagsisinungaling.
Kunwari'y pinupuri ninyo ako ngunit sa
puso ninyo'y isinusumpa ako.
⁵ Sa Dios ko lang matatamo ang kapahingahan
dahil binibigyan niya ako ng pag-asa.
⁶ Siya lang ang aking batong kanlungan at
kaligtasan.
Siya ang aking tanggulan kaya ligtas ako sa
kapahamakan.
⁷ Nasa Dios ang aking kaligtasan at karangalan.
Siya ang matibay kong batong kanlungan.
Siya ang nag-iingat sa akin.
⁸ Kayong mga mamamayan *ng Dios,* magtiwala
kayo sa kanya sa lahat ng oras!
Sabihin sa kanya ang lahat ng inyong
suliranin,
dahil siya ang nag-iingat sa atin.
⁹ Ang tao, dakila man o mangmang, ay hindi
mapagkakatiwalaan.
Pareho lang silang walang kabuluhan.
Magaan pa sila kaysa sa hangin kapag
tinimbang.
¹⁰ Huwag kayong umasa sa perang nakuha sa
pangingikil at pagnanakaw.

Dumami man ang inyong kayamanan,
huwag ninyo itong mahalin.
¹¹ Hindi lang isang beses kong narinig na
sinabi ng Dios na nasa kanya ang
kapangyarihan
¹² at tapat ang kanyang pag-ibig.
Tiyak na gagantimpalaan ng Panginoon
ang tao ayon sa kanyang mga ginawa.

Salmo 63ᵇ

Pananabik sa Dios
¹ O Dios, kayo ang aking Dios.
Hinahanap-hanap ko kayo.
Nananabik ako sa inyo nang buong puso't
kaluluwa,
na tulad ng lupang tigang sa ulan.
² Nakita ko ang inyong kapangyarihan at
kaluwalhatian sa inyong templo.
³ Ang inyong pag-ibig ay mahalaga pa kaysa sa
buhay,
kaya pupurihin ko kayo.
⁴ Pasasalamatan ko kayo habang ako'y
nabubuhay.
Itataas ko ang aking mga kamay sa paglapit
sa inyo.
⁵ Masisiyahan ako tulad ng *taong* nabusog sa
malinamnam na handaan.
At magpupuri ako sa inyo ng awit ng
kagalakanᶜ
⁶ Sa aking paghiga, kayo ang naaalala ko.
Sa buong magdamag kayo ang iniisip ko.
⁷ Dahil kayo ang tumutulong sa akin, aawitᵈ
ako,
habang ako'y nasa inyong pangangalaga.ᵉ
⁸ Lumapit ako sa inyo at inalalayan n'yo ako ng
inyong kanang kamay upang hindi
ako mapahamak.
⁹ Ngunit silang nagtatangka sa aking buhay ay
mapupunta sa lugar ng mga patay.
¹⁰ Mamamatay sila sa labanan at ang kanilang
mga bangkay ay kakainin ng mga
asong-gubat.ᶠ
¹¹ Matutuwa ang hari sa ginawa ng Dios *sa kanya.*
Matutuwa rin ang mga nangako sa
Panginoon.
Ngunit ang lahat ng sinungaling ay
patatahimikin *ng Panginoon!*

Salmo 64ᵍ

Ang Parusa sa Masasamang Tao
¹ O Dios, pakinggan n'yo ang daing ko!
Ingatan n'yo ang buhay ko mula sa banta
ng aking mga kaaway.

---

b Salmo 63 Ang unang mga salita sa Hebreo: *Ang awit na
isinulat ni David habang naroon siya sa disyerto ng Juda.*
c 5 awit ng kagalakan: sa literal, *sumisigaw sa kagalakan.*
d 7 aawit: Tingnan ang footnote sa talatang 5.
e 7 habang…pangangalaga: sa literal, *sa lilim ng inyong
pakpak.*
f 10 asong-gubat: sa Ingles, *jackal.*
g Salmo 64 Ang unang mga salita sa Hebreo: *Ang awit
na isinulat ni David para sa direktor ng mga mang-aawit.*

---

a Salmo 62 Ang unang mga salita sa Hebreo: *Ang awit
na isinulat ni David para kay Jedutun, ang direktor ng
mga mang-aawit.*

² Ingatan n'yo ako sa kasamaang pinaplano
  nila.
³ Naghahanda sila ng matatalim na salita,
  na gaya ng espada at palasong *nakakasugat.*
⁴ *Nagsasalita sila ng masakit sa likod ng* mga
  taong matuwid
  na parang namamana nang patago.
  Bigla nila itong ginagawa nang walang
  katakot-takot.
⁵ Hinihikayat nila ang isa't isa na gumawa ng
  kasamaan
  at pinag-uusapan nila kung saan
  maglalagay ng bitag.
  Sinasabi nila, "Walang makakakita nito."
⁶ Nagpaplano sila ng masama at sinasabi,
  "Napakaganda ng plano natin!"
  Talagang napakatuso ng isip at puso ng tao!
⁷ Ngunit papanain sila ng Dios at bigla na lang
  silang masusugatan.
⁸ Mapapahamak sila dahil sa masasama nilang
  sinabi,
  kukutyain sila ng mga makakakita sa
  kanila.
⁹ At lahat ng tao ay matatakot.
  Pag-iisipan nila ang mga ginawa ng Dios at
  ipahahayag ito *sa iba.*
¹⁰ Magagalak at manganganlong sa Panginoon
  ang lahat ng matuwid.
  At magpupuri sa kanya ang mga gumagawa
  ng tama.

Salmo 65ᵃ

Pagpupuri at Pagpapasalamat

¹ O Dios, marapat ka naming purihin sa Zion!
  Ang mga ipinangako namin sa inyo ay
  aming tutuparin.
² Sa inyo lalapit ang lahat ng tao,
  dahil dinidinig n'yo ang mga panalangin.
³ Napakarami ng aming kasalanan,
  ngunit pinapatawad n'yo pa rin ang mga
  ito.
⁴ Mapalad ang taong pinili n'yo at
  inanyayahang manirahan sa inyong
  templo.
  Lubos kaming magagalak sa mga
  kabutihang nasa inyong tahanan,
  ang inyong banal na templo.
⁵ O Dios na aming Tagapagligtas,
  tinugon n'yo ang aming mga dalangin
  sa pamamagitan ng inyong kamangha-
  manghang pagliligtas sa amin.
  Kayo ang pag-asa ng tao sa lahat ng lupain
  at maging ng manlalayag sa malawak
  na dagat.
⁶ Itinatag n'yo ang mga bundok
  sa pamamagitan ng inyong lakas.
  Tunay ngang kayo'y makapangyarihan.
⁷ Pinatatahimik n'yo ang ingay ng mga alon,
  ang hampas ng karagatan,
  at ang pagkakagulo ng mga tao.

⁸ Dahil sa inyong mga kahanga-hangang
  ginawa,
  namamangha sa inyo pati ang mga nakatira
  sa malayong lugar.
  Mula sa silangan hanggang kanluran,
  ang mga tao ay napapasigaw sa tuwa dahil
  sa inyo.
⁹ Inaalagaan n'yo ang lupa at dinidiligan ng
  ulan.
  Pinabubunga at pinatataba n'yo ito.
  Ang mga ilog, O Dios, ay patuloy n'yong
  pinaaagos.
  Binibigyan n'yo ng ani ang mga tao.
  Ganito ang itinakda ninyo.
¹⁰ Pinaulanan n'yong mabuti ang lupang
  binungkal
  hanggang sa ito'y lumambot at mapuno na
  ng tubig.
  Pagkatapos ay pinagpapala n'yo ang mga
  pananim.
¹¹ Pinag-aapaw n'yo ang panahon ng anihan,
  at saan ka man dumaan ay puno ng
  kasaganaan.
¹² Kahit na ang ilang ay naging pastulan *dahil
  sagana sa mga damo* at ang mga
  burol ay *parang mga taong* puno ng
  kagalakan.
¹³ Ang mga parang ay punong-puno ng mga
  grupo ng tupa at kambing at pawang
  mga pananimᵇ ang makikita sa
  kapatagan.
  Ang lahat ng mga lugar na ito ay *parang
  mga taong* umaawit at sumisigaw sa
  kagalakan.

Salmo 66ᶜ

Papuri at Pasasalamat

¹ *Kayong mga tao sa* buong mundo,
  isigaw ninyo ang inyong papuri sa Dios
  nang may kagalakan.
² Umawit kayo ng mga papuri para sa kanya.
  Parangalan ninyo siya sa pamamagitan ng
  inyong mga awit.
³ Sabihin ninyo sa kanya,
  "O Dios, kahanga-hanga ang inyong mga
  gawa!
  Dahil sa inyong dakilang kapangyarihan,
  luluhod ang inyong mga kaaway sa takot.
⁴ Ang *lahat ng tao sa* buong mundo ay sasamba
  sa inyo
  na may awit ng papuri."
⁵ Halikayo at tingnan ang kahanga-hangang
  ginawa ng Dios para sa mga tao.
⁶ Pinatuyo niya ang dagat;
  tinawid ito ng ating mga ninuno na
  naglalakad.
  Tayo'y mangagalak *sa kanyang mga ginawa.*
⁷ Maghahari ang Dios ng walang hanggan
  sa pamamagitan ng kanyang
  kapangyarihan.

---

b 13 *pananim:* sa literal, *butil.*

c Salmo 66 Ang unang mga salita sa Hebreo: *Ang awit
na isinulat ni David para sa direktor ng mga mang-aawit.*

---

a Salmo 65 Ang unang mga salita sa Hebreo: *Ang awit
na isinulat ni David para sa direktor ng mga mang-aawit.*

Mga bansa'y kanyang pinagmamasdan,
kaya ang mga sumusuway sa kanya
ay hindi dapat magmalaki sa kanilang
sarili.
⁸ Kayong mga tao, purihin ninyo ang Dios!
Iparinig ninyo sa lahat ang inyong papuri.
⁹ Iningatan niya ang ating buhay
at hindi niya hinayaang tayo'y madapa.

¹⁰ O Dios, tunay ngang binigyan n'yo kami ng
pagsubok,
na tulad ng apoy na nagpapadalisay sa
pilak.
¹¹ Hinayaan n'yo kaming mahuli sa bitag
at pinagpasan n'yo kami ng mabigat na
dalahin.
¹² Pinabayaan n'yo ang aming mga kaaway na
tapakan kami sa ulo;
parang dumaan kami sa apoy at *lumusong
sa baha.*
Ngunit dinala n'yo kami sa lugar ng
kasaganaan.
¹³ Mag-aalay ako sa inyong templo ng mga
handog na sinusunog*ᵃ*
upang tuparin ko ang aking mga
ipinangako sa inyo,
¹⁴ mga pangakong sinabi ko noong ako'y nasa
gitna ng kaguluhan.
¹⁵ Mag-aalay ako sa inyo ng matatabang hayop
bilang handog na sinusunog,
katulad ng mga tupa, toro at mga kambing.
¹⁶ Halikayo at makinig, kayong lahat na may
takot sa Dios.
Sasabihin ko sa inyo ang mga ginawa niya
sa akin.
¹⁷ Humingi ako sa kanya ng tulong habang
nagpupuri.
¹⁸ Kung hindi ko ipinahayag sa Panginoon ang
aking mga kasalanan,
hindi niya sana ako pakikinggan.
¹⁹ Ngunit tunay na pinakinggan ako ng Dios at
ang dalangin ko'y kanyang sinagot.
²⁰ Purihin ang Dios, na hindi tumanggi sa aking
panalangin,
at hindi nagkait ng kanyang tapat na pag-
ibig sa akin.

Salmo 67*ᵇ*

Awit ng Pasasalamat
¹ O Dios, kaawaan n'yo kami at pagpalain.
Ipakita n'yo sa amin ang inyong kabutihan,
² upang malaman ng lahat ng bansa ang inyong
mga pamamaraan at pagliligtas.
³ Purihin ka sana ng lahat ng tao, O Dios.
⁴ Magalak sana ang lahat ng tao at umawit ng
papuri sa inyo,
dahil sa makatarungan n'yong paghahatol
at pagpapatnubay sa lahat ng bansa.
⁵ O Dios, purihin sana kayo ng lahat ng bansa.

⁶⁻⁷ Mag-ani sana ng sagana ang mga lupain.
Nawa'y pagpalain n'yo kami, O Dios, na
aming Dios.
At magkaroon sana ng takot sa inyo ang
lahat ng tao sa buong mundo.

Salmo 68*ᶜ*

Awit ng Pagtatagumpay
¹ Kumilos sana ang Dios, at ikalat ang kanyang
mga kaaway.
Magsitakas na sana palayo silang mga galit
sa kanya.
² Itaboy sana sila ng Dios gaya ng usok na
tinatangay ng hangin.
Mamatay sana sa harapan niya ang
mga masasama, gaya ng kandilang
natutunaw sa apoy.
³ Ngunit ang matutuwid ay sisigaw sa galak sa
kanyang harapan.
⁴ Awitan ninyo ang Dios,
awitan ninyo siya ng mga papuri.
Purihin n'yo siya,*ᵈ* na siyang may hawak sa
mga ulap.*ᵉ*
Ang kanyang pangalan ay Panginoon.
Magalak kayo sa kanyang harapan!
⁵ Ang Dios na tumatahan sa kanyang banal
na templo ang nangangalaga*ᶠ* sa mga
ulila at tagapagtanggol ng mga biyuda.
⁶ Ibinibigay niya sa isang pamilya ang
sinumang nag-iisa *sa buhay.*
Pinalalaya rin niya ang mga binihag *nang
walang kasalanan*
at binibigyan sila ng masaganang buhay.
Ngunit ang mga suwail, sa mainit at tigang
na lupa maninirahan.
⁷ O Dios, nang pangunahan n'yo sa paglalakbay
sa ilang ang inyong mga mamamayan,
⁸ nayanig ang lupa at bumuhos ang ulan sa
inyong harapan,
O Dios ng Israel na nagpahayag sa Sinai.
⁹ Nagpadala kayo ng masaganang ulan at
ang lupang tigang na ipinamana
n'yo sa inyong mga mamamayan ay
naginhawahan.
¹⁰ Doon sila nanirahan, at sa inyong
kagandahang-loob ay binigyan n'yo
ang mga mahihirap ng kanilang mga
pangangailangan.

¹¹ Panginoon, nagpadala kayo ng mensahe,
at ito'y ibinalita ng maraming kababaihan:
¹² "Nagsisitakas ang mga hari at ang kanilang
mga hukbo!
Ang mga naiwan nilang kayamanan ay
pinaghati-hatian ng mga babae *ng
Israel.*
¹³ Kahit na ang mga tagapag-alaga ng hayop

---

c Salmo 68 Ang unang mga salita sa Hebreo: *Ang awit
na isinulat ni David para sa direktor ng mga mang-aawit.*
d 4 *Purihin n'yo siya:* o, *Ihanda ninyo ang kanyang
dadaanan.*
e 4 *na siyang may hawak sa mga ulap:* sa literal, *na siyang
nakasakay sa mga ulap.*
f 5 *nangangalaga:* sa literal, *ama.*

a 13 *handog na sinusunog:* Tingnan ang kahulugan nito
sa Lev. 1:3.
b Salmo 67 Ang unang mga salita sa Hebreo: *Isang awit.
Para sa direktor ng mga mang-aawit. Ginagamitan ng
instrumentong may kwerdas.*

ay nakakuha ng mga *naiwang bagay gaya
ng imahen ng*
kalapati, na ang mga pakpak ay
nababalutan ng pilak
at ang dulo nito ay nababalutan ng purong
ginto."
[14] Nang ikalat ng makapangyarihang *Dios* ang
mga haring iyon,
pinaulanan niya ng yelo ang lugar ng
Zalmon.[a]

[15] Napakataas at napakaganda ng bundok ng
Bashan; maraming taluktok ang
bundok na ito.
[16] Ngunit bakit ito nainggit sa bundok ng *Zion*
na pinili ng Dios bilang maging
tahanan niya magpakailanman?
[17] Dumating ang PANGINOONG Dios sa kanyang
templo mula sa Sinai kasama ang libu-
libo niyang karwahe.
[18] Nang umakyat siya sa mataas na lugar,[b]
marami siyang dinalang bihag.
Tumanggap siya ng regalo mula sa mga tao,
pati na sa mga naghimagsik sa kanya.
At doon maninirahan ang PANGINOONG
Dios.[c]
[19] Purihin ang Panginoon,
ang Dios na ating Tagapagligtas na
tumutulong sa ating mga suliranin sa
bawat araw.
[20] Ang ating Dios ang siyang Dios na nagliligtas!
Siya ang Panginoong DIOS na nagliligtas sa
atin sa kamatayan.
[21] Tiyak na babasagin ng Dios ang ulo ng
kanyang mga kaaway na patuloy sa
pagkakasala.
[22] Sinabi ng Panginoon, "Pababalikin ko ang
aking mga kaaway mula sa Bashan;
pababalikin ko sila mula sa kailaliman ng
dagat,
[23] upang *patayin sila at* tapak-tapakan ninyo
ang kanilang dugo
at magsasawa ang inyong mga aso sa
paghimod ng kanilang dugo."
[24] O Dios na aking Hari, nakita ng lahat ang
inyong parada ng tagumpay papunta
sa inyong templo.
[25] Nasa unahan ang mga mang-aawit at nasa
hulihan ang mga tumutugtog;
at sa gitna naman ay ang mga babaeng
tumutugtog ng tamburin.
[26] *Sumisigaw sila,* "Purihin ang Dios sa inyong
mga pagtitipon!
Purihin ninyo ang PANGINOON, kayong
mula sa lahi ng Israel."
[27] Nauna ang maliit na lahi ni Benjamin,
kasunod ang mga pinuno ng Juda kasama
ang kanilang lahi,

at sinusundan ng mga pinuno ng Zebulun
at Naftali.
[28] O Dios, ipakita n'yo ang inyong
kapangyarihan,[d]
katulad ng ginawa n'yo sa amin noon.
[29] Dahil sa inyong templo sa Jerusalem
magkakaloob ng mga regalo ang mga
hari para sa inyo.
[30] Sawayin n'yo ang bansang kaaway na parang
mabagsik na hayop sa talahiban.
Pati na rin ang mga taong tila mga torong
kasama ng mga guya
hanggang sa sila'y sumuko at maghandog
ng kanilang mga pilak sa inyo.
Ikalat n'yo ang mga taong natutuwa kapag
may digmaan.
[31] Magpapasakop ang mga taga-Egipto sa inyo.
Ang mga taga-Etiopia ay magmamadaling
magbigay ng kaloob sa inyo.
[32] Umawit kayo sa Dios, kayong *mga
mamamayan ng* mga kaharian sa
mundo.
Umawit kayo ng mga papuri sa Panginoon,
[33] na naglalakbay sa kalangitan mula pa nang
pasimula.
Pakinggan ninyo ang kanyang
dumadagundong na tinig.
[34] Ipahayag ninyo ang kapangyarihan ng Dios
na naghahari sa buong Israel.
Ang kalangitan ang nagpapakita ng
kanyang kapangyarihan.
[35] Kahanga-hanga ang Dios ng Israel habang
siya'y lumalabas sa kanyang banal na
tahanan.
Binibigyan niya ng kapangyarihan
at kalakasan ang kanyang mga
mamamayan.
Purihin ang Dios!

Salmo 69[e]

Ang Dalangin ng Taong Inuusig
[1] O Dios, iligtas n'yo ako dahil para akong
isang taong malapit nang malunod.
[2] Tila lulubog na ako sa malalim na putik at
walang matutungtungan.
Para akong nasa laot at tinatabunan ng
mga alon.
[3] Pagod na ako sa paghingi ng tulong at
masakit na ang aking lalamunan.
Dumidilim na ang paningin ko sa
paghihintay ng tulong n'yo, O Dios.
[4] Marami ang napopoot sa akin, mas marami
pa sila kaysa sa aking buhok.
Gusto nila akong patayin ng walang dahilan.
Pinipilit nilang isauli ko ang mga bagay na
hindi ko naman ninakaw.

---

a 14 pinaulanan...Zalmon: Kung may yelo, mahirap
tumakas; at lalo na kung makapal ang ito, hindi makikita
ang daan upang makatakas.

b 18 mataas na lugar: o, langit.

c 18 At doon...Dios: sa tekstong Syriac, *Binigyan niya ng
regalo ang mga tao; ngunit ang mga taong naghimagsik ay
hindi mananahan sa piling ng Dios.*

d 28 O Dios...kapangyarihan: Ito ang nasa tekstong
Septuagint, Syriac at sa ibang tekstong Hebreo. Pero sa
tekstong Masoretic, *Binigyan kayo ng kapangyarihan ng
inyong Dios.*

*e Salmo 69 Ang unang mga salita sa Hebreo: Ang awit
na isinulat ni David para sa direktor ng mga mang-aawit.*
Inaawit sa tono ng "Mga Liryo".

⁵ O Dios, alam n'yo ang aking kahangalan;
   hindi lingid sa inyo ang aking mga
      kasalanan.
⁶ O Panginoong Dios na Makapangyarihan,
   Dios ng Israel,
      huwag sanang malagay sa kahihiyan ang
         mga nagtitiwala at lumalapit sa inyo
         nang dahil sa akin.
⁷ Dahil sa inyo, iniinsulto ako at inilalagay sa
      kahihiyan.
⁸ Parang ibang tao ang turing sa akin ng mga
      kapatid ko,
   parang isang dayuhan sa aming sariling
      tahanan.
⁹ Dahil sa labis-labis na pagpapahalaga ko sa
      inyong templo,ᵃ halos mapahamak na
      ako.
   Tuwing iniinsulto kayo ng mga tao,
      nasasaktan din ako.
¹⁰ Kapag ako'y umiiyak at nag-aayuno, hinihiya
      nila ako.
¹¹ Kapag nakadamit ako ng sako *upang ipakita*
      ang aking pagdadalamhati,
   ginagawa nila akong katatawanan.
¹² Pinagbubulung-bulungan din ako ng mga
      nakaupo sa pintuang bayan.
   At ang mga lasing ay kumakatha ng awit ng
      pangungutya tungkol sa akin.
¹³ Ngunit dumadalangin ako sa inyo,
      Panginoon.
   Sa inyong tinakdang panahon, sagutin
      n'yo ang dalangin ko ayon sa tindi ng
      inyong pagmamahal sa akin.
   Dahil sa tapat kayo sa inyong pagliligtas,
¹⁴ tulungan n'yo akong huwag lumubog sa
      putikan.
   Iligtas n'yo ako sa aking mga kaaway na
      parang inililigtas n'yo ako mula sa
      malalim na tubig.
¹⁵ Huwag n'yong hayaang tabunan ako ng mga
      alon at mamatay.
¹⁶ Sagutin n'yo ako, Panginoon,
   dahil sa inyong kabutihan at pagmamahal
      sa akin.
   Kahabagan n'yo ako at bigyang pansin.
¹⁷ Huwag kayong tumalikod sa akin na inyong
      lingkod.
   Sagutin n'yo agad ako dahil nasa kagipitan
      ako.
¹⁸ Lumapit kayo sa akin at iligtas ako sa aking
      mga kaaway.
¹⁹ Alam n'yo kung paano nila ako hinihiya at
      iniinsulto.
   Alam n'yo rin kung sino ang lahat ng
      kaaway ko.
²⁰ Nasaktan ako sa kanilang panghihiya sa akin
   at sumama ang loob ko.
   Naghintay ako na may dadamay at aaliw sa
      akin,
   ngunit wala ni isa man.
²¹ Nilagyan nila ng lason ang aking pagkain at
   nang ako'y mauhaw binigyan nila ako
      ng suka.

²² Habang kumakain sila at nagdiriwang,
   mapahamak sana sila at ang kanilang mga
      kasama.
²³ Mabulag sana sila at laging manginig.ᵇ
²⁴ Ibuhos at ipakita n'yo sa kanila ang inyong
      matinding galit.
²⁵ Iwanan sana nila ang mga toldang tinitirhan
      nila
   para wala nang tumira sa mga ito.
²⁶ Dahil inuusig nila ang mga taong inyong
      pinarurusahan,
   at ipinagsasabi sa iba ang paghihirap na
      nararanasan ng mga ito.
²⁷ Idagdag n'yo ito sa kanilang mga kasalanan at
   huwag n'yo silang iligtas.
²⁸ Burahin n'yo sana ang kanilang pangalan sa
      aklat ng buhayᶜ
   at huwag isama sa talaan ng mga matuwid.
²⁹ Nasasaktan ako at nagdurusa,
   kaya ingatan n'yo ako, at iligtas, O Dios.

³⁰ Pupurihin ko ang Dios sa pamamagitan ng
      awit.
   Pararangalan ko siya sa pamamagitan ng
      pasasalamat.
³¹ Kalulugdan ito ng Panginoon higit sa
      handog na mga baka.
³² Kapag nakita ito ng mga dukha, matutuwa
      sila.
   Lahat ng lumalapit sa Dios ay magagalak.
³³ Dinidinig ng Panginoon ang mga dukha
   at hindi niya nalilimutan ang mga
      mamamayan niyang nabihag.
³⁴ Purihin ninyo ang Dios kayong lahat ng nasa
      langit,
   nasa lupa at nasa karagatan.
³⁵ Dahil ililigtas ng Dios ang Jerusalemᵈ at muli
      niyang itatayo ang mga lungsod ng
      Juda.
   At doon titira ang kanyang mga
      mamamayan at aariin ang lupain na
      iyon.
³⁶ Mamanahin ito ng kanilang lahi
   at ang mga umiibig sa Dios ay doon
      maninirahan.

Salmo 70ᵉ

Dalangin para Tulungan ng Dios
(Salmo 40:13-17)

¹ Panginoong Dios,
   iligtas n'yo ako at kaagad na tulungan.
² Mapahiya sana at malito ang mga nagnanais
      na mamatay ako.
   Magsitakas sana na hiyang-hiya ang mga
      nagnanais na ako'y mapahamak.

ᵃ *9 sa inyong templo:* sa literal, *sa inyong bahay.*

ᵇ *23 manginig:* Ito ang nasa tekstong Hebreo. Sa
Septuagint, *magbaluktot.*

ᶜ *28 buhay:* o, *mga may buhay na walang hanggan.*

ᵈ *35 Jerusalem:* o, *Zion.*

ᵉ *Salmo 70* Ang unang mga salita sa Hebreo: *Ang awit
na isinulat ni David para sa direktor ng mga mang-aawit.*
Inaawit ito sa tuwing naghahandog bilang pag-alaala sa
Panginoon.

³ Mapaatras sana sa kahihiyan ang mga
    kumukutya sa akin.
⁴ Ngunit labis sanang magalak sa inyo ang mga
    lumalapit sa inyo.
    Ang lahat sana ng nagnanais ng inyong
      pagliligtas ay laging magsabi, "Dakila
      ka, o Dios!"
⁵ Ngunit ako, ako'y dukha at nangangailangan.
    O Dios, agad n'yo po akong lapitan!
    Kayo ang tumutulong sa akin at aking
      Tagapagligtas.
    Panginoon, agad n'yo po akong tulungan.

Salmo 71

Panalangin para sa Habang Buhay na Pagliligtas

¹ Panginoon, sa inyo ako humihingi ng kalinga.
    Huwag n'yong pabayaang ako'y mapahiya.
² Tulungan n'yo ako at iligtas sapagkat ikaw ay
    matuwid.
    Dinggin n'yo ako at iligtas.
³ Kayo ng aking maging batong kanlungan na
    lagi kong malalapitan.
    Ipag-utos n'yo na iligtas ako, dahil
    kayo ang aking matibay na batong
      pananggalang.
⁴ O Dios ko, iligtas n'yo ako mula sa kamay ng
    masasama at malulupit na tao.
⁵ Kayo ang aking pag-asa, O Panginoong Dios.
    Mula noong ako'y bata pa, nagtiwala na
    ako sa inyo.
⁶ Mula nang ako'y isilang, kasama na kita at
    ako'y inyong iningatan.
    Pupurihin ko kayo magpakailanman.
⁷ Naging halimbawa ang buhay ko para sa
    marami,
    dahil kayo ang aking naging kalakasan at
      tagapag-ingat.
⁸ Maghapon ko kayong pinapupurihan
    dahil sa inyong kahanga-hangang
      kagandahan.
⁹ Huwag n'yo akong iiwan kapag ako'y
    matanda na.
    Huwag n'yo akong pababayaan kapag ako'y
      mahina na.
¹⁰ Dahil nag-uusap-usap ang aking mga kaaway
    at nagpaplano na ako'y patayin.
¹¹ Sinasabi nilang, "Pinabayaan na siya ng Dios,
    kaya habulin natin siya at dakpin dahil
      wala namang magliligtas sa kanya."
¹² O Dios ko, huwag n'yo po akong layuan;
    at agad akong tulungan.
¹³ Nawa silang nagpaparatang sa akin ay
    mapahiya at mapahamak.
    Ang mga nagnanais na ako'y saktan ang
    siya sanang kutyain at malagay sa
      kahihiyan.
¹⁴ Ngunit ako, O Dios ay palaging aasa at lalo
    pang magpupuri sa inyo.
¹⁵ Maghapon kong sasabihin
    na matuwid kayo at nagliligtas,
    kahit na hindi ko lubusang maunawaan.
¹⁶ Pupunta ako *sa inyong templo* Panginoong Dios

    at pupurihin ko ang inyong mga kahanga-
      hangang ginawa.
    Ihahayag ko sa mga tao na kayo ay
      makatarungan.
¹⁷ O Dios, mula pagkabata'y itinuro n'yo na
    sa akin ang tungkol sa inyong mga
      kahanga-hangang gawa at hanggang
      ngayon,
    inihahayag ko ito sa mga tao.
¹⁸ At ngayong ako'y matanda na at maputi na
    ang buhok,
    huwag n'yo akong pabayaan, O Dios.
    Maihayag ko sana ang inyong lakas
      at kapangyarihan sa susunod na
      henerasyon,
    at sa lahat ng mga darating sa hinaharap.
¹⁹ O Dios, ang inyong katuwiran ay hindi
    kayang maunawaan ng lubusan.
    Kahanga-hanga ang inyong mga gawa.
    Tunay ngang walang sinuman ang tulad
      ninyo.
²⁰ Bagama't pinaranas n'yo ako ng maraming
    hirap, bibigyan n'yo akong muli ng
      bagong buhay.
    Katulad ko'y patay na muli n'yong
      bubuhayin.
²¹ Bibigyan n'yo ako ng mas higit na karangalan,
    at muli akong aaliwin.
²² O Dios ko, dahil sa inyong katapatan
    pupurihin ko kayo sa pamamagitan
      ng pagtugtog ng alpa.
    O Banal *na Dios* ng Israel,
    aawit ako ng mga papuri sa inyo sa
      pamamagitan ng pagtugtog ng lira.
²³ Dahil ako'y iniligtas n'yo, sisigaw ako sa tuwa
    habang tumutugtog
    at umaawit ng papuri sa inyo.
²⁴ Lagi kong ipapahayag na kayo ay matuwid
    dahil nabigo at nalagay sa kahihiyan
      ang mga nagnais na mapahamak ako.

Salmo 72ᵃ

Panalangin para sa Hari

¹ O Dios, ituro n'yo po sa hari ang *iyong*
    pamamaraan sa paghatol at
      katuwiran,
² para makatarungan siyang makapaghatol sa
    inyong mga mamamayan, pati na sa
      mga dukha.
³ Sumagana sana ang mga kabundukan
    upang mapagpala ang inyong mga
      mamamayan *dahil matuwid ang hari.*
⁴ Tulungan n'yo siyang maipagtanggol ang mga
    dukha
    at durugin ang mga umaapi sa kanila.
⁵ Manatili sana siyaᵇ magpakailanman,
    habang may araw at buwan.
⁶ Maging tulad sana siya ng ulan na dumidilig
    sa lupa.

---

a Salmo 72 Ang unang mga salita sa Hebreo: *Para kay Solomon.*
b 5 Manatili sana siya: Ito ay nsa tekstong Septuagint. Sa Hebreo, *Igalang sana nila.*

⁷ Umunlad sana ang buhay ng mga matuwid sa
   panahon ng kanyang *pamumuno*,
  at maging maayos ang kalagayan ng tao
   hanggang sa wakas ng panahon.
⁸ Lumawak sana nang lumawak ang kanyang
   kaharian,ᵃ
  mula sa ilog ng *Eufrates* hanggang sa
   pinakadulo ng mundo.ᵇ
⁹ Magpasakop sana sa kanya ang mga kaaway
   niyang nakatira sa ilang.
¹⁰ Magbigay sana ng mga kaloob sa kanya ang
   mga hari ng Tarshish,
  ng malalayong isla, ng Sheba at Seba.
¹¹ Magpasakop sana ang lahat ng hari sa kanya
  at ang lahat ng bansa ay maglingkod sa
   kanya.
¹² Dahil tinutulungan niya ang mga
   napabayaang dukha
  na humingi ng tulong sa kanya.
¹³ Kahahabagan niya ang mga dukha at
   nangangailangan at sila'y kanyang
   tutulungan.
¹⁴ Ililigtas niya sila sa mga malulupit at mapang-
   api dahil para sa kanya, ang buhay
   nila'y mahalaga.
¹⁵ Mabuhay sana ang hari nang matagal.
  Sana'y mabigyan siya ng ginto mula sa Sheba.
  Sana'y idalangin palagi ng mga tao na
   pagpalain siya ng Dios.
¹⁶ Sumagana sana ang ani sa lupain kahit na sa
   tuktok ng bundok, katulad ng mga ani
   sa Lebanon.
  At dumami rin sana ang mga tao sa mga
   lungsod,
  kasindami ng damo sa mga parang.
¹⁷ Huwag sanang malimutan ang pangalan
   ng hari magpakailanman, habang
   sumisikat pa ang araw.
  Sa pamamagitan sana niya ay pagpalain ng
   Dios ang lahat ng bansa,
  at sabihin sana ng mga ito na siya'y
   pinagpala ng Dios.
¹⁸ Purihin ang Panginoong Dios, ang Dios ng
   Israel,
  na siyang tanging nakagagawa ng mga
   bagay na kamangha-mangha.
¹⁹ Purihin ang kanyang dakilang pangalan
   magpakailanman!
  Mahayag sana sa buong mundo ang
   kanyang kaluwalhatian.
  Amen! Amen!

²⁰ Dito nagwawakas ang mga panalangin ni
   David na anak ni Jesse.

Salmo 73ᶜ

Ang Makatarungang Hatol ng Dios
¹ Tunay na mabuti ang Dios sa Israel,

ᵃ **8** *Lumawak…kaharian:* sa literal, *Maghari sana siya mula sa mga dagat hanggang sa mga dagat, na maaring ibig sabihin ay mula sa Dagat na Pula hanggang sa Dagat ng Mediteraneo.*

ᵇ **8** *mundo:* o, *Israel.*

ᶜ *Salmo 73 Ang unang mga salita sa Hebreo: Ang awit na isinulat ni Asaf.*

   lalo na sa mga taong malilinis ang puso.
² Ngunit ako, halos mawalan na ako ng
   pananampalataya.
³ Nainggit ako nang makita ko na ang
   mayayabang at masasama ay
   umuunlad.
⁴ Malulusog ang kanilang mga katawan
   at hindi sila nahihirapan.
⁵ Hindi sila naghihirap at nababagabag na tulad
   ng iba.
⁶ Kaya ipinapakita nila ang kanilang
   kayabangan at kalupitan.ᵈ
⁷ Ang kanilang puso ay puno ng kasamaan,
   at ang laging iniisip ay paggawa ng
   masama.
⁸ Kinukutya nila at pinagsasabihan ng masama
   ang iba.
  Mayayabang sila at nagbabantang manakit.
⁹ Nagsasalita sila ng masama laban sa Dios at sa
   mga tao.
¹⁰ Kaya kahit na ang mga mamamayan ng
   Dios ay lumilingon sa kanila at
   pinaniniwalaan ang mga sinasabi nila.
¹¹ Sinasabi nila, "Paano malalaman ng Dios?
   Walang alam ang Kataas-taasang Dios."

¹² Ganito ang *buhay ng* masasama:
   wala nang problema, yumayaman pa.
¹³ *Bakit ganoon?* Wala bang kabuluhan ang
   malinis kong pamumuhay at paglayo
   sa kasalanan?
¹⁴ Nagdurusa ako buong araw.
   Bawat umaga ako'y inyong pinarurusahan.
¹⁵ Kung sasabihin ko rin ang sinabi nila,
   para na rin akong nagtraydor sa inyong
   mga mamamayan.
¹⁶ Kaya sinikap kong unawain ang mga bagay na
   ito,
   ngunit napakahirap.
¹⁷ Pero nang pumunta ako sa inyong templo,
   doon ko naunawaan ang kahihinatnan ng
   masama.
¹⁸ Tunay na inilalagay n'yo sila sa madulas na
   daan,
   at ibinabagsak sa kapahamakan.
¹⁹ Bigla silang mapapahamak;
   mamamatay silang lahat at nakakatakot
   ang kanilang kahahantungan.
²⁰ Para silang isang panaginip na pagsapit ng
   umaga ay wala na.
   Makakalimutan na sila kapag pinarusahan
   n'yo na.

²¹ Nang nasaktan ang aking damdamin at
   nagtanim ako ng sama ng loob,
²² para akong naging hayop sa inyong paningin,
   mangmang at hindi nakakaunawa.
²³ Ngunit patuloy akong lumapit sa inyo at
   inakay n'yo ako.
²⁴ Ginagabayan ako ng inyong mga payo,
   at pagkatapos ay tatanggapin n'yo ako
   bilang isang pangunahing pandangal.
²⁵ Walang sinuman sa langit ang kailangan ko
   kundi kayo lamang.

ᵈ **6** *ipinapakita…kalupitan:* sa literal, *nagsusuot sila ng kwintas ng kayabangan at damit ng kalupitan.*

At walang sinuman sa mundo ang
hinahangad ko maliban sa inyo.
²⁶ Manghina man ang aking katawan at isipan,
kayo, O Dios, ang aking kalakasan.
Kayo lang ang kailangan ko
magpakailanman.
²⁷ Ang mga taong lumalayo sa inyo ay tiyak na
mapapahamak.
Ang mga nagtaksil sa inyo ay lilipuling lahat.
²⁸ Ngunit ako, minabuti kong maging malapit sa
Dios.
Kayo, Panginoong Dɪos, ang pinili kong
kanlungan,
upang maihayag ko ang lahat ng inyong
mga ginawa.

Salmo 74ᵃ

Panalangin para sa Bansa sa Oras ng Kaguluhan

¹ O Dios, hanggang kailan mo kami itatakwil?
Bakit kayo nagagalit sa mga taong inyong
kinakalinga?
² Alalahanin n'yo ang mga mamamayan na
inyong pinili, ang lahing tinubos n'yo,
mula pa noong una at ginawa n'yong
pinakatangi-tanging kayamanan.
Alalahanin n'yo rin ang bundok ng Zion na
inyong tahanan.
³ Puntahan n'yo ang lugar na sira pa rin
hanggang ngayon;
tingnan n'yo kung paanong sinira ng mga
kaaway ang lahat sa templo.
⁴ Sumigaw sila sa loob ng inyong templo.
Nagtaas pa sila roon ng mga bandila *bilang
simbolo ng kanilang tagumpay.*
⁵ Sinibak nila *ang templo* na parang pumuputol
ng punongkahoy *sa gubat* gamit ang
palakol.
⁶ Winasak nila ang mga inukit na mga
kagamitan sa pamamagitan ng mga
palakol.
⁷ Nilapastangan at sinunog nila ang inyong
tahanan.
⁸ Sinabi nila sa kanilang sarili, "Lipulin natin
silang lahat!"
Sinunog nila ang lahat ng lugar na
pinagsasambahan sa inyo, O Dios.
⁹ Wala nang palatandaan na kasama namin
kayo.
Wala nang propetang naiwan at walang
nakakaalam kung hanggang kailan
matatapos ang mga nangyayaring ito
sa amin.
¹⁰ O Dios, hanggang kailan kayo kukutyain ng
aming mga kaaway?
Papayagan n'yo ba silang lapastanganin ang
inyong pangalan habang buhay?
¹¹ Bakit wala kayong ginagawa?
Kumilos na kayo!ᵇ

Puksain n'yo na sila!
¹² Kayo, O Dios, ang aming Hari mula pa noong
una.
Paulit-ulit n'yo nang iniligtas ang mga tao
sa mundo.ᶜ
¹³ Hinati n'yo ang dagat sa pamamagitan ng
inyong kapangyarihan at dinurog ang
ulo ng mga dambuhalang hayop sa
dagat.
¹⁴ Dinurog n'yo ang ulo ng *dragon na* Leviatan
at ipinakain ang bangkay nito sa mga
hayop sa ilang.
¹⁵ Kayo ang nagpapadaloy ng mga bukal at mga
batis, at ang ilog na hindi natutuyo ay
pinapatuyo ninyo.
¹⁶ Kayo ang gumawa ng araw at ng gabi at
naglagay ng araw at ng buwan sa
kanilang kinalalagyan.
¹⁷ Kayo rin ang naglagay ng mga hangganan sa
mundo
at lumikha ng tag-araw at taglamig.
¹⁸ Alalahanin n'yo Panginoon, kung paano
kayo pinahiya at kinutya ng mga
hangal na kaaway.
Kung paano nilapastangan ng mga
mangmang na ito ang inyong
pangalan.
¹⁹ Huwag n'yong ibigay sa kanilang mga kaaway
na *parang* mababangis na hayop ang
inyong mga mamamayan na *parang*
kalapati.
Huwag n'yong lubusang kalimutan ang
inyong mga mamamayan na laging
inaapi.
²⁰ Alalahanin n'yo ang kasunduan ninyo sa
amin,
dahil laganap ang kalupitan sa madidilim
na lugar ng lupaing ito.
²¹ Huwag n'yong payagang mapahiya ang mga
mahihirap at nangangailangan.
Purihin sana nila kayo.
²² Sige na po, O Dios, ipagtanggol n'yo ang
inyong karangalan.
Alalahanin n'yo kung paano kayo laging
hinihiya ng mga hangal na ito.
²³ Huwag n'yong balewalain ang walang tigil
na paghiyaw ng inyong mga kaaway
upang ipakita ang kanilang galit.

Salmo 75ᵈ

Ang Dios ang Hukom

¹ O Dios, nagpapasalamat kami sa inyo.
Nagpapasalamat kami dahil malapit kayo
sa amin.
Ipinapahayag ng mga tao ang inyong mga
kahanga-hangang ginawa.
² Sinabi n'yo O Dios, "May itinakda akong
panahon ng paghatol at hahatol ako
nang may katuwiran."

ᵃ Salmo 74 Ang unang mga salita sa Hebreo: *Ang awit
na isinulat ni Asaf.*
ᵇ 11 Bakit…kayo: sa literal, *Bakit n'yo itinatago ang
inyong kanang kamay? Ipakita n'yo ito!*

ᶜ 12 mundo: o, *lupain ng Israel.*
ᵈ Salmo 75 Ang unang mga salita sa Hebreo: *Ang awit
na isinulat ni Asaf para sa direktor na mga mang-aawit.
Inaawit sa tono ng "Huwag Sirain".*

³ Kapag yumanig ang mundo at ang mga tao'y
   magkagulo sa takot,
   ako ang magpapatibay ng pundasyon ng
   mundo.
⁴ Sinasabi ko sa mga hambog, "Huwag kayong
   magyabang"
   at sa masasama, "Huwag ninyong
   ipagmalaki ang inyong kakayahan.
⁵ Tigilan n'yo na ang pagmamalaki na kayo ay
   nanalo at magpakumbaba na kayo."
⁶ Dahil ang tagumpay ng tao'y hindi
   nagmumula sa kung saan-saan,ᵃ
⁷ kundi sa Dios lamang.
   Siya ang humahatol;
   kung sino ang ibababa at kung sino ang
   itataas.
⁸ Dahil ang PANGINOON ang humahawak
   ng kopa na puno ng bumubulang
   matapang na alak *na nagpapahiwatig
   ng kanyang galit.*
   Ibinubuhos niya ito at ipinaiinom sa
   masasama hanggang sa huling patak.
⁹ Ngunit ako, walang tigil kong ipahahayag ang
   tungkol sa Dios ni Jacob,
   aawit ako ng mga papuri para sa kanya.
¹⁰ Aalisin niyaᵇ ang kakayahan ng masasama,ᶜ
   ngunit dadagdagan niya ang
   kapangyarihan ng matutuwid.

Salmo 76ᵈ

Sa Dios ang Tagumpay
¹ Kilalang-kilala ang Dios sa Juda,
   at sa Israel ay dakila siya.
² Nakatira siya sa *bundok ng* Zion sa Jerusalemᵉ
³ Doon, sinira niya ang mga nagniningas na
   palaso ng kaaway,
   ang kanilang mga pananggalang, espada at
   iba pang kagamitang pandigma.
⁴ O Dios, makapangyarihan kayo at higit na
   dakila habang bumababa kayo sa
   bundok na kung saan pinatay n'yo ang
   inyong mga kaaway.ᶠ
⁵ Binawi n'yo sa matatapang na sundalo ang
   kanilang mga sinamsam.
   Silang lahat ay namatay na;
   wala nang makakapagbuhat pa ng kamay
   sa amin.
⁶ O Dios ni Jacob, sa inyong sigaw,ᵍ ang mga
   kawalʰ at ang kanilang mga kabayo ay
   namatay.

---

a 6 *kung saan-saan:* sa literal, *sa silangan o kanluran o sa ilang.*

b 10 *niya:* sa Hebreo, *ko.*

c 10 *Aalisin niya…masasama:* sa Hebreo, *Puputulin ko ang lahat ng sungay ng masasama.*

d Salmo 76 Ang unang mga salita sa Hebreo: *Ang awit na isinulat ni Asaf para sa direktor ng mga mang-aawit. Ginagamitan ng instrumentong may kwerdas.*

e 2 *Jerusalem:* sa Hebreo, *Salem.* Isa rin itong pangalan ng Jerusalem na ang ibig sabihin ay "kapayapaan".

f 4 *habang…kaaway:* Sa Septuagint, *sa matatandang bundok.*

g 6 *sigaw:* o, *saway.*

h 6 *kawal:* sa literal, *mangangabayo.*

⁷ Kaya dapat kayong katakutan.
   Sinong makakatagal sa inyong harapan
   kapag kayo'y nagalit?
⁸ Mula sa langit ay humatol kayo.
   Ang mga tao sa mundo ay natakot at
   tumahimik
⁹ nang humatol kayo, O Dios,
   upang iligtas ang lahat ng inaapi sa daigdig.
¹⁰ Tiyak na ang galit n'yo sa mga taoⁱ ay
   magbibigay ng karangalan sa inyo,
   ngunit hindi n'yo pa lubusang ibinubuhos
   ang inyong galit.
¹¹ Mangako kayo sa PANGINOON na inyong Dios
   at tuparin ito.
   Lahat kayong mga bansang nasa paligid,
   magdala kayo ng mga regalo sa Dios
   na siyang karapat-dapat katakutan.
¹² Ibinababa niya ang mapagmataas na mga
   pinuno;
   kinatatakutan siya ng mga hari rito sa
   mundo.

Salmo 77ʲ

Kagalakan sa Panahon ng Kahirapan
¹ Tumawag ako nang malakas sa Dios.
   Tumawag ako sa kanya upang ako'y
   kanyang mapakinggan.
² Sa panahon ng kahirapan, nananalangin ako
   sa Panginoon.
   Pagsapit ng gabi *nananalangin* akong
   nakataas ang aking mga kamay, at
   hindi ako napapagod,
   ngunit wala pa rin akong kaaliwan.
³ Kapag naaalala ko ang Dios,
   napapadaing ako at para bang nawawalan
   na ng pag-asa.
⁴ Hindi niya ako pinatutulog,
   hindi ko na alam ang aking sasabihin, dahil
   balisang-balisa ako.
⁵ Naaalala ko ang mga araw at taong lumipas.
⁶ Naaalala ko ang mga panahong umaawit akoᵏ
   sa gabi.
   Nagbubulay-bulay ako at tinatanong ang
   aking sarili:
⁷ "Habang buhay na ba akong itatakwil ng
   Panginoon?
   Hindi na ba siya malulugod sa akin?
⁸ Nawala na ba talaga ang pag-ibig niya para sa
   akin?
   Ang kanyang pangako ba ay hindi na niya
   tutuparin?
⁹ Nakalimutan na ba niyang maging maawain?
   Dahil ba sa kanyang galit kaya nawala na
   ang kanyang habag?"
¹⁰ At sinabi ko, "Ang pinakamasakit para sa
   akin ay *ang malamang* hindi na
   tumutulong ang Kataas-taasang Dios."

---

i 10 *ang…tao:* o, *ang galit ng mga tao.*

j Salmo 77 Ang unang mga salita sa Hebreo: *Ang awit na isinulat ni Asaf para sa direktor ng mga mang-aawit na si Jedutun.*

k 6 *Naaalala…ako:* Ito ang nasa tekstong Septuagint at sa Syriac. Sa Hebreo, *Naaalala ko ang aking awit.*

[11] Panginoon, aalalahanin ko ang inyong mga
　　　gawa.
　　　Gugunitain ko ang mga himalang ginawa
　　　　n'yo noon.
[12] Iisipin ko at pagbubulay-bulayan ang lahat ng
　　　inyong mga dakilang gawa.
[13] O Dios, ibang-iba ang inyong mga
　　　pamamaraan.
　　　Wala nang ibang Dios na kasindakila
　　　　ninyo.
[14] Kayo ang Dios na gumagawa ng mga himala.
　　　Ipinapakita n'yo sa mga tao ang inyong
　　　　kapangyarihan.
[15] Sa pamamagitan ng inyong kapangyarihan
　　　iniligtas n'yo ang inyong mga
　　　　mamamayan na mula sa lahi nina
　　　　Jacob at Jose.
[16] Ang mga tubig, O Dios *ay naging parang
　　　mga taong* natakot at nanginig nang
　　　　makita kayo.
[17] Mula sa mga ulap ay bumuhos ang ulan,
　　　kumulog sa langit at kumidlat kung
　　　　saan-saan.
[18] Narinig ang kulog mula sa napakalakas na
　　　hangin;
　　　ang mga kidlat ay nagbigay-liwanag sa
　　　　mundo, at nayanig ang buong daigdig.
[19] Tinawid n'yo ang karagatang may malalaking
　　　alon,
　　　ngunit kahit mga bakas ng paa n'yo ay
　　　　hindi nakita.
[20] Sa pamamagitan nina Moises at Aaron,
　　　pinatnubayan n'yo ang inyong mga
　　　　mamamayan na parang mga tupa.

Salmo 78[a]

Ang Patnubay ng Dios sa Kanyang mga Mamamayan

[1] Mga kababayan,[b] ang mga turo ko'y inyong
　　　pakinggan.
[2] Tuturuan ko kayo sa pamamagitan ng
　　　kasaysayan.[c]
　　　Sasabihin ko sa inyo ang mga lihim na
　　　　katotohanan ng nakaraan.
[3] Napakinggan na natin ito at nalaman.
　　　Sinabi ito sa atin ng ating mga ninuno.
[4] Huwag natin itong ilihim sa ating mga anak;
　　　sabihin din natin ito sa mga susunod na
　　　　salinlahi.
　　　Sabihin natin sa kanila ang kapangyarihan
　　　　ng Panginoon at ang mga kahanga-
　　　　hanga niyang gawa.
[5] Ibinigay niya ang kanyang mga kautusan sa
　　　mga mamamayan ng Israel na mula sa
　　　　lahi ni Jacob.
　　　Iniutos niya sa ating mga ninuno na ituro
　　　　ito sa kanilang mga anak,

[6] upang malaman din ito ng mga susunod
　　　na lahi at nang ituro rin nila ito sa
　　　　kanilang mga anak.
[7] Sa ganitong paraan, magtitiwala sila sa Dios
　　　at hindi nila makakalimutan ang
　　　　kanyang ginawa, at susundin nila ang
　　　　kanyang mga utos,
[8] upang hindi sila maging katulad ng kanilang
　　　mga ninuno na matitigas ang ulo,
　　　suwail, hindi lubos ang pagtitiwala sa
　　　　Dios, at hindi tapat sa kanya.
[9] Tulad ng mga taga-Efraim, bagama't may mga
　　　pana sila,
　　　pero sa oras naman ng labanan ay
　　　　nagsisipag-atrasan.
[10] Hindi nila sinunod ang kasunduan nila sa
　　　Dios,
　　　maging ang kanyang mga utos.
[11] Nakalimutan na nila ang mga kahanga-hanga
　　　niyang ginawa na ipinakita niya sa
　　　　kanila.
[12] Gumawa ang Dios ng mga himala roon sa
　　　Zoan sa lupain ng Egipto at nakita ito
　　　　ng ating[d] mga ninuno.
[13] Hinawi niya ang dagat at pinadaan sila roon;
　　　ginawa niyang tila magkabilang pader ang
　　　　tubig.
[14] Sa araw ay pinapatnubayan niya sila sa
　　　pamamagitan ng ulap,
　　　at sa gabi naman ay sa pamamagitan ng
　　　　liwanag ng apoy.
[15] Biniyak niya ang mga bato sa ilang *at dumaloy
　　　ang tubig* at binigyan sila ng maraming
　　　　inumin mula sa kailaliman ng lupa.
[16] Pinalabas niya ang tubig mula sa bato at ang
　　　tubig ay umagos gaya ng ilog.
[17] Ngunit ang ating mga ninuno ay patuloy na
　　　nagkasala sa kanya. Naghimagsik sila
　　　　sa Kataas-taasang Dios doon sa ilang.
[18] Sinadya nilang subukin ang Dios upang
　　　hingin ang mga pagkaing gusto nila.
[19] Kinutya nila ang Dios nang sabihin nilang,
　　　"Makakapaghanda ba ang Dios ng pagkain
　　　　dito sa ilang?
[20] Oo nga't umagos ang tubig nang hampasin
　　　niya ang bato,
　　　ngunit makapagbibigay din ba siya ng
　　　　tinapay at karne sa atin?"
[21] Kaya nang marinig ito ng Panginoon nagalit
　　　siya *sa kanila*.
　　　Nag-apoy sa galit ang Panginoon laban sa
　　　　lahi ni Jacob,
[22] dahil wala silang pananampalataya sa kanya,
　　　at hindi sila nagtitiwala na ililigtas
　　　　niya sila.
[23] Ganoon pa man, iniutos niyang bumukas ang
　　　langit,
[24] at pinaulanan sila ng pagkain na *tinatawag na*
　　　manna.
　　　Ibinigay ito sa kanila upang kainin.
[25] Kinain nila ang pagkain ng mga anghel, at
　　　binigyan sila nito ng Dios hangga't
　　　　gusto nila.

---

a Salmo 78 Ang unang mga salita sa Hebreo: *Ang
"maskil" na isinulat ni Asaf.*
b 1 *Mga kababayan:* o, *Mga mamamayan ko.*
c 2 *kasaysayan:* o, *mga talinghaga, o paghahalintulad, o
kawikaan.*

d 12 *ating:* o, *kanilang.*

²⁶ Pinaihip niya ang hangin mula sa silangan at
    sa timog sa pamamagitan ng kanyang
    kapangyarihan.
²⁷ Pinaulanan din sila ng napakaraming
    ibon, na kasindami ng buhangin sa
    tabing-dagat.
²⁸ Pinadapo niya ang mga ito sa palibot ng
    kanilang mga tolda sa kampo.
²⁹ Kaya kumain sila hanggang sa mabusog, dahil
    ibinigay sa kanila ng Dios ang gusto
    nila.
³⁰ Ngunit habang kumakain sila at
    nagpapakabusog,
³¹ nagalit ang Dios sa kanila.
    Pinatay niya ang makikisig na mga kabataan
    ng Israel.
³² Sa kabila ng lahat ng ginawa ng Dios sa kanila,
    nagpatuloy pa rin sila sa pagkakasala.
    Kahit na gumawa siya ng mga himala,
    hindi pa rin sila naniwala.
³³ Kaya agad niyang winakasan ang buhay
    nila sa pamamagitan ng biglaang
    pagdating ng kapahamakan.
³⁴ Nang patayin ng Dios ang ilan sa kanila,
    ang mga natira ay lumapit na sa kanya,
    nagsisi at nagbalik-loob sa kanya.
³⁵ At naalala nila na ang Kataas-taasang Dios
    ang kanilang Bato *na kanlungan* at
    Tagapagligtas.
³⁶ Nagpuri sila sa kanya, ngunit sa bibig lang,
    kaya sinungaling sila.
³⁷ Hindi sila tapat sa kanya at sa kanilang
    kasunduan.
³⁸ Ngunit naawa pa rin ang Dios sa kanila,
    pinatawad ang mga kasalanan nila at hindi
    sila nilipol.
    Maraming beses niyang pinigil ang
    kanyang galit kahit napakatindi na ng
    kanyang poot.
³⁹ Naisip niyang mga tao lang sila,
    parang hangin na dumadaan at biglang
    nawawala.
⁴⁰ Madalas silang maghimagsik sa Dios doon sa
    ilang at pinalungkot nila siya.
⁴¹ Paulit-ulit nilang sinubok ang Dios;
    ginalit nila ang Banal *na Dios* ng Israel.
⁴² Kinalimutan nila ang kanyang kapangyarihan
    na ipinakita noong iniligtas niya sila
    mula sa kanilang mga kaaway,
⁴³ pati ang mga ginawa niyang mga himala at
    mga kahanga-hangang gawa roon sa
    Zoan sa lupain ng Egipto.
⁴⁴ Ginawa niyang dugo ang mga ilog sa Egipto,
    at dahil dito wala silang mainom.
⁴⁵ Nagpadala rin siya ng napakaraming langaw
    upang parusahan sila,
    at mga palaka upang pinsalain sila.
⁴⁶ Ipinakain niya sa mga balang ang kanilang
    mga pananim at mga ani.
⁴⁷ Sinira niya ang kanilang mga tanim na
    ubas at mga punong sikomoro sa
    pamamagitan ng pagpapaulan ng yelo.
⁴⁸ Pinagpapatay niya ang kanilang mga hayop sa
    pamamagitan ng kidlat at pag-ulan ng
    malalaking yelo.

⁴⁹ Dahil sa napakatinding poot at galit niya sa
    kanila,
    nagpadala rin siya ng mga anghel upang
    ipahamak sila.
⁵⁰ Hindi pinigilan ng Dios ang kanyang poot.
    Hindi niya sila iniligtas sa kamatayan.
    Sa halip ay pinatay sila sa pamamagitan ng
    mga salot.
⁵¹ Pinatay niyang lahat ang mga panganay na
    lalaki sa Egipto na siyang lugar ng lahi
    ni Ham.
⁵² Ngunit inilabas niya *sa Egipto* ang kanyang
    mga mamamayan na katulad ng mga
    tupa at pinatnubayan sila na parang
    kanyang kawan sa ilang.
⁵³ Pinatnubayan niya sila, kaya hindi sila natakot.
    Ngunit ang mga kaaway nila ay nalunod sa
    dagat.
⁵⁴ Dinala sila ng Dios sa lupain na kanyang
    pinili,
    doon sa kabundukan na kinuha niya
    sa pamamagitan ng kanyang
    kapangyarihan.
⁵⁵ Itinaboy niya ang lahat ng naninirahan doon,
    at hinati-hati ang lupain sa mga lahi ng Israel
    para maging pag-aari nila at maging
    tirahan.
⁵⁶ Ngunit sinubok pa rin nila ang Kataas-
    taasang Dios,
    naghimagsik sila at hindi sumunod sa
    kanyang mga utos.
⁵⁷ Tumalikod sila sa Dios kagaya ng kanilang
    mga ninuno.
    Tulad sila ng isang sirang pana na hindi
    mapagkakatiwalaan.
⁵⁸ Pinanibugho nila ang Dios at ginalit dahil sa
    mga dios-diosan sa mga sambahan sa
    matataas na lugar.ᵃ
⁵⁹ Alamᵇ ng Dios ang ginawa ng mga Israelita,
    kaya nagalit siya at itinakwil sila nang
    lubusan.
⁶⁰ Iniwanan niya ang kanyang tolda sa Shilo,
    kung saan siya nananahan dito sa
    mundo.
⁶¹ Hinayaan niyang agawin ng mga kaaway ang
    Kahon ng Kasunduan na simbolo ng
    kanyang kapangyarihan at kadakilaan.
⁶² Nagalit siya sa kanyang mga mamamayan
    kaya ipinapatay niya sila sa kanilang
    mga kaaway.
⁶³ Sinunog ang kanilang mga binata,
    kaya walang mapangasawa ang kanilang
    mga dalaga.
⁶⁴ Namatay sa labanan ang kanilang mga pari,
    at ang mga naiwan nilang asawa ay hindi
    makapagluksa.ᶜ
⁶⁵ Pagkatapos, parang nagising ang Panginoon
    mula sa kanyang pagkakahimlay;
    at para siyang isang malakas na tao na
    pinatapang ng alak.

---

a 58 sambahan sa matataas na lugar: Tingnan sa Talaan
ng mga Salita sa likod.
b 59 Alam: sa literal, *Narinig.*
c 64 Basahin sa 1 Sam. 4:17-22.

⁶⁶ Itinaboy niya at pinaatras ang kanyang mga
kaaway;
    inilagay niya sila sa walang hanggang
kahihiyan.
⁶⁷ Itinakwil niya ang lahi ni Jose, hindi rin niya
pinili ang lahi ni Efraim.ᵃ
⁶⁸ Sa halip ay pinili niya ang lahi ni Juda at
ang bundok ng Zion na kanyang
minamahal.
⁶⁹ Doon niya ipinatayo ang kanyang templo,
katulad ng langit at lupa na matatag
magpakailanman.
⁷⁰⁻⁷¹ Pinili ng Dios si David upang maging
lingkod niya.
    Kinuha siya mula sa pagpapastol ng tupa
at ginawang hari ng Israel, ang mga
mamamayang kanyang hinirang.
⁷² Katulad ng isang mabuting pastol, inalagaan
niya ang mga Israelita nang may
katapatan at mahusay silang
pinamunuan.

Salmo 79ᵇ

Panalangin para sa Kalayaan ng Bansa

¹ O Dios, sinalakay ng mga dayuhan ang
lupaing pag-aari ninyo.
    Nilapastangan nila ang inyong banal na
templo at winasak ang Jerusalem.
² Ipinakain nila sa mababangis na ibon at
hayop ang bangkay ng inyong tapat na
mga lingkod.
³ Ibinuhos nila ang dugo ng inyong mga
mamamayan na parang tubig sa
buong Jerusalem,
    at wala ni isa mang natira sa kanila upang
ilibing ang mga namatay.
⁴ Kinukutya kami at inilalagay sa kahihiyan ng
mga bansang nasa palibot namin.
⁵ PANGINOON, hanggang kailan kayo magagalit
sa amin?
    Wala na ba itong katapusan?
    Hanggang kailan mag-aapoy ang inyong
panibugho?
⁶ Doon n'yo ibuhos ang inyong galit,
    sa mga bansa at kaharian na ayaw kumilala
at sumamba sa inyo.
⁷ Dahil pinatay nila ang mga mamamayanᶜ n'yo
at winasak ang kanilang mga lupain.
⁸ Huwag n'yo kaming parusahan dahil sa
kasalanan ng aming mga ninuno.
    Sa halip ay iparating n'yo agad ang inyong
habag sa amin dahil kami ay lugmok
na.
⁹ O Dios na aming Tagapagligtas, tulungan n'yo
kami,
    para sa kapurihan ng inyong pangalan.

    Iligtas n'yo kami at patawarin sa aming
mga kasalanan,
    alang-alang sa inyong pangalan.
¹⁰ Huwag n'yo pong hayaan na sabihin sa amin
ng ibang mga bansa,
    "Nasaan na ang inyong Dios?"
    Habang kami ay nakatingin, ipaunawa n'yo
sa mga bansang ito na maghihiganti
kayo sa kanila dahil sa pagpatay nila
sa inyong mga lingkod.
¹¹ Pakinggan n'yo ang hinaing ng *mga
mamamayan n'yo na* binihag nila.
    Nakatakda silang patayin kaya palayain
n'yo sila sa pamamagitan ng inyong
kapangyarihan.
¹² O Panginoon, gantihan n'yo ng pitong ulit
ang mga kalapit naming bansa dahil
sa ginawa nilang pangungutya sa inyo.
¹³ At kaming mga mamamayan, na inyong
inaalagaan *na gaya* ng mga tupa sa
inyong pastulan ay magpapasalamat
sa inyo magpakailanman.
    Purihin kayo ng walang hanggan.

Salmo 80ᵈ

Dalangin para Tulungan ng Dios ang Bansa

¹ O Pastol ng Israel, pakinggan n'yo kami.
    Kayo na nangunguna at pumapatnubay sa
angkan ni Jose na parang mga tupa.
    Kayo na nakaupo sa inyong trono sa gitna
ng mga kerubin,
    ipakita n'yo ang inyong kapangyarihan,
² sa lahi ni Efraim, ni Benjamin at ni Manase.
    Ipakita n'yo po ang inyong kapangyarihan;
puntahan n'yo kami para iligtas.
³ O Dios, ibalik n'yo kami sa mabuting
kalagayan.
    Ipakita n'yo sa amin ang inyong kabutihan
upang kami ay maligtas.
⁴ PANGINOONG Dios na Makapangyarihan,
    hanggang kailan ang galit ninyo sa
mga panalangin ng inyong mga
mamamayan?
⁵ Pinuno n'yo kami ng kalungkutan, at halos
mainom na namin ang aming mga
luha.
⁶ Pinabayaan n'yong awayin kami ng mga
kalapit naming bansa
    at pinagtatawanan kami ng aming mga
kaaway.
⁷ O Dios na Makapangyarihan,
    ibalik n'yo kami sa mabuting kalagayan.
    Ipakita n'yo sa amin ang inyong kabutihan
upang kami ay maligtas.
⁸ *Katulad namin ay* puno ng ubas,
    na kinuha n'yo sa Egipto at itinanim sa
lupaing pinalayas ang mga nakatira.
⁹ Nilinis n'yo ang lupaing ito at ang puno ng
ubas ay nag-ugat
    at lumaganap sa buong lupain.

---

a 67 hindi…Efraim: Maaaring ang ibig sabihin nito
ay hindi niya pinili ang lugar nila para maging sentro
ng pagsamba at kung saan ang pinili niyang hari ay
maghahari.

b Salmo 79 Ang unang mga salita sa Hebreo: *Ang awit
na isinulat ni David.*

c 7 ang mga mamamayan: sa literal, *si Jacob.*

---

d Salmo 80 Ang unang mga salita sa Hebreo: *Ang awit
na isinulat ni Asaf para sa direktor ng mga mang-aawit.
Inaawit sa tono ng "Liryo ng Kasunduan."*

¹⁰ Naliliman ng mga sanga nito ang mga
　　bundok at ang malalaking puno ng
　　sedro.
¹¹ Umabot ang kanyang mga sanga hanggang
　　sa Dagat *Mediteraneo* at hanggang sa
　　Ilog *ng Eufrates.*
¹² Ngunit bakit n'yo sinira, *O Dios,* ang bakod
　　nito?
　　Kaya ninanakaw ng mga dumadaan ang
　　　mga bunga nito.
¹³ At kainin din ito ng mga baboy-ramo at iba
　　pang hayop sa gubat.
¹⁴ O Dios na Makapangyarihan, bumalik na
　　kayo sa amin.
　　Mula sa langit, kami ay inyong pagmasdan.
　　Alalahanin n'yo ang inyong mga
　　　mamamayan,
¹⁵ na tulad ng puno ng ubas na inyong
　　itinanim sa pamamagitan ng inyong
　　kapangyarihan.
　　Alalahanin n'yo kami na inyong mga anak
　　na pinatatag n'yo para sa inyong
　　kapurihan.
¹⁶ O Dios, para kaming mga puno ng ubas na
　　pinutol at sinunog.
　　Tiningnan n'yo kami nang may galit, at
　　nilipol.
¹⁷ Ngunit ngayon, tulungan n'yo kami na inyong
　　mga hinirang na maging malapit sa
　　inyo at palakasin kami para sa inyong
　　kapurihan,
¹⁸ at hindi na kami tatalikod sa inyo.
　　Ibalik sa amin ang mabuting kalagayan,
　　at sasambahin namin kayo.
¹⁹ O Panginoong Dios na Makapangyarihan,
　　ibalik n'yo sa amin ang mabuting
　　kalagayan!
　　Ipakita sa amin ang inyong kabutihan
　　upang kami ay maligtas.

Salmo 81ᵃ

Papuri sa Kabutihan ng Dios

¹ Umawit kayo nang may galak sa Dios na
　　nagbibigay sa atin ng kalakasan.
　　Sumigaw kayo nang may tuwa sa Dios ni
　　Jacob!
² Umawit kayo at tugtugin ang tamburin
　　kasabay ng magandang tunog ng alpa
　　at lira.ᵇ
³ Patunugin ninyo ang tambuli tuwing Pista
　　ng Pagsisimula ng Buwan na ating
　　ipinagdiriwang tuwing kabilugan ng
　　buwan.
⁴ Dahil isa itong kautusan para sa mga
　　taga-Israel.
　　Ito'y utos ng Dios ni Jacob.
⁵ Ibinigay niya ang kautusang ito sa lahi ni Jose
　　nang siya'y sumalakay sa lupain ng
　　Egipto.

May narinig akong tinig ngunit hindi ko
　　kilala, *na nagsasabing,*
⁶ "Pinalaya ko kayo sa pagkaalipin;
　　kinuha ko ang mabibigat ninyong mga
　　bitbit at pasanin.
⁷ Nang kayo'y nahirapan, tumawag kayo sa
　　akin at kayo'y iniligtas ko.
　　Mula sa mga alapaap,
　　sinagot ko kayo at sinubok doon sa bukal
　　ng Meriba.
⁸ Mga Israelita na aking mga mamamayan,
　　pakinggan ninyo itong babala ko sa
　　inyo.
　　Makinig sana kayo sa akin!
⁹ Hindi kayo dapat magkaroon ng ibang dios.
　　Huwag kayong sasamba sa kanila.
¹⁰ Ako ang Panginoon na inyong Dios. Ako
　　ang naglabas sa inyo sa lupain ng
　　Egipto.
　　Humingi kayo sa akin at ibibigay ko sa inyo
　　ang mga pangangailangan ninyo.
¹¹ Ngunit kayong mga Israelita na aking mga
　　mamamayan, hindi kayo nakinig at
　　sumunod sa akin.
¹² Kaya hinayaan ko kayo sa katigasan ng
　　inyong uloᶜ at ginawa ninyo ang
　　inyong gusto.
¹³ Kung nakinig lang sana kayo sa akin at
　　sumunod sa aking mga pamamaraan,
¹⁴ kaagad ko sanang nilupig at pinarusahan ang
　　inyong mga kaaway.
¹⁵ Ang mga napopoot sa akin ay yuyukod sa
　　takot.
　　Ang kaparusahan nila ay walang
　　katapusan.
¹⁶ Ngunit kayo na aking mga mamamayan,
　　pakakainin ko kayo ng pinakamainam na
　　bunga ng trigo at pulot hanggang sa
　　mabusog kayo."

Salmo 82ᵈ

Pinagsabihan ng Dios ang mga Namumuno

¹ Pinamumunuan ng Dios ang pagtitipon ng
　　kanyang mga mamamayan.
　　Sa gitna ng mga hukomᵉ siya ang
　　humahatol sa kanila.
² *Sinabi niya sa kanila,* "Hanggang kailan kayo
　　hahatol ng hindi tama?
　　Hanggang kailan ninyo papaboran ang
　　masasama?
³ Bigyan ninyo ng katarungan ang mga dukha
　　at ulila.
　　Ipagtanggol ninyo ang karapatan ng mga
　　nangangailangan at inaapi.
⁴ Iligtas ninyo ang mahihina at mga
　　nangangailangan mula sa kamay ng
　　masasamang tao!
⁵ Wala silang nalalaman! Hindi sila
　　nakakaintindi!

ᵃ Salmo 81 Ang unang mga salita sa Hebreo: *Ang awit
na isinulat ni Asaf para sa direktor ng mga mang-aawit.
Tinugtog sa pamamagitan ng instrumentong "gittith."*
ᵇ 2 *lira:* sinaunang instrumentong may kwerdas.

ᶜ 12 *ulo:* o, *puso.*
ᵈ Salmo 82 Ang unang mga salita sa Hebreo: *Ang awit
na isinulat ni Asaf.*
ᵉ 1 *mga hukom:* Sila ay mga pinuno rin ng Israel.

Wala silang pag-asa, namumuhay sila
    sa kadiliman at niyayanig nila ang
    pundasyon ng mundo.
[6] Sinabi ko na sa inyo na kayo ay mga dios, mga
    anak ng Kataas-taasang Dios.
[7] Ngunit gaya ng ibang mga namumuno ay
    babagsak kayo, at gaya ng ibang tao ay
    mamamatay din kayo."
[8] Sige na, O Dios, hatulan n'yo na ang lahat ng
    bansa sa mundo, sapagkat sila nama'y
    sa inyo.

Salmo 83[a]

Ang Masasamang Bansa

[1] O Dios, huwag kayong manahimik.
    Kumilos po kayo!
[2] Masdan ang inyong mga kaaway,
    maingay silang sumasalakay at
    ipinagyayabang na mananalo sila.
[3] Nagbabalak sila ng masama laban sa
    inyong mga mamamayan na inyong
    kinakalinga.
[4] Sinabi nila, "Halikayo, wasakin natin ang
    bansang Israel upang makalimutan na
    siya magpakailanman."
[5] At nagkasundo sila sa masamang plano nila.
    Gumawa sila ng kasunduan laban sa inyo.
[6] Sila ay mga taga-Edom, mga Ishmaelita, mga
    taga-Moab, mga Hagreo,
[7] mga taga-Gebal, taga-Ammon, taga-Amalek,
    mga taga-Filistia at mga taga-Tyre.
[8] Kumampi rin sa kanila ang Asiria, isang
    bansang malakas na kakampi ng lahi
    ni Lot.[b]
[9] Talunin n'yo sila *Panginoon,*
    katulad ng ginawa n'yo sa mga Midianita at
    kina Sisera at Jabin doon sa Lambak
    ng Kishon.
[10] Namatay sila sa Endor at ang mga bangkay
    nila'y nabulok at naging pataba sa
    lupa.
[11] Patayin n'yo ang mga pinuno nila katulad ng
    ginawa ninyo kina Oreb at Zeeb at
    kina Zeba at Zalmuna.
[12] Sinabi nila, "Agawin natin ang lupain ng
    Dios."
[13] O Dios ko, ikalat n'yo sila na parang alikabok
    o ipa na nililipad ng hangin.
[14-15] Tulad ng apoy na tumutupok *sa mga puno* sa
    kagubatan at kabundukan,
    habulin n'yo sila ng inyong bagyo at
    takutin ng malalakas na hangin.
[16] Hiyain n'yo sila *Panginoon* hanggang sa
    matuto silang lumapit sa inyo.
[17] Sana nga ay mapahiya at matakot sila habang
    buhay.
    Mamatay sana sila sa kahihiyan.
[18] Para malaman nilang kayo, *Panginoon,* ang
    tanging Kataas-taasang Dios sa buong
    mundo.

---

[a] Salmo 83 Ang unang mga salita sa Hebreo: *Ang awit
na isinulat ni Asaf.*

[b] 8 *lahi ni Lot:* Maaaring ang mga taga-Moab at Ammon.

Salmo 84[c]

Pananabik sa Templo ng Dios

[1] Panginoong Makapangyarihan, kay ganda
    ng inyong templo!
[2] Gustong-gusto kong pumunta roon!
    Nananabik akong pumasok sa inyong
    templo, Panginoon.
    Ang buong katauhan ko'y aawit nang may
    kagalakan sa inyo,
    O Dios na buhay.
[3] Panginoong Makapangyarihan, aking Hari
    at Dios,
    kahit na ang mga ibon ay may pugad
    malapit sa altar kung saan nila
    inilalagay ang kanilang mga inakay.
[4] Mapalad ang mga taong nakatira sa inyong
    templo;
    lagi silang umaawit ng mga papuri sa inyo.
[5] Mapalad ang mga taong tumanggap ng
    kalakasan mula sa inyo
    at nananabik na makapunta sa inyong
    templo.
[6] Habang binabaybay nila ang *tuyong* lambak
    ng Baca,[d]
    iniisip nilang may mga bukal doon at tila
    umulan dahil may tubig kahit saan.
[7] Lalo silang lumalakas habang lumalakad
    hanggang ang bawat isa sa kanila
    ay makarating sa presensya ng Dios
    doon sa Zion.[e]
[8] Panginoong Dios na Makapangyarihan,
    Dios ni Jacob, pakinggan n'yo ang aking
    panalangin!
[9] Pagpalain n'yo O Dios, ang tagapagtanggol[f]
    namin,
    ang hari na inyong pinili.
[10] Ang isang araw sa inyong templo ay higit na
    mabuti kaysa sa 1,000 araw sa ibang
    lugar.
    O Dios, mas gusto ko pang tumayo sa
    inyong templo,[g]
    O Dios, kaysa sa manirahan sa bahay ng
    masama.
[11] Dahil kayo Panginoong Dios ay *parang
    araw na nagbibigay liwanag sa amin* at
    pananggalang *na nag-iingat sa amin.*
    Pinagpapala n'yo rin kami at
    pinararangalan
    Hindi n'yo ipinagkakait ang mabubuting
    bagay sa sinumang matuwid ang
    pamumuhay.
[12] O Panginoong Makapangyarihan,
    mapalad ang taong nagtitiwala sa inyo.

---

[c] Salmo 84 Ang unang mga salita sa Hebreo: *Ang
awit na isinulat ng mga anak ni Kora para sa direktor
ng mga mang-aawit. Tinutugtog sa pamamagitan ng
instrumentong "gittith".*

[d] 6 *lambak ng Baca:* o, *lambak na may maraming puno ng
Balsamo;* o, *lambak na may mga umiiyak.*

[e] 7 *Zion:* o, *Jerusalem.*

[f] 9 *tagapagtanggol:* sa literal, *panangalang.*

[g] 10 *tumayo sa inyong templo:* o, *maging guwardya ng
pintuan ng templo;* o, *maging pulubi sa may pintuan ng
templo.*

Salmo 85[a]

Panalangin para sa Kabutihan ng Bansa

[1] PANGINOON, naging mabuti kayo sa inyong
lupain.
Ibinalik n'yo sa magandang kalagayan ang
Israel.[b]
[2] Pinatawad n'yo ang kasamaan ng inyong mga
mamamayan;
inalis n'yo ang lahat ng aming kasalanan.
[3] Inalis n'yo na rin ang inyong matinding galit
sa amin.
[4] *Minsan pa*, O Dios, na aming Tagapagligtas,
ibalik n'yo kami sa magandang
kalagayan.
Kalimutan n'yo na ang inyong galit sa
amin.
[5] Habang buhay na ba kayong magagalit sa
amin,
hanggang sa aming mga salinlahi?
[6] Hindi n'yo na ba kami ibabalik sa magandang
kalagayan upang kami ay magalak sa
inyo?
[7] PANGINOON, ipakita n'yo sa amin ang inyong
pag-ibig at kami ay iligtas.
[8] Pakikinggan ko ang sasabihin ng
PANGINOONG Dios,
dahil mangangako siya ng kapayapaan
sa atin na kanyang mga tapat na
mamamayan;
iyan ay kung hindi na tayo babalik sa ating
mga kamangmangan.
[9] Tunay na ililigtas niya ang may takot sa kanya,
upang ipakita na ang kapangyarihan niya
ay mananatili sa ating lupain.
[10] Ang pag-ibig at katapatan ay magkasama
at ganoon din ang katarungan at
kapayapaan.
[11] Ang katapatan ng tao sa mundo ay alam ng
Dios sa langit,
at ang katarungan ng Dios sa langit ay
matatanggap ng tao sa mundo.
[12] Tiyak na ibibigay sa atin ng PANGINOON ang
mabuti
at magkakaroon ng ani ang ating lupain.
[13] Ang katarungan ay *parang tagapagbalita* na
mauunang dumating para ihanda ang
daan ng Panginoon.

Salmo 86[c]

Panalangin ng Paghingi ng Tulong sa Dios

[1] PANGINOON, dinggin n'yo at sagutin ang
aking panalangin sapagkat ako'y
naghihirap at nangangailangan.
[2] Ingatan n'yo ang buhay ko dahil ako'y tapat *sa
inyo*.

Kayo ang aking Dios, iligtas n'yo ang
inyong lingkod na nagtitiwala sa inyo.
[3] Panginoon, maawa kayo sa akin dahil buong
araw akong tumatawag sa inyo.
[4] Bigyan n'yo ng kagalakan ang inyong
lingkod, Panginoon, dahil sa iyo ako
nananalangin.
[5] Tunay na napakabuti n'yo at mapagpatawad,
at puno ng pag-ibig sa lahat ng tumatawag
sa inyo.
[6] Pakinggan n'yo ang aking dalangin,
PANGINOON.
Ang pagsusumamo ko'y inyong dinggin.
[7] Tumatawag ako sa inyo sa oras ng kagipitan
dahil sinasagot n'yo ako.
[8] Walang dios na katulad n'yo, Panginoon;
walang sinumang makakagawa ng mga
ginawa ninyo.
[9] Ang lahat ng bansa[d] na ginawa n'yo ay lalapit
at sasamba sa inyo.
Pupurihin nila ang inyong pangalan,
[10] dahil makapangyarihan kayo at ang mga gawa
n'yo ay kahanga-hanga.
Kayo ang nag-iisang Dios.
[11] PANGINOON, ituro n'yo sa akin ang inyong
pamamaraan,
at susundin ko ito nang may katapatan.[e]
Bigyan n'yo ako ng pusong may takot sa
inyo.
[12] Panginoon kong Dios, buong puso ko kayong
pasasalamatan.
Pupurihin ko ang inyong pangalan
magpakailanman,
[13] dahil ang pag-ibig n'yo sa akin ay dakila.
Iniligtas n'yo ako sa kamatayan.
[14] O Dios, sinasalakay ako ng grupo ng
mayayabang na tao para patayin.
Malulupit sila at hindi kumikilala sa inyo.
[15] Ngunit kayo, Panginoon, ay Dios na
nagmamalasakit at mahabagin.
Wagas ang pag-ibig n'yo, at hindi madaling
magalit.
[16] Bigyang pansin n'yo ako at kahabagan;
bigyan n'yo ako ng inyong kalakasan at
iligtas ako na inyong lingkod.
[17] Ipakita sa akin ang tanda ng inyong
kabutihan,
upang makita ito ng aking mga kaaway at
nang sila'y mapahiya.
Dahil kayo, PANGINOON, ang tumutulong
at umaaliw sa akin.

Salmo 87[f]

Papuri sa Jerusalem

[1-2] Itinayo ng PANGINOON ang lungsod ng
Jerusalem[g] sa banal na bundok.
Mahal niya ang lungsod na ito kaysa sa
lahat ng lugar sa Israel.[h]

---

a Salmo 85 Ang unang mga salita sa Hebreo: *Ang awit
na isinulat ng mga anak ni Kora para sa direktor ng mga
mang-aawit.*
b 1 *Ibinalik...Israel:* o, *Pinabalik ninyo sa kanilang lupain
mula sa pagkabihag ang lahi ni Jacob.*
c Salmo 86 Ang unang mga salita sa Hebreo: *Ang
Panalangin ni David.*

d 9 *bansa:* o, *lahi (people group).*
e 11 *ito nang may katapatan:* o, *ang inyong katotohanan.*
f Salmo 87 Ang unang mga salita sa Hebreo: *Ang awit
na isinulat ng mga anak ni Kora.*
g 1-2 *Jerusalem:* o, *Zion.*
h 1-2 *Israel:* sa Hebreo, *Jacob.*

³ Magagandang bagay ang kanyang sinasabi
  tungkol sa lungsod na ito.
⁴ *Sabi niya,* "Kung ililista ko ang mga bansang
  kumikilala sa akin,
  isasama ko ang Egipto,ᵃ ang Babilonia, pati na
  ang Filistia, Tyre at Etiopia.
  Ibibilang ko ang kanilang mga
  mamamayan na tubong Jerusalem."
⁵ Ito nga ang masasabi sa Jerusalem, na
  maraming tao ang ibibilang na tubong
  Jerusalem.
  At ang Kataas-taasang Dios ang siyang
  magpapatatag ng lungsod na ito.
⁶ Ililista ng PANGINOON ang kanyang mga
  mamamayan
  at isasama rin niya ang maraming taong
  ibibilang niyang mga tubong
  Jerusalem.
⁷ Silang lahat ay magsisiawit ng, "Ang lahat ng
  ating mga pagpapala ay sa Jerusalem
  nagmula!"

Salmo 88ᵇ

Panalangin ng Nagdurusa
¹ PANGINOON, kayo ang Dios na aking
  Tagapagligtas.
  Tumatawag ako sa inyo araw-gabi.
² Dinggin n'yo ang panalangin ko at sagutin
  ang aking panawagan.
³ Dahil napakaraming paghihirap na
  dumarating sa akin
  at parang mamamatay na ako.
⁴ Para na akong isang taong nag-aagaw buhay
  na hindi na matutulungan pa.
⁵ Pinabayaan na ako, kasama ng mga patay.
  Para akong patay na inilagay sa libingan,
  kinalimutan n'yo na at hindi tinutulungan.
⁶ *Para* n'yo akong inilagay sa napakalalim at
  napakadilim na hukay.
⁷ Sobra ang galit n'yo sa akin,
  parang mga alon na humahampas sa akin.
⁸ Inilayo n'yo sa akin ang aking mga kaibigan at
  ginawa n'yo akong kasuklam-suklam
  sa kanila.
  Nakulong ako at hindi na makatakas.
⁹ Dumidilim na ang paningin ko dahil sa hirap.
  PANGINOON, araw-araw akong tumatawag
  sa inyo na nakataas ang aking mga
  kamay.
¹⁰ Gumagawa ba kayo ng himala sa mga patay?
  Bumabangon ba sila upang kayo'y
  papurihan?
¹¹ Ang katapatan n'yo ba at pag-ibig ay pinag-
  uusapan sa libingan?
¹² Makikita ba ang inyong mga himala at
  katuwiran sa madilim na lugar ng
  mga patay?

Doon sa lugar na iyon ang lahat ay
  kinakalimutan.
¹³ Kaya PANGINOON, humihingi ako ng tulong
  sa inyo.
  Tuwing umaga'y nananalangin ako sa inyo.
¹⁴ Ngunit bakit n'yo ako itinatakwil
  PANGINOON?
  Bakit n'yo ako pinagtataguan?
¹⁵ Mula pa noong bata ay nagtitiis na ako at
  muntik nang mamatay.
  Tiniis ko ang mga nakakatakot na ginawa
  n'yo sa akin.
¹⁶ Ang inyong galit ay humampas sa akin na
  parang malakas na hangin.
  Halos mamatay ako sa mga nakakatakot na
  ginawa n'yo sa akin.
¹⁷ Dumating ang mga ito sa akin na parang baha
  at pinalibutan ako.
¹⁸ Inilayo n'yo sa akin ang mga mahal ko sa
  buhay at mga kaibigan;
  wala akong naging kasama kundi
  kadiliman.

Salmo 89ᶜ

Ang Kasunduan ng Dios kay David
¹ PANGINOON, aawitin ko ang tungkol sa inyong
  tapat na pag-ibig magpakailanman.
  Ihahayag ko sa lahat ng salinlahi ang
  inyong katapatan.
² Ipapahayag ko na matatag ang inyong walang
  hanggang pag-ibig, at mananatili gaya
  ng kalangitan.
³ *At inyong sinabi,* "Gumawa ako ng kasunduan
  sa aking lingkod na si David na aking
  pinili *upang maging hari.*
  Ito ang ipinangako ko sa kanya:
⁴ Ang bawat hari ng Israel ay manggagaling sa
  iyong lahi;
  ang iyong kaharian ay magpapatuloy
  magpakailanman."
⁵ PANGINOON, pupurihin ng mga nilalang sa
  langit ang inyong katapatan at mga
  kahanga-hangang gawa.
⁶ Walang sinuman doon sa langit ang katulad
  n'yo, PANGINOON.
  Sino sa mga naroonᵈ ang katulad n'yo,
  PANGINOON?
⁷ Iginagalang kayo sa pagtitipon ng mga banal
  sa langit.
  Higit kayong kahanga-hanga, at silang
  lahat na nakapalibot sa inyo'y may
  malaking takot sa inyo.
⁸ O PANGINOONG Dios na Makapangyarihan,
  wala kayong katulad;
  makapangyarihan kayo Panginoon at tapat
  sa lahat ng inyong ginagawa.
⁹ Nasa ilalim ng kapangyarihan n'yo ang
  nagngangalit na dagat,

ᵃ *4 Egipto:* sa Hebreo, *Rahab.* Ito ang tawag sa dragon na
sumisimbolo sa Egipto.

ᵇ Salmo 88 Ang unang mga salita sa Hebreo: *Ang awit
na isinulat ng mga anak ni Kora para sa direktor ng mga
mang-aawit. Ang "maskil" ni Heman na angkan ni Ezra.
Tinutugtog sa pamamagitan ng instrumentong "mahalat
leanot".*

ᶜ Salmo 89 Ang unang mga salita sa Hebreo: *Ang "maskil
o tula" na isinulat ni Etan na angkan ni Ezra.*

ᵈ *6 sa mga naroon:* sa Hebreo, *sa mga anak ng
Makapangyarihang Dios.*

pinatatahimik n'yo ang mga malalaking
alon.
¹⁰ Dinurog n'yo ang *dragon na si* Rahab, at
namatay ito.
Sa pamamagitan ng inyong kapangyariha'y
ipinangalat n'yo ang inyong mga
kaaway.
¹¹ Sa inyo ang langit at ang lupa, ang mundo
at ang lahat ng narito'y kayo ang
lumikha.
¹² Nilikha n'yo ang hilaga at ang timog.
Ang *mga bundok ng* Tabor at Hermon ay
parang mga taong umaawit sa inyo
nang may kagalakan.
¹³ Ang lakas n'yo ay walang kapantay, at ang
inyong kanang kamay ay nakataas at
napakamakapangyarihan!
¹⁴ Katuwiran at katarungan ang pundasyon ng
inyong paghahari
na pinangungunahan ng tapat na pag-ibig
at katotohanan.
¹⁵ PANGINOON, mapalad ang mga taong
nakaranas na sumigaw dahil sa
kagalakan para sa inyo.
Namumuhay sila sa liwanag na nagmumula
sa inyo.
¹⁶ Dahil sa inyo palagi silang masaya.
At ang inyong pagiging makatuwiran ay
pinupuri nila.
¹⁷ Pinupuri namin kayo dahil kayo ang aming
dakilang kalakasan,
at dahil sa inyong kabutihan kami ay
magtatagumpay.
¹⁸ PANGINOON, Banal na Dios ng Israel,
ikaw ang naghirang sa hari na sa amin ay
nagtatanggol.
¹⁹ Noon, nagsalita kayo sa inyong mga tapat na
lingkod sa pamamagitan ng pangitain.
Sinabi n'yo, "May hinubog akong isang
mandirigma.
Pinili ko siya mula sa mga karaniwang tao,
at ginawang hari.
²⁰ Si David na aking lingkod ang pinili kong
hari sa pamamagitan ng pagpahid sa
kanya ng banal na langis.
²¹ Ang kapangyarihan ko ang makakasama niya,
at magpapalakas sa kanya.
²² Hindi siya malilinlang ng kanyang mga
kaaway.
Hindi magtatagumpay laban sa kanya ang
masasama.
²³ Dudurugin ko sa kanyang harapan ang
kanyang mga kaaway,
at lilipulin ang mga may galit sa kanya.
²⁴ Mamahalin ko siya at dadamayan.
At sa pamamagitan ng aking
kapangyarihan
ay magtatagumpay siya.
²⁵ Paghahariin ko siya mula sa Dagat *ng
Mediteraneo* hanggang sa Ilog *ng
Eufrates.*ᵃ
²⁶ Sasabihin niya sa akin, 'Kayo ang aking Ama
at Dios;

kayo ang bato na aking *kanlungan at*
kaligtasan.'
²⁷ Ituturing ko siyang panganay kong anak,
ang pinakamakapangyarihan sa lahat ng
hari.
²⁸ Ang pag-ibig ko sa kanya'y magpakailanman
at ang kasunduan ko sa kanya'y
mananatili.
²⁹ Ang bawat hari ng Israel ay magmumula sa
kanyang angkan;
ang kanyang paghahari ay magiging
matatag tulad ng kalangitan at
mananatili magpakailanman.
³⁰ Ngunit kung ang mga anak niya ay tumalikod
sa aking kautusan at hindi mamuhay
ayon sa aking pamamaraan,
³¹ at kung labagin nila ang aking mga tuntunin
at kautusan,
³² parurusahan ko sila sa kanilang mga
kasalanan.
³³ Ngunit mamahalin ko pa rin at dadamayan si
David.
³⁴ Hindi ko sisirain ang aking kasunduan sa
kanya,
at hindi ko babawiin ang aking ipinangako
sa kanya.
³⁵ Nangako na ako kay David ayon sa aking
kabanalan at hindi ako maaaring
magsinungaling.
³⁶ Ang bawat hari *ng Israel* ay magmumula sa
kanyang lahi magpakailanman gaya
ng araw,
³⁷ at magpapatuloy ito magpakailanman
katulad ng buwan na itinuturing na tapat
na saksi sa kalangitan."
³⁸ Ngunit, PANGINOON, nagalit kayo sa inyong
piniling hari;
itinakwil n'yo siya at iniwanan.
³⁹ Binawi n'yo ang kasunduan sa inyong lingkod
at kinuha sa kanya ang kapangyarihan
bilang hari.
⁴⁰ Winasak ninyo ang mga pader ng kanyang
lungsod at ginuho ang mga
pinagtataguan nila.
⁴¹ Kaya lahat ng dumadaan sa kanyang kaharian
ay nananamantala,
pinagsasamsam ang mga kagamitan sa
lungsod.
Pinagtatawanan siya ng mga katabing
bansa.
⁴² Pinagtagumpay n'yo ang kanyang mga
kaaway at pinasaya silang lahat.
⁴³ Winalang kabuluhan ninyo ang kanyang mga
sandata at ipinatalo siya sa labanan.
⁴⁴ Winakasan n'yo ang kanyang katanyagan pati
na ang kanyang kapangyarihan bilang
hari.
⁴⁵ At dahil dito'y, nagmukha siyang matanda sa
bata niyang edad.
Inilagay n'yo siya sa kahihiyan.
⁴⁶ PANGINOON, hanggang kailan n'yo kami
pagtataguan?
Wala na ba itong katapusan?
Hanggang kailan mag-aapoy ang inyong
galit sa amin?

---

a 25 mula sa…Eufrates: o, *sa mga lupain at sa kabila ng
mga dagat at ilog.*

⁴⁷ Alalahanin n'yo kung gaano kaiksi ang buhay
ng tao.
   Alalahanin n'yong nilikha n'yo ang tao na
   may kamatayan.
⁴⁸ Sinong tao ang hindi mamamatay?
   Maiiwasan ba ng tao ang kamatayan?
⁴⁹ Panginoon, nasaan na ang dati ninyong
   pag-ibig?
   Ang pag-ibig na ipinangako n'yo kay David
   ayon sa inyong katapatan sa kanya?
⁵⁰ Alalahanin n'yo, Panginoon, kung paanong
   hiniya ng maraming bansa ang iyong
   lingkod*ᵃ* at ito ay aking tiniis.
⁵¹ Ang mga kaaway n'yo, Panginoon, ang
   siyang kumukutya sa pinili n'yong
   hari, saan man siya magpunta.
⁵² Purihin ang Panginoon magpakailanman!
   Amen! Amen!

Salmo 90*ᵇ*

Ang Dios at ang Tao

¹ Panginoon, kayo ang aming tahanan mula pa
   noon.
² Bago n'yo pa likhain ang mga bundok at ang
   mundo, kayo ay Dios na,
   at kayo pa rin ang Dios hanggang sa
   katapusan.
³ Kayo ang nagpapasya kung kailan
   mamamatay ang isang tao.
   Ibinabalik n'yo siya sa lupa dahil sa lupa
   siya nagmula.
⁴ Ang 1,000 taon sa amin ay parang isang araw
   lang na lumipas sa inyo, o parang
   ilang oras lang sa gabi.
⁵ Winawakasan n'yo ang aming buhay na parang
   isang panaginip na biglang nawawala,
⁶ o para ding damong tumutubo at lumalago sa
   umaga, ngunit kinahapuna'y natutuyo
   at nalalanta.
⁷ Dahil sa inyong galit kami ay natutupok.
   Sa tindi ng inyong poot kami ay natatakot.
⁸ Nakikita n'yo ang aming mga kasalanan,
   kahit na ang mga kasalanang lihim naming
   ginawa ay alam ninyo.
⁹ Totoong sa galit n'yo kami ay mamamatay;
   matatapos ang aming buhay sa isang
   buntong hininga lang.
¹⁰ Ang buhay namin ay hanggang 70 taon lang, o
   kung malakas pa ay aabot ng 80 taon.
   Ngunit kahit ang aming pinakamagandang
   mga taon ay puno ng paghihirap at
   kaguluhan.
   Talagang hindi magtatagal ang buhay
   namin at kami ay mawawala.
¹¹ Walang lubos na nakakaunawa ng inyong
   matinding galit.
   Matindi nga kayong magalit, kaya
   nararapat kayong katakutan.

¹² Ipaunawa n'yo sa amin na ang buhay namin
   ay maiksi lang,
   upang matuto kaming mamuhay nang may
   karunungan.
¹³ Panginoon, hanggang kailan kayo magagalit
   sa amin?
   Dinggin n'yo kami at kahabagan, kami na
   inyong mga lingkod.
¹⁴ Tuwing umaga'y ipadama n'yo sa amin ang
   inyong tapat na pag-ibig,
   upang umawit kami nang may kagalakan at
   maging masaya habang nabubuhay.
¹⁵ Bigyan n'yo kami ng kagalakan
   na kasintagal ng panahon na kami ay
   inyong pinarusahan at pinahirapan.
¹⁶ Ipakita n'yo sa amin na inyong mga lingkod,
   at sa aming mga salinlahi, ang inyong
   kapangyarihan at mga dakilang gawa.
¹⁷ Panginoon naming Dios, pagpalain n'yo sana
   kami at pagtagumpayin ang aming
   mga gawain.

Salmo 91

Ang Dios ang Ating Tagapagtanggol

¹ Ang sinumang nananahan sa piling
   ng Kataas-taasang Dios na
   Makapangyarihan ay kakalingain
   niya.
² Masasabi niya*ᶜ* sa Panginoon, "Kayo ang
   kumakalinga sa akin at nagtatanggol.
   Kayo ang aking Dios na pinagtitiwalaan."
³ Tiyak na ililigtas ka niya sa bitag ng masasama
   at sa mga nakamamatay na salot.
⁴ Iingatan ka niya *gaya ng isang ibong
   iniingatan ang kanyang mga inakay* sa
   lilim ng kanyang pakpak.
   Iingatan ka at ipagtatanggol ng kanyang
   katapatan.
⁵⁻⁶ Hindi ka dapat matakot sa mga bagay na
   nakakatakot,
   o sa palaso ng mga kaaway, o sa sakit at
   mga salot na sumasapit sa gabi man o
   sa araw.
⁷ Kahit libu-libo pa ang mamatay sa paligid
   mo, walang mangyayari sa iyo.
⁸ Makikita mo kung paano pinaparusahan ang
   mga taong masama.
⁹ Dahil ginawa mong kanlungan ang
   Panginoon, ang Kataas-taasang Dios
   na aking tagapagtanggol,
¹⁰ walang kasamaan, kalamidad o anumang
   salot ang darating sa iyo o sa iyong
   tahanan.
¹¹ Dahil uutusan ng Dios ang kanyang mga
   anghel upang ingatan ka saan ka man
   magpunta.
¹² Bubuhatin ka nila upang hindi masugatan
   ang iyong mga paa sa bato.*ᵈ*

---

a 50 lingkod: Maaaring ang ibig sabihin, *ang mga
mamamayan ng Israel.* Sa ibang tekstong Hebreo,
maaaring *hari ng Israel.*
b Salmo 90 Ang unang mga salita sa Hebreo: *Ang
dalangin ni Moises na lingkod ng Dios.*

c 2 niya: Ito ang nasa tekstong Septuagint at Syriac. Pero
sa Hebreo, *ko.*
d 12 Bubuhatin…bato: Ang ibig sabihin, *Iingatan ka nila
upang hindi ka masaktan.*

¹³ Tatapakan mo ang mga leon at mga makamandag na ahas.
¹⁴ *Sinabi ng Dios,* "Ililigtas ko at iingatan ang umiibig at kumikilala sa akin.
¹⁵ Kapag tumawag siya sa akin, sasagutin ko siya; sa oras ng kaguluhan, sasamahan ko siya. Ililigtas ko siya at pararangalan.
¹⁶ Bibigyan ko siya ng mahabang buhay at ipapakita ko sa kanya ang aking pagliligtas."

Salmo 92ᵃ

Awit ng Papuri

¹ Kataas-taasang Dios na PANGINOON namin, napakabuting magpasalamat at umawit ng papuri sa inyo.
² Nakalulugod na ipahayag ang inyong pag-ibig at katapatan araw at gabi,
³ habang tumutugtog ng mga instrumentong may kwerdas.
⁴ Dahil pinasaya n'yo ako, PANGINOON, sa pamamagitan ng inyong kahanga-hangang mga gawa.
At dahil dito, ako'y umaawit sa tuwa.
⁵ PANGINOON, kay dakila ng inyong mga ginawa. Ang isipan n'yo'y hindi namin kayang unawain.
⁶ Hindi maunawaan ng mga hangal at matitigas ang ulo
⁷ na kahit umunlad ang taong masama gaya ng damong lumalago, ang kahahantungan pa din niya ay walang hanggang kapahamakan.
⁸ Ngunit kayo, PANGINOON, ay dakila sa lahat magpakailanman.
⁹ Tiyak na mamamatay ang lahat ng inyong kaaway at mangangalat ang lahat ng gumagawa ng masama.
¹⁰ Pinalakas n'yo ako na tulad ng lakas ng lakas ng toro at binigyan n'yo rin ako ng kagalakan.ᵇ
¹¹ Nasaksihan ko ang pagkatalo ng aking mga kaaway, at narinig ko ang pagdaing ng masasamang kumakalaban sa akin.
¹² Uunlad ang buhay ng mga matuwid gaya ng mga palma, at tatatag na parang puno ng sedro na tumutubo sa Lebanon.
¹³ Para silang mga punong itinanim sa templo ng PANGINOON na ating Dios,
¹⁴ lumalago at namumunga kahit matanda na, berdeng-berde ang mga dahon at nananatiling matatag.
¹⁵ Ipinapakita lamang nito na ang PANGINOON, ang aking Bato *na kanlungan* ay matuwid.
Sa kanya'y walang anumang kalikuan na matatagpuan.

Salmo 93

Ang Dios ang ating Hari

¹ Kayo ay hari, PANGINOON; nadadamitan ng karangalan at kapangyarihan.
Matatag ninyong itinayo ang mundo kaya hindi ito mauuga.
² Ang inyong trono ay naitatag na simula pa noong una, naroon na kayo noon pa man.
³ PANGINOON, umuugong ang dagat at nagngangalit ang mga alon.
⁴ Ngunit PANGINOONG nasa langit, higit kayong makapangyarihan kaysa sa mga nagngangalit na alon.
⁵ Mapagkakatiwalaan ang inyong mga utos PANGINOON, at ang inyong templo'y nararapat lamang na ituring na banal magpakailanman.

Salmo 94

Ang Dios ang Hukom ng Lahat

¹ PANGINOON, kayo ang Dios na nagpaparusa. Ipakita n'yo na ang inyong katarungan.
² Kayo ang humahatol sa lahat ng tao, kaya sige na po PANGINOON, gantihan n'yo na nang nararapat ang mayayabang.
³ Hanggang kailan magdiriwang ang masasama, PANGINOON?
⁴ Silang lahat na gumagawa ng masama ay ubod ng yabang.
⁵ Inaapi nila ang mamamayang pag-aari ninyo, PANGINOON.
⁶ Pinapatay nila ang mga biyuda at mga ulila, pati na ang mga dayuhan.ᶜ
⁷ Sinasabi nila, "Hindi makikita ng PANGINOON ang ginagawa namin; ni hindi ito mapapansin ng Dios ni Jacob."
⁸ Kayong mga hangal at matitigas ang ulo, kailan ba kayo makakaunawa?
Unawain ninyo ito:
⁹ Ang Dios na gumawa ng ating mga tainga at mata, hindi ba nakakarinig o nakakakita?
¹⁰ Siya na nagpaparusa sa mga bansang *hindi kumikilala sa kanya* ay hindi ba magpaparusa sa inyo?
Siya na nagtuturo sa mga tao, wala bang nalalaman?
¹¹ Alam ng PANGINOON na ang iniisip ng mga tao ay walang kabuluhan.
¹² O PANGINOON, mapalad ang taong pinangangaralan n'yo sa pamamagitan ng pagtuturo sa kanya ng inyong mga kautusan.
¹³ Tinuturuan n'yo siya upang magkaroon siya ng kapayapaan sa oras ng kaguluhan

---

ᵃ Salmo 92 Ang unang mga salita sa Hebreo: *Ang awit para sa Araw ng Pamamahinga.*
ᵇ 10 binigyan n'yo rin ako ng kagalakan: sa literal, *pinahiran ako ng magandang klase ng langis.*

ᶜ 6 mga dayuhan: Ang ibig sabihin, ang mga nakatira sa Israel na dayuhan.

hanggang sa oras na ang masasama ay
inyong parusahan.

¹⁴ Dahil hindi n'yo itatakwil, Panginoon, ang
mamamayang pag-aari ninyo.

¹⁵ Darating ang araw na ang paghatol ay muling
magiging makatarungan
at ito'y susundin ng lahat ng namumuhay
nang matuwid.

¹⁶ Walang tumutulong sa akin laban sa mga
taong gumagawa ng kasamaan *kundi
kayo lang*, Panginoon.

¹⁷ Kung hindi n'yo ako tinulungan Panginoon,
maaaring patay na ako ngayon.

¹⁸ Nang sabihin kong parang mamamatay
na ako, ang inyong pag-ibig at awa
Panginoon ang tumulong sa akin.

¹⁹ Kapag gulong-gulo ang isip ko, inaaliw n'yo
ako at ako'y sumasaya.

²⁰ Hindi kayo maaaring pumanig sa
masasamang hukom*ᵃ* na gumagawa
ng kasamaan sa pamamagitan ng*ᵇ*
kautusan.

²¹ Sama-sama silang kumakalaban sa matutuwid
at hinahatulan nila ng kamatayan ang
walang kasalanan.

²² Ngunit kayo, Panginoon na aking Dios
ay aking tagapagtanggol at batong
kanlungan.

²³ Parurusahan n'yo sila dahil sa kanilang mga
kasalanan.
Tiyak na lilipulin n'yo sila, O Panginoon
naming Dios.

Salmo 95

Awit ng Pagpupuri sa Dios

¹ Halikayo, magsiawit tayo nang may
kagalakan!
Sumigaw tayo sa pagpupuri sa Panginoon
na ating Bato *na kanlungan* at
tagapagligtas.

² Lumapit tayo sa kanya nang may pasasalamat,
at masaya nating isigaw ang mga awit ng
papuri sa kanya.

³ Dahil ang Panginoon ay dakilang Dios.
Makapangyarihang hari sa lahat ng mga
dios.

⁴ Siya ang may-ari ng kailaliman ng lupa at
tuktok ng mga bundok.

⁵ Sa kanya rin ang dagat pati ang lupain na
kanyang ginawa.

⁶ Halikayo, lumuhod tayo at sumamba sa
Panginoon na lumikha sa atin.

⁷ Dahil siya ang ating Dios
at tayo ang kanyang mga mamamayan
na *gaya ng* mga tupa sa kanyang
kawan *na kanyang binabantayan at
inaalagaan.*

· Kapag narinig ninyo ang tinig niya,

⁸ huwag ninyong patigasin ang inyong mga
puso,

---

a 20 hukom: o, pinuno.
b 20 sa pamamagitan ng: o, laban sa.

---

katulad ng ginawa noon ng inyong mga
ninuno doon sa Meriba at sa ilang ng
Masa.

⁹ *Sinabi ng Dios,* "Sinubok nila ako doon, kahit
na nakita nila ang mga ginawa ko.

¹⁰ Sa loob ng 40 taon, lubha akong nagalit sa
kanila.
At sinabi kong sila'y mga taong naligaw ng
landas at hindi sumusunod sa aking
mga itinuturo.

¹¹ Kaya sa galit ko, isinumpa kong hindi nila
makakamtan ang kapahingahang
galing sa akin."

Salmo 96

Ang Dios ang Pinakamakapangyarihang Hari
(1 Cro. 16:23-33)

¹ Kayong mga tao sa buong mundo,
umawit kayo ng mga bagong awit sa
Panginoon!

² Awitan ninyo ang Panginoon at purihin ang
kanyang pangalan.
Ipahayag ninyo sa bawat araw ang tungkol
sa pagligtas niya sa atin.

³ Ipahayag ninyo sa lahat ng mamamayan
sa mga bansa ang kanyang
kapangyarihan at mga kahanga-
hangang gawa.

⁴ Dahil dakila ang Panginoon, at karapat-
dapat papurihan.
Dapat siyang igalang ng higit sa lahat ng
mga dios,

⁵ dahil ang lahat ng dios ng ibang mga bansa ay
hindi tunay na mga dios.
Ang Panginoon ang lumikha ng langit.

⁶ Nasa kanya ang kapangyarihan at karangalan;
at nasa templo niya ang kalakasan at
kagandahan.

⁷ Purihin ninyo ang Panginoon,
kayong lahat ng tao sa mundo.
Purihin ninyo ang kanyang kaluwalhatian
at kapangyarihan.

⁸ Ibigay ninyo sa Panginoon ang mga
papuring nararapat sa kanya.
Magdala kayo ng mga handog at pumunta
sa templo.

⁹ Sambahin ninyo ang kabanalan ng
Panginoon.
Matakot kayo sa kanya, kayong lahat ng
nasa sanlibutan.

¹⁰ Sabihin ninyo sa mga bansa, "Naghahari ang
Panginoon!"
Matatag ang daigdig na kanyang nilikha at
hindi ito matitinag.
Hahatulan niya ang mga tao ng walang
kinikilingan.

¹¹⁻¹² Magalak ang kalangitan at mundo,
pati ang mga karagatan, bukirin at ang
lahat ng nasa kanila.
Lahat ng mga puno sa gubat ay umawit sa
tuwa

¹³ sa presensya ng Panginoon.

Dahil tiyak na darating siya upang hatulan
ang mga tao sa mundo batay sa
kanyang katuwiran at katotohanan.

Salmo 97

Ang Dios ay Higit sa Lahat ng Pinuno

¹ Ang PANGINOON ay naghahari!
    Kaya magalak ang mundo, pati na ang mga
    isla.
² Napapalibutan siya ng makakapal na ulap
    at naghahari nang may katuwiran at
    katarungan.
³ May apoy sa unahan niya at sinusunog nito
    ang mga kaaway niyang nakapalibot
    sa kanya.
⁴ Ang kanyang mga kidlat ay lumiliwanag sa
    mundo.
    Nakita ito ng mga tao at nanginig sila *sa
    takot.*
⁵ Natutunaw na parang kandila ang mga
    kabundukan sa presensya ng
    PANGINOON, ang Panginoon na
    naghahari sa buong mundo.
⁶ Ipinapahayag ng langit na matuwid siya
    at nakikita ng lahat ng tao ang kanyang
    kaluwalhatian.
⁷ Mapapahiya ang lahat ng sumasamba sa mga
    dios-diosan at ang mga nagmamalaki
    sa mga ito.
    Ang lahat ng mga dios ay lumuhod at
    sambahin ang Dios.
⁸ PANGINOON, narinig ng mga taga-Zion*ᵃ* at
    ng mga taga-Juda ang tungkol sa
    inyong wastong pamamaraan ng
    pamamahala,
    kaya tuwang-tuwa sila.
⁹ Dahil kayo, PANGINOON, ang Kataas-taasang
    Dios *ay naghahari* sa buong mundo.
    Higit kayong dakila kaysa sa lahat ng mga
    dios.
¹⁰ Kayong mga umiibig sa PANGINOON ay dapat
    mamuhi sa kasamaan.
    Dahil iniingatan ng PANGINOON ang buhay
    ng kanyang mga tapat na mamamayan
    at inililigtas niya sila sa masasama.
¹¹ Ang kabutihan ng Dios *ay parang araw* na
    sumisinag sa matutuwid
    at nagbibigay ito ng kagalakan sa kanila.
¹² Kayong matutuwid, magalak kayo sa
    PANGINOON.
    Pasalamatan siya at purihin ang kanyang
    pangalan!

Salmo 98*ᵇ*

Purihin ang Dios na Hukom

¹ Umawit tayo ng bagong awit sa PANGINOON,
    dahil gumawa siya ng mga kahanga-
    hangang bagay!

Sa kanyang kapangyarihan at kalakasa'y
    tinalo niya ang ating mga kaaway.
² Ipinakita ng PANGINOON sa mga bansa
    ang kanyang pagliligtas at pagiging
    makatuwiran.
³ Hindi niya kinalimutan ang kanyang pag-ibig
    at katapatan sa *atin na* taga-Israel.
    Nakita ng lahat ng tao sa buong mundo
    ang pagliligtas ng ating Dios.
⁴ Kayong lahat ng tao sa buong mundo,
    sumigaw kayo sa tuwa sa PANGINOON!
    Buong galak kayong umawit ng papuri sa
    kanya.
⁵⁻⁶ Umawit kayo ng mga papuri sa PANGINOON
    habang tinutugtog ang mga alpa at
    mga trumpeta at tambuli.
    Sumigaw kayo sa galak sa presensya ng
    PANGINOON na *ating* Hari.
⁷ Magalak ang buong mundo at ang lahat ng
    naninirahan dito,
    pati ang mga dagat at ang lahat ng narito.
⁸ Magpalakpakan ang mga ilog at sabay-sabay
    na magsiawit sa tuwa ang mga
    kabundukan
⁹ *Natutuwa sila* sa presensya ng PANGINOON
    dahil darating siya upang hatulan ang lahat
    ng tao sa buong mundo.
    Hahatulan niya sila nang matuwid at
    walang kinikilingan.

Salmo 99

Ang Panginoon ay Banal na Hari

¹ Naghahari ang PANGINOON at nakaupo sa
    gitna ng mga kerubin.
    Kaya ang mga tao'y nanginginig *sa takot* at
    ang mundo'y nayayanig.
² Makapangyarihan ang PANGINOON sa Zion,*ᶜ*
    dinadakila siya sa lahat ng bansa.
³ Magpupuri ang mga tao sa kanya dahil siya ay
    makapangyarihan at kagalang-galang.
    Siya ay banal!
⁴ Siya'y haring makapangyarihan at ang nais
    niya'y katarungan.
    Sa kanyang paghatol ay wala siyang
    kinikiling,
    at ang ginagawa niya sa Israel*ᵈ* ay matuwid
    at makatarungan.
⁵ Purihin ang PANGINOON na ating Dios.
    Sambahin siya sa kanyang templo.*ᵉ*
    Siya ay banal!
⁶ Sina Moises at Aaron ay kanyang mga pari,
    at si Samuel ay isa sa mga nanalangin sa
    kanya.
    Tumawag sila sa PANGINOON at tinugon
    niya sila.
⁷ Nakipag-usap siya sa kanila mula sa ulap na
    parang haligi;
    sinunod nila ang mga katuruan at tuntunin
    na kanyang ibinigay.

---

a **8** *Zion:* o, *Jerusalem.*
b **Salmo 98** Ang unang mga salita sa Hebreo: *Isang Awit.*
c **2** *Zion:* o, *Jerusalem.*
d **4** *Israel:* sa Hebreo, *Jacob.*
e **5** *templo:* sa literal, *patungan ng paa.*

⁸ PANGINOON naming Dios, sinagot n'yo
ang *dalangin ng* inyong mga
mamamayan.*ᵃ*
Ipinakita n'yo sa kanila na kayo ay Dios na
mapagpatawad kahit na pinarusahan
n'yo sila sa kanilang mga kasalanan.
⁹ Purihin ang PANGINOON na ating Dios.
Sambahin siya sa kanyang banal na Bundok,
dahil ang PANGINOON na ating Dios ay
banal.

Salmo 100*ᵇ*

Awit ng Pagpupuri sa PANGINOON

¹ Kayong mga tao sa buong mundo,
sumigaw kayo nang may kagalakan sa
PANGINOON!
² Paglingkuran ninyo nang may kagalakan ang
PANGINOON.
Lumapit kayo sa kanya na umaawit sa
tuwa.
³ Kilalanin ninyo na ang PANGINOON ang Dios!
Siya ang lumikha sa atin at tayo'y sa kanya.
Tayo'y kanyang mga mamamayan na
parang mga tupa na kanyang
inaalagaan sa kanyang pastulan.
⁴ Pumasok kayo sa kanyang templo nang may
pagpapasalamat at pagpupuri.
Magpasalamat kayo at magpuri sa kanya.
⁵ Dahil mabuti ang PANGINOON; ang pag-ibig
niya'y walang hanggan,
at ang kanyang katapatan ay
magpakailanman!

Salmo 101*ᶜ*

Ang Pangako ng Hari

¹ PANGINOON, aawit ako ng tungkol sa inyong
pag-ibig at katarungan.
Aawit ako ng mga papuri sa inyo.
² Mamumuhay ako nang walang kapintasan.
Kailan n'yo ako lalapitan?
Mamumuhay ako nang matuwid sa aking
tahanan,*ᵈ*
³ at hindi ko hahayaan ang kasamaan.
Namumuhi ako sa mga ginagawa ng mga
taong tumatalikod sa Dios,
at hindi ko gagawin ang kanilang ginagawa.
⁴ Lalayo ako sa mga taong baluktot ang
pag-iisip;
hindi ako sasali sa kanilang ginagawang
kasamaan.
⁵ Sinumang lihim na naninira sa kanyang
kapwa ay aking wawasakin.
Ang mga hambog at mapagmataas ay hindi
ko palalagpasin.

⁶ Ipapadama ko ang aking kabutihan sa aking
mga kababayan na tapat *sa Dios* at
namumuhay nang matuwid;
sila'y magiging kasama ko at papayagan
kong maglingkod sa akin.
⁷ Ang mga mandaraya at mga sinungaling ay
hindi ko papayagang tumahan sa
aking palasyo.
⁸ Bawat araw ay lilipulin ko ang mga taong
masama;
mawawala sila sa bayan ng PANGINOON.

Salmo 102*ᵉ*

Ang Panalangin ng Taong Nagtitiis

¹ PANGINOON, pakinggan n'yo ang aking
dalangin.
Ang paghingi ko sa inyo ng tulong ay
inyong dinggin.
² Sa oras ng aking paghihirap ay huwag sana
kayong magtago sa akin.
Pakinggan n'yo ako at agad na sagutin.
³ Dahil ang buhay ko'y unti-unti nang
naglalaho tulad ng usok;
at ang katawan ko'y para nang sinusunog.
⁴ Ako'y parang damong nalalanta na.
Wala na akong ganang kumain
⁵ dahil sa labis na pagdaing.
Parang buto't balat na lang ako.
⁶ Ang tulad ko'y mailap na ibon sa ilang,
at kuwago sa mga lugar na walang tao.
⁷ Hindi ako makatulog; ako'y parang ibon na
nag-iisa sa bubungan.
⁸ Palagi akong iniinsulto ng aking mga kaaway.
Ang mga kumukutya sa akin ay ginagamit
ang aking pangalan sa pagsumpa.
⁹ Hindi ako kumakain;
umuupo na lang ako sa abo at umiiyak
hanggang sa ang luha ko'y humalo sa
aking inumin,
¹⁰ dahil sa tindi ng inyong galit sa akin;
dinampot n'yo ako at itinapon.
¹¹ Ang buhay ko'y nawawala na parang anino,
at nalalantang gaya ng damo.

¹² Ngunit kayo PANGINOON ay naghahari
magpakailanman;
at hindi kayo makakalimutan sa lahat ng
salinlahi.
¹³ Handa na kayong kahabagan ang Zion,
dahil dumating na ang takdang panahon
na ipapakita n'yo ang inyong
kabutihan sa kanya.
¹⁴ Sapagkat tunay na minamahal at
pinagmamalasakitan pa rin ng inyong
mga lingkod ang Zion,
kahit ito'y gumuho na at nawasak.

¹⁵ At ang mga bansang *hindi kumikilala sa Dios*
ay matatakot sa PANGINOON.
At ang lahat ng hari sa mundo ay igagalang
ang inyong kapangyarihan.

---

a 8 *ng inyong mga mamamayan:* sa Hebreo, *nila;* Maaari
ding sina Moises, Aaron at Samuel ang tinutukoy gaya ng
nakasulat sa talatang 6.

b Salmo 100 Ang unang mga salita sa Hebreo: *Awit ng
Pasasalamat.*

c Salmo 101 Ang unang mga salita sa Hebreo: *Ang awit
na isinulat ni David.*

d 2 *tahanan:* o, *kaharian.*

---

e Salmo 102 Ang unang mga salita sa Hebreo: *Ang awit
na isinulat ni David.*

16 Dahil muling itatayo ng Panginoon ang
    Zion;
    ipapakita niya ang kanyang kaluwalhatian
    doon.
17 Sasagutin niya ang panalangin ng mga
    naghihirap,
    at hindi niya tatanggihan ang kanilang mga
    dalangin.

18 Isusulat ito para sa susunod na salinlahi,
    upang sila rin ay magpuri sa Panginoon:
19 Mula sa kanyang banal na lugar sa langit,
    tinitingnan ng Panginoon ang lahat sa
    mundo,
20 upang pakinggan ang daing ng *kanyang mga
    mamamayan na* binihag,
    at palayain ang mga nakatakdang patayin.
21 At dahil dito mahahayag ang ginawa ng
    Panginoon sa Zion,
    at siya'y papurihan sa lungsod ng Jerusalem
22 kapag nagtipon na ang mga tao mula sa mga
    bansa,
    at mga kaharian upang sumamba sa
    Panginoon.

23 Pinahina ng Panginoon ang aking katawan;
    at ang buhay ko'y kanyang pinaikli.
24 Kaya sinabi ko,
    "O aking Dios na buhay magpakailanman,
    huwag n'yo muna akong kunin sa
    kalagitnaan ng aking buhay.
25 Sa simula, kayo ang lumikha ng mundo at ng
    kalangitan.
26 Maglalaho ang mga ito, ngunit mananatili
    kayo magpakailanman.
    Maluluma itong lahat tulad ng damit.
    At gaya ng damit, ito'y inyong papalitan.
27 Ngunit hindi kayo magbabago,
    at mananatili kayong buhay
    magpakailanman.
28 Ang mga lahi ng inyong mga lingkod ay
    mamumuhay ng ligtas sa mga
    panganib at iingatan n'yo sila."

Salmo 103[a]

Ang Pag-ibig ng Dios

1 Pupurihin ko ang Panginoon!
    Buong buhay kong pupurihin ang kanyang
    kabanalan.
2 Pupurihin ko ang Panginoon,
    at hindi kalilimutan ang kanyang
    kabutihan.
3 Pinatatawad niya ang lahat kong kasalanan,
    at pinagagaling ang lahat kong
    karamdaman.
4 Iniiligtas niya ako sa kapahamakan,
    at pinagpapala ng kanyang pag-ibig at
    habag.
5 Pinagkakalooban niya ako ng mga
    mabubuting bagay habang ako'y
    nabubuhay,

kaya ako'y parang nasa aking kabataan at
    malakas tulad ng agila.

6 Ang Panginoon ay matuwid ang paghatol;
    binibigyang katarungan ang lahat ng
    inaapi.
7 Ipinahayag niya kay Moises ang kanyang
    pamamaraan,
    at inihayag niya sa mamamayan ng
    Israel ang kanyang mga gawang
    makapangyarihan.
8 Ang Panginoon ay mahabagin at
    matulungin,
    hindi madaling magalit at sagana sa
    pagmamahal.
9 Hindi siya palaging nanunumbat,
    at hindi nananatiling galit.
10 Hindi niya tayo pinarurusahan ayon sa ating
    mga kasalanan.
    Hindi niya tayo ginagantihan batay sa ating
    pagkukulang.
11 Dahil kung gaano man kalaki ang agwat ng
    langit sa lupa,
    ganoon din kalaki ang pag-ibig ng Dios sa
    mga may takot sa kanya.
12 Kung gaano kalayo ang silangan sa kanluran,
    ganoon din niya inilalayo sa atin ang ating
    mga kasalanan.
13 Kung paanong ang ama ay nahahabag sa
    kanyang mga anak,
    ganoon din ang pagkahabag ng
    Panginoon sa mga may takot sa
    kanya.
14 Dahil alam niya ang ating kahinaan,
    alam niyang *nilikha* tayo *mula sa* lupa.

15 Ang buhay ng tao ay tulad ng damo.
    Tulad ng bulaklak sa parang, ito'y
    lumalago.
16 At kapag umiihip ang hangin,
    ito'y nawawala at hindi na nakikita.
17-18 Ngunit ang pag-ibig ng Panginoon ay
    walang hanggan sa mga may takot sa
    kanya, sa mga tumutupad ng kanyang
    kasunduan, at sa mga sumusunod sa
    kanyang mga utos.
    At ang kanyang katuwirang ginagawa
    ay magpapatuloy sa kanilang mga
    angkan.

19 Itinatag ng Panginoon ang kanyang trono sa
    kalangitan,
    at siya'y naghahari sa lahat.
20 Purihin ninyo ang Panginoon, kayong
    makapangyarihan niyang mga
    anghel na nakikinig at sumusunod sa
    kanyang mga salita.
21 Purihin ninyo ang Panginoon, kayong lahat
    na mga nilalang niya sa langit na
    naglilingkod sa kanya at sumusunod
    sa kanyang kalooban.
22 Purihin ninyo ang Panginoon, kayong lahat
    na mga nilalang niya sa lahat ng dako
    na kanyang pinaghaharian.

    Purihin ang Panginoon!

---

a Salmo 103 Ang unang mga salita sa Hebreo: *Ang awit
na isinulat ni David.*

Salmo 104

Papuri sa Dios na Lumikha

[1] Pupurihin ko ang PANGINOON!

PANGINOON kong Dios, kayo ay dakila sa
　　lahat.
Nadadamitan kayo ng kadakilaan at
　　karangalan.
[2] Nababalutan kayo ng liwanag na parang
　　inyong damit.
At inilaladlad n'yo na parang tolda ang
　　langit.
[3] Itinayo n'yo ang inyong tahanan sa itaas pa ng
　　kalawakan.
Ginawa n'yo ang mga alapaap na inyong
　　sasakyan,
at inililipad ng hangin habang kayo'y
　　nakasakay.
[4] Ginagawa n'yong tagapaghatid ng balita ang
　　hangin,
at ang kidlat na inyong utusan.
[5] Inilagay n'yo ang mundo sa matibay na
　　pundasyon,
kaya hindi ito matitinag magpakailanman.
[6] Ang tubig ay ginawa n'yong parang tela na
　　ipinambalot sa mundo,
at umapaw hanggang sa kabundukan.
[7] Sa inyong pagsaway na *parang* kulog, nahawi
　　ang tubig,
[8] at ito'y umagos sa mga kabundukan at mga
　　kapatagan,
hanggang sa mga lugar na inyong inilaan
　　na dapat nitong kalagyan.
[9] Nilagyan n'yo ito ng hangganan, upang hindi
　　umapaw ang tubig,
para hindi na muling matabunan ang
　　mundo.
[10] Lumikha ka ng mga bukal sa mga lambak,
at umagos ang tubig sa pagitan ng mga
　　bundok.
[11] Kaya lahat ng mga hayop sa gubat,
pati mga asnong-gubat ay may tubig na
　　maiinom.
[12] At malapit sa tubig, may mga pugad ang
　　mga ibon, at sa mga sanga ng
　　punongkahoy sila'y nagsisiawit.
[13] Mula sa langit na inyong luklukan, ang
　　bundok ay inyong pinapaulanan.
At dahil sa inyong ginawa, tumatanggap
　　ang mundo ng pagpapala.
[14] Pinatutubo n'yo ang mga damo para sa mga
　　hayop,
at ang mga tanim ay para sa mga tao
upang sila'y may maani at makain—
[15] may alak na maiinom na magpapasaya sa
　　kanila,
may langis na pampakinis ng mukha,
at may tinapay na makapagpapalakas sa
　　kanila.
[16] Nadidiligang mabuti ang inyong mga
　　punongkahoy,
ang puno ng sedro sa Lebanon na kayo rin
　　ang nagtanim.

[17] Doon nagpupugad ang mga ibon,
at ang mga tagak ay tumatahan sa mga
　　puno ng abeto.
[18] Ang kambing-gubat ay nakatira sa matataas
　　na kabundukan.
Ang mga *hayop na* badyer[a] ay naninirahan
　　sa mababatong lugar.
[19] Nilikha n'yo ang buwan bilang tanda ng
　　panahon;
at ang araw nama'y lumulubog sa oras na
　　inyong itinakda.
[20] Nilikha n'yo ang kadiliman na tinawag na gabi;
at kung gabi'y gumagala ang maraming
　　hayop sa kagubatan.
[21] Umaatungal ang mga leon habang
　　naghahanap ng kanilang makakain na
　　sa inyo nagmumula.
[22] At pagsapit ng umaga, bumabalik sila sa
　　kanilang mga lungga,
at doon nagpapahinga.
[23] Ang mga tao naman ay lumalabas papunta
　　sa kanilang gawain, at nagtatrabaho
　　hanggang takip-silim.
[24] Kay dami ng inyong mga ginawa,
　　PANGINOON.
Nilikha n'yo ang lahat ayon sa inyong
　　karunungan.
Ang buong mundo ay puno ng inyong
　　nilikha.
[25] Ang dagat ay napakalawak,
at hindi mabilang ang inyong mga nilalang
　　dito, may malalaki at maliliit.
[26] Ang mga barko ay paroo't parito sa karagatan,
at doon din lumalangoy-langoy ang nilikha
　　n'yong *dragon na* Leviatan.
[27] Lahat ng inyong nilikha ay umaasa sa inyo ng
　　kanilang pagkain, sa oras na kanilang
　　kailanganin.
[28] Binibigyan n'yo sila ng pagkain at kinakain
　　nila ito,
at sila'y nabubusog.
[29] Ngunit kung pababayaan n'yo sila, matatakot
　　sila;
at kapag binawi n'yo ang kanilang buhay,
　　sila'y mamamatay at babalik sa lupa.
[30] Nalilikha sila kapag binigyan mo ng hininga,
at sa ganoong paraan, binibigyan n'yo ng
　　bagong nilalang ang mundo.
[31] PANGINOON, sana ay magpatuloy ang inyong
　　kaluwalhatian magpakailanman.
Sana'y magalak kayo sa lahat ng inyong
　　nilikha.
[32] Nayayanig ang mundo kapag inyong
　　tinitingnan.
Kapag hinipo n'yo ang bundok, ito'y
　　umuusok.
[33] Aawit ako sa PANGINOON habang nabubuhay.
Aawit ako ng papuri sa aking Dios habang
　　may hininga.
[34] Sana'y matuwa siya sa aking
　　pagbubulay-bulay.

---

a **18** *badyer:* sa Ingles, *badger.*

Ako'y magagalak sa PANGINOON.

³⁵ Lipulin sana ang masasama, at ang mga
makasalanan sa mundo ay tuluyan
nang mawala.

Pupurihin ko ang PANGINOON.

Purihin ang PANGINOON!

Salmo 105

Ang Dios at ang Kanyang mga Mamamayan
(1 Cro. 16:8-22)

¹ Pasalamatan n'yo ang PANGINOON.
Sambahin n'yo siya!
Ihayag sa mga tao ang kanyang mga ginawa.

² Awitan n'yo siya ng mga papuri;
ihayag ang lahat ng kamangha-mangha
niyang mga gawa.

³ Purihin n'yo ang kanyang banal na pangalan.
Magalak kayo, kayong mga lumalapit sa
PANGINOON.

⁴ Magtiwala kayo sa PANGINOON,
at sa kanyang kalakasan.
Palagi kayong dumulog sa kanya.

⁵⁻⁶ Kayong mga lahi ni Abraham na lingkod ng
Dios,
at mga lahi rin ni Jacob na kanyang
hinirang,
alalahanin ninyo ang kahanga-hanga
niyang mga gawa, mga himala, at ang
kanyang paghatol.

⁷ Siya ang PANGINOON na ating Dios,
siya ang humahatol sa buong mundo.

⁸ Hindi siya makakalimot sa kanyang pangako
kailanman—ang kanyang pangako
para sa maraming salinlahi.

⁹ —ang pangako niya kay Abraham, gayon din
kay Isaac.

¹⁰ Ipinagpatuloy niya ang kasunduang ito kay
Jacob,
at magpapatuloy ito magpakailanman.

¹¹ Sinabi niya sa bawat isa sa kanila,
"Ibibigay ko sa iyo ang lupain ng Canaan
bilang pamana ko sa iyo at sa iyong
mga angkan."

¹² Noon ay iilan pa lang ang mga mamamayan
ng Dios,
at mga dayuhan pa lang sila sa lupain ng
Canaan.

¹³ Nagpalipat-lipat sila sa mga bansa at mga
kaharian.

¹⁴ Ngunit hindi pinahintulutan ng Dios na
apihin sila.
Para maproteksyunan sila, sinaway niya
ang mga hari *na kumakalaban sa
kanila.*

¹⁵ Sinabi niya,
"Huwag ninyong galawin ang hinirang
kong mga lingkod,
huwag ninyong saktan ang aking mga
propeta."

¹⁶ Nagpadala ang Dios ng taggutom sa lupain *ng
Canaan.*

¹⁷ Ngunit pinauna na niya si Jose sa *Egipto
upang sila'y tulungan.*
Ipinagbili siya roon upang maging alipin.

¹⁸ Kinadenahan ang kanyang mga paa at
nilagyan ng bakal ang kanyang leeg,

¹⁹ hanggang sa nangyari ang kanyang propesiya.
Ang mga sinabi ng PANGINOON na naganap
sa kanya ay nagpatunay na siya'y
matuwid.

²⁰ Pinalaya siya ng hari *ng Egipto* na
namamahala sa maraming tao,

²¹ at ginawa siyang tagapamahala ng kanyang
palasyo at mga ari-arian.

²² Bilang tagapamahala, may kapangyarihan
siyang turuan ang mga pinuno sa
nasasakupan ng hari pati ang kanyang
mga tagapayo.

²³ Pagkatapos, pumunta si Jacob *at ang kanyang
pamilya* sa Egipto, na lupain ng mga
lahi ni Ham,
at doon sila nanirahan bilang dayuhan.

²⁴ Pinarami ng PANGINOON ang kanyang mga
mamamayan,
at naging makapangyarihan kaysa sa mga
Egipcio na kanilang kaaway.

²⁵ Pinahintulutan ng PANGINOON na galitin
at lokohin ng mga Egipcio ang mga
mamamayan na kanyang lingkod.

²⁶ Sinugo niya si Moises na kanyang lingkod at
si Aaron na kanyang hinirang.

²⁷ Ipinakita nila sa lupain ng mga lahi ni Ham
ang mga himala na ginawa ng Dios.

²⁸ Pinadilim ng Dios ang lupain ng Egipto,
ngunit sumuway pa rin sila sa kanyang
mga utos.

²⁹ Ginawa niyang dugo ang kanilang mga tubig,
kaya namatay ang kanilang mga isda.

³⁰ Napuno ng palaka ang kanilang lupain, at
pinasok pati ang mga silid ng kanilang
mga pinuno.

³¹ Nag-utos ang Dios, at dumating sa kanilang
lupain ang napakaraming niknik at
langaw.

³² Sa halip na ulan ang ibinigay sa kanilang
lupain, yelo ang bumagsak na may
kasamang mga kidlat.

³³ Sinira niya ang tanim nilang mga ubas, mga
puno ng igos,
at iba pang mga punongkahoy.

³⁴ Sa kanyang utos, dumating ang mga balang
na hindi mabilang.

³⁵ At kinaing lahat ang kanilang mga tanim, pati
ang mga bunga nito.

³⁶ Pinatay ng Dios ang lahat nilang panganay na
lalaki.

³⁷ Pagkatapos nito, pinalabas niya ang mga taga-
Israel sa lupain ng Egipto na wala ni
isa mang napahamak,
at may dala pa silang mga pilak at ginto.
At sa kanila'y wala ni isa mang napahamak.

³⁸ Natuwa ang mga Egipcio nang umalis ang mga
taga-Israel, dahil takot sila sa kanila.

³⁹ *Sa kanilang paglalakbay,* naglagay ang Dios ng
ulap na lililim sa kanila *sa init ng araw*
at kung gabi'y apoy naman upang
magbigay sa kanila ng liwanag.
⁴⁰ Ang mga tao'y humingi ng makakain,
at pinadalhan sila ng Dios ng mga pugo,
at binusog niya sila ng pagkaing mula sa
langit.
⁴¹ Pinabitak niya ang bato at bumukal ang tubig.
Umagos ito na parang ilog sa tuyong lupa.
⁴² *Ang lahat ng ito ay ginawa ng Dios* dahil
hindi niya kinalimutan ang kanyang
pangako kay Abraham na kanyang
lingkod.
⁴³ Pinalabas niya sa Egipto ang kanyang mga
mamamayan na masayang-masaya at
sumisigaw sa kagalakan.
⁴⁴ Ibinigay niya sa kanila ang mga lupain ng
ibang bansa;
ipinamana sa kanila ang pinaghirapan ng
iba.
⁴⁵ *Ginawa ito ng Dios*
upang sundin nila ang kanyang mga
tuntunin at kautusan.

Purihin ang PANGINOON!

Salmo 106

Ang Kabutihan ng Dios sa Kanyang mga Mamamayan

¹ Purihin n'yo ang PANGINOON!
Magpasalamat kayo sa kanya dahil siya'y
mabuti;
ang kanyang pag-ibig ay walang hanggan.
² Walang makapagsasabi at makapagpupuri
nang lubos sa makapangyarihang
gawa ng PANGINOON.
³ Mapalad ang taong gumagawa nang tama at
matuwid sa lahat ng panahon.

⁴ PANGINOON, alalahanin n'yo ako kapag
tinulungan n'yo na ang inyong mga
mamamayan;
iligtas n'yo rin ako kapag iniligtas n'yo na
sila,
⁵ upang ako'y maging bahagi rin ng kaunlaran
ng inyong bansang hinirang,
at makadama rin ng kanilang kagalakan,
at maging kasama nila sa pagpupuri sa
inyo.
⁶ Kami ay nagkasala sa inyo katulad ng aming
mga ninuno;
masama ang aming ginawa.
⁷ Nang sila'y nasa Egipto, hindi nila pinansin
ang kahanga-hangang mga ginawa
ninyo.
Nilimot nila ang mga kabutihang ipinakita
n'yo sa kanila,
at sila'y naghimagsik *sa inyo* doon sa Dagat
na Pula.
⁸ Ngunit iniligtas n'yo pa rin sila,
upang kayo ay maparangalan
at maipakita ang inyong kapangyarihan.

⁹ Inutusan ng Panginoon ang Dagat na Pula *na
matuyo,* at ito'y natuyo;
pinangunahan niya ang kanyang mga
mamamayan na makatawid na parang
lumalakad lamang sa disyerto.
¹⁰ Iniligtas niya sila sa kanilang mga kaaway.
¹¹ Tinabunan niya ng tubig ang kanilang mga
kaaway,
at walang sinumang nakaligtas sa kanila.
¹² Kaya naniwala sila sa kanyang mga pangako,
at umawit sila ng mga papuri sa kanya.
¹³ Ngunit muli nilang kinalimutan ang kanyang
mga ginawa,
at hindi na nila hinintay ang kanyang mga
payo.
¹⁴ Doon sa ilang, sinubok nila ang Dios dahil sa
labis nilang pananabik sa pagkain.
¹⁵ Kaya ibinigay niya sa kanila ang kanilang
hinihiling,
ngunit binigyan din sila ng karamdaman
na nagpahina sa kanila.

¹⁶ Sa kanilang kampo, nainggit sila kay
Moises at kay Aaron na itinalagang
maglingkod sa PANGINOON.
¹⁷ Kaya bumuka ang lupa sa kinaroroonan ni
Datan at ni Abiram at ng kanilang
sambahayan at sila'y nilamon.
¹⁸ At may apoy pang naging kasunod na
tumupok sa kanilang masasamang
tagasunod.

¹⁹ Doon sa Horeb ay gumawa ang mga taga-
Israel ng gintong baka
at sinamba nila ang dios-diosang ito.
Ito'y ginawa nilang dios at kanilang
sinamba.
²⁰ Ang kanilang dakilang Dios ay pinalitan nila
ng imahen ng toro na kumakain ng
damo.
²¹⁻²² Kinalimutan nila ang Dios na nagligtas sa
kanila at gumawa ng mga kamangha-
manghang bagay at himala roon sa
Egipto na lupain ng mga lahi ni Ham,
at doon sa Dagat na Pula.
²³ Nilipol na sana ng Dios ang kanyang mga
mamamayan kung hindi namagitan si
Moises na kanyang lingkod.
Pinakiusapan ni Moises ang Panginoon na
pigilan niya ang kanyang galit upang
hindi sila malipol.
²⁴ Tinanggihan nila ang magandang lupain
dahil hindi sila naniwala sa pangako
ng Dios sa kanila.
²⁵ Nagsipagreklamo sila sa loob ng kanilang
mga tolda at hindi sumunod sa
PANGINOON.
²⁶ Kaya sumumpa ang Panginoon na papatayin
niya sila doon sa ilang,
²⁷ at ikakalat ang kanilang mga angkan sa ibang
mga bansa at nang doon na sila
mamatay.

²⁸ Inihandog nila ang kanilang mga sarili sa
dios-diosang si Baal doon sa bundok
ng Peor,

at kumain sila ng mga handog na inialay sa
mga patay.
²⁹ Ginalit nila ang Panginoon dahil sa kanilang
masasamang gawa,
kaya dumating sa kanila ang salot.
³⁰ Ngunit namagitan si Finehas,
kaya tumigil ang salot.
³¹ Ang ginawang iyon ni Finehas ay ibinilang na
matuwid,
at ito'y hindi makakalimutan ng mga tao
magpakailanman.
³² Doon sa Bukal sa Meriba, ginalit ng mga
taga-Israel ang Panginoon,
kaya sumama ang loob ni Moises sa
kanilang ginawa.
³³ Dahil nasaktan ang damdamin ni Moises,
nakapagsalita siya ng mga salitang
hindi na niya napag-isipan.
³⁴ Hindi pinatay ng mga taga-Israel ang mga
taga-Canaan taliwas sa utos ng
Panginoon.
³⁵ Sa halip, nakisama pa sila sa kanila at
sumunod sa kanilang mga kaugalian.
³⁶ Sinamba rin nila ang kanilang mga dios-
diosan, at ito ang nagtulak sa kanila sa
kapahamakan.
³⁷ Inihandog nila ang kanilang mga anak sa mga
demonyo
³⁸ na mga dios-diosan ng Canaan.
Dahil sa pagpatay nila sa walang malay
nilang mga anak, dinungisan nila ang
lupain *ng Canaan*
³⁹ pati ang kanilang mga sarili.
Dahil sa kanilang ginawang iyon, nagtaksil
sila sa Dios katulad ng babaeng
nakikiapid.
⁴⁰ Kaya nagalit ang Panginoon sa kanyang mga
mamamayan,
at sila'y kanyang kinasuklaman.
⁴¹ Ipinaubaya niya sila sa mga bansang kanilang
kaaway,
at sinakop sila ng mga bansang iyon.
⁴² Inapi sila at inalipin ng kanilang mga kaaway.
⁴³ Maraming beses silang iniligtas ng Dios,
ngunit sinasadya nilang maghimagsik sa
kanya,
kaya ibinagsak sila dahil sa kanilang
kasalanan.
⁴⁴ Ngunit kapag sila'y tumatawag sa Dios,
tinutulungan pa rin niya sila sa
kanilang mga kahirapan.
⁴⁵ Inaalaala ng Dios ang kanyang kasunduan sa
kanila,
at dahil sa kanyang malaking pag-ibig sa
kanila,
napawi ang kanyang galit.
⁴⁶ Niloob niya na sila'y kaawaan ng mga
bumihag sa kanila.

⁴⁷ Panginoon naming Dios iligtas n'yo kami,
at muling tipunin sa aming lupain mula sa
mga bansa,
upang makapagpasalamat kami at
makapagbigay-puri sa inyong
kabanalan.

⁴⁸ Purihin ang Panginoon, ang Dios ng Israel,
magpakailanman.
At ang lahat ay magsabing,
"Amen!"

Purihin ang Panginoon!

Salmo 107

Pagpupuri sa Kabutihan ng Dios
¹ Magpasalamat kayo sa Panginoon, dahil
siya'y mabuti;
ang pag-ibig niya'y magpakailanman.
² Sabihin ninyo ito, kayo na iniligtas niya sa
kamay ng mga kaaway.
³ Dahil tinipon niya kayo mula sa silangan,
kanluran, timog at hilaga.

⁴ May mga taong naglakbay sa ilang;
hindi nila makita ang daan papuntang
lundsod na maaari nilang tirhan.
⁵ Sila'y nagutom at nauhaw at halos mamatay
na.
⁶ Sa kanilang kahirapan, tumawag sila sa
Panginoon,
at iniligtas niya sila sa kagipitan.
⁷ At pinatnubayan niya sila papunta sa lungsod
na matitirahan.
⁸ Kaya dapat silang magpasalamat sa
Panginoon dahil sa pag-ibig niya at
kahanga-hangang gawa sa mga tao.
⁹ Dahil pinaiinom niya ang mga nauuhaw,
at pinakakain ang mga nagugutom.

¹⁰ May mga taong ibinilanggo at kinadenahan
na nakaupo sa napakadilim na piitan.
¹¹ Nabilanggo sila dahil nagrebelde sila sa mga
sinabi ng Kataas-taasang Dios at hindi
sumunod sa kanyang mga payo.
¹² Kaya pinahirapan niya sila sa kanilang
mabigat na trabaho.
Nabuwal sila ngunit walang sinumang
sumaklolo.
¹³ Sa kanilang kagipitan, sila'y tumawag sa
Panginoon,
at sila'y kanyang iniligtas.
¹⁴ Pinutol niya ang kanilang mga kadena
at sila'y kinuha niya sa napakadilim na
piitan.
¹⁵ Kaya dapat silang magpasalamat sa
Panginoon,
dahil sa pag-ibig niya at kahanga-hangang
gawa sa mga tao.
¹⁶ Dahil giniba niya ang mga pintuang tanso
at binali ang mga rehas na bakal.

¹⁷ May mga naging hangal dahil sa kanilang
likong pamumuhay,
at sila'y naghirap dahil sa kanilang
kasalanan.
¹⁸ Nawalan sila nang gana sa kahit anong
pagkain at malapit nang mamatay.
¹⁹ Sa kanilang kagipitan, tumawag sila sa
Panginoon,
at iniligtas niya sila.
²⁰ Sa kanyang salita sila'y nagsigaling

at iniligtas niya sila sa kamatayan.
²¹ Kaya dapat silang magpasalamat sa
    Panginoon,
    dahil sa pag-ibig niya at kahanga-hangang
        gawa sa mga tao.
²² Dapat silang mag-alay ng handog ng
        pasasalamat sa kanya
    at ihayag ang kanyang mga ginawa nang
        may masayang pag-aawitan.

²³ May mga taong sumakay sa mga barko at
        nagbiyahe sa karagatan, dahil ito ang
        kanilang hanapbuhay.
²⁴ Nakita nila ang kahanga-hangang mga gawa
        ng Panginoon sa karagatan.
²⁵ Sa utos ng Panginoon, ang hangin ay lumakas
        at lumaki ang mga alon.
²⁶ Kaya pumapaitaas ang kanilang barko nang
        napakataas at pumapailalim.
    At sila'y nangatakot sa nagbabantang
        kapahamakan.
²⁷ Sila'y susuray-suray na parang mga lasing,
    at hindi na alam kung ano ang gagawin.
²⁸ Sa kanilang kagipitan, tumawag sila sa
        Panginoon,
    at sila'y iniligtas niya mula sa
        kapahamakan.
²⁹ Pinatigil niya ang malakas na hangin at
        kumalma ang dagat.
³⁰ At nang kumalma ang dagat, sila'y nagalak,
    at pinatnubayan sila ng Dios hanggang sa
        makarating sila sa nais nilang daungan.
³¹ Kaya dapat silang magpasalamat sa
        Panginoon,
    dahil sa pag-ibig niya at kahanga-hangang
        gawa sa mga tao.
³² Dapat nilang parangalan ang Dios sa kanilang
        pagtitipon,
    at purihin siya sa pagtitipon ng mga
        namamahala sa kanila.

³³ Nagagawa ng Panginoon ang ilog na maging
        ilang,
    at ang mga bukal na maging tuyong lupa.
³⁴ Nagagawa rin ng Panginoon na walang
        maani sa matabang lupa,
    dahil sa kasamaan ng mga naninirahan
        doon.
³⁵ Nagagawa rin niya ang ilang na maging
        tubigan,
    at sa mga tuyong lupain ay magkaroon ng
        mga bukal.
³⁶ Pinapatira niya roon ang mga taong
        nagugutom,
    at nagtatayo sila ng lungsod na kanilang
        tatahanan.
³⁷ Nagsasabog sila ng binhi sa bukirin at
        nagtatanim ng ubas,
    kaya sagana sila pagdating ng anihan.
³⁸ Sila'y pinagpapala ng Dios, at pinararami ang
        kanilang angkan.
    Kahit ang kanilang mga alagang hayop ay
        nadadagdagan.

³⁹ Ngunit dahil sa pang-aapi, kahirapan at
        pagkabagabag, sila'y nabawasan at
        napahiya.

⁴⁰ Isinusumpa ng Dios ang mga umaapi sa kanila,
    at sila'y ililigaw at gagala sa ilang na walang
        daan.
⁴¹ Ngunit tinulungan niya ang mga dukha sa
        kanilang kahirapan,
    at pinarami ang kanilang sambahayan na
        parang kawan.
⁴² Nakita ito ng mga matuwid at sila'y nagalak,
    ngunit tumahimik ang masasama.

⁴³ Ang mga bagay na ito'y dapat ingatan sa puso
        ng mga taong marunong,
    at dapat din nilang isipin ang dakilang pag-
        ibig ng Panginoon.

Salmo 108ᵃ

Panalangin para Tulungan ng Dios
(Salmo 57:7-11; 60:5-12)

¹ O Dios, lubusan akong nagtitiwala sa inyo.
    Buong puso kitang aawitan ng mga papuri.
² Gigising ako ng maaga
    at ihahanda ko ang alpa at mga
        instrumentong may mga kwerdas.
³ Panginoon, pupurihin kita sa gitna ng mga
        bansa.
    Ako'y aawit para sa inyo sa gitna ng inyong
        mga mamamayan.
⁴ Dahil napakadakila at walang kapantay ang
        pag-ibig n'yo at katapatan.
⁵ O Dios, ipakita n'yo ang inyong
        kapangyarihan sa kalangitan at sa
        buong mundo.
⁶ Iligtas n'yo kami sa pamamagitan ng inyong
        kapangyarihan.
    Pakinggan n'yo kami,
    upang kaming mga iniibig n'yo ay maligtas.
⁷ O Dios, sinabi n'yo roon sa inyong templo,
    "Magtatagumpay ako! Hahatiin ko ang
        Shekem at ang Lambak ng Sucot,
    para ipamigay sa aking mga mamamayan.
⁸ Sa akin ang Gilead at Manase,
    ang Efraim ay gagawin kong tanggulanᵇ
    at ang Juda ang aking tagapamahala.ᶜ
⁹ Ang Moab ang aking utusanᵈ at ang Edom ay
        sa akin din.ᵉ
    Sisigaw ako ng tagumpay laban sa mga
        Filisteo."

¹⁰ Sinong magdadala sa akin sa Edom
    at sa lungsod nito na napapalibutan ng
        pader?
¹¹ Sino na ang makakatulong, O Dios, ngayong
        itinakwil n'yo na kami?
    Ni hindi na nga kayo sumasama sa aming
        mga kawal.

------

a Salmo 108 Ang unang mga salita sa Hebreo: *Ang awit
na isinulat ni David.*
b 8 *tanggulan:* sa literal, *helmet.*
c 8 *tagapamahala:* sa literal, *setro ng hari.*
d 9 *utusan:* sa literal, *planggana na panghugas ng mukha,
kamay at paa.*
e 9 *sa akin din:* o, *aking alipin.* Sa literal, *tatapunan ko ng
aking sandalyas.*

¹² Tulungan n'yo kami laban sa aming mga
kaaway,
dahil ang tulong ng tao ay walang
kabuluhan.
¹³ Sa tulong n'yo, O Dios,
kami ay magtatagumpay
dahil tatalunin n'yo ang aming mga kaaway.

Salmo 109[a]

Ang Daing ng Taong Nasa Kahirapan

¹ O Dios na aking pinapupurihan, dinggin n'yo
ang aking panawagan!
² Dahil ako'y pinagbibintang ng mga
sinungaling at masasamang tao.
Nagsasalita sila ng kasinungalingan laban
sa akin.
³ Sinisiraan nila ako at sinusugod ng walang
dahilan.
⁴ Kahit nakikipagkaibigan ako sa kanila ay
kinakalaban pa rin nila ako,
ngunit ipinapanalangin ko pa rin sila.
⁵ Sa kabutihang ginagawa ko sa kanila, masama
ang iginaganti nila.
At sa aking pag-ibig, ibinabalik nila'y galit.
⁶ *Sinasabi nila,*[b]
"Maghanap tayo ng masamang tao na
kakalaban sa kanya,
at magsasampa ng kaso sa hukuman laban
sa kanya.
⁷ At kapag hinatulan na siya, lumabas sana na
siya ang may kasalanan,
at ituring din na kasalanan ang kanyang
mga panalangin.
⁸ Mamatay na sana siya agad at ibigay na lang
sa iba ang katungkulan niya.
⁹ At nang maulila ang kanyang mga anak at
mabiyuda ang kanyang asawa.
¹⁰ Maging palaboy sana at mamalimos ang
kanyang mga anak
at palayasin sila kahit na sa kanilang
ginibang tahanan.
¹¹ Kunin sana ng kanyang pinagkakautangan
ang kanyang mga ari-arian,
at agawin ng mga dayuhan ang kanyang
pinaghirapan.
¹² Wala sanang maawa sa kanya at sa mga
naulila niyang mga anak kapag
namatay na siya.
¹³ Mamatay sana ang kanyang mga angkan
upang sila'y makalimutan na ng
susunod na salinlahi.
¹⁴⁻¹⁵ Huwag sanang patawarin at kalimutan
ng Panginoon ang mga kasalanan
ng kanyang mga magulang at mga
ninuno;
at lubusan na sana silang makalimutan sa
mundo.
¹⁶ Dahil hindi niya naiisip na gumawa ng mabuti,
sa halip ay inuusig at pinapatay niya ang
mga dukha, ang mga nangangailangan
at ang mga nawalan ng pag-asa.

¹⁷ Gustong-gusto niyang sumpain ang iba, kaya
sa kanya na lang sana mangyari ang
kanyang sinabi.
Ayaw niyang pagpalain ang iba kaya sana
hindi rin siya pagpalain.
¹⁸ Walang tigil niyang isinusumpa ang iba;
parang damit na lagi niyang suot.
Bumalik sana ito sa kanya na parang tubig
na nanunuot sa kanyang katawan,
at parang langis na tumatagos sa kanyang
mga buto.
¹⁹ Sana'y hindi na ito humiwalay sa kanya na
parang damit na nakasuot sa katawan
o sinturon na palaging nakabigkis."

²⁰ Panginoon, sana'y maging ganyan ang
inyong parusa sa mga nagbibintang at
nagsasalita ng masama laban sa akin.
²¹ Ngunit Panginoong Dios, tulungan n'yo ako
upang kayo ay maparangalan.
Iligtas n'yo ako dahil kayo ay mabuti at
mapagmahal.
²² Dahil ako'y dukha at nangangailangan, at ang
damdamin ko'y nasasaktan.
²³ Unti-unti nang nawawala ang aking buhay.
Ito'y parang anino na nawawala
pagsapit ng gabi,
at parang balang na lumilipad at nawawala
kapag nagalaw ang dinadapuan.
²⁴ Nanghihina ang mga tuhod ko dahil sa
pag-aayuno.
Ako'y payat na payat na.
²⁵ Ako'y kinukutya ng aking mga kaaway.
Iiling-iling sila kapag ako'y nakita.
²⁶ Panginoon kong Dios, iligtas n'yo ako ayon
sa pag-ibig n'yo sa akin.
²⁷ At malalaman ng aking mga kaaway na kayo
Panginoon ang nagligtas sa akin.
²⁸ Isinusumpa nila ako, ngunit pinagpapala n'yo
ako.
Mapapahiya sila kapag sinalakay nila ako
ngunit ako na inyong lingkod ay
magagalak.
²⁹ Silang nagbibintang sa akin ay lubusan
sanang mapahiya,
mabalot sana sila sa kahihiyan tulad ng
damit na tumatakip sa buong katawan.

³⁰ Pupurihin ko ang Panginoon,
pupurihin ko siya sa harapan ng maraming
tao.
³¹ Dahil tinutulungan niya ang mga dukha
upang iligtas sila sa mga nais
magpahamak sa kanila.

Salmo 110[c]

Ang Panginoon at ang Kanyang Hinirang na Hari

¹ Sinabi ng Panginoon sa aking Panginoon,[d]
"Maupo ka sa kanan ko hanggang mapasuko
ko sa iyo ang mga kaaway mo."

---

*a Salmo 109 Ang unang mga salita sa Hebreo: Ang awit
na isinulat ni David para sa direktor ng mga mang-aawit.*
b 6 Sinasabi nila: o, Sinasabi ko.

*c Salmo 110 Ang unang mga salita sa Hebreo: Ang awit
na isinulat ni David.*
*d 1 Panginoon...Panginoon: Sa Hebreo, Yahweh...
adonai. Ang ibig sabihin ng adonai ay Panginoon o amo.*

² Palalawakin ng Panginoon ang iyong
    kaharian mula sa Zion,
  at paghaharian mo ang iyong mga kaaway.
³ Sa panahon ng iyong pakikidigma sa mga
    kaaway, kusang-loob na tutulong sa
    iyo ang iyong mga tao.
  Ang mga kabataang iyong nasasakupan ay
    pupunta sa iyo doon sa banal na burol
    katulad ng hamog tuwing umaga.
⁴ Ang Panginoon ay sumumpa at hindi
    magbabago ang pasya niya,
  na ikaw ay pari magpakailanman ayon sa
    pagkapari ni Melkizedek.
⁵ Ang Panginoon ay kasama mo.
  Parurusahan niya ang maraming hari sa
    oras ng kanyang galit.
⁶ Parurusahan niya ang mga bansa,
  at marami ang kanyang papatayin.
  Lilipulin niya ang mga namumuno sa
    buong mundo.

⁷ Mahal na Hari, kayo ay iinom sa sapa na nasa
    tabi ng daan,
  kaya muli kayong lalakas at
    magtatagumpay.

Salmo 111

Pagpupuri sa Dios

¹ Purihin ang Panginoon!
  Buong puso kong pasasalamatan ang
    Panginoon sa pagtitipon ng mga
    matuwid.
² Napakadakila ng mga gawa ng Panginoon;
  iniisip ito ng lahat ng nagagalak *sa kanyang
    mga gawa.*
³ Ang lahat ng kanyang mga gawa
    ay nagpapakita ng kanyang
    kapangyarihan at karangalan.
  At ang kanyang katuwiran ay nagpapatuloy
    magpakailanman.
⁴ Ipinaaalala niya ang kanyang mga kahanga-
    hangang gawa.
  Siya ay mapagbiyaya at mahabagin.
⁵ Binibigyan niya ng pagkain ang mga may
    takot sa kanya,
  at ang kanyang kasunduan sa kanila ay
    hindi niya kinakalimutan.
⁶ Ipinakita niya sa kanyang mga mamamayan
    ang kapangyarihan ng kanyang mga
    gawa,
  sa pamamagitan ng pagbibigay sa kanila ng
    mga lupain ng ibang mga bansa.
⁷ Tapat at matuwid ang lahat niyang ginagawa,
  at mapagkakatiwalaan ang lahat niyang
    mga utos.
⁸ Ang kanyang mga utos ay mananatili
    magpakailanman,
  at ito'y ibinigay niya nang buong katapatan
    at ayon sa katuwiran.
⁹ Tinubos niya ang kanyang mga mamamayan,
  at gumawa siya ng kasunduan na
    pangwalang hanggan.
  Banal siya at kahanga-hanga.

¹⁰ Ang pagkatakot sa Panginoon ang
    pinagmumulan ng karunungan.
  Lahat ng sumusunod sa kanyang mga utos
    ay may mabuting pang-unawa.
  Purihin siya magpakailanman.

Salmo 112

Mapalad ang Taong may Takot sa Panginoon

¹ Purihin ang Panginoon!
  Mapalad ang taong may takot sa
    Panginoon at malugod na
    sumusunod sa kanyang mga utos.
² Ang mga anak niya ay magiging matagumpay,
  dahil ang angkan ng mga namumuhay
    nang matuwid ay pagpapalain.
³ Yayaman ang kanyang sambahayan,
  at ang kanyang kabutihan ay maaalala
    magpakailanman.
⁴ Kahit sa kadiliman, taglay pa rin ang liwanag
    ng taong namumuhay nang matuwid,
  at puno ng kabutihan, kahabagan at
    katuwiran.
⁵ Pagpapalain ang taong mapagbigay at
    nagpapahiram,
  at hindi nandaraya sa kanyang hanapbuhay.
⁶ Tiyak na magiging matatag ang kanyang
    kalagayan
  at hindi siya makakalimutan
    magpakailanman.
⁷ Hindi siya matatakot sa masamang balita,
  dahil matatag siya at buong pusong
    nagtitiwala sa Panginoon.
⁸ Hindi siya matatakot o maguguluhan,
  dahil alam niyang sa bandang huli'y
    makikita niyang matatalo ang
    kanyang mga kalaban.
⁹ Nagbibigay siya sa mga dukha,
  at ang kanyang kabutihan ay maaalala
    magpakailanman.
  Ang kanyang kakayahan ay lalo pang
    dadagdagan *ng Dios* upang siya'y
    maparangalan.
¹⁰ Makikita ito ng mga taong masama at
    magngangalit ang kanilang mga
    ngipin sa galit, at parang matutunaw
    sila *dahil sa kahihiyan.*
  Hindi magtatagumpay ang naisin ng taong
    masama.

Salmo 113

Pagpupuri sa Kabutihan ng Dios

¹ Purihin n'yo ang Panginoon!
  Kayong mga lingkod ng Panginoon,
    purihin n'yo siya!
² Purihin n'yo ang Panginoon,
    ngayon at magpakailanman.
³ Mula sa pagsikat hanggang sa paglubog ng
    araw,
  ang pangalan ng Panginoon ay dapat
    papurihan.

⁴ Maghahari ang Panginoon sa lahat ng bansa,

ang kanyang kaluwalhatian ay hindi
mapapantayan.
⁵ Walang katulad ang Panginoon na ating
Dios,
na nakaupo sa kanyang trono sa itaas.
⁶ Yumuyuko siya upang tingnan ang kalangitan
at ang sanlibutan.
⁷ Tinutulungan niya ang mga dukha at
nangangailangan sa kanilang
kagipitan.
⁸ At sila'y pinararangalang kasama ng
mararangal na tao
mula sa kanyang mga mamamayan.
⁹ Pinaliligaya niya ang baog na babae sa
tahanan nito,
sa pamamagitan ng pagbibigay sa kanya ng
mga anak.

Purihin ninyo ang Panginoon!

Salmo 114

Awit tungkol sa Paglabas ng mga Israelita sa Egipto
¹ Nakatira noon ang mga taga-Israel na lahi ni
Jacob sa Egipto,
na kung saan iba ang wika ng mga tao.
² *Nang papalabas na sila sa Egipto,* ginawa ng
Dios na banal ang lugar ang Juda,
at ang Israel ay kanyang pinamunuan.
³ Ang Dagat na Pula ay nahawi at ang Ilog ng
Jordan ay tumigil sa pag-agos.
⁴ *Nayanig* ang mga bundok at burol,
na parang mga lumulundag na kambing at
mga tupa.
⁵ Bakit nahawi ang Dagat na Pula,
at tumigil sa kanyang pag-agos ang *Ilog ng*
Jordan?
⁶ Bakit *nayayanig* ang mga bundok at mga
burol,
na parang lumulundag na mga kambing at
tupa?
⁷ Nayayanig ang mundo sa presensya ng
Panginoong Dios ni Jacob,
⁸ na siyang gumawa sa matigas na bato upang
maging imbakan ng tubig at naging
bukal na umaagos.

Salmo 115

Iisa ang Tunay na Dios
¹ Panginoon, hindi kami ang dapat na
parangalan,
kundi kayo, dahil sa inyong pag-ibig at
katapatan.
² Bakit kami kinukutya ng ibang bansa at
sinasabi nilang,
"Nasaan na ang inyong Dios?"

³ Ang aming Dios ay nasa langit,
at ginagawa niya ang kanyang nais.
⁴ Ngunit ang kanilang mga dios ay yari sa pilak
at ginto na gawa lang ng tao.
⁵ May bibig sila, ngunit hindi nakakapagsalita;

may mga mata, ngunit hindi nakakakita.
⁶ May mga tainga, ngunit hindi nakakarinig;
may ilong, ngunit hindi nakakaamoy.
⁷ May mga kamay, ngunit hindi nakakahawak;
may mga paa, ngunit hindi nakakalakad,
at kahit munting tinig ay wala kang
marinig.
⁸ Ang mga gumawa ng mga dios-diosan at
nagtitiwala rito ay matutulad sa mga
ito.
⁹⁻¹⁰ Kayong mga mamamayan ng Israel at kayong
mga angkan ni Aaron,
magtiwala kayo sa Panginoon.
Siya ang tutulong at mag-iingat sa inyo.
¹¹ Kayong mga may takot sa Panginoon,
magtiwala kayo sa kanya.
Siya ang tutulong at mag-iingat sa inyo.
¹² Hindi tayo kinakalimutan ng Panginoon,
pagpapalain niya ang mga mamamayan ng
Israel at ang mga angkan ni Aaron.
¹³ Pagpapalain niya ang lahat ng may takot sa
kanya, dakila man o aba.
¹⁴ Paramihin sana kayo ng Panginoon,
kayo at ang inyong mga angkan.
¹⁵ Sana'y pagpalain kayo ng Panginoon na
lumikha ng langit at ng lupa.
¹⁶ Ang kalangitan ay sa Panginoon, ngunit ang
mundo ay ipinagkatiwala niya sa mga
tao.
¹⁷ Ang mga patay ay hindi na makakapagpuri
sa Panginoon, dahil sila ay
nananahimik na.
¹⁸ Tayong mga buhay ang dapat magpuri
sa Panginoon ngayon at
magpakailanman.

Purihin ang Panginoon!

Salmo 116

Ang Dios ang Nagliligtas ng Tao sa Kamatayan
¹ Mahal ko ang Panginoon,
dahil dinidinig niya ang paghingi ko ng
tulong sa kanya.
² Dahil pinakikinggan niya ako,
patuloy akong tatawag sa kanya habang
ako'y nabubuhay.

³ Natakot ako dahil nararamdaman kong
malapit na akong mamatay.
Ang kamatayan ay parang tali na
pumupulupot sa akin.
Nag-aalala ako at naguguluhan,
⁴ kaya tumawag ako sa Panginoon,
"Panginoon, iligtas n'yo po ako."

⁵ Ang Panginoon nating Dios ay mabuti,
matuwid at mahabagin.
⁶ Iniingatan ng Panginoon ang mga walang
sapat na kaalaman.
Nang wala na akong magawa, ako'y
kanyang iniligtas.

⁷ Magpapakatatag ako,
dahil ang Panginoon ay mabuti sa akin,

[8] sapagkat iniligtas niya ako sa kamatayan, sa
kalungkutan at kapahamakan.

[9] Kaya mamumuhay ako na malapit sa
Panginoon dito sa mundo ng mga
buhay.

[10] Kahit na sinabi kong, "Sukdulan na ang
paghihirap ko," nagtitiwala pa rin ako
sa kanya.

[11] Sa aking pagkabalisa ay nasabi kong, "Wala ni
isang taong mapagkatiwalaan."

[12] Ano kaya ang maigaganti ko sa Panginoon
sa lahat ng kabutihan niya sa akin?

[13] Sasambahin ko ang Panginoon, at
maghahandog ako sa kanya ng
pasasalamat sa kanyang pagliligtas sa
akin.

[14] Tutuparin ko ang aking mga pangako sa
Panginoon sa harap ng kanyang mga
mamamayan.

[15] Nasasaktan ang Panginoon kung mamatay
ang kanyang mga tapat na mga
mamamayan.[a]

[16] Panginoon, ako nga ay inyong lingkod.[b]
Iniligtas n'yo ako sa pagkabihag.

[17] Sasamba ako sa inyo
at mag-aalay ng handog bilang pasasalamat.

[18] Tutuparin ko ang aking mga pangako sa inyo
sa harap ng inyong mga mamamayan,

[19] doon sa inyong templo sa Jerusalem.

Purihin ang Panginoon!

Salmo 117

Papuri sa Panginoon

[1] Purihin n'yo at parangalan ang Panginoon,
kayong lahat ng mamamayan ng mga
bansa!

[2] Dahil napakadakila ng pag-ibig sa atin ng
Panginoon,
at ang kanyang katapatan ay walang
hanggan.

Purihin ninyo ang Panginoon!

Salmo 118

Pasasalamat dahil sa Pagtatagumpay

[1] Pasalamatan ang Panginoon, dahil siya'y
mabuti;
ang kanyang tapat na pag-ibig ay walang
hanggan.

[2] Ang lahat ng mamamayan ng Israel ay
magsabi, "Ang kanyang tapat na pag-
ibig ay walang hanggan."

[3] Ang lahat ng mga angkan ni Aaron ay
magsabi, "Ang kanyang tapat na pag-
ibig ay walang hanggan."

[4] Ang lahat ng may takot sa Panginoon ay
magsabi, "Ang kanyang tapat na pag-
ibig ay walang hanggan."

[5] Sa aking kagipitan, dumulog ako sa
Panginoon,
at ako'y kanyang sinagot at iniligtas.

[6] Kasama ko ang Panginoon, kaya hindi ako
matatakot.
Ano ang magagawa ng tao sa akin?

[7] Kasama ko ang Panginoon, siya ang
tumutulong sa akin.
Makikita ko ang pagkatalo ng aking mga
kaaway.

[8] Mas mabuting manalig sa Panginoon, sa
halip na magtiwala sa tao.

[9] Mas mabuting manalig sa Panginoon, sa
halip na magtiwala sa mga pinuno.

[10] Napaligiran ako ng maraming bansang
kaaway ko,
ngunit sa kapangyarihan ng Panginoon
sila'y tinalo ko.

[11] Totoong pinaligiran nila ako,
ngunit sa kapangyarihan ng Panginoon
sila'y tinalo ko.

[12] Sinalakay nila ako na parang mga pukyutan,
ngunit sila'y napatigil *agad* na parang
sinusunog na dayami *na madali lang
mapawi ng apoy.*
Dahil sa kapangyarihan ng Panginoon,
sila'y tinalo ko.

[13] Puspusan nila akong sinalakay,
at halos magtagumpay na sila,
ngunit tinulungan ako ng Panginoon.

[14] Ang Panginoon ang aking kalakasan
at siya ang aking awit.
Siya ang nagligtas sa akin.

[15-16] Naririnig ang masayang sigawan ng mga
mamamayan ng Dios sa kanilang mga
tolda dahil sa kanilang tagumpay.
Ang Panginoon ang nagbigay sa kanila
ng tagumpay sa pamamagitan ng
kanyang kapangyarihan!
Ang kapangyarihan ng Panginoon ang
nagbibigay ng tagumpay!

[17] Hindi ako mamamatay, sa halip ay
mabubuhay,
at isasaysay ko ang mga ginawa ng
Panginoon.

[18] Kahit napakatindi ng parusa ng Panginoon
sa akin, hindi niya niloob na ako'y
mamatay.

[19] Buksan ninyo ang pintuan ng templo
ng Panginoon para sa akin
dahil papasok ako at siya'y aking
pasasalamatan.

[20] Ito ang pintuan ng Panginoon na ang mga
matuwid lang ang makakapasok.

[21] Magpapasalamat ako sa inyo Panginoon,
dahil sinagot n'yo ang aking dalangin.
Kayo ang nagligtas sa akin.

[22] Ang batong itinakwil ng mga tagapagtayo ay
siyang naging batong pundasyon.

---

a 15 Nasasaktan...mamamayan: o, *Mahalaga sa paningin
ng* Panginoon *ang kamatayan ng kanyang tapat na mga
mamamayan.*

b 16 ako nga...lingkod: o, *ako nga ay inyong lingkod tulad
ng aking ina na inyo ring lingkod.*

²³ Ang Panginoon ang may gawa nito at tunay
    na kahanga-hanga sa ating paningin.
²⁴ Ito ang araw na ginawa ng Panginoon, kaya
    tayo'y magalak at magdiwang.
²⁵ Panginoon, patuloy n'yo kaming iligtas.
    Pagtagumpayin n'yo kami sa lahat ng
    aming ginagawa.

²⁶ Pinagpapala ang dumarating sa ngalan ng
    Panginoon.
    Pagpalain sana kayo ng Panginoon mula
    sa kanyang templo.

²⁷ Ang Panginoon ay Dios at napakabuti niya
    sa atin.
    Magdala tayo ng mga sanga ng
    punongkahoy para sa pagdiriwang ng
    pista, at pumarada paikot sa altar.

²⁸ Panginoon, kayo ang aking Dios;
    nagpapasalamat ako at nagpupuri sa inyo.

²⁹ Pasalamatan ang Panginoon, dahil siya'y
    mabuti;
    ang kanyang tapat na pag-ibig ay walang
    hanggan.

Salmo 119

Ang Kautusan ng Dios

¹ Mapalad ang taong namumuhay nang
    malinis, na naaayon sa utos ng
    Panginoon.
² Mapalad ang taong sumusunod sa mga
    katuruan ng Dios, at buong pusong
    hinahanap *ang kanyang kalooban*.
³ Hindi sila gumagawa ng masama kundi
    sumusunod sa mga pamamaraan ng
    Dios.
⁴ Panginoon, ibinigay n'yo sa amin ang inyong
    mga tuntunin upang ito'y matapat
    naming sundin.
⁵ Labis kong ninanais na maging tapat sa
    pagsunod sa inyong mga tuntunin.
⁶ At hindi ako mapapahiya kapag sinunod ko
    ang inyong mga utos.
⁷ Ako'y magpupuri sa inyo nang may malinis
    na puso,
    habang pinag-aaralan ko ang inyong
    matuwid na mga utos.
⁸ Susundin ko ang inyong mga tuntunin,
    kaya huwag n'yo akong pababayaan.

⁹ Paano mapapanatili ng isang kabataan na
    maging malinis ang kanyang buhay?
    Mamuhay siya ayon sa inyong mga salita.
¹⁰ Buong puso akong lumalapit sa inyo;
    kaya tulungan n'yo akong huwag lumihis sa
    inyong mga utos.
¹¹ Ang salita n'yo ay iningatan ko sa aking puso
    upang hindi ako magkasala sa inyo.
¹² Purihin kayo Panginoon!
    Ituro n'yo sa akin ang inyong mga
    tuntunin.
¹³ Paulit-ulit kong sinasabi ang mga kautusang
    ibinigay ninyo.

¹⁴ Nagagalak akong sumunod sa inyong mga
    katuruan,
    higit pa sa kagalakang dulot ng mga
    kayamanan.
¹⁵ Ang inyong mga tuntunin ay aking
    pinagbubulay-bulayan
    at iniisip kong mabuti ang inyong
    pamamaraan.
¹⁶ Magagalak ako sa inyong mga tuntunin,
    at ang inyong mga salita'y hindi ko
    lilimutin.
¹⁷ Ipadama n'yo ang inyong kabutihan sa akin
    na inyong lingkod,
    upang patuloy akong makasunod at
    makapamuhay ng ayon sa inyong
    salita.
¹⁸ Buksan n'yo ang aking isipan upang
    maunawaan ko ang kahanga-hangang
    katotohanan ng inyong kautusan.
¹⁹ Ako'y pansamantala lang dito sa sanlibutan,
    kaya ipaliwanag n'yo sa akin ang inyong
    mga utos.
²⁰ Sa lahat ng oras ay naghahangad akong
    malaman ang inyong mga utos.
²¹ Sinasaway n'yo ang mga hambog
    at isinusumpa ang mga ayaw sumunod sa
    inyong mga utos.
²² Ilayo n'yo ako sa kanilang panghihiya at
    pangungutya,
    dahil sinusunod ko ang inyong mga turo.
²³ Kahit na magtipon ang mga namumuno at
    mag-usap laban sa akin,
    akong lingkod n'yo ay patuloy na
    magbubulay-bulay ng inyong mga
    tuntunin.
²⁴ Ang inyong mga turo, ay nagbibigay sa
    akin ng kagalakan, at nagsisilbing
    tagapayo.

²⁵ Ako'y parang mamamatay na, kaya
    panatilihin n'yo akong buhay ayon sa
    inyong pangako.
²⁶ Sinabi ko sa inyo ang tungkol sa aking
    pamumuhay at pinakinggan n'yo ako.
    Ituro n'yo sa akin ang inyong mga
    tuntunin.
²⁷ Ipaunawa n'yo sa akin ang inyong mga
    tuntunin,
    upang pagbulay-bulayan ko ang inyong
    kahanga-hangang mga gawa.
²⁸ Ako'y nanlulumo dahil sa kalungkutan,
    palakasin n'yo ako ayon sa inyong
    pangako.
²⁹ Ilayo n'yo ako mula sa paggawa ng masama,
    at tulungan n'yo ako na sundin ang inyong
    kautusan.
³⁰ Pinili ko ang tamang daan,
    gusto kong sumunod sa inyong mga utos.
³¹ Panginoon, sinunod ko ang inyong mga
    turo,
    kaya huwag n'yong papayagang ako'y
    mapahiya.
³² Pinagsisikapan kong sundin ang inyong mga
    utos,

dahil pinapalawak n'yo ang aking
pang unawa.

[33] Panginoon, ituro n'yo sa akin ang inyong
mga tuntunin,
at habang nabubuhay ito'y aking susundin.
[34] Bigyan n'yo ako ng pang-unawa sa inyong
kautusan,
at ito'y buong puso kong susundin at
iingatan.
[35] Pangunahan n'yo ako sa aking pagsunod sa
inyong mga utos,
dahil ito ang aking kasiyahan.
[36] Bigyan n'yo ako ng pagnanais na sundin
ang inyong mga turo at hindi ang
pagnanais na yumaman.
[37] Ilayo n'yo ako sa pagnanais ng mga bagay na
walang kabuluhan.
Panatilihin n'yo ang aking buhay[a] ayon sa
inyong pangako.
[38] Tuparin n'yo ang inyong ipinangako sa akin
na inyong lingkod,
na siyang mga ipinangako n'yo sa mga may
takot sa inyo.
[39] Alisin n'yo ang mga kahihiyan na aking
kinatatakutan,
dahil mabuti ang inyong mga tuntunin.
[40] Gusto kong sundin ang inyong mga tuntunin.
Dahil kayo'y matuwid, panatilihin n'yo
akong buhay.[b]

[41] Panginoon, ipakita n'yo ang inyong pag-ibig
at pagliligtas sa akin, ayon sa inyong
pangako.
[42] Pagkatapos sasagutin ko ang mga kumukutya
sa akin,
dahil ako'y nagtitiwala sa inyong mga
salita.
[43] Tulungan n'yo akong masabi ang katotohanan
sa lahat ng pagkakataon,
dahil ang pag-asa ko ay nakasalalay sa
inyong mga kautusan.
[44] Lagi kong susundin ang inyong kautusan
habang ako'y nabubuhay.
[45] Mamumuhay akong may kalayaan,
dahil pinagsisikapan kong sundin ang
inyong mga tuntunin.
[46] Hindi ko ikakahiyang sabihin ang inyong mga
turo sa harapan ng mga hari.
[47] Nagagalak akong sundin ang inyong mga utos
na aking minamahal.
[48] Iginagalang ko ang inyong mga utos na aking
minamahal,
at pinagbubulay-bulayan ko ang inyong
mga tuntunin.

[49] Alalahanin n'yo ang inyong ipinangako sa
akin na inyong lingkod,
dahil ito ang nagbibigay sa akin ng pag-asa.
[50] Ang inyong mga pangako ang siyang
nagpapalakas,
at umaaliw sa akin sa kahirapang aking
dinaranas.

[51] Palagi akong hinahamak ng mga hambog,
ngunit hindi ako humihiwalay sa inyong
kautusan.
[52] Panginoon, inaalala ko ang inyong
katarungang ibinigay noong una,
at ito'y nagbibigay sa akin ng kaaliwan.
[53] Ako'y galit na galit sa masasamang tao,
na ayaw sumunod sa inyong kautusan.
[54] Umaawit ako tungkol sa inyong mga tuntunin
kahit saan man ako nanunuluyan.
[55] Panginoon, sa gabi ay inaalala ko kayo at
iniisip ko kung paano ko masusunod
ang inyong kautusan.
[56] Ito ang aking kagalakan: ang sumunod sa
inyong mga tuntunin.

[57] Kayo lang Panginoon, ang tangi kong
kailangan.
Ako'y nangangakong susundin ang inyong
mga salita.
[58] Buong puso akong nakikiusap sa inyo na ako
ay inyong kahabagan ayon sa inyong
pangako.
[59] Pinag-isipan ko kung paano ako namuhay,
at napagpasyahan kong sumunod sa inyong
mga turo.
[60] Agad kong sinunod ang inyong mga utos.
[61] Kahit iginagapos ako ng masasama, hindi ko
kinakalimutan ang inyong kautusan.
[62] Kahit hatinggabi ay gumigising ako upang
kayo'y pasalamatan sa inyong
matuwid na mga utos.
[63] Ako'y kaibigan ng lahat ng may takot sa
inyo at sumusunod sa inyong mga
tuntunin.
[64] Panginoon, minamahal n'yo ang lahat ng tao
sa buong mundo.
Ituro n'yo sa akin ang inyong mga
tuntunin.

[65] Panginoon, maging mabuti kayo sa akin
na inyong lingkod, ayon sa inyong
pangako.
[66] Bigyan n'yo ako ng kaalaman at karunungan,
dahil nagtitiwala ako sa inyong mga utos.
[67] Nang ako'y hindi n'yo pa pinarurusahan,
ako'y lumayo sa inyo,
ngunit ngayo'y sinusunod ko na ang inyong
mga salita.
[68] Napakabuti n'yo at mabuti ang inyong mga
ginagawa.
Ituro n'yo sa akin ang inyong mga
tuntunin.
[69] Kahit na ako'y sinisiraan ng mga taong
mapagmataas, buong puso ko pa ring
tinutupad ang inyong mga tuntunin.
[70] Hindi sila nakakaunawa ng inyong kautusan,
ngunit ako'y sumusunod sa inyong mga
utos nang may kagalakan.
[71] Mabuti na pinarusahan n'yo ako,
dahil sa pamamagitan nito natutunan ko
ang inyong mga turo.

[72] Para sa akin, ang kautusang ibinigay n'yo ay
higit na mahalaga kaysa sa maraming
kayamanan.

---

a 37 Panatilihin...buhay: o, Baguhin n'yo ang aking buhay.
b 40 panatilihin...buhay: Tingnan ang "footnote" sa
talatang 37.

⁷³ Ako'y nilikha at hinubog n'yo;
   kaya bigyan n'yo ako ng pang-unawa upang
      matutunan ko ang inyong mga utos.
⁷⁴ Matutuwa ang mga may takot sa inyo kapag
      ako'y kanilang nakita,
   dahil ako'y nagtitiwala sa inyong salita.
⁷⁵ PANGINOON alam kong matuwid ang inyong
      mga utos.
   At dahil kayo ay matapat, ako'y inyong
      dinisiplina.
⁷⁶ Sana'y aliwin n'yo ako ng inyong pagmamahal
      ayon sa pangako n'yo sa akin na
      inyong lingkod.
⁷⁷ Kahabagan n'yo ako upang patuloy akong
      mabuhay,
   dahil nagagalak akong sumunod sa inyong
      kautusan.
⁷⁸ Mapahiya sana ang mga mapagmataas dahil
      sa kanilang paninira sa akin.
   Subalit ako ay magbubulay-bulay ng
      inyong mga tuntunin.
⁷⁹ Magsilapit sana sa akin ang mga may takot
      sa inyo at nakakaalam ng inyong mga
      turo.
⁸⁰ Sana'y masunod ko nang buong puso ang
      inyong mga tuntunin upang hindi ako
      mapahiya.

⁸¹ Napapagod na ako sa paghihintay ng inyong
      pagliligtas sa akin,
   ngunit umaasa pa rin ako sa inyong mga
      salita.
⁸² Nagdidilim na ang aking paningin sa
      paghihintay ng pangako n'yo sa akin.
   Ang tanong ko'y, "Kailan n'yo pa ako
      palalakasin at aaliwin?"
⁸³ Kahit na ako ay para nang sisidlang-balat
      na nilalagyan ng inumin na parang
      hindi na mapakinabangan, hindi ko
      pa rin nakakalimutan ang inyong mga
      tuntunin.
⁸⁴ Hanggang kailan pa kaya ang aking
      paghihintay?
   Kailan n'yo parurusahan ang mga umuusig
      sa akin na inyong lingkod?
⁸⁵ Ang mga mapagmataas na hindi sumusunod
      sa inyong mga kautusan ay naghukay
      ng mga patibong upang ako'y hulihin.
⁸⁶⁻⁸⁷ Kaya tulungan n'yo ako dahil ako'y kanilang
      inuusig nang walang dahilan,
   hanggang sa ako'y nabingit na sa
      kamatayan.
   Ngunit hindi ko tinalikuran ang inyong
      mga tuntunin dahil maaasahan ang
      inyong mga utos.
⁸⁸ Ingatan n'yo ang aking buhay ayon sa pag-
      ibig n'yo sa akin,
   upang masunod ko ang mga turong
      ibinigay ninyo.

⁸⁹ PANGINOON, ang salita mo ay mananatili
      magpakailanman;
   hindi ito magbabago tulad ng kalangitan.
⁹⁰ Ang inyong katapatan ay magpapatuloy sa
      lahat ng salinlahi.

Matibay n'yong itinatag ang mundo, kaya
      ito'y nananatili.
⁹¹ Ang lahat ng bagay ay nananatili hanggang
      ngayon ayon sa inyong nais.
   Dahil ang lahat ng bagay ay sumusunod sa
      inyo.
⁹² Kung ang inyong kautusan ay hindi
      nagbibigay sa akin ng kaaliwan,
   namatay na sana ako dahil sa
      pagdadalamhati.
⁹³ Hindi ko kailanman lilimutin ang inyong mga
      tuntunin,
   dahil sa pamamagitan nito'y patuloy n'yo
      akong binubuhay.
⁹⁴ Ako'y inyo, kaya iligtas n'yo po ako!
   Dahil pinagsisikapan kong sundin ang
      inyong mga tuntunin.
⁹⁵ Nag-aabang ang masasama upang ako'y
      patayin,
   ngunit iisipin ko ang inyong mga turo.
⁹⁶ Nakita kong ang lahat ng bagay ay may
      katapusan,
   ngunit ang inyong mga utos ay mananatili
      magpakailanman.

⁹⁷ Iniibig ko ang inyong kautusan.
   Palagi ko itong pinagbubulay-bulayan.
⁹⁸ Ang mga utos n'yo ay nasa puso ko,
   kaya mas marunong ako kaysa sa aking
      mga kaaway.
⁹⁹ Mas marami ang aking naunawaan kaysa sa
      aking mga guro,
   dahil ang lagi kong pinagbubulay-bulayan
      ay ang inyong mga turo.
¹⁰⁰ Higit pa ang aking pang-unawa kaysa sa
      matatanda,
   dahil sinusunod ko ang inyong mga
      tuntunin.
¹⁰¹ Iniiwasan ko ang masamang pag-uugali,
   upang masunod ko ang inyong mga salita.
¹⁰² Hindi ako lumihis sa inyong mga utos,
   dahil kayo ang nagtuturo sa akin.
¹⁰³ Kay tamis ng inyong mga salita, mas matamis
      pa ito kaysa sa pulot.
¹⁰⁴ Sa pamamagitan ng inyong mga tuntunin,
   lumalawak ang aking pang-unawa,
   kaya kinamumuhian ko ang lahat ng
      gawaing masama.

¹⁰⁵ Ang salita n'yo ay katulad ng ilaw na
      nagbibigay-liwanag sa aking
      dadaanan.
¹⁰⁶ Tutuparin ko ang aking ipinangako na
      susundin ang inyong matuwid na mga
      utos.
¹⁰⁷ Hirap na hirap na po ako PANGINOON;
   panatilihin n'yo akong buhay ayon sa
      inyong pangako.
¹⁰⁸ Tanggapin n'yo PANGINOON ang taos-puso
      kong pagpupuri sa inyo,
   at ituro n'yo sa akin ang inyong mga utos.
¹⁰⁹ Kahit na ako'y palaging nasa bingit ng
      kamatayan,
   hindi ko kinakalimutan ang inyong mga
      kautusan.

¹¹⁰ Ang masama ay naglagay ng patibong para
   sa akin,
   ngunit hindi ako humihiwalay sa inyong
   mga tuntunin.
¹¹¹ Ang inyong mga turo ang aking mana na
   walang hanggan,
   dahil ito'y nagbibigay sa akin ng kagalakan.
¹¹² Aking napagpasyahan na susundin ko ang
   inyong mga tuntunin hanggang sa
   katapusan.

¹¹³ Kinamumuhian ko ang mga taong hindi tapat
   sa inyo,
   ngunit iniibig ko ang inyong mga kautusan.
¹¹⁴ Kayo ang aking kanlungan at pananggalang;
   ako'y umaasa sa inyong mga salita.
¹¹⁵ Lumayo kayo sa akin, kayong mga gumagawa
   ng masama,
   upang masunod ko ang mga utos ng aking
   Dios.
¹¹⁶ Panginoon, bigyan n'yo ako ng kalakasan
   ayon sa inyong pangako
   upang ako ay patuloy na mabuhay;
   at huwag n'yong hayaan na mabigo ako sa
   pag-asa ko sa inyo.
¹¹⁷ Tulungan n'yo ako upang ako ay maligtas;
   at nang lagi kong maituon sa inyong mga
   tuntunin ang aking isipan.
¹¹⁸ Itinakwil n'yo ang lahat ng lumayo sa inyong
   mga tuntunin.
   Sa totoo lang, ang kanilang panloloko ay
   walang kabuluhan.
¹¹⁹ Itinuturing n'yo na parang basura ang lahat
   ng masama rito sa mundo,
   kaya iniibig ko ang inyong mga turo.
¹²⁰ Nanginginig ako sa takot sa inyo;
   sa hatol na inyong gagawin ay natatakot
   ako.

¹²¹ Ginawa ko ang matuwid at makatarungan,
   kaya huwag n'yo akong pababayaan sa
   aking mga kaaway.
¹²² Ipangako n'yong tutulungan n'yo ako na
   inyong lingkod;
   huwag pabayaang apihin ako ng mga
   mayayabang.
¹²³ Nagdidilim na ang aking paningin sa
   paghihintay sa inyong pangako na
   ililigtas ako.
¹²⁴ Gawin n'yo sa akin na inyong lingkod ang
   naaayon sa inyong pagmamahal,
   at ituro n'yo sa akin ang inyong mga
   tuntunin.
¹²⁵ Ako ay inyong lingkod, kaya bigyan n'yo ako
   ng pang-unawa,
   upang maunawaan ko ang inyong mga
   katuruan.
¹²⁶ Panginoon, ito na ang panahon upang kayo
   ay kumilos,
   dahil nilalabag ng mga tao ang inyong
   kautusan.
¹²⁷ Pinahahalagahan ko ang inyong mga utos,
   nang higit pa kaysa sa ginto o
   pinakadalisay na ginto.
¹²⁸ Sinusunod ko ang lahat n'yong mga tuntunin,

   kaya kinamumuhian ko ang lahat ng
   masamang gawain.

¹²⁹ Kahanga-hanga ang inyong mga turo,
   kaya sinusunod ko ito nang buong puso.
¹³⁰ Ang pagpapahayag ng inyong mga salita ay
   nagbibigay-liwanag *sa isipan ng tao*
   at karunungan sa mga wala pang
   kaalaman.
¹³¹ Labis kong hinahangad ang inyong mga utos.
¹³² Masdan n'yo ako at kahabagan,
   gaya ng lagi n'yong ginagawa sa mga
   umiibig sa inyo.
¹³³ Patnubayan n'yo ako sa pamamagitan ng
   inyong mga salita,
   at huwag n'yong hayaang pagharian ako ng
   kasamaan.
¹³⁴ Iligtas n'yo ako sa mga nang-aapi sa akin,
   upang masunod ko ang inyong mga
   tuntunin.
¹³⁵ Ipakita n'yo sa akin na inyong lingkod ang
   inyong kabutihan,
   at turuan n'yo ako ng inyong mga
   tuntunin.
¹³⁶ Labis akong umiiyak dahil hindi sinusunod
   ng mga tao ang inyong kautusan.

¹³⁷ Matuwid kayo, Panginoon,
   at tama ang inyong mga paghatol.
¹³⁸ Ang inyong ibinigay na mga turo ay matuwid
   at mapagkatiwalaan.
¹³⁹ Labis ang aking galit dahil binalewala ng
   aking mga kaaway ang inyong mga
   salita.
¹⁴⁰ Napatunayan na maaasahan ang inyong mga
   pangako,
   kaya napakahalaga nito sa akin na inyong
   lingkod.
¹⁴¹ Kahit mahirap lang ako at inaayawan, hindi
   ko kinakalimutan ang inyong mga
   tuntunin.
¹⁴² Walang katapusan ang inyong katuwiran,
   at ang inyong kautusan ay batay sa
   katotohanan.
¹⁴³ Dumating sa akin ang mga kaguluhan at
   kahirapan,
   ngunit ang inyong mga utos ay nagbigay sa
   akin ng kagalakan.
¹⁴⁴ Ang inyong mga turo ay matuwid at walang
   hanggan.
   Bigyan n'yo ako ng pang-unawa upang
   patuloy akong mabuhay.

¹⁴⁵ Panginoon, buong puso akong tumatawag sa
   inyo;
   sagutin n'yo ako, at susundin ko ang
   inyong mga tuntunin.
¹⁴⁶ Tumatawag ako sa inyo;
   iligtas n'yo ako, at susundin ko ang inyong
   mga tuntunin.
¹⁴⁷ Gising na ako bago pa sumikat ang araw
   at humihingi ng tulong sa inyo,
   dahil nagtitiwala ako sa inyong pangako.
¹⁴⁸ Ako'y nagpuyat ng buong magdamag, upang
   pagbulay-bulayan ang inyong mga
   pangako.

¹⁴⁹ Panginoon, dinggin n'yo ako ayon sa inyong
　　pagmamahal;
　　panatilihin n'yo akong buhay ayon sa
　　inyong paghatol.^a
¹⁵⁰ Palapit na nang palapit ang masasamang
　　umuusig sa akin, ang mga taong
　　tumatanggi sa inyong kautusan.
¹⁵¹ Ngunit malapit kayo sa akin, Panginoon; at
　　ang inyong mga utos ay maaasahan.
¹⁵² Sa pag-aaral ko ng inyong mga turo,
　　naunawaan ko noon pa man
　　na ang inyong mga katuruan ay
　　magpapatuloy magpakailanman.

¹⁵³ Masdan n'yo ang dinaranas kong paghihirap
　　at ako'y inyong iligtas,
　　dahil hindi ko kinakalimutan ang inyong
　　kautusan.
¹⁵⁴ Ipagtanggol n'yo ako at iligtas,
　　panatilihin n'yo akong buhay ayon sa
　　inyong pangako.
¹⁵⁵ Hindi maliligtas ang masasama,
　　dahil hindi nila ipinamumuhay ang inyong
　　mga tuntunin.
¹⁵⁶ Napakamaawain n'yo Panginoon;
　　panatilihin n'yo akong buhay ayon sa
　　inyong paghatol.^b
¹⁵⁷ Marami ang umuusig sa akin,
　　ngunit hindi ako lumayo sa inyong mga
　　turo.
¹⁵⁸ Kinasusuklaman ko ang mga hindi tapat sa
　　inyo,
　　dahil hindi nila sinusunod ang inyong
　　salita.
¹⁵⁹ Tingnan n'yo Panginoon kung paano ko
　　sinusunod ang inyong mga tuntunin.
　　Panatilihin n'yo akong buhay ayon sa
　　inyong tapat na pag-ibig.
¹⁶⁰ Totoo ang lahat ng inyong salita,
　　at ang inyong mga utos ay makatuwiran
　　magpakailanman.

¹⁶¹ Inuusig ako ng mga namumuno ng walang
　　dahilan,
　　ngunit salita n'yo lang ang aking
　　kinatatakutan.
¹⁶² Nagagalak ako sa inyong mga pangako na
　　tulad ng isang taong nakatuklas ng
　　malaking kayamanan.
¹⁶³ Namumuhi ako at nasusuklam sa
　　kasinungalingan,
　　ngunit iniibig ko ang inyong kautusan.
¹⁶⁴ Pitong beses^c akong nagpupuri sa inyo bawat
　　araw dahil matuwid ang inyong mga
　　utos.
¹⁶⁵ Magiging payapa't tiwasay ang kalagayan ng
　　mga umiibig sa inyong kautusan,
　　at sila'y hindi mabubuwal.
¹⁶⁶ Panginoon umaasa ako na ako'y inyong
　　ililigtas,
　　at sinusunod ko ang inyong mga utos.

¹⁶⁷ Buong puso kong iniibig ang inyong mga
　　turo,
　　at ito'y sinusunod ko.
¹⁶⁸ Ang lahat kong ginagawa ay inyong
　　nalalaman,
　　kaya sinusunod ko ang inyong mga
　　tuntunin at katuruan.

¹⁶⁹ Panginoon, pakinggan n'yo sana ang aking
　　hinaing.
　　Bigyan n'yo ako ng pang-unawa ayon sa
　　inyong pangako.
¹⁷⁰ Sana'y dinggin n'yo ang aking dalangin,
　　at iligtas ako katulad ng inyong
　　ipinangako.
¹⁷¹ Lagi akong magpupuri sa inyo,
　　dahil tinuturuan n'yo ako ng inyong mga
　　tuntunin.
¹⁷² Ako'y aawit tungkol sa inyong mga salita,
　　dahil matuwid ang lahat n'yong mga utos.
¹⁷³ Palagi sana kayong maging handa na ako'y
　　tulungan,
　　dahil pinili kong sundin ang inyong mga
　　tuntunin.
¹⁷⁴ Panginoon, nananabik ako sa inyong
　　pagliligtas.
　　Ang kautusan n'yo ay nagbibigay sa akin ng
　　kagalakan.
¹⁷⁵ Panatilihin n'yo ang aking buhay upang
　　kayo'y aking mapapurihan,
　　at sana'y tulungan ako ng inyong mga utos
　　na masunod ang inyong kalooban.
¹⁷⁶ Para akong tupang naligaw at nawala,
　　kaya hanapin n'yo ako na inyong lingkod,
　　dahil hindi ko kinakalimutan ang inyong
　　mga utos.

Salmo 120^d

Dalangin para Tulungan ng Dios

¹ Sa aking paghihirap ako'y tumawag sa
　　Panginoon,
　　at ako'y kanyang sinagot.

² Panginoon, iligtas n'yo ako sa mga
　　mandaraya at sinungaling.

³ Kayong mga sinungaling, ano kaya ang
　　ipaparusa ng Dios sa inyo?
⁴ Parurusahan niya kayo sa pamamagitan ng
　　matatalim na pana ng mga kawal at
　　nagliliyab na baga.

⁵ Nakakaawa ako dahil naninirahan akong
　　kasama ng *mga taong kasinsama ng*
　　mga taga-Meshec at mga taga-Kedar.
⁶ Matagal na rin akong naninirahang kasama
　　ng mga walang hilig sa kapayapaan.
⁷ Ang nais ko'y kapayapaan, ngunit kapag ako'y
　　nagsalita *tungkol sa kapayapaan*, ang
　　gusto nila'y digmaan.

_a **149** *paghatol*: o, *utos*.
_b **156** *paghatol*: o, *utos*.
_c **164** *Pitong beses*: o, *Paulit-ulit*, o, *Maingat*.

_d *Salmo 120* Ang unang mga salita sa Hebreo: *Ang awit habang paakyat.*

Salmo 121[a]

Ang Panginoon ang Aking Tagapag-ingat

[1] Tumitingin ako sa mga bundok;
   saan kaya nanggagaling ang aking saklolo?
[2] Ang tulong para sa akin ay nanggagaling sa
      Panginoon,
   na gumawa ng langit at ng lupa.

[3] Hindi niya papayagan na ikaw ay mabuwal.
   Siyang nag-iingat sa iyo ay hindi natutulog.
[4] Pakinggan mo ito!
      Ang nag-iingat sa mga taga-Israel ay hindi
      umiidlip o natutulog.
[5] Ang Panginoon ang nag-iingat sa iyo;
   siya'y kasama mo upang ikaw ay
      patnubayan.
[6] Hindi makakasakit sa iyo ang init ng araw o
   ang liwanag ng buwan kung gabi.[b]
[7] Iingatan ka ng Panginoon sa anumang
      kapahamakan;
   pati ang buhay mo'y kanyang iingatan.
[8] Ang Panginoon ang mag-iingat sa iyo
      nasaan ka man,
   ngayon at magpakailanman.

Salmo 122[c]

Papuri sa Jerusalem

[1] Ako ay nagalak ng sabihin nila sa akin,
   "Pumunta tayo sa templo ng Panginoon."
[2] At ngayo'y narito na kami at nakatayo sa
   pintuan ng Jerusalem.
[3] Ang Jerusalem ay bayan na itinayong
      maganda at matibay.
[4] Dito pumupunta ang mga lahi ng Israel upang
      purihin ang Panginoon ng naaayon
      sa kanyang itinuro sa kanila.
[5] Dito sa Jerusalem ang hukuman ng mga hari
      na mula sa angkan ni David.
[6] Idalangin ninyo na maging mabuti
      ang kalagayan ng Jerusalem sa
      pamamagitan ng pagsasabi,
   "Umunlad sana ang nagmamahal sa bayan
      na ito.
[7] Magkaroon sana ng kapayapaan sa loob ng
      Jerusalem at kaunlaran sa palasyo nito."

[8] Alang-alang sa aking mga kamag-anak at mga
      kaibigan, sasabihin ko sa Jerusalem,
   "Sumainyo ang kapayapaan."
[9] Alang-alang sa templo ng Panginoon na
      ating Dios, mananalangin ako para sa
      kabutihan at kaunlaran ng Jerusalem.

Salmo 123[d]

Dalangin para Kahabagan

[1] Panginoon, dumadalangin ako sa inyo,
   sa inyo na nakaupo sa inyong trono sa langit.
[2] Kung paanong ang alipin ay naghihintay sa
      ibibigay ng kanyang amo,
   naghihintay din kami Panginoon naming
      Dios, na tulungan n'yo at kahabagan.
[3] Maawa kayo sa amin Panginoon, dahil labis
      na ang panghahamak sa amin.
[4] Sobra na ang pangungutya sa amin ng mga
      taong hambog at walang magawa.

Salmo 124[e]

Ang Dios ang Tagapagligtas ng Kanyang mga Mamamayan

[1] "Kung ang Panginoon ay hindi pumanig sa
      atin, *ano kaya ang nangyari?*"
   Sumagot kayo mga taga-Israel!

[2] "Kung ang Panginoon ay hindi pumanig sa
      atin noong sinalakay tayo ng ating
      mga kaaway,
[3] maaaring pinatay na nila tayo, dahil sa
      matinding galit nila sa atin.
[4-5] Maaaring *para* tayong tinangay ng baha at
      nalunod dahil sa malakas na agos ng
      tubig."
[6] Purihin ang Panginoon,
   dahil hindi niya pinayagang lapain tayo ng
      ating mga kaaway,
   na parang mababangis na hayop.
[7] Nakatakas tayo katulad ng ibong nakawala sa
      nasirang bitag.
[8] Ang tulong natin ay nagmula sa Panginoon,
   na gumawa ng langit at ng lupa.

Salmo 125[f]

Ang Kaligtasan ng mga Mamamayan ng Dios

[1] Ang mga nagtitiwala sa Panginoon ay
      tulad ng Bundok ng Zion na hindi
      natitinag,
   sa halip ay nananatili magpakailanman.
[2] Kung paanong ang mga bundok ay
      nakapaligid sa lungsod ng Jerusalem,
   ang Panginoon ay nasa paligid din
      ng kanyang mga mamamayan
      magpakailanman.
[3] Ang masama ay hindi mananatiling
      namamahala sa lupaing para sa mga
      matuwid,
   dahil baka makagawa rin ng masama ang
      mga matuwid.
[4] Panginoon, gawan n'yo ng mabuti ang mga
      taong mabuti na namumuhay nang
      matuwid.

---

a Salmo 121 Ang unang mga salita sa Hebreo: *Ang awit habang paakyat.*
b 6 Noon, alam na ng mga sinaunang tao na nagdudulot ng kapinsalaan ang matinding sikat ng araw, at naniniwalang ang liwanag ng buwan ay may dalang sakit.
c Salmo 122 Ang unang mga salita sa Hebreo: *Ang awit habang paakyat. Kay David ito.*

---

d Salmo 123 Ang unang mga salita sa Hebreo: *Ang awit habang paakyat.*
e Salmo 124 Ang unang mga salita sa Hebreo: *Ang awit habang paakyat. Kay David ito.*
f Salmo 125 Ang unang mga salita sa Hebreo: *Ang awit habang paakyat.*

⁵ Ngunit parusahan n'yo kasama ng
masasama ang inyong mamamayan
na sumusunod sa hindi wastong
pamumuhay.

Mapasaiyo nawa Israel ang kapayapaan.

Salmo 126[a]

Dalangin para Iligtas

¹ Nang muling ibinalik ng PANGINOON sa
Zion ang mga nabihag,[b] parang ito'y
panaginip lang.
² Kami ay nagtawanan at nag-awitan dahil sa
kagalakan.
At sinabi ng mga bansang *hindi kumikilala
sa Panginoon,*
"Gumawa ng dakilang bagay ang
PANGINOON sa kanila."
³ Totoong ginawan tayo ng dakilang bagay ng
PANGINOON,
at punong-puno tayo ng kagalakan.

⁴ PANGINOON, muli n'yo kaming paunlarin,
tulad ng tuyong batis na muling nagkaroon
ng tubig.
⁵ Silang nagtatanim na lumuluha ay mag-
aaning tuwang-tuwa.
⁶ Ang umalis na lumuluha, na may dalang
binhi na itatanim ay babalik na
masaya, na may dala-dalang mga ani.

Salmo 127[c]

Papuri sa Kabutihan ng Dios

¹ Kung wala ang tulong ng PANGINOON sa
pagtayo ng bahay, walang kabuluhan
ang pagtatayo nito.
Kung wala ang pag-iingat ng PANGINOON
sa bayan, walang kabuluhan ang
pagbabantay dito.
² Walang kabuluhan ang paggising nang maaga
at pagtulog nang gabing-gabi na sa
pagtatrabaho upang may makain,
dahil ang PANGINOON ang nagbibigay ng
mga pangangailangan ng kanyang
mga minamahal, kahit sila'y
natutulog.
³ Ang mga anak ay pagpapala at gantimpalang
mula sa PANGINOON.
⁴ Ang anak na isinilang sa panahon ng
kabataan ng kanyang ama ay parang
pana sa kamay ng sundalo.
⁵ Mapalad ang taong may maraming anak,
dahil may tutulong sa kanya kapag
humarap siya sa kanyang mga kaaway
sa hukuman.

Salmo 128[d]

Ang Gantimpala ng Pagsunod sa PANGINOON

¹ Mapalad kayong may takot sa PANGINOON,
na namumuhay ayon sa kanyang
pamamaraan.
² Ang inyong pinaghirapan ay magiging
sapat sa inyong pangangailangan,
at kayo'y magiging maunlad at
maligaya.
³ Ang inyong asawa ay magiging katulad ng
ubasan sa inyong tahanan, na sagana
sa bunga,
at ang inyong mga anak na nakapaligid sa
inyong hapag-kainan ay parang mga
bagong tanim na olibo.
⁴ Ganito pagpapalain ang sinumang may takot
sa PANGINOON.
⁵ Pagpalain sana kayo ng PANGINOON mula sa
kanyang templo.
Makita sana ninyong umuunlad ang
Jerusalem habang kayo'y nabubuhay.
⁶ Makita sana ninyo ang inyong mga apo.

Mapasaiyo nawa Israel ang
kapayapaan!

Salmo 129[e]

Dalangin Laban sa mga Kaaway ng Israel

¹ Mga taga-Israel, sabihin ninyo kung paano
kayo pinahirapan ng inyong mga
kaaway mula nang itatag ang inyong
bansa.
² "Maraming beses nila kaming pinahirapan
mula pa nang itatag ang aming bansa.
Ngunit hindi sila nagtagumpay laban sa
amin.
³ Sinugatan nila ng malalim ang aming likod,
na *parang* lupang inararo.
⁴ Ngunit ang PANGINOON ay matuwid, pinalaya
niya kami sa pagkaalipin mula sa
masasama."
⁵ Magsitakas sana dahil sa kahihiyan ang lahat
ng namumuhi sa Zion.
⁶ Matulad sana sila sa damong tumutubo sa
bubungan ng bahay, na nang tumubo
ay agad ding namatay.
⁷ Walang nagtitipon ng ganitong damo o
nagdadala nito na nakabigkis.
⁸ Sana'y walang sinumang dumadaan na
magsasabi sa kanila,
"Pagpalain nawa kayo ng PANGINOON!
Pinagpapala namin kayo sa pangalan ng
PANGINOON."

---

a Salmo 126 Ang unang mga salita sa Hebreo: *Ang awit
habang paakyat.*
b 1 mga nabihag: o, *kaunlaran at katahimikan.*
c Salmo 127 Ang unang mga salita sa Hebreo: *Ang awit
habang paakyat. Kay Solomon ito.*

d Salmo 128 Ang unang mga salita sa Hebreo: *Ang awit
habang paakyat.*
e Salmo 129 Ang unang mga salita sa Hebreo: *Ang awit
habang paakyat.*

Salmo 130[a]

Pagtitiwala sa PANGINOON sa Oras ng Paghihirap

[1] PANGINOON, sa labis kong paghihirap ako'y
tumatawag sa inyo.
[2] Dinggin n'yo po ang aking pagsusumamo.
[3] Kung inililista n'yo ang aming mga kasalanan,
sino kaya sa amin ang matitira sa inyong
presensya?[b]
[4] Ngunit pinapatawad n'yo kami, upang matuto
kaming gumalang sa inyo.
[5] PANGINOON, ako'y naghihintay sa inyo,
at umaasa sa inyong mga salita.
[6] Naghihintay ako sa inyo higit pa sa
tagabantay na naghihintay na
dumating ang umaga.

[7] Mga taga-Israel, magtiwala kayo sa
PANGINOON,
dahil siya'y mapagmahal at laging handang
magligtas.
[8] Siya ang magliligtas sa inyo sa lahat ng inyong
mga kasalanan.

Salmo 131[c]

Dalanging may Pagtitiwala

[1] PANGINOON, ako'y hindi hambog o
mapagmataas.
Hindi ko hinahangad ang mga bagay na
napakataas na hindi ko makakayanan.
[2] Kontento na ako katulad ng batang inawat
na hindi na naghahangad ng gatas ng
kanyang ina.
[3] Mga taga-Israel, magtiwala kayo
sa PANGINOON ngayon at
magpakailanman.

Salmo 132[d]

Papuri sa Templo ng Dios

[1] PANGINOON, huwag n'yong kalilimutan si
David at ang lahat ng paghihirap na
kanyang tiniis.
[2] Alalahanin n'yo ang pangako niya
sa inyo PANGINOON, kayo na
Makapangyarihang Dios ni Jacob.
Ipinangako niya,
[3] "Hindi ako uuwi o mahihiga man sa aking
higaan
[4] o matulog
[5] hangga't hindi ako nakakakita ng lugar na
matitirhan ng PANGINOON, ang
Makapangyarihang Dios ni Jacob."

[6] Nang kami ay nasa Efrata nabalitaan namin
kung nasaan ang Kaban ng Kasunduan,
at natagpuan namin ito sa kapatagan ng Jaar.
[7] Sinabi namin, "Pumunta tayo sa tirahan ng
PANGINOON, at sumamba tayo sa
kanya sa harap ng kanyang trono."

[8] Sige na po PANGINOON, pumunta na kayo
sa inyong templo kasama ng Kaban
ng Kasunduan na sagisag ng inyong
kapangyarihan.
[9] Sana'y palaging mamuhay ng matuwid ang
inyong mga pari,
at umawit nang may kagalakan ang inyong
mga tapat na mamamayan.
[10] Alang-alang kay David na inyong lingkod,
huwag n'yong itatakwil ang haring inyong
hinirang.
[11] Nangako kayo noon kay David,
at ito'y tiyak na inyong tutuparin at hindi
babawiin.
Sinabi n'yo, "Isa sa iyong angkan ang
papalit sa iyo bilang hari.
[12] At kung ang mga hari na nagmula sa
iyong angkan ay susunod sa aking
kasunduan at mga turo sa kanila,
ang kanilang mga anak ay maghahari rin
magpakailanman."

[13] Hinangad at pinili ng PANGINOON ang Zion
na maging tahanan niya.
Sinabi niya,
[14] "Ito ang aking tirahan magpakailanman;
dito ako maninirahan dahil ito ang nais ko.
[15] Bibigyan ko ang Zion ng lahat niyang
pangangailangan,
at kahit ang mga mamamayan niyang
dukha ay bubusugin ko ng pagkain.
[16] Ililigtas ko ang kanyang mga pari,
at ang kanyang tapat na mamamayan ay
aawit sa kagalakan.

[17] "Paghahariin ko sa Zion, ang haring mula sa
angkan ni David,
at gagawin ko siyang parang ilawang
pumapatnubay sa mga tao.
[18] Hihiyain ko ang kanyang mga kaaway, ngunit
pauunlarin ko ang kaharian niya."

Salmo 133[e]

Pagsasamahang may Pagkakaisa

[1] Napakagandang tingnan ang mga
mamamayan ng Dios na namumuhay
nang may pagkakaisa.
[2] Ito'y parang mamahaling langis na ibinuhos
sa ulo ni Aaron na dumaloy sa
kanyang balbas at kwelyo ng damit.
[3] Katulad din ito ng hamog sa Bundok ng
Hermon na umaabot sa Bundok ng
Zion.
At dito sa Zion ay nangako ang
PANGINOON na magbibigay nang
pagpapala, at ito'y ang buhay na
walang hanggan.

---

a Salmo 130 Ang unang mga salita sa Hebreo: *Ang awit
habang paakyat.*
b 3 matitira sa inyong presensya: o, makakatakas sa
kaparusahan.
c Salmo 131 Ang unang mga salita sa Hebreo: *Ang awit
habang paakyat. Kay David ito.*
d Salmo 132 Ang unang mga salita sa Hebreo: *Ang awit
habang paakyat.*

---

e Salmo 133 Ang unang mga salita sa Hebreo: *Ang awit
habang paakyat. Kay David ito.*

Salmo 134[a]

Paanyaya para Purihin ang Dios

[1] Purihin ang Panginoon,
   lahat kayong mga naglilingkod sa kanyang
   templo kung gabi.

[2] Itaas ninyo ang inyong mga kamay *kapag*
   mananalangin kayo sa loob ng templo,
   at purihin ninyo ang Panginoon.

[3] Pagpalain sana kayo ng Panginoon na nasa
   Zion na siyang lumikha ng langit at
   ng lupa.

Salmo 135

Awit ng Papuri

[1] Purihin ang Panginoon! Purihin ninyo siya,
   kayong mga lingkod niya,

[2] na naglilingkod sa templo ng Panginoon na
   ating Dios.

[3] Purihin ninyo ang Panginoon, dahil siya ay
   mabuti.
   Umawit kayo ng mga papuri sa kanya,
   dahil ito ay kaaya-aya.

[4] *Purihin ninyo siya* dahil pinili niya ang mga
   mamamayan ng Israel na mga lahi
   ni Jacob, na maging espesyal niyang
   mamamayan.

[5] Alam kong ang Panginoon ay higit na dakila
   kaysa sa alinmang dios-diosan.

[6] Ginagawa ng Panginoon ang anumang nais
   niya sa langit, sa lupa, sa dagat at sa
   kailaliman nito.

[7] Dinadala niya paitaas ang mga ulap mula sa
   malayong dako ng mundo,
   at pinadala ang kidlat na may kasamang
   ulan.
   Inilabas din niya ang hangin mula sa
   kinalalagyan nito.

[8] Pinatay niya ang mga anak na panganay
   ng mga Egipcio at pati na ang mga
   panganay ng kanilang mga hayop.

[9] Gumawa rin siya dito ng mga himala at
   mga kahanga-hangang bagay upang
   parusahan ang Faraon at ang lahat
   niyang mga lingkod.

[10] Winasak niya ang maraming bansa,
   at pinatay ang kanilang makapangyarihang
   mga hari,

[11] katulad nina Sihon na hari ng Amoreo,
   Haring Og ng Bashan,
   at ang lahat ng hari ng Canaan.

[12] At kinuha niya ang kanilang mga lupain at
   ibinigay sa mga mamamayan niyang
   Israelita upang maging kanilang
   pag-aari.

[13] Panginoon, ang inyong pangalan at
   katanyagan ay hindi malilimutan sa
   lahat ng salinlahi.

[14] Dahil patutunayan n'yo, Panginoon, na ang
   inyong lingkod ay walang kasalanan,

---

a Salmo 134 Ang unang mga salita sa Hebreo: *Ang awit*
habang paakyat.

---

at sila'y inyong kahahabagan.

[15] Ang mga dios ng ibang mga bansa ay mga
   yari sa pilak at ginto na gawa ng tao.

[16] May mga bibig, ngunit hindi nakakapagsalita;
   may mga mata, ngunit hindi nakakakita.

[17] May mga tainga, ngunit hindi nakakarinig,
   at sila'y walang hininga.

[18] Ang mga gumawa ng dios-diosan at ang lahat
   ng nagtitiwala rito ay matutulad sa
   mga ito *na walang kabuluhan.*

[19-20] Kayong mga mamamayan ng Israel, pati
   kayong mga angkan ni Aaron at ang
   iba pang mga angkan ni Levi, purihin
   ninyo ang Panginoon!
   Kayong mga may takot sa Panginoon,
   purihin ninyo siya!

[21] Purihin ninyo ang Panginoon na nasa Zion,
   ang *bayan ng* Jerusalem na kanyang
   tahanan.

Purihin ang Panginoon!

Salmo 136

Awit ng Pasasalamat

[1] Magpasalamat kayo sa Panginoon, dahil
   siya'y mabuti.
   Ang pag-ibig niya'y walang hanggan.

[2] Magpasalamat kayo sa *kanya na* Dios ng mga
   dios.
   Ang pag-ibig niya'y walang hanggan.

[3] Magpasalamat kayo sa Panginoon ng mga
   panginoon.
   Ang pag-ibig niya'y walang hanggan.

[4] Siya lang ang gumagawa ng kahanga-hangang
   mga himala.
   Ang pag-ibig niya'y walang hanggan.

[5] Sa pamamagitan ng kanyang karunungan,
   ginawa niya ang kalangitan.
   Ang pag-ibig niya'y walang hanggan.

[6] Inilatag niya ang lupa sa ibabaw ng tubig.
   Ang pag-ibig niya'y walang hanggan.

[7] Ginawa niya ang araw at ang buwan.
   Ang pag-ibig niya'y walang hanggan.

[8] *Ginawa niya* ang araw upang magbigay
   liwanag kung araw.
   Ang pag-ibig niya'y walang hanggan.

[9] *Ginawa niya* ang buwan at mga bituin upang
   magbigay liwanag kung gabi.
   Ang pag-ibig niya'y walang hanggan.

[10] Pinatay niya ang mga panganay na anak ng
   mga Egipcio.
   Ang pag-ibig niya'y walang hanggan.

[11] Inilabas niya ang mga taga-Israel sa Egipto.
   Ang pag-ibig niya'y walang hanggan.

[12] Inilabas niya sila sa pamamagitan ng kanyang
   kapangyarihan.
   Ang pag-ibig niya'y walang hanggan.

[13] Hinawi niya ang Dagat na Pula.
   Ang pag-ibig niya'y walang hanggan.

[14] At pinatawid niya sa gitna nito ang mga
   taga-Israel.
   Ang pag-ibig niya'y walang hanggan.

¹⁵ Ngunit nilunod niya roon ang Faraon at ang
      kanyang mga kawal.
   Ang pag-ibig niya'y walang hanggan.
¹⁶ Pinatnubayan niya ang kanyang mga
      mamamayan sa ilang.
   Ang pag-ibig niya'y walang hanggan.
¹⁷ Nilipol niya ang makapangyarihang mga hari.
   Ang pag-ibig niya'y walang hanggan.
¹⁸ Pinatay niya ang mga dakilang hari.
   Ang pag-ibig niya'y walang hanggan.
¹⁹ Pinatay niya si Sihon na hari ng Amoreo.
   Ang pag-ibig niya'y walang hanggan.
²⁰ *Pinatay din niya* si Haring Og ng Bashan.
   Ang pag-ibig niya'y walang hanggan.
²¹ Ibinigay niya ang kanilang lupain *sa kanyang
      mga mamamayan* bilang pamana.
   Ang pag-ibig niya'y walang hanggan.
²² At ang lupaing ito'y naging pag-aari ng mga
      mamamayan ng Israel na kanyang
      mga lingkod.
   Ang pag-ibig niya'y walang hanggan.
²³ Sa ating abang kalagayan, hindi niya tayo
      kinalimutan.
   Ang pag-ibig niya'y walang hanggan.
²⁴ Iniligtas niya tayo sa ating mga kaaway.
   Ang pag-ibig niya'y walang hanggan.
²⁵ Binigyan niya ng pagkain ang lahat niyang
      nilalang.
   Ang pag-ibig niya'y walang hanggan.
²⁶ Magpasalamat tayo sa Dios na nasa langit.
   Ang pag-ibig niya'y walang hanggan.

Salmo 137

Ang Panaghoy ng mga Taga-Israel nang Sila'y Nabihag

¹ Nang maalala namin ang Zion, umupo kami
      sa pampang ng mga ilog ng Babilonia
      at umiyak.
² Isinabit na lang namin ang aming mga alpa sa
      mga sanga ng kahoy.
³ Pinaaawit kami ng mga bumihag sa amin.
   Inuutusan nila kaming sila ay aliwin.
      Ang sabi nila,
      "Awitan ninyo kami ng mga awit tungkol sa
      Zion!"
⁴ Ngunit paano kami makakaawit ng awit
      ng PANGINOON sa lupain ng mga
      bumihag sa amin?
⁵ Sana'y hindi na gumalaw ang kanan kong
      kamay kung kalilimutan ko ang
      Jerusalem!
⁶ Sana'y maging pipi ako kung hindi ko
      aalalahanin at ituturing na malaking
      kasiyahan ang Jerusalem!
⁷ PANGINOON, alalahanin n'yo ang ginawa
      ng mga taga-Edom nang lupigin ng
      Babilonia ang Jerusalem.
   Sinabi nila,
      "Sirain ninyo ito at wasakin nang lubos!"
⁸ Kayong mga taga-Babilonia, kayo'y
      wawasakin!

Mapalad ang mga taong lilipol sa inyo gaya
      ng ginawa ninyong paglipol sa amin.
⁹ Mapalad silang kukuha ng inyong mga
      sanggol,
   at ihahampas sa mga bato.

Salmo 138

Pasasalamat sa Dios

¹ PANGINOON, magpapasalamat ako sa inyo
      nang buong puso.
   Aawit ako ng mga papuri sa inyo sa harap
      ng mga dios.ᵃ
² Luluhod ako na nakaharap sa inyong templo
      at magpupuri sa inyo dahil sa inyong
      pag-ibig at katapatan.
   Dahil ipinakita n'yo na kayo at ang inyong
      mga salita ay dakila sa lahat.
³ Nang tumawag ako sa inyo sinagot n'yo ako.
   Pinalakas n'yo ako sa pamamagitan ng
      inyong kapangyarihan.
⁴ Magpupuri sa inyo, PANGINOON, ang lahat ng
      hari sa buong mundo,
   dahil maririnig nila ang inyong mga salita.
⁵ Sila'y aawit tungkol sa inyong ginawa,
   dahil dakila ang inyong kapangyarihan.
⁶ PANGINOON, kahit kayo'y dakila sa lahat,
      nagmamalasakit kayo sa mga aba ang
      kalagayan.
   At kahit nasa malayo ka ay nakikilala mo
      ang lahat ng mga hambog.
⁷ Kahit na sa buhay na ito'y may mga kaguluhan,
      ang buhay ko'y inyong iniingatan.
   Pinarurusahan n'yo ang aking mga kaaway.
   Inililigtas n'yo ako sa pamamagitan ng
      inyong kapangyarihan.
⁸ Tutuparin n'yo PANGINOON ang inyong mga
      pangako sa akin.
   Ang pag-ibig n'yo ay walang hanggan.
   Huwag n'yong pabayaan ang gawa ng
      inyong kamay.

Salmo 139ᵇ

Ang Karunungan at Kalinga ng Dios

¹ PANGINOON, siniyasat n'yo ako at
      kilalang-kilala.
² Nalalaman n'yo kung ako ay nakaupo o
      nakatayo.
   Kahit na kayo ay nasa malayo, nalalaman
      n'yo ang lahat ng aking iniisip.
³ Nakikita n'yo ako habang ako'y nagpapahinga
      o nagtatrabaho.
   Ang lahat ng ginagawa ko ay nalalaman
      ninyo.
⁴ PANGINOON, hindi pa man ako nagsasalita ay
      alam n'yo na ang aking sasabihin.
⁵ Lagi ko kayong kasama,
      at kinakalinga n'yo ako sa pamamagitan ng
      inyong kapangyarihan.

---

a 1 *mga dios:* Tingnan ang footnote sa 82:1.
b Salmo 139 Ang unang mga salita sa Hebreo: *Ang awit
na isinulat ni David para sa direktor ng mga mang-aawit.*

⁶ Ang pagkakilala n'yo sa akin ay tunay na
  kahanga-hanga;
  hindi ko kayang unawain.
⁷ Paano ba ako makakaiwas sa inyong
  Espiritu?ᵃ Saan ba ako makakapunta
  na wala kayo?
⁸ Kung pupunta ako sa langit, nandoon kayo;
  kung pupunta ako sa lugar ng mga patay,
  nandoon din kayo.
⁹ At kung pumunta man ako sa silangan o
  tumira sa pinakamalayong lugar sa
  kanluran,
¹⁰ kayo ay naroon din upang ako'y inyong
  patnubayan at tulungan.

¹¹ Maaaring mapakiusapan ko ang dilim na
  itago ako, o ang liwanag sa paligid ko
  na maging gabi;
¹² kaya lang, kahit ang kadiliman ay hindi
  madilim sa inyo, Panginoon,
  at ang gabi ay parang araw.
  Dahil para sa inyo, pareho lang ang dilim
  at ang liwanag.

¹³ *Kilala n'yo ako,* dahil kayo ang lumikha sa akin.
  Kayo ang humugis sa akin sa sinapupunan
  ng aking ina.
¹⁴ Pinupuri ko kayo dahil kahanga-hanga ang
  pagkakalikha n'yo sa akin.
  Nalalaman ko na ang inyong mga gawa ay
  tunay na kahanga-hanga.
¹⁵ Nakita n'yo ang aking mga buto nang
  ako'y lihim na hugisin sa loob ng
  sinapupunan ng aking ina.
¹⁶ Nakita n'yo na ako, hindi pa man ako
  isinisilang.
  Ang itinakdang mga araw na ako'y
  mabubuhay ay nakasulat na sa aklat
  n'yo bago pa man mangyari.
¹⁷ O Dios, hindi ko lubos maintindihan ang mga
  iniisip n'yo;
  ito'y tunay na napakarami.
¹⁸ Kung bibilangin ko ito, mas marami pa kaysa
  sa buhangin.
  Sa aking paggising, ako'y nasa inyo pa rin.

¹⁹ O Dios, patayin n'yo sana ang masasama!
  Lumayo sana sa akin ang mga
  mamamatay-tao!
²⁰ Nagsasalita sila ng masama laban sa inyo.
  Binabanggit nila ang inyong pangalan sa
  walang kabuluhan.
²¹ Panginoon, kinamumuhian ko ang mga
  namumuhi sa inyo.
  Kinasusuklaman ko ang mga kumakalaban
  sa inyo.
²² Labis ko silang kinamumuhian;
  ibinibilang ko silang mga kaaway.

²³ O Dios, siyasatin n'yo ako, upang malaman
  n'yo ang nasa puso ko.
  Subukin n'yo ako, at alamin ang aking mga
  iniisip.
²⁴ Tingnan n'yo kung ako ay may masamang
  pag-uugali,

at patnubayan n'yo ako sa daang dapat
  kong tahakin magpakailanman.

Salmo 140ᵇ

Panalangin para Ingatan ng Dios
¹ Panginoon, iligtas n'yo ako sa mga taong
  masama at malupit.
² Nagpaplano sila ng masama at palaging
  pinag-aaway ang mga tao.
³ Ang kanilang mga dila ay parang mga
  makamandag na ahas;
  at ang kanilang mga salita ay *makakalason
  na* parang kamandag ng ahas.
⁴ Panginoon, ingatan n'yo ako sa masasama
  at malulupit na mga taong
  nagpaplanong ako'y ipahamak.
⁵ Ang mga hambog ay naglagay ng mga bitag
  para sa akin;
  naglagay sila ng lambat sa aking
  dinadaanan upang ako ay hulihin.

⁶ Panginoon, kayo ang aking Dios.
  Dinggin n'yo Panginoon ang pagsamo ko
  sa inyo.
⁷ Panginoong Dios, kayo ang aking
  makapangyarihang Tagapagligtas;
  iniingatan n'yo ako sa panahon ng digmaan.
⁸ Panginoon, huwag n'yong ipagkaloob
  sa masama ang kanilang mga
  hinahangad.
  Huwag n'yong payagang sila'y
  magtagumpay sa kanilang mga plano,
  baka sila'y magmalaki.
⁹ Sana ang masasamang plano ng *aking mga
  kaaway na* nakapaligid sa akin ay
  mangyari sa kanila.
¹⁰ Bagsakan sana sila ng mga nagniningas na
  baga,
  at ihulog sana sila sa hukay nang hindi na
  sila makabangon pa.
¹¹ Madali sanang mawala sa lupa ang mga
  taong nagpaparatang ng mali laban sa
  kanilang kapwa.
  Dumating sana ang salot sa mga taong
  malupit upang lipulin sila.

¹² Panginoon, alam kong iniingatan n'yo ang
  karapatan ng mga dukha,
  at binibigyan n'yo ng katarungan ang mga
  nangangailangan.
¹³ Tiyak na pupurihin kayo ng mga matuwid at
  sa piling n'yo sila'y mananahan.

Salmo 141ᶜ

Panalangin para Ilayo sa Kasamaan
¹ Panginoon, tumatawag ako sa inyo; agad
  n'yo akong tulungan.
  Dinggin n'yo ang panawagan ko sa inyo.

ᵃ 7 *Espiritu:* o, *kapangyarihan.*

ᵇ Salmo 140 Ang unang mga salita sa Hebreo: *Ang awit
na isinulat ni David para sa direktor ng mga mang-aawit.*

ᶜ Salmo 141 Ang unang mga salita sa Hebreo: *Ang awit
na isinulat ni David.*

² Tanggapin n'yo sana ang dalangin ko bilang
    insenso,
  ang pagtataas ko ng aking mga kamay
    bilang handog panggabi.*ᵃ*
³ Panginoon, tulungan n'yo akong huwag
    makapagsalita ng masama.
⁴ Ilayo n'yo ako sa gawaing masama at sa mga
    taong gumagawa nito.
  Ilayo n'yo rin ako sa kanilang mga handaan
    upang huwag makisalo.
⁵ Tatanggapin ko ang parusa at pagsaway ng
    taong matuwid,
  dahil ginagawa nila ito na may pag-ibig at
    pagmamalasakit sa akin.
  Ito'y parang langis sa aking ulo.
  Pero sa masasamang tao ang lagi kong
    panalangin ay laban sa kanilang
    masasamang gawain.
⁶ Kapag itinapon na ang kanilang mga pinuno
    sa mabatong bangin,
  maniniwala silang totoo ang mga sinasabi ko.
⁷ *Sasabihin nila,* "Kakalat sa libingan ang mga
    buto natin katulad ng mga bato na
    naglalabasan at kumakalat kapag
    inaararo ang lupa."

⁸ Panginoong Dios, ako'y lumalapit sa inyo.
  Hinihiling ko sa inyo na ingatan n'yo ako,
    huwag n'yong hahayaang ako'y mamatay.
⁹ Ilayo n'yo ako mula sa mga bitag na inilaan sa
    akin ng masasamang tao.
¹⁰ Sila sana ang mahulog sa sarili nilang bitag,
    habang ako naman ay makakaiwas
    doon.

Salmo 142ᵇ

Panalangin para Iligtas ng Dios
¹ Tumawag ako nang malakas sa inyo,
    Panginoon.
  Nananalangin ako na kaawaan n'yo ako.
² Sinasabi ko sa inyo ang aking mga hinaing at
    mga suliranin.
³ Kapag ako'y nawawalan na ng pag-asa, kayo
    ay nariyan na nagbabantay kung ano
    ang nangyayari sa akin.
  Ang aking mga kaaway ay naglagay ng
    bitag sa aking dinadaanan.
⁴ Tingnan n'yo ang aking paligid, walang
    sinumang tumutulong sa akin.
  Walang sinumang nangangalaga at
    nagmamalasakit sa akin.
⁵ Kaya tumawag ako sa inyo, Panginoon.
  Sinabi ko, "Kayo ang aking kanlungan,
    kayo lang ang kailangan ko rito sa mundo."
⁶ Pakinggan n'yo ang paghingi ko ng tulong,
    dahil wala na akong magawa.
  Iligtas n'yo ako sa mga umuusig sa akin,
    dahil sila'y mas malakas sa akin.

⁷ Palayain n'yo ako sa bilangguan ito,
    upang ako'y makapagpuri sa inyo.
  At ang mga matuwid ay magtitipon sa
    paligid ko,
  dahil sa kabutihan n'yo sa akin,
    Panginoon.

Salmo 143ᶜ

Panalangin sa Oras ng Kahirapan
¹ Panginoon, dinggin n'yo ang aking
    panalangin.
  Dinggin n'yo ang aking pagsusumamo.
  Tulungan n'yo ako dahil kayo ay matuwid
    at tapat.
² Huwag n'yong hatulan ang inyong lingkod,
    dahil walang sinumang matuwid sa inyong
    harapan.
³ Tinugis ako ng aking mga kaaway.
  Tinalo ako at inilagay sa madilim *na*
    bilangguan;
  tulad ako ng isang taong matagal nang
    patay.
⁴ Kaya nawalan na ako ng pag-asa,
    at punong-puno ng takot ang puso ko.
⁵ Naalala ko ang inyong mga ginawa noong
    una;
  pinagbulay-bulayan ko ang lahat ng inyong
    ginawa.
⁶ Itinaas ko ang aking mga kamay sa inyo *at*
    nanalangin,
  kinauuhawan ko kayo tulad ng tuyong lupa
    na uhaw sa tubig.
⁷ Panginoon, agad n'yo akong sagutin.
  Nawawalan na ako ng pag-asa.
  Huwag n'yo akong layuan, baka ako'y
    mamatay.
⁸ Bawat umaga, ipaalala n'yo sa akin ang
    inyong pag-ibig,
  dahil sa inyo ako nagtitiwala.
  Ipakita n'yo sa akin ang tamang daan na
    dapat kong daanan,
  dahil sa inyo ako nananalangin.
⁹ Panginoon, iligtas n'yo ako sa aking mga
    kaaway,
  dahil sa inyo ako humihingi ng kalinga.
¹⁰ Turuan n'yo akong sundin ang inyong
    kalooban,
  dahil kayo ang aking Dios.
  Patnubayan sana ako ng inyong butihing
    Espiritu sa landas na walang
    kapahamakan.
¹¹ Iligtas n'yo ako, Panginoon, upang kayo ay
    maparangalan.
  Dahil kayo ay matuwid, iligtas n'yo ako sa
    kaguluhan.
¹² Alang-alang sa pag-ibig n'yo sa akin na
    inyong lingkod,
  lipulin n'yo ang aking mga kaaway.

---

a 2 handog panggabi: Ginawa ito kapag lumubog na
ang araw.
b Salmo 142 Ang unang mga salita sa Hebreo: *Ang*
"maskil" na isinulat ni David noong siya'y nasa kweba.
Ito'y isang panalangin.

c Salmo 143 Ang unang mga salita sa Hebreo: *Ang awit*
na isinulat ni David.

Salmo 144[a]

Pasasalamat ng Hari sa Dios Dahil sa Tagumpay

¹ Purihin ang PANGINOON na aking batong *kanlungan*.
Siya na nagsasanay sa akin sa pakikipaglaban.
² Siya ang aking Dios na mapagmahal at matibay na kanlungan.
Siya ang kumakanlong sa akin kaya sa kanya ako humihingi ng kalinga.
Ipinasakop niya sa akin ang mga bansa.
³ PANGINOON, ano ba ang tao para pagmalasakitan n'yo?
Tao lang naman siya, bakit n'yo siya iniisip?
⁴ Ang tulad niya'y simoy ng hanging dumadaan,
at ang kanyang mga araw ay parang anino na mabilis mawala.
⁵ PANGINOON, buksan n'yo ang langit at bumaba kayo.
Hipuin n'yo ang mga bundok upang magsiusok.
⁶ Gamitin n'yong *parang* pana ang mga kidlat, upang magsitakas at mangalat ang aking mga kaaway.
⁷ Mula sa langit, abutin n'yo ako at iligtas sa kapangyarihan ng aking mga kaaway na mula sa ibang bansa, na *parang* malakas na agos ng tubig.
⁸ Sila'y mga sinungaling, sumusumpa silang magsasabi ng katotohanan, ngunit sila'y nagsisinungaling.
⁹ O Dios, aawitan kita ng bagong awit na sinasabayan ng alpa.
¹⁰ Kayo ang nagbigay ng tagumpay sa mga hari at nagligtas sa inyong lingkod na si David mula sa kamatayan.
¹¹ Iligtas n'yo ako sa kapangyarihan ng mga dayuhang kaaway, na hindi nagsasabi ng totoo. Sila'y sumusumpang magsasabi ng katotohanan ngunit sila'y nagsisinungaling.
¹² Sana habang bata pa ang aming mga anak na lalaki ay maging katulad sila ng tanim na tumutubong matibay,
at sana ang aming mga anak na babae ay maging tulad ng naggagandahang haligi ng palasyo.
¹³ Sana'y mapuno ng lahat ng uri ng ani ang aming mga bodega.
Dumami sana ng libu-libo ang aming mga tupa sa pastulan,
¹⁴ at dumami rin sana ang maikargang produkto ng aming mga baka.
Hindi na sana kami salakayin at bihagin ng mga kaaway.
Wala na rin sanang iyakan sa aming mga lansangan dahil sa kalungkutan.

¹⁵ Mapalad ang mga taong ganito ang kalagayan.
Mapalad ang mga taong ang Dios ang kanilang PANGINOON.

Salmo 145[b]

Awit ng Pagpupuri

¹ Ako ay magpupuri sa inyo, aking Dios at Hari.
Pupurihin ko kayo magpakailanman.
² Pupurihin ko kayo araw-araw, at ito'y gagawin ko magpakailanman.
³ PANGINOON, kayo'y makapangyarihan at karapat-dapat na purihin.
Ang inyong kadakilaan ay hindi kayang unawain.
⁴ Ang bawat salinlahi ay magsasabi sa susunod na salinlahi ng tungkol sa inyong makapangyarihang gawa.
⁵ Pagbubulay-bulayan ko ang inyong kadakilaan at kapangyarihan, at ang inyong kahanga-hangang mga gawa.
⁶ Ipamamalita ng mga tao ang inyong kapangyarihan at kahanga-hangang mga gawa,
at ipamamalita ko rin ang inyong kadakilaan.
⁷ Ipamamalita nila ang katanyagan ng inyong kabutihan,
at aawit sila nang may kagalakan tungkol sa inyong katuwiran.
⁸ PANGINOON, kayo'y mahabagin at matulungin;
hindi madaling magalit at sagana sa pagmamahal.
⁹ PANGINOON, mabuti kayo sa lahat; nagmamalasakit kayo sa lahat ng inyong nilikha.
¹⁰ Pasasalamatan kayo, PANGINOON, ng lahat ng inyong nilikha;
pupurihin kayo ng inyong mga tapat na mamamayan.
¹¹ Ipamamalita nila ang inyong kapangyarihan at ang kadakilaan ng inyong paghahari,
¹² upang malaman ng lahat ang inyong dakilang mga gawa at ang kadakilaan ng inyong paghahari.
¹³ Ang inyong paghahari ay magpakailanman.

PANGINOON, tapat kayo sa inyong mga pangako,
at mapagmahal kayo sa lahat ng inyong nilikha.
¹⁴ Tinutulungan n'yo ang mga dumaranas ng kahirapan,
at pinalalakas ang mga nanghihina.
¹⁵ Ang lahat ng nilalang na may buhay ay umaasa sa inyo,
at binibigyan n'yo sila ng pagkain sa panahong kailangan nila.

---

a Salmo 144 Ang unang mga salita sa Hebreo: *Ang Salmo ni David.*

b Salmo 145 Ang unang mga salita sa Hebreo: *Ang awit ng papuri na isinulat ni David.*

¹⁶ Sapat ang inyong ibinibigay at sila'y lubos na
nasisiyahan.

¹⁷ PANGINOON, matuwid kayo sa lahat ng inyong
pamamaraan,
at matapat sa lahat ng inyong ginagawa.

¹⁸ Kayo'y malapit sa lahat ng tapat na tumatawag
sa inyo.

¹⁹ Ibinibigay n'yo ang nais ng mga taong may
takot sa inyo;
pinapakinggan n'yo ang kanilang mga
daing at inililigtas n'yo sila.

²⁰ Binabantayan n'yo ang mga umiibig sa inyo,
ngunit ang masasama ay lilipulin ninyo.

²¹ Pupurihin ko kayo, PANGINOON!
Ang lahat ng nilikha ay magpupuri sa inyo
magpakailanman.

Salmo 146

Papuri sa Dios na Tagapagligtas

¹ Purihin ang PANGINOON!
Karapat-dapat na purihin ang PANGINOON.

² Buong buhay akong magpupuri sa
PANGINOON.
Aawitan ko ang aking Dios ng mga papuri
habang ako'y nabubuhay.

³ Huwag kayong magtiwala sa mga
makapangyarihang tao o kaninuman,
dahil sila'y hindi makapagliligtas.

⁴ Kapag sila'y namatay, babalik sila sa lupa,
at ang kanilang mga binabalak ay
mawawalang lahat.

⁵ Mapalad ang tao na ang tulong ay
nagmumula sa Dios ni Jacob,
na ang kanyang pag-asa ay sa PANGINOON
na kanyang Dios,

⁶ na siyang gumawa ng langit at lupa, ng dagat
at ang lahat ng narito.
Mananatiling tapat ang Panginoon
magpakailanman.

⁷ Binibigyan niya ng katarungan ang mga
inaapi,
at binibigyan ng pagkain ang mga
nagugutom.
Pinalalaya ng PANGINOON ang mga
bilanggo.

⁸ Pinagagaling niya ang mga bulag para
makakita,
pinalalakas ang mga nanghihina,
at ang mga matuwid ay minamahal niya.

⁹ Iniingatan niya ang mga dayuhan,
tinutulungan ang mga ulila at mga biyuda,
ngunit hinahadlangan niya ang mga
kagustuhan ng masasama.

¹⁰ Mga taga-Zion, ang PANGINOON na inyong
Dios ay maghahari magpakailanman.

Purihin ang PANGINOON!

Salmo 147

Papuri sa Dios na Makapangyarihan

¹ Purihin ang PANGINOON!
Napakabuting umawit ng pagpupuri sa
ating Dios.
Napakabuti at nararapat lang na siya ay
purihin.

² Itinatayong muli ng PANGINOON ang
Jerusalem,
at muli niyang tinitipon ang mga nabihag
na Israelita.

³ Pinagagaling niya ang mga pusong nabigo,
at ginagamot ang kanilang mga sugat.

⁴ Ang bilang ng mga bituin ay kanyang
nalalaman
at ang bawat isa ay binigyan niya ng
pangalan.

⁵ Makapangyarihan ang ating Panginoon.
Ang kanyang karunungan ay walang
hangganan.

⁶ Tinutulungan ng PANGINOON ang mga inaapi,
ngunit nililipol niya nang lubos ang
masasama.

⁷ Umawit kayo ng pasasalamat sa PANGINOON.
Tumugtog kayo ng alpa para sa ating Dios.

⁸ Pinupuno niya ng mga ulap ang kalawakan,
at pinauulanan niya ang mundo,
at pinatutubo ang mga damo sa
kabundukan.

⁹ Binibigyan niya ng pagkain ang mga hayop
at ang mga inakay na uwak kapag
dumadaing ang mga ito.

¹⁰ Hindi siya nalulugod sa lakas ng mga kabayo
o sa kagitingan ng mga kawal.

¹¹ Ang PANGINOON ay nalulugod sa mga may
takot sa kanya
at nagtitiwala sa kanyang pag-ibig.

¹² Purihin ninyo ang PANGINOON na inyong
Dios, kayong mga naninirahan sa
Zion, ang *bayan ng* Jerusalem!

¹³ Dahil pinatitibay niya ang pintuan ng inyong
bayan,
at kayo'y kanyang pinagpapala.

¹⁴ Binibigyan niya ng kapayapaan ang inyong
lugar,
at binubusog niya kayo ng pinakamabuting
trigo.

¹⁵ Inuutusan niya ang mundo,
at agad naman itong sumusunod.

¹⁶ Inilalatag niya sa lupa ang nyebe na parang
mga puting kumot,
at ikinakalat na parang abo.

¹⁷ Nagpapadala siya ng ulan na yelo na parang
maliliit na bato.
Kahit sino ay walang makatagal sa lamig
nito.

¹⁸ Sa kanyang utos, ang yelo ay natutunaw.
Pinaiihip niya ang hangin, at ang yelo ay
nagiging tubig na umaagos.

¹⁹ Ipinahayag niya ang kanyang mga salita, mga
tuntunin at mga utos sa mga taga-
Israel na lahi ni Jacob.

²⁰ Hindi niya ito ginawa sa ibang mga bansa;
hindi nila alam ang kanyang mga utos.

Purihin ang PANGINOON!

Salmo 148

Panawagan sa Lahat para Purihin ang PANGINOON

¹ Purihin ang PANGINOON!
    Purihin ninyo ang PANGINOON, kayong
        mga nasa langit.
² Purihin ninyo siya, kayong lahat ng kanyang
        anghel na hukbo niya sa langit.
³ Purihin ninyo siya, araw, buwan at mga
        bituin.
⁴ Purihin ninyo siya, pinakamataas na langit at
        tubig sa kalawakan.
⁵ Lahat ng nilalang ay magpuri sa PANGINOON!
    Sa kanyang utos silang lahat ay nalikha.
⁶ Inilagay niya sila sa kanilang kinalalagyan,
    at mananatili roon magpakailanman, ayon
        sa kanyang utos sa kanila.

⁷ Purihin ang PANGINOON, kayong nasa
        mundo, malalaking hayop sa
        karagatan, at lahat ng nasa kailaliman
        ng dagat,
⁸ mga kidlat at ulan na yelo, niyebe, mga ulap,
        at malalakas na hangin na sumusunod
        sa kanyang utos,
⁹ mga bundok, mga burol, mga punongkahoy
        na namumunga o hindiᵃ,
¹⁰ lahat ng mga hayop, maamo o mailap, mga
        hayop na gumagapang at lumilipad.
¹¹ *Purihin ninyo ang PANGINOON,* kayong mga
        hari, mga pinuno, mga tagapamahala,
        at lahat ng tao sa mundo,
¹² mga kabataan, matatanda at mga bata.
¹³ Lahat ay magpuri sa PANGINOON, dahil siya'y
        dakila sa lahat,
    at ang kanyang kapangyarihan ay higit pa
        sa lahat ng nasa langit at lupa.
¹⁴ Pinalalakas niya at pinararangalan
        ang kanyang mga tapat na
        mamamayan, ang Israel na kanyang
        pinakamamahal.

    Purihin ang PANGINOON!

Salmo 149

Awit ng Pagpupuri

¹ Purihin ang PANGINOON!
    Umawit kayo ng bagong awit sa
        PANGINOON.
    Purihin n'yo siya sa pagtitipon ng kanyang
        tapat na mga mamamayan.
² Magalak ang mga taga-Israel sa kanilang
        Manlilikha.

Magalak ang mga taga-Zion sa kanilang
        Hari.
³ Magpuri sila sa kanya sa pamamagitan ng
        pagsasayaw;
    at tumugtog sila ng tamburin at alpa sa
        pagpupuri sa kanya.
⁴ Dahil ang PANGINOON ay nalulugod sa
        kanyang mga mamamayan;
    pinararangalan niya ang mga
        mapagpakumbaba sa pamamagitan
        ng pagbibigay sa kanila ng tagumpay.

⁵ Magalak ang mga tapat *sa Dios* dahil sa
        kanilang tagumpay;
    umawit sila sa tuwa kahit sa kanilang mga
        higaan.
⁶ Sumigaw sila ng pagpupuri sa Dios habang
        hawak ang matalim na espada,
⁷ para maghiganti at magparusa sa
        mamamayan ng mga bansa,
⁸ para ikadena ang kanilang mga hari at mga
        pinuno,
⁹ at parusahan sila ayon sa utos ng Dios.
    Ito'y para sa kapurihan ng mga tapat na
        mamamayan ng Dios.

    Purihin ang PANGINOON!

Salmo 150

Purihin ang PANGINOON

¹ Purihin ang PANGINOON!
    Purihin ninyo ang Dios sa kanyang templo.
    Purihin n'yo siya sa langit, ang kanyang
        matibay na tirahan.
² Purihin n'yo siya dahil sa kanyang dakilang
        mga ginagawa.
    Purihin n'yo siya dahil sa kanyang
        kapangyarihang walang kapantay.
³ Purihin n'yo siya sa pamamagitan ng
        pagpapatunog ng mga trumpeta!
    Purihin n'yo siya sa pamamagitan ng mga
        alpa at lira!
⁴ Purihin n'yo siya sa pamamagitan ng mga
        tamburin at mga sayaw.
    Purihin n'yo siya sa pamamagitan ng mga
        instrumentong may kwerdas at mga
        plauta.
⁵ Purihin n'yo siya sa pamamagitan ng mga
        matutunog na mga pompyang.
⁶ Ang lahat ng may buhay ay magpuri sa
        PANGINOON.

    Purihin ninyo ang PANGINOON!

ᵃ 9 *hindi:* sa Hebreo, *mga puno ng sedro.*

MGA KAWIKAAN

Ang Kahalagahan ng Kawikaan

1 Ito ang mga kawikaan ni Solomon na anak ni David, hari ng Israel.

[2] Sa pamamagitan ng mga kawikaang ito, magkakaroon ka ng karunungan, maitutuwid mo ang iyong ugali at mauunawaan mo ang mga aral na magbibigay sa iyo ng karunungan. [3] Sa pamamagitan din nito'y magiging disiplinado ka, dahil itinuturo nito ang matuwid na paraan ng pamumuhay, mabuting pag-uugali, paggawa ng tama, at pagiging makatarungan. [4] Makapagbibigay ito ng karunungan sa mga walang kaalaman at sa kabataa'y magtuturo ng tamang pagpapasya. [5] Sa pakikinig nito, ang marunong ay lalong magiging marunong at ang may pinag-aralan ay magiging dalubhasa, [6] upang maunawaan nila ang kahulugan ng mga kawikaan, mga talinghaga, at mga bugtong ng marurunong.

[7] Ang pagkatakot sa PANGINOON *na may paggalang* ang simula ng karunungan. Ngunit sa hangal,[a] walang halaga ang karunungan at ayaw niyang maturuan upang maituwid ang kanyang pag-uugali.

Payo sa Pag-iwas sa Masamang Tao

[8] Anak, dinggin mo ang turo at pagtutuwid sa iyong pag-uugali ng iyong mga magulang, [9] dahil ito'y makapagbibigay sa iyo ng karangalan katulad ng koronang gawa sa bulaklak at makapagpapaganda katulad ng kwintas.

[10] Anak, huwag kang padadala sa panghihikayat ng mga taong makasalanan. [11] Huwag kang sasama kapag sinabi nilang, "Halika, sumama ka sa amin! Mag-abang tayo sa sinumang papatayin kahit walang dahilan. [12] Kahit nasa kasibulan pa ng kanilang buhay, patayin natin sila para matulad sila sa mga taong pumunta sa lugar ng mga patay. [13] Makakakuha tayo sa kanila ng mga mamahaling ari-arian, at pupunuin natin ang ating mga bahay ng ating mga nasamsam. [14] Sige na, sumama ka na sa amin, at paghahatian natin ang ating mga nasamsam."

[15] Anak, huwag kang sumama sa kanila; iwasan mo sila. [16] Sapagkat mabilis sila sa paggawa ng masama at sa pagpatay ng tao. [17] Walang kabuluhan ang paglalagay ng bitag kung ang ibong iyong huhulihin ay nakatingin. [18] *Alam ng ibon na mahuhuli siya,* pero ang taong masasama, hindi nila alam na sila rin ang magiging biktima ng ginawa nila.

[19] Ganyan ang mangyayari sa mga taong ang ari-arian ay nakuha sa masamang paraan. Mamamatay sila sa ganoon ding paraan.

Kapag Itinakwil ang Karunungan

[20-21] Ang karunungan ay *katulad ng isang mangangaral na nagsasalita sa mga lansangan,*

---

a 7 hangal: Ang salitang ito ay palaging makikita sa aklat ng Kawikaan; ang ibig sabihin nito ay isang taong hindi pinapahalagahan ang Dios at ang kanyang mga utos.

plasa, pamilihan, at mga pintuang bayan. Sinasabi niya,

[22] "Kayong mga walang alam,
hanggang kailan kayo mananatiling ganyan?
Kayong mga nanunuya, hanggang kailan kayo matutuwa sa inyong panunuya?
Kayong mga hangal, hanggang kailan ninyo tatanggihan ang karunungan?
[23] Pakinggan ninyo ang pagsaway ko sa inyo.
Sasabihin ko sa inyo kung ano ang iniisip ko.
Ipapaalam ko sa inyo ang aking sasabihin *laban* sa inyo,
[24] sapagkat hindi ninyo pinansin ang panawagan ko na lumapit kayo sa akin,
[25] at binalewala ninyo ang lahat ng payo ko at pagsaway.
[26-27] Pagtatawanan ko kayo kapag napahamak kayo;
kukutyain ko kayo kapag dumating sa inyo ang paghihirap at mga pangyayaring nakakatakot gaya ng ipu-ipo at bagyo.
[28] Tatawag kayo sa akin, ngunit hindi ko kayo sasagutin.
Hahanapin ninyo ako ngunit hindi ninyo ako makikita.
[29] Dahil ayaw ninyo na tinuturuan kayo at wala kayong takot sa PANGINOON.
[30] Tinanggihan ninyo ang mga payo ko at minasama ang aking pagsaway sa inyo.
[31] Kaya aanihin ninyo ang bunga ng inyong mga ginagawa at pinaplanong masama.
[32] Sapagkat ang katigasan ng ulo ng mga taong walang karunungan ang papatay sa kanila,
at ang pagsasawalang-bahala ng mga hangal ang magpapahamak sa kanila.
[33] Ngunit ang taong nakikinig sa akin ay mabubuhay ng matiwasay,
ligtas siya sa panganib at walang katatakutan."

Ang Kahalagahan ng Karunungan

2 Anak, tanggapin at ingatan mo sa iyong puso ang mga itinuturo at iniuutos ko sa iyo. [2] Pakinggan mo kung ano ang makapagbibigay sa iyo ng karunungan at kaalaman. [3] Pagsikapan mong magkaroon ng pang-unawa, [4] na parang naghahanap ka ng pilak o anumang nakatagong kayamanan. [5] Kung gagawin mo ito, malalaman mo kung ano ang pagkatakot sa PANGINOON at mauunawaan mo ang tungkol sa kanya. [6] Sapagkat ang PANGINOON ang nagbibigay ng karunungan, kaalaman, at ng pang-unawa. [7-8] Iniingatan niya

ang namumuhay nang matuwid, matapat, at walang kapintasan. Binibigyan din niya sila ng katagumpayan.[a]

⁹ *Kung makikinig ka sa akin,* malalaman mo ang dapat mong gawin, ang tama, matuwid at nararapat. ¹⁰ Sapagkat lalong lalawak ang iyong karunungan at magbibigay ito sa iyo ng kaligayahan. ¹¹ Kapag nakakaunawa ka at marunong magpasya nang tama, iingatan ka nito. ¹² Ilalayo ka ng karunungan sa masamang pag-uugali at sa mga taong nagsasalita ng masama. ¹³ Pinili ng mga taong ito na iwanan ang magandang pag-uugali at sumunod sa pamamaraan ng mga nasa kadiliman. ¹⁴ Natutuwa sila sa paggawa ng masama at nasisiyahan sa mga kalikuan nito. ¹⁵ Masama ang pag-uugali nila at hindi matuwid ang kanilang pamumuhay.

¹⁶ Ilalayo ka ng karunungan sa masamang babaeng gustong umakit sa iyo sa pamamagitan ng kanyang matatamis na salita. ¹⁷ Iniwan ng ganyang babae ang napangasawa niya noong kanyang kabataan. Kinalimutan niya ang pangako niya sa Dios nang sila'y ikasal. ¹⁸ Kapag pumunta ka sa bahay niya, para ka na ring pumunta sa kamatayan. Sapagkat ito ang daan tungo sa daigdig ng mga patay. ¹⁹ Kung sino man ang pupunta sa kanya ay hindi na makakauwi; makakalimutan na niya ang daan patungo sa lugar ng mga buhay. ²⁰ Kaya tularan mo ang pamumuhay ng mabubuting tao at mamuhay ka ng matuwid. ²¹ Sapagkat ang taong namumuhay nang matuwid at walang kapintasan ay mabubuhay nang matagal dito sa daigdig. ²² Ngunit ang masasama at mga mandaraya ay palalayasin. Bubunutin sila *na parang mga damo.*

Dagdag na Kahalagahan ng Karunungan

3 Anak, huwag mong kalilimutan ang mga itinuturo ko sa iyo. Ingatan mo sa iyong puso ang mga iniuutos ko, ² sapagkat ito ang magpapahaba at magpapaunlad ng iyong buhay. ³ Manatili kang mapagmahal at matapat; alalahanin mo itong lagi at itanim sa iyong isipan. ⁴ Kapag ginawa mo ito, malulugod ang Dios pati na ang mga tao.

⁵ Magtiwala ka nang buong puso sa PANGINOON at huwag kang manalig sa iyong sariling karunungan. ⁶ Alalahanin mo ang PANGINOON sa lahat ng iyong ginagawa at ituturo niya sa iyo ang tamang landas. ⁷ Huwag mong isipin na napakarunong mo na. Matakot ka sa PANGINOON, at huwag gumawa ng masama. ⁸ Para iyon sa ikabubuti at ikalalakas ng iyong katawan. ⁹ Parangalan mo ang PANGINOON sa pamamagitan ng paghahandog sa kanya ng mga unang bunga ng iyong ani. ¹⁰ Kapag ginawa mo ito, mapupuno ng ani ang iyong mga bodega at aapaw ang inumin sa iyong mga sisidlan.

¹¹ Anak, huwag mong mamasamain kapag itinatama ka ng PANGINOON upang ituwid ang iyong pag-uugali. ¹² Sapagkat itinutuwid ng PANGINOON ang ugali ng kanyang mga minamahal, katulad ng ginagawa ng isang ama sa kanyang anak na kinalulugdan.

¹³ Mapalad ang taong may karunungan at pang-unawa. ¹⁴ Higit pa ito sa pilak at ginto, ¹⁵ at sa ano pa mang mga mamahaling bato. Walang anumang

bagay ang maaaring ipantay dito. ¹⁶ Magpapahaba ito ng iyong buhay, magpapaunlad ng iyong kabuhayan at magbibigay sa iyo ng karangalan. ¹⁷ Ang karunungan ay magpapabuti ng iyong kalagayan. ¹⁸ Mapalad ang taong may karunungan, dahil magbibigay ito ng mabuti at mahabang buhay.

¹⁹⁻²⁰ Sa pamamagitan ng karunungan, nilikha ng PANGINOON ang lupa at ang langit, at bumukas ang mga bukal at mula sa mga ulap ay bumuhos ang ulan.

²¹ Anak, ingatan mo ang iyong karunungan at kaalaman sa pagpapasya ng tama. Huwag mong hayaang mawala ito sa iyo. ²² Sapagkat ito ang magbibigay sa iyo ng mahaba at magandang buhay. ²³ Mabubuhay kang ligtas sa anumang kapahamakan. ²⁴ Makakatulog ka nang mahimbing at walang kinakatakutan. ²⁵ Hindi ka dapat matakot kung biglang dumating ang mga pangyayaring nakakatakot o kung lilipulin na ang masasama, ²⁶ dahil makakaasa ka na babantayan ka ng PANGINOON at ilalayo sa kapahamakan.

²⁷ Hangga't makakaya mo, tulungan mo ang mga dapat tulungan. ²⁸ Huwag mo nang ipagpabukas pa, kung kaya mo naman silang tulungan ngayon.

²⁹ Huwag mong pagplanuhan ng masama ang kapitbahay mo na nagtitiwala sa iyo.

³⁰ Huwag kang makipagtalo sa kapwa mo nang walang sapat na dahilan, lalo na kung wala naman siyang ginawang masama sa iyo.

³¹ Huwag kang mainggit sa taong malupit o gayahin ang kanyang mga ginagawa. ³² Sapagkat nasusuklam ang PANGINOON sa mga taong baluktot ang pag-iisip, ngunit nagtitiwala siya sa mga namumuhay nang matuwid.

³³ Isinusumpa ng PANGINOON ang sambahayan ng masasama, ngunit pinagpapala niya ang sambahayan ng mga matuwid.

³⁴ Hinahamak niya ang mga nanghahamak ng kapwa, ngunit binibiyayaan niya ang mga mapagpakumbaba.

³⁵ Ang mga marunong ay pararangalan, ngunit ang mga hangal ay ilalagay sa kahihiyan.

4 Mga anak, pakinggan ninyong mabuti ang mga pagtutuwid ni inyong ama sa inyong pag-uugali, upang lumawak ang inyong pang-unawa. ² Mabuti ang itinuturo kong ito, kaya huwag ninyong ipagwalang bahala. ³ Noong bata pa ako at nasa piling pa ng aking mga magulang, mahal na mahal ako ng aking ina bilang nag-iisang anak. ⁴ Tinuruan ako ni ama. Sinabi niya sa akin, "Anak, ingatan mo sa iyong puso ang mga itinuturo ko. Sundin mo ang mga utos ko at mabubuhay ka nang matagal. ⁵ Pagsikapan mong magkaroon ng karunungan at pang-unawa. Huwag mong kalilimutan ang mga sinasabi ko at huwag kang hihiwalay dito. ⁶ Huwag mong tanggihan ang karunungan, sa halip pahalagahan mo ito, dahil iingatan ka nito. ⁷ Pinakamahalaga sa lahat ang karunungan at pang-unawa. Sikapin mong magkaroon nito kahit na maubos pa ang lahat ng kayamanan mo. ⁸ Tanggapin mo't pahalagahan ang karunungan, dahil magbibigay ito sa iyo ng karangalan. ⁹ Magiging parang koronang bulaklak ito na magbibigay sa iyo ng kagandahan."

---

a 7-8 katagumpayan: o, tamang kaalaman.

¹⁰Anak, pakinggan mo at tanggapin ang mga sinasabi ko sa iyo upang humaba ang iyong buhay. ¹¹Tinuruan na kita ng katuwiran, kung paano mamuhay sa katuwiran. ¹²*Kung susundin mo ito,* walang makakasagabal sa buhay mo at maliligtas ka sa anumang kapahamakan. ¹³Huwag mong kalilimutan ang pagtutuwid ko sa iyong pag-uugali; ingatan mo ito sa puso mo sapagkat mabubuhay ka sa pamamagitan nito.

¹⁴Huwag mong gagayahin ang ginagawa ng mga taong masama. ¹⁵Iwasan mo ito at patuloy kang *mamuhay nang matuwid.* ¹⁶Sapagkat ang taong masama ay hindi makatulog kapag hindi nakakagawa ng masama o walang naipapahamak. ¹⁷Ang pagkain nila ay paggawa ng kasamaan at ang inumin nila ay paggawa ng karahasan.

¹⁸Ang pamumuhay ng taong matuwid ay parang sikat ng araw na lalong nagliliwanag habang tumatagal. ¹⁹Pero ang pamumuhay ng taong masama ay parang kadiliman; hindi niya alam kung ano ang dahilan ng kanyang pagbagsak.

²⁰Anak, pakinggan mong mabuti ang itinuturo ko sa iyo. ²¹Huwag mo itong kalilimutan kundi ingatan sa puso mo. ²²Sapagkat magbibigay ito ng malusog na katawan at *mahabang* buhay sa sinumang makakasumpong nito.

²³Higit sa lahat, ingatan mo ang iyong isipan, sapagkat kung ano ang iyong iniisip iyon din ang magiging buhay mo. ²⁴Huwag kang magsalita ng kasinungalingan at walang kabuluhan. ²⁵Ituon mo ang iyong paningin sa mga bagay na mabuti. ²⁶Pag-isipan mong mabuti ang iyong mga gagawin upang magtagumpay ka. ²⁷Mamuhay ka sa katuwiran at layuan mo ang kasamaan.

Babala Laban sa Pakikiapid

5 Anak, pakinggan mong mabuti ang mga sasabihin ko na may karunungan, ²upang malaman mo ang pagpapasya ng tama at matuto ka ring magsalita nang may karunungan. ³Ang salita ng masamang babae ay kasintamis ng pulot at banayad tulad ng langis. ⁴Ngunit pagkatapos ay pait at sakit ang iyong makakamit. ⁵Kung susunod ka sa kanya, dadalhin ka niya sa kapahamakan, sapagkat ang nilalakaran niya ay patungo sa kamatayan. ⁶Hindi niya pinapansin ang daan patungo sa buhay. Ang dinadaanan niya'y liku-liko at hindi niya ito nalalaman.

⁷Kaya mga anak, pakinggan ninyo ako at sundin. ⁸Lumayo kayo sa babaeng masama ni huwag lumapit sa kanyang bahay. ⁹Dahil baka masira ang inyong dangal at mapunta sa iba, at mamatay kayo sa kamay ng mga taong walang awa. ¹⁰At ang lahat ng kayamanan ninyo at ang inyong mga pinagpaguran ay mapupunta sa iba, sa mga taong hindi ninyo kilala. ¹¹Saka kayo mananangis kapag malapit na kayong mamatay, kapag buto't balat na lamang at wala nang lakas. ¹²Saka ninyo sasabihin, "Sayang hindi ko kasi pinansin ang mga pagtutuwid sa akin; nagmatigas ako at sinunod ang gusto ko. ¹³Hindi ako nakiniig sa aking mga guro. ¹⁴Kaya ngayon, narito ako sa gitna ng kapahamakan at kahihiyan."

¹⁵*Dapat sa asawa mo lang ikaw sumiping.* Kung baga sa tubig, doon ka lang sa sarili mong balon kumuha ng iyong iinumin. ¹⁶Dahil baka magtaksil din sa iyo ang iyong asawa.ᵃ ¹⁷Dapat ang mag-asawa ay para lamang sa isa't isa at huwag makihati sa iba. ¹⁸Maging maligaya ka sa iyong asawa, na napangasawa mo noong iyong kabataan. ¹⁹Maganda siya at kaakit-akit gaya ng usa. Sana ay lagi kang lumigaya sa kanyang dibdib at maakit sa kanyang pag-ibig.

²⁰Anak, huwag kang paaakit sa malaswang babae o hipuin man ang kanyang dibdib. ²¹Sapagkat nakikita ng PANGINOON ang lahat ng iyong ginagawa; saan ka man naroroon tinitingnan ka niya. ²²Ang masamang tao ay bihag ng kanyang kasamaan, para itong bitag na huhuli sa kanya. ²³Maliligaw siya dahil sa kanyang kamangmangan, at mamamatay dahil ayaw niyang itinutuwid.

Dagdag na Babala

6 Anak, kapag nangako kang managot sa utang ng iba, ²at naipit ka sa pangakong iyon, ³ganito ang gawin mo upang maayos ang pananagutan mo sa kanya: Puntahan mo siya at makiusap na pakawalan ka niya sa iyong pananagutan. ⁴Huwag kang titigil na makiusap ⁵hanggang sa maging malaya ka, tulad ng isang ibon o usa na nakawala sa isang mangangaso.

⁶Kayong mga tamad, tingnan ninyo at pag-aralan ang pamumuhay ng mga langgam upang matuto kayo sa kanila. ⁷Kahit na walang namumuno at nag-uutos sa kanila, ⁸nag-iipon sila ng pagkain kapag tag-araw at panahon ng anihan, upang may makain sila *pagdating ng tag-ulan.* ⁹Kayong mga tamad, matutulog nang matutulog na lang ba kayo? Kailan kayo gigising? ¹⁰Kaunting tulog, kaunting pahinga at ang paminsan-minsang paghalukipkip ng mga kamay, ¹¹at hindi ninyo mamamalayan darating ang kahirapan na para kayong ninakawan ng tulisan.

¹²Ang taong walang kwenta at masama ay puro kasinungalingan ang sinasabi. ¹³Kumikindat at sumisenyas siya gamit ang kanyang mga kamay at paa *para makumbinsi ang mga tao sa mga sinasabi niya.* ¹⁴Ang puso niya ay puno ng pandaraya, laging nagbabalak na gumawa ng masama at sa mga gulo siya ang nagpapasimula. ¹⁵Kaya biglang darating sa kanya ang kapahamakan at hindi na siya matutulungan.

¹⁶May mga bagayᵇ na kinamumuhian ang PANGINOON:

¹⁷ ang pagmamataas,
    ang pagsisinungaling,
    ang pagpatay ng tao,
¹⁸ ang pagpaplano ng masama,
    ang pagmamadaling gumawa ng masama,
¹⁹ ang pagpapatotoo sa kasinungalingan,
    at pinag-aaway ang kanyang kapwa.

²⁰Anak, sundin mo ang itinuturo at iniuutos ng iyong mga magulang. ²¹Itanim mo ito sa iyong isipan para hindi mo makalimutan. ²²Ito ang magpapatnubay, mag-iingat at magpapaalala sa iyong pamumuhay, kahit ano pa ang iyong ginagawa.

ᵃ 16 sa literal, *Baka umawas ang iyong bukal sa mga kalsada o sa mga plasa.*

ᵇ 16 *May mga bagay:* sa literal, *May anim o pitong bagay.*

²³ Sapagkat ang mga turo at utos ng iyong mga magulang ay katulad ng isang ilaw na tatanglaw sa iyo. At ang kanilang pagsaway sa iyo para ituwid ang ugali mo ay ikabubuti at ikahahaba ng buhay mo. ²⁴ Ilalayo ka rin nito sa masamang babaeng nakakaakit ang pananalita. ²⁵ Huwag kang magnanasa sa kanyang kagandahan. Huwag kang patutukso sa kanyang pang-aakit. ²⁶ Ang pakikipagsiping sa babaeng bayaran ay pwedeng bayaran sa halaga ng tinapay, ngunit ang pakikipagsiping sa asawa ng iba ay pagbabayaran mo ng iyong buhay.

²⁷ Kung maglalaro ka ng apoy sa iyong kandungan tiyak na masusunog ang damit mo. ²⁸ At kung tatapak ka sa baga, mapapaso ang mga paa mo. ²⁹ Kaya kapag sumiping ka sa asawa ng iba, magdurusa ka.

³⁰ *Minsan* nauunawaan ng mga tao ang taong nagnakaw dahil sa gutom. ³¹ Ngunit pinagbabayad *naman* siya ng pitong beses ng kanyang ninakaw kapag nahuli, *kahit* maubos pa ang lahat ng pag-aari niya.

³² Ang taong sumisiping sa asawa ng iba ay hangal. Sinisira lang niya ang kanyang sarili. ³³ Masasaktan siya at habang buhay na mapapahiya. ³⁴ Sapagkat ang asawang seloso ay sobra kung magalit at maghihiganti siya ng walang awa. ³⁵ Kahit magkano pa ang ibayad, hindi niya ito tatanggapin.

7 Anak, sundin mo ang mga sinasabi ko sa iyo. Itanim mo ito sa iyong isipan at ² sundin ang mga iniuutos ko, upang humaba ang buhay mo. Ingatan mong mabuti ang mga itinuturo ko katulad ng pag-iingat mo sa mga mata mo. ³ Itanim mo sa iyong isipan upang hindi mo makalimutan. ⁴ Ituring mo na parang kapatid na babae ang karunungan at ang pang-unawa na parang isang malapit na kaibigan. ⁵ Sapagkat ilalayo ka nito sa masamang babaeng nakakaakit ang pananalita.

Ang Masamang Babae

⁶ Minsan dumungaw ako sa bintana ng aming bahay. ⁷ Nakakita ako ng mga kabataang lalaki na wala pang muwang sa pag-uugali. Isa sa kanila ay talagang mangmang. ⁸ Lumalakad siya patungo sa kanto kung saan naroroon ang bahay ng isang masamang babae. ⁹ Takip-silim na noon at malapit nang dumilim. ¹⁰ Sinalubong siya ng isang babae na ang suot ay katulad ng suot ng isang babaeng bayaran. Nakapagplano na siya ng gagawin sa lalaking iyon. ¹¹ Maingay siya at hindi mahiyain. Hindi siya nananatili sa bahay. ¹² Madalas siyang makita sa mga lansangan, mga kanto at mga plasa. ¹³ Paglapit ng lalaki ay agad niya itong hinalikan at hindi nahiyang sinabi, ¹⁴ "Tinupad ko na ang pangako kong maghandog, at may mga sobrang karne doon sa bahay na mula sa aking inihandog. ¹⁵ Kaya hinanap kita at mabuti naman nakita kita. ¹⁶ Sinapinan ko na ang aking higaan ng makulay na telang galing pa sa Egipto. ¹⁷ Nilagyan ko iyon ng pabangong mira, aloe, at sinamon. ¹⁸ Kaya halika na, doon tayo magpakaligaya hanggang umaga, ¹⁹ dahil wala rito ang asawa ko. Naglakbay siya sa malayo. ²⁰ Marami siyang dalang pera at dalawang linggo pa bago siya bumalik."

²¹ Kaya naakit niya ang lalaki sa pamamagitan ng kanyang matatamis at nakakaakit na pananalita. ²² Sumunod agad ang lalaki na parang bakang

hinihila papunta sa katayan, o tulad ng isang usa*ᵃ* na patungo sa bitag, ²³ at doo'y papanain siya na tatagos sa kanyang puso. Para din siyang isang ibon na nagmamadali papunta sa bitag ng kamatayan, ngunit hindi niya ito nalalaman.

²⁴ Kaya mga anak, pakinggan ninyong mabuti ang aking mga sinasabi. ²⁵ Huwag kayong paaakit sa ganyang uri ng babae at huwag ninyong hayaan na kayo'y kanyang iligaw. ²⁶ Marami na ang mga lalaking napahamak dahil sa kanya. ²⁷ Kapag pumunta kayo sa bahay niya, para na rin kayong pumunta sa daigdig ng mga patay.

Papuri sa Karunungan

8 Ang karunungan at pang-unawa ay katulad ng taong nangangaral. ² Tumatayo siya sa matataas na lugar sa tabi ng daan, sa mga kanto, ³ sa mga pintuan ng lungsod at mga daanan. Nangangaral siya nang malakas,

⁴ "Kayong mga tao sa buong mundo, pakinggan ninyo ang aking panawagan.
⁵ Kayong mga walang alam, magkaroon kayo ng karunungan.
Kayong mga mangmang magkaroon kayo ng pang-unawa.
⁶ Makinig kayo sa sasabihin ko, sapagkat ito ay tama at kapaki-pakinabang.
⁷ Ang sinasabi ko ay pawang katotohanan lamang; sa nagsasalita ng masama ako ay nasusuklam.
⁸ Pawang matuwid ang sinasabi ko; hindi ako nagsasalita ng kasinungalingan o pandaraya.
⁹ Ang lahat ng sinasabi ko ay malinaw at pawang tama sa taong may pang-unawa.
¹⁰ Pahalagahan ninyo ang karunungan at ang pagtutuwid ko sa inyong ugali kaysa sa pilak at ginto.
¹¹ Sapagkat higit na mahalaga ang karunungan kaysa sa mamahaling hiyas at hindi ito matutumbasan ng mga bagay na hinahangad mo.
¹² Ako ang karunungan at alam ko kung paano unawain at tama at mali, at alam ko rin kung paano magpasya nang tama.
¹³ Ang may takot sa PANGINOON ay lumalayo sa kasamaan. Namumuhi ako sa kapalaluan, kayabangan, pagsisinungaling at masamang pag-uugali.
¹⁴ Magaling akong magpayo at may sapat na kaalaman. May pang-unawa at kapangyarihan.
¹⁵ Sa pamamagitan ko nakakapamuno ang mga hari at ang mga pinuno'y nakagagawa ng mga tamang batas.
¹⁶ Sa pamamagitan ko makakapamuno ang mga tagapamahala at mga opisyal—ang lahat na namumuno ng matuwid.*ᵇ*

---

a 22 usa: Ito ang nasa tekstong Syriac. Sa Hebreo, *mangmang.*

b 16 mga opisyal…matuwid: Sa Septuagint at ibang tekstong Hebreo, *mga pinuno na namumuno sa mundo.*

¹⁷ Minamahal ko ang mga nagmamahal sa akin;
makikita ako ng mga naghahanap sa akin.

¹⁸ Makapagbibigay ako ng kayamanan,
karangalan, kaunlaran at tagumpay na
magtatagal.

¹⁹ Ang maibibigay ko ay higit pa sa purong ginto
at pilak.

²⁰ Sinusunod ko ang tama at matuwid.

²¹ Bibigyan ko ng kayamanan ang nagmamahal
sa akin;
pupunuin ko ang lalagyan nila ng
kayamanan.

²² Noong una pa, nilikha na ako ng PANGINOON
bago niya likhain ang lahat.

²³⁻²⁶ Nilikha na niya ako noong una pa man.
Naroon na ako nang wala pa ang mundo,
ang mga dagat, mga bukal, mga
bundok, mga burol, mga bukid at
kahit pa ang mga alikabok.

²⁷ Naroon na ako nang likhain niya ang langit,
maging nang likhain niya ang tagpuan ng
langit at ng lupa.

²⁸⁻²⁹ Naroon din ako nang likhain niya ang mga
ulap,
nang palabasin niya ang tubig sa mga bukal
mula sa kailaliman,
nang ilagay niya ang hangganan ng mga
dagat upang hindi ito umapaw,
at nang ilagay niya ang mga pundasyon ng
mundo.

³⁰ Katulad ko'y arkitekto, na nasa tabi ng
PANGINOON.
Ako ang kanyang kasiyahan sa araw-araw,
at lagi naman akong masaya sa piling
niya.

³¹ Natutuwa ako sa mundong nilikha niya at sa
mga taong inilagay niya dito.

³² Kaya ngayon mga anak pakinggan ninyo
ako. Mapalad ang mga sumusunod sa
pamamaraan ko.

³³ Pakinggan ninyo ang mga pagtutuwid ko
sa inyong pag-uugali upang maging
marunong kayo,
at huwag ninyo itong kalilimutan.

³⁴ Mapalad ang taong laging sa akin nakatuon
ang isip at naghihintay para makinig
sa akin.

³⁵ Sapagkat ang taong makakasumpong sa
akin ay magkakaroon ng *maganda at
mahabang* buhay,
at pagpapalain siya ng PANGINOON.

³⁶ Ngunit ang taong hindi makakasumpong sa
akin ay ipinapahamak ang kanyang
sarili.
Ang mga galit sa akin ay naghahanap ng
kamatayan."

Ang Karunungan at ang Kamangmangan

9 Ang karunungan ay katulad ng isang taong
nagtayo ng kanyang bahay na may pitong haligi.
² Pagkatapos, nagkaroon siya ng malaking handaan.
Naghanda siya ng mga pagkain at mga inumin. ³ At
saka inutusan niya ang mga katulong niyang babae
na pumunta sa pinakamataas na lugar ng bayan
para ipaalam ang ganito: ⁴ "Kayong mga kulang sa
karunungan at pang-unawa, inaanyayahan kayo sa
isang malaking handaan. ⁵ Halikayo, kumain kayo
at uminom ng aking inihanda. ⁶ Iwanan na ninyo
ang kamangmangan upang mabuhay kayo nang
matagal at may pang-unawa."

⁷ Kung sasawayin mo ang taong nangungutya,
iinsultuhin ka niya. Kung sasawayin mo ang
taong masama, sasaktan ka niya. ⁸ Kaya huwag
mong sasawayin ang taong nangungutya, sapagkat
magagalit siya sa iyo. Sawayin mo ang taong
marunong at mamahalin ka niya. ⁹ Kapag tinuruan
mo ang isang taong marunong, lalo siyang magiging
marunong. At kapag tinuruan mo ang isang taong
matuwid, lalo pang lalawak ang kanyang kaalaman.

¹⁰ Ang paggalang sa PANGINOON ang pasimula ng
karunungan. At ang pagkilala sa Banal na Dios ay
nagpapahiwatig ng pagkaunawa. ¹¹ Sa pamamagitan
ng karunungan, hahaba ang iyong buhay. ¹² Kung
may karunungan ka, magdudulot ito sa iyo ng
kabutihan, ngunit magdurusa ka kung ito'y iyong
tatanggihan.

¹³ Ang kamangmangan ay katulad ng isang
babaeng maingay, hindi marunong at walang
nalalaman. ¹⁴ Nakaupo siya sa pintuan ng kanyang
bahay o sa upuan sa mataas na lugar sa lungsod,
¹⁵ at tinatawag ang mga dumadaan na papunta
sa kanilang trabaho. ¹⁶ *Sabi niya,* "Halikayo rito,
kayong mga walang karunungan." At sinabi pa
niya sa walang pang-unawa, ¹⁷ "Mas masarap ang
tubig na ninakaw at mas masarap ang pagkain na
kinakain ng lihim." ¹⁸ Ngunit hindi alam ng mga
taong pumupunta sa kanya na sila ay mamamatay.
Ang mga nakapunta na sa kanya ay naroon na sa
libingan.

Ang mga Kawikaan ni Solomon

10 Narito ang mga kawikaan ni Solomon:

Ang anak na marunong ay ligaya ng
magulang, ngunit ang anak na hangal
ay nagbibigay ng kalungkutan.

² Ang kayamanang nakuha sa masamang
paraan ay hindi makapagbibigay
ng anumang kabutihan, ngunit
ang matuwid na pamumuhay ay
makapagliligtas sa iyo sa kamatayan.

³ Hindi hinahayaan ng PANGINOON na
magutom ang mga matuwid, ngunit
ipinagkakait naman niya ang hangad
ng mga masama.

⁴ Nagpapahirap ang katamaran, ngunit ang
kasipagan ay nagpapayaman.

⁵ Ang nag-iimbak ng pagkain kapag anihan
ay anak na marunong, ngunit ang
anak na laging tulog kapag anihan ay
kahiya-hiya.

⁶ Ang taong matuwid ay pinagpapala; ang bibig
ng masamang tao ay nakakapinsala.

⁷ Ang alaala ng taong matuwid ay mananatili
magpakailanman, ngunit ang
masamang tao ay makakalimutan.

⁸ Sumusunod sa mga utos ang taong
marunong, ngunit ang nagsasalita ng
kamangmangan ay mawawasak.

⁹ May kapayapaan ang taong namumuhay nang matuwid, ngunit ang masama ang pamumuhay ay malalantad.

¹⁰ Ang taong mandaraya ay gulo ang nililikha at ang taong nagsasalita ng kamangmangan ay mapapahamak.

¹¹ Ang salita ng taong matuwid ay makatutulong sa buhay ng iba, ngunit ang mga salita ng taong masama ay makapipinsala.

¹² Ang galit ay nagpapasimula ng kaguluhan, ngunit ang pag-ibig ay nagpapatawad ng lahat ng kasalanan.

¹³ Nagsasalita ng karunungan ang taong may pang-unawa, ngunit ang walang pang-unawa ay *nagsasalita tungo sa kanyang* kapahamakan.

¹⁴ Nagdadagdag ng kaalaman ang taong may karunungan, ngunit ang mga hangal ay nagsasalita tungo sa kanyang kapahamakan.

¹⁵ Seguridad ng mayaman ang kanyang kayamanan, ngunit kapahamakan naman ng mahirap ang kanyang kahirapan.

¹⁶ Ang gantimpala ng matuwid ay *maganda at mahabang* buhay, ngunit ang gantimpala ng masama ay kaparusahan.

¹⁷ Ang taong nakikinig sa pagtutuwid sa kanyang pag-uugali ay mapapabuti at hahaba ang buhay, ngunit ang taong hindi nakikinig ay maliligaw ng landas.

¹⁸ Ang nagkikimkim ng galit ay sinungaling, at ang naninira sa kanyang kapwa ay hangal.

¹⁹ Ang taong masalita ay madaling magkasala. Ang tao namang marunong ay pinipigilan ang kanyang dila.

²⁰ Ang salita ng matuwid ay mahalaga tulad ng pilak, ngunit ang isip ng masama ay walang kabuluhan.

²¹ Sa salita ng matuwid marami ang nakikinabang, ngunit ang mga hangal ay mamamatay dahil walang pang-unawa.

²² Ang pagpapala ng PANGINOON ay nagpapayaman at hindi niya ito dinadagdagan ng anumang kalungkutan.

²³ Ang kaligayahan ng hangal ay ang paggawa ng kasamaan, ngunit ang kaligayahan nang nakakaunawa ay ang mamuhay nang may karunungan.

²⁴ Ang kinatatakutan ng taong masama ay mangyayari sa kanya, ang hinahangad naman ng taong matuwid ay makakamit niya.

²⁵ Kapag dumating ang *pagsubok sa buhay na parang* bagyo, maglalaho ang taong masama, ngunit mananatiling matatag ang taong matuwid.

²⁶ Ang tamad na kinukunsumi ang kanyang amo ay gaya ng suka na nakakangilo at ng usok na nakakaluha.

²⁷ Ang may paggalang sa PANGINOON ay hahaba ang buhay, ngunit ang taong masama ay iigsi ang buhay.

²⁸ Ang pag-asa ng matuwid ay magbibigay ng kaligayahan, ngunit ang pag-asa ng masama ay walang katuparan.

²⁹ Ang pagsunod ng matuwid sa pamamaraan ng PANGINOON ay mag-iingat sa kanya, ngunit ang mga suwail dito ay mapapahamak.

³⁰ Ang matuwid ay hindi paaalisin sa kanyang lupain, ngunit ang masama ay paaalisin.

³¹ Ang bibig ng matuwid ay puno ng karunungan, ngunit ang dila ng sinungaling ay puputulin.

³² Alam ng taong matuwid ang angkop at tamang sabihin, ngunit ang alam lang sabihin ng taong masama ay puro kasamaan.

11 Kinasusuklaman ng PANGINOON ang nandaraya sa timbangan, ngunit ang nagtitimbang ng tama ay kanyang kinalulugdan.

² Ang taong mayabang ay madaling mapahiya, ngunit may karunungan ang taong mapagpakumbaba.

³ Ang pamumuhay nang may katapatan ang gagabay sa taong matuwid, ngunit ang taong mandaraya ay mapapahamak dahil hindi tama ang kanyang pamumuhay.

⁴ Ang kayamanan ay hindi makakatulong sa araw ng paghuhukom, ngunit ang matuwid na pamumuhay ay magliligtas sa iyo sa kamatayan.

⁵ Ang matuwid at walang kapintasang pamumuhay ay makapagpapagaan ng buhay, ngunit ang masamang pamumuhay ay maghahatid ng kapahamakan.

⁶ Ang pamumuhay ng taong matuwid ang magliligtas sa kanya, ngunit ang hangad ng taong mandaraya ang magpapahamak sa kanya.

⁷ Kapag namatay ang taong masama, pag-asa niya'y mawawala, at ang kanyang mga inaasahan ay mawawalan ng kabuluhan.

⁸ Inililigtas ng Dios sa kahirapan ang matuwid, ngunit ang masama ay kanyang pinapabayaan.

⁹ Sinisira ng hindi makadios ang kapwa niya sa pamamagitan ng kanyang mga salita. Ang taong matuwid ay maililigtas ng kanyang kaalaman.

¹⁰ Kapag ang matuwid ay pinagpapala, mga tao'y sumisigaw sa tuwa. At kapag ang masama ay napapahamak ganoon din ang kanilang ginagawa.

¹¹ Umuunlad ang isang bayan sa pagpapala ng mga mamamayang matuwid, subalit nawawasak ito sa pamamagitan ng salita ng masama.

¹² Ang taong walang pang-unawa ay kinukutya ang kapwa, ngunit ang taong may pang-unawa ay hindi nangungutya.

¹³ Ang mga taong madaldal ay nagsisiwalat ng sikreto *ng iba*, ngunit ang taong mapagkakatiwalaan ay nakakapagtago ng sikreto *ng iba*.

¹⁴ Babagsak ang bansa kung ang namumuno nito ay walang gumagabay, ngunit kung maraming tagapayo tiyak ang tagumpay.

¹⁵ Delikado ang mangakong managot sa utang ng iba, kaya iwasan itong gawin upang hindi ka magkaproblema.

¹⁶ Ang babaeng maganda ang ugali ay nag-aani ng karangalan, ngunit ang taong marahas ay magaling lang sa pag-angkin ng kayamanan. Ang taong tamad ay maghihirap,ᵃ ngunit ang taong masipag ay yayaman.

¹⁷ Kung mabait ka para iyon sa iyong kabutihan, ngunit kung malupit ka para iyon sa iyong kapahamakan.

¹⁸ Ang masamang tao ay hindi tatanggap ng tunay na gantimpala, ngunit ang gumagawa ng matuwid ay tatanggap ng tunay na gantimpala.

¹⁹ Ang taong gumagawa ng matuwid ay patuloy na mabubuhay, ngunit ang taong gumagawa ng masama ay mamamatay.

²⁰ Kasuklam-suklam sa Panginoon ang pag-iisip ng masama, ngunit ang buhay na matuwid ay kalugod-lugod sa kanya.

²¹ Ang taong masama, tiyak na parurusahan, ngunit ang matuwid ay makakaligtas.

²² Ang magandang babaeng hindi marunong magpasya ay parang isang gintong singsing sa nguso ng baboy.

²³ Ang ninanais ng matuwid ay pawang kabutihan, ngunit ang ninanais ng masama ay nagdudulot ng kaguluhan.

²⁴ Ang mga taong mapagbigay ay lalong yumayaman, ngunit ang mga taong sakim ay hahantong sa kahirapan.

²⁵ Ang taong mapagbigay ay magtatagumpay sa buhay; ang taong tumutulong ay tiyak na tutulungan.

²⁶ Isinusumpa ang taong nagtatago ng paninda *para maitinda ito kapag mataas na ang presyo*, ngunit pinupuri ang taong hindi nagtatago ng paninda.

²⁷ Ang taong naghahanap ng kabutihan ay makakatagpo nito, ngunit ang taong naghahanap ng gulo ay makakatagpo rin ng gulo.

²⁸ Mabibigo ang taong nagtitiwala sa kanyang kayamanan, ngunit ang taong matuwid ay lalago na parang sariwang halaman.

²⁹ Ang mga taong hangal na nagdadala ng gulo sa sariling tahanan ay walang mamanahin sa huli. Magiging alipin lang sila ng mga taong may karunungan.

³⁰ Ang ginagawa ng mga taong matuwid ay makakatulong sa iba upang mapabuti at mapahaba ang kanilang buhay.ᵇ At madadala niya ang mga tao sa pamamagitan ng kanyang karunungan.

³¹ Ang mga ginagawa ng mga taong matuwid dito sa mundo ay ginagantihan ng kabutihan, gayon din sa makasalanan at hindi kumikilala sa Dios, ganti sa kanila ay kaparusahan.

12 Ang taong tumatanggap ng pagtutuwid sa kanyang pag-uugali ay nagnanais ng karunungan, ngunit ang taong ayaw tumanggap ay hangal.

² Ang mabuting tao ay kinalulugdan ng Panginoon, ngunit ang taong nagpaplano ng masama ay kanyang pinarurusahan.

³ Ang taong gumagawa ng masama ay walang katatagan, ngunit ang taong matuwid ay matatag tulad ng isang punongkahoy na malalim ang ugat.

⁴ Ang mabuting maybahay ay kasiyahan at karangalan ng kanyang asawa, ngunit parang kanser sa buto ang nakakahiyang asawa.

⁵ Ang iniisip ng taong matuwid ay tama, ngunit ang mga payo ng taong masama ay pandaraya.

⁶ Ang salita ng taong masama ay nakamamatay, ngunit ang salita ng taong matuwid ay nakapagliligtas.

⁷ Mapapahamak at maglalaho ang mga taong masama, ngunit mananatili ang lahi ng mga taong matuwid.

⁸ Pinararangalan ang taong may karunungan, ngunit hinahamak ang taong masama ang kaisipan.

⁹ Mas mabuti ang taong simple pero kayang magbayad ng katulong kaysa sa taong nagkukunwaring mayaman ngunit kahit makain ay wala naman.

¹⁰ Ang taong matuwid ay mabait sa kanyang mga alagang hayop, ngunit ang taong masama ay malupit at walang awa sa kanyang mga hayop.

¹¹ Ang magsasakang masipag ay laging sagana sa pagkain, ngunit ang walang sapat na pang-unawa ay nagsasayang ng oras sa mga walang kabuluhang gawain.

¹² Ang taong masama ay laging kasamaan ang ginagawa, *kaya hindi matatag ang kanyang kalagayan*; ngunit ang taong matuwid ay matatag gaya ng punongkahoy na malalim ang ugat.

¹³ Ang kasamaang sinasabi ng taong masama ay nagdudulot sa kanya ng gulo, ngunit

a 16 *Ang taong tamad ay maghihirap:* Wala ito sa Hebreo, pero makikita sa Septuagint.

b 30 *makakatulong...buhay:* sa literal, *punongkahoy na nagbibigay ng buhay.*

ang taong matuwid ay umiiwas sa gulo.

¹⁴ Ang bawat isa ay tatanggap ng gantimpala ayon sa kanyang sinabi o ginawa.

¹⁵ Ang akala ng hangal ay palagi siyang tama, ngunit ang taong marunong ay nakikinig sa payo.

¹⁶ Ang hangal ay madaling magalit *kapag iniinsulto*, ngunit ang taong may karunungan ay hindi pinapansin ang pang-iinsulto sa kanya.

¹⁷ Ang tapat na saksi ay nagsasabi ng katotohanan, ngunit ang hindi tapat na saksi ay nagsasabi ng kasinungalingan.

¹⁸ Ang pabigla-biglang salita ay nakakasugat ng damdamin, ngunit ang magandang salita ay nagpapagaling.

¹⁹ Ang katotohanan ay mananatili kailanman, ngunit hindi magtatagal ang kasinungalingan.

²⁰ Pandaraya ang nasa puso ng mga taong nagbabalak ng masama, ngunit kagalakan ang nasa *puso ng mga* taong nagbabalak ng mabuti.

²¹ Walang mangyayaring masama sa taong matuwid, ngunit sa masama, pawang kaguluhan ang mararanasan.

²² Nasusuklam ang Panginoon sa mga nagsasabi ng kasinungalingan, ngunit nalulugod siya sa nagsasabi ng katotohanan.

²³ Hindi ipinagyayabang ng taong marunong ang kanyang nalalaman, ngunit ang hangal ay ibinibida ang kanyang kahangalan.

²⁴ Ang taong masipag ay magiging pinuno, ngunit ang tamad ay magiging alipin.

²⁵ Nakapagpapalungkot sa tao ang kabalisahan, ngunit ang magandang pananalita ay kaaliwan.

²⁶ Ginagabayan ng taong matuwid ang kanyang kaibigan, ngunit ililigaw ka ng taong masama.

²⁷ Hindi makakamit ng taong tamad ang kanyang hinahangad, ngunit ang taong masipag maganda ang hinaharap.

²⁸ Ang matuwid na pamumuhay ay patungo sa buhay, at maililigtas ka nito sa kamatayan.

13 Ang matalinong anak ay nakikinig sa pagtutuwid ng kanyang ama, ngunit ang nangungutyang anak ay hindi nakikinig kapag sinasaway siya.

² Ang taong nagsasalita ng mabuti ay gagantihan ng mabuting bagay, ngunit ang salita ng taong hindi tapat ay gagantihan ng karahasan.

³ Ang taong maingat sa pagsasalita ay nag-iingat ng kanyang buhay. Ngunit ang taong madaldal, dulot sa sarili ay kapahamakan.

⁴ Ang taong tamad hindi makukuha ang hinahangad, ngunit ang taong masipag ay magkakaroon ng higit pa sa kanyang hinahangad.

⁵ Ang taong matuwid ay namumuhi sa kasinungalingan, ngunit ang taong masama ay gumagawa ng mga bagay na kahiya-hiya.

⁶ Ang taong walang kapintasan ay iingatan dahil sa kanyang matuwid na pamumuhay, ngunit ang makasalanan ay mapapahamak dahil sa kanyang kasamaan.

⁷ May mga taong nagkukunwaring mayaman ngunit mahirap naman, at may mga nagkukunwaring mahirap ngunit mayaman naman.

⁸ Ang taong mayaman *kapag dinukot ay* may pantubos sa kanyang buhay, ngunit ang taong mahirap ni hindi man lang pinagtatangkaan.

⁹ Ang buhay ng taong matuwid ay parang ilaw na maliwanag, ngunit ang buhay ng masama ay parang ilaw na namatay.

¹⁰ Ang kayabangan ay humahantong sa kaguluhan at pagtatalo, ngunit ang nakikinig sa payo ay nagpapahiwatig ng karunungan.

¹¹ Ang kayamanang nakuha sa pandaraya ay madaling nawawala, ngunit ang kayamanang pinaghirapan ay pinagpapala.

¹² Ang hangarin na naantala ay nakapanghihina, ngunit ang hangarin na natupad ay nakapagpapalakas at nakapagpapasigla.ª

¹³ Ang taong tumatanggi sa turo at utos sa kanya ay mapapahamak, ngunit ang sumusunod dito ay gagantimpalaan.

¹⁴ Ang mga turo ng taong may karunungan ay magpapabuti at magpapahaba ng iyong buhay at mailalayo ka sa kamatayan.

¹⁵ Ang taong may mabuting pang-unawa ay iginagalang, ngunit ang taong taksil ay kapahamakan ang kahahantungan.

¹⁶ Ang taong marunong umunawa kung ano ang tama at mali ay pinag-iisipan muna ang isang bagay bago niya gawin, ngunit ang taong hangal *ay hindi nag-iisip*, ipinakikita niya ang kanyang kahangalan.

¹⁷ Ang masamang sugo ay lumilikha ng kaguluhan, ngunit ang mapagkakatiwalaang sugo ay nagpapabuti ng ugnayan.

¹⁸ Ang taong ayaw tumanggap ng pangaral ay dadanas ng kahirapan at kahihiyan, ngunit ang tumatanggap nito ay pararangalan.

¹⁹ Ang pangarap na natupad ay nagdudulot ng ligaya; subalit ang taong hangal ay hindi tumitigil sa paggawa ng masama.

---

a 12 nakapagpapalakas at nakapagpapasigla: sa literal *punongkahoy na nagbibigay ng buhay.*

20 Kapag ang lagi mong kasama ay isang taong marunong, magiging marunong ka rin, ngunit kung hangal ang lagi mong kasama ay mapapahamak ka.

21 Ang kapahamakan ay darating sa mga makasalanan saanman sila magpunta, ngunit ang mga matuwid ay gagantimpalaan ng mabubuting bagay.

22 Ang kayamanan ng mabuting tao ay mamanahin ng kanyang mga apo, ngunit ang kayamanan ng makasalanan ay mapupunta sa mga matuwid.

23 Umani man ng sagana ang lupain ng mahihirap, hindi rin sila makikinabang dito dahil sa hindi makatuwirang patakaran ng iba.

24 Ang mapagmahal na magulang ay nagdidisiplina ng kanyang anak. Sapagkat kung mahal mo ang iyong anak itutuwid mo ang kanyang ugali.

25 Ang taong matuwid ay makakakain ng sapat, ngunit ang masasama ay magugutom.

14 Ang marunong na babae ay pinatatatag ang kanyang sambahayan, ngunit ang hangal na babae ay sinisira ang kanyang sariling tahanan.

2 Ang taong namumuhay sa katuwiran ay may takot sa Panginoon, ngunit ang namumuhay sa kasamaan ay humahamak sa kanya.

3 Ang salita ng hangal ang magpapasama sa kanya, ngunit ang salita ng marunong ang mag-iingat sa kanya.

4 Kapag wala kang hayop na pang-araro wala kang aanihin, ngunit kung may hayop ka, at malakas pa, marami ang iyong aanihin.

5 Ang tapat na saksi ay hindi nagsisinungaling, ngunit pawang kasinungalingan ang sinasabi ng saksing sinungaling.

6 Ang taong nangungutya ay hindi magkakaroon ng karunungan kahit ano pa ang kanyang gawin, ngunit ang taong may pang-unawa ay madaling matututo.

7 Iwasan mo ang mga hangal dahil wala kang mabuting matututunan sa kanila.

8 Ang karunungan ng taong marunong umunawa kung ano ang tama at mali ang nagbibigay sa kanya ng kaalaman kung ano ang kanyang gagawin, ngunit ang kahangalan ng taong hangal ang magliligaw sa kanya.

9 Balewala sa mga hangal ang makagawa ng kasalanan, ngunit ang taong matuwid ay gustong maging kalugod-lugod *sa Dios.*

10 Ikaw lamang ang nakakaalam ng iyong kabiguan at kagalakan.

11 Mawawasak ang tahanan ng taong masama, ngunit uunlad ang tahanan ng taong matuwid.

12 Maaaring sa tingin mo ang daang tinatahak mo ay matuwid, ngunit kamatayan pala ang dulo nito.

13 Maaaring maitago ang kalungkutan sa pamamagitan ng pagtawa, ngunit pagkatapos ng kasiyahan nariyan pa rin ang kalungkutan.

14 Ang tao ay tatanggap ng nararapat sa kanya kung ano ang ginawa niya, mabuti man o masama.

15 Pinaniniwalaan ng mangmang ang lahat ng kanyang napapakinggan, ngunit ang taong marunong umunawa ay pinag-iisipan ang kanyang napakinggan.

16 Ang taong marunong ay iniingatan ang kanyang sarili at umiiwas sa gulo, ngunit ang taong hangal ay walang pag-iingat at padalos-dalos.

17 Ang taong madaling magalit ay nakagagawa ng kamangmangan. Ang taong mapanlinlang ay kinapopootan.

18 Makikita ang kamangmangan sa taong walang alam, ngunit makikita ang karunungan sa taong nakakaunawa kung ano ang mabuti at masama.

19 Ang taong masama ay yuyuko sa taong matuwid at magsusumamo na siya ay kahabagan.

20 Ang mga mahirap kadalasan ay hindi kinakaibigan kahit ng kanyang kapitbahay, ngunit ang mga mayaman ay maraming kaibigan.

21 Ang humahamak sa kapwa ay nagkakasala, ngunit ang tumutulong sa dukha ay pinagpapala.

22 Ang nagbabalak ng masama sa kapwa ay nagkakasala, ngunit ang nagpaplano nang mabuti ay dadamayan at mamahalin ng kapwa.

23 Ang masikap sa trabaho ay may pakinabang, ngunit magiging mahirap ang puro salita lang.

24 Ang karangalan ng taong marunong ay ang kanyang kayamanan, ngunit ang hangal ay lalo pang *madadagdagan ang* kahangalan.

25 Ang tapat na saksi ay nagliligtas ng buhay, ngunit taksil ang saksing sinungaling.

26 Ang taong may takot sa Panginoon ay may kasiguraduhan at siya ang kanlungan ng kanyang sambahayan.

27 Ang pagkatakot sa Panginoon ay magpapabuti at magpapahaba ng iyong buhay[a] at maglalayo sa iyo sa kamatayan.

28 Ang kapangyarihan ng isang hari ay nasa dami ng kanyang nasasakupan, ngunit kung walang tauhan tiyak ang kanyang kapahamakan.

29 Ang mapagpasensya ay mas higit ang karunungan, ngunit ang madaling magalit ay nagpapakita ng kahangalan.

30 Ang payapang isipan ay nagpapalusog ng katawan, ngunit ang pagkainggit ay tulad ng kanser sa buto.

---

a 27 magpapabuti...buhay: sa literal, *bukal na nagbibigay-buhay.*

[31] Ang nang-aapi ng mahihirap ay hinahamak ang Dios na lumikha sa kanila, ngunit ang nahahabag sa mahihirap ay pinararangalan ang Dios.

[32] Mapapahamak ang masama dahil sa kanyang masamang gawain, ngunit ang mga matuwid ay iingatan dahil sa kanilang pagkamakadios.[a]

[33] Ang karunungan ay nasa isip ng taong may pang-unawa, ngunit ang mangmang ay walang[b] nalalamang kahit ano tungkol sa karunungan.

[34] Ang matuwid na pamumuhay ng mamamayan ay nagpapaunlad ng kanilang bansa, ngunit kung sila ay magkasala, mapapahiya ang kanilang bansa.

[35] Sa matalinong lingkod ang hari ay nalulugod, ngunit sa hangal na lingkod siya ay napopoot.

15 Ang malumanay na sagot ay nakakapawi ng poot, ngunit lalong nakakapagpagalit ang pabalang na sagot.

[2] Ang salita ng taong marunong ay nagpapahiwatig ng karunungan, ngunit ang salita ng hangal ay nagpapakita ng kahangalan.

[3] Nakikita ng PANGINOON ang lahat ng lugar. Minamasdan niya ang ginagawa ng masasama at ng mga matuwid.

[4] Ang malumanay na pananalita ay nakapagpapasigla ng kalooban ng tao,[c] ngunit ang masakit na salita ay nakakasugat ng puso.

[5] Hindi pinapansin ng taong hangal ang pagtutuwid ng kanyang ama, ngunit ang taong marunong, sumusunod sa mga paalala sa kanya.

[6] Dadami ang kayamanan sa tahanan ng mga matuwid, ngunit anumang pag-aari ng masasama ay mawawala.[d]

[7] Ikinakalat ng marunong ang kanyang karunungan, ngunit hindi ito magawa ng mangmang.

[8] Kasuklam-suklam sa PANGINOON ang handog ng masasama, ngunit kalugod-lugod sa kanya ang panalangin ng mga matuwid.

[9] Kinamumuhian ng PANGINOON ang taong ang gawain ay masama, ngunit ang taong nagsusumikap na gumawa ng matuwid ay minamahal niya.

[10] Minamasama ng taong naliligaw ng landas kapag itinutuwid siya. Ang taong umaayaw sa mga pagtutuwid ay mamamatay.

[11] Kung alam ng PANGINOON ang nangyayari sa daigdig ng mga patay, lalo namang alam niya ang nasa puso ng mga buhay.

[12] Ang taong nangungutya ay ayaw ng sinasaway; ayaw ding tumanggap ng payo mula sa taong may karunungan.

[13] Kapag ang tao ay masaya, nakangiti siya, ngunit kapag ang tao ay malungkot, mukha niya ay nakasimangot.

[14] Ang taong may pang-unawa ay naghahangad pa ng karunungan, ngunit ang taong hangal ay naghahangad pa ng kahangalan.

[15] Ang buhay ng mga dukha ay palaging mahirap, ngunit kung makokontento lang sila ay palagi silang magiging masaya.

[16] Mas mabuti pang maging mahirap na may takot sa PANGINOON, kaysa maging mayaman na ang buhay ay puno ng kaguluhan.

[17] Mas mabuti pa ang mag-ulam ng kahit gulay lang pero may pagmamahalan, kaysa sa mag-ulam ng karne pero may alitan.

[18] Ang taong mainitin ang ulo ay nagpapasimula ng gulo, ngunit ang taong mahinahon ay tagapamayapa ng gulo.

[19] Kung ikaw ay tamad, buhay mo ay maghihirap, ngunit kung ikaw ay masipag, buhay mo ay uunlad.

[20] Ang anak na marunong ay ligaya ng magulang, ngunit ang anak na hangal ay hinahamak ang magulang.

[21] Ang taong walang pang-unawa ay nagagalak sa kamangmangan, ngunit ang may pang-unawa ay namumuhay nang matuwid.

[22] Mabibigo ka kapag hindi ka humihingi ng payo tungkol sa iyong mga pinaplano, ngunit kapag marami kang tagapayo magtatagumpay ang mga plano mo.

[23] Nagagalak ang tao kapag akma ang sagot niya. Mas nagagalak siya kung nakakasagot siya sa tamang pagkakataon.

[24] Ang taong marunong ay daan patungo sa buhay ang sinusundan at iniiwasan niya ang daan patungo sa kamatayan.

[25] Wawasakin ng PANGINOON ang bahay ng hambog, ngunit iingatan niya ang lupain ng biyuda.

[26] Kinasusuklaman ng PANGINOON ang iniisip ng masasamang tao, ngunit nagagalak siya sa iniisip ng mga taong may malinis na puso.

[27] Ang taong yumaman sa masamang paraan ay nagdudulot ng kaguluhan sa kanyang sambahayan. Mabubuhay naman nang matagal ang taong hindi nasusuhulan.

[28] Ang taong matuwid ay pinag-iisipan muna ang sasabihin, ngunit ang

---

a 32 dahil sa kanilang pagkamakadios: Ito ang nasa Septuagint at sa Syriac. Sa Hebreo, *sa kanilang kamatayan.*

b 33 wala: Wala ito sa Hebreo, pero makikita sa Septuagint at sa Syriac.

c 4 nakapagpapasigla ng kalooban ng tao: sa literal, *punongkahoy na nagbibigay-buhay.*

d 6 mawawala: o, *magiging dahilan ng gulo.*

taong masama ay basta na lamang nagsasalita.

²⁹ Malayo ang PANGINOON sa masasama, ngunit *malapit siya* sa mga matuwid at pinapakinggan niya ang kanilang dalangin.

³⁰ Ang masayang mukha ay nagbibigay ng tuwa at nagpapasigla ang magandang balita.

³¹ Ang taong nakikinig sa mga turo ng buhay ay maibibilang sa mga marurunong.

³² Pinapasama ng tao ang kanyang sarili kapag binabalewala niya ang pagtutuwid sa kanyang pag-uugali, ngunit kung makikinig siya, lalago ang kanyang kaalaman.

³³ Ang takot sa PANGINOON ay nagtuturo ng karunungan, at ang nagpapakumbaba ay pinaparangalan.

16 Nasa tao ang pagpaplano, ngunit ang PANGINOON ang nagpapasya kung magaganap ito o hindi.

² Inaakala natin na tama ang lahat ng ating ginagawa, ngunit ang PANGINOON lang ang makakapaghusga kung ano *talaga* ang ating motibo.

³ Ipagkatiwala mo sa PANGINOON ang lahat ng iyong gagawin, at magtatagumpay ka.

⁴ Ang lahat ay nilikha ng PANGINOON na mayroong layunin, kahit na nga ang masasama, itinalaga sila para sa kapahamakan.

⁵ Kinasusuklaman ng PANGINOON ang mayayabang at tiyak na sila'y parurusahan.

⁶ Kung minamahal natin ang PANGINOON nang may katapatan, patatawarin niya ang ating mga kasalanan. Kung may takot tayo sa kanya nang may paggalang, makalalayo tayo sa kasamaan.

⁷ Kapag kinalulugdan ng PANGINOON ang ating pamumuhay, kahit na ang ating kaaway ay gagawin niyang ating kaibigan.

⁸ Mas mabuti ang kaunting halaga na pinaghirapan, kaysa sa malaking kayamanang galing sa masamang paraan.

⁹ Ang tao ang nagpaplano, ngunit nasa PANGINOON ang kaganapan nito.

¹⁰ Ang haring pinapatnubayan ng PANGINOON, palaging tama ang paghatol.

¹¹ Ayaw ng PANGINOON ang dayaan sa kalakalan.

¹² Sa mga hari ay kasuklam-suklam ang paggawa ng kasamaan, dahil magpapatuloy lamang ang kanilang pamamahala kung sila ay makatuwiran.

¹³ Nalulugod ang mga hari sa mga taong hindi nagsisinungaling; minamahal nila ang mga taong nagsasabi ng katotohanan.

¹⁴ Kapag ang hari ay nagalit maaaring may masawi, kaya sinisikap ng taong marunong na malugod ang hari.

¹⁵ Hindi pinapatay ng hari ang taong sa kanya ay kalugod-lugod; pinakikitaan niya ito ng kabutihan gaya ng ulan sa panahon ng tagsibol.

¹⁶ Higit na mabuti ang magkaroon ng karunungan at pang-unawa, kaysa sa magkaroon ng pilak at ginto.

¹⁷ Ang namumuhay nang matuwid ay lumalayo sa kasamaan, at ang nag-iingat ng kanyang sarili ay nalalayo sa kapahamakan.

¹⁸ Ang kayabangan ay humahantong sa kapahamakan, at ang nagmamataas ay ibabagsak.

¹⁹ Higit na mabuti ang mamuhay nang may pagpapakumbaba kasama ang mahihirap kaysa sa mamuhay kasama ng mayayabang at makibahagi sa kanilang pinagnakawan.

²⁰ Ang taong nakikinig kapag tinuturuan ay uunlad, at ang taong nagtitiwala sa PANGINOON ay mapalad.

²¹ Ang marunong ay kinikilalang may pang-unawa, at kung siya'y magaling magsalita marami ang matututo sa kanya.

²² Kapag may karunungan ka, buhay mo'y bubuti at hahaba; ngunit kung hangal ka, parurusahan ka dahil sa iyong kahangalan.

²³ Ang taong marunong ay nag-iingat sa kanyang mga sinasabi, kaya natututo ang iba sa kanya.

²⁴ Ang matatamis na salita ay parang pulot-pukyutan, nakakapagpasaya at nakakapagpasigla ng katawan.

²⁵ Maaaring iniisip mo na nasa tamang daan ka, ngunit ang dulo pala nito ay kamatayan.

²⁶ Ang kagutuman ang nagtutulak sa tao na magtrabaho.

²⁷ Ang taong masama ay nag-iisip ng kasamaan, at ang bawat sabihin niya ay parang apoy na nakakapaso.

²⁸ Ang taong nanlilibak ng kapwa ay nagsisimula ng away, at ang matalik na magkaibigan ay kanyang pinaghihiwalay.

²⁹ Ang taong nabubuhay sa karahasan ay nanghihikayat ng kanyang kapwa sa kasamaan.

³⁰ Mag-ingat sa taong ngingiti-ngiti at kikindat-kindat dahil maaaring masama ang kanyang binabalak.

³¹ Ang katandaan ay tanda ng karangalan*ᵃ* na matatanggap ng taong namumuhay sa katuwiran.

³² Higit na mabuti ang taong mapagpasensya kaysa sa taong makapangyarihan. Higit na mabuti ang taong nakakapagpigil sa sarili kaysa sa taong nakakasakop ng isang lungsod.

---

a 31 Ang katandaan…karangalan: sa literal, *Ang mga uban ay korona ng karangalan.*

³³ Nagpapalabunutan ang mga tao *upang malaman kung ano ang kanilang gagawin*, nguni't nasa PANGINOON ang kapasyahan.

17 Ang kaunting pagkain na pinagsasaluhan nang may kapayapaan ay higit na mabuti kaysa sa maraming pagkain nguni't may alitan.

² Pamumunuan ng marunong na lingkod ang nakakahiyang anak ng kanyang amo at sa kanilang mamanahin makakabahagi pa ito.

³ Sinusubok ng PANGINOON ang puso ng tao katulad ng pilak at ginto na sinusubok sa apoy kung ito ay tunay o hindi.

⁴ Ang taong masama ay gustong makinig sa kapwa niya masama, at ang taong sinungaling ay gustong makinig sa kapwa niya sinungaling.

⁵ Ang kumukutya sa mahihirap ay inaalipusta ang kanyang Manlilikha. Ang taong nagagalak sa kapahamakan ng iba ay parurusahan.

⁶ Karangalan ng mga lolo't lola ang kanilang mga apo, gayon din naman, karangalan ng mga anak ang kanilang mga magulang.

⁷ Hindi bagay sa hangal ang magsalita ng mabuti, at lalong hindi bagay sa isang namumuno ang magsinungaling.

⁸ Sa tingin ng iba ang suhol ay parang salamangka na magagawa ang kahit anumang bagay.

⁹ Kung patatawarin mo ang kasalanan ng iyong kaibigan, mananatili ang inyong samahan, nguni't kung patuloy mong uungkatin ang kanyang kasalanan, masisira ang inyong pagkakaibigan.

¹⁰ Sa isang saway lang natututo ang taong may pang-unawa, nguni't ang taong mangmang ay hindi natututo hampasin mo man ng walang awa.

¹¹ Laging naghahanap ng gulo ang taong masama, kaya ipapadala laban sa kanya ang isang taong malupit na magpaparusa sa kanya.

¹² Mas mabuti pang masalubong mo ang isang osong inagawan ng anak kaysa sa hangal na gumagawa ng kahangalan.

¹³ Kapag kasamaan ang iginanti mo sa kabutihang ginawa sa iyo, palaging may masamang mangyayari sa sambahayan mo.

¹⁴ Ang simula ng away ay katulad ng butas sa isang dike, kailangang tapalan bago lumaki.

¹⁵ Kasuklam-suklam sa PANGINOON ang taong nagpaparusa sa taong walang kasalanan o nagpapalaya sa taong may kasalanan.

¹⁶ Walang kabuluhang pag-aralin ang taong hangal sapagkat hindi naman niya hinahangad ang matuto.

¹⁷ Ang kaibigan ay nagmamahal sa lahat ng panahon, at nagkaroon tayo ng kapatid upang sa kagipitan ay tumulong.

¹⁸ Ang taong nangakong managot sa utang ng iba ay kulang sa karunungan.

¹⁹ Ang taong gusto ng kasalanan ay gusto rin ng kaguluhan. At ang taong mayabang ay naghahanap ng kapahamakan.

²⁰ Hindi uunlad ang taong baluktot ang pag-iisip, at ang taong sinungaling ay dadanas ng kasawian.

²¹ Ang anak na hangal ay nagdudulot ng kalungkutan at kabiguan sa magulang.

²² Ang pagiging masayahin ay parang gamot na nakabubuti sa katawan, nguni't ang pagiging malungkutin ay nagpapahina ng katawan.

²³ Ang taong masama ay tumatanggap ng suhol upang ipagkait ang makatarungang hatol.

²⁴ Ang taong may pang-unawa ay naghahangad pa ng karunungan; nguni't ang isip ng mangmang ay pagala-gala.

²⁵ Ang anak na hangal ay nagdudulot ng kapaitan at kalungkutan sa kanyang mga magulang.

²⁶ Hindi mabuti na parusahan ang taong matuwid o ang taong marangal.

²⁷ Ang taong marunong at nakakaunawa ay maingat magsalita at hindi padalos-dalos.

²⁸ Kahit ang mangmang ay parang marunong at nakakaunawa kapag tahimik.

18 Ang taong makasarili ay humihiwalay sa karamihan at sumasalungat sa lahat ng tamang kaisipan.

² Ang taong hangal ay hindi naghahangad na matuto; ang gusto lang niya ay masabi ang nasa isipan.

³ Ang paggawa ng kasamaan at nakakahiyang mga bagay ay makapagbibigay ng kahihiyan.

⁴ Ang salita ng taong marunong ay nakapagbibigay ng karunungan sa iba; ito ay katulad ng tubig na umaagos mula sa malalim na batis.

⁵ Hindi mabuti na kampihan ang taong nagkasala at hindi mabuti na ipagkait ang katarungan sa taong walang kasalanan.

⁶ Ang sinasabi ng taong hangal ang pinagsisimulan ng alitan at magdadala sa kanya sa kaguluhan.

⁷ Ang salita ng hangal ang maglalagay sa kanya sa panganib at kapahamakan.

⁸ Ang tsismis ay gaya ng pagkaing masarap nguyain at lunukin.

⁹ Ang taong tamad ay kasingsama ng taong mapanira.

¹⁰ Ang PANGINOON ay katulad ng toreng matibay, kanlungan ng mga matuwid sa oras ng panganib.

¹¹ Ang akala ng taong mayaman ay maipagtatanggol siya ng kanyang kayamanan gaya ng mga pader na nakapalibot sa buong bayan.

¹² Ang pagmamataas ng tao ang
magpapahamak sa kanya, ngunit ang
pagpapakumbaba ang magpaparangal
sa kanya.

¹³ Hangal at kahiya-hiya ang taong sumasagot sa
usapan ng hindi muna nakikinig.

¹⁴ Sa taong may karamdaman, tatag ng loob
ang magbibigay kalakasan. Kung
mawawalan siya ng pag-asa, wala
nang makatutulong pa sa kanya.

¹⁵ Ang taong marunong at nakauunawa ay lalo
pang naghahangad ng karunungan.

¹⁶ Madaling makikipagkita sa iyo ang dakilang
tao kapag may dala kang regalo para
sa kanya.

¹⁷ Ang unang naglahad ng salaysay sa korte ay
parang iyon na ang totoo, hanggang
hindi pa nasusuri at natatanong ng
kabilang panig.

¹⁸ Napapatigil ng palabunutan ang mga alitan,
at pinagkakasundo ang mahigpit na
magkalaban.

¹⁹ Mas madali pang sakupin ang isang
napapaderang bayan kaysa sa
makipagbati sa kapatid*ᵃ* na nasaktan.
Kung paanong mahirap wasakin ang mga
kandado ng tarangkahan ng palasyo,
mahirap din pigilin ang alitan ng
dalawang tao.

²⁰ Aanihin mo ang bunga ng iyong mga
sinasabi.

²¹ Ang salita ng tao ay makapagliligtas ng buhay
o kaya ay makamamatay. Kaya mag-
ingat sa pagsasalita sapagkat aanihin
mo ang mga bunga nito.

²² Kung nakapag-asawa ka, nakatanggap ka ng
kabutihan, at ito ang nagpapakita na
mabuti ang PANGINOON sa iyo.

²³ Nakikiusap ang dukha, ngunit ang mayaman
ay masakit magsalita.

²⁴ May mga pagkakaibigang hindi nagtatagal,
ngunit may pagkakaibigan din
na higit pa sa magkapatid ang
pagsasamahan.

19 Mas mabuti pa ang mahirap na
namumuhay nang matuwid kaysa sa
hangal na sinungaling.

² Maging masigasig ka man ngunit walang
nalalaman, wala rin itong kabuluhan.
Kapag ikaw naman ay pabigla-bigla
madali kang magkakasala.

³ Kamangmangan ng tao ang nagpapahamak
sa kanyang sarili, at pagkatapos sa
PANGINOON ibinabaling ang sisi.

⁴ Ang mayaman ay maraming kaibigan, ngunit
ang mahirap nama'y iniiwanan ng
kaibigan.

⁵ Ang saksing sinungaling ay parurusahan,
at ang nagsisinungaling ay hindi
makakatakas *sa kaparusahan.*

⁶ Marami ang lumalapit sa pinunong mabait,
at sa mapagbigay ang lahat ay
nakikipagkaibigan.

⁷ Ang mahihirap ay iniiwasan ng mga kamag-
anak, at lalo na ng mga kaibigan.
Kapag sila ay kailangan hindi sila
matagpuan.

⁸ Ang taong nagsisikap na magkaroon ng
karunungan ay nagmamahal sa sarili,
at ang nagpapahalaga sa pang-unawa
ay uunlad.

⁹ Ang hindi tapat na saksi ay parurusahan, at
ang sinumang nagsisinungaling ay
mapapahamak.

¹⁰ Hindi bagay sa taong mangmang ang
mamuhay sa karangyaan, at mas
lalong hindi bagay sa isang alipin ang
mamuno sa mga pinuno.

¹¹ Kung ikaw ay mahinahon, nagpapakita
lang na marunong ka. At kung
pinapatawad mo ang nagkasala sa iyo,
makapagdudulot ito ng karangalan sa
iyo.

¹² Ang galit ng hari ay parang atungal ng leon,
ngunit ang kanyang kabutihan ay
tulad ng hamog na bumabasa sa mga
halaman.

¹³ Ang anak na hangal ay nagdudulot ng
kapahamakan sa kanyang ama. Ang
bungangerang asawa ay *nakakainis*
tulad ng tulo sa bubungan.

¹⁴ Bahay at kayamanan sa magulang ay
namamana, ngunit ang PANGINOON
lang ang nagbibigay ng matalinong
asawa.

¹⁵ Kung ikaw ay tamad at tulog lang nang tulog,
magugutom ka.

¹⁶ Mabubuhay nang matagal ang taong
sumusunod sa utos *ng Dios,* ngunit
ang hindi sumusunod ay mamamatay.

¹⁷ Kapag tumutulong ka sa mahirap, para kang
nagpapautang sa PANGINOON, dahil
ang PANGINOON ang magbabayad sa
iyo.

¹⁸ Ituwid mo ang iyong anak habang may
panahon pa. Kung hindi mo siya
itutuwid, ikaw na rin ang nagpahamak
sa kanya.

¹⁹ Hayaan mong maparusahan ang taong
magagalitin, dahil kapag tinulungan
mo siya, uulit-ulitin lang niya ang
kanyang ginagawa.

²⁰ Dinggin mo at sundin ang mga payo at
pagtutuwid sa iyong pag-uugali, at sa
bandang huli ay magiging marunong
ka.

²¹ Marami tayong mga pinaplano, ngunit ang
kalooban pa rin ng PANGINOON ang
masusunod.

²² Ang gusto natin sa isang tao ay matapat.*ᵇ* Mas
mabuti pang maging mahirap kaysa
maging sinungaling.

²³ Ang pagkatakot sa PANGINOON ay
magdudulot ng mahabang
buhay, kasapatan, at kaligtasan sa
kapahamakan.

---

a 19 kapatid: o, *kamag-anak;* o, *kapwa.*

b 22 Ang gusto natin…matapat: o, *Ang pagiging sakim ng tao ay nakakahiya.*

²⁴ May mga taong sobrang batugan kahit ang kumain ay kinatatamaran.
²⁵ Ang mapanuya ay dapat parusahan para ang mga katulad niya'y matuto na maging marunong. Ang nakakaunawa ay lalong magiging marunong kapag pinagsasabihan.
²⁶ Kahiya-hiya ang anak na malupit sa kanyang ama at pinapalayas ang kanyang ina.
²⁷ Anak, kung hindi ka makikinig sa mga pangaral para maituwid ang iyong pag-uugali, tinatanggihan mo ang mga turo na nagbibigay ng karunungan.
²⁸ Ang sinungaling na saksi ay pinapawalang-kabuluhan ang katarungan, at ang bibig ng masama ay nalulugod sa pagpapahayag ng kasamaan.
²⁹ Sa mga mapanuya ay may hatol na nakalaan, at hagupit naman ang nakahanda para sa mga hangal.

20 Ang sobrang pag-inom ng alak ay nagbubunga ng panunuya at kaguluhan, kaya ang taong naglalasing ay salat sa karunungan.
² Ang poot ng hari ay parang atungal ng leon. Kapag ginalit mo siya, papatayin ka niya.
³ Ang pag-iwas sa gulo ay tanda ng karangalan; hangal lang ang may gusto ng kaguluhan.
⁴ Ang taong tamad mag-araro sa panahon ng pagtatanim ay walang makukuha pagdating ng anihan.
⁵ Ang isipan ng tao ay tulad ng malalim na balon, ngunit mauunawaan ito ng taong marunong.
⁶ Marami ang nagsasabi na sila ay tapat, ngunit mayroon kaya sa kanila ang mapagkakatiwalaan?
⁷ Ang taong matuwid ay walang kapintasan. Mapalad ang mga anak niya kung siya ang kanilang tinutularan.
⁸ Kapag ang hari ay humahatol, tinitiyak muna niya kung sino ang gumawa ng masama.
⁹ Walang sinumang makapagsasabi na ang puso niya ay malinis, na kailanman ay hindi siya nakagawa ng mali.
¹⁰ Ang madadayang timbangan at sukatan ay kasuklam-suklam sa paningin ng Dios.
¹¹ Ang mga ginagawa ng isang kabataan ay nagpapakita ng kanyang tunay na pag-uugali, kung siya ba ay matuwid o hindi.
¹² Ang taingang nakakarinig at matang nakakakita ay ang Panginoon ang siyang gumawa.
¹³ Kung tulog ka nang tulog maghihirap ka, ngunit kung magsisikap ka, ang iyong pagkain ay sasagana.
¹⁴ Pinipintasan ng mamimili ang kanyang binibili upang makatawad siya. Pero kung nabili na, *hindi na*

niya ito pinipintasan, sa halip ay ipinagyayabang pa.
¹⁵ Marami ang ginto at mamahaling bato, ngunit iilan lamang ang nakapagsasalita nang may karunungan.
¹⁶ Kung may taong nangako na babayaran niya sa iyo ang utang ng taong hindi niya kilala, tiyakin mong makakakuha ka sa kanya ng garantiya, para makatiyak ka na babayaran ka niya.
¹⁷ Pagkaing nakuha sa pandaraya sa una ay matamis ang lasa, ngunit sa huli ay lasang buhangin na.
¹⁸ Humingi ka ng payo sa iyong pagpaplano o bago makipaglaban sa digmaan.
¹⁹ Ang taong masalita nagbubunyag ng sikreto, kaya iwasan mo ang ganyang uri ng tao.
²⁰ Mamamatay ang sinumang sumumpa sa kanyang magulang, para siyang ilaw na namatay sa gitna ng kadiliman.
²¹ Ang mana na kinuha ng maaga sa bandang huli'y hindi magiging pagpapala.
²² Huwag kang maghiganti. Magtiwala ka sa Panginoon, at tutulungan ka niya.
²³ Nasusuklam ang Panginoon sa mga nandadaya sa timbangan. Hindi ito mabuting gawain.
²⁴ Ang Panginoon ang nagkaloob nitong ating buhay, kaya hindi natin alam ang ating magiging kapalaran.
²⁵ Bago mangako sa Dios ay isiping mabuti, baka magsisi ka sa bandang huli.
²⁶ *Sa paghatol*, tinitiyak ng matalinong hari na malaman kung sino ang gumagawa ng kasamaan at saka niya parurusahan.
²⁷ Ibinigay sa atin ng Panginoon ang ating budhi[a] at isipan upang makita ang ating kaloob-looban.
²⁸ Ang haring mabuti at tapat ay hindi mapapahamak, at magtatagal siya sa kanyang luklukan.
²⁹ Karangalan ng kabataan ang kanilang kalakasan, at karangalan naman ng matatanda ang kanilang katandaan.[b]
³⁰ Kung minsan ang parusa ay nagdudulot ng mabuti para magbago tayo.

21 Ang isipan ng hari ay parang ilog na pinapadaloy ng Panginoon saan man niya naisin.
² Inaakala ng tao na tama ang lahat ng kanyang ginagawa, ngunit ang Panginoon lang ang nakakaalam kung ano ang ating motibo.
³ Ang paggawa ng matuwid at makatarungan ay kalugod-lugod sa Panginoon kaysa sa paghahandog.
⁴ Ang mapagmataas na tingin at palalong isipan ay kasalanan. Ganyan ang ugali ng mga taong makasalanan.
⁵ Ang gawaing plinanong mabuti at pinagsikapan ay patungo sa kaunlaran,

---
a 27 budhi: o, espiritu.
b 29 katandaan: sa literal, uban.

ngunit ang gawaing padalos-dalos ay maghahatid ng karalitaan.

⁶ Ang kayamanang nakuha sa pandaraya ay madaling mawala at maaaring humantong sa *maagang* kamatayan.

⁷ Ang karahasan ng masasama ang magpapahamak sa kanila, sapagkat ayaw nilang gawin ang tama.

⁸ Hindi matuwid ang gawain ng taong may kasalanan, ngunit matuwid ang gawain ng taong walang kasalanan.

⁹ Mas mabuti pang tumirang mag-isa sa bubungan ng bahayᵃ kaysa sa loob ng bahay na ang kasama ay asawang palaaway.

¹⁰ Ang masasama ay laging gustong gumawa ng masama at sa kanilang kapwa ay wala silang awa.

¹¹ Kapag ang manunuya ay pinarusahan mo, ang mga mangmang ay matututo. Kapag ang marunong naman ang tinuruan mo, lalo pa siyang magiging matalino.

¹² Alam ng matuwid na Dios kung ano ang ginagawa ng sambahayan ng masasama, at parurusahan niya sila.

¹³ Ang hindi pumansin sa daing ng mahirap, kapag siya naman ang dumaing ay walang lilingap.

¹⁴ Kapag ang kapwa mo ay may galit sa iyo, mawawala iyon sa palihim na regalo.

¹⁵ Kapag katarungan ang umiiral, ang mga matuwid ay natutuwa, ngunit natatakot ang masasama.

¹⁶ Ang taong lumilihis sa karunungan ay hahantong sa kamatayan.

¹⁷ Ang taong maluho at puro pagdiriwang ay hindi yayaman kundi lalo pang maghihirap.

¹⁸ Pinarurusahan ang masasama at makasalanan upang iligtas ang taong matuwid.

¹⁹ Mas mabuti pang manirahan sa disyerto kaysa manirahan *sa bahay* na kasama ang asawang magagalitin at palaaway.

²⁰ Ang taong marunong ay pinaghahandaan ang kanyang kinabukasan, ngunit ang mangmang, winawaldas ang lahat hanggang sa maubusan.

²¹ Ang taong namumuhay sa katuwiran at kabutihan ay hahaba ang buhay, magtatagumpay at pararangalan.

²² Mapapasuko ng matalinong pinuno ang bayan na maraming sundalo, at kaya niyang gibain ang mga pader na kanilang inaasahang tanggulan.

²³ Ang taong nag-iingat sa kanyang mga sinasabi ay nakakaiwas sa gulo.

²⁴ Ang taong palalo at mayabang ay makikilala mo dahil nangungutya siya at sukdulan ang kayabangan.

²⁵ Kung marami kang ninanais ngunit tamad kang magtrabaho, iyon ang sisira sa iyo.

²⁶ Ang taong tamad ay laging naghahangad na makatanggap, ngunit ang taong matuwid ay nagbibigay nang walang alinlangan.

²⁷ Kinasusuklaman *ng* PANGINOON ang handog ng taong masama, lalo na kung ihahandog niya ito ng may layuning masama.

²⁸ Patitigilin sa pagsasalita ang saksing sinungaling, ngunit ang saksing nagsasabi ng katotohanan ay pakikinggan.

²⁹ Ang taong masama ay hindi pinag-iisipan ang kanyang ginagawa, ngunit ang taong matuwid ay pinag-iisipan muna nang mabuti ang kanyang ginagawa.

³⁰ Walang karunungan, pang-unawa o payo ang makakapantay sa PANGINOON.

³¹ Kahit nakahanda na ang mga kabayo para sa labanan, ang PANGINOON pa rin ang nagbibigay ng katagumpayan.

22 Mas mabuting piliin ang malinis na pangalan kaysa sa maraming kayamanan. Ang paggalang ng tao sa iyo ay mas mahalaga pa kaysa pilak at ginto.

² Ang PANGINOON ang lumikha sa tao, mayaman man o mahirap.

³ Ang taong may pang-unawa ay umiiwas kung may panganib, ngunit ang hangal ay sumusuong sa panganib, kaya napapahamak.

⁴ Ang paggalang sa PANGINOON at pagpapakumbaba ay magdudulot sa iyo ng mahabang buhay, kayamanan at karangalan.

⁵ Lumalakad ang taong masama sa daang matinik at may mga patibong. Ang nag-iingat sa sarili ay umiiwas sa daang iyon.

⁶ Ituro sa bata ang tamang pag-uugali, at hindi niya ito malilimutan hanggang sa kanyang pagtanda.

⁷ Ang mahihirap ay nasa ilalim ng kapangyarihan ng mayayaman, at ang nangungutang ay alipin ng nagpapautang.

⁸ Ang naghahasik ng kasamaan ay aani ng kapahamakan, at matitigil na ang kanyang pamiminsala sa iba.

⁹ Ang nagbibigay ng pagkain sa dukha ay tiyak na pagpapalain.

¹⁰ Kapag pinalayas mo ang mga taong nanunuya, mawawala na ang alitan, kaguluhan at pang-iinsulto.

¹¹ Ang taong may malinis na puso at mahinahon magsalita ay magiging kaibigan ng hari.

¹² Binabantayan ng PANGINOON ang mga taong may karunungan, ngunit sinisira niya ang plano ng mga taksil.

¹³ Ang taong tamad ay laging may dahilan, sinasabi niyang baka siya ay lapain ng leon sa daan.

ᵃ **9** *Ang mga bahay noon sa Israel ay may patag na bubong.*

¹⁴ Salita ng masamang babae ay parang malalim na hukay, at doon nahuhulog ang kinamumuhian ng Panginoon.
¹⁵ Likas sa mga bata ang pagiging pilyo, ngunit magiging matuwid sila kung didisiplinahin.
¹⁶ Ang nagreregalo sa mayaman o nang-aapi sa mahihirap para yumaman ay hahantong din sa karalitaan.

Ang 30 Mahalagang Kawikaan

¹⁷ Pakinggan mo ang mga sinasabi ng marurunong. Pakinggan mong mabuti habang itinuturo ko ito sa iyo, ¹⁸ dahil magbibigay ito sa iyo ng kaligayahan kung malalaman mo ito at masasaulo. ¹⁹ Itinuturo ko ito sa iyo ngayon upang magtiwala ka sa Panginoon.
²⁰ Ang 30 Kawikaang ito na isinulat ko ay magdudulot sa iyo ng mga karunungan at payo. ²¹ Sa pamamagitan nito'y malalaman mo ang mga katotohanan at masasagot mo ang mga magtatanong sa iyo.ᵃ

–1–
²² Huwag mong abusuhin ang mga mahihirap o apihin man sila sa mga hukuman, ²³ sapagkat ipagtatanggol sila ng Panginoon. Anuman ang gawin ninyong masama sa kanila ay gagawin din niya sa inyo.

–2–
²⁴ Huwag kang makipagkaibigan sa taong madaling magalit, ²⁵ baka mahawa ka sa kanya, at mabulid sa ganoong pag-uugali.

–3–
²⁶ Huwag kang mangangako na magbabayad sa utang ng iba, ²⁷ dahil kapag hindi ka nakabayad, kukunin nila pati ang higaan mo.

–4–
²⁸ Huwag mong aalisin ang mga muhonᵇ na inilagay noon ng mga ninuno mo.

–5–
²⁹ Ang taong mahusay magtrabaho ay maglilingkod sa mga hari at hindi sa pangkaraniwang tao.

–6–
23 Kapag kumakain ka kasalo ng taong may mataas na katungkulan, mag-ingat ka sa ikikilos mo. ² Kung palakain ka, pigilan mo ang iyong sarili. ³ Huwag kang magnanasa sa mga pagkaing kanyang inihanda, dahil baka iyon ay pain lang sa iyo.

–7–
⁴ Huwag mong pahirapan ang sarili mo sa pagpapayaman. Sa halip pigilan mo ang iyong sarili at isipin kung ano ang mabuti. ⁵ Dahil ang kayamanan ay madaling mawala at tila may pakpak na lumilipad sa kalawakan tulad ng isang agila.

–8–
⁶ Huwag kang kumain o matakam sa pagkain na inihanda ng taong kuripot, kahit ito ay masarap. ⁷ Sapagkat ang taong ganyan bawat subo mo'y binabantayan. Sasabihin niya, "Sige, kumain ka pa." Ngunit hindi pala ganoon ang nasa isip niya. ⁸ Kaya lahat ng kinain mo'y isusuka mo at ang mga papuri mo sa kanya ay mababalewala.

–9–
⁹ Huwag kang magsasalita sa hangal, sapagkat ang sasabihin mong karunungan sa kanya ay wala ring kabuluhan.

–10–
¹⁰ Huwag mong agawin o sakupin ang lupa ng mga ulila sa pamamagitan ng paglilipat ng mga muhon na matagal nang nakalagay. ¹¹ Sapagkat ang kanilang makapangyarihang tagapagtanggol ay ang Panginoon. Siya ang magtatanggol sa kanila laban sa iyo.

–11–
¹² Makinig ka kapag itinutuwid ang iyong pag-uugali upang ikaw ay matuto.

–12–
¹³⁻¹⁴ Huwag kang magpapabaya sa pagdidisiplina sa iyong anak. Ang tamang pagpalo ay hindi niya ikamamatay kundi makapagliligtas pa sa kanya sa kamatayan.

–13–
¹⁵⁻¹⁶ Anak, matutuwa ako kung magiging matalino ka at karunungan ang mamumutawi sa iyong mga labi.

–14–
¹⁷ Huwag kang maiinggit sa mga makasalanan, sa halip igalang mo ang Panginoon habang nabubuhay ka. ¹⁸ At kung magkagayon ay gaganda ang kinabukasan mo at mapapasaiyo ang mga hinahangad mo.

–15–
¹⁹ Anak, pakinggan mo ang itinuturo ko sa iyo. Maging matalino ka at sundin mo ang tamang daan. ²⁰⁻²¹ Huwag kang gumaya sa mga lasenggo at matakaw sa pagkain, dahil ang gaya nila ay hahantong sa kahirapan. Tulog lang sila ng tulog, kaya sa bandang huli ay magdadamit na lang sila ng basahan.

–16–
²² Makinig ka sa iyong mga magulang sapagkat kung hindi dahil sa kanila, hindi ka naisilang sa mundong ito. Huwag mo silang hahamakin kapag sila ay matanda na. ²³ Pagsikapan mong mapasaiyo ang katotohanan, karunungan, magandang pag-uugali at pang-unawa. At huwag mo itong ipagpapalit sa kahit anumang bagay. ²⁴⁻²⁵ Matutuwa ang iyong mga

---

ᵃ 21 *magtatanong sa iyo*: sa literal, *nagsugo sa iyo*.
ᵇ 28 *muhon*: Tanda ito ng hangganan ng lupa. Kung sa Ingles, *landmark o boundary marker*.

magulang kung matuwid ka at matalino. Ikaliligaya nila na sila ang naging iyong ama at ina.

-17-

²⁶ Anak, makinig kang mabuti sa akin at tularan mo ang aking pamumuhay. ²⁷ Sapagkat ang babaeng bayaran ay *makapagpapahamak sa iyo* katulad ng malalim at makitid na hukay. ²⁸ Para siyang tulisan na nag-aabang ng mabibiktima, at siya ang dahilan ng pagtataksil ng maraming lalaki sa kanilang mga asawa.

-18-

²⁹ Sino ang may matinding problema? Sino ang mahilig sa away? Sinong mareklamo? Sinong nasugatan na dapat sana ay naiwasan? At sino ang may mga matang namumula? ³⁰ Sino pa kundi ang mga lasenggong sugapa sa iba't ibang klase ng alak! ³¹ Huwag kang matakam sa alak na napakagandang tingnan sa isang baso at tila masarap. ³² Kapag nalasing ka, *sasama ang iyong pakiramdam na parang tinuklaw ka ng makamandag na ahas.* ³³ Kung anu-ano ang makikita mo at hindi ka makakapag-isip ng mabuti. ³⁴ Pakiramdam mo'y nasa gitna ka ng dagat at nakahiga sa ibabaw ng paloᵃ ng barko. ³⁵ Sasabihin mo, "May humampas at sumuntok sa akin, ngunit hindi ko naramdaman. Kailan kaya mawawala ang pagkalasing ko para muli akong makainom?"

-19-

24 Huwag kang mainggit sa mga taong masama o hangarin mang makipagkaibigan sa kanila. ² Sapagkat ang iniisip nila at sinasabi ay para sa kapahamakan ng iba.

-20-

³⁻⁴ Sa pamamagitan ng karunungan, maitatayo mo at mapapaunlad ang iyong tahanan. Mapupuno rin ito ng mahahalagang kayamanan.

-21-

⁵ Ang taong marunong ay malaki ang maitutulong upang lalong lumakas ang mga nakikipaglaban, ⁶ sapagkat kailangan nila ng mga payo sa pakikipaglaban. At higit na matitiyak ang tagumpay kung maraming nagpapayo.

-22-

⁷ Ang karunungan ay hindi maunawaan ng mangmang. Wala siyang masabi kapag mahahalagang bagay ang pinag-uusapan.

-23-

⁸ Ang taong laging nagpaplano ng masama ay kikilalaning may pakana ng kasamaan. ⁹ Anumang pakana ng hangal ay kasalanan, at kinasusuklaman ng mga tao ang sinumang nangungutya.

-24-

¹⁰ Kapag ikaw ay nawalan ng pag-asa sa panahon ng kahirapan, nagpapakita lang ito na ikaw ay mahina.

---

a 34 palò: mahabang kahoy kung saan nakatali ang layag ng barko.

-25-

¹¹ Huwag kang mag-atubiling iligtas ang *walang kasalanan na* hinatulan ng kamatayan. ¹² Maaaring sabihin mo na wala kang nalalaman sa nangyari, pero alam ng Dios *kung totoo o hindi ang iyong sinasabi,* dahil binabantayan ka niya at alam niya ang nasa puso mo. Gagantimpalaan ka niya ayon sa iyong mga ginawa.

-26-

¹³⁻¹⁴ Anak, kung papaanong matamis at mabuti para sa iyo ang pulot, ganoon din naman ang karunungan. Sapagkat kung marunong ka, mapapabuti ang iyong kinabukasan at mapapasaiyo ang iyong mga hinahangad.

-27-

¹⁵ Huwag kang gagaya sa taong masama na palihim na sumasalakay sa bahay ng matuwid. ¹⁶ Ang taong matuwid, mabuwal man ng pitong ulit ay tiyak na makakabangon ulit. Hindi tulad ng taong masama na kapag nabuwal ay hindi na makakabangon pa.

-28-

¹⁷ Huwag kang matuwa kapag napapahamak ang iyong kaaway, ¹⁸ dahil kapag nakita ng Panginoon na natutuwa ka, hindi niya ito magugustuhan, at hindi na niya parurusahan ang iyong kaaway.

-29-

¹⁹ Huwag kang mabalisa o mainggit sa mga taong masama, ²⁰ sapagkat wala silang mabuting kinabukasan at magiging tulad sila ng ilaw na namatay.

-30-

²¹ Anak, igalang mo ang Panginoon at ang hari. Huwag kang makisama sa mga taong sumusuway sa kanila, ²² sapagkat hindi mo alam kung anong kapahamakan ang biglang ibibigay ng Panginoon o ng hari sa kanila.

Dagdag pang Kawikaan

²³ Narito pa ang ilang kawikaan ng marurunong na tao:

> Hindi dapat magtangi ng tao sa paghatol ng katarungan.

²⁴ Kapag pinalaya mo ang taong may kasalanan, susumpain ka at kamumuhian ng mga tao.

²⁵ Ngunit kapag pinarusahan mo ang may kasalanan, matutuwa ang mga tao at pagpapalain ka.

²⁶ Ang tapat na kasagutan ay tanda ng mabuting pagkakaibigan.

²⁷ Ihanda mo muna ang iyong pagkakakitaan, tulad ng iyong bukid na taniman bago ka magtatag ng sariling tahanan.

²⁸ Huwag kang sasaksi sa iyong kapwa nang walang sapat na dahilan, o magsalita laban sa kanya ng kasinungalingan.

²⁹ Huwag mong sasabihin, "Gaganti ako, gagawin ko sa kanya ang ginawa niya sa akin."

[30] Dumaan ako sa bukid ng taong tamad at mangmang. [31] Puno ito ng mga damo at matitinik na halaman, at giba na ang mga bakod nito. [32] Nang makita ko ito, napaisip ako ng mabuti, at natutunan ko ang aral na ito: [33] Sa kaunting pahinga, kaunting pagtulog, at paghalukipkip mo, *taong tamad*, [34] ay biglang darating sa iyo ang kahirapan na para kang ninakawan ng armadong tulisan.

Iba pang mga Kawikaan ni Solomon

25 Narito pa ang ilang kawikaan ni Solomon na kinopya ng mga tauhan ni Haring Hezekia ng Juda.

[2] Pinararangalan natin ang Dios dahil sa mga bagay na hindi niya ipinapahayag sa atin; pero pinararangalan natin ang mga hari dahil sa mga bagay na ipinapahayag nila sa atin.

[3] Kung paanong hindi masukat ang lalim ng lupa at ang taas ng kalangitan, ganoon din ang isipan ng mga hari, hindi malaman.

[4] Kailangang ang pilak ay maging dalisay muna bago ito magawa ng panday.

[5] Kailangang alisin ang masasamang tauhan ng hari upang magpatuloy ang katuwiran sa kanyang kaharian.

[6] Kung nasa harapan ka ng hari, huwag mong ibilang ang iyong sarili na parang kung sino ka o ihanay ang iyong sarili sa mararangal na tao.

[7] Mas mabuti kung tawagin ka ng hari at paupuin sa hanay ng mararangal kaysa sabihin niyang umalis ka riyan at mapahiya ka sa kanilang harapan.

[8] Huwag kang magpabigla-biglang magsabi sa korte ng iyong nakita. Kung mapatunayan na isang saksi na mali ka, ano na lang ang gagawin mo?

[9] Kung may alitan kayo ng iyong kapwa, ito'y inyong pag-usapan muna. At ang lihim ng bawat isa ay huwag sasabihin sa iba.

[10] Baka makarating sa kaalaman ng madla at kayo'y maging kahiya-hiya.

[11] Kapag ang salitang binigkas ay angkop sa pagkakataon, ito'y parang gintong mansanas na nakalagay sa isang lalagyang pilak.

[12] Sa taong nakikinig, ang magandang payo ng marunong ay higit na mabuti kaysa sa mga gintong alahas.

[13] Ang mapagkakatiwalaang sugo ay nagbibigay ng kasiyahan sa kanyang pinaglilingkuran, tulad ng malamig na tubig sa panahon ng tag-init.

[14] Ang taong hindi tumutupad sa kanyang pangako ay parang ulap at hangin na walang dalang ulan.

[15] Ang mapagpasensya at ang mahinahon magsalita ay makapanghihikayat ng mga pinuno at kahit na ng may matitigas na puso.

[16] Huwag kang kakain ng labis na pulot at baka magsuka ka.

[17] Huwag kang dadalaw ng madalas sa iyong kapitbahay, baka magalit siya at sa iyo ay magsawa.

[18] Ang taong sumasaksi ng kasinungalingan laban sa kanyang kapwa ay *nakakapinsala* tulad ng espada, pamalo at pana.

[19] Ang pagtitiwala sa taong hindi mapagkakatiwalaan sa oras ng pangangailangan ay *walang kwenta* tulad ng paang pilay o ngiping umuuga.

[20] Kung aawitan mo *ng masayang awitin* ang taong nasa matinding kapighatian ay para mo na rin siyang hinubaran sa panahon ng taglamig o kaya'y nilagyan mo ng suka ang kanyang sugat.

[21] Kapag nagugutom ang iyong kaaway, pakainin mo; kapag nauuhaw, painumin mo.

[22] Kapag ginawa mo ito mahihiya siya sa iyo at ang PANGINOON ang magpapala sa iyo.

[23] Kung paanong ang hanging habagat ay nagdadala ng ulan, nagdadala naman ng galit ang naninira ng kapwa.

[24] Mas mabuting tumira ng mag-isa sa bubungan ng bahay[a] kaysa sa loob ng bahay na kasama ang asawang palaaway.

[25] Ang magandang balita mula sa malayong lugar ay parang malamig na tubig sa taong nauuhaw.

[26] Ang matuwid na umaayon sa gawain ng masamang tao ay parang maruming balon at malabong bukal.

[27] Kung paanong masama ang pagkain ng labis na pulot, ganoon din ang paghahangad ng sariling kapurihan.

[28] Ang taong walang pagpipigil sa sarili ay *madaling bumagsak* gaya ng isang bayan na walang pader.

26 Kung paanong hindi bagay na mag-nyebe sa tag-araw at umulan sa panahon ng tag-ani, hindi rin bagay na papurihan ang taong hangal.

[2] Ang sumpa ay hindi tatalab sa walang kasalanan. Tulad ito ng ibong hindi dumadapo at lilipad-lipad lamang.

[3] Kailangan ang latigo para sa kabayo, bokado para sa asno, at pamalo para sa hangal na tao.

[4] Huwag mong sagutin ang hangal kung nakikipag-usap siya sa iyo ng kahangalan, at baka matulad ka rin sa kanya.

[5] Ngunit *kung minsan, kailangang* sagutin din siya, para malaman niya na hindi siya marunong tulad ng kanyang inaakala.

[6] Kapag nagpadala ka ng mensahe sa pamamagitan ng isang mangmang, para mo na ring pinutol ang iyong

---

a 24 Tingnan ang footnote ng 21:9.

mga paa, at para ka na ring gumawa ng sariling kapahamakan.

⁷ Ang pilay na paa ay *walang kabuluhan,* katulad ng kawikaan sa bibig ng hangal.

⁸ Ang isang papuri na sa hangal iniuukol ay parang batong nakatali sa tirador.

⁹ Ang kasabihang sinasabi ng hangal ay *makapipinsala* tulad ng matinik na kahoy na hawak ng lasing.

¹⁰ Kahangalan ang pumana ng kahit sino; gayon din ang pagkuha sa hangal o sa sinumang dumadaan upang upahan.

¹¹ Inuulit ng hangal ang kanyang kahangalan, tulad ng asong binabalikan ang kanyang suka para kainin.

¹² Mas mabuti pa ang hinaharap ng isang taong mangmang kaysa sa taong nagmamarunong.

¹³ Ang batugan ay hindi lumalabas ng tahanan, ang kanyang dahilan ay may leon sa lansangan.

¹⁴ Gaya ng pintuang pumipihit sa bisagra ang batugan na papihit-pihit sa kanyang kama.

¹⁵ May mga taong sobrang tamad na kahit ang kumain ay kinatatamaran.

¹⁶ Ang akala ng batugan mas marunong pa siya kaysa sa pitong tao na tamang mangatuwiran.

¹⁷ Mapanganib ang nanghihimasok sa gulo ng may gulo, ito ay tulad ng pagdakma sa tainga ng aso.

¹⁸⁻¹⁹ Ang taong nandaraya sa kanyang kapwa, at saka sasabihing nagbibiro lang siya ay tulad ng isang baliw na pumapana sa mga tao sa pamamagitan ng nakamamatay na palaso.

²⁰ Namamatay ang apoy kung ubos na ang panggatong, natitigil ang away kung wala ng tsismisan.

²¹ Kung uling ang nagpapabaga at kahoy ang nagpapaliyab ng apoy, ang taong palaaway naman ang nagpapasimula ng gulo.

²² Ang tsismis ay parang pagkaing masarap nguyain at lunukin.

²³ Maaaring itago ng magandang pananalita ang masamang isipan, tulad nito ay mumurahing banga na pininturahan ng pilak.

²⁴ Maaaring ang kaaway ay magandang magsalita, ngunit ang nasa isip niya ay makapandaya.

²⁵ Kahit masarap pakinggan ang kanyang pananalita ay huwag kang maniwala, sapagkat ang iniisip niya ay napakasama.

²⁶ Maaaring ang galit ay kanyang maitago, ngunit malalantad din sa karamihan ang masama niyang gawa.

²⁷ Ang humuhukay ng patibong *para mahulog ang iba* ay siya rin ang mahuhulog doon. Ang nagpapagulong ng malaking bato *para magulungan ang*

iba ay siya rin ang magugulungan nito.

²⁸ Ang sinungaling ay nagagalit sa nabiktima niya ng kasinungalingan, at ang taong nambobola ay ipapahamak ka.

27 Huwag mong ipagyabang ang gagawin mo bukas, sapagkat hindi mo alam kung anong mangyayari sa araw na iyon.

² Huwag mong purihin ang iyong sarili; pabayaan mong iba ang sa iyo ay pumuri.

³ Ang buhangin at bato ay mabigat, pero mas mabigat na problema ang idudulot ng taong hangal.

⁴ Mapanganib ang taong galit, ngunit ang taong seloso ay higit na mapanganib.

⁵ Mas mabuti ang pagsaway na hayagan, kaysa sa pag-ibig na hindi ipinapaalam.

⁶ Ang masakit na pagsaway ng isang kaibigan ay may katuturan, ngunit ang halik ng kaaway ay hindi maaasahan.

⁷ Kahit pulot ay tinatanggihan ng taong busog, ngunit sa taong gutom kahit pagkaing mapait ay matamis para sa kanya.

⁸ Ang taong lumayas sa kanyang bahay ay parang ibong lumayas sa kanyang pugad.

⁹ Ang langis at pabango ay gaya ng tapat na payo ng isang kaibigan na nagdudulot ng kaligayahan.

¹⁰ Huwag mong pababayaan ang iyong kaibigan o ang kaibigan ng iyong ama. At kung nasa kagipitan ka, hindi ka na hihingi ng tulong sa kapatid mo *na nasa malayo.* Ang malapit na kapitbahay ay mas mabuti kaysa sa malayong kapatid.

¹¹ Anak, magpakatalino ka upang ako ay maging maligaya, at para may maisagot ako sa nagpapahiya sa akin.

¹² Ang taong marunong ay umiiwas sa paparating na panganib, ngunit ang taong hangal ay sumusuong sa panganib, kaya siya ay napapahamak.

¹³ Tiyakin mong makakuha ng garantiya sa sinumang nangakong managot sa utang ng hindi mo kilala, upang matiyak mong mababayaran ka.

¹⁴ Kapag ginambala mo ng pasigaw na pagbati ang iyong kaibigan sa umaga, ituturing niya iyong sumpa sa kanya.

¹⁵ Ang asawang bungangera ay parang tumutulong bubungan sa panahon ng tag-ulan.

¹⁶ Hindi siya mapatigil, tulad ng hanging hindi mapigilan o kaya ng langis na hindi mahawakan.

¹⁷ Kung paanong pinatatalas ng bakal ang kapwa-bakal, ang tao nama'y matututo sa kanyang kapwa-tao.

¹⁸ Kapag inalagaan mo ang puno ng igos, makakakain ka ng bunga nito. Ganoon din kapag amo mo'y iyong pinagmamalasakitan, ikaw naman ay kanyang pararangalan.

19 Kung paanong ang mukha ng tao ay naaaninaw sa tubig, ang pagkatao naman ay makikita sa iyong puso.

20 Ang kapahamakan at kamatayan ay walang kasiyahan, gayon din ang hangarin ng tao.

21 Pilak at ginto sa apoy sinusubok, ang tao naman ay nasusubok sa pamamagitan ng papuring kanyang natatanggap.

22 Tadtarin mo man ng parusa ang taong hangal, ang kahangalan niya ay hindi mo pa rin maiaalis sa kanya.

23 Mga hayop mo ay iyong alagaan at bantayang mabuti ang iyong kawan.

24 Sapagkat ang kayamanan at kapangyarihan ay hindi mamamalagi magpakailanman.

25 Putulin ang mga damo; at habang hinihintay ang muling pagtubo nito, putulin din ang mga damo sa kabundukan, *upang may pagkain ang iyong kawan.*

26 Mula sa balahibo ng mga tupa ay makakagawa ka ng kasuotan, at maipagbibili mo ang iba mong mga kambing upang may pambili ka ng kabukiran.

27 Mula sa mga kambing, makakakuha ka ng maraming gatas na sapat sa pangangailangan ng iyong pamilya at mga babaeng utusan.

28 Tumatakbo ang masama kahit walang humahabol, ngunit ang matuwid ay matapang tulad ng leon.

2 Kapag ang isang bansa ay makasalanan, madalas nilang palitan ang kanilang pinuno. Ngunit kung may karunungan at pang-unawa ang kanilang pinuno, matatag ang kalagayan ng kanilang bayan.

3 Ang taong mahirap na ginigipit ang kapwa mahirap ay tulad ng *malakas na* ulan na sumisira sa pananim.

4 Pinupuri ng masama ang mga taong lumalabag sa utos, ngunit ang sumusunod dito, kinakalaban ang masama.

5 Hindi maintindihan ng masasama ang katarungan, ngunit lubos itong nauunawaan ng mga lumalapit sa PANGINOON.

6 Mas mabuti pa ang mahirap na namumuhay nang matuwid kaysa sa mayaman na namumuhay sa kasalanan.

7 Ang matalinong anak ay sumusunod sa mga Kautusan, ngunit ang anak na bumabarkada sa mga pasaway,*a* mga magulang ang pinapahiya.

8 Kung yumaman ka sa pamamagitan ng patubuan, ang iyong kayamanan ay mapupunta sa matulungin sa mga nangangailangan.

9 Ang taong hindi sumusunod sa Kautusan, kahit panalangin niya ay kasusuklaman ng Dios.

10 Ang taong inililigaw ang matuwid para magkasala ay mabibiktima ng sarili niyang mga pakana. Ngunit ang taong namumuhay nang matuwid ay tatanggap ng maraming kabutihan.

11 Iniisip ng mayayaman na napakarunong na nila, ngunit alam ng taong mahirap na may pang-unawa kung anong klaseng tao talaga sila.

12 Kapag matuwid ang namumuno nagdiriwang ang mga tao, ngunit kapag ang pumalit ay masama, mga tao'y nagtatago.

13 Hindi ka uunlad kung hindi mo ipapahayag ang iyong mga kasalanan, ngunit kung ipapahayag mo ito at tatalikdan, kahahabagan ka ng Dios.

14 Mapalad ang taong laging may paggalang sa PANGINOON, ngunit mapapahamak ang taong matigas ang ulo.

15 *Panganib* sa mahihirap ang masamang pinuno gaya ng mabangis na leon at osong naghahanap ng mabibiktima.

16 Ang pinunong walang pang-unawa ay lubhang malupit.
Hahaba naman ang buhay ng pinuno na sa kasakiman ay galit.

17 Ang taong hindi pinatatahimik ng kanyang budhi dahil sa pagpatay sa kanyang kapwa ay tatakas kahit saan hanggang sa siya ay mamatay. Huwag ninyo siyang tulungan.

18 Ang taong namumuhay nang matuwid ay ligtas sa kapahamakan, ngunit ang taong namumuhay sa maling pamamaraan ay bigla na lamang mapapahamak.

19 Ang masipag na magsasaka ay sasagana sa pagkain, ngunit maghihirap ang taong nag-aaksaya ng oras niya.

20 Ang taong tapat ay sasagana sa pagpapala, ngunit ang taong nagmamadaling yumaman ay parurusahan.

21 Hindi mabuti ang may kinikilingan, ngunit may mga gumagawa nito dahil sa kaunting suhol.

22 Nagmamadaling yumaman ang taong sa pera ay gahaman, ngunit ang hindi niya alam patungo pala siya sa kahirapan.

23 Pasasalamatan ka pa ng tao sa huli kapag sinaway mo siya ng tapat kaysa panay ang papuri mo sa kanya kahit hindi nararapat.

24 Ang taong nagnanakaw sa magulang at sasabihing hindi iyon kasalanan ay kasamahan ng mga kriminal.

25 Ang taong sakim ay nagpapasimula ng kaguluhan, ngunit ang taong nagtitiwala sa PANGINOON ay magtatamo ng kasaganaan.

26 Hangal ang taong nagtitiwala sa kanyang sariling kakayahan. Ang taong namumuhay na may karunungan ay ligtas sa kapahamakan.

27 Ang taong mapagbigay sa mahihirap ay hindi kukulangin, ngunit

---

a 7 pasaway: o, palakain.

ang nagbubulag-bulagan ay makakatanggap ng mga sumpa.

28 Kapag masama ang mga pinuno, mga tao ay nagtatago. Ngunit kapag namatay sila, ang matutuwid ang mamumuno.

29 Ang taong ayaw magbago kahit palaging sinasaway ay bigla na lang mapapahamak at hindi na makakabangon pa.

2 Kapag matutuwid ang namamahala, nagdiriwang ang madla. Ngunit kapag ang nangunguna ay masama, sila'y lumuluha.

3 Ang naghahangad ng karunungan ay nagdudulot ng tuwa sa magulang. Ang nakikisama sa babaeng bayaran ay nagwawaldas ng kayamanan.

4 Kapag ang layunin ng hari ay katarungan, pinatatatag niya ang kanyang kaharian, ngunit kapag ang layunin niya ay humingi ng suhol, winawasak niya ang kanyang kaharian.

5 Ang taong nagkukunwaring pumupuri sa kanyang kapwa ay may pinaplanong masama.

6 Ang taong masama ay mahuhuli sa sarili niyang kasalanan, ngunit ang matuwid ay aawit nang may kagalakan.

7 Kinikilala ng taong matuwid ang karapatan ng mahihirap, ngunit hindi ito maunawaan ng taong masama.

8 Ang mga taong nangungutya ay nagpapasimula ng gulo sa mga bayan, ngunit ang matatalino ang nagpapatigil nito.

9 Kapag inihabla ng marunong ang hangal ay wala ring kahihinatnan, dahil hindi titigil ang hangal sa pagdadaldal at panunuya.

10 Kinamumuhian at gustong patayin ng mamamatay-tao ang mga taong namumuhay nang matuwid at walang kapintasan.

11 Ang taong hangal ay hindi makapagpigil sa kanyang galit, ngunit ang taong marunong ay nakapagpipigil ng kanyang sarili.

12 Kapag ang pinuno ay naniniwala sa kasinungalingan, lahat ng lingkod niya'y mabubuyo sa kasamaan.

13 Ang mahirap at ang mapang-api ay parehong binigyan ng PANGINOON ng paningin.

14 Kapag ang hari ay makatarungan sa mga mahihirap, paghahari niya'y magtatagal.

15 Ang pagpalo sa bata upang siya ay ituwid ay makapagtuturo sa kanya ng karunungan, ngunit kung pababayaan lang siya, makapagbibigay siya ng kahihiyan sa kanyang magulang.

16 Kapag masama ang namumuno, nadadagdagan ang kasamaan. Ngunit sila ay mapapahamak at makikita ito ng mga matuwid.

17 Disiplinahin mo ang iyong anak at bibigyan ka niya ng kapayapaan at kaligayahan.

18 Kapag tinanggihan ng isang bansa ang turo at gabay ng Dios, wala itong kapayapaan. Mapalad ang mga taong sumusunod sa turo ng Dios.

19 May mga utusan na hindi mo maturuan sa pamamagitan lamang ng salita, sapagkat kahit nauunawaan ka nila, hindi sila nakikinig.

20 Mas mabuti pa ang kahihinatnan ng mangmang kaysa sa taong pabigla-biglang magsalita.

21 Kung mula pagkabata ng iyong utusan ay sinusunod mo ang layaw niya, sa huli ay magiging problema mo siya.

22 Ang taong madaling magalit ay nagpapasimula ng gulo, at palaging nagkakasala.

23 Ang kayabangan ng tao ang magbibigay sa kanya ng kahihiyan, ngunit ang pagpapakumbaba ang magbibigay sa kanya ng karangalan.

24 Ang taong nakikipagsabwatan sa magnanakaw ay ipinapahamak ang kanyang sarili. Kahit na pasumpain siya *na magsabi ng totoo* ay hindi pa rin magsasabi.

25 Mapanganib kung tayo ay matatakutin.[a] Ngunit kung magtitiwala tayo sa PANGINOON ay ligtas tayo.

26 Maraming lumalapit sa pinuno upang humingi ng pabor, ngunit tanging ang PANGINOON lang ang makapagbibigay ng katarungan.

27 Kinasusuklaman ng mga matuwid ang masasama, at kinasusuklaman din naman ng masasama ang mga matuwid.

Ang mga Kawikaan ni Agur

30 Ito ang mga kawikaan ni Agur na anak ni Jakeh na taga-Masa. Sinabi niya ito kina Itiel at Ucal:

2 "Ako ang pinakamangmang sa lahat ng tao. Ang isip ko'y parang hindi sa tao.

3 Hindi ako natuto ng karunungan, at tungkol naman sa Dios ay wala akong nalalaman.

4 May tao bang nakaakyat na sa langit at bumaba sa mundo? May tao bang nakadakot ng hangin sa kanyang mga kamay o kaya ay nakabalot ng tubig sa kanyang damit? May tao bang nakapaglagay ng hangganan sa mundo? Kung may kilala ka, sabihin mo sa akin ang kanyang pangalan at ang pangalan ng kanyang anak.

5 Ang bawat salita ng Dios ay tunay na mapagkakatiwalaan. Siya ay tulad ng panangga sa mga umaasa ng kanyang pag-iingat.

---

a 25 matatakutin: o, natatakot sa tao.

⁶Huwag mong dadagdagan ang kanyang mga
     salita,
   dahil kung gagawin mo ito, sasawayin
     ka niya at ipapakita na ikaw ay
     sinungaling."

⁷PANGINOON, may dalawang bagay akong
hihilingin sa inyo. Kung maaari ibigay n'yo ito sa
akin bago ako mamatay. ⁸Una, tulungan n'yo ako
na huwag magsinungaling. Pangalawa, huwag n'yo
akong payamanin o pahirapin, sa halip bigyan
n'yo lamang ako ng sapat para sa aking mga
pangangailangan. ⁹Dahil kung yumaman ako,
baka sabihin kong hindi ko na kayo kailangan; at
kung ako naman ay maghirap, baka matuto akong
magnakaw at mailagay ko kayo sa kahihiyan.

Dagdag pang mga Kawikaan

¹⁰Huwag mong sisiraan ang katulong sa harap
     ng kanyang amo, baka isumpa ka niya
     at magdusa ka.
¹¹May mga anak na hindi nananalangin sa
     Dios na pagpalain ang kanilang mga
     magulang, sa halip sinusumpa pa nila
     sila.
¹²May mga tao na ang tingin sa sarili ay tunay
     na perpekto, ngunit ang totoo ang
     buhay nila ay madumi.
¹³May mga taong mapagmataas na kung
     tumingin akala mo kung sino.
¹⁴May mga tao namang sakim at napakalupit,
     pati mahihirap ay kanilang ginigipit.
¹⁵Ang mga taong sakim ay parang linta. Ang
     laging sinasabi ay, "Bigyan mo ako!"
   May apatᵃ na bagay na hindi kontento:
¹⁶   ang libingan,
     ang babaeng baog,
     ang lupang walang tubig,
     at ang apoy.

¹⁷Ang anak na kumukutya at sumusuway sa
kanyang magulang ay tutukain ng uwak sa mga
mata, at kakainin ng mga agila ang bangkay niya.
¹⁸May apatᵇ na bagay na para sa akin ay kahanga-
hanga at hindi ko maunawaan:

¹⁹Kung paano nakakalipad ang agila sa
     kalangitan,
   kung paano nakakagapang ang ahas sa
     batuhan,
   kung paano nakapaglalayag ang barko sa
     karagatan,
   at ang pamamaraan ng lalaki sa babae.

²⁰Ganito ang ginagawa ng babaeng nagtataksil
sa kanyang asawa: Sumisiping siya sa ibang
lalaki pagkatapos sasabihin niyang wala siyang
ginagawang masama.
²¹May apatᶜ na bagay na hindi matanggap ng
mga tao sa mundo:
²²⁻²³Ang aliping naging hari,
   ang mangmang na sagana sa pagkain,
   ang babaeng masungit na nakapag-asawa,

at ang babaeng alipin na pumalit sa
     kanyang amo.

²⁴May apat na hayop dito sa mundo na maliit
ngunit may pambihirang kaisipan:
²⁵Ang mga langgam, kahit mahina, nag-iipon
     sila ng pagkain kung tag-araw.
²⁶Ang mga badyer,ᵈ kahit mahihina sila,
     nakagagawa sila ng kanilang tirahan
     sa mabatong lugar.
²⁷Ang mga balang, kahit walang namumuno,
     maayos na lumilipad nang
     sama-sama.
²⁸Ang mga butiki, kahit madaling hulihin ng
     kamay, matatagpuan kahit sa palasyo
     ng hari.

²⁹May apatᵉ na nilalang na akala mo kung sino
kapag lumakad:
³⁰ang leon (pinakamatapang sa lahat ng hayop
     at walang kinatatakutan),
³¹ang tandang,
     ang lalaking kambing,
     at ang haring nangunguna sa kanyang mga
     kawal.

³²Kung sa kahangalan mo'y nagmamayabang
ka at nagbabalak ng masama, tigilan mo na iyan!
³³Hindi ba kapag hinalo nang hinalo ang malapot
na gatas ay magiging mantikilya?ᶠ Hindi ba kapag
sinuntok mo ang ilong ng isang tao ay magdurugo
ito? Kaya kapag ginalit mo ang tao tiyak na
magkakaroon ng gulo.

Ang mga Kawikaan ni Haring Lemuel

31 Ito ang mga kawikaan ni Haring Lemuel na
taga-Masa. Ito ang mga itinuro sa kanya ng
kanyang ina:

²Anak, ipinanganak ka bilang sagot sa aking
     mga panalangin.
³Huwag mong sasayangin ang iyong lakas at
     pera sa mga babae, sapagkat sila ang
     dahilan kung bakit napapahamak ang
     mga hari.
⁴Lemuel, hindi dapat uminom ng alak ang
     isang hari. Ang mga namumuno ay
     hindi dapat maghangad ng inumin na
     nakalalasing.
⁵Sapagkat kapag nalasing na sila, kadalasan ay
     nakakalimutan na nila ang kanilang
     tungkulin, at hindi nila nabibigyan ng
     katarungan ang mga nasa kagipitan.
⁶⁻⁷Hayaan mong mag-inom ang mga taong
     nawalan na ng pag-asaᵍ at naghihirap
     ang kalooban, upang makalimutan
     nila ang kanilang mga kasawian at
     kahirapan.
⁸Ipagtanggol mo ang karapatan ng mga
     taong kahabag-habag, na hindi
     maipagtanggol ang kanilang mga sarili.

a 15 May apat: sa Hebreo, May tatlo o apat.
b 18 May apat: sa Hebreo, May tatlo o apat.
c 21 May apat: sa Hebreo, May tatlo o apat.
d 26 badyer: sa Ingles, badger.
e 29 May apat: sa Hebreo, May tatlo o apat.
f 33 mantikilya: Ang ibig sabihin dito ay ang "butter".
g 6-7 nawalan na ng pag-asa: o, malapit nang mamatay.

⁹ Humatol ka ng walang kinikilingan, at ipagtanggol ang karapatan ng mga mahihirap at nangangailangan.

Ang Mabuting Asawa

¹⁰ Mahirap hanapin ang mabuting asawa. Higit pa sa mamahaling alahas ang kanyang halaga.

¹¹ Lubos ang tiwala sa kanya ng kanyang asawa, at wala na itong mahihiling pa sa kanya.

¹² Kabutihan at hindi kasamaan ang ginagawa niya sa kanyang asawa habang siya ay nabubuhay.

¹³ Masigasig siyang humahabi ng mga *telang* linen at lana.

¹⁴ Tulad siya ng barko ng mga mangangalakal; nagdadala siya ng mga pagkain kahit galing pa siya sa malayong lugar.

¹⁵ Maaga siyang gumigising upang ipaghanda ng pagkain ang kanyang pamilya, at upang sabihin ang mga babaeng katulong ng mga dapat nilang gawin.

¹⁶ Marunong siyang pumili ng lupa na kanyang bibilhin. At mula sa kanyang sariling ipon, pinapataniman niya ito ng ubas.

¹⁷ Malakas, masipag at mabilis siyang gumawa.

¹⁸ Magaling siyang magnegosyo, at matiyagang nagtatrabaho hanggang gabi.

¹⁹ Siya rin ang gumagawa ng mga tela upang gawing damit.

²⁰ Matulungin siya sa mahihirap at mga nangangailangan.

²¹ Hindi siya nag-aalala, dumating man ang taglamig, dahil may makakapal siyang tela para sa kanyang pamilya.

²² Siya na rin ang gumagawa ng mga kobre-kama, at ang kanyang mga damit ay mamahalin at magaganda.

²³ Kilala ang asawa niya bilang isa sa mga tagapamahala ng bayan.

²⁴ Gumagawa rin siya ng damit at sinturon, at ipinagbibili sa mga mangangalakal.

²⁵ Malakas at iginagalang siya, at hindi siya nangangamba para sa kinabukasan.

²⁶ Nagsasalita siya nang may karunungan, at nagtuturo nang may kabutihan.

²⁷ Masipag siya, at inaalagaang mabuti ang kanyang pamilya.

²⁸ Pinupuri siya ng kanyang mga anak, at pinupuri rin ng kanyang kabiyak na nagsasabi,

²⁹ "Maraming babae na mabuting asawa, ngunit ikaw ang pinakamabuti sa kanilang lahat."

³⁰ Ang pagiging kaakit-akit ay makapandaraya, at ang kagandahan ay kumukupas. Pero ang babaeng may takot sa Panginoon ay dapat purihin.

³¹ Dapat siyang gantimpalaan sa kanyang ginawang kabutihan at parangalan sa karamihan.

ANG MANGANGARAL

Walang Kabuluhan ang Lahat

1 Ito ang sinabi ng mangangaral*a* na anak ni David na hari ng Jerusalem:
² Walang kabuluhan! Walang kabuluhan ang lahat! ³ Ano ang pakinabang ng tao sa pagpapakahirap niyang magtrabaho sa mundong ito? ⁴ Lumilipas ang isang henerasyon at napapalitan, pero ang mundo ay hindi nagbabago. ⁵ Sumisikat ang araw at pagkatapos ay lumulubog; pabalik-balik lang sa kanyang pinanggalingan. ⁶ Umiihip ang hangin sa timog at pagkatapos ay iihip naman sa hilaga. Paikot-ikot lang ito at pabalik-balik. ⁷ Lahat ng ilog ay umaagos sa dagat, pero hindi naman napupuno ang dagat kahit na patuloy ang pag-agos ng ilog. ⁸ Ang lahat ng ito'y nakakabagot at ayaw na ngang pag-usapan. Hindi nagsasawa ang mga mata natin sa katitingin at ang mga tainga natin sa pakikinig. ⁹ Ang mga nangyari noon, nangyayari ulit ngayon. Ang mga ginawa noon, ginagawa ulit ngayon. Walang nangyayaring bago sa mundo. ¹⁰ May mga bagay pa ba na masasabi mong bago? Nariyan na iyan noon pa, kahit noong hindi pa tayo ipinapanganak. ¹¹ Hindi na natin naaalala ang mga nangyari noon; ganoon din sa hinaharap, hindi rin ito maaalala ng mga tao sa bandang huli.

Ang Karunungan ng Tao ay Walang Kabuluhan

¹² Ako na isang mangangaral ay naging hari ng Israel. Tumira ako sa Jerusalem. ¹³ Sa aking karunungan, pinag-aralan kong mabuti ang lahat ng nangyayari rito sa mundo. At nakita kong napakahirap ng gawaing ibinigay ng Dios sa mga tao. ¹⁴ Nakita kong walang kabuluhan ang lahat ng ginagawa ng tao rito sa mundo. Para *kang* humahabol sa hangin. ¹⁵ Ang baluktot ay hindi mo maitutuwid at ang wala ay hindi mo maibibilang.

¹⁶ Sinabi ko sa aking sarili, "Mas marunong ako kaysa sa lahat ng naging hari sa Jerusalem. Marami akong alam." ¹⁷ Pinag-aralan kong mabuti ang pagkakaiba ng karunungan at kamangmangan, pero nakita kong wala rin itong kabuluhan. Para *kang* humahabol sa hangin. ¹⁸ Dahil habang nadadagdagan ang kaalaman ko, nadadagdagan din ang aking kalungkutan.

Ang Kasayahan ay Walang Kabuluhan

2 Sinubukan kong magpakasaya sa mga layaw ng buhay. Pero nakita kong wala rin itong kabuluhan. ² Kamangmangan ang *sobrang* pagtawa at ang pagpapakasaya ay wala ring kabuluhan. ³ Sinubukan kong magpakasaya sa pag-inom ng alak. Kahit na marunong ako, sinubukan kong gumawa ng kamangmangan. Naisip ko lang na baka iyon ang pinakamabuting gawin ng tao sa maikling buhay niya dito sa mundo.

⁴ Gumawa ako ng mga dakilang bagay: Nagpagawa ako ng mga bahay at nagtanim ng mga ubas. ⁵ Nagpagawa ako ng mga taniman at pinataniman ko ito ng sari-saring puno na namumunga. ⁶ Nagpagawa ako ng mga imbakan ng tubig para patubigan ang mga pananim. ⁷ Bumili ako ng mga lalaki at babaeng alipin, at may mga alipin din ako na ipinanganak sa aking bahay. At ako ang may pinakamaraming kawan ng hayop sa lahat ng naging mamamayan ng Jerusalem. ⁸ Nakaipon ako ng napakaraming ginto, pilak at iba pang mga kayamanang galing sa mga hari at mga lugar na aking nasasakupan. Marami akong mang-aawit, lalaki man o babae at marami rin akong mga asawa*b*—ang kaligayahan ng isang lalaki. ⁹ Ako ang pinakamayaman at pinakamarunong na taong nabuhay sa buong Jerusalem.

¹⁰ Nakukuha ko ang lahat ng magustuhan ko. Ginawa ko ang lahat ng inakala kong makapagpapaligaya sa akin. Nasiyahan ako sa lahat ng pinaghirapan ko. Ito ang gantimpala sa lahat ng pagsusumikap ko. ¹¹ Pero nang isipin kong mabuti ang lahat ng ginawa at pinaghirapan ko, naisip ko na walang kabuluhan ang lahat ng pinagsikapan ko rito sa mundo. ¹² Ano pa ba ang magagawa ng susunod na hari? Ano pa nga ba, kundi iyong nagawa na rin noong una.

Ang Karunungan at Kamangmangan ay Walang Kabuluhan

Sinubukan ko ring ihambing ang karunungan at ang kamangmangan. ¹³ At nakita kong mas mabuti ang karunungan kaysa sa kamangmangan, gaya ng liwanag na mas mabuti kaysa sa kadiliman. ¹⁴ Alam ng marunong ang patutunguhan niya, ngunit ang hangal ay lumalakad sa kadiliman. Pero nalaman ko ring pareho lang silang mamamatay. ¹⁵ Kaya sinabi ko sa aking sarili, "Ang sinapit ng mangmang ay sasapitin ko rin. Kaya anong kabutihan ang mapapala ng pagiging marunong ko? Wala talaga itong kabuluhan!" ¹⁶ Lahat tayo, marunong man o mangmang ay pare-parehong mamamatay at makakalimutan.

Walang Kabuluhan ang Pagsusumikap

¹⁷ Kaya kinamuhian ko ang buhay, dahil kahirapan ang dulot ng lahat ng ginagawa rito sa mundo. Ang lahat ng ito ay walang kabuluhan, para ka lang humahabol sa hangin. ¹⁸ Kinaiinisan ko ang lahat ng pinaghirapan ko dito sa mundo, dahil maiiwan ko lang ang mga ito sa susunod sa akin. ¹⁹ At sino ang nakakaalam kung marunong siya o mangmang? Maging ano man siya, siya pa rin ang magmamay-ari ng lahat ng pinaghirapan ko ng buong lakas at karunungan. Wala rin itong kabuluhan! ²⁰ Kaya nanghinayang ako sa lahat ng pinaghirapan ko rito sa mundo. ²¹ Dahil kahit magsikap ka gamit ang buo mong talino, isip at

---

a 1 *mangangaral*: o, *guro*; o, *isang matalinong tao.*

b 8 *mga asawa:* Hindi malinaw ang ibig sabihin nito sa Hebreo.

kakayahan, iiwan mo rin ang lahat ng pinaghirapan mo sa taong hindi naghirap para sa mga bagay na ito. Ito man ay wala ring kabuluhan at hindi makatarungan. ²²Kaya ano ang makukuha ng tao sa lahat ng pagsusumikap niya rito sa mundo? ²³Lahat ng pinagsumikapan niya sa buong buhay niya'y makapagpapasama lang ng kanyang kalooban. Kaya kahit sa gabi ay hindi siya makatulog. Wala rin itong kabuluhan!

²⁴Ang pinakamagandang gawin ng tao ay kumain, uminom at pakinabangan ang mga pinaghirapan niya. Nalaman ko na galing ito sa Dios, ²⁵dahil paano natin makakain at mapapakinabangan *ang mga pinaghirapan natin* kung hindi ito ibibigay ng Dios? ²⁶Dahil ang taong nagbibigay-lugod sa Dios ay binibigyan niya ng karunungan, kaalaman at kagalakan. At ang makasalanan ay binibigyan ng Dios ng trabaho upang mag-ipon ng kayamanan para ibigay sa taong nagbibigay-lugod sa Dios. Kaya lahat ng pagsisikap ng makasalanan ay walang kabuluhan. Para *siyang* humahabol sa hangin.

May Kanya-kanyang Oras ang Lahat

3 May oras na nakatakda para sa lahat ng gawain dito sa mundo:
²May oras ng pagsilang at may oras ng kamatayan;
  may oras ng pagtatanim at may oras ng pag-aani.
³May oras ng pagpatay at may oras ng pagpapagaling;
  may oras ng pagsira at may oras ng pagpapatayo.
⁴May oras ng pagluha at may oras ng pagtawa;
  may oras ng pagluluksa at may oras ng pagdiriwang.
⁵May oras ng pagkakalat ng bato at may oras ng pagtitipon nito;
  may oras ng pagsasama*ᵃ* at may oras ng paghihiwalay.
⁶May oras ng paghahanap at may oras ng paghinto ng paghahanap;
  may oras ng pagtatago at may oras ng pagtatapon.
⁷May oras ng pagpunit at may oras ng pagtahi;
  may oras ng pagtahimik at may oras ng pagsasalita.
⁸May oras ng pagmamahal at may oras ng pagkagalit;
  may oras ng digmaan at may oras ng kapayapaan.

⁹*Kung ang mga oras na ito ay itinakda na ng Dios, ano ngayon ang kabuluhan ng pagsisikap ng tao?* ¹⁰Nakita ko ang mga gawaing itinakda ng Dios para sa tao. ¹¹At lahat ng ito ay itinadhana ng Dios na mangyari sa takdang panahon. Binigyan niya tayo ng pagnanais na malaman ang hinaharap, pero hindi talaga natin mauunawaan ang mga ginawa niya mula noong simula hanggang wakas. ¹²Naisip ko na walang pinakamabuting gawin ang tao kundi magsaya at gumawa ng mabuti habang nabubuhay. ¹³Gusto ng Dios na kumain tayo, uminom at magpakasaya sa mga pinaghirapan natin dahil ang

mga bagay na ito'y regalo niya sa atin. ¹⁴Alam kong ang lahat ng ginagawa ng Dios ay magpapatuloy magpakailanman at wala tayong maaaring idagdag o ibawas dito. Ginagawa ito ng Dios para magkaroon tayo ng paggalang sa kanya. ¹⁵Ang mga nangyayari ngayon at ang mga mangyayari pa lang ay nangyari na noon. Inuulit lang ng Dios ang mga pangyayari.

¹⁶Nakita ko rin na ang kasamaan ang naghahari rito sa mundo sa halip na katarungan at katuwiran. ¹⁷Sinabi ko sa sarili ko, "Hahatulan ng Dios ang matutuwid at masasamang tao, dahil may itinakda siyang oras sa lahat ng bagay. ¹⁸Sinusubok ng Dios ang mga tao para ipakita sa kanila na tulad sila ng mga hayop. ¹⁹Ang kapalaran ng tao ay tulad ng sa hayop; pareho silang mamamatay. Pareho silang may hininga, kaya walang inilamang ang tao sa hayop. Talagang walang kabuluhan ang lahat! ²⁰Iisa lang ang patutunguhan ng lahat. Lahat ay nagmula sa lupa at sa lupa rin babalik. ²¹Sino ang nakakaalam kung ang espiritu ng tao'y umaakyat sa itaas at ang espiritu ng hayop ay bumababa sa ilalim ng lupa?" ²²Kaya naisip ko na ang pinakamabuting gawin ng tao ay magpakasaya sa pinaghirapan niya, dahil para sa kanya iyon. Walang sinumang makapagsasabi sa kanya kung ano ang mangyayari kapag siya ay namatay.

4 Nakita ko ulit ang mga pang-aapi rito sa mundo. Umiiyak ang mga inaapi, pero walang tumutulong sa kanila dahil makapangyarihan ang mga umaapi sa kanila. ²Kaya nasabi kong mas mabuti pa ang mga patay kaysa sa mga buhay. ³Pero higit na mabuti ang mga hindi pa ipinapanganak, na hindi pa nakakakita ng kasamaan dito sa mundo.

⁴Nakita ko rin na nagsusumikap ang mga tao at ginagawa ang lahat ng makakaya dahil naiinggit sila sa kanilang kapwa. Wala itong kabuluhan; para silang humahabol sa hangin.

⁵Hangal ang taong tamad, kaya halos mamatay sa gutom. ⁶Mas mabuti pang magkaroon ng isang dakot na *pagkain pero* may kapayapaan, kaysa sa maraming *pagkain pero* hirap na hirap naman sa pagtatrabaho *at nauuwi lang sa wala ang lahat.* Para ka lang humahabol sa hangin.

⁷May nakita pa ako sa mundong ito na walang kabuluhan. ⁸May isang taong nag-iisa sa buhay. Wala siyang anak at wala ring kapatid. Pero wala siyang tigil sa pagtatrabaho at hindi nakokontento sa kanyang kayamanan. *Sinabi niya sa kanyang sarili,* "Hindi na ako nakakapagsaya dahil sa sobrang pagtatrabaho. Pero wala naman akong mapag-iiwanan ng aking mga pinaghirapan." Wala itong kabuluhan! At napakalungkot ng ganitong klase ng buhay.

⁹Mas mabuti ang may kasama kaysa mag-isa; mas marami silang magagawa. ¹⁰Kapag nadapa ang isa sa kanila maitatayo siya ng kanyang kasama. Kaya nakakaawa ang taong nag-iisa at nadapa, dahil walang tutulong sa kanya. ¹¹*Kapag malamig,* pwede kayong matulog nang magkatabi at pareho kayong maiinitan. Pero kung nag-iisa ka, papaano ka maiinitan? ¹²Madali kang matalo kung nag-iisa ka, pero kung may kasama ka, mahirap kayong talunin. Tulad din ng lubid na may tatlong pilipit na hibla, mahirap itong malagot.

---

a 5 pagsasama: sa literal, *pagyayakapan.*

[13] Mas mabuti pa ang isang batang mahirap pero marunong, kaysa sa isang matandang hari pero hangal at ayaw tumanggap ng payo. [14] At maaaring maging hari ang batang iyon kahit siya ay nakulong at ang matandang hari namang iyon ay maaaring maghirap kahit na ipinanganak pa siyang dugong bughaw. [15] Pero naisip ko na kahit maraming tao dito sa mundo ang susunod sa batang iyon na pumalit sa hari, [16] at hindi mabilang ang mga taong paghaharian niya, maaaring hindi rin masisiyahan sa kanya ang susunod na henerasyon. Ito man ay wala ring kabuluhan. Para kang humahabol sa hangin.

Huwag Pabigla-bigla sa Pangako

5 Mag-ingat ka sa ikikilos mo kung pupunta ka sa templo ng Dios. Mas mabuting pumunta ka roon na handang sumunod[a] sa Dios, kaysa sa maghandog na gaya ng paghahandog ng isang mangmang na hindi alam kung ano ang mabuti at masama. [2] Huwag kang pabigla-bigla sa pagsasalita. Mag-isip ka muna nang mabuti bago ka mangako sa Dios. Tandaan mo na ang Dios ay nasa langit at ikaw ay nandito sa lupa. Kaya mag-ingat ka sa pagsasalita. [3] Kung papaanong madaling managinip kapag maraming alalahanin, madali ring makapagsalita ng kamangmangan kung padalos-dalos ka sa iyong pagsasalita. [4] Kapag nangako ka sa Dios, tuparin mo agad ito. Tuparin mo ang ipinangako mo sa kanya dahil hindi siya natutuwa sa mga hangal na hindi tumutupad sa mga pangako. [5] Mas mabuti pang huwag ka na lang mangako kaysa mangako ka at hindi mo naman tutuparin. [6] Huwag kang magkasala sa iyong pagsasalita. At huwag mong sabihin sa pari[b] na nasa templo na hindi mo sinasadya ang iyong pangako sa Dios. Dahil magagalit ang Dios kung gagawin mo ito at sisirain niya ang lahat ng pinaghirapan mo. [7] Ang sobrang pananaginip at pagsasalita ay walang kabuluhan. Sa halip, matakot ka sa Dios.

Walang Kabuluhan ang Kayamanan

[8] Huwag kang magtaka kung makita mo sa inyong lugar na ang mga mahihirap ay inaapi at pinagkakaitan ng katarungan at karapatan. Dahil ang mga pinunong gumigipit sa kanila ay inaalagaan ng mas nakatataas na pinuno, at ang dalawang ito ay inaalagaan ng mas mataas pang pinuno. [9] Pero mas lamang pa rin ang nakukuha ng hari sa kita ng lupain ng mahihirap, kaysa sa lahat ng mga pinuno.

[10] Ang taong maibigin sa pera at iba pang kayamanan, kailanman ay hindi masisiyahan. Wala rin itong kabuluhan. [11] Kung dumarami ang kayamanan mo, dumarami rin ang nakikinabang nito, kaya wala kang mapapala sa kayamanan mo kundi pagmasdan lang ito. [12] Mahimbing ang tulog ng isang manggagawa, marami man o kaunti ang pagkain niya; pero ang mayaman, hindi makatulog nang mahimbing dahil sa kanyang kayamanan.

[13] May nakita akong hindi maganda rito sa mundo: Ang kayamanang iniipon ng tao ay nakapagpapahamak sa kanya. [14] Nauubos ito dahil sa hindi mabuting negosyo at wala ng matitira para sa mga anak niya. [15] Kung paanong hubad tayong ipinanganak mula sa sinapupunan ng ating ina, hubad din tayong mamamatay. Hindi natin madadala ang ating mga pinaghirapan. [16] Napakalungkot isipin! Ipinanganak tayong walang dala, mamamatay tayong walang dala. Kaya ano pa ang saysay ng mga pagpapakahirap natin? Para lang tayong humahabol sa hangin na walang napapala. [17] Ang buhay natin ay puno ng kahirapan, kaguluhan, sakit at galit.

[18] Kaya naisip ko na ang pinakamabuting gawin ng tao sa maiksing buhay na ibinigay sa kanya ng Dios ay kumain, uminom at magpakasaya sa kanyang pinaghirapan habang siya'y nabubuhay, dahil para naman talaga sa kanya ang mga iyon. [19] Binibigyan ng Dios ang bawat tao ng mga pag-aari at kayamanan. Hinahayaan niyang pakinabangan nila ang mga ito para matanggap nila ang para sa kanila at magpakasaya sa mga pinaghirapan nila. Ito ang regalo ng Dios sa kanila. [20] At dahil ginagawa ng Dios na abala ang tao sa mga bagay na nakapagpapasaya sa kanila, hindi sila nag-aalala na maiksi ang buhay nila.

6 May nakita pa akong isang hindi magandang pangyayari rito sa mundo na nagpapahirap sa mga tao. [2] May mga taong binibigyan ng Dios ng kanilang mga hinahangad tulad ng karangalan, ari-arian at kayamanan. Pero hindi niya hinahayaang pakinabangan nila ito, sa halip, ibang tao ang nakikinabang nito. Hindi ito maganda at walang kabuluhan. [3] Masasabi kong mas mabuti pa ang isang sanggol na ipinanganak na patay kaysa sa taong nabuhay nga nang matagal at nagkaanak pa ng marami, pero hindi naman nagkaroon ng kasiyahan sa buhay at hindi nailibing nang maayos. [4] Kahit walang saysay ang pagkakapanganak sa sanggol, at kahit na siya ay nasa lugar ng mga patay at hindi na maaalala pa, [5] at kahit hindi siya nakakita ng liwanag ng araw o nalaman ang buhay, mas may kapayapaan pa siya kaysa sa taong iyon [6] na walang kasiyahan sa mga magagandang bagay na kanyang natanggap at kahit na mabuhay pa ang taong iyon ng ilang libong taon. Ang totoo ay iisa ang hahantungan ng lahat.

[7] Nagtatrabaho ang tao para may makain, pero hindi pa rin siya nasisiyahan. [8] Kaya ano ang lamang ng marunong sa mangmang? Ano ang mapapala ng mahirap kahit alam niya ang pasikot-sikot sa buhay? [9] Wala itong kabuluhan! Para siyang humahabol sa hangin. Kaya mas mabuting masiyahan ka sa mga bagay na mayroon ka, kaysa sa maghangad ka nang maghangad ng mga bagay na wala sa iyo. [10] Lahat ng pangyayari sa mundo at mangyayari sa isang tao'y nakatakda na noon pa. Kaya walang saysay na makipagtalo pa tayo sa Dios na higit na makapangyarihan kaysa sa atin. [11] At habang nakikipagtalo tayo, dadami lang ang sasabihin nating walang kabuluhan. Kaya ano ang pakinabang nito? [12] Walang sinumang nakakaalam kung ano ang mabuti para sa isang taong maikli at walang kabuluhan ang buhay—lumilipas lang ito na parang anino. Sino ang makapagsasabi sa kanya kung ano ang mangyayari sa mundo pagkamatay niya?

Ang mga Paalala sa Buhay

7 Ang malinis na pangalan ay mas mabuti kaysa sa mamahaling pabango; at ang araw ng kamatayan

a 1 sumunod: o, makinig.
b 6 pari: sa literal, mensahero; o, anghel. Sa tekstong Septuagint at Syriac, Dios.

ay mas mabuti kaysa sa araw ng kapanganakan. [2] Mas mabuting pumunta sa namatayan kaysa sa isang handaan, dahil ang lahat ay mamamatay. Dapat ay lagi itong isipin ng mga buhay pa. [3] Ang kalungkutan ay mas mabuti kaysa sa kaligayahan dahil ang kalungkutan ay nakakatuwid ng buhay ng tao. [4] Laging iniisip ng marunong ang kamatayan; pero ang hangal, ang laging iniisip ay kasiyahan. [5] Mas mabuting makinig sa pagsaway ng marunong kaysa makinig sa papuri ng hangal. [6] Ang tawa ng hangal ay parang tinik na pag-iginatong ay nagsasaltikan ang apoy. Ito ay walang kabuluhan. [7] Ang marunong kapag nandaya ay para na ring hangal. Kung tumatanggap ka ng suhol, sinisira mo ang sarili mong dangal. [8] Mas mabuti ang pagtatapos kaysa sa pagsisimula. Ang pagiging matiisin ay mas mabuti kaysa sa pagiging mapagmataas. [9] Huwag maging magagalitin dahil ang pagiging magagalitin ay ugali ng mga hangal. [10] Huwag mong sabihin, "Bakit mas mabuti pa noon kaysa ngayon?" Dahil ang tanong na iyan ay walang katuturan. [11-12] Ang karunungan ay mabuti gaya ng isang pamana, pareho itong nakakatulong sa mga namumuhay dito sa mundo. Nagbibigay din ito ng proteksyon gaya ng pera. Pero higit pa roon, iniingatan nito ang buhay ng nagtataglay nito. [13] Pag-isipan mo ang ginawa ng Dios. Sino ang makapagtutuwid ng kanyang binaluktot? [14] Magalak ka kung mabuti ang kalagayan mo. Pero kung naghihirap ka, isipin mong ang Dios ang gumawa sa dalawang bagay na ito. Para hindi natin malaman kung ano ang mangyayari sa araw ng bukas. [15] Sa buhay kong walang saysay, nakita ko ang lahat ng bagay. Ang matuwid ay maagang namamatay sa kabila ng kanilang matuwid na pamumuhay, at ang mga masasama sa kabila ng kanilang kasamaan ay nabubuhay nang matagal. [16] Huwag mong ituring ang iyong sarili na sobrang matuwid at marunong, dahil kung gagawin mo iyon, sinisira mo lang ang iyong sarili. [17] At huwag ka rin namang magpakasama o magpakamangmang, dahil baka mamatay ka naman nang wala sa oras. [18] Huwag kang pasobra sa mga bagay na iyon; dapat balanse lang, dahil ang taong may takot sa Dios ay hindi nagpapasobra sa anumang bagay. [19] Higit na malaki ang magagawa ng karunungan sa isang tao, kaysa sa sampung pinuno ng isang bayan. [20] Wala ni isang tao rito sa mundo ang laging gumagawa ng mabuti at hindi nagkakasala. [21] Huwag mong pakikinggan ang lahat ng sinasabi ng tao at baka mismong alipin mo ang marinig mong nagsasalita laban sa iyo. [22] Dahil alam mo sa sarili mo na marami ka ring pinagsalitaan ng masama.

[23] Sinubukan kong intindihin ang lahat ng nangyayari rito sa mundo sa pamamagitan ng aking karunungan. Akala ko'y maiintindihan ko pero hindi pala. [24] Hindi ko kayang intindihin ang mga nangyayari dahil mahirap talagang maintindihan. At walang sinuman ang makakaintindi nito. [25] Pero patuloy akong nag-aral at nag-usisa, para makamit ko ang karunungan at masagot ang aking mga katanungan, at para malaman ko kung gaano kahangal ang taong gumagawa ng masama at kung gaano kasama ang isipan ng taong gumagawa ng kahangalan.

[26] Napag-alaman kong ang babaeng nanunukso ay mas mapait kaysa sa kamatayan. Ang pag-ibig niya'y parang bitag, at ang mga kamay niya na yumayakap sa iyo ay parang kadena. Ang taong nakalulugod sa Dios ay makakatakas sa kanya, pero ang taong masama ay mabibitag niya. [27-28] Sinasabi ko bilang isang mangangaral, "Iniisip kong mabuti ang bawat bagay sa paghahanap ko ng kasagutan sa aking mga katanungan. Pero hindi ko pa rin natagpuan ang mga kasagutan. Ngunit ito ang aking natuklasan, sa 1,000 lalaki isa lang ang matuwid,[a] pero sa 1,000 babae wala ni isang matuwid. [29] Higit sa lahat, ito ang nalaman ko: Ginawa ng Dios ang tao na matuwid, pero nag-iisip ang tao ng maraming paraan para maging masama."

8 Walang katulad ang taong marunong na kayang magpaliwanag ng mga bagay. Ang karunungan ng tao'y nakapagpapasaya ng mukha, at ang simangot ay nawawala.

Sundin ang Hari

[2] Sundin mo ang utos ng hari, dahil ipinangako mo sa Dios na gagawin mo ito. [3] Huwag mong pababayaan ang tungkulin mo sa hari, at huwag kang sasama sa mga nagpaplano ng masama laban sa kanya,[b] dahil kayang gawin ng hari ang anumang gustuhin niya. [4] Makapangyarihan ang utos ng hari at walang makakatutol dito. [5] Ang sinumang sumusunod sa kanyang utos ay hindi mapapahamak. Alam ng taong marunong kung kailan at kung paano gagawin ang isang bagay. [6] Dahil ang bawat bagay ay may kanya-kanyang tamang oras at pamamaraan ng paggawa gaano man kabigat ang kinakaharap ng tao.

[7] Dahil walang sinuman ang nakakaalam ng hinaharap, walang makapagsasabi kung ano ang mangyayari. [8] Kung paanong hindi mapipigilan ng tao ang hangin,[c] hindi rin niya mapipigilan ang kanyang kamatayan. Tulad sa isang labanan, hindi siya makakaatras. At ang kasamaan niya'y hindi makapagliligtas sa kanya sa kamatayan.

[9] Pinagmasdan ko ang mga bagay na nangyayari rito sa mundo, nakita kong ang mga tao ay may kakayahang saktan ang isa't isa. [10] Nakita ko ring ibinuburol ang masasama. Sila ang laging pumapasok sa banal na lungsod *ng Jerusalem* at doon gumagawa ng kasamaan. At pinupuri[d] pa sila ng mga taong taga-roon mismo sa lugar na ginagawan nila ng kasamaan. Wala itong kabuluhan.

[11] Kapag ang taong nagkasala'y hindi agad pinarusahan, naiisip din ng iba na gumawa ng kasalanan. [12] Kahit ang isang tao'y magkasala ng isandaang beses at mabuhay pa nang matagal, alam kong mas mabuti pa rin ang kahihinatnan ng taong may takot sa Dios. [13] Hindi magtatagal ang buhay ng taong masama na walang takot sa Dios. Magiging parang anino ang buhay niya, sandali lang at agad mawawala. [14] Ang problema lang sa mundong ito ay kung minsan ang mga taong matuwid pa ang

---

a 27-28 matuwid: o, marunong.

b 3 Huwag kang…sa kanya: o, Huwag kang aalis sa harapan ng hari; huwag kang pumunta sa delikadong lugar.

c 8 hangin: o, kanyang espiritu kapag ito'y umaalis.

d 10 pinupuri: Ito ang nasa Septuagint at ibang tekstong Hebreo. Pero karamihan sa tekstong Hebreo, kinakalimutan.

siyang napaparusahan ng parusang para sana sa masasama. At ang masasama naman ang siyang tumatanggap ng gantimpalang para sana sa mga matuwid. Ito man ay walang kabuluhan.

¹⁵ Kaya para sa akin, mas mabuting magpakasaya ang tao sa buhay. Walang mas mabuti para sa kanya dito sa mundo kundi ang kumain, uminom at magsaya. Sa ganitong paraan mararanasan niya ang kasiyahan habang nagpapakapagod siya sa buong buhay niya na ibinigay ng Dios sa kanya dito sa mundo.

¹⁶ Habang pinagsisikapan kong intindihin ang mga nangyayari rito sa mundo, nalaman ko kung gaano kaabala sa trabaho ang mga tao araw at gabi. ¹⁷ Nakita ko rin ang mga ginagawa ng Dios dito sa mundo. Walang sinuman ang makakaintindi nito. Kahit ano pa ang gawin ng tao para intindihin ito, hindi pa rin niya ito maiintindihan. Kahit sabihin pa ng marunong na naiintindihin niya, pero ang totoo, hindi niya talaga naiintindihan.

9 Inisip kong mabuti ang lahat ng bagay at naalaman kong nasa patnubay ng Dios ang matutuwid at marurunong, pati na ang kanilang mga ginagawa. Pero hindi nila alam kung ang kasasapitan ba nila ay pag-ibig o poot. ² Iisa lang ang kasasapitan ng lahat ng klase ng tao—ang matuwid at ang masama, ang tama at ang mali,ᵃ ang malinis at ang marumi,ᵇ ang naghahandog at ang hindi naghahandog. Pareho lang ang matuwid at ang makasalanan at pareho lang din ang sumusumpa at hindi sumusumpa. ³ Ito ang hindi maganda sa lahat ng nangyayari rito sa mundo: iisa lang ang kasasapitan ng lahat. At hindi lang iyan, kundi pawang kasamaan at kamangmangan ang iniisip ng tao habang nabubuhay, at pagkatapos ay mamamatay din siya. ⁴ Habang may buhay ang tao, may pag-asa. *May kasabihan nga*, "Mas mabuti pa ang buhay na aso kaysa sa patay na leon." ⁵ Ang totoo, alam ng buhay na tao na mamamatay siya. Pero ang patay ay walang nalalaman. Wala na rin siyang gantimpalang matatanggap at makakalimutan na. ⁶ Ang pag-ibig nila, poot at inggit noong nabubuhay pa ay wala na. At wala na rin silang malay sa lahat ng nangyayari rito sa mundo.

⁷ Sige, magpakasaya ka sa pagkain at pag-inom dahil iyan ang gusto ng Dios na gawin mo. ⁸ Palagi ka sanang maging maligaya.ᶜ ⁹ Magpakasaya ka kasama ang minamahal mong asawa, sa buhay mong walang kabuluhan na ibinigay ng Dios dito sa mundo. Sapagkat para sa iyo naman iyan, para sa pagpapagal mo rito sa mundo. ¹⁰ Gawin mo ng buo mong makakaya ang iyong ginagawa, dahil wala ng trabaho roon sa lugar ng mga patay na patutunguhan mo. Wala ng pagpaplano roon, wala ring kaalaman at karunungan.

¹¹ Mayroon pa akong nakita rito sa mundo: Hindi lahat ng mabibilis ay nananalo sa takbuhan, at hindi lahat ng malalakas ay nananalo sa labanan.

Hindi rin lahat ng matatalino ay nagkakaroon ng hanapbuhay, hindi lahat ng marurunong ay nagiging mayaman at hindi rin lahat ng may kakayahan ay nagtatagumpay. Dahil ang bawat tao ay may kanya-kanyang kapalaran. ¹² Pero hindi niya alam kung kailan darating ang takdang oras. Tulad siya ng isang ibong nabitag o ng isdang nahuli sa lambat. Biglang dumarating sa tao ang masamang pagkakataon na para siyang nahuli sa isang patibong.

Mas Mabuti ang Karunungan Kaysa Kamangmangan

¹³ Mayroon pang isang halimbawa ng karunungan na aking nagustuhan. ¹⁴ May isang maliit na lungsod na kakaunti lang ang mga mamamayan. Nilusob ito ng makapangyarihang hari *kasama ng kanyang mga kawal* at pinalibutan. ¹⁵ Sa lungsod na iyon ay may isang lalaking marunong pero mahirap. Maaari sana niyang iligtas ang lungsod sa pamamagitan ng kanyang karunungan pero walang nakaalala sa kanya. ¹⁶ Sinabi kong mas mabuti ang karunungan kaysa sa kapangyarihan, pero ang karunungan ng isang taong mahirap ay hindi binibigyang halaga at ang mga sinasabi niya'y hindi pinapansin. ¹⁷ Ang marahang salita ng marunong ay mas magandang pakinggan kaysa sa sigaw ng isang pinunong hangal. ¹⁸ Mas makapangyarihan ang karunungan kaysa sa mga sandata ng digmaan. Pero ang isang makasalanan ay makakasira ng maraming kabutihan.

10 Kung paanong napapabaho ng isang patay na langaw ang isang boteng pabango, ganoon din ang kaunting kamangmangan, nakakasira ng karunungan at karangalan. ² Ang taong marunong ay gustong gumawa ng kabutihan, pero ang hangal ay gustong gumawa ng kasamaan. ³ At kahit sa paglalakad ng hangal, nakikita ang kawalan niya ng karunungan at ipinapakita sa lahat ang kanyang kahangalan.

⁴ Kung nagalit sa iyo ang iyong pinuno, huwag ka agad magbitiw sa tungkulin, dahil kapag nawala na ang galit niya'y baka patawarin ka niya gaano man kalaki ang iyong kasalanang nagawa. ⁵ May isa pa akong nakitang hindi maganda rito sa mundo at ito'y ginagawa ng mga pinuno: ⁶ Ang mga mangmang ay binibigyan ng mataas na tungkulin, pero ang mga mayayamanᵈ ay binibigyan ng mababang tungkulin. ⁷ Nakakita rin ako ng mga aliping nakasakay sa kabayo habang ang mga dakilang tao'y naglalakad na parang alipin.

⁸ Kapag ikaw ang naghukay, baka ikaw din ang mahulog doon. Kapag lumusot ka sa *butas ng* pader, baka tuklawin ka ng ahas doon. ⁹ Kapag nagtibag ka ng bato, baka mabagsakan ka nito. Kapag nagsibak ka ng kahoy, baka masugatan ka nito. ¹⁰ Kapag palakol mo'y mapurol at hindi mo hinahasa, buong lakas ang kailangan mo sa paggamit nito. Mas nakakahigit ka kung marunong ka, dahil sa pamamagitan nito'y magtatagumpay ka.

¹¹ Walang saysay ang kakayahan mong magpaamo ng ahas, kung tutuklawin ka lang naman nito. ¹² Ang sinasabi ng marunong ay magbibigay sa kanya ng kabutihan, pero ang sinasabi ng hangal

---

a 2 at ang mali: Wala ito sa Hebreo, pero makikita sa ibang mga lumang teksto.

b 2 ang malinis at ang marumi: Ang mga karapat-dapat at hindi karapat-dapat makisama sa mga seremonyang pangrelihiyon ng Israel.

c 8 Palagi…maligaya: sa literal, *magsuot ka ng puting damit at pahiran mo ng langis ang ulo mo.*

d 6 mayayaman: o, *mga dakila.*

ay magpapahamak sa kanya. [13] Sa umpisa pa lang kamangmangan na ang sinasabi niya, at kinalaunan ay naging masamang-masama na, na parang nawawala na siya sa sarili. [14] At wala siyang tigil sa kasasalita.

Walang nakakaalam tungkol sa mga mangyayari sa hinaharap, kaya walang makapagsasabi kung ano ang mangyayari kapag tayo'y patay na. [15] Napapagod ang mangmang sa kanyang trabaho, kaya naiisip niyang huwag nang pumunta sa bayan *para magtrabaho.[a]*

[16] Nakakaawa ang isang bansa na ang hari ay isip-bata at ang mga pinuno'y puro handaan ang inaatupag. [17] Pero mapalad ang bansa na ang hari ay ipinanganak sa marangal na pamilya at ang mga pinuno ay naghahanda lang sa tamang panahon para sa ikalalakas at hindi sa paglalasing.

[18] Pinapabayaan ng taong tamad na tumutulo ang bubong ng kanyang bahay hanggang sa mawasak na ang buong bahay niya. [19] Makapagpapasaya sa tao ang handaan at inuman; at ang pera ay makapagbibigay ng lahat niyang pangangailangan. [20] Huwag mong susumpain ang hari kahit sa isip mo lang o ang mayayaman kahit sa palihim lang, dahil baka may magsabi sa kanila.[b]

Ang Gawain ng Taong Marunong

11 Ipuhunan mo ang pera mo sa negosyo at sa kalaunan ay kikita ka.[c] [2] Ilagay mo ang pera mo sa iba't ibang[d] negosyo,[e] dahil hindi mo alam kung anong kalamidad ang darating dito sa mundo. [3] Kapag makapal na ang ulap, magbubuhos ito ng ulan sa mundo. At kung saan natumba ang puno, doon iyon mananatili.[f] [4] Kung palagi ka lang maghihintay ng magandang panahon, hindi ka makakapagtanim at wala kang aanihin.

[5] Kung paanong hindi mo nalalaman ang direksyon ng hangin o kung paano lumalaki ang sanggol sa sinapupunan ng kanyang ina, ganoon din ang ginagawa ng Dios na gumagawa ng lahat ng bagay, hindi mo rin ito maiintindihan.

[6] Maghasik ka ng binhi sa umaga hanggang gabi, dahil hindi mo alam kung alin sa itinanim mo ang tutubo, o kung lahat ito ay tutubo. [7] Masarap mabuhay, kaya mas mabuting mabuhay. [8] Kaya sa buong buhay mo ay maging masaya ka, gaano man ito kahaba. Ngunit, alalahanin mong darating ang kamatayan at magtatagal iyon. Lahat ng mangyayari ay walang kabuluhan.

[9] Kayong mga kabataan, magsaya kayo habang kayo'y bata pa. Gawin ninyo ang gusto ninyong gawin, pero alalahanin ninyong hahatulan kayo ng Dios ayon sa inyong mga ginawa. [10] Huwag kayong

mag-alala o mabalisa man dahil ang panahon ng kabataan ay lumilipas lang.

12 Alalahanin mo ang lumikha sa iyo habang bata ka pa at bago dumating ang panahon ng kahirapan at masabi mong, "Hindi ako masaya sa buhay ko." [2] *Alalahanin mo siya* bago dumilim ang araw, ang buwan at ang mga bituin na parang natatakpan ng makakapal na ulap. [3] Darating ang araw na manginginig ang iyong mga bisig[g] at manghihina ang iyong mga tuhod.[h] Hindi ka na makakanguyang mabuti dahil iilan na lang ang iyong ngipin.[i] At lalabo na ang iyong paningin.[j] [4] Ang tainga[k] mo'y hindi na halos makarinig, kahit ang ingay ng gilingan o huni ng mga ibon o mga awitin *ay hindi na marinig.* [5] Matatakot ka ng umakyat sa mataas na lugar o lumakad sa lansangan ng nag-iisa. Puputi na ang iyong buhok, hindi ka na halos makakalakad at mawawala na ang lahat ng iyong pagnanasa. Sa bandang huli, pupunta ka sa iyong tahanang walang hanggan at marami ang magluluksa para sa iyo sa mga lansangan. [6] *Kaya alalahanin mo ang Dios habang nabubuhay ka,* habang hindi pa nalalagot ang kadenang pilak at hindi pa nababasag ang gintong lalagyan, o hindi pa nalalagot ang tali ng timba sa balon, at nasisira ang kalo nito. [7] Kung magkagayon, babalik ka sa lupa kung saan ka nagmula at ang espiritu[l] mo'y babalik sa Dios na siyang nagbigay nito.

[8] Sabi ng mangangaral,[m] "Walang kabuluhan! Tunay na walang kabuluhan ang lahat!"

Paggalang at Pagsunod sa Dios

[9] Bukod sa pagiging marunong nitong mangangaral, itinuturo din niya sa mga tao ang lahat ng kanyang nalalaman. Pinag-aralan niyang mabuti ang mga kasabihang binanggit niya rito. [10] Pinagsikapan niyang gamitin ang mga nararapat na salita, at ang lahat ng isinulat niya rito ay tama at totoo. [11] Ang mga salita ng marunong ay parang matulis na tungkod na pantaboy ng pastol sa paggabay sa kanyang kawan o parang pakong nakabaon. Ibinigay ito ng Dios na tangi nating tagabantay.

[12] Anak, mag-ingat ka sa isa pang bagay na ito: Ang pagsusulat ng aklat ay walang katapusan, at ang labis na pag-aaral ay nakakapagod.

[13] Ngayong nabasa[n] mo na ang lahat ng ito, ito ang aking huling payo: Matakot ka sa Dios at sundin mo ang kanyang mga utos, dahil ito ang *tungkulin* ng bawat tao. [14] Sapagkat hahatulan tayo ng Dios ayon sa lahat ng ating ginagawa, mabuti man o masama, hayag man o lihim.

---

a 15 *naiisip…magtrabaho:* o, *hindi niya alam ang daan papunta sa bayan.*

b 20 *baka…kanila:* sa literal, *baka may munting ibon na magsasabi sa kanila.*

c 1 *Ipuhunan…ka:* o, *Bukas-palad kang magbigay at hindi magtatagal ikaw din ay magkakaroon.*

d 2 *iba't ibang:* sa literal, *pito o walo.*

e 2 *Ilagay…negosyo:* o, *Magbigay ka sa maraming tao.*

f 3 *mananatili:* ang tinutukoy dito ay ang mga nangyayari sa mundo, katulad ng mga kalamidad na hindi mapipigilan ng tao.

g 3 *bisig:* sa literal, *mga bantay ng bahay.*

h 3 *tuhod:* sa literal, *malalakas na lalaki.*

i 3 *ngipin:* sa literal, *mga babaeng tagagiling ng butil.*

j 3 *paningin:* sa literal, *mga babaeng nakasilip sa bintana.*

k 4 *tainga:* sa literal, *mga pintuang bayan.*

l 7 *espiritu:* o, *hininga.* Tingnan sa Salmo 104:29 at Job 12:10.

m 8 *mangangaral:* o, *guro;* o, *isang matalinong tao.*

n 13 *nabasa:* sa Hebreo, *narinig.* Nag-aaral noon ang mga Israelita sa pamamagitan ng pakikinig.

ANG AWIT NI SOLOMON

1 Ang pinakamagandang awit ni Solomon.*ª*

Babae

² Paliguan mo ako ng iyong mga halik. Pagkat mas matamis pa kaysa katas ng ubas ang iyong pag-ibig. ³ Kay sarap amuyin ng iyong pabango, at ang ganda ng pangalan mo, kaya hindi kataka-takang mga dalaga'y napapaibig sa iyo. ⁴ Sige na, O aking hari, dalhin mo ako sa iyong silid.

Mga Babae ng Jerusalem

Sa piling mo,*ᵇ* kami ay maligaya. Mas gusto pa namin ang pag-ibig mo kaysa anumang inumin.

Babae

Tama lang na umibig sila sa iyo! ⁵ O mga babaeng taga-Jerusalem, maitim nga ako gaya ng mga tolda sa Kedar, pero maganda naman tulad ng kurtina *sa palasyo* ni Solomon. ⁶ Huwag ninyo akong hamakin*ᶜ* dahil sa kulay ng aking balat. Maitim nga pagkat nabibilad sa init ng araw. Nagalit sa akin ang mga kapatid kong lalaki, at doon sa ubasan ako'y pinagtrabaho nila. Dahil dito'y napabayaan ko ang sarili ko.*ᵈ*

⁷ Mahal, sabihin mo sa akin kung saan ka nagpapastol ng iyong mga tupa. Saan mo sila pinagpapahinga tuwing tanghali? *Sabihin mo sa akin* para hindi na ako maghanap pa sa iyo doon sa iyong mga kaibigan na nagpapastol din ng tupa. Dahil baka ako'y mapagkamalan na isang babaeng bayaran.

Lalaki

⁸ Kung hindi mo alam, O babaeng ubod ng ganda, sundan ang bakas ng *aking* mga tupa. Papunta ito sa tolda ng mga pastol, at mga kambing mo'y doon mo na rin ipastol. ⁹ O irog ko, tulad mo'y isang babaeng kabayo *na nagustuhan ng lalaking kabayo na humihila* ng karwahe ng hari ng Egipto.*ᵉ* ¹⁰ Napakaganda ng iyong mga pisngi, na lalong pinaganda ng mga hiyas. O anong ganda rin ng leeg mong sinuotan ng kwintas. ¹¹ Ika'y igagawa namin ng alahas na yari sa mga ginto at pilak.

Babae

¹² Habang ang hari'y nasa kanyang mesa, pabango ko'y humahalimuyak. ¹³ Parang samyo ng mira ang bango ng aking iniibig, habang sa aking dibdib siya ay nakahilig. ¹⁴ Ang mahal ko'y tulad ng kumpol ng mga bulaklak na henna, na namumulaklak doon sa ubasan ng En Gedi.*ᶠ*

Lalaki

¹⁵ Napakaganda mo, aking giliw. Mga mata mo'y kasing pungay *ng mga mata* ng kalapati.

Babae

¹⁶ Kay kisig mo, mahal ko. Napakaganda mong pagmasdan habang tayo ay nakahiga sa mga damo, ¹⁷ sa lilim ng mga *punong* sipres at sedro.

2 Ako'y isang bulaklak lamang ng Sharon, isang liryo*ᵍ* sa lambak.

Lalaki

² Kung ihahambing sa ibang kababaihan, ang irog ko'y tulad ng liryo sa gitna ng matinik na halamanan.

Babae

³ Kung ihahambing naman sa ibang kabinataan, ang mahal ko'y tulad ng puno ng mansanas sa gitna ng mga puno roon sa kagubatan. Ako ay nanabik na maupo sa lilim niya, at tikman ang matamis niyang bunga. ⁴ Dinala niya ako sa isang handaan para ipakita sa lahat na ako ay kanyang minamahal. ⁵ Pakainin ninyo ako ng pasas at mansanas para ako'y muling lumakas, sapagkat nanghina ako dahil sa pag-ibig. ⁶ Ulo ko'y nakaunan sa kaliwa niyang bisig at ang kanang kamay naman niya ay nakayakap sa akin.

⁷ Kaya kayong mga dalaga ng Jerusalem, mangako kayo sa pamamagitan ng mga batang usa at gasela, na hindi ninyo hahayaang ang pag-ibig ay umusbong hangga't hindi pa dumarating ang tamang panahon.

⁸ Ayan na! Naririnig ko nang paparating ang aking mahal. Dumarating siyang patalon-talon na parang usa sa mga bundok at burol. ⁹ Tingnan ninyo, nariyan na siya na nakatayo sa may pader, at sa bintana ako'y sinisilip. ¹⁰ Sinabi niya sa akin, "Halika na irog kong maganda at sa akin ay sumama ka. ¹¹ Tapos na ang panahon ng taglamig at tag-ulan. ¹² Namumukadkad na ang mga bulaklak sa parang, panahon na ng pag-aawitan at maririnig na rin ang huni ng mga kalapati sa kabukiran. ¹³ Ang mga bunga ng igos ay hinog na*ʰ* at humahalimuyak ang bulaklak ng mga ubas. Halika na irog kong maganda, sa akin ay sumama ka na."

Lalaki

¹⁴ Katulad mo'y kalapating nagtatago sa bitak ng malaking bato. Ipakita mo sa akin ang magandang mukha mo at iparinig din ang maamo mong tinig.

Mga Babae ng Jerusalem

¹⁵ Bilis! Hulihin ang mga asong-gubat*ⁱ* na sumisira ng aming mga ubasang namumulaklak.

---

a 1 *ni Solomon:* o, *para kay Solomon;* o, *tungkol kay Solomon.*

b 4 *Sa piling mo:* Ang ibig sabihin, *sa piling ng lalaki.*

c 6 *hamakin:* o, *tingnan.*

d 6 *ang sarili ko:* sa literal, *ang sarili kong ubasan.*

e 9 *hari ng Egipto:* sa Hebreo, *Faraon.*

f 14 *En Gedi:* Isang lugar sa disyerto kung saan may tubig at halaman. Sa Ingles, *oasis.*

g 1 *liryo:* sa Ingles, "lily."

h 13 *Ang mga bunga ng igos ay hinog na:* o, *Ang mga puno ng igos ay namumunga na.*

i 15 *asong-gubat:* sa Ingles, *fox.*

Babae

[16] Akin lang ang mahal ko, at ako naman ay kanya lang. Nagpapastol siya sa gitna ng mga liryo. [17] Bago magbukang-liwayway at magliwanag, magbalik ka, mahal ko. Tumakbo ka na kasimbilis ng batang usa o gasela sa kabundukan.

3 Sa gabi, habang ako'y nakahiga, nananabik ako sa aking minamahal. Hinahanap-hanap ko siya, subalit hindi makita. [2] Kaya bumangon ako't nilibot ang lungsod, mga lansangan, at mga liwasan. Hinanap ko ang aking mahal, pero hindi ko siya makita. [3] Nakita ako ng mga guwardya na naglilibot sa lungsod. *Tinanong ko sila*, "Nakita ba ninyo ang mahal ko?"

[4] Hindi pa man ako nakakalayo sa kanila, nakita ko ang mahal ko. Hinawakan ko siya ng buong higpit at hindi binitiwan hanggang nadala ko siya sa bahay ng aking ina, doon sa silid kung saan ako nabuo. [5] Kayong mga dalaga ng Jerusalem, mangako kayo sa pamamagitan ng mga batang usa at gasela, na hindi ninyo hahayaang ang pag-ibig ay umusbong hangga't hindi pa dumarating ang tamang panahon.

Mga Babae ng Jerusalem

[6] Sino kaya itong dumarating mula sa ilang na tila makapal na usok na amoy mira at insensong itinitinda ng mangangalakal? [7] Tingnan ninyo! Iyan ang karwahe ni Solomon na napapalibutan ng 60 pinakamagagaling na kawal ng Israel. [8] Lahat sila'y mayroong espada at bihasa sa pakikipaglaban. Laging handa kahit sa gabi man sumalakay. [9] Ang karwaheng iyon na ipinagawa ni Haring Solomon ay yari sa kahoy na galing sa Lebanon. [10] Nababalot sa pilak ang haligi nito at palamuting ginto ang tumatakip dito. Ang kutson ng upuan ay binalot sa telang kulay ube at mga babaeng taga-Jerusalem ang nagpaganda ng loob ng karwahe.

Babae

[11] Lumabas kayo, kayong mga dalaga ng Jerusalem,[a] at tingnan ninyo si Haring Solomon na may korona. Ipinutong ito sa kanya ng kanyang ina sa araw ng kanyang kasal—ang araw na buong puso niyang ikinagalak.

Lalaki

4 Napakaganda mo, O irog ko. Ang mga mata mong natatakpan ng belo ay parang *mga mata ng* kalapati. Ang buhok mo'y parang kawan ng kambing na pababa sa Bundok ng Gilead. [2] Ang mga ngipin mo'y *kasimputi ng* tupang bagong gupit at pinaliguan. Buong-buo at maganda ang pagkakahanay. [3] Ang mga labi mo'y parang pulang laso, tunay ngang napakaganda. Ang mga pisngi mong natatakpan ng belo'y *mamula-mula na* parang *bunga ng* pomegranata. [4] Ang leeg mo'y kasingganda ng tore ni David. Napapalamutian ng kwintas na tila isang libong kalasag ng mga kawal. [5] Ang dibdib mo'y kasing tikas ng tindig ng kambal na batang usa na nanginginain sa gitna ng mga liryo. [6] Bago magbukang-liwayway at bago mawala ang dilim, mananatili ako sa *dibdib mong tila* mga bundok na pinabango ng mira at insenso. [7] O irog

ko, ang lahat sa iyo'y maganda. Walang maipipintas sa iyo.

[8] O aking magiging kabiyak, sumama ka sa akin mula sa Lebanon. Bumaba tayo mula sa tuktok ng *mga bundok ng* Amana, Senir at Hermon, na tinitirhan ng mga leopardo at leon. [9] O irog ko na aking magiging kabiyak, sa isang sulyap mo lamang at sa pang-akit ng iyong kwintas na napapalamutian ng iisang bato ay nabihag mo na ang aking puso. [10] Ang pag-ibig mo aking irog ay walang kasingtamis. O aking magiging kabiyak, higit pa ito kaysa sa masarap na inumin. Ang samyo ng iyong pabango'y mas mabango kaysa sa lahat ng pabango. [11] Ang mga labi mo, aking magiging kabiyak ay kasintamis ng pulot. Ang dila mo'y tila may gatas at pulot. At ang damit mo'y kasimbango ng *mga puno ng sedro sa* Lebanon. [12] O irog ko, aking magiging kabiyak, tulad ka ng isang halamanan na may bukal at nababakuran. [13] Ang mga puno'y namumunga ng pomegranata at iba pang mga piling bunga. *Sagana ito sa halamang* henna, nardo, [14] safron, kalamo at sinamon, maging ng iba't ibang klase ng insenso, mira, aloe at iba pang mamahaling pabango. [15] Tulad ka ng isang hardin na may bukal na umaagos mula sa *mga kabundukan ng* Lebanon.

Babae

[16] Kayong hanging amihan at habagat, umihip kayo sa aking hardin upang kumalat ang bango nito. Papuntahin ang aking mahal sa kanyang hardin upang kainin ang mga piling bunga nito.

Lalaki

5 Nasa hardin ako ngayon, aking irog na magiging kabiyak ko. Nanguha ako ng mira at mga pabango. Kinain ko ang aking pulot at ininom ang aking alak at gatas.

Mga Babae ng Jerusalem

Kayong mga nagmamahalan, kumain kayo at uminom.

Babae

[2] Habang ako'y natutulog, nananaginip ako. Narinig kong kumakatok ang mahal ko. Ang sabi niya, "Papasukin mo ako, irog ko. Basang-basa na ng hamog ang ulo ko." [3] Pero sinabi ko, "Hinubad ko na ang aking damit, isusuot ko pa ba itong muli? Hinugasan ko na ang aking mga paa, dudumihan ko pa ba itong muli?" [4] Nang hawakan ng aking mahal ang susian *ng pinto,* biglang tumibok ng mabilis ang aking puso. [5] Bumangon ako upang siya'y papasukin. At nang hawakan ko ang susian ng pinto tumulo ang mira sa kamay ko. [6] Binuksan ko ang pinto para sa aking mahal, pero wala na siya. Hinanap ko siya, pero hindi ko siya makita. Tinawag ko siya, pero walang sumagot. [7] Nakita ako ng mga guwardya na naglilibot sa lungsod. Pinalo nila ako, at ako'y nasugatan. Kinuha[b] pa nila ang aking damit. [8] Kayong mga babae ng Jerusalem, mangako kayo sa akin! Kapag nakita ninyo ang aking mahal, sabihin ninyo sa kanyang nanghihina ako dahil sa pag-ibig.

---

a 11 Jerusalem: sa Hebreo, Zion.

b 7 kinuha: o, pinunit.

Mga Babae ng Jerusalem

⁹O babaeng pinakamaganda, ano bang mayroon sa iyong minamahal na wala sa iba, at kami ay iyong pinasusumpa pa? Siya ba'y talagang nakakahigit sa iba?

Babae

¹⁰Ang aking mahal ay makisig at mamula-mula *ang kutis*. Nag-iisa lamang siya sa sampung libong lalaki. ¹¹Mas mahal pa sa ginto ang kanyang ulo. Buhok niya'y medyo kulot at kasing-itim ng uwak. ¹²Mga mata niya'y napakagandang pagmasdan, tulad ng mamahaling hiyas at tulad ng mata ng mga kalapati, na kasingputi ng gatas, isang tubig na batis. ¹³Mga pisngi niya'y kasimbango ng harding puno ng halamang ginagawang pabango. At ang mga labi niya'y parang mga liryo na dinadaluyan ng mira. ¹⁴Mga bisig niya'y tila mahahabang bareta ng ginto na napapalamutian ng mamahaling bato. Katawa'y tila pangil ng elepante, makinang at napapalamutian ng *mga batong* safiro. ¹⁵Mga paa niya'y tulad ng mga haliging marmol na nakatayo sa pundasyong ginto. Napakaganda niyang pagmasdan, tulad ng mga *puno ng* sedro sa Lebanon. ¹⁶Kay tamis halikan ang kanyang bibig. Tunay ngang siya'y kaakit-akit. O mga babae ng Jerusalem, siya ang aking mahal, ang aking iniibig.

Mga Babae ng Jerusalem

6 O babaeng pinakamaganda, nasaan na ang iyong mahal? Saan siya nagpunta upang matulungan ka naming hanapin siya?

Babae

²Ang aking mahal ay nagpunta sa hardin niyang puno ng halamang ginagawang pabango, upang magpastol doon at kumuha ng mga liryo. ³Ako'y sa aking mahal, at ang mahal ko naman ay sa akin lang. Nagpapastol siya sa gitna ng mga liryo.

Lalaki

⁴O napakaganda mo, irog ko. Kasingganda ka ng *lungsod ng* Tirza at kabigha-bighani gaya ng Jerusalem. Kamangha-mangha ka gaya ng mga kawal na may dalang mga bandila. ⁵Huwag mo akong titigan dahil hindi ko ito matagalan. Ang buhok mo'y parang kawan ng kambing na pababa sa Bundok ng Gilead. ⁶Ang mga ngipin mo'y kasimputi ng tupang bagong paligo. Buong-buo at maganda ang pagkakahanay nito. ⁷Mamula-mula ang noo mong natatakpan ng belo, tulad ng *bunga ng* pomegranata.

⁸Kahit na ako'y may 60 asawang reyna, 80 asawang alipin, at hindi mabilang na mga dalaga, ⁹nag-iisa lang ang aking sinisinta. Tunay na maganda at walang kapintasan. Ang tanging anak na babae ng kanyang ina at pinakapaborito pa. Ang mga babaeng nakakakita sa kanya ay hindi mapigilang purihin siya. Kahit na ang mga asawang reyna at asawang alipin ay humahanga sa kanya. ¹⁰*Ang sabi nila*, "Sino ba ito na kapag tiningnan ay parang bukang-liwayway ang kagandahan? Kasingganda siya ng buwan, nakakasilaw na parang araw at nakakamangha tulad ng mga bituin."ᵃ

¹¹Pumunta ako sa taniman ng almendro para tingnan ang mga bagong tanim na sumibol sa may lambak, at para tingnan na rin kung umuusbong na ang mga ubas at kung ang mga pomegranata ay namumulaklak na. ¹²Hindi ko namalayan, ako pala'y nandoon na sa maharlikang higaan kasama ang aking mahal.

Mga Babae ng Jerusalem

¹³Bumalik ka, dalagang taga-Shulam, bumalik ka para makita ka namin.ᵇ

Lalaki

Bakit gusto ninyong makita ang dalaga ng Shulam na sumasayaw sa gitna ng mga manonood?
7 O maharlikang babae, napakaganda ng mga paa mong may sandalyas. Hugis ng iyong mga hita'y parang mga alahas na gawa ng bihasa. ²Ang pusod mo'y kasimbilog ng tasang laging puno ng masarap na alak. Ang baywang mo'y parang ibinigkis na trigong napapaligiran ng mga liryo. ³Ang dibdib mo'y tila kambal na batang usa. ⁴Ang leeg mo'y parang toreng gawa sa pangil ng elepante. Ang mga mata mo'y kasinglinaw ng batis sa Heshbon, malapit sa pintuang bayan ng Bet Rabim. Ang ilong mo'y kasingganda ng tore ng Lebanon na nakaharap sa Damasco. ⁵Ang ulo mo'y kasingganda ng Bundok ng Carmel. Ang buhok mo'y kasingkintab ng mga maharlikang kasuotan at ang hari'y nabihag sa kagandahan nito.

⁶O napakaganda mo, aking sinta, umaapaw ka sa kariktan. ⁷Ang tindig mo'y parang puno ng palma at ang dibdib mo'y parang mga bunga nito. ⁸At aking sinabi, "Aakyat ako sa palma at hahawak sa kanyang mga bunga." Ang iyong dibdib ay parang katulad ng kumpol ng ubas, at ang samyo ng iyong hininga'y parang mansanas. ⁹Ang halik mo'y kasingtamis ng pinakamasarap na alak. Ang alak na ito'y dahan-dahang dumadaloy mula sa labi ng aking minamahal.

Babae

¹⁰Ako ay sa kanya lang, at ako lamang ang kanyang inaasam. ¹¹Halika mahal ko, pumunta tayo sa bukid at doon magpalipas ng gabi, sa tabi ng mga bulaklak ng henna.ᶜ ¹²Maaga tayong gumising at ating tingnan kung namulaklak at namunga na ang ubasan. Tingnan din natin kung namumukadkad na ang mga pomegranata. At doon, ipadarama ko sa iyo ang aking pagmamahal. ¹³Maaamoy mo ang bango ng mandragora, at malapit sa ating pintuan ay may mga piling hain na prutas, luma at bago. Sapagkat ang mga ito'y sadyang inihanda ko para sa iyo, aking mahal.

8 Kung naging kapatid lamang sana kita, na pinasuso ng aking ina, hahalikan kita saanman tayo magkita, at hindi nila ako pag-iisipan ng masama. ²Dadalhin kita sa bahay ng aking ina, at doon ay tuturuan mo ako *ng tungkol sa pag-ibig*. Paiinumin kita ng mabangong alak na mula sa katas ng aking mga pomegranata. ³Ulo ko'y nakaunan sa kaliwa mong bisig at ang kanang kamay mo naman ay nakayakap sa akin.

ᵃ **10** *mga bituin*: o, *mga kawal na may dalang mga bandila.*

ᵇ **13** o, *Umikot ka, dalaga ng Shulam, umikot ka. Ipakita mo sa amin ang iyong pagsayaw.*

ᶜ **11** *mga bulaklak ng henna*: o, *mga baryo.*

⁴Kayong mga babae ng Jerusalem, mangako kayo na hindi ninyo hahayaan na ang pag-ibig ay umusbong hangga't hindi pa dumarating ang tamang panahon.

Mga Babae ng Jerusalem

⁵Sino kaya itong dumarating mula sa ilang na nakahilig sa kanyang minamahal?

Babae

Ginising ko ang iyong damdamin, doon sa ilalim ng puno ng mansanas, kung saan ka isinilang. ⁶Iukit mo ang pangalan ko sa puso mo para patunayan na ako lamang ang mahal mo. At ako lamang ang yayakapin ng mga bisig mo. Makapangyarihan ang pag-ibig gaya ng kamatayan; maging ang pagnanasa ay hindi mapipigilan. Ang pag-ibig ay parang lumiliyab at lumalagablab na apoy. ⁷Kahit laksa-laksang tubig, hindi ito mapipigilan. Sinumang magtangkang bilhin ito kahit ng lahat niyang yaman ay baka malagay lamang sa kahihiyan.

Ang mga Kapatid na Lalaki ng Babae

⁸May kapatid kaming dalagita, at ang kanyang dibdib ay hindi pa nababakas. Anong gagawin namin sa araw na may manligaw na sa kanya? ⁹Birhen man siya o hindi, iingatan namin siya.ᵃ

Babae

¹⁰Ako'y birhen nga, at ang dibdib ko'y parang mga tore. Kaya nga ang aking mahal ay lubos na nasisiyahan sa akin.

¹¹May ubasan si Solomon sa Baal Hamon na kanyang pinauupahan sa mga magsasaka roon. Bawat isa sa kanila'y nagbibigay sa kanya ng 1,000 piraso ng pilak bilang parte niya sa ubasan. ¹²Ikaw ang bahala Solomon, kung ang parte mo ay 1,000 piraso ng pilak at ang parte ng mga magsasaka ay 200 piraso ng pilak. Pero ako na ang bahala sa sarili kong ubasan.

Lalaki

¹³O irog kong namamasyal sa hardin, mabuti pa ang mga kaibigan mo, naririnig nila ang iyong tinig. Iparinig mo rin ito sa akin.

Babae

¹⁴Halika, aking mahal. *Tumakbo ka nang mabilis* gaya ng usa sa kabundukan na punong-puno ng mga halamang ginagawang pabango.

ᵃ 9 sa literal, *Kung pader man siya, patatayuan namin ito ng mga toreng pilak. Kung siya nama'y pintuan, igagawa namin siya ng trangka na yari sa kahoy na sedro.*

ISAIAS

1 Ang aklat na ito'y tungkol sa ipinahayag ng Dios kay Isaias na anak ni Amoz. Tungkol ito sa Juda at Jerusalem noong *magkakasunod* na naghari sa Juda sina Uzia, Jotam, Ahaz, at Hezekia.

Ang Makasalanang Bansa

² Pakinggan ninyo langit at lupa, dahil sinabi ng PANGINOON, "Inalagaan ko't pinalaki ang *mga Israelita* na aking mga anak, pero nagrebelde sila sa akin. ³ Kahit ang mga baka'y kilala ang kanilang tagapag-alaga,*a* at ang mga asno'y alam kung saang sabsaban sila pinapakain ng nagmamay-ari sa kanila, pero ang mga mamamayan kong Israelita ay hindi nakakakilala sa akin."

⁴ Sila ay bansang makasalanan, mga taong punong-puno ng kasamaan, lahi ng mga gumagawa ng masama at mapaminsala. Itinakwil nila at kinutya ang PANGINOON, ang Banal *na Dios* ng Israel, at siya'y tinalikuran nila.

⁵ *Mga taga-Israel,* bakit patuloy kayong nagrerebelde? Gusto pa ba ninyong maparusahan? Para kayong tao na puro sugat ang ulo at ang puso'y puno ng sakit. ⁶ Mula ulo hanggang talampakan, walang bahagi na walang sugat, pasa at pamamaga. Hindi ito nahuhugasan, o nabebendahan, o nagagamot.

⁷ Hindi na mapakinabangan ang inyong bansa; sinunog ng mga dayuhan ang mga lungsod ninyo. Kitang-kita ninyong sinasamsam nila ang mga bunga ng inyong pananim. Sinisira nila ang inyong lupain hanggang sa hindi na mapakinabangan. ⁸ Walang natira kundi ang Jerusalem.*b* Para itong silungan sa isang ubasan o isang kubol sa taniman ng mga pipino na *mag-isang nakatayo,* at para ring lungsod na pinalibutan ng kaaway. ⁹ Kung ang PANGINOONG Makapangyarihan ay hindi nagtira ng ilan sa atin, natulad na sana tayo sa Sodom at Gomora.

¹⁰ Kayong mga pinuno at mga mamamayan ng Jerusalem na katulad ng mga taga-Sodom at Gomora, pakinggan ninyo ang salita at kautusan ng PANGINOON na ating Dios. ¹¹ Sinabi niya, "Balewala sa akin ang napakarami ninyong handog. Sawang-sawa na ako sa inyong mga handog na sinusunog—ang mga tupa at ang mga taba ng mga pinatabang hayop. Hindi ako nalulugod sa dugo ng mga toro, tupa at mga kambing. ¹² Sino ang nag-utos sa inyo na dalhin ang lahat ng ito kapag sumasamba kayo sa akin? Sino ang nag-utos sa inyong tumapak sa aking templo? ¹³ Tigilan n'yo na ang pagdadala ng mga handog na walang silbi. Nasusuklam ako sa amoy ng mga insenso ninyo. Hindi ko na matiis ang mga pagtitipon n'yo kapag Pista ng Pagsisimula ng Buwan at kapag Araw ng Pamamahinga, dahil kahit na nagtitipon kayo, gumagawa kayo ng kasamaan. ¹⁴ Nasusuklam ako sa inyong mga Pista ng Bagong Buwan at sa iba pa ninyong mga pista. Sobra-sobra na! Hindi ko na ito matiis!

¹⁵ "Kapag mananalangin kayo hindi ko kayo papansinin. Kahit paulit-ulit pa kayong manalangin hindi ko kayo pakikinggan dahil marami kayong pinatay na tao. ¹⁶ Linisin ninyo ang inyong sarili. Tigilan na ninyo ang paggawa ng kasamaan sa aking harapan. ¹⁷ Pag-aralan ninyong gumawa ng mabuti at pairalin ang katarungan. Sawayin ninyo ang mga nang-aapi*c* at ipagtanggol ninyo ang karapatan ng mga ulila at mga biyuda."

¹⁸ Sinabi pa ng PANGINOON, "Halikayo't pag-usapan natin ito. Kahit gaano man karumi ang inyong mga kasalanan, lilinisin ko iyan para maging malinis kayo. ¹⁹ Kung susunod lang kayo sa akin ay pagpapalain ko kayo.*d* ²⁰ Pero kung patuloy kayong magrerebelde, tiyak na mamamatay kayo."

Mangyayari nga ito dahil sinabi ng PANGINOON.

Ang Makasalanang Lungsod

²¹ Tingnan ninyo ang lungsod *ng Jerusalem.* Matapat ito *noon, pero ngayo'y* para nang babaeng bayaran. *Dati'y* mga taong matuwid ang mga nakatira rito, pero ngayon ay mga mamamatay-tao. ²² *Jerusalem, dati'y* mahalaga ka tulad ng pilak, pero ngayon ay wala ka nang silbi. *Noon* para kang *mamahaling* alak, *pero ngayon* ay para ka nang alak na may halong tubig. ²³ Ang mga pinuno mo'y mga suwail at kasabwat ng mga magnanakaw. Gusto nila palagi ng suhol, at nanghihingi ng mga regalo. Hindi nila ipinagtatanggol ang karapatan ng mga ulila at hindi rin nila pinapakinggan ang daing ng mga biyuda.

²⁴ Kaya sinabi ng PANGINOON, ang Makapangyarihang Dios ng Israel, "Gagaan ang kalooban ko kapag naparusahan ko na kayong mga taga-Jerusalem na aking mga kaaway. ²⁵ Parurusahan ko kayo para magbago kayo, katulad ng pilak na dinadalisay sa apoy. ²⁶ Muli ko kayong bibigyan ng mga pinuno at mga tagapayo, katulad noong una. At ang lungsod ninyo ay tatawaging lungsod ng mga matuwid at tapat na mga tao."

²⁷ Magsisisi ang mga tao sa Jerusalem,*e* at ito ay ililigtas ng Dios at magiging matuwid ang pagtrato ng mga pinuno sa lahat ng mga mamamayan. ²⁸ Pero lilipulin niya ang mga suwail at mga makasalanan, ang mga taong tumalikod sa PANGINOON.

²⁹ Mapapahiya kayo *na mga taga-Jerusalem* dahil sa pagsamba ninyo sa mga puno ng ensina at sa mga sagradong halamanan. ³⁰ Matutulad kayo sa isang nalalantang puno ng ensina, at sa isang halamanang hindi nadidiligan. ³¹ Ang mga makapangyarihan sa inyo ay magiging katulad ng tuyong kahoy na

---

c 17 Sawayin ninyo ang mga nang-aapi: o, *Tulungan ninyo ang mga inaapi.*

d 19 pagpapalain ko kayo: o, *makakakain kayo ng pinakamagandang ani ng lupain.*

e 27 Jerusalem: sa Hebreo, *Zion.*

---

a 3 ang kanilang tagapag-alaga: sa Hebreo, *ang mga nagmamay-ari sa kanya.*

b 8 Jerusalem: sa Hebreo, *anak na babae ng Zion.*

madaling masunog, at ang *masasama* nilang gawa ay magiging parang tilamsik ng apoy na susunog sa kanila. Walang makakapatay sa apoy na iyon.

Kapayapaan sa Mundo
(Micas 4:1-3)

2 Ito ang ipinahayag *ng Dios* kay Isaias na anak ni Amoz tungkol sa Juda at Jerusalem:

2 Sa mga huling araw, ang bundok na
kinatatayuan ng templo ng
Panginoon ay magiging
pinakamahalaga sa lahat ng bundok.
Dadagsa rito ang *mga tao mula sa* iba't
ibang bansa.

3 Sasabihin nila, "Tayo na sa bundok ng
Panginoon, sa templo ng Dios ni
Jacob.
Tuturuan niya tayo roon ng kanyang mga
pamamaraan upang sundin natin."
Kaya magsisiuwi ang mga tao mula sa
Zion, ang lungsod ng Jerusalem, na
dala ang Kautusan ng Panginoon.

4 At *sa pamamagitan ng mga kautusan niya*,
pagkakasunduin niya ang maraming
bansa.
Kaya hindi na magdidigmaan ang mga
bansa, at hindi na rin sila magsasanay
ng mga sundalo para sa digmaan.
Gagawin na lang nilang talim ng araro
ang kanilang mga espada, at karit na
pantabas ang kanilang mga sibat.

5 Halikayo, mga lahi ni Jacob, mamuhay tayo sa katotohanan,ª na ibinigay sa atin ng Panginoon.

Ang Araw na Magpaparusa ang Dios

6 Totoong itinakwil n'yo, Panginoon, ang mga mamamayan ninyo, ang lahi ni Jacob, dahil naniniwala sila sa mga *pamahiing* mula sa silangan at sa mga manghuhula, gaya ng mga Filisteo. Sinusunod nila ang pag-uugali ng mga dayuhan. 7 Sagana sa pilak at ginto ang lupain ng Israel, at hindi nauubos ang kanilang kayamanan. Napakarami nilang kabayo, at hindi mabilang ang mga karwahe nila. 8 Marami silang dios-diosan, at sinasamba nila ang mga bagay na ito na sila mismo ang gumawa. 9 Kaya Panginoon, ibagsak n'yo ang bawat isa sa kanila, nang mapahiya sila. Huwag n'yo silang patatawarin.

10 *Mga taga-Israel*, tumakas kayo papunta sa mga kweba at mga hukay para magtago sa galit ng Panginoon at sa kanyang kapangyarihan. 11 Darating ang araw na tanging ang Panginoon lamang ang pupurihin. Ibabagsak niya ang mayayabang at mga mapagmataas. 12 Sapagkat nagtakda ang Panginoong Makapangyarihan ng araw kung kailan niya ibabagsak ang mga mayayabang at mapagmataas, at ang mga nag-aakalang sila'y makapangyarihan. 13 Puputulin niya ang lahat ng matataas na *puno ng* sedro sa Lebanon at ang lahat ng *puno ng* ensina sa Bashan. 14 Papantayin niya ang lahat ng matataas na bundok at burol, 15 at wawasakin ang lahat ng matataas na tore at pader. 16 Palulubugin niya ang lahat ng barko

ng Tarshish at ang mga naggagandahang sasakyang pandagat. 17 Ibabagsak nga niya ang mayayabang at mga mapagmataas. Tanging ang Panginoon ang maitataas sa araw na iyon. 18 At tuluyan nang mawawala ang mga dios-diosan.

19 Kapag niyanig na niya ang mundo, tatakas ang mga tao papunta sa mga kweba sa burol at sa mga hukay sa lupa para magtago sa galit ng Panginoon at sa kanyang kapangyarihan. 20 Sa araw na iyon, itatapon nila sa mga daga at mga paniki ang mga rebulto nilang pilak at ginto na ginawa nila para sambahin. 21 Tatakas nga sila papunta sa mga kweba sa burol at sa malalaking bato para magtago sa galit ng Panginoon at sa kanyang kapangyarihan kapag niyanig na niya ang mundo. 22 Huwag kayong magtitiwala sa tao. Mamamatay lang din sila. Ano ba ang magagawa nila?

Ang Parusa sa Jerusalem at Juda

3 Makinig kayo! Kukunin ng Panginoon, ang Panginoong Makapangyarihan, ang lahat ng inaasahan ng mga taga-Jerusalem at taga-Juda: ang pagkain at tubig nila, 2 ang mga bayani, kawal, hukom, propeta, manghuhula, tagapamahala, 3 kapitan ng mga kawal, mararangal na tao, mga tagapayo, at ang mga dalubhasang salamangkeroᵇ nila at mga manggagayuma. 4 Ang pamumunuin ng Panginoon sa kanila ay mga kabataan. 5 Aapihin ng bawat isa ang kanyang kapwa. Lalabanan ng mga bata ang matatanda, at lalabanan ng mga hamak ang mararangal.

6-7 Sa mga araw na iyon, pupuntahan ng isang tao ang kanyang kamag-anak at sasabihin, "Maayos pa naman ang damit mo, ikaw na lang ang mamuno sa amin sa panahong ito na wasak ang ating lugar." Pero sasagot siya, "Hindi ko kayo matutulungan. Wala ring pagkain o damit ang aking pamilya, kaya huwag n'yo akong gagawing pinuno."

8 Tiyak na mawawasak ang Jerusalem at Juda, dahil nilalabag nila ang Panginoon sa kanilang mga salita at gawa. Nilalapastangan nila ang makapangyarihang presensya ng Panginoon. 9 Halatang-halata sa mga mukha nila ang kanilang pagkakasala. Hayagan silang gumagawa ng kasalanan tulad ng Sodom at Gomora. Hindi na nila ito itinatago. Nakakaawa sila! Sila na mismo ang nagpapahamak sa sarili nila.

10 Sabihin ninyo sa mga matuwid na mapalad sila, dahil aanihin nila ang bunga ng *mabubuti* nilang gawa. 11 Pero nakakaawa ang masasama, dahil darating sa kanila ang kapahamakan. Gagantihin sila ayon sa mga ginawa nila.

12 *Sinabi ng* Panginoon, "Inaapi ng mga kabataan ang mga mamamayan ko. Pinamumunuan sila ng mga babae.

"Mga mamamayan ko, nililinlang kayo ng mga pinuno ninyo. Inaakay nila kayo sa maling daan."

13 Nakahanda na ang Panginoon para hatulan ang kanyang mga mamamayan.ᶜ 14 Hahatulan niya ang mga tagapamahala at mga pinuno ng mga mamamayan niya. *Ito ang paratang niya sa kanila*,

---

ª 5 *katotohanan*: sa literal, *liwanag.*

ᵇ 3 *salamangkero*: o, *karpintero.*

ᶜ 13 *kanyang mga mamamayan*: Ito ang nasa Septuagint at Syriac; pero sa Hebreo, *mga tao.*

"Sinira ninyo ang aking ubasan *na siyang aking mga mamamayan*. Ang mga bahay ninyo ay puno ng mga bagay na sinamsam ninyo sa mga mahihirap. ¹⁵Bakit ninyo inaapi ang mga mamamayan ko at ginigipit ang mga mahihirap?" Iyan ang sinabi ng Panginoong Dios na Makapangyarihan.

¹⁶Sinabi pa ng Panginoon, "Mayayabang ang mga babae sa Jerusalem. Akala mo kung sino sila kung maglakad. Pinakakalansing pa nila ang mga alahas sa mga paa nila, at kapag tumitingin sila ay may kasama pang kindat. ¹⁷Kaya patutubuan ko ng mga galis ang mga ulo nila at makakalbo sila."

¹⁸Sa araw na iyon, kukunin ng Panginoon ang mga alahas sa kanilang paa, ulo, at leeg. ¹⁹*Kukunin din sa kanila ang kanilang* mga hikaw, pulseras, belo, ²⁰turban, alahas sa braso, sinturon, pabango at mga anting-anting. ²¹*Kukunin pati ang kanilang* mga singsing sa daliri at ilong, ²²ang kanilang mga mamahaling damit, mga kapa, mga balabal, mga pitaka, ²³mga salamin, mga damit na *telang* linen, mga putong, at mga belo. ²⁴Kung dati silang mabango, babaho sila. Lubid ang isisinturon nila, at kakalbuhin ang magaganda nilang buhok. Ang magagara nilang damit ay papalitan ng sako, at mawawala ang kanilang kagandahan.

²⁵Mamamatay sa digmaan ang mga lalaki ng Jerusalem kahit na ang matatapang nilang mga kawal. ²⁶May mga iyakan at pagluluksa sa mga pintuan ng bayan. At ang lungsod ay matutulad sa babaeng nakalupasay sa lupa, na nawalan ng lahat ng ari-arian.

4 Sa mga araw na iyon, pitong babae ang mag-aagawan sa isang lalaki at sasabihin nila, "Kami na ang bahala sa pagkain at damit namin, pakasalan mo lang kami para hindi kami kahiya-hiya dahil wala kaming asawa."

Muling Pagpapalain ang Jerusalem

²Darating ang araw na pasasaganain at pagagandahin ng Panginoon ang mga pananim*ᵃ* sa Israel, at ang mga ani ng lupain ay magiging karangalan at kaligayahan ng natitirang mga tao sa Jerusalem. ³Tatawaging banal ang mga natirang buhay sa Zion, ang *lungsod ng* Jerusalem. ⁴Sa pamamagitan ng kanyang kapangyarihan, hahatulan niya at lilinisin ang kasamaan ng mga babae sa Jerusalem at ang mga patayan doon. ⁵Pagkatapos, lilikha ang Panginoon ng ulap na lililim sa ibabaw ng Jerusalem*ᵇ* at sa mga nagtitipon doon. Lilikha rin siya ng nagniningas na apoy na magbibigay ng liwanag kung gabi. Tatakip ito sa Jerusalem na parang isang malapad na tolda, ⁶at parang kubol na magsisilbing lilim sa init ng araw at kublihan sa panahon ng bagyo at ulan.

Awit tungkol sa Ubasan

5 Aawit ako para sa aking minamahal tungkol sa kanyang ubasan:

May ubasan ang aking minamahal sa burol
na mataba ang lupa.
²Inararo niya ito, inalisan ng mga bato, at
tinamnan ng mga piling ubas.

Nagtayo siya ng isang bantayang tore sa
ubasang ito, at nagpagawa ng pigaan
ng ubas sa bato.
Pagkatapos, naghintay siyang magbunga
ito ng matamis,
pero nagbunga ito ng maasim.

³*Kaya ito ang sinabi ng may-ari ng ubasan:* "Kayong mga mamamayan ng Jerusalem at Juda, hatulan n'yo ako at ang aking ubasan. ⁴Ano pa ang nakalimutan kong gawin sa ubasan ko? Matamis na bunga ang inaasahan ko, pero nang pitasin ko ito ay maasim.

⁵"Sasabihin ko sa inyo ang gagawin ko sa ubasan ko. Aalisin ko ang mga nakapaligid na halaman na nagsisilbing bakod ng ubasan, at wawasakin ko ang pader nito, para kainin at apak-apakan ng mga hayop ang mga tanim na ubas. ⁶Pababayaan ko na lang ito at hindi na aasikasuhin. Hindi ko na rin ito puputulan ng mga sanga o bubungkalin. Hahayaan ko na lang ito na mabaon sa mga damo at mga halamang may tinik. At uutusan ko ang mga ulap na huwag itong patakan ng ulan."

⁷Ang ubasan ng Panginoong Makapangyarihan na kanyang inalagaan at magbibigay sana sa kanya ng kaligayahan ay ang Israel at Juda. Umasa siyang paiiralin nila ang katarungan, pero pumatay sila. Umasa siyang paiiralin nila ang katuwiran pero pang-aapi ang ginawa nila.

Ang Kasamaang Ginawa ng mga Tao

⁸Nakakaawa kayong mga nagpaparami ng mga bahay at nagpapalawak ng inyong mga lupain hanggang sa wala ng lugar ang iba at kayo na lang ang nakatira sa lupaing ito. ⁹Sinabi sa akin ng Panginoong Makapangyarihan, "Ang malalaki at naggagandahang bahay na ito ay hindi na titirhan. ¹⁰Ang dalawang ektaryang ubasan ay aani na lang ng anim na galong katas ng ubas. At ang sampung takal na binhi ay aani lang ng isang takal."

¹¹Nakakaawa kayong maaagang bumangon para magsimulang mag-inuman at naglalasing hanggang gabi. ¹²May mga banda pa kayo at mga alak sa inyong mga handaan. Pero hindi ninyo pinapansin ang ginagawa ng Panginoon. ¹³Kaya kayong mga mamamayan ko ay bibihagin dahil hindi n'yo nauunawaan ang mga ginagawa ko. Kayo at ang mga pinuno ninyo ay mamamatay sa gutom at uhaw. ¹⁴Bumubukas na nang maluwang ang libingan. Hinihintay nito na maipasok sa kanya ang mga kilala at makapangyarihang mga mamamayan ng Jerusalem, pati ang mga mamamayang nag-iingay at nagsasaya.

¹⁵Kaya ibabagsak ang lahat ng tao, lalo na ang mga mapagmataas. ¹⁶Pero ang Panginoong Makapangyarihan ay dadakilain sa kanyang paghatol. Sa pamamagitan ng matuwid niyang paghatol, ipinapakita niyang siya ay banal na Dios. ¹⁷Ang nawasak na lungsod na tinitirhan ng mga mayayaman ay ginawang pastulan ng mga tupa. ¹⁸Nakakaawa kayong mga gumagawa ng kasamaan sa pamamagitan ng pagsisinungaling. ¹⁹Sinasabi n'yo pa, "Bilis-bilisan sana ng banal na Dios ng Israel na gawin ang sinabi niyang kaparusahan para makita na namin. Magkatotoo na nga ang kanyang plano, para malaman namin ito."

---

a 2 mga pananim: sa literal, *mga sanga*.
b 5 Jerusalem: sa Hebreo, *Bundok ng Zion*.

20 Nakakaawa kayong mga nagsasabi na ang masama ay mabuti at ang mabuti ay masama. Ang kadiliman ay sinasabi ninyong liwanag at ang liwanag ay sinasabi ninyong kadiliman. Ang mapait ay sinasabi ninyong matamis at ang matamis ay sinasabi ninyong mapait.

21 Nakakaawa kayo, kayong mga nag-aakalang kayo'y marurunong at matatalino.

22 Nakakaawa kayo, kayong malakas uminom ng alak at bihasa sa pagtitimpla nito. 23 Pinakakawalan ninyo ang may mga kasalanan dahil sa suhol, pero hindi ninyo binibigyan ng katarungan ang mga walang kasalanan. 24 Kaya matutulad kayo sa dayami o tuyong damo na masusunog ng apoy. Matutulad din kayo sa tanim na ang mga ugat ay nabulok o sa bulaklak na tinangay ng hangin na parang alikabok, dahil itinakwil ninyo ang Kautusan ng PANGINOONG Makapangyarihan, ang Banal na Dios ng Israel. 25 Kaya dahil sa matinding galit ng PANGINOON sa inyo na kanyang mga mamamayan, parurusahan niya kayo. Mayayanig ang mga bundok at kakalat sa mga lansangan ang inyong mga bangkay na parang mga basura. Pero hindi pa mapapawi ang galit ng PANGINOON. Nakahanda pa rin siyang magparusa sa inyo.

26 Sesenyasan niya ang mga bansa sa malayo; sisipulan niya ang mga nakatira sa pinakamalayong bahagi ng mundo, at agad silang darating para salakayin kayo. 27 Ni isa man sa kanila ay hindi mapapagod o madadapa, at wala ring aantukin o matutulog. Walang sinturon na matatanggal sa kanila, o tali ng sapatos na malalagot. 28 Matutulis ang kanilang mga palaso, at handang-handa na ang kanilang mga pana. Ang kuko ng kanilang mga kabayo ay parang matigas na bato, at ang pag-ikot ng mga gulong ng kanilang karwahe ay parang buhawi. 29 Sa pagsalakay nila ay sisigaw sila na parang mga leon na umuungal. Ang mabibiktima nila ay dadalhin nila sa malayong lugar at walang makakaligtas sa mga ito.

30 Sa araw na sumalakay sila sa Israel, sisigaw sila na parang ugong ng dagat. At kapag tiningnan ng mga tao ang lupain ng Israel, ang makikita nila ay kadiliman at kahirapan. Ang liwanag ay matatakpan ng makapal na ulap.

Ang Pagkatawag kay Isaias

6 Noong taon ng pagkamatay ni Haring Uzia, nakita ko ang PANGINOON na nakaupo sa napakataas na trono. Ang mahabang damit niya ay tumakip sa buong templo. 2 May mga makalangit na nilalang[a] sa gawing ulo niya. Ang bawat isa sa kanila ay may anim na pakpak: Ang dalawang pakpak ay nakatakip sa kanilang mukha, ang dalawa ay nakatakip sa kanilang paa, at ang dalawa ay ginagamit nila sa paglipad. 3 Sinasabi nila sa isa't isa: "Banal, Banal, Banal, ang PANGINOONG Makapangyarihan! Ang kapangyarihan niya'y sumasakop sa buong mundo."

4 Sa lakas ng tinig nila, nayanig ang mga pundasyon ng templo at napuno ng usok ang loob ng templo. 5 Sinabi ko, "Nakakaawa ako! Tiyak na mapapahamak ako, dahil ako'y may makasalanang labi at naninirahan ako sa piling ng mga taong

makasalanan din ang mga labi. At ngayon, nakita ko ang Hari, ang PANGINOONG Makapangyarihan."

6 Pagkatapos, lumipad ang isa sa mga makalangit na nilalang papunta sa akin, may dala siyang baga na kinuha niya sa altar. 7 Inilapat niya ang baga sa aking bibig at sinabi, "Hinipo nito ang iyong bibig, at wala ka nang kasalanan dahil pinatawad ka na."

8 Pagkatapos, narinig ko ang tinig ng Panginoon na nagsasabi, "Sino ang susuguin ko? Sino ang lalakad para sa amin?" Sumagot ako, "Narito po ako! Ako ang isugo ninyo."

9 Sinabi niya, "Umalis ka at sabihin mo sa mga mamamayan ng Israel, 'Makinig man kayo nang makinig ay hindi rin kayo makakaunawa. Tumingin man kayo nang tumingin, hindi rin kayo makakakita!' "

10 Sinabi pa niya, "Patigasin mo ang puso ng mga taong ito. Hayaan mo silang magbingi-bingihan at magbulag-bulagan, dahil baka makarinig sila, makakita, at makaunawa. Dahil kung makaunawa sila, magbabalik-loob sila sa akin, at gagaling."

11 Nagtanong ako, "Panginoon, gaano katagal?" Sumagot siya, "Hanggang sa mawasak ang mga lungsod ng Israel at wala nang maninirahan dito. Hanggang sa wala nang tumira sa mga bahay at ang lupain ay maging tiwangwang at wasak. 12 Hanggang sa palayasin ko ang mga Israelita at ang lupain nila ay mapabayaan na. 13 Kahit maiwan pa ang ikasampung bahagi ng mga Israelita sa lupain ng Israel, lilipulin pa rin sila. Pero may mga pinili akong matitira sa kanila. Ang katulad nila'y tuod ng pinutol na punong ensina."

Ang Mensahe para kay Haring Ahaz

7 Noong si Ahaz na anak ni Jotam at apo ni Uzia ang hari ng Juda, sinalakay ang Jerusalem. Sinalakay ito ni Haring Rezin ng Aram[b] at ni Haring Peka ng Israel, na anak ni Remalia. Pero hindi nila naagaw ang Jerusalem.

2 Nang mabalitaan ng hari ng Juda[c] na nagkampihan ang Aram at Israel,[d] siya at ang mga mamamayan niya ay nanginig sa takot. Nanginig sila na parang punong niyayanig ng hangin.

3 Sinabi ng PANGINOON kay Isaias, "Isama mo ang anak mong si Shear Jashub[e] at salubungin ninyo si Ahaz sa dulo ng daluyan ng tubig na nasa itaas ng lugar na pinag-iimbakan ng tubig, malapit sa daan papunta sa pinaglalabahan. 4 Ito ang sasabihin mo sa kanya, 'Humanda ka! Pumanatag ka at huwag matakot. Huwag kang kabahan dahil sa tindi ng galit nina Haring Rezin ng Aram at Haring Peka na anak ni Remalia. Ang dalawang ito'y parang mga tuod ng puno na umuusok pero walang apoy. 5 Nagplano sila ng masama laban sa iyo. Nagkasundo sila at sinabi, 6 "Lusubin natin ang Juda at sakupin. Pagkatapos, paghati-hatian natin ang kanyang lupain at gawing hari roon ang anak ni Tabeel."

7 " 'Pero sinabi ng Panginoong DIOS na hindi mangyayari iyon. 8-9 Sapagkat ang Damascus ay kabisera lang ng Aram, at si Rezin ay sa Damascus

---

a 2 makalangit na nilalang: sa literal, serafim.

b 1 Aram: o, Syria.

c 2 hari ng Juda: sa literal, pamilya ni David.

d 2 Israel: sa Hebreo, Efraim. Isa ito sa mga tawag sa kaharian ng Israel.

e 3 Shear Jashub: Ang ibig sabihin, ang mga naiwan ay babalik.

lang naghahari. At ang Samaria ay kabisera lang ng Israel, at si Peka na anak ni Remalia ay sa Samaria rin lang naghahari. Tungkol naman sa Israel, mawawasak ito sa loob ng 65 taon, at hindi na ito matatawag na bansa. Kung hindi matatag ang pananalig n'yo sa Dios, tiyak na mapapahamak kayo.' "

¹⁰ Muling nangusap ang PANGINOON kay Ahaz, ¹¹ "Ako ang PANGINOON na iyong Dios. Humingi ka sa akin ng palatandaan *bilang patunay na gagawin ko ang aking ipinangako.* Kahit magmula man ito sa ilalim, doon sa lugar ng mga patay, o sa itaas, doon sa langit." ¹² Pero sumagot si Ahaz, "Hindi ako hihingi ng palatandaan. Hindi ko susubukin ang PANGINOON."

¹³ Sinabi ni Isaias, "Makinig kayong mga angkan ni David. Hindi pa ba kayo nasisiyahan sa pang-iinis n'yo sa mga tao? At ngayon, ang Dios ko naman ang iniinis ninyo? ¹⁴ Dahil dito, ang Panginoon na mismo ang magbibigay sa inyo ng palatandaan: Magbubuntis ang isang birhen,ᵃ at manganganak siya ng isang sanggol na lalaki. At tatawagin niya ang bata na Emmanuel.ᵇ ¹⁵⁻¹⁶ Bago siya magkaisip at makakain ng kesoᶜ at pulot, ang lupain ng dalawang hari na kinatatakutan mo, *Ahaz,* ay mawawasak at pababayaan na lang. ¹⁷ *Pero darating ang araw na* ikaw at ang mga mamamayan mo, pati na ang sambahayan mo, ay ipapalusob ng PANGINOON sa hari ng Asiria. At mararanasan ninyo ang hirap na hindi pa ninyo naranasan mula nang humiwalay ang Israel sa Juda."

¹⁸ Sa araw na iyon, sisipulan ng PANGINOON ang mga taga-Egipto at Asiria. Darating ang mga taga-Egipto na parang mga langaw mula sa malalayong ilog ng Egipto. Darating din ang mga taga-Asiria na parang mga pukyutan. ¹⁹ At ang mga ito ay maninirahan sa lahat ng dako: sa matatarik na lambak, sa mga kweba ng mga bangin, sa mga halamang matitinik, at sa mga pastulan.

²⁰ Sa araw na iyon, gagamitin ng Panginoon ang hari ng Asiria para lubusang wasakin ang inyong lupain. Magmimistula siyang isang barbero na galing sa kabila ng Ilog ng Eufrates na binayaran para ahitin ang inyong buhok, balahibo, at balbas. ²¹ Sa panahong iyon, ang maaalagaan lamang ng bawat tao ay tig-iisang dumalagang baka at dalawang kambing, ²² na siyang pagkukunan nila ng gatas. Kesoᵈ at pulot ang magiging pagkain na lahat ng naiwan sa Juda. ²³ Sa panahon ding iyon, ang ubasan na may 1,000 puno na nagkakahalaga ng 1,000 pirasong pilak ay maging masukal at mapupuno ng halamang may tinik. ²⁴ Mangangaso ang mga tao roon na dala ang kanilang mga pana at sibat dahil naging masukal na ito at puno ng mga halamang may tinik. ²⁵ Wala nang pupunta sa mga burol na dating tinataniman, dahil masukal na ito at puno ng mga halamang may tinik. Magiging pastulan na lang ito ng mga baka at tupa.

Ipinanganak ang Anak na Lalaki ni Isaias

8 Sinabi ng PANGINOON sa akin, "Kumuha ka ng isang malapad na sulatan, at isulat mo ang mga katagang ito: 'Maher Shalal Hash Baz.' "ᵉ ² Kumuha ako ng dalawang mapagkakatiwalaang saksi na magpapatunay na isinulat ko nga ito. Sila ay sina Uria na pari, at Zacarias na anak ni Jeberekia.

³ Pagkatapos, sumiping ako sa aking asawa. Hindi nagtagal, naglihi siya at nanganak ng lalaki. Sinabi ng PANGINOON sa akin, "Pangalanan mo siyang Maher Shalal Hash Baz. ⁴ Bago matutong tumawag ang bata ng 'tatay' o 'nanay,' ang kayamanan ng Damascus at ang mga sinamsam ng Samaria ay kukunin ng hari ng Asiria."

⁵ Sinabi pa ng PANGINOON sa akin, ⁶ "Dahil sa tinanggihan ng mga taong itoᶠ ang tubig ng Shiloa na umaagos nang banayad,ᵍ at natutuwa sila kay Haring Rezin at Haring Peka, ⁷ ipapasalakay ko sila sa hari ng Asiria at sa mga sundalo nito na parang Ilog ng Eufrates na bumabaha at umaapaw sa kanyang mga pampang. ⁸ Dadagsa sila sa Juda gaya ng baha na ang tubig ay tumataas hanggang leeg at umaapaw sa buong lupain."

Pero kasama namin ang Dios!ʰ ⁹ Kayong mga bansa, kahit na magsama-sama kayo, magkakawatak-watak pa rin kayo. Makinig kayong mga nasa malayo! Kahit na maghanda pa kayo sa pakikipagdigma, matatalo pa rin kayo. ¹⁰ Anuman ang binabalak ninyo laban sa amin ay hindi magtatagumpay, dahil kasama namin ang Dios.ⁱ

Panawagan ng Pagtitiwala sa Dios

¹¹ Mariin akong binalaan ng PANGINOON na huwag kong gagayahin ang pamamaraan ng mga kababayan ko. ¹² Sinabi *rin* niya, "Huwag kayong makikipag-isa sa ibang mga bansa katulad ng ginagawa ng iba. Huwag kayong matatakot sa kinakatakutan nila, at huwag kayong kabahan. ¹³ Ako, ang PANGINOONG Makapangyarihan, ay dapat ninyong kilalaning banal. Ako ang dapat ninyong katakutan. ¹⁴ Ako ang magiging kanlungan ninyo. Pero sa mga taga-Israel at taga-Juda, katulad ako ng isang batong naging katitisuran sa mga tao, at nakakapagpadapa sa kanila. At para sa mga taga-Jerusalem, katulad ako ng isang bitag. ¹⁵ Marami sa kanila ang matitisod, madadapa at mapapahamak. Masisilo sila at mahuhuli."

¹⁶ Kayong mga tagasunod ko, ingatan ninyo ang mga aral *ko.* ¹⁷ Magtitiwala ako sa PANGINOON kahit na tinalikuran niya ang lahi ni Jacob. Sa kanya ako aasa. ¹⁸ Ako at ang mga anak kong ibinigay ng PANGINOON ay mga palatandaan para sa Israelʲ mula sa PANGINOONG Makapangyarihan na nakatira sa Bundok ng Zion. ¹⁹ Kapag may mga nagsasabi sa inyong humingi kayo ng mensahe mula sa mga patay sa pamamagitan ng mga mangkukulam at mga espiritistang bumubulong-bulong, huwag ninyong gagawin iyon. Hindi ba

---

ᵃ 14 *birhen:* o, *dalaga.*

ᵇ 14 *Emmanuel:* Ang ibig sabihin, *kasama natin ang Dios.*

ᶜ 15-16 *keso:* o, *yogurt.*

ᵈ 22 *Keso:* o, *yogurt.*

ᵉ 1 *Maher Shalal Hash Baz:* Ang ibig sabihin, *mabilis kumuha, mabilis umagaw.* Ganito rin sa talatang 3.

ᶠ 6 *mga taong ito:* mga taga-Juda.

ᵍ 6 *ang tubig ng Shiloa na umaagos nang banayad:* Maaaring ibig sabihin ay ang proteksyon ng Dios.

ʰ 8 *kasama namin ang Dios:* sa Hebreo, *Emmanuel.*

ⁱ 10 *kasama namin ang Dios:* Tingnan ang footnote sa talatang 8.

ʲ 18 *mga palatandaan para sa Israel:* Ang ibig sabihin ay may kahulugan ang kanilang mga pangalan para sa Israel.

dapat sa Dios kayo humingi ng mensahe? Bakit sa mga patay kayo nagtatanong tungkol sa mga buhay? [20] Ang kautusan at katuruan ng PANGINOON ang dapat ninyong pakinggan. Kapag may mga nagsasabi ng mga bagay na salungat sa mga itinuturo ng PANGINOON, nadidiliman pa ang pag-iisip ng mga taong iyon.

[21] Lalakad sila na pagod at gutom. At dahil sa gutom, magagalit sila at susumpain ang hari nila at ang kanilang Dios. Tumingala man sila sa langit [22] o tumingin sa lupa wala silang makikita kundi kahirapan at kadiliman. At doon sila dadalhin sa matinding kadiliman.

Ang Haring Darating

9 Pero darating ang araw na mawawala rin ang kadiliman sa *lupaing* nasa kahirapan. Noong una, inilagay ng PANGINOON sa kahihiyan ang lupain ng Zebulun at Naftali. Pero darating ang araw na pararangalan niya ang mga lugar na ito na daanan patungo sa lawa[a] at nasa kabila ng *Ilog ng* Jordan. Ang mga lugar na ito'y sakop ng Galilea at tinitirhan ng mga hindi Judio. [2] Nabubuhay sa kadiliman ang mga tao roon, ngunit makakakita sila ng matinding liwanag.

> Kahit nasa kadiliman sila at natatakot
> mamatay, maliliwanagan sila.

[3] PANGINOON, bigyan n'yo po sila ng malaking kagalakan, at matutuwa sila sa presensya n'yo katulad ng mga taong natutuwa kapag panahon na ng anihan, o katulad din ng mga taong nagdiriwang sa paghahati-hati nila ng mga nasamsam sa digmaan. [4] Sapagkat palalayain n'yo sila sa mga umaapi sa kanila. Magiging katulad sila ng mga hayop na binali n'yo ang pamatok na kahoy na pasan-pasan nila at ang pamalo na ipinapalo sa kanila. Gagawin n'yo po sa kanila ang ginawa n'yo noon nang lupigin n'yo ang mga taga-Midian.[b] [5] *Matutuwa sila dahil matitigil na ang mga digmaan.* Susunugin na ang mga uniporme ng mga sundalo na puno ng dugo, pati ang kanilang mga bota.

[6] Ipapanganak ang isang batang lalaki na maghahari sa amin. Tatawagin siyang, "Kahanga-hangang Tagapayo, Makapangyarihang Dios, Walang Hanggang Ama, at Prinsipe ng Kapayapaan." [7] Hindi magwawakas ang pag-unlad ng kanyang pamamahala, at maghahari ang kapayapaan. Siya ang magmamana ng kaharian ni David. Patatatagin niya ito at paghaharing may katarungan at katuwiran magpakailanman. Sisiguraduhin ng PANGINOONG Makapangyarihan na matutupad ito.

Ang Galit ng Dios sa Israel

[8] Sinabi ng Panginoon na parurusahan niya ang Israel, ang lahi ni Jacob. [9] At alam[c] ito ng lahat ng tao sa Israel,[d] pati ng mga nasa Samaria na kabisera

nito. Pero nagmamataas pa rin sila at payabang na sinasabi, [10] "Mawasak man ang mga itinayo naming bahay na yari sa brik at kahoy na sikomoro, papalitan naman namin ito ng bato at kahoy na sedro."

[11] Kaya ipapasalakay sila ng PANGINOON sa mga taga-Asiria na kaaway ni *Haring* Rezin. [12] Ang Israel ay wawasakin ng mga taga-Aram sa gawing silangan, at ng mga Filisteo sa gawing kanluran, *tulad ng mabangis na hayop* na sisila sa kanila. Pero hindi pa napapawi ang galit ng PANGINOON, kaya nakahanda pa siyang magparusa sa kanila.

[13] Dahil ayaw pa ring magbalik-loob ng mga Israelita sa PANGINOONG Makapangyarihan na nagparusa sa kanila, [14] hindi magtatagal ay paparusahang muli ng PANGINOON ang buong Israel. Matutulad sila sa hayop na puputulan ng buntot at ulo. [15] Ang ulo ay ang mga pinuno at ang mga iginagalang na tao, at ang buntot ay ang mga sinungaling na propeta. [16] Ang mga namumuno sa mga mamamayan ng Israel ay ang mga nanlilinlang sa kanila, kaya naliligaw ang mga mamamayan. [17] Dahil dito, hindi nalulugod ang Panginoon sa mga kabataan nilang lalaki, at hindi niya kinakaawaan ang mga ulila nila't mga biyuda. Sapagkat masama ang lahat at hindi makadios; nakakahiya ang lahat ng sinasabi nila.

Kaya hindi pa rin mapapawi ang galit ng PANGINOON, at nakahanda pa siyang magparusa sa kanila. [18] Sapagkat ang kasamaan nila ay tulad ng apoy na tumutupok ng mga halamang may tinik. Naglalagablab ito na parang apoy na tumutupok ng mga kahoy, at ang makapal na usok ay pumapailanlang. [19] Dahil sa galit ng PANGINOONG Makapangyarihan, masusunog ang kanilang lupain, at sila'y magiging panggatong na lalamunin ng apoy.

Ayaw nilang kaawaan kahit na kapwa nila Israelita. [20] Anumang pagkain ang makita nila ay kukunin nila at kakainin, pero hindi pa rin sila mabubusog. Kaya kakainin na nila pati ang kanilang mga anak.[e] [21] Mag-aaway ang Manase at ang Efraim, at lulusubin nilang dalawa ang Juda. Pero ang galit ng PANGINOON ay hindi pa rin mapapawi at nakahanda pa siyang magparusa sa kanila.

10 [1-2] Nakakaawa kayong mga gumagawa ng mga di-makatarungang kautusan na umaapi sa mga mahihirap kong mamamayan at nagkakait ng katarungan sa kanila. Sa pamamagitan ng mga kautusang iyon, kinukuha ninyo ang mga ari-arian ng mga biyuda at mga ulila. [3] Ano ang gagawin ninyo sa araw ng pagpaparusa sa inyo? Ano ang gagawin n'yo pagdating ng panganib mula sa malayo? Kanino kayo hihingi ng tulong? At saan ninyo itatago ang mga kayamanan ninyo? [4] Walang matitira sa inyo. Mabibihag o mamamatay kayo, pero ang galit ng PANGINOON ay hindi pa mapapawi. Nakahanda pa rin siyang magparusa sa inyo.

Ang Parusa ng PANGINOON sa mga taga-Asiria

[5] *Sinabi ng* PANGINOON, "Nakakaawa ang mga taga-Asiria. Sila ang gagamitin kong pamalo para parusahan ang mga kinamumuhian ko. [6] Uutusan

---

a 1 daanan patungo sa lawa: o, *malapit sa lawa.*

b 4 noon nang lupigin n'yo ang mga taga-Midian: Tinutukoy nito ang panalo ni Gideon laban sa bansang Midian noong niligtas ng Dios ang Israel sa dayuhang sumasakop sa kanila (Hukom 7–8).

c 9 alam: o, *malalaman.*

d 9 Israel: Tingnan ang footnote sa 7:2.

e 20 mga anak: o, *mga bisig.* Sa ibang mga teksto ng Septuagint, *kapatid* o, *kamag-anak.* Sa Targum, *kapwa.*

ko silang salakayin ang bansang hindi makadios at kinapopootan ko, para wasakin ito at tapak-tapakan na parang putik sa lansangan, at samsamin ang lahat ng kanilang ari-arian."

⁷ Pero hindi malalaman ng hari ng Asiria na ginagamit lang siya ng Panginoon. Akala niya'y basta na lang siya mangwawasak ng maraming bansa. ⁸ Buong pagmamalaki niyang sinabi, "Ang mga kumander ng mga sundalo ko ay *parang mga hari.* ⁹ Anong pagkakaiba ng Carkemish at Calno, ng Arpad at Hamat, at ng Damascus at Samaria? *Silang lahat ay pare-pareho kong winasak.* ¹⁰ Pinarusahan ko ang mga bansang sumasamba sa mga dios-diosan na mas marami pa kaysa sa mga dios-diosan sa Jerusalem at Samaria. ¹¹ Winasak ko na ang Samaria at ang mga dios-diosan nito. Ganyan din ang gagawin ko sa Jerusalem at sa mga dios-diosan nito."

¹² Pero ito ang sinabi ng Panginoon na mangyayari kapag natapos na niya ang gagawin niya laban sa Bundok ng Zion at sa Jerusalem: "Parurusahan ko ang hari ng Asiria dahil sa kanyang pagmamataas at pagmamalaki. ¹³ Sapagkat sinasabi niya, 'Nagawa ko ito dahil sa sarili kong lakas at karunungan. Tinalo ko ang maraming bansa at sinamsam ang kanilang mga kayamanan. Para akong toro; tinalo ko ang kanilang mga hari. ¹⁴ Kinuha ko ang mga kayamanan ng mga bansa, na para bang nangunguha lang ako ng itlog sa mga pugad na iniwanan ng inahin. Walang pakpak na pumagaspas o huni na narinig.' "

¹⁵ Maaari bang magmalaki ang palakol o ang lagare sa gumagamit sa kanya? Mabubuhat ba ng pamalo ang may hawak sa kanya? ¹⁶ Kaya magpapadala ang Panginoong Makapangyarihan ng sakit na magpapahina sa malulusog na sundalo ng Asiria. Susunugin ng Panginoon ang mga kayamanan niya sa naglalagablab na apoy. ¹⁷ Ang Panginoon na siyang ilaw at banal na Dios ng Israel ay magiging tulad ng naglalagablab na apoy na susunog sa mga matitinik niyang halaman sa loob ng isang araw lang. ¹⁸ Kung paanong sinisira ng sakit ang katawan at kaluluwa ng tao, sisirain din ng Panginoon ang mga kagubatan at mga bukid ng hari ng Asiria. ¹⁹ Iilan lang ang matitirang puno sa kanyang kagubatan. Mabibilang ito kahit ng batang paslit.

²⁰⁻²¹ Darating ang araw na ang mga natitirang Israelitang lahi ni Jacob ay hindi na magtitiwala sa Asiria na nagpahirap sa kanila. Magtitiwala na sila sa Panginoon, ang Banal na Dios ng Israel. Magbabalik-loob sila sa Makapangyarihang Dios. ²²⁻²³ Kahit na kasindami ng buhangin sa tabing-dagat ang mga Israelita, iilan lang ang makakabalik. Nakatakda na ang parusang nararapat para sa buong Israel. At tiyak na gagawin ito ng Panginoong Dios na Makapangyarihan. ²⁴ Kaya sinabi ng Panginoong Dios na Makapangyarihan, "Kayong mga mamamayan ko na naninirahan sa Zion, huwag kayong matakot sa mga taga-Asiria kahit na pinahihirapan nila kayo katulad ng ginawa sa inyo ng mga Egipcio. ²⁵ Sapagkat hindi magtatagal at mawawala na ang galit ko sa inyo at sa kanila naman ito ibubuhos hanggang sa mamatay sila. ²⁶ Parurusahan ko sila katulad ng ginawa ko sa mga taga-Midian sa Bato ng Oreb at sa mga Egipcio nang nilunod ko sila sa dagat. ²⁷ Sa araw na iyon,

palalayain ko kayo mula sa kapangyarihan ng Asiria. Para kayong natanggalan ng mabigat na pasanin sa mga balikat n'yo at ng pamatok na nagpapabigat sa leeg ninyo. Lalaya kayo mula sa kapangyarihan nila dahil magiging makapangyarihan kayo."ᵃ

Sumalakay ang Asiria

²⁸ Nilusob ng Asiria ang Ayat. Doon sila dumaan sa Migron at iniwan nila sa Micmash ang mga dala nila. ²⁹ Dumaan sila sa tawiran, at doon natulog sa Geba. Natakot ang mga taga-Rama, at tumakas ang mga mamamayan ng Gibea na bayan ni *Haring* Saul. ³⁰ Sumigaw kayong mga taga-Galim! Makinig kayong mga taga-Laish at kayong mga kawawang taga-Anatot. ³¹ Tumakas na ang mga mamamayan ng Madmena at Gebim. ³² Sa araw na ito, darating ang mga taga-Asiria sa Nob. At sesenyas sila na salakayin ang bundok ng Jerusalem, ang Bundok ng Zion. ³³ Makinig kayo! Ang Panginoong Makapangyarihan ang wawasak sa mga taga-Asiria sa pamamagitan ng kahanga-hanga niyang kapangyarihan, na parang pumuputol ng mga sanga sa puno. Ibabagsak niya ang mga magagalas katulad ng pagputol ng matataas na punongkahoy. ³⁴ Pababagsakin niya sila katulad ng pagputol ng mga puno sa kagubatan sa pamamagitan ng palakol. Silang mga katulad ng puno sa Lebanon ay pababagsakin ng Makapangyarihang Dios.

Ang Mapayapang Kaharian

11 Ang maharlikang angkan ni David*ᵇ* ay parang punong pinutol. Pero kung papaanong ang tuod ay nagkakaroon ng usbong, darating din ang isang bagong hari mula sa angkan ni David. ² Mananatili sa kanya ang Espiritu ng Panginoon at magbibigay ito sa kanya ng karunungan, pang-unawa, kakayahan sa pagpaplano, kapangyarihan, kaalaman, at takot sa Panginoon. ³ Magiging kagalakan niya ang pagsunod sa Panginoon. Hindi siya mamumuno at hahatol batay lang sa kanyang nakita o naririnig sa iba. ⁴ Bibigyan niya ng katarungan ang mga mahihirap at ipagtatanggol ang kanilang mga karapatan. Sa pamamagitan ng kanyang salita, parurusahan niya ang mga tao sa mundo at mamamatay ang masasamang tao. ⁵ Paiiralin niya ang katarungan at katapatan, ito ang magiging pinakasinturon niya.

⁶ Magiging lubos ang kapayapaan sa kanyang paghahari. Ang asong lobo ay maninirahang kasama ng tupa. Mahihigang magkakasama ang kambing at leopardo. Magsasama ang guya at batang leon, at ang mag-aalaga sa kanila ay mga batang paslit. ⁷ Magkasamang kakain ang baka at ang oso, at ang mga anak nila ay magkakatabing hihiga. Ang leon ay kakain ng dayami na gaya ng baka. ⁸ Kahit maglaro ang mga paslit sa tabi ng lungga ng makamandag na ahas, o kahit na isuot nila ang kamay nila sa lungga nito, hindi sila mapapahamak. ⁹ Walang mamiminsala o gigiba sa *Zion, ang banal* kong bundok. Sapagkat magiging laganap sa buong

---

ᵃ 27 dahil magiging makapangyarihan kayo: sa literal, *dahil magiging mataba kayo.*

ᵇ 1 David: sa Hebreo, *Jesse.* Siya ang ama ni David.

mundo ang pagkilala sa Panginoon katulad ng karagatan na puno ng tubig.

¹⁰ Darating ang araw at isisilang ang bagong hari mula sa lahi ni David na magsisilbing hudyat sa mga bansa para magtipon sila. Magtitipon sila sa kanya, at magiging maluwalhati ang lugar na tinitirhan niya. ¹¹ Sa araw na iyon, muling gagamitin ng Panginoon ang kanyang kapangyarihan para pauwiin ang mga natitira sa mga mamamayan niya na dinalang bihag sa Asiria, Egipto, Patros, Etiopia,ᵃ Elam, Babilonia, Hamat at sa iba pang malalayong lugar. ¹² Itataas ng Panginoon ang isang bandila para ipakita sa mga bansa na tinitipon na niya ang mga mamamayan ng Israel at Juda mula sa iba't ibang dako ng mundo. ¹³ Mawawala na ang inggit ng Israel sa Juda at ang galit ng Juda sa Israel. ¹⁴ Magkasama silang lulusob sa mga Filisteo sa kanluran. Lulusubin din nila ang mga bansa sa silangan at sasamsamin ang mga ari-arian ng mga ito. Sasakupin nila ang Edom at Moab, at ang mga Ammonita ay magpapasakop din sa kanila. ¹⁵ Patutuyuin ng Panginoon ang Dagat ng Egipto at paiihipin ang mainit na hangin sa Ilog ng Eufrates para maging pitong maliliit na daluyan ng tubig na matatawid ng taong naglalakad. ¹⁶ Kung paanong may malapad na daan na dinaanan ng mga mamamayan ng Israel noong umalis sila sa Egipto, mayroon ding malapad na daan para sa mga natitira niyang mga mamamayan sa Asiria.

Awit ng Pasasalamat
12 Sa araw na iyon, aawit kayo:

"Panginoon, pinupuriᵇ ko kayo. Nagalit
　　kayo sa akin, pero hindi na ngayon, at
　　ngayo'y inaaliw n'yo na ako.
² Kayo, O Dios ang aking Tagapagligtas.
　　Magtitiwala po ako sa inyo at hindi
　　matatakot.
　　Kayo, Panginoon, ang nagbibigay ng lakas
　　sa akin, at kayo ang aking awit.
　　Kayo nga ang nagligtas sa akin."

³ Kung paanong ang malamig na tubig ay nagbibigay kagalakan sa nauuhaw, kayo naman ay magagalak kapag iniligtas na kayo ng Panginoon. ⁴ Pagsapit ng araw na iyon, aawit kayo:

"Purihin ninyo ang Panginoon!
　　Sambahin n'yo siya!
　　Sabihin n'yo sa mga bansa ang kanyang
　　　mga ginawa.
　　Sabihin n'yo na karapat-dapat siyang
　　　purihin.ᶜ
⁵ Umawit kayo sa Panginoon dahil kahanga-
　　hanga ang kanyang mga ginawa.
　　Ipahayag n'yo ito sa buong mundo.
⁶ Sumigaw kayo at umawit sa galak, kayong
　　mga taga-Zion.
　　Sapagkat makapangyarihan ang Banal na
　　　Dios ng Israel na nasa piling ninyo."

ᵃ 11 Etiopia: sa Hebreo, Cush.
ᵇ 1 pinupuri: o, pinapasalamatan.
ᶜ 4 purihin: o, pasalamatan.

Ang Mensahe tungkol sa Babilonia
13 Ito ang mensahe tungkol sa Babilonia na ipinahayag ng Panginoon kay Isaias na anak ni Amoz:

² Magtaas kayo ng isang bandila roon sa tuktok ng bundok na walang puno. Pagkatapos, sumigaw kayo nang malakas sa mga sundalo at senyasan ninyo sila para salakayin at pasukin ang lungsod ng mga kilala at makapangyarihang tao. ³ Inutusan ko na ang mga itinalaga kong sundalo na magpaparusa sa mga taong kinapopootan ko. Ang mga sundalo na ito'y natutuwa at umaasang isasagawa ko ang parusang ito.

⁴ Pakinggan n'yo ang ingay ng napakaraming tao sa mga bundok. Pakinggan n'yo ang ingay ng mga kaharian at mga bansang nagtitipon. Tinitipon ng Panginoong Makapangyarihan ang mga sundalo niya para sa digmaan. ⁵ Nanggaling sila sa malalayong lugar. Wawasakin ng Panginoon at ng mga sundalo niya ang buong lupain.

⁶ Umiyak kayo, dahil malapit na ang araw ng Panginoon, ang araw ng pagwawasak ng Makapangyarihang Dios. ⁷ Sa araw na iyon, manlulupaypay ang lahat ng tao. Ang bawat isa'y masisiraan ng loob, ⁸ at manginginig sa takot. Madadama nila ang labis na paghihirap katulad ng paghihirap ng isang babaeng nanganganak. Magtitinginan sila sa isa't isa at mamumula ang mga mukha nila sa hiya. ⁹ Makinig kayo! Darating na ang araw ng Panginoon, ang araw ng kalupitan at matinding galit. Wawasakin ang lupain hanggang sa hindi na matirhan, at ang mga makasalanang naroon ay lilipulin. ¹⁰ Hindi na magniningning ang mga bituin. Sisikat ang araw pero madilim pa rin, at ang buwan ay hindi na rin magbibigay ng liwanag.

¹¹ Sinabi ng Panginoon, "Parurusahan ko ang mundo dahil sa kasamaan nito. Parurusahan ko ang mga makasalanan dahil sa kanilang kasalanan. Wawakasan ko ang kahambugan ng mayayabang. Patitigilin ko ang pagmamataas ng mga taong malupit. ¹² Kaunti lang ang matitirang tao, kaya mas mahirap silang hanapin kaysa sa dalisay na gintong galing sa Ofir. ¹³ Yayanigin ko ang langit at ang lupa. Ako, ang Panginoong Makapangyarihan ay gagawin ito sa araw na ipapakita ko ang matindi kong galit."

¹⁴ Ang mga dayuhan sa Babilonia ay tatakas at babalik sa sarili nilang bayan na parang mga usang hinahabol. Uuwi sila na parang mga tupang walang nagbabantay. ¹⁵ Ang bawat mahuli ay sasaksakin hanggang sa mamatay. ¹⁶ Ang kanilang mga sanggol ay luluray-lurayin sa kanilang harapan. Sasamsamin ang mga ari-arian nila sa kanilang mga bahay at gagahasain ang kanilang mga asawa.

¹⁷ Makinig kayo! Ipapalusob ko ang Babilonia sa mga taga-Media na hindi nagpapahalaga sa pilak at ginto. ¹⁸ Papatayin ng mga taga-Media ang mga kabataang lalaki sa pamamagitan ng pana. Pati ang mga bata ay hindi nila kaaawaan. ¹⁹ Ang Babilonia ay kaharian pinakamaganda sa lahat ng kaharian. Ipinagmamalaki ito ng kanyang mga mamamayan.ᵈ Pero wawasakin ko ito katulad ng Sodom at Gomora.

ᵈ 19 ng kanyang mga mamamayan: sa literal, ng mga taga-Caldeo. Isa ito sa mga tawag sa mga taga-Babilonia.

²⁰ At hindi na ito titirhan magpakailanman. Walang Arabong magtatayo roon ng kanyang tolda. At wala ring pastol na mag-aalaga roon ng kanyang mga tupa. ²¹ Magiging tirahan na lang ito ng mga hayop sa gubat. Titirhan ng mga kuwago at ng iba pang mababangis na hayop ang kanilang mga bahay, at luluksu-lukso roon ang mga kambing na maiilap. ²² Aalulong doon sa mga tore nila at mga palasyo ang mga asong-gubat.ᵃ Nalalapit na ang wakas ng Babilonia; hindi na ito magtatagal.

Babalik ang mga Israelita mula sa Pagkabihag

14 Kaaawaan ng PANGINOON ang Israel at muli niyang pipiliin *bilang mga mamamayan niya.* Muli niyang patitirahin ang mga ito sa sarili nilang lupain, at may mga dayuhang maninirahang kasama nila. ² Tutulungan ng ibang bansa ang Israel para makabalik sila sa lupaing ibinigay sa kanila ng PANGINOON. At magiging alipin nila roon ang mga dayuhan. Bibihagin nila ang mga bumihag sa kanila noon, at sasakupin nila ang mga umapi sa kanila.

Mamamatay ang Hari ng Babilonia

³ *Mga Israelita,* sa araw na pagpapahingahin kayo ng PANGINOON sa inyong mga paghihirap, pagtitiis at pagkaalipin, ⁴ kukutyain ninyo ng ganito ang hari ng Babilonia:

"Bumagsak na ang mapang-aping hari. Tapos na ang kanyang pagpapahirap. ⁵ Winakasan na ng PANGINOON ang kapangyarihan ng masasamang pinuno, ⁶ na sa galit nila'y walang tigil ang pagpapahirap nila sa mga tao, at matindi kung umusig ng mga bansa. ⁷ Sa wakas ay magiging payapa na rin ang buong mundo. At mag-aawitan ang mga tao sa tuwa. ⁸ Magagalak pati ang mga puno ng sipresᵇ at sedro sa Lebanon dahil sa nangyari sa hari. Para silang tao na nagsasabi, 'Ngayong wala ka na, wala nang puputol sa amin.'

⁹ "Nagkakagulo ang mga patay sa iyong pagdating at handang-handa na silang salubungin ka. Ang kaluluwa ng mga dating makapangyarihan sa mundo ay nagkakagulo sa pagbati sa iyo. Tumatayo sa kanilang mga trono ang kaluluwa ng mga hari para salubungin ka. ¹⁰ Sasabihin nilang lahat sa iyo, 'Humina ka na rin pala katulad namin. Pare-pareho na tayo. ¹¹ Ngayong patay ka na, wala ka nang kapangyarihan, at wala na rin ang mga tugtugan ng mga alpa para parangalan ka. Uod na ang higaan at ang kumot mo.'

¹² "Nahulog ka mula sa langit, ikaw na tinatawag na tala sa umaga. Ibinagsak ka sa lupa, ikaw na nagpasuko ng mga bansa. ¹³ Sinabi mo sa iyong sarili, 'Aakyat ako sa langit, at ilalagay ko ang aking trono sa itaas ng mga bituin ng Dios. Uupo ako sa itaas ng bundok na pinagtitipunan ng mga dios sa bandang hilaga. ¹⁴ Aakyat ako sa itaas ng mga ulap, at magiging gaya ka Kataas-taasang Dios.'

¹⁵ "Pero ano ang nangyari sa iyo? Dinala ka sa lugar ng mga patay, sa pinakamalalim na hukay. ¹⁶ Tititigan kang mabuti ng mga patay at sasabihin nila, 'Hindi ba't ito ang taong kinatatakutan ng mga tao sa mundo, at ang yumanig sa mga kaharian?

¹⁷ Hindi ba't siya ang nagwasak ng mga lungsod, ginawang parang ilang ang buong mundo, at hindi nagpalaya sa kanyang mga bihag?'

¹⁸ "Ang lahat ng hari sa mundo ay marangal na nakahimlay sa sarili nilang libingan. ¹⁹ Pero ikaw naman ay itatapon na parang sanga na walang silbi. Tatambakan ka ng mga bangkay ng mga sundalong namatay sa digmaan. Ihuhulog ka sa hukay kasama nila at tatambakan ng mga bato. Matutulad ka sa bangkay na tinatapak-tapakan ng mga tao. ²⁰ Hindi ka ililibing na katulad ng ibang hari, dahil winasak mo ang sarili mong bansa at pinatay ang mga mamamayan mo. Walang matitira sa masamang lahi mo.

²¹ "Ihanda na ang lugar kung saan papatayin ang mga anak niya dahil sa kasalanan ng kanilang mga ninuno. Hindi na sila papayagang sumakop pa ng mga lupain o magtayo ng mga lungsod sa buong mundo."

²² Sinabi ng PANGINOONG Makapangyarihan, "Lulusubin ko at wawasakin ang Babilonia. Wala akong ititirang buhay sa lugar na ito. Walang matitira sa kanilang mga lahi. ²³ Gagawin ko itong ilang, na may maraming latian, at gigibain ko na parang winalisan. *Ako,* ang PANGINOONG Makapangyarihan, ang nagsasabi nito."

Ang Mensahe tungkol sa Asiria

²⁴ Nanumpa ang PANGINOONG Makapangyarihan at sinabi, "Mangyayari ang plano ko; matutupad ang desisyon ko. ²⁵ Lilipulin ko ang mga taga-Asiria sa lupain ng Israel. Dudurugin ko sila sa aking mga bundok. Hindi na nila maaaring alipinin ang mga mamamayan ko. ²⁶ Ito ang binabalak kong gawin sa buong mundo. Ganito ang parusang ipapakita ko sa lahat ng bansa." ²⁷ Sino ang makakapagbago ng plano ng PANGINOONG Makapangyarihan? Sino ang makakapigil sa kanyang pagpaparusa?

Ang Mensahe tungkol sa mga Filisteo

²⁸ Ang mensaheng ito'y sinabi ng Dios noong namatay si Haring Ahaz:

²⁹ Mga Filisteo, huwag muna kayong magalak sa pagkamatay ng haring sumalakay sa inyo. Sapagkat ang anak niyang papalit ay mas mabagsik kaysa sa kanya, parang isang ahas na namatay pero nagkaanak ng mas makamandag na ahas na tila lumilipad. ³⁰ Ang mga mahihirap kong mamamayan ay pakakainin ko at bibigyan ng kapahingahan nang walang anumang kinatatakutan. Pero pababayaan kong mamatay sa gutom ang mga lahi mo, at ang matitira sa kanila ay papatayin ko pa rin. ³¹ Umiyak kayo nang malakas, kayong mga mamamayan ng mga bayan ng Filistia. Sapagkat sasalakay sa inyo ang inyong mga kaaway na parang usok mula sa hilaga at sila'y pawang matatapang.

³² Ano ang isasagot natin sa mga sugo ng bansang iyon? Sabihin natin sa kanila na ang PANGINOON ang nagtayo ng Zion, at dito manganganlong ang nahihirapan niyang mga mamamayan.

Ang Mensahe tungkol sa Moab

15 Ang mensaheng ito'y tungkol sa Moab:
Sa loob lang ng isang gabi ay nawasak ang lungsod ng Ar at Kir na sakop ng Moab. ² Umahon

---

a 22 asong-gubat: sa Ingles, *jackal.*
b 8 sipres: o, *"pine tree."*

ang mga taga-Dibon sa kanilang templo at sa kanilang mga sambahan sa matataas na lugar para umiyak. Iniiyakan ng mga taga-Moab ang Nebo at Medeba. Ang bawat isa sa kanila'y nagpakalbo at nagpaahit ng mga balbas *upang ipakita ang kanilang kalungkutan.* [3] Nakadamit sila ng sako[a] habang lumalakad sa lansangan. Humahagulgol sila sa bubong ng kanilang mga bahay at sa mga plasa. [4] Umiiyak ang mga taga-Heshbon at ang mga taga-Eleale at naririnig ito hanggang sa Jahaz. Kaya ang mga sundalo ng Moab ay sumisigaw sa takot. [5] Nalungkot ako dahil sa nangyari sa Moab. Nagsitakas ang kanyang mga mamamayan papuntang Zoar hanggang sa Eglat Shelishiya. Nagiiyakan sila habang umaahon papuntang Luhit. Ang iba sa kanila ay humahagulgol patungo sa Horonaim, dahil sa kanilang sinapit. [6] Natuyo ang mga sapa ng Nimrim at nalanta ang mga damo. At wala nang sariwang mga tanim, [7] kaya dinala nila sa kabila ng daluyan ng tubig ng Arabim ang mga ariarian at kayamanang natipon nila. [8] Ang iyakan nila ay maririnig sa hangganan ng Moab, mula sa Eglaim hanggang sa Beer Elim. [9] Naging pula sa dugo ang tubig ng Dibon,[b] pero higit pa riyan ang gagawin ko: Magpapadala ako ng mga leon na lalapa sa mga nagsisitakas sa Moab at sa mga naiwan doon.

16 Ang mga taga-Moab na nagsitakas sa Sela, na isang bayan sa ilang ay nagpadala ng mga batang tupa bilang regalo sa hari ng Jerusalem.[c] [2] Ang mga babaeng taga-Moab na nasa tawiran ng Arnon ay parang mga ibong binulabog sa kanilang mga pugad.

[3] *Sinabi ng mga taga-Moab sa mga taga-Juda,* "Payuhan ninyo kami kung ano ang dapat naming gawin. Kalingain ninyo kami, tulad ng lilim na ibinibigay ng punongkahoy sa tanghaling-tapat. Nagsitakas kami mula sa aming bayan, at ngayon ay wala nang sariling tahanan. Kupkupin n'yo sana kami at huwag pababayaan. [4] Patirahin n'yo sana kaming mga taga-Moab sa inyong lupain. Ipagtanggol n'yo kami sa mga gustong pumatay sa amin."

Matitigil ang mga pang-aapi at pamumuksa. At mawawala na ang pang-aapi sa lupain *ng Israel.* [5] Sa araw na iyon, lalapit na ang mga tao sa maghahari ang isa sa mga angkan ni David na may katapatan at pag-ibig. Paiiralin niya ang katarungan sa kanyang paghatol. At masigasig siyang gagawa ng matuwid.

[6] Nabalitaan naming masyadong mapagmalaki ang mga taga-Moab. Ang pagmamataas at kahambugan nila ay walang kabuluhan. [7] Kaya iiyakan ng mga taga-Moab ang kanilang bansa. Iiyak silang lahat dahil sa pagkawala ng masasarap nilang pagkain sa Kir Hareset. [8] Nasira ang mga bukid sa Heshbon pati na ang mga ubasan sa Sibma. Winasak ng mga pinuno ng mga bansa ang mga ubasan hanggang sa Jazer patungo sa disyerto at umabot pa hanggang sa Dagat *na Patay.* [9] Kaya umiiyak ako tulad ng mga taga-Jazer, dahil sa ubasan ng Sibma. Iniiyakan ko ang Heshbon at Eleale dahil hindi na maririnig ang masasaya nilang hiyawan dahil sa masaganang ani. [10] Naglaho

ang kagalakan nila at kasayahan sa kanilang mga ubasan. Wala nang umaawit o humihiyaw sa mga ubasan. Wala na ring pumipisa ng ubas para gawing alak. Pinatigil na ng Panginoon[d] ang kanilang hiyawan. [11] Kaya nalulungkot ako sa sinapit ng Moab na katulad ng *malungkot na tugtugin* ng alpa. Nalulungkot din ako sa sinapit ng Kir Hareset. [12] Mapapagod lang ang mga taga-Moab sa kababalik sa kanilang mga sambahan sa matataas na lugar.[e] At wala ring kabuluhan ang kanilang pagpunta nila sa templo para manalangin.

[13] Iyon ang sinabi noon ng Panginoon tungkol sa Moab. [14] At ngayon, ito ang kanyang sinabi, "Sa loob ng tatlong taon, mawawala ang kayamanan ng Moab at malalagay sa kahihiyan ang kanyang mga mamamayan. Iilan lang ang matitirang buhay sa mga mamamayan nito at mahihina pa."

Ang Mensahe Tungkol sa Damascus

17 Ang mensaheng ito'y tungkol sa Damascus:[f] "Makinig kayo! Ang Damascus ay hindi na magiging lungsod dahil magigiba ito. [2] Wala nang titira sa lungsod ng Aroer. Magiging pastulan na lamang ito ng mga hayop, at walang gagambala sa kanila roon. [3] Mawawasak ang mga napapaderang mga lungsod ng Israel,[g] at mawawala ang kapangyarihan ng Damascus. Ang sasapitin ng mga matitira sa Aram[h] ay katulad ng sinapit ng mga taga-Israel. *Ako,* ang Panginoong Makapangyarihan, ang nagsasabi nito.

[4] "Pagdating ng araw na iyon, mawawala na ang kapangyarihan ng Israel, at ang kanyang kayamanan ay mapapalitan ng kahirapan. [5] Matutulad siya sa taniman ng mga butil na ginapas na ng mga nag-aani, tulad ng taniman sa Lambak ng Refaim pagkatapos ng anihan. [6] Iilan lang ang matitira sa kanyang mga mamamayan. Matutulad siya sa puno ng olibo pagkatapos pitasin ang mga bunga. Maaaring dalawa o tatlo lamang ang bungang matitira sa pinakamataas na mga sanga, at apat o limang bunga sa ibang mga sanga. *Ako,* ang Panginoong Dios ng Israel, ang nagsasabi nito."

[7] Sa araw na iyon, lalapit na ang mga tao sa lumikha sa kanila, sa Banal na Dios ng Israel. [8] Hindi na nila papansinin ang mga altar na sila mismo ang gumawa. Hindi na rin nila papansinin ang mga posteng *simbolo ng diosang si* Ashera, pati ang mga altar na pinagsusunugan nila ng insenso na gawa rin lang ng kanilang mga kamay. [9] Sa araw na iyon, ang matitibay nilang lungsod ay mawawasak at iiwan na lang nila, katulad ng mga lungsod ng mga Amoreo at Hiveo[i] na iniwan ng mga ito nang dumating ang mga Israelita.

---

a 3 *nakadamit sila ng sako:* Tanda ng pagsisisi.

b 9 *Dibon:* o, *Dimon.*

c 1 *Jerusalem:* sa literal, *sa bundok ng mga anak na babae ng Zion.*

d 10 Pinatigil na ng Panginoon: sa Hebreo, *Pinatigil ko na.* Nagsasalita rito ang Panginoon sa pamamagitan ni Isaias.

e 12 *sambahan sa matataas na lugar:* Tingnan sa Talaan ng mga Salita sa likod.

f 1 *Damascus:* Ang Damascus ay kabisera ng Aram at kumakatawan sa bansang Aram.

g 3 *Israel:* sa Hebreo, *Efraim.* Isa ito sa mga tawag sa kaharian ng Israel.

h 3 *Aram:* o, *Syria.*

i 9 *mga lungsod ng mga Amoreo at Hiveo:* Ito ang nasa Septuagint. Sa Hebreo, *sa kakahuyan at kasukalan.*

¹⁰Kinalimutan ninyo ang Dios na inyong Tagapagligtas at Bato *na kanlungan.* Kaya kahit na magtanim kayo ng magagandang klaseng tanim, katulad ng ubas na galing sa ibang lugar, ¹¹at kahit na tumubo ito at mamulaklak sa araw din na inyong itinanim, wala kayong makukuhang bunga. Nagpagod lang kayo at naghirap.

¹²Tingnan n'yo! Nagkakagulo ang napakaraming tao mula sa mga bansa. Ang ingay nila ay parang ugong ng malalaking alon. ¹³Pero kahit na katulad sila ng malalaking alon na umuugong, tatakas sila kapag sinaway sila ng Dios. Matutulad sila sa ipa sa mga burol na ipinapadpad ng hangin at ng dayaming tinatangay ng ipu-ipo. ¹⁴Sa gabi'y naghahasik sila ng lagim, pero kinaumagahan nilipol sila. Iyan ang mangyayari sa mga sumasalakay sa atin at mananamsam ng mga ari-arian natin.

Ang Mensahe tungkol sa Etiopia

18 Nakakaawa ang mga lugar malapit sa mga ilog ng Etiopia,ᵉ na may mga pagaspas ng pakpak ng mga kulisap na naririnig.ᵇ ²Mula sa lugar na ito ay may mga sugong nakasakay sa sasakyang yari sa tamboᶜ at dumadaan sa Ilog *ng Nilo.*

Kayong mabibilis na sugo, bumalik na kayo sa inyong lupain na hinahati ng mga ilog. Bumalik na kayo sa inyong mga mamamayan na matatangkad at makikinis ang balat, mga taong makapangyarihan at kinakatakutan kahit saan.

³Kayong lahat ng naninirahan sa mundo, abangan ninyo ang pagtaas ng bandila sa ibabaw ng bundok, at pakinggan ninyo ang tunog ng trumpeta. ⁴Sapagkat ito ang sinabi sa akin ng PANGINOON, "Mula sa aking luklukan, panatag akong nagmamasid na parang nagniningning na araw sa katanghaliang tapat, at parang namumuong ambon sa maalinsangang gabi sa panahon ng anihan."

⁵Bago pa dumating ang panahon ng pag-ani, sa panahon pa lang ng pamumulaklak ng mga ubas at unti-unting paghinog ng mga bunga nito, puputulin na ng Dios ang mga sanga nito. ⁶*Lilipulin ng Dios ang mga taga-Etiopia, at* ang mga bangkay nila ay ipapaubaya sa ibong mandaragit at mababangis na hayop. Magiging pagkain sila ng mga ibon sa panahon ng tag-araw at mababangis na hayop sa panahon ng taglamig. ⁷Pero darating ang araw na tatanggap ang PANGINOONG Makapangyarihan ng mga handog mula sa lupaing ito na hinahati ng mga ilog. Ang mga mamamayan nito'y matatangkad, makikinis ang balat, makapangyarihan, at kinatatakutan kahit saan. Dadalhin nila ang kanilang mga regalo sa Bundok ng Zion, kung saan sinasamba ang PANGINOONG Makapangyarihan.

Ang Mensahe tungkol sa Egipto

19 Ang mensaheng ito'y tungkol sa Egipto: Makinig kayo! Ang PANGINOON ay nakasakay sa ulap at mabilis na pumunta sa Egipto. Nanginginig sa takot ang mga dios-diosan ng Egipto, at kinakabahan ang mga Egipcio.

²*Sinabi ng* PANGINOON, "Pag-aawayin ko ang mga taga-Egipto: Kapatid laban sa kapatid, kapitbahay laban sa kapitbahay, lungsod laban sa lungsod, at kaharian laban sa kaharian. ³Masisiraan ng loob ang mga taga-Egipto, at guguluhin ko ang mga plano nila. Sasangguni sila sa mga dios-diosan, sa kaluluwa ng mga patay, sa mga mangkukulam at mga espiritista. ⁴Ipapasakop ko sila sa isang malupit na hari." Iyon nga ang sinabi ng PANGINOONG Makapangyarihan.

⁵Matutuyo ang Ilog ng Nilo. ⁶Ang mga sapa at mga batis na dinadaluyan nito ay babaho at matutuyo. Malalanta ang mga tambo at mga talahib, ⁷ang lahat ng tanim sa pampang ng ilog. Matutuyo at titigas ang lupa malapit sa Ilog ng Nilo at mamamatay ang mga halaman dito. ⁸Iiyak, maghihinagpis, at manghihina ang mga mangingisda sa Ilog ng Nilo, ⁹at malulungkot ang mga gumagawa ng mga *telang* linen. ¹⁰Manlulumo ang mga manghahabi at ang iba pang mga manggagawa.

¹¹Hangal ang mga pinuno ng Zoan! Kinikilala silang pinakamatalinong tagapayo ng Faraon,ᵈ pero ang kanilang mga payo ay walang kabuluhan. Paano nila nasabi sa Faraon, "Lahi kami ng matatalino at ng mga hari noong unang panahon."

¹²Faraon, nasaan na ngayon ang matatalino mong tao? Kung talagang matatalino sila, itanong mo kung ano ang plano ng PANGINOONG Makapangyarihan para sa Egipto. ¹³Talagang mga mangmang ang mga pinuno ng Zoan at Memfis.ᵉ Madali silang malinlang. Silang mga pinuno ang siyang dapat sanang manguna sa mga mamamayan ng Egipto, pero sila pa ang luminlang sa kanila. ¹⁴Ginugulo ng PANGINOON ang isip ng mga Egipcio. Pamali-mali ang mga hakbang na kanilang ginagawa. Para silang mga lasing na pasuray-suray at nagsusuka. ¹⁵Walang sinuman sa buong Egipto, mayaman man o mahirap, marangal man o aba, ang makakatulong sa kanyang bansa.

¹⁶Sa mga araw na iyon, ang mga taga-Egipto ay magiging mahina na parang babae. Manginginig sila sa takot sa parusang ihahatol sa kanila ng PANGINOONG Makapangyarihan. ¹⁷Matatakot sila sa Juda, kahit marinig lang nila ang pangalan nito. Mangyayari ito sa kanila dahil sa plano ng PANGINOONG Makapangyarihan laban sa kanila.

¹⁸Sa araw na iyon, limang lungsod ng Egipto ang susunod sa PANGINOONG Makapangyarihan, at magsasalita sila sa wikang Hebreo.ᶠ Isa sa mga lungsod na ito'y tatawaging, Lungsod ng Araw.ᵍ

¹⁹Sa araw na iyon, itatayo ang isang altar para sa PANGINOON sa lupain ng Egipto, at itatayo ang isang alaalang bato sa hangganan nito. ²⁰Magiging tanda ito at patunay na naroon ang PANGINOONG Makapangyarihan sa lupain ng Egipto. Kung ang mga taga-Egipto ay hihingi ng tulong sa PANGINOON sa dahilang pinapahirapan sila ng mga umaapi sa kanila, padadalhin sila ng magliligtas at kakalinga sa kanila. ²¹Ipapakilala ng PANGINOON

---

a 1 *Etiopia:* sa Hebreo, *Cush.*

b 1 *may mga pagaspas ng pakpak ng mga kulisap na naririnig:* o, *ang kanilang mga sasakyan ay may katig.*

c 2 *tambo:* sa Ingles, *papyrus* o *reed.*

d 11 *Faraon:* o *hari ng Egipto.*

e 13 *Memfis:* sa Hebreo, *Nof.*

f 18 *wikang Hebreo:* sa Hebreo, *wikang Canaan.*

g 18 *Lungsod ng Araw:* Ito ay makikita sa karamihang mga tekstong Hebreo. Sa ibang mga tekstong Hebreo at sa Latin Vulgate, *Lungsod ng Kapahamakan.*

ang kanyang sarili sa kanila, at sa araw na iyon ay kikilanin nila ang PANGINOON. Sasambahin nila siya sa pamamagitan ng sari-saring mga handog. Magsisipanata sila sa PANGINOON, at tutuparin nila iyon. ²²Parurusahan ng PANGINOON ng salot ang mga taga-Egipto, pero pagagalingin din niya ang mga ito. Dudulog sila sa PANGINOON, at didinggin niya ang mga dalangin nila at pagagalingin sila.

²³Sa araw na iyon, magkakaroon ng malapad na daan mula sa Egipto papuntang Asiria. Ang mga taga-Egipto at mga taga-Asiria ay magpaparoo't parito sa Egipto at sa Asiria, at magkasama silang sasamba. ²⁴Sa araw na iyon, magsasama ang Israel, Egipto, at ang Asiria. At ang tatlong bansang ito ay magiging pagpapala sa buong mundo. ²⁵Pagpapalain sila ng PANGINOONG Makapangyarihan at sasabihin, "Pinagpapala ko ang mga taga-Egipto na aking mga mamamayan, ang mga taga-Asiria na aking nilalang, at ang mga taga-Israel na pagmamay-ari ko."

Ang Mensahe Tungkol sa Egipto at sa Etiopia

20 Ayon sa utos ni Haring Sargon ng Asiria, sinalakay ng kumander ng mga sundalo ng Asiria ang Ashdod, at naagaw nila ito. ²Bago ito nangyari, sinabi ng PANGINOON kay Isaias na anak ni Amoz, "Hubarin mo ang iyong damit na panluksa at tanggalin mo ang iyong sandalyas." Ginawa ito ni Isaias, at palakad-lakad siyang nakahubad at nakayapak.

³Sinabi ng PANGINOON, "Ang lingkod kong si Isaias ay palakad-lakad nang hubad at nakayapak sa loob ng tatlong taon. Ito'y isang babala para sa Egipto at Etiopia.ᵃ ⁴Sapagkat bibihagin ng hari ng Asiria ang mga taga-Egipto at mga taga-Etiopia,ᵇ bata man o matanda. Bibihagin sila nang hubad at nakayapak. Makikita ang kanilang puwit, at talaga ngang mapapahiya ang mga Egipcio. ⁵Ang mga umaasa sa Etiopia at ipinagmamalaki ang Egipto ay manlulupaypay at mapapahiya. ⁶Sa araw na mangyari iyon, sasabihin ng mga Filisteo,ᶜ 'Tingnan ninyo ang nangyari sa mga bansang ating inaasahan at hinihingan ng tulong para tayo'y maligtas sa hari ng Asiria. Paano na tayo maliligtas?' "

Ang Mensahe tungkol sa Babilonia

21 Ang mensaheng ito'y tungkol sa Babilonia:ᵈ Sasalakay ang mga kaaway na parang buhawi. Dadaan ito sa Negev mula sa ilang, sa nakakapangilabot na lupain. ²Nakita ko ang isang kakila-kilabot na pangitain tungkol sa kataksilan at kapahamakan.

Kayong mga taga-Elam at taga-Media, palibutan ninyo ang Babilonia at salakayin. Wawakasan na ng Dios ang pagpapahirap niya sa ibang bansa. ³Ang nakita kong ito sa pangitain ay nagdulot sa akin ng matinding takot at nakadama ako ng pananakit ng katawan, na para bang babaeng naghihirap sa panganganak. ⁴Kinakabahan ako at nanginginig sa takot. Sana makapagpahinga ako

paglubog ng araw, pero hindi maaari, dahil takot ako sa maaaring mangyari.

⁵Naghahanda ng piging ang mga pinuno. Naglalagay sila ng mga pansapin para upuan. Kumakain sila at umiinom, *nang biglang may sumigaw*, "Magmadali kayo! Humanda kayo sa digmaan."

⁶Sinabi sa akin ng PANGINOON, "Maglagay ka ng tagapagbantay sa lungsod na magbabalita ng makikita niya. ⁷Kinakailangang magbantay siya nang mabuti at ipaalam agad kapag nakakita siya ng mga karwahe na hila-hila ng dalawang kabayo, at mga sundalo na nakasakay sa mga asno at mga kamelyo." ⁸Sumigaw ang bantay, "Ginoo, araw-gabi'y nagbabantay po ako sa tore. ⁹At ngayon, tingnan n'yo! May dumarating na mga karwahe na hila-hila ng dalawang kabayo." At sinabi pa ng bantay, "Nawasak na ang Babilonia! Ang lahat ng imahen ng kanyang mga dios-diosan ay nagbagsakan sa lupa at nawasak lahat."

¹⁰Pagkatapos, sinabi ko, "Mga kapwa kong mga Israelita, na parang mga trigong ginigiik,ᵉ sinasabi ko sa inyo ang mga bagay na aking napakinggan sa PANGINOONG Makapangyarihan, ang Dios ng Israel."

Ang Mensahe tungkol sa Edom

¹¹Ang mensaheng ito'y tungkol sa Edom:ᶠ

May taong mula sa Edomᵍ na palaging nagtatanong sa akin, "Tagapagbantay, matagal pa ba ang umaga?" ¹²Sumagot ako, "Mag-uumaga na pero sasapit na naman ang gabi. Kung gusto mong magtanong ulit bumalik ka na lang."

Ang Mensahe tungkol sa Arabia

¹³Ang mensaheng ito'y tungkol sa Arabia:

Kayong mga mamamayan ng Dedan, na pulu-pulutong na naglalakbay at nagkakampo sa mga ilang ng Arabia, ¹⁴bigyan ninyo ng tubig ang mga nauuhaw. Kayong mga nakatira sa Tema, bigyan ninyo ng pagkain ang mga taong nagsitakas mula sa kani-kanilang mga lugar. ¹⁵Tumakas sila mula sa mahigpit na labanan at hinahabol sila ng kanilang mga kaaway na may mga espada at mga pana. ¹⁶Sinabi ng Panginoon sa akin, "Sa loob ng isang taon magwawakas ang kapangyarihan ng Kedar. ¹⁷Kakaunti ang matitira sa matatapang niyang sundalo na gumagamit ng pana." *Mangyayari nga ito* dahil sinabi ng PANGINOON, ang Dios ng Israel.

Ang Mensahe tungkol sa Jerusalem

22 Ang mensaheng ito'y tungkol sa Lambak ng Pangitain.ʰ

Ano ang nangyayari? Bakit kayo umaakyat sa mga bubong? ²Nagkakagulo at nagsisigawan ang mga tao sa bayan. Ang mga namatay sa inyo ay hindi sa digmaan namatay. ³Ang lahat ninyong pinuno ay nagsitakas at nahuli nang walang kalaban-laban. Ang ilan sa inyo ay tumangkang tumakas, pero nahuli pa rin. ⁴Hayaan ninyo akong umiyak para sa aking

---

ᵃ 3 Etiopia: sa Hebreo, Cush.
ᵇ 4 taga-Etiopia: sa Hebreo, taga-Cush.
ᶜ 6 Filisteo: sa literal, naninirahan sa tabing-dagat.
ᵈ 1 Babilonia: sa literal, ilang na malapit sa tabing-dagat.

ᵉ 10 na parang mga trigong ginigiik: Ang ibig sabihin ay dadanas ng matinding hirap.
ᶠ 11 Edom: sa Hebreo, Duma.
ᵍ 11 Edom: sa Hebreo, Seir. Isa ito sa mga pangalan ng Edom.
ʰ 1 Lambak ng Pangitain: Maaaring ang Jerusalem.

mga kababayan na namatay. Huwag ninyo akong aliwin. ⁵Sapagkat itinakda ng Panginoong Dios na Makapangyarihan ang araw na ito ng pagkakagulo, pagtatakbuhan, at pagkalito ng mga tao sa Lambak ng Pangitain. Ang mga pader nito ay nagbabagsakan at ang sigawan ng mga tao ay dinig hanggang sa kabundukan. ⁶Sumasalakay ang mga sundalo ng Elam na sakay ng mga kabayo at may mga pana. Ang mga sundalo ng Kir ay sumasalakay din na may mga hawak na kalasag. ⁷Pinapalibutan nila ang inyong mga lambak na sagana sa ani, at nagtitipon-tipon sila sa mga pintuan ng inyong lungsod. ⁸Nakuha na nila ang mga pangproteksyon ng Juda.

Kumuha kayo ng mga sandata sa taguan nito. ⁹Tiningnan ninyo ang mga pader ng Lungsod ni David upang malaman ninyo kung nasaan ang mga sira nito. Nag-imbak kayo ng tubig sa imbakan sa ibaba. ¹⁰Tiningnan ninyo ang mga bahay sa Jerusalem at giniba ang ilan para gamitin ang mga bato sa pag-aayos ng nagibang pader ng lungsod. ¹¹Gumawa kayo ng imbakan ng tubig sa pagitan ng dalawang pader, at ito'y pinuno ninyo ng tubig mula sa dating imbakan. Pero hindi ninyo naisip ang Dios na siyang nagplano nito noong una pa at niloob niya na mangyari ito.

¹²Nanawagan sa inyo ang Panginoong Dios na Makapangyarihan na kayo'y magdalamhati, umiyak, magpakalbo at magsuot ng damit na panluksaᵃ *bilang tanda ng inyong pagsisisi.* ¹³Sa halip, nagdiwang kayo at nagsaya. Nagkatay kayo ng mga baka at tupa, at nagkainan at nag-inuman. Sabi ninyo, *"Magpakasaya tayo, kumain tayo't uminom, dahil baka bukas, mamamatay na tayo."*

¹⁴Sinabi sa akin ng Panginoong Makapangyarihan na hindi niya kayo patatawarin sa kasalanang ito habang kayo'y nabubuhay.

Ang Mensahe para kay Shebna

¹⁵Inutusan ako ng Panginoong Dios na Makapangyarihan na puntahan ko si Shebna na katiwala ng palasyo, at sabihin sa kanya, ¹⁶"Sino ka ba para humuhukay sa gilid ng bundok para gumawa ng libingang kasama ng mga bayani? Sino ang nagbigay sa iyo ng pahintulot na gawin ito? ¹⁷Mag-ingat ka! Kahit na ikaw ay makapangyarihan, huhulihin ka at itatapon ng Panginoon. ¹⁸Bibilugin ka niya na parang bola at itatapon sa maluwang na lupain. Doon ka mamamatay at doon din mawawasak ang mga karwaheng ipinagmamalaki mo. Nagdulot ka ng kahihiyan sa iyong amo. ¹⁹Sinasabi pa ng Panginoon sa iyo, 'Paaalisin kita sa iyong katungkulan. ²⁰Sa araw na iyon, tatawagin ko ang lingkod kong si Eliakim na anak ni Hilkia. ²¹Ipapasuot ko sa kanya ang damit mong pang-opisyal pati ang iyong sinturon, at ibibigay ko sa kanya ang kapangyarihan mo. Siya ang magiging pinakaama ng mga taga-Jerusalem at taga-Juda. ²²Ibibigay ko sa kanya ang susi ng kaharian ni David. Kapag binuksan niya ang pintuan, walang makapagsasara nito, at kapag sinarhan niya walang makapagbubukas nito. ²³Palalakasin ko siya sa kanyang katungkulan na parang matibay na sabitan sa dingding, at magbibigay siya ng karangalan sa

kanyang pamilya. ²⁴At ang buo niyang pamilya at mga kamag-anak ay aasa sa kanya. Para siyang sabitan na pinagsasabitan ng sari-saring maliliit na lalagyan mula sa tasa hanggang sa mga palayok. ²⁵Sa araw na iyon *kapag marami na ang nakasabit sa kanya,* mahuhulog siya at mawawasak at lahat ng nakasabit sa kanya. *Mangyayari nga ito dahil ako,* ang Panginoon, ang nagsasabi nito.' "

Ang Mensahe tungkol sa Tyre at Sidon

23 Ang mensaheng ito'y tungkol sa Tyre:
Umiyak kayong mga pasahero ng mga barko ng Tarshish. Sapagkat nawasak na ang inyong daungan sa Tyre. Sinabi na iyon sa inyo ng mga nanggaling sa Cyprus.ᵇ ²Tumahimik kayong mga naninirahan sa tabing-dagat pati na kayong mga mangangalakal ng Sidon. Ang inyong mga biyahero na nagpayaman sa inyo ay bumibiyahe ³sa mga karagatan para bumili at magbenta ng mga ani mula sa Shihor na bahagi ng Ilog ng Nilo. At nakikipagkalakalan sa inyo ang mga bansa. ⁴Mahiya ka, *lungsod* ng Sidon, ikaw na kanlungan ng mga taong nakatira sa tabing-dagat. Itinatakwil ka na ng karagatan. Sinabi niya, "Wala na akong anak; wala akong inalagaang anak, babae man o lalaki."

⁵Labis na magdaramdam ang mga taga-Egipto kapag nabalitaan nila ang nangyari sa Tyre. ⁶Umiyak kayo, kayong mga naninirahan sa tabing-dagat. Tumawid kayo sa Tarshish. ⁷Noon, masaya ang lungsod ng Tyre na itinayo noong unang panahon. Nakaabot ang mga mamamayan nito sa malalayong lupain at sinakop nila ang mga lupaing iyon. Pero ano ang nangyari sa kanya ngayon? ⁸Sino ang nagplano ng ganito sa Tyre? Ang lungsod na ito ay sumakop ng mga lugar. Ang mararangal na mangangalakal nito ay tanyag sa buong mundo. ⁹Ang Panginoong Makapangyarihan ang nagplano nito para ibagsak ang nagmamalaki ng kanyang kapangyarihan at ang mga kinikilalang tanyag sa mundo. ¹⁰Kayong mga taga-Tarshish ay malayang dumaan sa Tyre, katulad ng Ilog ng Nilo na malayang dumadaloy, dahil wala nang pipigil sa inyo. ¹¹Iniunat ng Panginoon ang kanyang kamay sa dagat, at niyanig niya ang mga kaharian. Iniutos niyang wasakin ang mga kampo ni Feniciaᶜ ¹²Sinabi ng Panginoon, "Mga mamamayanᵈ ng Sidon, tapos na ang maliligayang araw ninyo. Wasak na kayo! Kahit na tumakas kayo papuntang Cyprus, hindi pa rin kayo magkakaroon ng kapahingahan doon."

¹³Tingnan ninyo ang lupain ng mga taga-Babilonia.ᵉ Nasaan na ang mga mamamayan nito? Sinalakay ito ng Asiria at winasak ang matitibay na bahagi nito. Pinabayaan itong giba at naging tirahan ng maiilap na hayop. ¹⁴Umiyak kayo, kayong mga nagbibiyahe sa Tarshish, dahil nawasak na ang lungsod na pinupuntahan ninyo. ¹⁵Ang Tyre ay makakalimutan sa loob ng 70 taon, kasintagal ng buhay ng isang hari. Pero pagkatapos ng panahong iyon, matutulad siya sa isang babaeng bayaran sa

---

a 12 *damit na panluksa:* sa Hebreo, *sakong damit.*

b 1 Cyprus: sa Hebreo, *Kitim.*

c 11 Fenicia: sa Hebreo, *Canaan.*

d 12 mamamayan: sa literal, *birheng anak na babae.*

e 13 taga-Babilonia: sa literal, *Caldeo.* Isa ito sa tawag sa mga taga-Babilonia.

awiting ito: "Babaeng bayaran, ikaw ay nalimutan na. ¹⁶Kaya kunin mo ang iyong alpa at tugtugin mong mabuti habang nililibot mo ang lungsod. Umawit ka nang umawit para maalala ka."

¹⁷Pagkatapos ng 70 taon, aalalahanin ng Panginoon ang Tyre. Pero muling gagawin ng Tyre ang ginawa niya noon, na katulad ng ginawa ng babaeng bayaran. Gagawa siya ng masama sa lahat ng kaharian ng mundo *para magkapera.* ¹⁸Pero sa bandang huli, ang kikitain niya'y hindi niya itatabi. Ihahandog niya ito sa Panginoon para pambili ng maraming pagkain at magagandang klase ng damit para sa mga naglilingkod sa Panginoon.

Parurusahan ng Dios ang Mundo

24 Makinig kayo! Wawasakin ng Panginoon ang mundo[a] hanggang sa hindi na ito mapakinabangan at pangangalatin niya ang mga mamamayan nito. ²Iisa ang sasapitin ng lahat: pari man o mamamayan, amo man o alipin, nagtitinda man o bumibili, nagpapautang man o umuutang. ³Lubusang mawawasak ang mundo at walang matitira rito. *Mangyayari nga ito* dahil sinabi ng Panginoon. ⁴Matutuyo at titigas ang lupa. Manlulumo ang buong mundo pati na ang mga kilala at makapangyarihang tao. ⁵Ang mundo ay dinungisan ng mga mamamayan nito, dahil hindi nila sinunod ang Kautusan ng Dios at ang kanyang mga tuntunin. Nilabag nila ang walang hanggang kasunduan ng Dios sa kanila. ⁶Kaya isusumpa ng Dios ang mundo, at mananagot ang mga mamamayan nito dahil sa kanilang mga kasalanan. Susunugin sila at iilan lang ang matitira. ⁷Malalanta ang mga ubas, at mauubos ang katas nito. Ang mga nagsasaya ay malulungkot, ⁸at hindi na maririnig ang magagandang tugtugan ng mga tamburin at alpa, at hiyawan ng mga taong nagdiriwang. ⁹Mawawala ang awitan sa kanilang pag-iinuman, at ang inumin ay magiging mapait. ¹⁰Mawawasak ang lungsod at hindi na mapapakinabangan. Sasarhan ang mga pintuan ng bawat bahay para walang makapasok. ¹¹Sisigaw ang mga tao sa lansangan, na naghahanap ng alak. Ang kanilang kaligayahan ay papalitan ng kalungkutan. Wala nang kasayahan sa mundo. ¹²Ang lungsod ay mananatiling wasak, pati ang mga pintuan nito. ¹³Iilan na lamang ang matitirang tao sa lahat ng bansa sa mundo, tulad ng olibo o ubas pagkatapos ng pitasan. ¹⁴Ang mga matitirang tao ay sisigaw sa kaligayahan. Ang mga nasa kanluran ay magpapahayag tungkol sa kapangyarihan ng Panginoon. ¹⁵Kaya nararapat ding purihin ng mga tao sa silangan at ng mga lugar na malapit sa dagat[b] ang Panginoon, ang Dios ng Israel. ¹⁶Maririnig ang awitan kahit saang dako ng mundo, "Purihin ang matuwid na Dios."

Pero nakakaawa ako. Ako'y nanghihina! Sapagkat patuloy ang pagtataksil ng mga taong taksil. ¹⁷Kayong mga mamamayan ng mga bansa sa buong mundo, naghihintay sa inyo ang takot, hukay, at bitag. ¹⁸Ang tumatakas dahil sa takot ay mahuhulog sa hukay at mabibitag ang mga lumalabas dito.

Uulan nang malakas at mayayanig ang pundasyon ng lupa. ¹⁹Bibitak ang lupa at mabibiyak. ²⁰At magpapasuray-suray ito na parang lasing at parang kubong gumagalaw-galaw sa ihip ng hangin. Ang lupa ay mabibigatan dahil sa kasalanan, at mawawasak ito at hindi na muling makakabangon.

²¹Sa araw na iyon, parurusahan ng Panginoon ang mga makapangyarihang nilalang sa langit,[c] pati ang mga hari rito sa mundo. ²²Sama-sama silang ihuhulog sa hukay na katulad ng mga bilanggo. Ikukulong sila at saka parurusahan. ²³Magdidilim ang araw[*] at ang buwan dahil maghahari ang Panginoong Makapangyarihan sa Bundok ng Zion, sa Jerusalem. At doon mahahayag ang kanyang kapangyarihan sa harap ng mga tagapamahala ng kanyang mga mamamayan.

Purihin ang Dios

25 Panginoon, kayo ang aking Dios! Pupurihin kita at pararangalan dahil kahanga-hanga ang iyong mga gawa. Tinupad mo ang iyong mga plano noong unang panahon. ²Winasak mo ang mga lungsod ng taga-ibang bansa pati ang may mga pader. Winasak mo rin ang matitibay na bahagi ng kanilang lungsod, at hindi na nila ito maitatayong muli. ³Kaya pararangalan ka ng mga taong makapangyarihan at igagalang ka ng mga malulupit na mga bansa. ⁴Ikaw ang takbuhan ng mga dukha at ng mga nangangailangan sa panahon ng kahirapan. Ikaw ang kanlungan sa panahon ng bagyo at tag-init. Sapagkat ang paglusob ng mga malulupit na tao'y parang bagyo na humahampas sa pader, ⁵at parang init sa disyerto. Pero pinatahimik mo ang sigawan ng mga dayuhan. Pinatigil mo ang awitan ng malulupit na mga tao, na parang init na nawala dahil natakpan ng ulap.

⁶Dito sa Bundok ng Zion, ang Panginoong Makapangyarihan ay maghahanda ng isang piging para sa lahat. Masasarap na pagkain at inumin ang kanyang inihanda. ⁷At sa bundok ding ito, papawiin niya ang kalungkutan[d] ng mga tao sa lahat ng bansa. ⁸Aalisin din ng Panginoong Dios ang kamatayan at papahirin niya ang mga luha ng lahat ng tao. Aalisin niya ang kahihiyan ng kanyang mga mamamayan sa buong mundo. *Mangyayari nga ito* dahil sinabi mismo ng Panginoon.

⁹Kapag ito'y nangyari na, sasabihin ng mga tao, "Siya ang ating Dios! Nagtiwala tayo sa kanya, at iniligtas niya tayo. Siya ang Panginoon na ating inaasahan. Magalak tayo't magdiwang dahil iniligtas niya tayo."

¹⁰Talagang tutulungan ng Panginoon ang Bundok *ng Zion,* pero parurusahan niya ang Moab. Tatapakan niya ito na parang dayami sa tapunan ng dumi. ¹¹Pagsisikapan nilang makaligtas sa kalagayang iyon na parang taong kakampay-kampay sa tubig. Pero kahit na magaling silang lumangoy, *ilulubog pa rin sila ng Panginoon.* Ibabagsak sila dahil sa kanilang pagmamataas. ¹²Wawasakin niya ang kanilang mataas at matibay na pader hanggang sa madurog at kumalat ito sa lupa.

a 1 ang mundo: o, *ang lugar ng Canaan at ang mga lugar sa paligid nito.*

b 15 mga lugar na malapit sa dagat: o, *mga isla;* o, *malalayong lugar.*

c 21 makapangyarihang nilalang sa langit: o, *mga sundalo sa matataas na lugar.*

d 7 kalungkutan: sa literal, *belo,* na isinusuot ng tao noong unang panahon sa kanilang pagluluksa.

Awit ng Papuri sa Dios

26 Sa mga araw na iyon ang awit na ito'y aawitin sa Juda:

Matatag na ang ating lungsod!
Ang Pagliligtas ng Dios ay parang pader na nakapalibot sa atin.

[2] Buksan ang mga pintuan ng lungsod para makapasok ang bansang matuwid at tapat sa PANGINOON.

[3] PANGINOON, bigyan n'yo nang lubos na kapayapaan ang taong kayo lagi ang iniisip dahil nagtitiwala siya sa inyo.

[4] Magtiwala kayong lagi sa PANGINOON, dahil siya ang ating Bato *na kanlungan* magpakailanman.

[5] Ang totoo, ibinabagsak niya ang mga mapagmataas.
Winawasak niya ang kanilang lungsod hanggang sa madurog sa lupa.

[6] At ito'y tinatapak-tapakan ng mga dukha na kanilang inapi.

[7] Patag ang daan ng taong matuwid, at kayo, PANGINOONG matuwid, ang nagpatag nito.

[8] PANGINOON, sinunod namin ang inyong mga utos,
at nagtiwala kami sa inyo.
Hangad namin na kayo ay aming maparangalan.

[9] Buong puso kitang hinahanap-hanap kapag gabi.
Kung hahatulan n'yo ang mga tao sa mundo, matututo silang mamuhay nang matuwid.

[10] Kahit kinaaawaan n'yo ang masasama, hindi pa rin sila natututong mamuhay nang matuwid.
Kahit na naninirahan silang kasama ng mga matuwid,
patuloy pa rin sila sa kanilang gawaing masama,
at hindi nila kinikilala ang inyong kapangyarihan.

[11] PANGINOON, nakahanda na po kayong magparusa sa kanila,
pero hindi nila alam.
Ipaalam n'yo sa kanila, PANGINOON.
Ilagay n'yo po sila sa kahihiyan. Ipakita n'yo sa kanila kung gaano n'yo kamahal ang iyong mga mamamayan.
Lipulin n'yo po sa pamamagitan ng inyong apoy ang inyong mga kaaway.

[12] PANGINOON, ilagay n'yo po kami sa mabuting kalagayan,
sapagkat ang lahat ng aming nagagawa ay nagagawa namin sa tulong ninyo.

[13] PANGINOON na aming Dios, pinamahalaan kami ng ibang panginoon, pero kayo lang ang aming sinasamba.

[14] Patay na sila ngayon at hindi na mabubuhay pa.
Pinarusahan n'yo sila at pinatay para malimutan at hindi na maaalala pa.

[15] PANGINOON, pinalawak n'yo ang aming bansa.

Pinalapad n'yo ang aming mga hangganan, at ito'y nagbigay ng karangalan sa inyo.

[16] PANGINOON, pinarusahan n'yo ang iyong mga mamamayan,
at sa kanilang mga paghihirap ay dumulog at tumawag sila sa inyo.

[17] PANGINOON, kitang-kita n'yo ang aming paghihirap.
Tulad kami ng isang babaeng nanganganak, na napapasigaw dahil sa tindi ng sakit.

[18] Dumaing kami dahil sa hirap, pero wala rin kaming iniluwal.
Wala kaming nagawa para iligtas ang lupain *namin*,
at hindi rin namin nalipol ang mga taong kaaway namin dito sa mundo.

[19] Pero muling mabubuhay ang inyong mga mamamayang namatay.
Babangon ang kanilang mga bangkay at aawit sa galak.
Kung papaanong ang hamog ay nagpapalamig ng lupa,
kayo rin PANGINOON ang muling bubuhay sa mga patay.

[20] Mga kababayan, pumasok kayo sa inyong mga bahay at isara ninyo ang inyong mga pintuan.
Magtago muna kayo hanggang sa mawala ang galit ng PANGINOON.

[21] Sapagkat darating na siya mula sa kanyang tirahan para parusahan ang mga tao sa mundo dahil sa kanilang mga kasalanan.
Ilalabas ng lupa ang mga taong pinatay, at hindi na niya itatago pa.

27 Sa araw na iyon, gagamitin ng PANGINOON ang kanyang matalim at makapangyarihang espada para patayin ang Leviatan, ang maliksi at gumagapang na dragon sa karagatan.

[2] "Sa araw na iyon, aawit kayo tungkol sa ubasan na umaani nang sagana, *na larawan ng aking bayan.* [3] Ako ang PANGINOON na nag-aalaga ng ubasan. Dinidiligan ko ito at binabantayan araw-gabi para hindi masira. [4] Hindi na ako galit sa ubasang ito. Pero sa sandaling may makita akong mga halamang may tinik, tatanggalin ko iyon at susunugin. [5] Pero maliligtas siya kung siya'y makikipagkaibigan at hihingi ng kalinga sa akin."

[6] Darating ang araw na ang mga mamamayan ng Israel na lahi ni Jacob ay magkakaugat tulad ng halaman. Magkakasanga ito, mamumulaklak, at mamumunga ng marami at pupunuin ang buong mundo. [7] Hindi pinaparusahan ng Dios ang Israel katulad ng pagpaparusa niya at pagpatay sa mga kaaway nila. [8] Ipinabihag ng PANGINOON ang kanyang mga mamamayan bilang parusa sa kanila. Ipinatangay niya sila sa napakalakas na hangin mula sa silangan. [9] Mapapatawad lang sila kung gigibain nila ang mga altar nilang bato at kung didikdikin ng pino at itatapon ang mga posteng *simbolo ng diosang si* Ashera, at ang mga altar na sinusunugan nila ng insenso.

[10] Nawasak na ang napapaderang lungsod. Para na itong ilang. Wala nang nakatira rito. Naging pastulan na lang ito at pahingahan ng mga baka. Inubos ng mga baka ang mga dahon ng mga sanga. [11] At nang mabali at matuyo ang mga sanga, tinipon ito ng mga babae at ginawang panggatong. Dahil sa walang pang-unawa ang mga taong ito, hindi sila kaaawaan ng Dios na lumikha sa kanila. [12] Sa araw na iyon, titipunin ng Panginoon ang mga Israelita mula sa Ilog ng Eufrates hanggang sa daluyan ng tubig ng Egipto na parang nagtitipon ng mga butil sa giikan. [13] Pagtunog ng trumpeta nang malakas, magsisibalik sa Jerusalem ang nahihirapang mga Israelita na binihag ng Asiria at Egipto. At sasambahin nila ang Panginoon, sa banal na bundok ng Jerusalem.

Ang Mensahe Tungkol sa Samaria

28 Nakakaawa ang Samaria, na ang katulad ay koronang bulaklak na karangalan ng mga lasenggong *pinuno* ng Israel. Ang lungsod ng Samaria ay nasa matabang lambak, pero ang kanyang kagandahan ay mawawala katulad ng bulaklak na nalalanta. [2] Makinig kayo! Ang Panginoon ay may inihahandang malakas at makapangyarihang bansa na wawasak sa Samaria. Katulad ito ng mapaminsalang bagyo at rumaragasang baha. [3] Tinapak-tapakan niya ang Samaria, ang koronang bulaklak na karangalan ng mga lasenggong *pinuno* ng Israel. [4] Ang lungsod na ito ay nasa matabang lambak, pero ang kagandahan nito ay mawawala katulad ng bulaklak na nalalanta. Malalagas agad ito katulad ng unang mga bunga ng igos na kinukuha at kinakain agad ng bawat makakakita. [5] Sa araw na iyon, ang Panginoong Makapangyarihan ay magiging tulad ng magandang koronang bulaklak para sa nalalabi niyang mamamayan. [6] Bibigyan niya ng hangarin ang mga hukom na pairalin ang katarungan. At bibigyan niya ng tapang ang mga tagapagbantay ng lungsod laban sa mga kaaway. [7] Pero ngayon, pasuray-suray ang mga pari at mga propeta, at wala na sa tamang pag-iisip. Mali ang pagkakaunawa ng mga propeta sa mga pangitain, at hindi tama ang mga desisyon ng mga pari. [8] Ang mga mesa nila'y puno ng mga suka nila at walang parteng malinis. [9] *Dumadaing sila at sinasabi,* "Ano bang palagay niya sa atin, mga batang kaaawat pa lamang sa pagsuso? Bakit ganyan ang tinuturo niya sa atin? [10] Tingnan mo kung magturo siya; paisa-isang letra, paisa-isang linya, at paisa-isang aralin." [11] Dahil sa ayaw nilang makinig, makikipag-usap ang Panginoon sa mga taong ito sa pamamagitan ng mga dayuhang iba ang wika. [12] Ito ang sasabihin niya, "Mararanasan ninyo ang kapahingahan sa inyong lupain." Pero ayaw *pa rin* nilang makinig. [13] Kung kaya, tuturuan sila ng Panginoon ng paisa-isang letra, paisa-isang linya, at paisa-isang aralin. At sa paglalakad nila'y mabubuwal sila, masusugatan, mabibitag, at mahuhuli. [14] Kaya kayong mga nangungutyang mga pinuno ng mga mamamayan ng Jerusalem, pakinggan ninyo ang Panginoon! [15] Sapagkat nagmamalaki kayo at nagsasabing, "Nakipagkasundo kami sa kamatayan

para hindi kami mamatay, at nakipagkasundo kami sa lugar ng mga patay *para hindi kami madala roon.* Kung kaya, hindi kami mapapahamak kahit na dumating ang mga sakuna na parang baha, dahil sa kami ay umaasang maliligtas sa pamamagitan ng aming pagsisinungaling at pandaraya." [16] Kaya ito ang sinabi ng Panginoong Dios: "Makinig kayo! Maglalagay ako ng batong pundasyon sa Zion, batong maaasahan, matibay, at mahalaga. Ang mga sumasampalataya sa kanya ay huwag maging padalos-dalos[a] sa kanilang mga ginagawa. [17] Gagawin kong sukatan ang katarungan at katuwiran. Ipapatangay ko sa bagyo at baha ang kasinungalingan na inaasahan ninyong makakapagligtas sa inyo. [18] Magiging walang kabuluhan ang pakikipagkasundo ninyo sa kamatayan at ang pakikipagkasundo ninyo sa lugar ng mga patay. Sapagkat mapapahamak kayo kapag dumating na ang mga sakuna na parang baha. [19] Palagi itong darating sa inyo, araw-araw, sa umaga at sa gabi, at tiyak na mapapahamak kayo."

Matatakot kayo kapag naunawaan ninyo ang mensaheng ito. [20] Sapagkat kayo'y matutulad sa taong maiksi ang higaan at makitid ang kumot.[b] [21] Ang totoo, sasalakay ang Panginoon katulad ng ginawa niya sa Bundok ng Perazim at sa Lambak ng Gibeon. Gagawin niya ang hindi inaasahan ng kanyang mga mamamayan. [22] Kaya ngayon, huwag na kayong mangutya, baka dagdagan pa niya ang parusa niya sa inyo. Sapagkat napakinggan ko mismo ang utos ng Panginoong Dios na Makapangyarihan na wawasakin niya ang inyong buong lupain. [23] Pakinggan ninyong mabuti ang sasabihin ko. [24] Ang magsasaka ba'y lagi na lamang mag-aararo at hindi na magtatanim? [25] Hindi ba't kapag handa na ang lupa, sinasabuyan niya ng sari-saring binhi ang bawat bukid, katulad halimbawa ng mga pampalasa, trigo, sebada at iba pang mga binhi? [26] Alam niya ang dapat niyang gawin dahil tinuturuan siya ng Dios. [27] Hindi niya ginagamitan ng mabibigat na panggiik ang mga inaning pampalasa, kundi pinapagpag niya o pinapalo ng patpat. [28] Ang trigo na ginagawang tinapay ay madaling madurog kaya hindi niya ito gaanong ginigiik. Ginagamitan niya ito ng kariton ng panggiik, pero sinisiguro niyang hindi ito madudurog. [29] Ang kaalamang ito ay mula sa Panginoong Makapangyarihan. Napakabuti ng kanyang mga payo, at kahanga-hanga ang kanyang kaalaman.

Ang Mensahe tungkol sa Jerusalem

29 Sinabi ng Panginoon, "Nakakaawa ang Jerusalem,[c] ang lungsod na tinitirhan ni David! Sige, ipagdiwang na ninyo ang inyong mga pista bawat taon. [2] Pero lulusubin ko ito, at mag-iiyakan at mananaghoy ang kanyang mga mamamayan. Para sa akin, ang buong lungsod ay magiging parang altar na puno ng dugo.[d] [3] Kukubkubin ko ang lungsod ng

---

a 16 huwag maging padalos-dalos: Sa Septuagint, *hindi mapahahiya.*

b 20 Sapagkat...ang kumot: Maaaring ang ibig sabihin, *ang kasunduan ng Juda sa Egipto ay hindi makapagbigay ng tiyak na kaligtasan mula sa mga kaaway.*

c 1 Jerusalem: sa literal, *Ariel.*

d 2 altar na puno ng dugo: sa Hebreo, *Ariel.*

Jerusalem. Paliligiran ko ito ng toreng panalakay at patatambakan ng lupa sa gilid ng mga pader para maakyat ito. [4]Mawawasak ito at magiging parang multo na tumatawag mula sa ilalim ng lupa na ang tinig ay nakakapangilabot. [5]Pero darating ang araw na ang marami niyang kaaway ay magiging parang alikabok o ipa na tatangayin ng hangin. Bigla itong mangyayari sa kanila. [6]Ang Jerusalem ay aalalahanin ko, *at ako,* ang PANGINOONG Makapangyarihan, *ay darating* na may kulog, lindol, ingay, buhawi, bagyo, at nagliliyab na apoy. [7-8]Mawawalang parang panaginip ang maraming bansang sumasalakay sa Jerusalem[a] at gumigiba ng mga pader nito. Ang katulad nila'y taong marunong bumasa, sasabihin niya, "Hindi ko iyan mabasa dahil nakasara." [12]At kapag ipinabasa mo sa hindi marunong bumasa, sasabihin niya, "Hindi ako marunong bumasa."

[13]Sinabi ng Panginoon, "Ang mga taong ito'y nagpupuri at nagpaparangal sa akin sa pamamagitan ng kanilang mga bibig, pero ang puso nila'y malayo sa akin. At ang pagsamba nila sa akin ay ayon lamang sa tuntunin ng tao. [14]Kaya muli akong gagawa ng sunud-sunod na kababalaghan sa mga taong ito. At mawawala ang karunungan ng marurunong at ang pang-unawa ng nakakaunawa."

[15]Nakakaawa kayong mga nagtatago ng inyong mga plano sa PANGINOON. Ginagawa ninyo ang inyong mga gawain sa dilim at sinasabi ninyo, "Walang makakakita o makakaalam ng ginagawa natin." [16]Baluktot ang pag-iisip ninyo. Itinuturing ninyong parang palayok ang gumagawa ng palayok.[b] Masasabi ba ng palayok sa gumawa sa kanya, "Hindi naman ikaw ang gumawa sa akin"? Masasabi ba ng palayok sa humugis sa kanya, "Wala kang nalalaman"?

[17]Hindi magtatagal, ang *kagubatan ng* Lebanon ay magiging matabang lupain, at ang matabang lupain ay magiging kagubatan. [18]Sa araw na iyon, ang bingi ay makakarinig ng binabasang aklat. At ang bulag, na walang nakikita kundi kadiliman ay makakakita na. [19]Muling sasaya ang mga mapagpakumbaba at mga dukha dahil sa PANGINOON, ang Banal na Dios ng Israel. [20]Sapagkat mawawala ang mga malulupit at ang mga nangungutya. At mamamatay ang lahat ng mahilig sa pagkakasala, [21]pati na ang lahat ng naninira ng kapwa, ang mga nagsisinungaling para mapaniwala nila ang mga hukom, at ang mga pekeng saksi para hindi mabigyan ng katarungan ang mga walang kasalanan.

[22]Kaya ang PANGINOON, ang Dios na nagligtas kay Abraham ay nagsabi tungkol sa lahi ni Jacob, "Mula ngayon, wala na silang dapat ikahiya o ikatakot man. [23]Sapagkat kapag nakita nila ang mga ginawa ko sa kanila, igagalang nila ako, ang Banal na Dios ni Jacob. At magkakaroon sila ng takot sa *akin, ang* Dios ng Israel. [24]Ang mga hindi nakakaunawa ng katotohanan ay makakaunawa na, at ang mga nagrereklamo kapag tinuturuan ay matutuwa na."

Walang Kabuluhan ang Pakikipagkasundo ng Juda sa Egipto

30 Sinabi ng PANGINOON, "Nakakaawa ang *aking* mga anak na suwail. Gumagawa sila ng mga plano na hindi naaayon sa kalooban ko. Nakikipagkasundo sila na hindi ko pinapayagan. Kaya lalo lang nadadagdagan ang kanilang kasalanan. [2]Pumunta sila sa Egipto para humingi ng proteksyon sa hari, na hindi man lang sumangguni sa akin. [3]Pero mabibigo lamang sila sa hinihingi nilang proteksyon sa Faraon. [4]Sapagkat kahit na namumuno ang Faraon hanggang sa Zoan at Hanes, [5]mapapahiya lang ang Juda dahil wala namang maitutulong ang mga taga-Egipto sa kanila kundi kahihiyan."

[6]Ito ang pahayag ng Dios tungkol sa mga hayop sa Negev: Nilakbay ng mga taga-Juda ang ilang na mahirap lakbayin kung saan may mga leon, at may mga makamandag na ahas na ang iba'y *parang* lumilipad. Ikinakarga nila ang kanilang mga kayamanan sa mga asno at mga kamelyo, para iregalo sa bansang hindi man lang makatulong sa kanila. [7]Ang bansang iyon ay ang Egipto, na ang tulong ay walang silbi. Kaya tinatawag ko itong "Dragon[c] na Inutil."

[8]*Sinabi sa akin ng* PANGINOON, "Halika, isulat mo sa aklat *ang paratang ko laban sa mga taga-Israel,* para lagi itong magsilbing patunay ng kasamaan nila sa darating na panahon. [9]Sapagkat mga rebelde sila, sinungaling, at ayaw makinig sa mga aral ko. [10]Sinabi nila sa mga propeta, 'Huwag na ninyong sabihin sa amin ang tungkol sa mga pahayag ng Dios sa inyo. Huwag na ninyong sabihin sa amin ang tama. Sabihin n'yo sa amin ang mga bagay na makapagpapasaya sa amin at mga pangitain na hindi mangyayari. [11]Umalis kayo sa aming dinadaanan, lumayo ninyo kaming harangan. Huwag na ninyong sabihin sa amin ang tungkol sa Banal na Dios ng Israel.' "

[12]Kaya sinabi ng Banal na Dios ng Israel, "Dahil sa itinakwil ninyo ang aking mensahe at nagtiwala kayo sa pang-aapi at pandaraya, [13]bigla kayong malilipol. Ang inyong mga kasalanan ay katulad ng bitak na biglang wawasak ng mataas na pader. [14]Madudurog kayo na parang palayok, na sa lakas ng pagbagsak ay wala man lang kahit kapirasong mapaglagyan ng baga o maipansalok ng tubig."

[15]Sinabi pa ng Panginoong DIOS, ang Banal na Dios ng Israel, "Magbalik-loob kayo sa akin at pumanatag, dahil ililigtas ko kayo. Huwag kayong mabahala kundi magtiwala sa akin, dahil palalakasin ko kayo. Pero tumanggi kayo [16]at sinabi ninyo, 'Makakatakas kami *sa aming mga kaaway,*

[9]*Kayong mga taga-Juda,* magpakatanga kayo at magpakabulag. Maglasing kayo at magpasuray-suray, pero hindi dahil sa alak. [10]Sapagkat pinatulog kayo ng PANGINOON nang mahimbing. Tinakpan niya ang inyong mga ulo at mga mata na walang iba kundi ang inyong mga propeta.

[11]Para sa inyo, ang lahat ng ipinahayag na ito sa inyo ay parang aklat na nakasara. Kapag ipinabasa mo sa taong marunong bumasa, sasabihin niya,

---

a 7-8 Jerusalem: sa Hebreo, *Bundok ng Zion.*
b 16 Itinuturing…palayok: Ang ibig sabihin, *itinuturing nila na parang nilalang ang Dios na lumalang.*
c 7 Dragon: sa Hebreo, *Rahab.*

dahil mabibilis ang aming mga kabayo.' Oo nga, makakatakas kayo pero mas mabibilis ang mga hahabol sa inyo. [17] Sa banta ng isa, 1,000 sundalo ang makakatakas sa inyo. Sa banta ng lima, makakatakas kayong lahat. Matutulad kayo sa nakatayong bandila na nag-iisa sa tuktok ng bundok."

[18] Pero naghihintay ang PANGINOON na kayo'y lumapit sa kanya para kaawaan niya. Nakahanda siyang ipadama sa inyo ang kanyang pagmamalasakit. Sapagkat ang PANGINOON ay Dios na makatarungan, at mapalad ang nagtitiwala sa kanya.

[19] Kayong mga taga-Zion, na mga mamamayan ng Jerusalem, hindi na kayo muling iiyak! Kaaawaan kayo ng PANGINOON kung hihingi kayo ng tulong sa kanya. Kapag narinig niya ang inyong panalangin, sasagutin niya kayo. [20] Para kayong pinakain at pinainom ng PANGINOON ng kapighatian at paghihirap. Pero kahit na ginawa niya ito sa inyo, siya na guro ninyo ay hindi magtatago sa inyo. Makikita ninyo siya, [21] at maririnig ninyo ang kanyang tinig na magtuturo sa inyo ng tamang daan, saan man kayo naroroon. [22] Ituring na ninyong marumi ang inyong mga dios-diosang gawa sa pilak at ginto. Itapon n'yo na parang napakaruming basahan at sabihin, "Ayaw ko nang makita kayo!"

[23] Bibigyan kayo ng PANGINOON ng ulan sa panahon ng pagtatanim, at magiging sagana ang inyong ani. At ang inyong mga hayop ay manginginain sa malawak na pastulan. [24] Ang mga baka ninyo at asnong pang-araro ay kakain ng pinakamainam na pagkain ng hayop. [25] Sa mga araw na iyon na papatayin ang inyong mga kaaway at wawasakin ang kanilang mga muog, dadaloy ang tubig mula sa bawat matataas na bundok. [26] Liliwanag ang buwan na parang araw. Ang araw naman ay magliliwanag na pitong ibayo, na parang liwanag ng pitong araw na pinagsama-sama sa iisang araw. Mangyayari ito sa araw na gagamutin at pagagalingin ng PANGINOON ang sugat ng mga mamamayan niya.

[27] Makinig kayo! Dumarating ang PANGINOON mula sa malayo. Nag-aapoy siya sa galit at nasa gitna ng usok. Ang mga labi niyang nanginginig sa galit ay parang nagliliyab na apoy. [28] Ang kanyang hininga ay parang malakas na agos na umaabot hanggang leeg. Nililipol niya ang mga bansa na parang sinasalang trigo. Para silang mga hayop na nilagyan ng bokado at hinila. [29] Pero kayong mga mamamayan ng Dios ay aawit, katulad ng ginagawa ninyo sa gabi ng pista ng pagpaparangal sa PANGINOON. Magagalak kayo katulad ng taong nagmamartsa sa tunog ng plauta habang naglalakad patungo sa Bundok ng PANGINOON para sambahin siya, ang Bato na kanlungan ng Israel. [30] Ipaparinig ng PANGINOON ang nakakapangilabot niyang tinig. At ipapakita niya ang kanyang kamay na handa nang magparusa sa tindi ng kanyang galit. Sasabayan ito ng nagliliyab na apoy, biglang pagbuhos ng ulan, pagkulog at pagkidlat, at pag-ulan ng yelo na parang mga bato. [31] Tiyak na matatakot ang mga taga-Asiria kapag narinig nila ang tinig ng PANGINOON na magpaparusa sa kanila. [32] Lulusubin niya sila. At sa bawat hampas ng PANGINOON sa kanila, sasabay ito sa tunog ng tamburin at alpa. [33] Matagal nang nakahanda ang lugar na pagsusunugan sa hari ng Asiria. Maluwang ito at malalim, at handa na

ang napakaraming panggatong. Ang hininga ng PANGINOON na parang nagniningas na asupre ang magpapaningas ng mga panggatong.

Kawawa ang mga Nagtitiwala sa Egipto

31 Nakakaawa kayong humihingi ng tulong sa Egipto. Umaasa kayo sa mabibilis nilang kabayo, sa marami nilang karwahe, at malalakas na sundalong nangangabayo. Pero hindi kayo nagtitiwala sa PANGINOON, ang Banal na Dios ng Israel, at hindi kayo humihingi ng tulong sa kanya. [2] Sa karunungan ng Dios, magpapadala siya ng salot, at talagang gagawin niya ang kanyang sinabi. Paparusahan niya ang pamilya ng masasama at ang mga tumutulong sa kanila. [3] Ang mga taga-Egipto ay mga tao lang din at hindi Dios. Ang mga kabayo nila'y hindi naman mga espiritu, kundi tulad lang din ng ibang mga kabayo. Kapag nagparusa na ang PANGINOON, mawawasak ang Egipto pati ang mga bansa na tinulungan nito. Pare-pareho silang mawawasak. [4] Ito ang sinabi sa akin ng PANGINOON, "Walang makakapigil sa leon sa paglapa niya sa kanyang biktima kahit na magsisigaw pa ang mga nagbabantay ng mga hayop. Katulad ko rin, walang makakapigil sa akin para ingatan ang Bundok ng Zion. [5] Ako ang PANGINOONG Makapangyarihan, babantayan ko ang Jerusalem na parang ibon na nagbabantay sa kanyang pugad. Iingatan ko ito, ililigtas, at hindi pababayaan."

[6] Mga Israelita, magbalik-loob kayo sa PANGINOONG labis na ninyong sinuway. [7] Sapagkat darating ang araw na itatakwil ninyo ang inyong mga dios-diosang pilak at ginto na kayo mismo ang gumawa dahil sa inyong pagiging makasalanan.

[8] Mamamatay ang mga taga-Asiria, pero hindi sa pamamagitan ng espada ng tao. Tatakas sila mula sa digmaan, at magiging alipin ang kanilang mga kabataan. [9] Tatakas ang kanilang mga kawal[a] dahil sa takot, pati ang kanilang mga pinuno ay hindi na malaman ang gagawin kapag nakita nila ang bandila ng kanilang mga kaaway. Iyan ang sinabi ng PANGINOON, na ang kanyang apoy ay nagniningas sa Zion, ang lungsod ng Jerusalem.[b]

Ang Matuwid na Hari

32 May isang hari na maghahari nang matuwid, at ang kanyang mga opisyal ay mamamahala nang may katarungan. [2] Ang bawat isa sa kanila'y magiging kanlungan sa malakas na hangin at bagyo. Ang katulad nila'y ilog na dumadaloy sa disyerto, at lilim ng malaking bato sa mainit at tuyong lupain. [3] Maghahanap at makikinig ang mga tao sa Dios. [4] Ang taong pabigla-bigla ay mag-iisip nang mabuti para malaman niya ang kanyang gagawin. Ang taong hindi alam kung ano ang sasabihin ay makakapagsalita nang mabuti at malinaw. [5] Ang mga hangal ay hindi na dadakilain, at ang mga mandaraya ay hindi na igagalang. [6] Sapagkat kahangalan ang sinasabi ng hangal, at ang masama niyang isipan ay nagbabalak na gumawa ng mga kasamaan. Nilalapastangan niya ang Dios,

---

a 9 mga kawal: sa literal, bato.

b 9 ang kanyang apoy…Jerusalem: Maaaring ang sinasabing apoy dito ay ang apoy sa altar. Maaari ring ang apoy dito ay simbolo ng galit ng PANGINOON.

at pinagkakaitan ang mga nagugutom at nauuhaw. [7] Masama ang pamamaraan ng mandaraya. Ipinapahamak niya ang mga dukha sa pamamagitan ng kanyang kasinungalingan, kahit na sa panahon ng paghingi ng mga ito ng katarungan. [8] Pero ang taong marangal ay may hangarin na palaging gumawa ng mabuti, at ito'y kanyang tinutupad.

[9-10] Kayong mga babaeng patambay-tambay lang at walang pakialam, pakinggan ninyo ang sasabihin ko sa inyo! Bago matapos ang taon, mababagabag kayo dahil hindi na mamumunga ang mga ubas at wala na kayong mapipitas. [11] Matagal na kayong nakatambay at walang pakialam. Ngayon manginig na kayo sa takot. Hubarin ninyo ang inyong mga damit at magbigkis ng sako sa inyong baywang. [12] Dagukan ninyo ang inyong dibdib sa kalungkutan dahil sa mangyayari sa inyong masaganang bukirin at mabungang ubasan. [13] Ang lupain ng aking mga mamamayan ay tutubuan ng mga damo at matitinik na halaman, at mawawala ang masasayang tahanan at lungsod. [14] Ang mataong lungsod at ang matibay na bahagi nito ay hindi na titirhan. Ang burol at ang bantayang tore nito ay magiging parang ilang magpakailanman. Ito'y magiging tirahan ng mga maiilap na asno at pastulan ng mga tupa. [15] Mangyayari ito hanggang sa ipadala sa atin ang Espiritu mula sa langit. Kung magkagayon, ang ilang ay magiging matabang lupain at ang matabang lupain ay magiging kagubatan. [16] Lalaganap ang katarungan at katuwiran sa ilang at matabang lupain. [17] At ang bunga ng katuwiran ay ang mabuting kalagayan, kapayapaan, at kapanatagan magpakailanman. [18] Kayong mga mamamayan ng Dios ay titira sa mapayapang tahanan at ligtas sa kapahamakan. At wala nang gagambala sa inyo. [19] Kahit masisira ang kagubatan at ang mga lungsod dahil umuulan ng yelo na parang bato, [20] pagpapalain kayo ng Dios. Magiging masagana ang tubig para sa mga pananim, at ang inyong mga hayop ay malayang manginginain kahit saan.

Tutulungan ng Dios ang Kanyang mga Mamamayan

33 Nakakaawa kayong mga nangwawasak na hindi pa nakaranas ng pagkawasak. Nakakaawa kayo, kayong mga taksil, na hindi pa napagtataksilan. Kapag natapos na ang inyong pangwawasak at pagtataksil, kayo naman ang wawasakin at pagtataksilan.

[2] Panginoon, kaawaan n'yo po kami. Nagtitiwala kami sa inyo. Palakasin n'yo kami araw-araw, at iligtas sa panahon ng kaguluhan. [3] Tumatakas ang mga tao sa dagundong ng inyong tinig. Kapag kayo'y tumayo *para magparusa*, nagsisipangalat ang mga bansa. [4] Sasamsamin ang kanilang mga ari-arian, at matutulad sila sa halamang sinalakay ng balang.

[5] Ang Panginoon ay dakila sa lahat! Siya'y naninirahan sa langit. Paiiralin niya ang katarungan at katuwiran sa Jerusalem. [6] Siya ang magpapatatag sa inyo. Iingatan niya kayo at bibigyan ng karunungan at kaalaman. At ang mahalagang kayamanan ninyo ay ang pagkatakot sa Panginoon.

[7] Makinig kayo! Ang matatapang n'yong mamamayan ay humihingi ng saklolo sa mga lansangan. Ang inyong mga sugo para sa kapayapaan ay umiiyak sa pagsisikap na mapanatili ang kapayapaan. [8] Wala nang dumadaan o lumalakad sa mga lansangan. Nilalabag na ang kasunduan at hindi na pinahahalagahan ang mga saksi nito.[a] Wala nang taong iginagalang. [9] Kawawa ang lupain *ng Israel*. Nalalanta ang mga puno ng Lebanon, at napapahiya. Naging ilang *ang kapatagan ng* Sharon. Nalalaglag ang mga dahon ng mga puno sa Bashan at sa Carmel. [10] Sinabi ng Panginoon, "Kikilos na ako ngayon, at dadakilain ako ng mga tao. [11] Kayong mga taga-Asiria, walang kabuluhan ang inyong mga plano at mga ginagawa. Ang nag-aapoy ninyong galit[b] ang tutupok sa inyo. [12] Masusunog kayo hanggang sa maging tulad kayo ng apog. Matutulad kayo sa matitinik na mga halaman na pinutol at sinunog. [13] Kayong mga bansa, malapit man o malayo, pakinggan ninyo ang mga ginawa ko at kilalanin ninyo ang kapangyarihan ko."

[14] Nanginginig sa takot ang mga makasalanan sa Zion. Sabi nila, "Ang Dios ay parang nagliliyab na apoy na hindi namamatay. Sino sa atin ang makakatagal sa presensya ng Dios?" [15] Ang makakatagal ay ang mga taong namumuhay nang matuwid at hindi nagsisinungaling, hindi gahaman sa salapi o tumatanggap man ng suhol. Hindi sila nakikiisa sa mga mamamatay-tao at hindi gumagawa ng iba pang masamang gawain. [16] Ganyang klaseng mga tao ang *maliligtas sa kapahamakan, parang* nakatira sa mataas na lugar, na ang kanilang kanlungan ay ang malalaking bato. Hindi sila mawawalan ng pagkain at inumin.

[17] *Mga Israelita*, makikita ninyo[c] ang isang makapangyarihang hari na namamahala sa napakalawak na kaharian. [18] Maaalala ninyo ang nakakatakot na araw nang dumating sa inyo ang mga pinuno ng Asiria at binilang ang inyong mga tore at kung ilang ari-arian ang makukuha nila sa inyo. [19] Pero hindi na ninyo makikita ang mga mayayabang na iyon, na ang salita nila ay hindi ninyo maintindihan. [20] Tingnan ninyo ang Zion, Jerusalem, ang lungsod na pinagdarausan natin ng ating mga pista. Makikita na magiging mapayapang lugar at magandang tirahan ito. Ito'y magiging parang toldang matibay, na ang mga tulos ay hindi mabunot at ang mga tali ay hindi malagot. [21] Ipapakita rito sa atin ng Panginoon na siya'y makapangyarihan. Ang Jerusalem ay parang isang lugar na may malawak na ilog at batis, na hindi matatawid ng mga sasakyan ng mga kaaway. [22] Gagawin ito ng Panginoon dahil siya ang ating hukom, mambabatas,[d] at hari. Siya ang magliligtas sa atin.

[23] Ang Jerusalem ngayon ay parang sasakyang pandagat na maluwag ang mga tali at palo, at hindi mailadlad ang layag. Pero darating ang araw na maraming ari-arian ang sasamsamin ng Jerusalem sa kanyang mga kaaway. Kahit ang mga pilay ay bibigyan ng bahagi. [24] Wala ng mamamayan sa Jerusalem na magsasabi, "May sakit ako." Patatawarin sila ng Dios sa kanilang mga kasalanan.

---

a 8 ang mga saksi nito: Ito ang nasa Dead Sea Scrolls. Sa tekstong Masoretic, *ang mga bayan.*

b 11 galit: sa literal, *hininga* o, *espiritu.*

c 17 ninyo: sa Hebreo, *mo.*

d 22 mambabatas: o, *tagapamahala.*

Parurusahan ng Dios ang Kanyang mga Kaaway

34 Kayong mga bansa, lumapit kayo at makinig nang mabuti. Makinig ang buong mundo at ang lahat ng nasa kanya. ² Sapagkat galit ang PANGINOON sa lahat ng bansa; galit siya sa kanilang mga kawal. Ganap niyang lilipulin ang mga ito. Papatayin niya silang lahat. ³ Hindi ililibing ang kanilang mga bangkay kaya aalingasaw ito, at ang mga bundok ay mamumula dahil sa kanilang dugo. ⁴ Matutunaw ang lahat ng bagay sa langit, at ang langit *ay mawawala na* parang kasulatan na nairolyo. Mahuhulog ang mga bituin na parang mga dahon ng ubas o ng igos na nalalanta at nalalagas. ⁵ Pagkatapos gamitin ng PANGINOON ang kanyang espada sa langit, tatama naman ito sa Edom para parusahan at lipulin. ⁶ Ang espada ng PANGINOON ay mapupuno ng dugo at taba, na parang ginamit sa pagkatay ng mga kambing at tupang ihahandog, sapagkat papatayin ng PANGINOON ang mga taga-Bozra bilang handog. Marami ang kanyang papatayin sa iba pang mga lungsod ng Edom. ⁷ Papatayin din na parang mga toro ang kanilang mga makapangyarihang mamamayan. Ang kanilang lupain ay mapupuno ng dugo at taba. ⁸ Sapagkat ang PANGINOON ay may itinakdang araw upang maghiganti sa kanyang mga kaaway para tulungan ang Zion. ⁹ Ang mga sapa at ang lupa sa Edom ay masisira.ᵃ Ang buong bansa ay masusunog at hindi na mapapakinabangan. ¹⁰ At hindi ito mapapatay araw at gabi. Ang usok nito'y papailanlang magpakailanman. Wala nang titira o dadaan man lang sa Edom kahit kailan. ¹¹ Magiging tirahan ito ng mga kuwago at mga uwak. Nasa plano na ng PANGINOON na ipadaradala sa lupaing ito ang kaguluhan at kapahamakan. ¹² At tatawagin itong, "Walang Kwentang Kaharian." Mawawala ang lahat ng pinuno nito. ¹³ Tutubo ang matitinik na mga halaman sa mga napapaderang lungsod at matitibay na bahagi nito. Maninirahan doon ang mga kuwago at mga asonggubat. ¹⁴ Magsasama-sama roon ang mga asonggubat kasama ng iba pang hayop sa gubat. Tatawagin ng mga maiilap na kambing ang mga kasamahan nila roon. At ang mga malignong lumalabas kapag gabi ay pupunta roon para magpahinga. ¹⁵ Ang mga kuwago ay magpupugad doon, mangingitlog, mimimisa, at iingatan nila ang kanilang mga inakay sa ilalim ng kanilang mga pakpak. Ang mga uwak ay pares-pares na magtitipon roon.

¹⁶ Tingnan ninyo ang aklat ng PANGINOON at basahin. *Wala ni isa man sa mga sinabi ko ang hindi matutupad.* Walang mawawala ni isa man sa mga hayop na iyon, at wala ni isa man sa mga ito ang walang kapares, sapagkat iyan ang ipinasya ng PANGINOON, at siya mismoᵇ ang magtitipon sa kanila. ¹⁷ Siya ang magbibigay sa mga hayop ng lupa na kanilang titirhan. Mapapasakanila ito magpakailanman, at doon sila titira magpakailanman.

Ang Kaligayahan ng mga Iniligtas

35 Ang disyerto ay matutuwa na parang tao. Mamumulaklak ang mga halaman dito.

² Aawit at sisigaw ito sa tuwa, at mamumukadkad ang maraming bulaklak nito. Magiging maganda ito katulad ng Bundok ng Lebanon, at mamumunga ito nang sagana katulad ng *kapatagan ng* Carmel at Sharon. At mahahayag dito ang kapangyarihan at kadakilaan ng PANGINOON na ating Dios.

³ Kaya palakasin ninyo ang mga nanghihina. ⁴ Sabihin ninyo sa mga natatakot, "Huwag kayong matakot. Lakasan ninyo ang inyong loob. Darating ang inyong Dios para maghiganti sa inyong mga kaaway, at ililigtas niya kayo." ⁵ At kapag nangyari na ito, makakakita na ang mga bulag at makakarinig na ang mga bingi. ⁶ Lulundag na parang usa ang mga pilay at sisigaw sa tuwa ang mga pipi. Aagos ang tubig sa disyerto at dadaloy ang tubig sa mga sapa sa ilang. ⁷ Ang mainit na buhanginan ay magiging tubigan. At sa tigang na lupain ay bubukal ang tubig. Tutubo ang sari-saring damo sa lugar na tinitirhan noon ng mga asong-gubat.ᶜ ⁸ Magkakaroon ng maluwang na lansangan sa ilang at iyon ay tatawaging, "Banal na Lansangan." Walang makasalanan o hangal na makararaan doon, kundi ang mga sumusunod lamang sa pamamaraan ng PANGINOON. ⁹ Walang leon o anumang mababangis na hayop na makakaraan doon kundi ang mga tinubosᵈ lamang ng PANGINOON. ¹⁰ Babalik sila sa Zion na umaawit. Mawawala na ang kanilang kalungkutan at pagdadalamhati, at mapapalitan na ng walang hanggang kaligayahan.

Sinalakay ng mga Taga-Asiria ang Jerusalem (2 Hari 18:13-27; 2 Cro. 32:1-19)

36 Nang ika-14 na taon ng paghahari ni Hezekia, nilusob ni Haring Senakerib ng Asiria ang lahat ng napapaderang lungsod ng Juda at sinakop ito. ² Noong nasa Lakish si Senakerib, inutusan niya ang kumander ng kanyang mga sundalo pati ang buong hukbo niya na pumunta sa Jerusalem at makipagkita kay Haring Hezekia. *Nang nasa labas na ng Jerusalem ang kumander,* tumigil muna siya *at ang kanyang hukbo* sa may daluyan ng tubig na nasa itaas ng lugar na pinag-iimbakan ng tubig. Malapit ito sa daan papunta sa pinaglalabahan. ³ Nakipagkita sa kanya roon si Eliakim na anak ni Hilkia, na namamahala ng palasyo, si Shebna na anak ni Joa na anak ni Asaf, na namamahala ng mga kasulatan sa kaharian. ⁴ Sinabi sa kanila ng kumander ng mga sundalo, "Sabihin n'yo kay Hezekia na ito ang sinasabi ng makapangyarihang hari ng Asiria:

"Ano ba ang ipinagmamalaki mo? ⁵ Sinasabi mong maabilidad at malakas ang mga sundalo mo, pero walang kabuluhan ang mga sinasabi mo. Sino ba ang ipinagmamalaki mo at nagrerebelde ka sa akin? ⁶ Ang Egipto ba? Ang bansang ito at ang hari nito ay parang nabaling tungkod na nakakasugat sa kamay kapag ginamit mo. ⁷ Maaari niyong sabihin na nagtitiwala kayo sa PANGINOON na inyong Dios, pero hindi ba't ikaw din Hezekia ang nagpagiba ng mga sambahan niya sa matataas na lugarᵉ pati ang mga altar nito. At sinabi mo pa sa mga nakatira sa

---

ᵃ 9 *Ang…masisira*: sa literal, *Ang sapa ay magiging alkitran at ang lupa ay magiging asupre.*
ᵇ 16 *siya mismo*: o, *ang kanyang Espiritu.*

ᶜ 7 *asong-gubat*: sa Ingles, "jackal."
ᵈ 9 *tinubos*: o, *iniligtas.*
ᵉ 7 *sambahan niya sa matataas na lugar*: Tingnan sa Talaan ng mga Salita sa likod.

Jerusalem at mga lungsod ng Juda na sumamba sila sa *nag-iisang* altar doon sa Jerusalem?"

[8] *Sinabi pa ng kumander,* "Ngayon, inaalok ka ng aking amo, ang hari ng Asiria. Bibigyan ka namin ng 2,000 kabayo kung may 2,000 ka ring mangangabayo. [9] Hindi ka talaga mananalo kahit sa pinakamababang opisyal ng aking amo. Bakit Umaasa ka lang naman sa Egipto na bibigyan ka nito ng mga karwahe at mangangabayo. [10] At isa pa, iniisip mo bang labag sa Panginoon ang pagpunta ko rito? Ang Panginoon mismo ang nag-utos sa akin na lusubin at lipulin ang bansang ito."

[11] Sinabi nina Eliakim, Shebna at Joa sa kumander ng mga sundalo, "Pakiusap, kausapin mo kami sa wikang Aramico, dahil ang wikang ito ay naiintindihan din namin. Huwag mong gamitin ang wikang Hebreo dahil maririnig ka ng mga taong nasa mga pader ng lungsod."

[12] Pero sumagot ang kumander, "Inutusan ako ng aking amo na ipaalam ang mga bagay na ito hindi lang sa inyo at sa inyong hari kundi sa lahat ng naninirahan sa Jerusalem. Magugutom at mauuhaw kayong lahat kapag nilusob namin kayo. Kaya kakainin ninyo ang inyong mga dumi at iinumin ninyo ang inyong mga ihi."

[13] Pagkatapos, tumayo ang kumander at sumigaw sa wikang Hebreo, "Pakinggan ninyo ang mga mensahe ng makapangyarihang hari ng Asiria! [14] Huwag kayong magpaloko kay Hezekia. Hindi niya kayo maililigtas mula sa mga kamay ko! [15] Huwag kayong maniwala sa kanya na manalig sa Panginoon kapag sinabi niya, 'Tiyak na ililigtas tayo ng Panginoon; hindi ipapaubaya ang lungsod na ito sa kamay ng hari ng Asiria.' [16] "Huwag kayong makinig kay Hezekia! Ito ang ipinapasabi ng hari ng Asiria: Huwag na kayong lumaban sa akin; sumuko na lang kayo! Papayagan ko kayong kainin ang bunga ng inyong mga tanim at inumin ang tubig sa sarili ninyong mga balon, [17] hanggang sa dumating ako at dadalhin ko kayo sa lupaing katulad din ng inyong lupain na may mga ubasan na magbibigay sa inyo ng katas ng ubas at may mga trigo na magagawa ninyong tinapay. [18] Huwag ninyong pakinggan si Hezekia, inililigaw lang niya kayo kapag sinasabi niyang, 'Ililigtas tayo ng Panginoon!' May mga dios ba sa ibang bansa na nailigtas ang kanilang bayan mula sa kamay ng hari ng Asiria? [19] May nagawa ba ang mga dios ng Hamat, Arpad, at Sefarvaim? Nailigtas ba nila ang Samaria mula sa mga kamay ko? [20] Alin sa mga dios ng mga bansang ito ang nakapagligtas ng kanilang bansa laban sa akin? Kaya papaano maililigtas ng Panginoon ang Jerusalem sa aking mga kamay?"

[21] Hindi sumagot ang mga tao dahil inutusan sila ni Haring Hezekia na huwag sumagot. [22] Pagkatapos, pinunit nina Eliakim, Shebna, at Joa ang damit nila *sa sobrang kalungkutan.* Bumalik sila kay Hezekia at ipinaalam ang lahat ng sinabi ng kumander ng mga sundalo.

Sumangguni si Haring Hezekia kay Isaias (2 Hari 19:1-7)

37 Nang marinig ni Haring Hezekia ang balita, pinunit niya ang kanyang damit, nagdamit

siya ng sako para ipakita ang kalungkutan niya, at pumunta siya sa templo ng Panginoon para manalangin. [2] Pinapunta niya kay Propeta Isaias na anak ni Amoz sina Eliakim na tagapamahala ng palasyo, Shebna na kalihim at ang mga punong pari na nakadamit ng sako.

[3] Pagdating nila kay Isaias, sinabi nila sa kanya, "Ito ang sinabi ni haring Hezekia: Ito ang panahon ng paghihirap, pagtutuwid at kahihiyan. Katulad tayo ng isang babae na malapit nang manganak na wala ng lakas para iluwal ang kanyang sanggol. [4] Ipinadala ng hari ng Asiria ang kumander ng kanyang mga sundalo para kutyain ang Dios na buhay. Baka sakaling narinig ng Panginoon na iyong Dios ang sinabi ng kumander at parusahan ito sa sinabi niya. Kaya ipanalangin mo ang mga natira sa atin."

[5] Nang dumating ang mga opisyal, na ipinadala ni Haring Hezekia kay Isaias, [6] sinabi ni Isaias sa kanila, "Sabihin ninyo sa inyong amo na ito ang sinasabi ng Panginoon: 'Huwag kang matakot sa narinig mong paglapastangan sa akin ng mga tauhan ng hari ng Asiria. [7] Pakinggan mo! Pupuspusin ko ng espiritu ang hari ng Asiria. Makakarinig siya ng balita na magpapabalik sa kanya sa sarili niyang bansa. At doon ko siya ipapapatay sa pamamagitan ng espada.'"

Muling Pinagbantaan ng Asiria ang Juda (2 Hari 19:8-19)

[8] Nang marinig ng kumander na umalis na sa Lakish ang hari ng Asiria at kasalukuyang nakikipaglaban sa Libna, pumunta siya roon. [9] Nang makatanggap ng balita si Haring Senakerib ng Asiria na lulusubin sila ni Haring Tirhaka ng Etiopia, nagsugo siya ng mga mensahero kay Hezekia para sabihin ito: [10] "Huwag kang magpaloko sa inaasahan mong Dios kapag sinabi niya, 'Hindi ipapaubaya ang Jerusalem sa kamay ng hari ng Asiria. [11] Makinig ka! Narinig mo kung ano ang ginawa ng mga hari ng Asiria sa halos lahat ng bansa. Nilipol sila nang lubusan. Sa palagay mo ba makakaligtas ka? [12] Nailigtas ba ang mga bansang ito ng dios nila? Ang mga lungsod ng Gozan, Haran, Reshef at ang mga mamamayan ng Eden na nasa Tel Asar ay nilipol ng mga ninuno ko. [13] May nagawa ba ang hari ng Hamat, Arpad, Sefarvaim, Hena at Iva?'"

Ang Panalangin ni Hezekia

[14] Nang makuha ni Hezekia ang sulat mula sa mensahero, binasa niya ito. Pumunta siya sa templo ng Panginoon at inilapag ang sulat sa presensya ng Panginoon. [15] Pagkatapos, nanalangin siya, [16] "Panginoon, Dios ng Israel na nakaupo sa trono sa pagitan ng mga kerubin, kayo lang po ang Dios na namamahala sa lahat ng kaharian dito sa mundo. Nilikha ninyo ang kalangitan at ang mundo. [17] Panginoon, pakinggan n'yo po ako, at tingnan n'yo ang mga nangyari. O buhay na Dios, pakinggan n'yo ang mga sinabi ni Senakerib na lumapastangan sa inyo. [18] Panginoon, totoo po na nilipol ng mga hari ng Asiria ang maraming mamamayan at mga lupain nila. [19] Winasak nila ang mga dios-diosan ng mga ito sa pamamagitan ng pagtapon ng mga ito sa apoy. Dahil hindi po ito mga totoong dios, kundi mga bato at kahoy lang na ginawa ng tao. [20] Kaya,

Panginoon naming Dios, iligtas po ninyo kami sa kamay ng Asiria, para malaman ng lahat ng kaharian dito sa mundo na kayo lang, Panginoon, ang Dios."

²¹ Pagkatapos, nagpadala si Isaias na anak ni Amoz ng ganitong mensahe kay Hezekia: Ito ang sinabi ng Panginoon, ang Dios ng Israel: Dahil nanalangin ka tungkol kay Haring Senakerib ng Asiria, ²² ito ang sinabi ko laban sa kanya: "Pinagtatawanan at iniinsulto ka ng mga naninirahan sa Zion, ang lungsod ng Jerusalem. Umiiling-iling sila sa paghamak sa iyo habang nakatalikod ka. ²³ Sino ba ang hinahamak at nilalapastangan mo? Sino ang pinagtataasan mo ng boses at pinagyayabangan mo? Hindi ba't ako, ang Banal na Dios ng Israel? ²⁴ Kinutya mo ako sa pamamagitan ng iyong mga sugo. Sinabi mo pa, 'Sa pamamagitan ng aking maraming karwahe naakyat ko ang matataas na mga bundok pati ang tuktok ng bundok ng Lebanon. Pinutol ko ang pinakamataas na mga puno ng sedro at natatanging sipres*ᵃ* nito. Nakarating ako sa tuktok na may makapal na kagubatan. ²⁵ Naghukay ako ng balon sa ibang mga lugar*ᵇ* at uminom ng tubig mula rito. Sa pagdaan ko, natuyo ang mga sapa sa Egipto.'

²⁶ "Totoo ngang winasak mo ang mga napapaderang lungsod. Pero hindi mo ba alam na matagal ko nang itinakda iyon? Mula pa noon, naplano ko na ito at ngayon ginagawa ko na ito. ²⁷ Ang mga mamamayan ng mga lungsod na iyong nilipol ay nawalan ng lakas. Natakot sila at napahiya. Para silang mga damo sa parang na madaling malanta, o mga damong tumutubo sa bubungan ng bahay na pagkatapos tumubo ay nalanta rin agad. ²⁸ "Pero alam ko *ang lahat tungkol sa iyo,*

kung saan ka nananatili, kung saan ka galing, kung saan ka pupunta, at kung gaano katindi ang galit mo sa akin. ²⁹ Dahil narinig ko ang galit mo at ang pagmamayabang sa akin, lalagyan ko ng kawit ang ilong mo, at bubusalan ko ang bibig mo, at hihilahin ka pabalik sa iyong pinagmulan, sa daan na iyong tinahak."

³⁰ Sinabi pa ni Isaias kay Hezekia, "Ito ang tanda na iingatan ng Panginoon ang Jerusalem sa mga taga-Asiria: Sa taon na ito, ang mga bunga ng mga tanim na kusang tumutubo lang ang kakainin ninyo. At sa susunod na taon, ang mga bunga naman ng mga tanim na tumubo mula sa mga dating tanim lang ang kakainin ninyo. Pero sa ikatlong taon, makapagtanim na kayo ng trigo at makaaani. Makakapagtanim na rin kayo ng mga ubas at makakakain ng mga bunga nito. ³¹ At ang mga natirang buhay sa Juda ay muling uunlad, katulad ng tanim na nagkakaugat ng malalim at namumunga. ³² Sapagkat may mga matitirang buhay na mangangalat mula sa Jerusalem, sa Bundok ng Zion. Titiyakin ng Panginoong Makapangyarihan na ito'y magaganap.

³³ "Ito ang sinasabi ng Panginoon tungkol sa hari ng Asiria: Hindi siya makakapasok sa lungsod ng Jerusalem, ni hindi nga siya makakapana

kahit isang palaso rito. Hindi siya makakalapit na may pananggalang o kaya'y mapapaligiran ang lungsod para lusubin ito. ³⁴ Babalik siya sa pinanggalingan niya, sa daan na kanyang tinahak. Ako, ang Panginoon ay nagsasabing, hindi siya makakapasok sa lungsod na ito. ³⁵ Iingatan at ililigtas ko ang lungsod na ito para sa karangalan ko at dahil sa pangako ko kay David na aking lingkod."

³⁶ Pumunta ang anghel ng Panginoon sa kampo ng Asiria at pinatay niya ang 185,000 kawal. Kinaumagahan, paggising ng mga natitirang buhay, nakita nila ang napakaraming bangkay. ³⁷ Dahil dito, umuwi si Senakerib sa Nineve at doon na tumira.

³⁸ Isang araw, habang sumasamba si Senakerib sa templo ng dios niyang si Nisroc, pinatay siya ng kanyang dalawang anak na lalaki at sina Adramelec at Sharezer sa pamamagitan ng espada at tumakas ang mga ito papunta sa Ararat. At ang anak niyang si Esarhadon ang pumalit sa kanya bilang hari.

Nagkasakit si Hezekia
(2 Hari 20:1-11; 2 Cro. 32:24-26)

38 Nang panahong iyon, nagkasakit si Hezekia na halos ikamatay niya. Pumunta sa kanya si Propeta Isaias na anak ni Amoz at sinabi, "Sinabi ng Panginoon na magbilin ka na sa sambahayan mo dahil hindi ka na gagaling, mamamatay ka na."

² Nang marinig ito ni Hezekia, humarap siya sa dingding at nanalangin sa Panginoon. ³ Sinabi niya, "Panginoon, alalahanin po ninyo kung papaano ako namuhay nang tapat at buong pusong naglingkod sa inyo at kung papaano ako gumawa ng mabuti sa paningin ninyo." At umiyak siya ng husto.

⁴ Sinabi ng Panginoon kay Isaias ⁵ na bumalik siya kay Hezekia at sabihin ito: "Sinabi ng Panginoon, ang Dios ng iyong ninunong si David: Narinig ko ang iyong dalangin at nakita ko ang mga luha mo. Dadagdagan ko pa ng 15 taon ang buhay mo. ⁶ Ililigtas kita pati ang lungsod na ito sa hari ng Asiria. Ipagtatanggol ko ang lungsod na ito. ⁷ Ito ang tanda na aking ibibigay para patunayang gagawin ko ang ipinangako kong ito: ⁸ Pababalikin ko ng sampung guhit ang anino ng araw sa orasang ipinagawa ni Ahaz." At nangyari nga ito.

⁹ Ito ang isinulat ni Haring Hezekia ng Juda nang gumaling siya sa kanyang sakit: ¹⁰ Akala ko'y mamamatay na ako sa panahon ng aking kabataan, at mananatili sa lugar ng mga patay. ¹¹ Akala ko'y hindi ko na makikita ang Panginoon dito sa mundo ng mga buhay o hindi ko na makikita ang mga tao rito sa mundo. ¹² Muntik nang nawala ang buhay ko na parang tolda ng mga pastol ng mga tupa na iniligpit. Ang akala ko'y mapuputol na ang buhay ko na parang telang puputulin na sa habihan. Mula sa umaga hanggang gabi ay inaakala kong wawakasan mo na ang buhay ko. ¹³ Buong pagpapakumbaba akong naghintay hanggang umaga ang pag-aakalang mamamatay na ako. Parang nilalansag ng leon ang aking mga buto kaya akala ko'y wawakasan mo na ang buhay ko. ¹⁴ Humingi ako ng tulong hanggang sa ang tinig ko'y para nang huni ng langay-langayan o ng tagak. Dumaing ako na parang tinig na ng kalapati. Ang mga mata ko'y pagod na rin ng katititig sa itaas. Panginoon, tulungan n'yo po ako sa kahirapang ito.

a 24 sipres: o, pine tree.

b 25 sa ibang mga lugar: Ito ang nasa Dead Sea Scrolls, pero wala sa tekstong Masoretic.

¹⁵ Pero ano pa ang masasabi ko? Sapagkat sinagot niya ako at pinagaling. Mamumuhay ako nang may kapakumbabaan dahil sa mapait kong karanasan.

¹⁶ PANGINOON, sa ginawa n'yo pong ito, mapapalakas n'yo ang loob ng tao, at ako mismo napalakas ninyo. Pinagaling n'yo ako at pinayagan pang mabuhay. ¹⁷ Totoong ang mga kahirapang aking tiniis ay para rin sa aking kabutihan. Dahil sa pag-ibig n'yo, iniligtas n'yo ako sa kapahamakan at pinatawad n'yo ang aking mga kasalanan. ¹⁸ Sapagkat papaano pa akong makakapapuri sa inyo kung patay na ako? Ang mga patay ay hindi makakapagpuri sa inyo o makakaasa man sa inyong katapatan. ¹⁹ Ang mga buhay lamang ang makakapagpuri sa inyo katulad ng ginagawa ko ngayon. Ang bawat henerasyon ay magpapahayag sa susunod na henerasyon tungkol sa inyong katapatan. ²⁰ PANGINOON, iniligtas n'yo po ako, kaya sa saliw ng tugtog, aawit kami sa inyong templo habang kami ay nabubuhay.

²¹ *Noong hindi pa gumagaling si Hezekia,* sinabi sa kanya ni Isaias na patapalan niya sa kanyang mga katulong na dinikdik na bunga ng igos ang bukol niya para gumaling. ²² Nagtanong si Hezekia, "Ano ang palatandaan na magpapatunay na ako nga'y *gagaling at* makakapunta sa templo ng PANGINOON?"

Ang Sugo mula sa Babilonia

39 Nang panahong iyon, nabalitaan ng hari ng Babilonia na si Merodac Baladan na anak ni Baladan, na gumaling si Hezekia sa sakit nito. Kaya nagpadala siya ng sulat at mga regalo sa pamamagitan ng kanyang mga sugo. ² Malugod na tinanggap ni Hezekia ang mga sugo, at ipinakita niya sa mga ito ang lahat ng mga bagay sa taguan ng kayamanan niya—ang mga pilak, ginto, sangkap, magagandang uri ng langis, mga armas at ang iba pa niyang kayamanan. Wala ni isang bagay sa palasyo o kaharian ang hindi niya ipinakita sa kanila.

³ Samantala, pumunta si Propeta Isaias kay Haring Hezekia at nagtanong, "Saan ba nanggaling ang mga taong iyan at ano ang kailangan nila?" Sumagot si Hezekia, "Pumunta sila rito na galing pa sa Babilonia." ⁴ Nagtanong pa ang propeta, "Ano ang nakita nila sa palasyo mo?" Sumagot si Hezekia, "Nakita nila ang lahat ng bagay sa palasyo ko. Wala kahit isa sa mga kayamanan ko ang hindi ko ipinakita sa kanila." ⁵ Pagkatapos, sinabi ni Isaias kay Hezekia, "Pakinggan mo ang mensahe ng PANGINOON: ⁶ Darating ang panahon na dadalhin sa Babilonia ang lahat ng kayamanan sa palasyo mo, pati ang lahat ng naipon ng mga ninuno mo na nariyan pa hanggang ngayon. Walang matitira, sabi ng PANGINOON. ⁷ At ang iba sa mga susunod na lahi mo ay bibihagin at magiging alipin sa palasyo ng hari ng Babilonia." ⁸ Ang akala ni Hezekia ay *hindi iyon mangyayari sa panahon niya, kundi* magiging mapayapa at walang panganib ang kanyang buhay. Kaya sinabi niya kay Isaias, "Maganda ang mensahe ng PANGINOON na sinabi mo sa akin."

Pinalakas ang Loob ng mga Mamamayan ng Dios

40 Sinabi ng Dios, "Palakasin at pagaanin ninyo ang loob ng aking mga mamamayan. ² Magsalita kayo nang mahinahon sa mga taga-Jerusalem. Sabihin ninyo sa kanila na tapos na ang paghihirap nila, at pinatawad na ang kanilang mga kasalanan. Sapagkat pinarusahan ko sila nang husto sa lahat ng kasalanan nila." ³ May tagapagbalitang sumisigaw na nangangaral sa mga tao, "Ihanda ninyo ang daan sa ilang para sa PANGINOON. Gawin ninyong matuwid ang daan na dadaanan ng ating Dios. ⁴ Tambakan ninyo ang mga mababang lugar, patagin ang mga bundok at burol, at pantayin ang mga baku-bakong daan. ⁵ Mahahayag ang makapangyarihang presensya ng PANGINOON, at makikita ito ng lahat. *Mangyayari nga ito dahil sinabi mismo ng PANGINOON.*"

⁶ May nagsabi sa akin, "Mangaral ka!" Ang tanong ko naman, "Anong ipapangaral ko?" Sinabi niya, "Ipangaral mo na ang lahat ng tao ay parang damo, ang kanilang katanyagan ay parang bulaklak nito. ⁷ Ang damo ay nalalanta at ang bulaklak nito ay nalalaglag kapag hinipan ng hanging mula sa PANGINOON. ⁸ Ang damo ay nalalanta at ang bulaklak nito ay nalalaglag, pero ang salita ng ating Dios ay mananatili magpakailanman."

⁹ Kayong mga nagdadala ng magandang balita sa Zion, ang *lungsod ng* Jerusalem, umakyat kayo sa mataas na bundok, at isigaw ninyo ang magandang balita. Huwag kayong matakot, sabihin ninyo sa mga bayan ng Juda na nandiyan na ang kanilang Dios. ¹⁰ Dumarating ang Panginoong DIOS na makapangyarihan at maghahari siya na may kapangyarihan. Dumarating siyang dala ang gantimpala *para sa kanyang mga mamamayan.* ¹¹ Aalagaan niya ang kanyang mga mamamayan gaya ng pastol na nag-aalaga ng kanyang mga tupa. Kinakarga niya ang maliliit na tupa at maingat niyang pinapatnubayan ang mga inahing tupa.

¹² Sino ang makakatakal ng tubig sa dagat sa pamamagitan ng kanyang mga palad, o makakasukat ng langit sa pamamagitan ng pagdangkal nito? Sinong makakapaglagay ng lahat ng lupa sa isang lalagyan, o makakapagtimbang ng mga bundok at mga burol? ¹³ Sino ang makapagsasabi ng nasa isip ng PANGINOON, o makapagtuturo sa kanya kung ano ang dapat niyang gawin? ¹⁴ Kanino siya sumasangguni para maliwanagan, at sino ang nagturo sa kanya ng tamang pagpapasya? Sino ang nagturo sa kanya ng kaalaman, o nagpaliwanag sa kanya para kanyang maunawaan? *Wala!* ¹⁵ Para sa PANGINOON, ang mga bansa ay para lamang isang patak ng tubig sa timba o alikabok sa timbangan. Sa Dios, ang mga pulo ay parang kasinggaan lamang ng alikabok. ¹⁶ Ang mga hayop sa Lebanon ay hindi sapat na ihandog sa kanya at ang mga kahoy doon ay kulang pang panggatong sa mga handog. ¹⁷ Ang lahat ng bansa ay balewala kung ihahambing sa kanya. At para sa kanya walang halaga ang mga bansa. ¹⁸ Kaya kanino ninyo maihahambing ang Dios? O saan ninyo siya maitutulad? ¹⁹ Maitutulad n'yo ba siya sa mga dios-diosang inukit ng tao at binalutan ng ginto ng platero at pagkatapos ay nilagyan ng mga palamuting pilak na kwintas? ²⁰ O sa matitigas na rebultong kahoy na hindi basta nabubulok, na ipinagawa ng taong dukha bilang handog? Ipinagawa niya ito sa magaling umukit para hindi bumuwal.

²¹ Hindi n'yo ba alam o hindi ba ninyo napakinggan? Wala bang nagbalita sa inyo kung

paano nilikha ang mundo? ²²Nilikha ito ng Dios na nakaupo sa kanyang trono sa itaas ng mundo. Sa paningin niya, ang mga tao sa ibaba ay parang mga tipaklong lamang. Iniladlad niya ang langit na parang kurtina, o parang isang tolda para matirhan. ²³Inaalis niya sa kapangyarihan ang mga pinuno ng mundo at ginagawang walang kwenta. ²⁴Para silang mga tanim na bagong tubo na halos hindi pa nagkauugat. Hinipan sila ng PANGINOON at biglang nalanta at tinangay ng buhawi na parang ipa.

²⁵Sinabi ng Banal na Dios, "Kanino ninyo ako ihahalintulad? Mayroon bang katulad ko?"

²⁶Tumingin kayo sa langit! Sino kaya ang lumikha sa mga bituing iyon? Ang Dios ang lumikha niyan. Inilabas niya isa-isa ang mga iyon habang tinatawag niya ang kanilang pangalan. At dahil sa kanyang kapangyarihan, ni isa man ay walang nawala. ²⁷Kayong mga mamamayan ng Israel na lahi ni Jacob, bakit kayo nagrereklamo na ang inyong mga panukala at mga karapatan ay binalewala ng Dios? ²⁸Hindi n'yo ba alam o hindi n'yo ba narinig na ang PANGINOON ay walang hanggang Dios na lumikha ng buong mundo?ᵃ Hindi siya napapagod o nanghihina at walang nakakaarok ng kanyang isip. ²⁹Pinalalakas niya ang mga nanghihina at ang mga napapagod. ³⁰Kahit ang mga kabataan ay napapagod, nanlulupaypay at nabubuwal, ³¹ngunit ang mga nagtitiwala sa PANGINOON ay muling magkakaroon ng lakas. Lilipad sila na gaya ng isang agila. Tumakbo man sila ay hindi mapapagod. Lumakad man sila ay hindi manghihina.

Tutulungan ng Dios ang Israel

41 Sinabi ng Panginoon, "Kayong mga mamamayan sa malalayong lugar, tumahimik kayo at makinig sa akin. Kayong mga bansa, lakasan ninyo ang inyong loob, lumapit kayo sa akin at sabihin ang inyong mga reklamo. Magtipon-tipon tayo at pag-usapan natin ito. ²Sino ang nagpadala ng isang tao mula sa silangan at nagbigay sa kanya ng tagumpay sa pakikipaglaban, saan man siya pumunta? Sino ang nagpasakop sa kanya ng mga hari at mga bansa? Winasak niya ang mga bansa at pinatay ang mga hari nito sa pamamagitan ng espada at pana. At ang mga ito'y naging parang mga alikabok na tinangay ng hangin. ³Hinabol niya sila at walang humarang sa kanya kahit sa mga lugar na hindi pa niya napupuntahan. ⁴Sino ang gumawa ng lahat ng ito? Sino ang nagpanukala ng lahat ng mga mangyayari mula pa noong unang henerasyon? Hindi ba't ako? Akong PANGINOON ay naroon noong sinimulan ang mundo, at naroroon din ako hanggang sa katapusan nito. ⁵Nakita ng mga tao sa malalayong lugar ang aking mga gawa, at nanginig sila sa takot. Nagtipon sila, ⁶at ang bawat isa ay nagtulungan at nagpalakas sa isa't isa. ⁷Ang mga karpintero, platero, at ang iba pang mga manggagawa na gumagawa ng mga dios-diosan ay nagpalakas sa isa't isa na nagsasabi, 'Maganda ang pagkakagawa natin.' Pagkatapos, ipinako nila ang ginawa nilang rebulto sa lalagyan nito para hindi mabuwal.

⁸"Pero ikaw, Israel, na aking lingkod at pinili na mula sa lahi ni Abraham na aking kaibigan,

⁹tinawag kita at kinuha mula sa pinakamalayong dako ng mundo. Sinabi ko sa iyo na ikaw ay aking lingkod. Pinili kita at hindi itinakwil. ¹⁰Huwag kang mangamba dahil ako ang Dios mo. Palalakasin kita at tutulungan. Iingatan kita sa pamamagitan ng aking kapangyarihan na siya ring makapagliligtas sa iyo. ¹¹Ang lahat ng nagagalit sa iyo ay tiyak na mapapahiya at malilito. Ang mga lumalaban sa iyo ay mapapahamak. ¹²At kahit hanapin mo ang iyong mga kaaway hindi mo na sila makikita. Silang mga kumakalaban sa iyo ay magiging walang kabuluhan. ¹³Sapagkat ako ang PANGINOON na iyong Dios. Ako ang nagpapalakas sa iyo at nagsasabing huwag kang matatakot dahil tutulungan kita. ¹⁴Kahit na maliit ka at mahina,ᵇ huwag kang matatakot dahil ako mismo ang tutulong sa iyo. Ako, ang PANGINOON, ang nagsasabi nito. Ako ang iyong Tagapagligtas, ang Banal na Dios ng Israel. ¹⁵Makinig ka! Gagawin kitang parang bagong panggiik, matalim at maraming ngipin. Gigiikin mo at dudurugin ang mga bundok at burol. Gagawin mo ito na parang ipa. ¹⁶Tatahipin mo sila at tatangayin sila ng hangin; ikakalat sila ng malakas na hangin. Pero ikaw ay magagalak sa PANGINOON; magpupuri ka sa Banal na Dios ng Israel.

¹⁷"Kapag nangangailangan ng tubig ang mga mamamayan kong dukha, at wala silang matagpuan, at kapag natutuyo na ang mga lalamunan nila sa uhaw, akong PANGINOON ang tutulong sa kanila. Akong Dios ng Israel ay hindi magpapabaya sa kanila. ¹⁸Paaagusin ko ang tubig sa batis, dadaloy ito sa mga tuyong burol at magkakaroon ng mga bukal sa mga lambak. Gagawin kong tubigan ang ilang at ang mga lupang tigang ay magkakaroon ng mga bukal. ¹⁹Patutubuin ko sa ilang ang mga puno ng sedro, akasya, mirto, olibo, pino, enebro, at sipres,ᶜ ²⁰para makita, malaman, at maunawaan ng mga tao na ang lumikha nito ay ako, ang PANGINOON, ang Banal na Dios ng Israel."

Walang Kabuluhan ang mga Dios-diosan

²¹Sinabi ng PANGINOON, ang Hari ng Israel,ᵈ sa mga dios-diosan, "Sige, magreklamo kayo at mangatuwiran! ²²⁻²³Lumapit kayo at sabihin sa amin kung ano ang mga mangyayari sa hinaharap. Sabihin ninyo sa amin ang mga sinabi n'yo noon na mangyayari para malaman namin kung nangyari nga ito. Sabihin ninyo sa amin kung ano ang mangyayari sa hinaharap para malaman namin na kayo nga'y mga dios. Gumawa kayo ng mabuti o ng masama para kami ay magtaka at matakot sa inyo. ²⁴Pero ang totoo, wala kayong silbi at wala kayong magagawa. Kasuklam-suklam ang mga taong pumili sa inyo para kayo ay sambahin. ²⁵Pinili ko ang taong mula sa hilaga para mamahala. Dumudulog siya sa akin, at ngayon ay darating siya mula sa silangan. Wawasakin niya ang mga namamahala katulad ng pagyapak ng magpapalayok sa putikᵉ na gagawin niyang palayok. ²⁶Sino sa inyo ang nakahula noong una pa na mangyayari ito para malaman namin at

---

ᵃ 28 buong mundo: sa literal, sa pinakadulo ng mundo.

ᵇ 14 mahina: sa literal, parang uod.

ᶜ 19 sipres: o, "pine tree."

ᵈ 21 Hari ng Israel: sa literal, Hari ni Jacob.

ᵉ 25 putik: sa Ingles, "clay."

nang masabi naming tama siya? Ni isa man lang sa inyo'y walang nagsabi, at walang nakarinig na mayroon kayong sinabi. ²⁷ Akong *Panginoon* ang nagsabi nito noon sa Zion, ang *lungsod ng* Jerusalem. Nagpadala ako ng isang mensahero para ibalita ang magandang balita na nandiyan na ang tutulong sa kanila. ²⁸ Tiningnan ko kung may dios-diosan na makapagpapayo pero wala akong nakita. Ni isa sa kanila'y walang makasagot sa mga tanong ko. ²⁹ Lahat ng mga dios-diosan ay walang kabuluhan, at walang magagawang anuman. Para silang *lalagyan na puro* hangin ang laman."

Ang Lingkod ng Panginoon

42 Sinabi ng Panginoon, "Narito ang lingkod ko na aking pinalalakas ang loob. Pinili ko siya at nagagalak ako sa kanya. Sumasakanya ang aking Espiritu, at papairalin niya ang katarungan sa mga bansa. ² Hindi siya sisigaw o magsasalita nang malakas sa mga lansangan. ³ Hindi niya pababayaan ang mahihina at pananampalataya*ᵃ* at hindi niya tatalikuran ang mga nawalan ng pag-asa. Matapat niyang papairalin ang katarungan. ⁴ Hindi siya manghihina o mawawalan ng pag-asa hangga't hindi niya lubusang napapairal ang katarungan sa buong mundo. Pati ang mga tao sa malalayong lugar*ᵇ* ay maghihintay sa kanyang mga turo. ⁵ Ito ang sinabi ng Dios, ang Panginoon na lumikha ng langit na iniladlad niyang parang tela. Nilikha niya ang mundo at ang lahat ng naroroon. Siya rin ang nagbibigay ng buhay sa mga tao at sa lahat ng nilikhang nabubuhay sa mundo. ⁶ Sinabi niya sa kanyang lingkod, "Ako ang Panginoon na tumawag sa iyo para ipakita na ako'y matuwid. Tutulungan at iingatan kita, at sa pamamagitan mo gagawa ako ng kasunduan sa mga tao. Gagawin kitang ilaw na magbibigay-liwanag sa mga bansa, ⁷ para imulat ang mga mata ng mga bulag, at magpalaya sa mga binihag na ikinulong sa madilim na bilangguan. ⁸ Ako ang Panginoon! Iyan ang aking pangalan! Hindi ko ibibigay kaninuman o sa mga dios-diosan ang aking karangalan at mga papuri na para sa akin. ⁹ Ang mga propesiya ko'y natupad at sasabihin ko ngayon ang mga bagong bagay bago pa ito mangyari."

Awit ng Papuri sa Panginoon

¹⁰ Umawit kayo ng bagong awit sa Panginoon! Umawit kayo ng mga papuri sa kanya, kayong lahat na nasa mundo. Purihin ninyo siya, kayong mga naglalayag, kayong lahat ng mga nilikha sa dagat at kayong mga nakatira sa malalayong lugar. ¹¹ Purihin ninyo siya, kayong mga bayan na nasa ilang at kayong mga taga-Kedar. Umawit kayo sa tuwa, kayong mga taga-Sela. Humiyaw kayo ng pagpupuri sa tuktok ng mga bundok. ¹² Parangalan ninyo at purihin ang Panginoon kayong mga nasa malalayong lugar. ¹³ Sasalakay ang Panginoon na parang isang sundalo na handang-handa nang makipaglaban. Sisigaw siya bilang hudyat ng pagsalakay; at magtatagumpay siya laban sa kanyang mga kaaway. ¹⁴ Sinabi ng Panginoon, "Sa mahabang

panahon nagsawalang-kibo ako at pinigilan ko ang aking sarili. Pero ngayon, *ipadarama ko ang aking galit.* Sisigaw ako na parang babaeng nanganganak. ¹⁵ Gigibain ko ang mga bundok at mga burol, at malalanta ang mga tanim. Patutuyuin ko ang mga ilog at mga dakong may tubig. ¹⁶ Aakayin ko ang *mga mamamayan kong* bulag sa katotohanan, sa daan na hindi pa nila nadadaanan. Liliwanagan ko ang dinaraanan nilang madilim at papatnayin ko ang mga baku-bako sa landas na kanilang dinadaanan. Gagawin ko ito at hindi ko sila pababayaan. ¹⁷ Pero ang mga nagtitiwala sa mga dios-diosan, at ang mga itinuturing na dios ang kanilang mga rebulto ay tatakas dahil sa malaking kahihiyan."

Ang Israel ay Parang Bingi at Bulag

¹⁸ Sinabi ng Panginoon sa kanyang mga mamamayan, "Kayong mga bingi at bulag, makinig kayo at tumingin! ¹⁹ Kayo'y mga lingkod ko at mga pinili. Isinugo ko kayo bilang mga tagapagsalita, pero walang makakapantay sa inyong pagbibingi-bingihan at pagbubulag-bulagan. ²⁰ Marami na kayong nakikita pero hindi ninyo pinapansin. Nakakarinig kayo pero ayaw ninyong makinig!"

²¹ Nais ng Panginoon na parangalan ang kanyang kautusan para ipakita na matuwid siya.*ᶜ* ²² Pero ngayon, ang kanyang mga mamamayan ay ninakawan, sinamsaman ng ari-arian, inihulog sa hukay o ipinasok sa bilangguan, at walang sinumang tumulong sa kanila. ²³ Mayroon ba sa inyong gustong makinig o magbigay halaga mula ngayon sa inyong narinig? ²⁴ Sino ang nagbigay ng pahintulot na nakawan at samsaman ng ari-arian ang Israel? Hindi ba't ang Panginoon, na siyang pinagkasalaan natin? Sapagkat hindi natin sinunod ang mga pamamaraan niya at mga kautusan. ²⁵ Kung kaya, ipinadama ng Panginoon ang matindi niyang galit sa atin sa pamamagitan ng pagpapahirap sa atin sa digmaan. Ang galit niya'y parang apoy na nakapalibot at sumusunog sa atin, pero hindi natin ito pinansin o inisip man lamang.

Nangako ang Dios na Iligtas ang Israel

43 Pero ito ngayon ang sinasabi ng Panginoong lumikha sa iyo, O Israel: "Huwag kang matakot dahil ililigtas kita.*ᵈ* Tinawag kita sa pangalan mo, at ikaw ay akin. ² Kapag dumaan ka sa tubig, ako'y kasama mo. Kapag tatawid ka ng mga ilog, hindi ka malulunod. Kapag dumaan ka sa apoy, hindi ka masusunog; at ang liyab nito ay hindi makakapinsala sa iyo. ³ Sapagkat ako ang Panginoon mong Dios, ang Banal na Dios ng Israel, na iyong Tagapagligtas. Ibibigay ko *sa ibang bansa* ang Egipto, ang Etiopia,*ᵉ* at ang Seba bilang kapalit mo. ⁴ Ibibigay ko ang ibang mga tao bilang kapalit mo, dahil ikaw ay marangal at mahalaga sa aking paningin, at dahil mahal kita. ⁵ Huwag kang matatakot dahil kasama mo ako. Titipunin ko ang iyong mga lahi mula sa silangan hanggang sa

---

ᵃ 3 mahihina ang pananampalataya: o, *mga inaapi.*

ᵇ 4 malalayong lugar: o, *mga isla;* o, *mga lugar malapit sa dagat.* Ganito rin sa talatang 10 at 12.

ᶜ 21 ipakita na matuwid siya: o, *ililigtas niya ang kanyang mga mamamayan.*

ᵈ 1 ililigtas kita: o, *iniligtas na kita.*

ᵉ 3 Etiopia: sa Hebreo, *Cush.*

kanluran. ⁶Sasabihin ko sa mga bansa sa hilaga at sa timog na hayaang bumalik sa kanilang lupain ang iyong mga lahi, at hayaang umuwi saan mang sulok ng mundo. ⁷Sila ang mga taong aking tinawag. Nilikha ko sila para sa aking karangalan."

⁸Sinabi pa ng Panginoon, "Tawagin mo ang aking mga mamamayan na may mga mata, pero hindi makakita; may mga tainga, pero hindi makarinig. ⁹Tawagin mo ang lahat ng mamamayan ng mga bansa. Sino sa mga dios-diosan nila ang makakahula tungkol sa hinaharap? Sino sa kanila ang makapagsasabi tungkol sa mga nangyayari ngayon? Isama nila ang kanilang mga saksi para patunayan ang kanilang sinasabi, upang ang mga makakarinig ay makapagsasabing, 'Totoo nga.' ¹⁰Mga mamamayan ng Israel, kayo ang aking mga saksi. Pinili ko kayong maging mga lingkod ko, para makilala ninyo ako at magtiwala kayo sa akin, at para maunawaan ninyo na ako lamang ang Dios. Walang ibang Dios na nauna sa akin, at wala ring Dios na susunod pa sa akin. ¹¹Ako lang ang Panginoon at maliban sa akin ay wala nang iba pang Tagapagligtas. ¹²Nagpahayag ako na ililigtas ko kayo, at tinupad ko nga ito. Walang ibang Dios na gumawa nito sa inyo, kayo ang mga saksi ko."

Sinabi pa ng Panginoon, "Ako ang Dios. ¹³Mula pa noon ako na ang Dios. Walang makakatakas sa aking mga kamay. Walang makakapagbago ng mga ginagawa ko."

Nangako ang Dios na Tutulungan niya ang Kanyang mga Mamamayan

¹⁴Ito ang sinasabi ng Panginoon ninyong Tagapagligtas, ang Banal na Dios ng Israel, "Para maligtas kayo, ipapasalakay ko ang Babilonia*a* sa mga sundalo ng isang bansa, at tatakas sila sa pamamagitan ng mga barkong kanilang ipinagmamalaki. ¹⁵Ako ang Panginoon, ang inyong Banal na Dios, ang lumikha sa Israel, ang inyong Hari. ¹⁶Ako ang Panginoon na gumawa ng daan sa gitna ng dagat. ¹⁷Tinipon ko ang mga karwahe, mga kabayo, at mga sundalo ng Egipto, at winasak sa gitna ng dagat at hindi na sila nakabangon pa. Para silang ilaw na namatay. ¹⁸Pero huwag na ninyong iisipin pa ang nakaraan, ¹⁹dahil bagong bagay na ang gagawin ko. Ito'y nangyayari at nakikita na ninyo. Gagawa ako ng daan at mga bukal sa disyerto. ²⁰Pararangalan ako ng maiilap na hayop, pati na ng mga asong gubat*b* at mga kuwago, dahil maglalagay ako ng mga bukal sa disyerto para may mainom ang mga pinili kong mamamayan. ²¹Sila ang mga taong aking nilikha para sa akin at para magpuri sa akin.

²²"Pero hindi ka humingi ng tulong sa akin, Israel, at ayaw mo na sa akin. ²³Hindi ka na nag-aalay sa akin ng mga tupang handog na sinusunog. Hindi mo na ako pinararangalan ng iyong mga handog kahit na hindi kita pinahirapan o pinagod sa paghingi ng mga handog na regalo at mga insenso. ²⁴Hindi mo ako ibinili ng mga insenso o pinagsawa sa mga taba ng hayop na iyong mga handog. Sa halip, pinahirapan mo ako at pinagod sa iyong mga kasalanan.

²⁵"Ako mismo ang naglilinis ng mga kasalanan mo para sa aking karangalan, at hindi ko na iyon aalalahanin pa. ²⁶Isipin natin ang mga nakaraan. Magharap tayo. Patunayan mong wala kang kasalanan. ²⁷Nagkasala sa akin ang mga ninuno mo, at nagrebelde sa akin ang iyong mga pinuno. ²⁸Kaya inilagay ko sa kahihiyan ang iyong mga pari, at ikaw, Israel ay ipinaubaya ko sa kapahamakan at kahihiyan.

Ang Panginoon Lamang ang Dios

44 "Pero ngayon, makinig ka, O Israel na aking lingkod, ang mga mamamayan na aking pinili, na mga lahi ni Jacob. ²Ako, ang Panginoon, na lumikha at tumutulong sa iyo. Huwag kang matakot, ikaw na aking lingkod at pinili ko. ³Sapagkat binigyan kita ng tubig na pamatid uhaw at babasa sa iyong lupang tigang. Ibibigay ko ang aking Espiritu sa iyong lahi at pagpapalain ko sila. ⁴Lalago sila na parang halaman na nasa tabi ng masaganang tubig o mga puno sa tabi ng ilog. ⁵May mga magsasabi, 'Ako ay sa Panginoon.' At mayroon ding magsasabi, 'Ako'y lahi ni Jacob.' Mayroon ding mga maglalagay ng tatak sa kanilang kamay ng pangalan ng Panginoon, at ituturing ang sarili na kabilang sa mga mamamayan ng Israel.

Walang Kabuluhan ang mga Dios-diosan

⁶"Ito ang sinasabi ng Panginoon, ang Hari at Tagapagligtas ng Israel, ang Panginoong Makapangyarihan: Ako ang simula at wakas ng lahat. Maliban sa akin ay wala nang iba pang Dios. ⁷Sino ang kagaya ko? Sabihin niya sa harap ko kung ano ang mga nangyari mula nang itayo ko na maging isang bansa ang aking mga mamamayan noong unang panahon. At sabihin din niya kung ano ang mangyayari sa hinaharap. ⁸Huwag kayong matakot o kabahan man. Hindi ba't ipinaalam ko na sa inyo noong una pa ang layunin ko sa inyo? Kayo ang mga saksi ko. Mayroon pa bang ibang Dios maliban sa akin? Wala! Wala na akong alam na may iba pang Bato na kanlungan maliban sa akin." ⁹Walang kwentang tao ang mga gumagawa ng mga rebultong dios-diosan. At ang mga rebultong ito na labis nilang pinahahalagahan ay walang halaga. Sila rin ang makakapagpatunay na ang mga iyon ay wala ring halaga. Sapagkat ang mga iyon ay hindi nakakakita at walang nalalaman. Kaya nga napapahiya ang mga sumasamba sa mga iyon. ¹⁰Hangal ang taong gumagawa ng mga rebultong hindi naman napapakinabangan. ¹¹Tandaan ninyo! Ang lahat ng sumasamba sa mga rebulto ay mapapahiya, dahil ang mga iyan ay gawa lang ng tao. Magsama-sama man sila at ako'y harapin, matatakot sila at mapapahiya rin.

¹²Ang panday ay kumukuha ng kapirasong bakal at isinasalang sa baga. Pagkatapos, pupukpukin niya ito ng maso para maghugis rebulto. Nanghihina siya sa gutom at halos mawalan ng malay dahil sa uhaw. ¹³Ang karpintero naman ay sumusukat ng kaputol na kahoy. Ginuguhitan niya ito ng anyo ng tao. Pagkatapos, uukit siya ng magandang larawan ng tao sa pamamagitan ng kanyang mga gamit para ilagay sa isang templo. ¹⁴At para may magamit siyang

---

a 14 Babilonia: sa literal, *Caldeo.* Ito ang isa pang tawag sa mga taga-Babilonia.

b 20 asong-gubat: sa Ingles, *"jackal."*

kahoy, pumuputol siya ng sedro, ensina, o sipres[a] na kanyang itinanim sa kagubatan. Nagtanim din siya ng puno ng abeto, at sa kadidilig ng ulan ay tumubo ito. ¹⁵ Ang ibang piraso ng kahoy ay ginagamit niyang panggatong para pampainit at panluto ng pagkain. At ang ibang piraso ng kahoy ay ginagawa niyang rebulto na niluluhuran at sinasamba. ¹⁶ Ang ibang piraso naman ay ipinanggagatong niya at sa baga nito'y nag-iihaw siya ng karne, pagkatapos ay kumakain at nabubusog. Nagpapainit din siya sa apoy at sinasabi niya, "Ang sarap ng init." ¹⁷ At ang ibang piraso ay ginagawa niyang rebulto at sa rebultong ito'y nananalangin siya ng ganito, "Iligtas mo ako, sapagkat ikaw ang aking dios."

¹⁸ Hindi alam at hindi nauunawaan ng mga taong ito ang kanilang ginagawa. Tinakpan ang mga mata nila kaya hindi sila makakita. Tinakpan din ang kanilang mga isip, kaya hindi sila makaunawa. ¹⁹ Walang nakakaisip na magsabi, "Ang kaputol ng kahoy ay ipinangluto ko ng pagkain, ipinang-ihaw ng karne, at aking kinain. Gagawin ko bang kasuklam-suklam na rebulto ang natirang kahoy? Sasambahin ko ba ang isang pirasong kahoy?"

²⁰ Ang mga gumagawa nito'y parang kumain ng abo. Ang hangal niyang isip ang nagligaw sa kanya, at hindi niya maililigtas ang kanyang sarili. At hindi siya papayag na ang rebultong nasa kanya ay hindi dios.

²¹ Sinabi pa ng Panginoon, "Israel, dahil sa ikaw ay aking lingkod, isipin mo ito: Ginawa kita para maglingkod sa akin. Hindi kita kalilimutan. ²² Ang mga kasalanan mo'y parang ulap o ambon na pinaglaho ko na. Manumbalik ka sa akin para mailigtas kita."

²³ O kalangitan, umawit ka sa tuwa! O mundo, sumigaw ka nang malakas! Umawit kayo, kayong mga bundok at mga kagubatan. Sapagkat Ililigtas ng Panginoon ang lahi ni Jacob; ipapakita niya ang kanyang kapangyarihan sa Israel. ²⁴ Ito ang sinasabi ng Panginoon na inyong Tagapagligtas na lumikha sa inyo: Ako ang Panginoong lumikha ng lahat ng bagay. Ako lang mag-isa ang naglatag ng langit at ako lang din ang lumikha ng mundo. ²⁵ Binigo ko ang mga hula ng mga huwad na propeta. At ginagawa kong mangmang ang mga nanghuhula. Binabaliktad ko ang sinasabi ng marurunong at ginagawa kong walang kabuluhan ang kanilang nalalaman. ²⁶ Pero tinutupad ko ang propesiya ng aking mga lingkod at mga tagapagsalita. Sinabi kong ang Jerusalem ay muling titirhan, at ang iba pang bayan ng Juda na nagiba ay muling itatayo. ²⁷ Kapag sinabi kong matutuyo ang ilog, matutuyo nga ito. ²⁸ Sinabi ko kay Cyrus, "Ikaw ang tagapagbantay ng aking mga mamamayan at gagawin mo ang lahat ng nais ko. Mag-uutos ka na muling itayo ang Jerusalem at ang templo roon."

Pinili ng Dios si Cyrus

45 Ito ang sinabi ng Panginoon kay Cyrus na kanyang hinirang at pinalakas ang kapangyarihan, "Sakupin mo ang mga bansa at pasukin mo ang mga hari. Buksan mo ang mga pintuan ng kanilang mga lungsod at agawin, at hindi ito isasara. ² Ako ang maghahanda ng iyong

dadaanan, at papatagin ko ang mga bundok. Gigibain ko ang mga pintuang tanso at ang mga tarangkahang bakal nito. ³ Ibibigay ko sa iyo ang mga nakatagong kayamanan, para malaman mong ako ang Panginoon, ang Dios ng Israel na tumawag sa iyo. ⁴ Tinawag kita para tulungan mo ang Israel na aking lingkod at pinili. Pinarangalan kita kahit na hindi mo pa ako nakikilala. ⁵ Ako ang Panginoon, at wala nang iba pa; maliban sa akin ay wala nang ibang Dios. Palalakasin kita kahit na hindi mo pa ako nakikilala ⁶ para malaman ng lahat sa buong mundo na walang ibang Dios maliban sa akin. Ako ang Panginoon at wala nang iba pa. ⁷ Ako ang lumikha ng liwanag at ng dilim. Ako ang nagpapadala ng kabutihan at ng kapahamakan. Ako ang Panginoon na gumawa ng lahat ng ito. ⁸ Magbibigay ako ng tagumpay na parang ulan. Matatanggap ito ng mga tao sa mundo, at kakalat ang kaligtasan at tagumpay na parang tanim na tumutubo. Ako ang Panginoong gumawa nito. ⁹ Nakakaawa ang taong nakikipagtalo sa Dios na lumikha sa kanya. Ang katulad niya'y palayok lamang. Ang putik bang ginagawang palayok ay maaaring magsabi sa magpapalayok kung ano ang dapat niyang gawin? O makakapagreklamo ba siyang walang kakayahan ang magpapalayok? ¹⁰ Nakakaawa ang anak na nagsasabi sa kanyang mga magulang, 'Bakit ba ninyo ako ginawang ganito?'"

¹¹ Ito pa ang sinabi ng Panginoon, ang Banal na Dios ng Israel, na lumikha sa kanya, "Nagrereklamo ba kayo sa mga ginagawa ko? Inuutusan n'yo ba ako sa mga dapat kong gawin? ¹² Ako ang gumawa ng mundo at ng lahat ng naninirahan dito. Ang mga kamay ko ang nagladlad ng langit, at ako ang nag-utos sa araw, buwan at mga bituin na lumabas. ¹³ Ako ang tumawag kay Cyrus para isagawa ang aking layunin. Gagawin kong tama ang lahat ng pamamaraan niya. Itatayo niyang muli ang aking lungsod at palalayain niya ang mga mamamayan kong binihag. Gagawin niya ito hindi dahil sa binigyan siya ng suhol o regalo. Ako, ang Panginoong Makapangyarihan, ang nagsasabi nito."

¹⁴ Sinabi ng Panginoon sa Israel, "Masasakop mo ang mga taga-Egipto, ang mga taga-Etiopia[b] at ang mga taga-Sabea na mga lalaki ay matatangkad. Paparito sila sa iyo na dala ang kanilang mga kayamanan at mga ani. Sila'y magiging mga bihag mo. Luluhod sila sa iyo at magsasabi, 'Ang Dios ay totoong kasama mo, at wala nang ibang Dios!'"

¹⁵ O Dios at Tagapagligtas ng Israel, hindi n'yo ipinapakita ang inyong sarili. ¹⁶ Mapapahiya ang lahat ng gumagawa ng mga rebultong dios-diosan. ¹⁷ Pero ang Israel ay ililigtas n'yo, Panginoon, at ang kaligtasan nila ay walang hanggan. Hindi na sila mapapahiya kahit kailan.

¹⁸ Kayo Panginoon ang Dios. Kayo ang lumikha ng langit at ng mundo. Hindi n'yo ginawa ang mundo nang walang nabubuhay. Ginawa n'yo ito para matirhan. Sinabi n'yo, "Ako ang Panginoon at wala nang iba pa. ¹⁹ Hindi ako nagsalita nang lihim, nang walang nakakaalam. Hindi ko sinabi sa mga lahi ni Jacob na dumulog sila sa akin, na wala naman silang matatanggap sa akin. Ako ang Panginoon, nagsasalita ako ng katotohanan. Sinasabi ko kung ano ang dapat."

a 14 sipres: o, "pine tree." b 14 Etiopia: sa Hebreo, Cush.

²⁰ *Sinabi pa ng* Panginoon, "Magtipon kayong lahat at lumapit sa akin, kayong mga tumakas mula sa mga bansa. Walang alam ang mga nagdadala ng mga dios-diosan nilang kahoy. Nananalangin sila sa mga dios-diosang ito, na hindi naman makapagliligtas sa kanila. ²¹ Isangguni ninyo sa isa't isa, at ihayag ang inyong usapin. Sino ang humula noon tungkol sa mga bagay na mangyayari? Hindi ba't ako, ang Panginoon? Wala nang ibang Dios, ako lang, ang Dios na matuwid at Tagapagligtas.

²² "Lumapit kayo sa akin para maligtas kayo, kayong lahat sa buong mundo.ᵃ Sapagkat ako ang Dios at maliban sa akin ay wala nang iba pa. ²³ Sumumpa ako sa aking sarili, at ang mga sinabi ko'y hindi na mababago. Ang lahat ay luluhod sa akin, at sila'y mangangakong magiging tapat sa akin. ²⁴ Sasabihin nila, 'Tanging sa tulong lamang ng Panginoon ang tao'y magkakaroon ng lakas at tagumpay na may katuwiran.' " Ang lahat ng napopoot sa Panginoon ay lalapit sa kanya at mapapahiya. ²⁵ Sa *tulong ng* Panginoon ang lahat ng lahi ng Israel ay makakaranas ng tagumpay na may katuwiran at magpupuri sila sa kanya.

Ang mga Dios-diosan ng Babilonia

46 Ang mga dios-diosan ng Babilonia na sina Bel at Nebo ay nakahiga habang ikinakarga sa mga karwahe na hinihila ng mga asno. Mabibigat sila, karga ng mga pagod na hayop. ² Nakahiga nga sila, at hindi nila kayang iligtas ang kumakarga sa kanila, kaya pati sila ay nabihag.

³ Makinig kayo sa akin, mga lahi ni Jacob, kayong mga natirang mga mamamayan ng Israel. Inalagaan ko kayo mula nang kayo'y ipinanganak. ⁴ Aalagaan ko kayo hanggang sa tumanda at pumuti ang inyong buhok. Nilikha ko kayo kaya kayo'y aalagaan ko. Tutulungan ko kayo at ililigtas. ⁵ Kanino ninyo ako maihahalintulad? Mayroon bang katulad ko? ⁶ Ang ibang mga tao ay naglalabas ng kanilang ginto o pilak at inuupahan nila ang platero para iyon ay gawing rebulto at pagkatapos ay kanilang luluhuran at sasambahin. ⁷ Pinapasan nila ito at inilalagay sa kanyang lalagyan at nananatili ito roon dahil hindi naman ito makakakilos. Kung may mananalangin sa kanya, hindi siya makakasagot at hindi makakatulong sa panahon ng kaguluhan. ⁸ Kayong mga rebelde, tandaan ninyo ito, at itanim sa inyong mga isip. ⁹ Alalahanin ninyo ang aking mga ginawa noong unang panahon. Ako lang ang Dios, at wala nang iba pang katulad ko. ¹⁰ Sa simula pa lang, sinabi ko na ang mga mangyayari sa hinaharap. Ang aking mga inihayag ay magaganap, at gagawin ko ang lahat ng gusto kong gawin. ¹¹ Tatawag ako ng isang tao mula sa silangan sa malayong lugar, at siya ang magsasagawa ng aking mga plano. Maitutulad ko siya sa isang ibong mandaragit. Isasagawa ko ang aking mga sinabi at plinano. ¹² Makinig kayo sa akin kayong matitigas ang ulo. Hindi ninyo mararanasan ang tagumpay at katuwiran. ¹³ Hindi na magtatagal, ibibigay ko na ang tagumpay at katuwiran sa Jerusalem. Malapit ko na itong iligtas; pararangalan ko ang Israel.

Ang Pagbagsak ng Babilonia

47 Sinabi ng Panginoon, "Babilonia, mauupo ka sa lupa. Mauupo ka ng walang trono. Ikaw na parang birheng pihikan at mahinhin noon pero hindi na ngayon. ² Isa ka nang alipin ngayon, kaya kumuha ka ng batong gilingan at maggiling ka ng trigo. Alisin mo na ang belo mo, at itaas ang damit mo para makita ang iyong hita habang tumatawid ka sa ilog. ³ Lalabas ang iyong kahubaran at mapapahiya ka. Maghihiganti ako sa iyo at hindi kita kaaawaan." ⁴ Ang ating Tagapagligtas, na ang pangalan ay Panginoong Makapangyarihan ay ang Banal na Dios ng Israel.

⁵ *Sinabi ng Panginoon,* "Babilonia, maupo ka nang tahimik doon sa dilim. Hindi ka na tatawaging reyna ng mga kaharian. ⁶ Nagalit ako sa aking mga mamamayan at itinakwil ko sila. Kaya ibinigay ko sila sa iyong mga kamay, at hindi mo sila kinaawaan. Pati ang matatanda ay iyong pinagmalupitan. ⁷ Sinasabi mong ang iyong pagiging reyna ay walang katapusan. Pero hindi mo inisip ang iyong mga ginawa at kung ano ang maidudulot nito sa iyo sa huli. ⁸ Kaya pakinggan mo ito, ikaw na mahilig sa kalayawan at nag-aakalang ligtas. Sinasabi mo pa sa iyong sarili na ikaw ang Dios at wala nang iba pa. Inaakala mo ring hindi ka mababalo o mawawalan ng mga anak.ᵇ ⁹ Pero bigla itong mangyayari sa iyo: Mababalo ka at mawawalan ng mga anak. Talagang mangyayari ito sa iyo kahit na marami ka pang alam na mahika o panggagaway. ¹⁰ Naniniwala kang hindi ka mapapahamak sa paggawa mo ng kasamaan, dahil inaakala mong walang nakakakita sa iyo. Inililigaw ka ng iyong karunungan at kaalaman, at iyon din ang dahilan kung bakit sinasabi mong ikaw ang Dios at wala nang iba pa. ¹¹ Kung kaya, darating sa iyo ang kapahamakan at hindi mo malalaman kung papaano mo iyon mailalayo sa pamamagitan ng iyong mahika. Darating din sa iyo ang salot na hindi mo mababayaran para tumigil. Biglang darating sa iyo ang pagkawasak na hindi mo akalaing mangyayari. ¹² Sige ipagpatuloy mo ang iyong mga mahika at mga pangkukulam na iyong ginagawa mula noong bata ka pa. Baka sakaling magtagumpay ka, o baka sakaling matakot sa iyo ang mga kaaway mo. ¹³ Pagod ka na sa marami mong mga pakana. Magpatulong ka sa iyong mga tao na nag-aaral tungkol sa mga bituin at nanghuhula bawat buwan tungkol sa mga mangyayari sa iyo. ¹⁴ Ang totoo, para silang mga dayaming madaling nasusunog. Ni hindi nga nila maililigtas ang kanilang sarili sa apoy. At ang apoy na ito'y hindi tulad ng pangkaraniwang init kundi talagang napakainit. ¹⁵ Ano ngayon ang magagawa ng mga taong hinihingan mo ng payo mula nang bata ka pa? Ang bawat isa sa kanila'y naligaw ng landas at hindi makakapagligtas sa iyo.

Matigas ang Ulo ng mga Israelita

48 "Makinig kayo, mga lahi ni Jacob, kayong tinatawag na Israel, at nagmula sa lahi ni Juda. Sumusumpa kayo sa pangalan ng Panginoon at tumatawag sa Dios ng Israel. Pero pakunwari

---

ᵃ 22 *buong mundo:* sa literal, *sa pinakadulo ng mundo.*

ᵇ 8 *Inaakala…anak:* Maaaring ang ibig sabihin ay inaakala niyang hindi siya mawawalan ng tagapagtanggol o tagatulong.

lang pala, dahil hindi naman matuwid ang inyong pamumuhay. [2] Sinasabi pa ninyong kayo'y mga mamamayan ng banal na lungsod, at nagtitiwala kayo sa Dios ng Israel, na ang pangalan ay Panginoong Makapangyarihan." [3] *Sinabi niya sa inyo,* "Sinabi ko na noon pa kung ano ang mga mangyayari sa hinaharap. At ito'y aking isinakatuparan. [4] Alam ko kung gaano katigas ang inyong ulo. Ang inyong leeg ay kasintigas ng bakal at ang inyong noo ay kasintigas ng tanso. [5] Kaya sabi ko na agad sa inyo ang aking gagawin. Noong hindi pa ito nangyayari, sinabi ko na ito sa inyo para hindi ninyo masabing ang inyong mga rebultong dios-diosan na gawa sa kahoy at bakal ang siyang humula at nagsagawa nito. [6] Narinig ninyo ang aking mga propesiya at nakita ninyo ang katuparan ng mga ito, pero ayaw ninyong tanggapin na ako ang gumawa nito. Mula ngayon, sasabihin ko sa inyo ang mga bagong bagay na hindi ko pa ipinahayag sa inyo. Hindi pa ninyo ito alam. [7] Ngayon ko pa lamang ito gagawin para hindi ninyo masabing ito'y alam na ninyo. [8] Hindi ninyo napakinggan o naunawaan ang mga bagay na ito dahil mula pa noon nagbibingi-bingihan na kayo. Alam ko ang inyong kataksilan dahil mula pa noong kayo'y isinilang mga rebelde na kayo. [9] Alang-alang sa karangalan ko, pinigilan ko ang aking galit sa inyo para hindi kayo malipol. [10] Lilinisin ko kayo pero hindi katulad ng paglilinis sa pilak, dahil lilinisin ko kayo sa pamamagitan ng paghihirap. [11] Gagawin ko ito para sa aking karangalan. Hindi ako papayag na ako ay mapahiya at ang mga dios-diosan ay maparangalan.

[12] "Makinig kayo sa akin, kayong mga taga-Israel na aking pinili. Ako ang Dios; ako ang pasimula at ang wakas ng lahat. [13] Ako ang naglagay ng pundasyon ng mundo at ako rin ang nagladlad ng langit. Kapag nag-utos ako sa mga ito, ito'y sumusunod.

[14] "Magtipon kayong lahat at makinig: Sino sa mga dios-diosan ang humulang lulusubin ng aking kaibigan[a] ang Babilonia para sundin ang ipinapagawa ko laban sa bansang iyon? Wala! [15] Ako ang nagsabi sa kanya at ako rin ang tumawag sa kanya. Sinugo ko siya at pinagtagumpay ko kanyang ginawa. [16] Lumapit kayo sa akin at pakinggan ito: Mula pa ng pasimula hindi ako nagsalita nang lihim. Sa panahon na nangyari ang sinabi ko, naroon ako."

At ngayon sinugo ako ng Panginoong Dios at ng kanyang Espiritu *na sabihin ito:* [17] "Sinasabi ng Panginoon na inyong Tagapagligtas, ang Banal na Dios ng Israel: Ako ang Panginoon na inyong Dios na nagturo sa inyo kung ano ang mabuti para sa inyo at ako ang pumatnubay sa inyo sa tamang daan. [18] Kung kayo lamang ay sumunod sa aking mga utos, dumaloy sana na parang ilog ang mga pagpapala sa inyo, at ang inyong tagumpay[b] ay sunud-sunod sana na parang alon na dumarating sa dalampasigan. [19] Ang inyo sanang mga lahi ay naging kasindami ng buhangin na hindi mabilang, at tinitiyak kong hindi sila mapapahamak."

[20] Umalis kayo sa Babilonia! Buong galak ninyong ihayag sa buong mundo[c] na iniligtas ng Panginoon

ang kanyang lingkod, ang mga mamamayan ng Israel.[d] [21] Hindi sila nauhaw nang patnubayan sila ng Dios sa ilang, dahil pinaagos niya ang tubig mula sa bato para sa kanila. Biniyak niya ang bato at umagos ang tubig. [22] Pero masasama ay hindi magkakaroon ng kapayapaan, sabi ng Panginoon.

Ang mga Gawain ng Lingkod ng Dios

49 Makinig kayo sa akin, kayong mga naninirahan sa malalayong lugar:[e] Hindi pa man ako isinilang, tinawag na ako ng Panginoon para maglingkod sa kanya. [2] Ginawa niyang kasintalim ng espada ang mga salita ko. Iningatan niya ako sa pamamagitan ng kanyang kapangyarihan. Ginawa niya akong parang makinang na pana na handa nang itudla. [3] Sinabi niya sa akin, "Israel, ikaw ay lingkod ko. Sa pamamagitan mo, pararangalan ako ng mga tao." [4] Pero sinabi ko, "Ang paghihirap ko'y walang kabuluhan; sinayang ko ang lakas ko sa walang kabuluhan." Pero ipinaubaya ko ito sa Panginoon na aking Dios. Siya ang magbibigay ng gantimpala sa aking mga gawa.

[5] Ang Panginoon ang pumili sa akin na maging lingkod niya, para pabalikin sa kanya at tipunin ang mga Israelita. Pinarangalan ako ng Panginoon na aking Dios at binigyan ng lakas. [6] Sinabi niya, "Ikaw na lingkod ko, marami pang mga gawain ang ipapagawa ko sa iyo, maliban sa pagpapabalik sa mga Israelita na aking kinakalinga. Gagawin pa kitang[f] ilaw ng mga bansa para maligtas ang buong mundo."[g]

[7] Ang Panginoon, ang Tagapagligtas at Banal na Dios ng Israel ay nagsabi sa taong hinahamak at kinasusuklaman ng mga bansa at ng lingkod ng mga pinuno, "Makikita ng mga hari kung sino kang talaga at tatayo sila para magbigay galang sa iyo. Ang mga pinuno ay yuyuko sa iyo. Mangyayari ito dahil sa *akin, ang* Panginoong tapat, ang Banal na Dios ng Israel. Ako ang pumili sa iyo."

Muling Itatayo ang Jerusalem

[8] Ito ang sinabi ng Panginoon, "Sa tamang panahon[h] ay tutugunin kita, sa araw ng pagliligtas ay tutulungan kita. Iingatan kita, at sa pamamagitan mo gagawa ako ng kasunduan sa mga tao. Muli mong itatayo ang lupain ng Israel na nawasak, at muli mong itong ibibigay sa aking mga mamamayan. [9] Sasabihin mo sa mga *Israelitang* binihag at piniit sa kadiliman, 'Lumabas kayo! Malaya na kayo!'

"Matutulad sila sa mga tupang nanginginain sa tabi ng mga daan at mga burol. [10] Hindi sila magugutom o mauuhaw. Hindi sila maiinitan ng matinding init ng araw o ng mainit na hangin sa ilang. Sapagkat akong nagmamalasakit sa kanila ay magpapatnubay sa kanila sa mga bukal. [11] Gagawin kong daanan ang aking mga bundok na kanilang dadaanan. Ang mga lugar na matataas ay magiging pangunahing daan. [12] Darating ang aking mga mamamayan mula sa malayo. Manggagaling ang

---

a 14 kaibigan: Maaaring si Haring Cyrus.

b 18 tagumpay: o, *katuwiran.*

c 20 buong mundo: sa literal, *sa pinakadulo ng mundo.*

d 20 ang mga mamamayan ng Israel: sa Hebreo, *na si Jacob.*

e 1 malalayong lugar: o, *mga isla;* o, *mga lugar na malapit sa dagat.*

f 6 Gagawin pa kitang: o, *Ginawa kitang.*

g 6 buong mundo: sa literal, *sa pinakadulo ng mundo.*

h 8 Sa tamang panahon: o, *Sa oras na ipakita ko ang aking kabutihan.*

iba sa hilaga, ang iba nama'y sa kanluran, at ang iba'y galing pa sa Sinim."[a]

[13] Umawit ka sa tuwa, O langit. At magalak ka, O mundo! Umawit kayo, kayong mga bundok. Sapagkat kaaawaan at aaliwin ng Panginoon ang kanyang mga mamamayang nahihirapan. [14] Pero sinabi ng mga taga-Jerusalem,[b] "Pinabayaan na kami ng Panginoon; nakalimutan na niya kami."

[15] Pero sumagot ang Panginoon, "Makakalimutan ba ng isang ina ang kanyang anak? Hindi ba niya pagmamalasakitan ang isinilang niyang sanggol? Maaaring makalimot ang isang ina, pero ako, hindi makalilimot sa inyo!

[16] "O Jerusalem, hinding-hindi kita malilimutan. Isinulat ko ang pangalan mo sa aking mga palad. Palagi kong iniisip na maitayong muli ang iyong mga pader. [17] Malapit nang dumating ang muling magtatayo sa iyo,[c] at ang mga nagwasak sa iyo ay paaalisin na. [18] Tingnan mo ang iyong paligid; nagtitipon na ang iyong mga mamamayan para umuwi sa iyo. At bilang Dios na buhay, sumusumpa akong ipagmamalaki mo sila katulad ng pagmamalaki ng nobyang ikakasal sa mga alahas na kanyang suot-suot. [19] Nawasak ka at pinabayaang giba, pero ngayon ay titirhan ka na ng iyong mga mamamayan. Hindi na sila halos magkakasya sa iyo. At ang mga nagwasak sa iyo ay layo na. [20] Sasabihin ng mga anak ninyong ipinanganak sa panahon ng inyong pagdadalamhati,[d] 'Ang lugar na ito'y napakaliit para sa amin. Kailangan namin ng mas malaking lugar.' [21] At sasabihin mo sa iyong sarili, 'Sino ang nanganak ng mga ito para sa akin? Namatay ang karamihan ng aking mga mamamayan,[e] at dahil doon ako'y nagluksa. Ang iba sa kanila ay binihag at dinala sa ibang bansa, at nag-iisa na lamang ako. Kaya saan galing ang mga ito? Sino ang nag-alaga sa kanila?' "

[22] Ito ang sinabi ng Panginoong Dios: "Sesenyasan ko ang mga bansa at ibabalik nila sa iyo ang iyong mga mamamayan na parang mga sanggol na kanilang kinalinga.[f] [23] Maglilingkod sa iyo ang mga hari at mga reyna. Sila ang mag-aalaga sa iyo. Luluhod sila sa iyo bilang paggalang, at magpapasakop sa iyo.[g] Sa ganoon malalaman mong ako ang Panginoon, at ang mga nagtitiwala sa akin ay hindi mabibigo."

[24] Mababawi mo pa ba ang mga sinamsam ng mga sundalong malulupit?[h] Maililigtas pa ba ang mga binihag nila?

[25] Pero ito ang sagot ng Panginoon, "Oo, maililigtas mo pa ang mga binihag ng mga sundalong malulupit at mababawi mo pa ang mga sinamsam nila. Sapagkat lalabanan ko ang mga lumalaban sa iyo at ililigtas ko ang iyong mga mamamayan.[i] [26] Ipapakain ko sa mga umaapi sa iyo ang sarili nilang katawan, at magiging parang mga lasing sila sa sarili nilang dugo. Dahil dito, malalaman ng lahat na ako, ang Panginoon, ang iyong Tagapagligtas at Tagapagpalaya, ay ang Makapangyarihang Dios ni Jacob."

50 Sinabi ng Panginoon sa kanyang mga mamamayan, "Ang Jerusalem[j] ba'y itinakwil ko gaya ng lalaking humiwalay sa kanyang asawa? Patunayan ninyo![k] Ipinabihag ko na ba kayo tulad ng isang taong ipinagbili bilang alipin ang kanyang mga anak sa pinagkakautangan niya, para ipambayad sa utang? Hindi! Kayo ay ipinagbili dahil sa inyong mga kasalanan. Itinakwil ang Jerusalem dahil sa inyong mga pagsuway. [2] Bakit hindi ninyo ako pinansin noong dumating ako? Bakit hindi kayo sumagot noong tinawag ko kayo? Hindi ko ba kayo kayang iligtas? Kaya ko ngang patuyuin ang dagat sa isang salita lang. At kaya kong gawing disyerto ang ilog para mamatay ang mga isda roon. [3] At kaya ko ring padilimin na kasing-itim ng damit na panluksa[l] ang langit."

Ang Masunuring Lingkod ng Dios

[4] Tinuruan ako ng Panginoong Dios kung ano ang sasabihin ko para mapalakas ang mga nanlulupaypay. Ginigising niya ako tuwing umaga para pakinggan ang mga itinuturo niya sa akin. [5] Nagsalita sa akin ang Panginoong Dios at ako'y nakinig. Hindi ako sumuway o tumakas man sa kanya. [6] Iniumang ko ang aking likod sa mga bumugbog sa akin, at ang aking mukha sa mga bumunot ng aking balbas. Pinabayaan ko silang hiyain ako at duraan ang aking mukha. [7] Pero hindi ako nakadama ng hiya, dahil tinulungan ako ng Panginoong Dios. Kaya nagmatigas ako na parang batong buhay dahil alam kong hindi ako mapapahiya. [8] Malapit sa akin ang Dios na nagsasabing wala akong kasalanan. Sino ang maghahabla sa akin? Lumabas siya at harapin ako! [9] Makinig kayo! Ang Panginoong Dios ang tutulong sa akin. Sino ang makapagsasabing nagkasala ako? Matutulad sila sa damit na mabubulok at ngangatngatin ng mga kulisap. [10] Sino sa inyo ang may takot sa Panginoon at sumusunod sa mga itinuturo ng kanyang lingkod? Kinakailangang magtiwala siya sa Panginoon niyang Dios kahit sa daang madilim at walang liwanag. [11] Pero mag-ingat kayo, kayong mga nagbabalak na ipahamak ang iba, kayo rin ang mapapahamak sa sarili ninyong mga pakana! Mismong ang Panginoon ang magpaparusa sa inyo, at kayo'y mamamatay sa matinding parusa.

Ang Panawagang Magtiwala sa Panginoon

51 [1-2] Sinabi ng Panginoon, "Makinig kayo sa akin, kayong mga gustong maligtas[m] at humihingi ng

---

a 12 Sinim: Sa ibang tekstong Hebreo, Aswan. Ito'y isang lugar sa timog ng Egipto.

b 14 Jerusalem: sa Hebreo, Zion.

c 17 ang muling magtatayo sa iyo: Ito ang nasa ibang mga lumang teksto. Sa Hebreo, ang iyong mga anak (o lahi).

d 20 sa panahon ng inyong pagdadalamhati: Ang ibig sabihin ay panahon ng pagkawasak ng Jerusalem at pagkabihag ng mga mamamayan nito.

e 21 mga mamamayan: sa literal, mga anak. Ganito rin sa talatang 22.

f 22 Sila'y parang sanggol na kinakalinga dahil tutulungan sila ng mga taga-Persia sa kanilang pag-uwi.

g 23 magpapasakop sa iyo: sa literal, didilaan nila ang alikabok sa iyong mga paa mo.

h 24 malulupit: Ito ang nasa Dead Sea Scrolls, Syriac, at Latin Vulgate. Sa tekstong Masoretic, matuwid.

i 25 mga mamamayan: sa literal, mga anak.

j 1 Ang Jerusalem: sa literal, Ang inyong ina.

k 1 Patunayan ninyo: sa literal, Nasaan na ang kasulatan ng paghihiwalay?

l 3 damit na panluksa: sa Hebreo, sakong damit.

m 1-2 gustong maligtas: o, gustong maging matuwid.

tulong sa akin. Alalahanin ninyo sina Abraham at Sara na inyong mga ninuno. Katulad sila ng batong pinagtibagan sa inyo o pinaghukayan sa inyo. Noong tinawag ko si Abraham, nag-iisa siya, pero pinagpala ko siya at binigyan ng maraming lahi.

3 "Kaaawaan ko ang Jerusalem[a] na nawasak. Ang mga disyerto nito ay gagawin kong parang halamanan ng Eden. Maghahari sa Jerusalem ang kagalakan, pasasalamat at pag-aawitan.

4 "Mga mamamayan ko, makinig kayo sa akin. Dinggin ninyo ako, O bansa ko! Ibibigay ko ang aking kautusan at magsisilbi itong ilaw sa mga bansa. 5 Malapit ko na kayong bigyan ng tagumpay. Hindi magtatagal at ililigtas ko na kayo. Ako ang mamamahala sa mga bansa. Ang mga nasa malalayong lugar[b] ay maghihintay sa akin at maghahangad ng aking kapangyarihan. 6 Tingnan ninyo ang langit at ang mundo. Mawawala ang langit na parang usok, masisira ang mundo na parang damit, at mamamatay ang mga mamamayan nito na parang mga kulisap. Pero ang kaligtasan na aking ibibigay ay mananatili magpakailanman. Ang tagumpay at katuwiran na mula sa akin ay mapapasainyo magpakailanman. 7 Makinig kayo sa akin, kayong mga nakakaalam kung ano ang tama at sumusunod sa aking kautusan! Huwag kayong matatakot sa mga pangungutya at pangungutya ng mga tao sa inyo. 8 Sapagkat matutulad sila sa damit na nginatngat ng mga kulisap. Pero ang tagumpay at katuwiran na aking ibibigay ay mananatili magpakailanman. Ang kaligtasang mula sa akin ay mapapasainyo magpakailanman."

9 Sige na, Panginoon, tulungan n'yo na po kami. Gamitin n'yo na ang inyong kapangyarihan sa pagliligtas sa amin. Tulungan n'yo kami katulad ng ginawa n'yo noon. Hindi ba't kayo ang tumadtad sa dragon na si Rahab?[c] 10 Hindi ba't kayo rin po ang nagpatuyo ng dagat, gumawa ng daan sa gitna nito para makatawid ang inyong mga mamamayan na iniligtas n'yo sa Egipto? 11 Ang inyong mga tinubos ay babalik sa Zion na nag-aawitan at may kagalakan magpawalang hanggan. Mawawala na ang kanilang mga kalungkutan, at mag-uumapaw ang kanilang kaligayahan.

12 Sumagot ang Panginoon, "Ako ang nagpapalakas at nagpapaligaya sa inyo. Kaya bakit kayo matatakot sa mga taong katulad ninyo na mamamatay din lang na parang damo? 13 Ako ba'y nakalimutan na ninyo? Ako na lumikha sa inyo? Ako ang nagladlad ng langit at naglagay ng pundasyon ng mundo. Bakit nabubuhay kayong natatakot sa galit ng mga umaapi at gustong lumipol sa inyo? Ang kanilang galit ay hindi makakapinsala sa inyo. 14 Hindi magtatagal at ang mga bihag ay palalayain. Hindi sila mamamatay sa kanilang piitan at hindi rin sila mawawalan ng pagkain. 15 Sapagkat ako ang Panginoon na inyong Dios. Kapag kinalawkaw ko ang dagat ay umuugong ang mga alon. Panginoong Makapangyarihan ang aking pangalan. 16 Itinuro ko sa inyo ang ipinasasabi ko, at ipinagtatanggol ko kayo sa pamamagitan ng

aking kapangyarihan. Ako ang naglagay ng langit at ng pundasyon ng mundo, at ako ang nagsabi sa Israel, 'Ikaw ang aking mamamayan.' "

17 Jerusalem, bumangon ka! Ang galit ng Panginoon ay parang alak na ininom mong lahat hanggang sa ikaw ay magpasuray-suray sa kalasingan. 18 Wala ni isa man sa iyong mga tauhan ang aalalay sa iyo; wala ni isa man sa kanila ang tutulong sa iyo. 19 Dalawang sakuna ang nangyari sa iyo: Nawasak ka dahil sa digmaan, at nagtiis ng gutom ang iyong mga mamamayan. Walang naiwan sa mga mamamayan mo, na lilingap at aaliw sa iyo. 20 Nanlulupaypay sila at nakahandusay sa mga lansangan. Para silang mga usa na nahuli sa bitag. Dumanas sila ng matinding galit ng Panginoon; sinaway sila ng iyong Dios.

21 Kaya pakinggan ninyo ito, kayong mga nasa matinding hirap at nalasing ng hindi dahil sa alak. 22 Ito ang sinasabi ng Panginoon ninyong Dios na kumakalinga sa inyo: "Makinig kayo! Inalis ko na ang aking galit na parang alak na nakapagpalasing sa inyo. Hindi ko na kayo paiinumin muli nito. 23 Ibibigay ko ito sa mga nagpahirap sa inyo, sa mga nag-utos sa inyo na dumapa para tapakan nila kayo. Tinapakan nila ang inyong mga likod na para bang dumadaan sila sa lansangan."

Ililigtas ng Dios ang Jerusalem

52 Bumangon ka, O Zion, at magpakatatag. Ipakita mo ang iyong kapangyarihan, O banal na lungsod ng Jerusalem, dahil ang mga kaaway mong hindi mga Israelita,[d] na itinuturing mong marumi ay hindi na muling makakapasok sa iyo. 2 Huwag na nang malungkot katulad ng taong nagluluksa na nakaupo sa lupa. Bumangon ka na at muling mamahala. At kayong mga mamamayan ng Jerusalem, palayain n'yo na ang inyong sarili mula sa pagkabihag. 3-4 Sapagkat ito ang sinasabi ng Panginoong Dios, "Binihag kayo na parang mga taong ipinagbili bilang alipin na walang bayad, kaya tutubusin ko kayo ng wala ring bayad. Pumunta kayo noon sa Egipto upang doon manirahan at inapi kayo roon. At noong huli inapi rin kayo ng Asiria. 5 Ngayon, ano na naman ang nangyari sa inyo? Binihag kayo ng Babilonia na parang wala ring bayad. Pinamahalaan nila kayo at nilait. Maging ako ay lagi rin nilang nilalapastangan. 6 Pero darating ang araw na malalaman ninyo kung sino ako, dahil ako mismo ang nagsasalita sa inyo. Oo, ako nga."

7 O napakagandang tingnan ang sugong dumadaan sa mga kabundukan na nagdadala ng magandang balita ng kapayapaan at kabutihan sa Jerusalem, dahil ililigtas na ito ng Dios. Sasabihin nila sa mga taga-Jerusalem, "Naghahari na ang inyong Dios!"

8 Sisigaw sa tuwa ang mga tagapagbantay ng lungsod dahil makikita nila ang pagbabalik ng Panginoon sa Jerusalem. 9 Sisigaw sa tuwa ang gibang Jerusalem dahil aaliwin at palalakasin na ng Panginoon ang kanyang mga mamamayan. Ililigtas niya ang Jerusalem! 10 Ipapakita ng Panginoon ang natatangi[e] niyang kapangyarihan

---

a 3 Jerusalem: sa Hebreo, Zion.

b 5 malalayong lugar: o, mga isla; o, mga lugar malapit sa dagat.

c 9 Rahab: Ang dambuhalang hayop na kumakatawan sa Egipto.

d 1 hindi mga Israelita: sa literal, mga hindi tuli.

e 10 natatangi: o, banal.

sa lahat ng bansa, at makikita ng buong mundo[a] ang pagliligtas ng ating Dios.

[11] Kayong mga tagapagdala ng mga kagamitan ng templo ng Panginoon, umalis na kayo sa Babilonia. Huwag kayong hihipo ng mga bagay na itinuturing na marumi. Umalis na kayo sa Babilonia, at magpakabanal. [12] Pero ngayon, hindi n'yo na kailangang magmadali sa pag-alis, na para bang tumatakas. Dahil ang Panginoon ang mangunguna sa inyo. Ang Dios ng Israel ang magtatanggol sa inyo.

Ang Nagdurusang Lingkod ng Panginoon

[13] Sinabi ng Panginoon, "Ang aking lingkod ay magtatagumpay. Magiging tanyag siya at pararangalan. [14] Marami ang magugulat sa kanya, dahil halos mawasak na ang kanyang mukha at parang hindi na mukha ng tao. [15] Pati ang mga bansa ay mamamangha sa kanya. Ang mga hari ay hindi makakapagsalita dahil sa kanya, dahil makikita nila ang mga bagay na hindi pa nasasabi sa kanila. At mauunawaan nila ang mga bagay na hindi pa nila naririnig."

53 Sinong naniwala sa aming ibinalita? At kanino inihayag ng Panginoon ang kanyang kapangyarihan? [2] Kalooban ng Panginoon na lumago ang kanyang lingkod, gaya ng tanim na lumalago at nag-uugat sa tuyong lupa. Wala siyang kagandahan o katangiang makakaakit sa atin para siya'y lapitan. [3] Hinamak siya at itinakwil ng mga tao. Dumanas siya ng mga sakit at hirap. Tinalikuran natin siya, hinamak, at hindi pinahalagahan. [4] Ang totoo, tiniis niya ang mga sakit at mga kalungkutang dapat sana'y tayo ang dumanas. Ang akala natin ay pinarusahan siya ng Dios dahil sa kanyang mga kasalanan. [5] Ang totoo, sinugatan siya dahil sa ating mga pagsuway; binugbog siya dahil sa ating kasamaan. Ang parusang tiniis niya ang naglagay sa atin sa magandang kalagayan. At dahil sa mga sugat niya ay gumaling tayo. [6] Tayong lahat ay parang mga tupang naligaw. Bawat isa sa atin ay gumawa ng nais nating gawin. Pero siya ang pinarusahan ng Panginoon ng parusang dapat sana ay para sa ating lahat. [7] Inapi siya at sinaktan, pero hindi man lang dumaing. Para siyang tupang dadalhin sa katayan para patayin, o tupang gugupitan na hindi man lang umiimik. [8] Hinuli siya, hinatulan, at pinatay. Walang nakaisip, isa man sa mga salinlahi niya, na pinatay siya dahil sa kanilang mga kasalanan, na tiniis niya ang parusang dapat sana ay para sa kanila. [9] Kahit na wala siyang ginawang kasalanan at anumang pandaraya,[b] inilibing siyang parang isang kriminal; inilibing siyang kasama ng mga mayayaman. [10] Pero kalooban ng Panginoon na saktan siya at pahirapan. Kahit na ginawa siyang handog ng Panginoon para mabayaran ang kasalanan ng mga tao, makikita niya ang kanyang mga lahi at tatanggap siya ng mahabang buhay. At sa pamamagitan niya ay matutupad ang kalooban ng Panginoon. [11] Kapag nakita niya ang bunga ng kanyang paghihirap, matutuwa siya. *Sinabi ng Panginoon,* "Sa pamamagitan ng karunungan ng aking matuwid na lingkod ay marami ang ituturing niyang matuwid, magdurusa siya para sa kanilang

mga kasalanan. [12] Dahil dito, pararangalan ko siya katulad ng mga taong tanyag at makapangyarihan dahil ibinigay niya ang buhay niya. Ibinilang siya na isa sa mga makasalanan. Nagdusa siya para sa maraming makasalanan[c] at hiniling pa niya sa Dios na sila'y patawarin."

Ang Pag-ibig ng Dios sa Jerusalem

54 Sinabi ng Panginoon, "Umawit ka *Jerusalem, ikaw na parang* babaeng baog. Umawit ka at sumigaw sa tuwa, ikaw na hindi nakaranas ng hirap sa panganganak. Sapagkat kahit na iniwan ka ng iyong asawa, mas marami ang iyong magiging anak kaysa sa babaeng kapiling ang asawa. [2] Gumawa ka ng mas malaki at matibay na tirahan.[d] Huwag mong liliitan. [3] Sapagkat lalawak ang iyong hangganan, sasakupin ng iyong mga mamamayan ang ibang mga bansa, at kanilang titirhan ang mga lungsod doon na iniwan. [4] Huwag kang matakot dahil hindi ka mapapahiya. Malilimutan mo na ang kahihiyan ng iyong kabataan at pagkabalo. [5] Sapagkat *ako na* lumikha sa iyo ay para mong asawa. Panginoong Makapangyarihan ang pangalan ko. *Ako* ang Banal na Dios ng Israel, at iyong Tagapagligtas. Tinatawag akong 'Dios ng buong mundo.'

[6] *Jerusalem,* katulad ka ng isang kabataang babae na nag-asawa at nalulungkot dahil iniwan siya ng kanyang asawa. Pero ngayon, tinatawag kita para muling makapiling. [7] Iniwan kita sandali, pero dahil sa laki ng awa ko sa iyo ay muli kitang kukupkupin. [8] Dahil sa bugso ng galit ko sa iyo, iniwan kita sandali, pero dahil sa aking walang hanggang pag-ibig sa iyo, kaaawaan kita. *Ako,* ang Panginoon na inyong Tagapagligtas ang nagsasabi nito.

[9] "Para sa akin, katulad ito noong panahon[e] ni Noe nang nangako akong hindi ko na gugunawin ang mundo. Ngayon naman, nangangako akong hindi na ako magagalit o magpaparusa sa inyo. [10] Gumuho man ang mga burol at bundok, ang pag-ibig ko sa iyo'y hindi mawawala, maging ang kasunduan ko sa iyo na ilalagay kita sa magandang kalagayan. *Ako,* ang Panginoong naaawa sa iyo, ang nagsasabi nito.

[11] "O Jerusalem, para kang binagyo. Nagdusa ka't walang umaliw at nagpalakas sa iyo. Pero muli kitang itatayo sa pundasyong gawa sa *batong* safiro, at gagamitin ko ang mamahaling mga bato para sa mga dingding ng bahay mo. [12] Gagamitin ko rin ang mga *batong* rubi sa iyong mga tore, at gagamitin ko rin ang mga naggagandahang mga bato sa paggawa ng iyong mga pinto at mga pader. [13] Ako ang magtuturo sa iyong mga mamamayan,[f] at magiging mabuti ang kanilang kalagayan. [14] Magiging matatag ka dahil mamumuhay nang matuwid ang mga mamamayan mo. Tatakas ang mga kaaway mo, kaya wala kang dapat katakutan. Hindi na makakalapit sa iyo ang mga kaaway mo para takutin ka. [15] Kung may lulusob sa iyo, hindi ko iyon kalooban. Susuko sila sa iyo. [16] Makinig ka!

---

[a] 10 *buong mundo:* sa literal, *pinakadulo ng mundo.*

[b] 9 *pandaraya:* o, *pagsisinungaling.*

[c] 12 *makasalanan:* o, *rebelde;* o, *kriminal.*

[d] 2 *tirahan:* sa literal, *tolda.*

[e] 9 *panahon:* Ito ang nasa ibang lumang teksto. Sa Hebreo, *tubig.*

[f] 13 *mga mamamayan:* sa literal, *mga anak.*

Ako ang lumikha ng mga panday na nagpapaningas ng apoy at gumagawa ng mga sandata. Ako rin ang lumikha ng mga sundalo na gumagamit ng mga sandatang ito para manglipol. [17] Walang anumang sandatang ginawa na magtatagumpay laban sa iyo, at masasagot mo ang anumang ibibintang laban sa iyo. Ito ang pamana ko sa aking mga lingkod. Bibigyan ko sila ng tagumpay. *Ako*, ang PANGINOON, ang nagsasabi nito."

Ang Habag ng Dios

55 *Sinabi ng* PANGINOON, "Lumapit kayo, lahat kayong nauuhaw, narito ang tubig! Kahit wala kayong pera, lumapit kayo at kumain! Halikayo, kumuha kayo ng inumin at gatas ng walang bayad! [2] Bakit ninyo ginugugol ang inyong mga salapi sa mga bagay na hindi makakain? Bakit n'yo inuubos ang mga sweldo ninyo sa mga bagay na hindi makakapagpabusog sa inyo? Makinig kayo sa akin at makakakain kayo ng mga masasarap na pagkain, at talagang mabubusog kayo. [3] Lumapit kayo sa akin at makinig para mabuhay kayo. Gagawa ako ng walang hanggang kasunduan sa inyo. Ipapadama ko sa inyo ang pag-ibig ko't awa na ipinangako ko kay David. [4] Ginawa ko siyang tagapamahala ng mga bansa, at sa pamamagitan niya'y ipinakita ko ang aking kapangyarihan sa kanila. [5] Tatawagin ninyo ang mga bansang hindi ninyo kasama, at magmamadali silang lalapit sa inyo, dahil *ako*, ang PANGINOON na inyong Dios, ang Banal na Dios ng Israel, ang nagbigay sa inyo ng karangalan."

[6] Lumapit na kayo sa PANGINOON at tumawag sa kanya habang naririyan pa siya para tulungan kayo. [7] Talikuran na ng mga taong masama ang masasama nilang ugali at baguhin na ang masasama nilang pag-iisip. Magbalik-loob na sila sa PANGINOON na ating Dios, dahil kaaawaan at patatawarin niya sila. [8] Sinabi ng PANGINOON, "Ang pag-iisip ko ay hindi katulad ng pag-iisip ninyo at ang pamamaraan ko ay hindi katulad ng pamamaraan ninyo. [9] Kung gaano kalayo ang langit sa lupa, ganoon din kalayo ang aking pamamaraan at pag-iisip kaysa sa inyo. [10] Ang ulan at nyebe ay mula sa itaas, at hindi bumabalik doon hangga't hindi muna nakapagbibigay ng tubig sa lupa at nakapagpapalago ng mga halaman para makapagbigay ng binhi at pagkain sa nagtatanim at sa mga tao. [11] Ganyan din ang aking mga salita, hindi ito mawawalan ng kabuluhan. Isasakatuparan nito ang aking ninanais, at isasagawa ang aking layunin kung bakit ko ito ipinadala.

[12] "*Mga Israelita*, aalis kayo nang masaya *sa Babilonia* at papatnubayan kayo ng Dios. Ang mga bundok at mga burol ay parang mga taong aawit sa tuwa. At ang lahat ng mga puno ay parang mga taong magpapalakpakan. [13] Tutubo na ang mga puno ng sipres at mirto sa dating tinutubuan ng mga halamang may tinik. Ang mga pangyayaring ito'y magbibigay ng karangalan sa akin. Magiging tanda ito magpakailanman ng aking kapangyarihan."

Ang Pagpapala sa Lahat ng Bansa

56 Ito ang sinasabi ng PANGINOON: "Pairalin ninyo ang katarungan at katuwiran dahil malapit ko na kayong iligtas. [2] Mapalad ang mga taong

gumagawa nito at ang mga sumusunod sa aking mga ipinapagawa sa Araw ng Pamamahinga. Mapalad din ang taong hindi gumagawa ng masama."

[3] Huwag isipin ng mga dayuhang nag-alay ng kanilang sarili sa PANGINOON na hindi sila isasama ng PANGINOON sa kanyang mga mamamayan. Huwag ding isipin ng mga taong nagpakapon na dahil hindi na sila magkakaanak,[a] ay hindi sila maaaring isama sa mga mamamayan ng Dios. [4] Sapagkat ito ang sinasabi ng PANGINOON, "*Pagpapalain ko* ang mga taong nagpakapon na sumusunod sa mga ipinapagawa ko sa Araw ng Pamamahinga at gumagawa ng mga bagay na nakakalugod sa akin, at tumutupad sa aking kasunduan. [5] Papayagan ko silang makapasok sa aking templo at pararangalan ko sila ng higit pa sa karangalang ibibigay sa kanila kung sila'y nagkaanak. At hindi sila makakalimutan ng mga tao magpakailanman.

[6] "Pagpapalain ko rin ang mga dayuhang nag-alay ng sarili nila sa akin para paglingkuran ako, mahalin, sambahin, at sundin *ang ipinapagawa sa* Araw ng Pamamahinga at tumutupad sa aking kasunduan. [7] Dadalhin ko sila sa aking banal na bundok at aaliwin doon sa aking templong dalanginan. Tatanggapin ko sa aking altar ang kanilang mga handog na sinusunog at iba pang mga handog, dahil ang templo ko'y tatawaging templong dalanginan ng mga tao mula sa lahat ng bansa." [8] Sinabi pa ng Panginoong DIOS na nagtipon sa mga Israelitang nabihag, "Titipunin ko pa ang iba, maliban doon sa mga natipon ko na."

[9] Lumapit kayo, kayong lahat ng bansa na parang mababangis na hayop, at lipulin ninyo ang mga mamamayan ng Israel. [10] Sapagkat ang mga pinuno ng Israel na dapat sana'y mga tagapagbantay ng bansang ito ay parang mga bulag at mga walang nalalaman. Para silang mga asong tagapagbantay na hindi tumatahol. Ang gusto nila'y mahiga, matulog, at managinip. [11] Para silang mga asong matatakaw na walang kabusugan. Ang mga tagapag-alaga ng Israel ay walang pang-unawa. Ang bawat isa sa kanila'y gumagawa ng kahit anong gusto nilang gawin, at ang pansariling kapakanan lang ang kanilang pinagkakaabalahan. [12] Sinabi pa nila, "Halikayo, kumuha tayo ng inumin at maglasing! At mas marami pa bukas kaysa ngayon."

Isinumpa ang Dios-diosan ng Israel

57 Kapag namatay ang isang taong matuwid, walang gaanong nagtatanong kung bakit. Walang gaanong nakakaalam na ang mga taong matuwid ay kinukuha ng Dios para ilayo sa masama. [2] Sapagkat kapag namatay ang taong matuwid, magkakaroon na siya ng kapayapaan at kapahingahan. [3] Pero kayong mga lahi ng mga mangkukulam, ng mga nangangalunya, at ng mga babaeng bayaran, lumapit kayo at nang kayo'y mahatulan. [4] Kinukutya ninyo ang mga taong matuwid, nginingiwian at binebelatan niyo sila. Lahi kayo ng mga rebelde at mga sinungaling. [5] Sinasamba ninyo ang inyong mga dios-diosan sa pamamagitan ng pakikipagtalik sa ilalim ng bawat

---

a 3 hindi na sila magkakaanak: sa literal, *ang katulad nila ay patay na puno.*

malalagong punongkahoy na itinuturing n'yong banal. Inihahandog ninyo ang inyong mga anak sa mga daluyan ng tubig sa paanan ng mga burol. ⁶ Ang mga batong makikinis sa mga daluyan ng tubig ay ginagawa ninyong dios at sinasamba sa pamamagitan ng paghahandog ng pagkain at inumin. Hindi ako natutuwa sa ginagawa ninyong iyan. ⁷ Umaakyat kayo sa mga matataas na bundok at naghahandog ng inyong mga handog doon at nakikipagtalik. ⁸ Inilalagay pa ninyo ang mga rebulto ng inyong mga dios-diosan malapit sa pintuan ng inyong mga bahay. Itinatakwil ninyo ako. Para kayong babaeng mangangalunya na nahiga sa malapad niyang higaan at pumayag na sumiping sa kanyang kalaguyo. Gustong-gusto niyang makipagtalik sa kalaguyo niya. Talagang nagpapakasawa siya sa pita ng kanyang laman.

⁹ Pumunta kayo sa dios-diosan ninyong si Molec. Marami ang dala ninyong langis at pabango. Nagsugo pa kayo ng mga tao sa malayong lugar para maghanap ng mga dios-diosang sasambahin ninyo. Kahit na ang lugar ng mga patay ay parang pupuntahan n'yo pa. ¹⁰ At kahit pagod na kayo sa kakahanap ng mga dios-diosan, hindi pa rin kayo nawawalan ng pag-asa. Pilit ninyong pinalalakas ang inyong sarili kaya hindi kayo nanghihina.

¹¹ Sinabi ng PANGINOON, "Sino ba itong mga dios-diosan na kinatatakutan n'yo at nagsinungaling kayo sa akin? Kinalimutan n'yo ako at hindi pinansin. Ano ba ang dahilan, bakit hindi n'yo na ako iginagalang? Dahil ba sa nanahimik ako sa loob ng mahabang panahon? ¹² Ang akala ninyo'y matuwid ang inyong ginagawa, pero ipapakita ko kung anong klaseng tao kayo. ¹³ At hindi talaga makakatulong sa inyo ang inyong mga dios-diosan kapag humingi kayo ng tulong sa kanila. Silang lahat ay tatangayin ng hangin. At mapapadpad sila sa isang ihip lamang. Pero ang mga nagtitiwala sa akin ay maninirahan sa lupaᵃ at sasamba sa aking banal na bundok. ¹⁴ Sasabihin ko, ayusin ninyo ang daan na dadaanan ng aking mga mamamayan."

¹⁵ Ito pa ang sinasabi ng Kataas-taasang Dios, ang Banal na Dios na nabubuhay magpakailanman: "Nakatira ako sa mataas at banal na lugar, pero nakatira rin akong kasama ng mga taong mapagpakumbaba at nagsisisi, para sila'y palakasin ko. ¹⁶ Ang totoo, hindi ko kayo kakalabanin o uusigin habang panahon, dahil kung gagawin ko ito mamamatay ang mga taong nilikha ko. ¹⁷ Nagalit ako dahil sa kasalanan at kasakiman ng Israel, kaya pinarusahan ko sila at itinakwil. Pero patuloy pa rin sila sa kanilang kasalanan. ¹⁸ Nakita ko ang kanilang pag-uugali, pero pagagalingin ko sila. Papatnubayan ko sila at aaliwin ang mga nalulungkot sa kanila. ¹⁹ At dahil dito, magpupuri sila sa akin. Ilalagay ko sila sa magandang kalagayan, sa malayo man o nasa malapit. Pagagalingin ko sila. Ako, ang PANGINOON, ang nagsasabi nito. ²⁰ Pero ang masasama ay walang kapayapaan. Para silang alon sa dagat na nagdadala ng mga putik at mga dumi sa dalampasigan. ²¹ Ang taong masama ay hindi mabubuhay ng payapa." Iyan ang sinabi ng aking Dios.

Ang Totoong Pag-aayuno

58 Sinabi ng Panginoon, "Sumigaw kayo nang malakas na kasinglakas ng trumpeta! Huwag ninyong pigilan! Sabihin ninyo sa aking mga mamamayan na lahi ni Jacob ang kanilang mga kasalanan at mga pagsuway. ² Dumudulog sila sa akin araw-araw, at tila gusto nilang malaman ang aking mga pamamaraan. Kung titingnan, para bang isa silang bansang matuwid at hindi sumusuway sa mga utos ko. Ipinapakita nila na parang gustong-gusto nilang lumapit sa akin at humingi ng matuwid na hatol. ³ Sinasabi pa nila sa akin, 'Nag-ayuno kami, pero hindi n'yo man lamang pinansin. Nagpenitensya kami, pero binalewala ninyo.'

"Ang totoo, habang nag-aayuno kayo, ang sarili ninyong kapakanan ang inyong iniisip. Inaapi ninyo ang inyong mga manggagawa. ⁴ Nag-aayuno nga kayo, pero nag-aaway-away naman kayo, nagtatalo, at nagsusuntukan pa. Huwag ninyong iisipin na ang ginagawa ninyong pag-aayuno ngayon ay makakatulong para dinggin ko ang inyong dalangin. ⁵ Kapag nag-aayuno kayo, nagpepenitensya kayo. Yumuyuko kayo na parang mga damong kugon. Nagsusuot kayo ng damit na panluksaᵇ at humihiga sa abo. Iyan ba ang tinatawag ninyong ayuno? Akala ba ninyo'y nakakalugod iyon sa akin? ⁶ Ang ayunong makapagpapalugod sa akin ay ang ayunong may kasamang matuwid na pag-uugali. Tigilan ninyo ang paggawa ng kasamaan, pairalin n'yo na ang katarungan, palayain ninyo ang mga inaalipin at ang inaapi ay inyong tulungan. ⁷ Bigyan ninyo ng pagkain ang mga nagugutom, patirahin ninyo sa inyong tahanan ang mga walang tahanan, bigyan ninyo ng damit ang mga walang damit, at tulungan ninyo ang inyong mga kaanak. ⁸ Kapag ginawa n'yo ito, darating sa inyo ang kaligtasanᶜ na parang bukang-liwayway, at pagagalingin ko kayo agad. Ako na inyong Dios na matuwid ang mangunguna sa inyo at ipagtatanggol ko kayo sa pamamagitan ng aking kapangyarihan. ⁹ At kung dumulog kayo sa akin para humingi ng tulong, kayo'y aking sasagutin.

"Kung titigilan na ninyo ang pang-aapi, ang pambibintang ng kasinungalingan, ang pagsasalita ng masama, ¹⁰ at kung gagawin ninyo ang pagpapakain sa mga nagugutom, ang pagbibigay ng pangangailangan ng mga dukha, darating sa inyo ang kaligtasan na magbibigay-liwanag sa madilim ninyong kalagayan na parang tanghaling-tapat. ¹¹ Palagi ko kayong papatnubayan at bubusugin, kahit na mahirap ang kalagayanᵈ ninyo. Palalakasin ko kayo, at kayo'y magiging parang halamanang sagana sa tubig at parang bukal na hindi nawawalan ng tubig. ¹² Muling itatayo ng inyong mga lahi ang mga lungsod ninyong matagal nang wasak at aayusin nila ang dating mga pundasyon. Makikilala kayo na mga taong tagaayos ng kanilang mga gibang pader at mga bahay.

¹³ "Alalahanin ninyo ang Araw ng Pamamahinga. Huwag ninyong iisipin ang pansarili ninyong

---

ᵃ 13 lupa: Maaaring ang ibig sabihin ay lupain ng Israel.

ᵇ 5 damit na panluksa: sa Hebreo, sakong damit.

ᶜ 8 kaligtasan: sa literal, ilaw. Ganito rin sa talatang 10.

ᵈ 11 kahit na mahirap ang kalagayan: sa literal, sa mainit na lugar.

kapakanan sa natatanging araw na iyon. Ipagdiwang ninyo ang Araw ng Pamamahinga, at parangalan n'yo ito sa pamamagitan ng pagpipigil sa mga sarili ninyong kagustuhan at kaligayahan, at pagtigil sa pagsasalita nang walang kabuluhan. [14] Kapag ginawa ninyo ito, magiging maligaya kayo sa inyong paglilingkod sa akin. Pararangalan ko kayo sa buong mundo. Pasasaganain ko ang ani ng lupaing inyong minana sa inyong ninunong si Jacob." *Mangyayari nga ito* dahil sinabi ng PANGINOON.

Babala sa mga Makasalanan

59 Makinig kayo! Ang PANGINOON ay hindi mahina para hindi makapagligtas. Hindi rin siya bingi para hindi makarinig kapag tumawag kayo sa kanya. [2] Ang inyong mga kasalanan ay siyang naglayo sa inyo sa Dios at iyon ang dahilan kung bakit niya kayo tinalikuran at ayaw nang makinig sa inyong mga dalangin. [3] Pumapatay kayo ng tao, at gumagawa pa ng ibang kasamaan. Nagsisinungaling kayo at nagsasalita ng masama. [4] Wala ang isip ninyo ang katarungan; ang mga bintang ninyo sa inyong kapwa ay puro mga kasinungalingan. Ang inyong iniisip ay masama, at iyon ay inyong ginagawa. [5-6] Ang masasamang plano n'yo ay parang itlog ng makamandag na ahas; ang sinumang kumain nito ay mamamatay. Katulad din ito ng bahay ng gagamba na hindi maaaring gawing damit kaya walang kabuluhan ang masasama ninyong plano. Masama ang ginagawa n'yo at namiminsala kayo. [7] Nagmamadali kayong gumawa ng masama at mabilis ang kamay ninyong pumatay ng walang kasalanan. Palaging masama ang iniisip ninyo, at kahit saan kayo pumunta ay wala kayong ginawa kundi kapahamakan at kasiraan. [8] Wala kayong alam tungkol sa mapayapang pamumuhay. Binabalewala ninyo ang katarungan at binabaluktot pa ninyo ito. Ang sinumang sumunod sa inyong mga ginagawa ay hindi rin makakaranas ng mapayapang pamumuhay. [9] Kaya nga hindi pa pinarurusahan ng Dios ang ating mga kaaway, at hindi pa natin natatamo ang tagumpay at katuwiran. Naghintay tayo ng liwanag pero dilim ang dumating, kaya lumalakad tayo sa dilim. [10] Nangangapa tayo na parang bulag. Natitisod tayo kahit katanghaliang tapat, na parang lumalakad sa dilim. Tayo'y parang mga patay kung ihahambing sa mga taong malakas. [11] Umuungal tayo sa hirap na parang oso at dumadaing na parang mga kalapati. Hinihintay nating parusahan na ng Dios ang ating mga kaaway at tayo'y iligtas, pero hindi pa rin nangyayari. [12] Sapagkat napakarami na ng ating mga kasalanan sa Dios at iyan ang nagpapatunay na dapat tayong parusahan. At talaga namang alam natin na gumagawa tayo ng masama. [13] Nagrebelde tayo at nagtaksil sa PANGINOON. Itinakwil natin ang ating Dios. Inaapi natin at sinisiil ang ating kapwa. Pinag-iisipan natin ng mabuti kung paano magsalita ng kasinungalingan. [14] Iyan ang dahilan kung bakit hindi pa pinarurusahan ng Dios ang ating mga kaaway at hindi pa niya tayo binibigyan ng tagumpay na may katuwiran. Sapagkat hindi na matagpuan ang katotohanan kahit saan, at ang mga tao ay hindi na mapagkakatiwalaan. [15] Oo, nawala na ang katotohanan, at ang mga umiiwas sa kasamaan ay inuusig.

Nakita ito ng PANGINOON at nalulungkot siya dahil sa kawalan ng katarungan. [16] Nagtataka siya sa kanyang nakita na wala kahit isa man na tumutulong sa mga inaapi. Kung kaya, gagamitin niya ang kanyang kapangyarihan sa pagliligtas sa kanila. At dahil matuwid siya, tutulungan niya sila. [17] Gagamitin niyang panangga sa dibdib ang katuwiran, at helmet ang kaligtasan. Isusuot niya na parang damit ang paghihiganti at ang matindi niyang galit. [18] Gagantihin niya ang kanyang mga kaaway ayon sa kanilang ginawa, pati na ang mga nasa malalayong lugar.[a] Madadama nila ang kanyang galit. [19] Igagalang siya at dadakilain kahit saan, dahil darating siya na parang rumaragasang tubig na pinapadpad ng napakalakas na hangin.[b]

[20] Sinabi ng PANGINOON, "Darating sa Zion[c] ang maglililigtas sa inyong mga lahi ni Jacob, at kanyang ililigtas ang mga nagsisisi sa kanilang mga kasalanan. [21] At ito ang kasunduan ko sa inyo: Hindi mawawala ang aking Espiritu na nasa inyo at ang mga salitang sinabi ko sa inyo. Sabihin ninyo ito sa inyong mga anak, at kailangang sabihin din ito ng inyong mga anak sa kanilang mga anak hanggang sa susunod pang mga henerasyon. *Ako, ang* PANGINOON, *ang nagsasabi nito.*"

Ang Kadakilaan ng Jerusalem sa Hinaharap

60 "Bumangon ka, Jerusalem, at magliwanag katulad ng araw, dahil dumating na ang kaligtasan[d] mo. Liliwanagan ka ng kaluwalhatian ng PANGINOON. [2] Mababalot ng matinding kadiliman ang mga bansa sa mundo, pero ikaw ay liliwanagan ng kaluwalhatian ng PANGINOON. [3] Lalapit sa iyong liwanag ang mga bansa at ang kanilang mga hari. [4] Tingnan mo ang iyong paligid, nagtitipon na ang iyong mga mamamayan sa malayo para umuwi. Para silang mga batang kinakarga.[e] [5] Kapag nakita mo na ito, matutuwa ka at mag-uumapaw ang iyong kagalakan, dahil ang kayamanan ng mga bansa ay dadalhin dito sa iyo. [6] Mapupuno ang iyong lupain ng mga kamelyo ng mga taga-Midian at ng mga taga-Efa. Darating sila sa iyo mula sa Sheba na may dalang mga ginto at mga insenso para sambahin ang PANGINOON. [7] Dadalhin ng mga taga-Kedar at mga taga-Nebayot ang kanilang mga tupa sa iyo, at ihahandog ito sa altar ng Panginoon para siya'y malugod. At lalo pang pararangalan ng Panginoon ang kanyang templo. [8-9] Maglalayag ang mga barko na parang mga ulap na lumilipad at parang mga kalapating papunta sa kanilang mga pugad. Ang mga barkong ito'y pag-aari ng mga nakatira sa malalayong lugar,[f] na umaasa sa PANGINOON.[g]

---

[a] *18 malalayong lugar:* o, *mga isla;* o, *mga lugar malapit sa dagat.*

[b] *19 napakalakas na hangin:* o, *Espiritu ng Dios;* o, *hangin na mula sa Dios.*

[c] *20 Zion:* o, *Jerusalem.*

[d] *1 kaligtasan:* sa literal, *ilaw.*

[e] *4 Para silang mga batang kinakarga* dahil tinutulungan sila ng mga taga-Persia sa kanilang pag-uwi.

[f] *8-9 malalayong lugar:* o, *mga isla;* o, *mga lugar malapit sa dagat.*

[g] *8-9 sa* PANGINOON: sa Hebreo, *sa akin.*

Pangungunahan sila ng mga barko ng Tarshish para ihatid ang iyong mga mamamayan pauwi mula sa malalayong lugar. Magdadala sila ng mga ginto at pilak para sa Panginoon na iyong Dios, ang Banal na Dios ng Israel, dahil ikaw ay kanyang pinararangalan."

¹⁰ Sinasabi ng Panginoon sa Jerusalem: "Itatayo ng mga dayuhan ang iyong mga pader, at ang kanilang mga hari ay maglilingkod sa iyo. Kahit na pinarurusahan kita dahil sa galit ko sa iyo, kaaawaan kita dahil ako'y mabuti. ¹¹ Palaging magiging bukas ang iyong pintuan araw at gabi para tumanggap ng mga kayamanan ng mga bansa. Nakaparada ang mga hari na papasok sa iyo. ¹² Sapagkat lubusang mawawasak ang mga bansa at kaharing hindi maglilingkod sa iyo. ¹³ Ang kayamanan ng Lebanon ay magiging iyo—ang kanilang mga puno ng pino, enebro at sipres,ᵃ para mapaganda ang templo na aking tinitirhan. ¹⁴ Ang mga anak ng mga umapi sa iyo ay lalapit sa iyo at magbibigay galang. Luluhod sa paanan mo ang mga humamak sa iyo, at ikaw ay tatawagin nilang, 'Lungsod ng Panginoon' o 'Zion, ang Lungsod ng Banal na Dios ng Israel.' ¹⁵ Kahit na itinakwil at inusig ka, at walang nagpahalaga sa iyo, gagawin kitang dakila magpakailanman at ikaliligaya ito ng lahat ng salinlahi. ¹⁶ Aalagaan ka ng mga bansa at ng kanilang mga hari katulad ng sanggol na pinapasuso ng kanyang ina. Sa ganoon, malalaman mo na ako ang Panginoon, ang iyong Tagapagligtas at Tagapagpalaya, ang Makapangyarihang Dios ni Jacob. ¹⁷ Papalitan ko ang mga kagamitan ng iyong templo. Ang mga tanso ay papalitan ko ng ginto, ang mga bakal ay papalitan ko ng pilak, at ang mga bato ay papalitan ko ng bakal. Iiral sa iyo ang kapayapaan at katuwiran. ¹⁸ Wala nang mababalitaang pagmamalupit sa iyong lupain. Wala na ring kapahamakan na darating sa iyo. Palilibutan ka ng kaligtasan na parang pader, at magpupuri sa akin ang mga pumapasok sa iyong pintuan.

¹⁹ "Hindi na ang araw ang magiging liwanag mo sa umaga at hindi na ang buwan ang tatanglaw sa iyo sa gabi, dahil ako, ang Panginoon, ay iyong magiging liwanag magpakailanman. Ako, na iyong Dios, ang iyong tanglaw.ᵇ ²⁰ Ako ang iyong magiging araw at buwan na hindi na lulubog kahit kailan. At mawawala na ang iyong mga pagtitiis. ²¹ Ang lahat mong mamamayan ay magiging matuwid, at sila na ang magmamay-ari ng lupain ng Israel magpakailanman. Ginawa ko silang parang halaman na itinanim ko para sa aking karangalan. ²² Kakaunti sila, pero dadami sila. Mga kapus-palad sila, pero sila ay magiging makapangyarihang bansa. Ako, ang Panginoon, ang gagawa nito pagdating ng takdang panahon."

Ililigtas ng Panginoon ang Kanyang mga Mamamayan

61 Ang Espiritu ng Panginoong Dios ay nasa akin. Sapagkat hinirang niya ako na mangaral ng magandang balita sa mga mahihirap. Sinugo niya ako para aliwin ang mga sugatang-puso, at para ibalita sa mga bihag at mga bilanggo na sila'y malaya na. ²·³ Sinugo rin niya ako para ibalita na ngayon na ang panahon na ililigtas ng Panginoon ang kanyang mga mamamayan at parurusahan ang kanilang mga kaaway. Sinugo rin niya ako para aliwin ang mga nalulungkot sa Zion, nang sa ganoon, sa halip na maglagay sila ng abo sa kanilang ulo bilang tanda ng pagdadalamhati, maglalagay sila ng langis o ng koronang bulaklak sa kanilang ulo bilang tanda ng kaligayahan. Sila'y magiging parang matibay na puno na itinanim ng Panginoon. Kikilanin silang mga taong matuwid sa ikakaluwalhati ng Panginoon. ⁴ Muli nilang itatayo ang kanilang mga lungsod na matagal nang nagiba.

⁵ Mga mamamayan ng Dios, maglilingkod sa inyo ang mga dayuhan. Aalagaan nila ang inyong mga hayop, at magtatrabaho sila sa inyong mga bukid at mga ubasan. ⁶ Tatawagin kayong mga pari ng Panginoon, mga lingkod ng ating Dios. Makikinabang kayo sa kayamanan ng mga bansa at magagalak kayo na ang mga ito'y naging inyo. ⁷ Sa halip na kahihiyan, dodoble ang matatanggap ninyong pagpapala sa inyong lupain at talagang masisiyahan kayo sa matatanggap ninyo. Magiging maligaya kayo magpakailanman.

⁸ "Sapagkat ako, ang Panginoon, ay nagagalak sa katarungan. Galit ako sa mga pagnanakaw at sa iba pang kasamaan. Sa aking katapatan, gagantimpalaan ko ang mga mamamayan ko at gagawa ako ng walang hanggang kasunduan sa kanila. ⁹ Ang lahi nila'y magiging tanyag sa mga bansa. Ang lahat ng makakakita sa kanila ay magsasabing mga tao silang aking pinagpala."

¹⁰ Nalulugod ako sa Panginoon kong Dios, dahil para niya akong binihisan ng kaligtasan at tagumpay. Para akong lalaking ikakasal na may suot na katulad ng magandang damit ng pari, o babae sa kasal na may mga alahas. ¹¹ Sapagkat kung papaanong tiyak na sa lupa tumutubo ang mga binhi, ang tagumpay at katuwiran naman ay tiyak na manggagaling sa Panginoong Dios, at pupurihin siya ng mga bansa.

62 Dahil sa mahal ko ang Jerusalem, hindi ako tatahimik hangga't hindi dumarating ang kanyang tagumpay at katuwiran na parang nagbubukang-liwayway; at hanggang sa mapasakanya ang kanyang kaligtasan na parang nagniningas na sulo. ² O Jerusalem, makikita ng mga bansa at ng kanilang mga hari ang iyong tagumpay, katuwiran, at ang iyong kapangyarihan. Bibigyan ka ng Panginoon ng bagong pangalan. ³ Ikaw ay magiging parang koronang maganda sa kamay ng Panginoon na iyong Dios. ⁴ Hindi ka na tatawaging, "Itinakwil" o "Pinabayaan". Ikaw ay tatawaging, "Kaligayahan ng Dios" o "Ikinasal sa Dios", dahil nalulugod sa iyo ang Dios at para bang ikaw ay ikakasal sa kanya. ⁵ Siya na lumikha sa iyoᶜ ay magpapakasal sa iyo na parang isang binata na ikakasal sa isang birhen. At kung papaanong ang nobyo ay nagagalak sa kanyang nobya, ang iyong Dios ay nagagalak din sa iyo. ⁶ Jerusalem, naglagay ako ng mga tagapagbantay sa iyong mga pader.

ᵃ 13 sipres: o, "pine tree."
ᵇ 19 tanglaw: sa literal, kagandahan.

ᶜ 5 Siya na lumikha sa iyo: sa Hebreo, Ang iyong mga anak na lalaki.

Hindi sila titigil araw-gabi sa pagbibigay ng babala sa mga mamamayan mo.

Kayong mga nananalangin sa PANGINOON, huwag kayong titigil sa inyong pananalangin. [7] Huwag ninyong titigilan ang Panginoon hanggang sa itayo niyang muli ang Jerusalem at gawing lugar na kapuri-puri sa buong mundo. [8] Nangako ang PANGINOON na gagawin niya ito sa pamamagitan ng kanyang kapangyarihan. Sinabi niya, "Hindi ko na ipapakain ang inyong mga trigo sa inyong mga dayuhang kaaway. Hindi na rin nila maiinom ang mga bagong katas ng ubas na inyong pinaghirapan. [9] Kayo mismong nag-aani ng trigo ang kakain nito, at pupurihin ninyo ako. Kayo mismong namimitas ng ubas ang iinom ng katas nito roon sa aking templo."

[10] *Mga taga-Jerusalem,* lumabas kayo sa pintuan ng inyong lungsod, at ihanda ninyo ang daraanan ng iba pa ninyong mga kababayan. Linisin ninyo ang kanilang daraanan. Alisin ninyo ang mga bato, at magtayo kayo ng bandila na nagpapahiwatig sa mga tao *na pinauuwi na ng* PANGINOON *ang kanyang mga mamamayan.* [11] Makinig kayo! Nagpadala ng mensahe ang PANGINOON sa buong mundo,[a] na nagsasabi, "Sabihin ninyo sa lahat ng taga-Israel na ang kanilang Tagapagligtas ay dumating na, at may dalang gantimpala. [12] Tatawagin silang 'Banal'[b] at 'Iniligtas ng PANGINOON.' At ang Jerusalem naman ay tatawaging, 'Lungsod na Pinananabikan' at 'Lungsod na hindi na Pinababayaan.' "

Ang Paghihiganti ng Panginoon

63 Sino itong dumarating mula sa Bozra na sakop ng Edom, na ang maganda niyang damit ay namantsahan ng pula? Dumarating siya na taglay ang kapangyarihan.

Siya ang *Panginoon na* nagpapapahayag ng tagumpay ng kanyang mga mamamayan at may kapangyarihang magligtas. [2] Bakit napakapula ng kanyang damit, kasimpula ng damit ng taong nagpipisa ng ubas? [3] *Sumagot ang* PANGINOON, "Sa aking galit, pinisa ko na parang ubas ang mga bansa. Mag-isa akong nagpisa; wala akong kasama. Ang dugo nila ay tumalsik sa aking damit; kaya namantsahan ang damit ko. [4] Ginawa ko ito dahil dumating na ang araw ng aking paghihiganti sa aking mga kaaway at ililigtas ko ang aking mga mamamayan. [5] Nagtaka ako dahil nakita kong wala kahit isa ang tumulong sa akin. Kaya ako lang ang nagligtas sa aking mga mamamayan sa pamamagitan ng aking kapangyarihan. Ang galit ko ang nagtulak sa akin para parusahan ang aking mga kaaway. [6] At sa galit ko, tinapakan ko ang mga bansa at pinasuray-suray sila na parang mga lasing. Ibinuhos ko sa lupa ang kanilang dugo."

Ang Kabutihan ng PANGINOON

[7] Ihahayag ko ang pag-ibig ng PANGINOON. Pupurihin ko siya sa lahat ng kanyang ginawa sa atin. Napakarami ng ginawa niya sa atin na mga mamamayan ng Israel dahil sa laki ng kanyang awa at pag-ibig.

[8] Sinabi ng Panginoon, "Totoo ngang sila ang aking mga mamamayan, sila'y mga anak kong hindi magtataksil sa akin." Kung kaya, iniligtas niya sila. [9] Sa lahat ng kanilang pagdadalamhati, nagdalamhati rin siya, at iniligtas niya sila sa pamamagitan ng anghel na nagpahayag ng kanyang presensya. Dahil sa pag-ibig niya't awa, iniligtas niya sila. Noong una pa man, inalagaan niya sila sa lahat ng araw. [10] Pero nagrebelde sila at pinalungkot nila ang Banal niyang Espiritu. Kung kaya, kinalaban sila ng Panginoon, at sila'y naging kaaway niya. [11] Pero sa huli naalala nila ang mga lumipas na panahon, noong pinalabas ni Moises ang mga mamamayan niya sa Egipto. Nagtanong sila, "Nasaan na ang Panginoon na nagpatawid sa atin[c] sa dagat kasama ng ating pinunong si Moises na parang isang pastol ng mga tupa? Nasaan na ang Panginoon na nagpadala sa atin ng kanyang Espiritu? [12] Nasaan na ang Panginoon na nagbigay ng kapangyarihan kay Moises, at naghati ng dagat sa ating harapan, para matanyag siya magpakailanman? [13] *Nasaan na siya* na gumabay sa atin nang tumawid tayo sa dagat? Ni hindi tayo natisod katulad ng mga kabayong dumadaan sa malinis na lugar. [14] Binigyan tayo ng Espiritu ng PANGINOON ng kapahingahan, katulad ng mga bakang pumupunta sa pastulan sa kapatagan."

PANGINOON, pinatnubayan n'yo po kami sa inyong mga mamamayan para parangalan kayo. [15] Tingnan n'yo po kami mula sa langit, na siyang iyong banal at dakilang tahanan. Nasaan na ang inyong pagmamalasakit sa amin, at ang inyong kapangyarihan na ipinakita noon sa amin? Nasaan ang inyong pag-ibig at awa sa amin? [16] Sapagkat kayo ang aming Ama, kahit na hindi kami kilalanin ni Abraham at ni Jacob[d] na kanilang lahi. Totoo, PANGINOON, kayo ang aming Ama, ang aming Tagapagligtas mula pa noon.

[17] PANGINOON, bakit n'yo kami pinahintulutang mapalayo sa inyong mga pamamaraan? Bakit pinatitigas n'yo ang aming mga puso na nagbunga ng hindi namin paggalang sa inyo? Magbalik po kayo sa amin, dahil kami ay mga lingkod n'yo at tanging sa inyo lamang. [18] Sa maikling panahon, ang mga mamamayan ninyo ang nagmay-ari ng inyong templo. At ngayon, giniba na ito ng aming mga kaaway. [19] Kami ay inyo mula pa noon, pero itinuring n'yo kaming hindi sa inyo, at parang hindi n'yo pinamumunuan.

64 PANGINOON, punitin n'yo po ang kalangitan. Bumaba kayo, at yayanig ang mga bundok kapag nakita kayo. [2] Kung papaanong ang apoy ay nakapagpapaliyab ng tuyong mga sanga at nakapagpapakulo ng tubig, ang pagdating naman ninyo ay makapagpapanginig ng mga bansang kaaway n'yo, at malalaman nila kung sino kayo. [3] Noong bumaba po kayo at gumawa ng mga kahanga-hangang mga bagay na hindi namin inaasahan, nayanig ang mga bundok sa inyong presensya. [4] Mula noon hanggang ngayon wala pang nakarinig o nakakita ng Dios na katulad n'yo na tumutulong sa mga nagtitiwala sa kanya. [5] Tinatanggap n'yo ang mga nagagalak na

---

[a] 11 *buong mundo:* sa literal, *sa pinakadulo ng mundo.*

[b] 12 *Banal:* o, *ibinukod para sa Dios.*

[c] 11 *sa atin:* o, *kay Moises.*

[d] 16 *Jacob:* sa Hebreo, *Israel.*

gumawa ng matuwid at sumusunod sa inyong mga pamamaraan. Pero nagalit po kayo sa amin dahil patuloy naming sinusuway ang inyong mga pamamaraan. Kaya papaano kami maliligtas? [6] Kaming lahat ay naging parang maruming bagay, at ang lahat ng aming mabubuting gawa ay parang maruming basahan. Kaming lahat ay parang dahong natutuyo, at ang aming kasamaan ay parang hangin na tumatangay sa amin. [7] Wala kahit isa man sa amin ang humihiling at nagsusumikap na kumapit sa inyo. Sapagkat lumayo po kayo sa amin, at pinabayaan n'yo kaming mamatay dahil sa aming mga kasalanan. [8] Pero, Panginoon, kayo pa rin ang aming Ama. Ang katulad ninyo'y magpapalayok, at kami naman ay parang putik. Kayo ang gumawa sa aming lahat. [9] Panginoon, huwag n'yo naman pong lubusin ang inyong galit sa amin o alalahanin ang mga kasalanan namin magpakailanman. Nakikiusap po kami sa inyo na dinggin n'yo kami, dahil kaming lahat ay inyong mamamayan. [10] Ang mga banal n'yong lungsod, pati ang Jerusalem ay naging parang ilang na walang naninirahan. [11] Nasunog ang aming banal at magandang templo, kung saan po kayo sinasamba ng aming mga ninuno. Nawasak ang lahat ng bagay na mahalaga sa amin. [12] Sa kalagayan naming ito, Panginoon, kami po ba ay ayaw n'yo pa ring tulungan? Kayo po ba ay tatahimik na lamang, at parurusahan kami ng lubusan?

Parusa at Kaligtasan

65 Sumagot ang Panginoon, "Nagpakilala ako sa mga taong hindi nagtatanong tungkol sa akin. Natagpuan nila ako kahit na hindi nila ako hinahanap. Ipinakilala ko ang aking sarili sa kanila kahit na hindi sila tumatawag sa akin.

[2] "Patuloy akong naghintay sa mga mamamayan kong matitigas ang ulo at hindi sumusunod sa mabuting pag-uugali. Ang sinusunod nila ay ang sarili nilang isipan. [3] Ginagalit nila ako. Ipinapakita nila sa akin ang patuloy nilang *pagsamba sa kanilang mga dios-diosan sa pamamagitan* ng paghahandog sa mga halamanan at pagsusunog ng mga insenso sa bubong ng kanilang mga bahay. [4] Umuupo sila kung gabi sa mga libingan at sa mga lihim na lugar para makipag-usap sa kaluluwa ng mga patay. Kumakain sila ng karne ng baboy at ng iba pang pagkain na ipinagbabawal na kainin. [5] Sinasabi nila sa iba, 'Huwag kang lumapit sa akin baka ako'y madungisan. Mas banal ako kaysa sa iyo!' Naiinis ako sa ganitong mga tao. At ang galit ko sa kanila ay parang apoy na nagniningas sa buong maghapon."

[6-7] Sinabi pa ng Panginoon, "Makinig kayo, nakasulat na ang hatol para sa aking mga mamamayan. Hindi maaaring manahimik na lamang ako; maghihiganti ako. Gagantihan ko sila ng nararapat sa kanilang mga kasalanan pati ang mga kasalanan ng kanilang mga ninuno. Sapagkat nagsunog sila ng mga insenso at nilapastangan ako sa mga bundok at mga burol. Kaya gagantihan ko sila ng nararapat sa kanilang mga ginawa." [8] Sinabi pa ng Panginoon, "Hindi sinisira ang kumpol ng ubas na may maayos pa dahil sa magandang bunga ay mapapakinabangan pa. Ganyan din ang gagawin ko sa aking mga mamamayan, hindi ko sila

lilipulin lahat. Ililigtas ko ang mga naglilingkod sa akin. [9] May ititira akong mga buhay sa mga lahi ni Jacob pati sa lahi ni Juda at sila ang magmamana ng aking lupain na may maraming bundok. Sila na aking mga pinili at mga lingkod ang siyang maninirahan sa lupaing ito. [10] Pagpalain ko silang mga lumalapit sa akin. Ang mga Lambak ng Sharon at Acor ay magiging pastulan ng kanilang mga hayop. [11] Pero paparusahan ko kayong mga nagtakwil sa akin at nagbalewala sa banal kong bundok. Sa halip ay naghandog kayo sa mga dios-diosang pinaniniwalaan ninyong nagbibigay sa inyo ng suwerte at magandang kapalaran. [12] Kaya inilaan ko sa inyong lahat ang kapalarang mamamatay. Sapagkat nang tumawag ako, hindi kayo sumagot; nang nagsalita ako, hindi kayo nakinig. Gumawa kayo ng masama sa harapan ko; kung ano ang ayaw ko, iyon ang ginagawa ninyo. [13] Kaya ako, ang Panginoong Dios ay nagsasabing, ang aking mga lingkod ay kakain at iinom, pero kayo'y magugutom at mauuhaw. Matutuwa sila, pero kayo'y mapapahiya. [14] Aawit sila sa tuwa, pero kayo'y iiyak sa lungkot at sama ng loob. [15] Ang inyong mga pangalan ay susumpain ng aking mga pinili, at ako, ang Panginoong Dios, ang papatay sa inyo. Pero ang aking mga lingkod ay bibigyan ko ng bagong pangalan. [16] Ang sinumang magsasabi ng pagpapala o manunumpa sa lupain *ng Israel*, gagawin niya ito sa pangalan ko—ang Dios na tapat.[a] Sapagkat kakalimutan ko na ang mga nagdaang hirap, at ito'y papawiin ko na sa aking paningin.

[17] "Makinig kayo! Gagawa ako ng bagong langit at bagong lupa. Ang dating langit at lupa ay kakalimutan na. [18] Kaya magalak kayo at magdiwang ng walang hanggan sa aking gagawin. Sapagkat ang Jerusalem ay gagawin kong kagalakan ng mga tao, at ang kanyang mga mamamayan ay magbibigay din ng kagalakan. [19] Magagalak ako sa Jerusalem at sa kanyang mga mamamayan. Hindi na maririnig doon ang iyakan at paghingi ng tulong o mga pagdaing. [20] Doon ay walang mamamatay na sanggol o bata pa. Ang sinumang mamamatay sa gulang na 100 taon ay bata pa, at ang mamamatay nang hindi pa umaabot sa 100 taon ay ituturing na pinarusahan. [21] Sa mga panahong iyon, magtatayo ang aking mga mamamayan ng mga bahay at titirhan nila ito. Magtatanim sila ng mga ubas at sila rin ang aani ng mga bunga nito. [22] Hindi na ang mga kaaway nila ang makikinabang sa kanilang mga bahay at mga tanim. Sapagkat kung papaanong ang punongkahoy ay nabubuhay nang matagal, ganoon din ang aking mga mamamayan at lubos nilang pakikinabangan ang kanilang pinaghirapan. [23] Hindi sila magtatrabaho nang walang pakinabang at ang kanilang mga anak ay hindi daranas ng kamalasan. Sapagkat sila'y mga taong pinagpapala ng Panginoon. At ang kanilang mga anak ay kasama nilang pinagpala. [24] Bago pa sila manalangin o habang sila'y nananalangin pa lang, sasagutin ko na sila. [25] Sa mga araw na iyon magkasamang kakain ang asong lobo at mga tupa, pati mga leon at mga baka ay kakain ng damo. At ang mga ahas ay hindi na manunuklaw. Wala nang

---

a 16 *Dios na tapat:* o, *Dios na nagsasabi ng totoo.*

mamiminsala o gigiba sa aking banal na bundok ng Zion. Ako, ang Panginoon, ang nagsasabi nito."

Hahatulan ng Panginoon ang mga Bansa

66 Ito ang sinasabi ng Panginoon, "Ang langit ang aking trono, at ang lupa ang tuntungan ng aking mga paa. Kaya, anong klaseng bahay ang itatayo ninyo para sa akin? Saang lugar ninyo ako pagpapahingahin? ² Hindi ba't ako ang gumawa ng lahat ng bagay.

"Binibigyang pansin ko ang mga taong mapagpakumbaba, nagsisisi, at may takot sa aking mga salita. ³ Pero ganito naman ang magiging trato ko sa mga taong sumusunod sa sarili nilang kagustuhan at nagagalak sa kanilang mga ginagawang kasuklam-suklam: Kung papatay sila ng baka para ihandog, ituturing ko na parang pumatay sila ng tao. Kung maghahandog sila ng tupa, ituturing ko na parang pumatay sila ng aso. Kung mag-aalay sila ng handog na regalo, ituturing ko na parang naghandog sila ng dugo ng baboy. At kung magsusunog sila ng insenso bilang pag-alaala sa akin, ituturing ko na parang nagpupuri sila sa mga dios-diosan. ⁴ Maliban diyan, padadalhan ko sila ng parusang labis nilang katatakutan. Sapagkat noong ako'y tumawag, hindi sila sumagot; nang ako'y nagsalita, hindi sila nakinig. Gumawa sila ng masama sa aking paningin at kung ano ang ayaw ko, iyon ang ginagawa nila."

⁵ Kayong mga may takot sa salita ng Panginoon, pakinggan n'yo ang mensahe niya, "Dahil kayo'y tapat sa akin, kinapopootan at tinatakwil kayo ng ilan sa inyong mga kababayan. Kinukutya nila kayo na nagsasabi, 'Ipakita na sana ng Panginoon ang kanyang kapangyarihan para makita namin ang inyong kagalakan!' " Pero sila'y mapapahiya. ⁶ Naririnig n'yo ba ang ingay sa lungsod at sa templo? Iyan ang ingay ng Panginoon habang pinaghihigantihan niya ang kanyang mga kaaway.

⁷ Sinabi pa ng Panginoon, "Matutulad ang Jerusalem sa isang babaeng manganganak na hindi pa sumasakit ang tiyan at nanganak na. ⁸ Sino ang nakarinig at nakakita ng katulad nito? May bansa ba o lupain na biglang isinilan sa maikling panahon? Pero kapag nakaramdam na ng paghihirap ang Jerusalem, isisilang na ang kanyang mamamayan.ᵃ ⁹ Niloob kong sila'y malapit nang maipanganak. At ngayong dumating na ang takda nilang kapanganakan, hindi ko pa ba pahihintulutang ipanganak sila? Siyempre pahihintulutan ko. At hindi pipigilin na sila'y maipanganak na. Ako, na inyong Dios ang nagsasabi nito."

¹⁰ Kayong lahat ng nagmamahal sa Jerusalem, makigalak kayong kasama niya. At kayong mga umiiyak para sa kanya, makisaya kayo sa kanya, ¹¹ para magtamasa kayo ng kanyang kasaganaan katulad ng sanggol na sumususo sa kanyang ina at nabusog. ¹² Sapagkat sinasabi ng Panginoon,

"Pauunlarin ko ang Jerusalem. Dadalhin sa kanya ang kayamanan ng mga bansa na parang umaapaw na daluyan ng tubig. Kayo'y matutulad sa isang sanggol na aalagaan, hahawakan, pasususuhin, at kakalungin ng kanyang ina. ¹³ Aaliwin ko kayo katulad ng isang ina na umaaliw sa kanyang anak."

¹⁴ Kapag ito'y nakita ninyong ginagawa ko na, magagalak kayo, at lalago na parang sariwang tanim. Ipapakita ng Panginoon ang kanyang kapangyarihan sa kanyang mga lingkod, pero ipapakita niya ang kanyang galit sa kanyang mga kaaway. ¹⁵ Makinig kayo! Darating ang Panginoon na may dalang apoy. Sasakay siya sa kanyang mga karwaheng pandigma na parang ipu-ipo. Ipapakita niya ang kanyang galit sa kanyang mga kaaway, at parurusahan niya sila ng nagliliyab na apoy. ¹⁶ Sapagkat sa pamamagitan ng apoy at espada, parurusahan ng Panginoon ang lahat ng taong *makasalanan, at* marami ang kanyang papatayin.

¹⁷ Sinabi ng Panginoon, "Sama-samang mamamatay ang mga nagpapakabanal at naglilinis ng mga sarili nila sa pagsamba sa kanilang mga dios-diosan sa halamanan. Mamamatay silang kumakain ng baboy, daga, at iba pang mga pagkaing kasuklam-suklam. ¹⁸ Alam ko ang kanilang ginagawa at iniisip. Kaya darating ako at titipunin ko ang lahat ng mamamayan ng lahat ng bansa, at makikita nila ang aking kapangyarihan. ¹⁹ Magpapakita ako ng himala sa kanila. At ang mga natitira sa kanila ay susuguin ko sa mga bansang Tarshish, Pul, Lud (ang mga mamamayan nito ay tanyag sa paggamit ng pana), Tubal, Grecia,ᵇ at sa iba pang malalayong lugar na hindi nakabalita tungkol sa aking kadakilaan at hindi nakakita ng aking kapangyarihan. Ipapahayag nila ang aking kapangyarihan sa mga bansa. ²⁰ At dadalhin nilang pauwi mula sa mga bansa ang lahat ng mga kababayan ninyo na nakasakay sa mga kabayo, sa mga mola,ᶜ sa mga kamelyo, sa mga karwahe, at sa mga kariton. Dadalhin nila sila sa banal kong bundok sa Jerusalem bilang handog sa akin katulad ng ginagawa ng mga Israelita na naghahandog sa akin sa templo ng mga handog na pagkain, na nakalagay sa mga malinis na lalagyan. ²¹ At ang iba sa kanila ay gagawin kong pari at mga katulong ng pari sa templo. *Ako,* ang Panginoon, ang nagsasabi nito."

²² Sinabi pa ng Panginoon, "Kung papaanong ang bagong langit at ang bagong lupa na aking gagawin ay mananatili magpakailanman, ang inyong lahi ay mananatili rin magpakailanman, at hindi kayo makakalimutan. ²³ Sa bawat pasimula ng buwan at sa bawat Araw ng Pamamahinga ang lahat ay sasamba sa akin. ²⁴ At paglabas ng mga sumamba sa akin sa Jerusalem, makikita nila ang bangkay ng mga taong nagrebelde sa akin. Ang mga uod na kumakain sa kanila ay hindi mamamatay at ang apoy na susunog sa kanila ay hindi rin mamamatay. At pandidirian sila ng lahat ng tao."

ᵃ **8** isisilang na ang kanyang mamamayan: Ang ibig sabihin, *muling itatayo ng Dios ang bansang Israel.*

ᵇ **19** Grecia: sa Hebreo, *Javan.*

ᶜ **20** mola: sa Ingles, *"mule."* Hayop na parang kabayo.

JEREMIAS

1 Ito ang mga mensahe ni Jeremias na anak ni Hilkia. Si Hilkia ay isa sa mga pari sa Anatot, sa lupain ng lahi ni Benjamin. ² Ibinigay ng PANGINOON kay Jeremias ang kanyang mensahe noong ika-13 taon ng paghahari ni Josia sa Juda. Si Josia ay anak ni Ammon. ³ Patuloy na nagbigay ng mensahe ang PANGINOON kay Jeremias hanggang sa panahon ng paghahari ni Jehoyakim na anak ni Josia at hanggang sa ika-11 taon ng paghahari ni Zedekia na anak *rin* ni Josia. Nang ikalimang buwan ng taon na iyon, binihag ang mga taga-Jerusalem.

Ang Pagtawag kay Jeremias

⁴ Sinabi sa akin ng PANGINOON, ⁵ "*Jeremias*, bago kita nilalang sa tiyan ng iyong ina, pinili*ᵃ* na kita. At bago ka isinilang, hinirang na kita para maging propeta sa mga bansa." ⁶ Sumagot ako, "Panginoong DIOS, hindi po ako magaling magsalita, dahil bata pa ako." ⁷ Pero sinabi ng PANGINOON sa akin, "Huwag mong sabihing bata ka pa. Kinakailangang pumunta ka saan man kita suguin, at sabihin ang anumang ipasasabi ko sa iyo. ⁸ Huwag kang matakot sa mga tao sapagkat ako'y kasama mo at tutulungan kita. *Ako*, ang PANGINOON, ang nagsasabi nito."

⁹ Pagkatapos, hinipo ng PANGINOON ang mga labi ko at sabili, "Ibinibigay ko sa iyo ngayon ang aking mga salitang sasabihin mo. ¹⁰ Sa araw na ito ibinigyan kita ng kapangyarihang magsalita sa mga bansa at mga kaharian. Sabihin mo na babagsak ang iba sa kanila at mawawasak, at ang iba naman ay muling babangon at magiging matatag."

¹¹ Pagkatapos, tinanong ako ng PANGINOON, "Jeremias, ano ang nakikita mo?" Sumagot ako, "Sanga po ng almendro." ¹² Sinabi ng PANGINOON, "Tama ka, at nangangahulugan iyan na nagbabantay*ᵇ* ako para tiyaking matutupad ang mga sinabi ko." ¹³ Muling nagtanong ang PANGINOON sa akin, "Ano pa ang nakikita mo?" Sumagot ako, "Isang palayok po na kumukulo ang laman at nakatagilid ito sa gawing hilaga." ¹⁴ Sinabi ng PANGINOON, "*Tama, sapagkat* may panganib mula sa hilaga na darating sa lahat ng mamamayan sa lupaing ito. ¹⁵ Ipapadala ko ang mga sundalo ng mga kaharian mula sa hilaga para salakayin ang Jerusalem. Ilalagay ng kanilang mga hari ang mga trono nila sa mga pintuan ng Jerusalem.*ᶜ* Gigibain nila ang mga pader sa palibot nito at ang iba pang mga bayan ng Juda. ¹⁶ Parurusahan ko ang mga mamamayan ko dahil sa kasamaan nila. Itinakwil nila ako sa pamamagitan ng paghahandog nila ng

insenso sa mga dios-diosan. At sinamba nila ang mga dios-diosan na sila lang din ang gumawa. ¹⁷ Jeremias, ihanda mo ang sarili mo. Humayo ka at sabihin sa kanila ang lahat ng ipinapasabi ko sa iyo. Huwag kang matakot sa kanila. Sapagkat kung ikaw ay matatakot, lalo kitang tatakutin sa harap nila. ¹⁸ Makinig ka! Patatatagin kita ngayon tulad ng napapaderang lungsod, o ng bakal na haligi o ng tansong pader. Walang makakatalo sa iyo na hari, mga pinuno, mga pari, o mga mamamayan ng Juda. ¹⁹ Kakalabanin ka nila, pero hindi ka nila matatalo, dahil sasamahan at tutulungan kita. *Ako*, ang PANGINOON, ang nagsasabi nito."

Itinakwil ng Israel ang PANGINOON

2 Sinabi sa akin ng PANGINOON, ² "Puntahan mo ang mga taga-Jerusalem at sabihin mo ito sa kanila: 'Natatandaan ko ang katapatan at pagmamahal n'yo sa akin noon na katulad ng babaeng bagong kasal. Sinundan n'yo ako kahit sa ilang na walang tumutubong mga tanim. ³ Kayong mga Israelita ay ibinukod para sa akin. Para kayong pinakaunang bunga na ibinigay sa akin. Pinarusahan ko ang mga nanakit sa inyo, at napahamak sila. *Ako*, ang PANGINOON, ang nagsasabi.' "

⁴ Pakinggan n'yo ang mensahe ng PANGINOON, kayong mga mamamayan ng Israel na lahi ni Jacob. ⁵ Ito ang sinabi niya, "Anong kasalanan ang nakita ng mga ninuno n'yo sa akin at tinalikuran nila ako? Sumusunod sila sa walang kwentang mga dios-diosan, kaya sila rin ay naging walang kabuluhan. ⁶ Hindi na nila ako hinanap kahit na ako ang naglabas sa kanila sa Egipto at nanguna sa kanila sa ilang na walang tanim—ang lupang tuyo, may mga hukay, mapanganib at walang tumitira o dumadaan. ⁷ Mula roo'y dinala ko sila sa magandang lupain para makinabang sa kasaganaan ng ani nito. Pero nang naroon na kayo, dinungisan n'yo ang lupain ko at ginawa itong kasuklam-suklam. ⁸ Kahit ang mga pari ay hindi ako hinanap. Ang mga nagtuturo ng kautusan ay hindi ako kilala.*ᵈ* Ang mga pinuno ay naghihimagsik laban sa akin. At ang mga propeta ay nagpahayag sa pangalan ni Baal at sumunod sa walang kwentang mga dios-diosan. ⁹ Kaya susumbatan ko silang muli, pati ang magiging angkan ninyo. *Ako*, ang PANGINOON, ang nagsasabi nito.

¹⁰ "Tumawid kayo *sa kanluran*, sa mga isla ng Kitim, at magsugo kayo ng magmamasid ng mabuti *sa silangan*, sa *lupain ng* Kedar, at tingnan kung may nangyaring tulad nito: ¹¹ May bansa bang nagpalit ng kanilang dios, kahit na hindi ito mga tunay na dios? Pero ako, ang dakilang Dios, ay ipinagpalit ng aking mga mamamayan sa mga dios na walang kabuluhan. ¹² Nangilabot ang buong kalangitan sa ginawa nila; at nayanig ito sa laki ng pagkagulat. *Ako*, ang PANGINOON, ang nagsasabi nito.

---

a 5 pinili: o, *kilala*.

b 12 nagbabantay: Ang Hebreo nito ay katunog ng salitang almendro.

c 15 Ilalagay...ng Jerusalem: Ang ibig sabihin, ang mga hari mula sa hilaga ay may kapangyarihan na sa Jerusalem, dahil noon, sa mga pintuan ng bayan namamahala o humahatol ang mga hari.

d 8 ako kilala: o, *malapit sa akin*.

¹³ "Gumawa ang mga mamamayan ko ng dalawang kasalanan: Itinakwil nila ako, ang bukal na nagbibigay-buhay, at *sumamba sila sa ibang mga dios, na para bang* naghukay sila ng lalagyan ng tubig na natutuyo. ¹⁴ Ang Israel ay hindi ipinanganak na alipin. Bakit binibiktima siya ng mga kaaway? ¹⁵ Ang mga kaaway niya ay parang mga leon na umuungal sa kanya. Sinira nila ang kanyang lupain, sinunog ang mga bayan at hindi na ito tinitirhan. ¹⁶ Ang mga taga-Memfis at mga taga-Tapanhes ang nagwasak sa kanya.ᵃ

¹⁷ "Kayong mga Israelita na rin ang nagdala ng kapahamakang ito sa sarili ninyo. Sapagkat itinakwil n'yo *ako*, ang Panginoon na inyong Dios, akong pumatnubay sa paglalakbay ninyo. ¹⁸ Ngayon, ano ang napala ninyo sa inyong paglapit sa Egipto at Asiria? Bakit kayo pumupunta sa Ilog ng Niloᵇ at Ilog ng Eufrates? ¹⁹ Paparusahan ko kayo dahil sa kasamaan at pagtakwil n'yo sa akin. Isipin n'yo kung gaano kasama at kapait ang ginawa n'yong pagtakwil at paglapastangan sa Panginoon na inyong Dios. Ako, ang Panginoong Dios, ang nagsasabi nito.

²⁰ "Noong inalipin kayo, para kayong *bakang* nakapamatok, o *mga bilanggong* nakakadena. Pero nang mapalaya ko na kayo, ayaw naman ninyong maglingkod sa akin. Sa halip, sumamba kayo *sa mga dios-diosan* sa bawat matataas na burol at sa ilalim ng bawat malalagong punongkahoy. Katulad kayo ng babaeng bayaran. ²¹ Para kayong isang pinakamabuting klase ng ubas na aking itinanim. Pero bakit lumabas kayong bulok at walang kabuluhang ubas? ²² Maligo man kayo at magsabon nang magsabon, makikita ko pa rin ang dumi ng mga kasalanan ninyo. *Ako,* ang Panginoong Dios, ang nagsasabi nito.

²³ "Paano n'yo nasasabing hindi kayo nadumihan at hindi kayo sumamba sa *dios-diosang si* Baal? Tingnan n'yo kung anong kasalanan ang ginawa n'yo sa lambak *ng Hinom*. Isipin n'yo ang ginawa n'yong kasalanan. Para kayong babaeng kamelyo na hindi mapalagay dahil naghahanap ng lalaki. ²⁴ Para rin kayong babaeng asnong-gubat na masidhi ang pagnanasa na magpakasta, sa tindi ng kanyang pagnanasa ay walang makakapigil sa kanya. Ang lalaking asno ay hindi na mahihirapang maghanap sa kanya. Madali siyang hanapin sa panahon ng pagpapakasta niya.

²⁵ "*Mga taga-Israel,* napudpod na ang mga sandalyas n'yo at natuyo na mga lalamunan n'yo *sa pagsunod sa ibang mga dios*. Pero sinasabi n'yo, 'Hindi namin maaaring itakwil ang ibang mga dios. Mahal namin sila at susunod kami sa kanila.'

²⁶ "Tulad ng isang magnanakaw na napapahiya kapag nahuli, mapapahiya rin kayong mga taga-Israel. Talagang mapapahiya kayo, pati ang mga hari, pinuno, pari, at mga propeta ninyo. ²⁷ Sinasabi ninyo na ang kahoy ang inyong ama at ang bato naman ang inyong ina. Itinakwil n'yo ako, pero kapag naghihirap kayo, humihingi kayo ng tulong sa akin. ²⁸ Bakit? Nasaan na ang mga dios na ginawa

ninyo para sa inyong sarili? Tawagin ninyo sila kung kaya nila kayong iligtas sa paghihirap ninyo. Sapagkat napakarami ninyong dios, kasindami ng mga bayan sa Juda. ²⁹ Bakit kayo nagrereklamo sa akin? Hindi ba't kayo ang naghimagsik sa akin? ³⁰ Pinarusahan ko ang mga anak n'yo, pero hindi sila nagbago. Ayaw nilang magpaturo. Kayo na rin ang pumatay sa mga propeta n'yo gaya ng *pagpatay ng* mabangis at gutom na leon *sa kanyang biktima*.

³¹ "Kayong mga mamamayan sa henerasyong ito, pakinggan ninyo ang sinasabi ko. Ako ba'y parang isang ilang para sa inyo na mga taga-Israel, o kaya'y parang isang lugar na napakadilim? Bakit ninyo sinasabi na, 'Bahala na kami sa gusto naming gawin. Ayaw na naming lumapit sa Dios.'

³² "Makakalimutan ba ng isang dalaga ang kanyang mga alahas o ang damit niyang pangkasal? Pero kayong mga hinirang ko, matagal na ninyo akong kinalimutan. ³³ Magaling kayong humabol sa minamahal ninyo *na mga dios-diosan*. Kahit ang mga babaeng bayaran ay matututo pa sa inyo. ³⁴ Ang mga damit ninyo'y may mga bahid ng dugo ng mga taong walang kasalanan at mga dukha. Pinatay n'yo sila kahit na hindi n'yo sila nahuling pumasok sa mga bahay n'yo para magnakaw. Pero kahit ginawa n'yo ito, ³⁵ sinabi n'yo pa rin, 'Wala akong kasalanan. Hindi galit sa akin ang Panginoon!' Pero talagang parurusahan ko kayo dahil sinabi ninyong wala kayong kasalanan.

³⁶ "Pangkaraniwan lang sa inyo ang magpapalit-palit ng mga kakamping bansa. Pero hihiyain kayo ng Egipto *na kakampi n'yo*, gaya ng ginawa sa inyo ng Asiria. ³⁷ Aalis kayo sa Egipto na nakatakip ang inyong kamay sa mukha *dahil sa kahihiyan at pagdadalamhati*. Sapagkat itinakwil ko na ang mga bansang pinagkatiwalaan ninyo. Hindi na kayo matutulungan ng mga bansang iyon.

3 "Kung ang isang babae ay hiniwalayan ng kanyang asawa at ang babaeng ito ay mag-asawang muli, hindi na siya dapat bawiin ng kanyang unang asawa, dahil magpaparumi ito nang lubos sa *inyong* lupain. Kayong mga taga-Israel ay namumuhay na parang isang babaeng bayaran. Marami kayong minamahal *na mga dios-diosan*. Sa kabila ng lahat ng ito, tatawagin ko pa rin kayo na magbalik sa akin. *Ako,* ang Panginoon, ang nagsasabi nito.

² "Tingnan ninyo ang matataas na lugar *kung saan kayo sumasamba sa inyong mga dios-diosan*. May mga lugar pa ba roon na hindi ninyo dinungisan? Pinarumi ninyo ang lupain dahil sa kasamaan ninyo. Para kayong babaeng bayaran na nakaupo sa tabi ng daan at naghihintay ng lalaki. Tulad din kayo ng isang mapagsamantalang taoᶜ na naghihintay ng mabibiktima niya sa ilang. ³ Iyan ang dahilan kung bakit hindi umuulan sa panahon ng tag-ulan. Pero sa kabila nito, matigas pa rin ang ulo ninyo gaya ng babaeng bayaran na hindi na nahihiya. ⁴ At ngayon sinasabi ninyo sa akin, 'Ama ko, kayo po ay kasamaᵈ ko mula noong bata pa ako. ⁵ Palagi na lang ba kayong galit *sa akin*? Hanggang kailan pa po ba kayo magagalit sa akin?' Ito ang sinasabi ninyo, pero ginawa naman ninyo ang lahat ng masama na magagawa ninyo."

ᵃ 16 *nagwasak sa kanya:* Sa Syriac na teksto, *bumiyak sa kanyang ulo.*

ᵇ 18 *Nilo:* sa Hebreo, *Shihor,* na bahagi ng Ilog ng Nilo.

ᶜ 2 *mapagsamantalang tao:* sa Hebreo, *Arabo.*

ᵈ 4 *kasama:* o, *kaibigan.*

Ginaya ng Juda ang Israel

⁶Noong panahon ng paghahari ni Josia, sinabi sa akin ng Panginoon, "Nakita mo ba ang ginawa ng taksil na Israel? Sumamba siya *sa mga dios-diosan* sa bawat matataas na burol at sa ilalim ng bawat malalagong punongkahoy. Para siyang babaeng nangangalunya. ⁷Akala ko, pagkatapos niyang magawa ang lahat ng ito, babalik na siya sa akin, pero hindi siya bumalik. At nakita ito ng taksil niyang kapatid na walang iba kundi ang Juda. ⁸Hiniwalayan ko ang Israel at pinalayas dahil sa pangangalunya *sa pamamagitan ng pagsamba sa mga dios-diosan.* Pero sa kabila nito, nakita ko ang taksil niyang kapatid na Juda ay hindi man lang natakot. Nangalunya rin siya ⁹*sa pamamagitan ng pagsamba* sa mga dios-diosang bato at kahoy, kaya dinungisan niya ang lupain. Hindi siya nababahala sa pagsamba sa mga dios-diosan. ¹⁰At ang pinakamasama pa, hindi taos-pusong bumalik sa akin ang taksil na Juda. Pakunwari lang siya na bumalik sa akin. *Ako,* ang Panginoon, ang nagsasabi nito."

¹¹Pagkatapos, sinabi sa akin ng Panginoon, "Kahit hindi tapat *sa akin* ang Israel mas mabuti pa rin siya kaysa sa taksil na Juda. ¹²Lumakad ka *ngayon* at sabihin mo ito sa Israel,ᵃ 'Ako, ang Panginoon ay nagsasabi: Israel na taksil, manumbalik ka, dahil mahabagin ako. Hindi na ako magagalit sa iyo kailanman. ¹³Aminin mo lang ang iyong kasalanan na naghimagsik ka sa akin, ang Panginoon na iyong Dios, at sumunod ka sa ibang mga dios sa pamamagitan ng pagsamba sa kanila sa ilalim ng bawat malalagong punongkahoy. *Aminin mo na* hindi ka sumunod sa akin. *Ako,* ang Panginoon, ang nagsasabi nito.'"

¹⁴Sinabi pa ng Panginoon, "Magbalik na kayo, kayong mga suwail na mga anak, dahil akin kayo.ᵇ Kukunin ko ang isa o dalawa sa inyo mula sa bawat bayan o angkan at dadalhin sa Israel.ᶜ ¹⁵Pagkatapos, bibigyan ko kayo ng pinuno na gusto kong mamumuno sa inyo na may kaalaman at pang-unawa. ¹⁶*Ako,* ang Panginoon ay nagsasabi na pagdating ng araw na marami na kayo sa lupaing iyon, hindi na ninyo hahanap-hanapin ang Kahon ng Kasunduan, ni iisipin o aalalahanin ito. At hindi na rin ninyo kailangang gumawa pa ng panibago nito. ¹⁷Sa panahong iyon, tatawagin n'yo ang Jerusalem na 'Trono ng Panginoon.' At ang lahat ng bansa ay magtitipon sa Jerusalem para parangalan ang pangalan ng Panginoon. Hindi na nila susundin ang nais ng matitigas at masasama nilang puso. ¹⁸Sa panahong iyon, ang mga mamamayan ng Juda at ng Israel ay magkasamang babalik mula *sa pagkabihag* sa hilaga pauwi sa lupaing ibinigay ko sa mga magulang nila bilang mana. ¹⁹Ako mismo ang nagsasabi, 'Natutuwa ako na ituring kayong mga anak ko at bigyan ng magandang lupain na pinakamagandang pamana sa buong mundo.' At akala ko'y tatawagin ninyo akong 'Ama' at hindi na kayo hihiwalay sa akin. ²⁰Pero kayong mga mamamayan ng Israel ay nagtaksil sa akin, tulad ng babaeng nagtaksil sa asawa niya. *Ako,* ang Panginoon, ang nagsasabi nito.

²¹"May naririnig na mga ingay sa itaas ng bundok. Nag-iiyakan at nagmamakaawa ang mga mamamayan ng Israel dahil naging masama ang kanilang pamumuhay at kinalimutan nila *ako,* ang Panginoon na kanilang Dios. ²²Kayong mga naliligaw kong anak, manumbalik kayo sa akin at itutuwid ko ang inyong kataksilan.

"*Sumagot sila,* 'Opo, lalapit po kami sa inyo dahil kayo ang Panginoon naming Dios. ²³Talagang mali po ang pagsamba namin sa mga dios-diosan sa mga bundok. Sa inyo lamang ang kaligtasan ng Israel, Panginoon naming Dios. ²⁴Mula po sa kabataan namin, ang mga nakakahiyang dios-diosan ang nakinabang sa mga pinaghirapan ng mga ninuno namin ang mga hayop at anak nila. ²⁵Dapat nga po kaming magtago dahil sa hiya dahil kami at ang mga ninuno namin ay nagkasala sa inyo, Panginoon naming Dios. Mula sa kabataan namin hanggang ngayon, hindi po kami sumunod sa inyo.' "

4 Sinabi ng Panginoon, "O Israel, kung talagang gusto mong magbalik sa akin, bumalik ka na. Kung itatakwil mo ang kasuklam-suklam mong mga dios-diosan at hindi ka na hihiwalay sa akin, ²at kung susumpa ka sa pangalan ko lamang at mamumuhay nang tapat, matuwid at tama, magiging pagpapala ka sa mga bansa at pararangalan nila ako."

³Sinabi ng Panginoon sa mga taga-Juda at taga-Jerusalem, "*Baguhin n'yo ang inyong mga sarili na para bang* nagbubungkal kayo ng inyong lupa na hindi pa nabubungkal. At huwag n'yong ihasik ang mabuti n'yong binhi sa mga damong matinik. ⁴Linisin n'yo ang inyong mga puso sa presensya ng Panginoon, kayong mga taga-Juda at taga-Jerusalem, dahil kung hindi ay mararanasan n'yo ang galit kong parang apoy na hindi namamatay dahil sa ginawa n'yong kasamaan.

Ang Parusang Darating sa Juda

⁵"Sabihin mo sa Juda at Jerusalem na patunugin nila ang trumpeta sa buong lupain. Isigaw nang malinaw at malakas na tumakas sila at magtago sa mga napapaderang lungsod. ⁶Balaan mo ang mga taga-Jerusalemᵈ na tumakas agad sila dahil magpapadala ako ng kapahamakan mula sa hilaga."

⁷Ang tagapagwasak na sasalakay sa mga bansa ay parang leon na lumabas sa pinagtataguan nito. Nakaalis na siya sa lugar niya para wasakin ang lupain ninyo. Magigiba ang mga bayan ninyo hanggang sa hindi na ito matirhan. ⁸Kaya isuot n'yo na ang damit na panluksaᵉ at umiyak dahil matindi pa rin ang galit ng Panginoon sa atin. ⁹Sinabi ng Panginoon, "Sa araw na iyon, maduduwag ang hari at ang mga pinuno *niya,* masisindak ang mga pari, at mangingilabot ang mga propeta." ¹⁰Pagkatapos, sinabi ko, "Panginoong Dios, nalinlang po ang mga tao sa sinabi n'yo noon, dahil nangako po kayo na mananatiling payapa ang Jerusalem. Pero ang espada pala ay nakahanda nang pumatay sa amin."

¹¹Darating ang araw na sasabihin ng Panginoon sa mga taga-Jerusalem, "Iihip ang mainit na hangin

---

a 12 Israel: sa Hebreo, hilaga.

b 14 akin kayo: sa literal, ako ang Panginoon ninyo.

c 14 Israel: o, Jerusalem; sa Hebreo, Zion.

d 6 Jerusalem: sa Hebreo, Zion.

e 8 damit na panluksa: sa literal, sakong damit.

mula sa ilang patungo sa mga mamamayan ko, pero hindi ito para mapahanginan *ang mga trigo nila.* ¹² Ang malakas na hangin na ito'y galing sa akin. Sasabihin ko ngayon ang parusa ko sa kanila."

¹³ Tingnan n'yo! Dumarating ang kaaway natin na parang mga ulap. Ang mga karwahe niya'y parang ipu-ipo at ang mga kabayo niya'y mas mabilis kaysa sa mga agila. Nakakaawa tayo! Ito na ang ating katapusan!

¹⁴ "Mga taga-Jerusalem, linisin ninyo ang kasamaan sa inyong puso para maligtas kayo. Hanggang kailan kayo mag-iisip ng masama? ¹⁵ Ang kapahamakan ninyo'y ibinalita na ng mga mensahero mula sa Dan at sa kabundukan ng Efraim. ¹⁶ Inutusan silang bigyan ng babala ang mga bansa at ang Jerusalem na may mga sundalong sumasalakay mula sa malayong lugar na humahamon ng digmaan sa mga lungsod ng Juda. ¹⁷ Pinaligiran nila ang Jerusalem na parang mga taong nagbabantay ng bukid, dahil ang Jerusalem ay naghimagsik sa akin. *Ako,* ang Panginoon, ang nagsasabi nito. ¹⁸ Ang pag-uugali at masasama n'yong gawa ang nagdala ng parusang ito sa inyo. Ito ang kaparusahan ninyo. Masakit ito! At tatagos ito sa inyong puso."

Umiyak si Jeremias para sa Kanyang mga Kababayan

¹⁹ "Ang sakit sa puso ko'y halos hindi ko na matiis at ganoon na lamang ang pagdaing ko. Kumakabog ang dibdib ko at hindi ako mapalagay. Sapagkat narinig ko ang tunog ng trumpeta at ang sigaw ng digmaan. ²⁰ Sunud-sunod na dumating ang kapahamakan. Ang buong lupain ay nawasak. Pati ang tolda ko'y agad na nagiba at napunit ang mga tabing. ²¹ Hanggang kailan ko kaya makikita ang watawat ng digmaan at ang tunog ng trumpeta?"

²² *Sinabi ng* Panginoon, "Hangal ang mga mamamayan ko; hindi nila ako nakikilala. Sila'y mga mangmang na kabataan at hindi nakakaunawa. Sanay silang gumawa ng masama pero hindi marunong gumawa ng mabuti."

Ang Pangitain ni Jeremias tungkol sa Darating na Kapahamakan

²³ Tiningnan ko ang lupain at nakita kong ito'y wala nang anyo at wala nang laman. *At nakita ko ring* ang langit ay wala nang liwanag. ²⁴ Nakita ko ang mga bundok at mga burol na niyayanig. ²⁵ Nakita ko rin na walang tao at lumilipad ang mga ibon papalayo. ²⁶ Nakita ko na ang masaganang bukirin ay naging ilang. Nawasak ang lahat ng bayan dahil sa matinding galit ng Panginoon. ²⁷ Ito ang sinasabi ng Panginoon, "Ang buong lupain ay magigiba, pero hindi ko ito gigibaing lubos. ²⁸ Iiyak ang sanlibutan at magdidilim ang langit, dahil sinabi ko na *ang kaparusahan* at hindi ko na ito babaguhin. Nakapagpasya na ako at hindi na magbabago ang isip ko."

²⁹ Sa ingay ng mga nangangabayo at mamamana, tumakas na sa takot ang *mga mamamayan ng* bawat bayan. Ang iba ay tumakas sa kagubatan at ang iba ay umakyat sa batuhan. Ang lahat ng bayan ay iniwanan at walang natirang naninirahan sa mga ito. ³⁰ Jerusalem malapit ka nang mawasak.

Ano ang ginagawa mo? Bakit nakadamit ka pa ng magandang damit at mga alahas? Bakit naglalagay ka pa ng mga kolorete sa mga mata mo? Wala nang kabuluhan ang pagpapaganda mo. Itinakwil ka na ng iyong mga minamahal *na kakamping bansa* at gusto ka na nilang patayin.

³¹ Narinig ko ang pag-iyak at pagdaing, na parang babaeng nanganganak sa kanyang panganay. Iyak ito ng mga mamamayan ng Jerusalem*ᵃ* na parang hinahabol ang kanilang hininga. Itinataas nila ang kanilang mga kamay *at nagsasabing,* "Kawawa naman kami; at parang hihimatayin na, sapagkat nariyan na ang *aming* mga *kaaway na* papatay sa amin."

Ang mga Kasalanan ng Jerusalem

5 *Sinabi ng* Panginoon, "Mga taga-Jerusalem, pumunta kayo sa mga lansangan n'yo! Tingnan n'yo ang mga plasa ninyo! Kung may makikita kayong matuwid at tapat, patatawarin ko ang lungsod ninyo. ² Kahit ginagamit n'yo ang pangalan ko sa pagsumpa n'yo, nagsisinungaling pa rin kayo."

³ *Pagkatapos, sinabi ko,* "Panginoon, naghahanap po kayo ng taong tapat. Sinaktan n'yo po ang inyong mga mamamayan pero balewala ito sa kanila. Pinarusahan n'yo sila pero ayaw nilang magpaturo. Pinatigas nila ang kanilang mga puso at ayaw nilang magsisi.

⁴ "Akala ko po, mga dukha sila at mga walang pinag-aralan, pero mga hangal pala sila. Sapagkat hindi nila alam ang pamamaraan na ipinapagawa sa kanila ng Panginoon na kanilang Dios. ⁵ Kaya pupuntahan ko po ang mga pinuno nila at kakausapin ko sila. Tiyak na mauunawaan nila ang pamamaraan na ipinapagawa sa kanila ng Panginoon na kanilang Dios." Pero tumanggi rin po silang sumunod sa mga ipinapagawa ng Dios. ⁶ Kaya sasalakayin sila ng mga kaaway nila na parang leon na nanggaling sa kagubatan, o katulad ng isang asong lobo na galing sa ilang, o parang leopardong nagbabantay malapit sa bayan para silain ang sinumang lumabas. *Mangyayari ito sa kanila* dahil naghihimagsik sila sa Dios at maraming beses nang tumalikod sa kanya.

⁷ *Sinabi sa kanila ng* Panginoon, "Bakit ko kayo patatawarin? Pati ang mga anak ninyo ay itinakwil ako at sumumpa sa pangalan ng hindi tunay na dios. Ibinigay ko ang mga pangangailangan nila, pero nagawa pa rin nila akong pagtaksilan at nagsisiksikan pa sila sa bahay ng mga babaeng bayaran. ⁸ Para silang mga lalaking kabayo na alagang-alaga. Ang bawat isa sa kanila ay may matinding pagnanasa sa asawa ng iba. ⁹ Hindi ba nararapat lang na parusahan ko sila dahil dito? Hindi ba nararapat lang na paghigantihan ko ang mga bansang ganito? *Ako,* ang Panginoon, ang nagsasabi nito.

¹⁰ "Kayong *mga kaaway ng mga taga-Israel,* sirain n'yo ang mga ubasan nila, pero huwag ninyong sirain nang lubusan. Tabasin n'yo ang mga sanga, dahil ang mga taong ito ay hindi na sa Panginoon. ¹¹ Ang mga mamamayan ng Israel at Juda ay hindi na tapat sa akin. *Ako,* ang Panginoon, ang nagsasabi nito.

---

a 31 mga mamamayan ng Jerusalem: sa literal, anak na babae ng Zion.

¹²Hindi sila nagsasalita ng totoo tungkol sa akin. Sinabi nila, 'Hindi tayo sasaktan ng Panginoon! Walang panganib na darating sa atin. Walang digmaan o gutom man na darating.' ¹³Walang kabuluhan ang mga propeta at hindi galing sa akin ang mga ipinapahayag nila. Mangyari nawa sa kanila ang *kapahamakan na* kanilang inihula."

¹⁴Kaya ito ang sinabi *sa akin* ng Panginoong Dios na Makapangyarihan, "Dahil ganyan ang sinabi ng mga taong iyon, bibigyan kita ng mensahe na katulad ng apoy na susunog sa kanila at magiging parang kahoy sila na masusunog."

¹⁵Sinabi ng Panginoon, "Mga mamamayan ng Israel, magpapadala ako ng mga tao mula sa malayong bansa para salakayin kayo. Ito'y isang sinaunang bansa na ang wika ay hindi ninyo nauunawaan. ¹⁶Matatapang ang sundalo nila at nakakamatay ang mga gamit nilang pandigma. ¹⁷Uubusin nila ang inyong mga ani, pagkain, hayop, ubas, at mga igos ninyo. Papatayin nila ang mga hayop at anak ninyo. Wawasakin nila ang mga napapaderang lungsod n'yo, na siyang inaasahan ninyo. ¹⁸Pero sa mga araw na iyon, hindi ko kayo lubusang lilipulin. ¹⁹At kung may magtatanong, 'Bakit ginawa ng Panginoon na ating Dios ang lahat ng ito sa atin?' Sabihin mo sa kanila, 'Dahil itinakwil ninyo ang Panginoon at naglingkod kayo sa ibang mga dios sa sarili ninyong lupain. Kaya ngayon, maglilingkod kayo sa mga dayuhan sa lupaing hindi inyo.'

²⁰"Sabihin n'yo ito sa mga mamamayan ng Israel[a] at Juda. ²¹Pakinggan n'yo ito, kayong mga hangal at matitigas ang ulo. May mga mata kayo, pero hindi makakita, may mga tainga pero hindi makarinig. ²²Ako, ang Panginoon ay nagsasabi: Wala ba kayong takot sa akin? Bakit hindi kayo nanginginig sa harapan ko? Ako ang gumawa ng buhangin sa tabing-dagat para maging hangganan ng dagat. Ito'y hangganan na hindi maaapawan. Hahampasin ito ng mga alon pero hindi nila maaapawan. ²³Pero matitigas ang ulo at rebelde ang mga taong ito. Kinalimutan at nilayuan nila ako. ²⁴Hindi sila nagsasalita ng mula sa puso na, 'Parangalan natin ang Panginoon na ating Dios na nagbibigay ng ulan sa tamang panahon at nagbibigay sa atin ng ani sa panahon ng anihan.' ²⁵Ang kasamaan n'yo ang naglayo ng mga bagay na iyon sa inyo. Ang mga kasalanan n'yo ang naging hadlang sa pagtanggap n'yo ng mga pagpapalang ito.

²⁶"May masasamang tao na kabilang sa mga mamamayan ko at nag-aabang ng mabibiktima. Para silang mga taong bumibitag ng mga ibon. Naglalagay sila ng mga bitag para sa ibang mga tao. ²⁷Katulad ng hawlang puno ng mga ibon, ang bahay ng masasamang taong ito ay puno ng mga kayamanang nanggaling sa pandaraya. Kaya yumaman sila at naging makapangyarihan. ²⁸Tumaba sila at lumakas ang mga katawan nila. Lubusan ang paggawa nila ng kasamaan. Hindi nila binibigyan ng katarungan ang mga ulila at hindi nila ipinaglalaban ang karapatan ng mga dukha. ²⁹Ako, ang Panginoon ay nagsasabi: Hindi ba't nararapat ko silang parusahan dahil dito? Hindi ba't nararapat kong paghigantihan ang mga bansang katulad nito? ³⁰Nakakatakot at nakakapangilabot ang mga bagay na nangyayari sa lupaing ito. ³¹Ang mga propeta ay nagpapahayag ng kasinungalingan. Ang mga pari ay namamahala ayon sa sarili nilang kapangyarihan. At ito ang gusto ng mga mamamayan ko. Pero ano ang gagawin nila kapag dumating na ang katapusan?"

Napaligiran ang Jerusalem ng Kanyang mga Kaaway

6 "Mga lahi ni Benjamin, tumakas kayo at magtago! Umalis kayo sa Jerusalem! Patunugin n'yo ang trumpeta sa Tekoa at hudyatan n'yo ang Bet Hakerem, dahil darating na ang kapahamakan mula sa hilaga. ²Wawasakin ko ang magandang lungsod ng Jerusalem.[b] ³Papalibutan ito ng mga pinuno at ng kanilang mga sundalo.[c] Magtatayo sila ng kanilang mga tolda sa paligid nito at doon sila magkakampo. ⁴*Sasabihin ng mga pinuno,* 'Humanda kayo! Pagsapit ng tanghali, sasalakayin natin sila.' *Pero pagdating ng hapon, sasabihin ng pinuno,* 'Lumulubog na ang araw at medyo nagdidilim na. ⁵Ngayong gabi na lang tayo sasalakay at wawasakin natin ang mga matitibay na bahagi ng lungsod na ito.' "

⁶Ito ang sinasabi ng Panginoong Makapangyarihan, "Pumutol kayo ng mga kahoy *na pangwasak sa mga pader ng Jerusalem*, at magtambak kayo ng lupa sa gilid ng pader at doon kayo dumaan. Nararapat nang parusahan ang lungsod na ito dahil laganap na rito ang mga pang-aapi. ⁷Katulad ng bukal na patuloy ang pag-agos ng tubig, patuloy ang paggawa nito ng kasamaan. Palaging nababalitaan sa lungsod na ito ang mga karahasan at panggigiba. Palagi kong nakikita ang mga karamdaman at sugat nito. ⁸Mga taga-Jerusalem, babala ito sa inyo at kung ayaw pa ninyong makinig, lalayo ako sa inyo, at magiging mapanglaw ang lupain n'yo at wala nang maninirahan dito."

⁹Sinabi pa ng Panginoong Makapangyarihan, "Ang mga matitirang buhay sa Israel ay ipapaubos ko *sa mga kaaway*, katulad ng huling pamimitas ng mga natitirang ubas. Tinitingnan nilang mabuti ang mga sanga at kukunin ang mga natitirang bunga."

¹⁰*Nagtanong ako,* "Pero Panginoon sino po ang bibigyan ko ng babala? Sino po kaya ang makikinig sa akin? Tinakpan po nila ang kanilang mga tainga para hindi sila makarinig. Kinasusuklaman po nila ang salita ng Panginoon, kaya ayaw nilang makinig. ¹¹Matindi rin ang galit na nararamdaman ko tulad ng sa Panginoon at hindi ko mapigilan."

Sinabi ng Panginoon, "Ipapadama ko ang galit ko pati sa mga batang naglalaro sa lansangan, mga kabataang lalaki na nagkakatipon, mga mag-asawa at pati na sa matatanda. ¹²Ibibigay sa iba ang mga bahay nila, pati ang mga bukid at mga asawa nila. Mangyayari ito kapag pinarusahan ko na ang mga nakatira sa lupaing ito. *Ako,* ang Panginoon, ang nagsasabi nito.

¹³"Mula sa pinakahamak hanggang sa pinakadakila, pare-pareho silang sakim sa pera.

---

a 20 mamamayan ng Israel: sa literal, *lahi ni Jacob.*

b 2 lungsod ng Jerusalem: sa literal, *babaeng anak ng Zion.* Ganito rin sa talatang 23.

c 3 pinuno...sundalo: sa literal, *pastol at ang mga hayop nila.*

Kahit ang mga propeta at mga pari ay mga mandaraya rin. ¹⁴Binabalewala nila ang sugat ng aking mga mamamayan kahit malala na ito. Sinasabi rin nila na payapa ang lahat, kahit hindi naman. ¹⁵Nahihiya ba sila sa ugali nilang kasuklam-suklam? Hindi! Wala na kasi silang kahihiyan! Ni hindi nga namumula ang kanilang mukha *sa kahihiyan.* Kaya mapapahamak sila katulad ng iba. Ibabagsak sila sa araw na parusahan ko sila. *Ako,* ang PANGINOON, ang nagsasabi nito."

¹⁶Ito pa ang sinabi ng PANGINOON, "Tumayo kayo sa mga kanto at magmasid kayo nang mabuti. Magtanong kayo kung alin ang dati at mabuting daan, at doon kayo dumaan. At makakamtan ninyo ang kapayapaan. Pero sinabi ninyo, 'Hindi kami dadaan doon.' ¹⁷Naglagay ako ng mga tagapagbantay at sinabi nila sa inyo, 'Pakinggan ninyo ang tunog ng trumpeta *bilang babala*.' Pero sinabi ninyo, 'Hindi namin iyon pakikinggan.'

¹⁸"Kaya kayong mga bansa, makinig kayo. Masdan ninyong mabuti kung ano ang mangyayari sa kanila. ¹⁹Buong mundo, makinig kayo! Magpapadala ako ng kapahamakan sa mga taong ito para parusahan sila sa kanilang *masamang* mga binabalak. Sapagkat ayaw nilang pakinggan ang mga salita ko at itinakwil nila ang mga kautusan ko. ²⁰Walang halaga sa akin ang inihahandog nilang insenso kahit na galing pa ito sa Sheba, o ang mga pabangong mula pa sa malayong lugar. Hindi ko tatanggapin ang kanilang mga handog na sinusunog. Hindi ako natutuwa sa mga handog nila sa akin. ²¹Kaya *ako,* ang PANGINOON, ay maglalagay ng katitisuran sa dinadaanan ng mga taong ito. At dahil dito, babagsak ang mga ama at mga batang lalaki, pati ang mga magkaibigan at magkapitbahay."

²²Ito pa ang sinabi ng PANGINOON, "Tingnan ninyo, may mga sundalong dumarating galing sa lupain sa hilaga, isang makapangyarihang bansa na galing sa malayong lupain[a] na handang sumalakay. ²³Ang dala nilang armas ay mga pana at mga sibat. Malulupit sila at walang habag. Ang ingay nila ay parang malalakas na alon habang nakasakay sila sa kanilang mga kabayo. Darating sila para salakayin kayo, mga taga-Jerusalem."

²⁴Nabalitaan namin ang tungkol sa kanila at kami ay nanlupaypay. Takot at hirap ang naramdaman namin katulad ng paghihirap ng babaeng manganganak na. ²⁵Huwag na kayong lalabas para pumunta sa *mga* bukid o lumakad sa *mga* daan, dahil may *mga* kaaway kahit saan na handang pumatay. Nakakatakot sa ating paligid. ²⁶Mga kababayan, magsuot kayo ng damit na panluksa[b] at gumulong kayo sa abo *para ipakita ang kalungkutan ninyo.* Umiyak kayo na parang namatay ang kaisa-isa ninyong anak na lalaki. Sapagkat bigla tayong sasalakayin ng kaaway.

²⁷Sinabi sa akin ng PANGINOON, "Ginawa kitang tulad ng tagasuri ng mga metal, para masuri mo ang pag-uugali ng aking mga mamamayan. ²⁸Silang lahat ay rebelde at matitigas ang ulo, kasintigas ng tanso at bakal. Nanlalait at nanloloko sila sa kanilang kapwa. ²⁹Pinapainit nang husto ang pugon para dalisayin *ang pilak* mula sa tinggang nakahalo *rito*, pero hindi rin lubusang nadalisay *ang pilak.* Ganyan din ang mga mamamayan ko, wala ring kabuluhan ang pagdalisay sa kanila, dahil hindi pa rin naaalis nang lubusan ang kasamaan nila. ³⁰Tatawagin silang, 'Itinakwil na Pilak' dahil itinakwil ko sila."

Nangaral si Jeremias

7 Sinabi ng PANGINOON kay Jeremias, ²"Tumayo ka sa pintuan ng templo ko at sabihin mo ito sa mga mamamayan ko: 'Makinig kayo, kayong mga taga-Juda na pumapasok dito para sumamba sa PANGINOON. ³Ito ang sinasabi ng PANGINOONG Makapangyarihan, ang Dios ng Israel: Baguhin na ninyo ang inyong pag-uugali at pamumuhay, para patuloy ko kayong patirahin sa lupaing ito. ⁴Huwag kayong palilinlang sa mga taong paulit-ulit na sinasabing walang panganib na mangyayari sa inyo dahil nasa atin ang templo ng PANGINOON.

⁵" 'Baguhin na ninyo ang lubusan ang inyong pag-uugali at pamumuhay. Tratuhin ninyo ng tama ang inyong kapwa, ⁶at huwag na ninyong apihin ang mga dayuhan, ulila, at mga biyuda. Huwag ninyong papatayin ang mga walang kasalanan, at huwag kayong sumamba sa ibang mga dios na siyang magpapahamak sa inyo. ⁷*Kapag ginawa n'yo ito,* patuloy ko kayong patitirahin sa lupaing ito na ibinigay ko sa mga magulang n'yo magpakailanman.

⁸" 'Pero tingnan ninyo *kung ano ang inyong ginagawa!* Naniniwala kayo sa mga kasinungalingan na walang kabuluhan. ⁹Kayo ay nagnanakaw, pumapatay, nangangalunya, sumasaksi nang may kasinungalingan, naghahandog ng mga insenso kay Baal, at sumasamba sa ibang mga dios na hindi n'yo nakikilala. ¹⁰Pagkatapos, lumalapit at tumatayo kayo sa harap ko rito sa templo, kung saan pinararangalan ang pangalan ko. At sinasabi n'yo, "Ligtas tayo rito." At pagkatapos, ginagawa na naman ninyo ang mga gawaing kasuklam-suklam. ¹¹Bakit, ano ang akala ninyo sa templong ito na pinili ko para parangalan ako, taguan ng mga magnanakaw? Nakikita ko ang mga ginagawa sa templo. *Ako,* ang PANGINOON, ang nagsasabi nito.

¹²" 'Pumunta kayo sa Shilo, ang unang lugar na pinili ko para sambahin ako, at tingnan ninyo kung ano ang ginawa ko sa lugar na iyon dahil sa kasamaang ginawa ng mga mamamayan kong taga-Israel. ¹³Habang ginagawa ninyo ang *masamang* bagay na ito, paulit-ulit na kayong binibigyan ng babala, pero hindi kayo nakinig. Tinawag ko kayo, pero hindi kayo sumagot. ¹⁴Kaya ang ginawa ko sa Shilo ay gagawin ko rin ngayon sa templong ito, kung saan pinararangalan ang pangalan ko, ang templong pinagtitiwalaan ninyo na ibinigay ko sa inyo at sa mga ninuno ninyo. ¹⁵Palalayasin ko kayo mula sa aking harapan katulad ng ginawa ko sa mga kamag-anak ninyo, ang mga mamamayan ng Israel.[c]

¹⁶"Kaya *Jeremias,* huwag kang mananalangin para sa mga taong ito. Huwag kang magmakaawa o humiling sa akin para sa kanila, dahil hindi kita pakikinggan. ¹⁷Hindi mo ba nakikita ang ginagawa

---

a 22 malayong lupain: sa literal, *sa dulo ng mundo.*
b 26 damit na panluksa: sa Hebreo, *sakong damit.*

c 15 mamamayan ng Israel: sa Hebreo, *angkan ni Efraim,* Ito ang kumakatawan sa kaharian ng Israel.

nila sa bayan ng Juda at sa mga lansangan ng Jerusalem? ¹⁸ Ang mga kabataan ay nangangahoy, ang mga ama ay nagpapaningas ng apoy, ang mga babae ay nagmamasa ng harina para gawing tinapay para sa Reyna ng Langit.ᵃ Naghahandog din sila ng mga inumin sa ibang mga dios para galitin ako. ¹⁹ Pero ako nga ba ang sinasaktan nila? Hindi! Ang sarili nila ang sinasaktan at inilalagay nila sa kahihiyan. ²⁰ Kaya ako, ang Panginoong Dios, ay nagsasabi, 'Ipapadama ko sa lugar na ito ang matinding galit ko—sa mga tao, mga hayop, mga puno, at mga halaman. Ang galit ko'y parang apoy na hindi mapapatay ng kahit sino.'

²¹ "Sige, kunin na lang ninyo ang inyong mga handog na sinusunog at iba pang mga handog, at kainin na lang ninyo ang karne. Ako, ang Panginoong Makapangyarihan, ang Dios ng Israel, ang nagsasabi nito. ²² Nang ilabas ko sa Egipto ang mga ninuno n'yo, hindi ko lang sila inutusan na mag-alay ng mga handog na sinusunog at iba pang mga handog, ²³ inutusan ko rin sila ng ganito: 'Sundin ninyo ako, at ako'y magiging Dios n'yo at kayo'y magiging mga mamamayan ko. Mamuhay kayo sa paraang iniutos ko sa inyo para maging mabuti at kalagayan ninyo.'

²⁴ "Pero hindi nila sinunod o pinansin man lang ang mga sinabi ko sa kanila. Sa halip, sinunod nila ang nais ng matitigas at masasama nilang puso. At sa halip na lumapit sa akin, lalo pa silang lumayo. ²⁵ Mula nang umalis ang mga ninuno n'yo sa Egipto hanggang ngayon, patuloy akong nagpapadala sa inyo ng mga lingkod kong mga propeta. ²⁶ Pero hindi n'yo sila pinakinggan o pinansin. Mas matigas pa ang mga ulo n'yo at mas masama pa ang mga ginawa n'yo kaysa sa mga ninuno ninyo.

²⁷ "Jeremias, kung sasabihin mo sa kanila ang lahat ng ito, hindi sila makikinig sa iyo. Kapag tatawagin mo sila na lumapit sa akin, hindi sila sasagot. ²⁸ Kaya ito ang sabihin mo sa kanila: Ito ang bansa na ang mga mamamayan ay ayaw sumunod sa Panginoon na kanilang Dios, at ayaw magpaturo. Wala sa kanila ang katotohanan at hindi na sila nagsasalita ng totoo. ²⁹ Mga taga-Jerusalem, kalbuhin n'yo ang buhok n'yo at itapon ito para ipakitang nagdadalamhati kayo. Umiyak kayo roon sa kabundukan, dahil itinakwil at pinabayaan na ng Panginoon ang lahi n'yo na nagpagalit sa kanya."

Ang Lambak ng Patayan

³⁰ Sinabi ng Panginoon, "Gumawa ng masama ang mga tao ng Juda. Inilagay nila ang mga kasuklam-suklam nilang dios-diosan doon sa templo, ang lugar na pinili ko kung saan ako pararangalan, kaya nadungisan ito. ³¹ Nagtayo rin sila ng sambahan sa matataas na lugarᵇ sa Tofet, sa Lambak ng Ben Hinom, para roon nila sunugin ang mga anak nila bilang handog. Hindi ko ito iniutos sa kanila ni pumasok man lang sa isip ko. ³² Kaya mag-ingat kayo, dahil ako, ang Panginoon ay nagsasabing, darating ang araw na ang lugar na iyon ay hindi na tatawaging Tofet o Lambak ng

Ben Hinom kundi Lambak ng Patayan. Sapagkat doon ililibing ang maraming bangkay hanggang sa wala nang lugar na mapaglibingan. ³³ Ang mga bangkay ng mamamayan ko ay kakainin ng mga ibon at mababangis na hayop, at walang sinumang magtataboy sa mga ito. ³⁴ Ipapatigil ko na ang kagalakan at kasayahan sa mga lansangan ng Jerusalem. At hindi na rin mapapakinggan sa bayan ng Juda ang masasayang tinig ng mga bagong kasal. Sapagkat magiging mapanglaw ang lupaing ito."

8 At sinabi pa ng Panginoon, "Sa mga panahong iyon, kukunin sa mga libingan ang mga buto ng mga hari, ng mga pinuno ng Juda, pati na ng mga pari, mga propeta, at mga mamamayan ng Jerusalem. ² Pagkatapos, ikakalat ito sa lupain na nakabilad sa init ng araw, sa liwanag ng buwan, sa mga bituin na kanilang minahal, pinaglingkuran, sinunod, sinanggunian, at sinamba. Hindi na muling titipunin ang mga buto nila ni ililibing, kundi ikakalat sa lupa na parang dumi. ³ Ang natitirang buhay sa masamang bansang ito ay ipapangalat ko sa ibang mga bansa, at doon ay gugustuhin pa nilang mamatay kaysa sa mabuhay. Ako, ang Panginoong Makapangyarihan, ang nagsasabi nito."

Ang Kasalanan at ang Kaparusahan

⁴ Sinabi sa akin ng Panginoon na sabihin ko ito sa mga tao: "Kapag nadapa ang tao, hindi ba't muli siyang bumabangon? Kapag naligaw siya, hindi ba't muli siyang bumabalik? ⁵ Pero kayong mga taga-Jerusalem, bakit patuloy kayong lumalayo sa akin? Bakit ayaw ninyong iwanan ang mga dios-diosan na dumadaya sa inyo at magbalik sa akin? ⁶ Pinakinggan kong mabuti ang mga sinabi n'yo pero hindi tama ang mga ito. Walang sinuman sa inyo ang nagsisi sa inyong kasamaan. Wala man lang nagsasabing, 'Ano ba itong ginawa ko?' Sa halip, ang bawat isa sa inyo ay naging mabilis sa paggawa ng kasalanan na parang kabayong papunta sa digmaan. ⁷ Nalalaman ng tagak, ng kalapati at ng langay-langayan kung kailan sila lilipad patungo sa ibang lugar at kung kailan sila babalik, pero kayong mga hinirang ko ay hindi alam ang aking mga tuntunin. ⁸ Paano ninyo nasasabing marunong kayo, dahil ba alam ninyo ang mga kautusan ng Panginoon? Ang totoo, binago iyon ng inyong mga guro. ⁹ Mapapahiya ang mga nagsasabing sila ay marurunong. Matatakot sila dahil bibihagin sila. Itinakwil nila ang mga salita ko—gagawin ba nila ito kung talagang marunong sila? ¹⁰ Kaya ibibigay ko sa iba ang mga asawa at mga bukirin nila. Sapagkat maging mga dakila man o mga dukha ay pare-parehong naging sakim sa pera, pati na ang mga propeta at mga pari. ¹¹ Hindi nila siniseryoso ang paggamot sa sugat ng mga mamamayan ko, kahit malubha na ito. Sinasabi nilang mabuti ang lahat kahit na hindi ito mabuti. ¹² Ikinakahiya ba nila ang mga ugali nilang kasuklam-suklam? Hindi! Sapagkat wala na silang kahihiyan! Ni hindi nga namumula ang kanilang mukha sa kahihiyan. Kaya ako, ang Panginoon, ay nagsasabing mapapahamak sila katulad ng iba. Ibabagsak sila pagdating ng araw na parurusahan sila. ¹³ Lubos ko silang lilipulin at sisirain ko ang

a 18 Reyna ng Langit: Isa sa mga diosang sinasamba noon.

b 31 sambahan sa matataas na lugar: Tingnan sa Talaan ng mga Salita sa likod.

mga bunga ng kanilang mga ubas at igos; pati ang mga dahon nito'y malalanta. Ang mga ibinigay ko sa kanila ay mawawala.

¹⁴"Pagkatapos, sasabihin nila, 'Ano pa ang hinihintay natin? Halikayo, tumakas na tayo papunta sa mga napapaderang lungsod at doon na tayo mamatay. Sapagkat hinatulan na tayong mamatay ng PANGINOON na ating Dios. Parang binigyan niya tayo ng tubig na may lason para inumin, dahil nagkasala tayo sa kanya. ¹⁵Naghintay tayo ng kapayapaan, pero walang dumating na kapayapaan. Naghintay tayo ng kabutihan, pero takot ang dumating. ¹⁶Ang singhal ng kabayo ng mga kaaway ay naririnig mula sa Dan. Sa mga halinghing pa lang ng mga kabayo nila, nanginginig na ang buong lupain. Dumating sila para wasakin ang lupaing ito at ang lahat ng naririto; ang mga lungsod at ang lahat ng mamamayan nito.' "

¹⁷Sinabi ng PANGINOON, "Makinig kayo! Magpapadala ako ng mga kaaway na parang mga makamandag na ahas na hindi napapaamo ng kahit sino, at tutuklawin nila kayo."

¹⁸Pagkatapos, sinabi ni Jeremias: Hindi mapapawi ang kalungkutan ko. Nagdaramdam ang puso ko. ¹⁹Pakinggan n'yo ang iyakan ng mga kababayan ko na naririnig sa buong lupain. Sinabi nila, "Wala na ba ang PANGINOON sa Jerusalem?ᵃ Wala na ba roon ang Dios na Hari ng Jerusalem?" Sumagot ang PANGINOON, "Bakit n'yo ako ginalit sa pamamagitan ng pagsamba n'yo sa mga dios-diosang walang kabuluhan?" ²⁰Sumagot ang mga tao, "Tapos na ang anihan, tapos na rin ang tag-araw, pero hindi pa kami naililigtas!"

²¹Nagdaramdam ako dahil sa nararanasang hirap ng mga kababayan ko. Nagluluksa ako at natitigilan. ²²Wala na bang gamot sa Gilead? Wala na bang manggagamot doon? Bakit hindi gumagaling ang sugat ng mga kababayan ko?

9 "Kung balon sana ng tubig ang aking ulo, at ang aking mga mata ay bukal ng luha, iiyak ako araw at gabi para sa mga kababayan kong pinatay. ²Kung mayroon lang sana akong matitirhan sa ilang para makalayo ako sa mga kababayan ko, dahil silang lahat ay nagtaksil na parang mga babaeng nangangalunya."

³Sinabi ng PANGINOON, "Lagi silang handang magsinungaling na parang pana na handa nang itudla. Kasinungalingan at namamayani sa lupaing ito at hindi ang katotohanan. Malala na ang paggawa nila ng kasalanan at hindi nila ako kinikilala.

⁴"Mag-ingat kayo sa kapwa n'yo at huwag kayong magtiwala sa mga kamag-anak n'yo, dahil ang bawat isa ay mandaraya at naninira ng kapwa. ⁵Dinadaya ng bawat isa ang kapwa niya at wala ni isa ang nagsasalita ng katotohanan. Sanay na sa pagsisinungaling ang mga dila nila at pinapagod nila ang sarili nila sa paggawa ng kasalanan. ⁶Puro na lang pandaraya ang ginagawa nila, at dahil sa pandaraya ay ayaw na nila akong kilalanin. ⁷Kaya ako, ang PANGINOONG Makapangyarihan, ay nagsasabing dadalisayin ko sila na parang metal at susubukin ko sila. Ano pa ang maaari kong gawin sa kanila? ⁸Ang kanilang mga dila ay parang panang

nakakamatay. Puro na lang pandaraya ang kanilang sinasabi. Nakikipag-usap sila nang mabuti sa kapwa nila pero sa puso nila'y masama ang binabalak nila. ⁹Hindi ba't nararapat ko silang parusahan? Hindi ba dapat na paghigantihan ko ang bansang katulad nito? Ako, ang PANGINOON, ang nagsasabi nito."

¹⁰Sinabi ni Jeremias: Iiyak ako ng malakas para sa mga kabundukan at mananaghoy ako para sa mga pastulan. Dahil malungkot na ito at wala nang dumadaan. Hindi na marinig ang unga ng mga baka, at nag-alisan na ang mga ibon at mga hayop. ¹¹Dahil sinabi ng PANGINOON, "Wawasakin ko ang Jerusalem, at magiging tirahan ito ng mga asong-gubat.ᵇ Gagawin kong parang ilang ang mga bayan ng Juda at wala nang titira rito."

¹²Nagtanong ako sa PANGINOON, "Sino pong marunong na tao ang makakaunawa sa mga pangyayaring ito? Kanino n'yo po ipinaliwanag ang tungkol dito para maipaliwanag ito sa mga tao? Bakit po nawasak ang lupaing ito at naging parang ilang na hindi na dinadaanan?"

¹³Sumagot ang PANGINOON, "Nangyari ito dahil hindi nila sinunod ang mga utos na ibinigay ko sa kanila. Hindi sila sumunod sa akin o sa mga utos ko. ¹⁴Sa halip, sinunod nila ang kapasyahan ng matigas nilang mga puso. Sumamba sila kay Baal, gaya ng itinuro sa kanila ng mga ninuno nila. ¹⁵Kaya ako, ang PANGINOONG Makapangyarihan, ang Dios ng Israel ay nagsabing pakakainin ko ang mga taong ito ng mapait na pagkain at paiinumin ng tubig na may lason. ¹⁶Ipapangalat ko sila sa mga bansang hindi nila kilala maging ng mga ninuno nila. Magpapadala ako ng hukbong sasalakay sa kanila para lubusan silang malipol."

¹⁷Sinabi pa ng PANGINOONG Makapangyarihan, "Isipin n'yo kung ano ang mga nangyayari! Tawagin n'yo ang mga babaeng tagaiyak, lalo na ang mga sanay sa pag-iyak. ¹⁸Pagmadaliin silang pumunta para iyakan ang mga mamamayan ko hanggang sa dumaloy ang kanilang luha.ᶜ ¹⁹Pakinggan ang mga pag-iyak sa Jerusalem.ᵈ Sinasabi ng mga tao, 'Nawasak tayo! Nakakahiya ang nangyaring ito sa atin! Kailangang iwan na natin ang ating lupain dahil nawasak na ang ating mga tahanan!' "

²⁰Ngayon, kayong mga babae, pakinggan ninyo ang sinasabi ng PANGINOON. Pakinggan ninyo itong mabuti. Turuan ninyo ang inyong mga anak na babae at ang inyong kapwa na umiyak at managhoy. ²¹Dumating ang kamatayan sa ating mga sambahayan at sa matitibay na bahagi ng ating lungsod. Pinatay ang mga bata na naglalaro sa mga lansangan at ang mga kabataang lalaki na nagkakatipon sa mga plasa. ²²At sinabi ng PANGINOON, "Kakalat ang mga bangkay na parang mga dumi sa kabukiran, at parang mga butil na naiwan ng mga nag-aani, at wala nang kukuha sa mga ito. ²³Hindi dapat ipagmalaki ng marunong ang karunungan niya, o ng malakas ang kalakasan niya, o ng mayaman ang kayamanan niya. ²⁴Kung gusto ng sinuman na magmalaki, dapat lang niyang

ᵃ 19 Jerusalem: sa Hebreo, Zion.

ᵇ 11 asong-gubat: sa Ingles, "jackal."
ᶜ 18 ang mga mamamayan ko…ang kanilang luha: sa Hebreo, tayo hanggang sa dumaloy ang luha natin.
ᵈ 19 Jerusalem: sa Hebreo, Zion.

ipagmalaki na kilala niya ako at nauunawaan niyang ako ang Panginoong mapagmahal na gumagawa ng tama at matuwid dito sa mundo, dahil iyon ang kinalulugdan ko. *Ako,* ang Panginoon, ang nagsasabi nito.

²⁵"Darating ang araw na parurusahan ko ang lahat ng tinuli, na ang kanilang pamumuhay ay hindi nabago— ²⁶ang mga taga-Egipto, Juda, Edom, Ammon, Moab, at ang lahat ng nakatira sa malalayong ilang.*ª* Ang totoo, lahat ng bansang ito pati na ang mga mamamayan ng Israel ay parang hindi rin mga tinuli."

Kapahamakan ang Dulot ng Pagsamba sa mga dios-diosan

10 Mamamayan ng Israel, pakinggan n'yo ang sinasabi ng Panginoon. ²Sinasabi niya, "Huwag ninyong tutularan ang pag-uugali ng mga tao sa ibang mga bansa na naghahanap ng mga tanda sa kalangitan. Huwag kayong matakot sa mga ganyang tanda kahit na ang mga tao sa ibang bansa ay takot sa mga tandang iyan. ³Walang kabuluhan ang kaugalian ng mga taong iyon. Pumuputol sila ng puno sa gubat at pinauukitan nila sa mahuhusay na mang-uukit. ⁴Pagkatapos, pinapalamutian nila ng pilak at ginto, at pinapakuan ng mabuti para hindi matumba. ⁵Ang mga dios-diosang ito'y parang taong panakot ng ibon sa bukid na hindi nakakapagsalita. Kailangan pa itong buhatin dahil hindi ito nakakalakad. Huwag kayong matakot sa mga dios-diosang ito dahil hindi sila makakagawa ng masama at hindi rin makakagawa ng mabuti."

⁶O Panginoon, wala po kayong katulad. Makapangyarihan kayo at dakila ang pangalan. ⁷Sino po ang hindi matatakot sa inyo, O Hari ng mga bansa? Karapat-dapat lang na igalang kayo. Wala po kayong katulad sa lahat ng matalino na mula sa iba't ibang bansa, o sa lahat ng hari. ⁸Silang lahat ay matitigas ang ulo at mga hangal. Wala pong kabuluhan ang mga turo tungkol sa mga dios-diosan nila na gawa sa kahoy. ⁹Nagpagawa po sila ng mga panday at mga platero ng mga dios-diosan na binalutan ng pilak mula sa Tarshish at ginto mula sa Ufaz. Pagkatapos, binihisan po nila ang mga ito ng damit na asul at kulay ube na tinahi ng bihasang mananahi. ¹⁰Pero ang Panginoon ang tunay na Dios. Siya ang buhay na Dios at walang hanggang Hari. Kapag nagagalit siya, nayayanig ang daigdig, at walang bansa na makatatagal sa tindi ng galit niya. ¹¹Sabihin ninyo sa mga sumasamba sa ibang mga dios, "Ang inyong mga dios na hindi lumikha ng langit at lupa ay mawawala sa mundo."

¹²Pero ang Dios ang lumikha ng langit at lupa sa pamamagitan ng kapangyarihan at karunungan niya. ¹³Sa utos niya'y lumalabas ang mga ulap at mga kidlat sa kalangitan, at bumubuhos ang malakas na ulan. Pinapalabas niya ang hangin mula sa pinanggagalingan nito. ¹⁴Mga hangal at mangmang ang mga sumasamba sa mga dios-diosan. Mapapahiya lang ang mga platerong gumawa ng mga dios-diosan nila, dahil hindi naman totoong dios ang mga ito. Wala silang buhay. ¹⁵Wala silang

kabuluhan at dapat kamuhian. Darating ang araw na wawasakin ang lahat ng ito. ¹⁶Pero ang Dios ni Jacob*ᵇ* ay hindi katulad ng mga iyon. Siya ang lumikha ng lahat ng bagay pati na ang Israel, ang mga taong hinirang niya—Panginoong Makapangyarihan ang pangalan niya.

Ang Kapahamakang Darating

¹⁷*Mga taga-Jerusalem,* tipunin na ninyo ang mga kagamitan at umalis, dahil malapit nang salakayin ang lungsod ninyo. ¹⁸Sapagkat ito ang sinasabi ng Panginoon, "Makinig kayo! Paaalisin ko kayo sa lupaing ito. Pahihirapan ko kayo hanggang sa madama n'yo ang galit ko."

¹⁹*Sinabi ng mga taga-Jerusalem,* "Nakakaawa tayo dahil sa kapahamakan natin. Malubha ang kalagayan natin, pero kailangan natin itong tiisin. ²⁰Wasak na ang mga tolda natin; nalagot na ang mga tali nito. Iniwan na tayo ng mga anak natin. Wala nang natira na muling magtatayo ng muling toldang tinitirhan natin."

²¹*Nangyari ito sa atin dahil* hangal ang mga pinuno natin. Hindi sila lumapit sa Panginoon para sumangguni. Kaya hindi sila nagtagumpay, at nangalat ang mga taong nasasakupan nila. ²²Pakinggan n'yo ang malakas na ingay ng mga sundalo na dumarating mula sa hilaga! Wawasakin nila ang mga bayan ng Juda at magiging tirahan na lang ito ng mga asong-gubat.*ᶜ*

Ang Panalangin ni Jeremias

²³Panginoon, alam ko po na ang buhay ng tao ay hindi kanya. Hindi siya ang may hawak ng kinabukasan niya. ²⁴Ituwid n'yo po kami*ᵈ* Panginoon, nang nararapat sa amin. Huwag n'yo po itong gawin nang dahil sa inyong galit, baka wala ng matira sa amin. ²⁵Ipadama n'yo po ang inyong galit sa mga bansang hindi kumikilala sa inyo at sa mga taong hindi dumudulog sa inyo. Sapagkat inubos po nila ang lahi ni Jacob at winasak ang mga tahanan nila.

Hindi Tinupad ng Juda ang Kasunduan

11 Sinabi ng Panginoon kay Jeremias, ²"Ipaalala mo sa mga taga-Juda at taga-Jerusalem ang mga dapat sundin sa kasunduan namin. ³Sabihin mo sa kanila na *ako,* ang Panginoon, ang Dios ng Israel, ay nagsasabing isusumpa ko ang taong ayaw sumunod sa mga sinasabi sa kasunduang ito. ⁴Ang mga utos kong ito ay ipinatupad ko sa inyong mga ninuno noong inilabas ko sila sa Egipto, sa lugar na parang nagniningas na pugon na tunawan ng bakal. Sinabi ko sa kanila, 'Kung susundin ninyo ako at ang lahat ng utos ko, magiging mga mamamayan ko kayo at ako'y magiging Dios ninyo. ⁵Nang sa ganoon, tutuparin ko ang aking ipinangako sa inyong mga ninuno na bibigyan ko sila ng maganda at masaganang lupain*ᵉ*—ang lupaing tinitirhan ninyo ngayon.' "

ª 26 ang lahat ng nakatira sa malalayong ilang: sa literal, *silang mga nagpagupit ng kanilang patilya.*

ᵇ 16 Dios ni Jacob: sa literal, *bahagi ni Jacob.*

ᶜ 22 asong-gubat: sa Ingles, *jackal.*

ᵈ 24 kami: sa Hebreo, *ako.* Si Jeremias ay nagsasalita para sa mga kababayan niya.

ᵉ 5 maganda at masaganang lupain: sa literal, *lupain na dumadaloy ang gatas at pulot.*

At sinabi ko, "Siya nawa, Panginoon."

⁶ Pagkatapos, muling sinabi sa akin ng Panginoon, "Pumunta ka sa mga bayan ng Juda at sa mga lansangan ng Jerusalem at sabihin mo ito: 'Alalahanin ninyo ang kasunduan ninyo at sundin ninyo ang isinasaad sa kasunduang ito. ⁷ Mula nang inilabas ko ang mga ninuno ninyo sa Egipto hanggang ngayon, paulit-ulit ko silang pinagsasabihan na dapat nila akong sundin. ⁸ Pero hindi sila nakinig at hindi nila pinansin ang sinabi ko. Sa halip, sinunod nila ang nais ng matitigas at masasama nilang puso. Sinabi ko sa kanila na sundin nila ang kasunduang ito, pero hindi nila ito sinunod. Kaya ipinadala ko sa kanila ang lahat ng sumpa na nakasaad sa kasunduan.'"

⁹ Muling sinabi ng Panginoon sa akin, "Ang mga taga-Juda at taga-Jerusalem ay may balak na masama laban sa akin. ¹⁰ Tinularan nila ang mga kasalanan ng mga ninuno nilang hindi naniwala sa mga salita ko. Sumamba rin sila sa mga dios-diosan. Ang mga mamamayan ng Israel at Juda ay parehong sumuway sa kasunduang ginawa ko sa mga ninuno nila. ¹¹ Kaya ako, ang Panginoon, ay nagsasabi na magpapadala ako sa kanila ng kaparusahan na hindi nila matatakasan. At kahit na humingi sila ng tulong sa akin, hindi ko sila pakikinggan. ¹² Kaya hihingi na lang sila ng tulong sa mga dios-diosang pinaghahandugan nila ng insenso, pero hindi naman sila matutulungan ng mga dios-diosang ito kapag dumating na ang kaparusahan.

¹³ "Kayong mga taga-Juda, kay dami n'yong dios-diosan, kasindami ng mga bayan ninyo. At kung gaano karami ang lansangan sa Jerusalem, ganoon din karami ang altar na itinayo n'yo para pagsunugan ng insenso para sa kasuklam-suklam na dios-diosang si Baal.

¹⁴ "Kaya Jeremias, huwag ka nang mananalangin para sa mga taong ito. Huwag ka nang magmakaawa sa akin para sa kanila dahil hindi ko sila sasagutin kung tatawag sila sa akin sa oras ng paghihirap nila. ¹⁵ Gumawa ng maraming kasamaan ang mga mamamayan na minamahal ko. Wala silang karapatang pumunta sa templo ko. Hindi mapipigilan ng mga handog nila ang kaparusahang darating sa kanila. Tuwang-tuwa pa sila sa paggawa ng masama."

¹⁶ Noong una ay inihambing sila ng Panginoon sa isang malagong puno ng olibo na maraming bunga. Pero sa biglang pagdaan ng naglalagablab na apoy ay mawawasak sila na parang sinunog na mga sanga at hindi na mapapakinabangan pa. ¹⁷ Ang Panginoong Makapangyarihan ang nagtayo sa Juda at Israel, pero ngayon ay iniutos niyang wasakin ang mga ito, dahil masama ang ginagawa nila. Ginalit nila ang Panginoon sa pamamagitan ng paghahandog ng mga sinusunog na insenso kay Baal.

Ang Balak Laban kay Jeremias

¹⁸ Sinabi sa akin ng Panginoon ang tungkol sa balak ng mga kaaway laban sa akin. ¹⁹ Tulad ako ng isang tupang dinadala sa katayan nang hindi ko nalalaman. Hindi ko alam na may balak pala silang patayin ako. Sinabi nila, "Patayin natin siya katulad ng pagputol sa isang puno na may mga bunga, para mawala siya sa mundo at hindi na maalala."

²⁰ Pero nananalangin ako, "O Panginoong Makapangyarihan, matuwid po ang paghatol ninyo. Nalalaman po ninyo ang isip at puso ng tao. Ipakita n'yo po sa akin ang paghihiganti n'yo sa kanila, dahil ipinaubaya ko sa inyo ang usaping ito!"

²¹-²² Nais ng mga taga-Anatot na patayin ako kung hindi ako titigil sa pagpapahayag ng mensahe ng Panginoon. Kaya ito ang sinasabi ng Panginoong Makapangyarihan, "Parurusahan ko sila. Mamamatay sa digmaan ang mga kabataan nilang lalaki at mamamatay sa gutom ang mga anak nila. ²³ Walang matitirang buhay sa mga taga-Anatot, dahil malilipol sila sa oras na parusahan ko na sila."

Ang mga Reklamo ni Jeremias

12 Panginoon, kapag nagrereklamo po ako sa inyo, palaging makatarungan ang tugon ninyo. Pero ngayon, may tanong po ako tungkol sa katarungan n'yo: Bakit po umuunlad ang masasamang tao? Bakit po mapayapa ang buhay ng mga taong taksil sa inyo? ² Pinagpapala n'yo po sila na parang punongkahoy na nag-uugat, lumalago, at namumunga. Pinupuri po nila kayo ng mga bibig nila pero hindi galing sa puso nila. ³ Ngunit kilala n'yo po ako Panginoon. Nakikita n'yo ang mga ginagawa ko at alam po ninyo kung ano ang nasa puso ko. Kaladkarin n'yo po ang mga taong ito na parang mga tupa patungo sa katayan. Ihiwalay po ninyo sila para katayin. ⁴ Hanggang kailan po kaya ang pagkatuyo ng lupa at ang pagkalanta ng mga damo? Namamatay na po ang mga hayop at mga ibon dahil sa kasamaan ng mga taong nakatira sa lupaing ito. At sinasabi pa nila, "Walang pakialam ang Dios sa sasapitin natin."

Ang Sagot ng Panginoon

⁵ Sinabi ng Panginoon, "Jeremias, kung napapagod ka sa pakikipaghabulan sa mga tao, di lalo na sa mga kabayo? Kung nadadapa ka sa lugar na patag, di lalo na sa kagubatan na malapit sa Ilog ng Jordan? ⁶ Kahit na ang iyong mga kapatid at kamag-anak ay nagtaksil sa iyo. Nagbalak sila ng masama laban sa iyo. Huwag kang magtiwala sa kanila kahit na mabuti ang sinasabi nila.

⁷ "Itatakwil ko ang mga mamamayan ko, ang bansang pag-aari ko. Ibibigay ko ang minamahal kong mga mamamayan sa mga kaaway nila. ⁸ Lumaban sila sa akin na parang leon na umaatungal sa kagubatan, kaya nagalit ako sa kanila. ⁹ Naging kasuklam-suklam sila sa akin na parang ibong mandaragit. At sila mismo'y napapalibutan ng mga ibong mandaragit. Titipunin ko ang mababangis na hayop para kainin sila nito. ¹⁰ Wawasakin ng maraming pinuno ang Juda na itinuturing kong aking ubasan. Tatapak-tapakan nila itong magandang lupain at gagawing ilang. ¹¹ Gagawin nila itong malungkot na lugar at magiging walang kabuluhan sa akin. Magiging ilang ang lupaing ito, dahil wala nang magmamalasakit dito. ¹² Darating ang mga mangwawasak sa lugar na ilang. Gagamitin ko sila bilang espada na wawasak sa buong lupain, at walang makakatakas. ¹³ Magtatanim ng trigo ang mga mamamayan ko, pero aani sila ng tinik.

Magtatrabaho sila nang husto pero wala silang pakikinabangan. Mag-aani sila ng kahihiyan dahil sa matinding galit ko."

[14] Sinabi pa ng Panginoon, "Ito ang gagawin ko sa lahat ng masasamang bansa sa palibot ng Israel na sumira ng lupaing ibinigay ko sa mga mamamayan ko: Palalayasin ko sila sa lupain nila katulad ng pagpapalayas ko sa mga taga-Juda sa lupain nito. [15] Pero sa bandang huli, kahahabagan ko ulit ang mga bansang ito at ibabalik ko sila sa sarili nilang lupain. [16] At kung tatanggapin nila nang buong puso ang pananampalataya ng mga mamamayan ko at kung susumpa sila sa pangalan ko, gaya ng itinuro nila sa mga mamamayan ko na pagsumpa sa pangalan ni Baal, magiging kabilang din sila sa mga mamamayan ko. [17] Pero ang alin mang bansa na hindi susunod *sa akin* ay palalayasin ko sa kanilang lupain at lilipulin. *Ako,* ang Panginoon, ang nagsasabi nito."

Ang Talinghaga tungkol sa Sinturon na Telang Linen

13 Sinabi sa akin ng Panginoon, "Lumakad ka at bumili ng sinturon na *telang* linen. Itali mo ito sa baywang mo, pero huwag mong lalabhan." [2] Kaya bumili ako ng sinturon at pagkatapos, itinali ko ito sa baywang ko ayon sa sinabi ng Panginoon.

[3] Pagkatapos, sinabing muli sa akin ng Panginoon, [4] "Tanggalin mo ang sinturon na binili mo at pumunta ka malapit sa *Ilog ng* Eufrates[a] at itago mo roon ang sinturon sa biyak ng bato." [5] Kaya pumunta ako sa may *Ilog ng* Eufrates at itinago ko roon ang sinturon ayon sa sinabi ng Panginoon.

[6] Pagkaraan ng mahabang panahon, muling sinabi sa akin ng Panginoon, "Pumunta ka sa *Ilog ng* Eufrates at kunin mo ang sinturon na ipinatago ko sa iyo roon." [7] Kaya pumunta ako sa *Ilog ng* Eufrates at kinuha ko ang sinturon sa pinagtaguan ko, pero sira na iyon at hindi na mapapakinabangan. [8-9] Pagkatapos, sinabi sa akin ng Panginoon, "Ganyan din ang mangyayari sa Juda na mapagmataas at sa higit na pagmamataas ng Jerusalem. [10] Ayaw sumunod ng masasamang taong ito sa mga sinasabi ko. Sinusunod nila ang nais ng matitigas nilang puso na naglilingkod at sumasamba sa mga dios-diosan. Kaya matutulad sila sa sinturon na iyan na hindi na mapapakinabangan. [11] Kung papaano sanang ang sinturon ay nakakapit nang mahigpit sa baywang ng tao, nais ko rin sanang ang lahat ng mamamayan ng Israel at Juda ay kumapit nang mahigpit sa akin. Hinirang ko sila para papurihan nila ako at parangalan, pero ayaw nilang makinig sa akin. *Ako,* ang Panginoon, ang nagsasabi nito."

Ang Talinghaga tungkol sa Sisidlang-balat ng Alak

[12] "Jeremias, sabihin mo sa mga mamamayan ng Israel na *ako,* ang Panginoon, ang Dios ng Israel ay nagsasabing, 'Ang lahat ng sisidlang-balat n'yo ay mapupuno ng alak.' At kung sasabihin nila sa iyo, 'Alam na naming mapupuno ng alak ang lahat

ng lalagyan namin.' [13] Sabihin mo sa kanila na ito ang ibig kong sabihin: 'Parurusahan ko ang lahat ng mamamayan ng lupaing ito, na parang nilasing ko sila ng alak. Parurusahan ko ang mga hari na angkan ni David, ang mga pari, mga propeta, at ang lahat ng mamamayan sa Jerusalem. [14] Paguumpugin ko ang mga magulang at ang mga anak nila. Hindi ako mahahabag sa pagpatay sa kanila. *Ako,* ang Panginoon, ang nagsasabi nito.' "

Babala tungkol sa Kapalaluan

[15] Makinig kayong mabuti, at huwag kayong magmataas dahil nagsalita ang Panginoon. [16] Parangalan n'yo ang Panginoon na inyong Dios habang hindi pa niya ipinapadala ang kadiliman, at habang hindi pa kayo nadadapa sa madilim na mga bundok. Ang liwanag na inaasahan ninyo'y gagawin niyang napakatinding kadiliman. [17] Kung ayaw pa rin ninyong makinig, iiyak ako ng lihim dahil sa pagmamataas ninyo. Iiyak ako ng malakas at dadaloy ang mga luha ko dahil bibihagin ang mga hinirang ng Panginoon.

[18] Inutusan ako ng Panginoon *na* sabihin sa hari at sa kanyang ina na bumaba sila sa trono nila dahil malapit nang kunin sa ulo nila ang magaganda nilang korona. [19] Isasara ang mga pintuan ng mga bayan sa Negev. Wala nang makakapasok o makakalabas doon. Bibihagin ang lahat ng taga-Juda.

[20] Tingnan n'yo ang mga kaaway na dumarating mula sa hilaga. *O Jerusalem,* nasaan na ang iyong mga mamamayan na ipinagmamalaki mo, na ipinagkatiwala ko sa iyo para alagaan mo? [21] Ano ang mararamdaman mo kung ang kakampi mong bansa ang sumakop sa iyo? Hindi ba't magdaramdam ka tulad ng isang babaeng manganganak na? [22] Kung tatanungin mo ang sarili mo kung bakit ka napahamak na parang babaeng pinunit ang damit at pinagsamantalahan, ito'y dahil sa napakarami mong kasalanan. [23] Mapapalitan ba ng taong maitim[b] ang kulay ng balat niya? Maaalis ba ng leopardo ang mga batik sa katawan niya? *Hindi!* Ganyan din kayong mga taga-Jerusalem, hindi kayo makakagawa ng mabuti dahil ugali na ninyo ang gumawa ng masama.

[24-25] Sinabi ng Panginoon, "Pangangalatin ko kayo katulad ng ipa na ipinapadpad ng hanging mula sa disyerto. Iyan ang kahihinatnan ninyo. Gagawin ko ito sa inyo dahil kinalimutan ninyo ako at nagtiwala kayo sa mga dios-diosan. [26] Ibibilad ko kayo sa kahihiyan gaya ng babaeng hinubaran. [27] Nakita ko ang mga ginawa ninyong kasuklamsuklam *na pagsamba sa mga dios-diosan* sa mga bundok at kapatagan. Tulad kayo ng babaeng bayaran na nag-aapoy ang pagnanasa, o ng mga nangangalunya at nakikiapid. Nakakaawa kayo, mga taga-Jerusalem! Hanggang kailan kayo mananatili sa karumihan?"

Ang Matinding Tagtuyot sa Juda

14 Ito ang sinabi sa akin ng Panginoon tungkol sa mahabang tagtuyot: [2] "Nagluluksa ang Juda; ang mga lungsod niya'y nanlulupaypay. Nakaupo ang mga mamamayan niya sa lupa na umiiyak,

---

[a] 4 *Ilog ng Eufrates:* sa Hebreo, *Perat.* Ganito rin sa talatang 5,6,7 din.

[b] 23 *taong maitim:* sa Hebreo, *taga-Cush;* o, *taga-Etiopia.*

at naririnig ang iyakan sa Jerusalem. ³Inutusan ng mayayaman ang mga alipin nila na umigib ng tubig. Pumunta sila sa mga balon pero walang tubig doon. Kaya bumalik silang walang laman ang mga lalagyan, at nagtakip ng mga ulo dahil sa matinding hiya. ⁴Nabitak ang lupa dahil walang ulan. At dahil sa hinagpis, tinakpan ng mga magbubukid ang mga ulo nila. ⁵Kahit ang usa ay iniwanan ang anak niya na kasisilang pa lang dahil wala nang sariwang damo. ⁶Ang mga asnong-gubat ay tumatayo sa mga burol at humihingal na parang asong-gubat.ᵃ Nanlalabo na ang kanilang paningin dahil sa kawalan ng pagkain."

⁷Sinabi ng mga tao, "O Panginoon, nagkasala po kami sa inyo. Palagi kaming lumalayo sa inyo kaya dapat lang kaming parusahan. Pero tulungan po ninyo kami ngayon, alang-alang sa karangalan ng pangalan ninyo. ⁸O Panginoon, kayo po ang tanging pag-asa ng Israel, ang Tagapagligtas niya sa panahon ng kaguluhan. Bakit naging parang dayuhan kayo rito sa amin? Bakit po kayo parang manlalakbay na tumitigil lang ng isang gabi sa bansa namin? ⁹Katulad rin po ba kayo ng taong walang magagawa at sundalong walang kakayahang magligtas? Kasama namin kayo, O Panginoon, at kami ay inyong mga mamamayan, kaya huwag n'yo po kaming pababayaan."

¹⁰Ito ang sagot ng Panginoon sa mga tao: "Talagang gusto na ninyong lumayo sa akin; ang sarili lang ninyong kagustuhan ang inyong sinusunod. Kaya ayaw ko na kayong tanggapin bilang aking mga mamamayan. Hindi ko makakalimutan ang kasamaan ninyo at parurusahan ko kayo."

¹¹Pagkatapos, sinabi sa akin ng Panginoon, "Huwag kang mananalangin para sa kabutihan ng mga taong ito. ¹²Kahit mag-ayuno pa sila, hindi ko diringgin ang paghingi nila ng tulong sa akin. Kahit na maghandog pa sila ng mga handog na sinusunog at handog na pagpaparangal sa akin, hindi ko iyon tatanggapin. Sa halip, papatayin ko sila sa pamamagitan ng digmaan, gutom, at salot."

¹³Pero sinabi ko, "O Panginoong Dios, alam n'yo po na laging sinasabi sa kanila ng mga propeta na wala raw digmaan o taggutom na darating dahil sinabi n'yo raw na bibigyan n'yo sila ng kapayapaan sa bansa nila." ¹⁴Sumagot ang Panginoon, "Ang mga propetang iyan ay nanghuhula ng kasinungalingan sa pangalan ko. Hindi ko sila sinugo at hindi ako nagsalita sa kanila. Hindi galing sa akin ang mga pangitaing sinasabi nila sa inyo; walang kabuluhan at mga kathang-isip lang ang mga inihuhula nila. ¹⁵Kaya ako, ang Panginoon, ay nagsasabing, parurusahan ko ang mga sinungaling na propetang iyan. Nagsasalita sila sa pangalan ko kahit na hindi ko sila sinugo. Sinasabi nilang walang darating na digmaan o taggutom sa bansang ito, pero sa digmaan at taggutom sila mapapahamak. ¹⁶Sa tungkol naman sa mga taong naniniwala sa sinabi nila, ang mga bangkay nila'y itatapon sa mga lansangan ng Jerusalem. Mamamatay sila sa digmaan at taggutom. Walang maglilibing sa kanila, sa mga asawa nila, at sa mga anak nila. Papatawan ko sila ng parusang nararapat sa kanila.

¹⁷"Jeremias, sabihin mo ito sa mga tao: Araw-gabi, walang tigil ang pag-iyak ko dahil malubha ang sugat ng mga mamamayan ko na na aking itinuturing na birheng anak, at totoong nasasaktan ako. ¹⁸Kung pupunta ako sa mga bukid at lungsod, nakikita ko ang mga bangkay ng mga namatay sa digmaan at taggutom. Ang mga propeta at pari ay patuloy sa gawain nila pero hindi nila alam kung ano ang ginagawa nila."ᵇ

Lumapit ang mga Tao sa Panginoon

¹⁹O Panginoon, talaga bang itinakwil n'yo na ang Juda? Talaga bang galit po kayo sa Jerusalem?ᶜ Bakit n'yo po kami pinarusahan ng ganito at parang wala na kaming pag-asang gumaling? Umasa po kaming bibigyan n'yo kami ng kapayapaan, pero hindi naman ito dumating. Umasa po kaming mapapabuti ang kalagayan namin, pero takot ang dumating sa amin. ²⁰O Panginoon, kinikilala namin ang kasamaan namin, pati ang kasalanan ng mga ninuno namin. Nagkasala po kami sa inyo. ²¹Huwag n'yo po kaming itakwil, alang-alang sa karangalan ng pangalan ninyo. Huwag n'yo pong ilagay sa kahihiyan ang marangal n'yong trono. Alalahanin n'yo po ang kasunduan n'yo sa amin. Nawa'y huwag n'yo itong sirain. ²²Wala ni isang walang kwentang mga dios-diosan ng mga bansa ang makapagpapaulan o makapagpapaambon. Kahit ang langit mismo ay hindi makapagpapaulan. Kayo lang, Panginoon na aming Dios ang tanging makakagawa nito, kaya sa inyo po kami nagtitiwala.

Ang Parusa para sa mga Taga-Juda

15 Sinabi sa akin ng Panginoon, "Kahit sina Moises at Samuel pa ang magmakaawa sa akin para sa mga taong ito, hindi ko sila kahahabagan. Kaya ilayo mo sila sa akin. Paalisin mo sila! ²Kung magtatanong sila kung saan sila pupunta, sabihin mo na ito ang sinabi ko: 'Ang mga itinalagang mamatay ay mamamatay. Ang iba'y itinalagang mamatay sa digmaan at ang iba'y sa taggutom. Ang iba naman ay itinalagang bihagin.'

³"Ako, ang Panginoon, ay nagsasabing ipapadala ko sa kanila ang apat na uri ng mamumuksa: Mamamatay sila sa digmaan, kakaladkarin ng mga aso ang mga bangkay nila, tutukain sila ng mga ibon at ang natitira sa mga bangkay nila'y uubusin ng mababangis na hayop. ⁴Kamumuhian sila ng lahat ng bansa sa mundo dahil sa ginawa ni Manase na anak ni Hezekia sa Jerusalem noong hari pa siya ng Juda.

⁵"O mga taga-Jerusalem, sino kaya ang mahahabag sa inyo? Sino kaya ang malulungkot para sa inyo? At sino kaya ang magtatanong tungkol sa inyong kalagayan? ⁶Itinakwil n'yo ako; palagi n'yo akong tinatalikuran. Kaya ako, ang Panginoon, ay nagsasabing iuunat ko na ang mga kamay ko para lipulin kayo. Sawa na akong kahabagan kayo. ⁷Parurusahan ko kayo na parang ipa na tinatahip sa pintuan ng lungsod. Lilipulin ko kayo at ang mga anak ninyo, dahil hindi ninyo tinalikuran ang

---

ᵃ 6 asong-gubat: sa Ingles, "jackal."

ᵇ 18 patuloy...nila: o, dinala sa mga lupain na hindi nila alam.

ᶜ 19 Jerusalem: sa Hebreo, Zion.

inyong masasamang ugali. ⁸Pararamihin ko ang inyong mga biyuda na *parang* mas marami pa kaysa sa buhangin sa tabing-dagat. Sa katanghaliang tapat, ipapadala ko ang lilipol sa mga ina ng mga kabataan ninyong lalaki. Biglang darating sa inyo ang pagdadalamhati at takot. ⁹May inang mawawalan ng pitong anak na lalaki. Hihimatayin siya at mahihirapang huminga. Ang kanyang *mga anak ay parang* araw na lumubog nang napakaaga pa. Mapapahiya siya *dahil wala na siyang anak*. At ang mga matitirang buhay ay ipapapatay ko rin sa mga kaaway. *Ako*, ang PANGINOON, ang nagsasabi nito."

Dumaing si Jeremias

¹⁰Kaawa-awa ako! Sana'y hindi na ako isinilang ng aking ina! Palagi akong kinakalaban sa buong Juda. Wala akong utang kaninuman, at hindi rin ako nagpapautang, pero isinusumpa ako ng lahat. ¹¹Sinabi *sa akin* ng PANGINOON, "Ang totoo, magiging mabuti ang lahat para sa iyo. Makikiusap sa iyo ang mga kaaway mo na ipanalangin mo sila sa panahon ng paghihirap at pagdadalamhati nila.

¹²"Kung papaanong walang makakabali ng piraso ng bakal o tanso, *wala ring makakatalo sa mga kaaway* na galing sa hilaga. ¹³Ipapasamsam ko sa mga kaaway n'yo ang mga kayamanan at ari-arian n'yo dahil sa mga kasalanang ginawa ninyo sa buong bansa. ¹⁴Ipapaalipin ko kayo sa mga kaaway n'yo sa lupaing hindi n'yo alam, at ipadarama ko sa inyo ang galit ko na parang nagliliyab na apoy."

¹⁵Sinabi *ni Jeremias*, "PANGINOON, alam n'yo po ang lahat! Alalahanin at tulungan n'yo po ako. Ipaghiganti n'yo ako sa mga umuusig sa akin. *Alam ko na* hindi kayo madaling magalit, kaya huwag n'yo po akong hayaang mamatay. Alalahanin n'yo po ang mga paghihirap ko dahil sa inyo. ¹⁶Noong nagsalita kayo sa akin, pinakinggan ko po kayo. Ang mga salita po ninyo ay kagalakan ko; at ako'y sa inyo, O PANGINOONG Dios na Makapangyarihan. ¹⁷Hindi po ako sumama sa mga kasayahan at kagalakan nila. Nag-iisa po ako dahil nakikipag-usap kayo sa akin at sinabi n'yo sa akin ang tungkol sa galit ninyo. ¹⁸Bakit hindi po natatapos ang paghihirap ko? Bakit hindi na gumagaling ang mga sugat ko? Hindi na po ba magagamot ang mga ito? Bibiguin n'yo po ba ako na parang sapa na natutuyo kapag tag-araw?"

¹⁹Kaya sinabi *sa akin* ng PANGINOON, "Kung magsisisi ka, pababalikin kita sa piling ko para patuloy kang makapaglingkod sa akin. Kung magsasalita ka ng mga makabuluhang bagay at iiwasan ang mga bagay na walang kabuluhan, muli kitang gagawing tagapagsalita ko. Kinakailangang sila ang lumapit sa iyo at hindi ikaw ang lalapit sa kanila. ²⁰Gagawin kitang parang matibay na tansong pader para sa mga taong ito. Kakalabanin ka nila pero hindi ka nila matatalo, dahil kasama mo ako. Iingatan kita at ililigtas. ²¹Ililigtas kita sa kamay ng masasama at mararahas na tao."

Hindi Pinayagang Mag-asawa si Jeremias

16 Sinabi pa sa akin ng PANGINOON, ²"Huwag kang mag-aasawa o magkakaanak man sa lupaing ito. ³Sasabihin ko sa iyo kung bakit, at kung ano ang mangyayari sa mga batang ipapanganak sa lugar na ito at sa mga magulang nila. ⁴Mamamatay sila dahil sa malubhang karamdaman. Walang magluluksa sa kanila o maglilibing ng mga bangkay nila. Kakalat ang mga bangkay nila sa lupain na parang mga dumi. May mga mamamatay sa digmaan at taggutom, at ang mga bangkay nila'y kakainin ng mga ibon at mababangis na hayop."

⁵Sinabi pa ng PANGINOON, "Huwag kang papasok sa mga bahay na may mga patay. Huwag kang makikidalamhati sa kanila o magpapakita ng pagkahabag sa kaninuman. Sapagkat inalis ko na ang pag-ibig at pagkahabag ko sa mga taong ito. ⁶Mamamatay sila sa lupaing ito, mayaman man o dukha, at walang maglilibing sa kanila. Walang taong susugat sa sarili nila o magpapakalbo para ipahayag ang pagluluksa nila sa mga namatay. ⁷Walang magbibigay ng pagkain o inumin para aliwin ang mga nagdadalamhati, kahit na ama o ina ang namatay. ⁸Huwag ka ring papasok sa mga tahanang may mga handaan para kumain at uminom doon. ⁹Sapagkat *ako*, ang PANGINOONG Makapangyarihan, ang Dios ng Israel ay nagsasabi, 'Makikita mo sa kapanahunan mo na patitigilin ko ang kasiyahan at kagalakan sa lugar na ito, pati ang kaligayahan ng mga bagong kasal.'

¹⁰"Kapag sinabi mo sa mga tao ang mga bagay na ito at magtanong sila, 'Ano ang nagawa naming kasalanan sa PANGINOON naming Dios? Bakit kami binigyan ng babala ng PANGINOON na darating sa amin ang ganoong kapahamakan?' ¹¹Sabihin mo sa kanilang ito ang sagot ko: 'Ginawa ko ito dahil itinakwil ako ng mga ninuno nila. Naglingkod at sumamba sila sa mga dios-diosan. Itinakwil nila ako at hindi nila sinunod ang kautusan ko. ¹²At mas higit pa kayong masama kaysa sa mga ninuno ninyo. Ang kasamaan at katigasan ng mga puso n'yo ang siniunod ninyo, sa halip na ako ang sundin ninyo. ¹³Kaya palalayasin ko kayo sa lupaing ito patungo sa lupaing hindi n'yo alam, ni ng mga ninuno ninyo. At doon, magpapakasawa kayo sa paglilingkod sa ibang dios araw at gabi, at hindi ko na kayo kahahabagan.'

¹⁴"Darating ang araw na hindi na susumpa ang mga tao ng ganito, 'Sa pangalan ng buhay na PANGINOON na nagpalaya sa mga taga-Israel sa Egipto!' ¹⁵Sa halip, sasabihin nila, 'Sa pangalan ng buhay na PANGINOON na nagpalaya sa mga taga-Israel sa bansang nasa hilaga at sa lahat ng bansa kung saan niya sila pinangalat.' Sapagkat ibabalik ko sila sa lupaing ibinigay ko sa mga ninuno nila.

¹⁶"Pero sa ngayon, padadalhan ko muna sila ng maraming kaaway na parang mga mangingisdang huhuli sa kanila. At magsusugo rin ako ng mga mangangaso na maghahanap sa kanila sa mga bundok, burol at mga kweba. ¹⁷Nakita ko ang lahat ng pag-uugali nila. Wala kahit anuman na naitatago sa akin. Nakita ko rin ang mga kasalanan nila. ¹⁸Kaya pagbabayarin ko sila nang doble sa kasamaan at kasalanan nila dahil dinungisan nila ang lupain ko sa pamamagitan ng mga kasuklam-suklam at patay nilang mga dios-diosan."

¹⁹Sinabi *ko*, "O PANGINOON, kayo po ang kalakasan at tagapagkalinga ko sa panahon ng

pagdadalamhati. Lalapit po sa inyo ang mga bansa mula sa buong mundo*ᵃ* at sasabihin nila, 'Walang kwenta ang mga dios-diosan ng aming mga ninuno. Wala silang nagawa na anumang kabutihan. ²⁰Ang tao ba'y makakagawa ng kanyang dios? Kung makakagawa siya, hindi iyon totoong Dios!' "

²¹Sinabi ng PANGINOON, "Kaya ngayon, ipapakita ko sa kanila ang kapangyarihan at kakayahan ko para malaman nila na ako nga ang PANGINOON."

Ang Kasalanan at Kaparusahan ng Juda

17 Sinabi ng PANGINOON, "Mga taga-Juda, nakaukit sa matigas ninyong mga puso ang mga kasalanan n'yo na parang mga salitang nakaukit sa bato o sa sungay na nasa sulok ng mga altar ninyo. ²Kahit ang mga anak ninyo'y sumasamba sa mga altar n'yo at sa mga posteng *simbolo ng diosang si Ashera* sa ilalim ng mayayabong na puno at sa itaas ng mga bundok. ³Kaya ipapasamsam ko sa mga kaaway n'yo ang mga kayamanan at ari-arian n'yo, pati ang mga sambahan n'yo sa matataas na lugar, dahil sa mga kasalanang ginawa ninyo sa buong bansa. ⁴Mawawala sa inyo ang lupaing ibinigay ko. Ipapaalipin ko kayo sa mga kaaway n'yo sa lupaing hindi n'yo alam, dahil ginalit n'yo ako na parang nagniningas na apoy na hindi mamamatay magpakailanman."

⁵Sinabi pa ng PANGINOON, "Isusumpa ko ang taong lumalayo sa akin at nagtitiwala lamang sa tao. ⁶Matutulad siya sa isang maliit na punongkahoy sa ilang na walang magandang kinabukasan. Maninirahan siya sa tigang at maalat na lupain na walang ibang nakatira. ⁷Pero mapalad ang taong nagtitiwala at lubos na umaasa lamang sa akin. ⁸Matutulad siya sa punongkahoy na itinanim sa tabi ng ilog na ang mga ugat ay umaabot sa tubig. Ang punongkahoy na ito'y hindi manganganib, dumating man ang tag-init o mahabang tag-araw. Palaging sariwa ang mga dahon nito at walang tigil ang pamumunga.

⁹"Ang puso ng tao ay mandaraya higit sa lahat, at lubos na masama. Sino ang nakakaalam *kung gaano ito kasama*? ¹⁰Pero ako, ang PANGINOON, alam ko ang puso at isip ng tao. Gagantihin ko ang bawat isa ayon sa pag-uugali at mga gawa niya. ¹¹Ang taong yumaman sa masamang paraan ay parang ibon na nililimliman ang hindi niya itlog. Sa bandang huli, sa kalagitnaan ng buhay niya, mawawala ang kayamanan niya at lalabas na siya'y hangal."

¹²O PANGINOON, ang templo n'yo po ang inyong magandang trono mula pa noon. ¹³Kayo po PANGINOON, ang pag-asa ng Israel. Mapapahiya ang lahat ng magtatakwil sa inyo. Malilibing po sila sa ilalim ng lupa, dahil itinakwil po nila kayo, kayo na bukal na nagbibigay ng buhay.

¹⁴PANGINOON, pagalingin n'yo po ako at gagaling ako; iligtas n'yo po ako at maliligtas ako. At kayo lang ang tangi kong pupurihin. ¹⁵Sinabi po sa akin ng mga tao, "Nasaan na ang mga sinabi ng PANGINOON? Bakit hindi pa rin ito nangyayari hanggang ngayon?" ¹⁶O PANGINOON, hindi po ako naging pabaya sa gawain ko bilang tagapagbantay ng mga mamamayan ninyo. Hindi

ko po hinangad na ipahamak n'yo sila. Alam po ninyo ang mga sinabi ko. ¹⁷Huwag n'yo po akong takutin, dahil kayo ang kanlungan ko sa panahon ng kapahamakan. ¹⁸Takutin at hiyain n'yo po ang mga umuusig sa akin. Pero huwag n'yo itong gawin sa akin. Padalhan n'yo po sila ng kapahamakan para malipol sila nang lubusan.

Ang Araw ng Pamamahinga

¹⁹Sinabi sa akin ng PANGINOON, "Pumunta ka sa mga pintuan ng Jerusalem. Tumayo ka muna sa pintuan na dinadaanan ng mga hari ng Juda at pagkatapos, sa iba pang mga pintuan. ²⁰At sabihin mo sa mga tao, 'Pakinggan n'yo ang mensahe ng PANGINOON, kayong mga hari at mga taga-Juda, pati kayong mga nakatira sa Jerusalem na dumadaan sa mga pintuang ito. ²¹Ito ang sinasabi ng PANGINOON: Kung pinahahalagahan ninyo ang inyong sarili, huwag kayong magtatrabaho o magdadala ng anumang mga paninda sa mga pintuan ng Jerusalem sa Araw ng Pamamahinga. ²²Totoo yan, huwag kayong magtatrabaho o magdadala ng mga paninda mula sa mga bahay n'yo sa araw na ito. Ituring n'yo itong natatanging araw. Iniutos ko ito sa mga ninuno n'yo, ²³pero hindi sila nakinig sa akin. Matitigas ang ulo nila! Ayaw nilang tanggapin ang mga pagtuturo ko sa kanila. ²⁴Pero kung susunod lang kayo sa akin na hindi kayo magtatrabaho o magdadala ng mga paninda sa pintuan ng Jerusalem sa Araw ng Pamamahinga, at ituturing n'yo itong banal na araw ²⁵ay pagpapalain ko kayo. Palaging magkakaroon ng haring maghahari rito sa Jerusalem na mula sa angkan ni David. Sila at ang mga tagapamahala nila ay paparada na nakasakay sa mga karwahe at mga kabayo papasok sa pintuan ng lungsod kasama ng mga taga-Juda at taga-Jerusalem. At ang lungsod na ito ng Jerusalem ay mananatiling lungsod magpakailanman. ²⁶At darating ang mga tao na sasamba sa templo ng PANGINOON mula sa mga lugar sa paligid ng Jerusalem, sa mga bayan ng Juda, at Benjamin, at mula sa mga kaburulan sa kanluran, sa mga kabundukan, at sa Negev. Magdadala sila ng mga handog na sinusunog, at iba pang mga handog, gaya ng handog na pagpaparangal sa PANGINOON, handog ng pasasalamat, at mga insenso. ²⁷Pero kung hindi kayo susunod sa akin, at hindi n'yo ituturing na banal ang Araw ng Pamamahinga at magdadala kayo ng mga paninda sa mga pintuan ng Jerusalem sa araw na iyon, susunugin ko ang mga pintuan ng Jerusalem pati ang matitibay na bahagi ng lungsod na ito, at walang makakapatay ng sunog na iyon!' "

18 Sinabi pa sa akin ng PANGINOON, ²"Pumunta ka sa bahay ng magpapalayok at doon ko sasabihin sa iyo ang nais kong sabihin." ³Kaya pumunta ako sa bahay ng magpapalayok at nakita ko na gumagawa siya ng palayok. ⁴Kapag hindi maganda ang hugis ng palayok na ginagawa niya, inuulit niya ito hanggang sa magustuhan niya ang hugis.

⁵Pagkatapos, sinabi sa akin ng PANGINOON, ⁶"O mga mamamayan ng Israel, hindi ko ba magagawa sa inyo ang ginawa ng magpapalayok sa luwad na

---

ᵃ 19 buong mundo: sa literal, sa dulo ng mundo.

ito? Kung papaanong ang luwad ay nasa kamay ng magpapalayok, kayo rin ay nasa mga kamay ko. ⁷Kapag sinabi ko na ang isang bansa o kaharian ay babagsak at mawawasak, ⁸at ang bansa o kahariang iyon ay tumigil sa paggawa ng masama, hindi na ituutuloy ang balak kong pagwasak sa kanila. ⁹At kapag sinabi ko naman na muling babangon at itatayo ang isang bansa o kaharian, ¹⁰at ang bansa o kahariang iyon ay gumawa ng masama at hindi sumunod sa akin, hindi ko na ituutuloy ang balak kong paggawa ng mabuti sa kanila.

¹¹"Kaya sabihin mo sa mga taga-Juda at mga taga-Jerusalem na ito ang sinasabi ko, 'Makinig kayo! May binabalak akong kaparusahan para sa inyo. Kaya tumigil na kayo sa masasama ninyong pag-uugali. Ang bawat isa sa inyo ay magbago na ng ginagawa at pag-uugali. ¹²Pero sasagotᵃ ang mga tao, 'Hindi maaari! Ipagpapatuloy pa rin namin ang aming gusto; susundin namin ang nais ng matitigas at masasama naming puso.' "

¹³Kaya ito ang sinabi ng Panginoon, "Tanungin ninyo sa ibang mga bansa kung may narinig na silang ganitong pangyayari? Ang mga mamamayan ng Israel ay nanatili sanang isang birhen, pero kasuklam-suklam ang mga bagay na ginawa nila! ¹⁴Natutunaw ba ang yelo sa mababatong bundok ng Lebanon? Natutuyo ba ang malalamig na batis doon? Hindi! ¹⁵Pero ang aking mga mamamayan ay nakalimot na sa akin. Nagsusunog sila ng insenso sa walang kwentang mga dios-diosan. Iniwan nila ang tama at dating daan, at doon sila dumaan sa daang hindi mabuti kung saan sila'y nadapa. ¹⁶Kaya magiging malungkot ang lupain nila at hahamakin magpakailanman. Ang lahat ng dumadaan ay mapapailing at mangingilabot. ¹⁷Pangangalatin ko sila sa harap ng mga kaaway nila na parang alikabok na tinatangay ng hangin mula sa silangan. Tatalikuran ko sila at hindi ko sila tutulungan sa araw na lilipulin na sila."

¹⁸Pagkatapos, sinabi ng mga tao, "Halikayo, gumawa tayo ng paraan para mapatigil natin si Jeremias! May mga pari rin tayong magtuturo sa atin ng kautusan, at may mga pantas din tayong magpapayo sa atin, at mga propetang magpapahayag sa atin ng mensahe ng Dios. Kaya gumawa tayo ng mga kwento laban sa kanya at huwag na nating pakinggan ang mga sinasabi niya."

¹⁹Kaya nanalangin ako, "O Panginoon, tulungan n'yo po ako! Pakinggan n'yo po ang balak ng mga kaaway ko sa akin. ²⁰Mabuti po ang ginagawa ko sa kanila pero masama ang iginaganti nila sa akin. Humukay po sila para mahulog ako sa hukay na iyon, kahit na dumulog ako sa inyo at nanalangin na huwag n'yo silang parusahan dahil sa galit n'yo sa kanila. ²¹Pero ngayon, pabayaan po ninyong mamatay ang mga anak nila sa gutom at digmaan. Pabayaan n'yong mabiyuda ang mga babae at mawala ang mga anak nila. Pabayaan n'yo pong mamatay ang kanilang mga lalaki sa sakit at ang mga kabataang lalaki sa digmaan. ²²Hayaan n'yo silang mapasigaw sa takot kapag ipinasalakay n'yo sa mga kaaway ang mga bahay nila. Sapagkat naghanda po sila ng hukay para mahulog ako roon,

at naglagay sila ng bitag para mahuli ako. ²³Pero alam n'yo po Panginoon ang lahat ng plano nilang pagpatay sa akin. Kaya huwag n'yo silang patawarin sa mga kasalanan at kasamaan nila. Hayaan n'yo silang matalo ng kanilang mga kaaway habang nakatingin kayo. Iparanas n'yo sa kanila ang inyong galit."

Ang Basag na Banga

19 Sinabi sa akin ng Panginoon, "Bumili ka ng banga sa magpapalayok. Pagkatapos, magsama ka ng mga tagapamahala ng mga tao at tagapamahala ng mga pari, ²at pumunta kayo sa Lambak ng Ben Hinom malapit sa Pintuan na Pinagtatapunan ng mga Basag na Palayok. At doon mo sabihin ang sinabi ko sa iyo. ³Sabihin mo, 'Mga hari ng Juda at mga taga-Jerusalem, pakinggan n'yo ang mensahe ng Panginoong Makapangyarihan, ang Dios ng Israel. Ito ang sinabi niya: Magpapadala ako ng malagim na kapahamakan sa lugar na ito at ang sinumang makakarinig tungkol dito ay talagang matatakot. ⁴Gagawin ko ito dahil itinakwil ako ng mga mamamayan ko at ginawa nilang handugan ng mga handog na sinusunog para sa mga dios-diosan ang kapatagang ito. Hindi naman nila kilala ang mga dios-diosang ito, at hindi rin kilala ng mga ninuno nila o ng mga hari sa Juda. Pumatay pa sila ng mga walang malay na bata sa lugar na ito. ⁵Nagtayo sila ng mga sambahan para kay Baal, at sinunog nila roon ang mga anak nila bilang mga handog sa kanya. Hindi ko ito iniutos sa kanila, ni hindi man lang ito pumasok sa isip ko. ⁶Kaya mag-ingat kayo, dahil ako, ang Panginoon ay nagsasabing darating ang panahon na ang lugar na ito'y hindi na tatawaging Tofet o Lambak ng Ben Hinom, kundi Lambak ng Patayan. ⁷Sisirain ko sa lugar na ito ang binabalak ng Juda at Jerusalem. Ipapapatay ko sila sa mga kaaway nila sa pamamagitan ng digmaan, at ipapakain ko ang mga bangkay nila sa mga ibon at mga hayop sa gubat. ⁸Wawasakin ko ang lungsod na ito at hahamakin. Ang mga dumadaan ay mangingilabot at halos hindi makapaniwala dahil sa nangyari rito. ⁹Papalibutan ng mga kaaway ang lungsod na ito hanggang sa ang mga mamamayan dito ay maubusan ng pagkain. Kaya kakainin nila ang kapwa nila at pati na ang sarili nilang anak.' "

¹⁰Pagkatapos ay sinabi sa akin ng Panginoon, "Basagin mo ang banga sa harap ng mga taong sumama sa iyo. ¹¹Sabihin mo sa kanila na ako, ang Panginoong Makapangyarihan ay nagsasabing wawasakin ko ang bansa ng Juda at ang lungsod ng Jerusalem katulad ng pagbasag ko sa bangang ito na hindi na muling mabubuo. Ililibing nila ang maraming bangkay sa Tofet hanggang sa wala nang mapaglibingan. ¹²Ito ang gagawin ko sa Jerusalem at sa mga mamamayan nito. Ituturing itong marumi gaya ng Tofet. ¹³Ang lahat ng bahay sa Jerusalem, pati ang palasyo ng hari ng Juda ay ituturing na marumi katulad ng Tofet. Sapagkat sa bubungan ng mga bahay na ito ay nagsunog sila ng mga insenso para sa kanilang dios na mga bituin, at nag-alay ng mga handog na inumin para sa mga dios."

¹⁴Nang masabi na ni Jeremias ang ipinapasabi ng Panginoon, umalis siya sa Tofet at pumunta

ᵃ 12 sasagot: o, sumagot.

sa bulwagan ng templo ng Panginoon at sinabi sa mga tao, ¹⁵ "Makinig kayo, dahil ito ang sinasabi ng Panginoong Makapangyarihan, ang Dios ng Israel: Ipapadala ko sa lungsod na ito at sa mga baryo sa palibot ang sinabi kong parusa dahil matigas ang ulo nila at ayaw nilang makinig sa mga sinabi ko."

Sina Jeremias at Pashur

20 Ang paring si Pashur na anak ni Imer, ang pinakamataas na opisyal sa templo ng Panginoon nang panahong iyon. Nang marinig niya ang mga sinabi ni Jeremias, ² pinabugbog niya ito at ipinabilanggo sa may pintuan ng templo ng Panginoon na tinatawag na Pintuan ni Benjamin. ³ Kinaumagahan, pinalabas ni Pashur si Jeremias. Sinabi ni Jeremias sa kanya, "Pashur, pinalitan na ng Panginoon ang pangalan mo. Tatawagin ka na ngayong Magor Misabib.ᵃ ⁴ Sapagkat ito ang sinasabi ng Panginoon: Katatakutan mo at kalagayan mo at ang kalagayan ng lahat ng kaibigan mo. Makikita mo silang papatayin ng mga kaaway nila sa digmaan. Ibibigay ko ang buong Juda sa hari ng Babilonia. Ang ibang mamamayan ay papatayin, at ang iba'y bibihagin. ⁵ Ipapasamsam ko sa mga kaaway ang lahat ng kayamanan ng lungsod ng Jerusalem—lahat ng pinaghirapan nila, lahat ng mamahaling bagay at ang lahat ng kayamanan ng hari ng Juda. Dadalhin nila ang lahat ng iyon sa Babilonia. ⁶ Pati ikaw Pashur at ang buong sambahayan mo ay bibihagin at dadalhin sa Babilonia. At doon ka mamamatay at ililibing, pati ang lahat ng kaibigan mo na hinulaan mo ng kasinungalingan."

Nagreklamo si Jeremias sa Panginoon

⁷ Panginoon, nilinlang n'yo ako at nanaig kayo sa akin. Naging katatawanan ako ng mga tao at patuloy nila akong kinukutya. ⁸ Kapag nagsasalita ako, isinisigaw ko po ang mensahe n'yo Panginoon tungkol sa karahasan at pagkawasak! At dahil sa ipinasasabi n'yong ito, pinagtatawanan po nila ako at kinukutya. ⁹ Kung minsan, naiisip kong huwag na lang akong magsalita ng tungkol sa inyo o sabihin ang ipinapasabi ninyo. Pero hindi ko po mapigilan, dahil ang mga salita n'yo ay parang apoy na nagniningas sa puso at mga buto ko. Pagod na ako sa kapipigil dito. ¹⁰ Narinig ko ang pangungutya ng mga tao. Inuulit nila ang mga sinasabi kong, "Nakakatakot ang nakapalibot sa atin!" Sinasabi pa nila, "Ipamalita natin ang kanyang kasinungalingan!" Pati ang mga kaibigan ko'y naghihintay ng pagbagsak ko. Sinasabi nila, "Baka sakaling madaya natin siya. Kung mangyayari iyon, magtatagumpay tayo at mapaghihigantihan natin siya."

¹¹ Pero kasama ko po kayo, Panginoon. Para kayong sundalo na matapang at makapangyarihan, kaya hindi ako magtatagumpay ang mga umuusig sa akin. Mapapahamak sila at mapapahiya, at kahit kailan, hindi makakalimutan ang kahihiyan nila. ¹² O Panginoong Makapangyarihan, nalalaman

n'yo po kung sino ang matuwid dahil alam n'yo ang nasa puso at isip ng tao. Ipakita n'yo po sa akin ang paghihiganti n'yo sa kanila dahil ipinaubaya ko na po sa inyo ang usaping ito.

¹³ Panginoon, magpupuri at aawit po ako sa inyo ngayon dahil iniligtas n'yo ang mga nangangailangan mula sa kamay ng masasamang tao.

¹⁴ Pero isinusumpa ko ang araw na ako'y isinilang! Hindi ko ikinagagalak ang araw na ipinanganak ako ng aking ina! ¹⁵ Isinusumpa ko ang nagbalita sa aking ama na, "Lalaki ang anak mo!" na siyang ikinagalak ng aking ama. ¹⁶ Nawa'y ang taong iyon ay maging katulad ng mga bayan na winasak ng Panginoon at hindi kinahabagan. Nawa'y maghapon niyang mapakinggan ang sigaw at daing ng mga tao sa digmaan. ¹⁷ Sapagkat hindi niya ako pinatay noong nasa sinapupunan pa ako ng aking ina. Sana'y naging libingan ko na lang ang tiyan ng aking ina, o di kaya'y ipinagbuntis na lamang niya ako magpakailanman. ¹⁸ Bakit pa ako isinilang? Para lang ba makita ang kaguluhan at kahirapan, at mamatay sa kahihiyan?

Hinulaan ang Pagbagsak ng Jerusalem

21 Ngayon, nagsalita sa akin ang Panginoon nang sinugo sa akin ni Haring Zedekia si Pashur na anak ni Malkia at ang paring si Zefanias na anak ni Maaseya. Sinabi nila sa akin, ² "Ipakiusap mo sa Panginoon na tulungan kami, dahil sinasalakay na kami ni Haring Nebucadnezar ng Babilonia. Baka sakaling gumawa ng himala ang Panginoon katulad ng ginawa niya noon, para mapigilan ang pagsalakay ni Nebucadnezar."

³ Pero sinagot ko sila, ⁴ "Sabihin n'yo kay Zedekia na ito ang sinasabi ng Panginoon, ang Dios ng Israel, 'Magiging walang kabuluhan ang mga sandata na inyong ginagamit sa pakikipagdigma n'yo kay Nebucadnezar at sa mga kawal niyaᵇ na nakapaligid na sa inyo. Titipunin ko silaᶜ sa gitna ng lungsod na ito. ⁵ Ako mismo ang makikipaglaban sa inyo sa pamamagitan ng kapangyarihan ko dahil sa matindi kong galit. ⁶ Papatayin ko ang lahat ng naninirahan sa lungsod na ito, tao man o hayop. Mamamatay sila sa matinding salot. ⁷ At ikaw, Haring Zedekia ng Juda, ang mga tagapamahala mo, at ang mga mamamayang natitira na hindi namatay sa salot, digmaan, o gutom ay ibibigay ko kay Haring Nebucadnezar ng Babilonia na kaaway ninyo. At walang awa niya kayong papatayin. Ako, ang Panginoon, ang nagsasabi nito.'

⁸ "Sabihin din ninyo sa mga mamamayan ng Jerusalem na ito ang ipinapasabi ng Panginoon, 'Makinig kayo! Pumili kayo, buhay o kamatayan. ⁹ Ang sinumang mananatili sa lungsod na ito ay mamamatay sa digmaan, gutom o sakit. Pero ang mga susuko sa mga taga-Babilonia na nakapalibot sa lungsod ninyo ay mabubuhay. ¹⁰ Nakapagpasya na akong padalhan ng kapahamakan ang lungsod na ito at hindi kabutihan. Ipapasakop ko ito sa hari ng Babilonia, at susunugin niya ito. Ako, ang Panginoon, ang nagsasabi nito.'

ᵃ 3 Magor Misabib: Ang ibig sabihin, nababalutan ng takot; o, puno ng takot.

ᵇ 4 mga kawal niya: sa literal, mga Caldeo. Ganito rin sa talatang 9.

ᶜ 4 sila: o, ang mga sandata ninyo.

¹¹⁻¹² "Sabihin din ninyo sa sambahayan ng hari ng Juda, na mga angkan ni David, na pakinggan ang mensaheng ito ng PANGINOON: Pairalin n'yo lagi ang katarungan. Tulungan n'yo ang mga ninakawan; iligtas n'yo sila sa mga umaapi sa kanila. Sapagkat kung hindi, magniningas ang galit ko na parang apoy na hindi mapapatay dahil sa masama n'yong ginagawa. ¹³ Kalaban ko kayo, mga taga-Jerusalem, kayong nakatira sa matibay na lugar sa patag sa ibabaw ng bundok. *Nagmamataas* kayo na nagsasabi, 'Walang makakasalakay sa atin, sa matibay na talampas na ito!' ¹⁴ Pero parurusahan ko kayo ayon sa mga ginagawa ninyo. Susunugin ko ang inyong mga kagubatan hanggang sa ang lahat ng nakapalibot sa inyo ay matupok. *Ako*, ang PANGINOON, ang nagsasabi nito."

Ang Parusa ng PANGINOON sa mga Hari ng Juda

22 Sinabi sa akin ng PANGINOON, "Pumunta ka sa palasyo ng hari ng Juda at sabihin mo ito: ² O hari ng Juda, na angkan ni David, kayong mga namamahala at mga mamamayang dumadaan sa mga pintuan dito, pakinggan n'yo ang mensaheng ito ng PANGINOON: ³ Pairalin n'yo ang katarungan at katuwiran. Tulungan n'yo ang mga ninakawan, iligtas n'yo sila sa kamay ng mga taong umaapi sa kanila. Huwag n'yong pagmamalupitan o sasaktan ang mga dayuhan, ulila at mga biyuda. Huwag din kayong papatay ng mga taong walang kasalanan. ⁴ Kung susundin n'yo ang mga utos kong ito, mananatiling maghahari sa Jerusalem ang angkan ni David. Ang hari, kasama ng kanyang mga pinuno at mga mamamayan ay paparada na nakasakay sa mga karwahe at kabayo na papasok sa pintuan ng palasyo. ⁵ Pero kung hindi n'yo susundin ang mga utos kong ito, isinusumpa ko sa sarili ko na mawawasak ang palasyong ito."

⁶ Ito ang sinasabi ng PANGINOON tungkol sa palasyo ng hari ng Juda:

"Para sa akin, kasingganda ka ng Gilead o ng tuktok *ng bundok* ng Lebanon. Pero gagawin kitang parang disyerto, na tulad ng isang bayan na walang naninirahan. ⁷ Magpapadala ako ng mga taong gigiba sa iyo. Ang bawat isa sa kanila'y magdadala ng mga gamit-panggiba. Puputulin nila ang iyong mga haliging sedro at ihahagis sa apoy. ⁸ Ang mga taong galing sa iba't ibang bansa na dadaan sa lungsod na ito ay magtatanungan, 'Bakit kaya ginawa ito ng PANGINOON sa dakilang lungsod na ito?' ⁹ At ito ang isasagot sa kanila, 'Dahil itinakwil nila ang kasunduan nila sa PANGINOON na kanilang Dios, at sumamba sila at naglingkod sa mga dios-diosan.' "

Ang Mensahe tungkol kay Jehoahaz

¹⁰⁻¹¹ *Mga taga-Juda*, huwag kayong umiyak sa pagpanaw ni Haring Josia. Sa halip, umiyak kayo nang lubos para sa anak niyang si Jehoahaz na pumalit sa kanya bilang hari ng Juda. Sapagkat binihag siya at hindi na siya makakabalik pa. Kaya hindi na niya makikita pang muli ang lupaing ito na sinilangan niya. Sapagkat ang PANGINOON ang nagsabi na hindi na siya makakabalik. ¹² Mamamatay

siya sa lupain kung saan siya dinalang bihag. Hindi na niya makikita pang muli ang lupaing ito.

Ang Mensahe tungkol kay Jehoyakim

¹³ Nakakaawa ka *Jehoyakim*, nagtayo ka ng iyong palasyo sa pamamagitan ng masamang paraan. Pinagtrabaho mo ang iyong kapwa nang walang sweldo. ¹⁴ Sinabi mo, "Magtatayo ako ng palasyong malalaki ang silid sa itaas. Palalagyan ko ito ng malalaking bintana at dingding ng tablang sedro. At pagkatapos, papipinturahan ko ng pula."

¹⁵ Akala mo ba magiging dakila kang hari kung magtatayo ka ng palasyong gawa sa sedro? Bakit ayaw mong sundin ang iyong ama? Matuwid at makatarungan ang mga ginawa niya; kaya namuhay siya nang maunlad at payapa ang kalagayan. ¹⁶ Ipinagtanggol niya ang karapatan ng mga dukha at ng mga nangangailangan, kaya naging mabuti ang lahat para sa kanya. Ganyan ang tamang pagkilala sa akin. ¹⁷ Pero ikaw, wala kang ibang hinahangad kundi ang makapandaya, pagpatay ng mga taong walang kasalanan, pang-aapi, at karahasan.

¹⁸ Kaya ito ang sinasabi ng PANGINOON tungkol kay Haring Jehoyakim ng Juda, na anak ni Josia, "Walang magluluksa para sa kanya *kapag namatay siya*. Ang sambahayan niya, ang mga pinuno niya at ang ibang mga tao ay hindi magluluksa para sa kanya. ¹⁹ Ililibing siya katulad ng paglilibing sa *patay na* asno; kakaladkarin ang bangkay niya at itatapon sa labas ng pintuan ng Jerusalem.

²⁰ "*Mga taga-Juda*, umiyak kayo dahil wala na kayong mga kakamping bansa. Hanapin n'yo sila sa Lebanon. Tawagin n'yo sila sa Bashan at Abarim. ²¹ Biniyayaan ko kayo ng babala nang nasa mabuti pa kayong kalagayan, pero hindi kayo nakinig. Talagang ganyan na ang ugali n'yo mula noong bata pa kayo; hindi kayo sumusunod sa akin. ²² Kaya pangangalatin ko ang mga pinuno n'yo na parang ipa na tinatangay ng hangin, at bibihagin din ang mga kakampi n'yong bansa. Talagang mapapahiya kayo dahil sa kasamaan ninyo.

²³ "Kayong mga nakatira sa *palasyo ng Jerusalem na* gawa sa *kahoy na* sedro mula sa Lebanon, kahabag-habag kayo kapag dumating na sa inyo ang paghihirap, na parang babaeng naghihirap sa panganganak."

Ang Mensahe tungkol kay Jehoyakin

²⁴ "Ako, ang buhay na PANGINOON, ay sumusumpa na itatakwil kita, Haring Jehoyakin ng Juda na anak ni Jehoyakim. Kahit para kang singsing sa aking kanang kamay[a] na tanda ng kapangyarihan ko, tatanggalin kita sa daliri ko. ²⁵ Ibibigay kita sa mga nais pumatay sa iyo na kinatatakutan mo. Ibibigay kita kay Haring Nebucadnezar ng Babilonia at sa mga kawal[b] niya. ²⁶ Ikaw at iyong ina ay ipapatapon ko sa ibang bansa at doon kayo mamamatay. ²⁷ At hindi na kayo makakabalik sa lupaing ninanais n'yong balikan. ²⁸ Jehoyakin, para kang basag na palayok na hindi

---

a 24 singsing…kanang kamay: Ito ang tanda na ang hari ang kinatawan ng Dios.

b 25 mga kawal: sa literal, *mga Caldeo*.

na mapapakinabangan. Kaya itatapon ko kayo ng mga anak mo sa bansang hindi n'yo alam."

²⁹O lupain *ng Juda*, pakinggan mo ang salita ng PANGINOON. ³⁰Sapagkat ito ang sinasabi niya, "Isulat n'yo na ang taong ito *na si Jehoyakin* na parang walang anak, sapagkat wala ni isa man sa kanyang mga anak ang luluklok sa trono ni David bilang hari ng Juda. At hindi rin siya magtatagumpay sa pamumuhay niya."

Ang Pag-asang Darating

23 ¹⁻²Sinabi ng PANGINOON, ang Dios ng Israel, "Nakakaawa kayong mga pinuno ng mga mamamayan ko! Kayo sana ang mag-aalaga sa aking mga mamamayan tulad ng pastol ng mga tupa, ngunit pinabayaan lang ninyo silang mamatay at mangalat. Kaya dahil sa pinangalat ninyo ang mga mamamayan ko at hindi n'yo inalagaan, parurusahan ko kayo. *Oo, parurusahan ko kayo* dahil sa kasamaang ginawa ninyo. ³Ako mismo ang magtitipon sa mga natitira kong mamamayan mula sa iba't ibang lugar kung saan ko sila pinangalat, at dadalhin ko sila pabalik sa lupain nila at muli silang dadami roon. ⁴Bibigyan ko sila ng pinunong magmamalasakit at mangangalaga sa kanila, at hindi na sila matatakot o mangangamba, at wala nang maliligaw sa kanila. *Ako*, ang PANGINOON, ang nagsasabi nito."

⁵Sinabi pa ng PANGINOON, "Darating ang araw na paghahariin ko ang isang hari na matuwid na mula sa angkan ni David. Maghahari siyang may karunungan, at paiiralin niya ang katuwiran at katarungan sa lupaing ito. ⁶Ito ang pangalang itatawag sa kanya, 'Ang PANGINOON ang Ating Katuwiran.'ᵃ At sa panahong iyon, maliligtas ang Juda at magkakaroon ng kapayapaan sa Israel.

⁷"Sa panahong iyon, hindi na susumpa ang mga tao ng ganito, 'Sumusumpa ako sa pangalan ng buhay na PANGINOON na nagpalaya sa mga Israelita mula sa Egipto!' ⁸Sa halip, sasabihin nilang, 'Sumusumpa ako sa pangalan ng buhay na PANGINOON na nagpalaya sa mga lahi ng Israel sa mga bansa sa hilaga at sa lahat ng bansa kung saan sila pinangalat. At maninirahan na sila sa kanilang sariling lupain.'"

Ang Parusa sa mga Bulaang Propeta

⁹Nadudurog ang puso ko dahil sa mga *bulaang* propeta. Nanginginig pati ang mga buto ko at para akong lasing dahil sa banal na mensahe ng PANGINOON *laban sa kanila*. ¹⁰Puno na ang lupain ng mga taong sumasamba sa mga dios-diosan,ᵇ dahil gumagawa ng kasamaan ang mga propeta at nagmamalabis sa kapangyarihan nila. At dahil dito'y isinumpa ng PANGINOON ang lupain, kaya natuyo at nalanta ang mga tanim. ¹¹Sapagkat ito ang sinasabi ng PANGINOON, "Ang mga pari ay kagaya rin ng mga propeta. Pareho silang marumi at gumagawa ng kasamaan maging sa templo ko. ¹²Kaya magiging madilim at madulas ang daan nila. Matitisod at madadapa sila dahil pasasapitin ko sa kanila ang kapahamakan sa panahon na

parurusahan ko sila. *Ako*, ang PANGINOON, ang nagsasabi nito.

¹³"Nakita ko na napakasama ng ginagawa ng mga propeta ng Samaria, dahil nagsisipanghula sila sa pangalan ni Baal at inililigaw nila ang mga mamamayan kong mga Israelita. ¹⁴Pero nakita ko ring mas masama pa ang ginagawa ng mga propeta ng Jerusalem dahil nangangalunya sila at nagsisinungaling pa. Pinapalakas nila ang loob ng masasamang tao para gumawa pa ng kasamaan, kaya hindi sila tumatalikod sa kasamaan nila. Ang mga taga-Jerusalem ay kasingsama ng mga taga-Sodom at Gomora.

¹⁵"Kaya *ako*, ang PANGINOONG Makapangyarihan, ay nagsasabi tungkol sa mga propetang ito: Pakakainin ko sila ng mapait na pagkain at paiinumin ko sila ng inuming may lason sapagkat dahil sa kanila'y lumaganap ang kasamaan sa buong lupain."

¹⁶Sinabi ng PANGINOONG Makapangyarihan *sa mga taga-Jerusalem*, "Huwag kayong maniniwala sa sinasabi ng mga *bulaang* propetang ito. Pinapaasa lang nila kayo sa mga kasinungalingan. Hindi galing sa akin ang mga sinasabi nilang pangitain kundi sa sarili nilang isipan. ¹⁷Ito ang palagi nilang sinasabi sa mga taong ayaw makinig sa mga salita ko at sumusunod sa matitigas nilang puso: 'Magiging mabuti ang kalagayan ninyo. Walang anumang masamang mangyayari sa inyo.' ¹⁸Pero sino sa mga propetang iyon ang nakakaalam ng iniisip ko? Ni hindi nga sila nakinig sa mga salita ko o pinahalagahan man lang ang mga sinabi ko. ¹⁹Makinig kayo! Ang galit ko'y parang bagyo o buhawi na hahampas sa ulo ng masasamang taong ito. ²⁰Hindi mawawala ang galit ko hangga't hindi ko nagagawa ang gusto kong gawin. Sa huling araw, lubos ninyong mauunawaan ito. ²¹Hindi ko sinugo ang mga propetang iyan, pero lumakad pa rin sila. Wala akong sinabi sa kanila, pero nagsalita pa rin sila. ²²Ngunit kung alam lang nila kung ano ang nasa isip ko, sinabi sana nila ang mga salita ko sa aking mga mamamayan, para talikuran ang masasama nilang pag-uugali at mga ginagawa. ²³Ako ay Dios na nasa lahat ng lugar, at hindi nasa iisang lugar lamang. ²⁴Walang sinumang makapagtatago sa akin kahit saan mang lihim na lugar na hindi ko nakikita. Hindi n'yo ba alam na ako'y nasa langit, nasa lupa at kahit saan? *Ako*, ang PANGINOON, ang nagsasabi nito.

²⁵"Narinig ko ang mga sinabi ng mga propetang nagsasalita ng kasinungalingan sa pangalan ko. Sinasabi nilang binigyan ko raw sila ng mensahe sa pamamagitan ng panaginip. ²⁶Hanggang kailan pa kaya sila magsasalita ng kasinungalingan na mula sa sarili nilang isipan? ²⁷Sa pamamagitan ng mga panaginip nilang iyon na sinasabi nila sa mga tao, itinutulak nila ang mga mamamayan ko para kalimutan nila ako, gaya ng paglimot sa akin ng mga ninuno nila sa pamamagitan ng pagsamba nila kay Baal. ²⁸Hayaan n'yong magsalita ang mga propetang ito ng tungkol sa mga panaginip nila, pero ang mga propetang nakarinig ng aking mga salita ay dapat magpahayag nito nang buong katapatan. *Sapagkat magkaiba ang mga panaginip nila kaysa sa mga salita ko, gaya ng* pagkakaiba ng

---

ᵃ 6 *Katuwiran*: o, *Kaligtasan*; o, *Tagumpay*.
ᵇ 10 *sumasamba sa mga dios-diosan*: sa literal, *nakikiapid sa mga babae o mga lalaki*.

dayami sa trigo. ²⁹Hindi ba't makapangyarihan ang mga salita ko? Gaya ito ng apoy *na nakasusunog* o ng martilyo na nakadudurog ng bato.

³⁰"Kaya laban ako sa mga propetang ginagaya lang ang mensahe ng kapwa nila propeta at sinasabi nila na galing daw ito sa akin. ³¹Laban din ako sa mga propetang gumagawa ng sariling mensahe at saka sasabihing ako raw ang nagsabi niyon. ³²Nagpapahayag sila ng mga panaginip na hindi totoo, kaya inililigaw nila ang mga mamamayan ko sa mga kasinungalingan nila. Hindi ko sila isinugo o sinabihang magsalita, kaya wala silang kabutihang maibibigay sa mga tao. *Ako,* ang Panginoon, ang nagsasabi nito.

³³"*Jeremias,* kung may magtatanong sa iyo na isang mamamayan, o propeta, o pari sa iyo kung ano ang ipinapasabi ko, sabihin mong ipinapasabi kong itatakwil ko sila. ³⁴Kapag may propeta, o pari, o sinumang magsasabi na siya raw ay may mensahe na galing daw sa akin, parurusahan ko ang taong iyon pati ang sambahayan niya. ³⁵Mas mabuti pang magtanong na lang siya sa mga kaibigan o mga kamag-anak niya kung ano ang ipinapasabi ko, ³⁶kaysa sabihin niya, 'May mensahe ako mula sa Panginoon.' Dahil ginagamit ito ng iba para mapaniwala nila ang kanilang kapwa, kaya binaluktot nila ang ipinapasabi ng buhay na Dios, ang Panginoong Makapangyarihan.

³⁷"Jeremias, kapag nagtanong ka sa isang propeta kung may mensahe siya mula sa akin ³⁸at sasabihin niya, 'Oo, may mensahe ako mula sa Panginoon.' Kinakailangang sabihin mo sa kanya na ito ang sinasabi ko: 'Sapagkat sinabi mong may mensahe ka mula sa akin, kahit pinagbawalan kitang magsabi ng ganoon, ³⁹kakalimutan at palalayasin kita sa harapan ko. At pababayaan ko ang lungsod na ito na ibinigay ko sa mga ninuno mo. ⁴⁰Ilalagay ko kayo sa walang hanggang kahihiyan na hindi n'yo makakalimutan magpakailanman.' "

Ang Dalawang Basket ng Igos

24 May ipinakitang *pangitain* sa akin ang Panginoon pagkatapos bihagin ni Haring Nebucadnezar ng Babilonia si Haring Jehoyakim ng Juda na anak ni Jehoyakim. Si Jehoyakin ay dinala sa Babilonia pati ang mga pinuno niya at mahuhusay na panday at manggagawa ng Juda. Sa pangitain ko, nakita ko ang dalawang basket na igos na nasa harap ng templo ng Panginoon. ²Ang mga igos sa isang basket ay sariwa at maganda, hinog, at bagong pitas. Pero ang mga igos naman sa isang basket ay mga bulok at hindi na makain.

³Pagkatapos, nagtanong sa akin ang Panginoon, "Jeremias, ano ang nakita mo?" Sumagot ako, "Mga igos po. Ang iba'y maganda at sariwa, pero ang iba ay bulok at hindi na makain."

⁴Pagkatapos, sinabi sa akin ng Panginoon, ⁵"*Ako,* ang Panginoon, ang Dios ng Israel ay nagsasabing ituturing kong parang magagandang igos ang mga Israelitang ipinabihag ko sa mga taga-Babilonia.ᵃ ⁶Iingatan ko sila para maging mabuti ang kalagayan nila at ibabalik ko sila sa lupaing ito. Muli ko silang itatayo at hindi na

lilipulin. Patatatagin ko sila at hindi na bubunutin. ⁷Bibigyan ko sila ng pusong kikilala sa akin na ako ang Panginoon. Magiging mamamayan ko sila, at ako'y magiging kanilang Dios, dahil magbabalik-loob na sila sa akin ng taos-puso.

⁸"Pero si Haring Zedekia ng Juda ay ituturing kong parang bulok na igos na hindi na makakain, pati ang mga pinuno niya at ang lahat ng Israelitang natitirang buhay sa Jerusalem o sa Egipto. ⁹Gagawin ko silang kasuklam-suklam sa lahat ng kaharian sa buong mundo. Kukutyain at susumpain sila sa lahat ng bansa kung saan ko sila pangangalatin. ¹⁰Padadalhan ko sila ng digmaan, gutom at sakit hanggang sa mamatay sila sa lupaing ibinigay ko sa kanila at sa mga ninuno nila."

Ang 70 Taong Pagkabihag

25 Ang mensaheng ito ay para sa mga taga-Juda. Ito'y ibinigay ng Panginoon kay Jeremias noong ikaapat na taon ng paghahari ni Jehoyakim na anak ni Haring Josia ng Juda. Ito naman ang unang taon ng paghahari ni Nebucadnezar sa Babilonia.

²Sinabi ni Propeta Jeremias sa lahat ng taga-Juda at sa lahat ng naninirahan sa Jerusalem: ³Sa loob ng 23 taon mula nang ika-13 taon ng paghahari ni Josia na anak ni *Haring* Ammon ng Juda hanggang ngayon, ang Panginoon ay nakikipag-usap sa akin. At patuloy ko namang sinasabi sa inyo ang ipinapasabi niya, pero hindi kayo nakinig. ⁴At kahit na patuloy pang nagpapadala sa inyo ang Panginoon ng mga lingkod niyang propeta, hindi n'yo pa rin pinansin at hindi rin kayo nakinig. ⁵Sinabi ng Panginoon *sa pamamagitan nila,* "Talikuran na ninyo ang mga masasama ninyong pag-uugali at gawain para patuloy kayong manirahan magpakailanman sa lupaing ito na ibinigay ko sa inyo at sa mga ninuno ninyo. ⁶Huwag kayong sumamba at maglingkod sa mga dios, at huwag ninyo akong gagalitin sa pamamagitan ng mga *dios-diosan na* ginawa lang ninyo, para hindi ko kayo parusahan."

⁷Pero hindi kayo nakinig sa Panginoon. Lalo n'yo pa nga siyang ginalit sa pamamagitan ng mga ginawa n'yong dios-diosan. Kaya kayo na rin ang nagdala ng parusang ito sa sarili ninyo. ⁸Kaya ito ang sinasabi ng Panginoong Makapangyarihan, "Sapagkat hindi kayo nakinig sa mga sinabi ko, ⁹ipapasalakay ko kayo sa mga sundalong galing sa hilaga na pinangungunahan ng lingkod kong si Haring Nebucadnezar ng Babilonia. Lulusubin niya ang lupaing ito at ang mga mamamayan nito, pati ang lahat ng bansa sa palibot nito. Lilipulin ko kayo nang lubusan, at masisindak ang mga tao sa sinapit ninyo, at kukutyain kayo ng iba dahil mananatili kayong giba magpakailanman. ¹⁰Mawawala ang pagkakatuwaan at pagsasaya ninyo. Hindi na rin mapapakinggan ang pagsasaya ng mga bagong kasal. Wala nang gigiling *ng trigo* o magsisindi ng ilaw *kung gabi.* ¹¹Magiging mapanglaw ang lupaing ito. Ang bansang ito at ang mga bansa sa palibot ay maglilingkod sa hari ng Babilonia sa loob ng 70 taon.

¹²"Pero pagkatapos ng 70 taon, parurusahan ko rin ang hari ng Babilonia pati ang mga mamamayan

---

ᵃ **5** *taga-Babilonia:* sa literal, *Caldeo.*

niya dahil sa mga kasalanan nila. At gagawin ko ring malungkot ang bansa nila sa habang panahon. ¹³Ipapadama ko sa bansa nila ang lahat ng sinabi ko laban sa kanila at sa iba pang mga bansa ayon sa sinabi ni Jeremias na nakasulat sa aklat na ito. ¹⁴Aalipinin sila ng maraming bansa at ng mga makapangyarihang hari. Parurusahan ko sila ayon sa mga ginawa nila.'

Ang Tasang Puno ng Galit ng Dios

¹⁵Sinabi sa akin ng PANGINOON, ang Dios ng Israel, "Kunin mo sa kamay ko ang tasang puno ng galit ko at ipainom mo sa lahat ng bansa na pagsusuguan ko sa iyo. ¹⁶Kapag nainom nila ito, magpapasuray-suray sila na parang nauulol, dahil sa digmaan na ipapadala ko sa kanila."

¹⁷Kaya kinuha ko ang tasa sa kamay ng PANGINOON at ipinainom ko sa lahat ng bansa kung saan niya ako isinugo. ¹⁸Pinainom ko ang Jerusalem at ang mga bayan ng Juda pati ang mga hari at pinuno nila para mawasak sila. Masisindak ang mga tao sa mangyayari sa kanila. Kukutyain at susumpain sila gaya sa ginagawa sa kanila ngayon. ¹⁹Pinainom ko rin ang Faraon na hari ng Egipto, ang mga tagapamahala at mga pinuno niya, at ang lahat ng mamamayan niya, ²⁰pati ang mga hindi Egipcio na naninirahan doon. Pinainom ko rin ang mga hari at mga mamamayan ng mga sumusunod na lugar: Ang Uz, ang mga lungsod ng Filistia, (na ang mga hari nito ang namahala sa Ashkelon, Gaza, Ekron, at Ashdod), ²¹Edom, Moab, Ammon, ²²Tyre, Sidon, mga pulo sa ibayong dagat, ²³Dedan, Tema, Buz, ang mga nasa malalayong lugar,ᵃ ²⁴Arabia, mga angkan sa ilang, ²⁵Zimri, Elam, Media, ²⁶ang mga bansa sa hilaga, malayo man o malapit, at ang lahat ng kaharian sa buong daigdig. At ang huling paiinumin ay ang Babilonia.ᵇ ²⁷Pagkatapos, sinabi sa akin ng PANGINOON, "Sabihin mo sa mga bansang ito na ako, ang PANGINOONG Makapangyarihan, ang Dios ng Israel ay nagsasabi: 'Sige, uminom kayo sa tasa ng galit ko hanggang sa malasing, magsuka, at mabuwal kayo, at hindi na makabangon, dahil ipapadala ko sa inyo ang digmaan.'

²⁸"Pero kung ayaw nilang uminom, sabihin mo sa kanila na ako, ang PANGINOONG Makapangyarihan ay nagsasabi, 'Kinakailangang uminom kayo! ²⁹Sinisimulan ko na ang pagpapadala ng kaparusahan sa Jerusalem, ang lungsod na pinili ko para sa kapurihan ko. Akala n'yo ba'y hindi ko kayo parurusahan? Parurusahan ko kayo! Sapagkat paglalabanin ko ang lahat ng bansa sa buong daigdig. Ako, ang PANGINOON, ang nagsasabi nito.'

³⁰"Jeremias, sabihin mo sa kanila ang lahat ng sinabi ko, at sabihin mo pa, 'Sisigaw ang PANGINOON mula sa langit; dadagundong ang tinig niya mula sa banal niyang tahanan. Sisigaw siya nang malakas sa mga hinirang niya. Sisigaw din siya sa lahat ng naninirahan sa daigdig na parang taong sumisigaw habang nagpipisa ng ubas. ³¹Maririnig ang tinig niya sa buong daigdig,ᶜ dahil ihahabla niya ang mga

bansa. Hahatulan niya ang lahat, at ipapapatay niya sa digmaan ang masama.' Ako, ang PANGINOON, ang nagsasabi nito."

³²Sinabi pa ng PANGINOONG Makapangyarihan, "Mag-ingat kayo! Ang kapahamakan ay darating sa iba't ibang bansa na parang malakas na bagyo mula sa pinakamalayong bahagi ng mundo."

³³Sa araw na iyon, maraming papatayin ang PANGINOON at ang mga bangkay ay kakalat kahit saan sa buong daigdig. Wala na magluluksa, magtitipon at maglilibing sa kanila. Pababayaan na lang sila na parang dumi lang sa ibabaw ng lupa. ³⁴Kayong mga pinuno, umiyak kayo nang malakas, at gumulong kayo sa lupa dahil sa kalungkutan. Sapagkat dumating na ang araw na papatayin kayo katulad ng pagkatay ng tupa. Madudurog kayo na parang mamahaling palayok na nabasag. ³⁵Wala kayong matatakbuhang lugar at hindi kayo makakatakas. ³⁶Maririnig ang iyakan at pagdaing n'yo, dahil nilipol ng PANGINOON ang mga mamamayan ninyo. ³⁷At dahil sa matinding galit ng PANGINOON, magiging disyerto ang saganang pastulan. ³⁸Ang PANGINOON ay parang leon na lumabas sa yungib nito para maghanap ng masisila. Magiging mapanglaw ang lupain n'yo dahil sa pagsalakay ng kaaway, at dahil sa matinding galit ng PANGINOON.

Naligtas sa Kamatayan si Jeremias

26 ¹⁻²Noong pasimula ng paghahari ni Jehoyakim na anak ni Haring Josia ng Juda, sinabi sa akin ng PANGINOON, "Tumayo ka sa bulwagan ng templo ko at magsalita ka sa mga mamamayan ng mga bayan ng Juda na naroon para sumamba. Sabihin mo sa kanila ang lahat ng ipinapasabi ko at huwag mong babawasan. ³Baka sakaling makinig sila sa iyo at tumalikod sa masama nilang pag-uugali. Kapag ginawa nila ito, hindi ko na itutuloy ang kaparusahang pinaplano ko sa kanila dahil sa masasamang ginawa nila. ⁴Sabihin mo sa kanila at ipinasasabi kong ito, 'Kung hindi kayo maniniwala sa akin at ayaw ninyong sundin ang mga utos na ibinigay ko sa inyo, ⁵at kung ayaw ninyong maniwala sa sinasabi ng mga lingkod kong propeta na palagi kong sinusugo sa inyo, ⁶gigibain ko ang templong ito katulad ng ginawa ko sa Shilo. At susumpain ang lungsod na ito ng lahat ng bansa sa buong mundo!' "

⁷Narinig ng mga pari, mga propeta, at ng lahat ng tao na nasa templo ng PANGINOON ang sinabing ito ni Jeremias. ⁸Pagkatapos niya itong sabihin, pinalibutan siya ng mga pari, mga propeta at mga tao, at sinabihan, "Dapat kang mamatay! ⁹Bakit mo sinabi sa pangalan ng PANGINOON na ang templong ito'y gigibain katulad ng Shilo, at ang lungsod na ito'y magiging mapanglaw at wala nang maninirahan?" Kaya dinakip nila si Jeremias sa templo ng PANGINOON.

¹⁰Nang marinig ito ng mga pinuno ng Juda, pumunta sila sa templo. Umupo sila sa dinadaanan sa Bagong Pintuan ng templo para humatol. ¹¹Sinabi ng mga pari at mga propeta sa mga pinuno at sa lahat ng naroroon, "Dapat hatulan ng kamatayan

a 23 ang mga nasa malalayong lugar: sa literal, silang mga nagpagupit ng kanilang patilya.
b 26 Babilonia: sa literal, Sheshac.
c 31 buong daigdig: sa literal, sa dulo ng mundo.

ang taong ito dahil nagsalita siya laban sa lungsod na ito. Narinig mismo ninyo ang kanyang sinabi."

¹² Sinabi naman ni Jeremias sa lahat ng pinuno at sa lahat ng tao *na naroroon*, "Isinugo ako ng Panginoon para magsalita ng laban sa templo at sa lungsod na ito katulad ng narinig ninyo. ¹³ Kaya baguhin n'yo na ang inyong pag-uugali at pamumuhay, at sumunod na kayo sa Panginoon na inyong Dios. Sapagkat kung ito ang gagawin n'yo, hindi na itutuloy ng Panginoon ang sinabi niyang kapahamakan laban sa inyo. ¹⁴ At tungkol naman sa akin, wala akong magagawa. Gawin n'yo sa akin kung ano ang mabuti at matuwid para sa inyo. ¹⁵ Pero tandaan ninyo ito: kung papatayin ninyo ako, mananagot kayo at ang mga mamamayan sa lungsod na ito dahil sa pagpatay n'yo sa taong walang kasalanan. Sapagkat totoong sinugo ako ng Panginoon para sabihin sa inyo ang lahat ng narinig n'yo ngayon."

¹⁶ Sinabi ng mga pinuno, at ng mga tao sa mga pari at mga propeta, "Hindi dapat hatulan ng kamatayan ang taong ito dahil nagsasalita siya sa atin sa pangalan ng Panginoon na ating Dios."

¹⁷ Pagkatapos, may ilang mga tagapamahala na tumayo sa harap at nagsalita sa mga taong nagtitipon doon, ¹⁸ "Noong si Hezekia ang hari ng Juda, nagsalita si Micas na taga-Moreshet tungkol sa ipinasasabi ng Panginoon sa lahat ng taga-Juda. *Sinabi niya,* 'Sinabi ng Panginoong Makapangyarihan *na wawasakin* niya ang Zion, ang *lungsod ng* Jerusalem. Ito'y matutulad sa inararong bukirin, tambakan ng mga nagibang gusali at magiging kagubatan ang bundok na tinatayuan ng templo.' ¹⁹ Pinatay ba siya ni Hezekia o ng sinumang nasa Juda? Hindi! Sa halip, natakot si Hezekia sa Panginoon at lumapit siya sa kanya. Kaya hindi itinuloy ng Panginoon ang sinabi niyang kapahamakan laban sa kanila. *Kaya kung papatayin n'yo si Jeremias,* kayo na rin ang magdadala ng kaparusahan sa sarili ninyo."

²⁰ Nang panahon ding iyon, may isa pang nagsalita tungkol sa ipinapasabi ng Panginoon. Siya'y si Uria na anak ni Shemaya na taga-Kiriat Jearim. Nagsalita rin siya laban sa lungsod at sa bansang ito katulad ng sinabi ni Jeremias. ²¹ Nang marinig ni Haring Jehoyakim at ng lahat ng pinuno at tagapamahala niya ang sinabi ni Uria, pinagsikapan nilang patayin ito. Pero nalaman ito ni Uria, kaya tumakas siya papuntang Egipto dahil sa takot. ²² Ngunit inutusan ni Haring Jehoyakim si Elnatan na anak ni Acbor at ang iba pang mga tao na pumunta sa Egipto. ²³ Kinuha nila si Uria roon sa Egipto at dinala kay Haring Jehoyakim, at ipinapatay nila ito sa pamamagitan ng espada, at ipinatapon ang bangkay niya sa libingan para sa mga pangkaraniwang tao.

²⁴ Pero si Jeremias ay tinulungan ni Ahikam na anak ni Shafan, kaya hindi siya napatay ng mga tao.

Naglagay ng Pamatok sa Leeg si Jeremias

27 ¹⁻² Noong pasimula ng paghahari ni Zedekia na anak ni Haring Josia ng Juda, sinabi sa akin ng Panginoon, "Jeremias, gumawa ka ng pamatok at lagyan mo ng tali at ilagay mo sa batok mo.

³ Pagkatapos, sabihin mo ito sa mga hari ng Edom, Moab, Ammon, Tyre at Sidon sa pamamagitan ng mga sugo nila na nasa Jerusalem para makipagkita kay Haring Zedekia ng Juda. ⁴ Sabihin mo sa kanila ang mensaheng ito para sa kanilang mga hari: Ito ang sinasabi ng Panginoong Makapangyarihan, ang Dios ng Israel, ⁵ 'Sa pamamagitan ng kapangyarihan ko nilikha ko ang mundo, ang mga tao at mga hayop, at nasa ako kung sino ang gusto kong gawing tagapamahala nito. ⁶ Kaya ngayon, ibibigay ko ang mga bansa n'yo sa lingkod kong si Haring Nebucadnezar ng Babilonia. Pati ang mababangis na hayop ay ipapasakop ko sa pamamahala niya. ⁷ Ang lahat ng bansa ay maglilingkod sa kanya, sa anak, at sa apo niya hanggang sa panahong bumagsak ang kaharian ng Babilonia. At Babilonia naman ang maglilingkod sa maraming bansa at sa mga makapangyarihang hari.

⁸ " 'Pero kung may bansa o kahariang ayaw maglingkod o magpasakop kay Haring Nebucadnezar ng Babilonia, ako ang magpaparusa sa bansa *o kahariang iyon* sa pamamagitan ng digmaan, gutom, at sakit hanggang sa maipasakop ko sila kay Nebucadnezar. *Ako*, ang Panginoon, ang nagsasabi nito. ⁹ Kaya huwag kayong maniniwala sa inyong mga propeta, mga manghuhula, mga nagpapaliwanag tungkol sa mga panaginip, mga mangkukulam o mga espiritistang nagsasabing hindi kayo sasakupin ng hari ng Babilonia. ¹⁰ Kasinungalingan ang sinasabi nila sa inyo. At kung maniniwala kayo sa kanila, paaalisin ko kayo sa lupain ninyo. Palalayasin at lilipulin ko kayo. ¹¹ Pero ang mga bansang magpapasakop at maglilingkod sa hari ng Babilonia ay mananatili sa sarili nilang bayan. Dito sila maninirahan at bubungkalin nila ang kanilang sariling lupain. *Ako*, ang Panginoon, ang nagsasabi nito.' "

¹² Ito rin ang sinabi ko kay Haring Zedekia ng Juda. Sinabi ko, "Magpasakop kayo sa hari ng Babilonia. Maglingkod kayo sa kanya at sa mga mamamayan niya at mabubuhay kayo. ¹³ Sapagkat kung hindi, mamamatay kayo at ang mga mamamayan n'yo sa digmaan, gutom at sakit gaya ng sinabi ng Panginoon na mangyayari sa mga bansang hindi maglilingkod sa hari ng Babilonia. ¹⁴ Huwag kayong maniwala sa sinasabi ng mga propeta na hindi kayo sasakupin ng hari ng Babilonia, dahil kasinungalingan ang sinasabi nila sa inyo. ¹⁵ Ito ang sinasabi ng Panginoon, 'Hindi ko sinugo ang mga propetang iyan. Nagsasalita sila ng kasinungalingan sa pangalan ko. Kaya kung maniniwala kayo sa kanila, palalayasin ko kayo at lilipulin pati ang mga propetang iyan.' "

¹⁶ Pagkatapos, sinabi ko sa mga pari at sa lahat ng tao, "Sinabi ng Panginoon na huwag kayong maniniwala sa mga propetang nagsasabing malapit nang ibalik ang mga kagamitan ng templo mula sa Babilonia. Kasinungalingan iyan. ¹⁷ Huwag kayong maniniwala sa kanila; maglingkod kayo sa hari ng Babilonia at nang mabuhay kayo, kinakailangan pa bang mawasak ang lungsod na ito? ¹⁸ Kung talagang mga propeta sila at galing sa Panginoon ang sinasabi nila, manalangin sila sa Panginoong Makapangyarihan na ang mga kagamitang naiwan sa templo, sa palasyo ng hari ng Juda at sa Jerusalem

ay huwag nang dalhin sa Babilonia. [19] Sapagkat sinasabi ng Panginoong Makapangyarihan na ang mga *tansong* haligi *ng templo,* ang *lalagyan ng tubig na tinatawag na* Dagat, mga karwahe, at ang iba pang mga kagamitan sa lungsod *na ito ay dadalhin sa Babilonia.* [20] Ang mga nasabing kagamitan ay hindi dinala ni Haring Nebucadnezar sa Babilonia noong binihag niya si Haring Jehoyakin na anak ni Haring Jehoyakim ng Juda, kasama ng mga tagapamahala ng Juda at Jerusalem. [21-22] Pero ngayon, ito ang sinabi ng Panginoong Makapangyarihan, ang Dios ng Israel, 'Dadalhin sa Babilonia ang mga kagamitang ito at mananatili roon hanggang sa dumating ang araw na kukunin ko ito at ibabalik sa Jerusalem.' ''

Si Jeremias at si Propeta Hanania

28 Noong taon ding iyon, nang ikalimang buwan ng ikaapat na taon ng paghahari ni Zedekia sa Juda, may sinabi sa akin si Propeta Hanania na anak ni Azur na taga-Gibeon doon sa templo ng Panginoon, sa harap ng mga pari at mga taong naroroon. Sinabi niya, [2] "Ito ang sinasabi ng Panginoong Makapangyarihan, ang Dios ng Israel, 'Wawakasan ko na ang kapangyarihan ng hari ng Babilonia. [3] Sa loob ng dalawang taon, ibabalik ko na rito ang lahat ng kagamitan ng templo ko na kinuha ni Haring Nebucadnezar at dinala sa Babilonia. [4] Pababalikin ko rin dito si Haring Jehoyakin ng Juda na anak ni Jehoyakim at ang lahat ng taga-Juda na binihag sa Babilonia, dahil wawakasan ko na ang kapangyarihan ng hari ng Babilonia. *Ako,* ang Panginoon, ang nagsasabi nito.' ''

[5] Pagkatapos, sumagot si Propeta Jeremias kay Propeta Hanania roon sa harap ng mga pari at mga tao sa templo ng Panginoon. [6] Sinabi niya, "Amen! Gawin sana iyon ng Panginoon! Sana'y gawin ng Panginoon ang sinabi mong dadalhin niya pabalik dito ang mga kagamitan ng templo at ang lahat ng bihag sa Babilonia. [7] Pero pakinggan mo itong sasabihin ko sa iyo at sa lahat ng nakikinig dito. [8] Ang mga propetang nauna sa atin ay nagsabi noon na darating ang digmaan, gutom, at sakit sa maraming bansa at mga tanyag na kaharian. [9] Pero ang propetang magsasabi ng kapayapaan ay dapat mapatunayan. Kung mangyayari ang sinasabi niyang kapayapaan, kikilanlin siyang tunay na propeta ng Panginoon."

[10] Pagkatapos, kinuha ni Propeta Hanania ang pamatok sa leeg ni Jeremias at kanyang binali. [11] At sinabi niya sa mga taong naroroon, "Ito ang sinasabi ng Panginoon: Ang mga bansang sinakop ni Haring Nebucadnezar ng Babilonia ay parang nilagyan niya ng pamatok. Pero sisirain ko ang pamatok na iyon sa loob ng dalawang taon." Pagkatapos, umalis si Jeremias.

[12] Hindi nagtagal, pagkatapos baliin ni Propeta Hanania ang pamatok sa leeg ni Jeremias, sinabi ng Panginoon kay Jeremias, [13] "Puntahan mo si Hanania at sabihin mo na ito ang sinasabi ko: Binali mo ang pamatok na kahoy pero papalitan ko iyan ng pamatok na bakal. [14] *Ako,* ang Panginoong Makapangyarihan, ang Dios ng Israel ay nagsasabing: Ipapapasan ko ang pamatok na bakal sa lahat ng bansa, para maglingkod sila kay Haring Nebucadnezar ng Babilonia. Pati ang mababangis na hayop ay ipapasakop ko sa pamamahala niya.''

[15] Pagkatapos, sinabi ni Propeta Jeremias kay Propeta Hanania, "Hanania, makinig ka! Hindi ka sinugo ng Panginoon, pero pinapaniwala mo ang bansang ito sa kasinungalingan mo. [16] Kaya ito ang sinasabi ng Panginoon, 'Mawawala ka sa daigdig na ito. Mamamatay ka sa taon ding ito dahil tinuruan mo ang mga tao na magrebelde sa akin.' ''

[17] Kaya noong ikapitong buwan ng taon ding iyon, namatay si Propeta Hanania.

Ang Sulat ni Jeremias para sa mga Bihag

29 Mula sa Jerusalem, sumulat si Jeremias sa mga tagapamahala, mga pari, mga propeta, at sa iba pang mga bihag na dinala ni Nebucadnezar sa Babilonia. [2] Isinulat niya ito pagkatapos na mabihag si Haring Jehoyakin, ang kanyang ina, ang mga namamahala sa palasyo, mga pinuno ng Juda at Jerusalem, at ang mahuhusay na panday at manggagawa. [3] At ibinigay ni Jeremias ang sulat kina Elasa na anak ni Shafan at Gemaria na anak ni Hilkia. Sila ang sinugo ni Haring Zedekia kay Nebucadnezar sa Babilonia. Ito ang nakasaad sa sulat:

[4] Ito ang sinasabi ng Panginoong Makapangyarihan, ang Dios ng Israel, sa lahat ng taga-Jerusalem na ipinabihag niya sa Babilonia. [5] "Magtayo kayo ng mga bahay at doon kayo tumira. Magtanim kayo at kumain ng inyong ani. [6] Mag-asawa kayo at nang magkaanak kayo. Hayaan din ninyong mag-asawa ang mga anak n'yo at nang magkaanak din sila para dumami kayo nang dumami. [7] Tumulong kayo para sa kabutihan at kaunlaran ng lungsod na pinagdalhan sa inyo. Ipanalangin n'yo ito dahil kapag umunlad ito, uunlad din kayo."

[8] Sinabi pa ng Panginoong Makapangyarihan, ang Dios ng Israel, "Huwag kayong palilinlang sa mga propeta ninyo o sa mga kasama ninyong manghuhula. Huwag kayong maniniwala sa mga panaginip nila. [9] Sapagkat nagsasalita sila ng kasinungalingan sa pangalan ko. Hindi ko sila sinugo. [10] *Ako,* ang Panginoon, ay nagsasabing pagkatapos ng 70 taon na pagsakop ng Babilonia, babalikan ko kayo at tutuparin ko ang pangako ko na ibabalik ko kayo sa lupain ninyo. [11] Alam ko kung paano ko tutuparin ang mga plano ko para sa kabutihan n'yo at hindi sa kasamaan n'yo, at plano para bigyan kayo ng pag-asa na magkaroon kayo ng mabuting kinabukasan. [12] Kung magkagayon, tatawag at mananalangin kayo sa akin, at diringgin ko kayo. [13] Kung lalapit kayo sa akin nang buong puso, tutulungan ko kayo. [14] Oo, tutulungan ko kayo at ibabalik mula sa pagkakabihag.[a] Titipunin ko kayo mula sa iba't ibang bansa na pinangalatan ko sa inyo, at ibabalik ko kayo sa sarili ninyong lupain.

[15] "Baka sabihin n'yong nagsugo ako sa inyo ng mga propeta riyan sa Babilonia, [16] pero ito ang sinabi ko tungkol sa haring nagmula sa angkan ni David at sa lahat ng kababayan n'yo na naiwan sa lungsod *ng Jerusalem* na hindi nabihag kasama n'yo: [17] Padadalhan ko sila ng digmaan, taggutom at sakit. Matutulad sila sa bulok na igos na hindi na

---

a 14 ibabalik...pagkakabihag: o, ibabalik ko ang kayamanan ninyo.

makakain. ¹⁸Talagang hahabulin sila ng digmaan, taggutom at sakit, at kasusuklaman sila ng lahat ng kaharian. Itataboy ko sila sa kung saan-saang bansa, at susumpain, kasusuklaman at kukutyain sila roon ng mga tao. ¹⁹Sapagkat hindi nila pinakinggan ang mga salita ko na palaging sinasabi sa kanila ng mga lingkod kong propeta. At pati kayong mga binihag ay hindi rin naniwala."

²⁰Kaya makinig kayo sa sinasabi ng Panginoon, kayong mga ipinabihag niya mula sa Jerusalem papunta sa Babilonia. ²¹Ito ang sinasabi ng Panginoong Makapangyarihan, ang Dios ng Israel, tungkol kina Ahab na anak ni Kolaya at Zedekia na anak ni Maaseya, "Nagsalita sa inyo ng kasinungalingan ang mga taong ito sa pangalan ko. Kaya ibibigay ko sila kay Haring Nebucadnezar ng Babilonia at sila ay ipapapatay niya sa harap mismo ninyo. ²²Dahil sa kanila, ang lahat ng bihag sa Babilonia na mga taga-Juda ay susumpa ng ganito sa kapwa nila, 'Nawa'y patayin ka ng Panginoon katulad nina Zedekia at Ahab na sinunog ng hari ng Babilonia.' ²³Mangyayari ito sa kanila dahil gumawa sila ng mga kasuklam-suklam na bagay sa Israel. Nangalunya sila sa asawa ng kapwa nila at nagsalita ng kasinungalingan sa pangalan ko na hindi ko iniutos na gawin nila. Nalalaman ko ang mga ginawa nila at makapagpapatunay ako laban sa kanila. Ako, ang Panginoon, ang nagsasabi nito."

Ang Mensahe para kay Shemaya

²⁴⁻²⁵Ang Panginoong Makapangyarihan, ang Dios ng Israel ay nagbigay sa akin ng mensahe para kay Shemaya na taga-Nehelam. "Ito ang sinabi niya: Shemaya, sa pamamagitan ng pangalan mo *lang* ay nagpadala ka ng sulat kay Zefanias na anak ni Maaseya na pari, at pinadalhan mo rin ng kopya ang iba pang mga pari, at ang lahat ng taga-Jerusalem. Ayon sa sulat mo kay Zefanias, sinabi mo, ²⁶'Hinirang ka ng Panginoon na papalit kay Jehoyada bilang tagapamahala ng templo. Katungkulan mo ang pagdakip at paglalagay ng kadena sa leeg ng sinumang hangal na nagsasabing propeta siya. ²⁷Bakit hindi mo pinigilan si Jeremias na taga-Anatot na nagsasabing propeta siya riyan sa inyo? ²⁸Sumulat pa siya rito sa amin sa Babilonia na kami raw ay magtatagal pa rito. Kaya ayon sa kanya, magtayo raw kami ng mga bahay at dito na kami manirahan, magtanim at kumain ng ani namin.' "

²⁹Nang matanggap ni Zefanias ang sulat ni Shemaya, binasa niya ito kay Propeta Jeremias. ³⁰Pagkatapos, sinabi ng Panginoon kay Jeremias, ³¹"Ipadala mo ang mensaheng ito sa lahat ng bihag. Sabihin mo sa kanilang ito ang sinabi ko tungkol kay Shemaya na taga-Nehelam: Hindi ko sinugo si Shemaya para magsalita sa inyo. Pinapaniwala niya kayo sa kasinungalingan niya. ³²Kaya *ako*, ang Panginoon, ay nagsasabing parurusahan ko siya pati ang mga angkan niya. Wala ni isa man sa mga angkan niya ang makakakita ng mga mabubuting bagay na gagawin ko sa inyo, dahil tinuruan niya kayong magrebelde sa akin. Ako, ang Panginoon, ang nagsasabi nito."

Ang mga Pangako ng Panginoon sa mga Mamamayan Niya

30 ¹⁻²Sinabi ng Panginoon kay Jeremias, "Ako, ang Panginoon, ang Dios ng Israel ay nagsasabing, isulat mo sa aklat ang lahat ng sinabi ko sa iyo. ³Sapagkat darating ang araw na ibabalik kong muli ang mga mamamayan kong taga-Israel at taga-Juda mula sa pagkabihag.ᵃ Ibabalik ko sila sa lupaing ibinigay ko sa mga ninuno nila na magiging pag-aari nila."

⁴⁻⁵Ito pa ang sinabi ng Panginoon tungkol sa Israel at Juda: "Maririnig ang hiyawan ng mga tao hindi dahil sa tuwa kundi sa matinding takot. ⁶May itatanong ako sa inyo. Maaari bang manganak ang lalaki? Bakit nakikita ko ang mga lalaking namumutla at hawak-hawak ang tiyan na parang babaeng manganganak na? ⁷Lubhang nakakatakot kapag dumating na ang araw na iyon, at wala itong katulad. Panahon iyon ng paghihirap ng mga lahi ni Jacob, pero maliligtas sila sa bandang huli sa kalagayang iyon. ⁸Ako, ang Panginoong Makapangyarihan, ay nagsasabing sa panahong iyon, hindi na sila aalipinin ng mga taga-ibang bansa. Babaliin ko na ang pamatok sa mga leeg nila at tatanggalin ko na ang mga kadena nila. ⁹Maglilingkod na sila sa *akin*, ang Panginoon nilang Dios, at hihirang ako ng hari nila mula sa angkan ni David.

¹⁰"Kaya huwag kayong matatakot, o manlulupaypay man, kayong mga lahi ni Jacob na lingkod ko. Ako, ang Panginoon, ay nagsasabing kukunin ko kayo mula riyan sa malayong lugar kung saan kayo binihag. Sa pagbabalik ninyo, mamumuhay na kayo nang payapa, tahimik, at walang kinatatakutan. ¹¹Kasama ninyo ako at ililigtas ko kayo. Lubusan kong wawasakin ang mga bansang pinangalatan ko sa inyo pero hindi ko ito gagawin sa inyo. Ngunit hindi rin ito nangangahulugang hindi ko kayo parurusahan. Didisiplinahin ko kayo nang nararapat.

¹²⁻¹³Sinabi pa ng Panginoon sa kanyang mga mamamayan, "Talagang malubha na ang inyong mga sugat at hindi na ito gagaling. Wala nang makakatulong o makakagamot sa inyo. Wala na ring gamot para sa inyo. ¹⁴Nakalimutan na kayo ng mga kakampi ninyong bansa; hindi na nila kayo pinapansin. Sinalakay ko kayo gaya ng pagsalakay ng kaaway. Matindi ang parusa ko sa inyo dahil malaki at marami ang kasalanan ninyo. ¹⁵Huwag kayong dadaing na hindi na gumagaling ang sugat ninyo. Pinarusahan ko kayo dahil napakatindi at napakarami ng inyong kasalanan.

¹⁶"Pero ipapahamak ko rin ang lahat ng magpapahamak sa inyo, at ang lahat ng kaaway n'yo ay bibihagin. Sasalakayin din ang lahat ng sumalakay at sumamsam ng mga ari-arian n'yo, at sasamsamin din ang mga ari-arian nila. ¹⁷Ngunit gagamutin at pagagalingin ko ang mga sugat n'yo kahit na sinasabi ng iba na kayong mga taga-Jerusalem ay itinakwil at pinabayaan. Ako, ang Panginoon, ang nagsasabi nito."

¹⁸Sinabi pa ng Panginoon, "Muli kong ibabalik ang kayamanan ng mga lungsod ng lahi ni Jacob at

<hr>
ᵃ 3 Tingnan ang "footnote" sa 29:14.

kahahabagan ko sila. Ang lungsod at ang palasyo na winasak ay muling itatayo sa dating kinatatayuan nito. ¹⁹Pagkatapos, aawit sila ng pasasalamat at sisigaw sa kagalakan. Pararamihin at pararangalan ko sila. ²⁰Magiging maunlad ang kanilang mga anak katulad noong una. Patatatagin ko sila sa harap ko, at paparusahan ko ang sinumang mang-aapi sa kanila. ²¹Ang mga pinuno nila'y magmumula rin sa kanila. Palalapitin ko siya sa akin, at siya naman ay lalapit. Sapagkat walang sinumang taong mangangahas na lumapit sa akin kung hindi ko siya palalapitin. *Ako,* ang Panginoon, ay nagsasabing, ²²magiging mamamayan ko sila at ako'y magiging Dios nila. ²³Makinig kayo! Ang galit ko'y parang bagyo o ipu-ipong hahampas sa ulo ng masasamang tao. ²⁴Hindi mawawala ang poot ko hangga't hindi ko nagagawa ang nais kong gawin. At sa mga huling araw, mauunawaan n'yo ito."

Ang Pagbabalik ng mga Israelita

31 Sinabi pa ng Panginoon, "Sa araw na iyon, ako'y magiging Dios ng buong Israel at magiging hinirang ko sila. ²*Ako,* ang Panginoon, ay nagsasabing aalagaan ko ang mga natitirang buhay sa kanila habang naglalakbay sila sa ilang. Magbabalik ako para bigyan ng kapahingahan ang Israel."

³Noong una,ᵃ ang Panginoon ay nagpakita sa mga Israelita at nagsabi, "Inibig ko kayo ng walang hanggang pag-ibig. Sa kagandahang-loob ko, pinalapit ko kayo sa akin. ⁴Muli ko kayong itatayo, kayong mga taga-Israel, na katulad ng isang birhen. Muli kayong sasayaw sa tuwa na tumutugtog ng inyong tamburin. ⁵Muli kayong magtatanim ng ubas sa mga burol ng Samaria at pakikinabangan n'yo ang mga bunga nito. ⁶Darating ang araw na ang mga nagbabantay ng lungsod ay sisigaw doon sa kabundukan ng Efraim, 'Halikayo, pumunta tayo sa Jerusalemᵇ para sumamba sa Panginoon na ating Dios.' "

⁷Sinabi ng Panginoon, "Umawit kayo at humiyaw para sa Israel,ᶜ ang bansang pinakadakila sa lahat ng bansa. Magpuri kayo at sumigaw, 'O Panginoon, iligtas mo ang mga mamamayan mo, ang mga natitirang buhay sa mga taga-Israel.' ⁸Makinig kayo! Ako ang kukuha sa kanila at titipunin ko sila mula sa hilaga at sa alin mang bahagi ng mundo. Pati ang mga bulag at mga lumpo ay kasama, ganoon din ang mga buntis at ang mga malapit nang manganak. Napakalaking grupo ang uuwi. ⁹Mag-iiyakan sila sa tuwa at mananalangin habang dinadala ko sila pauwi. Dadalhin ko sila sa mga bukal, dadaan sila sa magandang daan at hindi sila matitisod. Sapagkat ako ang ama ng Israel; at si Efraimᵈ ang panganay kong anak.

¹⁰"Mga bansa, pakinggan n'yo ang mensahe ko, at ibalita n'yo ito sa malalayong lugar: 'Pinangalat ko ang mga taga-Israel, pero muli ko silang titipunin at aalagaan ko sila katulad ng pag-aalaga ng pastol sa mga tupa niya.' ¹¹Ililigtas ko ang mga lahi ni Jacob sa kamay ng mga taong higit na makapangyarihan kaysa sa kanila. ¹²Pupunta sila sa Bundok ng Zion at sisigaw dahil sa kagalakan. Magsasaya sila dahil sa mga pagpapala ko sa kanila. Magiging sagana ang mga trigo, ang bagong katas ng ubas, langis at mga hayop nila. Matutulad sila sa halamanang palaging dinidiligan at hindi na sila muling magdadalamhati. ¹³Kung magkagayon, ang kanilang mga dalaga't binata pati ang matatanda ay sasayaw sa tuwa. Papalitan ko ng kagalakan ang pag-iiyakan nila. At sa halip na magdalamhati sila, bibigyan ko sila ng kaaliwan. ¹⁴Bibigyan ko ng maraming handog ang mga pari. Bubusugin ko ng masaganang pagpapala ang mga mamamayan ko. *Ako,* ang Panginoon, ang nagsasabi nito."

¹⁵Sinabi pa ng Panginoon, "May narinig na malakas iyakan at panaghoy sa Rama. Iniiyakan ni Raquel ang pagkamatay ng kanyang mga anak, at ayaw niyang magpaaliw dahil patay na ang mga ito."

¹⁶Pero sinabi ng Panginoon, "Huwag ka nang umiyak dahil gagantimpalaan kita sa mga ginawa mo. Babalik ang mga anak mo galing sa lupain ng mga kaaway. ¹⁷Kaya may pag-asa ka sa hinaharap. Sapagkat talagang babalik ang mga anak mo sa sarili nilang lupain."

¹⁸Narinig ko ang panaghoy ng mga taga-Efraim. Sinabi nila, "Panginoon, kami po ay parang mga guya na hindi pa sanay sa pamatok, pero tinuruan n'yo po kaming sumunod sa inyo. Kayo ang Panginoon naming Dios, kaya ibalik n'yo na po kami sa sarili naming lupain. ¹⁹Lumayo kami sa inyo noon, pero nagsisisi na po kami ngayon. Nang malaman po namin na nagkasala kami, dinagukan po namin ang aming mga dibdib *sa pagsisisi.* Nahihiya po kami sa mga ginawa namin noong aming kabataan."

²⁰Sumagot ang Panginoon, "Kayong mga *mamamayan ng* Efraim ay aking minamahal na mga anak. Kahit palagi akong nagsasalita laban sa inyo, nalulugod pa rin ako sa inyo. Nananabik ako at nahahabag sa inyo.

²¹"Maglagay kayo ng mga tanda at tulos na magiging gabay sa inyong daan. Tandaan ninyong mabuti ang inyong dinaanan *dahil diyan din kayo dadaan pagbalik ninyo.* ²²Kailan pa kayo babalik sa akin, mga anak kong naliligaw? Gagawa ako ng bagong bagay sa mundo—ang babae na ang magtatanggol sa lalaki."

Ang Darating na Kasaganaan ng Israel

²³Sinabi ng Panginoong Makapangyarihan, ang Dios ng Israel, "Kapag naibalik ko na ang mga mamamayan ng Juda sa lupain nila mula sa pagkabihag,ᵉ muli nilang sasabihin, 'Pagpalain nawa ng Panginoon ang banal na bundok *ng Jerusalem* na tinitirhan niya.' ²⁴Maninirahan ang mga tao sa Juda at sa mga bayan nito, pati na ang mga magbubukid at mga pastol ng mga hayop. ²⁵Sapagkat pagpapahingahin ko ang mga napapagod at bubusugin ko ang mga nanghihina

---

a 3 Noong una: o, *Mula sa malayo.*

b 6 Jerusalem: sa Hebreo, *Zion.*

c 7 Israel: sa Hebreo, *Jacob.*

d 9 Efraim: Ang pangunahing lahi sa hilagang kaharian ng Israel. Minsan ito ang kumakatawan sa kaharian ito.

e 23 Tingnan ang "footnote" sa 29:14.

dahil sa gutom. *Kaya sasabihin ng mga tao,*[a] 26 'Sa aking paggising naramdaman kong nakabuti sa akin ang aking pagtulog.'"

27 Sinabi pa ng PANGINOON, "Darating ang araw na pararamihin ko ang mga mamamayan ng Israel at Juda, pati ang mga hayop nila. 28 Noong una ay winasak, giniba, at ibinuwal ko sila pero sa bandang huli, muli ko silang ibabangon at itatayo. 29 Sa panahong iyo'y hindi na sasabihin ng mga tao, 'Kumain ng maasim na ubas ang mga magulang at ang asim ay nalasahan ng mga anak.' 30 Sa halip, kung sino ang kumain ng maasim na ubas, siya lang ang makakalasa ng asim nito. Ang taong nagkasala lang ang siyang mamamatay."

31 Sinabi pa ng PANGINOON, "Darating ang panahon na gagawa ako ng bagong kasunduan sa mga taga-Israel at taga-Juda. 32 At hindi ito katulad ng *unang* kasunduan na ginawa ko sa kanilang mga ninuno noong pinatnubayan ko sila sa paglabas sa Egipto. Kahit na ako'y parang asawa nila, hindi nila tinupad ang una naming kasunduan."

33 Sinabi pa ng Panginoon, "Ito ang *bagong* kasunduan na gagawin ko sa mga mamamayan ng Israel pagdating ng araw na iyon: Itatanim ko sa isipan nila ang utos ko, at isusulat ko ito sa mga puso nila. 34 Hindi na nila kailangan pang turuan ang mga kababayan o kapatid nila na kilalanin ang Panginoon. Sapagkat kikilanin nila akong lahat, mula sa pinakamababa hanggang sa pinakadakila. Sapagkat patatawarin ko ang kasamaan nila at lilimutin ko na ang mga kasalanan nila." 35 Sinabi pa ng PANGINOON, "Ako ang nag-utos sa para magbigay-liwanag sa maghapon, at sa buwan at mga bituin na magbigay-liwanag sa magdamag. At ako ang kumakalawkaw ng dagat hanggang sa umugong ang mga alon. Makapangyarihang PANGINOON ang pangalan ko. 36 Habang nananatili ang langit at ang mundo, mananatili rin ang bansang Israel magpakailanman. 37 Kung paanong hindi masusukat ang langit at hindi malalaman ang pundasyon ng lupa, ganoon din naman, hindi ko maitatakwil ang lahat ng angkan ng Israel kahit na marami silang nagawang kasalanan. *Ako*, ang PANGINOON, ang nagsasabi nito."

38 Patuloy na sinabi ng PANGINOON, "Darating ang panahon na ang lungsod *ng Jerusalem* ay muling itatayo mula sa Tore ni Hananel hanggang sa Panulukang Pintuan. 39 Mula sa mga lugar na iyon, magpapatuloy ang hangganan patungo sa burol ng Gareb at saka liliko sa Goa. 40 Ang buong lambak na tinatapunan ng mga bangkay at mga basura ay nakatalaga sa akin pati ang lahat ng bukirin sa Lambak ng Kidron hanggang sa pintuan na tinatawag na Kabayo sa silangan. Ang lungsod na ito'y hindi na mawawasak o muling magigiba."

Bumili ng Bukid si Jeremias

32 Ang PANGINOON ay nagsalita kay Jeremias noong ikasampung taon ng paghahari ni Zedekia sa Juda, nang ika-18 taon ng paghahari ni Nebucadnezar sa Babilonia. 2 Nang panahong iyon, kinukubkob ang Jerusalem ng mga sundalo ng Babilonia, at si Propeta Jeremias ay nakakulong sa bilangguan sa himpilan ng mga guwardya sa palasyo ng hari ng Juda. 3 Ikinulong siya roon ni Haring Zedekia dahil sa kanyang ipinahayag. Sapagkat sinasabi ni Jeremias, "Ito ang sinasabi ng PANGINOON: Ibibigay ko ang lungsod na ito sa hari ng Babilonia at sasakupin niya ito. 4 Si Haring Zedekia ay hindi makakaligtas sa mga taga-Babilonia,[b] kundi talagang ihaharap siya sa hari ng Babilonia *para hatulan.* 5 Dadalhin ko si Zedekia sa Babilonia at mananatili siya roon hanggang sa matapos ang pagpaparusa sa kanya. Lumaban man kayo sa mga taga-Babilonia, hindi rin kayo magtatagumpay. *Ako*, ang PANGINOON, ang nagsasabi nito."

6 Sinabi pa ni Jeremias, "Sinabi sa akin ng PANGINOON na 7 si Hanamel na anak ng tiyo kong si Shalum ay lalapit sa akin at magsasabi, 'Bilhin mo ang bukid ko sa Anatot. Dahil ikaw ang pinakamalapit kong kamag-anak, may karapatan at tungkulin kang bilhin ito.'

8 "Gaya nga ng sinabi sa akin ng PANGINOON, pumunta sa akin si Hanamel na pinsan ko roon sa himpilan ng mga guwardya. Sinabi niya sa akin, 'Bilhin mo ang bukid ko roon sa Anatot sa lupain *ng lahi* ni Benjamin. May karapatan at tungkulin ka para mapasaiyo iyon, kaya bilhin mo na iyon.' "

Alam kong kalooban ito ng PANGINOON, 9 kaya binili ko ang bukid na iyon kay Hanamel sa halagang 17 pirasong pilak. 10 Nilagdaan at tinatakan niya ang mga kasulatan ng bilihan sa harap ng mga saksi at tinimbang ang pilak bilang kabayaran. 11 Pagkatapos, kinuha ko ang mga kasulatang may tatak at ang kopyang walang tatak kung saan nakasulat ang mga kasunduan ng bilihan. 12 At ibinigay ko ito kay Baruc na anak ni Neria na apo ni Maseya, sa harap ni Hanamel at ng mga saksi na pumirma sa mga kasulatang ito, at sa harap ng lahat ng Judio na nakaupo sa himpilan ng mga guwardya.

13 At sa harap nila'y sinabi ko kay Baruc 14 na ito ang sinasabi ng PANGINOONG Makapangyarihan, ang Dios ng Israel, "Kunin mo ang mga kasulatang natatakan at hindi natatakan, at ilagay mo sa palayok para hindi ito masira at para tumagal ito ng mahabang panahon. 15 *Sapagkat darating ang araw na muling magbibilihan ng mga ari-arian* ang mga tao sa lugar na ito. Magbibilihan sila ng mga bahay, mga bukid, at mga ubasan. *Ako*, ang PANGINOONG Makapangyarihan, ang Dios ng Israel, ang nagsasabi nito."

16 Pagkatapos kong maibigay ang kasulatan kay Baruc na anak ni Neria, nanalangin ako. 17 "O Panginoong DIOS, nilikha n'yo ang langit at lupa sa pamamagitan ng kapangyarihan ninyo. Walang anumang bagay na hindi n'yo po magagawa. 18 Ipinapakita n'yo ang pag-ibig n'yo sa libu-libo, pero pinarurusahan n'yo ang mga anak dahil sa kasalanan ng mga magulang nila. O kay dakila po ninyo O Dios, ang pangalan ninyo ay PANGINOONG Makapangyarihan. 19 Napakaganda po ng mga plano n'yo at kahanga-hanga ang mga gawa ninyo. Nakikita n'yo ang lahat ng ginagawa ng mga tao at

---

a 25 Kaya sasabihin ng mga tao: o, *Pagkatapos, sinabi ni Jeremias.*

b 4 taga-Babilonia: sa literal, *Caldeo.* Ganito rin sa talatang 5, 24, 25, 28 at 43.

ginagantihan n'yo po sila ayon sa mga pag-uugali at gawa nila. ²⁰Gumawa kayo ng mga himala at mga kahanga-hangang bagay doon sa Egipto, at patuloy n'yo po itong ginagawa hanggang dito sa Israel at sa ibang mga bansa. At sa pamamagitan nito, naging tanyag po kayo sa lahat ng dako. ²¹Sa pamamagitan ng mga himala at mga kahanga-hangang bagay, at sa kapangyarihan n'yo, natakot po ang mga taga-Egipto at pinalaya n'yo ang mamamayan n'yong mga Israelita sa Egipto. ²²Ibinigay po ninyo sa kanila ang maganda at masaganang lupain*a* na siyang ipinangako n'yong ibibigay sa kanilang mga ninuno. ²³Naging kanila po ito pero hindi sila sumunod sa inyo o sa mga kautusan n'yo, at hindi nila ginawa ang ipinapagawa n'yo sa kanila. Kaya pinadalhan n'yo sila ng kapahamakan. ²⁴At ngayon, tinatambakan ng lupa ng mga taga-Babilonia ang gilid ng pader ng Jerusalem para mapasok at maagaw nila ang lungsod At dahil sa digmaan, gutom, at sakit, marami pong namatay at naagaw ng mga taga-Babilonia ang lungsod ayon din po sa sinabi ninyo. ²⁵Ngunit sa kabila po ng lahat ng ito, O Panginoong Dios, sinugo n'yo ako para bilhin ang bukid sa harap ng mga saksi kahit malapit nang maagaw ng mga taga-Babilonia ang lungsod na ito."

²⁶Kaya sinabi ng Panginoon kay Jeremias, ²⁷"Ako ang Panginoon, ang Dios ng lahat ng tao. Mayroon bang bagay na hindi ko magagawa? ²⁸Kaya tandaan mo, ibibigay ko ang lungsod na ito sa mga taga-Babilonia at sa hari nilang si Nebucadnezar, at mapapasakanila ito. ²⁹Susunugin nila ito, lalo na ang mga bahay na ang mga bubungan ay sinusunugan ng mga insenso para kay Baal at hinahandugan ng mga handog na inumin para sa mga dios-diosan na labis kong ikinagalit.

³⁰"Mula pa noong una, wala nang ginawa ang mga taga-Israel at taga-Juda kundi puro kasamaan. Ginalit nila ako sa pamamagitan ng mga ginagawa nila. ³¹Mula nang itayo ang lungsod na ito hanggang ngayon, ginagalit ako ng mga mamamayan nito. Kaya wawasakin ko na ito. ³²Ginagalit ako ng mga taga-Israel at taga-Juda dahil sa masasama nilang ginagawa. Lahat sila; ang kanilang mga hari at pinuno, mga pari at propeta, at ang mga taga-Jerusalem. ³³Lumayo sila sa akin kahit palagi ko silang tinuturuan. Ayaw nilang makinig at ayaw nilang magpaturo. ³⁴Dinungisan nila ang templo ko kung saan dinadakila ang pangalan ko. Inilagay nila roon ang mga dios-diosan nilang kasuklam-suklam. ³⁵Nagtayo sila ng mga sambahan para kay Baal sa Lambak ng Ben Hinom at doon din nila inihahandog ang kanilang mga anak kay Molec. Hindi ko sila inutusan ng ganoon. Ni hindi sumagi sa isipan ko na gagawin nila itong kasuklam-suklam na bagay na siyang naging dahilan ng pagkakasala ng mga taga-Juda.

³⁶"Jeremias, totoo ang sinabi mong ibibigay sa hari ng Babilonia ang lungsod na ito sa pamamagitan ng digmaan, taggutom at sakit. Pero ngayon *ako*, ang Panginoon, ang Dios ng Israel, ay nagsasabi: ³⁷Titipunin ko ang mga mamamayan ko mula sa lahat ng bansa na pinangalatan ko sa

kanila dahil sa matinding galit ko sa kanila. Muli ko silang dadalhin sa lugar na ito at mamumuhay sila nang payapa. ³⁸Magiging mamamayan ko sila at ako'y magiging Dios nila. ³⁹Bibigyan ko sila ng pagkakaisa sa puso at hangarin sa buhay upang sambahin nila ako magpakailanman, para sa sarili nilang kabutihan at sa kabutihan ng mga angkan nila. ⁴⁰Gagawa ako ng walang hanggang kasunduan sa kanila na patuloy akong gagawa ng mabuti sa kanila. Bibigyan ko sila ng hangaring gumalang sa akin para hindi na sila lumayo sa akin. ⁴¹Kagalakan ko ang gawan sila ng mabuti at buong puso ko silang patitirahin sa lupaing ito."

⁴²Sinabi pa ng Panginoon, "Kung paano ko pinadalhan ng kapahamakan ang mga taong ito, darating ang araw na padadalhan ko rin sila ng kabutihang ipinangako ko sa kanila. ⁴³At muling magbibilihan ng mga bukid sa lupaing ito na ngayon ay malungkot at walang naninirahang tao o hayop man dahil ibinigay ito sa mga taga-Babilonia.

⁴⁴"Muling magbibilihan ng mga bukid, na lalagdaan, tatatakan at sasaksihan ang mga kasulatan ng bilihan. Gagawin ito sa lupain ni Benjamin, sa mga lugar sa palibot ng Jerusalem, sa mga bayan ng Juda, sa mga bayan sa kabundukan at kaburulan sa kanluran, at sa Negev. *Mangyayari ito* dahil pababalikin ko ang mga mamamayan ko sa lupain nila mula sa pagkakabihag.*b* *Ako*, ang Panginoon, ang nagsasabi nito."

Mga Pangakong Pagpapala

33 Habang si Jeremias ay naroon pa sa kulungan sa himpilan ng mga guwardya *ng palasyo*, nagsalita ang Panginoon sa kanya sa pangalawang beses. ²Ito ang sinasabi ng Panginoong lumikha ng mundo at naghugis nito—Panginoon ang pangalan niya:

³"Tumawag ka sa akin at sasagutin kita, at ipahahayag ko sa iyo ang mga kahanga-hanga at mahihiwagang bagay na hindi mo pa alam. ⁴Sapagkat *ako*, ang Panginoon, ang Dios ng Israel, ay nagsasabi: Kahit giniba na ang mga bahay sa Jerusalem at ang palasyo ng hari ng Juda para gawing mga pampatibay ng pader upang hindi ito mapasok ng mga kaaway, ⁵papasukin pa rin ito ng mga taga-Babilonia. Maraming mamamatay sa lungsod na ito dahil wawasakin ko ito sa tindi ng galit ko sa inyo. Itatakwil ko ang lungsod na ito dahil sa kasamaan nito.

⁶"Pero darating ang araw na pagagalingin ko ang lungsod na ito at ang mga mamamayan nito. At mamumuhay silang may kaunlaran at kapayapaan. ⁷Pababalikin ko ang mga taga-Israel at taga-Juda mula sa pagkakabihag*c*, at itatayo ko ulit ang lungsod nila katulad noon. ⁸Lilinisin at papatawarin ko sila sa lahat ng kasalanang ginawa nila sa akin. ⁹At kapag nangyari ito, ang lungsod ng Jerusalem ay magbibigay sa akin ng kadakilaan, kagalakan at kapurihan. At ang bawat bansa sa daigdig ay manginginig sa takot kapag nabalitaan nila ang mga kabutihan, kaunlaran at kapayapaan na ipinagkaloob ko sa lungsod na ito."

---

a 22 maganda at masaganang lupain: sa literal, *lupain na dumadaloy ng gatas at pulot.*

b 44 Tingnan ang "footnote" sa 29:14.

c 7 Tingnan ang footnote sa 29:14.

[10] Sinabi pa ng PANGINOON, "Sinasabi ninyong malungkot at walang tao at mga hayop ang Juda at Jerusalem. Pero darating ang araw na muling mapapakinggan sa mga lugar na ito ang mga kasayahan at kagalakan. [11] Muling maririnig ang kagalakan ng mga bagong kasal, at ng mga taong nagdadala ng mga handog ng pasasalamat sa templo ng PANGINOON. Sasabihin nila, 'Magpasalamat tayo sa PANGINOONG Makapangyarihan dahil napakabuti niya. Ang pagmamahal niya'y walang hanggan.' *Talagang magsasaya ang mga tao* dahil ibabalik ko ang mabuting kalagayan sa lupaing ito katulad noong una. *Ako,* ang PANGINOON, ang nagsasabi nito."

[12] Sinabi pa ng PANGINOONG Makapangyarihan, "Kahit na mapanglaw ang lupaing ito ngayon at walang tao at hayop, darating ang araw na magkakaroon ng mga pastulan sa lahat ng bayan na pagdadalhan ng mga pastol ng kanilang mga kawan. [13] Muling dadami ang kawan nila sa mga bayan sa kabundukan, sa mga kaburulan sa kanluran, sa Negev, sa lupain ng Benjamin, sa mga lugar na nakapalibot sa Jerusalem at sa mga bayan ng Juda. *Ako,* ang PANGINOON, ang nagsasabi nito."

[14] Sinabi pa ng PANGINOON, "Darating ang araw na tutuparin ko ang mga kabutihang ipinangako ko sa mga mamamayan ng Israel. [15] Sa panahong iyon, pamamahalain ng mga hari ang matuwid na mula sa angkan ni David. Paiiralin niya ang katarungan at katuwiran sa buong lupain. [16] At sa panahon ding iyon maliligtas ang mga taga-Juda at mamumuhay nang payapa ang mga taga-Jerusalem. Ang Jerusalem ay tatawaging, 'Ang PANGINOON ang Ating Katuwiran.' "[a]

[17] Sinabi pa ng PANGINOON, "Si David ay laging magkakaroon ng angkang maghahari sa mga mamamayan ng Israel. [18] At palagi ring magkakaroon ng mga pari na mga Levita na maglilingkod sa akin at mag-aalay ng mga handog na sinusunog, handog na pagpaparangal, at iba pang mga handog."

[19] At sinabi ng PANGINOON kay Jeremias, [20] "Kung paanong hindi na mababago ang kasunduan ko sa araw at sa gabi na lalabas sila sa takdang oras, [21] ganyan din ang kasunduan ko kay David sa lingkod ko, na palaging magkakaroon ng hari na manggagaling sa angkan niya. At ganoon din sa mga paring Levita, maglilingkod pa rin sila sa akin. [22] Pararamihin ko ang mga angkan ni David at mga Levita katulad ng mga bituin sa langit at buhangin sa dalampasigan."

[23] Sinabi pa ng PANGINOON kay Jeremias, [24] "Hindi mo ba narinig na kinukutya ng mga tao ang mga mamamayan ko? Sinasabi nila, 'Itinakwil ng PANGINOON ang dalawang kaharian na hinirang niya.' Kaya hinahamak nila ang mga mamamayan ko at hindi na nila ito itinuturing na bansa. [25] Pero sinasabi ko na hindi na mauulit ang aking kasunduan sa araw at sa gabi, at ang aking mga tuntunin na naghahari sa langit at lupa, [26] mananatili rin ang aking kasunduan sa mga lahi ni Jacob at kay David na lingkod ko. Hihirang ako mula sa angkan ni David na maghahari sa mga lahi

nina Abraham, Isaac at Jacob. Kahahabagan ko sila at pababalikin sa kanilang sariling lupain mula sa pagkabihag."

Ang Babala kay Zedekia

34 [1-2] Sinalakay ni Haring Nebucadnezar ng Babilonia ang Jerusalem at ang mga bayan sa palibot nito. Kasama niyang lumusob ang lahat ng sundalo niya pati ang mga sundalo na galing sa mga kaharian na nasasakupan niya. Sa panahong iyon, sinabi kay Jeremias ng PANGINOONG Makapangyarihan, ang Dios ng Israel,

"Pumunta ka kay Haring Zedekia ng Juda at sabihin mo sa kanya na ako, ang PANGINOON, ang nagsasabi, 'Ibibigay ko sa hari ng Babilonia ang lungsod na ito at susunugin niya ito.' [3] Hindi ka makakatakas sa mga kamay niya. Huhulihin ka at ibibigay sa hari ng Babilonia. Haharap ka sa kanya *para hatulan* at dadalhin kang bihag sa Babilonia. [4] Pero Haring Zedekia, pakinggan mo ang pangako ko sa iyo: Hindi ka mamamatay sa digmaan, [5] kundi payapa kang mamamatay. Ang mga mamamayan mo'y magsusunog ng mga insenso para parangalan ka, katulad ng ginawa nila sa paglilibing ng mga ninuno mo na mga naunang hari. Ipagluluksa ka nila at sasabihin nila, 'Patay na ang aming hari!' Dahil *ako,* ang PANGINOON, ang nagsasabi nito."

[6] Pagkatapos, pumunta si Jeremias sa Jerusalem, at sinabi ang lahat ng ito kay Haring Zedekia.[b] [7] Sumasalakay na ng panahong iyon ang hukbo ng hari ng Babilonia sa Jerusalem, sa Lakish at sa Azeka. Ito na lang ang mga lungsod ng Juda na may mga pader.

Pagpapalaya ng mga Alipin

[8] May sinabi pa ang PANGINOON kay Jeremias nang panahong gumawa ng kasunduan si Haring Zedekia sa lahat ng taga-Jerusalem na palalayain niya ang mga alipin. [9] *Nag-utos si Zedekia na* ang sinumang may mga aliping Hebreo, maging babae o lalaki ay kinakailangan nilang palayain. Walang kapwa Judio na mananatiling alipin. [10] At lahat ng mamamayan, pati ang mga namumuno ay pumayag sa kasunduang ito, at pinalaya nila ang mga alipin nila—lalaki man o babae. [11] Pero sa bandang huli, nagbago ang isip nila at inalipin nila ulit ang mga aliping pinalaya nila.

[12-13] Kaya sinabi ng PANGINOON, ang Dios ng Israel, kay Jeremias, "Gumawa ako ng kasunduan sa mga ninuno n'yo noong pinalaya ko sila sa lupain ng Egipto, sa lugar kung saan sila inalipin. Sinabi ko sa kanila, [14] 'Sa tuwing darating ang ikapitong taon, kailangang palayain ninyo ang kapwa ninyo Hebreo na ipinagbili sa inyo bilang alipin. Kailangan ninyo silang palayain pagkatapos nilang maglingkod sa inyo ng anim na taon.' Pero hindi ako sinunod ng mga ninuno ninyo. [15] Noong nakalipas na mga araw, nagsisi kayo at ginawa n'yo ang matuwid sa paningin ko. Pumayag kayong lahat na palayain ang mga kababayan n'yo na inyong inalipin. Gumawa pa kayo ng kasunduan sa akin *tungkol dito* doon mismo sa templo kung saan n'yo pinararangalan ang pangalan ko. [16] Pero nagbago ang inyong mga

---

a 16 Katuwiran: o, Kaligtasan; o, Tagumpay.   *b* 6 Haring Zedekia: sa Hebreo, Haring Zedekia ng Juda.

isip at inilagay ninyo ako sa kahihiyan. Inalipin ulit ninyo ang mga alipin na inyong pinalaya, pinilit uli ninyo silang maging alipin.

17 "Kaya *ako*, ang PANGINOON ay nagsasabing dahil hindi ninyo ako sinunod at hindi ninyo pinalaya ang inyong mga alipin na mga kababayan ninyo, bibigyan ko kayo ng kalayaan—ang kalayaan na mamatay sa digmaan, sa gutom at sa sakit. Kayo'y gagawin kong kasuklam-suklam sa paningin ng lahat ng kaharian sa daigdig. 18-19 Ang mga pinuno ng Juda at Jerusalem, at ang mga mamamahala sa palasyo, pati ang mga pari at ang mga mamamayan ay nakipagkasundo sa akin, at pinatunayan ito sa pamamagitan ng paghati ng guya,*a* at ang bawat isa'y dumaan sa pagitan nito. Pero hindi nila tinupad ang nakasaad doon sa kasunduan kaya gagawin ko sa kanila ang ginawa nila sa guyang pinatay at hinati. 20 Ibibigay ko sila sa mga kaaway nila na nagnanais pumatay sa kanila. At magiging pagkain ng mga ibon at mababangis na hayop ang mga bangkay nila.

21 "Ibibigay ko si Haring Zedekia ng Juda at ang mga pinuno niya sa mga kaaway nila na mga sundalo ng hari ng Babilonia na gustong pumatay sa kanila. Bagama't tumigil na sila sa pagsalakay sa inyo, 22 uutusan ko sila na muli kayong salakayin, sakupin at sunugin. Gagawin kong mapanglaw ang mga bayan ng Juda at wala nang maninirahan dito."

Ang mga Recabita

35 Noong si Jehoyakim na anak ni Josia ang hari sa Juda, sinabi ng PANGINOON kay Jeremias, 2 "Pumunta ka sa sambahayan ng mga Recabita at sabihin mo sa kanilang pumunta sila sa isa sa mga silid ng templo at painumin mo sila ng alak."

3 Kaya pinuntahan ko si Jaazania (anak siya ng isa ring nagngangalang Jeremias na anak ni Habazinia) at ang lahat ng kapatid at anak niya. Sila ang buong sambahayan ng mga Recabita. 4 Dinala ko sila sa templo ng PANGINOON, doon sa silid ng mga anak na lalaki ni Hanan na anak ni Igdalia na lingkod ng Dios. Ang silid na ito ay nasa tapat ng silid ng mga pinuno at nasa itaas ng silid ni Maaseya na anak ni Shalum, na guwardya ng pintuan ng templo. 5 Pagkatapos, naglagay ako ng mga lalagyang puno ng alak at mga tasa sa harap ng mga Recabita, at sinabi kong magsiinom sila.

6 Pero sumagot sila, "Hindi kami umiinom ng alak. Iniutos sa amin ng ninuno naming si Jonadab na anak ng pinuno naming si Recab na kami at ang angkan namin ay hindi iinom ng alak. 7 Iniutos din niya sa amin, 'Huwag kayong magtatayo ng mga bahay o magsasaka o magtatanim ng mga ubas o magmamay-ari ng mga bagay na ito. Kinakailangang tumira lang kayo sa mga tolda. At kung susundin ninyo ito, hahaba ang buhay ninyo kahit saang lupain kayo tumira.' 8 Sinunod namin ang mga iniutos sa amin ng aming ninunong si Jonadab. Kami at ang mga asawa't mga anak namin ay hindi uminom ng alak, 9 hindi rin kami nagtayo ng mga bahay, at hindi rin kami nagkaroon ng mga ubasan, o ng mga bukid. 10 Tumira kami sa mga tolda at sinunod namin ang lahat ng itinuro

sa amin ni Jonadab na ninuno namin. 11 Pero nang sumalakay si Haring Nebucadnezar ng Babilonia sa bansang ito, natakot kami sa mga sundalo ng Babilonia at ng Aram,*b* kaya nagpasya kaming tumakas at pumunta sa Jerusalem. Ito ang dahilan kaya nakatira kami dito sa Jerusalem."

12-13 Sinabi pa ng PANGINOONG Makapangyarihan, ang Dios ng Israel, kay Jeremias, "Pumunta ka sa mga mamamayan ng Juda at Jerusalem, at sabihin ito: Bakit ayaw ninyong makinig sa mga itinuturo ko at ayaw ninyong sundin ang mga salita ko? 14 Si Jonadab na anak ni Recab ay nag-utos sa mga angkan niya na hindi sila iinom ng alak, at sinunod nila ito. Hanggang ngayon hindi sila umiinom ng alak dahil sinusunod nila ang utos ng kanilang ninuno. Pero hindi kayo sumunod sa akin kahit ilang beses na akong nagsabi sa inyo 15 sa pamamagitan ng mga lingkod kong propeta. Sinabi nila sa inyo, 'Talikuran na ninyo ang inyong masasamang ugali, baguhin na ninyo ang inyong pamumuhay, at huwag na kayong sumamba sa mga dios-diosan, para patuloy kayong maninirahan sa lupaing ibinigay ko sa inyo at sa mga ninuno ninyo.' Pero hindi kayo naniwala o sumunod sa akin. 16 Sumunod sa utos ni Jonadab ang mga angkan niyang anak ni Recab. Pero kayo'y hindi sumunod sa akin. 17 Kaya *ako*, ang PANGINOONG Dios na Makapangyarihan, ang Dios ng Israel, ay nagsasabi: 'Makinig kayo! Kayong mga taga-Juda at taga-Jerusalem. Pasasapitin ko sa inyo ang kapahamakang sinabi ko laban sa inyo. Nakipag-usap ako sa inyo pero hindi kayo nakinig, tumawag ako sa inyo pero hindi kayo sumagot.' "

18 Pagkatapos, sinabi ni Jeremias sa mga Recabita ang sinabi ng PANGINOONG Makapangyarihan, ang Dios ng Israel, "Talagang sinusunod n'yo ang lahat ng iniutos sa inyo ng ninuno n'yong si Jonadab, 19 kaya nangako akong si Jonadab na anak ni Recab ay hindi mawawalan ng angkan na magliilingkod sa akin. *Ako*, ang PANGINOONG Makapangyarihan, ang Dios ng Israel, ang nagsasabi nito."

Binasa ni Baruc ang Pahayag ng PANGINOON

36 Noong ikaapat na taon ng paghahari ni Jehoyakim na anak ni Haring Josia sa Juda, sinabi ng PANGINOON kay Jeremias, 2 "Kumuha ka ng masusulatan at isulat mo ang lahat ng sinabi ko sa iyo tungkol sa Israel, Juda, at sa lahat ng bansa. Isulat mo ang lahat ng sinabi ko, mula nang una kitang kausapin sa panahon ni Haring Josia hanggang ngayon. 3 Baka sakaling magsisi ang mga mamamayan ng Juda kapag narinig nila ang kapahamakang binabalak kong gawin sa kanila at talikuran nila ang masama nilang ugali. At kapag nangyari ito, patatawarin ko sila sa mga kasamaan at kasalanan nila."

4 Kaya ipinatawag ni Jeremias si Baruc na anak ni Neria at idinikta sa kanya ang lahat ng sinabi ng PANGINOON, at isinulat naman ni Baruc sa nakarolyong sulatan. 5 Pagkatapos, sinabi ni Jeremias kay Baruc, "Pinagbabawalan akong pumunta sa templo ng PANGINOON. 6 Kaya ikaw na lang ang pumunta roon sa araw ng pag-aayuno. Magtitipon doon ang mga mamamayan ng Juda galing sa

---

a 18-19 guya: sa Ingles, *"calf."*　　　　　　　　　*b 11 Aram:* o, *Syria.*

bayan nila. Basahin mo sa kanila ang sinasabi ng PANGINOON sa kasulatang ito na isinalaysay ko sa iyo. ⁷Baka sakaling sa pamamagitan nito'y lumapit sila sa PANGINOON at talikuran nila ang masasama nilang pag-uugali. Sapagkat binigyan na sila ng babala ng PANGINOON na sila'y parurusahan niya dahil sa matinding niyang galit sa kanila."

⁸Ginawa ni Baruc ang iniutos sa kanya ni Jeremias. Binasa nga niya roon sa templo ang ipinapasabi ng PANGINOON. ⁹Nangyari ito noong araw ng pag-aayuno sa presensya ng PANGINOON, nang ikasiyam na buwan nang ikalimang taon ng paghahari ni Jehoyakim na anak ni Haring Josia ng Juda. Nagtipon sa templo ang mga mamamayan ng Jerusalem at ng mga bayan ng Juda. ¹⁰Binasa ni Baruc ang mga sinabi ni Jeremias na nakasulat sa nakarolyong sulatan sa templo malapit sa silid ni Gemaria na kalihim na anak ni Shafan. Ang silid ni Gemaria ay nasa itaas ng bulwagan ng templo, malapit sa dinadaanan sa Bagong Pintuan. ¹¹Nang marinig ni Micaya na anak ni Gemaria at apo ni Shafan ang mensahe ng PANGINOON na binasa ni Baruc, ¹²pumunta siya sa palasyo, doon sa silid ng kalihim, kung saan nagtitipon ang lahat ng mga pinuno. Naroon sina Elishama na kalihim, si Delaya na anak ni Shemaya, si Elnatan na anak ni Acbor, si Gemaria na anak ni Shafan, si Zedekia na anak ni Hanania, at ang iba pang mga pinuno. ¹³Isinalaysay ni Micaya ang lahat ng narinig niya sa binasa ni Baruc sa mga tao. ¹⁴Kaya inutusan agad ng mga pinuno si Jehudi na anak ni Netanias at apo ni Shelemia, at apo sa tuhod ni Cushi na puntahan si Baruc at sabihing dalhin niya ang nakarolyong kasulatan na binasa niya sa mga tao, at pumunta sa kanila. Kaya pumunta si Baruc na dala ang kasulatang iyon.

¹⁵Pagdating ni Baruc, sinabi ng mga pinuno, "Maupo ka at basahin mo sa amin ang kasulatan." Kaya binasa naman ni Baruc ang kasulatan sa kanila. ¹⁶Nang marinig nila ang lahat ng nakasulat doon, nagtinginan sila sa takot at sinabi nila kay Baruc, "Kailangan natin itong sabihin sa hari." ¹⁷Tinanong nila si Baruc, "Sabihin mo sa amin, paano mo naisulat ang lahat ng ito? Sinabi ba ito sa iyo ni Jeremias?"

¹⁸Sumagot si Baruc, "Oo, sinabi sa akin ni Jeremias ang bawat salita sa nakarolyong ito at isinulat ko naman sa pamamagitan ng tinta." ¹⁹Sinabi ng mga pinuno kay Baruc, "Magtago na kayo ni Jeremias at huwag ninyong ipaalam kaninuman kung nasaan kayo."

²⁰Inilagay ng mga pinuno ang kasulatang iyon doon sa silid ni Elishama na kalihim at pumunta sila sa hari roon sa bulwagan ng palasyo, at sinabi nila sa kanya ang lahat. ²¹Kaya inutusan ng hari si Jehudi na kunin ang kasulatan. Kinuha ito ni Jehudi sa silid ni Elishama at binasa sa hari at sa lahat ng pinuno na nakatayo sa tabi niya. ²²Taglamig noon kaya ang hari ay nasa silid niyang pangtaglamig at nakaupo siya malapit sa apoy. ²³Sa bawat mababasa ni Jehudi na tatlo o apat na hanay, pinuputol ng hari ang bahaging iyon sa pamamagitan ng kanyang kutsilyo at itinatapon niya sa apoy hanggang sa masunog ang lahat ng kasulatan. ²⁴Hindi natakot ang hari at ang lahat ng pinuno niya sa narinig nila na isinasaad

ng kasulatan. Ni hindi nila pinunit ang damit nila *tanda ng pagdadalamhati.* ²⁵Bagama't nakiusap sina Elnatan, Delaya at Gemaria sa hari na kung maaari ay huwag sunugin ang kasulatan, hindi rin nakinig ang hari. ²⁶Sa halip, inutusan niya sina Jerameel na kanyang anak, Seraya na anak ni Azriel, at Shelemia na anak ni Abdeel na hulihin sina Baruc na kalihim at Propeta Jeremias. Pero itinago sila ng PANGINOON.

²⁷Nang masunog ng hari ang nakarolyong kasulatan na ipinasulat ni Jeremias kay Baruc, sinabi ng PANGINOON kay Jeremias, ²⁸"Muli kang kumuha ng nakarolyong sulatan at muli mong isulat ang lahat ng nakasulat sa unang kasulatan na sinunog ni Haring Jehoyakim ng Juda. ²⁹Pagkatapos, sabihin mo sa hari na ito ang sinasabi ko, 'Sinunog mo ang nakarolyong kasulatan dahil sinasabi roon na wawasakin ng hari ng Babilonia ang lupaing ito, at papatayin ang mga tao at mga hayop. ³⁰Kaya ito ang sasabihin ko tungkol sa iyo, Haring Jehoyakim ng Juda: Wala kang angkan na maghahari sa kaharian ni David. Ikaw ay papatayin, at ang bangkay mo'y itatapon lang at mabibilad sa init ng araw at hahamugan naman pagsapit ng gabi. ³¹Parurusahan kita at ang mga anak mo, pati ang mga pinuno mo dahil sa kasamaan ninyo. Ipaparanas ko sa inyo, at sa mga taga-Jerusalem at taga-Juda ang lahat ng kapahamakang sinabi ko laban sa inyo dahil sa hindi kayo nakinig sa akin.' "

³²Kaya muling kumuha si Jeremias ng nakarolyong sulatan at ibinigay kay Baruc, at isinulat ni Baruc ang lahat ng sinabi ni Jeremias, katulad ng ginawa niya sa unang nakarolyong kasulatan na sinunog ni Haring Jehoyakim ng Juda. Pero may mga idinagdag si Jeremias sa kasulatang ito na halos katulad ng unang isinulat.

Ipinatawag ni Zedekia si Jeremias

37 Si Zedekia na anak ni Josia ay ginawang hari ng Juda ni Haring Nebucadnezar ng Babilonia. Siya ang ipinalit kay Jehoyakin na anak ni Jehoyakim. ²Pero si Zedekia at ang mga pinuno niya pati ang mga taong pinamamahalaan nila ay hindi rin nakinig sa mensahe ng PANGINOON sa pamamagitan ni Jeremias.

³Ngayon, inutusan ni Haring Zedekia si Jehucal na anak ni Shelemia at ang paring si Zefanias na anak ni Maaseya na puntahan si Jeremias at hilingin na ipanalangin sila sa PANGINOON na kanilang Dios. ⁴Nang panahong iyon, hindi pa nabibilanggo si Jeremias, kaya malaya pa siyang pumunta kahit saan. ⁵Nang araw ding iyon, sumasalakay ang mga taga-Babilonia sa Jerusalem, pero nang marinig nilang dumarating ang mga sundalo ng Faraon,ᵃ tumigil sila sa pagsalakay sa Jerusalem.

⁶⁻⁷Pagkatapos, sinabi ng PANGINOON, ang Dios ng Israel, kay Jeremias, "Sabihin mo kay Haring Zedekia ng Juda na nag-utos sa iyo kung ano ang sinabi kong mangyayari, 'Dumating ang mga sundalo ng Faraon para tulungan ka, pero babalik sila sa Egipto. ⁸Pagkatapos, muling babalik ang mga taga-Babilonia sa lungsod na ito. Sasakupin nila ito at pagkatapos ay susunugin.' " ⁹Ito pa ang sinabi ng PANGINOON, "Huwag ninyong dayain ang inyong sarili sa pag-aakalang hindi na

---

a 5 Faraon: Ang ibig sabihin, *hari ng Egipto.*

babalik ang mga taga-Babilonia. Sapagkat tiyak na babalik sila. ¹⁰Kahit na matalo n'yo pa ang buong hukbo ng Babilonia na sumasalakay sa inyo, at ang matitira sa kanila ay ang mga sugatan sa kanilang kampo, sasalakay pa rin sila sa inyo at susunugin nila ang lungsod na ito."

Ikinulong si Jeremias

¹¹Nang tumakas ang mga sundalo ng Babilonia mula sa Jerusalem dahil sa hukbo ng Faraon, ¹²umalis si Jeremias sa Jerusalem at pumunta sa lupain ni Benjamin para kunin ang bahagi ng lupain niya na ipinamahagi sa kanyang pamilya. ¹³Pero nang dumating siya sa Pintuang bayan ng Benjamin, hinuli siya ng kapitan ng mga guwardya na si Iria na anak ni Shelemia at apo ni Hanania. Sinabi sa kanya ng kapitan, "Kakampi ka ng mga taga-Babilonia." ¹⁴Sumagot si Jeremias, "Hindi totoo iyan! Hindi ako kakampi ng mga taga-Babilonia." Pero ayaw maniwala ni Iria, kaya hinuli niya si Jeremias at dinala sa mga pinuno. ¹⁵Nagalit sila kay Jeremias, ipinapalo nila siya at ipinakulong doon sa bahay ni Jonatan na kalihim. Ang bahay na ito'y ginawa nilang bilangguan. ¹⁶Ipinasok nila si Jeremias sa isang selda sa ilalim ng lupa at nanatili siya roon ng matagal.

¹⁷Kinalaunan, ipinakuha ni Haring Zedekia si Jeremias at dinala sa palasyo. Palihim niya itong tinanong, "May mensahe ka ba mula sa Panginoon?" Sumagot si Jeremias, "Mayroon! Ibibigay ka sa hari ng Babilonia."

¹⁸Pagkatapos, nagtanong si Jeremias sa hari, "Ano ang nagawa kong kasalanan sa inyo, o sa mga pinuno n'yo o sa taong-bayan at ipinakulong n'yo ako? ¹⁹Nasaan na ang mga propeta n'yo na nanghulang hindi sasalakayin ng hari ng Babilonia ang lungsod na ito? ²⁰Pero ngayon, Mahal na Hari, kung maaari po ay pakinggan naman ninyo ako. Nakikiusap ako na huwag n'yo na po akong ibalik doon sa bahay ni Jonatan na kalihim dahil mamamatay ako roon."

²¹Kaya nag-utos si Haring Zedekia na dalhin si Jeremias doon sa himpilan ng mga guwardya *ng palasyo*. Nag-utos din siyang bigyan ng tinapay si Jeremias bawat araw habang may natitira pang tinapay sa lungsod. Kaya nanatiling nakakulong si Jeremias sa himpilan ng mga guwardya.

Inihulog si Jeremias sa Balon

38 Nabalitaan nina Shefatia na anak ni Matan, Gedalia na anak ni Pashur, Jehucal na anak ni Shelemia, at Pashur na anak ni Malkia ang sinabi ni Jeremias sa mga tao. Ito ang sinabi niya, "Sinasabi ng Panginoon na ²ang sinumang manatili rito sa lungsod ay mamamatay sa digmaan, gutom at sakit. Pero ang sinumang susuko sa mga taga-Babilonia ay hindi mamamatay. Makakaligtas siya at mabubuhay. ³Sinasabi rin ng Panginoon na tiyak na maaagaw at sasakupin ng mga taga-Babilonia ang lungsod na ito."

⁴Kaya sinabi ng mga pinunong iyon sa hari, "Kinakailangang patayin ang taong ito dahil pinahihina niya ang loob ng mga sundalong natitira, pati ang mga mamamayan dahil sa mga

sinasabi niya sa kanila. Hindi siya naghahangad ng kabutihan para sa mga tao kundi ang kapahamakan nila." ⁵Sumagot si Haring Zedekia, "Ibibigay ko siya sa inyo. Gawin n'yo sa kanya ang ibig ninyo."

⁶Kaya kinuha nila si Jeremias sa kulungan at ibinaba nila sa balon na nasa himpilan ng mga guwardya. Ang balon na ito ay pag-aari ni Malkia na anak ng hari. Walang tubig ang balon pero may putik, at halos lumubog doon si Jeremias.

⁷⁻⁸Ngunit nang nabalitaan ito ni Ebed Melec na taga-Etiopia na isa ring pinuno sa palasyo, pinuntahan niya ang hari sa palasyo. Nakaupo noon ang hari sa Pintuan ni Benjamin. Sinabi niya sa hari, ⁹"Mahal na Hari, masama po ang ginawa ng mga taong iyon kay Jeremias. Inihulog nila siya sa balon, at tiyak na mamamatay siya doon sa gutom, dahil halos mauubos na po ang tinapay sa buong lungsod." ¹⁰Kaya sinabi ni Haring Zedekia sa kanya, "Magsama ka ng 30 lalaki mula sa mga tao ko at kunin n'yo si Jeremias sa balon bago pa siya mamatay."

¹¹Kaya isinama ni Ebed Melec ang mga tao at pumunta sila sa bodega ng palasyo, at kumuha ng mga basahan, lumang damit, at lubid at ibinaba nila kay Jeremias ang mga ito roon sa balon. ¹²Sinabi ni Ebed Melec kay Jeremias, "Isapin mo ang mga basahan at lumang damit sa kilikili mo para hindi ka masaktan ng lubid." At ito nga ang ginawa ni Jeremias. ¹³Pagkatapos, iniahon nila siya mula sa loob ng balon at ibinalik sa himpilan ng mga guwardya ng palasyo.

Muling Ipinatawag ni Haring Zedekia si Jeremias

¹⁴Muling ipinatawag ni Haring Zedekia si Jeremias doon sa pangatlong pintuan ng templo ng Panginoon. Sinabi ni Zedekia kay Jeremias, "May itatanong ako sa iyo, at nais kong sabihin mo sa akin ang totoo."

¹⁵Sinabi ni Jeremias kay Zedekia, "Kapag sinabi ko po sa inyo ang katotohanan, ipapapatay n'yo pa rin ako. At kahit na payuhan ko po kayo, hindi rin po kayo maniniwala sa akin." ¹⁶Pero lihim na sumumpa si Haring Zedekia kay Jeremias. Sinabi niya, "Sumusumpa ako sa buhay na Panginoon, na siya ring nagbigay ng buhay sa atin, na hindi kita papatayin o ibibigay sa mga nais pumatay sa iyo."

¹⁷Sinabi ni Jeremias kay Zedekia, "Ito ang sinabi ng Panginoong Dios na Makapangyarihan, ang Dios ng Israel, 'Kung susuko po kayo sa mga pinuno ng hari ng Babilonia, maliligtas po ang buhay n'yo at hindi po nila susunugin ang lungsod na ito. Kayo po at ang sambahayan n'yo ay mabubuhay. ¹⁸Pero kung hindi po kayo susuko, ibibigay ang lungsod na ito sa mga taga-Babilonia, at ito po ay kanilang susunugin at hindi po kayo makakatakas sa kanila.' " ¹⁹Sinabi ni Haring Zedekia, "Natatakot ako sa mga Judiong kumakampi sa mga taga-Babilonia, baka ibigay ako ng mga taga-Babilonia sa kanila at saktan nila ako." ²⁰Sinabi ni Jeremias, "Hindi po kayo ibibigay sa kanila kung susundin n'yo lang ang Panginoon. Maliligtas po ang buhay n'yo at walang anumang mangyayari sa inyo. ²¹Pero kung hindi po kayo susuko, ito naman ang sinabi sa akin ng Panginoon na mangyayari sa inyo: ²²Ang lahat ng babaeng naiwan sa palasyo n'yo ay dadalhin ng

mga pinuno ng hari sa Babilonia. At sasabihin sa inyo ng mga babaeng ito, 'Niloko po kayo ng mga matalik n'yong kaibigan. At ngayon na nakalubog po sa putik ang mga paa n'yo, iniwan nila kayo.'

²³"Dadalhin po nila ang lahat ng asawa't anak n'yo sa Babilonia. Kayo po ay hindi rin makakatakas sa kanila. At ang lungsod na ito'y susunugin nila."

²⁴Pagkatapos, sinabi ni Zedekia kay Jeremias, "Huwag mong sasabihin kaninuman ang napag-usapan natin para hindi ka mamatay. ²⁵Maaaring mabalitaan ng mga pinuno na nag-usap tayo. Baka puntahan ka nila at itanong sa iyo, 'Ano ang pinag-usapan ninyo ng hari? Kung hindi mo sasabihin ay papatayin ka namin.' ²⁶Kapag nangyari ito, sabihin mo sa kanila, 'Nakiusap ako sa hari na huwag niya akong ibalik doon sa bahay ni Jonatan, baka mamatay ako roon.' "

²⁷Pumunta nga ang mga pinuno kay Jeremias at tinanong siya. At sinagot niya sila ayon sa sinabi ng hari sa kanya, kaya hindi na sila nag-usisa pa. Walang nakarinig ng usapan ni Jeremias at ng hari.

²⁸At nanatiling nakakulong si Jeremias doon sa himpilan ng mga guwardya ng palasyo hanggang sa masakop ang Jerusalem.

Ang Pagkawasak ng Jerusalem

39 Ganito ang pagkawasak ng Jerusalem: Noong ikasampung buwan ng ikasiyam na taon ng paghahari ni Zedekia sa Juda, sumalakay si Haring Nebucadnezar ng Babilonia at ang buong hukbo niya sa Jerusalem. ²At noong ikaapat na buwan ng ika-11 taon ng paghahari ni Zedekia, nawasak ng mga taga-Babilonia ang pader ng lungsod. ³Nang mapasok na nila ang Jerusalem, ang lahat ng pinuno ng hari ng Babilonia ay umupo sa Gitnang Pintuanᵃ ng lungsod. Naroon sina Nergal Sharezer na taga-Samgar, Nebo, Sarsekim na isang pinuno, at isa pang Nergal Sharezer na isang opisyal, at ang iba pang mga pinuno ng hari ng Babilonia. ⁴Nang makita sila ni Haring Zedekia at ng mga sundalo nito, tumakas sila pagsapit ng gabi. Doon sila dumaan sa halamanan ng hari, sa pintuang nasa pagitan ng dalawang pader, at pumunta sila sa Lambak ng Jordan.ᵇ ⁵Pero hinabol sila ng mga sundalo ng Babilonia at inabutan sila sa kapatagan ng Jerico. Hinuli nila si Zedekia at dinala kay haring Nebucadnezar sa Ribla sa lupain ng Hamat. At hinatulan siya roon ng kamatayan ni Nebucadnezar. ⁶Pagkatapos, doon sa Ribla sa harap mismo ni Zedekia, pinatay ng hari ng Babilonia ang mga anak na lalaki ni Zedekia, at ang lahat ng pinuno ng Juda. ⁷At ipinadukit ng hari ang mga mata ni Zedekia at ikinadena siya at dinala sa Babilonia.

⁸Sa Jerusalem naman, sinunog ng mga taga-Babilonia ang mga bahay pati ang palasyo ng hari, at winasak nila ang mga pader. ⁹Sa pangunguna ni Nebuzaradan na pinuno ng mga guwardya, ipinadala sa Babilonia ang mga taong naiwan sa lungsod pati na ang mga taong kumampi kay Nebuzaradan. ¹⁰Pero iniwan ni Nebuzaradan na

Juda ang ilang mga taong wala kahit anumang ari-arian, at binigyan niya sila ng mga ubasan at bukirin.

¹¹Nag-utos si Haring Nebucadnezar kay Nebuzaradan na pinuno ng mga guwardya tungkol kay Jeremias. Sinabi niya, ¹²"Kunin mo si Jeremias at alagaan mo siyang mabuti. Gawin mo ang anumang hilingin niya." ¹³Sinunod ito nina Nebuzaradan na pinuno ng mga guwardya, Nebushazban, Nergal Sharezer at ng iba pang mga pinuno ng hari ng Babilonia. ¹⁴Ipinakuha nila si Jeremias doon sa himpilan ng mga guwardya ng palasyo at ibinigay kay Gedalia na anak ni Ahikam na apo ni Shafan, at dinala niya si Jeremias sa kanyang bahay. Kaya naiwan si Jeremias *sa Juda* kasama ang iba pa niyang mga kababayan.

¹⁵Noong si Jeremias ay nakakulong pa sa himpilan ng mga guwardya ng palasyo, sinabi sa kanya ng Panginoon, ¹⁶"Pumunta ka kay Ebed Melec na taga-Etiopia at sabihin mo na ako, ang Panginoong Makapangyarihan, ang Dios ng Israel ay nagsasabi, 'Gagawin ko na ang mga sinabi ko laban sa lungsod na ito. Hindi ko ito pauunlarin. Wawasakin ko ito. Makikita mo na mangyayari ito. ¹⁷Pero ililigtas kita sa mga panahong iyon. Hindi kita ibibigay sa mga taong kinatatakutan mo. ¹⁸Ililigtas kita. Hindi ka mamamatay sa digmaan. Maliligtas ka dahil nagtitiwala ka sa akin. *Ako*, ang Panginoon, ang nagsasabi nito.' "

Pinalaya si Jeremias

40 May sinabi ang Panginoon kay Jeremias pagkatapos siyang palayain ni Nebuzaradan na pinuno ng mga guwardya sa Rama. Nakakadena siya noon kasama ng mga bihag na mga taga-Jerusalem at taga-Juda na dadalhin sa Babilonia. ²Nang makita ni Nebuzaradan si Jeremias, sinabi niya sa kanya, "Ang Panginoon na iyong Dios ay nagsabing wawasakin niya ang Jerusalem. ³At nangyari ito ngayon. Talagang ginawa ng Panginoon ang sinabi niya. Nangyari ito dahil gumawa ng kasalanan sa Panginoon ang mga kababayan mo at hindi sila sumunod sa kanya. ⁴Aalisin ko na ngayon ang kadena mo at palalayain na kita. Kung gusto mo, sumama ka sa akin sa Babilonia at aalagaan kita roon. Pero kung ayaw mo, nasa sa iyo iyon. Tingnan mo ang buong lupain; malaya kang pumunta kahit saan. ⁵Kung gusto mo talagang magpaiwan dito, bumalik ka kay Gedalia na anak ni Ahikam at apo ni Shafan. Ginawa siyang tagapangasiwa ng hari ng Babilonia sa mga bayan ng Juda. Maaari kang makapanirahan kasama niya at ng mga nasasakupan niya o kahit saan man na nais mong pumunta."

Pagkatapos, binigyan siya ni Nebuzaradan ng mga pagkain at regalo, at pinalaya. ⁶Kaya umalis si Jeremias at pumunta kay Gedalia roon sa Mizpa at tumira roon kasama ng mga taong naiwan.

Ang Pamamahala ni Gedalia sa Juda

⁷May ilang mga opisyal at mga sundalo ng Juda na nasa bukirin na hindi sumuko sa mga taga-Babilonia. Nabalitaan nilang si Gedalia ay ginawang gobernador ng hari ng Babilonia sa buong lupain

---

ᵃ *3 umupo sa Gitnang Pintuan:* Para ipakita na nasakop na nila ang lungsod at sila na ang namumuno rito.

ᵇ *4 Lambak ng Jordan:* sa Hebreo, *Araba.*

para mamuno sa mga lalaki, babae at mga bata na siyang pinakamahirap ang kalagayan na naiwan at hindi dinalang bihag sa Babilonia. ⁸Kaya pumunta ang mga pinunong ito kay Gedalia na nasa Mizpa. Ang mga pinunong ito ay sina Ishmael na anak ni Netania, Johanan at Jonatan na mga anak ni Karea, Seraya na anak ni Tanhumet, ang mga anak ni Efai na taga-Netofa, at Jaazania na anak ng taga-Maaca. Sumama sa kanila ang mga tauhan nila. ⁹Sumumpa sa kanila si Gedalia na hindi sila mapapahamak kung magpapasakop sila sa mga taga-Babilonia. Sinabi niya sa kanila, "Manirahan kayo rito sa lupaing ito at maglingkod kayo sa hari ng Babilonia, at mapapabuti kayo. ¹⁰Mananatili ako rito sa Mizpa upang humarap sa mga taga-Babilonia para sa inyo kapag dumating sila rito. Manirahan kayo sa kahit saang lugar na inyong gusto, at anihin ninyo ang mga ubas, mga olibo, at ang iba pang mga prutas, at iimbak ninyo sa mga lalagyan."

¹¹Nabalitaan din ng lahat ng Judio na nagsitakas sa Moab, Ammon, Edom at sa iba pang mga bansa na may mga taong iniwan si Haring Nebucadnezar na mga mamamayan ng Juda, at ginawa niyang gobernador si Gedalia na anak ni Ahikam at apo ni Shafan. ¹²Kaya bumalik sila sa Juda mula sa iba't ibang lugar na pinangalatan nila at pumunta sila kay Gedalia sa Mizpa. At nanguha sila ng mga ubas at iba pang mga prutas. ¹³Pumunta rin kay Gedalia sa Mizpa si Johanan na anak ni Karea at ang iba pang mga opisyal ng mga sundalo na hindi sumuko sa mga taga-Babilonia. ¹⁴Sinabi nila, "Hindi mo ba alam na isinugo ni Haring Baalis ng Ammon si Ishmael na anak ni Netania para patayin ka?" Pero hindi naniwala si Gedalia sa kanila.

¹⁵Pagkatapos, nakipagkita si Johanan kay Gedalia ng lihim at sinabi niya sa kanya, "Papatayin ko ang anak ni Netania na si Ishmael ng walang sinumang nakakaalam. Huwag natin siyang pabayaan na patayin ka. Kung sakaling mangyari ito, ito ang magiging dahilan para mangalat at mawala ang mga Judiong naiwan dito sa Juda na pinamumunuan mo." ¹⁶Pero sinabi ni Gedalia na anak ni Ahikam kay Johanan, "Huwag mong gawin iyan. Hindi totoo ang sinasabi mo tungkol kay Ishmael."

Pinatay si Gedalia

41 Si Ishmael ay anak ni Netania at apo ni Elishama. Kabilang siya sa sambahayan ng hari at isa sa mga pinuno ng hari noon. Nang ikapitong buwan ng taong iyon, pumunta si Ishmael kasama ang sampung tauhan niya kay Gedalia na anak ni Ahikam sa Mizpa. At habang kumakain sila, ²tumayo si Ishmael na anak ni Netania at ang sampung kasama niya at pinatay nila si Gedalia na anak ni Ahikam at apo ni Shafan sa pamamagitan ng espada. Kaya napatay ang pinili ng hari ng Babilonia bilang gobernador sa buong lupain. ³Pinatay din ni Ishmael at ng mga tauhan niya ang lahat ng *pinuno ng mga* Judio roon sa Mizpa, pati ang mga sundalo na taga-Babilonia.

⁴Kinaumagahan, bago pa malaman ng sinuman na si Gedalia ay pinatay, ⁵may 80 lalaking papunta sa Mizpa mula sa Shekem, Shilo, at Samaria. Inahit nila ang mga balbas nila, pinunit ang kanilang mga damit at sinugatan ang mga katawan nila *para ipakitang nagluluksa sila*. May mga dala silang handog para parangalan ang PANGINOON at mga insenso para ihandog sa templo ng PANGINOON. ⁶Sinalubong sila ni Ishmael na umiiyak mula sa Mizpa. Sinabi niya, "Tingnan ninyo ang nangyari kay Gedalia."

⁷Pagdating nila sa lungsod, ang 70 sa kanila ay pinatay ni Ishmael at ng mga kasamahan niya. At pagkatapos, inihulog nila ang bangkay ng mga ito sa balon. ⁸Ang sampu naman ay hindi nila pinatay dahil sinabi nila kay Ishmael, "Huwag mo kaming patayin! Ibibigay namin sa iyo ang mga trigo, sebada, langis at pulot namin na nakatago sa bukid." ⁹Ang balon na pinaghulugan ni Ishmael ng mga bangkay ng mga taong pinatay niya, pati ang bangkay ni Gedalia ay pag-aari ni Haring Asa. Ipinahukay niya ito noong sinalakay sila ni Haring Baasha ng Israel. Ang balon na ito'y napuno ni Ishmael ng mga bangkay.

¹⁰Pagkatapos, binihag ni Ishmael ang mga taong natitira sa Mizpa—ang mga anak na babae ng hari at ang mga taong ipinagkatiwala ni Nebuzaradan kay Gedalia para alagaan. Pagkatapos, bumalik si Ishmael sa Ammon na dala ang mga bihag.

¹¹Nabalitaan ni Johanan na anak ni Karea at ng mga kasama niyang opisyal ng mga sundalo ang masamang ginawa ni Ishmael na anak ni Netania. ¹²Kaya tinipon nila ang mga tauhan nila at hinabol ang anak ni Netania na si Ishmael para labanan. Inabutan nila ito sa malawak na imbakan ng tubig sa Gibeon. ¹³Nang makita ng mga bihag ni Ishmael si Johanan at ang mga kasama niyang opisyal, tuwang-tuwa sila. ¹⁴Silang lahat na bihag ni Ishmael mula sa Mizpa ay nagtakbuhan patungo kay Johanan. ¹⁵Pero tumakas sa Ammon ang anak ni Netania na si Ishmael at ang walo niyang kasama.

¹⁶Tinipon ni Johanan at ng mga pinunong kasama niya ang lahat ng bihag ni Ishmael mula sa Mizpa, kabilang dito ang mga kawal, babae, bata at ang mga pinuno sa palasyo na mula sa Gibeon. At mula sa Gibeon, ¹⁷pumunta sila sa Gerut Kimham malapit sa Betlehem at tumuloy sa Egipto. ¹⁸Sapagkat natatakot sila sa mga taga-Babilonia dahil pinatay ni Ishmael si Gedalia na pinili ng hari ng Babilonia bilang gobernador sa buong lupain.

Hiniling ng mga Tao na Ipanalangin Sila ni Jeremias

42 Pagkatapos, lumapit kay Jeremias sina Johanan na anak ni Karea, Azaria na anak ni Hosaya, ang kasama nilang opisyal ng mga sundalo, at ang lahat ng mamamayan mula sa pinakaaba hanggang sa pinakadakila. ²Sinabi nila kay Jeremias, "Nakikiusap kami sa iyo, kaming mga natitira, na ipanalangin mo kami sa PANGINOON na iyong Dios. Marami kami noon, pero ngayon kakaunti na lang katulad ng nakikita mo. ³Manalangin ka sa PANGINOON na iyong Dios para sabihin niya sa amin kung saan kami pupunta at ano ang dapat naming gawin." ⁴Sinabi ni Jeremias, "Sige, mananalangin ako sa PANGINOON na inyong Dios para sa kahilingan n'yo, at sasabihin ko sa inyo kung ano ang sinabi niya. Wala akong ililihim sa inyo."

⁵ Sinabi pa nila kay Jeremias, "Ang Panginoon na iyong Dios ang tunay at tapat nating saksi, kung hindi namin gagawin ang lahat ng sasabihin niya sa pamamagitan mo. ⁶ Magustuhan man namin o hindi, basta't susundin namin ang sasabihin ng Panginoon naming Dios, para maging mabuti ang lahat para sa amin."

⁷ Pagkalipas ng sampung araw, nagsalita ang Panginoon kay Jeremias. ⁸ Kaya pinatawag ni Jeremias si Johanan na anak ni Karea at ang lahat ng kasama niyang opisyal ng mga sundalo, pati ang lahat ng mamamayan mula sa pinakaaba hanggang sa pinakadakila. ⁹ At sinabi ni Jeremias sa kanila, "Hiniling ninyo na manalangin ako sa Panginoon, ang Dios ng Israel, at ito ang sagot niya: ¹⁰ Kung mananatili kayo sa lupaing ito, ibabangon ko kayo at muling itatayo at hindi na ipapahamak. Sapagkat totoong nalungkot ako sa kapahamakang ipinaranas ko sa inyo. ¹¹ Huwag na kayong matakot sa hari ng Babilonia dahil kasama ninyo ako at ililigtas ko kayo sa mga kamay niya. ¹² Kahahabagan ko kayo. Gagawa ako ng paraan para kahabagan niya kayo at payagang manatili sa inyong lupain.

¹³ "Pero kung ayaw ninyong sundin ang Panginoon na inyong Dios, at sasabihin ninyo, 'Hindi kami mananatili sa lupaing ito. ¹⁴ Pupunta kami sa Egipto at doon maninirahan dahil doon ay walang digmaan o taggutom.' ¹⁵ Ito ang sasabihin sa inyo ng Panginoong Makapangyarihan, ang Dios ng Israel, 'Kayong mga natitirang taga-Juda, kung nagpasya kayong pumunta sa Egipto at doon manirahan, ¹⁶ ang digmaan at taggutom na inyong kinatatakutan ay susunod sa inyo, at doon kayo mamamatay. ¹⁷ Ang lahat ng may nais manirahan sa Egipto ay mamamatay sa digmaan, gutom at sakit. Walang sinuman sa kanila ang makakaligtas o makakatakas sa kapahamakang ipaparanas ko sa kanila.'

¹⁸ "Ito pa ang sinabi ng Panginoong Makapangyarihan, ang Dios ng Israel, 'Kung paano ko ipinadama sa mga taga-Jerusalem ang tindi ng galit ko, ipadarama ko rin sa inyo ang galit ko kung pupunta kayo sa Egipto. Susumpain at kasusuklaman kayo ng mga tao. Kukutyain nila kayo at ituturing na masama, at hindi na kayo makakabalik pa sa lupaing ito.'

¹⁹ "Kayong mga natitirang taga-Juda, sinasabi ng Panginoon na huwag kayong pupunta sa Egipto. Tandaan n'yo ang mga babalang ito na sinabi ko sa inyo ngayon. ²⁰ Hindi mabuti ang ginawa ninyo. Hiniling ninyo sa akin na lumapit sa Panginoon na inyong Dios at manalangin para sa inyo at sinabing gagawin ninyo ang lahat ng sasabihin niya. ²¹ Pero ngayong sinabi ko sa inyo ang ipinapasabi niya, ayaw naman ninyong sundin. ²² Kaya tinitiyak ko sa inyo na mamamatay kayo sa digmaan, taggutom at sakit sa Egipto, sa lugar kung saan nais ninyong manirahan."

Si Jeremias ay Dinala sa Egipto

43 Nang masabi na ni Jeremias ang lahat ng ipinapasabi ng Panginoon na kanilang Dios ang tungkol sa kanila, ² sinabi sa kanya nina Azaria na anak ni Hosaya, Johanan na anak ni Karea, at ng iba pang mayayabang na lalaki, "Sinungaling ka! Hindi ka isinugo ng Panginoon na aming Dios, para sabihin sa amin na hindi kami dapat pumunta sa Egipto upang manirahan doon. ³ Si Baruc na anak ni Neria ang naghikayat sa iyo na ibigay kami sa mga taga-Babilonia para patayin nila kami o bihagin."

⁴ Kaya si Johanan na anak ni Karea at ang mga kasama niyang opisyal ng mga sundalo at ang lahat ng mamamayan ay hindi sumunod sa utos ng Panginoon na manatili sila sa Juda. ⁵ Sa halip, dinala ni Johanan at ng mga kasama niyang opisyal ng mga sundalo ang mga natirang taga-Juda na nagsibalikan sa Juda mula sa iba't ibang bansa na pinangalatan nila. Kabilang dito ang mga lalaki, babae, bata, ⁶ at mga anak na babae ng hari na ipinagkatiwala ni Nebuzaradan na pinuno ng mga guwardya kay Gedalia na anak ni Ahikam at apo ni Shafan. Dinala rin nila sina Propeta Jeremias at Baruc na anak ni Neria. ⁷ Hindi sila sumunod sa Panginoon, talagang pumunta sila sa Egipto, at nakarating sila sa *lungsod ng* Tapanhes.

⁸ Doon sa Tapanhes, sinabi ng Panginoon kay Jeremias, ⁹ "Habang nakatingin ang mga taga-Juda, kumuha ka ng malalaking bato at ibaon mo sa lupa sa gitna ng daan papasok sa palasyo ng Faraon[a] sa Tapanhes. ¹⁰ Pagkatapos, sabihin mo sa kanila na *ako,* ang Panginoong Makapangyarihan, ang Dios ng Israel ay nagsasabi, 'Susuguin ko ang lingkod kong si Haring Nebucadnezar ng Babilonia at ilalagay ko ang kanyang trono at toldang panghari sa ibabaw ng mga batong ito na ibinaon ko sa lupa sa gitna ng daan. ¹¹ Sasalakayin niya ang Egipto at papatayin niya ang mga itinakdang patayin, at bibihagin niya ang mga itinakdang bihagin. Ang iba'y itinakdang mamatay sa digmaan. ¹² Susunugin niya ang mga templo ng mga dios-diosan sa Egipto. Ang ibang mga dios-diosan ay masusunog din, at ang iba ay dadalhin niyang bihag. Lilinisin niya ang lupain ng Egipto katulad ng paglilinis ng pastol ng kanyang damit para alisin ang mga pulgas. Pagkatapos, aalis si Nebucadnezar na ligtas sa anumang pinsala. ¹³ Talagang wawasakin niya ang mga haligi ng dios-diosan sa Heliopolis[b] sa Egipto, at susunugin niya ang mga templo ng mga dios-diosan doon.' "

Ang Mensahe ng Panginoon sa mga Israelita na nasa Egipto

44 Sinabi ng Panginoon kay Jeremias ang tungkol sa lahat ng Judio na naninirahan sa gawing hilaga ng Egipto sa mga lungsod ng Migdol, Tapanhes, at Memfis pati ang mga naroon sa gawing timog ng Egipto. ² Ito ang sinabi ng Panginoong Makapangyarihan, ang Dios ng Israel, "Nakita ninyo ang kapahamakang pinaranas ko sa Jerusalem at sa lahat ng bayan ng Juda. Wasak na ito ngayon at wala nang naninirahan doon, ³ dahil sa kasamaang ginawa ng mga mamamayan nila. Ginalit nila ako sa pagsusunog nila ng mga insenso at pagsamba sa mga dios-diosan na hindi nila kilala o ng mga ninuno nila. ⁴ Palagi kong isinusugo ang

---

a 9 *Faraon:* Ang ibig sabihin, *hari ng Egipto.*

b 13 *Heliopolis:* sa literal, *bahay ng araw.*

mga lingkod ko na mga propeta para bigyan sila ng babala na huwag nilang gagawin ang bagay na iyon na kasuklam-suklam sa akin at kinapopootan ko, [5] pero hindi sila nakinig o sumunod *sa mga propeta.* Hindi sila tumalikod sa kasamaan nila o tumigil sa pagsusunog nila ng mga insenso para sa mga dios-diosan. [6] Kaya ibinuhos ko sa kanila ang tindi ng galit ko. Parang apoy ito na tumupok sa mga bayan ng Juda at Jerusalem, at naging malungkot ang mga lugar na ito at wasak hanggang ngayon.

[7] "Kaya *ako,* ang PANGINOONG Dios na Makapangyarihan, ang Dios ng Israel ay nagtatanong, 'Bakit ninyo sinisira ang inyong sarili? Gusto ba ninyo na malipol ang mga tao sa Juda—ang mga lalaki, babae, bata at mga sanggol? [8] Bakit ninyo ako ginagalit sa paggawa ninyo ng inyong mga dios? Nagsusunog pa kayo ng mga insenso para sa mga ito dito sa Egipto kung saan kayo ngayon naninirahan. Ipinapahamak ninyo ang sarili ninyo at ginagawa ninyong kasuklam-suklam at kahiya-hiya sa lahat ng bansa sa daigdig. [9] Nakalimutan na ba ninyo ang mga kasamaang ginawa ng inyong mga ninuno, mga hari, mga reyna ng Juda, ang mga kasamaang ginawa ninyo at ng inyong mga asawa sa lupain ng Juda at Jerusalem? [10] Hanggang ngayo'y hindi pa rin kayo nagpapakumbaba o natatakot sa akin. Hindi rin kayo sumunod sa mga kautusan at mga tuntunin ko na ibinigay sa inyo at sa mga ninuno ninyo.'

[11] "Kaya ako, ang PANGINOONG Makapangyarihan, ang Dios ng Israel ay handa na para ipahamak kayo at lipulin ang buong Juda. [12] Kayong mga natitirang buhay sa Juda na nagpumilit pumunta rito sa Egipto, mamamatay kayong lahat mula sa pinakaaba hanggang sa pinakadakila. Mamamatay kayo rito sa digmaan o sa gutom. Susumpain, kasusuklaman, mamasamain, at kukutyain kayo. [13] Gagawin ko sa inyo rito sa Egipto ang ginawa ko sa Jerusalem. Parurusahan ko rin kayo sa pamamagitan ng digmaan, gutom at sakit. [14] Mamamatay kayong lahat, kayong mga natirang buhay sa Juda at tumira rito sa Egipto. Hindi na kayo makakabalik sa Juda kahit gusto ninyong bumalik at manirahan doon. Walang makakabalik sa inyo maliban sa iilan na makakatakas."

[15] Napakaraming Judio ang nagtipon at nakinig kay Jeremias. Nakatira sila sa hilaga at timog ng Egipto. Ang mga lalaking naroroon at nakakaalam na ang asawa nila'y nagsusunog ng mga insenso sa mga dios-diosan, at ang lahat ng babaeng nagtitipon doon ay nagsabi kay Jeremias, [16] "Hindi kami maniniwala sa mga sinasabi mo sa amin sa pangalan ng PANGINOON! [17] Gagawin namin ang lahat ng nais naming gawin: Magsusunog kami ng mga insenso sa aming *diosa na* 'Reyna ng Langit'. At maghahandog kami sa kanya ng mga handog na inumin gaya ng ginawa namin sa mga bayan ng Juda at lansangan ng Jerusalem. Ito rin ang ginawa ng aming mga ninuno at ng aming mga hari at mga pinuno. Mabuti ang kalagayan namin noon; marami kaming pagkain, at walang masamang nangyayari sa amin. [18] Pero nang tumigil kami sa pagsusunog ng insenso sa Reyna ng Langit at hindi na kami nag-alay sa kanya ng mga handog na

inumin, naghirap kami at marami ang namatay sa digmaan at gutom."

[19] Sinabi rin ng mga babae, "Alam ng mga asawa namin kapag magsusunog kami ng mga insenso para sa Reyna ng Langit at mag-aalay ng mga handog na inumin, at magluluto ng tinapay na katulad ng larawan niya."

[20] Kaya sinabi ni Jeremias ang ganito sa mga nangangatwiran sa kanya, [21] "Akala ba ninyo'y hindi alam ng PANGINOON na kayo at ang inyong mga ninuno, ang inyong mga hari at mga pinuno, at ang lahat ng mamamayan ay nagsunog ng insenso *sa mga dios-diosan* sa mga bayan ng Juda at sa mga lansangan ng Jerusalem? [22] At nang hindi na matiis ng PANGINOON ang mga kasamaan at kasuklam-suklam ninyong gawa, winasak niya ang lupain ninyo at naging kasumpa-sumpa at malungkot dahil wala nang nakatira, katulad ng nangyari ngayon. [23] Nangyari ang kapahamakang ito sa inyo dahil nagsunog kayo ng mga insenso *sa mga dios-diosan* at nagkasala sa PANGINOON. Hindi kayo sumunod sa mga kautusan, mga tuntunin at mga katuruan niya."

[24] Sinabi pa ni Jeremias sa mga tao, "Pakinggan ninyo ang mensahe ng PANGINOON, kayong mga taga-Juda na nakatira rito sa Egipto. [25] Ito ang sinabi ng PANGINOONG Makapangyarihan, ang Dios ng Israel, 'Talagang sinunod ninyo at ng inyong mga asawa ang ipinangako ninyong pagsusunog ng insenso at pag-aalay ng handog na inumin sa Reyna ng Langit. Sige, ipagpatuloy ninyo ang inyong ginagawa. Tuparin ninyo ang inyong ipinangako. [26] Pero makinig kayo sa sasabihin ko, kayong mga taga-Juda na nakatira sa Egipto. Isinusumpa ko sa sarili ko na mula ngayo'y wala nang babanggit sa inyo ng pangalan ko. Hindi ko na papayagang gamitin ninyo ang pangalan ko sa inyong panunumpa katulad nito, "Sumusumpa ako sa pangalan ng buhay na Panginoong DIOS." [27] Sapagkat sa halip na ingatan ko kayo para sa ikabubuti ninyo, ipapahamak ko kayo. Mamamatay kayo rito sa Egipto sa digmaan o gutom hanggang sa maubos kayong lahat. [28] Kung mayroon mang matitira sa digmaan at makakabalik sa Juda ay kakaunti lamang. Dahil dito, malalaman ng mga natitira na naninirahan ngayon dito sa Egipto kung kaninong salita ang masusunod—ang sa kanila o ang sa akin. [29] Ito ang tanda na parurusahan ko kayo sa lugar na ito para malaman ninyo na talagang matutupad ang kapahamakang sinabi ko laban sa inyo: [30] Ibibigay ko si Faraon Hofra na hari ng Egipto sa mga kaaway niya na nais pumatay sa kanya katulad ng ginawa ko kay Zedekia ng Juda sa kaaway niyang si Haring Nebucadnezar ng Babilonia na nais ding pumatay sa kanya. *Ako,* ang PANGINOON, ang nagsasabi nito.' "

Ang Mensahe para kay Baruc

45 Noong ikaapat na taon ng paghahari ni Jehoyakim na anak ni Haring Josia sa Juda, isinulat ni Baruc ang mga sinabi ni Propeta Jeremias sa kanya. [2] Sinabi ni Jeremias, "Baruc, ito ang sinabi sa iyo ng PANGINOON, ang Dios ng Israel: [3] 'Sinabi mong nakakaawa ka, dahil dinagdagan ng

Panginoon ang paghihirap mo. Pagod ka na sa pagdaing at wala kang kapahingahan!'

[4] "Baruc, ito pa ang sinabi ng Panginoon, 'Wawasakin ko ang bansang ito na itinayo ko. Bubunutin ko ang itinanim ko. At gagawin ko ito sa buong lupain. [5] Huwag ka nang maghahangad pa ng mga dakilang bagay. Sapagkat pasasapitin ko ang kapahamakan sa lahat ng tao, pero ikaw ay ililigtas ko kahit saan ka pumunta. Ako, ang Panginoon, ang nagsasabi nito.' "

Ang Mensahe tungkol sa mga Bansa

46 Ito ang sinabi ng Panginoon kay Jeremias tungkol sa mga bansa:

[2] Ito ang mensahe laban sa mga sundalo ni Faraon Neco na hari ng Egipto:

Tinalo sila ni Haring Nebucadnezar ng Babilonia roon sa Carkemish malapit sa Ilog ng Eufrates, noong ikaapat na taon ng paghahari ni Jehoyakim na anak ni Haring Josia na Juda:

[3] "Ihanda ninyo ang inyong mga kalasag at pumunta kayo sa digmaan! [4] Ihanda rin ninyo ang inyong mga kabayong pandigma. Isuot ang inyong mga helmet, hasain ang inyong mga sibat, at isukbit ang inyong mga sandata. [5] Pero ano itong nakita ko? Natatakot kayo at umuurong. Natalo kayo at mabilis na tumakas na hindi man lang lumilingon dahil sa takot. [6] Malakas kayo at mabilis tumakbo pero hindi pa rin kayo makakatakas. Mabubuwal kayo at mamamatay malapit sa Ilog ng Eufrates.

[7] "Ano itong bansang *naging makapangyarihan, na* katulad ng Ilog ng Nilo na tumataas ang tubig at umaapaw hanggang sa pampang? [8] Ito ay ang bansang Egipto, *na naging makapangyarihan* katulad ng Ilog ng Nilo na tumataas ang tubig at umaapaw hanggang sa pampang. Sinabi ng Egipto, 'Naging makapangyarihan ako *gaya ng baha* na umapaw sa buong mundo. Wawasakin ko ang mga lungsod at ang mga mamamayan nito.'

[9] "Sige, mga taga-Egipto, patakbuhin na ninyo ang mga kabayo at karwahe ninyo! Sumalakay na kayo pati ang lahat ng kakampi ninyo na mula sa Etiopia, Put, at Lydia na bihasa sa paggamit ng mga kalasag at pana. [10] Pero mananalo ang Panginoong Dios na Makapangyarihan sa digmaang ito. Maghihiganti siya sa mga kaaway niya sa araw na ito. Ang espada niya'y parang *gutom na hayop na* lalamon sa kanila at iinom ng dugo nila hanggang sa mabusog. Ang mga bangkay nila'y parang mga handog sa Panginoong Dios na Makapangyarihan doon sa lupain sa hilaga malapit sa Ilog ng Eufrates.

[11] "O mga taga-Egipto, kahit na pumunta pa kayo sa Gilead para maghanap ng panlunas na gamot, ang lahat ng gamot ay wala nang bisa at hindi na makapagpapagaling sa inyo. [12] Mababalitaan ng mga bansa sa buong daigdig ang kahihiyan at pagtangis ninyo. Mabubuwal ang inyong mga sundalo nang patung-patong."

[13] Ito ang sinabi ng Panginoon kay Propeta Jeremias tungkol sa pagsalakay ni Haring Nebucadnezar ng Babilonia sa Egipto:

[14] "Jeremias ipahayag ito sa Egipto, Migdol, Memfis at Tapanhes: Humanda na kayo dahil nakahanda na ang espada para lipulin kayo. [15] Bakit tumakas ang matatapang n'yong kawal?[a] Tumakas sila dahil itinaboy sila ng Panginoon. [16] Patung-patong na mabubuwal ang inyong mga sundalo. Sasabihin nila, 'Bumangon tayo at umuwi sa lupaing sinilangan natin, sa mga kababayan natin, para makaiwas tayo sa espada ng mga kaaway natin.' [17] Sasabihin din nila, 'Ang Faraon na hari ng Egipto ay magaling lang sa salita, at sinasayang lang niya ang mga pagkakataon.'

[18] "Ako, ang buhay na Hari, ang Panginoong Makapangyarihan, isinusumpa kong mayroong sasalakay *sa Egipto na nakahihigit sa kanya*, katulad ng *Bundok ng* Tabor sa gitna ng mga kabundukan o ng *Bundok ng* Carmel sa tabi ng dagat. [19] Kayong mga mamamayan ng Egipto, ihanda na ninyo ang inyong mga dala-dalahan dahil bibihagin kayo. Mawawasak ang Memfis, magiging mapanglaw ito at wala ng maninirahan dito. [20] Ang Egipto ay parang dumalagang baka, pero may insektong mula sa hilaga na sasalakay sa kanya. [21] Pati ang mga upahang sundalo niya ay uurong at tatakas. Para silang mga guyang pinataba para katayin. Mangyayari ito dahil panahon na para parusahan at wasakin ang mga taga-Egipto. [22] Tatakas ang mga taga-Egipto na parang ahas na mabilis na tumatalilis habang sumasalakay ang mga kaaway. Sasalakay ang mga kaaway na may dalang mga palakol na katulad ng taong namumutol ng punongkahoy. [23] Papatayin nila ang mga taga-Egipto na parang pumuputol lang ng mayayabong na mga punongkahoy. Ang mga kaaway na ito'y mas marami kaysa sa balang na hindi mabilang. [24] Mapapahiya ang mga taga-Egipto. Ibibigay sila sa mga taga-hilaga."

[25] Patuloy pang sinabi ng Panginoong Makapangyarihan, ang Dios ng Israel, "Parurusahan ko na si Ammon, ang dios-diosan ng Tebes, at ang iba pang mga dios-diosan ng Egipto. Parurusahan ko rin ang Faraon pati ang mga tagapamahala niya, at ang mga nagtitiwala sa kanya. [26] Ibibigay ko sila sa kamay ng mga gustong pumatay sa kanila—kay Haring Nebucadnezar ng Babilonia at sa mga pinuno nito. Pero darating din ang araw na ang Egipto ay tatahanan ng mga tao katulad noong una. Ako, ang Panginoon, ang nagsasabi nito.

[27] "Pero kayong mga taga-Israel na lahi ng lingkod ko na si Jacob, huwag kayong manlulupaypay o matatakot. Sapagkat ililigtas ko kayo mula sa malayong lugar kung saan kayo binihag. Muli kayong mamumuhay nang payapa at walang anumang panganib, at walang sinumang mananakot pa sa inyo. [28] Kaya huwag kayong matakot, *kayong mga lahi ng* lingkod kong si Jacob, dahil kasama ninyo ako. Wawasakin ko nang lubusan ang mga bansang pinangalatan ko sa inyo, pero hindi ko kayo wawasakin nang lubusan. Parurusahan ko kayo nang nararapat. Hindi maaaring hindi ko kayo parusahan. Ako, ang Panginoon, ang nagsabi nito."

---

a 15 *matatapang n'yong kawal*: o, *makapangyarihang dios na si Apis.*

Ang Mensahe tungkol sa Filistia

47 Ito ang sinabi ng Panginoon kay Propeta Jeremias tungkol sa Filistia noong hindi pa sinasalakay ng Faraon[a] ang Gaza:

[2] "May bansang sasalakay mula sa hilaga na parang baha na aapaw sa buong lupain. Wawasakin ng bansang ito ang lahat ng lungsod pati ang mga mamamayan nito. Magsisigawan at mag-iiyakan nang malakas ang mga tao dahil sa takot. [3] Maririnig nila ang ingay ng lagapak at mga yabag ng mga kabayo at mga karwahe. Hindi na lilingon ang mga ama para tulungan ang mga anak nila dahil sa takot. [4] Sapagkat darating ang araw na wawasakin ang lahat ng Filisteo pati ang mga kakampi nila na tumutulong sa kanila mula sa Tyre at Sidon. Wawasakin ng Panginoon ang mga Filisteo. Ito ang mga taong mula sa Caftor.[b] [5] Ang mga taga-Gaza ay magpapakalbo, tanda ng pagluluksa nila, at ang mga taga-Ashkelon ay tatahimik *sa kalungkutan.* Kayong mga mamamayan sa kapatagan, hanggang kailan ninyo susugatan ang inyong sarili *upang ipakita ang inyong kalungkutan*? [6] Nagtatanong kayo kung kailan ko ititigil ang pagpaparusa sa inyo sa pamamagitan ng espada ko. Sinasabi ninyong ibalik ko na sa lalagyan ang espada ko at pabayaan na lang kayo. [7] Pero paano ito mapipigil dahil inutusan ko na ito na salakayin ang Ashkelon at ang *mga naninirahan sa* baybayin ng dagat?"

Ang Mensahe tungkol sa Moab

48 Ito ang sinabi ng Panginoong Makapangyarihan, ang Dios ng Israel, tungkol sa Moab:

"Nakakaawa ang Nebo dahil wawasakin ito. Mapapahiya at bibihagin ang Kiriataim at matitibag ang mga muog nito. [2] Hindi na papupurihan ang Moab; ang mga kaaway sa Heshbon ay nagbabalak na wasakin ang Moab. At ikaw naman Madmen ay sasalakayin ng mga kaaway at magiging mapanglaw. [3] Pakinggan n'yo ang sigawan sa Horonaim, dahil sa matinding digmaan at kapahamakan. [4] Mawawasak ang Moab at mag-iiyakan ang mga bata. [5] Ang mga mamamayan ng Moab ay mag-iiyakan nang malakas habang paakyat sila sa Luhit at pababa sa Honoraim. Mag-iiyakan sila dahil sa kapahamakan.

[6] "Iligtas ninyo ang inyong sarili! Tumakas kayo papuntang ilang. [7] *Mga taga-Moab,* nagtitiwala kayo sa kakayahan at kayamanan ninyo kaya bibihagin kayo pati ang dios-diosan ninyong si Kemosh at ang mga pari at mga pinuno nito.

[8] "Darating ang manlilipol sa bawat bayan at walang bayan na makakaligtas. Mawawasak ang *mga bayan sa* lambak at talampas. *Mangyayari ito* dahil sinabi mismo ng Panginoon. [9] May pakpak sana ang Moab para makalipad siya papalayo,[c] dahil wala nang kabuluhan ang mga bayan nito at wala nang maninirahan dito. [10] Sumpain ang taong pabaya sa paggawa ng gawain ng Panginoon *laban sa Moab.* Sumpain ang taong hindi papatay *sa mga taga-Moab.* [11] Tahimik ang pamumuhay ng Moab mula pa noon. Hindi pa ito nakaranas ng pagkabihag. Parang alak ito na hindi nagagalaw o naisasalin man sa isang sisidlan. Kaya ang lasa at amoy nito'y hindi nagbabago.

[12] "Pero darating ang araw na isusugo ko ang mga kaaway para ibuhos *ang Moab* mula sa kanyang lalagyan at pagkatapos ay babasagin ang lalagyan nito. [13] At ikakahiya ng mga taga-Moab *ang dios-diosan nilang* si Kemosh, gaya ng nangyari sa Betel nang ikahiya ng mga Israelita ang dios-diosan nila. [14] Ipinagmamalaki ng mga taga-Moab na matatapang ang sundalo nila sa pakikipaglaban. [15] Pero mawawasak ang Moab at ang mga bayan nito. Papatayin ang kanilang matatapang na kabataan. *Ako,* ang Panginoon na Haring Makapangyarihan, ang nagsasabi nito.

[16] "Malapit na ang kapahamakan ng Moab. [17] Umiyak kayo, kayong lahat na kakampi ng Moab![d] Sabihin n'yo, 'Wala na ang Moab! Nabali na ang tungkod niya, ang tungkod na sagisag ng kapangyarihan at katanyagan niya.' [18] "Kayong mga taga-Dibon, magpakumbaba kayo at maupo sa lupa dahil ang nagwasak sa Moab ay sasalakay din sa inyo at gigibain ang mga lungsod n'yo na napapalibutan ng mga pader. [19] Kayong mga nasa Aroer, tumayo kayo sa tabi ng daan at magbantay. Magtanong kayo sa mga nakatakas kung ano ang nangyari. [20] Sasagot sila, 'Nawasak at napahiya ang Moab. Humiyaw kayo at umiyak. Isigaw n'yo sa Arnon na nawasak ang Moab.'

[21] "Parurusahan din ang *mga bayan sa* talampas: ang Holon, Jaza, Mefaat, [22] Dibon, Nebo, Bet Diblataim, [23] Kiriataim, Bet Gamul, Bet Meon, [24] Keriot at Bozra. Darating na ang parusa sa lahat ng bayan ng Moab, sa malayo at malapit. [25] Wala nang kapangyarihan ang Moab at mahina na ito ngayon. *Ako,* ang Panginoon, ang nagsasabi nito.

[26] "Lasingin n'yo ang Moab dahil naghimagsik siya sa akin. Gugulong siya sa sariling suka at magiging katawa-tawa. [27] *Kayong mga taga-Moab,* hindi ba't kinutya ninyo ang Israel? Bakit, nahuli ba siyang nagnakaw? Bakit iiling-iling pa kayo sa pagkutya n'yo sa kanya? [28] Umalis na kayo sa bayan n'yo at tumira sa mababatong lugar, na parang mga kalapating nagpupugad sa mga bitak ng matatarik at mababatong lugar. [29] Napakayabang ninyo. Narinig ko kung gaano kayo kayabang at kapalalo. [30] Ako, ang Panginoon, nalalaman ko kung gaano kayo kayabang, pero iyan ay walang kabuluhan. [31] Kaya iiyak ako para sa mga taga-Moab at mga taga-Kir Hareset.[e] [32] Iiyak din ako para sa mga taga-Sibna ng higit kaysa sa pag-iyak ko sa mga taga-Jazer. Sibma, para kang halamang ubas na ang mga sanga ay umabot sa kabila ng Dagat na Patay hanggang sa Jazer. Pero ngayon, inubos ng mga maninira ang bunga mo. [33] Wala nang maririnig na kasayahan at katuwaan sa mga bukid at mga ubasan sa lupain ng Moab. Hindi na umaagos ang katas ng ubas sa mga pisaan. Wala ng mga pumipisa ng ubas na sumisigaw sa tuwa. May mga sumisigaw nga, pero hindi na sigaw ng tuwa. [34] Ang iyakan ng mga taga-Heshbon ay naririnig hanggang sa Eleale

---

a 1 Faraon: Ang ibig sabihin, *hari ng Egipto.*

b 4 Caftor: o, Crete.

c 9 May pakpak…papalayo: o, *Lagyan ng asin ang Moab para wala nang tumubong halaman dito.*

d 17 kakampi ng Moab: o, *nakatira sa paligid ng Moab.*

e 31 Kir Hareset: o, Kir Heres.

at Jahaz. Ang iyakan ng mga taga-Zoar ay naririnig hanggang sa Horonaim at sa Eglat Shelishiya. Sapagkat kahit ang batis ng Nimrim ay tuyo na. ³⁵ Patitigilin ko sa Moab ang mga naghahandog sa mga sambahan sa matataas na lugar*ᵃ* at nagsusunog ng insenso sa mga dios-diosan nila. *Ako,* ang Panginoon, ang nagsasabi nito.

³⁶ "Kaya umiiyak ang aking puso para sa Moab at sa mga taga-Kir Hareset, gaya ng *malungkot na* tugtog ng plauta sa patay. Wala na ang mga kayamanang nakamit nila. ³⁷ Ang bawat isa'y nagpahayag ng kalungkutan nila sa pamamagitan ng pagpapakalbo, pag-aahit, pagsugat sa mga kamay nila at pagsusuot ng damit na pangluksa. ³⁸ Nagiiyakan ang mga tao sa mga bahay nila at sa mga plasa, dahil winasak ko ang Moab na parang banga na binasag at wala nang pumapansin. ³⁹ Gayon na lamang ang pagkawasak ng Moab! Pakinggan n'yo ang iyakan ng mga mamamayan. Nakakahiya ang Moab. Kinukutya at kinamumuhian ito ng mga *bansa* sa palibot nito."

⁴⁰ Sinabi pa ng Panginoon, "Tingnan n'yo! Ang kaaway ng Moab ay parang agila na lumilipad para dagitin ito. ⁴¹ Sasakupin ang mga lungsod*ᵇ* at ang mga kampo *ng Moab.* Sa mga araw na iyon, matatakot ang mga sundalo ng Moab katulad ng isang babaeng malapit nang manganak. ⁴² Mawawasak ang Moab dahil sa paghihimagsik niya sa Panginoon. ⁴³ Ang sasapitin ng mga taga-Moab ay takot, hukay at bitag.

⁴⁴ "Ang sinumang tatakas dahil sa takot ay mahuhulog sa hukay. At ang sinumang makakaligtas sa hukay ay mahuhuli sa bitag, dahil talagang parurusahan ko ang Moab sa takdang panahon. *Ako,* ang Panginoon, ang nagsasabi nito. ⁴⁵ Ang mga kawawang nakatakas ay nais magtago sa Heshbon. Pero ang Heshbon na pinagharian ni Haring Sihon ay nagliliyab sa apoy at nilamon pati ang mga kabundukan na pinagtataguan ng mga taga-Moab na ang gusto ay digmaan. ⁴⁶ Hala! Tapos na kayo, kayong mga taga-Moab! Kayong mga sumasamba sa dios-diosang si Kemosh ay bibihagin ang inyong mga anak. ⁴⁷ Pero darating ang araw na ibabalik ko ang mabuting kalagayan ng Moab. *Ako,* ang Panginoon, ang nagsasabi nito." Ito ang mensahe tungkol sa Moab.

Ang Mensahe Tungkol sa Ammon

49 Ito naman ang sinabi ng Panginoon tungkol sa mga taga-Ammon:
"Kayong mga sumasamba sa dios-diosang si Molec, bakit n'yo tinitirhan ang mga bayan ng lupain ni Gad? Wala bang lahi si Israel na magmamana ng lupaing ito? ² *Ako,* ang Panginoon ay nagsasabing, darating ang araw na ipapasalakay ko sa mga kaaway ang Rabba. Wawasakin ang lungsod n'yong ito pati ang mga baryo sa palibot ay susunugin. Sa ganitong paraan, mapapalayas ng mga taga-Israel ang mga nagpalayas sa kanila.

³ "Umiyak kayo nang malakas, kayong mga taga-Heshbon dahil wasak na ang Ai. Umiyak din

---
ᵃ 35 sambahan sa matataas na lugar: Tingnan sa Talaan ng mga Salita sa likod.
ᵇ 41 mga lungsod: o, *Keriot.*

kayong mga taga-Rabba. Magdamit kayo ng damit na sako at magparoo't parito sa gilid ng pader para ipakita ang pagluluksa ninyo. Sapagkat bibihagin ang dios-diosan n'yong si Molec pati ang mga pari at pinuno niya. ⁴ Kayong mga taksil, bakit ninyo ipinagyayabang ang inyong masaganang mga kapatagan? Nagtitiwala kayo sa kayamanan ninyo at sinasabi ninyong walang sasalakay sa inyo. ⁵ *Ako,* ang Panginoong Dios na Makapangyarihan, ay magpapadala sa inyo ng mga kaaway mula sa mga bansa sa palibot ninyo para takutin kayo. Palalayasin nila kayo sa inyong lupain at walang sinumang tutulong sa inyo. ⁶ Pero darating ang araw na ibabalik ko sa mabuting kalagayan ang mga taga-Ammon. *Ako,* ang Panginoon, ang nagsasabi nito."

Ang Mensahe tungkol sa Edom

⁷ Ito ang sinabi ng Panginoong Makapangyarihan tungkol sa Edom:
"Nasaan na ang marurunong sa Teman? Wala na bang natitirang marunong magpayo? ⁸ Kayong mga nakatira sa Dedan tumakas kayo at magtago sa malalalim na kweba. Sapagkat padadalhan ko ng kapahamakan ang mga lahi ni Esau sa oras na parusahan ko sila. ⁹ Hindi ba't ang mga namimitas ng ubas ay nag-iiwan ng mga bunga? Hindi ba't ang mga magnanakaw ay kumukuha rin lang ng anumang magugustuhan nila? ¹⁰ Pero kukunin ang lahat ng ari-arian ng mga angkan ni Esau. Kukunin ko ang takip ng pinagtataguan nila para hindi na sila makapagtago. Mamamatay ang mga anak, kamag-anak at mga kapitbahay nila. Walang matitira sa kanila. ¹¹ Pero maiiwan sa akin ang mga ulila n'yo dahil ako ang kakalinga sa kanila. At ang mga biyuda n'yo ay makakaasa sa akin."

¹² Sinabi pa ng Panginoon, "Kung ang mga walang kasalanan ay nagdurusa, kayo pa kaya? Tiyak na parurusahan kayo. ¹³ Isinusumpa ko sa sarili ko na ang Bozra ay mawawasak. Magiging nakakatakot ang kalagayan nito, at kukutyain at susumpain ito. Ang lahat ng bayan nito ay magiging wasak magpakailanman. *Ako,* ang Panginoon, ang nagsasabi nito."

¹⁴ Narinig ko ang balita mula sa Panginoon na nagpadala siya ng mga sugo sa mga bansa para paghandain sila sa digmaan at hikayatin silang salakayin ang bansa ng Edom. ¹⁵ Sapagkat sinabi ng Panginoon *sa mga taga-Edom,* "Gagawin ko kayong mas mababa kaysa sa ibang mga bansa, at hahamakin nila kayo. ¹⁶ Ipinagmamalaki ninyo na nakatira kayo sa batuhan at matataas na lugar. Pero sa pagmamataas at pananakot n'yong iyan sa iba, dinadaya n'yo ang sarili ninyo. Sapagkat kahit na naninirahan kayo sa pinakamataas na lugar katulad ng pinagpupugaran ng agila, ibabagsak ko pa rin kayo. *Ako,* ang Panginoon, ang nagsasabi nito."

¹⁷ Sinabi pa ng Panginoon, "Magiging malagim ang kalagayan ng Edom. Ang lahat ng dumadaan ay mangingilabot at halos hindi makapaniwala sa nangyari sa bansang ito. ¹⁸ Kung paanong nawasak ang Sodom at Gomora at ang mga bayan sa palibot nito, ganoon din ang mangyayari sa Edom. At wala nang maninirahan dito. Ako, ang Panginoon, ang nagsasabi nito. ¹⁹ Bigla kong sasalakayin ang

Babilonia katulad ng leon na galing sa kagubatan *malapit* sa Ilog ng Jordan, *sasalakay* patungo sa pastulan ng maraming tupa. Magsisitakas sila, at pipili ako ng taong mamamahala sa Edom. Sino ang maitutulad sa akin? Sino ang mangangahas na kalabanin ako? Sino ang pinunong makakalaban sa akin? ²⁰Kaya pakinggan n'yo ang binabalak kong gawin laban sa Edom pati sa mga mamamayan ng Teman: Bibihagin ko ang mga anak nila at gigibain ang mga tahanan nila. ²¹At dahil sa matinding pagkawasak ng Edom, mayayanig ang lupa at ang iyakan ng mga taga-roon ay maririnig hanggang sa Dagat na Pula. ²²Tingnan n'yo! Ang kaaway ay parang agila na lumilipad na dadagit sa mga taga-Bozra. Sa panahong iyon, matatakot at magiging parang babaeng malapit nang manganak ang mga sundalo sa Edom."

Ang Mensahe tungkol sa Damascus

²³Ito ang mensahe tungkol sa Damascus: "Natakot ang mga taga-Hamat at taga-Arpad sa masasamang balita na narinig nila. Naguguluhan at nanlulupaypay sila, at hindi mapalagay katulad ng maalong dagat. ²⁴Nanghihina ang mga taga-Damascus at tumakas sila dahil sa takot. Takot at sakit ng damdamin ang nararamdaman nila na para bang babaeng malapit nang manganak. ²⁵Ang tanyag at masayang*ᵃ* lungsod ng Damascus ay itinakwil. ²⁶Ang mga kabataan niyang lalaki ay mamamatay sa mga lansangan pati ang lahat ng kawal niya. ²⁷Susunugin ko ang mga pader ng Damascus, pati ang matitibay na palasyo ni *Haring* Ben Hadad."

Ang Mensahe tungkol sa Kedar at Hazor

²⁸Ito ang sinabi ng Panginoon tungkol sa Kedar at mga kaharian ng Hazor na sinalakay ni Haring Nebucadnezar ng Babilonia:
"Humanda kayo at salakayin n'yo ang Kedar. Lipulin n'yo ang mga taong ito ng silangan. ²⁹Ang mga tolda, kawan, mga ari-arian, at mga kamelyo nila ay sasamsamin. Sisigaw sila, 'Napapaligiran tayo ng mga nakakatakot nating kaaway.' ³⁰"Mga taga-Hazor, magmadali kayo at tumakas! *Ako*, ang Panginoon, ay nagsasabing magtago na kayo sa mga kweba. Nagplano si masama laban sa inyo si Haring Nebucadnezar ng Babilonia. ³¹*Ako*, ang Panginoon, ang nag-utos sa kanila, 'Lusubin n'yo ang mga taong namumuhay nang tiwasay at walang anumang ikinababalisa. Walang trangka ang pintuan ng lungsod nila, at nabubuhay sila na sila-sila lang.' ³²Ang mga kamelyo nila at ang lahat ng kawan nila ay magiging inyo. Pangangalatin ko ang mga taong ito na nakatira sa malayong lugar at pasasapitin ko sa kanila ang kapahamakan mula sa kung saan-saan. *Ako*, ang Panginoon, ang nagsasabi nito. ³³Magiging malungkot ang Hazor magpakailanman at walang taong maninirahan doon kundi magiging tirahan na lang ng mga asong-gubat.'"ᵇ

<hr>

a 25 masayang: o, kinalulugdan ko.

b 33 asong-gubat: sa Ingles, *"jackal."*

Ang Mensahe tungkol sa Elam

³⁴Ito ang sinabi ng Panginoon kay Jeremias tungkol sa Elam noong nagpasimulang maghari si Zedekia sa Juda. ³⁵Sinabi ng Panginoong Makapangyarihan, "Papatayin ko ang mga tagapana ng Elam—ang pinakamahusay nilang mga kawal. ³⁶Sasalakayin ang Elam ng mga kaaway mula sa lahat ng panig, at pangangalatin ko ang mga mamamayan niya sa lahat ng dako. Bibihagin sila sa lahat ng bansa sa buong daigdig. ³⁷Lilipulin ko sila sa pamamagitan ng mga kaaway nila na nais pumatay sa kanila. Talagang pasasapitin ko sa kanila ang kapahamakan dahil sa matindi kong galit sa kanila. *Ako*, ang Panginoon, ay nagsasabing ipapasalakay ko sila sa mga kaaway nila hanggang sa mawala silang lahat. ³⁸Papatayin ko ang hari at ang mga pinuno ng Elam, at itatayo ko roon ang trono ko. ³⁹Pero darating ang araw na ibabalik ko ang Elam sa mabuting kalagayan. *Ako*, ang Panginoon, ang nagsasabi nito."

Ang Mensahe Tungkol sa Babilonia

50 Ito ang sinabi ng Panginoon kay Jeremias tungkol sa Babilonia at sa mga mamamayan nito:

²"Ipahayag sa mga bansa ang balita nang walang inililihim! At itaas ang watawat na tanda ng pagkawasak ng Babilonia! Madudurog at mapapahiya ang mga dios-diosan niya pati na ang dios-diosang si Bel at Marduk. ³Sapagkat sasalakayin ang Babilonia ng isang bansa mula sa hilaga, at magiging mapanglaw ang lugar na ito. Wala nang maninirahan dito dahil tatakas ang mga mamamayan niya pati ang mga hayop.

⁴"*Ako*, ang Panginoon, ay nagsasabing sa panahong iyon, ang mga mamamayan ng Israel at Juda ay iiyak na lalapit sa akin, ang Panginoon na kanilang Dios. ⁵Magtatanong sila ng daan papuntang Jerusalemᶜ at pupunta sila roon. Gagawa sila ng walang hanggang kasunduan sa akin at hindi na nila ito kakalimutan.

⁶"Ang mga mamamayan ko ay parang mga tupang naliligaw. Pinabayaan sila ng mga pastol nila roon sa kabundukan at kaburulan at hindi na nila alam ang daan pauwi. ⁷Sinasakmal sila ng mga nakakakita sa kanila. Sinasabi ng mga kaaway nila, 'Nagkasala sila sa Panginoon na siyang tunay nilang kapahingahan at pag-asa ng mga ninuno nila kaya wala tayong kasalanan sa ating pagsalakay sa kanila.'

⁸"Tumakas kayo mula sa Babilonia! Iwanan na ninyo ang bansang iyan! Mauna na kayong tumakas katulad ng mga kambing na nangunguna sa mga kawan! ⁹Sapagkat ipapasalakay ko ang Babilonia sa alyansa ng mga makapangyarihang bansa mula sa hilaga. Sasalakayin nila ang Babilonia at masasakop nila ito. Bihasa ang mga tagapana nila at walang mintis ang kanilang pagpana. ¹⁰Sasamsamin nila ang mga ari-arian ng Babilonia at talagang magsasawa sila. *Ako*, ang Panginoon, ang nagsasabi nito.

¹¹"*Mga taga-Babilonia*, sinamsam n'yo ang pag-aari ng mga mamamayan ko. Tuwang-tuwa kayo

<hr>

c 5 Jerusalem: sa Hebreo, *Zion.* Ganito rin sa talatang 28.

at masaya na parang dumalagang baka sa pastulan o kabayong humahalinghing. ¹²Pero ilalagay ko sa kahihiyan ang inyong bansa.ᵃ Magiging pinakaaba ito sa lahat ng bansa, at magiging isa itong mapanglaw at disyerto. ¹³Dahil sa aking poot, wala nang maninirahan sa Babilonia at magiging mapanglaw ito. Masisindak at mangingilabot ang lahat ng dadaan dito dahil sa lahat ng nangyari sa bansang ito.

¹⁴"Kayong mga tagapana, humanay na kayo sa pwesto n'yo sa palibot ng Babilonia. Panain n'yo siya dahil nagkasala siya sa Panginoon. ¹⁵Sumigaw kayo laban sa kanya sa lahat ng dako! Tingnan n'yo! Sumuko na ang Babilonia! Nawawasak na ang mga tore niya at gumuho na ang mga pader niya. Ang Panginoon ang naghiganti sa kanya. Kaya paghigantihan ninyo siya at gawin ninyo sa kanya ang ginawa niya sa iba. ¹⁶Paalisin ninyo sa Babilonia ang mga nagtatanim at nag-aani. Iligtas ninyo ang mga bihag sa espada ng mga kaaway at patakasin ninyo sila at pauwiin sa sarili nilang lupain.

¹⁷"Ang mga Israelita ay parang mga tupang nagkalat na hinahabol ng mga leon. Una, sinakmal sila ng hari ng Asiria, pagkatapos ang pinakahuling ngumatngat ng mga buto nila ay si Haring Nebucadnezar ng Babilonia.

¹⁸"Kaya *ako*, ang Panginoong Makapangyarihan, ang Dios ng Israel ay nagsasabi, 'Parurusahan ko si Haring Nebucadnezar at ang Babilonia katulad ng pagpaparusa ko sa hari ng Asiria. ¹⁹Pero pababalikin ko ang mga Israelita sa bansa nila. Magiging parang mga tupa silang nanginginain sa kabundukan ng Carmel at sa kapatagan ng Bashan, at sa kaburulan ng Efraim at Gilead, at mabubusog sila. ²⁰Sa mga araw na iyon, wala nang makikitang mga kasalanan at pagsuway sa mga natitirang mga mamamayan ng Israel at Juda dahil patatawarin ko na sila. *Ako*, ang Panginoon, ang nagsasabi nito.' "

Ang Parusa ng Panginoon sa Babilonia

²¹Sinabi pa ng Panginoon, "Salakayin n'yo ang Merataim at ang Pekod. Patayin ninyo sila at lipulin nang lubusan bilang handog para sa akin. Gawin ninyo ang lahat ng iniuutos ko sa inyo. ²²Iparinig n'yo ang sigawan ng labanan at ingay ng puspusang pangwawasak. ²³Ang Babilonia ay parang martilyong dumurog ng mga bansa, pero ngayon siya na ang nadurog. Nakita ng mga bansa kung paano nawasak ang Babilonia!

²⁴"O Babilonia, nahuli ka sa bitag na inilagay ko para sa iyo. Nahuli ka dahil lumaban ka sa akin. ²⁵Binuksan ko ang aking taguan ng mga armas at inilabas ko ang mga sandata dahil sa aking galit. Sapagkat ako, ang Panginoong Dios na Makapangyarihan ay may gagawin sa iyo, O Babilonia.

²⁶"Mga kalaban ng Babilonia, na nasa malayong lugar, salakayin n'yo na ang Babilonia! Buksan n'yo ang mga bodega niya. Ipunin n'yo ang mga nasamsam n'yo katulad ng trigo. Lipulin n'yong lubos ang mga taga-Babilonia at huwag kayong magtitira kahit isa. ²⁷Patayin ninyo ang lahat ng kanilang *mga kawal na tulad sa* batang toro. Patayin

ninyo silang lahat. Nakakaawa sila dahil dumating na ang panahon na dapat silang parusahan.

²⁸"Pakinggan n'yo ang mga taong nakatakas sa Babilonia habang isinasalaysay nila sa Jerusalem kung paano naghiganti ang Panginoon na ating Dios dahil sa ginawa ng mga taga-Babilonia sa templo natin.

²⁹"Ipatawag n'yo ang mga tagapana para sumalakay sa Babilonia! Palibutan n'yo para walang makatakas. Paghigantihan n'yo siya sa ginawa niya; gawin n'yo sa kanya ang ginawa niya sa iba dahil kinalaban niya ang Panginoon, ang Banal na Dios ng Israel. ³⁰Sa mga araw na iyon, mamamatay sa mga lansangan ang mga kabataan niyang lalaki pati ang lahat niyang kawal.

³¹"*Ako*, ang Panginoong Dios na Makapangyarihan, ay nagsasabing kalaban kita, *Babiloniang* mapagmataas! Dumating na ang araw na parurusahan kita. ³²Ikaw na palalo ay mawawasak at walang tutulong sa iyo para ibangon ka. Susunugin ko ang mga bayan mo at ang lahat ng nasa paligid nito."

³³Sinabi pa ng Panginoong Makapangyarihan, "Inaapi ang mga mamamayan ng Israel at Juda. Binihag sila at binantayang mabuti para hindi sila makauwi sa bayan nila. ³⁴Pero ako ang kanilang Manunubos, Panginoong Makapangyarihan ang pangalan ko. Ipagtatanggol ko sila at bibigyan ng °kapayapaan, pero guguluhin ko ang mga mamamayan ng Babilonia.

³⁵"*Ako*, ang Panginoon, ay nagsasabing ang espada ng kapahamakan ay tatama sa mga taga-Babilonia pati sa mga pinuno at matatalinong tao niya. ³⁶Tatama rin ito sa kanyang mga bulaang propeta at magiging mga mangmang sila. Tatama rin ito sa mga sundalo niya at matatakot sila! ³⁷Tatama ito sa kanyang mga kabayo, karwahe, at sa lahat ng kumakampi sa kanya. At manghihina sila na parang babae! Tatama rin ito sa mga kayamanan niya at sasamsamin itong lahat. ³⁸Matutuyo ang lahat ng pinagkukunan niya ng tubig! Sapagkat ang Babilonia ay lugar na punong-puno ng napakaraming dios-diosan—mga dios-diosang nagliligaw sa mga tao.

³⁹"At ang Babilonia ay titirhan na lang ng mga hayop sa gubat, mababangis na hayop, mga asong-gubat, at mga kuwago. At hindi na titirhan ng tao ang Babilonia magpakailanman. ⁴⁰Kung paanong winasak ng Dios ang Sodom at Gomora, at ang mga bayan sa palibot nito, ganoon din ang mangyayari sa Babilonia. Wala nang maninirahan doon. *Ako*, ang Panginoon, ang nagsasabi nito.

⁴¹"Tingnan ninyo! May mga sundalong dumarating mula sa hilaga. Isang makapangyarihang bansa mula sa malayong lupain na lalaban sa Babilonia. ⁴²Ang dala nilang mga sandata ay mga pana at mga sibat. Malulupit sila at walang habag. Ang ingay nila'y parang malalakas na alon habang nakasakay sila sa kanilang mga kabayo. Darating sila na handang-handa para salakayin kayong mga taga-Babilonia. ⁴³Nabalitaan ito ng hari ng Babilonia at nanlupaypay siya. Nakaramdam siya ng takot at sakit katulad ng babaeng manganganak na.

---

a 12 bansa: sa literal, *ina.*

⁴⁴"Bigla kong sasalakayin ang Babilonia katulad ng leon na galing sa kagubatan *malapit* sa Ilog ng Jordan, *sasalakay* patungo sa pastulan ng maraming tupa. Magsisitakas sila, at pipili ako ng taong mamamahala sa Babilonia. Sino ang maitutulad sa akin? Sino ang mangangahas na kalabanin ako? Sino ang pinunong makakalaban sa akin? ⁴⁵ Kaya pakinggan mo ang balak kong gawin laban sa Babilonia. Kahit ang mga anak nila'y bibihagin at ang mga bahay nila'y gigibain. ⁴⁶Sa pagbagsak ng Babilonia, yayanig ang lupa at maririnig sa ibang bansa ang iyakan nila."

Dagdag na Parusa sa Babilonia

51 Ito pa ang sinabi ng Panginoon tungkol sa Babilonia: "Hahamunin ko ang manlilipol para salakayin ang Babilonia at ang mga mamamayan nito.ᵃ ² Magpapadala ako ng mga dayuhan para salakayin at wasakin ang Babilonia na tulad sa ipa na tinatangay ng hangin. Lulusubin nila ang Babilonia sa lahat ng dako sa araw ng kapahamakan nito. ³Hindi na magkakaroon ng pagkakataon ang mga tagapana ng Babilonia na magamit ang mga pana o mga baluti nila. Wala silang ititirang kabataang lalaki. Lubusan nilang lilipulin ang mga sundalo ng Babilonia. ⁴Hahandusay ang mga sugatan nilang bangkay sa mga daan. ⁵Sapagkat ako, ang Panginoong Dios na Makapangyarihan, ang Banal na Dios ng Israel, ay hindi itinakwil ang Israel at Juda kahit na puno ng kasamaan ang lupain nila.

⁶"Tumakas kayo mula sa Babilonia! Iligtas ninyo ang inyong buhay! Hindi kayo dapat mamatay dahil sa kasalanan ng Babilonia. Panahon na para gantihan ko siya ayon sa nararapat sa mga ginawa niya. ⁷Para siyang tasang ginto sa kamay ko na puno ng alak. Pinainom niya ang mga bansa, sa buong daigdig, at sila'y nalasing at naging baliw. ⁸Biglang mawawasak ang Babilonia! Ipagluksa n'yo siya! Gamutin n'yo ang mga sugat niya at baka sakaling gumaling siya."

⁹*Sinabi ng mga Israelitang naninirahan doon,* "Sinikap naming gamutin ang Babilonia pero hindi na siya magamot. Hayaan na lang natin siya at umuwi na tayo sa mga lugar natin. Sapagkat hanggang langit na ang mga kasalanan niya kaya parurusahan na siya ng Panginoon. ¹⁰Ipinaghiganti tayo ng Panginoon. Halikayo, pumunta tayo sa Jerusalemᵇ at sabihin natin doon ang ginawa ng Panginoon na ating Dios."

¹¹Maghihiganti ang Panginoon sa Babilonia dahil sa paggiba nito sa templo niya. Hinikayat ng Panginoon ang mga hari ng Media para wasakin ang Babilonia dahil ito ang layunin niya. *Sinabi niya*, "Hasain n'yo ang mga pana ninyo at ihanda ang mga pananggalang ninyo. ¹²Itaas n'yo ang watawat na sagisag ng pagsalakay sa Babilonia. Dagdagan n'yo ang mga bantay; ipwesto ang mga bantay. Palibutan n'yo ang lungsod! Panahon na para gawin ng Panginoon ang plano niya laban sa mga taga-Babilonia."

¹³ *O Babilonia*, sagana ka sa tubig at sagana ka rin sa kayamanan. Pero dumating na ang wakas mo, ang araw ng kapahamakan mo. ¹⁴Sumumpa ang Panginoong Makapangyarihan sa sarili niya na sinasabi, "Ipapasalakay ko kayo sa napakaraming kaaway na kasindami ng balang, at sisigaw sila ng tagumpay laban sa inyo."

Ang Pagpupuri sa Dios

¹⁵Nilikha *ng Dios* ang langit at ang lupa sa pamamagitan ng kapangyarihan at karunungan niya. ¹⁶Sa utos niya'y lumalabas ang mga ulap at mga kidlat sa kalangitan, at bumubuhos ang malakas na ulan. Pinapalabas niya ang hangin mula sa pinanggagalingan nito.

¹⁷Mga hangal at mangmang ang bawat tao na sumasamba sa mga dios-diosan. Mapapahiya lang ang mga platerong gumawa ng mga dios-diosan nila, dahil hindi naman totoong dios ang mga ito. Wala silang buhay, ¹⁸wala silang kabuluhan at dapat kamuhian. Darating ang araw na wawasakin ang lahat ng ito. ¹⁹Pero ang Dios ni Jacobᶜ ay hindi katulad ng mga iyon. Siya ang lumikha ng lahat ng bagay pati na ang Israel, ang mga taong hinirang niya—Panginoong Makapangyarihan ang pangalan niya.

Ang Martilyo ng Panginoon

²⁰*Sinabi ng Panginoon*, "Ikawᵈ ang panghampas ko, ang panghampas ko sa digmaan. Sa pamamagitan mo, wawasakin ko ang mga bansa at kaharian, ²¹ang mga kabayo, karwahe at ang mga nakasakay dito. ²²Sa pamamagitan mo, lilipulin ko ang mga lalaki at babae, matatanda at bata, at ang mga binata at dalaga. ²³Lilipulin ko rin sa pamamagitan mo ang mga kawan at mga pastol, ang mga magbubukid at mga baka, ang mga pinuno at iba pang mga namamahala.

²⁴"*Mga mamamayan ko*, ipapakita ko sa inyo ang paghihiganti ko sa Babilonia at sa mga mamamayan nito dahil sa lahat ng kasamaang ginawa nila sa Jerusalem. *Ako*, ang Panginoon, ang nagsasabi nito.

²⁵"Kalaban kita, *O Babilonia*, ikaw na tinaguriang Bundok na Mapangwasak! Winasak mo ang buong mundo. Gagamitin ko ang kapangyarihan ko para wasakin at sunugin ka. ²⁶Walang anumang batong makukuha sa iyo para gamitin sa pagtatayo ng bahay. Magiging malungkot ang kalagayan mo magpakailanman. *Ako*, ang Panginoon, ang nagsasabi nito.

²⁷"Itaas ang watawat na tanda ng pagsalakay! Patunugin ang trumpeta sa mga bansa! Ihanda sila para salakayin ang Babilonia. Utusang sumalakay ang mga sundalo ng Ararat, Mini at Ashkenaz. Pumili kayo ng pinuno para salakayin ang Babilonia. Magpadala kayo ng mga kabayong kasindami ng mga balang. ²⁸Paghandain mo ang mga hari ng Media, pati ang mga pinuno at mga tagapamahala

---

ᵃ 1 *mga mamamayan nito*: sa Hebreo, *mga mamamayan ng Leb Kamai,* na isa pang pangalan ng Babilonia.

ᵇ 10 *Jerusalem*: sa Hebreo, *Zion.* Ganito rin sa talatang 24 din.

ᶜ 19 *Dios ni Jacob*: sa literal, *bahagi ni Jacob.*

ᵈ 20 *Ikaw:* Maaaring si Cyrus, ang ginamit ng Panginoon para magtagumpay sa Babilonia.

nila, at ang lahat ng bansa na nasasakupan nila para salakayin ang Babilonia.

²⁹ "Parang *taong* nanginginig at namimilipit sa sakit ang Babilonia, dahil isasagawa ng PANGINOON ang kanyang plano laban dito, na wala nang maninirahan at magiging mapanglaw na ang lugar na ito. ³⁰ Titigil ang mga sundalo ng Babilonia sa pakikipaglaban at mananatili na lang sila sa kanilang kampo. Manghihina sila na parang *mahihinang babae*. Masusunog ang mga bahay sa Babilonia at masisira ang mga pintuan. ³¹ Sunud-sunod na darating ang mga tagapagbalita para sabihin sa hari ng Babilonia na ang buong lungsod ay nasakop na. ³² Naagaw ang mga tawiran sa mga ilog. Sinunog ang mga kampo at natatakot na ang mga sundalo."

³³ Sinabi ng PANGINOONG Makapangyarihan, ang Dios ng Israel, "Ang Babilonia ay tulad ng trigo na malapit nang anihin at giikin."

³⁴⁻³⁵ Sinabi ng mga taga-Jerusalem, "Si Haring Nebucadnezar ng Babilonia ay parang dragon na lumulon sa amin. Binusog niya ang tiyan niya ng mga kayamanan namin. Iniwan niya ang lungsod namin na walang itira, parang banga na walang laman. Itinaboy niya kami at hindi namin alam kung ano ang gagawin namin. Gawin din sana sa Babilonia ang ginawa niya sa amin at sa mga anak namin. Pagbayaran sana ng mga mamamayan ng Babilonia ang mga pagpatay nila."

³⁶ Kaya sinabi ng PANGINOON, "Mga taga-Jerusalem, ipagtatanggol ko kayo at maghihiganti ako para sa inyo. Patutuyuin ko ang dagat at ang mga bukal sa Babilonia. ³⁷ Wawasakin ko ang bansang ito! Magiging katawa-tawa at kasumpa-sumpa ang bansang ito, at wala nang maninirahan dito maliban sa mga asong-gubat.ᵃ ³⁸ Ang mga taga-Babilonia ay aatungal na parang leon. ³⁹ At dahil gutom sila, ipaghahanda ko sila ng piging. Lalasingin ko sila, pasasayahin at patutulugin nang mahimbing habang panahon, at hindi na magigising. ⁴⁰ Dadalhin ko sila para katayin na parang mga tupa at mga kambing. ⁴¹ Papaanong bumagsak ang Babilonia?ᵇ Ang bansang hinahangaan ng buong mundo! Nakakatakot tingnan ang nangyari sa kanya! ⁴² Matatabunan ng malalakas na alon ang Babilonia. ⁴³ Magiging malungkot ang mga bayan niya na parang disyerto na walang nakatira o dumadaan man lang. ⁴⁴ Parurusahan ko si Bel na dios-diosan ng Babilonia. Ipapasuka ko sa kanya ang mga nilamon niya.ᶜ Hindi na siya dadagsain ng mga bansa para sambahin. Bumagsak na ang mga pader ng Babilonia.

⁴⁵ "Mga hinirang ko, lumayo na kayo sa Babilonia! Iligtas ninyo ang inyong buhay bago ko ibuhos ang galit ko. ⁴⁶ Pero huwag kayong matatakot o manlulupaypay kung dumating na ang balita tungkol sa digmaan. Sapagkat ang balita tungkol sa digmaan ng mga hari ay darating sa bawat taon. ⁴⁷ Darating ang panahon na parurusahan ko ang mga dios-diosan ng Babilonia. Mapapahiya ang buong Babilonia, at bubulagta ang lahat ng bangkay

ng mamamayan niya. ⁴⁸ At kapag nangyari iyon, sisigaw sa kagalakan ang langit at ang lupa, at ang lahat ng nandito dahil sa pagkawasak ng Babilonia. Sapagkat sasalakayin ito ng mga mangwawasak mula sa hilaga. *Ako*, ang PANGINOON, ang nagsasabi nito.

⁴⁹ "Kinakailangang wasakin ang Babilonia dahil sa pagpatay niya sa mga Israelita at sa iba pang mga tao sa buong mundo.

Ang Mensahe ng PANGINOON sa mga Israelita na nasa Babilonia

⁵⁰ "Kayong mga natitirang buhay, tumakas na kayo mula sa Babilonia at huwag kayong tumigil! Alalahanin n'yo ang PANGINOON at ang Jerusalem kahit na nasa malalayo kayong lugar. ⁵¹ Sinasabi ninyo, 'Nahihiya kami. Kinukutya kami at inilalagay sa kahihiyan dahil ang templo ng PANGINOON ay dinungisan ng mga dayuhan.' ⁵² Pero darating ang araw na parurusahan ko ang mga dios-diosan ng Babilonia. At ang mga daing ng mga sugatang taga-Babilonia ay maririnig sa buong lupain nila. ⁵³ Kahit na umabot pa sa langit ang mga pader ng Babilonia at kahit tibayan pa nila ito nang husto, magpapadala pa rin ako ng wawasak dito. *Ako*, ang PANGINOON, ang nagsasabi nito. ⁵⁴ Mapapakinggan ang mga iyakan sa buong Babilonia dahil sa pagkawasak nito. ⁵⁵ Wawasakin ko ang Babilonia at magiging tahimik ito. Sasalakay sa kanya ang mga kaaway na parang umuugong na alon. Maririnig ang sigawan nila sa kanilang pagsalakay. ⁵⁶ Darating ang mga wawasak ng Babilonia at bibihagin ang mga kawal niya, at mababali ang mga pana nila. Sapagkat ako, ang PANGINOON, ang Dios na nagpaparusa sa masasama. At parurusahan ko ang Babilonia ayon sa nararapat sa kanya. ⁵⁷ Lalasingin ko ang kanyang mga tagapamahala, marurunong, mga pinuno, mga punong sundalo at ang buong hukbo niya. Mahihimbing sila at hindi na magigising habang panahon. *Ako*, ang Hari na nagsasabi nito. PANGINOONG Makapangyarihan ang pangalan ko."

⁵⁸ Sinabi pa ng PANGINOONG Makapangyarihan, "Wawasakin ang makakapal na pader ng Babilonia at susunugin ang matataas niyang pintuan. Magiging walang kabuluhan ang lahat ng pinaghirapan ng mga mamamayan niya dahil ang lahat ng iyon ay masusunog lang."

Ang Mensahe ni Jeremias para sa Babilonia

⁵⁹ Ito ang sinabi ni Jeremias kay Seraya na isa sa mga nakakataas na tagapamahala ni Haring Zedekia. Si Seraya ay anak ni Neria at apo ni Maseya. Sinabi ni Jeremias ang mensaheng ito noong pumunta si Seraya sa Babilonia kasama ni Haring Zedekia. Ikaapat na taon noon ng paghahari ni Zedekia sa Juda. ⁶⁰ Isinulat ni Jeremias sa nakarolyong sulatan ang lahat ng kapahamakang darating at mangyayari sa Babilonia. ⁶¹ Ito ang sinabi ni Jeremias kay Seraya, "Kapag dumating ka sa Babilonia, basahin mo nang malakas sa mga tao ang nakasulat sa kasulatang ito. ⁶² Pagkatapos ay manalangin ka, 'O PANGINOON, sinabi n'yo po na wawasakin n'yo ang lugar na ito para walang maninirahan dito, maging tao man o hayop, at

---

ᵃ 37 *asong-gubat:* sa Ingles, *"jackal."*

ᵇ 41 *Babilonia:* sa Hebreo, *Sheshac.*

ᶜ 44 *ang mga nilamon niya:* Maaaring ang ibig sabihin nito ay mga taong binihag ng mga taga-Babilonia at ang mga ari-arian na nasamsam nito.

ito'y magiging mapanglaw magpakailanman.' [63] Pagkabasa mo nito, talian mo ito ng bato at ihagis sa *Ilog ng* Eufrates. [64] At sabihin mo, 'Ganyan ang mangyayari sa Babilonia, lulubog ito at hindi na lilitaw pa dahil sa mga kapahamakang iparararanas ng Panginoon sa kanya. Mamamatay ang mga mamamayan niya.' "

Ito ang katapusan ng mensahe ni Jeremias.

Ang Pagkawasak ng Jerusalem

52 Si Zedekia ay 21 taong gulang nang maging hari. Sa Jerusalem *siya tumira, at* naghari siya roon sa loob ng 11 taon. Ang ina niya ay si Hamutal na anak ni Jeremias na taga-Libna. [2] Masama ang ginawa niya sa paningin ng Panginoon, katulad ng ginawa ni Haring Jehoyakim. [3] Sa galit ng Panginoon, pinalayas niya sa harapan niya ang mga taga-Jerusalem at taga-Juda.

At ngayon, nagrebelde si Zedekia sa hari ng Babilonia. [4] Kaya noong ikasiyam na taon ng paghahari niya, nang ikasampung araw ng ikasampung buwan, sumalakay si Haring Nebucadnezar ng Babilonia at ang kanyang buong hukbo sa Jerusalem. Nagkampo sila sa labas ng lungsod at nagtambak ng lupa sa tabi ng pader para roon sila dumaan sa pagpasok nila sa lungsod. [5] Pinalibutan nila ang lungsod hanggang ika-11 taon ng paghahari ni Zedekia.

[6] Noong ikasiyam na araw ng ikaapat na buwan ng taon ding iyon, matindi na ang taggutom sa lungsod at wala nang makain ang mga tao. [7] Winasak na ng mga taga-Babilonia ang isang bahagi ng pader ng lungsod, kaya naisip *ni Zedekia* na tumakas kasama ang kanyang buong hukbo. Pero dahil sa napalibutan na sila ng mga taga-Babilonia, naghintay sila hanggang sa gumabi. Doon sila dumaan sa pintuan na nasa pagitan ng dalawang pader malapit sa halamanan ng hari. Tumakas sila patungo sa Lambak ng Jordan.[a] [8] Pero hinabol sila ng mga sundalo ng Babilonia at inabutan sila sa kapatagan ng Jerico. Humiwalay kay Zedekia ang lahat ng sundalo niya [9] at siya'y nahuli. Dinala siya sa hari ng Babilonia sa Ribla, sa lupain ng Hamat, at doon siya hinatulan. [10] Pagkatapos, doon sa Ribla sa harap mismo ni Zedekia, pinatay ng hari ng Babilonia ang anak na lalaki ni Zedekia, at ang lahat ng pinuno ng Juda. [11] At ipinadukit ng hari ang mga mata ni Zedekia, ikinadena siya at dinala sa Babilonia. Doon siya ikinulong hanggang sa siya'y mamatay.

[12] Noong ikasampung araw ng ikalimang buwan, nang ika-19 na taon ng paghahari ni Nebucadnezar sa Babilonia, pumunta sa Jerusalem si Nebuzaradan na pinuno ng mga guwardya ng hari sa Babilonia. [13] Sinunog niya ang templo ng Panginoon, ang palasyo, ang lahat ng bahay sa Jerusalem, at ang lahat ng mahahalagang gusali. [14] Sa pamamahala niya, giniba ng mga sundalo ng Babilonia ang mga pader na nakapalibot sa Jerusalem. [15] At dinala niyang bihag ang mga natitirang tao sa lungsod, pati na ang ilang pinakadukhang mga tao at ang mga taong kumampi sa hari ng Babilonia. [16] Pero iniwan din niya ang ilan sa pinakadukhang mga tao para alagaan ang mga ubasan at mga bukirin.

[17] Sinira ng mga taga-Babilonia at mga sumusunod na kagamitan sa templo ng Panginoon: ang haliging tanso, mga karitong ginagamit sa pag-igib, at ang *malaking lalagyan ng tubig na* tanso na tinatawag nilang Dagat. At dinala nila sa Babilonia ang lahat ng tanso. [18] Kinuha rin nila ang mga kawali, mga pala, mga pamputol sa mitsa ng ilaw, mga mangkok at ang iba pang tanso na ginagamit sa templo. [19] Kinuha ni Nebuzaradan ang mga planggana, mga lalagyan ng baga, mga mangkok, mga palayok, mga lalagyan ng ilaw, mga tasa at mga mangkok na ginagamit sa pag-aalay ng handog na inumin, at iba pang kagamitang gawa sa ginto at pilak. [20] Hindi kayang timbangin ang mga tanso na mula sa dalawang haligi, sa *lalagyan ng tubig na tinatawag nilang* Dagat, sa 12 torong tanso na patungan nito at mga karitong ginagamit sa pag-igib ng tubig. Ang mga gamit na ito'y ipinagawa noon ni Solomon para sa templo ng Panginoon. [21] Ang taas ng bawat haligi ay 27 talampakan at ang kabuuang bilog ay 18 talampakan, may butas ito sa gitna, at ang kapal ng tanso ay apat na pulgada. [22] Ang bawat haligi ay may parang ulo sa itaas, na nasa pito't kalahating talampakan ang taas. Pinaikutan ito ng mga mala-kadenang dugtong-dugtong at napapalibutan ito ng palamuting tanso, na hugis *prutas na* pomegranata. [23] Sa gilid ng bawat haligi ay may 96 na palamuti na kahugis ng prutas ng pomegranata na nakapaikot sa kadenang magkakakabit sa parang ulo ng haligi.

[24] Binihag din ni Nebuzaradan sina Seraya na punong pari, Zefanias na pangalawang punong pari at ang tatlong tagapagbantay ng pinto *ng templo.* [25] Ito pa ang mga nakita niya at dinaleng bihag mula sa lungsod: ang opisyal ng mga sundalo ng Juda, ang pitong tagapamahala ng hari, ang kumander na kumukuha at nagsasanay ng mga taong magiging sundalo at ang 60 pang mamamayan doon. [26] Silang lahat ay dinala ni Nebuzaradan sa hari ng Babilonia na nasa Ribla, [27] na sakop ng Hamat. At doon sila ipinapatay ng hari.

Kaya ang mga mamamayan ng Juda ay binihag at dinala papalayo sa lupain nila. [28-30] Ito ang bilang ng mga taong binihag ni Haring Nebucadnezar:

Noong ikapitong taon ng paghahari niya, 3,023.

Noong ika-18 taon ng paghahari niya, 832.

Noong ika-23 taon ng paghahari niya, 745. Si Nebuzaradan ang bumihag sa kanila. May kabuuang bilang na 4,600 ang binihag.

Pinakawalan si Jehoyakin

[31] Noong ika-37 taon ng pagkabihag ni Haring Jehoyakin ng Juda, naging hari ng Babilonia si Evil Merodac. Pinalaya niya si Jehoyakin nang ika-25 araw ng ika-12 buwan ng taon na iyon. [32] Mabait siya kay Haring Jehoyakin at pinarangalan niya ito ng higit kaysa sa ibang mga hari na bihag din doon sa Babilonia. [33] Kaya hindi na nagsuot si Haring Jehoyakin ng damit na para sa mga bilanggo, at mula noon ay kumakain na siya kasama ng hari. [34] At bawat araw, binibigyan siya ng hari ng Babilonia ng kanyang mga pangangailangan hanggang sa siya ay namatay.

---

a 7 *Lambak ng Jordan:* sa Hebreo, *Araba.*

MGA PANAGHOY

1 Napakalungkot na sa Jerusalem na dati ay puno ng mga tao. Ang kilalang-kilala noon sa buong mundo, ngayo'y tulad ng isang biyuda. Kung dati ay reyna siya ng lahat ng lungsod, ngayo'y isang alipin ang kanyang katulad. [2] Buong pait siyang umiiyak magdamag. Mga luha niya'y dumadaloy sa kanyang mga pisngi. Walang dumamay sa kanya, isa man sa kanyang mga minamahal.[a] Pinagtaksilan siya ng lahat ng kaibigan niya, na ngayo'y kanyang kaaway. [3] Lubhang pinahirapan ang Juda at ang mga mamamayan niya'y binihag. Doon na sila nakatira sa ibang bansa kung saan hindi sila makapagpahinga. Tinugis sila ng kanilang mga kaaway hanggang hindi na sila makatakas.

[4] Ang mga daan patungo sa Jerusalem[b] ay puno na ng kalungkutan, dahil wala nang dumadalo sa mga takdang pista. Sa mga pintuang bayan ay wala na ring mga tao. Ang mga pari ay dumadaing, at ang mga dalaga ay nagdadalamhati. Napakapait ng sinapit ng Jerusalem. [5] Pinamunuan sila ng kanilang mga kaaway, at yumaman ang mga ito. Sapagkat pinahirapan ng PANGINOON ang Jerusalem dahil napakarami nitong kasalanan. Ang kanyang mga mamamayan ay binihag ng mga kaaway. [6] Ang kagandahan ng Jerusalem ay naglaho na. Ang kanyang mga pinuno ay parang mga gutom na usa na naghahanap ng pastulan. Sila'y nanghihina na habang tumatakas sa mga tumutugis sa kanila. [7] Ngayong ang Jerusalem ay nagdadalamhati at naguguluhan, naalala niya ang lahat ng dati niyang yaman. Nang mahulog siya sa kamay ng mga kaaway niya, walang sinumang tumulong sa kanya. At nang siya'y bumagsak, kinutya't tinawanan pa siya ng mga kaaway niya.

[8] Napakalaki ng kasalanan ng Jerusalem, kaya naging marumi siya. Ang lahat ng pumupuri noon sa kanya ngayo'y hinahamak na siya, dahil nakita nila ang kanyang kahihiyan.[c] Sa hiya ay napadaing siya at tumalikod. [9] Nahayag sa lahat ang kanyang karumihan, at hindi niya inalala ang kanyang kasasapitan. Malagim ang kanyang naging pagbagsak, at walang sinumang tumutulong sa kanya. *Kaya sinabi niya,* "O PANGINOON tingnan n'yo po ang aking paghihirap, dahil tinalo ako ng aking mga kaaway."

[10] Kinuha ng mga kaaway ang lahat ng kayamanan niya. Sa templo'y nakita niyang pumapasok ang mga taong hindi pinahihintulutan ng PANGINOON na pumasok doon. [11] Ang mga mamamayan niya'y dumadaing habang naghahanap ng pagkain. Ipinagpalit nila ang kanilang mga kayamanan para sa pagkain upang mabuhay. Sinabi ng Jerusalem, "O PANGINOON, pagmasdan n'yo ako dahil ako'y nasa kahihiyan." [12] *Sinabi rin niya* sa mga dumaraan,

"Balewala lang ba ito sa inyo? May nakita ba kayong naghirap na kagaya ko? Ang paghihirap na ito ay ipinataw sa akin ng PANGINOON nang magalit siya sa akin. [13] Mula sa langit, nagpadala siya ng apoy na tila sumusunog sa aking mga buto. Naglagay siya ng bitag para sa aking mga paa at nahuli ako. Iniwanan niya akong nanghihina buong araw. [14] Inipon niya ang lahat ng aking mga kasalanan at inilagay sa aking batok bilang pamatok. At ito ang nagdala sa akin sa pagkabihag. Pinanghina ako ng PANGINOON at ibinigay sa kamay ng mga kaaway na hindi ko kayang labanan. [15] Itinakwil ng PANGINOON ang lahat ng mga kawal ko. Tinipon niya ang aking mga kaaway para lipulin ang aking mga kabataang sundalo. Ang mga mamamayan[d] ng Juda ay naging tulad ng ubas na ipinasok ng PANGINOON sa pigaan at tinapak-tapakan. [16] Iyan ang dahilan kung bakit umiiyak ako. Walang nagpapalakas sa akin ni walang umaalo. Nakakaawa ang aking mga mamamayan dahil natalo sila ng kanilang mga kaaway."

[17] Humingi ng tulong ang Jerusalem pero walang tumulong sa kanya. Sapagkat niloob ng PANGINOON na makaaway ng lahi ni Jacob ang mga bansa sa palibot niya. Itinuring nilang napakarumi ng Jerusalem sa paningin nila.

[18] *Sinabi ng Jerusalem,* "Matuwid ang PANGINOON, pero hindi ko sinunod ang kanyang mga utos. Kaya lahat kayo, pakinggan ninyo ako at tingnan ang aking paghihirap. Ang mga kabataan kong babae at lalaki ay binihag. [19] Humingi ako ng tulong sa aking mga kakampi pero pinagtaksilan nila ako. Namatay ang aking mga pari at ang mga tagapamahala ng lungsod habang naghahanap ng pagkain para mabuhay.

[20] "PANGINOON, masdan n'yo po ang aking kagipitan! Nababagabag at parang pinipiga ang puso ko, dahil naghihimagsik ako sa inyo. Kabi-kabila ang patayan sa aking mga lansangan pati na sa loob ng bahay ko. [21] Narinig ng mga tao ang pagdaing ko ngunit wala kahit isang umaalo sa akin. Nalaman ng lahat ng kaaway ko ang aking mga paghihirap at natuwa sila sa ginawa n'yong ito sa akin. Dumating na sana ang araw *na ipinangako n'yong pagpaparusa sa kanila,* para maging katulad ko rin sila. [22] Masdan n'yo ang lahat ng kasamaang ginagawa nila; parusahan n'yo sila tulad ng pagpaparusa n'yo sa akin dahil sa lahat ng aking kasalanan. Paulit-ulit akong dumadaing at parang mawawalan na ako ng malay."

2 Sa galit ng Panginoon, tinakpan niya ng makapal na ulap ang Jerusalem.[e] Ibinagsak niya ang karangalan ng Israel, *na parang itinapon* mula sa langit papunta sa lupa. At dahil sa kanyang galit, pinabayaan niya ang kanyang templo sa Jerusalem.

---

a 2 kanyang mga minamahal: Ang ibig sabihin, kanyang mga kakampi.

b 4 Jerusalem: sa Hebreo, Zion.

c 8 kanyang kahihiyan: sa literal, kanyang kahubaran.

d 15 Ang mga mamamayan: sa Hebreo, Ang birhen na anak na babae.

e 1 Jerusalem: sa Hebreo, anak na babae ng Zion.

[2] Walang awa rin niyang sinira ang lahat ng tahanan sa Israel. Sa galit niya'y giniba niya ang mga pader na nakapalibot sa Jerusalem. Ibinagsak niya at inilagay sa kahihiyan ang kaharian pati na ang mga pinuno nito. [3] Sa tindi ng kanyang poot, inalis niya ang lahat ng kapangyarihan ng Israel. Hindi niya ito tinulungan nang salakayin ng mga kaaway. Para siyang apoy na tumutupok sa mga lahi ng Israel at sa lahat ng bagay sa paligid nito.

[4] Iniumang niya ang kanyang pana sa mga mamamayan niyang naging parang mga kaaway niya. Pinatay ang lahat ng ipinagmamalaki nitong mga mamamayan. Ibinuhos na parang apoy ang kanyang matinding galit sa mga mamamayan ng Jerusalem. [5] Winasak ng Panginoon ang Israel na parang isang kaaway. Sinira niya ang lahat ng mga pader sa bayan at mga palasyo. Dinagdagan ang kanilang pagdadalamhati at pag-iyak. [6] Winasak niya ang templo na parang isang halamanan lang. Binura niya sa alaala ng mga taga-Jerusalem ang itinakdang mga pista at ang Araw ng Pamamahinga. Sa kanyang matinding galit, itinakwil niya ang hari at pari. [7] Itinakwil din ng Panginoon ang kanyang altar at templo. Ipinagiba sa kamay ng mga kaaway ang mga pader nito at nagsigawan ang mga ito sa templo ng PANGINOON na parang nagdaraos ng pista.

[8] Nagpasya ang PANGINOON na ipagiba ang mga pader na nakapalibot sa lungsod ng Jerusalem. Plinanong mabuti ang paggiba at hindi pinigilan ang sarili na gawin iyon. Kaya nagiba nga ang mga pader na bumabakod doon. [9] Bumagsak sa lupa ang mga pintuang bayan ng Jerusalem. Sinira at binali ng PANGINOON ang mga saraduhan nito. Binihag ang hari at mga pinuno at dinala sa malayong mga bansa. Hindi na rin itinutuk ang kautusan at wala na ring mensahe o pangitain ang PANGINOON sa kanyang mga propeta. [10] Ang mga tagapamahala ng Jerusalem ay tahimik na nakaupo sa lupa, naglagay ng abo sa ulo at nagdamit ng sako para ipakita ang kanilang pagdadalamhati. At ang mga dalaga sa Jerusalem ay nakayuko sa lupa dahil sa hiya. [11] Namugto ang mga mata ko sa kaiiyak. Labis na nababagabag at parang sasabog na ang dibdib ko sa kapahamakang sinapit ng aking mga kalahi. Nawalan ng malay sa mga lansangan ang mga bata at mga sanggol. [12] Umiiyak sila't humihingi ng pagkain at maiinom sa kanilang mga ina. Nawalan sila ng malay tulad ng mga sugatang sundalo sa mga lansangan ng lungsod hanggang sa unti-unting mamatay sa kanlungan ng kanilang ina. [13] O Jerusalem,[a] ano pa bang masasabi ko sa iyo? Saan pa ba kita maihahambing? Kasinlalim ng dagat ang sugat mo. Paano kita maaaliw? Sino ang makapagpapagaling sa iyo? [14] Ang pangitaing nakita ng iyong mga propeta ay hindi totoo, walang kabuluhan at mapanlinlang. Ang mga kasalanan mo'y hindi nila inihayag sa iyo upang hindi kayo mabihag.

[15] Ang lahat ng dumadaa'y pumapalakpak, sumusutsot at nangungutya. Sinasabi nila, "Ito ba ang lungsod na sinasabing 'Pinakamaganda at

kagalakan ng buong mundo?' " [16] Kinukutya ka ng lahat ng kaaway mo. Sumusutsot at pinangangalit ang mga ngipin nila at sinabi, "Tuluyan na nating nawasak ang Jerusalem! Ito na ang araw na ating pinakahihintay. At ngayon nga'y nakita na natin ito!"

[17] Ginawa ng PANGINOON ang kanyang plano. Tinupad niya ang sinabi niya noon. Walang awa ka niyang giniba, O Jerusalem! Binigyan niya ang mga kaaway mo at hinayaan silang ipagyabang ang kanilang kapangyarihan. [18] Mga taga-Jerusalem, tumawag kayo sa Panginoon. Umiyak kayo araw at gabi at paagusin ang inyong mga luha na parang ilog. Huwag kayong tumigil sa pag-iyak. [19] Bumangon kayo sa gabi at humingi ng tulong sa Panginoon. Ibuhos ninyo sa kanya ang laman ng inyong mga puso, na para kayong nagbubuhos ng tubig. Itaas ninyo ang inyong mga kamay sa pananalangin para sa inyong mga anak na nawawalan ng malay sa mga lansangan dahil sa gutom.

[20] Masdan n'yo po kami PANGINOON. Isipin n'yo kung sino ang pinaparusahan n'yo ng ganito. Dahil sa labis na pagkagutom, kinain ng mga ina ang mga anak nila na kanilang inaalagaan. Ang mga pari at ang mga propeta ay pinapatay sa inyong templo. [21] Nakahambalang sa mga lansangan ang mga bangkay ng mga bata at matatanda. Namamatay sa digmaan ang mga kabataang lalaki at babae. Sa inyong galit, walang habag n'yo silang pinatay. [22] Niyaya n'yo ang mga kaaway para kabi-kabilang salakayin ako, para kayong nagyayaya sa kanila sa handaan. Sa araw na iyon na ibinuhos n'yo ang inyong galit, walang nakatakas o natirang buhay. Pinatay ng aking mga kaaway ang aking mga anak na isinilang at pinalaki.

3 Isa ako sa mga nakaranas ng parusa ng PANGINOON dahil sa kanyang galit. [2] Pinalayas niya ako at pinalakad sa dilim sa halip na sa liwanag. [3] Paulit-ulit niya akong pinarusahan araw at gabi. [4] Pinahina ang aking katawan at binali ang aking mga buto. [5] Sinalakay niya ako at ibinilanggo sa paghihirap at pagdurusa. [6] Inilagay sa kadiliman na parang isang tao na matagal nang patay. [7] Kinadena niya ako at ikinulong upang hindi makatakas. [8] Kahit na humingi ako ng tulong, hindi niya ako pinakinggan. [9] Hinarangan niya ng pader ang aking landas, at pinaliku-liko ang aking dadaanan. [10] Para siyang oso o leon na nag-aabang upang salakayin ako. [11] Kinaladkad ako palayo sa daan at pagkatapos ay nilapa at iniwan. [12] Iniumang niya ang kanyang pana at itinutok sa akin. [13] Pinana niya ako at tumagos ito sa puso ko. [14] Naging katawa-tawa ako sa aking mga kalahi. Buong araw nila akong inaawitan ng pangungutya. [15] Pinuno niya ako ng labis na kapaitan. [16] Nabungi ang mga ngipin ko dahil pinakain niya ako ng graba, at saka tinapak-tapakan niya ako sa lupa. [17] Inalis niya ako sa maganda kong kalagayan at hindi ko na naranasan ang kasaganaan.

[18] Nawala na ang karangalan ko at lahat ng pag-asa sa PANGINOON. [19] Napakasakit isipin ang mga paghihirap at pagdurusa ko. [20] At kung palagi ko itong iisipin, manghihina ako. [21] Pero nanunumbalik ang pag-asa ko kapag naaalala

---

a 13 O Jerusalem: sa Hebreo, anak na babae ng Jerusalem...birhen na anak na babae ng Zion.

ko na ²²ang pag-ibig at awa ng Panginoon ay walang katapusan. Iyan ang dahilan kung bakit hindi tayo lubusang nalipol. ²³Araw-araw ay ipinapakita niya ang kanyang habag. Dakila ang katapatan ng Panginoon! ²⁴Kaya sinabi ko sa aking sarili, "Ang Panginoon ang lahat para sa akin, kaya sa kanya ako nagtitiwala." ²⁵Mabuti ang Panginoon sa mga nagtitiwala't umaasa sa kanya. ²⁶Mabuting matiyagang maghintay sa pagliligtas ng Panginoon. ²⁷Mabuti para sa isang tao na kahit bata pa ay matuto nang sumunod. ²⁸Kapag tinuturuan tayo ng Panginoon, tumahimik tayo at pag-isipan itong mabuti. ²⁹Magpakumbaba tayo sa harap ng Panginoon at huwag mawalan ng pag-asa. ³⁰Kapag sinampal ka sa isang pisngi, ibigay mo pa ang kabila. At tanggapin mo rin ang pangungutya ng iyong mga kaaway. ³¹Dahil hindi tayo itatakwil ng Panginoon magpakailanman. ³²Pero kahit nagpaparusa siya, ipinapakita pa rin niya ang kanyang habag at ang napakalaki't walang hanggan niyang pag-ibig sa atin. ³³Dahil hindi siya natutuwa na tayo'y saktan o pahirapan.

³⁴Ayaw ng Panginoon na apihin ang mga bilanggo, ³⁵o balewalain ang karapatan ng tao. ³⁶Ayaw din ng Kataas-taasang Dios na ipagkait ang katarungan sa sinumang tao. Nakikita niya ang lahat ng ito.

³⁷Walang anumang bagay na nangyayari na hindi pinahihintulutan ng Panginoon. ³⁸Ang Kataas-taasang Dios ang nagpapasya kung ang isang bagay na mabuti o masama ay mangyayari. ³⁹Kaya bakit tayo magrereklamo kung pinarurusahan tayo dahil sa ating kasalanan? ⁴⁰Ang dapat ay siyasatin natin ang ating pamumuhay at magbalik-loob sa Panginoon. ⁴¹Buksan natin ang ating mga puso at itaas ang ating mga kamay sa Dios na nasa langit at sabihin: ⁴²"Panginoon, nagkasala po kami at naghimagsik *sa inyo*, at hindi n'yo kami pinatawad. ⁴³Nagalit kayo sa amin at inusig kami at walang awang pinatay. ⁴⁴Tinakpan n'yo ng mga ulap ang inyong sarili para hindi n'yo marinig ang aming mga dalangin. ⁴⁵Ginawa n'yo kaming parang basura sa paningin ng iba't ibang bansa. ⁴⁶Kinutya kami ng lahat ng aming mga kaaway. ⁴⁷Dumanas kami ng matinding takot, panganib, pagkasira at kapahamakan."

⁴⁸Napaluha ako dahil sa kapahamakang sinapit ng aking mga kalahi.

⁴⁹Patuloy akong iiyak ⁵⁰hanggang sa tumunghay ang Panginoon mula sa langit. ⁵¹Labis akong nasaktan sa sinapit ng mga kababaihan sa aking lungsod.

⁵²Hinahabol ako ng aking mga kaaway na parang isang ibon, kahit na wala naman akong nagawang kasalanan sa kanila. ⁵³Sinubukan nila akong patayin *sa pamamagitan ng* pambabato at paghulog sa balon. ⁵⁴Halos malunod na ako at ang akala ko'y mamamatay na ako.

⁵⁵Doon sa ilalim ng balon, tumawag ako sa inyo Panginoon. ⁵⁶Pinakinggan n'yo ang pagmamakaawa ko at paghingi ng tulong. ⁵⁷Dumating kayo nang ako'y tumawag at sinabi n'yong huwag akong matakot. ⁵⁸Tinulungan n'yo ako sa problema ko Panginoon, at iniligtas n'yo

ang buhay ko. ⁵⁹Panginoon, nakita n'yo ang kasamaang ginawa sa akin ng aking mga kaaway, kaya bigyan n'yo ako ng katarungan. ⁶⁰Alam n'yo kung paano nila ako pinaghigantihan at ang lahat ng binabalak nila laban sa akin. ⁶¹Napakinggan n'yo, O Panginoon, ang mga pangungutya nila at alam n'yo ang lahat ng binabalak nila laban sa akin. ⁶²Buong araw nilang pinag-uusapan ang pinaplano nilang masama laban sa akin. ⁶³Masdan n'yo, nakaupo man sila o nakatayo, kinukutya nila ako sa pamamagitan ng pag-awit. ⁶⁴Panginoon, parusahan n'yo sila ayon sa kanilang ginagawa. ⁶⁵Patigasin n'yo ang mga puso nila at sumpain n'yo sila. ⁶⁶Sa galit n'yo Panginoon, habulin n'yo sila at lipulin nang mawala na sila sa mundong ito.

4 Ang mga mamamayan ng Jerusalem ay tulad ng kumupas na ginto o ng mamahaling bato na nagkalat sa lansangan. ²Kung katulad sila ng tunay na ginto noon, ngayon nama'y itinuturing na parang mga palayok na gawa sa putik. ³Kahit na ang mga asong-gubat ay pinasususo ang kanilang mga tuta, pero ang mga mamamayan ko'y naging malupit sa kanilang mga anak, gaya ng malalaking ibon[a] sa disyerto.

⁴Dumidikit na sa ngala-ngala ng mga sanggol ang mga dila nila dahil sa uhaw. Humihingi ng pagkain ang mga bata pero walang nagbibigay sa kanila. ⁵Ang mga taong dati ay kumakain ng masasarap, ngayo'y namamatay na sa gutom sa mga lansangan. Ang mga dating lumaking mayaman, ngayo'y naghahalungkat ng makakain sa mga basurahan. ⁶Ang parusa sa aking mga kababayan ay higit pa sa parusa sa mga taga-Sodom, na biglang winasak ng Dios at ni walang tumulong. ⁷Ang mga pinuno ng Jerusalem, noo'y malulusog at malalakas ang katawan. Nakakasilaw ang kanilang kaputian gaya ng snow o gatas, at mamula-mula ang kutis tulad ng mga mamahaling bato. ⁸Pero ngayon, hindi na sila makilala at mas maitim pa kaysa sa uling. Mga buto't balat na lamang sila at parang kahoy na natuyo. ⁹Di-hamak na mas mabuti pa ang mga namatay sa digmaan kaysa sa mga namatay sa gutom na unti-unting namatay dahil sa walang makain. ¹⁰At dahil sa kapahamakang ito na nangyari sa aking mga kababayan, ang mga mapagmahal na ina ay napilitang iluto ang sarili nilang mga anak para kainin dahil sa labis na gutom.

¹¹Ibinuhos ng Panginoon ang matindi niyang poot sa Jerusalem, sinunog niya ito pati na ang pundasyon nito. ¹²Hindi makapaniwala ang mga hari sa buong mundo pati na ang kanilang mga nasasakupan, na mapapasok ng mga kaaway ang mga pintuan ng Jerusalem. ¹³Pero nangyari ito dahil sa kasalanan ng mga propeta at mga pari nito na pumatay ng mga taong walang kasalanan. ¹⁴Sila ngayon ay nangangapa sa mga lansangan na parang mga bulag. Puno ng dugo ang kanilang mga damit, kaya walang sinumang nagtangkang humipo sa kanila. ¹⁵Pinagsisigawan sila ng mga tao, "Lumayo kayo! Marumi kayo. Huwag n'yo kaming hipuin." Kaya lumayo sila't nagpalaboy-laboy sa ibang mga bansa pero walang tumanggap sa kanila. ¹⁶Ang Panginoon ang siyang nagpangalat sa kanila at

---

a 3 malalaking ibon: sa Ingles, *"ostrich."*

hindi na niya sila pinapansin. Hindi na iginagalang ang mga pari at ang mga tagapamahala.

¹⁷ Lumalabo na ang aming paningin sa kahihintay ng tulong ng aming mga kakamping bansa, pero hindi sila tumulong sa amin. Sa mga tore namin ay nagbantay kami at naghintay sa pagdating ng mga bansang ito na hindi rin makapagliligtas sa amin. ¹⁸ Binabantayan ng mga kaaway ang mga kilos namin. Hindi na kami makalabas sa mga lansangan. Bilang na ang mga araw namin; malapit na ang aming katapusan. ¹⁹ Ang mga kaaway na tumutugis sa amin ay mas mabilis pa kaysa sa agila. Tinutugis kami sa mga bundok at inaabangan kami sa disyerto para salakayin. ²⁰ Nahuli nila ang aming hari na hinirang ng PANGINOON, ang inaasahan naming mangangalaga sa amin mula sa mga kaaway naming bansa.

²¹ Magalak kayo *ngayon*, mga angkan ni Edom na nakatira sa lupain ni Uz. *Dahil* kayo man ay paiinumin din sa tasa *ng parusa ng* PANGINOON. Malalasing din kayo at malalagay sa kahihiyan. ²² Mga taga-Jerusalem, matatapos na ang parusa ninyo. Hindi magtatagal ay pauuwiin na kayo ng PANGINOON mula sa lugar na ito na pinagdalhan sa inyo nang bihagin kayo. Pero kayong mga taga-Edom, parurusahan kayo ng PANGINOON dahil sa inyong mga kasalanan at ibubunyag niya ang inyong kasamaan.

5 PANGINOON, alalahanin n'yo po ang nangyari sa amin. Masdan n'yo ang dinanas naming kahihiyan. ² Kinuha ng mga dayuhan ang mga lupa't bahay namin. ³ Naulila kami sa ama, kaya nabiyuda ang aming mga ina. ⁴ Kinakailangang bayaran pa namin ang tubig na aming iniinom at ang kahoy na aming ipinanggagatong. ⁵ Pinagtatrabaho kaming parang mga hayop at hindi man lang pinagpapahinga. ⁶ Nagpasakop kami sa mga taga-Egipto at Asiria para magkaroon ng pagkain. ⁷ Ang mga ninuno naming patay na ang nagkasala pero kami ngayon ang nagdurusa dahil sa kanilang kasalanan. ⁸ Napailalim kami sa mga alipin at walang makapagligtas sa amin mula sa kanilang mga kamay. ⁹ Sa paghahanap namin ng pagkain, nanganib ang aming mga buhay sa mga armadong tao sa disyerto. ¹⁰ Nilalagnat kami dahil sa matinding gutom, at ang aming katawan ay kasing init ng pugon. ¹¹ Pinagsamantalahan ang mga asawa namin sa Jerusalem at ang mga anak naming babae sa mga bayan ng Juda. ¹² Ibinitin sa pamamagitan ng pagtali sa kamay ang aming mga tagapamahala at hindi iginalang ang aming matatanda. ¹³ Ang aming mga kabataang lalaki ay parang aliping sapilitang pinagtrabaho sa mga gilingan at ang mga batang lalaki ay nagkandasuray-suray sa pagpasan ng mabibigat na kahoy. ¹⁴ Ang matatanda ay hindi na umuupo sa mga pintuan ng lungsod *para magbigay ng payo* at ang mga kabataang lalaki ay hindi na tumutugtog ng musika. ¹⁵ Wala na kaming kagalakan. Sa halip na magsayaw, nagdadalamhati kami. ¹⁶ Wala na rin kaming karangalan. Nakakaawa kami dahil kami ay nagkasala. ¹⁷ Dahil dito, nasasaktan ang aming damdamin at nagdidilim ang aming paningin. ¹⁸ Dahil napakalungkot na ng Jerusalem at mga asong-gubat na lamang ang gumagala rito.

¹⁹ O PANGINOON, maghahari kayo magpakailanman. Ang inyong paghahari ay magpapatuloy sa lahat ng salinlahi. ²⁰ Bakit palagi n'yo kaming kinakalimutan? Bakit kay tagal n'yo kaming pinabayaan? ²¹ Ibalik n'yo kami sa inyo, at kami ay babalik. Ibalik n'yo kami sa dati naming kalagayan. ²² Talaga bang sobra na ang galit n'yo sa amin kaya itinakwil n'yo na kami?

EZEKIEL

Unang Pangitain ni Ezekiel

1 ¹⁻³ Ako si Ezekiel, isang pari at anak ni Buzi. Isa rin ako sa mga bihag na dinala sa Babilonia. Nakatira ako noon sa pampang ng Ilog ng Kebar kasama ang iba pang mga bihag nang biglang bumukas ang langit. Pinuspos ako ng kapangyarihan ng PANGINOON at ipinakita niya sa akin ang mga pangitain. Nangyari ito noong ikalimang araw ng ikaapat na buwan nang ika-30 taon. Ikalimang taon ito nang pagkakabihag ni Haring Jehoyakin.

⁴ Habang nakatingin ako, may nakita akong bagyong paparating mula sa hilaga. Kumikidlat mula sa makapal na ulap kaya nagliliwanag ang paligid. Parang kumikinang na tanso ang kidlat sa gitna ng ulap. ⁵ Sa gitna ng ulap, may nakita akong apat na buhay na nilalang, parang mga tao, ⁶⁻⁸ pero bawat isa sa kanila ay may apat na mukha at apat na pakpak. Tuwid ang kanilang mga binti at ang mga paa nila ay parang paa ng baka, kumikinang ito na parang tanso. May mga kamay silang katulad ng kamay ng tao na nasa ilalim ng kanilang mga pakpak. ⁹ Magkakadikit ang mga pakpak nila. Lumilipad sila nang sabay-sabay sa kahit saang direksyon nang hindi bumabaling.

¹⁰ Sa harap ay mukha silang tao, sa kanan ay mukhang leon, sa kaliwa ay mukhang toro at sa likod ay mukhang agila. ¹¹ Ang dalawa sa mga pakpak nila ay nakabuka pataas at magkadikit ang mga dulo, at ang dalawa pa nilang pakpak ay tumatakip sa katawan nila. ¹² Lumilipad sila nang sabay-sabay sa kahit saang direksyon nang hindi bumabaling. At kung saan sila dalhin ng Espiritu, doon sila pumupunta. ¹³ Parang nagniningas na baga o mga sulo ang itsura nila. Sa pagitan nila'y may apoy na nagliliwanag at mula rin dito'y may kidlat na lumalabas ¹⁴ Ang mga buhay na nilalang na ito'y nagpaparoo't parito na kasimbilis ng kidlat.

¹⁵ Habang nakatingin ako sa apat na buhay na nilalang, nakita kong ang bawat isa sa kanila ay may gulong sa ilalim.ᵃ Ang apat na gulong ay nakasayad sa lupa. ¹⁶ Ganito ang anyo ng mga gulong: Kumikislap ang mga ito na parang *mamahaling batong* krisolito at magkakapareho ang kanilang anyo. Ang bawat gulong ay may isa pang gulong sa loob na nakakrus. ¹⁷ Kaya nakakapunta ang mga gulong na ito at ang mga buhay na nilalang kahit saang direksyon nang hindi na kailangang bumaling pa. ¹⁸ Ang gilid ng mga gulong ay malapad at nakakatakot dahil puno ng mga mata.

¹⁹ Kasama ng apat na buhay na nilalang ang mga gulong kahit saan sila pumunta, at kapag umaangat sila, umaangat din ang mga gulong. ²⁰ Ang espiritu ng apat na buhay na nilalang ay nasa gulong. Kaya saan man pumunta ang espiritu, doon din pumupunta ang apat na buhay na nilalang at ang mga gulong. ²¹ Kapag lumakad ang mga buhay na nilalang, kasama rin ang mga gulong. Kapag tumigil sila, tumitigil din ang mga ito. At kapag lumipad sila, lumilipad din ang mga gulong dahil ang espiritu nila ay nasa gulong.

²² Sa itaas ng ulo ng mga buhay na nilalang ay may nakatabon na tila kristal na nakakasilaw at kahanga-hangang tingnan. ²³ Sa ilalim nito, ang dalawang pakpak ng bawat buhay na nilalang ay nakabuka, at nagpapang-abot ang dulo ng mga pakpak ng bawat isa. Ang dalawang pakpak naman nila ay tumatakip sa kanilang katawan. ²⁴ Kapag lumipad sila, ang pagaspas ng mga pakpak nila ay parang ugong ng rumaragasang tubig o kaya'y parang tinig ng makapangyarihang Dios o ingay ng napakaraming hukbo. At kapag tumigil sila, ibinababa nila ang kanilang pakpak.

²⁵ Habang nakababa ang mga pakpak nila, may tinig na nagmumula sa itaas nila. ²⁶ Sa ibabaw nila ay may tila tronong gawa sa mga batong sapiro at may parang tao sa tronong iyon. ²⁷ Mula baywang pataas para siyang nagniningning na metal, at mula sa kanyang baywang pababa para siyang apoy na nagliliyab at napapalibutan ng nakasisilaw na liwanag. ²⁸ Ang liwanag na iyon sa paligid niya ay parang bahaghari pagkatapos ng ulan.

Ganoon ang makapangyarihang presensya ng PANGINOON. At nang makita ko iyon, lumuhod ako at narinig kong may tinig na nagsasalita sa akin.

Tinawag si Ezekiel na Maging Propeta

2 Sinabi sa akin ng tinig, "Anak ng tao, tumayo ka dahil may sasabihin ako sa iyo." ² Habang kinakausap ako ng tinig, pinuspos ako ng kapangyarihan ng Espiritu at itinayo ako. Pinakinggan ko ang tinig na kumakausap sa akin. ³ Sinabi niya, "Anak ng tao, isusugo kita sa mga mamamayan ng Israel, ang rebeldeng bansa. Mula pa noong panahon ng kanilang mga ninuno hanggang ngayon ay nagrerebelde sila sa akin. ⁴ Matitigas ang ulo nila at mga lapastangan sila. Ako, ang Panginoong DIOS, ang nagsusugo sa iyo sa mga taong ito para sabihin ang ipinapasabi ko sa kanila. ⁵ Makinig man ang mga rebeldeng ito o hindi, malalaman naman nila na may propeta pala sa kanila. ⁶ At ikaw, anak ng tao, huwag kang matakot sa kanila. Huwag kang matatakot kahit na ang mga sasabihin nila. Mga rebeldeng mamamayan *lang* sila. ⁷ Dapat mong sabihin sa kanila ang ipinasasabi ko sa iyo, makinig man ang mga rebeldeng ito o hindi.

⁸ "Pero ikaw, anak ng tao, pakinggan mo ang sinasabi ko sa iyo. Huwag kang magiging rebelde tulad nila. Ibuka mo ang bibig mo at kainin ang ibibigay ko sa iyo." ⁹ At nakita ko ang isang kamay na nag-aabot sa akin ng isang nakarolyong kasulatan. ¹⁰ Iniladlad niya ito sa harap ko at may mga salitang nakasulat sa harap at sa likod nito. Ang nakasulat ay malulungkot na mensahe, mga panaghoy at pagdadalamhati.

ᵃ **15** ilalim: o, gilid.

3 Sinabi pa ng tinig sa akin, "Anak ng tao, kainin mo ang aklat na ito, puntahan mo ang mga mamamayan ng Israel at magsalita ka sa kanila." ²Kaya ibinuka ko ang bibig ko at isinubo niya sa akin ang nakabilot na aklat. ³Sinabi niya sa akin, "Sige, kainin mo iyan at magpakabusog ka." Kinain ko ang aklat, matamis ang lasa nito gaya ng pulot.

⁴Pagkatapos, sinabi niya sa akin, "Anak ng tao, puntahan mo ang mga mamamayan ng Israel at sabihin mo sa kanila ang ipinapasabi ko sa iyo. ⁵Hindi kita isinusugo sa mga taong iba ang wika at mahirap maintindihan, kundi sa mga mamamayan ng Israel. ⁶Sapagkat kung susuguin kita sa mga taong iba ang wika at mahirap maintindihan, tiyak na pakikinggan ka nila. ⁷Pero ang mga mamamayan ng Israel ay hindi makikinig sa iyo, dahil ayaw nilang makinig sa akin. Lahat sila ay matitigas ang ulo at mga lapastangan. ⁸Pero gagawin kitang mas matigas at mas manhid kaysa sa kanila ⁹katulad ng isang batong matigas. Kaya huwag kang matatakot sa kanila, dahil nalalaman mo na rebelde silang mamamayan."

¹⁰Sinabi pa niya sa akin, "Anak ng tao, makinig kang mabuti at isapuso ang lahat ng sinasabi ko sa iyo. ¹¹Puntahan mo ang mga kababayan mo na kasama mong binihag at sabihin mo sa kanila, 'Ito ang mensahe ng Panginoong Dios,' makinig man sila o hindi, sabihin mo ang ipinapasabi ko."

¹²Pagkatapos, binuhat ako ng Espiritu at may narinig akong tinig na dumadagundong sa likuran ko na nagsasabi, "Purihin ang makapangyarihang presensya ng Panginoon sa langit." ¹³At narinig ko rin ang pagaspas ng mga pakpak ng apat na buhay na nilalang at ang ingay ng mga gulong na parang ingay ng malakas na lindol. ¹⁴Binuhat ako ng Espiritu at dinala sa malayo. Masamang masama ang loob ko at galit na galit, pero tinulungan akong magtimpi ng Panginoon.

¹⁵Nakarating ako sa Tel Abib, sa tabi ng Ilog ng Kebar, sa tinitirhan ng mga bihag. Nanatili ako roon sa loob ng pitong araw. Nabigla ako sa mga bagay na nakita ko.

¹⁶Pagkatapos ng pitong araw, sinabi sa akin ng Panginoon, ¹⁷"Anak ng tao, ginawa kitang bantay ng mga mamamayan ng Israel. Kaya ang anumang marinig mo sa akin ay sabihin mo sa kanila. ¹⁸Kapag sinabi kong mamamatay ang taong masama, pero hindi mo siya binalaan o pinagsabihang lumayo sa kasamaan para maligtas, mamamatay ang taong iyon dahil sa kanyang kasalanan at pananagutan mo sa akin ang kamatayan niya. ¹⁹Pero kung pinagsabihan mo siya at hindi siya lumayo sa kasamaan, mamamatay siya dahil sa kanyang kasalanan, pero wala kang pananagutan sa akin. ²⁰Kapag ang taong matuwid ay tumalikod sa kanyang pagiging matuwid at hahayaan ko siya sa ganoong kalagayan, mamamatay siya. Kung hindi mo siya pinagsabihan, mamamatay nga siya dahil sa kanyang kasalanan at hindi ko aalalahanin ang kanyang mabubuting gawa. Pero pananagutan mo sa akin ang kanyang kamatayan. ²¹Ngunit kung pinagsabihan mo ang taong tumigil na sa pagkakasala at nakinig sa iyo, hindi siya mamamatay at wala kang pananagutan sa akin."

²²Pinuspos ako ng kapangyarihan ng Panginoon at sinabi niya sa akin, "Tumayo ka't pumunta sa kapatagan, dahil may sasabihin ako sa iyo roon." ²³Kaya pumunta agad ako sa kapatagan at nakita ko ang makapangyarihang presensya ng Panginoon katulad ng nakita ko sa pampang ng Ilog ng Kebar at ako'y nagpatirapa. ²⁴Pagkatapos, pinuspos ako ng Espiritu, pinatayo at sinabihan, "Umuwi ka at magkulong sa bahay mo! ²⁵Doon ay gagapusin ka ng lubid para hindi mo makasama ang mga kababayan mo. ²⁶Gagawin kitang pipi para hindi mo mapagsabihan ang mga rebeldeng mamamayang ito. ²⁷Pero sa oras na kausapin kita, makakapagsalita kang muli. At sabihin mo sa kanila, 'Ito ang mensahe ng Panginoong Dios.' May mga makikinig sa iyo pero mayroon ding hindi makikinig dahil mga rebelde silang mamamayan."

Ipinakita ni Ezekiel ang Pagkubkob sa Jerusalem

4 *Sinabi ng Panginoon sa akin*, "Anak ng tao, kumuha ka ng tisa, ilagay mo ito sa harap mo at iguhit doon ang lungsod ng Jerusalem. ²Gawin mo ito na parang sinasalakay ng mga kaaway. Lagyan mo ng mga hagdan sa tabi ng pader at lagyan mo ng mga kampo sa palibot ng lungsod at ng trosong pangwasak ng pader. ³Pagkatapos, kumuha ka ng malapad na bakal at ilagay mo na parang pader sa pagitan mo at ng lungsod. Humarap ka sa lungsod na parang sinasalakay mo ito. Ito ang magiging palatandaan sa mga mamamayan ng Israel *na sasalakayin sila ng kanilang mga kaaway.*

⁴"Pagkatapos, mahiga kang nakatagilid sa kaliwa. Tanda ito na pinapasan mo ang kasalanan ng mga mamamayan ng Israel. Papasanin mo ang mga kasalanan nila ayon sa dami ng araw ng iyong paghiga. ⁵Ang isang araw ay nangangahulugan ng isang taon. Kaya sa loob ng 390 araw ay papasanin mo ang mga kasalanan nila. ⁶Pagkatapos, bumaling ka sa kanan at pasanin mo rin ang kasalanan ng mga taga-Juda sa loob ng 40 araw, ang isang araw ay nangangahulugan pa rin ng isang taon. ⁷Tingnan mong *muli* ang tisa, na may larawan ng Jerusalem na kinubkob, at magsalita ka laban sa Jerusalem na nakatupi ang manggas ng iyong damit. ⁸Gagapusin kita upang hindi ka makabaling, hanggang sa matapos ang pagpapakita mo ng pagkubkob ng Jerusalem.

⁹"Magdala ka rin ng trigo, sebada, at iba't ibang mga buto. Paghalu-haluin mo ito sa isang lalagyan at gawin mong tinapay. Ito ang kakainin mo sa loob ng 390 araw habang nakahiga kang nakatagilid sa kaliwa. ¹⁰Bawat araw, dalawa't kalahating guhit lang na pagkain ang kakainin mo sa mga itinakdang oras. ¹¹At kalahating litrong tubig lang ang iinumin mo bawat araw sa mga itinakda ring oras. ¹²Lutuin mo ang tinapay bawat araw habang nanonood ang mga tao. Lutuin mo ito tulad ng pagluluto ng tinapay na gawa sa sebada. Gamitin mong panggatong ang tuyong dumi ng tao at pagkatapos ay kainin mo ang tinapay. ¹³Sapagkat iyan ang mangyayari sa mga mamamayan ng Israel. Kakain sila ng mga pagkaing itinuturing na marumi sa mga lugar na pagdadalhan ko sa kanila bilang mga bihag."

¹⁴Pagkatapos ay sinabi ko, "O Panginoong Dios, huwag n'yo po akong utusan na gumawa ng ganyan. Alam ninyong hindi ko kailanman dinumihan ang sarili ko, mula pa noong bata ako hanggang ngayon. Hindi po ako kumain ng anumang hayop na namatay o pinatay ng ibang hayop at hindi rin po ako kumain ng anumang hayop na itinuturing na marumi." ¹⁵Sumagot ang Panginoon, "Kung ganoon, dumi na lang ng baka ang gawin mong panggatong sa halip na dumi ng tao."

¹⁶Sinabi pa ng Panginoon, "Anak ng tao, babawasan ko ang pagkain sa Jerusalem. Kaya tatakalin ng mga taga-Jerusalem ang pagkain nila't inumin. Mababalisa at magdadalamhati sila. ¹⁷At dahil sa kakulangan ng pagkain at tubig, magtitinginan sila at sindak, at unti-unti silang mamamatay dahil sa kanilang mga kasalanan."

Ang Pagkagiba ng Jerusalem

5 Sinabi ng Panginoon sa akin, "Anak ng tao, kumuha ka ng matalim na espada at gamitin mong pang-ahit ng iyong buhok at balbas. Pagkatapos, timbangin mo ang buhok mo't balbas at hatiin ito sa tatlong bahagi. ²Ang unang bahagi ay ilagay mo sa tisa na ginuhitan mo ng lungsod ng Jerusalem. Sunugin mo ito sa gitna ng lungsod matapos mong maipakita ang pagkubkob nito. Ang ikalawang bahagi ay ilagay mo sa palibot ng lungsod at pagputol-putulin sa pamamagitan ng espada mo. At ang natirang bahagi ay isaboy mo sa hangin dahil ikakalat ko ang mga mamamayan ko sa pamamagitan ng espada. ³Pero magtira ka ng kaunting buhok at balutin mo ito ng iyong damit. ⁴Kumuha ka ng iilan at sunugin mo sa apoy. Mula rito, kakalat ang apoy at masusunog ang buong Israel.

⁵"Ako, ang Panginoong Dios, ay nagsasabi na ito ang kahihinatnan ng Jerusalem, ang lungsod na ginawa kong pinakasentro sa buong daigdig. ⁶Nilabag niya ang mga utos ko at naging mas masama pa kaysa sa ibang mga bansang nasa palibot nito. Itinakwil niya ang mga utos at mga tuntunin ko. ⁷Ako, ang Panginoong Dios, ay nagsasabi: Kayong mga taga-Jerusalem, mas masama pa kayo kaysa sa mga bansang nasa palibot ninyo. Hindi ninyo sinunod ang mga utos at mga tuntunin ko, o sinunodᵃ man ang mga tuntunin ng mga bansang nasa palibot ninyo. ⁸Kaya ako, ang Panginoong Dios, ay laban sa inyo. Parurusahan ko kayo sa harap ng mga bansa. ⁹Sapagkat kasuklam-suklam ang mga ginagawa ninyo, gagawin ko sa inyo ang hindi ko pa nagagawa at hindi ko na ito gagawin pa pagkatapos. ¹⁰Kakainin ng mga magulang ang mga anak nila at kakainin naman ng mga anak ang mga magulang nila. Parurusahan ko kayo at ang natitira pa sa inyo ay pangangalatin ko sa buong daigdig. ¹¹Ako, ang buhay na Panginoong Dios, ay sumusumpang lilipulin ko kayo. Hindi ko kayo kahahabagan dahil dinungisan ninyo ang aking templo sa pamamagitan ng pagsamba sa mga dios-diosan at paggawa ng kasuklam-suklam na mga bagay. ¹²Hahatiin ko kayo sa tatlo. Ang unang

bahagi ay mamamatay sa gutom at sakit sa lungsod. Ang ikalawang bahagi ay mamamatay sa labas ng lungsod sa pamamagitan ng espada. At ang ikatlong bahagi ay pangangalatin ko sa buong daigdig at patuloy kong uusigin.ᵇ

¹³"Kapag nangyari na ito, huhupa na ang matindi kong galit, at makakaganti na ako sa inyo. Kapag naipadama ko na ito sa inyo, malalaman ninyo na ako ang Panginoong nakipag-usap sa inyo dahil sa labis kong pagkapoot. ¹⁴Wawasakin ko ang inyong lungsod at kukutyain kayo ng mga bansang nakapalibot sa inyo at ng mga taong dumadaan sa lugar ninyo. ¹⁵Hihiyain, kukutyain, at pandidirian kayo ng mga bansa sa paligid ninyo dahil sa nangyari sa inyo. Magiging babala kayo sa kanila sa panahon ng aking pagpaparusa sa inyo dahil sa matindi kong galit. Ako, ang Panginoon, ang nagsasabi nito. ¹⁶Padadalhan ko kayo ng taggutom na parang pana na pupuksa sa inyo. Titindi nang titindi ang taggutom hanggang sa wala na kayong makain. ¹⁷Maliban sa taggutom, padadalhan ko rin kayo ng malulupit na hayop at lalapain nila ang mga anak ninyo. Mamamatay din kayo sa sakit at mga digmaan. Ako, ang Panginoon, ang nagsasabi nito."

Ang mga Ipinapasabi Laban sa mga Bundok ng Israel

6 Sinabi ng Panginoon sa akin, ²"Anak ng tao, humarap ka sa mga bundok ng Israel at sabihin mo ito sa kanila: ³O mga bundok ng Israel, mga burol, mga lambak, at mga kapatagan, dinggin ninyo ang sinasabi ng Panginoong Dios: Padadalhan ko kayo ng digmaan at gigibain ko ang mga sambahan sa matataas na lugar.ᶜ ⁴Gigibain ko ang mga altar ninyo pati na ang mga altar na pagsusunugan ng insenso at papatayin ko ang mamamayan ninyo sa harap ng inyong mga dios-diosan. ⁵Ikakalat ko ang mga bangkay ninyong mga Israelita sa harap ng inyong mga dios-diosan at ikakalat ko rin ang mga buto ninyo sa palibot ng inyong mga altar. ⁶Ang bawat bayan ninyo sa Israel ay wawasakin para masira ang mga sambahan ninyo sa matataas na lugar, dios-diosan at mga altar pati na ang mga altar na pinagsusunugan ng insenso at ang iba pang ginawa ninyo. ⁷Mamamatay ang inyong mga mamamayan at malalaman ninyo na ako ang Panginoon.

⁸"Pero may ititira ako sa inyo mula sa digmaan. Makakatakas ang iba at mangangalat sa ibang bansa ⁹bilang mga bihag. Doon nila ako maaalala at maiisip na nila kung paano ako nagdamdam nang magtaksil sila sa akin at higit nilang pinahalagahan ang mga dios-diosan. Masusuklam sila sa sarili nila dahil sa masama at kasuklam-suklam nilang ginawa. ¹⁰At malalaman nilang ako ang Panginoon, at totoo ang babala na ipinasabi ko na gagawin ko sa kanila."

¹¹Pagkatapos, sinabi sa akin ng Panginoong Dios, "Pumalakpak ka at pumadyak at sabihin mo, 'Mabuti nga sa mga mamamayan ng Israel, dahil sa lahat ng masasama at kasuklam-suklam

---

ᵃ 7 Hindi…sinunod: Ganito sa karamihan sa tekstong Hebreo. Pero sa ibang mga tekstong Syriac, sinunod mo. Tingnan din sa 11:12.

ᵇ 12 patuloy kong uusigin: sa literal, hahabulin ko sila ng espada.

ᶜ 3 mga sambahan sa matataas na lugar: Tingnan sa Talaan ng mga Salita sa likod.

nilang ginawa. Ito ang dahilan kung bakit mamamatay sila sa digmaan, gutom at sakit. [12] Ang mga nasa malayo ay mamamatay sa sakit. Ang nasa malapit ay mamamatay sa digmaan. At ang natitira ay mamamatay sa gutom. Sa ganitong paraan, madadama nila ang galit ko sa kanila. [13] At malalaman nilang ako ang Panginoon kapag ang bangkay ng mga kababayan nila ay kumalat kasama ng kanilang mga dios-diosan sa palibot ng kanilang mga altar, burol, tuktok ng bundok, malalaking punongkahoy at mayayabong na punong ensina sa lugar na pinaghahandugan nila ng insenso para sa lahat ng kanilang dios-diosan. [14] Parurusahan ko sila saan man sila tumira, at gagawin kong mapanglaw ang lupain nila mula sa disyerto *sa timog* hanggang sa Dibla *sa hilaga*, at malalaman nila na ako ang Panginoon.' "

Malapit na ang Katapusan ng Israel

7 Sinabi sa akin ng Panginoon, [2]"Anak ng tao, *ako*, ang Panginoong Dios, ay nagsasabi sa bansang Israel, 'Ito na ang katapusan ng buong lupain *ng Israel*. [3] Katapusan na ninyo, dahil ipadarama ko na ang galit ko. Hahatulan ko kayo ayon sa pamumuhay ninyo at pagbabayarin ko na kayo ayon sa lahat ng kasuklam-suklam na ginawa ninyo. [4] Hindi ko na kayo kahahabagan. Hahatulan ko kayo sa inyong pamumuhay at sa inyong kasuklam-suklam na ginawa, para malaman ninyo na ako ang Panginoon.'

[5] "*Ako*, ang Panginoong Dios, ay nagsasabi: Darating sa inyo ang sunod-sunod na kapahamakan. [6] Ito na ang wakas! Ang katapusan ninyo, [7] kayong mga nakatira sa lupain *ng Israel*. Dumating na sa inyo ang kapahamakan. Malapit na ang oras na magkakagulo kayo. Tapos na ang maliligayang araw ninyo sa mga kabundukan. [8] Hindi magtatagal at ipadarama ko na sa inyo ang matindi kong galit. Hahatulan ko kayo ayon sa pamumuhay ninyo, at pagbabayarin ko kayo sa mga kasuklam-suklam na ginawa ninyo. [9] Hindi ko kayo kahahabagan. Pagbabayarin ko kayo ayon sa inyong pamumuhay at sa mga kasuklam-suklam na ginawa ninyo. At dito'y malalaman ninyong ako, ang Panginoon, ang nagparusa sa inyo.

[10] "Malapit na ang araw ng pagpaparusa. Darating na ang kapahamakan. Sukdulan na ang kasamaan at kayabangan ng mga tao. [11] Ang kalupitan nila'y babalik sa kanila bilang parusa sa kasamaan nila. Walang matitira sa kanila, pati ang lahat ng kayamanan nila ay mawawala. [12] Oo, malapit na ang araw *ng pagpaparusa*. Hindi na ikatutuwa ng mga mamimili *ang naitawad nila* at hindi na rin malulungkot ang mga *naluging* nagbebenta, dahil mararanasan ng lahat ang galit ko. [13] Kung may mga nagbebenta mang makakabawi, hindi na sila makakabalik sa pagtitinda dahil ang mga sinabi ko tungkol sa buong bansa *ng Israel* ay hindi na mababago. Hindi maililigtas ng bawat gumagawa ng kasamaan ang kanyang buhay. [14] Kahit na hipan pa nila ang trumpeta para ihanda ang lahat sa pakikipaglaban, wala ring pupunta sa labanan, dahil mararanasan ng lahat ang galit ko.

[15] "Ang sinumang lalabas ng lungsod ay mamamatay sa digmaan. Ang mananatili naman sa loob ng lungsod ay mamamatay sa sakit at gutom. [16] Ang mga makakaligtas sa kamatayan at tatakas papunta sa mga bundok ay iiyak doon na parang huni ng kalapati, dahil sa kani-kanilang kasalanan. [17] Manghihina ang mga kamay nila at mangangatog ang kanilang mga tuhod. [18] Magsusuot sila ng damit na sako at aahitin ang kanilang buhok *para ipahayag ang kanilang pagdadalamhati*. Takot at kahihiyan ang makikita sa mukha nila. [19] Itatapon nila sa mga lansangan ang mga pilak at ginto nila na parang maruruming bagay. Hindi sila maililigtas ng mga ito sa araw na ipadama ko ang aking poot. Hindi rin nila ito makakain para mabusog sila dahil ito ang dahilan kung bakit sila nagkasala. [20] Ipinagmamalaki nila ang mga naggagandahan nilang hiyas na siyang ginamit nila para gumawa ng mga kasuklam-suklam na dios-diosan. Kaya gagawin kong marumi ang mga bagay na ito para sa kanila. [21] Ipapasamsam ko ito sa masasamang dayuhan at dudungisan nila ito. [22] Pababayaan kong lapastanganin nila at nakawan ang aking templo. Papasukin at lalapastanganin ito ng mga magnanakaw.

[23] "Bibihagin ang aking mga mamamayan dahil puro patayan at puno ng kaguluhan ang kanilang lungsod. [24] Ipakakamkam ko sa mga masasamang bansa ang mga bahay nila. Tatapusin ko ang pagmamataas ng kanilang mga makapangyarihang tao,[a] at ipalalapastangan ko ang mga sambahan nila. [25] Darating sa kanila ang takot at maghahanap sila ng kapayapaan pero hindi nila ito matatagpuan. [26] Darating sa kanila ang sunud-sunod na panganib at masasamang balita. Magtatanong sila sa mga propeta, *pero wala silang matatanggap na kasagutan*. Magpapaturo sila sa mga pari at hihingi ng payo sa mga tagapamahala, pero hindi sila tuturuan at papayuhan. [27] Magdadalamhati ang hari at mawawalan ng pag-asa ang mga tagapamahala niya. Ang mga tao'y manginginig sa takot. Parurusahan ko sila ayon sa kanilang pamumuhay. Hahatulan ko sila kung paano nila hinatulan ang iba. At malalaman nila na ako ang Panginoon."

Ang Pagsamba sa mga Dios-diosan sa Jerusalem

8 Nang ikalimang araw ng ikaanim na buwan, nang ikaanim na taon *ng aming pagkabihag*, pinuspos ako ng kapangyarihan ng Panginoong Dios. Nakaupo ako noon sa bahay ko at nakikipag-usap sa mga tagapamahala ng Juda. [2] May nakita akong parang isang tao. Mula baywang pababa, para siyang apoy at mula naman baywang pataas ay para siyang makintab na metal. [3] Iniunat niya ang kanyang parang kamay at hinawakan ako sa buhok. Pagkatapos, sa pamamagitan ng isang pangitain mula sa Dios, itinaas ako ng Espiritu sa kalawakan at dinala sa Jerusalem, sa bandang hilaga ng pintuan ng bakuran sa loob ng templo, sa kinalalagyan ng dios-diosan na siyang ikinagalit ng Dios. [4] Nakita ko roon ang kapangyarihan ng Dios ng Israel, tulad ng nakita ko sa kapatagan.

---

a 24 Tatapusin...tao: o, Wawasakin ko ang matitibay nilang pader na kanilang ipinagyayabang.

⁵Pagkatapos, sinabi ng Dios sa akin, "Anak ng tao, tumingin ka sa hilaga." Tumingin ako at nakita ko sa tapat ng pinto malapit sa altar ang dios-diosan na siyang lubhang nagpagalit sa Dios. ⁶Sinabi sa akin ng Dios, "Anak ng tao, nakita mo ba ang ginagawa ng mga mamamayan ng Israel? Nakita mo ba ang kasuklam-suklam na ginagawa nila rito para palayasin ako sa aking templo? Pero may makikita ka pang higit na kasuklam-suklam na bagay."

⁷Pagkatapos, dinala niya ako sa pintuan ng bakuran ng templo at nang tumingin ako, mayroon akong nakitang butas sa pader. ⁸Sinabi niya sa akin, "Anak ng tao, lakihan mo pa ang butas ng pader." Pinalaki ko iyon at nakita ko ang isang pintuan. ⁹Muli niyang sinabi sa akin, "Pumasok ka at tingnan mo ang mga kasuklam-suklam na bagay na ginagawa nila." ¹⁰Kaya pumasok ako at nakita kong nakaukit sa buong pader ang lahat ng uri ng hayop na gumagapang, mga hayop na itinuturing na marumi at lahat ng mga dios-diosan ng mga mamamayan ng Israel. ¹¹Nakatayo roon ang 70 tagapamahala ng Israel at isa sa kanila si Jaazania na anak ni Shafan. Ang bawat isa sa kanila'y may hawak na lalagyan ng insenso at ang usok ay pumapaitaas.

¹²Sinabi sa akin ng Dios, "Anak ng tao, nakita mo ba kung ano ang lihim na ginagawa ng mga tagapamahala ng Israel? Ang bawat isa sa kanila'y nasa silid ng kanyang dios-diosan. Sinasabi nilang hindi na nakatingin sa kanila ang PANGINOON at itinakwil na niya ang Israel."

¹³Sinabi pa ng Dios, "Makikita mo pa ang mas kasuklam-suklam nilang ginagawa." ¹⁴Pagkatapos, dinala niya ako sa pintuan ng templo sa hilaga at nakita ko roon ang mga babaeng nakaupo at umiiyak para sa dios-diosang si Tamuz. ¹⁵Sinabi sa akin ng PANGINOON, "Anak ng tao, nakikita mo ba ito? May makikita ka pang mas kasuklam-suklam na bagay kaysa riyan."

¹⁶Pagkatapos, dinala niya ako sa loob ng bakuran ng templo ng PANGINOON. At doon sa pintuan ng templo, sa pagitan ng balkonahe at ng altar ay may 25 tao. Nakatalikod sila sa templo at nakaharap sa silangan at nakayuko na sumasamba sa araw.

¹⁷Pagkatapos, sinabi ng Dios sa akin, "Anak ng tao, nakikita mo ba ito? Pangkaraniwan na lang ba sa mga taga-Juda ang paggawa ng kasuklam-suklam na mga bagay dito? Maliban diyan, ginagawa pa nila ang mga karahasan sa buong bansa, kaya lalo pa nila akong ginagalit. Tingnan mo ang mga paglapastangan nila sa akin. ¹⁸Kaya matitikman nila ang galit ko. Hindi ko sila kahahabagan. Kahit sumigaw pa sila sa paghingi ng tulong sa akin, hindi ko sila pakikinggan."

Pinatay ang mga Sumasamba sa mga Dios-diosan

9 Pagkatapos, narinig ko ang Dios na nagsasalita nang malakas, "Halikayo sa Jerusalem, kayong mga magpaparusa sa lungsod na ito. Dalhin ninyo ang inyong mga sandata." ²Pagkatapos, may anim na taong pumasok sa hilagang pintuan ng templo. Lahat sila'y may dalang sandata. May kasama silang taong nakadamit ng telang linen at may panulat sa baywang. Tumayo sila sa tabi ng tansong altar.

³Mula pa noon, ang kapangyarihan ng Dios ng Israel ay nasa itaas ng mga kerubin sa loob ng templo, ngayon ay umalis na roon at lumipat sa pintuan ng templo. Pagkatapos, tinawag ng PANGINOON ang taong nakadamit ng telang linen at may panulat sa baywang, ⁴at sinabi sa kanya, "Libutin mo ang buong lungsod ng Jerusalem at tatakan mo ang noo ng mga taong nagdadalamhati dahil sa mga kasuklam-suklam na mga ginagawa roon."

⁵At narinig ko ring sinabi ng Dios sa iba, "Sundan ninyo siya sa lungsod at patayin ang mga walang tatak sa noo. Huwag kayong maawa sa kanila. ⁶Patayin ninyo ang matatanda, mga binata't dalaga, mga ina at mga bata, pero huwag ninyong patayin ang mga may tatak sa noo. Magsimula kayo sa aking templo." Kaya una nilang pinatay ang mga tagapamahala na nasa harapan ng templo.

⁷Pagkatapos, sinabi ng Dios sa kanila, "Dumihan ninyo ang templo sa pamamagitan ng pagtatambak ng mga bangkay sa bakuran at pagkatapos ay umalis na kayo." Umalis sila at pinagpapatay ang mga tao sa buong lungsod. ⁸Habang pumupatay sila ng mga tao, naiwan akong nag-iisa. Nagpatirapa ako at tumawag sa Dios, "O Panginoong DIOS, papatayin n'yo bang lahat ang mga natitirang Israelita dahil sa galit ninyo sa Jerusalem?" ⁹Sumagot siya sa akin, "Sukdulan na ang kasalanan ng mga mamamayan ng Israel at Juda. Sukdulan na ang patayan sa lungsod at wala nang katarungan. Sinasabi pa nilang, 'Hindi na tayo pinapansin ng PANGINOON, itinakwil na niya ang Israel.' ¹⁰Kaya hindi ko na sila kahahabagan, sa halip gagawin ko rin sa kanila ang ginawa nila sa iba."

¹¹Bumalik sa PANGINOON ang taong nakadamit ng telang linen at may panulat sa baywang at sinabi, "Nagawa ko na po ang ipinapagawa ninyo sa akin."

Umalis ang Makapangyarihang Presensya ng PANGINOON sa Templo

10 Habang nakatingin ako, may nakita akong parang isang trono na yari sa batong safiro. Nasa itaas ito ng takip na kristal sa itaas ng ulo ng mga kerubin. ²Sinabi ng PANGINOON sa taong nakadamit ng telang linen, "Pumunta ka sa gitna ng mga gulong sa ilalim ng mga kerubin at punuin mo ang mga kamay mo ng baga at isabog mo sa buong lungsod." At nakita kong pumunta siya.

³Ang mga kerubin ay nakatayo sa timog ng templo nang pumunta ang tao at may ulap na lumukob doon sa bakuran sa loob ng templo. ⁴Pagkatapos, umalis ang makapangyarihang presensya ng PANGINOON sa gitna ng mga kerubin at lumipat sa pintuan ng templo. Nilukuban ng ulap ang templo at lumiwanag ang bakuran dahil sa makapangyarihang presensya ng PANGINOON. ⁵Ang pagaspas ng pakpak ng mga kerubin ay naririnig hanggang sa bakuran sa labas tulad ng tinig ng makapangyarihang Dios.

⁶Nang utusan ng PANGINOON ang taong nakadamit ng telang linen na kumuha ng baga sa gitna ng mga gulong sa ilalim ng mga kerubin, pumasok siya sa templo at tumayo sa tabi ng gulong. ⁷Pagkatapos, isa sa mga kerubin ang kumuha ng baga sa apoy at inilagay sa kamay ng taong nakadamit ng telang linen. Dinala ito ng tao at lumabas. ⁸Ang

bawat kerubin ay parang may mga kamay ng tao sa ilalim ng kanilang pakpak.

⁹May nakita akong apat na gulong sa gilid ng *apat* na kerubin. Kumikislap na parang *mamahalin na batong* krisolito ¹⁰at magkakamukha ang mga ito. Bawat gulong ay pinagkrus, na ang isa ay nasa loob ng isa pang gulong, ¹¹kaya ito at ang mga kerubin ay maaaring pumunta kahit saang direksyon nang hindi kailangang bumaling pa. ¹²Ang buong katawan ng kerubin, ang likod, ang kamay at mga pakpak ay puno ng mata at ganoon din ang mga gulong. ¹³At narinig kong ang mga gulong na ito'y tinatawag na, "Umiikot na gulong." ¹⁴Ang bawat kerubin ay may apat na mukha: mukha ng kerubin, ng tao, ng leon at ng agila.

¹⁵Pagkatapos, pumaitaas ang mga kerubin. Ito ang mga buhay na nilalang na nakita ko roon sa Ilog ng Kebar. ¹⁶Kapag lumalakad ang mga kerubin, sumasama sa kanila ang mga gulong na nasa gilid at kapag lumilipad sila, kasama rin ang mga gulong. ¹⁷Kapag tumigil sila, tumitigil din ang mga gulong at kapag umangat sila, umaangat din ang mga gulong, dahil ang espiritu nila ay nasa gulong din. ¹⁸Pagkatapos, ang makapangyarihang presensya ng Panginoon ay umalis sa pintuan ng templo at lumipat sa itaas ng mga kerubin. ¹⁹At habang nakatingin ako, lumipad ang mga kerubin kasama ang mga gulong. Tumigil sila sa silangang pintuan ng templo ng Panginoon at ang makapangyarihang presensya ng Dios ng Israel ay nasa itaas nila.

²⁰Iyon ang mga buhay na nilalang na nakita ko roon sa ilalim *ng presensya* ng Dios ng Israel doon sa Ilog ng Kebar. At nalaman ko na ang mga nilalang na ito ay mga kerubin. ²¹Ang bawat isa sa kanila ay may apat na mukha, apat na pakpak at sa ilalim ng kanilang pakpak ay may parang kamay ng tao. ²²Ang mga ito'y kamukha ng mga buhay na nilalang na nakita ko roon sa Ilog ng Kebar. Ang bawat isa ay sabay-sabay na gumagalaw kung saan sila papunta.

Ang Parusa ng Dios sa Jerusalem

11 Pagkatapos, dinala ako ng Espiritu sa templo ng Panginoon, sa may pintuan na nakaharap sa silangan. May 25 tao roon, dalawa sa kanila ay sina Jaazania na anak ni Azur at Pelatia na anak ni Benaya na mga tagapamahala ng mga tao. ²Sinabi sa akin ng Panginoon, "Anak ng tao, sila ang mga taong nagpaplano at nagpapayo ng masama sa lungsod na ito. ³Sinasabi nila, 'Hindi ba't malapit na ang panahon para magtayo ng mga bahay? Ang lungsod natin ay katulad ng kaldero at tayo naman ay parang mga karne sa loob *na hindi masusunog ng apoy'.* ⁴Kaya anak ng tao, magsalita ka laban sa kanila."

⁵Pagkatapos, nilukuban ako ng Espiritu ng Panginoon at inutusang sabihin ito: "Ito ang sinasabi ng Panginoon sa inyo mga mamamayan ng Israel: Alam ko kung ano ang sinasabi at iniisip ninyo. ⁶Marami kayong pinatay sa lungsod na ito at nagkalat ang mga bangkay sa lansangan. ⁷Kaya *ako,* ang Panginoong Dios, ang nagsasabi nito sa inyo: Ang lungsod na ito ay natulad sa kaldero, at ang mga bangkay na inyong kinalat sa lungsod ay ang nagsilbing karne. At kayo naman ay papalayasin

ko sa lungsod na ito. ⁸Natatakot kayo sa digmaan*ᵃ* pero ipapalasap ko ito sa inyo. *Ako,* ang Panginoong Dios, ang nagsasabi nito. ⁹Palalayasin ko kayo sa lungsod na ito at ipapabihag sa mga dayuhan at uudyukan ko silang parusahan kayo. ¹⁰Mamamatay kayo sa digmaan at hahatulan ko kayo hanggang sa mga hangganan ng Israel at malalaman ninyong ako ang Panginoon. ¹¹Ang lungsod na ito'y hindi magiging tulad ng kaldero para sa inyo, at kayo'y hindi magiging tulad ng karne sa loob nito. Sapagkat hahatulan ko kayo hanggang sa hangganan ng Israel. ¹²At malalaman ninyo na ako ang Panginoon. Gagawin ko ito dahil hindi ninyo sinunod ang mga utos at tuntunin ko. Sa halip, sinunod ninyo ang tuntunin ng ibang bansa sa palibot ninyo."

¹³Habang sinasabi ko ang ipinasasabi ng Dios, namatay si Pelatia na anak ni Benaya. Nagpatirapa ako at sumigaw, "O Panginoong Dios, uubusin ba ninyo ang lahat ng natitirang mga Israelita?"

¹⁴Sinabi sa akin ng Panginoon, ¹⁵"Anak ng tao, ang mga natitira sa Jerusalem ay nagsabi ng ganito tungkol sa kapwa nila Israelitang binihag. 'Malayo sila sa Panginoon, kaya sa atin na ibinigay ng Panginoon ang lupaing ito.'

¹⁶"Kaya sabihin mo *sa mga kasamahan mong bihag* na *ako,* ang Panginoong Dios, ay nagsasabi 'Kahit ipinabihag ko kayo at ipinangalat sa iba't ibang bansa, kasama n'yo pa rin ako sa mga lugar na iyon. ¹⁷Kaya *ako,* ang Panginoong Dios, ay nagsasabing muli ko kayong titipunin mula sa mga bansa kung saan kayo nangalat at ibibigay kong muli sa inyo ang lupain ng Israel. ¹⁸At sa inyong pagbabalik, alisin ninyo ang lahat ng kasuklam-suklam na dios-diosan. ¹⁹Babaguhin ko ang inyong puso at pag-iisip nang hindi na kayo maging masuwayin kundi maging masunurin at tapat sa akin. ²⁰Tutuparin na ninyo ang mga utos ko't mga tuntunin. Magiging mga mamamayan ko kayo at ako'y magiging Dios ninyo. ²¹Pero ang mga sumasamba sa mga kasuklam-suklam na dios-diosan ay parurusahan ko ayon sa mga ginawa nila. *Ako,* ang Panginoong Dios, ang nagsasabi nito.'"

²²Pagkatapos, lumipad ang mga kerubin kasama ang mga gulong sa gilid nila at ang makapangyarihang presensya ng Dios ng Israel ay nasa itaas nila. ²³At pumailanlang ito mula sa lungsod at bumaba sa bundok, sa silangan ng lungsod. ²⁴Pagkatapos, nakita ko sa pangitaing ibinigay sa akin ng Espiritu ng Dios, na ibinalik ako sa mga bihag doon sa Babilonia. Pagkatapos ay nawala ang pangitain. ²⁵At isinalaysay ko sa mga bihag ang lahat ng *pangitain na* ipinakita sa akin ng Panginoon.

12 Sinabi sa akin ng Panginoon, ²"Anak ng tao, naninirahan kang kasama ng mga rebeldeng mamamayan. May mga mata sila pero hindi nakakakita, may mga tainga pero hindi nakakarinig, dahil sila ay mga rebelde. ³Kaya anak ng tao, maghanda ka ng mga gamit mo at magkunwaring binibihag ka. Pumunta ka sa ibang lugar, gawin mo ito sa araw para makita ka nila. Baka sakaling sa pamamagitan nito, maunawaan nila ang kanilang mga pagsuway. ⁴Samantalang maliwanag pa, ihanda

a 8 digmaan: sa literal, espada.

mo ang mga dadalhin mo para makita ng mga tao. Pagsapit ng gabi, habang nakatingin sila, lumakad kang parang isang bihag. ⁵ Butasan mo ang dingding ng iyong bahay at doon ilabas ang iyong mga dala-dalahan. ⁶ Habang nakatingin sila, pasanin mo ang mga dala-dalahan mo't lumakad ka sa gabi. Takpan mo ang iyong mukha para hindi makita ang lupain na iyong iiwan. Ang gagawin mong ito ay magiging babala sa mga mamamayan ng Israel."

⁷ Kaya sinunod ko ang utos ng PANGINOON. Maaga kong inihanda ang mga dadalhin ko at pagsapit ng gabi ay binutasan ko ang dingding ng bahay ko. At habang nanonood sila, pinasan ko ang mga dala ko at lumakad.

⁸ Kinaumagahan, sinabi sa akin ng PANGINOON, ⁹ "Anak ng tao, ngayon, ang mga rebeldeng mamamayan ng Israel ay magtatanong tungkol sa ginawa mo, ¹⁰ sabihin mo sa kanila na *ako*, ang Panginoong DIOS ay may ipinapasabi sa mga namamahala ng Jerusalem at sa lahat ng mamamayan ng Israel. ¹¹ Sabihin mo sa kanila na ang ginawa mo ay isang babala para sa kanila na sila ay mabibihag. ¹² Kahit ang pinuno nila'y papasanin ang sarili niyang dala-dalahan at aalis nang gabi. Dadaan siya sa butas ng dingding na ginawa para sa kanya. Magtatakip siya ng mukha para hindi niya makita ang lupain. ¹³ Pero huhulihin ko siya *na parang hayop* at dadalhin sa Babilonia sa lupain ng mga Caldeo. Pero hindi niya ito makikita,ª at doon siya mamamatay. ¹⁴ Pangangalatin ko sa lahat ng dako ang mga tauhan niya, mga lingkod at mga hukbo. At kahit nasaan sila, ipapapatay ko sila. ¹⁵ At kapag naipangalat ko na sila sa mga bansa, malalaman nilang ako ang PANGINOON. ¹⁶ Pero pahihintulutan ko na may makaligtas sa kanila sa digmaan, sa gutom at sa sakit para sabihin nila sa mga bansa ang mga kasuklam-suklam na ginawa nila at malalaman nilang ako ang PANGINOON."

¹⁷ Sinabi sa akin ng PANGINOON, ¹⁸ "Anak ng tao, manginig ka sa takot habang kumakain ka at umiinom. ¹⁹ Sabihin mo sa mga mamamayan ng Jerusalem at sa lahat ng taga-Israel na *ako*, ang Panginoong DIOS ay nagsasabi na maguguluhan sila at manginginig sa takot habang kumakain at umiinom, dahil sasamsamin ang mga ari-arian ng bansa nila dahil sa kanilang kalupitan. ²⁰ Wawasakin ang mga bayan nila at magiging mapanglaw ito. At malalaman nilang ako ang PANGINOON."

²¹ Sinabing muli ng PANGINOON sa akin, ²² "Anak ng tao, ano itong kasabihan sa Israel na, 'Lumilipas ang panahon pero hindi natutupad ang mga propesiya?' ²³ Sabihin mo sa kanila na *ako*, ang Panginoong DIOS, ay magpapatigil sa kasabihang ito at hindi na muling sasabihin pa sa Israel. Sabihin mo rin sa kanilang malapit nang matupad ang mga propesiya. ²⁴ Tiyak na mawawala na sa Israel ang mga maling pangitain o mga panghuhula ng kasinungalingan. ²⁵ Sapagkat kapag ako, ang PANGINOON ay nagsalita, tiyak na mangyayari. Hindi magtatagal at magaganap na ang mga sinabi ko tungkol sa mga rebeldeng mamamayan. At mangyayari ito sa panahon ninyo. *Ako*, ang Panginoong DIOS, ang nagsasabi nito."

²⁶ Sinabi sa akin ng PANGINOON, ²⁷ "Anak ng tao, sinasabi ng mga mamamayan ng Israel na ang mga pangitain mo at mga propesiya ay mangyayari pero matagal pa. ²⁸ Kaya sabihin mo sa kanila: '*Ako*, ang Panginoong DIOS, ang nagsasabi na sa lalong madaling panahon ay magaganap na ang mga sinabi ko. *Oo*, mangyayari na ito.'"

Parurusahan ang mga Bulaang Propeta

13 Sinabi sa akin ng PANGINOON, ² "Anak ng tao, magsalita ka laban sa mga bulaang propeta ng Israel na nanghuhula mula sa sarili nilang isipan. Sabihin mo na pakinggan nila ang mensahe kong ito: ³ *Ako*, ang Panginoong DIOS ay nagsasabing nakakaawa ang mga hangal na propetang nanghuhula mula sa sarili nilang isipan, at wala silang nakikitang mga pangitain. ⁴ O Israel, ang mga propeta mo'y katulad ng mga asong-gubat na nasa gibang lungsod. ⁵ *Katulad nila'y* mga walang pakialam sa wasak na mga pader ng Israel na hindi inayos para maging matibay dumating man ang digmaan, sa araw ng pagpaparusa ng PANGINOON. ⁶ Hindi totoo ang mga pangitain nila at kasinungalingan ang mga hula nila. Sinasabi nilang mula sa PANGINOON ang sinasabi nila pero ang totoo'y *hindi ko sila sinugo* at hinihintay nilang maganap ito. ⁷ Hindi totoo ang mga pangitain nila at kasinungalingan ang mga hula nila. Sinasabi nilang iyon ay ipinapasabi ko pero hindi iyon nanggaling sa akin.

⁸ "Kaya *ako*, ang Panginoong DIOS ay nagsasabi na kakalabanin ko sila dahil kasinungalingan ang mga hula nila at hindi totoo ang kanilang mga pangitain. ⁹ Parurusahan ko ang mga propetang hindi totoo ang pangitain at kasinungalingan ang mga hula. Hindi ko sila ituturing na kabilang ng aking mga mamamayan at ang mga pangalan nila'y hindi isusulat sa talaan ng mga mamamayan ng Israel at hindi maaaring pumasok sa lupain ng Israel. At malalaman ninyong ako ang Panginoong DIOS.

¹⁰ "Inililigaw ng mga propetang ito ang aking mga mamamayan sa pagsasabing maayos ang lahat, pero hindi naman. Parang tinatapalan lang ng apog at putik ang mahinang pader na itinatayo ng mga mamamayan. ¹¹ Sabihin mo sa mga nagtapal na mawawasak ang pader na ito, dahil darating ang malakas na bagyo at uulan ng yelong kasing tigas ng bato na wawasak sa pader na ito. ¹² At kapag nawasak na ito, magtatanong ang mga tao sa kanila, 'Ano ang naitulong na itinapal ninyo?'

¹³ "Kaya *ako*, ang Panginoong DIOS, ay nagsasabi: Sa tindi ng galit ko, wawasakin ko *ang pader* sa pamamagitan ng malakas na bagyo, pag-ulan ng yelo na kasing tigas ng bato, at malakas na ulan. ¹⁴ *Oo*, wawasakin ko ang pader na tinapalan ninyo ng apog at putik. Wawasakin ko ito hanggang sa lumabas ang pundasyon nito. At kapag nawasak na ito, babagsakan kayo at mamamatay. At malalaman ninyo na ako ang PANGINOON. ¹⁵ Ipadarama ko ang galit ko sa pader at sa mga nagtapal dito. At ipamamalita ko na wala na ang pader at ang mga nagtapal dito, ¹⁶ na walang iba kundi mga propeta ng Israel na humula na magiging maayos ang kalagayan ng Jerusalem, pero kasinungalingan naman. *Ako*, ang Panginoong DIOS, ang nagsasabi nito.

ª 13 *hindi niya ito makikita:* Ayon sa 2 Kings 25:6-7, si Zedekia na hari ng Juda ay binulag bago dalhin bilang bihag sa Babilonia.

[17] "Ngayon naman, anak ng tao, magsalita ka laban sa mga babaeng nanghuhula mula sa sarili nilang isipan. [18] Sabihin mo sa kanilang *ako*, ang Panginoong Dios, ang nagsasabi: Nakakaawa kayo, kayong mga babaeng bumibiktima sa mga mamamayan ko, maging mga bata o matatanda sa pamamagitan ng mga anting-anting ninyo. Nilalagyan ninyo sila ng mga anting-anting na pulseras sa kanilang kamay at belo sa mga ulo. Binibiktima ninyo ang mga mamamayan ko para sa pansarili ninyong kapakinabangan. [19] Nilalapastangan ninyo ako sa harap ng mga mamamayan ko para lang sa kaunting sebada at ilang tinapay. Sa pamamagitan ng pagsisinungaling ay sinasabi ninyong mamamatay ang hindi dapat mamatay at hindi mamamatay ang dapat mamatay. At naniniwala naman ang mga mamamayan ko sa kasinungalingan ninyo.

[20] "Kaya *ako*, ang Panginoong Dios, ay nagsasabing: Labis akong nagagalit sa mga anting-anting na ginagamit ninyo para biktimahin ang mga tao na parang mga ibong nahuli sa bitag. Hahablutin ko ang mga anting-anting ninyo sa kamay[a] at palalayain ko ang mga taong hinuli ninyo na parang ibon. [21] Pupunitin ko rin ang mga belo ninyo at ililigtas ko ang mga mamamayan mula sa mga kamay ninyo, hindi n'yo na sila mabibiktimang muli. At malalaman ninyong ako ang Panginoon.

[22] "Pinalungkot ninyo ang mga matuwid sa pamamagitan ng inyong kasinungalingan, na kahit ako ay hindi sila nabigyan ng kalungkutan. Pinalakas ninyo ang loob ng masasama na ipagpatuloy ang kasamaan nila sa pamamagitan ng mga pangakong maliligtas sila sa kamatayan.[b] [23] Kaya mawawala na ang mga hindi totoong pangitain at panghuhula ninyo. Ililigtas ko ang mga mamamayan ko mula sa inyong mga kamay. At malalaman ninyong ako ang Panginoon."

Ang Pagsamba sa mga Dios-diosan ng mga Namamahala sa Israel

14 Minsan, lumapit sa akin ang mga tagapamahala ng Israel at umupo sa harap ko para sumangguni sa Panginoon. [2] Sinabi sa akin ng Panginoon, [3] "Anak ng tao, ang mga taong iyan ay nagmamahal sa mga dios-diosan na siyang nagtulak sa kanila sa pagkakasala, kaya hindi ako makakapayag na humingi sila ng payo sa akin. [4] Sabihin mo sa kanila na ako, ang Panginoong Dios, ay nagsasabi: 'Ang sinumang Israelitang nagmamahal sa mga dios-diosan na siyang nagtulak sa kanya sa pagkakasala, at pagkatapos ay humihingi ng payo sa isang propeta ay tuwiran kong sasagutin sa *pamamagitan ng parusa* nararapat ayon sa dami ng kanyang mga dios-diosan. [5] Gagawin ko ito para magsibalik sa akin ang lahat ng Israelitang lumayo sa akin dahil sa mga dios-diosan nila.'

[6] "Kaya sabihin mo ngayon sa mga Israelitang *ako*, ang Panginoong Dios, ay nagsasabi: Magsisi kayo at itakwil na ang mga dios-diosan ninyo at talikuran ang lahat ng kasuklam-suklam ninyong

mga gawa. [7] Ang sinumang Israelita o hindi Israelitang nakatira sa Israel, na lumayo sa akin at nagmamahal sa mga dios-diosan na siyang nagtulak sa kanya sa pagkakasala, at pagkatapos ay humingi ng payo sa akin sa pamamagitan ng paglapit sa mga propeta, ako, ang Panginoon, ang tuwirang sasagot mismo sa kanya *sa pamamagitan ng parusa*. [8] Kakalabanin ko siya at gagawing babala sa mga tao, at siya'y pag-uusapan nila. Ihihiwalay ko siya sa mga mamamayan ko. At malalaman ninyo na ako ang Panginoon.

[9] "Kung ang isang propeta ay iniligaw sa pagpapahayag ng mali, ito'y dahil sa akin, ang Panginoon ay nag-udyok sa kanya para magpahayag ng mali. Parurusahan ko siya at ihihiwalay sa mga mamamayan kong Israel. [10] Ang propetang iyon at ang mga taong humingi ng payo sa kanya ay parehong parurusahan. [11] Gagawin ko ito para ang mga Israelita ay hindi na lumayo sa akin at nang hindi na nila dungisan ang sarili nila sa pamamagitan ng paggawa ng kasalanan. Kung magkagayon, magiging mga mamamayan ko sila at ako'y magiging Dios nila. *Ako,* ang Panginoong Dios, ang nagsasabi nito."

[12] Sinabi sa akin ng Panginoon, [13] "Anak ng tao, kung ang isang bansa ay magkasala sa pamamagitan ng pagtatakwil sa akin, parurusahan ko sila at aalisin ko ang pinagmumulan ng kanilang pagkain. Magpapadala ako ng taggutom para mamatay sila pati na ang kanilang mga hayop. [14] Kahit kasama pa nila sina Noe, Daniel at Job, silang tatlo lang ang maliligtas dahil sa matuwid nilang pamumuhay. *Ako,* ang Panginoong Dios, ang nagsasabi nito.

[15] "Sakaling magpadala ako ng mababangis na hayop sa bansang iyon para patayin ang mga mamamayan, magiging mapanglaw ito at walang dadaan doon dahil sa takot sa mababangis na hayop, [16] kahit na kasama pa nila ang tatlong taong binanggit ko, ako, ang Panginoong Dios na buhay, ay sumusumpang hindi makapagliligtas ang tatlong iyon kahit ng mga anak nila. Sila lang ang maliligtas, at ang bansang iyon ay magiging mapanglaw.

[17] "O kung padalhan ko naman ng digmaan ang bansang iyon para patayin ang mga mamamayan at ang mga hayop nila, [18] kahit na kasama pa nila ulit ang tatlong taong binanggit ko, ako, ang Panginoong Dios na buhay, ay sumusumpang hindi pa rin nila maililigtas kahit ang mga anak nila maliban lang sa kanilang sarili.

[19] "O kung dahil sa galit ko sa kanila, padalhan ko ng sakit ang bansang iyon para patayin ang mga mamamayan at ang mga hayop nila, [20] kahit na kasama pa nga nila sina Noe, Daniel at Job, ako, ang Panginoong Dios na buhay, ay sumusumpang hindi nila maililigtas kahit ang kanilang mga anak kundi ang mga sarili lang nila dahil sa matuwid nilang pamumuhay.

[21] "*Ako,* ang Panginoong Dios ay nagsasabi na magiging kahabag-habag ang Jerusalem kapag ipinadala ko na sa kanila ang apat na mabibigat na parusa—ang digmaan, taggutom, mababangis na hayop at mga karamdaman—na papatay sa mga mamamayan nila at mga hayop. [22] Pero may makakaligtas sa kanila na dadalhin dito sa Babilonia para isama sa inyo bilang mga bihag. Makikita ninyo ang *masasamang* ugali nila at gawa,

---

a [20] *kamay:* sa literal, *braso.*

b [22] *pangakong maliligtas sila sa kamatayan:* o, *pangako na iyon ang magliligtas sa kanila sa kamatayan.*

at mawawala ang sama ng loob ninyo sa akin sa pagpaparusa ko sa Jerusalem. ²³ Oo, mawawala ang sama ng loob ninyo kapag nakita ninyo ang pag-uugali nila at mga gawa, at maiintindihan ninyo na tama ang ginawa ko sa mga taga-Jerusalem. *Ako,* ang Panginoong DIOS, ang nagsasabi nito."

Ang Jerusalem ay Parang Sanga ng Ubas na Walang Kabuluhan

15 Sinabi sa akin ng PANGINOON, ² "Anak ng tao, sa anong paraan nakakahigit ang sanga ng ubas sa ibang punongkahoy? ³ Ang mga sanga ba nito ay magagamit sa iba pang mga bagay? Maaari ba itong gawing sabitan? ⁴ *Hindi!* Pwede lang itong panggatong; ganoon pa man madali itong matupok. ⁵ Kaya wala talaga itong kabuluhan, sunog man o hindi pa.

⁶ "Ngayon, *ako,* ang Panginoong DIOS, ay nagsasabi na ang mga mamamayan ng Jerusalem ay tulad ng baging ng ubas na tumutubong kasama ng mga punongkahoy sa kagubatan. Dahil ito'y walang kabuluhan, susunugin ko sila. ⁷ Oo, parurusahan ko sila at kahit na makatakas sila sa apoy, tutupukin pa rin sila ng isa pang apoy. At malalaman nila na ako ang PANGINOON. ⁸ Gagawin kong mapanglaw ang lugar nila dahil nagtaksil sila sa akin. *Ako,* ang Panginoong DIOS, ang nagsasabi nito."

Ang Jerusalem ay Katulad ng Babaeng Nangangalunya

16 Sinabi sa akin ng PANGINOON, ² "Anak ng tao, ipaalam mo sa Jerusalem ang mga kasuklam-suklam niyang gawa. ³ Sabihin mo sa kanya na *ako,* ang Panginoong DIOS, ang nagsasabi nito sa kanya: Isa kang Canaanita! Ang ama mo ay isang Amoreo at ang iyong ina ay isang Heteo. ⁴ Nang ipinanganak ka'y walang *nag-asikaso sa iyo. Walang* pumutol ng pusod mo, nagpaligo o nagpahid ng asin sa katawan mo at wala ring nagbalot ng lampin sa iyo. ⁵ Walang nagmalasakit sa iyo para gawin ang mga bagay na ito. Walang sinumang naawa sa iyo. Sa halip, itinapon ka sa kapatagan at isinumpa mula nang araw na isinilang ka.

⁶ "Pero nang mapadaan ako, nakita kitang kumakawag-kawag sa sarili mong dugo at sinabi ko sa iyong mabubuhay ka. ⁷ Pinalaki kita tulad ng isang tanim sa bukirin. Lumaki ka at naging dalaga. Lumaki ang dibdib mo at lumago ang iyong buhok, pero hubad ka pa rin.

⁸ "Nang muli akong mapadaan, nakita kong ganap ka nang dalaga. Kaya tinakpan ko ng aking balabal ang kahubaran mo at ipinangakong *ikaw ay aking mamahalin.* Gumawa ako ng kasunduan sa iyo, at ikaw ay naging akin. *Ako,* ang Panginoong DIOS, ang nagsasabi nito.

⁹ "Pinaliguan kita at nilinis ang mga dugo sa katawan mo at pinahiran din kita ng langis. ¹⁰ Pagkatapos, dinamitan kita ng mamahaling damit na pinong linen, seda na may magagandang burda at pinagsuot ng sandalyas na balat. ¹¹ Binigyan kita ng mga alahas: mga pulseras at kwintas. ¹² Binigyan din kita ng singsing para sa ilong, hikaw at korona. ¹³ Pinalamutian kita ng pilak at ginto, dinamitan ng burdadong seda at ang pagkain mo'y mula sa

magandang klaseng harina, pulot at langis ng olibo. Napakaganda mo, para kang reyna. ¹⁴ Naging tanyag ka sa mga bansa dahil sa labis mong kagandahan, at sa karangyaang ibinigay ko sa iyo. *Ako,* ang Panginoong DIOS, ang nagsasabi nito.

¹⁵ "Pero, nagtiwala ka sa iyong kagandahan at ginamit mo ang iyong katanyagan. Tulad ng isang babaeng bayaran, ipinagamit mo ang sarili mo sa kung kani-kaninong lalaki at nagpakasasa sila sa iyo. ¹⁶ Ginamit mo ang iba mong damit para pagandahin ang mga sambahan sa matataas na lugar*ᵃ* at doo'y ipinagamit mo ang iyong sarili sa mga lalaki. Hindi ito dapat nangyari. ¹⁷ Ginamit mo rin ang mga pilak at gintong alahas na ibinigay ko sa iyo sa paggawa ng mga lalaking dios-diosan na sinamba mo. *Kaya* para ka na ring nangalunya. ¹⁸ Pinadamitan mo ang mga dios-diosang iyon ng mga damit na may mga burda na ibinigay ko sa iyo at inihandog mo sa kanila ang mga langis ko at insenso. ¹⁹ Inihandog mo rin sa kanila ang mga pagkaing ibinigay ko sa iyo mula sa magandang klaseng harina, pulot at langis ng olibo. Inihandog mo ito sa kanila bilang mabangong handog. *Oo,* iyan nga ang nangyari. *Ako,* ang Panginoong DIOS, ang nagsasabi nito.

²⁰ "Inihandog mo ang mga anak natin sa iyong mga dios-diosan upang kainin. Hindi ka pa ba nasisiyahan sa pagpapagamit mo sa kanila? ²¹ Pinatay mo pa ang mga anak ko at inihandog sa mga dios-diosan. ²² Sa lahat ng kasuklam-suklam mong gawain at pagpapagamit sa iba ay hindi mo na naisip *kung papaano kita inalagaan* noong kabataan mo pa, noong hubad ka at kumakawag-kawag sa sarili mong dugo.

²³ "*Ako,* ang Panginoong DIOS ay nagsasabing, nakakaawa ka! Maliban sa mga kasamaang ito na ginawa mo, ²⁴ nagtayo ka rin ng sambahan para sa mga dios-diosan, doon sa mga plasa ²⁵ at kanto ng mga lansangan. Doon, dinumihan mo ang iyong kagandahan at ipinagamit ang sarili mo sa kung kani-kaninong lalaki. Ipinagamit mo nang ipinagamit ang sarili mo. ²⁶ Nagpagamit ka sa mga taga-Egiptong kalapit-bansa mong malibog. Ginalit mo ako sa pamamagitan ng patuloy mong pagpapagamit. ²⁷ Kaya pinarusahan kita at pinaliit ang nasasakupan mo. Ipinasakop kita sa mga kaaway mong Filisteo. Kahit sila ay nagulat sa iyong kahalayan.

²⁸ "At hindi ka pa nakontento, nagpagamit ka rin sa mga taga-Asiria. Pero pagkatapos, hindi ka pa rin nasiyahan. ²⁹ Lalo pang tumindi ang iyong pagnanasa at nangalunya ka pa sa Babilonia na lugar ng mga mangangalakal, pero hindi ka pa rin nasiyahan.

³⁰ "*Ako,* ang Panginoong DIOS ay nagsasabing kay dali mong mahikayat! Para kang babaeng bayaran na walang kahihiyan! ³¹ Nagtayo ka ng mga sambahan para sa mga dios-diosan sa mga kanto ng lansangan at mga plasa. Mas masahol ka pa kaysa sa babaeng bayaran dahil hindi ka nagpapabayad sa mga gumagamit sa iyo. ³² Isa kang babaeng mangangalunya! Mas gusto mo pang sumiping sa iba kaysa sa asawa mo! ³³ Tumatanggap ng bayad ang mga babaeng bayaran, pero ikaw,

---

a 16 *mga sambahan sa matataas na lugar:* Tingnan sa Talaan ng mga Salita sa likod.

ikaw pa ang nagbibigay ng mga regalo sa mga
mangingibig mo para suhulan silang makipagtalik
sa iyo. ³⁴ Kabaligtaran ka ng mga babaeng bayaran!
Walang nagyayaya sa iyo para sumiping; *ikaw pa
ang nagyayaya*. Hindi ka na nagpapabayad, ikaw pa
ang nagbabayad. Kakaiba ka talaga!

³⁵ "Kaya ikaw babaeng bayaran, pakinggan mo
ang sasabihin ko! ³⁶ *Ako*, ang Panginoong Dios,
ay nagsasabi: Ipinakita mo ang iyong kahalayan
at kahubaran sa mga mangingibig mo at sa mga
kasuklam-suklam mong dios-diosan. Pinatay mo
ang mga anak mo at inihandog sa kanila. ³⁷ Dahil sa
ginawa mong ito, titipunin ko ang mga mangingibig
na pinasasaya mo, ang mga minahal at kahit ang
mga kinainisan mo. Titipunin ko sila para kalabanin
ka at huhubaran kita sa harap nila para makita nila
ang kahubaran mo. ³⁸ Paparusahan kita dahil sa
pangangalunya mo at pagpatay. At dahil sa tindi
ng galit ko at panibugho, papatayin kita. ³⁹ Ibibigay
kita sa mga naging mangingibig mo at gigibain nila
ang mga sambahang itinayo mo para sa iyong mga
dios-diosan. Huhubaran ka nila at kukunin ang
naggagandahan mong alahas, at iiwan ka nilang
hubad. ⁴⁰ Dadalhin ka nila sa mga taong babato at
tatadtad sa iyo sa pamamagitan ng kanilang espada.
⁴¹ Susunugin nila ang bahay mo at parurusahan ka
nila sa harap ng maraming babae. Ipapatigil ko ang
pagpapagamit mo at pagbabayad mo sa iyong
mga mangingibig. ⁴² Sa gayon, mapapawi na ang
matinding galit ko sa iyo at ang aking panibugho.
Hindi na ako magagalit sa iyo.

⁴³ "Kinalimutan mo kung papaano kita inalagaan
noong kabataan mo pa. Sa halip, ginalit mo ako
sa iyong mga ginawa, kaya paparusahan kita ayon
sa iyong mga gawa. *Ako*, ang Panginoong Dios,
ang nagsasabi nito. Hindi ba't sa dami ng mga
kasuklam-suklam mong ginawa, nagawa mo pang
dagdagan ito ng kalaswaan?

⁴⁴ "Tingnan mo, may mga taong nagsabi ng
kasabihang ito sa iyo: 'Kung ano ang ina, ganoon
din ang anak.' ⁴⁵ Talagang pareho kayo ng iyong ina
na nagtakwil ng kanyang asawa't mga anak. Ang ina
mo ay isang Heteo at ang ama mo ay isang Amoreo.
⁴⁶ Ang nakatatanda mong kapatid na babae ay ang
Samaria na hilaga kasama ang mga anak niyang
babae*ᵃ* at ang nakababata mong kapatid na babae
ay ang Sodom sa timog pati na ang mga anak
niyang babae. ⁴⁷ Sinunod mo ang mga pag-uugali
at kasuklam-suklam na gawain nila. At sa loob
lang ng maikling panahon ay mas masama pa ang
ginawa mo kaysa sa kanila. ⁴⁸ Ako, ang Panginoong
Dios na buhay, ay nagsasabi na ang kapatid mong
Sodom at ang mga anak niyang babae ay hindi
gumawa ng tulad ng ginawa mo at ng mga anak
mong babae. ⁴⁹ Ang kasalanan ng kapatid mong
Sodom ay pagmamataas. Siya at ang mga anak
niyang babae ay sagana sa pagkain at maunlad
ang buhay, pero hindi sila tumulong sa mahihirap
at mga nangangailangan. ⁵⁰ Sa pagmamataas nila,
gumawa sila ng kasuklam-suklam sa paningin ko,
kaya pinarusahan ko sila katulad nga ng nakita mo.

⁵¹ "Kahit ang Samaria ay hindi nakagawa ng
kalahati man lang ng mga kasalanan mo. ⁵² Dapat
kang mahiya dahil mas marami kang ginawang
kasuklam-suklam kaysa sa mga kapatid mong
babae, kaya lumabas pang mas matuwid sila kaysa
sa iyo. ⁵³ Pero darating ang araw na muli kong
pauunlarin ang Sodom at Samaria, pati na ang mga
anak nilang babae. At ikaw ay muli kong pauunlarin
kasama nila, ⁵⁴ para mapahiya ka sa lahat ng ginawa
mo, dahil nagmukha pa silang matuwid kaysa sa iyo.
⁵⁵ *Oo*, muli kong pauunlarin ang mga kapatid mong
babae—ang Sodom at Samaria, ganoon din ang mga
anak nilang babae. Ito rin ang mangyayari sa iyo at
sa mga anak mong babae. ⁵⁶ Nilait mo noon ang
Sodom noong ikaw ay nagmamataas pa ⁵⁷ at hindi
pa nabubunyag ang iyong kasamaan. Pero ngayon,
katulad ka na rin niya. Nilalait ka na rin ng mga
taga-Edom at ng mga bansa sa palibot niya, pati na
ng mga Filisteo. Kinukutya ka ng mga nakapalibot
sa iyo. ⁵⁸ Dadanasin mo ang parusa dahil sa iyong
kahalayan at kasuklam-suklam na gawain. *Ako*, ang
Panginoon, ang nagsasabi nito."

⁵⁹ Ito pa ang sinabi ng Panginoong Dios.
"Parurusahan kita nang nararapat, dahil binalewala
mo ang iyong pangako sa pamamagitan ng pagsira
sa kasunduan natin. ⁶⁰ Pero tutuparin ko pa rin ang
kasunduang ginawa ko sa iyo noong kabataan mo
pa at gagawa ako sa iyo ng kasunduan na walang
hanggan. ⁶¹ Sa gayon, maaalala mo ang mga ginawa
mo at mapapahiya ka, lalo na kung gagawin ko ang
iyong mga kapatid na babae, ang Samaria at Sodom,
na iyong mga anak, kahit na hindi sila kasama sa
kasunduan natin. ⁶² Patitibayin ko ang kasunduan
ko sa iyo, at malalaman mong ako ang Panginoon.
⁶³ Maaalala mo ang mga kasalanan mo at mahihiya
ka, lalo na kapag pinatawad ko na ang lahat ng
ginawa mo, hindi ka na makakapagsalita dahil sa
sobrang kahihiyan. *Ako*, ang Panginoong Dios, ang
nagsasabi nito."

Ang Talinghaga tungkol sa Agila at sa Halamang Gumagapang

17 Sinabi ng Panginoon sa akin, ² "Anak ng
tao, sabihin mo ang talinghaga na ito sa mga
mamamayan ng Israel. ³ Sabihin mo sa kanila na *ako*,
ang Panginoong Dios, ay nagsasabi: May malaking
agila na lumipad papuntang Lebanon. Malapad
ang pakpak nito at malago ang balahibong sari-
sari ang kulay. Dumapo siya sa tuktok ng punong
sedro, ⁴ pinutol ang umuusbong na sanga at dinala
sa lupain ng mga mangangalakal at doon itinanim.
⁵ Pagkatapos, kumuha naman ng binhi ang agila
mula sa lupain *ng Israel* at itinanim sa matabang
lupa sa tabi ng ilog at mabilis na tumubo. ⁶ Tumubo
ito na isang mababang halaman na gumagapang.
Ang mga sanga nito'y gumapang papunta sa agila
at ang ugat ay lumalim. Nagsanga pa ito at marami
pang umusbong.

⁷ "Pero may isa pang malaking agilang dumating.
Malapad din ang mga pakpak at malago ang
balahibo. Ang mga ugat at sanga ng halamang iyon
ay gumapang papunta sa agila upang mabigyan ito
ng mas maraming tubig kaysa sa lupang tinubuan
nito. ⁸ Ginawa ito ng halaman kahit na nakatanim

---

a 46 anak niyang babae: Ang ibig sabihin, *mga
naninirahan dito*, o, *ang mga baryo sa paligid nito*. Ganito
rin sa talatang 48, 49, 53, 55.

ito sa matabang lupa na sagana sa tubig para tumubo, mamunga at maging maganda.

⁹"Ngayon, *ako*, ang Panginoong Dios, ay magtatanong: Patuloy ba itong tutubo? Hindi! Bubunutin ito at kukunin ang mga bunga at pababayaang malanta. *Napakadali nitong bunutin,* hindi na kinakailangan ng lakas o maraming tao para bunutin ito. ¹⁰Kahit na itanim itong muli sa ibang lugar hindi na ito tutubo? Tuluyan na itong malalanta kapag nahipan na ng mainit na hangin mula sa silangan."

Ang Kahulugan ng Talinghaga

¹¹Pagkatapos, sinabi sa akin ng Panginoon, ¹²"Tanungin mo ang mga mapagrebeldeng mamamayan *ng Israel* kung alam nila ang kahulugan ng talinghaga. Sabihin mo na *ito ang kahulugan*: Pumunta ang hari ng Babilonia sa Jerusalem at binihag ang hari nito at ang mga tagapamahala, at dinala sa Babilonia. ¹³Kinuha niya ang isa sa mga anak ng hari *ng Juda* at gumawa sila ng kasunduan, pinasumpa niya ang anak ng hari na maglilingkod sa kanya. Binihag din niya ang mga marangal na tao *ng Juda*, ¹⁴upang hindi na makabangong muli ang kaharian ito at hindi na makalaban sa kanya. Ang kaharian ito ay mananatili kung ipagpapatuloy niya ang kanyang kasunduan sa Babilonia. ¹⁵Pero nagrebelde ang hari *ng Juda* sa hari ng Babilonia. Nagpadala ng mga tao sa Egipto ang hari ng Juda para humingi ng mga kabayo at sundalo. Pero magtatagumpay kaya siya? Makakatakas kaya siya't makakaligtas sa parusa dahil sa pagsira niya sa kasunduan sa Babilonia? ¹⁶*Hindi!* Sapagkat ako, ang Panginoong Dios na buhay, ay sumusumpa na ang hari *ng Juda* ay siguradong mamamatay sa Babilonia dahil sinira niya ang sinumpaang kasunduan sa hari nito na nagluklok sa kanya sa trono. ¹⁷Hindi siya matutulungan ng Faraon*ᵃ* sa digmaan, pati na ang napakarami at makapangyarihang sundalo nito kapag sumalakay na ang mga taga-Babilonia para puksain ang maraming buhay. ¹⁸Sinira ng hari ng Juda ang kasunduang sinumpaan niya *sa hari ng Babilonia*, kaya hindi siya makakaligtas.

¹⁹"Ako, ang Panginoong Dios na buhay, ay sumusumpang parurusahan ko siya dahil sa pagsira niya sa kasunduang sinumpaan niya sa pangalan ko. ²⁰Huhulihin ko siya at dadalhin sa Babilonia at doo'y parurusahan ko siya dahil sa pagtataksil niya sa akin. ²¹Mamamatay ang kanyang mga sundalong tumatakas, at ang matitira sa kanila ay mangangalat sa iba't ibang lugar. At malalaman ninyo na akong Panginoon ang nagsabi nito."

Ang Mabuting Kinabukasan na Ipinangako ng Dios

²²⁻²³Sinabi pa ng Panginoong Dios, "Kukuha ako ng usbong sa itaas ng punong sedro at itatanim ko sa ibabaw ng pinakamataas na bundok ng Israel. Lalago ito, magbubunga at magiging magandang punong sedro. Pamumugaran ito ng lahat ng uri ng ibon at sisilong naman ang iba't ibang hayop sa ilalim nito. ²⁴Sa ganoon, malalaman ng lahat ng mga

punongkahoy sa lupa na ako nga ang Panginoong pumuputol ng matataas na punongkahoy. Ako rin ang nagpapatuyo sa mga sariwang punongkahoy at nagpapasariwa ng natutuyong puno. Ako, ang Panginoon, ang nangako nito, at talagang gagawin ko ito."

Mamamatay ang Nagkasala

18 Sinabi sa akin ng Panginoon, ²"Ano ang ibig ninyong sabihin sa kasabihang ito sa Israel, 'Ang mga magulang ay kumain ng maasim na ubas at ang asim nito'y matitikman pati ng kanilang mga anak?'

³"Ako, ang Panginoong Dios na buhay, ay sumusumpang hindi n'yo na babanggitin ang kasabihang ito sa Israel. ⁴Makinig kayo! Akin ang lahat ng may buhay, maging ang buhay ng mga magulang o buhay ng mga anak. Ang taong nagkasala ang siyang mamamatay. ⁵Halimbawa, may isang taong matuwid na ginagawa kung ano ang tama. ⁶Hindi siya sumasamba sa mga dios-diosan ng Israel o kumakain *ng mga inihandog sa mga dios-diosang ito sa mga sambahan* sa mga bundok. Hindi siya sumisiping sa asawa ng iba o sa babaeng may buwanang dalaw. ⁷Hindi siya nang-aapi at ibinabalik niya ang mga isinangla ng mga nangungutang sa kanya. Hindi siya nagnanakaw, pinapakain niya ang mga nagugutom at binibigyan ng damit ang mga walang damit. ⁸Hindi siya nagpapatubo kapag nagpapahiram ng pera. Hindi rin siya gumagawa ng masama at wala siyang kinakampihan sa kanyang paghatol. ⁹Sinusunod niyang mabuti ang mga utos ko't mga tuntunin. Ang taong ganito ay matuwid at patuloy na mabubuhay. *Ako*, ang Panginoong Dios, ang nagsasabi nito.

¹⁰"Pero kung may anak siyang lalaki na malupit at mamamatay-tao, o gumagawa ng sumusunod na masasamang gawain ¹¹na hindi ginawa ng kanyang ama: Kumakain siya *ng mga pagkaing inihandog sa mga dios-diosan* sa mga *sambahan sa bundok* at sumisiping sa asawa ng iba. ¹²Nang-aapi ng mahihirap at nangangailangan. Nagnanakaw at hindi isinasauli ang isinangla ng mga nangutang sa kanya. Sumasamba sa mga dios-diosan, gumagawa ng mga kasuklam-suklam na bagay, ¹³at nagpapatubo sa may utang na kanya. Maliligtas kaya siya? Hindi! Mamamatay siya dahil sa mga ginawa niyang kasuklam-suklam at walang ibang dapat sisihin sa kamatayan niya kundi siya.

¹⁴"Kung ang *masamang* taong ito ay may anak na lalaki at nakita niya ang lahat ng masamang ginawa ng kanyang ama pero hindi niya ito ginaya, ¹⁵hindi siya sumamba sa mga dios-diosan ng Israel o kumain ng mga pagkaing *inihandog sa mga dios-diosang ito* sa mga sambahan sa bundok, hindi siya sumisiping sa hindi niya asawa, ¹⁶hindi siya nang-aapi at hindi niya inaangkin ang mga garantiya ng mga umutang sa kanya, hindi siya nagnanakaw, pinapakain niya ang mga nagugutom at binibigyan ng damit ang mga walang damit, ¹⁷hindi siya gumagawa ng masama at hindi nagpapatubo sa may utang sa kanya, tinutupad niya ang mga utos ko't mga tuntunin, ang taong ito'y hindi mamamatay dahil sa kasalanan ng kanyang ama. Patuloy siyang mabubuhay. ¹⁸Pero ang kanyang

a 17 Faraon: Ang ibig sabihin, *hari ng Egipto.*

ama ay mamamatay dahil mukha siyang pera, magnanakaw at gumagawa ng masama sa kanyang mga kababayan.

¹⁹ "Pero maaaring itanong ninyo kung bakit hindi dapat parusahan ang anak dahil sa kasalanan ng kanyang ama. Kung ang anak ay matuwid, gumagawa ng tama at sinusunod ang mga tuntunin ko, patuloy siyang mabubuhay. ²⁰ Ang taong nagkasala ang siyang dapat mamatay. Hindi dapat parusahan ang anak dahil sa kasalanan ng kanyang ama at ang ama naman ay hindi dapat parusahan dahil sa kasalanan ng kanyang anak. Ang taong matuwid ay gagantimpalaan sa ginawa niyang kabutihan at ang taong masama ay parurusahan dahil sa ginawa niyang kasamaan.

²¹ "Ngunit kung ang taong masama ay magsisi sa lahat ng kasalanan niya at sumunod sa aking mga tuntunin at gumawa ng matuwid at tama, hindi siya mamamatay kundi patuloy na mabubuhay. ²² Hindi na siya mananagot sa lahat ng nagawa niyang kasalanan at dahil sa ginawa niyang matuwid, *patuloy* siyang mabubuhay. ²³ Ako, ang Panginoong Dios ay hindi natutuwa kapag namamatay ang masama. Masaya ako kapag nagsisi siya at *patuloy na* mabuhay.

²⁴ "Pero kung ang taong matuwid ay tumigil sa paggawa ng matuwid, nagpakasama at gumawa pa ng kasuklam-suklam gaya ng ginagawa ng mga taong masama, patuloy pa rin kaya siyang mabubuhay? *Siyempre hindi!* Kalilimutan na ang mga ginawa niyang matuwid. At dahil sa pagtataksil niya sa akin at sa mga ginawa niyang kasalanan, mamamatay siya.

²⁵ "Pero baka naman sabihin ninyo, 'Hindi tama ang ginagawa ng Panginoon.' Makinig kayo, kayong mga mamamayan ng Israel! Ang ginagawa ko ba ang hindi tama o ang ginagawa ninyo ang hindi tama? ²⁶ Kapag ang taong matuwid ay tumigil sa paggawa ng matuwid at magpakasama, mamamatay siya dahil sa kanyang kasalanan. ²⁷ Pero kung ang taong masama ay tumigil sa paggawa ng masama at gumawa ng matuwid at tama, maililigtas niya ang buhay niya. ²⁸ Dahil inamin niya ang kasalanan niya at pinagsisihan ito, hindi siya mamamatay at patuloy na mabubuhay. ²⁹ Ngunit baka sabihin ninyo mamamayan ng Israel, 'Hindi tama ang ginagawa ng Panginoon!' Mga mamamayan ng Israel, ang mga ginawa ko ba ang hindi tama o ang ginagawa ninyo?"

³⁰ "Kaya sinasabi ko sa inyo, mga mamamayan ng Israel, *ako,* ang Panginoong Dios, ako ang hahatol sa bawat isa sa inyo ayon sa inyong mga ginawa. Kaya, magsisi na kayo! Talikuran na ninyo ang lahat ng inyong kasalanan para hindi kayo mapahamak. ³¹ Mga mamamayan ng Israel, bakit gusto ninyong mamatay? Tumigil na kayo sa paggawa ng kasalanan at baguhin na ang inyong pamumuhay. ³² Hindi ako natutuwa kapag may namamatay. Kaya magsisi na kayo para kayo'y mabuhay! *Ako,* ang Panginoong Dios, ang nagsasabi nito."

Ang Panaghoy para sa mga Pinuno ng Israel

19 Sinabi sa akin ng Panginoon, "Awitin mo ang panaghoy na ito para sa mga pinuno ng Israel:

² "Ang iyong ina ay parang isang leon na inaalagaan ang mga anak niya kasama ng iba pang mga leon. ³ Inalagaan niya ang isa sa mga anak niya, lumaki ito at naging malakas na leon. Natuto itong manghuli at manlapa ng mga tao. ⁴ Nang mabalitaan ito ng ibang bansa, hinuli nila ito at dinala sa Egipto na nakakadena.

⁵ "Nang malaman ng ina ng leon na bigo ang pangarap niya para sa kanyang anak, pinalaki niya uli ang isa pang anak at naging malakas na leon din ito. ⁶ Sumama ito sa iba pang mga leon at natutong manghuli at kumain ng tao. ⁷ Giniba niya ang mga kampo ng kanyang mga kaaway at winasak ang kanilang mga bayan. Natatakot ang mga mamamayan kapag naririnig ang atungal niya.

⁸ "Kaya nagkaisa ang mga bansa para labanan at palibutan siya. Inilabas nila ang kanilang mga lambat at hinuli siya, ⁹ ikinulong na nakakadena sa isang kulungan at dinala sa hari ng Babilonia. Ikinulong nila ito upang hindi na marinig ang pag-atungal nito sa kabundukan ng Israel.

¹⁰ "Ang iyong ina ay tulad ng isang ubas na itinanim sa tabi ng tubig. Nagkaroon ito ng maraming sanga at bunga dahil sagana sa tubig. ¹¹ Matitibay ang sanga nito at maaaring gawing setro ng hari. Mas tumaas pa ang ubas na ito kaysa sa ibang halaman. Kitang-kita ito dahil mataas at maraming sanga. ¹² Pero dahil sa galit, binunot ito at itinapon sa lupa. Ang mga bunga nito'y natuyo dahil sa *mainit* na hangin mula sa silangan. Natuyo rin ang matatayog na sanga, nalaglag at pagkatapos ay nasunog ¹³ Ngayon, *muli* itong itinanim sa ilang, sa lugar na tuyo at walang tubig. ¹⁴ Isa sa mga sanga nito'y nasunog at kumalat ang apoy sa iba pang mga sanga at tinupok ang mga bunga nito. Kaya wala nang natirang sanga na maaaring gawing setro ng hari. Ang panaghoy na ito'y dapat awitin ngayon."

Ang mga Rebeldeng Israelita

20 Nang ikasampung araw ng ikalimang buwan, nang ikapitong taon *ng aming pagkabihag,* may ilang tagapamahala ng Israel na lumapit sa akin para humingi ng payo mula sa Panginoon. ² Sinabi sa akin ng Panginoon, ³ "Anak ng tao, sabihin mo sa mga tagapamahala ng Israel na *ako,* ang Panginoong Dios ay nagtatanong, 'Pumarito ba kayo para humingi ng payo sa akin?' Ako, ang Panginoong Dios na buhay, ay sumusumpang hindi ako magbibigay ng payo sa kanila.

⁴ "Anak ng tao, hatulan mo sila. Ipamukha sa kanila ang mga kasuklam-suklam na bagay na ginawa ng mga ninuno nila. ⁵ Sabihin mo sa kanila na ito ang sinabi ng Panginoong Dios: Nang piliin ko ang Israel na lahi ni Jacob at ipakilala ang sarili ko sa kanila roon sa lupain ng Egipto, sumumpa ako sa kanila na ako ang Panginoon na magiging Dios nila. ⁶ Isinumpa ko sa kanila na palalayain ko sila sa Egipto at dadalhin sa lupaing pinili ko para sa kanila—isang maganda at masaganang lupain,ᵃ ang lupaing pinakamaganda sa lahat. ⁷ Pagkatapos, sinabi ko sa kanila, 'Itakwil na ninyo ang inyong mga dios-diosan, huwag ninyong dungisan ang

---

a 6 maganda at masaganang lupain: sa literal, *lupain na dumadaloy ang gatas at pulot.* Ganito rin sa talatang 15.

inyong sarili sa pamamagitan ng pagsamba sa mga dios-diosan ng Egipto, dahil ako ang Panginoon na inyong Dios.'

⁸"Pero nagrebelde sila at hindi nakinig sa akin. Hindi nila itinakwil ang kasuklam-suklam na dios-diosan ng Egipto. Kaya sinabi kong ibubuhos ko ang matinding galit ko sa kanila roon sa Egipto. ⁹Ngunit hindi ko ito ginawa, dahil ayaw kong malagay sa kahihiyan ang pangalan ko sa mga bansa sa palibot na nakaalam na inilabas ko ang mga Israelita sa Egipto. ¹⁰Kaya pinalaya ko sila sa Egipto at dinala sa ilang. ¹¹At doo'y ibinigay ko sa kanila ang mga utos at mga tuntunin ko na dapat nilang sundin para mabuhay sila. ¹²Ipinatupad ko rin sa kanila ang Araw ng Pamamahinga bilang tanda ng aming kasunduan. Magpapaalala ito sa kanila na ako ang Panginoong pumili sa kanila na maging mga mamamayan ko.

¹³"Pero nagrebelde pa rin sila sa akin doon sa ilang. Hindi nila sinunod ang mga utos at mga tuntunin, na kung susundin nila ay mabubuhay sila. At nilapastangan nila ang Araw ng Pamamahinga na ipinatutupad ko sa kanila. Kaya sinabi kong ibubuhos ko sa kanila ang galit ko at lilipulin ko sila sa ilang. ¹⁴Ngunit hindi ko ito ginawa, dahil ayaw kong malagay sa kahihiyan ang pangalan ko sa mga bansa sa palibot na nakaalam na inilabas ko ang mga Israelita sa Egipto. ¹⁵Pero isinumpa ko sa kanila roon sa ilang na hindi ko sila dadalhin sa lupaing ibinigay ko sa kanila—ang maganda at masaganang lupain, ang lupaing pinakamaganda sa lahat. ¹⁶Dahil hindi nila sinunod ang mga utos ko't mga tuntunin at nilapastangan nila ang Araw ng Pamamahinga na ipinatutupad ko sa kanila. Higit nilang pinahalagahan ang pagsamba sa mga dios-diosan nila.

¹⁷"Ngunit sa kabila ng ginawa nila, kinaawaan ko sila at hindi nilipol doon sa ilang. ¹⁸Sinabihan ko ang mga anak nila roon sa ilang, 'Huwag ninyong tutularan ang mga tuntunin at pag-uugali ng inyong mga magulang at huwag ninyong dudungisan ang sarili ninyo sa pamamagitan ng pagsamba sa mga dios-diosan. ¹⁹Ako ang Panginoon na inyong Dios. Sundin ninyong mabuti ang mga utos ko't mga tuntunin. ²⁰Pahalagahan ninyo ang Araw ng Pamamahinga, dahil tanda ito ng kasunduan natin at nagpapaalala sa inyong ako ang Panginoon na inyong Dios.'

²¹"Pero nagrebelde rin sa akin ang mga anak nila. Hindi nila sinunod ang mga utos ko at tuntunin, na kapag tinupad nila'y mabubuhay sila. At hindi nila pinahalagahan ang Araw ng Pamamahinga na ipinatutupad ko sa kanila. Kaya sinabi kong ibubuhos ko ang matinding galit ko sa kanila roon sa ilang. ²²Ngunit hindi ko rin ito ginawa, dahil ayaw kong malagay sa kahihiyan ang pangalan ko sa mga bansa sa palibot na nakaalam na inilabas ko ang mga Israelita sa Egipto. ²³Pero isinumpa ko sa kanila roon sa ilang na pangangalatin ko sila sa iba't ibang bansa, ²⁴dahil hindi nila sinunod ang mga utos ko't panuntunan at hindi nila pinahalagahan ang Araw ng Pamamahinga na ipinatutupad ko sa kanila. Higit nilang pinahalagahan ang pagsamba sa mga dios-diosan ng kanilang mga magulang. ²⁵Pinabayaan ko silang sundin ang mga utos at mga

tuntuning hindi mabuti at hindi makapagbibigay ng magandang buhay. ²⁶Pinabayaan ko silang dungisan ang mga sarili nila sa pamamagitan ng paghahandog sa mga dios-diosan pati na ang paghahandog ng kanilang mga panganay na lalaki. Pinayagan ko ito para mangilabot sila at malaman nilang ako ang Panginoon.

²⁷"Kaya anak ng tao, sabihin mo sa mga mamamayan ng Israel, na ako, ang Panginoong Dios ay nagsasabi: Ang inyong mga ninuno ay patuloy na lumapastangan at nagtakwil sa akin. ²⁸Sapagkat nang dalhin ko sila sa lupaing ipinangako ko sa kanila, nag-alay sila ng mga handog, mga insenso at mga inumin sa matataas na lugar at malalagong punongkahoy. Kaya nagalit ako sa kanila. ²⁹Tinanong ko sila, 'Ano iyang matataas na lugar na pinupuntahan ninyo?'" Ang sagot nila, "Bama."ᵃ (Hanggang ngayon, Bama ang tawag sa matataas na lugar na iyon).

³⁰"Sabihin mo ngayon sa mga mamamayan ng Israel na ako, ang Panginoong Dios, ang nagsasabi nito: Dudungisan din ba ninyo ang inyong sarili gaya ng ginawa ng inyong mga ninuno at sasamba rin ba kayo sa mga kasuklam-suklam na dios-diosan? ³¹Ngayon nga ay dinudumihan ninyo ang inyong sarili sa pamamagitan ng paghahandog sa mga dios-diosan pati na ang paghahandog ninyo ng inyong mga lalaki bilang handog na sinusunog. Kaya mga mamamayan ng Israel, ako, ang Panginoong Dios na buhay, ay hindi magbibigay ng payo sa inyo kahit humingi kayo sa akin.

³²"Hinding-hindi mangyayari ang iniisip ninyo. Hindi kayo magiging katulad ng mga bansa na ang mga mamamayan ay sumasamba sa mga dios-diosang gawa sa bato at kahoy. ³³Ako, ang Panginoong Dios na buhay, ay sumusumpang pamumunuan ko kayo ng may kapangyarihan at poot. ³⁴Sa pamamagitan ng kapangyarihan ko at poot, kukunin ko kayo mula sa mga bansang pinangalatan ninyo, ³⁵at dadalhin sa ilang na lugar ng mga bansa. At doon, haharapin ko kayo at hahatulan. ³⁶Kung hinatulan ko ang inyong mga ninuno sa ilang ng Egipto, hahatulan ko rin kayo. Ako, ang Panginoong Dios, ang nagsasabi nito. ³⁷Ibubukod ko ang masasama sa inyo at patitibayin ko ang kasunduan ko sa inyo. ³⁸Ihihiwalay ko sa inyo ang mga naghimagsik sa akin. Kahit palabasin ko sila sa bansang bumihag sa kanila, hindi pa rin sila makakapasok sa lupain ng Israel. At malalaman ninyong ako ang Panginoon!"

³⁹Sinabi pa ng Panginoong Dios sa mga mamamayan ng Israel, "Sige, magpatuloy kayong maglingkod sa mga dios-diosan kung ayaw ninyong sumunod sa akin. Pero darating ang araw na hindi na ninyo malalapastangan ang pangalan ko sa pamamagitan ng paghahandog sa inyong mga dios-diosan ninyo. ⁴⁰Sapagkat doon sa banal kong bundok, sa mataas na bundok ng Israel, ang buong mamamayan ng Israel ay maglilingkod sa akin. Doon ko kayo tatangapin at hihilingin na mag-alay kayo sa akin ng iba't ibang handog at mabuting mga kaloob. ⁴¹Kapag nakuha ko na kayo mula sa mga bansa kung saan kayo nangalat, tatanggapin ko na kayo katulad ng pagtanggap ko sa mabangong

─────────
a 29 Bama: Ang ibig sabihin, *mataas na lugar.*

insenso na inihahandog sa akin. Ipapakita ko sa inyo ang kabanalan ko habang nakatingin ang ibang mga bansa. ⁴²At kapag nadala ko na kayo sa lupain ng Israel na ipinangako kong ibibigay sa inyong mga ninuno, malalaman ninyong ako ang Panginoon. ⁴³At doon ninyo maaalala ang mga ginawa ninyong nagparumi sa inyong mga sarili at kamumuhian ninyo ang mga sarili ninyo dahil sa lahat ng ginawa ninyong kasamaan. ⁴⁴O mga mamamayan ng Israel, malalaman ninyong ako ang Panginoon kapag pinakitunguhan ko kayo ng mabuti, sa kabila ng marumi at masama ninyong ginawa. Ako, ang Panginoong Dios, ang nagsasabi nito."

Ang Mensahe ng Dios Laban sa Timog ng Juda

⁴⁵Sinabi sa akin ng Panginoon, ⁴⁶"Anak ng tao, humarap ka sa timog at magsalita ka laban sa mga lugar doon na may mga kagubatan. ⁴⁷Sabihin mo sa mga lugar na iyon na ako, ang Panginoong Dios, ang magpapaningas at susunog sa mga kagubatan, sariwa man ito o tuyo. Walang makakapatay sa nagliliyab na apoy at susunugin nito ang lahat mula sa hilaga hanggang sa timog. ⁴⁸At makikita ng lahat na ako, ang Panginoon, ang sumunog nito at hindi ito mapapatay.

⁴⁹"Pagkatapos ay sinabi ko, 'O Panginoong Dios, sinasabi ng mga tao na nagsasalita lang daw ako ng mga talinghaga.' "

Ang Babilonia ay Gagamitin ng Panginoon Bilang Espada para Parusahan ang Israel

21 Sinabi sa akin ng Panginoon, ²"Anak ng tao, humarap ka sa Jerusalem at magsalita ka laban sa Israel at sa mga sambahan nito. ³Sabihin mo sa kanila na ako, ang Panginoong Dios, ang nagsasabi nito: Kalaban ko kayo! Bubunutin ko ang aking espada at papatayin ko kayong lahat, mabuti man o masama. ⁴Oo, papatayin ko kayong lahat mula sa timog hanggang sa hilaga. ⁵At malalaman ng lahat na ako ang Panginoon. Binunot ko na ang aking espada at hindi ko ito ibabalik sa lalagyan hangga't hindi natatapos ang pagpatay nito.

⁶"Kaya anak ng tao, umiyak ka nang may pagdaramdam at kapaitan. Iparinig sa kanila ang pag-iyak mo. ⁷Kapag tinanong ka nila kung bakit ka umiiyak, sabihin mong dahil sa balitang lubhang nakakatakot, nakakapanghina, nakakayanig at nakakahimatay. Hindi magtatagal at mangyayari ito. Ako, ang Panginoong Dios, ang nagsasabi nito."

⁸Sinabi pa ng Panginoon sa akin, ⁹⁻¹⁰"Anak ng tao, sabihin mo ang ipinapasabi ko sa mga tao. Sabihin mong ako, ang Panginoon, ang nagsasabi nito: Hinasa ko na ang espada ko para patayin kayo. Pinakintab ko ito nang husto para kuminang na parang kidlat. Ngayon, matutuwa pa ba kayo? Kukutyain n'yo pa ba ang mga turo at pagdidisiplina ko sa inyo? ¹¹Hinasa ko na't pinakintab ang espada, at nakahanda na itong gamitin sa pagpatay.

¹²"Anak ng tao, umiyak ka nang malakas at dagukan mo ang iyong dibdib dahil ang espadang iyon ang papatay sa mga mamamayan kong Israel, pati na sa kanilang mga pinuno. ¹³Isang pagsubok ito sa mga mamamayan ko. Huwag nilang iisipin na hindi ko gagawin ang pagdidisiplinang ito na

kinukutya nila. Ako, ang Panginoong Dios, ang nagsasabi nito. ¹⁴Kaya, anak ng tao, sabihin mo ang ipinasasabi ko sa iyo. Isuntok mo ang iyong kamao sa iyong palad sa galit, at kumuha ka ng espada at itaga ito ng dalawa o tatlong ulit. Ito ang tanda na marami sa kanila ang mamamatay sa digmaan. ¹⁵Manginginig sila sa takot at maraming mamamatay sa kanila. Ilalagay ko ang espada sa pintuan ng kanilang lungsod para patayin sila. Kumikislap ito na parang kidlat at handang pumatay. ¹⁶O espada, tumaga ka sa kaliwa at sa kanan. Tumaga ka kahit saan ka humarap. ¹⁷Isusuntok ko rin ang aking kamao sa aking palad, nang sa gayo'y mapawi ang galit ko. Ako, ang Panginoon, ang nagsasabi nito."

¹⁸Sinabi sa akin ng Panginoon, ¹⁹"Anak ng tao, gumawa ka ng mapa at iguhit mo ang dalawang daan sa mapa na siyang dadaanan ng hari ng Babilonia na may dalang espada. Ang daang iguguhit mo ay magsisimula sa Babilonia. Maglagay ka ng karatula sa kanto ng dalawang daan para malaman kung saan papunta ang bawat daang ito. ²⁰Ang isa ay papuntang Rabba, ang kabisera ng Ammon at ang isa naman ay papuntang Jerusalem, ang kabisera ng Juda na napapalibutan ng mga pader. ²¹Sapagkat tatayo ang hari ng Babilonia sa kanto ng dalawang daan na naghiwalay at aalamin niya kung aling daan ang dadaanan niya sa pamamagitan ng palabunutan ng mga palaso, pagtatanong sa mga dios-diosan, at pagsusuri sa atay ng hayop na inihandog. ²²Ang mabubunot ng kanyang kamay ay ang palasong may tatak na Jerusalem. Kaya sisigaw siya at mag-uutos na salakayin ang Jerusalem at patayin ang mga mamamayan doon. Maglalagay siya ng malalaking troso na pangwasak ng pintuan ng Jerusalem. Tatambakan nila ng lupa ang tabi ng pader ng lungsod para makaakyat sila sa pader. ²³Hindi makapaniwala ang mga taga-Jerusalem na mangyayari ito sa kanila dahil may kasunduan sila sa Babilonia. Pero ipapaalala ng hari ng Babilonia ang tungkol sa kasalanan nila at pagkatapos ay dadalhin silang bihag.

²⁴"Kaya ako, ang Panginoong Dios ay nagsasabi: Ang inyong kasalanan ay nahayag at ipinakita ninyo ang inyong pagiging rebelde at makasalanan. At dahil sa ginagawa ninyong ito, ipapabihag ko kayo.

²⁵"Ikaw na masama at makasalanang pinuno ng Israel, dumating na rin ang oras ng pagpaparusa sa iyo. ²⁶Ako, ang Panginoong Dios, ay nagsasabi: Alisin mo ang turban at korona mo dahil ngayon, magbabago na ang lahat. Ang mga hamak ay magiging makapangyarihan at ang mga makapangyarihan ay magiging hamak. ²⁷Wawasakin ko ang Jerusalem! Hindi ito maitatayong muli hanggang sa dumating ang pinili ko na maging hukom nito. Sa kanya ko ito ipagkakatiwala.

²⁸"At ikaw anak ng tao, sabihin mo sa mga taga-Ammon na humahamak sa mga taga-Israel na ako, ang Panginoong Dios, ang nagsasabi nito sa kanila: Ang espada ay handa nang pumatay. Pinakintab ko na ito at kumikislap na parang kidlat. ²⁹Hindi totoo ang pangitain nila tungkol sa espada. Ang totoo, handang-handa na ang espada sa pagputol ng leeg ng mga taong masama. Dumating na ang oras ng pagpaparusa sa kanila. ³⁰Ibabalik ko kaya ang espada sa lalagyan nito nang hindi ko kayo

napaparusahan? *Hindi!* Parurusahan ko kayo sa sarili ninyong bansa, sa lugar na kung saan kayo ipinanganak. ³¹Ibubuhos ko sa inyo ang matindi kong galit at ibibigay ko kayo sa malulupit na mga tao na bihasang pumatay. ³²Magiging panggatong kayo sa apoy, at ang inyong mga dugo ay mabubuhos sa inyong lupa at hindi na kayo maaalala pa. Ako, ang PANGINOON, ang nagsasabi nito."

Ang mga Kasalanan ng Jerusalem

22 Sinabi sa akin ng PANGINOON, ²"Anak ng tao, handa ka na bang hatulan ang Jerusalem? Handa ka na bang humatol sa lungsod na ito ng mga kriminal? Ipaalam mo sa kanya ang kasuklam-suklam niyang gawain. ³Sabihin mong ako, ang Panginoong DIOS, ang nagsasabi nito: O lungsod ng mga kriminal, darating na sa iyo ang kapahamakan. Dinudungisan mo ang iyong sarili sa pamamagitan ng paggawa ng mga dios-diosan. ⁴Mananagot ka dahil sa mga pagpatay mo at dahil dinungisan mo ang iyong sarili sa paggawa ng mga dios-diosan. Dumating na ang wakas mo. Kaya pagtatawanan ka at kukutyain ng mga bansa. ⁵O lungsod na sikat sa kasamaan at kaguluhan, kukutyain ka ng mga bansa, malayo man o malapit. ⁶Tingnan mo ang mga pinuno ng Israel na nakatira sa iyo, ginagamit nila ang kapangyarihan nila sa mga pagpatay. ⁷Hindi na iginagalang ang mga magulang sa iyong lugar. Ang mga dayuhang naninirahan sa lugar mo'y kinikikilan, at ang mga biyuda at mga ulila ay hindi tinatrato nang mabuti. ⁸Hindi mo iginagalang ang mga bagay na itinuturing kong banal, pati ang Araw ng Pamamahinga ay ipinatutupad ko sa iyo. ⁹May mga tao riyan na nagsisinungaling para ipapatay ang iba. Mayroon ding kumakain *ng mga inihandog sa mga dios-diosan sa sambahan* sa mga bundok at gumagawa ng malalaswang gawain. ¹⁰Mayroon ding mga tao riyan na sumisiping sa asawa ng kanyang ama o sa babaeng may buwanang dalaw na itinuturing na marumi. ¹¹Mayroon ding sumisiping sa asawa ng iba, o sa manugang niyang babae, o sa kapatid niyang babae. ¹²Ang iba ay nagpapasuhol para pumatay ng tao, ang iba ay nagpapatubo ng labis, at ang iba ay nagiging mayaman dahil mukhang pera. Kinalimutan na nila ako. *Ako*, ang Panginoong DIOS, ang nagsasabi nito. ¹³Isusuntok ko ang aking kamao sa palad ko *sa galit*, dahil sa mga pangingikil at mga pagpatay ninyo. ¹⁴Magiging matapang pa rin ba kayo at malakas ang loob sa oras na parusahan ko na kayo? Ako, ang PANGINOON, ang nagsasabi nito: Siguradong paparusahan ko kayo. Tiyak na gagawin ko ito. ¹⁵Pangangalatin ko kayo sa iba't ibang bansa at patitigilin ko ang mga ginagawa ninyo na nagpaparumi sa inyo. ¹⁶Lalapastanganin kayo ng mga taga-ibang bansa at malalaman nila na ako ang PANGINOON."

¹⁷Sinabi rin sa akin ng PANGINOON, ¹⁸"Anak ng tao, ang mga mamamayan ng Israel ay wala nang halaga sa akin. Tulad sila ng sari-saring latak ng tanso, lata, bakal at tingga na naiwan pagkatapos dalisayin ang pilak sa hurno. ¹⁹Kaya *ako*, ang Panginoong DIOS, ay nagsasabi: Sapagkat wala kayong kabuluhan, titipunin ko kayo sa Jerusalem, ²⁰⁻²¹katulad ng taong nagtitipon ng pilak, tanso,

bakal, tingga at lata sa nagniningas na hurno para tunawin. Titipunin ko kayo sa Jerusalem para ibuhos sa inyo ang galit ko at doon ko kayo parurusahan na parang mga metal na tinutunaw. ²²Kung paanong ang pilak ay tinutunaw sa hurno, tutunawin din kayo sa Jerusalem at malalaman ninyo na ako, ang PANGINOON, ang nagpadama ng galit ko sa inyo!"

²³Sinabing muli sa akin ng PANGINOON, ²⁴"Anak ng tao, sabihin mo sa mga Israelita na dahil ayaw nilang linisin ko sila, hindi ko sila kaaawaan*ᵃ* sa araw na ibuhos ko sa kanila ang aking galit. ²⁵Ang mga pinuno nila ay nagpaplano ng masama. Para silang umaatungal na leon na lumalapa ng kanyang biktima. Pumapatay sila ng tao, kumukuha ng mga kayamanan at mahahalagang bagay, at marami ang naging biyuda dahil sa mga pagpatay nila. ²⁶Ang mga pari nila'y hindi sumusunod sa mga utos ko at nilalapastangan nila ang mga bagay na itinuturing kong banal. Para sa kanila, walang pagkakaiba ang banal at ang hindi banal, ang malinis at ang marumi, at hindi nila sinusunod ang mga ipinapagawa ko sa kanila sa Araw ng Pamamahinga. Hindi nila ako iginagalang. ²⁷Ang mga pinuno nila'y parang mga lobong lumalapa sa mga biktima nito. Pumapatay sila para magkapera. ²⁸Pinagtatakpan ng kanilang mga propeta ang mga kasalanan nila sa pamamagitan ng mga hindi totoong pangitain at mga hula. Sinasabi nilang iyon daw ang sinabi ng Panginoong DIOS kahit na hindi ito sinabi ng PANGINOON. ²⁹Nandaraya at nagnanakaw ang mga tao. Inaapi nila ang mahihirap, ang mga nangangailangan at ang mga dayuhang *naninirahang kasama nila*. Hindi nila binibigyan ng katarungan ang mga ito.

³⁰"Naghahanap ako ng taong makapagtatanggol ng lungsod, at mamamagitan sa akin at sa mga tao para hindi ko gibain ang lungsod na ito, pero wala akong nakita. ³¹Kaya ibubuhos ko ang matinding galit ko sa kanila. Lilipulin ko sila dahil sa ginawa nila. *Ako*, ang Panginoong DIOS, ang nagsasabi nito."

Ang Magkapatid na Babaeng Masama

23 Sinabi sa akin ng PANGINOON, ²"Anak ng tao, noon ay may magkapatid na babae. ³Nang mga bata pa sila, ibinenta nila ang kanilang dangal doon sa Egipto. Hinayaan nilang magpasasa ang mga lalaki sa kanilang katawan. ⁴Si Ohola ang panganay at ang bunso naman ay si Oholiba. Naging asawa ko ang dalawang ito at nagkaroon kami ng mga anak. Si Ohola ay ang Samaria at si Oholiba naman ay ang Jerusalem.

⁵"Kahit na asawa ko na si Ohola, patuloy pa rin siyang nagpapagamit sa iba at nahumaling siya sa mga mangingibig niyang sundalo ng Asiria. ⁶Makikisig ang mga ito at nasa kasibulan ng kabataan. Mataas ang katungkulan ng mga ito, nakauniporme ng kulay asul at nakasakay sa kabayo. ⁷Nagpagamit si Ohola sa lahat ng opisyal ng Asiria, at dinungisan niya ang kanyang sarili sa pamamagitan ng pagsamba sa kanilang mga dios-diosan. ⁸Hindi niya itinigil ang mahahalay niyang gawain na sinimulan niya noong nasa Egipto pa

---
a 24 hindi ko sila kaaawaan: sa literal, *hindi uulan.*

siya. Bata pa lang siya, nakiapid na siya at ang mga lalaki ay nagpasasa sa katawan niya.

⁹ "Kaya, pinabayaan ko na siya sa mga mangingibig niyang taga-Asiria na kinahuhumalingan niya. ¹⁰ Hinubaran nila siya, kinuha ang mga anak niya at pinatay sa pamamagitan ng espada. Naging usap-usapan ng mga kababaihan itong nangyaring parusa sa kanya.

¹¹ "Kahit nakita ni Oholiba ang nangyaring ito sa kapatid niya, nagpatuloy pa rin siya sa mahahalay niyang gawain at naging mas masama pa kaysa sa kanyang kapatid. ¹² Nahumaling din siya sa mga taga-Asiria na makikisig at nasa kasibulan ng kanilang kabataan. Pinuno ng mga sundalo ang mga ito, nakauniporme at nakasakay sa kabayo. ¹³ Nakita kong katulad din siya ng kapatid niya. Dinungisan din niya ang kanyang sarili.

¹⁴⁻¹⁵ "Patuloy na nagbenta ng kanyang dangal si Oholiba. Nagkagusto siya sa mga opisyal ng Babilonia nang makita niya ang mga larawan ng mga ito sa mga pader. Nakapulang uniporme sila, may sinturon sa baywang at nakaturban. ¹⁶ Dahil nagustuhan niya sila, pinaimbitahan niya ang mga ito na bumisita sa kanya. ¹⁷ Kaya dumalaw ang mga ito at sumiping sa kanya. Sa pagsiping nila sa kanya, dinungisan nila siya. Pero kinalaunan, nagsawa rin siya at hindi na nagpagamit sa kanila.

¹⁸ "Kinasuklaman ko si Oholiba at itinakwil tulad ng kapatid niya dahil patuloy niyang ipinagbibili ang kanyang dangal. ¹⁹ Sa kabila nito, nagpatuloy pa rin siya sa pagbebenta ng kanyang dangal tulad ng ginawa niya roon sa Egipto noong kabataan niya. ²⁰ Nahumaling siya sa mga kalaguyo niya, na ang ari ay *kasinlaki* ng sa asno at ang binhi ay *kasindami* ng sa kabayo. ²¹ Kaya pinanabikan mo *Oholiba* ang iyong mahalay na gawain na ginawa mo sa Egipto noong kabataan mo, nang ang mga lalaki roon ay nagpasasa sa katawan mo.

²² "Kaya, *ako*, ang Panginoong Dıos, ang nagsasabi sa iyo nito Oholiba, ipapasalakay kita sa mga kalaguyo mong itinakwil mo at pinagsawaan. ²³ Sila ay ang mga taga-Babilonia at mga Caldeong mula sa Pekod, Shoa, Koa at ang mga taga-Asiria. Ang mga taga-Asiriang ito ay makikisig at batang-bata. Matataas ang katungkulan nila at nakasakay sa mga kabayo. ²⁴ Lulusob sila sa iyo mula sa hilaga na may maraming sundalo, mga kabayo, at mga karwahe. May mga pananggalang sila at nakahelmet, kukubkubin ka nila. Ipauubaya ko sa kanila ang pagpaparusa sa iyo at parurusahan ka nila kung ano ang sa tingin nila ay nararapat sa iyo. ²⁵ Sa tindi ng galit ko sa iyo, inatasan ko silang parusahan ka. At sa galit nila'y puputulin nila ang ilong mo at mga tainga. Bibihagin nila ang iyong mga anak, at ang matitira sa iyo ay papatayin nila sa pamamagitan ng espada o apoy. ²⁶ Huhubaran ka rin nila at kukunin ang mga alahas mo. ²⁷ Matitigil na ang kahalayan mo at pagpapagamit sa iba na sinimulan mo sa Egipto. Hindi mo na iyon maaalala at makakalimutan mo na ang Egipto. ²⁸ Sapagkat ako, ang Panginoong Dıos, ang nagsasabing ipauubaya kita sa mga taong kinamumuhian mo; ang mga taong itinakwil mo matapos mong pagsawaan. ²⁹ Sa galit nila, parurusahan ka nila at sasamsamin ang lahat ng pinagpaguran mo. Iwanan ka nilang hubad at makikita ng mga tao ang kahiya-hiya mong

kalagayan dahil sa kahalayan mo at pagpapagamit sa iba. ³⁰ Iyan ang nagdala sa iyo sa kapahamakan, dahil nakiapid ka sa mga taga-ibang bansa at dinungisan mo ang sarili mo sa pagsamba sa dios-diosan nila. ³¹ Tinularan mo ang ginawa ng kapatid mo, kaya parurusahan kita katulad ng pagpaparusa ko sa kanya.

³² "Oo, ako, ang Panginoong Dıos, ay nagsasabing, parurusahan kita tulad ng pagpaparusa ko sa iyong kapatid. Ang parusa ko'y tulad ng inuming nakalagay sa isang malaki at malalim na tasa. At kapag nainom mo na ang laman ng tasang ito, kukutyain ka at pagtatawanan dahil puno ito ng galit ko. ³³ Malalasing ka't malulungkot dahil ang tasang ito'y puno ng kapahamakan. Ito ang tasa *ng paghihirap na ininom* ng kapatid mong Samaria. ³⁴ Iinumin mong lahat ang laman nito at babasagin mo ang tasa. Dadagukan mo ang iyong dibdib *sa labis na kalungkutan. Mangyayari ito*, dahil ako, ang Panginoong Dıos, ang nagsasabi nito. ³⁵ At dahil kinalimutan mo ako't itinakwil, *ako*, ang Panginoong Dıos ay nagsasabing maghihirap ka dahil sa kahalayan mo at sa pagpapagamit mo ng iyong katawan."

³⁶ Muling sinabi sa akin ng Panginoon, "Anak ng tao, hatulan mo sina Ohola at Oholiba. Ipamukha mo sa kanila ang kasuklam-suklam nilang gawain. ³⁷ Sapagkat nakiapid sila at pumatay. Nakikiapid sila sa pamamagitan ng pagsamba sa mga dios-diosan. At ang mga anak nila na itinalaga sa akin nang isilang ay siya mismong inialay nila sa mga dios-diosan bilang pagkain nito. ³⁸⁻³⁹ Ito pa ang ginawa nila sa akin: Nilapastangan nila ang Araw ng Pamamahinga at ang aking templo. Nilapastangan nila ang templo ko sa pamamagitan ng paghahandog ng mga anak nila sa kanilang mga dios-diosan. ⁴⁰ Nagpasundo pa sila ng mga lalaki mula sa malalayong lugar. At nang dumating ang mga lalaki, naligo sila, nagpaganda at nagsuot ng mga alahas. ⁴¹ Pagkatapos, naupo sila sa magandang higaan na may mesa sa harapan. Naglagay sila sa mesa ng insenso at langis na ihahandog sana sa akin. ⁴² Maririnig ang ingay ng mga lasing at ng mga taong walang magawa sa buhay, na galing sa ilang. Sinuotan nila ang mga babae ng pulseras at pinutungan ng magandang korona. ⁴³ Pagkatapos, sinabi ko *sa sarili ko*, 'Sige, magpakasawa na sila sa babaeng iyon na tumanda na sa pakikiapid.' ⁴⁴ At iyon nga ang ginawa nila. Sumiping sila kay Ohola at Oholiba, ang mga babaeng marumi dahil sa kanilang kahalayan. ⁴⁵ Ngunit parurusahan sila ng mga taong matuwid, parusang nararapat sa kanilang pakikiapid at pagpatay.

⁴⁶ "Ako, ang Panginoong Dıos, ay mag-uutos sa mga taong sasalakay sa kanila na takutin sila, sasamsamin ang kanilang mga ari-arian, ⁴⁷ batuhin at patayin sa pamamagitan ng espada. Papatayin nila pati ang mga anak nila at susunugin pati ang kanilang mga bahay. ⁴⁸ Sa ganitong paraan, mapapatigil ko ang kahalayan ng bansang ito. At magsisilbi itong babala sa iba na hindi nila dapat tularan ang ginawa ng dalawang babaeng ito. ⁴⁹ At kayong magkapatid, pagdudusahan ninyo ang ginawa ninyong kahalayan, pati na ang pagsamba

ninyo sa mga dios-diosan, at malalaman ninyo na ako, ang Panginoong Dios."

Ang Kalderong Kinakalawang

24 Noong ikasampung araw ng ikasampung buwan, nang ikasiyam na taon *ng aming pagkabihag*, sinabi sa akin ng Panginoon, [2] "Anak ng tao, isulat mo ang petsa ng araw na ito dahil ngayon magsisimula ang paglusob ng hari ng Babilonia sa Jerusalem. [3] Pagkatapos, sabihin mo ang talinghagang ito sa mga rebeldeng mamamayan *ng Israel* at ipaalam sa kanila na ako, ang Panginoong Dios, ang nagsasabi nito:

"Maglagay ka ng tubig sa kaldero, [4] lagyan mo ng magandang klase ng karne na mula sa parteng balikat at hita kasama ang mga buto nito. [5] Ang pinakamagandang karne lang ng tupa ang gamitin mo. Pagkatapos, pakuluan mo itong mabuti kasama ang mga buto. [6] Sapagkat *ako*, ang Panginoong Dios, ang nagsasabi: Nakakaawa ang lungsod *ng Jerusalem* na ang mga mamamayan ay mamamatay-tao. Ang lungsod na ito'y tulad ng kalderong kinakalawang at hindi nililinis. Kaya isa-isa mong kunin ang laman nito. Huwag kang mamimili. [7] Sapagkat ang pagpatay niya ay alam ng lahat. Ang dugo ng mga taong pinatay niya ay hinayaan niyang dumanak sa ibabaw ng mga bato at ito'y nakikita ng lahat. Hindi niya ito tinabunan ng lupa. [8] Nakita ko iyon at hinayaan kong makita iyon ng lahat. Ang mga dugong iyon ay parang sumisigaw sa akin na ipaghiganti ko sila.

[9] "Kaya *ako*, ang Panginoong Dios ay nagsasabi: 'Nakakaawa ang lungsod *ng Jerusalem* na ang mga mamamayan ay mamamatay-tao. Mag-iipon ako ng mga panggatong *para sunugin sila.* [10] Sige, dagdagan pa ninyo ang panggatong at sindihan. Pakuluan ninyo ang karne hanggang sa matuyo[a] at sabaw at masunog pati ang mga buto. [11] Pagkatapos, ipatong ninyo ang kalderong wala nang laman sa mga baga hanggang sa magbaga rin ito. At sa ganitong paraan, lilinis ang kaldero at masusunog pati ang mga kalawang. [12] Pero kahit ganito ang gawin mo, hindi pa rin maaalis ng apoy ang kalawang.'

[13] "O *Jerusalem*, ang kahalayan mo ang dumungis sa iyo. Pinagsikapan kong linisin ka, ngunit ayaw mong magpalinis. Kaya mananatili kang marumi hangga't hindi ko naibubuhos ang matinding galit ko sa iyo. [14] Ako, ang Panginoon, ay nagsasabing, dumating na ang panahon ng aking pagpaparusa at walang makapipigil sa akin. Hindi na kita kahahabagan at hindi na magbabago ang isip ko. Hahatulan kita ayon sa iyong pamumuhay at mga ginawa. *Ako*, ang Panginoong Dios, ang nagsasabi nito."

Ang Pagpatay sa Asawa ni Ezekiel

[15] Sinabi sa akin ng Panginoon, [16] "Anak ng tao, kukunin kong bigla ang babaeng pinakamamahal mo. Ngunit huwag mo siyang ipagluluksa o iiyakan man. [17] Maaari kang magbuntong-hininga pero huwag mong ipapakita ang kalungkutan mo. Huwag mong alisin ang turban mo at sandalyas. Huwag mong tatakpan ang mukha mo *para ipakitang*

naglulukasa ka. Huwag ka ring kumain ng pagkaing ibinibigay para sa namatayan."

[18] Kinaumagahan, sinabi ko ito sa mga tao, at kinagabihan din ay namatay ang asawa ko. Nang sumunod na umaga, sinunod ko ang iniutos sa akin ng Panginoon. [19] Tinanong ako ng mga tao, "Ano ang gusto mong sabihin sa ginagawa mong iyan?" [20] [21] Sinabi ko sa kanila, "Sinabi sa akin ng Panginoong Dios na sabihin ko ito sa mga mamamayan ng Israel: Nakahanda na akong dungisan ang aking templo na siyang sagisag ng ipinagmamalaki ninyong kapangyarihan, ang inyong kaligayahan at pinakamamahal. Mamamatay sa digmaan ang mga anak ninyong naiwan *sa Jerusalem.* [22] At gagawin ninyo ang ginawa ni Ezekiel. Hindi ninyo tatakpan ang inyong mukha at hindi kayo kakain ng pagkaing ibinibigay sa namatayan. [23] Hindi n'yo rin aalisin ang mga turban ninyo at sandalyas. Hindi kayo magluluksa o iiyak man. Manghihina kayo dahil sa mga kasalanan ninyo at magsisidaing sa isa't isa. [24] Magiging halimbawa sa inyo si Ezekiel. Ang mga ginawa niya ay gagawin n'yo rin. At kapag nangyari na ito, malalaman ninyo na ako ang Panginoong Dios."

[25] *Sinabi pa ng Panginoon*, "Anak ng tao, sa oras na gibain ko na ang templo na siyang kanilang kanlungan, ipinagmamalaki, kaligayahan at pinakamamahal, at kapag pinatay ko na ang kanilang mga anak, [26] may makakatakas *mula sa Jerusalem* na siyang magbabalita sa iyo ng mga pangyayari. [27] Sa araw na iyon, muli kang makakapagsalita at makakapag-usap kayong dalawa. Magiging babala ka sa mga tao, at malalaman nilang ako ang Panginoon."

Ang Mensahe Laban sa Ammon

25 Sinabi sa akin ng Panginoon, [2] "Anak ng tao, humarap ka sa lugar ng Ammon at sabihin mo ito laban sa kanya. [3] Sabihin mo sa kanyang mga mamamayan na makinig sa akin, dahil *ako*, ang Panginoong Dios, ay nagsasabi: Dahil natuwa kayo nang gibain ang aking templo, nang wasakin ang Israel at bihagin ang mga taga-Juda, [4] ipapasakop ko kayo sa mga tao sa silangan at magiging pagmamay-ari nila kayo. Magkakampo sila sa inyo, at kakainin nila ang inyong mga prutas at iinumin ang inyong gatas. [5] Gagawin kong pastulan ng mga kamelyo ang *lungsod ng* Rabba, at ang buong Ammon ay gagawin kong pastulan ng mga tupa. At malalaman ninyo na ako ang Panginoon.

[6] "*Ako*, ang Panginoong Dios, ang nagsasabi: 'Dahil pumalakpak kayo at lumundag sa tuwa sa pagkutya sa Israel, [7] parurusahan ko kayo. Ipapaubaya ko kayo sa ibang bansa para kunin ang mga ari-arian ninyo. Lilipulin ko kayo at uubusin hanggang wala nang matira sa inyo, at malalaman ninyong ako ang Panginoon.' "

Ang Mensahe Laban sa Moab

[8] Sinabi ng Panginoong Dios, "Ang Moab, na tinatawag ding Seir ay nagsasabing ang Juda ay katulad lang din ng ibang bansa. [9] Kaya ipapalusob ko ang mga bayan sa mga hangganan ng Moab, kasama ang ipinagmamalaki nilang bayan ng Bet

---

a 10 *hanggang sa matuyo:* Ito ang nasa Septuagint. Sa Hebreo, *at lagyan ng pampalasa.*

Jeshimot, Baal Meon at Kiriataim. ¹⁰Ipapasakop ko ang mga ito sa mga tao sa silangan at aariin din silang katulad ng mga taga-Ammon. At ang Ammon ay hindi na maituturing na isang bansa, *ganoon din ang Moab*. ¹¹Parurusahan ko ang Moab, at malalaman nila na ako ang PANGINOON."

Ang Mensahe Laban sa Edom

¹²Sinabi ng Panginoong DIOS, "Gumanti ang Edom sa Juda at dahil dito'y nagkasala ang Edom. ¹³Kaya *ako*, ang Panginoong DIOS ay nagsasabing, parurusahan ko ang Edom. Papatayin ko ang mga mamamayan at mga hayop niya. Gagawin ko itong mapanglaw, mula sa Teman hanggang sa Dedan. Mamamatay ang mga mamamayan nito sa digmaan. ¹⁴Maghihiganti ako sa Edom sa pamamagitan ng mga mamamayan kong Israelita. Parurusahan nila ang mga taga-Edom ayon sa matinding galit ko sa kanila, at malalaman ng mga taga-Edom kung paano ako maghiganti. *Ako,* ang Panginoong DIOS, ang nagsasabi nito."

Ang Mensahe Laban sa Filistia

¹⁵Sinabi ng Panginoong DIOS, "Nagplano ang mga Filisteo na paghigantihan ang Juda dahil sa matagal na nilang alitan. ¹⁶Kaya ako, ang Panginoong DIOS, ay nagsasabing, parurusahan ko ang mga Filisteo. Papatayin ko ang mga Kereteo*ᵃ* pati ang mga nakatira sa tabing-dagat. ¹⁷Sa aking galit, maghihiganti ako at parurusahan ko sila. At kapag nakapaghiganti na ako sa kanila, malalaman nilang ako ang PANGINOON."

Ang Mensahe Laban sa Tyre

26 Noong unang araw ng buwan, nang ika-11 taon *ng aming pagkabihag*, sinabi ng PANGINOON sa akin, ²"Anak ng tao, natuwa ang mga taga-Tyre nang mawasak ang Jerusalem. Ang sabi nila, 'Nawasak na ang *pangunahing* pinupuntahan *ng mga mangangalakal* kaya dito na sila pupunta sa atin at tayo naman ang uunlad.' ³Kaya *ako*, ang Panginoong DIOS, ay nagsasabing kakalabanin ko ang Tyre. Ipasasalakay ko sila sa maraming bansa, darating ang mga ito na parang rumaragasang alon. ⁴Gigibain ang mga pader niya at wawasakin ang kanyang mga tore. Kakalkalin nila ang lupain niya hanggang sa walang matira kundi mga bato. ⁵At magiging bilaran na lang ito ng mga lambat *ng mangingisda*. *Mangyayari ito* dahil ako, ang Panginoong DIOS, ang nagsasabi nito. Ipauubaya ko ang Tyre sa ibang mga bansa at sasamsamin nila ang mga ari-arian niya. ⁶Ang mga mamamayan niya sa mga bukid ay papatayin sa pamamagitan ng espada, at malalaman nilang ako ang PANGINOON."

⁷Sinabi pa ng Panginoong DIOS, "Mga taga-Tyre, ipasasalakay ko kayo sa hari ng mga hari, kay Haring Nebucadnezar ng Babilonia. Sasalakay siya mula sa hilaga kasama ang maraming sundalo, mga karwahe, mga kabayo at mga mangangabayo. ⁸Ang mga mamamayan ninyo sa baryo ay ipapapatay niya sa pamamagitan ng espada. Sasalakay ang kanyang mga sundalo dala ang mga pangwasak ng pader, at tatambakan nila ng lupa ang gilid ng inyong mga pader para maakyat ito. ⁹Ipapawasak niya ang mga

pader ninyo sa pamamagitan ng trosong pangwasak nito at ang mga tore ninyo sa pamamagitan ng maso. ¹⁰Matatabunan kayo ng alikabok dahil sa dami ng kabayong gagamitin niya sa pagsalakay. Mayayanig ang mga pader ninyo dahil sa yabag ng mga kabayo at karwaheng papasok sa giba ninyong lungsod. ¹¹Mapupuno ng nagtatakbuhang kabayo ang mga lansangan ninyo at papatayin nila ang mga mamamayan ninyo sa pamamagitan ng espada. Mabubuwal ang matitibay na haligi ninyo. ¹²Sasamsamin nila ang mga kayamanan at paninda ninyo. Wawasakin din nila ang mga pader at magagandang bahay ninyo. At itatapon nila sa dagat ang mga bato, kahoy at ang mga matitira sa winasak. ¹³Patitigilin ko ang mga awitan ninyo at pagtugtog ng alpa. ¹⁴Ang lugar ninyo ay gagawin kong isang malapad na bato at magiging tuyuan na lang ng lambat *ng mga mangingisda*. Hindi na maitatayong muli *ang lungsod ninyo*. *Mangyayari ito* dahil ako, ang Panginoong DIOS, ang nagsasabi nito."

¹⁵Sinabi pa ng Panginoong DIOS sa mga taga-Tyre, "Ang mga nakatira sa tabing-dagat ay manginginig sa takot kapag naririnig nila ang pagkawasak ninyo't pagkamatay, at ang pagdaing ng inyong mga sugatan. ¹⁶Ang mga hari sa mga tabing-dagat ay bababa sa kanilang trono, huhubarin ang kanilang mga damit panghari at naggagandahang damit-panloob. Uupo sila sa lupa na nanginginig sa takot dahil sa sinapit mo. ¹⁷At tataghoy sila nang ganito para sa iyo: Paano kang bumagsak, ikaw na tanyag na lungsod na tinatahanan ng mga tao sa tabing-dagat? Makapangyarihan ka sa karagatan at kinatatakutan ng lahat. ¹⁸At ngayon, ang mga nakatira sa tabing-dagat ay nanginginig sa takot dahil sa iyong pagkawasak."

¹⁹Sinabi pa ng Panginoong DIOS, "*O Tyre,* magiging mapanglaw kang lungsod, isang lungsod na walang nakatira. Ibabaon kita sa malalim na tubig. ²⁰Ililibing kita sa kailaliman kasama ng mga tao noong unang panahon. Mananatili kang wasak sa ilalim ng lupa kasama ng mga taong naibaon doon, at hindi ka na makakabalik sa lugar ng mga buhay. ²¹Tatapusin na kita, at nakakatakot ang magiging katapusan mo. Mawawala ka na at kahit hanapin ka, hindi ka na matatagpuan. *Ako,* ang Panginoong DIOS, ang nagsasabi nito."

Ang Panaghoy tungkol sa Tyre

27 Sinabi sa akin ng PANGINOON, ²"Anak ng tao, managhoy ka para sa Tyre, ³ang *lungsod na* daungan ng mga barko*ᵇ* na sentro ng kalakalan ng mga taong nakatira malapit sa dagat. Sabihin mong ako, ang Panginoong DIOS, ang nagsasabi: 'Ipinagmamalaki mo Tyre, ang iyong kagandahan at sinasabi mong wala kang kapintasan. ⁴Pinalawak mo ang nasasakupan mo sa karagatan. Talagang pinaganda ka ng mga nagtayo sa iyo. ⁵Tulad ka ng isang malaking barko na gawa sa kahoy na abeto mula sa Senir. Ang palo mo'y yari sa kahoy na sedro mula sa Lebanon. ⁶Ang mga sagwan mo'y yari sa kahoy na ensina mula sa Bashan. At ang sahig mo'y gawa sa mga kahoy na galing pa sa isla*ᶜ* ng Cyprus*ᵈ*

---

a 16 *Kereteo:* Iba pang tawag sa mga Filisteo.

b 3 *daungan ng mga barko:* o, *tabing-dagat.*

c 6 *isla:* o, *baybayin.*

d 6 *Cyprus:* o, *Kitim.*

na may disenyong gawa sa pangil ng elepante. ⁷Ang layag mo'y gawa sa binurdahan na *telang* linen na mula pa sa Egipto at parang bandila kapag tiningnan. Ang iyong tolda ay kulay asul at ube na mula sa tabing-dagat ng Elisha. ⁸Mga taga-Sidon at Arbad ang tagasagwan mo at ang mga bihasang tripulante ay nanggaling mismo sa sarili mong tauhan. ⁹Ang mga bihasang karpintero na mula sa Gebal ang taga-ayos ng iyong mga sira. Pumupunta sa iyo ang mga tripulante ng ibang mga sasakyan at nakikipagkalakalan. ¹⁰Ang mga sundalo mo ay mga taga-Persia, Lydia at Put. Isinasabit nila ang mga kalasag nila at helmet sa *dingding* mo na nagbibigay ng karangalan sa iyo. ¹¹Mga taga-Arbad at taga-Helek ang nagbabantay sa palibot ng iyong mga pader. At ang mga taga-Gammad ang nagbabantay ng iyong mga tore. Isinasabit nila ang kanilang mga kalasag at mga helmet sa dingding mo, at nagbibigay din ito ng karangalan sa iyo.

¹²" 'Nakipagkalakalan sa iyo ang Tarshish dahil sagana ka sa kayamanan. Ang ibinayad nila sa iyo ay pilak, bakal, lata at tingga. ¹³Nakipagkalakalan din sa iyo ang Grecia,ᵃ Tubal at Meshec, at ang ibinayad nila sa iyo ay mga alipin at mga gamit na yari sa tanso. ¹⁴Ang ibinayad naman sa iyo ng mga taga-Bet Togarma ay mga kabayong pantrabaho at mga molang pandigma.

¹⁵" 'Nakipagkalakalan din sa iyo ang mga taga-Dedanᵇ at marami kang suki sa mga lugar sa tabing-dagat. At ibinayad nila ay mga pangil ng elepante at maiitim at matitigas na kahoy.

¹⁶" 'Nakipagkalakalan din sa iyo ang Syria dahil sa marami kang produkto. At ang ibinayad nila sa iyo ay batong turkois, telang kulay ube, *telang* linen, mga binurdahang tela, mga koral at batong rubi.

¹⁷" 'Nakipagkalakalan din ang Juda at Israel at ang ibinayad nila sa iyo ay trigo mula sa Minit, igos, pulot, langis, at gamot na ipinapahid.

¹⁸" 'Nakipagkalakalan din ang Damascus sa iyo dahil sa napakarami mong kayamanan at produkto. At ang ibinayad nila sa iyo ay alak mula sa Helbon at puting telang lana mula sa Zahar. ¹⁹*Nakipagkalakalan din* ang mga taga-Dan at taga-Javan na mula sa Uzal at ibinayad nila sa iyo ay mga bakal at mga sangkap.

²⁰" 'Ang ibinayad naman sa iyo ng mga taga-Dedan ay mga telang panapin sa likuran ng mga sinasakyang hayop.

²¹" 'Nakipagkalakalan din sa iyo ang mga taga-Arabia at lahat ng pinuno sa Kedar. At ang ibinayad nila sa iyo ay mga tupa at kambing.

²²" 'Nakipagkalakalan din sa iyo ang mga mangangalakal ng Sheba at Raama, at ang ibinayad nila sa iyo ay lahat ng klase ng pinakamainam na sangkap, mga mamahaling bato at ginto.

²³" 'Nakipagkalakalan din sa iyo ang mga taga-Heran, Cane, Eden at Sheba, maging ang mga mangangalakal ng Ashur at Kilmad. ²⁴At ang ibinayad nila sa iyo ay mga mamahaling damit, mga asul na tela, mga telang may burda at mga karpet na maayos ang pagkakatahi na may iba't ibang kulay.

²⁵" 'Ang mga barko ng Tarshish ang nagdadala ng mga produkto mo. Tulad ka ng isang barkong punong-puno ng karga habang naglalakbay sa pusod ng karagatan. ²⁶Pero dadalhin ka ng mga tagasagwan mo sa gitna ng karagatan, at wawasakin ka ng *malakas na* hangin mula sa silangan. ²⁷Ang mga kayamanan mo't produkto, mga tripulante, tagasagwan at mga karpintero, maging ang mga mangangalakal at lahat ng sundalo, ay lulubog sa gitna ng laot sa oras na mawasak ka.

²⁸" 'Manginginig sa takot ang mga nakatira sa tabing-dagat kapag naririnig nila ang sigawan ng *mga nalulunod.* ²⁹Iiwan ng mga tagasagwan, mga tripulante at mga opisyal ng barko ang kanilang mga sasakyan at tatayo sa tabing-dagat. ³⁰Iiyak sila ng buong pait, maglalagay ng alikabok sa ulo at gugulong sa abo para ipakita ang kanilang pagdadalamhati. ³¹Magpapakalbo sila at magdadamit ng sako habang umiiyak sa labis na kapighatian ³²Sa pagdadalamhati nila'y tatagho

y sila ng ganito: O Tyre, may iba pa bang tulad mo na lumubog sa gitna ng karagatan? ³³Naglayag kang dala ang mga kalakal mo at maraming bansa ang natuwa sa napakarami mong kayamanan. Pinayaman mo ang mga hari sa mundo sa pamamagitan ng iyong mga produkto. ³⁴Pero ngayon, wasak ka na at lumubog na sa gitna ng karagatan, pati ang mga kalakal mo't tripulante. ³⁵Ang lahat ng nakatira sa mga tabing-dagat ay nagulat sa nangyari sa iyo. Natakot ang mga hari nila at kitang-kita ito sa kanilang mga mukha. ³⁶Hindi makapaniwala ang mga mangangalakal ng mga bansa sa sinapit mo. Nakakatakot ang naging wakas mo, at lubusan ka nang mawawala.' "

Ang Mensahe Laban sa Hari ng Tyre

28 Sinabi sa akin ng Panginoon, ²"Anak ng tao, sabihin mo sa pinuno ng Tyre na *ako,* ang Panginoong Dios ay nagsasabi: Sa pagmamataas mo'y sinasabi mo na isa kang dios na nakaupo sa trono sa gitna ng karagatan. Pero ang totoo, kahit na ang tingin mo sa iyong sarili ay marunong katulad ng isang dios, tao ka lang at hindi dios. ³Iniisip mong mas marunong ka pa kaysa kay Daniel at walang lihim na hindi mo nalalaman. ⁴Sa pamamagitan ng iyong karunungan at pang-unawa ay yumaman ka, at nakapag-imbak ng mga ginto at pilak sa iyong taguan. ⁵Dahil magaling ka sa pangangalakal, lalo pang nadagdagan ang kayamanan mo at dahil dito'y naging mapagmataas ka. ⁶Kaya *ako,* ang Panginoong Dios ay nagsasabing, dahil ang tingin mo sa sarili ay isa kang dios, ⁷ipapalusob kita sa mga dayuhan, sa pinakamalulupit na bansa. Wawasakin nila ang naggagandahang ari-ariang nakuha mo sa pamamagitan ng iyong karunungan. At mawawala ang karangalan mo. ⁸Masaklap ang magiging kamatayan mo, at ihahagis ka nila sa kailaliman ng karagatan. ⁹Masasabi mo pa kayang isa kang dios, sa harap ng mga papatay sa iyo? Para sa kanila, tao ka lang at hindi dios. ¹⁰Kaya mamamatay ka ng tulad ng kamatayan ng mga taong hindi naniniwala sa akin,ᶜ sa kamay ng mga dayuhan. *Ako,* ang Panginoong Dios, ang nagsasabi nito."

¹¹May sinabi pa ang Panginoon sa akin, ¹²"Anak ng tao, managhoy ka para sa hari ng Tyre. Sabihin mo

---

ᵃ *13 Grecia:* sa Hebreo, Javan.

ᵇ *15 taga-Dedan:* Sa Septuagint, *Rodes.*

ᶜ *10 hindi…sa akin:* sa literal, *mga hindi tuli.*

sa kanya na *ako,* ang Panginoong Dios ay nagsasabi: Noon, larawan ka ng isang walang kapintasan, puspos ng kaalaman at kagandahan. [13]Nasa Eden ka pa noon, sa halamanan ng Dios. Napapalamutian ka ng sari-saring mamahaling bato gaya ng rubi, topaz, esmeralda, krisolito, onix, jasper, safiro, turkois at beril. Napapalamutian ka rin ng ginto na inihanda para sa iyo noong araw ng kapanganakan mo. [14]Hinirang kita bilang kerubin na magbabantay sa banal kong bundok. Lumakad ka sa gitna ng nagniningning[a] na bato. [15]Walang maipipintas sa pamumuhay mo mula pa nang isinilang ka hanggang sa maisipan mong gumawa ng masama. [16]Ang pag-unlad mo sa pangangalakal ang naging dahilan ng pagmamalupit mo at pagkakasala. Kaya pinalayas kita sa aking banal na bundok; pinaalis kita mula sa nagniningning na mga bato. [17]Naging mayabang ka dahil sa kagandahan mo, at ang karunungan mo'y ginamit mo sa paggawa ng masama para maging sikat ka. Ito ang dahilan kung bakit ibinagsak kita sa lupa sa harap ng mga hari, upang magsilbing babala sa kanila. [18]Dahil sa napakarami mong kasalanan at pandaraya sa pangangalakal, dinungisan mo ang mga lugar kung saan ka sumasamba. Kaya sa harap ng mga nakatingin sa iyo, sinunog ko ang lugar mo at nasunog ka hanggang sa maging abo sa lupa. [19]At ang lahat ng mga nakakakilala sa iyo ay nagulat sa sinapit mo. Nakakatakot ang naging wakas mo, at lubusan ka nang mawawala."

Ang Mensahe Laban sa Sidon

[20]Sinabi sa akin ng Panginoon, [21]"Anak ng tao, humarap ka sa Sidon at sabihin mo ito laban sa kanya. [22]Sabihin mong ako, ang Panginoong Dios, ay nagsasabi: Sidon, kalaban kita. Pupurihin ako ng mga tao sa oras na parusahan kita, at malalaman nila na ako ang Panginoon. Sa ganitong paraan malalaman mo kung gaano ako kabanal. [23]Padadalhan kita ng mga salot at dadanak ang dugo sa mga lansangan mo. Kabi-kabila ang sasalakay sa iyo, maraming mamamatay sa mga mamamayan mo. At malalaman nila na ako ang Panginoon.

[24]"At mawawala na ang mga kalapit-bansa ng Israel na nangungutya sa kanila, na parang mga tinik na sumusugat sa kanilang damdamin. At malalaman nilang ako ang Panginoong Dios."

[25]Sinabi pa ng Panginoong Dios, "Titipunin ko na ang mga mamamayan ng Israel mula sa mga bansang pinangalatan nila. Sa pamamagitan ng gagawin kong ito, maipapakita ko ang aking kabanalan sa mga bansa. Titira na sila sa sarili nilang lupain, ang lupaing ibinigay ko sa aking lingkod na si Jacob. [26]Ligtas silang maninirahan doon. Magtatayo sila ng mga bahay at magtatanim ng mga ubas. Wala nang manggugulo sa kanila kapag naparusahan ko na ang lahat ng kalapit nilang bansa na kumukutya sa kanila. At malalaman nila na ako ang Panginoon na kanilang Dios."

Ang Mensahe Laban sa Egipto

29 Noong ika-12 araw ng ikasampung buwan, nang ikasampung taon *ng aming pagkabihag,*

sinabi sa akin ng Panginoon, [2]"Anak ng tao, humarap ka sa Egipto, at magsalita ka laban sa Faraon na hari ng Egipto at sa mga taga-roon. [3]Sabihin mong ako, ang Panginoong Dios, ang nagsasabi nito: Kalaban kita, O Faraon, hari ng Egipto. Para kang malaking buwaya na nagbababad sa ilog. Sinasabi mong ikaw ang may-ari ng *ilog* Nilo, at ginawa mo ito para sa sarili mo. [4]Pero kakawitan ko ng kawil ang iyong panga, at hihilahin kita paahon sa tubig pati na ang mga isdang nakakapit sa mga kaliskis mo. [5]Itatapon kita sa ilang pati na ang mga isda, at hahandusay ka sa lupa at walang kukuha na maglilibing sa iyo. Ipapakain kita sa mga mababangis na hayop at sa mga ibon doon. [6]Malalaman ng lahat ng nakatira sa Egipto na ako ang Panginoon. Sapagkat para kang isang *marupok na* tambo na *inasahan* ng mga mamamayan ng Israel. [7]Nang humawak sila sa iyo, nabiyak ka at nasugatan ang mga bisig nila. Nang sumandal sila sa iyo, nabali ka *kaya nabuwal sila* at napilayan. [8]Kaya *ako,* ang Panginoong Dios ay nagsasabing, ipapasalakay kita sa mga tao na papatay sa mga mamamayan at mga hayop mo. [9]Magiging mapanglaw ang Egipto at malalaman ninyong ako ang Panginoon.

"At dahil sinabi mong sa iyo ang Ilog *ng Nilo* at ikaw ang gumawa nito, [10]kalaban kita at ang ilog mo. Wawasakin ko ang Egipto at magiging mapanglaw ito mula sa Migdol papuntang Aswan,[b] hanggang sa hangganan ng Etiopia.[c] [11]Walang tao o hayop na dadaan o titira man doon sa loob ng 40 taon. [12]Gagawin kong pinakamapanglaw na lugar ang Egipto sa lahat ng bansa. Ang mga lungsod niya ay magiging pinakamalungkot sa lahat ng lungsod sa loob ng 40 taon. At pangangalatin ko ang mga taga-Egipto sa iba't ibang bansa."

[13]Pero sinabi rin ng Panginoong Dios, "Pagkalipas ng 40 taon, titipunin ko ang mga taga-Egipto mula sa mga bansang pinangalatan nila. [14]Muli ko silang ibabalik sa Patros *sa gawing timog ng Egipto* na siyang lupain ng kanilang mga ninuno. Pero magiging mahinang kaharian lang sila. [15]Sila ang magiging pinakamahina sa lahat ng kaharian at kahit kailan ay hindi na sila makakahigit sa ibang bansa dahil gagawin ko silang pinakamahinang *kaharian.* At hindi na sila makakapanakop ng ibang bansa. [16]Hindi na muling aasa sa kanya ang mga mamamayan ng Israel. Ang nangyari sa Egipto ay magpapaalala sa Israel ng kanyang kasalanan na paghingi ng tulong sa Egipto. At malalaman ng mga Israelita na ako ang Panginoong Dios."

[17]Noong unang araw ng unang buwan, nang ika-27 taon *ng aming pagkabihag,* sinabi sa akin ng Panginoon, [18]"Anak ng tao, ang mga sundalo ni Haring Nebucadnezar ng Babilonia ay nakipaglaban sa mga sundalo ng Tyre hanggang sa makalbo sila, at magkapaltos-paltos na ang mga balikat nila sa paglilingkod pero wala ring nangyari. Hindi nakuha ni Nebucadnezar at ng mga sundalo niya ang Tyre. [19]Pero *ako,* ang Panginoong Dios ay nagsasabing, ipapasakop ko ang Egipto kay Nebucadnezar na hari ng Babilonia. Sasamsamin

---

a 14 nagniningning: o, nag-aapoy. Ganito rin sa talatang 16.

b 10 Aswan: o, Seyene.

c 10 Etiopia: sa Hebreo, Cush.

niya ang lahat ng kayamanan ng Egipto bilang bayad sa mga sundalo niya. ²⁰Ibibigay ko sa kanya ang Egipto bilang gantimpala sa pagpapagal na ginawa niya at ng mga sundalo niya para sa akin. *Ako,* ang Panginoong Dios, ang nagsasabi nito.

²¹"*Ezekiel,* sa oras na mangyari ito, muli kong palalakasin ang Israel. At malalaman ng mga Israelita na totoo ang sinabi mo. At malalaman nila na ako ang Panginoon."

Ang Pagparusa sa Egipto

30 Sinabi ng Panginoon sa akin, ²"Anak ng tao, sabihin mo ang ipinapasabi ko *sa mga taga-Egipto.* Sabihin mong *ako,* ang Panginoong Dios, ay nagsasabi: Umiyak kayo nang malakas dahil sa kapahamakang darating sa inyo. ³Sapagkat malapit nang dumating ang araw na iyon, ang araw ng paghatol ng Panginoon. Magiging maulap at madilim ang araw na iyon para sa mga bansa. ⁴Sasalakayin ang Egipto at maghihirap ang Etiopia.ᵃ Maraming mamamatay na taga-Egipto, sasamsamin ang mga kayamanan nila at wawasakin ito. ⁵Sa digmaang iyon, mapapatay ang maraming taga-Etiopia, Put, Lydia, Arabia, Libya at iba pang mga bansang kakampi ng Egipto. ⁶*Ako,* ang Panginoong Dios ay nagsasabing, mapapahamak ang mga kakampi ng Egipto at mababalewala ang ipinagmamalaki niyang kapangyarihan. Mamamatay ang mga mamamayan niya mula sa Migdol hanggang sa Aswan.ᵇ ⁷Magiging mapanglaw ang Egipto sa lahat ng bansa at ang mga lungsod niya ay magiging pinakawasak sa lahat ng lungsod. ⁸Kapag sinunog ko na ang Egipto at mamatay ang lahat ng kakampi niya, malalaman nila na ako ang Panginoon.

⁹"Sa panahong iyon, magsusugo ako ng mga tagapagbalita na sasakay sa mga barko para takutin ang mga taga-Etiopia na hindi nababahala. Matatakot sila sa oras na mawasak ang Egipto, at ang oras na iyon ay tiyak na darating."

¹⁰Sinabi pa ng Panginoong Dios, "Gagamitin ko si Haring Nebucadnezar ng Babilonia para patayin ang mga mamamayan ng Egipto. ¹¹Siya at ang mga sundalo niya, na siyang pinakamalulupit na sundalo sa lahat ng bansa ang ipapadala ko sa Egipto para wasakin ito. Lulusubin nila ito at kakalat ang mga bangkay sa buong lupain. ¹²Patutuyuin ko ang *Ilog ng* Nilo at ipapasakop ko ang Egipto sa masasamang tao. Wawasakin ko ang buong bansa *ng Egipto* at lahat ng naroon sa pamamagitan ng mga dayuhan. Ako, ang Panginoon, ang nagsasabi nito."

¹³Sinabi pa ng Panginoong Dios, "Wawasakin ko ang mga dios-diosan sa Memfis.ᶜ Wala nang mamumuno sa Egipto at tatakutin ko ang mga mamamayan nito. ¹⁴Gagawin kong mapanglaw ang Patros, susunugin ko ang Zoan at parurusahan ko ang Tebes.ᵈ ¹⁵Ibubuhos ko ang galit ko sa Pelosium,ᵉ ang matibay na tanggulan ng Egipto, at papatayin ko ang maraming taga-Tebes. ¹⁶Susunugin ko ang

Egipto! Magtitiis ng hirap ang Pelosium. Mawawasak ang Tebes, at laging matatakot ang Memfis. ¹⁷Mamamatay sa digmaan ang mga kabataang lalaki ng Heliopolisᶠ at Bubastis,ᵍ at ang mga matitirang tao sa mga lungsod na ito'y bibihagin. ¹⁸Kapag inalis ko na ang kapangyarihan ng Egipto, magiging madilim ang araw na iyon para sa Tapanhes. Mawawala na ang ipinagmamalaking kapangyarihan ng Egipto. Matatakpan siya ng ulap, at ang mga mamamayan sa mga lungsod niya ay bibihagin. ¹⁹Ganyan ang magiging parusa ko sa Egipto at malalaman ng mga mamamayan niya na ako ang Panginoon."

²⁰Nang ikapitong araw ng unang buwan, nang ika-11 taon *ng aming pagkabihag,* sinabi ng Panginoon sa akin, ²¹"Anak ng tao, binali ko ang braso ng Faraon na hari ng Egipto. Walang gumamot sa kanya para gumaling at lumakas upang muling makahawak ng espada. ²²Kaya sabihin mo sa kanya na *ako,* ang Panginoong Dios ay nagsasabing laban ako sa kanya. Babaliin ko ang isa pa niyang braso para mabitawan niya ang *kanyang* espada. ²³Ikakalat ko ang mga taga-Egipto sa iba't ibang bansa. ²⁴Palalakasin ko ang mga braso ng hari ng Babilonia at pahahawakan ko sa kanya ang aking espada. Pero babaliin ko ang mga braso ng Faraon, at dadaing siyang sugatan at halos mamatay na sa harap ng hari ng Babilonia. ²⁵Palalakasin ko ang mga braso ng hari ng Babilonia, pero gagawin kong inutil ang mga braso ng Faraon. Kapag ipinahawak ko ang aking espada sa hari ng Babilonia at gamitin niya ito laban sa Egipto, malalaman ng mga taga-Egipto na ako ang Panginoon. ²⁶Pangangalatin ko ang mga taga-Egipto sa lahat ng bansa at malalaman nila na ako ang Panginoon."

Itinulad ang Egipto sa Puno ng Sedro

31 Noong unang araw ng ikatlong buwan, nang ika-11 taon *ng aming pagkabihag,* sinabi sa akin ng Panginoon, ²"Anak ng tao, ito ang sabihin mo sa Faraon na hari ng Egipto at sa mga mamamayan niya:

"Kanino ko kaya maihahalintulad ang iyong kapangyarihan? ³Ah, maihahalintulad kita sa Asiria, ang bansa na parang puno ng sedro sa Lebanon. Ang punong ito'y may maganda at malalagong sanga na nakakapagbigay-lilim sa ibang puno at mataas kaysa sa ibang mga puno. ⁴Sagana ito sa tubig mula sa malalim na bukal na nagpapalago sa kanya, at umaagos sa lahat ng puno sa kagubatan. ⁵Kaya ang punong ito'y mas mataas kaysa sa lahat ng puno sa kagubatan. Ang mga sanga ay mahahaba at ang mga dahon ay mayayabong dahil sagana sa tubig. ⁶Ang lahat ng klase ng ibon ay nagpugad sa mga sanga niya, ang lahat ng hayop sa gubat ay nanganak sa ilalim ng puno niya, at ang lahat ng tanyag na bansa ay sumilong sa kanya. ⁷Napakaganda ng punong ito. Mahahaba ang sanga at mayayabong ang dahon, at ang ugat ay umaabot sa maraming tubig. ⁸Ang mga puno ng sedro sa halamanan ng Dios ay hindi makakapantay sa kanya. Kahit ang mga puno ng abeto at puno ng platano ay hindi maihahambing sa *kagandahan*

ᵃ 4 *Etiopia:* sa Hebreo, *Cush.* Ganito rin sa talatang 5 at 9.

ᵇ 6 *Aswan:* o, *Seyene.*

ᶜ 13 *Memfis:* sa Hebreo, *Nof,* Ganito rin sa talatang 16.

ᵈ 14 *Tebes:* sa Hebreo, *No.* Ganito rin sa 15-16.

ᵉ 15 *Pelosium:* sa Hebreo, *Sin.* Ganito rin sa talatang 16.

ᶠ 17 *Heliopolis:* sa Hebreo, *Awen.*

ᵍ 17 *Bubastis:* sa Hebreo, *Pi Biset.*

ng kanyang mga sanga. Hindi maihahalintulad sa anumang puno sa halamanan ng Dios ang kagandahan ng punong ito. ⁹Pinaganda ng Dios ang punong ito sa pamamagitan ng maraming sanga. Kaya nainggit sa kanya ang lahat ng puno sa halamanan ng Dios."

¹⁰Kaya sinabi ng Panginoong Dios, "Dahil naging mapagmataas ang punong ito at higit na mataas kaysa ibang punongkahoy, at ipinagmamalaki niya ang kanyang sarili, ¹¹kaya ibibigay ko siya sa pinuno ng mga makapangyarihang bansa. At tiyak na paparusahan siya ayon sa kasamaan niya. *Oo,* itatakwil ko siya; ¹²puputulin siya ng mga malulupit na dayuhan at pagkatapos ay pababayaan. Mangangalat ang mga putol na sanga niya sa mga bundok, lambak at mga ilog. At iiwan siya ng mga bansang sumilong sa kanya. ¹³Ang mga ibon at himpapawid ay dadapo sa naputol na puno at ang mga hayop sa gubat ay magpapahinga sa mga sanga niyang nagkalat sa lupa. ¹⁴Kaya *simula ngayon* wala nang punong tataas pa sa ibang malagong mga punongkahoy, kahit sagana pa ito sa tubig. Sapagkat ang lahat ng puno ay mamamatay katulad ng tao, at pupunta sa ilalim ng lupa."

¹⁵Sinabi pa ng Panginoong Dios, "Kapag dumating na ang araw na ang punong ito'y pupunta na sa lugar ng mga patay,ᵃ patitigilin ko ang pag-agos ng mga bukal sa ilalim. Tanda ito ng pagluluksa. Kaya hindi na aagos ang mga ilog, at mawawala ang maraming tubig. Dahil dito, magdidilim sa Lebanon at malalanta ang mga punongkahoy. ¹⁶Manginginig sa takot ang mga bansa kapag narinig nila ang pagbagsak ng punong ito sa oras na dalhin ko na ito sa lugar ng mga patay, para makasama niya ang mga namatay na. Sa gayon, ang lahat ng puno sa Eden at ang lahat ng magaganda at piling puno ng Lebanon na natutubigang mabuti ay matutuwa roon sa ilalim ng lupa. ¹⁷Ang mga bansang sumisilong at kumakampi sa kanya ay sasama rin sa kanya roon sa lugar ng mga patay kasama ng mga namatay sa digmaan.

¹⁸"Sa anong puno sa Eden maihahambing ang kagandahan mo at kapangyarihan, *Faraon*? Pero ihuhulog ka rin sa ilalim ng lupa kasama ng mga puno ng Eden. Doon ay magkakasama kayo ng mga taong hindi naniniwala sa Diosᵇ na namatay sa digmaan.

"Iyan ang mangyayari sa Faraon at sa mga tauhan niya. *Ako,* ang Panginoong Dios, ang nagsasabi nito."

Inihalintulad sa Buwaya ang Hari ng Egipto

32 Noong unang araw ng ika-12 buwan, nang ika-12 taon *ng aming pagkabihag,* sinabi sa akin ng Panginoon, ²"Anak ng tao, managhoy ka para sa Faraon, ang hari ng Egipto. Sabihin mo sa kanya, 'Ang akala mo'y isa kang leon *na paroo't parito* sa mga bansa. Pero ang totoo'y para kang isang buwayang lumalangoy sa sarili mong ilog. Kinakalawkaw ng mga paa mo ang tubig at lumalabo ito.' ³Kaya ito ang sinasabi ng Panginoong

Dios sa iyo: Huhulihin kita ng lambat ko at ipakakaladkad sa maraming tao. ⁴Pagkatapos ay itatapon kita sa lupa, at ipapakain sa mga ibon at mga hayop sa gubat. ⁵Ang laman mo ay ikakalat ko sa mga kabundukan at mga lambak. ⁶Didiligin ko ng dugo mo ang lupain, gayon din ang kabundukan at padadaluyin ko ito sa mga dinadaluyan ng tubig. ⁷Kapag napatay na kita nang tuluyan, tatakpan ko ang langit ng makapal na ulap, kaya mawawala ang liwanag ng mga bituin, ng araw at ng buwan. ⁸Padidilimin ko ang lahat ng nagliliwanag sa langit. Kaya didilim sa buong lupain mo. *Ako,* ang Panginoong Dios, ang nagsasabi nito.

⁹"Maguguluhan ang mga mamamayan ng mga bansang hindi mo kilala kapag winasak na kita. ¹⁰Maraming tao ang matatakot sa gagawin ko sa iyo, pati ang mga hari nila ay manginginig sa takot. Manginginig ang bawat isa sa kanila kapag iwinasiwas ko sa harapan nila ang espada ko sa oras ng pagkawasak mo. ¹¹*Ako,* ang Panginoong Dios ay nagsasabing lulusubin ka sa pamamagitan ng espada ng hari ng Babilonia. ¹²Ipapapatay ko ang mga mamamayan mo sa pamamagitan ng espada ng mga makapangyarihang tao na siyang pinakamalupit sa lahat ng bansa. Lilipulin nila ang lahat ng tao sa Egipto at ang mga bagay na ipinagmamalaki ng bansang ito. ¹³Papatayin ko ang lahat ng hayop sa Egipto *na nanginginain*ᶜ sa tabi ng ilog. Kaya wala nang hayop o taong magpapalabo ng tubig nito. ¹⁴Palilinawin ko ang tubig nito, at tuloy-tuloy itong aagos na parang langis. *Ako,* ang Panginoong Dios, ang nagsasabi nito. ¹⁵Kapag ginawa ko nang mapanglaw ang Egipto at nawasak ko na ang lahat, at kapag napatay ko na rin ang mga nakatira rito, malalaman nila na ako ang Panginoon.

¹⁶"Ito ang panaghoy ng mga mamamayan ng mga bansa para sa Egipto at sa mga mamamayan nito. *Ako,* ang Panginoong Dios, ang nagsasabi nito."

¹⁷Noong ika-12 taon, nang ika-15 araw ng buwan ding iyon, sinabi sa akin ng Panginoon, ¹⁸"Anak ng tao, magluksa ka para sa mga mamamayan ng Egipto at sa iba pang makapangyarihang bansa. Dahil ihuhulog ko sila sa kailaliman ng lupa kasama ng mga namatay na. ¹⁹Sabihin mo sa kanila, 'Nakakahigit ba kayo kaysa sa iba? Kayo rin ay ihuhulog doon sa ilalim ng lupa kasama ng mga hindi naniniwala sa Diosᵈ ²⁰na nangamatay sa digmaan.' Mamamatay ang mga taga-Egipto dahil nakahanda na ang espada ng mga kaaway na papatay sa kanila. Ang Egipto at ang mga mamamayan niya ay kakaladkarin *papunta sa kapahamakan.* ²¹Buong galak silang tatanggapin ng mga makapangyarihang pinuno ng Egipto at mga kakampi niyang bansa roon sa lugar ng mga patay. Sasabihin nila, 'Bumaba rin sila rito! Kasama na nila ngayon ang mga hindi naniniwala sa Dios na namatay sa digmaan.'

²²⁻²³"Naroon din ang *hari ng* Asiria na napapaligiran ng libingan ng mga sundalo niyang namatay sa digmaan. Ang mga libingan nila ay naroon sa pinakamalalim na bahagi ng kailaliman. Ang mga taong ito'y naghasik ng takot sa mga tao noong nabubuhay pa sila.

ᵃ 15 *lugar ng mga patay:* sa Hebreo, *Sheol.*
ᵇ 18 *mga taong hindi naniniwala sa Dios:* sa literal, *mga hindi tuli.*
ᶜ 13 *nanginginain:* o, *umiinom.*
ᵈ 19 *mga hindi naniniwala sa Dios:* sa literal, *mga hindi tuli.*

²⁴ "Naroon din ang *hari* ng Elam. Ang libingan naman niya ay napapaligiran ng libingan ng kanyang mga tauhan. Namatay silang lahat sa digmaan. Nagsibaba sila roon sa lugar ng mga patay kasama ng mga hindi naniniwala sa Dios. Noong nabubuhay pa sila, naghasik sila ng takot sa mga tao sa daigdig, pero ngayon, inilalagay sila sa kahihiyan kasama ng ibang mga namatay na. ²⁵ May himlayan din doon ang *hari* ng Elam kasama ng mga namatay sa digmaan. Ang libingan niya ay napapalibutan ng libingan ng kanyang mga tauhan. Lahat sila ay hindi naniniwala sa Dios at silang lahat ay namatay din sa digmaan. Naghasik sila ng takot sa mga tao noong nabubuhay pa sila. Pero inilagay sila sa kahihiyan at nakahimlay kasama ng mga namatay sa digmaan.

²⁶ "Naroon din ang *hari* ng Meshec at ng Tubal. Napapalibutan din ang libingan nila ng libingan ng kanilang mga tauhan. Silang lahat ay hindi naniniwala sa Dios, at namatay din sa digmaan. Kinatatakutan sila noong nabubuhay pa sila. ²⁷ Hindi sila binigyan ng marangal na libing katulad ng mga tanyag na mandirigma na hindi naniniwala sa Dios, na noong inilibing ay nasa ulunan nila ang kanilang espada at ang kanilang pananggalang ay nasa kanilang dibdib. Pero noong nabubuhay pa sila kinatatakutan din sila ng mga tao.

²⁸ "At ikaw, *Faraon*, ay mamamatay din at mahihimlay kasama ng mga hindi naniniwala sa Dios na namatay sa digmaan.

²⁹ "Naroon din *sa lugar ng mga patay*ᵃ ang hari ng Edom at ang lahat ng pinuno niya. Makapangyarihan sila noon, pero ngayon, nakaliibing na sila kasama ng mga hindi naniniwala sa Dios na namatay sa digmaan.

³⁰ "Naroon din ang mga Sidoneo at ang lahat ng pinuno ng mga bansa sa hilaga. Kinatatakutan din sila ng mga tao noong nabubuhay pa sila dahil sa kapangyarihan nila, pero ngayon, inilagay sila sa kahihiyan at nakahimlay sa lugar ng mga patay kasama ng mga hindi naniniwala sa Dios na namatay sa digmaan. ³¹ Kapag nakita na ng Faraon ang mga namatay *doon sa lugar ng mga patay*, masisiyahan siya at ang mga sundalo niya dahil hindi lang sila ang namatay sa digmaan. ³² Kahit ipinahintulot kong katakutan sila ng mga tao noong nabubuhay pa sila, *mamamatay sila* kasama ng mga hindi naniniwala sa akin na namatay sa digmaan. *Ako*, ang Panginoong Dios, ang nagsasabi nito."

Ginawa ng Dios na Bantay ng Israel si Ezekiel (Eze. 3:16-21)

33 Sinabi sa akin ng Panginoon, ² "Anak ng tao, sabihin mo ito sa mga kababayan mo: Kapag ipapasalakay ko ang isang bayan, ang mga mamamayan sa lugar na iyon ay pipili ng isa sa mga kababayan nila na magiging bantay ng kanilang lungsod. ³ Kapag nakita ng bantay na iyon na paparating na ang mga kaaway, patutunugin niya ang trumpeta para bigyang babala ang mga tao. ⁴ Ang sinumang makarinig sa babala pero nagsawalang-bahala at napatay nang nilusob sila, siya ang may pananagutan sa kanyang kamatayan. ⁵ Sapagkat nang marinig niya ang babala ay hindi

niya pinansin. Kaya siya ang dapat sisihin sa kanyang kamatayan. Kung nakinig lang sana siya, nailigtas sana niya ang kanyang sarili. ⁶ Pero kung nakita naman ng bantay na lulusubin na sila ng mga kaaway at hindi niya pinatunog ang trumpeta para bigyang babala ang mga tao, at may mga napatay na kababayan niya, pananagutan ko ang bantay sa pagkamatay nila kahit na namatay din ang mga ito dahil sa kanilang mga kasalanan.

⁷ "Ikaw, anak ng tao ay pinili kong maging bantay ng mga mamamayan ng Israel. Kaya pakinggan mo ang sasabihin ko, at pagkatapos ay bigyang babala mo ang mga tao. ⁸ Kapag sinabi ko sa taong masama na tiyak na mamamatay siya dahil sa mga kasalanan niya at hindi mo siya binigyan ng babala na dapat na niyang itigil ang masama niyang pamumuhay, papanagutin kita sa kamatayan niya. ⁹ Pero kung binigyan mo ng babala ang taong masama na talikuran na niya ang masama niyang pamumuhay, ngunit hindi niya pinansin ang babala mo, mamamatay siya dahil sa kasalanan niya, pero wala kang pananagutan sa kamatayan niya.

¹⁰ "Anak ng tao, dumadaing ang mga mamamayan ng Israel na hindi na nila kaya ang parusa sa mga kasalanan nila. Nanghihina na at parang mamamatay na raw sila dahil sa parusang ito. ¹¹ Sabihin mo sa kanila na ako, ang Panginoong Dios na buhay, ay sumusumpang hindi ako natutuwa kapag may namamatay na taong masama. Ang nais ko'y magbagong-buhay sila at iwan na ang masamang pamumuhay upang mabuhay sila. Kaya kayong mga mamamayan ng Israel, magbagong-buhay na kayo, iwan n'yo na ang masamang pamumuhay. Gusto n'yo bang mamatay?

¹² "Kaya ngayon, anak ng tao, sabihin mo sa mga kababayan mo na kapag gumawa ng kasalanan ang taong matuwid, hindi rin siya maililigtas ng mga kabutihang nagawa niya. At kapag tumalikod naman ang masama sa kasamaan, hindi na siya parurusahan sa mga nagawa niyang kasalanan. ¹³ Kapag sinabi ko sa taong matuwid na tiyak na mabubuhay siya, pero naging kampante siya't gumawa ng masama, at sasabihin niyang maililigtas siya ng mabubuting gawa niya noon. Mamamatay siya dahil sa kasalanan niya at hindi ko na aalalahanin ang mga ginawa niyang kabutihan. ¹⁴ At kapag sinabi ko sa masama na tiyak na mamamatay siya, pero sa bandang huli'y tinalikuran niya ang kasamaan niya't gumawa ng tama at matuwid — ¹⁵ tulad ng pagsasauli ng garantiya ng nanghiram sa kanya, o ng ninakaw niya, pagsunod sa mga tuntunin na nagbibigay-buhay, at pag-iwas sa masamang gawain — ang taong iyon ay tiyak na mabubuhay. Hindi siya mamamatay. ¹⁶ Hindi na aalalahanin ang mga ginawa niyang kasalanan noon. Dahil gumawa siya ng tama at matuwid, tiyak na mabubuhay siya.

¹⁷ "Pero ang iyong mga kababayan, *Ezekiel*, dumadaing na hindi raw tama ang pamamaraan ko, gayong ang pamamaraan nila ang hindi tama. ¹⁸ Kung tumigil na sa paggawa ng kabutihan ang taong matuwid at gumawa ng masama, mamamatay siya. ¹⁹ At kung ang taong masama ay tumalikod sa masama niyang gawa, at gumawa ng tama at matuwid, mabubuhay siya. ²⁰ Ngunit sinasabi pa

---
a 29 lugar ng mga patay: o, Sheol.

rin ng mga mamamayan ng Israel hindi tama ang pamamaraan ko. Hahatulan ko ang bawat isa sa kanila ayon sa mga gawa nila."

Ang Paliwanag tungkol sa Pagwasak ng Jerusalem

²¹ Noong ikalimang araw ng ikasampung buwan, nang ika-12 taon ng aming pagkabihag, may isang takas mula sa Jerusalem na lumapit sa akin at nagsabi, "Nawasak na po ang lungsod *ng Jerusalem!*" ²² Noong isang gabi, bago dumating ang taong iyon, nilukuban ako ng kapangyarihan ng PANGINOON at muli akong nakapagsalita. Kaya nang dumating ang taong iyon kinaumagahan, nakapagsalita na ako. ²³ Sinabi sa akin ng PANGINOON, ²⁴ "Anak ng tao, ang mga nakatira roon sa mga gibang lungsod ng Israel ay nagsasabi, 'Iisa lang si Abraham, at sa kanya ibinigay ang buong lupain. Marami tayo, kaya tiyak na tayo ang magmamay-ari ng lupaing ito.' ²⁵ Sabihin mo na *ako*, ang Panginoong DIOS ay nagsasabi: Inaakala ba ninyong kayo ang magmamay-ari ng lupaing iyon, kahit na kumakain kayo ng karneng may dugo, sumasamba sa mga dios-diosan ninyo at pumapatay ng tao? ²⁶ Nagtitiwala kayo sa inyong espada,ᵃ gumagawa kayo ng mga kasuklam-suklam na bagay, at nakikiapid. At sa kabila nito'y inaakala ninyong kayo ang magmamay-ari ng lupain? ²⁷ "Ako, ang Panginoong DIOS na buhay, ay sumusumpang kong mamamatay sa digmaan ang mga taong iyon na natirang buhay sa mga nagibang lungsod. Ang mga natira namang buhay sa mga bukid ay kakainin ng mababangis na hayop, at ang iba na nasa mga pinagtataguan nila at nasa mga kweba ay mamamatay sa sakit. ²⁸ Gagawin kong mapanglaw ang lupain *ng Israel* at aalisin ko ang kapangyarihang ipinagmamalaki niya. Magiging mapanglaw kahit ang mga kabundukan niya at wala nang dadaan doon. ²⁹ Kapag ginawa ko nang mapanglaw ang lupain dahil sa mga kasuklam-suklam na ginawa ng mga naninirahan dito, malalaman nilang ako ang PANGINOON."

³⁰ Sinabi sa akin ng PANGINOON, "Pinag-uusapan ka ng mga kababayan mo kapag nagtitipon sila sa pader at sa pintuan ng bahay nila. Sinasabi nila sa isa't isa, 'Halikayo, pakinggan natin *si Ezekiel* kung ano ang sasabihin niya mula sa PANGINOON!' ³¹ Kaya magkakasamang pumunta sa iyo ang mga mamamayan ko na nagpapanggap lang na gustong makinig sa iyo, pero hindi nila sinusunod ang mga sinasabi mo. Magaling silang magsalita na mahal nila ako, ngunit ang nasa puso nila ay kasakiman sa pera. ³² Para sa kanila, isa kang magaling na mang-aawit ng mga awit na tungkol sa pag-ibig at isang magaling na manunugtog. Pinakikinggan nila ang mga sinasabi mo, pero hindi nila sinusunod. ³³ Ngunit kapag nangyari na sa kanila ang parusang ito, at tiyak na mangyayari ito sa kanila, malalaman nila na totoong may kasama silang propeta."

Ang mga Bantay ng Israel

34 Sinabi sa akin ng PANGINOON, ² "Anak ng tao, magsalita ka laban sa mga bantay ng Israel.ᵇ

Sabihin mo sa kanila na *ako*, ang Panginoong DIOS, ay nagsasabi: Nakakaawa ang mga bantay ng Israel. Ang sarili lang ninyo ang inyong inaalagaan! Hindi ba ang mga bantay ang dapat nag-aalaga sa mga tupa? ³ Iniinom ninyo ang gatas nila, ginagawang damit ang mga balahibo nila at kinakatay ninyo ang mga malulusog sa kanila, pero hindi ninyo sila inaalagaan. ⁴ Hindi ninyo pinalalakas ang mahihina, hindi ninyo ginagamot ang mga may sakit o hinihilot at binebendahan ang mga pilay. Hindi ninyo hinahanap ang naliligaw at nawawala. Sa halip, pinagmalupitan n'yo pa sila. ⁵ At dahil walang nagbabantay sa kanila, nangalat sila at nilapa ng mababangis na hayop. ⁶ Naligaw ang mga tupa ko sa mga bundok at burol. Nangalat sila sa buong mundo at walang naghanap sa kanila.

⁷ "Kaya kayong mga bantay, pakinggan ninyo ang sasabihin kong ito: ⁸ Ako, ang Panginoong DIOS na buhay, ay sumusumpa *na parurusahan ko kayo* dahil hindi ninyo binantayan ang aking mga tupa, kaya sinalakay sila at nilapa ng mababangis na hayop. Hindi ninyo sila hinanap, sa halip sarili lang ninyo ang inyong inalagaan. ⁹ Kaya kayong mga bantay, pakinggan ninyo ang mga sinasabi ko. ¹⁰ *Ako*, ang Panginoong DIOS, ay nagsasabi na kalaban ko kayo, at may pananagutan kayo sa nangyari sa aking mga tupa. Hindi ko na ipagkakatiwala sa inyo ang *aking* mga tupa dahil ang sarili lang ninyo ang inyong inaalagaan. Ililigtas ko ang mga tupa mula sa inyo upang hindi na ninyo sila makain.

¹¹ "*Ako*, ang Panginoong DIOS ay nagsasabing ako mismo ang maghahanap sa aking mga tupa at mag-aalaga sa kanila. ¹² Ako'y magiging tulad ng pastol na naghahanap sa mga tupa niyang nangalat. Ililigtas ko sila saang lugar man sila nangalat noong panahon ng kaguluhang iyon.ᶜ ¹³ Titipunin ko sila mula sa iba't ibang bansa at dadalhin sa sarili nilang lupain. Doon ko sila aalagaan sa mga kabundukan ng Israel, sa tabi ng ilog at mga lupang tinitirhan ng tao. ¹⁴ Dadalhin ko sila sa sariwang pastulan sa kabundukan ng Israel. Doo'y manginginain sila habang namamahinga. ¹⁵ Ako, ang Panginoong DIOS, at mismong mag-aalaga sa aking mga tupa, at sila'y aking pagpapahingahin. ¹⁶ Hahanapin ko ang mga nawawala at ang mga naliligaw. Gagamutin ko ang mga may sugat at may sakit, palalakasin ko ang mahihina. Pero lilipulin ko ang matataba at malalakas *na tupa*. Gagawin ko sa kanila kung ano ang nararapat.

¹⁷ "*Mga mamamayan ng Israel na* aking mga tupa, *ako*, ang Panginoong DIOS, ay nagsasabi *sa inyo* na hahatulan ko kayo. Ibubukod ko ang mabubuti sa masasama, ang mga tupa sa mga kambing. ¹⁸ Hindi pa ba kayo nasisiyahan sa magandang pastulan; tinatapak-tapakan pa ninyo ang ibang pastulan? At hindi rin ba kayo nasisiyahan na nakakainom kayo ng malinaw na tubig at pinalabo pa ninyo ang ibang tubig? ¹⁹ Manginginain na lang ba ang iba kong mga tupa sa mga pinagtapak-tapakan ninyo? At ang iinumin na lang ba nila ay ang tubig na pinalabo ninyo?

ᵃ 26 Nagtitiwala...espada: o, Pumapatay kayo.

ᵇ 2 bantay ng Israel: Ang ibig sabihin, pinuno ng Israel.

ᶜ 12 panahon ng kaguluhang iyon: sa literal, madilim at maulap na araw.

20 "Kaya *ako*, ang Panginoong Dios ay nagsasabing, ibubukod ko ang matatabang tupa sa mga payat. 21 Sapagkat ginigitgit ninyo at sinusuwag ang mahihina hanggang sa sila'y lumayo. 22 Ililigtas ko ang aking mga tupa at hindi ko na papayagang apihin silang muli. Ibubukod ko ang mabubuti sa masasama. 23 Bibigyan ko sila ng isang tagapagbantay na mula sa lahi ng lingkod kong si David. Siya ang magbabantay at mag-aalaga sa kanila. 24 Ako, ang Panginoon, ang magiging Dios nila, at ang lahi ng lingkod kong si David ang kanilang magiging tagapamahala. Ako, ang Panginoon, ang nagsasabi nito.

25 "Gagawa ako ng kasunduan sa kanila na magiging mabuti ang kanilang kalagayan. Palalayasin ko ang mababangis na hayop sa lupain nila para makapanirahan sila sa ilang at makatulog sa kagubatan nang ligtas sa panganib. 26 Pagpapalain ko sila at ang mga lugar sa paligid ng aking *banal na* bundok. Padadalhan ko sila ng ulan sa tamang oras bilang pagpapala sa kanila. 27 Mamumunga ang mga punongkahoy at mga pananim nila, at mamumuhay silang ligtas sa anumang panganib. Malalaman nilang ako ang Panginoon kapag pinalaya ko na sila sa mga umalipin sa kanila. 28 Hindi na sila aabusuhin ng ibang mga bansa at hindi na sila lalapain ng mga mababangis na hayop. Mamumuhay silang ligtas sa panganib at wala nang katatakutan. 29 Bibigyan ko sila ng matabang lupain na magbibigay ng masaganang ani para hindi sila magutom o kutyain ng ibang bansa. 30 At malalaman nila na ako, ang kanilang Panginoong Dios na kasama nila, at silang mga mamamayan ng Israel, ang aking mga mamamayan. Ako, ang Panginoong Dios, ang nagsasabi nito. 31 "Kayo ang mga tupa sa aking pastulan, kayo ang aking mga mamamayan, at ako ang inyong Dios. Ako, ang Panginoong Dios, ang nagsasabi nito."

Ang Mensahe Laban sa Edom

35 Sinabi sa akin ng Panginoon, 2 "Anak ng tao, humarap ka sa Bundok ng Seir*a* at sabihin mo ito laban sa mga mamamayan niya. 3 Sabihin mong ako, ang Panginoong Dios, ay nagsasabi: Kalaban ko kayo, mga taga-bundok ng Seir. Parurusahan ko kayo at magiging mapanglaw ang inyong lugar. 4 Magigiba at magiging mapanglaw ang mga bayan ninyo. At malalaman ninyo na ako ang Panginoon. 5 Matagal na kayong galit sa Israel, at pinabayaan lang ninyo silang salakayin sa panahon ng kanilang kagipitan, sa panahon na pinarurusahan sila *dahil sa kanilang mga kasalanan.* 6 Kaya ako, ang Panginoong Dios na buhay, ay sumusumpang ipapapatay ko kayo kahit saan kayo pumunta. Hahabulin kayo ng mamamatay-tao dahil pumatay din kayo. 7 Gagawin kong mapanglaw ang bundok ng Seir at papatayin ko ang lahat ng dumadaan dito. 8 Ang mga namatay sa inyo sa digmaan ay kakalat sa mga kabundukan, kaburulan, lambak at sa mga daluyan ng tubig. 9 Gagawin kong mapanglaw ang lugar ninyo magpakailanman. Wala nang titira sa

a 2 Bundok ng Seir: Isa pang tawag sa *Edom.*

mga bayan ninyo. At malalaman ninyo na ako ang Panginoon.

10 "Sinasabi ninyo na ang Juda at ang Israel ay magiging inyo, at aangkinin ninyo ito kahit ako, ang Panginoon, ay kasama nila. 11 Kaya ako, ang Panginoong Dios na buhay, ay sumusumpang gagantihin ko kayo sa inyong galit, inggit at poot, na ipinadama ninyo sa mga mamamayan ko. Kaya malalaman ninyong ako ang Panginoon habang pinarurusahan ko kayo. 12 Sa ganitong paraan, malalaman din ninyong ako ang Panginoon na nakaririnig ng lahat ng paglapastangan ninyo sa mga bundok ng Israel. Sapagkat sinasabi ninyong, 'Wasak na ito, sakupin na natin!' 13 Nagmalaki kayo sa akin. Kinutya n'yo ako at narinig ko ito.

14 "Kaya *ako*, ang Panginoong Dios, ay nagsasabing magagalak ang buong mundo, kapag ginawa kong mapanglaw ang lugar ninyo, 15 dahil natuwa kayo nang naging mapanglaw ang lupaing ipinamana ko sa mga mamamayan ng Israel. Kaya ito rin ang mangyayari sa inyo. Magiging mapanglaw ang bundok ng Seir at ang buong lupain ng Edom. At malalaman ninyo na ako ang Panginoon."

Ang Mensahe para sa mga Bundok ng Israel

36 Sinabi ng Panginoon, "Anak ng tao, magsalita ka laban sa mga bundok ng Israel. Sabihin mo sa kanila, 'O mga bundok ng Israel, makinig kayo sa sinasabi ng Panginoon. 2 Ito ang sinabi ng Panginoong Dios: Sinabi ng mga kalaban ninyo na sa kanila na ang mga bundok ninyo.'

3 "Kaya *anak ng tao*, sabihin mo *sa mga bundok ng Israel* na *ako*, ang Panginoong Dios ay nagsasabi: Sinalakay kayo ng mga bansa mula sa iba't ibang dako at sila ngayon ang nagmamay-ari sa inyo. Kinutya nila kayo at inilagay sa kahihiyan. 4-5 Kaya kayong mga bundok, burol, mga daluyan ng tubig, lambak, mga gibang lugar at mapanglaw na bayan na sinalakay at kinutya ng mga bansa sa palibot ninyo, pakinggan ninyo ang sasabihin ko. Ako, ang Panginoong Dios ay nagsasabing, lubha akong nagagalit sa mga bansang iyon, lalung-lalo na sa Edom. Sinakop nila ang aking lupain nang may katuwaan at pangungutya, dahil talagang gusto nilang mapunta sa kanila ang mga pastulan nito.

6 "Kaya anak ng tao, magsalita ka tungkol sa Israel. Sabihin mo sa mga bundok, burol, daluyan ng tubig at lambak, na *ako*, ang Panginoong Dios, ay nagsasabi: Tiniis ninyo ang pangungutya ng mga bansa sa palibot ninyo. Kaya dahil sa matindi kong galit, 7 *ako*, ang Panginoong Dios ay sumusumpang mapapahiya rin ang mga bansang iyon. 8 Ngunit kayong mga bundok ng Israel, tutubuan kayo ng mga punongkahoy na mamumunga para sa mga mamamayan kong Israel, dahil malapit na silang umuwi. 9 Makinig kayo! Aalagaan ko kayo. Bubungkalin at tataniman ko ang mga lupa ninyo. 10 Pararamihin ko kayo, kayong mga mamamayan ng Israel. Muling itatayo at titirhan ang mga nawasak ninyong mga bayan. 11 Pararamihin ko ang mga tao at mga hayop sa inyo. Patitirahin ko silang muli sa lupain ninyo katulad noon at pauunlarin ko kayo ng higit pa kaysa sa dati, at malalaman ninyong ako ang Panginoon. 12 Ibabalik ko ang

mga mamamayan kong Israel sa inyo. Sila ang magmamay-ari sa inyo, at hindi n'yo na muling kukunin ang mga anak nila."

¹³ Sinabi pa ng Panginoong Dios, "Sinasabi ng mga tao sa inyo na nilalapa ninyo ang inyong mga mamamayan at inuulila ninyo sa kabataan ang inyong bansa. ¹⁴ Pero mula ngayon, hindi na ninyo lalapain ang inyong mga mamamayan at hindi na ninyo uulilain sa kabataan ang inyong bansa. *Ako,* ang Panginoong Dios, ang nagsasabi nito. ¹⁵ Hindi ko na papayagang kutyain o hiyain kayo ng ibang mga bansa. At hindi ko na rin papayagang mawasak ang bansa ninyo. *Ako,* ang Panginoong Dios, ang nagsasabi nito."

¹⁶ Sinabi pa ng Panginoon sa akin, ¹⁷ "Anak ng tao, noong ang mga Israelita ay nakatira pa sa lupain nila, dinungisan nila ito sa pamamagitan ng *masasama* nilang ugali at pamumuhay. Sa aking paningin, ang kanilang uri ng pamumuhay ay kasindumi ng babaeng may buwanang dalaw. ¹⁸ Kaya ibinuhos ko sa kanila ang galit ko, dahil sa mga pagpatay nila roon sa lupain *ng Israel,* at dahil sa pagsamba nila sa mga dios-diosan na siyang nagparumi sa lupaing ito. ¹⁹ Pinangalat ko sila sa ibang mga bansa. Ginawa ko sa kanila ang nararapat ayon sa mga ugali at pamumuhay nila. ²⁰ At kahit saanmang bansa sila pumunta ay ipinapahiya nila ang banal kong pangalan. Sapagkat sinasabi ng mga tao, 'Sila ang mga mamamayan ng Panginoon, pero pinaalis niya sila sa kanilang lupain.' ²¹ Nag-alala ako sa aking banal na pangalan na inilagay ng mga mamamayan ng Israel sa kahihiyan saang bansa man sila pumunta. ²² Kaya sabihin mo sa mga mamamayan ng Israel na ako, ang Panginoong Dios, ako ang nagsasabi, 'O mga mamamayan ng Israel, pinababalik ko na kayo sa lupain ninyo, hindi dahil karapat-dapat kayong pabalikin, kundi dahil sa banal kong pangalan na nilalapastangan dahil sa inyo, saan mang bansa kayo mapunta. ²³ Ipapakita ko ang kabanalan ng marangal kong pangalan sa mga bansa kung saan nilapastangan ninyo ito. At malalaman ng mga bansang iyon na *ako* ang Panginoon kapag ipinakita ko sa kanila ang aking kabanalan sa pamamagitan ng gagawin ko sa inyo. Ako, ang Panginoong Dios, ang nagsasabi nito. ²⁴ Sapagkat kukunin ko kayo sa iba't ibang bansa at pababalikin ko kayo sa sarili ninyong lupain. ²⁵ Wiwisikan ko kayo ng malinis na tubig nang maging malinis kayo sa lahat ng karumihan ninyo at hindi na kayo sasamba sa mga dios-diosan. ²⁶ Bibigyan ko kayo ng bagong puso at bagong espiritu. At ang matitigas ninyong puso ay magiging pusong masunurin. ²⁷ Ibibigay ko rin sa inyo ang aking Espiritu para maingat ninyong masunod ang mga utos ko't mga tuntunin. ²⁸ Titira kayo sa lupaing ibinigay ko sa inyong mga ninuno. Magiging mga mamamayan ko kayo at magiging Dios ninyo ako. ²⁹ Lilinisin ko kayo sa lahat ng karumihan ninyo. Bibigyan ko kayo ng napakaraming butil at hindi na kayo magugutom. ³⁰ Pagbubungahin ko ng marami ang mga punongkahoy ninyo at pasasaganain ang mga ani ninyo para hindi na kayo hamakin ng mga taga-ibang bansa dahil sa dinanas ninyong gutom. ³¹ At maaalala ninyo ang inyong masasamang ugali at pamumuhay. Kasusuklaman ninyo ang inyong mga

sarili dahil sa inyong mga kasalanan at kasuklam-suklam na ginawa. ³² Ngunit mga mamamayan ng Israel, gusto kong malaman ninyo na ang lahat ng ito'y ginagawa ko hindi dahil sa inyo. Dapat ninyong ikahiya at masasama ninyong pag-uugali. *Ako,* ang Panginoong Dios, ang nagsasabi nito.' "

³³ Sinabi pa ng Panginoong Dios, "Kapag nalinis ko na kayo sa lahat ng kasalanan ninyo, patitirahin ko kayong muli sa lungsod ninyo, at muli *ninyong* itatayo ang mga bayan na nawasak. ³⁴ Ang mga lupaing walang pakinabang noon ay bubungkalin na ngayon. At ang lahat ng makakakita nito ³⁵ ay magsasabi, 'Ang lupaing walang pakinabang noon, ngayon ay parang hardin na ng Eden. Ang mga lungsod na giba at mapanglaw noon, ngayon ay tinitirhan at napapaderan na.' ³⁶ At malalaman ng mga bansang nakatira sa palibot ninyo na ako ang Panginoong nagtayo ng mga nawasak at nagtanim sa mga ilang na lupain. Ako, ang Panginoon, ang nagsasabi nito, at gagawin ko ito."

³⁷⁻³⁸ Patuloy pang sinabi ng Panginoong Dios, "Pakikinggan kong muli ang mga kahilingan ng mga mamamayan ng Israel, at ito pa ang gagawin ko sa kanila. Pararamihin ko sila na kasindami ng mga tupa na inihahandog sa Jerusalem sa panahon ng pista. Kaya ang mga nawasak na lungsod ay titirhan na ng maraming tao. At malalaman nila na ako ang Panginoon."

Ang Lambak ng Maraming Buto

37 Napuspos ako ng kapangyarihan ng Panginoon at dinala ako ng Espiritu niya sa gitna ng isang lambak maraming kalansay. ² Inilibot niya ako roon, at nakita ko ang napakaraming tuyong buto na nagkalat sa lambak. ³ Tinanong ako ng Panginoon, "Anak ng tao, mabubuhay pa kaya ang mga butong ito?" Sumagot ako, "Panginoong Dios, kayo lang po ang nakakaalam." ⁴ Sinabi niya sa akin, "Sabihin mo sa mga butong ito na makinig sa sasabihin ko. ⁵ Sapagkat *ako,* ang Panginoong Dios, ang magsasabi nito sa kanila, 'Bibigyan ko kayo ng hininga, at mabubuhay kayo. ⁶ Bibigyan ko kayo ng mga litid at laman, at babalutin ko kayo ng balat. Bibigyan ko nga kayo ng hininga, at mabubuhay kayo. At malalaman ninyong ako ang Panginoon.' "

⁷ Kaya sinunod ko ang iniutos sa akin. At habang nagsasalita ako, narinig ko ang tunog ng mga butong nagkakabit-kabit at nabuo. ⁸ Nakita ko ring nagkaroon ang mga ito ng mga litid at laman at nabalot ng balat, pero walang hininga.

⁹ Sinabi sa akin ng Panginoon, "Anak ng tao, sabihin mo sa hangin na ako, ang Panginoong Dios, ay nagsasabi: Hangin umihip ka mula sa apat na dako, at hipan ang mga patay na ito para mabuhay." ¹⁰ Kaya sinunod ko ang iniutos niya sa akin, at nabuhay nga ang mga patay. Nagsitayo sila—kasindami sila ng isang napakalaking hukbo.

¹¹ Muling sinabi sa akin ng Panginoon, "Anak ng tao, ang mga butong iyon ay ang mga mamamayan ng Israel. Sinasabi nila, 'Tuyo na ang aming mga buto, at wala na kaming pag-asa; nilipol na kami.' ¹² Kaya sabihin mo sa kanila na ako, ang Panginoong Dios, ay nagsasabi: Mga mamamayan ko, bubuksan ko ang mga libingan ninyo. Bubuhayin ko kayong

muli, at ibabalik sa lupain ng Israel. ¹³Kapag binuksan ko ang mga libingan ninyo at binuhay ko kayong muli, malalaman ninyo, mga mamamayan ko, na ako ang Panginoon. ¹⁴Ibibigay ko sa inyo ang aking Espiritu at mabubuhay kayo. Patitirahin ko kayo sa sarili ninyong lupain. At malalaman nga ninyo na ako ang Panginoon na tumutupad ng aking pangako. *Ako,* ang Panginoon, ang nagsasabi nito."

Pinag-isa ang Juda at Israel

¹⁵Sinabi sa akin ng Panginoon, ¹⁶"Anak ng tao, kumuha ka ng patpat at sulatan mo ito ng, 'Ang kaharian ng Juda.' Pagkatapos, kumuha ka ng isa pa at sulatan mo ito ng, 'Ang kaharian ng Israel.' ¹⁷Pagkatapos, pag-isahin mo ang dalawang patpat para isa lang ang hawak mo. ¹⁸Kapag tinanong ka ng mga kababayan mo kung ano ang ibig sabihin nito, ¹⁹sabihin mong, 'Ito ang sinasabi ng Panginoong Dios: Pagdudugtungin ko ang patpat na kumakatawan sa Israel at ang patpat na kumakatawan sa Juda. Magiging isa na lang sila sa kamay ko.'

²⁰"Pagkatapos, hawakan mo ang patpat na sinulatan mo para makita ng mga tao. ²¹At sabihin mo sa kanila, 'Ito ang sinasabi ng Panginoong Dios: Titipunin ko ang mga Israelita mula sa lahat ng bansang pinangalatan nila, at ibabalik ko sa sarili nilang lupain. ²²Gagawin ko silang isang bansa sa lupain ng Israel, at isang hari na lang ang maghahari sa kanila. Hindi na sila muling mahahati o magiging dalawang bansa o kaharian. ²³Hindi na nila dudungisan ang kanilang sarili sa pamamagitan ng pagsamba sa mga karumal-dumal na dios-diosan at paggawa ng anumang kasalanan, dahil ililigtas ko sila sa lahat ng pagkakasala nila. Lilinisin ko sila para maging mga mamamayan ko sila, at ako ang magiging Dios nila. ²⁴Paghaharian sila ng haring *mula sa angkan ng* lingkod kong si David. Isa lang ang magiging pastol nila. Susundin na nilang mabuti ang mga utos ko't mga tuntunin. ²⁵Maninirahan sila sa lupaing ibinigay ko sa lingkod kong si Jacob, ang lupaing tinirhan ng kanilang mga ninuno. Sila at ang mga anak nila ay titira roon habang panahon. At maghahari sa kanila *ang haring mula sa lahi ni* David na lingkod ko magpakailanman. ²⁶Gagawa ako ng isang kasunduan na magiging maganda ang kalagayan nila, at ang kasunduang ito ay magpapatuloy magpakailanman. Patitirahin ko sila sa lupain nila at pararamihin ko sila. Itatayo ko ang templo ko sa kalagitnaan nila magpakailanman. ²⁷Maninirahan akong kasama nila. Magiging Dios nila ako, at sila ay magiging mga mamamayan ko. ²⁸At kung mananatili na ang templo ko sa kalagitnaan nila magpakailanman, malalaman ng mga bansa na ako, ang Panginoon, ang humirang sa mga Israelita para maging mga mamamayan ko.' "

Ang Pahayag Laban kay Gog

38 Sinabi sa akin ng Panginoon, ²"Anak ng tao, humarap ka sa lupain ng Magog at magsalita ka laban kay Gog na pinuno ng Meshec at Tubal. ³Sabihin mo sa kanya na ako, ang Panginoong Dios, ay nagsasabi: Gog, na pinuno ng Meshec at Tubal, kalaban kita. ⁴Paiikutin kita at kakawitan

ko ng kawil ang panga mo. Hihilahin kita kasama ang buong hukbo mo—ang iyong mga kabayo, armadong mangangabayo at ang napakarami mong sundalo na may malalaki at maliliit na kalasag at may mga espada. ⁵Sasama sa kanila ang mga sundalo ng Persia, Etiopia*ᵃ* at Libya na may mga kalasag at helmet, ⁶kasama rin ang Gomer at Bet Togarma sa hilaga at ang lahat ng sundalo nila. Maraming bansa ang sasama sa iyo.

⁷"Maghanda ka at ang lahat ng sundalo mo. Pamunuan mo sila sa pakikipagdigma. ⁸Sapagkat darating ang araw na uutusan ko kayong salakayin ang Israel, na sa mahabang panahon ay naging mapanglaw dahil nawasak sa digmaan. Pero muli itong itinayo, at nakabalik na ang mga mamamayan nito mula sa mga bansa at namumuhay na nang payapa. ⁹Ikaw at ang mga sundalo mo at ang sundalo ng mga kasama mong bansa ay sasalakay sa Israel na parang bagyo, at paliligiran ninyo ito na parang pinaligiran ng ulap.'

¹⁰Sinabi pa ng Panginoong Dios, "Sa panahong iyon, magbabalak ka ng masama. ¹¹Sasabihin mong, 'Sasalakayin ko ang Israel na ang mga bayan ay walang pader, pintuan o harang at ang mga mamamayan ay payapang namumuhay at walang kinatatakutang panganib. ¹²Sasamsamin ko ang mga ari-arian ng mga lungsod na ito na dating mapanglaw, ngunit ngayon ay puno na ng tao mula sa iba't ibang bansa. Marami ang hayop nila at ari-arian, at itinuturing nila na pinakapangunahing bansa sa daigdig ang bansa nila.'

¹³"Pero sasabihin sa iyo ng mga taga-Sheba at Dedan, at ng mga mangangalakal sa mga bayan ng Tarshish, 'Tinipon mo ba ang iyong mga sundalo para samsamin ang mga pilak at ginto ng mga *taga-Israel*? Sasamsamin mo rin ba ang kanilang mga hayop at ari-arian?'

¹⁴"Kaya, anak ng tao, sabihin mo kay Gog na *ako,* ang Panginoong Dios ay nagsasabi: Sa araw na iyon na namumuhay na nang tahimik ang mga mamamayan kong Israelita, malalaman mo iyon. ¹⁵Sasalakayin mo sila mula sa kinalalagyan mong malayong lugar sa hilaga kasama ang iyong marami at malalakas na mga sundalo na nakasakay sa kabayo. ¹⁶Sasalakayin mo ang mga mamamayan kong Israelita na parang ulap na nakapaligid sa kanila. Gog, ipasasalakay ko sa iyo ang aking lupain sa hinaharap. At sa pamamagitan mo ay maipapakita ko sa mga bansa ang aking kabanalan. At malalaman nila na ako ang Panginoon."

¹⁷Sinabi pa ng Panginoong Dios, "Noong unang panahon, sinabi ko sa pamamagitan ng mga lingkod kong propeta ng Israel, na sa mga huling araw ay may sasalakay sa Israel. At ikaw ang tinutukoy ko noon. ¹⁸Ngunit Gog, sa araw na iyon ay ito ang mangyayari sa iyo: Kapag sinalakay mo na ang Israel, labis akong magagalit. *Ako,* ang Panginoong Dios, ang nagsasabi nito. ¹⁹At sa tindi ng galit ko, isinusumpa kong yayanigin ko nang malakas na lindol ang lupain ng Israel. ²⁰Ang lahat ng tao at lahat ng hayop na lumalakad, lumilipad, gumagapang at nasa tubig ay mangingiinig sa takot sa akin. Guguho ang mga bundok at burol, at mawawasak ang mga pader.

---

a 5 Etiopia: sa Hebreo, *Cush.*

[21] At ikaw, Gog ay ipapapatay ko roon sa aking mga bundok, at ang mga sundalo mo ay magpapatayan. *Ako,* ang Panginoong Dios, ang nagsasabi nito. [22] Parurusahan kita at ang mga sundalo mo, pati ang mga bansang kasama mo. Parurusahan ko kayo sa pamamagitan ng salot at magpapatayan kayo sa isa't isa. Pauulanan ko kayo ng yelong parang bato at ng nagniningas na asupre. [23] Sa ganitong paraan ipapakita ko ang aking kapangyarihan at kabanalan sa lahat ng bansa. At malalaman nila na ako ang Panginoon."

Ang Pagbagsak ni Gog at ng mga Kawal Niya

39 Sinabi sa akin ng Panginoon, "Anak ng tao, magsalita ka laban kay Gog. Sabihin mo sa kanya na ako, ang Panginoong Dios, ay nagsasabi: Gog, kalaban kita, ikaw na pinuno ng Meshec at Tubal. [2] Paiikutin kita at hihilahin mula sa hilaga hanggang makarating ka sa bundok ng Israel. [3] Pagkatapos, kukunin ko ang mga armas mo, [4] mamatay ka at ang lahat ng sundalo mo, pati na ang mga bansang kasama mo roon sa bundok ng Israel. Ipapakain ko ang mga bangkay ninyo sa iba't ibang uri ng ibong mandaragit at sa mababangis na hayop. [5] Mamamatay kayo sa kapatagan dahil ako, ang Panginoong Dios, ang nagsasabi nito.

[6] "Susunugin ko ang Magog at ang mga katabi niyang bansa na malapit sa tabing-dagat, kung saan mamumuhay nang mapayapa ang mga mamamayan. At malalaman nila na ako ang Panginoon. [7] Ipapakilala ko sa mga mamamayan kong Israelita na banal ang pangalan ko, at hindi ko na papayagang lapastanganin ito. At malalaman ng mga bansa na ako ang Panginoon, ang Banal na Dios ng Israel. [8] Sinasabi ko na darating na ang araw na iyon. Ako, ang Panginoong Dios, ang nagsasabi nito.

[9] "Kapag dumating na ang araw na iyon, titipunin ng mga mamamayan ng Israel na nakatira sa mga bayan ang mga sandata ninyong pandigma. Ang malalaki at maliliit na kalasag, mga pana, palaso at sibat, at gagamitin nila itong panggatong sa loob ng pitong taon. [10] Hindi na nila kailangang mangahoy pa sa mga parang o kagubatan dahil may mga sandata silang pagdigma na gagawing panggatong. Sasamsaman din nila silang mga sumamsam *sa mga ari-arian* nila. Ako, ang Panginoong Dios, ang nagsasabi nito.

[11] "Sa panahong iyon, ililibing ko si Gog at ang napakarami niyang tauhan doon sa Israel, sa lambak ng mga manlalakbay, sa gawing silangan ng Dagat na Patay. *Napakalawak* ng libingang iyon. Kaya hindi na makakadaan doon ang mga naglalakbay. At tatawagin itong Lambak ng Hukbo ni Gog.[a]

[12] "Aabot ng pitong buwan ang paglilibing sa kanila ng mga Israelita. Sa ganitong paraan ay malilinis ang lupain. [13] Ang lahat ng mga mamamayan ay tutulong sa paglilibing. Hinding-hindi makakalimutan ng mga Israelita ang araw na iyon dahil sa ganitong paraan ay mapaparangalan ako. Ako, ang Panginoong Dios, ang nagsasabi nito. [14] Pagkaraan ng pitong buwan, may mga taong susuguin na ito lang ang gagawin: Susuyurin nila ang

lugar na iyon para tingnan kung may natitira pang nagkalat na bangkay at ipapalibing nila ito upang malinis ang lupain. [15] Kapag may nakita pa silang mga kalansay ng tao, lalagyan nila ito ng tanda para makita ng mga maglilibing at para mailibing nila sa Lambak ng Hukbo ni Gog. [16] (May bayang malapit doon na tatawaging Homonah o Maraming Tao). Sa ganitong paraan nila lilinisin ang lupain."

[17-18] Sinabi pa ng Panginoong Dios *sa akin,* "Anak ng tao, tipunin mo ang lahat ng uri ng ibon at mababangis na hayop doon sa bundok ng Israel, dahil maghahanda ako ng isang piging at marami akong ihahandog doon na makakain nila. Kakain sila ng laman at iinom ng dugo ng matatapang na mga sundalo at pinuno na parang kumakain lang sila ng tupa, baka at kambing na pinataba mula sa Bashan. [19] Sa piging na ito na ihahanda ko para sa kanila, magsasawa sila sa pagkain at pag-inom hanggang sa mabusog at malasing ang mga ito. [20] Mananawa sila sa pagkain ng mga kabayo, mangangabayo, at matatapang na sundalo. Ako, ang Panginoong Dios, ang nagsasabi nito.

[21] "Kapag pinarusahan ko na ang mga bansa, makikita nila kung gaano kalakas ang aking kapangyarihan. [22] At mula sa araw na iyon, malalaman ng mga mamamayan ng Israel na ako ang Panginoon nilang Dios. [23] At malalaman din ng ibang bansa na ang mga mamamayan ng Israel ay binihag dahil sa kasalanan nila, dahil hindi sila sumunod sa akin. Kaya pinabayaan ko silang salakayin at patayin ng mga kaaway. [24] Ginawa ko lang sa kanila ang nararapat, ayon sa ginawa nilang kasamaan at kahalayan."

[25] Sinabi pa ng Panginoong Dios, "Kahahabagan ko na ang mga mamamayan ng Israel, *ang lahi ni* Jacob. Muli ko silang pauunlarin,[b] para maparangalan ang banal kong pangalan. [26] Makakalimutan na rin nila ang kahihiyang sinapit nila at pagtataksil sa akin kapag naninirahan na silang payapa at walang ligalig sa lupain nila. [27] Ipapakita ko ang kabanalan ko sa mga bansa kapag nakuha ko na ang mga Israelita sa mga bansang kaaway nila. [28] At malalaman nila na ako ang Panginoon na kanilang Dios. Sapagkat kahit ipinabihag ko sila sa ibang mga bansa, ibinalik ko rin silang *lahat* sa lupain nila at wala akong iniwan kahit isa. [29] Hindi ko na sila pababayaan dahil ipapadala ko ang aking Espiritu sa kanila. Ako, ang Panginoong Dios, ang nagsasabi nito."

Ang Bagong Templo

40 [1-2] Noong ikasampung araw ng unang buwan, nang ika-25 taon ng aming pagkabihag at ika-14 na taon mula nang wasakin ang Jerusalem, nilukuban ako ng kapangyarihan ng Panginoon at ipinakita sa akin ang isang pangitain. Sa pangitaing iyon, dinala niya ako sa mataas na bundok ng Israel. Nang tumingin ako sa timog ay may nakita akong parang isang lungsod. [3] Dinala ako roon ng Panginoon at may nakita akong isang tao na ang mukha ay parang *kumikinang na* tanso. Nakatayo siya malapit sa pintuan ng bayan at may hawak na

---

a 11 *Hukbo ni Gog:* sa Hebreo, *Hamon Gog.* Ganito rin sa talatang 15.

b 25 *Muli…pauunlarin:* o, *Ibabalik ko sila sa lupain nila mula sa pagkabihag.*

panukat. Ang isa ay lubid na *gawa sa telang* linen at ang isa ay kahoy. ⁴Sinabi sa akin ng taong iyon, "Anak ng tao, makinig ka at tingnan mong mabuti ang ipapakita ko sa iyo dahil ito ang dahilan kung bakit kita dinala rito. Pagkatapos, sabihin mo sa mga mamamayan ng Israel ang lahat ng nakita mo."

Ang Pintuan sa Gawing Silangan

⁵Nakita ko ang templo na napapaligiran ng pader. Kinuha ng tao ang panukat niyang kahoy, na ang haba ay sampung talampakan, ayon sa umiiral na sukatan ay sinukat niya ang pader. Sampung talampakan ang taas nito at ganoon din ang kapal. ⁶Pagkatapos, pumunta ang tao sa daanan *sa templo* na nakaharap sa silangan. Umakyat siya sa mga baitang at sinukat niya ang pasukan ng daanan, at sampung talampakan ang luwang nito. ⁷Sa bawat gilid ng daanang ito ay may tatlong silid na may guwardyang nagbabantay. Ang bawat silid na ito'y may sukat na sampung talampakan ang haba at ganoon din ang luwang, at ang kapal ng pader sa pagitan ay walong talampakan. Sa kabila ng mga silid ay may daanang papunta sa balkonahe na nakaharap sa templo. Ang daanang ito ay sampung talampakan din ang haba.

⁸⁻⁹Sinukat din ng tao ang bulwagan at 14 na talampakan ang haba nito. Ang kapal ng dingding sa magkabilang daanan ng balkonahe ay tatlong talampakan.

¹⁰Ang tatlong silid na kinaroroonan ng mga bantay ay pare-pareho ang luwang at ang mga pader sa pagitan nito ay pare-pareho rin ang kapal. ¹¹Sinukat din ng tao ang taas ng daanan papunta sa bakuran sa labas at ito'y 22 talampakan. Ngunit ang taas ng pintuan nito ay 17 talampakan. ¹²Sa harap ng bawat silid na kinaroroonan ng mga guwardyang nagbabantay ay may *mababang* pader na 20 pulgada ang *taas* at 20 pulgada rin ang *kapal*. At ang mga silid na ito'y sampung talampakan ang haba at ganoon din ang luwang.

¹³Pagkatapos, sinukat ng tao ang luwang ng daanan papunta sa bakuran sa labas, at ito'y 42 talampakan. Ang sukat nito'y mula sa likod ng pader ng kwartong kinaroroonan ng guwardyang nagbabantay, papunta sa kabilang pader ng silid ding iyon. ¹⁴Sinukat niya ang pader mula sa pintuan papunta sa bulwagang nakaharap sa bakuran sa labas, at 100 talampakan ang haba nito. ¹⁵Ang haba naman ng daanan mula sa pintuan hanggang sa dulo ng bulwagan ay 85 talampakan. ¹⁶May maliit na bintana sa bawat silid, kung saan naroon ang nagbabantay at sa pader sa gitna ng mga silid. Ang mga pader na ito ay may palamuting nakaukit na puno ng palma.

Ang Bakuran sa Labas ng Templo

¹⁷Pagkatapos, dinala ako ng tao sa bakuran sa labas ng templo. Nakita ko roon ang 30 silid na nakahilera sa daanang bato na nakapaikot sa bakuran. ¹⁸Ang daanang bato na ito sa bandang ibaba ay umaabot hanggang sa gilid ng mga daanang papasok sa bakuran. Ang lawak ng daanang bato ay kapantay ng haba ng mga daanang iyon. ¹⁹Pagkatapos, sinukat ng tao ang layo mula sa daanang papasok sa bakuran sa labas *ng templo* hanggang sa daanang papunta sa loob ng bakuran *ng templo* at ang layo ay 170 talampakan.

Ang Daanan sa Hilaga

²⁰Pagkatapos, sinukat ng tao ang haba at taas ng daanan sa hilaga. Ang daanang ito ay papunta sa labas ng patyo. ²¹Ang bawat gilid ng daanan ay may tatlo ring silid na kinaroroonan ng mga guwardyang nagbabantay. Ang luwang ng mga silid na ito at ang pader sa pagitan, pati ang mga balkonahe nito ay katulad din ng daanan sa silangan. Ang haba ng daanan sa hilaga ay 85 talampakan at ang luwang ay 42 at kalahating talampakan. ²²Ang mga bintana, balkonahe at palamuting palma ay katulad din ng nasa silangang daanan. May pitong baitang pataas sa daanan at may balkonahe sa dulo nito. ²³Mayroon ding daanan papunta sa bakuran sa loob, sa gawing hilagang daanan katulad ng daanan sa silangan. Sinukat din ng tao ang layo ng dalawang daanan, at ito'y 170 talampakan.

Ang Daanan sa Timog

²⁴Pagkatapos, dinala ako ng tao sa dakong timog at may nakita akong daanan doon. Sinukat niya ang balkonahe at ang magkabilang pader nito at ang sukat nito ay katulad din ng mga una niyang sinukat. ²⁵May mga bintana rin ito sa paligid ng daanan, at balkonahe katulad ng iba. Ang haba ng daanan ay 85 talampakan at ang luwang ay 42 at kalahating talampakan. ²⁶Pito ang baitang nito paakyat sa daanan at may balkonahe sa dulo nito. Ang mga pader sa gilid ng daanan ay may mga palamuting palma. ²⁷Mayroon ding daanan ang bakuran sa loob, na nakaharap sa timog. Sinukat ito ng tao at ang layo mula sa daanang ito hanggang sa daanan sa labas sa timog ay 170 talampakan.

Ang mga Daanan Papunta sa Bakuran sa Loob

²⁸Pagkatapos, dinala ako ng tao sa bakuran sa loob. Doon kami dumaan sa daanang nasa timog. Sinukat niya ang daanan at katulad din ito ng iba. ²⁹Mayroon din itong mga silid na kinaroroonan ng mga guwardya na nagbabantay. Ang laki ng mga silid nito at ang mga pader sa gitna, pati ang mga balkonahe ay katulad din ng iba. Mayroon ding mga bintana sa palibot ng daanan at ng balkonahe. Ang haba ng daanan ay 85 talampakan at ang luwang naman ay 42 at kalahating talampakan. ³⁰(Ang mga balkonahe ng mga daanan na nakapaligid sa bakuran sa loob ay may habang walong talampakan at may luwang na 42 at kalahating talampakan.) ³¹Ang balkonahe ng daanan *sa bandang timog* ay nakaharap sa bakuran sa labas, at napapalamutian ito ng puno ng palma na nakaukit sa mga pader. May walong baitang paitaas sa daanang ito.

³²Pagkatapos, *muli* akong dinala ng tao sa bakuran sa loob. Sa gawing silangan kami dumaan. Sinukat niya ang daanan at katulad din ito ng iba. ³³May mga silid din ito na kinaroroonan ng mga guwardyang nagbabantay. Ang laki ng mga silid nito, at mga pader sa gitna, pati ang mga balkonahe nito ay katulad din ng sa iba. Mayroon ding mga bintana sa paligid ng daanan at ng balkonahe. Ang haba naman ng daanan

ay 85 talampakan at ang luwang ay 42 at kalahating talampakan. ³⁴ Ang balkonahe nito ay nakaharap sa bakuran sa labas, at may mga palamuting palma na nakaukit sa magkabilang pader. May walong baitang din pataas sa daanang ito.

³⁵ Pagkatapos, dinala ako ng tao sa daanan sa hilaga. Sinukat niya ang daanang ito at katulad din ito ng iba. ³⁶ May mga silid din ito na kinaroroonan ng mga guwardyang nagbabantay. Ang luwang ng mga silid na ito, at ang mga pader sa gitna, pati ang mga balkonahe ay katulad din ng iba. May mga bintana rin ito sa paligid ng daanan. At ang haba ng daanan ay 85 talampakan at ang luwang ay 42 at kalahating talampakan. ³⁷ Ang balkonahe nito ay nakaharap sa bakuran sa labas, at may mga palamuting puno ng palma na nakaukit sa pader. May walong baitang pataas sa daanang ito.

Ang Silid na Pinaghahandaan ng mga Handog
³⁸ Pagkatapos, may nakita akong silid na may pintuan, sa tapat ng balkonahe sa daanang nasa hilaga. Doon sa silid na iyon hinuhugasan ang mga handog na sinusunog. ³⁹ Sa magkabilang panig ng balkonahe ay may dalawang mesa na pinagkakatayan ng mga hayop na handog na sinusunog, handog sa paglilinis at handog na pambayad ng kasalanan.ᵃ ⁴⁰ Mayroon pang dalawang mesa sa magkabilang tabi ng hagdan bago umakyat sa daanan sa hilaga. ⁴¹ Kaya walong lahat ang mesa na pinagkakatayan ng mga handog. Apat sa balkonahe at apat sa tabi ng daan. ⁴² Mayroon ding apat na mesa roon na gawa sa tinapyas na bato. Doon inilalagay ang mga kagamitan na pangkatay ng hayop na handog na sinusunog, at iba pang mga handog. Ito'y 20 pulgada ang taas, ang luwang at haba ay parehong 30 pulgada. ⁴³ Sa palibot ng dingding ng balkonahe ay may mga sabitan na tatlong pulgada ang haba. At naroon sa mga mesa ang mga karneng ihahandog.

Ang mga Silid ng mga Pari
⁴⁴ May dalawang silid doon sa bakuran sa loob. Ang isa ay nasa tabi ng daanan sa hilaga, nakaharap sa timog at ang isa naman ay nasa tabi ng daanan sa timog, nakaharap sa hilaga. ⁴⁵ Sinabi sa akin ng tao, "Ang silid na nakaharap sa timog ay para sa mga paring namamahala sa templo, ⁴⁶ at ang silid na nakaharap sa hilaga ay para sa mga paring namamahala sa altar. Ang mga ito ay mga anak ni Zadok, at sila lang na mga Levita ang pinayayang makalapit at maglingkod sa harap ng Panginoon." ⁴⁷ Sinukat ng tao ang luwang ng bulwagan at ito'y 170 talampakan at ganoon din ang haba. Ang altar ay nasa harap ng templo.

⁴⁸ Pagkatapos, dinala ako ng tao sa balkonahe ng templo at sinukat niya ang magkabilang pader ng daanan ng balkonahe, at ang bawat pader ay may taas na walong talampakan at limang talampakan ang kapal. Ang luwang ng daanan ng balkonahe ay 24 na talampakan. ⁴⁹ Ang haba ng balkonahe ay 35 na talampakan at ang luwang ay 20 talampakan. May sampung baitang ito pataas papunta sa balkonahe at may haligi sa magkabilang tabi.

41 Pagkatapos, dinala ako ng tao sa Banal na Lugar *ng templo*. Sinukat niya ang magkabilang panig ng pader *ng daanan ng Banal na Lugar*, sampung talampakan ang taas, ² walong talampakan ang kapal ng pader at 17 talampakan ang luwang ng daanan. Sinukat din niya ang bulwagan ng Banal na Lugar, 68 talampakan ang haba at 35 talampakan ang luwang.

³ Pagkatapos, pumasok ang tao sa Pinakabanal na Lugar. Sinukat din niya ang magkabilang panig ng pader ng daanan ng *Pinakabanal na Lugar*, tatlong talampakan ang kapal ng pader at 12 talampakan ang taas. Sampung talampakan ang luwang ng daanan. ⁴ Sinukat niya ang bulwagan ng Pinakabanal na Lugar, at 35 na talampakan ang haba nito ganoon din ang luwang. Pagkatapos, sinabi ng tao sa akin, "Ito ang Pinakabanal na Lugar."

⁵ Pagkatapos, sinukat ng tao ang pader ng templo at ang kapal nito ay sampung talampakan. Sa labas ng pader na ito na nakapaligid sa templo ay may sunod-sunod na silid na tig-pipitong talampakan ang luwang. ⁶ May tatlong palapag ang mga silid na ito at bawat palapag ay may 30 silid. Ang bawat palapag ay nakapatong sa malapad na parang biga sa gilid ng pader ng templo. Kaya hindi na nito kailangan ng mga biga. ⁷ Ang pader ay papanipis mula sa ibaba pataas, kaya ang mga silid ay unti-unting lumuluwang mula sa unang palapag hanggang sa pangatlong palapag. May hagdanan mula sa unang palapag papunta sa ikalawang palapag hanggang sa ikatlong palapag.

⁸ Nakita ko ang templo na nakapatong sa pundasyon na sampung talampakan ang taas, at ito rin ang pundasyon ng mga silid sa gilid ng templo. ⁹ Ang pader sa bandang labas ng mga silid ay walong talampakan ang kapal. May bukas na bahagi sa pagitan ng mga silid na ito ¹⁰ at sa ibang silid na may luwang na 35 na talampakan at nakapaikot sa templo. ¹¹ May dalawang pinto papunta sa mga silid sa gilid mula sa bukas na bahagi, ang isa ay sa gawing hilaga at ang isa ay sa gawing timog. Ang tapat ng bakanteng lugar ay may daanan na ang luwang ay walong talampakan.

¹² May nakita akong isang gusali na nakaharap sa bakuran ng templo sa kanluran. Ang luwang ng gusaling ito ay 118 talampakan, at ang haba ay 150 talampakan, at ang kapal ng pader ay walong talampakan. ¹³ Pagkatapos, sinukat ng tao ang haba ng templo, at ito'y 170 talampakan. Ang sukat mula sa likurang bahagi ng templo papunta sa kabilang bahagi ng pader ng gusali *sa kanluran* ay 170 talampakan. ¹⁴ Ang luwang ng bulwagan sa loob sa gawing silangan, sa harap ng templo ay 170 talampakan din.

¹⁵ Pagkatapos, sinukat din ng tao ang haba ng gusali *sa kanluran* na nakaharap sa loob ng bulwagan na likod ng templo, pati ang mga pader sa bawat tabi nito, at ito ay may sukat na 170 talampakan. Ang Banal na Lugar, ang Pinakabanal na Lugar, at ang balkonahe ng templo ¹⁶ ay nababalot ng tabla,ᵇ pati ang palibot ng maliliit na bintana. Ang tatlong silid sa magkabilang daanan ay nababalot din ng

tabla mula sa sahig hanggang bintana. Ang mga bintanang ito ay maaaring isara. [17] Ang dingding sa itaas ng pinto na papunta sa Pinakabanal na Lugar ay nababalot din ng mga tabla. Ang buong dingding sa loob ng templo [18] ay napapalamutian ng mga nakaukit na punong palma at mga kerubin na may dalawang mukha. [19] Ang isang kerubin ay mukha ng taong nakaharap sa palma at ang isa naman ay mukha ng leon na nakaharap din sa kabilang palma. Nakaukit ang mga ito sa lahat ng dingding ng templo, [20] mula sa sahig hanggang sa itaas, pati na sa dingding sa labas ng Banal na Lugar.

[21] Parisukat ang hamba ng pinto ng Banal na Lugar. Sa harap ng pinto ng Banal na Lugar ay may parang [22] altar na bakal na may limang talampakan ang taas at tatlong talampakan ang haba at tatlo ring talampakan ang luwang. Ang mga sulok, sahig at mga gilid ay puro kahoy. Sinabi sa akin ng tao, "Ito ang mesa sa harap ng PANGINOON." [23] Ang Banal na Lugar at ang Pinakabanal na Lugar ay may tigdalawang pinto, [24] ang bawat pinto ay may dalawang hati na maaaring itiklop. [25] Ang pintuan ng Banal na Lugar ay may mga nakaukit na kerubin at punong palma gaya ng sa dingding. At ang balkonahe ay may mga bubong na kahoy. [26] Sa bawat gilid ng balkonahe ay may maliliit na bintanang may nakaukit sa gilid na mga puno ng palma. Ang mga silid sa gilid ng templo ay may bubong din.

Ang mga Silid para sa mga Pari

42 Pagkatapos, dinala ako ng tao sa bakuran sa labas ng templo. Doon kami dumaan sa hilagang daanan ng templo. At doon ay ipinakita niya sa akin ang mga silid na nasa hilaga ng bakuran sa loob at ng gusali *sa kanluran.* [2] Itong mga silid na nakaharap sa hilaga ay 170 talampakan ang haba at 85 talampakan ang luwang. [3] May agwat na 35 na talampakan sa pagitan ng templo at ng mga silid na ito. Nakaharap ang mga silid na ito sa daanang bato sa bakuran sa labas. Ito'y may tatlong palapag [4] at sa harap nito ay may daanang 17 talampakan ang luwang at 170 talampakan ang haba Ang mga pinto nito ay nakaharap sa gawing hilaga. [5] Ang mga silid na ikatlong palapag ay makipot kaysa sa pangalawang palapag, at ang mga silid sa ikalawang palapag ay mas makipot kaysa sa unang palapag dahil nangangailangan ng daanan ang mga palapag sa itaas. [6] Ang tatlong palapag na ito ay walang haligi, di tulad ng mga nasa bakuran. At dahil magkakapatong ang mga ito, paliit nang paliit ang mga silid nito mula sa itaas pababa. [7] Ang gusaling ito at ang bakuran sa labas ay may pagitang pader na 85 talampakan ang haba. [8] Dahil *kung wala ang pader na ito,* ang kalahati ng gusali na 85 talampakan ay makikita sa bakuran sa labas. Ang kabuuan ng gusali na may habang 170 talampakan ay makikita sa templo. [9] May mga daanan papasok sa ibabang palapag ng gusaling ito kung galing ka sa bandang silangan ng bakuran sa labas.

[10] Mayroon ding mga silid sa bandang timog[a] na pader ng bakuran sa loob. Ang mga silid na ito na nasa gilid ng bakuran sa loob ay malapit din sa gusali *sa kanluran.* [11] May daanan din sa harap ng mga silid na ito, katulad ng mga silid sa gawing hilaga. Ang kanilang haba at luwang ay magkapareho, pati ang mga daanan at ang mga sukat nito ay magkapareho rin. Ang mga pintuan ng mga silid sa hilaga ay [12] katulad din sa mga silid sa timog. May pintuan pagdating mismo sa daanan na papasok sa gusaling iyon. May pader sa gilid ng daanang ito, kung papasok ka galing silangan.

[13] Sinabi sa akin ng tao, "Ang mga silid na ito na gawing timog at hilaga na nasa gilid ng bakuran sa loob ay mga banal na silid. Sapagkat diyan kumakain ang mga pari ng mga banal na handog na inihandog nila sa PANGINOON. Gagamitin din nila ang mga silid na ito bilang lalagyan ng mga handog ng pagpaparangal sa PANGINOON, handog sa paglilinis at handog na pambayad ng kasalanan.[b] Sapagkat banal ang mga silid na ito. [14] Kapag ang mga pari ay lumabas na sa mga banal na silid[c] na ito, hindi sila dapat pumunta agad sa bakuran sa labas. Dapat magbihis muna sila ng ibang damit bago sila pumunta sa bahagi ng templo na para sa mga tao."

[15] Matapos sukatin ng tao ang loob ng templo, dinala niya ako sa labas. Doon kami dumaan sa gawing silangan, at sinukat niya ang kabuuang luwang ng templo. [16] Sinukat niya ng kanyang panukat na kahoy ang gawing silangan, at ang sukat ng haba nito ay 850 talampakan. [17-19] Sinukat din niya ang sa gawing hilaga, kanluran at timog at pawang magkakatulad na 850 talampakan ang haba nito. [20] Kaya ang templo ay parisukat. Napapalibutan ito ng pader para ihiwalay ang mga banal na lugar mula sa mga lugar na pangkaraniwan.

Bumalik sa Templo ang Dakilang Presensya ng DIOS

43 Pagkatapos, dinala na naman ako ng tao sa daanan sa gawing silangan. [2] At doon ay nakita ko na dumarating mula sa silangan ang makapangyarihang presensya ng Dios ng Israel. Ang tunog ng pagdating niya ay parang rumaragasang tubig at ang lupain ay lumiliwanag dahil sa kanyang dakilang presensya. [3] Ang pangitaing ito ay katulad din ng pangitaing nakita ko noong winasak ng Dios ang lungsod *ng Jerusalem,* at tulad din ng pangitaing nakita ko sa pampang ng Ilog na Kebar. *Nang makita ko ito,* nagpatirapa ako sa lupa.

[4] Pagkatapos, pumasok ang dakilang presensya ng PANGINOON sa templo. Doon siya dumaan sa pintuan sa gawing silangan. [5] Itinayo ako ng Espiritu at dinala sa bakuran sa loob, at nakita ko ang buong templo na nilukuban ng makapangyarihang presensya ng PANGINOON. [6] Habang nakatayo ang tao sa tabi ko, may narinig akong tinig mula sa templo. [7] Ang sinabi sa akin, "Anak ng tao, ito ang aking trono, at ang patungan ng aking paa. Dito ako mananahan kasama ng mga Israelita magpakailanman. Hindi na muling lalapastanganin ng mga Israelita maging ng kanilang mga hari ang aking pangalan, sa pamamagitan ng pagsamba sa mga dios-diosan[d], o

---

a 10 timog: Ganito sa tekstong Septuagint. Sa tekstong Hebreo, *silangan.*

b 13 handog na…kasalanan: Tingnan sa Talaan ng mga Salita sa likod.

c 14 mga banal na silid: o, Banal na Lugar o, Templo.

d 7 pagsamba sa mga dios-diosan: sa literal, *pangangalunya ng lalaki.*

sa mga monumento ng namatay nilang mga hari. [8]Noong una, nagtayo sila ng mga altar para sa mga dios-diosan nila malapit sa altar ko at pader lang ang pagitan. Dinungisan nila ang banal kong pangalan sa pamamagitan ng kasuklam-suklam na gawang iyon. Kaya nilipol ko sila. [9]Ngayo'y kinakailangan na silang tumigil sa pagsamba sa mga dios-diosan at sa mga monumento ng namatay nilang mga hari. Sa gayon, mananahan akong kasama nila magpakailanman."

[10]Sinabi pa ng tinig, "Anak ng tao, ilarawan mo sa mga mamamayan ng Israel ang templo *na ipinakita ko sa iyo.* Sabihin mo sa kanila ang anyo nito upang mapahiya sila dahil sa mga kasalanan nila. [11]Kapag napahiya na sila sa lahat ng ginawa nila, ilarawan mo sa kanila kung paano gagawin ito, ang mga daanan, pinto, at ang buong anyo ng gusali. Isulat mo ang mga tuntunin sa pagpapagawa nito habang nakatingin sila para masunod nila ito nang mabuti. [12]At ito ang *pangunahing* kautusan tungkol sa templo: Ituring ninyong banal ang lahat ng lugar sa paligid ng bundok doon sa itaas na pagtatayuan ng templo.

Ang Altar

[13]"Ito ang sukat ng altar ayon sa umiiral na panukat: Sa paligid ng altar ay gagawa kayo ng parang kanal na 20 pulgada ang luwang at 20 pulgada rin ang lalim at may sinepa sa paligid na anim na pulgada ang kapal. [14-17]*May tatlong palapag ang altar* na parisukat lahat. Ang ibabang palapag ay 27 talampakan ang haba at luwang. Ang taas naman ay tatlong talampakan. Ang gitnang palapag ay 24 na talampakan ang haba at luwang at pitong talampakan naman ang taas. May kanal sa paligid nito na 20 pulgada ang lalim, at may sinepa sa palibot na sampung pulgada ang luwang. Ang palapag sa itaas ay 20 talampakan ang haba at luwang at pitong talampakan naman ang taas. Dito sinusunog ang mga handog. Ang apat na sulok ng altar ay may parang mga sungay ng hayop. Ang hagdan ng altar ay nasa gawing silangan."

[18]Sinabi pa ng tinig sa akin, "Anak ng tao, ito ang sinasabi ng Panginoong Dios: Kapag nagawa na ang altar, italaga ninyo ito sa pamamagitan ng pag-aalay ng handog na sinusunog at pagwiwisik ng dugo ng hayop na inihandog. [19]Sa araw na iyon, ang mga paring naglilingkod sa akin na mga Levitang mula sa pamilya ni Zadok ay bibigyan ng isang batang toro na iaalay nila bilang handog sa paglilinis. [20]Kumuha ka ng dugo nito at ipahid mo sa apat na sungay na nasa sulok ng pangalawang palapag ng altar at sa sinepa nito. Sa ganitong paraan ay malilinis ang altar. [21]Pagkatapos, kunin mo ang batang toro na handog sa paglilinis, at sunugin mo sa lugar na pinagsusunugan sa labas ng templo. [22]Kinabukasan, maghandog ka ng lalaking kambing na walang kapintasan at ihandog mo sa paglilinis ng altar, katulad ng ginawa mo sa batang toro. [23]Pagkatapos, kumuha ka ng isang batang toro at isang tupa na walang kapintasan, [24]at ihandog mo sa Panginoon. Lalagyan ng asin ng mga pari bago nila ialay sa Panginoon bilang handog na sinusunog. [25]"Sa loob ng isang linggo, maghandog ka sa bawat araw ng isang lalaking kambing, isang toro at isang tupa na pawang walang kapintasan at ialay mo ito bilang handog sa paglilinis. [26]Sa ganitong paraan, malilinis ang altar at maaari nang gamitin pagkatapos. [27]At mula sa ikawalong araw, maghahandog ka ang mga pari ng inyong mga handog na sinusunog at mga handog para sa mabuting relasyon.[a] At tatanggapin ko kayo. *Ako,* ang Panginoong Dios, ang nagsasabi nito."

Mga Tuntunin sa Templo

44 Muli akong dinala ng tao sa pintuang palabas ng templo sa gawing silangan, pero nakasarado ito. [2]Sinabi ng Panginoon sa akin, "Ang pintuang ito ay kinakailangang palaging nakasara at hindi dapat buksan para walang makadaan, dahil *ako,* ang Panginoong Dios ng Israel ay dumaan dito. [3]Ang pinuno lang ng Israel ang makakaupo rito sa daanan para kumain ng inihandog sa akin, pero roon siya dadaan sa balkonahe ng daanan at doon din siya lalabas."

[4]Pagkatapos, dinala ako ng tao sa harap ng templo. Doon kami dumaan sa daanan sa gawing hilaga. Nakita ko roon ang dakilang presensya ng Panginoon na nakapalibot sa templo niya, at nagpatirapa ako. [5]Sinabi sa akin ng Panginoon, "Anak ng tao, pakinggan mong mabuti at sasabihin ko sa iyo tungkol sa lahat ng tuntunin sa aking templo. Alamin mong mabuti kung sinu-sino ang maaaring pumasok at ang hindi. [6]Sabihin mo sa mga rebeldeng mamamayan ng Israel na *ako,* ang Panginoong Dios, ay nagsasabi: Mga mamamayan ng Israel, tigilan na ninyo ang mga kasuklam-suklam ninyong ginagawa. [7]Pinapapasok ninyo sa aking templo ang mga dayuhang hindi naniniwala sa akin. Sa ganitong paraan, dinudungisan ninyo ang templo ko kahit na naghahandog pa kayo ng mga pagkain, taba, at dugo. Maliban sa kasuklam-suklam ninyong ginagawa, nilalabag pa ninyo ang kasunduan ko. [8]Sa halip na kayo ang mamamahala sa mga banal na bagay *sa templo,* ipinauubaya ninyo ito sa ibang tao. [9]Kaya *ako,* ang Panginoong Dios ay nagsasabing, walang dayuhan na hindi naniniwala sa akin ang papayagang pumasok sa templo ko, kahit na ang mga dayuhang nakatira kasama ninyo.

[10]"Tungkol naman sa mga Levita na tumalikod sa akin at sumama sa ibang Israelita na sumamba sa mga dios-diosan, pagdurusahan nila ang kasalanan nila. [11]Maaari silang maglingkod sa akin bilang mga tagapagbantay sa pintuan at tagakatay ng mga handog na sinusunog at ng iba pang handog ng mga tao. Maaari rin silang maglingkod sa mga tao sa templo. [12]Ngunit dahil sumamba sila sa mga dios-diosan habang naglilingkod sa mga tao, at dahil din doo'y nagkasala ang mga mamamayan ng Israel, isinusumpa kong pagdurusahan nila ang kasalanan nila. *Ako,* ang Panginoong Dios, ang nagsasabi nito. [13]Mula ngayon, hindi ko na sila papayagang maglingkod sa akin bilang pari. Hindi rin sila papayagang humipo man lang ng aking mga banal na bagay o makapasok sa Pinakabanal na Lugar. Kinakailangan nilang magtiis ng kahihiyan dahil sa kasuklam-suklam nilang ginawa. [14]Gagawin ko

---

a 27 handog para sa mabuting relasyon: Tingnan sa Talaan ng mga Salita sa likod.

na lang silang mga katulong sa lahat ng gawain sa templo.

¹⁵ "Ngunit ang mga paring Levita na mula sa angkan ni Zadok na naging tapat sa paglilingkod sa akin sa templo nang tumalikod ang mga Israelita ay patuloy na makapaglilingkod sa akin. Sila ang maghahandog sa akin ng taba at dugo. *Ako*, ang Panginoong Dɪᴏs, ang nagsasabi nito. ¹⁶ Sila lang ang maaaring pumasok sa templo ko at makalalapit sa aking altar upang maglingkod sa akin. At sila lang ang pwedeng mamamahala sa pagsamba sa templo. ¹⁷ Kapag pumasok sila sa daanan patungo sa bakuran sa loob ng templo, kinakailangang magbihis sila ng damit na *gawa sa telang* linen. Hindi sila dapat magsuot ng anumang damit na gawa sa lana habang naglilingkod sa bakuran sa loob o sa loob ng templo. ¹⁸ Kinakailangang magsuot din sila ng turban na *gawa sa telang* linen at magsuot ng pang-ilalim na damit na *gawa rin sa telang* linen. Hindi sila dapat magsuot ng anumang makapagpapapawis sa kanila. ¹⁹ At kapag lumabas na sila sa bulwagan sa labas na kinaroroonan ng mga tao, kinakailangang hubarin muna nila ang mga damit na ginamit nila sa paglilingkod at ilagay doon sa banal na silid, at saka sila magsuot ng pangkaraniwang damit para hindi mapinsala ang mga tao sa kabanalan nito.ᵃ

²⁰ "Hindi rin sila dapat magpakalbo o magpahaba ng buhok, dapat lagi silang magpagupit. ²¹ Hindi rin sila dapat uminom ng alak kung pupunta sa loob na bakuran *ng templo*. ²² Hindi sila dapat mag-asawa ng biyuda o ng hiwalay sa asawa. Ang kunin nilang asawa ay kapwa Israelita o biyuda ng kapwa nila pari. ²³ Tuturuan nila ang mga mamamayan ko kung alin ang banal at hindi banal, kung alin ang malinis at hindi malinis. ²⁴ Kapag may alitan, ang mga pari ang hahatol batay sa mga kautusan ko. Kinakailangang sundin nila ang mga utos ko at mga tuntunin tungkol sa mga pistang itinakda kong sundin, at dapat nilang ituring na banal ang Araw ng Pamamahinga. ²⁵ Huwag nilang dudungisan ang sarili nila sa pamamagitan ng paghipo sa bangkay, maliban lang kung ang namatay ay kanyang ama o ina, anak o kapatid na wala pang asawa. ²⁶ *Kapag nakahipo siya ng bangkay*, kailangan niya ang paglilinisᵇ at maghintay ng pitong araw, ²⁷ bago siya makapasok sa bakuran sa loob ng templo at mag-alay ng handog sa paglilinis para sa kanyang sarili. *Ako*, ang Panginoong Dɪᴏs, ang nagsasabi nito."

²⁸ Sinabi pa ng Panginoon, "Walang mamanahing lupa ang mga pari ng Israel, dahil ako ang magbibigay ng mga pangangailangan nila. ²⁹ Ang pagkain nila ay magmumula sa mga handog ng pagpaparangal sa akin, handog sa paglilinis, at handog na pambayad ng kasalanan.ᶜ Ang anumang bagay na itinalaga para sa akin ay para sa kanila. ³⁰ Ang pinakamagandang unang ani ninyo at mga natatanging handog para sa akin ay para sa mga pari. Bigyan din ninyo ng inyong pinakamagandang klase ng harina at mga pari, para pagpalain ang sambahayan ninyo. ³¹ Ang mga pari ay hindi dapat kumain ng anumang ibon o hayop na basta na lang namatay o pinatay ng ibang hayop."

Ang Partihan ng Lupa

45 Sinabi pa ng Panginoon, "Kapag pinaghati-hati n'yo na ang lupain para sa bawat lahi ng Israel, bigyan ninyo ako ng parte na 12 kilometro ang haba at sampung kilometroᵈ ang luwang. Ang lupaing ito ay ituturing na banal. ² Ang bahagi nito na 875 talampakan na parisukat ang siyang pagtatayuan ng templo, at sa paligid ng templo ay may bakanteng bahagi na 87 talampakan ang luwang. ³⁻⁴ Ang kalahati ng parte kong lupain na 12 kilometro ang haba at limang kilometro ang luwang ay ibubukod ko para sa mga paring naglilingkod sa akin sa templo. Pagtatayuan ito ng mga bahay nila at ng templo na siyang pinakabanal na lugar. ⁵ Ang natirang kalahati na 12 kilometro ang haba at 5 kilometro ang luwang ay para sa mga Levita. Sila ang magmamay-ari nito at dito sila maninirahan.ᵉ

⁶ "Sa katabi ng lupa na para sa akin, magbukod din kayo ng lupang 12 kilometro ang haba at 3 kilometro ang luwang. Ito ang gawin ninyong lungsod, na maaaring tirahan ng sinumang Israelita na gustong tumira roon. ⁷ Bibigyan din ng dalawang bahagi ng lupain ang pinuno ng Israel. Ang isang bahagi ay nasa gawing kanluran ng hangganan ng lupaing para sa akin at ng lupaing gagawing lungsod papunta sa Dagat *ng Mediteraneo*, at ang isa ay mula sa hangganan sa silangan papunta sa Ilog ng Jordan. Ang hangganan nito sa silangan at sa kanluran ay pantay sa hangganan ng lupaing ibinahagi sa mga lahi ng Israel. ⁸ Ang lupaing ito ang magiging parte ng pinuno ng Israel.

Mga Utos para sa mga Pinuno ng Israel

"Ang aking mga pinuno ay hindi na mang-aapi sa aking mga mamamayan. Hahayaan nila na ang mga mamamayan ng Israel ang magmay-ari ng lupang ibinibigay sa kanila ayon sa angkan nila. ⁹ Sapagkat *ako*, ang Panginoong Dɪᴏs, ay nagsasabi: Kayong mga pinuno ng Israel, tama na ang ginagawa ninyo. Tigilan n'yo na ang pagmamalupit at pang-aapi, at gawin ninyo kung ano ang matuwid at tama. Tigilan n'yo na rin ang pangangamkam ng lupain ng aking mga mamamayan. ¹⁰ Gamitin ninyo ang tamang timbangan, sukatan, o takalan. ¹¹ Ang 'homer'ᶠ ang batayan ng panukat sa pagbilang. Ang isang 'homer' ay sampung 'epa'ᵍ o sampung 'bat'.ʰ ¹² Ang 'shekel'ⁱ ang siyang batayan ng pagsukat ng bigat. Ang isang 'shekel' ay 20 'gera', at ang 60 'shekel' ay isang 'mina'.

---

a 19 para…nito: Ang mga pangkaraniwang tao ng mga panahong iyon ay mahigpit na pinagbabawalang humawak ng mga banal na bagay sa loob ng templo dahil maaaring may masamang mangyari sa kanila.

b 26 paglilinis: Ang ibig sabihin, *susundin niya ang seremonya sa paglilinis ng sarili.*

c 29 handog na…kasalanan: Tingnan sa Talaan ng mga Salita sa likod.

d 1 sampung kilometro: Ganito sa tekstong Septuagint. Sa tekstong Hebreo, *limang kilometro.*

e 5 nito…maninirahan: Ganito sa tekstong Septuagint. Sa tekstong Hebreo, *ng 20 silid.*

f 11 'homer': Katumbas ng 100 salop.

g 11 'epa': Ang ginagamit na panukat ng trigo, sebada at iba pang mga butil.

h 11 'bat': Ang ginagamit na panukat ng langis, alak at iba pang inumin.

i 12 'shekel': Ang "shekel" ay mga 12 gramo.

Mga Natatanging Kaloob at mga Araw

¹³ "Ito ang mga kaloob na dapat ninyong ibigay *sa pinuno ng Israel*: isa sa bawat 60 ng inani ninyong trigo at sebada,*ᵃ* ¹⁴ isa sa bawat 100 na bat ng langis *ng olibo* (ang takalan na gagamitin nito ay ang 'bat'; ang sampung 'bat' ay isang 'homer' o isang 'cor'), ¹⁵ at isang tupa sa bawat 200 ninyong hayop. Ang mga kaloob na ito'y gagamiting handog para sa pagpaparangal sa akin, handog na sinusunog at handog para sa mabuting relasyon,*ᵇ* upang mapatawad ang mga kasalanan ninyo. *Ako*, ang Panginoong Dɪᴏs, ang nagsasabi nito. ¹⁶ Ang lahat ng Israelita ang magdadala ng mga kaloob na ito para magamit ng pinuno ng Israel. ¹⁷ Tungkulin naman ng pinuno *ng Israel* ang pagbibigay ng mga handog na sinusunog, handog ng pagpaparangal sa akin, handog na inumin, handog sa paglilinis, at handog para sa mabuting relasyon sa panahon ng pista katulad ng Pista ng Pagsisimula ng Buwan, mga Araw ng Pamamahinga, at iba pang mga pista na ipinagdiriwang ng mga Israelita. Iaalay ang mga handog na ito upang mapatawad ang mga kasalanan ng mga mamamayan ng Israel."

Ang mga Pista
(Exo. 12:1-20; Lev. 23:33-43)

¹⁸ Sinabi pa ng Panginoong Dɪᴏs, "Sa unang araw ng unang buwan, maghahandog kayo ng toro na walang kapintasan para sa paglilinis ng templo. ¹⁹ Ang pari ang dapat kumuha ng dugo nito at ipapahid niya sa hamba ng pintuan ng templo, sa apat na sulok ng altar, at sa mga hamba ng pintuan sa bakuran sa loob. ²⁰ Ganito rin ang gawin ninyo sa ikapitong araw ng buwan ding iyon, para sa sinumang magkasala ng hindi sinasadya o nagkasala nang hindi nalalaman. Sa ganitong paraan malilinis ninyo ang templo.

²¹ "Sa ika-14 na araw ng unang buwan, ipagdiwang ninyo ang Pista ng Paglampas ng Anghel. Ipagdiriwang ninyo ito sa loob ng pitong araw, at tinapay na walang pampaalsa lang ang kakainin ninyo. ²² Sa unang araw ng pagdiriwang ninyo, ang pinuno ay mag-aalay ng batang toro bilang handog sa paglilinis para sa kanyang sarili at sa lahat ng Israelita. ²³ Bawat araw sa loob ng pitong araw ng pagdiriwang ninyo, ang pinuno ay maghahandog ng pitong batang toro at pitong lalaking tupa na walang kapintasan bilang handog na sinusunog para sa akin. At maghahandog din siya ng isang lalaking kambing bilang handog sa paglilinis. ²⁴ Sa bawat batang toro at lalaking tupa, kinakailangang may kasamang handog ng pagpaparangal sa akin, kalahating sakong harina at isang galong langis ng olibo. ²⁵ Ganito rin ang ihahandog ng pinuno sa Pista *ng Pagtatayo ng mga Kubol* na magsisimula sa ika-15 araw ng ika-7 buwan. At sa loob ng pitong araw, ang pinuno ay maghahandog ng *katulad ng inihandog niya sa Pista ng Paglampas ng Anghel*: mga handog sa paglilinis, handog na sinusunog, handog ng pagpaparangal sa akin at langis."

46 Sinabi pa ng Panginoong Dɪᴏs, "Ang daanan papunta sa bakuran sa loob na nakaharap sa silangan ay kinakailangang nakasara sa loob ng anim na araw ng pagtatrabaho, pero bubuksan ito sa Araw ng Pamamahinga at sa panahon ng Pista ng Pagsisimula ng Buwan. ² Ang pinuno ay dadaan sa balkonahe ng daanang *nakaharap sa silangan* at tatayo siya sa may pintuan habang ang pari ay nag-aalay ng kanyang handog na sinusunog at handog para sa mabuting relasyon.*ᶜ* Ang pinuno ay sasamba sa akin doon sa may pintuan at pagkatapos ay lalabas siya, ngunit hindi isasara ang pintuan hanggang sa gumabi. ³ Sasamba rin sa akin ang mga mamamayan ng Israel doon sa harap ng pintuan sa bawat Araw ng Pamamahinga at Pista ng Pagsisimula ng Buwan. ⁴ Sa bawat Araw ng Pamamahinga, maghahandog ang pinuno ng isang barakong tupa at anim na batang tupa na walang kapintasan, at iaalay ito sa akin bilang handog na sinusunog. ⁵ Ang handog ng pagpaparangal sa akin na kasama ang barakong tupa ay kalahating sako *ng harina*, pero nasa pinuno na kung gaano karami ang *harinang* isasama niya sa bawat batang tupa. Sa bawat kalahating sako *ng harina na isasama niya sa handog na tupa* ay maghahandog din siya ng isang galong langis *ng olibo*.

⁶ "Sa bawat Pista ng Pagsisimula ng Buwan, ang pinuno ay maghahandog ng isang batang toro, isang barakong tupa, at anim na batang tupa na pawang walang kapintasan. ⁷ Ang handog ng pagpaparangal sa akin ay isasama ng pinuno sa batang toro at barakong tupa, depende sa kanya kung gaano karami ang isasama *niyang harina* sa bawat batang tupa. Sa bawat kalahating sakong *harinang* kanyang ihahandog, maghahandog din siya ng isang galong langis *ng olibo*. ⁸ Kapag ang pinuno ay pumasok upang maghandog, doon siya dadaan sa balkonahe ng daanan at doon din siya dadaan paglabas niya.

⁹ "Kapag sumamba sa akin ang mga mamamayan *sa templo* ng Israel sa panahon ng mga pista, ang mga papasok sa pintuan sa hilaga ay lalabas sa pintuan sa timog, at ang mga papasok naman sa pintuan sa timog ay lalabas sa pintuan sa hilaga. Dapat walang lumabas sa pintuang pinasukan niya. Kinakailangang sa ibang pintuan siya lumabas kung pumasok siya sa kabila. ¹⁰ Sasabay ang pinuno sa pagpasok at paglabas nila.

¹¹ "Sa panahon ng iba't ibang pista, ang handog ng pagpaparangal sa akin na isasama sa batang toro at sa barakong tupa ay tig-kakalahating sako *ng harina*, pero depende sa naghahandog kung gaano karami ang isasama niya sa bawat batang tupa. At sa bawat kalahating sako *ng harina* na isasama niya sa handog na hayop, maghahandog din siya ng isang galong langis *ng olibo*. ¹² Kapag ang pinuno ay mag-aalay ng handog na sinusunog o handog para sa mabuting relasyon na kusang-loob na handog, bubuksan para sa kanya ang pintuan sa gawing silangan. At iaalay niya ang kanyang mga handog tulad ng kanyang paghahandog sa Araw ng Pamamahinga. Paglabas niya, sasarhan agad ang pinto.

---

a 13 sebada: sa Ingles, "*barley.*"

b 15 handog para sa mabuting relasyon: Tingnan sa Talaan ng mga Salita sa likod.

c 2 handog para sa mabuting relasyon: Tingnan sa Talaan ng mga Salita sa likod.

[13] "Tuwing umaga, kinakailangang may inihahandog sa akin na tupang walang kapintasan bilang handog na sinusunog. [14] Sasamahan ito ng handog ng pagpaparangal sa akin na tatlong kilong *harina*, at kalahating galong langis *ng olibo* na pangmasa sa *harina*. Ang tuntuning ito tungkol sa handog ng pagpaparangal sa akin ay dapat sundin magpakailanman. [15] Kaya tuwing umaga ay kailangang may inihahandog sa akin na tupa, harina, at langis *ng olibo* na pang-araw-araw na handog na sinunsunog."

[16] Sinabi rin ng Panginoong DIOS, "Kapag ang pinuno ay magbibigay ng pamanang lupa sa isa sa mga anak niya, ang lupang iyon ay para lang sa mga angkan niya habang buhay. [17] Ngunit kung ibibigay niya ito sa isa sa kanyang mga alipin, magiging sa alipin na ito hanggang sa dumating ang Taon ng Pagpapalaya at Pagsasauli. Sa taong iyon, ang aliping iyon ay papalayain at ang lupa ay isasauli sa pinuno. Tanging ang mga anak lamang ng pinuno ang magmamay-ari ng lupa niya magpakailanman. [18] Ang pinuno ay hindi dapat kumuha ng lupa ng mga tao. Kapag magbibigay siya ng lupa sa mga anak niya, ang lupa niya ang dapat niyang ibigay para hindi mawalan ng lupa ang mga mamamayan."

[19] Pagkatapos, dinala ako ng tao sa banal na mga silid ng mga pari sa gawing timog. Doon kami dumaan sa pintuang nasa gilid ng daanan. Ipinakita niya sa akin doon ang lugar na nasa kanluran ng mga silid na ito. [20] Sinabi niya sa akin, "Dito sa lugar na ito nagluluto ang mga pari ng handog na pambayad ng kasalanan,[a] handog sa paglilinis, at handog ng pagpaparangal sa PANGINOON. Dito sila magluluto para maiwasan nila ang pagdadala ng mga handog sa labas ng bulwagan. Sa ganitong paraan hindi maapektuhan ang mga tao sa kabanalan nito."[b]

[21-22] Pagkatapos, dinala niya ako sa bulwagan sa labas, at ipinakita sa akin ang apat na sulok nito. Sa bawat sulok nito ay may maliliit na bakuran na 68 talampakan ang haba at 50 talampakan ang luwang, at pare-pareho ang laki nito. [23] Ang bawat isa nito ay napapaligiran ng mababang pader, at sa tabi ng pader ay may mga kalan. [24] Pagkatapos, sinabi sa akin ng tao, "Ito ang mga pinaglulutuan ng mga naghahandog sa templo ng handog ng mga tao."

Ang Bukal na Dumadaloy mula sa Templo

47 Pagkatapos, dinala ako ng tao sa pintuan ng templo, at nakita ko roon ang umaagos na tubig na papuntang silangan mula sa ilalim ng pintuan ng templo. (Ang templo ay nakaharap sa gawing silangan.) At umagos ang tubig pakanan, sa bandang timog ng altar. [2] Pagkatapos, dinala ako ng tao sa labas ng templo. Doon kami dumaan sa gawing hilaga. At inilibot niya ako sa labas patungo sa daanan sa silangan. Nakita ko roon ang tubig na umaagos mula sa gawing hilaga ng daan. [3] Naglakad kami papunta sa gawing silangan sa tabi ng tubig, at patuloy siya ng pagsukat. Nang mga 1,700 talampakan na ang nalakad namin, pinalusong niya ako sa tubig na hanggang

bukong-bukong. [4] At nagsukat uli siya ng 1,700 talampakan at muli akong pinalusong sa tubig na hanggang tuhod na. Nagsukat pa ulit siya ng 1,700 talampakan at pinalusong akong muli sa tubig na hanggang baywang na. [5] Nagsukat ulit siya ng 1,700 talampakan pero hindi na ako makalusong dahil malalim na ang tubig sa ilog at kailangan nang languyin.

[6] Sinabi ng tao sa akin, "Anak ng tao, tandaan mong mabuti ang nakita mo." At dinala niya ako sa pampang ng ilog na iyon. [7] Nang naroon na ako, marami akong nakitang kahoy sa magkabilang pampang. [8] At sinabi niya sa akin, "Ang tubig na ito'y dumadaloy sa lupain sa silangan papunta sa Araba[c] papunta sa Dagat *na Patay*. Ang dagat na ito ay magiging sariwang tubig na *at hindi maalat*. [9] At kahit saan ito dumaloy, marami nang isda at iba pang nabubuhay sa tubig ang mabubuhay dahil pinapasariwa nito ang maalat na tubig. [10] Marami nang mangingisda sa Dagat na Patay mula sa En Gedi patungo sa En Eglaim. Dadami ang iba't ibang uri ng isda sa Dagat na Patay katulad ng Dagat ng Mediteraneo. Ang tabing-dagat ay mapupuno na ng mga pinatutuyong lambat. [11] Ngunit ang mga latian sa palibot ng *Dagat na Patay* ay mananatiling maalat para may makukuhan ng asin *ang mga tao*. [12] Tutubo sa magkabilang panig ng ilog ang iba't ibang uri ng punongkahoy na namumunga. Ang mga dahon nito'y hindi malalanta at hindi mauubos ang mga bunga. Mamumunga ito sa bawat buwan dahil dinadaluyan ito ng tubig mula sa templo. Ang mga bunga nito'y pagkain, at ang dahon ay gamot."

Ang mga Hangganan ng Lupa

[13] Sinabi pa ng Panginoong DIOS, "Ito ang mga hangganan ng mga lupaing paghahati-hatiin ng 12 lahi ng Israel bilang mana nila. Bigyan ninyo ng dalawang bahagi na mamanahin ang lahi ni Jose. [14] Pantay-pantay ang gawin ninyong paghahati-hati ng lupain, dahil ipinangako ko sa mga magulang ninyo na ibibigay ko ito sa kanila para manahin ninyo. [15] Ito ang mga hangganan:

"Ang hangganan sa hilaga ay mula sa Dagat ng Mediteraneo papuntang Hetlon, sa Lebo Hamat sa Zedad, [16] sa Berota, sa Sibraim, na nasa hangganan ng Damascus at ng Hamat hanggang sa Haser Haticon na nasa hangganan ng Hauron. [17] Kaya ang hangganan sa hilaga ay magsisimula sa Dagat ng Mediteraneo hanggang sa Hazar Enan, na nasa hangganan ng Damascus at ng Hamat sa hilaga.

[18] "Ang hangganan sa silangan ay mula sa hangganan ng Hauran at Damascus papuntang *Ilog* ng Jordan (sa pagitan ng Gilead at ng Israel) patungo sa Dagat na Patay[d] hanggang sa Tamar.[e] Ito ang hangganan sa silangan.

[19] "Ang hangganan naman sa Timog ay simula sa Tamar patungo sa bukal ng Meriba Kadesh[f] hanggang sa Lambak ng Egipto patungo sa Dagat ng Mediteraneo. Ito ang hangganan sa Timog.

---

a 20 handog na…kasalanan: Tingnan sa Talaan ng mga Salita sa likod.

b 20 sa kabanalan nito: Tingnan ang "footnote" sa 44:19.

c 8 Araba: Lambak ng Jordan.

d 18 Dagat na Patay: sa literal, *Dagat sa Silangan.*

e 18 hanggang sa Tamar: Ganito sa tekstong Septuagint at Syriac. Sa tekstong Hebreo, *susukatin mo.*

f 19 Meriba Kadesh: o, *Meriba sa Kadesh.*

²⁰ "Ang hanggganan sa kanluran ay ang Dagat ng Mediteraneo hanggang sa tapat ng Lebo Hamat.
²¹ "Ito ang lupaing paghahati-hatiin ninyo sa bawat lahi. ²² Ito ang pinakamana ninyo at ng mga dayuhang nakatira kasama ninyo na ang mga anak ay ipinanganak sa Israel. Ituring ninyo silang parang tunay na katutubong Israelita, at bigyan din ninyo sila ng *lupang* mamanahin ng mga lahi ng Israel. ²³ Kung saang angkan sila naninirahan, doon din sa angkan na iyon magmumula ang bahagi nilang lupain. *Ako*, ang Panginoong Dios, ang nagsasabi nito."

Ang Paghahati-hati ng Lupain sa Bawat Lahi

48 Ito ang talaan ng mga lahi ng Israel *at ang mga lupaing magiging bahagi nila*: Ang lupain para *sa lahi ni* Dan ay nasa hilaga. Ang hanggganan nito ay magsisimula sa Hetlon patungo sa Lebo Hamat hanggang sa Hazar Enan na nasa hangganan ng Damascus at ng Hamat sa hilaga. Ang luwang ng lupain *para sa lahi* ni Dan ay magmumula sa silangan hanggang sa kanluran *ng Israel*.

² Ang lupain *ng lahi* ni Asher ay nasa bandang timog ng lupain *ng lahi* ni Dan, at ang luwang nito ay mula rin sa silangan hanggang sa kanluran *ng Israel*.

³ Katabi ng lupain *ng lahi* ni Asher ang lupain *ng lahi* ni Naftali na nasa hilaga ng lupain ni Asher at ang luwang nito ay mula rin sa silangan hanggang sa kanluran ng lupain *ng Israel*.

⁴ Ang lupain *ng lahi* ni Manase ay nasa gawing timog ng lupain *ng lahi* ni Naftali, at ang luwang nito ay mula pa rin sa silangan hanggang sa kanluran *ng Israel*.

⁵⁻⁷ Ang susunod pang mga lupa ay pag-aari ng lahi nina Efraim, Reuben, at ni Juda, na ang lawak ay mula rin sa silangan hanggang sa kanluran *ng Israel*.

⁸ Ang lupain sa bandang hilaga ng Juda ay ibibigay ninyo sa Panginoon bilang tanging handog. Ang haba nito ay 12 kilometro at ang luwang ay mula rin sa silangan hanggang sa kanluran *ng Israel*, katulad din ng sa mga lahi *ng Israel*. Sa gitna ng lupang ito itatayo ang templo. ⁹ Ang bahaging ibibigay ninyo sa Panginoon *para pagtayuan ng templo* ay 12 kilometro ang haba at 5 kilometro ang luwang. ¹⁰ At ang natitirang kalahati ng lupaing ito ay para sa mga pari, 12 kilometro ang haba mula sa silangan hanggang sa kanluran, at 5 kilometro ang luwang mula timog hanggang hilaga. Sa gitna nito ay ang templo ng Panginoon. ¹¹ Ang lupang ito ay para sa mga hinirang na pari, na anak ni Zadok, na aking tapat na lingkod. Hindi siya lumayo sa akin, hindi katulad ng ginawa ng ibang Levita na sumama sa mga Israelitang tumalikod sa akin. ¹²⁻¹³ Ito ang natatanging handog para sa kanila sa panahong paghahati-hatiin na ninyo ang lupain, at ito ang kabanal-banalang lupa. Katabi nito ay ang lupain para sa ibang Levita na 12 kilometro ang haba at limang kilometro ang luwang. ¹⁴ Ang lupaing ito ay hindi nila maaaring ipagbili o ipalit kahit na maliit na bahagi nito, dahil pinakamagandang lupain ito at banal para sa Panginoon.

¹⁵ Ang natitirang lupain na 12 kilometro ang haba at dalawa't kalahating kilometro ang luwang ay para sa lahat. Maaari itong tirahan ng tao o pastulan ng kanilang mga hayop. Sa gitna nito ay ang lungsod ¹⁶ na ang luwang ay dalawang kilometro sa gawing kanluran, dalawang kilometro sa gawing silangan, dalawang kilometro sa gawing hilaga, at dalawang kilometro *rin* sa gawing timog. ¹⁷ Napapaikutan ito ng bakanteng bahagi na 125 metro ang luwang sa kanluran, silangan, hilaga, at sa timog. ¹⁸ Sa labas ng lungsod ay may bukid na ang haba ay limang kilometro sa gawing silangan at limang kilometro rin sa gawing kanluran. Katabi ito ng banal na lupa. Ang mga ani mula sa bukid na ito ay magiging pagkain ng mga nagtatrabaho sa lungsod ¹⁹ na mula sa iba't ibang lahi ng Israel. Maaari silang magtanim sa lupang ito. ²⁰ Kaya ang kabuuan ng lupaing ibibigay ninyo sa Panginoon bilang natatanging handog pati na ang banal na lupa at ang lungsod ay 12 kilometro kwadrado.

²¹⁻²² Ang natitirang lupain sa gawing silangan at kanluran ng banal na lupain at ng lungsod ay para sa pinuno. Ang mga lupaing ito ay may luwang na 12 kilometro na umaabot hanggang sa hangganan sa silangan at kanluran. Kaya sa gitna ng lupain na para sa pinuno ay ang aking banal na lugar, ang templo, ang lupain ng mga Levita, at ang bayan. Ang lupaing para sa pinuno ay nasa gitna ng lupain *ng lahi ni* Juda at *ng lahi* ni Benjamin.

²³ Ito naman ang mga lupaing tatanggapin ng ibang mga lahi: Ang lupain *ng lahi* ni Benjamin ay nasa gawing timog ng lupain ng mga pinuno, at ang lawak ay mula sa silangan hanggang sa kanluran ng lupain *ng Israel*.

²⁴ Katabi ng lupain *ng lahi* ni Benjamin sa gawing timog ay ang *lahi* ni Simeon at ang haba nito ay mula sa silangan hanggang sa kanluran ng lupain *ng Israel*.

²⁵⁻²⁷ Ang susunod pang mga bahagi ay sa *lahi* nina Isacar, Zebulun at Gad, na ang haba ay pawang mula sa silangan hanggang sa kanluran ng lupain *ng Israel*. ²⁸ Ang hangganan sa timog ng lupaing para *sa lahi* ni Gad ay magsisimula sa Tamar patungo sa bukal ng Meribat Kadesh*ᵃ* hanggang sa Lambak ng Egipto patungo sa Dagat ng Mediteraneo.

²⁹ Ito ang mga lupaing tatanggapin ng mga lahi ng Israel na kanilang mamanahin. *Ako*, ang Panginoong Dios, ang nagsasabi nito.

Ang mga Pintuan ng Lungsod ng Jerusalem

³⁰⁻³⁴ Ang lungsod *ng Jerusalem* ay napapalibutan ng pader. Sa bawat panig nito ay may tatlong pintuan. Ang tatlong pintuan sa gawing hilaga ng pader ay tatawaging Reuben, Juda, at Levi. Ang tatlong pintuan sa gawing silangan ay tatawaging Jose, Benjamin at Dan. Ang tatlong pintuan sa gawing timog ay tatawaging Simeon, Isacar at Zebulun. At ang tatlong pintuan sa gawing kanluran ay tatawaging Gad, Asher, at Naftali. Ang bawat pader sa iba't ibang panig ay 2,250 metro ang haba. ³⁵ Kaya ang kabuuang haba ng pader ay 9,000 metro. At mula sa araw na iyon, ang lungsod ay tatawaging, "Naroon ang Panginoon!"

---

a 28 Meribat Kadesh: o, Meriba sa Kadesh.

DANIEL

Si Daniel at ang Kanyang mga Kaibigan sa Babilonia

1 Nang ikatlong taon ng paghahari ni Jehoyakim sa Juda, sinalakay ni Haring Nebucadnezar ng Babilonia *at ng kanyang mga kawal* ang Jerusalem. ² Binihag niya si Haring Jehoyakim ayon sa kalooban ng Panginoon. Kinuha niya ang ilang mga kagamitan sa templo ng Dios at dinala sa Babilonia.*ᵃ* Inilagay niya ang mga ito sa taguan ng kayamanan doon sa templo ng kanyang dios.

³ Nag-utos si Haring Nebucadnezar kay Ashpenaz na pinuno ng mga tauhan niya na pumili sa mga bihag na Israelita ng ilang kabataang mula sa angkan ng mga hari at angkan ng mararangal na pamilya. ⁴ Kinakailangan na ang mga ito ay gwapo, malusog, matalino, mabilis kumilos at madaling turuan para maging karapat-dapat maglingkod sa hari. Inutusan din niya si Ashpenaz na turuan sila ng wika at mga panitikan ng mga taga-Babilonia.*ᵇ* ⁵ Iniutos din ng hari na mula sa kanyang sariling pagkain at inumin ang ibibigay sa kanila araw-araw. At pagkatapos ng tatlong taong pagsasanay, maglilingkod na sila sa kanya.

⁶ Kabilang sa mga napili ay sina Daniel, Hanania, Mishael, at Azaria na pawang mula sa lahi ni Juda. ⁷ Pinalitan ni Ashpenaz ang kanilang mga pangalan. Si Daniel ay pinangalanang Belteshazar, si Hanania ay Shadrac, si Mishael ay Meshac, at si Azaria ay Abednego.

⁸ Pero ipinasya ni Daniel na hindi siya kakain ng pagkain ng hari o iinom ng kanyang inumin para hindi siya marumihan.*ᶜ* Kaya nakiusap siya kay Ashpenaz na huwag siyang bigyan ng pagkain at inuming iyon. ⁹ Niloob naman ng Dios na siya'y kalugdan ni Ashpenaz. ¹⁰ Pero sinabi ni Ashpenaz kay Daniel, "Natatakot ako sa hari. Siya ang pumili kung ano ang kakainin at iinumin ninyo, at kung makita niyang hindi kayo malusog gaya ng ibang mga kabataan, ako ang ipapatay niya ako."

¹¹ Dahil dito, sinabi ni Daniel sa itinalaga ni Ashpenaz na mangangalaga sa kanila, ¹² "Subukan n'yo kaming pakainin lang ng gulay at painumin ng tubig sa loob ng sampung araw. ¹³ Pagkatapos, ihambing ninyo kami sa mga kabataang kumakain ng pagkain ng hari, at tingnan ninyo kung ano ang magiging resulta. At bahala na kayo kung ano ang gagawin ninyo sa amin." ¹⁴ Pumayag naman ito at sinubukan nga sila sa loob ng sampung araw.

¹⁵ Pagkatapos ng sampung araw, nakita ng tagapagbantay na mas malusog sila kaysa sa mga kabataang kumakain ng pagkain ng hari. ¹⁶ Kaya ipinagpatuloy na lang ang pagbibigay sa kanila ng gulay at tubig sa halip na pagkain at inumin ng hari.

¹⁷ Binigyan ng Dios ang apat na kabataang ito ng karunungan at pang-unawa, pati na ang kaalaman sa iba't ibang literatura. Bukod pa rito, binigyan ng Dios si Daniel ng karunungan sa pagpapaliwanag ng kahulugan ng mga pangitain at mga panaginip.

¹⁸ Pagkalipas ng tatlong taon *na pagtuturo sa kanila* ayon sa utos ni Haring Nebucadnezar, dinala sila ni Ashpenaz sa kanya. ¹⁹ Nakipag-usap ang hari sa kanila, at napansin ng hari na wala ni isa man sa mga kabataan doon ang makahihigit kina Daniel, Hanania, Mishael, at Azaria. Kaya sila ang piniling maglingkod sa kanya. ²⁰ Sa lahat ng itinanong ng hari sa kanila, nakita niya na ang kanilang kaalaman ay sampung ulit na mas mahusay kaysa sa kaalaman ng mga salamangkero at engkantador*ᵈ* sa buong kaharian niya. ²¹ Patuloy na naglingkod si Daniel *kay Nebucadnezar* hanggang sa unang taon ng paghahari ni Cyrus.*ᵉ*

Ang Panaginip ni Nebucadnezar

2 Noong pangalawang taon ng paghahari ni Nebucadnezar, nagkaroon siya ng mga panaginip na bumabagabag sa kanya, kaya hindi siya makatulog. ² Ipinatawag niya ang kanyang mga salamangkero, engkantador, mangkukulam, at mga astrologo*ᶠ* para ipaliwanag nila ang kanyang mga panaginip. ³ Sinabi niya sa kanila, "Nanaginip ako at binabagabag ako nito, kaya ipinatawag ko kayo dahil gusto kong malaman kung ano ang kahulugan ng panaginip na iyon."

⁴ Sumagot ang mga astrologo sa hari sa wikang Aramico,*ᵍ* "Mahal na Hari, sabihin n'yo po sa *amin na* inyong mga lingkod ang inyong panaginip at ipapaliwanag namin sa inyo ang kahulugan nito."

⁵ Sinabi ng hari sa kanila, "Ito ang aking napagpasyahan: Kung hindi ninyo mahulaan ang aking panaginip at ang kahulugan nito, pagpuputol-putulin ko ang katawan ninyo at ipapawasak ang inyong mga bahay. ⁶ Kung mahuhulaan ninyo ang aking panaginip at maipaliwanag ang kahulugan nito, gagantimpalaan ko kayo at bibigyan pa ng malaking karangalan. Sige, hulaan na ninyo at ipaliwanag ang kahulugan nito."

⁷ Muli silang sumagot sa hari, "Mahal na Hari, sabihin n'yo po sa amin ang inyong panaginip at ipapaliwanag namin sa inyo ang kahulugan nito."

⁸ Sinabi ng hari, "Alam kong pinahahaba lang ninyo ang oras dahil alam ninyong gagawin ko ang sinabi ko sa inyo, ⁹ na kung hindi ninyo mahulaan at maipaliwanag ang aking panaginip, paparusahan ko kayo katulad ng sinabi ko. Nagkasundo kayong magsinungaling sa akin sa pag-aakalang magbabago pa ang aking isip sa paglipas ng oras.

---

a 2 Babilonia: sa Hebreo, *Shinar.* Ito'y isa sa mga pangalan ng Babilonia.

b 4 taga-Babilonia: sa literal, *taga-Caldeo.*

c 8 marumihan: May mga pagkain na bawal kainin ng mga Judio ayon sa kanilang tuntunin.

d 20 engkantador: sa Ingles, *"enchanter."*

e 21 Cyrus: hari ng Persia na sumakop sa Babilonia.

f 2 astrologo: sa literal, *Caldeo.*

g 4 Wikang Aramico ang ginamit mula sa talatang ito hanggang sa katapusan ng kabanata 7.

Hulaan na ninyo kung ano ang aking panaginip para maniwala ako na marunong talaga kayong magpaliwanag ng kahulugan nito."

[10] Sumagot sila sa hari, "Walang tao sa buong mundo ang makagagawa ng iniuutos ninyo. At wala ring hari, gaano man ang kanyang kapangyarihan, na mag-uutos ng ganyan sa kanyang mga engkantador, mangkukulam, o mga astrologo. [11] Napakahirap ng inyong hinihingi, Mahal na Hari. Ang mga dios lang ang makakagawa niyan, pero hindi sila naninirahan kasama ng mga tao."

[12] Dahil sa sagot nilang ito, galit na galit ang hari. At nag-utos siyang patayin ang lahat ng marurunong[a] na mga tao sa Babilonia. [13] Nang inilabas na ang utos ng hari na patayin ang mga marurunong, hinanap si Daniel at ang kanyang mga kasama para patayin din.

[14-15] Kaya nakipag-usap si Daniel kay Arioc na kapitan ng mga tagapagbantay ng hari na siyang inutusan na patayin ang mga marurunong sa Babilonia. Maingat na nagtanong si Daniel sa kanya kung ano ang dahilan ng napakabigat na utos ng hari. Kaya sinabi sa kanya ni Arioc ang nangyari.

[16] Pagkatapos, pumunta si Daniel sa hari at hiniling niya na bigyan siya ng panahong maipaliwanag ang kahulugan ng panaginip nito. [17] Pumayag naman ang hari, kaya umuwi si Daniel at ibinalita sa kanyang mga kasamahang sina Hanania, Mishael at Azaria ang tungkol sa nangyari. [18] Hiniling niya sa mga ito na manalangin para kaawaan sila ng Dios sa langit[b] at para malaman nila ang kahulugan ng panaginip ng hari, upang hindi sila patayin kasama ng iba pang marurunong na tao sa Babilonia. [19] Nang gabing iyon, ipinahayag ng Dios kay Daniel ang panaginip ng hari at ang kahulugan nito sa pamamagitan ng pangitain. At pinuri ni Daniel ang Dios sa langit. [20] Sinabi niya,

"Purihin ang Dios magpakailanman.
    Siya ay matalino at makapangyarihan.
[21] Siya ang nagbabago ng panahon.
    Siya ang nagpapasya kung sino ang
        maghahari at siya rin ang nag-aalis sa
        kanila sa trono.
    Siya ang nagbibigay ng karunungan sa
        marurunong.
[22] Ipinapaliwanag niya ang mahihiwagang bagay
        na mahirap intindihin.
    Nasa kanya ang liwanag, at nalalaman niya
        ang anumang nasa kadiliman.
[23] O Dios ng aking mga ninuno, pinupuri ko
        kayo at pinapasalamatan.
    Kayo ang nagbigay sa akin ng karunungan
        at kakayahan.
    At ibinigay n'yo sa amin ang aming
        kahilingan sa inyo na ipahayag sa
        amin ang panaginip ng hari."

Ipinaliwanag ni Daniel ang Panaginip ng Hari

[24] Pagkatapos, bumalik si Daniel kay Arioc na inutusan ng hari para patayin ang mga marurunong

na tao sa Babilonia. Sinabi ni Daniel sa kanya, "Huwag mo muna silang patayin; dalhin mo muna ako sa hari at ipapaliwanag ko ang kanyang panaginip."

[25] Kaya dali-daling dinala ni Arioc si Daniel sa hari. Sinabi ni Arioc, "Mahal na Hari, may nakita po akong bihag mula sa Juda na makapagpapaliwanag ng inyong panaginip." [26] Tinanong ng hari si Daniel na tinatawag ding Belteshazar, "Talaga bang mahuhulaan mo ang aking panaginip at maipapaliwanag ang kahulugan nito?" [27] Sumagot si Daniel, "Mahal na Hari, wala pong sinumang marunong katulad ng mga mangkukulam, engkantador, o manghuhula ang makakapagpaliwanag ng inyong panaginip. [28] Pero may Dios sa langit na naghahayag ng mga mahiwagang bagay. At inihayag niya sa inyo sa panaginip ang mangyayari sa hinaharap. Ngayon, sasabihin ko po sa inyo ang mga pangitaing nakita ninyo sa inyong panaginip.

[29] "Habang natutulog po kayo, Mahal na Hari, nanaginip kayo tungkol sa mga mangyayari sa hinaharap. Ipinapaalam ito sa inyo ng Dios na tagapagpahayag ng mga mahiwagang bagay. [30] At inihayag sa akin ng Dios ang inyong panaginip hindi dahil mas matalino ako kaysa sa iba kundi para maipaliwanag ko sa inyo at maintindihan n'yo ang gumugulo sa inyong isipan.

[31] "Ito po ang inyong panaginip: May nakita kayong malaking rebulto na nakakasilaw na nakatayo sa inyong harapan at nakakatakot tingnan. [32] Ang ulo nito ay purong ginto, ang mga bisig at dibdib ay pilak, ang tiyan at hita ay tanso. [33] Ang kanyang mga binti ay bakal at ang kanyang mga paa naman ay bakal at luwad.[c] [34] At habang tinitingnan n'yo po ang rebulto, may batong natipak na hindi kagagawan ng tao. Tumama ito sa mga paang bakal at luwad ng rebulto, at nawasak ang kanyang mga paa. [35] Agad namang nadurog ang buong rebulto na gawa sa bakal, luwad, tanso, pilak at ginto. At parang naging ipa sa giikan na ipinadpad ng hangin kung saan-saan. Pero ang batong bumagsak sa paa ng rebulto ay naging malaking bundok at pumuno sa buong mundo.

[36] "Iyan po ang panaginip n'yo, at ito naman ang kahulugan: [37] Mahal na Hari, kayo ang hari ng mga hari. Ginawa kayong hari ng Dios sa langit[d] at binigyan ng kapangyarihan, kalakasan, at karangalan. [38] Ipinasakop niya sa inyo ang mga tao, mga hayop at mga ibon sa lahat ng dako. Kayo ang sumisimbolo sa gintong ulo ng rebulto.

[39] "Ang susunod sa inyong kaharian ay mas mahina kaysa sa inyo. Pagkatapos, ang ikatlong kaharian ay sumisimbolo ng tansong bahagi ng rebulto, at ang kahariang ito ay maghahari sa buong mundo. [40] At ang ikaapat na kaharian ay kasintatag ng bakal. Kung paanong ang bakal ay dumudurog, ang kahariang ito ay dudurog din ng ibang mga kaharian. [41] Ang mga paa na yari sa bakal at luwad ay nangangahulugan ng mahahating kaharian. Pero mananatili itong malakas, dahil ikaw mismo ang nakakita na may halo itong bakal. [42] Ang mga daliring bakal at luwad na mga paa ay nangangahulugan na may bahagi ang kaharian na matibay at may bahaging mahina. [43] Ang pagsasama ng bakal at

---

a 12 marurunong: Mga taong katulad ng nabanggit sa talata 2.

b 18 Dios sa langit: o, Dios na nasa langit; o, Dios na lumikha ng langit; o, Dios na higit sa lahat.

c 33 luwad: sa Ingles, "clay."

d 37 Tingnan ang footnote sa talatang 18.

luwad ay nangangahulugang magkakaisa *ang mga pinuno ng mga kahariang ito* sa pamamagitan ng pag-aasawa ng magkaibang lahi. Pero hindi rin magtatagal ang kanilang pagkakaisa, katulad ng bakal at luwad na hindi maaaring paghaluin.

⁴⁴"Sa panahon ng mga haring ito, ang Dios sa langit ay magtatayo ng isang kaharian na hindi babagsak kailanman. Hindi ito matatalo ng alinmang kaharian, kundi wawasakin pa niya ang lahat ng kaharian at mananatili ito magpakailanman. ⁴⁵Katulad ito ng iyong nakitang tipak na bato mula sa bundok (na hindi kagagawan ng tao) na dumurog sa rebultong yari sa bakal, tanso, luwad, pilak at ginto.

"Mahal na Hari, ipinahayag po ng makapangyarihang Dios sa inyo kung ano ang mga mangyayari sa hinaharap. Iyon ang panaginip n'yo at ang kahulugan nito. Totoo po ang lahat ng sinabi ko."

⁴⁶Nagpatirapa si Haring Nebucadnezar upang parangalan si Daniel. Pagkatapos, nag-utos siyang maghandog at magsunog ng insenso kay Daniel. ⁴⁷Sinabi niya kay Daniel, "Dahil sa ipinahayag mo ang panaginip ko at ang kahulugan nito, totoo na ang iyong Dios ang pinakamakapangyarihan sa lahat ng dios. Siya ang *dapat kilalaning* Panginoon ng mga hari. At siya lamang ang nakakapagpahayag ng mga hiwaga."

⁴⁸Pagkatapos, binigyan ng hari si Daniel ng maraming magagandang regalo. Ginawa siyang tagapamahala ng buong lalawigan ng Babilonia at pinuno ng lahat ng marurunong doon. ⁴⁹Hiniling ni Daniel sa hari na italaga sina Shadrac, Meshac, at Abednego bilang katulong niya sa pamamahala ng lalawigan. Pumayag naman ang hari. At namalagi si Daniel sa palasyo ng hari.

Iniutos ni Nebucadnezar na Sambahin ang Rebulto

3 Nagpagawa si Haring Nebucadnezar ng rebultong ginto.ᵃ May 90 talampakan ang taas at 9 na talampakan ang lapad. Ipinatayo niya ito sa kapatagan ng Dura sa lalawigan ng Babilonia. ²⁻³Pagkatapos, ipinatawag ni Haring Nebucadnezar ang mga gobernador, mga mayor, mga komisyoner, mga tagapayo, mga ingat-yaman, mga hukom, at iba pang mga opisyal ng lalawigan para dumalo sa pagtatalaga ng nasabing rebulto. Nang naroon na sila nakatayo sa harap ng rebulto, ⁴sumigaw ang tagapagbalita, "Kayong mga nanggaling sa iba't ibang bansa, lahi, at wika, ⁵kapag narinig ninyo ang tunog ng tambuli, plauta, kudyapi, alpa, at iba pang mga instrumento, lumuhod kayo agad at sumamba sa rebultong itinayo ni Haring Nebucadnezar. ⁶Ang sinumang hindi sasamba ay agad na itatapon sa naglalagablab na hurno." ⁷Kaya nang marinig nila ang tunog ng mga instrumento, agad silang lumuhod at sumamba sa rebulto.

⁸Nang panahong iyon, may ilang taga-Babiloniaᵇ na lumapit sa hari at pinaratangan nila ang mga Judio. ⁹Sinabi nila kay Haring Nebucadnezar, "Nawa'y humaba pa ang inyong buhay, Mahal na Hari! ¹⁰Hindi ba't nag-utos po kayo na ang sinumang

makarinig ng tunog ng mga instrumento ay dapat lumuhod at sumamba sa gintong rebulto, ¹¹at ang hindi sasamba ay itatapon sa naglalagablab na hurno? ¹²Ngunit may ilang mga Judiong hindi sumusunod sa inyong utos. Sila po ay sina Shadrac, Meshac, at Abednego. Sila ang mga taong pinamamahala ninyo sa lalawigan ng Babilonia. Hindi nila iginagalang ang inyong mga dios, at hindi sila sumasamba sa gintong rebulto na ipinatayo ninyo."

¹³Nang marinig iyon ng hari, nagalit siya nang husto. Kaya ipinatawag niya sina Shadrac, Meshac, at Abednego. ¹⁴Nang dumating sila, tinanong sila ng hari, "Totoo bang hindi ninyo iginagalang ang aking mga dios at hindi kayo sumasamba sa rebultong ginto na ipinatayo ko? ¹⁵Ngayon, inuutusan ko kayong sumamba sa rebulto kapag narinig ninyo ang tunog ng mga instrumento. Dahil kung hindi, ipapatapon ko kayo sa naglalagablab na hurno. Tingnan natin kung may dios na makakapagligtas sa inyo."

¹⁶Sumagot silang tatlo, "Mahal na Hari, wala po kaming masasabi tungkol diyan. ¹⁷Kung talaga pong ganyan ang mangyayari, ililigtas kami ng Dios na aming pinaglilingkuran mula sa naglalagablab na hurno. Ililigtas niya kami mula sa inyong mga kamay. ¹⁸Pero kung hindi man niya kami iligtas, gusto naming malaman mo na hindi pa rin kami maglilingkod sa iyong mga dios o sasamba sa rebultong ginto na ipinatayo ninyo."

¹⁹Dahil sa sagot nilang iyon, lalo pang nagalit ang hari sa kanila, at kitang-kita ito sa kanyang mukha. Kaya iniutos niyang painitin pa ang hurno ng pitong ulit. ²⁰Pagkatapos ay inutusan niya ang kanyang pinakamalalakas na sundalo na gapusin sina Shadrac, Meshac at Abednego, at itapon sa naglalagablab na hurno. ²¹Kaya iginapos sila ng mga sundalo at itinapon sa hurno na hindi na inalis ang kanilang mga damit. ²²Dahil sa pinainit pang lalo ng hari ang hurno, namatay ang mga sundalong nagtapon sa kanila dahil sa lagablab ng apoy. ²³At silang tatlo na nakagapos ay bumagsak sa naglalagablab na hurno.

²⁴Habang nakatingin si Haring Nebucadnezar bigla siyang tumayo sa laki ng kanyang pagkamangha. Tinanong niya ang kanyang mga opisyal, "Hindi ba't tatlo lang ang itinapon sa apoy?" Sumagot sila, "Opo, Mahal na Hari." ²⁵Sinabi ng hari, "Tingnan ninyo! Apat na ang nakikita kong palakad-lakad sa gitna ng apoy. Hindi sila nakagapos at hindi sila nasusunog. At ang isa sa kanila ay parang dios."ᶜ

²⁶Kaya lumapit si Nebucadnezar sa pintuan ng naglalagablab na hurno at tinawag sila, "Shadrac, Meshac, at Abednego, mga lingkod ng Kataas-taasang Dios, lumabas kayo riyan. Halikayo rito." At lumabas silang tatlo mula sa hurno.

²⁷Pagkatapos, nagtipon sa kanila ang mga gobernador, mayor, komisyoner, at ang iba pang mga opisyal ng hari. At nakita nilang hindi man lang sila napinsala ng apoy, ni hindi nag-amoy usok ang kanilang buhok o damit.

²⁸Dahil dito, sinabi ng hari, "Purihin ang Dios nina Shadrac, Meshac, at Abednego. Nagsugo siya ng kanyang anghel para iligtas ang kanyang mga

---

ᵃ 1 *rebultong ginto:* Ang ibig sabihin, *rebultong binalutan ng ginto.*

ᵇ 8 *taga-Babilonia:* o, *mga astrologo.* Sa literal, *mga Caldeo.*

ᶜ 25 *dios:* o, *anghel.*

lingkod na nagtitiwala sa kanya. Hindi nila sinunod ang aking utos; minabuti pa nilang mapatapon sa apoy kaysa sumamba sa alinmang dios maliban sa kanilang Dios. [29] Kaya iniuutos ko na ang sinumang tao sa alinmang bansa, lahi, o wika na magsasalita ng masama laban sa Dios nina Shadrac, Meshac, at Abednego ay pagpuputol-putulin ang katawan at wawasakin ang kanilang mga bahay. Sapagkat walang dios na makapagliligtas katulad ng kanilang Dios."

[30] At binigyan ng hari sina Shadrac, Meshac at Abednego ng mas mataas pang tungkulin sa lalawigan ng Babilonia.

Ang Pangalawang Panaginip ni Nebucadnezar

4 *Gumawa* si Haring Nebucadnezar *ng isang mensahe* para sa lahat ng tao sa iba't ibang bansa, lahi, at wika sa buong mundo. *Ito ang nakasulat:*
"Sumainyo nawa ang mabuting kalagayan.

[2] "Nais kong ipaalam sa inyo ang mga himala at kababalaghang ginawa sa akin ng Kataas-taasang Dios.

[3] Kamangha-mangha at makapangyarihan ang
    mga himalang ipinakita ng Dios.
Ang paghahari niya ay walang hanggan.

[4] "Ang aking kalagayan dito sa palasyo ay mabuti at namumuhay ako sa kasaganaan. [5] Pero nagkaroon ako ng nakakatakot na panaginip at pangitain na bumabagabag sa akin. [6] Kaya iniutos ko na dalhin sa akin ang lahat ng marurunong sa Babilonia para ipaliwanag sa akin ang kahulugan ng aking panaginip. [7] Nang dumating ang mga salamangkero, manghuhula at mga astrologo,[a] sinabi ko sa kanila ang panaginip ko, pero hindi nila maipaliwanag ang kahulugan nito.

[8] "Nang bandang huli, lumapit sa akin si Daniel. (Pinangalanan siyang Belteshazar na pangalan din ng aking dios. Nasa kanya ang espiritu ng banal na mga dios.)[b] Isinalaysay ko sa kanya ang aking panaginip. [9] Sinabi ko, 'Belteshazar, pinuno ng mga salamangkero, alam kong nasa iyo ang espiritu ng mga dios at nauunawaan mo agad ang kahulugan ng mga hiwaga. Sabihin mo sa akin ang kahulugan ng mga pangitaing nakita ko sa aking panaginip. [10] Ito ang mga pangitaing nakita ko habang natutulog ako: Nakita ko ang isang napakataas na punongkahoy sa gitna ng mundo. [11] Lumaki at tumaas ito hanggang sa langit kaya kitang-kita ito kahit saang bahagi ng mundo. [12] Mayabong ang kanyang mga dahon at marami ang kanyang bunga na maaaring kainin ng lahat. Ang mga hayop ay sumisilong dito at ang mga ibon ay namumugad sa kanyang mga sanga. At dito kumukuha ng pagkain ang lahat ng nilalang.'

[13] "Nakita ko rin sa panaginip ang isang anghel[c] na bumaba mula sa langit. [14] Sumigaw siya, 'Putulin ninyo ang punongkahoy na iyan at ang mga sanga nito. Alisin ang mga dahon nito at itapon ang mga bunga. Bugawin ninyo ang mga hayop na sumisilong at ang mga ibon na namumugad sa mga

sanga nito. [15] Pero hayaan ninyo ang tuod sa gitna ng kaparangan para maging talian ng bakal at tanso.'

"*Ang taong sinisimbolo ng punong iyon ay laging* mababasa ng hamog at kakain ng damo kasama ng mga hayop. [16] Sa loob ng pitong taon ay mawawala siya sa katinuan at magiging isip-hayop. [17] Ito ang hatol na sinabi ng anghel para malaman ng lahat na ang Kataas-taasang *Dios* ang siyang may kapangyarihan sa kaharian ng mga tao. At maaari niyang ipasakop ang mga ito kahit kanino niya gustuhin, kahit na sa pinakaabang tao.'

[18] "Ito ang panaginip ko, Belteshazar. Sabihin mo sa akin ang kahulugan nito dahil wala ni isa man sa mga marunong sa aking kaharian ang makapagpaliwanag sa akin ng kahulugan nito. Pero maipapaliwanag mo ito sapagkat nasa iyo ang espiritu ng mga dios."[d]

Ipinaliwanag ni Daniel ang Kahulugan ng Panaginip

[19] Nabagabag at natakot si Daniel (na tinatawag ding Belteshazar) *nang marinig niya ito.* Kaya sinabi sa kanya ng hari, "Belteshazar, huwag kang mabagabag sa panaginip ko at sa kahulugan nito." Sumagot si Belteshazar, "Mahal na Hari, sana ang iyong panaginip at ang kahulugan nito ay sa inyong mga kaaway mangyari at hindi sa iyo. [20] Ang napanaginipan ninyong punongkahoy na lumaki at tumaas hanggang langit na kitang-kita sa buong mundo, [21] na may mayayabong na dahon at maraming bunga na maaaring kainin ng lahat, sinisilungan ng mga hayop at pinamumugaran ng mga ibon ang mga sanga, [22] ay walang iba kundi kayo, Mahal na Hari. Sapagkat kayo po ay naging makapangyarihan; ang kapangyarihan n'yo ay abot hanggang langit,[e] at ang inyong nasasakupan ay umabot sa iba't ibang dako ng mundo."

[23] *Sinabi pa ni Daniel,* "Nakita n'yo rin, Mahal na Hari, ang isang anghel na bumaba mula sa langit na sumisigaw, 'Putulin ninyo ang punongkahoy pero hayaan ninyo ang tuod nito sa lupa na natatalian ng bakal at tanso. Hayaang mabasa ng hamog at kakain kasama ng mga hayop sa gubat sa loob ng pitong taon.'

[24] "Mahal na Hari, ito po ang ibig sabihin ng pangitaing niloob ng Kataas-taasan *na Dios* na mangyari sa inyo: [25] Itataboy kayo at ilalayo sa mga tao at maninirahan kayong kasama ng mga hayop sa gubat. Kakain kayo ng damo tulad ng baka at *palagi* kayong mababasa ng hamog. Pagkatapos ng pitong taon, kikilalanin n'yo ang Kataas-taasang *Dios* na siyang may kapangyarihan sa mga kaharian ng mga tao at maaari niyang ipasakop ang mga ito kahit kanino niya gustuhin. [26] Tungkol naman po sa sinabi ng anghel na hayaan lang ang tuod, ang ibig sabihin noon ay ibabalik sa inyo ang kaharian n'yo kung kikilalanin n'yo na ang Dios ang siyang naghahari sa lahat. [27] Kaya Mahal na Hari, pakinggan n'yo po ang payo ko: Tigilan n'yo na po ang inyong kasamaan, gumawa kayo ng matuwid at maging maawain sa mga dukha. Kung gagawin n'yo po ito, baka sakaling manatili kayong maunlad."

---

a 7 astrologo: sa literal, *Caldeo.*

b 8 mga dios: o, *dios;* maaari ring, *Dios.*

c 13 anghel: sa literal, *banal na tagapagbantay.*

d 18 mga dios: o, *dios;* maaari ring, *Dios.*

e 22 kapangyarihan…langit: Maaaring ang ibig sabihin, gusto ni Nebucadnezar na humigit pa sa kapangyarihan ng Dios.

DANIEL 4

²⁸ Ang lahat ng ito'y nangyari sa buhay ni Haring Nebucadnezar. ²⁹ Pagkalipas ng isang taon *mula nang ipaliwanag ni Daniel ang kahulugan ng kanyang panaginip, ganito ang nangyari:*

Habang namamasyal si Haring Nebucadnezar sa bubong ng kanyang palasyo sa Babilonia ³⁰ sinabi niya, "Talagang makapangyarihan ang Babilonia, ang itinayo kong maharlikang bayan sa pamamagitan ng aking kapangyarihan at para sa aking karangalan."

³¹ Hindi pa siya halos natatapos sa pagsasalita, may tinig mula sa langit na nagsabi, "Haring Nebucadnezar, makinig ka: Binabawi ko na sa iyo ang iyong kapangyarihan bilang hari. ³² Itataboy ka mula sa mga tao at maninirahan kang kasama ng mga hayop sa gubat. Kakain ka ng damo na parang baka. Pagkatapos ng pitong taon ay kikilalanin mo ang Kataas-taasang *Dios* na siyang may kapangyarihan sa mga kaharian ng mga tao at maaari niyang ipasakop ang mga ito kahit kanino niya gustuhin."

³³ Nangyari nga agad kay Nebucadnezar ang sinabi ng tinig. Itinaboy siya mula sa mga tao at kumain ng damo na parang baka. *Palaging* basa ng hamog ang kanyang katawan, at humaba ang kanyang buhok na parang balahibo ng agila at ang kanyang kuko ay parang kuko ng ibon.

³⁴ "Pagkatapos ng pitong taon, ako, si Nebucadnezar ay lumapit sa Dios^a at nanumbalik ang matino kong pag-iisip. Kaya pinuri ko at pinarangalan ang Kataas-taasang *Dios* na buhay magpakailanman. *Sinabi ko,*

'Ang paghahari niya ay walang katapusan.
³⁵ Balewala ang mga tao sa mundo kung
    ikukumpara sa kanya.
Ginagawa niya ang nais niya sa mga anghel
    sa langit at sa mga tao sa lupa.
Walang makakatutol o makakahadlang sa
    kanya.'

³⁶ "Nang manumbalik na ang aking katinuan, ibinalik din sa akin ang karangalan at kapangyarihan bilang hari. Muli akong tinanggap ng aking mga opisyal at mga tagapayo, at ako'y naging mas makapangyarihan kaysa dati. ³⁷ Kaya ngayon, pinupuri ko't pinararangalan ang Hari ng langit, dahil matuwid at tama niyang ginagawa at ibinabagsak niya ang mga mapagmataas."

Ang Piging ni Belshazar

5 ¹⁻³ Noong si Belshazar ang hari *ng Babilonia*, naghanda siya ng malaking piging para sa kanyang 1,000 marangal na mga bisita. Habang nag-iinuman sila, ipinakuha ni Belshazar ang mga tasang ginto at pilak na kinuha ng ama niyang si Nebucadnezar sa templo ng Dios sa Jerusalem. Ipinakuha niya ang mga ito para gamitin nila ng kanyang mga marangal na mga bisita, ng kanyang mga asawa, at ng iba pa niyang mga asawang alipin. Nang madala na sa kanya ang mga tasa, ginamit nila ito para inuman. ⁴ At habang sila'y nag-iinuman, pinupuri nila ang kanilang mga dios na gawa sa ginto, pilak, tanso, bakal, kahoy, at bato.

⁵ Walang anu-ano'y may nakitang kamay ng hari na sumusulat sa pader ng palasyo malapit sa ilawan. ⁶ Dahil dito, nanginig at namutla ang hari sa tindi ng takot. ⁷ Kaya sumigaw siya na ipatawag ang marurunong sa Babilonia: ang mga salamangkero, mga astrologo,^b at mga manghuhula.

Nang dumating sila, sinabi niya sa kanila, "Ang sinumang makabasa ng nakasulat na iyan at makapagpaliwanag ng kahulugan ay bibihisan ko ng maharlikang damit at pasusuotan ko ng gintong kwintas. At siya'y magiging pangatlong pinakamataas na pinuno sa aking kaharian."

⁸ Lumapit ang mga marurunong upang basahin ang nakasulat sa pader. Pero hindi nila kayang basahin o maipaliwanag sa hari ang kahulugan nito. ⁹ Kaya lalong natakot at namutla si Haring Belshazar. Litong-lito naman ang isip ng kanyang marangal na mga bisita.

¹⁰ Nang marinig ng reyna^c ang kanilang pagkakagulo, lumapit siya sa kanila at sinabi, "Mabuhay ang Mahal na Hari! Huwag kang matakot o mag-alala, ¹¹ dahil may isang tao sa iyong kaharian na nasa kanya ang espiritu ng banal na mga dios.^d Noong panahon ng iyong amang si Haring Nebucadnezar, ang taong ito ay nagpamalas ng kanyang karunungan tulad sa karunungan ng mga dios. Ginawa siya ng iyong ama na pinuno ng mga salamangkero, engkantador, manghuhula, at mga astrologo. ¹² Siya ay si Daniel na pinangalanan ng hari na Belteshazar. May pambihira siyang kakayahan at karunungan. Marunong siyang magbigay-kahulugan sa mga panaginip, magpaliwanag ng mga bugtong, at lumutas ng mahihirap na mga problema. Kaya ipatawag mo siya at ipapaliwanag niya ang kahulugan ng nakasulat na iyon sa pader."

¹³ Kaya ipinatawag si Daniel. At nang siya'y dumating, sinabi sa kanya ng hari, "Ikaw pala si Daniel na isa sa mga bihag na Judio na dinala rito ng aking ama mula sa Juda. ¹⁴ Nabalitaan kong ang espiritu ng mga dios ay nasa iyo at mayroon kang pambihirang kakayahan at karunungan. ¹⁵ Ipinatawag ko na ang marurunong, pati na ang mga engkantador, para ipabasa at ipaliwanag ang kahulugan ng nakasulat *na iyon sa pader*, pero hindi nila ito nagawa. ¹⁶ Nabalitaan kong marunong kang magpaliwanag ng kahulugan ng mga pangyayari at kaya mo ring lutasin ang mabibigat na mga problema. Kung mababasa mo at maipapaliwanag ang kahulugan ng nakasulat na iyan, pabibihisan kita ng maharlikang damit at pasusuotan ng gintong kwintas. At gagawin kitang pangatlong pinakamataas na pinuno sa aking kaharian."

¹⁷ Sumagot si Daniel, "Mahal na Hari, huwag na po ninyo akong bigyan ng regalo; ibigay n'yo na lamang sa iba. Pero babasahin ko pa rin para sa inyo ang nakasulat sa pader at ipapaliwanag ko ang kahulugan nito.

¹⁸ "Mahal na Hari, ang inyong amang si Nebucadnezar ay ginawang hari ng Kataas-taasang Dios. Naging makapangyarihan siya at pinarangalan. ¹⁹ Dahil sa kapangyarihang ibinigay ng Dios sa kanya, ang mga tao sa iba't ibang bansa, lahi at wika ay natakot sa kanya. Nagagawa niyang

---

^a 34 *lumapit sa Dios:* sa literal, *tumingala sa langit.*

^b 7 *astrologo:* sa literal, *mga Caldeo.*

^c 10 *reyna:* o, *reyna na ina ng hari.*

^d 11 *mga dios:* Tingnan ang "footnote" sa 4:8.

patayin ang sinumang gusto niyang patayin. At nagagawa rin niyang huwag patayin ang gusto niyang huwag patayin. Itinataas niya sa tungkulin ang gusto niyang itaas, at ibinababa niya sa tungkulin ang gusto niyang ibaba. ²⁰ Pero siya ay naging mayabang at nagmataas, kaya pinaalis siya sa kanyang tungkulin bilang hari, ²¹ at itinaboy mula sa mga tao. Naging isip-hayop siya. Tumira siya kasama ng mga asnong-gubat at kumain ng damo na parang baka. *Palaging* basa ng hamog ang kanyang katawan. Ganoon ang kanyang kalagayan hanggang kilalanin niya na ang Kataas-taasang Dios ang siyang may kapangyarihan sa mga kaharian ng mga tao at maaari niyang ipasakop ang mga ito kahit kanino niya gustuhin.

²² "At ikaw, *Haring* Belshazar na anak niya, kahit na alam mo ang lahat ng ito, hindi ka pa rin nagpakumbaba, ²³ sa halip itinuring mong mas mataas ka kaysa sa Panginoon. Ipinakuha mo ang mga tasang mula sa templo ng Dios at ginamit ninyong inuman ng iyong marangal na mga bisita, mga asawa, at iba pang mga asawang alipin. Maliban diyan, sumamba ka pa sa mga dios-diosang gawa sa pilak, ginto, tanso, bakal, kahoy, at bato. Ito'y mga dios na hindi nakakakita, hindi nakakarinig, at hindi nakakaunawa. Ngunit hindi mo man lang pinuri ang Dios na siyang may hawak ng iyong buhay at nakakaalam ng iyong landas na dadaanan. ²⁴⁻²⁵ Kaya ipinadala niya ang kamay na iyon para isulat ang mga katagang ito:

"Mene, Mene, Tekel, Parsin. ²⁶ Ang ibig sabihin nito:

Ang Mene ay nangangahulugan na bilang na ng Dios ang natitirang araw ng paghahari mo, dahil wawakasan na niya ito.
²⁷ Ang Tekel ay nangangahulugan na tinimbang ka *ng Dios* at napatunayang ikaw ay nagkulang.
²⁸ Ang Parsin[a] ay nangangahulugan na ang kaharian mo'y mahahati at ibibigay sa Media at Persia."

²⁹ *Pagkatapos magsalita ni Daniel,* iniutos ni *Haring* Belshazar na bihisan si Daniel ng maharlikang damit at suotan ng gintong kwintas. At ipinahayag ng hari na siya ay magiging pangatlong pinakamataas na pinuno sa kaharian *ng Babilonia.* ³⁰ Nang gabi ring iyon, pinatay si Belshazar na hari ng mga taga-Babilonia.[b] ³¹ At si Darius na taga-Media ang pumalit sa kanya, na noon ay 62 taong gulang na.

Inihulog si Daniel sa Kulungan ng mga Leon

6 Pumili si *Haring* Darius ng 120 gobernador para mamahala sa kanyang buong kaharian. ² Ang mga gobernador na ito'y nasa ilalim ng pamamahala ng tatlong administrador, at isa sa kanila ay si Daniel. Ginawa ito para hindi mahirapan sa pamamahala ang hari. ³ Si Daniel ang natatangi sa kanilang lahat dahil sa kanyang pambihirang kakayahan, kaya

binalak ng hari na siya ang gawing tagapamahala ng buong kaharian. ⁴ Dahil dito, ang dalawa pang kasama niyang administrador at mga gobernador ay naghanap ng kamalian sa pamamahala ni Daniel para paratangan siya. Pero wala silang makita, dahil si Daniel ay tapat sa kanyang tungkulin at maaasahan. ⁵ Kaya sinabi nila, "Wala tayong maipaparatang sa kanya maliban kung hahanap tayo ng kasalanan na may kaugnayan sa Kautusan ng kanyang Dios."

⁶ Kaya pumunta sila sa hari at sinabi, "Mahal na Hari! ⁷ Kaming mga administrador, mayor, gobernador, tagapayo, at mga komisyoner ng inyong kaharian ay nagkasundong hilingin sa inyo na gumawa ng kautusan na sa loob ng 30 araw ay walang mananalangin sa sinumang dios o tao maliban sa inyo. At dapat itong sundin, dahil ang sinumang susuway sa utos na ito ay itatapon sa kulungan ng mga leon. ⁸ Kaya Mahal na Hari, magpalabas na po kayo ng ganoong kautusan. *Ipasulat n'yo po* at lagdaan para hindi na mabago o mapawalang-bisa ayon sa kautusan ng *ating kahariang* Media at Persia."

⁹ Pumayag si Haring Darius, kaya nilagdaan niya ang kautusang iyon. ¹⁰ Nang malaman ni Daniel na lumagda ang hari, umuwi siya at pumunta sa kanyang silid na nasa itaas na bahagi ng bahay, kung saan nakabukas ang bintana na nakaharap sa Jerusalem. Doon lumuhod siya, nanalangin at nagpasalamat sa kanyang Dios, tatlong beses sa isang araw, ayon sa kanyang nakaugalian. ¹¹ Pero sinusubaybayan pala siya ng mga opisyal na kumakalaban sa kanya, at nakita nila siyang nananalangin at nagpupuri sa kanyang Dios. ¹² Kaya pumunta sila sa hari at sinabi ang paglabag ni Daniel sa kautusan. Sinabi nila sa hari, "Mahal na Hari, hindi ba't lumagda kayo ng kautusan na sa loob ng 30 araw ay walang mananalangin sa alin mang dios o tao maliban sa inyo? At ang sinumang lumabag sa kautusang iyon ay ihuhulog sa kulungan ng mga leon?"

Sumagot ang hari, "Totoo iyon, at hindi na iyon mababago o mapapawalang-bisa ayon sa kautusan ng *ating kahariang* Media at Persia."

¹³ Sinabi nila sa hari, "Si Daniel na isa sa mga bihag mula sa Juda ay hindi sumusunod sa inyong utos. Nananalangin siya sa kanyang Dios na tatlong beses sa isang araw." ¹⁴ Nang marinig ito ng hari, nabalisa siya ng sobra. Nais niyang tulungan si Daniel, kaya buong maghapon siyang nag-isip at naghanap ng paraan para mailigtas si Daniel.

¹⁵ Nagtipong *muli* ang mga opisyal ng hari at sinabi, "Mahal na Hari, alam n'yo naman na ayon sa kautusan ng Media at Persia, kapag nagpalabas ang hari ng kautusan ay hindi na ito maaaring baguhin."

¹⁶ Kaya iniutos ng hari na hulihin si Daniel at ihulog sa kulungan ng mga leon. Sinabi ng hari kay Daniel, "Iligtas ka nawa ng iyong Dios na patuloy mong pinaglilingkuran."

¹⁷ Pagkatapos, tinakpan ng isang malaking bato ang kulungan *na pinaghulugan kay Daniel,* at tinatakan ng singsing ng hari at ng singsing ng mga marangal na kaharian para walang sinumang magbukas nito. ¹⁸ Pagkatapos ay umuwi si Haring Darius sa palasyo niya. Hindi siya kumain ng gabing iyon at hindi rin humiling na siya ay aliwin. At hindi siya makatulog.

a 28 *Parsin:* Sa tekstong Aramico, *Peres.* Ang Peres ay "singular" ng Parsin.
b 30 *taga-Babilonia:* sa literal, *Caldeo.* Ito rin ang tawag sa mga taga-Babilonia.

¹⁹Kinaumagahan, nagbubukang-liwayway pa lamang ay nagmamadaling pumunta ang hari sa kulungan ng mga leon. ²⁰Pagdating niya roon, malungkot siyang tumawag, "Daniel, lingkod ng buhay na Dios, iniligtas ka ba sa mga leon ng iyong Dios na patuloy mong pinaglilingkuran?" ²¹Sumagot si Daniel, "Mahal na Hari! ²²Hindi ako sinaktan ng mga leon, dahil nagpadala ang Dios ng kanyang mga anghel para itikom ang mga bibig ng mga leon. Ginawa ito ng Dios dahil alam niyang matuwid ang aking buhay at wala akong ginawang kasalanan sa inyo." ²³*Nang marinig iyon ng hari*, nagalak siya at nag-utos na kunin si Daniel sa kulungan. Nang nakuha na si Daniel, wala silang nakitang kahit galos man lamang sa kanyang katawan, dahil nagtiwala siya sa Dios.

²⁴Nag-utos ang hari na ang lahat ng nagparatang kay Daniel ay hulihin at ihulog sa kulungan ng mga leon pati ang kanilang asawa't mga anak. Hindi pa sila nakakarating sa ilalim ng kulungan, agad silang sinakmal ng mga leon at nilapa.

²⁵Pagkatapos ay sumulat si Haring Darius sa lahat ng tao sa iba't ibang bansa, lahi at wika sa mundo. *Ito ang nakasulat:*

"Nawa'y nasa mabuti kayong kalagayan.
²⁶"Ihiuutos ko sa lahat ng tao na nasasakupan ng aking kaharian na matakot at gumalang sa Dios ni Daniel.

Sapagkat siya ang buhay na Dios at
nabubuhay magpakailanman.
Ang paghahari niya ay walang hanggan,
at walang makakapagbagsak nito.
²⁷Nagliligtas siya at gumagawa ng mga himala
at kababalaghan sa langit at dito sa
lupa.
Iniligtas niya si Daniel mula sa mga leon."

²⁸Naging maunlad ang buhay ni Daniel sa panahon ng paghahari ni Darius at sa panahon ng paghahari ni Cyrus na taga-Persia.

Ang Panaginip ni Daniel tungkol sa Apat na Hayop

7 Noong unang taon ng paghahari ni Belshazar sa Babilonia, nagkaroon ng mga pangitain si Daniel sa kanyang panaginip. Ito ang panaginip na kanyang isinulat:

²"Isang gabi, may nakita akong pangitain ng isang malawak na dagat na hinahampas ng malakas na hangin mula sa apat na direksyon. ³Mula sa dagat ay biglang lumitaw ang apat na magkakaibang hayop.

⁴"Ang unang hayop ay parang leon, pero may pakpak ng agila. Kitang-kita kong pinutol ang kanyang pakpak. Pinatayo siya na parang tao at binigyan ng kaisipang tulad ng sa tao.

⁵"Ang pangalawang hayop ay parang oso. Nakatayo siya sa dalawang hulihang paa*ᵃ* at may kagat siyang tatlong tadyang. May tinig na nagsabi sa kanya, 'Sige, magpakasawa ka sa karne.'

⁶"Ang pangatlong hayop ay parang leopardo. Mayroon itong apat na pakpak sa likod at may

apat na ulo. Binigyan siya ng kapangyarihan upang mamahala.

⁷"Nang gabi ring iyon, nakita ko sa aking pangitain ang ikaapat na hayop. Nakakatakot itong tingnan at napakalakas. Sa pamamagitan ng kanyang malalaking ngiping bakal sinasakmal niya't niluluray ang kanyang mga biktima, at kapag may natitira pa ay tinatapak-tapakan niya. Kakaiba ito sa tatlong hayop, at sampu ang kanyang sungay.

⁸"Habang tinitingnan ko ang mga sungay, nakita kong tumubo ang munting sungay at nabunot ang tatlong sungay. Ang sungay na ito ay may mata na tulad ng tao at may bibig na nagsasalita ng kayabangan.

⁹"Pagkatapos ay nakita kong may mga tronong inilagay, at umupo *sa kanyang trono* ang *Dios na* Nabubuhay Magpakailanman. Nakakasilaw ang kanyang damit at buhok dahil sa kaputian. Nagliliyab ang kanyang tronong may mga gulong. ¹⁰At mula sa kanya ay umaagos ang apoy. Milyon-milyon ang mga naglilingkod sa kanya. Handa na siyang humatol, kaya binuksan ang mga aklat.

¹¹"Patuloy kong tinitingnan ang sungay dahil sa naririnig kong pagyayabang nito, hanggang sa nakita kong pinatay ang ikaapat na hayop. Inihagis siya sa apoy at nasunog ang kanyang katawan. ¹²At ang natitirang tatlong hayop ay inalisan ng kapangyarihan, pero hinayaang mabuhay nang maigsing panahon.

¹³"Pagkatapos, nakita ko ang parang tao*ᵇ* na pinaliligiran ng ulap. Lumapit siya sa *Dios na* Nabubuhay Magpakailanman. ¹⁴Pinarangalan siya at binigyan ng kapangyarihang maghari, at naglingkod sa kanya ang lahat ng tao sa iba't ibang bansa, lahi, at wika. Ang paghahari niya ay walang hanggan. At walang makakapagpabagsak ng kaharian niya.

Ang Kahulugan ng Panaginip

¹⁵"Nabagabag ako sa aking nakita. ¹⁶Kaya lumapit ako sa isang nakatayo roon at nagtanong kung ano ang ibig sabihin ng nakita kong iyon. ¹⁷Sinabi niya, 'Ang apat na hayop ay nangangahulugan ng apat na haring maghahari sa mundo. ¹⁸Pero ang mga banal*ᶜ* ng Kataas-taasang *Dios* ang siyang bibigyan ng kapangyarihang maghari magpakailanman.'

¹⁹"Tinanong ko pa siya kung ano ang ibig sabihin ng ikaapat na hayop na ibang-iba sa tatlo. Nakakatakot itong tingnan; ang mga ngipin ay bakal at ang mga kuko ay tanso. Sinasakmal niya at niluluray ang kanyang mga biktima, at kung may matitira ay kanyang tinatapak-tapakan. ²⁰Tinanong ko rin siya kung ano ang kahulugan ng sampung sungay na hayop at ng isa pang sungay na tumubo at nagtanggal ng tatlong sungay. Ang sungay na ito ay may mga mata at may bibig na nagyayabang, at kung titingnan ay mas makapangyarihan siya kaysa sa ibang sungay. ²¹Nakita kong ang sungay na ito ay nakikipaglaban sa mga banal ng Dios, at nananalo siya. ²²Pagkatapos, dumating ang Nabubuhay Magpakailanman, ang Kataas-taasang

---

a 5 Nakatayo…paa: o, *Mas mataas ang bahagi ng kanyang kalahating katawan.*

b 13 parang tao: sa literal, *parang anak ng tao.*

c 18 mga banal: Maaaring ang ibig sabihin ay mga anghel o/at mga mamamayan ng Dios.

Dios, at humatol panig sa kanyang mga banal. At dumating ang panahon ng paghahari ng mga banal.

²³ "Narito ang kanyang paliwanag sa akin: Ang ikaapat na hayop ay ang ikaapat na kaharian dito sa mundo na kakaiba kaysa sa ibang kaharian. Lulusubin nito at wawasakin ang buong mundo. ²⁴ Ang sampung sungay ay ang sampung hari na maghahari sa kahariang iyon. Papalit sa kanila ang isang hari na iba kaysa sa kanila at ibabagsak niya ang tatlong hari. ²⁵ Magsasalita siya laban sa Kataas-taasang *Dios*, at uusigin niya ang mga banal ng Dios. Sisikapin niyang baguhin ang mga pista*ᵃ* at Kautusan. Ipapasakop sa kanya ang mga banal ng Dios sa loob ng tatlo't kalahating taon. ²⁶ Pero hahatulan siya, kukunin ang kanyang kapangyarihan, at lilipulin nang lubos. ²⁷ At pagkatapos ay ibibigay sa banal na mga mamamayan ng Kataas-taasang *Dios* ang pamamahala at kapangyarihan sa mga kaharian ng buong mundo. Kaya maghahari sila magpakailanman, at ang lahat ng kaharian*ᵇ* ay magpapasakop sa kanila.

²⁸ "Iyon ang panaginip ko. Nabagabag ako at namutla *sa takot*. Pero hindi ko ito sinabi kahit kanino."

Ang Pangitain ni Daniel Tungkol sa Tupa at Kambing

8 Nang ikatlong taon ng paghahari ni Belshazar, muli akong nagkaroon ng pangitain. ² Sa pangitain ko, nakita kong nakatayo ako sa pampang ng Ilog ng Ulai, sa napapaderang lungsod ng Susa sa lalawigan ng Elam. ³ May nakita akong barakong tupa na nakatayo sa tabi ng ilog. Mayroon itong dalawang mahahabang sungay, pero mas mahaba ang isang sungay nito kaysa sa isa kahit na huli itong tumubo. ⁴ Nakita kong nanunuwag ito kahit saan mang lugar. Walang ibang hayop na makapigil sa kanya at wala ring makatakas sa kanya. Nagagawa niya ang gusto niyang gawin, kaya naging makapangyarihan siya.

⁵ Habang ito'y tinitingnan ko, biglang dumating ang isang kambing mula sa kanluran. Umikot ito sa buong mundo na hindi sumasayad ang paa sa lupa *sa sobrang bilis*. Mayroon siyang kaaibang sungay sa gitna ng kanyang mga mata. ⁶ Sinugod niya nang buong lakas ang tupang may dalawang sungay na nakita kong nakatayo sa pampang ng ilog. ⁷ Sa matinding galit, hindi niya tinigilan ng pagsuwag ang tupa hanggang sa naputol ang dalawang sungay nito. Hindi na makalaban ang tupa, kaya nabuwal ito at tinapak-tapakan ng kambing. Walang sumaklolo sa kanya. ⁸ Naging makapangyarihan pa ang kambing. Pero nang nasa sukdulan na ang kapangyarihan niya, nabali ang kanyang sungay. Kapalit nito ay may tumubong apat na pambihirang sungay na nakatutok sa apat na direksyon ng mundo.

⁹ Ang isa sa kanila ay tinubuan ng isang maliit na sungay. Naging makapangyarihan itong sungay sa timog at sa silangan hanggang sa magandang lupain ng Israel. ¹⁰ Lalo pa siyang naging makapangyarihan hanggang sa kalangitan, at pinabagsak niya sa lupa ang ilang mga nilalang sa langit at mga bituin, at tinapak-tapakan niya ang mga iyon. ¹¹ Itinuring niya

ang kanyang sarili na higit na makapangyarihan kaysa sa Pinuno ng mga nilalang sa langit. Pinatigil niya ang araw-araw na paghahandog sa *templo ng* Dios, at nilapastangan niya ang templo. ¹² Sa ginawa niyang iyon, ipinasakop sa kanya ang mga nilalang sa langit at ang araw-araw na paghahandog. Binalewala niya ang katotohanan, at nagtagumpay siya sa kanyang mga ginawa.

¹³ Narinig kong nag-uusap ang dalawang anghel. Ang isang anghel ay nagtatanong sa isa, "Hanggang kailan kaya tatagal ang mga pangyayaring ito na nasa pangitain? Ang *pagpapatigil sa* araw-araw na paghahandog, ang paglapastangan sa templo na magiging dahilan para pabayaan ito, at ang pagyurak sa mga nilalang sa langit?" ¹⁴ Sumagot ang isa, "Ito'y mangyayari sa loob ng 2,300 umaga at hapon,*ᶜ* at pagkatapos ay lilinisin ang templo."

Ipinaliwanag ni Gabriel ang Kahulugan ng Pangitain

¹⁵ Habang nakatingin ako sa pangitaing iyon at nag-iisip kung ano ang kahulugan noon, biglang tumayo sa harap ko ang parang tao. ¹⁶ Pagkatapos, may narinig akong tinig ng tao mula sa Ilog ng Ulai na nagsabi, "Gabriel, ipaliwanag mo sa kanya ang kahulugan ng pangitain."

¹⁷ Nang lumapit si Gabriel sa akin, nagpatirapa ako sa takot. Sinabi niya sa akin, "Anak ng tao, dapat mong maintindihan na ang iyong pangitain ay tungkol sa katapusan ng panahon." ¹⁸ Habang nakikipag-usap siya sa akin, nawalan ako ng malay at napadapa sa lupa. Pero hinawakan niya ako at ibinangon. ¹⁹ Sinabi niya, "Sasabihin ko sa iyo kung ano ang mangyayari sa hinaharap kapag ibinuhos na ng Dios ang kanyang galit, dahil naitakda na ang katapusan ng panahon. ²⁰ Ang tupang may dalawang sungay ay ang kaharian ng Media at Persia. ²¹ Ang kambing naman ay ang kaharian ng Grecia, at ang malaking sungay sa gitna ng kanyang mga mata ay ang unang hari. ²² Ang apat na sungay na tumubo pagkatapos maputol ang unang sungay ay ang apat na kaharian ng Grecia nang magkahati-hati ito. Pero ang kanilang mga hari ay hindi magiging makapangyarihan na tulad noong una.

²³ "Sa mga huling araw ng kanilang paghahari, sa panahong sukdulan na ang kanilang kasamaan, maghahari ang isang malupit at tusong hari. ²⁴ Siya'y magiging makapangyarihan, pero hindi tulad ng haring nauna sa kanya.*ᵈ* Magtataka ang mga tao sa gagawin niyang panlilipol, at magtatagumpay siya sa anumang gagawin niya. Lilipulin niya ang mga makapangyarihang tao at ang mga hinirang na mga mamamayan ng Dios. ²⁵ Dahil sa kanyang kakayahan, magtatagumpay siya sa kanyang pandaraya. Ipagmamalaki niya ang kanyang sarili, at maraming tao ang kanyang papatayin ng walang anumang babala. Lalabanan niya pati ang Pinuno ng mga pinuno. Pero lilipulin siya hindi sa kapangyarihan ng tao *kundi sa kapangyarihan ng Dios.*

---

a 25 pista: sa literal, *panahon.*

b 27 kaharian: o, *pinuno.*

c 14 2,300 umaga at hapon: Ang 2,300 ay maaaring ang lahat ng handog na pang-umaga at panghapon sa loob ng 1,150 araw. (Tingnan din ang Ezra 3:3 tungkol sa handog na ito.) Ang handog na panghapon ay inihahandog sa paglubog ng araw.

d 24 pero hindi…sa kanya: o, *pero hindi sa pamamagitan ng sarili niyang kapangyarihan.*

²⁶"Ang pangitaing nakita mo tungkol sa *pagpapatigil ng* pang-umaga at panghapon*ᵃ na paghahandog* ay totoo. Pero huwag mo munang ihayag ito dahil matatagalan pa bago ito maganap."

²⁷ *Pagkatapos noon,* akong si Daniel ay nanghina at nagkasakit nang ilang araw. Nang gumaling ako, bumalik ako sa trabaho na ibinigay sa akin ng hari. Pero patuloy ko pa ring iniisip ang pangitaing iyon na hindi ko lubos na maunawaan.

Nanalangin si Daniel para sa mga Israelita

9 ¹⁻²Si Darius na taga-Media na anak ni Ahasuerusᵇ ang hari noon sa buong Babilonia. Noong unang taon ng paghahari niya, nalaman ko sa mga Kasulatan na mananatiling giba at wasak sa loob ng 70 taon, ayon sa sinabi ng Panginoon kay Propeta Jeremias. ³Dahil dito, lumapit ako sa Panginoong Dios at nanalangin. Nag-ayuno ako, nagdamit ng sako, at naglagay ng abo sa ulo.ᶜ ⁴Nanalangin ako sa Panginoon na aking Dios at humingi ng tawad *para sa aming mga kasalanan:*

"Panginoon, kayo ay makapangyarihan at kahanga-hangang Dios. Tapat po kayo sa pagtupad ng inyong pangako na mamahalin n'yo ang mga nagmamahal sa inyo at sumusunod sa inyong mga utos. ⁵Nagkasala kami sa inyo. Gumawa kami ng kasamaan at sumuway sa inyong mga utos at tuntunin. ⁶Hindi kami nakinig sa inyong mga lingkod na propeta na inutusan n'yong makipag-usap sa aming hari, mga pinuno, matatanda at sa lahat ng taga-Israel.

⁷"Panginoon, matuwid po kayo, pero kami ay kahiya-hiya pa rin hanggang ngayon. Gayon din ang lahat ng mga mamamayan ng Juda at Jerusalem, at ang lahat ng Israelita na pinangalat n'yo sa malalapit at malalayong lugar dahil sa kanilang pagsuway sa inyo. ⁸Panginoon, kami ay talagang kahiya-hiya, pati na aming hari, mga pinuno, at matatanda dahil kami ay nagkasala sa inyo. ⁹Pero maawain pa rin kayo, Panginoon naming Dios, at mapagpatawad kahit na sumuway kami sa inyo. ¹⁰Hindi kami sumunod sa inyo dahil hindi namin sinunod ang mga utos na ibinigay ninyo sa amin sa pamamagitan ng inyong mga lingkod na propeta. ¹¹Ang lahat ng Israelita ay sumuway sa inyong Kautusan; ayaw nilang sundin ang mga sinabi ninyo. At dahil sa aming pagkakasala, dumating sa amin ang sumpa na nakasulat sa Kautusan ni Moises na inyong lingkod. ¹²Tinupad po ninyo ang inyong sinabi laban sa amin at sa aming mga pinuno na kami ay inyong parurusahan nang matindi. Kaya ang nangyari sa Jerusalem ay walang katulad sa buong mundo. ¹³Dumating sa amin ang parusang ito ayon sa nasusulat sa Kautusan ni Moises. Pero sa kabila nito, hindi namin sinikap na malugod kayo sa amin sa pamamagitan ng pagtalikod sa aming mga kasalanan at ang pagkilala sa inyong katotohanan. ¹⁴Kaya handa kayong parusahan kami; at ginawa n'yo nga dahil palagi kayong tama sa inyong mga ginagawa. Pero hindi pa rin kami sumunod sa inyo.

¹⁵"Panginoon naming Dios, ipinakita n'yo ang inyong kapangyarihan noong pinalaya ninyo ang inyong mga mamamayan sa Egipto, at dahil dito ay naging tanyag kayo hanggang ngayon. Inaamin namin na kami ay nagkasala at gumawa ng kasamaan. ¹⁶Kaya, Panginoon, ayon sa inyong ginagawang matuwid, nakikiusap ako na alisin n'yo na ang inyong galit sa Jerusalem, ang inyong lungsod at banalᵈ na bundok. Dahil sa aming kasalanan at sa kasalanan ng aming mga ninuno, hinamak kami at ang Jerusalem ng mga taong nakapaligid sa amin.

¹⁷"Kaya ngayon, O Dios, pakinggan n'yo ang aking panalangin at pagsamo. Alang-alang sa inyong pangalan, muli n'yong itayo ang inyong templongᵉ *nagiba at* napabayaan. ¹⁸O Dios, pakinggan n'yo ako. Tingnan n'yo ang nakakawa naming kalagayan at ang wasak n'yong bayan, kung saan kinikilala ang iyong pangalan. Hindi kami dumadalangin sa dahilang kami ay matuwid, kundi dahil sa alam naming kayo ay mahabagin. ¹⁹Panginoon, dinggin n'yo po kami at patawarin. Tulungan n'yo kami agad alang-alang sa inyong pangalan, dahil kayo ay kinikilalang Dios sa inyong bayan at ng inyong mga mamamayan."

Ipinaliwanag ni Gabriel ang Kahulugan ng Pangitain

²⁰Patuloy akong nananalangin at sinasabi ang aking kasalanan at ang kasalanan ng aking mga kababayang Israelita. Nagmakaawa ako sa Panginoon kong Dios alang-alang sa kanyang banal na bundok. ²¹At habang nananalangin ako, mabilis na lumipad papunta sa akin si Gabriel na nakita ko noon sa aking pangitain. Oras iyon ng panghapong paghahandog.ᶠ ²²Pinaunawa niya sa akin at sinabi, "Daniel, naparito ako para ipaliwanag sa iyo *ang tungkol sa pangitain.* ²³Sa simula pa lamang ng iyong panalangin ay may ipinahayag na ang Dios, kung kaya't ako'y pumarito para sabihin sa iyo, dahil mahal ka ng Dios. Kaya makinig ka at unawain ang sasabihin ko sa iyo.

²⁴"490 taonᵍ ang itinakda *ng Dios* sa banal na lungsod at sa mga kababayan mo para tigilan nila ang pagrerebelde *sa Dios,* para mapatawad ang kanilang kasalanan, para mapairal *ng Dios* ang walang hanggang katuwiran, para matupad ang pangitain at propesiya, at para maihandog na muli ang templo *sa Dios.*

²⁵"Dapat mong malaman at maintindihan na mula sa panahong iniutos na muling itayo ang Jerusalem hanggang sa pagdating ng pinunong hinirang ng Dios ay lilipas muna ang 49 *na taon.*ʰ At sa loob ng 434 *na taonⁱ* ay muling itatayo ang Jerusalem na may mga plasa at tanggulan. Magiging magulo sa panahong iyon. ²⁶Pagkatapos ng 434 *na*

ᵈ 16 *banal:* o, *pinili.*

ᵉ 17 *muli n'yong itayo ang inyong templo:* sa literal, *paliwanagin n'yong muli ang inyong mukha sa inyong templo.*

ᶠ 21 *panghapong paghahandog:* Ginagawa ito paglubog ng araw.

ᵍ 24 *490 taon:* sa literal, *pitong 70.*

ʰ 25 *49 na taon:* sa literal, *pitong pito.*

ⁱ 25 *434 na taon:* sa literal, *pitong 62.*

ᵃ 26 *panghapon:* nang palubog na ang araw.

ᵇ 1-2 *Ahasuerus:* Ibang pangalan ni Xerxes.

ᶜ 3 *nagdamit ng sako, at naglagay ng abo sa ulo:* Ito'y ginagawa ng mga Judio upang ipakita na nalulungkot sila at nagsisisi sa kanilang mga kasalanan.

taon,[a] papatayin ang *pinunong* hinirang *ng Dios* at walang tutulong sa kanya.[b] Darating ang isang hari at sisirain ng mga tauhan niya ang bayan at ang templo. At ayon sa itinakda *ng Dios,* ang pagwasak at digmaan ay magpapatuloy hanggang sa katapusan. Ang katapusan ay darating na parang baha. ²⁷ Ang haring iyon ay gagawa ng matibay na kasunduan sa napakaraming tao sa loob ng pitong taon. Pero pagkatapos ng tatlong taon at kalahati, patitigilin niya ang mga paghahandog at ilalagay niya ang kasuklam-suklam na bagay na magiging dahilan ng pagpapabaya *sa templo.* Mananatili ito roon hanggang sa dumating ang katapusan ng hari na itinakda ng Dios."

Ang Pangitain ni Daniel sa Pampang ng Ilog ng Tigris

10 Nang ikatlong taon ng paghahari ni Cyrus sa Persia, may ipinahayag na mensahe kay Daniel na tinatawag ding Belteshazar. Totoo ang pahayag at tungkol ito sa malaking digmaan. Naunawaan ni Daniel ang pahayag dahil ipinaliwanag ito sa kanya sa pamamagitan ng isang pangitain. ² *Ganito ang nangyari ayon kay Daniel:*

Nang panahong iyon, tatlong linggo akong nagdalamhati. ³ Hindi ako kumain ng masarap na pagkain, ni tumikim ng karne o uminom ng alak, at hindi rin ako nagpabango ng katawan sa loob ng tatlong linggo.

⁴ Nang ika-24 na araw ng unang buwan, nakatayo ako sa tabi ng malawak na Ilog ng Tigris. ⁵ May nakita ako doon na parang tao na nakadamit ng *telang* linen at may tali sa baywang na puro ginto. ⁶ Ang katawan niya ay kumikinang na parang mamahaling bato. Ang kanyang mukha ay kumikislap na parang kidlat, at ang kanyang mga mata ay nagliliyab na parang sulo. Ang kanyang mga kamay at mga paa ay kumikinang na parang makinis na tanso, at ang kanyang tinig ay parang ingay ng napakaraming tao.

⁷ Ako lang talaga ang nakakita ng pangitaing iyon. Hindi iyon nakita ng aking mga kasama, pero nagsipagtago sila dahil sa takot. ⁸ Kaya naiwan akong nag-iisa at ako lang ang nakakita ng kamangha-manghang pangitaing iyon. Namutla ako at nawalan ng lakas. ⁹ Narinig kong nagsasalita ang taong iyon. At habang nagsasalita siya, nawalan ako ng malay at nasubsob sa lupa. ¹⁰ Hinawakan at tinulungan niya ako habang nanginginig pa ng aking mga kamay at mga tuhod. ¹¹ Sinabi niya, "Daniel, mahal ka ng Dios. Tumayo ka at makinig nang mabuti sa sasabihin ko sa iyo, dahil isinugo ako *ng Dios* dito sa iyo." Pagkasabi niya noon, nanginginig akong tumayo. ¹² Sinabi niya sa akin, "Daniel, huwag kang matakot. Sapagkat sa unang araw pa lamang ng iyong pagpapakumbaba sa Dios at sa hangad mong maunawaan ang pangitain, sinagot na ang iyong dalangin. Kaya pumarito ako para dalhin ang kasagutan sa iyong dalangin. ¹³ Pero hindi ako nakarating agad dito dahil sa loob ng 21

araw ay hinadlangan ako ng pinuno[c] ng kaharian ng Persia. Mabuti na lang at tinulungan ako ni Micael na pinuno ng mga anghel dahil ako lang ang nakikipaglaban sa pinuno ng Persia. ¹⁴ Narito ako ngayon para ipaliwanag sa iyo kung ano ang mangyayari sa iyong mga kababayang Israelita sa hinaharap, dahil ang iyong pangitain ay tungkol sa mga mangyayari sa hinaharap."

¹⁵ Habang nagsasalita siya sa akin, napayuko na lang ako at hindi nakapagsalita. ¹⁶ Hinipo ako sa bibig nitong parang tao, at nakapagsalita akong muli. Sinabi ko sa kanya na nakatayo sa aking harapan, "Ginoo, nabagabag po ako at nawalan ng lakas dahil sa pangitaing nakita ko. ¹⁷ Paano ako makikipag-usap sa inyo gayong wala na akong lakas at halos hindi na ako makahinga?"

¹⁸ Kaya muli niya akong hinipo at bumalik ang aking lakas. ¹⁹ Sinabi niya sa akin, "Ikaw na mahal ng Dios, huwag kang matakot o mag-alala. Magpakalakas at magpakatatag ka." Nang masabi niya ito sa akin, muli akong lumakas. Sinabi ko sa kanya, "Ituloy n'yo po ang pagsasalita, dahil pinalakas n'yo na ako." ²⁰ Sumagot siya, "Kinakailangang bumalik ako sa pakikipaglaban sa pinuno ng Persia. Pagkatapos, darating naman ang pinuno[d] ng Grecia. Pero alam mo ba kung bakit ako pumarito sa iyo? ²¹ Naparito ako para ipaliwanag sa iyo ang nakasulat sa Aklat ng Katotohanan. Sa aking pakikipaglaban, walang ibang tumulong sa akin kundi si Micael lamang, ang pinuno[e] ng Israel.

11 "Noong unang taon ng paghahari ni Darius na taga-Media, ako ang tumulong at nagtanggol kay Micael.

Ang mga Hari ng Hilaga at Timog

² "Sasabihin ko sa iyo ngayon ang katotohanan: Tatlo pang hari ang maghahari sa Persia. Ang ikaapat na hari na susunod sa kanila ay mas mayaman pa kaysa sa mga nauna. Sa pamamagitan ng kanyang kayamanan, magiging makapangyarihan siya, at susulsulan niya ang ibang kaharian na makipaglaban sa Grecia. ³ Pagkatapos, isa pang makapangyarihang hari ang darating. Maraming bansa ang kanyang sasakupin, at gagawin niya ang gusto niyang gawin. ⁴ Kapag siya'y naging makapangyarihan na, mawawasak ang kanyang kaharian at mahahati sa apat na bahagi ng daigdig, pero hindi ang kanyang mga angkan ang maghahari dito. Ang mga haring papalit sa kanya ay hindi makakapamahala tulad ng kanyang pamamahala. Kukunin ang kanyang kaharian at ibibigay sa iba.

⁵ "Ang hari ng timog[f] ay magiging makapangyarihan. Pero isa sa kanyang mga heneral ay magiging mas makapangyarihan kaysa sa kanya. At sa bandang huli, ang heneral na ito ay maghahari

---

ᵃ 26 434 na taon: Tingnan ang pangalawang footnote sa talata 25.

ᵇ 26 at walang tutulong sa kanya: o, walang matitira sa kanya.

ᶜ 13 pinuno: Ang tinutukoy dito ay isang masamang anghel na nagbabantay o tumutulong sa kaharian ng Persia.

ᵈ 20 pinuno: Ang tinutukoy dito ay isang masamang anghel na nagbabantay o tumutulong sa kaharian ng Grecia.

ᵉ 21 pinuno: Ang tinutukoy dito ay isang mabuting anghel na nagbabantay o tumutulong sa kaharian ng Israel.

ᶠ 5 hari ng timog: Maaaring ang tinutukoy dito hanggang sa talata 40 ay ang hari ng Egipto.

rin at magiging makapangyarihan ang kaharian niya. ⁶Pagkalipas ng ilang taon, magsasanib ang dalawang kahariang ito, dahil ipapaasawa ng hari ng timog ang anak niyang babae sa hari ng hilaga.ᵃ Pero hindi magtatagal ang kapangyarihan ng babae pati ang kapangyarihan ng hari ng hilaga. Sapagkat sa panahong iyon, papatayin ang babae at ang kanyang asawa't anak,ᵇ pati ang mga naglilingkod sa kanya.ᶜ

⁷"Sa bandang huli, maghahari *sa timog* ang kapatid ng babae. Siya ang papalit sa kanyang ama. Lulusubin niya ang mga sundalo ng hari ng hilaga at papasukin ang napapaderang lungsodᵈ nito, at magtatagumpay siya sa labanan. ⁸Dadalhin niya pauwi sa Egipto ang mga dios-diosan nila at mga mamahaling ari-arian na yari sa ginto at pilak. Sa loob ng ilang taon, hindi na siya makikipagdigma sa hari ng hilaga. ⁹Pero sa bandang huli, lulusubin siya ng hari sa hilaga, pero matatalo ito at babalik sa kanyang bayan.

¹⁰"Magtitipon ng maraming sundalo ang mga anak ng hari ng hilaga para maghanda sa pakikipaglaban. Ang isa sa kanila ay sasalakay na parang bahang hindi mapigilan. Sasalakay siya hanggang sa napapaderang lungsod ng hari ng timog. ¹¹At dahil sa galit ng hari ng timog, lalabanan niya ang hari ng hilaga at tatalunin niya ang napakaraming sundalo nito. ¹²Sa kanyang tagumpay, magmamataas siya at marami pa ang kanyang papatayin, pero hindi magtatagal ang kanyang tagumpay. ¹³Sapagkat ang hari ng hilaga ay muling magtitipon ng mas marami pang sundalo kaysa sa dati. At pagkalipas ng ilang taon, muli siyang sasalakay kasama ang napakaraming sundalo dala ang napakaraming kagamitang pandigma.

¹⁴"Sa panahong iyon, marami ang maghihimagsik laban sa hari ng timog. Isa na sa mga ito ang mga kababayan mong Israelita na mapupusok. Gagawin nila ito bilang katuparan ng pangitain, pero matatalo sila. ¹⁵Sasalakayin ng hari ng hilaga ang isa sa mga napapaderang lungsod *sa timog*. Kukubkubin nila ito at papasukin. Walang magagawa ang mga sundalo sa timog pati na ang kanilang pinakamagaling na mga kawal, dahil hindi nila kayang talunin ang kalaban. ¹⁶Kaya gagawin ng hari ng hilaga ang anumang gusto niyang gawin at walang makapipigil sa kanya. Sasakupin niya ang magandang lupain *ng Israel*, at lubusan itong mapapasailalim sa kanyang kapangyarihan.ᵉ ¹⁷Talagang determinado ang hari ng hilaga na salakayin *ang kaharian sa timog* nang buong lakas ng kaharian niya. Makikipagkasundo muna siya sa hari ng timog sa pamamagitan ng pag-aalok ng kanyang anak na maging asawa ng nito, upang sa pamamagitan nito ay maibagsak niya ang kaharian *sa timog*. Pero hindi magtatagumpay ang kanyang layunin. ¹⁸Kaya ang mga bayan na lang muna sa tabing-dagat ang kanyang lulusubin at marami

ang kanyang masasakop. Pero patitigilin ng isang pinuno ang kanyang pagpapahiya sa iba, at siya mismo ang mapapahiya. ¹⁹Kaya uuwi siya sa napapaderan niyang mga bayan. Pero matatalo siya, at iyon ang magiging wakas niya.

²⁰"Ang haring papalit sa kanya ay mag-uutos sa isang opisyal na sapilitang maniningil ng buwis para madagdagan ang kayamanan ng kaharian niya. Pero hindi magtatagal ay mamamatay ang haring ito, hindi dahil sa labanan o sa mayroong galit sa kanya.

²¹"Ang papalit sa kanya bilang hari ay taong hindi kagalang-galang at walang karapatang maging hari. Sa hindi inaasahan ng mga tao, bigla niyang sasakupin ang kaharian sa pamamagitan ng pandaraya. ²²Maraming kalabang sundalo ang kanyang papatayin, pati na ang punong pari.ᶠ ²³Makikipagkasundo siya sa maraming bansa, pero dadayain niya ang mga ito sa bandang huli. Magiging makapangyarihan siya kahit maliit ang kaharian niya. ²⁴Sa hindi inaasahan ng mga tao, bigla niyang lulusubin ang mauunlad na lugar ng isang lalawigan. Gagawin niya ang hindi ginawa ng kanyang mga ninuno. Hahati-hatiin niya sa mga tagasunod niya ang kanyang mga nasamsam sa labanan. Pinaplano niyang salakayin ang mga napapaderang lungsod, pero sa maikling panahon lamang.

²⁵"Maglalakas-loob siyang salakayin ang hari ng timog na may marami at malakas ring hukbo. Pero matatalo ang hari ng timog dahil sa katusuhan ng kanyang mga kalaban. ²⁶Papatayin siya ng sarili niyang mga tauhan. Kaya matatalo ang kanyang mga sundalo at marami sa kanila ang mamamatay.

²⁷"Ang dalawang haring ito ay magsasama pero pareho silang magsisinungaling at mag-iisip ng masama laban sa isa't isa. Pareho silang hindi magtatagumpay sa kanilang binabalak laban sa isa't isa. At magpapatuloy ang labanan nila dahil hindi pa dumarating ang takdang panahon. ²⁸Ang hari ng hilaga ay uuwi sa kanyang bayan dala ang maraming nasamsam na kayamanan mula sa digmaan. Pero bago siya umuwi, uusigin niya ang mga mamamayan ng Dios at ang kanilang relihiyon.ᵍ At pagkatapos ay saka siya uuwi sa sarili niyang bayan.

²⁹"Sa takdang panahon ay muli niyang lulusubin ang kaharian sa timog, pero ang mangyayari ay hindi na katulad ng nangyari noon. ³⁰Sapagkat lulusubin siya ng hukbong pandagat mula sa kanluran. At dahil dito, uurong siya at babalik sa kanyang bayan. Ibubunton niya ang kanyang galit sa mga mamamayan ng Dios at sa kanilang relihiyon, pero magiging mabuti siya sa mga tumalikod sa kanilang relihiyon.ʰ ³¹"Uutusan ng hari ng hilaga ang kanyang mga sundalo na lapastanganin ang templong napapalibutan ng pader. Ipapatigil niya ang araw-araw na paghahandog at ilalagay ang kasuklam-suklam na bagay na magiging dahilan ng pag-iwan *sa templo*. ³²Aakitin niya sa pamamagitan

---

ᵃ 6 *hari ng hilaga:* Maaaring ang tinutukoy dito hanggang sa talata 40 ay ang hari ng Syria.

ᵇ 6 *anak:* Ito ang nasa ibang lumang teksto. Sa Hebreo, *ama.*

ᶜ 6 *naglilingkod sa kanya:* o, *sumusuporta sa kanya.*

ᵈ 7 *napapaderang lungsod:* o, *matibay na tanggulan.* Ganito rin sa talatang 10,19, at 38.

ᵉ 16 *mapapasailalim sa kanyang kapangyarihan:* o, *may kapangyarihan siya para wasakin ito.*

ᶠ 22 *punong pari;* sa literal, *pinuno ng kasunduan.*

ᵍ 28 *ang mga mamamayan ng Dios at ang kanilang relihiyon:* sa literal, *ang banal na kasunduan.*

ʰ 30 *tumalikod sa kanilang relihiyon:* Maaaring ang tinutukoy nito ay ang taksil na mga Israelita. Ganito rin sa talatang 32.

ng panlilinlang ang mga tumalikod sa kanilang relihiyon para gumawa ng hindi mabuti. Pero lakas-loob siyang lalabanan ng mga taong tunay na tapat sa Dios.

³³"Ang mga taong nakakaunawa ng katotohanan ay magtuturo sa maraming tao, pero uusigin sila sa loob ng ilang araw. Ang ilan sa kanila ay papatayin sa pamamagitan ng espada o susunugin, at ang ilan ay bibihagin o kukunin ang kanilang mga ariarian. ³⁴Sa panahon na inuusig sila, iilan lang ang tutulong sa kanila, pero maraming hindi tapat ang sasama sa kanila. ³⁵Uusigin ang ilang nakakaunawa ng katotohanan upang maging dalisay at malinis ang kanilang mga buhay hanggang sa dumating ang katapusan, na darating sa takdang panahon.

³⁶"Gagawin ng hari *ng hilaga* ang anumang gusto niyang gawin. Ituturing niyang higit ang kanyang sarili kaysa sinumang dios, at hahamakin niya ang Dios na higit kaysa sa lahat ng dios. Magtatagumpay siya hanggang sa panahon na ipakita ng Dios ang kanyang galit, dahil kailangang mangyari ang mga bagay na itinakda ng Dios na dapat mangyari. ³⁷⁻³⁸Hindi niya kikilanin ang dios ng kanyang mga ninuno o ang dios na mahal ng mga babae. Ituturing niyang higit ang kanyang sarili kaysa sa mga iyon. Wala siyang pahahalagahang dios maliban sa dios *na nananalakay* ng mga napapaderang bayan. Pararangalan niya ang dios na ito na hindi kilala ng kanyang mga ninuno. Hahandugan niya ito ng mga ginto, pilak, mamahaling bato, at ng iba pang mamahaling mga regalo. ³⁹Lulusubin niya ang pinakamatibay na mga lungsod sa tulong ng dios na iyon na hindi kilala ng kanyang mga ninuno. Pararangalan niya ang mga taong mabuti sa kanya sa pamamagitan ng pagbibigay sa kanila ng kapangyarihang mamahala sa maraming tao. At bibigyan niya sila ng lupain bilang gantimpala.

⁴⁰"Pagdating ng wakas, makikipaglaban ang hari ng timog sa hari ng hilaga. Pero lulusubin siya ng hari ng hilaga na may mga karwaheng pandigma, mga nangangabayong sundalo at mga hukbong pandagat. Lulusubin niya ang maraming bansa at maninira na parang baha. ⁴¹Lulusubin niya pati ang magandang lupain *ng Israel*, at maraming tao ang mamamatay. Pero makakatakas ang Edom, ang Moab at ang mga pinuno ng Ammon. ⁴²Maraming bansa ang kanyang lulusubin, kabilang dito ang Egipto. ⁴³Mapapasakanya ang mga ginto, pilak, at ang lahat ng kayamanan ng Egipto. Sasakupin din niya ang Libya at Etiopia.^a ⁴⁴Pero may mga balitang magmumula sa silangan at hilaga na babagabag sa kanya. Kaya sasalakay siya na matinding galit, at maraming tao ang kanyang lilipulin nang lubusan. ⁴⁵Magtatayo siya ng maharlikang tolda sa pagitan ng dagat at ng banal na bundok. Pero mamamatay siya nang wala man lang tutulong sa kanya."

Ang Pahayag ng Anghel tungkol sa Huling Panahon

12 "Sa panahong iyon,^b darating si Micael, ang makapangyarihang pinuno^c na nagtatanggol sa iyong mga kababayan. Magiging mahirap ang kalagayan sa mga panahong iyon, at ang matinding kahirapang ito ay hindi pa nangyayari mula nang naging bansa ang Israel. Pero ililigtas sa paghihirap ang iyong mga kababayan na ang mga pangalan ay nakasulat sa aklat.^d ²Bubuhayin ang marami sa mga namatay na. Ang iba sa kanila ay tatanggap ng buhay na walang hanggan, pero ang iba ay isusumpa at ilalagay sa kahihiyang walang hanggan. ³Ang mga taong nakakaunawa *ng katotohanan* at nagtuturo sa mga tao na mamuhay nang matuwid ay magniningning na parang bituin sa langit magpakailanman. ⁴Pero Daniel, isara mo muna ang aklat na ito at huwag mo munang sabihin sa mga tao ang mensahe nito hanggang sa dumating ang katapusan. *Habang hindi pa ito ipinapahayag,* marami ang magsisikap na unawain ang mga nangyayari."

⁵Pagkatapos niyang sabihin iyon, may nakita pa akong dalawang taong nakatayo sa magkabilang pampang ng ilog. ⁶Nagtanong ang isa sa kanila sa taong nakadamit ng *telang* linen na nakatayo sa mataas na bahagi ng ilog, "Gaano kaya katagal bago matapos ang mga nakakamanghang pangyayaring iyon?"

⁷Itinaas ng taong nakadamit ng *telang* linen ang kanyang dalawang kamay at narinig kong sumumpa siya sa Dios na buhay magpakailanman. Sinabi niya, "Matatapos ito sa loob ng tatlong taon at kalahati, kapag natapos na ang paghihirap ng mga mamamayan ng Dios."

⁸Hindi ko naintindihan ang kanyang sagot kaya tinanong ko siya, "Ano po ba ang kalalabasan ng mga pangyayaring iyon?" ⁹Sumagot siya, "Sige na,^e Daniel, *hayaan mo na iyon,* dahil ang sagot sa tanong mo'y mananatiling lihim at hindi maaaring sabihin hanggang sa dumating ang katapusan. ¹⁰Marami sa mga nakakaunawa ng katotohanan ang lilinisin ang kanilang buhay, at mauunawaan nila *ang mga sinasabi ko.* Pero ang masasama ay patuloy na gagawa ng masama at hindi makakaunawa *ng mga sinasabi ko.*

¹¹"Lilipas ang 1,290 araw mula sa panahon ng pagpapatigil ng araw-araw na paghahandog at paglalagay ng kasuklam-suklam na bagay na magiging dahilan ng pag-iwan *sa templo hanggang sa dumating ang katapusan.* ¹²Mapalad ang naghihintay at nananatili hanggang sa matapos ang 1,335 araw.

¹³"At ikaw Daniel, ipagpatuloy mo ang iyong gawain. Mamamatay ka, pero bubuhayin kang muli sa mga huling araw upang tanggapin ang iyong gantimpala na inihanda para sa iyo."

---

a 43 Etiopia: sa Hebreo, *Cush.*

b 1 Sa panahong iyon: Ang huling panahon, ang panahon na mangyayari ang mga sinasabi sa 11:40-45.

c 1 pinuno: o, *anghel.*

d 1 aklat: listahan ng mga taong may buhay na walang hanggan.

e 9 Sige na: sa literal, *Alis na.*

HOSEAS

1 Ito ang ipinahayag ng Panginoon kay Hoseas na anak ni Beeri noong *magkakasunod na* naging hari sa Juda sina Uzia, Jotam, Ahaz at Hezekia, habang naghahari naman sa Israel si Jeroboam na anak ni Joash.

Ang Asawa at mga Anak ni Hoseas

² Ito ang unang sinabi ng Panginoon kay Hoseas, "Mag-asawa ka ng babaeng nangangalunya,ᵃ at ang inyong mga anak ay ituturing na mga anak ng babaeng nangangalunya. Ito ang magiging larawan ng kataksilan ng *aking* mga mamamayan sa *akin na kanilang* Panginoon, dahil sa pagsamba nila sa mga dios-diosan."

³ Kaya nagpakasal si Hoseas kay Gomer na anak ni Diblaim. Hindi nagtagal, nabuntis si Gomer at nanganak ng isang lalaki. ⁴ Sinabi ng Panginoon kay Hoseas, "Jezreelᵇ ang ipangalan mo sa bata, dahil hindi na magtatagal at parurusahan ko ang hari ng Israel dahil sa ginawang pagpatay ng ninuno niyang si Jehu sa *lungsod ng* Jezreel. Wawakasan ko na ang kaharian ng Israel. ⁵ Sa araw na iyon, ipapalupig ko ang mga sundalo ng Israel doon sa Lambak ng Jezreel."

⁶ Muling nabuntis si Gomer at nanganak ng isang babae. Sinabi ng Panginoon kay Hoseas, "Lo Ruhamaᶜ ang ipangalan mo sa bata, dahil hindi ko kaaawaan ni patatawarin ang mga mamamayan ng Israel. ⁷ Pero kaaawaan ko ang mga mamamayan ng Juda. *Ako,* ang Panginoon nilang Dios, ang magliligtas sa kanila sa pamamagitan ng kapangyarihan ko at hindi sa pamamagitan ng digmaan—ng pana, espada, mga kabayo o mangangabayo."

⁸ Nang maawat na ni Gomer si Lo Ruhama sa pagsuso, nabuntis ulit siya at nanganak ng lalaki. ⁹ Sinabi ng Panginoon *kay Hoseas,* "Lo Amiᵈ ang ipangalan mo sa bata, dahil ang mga mamamayan ng Israel ay hindi ko na mga mamamayan at ako ay hindi na nila *Dios.* ¹⁰ Pero darating ang araw na *kaaawaan ko sila at pagpapalain;* dadami sila tulad ng buhangin sa tabing-dagat na hindi kayang takalin o bilangin. Sa ngayon ay tinatawag silang 'Kayo'y hindi ko mga mamamayan,'

sila'y tatawaging, 'Mga anak ng Dios na buhay.' ¹¹ Magkakasamang muli ang mga mamamayan ng Juda at ng Israel, at pipili sila ng iisang pinuno. Muli silang uunlad sa kanilang lupain. Napakasaya ng araw na iyon para sa mga taga-Jezreel.

2 "Kaya tawagin ninyo ang inyong kapwa Israelita na 'Aking mga mamamayan'ᵉ at 'Kinaawaan.' "ᶠ

Sumama sa Ibang Lalaki si Gomer

² "*Mga anak,* sawayin ninyo ang inyong ina dahil iniwan na niya ako na kanyang asawa. Sabihin ninyo na dapat tigilan na niya ang pangangalunya. ³ Kung hindi siya titigil ay huhubaran ko siya, at ang kahubaran niya ay gaya noong siya ay isinilang. Gagawin ko siyang parang disyerto o ilang, at pababayaang mamatay sa uhaw. ⁴⁻⁵ At kayong mga anak niya ay hindi ko kaaawaan, dahil mga anak kayo ng babaeng nangangalunya. Nakakahiya ang ginawang ng inyong inang nagsilang sa inyo. Sinabi pa niya, 'Hahabulin ko ang aking mga lalaki na nagbibigay sa akin ng pagkain, tubig, telang lana at linen, langis, at inumin.'

⁶ "Kaya babakuran ko siya ng matitinik na mga halaman para hindi siya makalabas. ⁷ Habulin man niya ang kanyang mga lalaki, hindi niya maaabutan. Hahanapin niya sila pero hindi rin niya makikita. Pagkatapos, sasabihin niya, 'Babalik na lang ako sa asawa ko dahil higit na mabuti ang kalagayan ko noon sa piling niya kaysa sa ngayon.'

⁸ "Hindi niya naisip na ako ang nagbigay sa kanya ng mga butil, ng bagong katas ng ubas, langis, at maraming pilak at ginto na ginawang *rebulto ni* Baal *na kanilang dios-diosan.* ⁹ Kaya pagdating ng tag-ani ay babawiin ko ang mga butil at ang bagong katas ng ubas na aking ibinigay. Babawiin ko rin ang mga telang lana at linen na ibinigay ko na sana'y pantakip sa kanyang kahubaran. ¹⁰ At ngayon, ilalantad ko ang kanyang kahalayan sa harap ng kanyang mga lalaki, at walang makapagliligtas sa kanya mula sa aking mga kamay. ¹¹ Wawakasan ko na ang lahat ng espesyal na araw ng pagsamba na ginagawa niya taun-taon, buwan-buwan, at linggu-linggo.ᵍ ¹² Sisiraín ko ang mga ubasan niya at mga puno ng igos na ibinayad daw sa kanya ng kanyang mga lalaki. Gagawin ko itong parang gubat at kakainin ng mga mababangis na hayop sa gubat ang mga bunga nito. ¹³ Parurusahan ko siya dahil may mga panahong nagsusunog siya ng mga insenso sa *dios-diosang si* Baal. Nagsuot siya ng mga alahas at humabol sa kanyang mga lalaki, at kinalimutan niya ako. *Ako,* ang Panginoon, ang nagsasabi nito.

¹⁴ "Pero masdan mo, dadalhin ko siya sa ilang at *muling liligawan* hanggang sa mapaibig ko siyang *muli.* ¹⁵ Pagbalik namin, ibabalik ko sa kanya ang mga ubasan niya, at ang Lambak ng Acorʰ ay gagawin kong daanan na magpapaalala ng magandang kinabukasan. At sasagutin niya ako katulad ng ginawa niya noong panahon ng

---

ᵃ 2 *babaeng nangangalunya:* o, *babaeng bayaran.*

ᵇ 4 *Jezreel:* Ang ibig sabihin, *naghahasik ang Dios,* na nangangahulugan ng paglago at pag-unlad (tingnan ang talatang 11). Pero sa talatang ito ang pangalang Jezreel ay nangangahulugan na parurusahan ng Dios ang mga taga-Israel dahil sa kanilang mga kasalanan.

ᶜ 6 *Lo Ruhama:* Ang ibig sabihin, *hindi kinaawaan.*

ᵈ 9 *Lo Ami:* Ang ibig sabihin, *hindi ko mga mamamayan.*

ᵉ 1 *Aking mga mamamayan:* sa Hebreo, *Ami.*

ᶠ 1 *Kinaawaan:* sa Hebreo, *Ruhama.*

ᵍ 11 *buwan-buwan, at linggu-linggo:* sa literal, *Pista ng Pagsisimula ng Buwan at Araw ng Pamamahinga.*

ʰ 15 *Acor:* Ang ibig sabihin, *kaguluhan.*

(continued)

kanyang kabataan, noong kinuha ko siya sa lupain ng Egipto.”

[16] Sinabi ng PANGINOON *sa mga Israelita*, “Sa araw na iyon *ng inyong pagbabalik sa akin*, tatawagin ninyo ako na inyong asawa at hindi na ninyo ako tatawaging Baal.*a* [17] Hindi ko na hahayaang banggitin ninyo ang mga pangalan ni Baal. [18] Sa araw na iyon, makikipagkasundo ako sa lahat ng uri ng hayop *na huwag nila kayong sasaktan*. Aalisin ko sa lupain ng Israel ang *lahat ng sandata tulad ng mga* pana at espada. At dahil wala nang digmaan, matutulog kayong ligtas at payapa.

[19] “Ituturing ko kayong asawa magpakailanman. Gagawin ko sa inyo ang matuwid at tama. Mahalin ko kayo at kaaawaan. [20] Itatalaga ko sa inyo ang aking sarili nang buong katapatan, at kikilalanin *na ninyo ako bilang* PANGINOON. [21] Sa araw na iyon, sasagutin ko ang mga dalangin ninyo. *Ako*, ang PANGINOON, ang nagsasabi nito. Magpapadala ako ng ulan upang tumubo ang lupa [22] ang mga trigo, ubas, at mga olibo para sa inyo na tinatawag na Jezreel.*b* [23] Patitirahin ko kayo sa inyong lupain bilang mga mamamayan ko. Kaaawaan ko kayong tinatawag na Lo Ruhama,*c* at tatawagin ko kayong aking mga mamamayan kayong tinatawag na Lo Ami.*d* At sasabihin ninyo na ako ang inyong Dios.”

Si Hoseas at ang Kanyang Asawa

3 Sinabi ng PANGINOON sa akin, “Umalis ka at ipakita mong muli ang pagmamahal mo sa iyong asawa kahit na nangangalunya siya. Mahalin mo siya katulad ng pagmamahal ko sa mga mamamayan ng Israel kahit na sumasamba sila sa ibang mga dios at gustong maghandog *sa kanila* ng mga tinapay na may mga pasas.”

[2] Kaya binili ko siya*e* sa halagang 15 pirasong pilak at apat na sakong sebada.*f* [3] At sinabi ko sa kanya, “Makisama ka sa akin ng mahabang panahon, at huwag ka nang sumiping sa ibang lalaki. Kahit ako ay hindi muna sisiping sa iyo.” [4] Nangangahulugan ito na sa mahabang panahon ang mga Israelita ay mawawalan ng hari, pinuno, mga handog, alaalang bato, espesyal na damit*g sa panghuhula*, at mga dios-diosan. [5] Pero sa bandang huli, magbabalik-loob silang muli sa PANGINOON nilang Dios at sa *lahi ni David* na kanilang hari. Buong paggalang silang lalapit sa PANGINOON dahil sa kanyang kabutihan.

Ang Paratang ng PANGINOON Laban sa Israel at sa Kanyang mga Pari

4 Kayong mga Israelitang naninirahan sa lupain *ng Israel*, pakinggan ninyo ang paratang ng

PANGINOON laban sa inyo: “Wala ni isa man sa inyong lupain ang tapat, nagmamahal, at kumikilala sa akin. [2] Sa halip, laganap ang paggawa ng masama sa kapwa, pagsisinungaling, pagpatay, pagnanakaw at pangangalunya. Laganap ito kahit saan, at sunud-sunod ang patayan. [3] Dahil dito, natutuyo ang inyong lupain at ang mga naninirahan doon ay namamatay, pati mga hayop—ang lumalakad, lumilipad, at ang lumalangoy.

[4] “Pero walang dapat sisihin at usigin kundi kayong mga pari. [5] Kayo at ang mga propeta ay mapapahamak sa araw man o sa gabi pati ang inyong mga ina.*h*

[6] “Napapahamak ang aking mga mamamayan dahil kulang ang kaalaman nila *tungkol sa akin*. Sapagkat kayo mismong mga pari ay tinanggihan ang kaalamang ito, kaya tinatanggihan ko rin kayo bilang mga pari ko. Kinalimutan ninyo ang Kautusan ko kaya kalilimutan ko rin ang mga anak ninyo. [7] Habang dumarami kayong mga pari, dumarami rin ang mga kasalanan ninyo sa akin. Kaya ang inyong ipinagmamalaki ay gagawin kong kahihiyan.*i* [8] Gusto ninyong magkasala ang aking mga mamamayan para makakain kayo mula sa kanilang mga handog sa paglilinis.*j* [9] Kaya kung paano ko pinarurusahan ang mga mamamayan, parurusahan ko rin kayong mga pari.*k* Parurusahan ko kayo dahil sa inyong mga gawa. [10] Kumakain nga kayo pero hindi kayo nabubusog. Sumasamba kayo sa mga dios-diosan*l* para magkaanak kayo. Pero hindi kayo magkakaanak dahil itinakwil ninyo ako [11] upang sumamba sa mga dios-diosan.

Isinusumpa ng Dios ang Pagsamba sa mga Dios-diosan

“Mga mamamayan ko, ang bago at lumang alak ay nakakasira ng inyong pang-unawa. [12] Sumasangguni kayo sa dios-diosang kahoy, at ayon na rin sa inyo, sumasagot ito. Iniligaw kayo ng mga espiritung tumutulak sa inyo para sumamba sa mga dios-diosan, kaya tinalikuran ninyo ako tulad ng babaeng nangalunya. [13] Naghahandog kayo sa tuktok ng mga bundok at mga burol, sa ilalim ng matataas at mayayabong na mga kahoy, dahil masarap lumilim doon. Kaya ang inyong mga anak na babae ay nakikipagsiping sa mga lalaki at ang inyong mga manugang na babae ay nangangalunya. [14] Pero hindi ko sila parurusahan sa kanilang ginagawang masama, dahil kayong mga lalaki ay nakikipagsiping din sa mga babaeng bayaran sa templo at kasama pa nilang naghahandog sa mga dios-diosan. Kaya dahil kayo'y mga mangmang *sa katotohanan*, mapapahamak kayo.

---

a 16 Baal: Pangalan ito ng isang dios-diosan sa Canaan na ipinangalan din ng mga Israelita sa PANGINOON. Ang Baal ay nangangahulugan din na “amo”.

b 22 Jezreel: Sina Jezreel (talatang 22), Lo Ruhama at Lo Ami (talatang 23) ay mga anak nina Hoseas at Gomer (1:3-9), pero ang kanilang mga pangalan dito ay mga tawag sa Israel.

c 23 Lo Ruhama: Ang ibig sabihin, *hindi kinaaawaan*.

d 23 Lo Ami: Ang ibig sabihin, *hindi ko mga mamamayan*.

e 2 binili ko siya: Hindi matiyak kung siya'y kailangang bilhin. Iba-iba ang mga pakahulugan dito.

f 2 apat na sakong sebada: sa Septuagint, *tatlong sakong sebada at ilang litrong alak.*

g 4 espesyal na damit: sa Hebreo, *efod.*

h 5 mga ina: o, *ina,* na ang ibig sabihin, *ang bansang Israel.*

i 7 Kaya…kahihiyan: o, *Ipinagpalit ninyo ang inyong maluwalhating Dios sa nakakahiyang* Mga dios-diosan.

j 8 Ayon sa Lev. 6:26; 10:17, may bahagi ang mga pari sa ganitong uri ng handog.

k 9 Kaya…pari: o, *Kung gaano kasama ang mga pari, ganoon din ang mga mamamayan.*

l 10 Sumasamba kayo sa mga dios-diosan: sa literal, *Nangangalunya kayo.* Ganito ang ginagawa ni Gomer na asawa ni Hoseas. At itong si Gomer ay kumakatawan sa bansang Israel.

15 "Mga taga-Israel, kahit na ako'y tinalikuran ninyo tulad ng babaeng nangalunya, huwag na ninyong idamay ang mga taga-Juda.

"At kayong mga taga-Juda, huwag kayong pumunta sa Gilgal at sa Bet Aven[a] para sumamba sa akin o gumawa ng mga pangako sa aking pangalan. 16 Sapagkat matigas ang ulo ng mga taga-Israel katulad ng dumalagang baka na ayaw sumunod. Kaya paano ko sila mababantayan tulad ng mga tupang nasa pastulan? 17 Sumamba sila[b] sa mga dios-diosan kaya pabayaan na lang sila. 18 Pagkatapos nilang uminom ng inuming nakakalasing, nakikipagsiping sila sa mga babae. Gustong-gusto ng kanilang mga pinuno ang gumawa ng mga nakahihiyang bagay. 19 Kaya lilipulin sila na parang tinatangay ng malakas na hangin, at mapapahiya sila dahil sa kanilang paghahandog sa mga dios-diosan."

5 Sinabi pa ng PANGINOON, "Makinig kayo, mga mamamayan ng Israel, pati na kayong mga pari at sambahayan ng hari, dahil ang hatol na ito ay laban sa inyo: Para kayong bitag, dahil ipinahamak ninyo ang mga mamamayan ng Mizpa at Tabor. 2 Nagrerebelde kayo sa akin at gusto ninyong pumatay, kaya didisiplinahin ko kayong lahat. 3 Alam ko ang lahat ng tungkol sa inyo na mga taga-Israel.[c] Wala kayong maililihim sa akin. Sumasamba kayo sa mga dios-diosan[d] kaya naging marumi kayo.

4 "Ang inyong masasamang gawain ang pumipigil sa inyo upang magbalik-loob sa akin na inyong Dios. Sapagkat nasa puso ninyo ang espiritung nag-uudyok sa inyo para sumamba sa mga dios-diosan, at hindi ninyo ako kinikilalang PANGINOON. 5 Ang pagmamataas ninyo ay nagpapatunay na dapat kayong parusahan. At dahil sa mga kasalanan n'yo, mapapahamak kayo, kayong mga taga-Israel kasama ang mga taga-Juda. 6 Maghahandog kayo ng mga tupa, kambing, at mga baka sa paglapit ninyo sa akin. Pero hindi ninyo mararanasan ang presensya ko dahil itinakwil ko na kayo. 7 Nagtaksil kayo sa akin, dahil nagkaanak kayo sa labas. Kaya lilipulin ko kayo at sisirain ko ang lupain ninyo sa loob lamang ng isang buwan.[e]

Ang Labanan ng Juda at Israel

8 "Hipan ninyo ang mga trumpeta para bigyang babala ang mga tao sa Gibea at Rama! Iparinig ang sigaw ng digmaan sa Bet Aven! Magbantay kayo, kayong mga mamamayan ng Benjamin.[f] 9 Mawawasak ang Israel sa araw ng pagpaparusa. Tiyak na mangyayari ang sinasabi ko laban sa mga

lahi ng Israel! 10 Ang mga pinuno ng Juda ay katulad ng taong naglilipat ng muhon[g] dahil inagaw nila ang lupain ng Israel. Kaya ibubuhos ko sa kanila ang aking galit na parang baha. 11 Ginigipit at winawasak ang Israel dahil pinarurusahan ko siya. Sapagkat patuloy siyang sumusunod sa mga dios-diosan. 12 Ang katulad ko'y insektong ngumangatngat sa Israel at sa Juda.

13 "Nang makita ng mga taga-Israel at taga-Juda ang kanilang masamang kalagayan,[h] humingi ng tulong ang Israel sa makapangyarihang hari ng Asiria. Pero hindi ito makakatulong sa kanila.[i] 14 Sapagkat sasalakayin kong parang leon ang Israel at ang Juda. Ako mismo ang lilipol sa kanila. Dadalhin ko sila sa ibang bansa at walang makapagliligtas sa kanila. 15 Pagkatapos, babalik ako sa aking lugar hanggang sa aminin nila ang kanilang mga kasalanan. At sa kanilang paghihirap ay lalapit sila sa akin."

Hindi Tapat ang Pagsisisi ng Israel

6 Nag-usap-usap ang mga taga-Israel. Sabi nila, "Halikayo! Magbalik-loob tayo sa PANGINOON. Sinaktan niya tayo, kaya siya rin ang magpapagaling sa atin. 2 Para tayong mga patay na agad niyang bubuhayin. Hindi magtatagal,[j] at ibabangon niya tayo para mamuhay sa kanyang presensya. 3 Pagsikapan nating makilala ang PANGINOON. Siya'y tiyak na darating, kasintiyak ng pagsikat ng araw. Darating siya na parang ulan na didilig sa mga lupain."

4 Pero sinabi ng PANGINOON, "O Israel[k] at Juda, ano ang gagawin ko sa inyo? Ang pag-ibig ninyo sa akin ay parang ambon o hamog sa umaga na madaling mawala. 5 Kaya nga binalaan ko kayo sa pamamagitan ng mga propeta na kayo'y mapapahamak at mamamatay. Hahatulan ko kayo na kasimbilis ng kidlat. 6 Sapagkat hindi ang inyong mga handog ang nais ko, kundi ang inyong pagmamahal.[l] Mas nanaisin ko pang kilalanin ninyo ako kaysa sa mag-alay kayo ng mga handog na sinusunog. 7 Pero tulad ni Adan, sinira ninyo ang kasunduan natin. Nagtaksil kayo sa akin diyan sa inyong lugar.[m] 8 Ang bayan ng Gilead ay tirahan ng masasamang tao at mga mamamatay-tao. 9 Ang inyong mga pari ay parang mga tulisan na nag-aabang ng kanilang mabibiktima. Pumapatay sila sa daang patungo sa Shekem,[n] at gumawa

---

a 15 Bet Aven: Ang ibig sabihin, bahay ng kasamaan. Ito ang tawag sa lugar ng Betel bilang pagkutya. Ang ibig sabihin ng Betel ay "bahay ng Dios."

b 17 sila: sa Hebreo, Efraim. Isa ito sa mga lahi sa kaharian ng Israel, pero sa aklat na ito ang tinutukoy ay ang buong kaharian ng Israel.

c 3 Israel: sa Hebreo, Efraim. Makikita rin ang salitang Efraim sa talatang 5, 9, 11-14 sa Hebreo. Tingnan ang "footnote" sa 4:17.

d 3 Sumasamba kayo sa mga dios-diosan: sa literal, Nangangalunya kayo.

e 7 sa loob lamang ng isang buwan: o, sa Pista ng Pagsisimula ng Buwan.

f 8 mga mamamayan ng Benjamin: Ang Gibea, Rama at Bet Aven ay mga bahagi ng lahi ni Benjamin (Josue 18:21-28).

g 10 muhon: Tanda ng hangganan ng lupa. Sa Ingles, "landmark" o, "boundary marker."

h 13 masamang kalagayan: sa literal, karamdaman at sugat.

i 13 hindi ito makakatulong sa kanila: sa literal, hindi siya makakapagpagaling ng kanilang sugat.

j 2 magtatagal: sa literal, pagkatapos ng ikalawang araw o sa ikatlong araw.

k 4 Israel: sa Hebreo, Efraim. Makikita rin ang salitang Efraim sa Hebreo sa talatang 10. Tingnan ang "footnote" sa 4:17.

l 6 pagmamahal: Maaaring ang ibig sabihin, pagmamahal sa Dios; o, pagmamahal sa kapwa.

m 7 Pero tulad ni Adan...sa inyong lugar: o, Sa lugar ng Adan...sa lugar na iyon.

n 9 Shekem: Isa ito sa mga bayan kung saan maaaring magtago ang sinumang makapatay ng tao nang hindi sinasadya, at doon ay walang sinumang makakagalaw sa kanya.

ng marami pang nakakahiyang gawain. [10]Mga taga-Israel, kakila-kilabot ang nakita ko sa inyo. Sumasamba kayo sa mga dios-diosan, kaya naging marumi[e] kayo. [11]Kayo ring mga taga-Juda ay nakatakda nang parusahan.

"Gusto ko sanang ibalik ang mabuting kalagayan ng aking mga mamamayan."

7 "Gusto ko sanang pagalingin ang mga taga-Israel. Pero ang nakikita ko sa kanila[b] ay ang kanilang mga kasamaan. Nandaraya sila, pinapasok *ang mga bahay* para nakawan, at nanghoholdap sa mga daan. [2]Hindi nila naiisip na hindi ko nakakalimutan ang kanilang mga kasamaan. Hanggang ngayon ay nakatali pa sila sa kanilang mga kasalanan at nakikita kong lahat ito. [3]Napapasaya nila ang *kanilang* hari at mga pinuno sa kanilang kasamaan at kasinungalingan. [4]Lahat sila'y mga taksil.[c] Para silang mainit na pugon na ang apoy ay hindi na kailangang paningasin ng panadero mula sa oras ng pagmamasa ng harina hanggang sa ito'y umalsa. [5]Nang dumating ang kaarawan[d] ng kanilang[e] hari, nilasing nila ang mga opisyal nito. At pati ang hari ay nakipag-inuman na rin sa *kanyang* mga mapanghusga *na mga opisyal.* [6]At habang papalapit sila *sa hari at sa kanyang mga opisyal para patayin*, nagniningas ang kanilang galit na parang mainit na pugon. Bago pa sila sumalakay, magdamag ang kanilang pagtitimpi ng kanilang galit, kaya kinaumagahan para na itong nagniningas na apoy. [7]Galit na galit silang lahat na para ngang nagniningas na pugon. Kaya pinatay nila ang kanilang mga pinuno. Bumagsak lahat ng kanilang mga hari, pero wala ni isa man sa kanila ang humingi ng tulong sa akin.

[8]"Nakikisalamuha ang Israel[f] sa ibang bansa. *Sila'y walang pakinabang* tulad ng *nilutong* manipis na tinapay na nakalimutang baligtarin.[g] [9]Inuubos ng mga taga-ibang bansa ang kanilang kakayahan, pero hindi nila ito namamalayan; katulad sila ng isang tao na pumuputi na ang buhok pero hindi niya ito napapansin. [10]Ang kanilang pagmamataas ay nagpapatunay na dapat silang parusahan. Pero kahit nangyayari ang lahat ng ito sa kanila, hindi pa rin sila nagbalik-loob at lumapit sa akin na kanilang Dios. [11]Para silang kalapati na kaydaling lokohin at walang pang-unawa. Humingi sila ng tulong sa Egipto at Asiria. [12]Pero habang pumaparoon sila, pipigilan[h] ko sila na parang ibon na nahuli sa lambat at hinila pababa. Parurusahan ko sila ayon sa aking sinabi sa kanilang pagtitipon. [13]Nakakaawa sila dahil lumayo sila sa akin. Lilipulin ko sila dahil naghimagsik sila sa akin. Gusto ko sana silang iligtas,

pero nagsalita sila ng kasinungalingan tungkol sa akin. [14]Hindi tapat ang kanilang pagtawag sa akin. Umiiyak sila sa kanilang mga higaan at sinasaktan ang sarili[i] habang humihingi ng pagkain at inumin sa mga dios-diosan. [15]Dinisiplina ko sila upang maging matatag, pero nagbalak pa rin sila ng masama laban sa akin. [16]Lumapit sila sa *mga bagay na walang kabuluhan.*[j] Para silang panang baluktot *na walang silbi.* Mamamatay sa digmaan ang kanilang mga pinuno dahil wala silang galang kapag nagsasalita. At dahil dito, kukutyain sila ng mga taga-Egipto.

Pinarurusahan ng Dios ang Israel Dahil sa Kanilang Pagsamba sa mga Dios-diosan

8 "Hipan ninyo ang trumpeta upang bigyang babala ang aking mga mamamayan, ang *Israel na itinuturing kong* tahanan,[k] na lulusubin sila ng kalaban na kasimbilis ng agila. Sapagkat sinira nila ang kasunduan ko *sa kanila* at nilabag nila ang aking Kautusan. [2]Nagsusumamo sila sa akin, 'Dios ng Israel, kinikilala ka namin.' [3]Pero itinakwil nila ang mabuti, kaya hahabulin sila ng kanilang kalaban. [4]Pumili sila ng mga hari at mga opisyal na hindi ko pinili. Gumawa sila ng mga dios-diosan mula sa kanilang mga pilak at ginto, *at ang mga ito* ang nagdala sa kanila sa kapahamakan. [5]Itinatakwil ko[l] ang dios-diosang baka ng mga taga-Samaria. Galit na galit ako sa kanila. Hanggang kailan sila mananatiling marumi? [6]Ang dios-diosang baka ng Samaria ay ginawa lamang ng mga platero na taga-Israel. Hindi iyon Dios! Tiyak na dudurugin iyon.

[7]"Para silang naghahasik ng hangin at nag-aani ng buhawi.[m] Para ring trigo na walang uhay, kaya walang makukuhang pagkain. At kung mamumunga man, taga-ibang bansa naman ang lalamon nito. [8]Ang Israel ay parang nilamon ng ibang bansa. At ngayong nakikisalamuha na siya sa kanila, para na siyang kasangkapang walang silbi. [9]Para siyang asnong-gubat na nag-iisa at naliligaw. Humingi siya ng tulong sa Asiria; binayaran niya[n] ang kanyang mga kakamping bansa para ipagtanggol siya. [10]Pero kahit na magpasakop siya sa mga bansang iyon, titipunin ko ngayon ang kanyang mga mamamayan at parurusahan. At magsisimula na ang kanilang paghihirap sa pang-aapi ng isang hari at ng mga opisyal[o] niya. [11]Nagpagawa nga sila ng maraming altar para sa mga handog sa paglilinis, pero doon din sila gumawa ng kasalanan. [12]Marami akong ipinasulat na kautusan para sa kanila, pero

---

a 10 marumi: Ang ibig sabihin, *hindi na maaaring makabahagi sa mga seremonya sa templo.*

b 1 kanila: sa Hebreo, *Efraim at Samaria.* Kumakatawan sila rito sa buong kaharian ng Israel.

c 4 taksil: o, *nangangalunya.* Maaari rin na ang ibig sabihin nito ay sumasamba sila sa mga dios-diosan.

d 5 kaarawan: o, *araw ng pagkokorona.*

e 5 kanilang: Ito ang nasa Targum. Sa Hebreo, *ating.*

f 8 Israel: sa Hebreo, *Efraim.* Makikita rin ang salitang Efraim sa Hebreo sa talatang 11. Tingnan ang footnote sa 4:17.

g 8 nakalimutang baligtarin: Maaaring ang ibig sabihin ay nasunog o hilaw ang kabila.

h 12 pipigilan: o, *lilipulin;* o, *ipapabihag.*

i 14 sinasaktan ang sarili: Ito ang nasa Septuagint. Sa Hebreo, *nagtitipon sila.*

j 16 mga bagay na walang kabuluhan: Ito ang nasa Septuagint at sa Syriac, pero hindi malinaw sa Hebreo. Maaaring ang "mga bagay na walang kabuluhan" ay mga dios-diosan.

k 1 Israel...tahanan: o, *templo ko.*

l 5 ko: sa Hebreo, *niya.*

m 7 Para...buhawi: Maaaring ang ibig sabihin nito, dahil sa kanilang mga ginagawa na walang kabuluhan, matinding parusa ang igaganti sa kanila.

n 9 niya: sa Hebreo, *Efraim.* Makikita rin ang salitang Efraim sa Hebreo sa talatang 11. Tingnan ang "footnote" sa 4:17.

o 10 isang hari at ng mga opisyal: o, *mga hari at mga opisyal;* o, *makapangyarihang hari.*

ang mga ito'y itinuring nilang para sa iba at hindi para sa kanila. [13]Naghahandog sila sa akin at kinakain nila ang karneng handog,[a] pero hindi ako nalulugod sa kanila. At ngayon aalalahanin ko ang kanilang kasamaan at parurusahan ko sila dahil sa kanilang mga kasalanan. Babalik sila sa Egipto. [14]Kinalimutan ng mga taga-Israel ang lumikha sa kanila. Sila at ang mga taga-Juda ay nagtayo ng mga palasyo[b] at maraming napapaderang bayan. Pero susunugin ko ang kanilang mga lungsod at ang matitibay na bahagi nito."

Ang Parusa sa Israel

9 Sinabi ni Hoseas, "Kayong mga taga-Israel, tigilan na ninyo ang inyong mga pagdiriwang katulad ng ginagawa ng mga taga-ibang bansa. Sapagkat sumasamba kayo sa mga dios-diosan at lumalayo sa inyong Dios. Kahit saang giikan ng trigo ay ipinagdiriwang ninyo ang mga ani na itinuturing ninyong bayad sa inyo ng mga dios-diosan dahil sa inyong pagsamba sa kanila. [2]Pero sa bandang huli, mauubusan kayo ng mga trigo at bagong katas ng ubas. [3]Lilisanin ninyo ang Israel, ang lupain ng PANGINOON, at babalik kayo[c] sa Egipto, at ang isa sa inyo ay pupunta sa Asiria, at doon ay kakain kayo ng mga pagkaing itinuturing ninyong marumi. [4]Hindi na kayo papayagang maghandog ng inumin sa PANGINOON. Maghandog man kayo ng mga handog ay hindi rin siya malulugod. At ang sinumang kumain ng mga handog na iyan ay ituturing na marumi dahil katulad ito ng pagkain sa bahay ng namatayan.[d] Ang inyong mga pagkain ay para lamang sa inyong sarili at hindi maaaring ihandog sa templo ng PANGINOON. [5]Kung ganoon, ano ngayon ang inyong gagawin kapag dumating ang mga espesyal na araw ng pagsamba o mga pista upang parangalan ang PANGINOON? [6]Kahit na makatakas kayo sa kapahamakan, titipunin pa rin kayo sa Egipto at ililibing sa Memfis.[e] Matatakpan ng mga damo at matitinik na halaman ang inyong mga mamahaling kagamitang pilak at ang inyong mga tolda.

[7]"Mga taga-Israel, dumating na ang araw ng inyong kaparusahan, ang araw na gagantihin kayo sa inyong mga ginawa. At tiyak na malalaman ninyo na dumating na nga ito. Sinasabi ninyo, 'Ang propetang iyan ay hangal, isang lingklod ng Dios na nasisiraan ng ulo.' Sinasabi ninyo iyon dahil marami na kayong mga kasalanan at galit kayo sa akin. [8]Bilang propeta, kasama ko ang Dios sa pagbabantay sa inyo na mga taga-Israel. Pero kahit saan ako pumunta ay nais ninyo akong ipahamak;

para akong ibon na gusto ninyong mahuli sa bitag. Galit sa akin ang mga tao sa Israel, na itinuturing ng Dios na kanyang tahanan.[f] [9]Napakasama na ninyo tulad ng mga lalaki noon sa Gibea.[g] Aalalahanin ng Dios ang inyong mga kasamaan, at parurusahan niya kayo sa inyong mga kasalanan."

[10]Sinabi ng PANGINOON, "Mga taga-Israel, noong piliin ko[h] ang mga ninuno ninyo na maging aking mga mamamayan, tuwang-tuwa ako. Gaya ng taong tuwang-tuwa nang makakita ng ubas na tumubo sa disyerto o nang makakita ng unang bunga ng puno ng igos. Pero nang pumunta sila sa Baal Peor, itinalaga nila ang kanilang sarili sa mga nakakasuklam na dios-diosan, at naging gaya sila ng mga kasuklam-suklam na dios-diosang iyon na kanilang iniibig. [11]Mga taga-Israel, mawawala ang inyong kadakilaan na parang ibong lumipad. Wala nang mabubuntis at wala ring manganganak sa inyong mga kababaihan. [12]At kung may manganganak man, kukunin ko ang mga anak nila at maluluksa kayo. Nakakaawa naman kayo kapag iniwan ko na kayo.

[13]"Ang tingin ko sa inyo noon ay parang palmang tumutubo sa matabang lupa. Pero ngayon, kailangan dalhin ninyo ang inyong mga anak sa digmaan para mamatay."

[14]Sinabi ni Hoseas: PANGINOON, ganoon nga po ang gawin n'yo sa inyong mga mamamayan. Loobin n'yo pong hindi magkaanak at makapagpasuso ang mga kababaihan nila.

[15]Sinabi ng PANGINOON, "Ang lahat ng kasamaan ng aking mga mamamayan ay nagsimula sa Gilgal. Doon pa lang ay kinapootan ko na sila. At dahil sa kanilang kasamaan, palalayasin ko sila sa lupain ng Israel na aking tahanan. Hindi ko na sila mamahalin. Naghimagsik sa akin ang lahat ng kanilang mga pinuno. [16]Para silang tanim na natuyo ang ugat kaya hindi namumunga. At kahit mabuntis man sila, papatayin ko ang mga minamahal nilang anak."

[17]Sinabi ni Hoseas, "Itatakwil ng aking Dios ang mga taga-Israel dahil hindi sila sumunod sa kanya. Kaya mangangalat sila sa iba't ibang bansa.

10 "Ang mga taga-Israel noon ay parang tanim na ubas na mayabong at hitik sa bunga. Pero habang umuunlad sila, dumarami rin ang ipinapatayo nilang altar at pinapaganda nila ang alaalang bato na sinasamba nila. [2]Mapanlinlang sila,[i] at ngayon dapat na nilang pagdusahan ang kanilang mga kasalanan. Gigibain ng PANGINOON ang mga altar nila at mga alaalang bato. [3]Siguradong sasabihin nila sa bandang huli, 'Wala kaming hari dahil wala kaming takot sa PANGINOON. Pero kahit na may hari kami, wala rin itong magagawang mabuti para sa amin.' [4]Puro salita lang sila[j] pero hindi naman nila tinutupad. Nanunumpa sila ng kasinungalingan at gumagawa ng kasunduan na hindi naman nila tinutupad. Kaya ang katarungan

---

a 13 kinakain...handog: Ayon sa Lev. 7:11-18, ang karne na inialay bilang handog para sa mabuting relasyon ay kakainin ng pamilya ng naghandog at ng mga pari.

b 14 palasyo: o, templo.

c 3 kayo: sa Hebreo, Efraim. Makikita rin ang salitang Efraim sa Hebreo sa talatang 8, 11, 13 at 16. Tingnan ang "footnote" sa 4:17.

d 4 At ang sinumang...namatayan: Ang pagkain sa bahay ng namatayan ay itinuturing na marumi ng mga Israelita. Sapagkat ang lugar na kinaroroonan ng patay ay naging marumi, at ang lahat na naroroon ay itinuturing ding marumi. Tingnan sa Bil. 19:14.

e 6 Memfis: Isang siyudad sa Egipto na may tanyag na mga libingan.

f 8 sa Israel...tahanan: o, sa templo ng aking Dios.

g 9 mga lalaki noon sa Gibea: Ginahasa nila at pinatay ang isang babae. (Tingnan ang Hukom 19.)

h 10 noong piliin ko: sa literal, noong nakita ko.

i 2 Mapanlinlang sila: o, Madaling magbago ang kanilang isip.

j 4 sila: Ang mga dating hari o ang mga tao.

ay parang nakakalasong damo na tumutubo sa binungkal na lupain.

⁵ "Matatakot ang mga mamamayan ng Samaria dahil mawawala ang mga dios-diosang guya sa Bet Aven. Sila at ang kanilang mga pari na nagagalak sa kagandahan ng mga dios-diosan nila ay iiyak dahil kukunin iyon sa kanila ⁶ at dadalhin sa Asiria at ireregalo sa dakilang hari roon. Mapapahiya ang Israel*a* sa kanyang pagtitiwala sa mga dios-diosan.*b* ⁷ Mawawala ang kanyang*c* hari na parang kahoy na tinangay ng agos. ⁸ Gigibain ang mga sambahan sa mga matataas na lugar ng Aven,*d* na naging dahilan ng pagkakasala ng mga taga-Israel. Matatakpan ang kanilang mga altar ng matataas na damo at mga halamang may tinik. Sasabihin nila sa mga bundok at mga burol, 'Tabunan ninyo kami!' "

Hinatulan ang Israel

⁹ Sinabi ng PANGINOON, "Kayong mga mamamayan ng Israel ay patuloy sa pagkakasala mula pa noong *magkasala ang inyong mga ninuno roon* sa Gibea. Hindi kayo nagbago. Kaya kayong mga lahi ng masasama ay lulusubin sa Gibea. ¹⁰ Gusto ko na kayong parusahan. Kaya magsasanib ang mga bansa upang lusubin kayo*e* dahil sa patuloy ninyong pagkakasala. ¹¹ *Noon,* para kayong dumalagang baka na sinanay na gumiik at gustong-gusto ng gawaing ito. Pero ngayon, pahihirapan ko kayong mga taga-Israel*f* at pati ang mga taga-Juda. Magiging tulad kayo ng dumalagang baka na sisingkawan ang makinis niyang leeg at pahihirapan sa paghila ng pang-araro. ¹² *Sinabi ko sa inyo,* 'Palambutin ninyo ang inyong mga puso tulad ng binungkal na lupa. Magtanim kayo ng katuwiran at mag-aani kayo ng pagmamahal. Sapagkat panahon na para magbalik-loob kayo sa akin hanggang sa aking pagdating, at pauulanan ko kayo ng tagumpay.'*g*

¹³ "Pero nagtanim kayo ng kasamaan, kaya nag-ani rin kayo ng kasamaan. Nagsinungaling kayo, at iyan ang bunga ng inyong kasamaan. At dahil sa nagtitiwala kayo sa sarili ninyong kakayahan, tulad halimbawa sa marami ninyong mga kawal, ¹⁴ darating ang digmaan sa inyong mga mamamayan at magigiba ang inyong mga napapaderang lungsod. Gagawin ng mga kalaban ninyo ang ginawa ni Shalman*h* sa *lungsod ng* Bet Arbel nang pagluray-lurayin niya ang mga ina at ang kanilang mga anak. ¹⁵ Ganyan din ang mangyayari sa inyong mga taga-Betel, dahil sukdulan na ang kasamaan ninyo. Sa pagbubukang-liwayway, siguradong mamamatay ang hari ng Israel."

Ang Pag-ibig ng Dios sa Israel

11 Sinabi ng PANGINOON, "Minahal ko ang Israel noong kabataan niya.*i* Itinuring ko siyang anak at tinawag ko siya mula sa Egipto.*j* ² Pero ngayon, kahit na patuloy kong*k* tinatawag ang mga mamamayan ng Israel, lalo pa silang lumayo sa akin.*l* Naghahandog sila at nagsusunog ng mga insenso sa *dios-diosang si Baal.* ³ Ako *ang nag-alaga sa kanila.* Inakay ko sila*m* at tinuruang lumakad, pero hindi nila kinilala na ako ang kumalinga*n* sa kanila. ⁴ Pinatnubayan ko sila nang buong pagmamahal, tulad ng isang taong nag-aangat ng pamatok sa baka upang mapakain ito. ⁵ Pero dahil ayaw nilang bumalik sa akin, babalik sila sa Egipto, at paghaharian sila ng Asiria. ⁶ Lulusubin ng mga kalaban ang kanilang mga lungsod at sisirain ang mga tarangkahan ng pintuan nito. Wawakasan ng mga kaaway ang lahat nilang balak. ⁷ Nagpasyang lumayo sa akin ang aking mga mamamayan. Kaya kahit na sama-sama pa silang dumulog sa akin, hindi ko sila tutulungan.

⁸ "Mga taga-Israel, hindi ko kayo magagawang itakwil o pabayaan na lang. Hindi ko kayo magagawang *lipulin nang lubusan* gaya ng ginawa ko sa *mga lungsod ng* Adma at Zeboyim. Hindi matatanggap ng aking kalooban na gawin ko ito sa inyo. Awang-awa ako sa inyo. ⁹ Hindi ko na ipadarama ang matindi kong galit; hindi ko na gigibain ang Israel, dahil ako'y Dios at hindi tao. Ako ang Banal na Dios na kasama ninyo. Hindi ako paparito sa inyo nang may galit.

¹⁰ "Susunod kayo sa akin kapag umatungal ako na parang leon. At kapag umatungal na ako, dali-dali*o* kayong uuwi mula sa kanluran. ¹¹ Mabilis*p* kayong darating na parang mga ibon mula sa Egipto o parang mga kalapating mula sa Asiria. Pauuwiin ko kayong muli sa inyong mga tahanan. *Ako,* ang PANGINOON, ang nagsasabi nito."

Parurusahan ang Israel at ang Juda

¹² Sinabi pa ng PANGINOON, "Palagi akong pinagsisinungalingan at niloloko ng mga taga-Israel. Ang mga taga-Juda ay patuloy na lumalayo sa akin, ang Dios na banal at tapat."

12 Ang mga taga-Israel*q* ay umaasa sa mga walang kwentang bagay. Buong araw nilang hinahabol ang mga bagay na nagdadala sa kanila sa kapahamakan. Lalo pa silang naging malupit at sinungaling. Nakikipagkasundo sila sa Asiria at sa

---

i 1 noong kabataan niya: Ito ang panahon na nasa disyerto o nasa Egipto ang Israel.

j 1 Itinuring…mula sa Egipto: o, *Tinawag ko ang aking anak mula sa Egipto.*

k 2 kong: Ito ang nasa ibang mga teksto ng Septuagint. Sa Hebreo, *nila.*

l 2 akin: Ito ang nasa ibang mga teksto ng Septuagint. Sa Hebreo, *kanila.*

m 3 sila: sa Hebreo, *Efraim.* Makikita rin ang salitang Efraim sa Hebreo sa talatang 8, 9 at 12. Tingnan ang "footnote" sa 4:17.

n 3 kumalinga: sa literal, *nagpagaling.*

o 10 dali-dali: o, *mangiginig.*

p 11 Mabilis: o, *Nangiginig.*

q 1 Israel: sa Hebreo, *Efraim.* Tingnan ang "footnote" sa 4:17.

---

a 6 Israel: sa Hebreo, *Efraim.* Isa ito sa mga lahi sa kaharian ng Israel, pero sa aklat na ito ang tinutukoy ay ang buong kaharian ng Israel.

b 6 sa kanyang…dios-diosan: o, *sa payong sinunod niya.*

c 7 kanyang: sa Hebreo, *Samaria.* Ito ang kabisera ng Israel at kumakatawan sa buong kaharian ng Israel. Tingnan ang "footnote" sa 4:15.

d 8 Aven: Ito rin ang Bet Aven o Betel.

e 10 upang lusubin kayo: o, *upang bihagin kayo.*

f 11 Israel: sa Hebreo, *Efraim.* Tingnan ang footnote sa 4:17.

g 12 tagumpay: o, *kaligtasan.*

h 14 Shalman: Maaaring isang hari ng mga Moabita.

Egipto, kung kaya nireregaluhan nila ang Egipto ng langis.

² May mga paratang din ang PANGINOON laban sa mga taga-Juda na lahi ni Jacob. Parurusahan niya sila ayon sa kanilang pag-uugali; gagantihan niya sila ayon sa kanilang mga ginawa. ³ Noong si Jacob *na kanilang ninuno* ay nasa tiyan pa lamang ng kanyang ina, nais na niyang lampasan ang kanyang kakambal.ᵃ At *noong lumaki na siya,* nakipagbuno siya sa Dios ⁴ sa pamamagitan ng anghel,ᵇ at nagtagumpay siya. Umiiyak siya habang nagmamakaawang pagpalain siya ng anghel. Nakita niya ang Dios sa Betel, at doon nakipag-usap ang Dios sa kanya.ᶜ ⁵ Siya ang PANGINOONg Dios na Makapangyarihan sa lahat. PANGINOON ang kanyang pangalan.

⁶ Kaya kayong mga lahi ni Jacob, magbalik-loob na kayo sa Dios at ipakita ninyo ang pag-ibig at katarungan. At patuloy kayong magtiwala sa kanya.

Dagdag na Sumbat ng PANGINOON sa Israel

⁷ Sinabi ng PANGINOON, "Mahilig mandaya ang mga negosyante ninyo. Gumagamit sila ng mga timbangang may daya. ⁸ Nagyayabang pa kayong mga taga-Israel at sinasabing, 'Nakapag-ipon kami ng kayamanan at napakayaman na namin ngayon. Walang makapagsasabing yumaman kami sa masamang paraan, *dahil* kasalanan ang gawin iyon.' ⁹ Kaya ako, ang PANGINOON ninyong Dios *na naglabas sa inyo* sa Egipto, *ay nagsasabi:* Patitirahin ko kayong muli sa mga kubolᵈ gaya ng ginagawa ninyo noon sa panahon ng Pista ng Pagtatayo ng mga Kubol.ᵉ

¹⁰ "Nakipag-usap ako sa mga propeta at binigyan ko sila ng maraming pangitain. Sa pamamagitan nila, nagbabala ako sa inyo na mapapahamak kayo. ¹¹ Pero patuloy pa rin ang mga taga-Gilead sa kanilang kasamaan, at sila ay naging walang kabuluhan. At ang mga taga-Gilgal naman ay naghahandog ng mga toro sa kanilang mga dios-diosan. Kaya gigibain ang kanilang mga altar at ito'y magiging bunton ng mga bato na kinuha sa inararong bukirin.

¹² "Tumakas si Jacob at pumunta sa Aramᶠ at doon naglingkod bilang pastol para magkaasawa. ¹³ Sa pamamagitan ng propetang *si Moises,* inilabas ko kayong mga Israelita sa Egipto at inalagaan. ¹⁴ Dahil marami kayong pinatay, ginalit ninyo ako na inyong Panginoon. Kaya parurusahan ko kayo at pagbabayarin sa paglapastangan ninyo sa akin."

13 "Noong una, kapag nagsalita ang lahi ni Efraim, nanginginig sa takot ang ibang mga lahi ng Israel dahil tinitingala nila ang lahi ni Efraim. Pero nagkasala ang mga mamamayan nito dahil sumamba sila sa *dios-diosang* si Baal. Kaya nga namatayᵍ sila. ² Hanggang ngayon, kayo *na*

*tinatawag na Efraim*ʰ ay patuloy pa rin sa paggawa ng kasalanan.ⁱ Gumagawa kayo ng mga dios-diosan mula sa inyong mga pilak upang sambahin. Pero ang lahat ng ito ay gawa lamang ng tao at ayon lang sa kanyang naisip. Sinasabi pa ninyo na maghahandog kayo ng tao sa mga dios-diosang baka at hahalik sa mga ito. ³ Kaya mawawala kayo gaya ng ulap sa umaga o hamog, o gaya ng ipa sa giikan na tinatangay ng hangin o ng usok na lumalabas sa tsimeneya.

⁴ "Ako ang PANGINOON na inyong Dios *na naglabas sa inyo* sa Egipto.ʲ Wala kayong kikilalaning Dios at Tagapagligtas maliban sa akin. ⁵ Kinalinga ko kayo roon sa disyerto, sa tuyong lupain. ⁶ Pero pagkatapos ko kayong pagpalain at paunlarin, naging mapagmataas kayo at kinalimutan na ninyo ako. ⁷⁻⁸ Kaya sasalakayin ko kayo at lalapain tulad ng ginagawa ng mabangis na hayop sa kanyang biktima. Lalapain ko kayo gaya ng ginagawa ng leon at ng osong inagawan ng anak. Babantayan ko kayo sa daan at sasalakayin tulad ng *hayop na* leopardo. ⁹ Pupuksain ko kayong mga taga-Israel dahil ako na nagligtas sa inyo ay kinalaban ninyo. ¹⁰⁻¹¹ Nasaan na ngayon ang mga hari at mga pinuno na sa tingin ninyo'y magliligtas sa inyo? Hiningi ninyo sila sa akin sa pag-aakalang maliligtas nila kayo, at sa galit ko sa inyo'y ibinigay ko nga ang mga ito, at dahil din sa galit ko, sila'y kinuha ko. ¹² *Hindi ko makakalimutan* ang mga kasalanan ninyo.ᵏ Para itong kasulatang binalot at itinago.

¹³ "Binigyan ko kayo ng pagkakataong magbagong-buhay pero tinanggihan ninyo ito dahil mga mangmang kayo. Para kayong sanggol na ayaw lumabas sa sinapupunan ng kanyang ina sa panahon na dapat na siyang lumabas. ¹⁴ Hindi ko kayo ililigtas sa kamatayan. Sa halip sasabihin ko sa kamatayan, 'O kamatayan, nasaan ang iyong mga salot? Nasaan ang iyong kapahamakan na papatay sa kanila?'

"Hinding-hindi ko kayo kaaawaan. ¹⁵ Kahit na mas maunlad kayo kaysa sa inyong kapwa, *lilipulin ko kayo.* Paiihipin ko ang mainit na hanging silangan na nagmumula sa disyerto at matutuyo ang inyong mga bukal at mga balon. At sasamsamin ang inyong mahahalagang pag-aari. ¹⁶ Dapat parusahan ang mga taga-Samaria dahil sa kanilang pagrerebelde sa akin na kanilang Dios. Mamamatay sila sa digmaan. Dudurugin ang kanilang mga sanggol, at lalaslasin ang tiyan ng mga buntis."

Ang Pakiusap ni Hoseas sa mga Taga-Israel

14 Sinabi ni Hoseas: Mga taga-Israel, magbalik-loob na kayo sa PANGINOON na inyong Dios. Napahamak kayo dahil sa inyong kasalanan. ² Magbalik-loob na kayo sa PANGINOON at sabihin ninyo sa kanya, "Patawarin n'yo po kami sa aming mga kasalanan. Tanggapin n'yo po kami ayon sa inyong kabutihan upang makapaghandog kami sa

---

a 3 *nais...kakambal:* sa literal, *hinahawakan niya ang sakong ng kanyang kapatid.*
b 4 *anghel:* o, *sugo ng Dios.*
c 4 *kanya:* Ito ang nasa Septuagint at sa Syriac. Sa Hebreo, *atin.*
d 9 *kubol:* sa Ingles, *"temporary shelter."*
e 9 Tingnan ang Lev. 23:41-43.
f 12 *Aram:* Isang lugar sa Mesopotamia.
g 1 *namatay:* o, *mamamatay.*

h 2 *Efraim:* Ang ibig sabihin, *mga taga-Israel.*
i 2 *patuloy...kasalanan:* o, *lalo pa ninyong pinatindi ang paggawa ng kasalanan.*
j 4 *na naglabas...sa Egipto:* o, *mula pa noong nandoon kayo sa Egipto.*
k 12 *ninyo:* sa Hebreo, *Efraim.* Tingnan ang "footnote" sa 4:17.

inyo ng pagpupuri. ³Hindi na kami hihingi ng tulong sa Asiria at hindi na rin kami aasa sa mga kabayong pandigma. Hindi na rin namin tatawagin na aming Dios ang *mga dios-diosang* ginawa namin. Sapagkat kinaawaan n'yo po kami na parang mga ulila."

⁴*Sinabi ng PANGINOON,* "Pagagalingin ko ang aking mga mamamayan sa kanilang pagkamasuwayin at taos-puso ko silang mamahalin. Sapagkat nawala na ang galit ko sa kanila. ⁵*Pagpapalain ko ang* mga taga-Israel; ako'y magiging parang hamog sa kanila *na nagbibigay ng tubig sa mga halaman.* Sila ay *uunlad* gaya ng *halamang* liryong namumulaklak. Sila ay *magiging matatag* tulad ng puno ng sedro sa Lebanon na malalim ang ugat. ⁶Sila ay *dadami na* parang mga sangang nagkakadahon nang marami. Sila ay *magiging tanyag na* parang puno ng olibo na maganda at ng puno ng sedro ng Lebanon na

mabango. ⁷Muli silang maninirahan na kinakalinga ko. Sila ay *uunlad na* parang trigong yumayabong o ubas na namumulaklak. At magiging tanyag sila na gaya ng alak ng Lebanon.

⁸"Mga taga-Israel,ᵃ lumayo na kayo sa mga dios-diosan. Ako ang tutugon *ng inyong mga dalangin* at ako ang kakalinga sa inyo. *Poprotektahan ko kayo;* ako'y magiging parang puno ng sipresᵇ na mayabong *na magbibigay ng lilim.* Ako ang nagpapaunlad sa inyo."ᶜ

Huling Payo

⁹Nawa'y malaman at maintindihan ng may pang-unawa ang mga nakasulat dito. Tama ang mga pamamaraan ng PANGINOON at sinusunod ito ng mga matuwid, pero nagiging katitisuran ito sa mga suwail.

---

a 8 Israel: sa Hebreo, *Efraim*. Tingnan ang "footnote" sa 4:17.

b 8 puno ng sipres: sa Ingles, *"pine tree."*

c 8 nagpapaunlad sa inyo: o, *tumutugon sa inyong mga pangangailangan.*

JOEL

1 Ito ang mensahe ng Panginoon na ipinahayag niya kay Joel na anak ni Petuel.

Sinira ng mga Balang ang mga Tanim

[2] Kayong mga tagapamahala ng Juda at ang lahat ng inyong mamamayan, pakinggan ninyo ang sasabihin ko sa inyo. Wala pang nangyari na katulad nito noong kapanahunan ng inyong mga ninuno o sa panahon ninyo ngayon. [3] Kailangang isalaysay ito sa bawat henerasyon ng inyong lahi.

[4] Sunud-sunod na sumalakay ang mga pulutong ng balang. Ang mga naiwan na tanim na hindi naubos ng unang pulutong ay kinain ng sumunod na pulutong hanggang sa naubos ang mga tanim.[a]

[5] Kayong mga lasenggo, bumangon kayo at umiyak nang malakas! Sapagkat wala na kayong maiinom; wala nang *bunga ang mga ubas na gagawing* alak. [6] Ang lupain ng Panginoon[b] ay sinalakay ng napakaraming balang.[c] Matalas ang kanilang mga ngipin na parang mga ngipin ng leon. [7] Sinira nila ang mga tanim na ubas ng Panginoon at ang kanyang mga puno ng igos. Nginatngat nila ang mga balat nito hanggang sa mamuti ang mga sanga.

[8] Umiyak kayo katulad ng isang dalaga[d] na nakadamit ng sako[e] na namatayan ng binatang mapapangasawa. [9] Sapagkat wala nang butil o inumin na maihahandog sa templo ng Panginoon, *kaya* nalulungkot ang mga paring naglilingkod sa kanya. [10] Nasira ang mga bukirin na parang taong nagdadalamhati. Nasira na ang mga trigo, at wala na ang katas ng ubas at langis.

[11] Kayong mga magsasaka, dapat kayong malungkot! Kayong mga tagapangalaga ng ubasan, umiyak kayo nang malakas! Sapagkat nasira ang aanihing mga trigo at sebada. [12] Nalanta ang mga tanim na ubas at ang lahat ng puno, pati na ang mga igos, pomegranata, palma, at mansanas. Talagang nawala ang kaligayahan ng mga tao.

Panawagan ng Pagsisisi

[13] Kayong mga pari na naglilingkod sa altar ng aking Dios, magsuot kayo ng sako at pumunta sa templo at umiyak buong magdamag. Sapagkat wala nang butil o inumin na ihahandog sa templo ng inyong Dios. [14] Sabihin ninyo sa mga tagapamahala ng Juda at sa lahat ng kanyang mamamayan na pumunta silang lahat sa templo ng Panginoon na inyong Dios at mag-ayuno. Humingi sila ng tulong sa Panginoon.

[15] Naku! Malapit na ang araw ng pagpaparusa ng Panginoong Makapangyarihan. [16] Nakita natin mismo kung paano tayo nawalan ng pagkain at kung paano nawala ang kagalakan sa templo ng Dios. [17] Namatay ang mga binhi sa tigang na lupa. At dahil natuyo ang mga butil, wala nang laman ang mga bodega, kaya nagiba na lamang ang mga ito. [18] Umaatungal ang mga hayop *dahil sa gutom*. Gumagala ang mga baka na naghahanap ng makakain, pati ang mga tupa ay nahihirapan na rin.

[19] *Nanalangin si Joel:* Panginoon, nananawagan po ako sa inyo, dahil natuyo na ang mga pastulan at ang lahat ng punongkahoy sa bukirin, na parang nilamon ng apoy. [20] Maging ang mga hayop sa gubat ay dumadaing sa inyo, dahil tuyong-tuyo na ang mga ilog at mga sapa, at tuyo na rin ang mga pastulan, na parang nilamon ng apoy.

Ang Pagparusa ng Panginoon ay Inihalintulad sa Pagsalakay ng mga Balang

2 Hipan ninyo ang trumpeta upang bigyang babala *ang mga tao* sa Zion,[f] ang banal[g] na bundok ng Panginoon. Lahat kayong nakatira sa Juda, manginig kayo sa takot, dahil malapit na ang araw *ng paghatol* ng Panginoon. [2] Magiging maulap at madilim ang araw na iyon. Kakalat ang napakaraming balang[h] sa mga kabundukan na parang sinag ng araw kapag nagbubukang-liwayway. Wala pang nangyaring kagaya nito noon, at hindi na mangyayari ang katulad nito kahit kailan.

[3] Sunud-sunod na sumalakay ang mga balang na parang apoy.[i] Bago sila dumating ang lupain ay parang halamanan ng Eden. Pero nang masalakay na nila, para na itong disyerto. Wala silang halaman na itinira. [4] Parang kabayo ang kanilang anyo, at mabilis sila tulad ng mga kabayong pandigma. [5] Ang ingay ng kanilang paglukso sa ibabaw ng mga bundok ay parang mga karwaheng tumatakbo at parang ingay ng nasusunog na dayami. Tulad sila ng makapangyarihang hukbo na handang makipagdigma. [6] Ang mga taong makakakita sa kanila ay mamumutla sa takot. [7-8] Sumasalakay sila at umaakyat sa mga pader na parang mga sundalo. Diretso ang kanilang paglakad at hindi lumilihis sa kanilang dinadaanan. Hindi sila nagtutulakan, at kahit masalubong nila ang mga sandata ng kaaway,

---

a 4 Maaari rin na ang sinasabi ng talatang ito ay ang apat na klaseng balang o ang apat na "stages" ng paglaki ng balang.

b 6 lupain ng Panginoon: sa literal, *aking lupain*, na siyang Juda.

c 6 napakaraming balang: sa literal, *mga bansa*. Maaaring ang mga balang na ito ay kumakatawan sa mga bansang sasalakay sa Juda.

d 8 dalaga: o, *birhen*.

e 8 nakadamit ng sako: tanda ng paglula.

f 1 Zion: Isa ito sa mga tawag sa Jerusalem.

g 1 banal: o, *pinili*.

h 2 balang: sa literal, *tao o bansa*. Maaaring ang mga balang na ito ay kumakatawan sa mga taong sasalakay sa Juda.

i 3 Sunud-sunod…apoy: sa literal, *Sa kanilang harapan at sa likuran ay may apoy na sumusunog*. Maaaring ang ibig sabihin ay sa harapan at sa likuran ng isang kawan ng mga balang ay mayroon pang mga kawan ng balang. Tingnan sa 1:4 at 2:20.

hindi sila naghihiwa-hiwalay. [9] Sinasalakay nila ang lungsod at inaakyat ang mga pader nito. Inaakyat nila ang mga bahay at pumapasok sa mga bintana na parang magnanakaw. [10] Nayayanig ang lupa at ang langit sa kanilang pagdating. At nagdidilim ang araw at ang buwan, at nawawalan ng liwanag ang mga bituin.

[11] Inuutusan ng PANGINOON ang kanyang hukbo—ang napakarami at makapangyarihang mga balang—at sumusunod sila sa kanyang utos. Nakakatakot ang araw ng pagpaparusa ng PANGINOON. Sino ang makakatagal dito?

Panawagan upang Magbalik-loob sa Dios

[12] Sinabi ng PANGINOON na ito na ang panahon para magbalik-loob kayo sa kanya nang buong puso, na nag-aayuno, nananangis at nagdadalamhati. [13] Magsisi kayo nang buong puso at hindi pakitang-tao lamang sa pamamagitan ng pagpunit ng inyong mga damit. Magbalik-loob kayo sa PANGINOON na inyong Dios, dahil mahabagin siya at maalalahanin. Mapagmahal siya at hindi madaling magalit. Handa siyang magbago ng isip upang hindi na magpadala ng parusa. [14] Baka sakaling magbago ang isip ng PANGINOON na inyong Dios at pagpalain *kayo ng masaganang ani*, para makapaghandog kayo sa kanya ng mga butil at inumin.

[15] Hipan ninyo ang trumpeta sa Zion upang ipaalam sa mga tao na magtipon sila at mag-ayuno. [16] Gawin ninyo ang seremonya ng paglilinis at magtipon kayong lahat, bata at matanda, pati mga sanggol at maging ang mga bagong kasal. [17] Umiyak sa pagitan ng altar at ng balkonahe ng templo ang mga pari na naglilingkod sa PANGINOON, at manalangin sila ng ganito: "PANGINOON, maawa po kayo sa mga mamamayang pag-aari ninyo. Huwag n'yo pong payagan na hiyain sila at sakupin ng ibang bansa na nagsasabing, 'Nasaan ang inyong Dios?'"

Pagpapalain ng PANGINOON ang Juda

[18] Nagmamalasakit ang PANGINOON sa kanyang bayan at naaawa siya sa kanyang mga mamamayan. [19] At bilang sagot sa kanilang dalangin sasabihin niya sa kanila, "Bibigyan ko kayo ng mga butil, bagong katas ng ubas, at langis, at mabubusog kayo. Hindi ko papayagang hiyain kayo ng ibang bansa. [20] Palalayasin ko ang mga sasalakay sa inyo mula sa hilaga at itataboy ko sila sa disyerto. Itataboy ko ang unang pulutong nila sa Dagat na Patay[a] at ang huling pulutong ay itataboy ko sa Dagat ng Mediteraneo.[b] At babaho ang kanilang mga bangkay."

Tunay na kamangha-mangha ang ginawa ng PANGINOON. [21] Hindi dapat matakot ang lupain *ng Juda*, sa halip dapat itong magalak dahil sa kamangha-manghang ginawa ng PANGINOON. [22] Huwag matakot ang mga hayop, dahil luntian na ang mga pastulan at namumunga na ang mga punongkahoy, pati na ang mga igos, gayon din ang mga ubas.

[23] Kayong mga taga-Zion, magalak kayo sa ginawa sa inyo ng PANGINOON na inyong Dios. Sapagkat binigyan niya kayo ng unang ulan at nasundan

pa ito gaya ng dati para ipakita na matuwid siya. [24] Mapupuno ng butil ang mga giikan, at aapaw ang bagong katas ng ubas at langis sa mga pisaan nito. [25] Sapagkat sinasabi ng PANGINOON, "Ibabalik ko ang lahat ng nawala sa inyo noong mga panahon na sinalakay ang inyong mga pananim ng sunud-sunod na pulutong ng mga balang na iyon. Ako ang nagpadala sa inyo ng napakalaking pulutong ng mga balang. [26] Magkakaroon na kayo ngayon ng saganang pagkain at lubusang mabubusog. At dahil dito, pupurihin ninyo ako na inyong Dios, na gumawa ng mga kamangha-manghang bagay na iyon. At kayo na aking mga mamamayan ay hindi na mapapahiya kailanman. [27] Malalaman ninyo na ako'y sumasainyo na mga taga-Israel, at ako lamang ang PANGINOON na inyong Dios at wala nang iba pa. Kayo na aking mga mamamayan ay hindi na nga mapapahiya kailanman.

Ang mga Pagpapalang Espiritwal

[28] "At pagkatapos, ibibigay ko ang aking Espiritu sa lahat ng tao. Ang inyong mga anak na lalaki at babae ay magpapahayag ng aking mga salita. Ang inyong matatandang lalaki ay mananaginip, at ang inyong mga binata ay makakakita ng mga pangitain. [29] Sa mga araw na iyon, ibibigay ko rin ang aking Espiritu sa mga utusang lalaki at babae. [30] Magpapakita ako ng mga himala sa langit at sa lupa: *May makikitang* dugo, apoy, at makapal na usok. [31] Magdidilim ang araw at pupula ang buwan na parang dugo. Mangyayari ito bago dumating ang nakakatakot na araw ng *paghuhukom ng PANGINOON*. [32] Ang sinumang hihingi ng tulong sa PANGINOON ay maliligtas *sa parusang darating*. Sapagkat ayon sa sinabi ng PANGINOON, may matitirang mga Israelita sa Bundok ng Zion, ang Jerusalem. Sila ang mga pinili ng PANGINOON na maliligtas.

Parurusahan ang mga Bansa

3 Sinabi ng PANGINOON, "Sa panahong iyon na ibabalik ko ang mabuting kalagayan ng Juda at Jerusalem,[c] [2] titipunin ko ang mga bansa at dadalhin ko sila sa Lambak ni Jehoshafat.[d] Doon ko sila hahatulan dahil sa kanilang ginawa sa mga Israelita na aking mamamayan na pag-aari ko. Pinangalat nila ang mga Israelita sa iba't ibang bansa at pinaghati-hatian ang aking lupain. [3] Nagpalabunutan sila para *paghati-hatian* ang aking mga mamamayan, at ipinagbili nila bilang alipin ang mga batang lalaki at babae, upang ibili ng alak at ibayad sa babaeng bayaran.

[4] "Kayong mga taga-Tyre, taga-Sidon, at ang lahat ng lugar ng Filistia, ano ba itong ginagawa ninyo laban sa akin? Ginagantihan ba ninyo ako sa mga bagay na aking ginawa? Kung ganoon, gagantihan ko agad kayo sa inyong ginagawa.[e] [5] Sapagkat kinuha ninyo ang aking mga ginto at pilak at iba

---

a 20 Dagat na Patay: sa Hebreo, *dagat sa silangan*.
b 20 Dagat ng Mediteraneo: sa Hebreo, *dagat sa kanluran*.

c 1 ibabalik…Jerusalem: o, *pababalikin ko ang mga mamamayan ng Juda at Jerusalem sa kanilang lupain mula sa pagkabihag.*
d 2 Jehoshafat: Ang ibig sabihin, *naghahatol ang PANGINOON.*
e 4 Ang ginagawa ng mga bansang ito laban sa Israel ay para na rin nilang ginagawa laban sa PANGINOON.

pang mamahaling bagay at dinala ninyo ito roon sa inyong mga templo. ⁶Ipinagbili ninyo sa mga Griego ang mga mamamayan ng Juda at Jerusalem *bilang mga alipin,* upang mailayo ninyo sila sa sarili nilang bayan. ⁷Pero tutulungan ko silang makaalis sa mga bayang sa mga bayang pinagbilhan ninyo sa kanila, at gagawin ko sa inyo ang inyong ginawa *sa kanila.* ⁸Ipagbibili ko ang inyong mga anak sa mga taga-Juda, at ipagbibili naman nila ang mga ito sa mga taga-Sabea*ᵃ* na nakatira sa malayong lugar." *Mangyayari nga ito,* dahil *ako,* ang Panginoon, ang nagsasabi nito.

⁹Ipaalam ito sa mga bansa: Humanda kayo sa pakikipagdigma. Tawagin ninyo ang inyong mga sundalo upang sumalakay. ¹⁰Gawin ninyong mga espada ang sudsod ng inyong mga araro at gawin ninyong mga sibat ang inyong mga panggapas. Kahit ang mahihina ay kailangang makipaglaban. ¹¹Pumarito kayo, lahat kayong mga bansang nasa paligid, at magtipon kayo doon *sa Lambak ni Jehoshafat.* Panginoon, papuntahin n'yo na po *roon* ang inyong hukbo.*ᵇ*

¹²Sinabi ng Panginoon, "Kailangang hikayatin ang mga bansa sa paligid na pumunta sa Lambak ni Jehoshafat, dahil doon ko sila hahatulan. ¹³Para silang mga aanihin na kailangan nang gapasin dahil hinog na, o parang ubas na kailangan nang pisain dahil puno na ng ubas ang pisaan. Ubod sila ng sama; ang kanilang kasalanan ay parang katas ng ubas na umaapaw sa sisidlan nito."

¹⁴Napakaraming tao ang naroon sa Lambak ng Paghatol, dahil malapit nang dumating ang araw ng pagpaparusa ng Panginoon. ¹⁵Magdidilim ang araw at ang buwan, at hindi na magliliwanag ang mga bituin. ¹⁶Aatungal *na parang leon* ang Panginoon mula sa Zion;*ᶜ* dadagundong ang kanyang tinig mula sa Jerusalem. Kaya mayayanig ang lupa at langit. Pero ang Panginoon ang matibay na kanlungan para sa mga Israelita na kanyang mamamayan.

Ang mga Pagpapalang para sa mga Mamamayan ng Dios

¹⁷Sinabi ng Panginoon, "Malalaman ninyong *mga taga-Juda na* ako, ang Panginoon na inyong Dios, ay nakatira sa Zion, ang aking banal na bundok. Magiging banal *muli* ang Jerusalem; hindi na ito muling lulusubin ng ibang bansa. ¹⁸Sa panahong iyon, *pagpapalain ko kayo.* Magiging sagana ang inyong bagong katas ng ubas *na mula sa maraming ubas* sa mga bundok. Magiging sagana rin ang inyong gatas *mula sa maraming baka at kambing na nanginginain* sa mga burol. At hindi na matutuyuan ang inyong mga sapa at ilog. At may bukal mula sa templo ng Panginoon na dadaloy sa lambak na may mga punong akasya.*ᵈ*

¹⁹"Ang Egipto ay magiging malungkot na lugar at ang Edom ay magiging ilang, dahil pinagmalupitan nila ang mga taga-Juda; pinatay nila ang mga taong walang kasalanan. ²⁰Pero ang Juda at ang Jerusalem ay titirhan magpakailanman. ²¹Ipaghihiganti ko ang mga pinatay sa aking mga mamamayan. Parurusahan ko ang mga gumawa nito sa kanila.*ᵉ* *Ako,* ang Panginoon na nakatira sa Zion."

---

a 8 Sabea: Isang lugar sa timog-kanluran ng Arabia.
b 11 Panginoon*...hukbo:* Sa Syriac, *At doon ay lilipulin ng* Panginoon *ang inyong mga kawal.*
c 16 Zion: Isa sa mga tawag sa Jerusalem.
d 18 na may mga punong akasya: o, *ng Shitim.*
e 21 Ipaghihiganti...sa kanila: Ito ang nasa Septuagint at Syriac. Sa Hebreo, *Ituturing ko na walang kasalanan ang mga pinatay sa kanila na hindi ko pa naituring na walang kasalanan.* O, *Patatawarin ko ang mga pagpatay nila na hindi ko pa napapatawad.*

AMOS

1 Ito ang mensahe ni Amos na isang pastol ng mga tupa na taga-Tekoa. Ang mensaheng ito ay tungkol sa Israel. Ipinahayag ito sa kanya ng Dios dalawang taon bago lumindol, noong panahon na si Uzia ang hari ng Juda at si Jeroboam na anak ni Joash ang hari ng Israel.

[2] Sinabi ni Amos: "Umaatungal ang PANGINOON mula sa Zion;[a] dumadagundong ang tinig niya mula sa Jerusalem. Dahil dito natutuyo ang mga pastulan ng mga pastol at nalalanta ang *mga tanim* sa tuktok ng *Bundok ng* Carmel."

Ang Parusa sa Bansang Syria

[3] Ito ang sinasabi ng PANGINOON *tungkol sa Syria:* "Dahil sa patuloy na pagkakasala ng mga taga-Damascus,[b] parurusahan ko sila. Sapagkat pinagmalupitan nila ang mga taga-Gilead na *parang* giniik ng tabla na may mga ngiping bakal sa ilalim. [4] Kaya susunugin ko ang palasyo ni *Haring* Hazael at ang matitibay na bahagi ng Damascus na ipinagawa *ng anak niyang si Haring* Ben Hadad. [5] Wawasakin ko ang pintuan ng Damascus at papatayin ko ang pinuno ng Lambak ng Aven at ng Bet Eden.[c] Bibihagin at dadalhin sa Kir ang mga mamamayan ng Syria.[d] *Ako,* ang PANGINOON, ang nagsasabi nito."

Ang Parusa sa Bansang Filistia

[6] Ito ang sinasabi ng PANGINOON *tungkol sa Filistia:* "Dahil sa patuloy na pagkakasala ng mga taga-Gaza,[e] parurusahan ko sila. Sapagkat binihag nila ang lahat ng naninirahan sa mga bayan at ipinagbili bilang mga alipin sa Edom. [7] Kaya susunugin ko ang mga pader[f] ng Gaza at ang matitibay na bahagi ng lungsod na ito. [8] Lilipulin ko ang mga pinuno ng Ashdod at ng Ashkelon, at parurusahan ko ang mga taga-Ekron.[g] At ang mga Filisteong makakatakas sa parusa ay mamamatay din. *Ako,* ang Panginoong DIOS, ang nagsasabi nito."

Ang Parusa sa Bansang Tyre

[9] Ito ang sinasabi ng PANGINOON *tungkol sa Tyre:* "Dahil sa patuloy na pagkakasala ng mga taga-Tyre, parurusahan ko sila. Sapagkat ipinagbili nila ang lahat ng naninirahan sa mga bayan bilang mga alipin sa Edom. Hindi nila sinunod ang kanilang kasunduang pangkapatiran sa mga mamamayang ito. [10] Kaya susunugin ko ang mga pader ng Tyre at ang matitibay na bahagi ng lungsod nito."

Ang Parusa sa Bansang Edom

[11] Ito ang sinasabi ng PANGINOON *tungkol sa Edom:* "Dahil sa patuloy na pagkakasala ng mga taga-Edom, parurusahan ko sila. Sapagkat tinugis nila ang kanilang mga kaanak *na mga Israelita* at walang awang pinatay. Hinding-hindi mawawala ang kanilang galit sa mga Israelita. [12] Kaya susunugin ko ang Teman at ang matitibay na bahagi ng Bozra."[h]

Ang Parusa sa Bansang Ammon

[13] Ito ang sinasabi ng PANGINOON *tungkol sa Ammon:* "Dahil sa patuloy na pagkakasala ng mga taga-Ammon, parurusahan ko sila. Sapagkat nilaslas nila ang tiyan ng mga buntis sa Gilead *nang salakayin nila ito,* upang mapalawak ang kanilang lupain. [14] Kaya susunugin ko ang mga pader ng Rabba[i] at ang matitibay na bahagi ng lungsod na ito habang nagsisigawan ang mga kaaway na sumasalakay sa kanila, na parang umuugong na bagyo. [15] At bibihagin ang hari ng Ammon gayon din ang kanyang mga opisyal. *Ako,* ang PANGINOON, ang nagsasabi nito."

Ang Parusa sa Bansang Moab

2 Ito ang sinasabi ng PANGINOON *tungkol sa Moab:* "Dahil sa patuloy na pagkakasala ng mga taga-Moab, parurusahan ko sila. Sapagkat sinunog nila ang mga buto ng hari ng Edom hanggang sa maging abo ito. [2] Kaya susunugin ko ang Moab pati na ang matitibay na bahagi ng Keriot.[j] Mamamatay ang mga taga-Moab habang nagsisigawan at nagpapatunog ng mga trumpeta *ang kanilang mga kaaway na sumasalakay sa kanila.* [3] Mamamatay pati ang kanilang hari at ang lahat ng kanyang mga opisyal. *Ako,* ang PANGINOON, ang nagsasabi nito."

Ang Parusa sa Bansang Juda

[4] Ito ang sinasabi ng PANGINOON *tungkol sa Juda:* "Dahil sa patuloy na pagkakasala ng mga taga-Juda, parurusahan ko sila. Sapagkat itinakwil nila ang aking mga kautusan at hindi nila sinunod ang aking mga tuntunin. Iniligaw sila ng *paglilingkod nila* sa mga dios-diosan na pinaglingkuran din ng kanilang mga ninuno. [5] Kaya susunugin ko ang Juda pati na ang matitibay na bahagi ng Jerusalem."

Ang Parusa sa Bansang Israel

[6] Ito ang sinasabi ng PANGINOON *tungkol sa Israel:* "Dahil sa patuloy na pagkakasala ng

a 2 *Zion:* Isa ito sa mga tawag sa Jerusalem.

b 3 *Damascus:* Ito ang kabisera ng Syria at kumakatawan sa buong bansa ng Syria.

c 5 *Lambak ng Aven at ng Bet Eden:* Ito'y mga lugar na sakop ng Syria.

d 5 *Syria:* sa Hebreo, *Aram.*

e 6 *Gaza:* Ang Gaza ay isa sa mga pangunahing lungsod ng Filistia at kumakatawan sa buong bansa ng Filistia.

f 7 *susunugin ko ang mga pader:* Maaaring may mga bahagi ang pader na masusunog ng apoy, o ang apoy dito ay nangangahulugan ng pagkawasak.

g 8 *Ashdod...Ashkelon...Ekron:* Ito'y mga lugar na sakop ng Filistia.

h 12 *Teman...Bozra:* Ito'y mga lugar na sakop ng Edom.

i 14 *Rabba:* Ito ang kabisera ng Ammon.

j 2 *Keriot:* Ito'y lugar na sakop ng Moab.

mga taga-Israel,[a] parurusahan ko sila. Sapagkat ipinagbibili nila *bilang alipin* ang mga taong walang kasalanan dahil lamang sa kanilang utang. Ginagawa rin nila ito sa mga mahihirap kahit na isang pares lang na sandalyas ang utang. [7] Ginigipit nila ang mga mahihirap at hindi binibigyan ng katarungan. Mayroon sa kanila na mag-amang nakikipagtalik sa iisang babae. Dahil dito nilalapastangan nila ang aking banal na pangalan. [8] Natutulog sila sa kanilang sambahan[b] na suot ang damit na isinangla sa kanila *ng mga mahihirap*.[c] At nag-iinuman sila sa aking templo ng alak na binili galing sa ibinayad *ng mga mahihirap* na may utang sa kanila. [9] Pero ako, ang ginawa ko para sa kanila na *mga taga-Israel*, nilipol ko ang mga Amoreo, kahit na kasintaas sila ng punong sedro at kasintibay ng punong ensina. Nilipol ko silang lahat at walang itinirang buhay. [10] Inilabas ko rin sa Egipto ang mga ninuno ng mga taga-Israel at pinatnubayan ko sila sa ilang sa loob ng 40 taon upang makuha nila ang lupain ng mga Amoreo. [11] Pinili ko ang ilan sa mga anak nila na maging propeta at Nazareo. Mga taga-Israel, hindi ba't totoo itong sinasabi ko? [12] Pero ano ang ginawa ninyo? Pinainom ninyo ng alak ang mga Nazareo[d] at pinagbawalan ninyo ang mga propeta na sabihin ang ipinapasabi ko. [13] Kaya makinig kayo! Pahihirapan ko kayo katulad ng kariton na hindi na halos makausad dahil sa bigat ng karga. [14] Kaya kahit na ang mabilis tumakbo *sa inyo* ay hindi makakatakas, ang malalakas ay manghihina, at ang mga sundalo ay hindi maililigtas ang kanilang sarili. [15] Kahit na ang mga sundalong namamana *sa labanan* ay uurong. Ang mga *sundalong* mabilis tumakbo ay hindi makakatakas, at silang mga nakasakay sa kabayo ay hindi rin makakaligtas. [16] Sa araw na iyon, kahit ang pinakamatapang na sundalo ay tatakas na nakahubad. *Ako,* ang Panginoon, ang nagsabi nito."

3 Kayong mga taga-Israel, na *ang mga ninuno ay* inilabas ng Panginoon sa Egipto, pakinggan ninyo ang sasabihin niya laban sa inyo: [2] Sa lahat ng bansa sa buong mundo, kayo lamang ang aking pinili na maging mga mamamayan ko. Kaya parurusahan ko kayo dahil sa lahat ng inyong mga kasalanan.

Itinalaga ng Dios ang Gawain ng mga Propeta

[3] Maaari bang magsama sa paglalakbay ang dalawang tao kung hindi sila magkasundo? [4] Umaatungal ba ang leon sa kagubatan kung wala siyang mabibiktima? Aatungal ba siya sa loob ng kanyang yungib kung wala siyang nahuli? [5] Mahuhuli ba ang ibon kung walang pain na inilagay sa bitag? At iigkas ba ang bitag kung walang nahuli? [6] Hindi ba't nanginginig sa takot

ang mga tao sa tuwing patutunugin ang trumpeta *na nagpapahiwatig na may paparating na kaaway?* Mangyayari ba ang kapahamakan sa isang lungsod kung hindi ito pinahintulutan ng Panginoon? [7] Sa katunayan, hindi gumagawa ng anuman ang Panginoong Dios na hindi muna niya ipinababatid sa kanyang mga lingkod na propeta. [8] Sino ang hindi matatakot kung umaatungal na ang leon? Sino kaya ang hindi magpapahayag ng mensahe ng Panginoong Dios kung ang Panginoong Dios na mismo ang nagsasalita sa kanya?

Ang Hatol ng Dios sa Samaria

[9] Sabihin ninyo sa *mga pinunong nakatira sa* matitibay na bahagi ng Ashdod[e] at Egipto na magtipon sila sa mga burol *sa paligid ng Samaria[f]* at tingnan nila ang kaguluhang nangyayari sa lungsod na ito at ang panggigipit sa mga mamamayan nito. [10-11] Sapagkat ito ang sinasabi ng Panginoong Dios *laban sa Samaria:* "Hindi sila marunong gumawa ng matuwid. Ang matitibay na bahagi ng kanilang lungsod ay puno ng mga bagay na ninakaw at sinamsam. Kaya lulusubin sila ng mga kaaway at gigibain ang kanilang mga kampo. Sasamsamin ng mga kaaway ang mga ari-arian sa matitibay na bahagi ng kanilang lungsod."

[12] Ito pa ang sinasabi ng Panginoon: "Ang maililigtas lang ay isang pastol sa tupang sinisila ng leon ay maaaring dalawang paa o isang tainga lamang. Ganoon din ang mangyayari sa inyong mga Israelitang nakatira sa Samaria; wala kayong maililigtas kundi bahagi na lamang ng inyong magagandang higaan."

[13] Sinabi ng Panginoong Dios, ang Dios na Makapangyarihan, "Pakinggan ninyo ang sasabihin ko at sabihin din ninyo ito sa mga lahi ni Jacob: [14] Sa araw na parusahan ko ang mga taga-Israel dahil sa kanilang mga kasalanan, wawasakin ko ang mga altar sa Betel.[g] Puputulin ko ang sungay ng mga sulok ng altar[h] at mahuhulog ang mga ito sa lupa. [15] Wawasakin ko ang kanilang mga bahay na pangtaglamig at ang mga bahay na pangtag-init. Wawasakin ko rin ang kanilang mamahalin[i] at malalaking bahay. *Ako,* ang Panginoon, ang nagsasabi nito."

4 Kayong mga kilalang babae sa Samaria, para kayong mga baka ng Bashan *na inaalagaan nang mabuti.* Ginigipit ninyo at pinagmamalupitan ang mga mahihirap, at inuutusan pa ninyo ang inyong asawa ng ganito, "Kumuha ka ng alak at mag-inom tayo!" Kaya pakinggan ninyo itong [2] sinasabi ng Panginoong Dios: "Sa aking kabanalan, isinusumpa ko na darating ang araw na bibihagin

---

a 6 Israel: Noong mahati sa dalawang kaharian ang Israel (1 Hari 2), ang isa ay tinawag na Israel at ang isa ay Juda.

b 8 sa kanilang sambahan: sa literal, *sa tabi ng bawat altar.*

c 8 Ayon sa Exo. 22:26-27 at sa Deu. 24:12-13, ang damit na isinangla ng dukha ay dapat ibalik sa kanya kinagabihan.

d 12 Pinainom ninyo ng alak ang mga Nazareo: upang hindi nila matupad ang kanilang panata sa Dios na hinding-hindi sila iinom ng alak.

e 9 Ashdod: Isa sa mga pangunahing lungsod ng Filistia at kumakatawan sa buong bansa ng Filistia.

f 9 Samaria: Ito ang kabisera ng Israel at kumakatawan sa buong kaharian ng Israel.

g 14 Betel: Isang lugar sa Israel na sinasambahan.

h 14 Puputulin…altar: Ayon sa 1 Hari 1:50 at 2:28, ang tao na inuusig ay pwedeng humawak sa mga sungay ng mga sulok ng altar, at walang gagalaw nito doon. Kaya ang mga inaasahan ng mga Israelita na magpoprotekta sa kanila ay wawasakin ng Panginoon.

i 15 mamahalin: Sa literal, *mga bahay na may mga bahaging yari sa pangil ng elepante.*

kayo ng inyong mga kaaway na gaya ng pagbingwit sa isda. ³ Palalabasin nila kayo *sa inyong lungsod* sa pamamagitan ng mga siwang ng inyong gumuhong pader, at dadalhin nila kayo sa *lupain ng* Harmon. *Ako*, ang PANGINOON, ang nagsasabi nito.

⁴ "Kayong mga Israelita, pumunta kayo *sa inyong sinasambahan* sa Betel at sa Gilgal at dagdagan pa ninyo ang inyong kasalanan. Magdala kayo ng inyong mga handog bawat umaga at magdala kayo ng inyong mga ikapu tuwing ikatlong araw. ⁵ *Sige*, magsunog kayo ng tinapay na may pampaalsa bilang handog ng pasasalamat. Ipagmalaki ninyo iyan pati ang inyong mga handog na kusang-loob, dahil iyan ang gusto ninyong gawin. *Ako*, ang Panginoong DIOS, ang nagsasabi nito.

⁶ "Ako ang nagpadala sa inyo ng taggutom sa lahat ng inyong mga lungsod at bayan; pero hindi pa rin kayo nanumbalik sa akin. *Ako*, ang PANGINOON, ang nagsasabi nito.

⁷ "Ako rin ang pumigil sa ulan sa loob ng tatlong buwan bago dumating ang anihan. Pinauulan ko sa isang bayan pero sa iba ay hindi. Pinauulan ko sa isang bukirin pero ang ibang bukirin ay tigang. ⁸ Dahil sa panghihina, pasuray-suray kayong naghahanap ng maiinom. Palipat-lipat kayo sa mga bayan sa paghahanap ng tubig, pero walang makuhang sapat. Pero hindi pa rin kayo nanumbalik sa akin. *Ako*, ang PANGINOON, ang nagsasabi nito.

⁹ "Sinira ko nang maraming beses ang inyong mga pananim sa pamamagitan ng mainit na hangin at ng mga peste. Sinalakay ng mga balang ang inyong mga puno ng igos at olibo. Pero hindi pa rin kayo nanumbalik sa akin. *Ako*, ang PANGINOON, ang nagsasabi nito.

¹⁰ "Pinadalhan ko rin kayo ng mga salot katulad ng mga ipinadala ko sa Egipto noon. Ipinapatay ko ang inyong mga binata sa digmaan at ipinabihag ang inyong mga kabayo. Pinahirapan ko rin kayo sa baho ng mga patay sa inyong mga kampo. Pero hindi pa rin kayo nanumbalik sa akin. *Ako*, ang PANGINOON, ang nagsasabi nito.

¹¹ "Nilipol ko ang iba sa inyo katulad ng ginawa ko sa Sodom at Gomora. At ang ilan sa inyo na nakaligtas ay parang panggatong na inagaw sa apoy. Pero hindi pa rin kayo nanumbalik sa akin. *Ako*, ang PANGINOON, ang nagsasabi nito.

¹² "Kaya muli kong gagawin ang mga parusang ito sa inyo na mga taga-Israel. At dahil gagawin ko ito, humanda kayo sa pagharap sa akin na inyong Dios!"

¹³ Ang Dios ang lumikha ng mga bundok at ng hangin,ᵃ at siya rin ang nagpapalipas ng araw para maging gabi. Ipinapaalam niya sa tao ang kanyang mga plano at siya ang namamahala sa buong mundo. Ang kanyang pangalan ay PANGINOON, ang Dios na Makapangyarihan.

Ang Panawagan sa Pagsisisi

5 Mga Israelita, pakinggan n'yo itong panaghoy tungkol sa inyo:

² Ang Israel na katulad ng isang babaeng
    birhen ay nabuwal at hindi na muling
    makabangon.

Pinabayaan siyang nakahandusay sa sarili
    niyang lupain at walang tumutulong
    para ibangon siya.

³ Ito ang sinabi ng Panginoong DIOS, "Sa 1,000 sundalo na ipapadala ng isang lungsod sa Israel, 100 na lang ang matitira. At sa 100 sundalo na kanyang ipapadala, 10 na lang ang matitira. ⁴ Kaya kayong mga Israelita, dumulog kayo sa akin at mabubuhay kayo. ⁵ Huwag na kayong pumunta sa Betel, sa Gilgal, o sa Beersheba, *upang sumamba roon*. Sapagkat siguradong bibihagin ang mga mamamayan ng Gilgal at mawawala ang Betel. ⁶ Dumulog kayo sa akin, kayong mga lahi ni Jose, at mabubuhay kayo. Dahil kung hindi, lulusubin ko kayo na parang apoy. Kaya malilipol ang Betel at walang makakapigil nito.ᵇ ⁷ Nakakaawa kayo! Ang katarungan ay ginagawa ninyong marumiᶜ at pinawawalang-halaga ninyo ang katuwiran!"

⁸ Ang Dios ang lumikha ng *grupo ng mga bituing tinatawag na* Pleyades at Orion. Siya ang nagpapalipas ng liwanag sa dilim, at ng araw sa gabi. Tinitipon niya ang tubig mula sa karagatan *para pumunta sa mga ulap* upang muling ibuhos sa lupa sa pamamagitan ng ulan. PANGINOON ang kanyang pangalan. ⁹ Agad niyang winawasak ang matitibay na napapaderang bayan,ᵈ at dinudurog ang napapaderang lungsod.

¹⁰ Kayong mga taga-Israel, napopoot kayo sa humahatol nang tama at nagsasabi ng totoo sa hukuman. ¹¹ Inaapi ninyo ang mga mahihirap at pinipilit na magbigay sa inyo ng kanilang ani.ᵉ Kaya hindi kayo makakatira sa ipinatayo ninyong mansyon, at hindi kayo makakainom ng katas mula sa itinanim ninyong mga ubas. ¹² Sapagkat alam koᶠ kung gaano karami at kabigat ang inyong mga kasalanan. Inuusig ninyo ang mga taong walang kasalanan at kinikikilan pa ninyo. Hindi ninyo binibigyan ng hustisya sa hukuman ang mga mahihirap. ¹³ Dahil naghahari ngayon ang kasamaan, ang marurunong ay tumatahimik na lang. ¹⁴ Gawin na lamang ninyo ang mabuti at huwag ang masama para mabuhay kayo, at sasamahan kayo ng PANGINOONG Dios na Makapangyarihan, gaya nang inyong sinasabi. ¹⁵ Kapootan ninyo ang masama at gawin ang mabuti, at pairalin ninyo ang hustisya sa inyong mga hukuman. Baka sakaling maawa ang PANGINOONG Dios na Makapangyarihan sa inyong mga natitira sa mga lahi ni Jose.

¹⁶ Kaya ito ang sinasabi ng PANGINOONG Dios na Makapangyarihan: "*Darating ang araw na* maririnig ang mga iyakan at panaghoy sa mga plasa at mga lansangan. Ipapatawag ang mga magsasaka para umiyak *sa mga patay*ᵍ na kasama ng mga taong inupahan para umiyak. ¹⁷ May mga iyakan din sa

---

ᵃ 13 *hangin*: o, *espiritu ng tao*.

ᵇ 6 *Kaya malilipol...makakapigil nito*: sa literal, *Kaya masusunog ang Betel at walang makakapatay nito*.

ᶜ 7 *marumi*: sa literal, *mapait na tanim*.

ᵈ 9 *napapaderang bayan*: o, *malalakas na kawal*.

ᵉ 11 *magbigay sa inyo ng kanilang ani* bilang buwis o upa sa lupa.

ᶠ 12 *ko*: o, *ng Dios*.

ᵍ 16 *Ipapatawag...umiyak sa mga patay*: Ang ibig sabihin, *ang mga magsasaka ay makikipaglibing sa mga umusig sa kanila.*

inyong mga taniman ng ubas.*ª* Mangyayari ito dahil parurusahan ko kayo. *Ako,* ang Panginoon, ang nagsasabi nito."

Ang Araw ng Paghatol ng Dios

[18] Nakakaawa kayong naghihintay ng araw ng Panginoon. Huwag ninyong isipin na araw iyon ng inyong kaligtasan. Sapagkat iyon ang araw na parurusahan kayo. [19] Para kayong taong nag-aakalang ligtas na siya dahil nakatakas siya sa leon, pero nasalubong naman niya ang oso. O di kaya'y nag-aakalang ligtas na siya dahil nasa loob na siya ng *kanyang* bahay, pero nang isinandal niya ang kanyang kamay sa dingding, tinuklaw ito ng ahas. [20] Tiyak na darating ang araw ng Panginoon at ito'y magdudulot ng kaparusahan at hindi kaligtasan; katulad ito ng dilim na walang liwanag kahit kaunti man lang.

Ang Gusto ng Panginoon na Dapat Gawin ng Kanyang mga Mamamayan

[21] *Sinabi ng* Panginoon *sa mga Israelita,* "Napopoot ako sa inyong mga pista; hindi ako nalulugod sa inyong ginagawang pagtitipon. [22] Kaya kahit dalhan pa ninyo ako ng sari-saring handog, kahit pa ang pinakamabuting handog ay hindi ko tatanggapin. [23] Tigilan na ninyo ang maingay ninyong awitan. Ayokong makinig sa tugtog ng inyong mga alpa. [24] Sa halip, nais kong makita na pinaiiral ninyo ang katarungan at ang katuwiran na parang ilog na patuloy na umaagos.

[25] "Mga mamamayan ng Israel, noong nasa ilang ang inyong mga ninuno sa loob ng 40 taon, naghandog ba sila sa akin? *Hindi!* [26] At ngayon ay buhat-buhat ninyo si Sakut, ang dios-diosang itinuturing ninyong hari, at si Kaiwan, ang dios-diosan ninyong bituin. Ginawa ninyo itong mga imahen para sambahin. [27] Kaya ipapabihag ko kayo at dadalhin sa kabila pa ng Damascus." Ito *nga* ang sinabi ng Panginoon na tinatawag na Dios na Makapangyarihan.

Ang Kasamaan ng mga Pinuno ng Israel

6 Nakakaawa kayong mga pinuno ng Zion at Samaria na nagpapasarap sa buhay at walang pakialam. Itinuturing ninyo ang inyong mga sarili na mararangal na tao ng nangungunang bansa, at sa inyo lumalapit ang inyong mga mamamayan na *nangangailangan.* [2] Tingnan ninyo kung ano ang nangyari sa *lungsod ng* Calne, ang malaking lungsod ng Hamat, at ang *lungsod ng* Gat sa Filistia. Mas makapangyarihan ba kayo kaysa sa mga kahariang iyon? Mas malawak ba ang inyong lupain kaysa sa kanila?

[3] *Kawawa kayong* nag-aakala na hindi darating sa inyo ang araw ng pagpaparusa. Dahil sa ginagawa ninyong kasamaan, lalo ninyong pinadadali ang araw na iyon na maghahari ang karahasan.

[4] *Kawawa kayong* mga pahiga-higa lang sa inyong mga mamahaling kama*ᵇ* at nagpapakabusog

sa masasarap na pagkaing karne ng batang tupa at ng pinatabang guya.

[5] *Kawawa kayong* mga kumakatha ng mga awit habang tumutugtog ng alpa at mahilig tumugtog ng mga tugtugin katulad ni David.

[6] *Kawawa kayong* malalakas uminom ng alak at gumagamit ng mamahaling pabango, pero hindi nagdadalamhati sa sasapiting pagbagsak ng inyong bansa.*ᶜ* [7] Kaya kayong mga pinuno ang unang bibihagin at matitigil na ang inyong mga pagpipista at pagwawalang-bahala.

Kinamumuhian ng Panginoon ang Pagmamataas ng Israel

[8] Sumumpa ang Panginoong Dios, ang Dios na Makapangyarihan. Sinabi niya, "Kinamumuhian ko ang pagmamataas *ng mga lahi* ni Jacob, at kinasusuklaman ang matitibay na bahagi ng kanilang lungsod. Kaya ipapasakop ko sa kaaway ang kanilang lungsod at ang lahat ng naroroon."

[9] Kung may sampung tao na matitira sa isang bahay, *lahat* sila ay mamamatay. [10] Ang bangkay ng namatay ay kukunin ng kanyang kamag-anak upang sunugin. Tatanungin niya ang nagtatago*ᵈ* sa kaloob-looban ng bahay, "May kasama ka pa riyan?"*ᵉ* Kapag sumagot siya ng wala, sasabihin ng nagtanong, "Tumahimik ka na! Baka mabanggit mo pa ang pangalan ng Panginoon *at maparusahan tayo.*" [11] Ang totoo, kapag ang Panginoon na ang nag-uutos, mawawasak ang *lahat ng* bahay, malaki man o maliit.

[12] Makakatakbo ba ang kabayo sa batuhan? Makakapag-araro ba ang baka roon? *Siyempre hindi!* Pero binaliktad ninyo ang katarungan para mapahamak ang tao, at ang katarungan ay ginawa ninyong masama. [13] Tuwang-tuwa kayo nang nasakop ninyo ang *mga bayan ng* Lo Debar at Karnaim, at sinasabi ninyo, "Natalo natin sila sa pamamagitan ng sarili nating kalakasan." [14] Pero ito ang sagot ng Panginoong Dios na Makapangyarihan, "Kayong mga mamamayan ng Israel ay ipasasalakay ko sa isang bansa. Pahihirapan nila kayo at sasakupin ang inyong lugar mula Lebo Hamat hanggang sa lambak ng Araba."

Ang Pangitain ni Amos tungkol sa Balang, Apoy at Hulog

7 Ito ang ipinakita sa akin ng Panginoong Dios: Nakita kong nagtipon siya ng napakaraming balang. Nangyari ito matapos maibigay sa hari ang kanyang parte *mula sa unang ani sa bukid.* At nang magsisimula na ang pangalawang ani,*ᶠ* [2] nakita kong kinain ng mga balang ang lahat ng tanim at walang natira. Kaya sinabi ko, "Panginoong Dios, nakikiusap po ako na patawarin n'yo na ang mga lahi ni Jacob. Paano sila mabubuhay *kung parurusahan n'yo sila*? Mahina po sila at walang

---

a 17 Ang ubasan ay lugar ng kasayahan lalo na kapag panahon ng pagpitas ng mga bunga nito. Pero magiging lugar ito ng iyakan.

b 4 mamahaling kama: sa literal, *higaan na may mga bahaging yari sa pangil ng elepante.*

c 6 pagbagsak ng inyong bansa: sa literal, *pagbagsak ni Jose,* na ang ibig sabihin ay ang mga lahi ni Jose o ang bansang Israel.

d 10 nagtatago: o, *natira.*

e 10 May kasama ka pa riyan: o, May bangkay pa ba riyan?

f 1 magsisimula na ang pangalawang ani: o, *tumutubo naman ang mga tanim.*

kakayahan." ³ Kaya nagbago ang isip ng Panginoon at kanyang sinabi, "Hindi na mangyayari ang nakita mo."

⁴ May ipinakita pa ang Panginoong Dios sa akin: Nakita kong naghahanda siya upang parusahan *ang kanyang mga mamamayan* sa pamamagitan ng apoy. Pinatuyo ng apoy ang pinanggagalingan ng tubig sa ilalim ng lupa, at sinunog ang lahat ng nandoon sa lupain ng Israel. ⁵ Kaya sinabi ko, "Panginoong Dios, nakikiusap po ako sa inyo na huwag n'yong gawin iyan. Paano mabubuhay ang mga lahi ni Jacob *kung gagawin n'yo po iyan*? Mahina po sila at walang kakayahan." ⁶ Kaya nagbago ang isip ng Panginoon at sinabi niya, "Hindi na mangyayari ang nakita mo."

⁷ Ito pa ang ipinakita sa akin ng Panginoong Dios: Nakita ko ang Panginoon na nakatayo malapit sa pader at may hawak na hulog*ᵃ* na ginagamit para malaman kung tuwid ang pagkagawa ng pader. ⁸ Tinanong ako ng Panginoon, "Amos, ano ang nakikita mo?" Sumagot ako, "Hulog po." Sinabi niya sa akin, "Batay sa aking panukat, hindi matuwid ang buhay ng mga mamamayan kong Israelita. *Kaya ngayon* hindi ko na sila kaaawaan. ⁹ Gigibain ko ang mga sambahan sa matataas na lugar*ᵇ* na sinasambahan ng mga Israelita na lahi ni Isaac. At ipapasalakay ko sa mga kaaway *ng Israel* ang kaharian ni *Haring* Jeroboam."

Si Amos at si Amazia

¹⁰ Si Amazia na pari sa Betel ay nagpadala ng mensahe kay Haring Jeroboam ng Israel. Sinabi niya, "May binabalak na masama si Amos laban sa iyo rito mismo sa Israel. Hindi na matiis ng mga tao ang kanyang mga sinasabi. ¹¹ Sinasabi niya, 'Mamamatay si Jeroboam sa labanan, at tiyak na bibihagin ang mga taga-Israel at dadalhin sa ibang bansa.'"

¹² Sinabi ni Amazia kay Amos, "Ikaw na propeta, umalis ka rito at bumalik sa Juda. Doon mo gawin ang iyong hanapbuhay bilang propeta. ¹³ Huwag ka nang magpahayag ng mensahe ng Dios dito sa Betel, sapagkat nandito ang templong sinasambahan ng hari, ang templo ng *kanyang* kaharian." ¹⁴ Sumagot si Amos kay Amazia, "Hindi ako propeta *noon* at hindi rin ako tagasunod*ᶜ* ng isang propeta. Pastol ako ng tupa at nag-aalaga rin ng mga punongkahoy ng sikomoro. ¹⁵ Pero sinabi sa akin ng Panginoon na iwan ko ang aking trabaho bilang pastol at ipahayag ko ang kanyang mensahe sa inyo na mga taga-Israel na kanyang mamamayan. ¹⁶⁻¹⁷ Ngayon, ikaw na nagbabawal sa akin na sabihin ang mensahe ng Dios sa mga taga-Israel na lahi ni Isaac, pakinggan mo ang sinasabi ng Panginoon *laban sa iyo*: 'Ang iyong asawa ay magiging babaeng bayaran sa lungsod at ang iyong mga anak ay mamamatay sa digmaan. Ang iyong lupain ay paghahati-hatian *ng iyong mga kaaway*, at mamamatay ka sa ibang bansa. At tiyak na bibihagin ang mga taga-Israel at dadalhin sa ibang bansa.'"

Ang Pangitain ni Amos tungkol sa Basket ng mga Prutas

8 Ito ang ipinakita sa akin ng Panginoong Dios: Nakita ko ang isang basket na may mga hinog na prutas. ² Tinanong niya ako, "Amos, ano ang nakikita mo?" Sumagot ako, "Isang basket po ng mga hinog na prutas." Sinabi sa akin ng Panginoon, "Dumating na ang katapusan*ᵈ* ng mga mamamayan kong Israelita. Hindi ko na sila kaaawaan. ³ Sa araw na iyon, ang *masasayang* awitan sa templo*ᵉ* ay magiging iyakan dahil kakalat ang patay kahit saan. At wala nang maririnig na ingay.*ᶠ* Ako, ang Panginoong Dios, ang nagsasabi nito."

Ang Kasalanan ng mga Mayayamang Israelita

⁴ Makinig kayo, kayong mga nanggigipit sa mga mahihirap at nagtatangkang lipulin sila. ⁵ Inip na inip kayong matapos ang Pista ng Pagsisimula ng Buwan*ᵍ* o Araw ng Pamamahinga para makapagbenta na kayo ng mga inaning butil at makapandaya sa mga mamimili sa pamamagitan ng inyong madayang timbangan at pantakal ng trigo. ⁶ *Nagmamadali kayong* makapagbenta ng mga butil na hinaluan ng ipa, para makabili kayo ng taong dukha na ipinagbibiling alipin dahil hindi siya makabayad ng kanyang utang, kahit ang utang niya ay kasinghalaga lamang ng isang pares ng sandalyas. ⁷ Kaya sumumpa ang Panginoon, ang Dios na ipinagmamalaki ng mga lahi ni Jacob, "Hindi ko makakalimutan ang lahat ng kasamaan na ginawa ninyo. ⁸ Dahil dito, palilindulin ko ang inyong lupain at mag-iiyakan kayo. Yayanigin ko nang husto ang inyong lupain na tulad ng Ilog na tumataas kapag may baha at bumababa tulad ng Ilog ng Nilo sa Egipto. ⁹ Sa araw na iyon, palulubugin ko ang araw sa katanghaliang tapat, kaya didilim ang buong lupain kahit araw pa. Ako, ang Panginoong Dios, ang nagsasabi nito. ¹⁰ Gagawin kong iyakan ang *kasayahan sa* inyong pista, at ang inyong pag-aawitan ay magiging panaghoy. Pagdadamitin ko kayo ng sako at uutusang magpakalbo *para ipakita ang inyong pagdadalamhati*, katulad ng mga magulang na umiiyak sa pagkamatay ng kanilang kaisa-isang anak. Pero magiging mas masakit pa ang huling parusa."

¹¹ Sinabi pa ng Panginoong Dios, "Darating ang araw na padadalhan ko ng taggutom ang inyong lupain. Pero hindi ito pagkagutom sa pagkain o pagkauhaw sa tubig, kundi pagkagutom *at pagkauhaw* sa aking mga salita. ¹² Pagod na pagod na kayo sa paghahanap *ng mga taong makakapagpahayag sa inyo* ng aking salita, pero hindi ninyo matagpuan kahit saan kayo pumunta. ¹³ Sa araw na iyon *na parurusahan ko kayo*, kahit na ang inyong magagandang dalaga at ang inyong *malalakas na* mga binata ay mawawalan ng malay dahil sa matinding uhaw. ¹⁴ Kayong mga nanunumpa sa ngalan ng mga dios-diosan ng

---

a 7 hulog: isang bagay na mabigat na may tali na ginagamit para malaman kung tuwid o hindi.

b 9 sambahan sa matataas na lugar: Tingnan sa Talaan ng mga Salita sa likod.

c 14 tagasunod: sa literal, *anak*.

d 2 katapusan: sa Hebreo, ang salitang "mga hinog na prutas" at ang salitang "katapusan" ay pareho kapag binigkas.

e 3 templo: o, *palasyo*.

f 3 At wala nang…ingay: sa literal, *Tahimik*.

g 5 Pista ng Pagsisimula ng Buwan: Tingnan sa Talaan ng mga Salita sa likod.

Samaria, Dan at Beersheba, lilipulin kayo at hindi na makakabangon."

Walang Makakatakas sa Parusa ng Dios

9 *Sinabi ni Amos:* Nakita ko ang Panginoon na nakatayo malapit sa altar at sinabi niya, "Hampasin mo ang itaas na bahagi ng mga haligi ng templo upang mawasak ang bubong*[a]* at nang mabagsakan ang mga tao. Ang matitirang buhay ay mamamatay sa digmaan. Wala ni isa mang makakatakas o makakaligtas. [2] Kahit magtago pa sila sa ilalim ng lupa, sa lugar ng mga patay, kukunin ko pa rin sila. Kahit na umakyat pa sila sa langit, hihilahin ko pa rin sila pababa. [3] Kahit na magtago pa sila sa tuktok ng *Bundok ng* Carmel, hahanapin ko sila roon at huhulihin. Magtago man sila sa kailaliman ng dagat, uutusan ko ang ahas na tuklawin sila. [4] Kahit na bihagin sila ng kanilang mga kaaway, ipapapatay ko pa rin sila. Dahil desidido na akong lipulin sila at huwag nang tulungan."

[5] Kapag hinipo ng Panginoong DIOS na Makapangyarihan ang lupa, mayayanig ito at mag-iiyakan ang lahat ng naninirahan dito. Ang pagyanig nito ay parang pagtaas at pagbaba ng tubig sa Ilog ng Nilo sa Egipto.

[6] Ang Dios ang gumawa ng kanyang *sariling*
        tirahan sa langit.
    At siya ang gumawa ng kalawakan sa itaas
        ng lupa.
    Siya rin ang nag-iipon ng tubig-dagat *sa*
        mga alapaap at pinauulan ito sa lupa.
    Ang pangalan niya'y PANGINOON.

[7] Sinabi ng PANGINOON, "Ang turing ko sa inyo na mga taga-Israel ay katulad lang sa mga taga-Etiopia.*[b]* Totoong inilabas ko kayo sa Egipto, pero inilabas ko rin ang mga Filisteo sa Caftor*[c]* at ang mga Arameo*[d]* sa Kir. [8] *Ako,* ang Panginoong DIOS ay nagmamanman sa inyong makasalanang kaharian.

At lilipulin ko kayo hanggang sa mawala kayo ng lubusan sa mundo. Pero may ilang matitira sa inyo na mga lahi ni Jacob. *Ako,* ang PANGINOON, ang nagsasabi nito. [9] Tingnan ninyo! Mag-uutos na ako; sasalain ko kayong mga mamamayan ng Israel kasama ng lahat ng bansa, tulad ng pagsala sa mga butil. At kung paanong hindi nakakalusot ang maliliit na bato sa salaan, [10] *hindi rin makakalusot sa akin ang masasama sa inyo, kundi* mamamatay silang lahat sa digmaan, silang mga nagsasabi na wala raw masamang mangyayari sa kanila.

Muling Itatayo ang Israel

[11] "Darating ang araw na muli kong itatayo ang kaharian ni David na tulad sa kubong nawasak. Aayusin ko ito sa kanyang pagkakagiba at itatayong muli kagaya noong una, [12] upang masakop ng mga Israelita ang natitirang lupain ng Edom at ang iba pang mga bansa *na sinakop nila noon,* na itinuring kong akin. *Ako,* ang PANGINOON, ang nagsasabi nito, at gagawin ko ang mga bagay na ito."

[13] Sinabi pa ng PANGINOON *tungkol sa mga taga-Israel,* "Darating ang araw *na magiging masagana ang kanilang ani,* hindi pa nga nila natatapos ang pag-aani, sinisimulan na naman ang pag-aararo. At hindi pa natatapos ang pagpisa ng ubas, panahon na naman ng pagtatanim nito. Kung titingnan ang napakaraming ubas na namumunga sa mga bundok at burol, para bang dumadaloy ang matamis na bagong katas nito.*[e]* [14] Pababalikin ko ang mga mamamayan kong Israelita sa kanilang lupain mula sa pagkakabihag.*[f]* Muli nilang itatayo ang kanilang mga nasirang bayan at doon na sila maninirahan. Magtatanim sila ng ubas at iinom ng katas nito. Magtatanim sila sa kanilang mga halamanan, at kakainin nila ang mga bunga nito. [15] Patitirahin ko silang muli sa lupaing ibinigay ko sa kanila at hindi na muling paaalisin." Ito nga ang sinabi ng PANGINOON na inyong Dios.

---

a 1 mawasak ang bubong: o, *mayanig ang pundasyon.*
b 7 taga-Etiopia: sa literal, *taga-Cush.*
c 7 Caftor: o, *Crete.*
d 7 Arameo: o, *taga-Syria.*

e 13 Ang panahon ng pag-ani ng trigo sa Israel ay sa buwan ng Abril at Mayo, at ang panahon ng pagtatanim naman ay sa buwan ng Oktubre at Nobyembre. Ang panahon ng pagpisa ng ubas para gawing alak ay sa buwan ng Septyembre, at ang pagtatanim naman ng ubas ay sa buwan ng Nobyembre at Disyembre.
f 14 Pababalikin...pagkakabihag: o, *Ibabalik ko ang mabuting kalagayan ng mga mamamayan kong Israelita.*

OBADIAS

¹Ito ang sinabi ng Panginoong Dios tungkol sa *bansa ng* Edom, na kanyang ipinahayag kay Obadias.

Parurusahan ng Panginoon ang Edom

Nabalitaan nating *mga Israelita* mula sa Panginoon, na nagsugo siya ng mensahero sa mga bansa upang hikayatin sila na salakayin ang bansa ng Edom. ²*Sapagkat sinabi ng Panginoon sa mga taga-Edom,* "Makinig kayo! Gagawin ko kayong pinakamahina sa lahat ng bansa at hahamakin nila kayo. ³Sinasabi ninyo na walang makakapagpabagsak sa inyo dahil nakatira kayo sa lugar na mataas at mabato. Sa pagyayabang ninyong ito, dinadaya lamang ninyo ang inyong mga sarili. ⁴Sapagkat kahit gawin ninyong kasintaas ng lipad ng agila ang inyong tirahan at paabutin pa ninyo sa mga bituin, ibabagsak ko pa rin kayo sa lupa. *Ako*, ang Panginoon, ang nagsasabi nito.

⁵ "Hindi ba't kapag pinasok ng mga magnanakaw ang iyong bahay, ang kinukuha lamang nila ay ang kanilang magustuhan? At hindi ba't ang mga namimitas ng ubas ay nagtitira ng ilang bunga?ᵃ Pero kayong lahat ay lilipulin *ng inyong mga kaaway.* ⁶Hahanapin nila at kukunin ang lahat ng kayamanan *ng mga lahi* ni Esau. ⁷Lilinlangin kayo ng inyong kakamping mga bansa. Ang mga bansang nakipagkaibigan sa inyo ay siya ring sasalakay sa inyo, at palalayasin nila kayo sa bayan ninyo. Silang mga nakisalo sa inyo ang siya pang palihim na maglalagay ng bitag laban sa inyo. ⁸*Ako*, ang Panginoon, ang nagsasabi na sa araw ng paghatol ko sa inyo, lilipulin ko ang marurunong sa inyo. Mawawala ang karunungan sa Edom na tinatawag na Bundok ni Esau. ⁹Manginginig sa takot ang inyong mga sundalo sa *lungsod ng* Teman, kaya mamamatay kayong lahat *na nakatira* sa Bundok ni Esau."

Ang Kasalanan ng mga Taga-Edom

¹⁰"Dahil sa inyong pagmamalupit sa mga lahi ni Jacob, na inyong kalahi, malalagay kayo sa kahihiyan at lilipulin magpakailanman. ¹¹Pinabayaan lamang ninyo ang Jerusalem nang salakayin ng ibang bansa. Pinabayaan ninyong kunin ang kanilang mga ari-arian at paghahati-hatian sa pamamagitan ng palabunutan. Kayo'y tulad nila *na mga kaaway ng Israel.* ¹²Hindi sana ninyo ikinatuwa ang panahon ng kapahamakan ng mga taga-Juda na inyong kalahi. Hindi sana kayo nagalak sa panahon ng kanilang pagkawasak. At hindi sana kayo nagmalaki sa panahon ng kanilang kahirapan. ¹³Hindi dapat sana kayo pumasok sa lungsod ng aking mga mamamayan sa panahon ng kanilang kasawian at kumuha ng kanilang mga ari-arian. At hindi sana kayo natuwa sa panahon ng kanilang paghihirap. ¹⁴Hindi sana kayo nag-abang sa mga sangang-daan upang patayin ang mga tumatakas mula sa Jerusalem. At hindi sana ninyo sila ibinigay *sa mga kaaway* sa panahon ng kanilang kasawian.

Parurusahan ng Dios ang mga Bansa

¹⁵"*Hindi sana ninyo ginawa iyon sa mga taga-Jerusalem,* dahil malapit na ang araw ng aking paghatol sa lahat ng bansa. At kung ano ang inyong ginawa sa iba, ganoon din ang gagawin sa inyo. Kung paano ang pagtrato n'yo sa iba, ganoon din ang magiging pagtrato nila sa inyo. ¹⁶Kung paanong pinarusahan ang aking mga mamamayanᵇ sa aking banal na bundok,ᶜ parurusahan din ang lahat ng bansa. Matinding parusa ang ibibigay ko sa kanila hanggang malipol silang lahat.

Magtatagumpay ang Israel

¹⁷"Pero may matitirang mga Israelita sa bundok ng Zion, at magiging banal *muli* ang lugar na ito. Maibabalik sa mga lahi ni Jacob ang mga lupain na dati nilang pag-aari. ¹⁸Ang mga lahi nina Jacob at Joseᵈ ay magiging tulad ng apoy na lilipol sa lahi ni Esau, tulad ng pagsunog sa dayami. At walang matitira sa lahi ni Esau." *Mangyayari nga ito,* dahil ako, ang Panginoon, ang nagsasabi nito.

¹⁹"Sasakupin ng mga *Israelitang* taga-Negevᵉ ang bundok ni Esau, at sasakupin ng mga *Israelitang* nakatira sa kaburulan sa kanluranᶠ ay sasakupin naman ang *lupain ng* mga Filisteo. Sasakupin din ng mga Israelita ang lupain ng Efraim at Samaria, at sasakupin naman ng *mga lahi ni* Benjamin ang Gilead. ²⁰Sasakupin ng maraming Israelita na galing sa pagkabihag ang *lupain ng* Canaan hanggang sa Zarefat. Ang mga taga-Jerusalem na binihag sa Sefarad ay sasakupin naman ang mga bayan ng Negev. ²¹Aakyat sa Bundok ng Zion ang mga tagapagpalaya *ng Israel* upang pamahalaan ang *mga taong naninirahan* sa Bundok ni Esau. At *ako*, ang Panginoon, ang siyang maghahari."

---

b 1:16 ang aking mga mamamayan: sa Hebreo, *kayo.*

c 1:16 banal na bundok: o, *Bundok ng Zion.*

d 1:18 mga lahi nina Jacob at Jose: Si Jacob ay kumakatawan sa mga mamamayan ng Juda, at si Jose naman ay kumakatawan sa mga mamamayan ng Israel.

e 1:19 Negev: Ang timog ng Juda.

f 1:19 kaburulan sa kanluran: sa Hebreo, *Shefela.*

---

a 1:5 Kaugalian ng mga Israelita na mag-iwan ng mga bunga ng kanilang mga pananim sa panahon ng pag-ani para sa mga dukha. Tingnan sa Lev. 19:10; Deu. 24:21. Maaaring ganito rin ang kaugalian ng mga taga-Edom.

JONAS

Hindi Sumunod si Jonas sa Panginoon

1 Nagsalita ang Panginoon kay Jonas na anak ni Amitai. Sinabi niya, ²"Pumunta ka agad sa Nineve, ang malaking lungsod, at bigyan mo ng babala ang mga taga-roon, dahil umabot na sa aking kaalaman ang kanilang kasamaan." ³Pero tumakas agad sa Panginoon[a] si Jonas at nagpasyang pumunta sa Tarshish. Pumunta siya sa Jopa at nakakita siya roon ng barkong paalis papuntang Tarshish. Kaya nagbayad siya ng pamasahe at sumakay sa barko kasama ng mga tripulante at ng iba pang mga pasahero upang tumakas sa Panginoon.

⁴*Nang nasa laot na sila,* nagpadala ang Panginoon ng napakalakas na hangin at halos mawasak na ang barko. ⁵Kaya natakot ang mga tripulante, at bawat isa sa kanila ay humingi ng tulong sa kani-kanilang dios. Itinapon nila ang kanilang mga kargamento sa dagat para gumaan ang barko.

Si Jonas naman ay nakababa na noon sa ilalim na bahagi ng barko, humiga siya at nakatulog nang mahimbing. ⁶Pinuntahan siya ng kapitan ng barko at sinabi sa kanya, "Nagagawa mo pang matulog sa ganitong kalagayan? Bumangon ka at humingi ng tulong sa iyong dios! Baka sakaling maawa siya sa atin, at iligtas niya tayo sa kamatayan."

⁷Nag-usap-usap ang mga tripulante, "Magpalabunutan na lang tayo upang malaman natin kung sino ang dahilan ng pagdating ng sakunang ito sa atin." At nang magpalabunutan na sila, nabunot ang pangalan ni Jonas. ⁸Kaya kinausap nila siya, "Gusto naming malaman kung sino ang dahilan ng pagdating ng sakunang ito. Sabihin mo kung ano at iyong hanapbuhay at kung saan ka nanggaling. *Sabihin mo rin sa amin* kung taga-saan ka at anong lahi mo." ⁹Sumagot si Jonas, "Ako ay Hebreo at sumasamba sa Panginoon, ang Dios sa langit[b] na lumikha ng dagat at ng lupa." ¹⁰Kaya lubhang natakot ang mga tripulante, dahil sinabi na sa kanila ni Jonas na tumatakas siya sa Panginoon. Sinabi nila sa kanya, "Ano itong ginawa mo!"

¹¹At nang lalo pang lumakas ang hangin, sinabi ng mga tripulante kay Jonas, "Ano ang gagawin namin sa iyo para kumalma ang dagat at nang makaligtas kami sa kapahamakan?" ¹²Sumagot si Jonas sa kanila, "Buhatin ninyo ako at ihagis sa dagat, at kakalma ito. Sapagkat alam kong ako ang dahilan kung bakit dumating ang napalakas na hangin na ito." ¹³*Hindi nila sinunod si Jonas,* sa halip, sinikap ng mga tripulante na sumagwan papunta sa dalampasigan, pero nahirapan sila dahil lalo pang lumakas ang hangin. ¹⁴Kaya tumawag sila sa Panginoon. Sinabi nila, "O Panginoon, nakikiusap po kami sa inyo, huwag n'yo kaming hayaang mamatay dahil sa gagawin namin kay Jonas. Huwag po ninyo kaming singilin sa aming pagpatay sa kanya na hindi pa naman namin natitiyak kung siya nga ay nagkasala. Pero alam po namin na ang mga nangyayaring ito ay ayon sa inyong kalooban." ¹⁵Kaya binuhat nila si Jonas at inihagis sa nagngangalit na dagat, at kumalma *nga* ito. ¹⁶Dahil sa pangyayaring ito, nagkaroon ng malaking paggalang ang mga tao sa Panginoon. Kaya naghandog sila at nangakong ipagpapatuloy ang paglilingkod at paghahandog sa kanya.

¹⁷Samantala, nagpadala ang Panginoon ng isang malaking isda para lunukin si Jonas. Tatlong araw at tatlong gabi siya sa tiyan ng isda.

Nanalangin si Jonas

2 Nanalangin si Jonas sa Panginoon na kanyang Dios sa loob ng tiyan ng isda. ²Sinabi niya,

"Panginoon, sa paghihirap ng aking
    kalooban at kalagayan humingi po
    ako ng tulong sa inyo,
at sinagot n'yo ako.
Sa bingit ng kamatayan,[c] humingi ako ng
    tulong sa inyo,
at pinakinggan n'yo ako.
³Inihagis n'yo ako sa pusod ng dagat.
    Napalibutan ako ng tubig at natabunan ng
    mga alon na ipinadala ninyo.
⁴Pinalayas n'yo ako sa inyong presensya,
    pero umaasa pa rin akong makakalapit
    muli *ako sa inyo roon* sa inyong banal
    na templo.
⁵Lumubog po ako sa tubig at halos malunod.
    Natabunan ako ng tubig at ang ulo ko ay
    napuluputan ng mga halamang-dagat.
⁶Lumubog ako hanggang sa pinakailalim ng
    dagat,
    at parang ikinulong sa kailaliman ng lupa
    magpakailanman.
Pero kinuha n'yo ako sa kailaliman iyon,
    O Panginoon kong Dios.
⁷Nang parang mamamatay na ako,[d] tumawag
    ako sa inyo, Panginoon,
    at pinakinggan n'yo ang dalangin ko roon
    sa inyong banal na templo.
⁸Ang mga taong sumasamba sa mga walang
    kwentang dios-diosan ay hindi na
    tapat sa inyo.
⁹Pero maghahandog ako sa inyo nang may
    awit ng pasasalamat.

---

a 3 tumakas agad sa Panginoon: Maaaring ang ibig sabihin, tumakas siya sa pagtawag ng Panginoon; o, tumakas siya mula sa Israel kung saan nakatira ang Panginoon sa kanyang templo.

b 9 Dios sa langit: o, Dios na nasa langit; o, Dios na lumikha ng langit; o, Dios na higit sa lahat.

c 2 bingit ng kamatayan: sa literal, sa kailaliman ng lugar ng mga patay.

d 7 Nang parang mamamatay na ako: o, Noong pagod na pagod na ako; o, Noong nawalan na ako ng pag-asa.

Tutuparin ko ang pangako ko *na maghahandog sa inyo.*
Kayo po, PANGINOON, *ang nagliligtas.*"

¹⁰ Kaya inutusan ng PANGINOON ang isda, at iniluwa nito si Jonas sa dalampasigan.

Pumunta si Jonas sa Nineve

3 Muling nagsalita ang PANGINOON kay Jonas. ² Sinabi niya, "Pumunta ka agad sa Nineve, ang malaking lungsod, at sabihin mo sa mga taga-roon ang ipinapasabi ko sa iyo." ³ Pumunta agad si Jonas sa Nineve ayon sa sinabi ng PANGINOON. Malaking lungsod ang Nineve; aabutin ng tatlong araw kung ito ay lalakarin.

⁴ Pumasok si Jonas sa Nineve. Pagkatapos ng maghapong paglalakad, sinabi niya *sa mga taga-roon,* "May 40 araw na lamang ang natitira at wawasakin na ang Nineve."

⁵ Naniwala ang mga taga-roon sa pahayag na ito mula sa Dios. Kaya lahat sila, mula sa pinakadakila hanggang sa pinakaaba ay nagsuot ng damit na panluksaᵃ at nag-ayuno *upang ipakita ang kanilang pagsisisi.* ⁶ Sapagkat nang mapakinggan ng hari ang mensahe *ni Jonas,* tumayo siya mula sa kanyang trono, inalis ang kanyang balabal, nagsuot ng damit na panluksa at naupo sa lupa *upang ipakita ang kanyang pagsisisi.* ⁷ At nagpalabas siya ng isang proklamasyon sa Nineve na nagsasabi, "Ayon sa utos ng hari at ng kanyang mga pinuno, walang sinumang kakain at iinom, kahit ang inyong mga baka, tupa o kambing. ⁸ Magsuot kayong lahat ng damit na panluksa pati na ang *inyong* mga hayop, at taimtim na manalangin sa Dios. Talikdan ninyo ang masamang pamumuhay at pagmamalupit. ⁹ Baka sakaling magbago ang isip ng Dios at mawala ang kanyang galit sa atin at hindi na niya tayo lipulin."

¹⁰ Nakita ng Dios ang kanilang ginawa, kung paano nila tinalikuran ang kanilang masamang pamumuhay. Kaya nagbago ang kanyang isip, at hindi na niya nilipol ang mga taga-Nineve gaya ng kanyang sinabi noon.

Nagalit si Jonas Dahil sa Pagkahabag ng PANGINOON

4 Sumama ang loob ni Jonas *dahil sa pagpapatawad ng* PANGINOON *sa Nineve,* at galit na galit siya. ² Sinabi niya sa PANGINOON nang siya ay manalangin, "O PANGINOON, talagang hindi ako nagkamali nang sabihin ko noong naroon pa ako sa aming lugar *na kaaawaan mo ang mga taga-Nineve kung magsisisi sila,* dahil alam ko na mahabagin kang Dios at mapagmalasakit. Mapagmahal ka at hindi madaling magalit. At handa kang magbago ng isip na hindi na magpadala ng parusa. Iyan ang dahilan kung bakit tumakas ako papuntang Tarshish. ³ Kaya PANGINOON, kunin mo na lang ako, dahil mas mabuti pang mamatay ako kaysa mabuhay." ⁴ Sumagot ang PANGINOON, "May karapatan ka bang magalit sa ginawa ko sa Nineve?"

⁵ Lumabas si Jonas sa lungsod at umupo sa gawing silangan nito. Gumawa siya ng masisilungan at sumilong doon habang hinihintay kung ano ang mangyayari sa lungsod. ⁶ Pero naiinitan pa rin si Jonas, kaya pinatubo ng PANGINOONG Dios ang isang malagong halaman na lampas tao upang maliliman siya. At labis namang ikinagalak iyon ni Jonas. ⁷ Pero kinabukasan nang maaga pa, ipinakain ng Dios sa uod ang halamang iyon at nalanta ito.

⁸ Pagsikat ng araw, pinaihip ng Dios ang mainit na hangin mula sa silangan. Halos mahimatay si Jonas nang masikatan ng araw ang ulo niya. Nais niyang mamatay na lang, kaya sinabi niya, "Mas mabuti pang mamatay ako kaysa mabuhay." ⁹ Sinabi ng Dios sa kanya, "May karapatan ka bang magalit dahil sa nangyari sa halaman?" Sumagot siya, "Oo, mayroon akong karapatang magalit, kaya mas mabuti pang mamatay na lang ako." ¹⁰ Sinabi sa kanya ng PANGINOON, "Nanghinayang ka nga sa halamang iyon na tumubo sa loob lamang ng isang gabi at nalanta rin agad sa loob din ng isang gabi, kahit ako na hindi ikaw ang nagtanim o nagpatubo. ¹¹ Ako pa kaya ang hindi manghinayang sa malaking lungsod ng Nineve na may mahigit 120,000 tao na walang alam tungkol sa aking mga kautusanᵇ at marami ring mga hayop?"

---

a 5 *damit na panluksa:* sa Hebreo, *sakong damit.* Ganito rin sa talatang 6 at 8.

b 11 *na walang alam...mga kautusan:* sa literal, *na hindi alam kung alin ang kanilang kanan o kaliwang kamay.*

MICAS

1 Ito ang mensahe ng Panginoon tungkol sa Samaria at Jerusalem.ᵃ Ipinahayag niya ito kay Micas na taga-Moreshet noong *magkakasunod na* naghari sa Juda sina Jotam, Ahaz at Hezekia.

Sinabi ni Micas: ² Makinig kayong mabuti, lahat kayong mga mamamayan sa buong mundo.ᵇ Sapagkat sasaksi ang Panginoong Dios laban sa inyo mula sa kanyang banal na templo.ᶜ

Parurusahan ang Israel at Juda

³ Makinig kayo! Lalabas ang Panginoon mula sa kanyang tahanan. Bababa siya at lalakad sa matataas na bahagi ng mundo. ⁴ Ang mga bundok na kanyang malalakaran ay matutunaw na parang mga kandila na nadikit sa apoy, at magiging lubak-lubak ang mga patag *na kanyang malalakaran* na parang dinaanan ng tubig na umagos mula sa matarik na lugar. ⁵ Mangyayari ang lahat ng ito dahil sa mga kasalanan ng mga mamamayan ng Israel at Juda.ᵈ Ang mga taga-Samaria ang nag-udyok sa ibang mga mamamayan ng Israel para magkasala. At ang mga taga-Jerusalem naman ang nag-udyok sa ibang mga mamamayan ng Juda para sumamba sa mga dios-diosan. ⁶ Kaya *sinabi ng Panginoon,* "Gigibain ko ang Samaria at tatanimin na lang ito ng mga ubas. Paguugulungin ko ang mga bato nito papunta sa kapatagan hanggang sa makita ang mga pundasyon nito. ⁷ Madudurog ang lahat ng imahen ng dios-diosan ng Samaria, at masusunog ang lahat ng ibinayad ng mga lalaki sa kanilang pakikipagtalik sa mga babaeng bayaran sa templo.ᵉ Nakapagtipon *ng mga imahen* ang Samaria sa pamamagitan ng ibinayad sa mga babaeng bayaran sa templo, kaya *kukunin ng kanyang mga kalaban ang mga pilak at ginto na binalot sa mga imahen para gamitin din ng kanyang mga kalaban* na pambayad sa mga babaeng bayaran sa kanilang templo."

⁸ *Sinabi pa ni Micas:* Dahil sa pagkawasak ng Samaria, iiyak ako at magdadalamhati. Maglalakad ako nang nakapaa at nakahubad *para ipakita ang aking kalungkutan.* Iiyak ako nang malakas na parang asong-gubatᶠ at tulad ng paghuni ng kuwago. ⁹ Sapagkat ang pagkagiba ng Samaria ay parang sugat na hindi na gagaling, at mangyayari rin ito sa Juda hanggang sa Jerusalem na siyang kabisera na lungsodᵍ ng aking mga kababayan.

¹⁰ *Mga taga-Juda,* huwag ninyong ibalita sa *ating mga kalaban* na mga taga-Gat *ang tungkol sa darating na kapahamakan sa atin.* Huwag ninyong ipapakita na umiiyak kayo. Doon ninyo ipakita sa bayan ng Bet Leafraʰ ang inyong kalungkutan sa pamamagitan ng paggulong sa lupa.

¹¹ Mga mamamayan ng Shafir, bibihagin kayo at dadalhing nakahubad, kaya mapapahiya kayo. Ang mga mamamayan ng Zaanan ay matatakot lumabas sa kanilang bayan *para tulungan kayo.* Ang mga taga-Bet Ezel ay hindi rin makakatulong sa inyo dahil sila rin ay umiiyak *sa kapahamakang dumating sa kanila.* ¹² Ang totoo, ang mga taga-Marot ay matiyagang naghihintay sa pagtigil ng digmaan. Pero *mabibigo sila dahil niloob ng* Panginoon na makarating ang mga kalaban sa pintuan ng Jerusalem.

¹³ Mga mamamayan ng Lakish, isingkaw ninyo ang mga kabayo sa karwahe *at tumakas kayo.* Ginaya ninyo ang kasalanang ginawa ng mga taga-Israel, at dahil sa inyo'y nagkasala rin ang mga taga-Zion.

¹⁴ Kayong mga taga-Juda, magpaalam na kayoⁱ sa *bayan ng Moreshet Gat dahil sasakupin na rin iyan ng mga kalaban.* Sasakupin din ang bayanʲ ng Aczib, *kaya* wala nang maaasahang tulong ang inyong mga hari mula sa bayang iyon.

¹⁵ Kayong mga mamamayan ng Maresha, padadalhan kayo ng Panginoonᵏ ng kalaban na sasakop sa inyo.

Mga taga-Juda,ˡ ang inyong mga pinuno ay magtatago sa *kweba ng* Adulam. ¹⁶ Kukunin sa inyo ang pinakamamahal ninyong mga anakᵐ at dadalhin sa ibang bayan, kaya magluluksa kayo para sa kanila at ipapakita ninyo ang inyong kalungkutan sa pamamagitan ng pagpapakalbo na parang ulo ng agila.ⁿ

Parurusahan ng Panginoon ang Gumigipit sa mga Dukha

2 Nakaaawa kayong nagpupuyat sa pagpaplano ng masama. Kinaumagahan ay isinasagawa ninyo ang inyong planong masama dahil may kakayahan kayong gawin iyon. ² Inaagaw ninyo ang mga bukid at mga bahay na inyong nagugustuhan.

ᵃ 1 *sa Samaria at Jerusalem:* Ang Samaria ay kabisera ng Israel at kumakatawan sa buong kaharian ng Israel. Ang Jerusalem ay kabisera ng Juda at kumakatawan sa buong kaharian ng Juda.

ᵇ 2 *mga mamamayan sa buong mundo:* o, *mga Israelita na nasa Israel.*

ᶜ 2 *banal na templo:* Maaaring ang kanyang templo sa Jerusalem o ang kanyang tahanan sa langit.

ᵈ 5 *Israel at Juda:* sa Hebreo, *Jacob at Israel.*

ᵉ 7 *ibinayad…templo:* Sa templong ito, nakikipagtalik ang mga lalaki sa mga babaeng bayaran bilang bahagi ng kanilang pagsamba sa mga dios-diosan. Ang bayad sa mga babae ay ginagamit sa mga gawain sa templo.

ᶠ 8 *asong-gubat:* sa Ingles, "jackal."

ᵍ 9 *kabisera na lungsod:* sa literal, *pintuan.*

ʰ 10 *Bet Leafra:* Ang lugar na ito at ang iba pang lugar na nabanggit sa talatang 11-15 ay maaaring sakop ng Juda.

ⁱ 14 *magpaalam na kayo:* sa literal, *magbigay kayo ng regalo bilang pamamaalam.*

ʲ 14 *bayan:* sa literal, *bahay.*

ᵏ 15 Panginoon: sa Hebreo, *ko.*

ˡ 15 *Juda:* sa Hebreo, *Israel.* Maaaring ang ibig sabihin nito ay ang bansa ng Juda.

ᵐ 16 *mga anak:* Maaari ring ang tinutukoy nito ay ang mga bayan ng Juda na nabanggit sa talatang 11-15.

ⁿ 16 *agila:* o, *buwitre.*

Dinadaya ninyo ang mga tao para makuha ninyo ang kanilang bahay o lupaing minana. ³Kaya ito ang sinasabi ng Panginoon *sa inyo,* "Makinig kayo! Pinaplano kong parusahan kayo at hindi kayo makakaligtas. Hindi na kayo makapagmamalaki dahil sa panahong iyon ay lilipulin kayo. ⁴Sa araw na iyon, kukutyain kayo ng mga tao sa pamamagitan ng malungkot na kasabihan: 'Lubusan na kaming nalipol! Kinuha ng Panginoon ang aming mga lupain at ibinigay sa mga traydor.' "
⁵Kaya wala na kayong angkan na magmamana ng inyong bahagi sa oras na hatiin ng sambayanan ng Panginoon ang lupain *na ibabalik sa kanila.* ⁶*Ngayon,* pinapangaralan pa ninyo kami. *Sinasabi ninyo,* "Huwag na ninyo kaming pangaralan tungkol sa kapahamakang iyon, dahil hinding-hindi kami mapapahiya. ⁷Bakit, isinusumpa na ba ng Panginoon ang lahi ni Jacob? Ubos na ba ang kanyang pasensya? Gawain ba niya ang pumuksa?"
Ito ang sagot ng Panginoon, "Kung ginagawa lang sana ninyo ang mabuti, matatanggap ninyo ang aking mga pangako. ⁸Pero nilulusob ninyo ang aking *mahihirap na* mamamayan na para bang mga kaaway. Akala nila, pag-uwi nila sa kanilang bayan mula sa digmaan ay ligtas na sila, pero iyon pala'y aagawan ninyo sila ng kanilang balabal. ⁹Pinapalayas ninyo ang kanilang mga kababaihan sa mga tahanang minamahal nila. At inaagaw ninyo ang mga pagpapala na ibinigay ko sa kanilang mga anak, kaya mawawala na ito sa kanila magpakailanman. ¹⁰Kaya ngayon, umalis na kayo rito *sa Israel* dahil ang lugar na ito ay hindi na makapagbibigay sa inyo ng kapahingahan, sapagkat dinungisan ninyo ito *ng inyong mga kasalanan.* Masisira ang lugar na ito at hindi na mapapakinabangan.ᵃ ¹¹Ang gusto ninyong mangangaral ay iyong nangangaral nang walang kabuluhan, manlilinlang at sinungaling, at ganito ang sinasabi: 'Sasagana kayo sa alak at iba pang mga inumin.' "

Ang Ipinangakong Kalayaan sa mga Taga-Israel at Taga-Juda
¹²*Sinabi ng Panginoon,* "Kayong natitirang mga mamamayan ng Israel at Juda,ᵇ titipunin ko kayo gaya ng mga tupa sa kulungan o kawan ng mga hayop sa pastulan. Mapupuno ng mga tao ang inyong lupain. ¹³Bubuksan ko ang pinto ng lungsod na bumihag sa inyo, at pangungunahan ko kayo sa inyong paglabas. Ako, ang Panginoon na inyong hari, ang mangunguna sa inyo."

Sinaway ni Micas ang mga Pinuno at mga Propeta
3 Sinabi ni Micas:ᶜ Makinig kayo, mga pinuno ng Israel at Juda!ᵈ Hindi ba't kayo ang dapat magpatupad ng katarungan? ²⁻³Pero ayaw ninyo ang mabuti at gusto ninyo ang masama. *Ginigipit ninyo* ang aking mga kababayan, na parang binabalatan

ninyo sila at inaalisan ng laman ang kanilang mga buto, pagkatapos ay tinatadtad ang mga buto at hinihiwa ang mga laman at saka niluluto at kinakain. ⁴Sa araw ng pagpaparusa sa inyo, hihingi kayo ng tulong sa Panginoon, pero hindi niya kayo tutulungan; itatakwil niya kayo dahil sa inyong kasamaang ginagawa.
⁵Ito naman ang sinasabi ng Panginoon tungkol sa mga propetang nanlinlang sa kanyang mga mamamayan, na nangangako ng mabuting kalagayan sa mga nagpapakain sa kanila, pero binibantaan nila ng kapahamakan ang ayaw magpakain sa kanila: ⁶"Dahil iniligaw ninyo ang aking mga mamamayan, hindi na kayo magkakaroon ng mga pangitain at hindi na kayo makapanghuhula. Para kayong nasa dilim *na wala kayong makikita.* ⁷Mapapahiya kayong mga propeta at manghuhula. Magtatakip kayo ng mukha *sa sobrang hiya,* dahil wala na kayong natatanggap na mensahe mula sa Dios."
⁸Pero ako ay puspos ng Espiritu ng Panginoon na siyang nagbibigay sa akin ng kapangyarihan para maipatupad ko ang katarungan, at nagpapalakas ng loob ko para masabi sa mga mamamayan ng Israel at Juda na nagkasala sila.
⁹Makinig kayo, mga pinuno ng Israel at Juda! Ayaw ninyong pairalin ang katarungan at binabaluktot ninyo ang katuwiran. ¹⁰Itinatayo ninyo ang Zionᵉ sa pamamagitan ng masamang paraan. Handa kayong pumatay maitayo lamang ito. ¹¹Humahatol kayo panig sa mga nagbibigay ng suhol sa inyo. At kayong mga pari ay nagpapabayad sa pagtuturo. Ganoon din kayong mga propeta, nanghuhula kayo dahil sa pera. Umaasa rin kayong tutulungan kayo ng Panginoon, dahil ayon sa inyo, "Kasama namin ang Panginoon. Kaya walang anumang masamang mangyayari sa amin." ¹²Kaya dahil sa inyo, gigibain ang Zion, ang *lungsod ng* Jerusalem. Magiging katulad ito ng inaararong bukid, at magiging bunton ng mga gumuhong gusali. At magiging gubat ang bundok na kinatatayuan ng templo.

Ang Kautusan ng Panginoon ay Magbibigay ng Kapayapaan
(Isa. 2:2-4)
4 Sa mga huling araw, ang bundok na kinatatayuan ng templo ng Panginoon ay magiging pinakamahalaga sa lahat ng bundok. Dadagsa rito ang mga tao *mula sa iba't ibang bansa.* ²Sasabihin nila, "Tayo na sa bundok ng Panginoon, sa templo ng Dios ni Jacob. Tuturuan niya tayo roon ng kanyang mga pamamaraan upang sundin natin."
Kaya magsisiuwi ang mga tao mula sa Zion, ang *lungsod ng* Jerusalem, na dala ang Kautusan ng Panginoon. ³*At sa pamamagitan ng mga kautusan niya,* pagkakasunduin niya ang maraming bansa, pati na ang mga makapangyarihang bansa sa malayo. Kaya hindi na magdidigmaan ang mga bansa, at hindi na rin sila magsasanay ng mga sundalo para sa digmaan. Gagawin na lang nilang talim ng araro ang kanilang mga espada,

---
a 10 Masisira…mapapakinabangan: o, *Mapapahamak kayong lahat.*
b 12 Israel at Juda: sa Hebreo, *Jacob at Israel.*
c 1 ni Micas: sa Hebreo, *ako.*
d 1 Israel at Juda: sa Hebreo, *Jacob at Israel.*
e 10 Zion: Makikita rin sa Hebreo ang salitang Jerusalem na ibang pangalan ng Zion.

at gagawing karit na pantabas ang kanilang mga sibat. [4] Ang bawat tao ay uupo sa ilalim ng kanilang tanim na ubas at puno ng igos nang walang kinatatakutan. *Mangyayari ito,* dahil sinabi mismo ng Panginoong Makapangyarihan. [5] Kahit na sumunod ang mga tao sa mga dios-diosan nila, kami ay patuloy pa ring susunod sa Panginoon na aming Dios magpakailanman.

Babalik ang mga Israelita sa Kanilang Bayan

[6-7] Sinabi ng Panginoon, "Sa darating na mga araw, titipunin ko ang aking mga mamamayan na aking pinarusahan, *na parang mga tupang* pilay at nagsipangalat. Ang mga natira sa kanila ay gagawin kong makapangyarihang bansa. At mula sa araw na iyon ay maghahari ako sa kanila sa Bundok ng Zion magpakailanman. [8] Ang Zion, na katulad ng mataas na bantayang tore ng mga hayop,[a] ay magiging makapangyarihang muli. Ang *bayan na ito, na tinatawag ding* Jerusalem ay mangungunang muli sa lahat ng bayan ng Israel katulad noon.

[9-10] "Mga mamamayan ng Zion, bakit kayo dumaraing na parang babaeng manganganak na? Nandiyan pa naman ang inyong mga hari, at buhay pa ang kanyang mga tagapayo. Sige, mamimilip kayo sa sakit na parang babaeng manganganak na, dahil hindi magtatagal ay lilisanin n'yo ang inyong lungsod at maninirahan kayo sa kaparangan, at pagkatapos ay dadalhin kayo sa Babilonia. Pero ililigtas ko kayo doon mula sa inyong mga kalaban. [11] Maraming bansa ang nagkaisa upang makipaglaban sa inyo. Sinasabi nila, 'Hiyain[b] natin ang Zion! At pagkatapos, panoorin natin ang nakakahiyang kalagayan nito.' [12] Pero hindi alam ng mga bansang ito ang aking iniisip. Hindi nila nauunawaan ang aking plano na tinipon ko sila upang parusahan, na parang mga butil na tinipon para dalhin sa giikan.

[13] "Mga mamamayan ng Zion, humanda kayo at lipulin ninyo nang lubusan ang inyong mga kaaway na parang gumigiik kayo *ng trigo.* Sapagkat gagawin ko kayong parang *mga torong baka na may* bakal na mga sungay at tansong mga kuko. Dudurugin ninyo ang maraming bansa *na nagkaisa para labanan kayo.* At ang mga kayamanang sinamsam nila sa pamamagitan ng pagmamalupit ay ihandog ninyo sa akin, ang Panginoon ng buong mundo."

5 Mga taga-Jerusalem, ihanda ninyo ang inyong mga kawal, dahil napapaligiran na kayo ng mga kalaban. Hahampasin nila ng tungkod ang mukha ng pinuno ng Israel.

Ang Ipinangakong Pinuno mula sa Betlehem

[2] *Sinabi ng* Panginoon, "Betlehem Efrata, kahit na isa ka sa pinakamaliit[c] na bayan sa Juda, manggagaling sa iyo ang taong maglilingkod sa akin bilang pinuno ng Israel. Ang kanyang mga ninuno ay kilalang-kilala noong unang panahon."

[3] Kaya ang mga mamamayan ng Israel ay ipapaubaya ng Panginoon sa kanilang mga kaaway hanggang sa maisilang ng babaeng namimilipit sa sakit[d] at sanggol *na lalaki na mamumuno sa Israel.* Pagkatapos, ang mga kababayan ng pinunong ito *na nabihag ng ibang bansa* ay babalik sa kanilang mga kapwa Israelita. [4] Pamamahalaan niya *ang mga mamamayan ng Israel* sa pamamagitan ng lakas at kapangyarihan ng Panginoon. Ang katulad niya'y isang pastol na nagbabantay ng kanyang kawan. Kaya mamumuhay sila nang mapayapa dahil kikilalanin ng mga tao sa buong mundo[e] ang kanyang kadakilaan. [5] Bibigyan niya ng mabuting kalagayan[f] ang kanyang mga mamamayan.

Kalayaan at Kapahamakan

Kapag sinalakay ng mga taga-Asiria ang ating bansa at pasukin ang matitibay na bahagi ng ating lungsod, lalabanan natin sila sa pangunguna ng ating mga mahuhusay na pinuno. [6] Tatalunin nila at pamumunuan ang Asiria, ang lupain ni Nimrod, sa pamamagitan ng kanilang mga armas. Kaya ililigtas nila[g] tayo kapag sinalakay ng mga taga-Asiria ang ating bansa.

[7] Ang mga natitirang Israelita ay magiging pagpapala sa maraming bansa. Magiging tulad sila ng hamog at ulan na ibinibigay ng Panginoon para tumubo ang mga tanim. Magtitiwala sila sa Dios at hindi sa tao. [8] Pero magdadala rin sila ng kapahamakan sa mga bansa. Magiging tulad sila ng leon na matapang sumalakay sa mga hayop sa kagubatan at sa kawan ng mga tupa *sa pastulan.* Kapag sumalakay ang leon, nilulundagan nito ang kanyang biktima at nilalapa, at hindi ito makakaligtas sa kanya. [9] Magtatagumpay ang mga Israelita laban sa kanilang mga kalaban. Lilipulin nila silang lahat.

Lilipulin ng Panginoon ang mga Walang Kabuluhang Pinagkakatiwalaan ng mga Israelita

[10] Sinabi ng Panginoon, "Sa mga araw na iyon, ipapapatay ko ang inyong mga kabayo at sisirain ko ang inyong mga karwahe. [11] Gigibain ko ang inyong mga lungsod pati na ang mga napapaderang lungsod. [12] Sisirain ko ang inyong mga antinganting at mawawala ang inyong mga mangkukulam. [13] Hindi na kayo sasamba sa mga imahen at sa mga alaalang bato na inyong ginawa, dahil wawasakin ko ang mga ito. [14] Sisirain ko rin ang inyong mga posteng *simbolo ng diosang si* Ashera. At wawasakin ko ang inyong mga lungsod. [15] Sa aking matinding galit, maghihiganti ako sa mga bansang sumuway sa akin."

---

a 8 katulad...hayop: Maaaring ang ibig sabihin, ang Zion ang siyang lugar kung saan nagbabantay ang Dios sa kanyang mga mamamayan katulad ng isang pastol na nagbabantay sa kanyang mga hayop.

b 11 Hiyain: o, *Dungisan.*

c 2 pinakamaliit: o, *pinakaaba.*

d 3 babaeng namimilipit sa sakit: Maaaring ang tinutukoy ay ang Jerusalem (tingnan sa 4:9-10). Sa panahong pinamumunuan ng mga kalaban ang mga Israelita, ipinanganak ang kanilang pinuno na magliligtas sa kanila.

e 4 buong mundo: sa literal, *pinakadulo ng mundo.*

f 5 mabuting kalagayan: Ang salitang Hebreo nito ay "shalom" na ang ibig sabihin ay kapayapaan, kaunlaran, mabuting relasyon, kalusugan at tagumpay.

g 6 nila: sa Hebreo, *niya.* Maaaring ang pinunong sinasabi sa 5:2-5.

Ang Paratang ng Panginoon Laban sa mga Israelita

6 *Sinabi ni Micas:* Pakinggan ninyo ang sasabihin ng Panginoon *sa inyo*:

"Sige na, ilahad ninyo ang inyong kaso; iparinig ninyo sa mga bundok at mga burol*ᵃ* ang inyong sasabihin. ² At kayong mga bundok na matitibay na pundasyon ng mundo, pakinggan ninyo ang paratang ng Panginoon laban sa mga Israelita na kanyang mga mamamayan."

³ *Sinabi ng Panginoon,* "Mga mamamayan ko, ano ang nagawa kong kasalanan sa inyo? Pinahirapan ko ba kayo? Sagutin ninyo ako. ⁴ Inilabas ko pa nga kayo sa Egipto kung saan inalipin kayo. At pinili ko sina Moises, Aaron at Miriam para pangunahan kayo. ⁵ Mga mamamayan ko, alalahanin din ninyong sinugo ni Haring Balak ng Moab si Balaam na anak ni Beor para sumpain kayo. Pero pinagsalita ko si Balaam ng mga pagpapala sa inyo. *Alalahanin din ninyo kung paano ko kayo tinulungan nang maglakbay kayo mula sa Shitim hanggang sa Gilgal. Alalahanin ninyo ang mga pangyayaring ito para malaman ninyo na iniligtas*ᵇ *ko kayo.*"

⁶ *Sumagot ang isang Israelita,* "Ano ang ihahandog ko sa Panginoon, ang Dios sa langit, kapag sasamba ako sa kanya? Mag-aalay ba ako ng guya*ᶜ* bilang handog na sinusunog? ⁷ Matutuwa kaya ang Panginoon kung hahandugan ko siya ng libu-libong tupa at nag-uumapaw na langis? Ihahandog ko ba sa kanya ang panganay kong anak bilang kabayaran sa aking mga kasalanan?"

⁸ *Sumagot si Micas:* Tinuruan tayo ng Panginoon kung ano ang mabuti. At ito ang nais niyang gawin natin: Gawin natin ang matuwid, pairalin natin ang pagkamaawain sa iba at buong pagpapakumbabang sumunod sa Dios.

Parurusahan ng Panginoon ang mga Israelita

⁹ Pakinggan ninyo ang sinasabi ng Panginoon sa lungsod *ng Jerusalem*, dahil ang taong may takot sa kanya ang siyang may tunay na karunungan:

"Kayong mga kabilang sa lahi *ni Juda*, magtipon-tipon kayo sa lungsod *ng Jerusalem* at makinig. ¹⁰ Masasama kayong mamamayan! Hindi ko makakalimutan ang mga kayamanang natipon ninyo sa masamang paraan. Gumagamit kayo ng madayang takalan. Ito'y gawaing aking kinasuklaman. ¹¹ Hindi maaaring pabayaan ko na lang kayo sa mga pandaraya ninyo sa inyong timbangan. ¹² Malulupit ang mayayaman sa inyo, at mga sinungaling kayo. ¹³ Kaya sinimulan kong lipulin kayo bilang parusa sa inyong mga kasalanan. ¹⁴ Kakain kayo, pero hindi kayo mabubusog; patuloy kayong magugutom. Mag-iimpok kayo ng inyong mga ani, pero hindi ninyo ito mapapakinabangan, sapagkat ipapasamsam ko iyon sa inyong mga kaaway. ¹⁵ Magtatanim kayo, pero hindi kayo ang aani. Magpipisa kayo ng mga olibo pero hindi kayo ang makikinabang sa langis nito. Magpipisa rin

kayo ng bunga ng inyong mga ubas, pero hindi rin kayo ang iinom ng katas nito. ¹⁶ Mangyayari ito sa inyo dahil sinunod ninyo ang masasamang gawa, mga tuntunin, at mga payo ni *Haring* Omri at ng anak niyang si *Haring* Ahab. Kaya wawasakin ko kayo; hahamakin kayo at lalaitin ng ibang mga bansa."

Ang Kasamaan ng mga Israelita

7 *Sinabi ni Micas:* Kawawa ako! Para akong isang gutom na naghahanap ng mga natirang bunga*ᵈ* ng ubas o igos pero walang makita ni isa man. ² *Ang ibig kong sabihin,* wala na akong nakitang tao sa Israel na tapat sa Dios. Wala nang natirang taong matuwid. Ang bawat isa ay naghahanap ng pagkakataon para patayin ang kanyang kababayan, tulad ng taong naghahanda ng bitag sa hayop na kanyang huhulihin. ³ Bihasa silang gumawa ng kasamaan. Ang mga pinuno at mga hukom ay tumatanggap ng suhol. Sumusunod lamang sila sa gusto ng mga taong tanyag at makapangyarihan. Nagkakaisa sila *upang baluktutin ang katarungan.* ⁴ Ang pinakamabuti sa kanila ay parang dawag *na walang silbi.* Dumating na ang panahon ng pagpaparusa ng Dios sa mga taong ito, gaya ng kanyang babala sa kanila sa pamamagitan ng *mga propeta na parang* mga guwardya *sa tore.* Dumating na ang panahon na kanilang pagkalito.

⁵ *Dahil sa laganap na ang kasamaan,* huwag na kayong magtiwala sa inyong kapwa o sa inyong mga kaibigan. At mag-ingat kayo sa inyong sinasabi kahit na sa inyong mahal na asawa. ⁶ Sapagkat *sa mga panahong ito,* ang anak na lalaki ay hindi na gumagalang sa kanyang ama, ang anak na babae ay nagrerebelde sa kanyang ina, at ang manugang na babae ay nagrerebelde rin sa kanyang biyenang babae. Ang kaaway ng isang tao ay ang kanya mismong kapamilya.

⁷ Pero para sa akin, magtitiwala ako sa Panginoon na aking Dios. Maghihintay ako sa kanya na magliligtas sa akin, at tiyak na ako ay kanyang diringgin.

Ililigtas ng Panginoon ang mga Israelita

⁸ *Sinabi ng mga Israelita,* "Hindi tayo dapat kutyain ng ating mga kaaway. Kahit na nadapa tayo, muli tayong babangon. At kahit na nasa kadiliman tayo, ang Panginoon ang ating ilaw. ⁹ Dahil sa nagkasala tayo sa Panginoon, dapat nating tiisin ang kanyang parusa sa atin hanggang sa ipagtanggol niya tayo at bigyan ng katarungan. Makikita natin ang pagliligtas niya sa atin sa pamamagitan ng pagdala niya sa atin sa kaliwanagan. ¹⁰ Makikita ito ng ating mga kaaway at mapapahiya sila. Sapagkat kinukutya nila tayo noon na nagsasabing, 'Nasaan na ang Panginoon na inyong Dios?' Hindi magtatagal at makikita natin ang kapahamakan nila. Magiging tulad sila ng putik na tinatapak-tapakan sa lansangan."

¹¹ *Sinabi ni Micas sa mga taga-Jerusalem:* Darating ang araw na muli ninyong itatayo ang mga

---

a 1 *iparinig…burol:* Ang mga bundok ay nagsisilbing mga saksi sa kaso.

b 5 *iniligtas:* o, ginawang matuwid.

c 6 *guya:* sa Ingles, *"calf."*

d 1 *natirang bunga:* Kaugalian ng mga Israelita ang pagtitira ng mga bunga para sa mga dukha, biyuda, o mga dayuhan.

pader ninyo at sa panahong iyon lalong lalawak ang inyong teritoryo. [12] Sa panahon ding iyon, pupunta sa inyo ang mga tao mula sa Asiria at sa mga lungsod ng Egipto, at mula sa Egipto hanggang sa Ilog *ng Eufrates*, at mula sa malalayong lugar.[a] [13] Magiging mapanglaw na lugar ang *mga bansa sa* mundo dahil sa kasamaan ng mga naninirahan doon.

Nanalangin ang mga Israelita na Kaawaan Sila ng Dios

[14] *Nanalangin ang mga Israelita*, "Panginoon, bantayan n'yo po kami na iyong mga mamamayan katulad ng pagbabantay ng pastol sa kanyang mga tupa. Ang mga lupain sa aming paligid ay may masaganang pastulan, pero kami ay namumuhay sa kaparangan na kami-kami lang. Palawakin n'yong *muli* ang aming teritoryo hanggang sa Bashan at sa Gilead katulad noon. [15] Magpakita po kayo sa amin ng mga himala katulad ng inyong ginawa nang ilabas n'yo kami sa Egipto. [16] Makikita ito ng mga bansa at mapapahiya sila sa kabila ng kanilang kapangyarihan. At hindi na sila makikinig o magsasabi ng mga panlalait sa amin. [17] Gagapang sila sa lupa na parang ahas *dahil sa sobrang hiya*. Lalabas sila sa kanilang lungga na nanginginig sa takot sa inyo, Panginoon naming Dios. [18] Wala na pong ibang Dios na tulad ninyo. Pinatawad n'yo ang kasalanan ng mga natitirang mamamayan na pag-aari ninyo. Hindi kayo nananatiling galit magpakailanman dahil ikinagagalak n'yong mahalin kami. [19] Muli n'yo kaming kaawaan at *alisin n'yo po* ang lahat naming mga kasalanan. Yurakan n'yo ito at itapon sa kailaliman ng dagat. [20] Ipakita n'yo ang inyong pag-ibig at katapatan sa amin na mga lahi ni Abraham at ni Jacob, gaya ng iyong ipinangako sa kanila noong unang panahon."

---

a 12 *mula sa malalayong lugar:* sa literal, *mula sa isang dagat patungo sa isang dagat at mula sa isang bundok patungo sa isa pang bundok.*

NAHUM

1 Ang mensahe ng aklat na ito ay tungkol sa Nineve.ᵃ Ito'y ipinahayag ng PANGINOON kay Nahum na taga-Elkosh.

Ang Galit ng PANGINOON sa Nineve

² Ayaw ng PANGINOONG Dios na sumamba ang mga tao sa ibang mga dios.ᵇ Galit siya sa kanyang mga kaaway at pinaghihiganatihan niya sila. ³ Ang PANGINOON ay hindi madaling magalit, ngunit dakila ang kanyang kapangyarihan at tiyak na parurusahan niya ang nagkasala. Kapag dumadaan siya, umuugong ang hangin at bumabagyo. Ang mga ulap ay parang alikabok sa kanyang mga paa. ⁴ Sa utos lamang niya'y natutuyo ang mga dagat at mga ilog. Nalalanta ang mga tanim sa Bashan, sa *Bundok ng* Carmel at sa Lebanon. ⁵ Nayayanig ang mundo sa kanyang presensya, pati na ang mga bundok at mga burol, at ang mga tao sa mundo ay nanginginig. ⁶ Sino ang makakatagal sa matinding galit ng PANGINOON? Kapag siya ay nagalit, para siyang bumubuga ng apoy, at ang mga bato ay nabibiyak sa harap niya.

⁷ Ang PANGINOON ay mabuti; matibay siyang kanlungan sa oras ng kagipitan, at inaalagaan niya ang nananalig sa kanya. ⁸ Para siyang rumaragasang baha na lubusang pupuksain ang kanyang mga kaaway. Tutugisin niya sila hanggang sa mamatay.ᶜ ⁹ *Mga taga-Asiria*, kung ano man ang masamang binabalak ninyo laban sa *mga mamamayan ng* PANGINOON, wawakasan iyan ng PANGINOON at hindi na mauulit pa. ¹⁰ Para kayong mga lasing na nakapulupot sa matinik na halaman. Lilipulin kayo na parang natutupok na dayami. ¹¹ Ang isa sa inyong mga pinuno ay nagbalak ng masama laban sa *mga mamamayan ng* PANGINOON. Masama ang kanyang ipinapayo.

¹² Ito ang sinasabi ng PANGINOON *sa mga taga-Juda*: "Kahit na malakas at marami ang kalaban ninyong taga-Asiria, lilipulin ko sila hanggang sa mawala. Kahit na pinarusahan ko kayo, hindi ko na iyon uulitin pang muli. ¹³ Sapagkat palalayain ko na kayo ngayon mula sa kapangyarihan ng mga taga-Asiria."

¹⁴ Ito naman ang sinasabi ng PANGINOON sa mga taga-Asiria: "Mawawala ang lahi ninyo at wawasakin ko ang mga rebulto ninyong kahoy o metal sa templo ng inyong mga dios-diosan. Ihahanda ko na ang inyong mga libingan dahil hindi na kayo dapat mabuhay."

¹⁵ Mga taga-Juda, tingnan ninyo ang kabundukan! Dumarating na ang mensaherong maghahatid ng magandang balita ng kapayapaan sa inyong bayan. Kaya ipagdiwang ninyo ang inyong mga pista, at tuparin ninyo ang inyong mga panata *sa* PANGINOON. Sapagkat ang masamang *bansa ng Asiria* ay hindi na sasalakay sa inyo, dahil lubusan na silang lilipulin.

Ang Pagkawasak ng Nineve

2 Mga taga-Nineve, sinasalakay na kayo ng inyong mga kalaban na magpapangalat sa inyo. Kaya guwardyahan ninyo ang pader ng inyong lungsod at bantayan ang mga daan. Tipunin ninyo ang inyong mga sundalo at humanda kayo sa digmaan. ² Kahit na nilipol ninyo ang Israel at Judaᵈ na parang mga tanim na ubasᵉ na pinatay, ibabalik ng PANGINOON ang kanilang kapangyarihan.

³ Pula ang kalasag at damit ng mga sundalo ng inyong kalaban. At sa oras ng kanilang pagsalakay kumikislap ang metal ng kanilang mga karwahe at nagtatatakbo ang kanilang mga kabayo.ᶠ ⁴ Humahagibis ang kanilang mga karwahe sa mga lansangan, paroo't parito na sumusugod sa mga plasa. Nagliliwanag ang mga ito na parang sulo, at kumikislap na parang kidlat. ⁵ Inuutusan ng hari ang mga opisyal ng mga kawal. Nagkakandarapa sila papunta sa mga pader para maglagay ng mga panangggalang para sa mga sundalong wawasak ng pader. ⁶ Mabubuksan ang mga pintuan sa *inyong lungsod sa bandang* ilog at magigiba ang palasyo. ⁷ Naipahayag na, na bibihagin kayoᵍ at dadalhin sa ibang bayan. Uungol ang inyong mga utusang babae na parang kalapati habang dinadagukan ng kanilang dibdib *dahil sa kalungkutan*. ⁸ Ang *mga taong tumatakas mula sa* Nineve ay parang tubig na umagos mula sa nawasak na imbakan ng tubig. Ang mga tumatakas ay pinapabalik ng kanilang mga kasama pero wala ni isa mang bumalik.

⁹ Kayong *mga sumasalakay sa* Nineve, kunin ninyo ang mga pilak at ginto ng lungsod na ito dahil puno ito ng kayamanan. ¹⁰ Malilipol, mawawasak at magiging mapanglaw na ang Nineve! Kaya natatakot ang mga mamamayan nito, nanghihina ang buong katawan nila, nanginginig ang kanilang mga tuhod, at namumutla silang lahat. ¹¹⁻¹² Ang Nineve ay parang yungib na tinitirhan ng mag-asawang leon at ng mga anak nito. Walang pwedeng manakit sa kanila sa yungib. Pinapatay at nilalapa ng lalaking leon ang kanyang biktima at ibinibigay sa kanyang asawa at mga anak. Pinupuno niya ang kanyang yungib ng karne ng kanyang mga biktima.ʰ Pero ngayon, ang Nineve ay wawasakin na. ¹³ Sapagkat

---

a 1 Nineve: Ito ang kabisera ng Asiria at kumakatawan sa buong bansa ng Asiria.

b 2 Ayaw...dios: sa literal, *Ang* PANGINOON *ay mapanibughuing Dios.*

c 8 hanggang sa mamatay: sa literal, *hanggang sa kailaliman*; ang ibig sabihin, ang lugar ng mga patay.

d 2 Israel at Juda: sa Hebreo, *Jacob at Israel.*

e 2 na parang...ubas: o, *at nawala ang kanilang mga awit.*

f 3 nagtatatakbo ang kanilang mga kabayo: Ito ang nasa Septuagint at sa Syriac. Sa Hebreo, *iwinawagayway nila ang kanilang mga (sibat na gawa sa) kahoy na sipres.*

g 7 bibihagin kayo: sa literal, *huhubaran kayo.*

h 11-12 Ang ibig sabihin nito ay nag-iisip ang mga taga-Nineve na walang gagalaw sa kanila. Sinasalakay nila ang ibang mga bansa, sinasamsam ang mga ari-arian nito at dinadala sa kanilang lugar para ang kanilang mga mamamayan ay makinabang.

sinasabi ng PANGINOONG Makapangyarihan, "Makinig kayong mga taga-Nineve! Kalaban ko kayo! Kaya susunugin ko ang inyong mga karwahe at mamamatay sa digmaan ang inyong mga kawal.*ᵃ* Wawakasan ko na ang inyong pambibiktima sa lupain. Hindi na kayo makapagpapadala ng mga mensahero sa ibang bansa."

Kahabag-habag ang Nineve

3 Kahabag-habag ang lungsod *ng Nineve*. Ito ay puno ng kasakiman at kasinungalingan, lungsod ng mamamatay-tao at hindi nauubusan ng mabibiktima. ²*Sasalakayin sila ng mga kalaban nila.* Maririnig nila ang paghagupit ng latigo, ang ingay ng mga gulong ng mga karwahe, ang yabag ng paa ng mga kabayo, at ang rumaragasang mga karwahe. ³*Makikita nila* ang sumusugod na mga mangangabayo, ang kumikinang na mga espada at mga sibat, at ang nakabunton na mga patay na di-mabilang. Matitisod sa mga bangkay ang mga sundalo. ⁴Mangyayari ito sa Nineve dahil para siyang babaeng bayaran na paulit-ulit na ibinenta ang katawan. Nang-aakit siya at nanggagayuma, kaya naeengganyo niya ang mga bansa na magpasakop sa kanya.

⁵Sinabi ng PANGINOONG Makapangyarihan, "*Mga taga-Nineve*, makinig kayo! Kalaban ko kayo! Kaya hihiyain ko kayo sa harap ng mga bansa at mga kaharian. Maihahalintulad kayo sa isang babaeng itinaas ang damit hanggang ulo at nakita ang kahubaran. ⁶⁻⁷Kasusuklaman ko kayo tulad ng isang taong hinagisan ng basura, kaya ang lahat ng makakakita sa inyo ay mandidiri at iiwas sa inyo. Sasabihin nila, 'Giba na ang Nineve. Walang iiyak o aaliw sa kanya.' "

⁸Higit bang mabuti ang Nineve kaysa sa *lungsod ng* Tebes na malapit sa *Ilog ng* Nilo? Ang ilog na ito ang pinakapader ng Tebes na nagsisilbing proteksyon nito. ⁹Ang Etiopia*ᵇ* at ang *buong* Egipto ang pinanggagalingan ng lakas ng Tebes, at ang akala niya'y mananatili ito magpakailanman. Ang Put at ang Libya ay mga bansang kakampi rin

niya. ¹⁰Ganoon pa man, naging bihag pa rin ang kanyang mga mamamayan at dinala sa ibang lugar. Ang kanilang mga anak ay pinagdudurog sa mga lansangan. Ginapos ng kadena ang kanilang mga tanyag na mamamayan at pinaghiwa-hiwalay *para gawing alipin* sa pamamagitan ng palabunutan. ¹¹Kayo rin *na mga taga-Nineve*, magiging pareho kayo sa lasing *na hindi alam kung ano ang nangyayari*. Sasalakayin din kayo ng inyong mga kalaban at maghahanap kayo ng inyong matataguan na hindi kayo mahuhuli. ¹²Ang lahat ng inyong mga napapaderang lungsod ay magiging parang mga puno ng igos na ang unang bunga ay hinog na; at kapag inuga ang puno, malalaglag ang mga bunga at maaari nang kainin. ¹³Tingnan ninyo ang inyong mga kawal—para silang mga babae! Ang tarangkahan ng pintuan ng inyong lungsod ay masusunog, kaya madali na itong mapapasok ng inyong mga kalaban.

¹⁴*Humanda na kayo* sa pagdating ng inyong kalaban. Mag-ipon na kayo ng tubig. Patibayin ninyo ang mga pader sa palibot ng inyong lungsod. Gumawa kayo ng mga tisa at ayusin ninyo ang mga pader na ito. ¹⁵Pero mamamatay kayo sa inyong kinaroroonan sa pamamagitan ng apoy at espada. Para kayong halamanang sinalakay ng mga balang.

Dumami kayo na parang balang! ¹⁶Pinarami ninyo ang inyong mga mangangalakal na higit pa sa mga bituin sa langit. Pero magiging tulad sila ng mga balang na pagkatapos na maubos ang mga tanim ay lumipad nang palayo. ¹⁷Ang inyong mga tagapagbantay at mga opisyal ay kasindami ng mga balang na nakadapo sa mga pader kapag malamig ang panahon. Pero pagsikat ng araw ay nagliliparan at walang nakakaalam kung saan sila pumunta. ¹⁸Hari ng Asiria, mamamatay ang iyong mga pinuno. Mangangalat sa kabundukan ang iyong mga mamamayan, at wala nang magtitipon sa kanila. ¹⁹Ang katulad mo'y taong nasugatan nang malubha na hindi gumagaling. Ang lahat ng makakabalita sa sinapit mo ay magpapalakpakan sa tuwa, dahil silang lahat ay nakaranas ng iyong kalupitan.

---

a **13** *mga kawal:* sa literal, *mga batang leon.*
b **9** *Etiopia:* sa Hebreo, *Cush.*

HABAKUK

1 Ito ang mensahe ni Propeta Habakuk na ipinahayag sa kanya *ng Panginoon.*

Ang Unang Hinaing ni Habakuk

[2] *Sinabi ni Habakuk,* "Panginoon, hanggang kailan po ako hihingi ng tulong sa inyo bago n'yo ako dinggin? Kailan n'yo po ba kami ililigtas sa mga karahasang ito? [3] Bakit n'yo po ipinapakita sa akin ang mga kasamaan at kaguluhan? Kahit saan ay nakikita ko ang pagpapatayan, karahasan, hidwaan at pagtatalo. [4] Kaya naging walang kabuluhan ang kautusan. At wala ring katarungan dahil ang mga taong may kasalanan ang siyang nananalo sa korte, at hindi ang mga taong walang kasalanan. Kaya nababaluktot ang katarungan."

Ang Sagot ng Dios kay Habakuk

[5] *Sumagot ang Dios,* "Tingnan ninyong mabuti ang mga nangyayari sa mga bansa at talagang magtataka kayo sa inyong makikita. Sapagkat may gagawin ako sa inyong kapanahunan na hindi ninyo paniniwalaan kahit may magbalita pa nito sa inyo. [6] Sapagkat pamamahalain ko ang mga taga-Babilonia,[a] na kilala sa kalupitan at karahasan. Mabilis nilang sinasalakay ang *mga bansa sa* buong mundo upang agawin ang mga lugar na hindi kanila. [7] Kinatatakutan sila ng mga tao. Ginagawa nila ang gusto nila at walang makakapigil sa kanila. [8] Ang mga kabayo nila'y mas mabilis kaysa sa mga leopardo at mas mabangis kaysa sa mga lobo na gumagala sa gabi. Tumatakbo ito mula sa malalayong lugar, parang agilang mabilis na lumilipad para dagitin ang kanyang biktima. [9] Paparating ang kanilang mga sundalo na handang gumawa ng kalupitan. Para silang malakas na hangin mula sa silangan. Ang kanilang mga bihag ay kasindami ng buhangin. [10] Hinahamak nila ang mga hari at mga pinuno. Tinatawanan lamang nila ang mga napapaderang lungsod, dahil *kaya nila itong akyatin* sa pamamagitan ng pagtambak ng lupa sa tabi nito. *Sa ganitong paraan, nakakapasok sila* at nasasakop nila ang lungsod. [11] Pagkatapos, aalis sila na parang hangin lang na dumaan. Nagkasala sila, *dahil* wala silang kinikilalang dios kundi ang sariling kakayahan."

Ang Pangalawang Hinaing ni Habakuk

[12] *Sinabi ni Habakuk,* "O Panginoon, kayo ay Dios mula pa noon. Kayo ay aking Dios, ang banal na Dios na walang kamatayan. O Panginoon, ang Bato *na kanlungan,* pinili n'yo ang mga taga-Babilonia para magparusa sa amin. [13] Dahil banal kayo, hindi n'yo matitiis na tingnan ang kasamaan at kaguluhan. Pero bakit n'yo hinahayaan ang mga traydor *na taga-Babilonia* na gawin ito sa amin? Bakit n'yo hinahayaang pagmalupitan ang mga

taong hindi gaanong masama kung ihahambing sa kanila? [14] Ang kanilang mga kalaban ay ginawa n'yong parang mga isda na walang pinuno *na magtatanggol sa kanila.* [15] Masayang nagdiriwang ang mga taga-Babilonia dahil sa pagbihag nila sa kanilang mga kalaban na parang mga isdang nahuli sa bingwit o lambat. [16] At dahil marami silang nabihag, *ipinagmamalaki nila ang kanilang kakayahan katulad ng mangingisdang* sinasamba ang kanyang bingwit o lambat sa pamamagitan ng paghahandog ng insenso bilang handog sa mga bagay na ito. Dahil sa pamamagitan ng bingwit o lambat ay yumaman siya at nagkaroon ng masaganang pagkain. [17] Kaya Panginoon, magpapatuloy na lang po ba ang kanilang walang awang pagbihag at pagwasak sa mga bansa?"

2 *Sinabi ni Habakuk,* "Aakyat ako sa tore, sa aking bantayan at hihintayin ko kung ano ang sasabihin sa akin ng Panginoon at kung ano ang kanyang sagot sa aking hinaing."

Ang Sagot ng Dios kay Habakuk

[2] Ito ang sagot ng Panginoon kay Habakuk: "Isulat nang malinaw sa sulatang bato ang pahayag na ito para madaling basahin. [3] *Isulat mo muna ito* dahil hindi pa dumarating ang takdang panahon para mangyari ito. Ngunit hindi magtatagal at tiyak na mangyayari ito. Kahit magtagal nang kaunti, hintayin mo lang, dahil tiyak na mangyayari ito sa takdang panahon."

[4] *Ito ang isulat mo:*

"Tingnan mo ang mga taong mapagmataas. Hindi matuwid ang kanilang pamumuhay. Pero ang taong matuwid ay mabubuhay dahil sa kanyang pananampalataya.[b] [5] Ang totoo, hindi maaasahan ang kayamanan.[c] At ang mga taong mapagmataas na sakim sa kayamanan ay laging balisa at walang kasiyahan. Tulad nila'y kamatayan na hindi makukuntento. Kaya binibihag nila ang maraming bansa. [6] Pero kukutyain sila ng mga bansang iyon sa pamamagitan ng mga salitang ito,

" 'Nakakaawa naman kayo, kayong nangunguha ng mga bagay na hindi sa inyo at nagpapayaman sa pamamagitan ng pandaraya. Hanggang kailan pa ninyo ito gagawin? [7] Bigla nga kayong gagantihin ng mga bansang binihag ninyo,[d] at dahil sa kanila ay mangingwig kayo sa takot, at sila naman ang sasamsam ng inyong mga ari-arian. [8] Dahil maraming bansa ang sinamsaman ninyo ng mga ari-arian, kayo naman ang sasamsaman ng mga natitirang tao sa mga bansang iyon. Mangyayari

---

[a] *6 taga-Babilonia:* sa literal, *taga-Caldeo.* Ito ang tawag kung minsan sa mga taga-Babilonia.

[b] *4 Pero…pananampalataya:* o, *Pero ang itinuring na matuwid dahil sa kanyang pananampalataya ay mabubuhay.*

[c] *5 kayamanan:* Ito ang nasa Dead Sea Scrolls. Sa ibang tekstong Hebreo, *alak.*

[d] *7 mga bansang binihag ninyo:* sa literal, *ang inyong mga inutangan;* o, *ang mga nangutang sa inyo.*

ito sa inyo dahil sa inyong pagpatay ng mga tao at pamiminsala sa kanilang mga lupain at mga bayan.

9 " 'Nakakaawa kayo, kayong nagpapatayo ng mga bahay[a] sa pamamagitan ng perang nakuha ninyo sa masamang paraan. Pinatitibay ninyo ang inyong mga bahay upang makaligtas kayo kapag dumating ang kapahamakan. 10 Dahil sa pagpatay ninyo ng maraming tao, kayo rin ay papatayin at wawasakin ang inyong mga bahay.[b] 11 Ang mga bato ng pader at ang mga biga ng bahay ay parang tao na hihingi ng tulong dahil mawawasak na ang buong bahay.

12 " 'Nakakaawa kayo, kayong nagpapatayo ng lungsod sa pamamagitan ng kalupitan. Handa kayong pumatay maitayo lamang ito. 13 Pero ang mga ipinatayo ninyo sa mga tao na binihag ninyo ay susunugin lang, kaya mawawalan ng kabuluhan ang inyong pinagpaguran. Itinakda na iyan ng PANGINOONG Makapangyarihan. 14 Sapagkat kung paanong ang karagatan ay puno ng tubig, ang lahat ng tao sa mundo ay mapupuno rin ng kaalaman tungkol sa kadakilaan ng PANGINOON.

15 " 'Nakakaawa kayo! Sa inyong poot ay ipinahiya ninyo ang inyong mga karatig bansa. Parang nilalasing ninyo sila upang makita ninyo silang hubo't hubad. 16 Ngayon kayo naman ang ilalagay sa kahihiyan sa halip na parangalan, dahil parurusahan kayo ng PANGINOON. Kayo naman ang paiinumin niya sa tasa ng kanyang galit, at kapag lasing na kayo, makikita ang inyong kahubaran[c] at malalagay kayo sa kahihiyan. 17 Pinutol ninyo ang mga puno sa Lebanon, at dahil dito, namatay ang mga hayop doon. Kaya ngayon, kayo naman ang pipinsalain at mangininig sa takot. Mangyayari ito sa inyo dahil sa pagpatay ninyo ng mga tao at pagpinsala sa kanilang mga lupain at mga bayan.

18 " 'Ano ang kabuluhan ng mga dios-diosan? Gawa lang naman ang mga ito ng tao mula sa kahoy o metal, at hindi makapagsasabi ng katotohanan. At bakit nagtitiwala sa mga dios-diosang ito ang mga taong gumawa sa kanila? Ni hindi nga makapagsalita ang mga ito? 19 Nakakaawa kayong nagsasabi sa rebultong kahoy o bato, "Gumising ka at tulungan kami." Ni hindi nga iyan makapagtuturo sa inyo. At kahit pa balot iyan ng ginto at pilak, wala namang buhay. 20 Pero ang PANGINOON ay nasa kanyang banal na templo. Kaya ang buong mundo ay manahimik sa kanyang presensya.' "

Ang Panalangin ni Habakuk

3 Ito ang panalangin ni Propeta Habakuk:[d] 2 "PANGINOON, narinig ko po ang tungkol sa inyong mga ginawa, at ako ay lubos na humanga sa inyo. Gawin n'yong muli sa aming panahon ang ginawa n'yo noon. At sa araw na ipadama n'yo ang inyong galit, maawa kayo sa amin.

3 "Ikaw ang Banal na Dios na darating[e] mula sa Teman at sa Bundok ng Paran.[f] At ang inyong kadakilaan ay makikita sa kalangitan, at dahil dito pupurihin kayo ng mga tao sa mundo. 4 Darating kayong kasingliwanag ng araw; may sinag na lumalabas sa inyong mga kamay kung saan nakatago ang inyong kapangyarihan. 5 Darating kayong may dalang mga salot. 6 Kapag tumayo kayo ay nayayanig ang mundo, at kapag tumingin kayo ay nanginginig sa takot ang mga bansa at gumuguho ang sinaunang kabundukan at kaburulan. Ang inyong mga pamamaraan ay mananatili magpakailanman. 7 Nakita kong nagiba ang mga tolda sa Cushan at sa Midian.

8-9 "PANGINOON, tulad kayo ng sundalong nakasakay sa karwahe na nagbibigay tagumpay sa labanan. Nakahanda na kayong pumana. Pero sino ang inyong kinapopootan? Ang mga ilog ba at ang mga dagat? Ang mga ilog ba at ang mga dagat? Pinabitak n'yo ang lupa at lumabas ang tubig. 10 Ang mga bundok ay parang mga tao na nanginig nang makita nila kayo. Umulan nang malakas; umugong ang tubig sa dagat at lumaki ang mga alon. 11 Tumigil ang araw at ang buwan sa kanilang kinaroroonan sa kislap ng nagliliparan n'yong pana at kumikinang n'yong sibat.[g]

12 "Sa inyong matinding galit ay tinapakan n'yo ang mundo at niyurakan ang mga bansa, 13 upang iligtas ang mga taong pinili ninyo. Pinatay n'yo ang pinuno ng masamang kaharian, at lubusang nilipol ang lahat ng kanyang tagasunod. 14 Tinuhog n'yo ang sarili niyang sibat ang ulo ng pinuno ng kanyang mga kawal. Ginawa n'yo ito nang kami ay kanilang salakayin na parang buhawi upang kami ay pangalatin. Sapagkat kagalakan nila na lipulin kaming mga kawawang nagtatago dahil sa takot. 15 Para kayong sundalo na nakasakay sa kabayong nagtatatakbo sa karagatan hanggang sa lumaki ang mga alon."

16 Sinabi ni Habakuk, "Nang marinig ko ang lahat ng ito, nanginig ang aking buong katawan at nangatal ang aking mga labi dahil sa takot. Nanghina ako at nangatog ang aking mga tuhod. At dahil sa ipinahayag na ito ng PANGINOON, matiyaga kong hihintayin ang takdang panahon ng pagpaparusa niya sa mga sumalakay sa amin. 17 Kahit hindi mamunga ang mga puno ng igos, ubas, o anag kahoy ng olibo, at kahit walang anihin sa mga bukirin, at kahit mamatay ang mga alagang hayop sa kanilang mga kulungan, 18 magagalak pa rin ako dahil ang PANGINOONG Dios ang nagliligtas sa akin. 19 Siya ang nagbibigay sa akin ng kalakasan. Pinalalakas niya ang aking mga paa na tulad ng mga paa ng usa, upang makaakyat ako sa matataas na lugar."[h]

---

e 3 darating: o, dumating.

f 3 Teman at sa Bundok ng Paran: Ito'y mga lugar sa gawing timog ng Juda na bahagi ng mga lugar na dinaanan ng mga Israelita noong lumabas sila sa Egipto, kung saan kanilang naranasan ang presensya ng Panginoon.

g 11 Ang ibig sabihin, natakpan ng ulap ang araw at ang buwan kaya hindi nadaig ng kanilang liwanag ang liwanag ng kidlat.

h 19 sa Hebreo ay may karugtong pang "Sa direktor ng mga mang-aawit: Gamitin ang mga instrumentong may kwerdas." Tingnan ang footnote sa 3:1.

---

a 9 nagpapatayo...bahay: o, nagpapalago ng kaharian.

b 10 bahay: o, kaharian.

c 16 makikita ang inyong kahubaran: sa literal, makikita ang inyong mga ari na hindi tuli. Sa iba namang lumang teksto, susuray-suray kayo.

d 1 Sa Hebreo ay may karugtong pang "ayon sa 'Shigionot," na hindi naman malinaw ang ibig sabihin. Maaaring ang ibig sabihin nito ay kung paano aawitin ang nasabing panalangin o dahil sa, anong instrumento ang gagamitin kapag inawit ito.

ZEFANIAS

1 Ito ang ipinahayag ng PANGINOON kay Zefanias noong si Josia na anak ni Amon ang hari ng Juda. Si Zefanias ay anak ni Cushi na anak ni Gedalia. Si Gedalia naman ay anak ni Amaria na anak ni Hezekia.

Darating ang Parusa ng PANGINOON

[2] Sinabi ng PANGINOON, "Lilipulin ko ang lahat ng bagay na nasa mundo— [3] ang mga tao, hayop, ibon at isda. Mawawala ang lahat ng nag-uudyok sa tao para magkasala pati ang mga makasalanan. Lilipulin ko nga ang lahat ng tao sa mundo. *Ako*, ang PANGINOON, ang nagsasabi nito.

[4] "Parurusahan ko ang mga mamamayan ng Juda, pati na ang lahat ng mamamayan ng Jerusalem. Lilipulin ko ang mga natitirang sumasamba sa dios-diosang si Baal pati na ang mga paring naglilingkod dito, para tuluyan na silang makalimutan. [5] *Lilipulin ko rin* ang mga taong umaakyat sa bubong ng kanilang bahay para sumamba sa araw, sa buwan at mga bituin. *Lilipulin ko* ang mga sumasamba at sumusumpang maglilingkod sa akin, pero sumusumpa ring maglilingkod sa *dios-diosang si Molec.*[a] [6] *Lilipulin ko* ang mga tumatalikod at hindi dumudulog sa akin.

[7] "Tumahimik kayo sa harapan ko, dahil malapit na ang araw ng aking pagpaparusa. Inihanda ko na ang *aking mga mamamayan para patayin tulad ng* hayop na ihahandog. Pinili ko na ang mga *kalaban na* tinawag ko *na sasalakay sa Juda*. [8] Sa araw na iyon, papatayin ko ang *mga taga-Juda na parang* hayop na ihahandog. Parurusahan ko ang *kanilang* mga opisyal at ang mga anak ng *kanilang* hari, at ang lahat *sa kanila* na sumusunod sa *masasamang* ugali ng ibang bansa.[b] [9] Parurusahan ko rin sa araw na iyon ang lahat ng sumasali sa mga seremonya ng mga hindi nakakakilala sa akin, at ang mga nagmamalupit at nandaraya para punuin *ng mga bagay* ang bahay ng kanilang panginoon.[c]

[10] "*Ako*, ang PANGINOON ay nagsasabing sa araw na iyon maririnig ang iyakan sa pintuan na tinatawag na Isda[d] *ng lungsod ng Jerusalem* at sa bagong bahagi ng lungsod. Maririnig din ang malakas na ingay *ng mga nagigibang bahay* sa mga burol. [11] Mag-iyakan kayo, kayong mga naninirahan sa mababang bahagi[e] *ng lungsod ng Jerusalem* dahil mamamatay ang lahat ng inyong mga mangangalakal.

---

a 5 Molec: sa Hebreo, *Malcom*, na isa pang pangalan ni Molec.

b 8 sumusunod...bansa: sa literal, *nagsusuot ng damit ng taga-ibang bansa*.

c 9 ang bahay ng kanilang panginoon: o, *ang templo ng kanilang dios-diosan*.

d 10 pintuan na tinatawag na Isda: Maaaring dito idinadaan ang mga isdang dinadala sa lungsod.

e 11 mababang bahagi: o, *pamilihan*.

[12] "Sa araw ding iyon, susuyurin kong mabuti[f] ang Jerusalem at parurusahan ko ang mga taong nagpapasarap lang sa buhay at nagsasabi sa kanilang sarili, 'Walang gagawin ang PANGINOON sa amin mabuti man o masama.' [13] Aagawin sa mga taong ito ang kanilang mga pag-aari at wawasakin ang kanilang mga bahay. Hindi sila ang titira sa mga bahay na kanilang itinayo. At hindi sila ang iinom ng inuming mula sa ubas na kanilang itinanim."

Ang Nakakatakot na Araw ng Pagpaparusa ng PANGINOON

[14] Malapit na ang nakakatakot na araw ng pagpaparusa ng PANGINOON. Ito'y mabilis na dumarating. Mapait ang araw na iyon, dahil kahit na ang matatapang na sundalo ay sisigaw *para humingi ng tulong*. [15] Sa araw na iyon, ipapakita ng Dios ang kanyang galit. Magiging araw iyon ng pighati at paghihirap, araw ng pagkasira at lubusang pagkawasak. Magiging maulap at madilim ang araw na iyon, [16] at maririnig ang tunog ng trumpeta at sigawan ng mga sundalong sumasalakay sa mga napapaderang lungsod at sa matataas na tore nito.

[17] *Sinabi ng* PANGINOON, "Ipaparanas ko ang paghihirap sa mga tao, at lalakad sila na parang bulag dahil nagkasala sila sa akin. Dadaloy na parang tubig[g] ang kanilang dugo, at mabubulok na parang dumi[h] ang kanilang bangkay. [18] Hindi sila maililigtas ng kanilang mga pilak at ginto sa araw na ipapakita ko ang aking galit na parang apoy na tutupok sa buong mundo. Sapagkat bigla kong lilipulin ang lahat ng naninirahan sa lupa."

Panawagan para Magsisi

2 Sinabi ni Zefanias sa mga taga-Juda: Bansang walang kahihiyan, magtipon kayo *at magsisi* [2] bago dumating ang itinakdang araw na kayo'y palalayasin[i] at ipapadpad na parang mga ipa. *Magsisi na kayo* bago dumating ang araw ng pagbuhos ng PANGINOON ng kanyang matinding galit. [3] Kayo namang mga mapagpakumbaba at sumusunod sa mga utos ng PANGINOON, lumapit kayo sa kanya. Magpatuloy kayong gumawa ng matuwid at magpakumbaba. Baka sakaling ingatan kayo ng PANGINOON sa araw na ibuhos niya ang kanyang galit.

Parusa sa Bansang Filistia

[4] Wala nang titira sa Gaza at Ashkelon. Ang *mga mamamayan ng* Ashdod ay palalayasin sa loob lamang ng kalahating araw. Palalayasin din ang *mga mamamayan ng* Ekron sa kanilang bayan.

---

f 12 susuyurin kong mabuti: sa literal, *susuyurin ko sa pamamagitan ng mga ilaw*.

g 17 tubig: sa Hebreo, *buhangin*.

h 17 mabubulok na parang dumi: o, *lalabas ang kanilang mga bituka sa kanilang katawan na parang dumi*.

i 2 palalayasin: o, *lilipas*.

⁵Nakakaawa kayong mga Filisteo^a na nakatira sa tabing-dagat. Ito ang sinasabi ng PANGINOON laban sa inyo: "Kayong mga Filisteo sa Canaan, lilipulin ko kayo, at walang matitira sa inyo." ⁶Kaya ang inyong mga lupain sa tabing-dagat ay magiging pastulan at kulungan ng mga tupa. ⁷Sasakupin iyon ng natitirang mga taga-Juda. Doon sila magpapastol ng kanilang mga hayop at pagsapit ng gabi ay matutulog sila sa mga bahay sa Ashkelon. Kahahabagan sila ng PANGINOON na kanilang Dios at pauunlarin silang muli.

Parusa sa mga Bansa ng Moab at Ammon

⁸⁻⁹Sinabi ng PANGINOONG Makapangyarihan, ang Dios ng Israel, "Narinig ko ang pang-iinsulto at panunuya ng mga taga-Moab at taga-Ammon sa aking mga mamamayan. Ipinagyayabang nilang kaya nilang sakupin ang lupain ng aking mga mamamayan. Kaya isinusumpa kong wawasakin ko ang Moab at Ammon katulad ng Sodom at Gomora. At ang kanilang lupain ay hindi na mapapakinabangan habang panahon. Tutubuan ito ng mga matitinik na damo, at mapupuno ng mga hukay na gawaan ng asin. Lulusubin ito ng natitira kong mga mamamayan at sasamsamin nila ang mga ari-arian nito."

¹⁰Sinabi ni Zefanias: Iyan ang ganti sa pagyayabang ng mga taga-Moab at taga-Ammon. Sapagkat ipinapahiya nila at nilalait ang mga mamamayan ng PANGINOONG Makapangyarihan. ¹¹Sisindakin sila ng PANGINOON dahil lilipulin niya ang lahat ng mga dios-diosan sa buong mundo. At sasambahin siya ng mga tao sa lahat ng bansa sa kani-kanilang bayan.

Ang Parusa sa mga Bansa ng Etiopia at Asiria

¹²Sinabi ng PANGINOON, "Kayo ring mga taga-Etiopia^b ipapapatay ko kayo sa digmaan.

¹³"Parurusahan ko rin ang Asiria na nasa hilaga. Magiging tulad ng ilang ang Nineve,^c tigang na parang disyerto. ¹⁴Magiging pastulan ito ng mga baka, kambing, at ng iba't ibang uri ng mga hayop. Dadapo ang mga kuwago sa mga nasirang haligi, at maririnig ang kanilang huni sa mga bintana. Masisira ang mga pintuan at matatanggal ang mga sedrong kahoy nito. ¹⁵Ganyan ang mangyayari sa lungsod ng Nineve, na nagmamalaki na walang sasalakay sa kanila at walang hihigit sa kanila. Pero lubusang mawawasak ang lungsod na iyon at titirhan na lamang ng mga hayop sa gubat. At ang bawat dadaan doon ay tatawa at pakutya sa kinasapitan nito."

Ang Hinaharap ng Jerusalem

3 Sinabi ni Zefanias: Nakakaawa ang Jerusalem! Ang mga naninirahan dito ay nagrerebelde sa Dios at gumagawa ng karumihan. Ang kanyang mga pinuno ay mapang-api. ²Hindi sila nakikinig kahit kanino, at ayaw nilang magpaturo. Hindi

sila nagtitiwala sa PANGINOON na kanilang Dios, ni lumalapit sa kanya. ³Ang kanilang mga opisyal ay parang leon na umaatungal. Ang kanilang mga pinuno ay parang mga lobo na naghahanap ng makakain kung gabi, at walang itinitira pagsapit ng umaga. ⁴Ang kanilang mga propeta ay padalos-dalos sa kanilang mga ginagawa at hindi mapagkakatiwalaan. Nilalapastangan ng kanilang mga pari ang mga bagay na banal at sinusuway ang Kautusan ng Dios. ⁵Pero naroon pa rin ang presensya ng PANGINOON sa kanilang lungsod. Ginagawa ng PANGINOON ang mabuti at hindi ang masama. Araw-araw ipinapakita niya ang kanyang katarungan, at nananatili siyang tapat. Pero ang masasama ay patuloy na gumagawa ng masama at hindi sila nahihiya.

⁶Sinabi ng PANGINOON, "Nilipol ko ang mga bansa; giniba ko ang kanilang mga lungsod pati ang kanilang mga pader at mga tore. Wala nang natirang mga mamamayan, kaya wala nang makikitang taong naglalakad sa kanilang mga lansangan. ⁷Dahil sa mga ginawa kong ito akala ko igagalang na ako ng aking mga mamamayan at tatanggapin na nila ang aking pagsaway sa kanila, para hindi na magiba ang kanilang lungsod ayon sa itinakda ko sa kanila. Pero lalo pa silang nagpakasama.

⁸"Kaya kayong tapat na mga taga-Jerusalem, hintayin ninyo ang araw na uusigin ko ang mga bansa. Sapagkat napagpasyahan kong tipunin ang mga bansa at ang mga kaharian para ibuhos sa kanila ang matindi kong galit na parang apoy na tutupok sa buong mundo. ⁹Pagkatapos, babaguhin ko ang mga tao,^d para lahat sila'y lalapit sa akin at magkakaisang maglilingkod sa akin. ¹⁰Ang aking mga mamamayang nangalat sa kabilang ibayo ng mga ilog ng Etiopia^e ay magdadala ng mga handog sa akin.

¹¹"Sa araw na iyon, kayong mga taga-Jerusalem ay hindi na mapapahiya sa lahat ng mga kasalanang ginawa ninyo sa akin, dahil aalisin ko sa inyo ang mga mapagmataas at mayayabang. Kaya wala nang magyayabang doon sa aking banal na bundok.^f ¹²Pero mag-iiwan ako sa Jerusalem ng mga taong aba at mahihirap na hihingi ng tulong^g sa akin. ¹³Ang mga Israelitang ito ay hindi gagawa ng masama; hindi sila magsisinungaling o mandadaya. Kakain at matutulog silang payapa at walang kinatatakutan."

Matutuwa ang mga Israelita

¹⁴Sinabi ni Zefanias: Kayong mga mamamayan ng Israel, sumigaw kayo sa tuwa! Kayong mga mamamayan ng Zion, ang lungsod ng Jerusalem, umawit kayo at magalak nang buong puso! ¹⁵Sapagkat hindi na kayo parurusahan ng PANGINOON. Palalayasin niya ang inyong mga kaaway. Kasama ninyo ang PANGINOON, ang Hari ng Israel, kaya wala nang kasawiang dapat pang katakutan.

---

^a 5 Filisteo: sa Hebreo, Kereteo. Mga taong sakop ng Filistia. At sa talatang ito ay kumakatawan sila sa lahat ng taga-Filistia.

^b 12 taga-Etiopia: sa Hebreo, taga-Cush.

^c 13 Nineve: Ito ang kabisera ng Asiria.

^d 9 babaguhin...tao: sa literal, papalitan ko ng malinis na labi ang labi ng mga tao.

^e 10 Etiopia: sa Hebreo, Cush.

^f 11 banal na bundok: o, bundok ng Zion.

^g 12 hihingi ng tulong sa akin: o, aasa.

¹⁶ Sa araw na iyon, sasabihin ng mga tao sa mga taga-Jerusalem, "*Mga mamamayan ng* Zion, huwag kayong matakot; magpakatatag kayo. ¹⁷ *Sapagkat* kasama ninyo ang PANGINOON na inyong Dios. Katulad siya ng isang makapangyarihang sundalo na magliligtas sa inyo. Magagalak siya sa inyo, at sa pamamagitan ng kanyang pag-ibig ay babaguhin niya ang inyong buhay. Aawit siya nang may kagalakan dahil sa inyo, ¹⁸ gaya *ng taong nagsasaya sa araw ng kapistahan.*

Sinabi pa ng PANGINOON, "Ililigtas ko kayo sa kasawian para hindi na kayo malagay sa kahihiyan.

¹⁹ Sa araw na iyon, parurusahan ko ang lahat ng umaapi sa inyo. Kayo ay parang mga tupang napilay at nangalat, pero ililigtas ko kayo at titipuning muli. Inilagay kayo sa kahihiyan noon, pero pararangalan ko kayo at gagawing tanyag sa buong mundo. ²⁰ Oo, titipunin ko kayo sa araw na iyon at pababalikin ko kayo sa inyong bansa. Pararangalan ko kayo at gagawing tanyag sa buong mundo. *Mangyayari ito* sa araw na panumbalikin ko ang inyong mabuting kalagayan at makikita ninyo mismo ito. *Ako,* ang PANGINOON, ang nagsasabi nito."

HAGEO

Ang Panawagan ng Dios na Muling Ipatayo ang Templo

1 Noong unang araw ng ikaanim na buwan, nang ikalawang taon ng paghahari ni Darius *sa Persia*, may sinabi ang PANGINOON kina Zerubabel at Josue sa pamamagitan ni Propeta Hageo. Si Zerubabel na anak ni Shealtiel ang gobernador ng Juda, at si Josue na anak ni Jehozadak ang punong pari.

[2-3] Ito ang sinabi ng PANGINOONG Makapangyarihan sa pamamagitan ni Propeta Hageo, "Sinasabi ninyo na hindi pa ito ang panahon upang muling itayo ang aking templo. [4] Matitiis n'yo bang tumira sa magagandang bahay habang wasak ang templo? [5] Isipin ninyo ang mga nangyayari sa inyo. [6] Marami ang inihasik ninyo, pero kakaunti ang inyong ani. May pagkain nga kayo, pero kulang. May inumin nga kayo, pero hindi rin sapat. May damit kayo, pero giniginaw pa rin kayo. At may tinatanggap kayong sweldo, pero kulang pa rin. [7] Kaya isipin ninyo ang mga nangyayari sa inyo. [8] Ngayon, umakyat kayo sa bundok at kumuha ng mga kahoy, at itayo ninyong muli ang templo. Sa ganitong paraan, masisiyahan ako at mapaparangalan. *Ako*, ang PANGINOON, ang nagsasabi nito."

[9] Sinabi pa ng PANGINOONG Makapangyarihan, "Marami ang *aning* inaasahan ninyo, pero kakaunti lang ang naani ninyo. At sinira ko pa ito nang iuwi ninyo sa inyong bahay. Ginawa ko ito dahil wasak ang aking templo habang ang bawat isa sa inyo ay abalang gumagawa ng bahay ninyo. [10] Kaya dahil sa inyo, ang langit ay hindi na magbibigay ng hamog, at ang lupa ay hindi na magbibigay ng ani. [11] Pinatuyo ko ang lupain at ang mga kabundukan, *kaya naapektuhan* ang mga butil, katas ng ubas, langis, at ang iba pang mga ani, maging ang mga tao, at ang kanilang mga hayop at mga pananim."

[12] At sinunod nga nina Zerubabel, Josue, at ng lahat ng Israelitang nakabalik sa Israel mula sa pagkabihag sa Babilonia ang sinabi ng PANGINOON na kanilang Dios sa pamamagitan ni Propeta Hageo na kanyang sugo. Sa pamamagitan nito, ipinakita nila ang kanilang paggalang sa PANGINOON.

[13] Sinabi ni Hageo na sugo ng PANGINOON sa mga Israelita, "Sinasabi ng PANGINOON na kasama ninyo siya." [14] Pinalakas ng PANGINOON ang loob nina Zerubabel, Josue, at ng lahat ng Israelitang nakabalik sa Israel, upang muling itayo ang templo ng kanilang PANGINOONG Dios na Makapangyarihan. [15] *Sinimulan nila ang pagtatayo ng templo* noong ika-24 na araw ng ikaanim na buwan, nang ikalawang taon ng paghahari ni Darius.

Ang Kagandahan ng Bagong Templo

2 [1-2] Noong ika-21 ng sumunod na buwan,[a] sinugo ng PANGINOON si Propeta Hageo para sabihin kina Zerubabel, Josue, at sa iba pang mga Israelitang nakabalik sa Israel: [3] "Sino sa inyo ang nakakita ng kagandahan noon ng templong ito? Ano ngayon ang tingin ninyo rito kung ihahambing sa dati? Maaaring sabihin ninyo na balewala lang ito. [4] Pero magpakatatag kayo! Ipagpatuloy ninyo ang paggawa ng templo dahil kasama ninyo ako, ang Makapangyarihang PANGINOON. [5] Ganito rin ang ipinangako ko sa inyong *mga ninuno* nang inilabas ko sila[b] sa Egipto. At ngayon, ang aking Espiritu ay mananatiling kasama ninyo, kaya huwag kayong matakot.

[6] "*Ako*, ang PANGINOONG Makapangyarihan, ang nagsasabi na hindi magtatagal ay minsan ko pang yayanigin ang langit at ang mundo, ang lupa at ang dagat. [7] Yayanigin ko ang lahat ng bansa at dadalhin nila rito sa templo ang kanilang mga kayamanan. Kaya mapupuno ang templong ito ng mga mamahaling bagay. [8] Sapagkat ang mga ginto at mga pilak ay akin. [9] Magiging mas maganda ang bagong templo kaysa sa dati. At bibigyan ko ang lugar na ito[c] ng kapayapaan at mabuting kalagayan sa buhay. *Ako*, ang PANGINOONG Dios, ang nagsasabi nito."

Ang Pangako ng Dios na Pagpapala

[10] Nang ika-24 ng ikasiyam na buwan, noong ikalawang taon ng paghahari ni Darius, sinabi ng PANGINOON kay Hageo, [11] "Tanungin mo ang mga pari kung ano ang sinasabi ng kautusan tungkol sa bagay na ito: [12] Halimbawa, may isang tao na may dalang sagradong karne[d] sa kanyang damit, at nasagi ito sa tinapay, sabaw, inumin, langis, o anumang pagkain, maaapektuhan ba ang mga ito ng pagkasagrado ng karne?" Sumagot ang mga pari, "Hindi." [13] Kaya nagtanong pa si Hageo, "Kung halimbawa, ang mga pagkaing nabanggit ay nasagi ng taong itinuturing na marumi dahil nakahipo siya ng patay, magiging marumi rin ba ang mga pagkaing iyon?" Sumagot ang mga pari "Oo." [14] Sinabi ni Hageo, "Ganyan din noon ang mga mamamayan ng Israel, sabi ng PANGINOON. Noon anuman ang kanilang ginawa at mga inihandog ay marumi sa paningin ng PANGINOON. [15] Mula ngayon, isipin ninyong mabuti ang mga nangyari sa inyo bago ninyo umpisahan ang pagtatayo ng templo ng PANGINOON. [16] Sapagkat noon, kapag pumunta kayo sa mga bunton ng inyong mga trigo na umaasang makakaipon ng mga 20 takal, ang nakukuha ninyo ay sampu lang. At kapag pumunta kayo sa pisaan ng inyong ubas na umaasang makakakuha ng 50 galon, ang nakukuha ninyo ay 20 galon lang. [17] Sinira ng PANGINOON ang inyong mga pananim sa pamamagitan ng mainit na hangin, peste, at *pagpapaulan ng* yelo na parang mga bato, pero hindi pa rin kayo nagbalik-loob sa kanya. [18] Ika-24 na araw ngayon ng ikasiyam

---

a 1-2 sumunod na buwan: sa literal, *ikapitong buwan.*

b 5 sila: sa Hebreo, *kayo.*

c 9 ang lugar na ito: Ang templo o ang Jerusalem.

d 12 sagradong karne: Ang ibig sabihin, *karneng handog sa Dios.*

na buwan, at ngayong araw na ito natapos ang pundasyon ng templo. Tingnan ninyo kung ano ang mangyayari mula sa araw na ito. ¹⁹Kahit wala nang natirang trigo, at wala nang bunga ang mga ubas at ang mga kahoy ng igos, pomegranata, at olibo, pagpapalain naman kayo ng Panginoon simula sa araw na ito."

Ang Pangako ng Dios kay Zerubabel

²⁰Nang araw ding iyon,ᵃ muling nagsalita ang Panginoon kay Hageo. ²¹Sinabi niya, "Sabihin mo kay Zerubabel na yayanigin ko ang langit at ang mundo. ²²Ibabagsak ko ang mga kaharian at wawakasan ang kapangyarihan nila. Ibubuwal ko ang *kanilang* mga karwahe at ang mga sakay nito. Mamamatay ang mga kabayo at magpapatayan ang mga mangangabayo. ²³At sabihin mo rin kay Zerubabel na aking lingkod na sa araw na iyon ay pamamahalain ko siya sa pamamagitan ng aking kapangyarihan, dahil siya ay hinirang ko. *Ako,* ang Panginoong Makapangyarihan, ang nagsasabi nito."

---

a 20 Nang araw ding iyon: sa literal, *Nang ika-24 na araw ng buwan na iyon.*

ZACARIAS

Panawagan upang Manumbalik sa Dios

1 May sinabi ang PANGINOON kay Propeta Zacarias noong ikawalong buwan ng ikalawang taon ng paghahari ni Darius *sa Persia.* Si Zacarias ay anak ni Berekia na anak ni Iddo. ² ³ Inutusan ng PANGINOONG Makapangyarihan si Zacarias na sabihin ito sa mga mamamayan *ng Israel:*

"Matindi ang galit ko sa inyong mga ninuno. Kaya magbalik-loob na kayo sa akin at manunumbalik^a ako sa inyo. ⁴ Huwag ninyong gayahin ang ginawa ng inyong mga ninuno. Inutusan ko noon ang mga propeta na pagsabihin silang talikuran na nila ang kanilang mga ginagawang masama, ngunit hindi sila nakinig. Hindi sila sumunod sa akin. ⁵ Ang inyong mga ninuno at ang mga propetang iyon ay namatay na. ⁶ Ngunit nangyari sa inyong mga ninuno ang aking mga sinabi at mga babala sa pamamagitan ng aking mga lingkod na propeta. Kaya nagsisi sila at sinabi, 'Pinarusahan tayo ng PANGINOONG Makapangyarihan ayon sa ating ginawa, gaya ng kanyang napagpasyahang gawin sa atin.' "

Ang Pangitain tungkol sa mga Kabayo

⁷ ⁸ May sinabi ang PANGINOON kay Zacarias sa pamamagitan ng isang pangitain. Nangyari ito noong gabi ng ika-24, buwan ng Shebat (ika-11 buwan), noong ikalawang taon ng paghahari ni Darius. *At ito ang ipinahayag ni Zacarias:*

Nakita ko ang isang tao na nakasakay sa kabayong kulay pula na nakatigil sa isang patag na lugar na may mga puno ng mirto. Sa likuran niya ay may *nakasakay sa* kabayong pula, kayumanggi, at puti. ⁹ Itinanong ko sa anghel na nakikipag-usap sa akin, "Ano po ang ibig sabihin ng mga ito?" At sinabi niya sa akin, "Ipapaliwanag ko sa iyo ang ibig sabihin nito."

¹⁰ Ang taong nakatayo malapit sa mga puno ng mirto ang siyang nagpaliwanag sa akin. Sinabi niya, "Ang mga mangangabayong iyon ay ipinadala ng PANGINOON upang umikot sa buong mundo."

¹¹ Sinabi ng mga mangangabayo sa anghel ng PANGINOON na nakatayo malapit sa mga puno ng mirto, "Nalibot na namin ang buong mundo at nakita naming tahimik ito."

¹² Sinabi ng anghel ng PANGINOON, "Makapangyarihang PANGINOON, hanggang kailan n'yo pa pahihirapan ang Jerusalem at ang iba pang bayan ng Juda? May 70 taon na po kayong galit sa kanila." ¹³ Ang isinagot ng PANGINOON sa anghel ay magagandang salita at nakapagbigay ng kaaliwan.

¹⁴ At sinabi sa akin ng anghel na sabihin ko itong mga sinabi ng Makapangyarihang PANGINOON: "Totoong nagmamalasakit ako sa Jerusalem na tinatawag ding Zion, ¹⁵ pero matindi ang galit ko sa mga bansang nagpapasarap sa buhay. Hindi ako gaanong galit sa kanila noon, ngunit sila na rin ang nagpaningas ng aking galit sa kanila. ¹⁶ Kaya babalik^b akong may awa sa Jerusalem, at itatayo kong muli^c ang lungsod na ito pati na ang aking templo."

¹⁷ Sinabi ng anghel na sabihin ko pa itong ipinapasabi ng Makapangyarihang PANGINOON: "Uunlad muli ang aking mga bayan *sa Juda.* At aaliwin kong muli ang Zion, ang lungsod ng Jerusalem, at muli ko itong ituturing na hinirang kong bayan."

Ang Pangitain tungkol sa Apat na Sungay at Apat na Panday

¹⁸ Pagkatapos, tumingala ako at nakita ko ang apat na sungay. ¹⁹ Tinanong ko ang anghel na nakikipag-usap sa akin, "Ano ang ibig sabihin ng mga sungay na ito?" Sumagot siya, "Ang mga sungay ay ang mga bansang nagpakalat sa mga mamamayan ng Israel, Juda, at Jerusalem."

²⁰ Pagkatapos, ipinakita sa akin ng PANGINOON ang apat na panday. ²¹ Itinanong ko, "Ano ang gagawin nila?" Sumagot siya, "Sisindakin nila at wawasakin ang mga sungay. Ang mga sungay na ito ay ang mga bansang lubusang nagwasak sa Juda at nagpangalat sa kanyang mga mamamayan."

Ang Pangitain Tungkol sa Lalaking may Panukat

2 Nang muli akong tumingin, may nakita akong lalaking may dalang panukat. ² Tinanong ko siya, "Saan ka pupunta?" Sumagot siya, "Sa Jerusalem, susukatin ko ang luwang at haba nito." ³ Pagkatapos, umalis ang anghel na nakikipag-usap sa akin at sinalubong siya ng isa pang anghel ⁴ at sinabi sa kanya, "Magmadali ka, sabihin mo sa lalaking iyon *na may dalang panukat* na ang Jerusalem ay magiging lungsod na walang pader dahil sa sobrang dami ng kanyang mga mamamayan at mga hayop. ⁵ Sinabi ng PANGINOON na siya mismo ang magiging pader na apoy sa paligid ng lungsod ng Jerusalem, at siya rin ang magiging dakila sa bayan na ito."

Pinababalik ng Dios ang Kanyang mga Mamamayan sa Kanilang Lugar

⁶ ⁷ Sinabi ng PANGINOON *sa mga Israelita,* "Pinangalat ko kayo sa lahat ng sulok ng mundo. Pero ngayon, tumakas na kayo, pati kayong mga binihag at dinala sa Babilonia, at bumalik na kayo sa Zion."

⁸ Pagkatapos kong makita ang pangitaing iyon, sinugo ako ng PANGINOON na magsalita laban sa mga bansang sumalakay sa inyo at sumamsam ng inyong mga ari-arian. Sapagkat ang sinumang gumagawa ng masama sa inyo ay para na ring gumagawa ng masama sa mahal ng PANGINOON. At ito ang sinabi

---

a 2-3 *manunumbalik:* o, *tutulong.*

b 16 *babalik:* o, *tutulong.*

c 16 *itatayo kong muli:* sa literal, *susukatin kita gamit ang taling panukat.*

ng PANGINOONG Makapangyarihan *laban sa mga bansang iyon:* [9] "Parurusahan ko sila; sasalakayin sila ng kanilang mga alipin at sasamsamin ang kanilang mga ari-arian." At kapag nangyari na ito, malalaman ninyo na ang PANGINOONG Makapangyarihan ang nagpadala sa akin.

[10-11] Sinabi ng PANGINOON, "Sumigaw kayo sa kagalakan, kayong mga taga-Zion, dahil darating ako at maninirahan kasama ninyo. At sa panahong iyon, maraming bansa ang magpapasakop sa akin. At sila rin ay magiging aking mga mamamayan." Kapag nangyari na ito, malalaman ninyo na ang PANGINOONG Makapangyarihan ang nagpadala sa akin dito sa inyo. [12] At *muling* aangkinin ng PANGINOON ang Juda bilang kanyang bahagi sa banal na lupain *ng Israel.* At ang Jerusalem ay muli niyang ituturing na kanyang piniling lungsod.

[13] Tumahimik kayong lahat ng tao sa presensya ng PANGINOON, dahil dumarating siya mula sa kanyang banal na tahanan.

Ang Pangitain Tungkol kay Josue na Punong Pari

3 Ipinakita sa akin ng PANGINOON ang punong pari na si Josue na nakatayo sa harapan ng anghel ng PANGINOON. Nakatayo naman sa gawing kanan niya si Satanas upang paratangan siya.[a] [2] Pero sinabi ng *anghel ng* PANGINOON kay Satanas, "Ayon sa PANGINOON na pumili sa Jerusalem, mali ka Satanas. Sapagkat ang taong ito *na si Josue ay iniligtas niya sa pagkakabihag katulad ng* panggatong na inagaw mula sa apoy."

[3] Marumi ang damit ni Josue habang nakatayo siya sa harapan ng anghel. [4] Kaya sinabi ng anghel sa *iba pang anghel na* nakatayo sa harapan ni Josue, "Hubarin ninyo ang kanyang maruming damit." Pagkatapos, sinabi ng anghel kay Josue, "Inalis ko na ang iyong mga kasalanan. Ngayon, bibihisan kita ng bagong damit."[b] [5] At sinabi ko, "Suotan din ninyo siya ng malinis na turban sa ulo." Kaya binihisan nila siya ng bagong damit at nilagyan ng malinis na turban habang nakatayo at nakatingin ang anghel ng PANGINOON.

[6] Pagkatapos, ibinilin ng anghel ng PANGINOON kay Josue ang sinabi [7] ng Makapangyarihang PANGINOON: "Kung susunod ka sa aking mga pamamaraan at susundin ang aking mga iniuutos, ikaw ang mamamahala sa aking templo at sa mga bakuran nito. At papayagan kitang makalapit sa aking presensya katulad ng mga *anghel na* ito na nakatayo rito. [8] Ngayon, makinig ka, Josue na punong pari: Ikaw at ang mga kapwa mo pari ay larawan ng mga pangyayaring darating. Ihahayag ko ang aking lingkod na tinatawag na Sanga.[c] [9] Josue, tingnan mo ang batong inilagay ko sa iyong harapan, mayroon itong pitong mata.[d] Uukitin

ko ito, at aalisin ang kasalanan ng lupain ng Israel sa loob lamang ng isang araw.[e] [10] Sa araw na iyon, aanyayahan ng bawat isa sa inyo ang inyong mga kapitbahay *upang mapayapang umupo* sa ilalim ng inyong mga ubasan at puno ng igos. *Ako,* ang PANGINOONG Makapangyarihan, ang nagsasabi nito."

Ang Pangitain tungkol sa Gintong Patungan ng Ilawan at sa Dalawang Puno ng Olibo

4 Bumalik ang anghel na nakipag-usap sa akin at ginising ako dahil tila nakatulog ako. [2] Tinanong niya ako, "Ano ang nakita mo?" Sumagot ako, "Nakita ko ang isang gintong patungan ng ilawan. Sa itaas nito ay may mangkok na lalagyan ng langis. Sa paligid ng mangkok ay may pitong ilawan na ang bawat isa ay may pitong tubo na dinadaluyan ng langis. [3] May dalawang puno ng olibo sa magkabila nito, isa sa kanan at isa sa kaliwa."

[4] Tinanong ko ang anghel na nakikipag-usap sa akin, "Ano po ba ang ibig sabihin ng mga iyan?" Sumagot siya, [5] "Hindi mo ba alam ang ibig sabihin ng mga iyan?" Sumagot ako, "Hindi po." [6] Sinabi niya sa akin, *"Bago ko sagutin iyan, pakinggan mo muna* itong mensahe ng PANGINOONG Makapangyarihan na sasabihin mo kay Zerubabel:[f]

"Zerubabel, matatapos mo ang pagtatayo ng templo hindi sa pamamagitan ng lakas o kakayahan ng tao kundi sa pamamagitan ng aking Espiritu.[g] [7] Maging kasinlaki man ng bundok ang hadlang na iyong haharapin, papatagin iyan. *Matatapos ang templo,* at habang inilalagay ang kahuli-hulihang bato nito, isisigaw ng mga tao, 'PANGINOON, pagpalain n'yo po ito.'[h]"

[8] Kaya *sa pamamagitan ng anghel,* sinabi sa akin ng PANGINOON [9] na matatapos ang templo sa pamamahala ni Zerubabel, gaya ng pamamahala niya sa pagtatayo ng pundasyon nito. At kapag nangyari na ito, malalaman ninyo na ang PANGINOONG Makapangyarihan ang nagsugo sa akin sa inyo. [10] May mga taong kumukutya dahil kakaunti pa lamang ang nagagawa sa pagpapatayo ng templo. Pero matutuwa sila kapag nakita na nilang inilalagay ni Zerubabel ang pinakahuli at natatanging bato sa templo.[i]

Pagkatapos, *sinabi sa akin ng anghel,* "Ang pitong ilawang iyan ay ang mata ng PANGINOON na nagmamasid sa buong mundo."

[11] Nagtanong ako sa anghel, "Ano ang ibig sabihin ng dalawang puno ng olibo—isa sa kanan at isa sa kaliwa na lalagyan ng ilaw? [12] At ano ang ibig sabihin ng dalawang sanga ng punong olibo sa tabi ng dalawang gintong tubo na dinadaluyan ng langis na kulay ginto?" [13] Sinabi niya sa akin, "Hindi mo ba alam ang ibig sabihin ng mga iyan?" Sumagot ako, "Hindi po." [14] Kaya sinabi niya sa akin, "Ang mga iyan ay kumakatawan sa dalawang taong pinili na

---

a 1 Pinaratangan ni Satanas ang punong pari na si Josue pati ang mga kapwa nito Israelita dahil sa kanilang mga kasalanan, at inaakala ni Satanas na hindi na kaaawaan ng PANGINOON ang mga ito.

b 4 bagong damit: o, *damit ng pari;* o, *damit na mamahalin.*

c 8 Sanga: Isang tawag ito sa Mesias (ang hari na hinihintay ng mga Israelita).

d 9 mata: o, *bukal.*

e 9 sa loob…araw: o, *isang beses lang.*

f 6 Zerubabel: Gobernador ng Juda nang panahong ipinatayong muli ang templo.

g 6 Espiritu: o, *espiritu;* o, *kapangyarihan.*

h 7 PANGINOON…ito: o, *Talagang napakaganda.*

i 10 kapag nakita…templo: o, *kapag nakita nila sa kamay ni Zerubabel ang taling panukat.* Ang ibig sabihin, nagpapatuloy sa pagpapatayo ng templo sina Zerubabel.

maglilingkod sa Panginoon na naghahari sa buong mundo."

Ang Pangitain tungkol sa Kasulatang Nakarolyo na Lumilipad

5 Nakita ko ang isang kasulatang nakarolyo na lumilipad. ²Tinanong ako ng anghel, "Ano ang nakita mo?" Sinabi ko, "Isang kasulatang nakarolyo na lumilipad, na mga 30 talampakan ang haba at mga 15 talampakan ang lapad."

³Sinabi ng anghel sa akin, "Nakasulat sa kasulatang iyan ang sumpang darating sa buong lupain *ng Israel*. Sinasabi sa isang bahagi ng kasulatan na ang lahat ng magnanakaw ay aalisin *sa Israel*, at sa kabilang bahagi naman ng kasulatan ay sinasabi na ang lahat ng sumusumpa ng may kasinungalingan ay aalisin *din*. ⁴Sinabi ng Makapangyarihang PANGINOON, 'Ipapadala ko ang sumpang ito sa tahanan ng magnanakaw at sa tahanan ng sumusumpa ng kasinungalingan sa aking pangalan. Mananatili ito sa kanilang mga bahay at lubusang wawasakin ang mga ito.' "

Ang Pangitain tungkol sa Babaeng Nasa Loob ng Kaing

⁵Muling nagpakita sa akin ang anghel na nakipag-usap sa akin at sinabi, "Tingnan mo kung ano itong dumarating." ⁶Nagtanong ako, "Ano iyan?" Sinabi niya, "Kaing." At sinabi pa niya, "Iyan ay sumisimbolo sa kasalanan*ᵃ* ng mga tao sa buong lupain *ng Israel*."

⁷Ang kaing ay may takip na tingga. At nang alisin ang takip, nakita kong may isang babaeng nakaupo roon sa loob ng kaing. ⁸Sinabi ng anghel, "Ang babaeng iyan ay sumisimbolo sa kasamaan." Itinulak niya ang babae pabalik sa loob ng kaing at isinara ang takip. ⁹Pagkatapos, may nakita akong dalawang babaeng lumilipad na tinatangay ng hangin. Ang kanilang mga pakpak ay tulad ng sa tagak.*ᵇ* Binuhat nila ang kaing at inilipad paitaas. ¹⁰Tinanong ko ang anghel na nakikipag-usap sa akin, "Saan nila dadalhin ang kaing?" ¹¹Sumagot siya, "Sa Babilonia,*ᶜ* kung saan gagawa ng templo para sa kaing. At kapag natapos na ang templo, ilalagay ito roon para sambahin."

Pangitain tungkol sa Apat na Karwahe

6 May nakita pa akong apat na karwahe na lumabas sa pagitan ng dalawang bundok na tanso. ²Ang unang karwahe ay hinihila ng mga pulang kabayo, ang pangalawa ay hinihila ng mga itim na kabayo, ³ang pangatlo ay hinihila ng mga puting kabayo, at ang pang-apat ay hinihila ng mga batik-batik na kabayo. Ang mga kabayo ay pawang malalakas. ⁴Tinanong ko ang anghel na nakikipag-usap sa akin, "Ano po ang ibig sabihin ng mga karwaheng iyan?" ⁵Sumagot ang anghel, "Ang mga iyan ay ang apat na hangin sa kalawakan*ᵈ* na paparating mula sa presensya ng PANGINOON ng

buong mundo. ⁶Ang karwaheng hinihila ng mga itim na kabayo ay papunta sa isang lugar sa hilaga. Ang karwaheng hinihila ng mga puting kabayo ay papunta sa kanluran.*ᵉ* At ang karwaheng hinihila ng mga batik-batik na kabayo ay papunta sa isang lugar sa timog."

⁷Nang papalabas pa lang ang malalakas na kabayo, nagmamadali na silang lumibot sa buong mundo. Sinabi ng anghel*ᶠ* sa kanila, "Sige, libutin na ninyo ang buong mundo." Kaya nilibot nila ang buong mundo. ⁸At malakas na sinabi ng PANGINOON*ᵍ* sa akin, "Tingnan mo ang mga kabayong patungo sa isang lugar sa hilaga. Sila ang magbibigay ng kapahingahan sa aking Espiritu sa dakong iyon sa hilaga."

Ang Korona para kay Josue

⁹Sinabi ng PANGINOON sa akin, ¹⁰"Kunin mo *ang mga regalong pilak at ginto* nina Heldai, Tobia, at Jedaya, at pumunta ka agad sa bahay ni Josia na anak ni Zefanias. Silang *apat* ay nakabalik mula sa Babilonia kung saan sila binihag. ¹¹Ipagawa mong korona ang mga pilak at ginto, at isuot ito sa ulo ng punong pari na si Josue na anak ni Jehozadak. ¹²⁻¹³Sabihin mo sa kanya na *ako*, ang PANGINOONG Makapangyarihan, ay nagsasabi, 'Ang taong tinatawag na Sanga ay lalago sa kalagayan niya ngayon,*ʰ* at itatayo niyang muli ang aking templo. Pararangalan siya bilang hari at mamamahala siya. Ang pari ay tatayo sa tabi ng kanyang trono*ⁱ* at magkakaroon sila ng mabuting relasyon.' ¹⁴Ang korona ay ilalagay sa aking templo bilang pag-alaala kina Heldai,*ʲ* Tobia, Jedaya, at Josia*ᵏ* na anak ni Zefanias."

¹⁵May mga taong darating sa Israel mula sa malalayong lugar at tutulong sa pagpapatayo ng templo ng PANGINOON. Kapag nangyari na ito, malalaman ninyo na ang PANGINOON ang nagsugo sa akin sa inyo. At talagang mangyayari ang lahat ng ito kung susundin ninyong mabuti ang PANGINOON na inyong Dios.

Tinuligsa ang Pakunwaring Pag-aayuno

7 May sinabi ang PANGINOON kay Zacarias noong ikaapat na araw ng buwan ng Kislev (ikasiyam na buwan), nang ikaapat na taon ng paghahari ni Darius. ²⁻³Nangyari ito matapos ipadala ng mga mamamayan ng Betel si Sharezer at si Regem Melec, kasama ang kanilang mga tauhan, upang hilingin sa mga pari sa templo at sa mga propeta na tanungin ang PANGINOON kung talagang kailangan pa nilang magluksa at mag-ayuno sa ikalimang buwan *upang alalahanin ang pagkagiba ng templo*, gaya ng maraming taon na nilang ginagawa. ⁴At ito ang sinabi ng PANGINOONG Makapangyarihan kay Zacarias: ⁵"Sabihin mo sa lahat ng mga

---

a 6 kasalanan: Ito ang nasa Septuagint at Syriac. Sa Hebreo, *mata*.

b 9 tagak: sa Ingles, *stork*.

c 11 Babilonia: sa Hebreo, *Shinar*.

d 5 hangin sa kalawakan: o, *espiritu sa langit*.

e 6 papunta sa kanluran: sa Hebreo, *sumusunod sa kanila*.

f 7 anghel: o, PANGINOON.

g 8 PANGINOON: o, *anghel*.

h 12-13 lalago…ngayon: sa literal, *tutubo sa kanyang pinagtataniman*.

i 12-13 tatayo…trono: o, *uupo sa kanyang trono*.

j 14 Heldai: Ito ang nasa Syriac. Sa Hebreo, *Helem*.

k 14 Josia: Ito ang nasa Syriac. Sa Hebreo, *Hen*.

mamamayan ng Israel pati sa mga pari, na ang kanilang pag-aayuno at pagluluksa sa bawat ikalima at ikapitong buwan sa loob ng 70 taon ay hindi nila ginagawa para sa akin. 6At kung sila'y kumakain at umiinom, ginagawa nila iyan para lamang sa sarili nilang kaligayahan. 7Ito rin ang mensahe na ipinasabi ko sa mga propeta noon, nang masagana pa ang Jerusalem at marami pa itong tao pati ang mga bayang nasa paligid nito, at pati na ang Negev*a* at ang kaburulan sa kanluran."*b*

8-9Sinabi *muli* ng PANGINOONG Makapangyarihan kay Zacarias, "Ito ang sinabi ko *sa aking mga mamamayan*: 'Humatol kayo nang makatarungan. Ipakita ninyo ang inyong kabutihan at habag sa isa't isa. 10Huwag ninyong gigipitin ang mga biyuda, mga ulila, mga dayuhan, at ang mga mahihirap. Huwag kayong magbalak ng masama laban sa isa't isa.'

11"Ngunit hindi nila pinansin ang aking sinabi. Tinanggihan nila ito at hindi sila nakinig. 12Pinatigas nilang parang bato ang kanilang mga puso, at hindi sila nakinig sa Kautusan at sa mga salitang ipinasasabi ng aking Espiritu sa pamamagitan ng mga propeta noon. Kaya *ako*, ang Makapangyarihang PANGINOON, ay talagang galit na galit. 13At dahil hindi sila nakinig sa mga sinabi ko, hindi rin ako makikinig kapag tumawag sila sa akin. 14Para akong buhawing nagpangalat sa kanila sa iba't ibang lugar na hindi pa nila napupuntahan. Iniwanan nila ang kanilang magandang lupain na hindi na mapapakinabangan at hindi na rin matitirhan."

Nangako ang Dios na Pagpapalain Niya ang Jerusalem

8 1-2Sinabing *muli* ng PANGINOONG Makapangyarihan kay Zacarias, "Labis ang aking pagmamalasakit sa Zion. At dahil sa labis kong pagmamalasakit, matindi ang galit ko *sa mga kaaway nito*. 3Babalik ako sa Zion, ang *lungsod ng Jerusalem*, at maninirahan doon. Ang Jerusalem ay tatawaging Tapat na Lungsod at ang aking bundok*c* ay tatawaging Banal na Bundok. 4Mauupong muli sa mga plasa ng Jerusalem ang matatandang nakatungkod dahil sa katandaan. 5At mapupuno ang mga plasa ng mga batang naglalaro."

6Sinabi pa ng Makapangyarihang PANGINOON, "Maaaring imposible itong mangyari sa isip ng mga natitira kong mga mamamayan, pero hindi ito imposible sa akin. 7Ililigtas ko ang aking mga mamamayang binihag at dinala sa mga lupain sa silangan at sa kanluran. 8Dadalhin ko sila pabalik sa Jerusalem at patitirahin doon. *At minsan pang* magiging mga mamamayan ko sila at akó ang kanilang magiging tapat at makatarungang Dios."

9Sinabi pa ng Makapangyarihang PANGINOON, "Ang mga mensaheng ito ay sinabi rin ng mga propeta noong itinayong *muli* ang pundasyon ng aking templo. At ngayong napakinggan ninyo itong muli, magpakatatag kayo upang matapos ninyo ang pagpapatayo ng templo. 10Noong hindi

pa sinisimulan ang muling pagpapatayo ng templo, walang pambayad sa mga taong nagtatrabaho at sa mga hayop na ginagamit sa pagtatrabaho, at mapanganib kahit saan dahil pinag-aaway-away ko ang mga tao. 11Ngunit ngayon, *ako*, ang PANGINOONG Makapangyarihan, ay nagsasabi na hindi ko na gagawin iyan sa inyong mga natitira. 12Mapayapa kayong magtatanim.*d* Magbubunga ang inyong mga tanim na ubas, aani ang inyong mga bukirin, at magkakaroon na ng hamog. Ibibigay ko ang lahat ng ito sa inyo na mga natira. 13Mga taga-Juda at taga-Israel, isinusumpa kayo ng ibang mga bansa. Ngunit ililigtas ko kayo at magiging pagpapala kayo *sa kanila*. Kaya huwag kayong matakot, sa halip magpakatatag kayo."

14Sinabi pa ng PANGINOONG Makapangyarihan, "Noong ginalit ako ng inyong mga ninuno, napagpasyahan kong parusahan kayo at huwag kahabagan. 15Ngunit napagpasyahan ko ngayon na muling maging mabuti sa Jerusalem at Juda. Kaya huwag kayong matakot. 16Ito ang dapat ninyong gawin: Magsabi kayo ng totoo sa isa't isa. Humatol kayo nang tama sa inyong mga hukuman para sa ikabubuti ng lahat. 17Huwag kayong magbalak ng masama laban sa inyong kapwa, at huwag kayong susumpa ng kasinungalingan dahil ang lahat ng iyan ay aking kinapopootan."

18-19Muling sinabi ng PANGINOONG Makapangyarihan kay Zacarias, "Ang pag-aayuno sa ikaapat, ikalima, ikapito at ikasampung buwan ay magiging masayang araw ng pagdiriwang para sa mga taga-Juda. Kaya pahalagahan ninyo ang katotohanan at kapayapaan.*e* 20Maraming tao ang darating *sa Jerusalem* mula sa iba't ibang lungsod. 21Ang mga mamamayan ng isang lungsod ay pupunta sa isang lungsod at sasabihin nila, 'Pupunta kami para dumulog at manalangin sa PANGINOONG Makapangyarihan. Halikayo, sumama kayo sa amin.' 22"Maraming taong mula sa makapangyarihang mga bansa ang pupunta sa Jerusalem upang dumulog at manalangin sa akin. 23At sa araw na iyon, sampung dayuhan na galing sa ibang mga bansa na may iba't ibang wika ay lalapit sa isang Judio at sasabihin, 'Gusto naming sumama sa inyo, dahil narinig namin na ang Dios ay kasama ninyo.'"

Parurusahan ng Dios ang mga Bansang Kalaban ng Israel

9 Ito ang mensahe ng PANGINOON:
Sinabi ng PANGINOON na parurusahan niya ang mga lungsod ng Hadrac at Damascus, dahil ang lahat ay dapat sa kanya, lalo na ang mga lahi ng Israel.*f* 2Parurusahan din ng PANGINOON ang Hamat na malapit sa mga lungsod ng Hadrac at Damascus, pati na ang lungsod ng Tyre at Sidon, kahit pa napakahusay ng mga mamamayan nito. 3Ang mga taga-Tyre ay nagpatayo ng matitibay na pader at nag-ipon ng maraming pilak at ginto na para bang nagtatambak lang ng lupa. 4Ngunit kukunin ng

---

a 7 Negev: Lugar na nasa bandang timog ng Juda.
b 7 kaburulan sa kanluran: sa Hebreo, *Shefela.*
c 3 bundok: Ang Bundok ng Zion, na kung saan naroon ang templo.

d 12 Mapayapa kayong magtatanim: o, *Malusog na tutubo ang mga binhing itinanim.*
e 18-19 kapayapaan: o, *magkaroon ng mabuting relasyon sa bawat isa.*
f 1 ang lahat...Israel: o, *nagbabantay ang PANGINOON sa lahat, lalung-lalo na sa lahi ng Israel.*

Panginoon ang kanilang mga ari-arian at itatapon niya sa dagat ang kanilang mga kayamanan. At ang kanilang lungsod ay tutupukin ng apoy.

⁵ Makikita ito ng mga taga-Ashkelon at matatakot sila. Mamimilipit sa sakit ang mga taga-Gaza at ganoon din ang mga taga-Ekron dahil mawawala ang kanilang inaasahan. Mamamatay ang hari ng Gaza, at ang Ashkelon ay hindi na matitirhan. ⁶ Ang Ashdod ay titirhan ng iba't ibang lahi. Lilipulin ng Panginoon ang ipinagmamalaki ng mga Filisteo. ⁷ Hindi na sila kakain ng karneng may dugo*ᵃ* o ng mga pagkaing ipinagbabawal na kainin. Ang matitira sa kanila ay ibibilang ng ating Dios na kanyang mga mamamayan na parang isang angkan mula sa Juda. Ang mga taga-Ekron ay magiging kabilang sa mga mamamayan ng Panginoon katulad ng mga Jebuseo.*ᵇ* ⁸ Iingatan ng Panginoon ang kanyang templo*ᶜ* laban sa mga sumasalakay. Wala nang mang-aapi sa mga mamamayan niya dahil binabantayan na niya sila.

Ang Darating na Hari ng Jerusalem

⁹ *Sinabi ng* Panginoon, "Sumigaw kayo sa kagalakan, kayong mga mamamayan ng Zion, ang *lungsod ng* Jerusalem, dahil ang inyong hari ay darating na. Matuwid siya at mapagtagumpay. Mapagpakumbaba siya, at *darating na* nakasakay sa bisirong asno. ¹⁰ Ipaaalis niya ang mga karwahe at mga kabayong pandigma sa Israel at sa Juda.*ᵈ* Babaliin ang mga panang ginagamit sa pandigma. Ang haring darating ay magdadala ng kapayapaan sa mga bansa. Maghahari siya mula sa isang dagat hanggang sa isa pang dagat,*ᵉ* at mula sa Ilog *ng Eufrates* hanggang sa dulo ng mundo."*ᶠ*

Palalayain ng Dios ang Nabihag na mga Taga-Israel

¹¹ *Sinabi pa ng* Panginoon, "Tungkol naman sa inyo *na mga taga-Israel*, palalayain ko ang mga nabihag sa inyo. Sila ay parang mga taong inihulog sa balon na walang tubig. *Palalayain ko sila* dahil sa kasunduan ko sa inyo na pinagtibay sa pamamagitan ng dugo. ¹² Kayong mga binihag na umaasang mapalaya, bumalik na kayo sa inyong mga lugar kung saan ligtas kayo. Sinasabi ko ngayon sa inyo na ibabalik ko nang doble ang mga nawala sa inyo. ¹³ Gagamitin kong parang pana ang Juda at parang palaso ang Israel. Gagawin kong parang espada ng kawal ang mga taga-Zion, at lilipulin nila ang mga taga-Grecia."

Tutulungan ng Dios ang mga Taga-Israel

¹⁴ Magpapakita ang Panginoon sa ibabaw ng kanyang mga mamamayan. Kikislap ang kanyang

pana na parang kidlat. Patutunugin ng Panginoong Dios ang trumpeta; at darating siyang kasama ng bagyong mula sa timog. ¹⁵ Iingatan ng Panginoong Makapangyarihan ang kanyang mga mamamayan. Tatapak-tapakan lang nila ang mga batong ibinabato sa kanila *ng mga kaaway nila*. Magkakainan at mag-iinuman sila *upang ipagdiwang ang kanilang tagumpay*. Magsisigawan sila na parang mga lasing. Mabubusog sila ng inumin katulad ng mangkok na punong-puno ng dugong iwiniwisik sa mga sulok ng altar. ¹⁶⁻¹⁷ Sa araw na iyon, ililigtas sila ng Panginoon na kanilang Dios bilang kanyang mga tupa. Napakaganda nilang tingnan sa kanilang lupain. Ang katulad nila'y mamahaling batong kumikislap sa korona. Magiging sagana sila sa mga butil at ubas na magpapalakas sa kanilang mga kabataan.

Nahabag ang Dios sa Juda at sa Israel

10 Humingi kayo ng ulan sa Panginoon sa panahon ng tagsibol, dahil siya ang gumagawa ng mga ulap. Binibigyan niya ng ulan ang mga tao at ang bawat tanim sa parang. ² Ang totoo, hindi mapapaniwalaan ang mga dios-diosan at ang mga manghuhula. Mali ang ibinibigay nilang kahulugan sa mga panaginip. Walang kabuluhan ang pagpapalakas nila ng loob sa mga tao. Kaya naliligaw ang mga mamamayan *ng Israel* na parang mga tupa. Nahihirapan sila dahil wala silang pinuno.

³ *Sinabi ng* Panginoon, "Galit na galit ako sa mga namumuno sa aking mga mamamayan. Talagang parurusahan ko sila. Sapagkat aalalahanin ko ang aking mga tupa, ang mga mamamayan ng Juda. Gagawin ko silang tulad ng mga kabayong matagumpay sa digmaan. ⁴ Sa kanila magmumula ang mga pinuno na ang katulad ay batong-panulukan, tulos ng tolda, at panang ginagamit sa digmaan. ⁵ Magkakaisa ang mga taga-Juda at magiging katulad sila ng mga sundalong malalakas na tatalo sa mga kalaban nila na parang putik na tinatapak-tapakan sa lansangan. Makikipaglaban sila dahil kasama nila ako, at tatalunin nila ang mga mangangabayo.

⁶ "Palalakasin ko ang mga mamamayan ng Juda at ililigtas ko ang mga mamamayan ng Israel. Pababalikin ko sila sa kanilang lupain dahil naaawa ako sa kanila. At dahil ako ang Panginoon na kanilang Dios, diringgin ko ang kanilang mga dalangin, na parang hindi ko sila itinakwil tulad ng dati. ⁷ Ang mga mamamayan ng Israel*ᵍ* ay magiging katulad ng mga malalakas na kawal. Magiging masaya sila na parang nakainom ng alak. Ang tagumpay na ito ay maaalala ng kanilang mga kaapu-apuhan at matutuwa sila dahil sa ginawa ko. ⁸ Tatawagin ko ang aking mga mamamayan at titipunin ko sila. Palalayain ko sila, at dadami sila tulad nang dati. ⁹ Kahit na ipinangalat ko sila sa ibang bansa, maaalala pa rin nila ako roon. Mananatili silang buhay pati ang kanilang mga anak, at babalik sila sa kanilang lupain. ¹⁰ Pauuwiin ko sila mula sa Egipto at Asiria, at patitirahin ko

---

a 7 kakain…dugo: o, *iinom ng dugo.*

b 7 Jebuseo: Ang tubong mga mamamayan ng Jerusalem na sinakop ni David pagkatapos niyang agawin ang bayan (2 Sam. 5:6-10).

c 8 templo: o, *Jerusalem;* o, *bansang Israel.*

d 10 sa Israel at sa Juda: sa Hebreo, *sa Efraim at sa Jerusalem.* Ang Efraim ay kumakatawan sa kaharian ng Israel at ang Jerusalem naman ay sa kaharian ng Juda.

e 10 mula…dagat: Ang ibig sabihin, mula sa Dagat na Patay hanggang sa Dagat ng Mediteraneo.

f 10 mundo: o, *buong lupain ng Israel.*

---

g 7 mga mamamayan ng Israel: sa Hebreo, *taga-Efraim.* Tingnan ang footnote sa 9:10.

sila sa Gilead at Lebanon. Magiging masikip sila sa kanilang lupain. [11] Tatawid sila sa dagat na maalon ngunit magiging payapa ang mga alon. At kahit ang Ilog ng Nilo ay matutuyo. Ang ipinagmamalaki ng Asiria ay babagsak at ang kapangyarihan ng Egipto ay mawawala. [12] Palalakasin ko ang aking mga mamamayan dahil nasa akin sila, at susundin nila ako. *Ako*, ang PANGINOON, ang nagsasabi nito."

Parurusahan ng Dios ang Lebanon at Bashan

11 Kayong mga taga-Lebanon, buksan ninyo ang mga pintuan ng inyong lungsod at nang makapasok ang apoy na susunog sa inyong mga puno ng sedro. [2] Kung paanong nasira ang inyong mga magaganda at mayayabong na mga puno ng sedro, ganoon din masisira ang mga puno ng sipres[a] at mga puno ng ensina ng Bashan.[b] [3] Umiiyak ang mga pastol dahil nasira ang kanilang berdeng pastulan. Pati ang mga leon[c] ay umaatungal dahil nasira ang kagubatan ng Jordan *na kanilang tinitirhan.*

Ang Dalawang Pastol

[4] Ito ang sinabi ng PANGINOON kong Dios: "Alagaan mo ang mga tupang[d] kakatayin. [5] Ang mga bumibili at kumakatay sa kanila ay hindi pinarurusahan. Ang mga nagtitinda ng mga tupang ito ay nagsasabi, 'Purihin ang PANGINOON! Mayaman na ako!' Pati ang kanilang mga pastol ay hindi naaawa sa kanila.

[6] *"Alagaan mo ang aking mga mamamayan,* dahil *ako*, ang PANGINOON, ay nagsasabing hindi ko na kahahabagan ang mga tao sa mundo.[e] Ako mismo ang uudyok sa bawat tao na magpasakop sa kanyang kapwa at sa kanyang hari. At silang mga namamahala ay magdadala ng kapahamakan sa buong mundo, at hindi ko ililigtas ang mga tao mula sa kanilang mga kamay."

[7] Kaya inalagaan ko ang mga tupang kakatayin ng mga nagbebenta ng mga tupa.[f] Kumuha ako ng dalawang tungkod; ang isa ay tinawag kong Kabutihan[g] at ang isa naman ay tinawag kong Pagkakaisa.

[8] Pinaalis ko ang tatlong pastol sa loob lamang ng isang buwan. Naubos na ang pasensya ko sa kanila,[h] at sila rin ay galit sa akin. [9] Pagkatapos, sinabi ko *sa mga tupa*, "Hindi na ako ang inyong pastol. Hayaang mamatay ang mga naghihingalo at mapahamak ang mga mapapahamak. At ang mga matitira ay hayaang kainin ang laman ng isa't isa."

[10] Pagkatapos, kinuha ko ang tungkod na tinatawag na Kabutihan at binali ko upang ipahiwatig na ipinawalang-bisa ng PANGINOON ang kanyang kasunduan sa mga tao. [11] Kaya ng

araw ding iyon, ipinawalang-bisa ang kasunduan. At nalaman ng mga nagbebenta ng mga tupa[i] na nanonood sa akin na may mensahe ang PANGINOON sa mga ginagawa kong ito. [12] Sinabi ko sa kanila, "Kung sa palagay ninyo ay dapat akong bigyan ng sahod, ibigay ninyo ang sahod ko. Ngunit kung hindi, sa inyo na lang." Kaya binayaran nila ako ng 30 pirasong pilak bilang sahod ko. [13] Sinabi ng PANGINOON sa akin, "Ilagay mo ang pilak na iyan sa kabang-yaman[j] ng templo." Kaya kinuha ko ang 30 pirasong pilak, inaakala nilang sapat na bilang aking sahod, at inilagay ko iyon sa kabang-yaman ng templo ng PANGINOON. [14] Pagkatapos, binali ko ang pangalawang tungkod na tinatawag na Pagkakaisa upang ipahiwatig na naputol na ang magandang pagsasamahan ng Juda at ng Israel.

[15] Sinabing muli ng PANGINOON sa akin, "Magkunwari kang isang walang kwentang pastol ng mga tupa. [16] Sapagkat may ilalagay akong pinuno sa Israel na ang katulad ay isang *walang kwentang* pastol. Hindi niya tutulungan ang mga tupang halos mamamatay na,[k] o hahanapin ang mga nawawala,[l] o gagamutin ang mga sugatan, o pakakainin ang mga payat. Ngunit kakainin niya ang karne ng matatabang tupa at aalisin ang mga kuko nito. [17] Nakakaawa ang kahihinatnan ng walang kwentang pastol. Pinababayaan niya ang mga tupa! Sa pamamagitan ng espada ay puputulin ang kanyang kamay at tutusukin ang kanang mata niya, at hindi na mapapakinabangan ang kamay niya at hindi na rin makakakita ang kanang mata niya."

Lilipulin ang mga Kalaban ng Jerusalem

12 Ito ang sinabi ng PANGINOON tungkol sa Israel: "Ako ang PANGINOON na gumawa ng langit at ng lupa. At ako ang nagbibigay ng buhay sa tao. [2] Ang Jerusalem ay gagawin kong parang alak na magpapalasing sa mga bansang nakapalibot dito. At kapag sinalakay nila ang Jerusalem, sasalakayin din nila ang ibang lungsod ng Juda. [3] Sa araw na iyon, gagawin kong parang mabigat na bato ang Jerusalem, at ang alinmang bansa na gagalaw dito ay masasaktan. Ang lahat ng bansa sa buong mundo ay magtitipon para salakayin ang Jerusalem. [4] Ngunit tatakutin ko ang lahat ng kanilang mga kabayo at lilituhin ang mga sakay nito. *Ako*, ang PANGINOON, ay nagsasabing babantayan ko ang mga mamamayan ng Juda, ngunit bubulagin ko ang mga kabayo ng mga bansa. [5] At sasabihin ng mga pinuno ng Juda sa kanilang sarili, 'Matatag ang mga mamamayan ng Jerusalem dahil ang PANGINOONG Makapangyarihan ang kanilang Dios.'

[6] "Sa araw na iyon, ang mga pinuno ng Juda ay gagawin kong tulad ng naglalagablab na baga sa nakabuntong mga kahoy o tulad ng naglalagablab na sulo sa nakabigkis na mga uhay. Lilipulin nila ang mga bansa sa palibot nila. Pero ang mga

---

a 2 sipres: o, *pine tree.*

b 2 Ang mga punong binanggit dito ay sumisimbolo sa mga makapangyarihang bansa o sa mga hari nito.

c 3 mga pastol...leon: Ang ibig sabihin, mga pinuno ng Israel.

d 4 mga tupang: Ang ibig sabihin, *mga taga-Israel.*

e 6 mundo: o, *lupain ng Israel.*

f 7 mga tupa: Ito ang nasa Septuagint. Sa Hebreo, *lalung-lalo na ang mga walang silbing tupa.*

g 7 Kabutihan: o, *Maganda.*

h 8 sa kanila: o, *sa mga tupa.*

i 11 mga nagbebenta ng mga tupa: Ito ang nasa Septuagint. Sa Hebreo, *mga walang silbi.*

j 13 kabang-yaman: Ito ang nasa Syriac. Sa Hebreo, *mamamalayok.* Ganito rin sa talatang 13b.

k 16 halos mamamatay na: o, *mawawala na.*

l 16 nawawala: Ito ang nasa Septuagint at Latin Vulgate. Sa Hebreo, *batang tupa.*

taga-Jerusalem ay hindi mapapahamak. ⁷Una kong pagtatagumpayin ang *ibang mga lungsod ng* Juda upang ang karangalan ng mga angkan ni David at ng mga taga-Jerusalem ay hindi hihigit sa *ibang mga lungsod ng* Juda. ⁸Sa araw na iyon, iingatan ng Panginoon ang mga nakatira sa Jerusalem upang kahit na ang pinakamahina sa kanila ay magiging kasinlakas ni David. Ang mga angkan ni David ay magiging parang Dios,ᵃ parang anghel ng Panginoon na nangunguna sa kanila. ⁹Sa araw na iyon, lilipulin ko ang lahat ng bansang sasalakay sa Jerusalem.

¹⁰"Bibigyan ko ang mga angkan ni David at ang mga taga-Jerusalem ng espiritung maawain at mapanalanginin. Pagmamasdan nila akoᵇ na kanilang sinibat, at iiyak sila katulad ng magulang na umiiyak sa pagkamatay ng kanilang kaisa-isang anak o anak na panganay. ¹¹Sa araw na iyon, ang iyakan sa Jerusalem ay magiging kasintindi ng iyakan para kay Hadad Rimon sa kapatagan ng Megido. ¹²⁻¹⁴Iiyak ang bawat pamilya sa lupain *ng Israel*: ang mga pamilya ng angkan nina David, Natan, Levi, Shimei, at ang iba pang mga pamilya. Magkahiwalay na mag-iiyakan ang mga lalaki at mga babae."

Lilinisin ang mga Taga-Israel sa Kanilang mga Kasalanan

13 ¹⁻²Sinabi ng Panginoong Makapangyarihan, "Sa araw na iyon, bubuksan ang bukal para sa mga angkan ni David at ng mga taga-Jerusalem, upang linisin sila sa kanilang mga kasalanan at karumihan. Aalisin ko ang mga dios-diosan sa lupain *ng Israel* at hindi na sila maaalala. Aalisin ko sa Israel ang mga *huwad na* propeta at ang masasamang espiritung nasa kanila. ³At kung mayroon pang magpapanggap na propeta, ang mga magulang niya mismo ang magbibigay ng babala na karapat-dapat siyang patayin, dahil nagsasalita siya ng kasinungalingan at sinasabi pa na ang mensahe niya ay mula sa Panginoon. At kung patuloy pa rin siyang magpapanggap na propeta, ang ama't ina niya mismo ang sasaksak sa kanya. ⁴Ang mga propetang iyon ay mapapahiya sa mga sinasabi nilang pangitain. Hindi na sila magsusuot ng mabalahibong damit na pampropeta upang manlinlang. ⁵Sa halip sasabihin nilang, 'Hindi ako propeta. Isa akong magbubukid mula noong bata pa ako.' ⁶At kung may magtatanong tungkol sa mga sugat nila sa katawan, sasabihin nila, 'Nakuha ko ito sa bahay ng aking mga kaibigan.' "

Mamamatay ang Pastol at Mangangalat ang Kanyang mga Tupa

⁷Sinabi ng Panginoong Makapangyarihan, "Ihanda ang espada! Patayin ang pastolᶜ ko na aking lingkod. Patayin siya at mangangalat ang mga tupa, ang aba *kong mga mamamayan*. At paparurusahan ko *sila*. ⁸Mamamatay ang dalawa sa tatlong bahagi ng mga tao sa buong lupain *ng Israel*. ⁹At ang ikatlong bahaging matitira ay lilinisin ko tulad ng pilak na pinadadalisay sa apoy. Susubukin ko sila tulad ng gintong sinusubok sa apoy kung tunay o hindi. Tatawag sila sa akin at diringgin ko sila. Sasabihin ko, 'Sila ang aking mga mamamayan.' At sasabihin din nila, 'Ang Panginoon ang aming Dios.' "

Darating ang Panginoon at Maghahari

14 Darating ang araw na hahatol ang Panginoon. Paghahatian *ng mga kalaban* ang mga ari-ariang sinamsam nila sa inyo *na mga taga-Jerusalem* habang nakatingin kayo. ²Sapagkat titipunin ng Panginoon ang lahat ng bansang makikipaglaban sa Jerusalem. Sasakupin nila ang lungsod na ito, kukunin nila ang mga ari-arian sa mga bahay, at gagahasain nila ang mga babae. Dadalhin nila sa ibang lugar ang kalahati ng mga mamamayan ng lungsod, pero ang matitira sa kanila ay mananatili sa lungsod. ³Pagkatapos, makikipaglaban ang Panginoon laban sa mga bansang iyon, katulad ng ginawa niyang pakikipagdigma noon. ⁴Sa araw na iyon, tatayo siya sa Bundok ng mga Olibo, sa silangan ng Jerusalem. Mahahati ang bundok na ito mula sa silangan hanggang sa kanluran. Ang kalahati ng bundok ay lilipat pahilaga at ang kalahati naman ay lilipat patimog. At magiging malawak na lambak ang gitna nito. ⁵Dito kayo dadaan *mga taga-Jerusalem* sa inyong pagtakas, dahil ang lambak na ito ay aabot hanggang sa Azel. Tatakas kayo katulad ng ginawa ng inyong mga ninuno noong lumindol sa panahon ni haring Uzia ng Juda. At darating ang Panginoon kong Dios kasama ang lahat niyang mga anghel. ⁶Sa araw na iyon ay walang init o lamig. ⁷Magiging katangi-tangi ang araw na iyon, dahil walang gabi kundi panay araw lang. Ang Panginoon lamang ang nakakaalam kung kailan ito mangyayari.

⁸Sa araw na iyon, dadaloy ang sariwang tubig mula sa Jerusalem. Ang kalahati nito ay dadaloy sa Dagat na Patayᵈ at ang kalahati ay sa Dagat ng Mediteraneo.ᵉ Patuloy itong dadaloy sa panahon ng tag-araw at tag-ulan. ⁹Ang Panginoon ang maghahari sa buong mundo. Siya lamang ang kikilalaning Dios at wala nang iba.

¹⁰⁻¹¹Gagawing kapatagan ang buong lupain mula sa Geba *sa hilaga* hanggang sa Rimon sa timog ng Jerusalem. Kaya mananatiling mataas ang Jerusalem sa kinaroroonan nito. At titirhan ito mula sa Pintuan ni Benjamin hanggang sa lugar na kinaroroonan ng Unang Pintuan, at hanggang sa Sulok na Pintuan; at mula sa Tore ni Hananel hanggang sa pisaan ng ubas ng hari. Ang Jerusalem ay hindi na muling wawasakin, at ang mga mamamayan nito ay mamumuhay nang ligtas sa panganib.

¹²Ang mga bansang sumalakay sa Jerusalem ay padadalhan ng mga salot na ito: Mabubulok ang kanilang mga katawan, mata, at dila kahit buhay pa sila. ¹³⁻¹⁵Ganito ring salot ang darating sa lahat ng mga hayop sa kanilang kampo, pati na sa kanilang mga kabayo, mola, kamelyo, at asno.

ᵃ 8 Dios: o, dios.

ᵇ 10 ako: o, siya.

ᶜ 7 ang pastol: Siguro ang ibig sabihin, *ang aking piniling pinuno.*

ᵈ 8 Dagat na Patay: sa Hebreo, *dagat sa silangan.*

ᵉ 8 Dagat ng Mediteraneo: sa Hebreo, *dagat sa kanluran.*

Sa araw na iyon, lubhang lilituhin ng Panginoon ang mga taong iyon. Ang bawat isa sa kanila ay sasalakay sa kanilang kapwa, at sila mismo ay maglalaban-laban. Makikipaglaban din ang ibang mga lungsod ng Juda. Sasamsamin at titipunin nila ang mga kayamanan ng mga bansa sa palibot nila—ang napakaraming ginto, pilak at mga damit.

[16] Pagkatapos, ang lahat ng natitirang mga tao sa mga bansang sumalakay sa Jerusalem ay pupunta sa Jerusalem taun-taon para sumamba sa Hari, ang Panginoong Makapangyarihan, at para makipag-isa sa pagdiriwang ng Pista ng Pagtatayo ng mga Kubol. [17] Ang mga taong hindi pupunta sa Jerusalem upang sumamba sa Hari, ang Panginoong Makapangyarihan, ay hindi padadalhan ng ulan. [18] Ang mga taga-Egipto na hindi pupunta *sa Jerusalem* ay padadalhan ng Panginoon ng salot na katulad ng salot na kanyang ipapadala sa mga bansang hindi pupunta para ipagdiwang ang Pista ng Pagtatayo ng mga Kubol. [19] Iyan ang parusa sa Egipto at sa lahat ng bansang hindi pupunta *sa Jerusalem* para ipagdiwang ang Pista ng Pagtatayo ng mga Kubol.

[20] Sa araw na iyon na sasamba ang mga bansa sa Panginoon, isusulat sa mga kampanilyang palamuti ng mga kabayo ang mga katagang, "Itinalaga sa Panginoon."[a] Ang mga lutuan sa templo ng Panginoon ay magiging kasimbanal ng mga mangkok na ginagamit sa altar. [21] At ang bawat lutuan sa Jerusalem at Juda ay magiging banal para sa Panginoong Makapangyarihan. Gagamitin ito ng mga naghahandog para paglutuan ng kanilang inihahandog. At sa araw na iyon, wala nang mga negosyante sa templo ng Panginoong Makapangyarihan.

---

*a 20 isusulat...*Panginoon: Ang ibig sabihin, ang mga kabayo ay hindi na gagamitin sa labanan sa halip ay gagamitin para sa pagdala ng mga tao sa pagsamba sa Panginoon.

MALAKIAS

1 Ito ang mensahe ng PANGINOON para sa mga taga-Israel sa pamamagitan ni Malakias.

Mahal ng Dios ang mga Israelita

[2] *Sinabi ng* PANGINOON, "Mahal ko kayo. Pero nagtatanong pa kayo, 'Paano mo kami minahal?' Alalahanin ninyo na kahit magkapatid sina Esau at Jacob, minahal[a] ko si Jacob [3] pero si Esau, hindi. Winasak ko ang kanyang mga kabundukan, kaya naging tirahan na lamang ng mga asong-gubat.

[4] "Maaaring sabihin ng mga Edomita *na mga lahi ni Esau*, 'Kahit na winasak ang aming bayan, ito'y muli naming itatayo.' *Ako*, ang PANGINOONG Makapangyarihan ay nagsasabi: Kahit na itayo nilang muli ang kanilang bayan, gigibain ko pa rin ito. Tatawagin silang 'masamang bansa' at 'mga mamamayang laging kinapopootan ng PANGINOON.' [5] Makikita ninyo ang kanilang pagkawasak at sasabihin ninyo, 'Makapangyarihan ang PANGINOON kahit sa labas ng Israel.' "

Sinaway ng PANGINOON ang mga Pari

[6] Sinabi ng PANGINOONG Makapangyarihan sa mga pari, "Iginagalang ng anak ang kanyang ama at iginagalang ng alipin ang kanyang amo. Pero bakit ako na inyong ama at amo ay hindi ninyo iginagalang? Nilalapastangan ninyo ako. Pero nagtatanong pa kayo, 'Paano ka namin nilalapastangan?' [7] Nilalapastangan ninyo ako sa pamamagitan ng paghahandog ng maruruming[b] handog sa aking altar. Pero nagtatanong pa kayo, 'Paano naging marumi ang aming handog?'[c] Naging marumi ang inyong handog dahil sinasabi ninyo na walang kabuluhan ang aking altar. [8] Kaya hinahandugan ninyo ako ng mga hayop na bulag, pilay o may sakit. Hindi tama iyan. Ganyan kaya ang ihandog ninyo sa inyong gobernador at tingnan n'yo kung matutuwa at malulugod siya sa inyo?

[9] *Sinabi ni Malakias*, "Kayong mga pari, hilingin ninyo sa Dios na kaawaan niya tayo. Pero sa ganyang klaseng mga inihahandog ninyo sa kanya, tiyak na hindi niya kayo kalulugdan. Iyan ang sinasabi ng Makapangyarihang PANGINOON."

[10] Sinabi ng Makapangyarihang PANGINOON, "May isa sana sa mga pari n'yo na magsara ng mga pintuan *ng aking templo*, upang hindi na kayo magsisindi ng walang kabuluhang apoy sa aking altar. Hindi ko tatanggapin ang inyong mga handog dahil hindi ako nalulugod sa inyo. [11] Ang totoo, pinupuri ang aking pangalan ng mga bansa, mula silangan hanggang kanluran.[d]

Kahit saan nagsusunog ang mga tao ng insenso at naghahandog[e] ng malinis[f] na handog sa akin na PANGINOONG Makapangyarihan. [12] Pero kayo, nilalapastangan ninyo ako, dahil sinasabi ninyong marumi ang aking altar at walang kabuluhan ang mga inihandog doon. [13] Sinasabi pa ninyo na nagsasawa na kayo sa paghahandog at binabalewala ninyo ang aking altar.[g] Kaya hinahandugan ninyo ako ng mga hayop na may sugat,[h] pilay o may sakit. Akala ba ninyo'y tatanggapin ko iyan? [14] Susumpain ko ang mga mandaraya sa inyo, na nangakong maghahandog ng pinakamabuting hayop pero ang inihahandog ay ang may kapintasan. *Susumpain ko siya* dahil ako ang makapangyarihang hari na kinatatakutan ng mga bansa. Ako, ang PANGINOONG Makapangyarihan, ang nagsasabi nito."

Ang Parusa sa mga Paring Suwail

2 [1-2] Sinabi pa ng PANGINOONG Makapangyarihan sa mga pari, "Ito ang aking babala sa inyo: Kung hindi ninyo pakikinggan ang sinasabi ko at hindi ninyo pahahalagahan ang pagpaparangal sa akin, susumpain ko kayo, pati na ang mga pagpapalang tinatanggap ninyo *bilang mga pari*.[i] Sa katunayan, ginawa ko na iyan dahil hindi ninyo pinahahalagahan ang pagpaparangal sa akin.

[3] "Makinig kayo! Dahil sa inyo, parurusahan ko ang inyong mga lahi. Isasaboy ko sa inyong mukha ang dumi ng mga hayop na inyong inihahandog at itatapon din kayo sa tapunan ng mga dumi. [4] Dapat ninyong malaman na binabalaan ko kayo upang magpatuloy ang aking kasunduan sa *inyong ninunong si Levi*. [5] Sa aking kasunduan kay Levi, ipinangako ko sa kanya ang buhay[j] at kapayapaan, basta igalang lamang niya ako. At iyan nga ang kanyang ginawa. [6] Itinuro niya ang katotohanan at hindi ang kasinungalingan. Maayos ang kanyang relasyon sa akin at namuhay siya nang matuwid. At tinulungan niya ang maraming tao upang huwag nang gumawa ng kasalanan.

[7] "Sa katunayan, tungkulin ninyong mga pari na turuan ang mga tao, na malaman nila ang tungkol sa akin. At dapat naman silang magpaturo sa inyo, dahil mga sugo ko kayo. [8] Pero hindi ninyo sinunod ang aking mga pamamaraan. Ang mga turo ninyo ang nagtulak sa marami para magkasala. Ako, ang PANGINOONG Makapangyarihan, ang nagsasabing, sinira n'yo ang kasunduan ko sa *ninuno ninyong si Levi.* [9] Kaya ipinahamak at ipinahiya ko kayo sa

---

a 2 minahal: o, *pinili.*

b 7 marurumi: Ang ibig sabihin hindi dapat ihandog sa Dios.

c 7 Paano...handog?: Ito ang nasa Septuagint. Sa Hebreo, *Paano ka namin nadungisan?*

d 11 mula silangan hanggang kanluran: sa literal, *mula sa pagsikat ng araw hanggang sa paglubog nito.*

e 11 pinupuri...nagsusunog...naghahandog: o, *pupurihin...magsusunog...maghahandog.*

f 11 malinis: Ang ibig sabihin, *maaaring ihandog sa Dios.*

g 13 ang aking altar: o, *ako.*

h 13 may sugat: o, *ninakaw.*

i 1-2 susumpain...pari: o, *susumpain ko kayo at gagawin kong sumpa ang mga pagpapalang inyong iginagawad sa mga tao.*

j 5 buhay: Maaaring ang ibig sabihin ay mabuti o/at mahabang buhay.

lahat ng tao dahil hindi ninyo sinunod ang aking mga pamamaraan, at may kinikilingan kayo sa inyong pagtuturo."

Hindi Naging Tapat ang mga Israelita

¹⁰ *Sinabi ni Malakias sa mga Israelita:* Hindi ba't iisa ang ating ama?ᵃ At iisang Dios ang lumalang sa atin? Bakit hindi tayo nagiging tapat sa isa't isa? Sa ginagawa nating ito, binabalewala natin ang kasunduan *ng Dios* sa ating mga ninuno.

¹¹ Naging taksil ang mga taga-Juda. Gumawa sila ng kasuklam-suklam sa Jerusalem at sa *buong bansa ng* Israel. Sapagkat dinungisan nila ang temploᵇ na mahal ng Panginoon sa pamamagitan ng pagpapakasal sa mga babaeng sumasamba sa ibang mga dios. ¹² Huwag na sanang ituring na kabilang sa mga mamamayan ng Israel ang mga taong gumagawa nito, pati na ang mga anak nila at mga apo,ᶜ kahit na maghandog pa sila sa Panginoong Makapangyarihan.

¹³ Ito pa ang inyong ginagawa: Iyak kayo nang iyak sa altar ng Panginoon dahil hindi na niya pinapansin ang inyong mga handog at hindi na siya nalulugod sa mga iyon. ¹⁴ Itinatanong ninyo kung bakit? Sapagkat saksi ang Panginoon na nagtaksil kayo sa asawa na inyong pinakasalan noong inyong kabataan. Sinira ninyo ang inyong kasunduan na magiging tapat kayo sa isa't isa. ¹⁵ Hindi ba't pinag-isa kayo ng Dios sa katawan at sa espiritu para maging kanya?ᵈ At bakit niya kayo pinag-isa? Sapagkat gusto niyang magkaroon kayo ng mga anak na makadios. Kaya siguraduhin ninyong hindi kayo magtataksil sa babaeng pinakasalan ninyo noong inyong kabataan. ¹⁶ Sapagkat sinabi ng Panginoon, ang Dios ng Israel, "Ayaw kong maghiwalay ang mag-asawa. Kung hiwalayan ng lalaki ang kanyang asawa, ito'y pagmamalupit sa asawang babae."

Kaya siguraduhin ninyong hindi kayo magtataksil sa inyong asawa.

Ang Araw ng Paghatol ng Panginoon

¹⁷ Sawang-sawa na ang Panginoon sa inyong mga sinasabi. Pero itinatanong pa ninyo, "Ano ang ikinasasawa niya sa amin?" Sinasabi ninyo na mabuti sa paningin ng Dios ang lahat ng gumagawa ng masama at natutuwa siya sa kanila. *Pakutya* ninyong sinasabi, "Nasaan na ang Dios ng katarungan?"

3 Makinig kayo sa sinasabi ng Panginoong Makapangyarihan: "Ipapadala ko ang aking mensahero. Mauuna siya sa iyo upang ihanda ang dadaanan mo. At ang Panginoon na inyong hinihintay ay biglang darating sa kanyang templo. Darating ang inyong pinakahihintay na sugo na magsasagawa ng aking kasunduan."

²⁻³ Pero sino ang makatatagal sa araw ng kanyang pagdating? Sino ang makakaharap sa kanya kapag

nagpakita na siya? Sapagkat para siyang apoy na nagpapadalisay ng bakal o parang sabon na nakakalinis. Lilinisin niya ang mga *paring* Levita, tulad ng pagpapadalisay ng pilak at ginto, upang maging malinis ang kanilang buhay at maging karapat-dapat silang maghandog sa Panginoon.ᵉ ⁴ Sa ganoon, muling malulugod ang Panginoon sa mga handog ng mga taga-Juda at taga-Jerusalem, gaya ng dati.

⁵ Sinabi ng Panginoong Makapangyarihan *sa mga Israelita,* "Darating ako upang hatulan kayo. Sasaksi agad ako laban sa mga mangkukulam, sa mga nangangalunya, sa mga sinungaling na saksi, sa mga nandaraya sa sahod ng kanilang mga manggagawa, sa mga nanggigipit sa mga biyuda at mga ulila, at sa mga hindi makatarungan sa mga dayuhan. Gagawin ko ito sa inyo na mga walang takot sa akin."

Ang Pagbibigay ng Ikapu

⁶ Sinabi pa ng Panginoong Makapangyarihan, "Ako, ang Panginoon, ay hindi nagbabago. Kaya nga kayong mga lahi ni Jacob ay hindi lubusang nalipol. ⁷ Tulad ng inyong mga ninuno, hindi kayo sumunod sa aking mga tuntunin. Manumbalik kayo sa akin, ang Panginoong Makapangyarihan, at babalikᶠ ako sa inyo. Pero itinatanong ninyo, 'Paano kami manunumbalik sa inyo?' ⁸ Magtatanong din ako sa inyo, maaari bang nakawan ng tao ang Dios? *Parang imposible.* Pero ninanakawan ninyo ako. At itinatanong inyo, 'Paano namin kayo ninanakawan?' *Ninanakawan ninyo ako dahil hindi ninyo ibinibigay ang inyong* mga ikapuᵍ at mga handog. ⁹ Iyan ang dahilan kung bakit ko isinumpa ang buong bansa. ¹⁰ Pero ngayon, hinahamon ko kayo na subukan ninyo ako, ang Panginoong Makapangyarihan. Dalhin ninyo nang buo ang inyong mga ikapu sa bodega ng templo upang may pagkain sa aking templo. Kapag ginawa ninyo ito, padadalhan ko kayo ng ulanʰ at ibubuhos ko ang sobra-sobrang pagpapala. ¹¹ Hindi ko papayagang sirain ng peste ang inyong mga pananim o malagas ang bunga ng inyong mga ubas. ¹² Tatawagin kayong mapaladⁱ ng lahat ng bansa, dahil napakabuting tirhan ang inyong lupain. *Ako,* ang Panginoong Makapangyarihan, ang nagsasabi nito."

¹³ *Sinabi pa ng Panginoon,* "Masasakit ang inyong sinabi tungkol sa akin. Pero itinatanong ninyo, 'Ano ang sinabi naming masakit tungkol sa inyo?' ¹⁴ Hindi ba't sinabi ninyo, 'Walang kabuluhan ang maglingkod sa Dios. Ano ba ang mapapala natin kung susundin natin ang kanyang mga utos? At ano ang mapapala natin kung ipapakita natin sa Dios na nalulungkot tayo *at nagsisisi sa ating mga kasalanan*? ¹⁵ Masasabi pa nga natin na mapalad ang

---

a 10 ama: Maaaring ang tinutukoy ay si Abraham o ang Dios.

b 11 templo: o, *piniling mga mamamayan.*

c 12 mga anak nila at mga apo: Ito ang nasa Syriac at sa Targum, pero sa Hebreo ay hindi malinaw.

d 15 Hindi…kanya: o, *Walang taong gagawa ng ganyan kung pinangungunahan siya ng Espiritu kahit papaano.*

e 2-3 upang…Panginoon: o, *upang maghandog sila ng tamang mga handog sa Panginoon.*

f 8 babalik: o, *tutulong.*

g 8 ikapu: Tungkulin ng mga Israelita na magbigay sa Panginoon ng ikapu ng kanilang mga ani at mga hayop (Lev. 27:30–33; Deu. 14:22-29).

h 10 padadalhan…ulan: sa literal, *bubuksan ko ang mga bintana ng langit.* Tingnan ang kahulugan nito sa Gen. 7:11.

i 12 mapalad: o, *pinagpala.*

mga taong mayabang. Sapagkat sila na gumagawa ng masama ay umuunlad. At kahit na sinusubukan nila ang Dios, hindi sila pinarurusahan.' "

[16] Pagkatapos, nag-usap-usap ang mga taong may paggalang sa Panginoon. Narinig ng Panginoon *ang kanilang pinag-uusapan.* Ang kanilang pangalan ay isinulat sa aklat na nasa harapan ng Panginoon, para maalala niya silang mga may takot at kumikilala sa kanya.

[17] Sinabi ng Panginoong Makapangyarihan, "Magiging akin sila sa araw ng paghatol ko. Ituturing ko silang isang tanging kayamanan. Hindi ko sila parurusahan, tulad ng isang amang hindi nagpaparusa sa anak na masunurin. [18] At muling makikita ng mga tao ang pagkakaiba ng mabuti at ng masama, at ang pagkakaiba ng naglilingkod sa akin at ng hindi."

Ang Araw ng Pagpaparusa ng Panginoon

4 Sinabi ng Panginoong Makapangyarihan, "Tiyak na darating ang araw *ng aking pagpaparusa.* Magiging tulad ito ng nagliliyab na pugon. Parurusahan kong gaya ng pagsunog sa dayami ang lahat ng mayayabang at ang gumagawa ng masama. Magiging tulad sila ng sinunog na kahoy na walang natirang sanga o ugat. [2] Pero kayong may paggalang sa akin ay ililigtas ko gaya ng pagsikat ng araw[a] na ang sinag nito ay nagbibigay ng kabutihan. At lulundag kayo sa tuwa, na parang mga guyang pinakawalan sa kulungan. [3] Pagdating ng araw na isakatuparan ko na ang mga bagay na ito, lilipulin ninyo ang masasama na parang alikabok na tinatapakan.

[4] "Sundin ninyo[b] ang Kautusang ibinigay ng aking lingkod na si Moises. Ang mga utos at mga tuntuning iyan ay ibinigay ko sa kanya doon sa Bundok ng Sinai[c] upang sundin ng lahat ng mamamayan ng Israel.

[5] "Makinig kayo! Bago dumating ang nakakapangilabot na araw ng aking pagpaparusa, isusugo ko sa inyo si Propeta Elias. [6] Ibabalik niya ang magandang relasyon ng mga magulang at mga anak, upang pagdating ko ay hindi ko na isusumpa ang inyong bayan."

---

a 2 ililigtas…araw: sa literal, *sisikatan ng araw ng katuwiran.*

b 4 Sundin ninyo: sa literal, *Alalahanin ninyo.*

c 4 Bundok ng Sinai: sa Hebreo, *Horeb.*

BAGONG TIPAN

BAGGING TRAM.

ANG MAGANDANG BALITA TUNGKOL KAY JESU-CRISTO AYON KAY

MATEO

Ang mga Ninuno ni Jesus
(Luc. 3:23-38)

1 Ito ang talaan ng mga ninuno ni Jesu-Cristo na mula sa angkan ni David. Si David ay mula sa lahi ni Abraham.

[2] Si Abraham ang ama ni Isaac, si Isaac ang ama ni Jacob, at si Jacob ang ama ni Juda at ng kanyang mga kapatid. [3] Si Juda ama nina Perez at Zera, at si Tamar ang kanilang ina. Si Perez ang ama ni Hezron, at si Hezron ang ama ni Aram. [4] Si Aram ang ama ni Aminadab, si Aminadab ang ama ni Nashon, at si Nashon ang ama ni Salmon. [5] Si Salmon ang ama ni Boaz, at si Rahab ang kanyang ina. Si Boaz ang ama ni Obed, at si Ruth ang kanyang ina. Si Obed ang ama ni Jesse, [6] at si Jesse ang ama ni Haring David.

Si *Haring* David ang ama ni Solomon (ang ina niya ay ang dating asawa ni Uria). [7] Si Solomon ang ama ni Rehoboam, si Rehoboam ang ama ni Abijah, at si Abijah ang ama ni Asa. [8] Si Asa ang ama ni Jehoshafat, si Jehoshafat ang ama ni Joram, at si Joram ang ama ni Uzia. [9] Si Uzia ang ama ni Jotam, si Jotam ang ama ni Ahaz, at si Ahaz ang ama ni Hezekia. [10] Si Hezekia ang ama ni Manase, si Manase ang ama ni Amos,[a] si Amos ang ama ni Josia, [11] at si Josia ang ama ni Jeconia at ng kanyang mga kapatid. Sa panahong ito, binihag ang mga Israelita at dinala sa Babilonia.

[12] *Ito naman ang talaan ng mga ninuno ni Jesus* matapos ang pagkabihag ng mga Israelita sa Babilonia: Si Jeconia ang ama ni Shealtiel, si Shealtiel ang ama ni Zerubabel, [13] at si Zerubabel ang ama ni Abiud. Si Abiud ang ama ni Eliakim, si Eliakim ang ama ni Azor, [14] at si Azor ang ama ni Zadok. Si Zadok ang ama ni Akim, si Akim ang ama ni Eliud, [15] at si Eliud ang ama ni Eleazar. Si Eleazar ang ama ni Matan, si Matan ang ama ni Jacob, [16] at si Jacob ang ama ni Jose na ang asawa'y si Maria. Si Maria ang ina ni Jesus na tinatawag na Cristo.

[17] Kaya may 14 na henerasyon mula kay Abraham hanggang kay David, may 14 na henerasyon naman mula kay David hanggang sa pagkabihag ng mga Israelita sa Babilonia, at may 14 na henerasyon din mula sa pagkabihag hanggang kay Cristo.

Ang Pagkapanganak kay Jesu-Cristo
(Luc. 2:1-7)

[18] Ganito ang *pangyayari sa* pagkapanganak kay Jesu-Cristo: Si Maria na kanyang ina ay nakatakdang ikasal kay Jose. Pero bago pa sila ikasal, nalaman ni Maria na buntis siya sa pamamagitan ng Banal na Espiritu. [19] Si Jose na magiging asawa niya ay isang matuwid na tao at ayaw nitong malagay sa kahihiyan si Maria, kaya ipinasya niyang hiwalayan na lang si Maria nang palihim. [20] Habang pinag-iisipan ito ni Jose, nagpakita sa kanya sa panaginip ang isang anghel ng Panginoon at nagsabi, "Jose, na mula sa angkan ni David, huwag kang matakot na pakasalan si Maria dahil ang pagbubuntis niya'y sa pamamagitan ng Banal na Espiritu. [21] Manganganak siya ng isang lalaki at papangalanan mo siyang Jesus,[b] dahil ililigtas niya ang kanyang bayan sa kanilang mga kasalanan." [22] Nangyari ang lahat ng ito upang matupad ang sinabi ng Panginoon sa pamamagitan ng propeta, [23] "Magbubuntis ang isang birhen[c] at manganganak ng isang lalaki. Tatawagin siyang Emmanuel[d] (na ang ibig sabihin, "Kasama natin ang Dios"). [24] Nang magising si Jose, sinunod niya ang sinabi ng anghel at pinakasalan niya si Maria. [25] Pero hindi siya sumiping kay Maria hanggang sa maipanganak nito ang sanggol. *Nang manganak na si Maria,* pinangalanan ni Jose ang sanggol ng Jesus.

Ang Pagdalaw ng mga Taong Galing sa Silangan

2 Ipinanganak si Jesus sa bayan ng Betlehem *sa lalawigan* ng Judea noong si Herodes ang hari. *Isang araw,* dumating sa Jerusalem ang ilang taong dalubhasa[e] galing sa silangan. [2] Nagtanong sila, "Saan ba ipinanganak ang hari ng mga Judio? Nakita namin ang kanyang bituin sa silangan, at naparito kami upang sambahin siya."

[3] Nang mabalitaan ito ni Herodes, nabagabag siya at pati na rin ang buong Jerusalem. [4] Kaya ipinatawag ni Herodes ang lahat ng namamahalang pari at mga tagapagturo ng Kautusan, at tinanong sila kung saan isisilang ang Cristo. [5] Sumagot sila, "Sa Betlehem *na sakop* ng Juda, dahil ganito ang isinulat ng propeta:

[6] 'Ikaw, Betlehem sa lupain ng Juda,
  hindi ka huli sa mga pangunahing bayan
    ng Juda;
  dahil magmumula sa iyo ang isang pinuno
  na magsisilbing pastol ng mga mamamayan
    kong Israelita.'[f]

[7] *Nang marinig ito ni Herodes,* palihim niyang ipinatawag ang mga taong galing sa silangan at inalam kung kailan talaga nila unang nakita ang bituin. [8] Pagkatapos, pinapunta niya sila sa Betlehem. Ibinilin niya sa kanila, "Lumakad na kayo at hanaping mabuti ang sanggol. At kapag nakita ninyo, balitaan n'yo ako kaagad upang makapunta rin ako at makasamba sa kanya." [9-10] Pagkatapos nilang marinig ang bilin ng hari, umalis na sila. Habang sila

---

a 10 Amos: o, *Amon.*

b 21 *Jesus:* Ang ibig sabihin ng pangalang Jesus sa wikang Hebreo ay "Nagliligtas ang Panginoon."

c 23 *birhen:* o, *dalaga.*

d 23 Isa. 7:14.

e 1 *dalubhasa:* sa Griego, *magoi.* Hindi sigurado kung ano ang ibig sabihin ng *magoi.* Pero posibleng dalubhasa sa pag-aaral ng mga bituin.

f 6 Micas 5:2.

ay naglalakbay, muling lumitaw ang bituin na nakita nila sa silangan, at lubos ang kanilang kagalakan. Nanguna sa kanila ang bituin hanggang makarating sila sa kinaroroonan ng sanggol. [11]Pagpasok nila sa bahay, nakita nila ang sanggol at ang ina nitong si Maria. Lumuhod sila at sumamba sa sanggol. Inilabas din nila at inihandog sa sanggol ang mga dala nilang ginto, insenso at *pabangong* mira.

[12]Nang pauwi na sila, binalaan sila *ng Dios* sa pamamagitan ng isang panaginip na huwag nang bumalik kay Herodes. Kaya nag-iba na sila ng daan pauwi.

Ang Pagtakas Patungo sa Egipto

[13]Nang makaalis na ang mga taong galing sa silangan, nagpakita kay Jose sa panaginip ang isang anghel ng Panginoon. Sinabi ng anghel sa kanya, "Bumangon ka't dalhin ang bata at ang kanyang ina sa Egipto. Doon muna kayo hangga't hindi ko sinasabing bumalik kayo, dahil hinahanap ni Herodes ang sanggol para patayin."

[14]Kaya nang gabi ring iyon, umalis papuntang Egipto si Jose, kasama ang bata at ang ina nitong si Maria. [15]At nanatili sila roon hanggang sa mamatay si Herodes.

Sa gayon, natupad ang sinabi ng Panginoon sa pamamagitan ng propeta, "Tinawag ko mula sa Egipto ang aking anak."[a]

Ipinapatay ni Herodes ang mga Batang Lalaki

[16]Galit na galit si Herodes nang malaman niyang nilinlang siya ng mga taong galing sa silangan. Kaya iniutos niyang patayin ang lahat ng batang lalaki sa Betlehem at sa mga lugar sa paligid nito, mula dalawang taong gulang pababa. Sapagkat ayon sa nalaman niya sa mga taong galing sa silangan, dalawang taon na ang nakalipas mula nang una nilang makita ang bituin.

[17]Sa ginawang kalupitan ni Herodes, natupad ang sinabi ni Propeta Jeremias,

[18]"May narinig na iyakan at malakas na
    panaghoy sa Rama.
  Iniiyakan ni Raquel ang pagkamatay ng
    kanyang mga anak,
  at ayaw niyang magpaaliw
    dahil patay na ang mga ito."[b]

Ang Pagbabalik Mula sa Egipto

[19]Nang mamatay na si Herodes, ang anghel ng Panginoon ay *muling* nagpakita sa panaginip ni Jose doon sa Egipto [20]at sinabi nito sa kanya, "Bumangon ka't iuwi na ang bata at ang kanyang ina sa bayan ng Israel, dahil patay na ang mga nagtatangka sa buhay ng bata." [21]Kaya bumangon si Jose, at dinala ang mag-ina pauwi sa Israel. [22]Pero nang malaman ni Jose na si Arkelaus ang naghahari sa Judea kapalit ng ama nito ni Herodes, natakot siyang pumunta roon. Binalaan siyang muli *ng Dios* sa pamamagitan ng panaginip, kaya tumuloy siya sa lalawigan ng Galilea, [23]at nanirahan sila sa bayan ng Nazaret. Kaya natupad

ang sinabi ng mga propeta na tatawagin ang Cristo na Nazareno.

Ang Pangangaral ni Juan na Tagapagbautismo
(Mar. 1:1-8; Luc. 3:1-18; Juan 1:19-28)

3 Dumating ang panahon na si Juan na tagapagbautismo ay pumunta at nangaral sa ilang ng Judea. [2]Ito ang kanyang sinasabi, "Magsisi na kayo sa inyong mga kasalanan, dahil malapit na[c] ang paghahari ng Dios."[d] [3]Si Juan ang tinutukoy ni Propeta Isaias nang sabihin niya,

"Maririnig ang sigaw ng isang tao sa ilang, na
    nagsasabi:
'Ihanda ninyo ang daan para sa Panginoon.
Tuwirin ninyo ang mga landas na kanyang
    dadaanan.'"[e]

[4]Ang damit ni Juan ay gawa sa balahibo ng kamelyo at ang sinturon niya'y gawa sa balat ng hayop. Ang kinakain niya ay balang at pulot-pukyutan. [5]Nagpuntahan sa kanya ang maraming tao galing sa Jerusalem, sa mga bayan ng Judea, at sa mga bayan na malapit sa *Ilog ng* Jordan. [6]Ipinagtapat nila ang kanilang mga kasalanan at binautismuhan sila ni Juan sa *Ilog ng* Jordan.

[7]Pero nang makita ni Juan na maraming Pariseo at Saduceo ang pumupunta para magpabautismo, sinabi niya sa kanila, "Kayong lahi ng mga ahas! Sino ang nagsabi sa inyo na makakaiwas kayo sa darating na parusa *ng Dios?* [8]Kung tunay na nagsisisi kayo sa inyong mga kasalanan, patunayan ninyo ito sa inyong mga gawa. [9]Huwag ninyong isipin na hindi kayo mapaparusahan dahil mula kayo sa lahi ni Abraham. Tandaan ninyo: kahit ang mga batong ito'y magagawa ng Dios na maging mga anak ni Abraham. [10]Tandaan ninyo, ngayon pa lang ay nakaamba na ang palakol para putulin ang mga puno. Ang mga punong hindi namumunga ng mabuting bunga ay puputulin at itatapon sa apoy.

[11]"Binabautismuhan ko kayo sa tubig bilang tanda ng inyong pagsisisi, ngunit may isang darating na kasunod ko, mas makapangyarihan siya kaysa sa akin. Ni hindi ako karapat-dapat na maging alipin niya.[f] Babautismuhan niya kayo sa Banal na Espiritu at sa apoy. [12]*Tulad siya ng isang taong* nagtatahip upang ihiwalay ang ipa sa butil. Ilalagay niya ang mga butil sa bodega, at ang ipa ay susunugin niya sa apoy na hindi mamamatay kailanman."

Ang Pagbabautismo kay Jesus
(Mar. 1:9-11; Luc. 3:21-22)

[13]Dumating si Jesus sa *Ilog ng* Jordan mula sa Galilea at pinuntahan niya si Juan upang magpabautismo. [14]Tumutol si Juan na bautismuhan si Jesus at sinabi, "Bakit magpapabautismo ka sa akin? Ako ang dapat magpabautismo sa iyo." [15]Pero sumagot si Jesus, "Hayaan mong mangyari ito

---

a 15 Hos. 1:1.
b 18 Jer. 31:15.

c 2 malapit na: o, *dumating na.*
d 2 Dios: sa literal, *langit.* Ang salitang "langit" ang ginagamit ng mga Judio kapalit sa pangalan ng Dios bilang tanda ng paggalang.
e 3 Isa. 40:3.
f 11 maging alipin niya: sa literal, *magkalag ng kanyang sandalyas.*

ngayon, dahil ito ang nararapat nating gawin upang matupad ang kalooban ng Dios." Kaya pumayag si Juan. [16] Nang mabautismuhan si Jesus, umahon siya sa tubig. Bumukas ang langit at nakita ni Jesus ang Espiritu ng Dios na bumaba sa kanya na tulad ng isang kalapati. [17] At may boses na narinig mula sa langit na nagsasabi, "Ito ang minamahal kong Anak na lubos kong kinalulugdan."

Ang Pagtukso kay Jesus
(Mar. 1:12-13; Luc. 4:1-13)

4 Pagkatapos nito, dinala ng *Banal na* Espiritu si Jesus sa ilang upang tuksuhin ng diyablo. [2] Doon ay nag-ayuno si Jesus ng 40 araw at 40 gabi, kaya nagutom siya. [3] Dumating ang Manunukso at sinabi sa kanya, "Kung ikaw nga ang Anak ng Dios, gawin mong tinapay ang mga batong ito." [4] Pero sumagot si Jesus, "Sinasabi sa Kasulatan, 'Hindi lang sa pagkain nabubuhay ang tao kundi sa bawat salita ng Dios.' "[a]

[5] Dinala naman siya ng diyablo sa *Jerusalem, ang banal na lungsod,* doon sa pinakamataas na bahagi ng templo. [6] At sinabi niya kay Jesus, "Kung ikaw nga ang Anak ng Dios, tumalon ka. Sapagkat sinasabi sa Kasulatan, 'Uutusan ng Dios ang kanyang mga anghel na ingatan ka. At aalalayan ka nila upang hindi tumama ang iyong mga paa sa bato.' "[b] [7] *Pero* sinagot siya ni Jesus, "Sinasabi sa Kasulatan, 'Huwag mong subukin ang Panginoon mong Dios.' "[c]

[8] Pagkatapos, dinala pa siya ng diyablo sa isang napakataas na bundok, at ipinakita sa kanya ang lahat ng kaharian sa mundo at ang kayamanan at kadakilaan ng mga ito. [9] At sinabi ng diyablo kay Jesus, "Ang lahat ng iyan ay ibibigay ko sa iyo, kung luluhod ka at sasamba sa akin." [10] Pero sinagot siya ni Jesus, "Lumayas ka, Satanas! Sapagkat sinasabi sa Kasulatan, 'Sambahin mo ang Panginoon mong Dios at siya lamang ang iyong paglingkuran.' "[d]

[11] Pagkatapos nito, iniwan na siya ng diyablo. Dumating naman ang mga anghel ng Dios at naglingkod sa kanya.

Sinimulan ni Jesus ang Kanyang Gawain
(Mar. 1:14-15; Luc. 4:14-15)

[12] Nang mabalitaan ni Jesus na nakulong si Juan, bumalik siya sa Galilea. [13] Pero hindi na siya nanirahan sa Nazaret kundi sa Capernaum, *isang bayan* sa tabi ng lawa ng Galilea at sakop ng Zabulon at Naftali. [14] Sa ganitong paraan ay natupad ang sinabi ni Propeta Isaias:

[15] "Ang lupain ng Zabulon at Naftali ay daanan patungo sa lawa[e] at nasa kabila ng *Ilog ng* Jordan.
Ang *mga lugar na ito'y sakop ng* Galilea *at tinitirhan* ng mga hindi Judio.
[16] Nabubuhay sa kadiliman ang mga tao roon, ngunit makakakita sila ng matinding liwanag.
Kahit nasa kadiliman sila at natatakot mamatay, maliliwanagan sila."[f]

[17] Simula noon, nangaral na si Jesus. *At ito ang kanyang mensahe:* "Pagsisihan na ninyo ang inyong mga kasalanan, dahil malapit na[g] ang paghahari ng Dios."

Tinawag ni Jesus ang Apat na Mangingisda
(Mar. 1:16-20; Luc. 5:1-11)

[18] Habang naglalakad si Jesus sa tabi ng Lawa ng Galilea, nakita niya ang magkapatid na mangingisdang sina Simon (na tinatawag na Pedro) at Andres na naghahagis ng lambat. [19] Sinabi ni Jesus sa kanila, "Sumunod kayo sa akin at gagawin ko kayong mangingisda ng mga tao."[h] [20] Iniwan nila agad ang kanilang mga lambat at sumunod sa kanya.

[21] At habang patuloy sa paglalakad si Jesus, nakita niya ang magkapatid na sina Santiago at Juan, na mga anak ni Zebedee. Nakaupo sila sa bangka kasama ng kanilang ama at nag-aayos ng lambat. Tinawag din ni Jesus ang magkapatid. [22] Iniwan nila agad ang bangka at ang kanilang ama, at sumunod kay Jesus.

Nangaral at Nagpagaling ng mga May Sakit si Jesus
(Luc. 6:17-19)

[23] Nilibot ni Jesus ang buong Galilea. Nangaral siya sa mga sambahan ng mga Judio at ipinangaral niya ang Magandang Balita tungkol sa paghahari ng Dios. Pinagaling din niya ang iba't ibang uri ng sakit at karamdaman ng mga tao. [24] Naging tanyag siya sa buong Syria, at dinala sa kanya ng mga tao ang lahat ng may sakit, mga naghihirap dahil sa matinding karamdaman, mga sinaniban ng masamang espiritu, mga may epilepsya at mga paralitiko. Pinagaling niya silang lahat. [25] Sinunod siya ng napakaraming tao na galing sa Galilea, Decapolis, Jerusalem, at iba pang mga bayan sa Judea, at maging sa kabila ng *Ilog ng* Jordan.

Ang mga Mapalad

5 Nang makita ni Jesus ang napakaraming tao, umakyat siya sa bundok at naupo roon. Lumapit sa kanya ang mga tagasunod niya, [2] at nagsimula siyang mangaral. Sinabi niya,

[3] "Mapalad ang mga taong inaaming nagkulang
sila sa Dios,
dahil makakasama sila sa kaharian ng Dios.
[4] Mapalad ang mga naghihinagpis,
dahil aaliwin sila ng Dios.
[5] Mapalad ang mga mapagpakumbaba,
dahil mamanahin nila ang mundo.[i]
[6] Mapalad ang mga taong ang hangad ay
matupad ang kalooban ng Dios,
dahil tutulungan sila *ng Dios* na matupad
iyon.
[7] Mapalad ang mga maawain,
dahil kaaawaan din sila *ng Dios,*
[8] Mapalad ang mga taong may malinis na puso,
dahil makikita nila ang Dios.

---

a 4 *Deu.* 8:3.
b 6 *Salmo* 91:11-12.
c 7 *Deu.* 6:16.
d 10 *Deu.* 6:13.
e 15 *daanan patungo sa lawa:* o, *malapit sa lawa.*
f 16 *Isa.* 9:1-2.

g 17 *malapit na:* o, *dumating na.*
h 19 *mangingisda ng mga tao:* Ang ibig sabihin, *tagahikayat ng mga tao na lumapit sa Dios.*
i 5 *mundo:* Ang ibig sabihin, *ang bagong mundo sa hinaharap.*

⁹ Mapalad ang mga taong nagtataguyod ng
    kapayapaan,
    dahil tatawagin silang mga anak ng Dios.
¹⁰ Mapalad ang mga dumaranas ng pag-uusig
    dahil sa pagsunod nila sa kalooban ng
    Dios,
    dahil makakasama sila sa kaharian ng Dios.

¹¹ "Mapalad kayo kung dahil sa pagsunod ninyo sa akin ay iniinsulto kayo, inuusig at pinaparatangan ng masama. ¹² Ganoon din ang ginawa nila sa mga propeta noong una. Kaya magalak kayo dahil malaki ang gantimpala ninyo sa langit."

Ang Asin at Ilaw
(Mar. 9:50; Luc. 14:34-35)

¹³ "Kayong *mga tagasunod ko ang* nagsisilbing asin sa mundo. Ngunit kung mag-iba ang lasa*ᵃ* ng asin, wala nang magagawa para ibalik ang lasa nito. Wala na itong pakinabang kaya itinatapon na lang at tinatapak-tapakan ng mga tao.

¹⁴ "Kayo ang nagsisilbing ilaw sa mundo. At ito ay makikita na tulad ng lungsod na itinayo sa ibabaw ng isang burol na hindi maitago. ¹⁵ Walang taong nagsindi ng ilaw at pagkatapos ay tatakpan ng takalan. Sa halip, inilalagay ang ilaw sa patungan upang magbigay-liwanag sa lahat ng nasa bahay. ¹⁶ Ganoon din ang dapat ninyong gawin. Pagliwanagin ninyo ang inyong ilaw sa mga tao, upang makita nila ang mabubuting gawa ninyo at pupurihin nila ang inyong Amang nasa langit."

Ang Turo tungkol sa Kautusan

¹⁷ "Huwag ninyong isipin na naparito ako upang ipawalang-saysay ang Kautusan *ni Moises* at ang *isinulat ng* mga propeta. Naparito ako upang tuparin ang mga ito. ¹⁸ Sinasabi ko sa inyo ang totoo, hangga't may langit at may lupa, kahit ang kaliit-liitang bahagi ng Kautusan ay hindi mawawalan ng kabuluhan hangga't hindi natutupad ang lahat.*ᵇ* ¹⁹ Kaya ang sinumang lumabag sa pinakamaliit na bahagi ng Kautusan, at magturo sa iba na lumabag din ay ituturing na pinakamababa sa kaharian ng Dios. Ngunit ang sinumang sumusunod sa Kautusan, at nagtuturo sa iba na sumunod din ay ituturing na dakila sa kaharian ng Dios. ²⁰ Kaya tandaan ninyo: kung hindi ninyo mahihigitan ang pagsunod ng mga tagapagturo ng Kautusan at ng mga Pariseo sa kalooban ng Dios, hindi kayo makakapasok sa kaharian ng Dios."

Ang Turo tungkol sa Galit

²¹ *Sinabi pa ni Jesus,* "Narinig ninyo na sinabi noong una sa ating mga ninuno, 'Huwag kayong papatay,*ᶜ* dahil ang sinumang pumatay ay parurusahan.' ²² Ngunit sinasabi ko sa inyo na ang may galit sa kanyang kapatid ay parurusahan din. At ang humamak sa kanyang kapatid at magsabi sa kanya, 'Wala kang silbi!' ay dadalhin sa mataas na hukuman. At ang sinumang magsabi ng 'Ulol

ka!' sa kanyang kapatid ay mapupunta sa apoy ng impyerno. ²³ Kaya kung nasa altar ka at nag-aalay ng iyong handog sa Dios, at maalala mong may hinanakit sa iyo ang iyong kapatid, ²⁴ iwanan mo muna ang handog mo sa harap ng altar. Makipagkasundo ka muna sa iyong kapatid at saka ka bumalik at maghandog sa Dios."

²⁵ "Kapag may nagdedemanda sa iyo, makipag-ayos ka kaagad sa kanya habang papunta pa lang kayo sa hukuman. Dahil kapag nasa hukuman na kayo, ibibigay kayo ng hukom sa alagad ng batas upang ipabilanggo. ²⁶ Tinitiyak ko sa iyo, hindi ka makakalabas ng bilangguan hangga't hindi mo nababayaran ang kabuuan ng utang mo."*ᵈ*

Ang Turo tungkol sa Pangangalunya

²⁷ "Narinig ninyo na sinabi *noong una,* 'Huwag kang mangangalunya.'*ᵉ* ²⁸ Ngunit sinasabi ko sa inyo na ang tumingin lang sa isang babae nang may masamang pagnanasa ay nagkasala na ng pangangalunya sa kanyang isip. ²⁹ Kaya kung ang kanang mata mo ang dahilan ng iyong pagkakasala, dukitin mo ito at itapon! Mas mabuti pang mawalan ka ng isang parte ng iyong katawan kaysa sa buo ang katawan mo pero itatapon ka naman sa impyerno. ³⁰ At kung ang kanang kamay mo ang dahilan ng iyong pagkakasala, putulin mo ito at itapon! Mas mabuti pang mawalan ka ng isang parte ng katawan kaysa sa buo ang katawan mo pero itatapon ka naman sa impyerno."

Ang Turo tungkol sa Paghihiwalay
(Mat. 19:9; Mar. 10:11-12; Luc. 16:18)

³¹ "Sinabi rin *noong una,* 'Kung nais ng isang lalaki na hiwalayan ang kanyang asawa, kinakailangang bigyan niya ito ng kasulatan ng paghihiwalay.'*ᶠ* ³² Ngunit sinasabi ko sa inyo na kapag hiniwalayan ng lalaki ang kanyang asawa sa anumang dahilan maliban sa sekswal na imoralidad, siya na rin ang nagtulak sa kanyang asawa na mangalunya *kapag nag-asawa itong muli.* At ang sinumang mag-asawa ng babaeng hiniwalayan ay nagkasala *rin* ng pangangalunya."

Ang Turo tungkol sa Panunumpa

³³ "Narinig din ninyo na sinabi noong una sa ating mga ninuno, 'Kapag ang tao ay nangako at nanunumpa pa sa pangalan ng Panginoon, kailangang tuparin niya ito.'*ᵍ* ³⁴ Ngunit sinasabi ko sa inyo na kung mangangako kayo, huwag kayong susumpa. Huwag ninyong sasabihing, 'Saksi ko ang langit,' dahil naroon ang trono ng Dios, ³⁵ o 'Saksi ko ang lupa,' dahil ito ang tuntungan ng kanyang paa. At huwag din ninyong sasabihing, 'Saksi ko ang Jerusalem,' dahil ito ang lungsod ng dakilang hari. ³⁶ At huwag din ninyong sasabihing, 'Kahit mamatay pa ako,' dahil ni isang buhok mo ay hindi mo kayang paputiin o paitimin. ³⁷ Sabihin mo na lang na 'Oo' kung oo, at 'Hindi' kung hindi; dahil kung manunumpa pa kayo, galing na iyan sa diyablo."

---

a 13 mag-iba ang lasa: o, *mawalan ng lasa.*

b 18 hangga't hindi natutupad ang lahat ng layunin ng Kautusan: o, *hangga't hindi natutupad ang lahat ng mangyayari sa hinaharap.*

c 21 Exo. 20:13; Deu. 5:17.

d 26 utang: o, *multa.*

e 27 Deu. 5:18.

f 31 Deu. 24:1.

g 33 Lev. 19:12; Bil. 30:2; Deu. 23:21.

Huwag Maghiganti
(Luc. 6:29-30)

[38] "Narinig ninyo na sinabi *noong una*, 'Mata sa mata, ngipin sa ngipin.' [39] Ngunit sinasabi ko sa inyo na huwag ninyong gantihan ng masama ang gumagawa sa inyo ng masama. Kung sampalin ka sa kanang pisngi, iharap mo pa ang kaliwa. [40] Kung ihabla ka ng sinuman at kunin ang iyong damit, ibigay mo na rin pati ang iyong balabal. [41] Kung sapilitang ipapasan sa iyo ng isang sundalo ang dala niya ng isang kilometro, dalhin mo ito ng dalawang kilometro. [42] Bigyan mo ang nanghihingi sa iyo, at huwag mong tanggihan ang nanghihiram sa iyo."

Mahalin Ninyo ang Inyong Kaaway
(Luc. 6:27-28, 32-36)

[43] "Narinig ninyo na sinabi *noong una*, 'Mahalin mo ang iyong kaibigan, at kapootan mo ang iyong kaaway.' [44] Ngunit sinasabi ko sa inyo na mahalin ninyo ang inyong mga kaaway at ipanalangin ninyo ang mga umuusig sa inyo. [45] Kung gagawin ninyo ito, magiging tunay na anak kayo ng inyong Amang nasa langit. Sapagkat hindi lang sa mabubuting tao niya pinapasikat ang araw kundi pati na rin sa masasama. At hindi lang ang matutuwid ang binibigyan niya ng ulan kundi pati na rin ang mga hindi matuwid. [46] Kung ang mamahalin lang ninyo ay ang mga nagmamahal sa inyo, anong gantimpala ang matatanggap ninyo *mula sa Dios*? Hindi ba't ginagawa rin iyan ng mga maniningil ng buwis *na itinuturing na masasama*? [47] At kung ang binabati lang ninyo ay ang mga kaibigan[a] ninyo, ano ang ginawa ninyo na nakakahigit sa iba? Hindi ba't ginagawa rin iyan ng mga taong hindi kumikilala sa Dios? [48] Kaya dapat kayong maging ganap,[b] tulad ng inyong Amang nasa langit."

Ang Turo tungkol sa Pagbibigay

6 "Mag-ingat kayo at baka ang paggawa ninyo ng mabuti ay pakitang-tao lang. Sapagkat kung ganyan ang ginagawa ninyo, wala kayong matatanggap na gantimpala mula sa inyong Amang nasa langit.

[2] "Kaya kapag nagbibigay kayo ng tulong, huwag na ninyo itong ipamalita gaya ng ginagawa ng mga pakitang-tao roon sa mga sambahan at sa mga daan upang purihin sila ng mga tao. Ang totoo, tinanggap na nila ang kanilang gantimpala. [3] Sa halip, kung magbibigay kayo ng tulong, huwag na ninyo itong ipaalam kahit sa pinakamatalik n'yong kaibigan, [4] upang maging lihim ang pagbibigay ninyo. At ang inyong Amang nakakakita sa ginagawa ninyo nang lihim ang siyang magbibigay ng gantimpala sa inyo."

Ang Turo tungkol sa Pananalangin
(Luc. 11:2-4)

[5] "Kapag nananalangin kayo, huwag kayong tutulad sa ginagawa ng mga pakitang-tao. Mahilig silang manalangin nang nakatayo sa mga sambahan at sa mga kanto ng lansangan para makita ng mga tao. Ang totoo, tinanggap na nila ang kanilang gantimpala. [6] Sa halip, kung mananalangin kayo, pumasok kayo sa inyong kwarto at isara ang pinto. At saka kayo manalangin sa inyong Ama na hindi nakikita. At ang inyong Ama na nakakakita sa ginagawa ninyo nang lihim ang magbibigay ng gantimpala sa inyo.

[7] "At kapag nananalangin kayo, huwag kayong gumamit ng maraming salita na wala namang kabuluhan, tulad ng ginagawa ng mga taong hindi kumikilala sa Dios. Akala nila ay sasagutin sila ng Dios kung mahaba ang kanilang panalangin. [8] Huwag n'yo silang gayahin, dahil alam na ng inyong Ama kung ano ang kailangan ninyo bago pa man ninyo ito hingin sa kanya. [9] Kaya manalangin kayo ng katulad nito:

> 'Ama naming nasa langit,
>   sambahin nawa kayo ng mga tao.[c]
> [10] Nawa'y magsimula na ang inyong paghahari,
>   at masunod ang inyong kalooban dito sa
>   lupa tulad ng sa langit.
> [11] Bigyan n'yo po kami ng aming pagkain sa
>   araw-araw.
> [12] Patawarin n'yo kami sa aming mga kasalanan,
>   tulad ng pagpapatawad namin sa mga
>   nagkasala sa amin.
> [13] At huwag n'yo kaming hayaang matukso
>   kundi iligtas n'yo po kami kay Satanas.[d]
>   [Sapagkat kayo ang Hari, ang
>   Makapangyarihan at Dakilang *Dios*
>   magpakailanman!]'

[14] Kung pinapatawad ninyo ang mga taong nagkasala sa inyo, patatawarin din kayo ng inyong Amang nasa langit. [15] Ngunit kung hindi ninyo sila pinapatawad, hindi rin kayo patatawarin ng inyong Ama."

Ang Turo tungkol sa Pag-aayuno

[16] "Kapag nag-aayuno kayo, huwag ninyong tularan ang mga pakitang-tao. Sapagkat sinasadya nilang hindi mag-ayos ng sarili para ipakita sa mga tao na nag-aayuno sila. Ang totoo, tinanggap na nila ang kanilang gantimpala. [17] Sa halip, kung mag-aayuno kayo, maghilamos at mag-ayos kayo ng sarili, [18] upang hindi malaman ng mga tao na nag-aayuno kayo, maliban sa inyong Ama na hindi nakikita. At ang inyong Ama na nakakakita sa ginagawa ninyo nang lihim ang magbibigay ng gantimpala sa inyo."

Ang Kayamanan sa Langit
(Luc. 12:33-34)

[19] "Huwag kayong mag-ipon ng kayamanan para sa inyong sarili rito sa mundo, dahil dito ay may mga insekto at kalawang na sisira sa inyong kayamanan, at may mga magnanakaw na kukuha nito. [20] Sa halip, mag-ipon kayo ng kayamanan sa langit, kung saan walang insekto at kalawang na naninira, at walang nakakapasok na magnanakaw. [21] Sapagkat kung nasaan ang inyong kayamanan, naroon din ang inyong puso."

---

a 47 kaibigan: o, *kapwa Judio*; o, *kapatid sa pananampalataya*.

b 48 ganap: Maaaring ang ibig sabihin ay walang kapintasan sa kanilang pakikitungo sa iba.

c 9 sambahin...mga tao: sa literal, *sambahin ang pangalan ninyo*.

d 13 Satanas: sa literal, *Masama*.

Ang Ilaw ng Katawan
(Luc. 11:34-36)

²² "Ang mata ang *nagsisilbing* ilaw ng katawan. Kung malinaw ang iyong mata, maliliwanagan ang buo mong katawan. ²³ Ngunit kung malabo ang iyong mata, madidiliman ang buo mong katawan. Kaya kung ang *nagsisilbing* ilaw mo ay walang ibinibigay na liwanag, napakadilim ng kalagayan mo."

Sino ang Dapat Nating Paglingkuran, Ang Dios o ang Kayamanan?
(Luc. 16:13; 12:22-31)

²⁴ "Walang taong makapaglilingkod nang sabay sa dalawang amo. Sapagkat kapopootan niya ang isa at iibigin ang ikalawa, o kaya'y magiging tapat siya sa isa at hahamakin ang ikalawa. Ganoon din naman, hindi kayo makapaglilingkod nang sabay sa Dios at sa kayamanan."

²⁵ "Kaya sinasabi ko sa inyo, huwag kayong mag-alala tungkol sa inyong buhay — kung ano ang inyong kakainin, iinumin o susuotin. Dahil kung binigyan kayo ng Dios ng buhay, siguradong bibigyan din niya kayo ng pagkain at isusuot. ²⁶ Tingnan ninyo ang mga ibon sa himpapawid. Hindi sila nagtatanim, o nag-aani, o nag-iipon *ng pagkain* sa bodega, ngunit pinapakain sila ng inyong Amang nasa langit. Hindi ba't mas mahalaga kayo kaysa sa mga ibon? ²⁷ Sino sa inyo ang makakapagpahaba ng kanyang buhay nang kahit isang saglit sa pamamagitan ng pag-aalala?

²⁸ "At bakit kayo nag-aalala tungkol sa pananamit? Tingnan ninyo ang mga bulaklak na tumutubo sa parang. Hindi sila nagtatrabaho o naghahabi. ²⁹ Ngunit sasabihin ko sa inyo: kahit si Solomon ay hindi nakapagsuot ng damit na kasingganda ng mga bulaklak na ito sa kabila ng kanyang karangyaan. ³⁰ Kung dinadamitan ng Dios nang ganito ang mga damo sa parang, na buhay ngayon pero kinabukasan ay *malalanta at* susunugin, kayo pa kaya? Kay liit ng inyong pananampalataya! ³¹ Kaya huwag kayong mag-alala kung ano ang inyong kakainin, iinumin, o susuotin. ³² Ang mga bagay na ito ang pinapahalagahan ng mga taong hindi kumikilala sa Dios. Ngunit alam ng inyong Amang nasa langit na kailangan ninyo ang mga bagay na ito. ³³ Kaya unahin ninyo ang mapabilang sa kaharian ng Dios at ang pagsunod sa kanyang kalooban, at ibibigay niya ang lahat ng pangangailangan ninyo. ³⁴ Kaya huwag na kayong mag-alala tungkol sa kinabukasan, dahil ang bukas ay may sarili nang alalahanin. Sapat na ang mga alalahaning dumarating sa bawat araw."

Huwag Husgahan ang Kapwa
(Luc. 6:37-38, 41-42)

7 "Huwag ninyong husgahan ang iba, para hindi rin kayo husgahan *ng Dios*. ² Sapagkat kung paano ninyo hinusgahan ang inyong kapwa ay ganoon din kayo huhusgahan ng Dios.*ᵃ* ³ Bakit mo pinupuna ang munting puwing sa mata ng kapwa mo, pero hindi mo naman pinapansin ang mala-trosong puwing sa mata mo? ⁴ Paano mo masasabi sa kanya, 'Kapatid, tutulungan kitang alisin ang puwing sa mata mo,' gayong may mala-trosong puwing sa iyong mata?

⁵ Mapagkunwari! Alisin mo muna ang mala-trosong puwing sa iyong mata, nang sa ganoon ay makakita kang mabuti para maalis mo ang puwing sa mata ng iyong kapwa.

⁶ "Huwag ninyong ibigay sa mga aso ang mga bagay na banal,*ᵇ* dahil baka balingan nila kayo at lapain. At huwag din ninyong ihagis sa mga baboy ang inyong mga perlas, dahil tatapak-tapakan lang nila ang mga ito."

Humingi, Humanap, Kumatok
(Luc. 11:9-13)

⁷ "Humingi kayo *sa Dios*, at bibigyan kayo. Hanapin ninyo *sa kanya ang hinahanap n'yo*, at makikita ninyo. Kumatok kayo *sa kanya*, at pagbubuksan kayo. ⁸ Sapagkat ang lahat ng humihingi ay nakakatanggap; ang naghahanap ay nakakakita; at ang kumakatok ay pinagbubuksan. ⁹ Kayong mga magulang, kung ang anak ninyo ay humihingi ng tinapay, bibigyan ba ninyo ng bato? ¹⁰ At kung humihingi siya ng isda, bibigyan ba ninyo ng ahas? ¹¹ Kung kayong masasama ay marunong magbigay ng mabubuting bagay sa inyong mga anak, gaano pa kaya ang inyong Amang nasa langit! Ibibigay niya ang mabubuting bagay sa mga humihingi sa kanya.

¹² "Gawin ninyo sa inyong kapwa ang gusto ninyong gawin nila sa inyo. Ganyan ang tamang pagsunod sa Kautusan *ni Moises* at sa mga *isinulat ng mga* propeta."*ᶜ*

Ang Makipot na Pintuan
(Luc. 13:24)

¹³ "Pumasok kayo sa makipot na pintuan, dahil maluwang ang pintuan at malapad ang daan patungo sa kapahamakan, at marami ang pumapasok doon. ¹⁴ Ngunit makipot ang pintuan at mahirap ang daan patungo sa buhay na walang hanggan, at kakaunti lang ang dumadaan dito."

Nakikilala ang Puno sa Bunga Nito
(Luc. 6:43-44)

¹⁵ "Mag-ingat kayo sa mga huwad na propeta. Lumalapit sila sa inyo na parang mga *maamong* tupa, pero ang totoo, tulad sila ng mga gutom na lobo. ¹⁶ Makikilala ninyo sila sa kanilang mga gawa. Ang matitinik na halaman ay hindi namumunga ng ubas o igos. ¹⁷ Ang mabuting puno ay namumunga ng mabuting bunga, at ang masamang puno ay namumunga ng masama. ¹⁸ Ang mabuting puno ay hindi namumunga ng masama, at ang masamang puno ay hindi namumunga ng mabuti. ¹⁹ Ang lahat ng punong hindi namumunga ng mabuti ay pinuputol at itinatapon sa apoy. ²⁰ Kaya nga, makikilala ninyo ang mga huwad na propeta sa kanilang mga gawa."

Hindi Kikilalanin ng Dios ang mga Gumagawa ng Masama
(Luc. 13:25-27)

²¹ "Marami ang tumatawag sa akin ng 'Panginoon', pero hindi ito nangangahulugan na makakapasok

---

a 2 *Sapagkat…Dios:* sa literal, *Ang panukat na ginamit ninyo ay siya ring gagamitin sa inyo.*

b 6 *banal:* Ang ibig sabihin, *para sa Dios.*

c 12 *Ganyan ang tamang…propeta:* o, *Ito ang buod ng Kautusan ni Moises at ng mga isinulat ng mga propeta.*

sila sa kaharian ng langit. Ang mga tao lang na sumusunod sa kalooban ng aking Amang nasa langit ang mapapabilang sa kanyang kaharian. ²² Marami ang magsasabi sa akin sa Araw ng Paghuhukom, 'Panginoon, hindi ba't sa ngalan n'yo ay nagpahayag kami ng inyong salita, nagpalayas ng masasamang espiritu at gumawa ng maraming himala?' ²³ Ngunit sasabihin ko sa kanila, 'Hindi ko kayo kilala! Lumayo kayo sa akin, kayong mga gumagawa ng masama!' "

Ang Dalawang Uri ng Taong Nagtayo ng Bahay
(Luc. 6:47-49)

²⁴ "Kaya ang sinumang nakikinig at sumusunod sa aking mga sinasabi ay katulad ng isang matalinong lalaki na nagtayo ng kanyang bahay sa pundasyong bato. ²⁵ Nang umulan nang malakas at bumaha, at humampas ang malakas na hangin sa bahay, hindi ito nagiba dahil nakatayo ito sa matibay na pundasyon. ²⁶ Ngunit ang sinumang nakikinig sa aking mga salita pero hindi naman ito sinusunod ay parang taong hangal na nagtayo ng kanyang bahay sa buhangin. ²⁷ Nang umulan nang malakas at bumaha, at humampas ang malakas na hangin sa bahay, nagiba ito at lubusang nawasak."

Ang Awtoridad ni Jesus

²⁸ Pagkatapos ipangaral ni Jesus ang mga bagay na ito, namangha ang mga tao, ²⁹ dahil nangaral siya nang may awtoridad at hindi tulad ng kanilang mga tagapagturo ng Kautusan.

Pinagaling ni Jesus ang Lalaking May Malubhang Sakit sa Balat
(Mar. 1:40-45; Luc. 5:12-16)

8 Nang bumaba na si Jesus mula sa bundok, sinundan siya ng napakaraming tao. ² Lumapit sa kanya ang isang lalaking may malubhang sakit sa balat[a] at lumuhod sa harap niya, at sinabi, "Panginoon, kung gusto n'yo po, mapapagaling n'yo ako upang maituring akong malinis." ³ Hinawakan siya ni Jesus at sinabi, "Gusto ko. Luminis ka!" Agad na gumaling ang kanyang sakit at luminis siya. ⁴ At sinabi sa kanya ni Jesus, "Huwag mo itong sasabihin kaninuman. Sa halip, pumunta ka sa pari at magpasuri. Pagkatapos, maghandog ka ayon sa iniutos ni Moises bilang patunay na malinis ka na."

Pinagaling ni Jesus ang Utusan ng Kapitan
(Luc. 7:1-10)

⁵ Nang dumating si Jesus sa bayan ng Capernaum, pumunta sa kanya ang isang kapitan ng hukbong Romano at nakiusap: ⁶ "Panginoon, may sakit po ang aking utusan. Nakaratay siya sa bahay at nasa matinding paghihirap." ⁷ Sinabi ni Jesus, "Pupuntahan ko siya at pagagalingin." ⁸ Pero sumagot ang kapitan, "Panginoon, hindi po ako karapat-dapat na puntahan n'yo ang tahanan ko. Sabihin n'yo na lang na gumaling siya, at gagaling na ang aking utusan. ⁹ Alam ko ito dahil nasa ilalim ako ng nakakataas na opisyal, at may nasasakupan din akong mga sundalo. Kapag sinabi

ko sa isa, 'Pumunta ka roon,' pumupunta siya. Kapag sinabi kong, 'Halika,' lumalapit siya. At kung ano pa ang iniuutos ko sa aking alipin, sinusunod niya." ¹⁰ Namangha si Jesus nang marinig niya ito. At sinabi niya sa mga taong sumusunod sa kanya, "Sinasabi ko sa inyo ang totoo, hindi pa ako nakakita ng isang tao sa Israel na may ganitong pananampalataya. ¹¹ Sinasabi ko rin sa inyo na maraming hindi Judio mula sa iba't ibang dako ang kakaing kasama nina Abraham, Isaac, at Jacob sa handaan ng paghahari ng Dios. ¹² Ngunit maraming Judio, na paghaharian sana ng Dios, ang itatapon sa matinding kadiliman sa labas. At doon ay iiyak sila, at magngangalit ang kanilang mga ngipin."[b] ¹³ At sinabi ni Jesus sa kapitan, "Umuwi ka na. Mangyayari ang hinihiling mo ayon sa iyong pananampalataya." At nang oras ding iyon ay gumaling ang utusan ng kapitan.

Maraming Pinagaling si Jesus
(Mar. 1:29-34; Luc. 4:38-41)

¹⁴ Pumunta si Jesus sa bahay ni Pedro. Pagdating niya roon, nakita niya ang biyenang babae ni Pedro na nakahiga at nilalagnat. ¹⁵ Hinawakan ni Jesus ang kamay ng babae at nawala ang lagnat nito. Bumangon siya at pinagsilbihan si Jesus.

¹⁶ Nang magtakip-silim na, maraming sinasaniban ng masasamang espiritu ang dinala ng mga tao kay Jesus. Sa isang salita lang, pinalayas niya ang masasamang espiritu at pinagaling ang mga may sakit. ¹⁷ Ginawa niya ang mga ito upang matupad ang sinabi ni Propeta Isaias,

"Kinuha niya ang ating mga sakit
at inalis ang ating mga karamdaman."[c]

Ang Pagsunod kay Jesus
(Luc. 9:57-62)

¹⁸ Nang makita ni Jesus ang napakaraming tao sa kanyang paligid, inutusan niya ang mga tagasunod niya na tumawid sa kabila ng lawa. ¹⁹ May tagapagturo ng Kautusan na lumapit sa kanya at sinabi, "Guro, susunod po ako sa inyo kahit saan." ²⁰ Pero sinagot siya ni Jesus, "May mga lungga ang mga asong-gubat, at may mga pugad ang mga ibon. Ngunit ako na Anak ng Tao ay walang sariling tahanan na mapagpahingahan." ²¹ Isa pa sa mga tagasunod niya ang nagsabi, "Panginoon, pauwiin po muna ninyo ako para maipalibing ko ang aking ama."[d] ²² Pero sinabi ni Jesus sa kanya, "Sumunod ka sa akin at ipaubaya mo sa mga patay ang paglilibing ng kanilang patay."

Pinatigil ni Jesus ang Malakas na Hangin at Alon
(Mar. 4:35-41; Luc. 8:22-25)

²³ Sumakay sa bangka si Jesus, at sumama ang mga tagasunod niya. ²⁴ At habang naglalayag sila, biglang lumakas ang hangin at halos matabunan

---

a 2 malubhang sakit sa balat: Sa ibang salin ng Biblia, ketong. Ang Griegong salita nito ay ginamit sa iba't ibang klase ng sakit sa balat na itinuturing na marumi ayon sa Lev. 13.

b 12 magngangalit ang kanilang mga ngipin: Maaaring dahil sa galit o hinagpis.

c 17 Isa. 55:4.

d 21 pauwiin po muna ninyo ako para maipalibing ko ang aking ama: Maaaring ang ibig sabihin, uuwi muna siya habang hindi pa patay ang kanyang ama, at kapag namatay na at nailibing, susunod siya kay Jesus.

na ng malalaking alon ang kanilang bangka. Natutulog noon si Jesus. ²⁵ Kaya nilapitan siya ng mga tagasunod niya at ginising, "Panginoon, iligtas n'yo po kami! Malulunod na tayo!" ²⁶ Sumagot si Jesus, "Bakit kayo natatakot? Kay liit ng inyong pananampalataya." Bumangon si Jesus at pinatigil ang hangin at ang mga alon, at biglang kumalma ang tubig. ²⁷ Namangha ang mga tagasunod niya at sinabi, "Anong klaseng tao ito? Kahit ang hangin at mga alon ay napapasunod niya!"

Pinagaling ni Jesus ang Dalawang Lalaking Sinasaniban ng Masasamang Espiritu
(Mar. 5:1-20; Luc. 8:26-39)

²⁸ Nang dumating siya sa kabila *ng lawa*, sa lupain ng mga Gadareno,ᵃ sinalubong siya ng dalawang lalaking galing sa mga *kwebang* libingan. Ang mga lalaking ito'y sinasaniban ng masasamang espiritu. Napakababangis nila, kaya walang nakakadaan doon. ²⁹ Sumigaw sila kay Jesus, "Ano ang pakialam mo sa amin, ikaw na anak ng Dios? Pumunta ka ba rito para pahirapan kami nang wala pa sa takdang panahon?" ³⁰ Sa di-kalayuan ay may malaking kawan ng baboy na nanginginain. ³¹ Nakiusap ang masasamang espiritu sa kanya, "Kung palalayasin mo kami, payagan mo na lang kaming pumasok sa mga baboy na iyon." ³² Sinabi ni Jesus, "Sige, umalis kayo!" Kaya lumabas ang masasamang espiritu *sa dalawang lalaki* at pumasok sa mga baboy. Nagtakbuhan ang buong kawan ng baboy pababa ng burol, nagtuloy-tuloy sa lawa at nalunod.

³³ Tumakbo ang mga tagapag-alaga ng mga baboy papunta sa bayan at ipinamalita ang nangyari sa mga baboy at sa dalawang lalaking sinaniban ng masasamang espiritu. ³⁴ Kaya lumabas ang lahat ng tao sa bayan at pinuntahan si Jesus, at nakiusap sila na umalis siya sa lugar nila.

Pinagaling ni Jesus ang Isang Paralitiko
(Mar. 2:1-12; Luc. 5:17-26)

9 Sumakay sina Jesus sa bangka at tumawid sa kabila *ng lawa*. Pagdating nila roon, umuwi si Jesus sa sarili niyang bayan. ² Doon ay may mga taong nagdala sa kanya ng isang paralitikong nakaratay sa higaan. Nang makita ni Jesus ang kanilang pananampalataya, sinabi niya sa paralitiko, "Anak, lakasan mo ang loob mo. Pinatawad na ang iyong mga kasalanan." ³ Nang marinig ito ng ilang tagapagturo ng Kautusan na naroon, sinabi nila sa kanilang sarili, "Nilalapastangan ng taong ito ang Dios." ⁴ Pero alam ni Jesus ang iniisip nila, kaya sinabi niya, "Bakit kayo nag-iisip ng masama? ⁵ Alin ba ang mas madaling sabihin: 'Pinatawad na ang mga kasalanan mo,' o 'Tumayo ka at lumakad'? ⁶ Ngayon, papatunayan ko sa inyo *sa pamamagitan ng pagpapagaling sa taong ito* na *akong* Anak ng Tao ay may kapangyarihan dito sa lupa na magpatawad ng kasalanan." At sinabi niya sa paralitiko, "Tumayo ka, buhatin mo ang iyong higaan at umuwi ka!" ⁷ Tumayo nga ang paralitiko at umuwi. ⁸ Namangha ang mga tao nang makita nila ito, at pinapurihan nila ang Dios na nagbigay sa mga tao ng ganoong kapangyarihan.

Tinawag ni Jesus si Mateo
(Mar. 2:13-17; Luc. 5:27-32)

⁹ Nang umalis na roon si Jesus, nakita niya ang isang lalaking nagngangalang Mateo, na nakaupo sa lugar na pinagbabayaran ng buwis. Sinabi sa kanya ni Jesus, "Sumunod ka sa akin." Tumayo naman si Mateo at sumunod kay Jesus.

¹⁰ Habang kumakain si Jesus at ang mga tagasunod niya sa bahay *ni Mateo*, nagdatingan ang maraming maningil ng buwis at ang *iba pang mga itinuturing na* makasalanan at kumaing kasama nila. ¹¹ Nang makita ito ng mga Pariseo, tinanong nila ang mga tagasunod ni Jesus, "Bakit ang guro ninyo ay kumakaing kasama ng mga maningil ng buwis at ng iba pang mga makasalanan?" ¹² Nang marinig ito ni Jesus, sinabi niya sa kanila, "Hindi ang mga walang sakit ang nangangailangan ng doktor kundi ang mga may sakit. ¹³ Umalis na kayo at pag-isipan n'yo kung ano ang *kahulugan ng sinasabing ito ng Kasulatan*: 'Hindi ang handog *ninyo* ang hinahangad ko kundi ang maging maawain *kayo*.'ᵇ Sapagkat naparito ako hindi upang tawagin ang mga taong matuwid *sa kanilang sariling paningin*, kundi ang mga makasalanan."

Ang Tanong tungkol sa Pag-aayuno
(Mar. 2:18-22; Luc. 5:33-39)

¹⁴ May ilang mga tagasunod ni Juan *na Tagapagbautismo* ang pumunta kay Jesus at nagtanong, "Kami at ang mga Pariseo ay madalas mag-ayuno. Bakit hindi nag-aayuno ang mga tagasunod ninyo?" ¹⁵ Sumagot si Jesus, "Maaari bang magdalamhati ang mga panauhin sa kasalan habang kasama pa nila ang lalaking ikakasal? *Siyempre, hindi!* Ngunit darating ang araw na kukunin sa kanila ang lalaking ikakasal, at saka sila mag-aayuno."

¹⁶ *Sinabi pa ni Jesus*, "Walang nagtatagpi ng bagong tela sa lumang damit, dahil *kapag nilabhan* uurongᶜ ang bagong tela at lalo pang lalaki ang punit. ¹⁷ Wala ring naglalagay ng bagong alak sa lumang sisidlang-balat, dahil puputok ang sisidlan at matatapon ang alak, at ang sisidlan ay hindi na mapapakinabangan pa. Sa halip, inilalagay ang bagong alak sa bagong sisidlang-balat, at pareho silang magtatagal."

Ang Anak ng Pinuno at ang Babaeng Dinudugo
(Mar. 5:21-43; Luc. 8:40-56)

¹⁸ Habang sinasabi niya ang mga ito, dumating ang isang namumuno *ng sambahan ng mga Judio*. Lumuhod ito sa kanyang harapan at sinabi, "Kamamatay lang po ng anak kong babae, pero kung pupuntahan n'yo siya at ipapatong ang inyong kamay sa kanya, mabubuhay siyang muli." ¹⁹ Kaya tumayo si Jesus at sumama sa kanya, pati na rin ang mga tagasunod niya. ²⁰ Habang naglalakad sila, lumapit sa likuran ni Jesus ang isang babae na 12 taon nang dinudugo, at hinipo niya ang laylayanᵈ ng damit ni Jesus. ²¹ Sapagkat sinabi ng babae sa

---

b 13 Hos. 6:6.

c 16 uurong: sa Ingles, *"shrink."*

d 20 laylayan: o, *palawit;* sa Ingles, *tassel.* Tingnan sa Bil. 15:37-39 at Deu. 22:12.

---

a 28 Gadareno: Sa ibang tekstong Griego, *Geraseno* o, *Gergeseno.*

kanyang sarili, "Mahipo ko lang ang damit niya ay gagaling na ako." [22]Lumingon si Jesus at pagkakita sa babae ay sinabi, "Anak, lakasan mo ang loob mo. Pinagaling[a] ka ng iyong pananampalataya." At gumaling nga ang babae nang sandaling iyon.

[23]Nang dumating na si Jesus sa bahay ng pinuno, nakita niya ang mga manunugtog ng plauta sa libing at ang maraming taong nagkakaingay. [24]Sinabi niya, "Magsilabas kayo! Hindi patay ang bata; natutulog lang siya." Pinagtawanan nila si Jesus. [25]Nang mapalabas na ang mga tao, pumasok si Jesus at hinawakan sa kamay ang bata, at bumangon ito. [26]Kumalat ang balitang ito sa buong lugar na iyon.

Pinagaling ni Jesus ang Dalawang Bulag

[27]Pagkaalis ni Jesus sa lugar na iyon, sumunod sa kanya ang dalawang bulag na sumisigaw, "Anak ni David,[b] maawa po kayo sa amin!" [28]Pagdating ni Jesus sa bahay *na kanyang tutuluyan*, lumapit sa kanya ang mga bulag na lalaki. Tinanong sila ni Jesus, "Naniniwala ba kayo na kaya ko kayong pagalingin?" Sumagot sila, "Opo, Panginoon." [29]At hinipo ni Jesus ang mga mata nila, at sinabi, "Mangyari sa inyo ang ayon sa inyong pananampalataya." [30]At nakakita nga ang dalawa. Mahigpit silang pinagbilinan ni Jesus na huwag nila itong sasabihin kaninuman. [31]Pero umalis ang dalawa at ibinalita nila sa buong lugar na iyon ang ginawa sa kanila ni Jesus.

Pinagaling ni Jesus ang Isang Pipi

[32]Habang paalis na sina Jesus, dinala sa kanya ang isang lalaking pipi na sinasaniban ng masamang espiritu. [33]Pinalayas ni Jesus ang masamang espiritu, at nakapagsalita ang pipi. Namangha ang mga tao at sinabi, "Kailanman ay hindi pa nangyari ang ganito sa buong Israel." [34]Pero sinabi ng mga Pariseo, "Ang pinuno ng masasamang espiritu ang nagbigay sa kanya ng kapangyarihang magpalayas ng masasamang espiritu."

Naawa si Jesus sa mga Tao

[35]Nilibot ni Jesus ang mga bayan at nayon, at nangaral siya sa mga sambahan ng mga Judio. Ipinahayag niya ang Magandang Balita tungkol sa paghahari ng Dios, at pinagaling niya ang lahat ng uri ng sakit at karamdaman. [36]Nang makita ni Jesus ang napakaraming tao, naawa siya sa kanila, dahil napakarami ng kanilang mga problema pero wala man lang tumutulong sa kanila. Para silang mga tupang walang pastol. [37]Kaya sinabi niya sa mga tagasunod niya, "Marami ang aanihin, pero kakaunti ang tagapag-ani. [38]Kaya idalangin ninyo sa Panginoon, na siyang may-ari ng anihin, na magpadala siya ng mga tagapag-ani."

Ang Labindalawang Apostol
(Mar. 3:13-19; Luc. 6:12-16)

10 Tinawag ni Jesus ang kanyang 12 tagasunod[c] at binigyan sila ng kapangyarihang magpalayas ng masamang espiritu at magpagaling ng anumang sakit at karamdaman. [2]Ito ang mga pangalan ng 12 apostol: si Simon (na kung tawagin ay Pedro), na siyang nangunguna sa kanila, si Andres na kanyang kapatid, si Santiago at si Juan na mga anak ni Zebedee, [3]si Felipe, si Bartolome, si Tomas, si Mateo na maniningil ng buwis, si Santiago na anak ni Alfeus, si Tadeus, [4]si Simon na makabayan,[d] at si Judas Iscariote na siyang nagtraydor kay Jesus *nang bandang huli*.

Sinugo ni Jesus ang Labindalawang Apostol
(Mar. 6:7-13; Luc. 9:1-6)

[5]Sinugo ni Jesus ang 12 *tagasunod niya* at pinagbilinan, "Huwag kayong pumunta sa mga lugar ng mga hindi Judio o sa alin mang bayan ng mga Samaritano. [6]Sa halip, puntahan ninyo ang mga Israelita na parang mga nawawalang tupa. [7]Ipahayag ninyo sa kanila na malapit na[e] ang paghahari ng Dios. [8]Pagalingin n'yo ang mga may sakit, buhayin ang mga patay, pagalingin ang mga may malubhang sakit sa balat para maituring silang malinis, at palayasin ang masasamang espiritu. Tinanggap ninyo *ang kapangyarihang ito* nang walang bayad, kaya ipamahagi rin ninyo nang walang bayad. [9]Huwag kayong magbaon ng pera,[f] [10]o kaya'y magdala ng bag, damit na pambihis, sandalyas o tungkod. Sapagkat ang manggagawa ay dapat lang na suportahan sa mga pangangailangan niya.

[11]"Sa alin mang bayan o nayon na inyong pupuntahan, humanap kayo ng taong malugod kayong tatanggapin sa kanyang bahay,[g] at makituloy kayo roon hanggang sa pag-alis ninyo. [12]Sa pagpasok ninyo sa tahanang iyon, pagpalain ninyo ang lahat ng nakatira roon. [13]Kung talagang tinatanggap nila kayo, pagpalain ninyo sila. Ngunit kung hindi, huwag n'yo silang pagpalain. [14]Kung ayaw kayong tanggapin o pakinggan sa isang tahanan o bayan, umalis kayo roon at ipagpag ninyo ang alikabok sa inyong mga paa *bilang babala laban sa kanila*. [15]Sinasabi ko sa inyo ang totoo, sa Araw ng Paghuhukom, mas mabigat na parusa ang tatanggapin nila kaysa sa mga taga-Sodom at Gomora."

Mga Pag-uusig na Darating
(Mar. 13:9-13; Luc. 12:12-17)

[16]"Tandaan ninyo, tulad kayo ng mga tupang sinugo ko sa mga lobo, kaya maging matalino kayo gaya ng mga ahas, at kasing-amo ng mga kalapati. [17]Mag-ingat kayo sa mga tao, dahil dadakpin nila kayo at dadalhin sa hukuman, at hahagupitin nila kayo sa kanilang mga sambahan. [18]Iimbestigahan kayo sa harap ng mga gobernador at mga hari dahil sa pagsunod ninyo sa akin. Magiging pagkakataon ninyo iyon para magpatotoo sa kanila at sa mga hindi Judio ng tungkol sa akin. [19]At kapag dinala kayo *sa hukuman*, huwag kayong mag-alala kung ano ang sasabihin ninyo o kung paano kayo sasagot, dahil ibibigay *ng Dios* sa inyo sa sandaling iyon

---

a 22 Pinagaling: o, *Iniligtas.*

b 27 Anak ni David: Ito ang tawag ng mga Judio sa Mesias o Cristo dahil sa paniniwalang galing siya sa angkan ni David.

c 1 12 tagasunod: Sila rin ang tinatawag na 12 apostol.

d 4 makabayan: Si Simon ay naging kabilang sa grupo ng mga Judiong lumalaban sa mga taga-Roma.

e 7 malapit na: o, *dumating na.*

f 9 pera: sa literal, *ginto, pilak, o tanso.*

g 11 tatanggapin sa kanyang bahay: sa literal, *karapat-dapat.*

ang sasabihin ninyo. ²⁰Sapagkat hindi kayo ang magsasalita kundi ang Espiritu ng inyong Ama. Siya ang magsasalita sa pamamagitan ninyo."

²¹"*Sa panahong iyon,* may mga taong ipagkakanulo ang kanilang kapatid para patayin. Ganoon din ang mga ama sa kanilang mga anak, at ang mga anak sa kanilang mga magulang. ²²Kapopootan kayo ng lahat dahil sa pagsunod ninyo sa akin. Ngunit ang mananatiling tapat hanggang wakas ay maliligtas ²³Kapag inuusig kayo sa isang bayan, pumunta kayo sa ibang bayan. Dahil ang totoo, hindi pa man ninyo nalilibot ang lahat ng bayan ng Israel, *ako na* Anak ng Tao ay babalik na.

²⁴"Walang mag-aaral na mas higit sa kanyang guro, at walang aliping mas higit sa kanyang amo. ²⁵Sapat na sa isang mag-aaral na maging katulad ng kanyang guro, at sa alipin na maging katulad ng kanyang amo. Kung akong pinuno ninyo ay tinatawag nilang Satanas,ᵃ gaano pa kaya kasama ang itatawag nila sa inyong mga tagasunod ko?"

Ang Dapat Katakutan
(Luc. 12:2-7)
²⁶"Kaya huwag kayong matakot sa mga tao. Sapagkat walang natatagong hindi malalantad, at walang lihim na hindi mabubunyag. ²⁷Ang mga bagay na sa inyo ko lang sinasabi ay sabihin ninyo sa lahat,ᵇ at ang mga ibinubulong ko sa inyo ay ipamalita ninyo sa mga tao. ²⁸Huwag kayong matakot sa mga gustong pumatay sa inyo. Ang katawan lang ninyo ang kaya nilang patayin, pero hindi ang inyong kaluluwa. Sa halip, matakot kayo sa Dios, na siyang may kakayahang puksain ang katawan at kaluluwa ninyo sa impyerno. ²⁹Hindi ba't napakamura ng halaga ng dalawang maya? Pero wala ni isa man sa kanila ang nahuhulog sa lupa nang hindi ayon sa kagustuhan ng inyong Ama. ³⁰*Mas lalo na kayo,* maging ang bilang ng inyong mga buhok ay alam niya. ³¹Kaya huwag kayong matakot, dahil mas mahalaga kayo kaysa sa maraming maya."

Ang Pagkilala kay Cristo
(Luc. 12:8-9)
³²"Ang sinumang kumikilala sa akin *bilang Panginoon* sa harap ng mga tao ay kikilalanin ko rin sa harap ng aking Amang nasa langit. ³³Ngunit ang hindi kumikilala sa akin sa harap ng mga tao ay hindi ko rin kikilalanin sa harap ng aking Amang nasa langit."

Ang Pagkakahati-hati ng Sambahayan Dahil kay Cristo
(Luc. 12:51-53; 14:26-27)
³⁴"Huwag ninyong isipin na naparito ako sa lupa upang magkaroon nang maayos na relasyon ang mga tao. Naparito ako upang magkaroon sila ng hidwaan.ᶜ ³⁵Dahil sa akin, kokontrahin ng anak na lalaki ang kanyang ama, at kokontrahin ng anak na babae ang kanyang ina. Ganoon din ang gagawin

ng manugang na babae sa kanyang biyenang babae. ³⁶Ang magiging kaaway ng isang tao ay ang sarili niyang sambahayan.ᵈ

³⁷"Ang nagmamahal sa kanyang mga magulang ng higit sa akin ay hindi karapat-dapat sa akin. At ang nagmamahal sa kanyang anak ng higit sa akin ay hindi karapat-dapat sa akin. ³⁸Ang sinumang ayaw sumunod saⁱ akin dahil natatakot siyang mamatay para sa akinᵉ ay hindi karapat-dapat sa akin. ³⁹Ang taong naghahangad magligtas ng kanyang buhay ay mawawalan nito. Ngunit ang taong nagnanais mag-alay ng kanyang buhay alang-alang sa akin ay magkakaroon ng buhay *na walang hanggan.*"

Mga Gantimpala
(Mar. 9:41)
⁴⁰"Ang tumatanggap sa inyo ay tumatanggap sa akin, at ang tumatanggap sa akin ay tumatanggap sa nagsugo sa akin. ⁴¹Ang tumatanggap sa isang propeta dahil sa kanyang pagkapropeta ay makakatanggap ng gantimpalang naaayon para sa isang propeta. At ang tumatanggap sa matuwid na tao dahil sa kanyang pagkamatuwid ay makakatanggap ng gantimpalang naaayon para sa matuwid na tao. ⁴²At ang sinumang magbigbigay ng kahit isang basong tubig na malamig sa pinakahamak kong tagasunod ay tiyak na makakatanggap ng gantimpala."

Si Jesus at si Juan na Tagapagbautismo
(Luc. 7:18-35)
11 Matapos turuan ni Jesus ang kanyang 12 tagasunod, umalis siya sa lugar na iyon upang magturo at mangaral sa mga karatig lugar.

²Nang nasa bilangguan si Juan *na tagapagbautismo,* narinig niya ang mga ginagawa ni Jesus, kaya inutusan niya ang kanyang mga tagasunod ³upang tanungin si Jesus, "Kayo na po ba ang inaasahan naming darating o maghihintay pa kami ng iba?" ⁴Sumagot si Jesus sa kanila, "Bumalik kayo kay Juan at sabihin sa kanya ang narinig at nakita ninyo: ⁵Nakakakita ang mga bulag, nakakalakad ang mga lumpo, gumagaling ang mga may malubhang sakit sa balat, nakakarinig ang mga bingi, muling nabubuhay ang mga patay, at ipinangangaral sa mga mahihirap ang Magandang Balita. ⁶Mapalad ang taong hindi nagdududaᶠ sa akin."

⁷Pagkaalis ng mga tagasunod ni Juan, nagtanong si Jesus sa mga tao, "Noong pumunta kayo *kay Juan* sa ilang, ano ang inaasahan ninyong makita? Isa bang *taong tulad ng* talahib na humahapay sa ihip ng hangin? ⁸Pumunta ba kayo roon para makita ang isang taong magara ang pananamit? Ang mga taong magara ang pananamit ay sa palasyo ninyo makikita. ⁹Pumunta kayo roon para makita ang isang propeta, hindi ba? Totoo, isa nga siyang propeta. At sinasabi ko sa inyo, higit pa siya sa isang propeta. ¹⁰Siya ang binabanggit *ng Dios* sa Kasulatan, 'Ipapadala ko ang aking mensahero. Mauuna siya sa iyo upang ihanda ang dadaanan

---

ᵃ 25 Satanas: sa Griego, Beelzebul.

ᵇ 27 Ang mga bagay na sa inyo ko lang sinasabi ay sabihin ninyo sa lahat: sa literal, Ang mga bagay na sinasabi ko sa inyo sa dilim ay sabihin ninyo sa liwanag.

ᶜ 34 upang magkaroon sila ng hidwaan: sa literal upang magdala ng espada.

ᵈ 36 Micas 7:6.

ᵉ 38 natatakot siyang mamatay para sa akin: sa literal, ayaw niyang pasanin ang kanyang krus.

ᶠ 6 nagdududa: o, nabigo.

mo.'ᵃ ¹¹Sinasabi ko sa inyo ang totoo, walang taong isinilang na mas dakila pa kay Juan. Ngunit mas dakila kaysa sa kanya ang pinakahamak sa mga taong kabilang sa kaharian ng Dios. ¹²Mula nang mangaral si Juan hanggang ngayon, nagpupumilit ang mga tao na mapabilang sa kaharian ng Dios.ᵇ ¹³Sapagkat bago pa dumating si Juan, ipinahayag na ng lahat ng propeta at ng Kautusan *ni Moises ang tungkol sa paghahari ng Dios.* ¹⁴At kung naniniwala kayo sa mga pahayag nila, si Juan na nga ang Elias na inaasahan ninyong darating. ¹⁵Kayong mga nakikinig, dapat ninyo itong pag-isipan!"ᶜ

¹⁶"Sa anong bagay ko maihahambing ang henerasyong ito? Katulad sila ng mga batang nakaupo sa plasa na sinasabi sa kanilang kalaro, ¹⁷'Tinugtugan namin kayo *ng tugtuging pangkasal,*ᵈ pero hindi kayo sumayaw! Umawit kami ng awit para sa patay, pero hindi kayo umiyak!' ¹⁸*Katulad nga nila ang mga tao ngayon,* dahil nang dumating dito si Juan, nakita nilang nag-aayuno siya at hindi umiinom *ng alak,* kaya sinabi nila, 'Sinasaniban siya ng masamang espiritu.' ¹⁹At nang dumating naman *ako, na Anak ng Tao,* nakita nilang kumakain ako at umiinom, at sinabi naman nila, 'Ang taong iyan ay matakaw at lasenggo, at kaibigan ng mga maniningil ng buwis at ng iba pang makasalanan.' Ganoon pa man, ang mga taong sumusunod sa kalooban ng Dios ay sumasang-ayon na tama ang ipinapagawa ng Dios sa amin."ᵉ

Babala sa mga Bayang Hindi Nagsisisi
(Luc. 10:13-15)

²⁰Pagkatapos, tinuligsa ni Jesus ang mga bayang nakasaksi ng maraming himala na kanyang ginawa, dahil hindi sila nagsisi sa kanilang mga kasalanan. ²¹Sinabi niya, "Nakakaawa kayong mga taga-Corazin! Nakakaawa rin kayong mga taga-Betsaida! Sapagkat kung sa Tyre at Sidon naganap ang mga himalang ginawa ko sa inyo, matagal na sana silang nagsuot ng sako at naglagay ng abo sa kanilang uloᶠ upang ipakita ang kanilang pagsisisi. ²²Kaya tandaan ninyo na sa Araw ng Paghuhukom, mas mabigat na parusa ang tatanggapin ninyo kaysa sa mga taga-Tyre at taga-Sidon. ²³At kayo namang mga taga-Capernaum, baka akala ninyo'y papupurihan kayo kahit doon sa langit. Hindi! Ibabagsak kayo sa impyerno!ᵍ Sapagkat kung sa Sodom nangyari ang mga himalang ginawa sa inyo, nananatili pa sana ang lugar na iyon hanggang ngayon. ²⁴Kaya tandaan ninyo na sa Araw ng Paghuhukom, mas mabigat na parusa ang tatanggapin ninyo kaysa sa mga taga-Sodom."

May Kapahingahan kay Jesus
(Luc. 10:21-22)

²⁵Nang oras ding iyon, sinabi ni Jesus, "Pinupuri kita Ama, Panginoon ng langit at lupa, dahil inilihim mo ang mga katotohanang ito sa mga *taong*

ang akala sa sarili ay marurunong at matatalino, pero inihayag mo sa mga taong tulad ng bata *na kaunti lang ang nalalaman.* ²⁶Oo, Ama, *pinupuri kita dahil iyon ang kalooban mo."*

²⁷*Pagkatapos, sinabi niya sa mga tao,* "Ibinigay sa akin ng aking Ama ang lahat ng bagay. Walang nakakakilala sa Anak kundi ang Ama, at walang nakakakilala sa Ama kundi ang Anak at ang mga taong nais ng Anak na makakilala sa Ama.

²⁸"Lumapit kayo sa akin, kayong lahat na nahihirapan at nabibigatan sa inyong pasanin, at bibigyan ko kayo ng kapahingahan. ²⁹Sundin ninyo ang mga utos ko at matuto kayo sa akin, dahil mabait ako at mababang-loob. Makakapagpahinga kayo, ³⁰dahil madaling sundin ang aking mga utos, at magaan ang aking mga ipinapagawa."

Ang Tanong Tungkol sa Araw ng Pamamahinga
(Mar. 2:23-28; Luc. 6:1-5)

12 Isang Araw ng Pamamahinga, dumaan sina Jesus sa triguhan. Nagugutom noon ang kanyang mga tagasunod kaya nanguha ang mga ito ng uhay ng trigo at kinain ang mga butil. ²Nang makita ito ng mga Pariseo, sinabi nila kay Jesus, "Tingnan mo ang mga tagasunod mo! Ginagawa nila ang ipinagbabawal sa Araw ng Pamamahinga." ³Sinagot sila ni Jesus, "Hindi ba ninyo nabasa *sa Kasulatan* ang ginawa ni David nang magutom siya at ang mga kasamahan niya? ⁴Pumasok siya sa bahay ng Dios at kinain nila ng mga kasama niya ang tinapay na inihandog sa Dios, kahit na *ayon sa Kautusan,* ang mga pari lang ang may karapatang kumain nito. ⁵At hindi rin ba ninyo nabasa sa Kautusan na ang mga pari *ay nagtatrabaho* sa templo kahit sa Araw ng Pamamahinga? Isa itong paglabag sa tuntunin ng Araw ng Pamamahinga, pero hindi sila nagkasala. ⁶Tandaan ninyo: may naririto ngayon na mas dakila pa kaysa sa templo. ⁷⁻⁸Sapagkat *ako na* Anak ng Tao ang siyang makapagsasabi kung ano ang dapat gawin sa Araw ng Pamamahinga. Kung alam lang sana ninyo ang ibig sabihin ng *sinabi ng Dios sa Kasulatan:* 'Hindi ang handog ninyo ang hinahangad ko kundi ang maging maawain kayo,'ʰ hindi sana ninyo hinatulan ang mga taong walang kasalanan."

Ang Lalaking Paralisado ang Isang Kamay
(Mar. 3:1-6; Luc. 6:6-11)

⁹Mula sa lugar na iyon, pumunta si Jesus sa sambahan ng mga Judio. ¹⁰May lalaki roon na paralisado ang isang kamay. Naroroon din ang mga Pariseo na naghahanap ng maipaparatang kay Jesus, kaya tinanong nila si Jesus, "Ipinapahintulot ba *ng Kautusan* ang magpagaling sa Araw ng Pamamahinga?" ¹¹Sinabi ni Jesus sa kanila, "Kung mahulog ang tupa ninyo sa isang balon sa Araw ng Pamamahinga, pababayaan na lang ba ninyo? Siyempre, iaahon ninyo, hindi ba? ¹²Ngunit mas mahalaga ang tao kaysa sa tupa! Kaya ipinapahintulot ng Kautusan ang paggawa ng mabuti sa Araw ng Pamamahinga." ¹³Pagkatapos, sinabi ni Jesus sa lalaking *paralisado ang kamay,* "Iunat mo ang iyong

---

a 10 Mal. 3:1.

b 11 May iba't ibang interpretasyon sa talatang ito.

c 15 sa literal, *Ang may tainga ay dapat makinig!*

d 17 *tugtuging pangkasal:* sa literal, *plauta.*

e 19 *Ganoon pa man...sa amin:* o, *Ganoon pa man, ang karunungan na ipinangangaral namin ay napatutunayang totoo sa buhay ng mga taong tumanggap nito.*

f 21 *naglagay ng abo sa kanilang ulo:* o, *naupo sa abo.*

g 23 *impyerno:* o, *sa lugar ng mga patay.*

h 7-8 Hos. 6:6.

kamay!" Iniunat nga ng lalaki ang kanyang kamay at gumaling ito. [14] Lumabas naman ang mga Pariseo at nagplano kung paano nila ipapapatay si Jesus.

Ang Piniling Lingkod ng Dios

[15] Nang malaman ni Jesus *ang plano ng mga Pariseo,* umalis siya roon. Marami ang sumunod sa kanya, at pinagaling niya ang lahat ng may sakit. [16] Pero pinagbilinan niya silang huwag ipaalam sa iba kung sino siya. [17] Katuparan ito ng sinabi *ng Dios* sa pamamagitan ni Propeta Isaias:

[18] "Narito ang pinili kong lingkod.
      Minamahal ko siya at kinalulugdan.
      Ibibigay ko sa kanya ang aking Espiritu,
         at ipapahayag niya ang katarungan sa mga
         bansa.
[19] Hindi siya makikipagtalo o mambubulyaw,
      at hindi maririnig ang kanyang tinig sa
         daan.
[20] Hindi niya ipapahamak ang mahihina ang
         pananampalataya
      o pababayaan ang mga nawawalan ng
         pag-asa.[a]
      Hindi siya titigil hangga't hindi niya
         napapairal ang katarungan.
[21] At ang mga tao sa lahat ng bansa ay
         mananalig sa kanya."[b]

Si Jesus at si Satanas
(Mar. 3:20-30; Luc. 11:14-23)

[22] May dinala ang mga tao kay Jesus na isang lalaking bulag at pipi na sinasaniban ng masamang espiritu. Pinagaling siya ni Jesus, agad siyang nakakita at nakapagsalita. [23] Namangha ang lahat at sinabi, "Ito na nga kaya ang Anak ni David?"[c] [24] Pero nang marinig ito ng mga Pariseo, sinabi nila, "Si Satanas[d] na pinuno ng masasamang espiritu ang nagbigay sa kanya ng kapangyarihang magpalayas ng masasamang espiritu!" [25] Alam ni Jesus ang iniisip nila, kaya sinabi niya sa kanila, "Kung ang *mga mamamayan ng* isang kaharian ay nagkakahati-hati at nag-aaway-away, mawawasak ang kaharian iyon. Ganito rin ang mangyayari sa isang lungsod o tahanan na *ang mga nakatira ay* nag-aaway-away. [26] Kaya kung si Satanas mismo ang nagpapalayas sa kanyang mga kampon, *nagpapakita lang ito na* nagkakahati-hati sila at nag-aaway-away. Kung ganoon, paano mananatili ang kanyang kaharian? [27] At kung si Satanas nga ang nagbigay sa akin ng kapangyarihang magpalayas ng masasamang espiritu, sino naman ang nagbigay ng kapangyarihan sa mga tagasunod ninyo na nagpapalayas din ng masasamang espiritu? Sila na rin ang nagpapatunay na mali kayo. [28] Ngayon, kung nagpapalayas ako ng masasamang espiritu sa pamamagitan ng Espiritu ng Dios, nangangahulugan ito na dumating na sa inyo ang paghahari ng Dios.

[29] "Hindi maaaring pasukin ng magnanakaw ang bahay ng malakas na tao kung hindi muna niya ito gagapusin. Ngunit kapag naigapos na niya, maaari na niyang nakawan ang bahay nito.[e] [30] "Ang hindi kampi sa akin ay laban sa akin, at ang hindi tumutulong sa aking pagtitipon ay nagkakalat. [31] Sinasabi ko sa inyo na ang lahat ng kasalanan, pati na ang paglapastangan *sa Dios* ay mapapatawad, ngunit ang paglapastangan sa *Banal na* Espiritu ay hindi mapapatawad. [32] Ang sinumang magsalita ng masama laban sa *akin na* Anak ng Tao ay mapapatawad, ngunit ang sinumang magsalita ng masama laban sa Banal na Espiritu ay hindi mapapatawad kailanman."

Nakikilala ang Puno sa Bunga Nito
(Luc. 6:43-45)

[33] "Nakikilala ang puno sa bunga nito. Kung mabuti ang puno, mabuti rin ang bunga nito. Kung masama ang puno, masama rin ang bunga nito. [34] Mga lahi kayo ng ahas! Paano kayo makakapagsalita ng mabuti gayong masasama kayo? Sapagkat kung ano ang laman ng puso ng isang tao, ito ang lumalabas sa kanyang bibig. [35] Ang mabuting tao ay nagsasalita ng mabuti, dahil puno ng kabutihan ang kanyang puso. Pero ang masamang tao ay nagsasalita ng masama, dahil puno ng kasamaan ang kanyang puso. [36] Tinitiyak ko sa inyo na sa Araw ng Paghuhukom, mananagot ang bawat isa sa mga walang kwentang salitang binitiwan niya. [37] Sapagkat ibabatay sa mga salita mo kung paparusahan ka o hindi."

Humingi ng Himala ang mga Tagapagturo ng Kautusan at ang mga Pariseo
(Mar. 8:11-12; Luc. 11:29-32)

[38] May ilang mga tagapagturo ng Kautusan at mga Pariseo na nagsabi kay Jesus, "Guro, pakitaan n'yo kami ng isang himalang magpapatunay *na sugo nga kayo ng Dios.*" [39] Sumagot si Jesus, "Kayong henerasyon ng masasama at hindi tapat sa Dios! Humihingi kayo ng himala, pero walang ipapakita sa inyo maliban sa himalang katulad ng nangyari kay Propeta Jonas. [40] Kung paanong nasa tiyan ng dambuhalang isda si Jonas sa loob ng tatlong araw at tatlong gabi, ganoon din naman ang mangyayari sa *akin na* Anak ng Tao. Tatlong araw at tatlong gabi rin ako sa ilalim ng lupa. [41] Sa Araw ng Paghuhukom, tatayo[f] ang mga taga-Nineve at kokondenahin ang henerasyong ito, dahil nagsisi sila nang mangaral sa kanila si Jonas. At ngayon, narito ang higit pa kay Jonas, *na nangangaral sa inyo, pero ayaw n'yong magsisi.* [42] Maging ang Reyna ng Timog ay tatayo rin at kokondenahin ang henerasyong ito. Sapagkat nanggaling pa siya sa napakalayong lugar para makinig sa karunungan ni Solomon. At ngayon, narito ang higit pa kay Solomon, *pero ayaw ninyong makinig sa kanya.*"

Ang Pagbabalik ng Masamang Espiritu
(Luc. 11:24-26)

[43] "Kapag lumabas ang masamang espiritu sa tao, gumagala ito sa mga tuyong lugar upang

---

a 20 Hindi…pag-asa: sa literal, *Hindi niya babaliin ang sirang tambo o papatayin ang aandap-andap na mitsa.*

b 21 Isa. 42:1-4.

c 23 Anak ni David: Ito ang tawag ng mga Judio sa Mesias o Cristo dahil sa paniniwalang galing siya sa angkan ni David.

d 24 Satanas: sa Griego, *Beelzebul.* Ganito rin sa talatang 27.

e 29 Ang ibig sabihin ni Jesus, nilupig na niya si Satanas at kaya na niyang palayasin ang mga sakop nito.

f 41 tatayo: o, *muling mabubuhay.*

maghanap ng mapagpapahingahan. At kung wala siyang matagpuan, [44]iisipin na lang niyang bumalik sa kanyang pinanggalingan. At kung sa kanyang pagbabalik ay makita niya itong walang naninirahan, malinis at maayos ang lahat, [45]aalis siya at tatawag ng pito pang espiritu na mas masama kaysa sa kanya. Papasok sila sa taong iyon at doon maninirahan. Kaya lalo pang sasama ang kalagayan ng taong iyon kaysa sa dati. Ganyan din ang mangyayari sa masamang henerasyong ito."

Ang Ina at mga Kapatid ni Jesus
(Mar. 3:31-35; Luc. 8:19-21)

[46]Habang nagsasalita pa si Jesus sa mga tao, dumating ang ina niya at mga kapatid. Naghihintay sila sa labas at gusto nila siyang makausap. [47]May nagsabi sa kanya, "Nasa labas ang po ang inyong ina at mga kapatid, at gusto kayong makausap." [48]Sumagot si Jesus, "Sino ang aking ina at mga kapatid?" [49]Itinuro niya ang mga tagasunod niya at sinabi, "Ito ang aking ina at mga kapatid. [50]Sapagkat ang sinumang sumusunod sa kaloooban ng aking Ama sa langit ang siya kong ina at mga kapatid."

Ang Talinghaga tungkol sa Manghahasik
(Mar. 4:1-9; Luc. 8:4-8)

13 Nang araw ding iyon, lumabas ng bahay si Jesus at naupo sa tabi ng lawa. [2]Napakaraming tao ang nagtipon sa paligid niya, kaya sumakay siya sa isang bangka at doon umupo, habang ang mga tao nama'y nasa dalampasigan. [3]Marami siyang itinuro sa kanila sa pamamagitan ng mga talinghaga o paghahalintulad. Sinabi niya,

"May isang magsasakang naghasik ng binhi. [4]Sa kanyang paghahasik, may mga binhing nahulog sa tabi ng daan. Dumating ang mga ibon at tinuka ang mga binhing iyon. [5]May mga binhi namang nahulog sa mabatong lugar, kung saan walang gaanong lupa. Mabilis na tumubo ang binhi dahil mababaw ang lupa. [6]Ngunit natuyo rin ito nang masikatan ng araw, at dahil hindi malalim ang ugat, namatay ito. [7]May mga binhi namang nahulog sa lupang may matitinik na damo. Lumago ang mga damo at natakpan ang mga tumubong binhi. [8]Ang iba nama'y nahulog sa mabuting lupa, *lumago* at namunga. Ang iba'y napakarami ng bunga, ang iba'y marami-rami, at ang iba nama'y katamtaman lang.[a] [9]Kayong mga nakikinig, dapat ninyo itong pag-isipan!"[b]

Ang Layunin ng mga Talinghaga
(Mar. 4:10-12; Luc. 8:9-10)

[10]Pagkatapos, lumapit kay Jesus ang mga tagasunod niya at nagtanong, "Bakit po kayo gumagamit ng talinghaga sa pagtuturo sa mga tao?" [11]Sumagot si Jesus, "Ipinagkaloob sa inyo na malaman ang mga lihim tungkol sa paghahari ng Dios,[c] pero hindi ito ipinagkaloob sa iba. [12]Sapagkat ang taong sumusunod sa narinig niyang katotohanan ay bibigyan pa ng higit na pang-unawa. Ngunit ang taong hindi sumusunod

sa katotohanan, kahit ang kaunti niyang naunawaan ay kukunin pa sa kanya. [13]Kaya nagsasalita ako sa kanila sa pamamagitan ng talinghaga, dahil tumitingin sila pero hindi nakakakita, at nakikinig pero hindi naman nakakaunawa. [14]Sa kanila natupad ang sinabi noon ni Isaias:

'Makinig man kayo nang makinig, hindi
    kayo makakaunawa.
Tumingin man kayo nang tumingin, hindi
    kayo makakakita.
[15]Dahil matigas ang puso ng mga taong ito.
    Tinakpan nila ang kanilang mga tainga,
    at ipinikit ang kanilang mga mata,
    dahil baka makakita sila at makarinig,
    at maunawaan nila kung ano ang tama,
    at magbalik-loob sila sa akin,
    at pagalingin ko sila.'[d]

[16]Ngunit mapalad kayo, dahil nakakakita kayo at nakakaunawa. [17]Sinasabi ko sa inyo ang totoo, maraming propeta at matutuwid na tao noon ang naghangad na makakita at makarinig ng nakikita at naririnig ninyo ngayon, pero hindi ito nangyari sa kanilang panahon."

Ang Kahulugan ng Talinghaga tungkol sa Manghahasik
(Mar. 4:13-20; Luc. 8:11-15)

[18]"Pakinggan ninyo ang kahulugan ng talinghaga tungkol sa manghahasik: [19]Ang tabi ng daan, kung saan nahulog ang ilang binhi ay ang mga taong nakinig ng mensahe tungkol sa paghahari *ng Dios* pero hindi nakaunawa. Dumating si Satanas at inagaw ang salita sa kanilang puso. [20]Ang mabatong lugar, kung saan nahulog ang ibang binhi ay ang mga taong nakinig ng salita *ng Dios* at masaya itong tinanggap agad. [21]Ngunit hindi taimtim sa puso ang kanilang pagtanggap, kaya hindi tumagal ang kanilang pananampalataya. Pagdating ng kahirapan o pag-uusig dahil sa salita *ng Dios na kanilang tinanggap*, agad silang tumatalikod sa kanilang pananampalataya. [22]Ang lupang may matitinik na damo, kung saan nahulog ang iba pang binhi ay ang mga taong nakinig ng salita *ng Dios*. Ngunit dahil sa mga alalahanin dito sa mundo at sa paghahangad na yumaman, nakalimutan nila ang salita *ng Dios*, kaya hindi namunga ang salita *sa buhay nila*. [23]Ngunit ang mabuting lupang hinasikan ng binhi ay ang mga taong nakikinig sa salita *ng Dios* at nakakaunawa nito. Kaya namumunga ito *sa kanilang buhay*. Ang iba'y napakarami ang bunga, ang iba'y marami, at ang iba nama'y katamtaman lang."[e]

Ang Talinghaga tungkol sa mga Damo sa Triguhan

[24]Muling nagbigay ng talinghaga si Jesus sa kanila, "Ang paghahari ng Dios ay maitutulad sa *kwentong ito:* May isang taong naghasik ng mabuting binhi sa kanyang bukid. [25]Pero kinagabihan, habang natutulog ang mga tao, dumating ang kanyang kaaway at naghasik ng masasamang damo at

---

[a] 8 *Ang iba'y…lang:* sa literal, *Ang iba'y 100, ang iba'y 60, at ang iba nama'y 30.*

[b] 9 sa literal, *Ang may tainga ay dapat makinig!*

[c] 11 *Dios:* sa literal, *langit,* ganoon din sa talatang 24, 31, 33, 44, 45, 47 at 52. Tingnan ang "footnote" sa 3:2.

[d] 15 Isa. 6:9-10.

[e] 23 *Ang iba'y…lang:* sa literal, *Ang iba'y 100, ang iba'y 60, at ang iba nama'y 30.*

umalis. ²⁶ Nang tumubo ang mga tanim at namunga, lumitaw din ang masasamang damo. ²⁷ Kaya pumunta sa kanya ang kanyang mga alipin at sinabi, 'Hindi po ba mabubuting binhi lamang ang inihasik ninyo sa inyong bukid? Paano po ba ito nagkaroon ng masasamang damo?' ²⁸ Sinabi ng may-ari, 'Isang kaaway ang may kagagawan nito.' Tinanong siya ng mga utusan, 'Gusto po ba ninyong bunutin namin ang masasamang damo?' ²⁹ Sumagot siya, 'Huwag, baka mabunot din ninyo pati ang trigo. ³⁰ Hayaan na lang muna ninyong lumagong pareho hanggang sa anihan. Kapag dumating na ang panahong iyon, sasabihin ko sa mga tagapag-ani na unahin muna nilang bunutin ang masasamang damo, at bigkisin para sunugin. Pagkatapos, ipapaani ko sa kanila ang trigo at ipapaimbak sa aking bodega.' "

Ang Paghahalintulad sa Buto ng Mustasa
(Mar. 4:30-32; Luc. 13:18-19)

³¹ Ikinuwento pa sa kanila ni Jesus ang paghahalintulad na ito: "Ang kaharian ng Dios ay katulad ng isang buto ng mustasa*a* na itinanim ng isang tao sa kanyang bukid. ³² Ito ang pinakamaliit sa lahat ng buto. Ngunit kapag tumubo at lumaki na, nagiging mas mataas ito kaysa sa ibang mga halamang gulay, na parang punongkahoy ang taas, at pinupugaran ng mga ibon ang mga sanga nito."

Ang Paghahalintulad sa Pampaalsa
(Luc. 13:20-21)

³³ Isa pang paghahalintulad ang ikinuwento ni Jesus: "Ang kaharian ng Dios ay katulad ng pampaalsang inihalo ng babae sa isang malaking planggana ng harina, at napaalsa nito ang buong masa ng harina."

Ang Paggamit ni Jesus ng mga Paghahalintulad o mga Talinghaga
(Mar. 4:33-34)

³⁴ Gumamit si Jesus ng mga paghahalintulad o mga talinghaga sa lahat ng kanyang pangangaral *tungkol sa paghahari ng Dios.* Hindi siya nangaral sa mga tao nang hindi sa pamamagitan nito. ³⁵ Sa ganitong paraan ay natupad ang sinabi ng Dios sa pamamagitan ng kanyang propeta:

"Magsasalita ako sa kanila sa pamamagitan ng paghahalintulad.
Sasabihin ko sa kanila ang mga bagay na nalilihim mula pa nang likhain ang mundo."*b*

Ang Kahulugan ng Talinghaga tungkol sa mga Damo sa Triguhan

³⁶ Pagkatapos, iniwan ni Jesus ang mga tao at pumasok siya sa isang bahay. Nilapitan siya ng mga tagasunod niya at sinabi, "Pakipaliwanag po sa amin ang talinghaga tungkol sa masasamang damo." ³⁷ Sumagot si Jesus, "Ang naghasik ng mabuting binhi ay walang iba kundi *ako na* Anak ng Tao. ³⁸ Ang bukid ay ang mundo, at ang mabuting binhi ay ang mga kabilang sa kaharian ng Dios.

Ang masasamang damo naman ay ang mga sakop ni Satanas. ³⁹ Si Satanas ang kaaway na nagtanim sa kanila. Ang anihan ay ang katapusan ng mundo, at ang tagapag-ani ay ang mga anghel. ⁴⁰ Kung paanong binubunot at sinusunog ang masasamang damo, ganoon din ang mangyayari sa katapusan ng mundo. ⁴¹ *Ako na* Anak ng Tao ay magpapadala ng mga anghel, at aalisin nila sa aking kaharian ang lahat ng gumagawa ng kasalanan at nagiging dahilan ng pagkakasala *ng iba.* ⁴² Itatapon sila sa nagliliyab na apoy, at doo'y iiyak sila at magngangalit ang kanilang ngipin.*c* ⁴³ Pero ang matutuwid ay magniningning na parang araw sa kaharian ng kanilang Ama. Kayong mga nakikinig, dapat ninyo itong pag-isipan!"

Ang Paghahalintulad sa Natatagong Kayamanan

⁴⁴ Sinabi pa ni Jesus, "Ang kaharian ng Dios ay katulad ng kayamanang nakabaon sa isang bukid. Nang mahukay ito ng isang tao, itinago*d* niya itong muli. At sa tuwa niya'y umuwi siya at ipinagbili ang lahat ng kanyang ari-arian, at binili niya ang bukid na iyon."

Ang Paghahalintulad sa Perlas

⁴⁵ "Ang kaharian ng Dios ay katulad din nito: May isang negosyante na naghahanap ng magagandang perlas. ⁴⁶ Nang makatagpo siya ng isang mamahaling perlas, ipinagbili niya ang lahat ng kanyang ari-arian at binili ang perlas na iyon."

Ang Paghahalintulad sa Lambat

⁴⁷ "Ang kaharian ng Dios ay katulad din ng isang lambat na inihagis *ng mga mangingisda* sa lawa at nakahuli ng sari-saring isda. ⁴⁸ Nang mapuno ang lambat, hinila nila ito papunta sa dalampasigan. Pagkatapos, naupo sila para pagbukud-bukurin ang mga isda. Ang mabubuting isda ay inilagay nila sa mga basket, at ang mga walang kwenta*e* ay itinapon nila. ⁴⁹ Ganyan din ang mangyayari sa katapusan ng mundo. Darating ang mga anghel at ihihiwalay nila ang masasama sa matutuwid. ⁵⁰ Itatapon ang masasama sa nagliliyab na apoy, at doo'y iiyak sila at magngangalit ang kanilang ngipin."

⁵¹ Pagkatapos, tinanong sila ni Jesus, "Naunawaan ba ninyong lahat ang sinabi ko?" Sumagot sila, "Opo." ⁵² At sinabi ni Jesus sa kanila, "Kaya nga, ang bawat tagapagturo ng Kautusan na naturuan tungkol sa kaharian ng Dios ay maitutulad sa isang may-ari ng bahay na *maraming ari-arian sa bodega niya.* Hindi lang ang mga lumang bagay ang kanyang inilalabas sa bodega kundi pati ang mga bago."*f*

Hindi Tinanggap si Jesus sa Nazaret
(Mar. 6:1-16; Luc. 4:16-30)

⁵³ Pagkatapos mangaral ni Jesus sa pamamagitan ng mga talinghaga ay umalis na siya. ⁵⁴ Pumunta

---

c 42 magngangalit ang kanilang ngipin: Maaaring dahil sa galit o hinagpis.
d 44 itinago: o, *tinabunan.*
e 48 mabubuting isda…at ang mga walang kwenta: o, *mga isdang maaaring kainin…at ang mga hindi maaaring kainin.*
f 52 Hindi lang…bago: Ang ibig sabihin, *Hindi lang mga lumang aral ang itinuturo niya kundi mga bago rin.*

a 31 mustasa: Ito'y isang uri ng mustasa na mataas.
b 35 Salmo 78:2.

siya sa sarili niyang bayan at nangaral doon sa kanilang sambahan. Nagtaka sa kanya ang mga kababayan niya. Sinabi nila, "Saan kaya niya nakuha ang karunungang iyan at ang kapangyarihang gumawa ng himala? ⁵⁵Hindi ba't anak siya ng karpintero? Hindi ba't si Maria ang kanyang ina at ang mga kapatid niya ay sina Santiago, Jose, Simon at Judas? ⁵⁶Hindi ba't ang lahat ng kapatid niyang babae ay dito rin nakatira sa atin? Saan niya nakuha ang ganyang kakayahan?" ⁵⁷At hindi nila siya pinaniwalaan. Kaya sinabi ni Jesus sa kanila, "Ang isang propeta ay iginagalang kahit saan, maliban lang sa sarili niyang bayan at pamilya." ⁵⁸Kaya hindi gumawa si Jesus ng maraming himala roon dahil sa kawalan nila ng pananampalataya sa kanya.

Ang Pagkamatay ni Juan na Tagapagbautismo
(Mar. 6:14-29; Luc. 9:7-9)

14 Nang panahong iyon, nabalitaan ni Herodes na pinuno *ng Galilea* ang tungkol kay Jesus. ²Sinabi niya sa kanyang mga opisyal, "Siya'y si Juan na tagapagbautismo! Muli siyang nabuhay, kaya nakagagawa siya ng mga himala."

³Ipinahuli niya noon si Juan at ipinabilanggo, dahil *tinutuligsa ni Juan ang relasyon niya* kay Herodias na asawa ng kapatid niyang si Felipe. ⁴Laging sinasabihan ni Juan si Herodes na hindi tamang magsama sila ni Herodias. ⁵Gusto sanang ipapatay ni Herodes si Juan pero natakot siya sa mga Judio dahil itinuturing nilang propeta si Juan.

⁶Nang dumating ang kaarawan ni Herodes, sumayaw para sa mga bisita ang dalagang anak ni Herodias na ikinatuwa naman ni Herodes. ⁷Kaya isinumpa niyang ibibigay sa dalaga ang anumang hingin nito.

⁸Sa udyok ng kanyang ina, sinabi ng dalaga, "Gusto kong ibigay n'yo sa akin ang ulo ni Juan na nakalagay sa isang bandehado." ⁹Nalungkot ang hari sa kahilingang iyon. Pero dahil sa pangako niyang narinig mismo ng mga bisita, iniutos niya na gawin ang kahilingan *ng dalaga.* ¹⁰Kaya pinugutan ng ulo si Juan sa loob ng bilangguan, ¹¹inilagay ang ulo niya sa isang bandehado at dinala sa dalaga. At ibinigay naman ito ng dalaga sa kanyang ina. ¹²Ang bangkay ni Juan ay kinuha ng kanyang mga tagasunod at inilibing, at ibinalita nila kay Jesus ang nangyari.

Pinakain ni Jesus ang 5,000 Tao
(Mar. 6:30-44; Luc. 9:10-17; Juan 6:1-14)

¹³Nang mabalitaan iyon ni Jesus, sumakay siya sa isang bangka at pumunta sa isang tahimik na lugar. Nang malaman ng mga tao mula sa iba't ibang bayan *na nakaalis na si Jesus,* lumakad sila patungo sa lugar na pupuntahan niya. ¹⁴Kaya nang bumaba si Jesus *sa bangka,* nakita niya ang napakaraming tao. Naawa siya sa kanila at pinagaling niya ang mga may sakit sa kanila.

¹⁵Nang gumagabi na, lumapit kay Jesus ang mga tagasunod niya at sinabi, "Nasa ilang na lugar po tayo at dumidilim na. Paalisin n'yo na po ang mga tao para makapunta sila sa mga nayon at nang makabili ng pagkain nila." ¹⁶Pero sinabi ni Jesus sa kanila, "Hindi na nila kailangang umalis. Kayo ang magpakain sa kanila." ¹⁷Sumagot sila, "Mayroon lang po tayong limang tinapay at dalawang isda."

¹⁸"Dalhin ninyo ang mga ito sa akin," ang sabi ni Jesus. ¹⁹Inutusan niya ang mga tao na maupo sa damuhan. Kinuha niya ang limang tinapay at dalawang isda. Tumingala siya sa langit at nagpasalamat *sa Dios.* Pagkatapos, hinati-hati niya ang tinapay at ibinigay sa mga tagasunod niya, at ibinigay naman nila ito sa mga tao. ²⁰Kumain silang lahat at nabusog. Pagkatapos, tinipon nila ang natirang pagkain, at nakapuno sila ng 12 basket. ²¹Ang bilang ng mga lalaking kumain ay mga 5,000, maliban pa sa mga babae at mga bata.

Lumakad si Jesus sa Ibabaw ng Tubig
(Mar. 6:45-52; Juan 6:15-21)

²²Pagkatapos, pinasakay agad ni Jesus ang mga tagasunod niya at pinauna sa kabila ng lawa, habang pinapauwi niya ang mga tao. ²³Nang makaalis na ang mga tao, umakyat siyang mag-isa sa isang bundok para manalangin. Inabot na siya roon ng gabi. ²⁴Nang oras na iyon, malayo na ang bangkang sinasakyan ng mga tagasunod niya. Sinasalpok ng malalaking alon ang bangka nila dahil pasalungat ito sa hangin. ²⁵Nang madaling-araw na, sumunod sa kanila si Jesus na naglalakad sa ibabaw ng tubig. ²⁶Pagkakita ng mga tagasunod na may naglalakad sa tubig, kinilabutan sila. At napasigaw sila ng "Multo!" dahil sa matinding takot. ²⁷Pero agad na nagsalita si Jesus, "Ako ito! Huwag kayong matakot. Lakasan ninyo ang inyong loob." ²⁸Sumagot si Pedro sa kanya, "Panginoon, kung kayo nga iyan, papuntahin n'yo ako riyan na naglalakad din sa tubig." ²⁹"Halika," sabi ni Jesus. Kaya bumaba si Pedro sa bangka at naglakad sa tubig patungo kay Jesus. ³⁰Pero nang mapansin niyang malakas ang hangin, natakot siya at unti-unting lumubog. Kaya sumigaw siya, "Panginoon, iligtas n'yo ako!" ³¹Agad naman siyang inabot ni Jesus at sinabi, "Kay liit ng pananampalataya mo. Bakit ka nag-alinlangan?" ³²Pagkasakay nilang dalawa sa bangka, biglang tumigil ang *malakas na* hangin. ³³At sinamba siya ng mga nasa bangka at sinabi, "Talagang kayo nga po ang Anak ng Dios."

Pinagaling ni Jesus ang mga May Sakit sa Genesaret
(Mar. 6:53-56)

³⁴Nang makatawid sila ng lawa, dumaong sila sa bayan ng Genesaret. ³⁵Nakilala ng mga taga-roon si Jesus at ipinamalita nila sa mga karatig lugar na naroon siya. Kaya dinala ng mga tao kay Jesus ang mga may sakit sa kanila. ³⁶Nakiusap sila kay Jesus na kung maaari ay pahipuin niya ang mga may sakit kahit man lang sa laylayanᵃ ng kanyang damit. At ang lahat ng nakahipo ay gumaling.

Ang tungkol sa mga Tradisyon
(Mar. 7:1-13)

15 Pagkatapos noon, lumapit kay Jesus ang ilang mga Pariseo at mga tagapagturo ng Kautusan galing sa Jerusalem. Tinanong nila *si Jesus,* ²"Bakit nilalabag ng mga tagasunod mo ang tradisyon ng ating mga ninuno? Hindi sila naghuhugas ng kamay bago kumain." ³Sumagot si Jesus sa kanila, "At kayo,

---

a 36 laylayan: sa Ingles, *tassel.* Tingnan sa Bil. 15:37-39 at Deu. 22:12.

bakit ninyo nilalabag ang utos ng Dios dahil sa inyong mga tradisyon? ⁴Halimbawa, sinabi ng Dios, 'Igalang ninyo ang inyong mga magulang,'ᵃ at 'Ang lumapastangan sa kanyang mga magulang ay dapat patayin.'ᵇ ⁵Ngunit itinuturo naman ninyo na kapag sinabi ng isang anak sa kanyang mga magulang na ang tulong na ibibigay niya sana sa kanila ay nakalaan na sa Dios, ⁶hindi na niya kailangang tumulong sa kanila. Pinawawalang-halaga ninyo ang utos ng Dios dahil sa inyong mga tradisyon. ⁷Mga pakitang-tao! Tamang-tama ang sinabi ng Dios tungkol sa inyo sa pamamagitan ni Isaias:

⁸'Iginagalang ako ng mga taong ito sa mga labi lang nila,
 ngunit malayo sa akin ang kanilang mga puso.
⁹Walang kabuluhan ang pagsamba nila sa akin,
 sapagkat ang mga itinuturo nila ay mga utos lang ng tao.' "ᶜ

Ang Nagpaparumi sa Tao
(Mar. 7:14-23)

¹⁰Tinawag ni Jesus ang mga tao at sinabi sa kanila, "Makinig kayo at unawain ang sasabihin ko. ¹¹Hindi ang pumapasok sa bibig ng tao ang nagpaparumi sa kanya kundi ang mga lumalabas dito."

¹²Lumapit ngayon ang mga tagasunod niya at sinabi, "Alam n'yo po ba na nasaktan ang mga Pariseo sa sinabi ninyo?" ¹³Sumagot siya, "Lahat ng halamang hindi itinanim ng aking Amang nasa langit ay bubunutin. ¹⁴Hayaan ninyo sila. Mga bulag silang tagaakay. Kung ang bulag ang aakay sa kapwa niya bulag, pareho silang mahuhulog sa hukay." ¹⁵Sumagot si Pedro, "Pakipaliwanag n'yo po sa amin ang paghahalintulad na sinabi n'yo kanina." ¹⁶Sinabi ni Jesus sa kanila, "Hindi pa rin ba ninyo naintindihan? ¹⁷Hindi ba ninyo alam na anumang pumapasok sa bibig ay tumutuloy sa tiyan at idinudumi? ¹⁸Ngunit ang lumalabas sa bibig ay nagmumula sa puso ng tao, at ito ang nagpaparumi sa kanya sa paningin ng Dios. ¹⁹Sapagkat sa puso ng tao nagmumula ang masasamang pag-iisip na nagtutulak sa kanya para pumatay, mangalunya, gumawa ng sekswal na imoralidad, magnakaw, magsinungaling at manira ng kapwa. ²⁰Ang mga bagay na ito ang nagpaparumi sa isang tao. Ngunit ang kumain nang hindi naghuhugas ng kamay ay hindi nakapagpaparumi sa tao."

Ang Pananampalataya ng Babaeng Hindi Judio
(Mar. 7:24-30)

²¹Umalis si Jesus mula roon at pumunta sa mga lugar na malapit sa Tyre at Sidon. ²²May isang Cananea na naninirahan doon. Lumapit siya kay Jesus at nagmakaawa. Sinabi niya, "Panginoon, Anak ni David,ᵈ maawa kayo sa akin. Ang anak kong babae ay sinasaniban at lubhang pinahihirapan ng masamang espiritu." ²³Pero hindi sumagot si

Jesus. Kaya lumapit sa kanya ang mga tagasunod niya at sinabi, "Paalisin n'yo na po ang babaeng iyan, dahil sunod siya nang sunod sa atin at nag-iingay." ²⁴Sinabi ni Jesus sa babae, "Sinugo ako para lang sa mga Israelita na parang mga tupang naliligaw." ²⁵Pero lumapit pa ang babae kay Jesus at lumuhod sa harap niya, at sinabi, "Panginoon, tulungan n'yo po ako." ²⁶Sinagot siya ni Jesus sa pamamagitan ng isang kasabihan, "Hindi tamang kunin ang pagkain ng mga anak at ihagis sa mga aso." ²⁷Sumagot naman ang babae, "Tama po kayo, Panginoon, pero kahit mga aso ay kumakain ng mga tirang nahuhulog mula sa mesa ng kanilang amo." ²⁸At sinabi sa kanya ni Jesus, "Napakalaki ng pananampalataya mo! Mangyayari ang ayon sa hinihiling mo." At nang sandaling iyon ay gumaling ang anak ng babae.

Maraming Pinagaling si Jesus

²⁹Mula roon, pumunta si Jesus sa tabi ng Lawa ng Galilea. Pagkatapos, umakyat siya sa bundok at naupo roon. ³⁰Maraming tao ang pumunta sa kanya na may dalang mga pilay, bulag, komang, pipi, at marami pang mga may sakit. Inilapit sila sa paanan ni Jesus at pinagaling niya silang lahat. ³¹Namangha nang husto ang mga tao nang makita nilang nakakapagsalita na ang mga pipi, gumaling na ang mga komang, nakakalakad na ang mga pilay, at nakakakita na ang mga bulag. Kaya pinuri nila ang Dios ng Israel.

Ang Pagpapakain sa Apat na Libo
(Mar. 8:1-10)

³²Tinawag ni Jesus ang mga tagasunod niya at sinabi, "Naaawa ako sa mga taong ito. Tatlong araw ko na silang kasama at wala na silang makain. Ayaw kong pauwiin sila nang gutom at baka mahilo sila sa daan." ³³Sumagot ang mga tagasunod niya, "Saan po tayo kukuha ng sapat na pagkain dito sa ilang para sa ganito karaming tao?" ³⁴Tinanong sila ni Jesus, "Ilan ang tinapay ninyo riyan?" Sinabi nila, "Pito po, at ilang maliliit na isda." ³⁵Pinaupo ni Jesus ang mga tao. ³⁶Kinuha niya ang pitong tinapay at ang mga isda at nagpasalamat sa Dios. Pagkatapos, hinati-hati niya ang pagkain at ibinigay sa mga tagasunod niya, at ipinamigay naman nila ito sa mga tao. ³⁷Kumain silang lahat at nabusog. Pagkatapos, tinipon nila ang mga natirang pagkain at nakapuno sila ng pitong basket. ³⁸Ang bilang ng mga lalaking kumain ay mga 4,000 maliban pa sa mga babae at mga bata.

³⁹Matapos pauwiin ni Jesus ang mga tao, sumakay siya sa bangka at pumunta sa lupain ng Magadan.

Humingi ng Himala ang mga Pariseo at Saduceo
(Mar. 8:11-13; Luc. 12:54-56)

16 May mga Pariseo at Saduceo na lumapit kay Jesus para subukin siya. Hiniling nilang magpakita siya ng himala mula sa Diosᵉ bilang patunay na sugo siya ng Dios. ²Pero sinabi ni Jesus sa kanila, "Kapag palubog na ang araw at mapula ang langit, sinasabi ninyo, 'Magiging maayos ang panahon bukas.' ³At kapag umaga at makulimlim

a 4 Exo. 20:12; Deu. 5:16.
b 4 Exo. 21:17; Lev. 20:9.
c 9 Isa. 29:13.
d 22 Anak ni David: Ito ang tawag ng mga Judio sa Mesias o Cristo dahil sa paniniwalang siya'y mula sa angkan ni David.
e 1 mula sa Dios: sa literal, mula sa langit.

ang langit, sinasabi ninyo, 'Uulan ngayon.' Alam ninyo ang kahulugan ng mga palatandaang nakikita ninyo sa langit, pero bakit hindi ninyo alam ang kahulugan ng mga nangyayari ngayon? ⁴Kayong henerasyon ng masasama at hindi tapat sa Dios! Humihingi kayo ng himala, pero walang ipapakita sa inyo maliban sa himalang katulad ng nangyari kay Jonas." Pagkatapos, umalis si Jesus.

Ang Babala ni Jesus tungkol sa Turo ng mga Pariseo at mga Saduceo
(Mar. 8:14-21)

⁵Tumawid ng lawa *si Jesus at* ang mga tagasunod *niya*, pero nakalimutan ng mga tagasunod na magbaon ng pagkain. ⁶Sinabi ni Jesus sa kanila, "Mag-ingat kayo sa pampaalsa*ᵃ* ng mga Pariseo at mga Saduceo." ⁷Nag-usap-usap ang mga tagasunod ni Jesus. Akala nila, kaya niya sinabi iyon ay dahil wala silang dalang tinapay. ⁸Pero alam ni Jesus *ang pinag-uusapan nila*, kaya sinabi niya, "Bakit ninyo pinag-uusapan ang hindi ninyo pagdadala ng tinapay? Kay liit ng pananampalataya ninyo! ⁹Hindi pa ba kayo nakakaunawa? Nakalimutan na ba ninyo ang ginawa ko sa limang tinapay para mapakain ang 5,000 tao? Hindi ba ninyo naalala kung ilang basket ang napuno ninyo ng mga natirang pagkain? ¹⁰Nakalimutan na rin ba ninyo ang ginawa ko sa pitong tinapay para mapakain ang 4,000 tao, at kung ilang basket ang napuno ninyo ng mga natirang pagkain? ¹¹Hindi ba ninyo naiintindihan na hindi tinapay ang tinutukoy ko nang sabihin kong, 'Mag-ingat kayo sa pampaalsa ng mga Pariseo at Saduceo?'" ¹²At saka lang nila naintindihan na hindi pala sila pinag-iingat sa pampaalsa kundi sa mga aral ng mga Pariseo at Saduceo.

Ang Pahayag ni Pedro Tungkol kay Jesus
(Mar. 8:27-30; Luc. 9:18-21)

¹³Nang makarating si Jesus sa lupain ng Cesarea Filipos, tinanong niya ang kanyang mga tagasunod, "Ano ang sinasabi ng mga tao tungkol sa *akin na* Anak ng Tao?" ¹⁴Sumagot sila, "May mga nagsasabing kayo po si Juan na tagapagbautismo. May nagsasabi ring kayo si Elias. At ang iba nama'y nagsasabing kayo si Jeremias o isa sa mga propeta." ¹⁵Tinanong sila ni Jesus, "Pero sa inyo, sino ako?" ¹⁶Sumagot si Simon Pedro, "Kayo po ang Cristo, ang Anak ng Dios na buhay." ¹⁷Sinabi ni Jesus sa kanya, "Pinagpala ka *ng Dios*, Simon na anak ni Jonas. Sapagkat hindi tao ang nagpahayag sa iyo ng bagay na ito kundi ang aking Amang nasa langit. ¹⁸At ngayon sinasabi ko sa iyo na ikaw si Pedro,*ᵇ* at sa batong ito, itatayo ko ang aking iglesya,*ᶜ* at hindi ito malulupig kahit ng kapangyarihan ng kamatayan.*ᵈ* ¹⁹Ibibigay ko sa iyo ang kapangyarihan*ᵉ* sa kaharian ng Dios.*ᶠ* Anuman ang ipagbawal mo sa lupa ay ipagbabawal din sa langit, at anuman ang ipahintulot mo sa lupa ay ipapahintulot din sa langit." ²⁰Pagkatapos nito,

---

a 6 pampaalsa: sa Ingles, *"yeast."*

b 18 Pedro: Ang ibig sabihin, *bato.*

c 18 iglesya: Tingnan sa Talaan ng mga Salita sa likod.

d 18 kapangyarihan ng kamatayan: sa literal, *pintuan ng Hades.*

e 19 kapangyarihan: sa literal, *mga susi.*

f 19 Dios: sa literal, *langit.*

---

sinabihan ni Jesus ang mga tagasunod niya na huwag nilang ipaalam kahit kanino na siya ang Cristo.

Ang Unang Pagpapahayag ni Jesus tungkol sa Kanyang Kamatayan
(Mar. 8:31-9:1; Luc. 9:22-27)

²¹Mula noon, ipinaalam na ni Jesus sa mga tagasunod niya na dapat siyang pumunta sa Jerusalem at dumanas ng maraming paghihirap sa kamay ng mga pinuno ng mga Judio, ng mga namamahalang pari at ng mga tagapagturo ng Kautusan. At siya'y ipapapatay nila, pero sa ikatlong araw ay muli siyang mabubuhay. ²²Nang marinig ito ni Pedro, dinala niya si Jesus sa isang tabi at sinabihan, "Panginoon, huwag po sanang ipahintulot ng Dios. Hindi ito dapat mangyari sa inyo." ²³Hinarap ni Jesus si Pedro at sinabi, "Lumayo ka sa akin, Satanas! Pinipigilan mo akong gawin ang kalooban ng Dios, dahil hindi ayon sa kalooban ng Dios ang iniisip mo kundi ayon sa kalooban ng tao!"

²⁴Pagkatapos, sinabi ni Jesus sa mga tagasunod niya, "Ang sinumang gustong sumunod sa akin ay hindi dapat inuuna ang sarili. At dapat handa siyang humarap kahit sa kamatayan*ᵍ* alang-alang sa pagsunod niya sa akin. ²⁵Sapagkat ang taong naghahangad magligtas ng kanyang buhay ay mawawalan nito. Ngunit ang taong nagnanais mag-alay ng kanyang buhay alang-alang sa akin ay magkakaroon ng buhay na walang hanggan. ²⁶Ano ba ang mapapala ng tao kung mapasakanya man ang lahat ng bagay sa mundo, pero mapapahamak naman ang kanyang buhay? May maibabayad ba siya para mabawi niya ang kanyang buhay? ²⁷Sapagkat *ako na* Anak ng Tao ay darating kasama ang mga anghel, at taglay ang kapangyarihan ng Ama. Sa araw na iyon, gagantimpalaan ko ang bawat isa ayon sa kanyang mga gawa. ²⁸Sinasabi ko sa inyo ang totoo, may ilan sa inyo rito na hindi mamamatay hangga't hindi nila nakikita ang Anak ng Tao na dumarating bilang Hari."

Ang Pagbabagong-anyo ni Jesus
(Mar. 9:12-13; Luc. 9:28-36)

17 Pagkaraan ng anim na araw, isinama ni Jesus sina Pedro at ang magkapatid na Santiago at Juan sa isang mataas na bundok ng sila-sila lang. ²At habang nakatingin sila kay Jesus, nagbago ang kanyang anyo. Nagliwanag na parang araw ang kanyang mukha, at ang damit niya'y naging puting-puti na parang liwanag. ³Bigla nilang nakita sina Moises at Elias na nakikipag-usap kay Jesus. ⁴Sinabi ni Pedro kay Jesus, "Panginoon, mabuti't narito kami.*ʰ* Kung gusto n'yo po, gagawa ako ng tatlong kubol: isa para sa inyo, isa para kay Moises at isa para kay Elias." ⁵Habang nagsasalita pa si Pedro, nabalot sila ng nakakasilaw na ulap. At may tinig silang narinig mula sa mga ulap na nagsasabing, "Ito ang minamahal kong Anak na lubos kong kinalulugdan. Pakinggan ninyo siya!" ⁶Nang marinig iyon ng mga tagasunod, nagpatirapa sila sa takot. ⁷Pero nilapitan

---

g 24 dapat handa siyang humarap kahit sa kamatayan: sa literal, *dapat pasanin niya ang kanyang krus.*

h 4 kami: o, *tayo.*

sila ni Jesus at tinapik. Sinabi niya, "Tumayo kayo. Huwag kayong matakot." [8] Pagtingin nila, wala na silang ibang nakita kundi si Jesus na lang.

[9] Nang pababa na sila sa bundok, sinabihan sila ni Jesus, "Huwag ninyong sasabihin kahit kanino ang inyong nakita hangga't ang Anak ng Tao ay hindi pa muling nabubuhay." [10] Tinanong siya ng *kanyang* mga tagasunod, "Bakit sinasabi ng mga tagapagturo ng Kautusan na kailangan daw munang dumating si Elias *bago dumating ang Cristo*?" [11] Sumagot si Jesus, "Totoo iyan, kailangan ngang dumating muna si Elias upang ihanda ang lahat ng bagay. [12] Ngunit sinasabi ko sa inyo: dumating na si Elias. Kaya lang hindi siya nakilala ng mga tao at ginawa nila ang gusto nilang gawin sa kanya. Ganyan din ang gagawin nila sa *akin na* Anak ng Tao. Pahihirapan din nila ako." [13] At naunawaan ng mga tagasunod niya na ang tinutukoy niya'y si Juan na tagapagbautismo.

Pinagaling ni Jesus ang Batang Sinasaniban ng Masamang Espiritu
(Mar. 9:14-29; Luc. 9:37-43a)
[14] Pagbalik nina Jesus sa kinaroroonan ng maraming tao, lumapit sa kanya ang isang lalaki, lumuhod ito sa kanyang harapan at sinabi, [15] "Panginoon, maawa po kayo sa anak kong lalaki. May epilepsya siya at grabe ang paghihirap niya kapag sinusumpong. Madalas siyang matumba sa apoy at madalas din siyang mahulog sa tubig. [16] Dinala ko siya sa mga tagasunod n'yo, pero hindi po nila mapagaling." [17] Sumagot si Jesus, "Kayong henerasyon ng mga walang pananampalataya at baluktot ang pag-iisip! Hanggang kailan ba ako magtitiis sa inyo? Dalhin n'yo rito ang bata!" [18] Sinaway ni Jesus ang masamang espiritu at lumabas ito sa bata. At gumaling ang bata noon din.

[19] Nang sila-sila na lang, lumapit kay Jesus ang mga tagasunod niya at nagtanong, "Bakit hindi po namin mapalayas ang masamang espiritu?" [20] Sumagot si Jesus, "Dahil mahina ang pananampalataya ninyo. Sinasabi ko sa inyo ang totoo, kung may pananampalataya kayo na kahit kasinlaki lang ng buto ng mustasa, masasabi ninyo sa bundok na ito, 'Lumipat ka roon!' at lilipat nga ito. Walang bagay na hindi ninyo magagawa." [21] [Ngunit ang ganoong uri ng masamang espiritu ay mapapalayas lang sa pamamagitan ng panalangin at pag-aayuno.]

Ang Ikalawang Pagpapahayag ni Jesus tungkol sa Kanyang Kamatayan
(Mar. 9:30-32; Luc. 9:43b-45)
[22] Habang nagtitipon sina Jesus at ang mga tagasunod niya sa Galilea, sinabi ni Jesus sa kanila, "Ang Anak ng Tao ay ipagkakanulo sa kamay ng mga tao. [23] Papatayin nila ako, pero mabubuhay akong muli pagkaraan ng tatlong araw." Labis itong ikinalungkot ng mga tagasunod ni Jesus.

Pagbabayad ng Buwis para sa Templo
[24] Pagdating nila sa Capernaum, lumapit kay Pedro ang mga maniningil ng buwis at nagtanong, "Nagbabayad ba ng buwis ang guro ninyo para sa templo?" [25] Sumagot si Pedro, "Oo, nagbabayad siya."

Nang makabalik si Pedro sa tinutuluyan nila, tinanong siya ni Jesus, "Ano sa palagay mo, Pedro?

Kanino nangongolekta ng mga buwis ang mga hari, sa mga anak nila o sa ibang tao?" [26] Sumagot si Pedro, "Sa ibang tao po." Sinabi ni Jesus, "Kung ganoon, nangangahulugan na hindi kailangang magbayad ng buwis ang mga anak.[a] [27] Pero kung hindi tayo magbabayad, baka sumama ang loob nila sa atin.[b] Kaya pumunta ka sa lawa at mamingwit. Ibuka mo ang bibig ng unang isdang mahuhuli mo at makikita mo roon ang perang sapat na pambayad sa buwis nating dalawa. Kunin mo ito at ibayad sa mga nangongolekta ng buwis para sa templo."

Sino ang Pinakadakila?
(Mar. 9:33-37; Luc. 9:46-48)
18 Nang oras ding iyon, lumapit kay Jesus ang mga tagasunod niya at nagtanong, "Sino po ba ang pinakadakila sa lahat ng kabilang sa kaharian ng Dios?" [2] Tinawag ni Jesus ang isang maliit na bata at pinatayo sa harapan nila, at sinabi, [3] "Sinasabi ko sa inyo ang totoo, kung hindi kayo magbago at maging tulad ng maliliit na bata, hindi kayo mapapabilang sa kaharian ng Dios. [4] Ang sinumang nagpapakababa tulad ng batang ito ang siyang pinakadakila sa lahat ng kabilang sa kaharian ng Dios.

[5] "At ang sinumang tumatanggap sa batang tulad nito dahil sa akin ay tumatanggap din sa akin. [6] Ngunit ang sinumang magiging dahilan ng pagkakasala ng maliliit na batang ito na sumasampalataya sa akin ay mabuti pang talian sa leeg ng gilingang bato at itapon sa pusod ng dagat."

Mga Dahilan ng Pagkakasala
(Mar. 9:42-48; Luc. 17:1-2)
[7] "Nakakaawa ang *mga tao sa* mundong ito dahil sa mga bagay na naging dahilan ng kanilang pagkakasala. Kung sabagay, dumarating naman talaga ang mga ito, ngunit mas nakakaawa ang taong nagiging dahilan ng pagkakasala ng kanyang kapwa.

[8] "Kaya nga, kung ang kamay o paa mo ang dahilan ng iyong pagkakasala, putulin mo ito at itapon. Mas mabuti pang isa lang ang kamay o paa mo pero may buhay na walang hanggan ka, kaysa sa dalawa ang kamay o paa mo pero itatapon ka naman sa walang hanggang apoy. [9] At kung ang mata mo ang dahilan ng iyong pagkakasala, dukitin mo ito at itapon! Mas mabuti pang isa lang ang mata mo pero may buhay na walang hanggan ka, kaysa sa dalawa nga ang mata mo pero itatapon ka naman sa apoy ng impyerno."

Ang Nawawalang Tupa
(Luc. 15:3-7)
[10] "Tiyakin ninyo na hindi n'yo hahamakin ang kahit isa sa maliliit na batang ito, dahil tandaan n'yo: ang mga anghel na nagbabantay sa kanila ay laging nasa harapan ng aking Ama sa langit. [11] Sapagkat *ako, na* Anak ng Tao, ay naparito sa mundo upang iligtas ang mga nawawala.]

[12] "Ano sa palagay ninyo ang gagawin ng taong may 100 tupa kung mawala ang isa? Hindi ba't iiwan

---

a 26 Ang ibig sabihin ni Jesus ay hindi nila kailangang magbayad ng buwis para sa templo dahil sila'y mga anak ng Dios.

b 27 baka sumama…atin: o, *baka masama ang isipin nila tungkol sa atin.*

niya ang 99 sa burol at hahanapin ang nawawala? [13] At kapag nakita na niya ang nawalang tupa, mas matutuwa pa siya rito kaysa 99 na hindi nawala. [14] Ganito rin naman ang nararamdaman ng inyong Amang nasa langit. Ayaw niyang mawala ang kahit isa sa maliliit na batang ito."

Kung Magkasala ang Isang Kapatid

[15] "Kung magkasala sa iyo ang iyong kapatid, puntahan mo siya at kausapin nang sarilinan. Pagsabihan mo siya tungkol sa ginawa niya. Kung makikinig siya sa iyo, magkakaayos kayong muli at mapapanumbalik mo siya sa Dios. [16] Pero kung ayaw niyang makinig sa iyo, magsama ka ng isa o dalawa pang *kapatid sa pananampalataya* 'para ang lahat ng pag-uusapan ninyo ay mapapatotohanan ng dalawa o tatlong saksi,[a] *ayon sa Kasulatan.* [17] Kung ayaw niyang makinig sa kanila, ipaalam ito sa iglesya, at kung pati sa iglesya ay ayaw niyang makinig, ituring ninyo siya bilang isang taong hindi kumikilala sa Dios o isang maniningil ng buwis."[b]

Kapangyarihang Magbawal at Magpahintulot

[18] "Sinasabi ko sa inyo ang totoo, anuman ang ipagbawal ninyo sa lupa ay ipagbabawal din sa langit, at anuman ang ipahintulot ninyo sa lupa ay ipapahintulot din sa langit.

[19] "Sinasabi ko rin sa inyo na kung magkasundo ang dalawa sa inyo rito sa mundo na ipanalangin ang anumang bagay, ipagkakaloob ito ng aking Amang nasa langit. [20] Sapagkat kung saan may dalawa o tatlong nagkakatipon dahil sa akin, kasama nila ako."

Ang Talinghaga tungkol sa Utusan na Ayaw Magpatawad

[21] Lumapit si Pedro kay Jesus at nagtanong, "Panginoon, ilang beses ko po bang patatawarin ang kapatid na laging nagkakasala sa akin? Pitong beses po ba?" [22] Sumagot si Jesus, "Hindi lang pitong beses kundi 77 beses. [23] Sapagkat ang paghahari ng Dios ay maitutulad sa *kwentong ito:* May isang hari na nagpatawag sa mga alipin niya para singilin sa kanilang mga utang. [24] Nang simulan na niya ang paniningil, dinala sa kanya ang isang alipin na nagkautang sa kanya ng milyon-milyon. [25] Dahil hindi siya makabayad, iniutos ng hari na ipagbili siya *bilang alipin,* pati ang kanyang asawa't mga anak, at lahat ng ari-arian niya, para mabayaran ang kanyang utang. [26] Nagmamakaawang lumuhod ang aliping iyon sa hari, 'Bigyan n'yo pa po ako ng panahon, at babayaran kong lahat ang utang ko.' [27] Naawa sa kanya ang hari, kaya pinatawad na lang siya sa kanyang utang at pinauwi.

[28] "Pagkaalis ng aliping iyon, nakasalubong niya ang isang kapwa alipin na nagkakautang sa kanya ng kaunting halaga. Sinunggaban niya ito at sinakal, sabay sabi, 'Bayaran mo ang utang mo sa akin.' [29] Lumuhod ang kapwa niya alipin at nagmakaawa, 'Bigyan mo pa ako ng panahon, at babayaran kita.' [30] Pero hindi siya pumayag. Sa halip, ipinakulong niya ang kapwa niya alipin hanggang sa makabayad ito.

[31] Nang makita ito ng iba pang utusan, sumama ang loob nila, kaya pumunta sila sa hari at isinumbong ang lahat ng nangyari. [32] Ipinatawag ng hari ang alipin at sinabi sa kanya, 'Napakasama mong utusan! Pinatawad kita sa utang mo dahil nagmakaawa ka sa akin. [33] Hindi ba dapat naawa ka rin sa kapwa mo alipin gaya ng pagkaawa ko sa iyo?' [34] Sa galit ng hari, ipinakulong niya ang alipin hanggang sa mabayaran nito ang lahat ng utang niya." [35] At pagkatapos, sinabi ni Jesus sa kanila, "Ganyan din ang gagawin ng inyong Amang nasa langit kung hindi kayo magpapatawad nang buong puso sa inyong kapwa."

Ang Turo ni Jesus tungkol sa Paghihiwalay (Mar. 10:1-12)

19 Pagkatapos ipangaral ni Jesus ang mga bagay na ito, umalis siya sa Galilea at pumunta sa lalawigan ng Judea sa kabila ng *Ilog ng* Jordan. [2] Maraming tao ang sumunod sa kanya at pinagaling niya sila sa kanilang mga sakit.

[3] May mga Pariseong pumunta sa kanya para hanapan siya ng butas. Kaya nagtanong sila, "Pinahihintulutan ba ng Kautusan na hiwalayan ng lalaki ang asawa niya sa kahit anong dahilan?" [4] Sumagot si Jesus, "Hindi ba ninyo nabasa sa Kasulatan na sa simula pa lang, nang likhain ng Dios ang mundo, 'ginawa niya ang tao na lalaki at babae?'[c] [5] 'Dahil dito, iiwan ng lalaki ang kanyang ama at ina, at magsasama sila ng kanyang asawa. At silang dalawa ay magiging isa,'[d] [6] Hindi na sila dalawa kundi isa na lang. Kaya hindi dapat paghiwalayin ng tao ang pinagsama ng Dios." [7] Nagtanong *uli* ang mga Pariseo, "Pero bakit sinabi ni Moises na pwedeng hiwalayan ng lalaki ang asawa niya, basta't bigyan niya ito ng kasulatan ng paghihiwalay?"[e] [8] Sumagot si Jesus sa kanila, "Ipinahintulot ito ni Moises sa inyo dahil sa katigasan ng ulo ninyo. Ngunit hindi iyan ang layunin ng Dios mula sa simula. [9] Kaya sinasabi ko sa inyo, kung hiwalayan ng lalaki ang asawa niya sa anumang dahilan maliban sa sekswal na imoralidad, at pagkatapos ay mag-asawa ng iba, nagkasala siya ng pangangalunya. [At ang nag-asawa ng babaeng hiniwalayan ay nagkasala rin ng pangangalunya.]"

[10] Sinabi ng mga tagasunod ni Jesus, "Kung ganyan po pala ang panuntunan sa pag-aasawa, mabuti pang huwag na lang mag-asawa." [11] Sumagot si Jesus, "Hindi matatanggap ng lahat ang turong ito, maliban na lang sa mga taong pinagkalooban nito. [12] May iba't ibang dahilan kung bakit ang ilan ay hindi nag-aasawa. May iba na ipinanganak na sadyang baog. Ang iba'y hindi makakapag-asawa dahil sinadyang kapunin. At may iba naman ay ayaw mag-asawa dahil sa pagpapahalaga nila sa kaharian ng Dios. Kung kaya ng sinuman na hindi mag-asawa, huwag na siyang mag-asawa."

Pinagpala ni Jesus ang Maliliit na Bata (Mar. 10:13-16; Luc. 18:15-17)

[13] May mga taong nagdala ng maliliit na bata kay Jesus upang ipatong niya sa mga ito ang kanyang kamay at ipanalangin. Pero sinaway sila

---

a 16 Deu. 19:15.

b 17 *maniningil ng buwis:* Sila'y itinuturing ng mga Judio na masasamang tao.

c 4 Gen. 1:27; 5:2.

d 5 Gen. 2:24.

e 7 Deu. 24:1.

ng mga tagasunod ni Jesus. ¹⁴ Sinabi ni Jesus sa mga tagasunod niya, "Hayaan ninyong lumapit sa akin ang mga bata. Huwag ninyo silang pigilan, dahil ang mga katulad nila ay kabilang sa kaharian ng Dios." ¹⁵ Ipinatong nga niya ang kanyang kamay sa mga bata at pinagpala niya sila, at pagkatapos nito ay umalis siya.

Ang Lalaking Mayaman
(Mar. 10:17-31; Luc. 18:18-30)

¹⁶ May isang lalaki naman na lumapit kay Jesus at nagtanong, "Guro, ano po ba ang mabuti kong gawin upang magkaroon ng buhay na walang hanggan?" ¹⁷ Sumagot si Jesus, "Bakit itinatanong mo sa akin kung ano ang mabuti? Isa lang ang mabuti, at walang iba kundi ang Dios. Kung gusto mong magkaroon ng buhay na walang hanggan, sundin mo ang mga utos." ¹⁸ "Alin po sa mga ito?" tanong ng lalaki. Sumagot si Jesus, "Huwag kang papatay, huwag kang mangangalunya, huwag kang magnanakaw, huwag kang sasaksi ng kasinungalingan, ¹⁹ igalang mo ang iyong ama at ina,ᵃ at mahalin mo ang kapwa mo tulad ng pagmamahal mo sa iyong sarili."ᵇ ²⁰ Sinabi ng binata, "Sinusunod ko po ang lahat ng iyan. Ano pa po ba ang kulang sa akin?" ²¹ Sumagot si Jesus, "Kung nais mong maging ganap *sa harap ng Dios*, umuwi ka at ipagbili ang iyong mga ari-arian at ipamigay mo *ang pera* sa mga mahihirap. At magkakaroon ka ng kayamanan sa langit. Pagkatapos, bumalik ka at sumunod sa akin." ²² Nang marinig iyon ng binata, umalis siyang malungkot, dahil napakayaman niya. ²³ Kaya sinabi ni Jesus sa mga tagasunod niya, "Sinasabi ko sa inyo ang totoo, napakahirap para sa isang mayaman ang mapabilang sa kaharian ng Dios. ²⁴ Mas madali pang makapasok ang kamelyo sa butas ng karayom kaysa sa mapabilang ang isang mayaman sa kaharian ng Dios." ²⁵ Nabigla ang mga tagasunod nang marinig nila ito, kaya nagtanong sila, "Kung ganoon po, sino na lang ang maliligtas?" ²⁶ Tiningnan sila ni Jesus at sinabi, "Imposible ito sa tao; pero sa Dios, ang lahat ay posible."

²⁷ Nagsalita si Pedro, "Paano naman po kami? Iniwan namin ang lahat para sumunod sa inyo. Ano po ang mapapala namin?" ²⁸ Sumagot si Jesus, "Sinasabi ko sa inyo ang totoo, darating ang araw na babaguhin ng Dios ang mundo, at *ako na* Anak ng Tao ay uupo sa aking trono. At kayong mga tagasunod ko ay uupo rin sa 12 trono upang husgahanᶜ ang 12 lahi ng Israel. ²⁹ At ang sinumang nag-iwan ng kanyang bahay, mga kapatid, mga magulang, mga anak, o mga lupa dahil sa akin ay tatanggap ng mas marami pa kaysa sa kanyang iniwan, at tatanggap din siya ng buhay na walang hanggan. ³⁰ Maraming dakila ngayon na magiging hamak, at maraming hamak ngayon na magiging dakila."

Ang mga Manggagawa sa Ubasan

20 Sinabi pa ni Jesus sa kanila, "Ang paghahari ng Dios ay maitutulad sa *kwentong ito: Isang araw,* maagang lumabas ang isang may-ari ng ubasan para humanap ng mga manggagawa. ² Nang makakita

ᵃ 19 Exo. 20:12-16; Deu. 5:16-20.
ᵇ 19 Lev. 19:18.
ᶜ 28 husgahan: o, pamumunuan.

siya *ng mga manggagawa,* nakipagkasundo siya sa kanila na makakatanggap sila ng karampatang sahod para sa isang araw na trabaho, at pagkatapos ay pinapunta ang mga ito sa ubasan niya. ³ Nang mga alas nuwebe na ng umaga, lumabas siyang muli at may nakita siyang mga taong walang trabaho at nakatambay lang sa may pamilihan. ⁴ Sinabi niya sa kanila, 'Pumunta kayo sa ubasan ko at magtrabaho. Babayaran ko kayo nang nararapat.' ⁵ Kaya pumunta ang mga ito sa ubasan. Nang bandang tanghali, muli siyang lumabas at may nakita pang ilang mga tao. Pinagtrabaho rin niya ang mga ito. Ito rin ang ginawa niya nang mga alas tres na ng hapon. ⁶ Nang mag-aalas singko na ng hapon, muli na naman siyang lumabas at nakakita pa ng mga ilan na nakatambay lang. Sinabi niya sa kanila, 'Bakit maghapon kayong nakatayo riyan at walang ginagawa?' ⁷ Sumagot sila, 'Dahil wala naman pong nagbigay sa amin ng trabaho.' Sinabi niya sa kanila, 'Pumunta kayo sa ubasan ko at magtrabaho.'

⁸ "Nang magtatakip-silim na, sinabi ng may-ari sa kanyang katiwala, 'Tawagin mo na ang mga manggagawa at bigyan ng sahod. Unahin mo ang mga huling nagtrabaho, hanggang sa mga unang nagtrabaho.' ⁹ Dumating ang mga nagsimula nang alas singko ng hapon, at tumanggap sila ng sahod para sa isang araw na trabaho. ¹⁰ Nang dumating na ang mga naunang nagtrabaho, inakala nilang tatanggap sila ng higit kaysa sa mga huling nagtrabaho. Pero tumanggap din sila ng ganoon ding halaga. ¹¹ Pagkatanggap nila ng sahod, nagreklamo sila sa may-ari ng ubasan. ¹² Sinabi nila, 'Ang mga huling dumating ay isang oras lang nagtrabaho, samantalang kami ay nagtrabaho ng buong araw at nagtiis ng init, pero pareho lang ang sahod namin!' ¹³ Sinagot ng may-ari ang isa sa kanila, 'Kaibigan, hindi kita dinadaya. Hindi ba't nagkasundo tayo na bibigyan kita ng sahod para sa isang araw na trabaho? ¹⁴ Kaya tanggapin mo na ang sahod mo, at umuwi ka na. Desisyon ko na bigyan ng parehong sahod ang mga huling nagtrabaho. ¹⁵ Hindi ba't may karapatan akong gawin ang gusto ko sa pera ko? O naiinggit lang kayo dahil mabuti ako sa kanila?' " ¹⁶ *Pagkatapos, sinabi ni Jesus,* "Ganyan din *ang mangyayari sa huling araw*. May mga hamak ngayon na magiging dakila, at may mga dakila ngayon na magiging hamak."

Ang Ikatlong Pagpapahayag ni Jesus tungkol sa Kanyang Kamatayan
(Mar. 10:32-34; Luc. 18:31-34)

¹⁷ Habang naglalakad sina Jesus papuntang Jerusalem, inihiwalay niya ang 12 tagasunod sa mga tao. Sinabi niya sa kanila, ¹⁸ "Pupunta na tayo sa Jerusalem, at *ako na* Anak ng Tao ay ipagkakanulo sa mga namamahalang pari at mga tagapagturo ng Kautusan. Hahatulan nila ako ng kamatayan ¹⁹ at ibibigay sa mga hindi Judio para insultuhin, hagupitin at ipako sa krus. Ngunit mabubuhay akong muli sa ikatlong araw."

Ang Kahilingan ng Ina nina Santiago at Juan
(Mar. 10:35-45)

²⁰ Lumapit kay Jesus ang asawa ni Zebedee, kasama ang dalawang anak niyang lalaki. Lumuhod siya kay

Jesus dahil may gusto siyang hilingin. [21] Tinanong siya ni Jesus, "Ano ang gusto mo?" Sumagot siya, "Kung maaari po sana, kapag naghahari na kayo, paupuin n'yo ang dalawa kong anak sa tabi n'yo; isa sa kanan at isa sa kaliwa." [22] Pero sinagot sila ni Jesus, "Hindi ninyo alam kung ano ang hinihingi ninyo. Kaya ba ninyong tiisin ang mga pagdurusang titiisin ko?"[a] Sumagot sila, "Opo, kaya namin." [23] Sinabi ni Jesus, "Maaaring kaya nga ninyong tiisin. Ngunit hindi ako ang pumipili kung sino ang uupo sa kanan o sa kaliwa ko. Ang mga lugar na iyon ay para lang sa mga pinaglaanan ng aking Ama."

[24] Nang malaman ng sampung tagasunod kung ano ang hiningi ng magkapatid, nagalit sila sa kanila. [25] Kaya tinawag silang lahat ni Jesus at sinabi, "Alam ninyong ang mga pinuno ng mga bansa ay may kapangyarihan sa mga taong nasasakupan nila, at kahit anong gustuhin nila ay nasusunod. [26] Ngunit hindi dapat ganyan ang umiral sa inyo. Sa halip, ang sinuman sa inyo na gustong maging dakila ay dapat maging lingkod ninyo. [27] At ang sinuman sa inyo na gustong maging pinuno ay dapat maging alipin ninyo. [28] Maging *ako na* Anak ng Tao ay naparito *sa mundo*, hindi upang paglingkuran kundi upang maglingkod at magbigay ng aking buhay para maligtas ang maraming tao."

Pinagaling ni Jesus ang Dalawang Bulag
(Mar. 10:46-52; Luc. 18:35-43)

[29] Nang papaalis na sa Jerico si Jesus at ang mga tagasunod niya, sinundan sila ng napakaraming tao. [30] Samantala, may dalawang bulag doon na nakaupo sa tabi ng daan. Nang marinig nilang dumaraan si Jesus, sumigaw sila, "Panginoon, Anak ni David,[b] maawa po kayo sa amin!" [31] Pero sinaway sila ng mga tao at pinagsabihang manahimik. Ngunit lalo pa nilang nilakasan ang kanilang pagsigaw, "Panginoon, Anak ni David, maawa po kayo sa amin!" [32] Tumigil si Jesus, tinawag sila, at tinanong, "Ano ang gusto ninyong gawin ko sa inyo?" [33] Sumagot sila, "Panginoon, gusto po naming makakita." [34] Naawa si Jesus sa kanila, kaya hinipo niya ang kanilang mga mata. Agad silang nakakita at sumunod kay Jesus.

Ang Matagumpay na Pagpasok ni Jesus sa Jerusalem
(Mar. 11:1-11; Luc. 19:28-40; Juan 12:12-19)

21 Malapit na sina Jesus sa Jerusalem. Pagdating nila sa nayon ng Betfage na nasa Bundok ng mga Olibo, pinauna ni Jesus ang dalawa niyang tagasunod [2] at sinabi, "Pumunta kayo sa susunod na nayon. Makikita ninyo roon ang isang asno na nakatali, kasama ang bisiro nito. Kalagan ninyo ang mga ito at dalhin dito sa akin. [3] Kapag may sumita sa inyo, sabihin ninyong kailangan ng Panginoon, at hahayaan na niya kayo." [4] Nangyari ito upang matupad ang sinabi ng propeta:

[5] "Sabihin ninyo sa mga naninirahan sa Zion
   na paparating na ang kanilang hari!

Mapagpakumbaba siya, at nakasakay sa asno,
   sa isang bisirong asno."[c]

[6] Lumakad nga ang mga tagasunod at ginawa ang iniutos ni Jesus. [7] Dinala nila ang asno at ang bisiro nito kay Jesus. Sinapinan nila ang mga ito ng kanilang mga balabal at sumakay si Jesus. [8] Maraming tao ang naglatag ng kanilang mga balabal sa daan. Ang iba naman ay pumutol ng mga sanga ng kahoy at inilatag din sa daan. [9] Ang mga tao sa unahan ni Jesus at ang mga nasa hulihan ay sumisigaw, "Purihin ang Anak ni David![d] Pagpalain ang dumarating sa pangalan ng Panginoon! Purihin ang Dios!"[e] [10] Nang pumasok si Jesus sa Jerusalem, nagkagulo ang buong lungsod, at nagtanungan ang mga tao, "Sino ang taong iyan?" [11] Sumagot ang mga kasama ni Jesus, "Siya ang propetang si Jesus na taga-Nazaret, na sakop ng Galilea."

Ang Pagmamalasakit ni Jesus sa Templo
(Mar. 11:15-19; Luc. 19:45-48; Juan 2:13-22)

[12] Pumunta si Jesus sa templo at itinaboy niya ang mga nagtitinda at namimili roon. Itinaob niya ang mga mesa ng mga nagpapalit ng pera at ang mga upuan ng mga nagtitinda ng mga kalapating *inihahandog sa templo.* [13] Sinabi niya sa kanila, "Sinasabi *ng Dios* sa Kasulatan, 'Ang bahay ko ay bahay-panalanginan.'[f] Pero ginawa ninyong pugad ng mga tulisan!"[g]

[14] May mga bulag na pilay na lumapit kay Jesus doon sa templo, at pinagaling niya silang lahat. [15] Nagalit ang mga namamahalang pari at mga tagapagturo ng Kautusan nang makita nila ang mga himalang ginawa ni Jesus, at nang marinig nila ang mga batang sumisigaw doon sa templo ng "Purihin ang Anak ni David!"[h] [16] Sinabi nila kay Jesus, "Naririnig mo ba ang sinasabi nila?" Sumagot si Jesus, "Oo. Hindi ba ninyo nabasa *ang sinabi sa Kasulatan* na kahit na maliliit na bata ay tinuruan ng Dios na magpuri sa kanya?"[i] [17] Pagkatapos, iniwan sila ni Jesus. Lumabas siya ng lungsod at nagpunta sa Betania, at doon siya nagpalipas ng gabi.

Isinumpa ni Jesus ang Puno ng Igos
(Mar. 11:12-14, 20-24)

[18] Kinaumagahan, nang pabalik na sina Jesus sa lungsod ng Jerusalem, nagutom siya. [19] May nakita siyang puno ng igos sa tabi ng daan, kaya nilapitan niya ito. Pero wala siyang nakitang *bunga* kundi puro mga dahon. Kaya sinabi niya sa puno, "Hindi ka na mamumunga pang muli!" At agad na natuyo ang puno. [20] Namangha ang mga tagasunod ni Jesus nang makita nila iyon. Sinabi nila, "Paanong natuyo kaagad ang puno?" [21] Sumagot si Jesus, "Sinasabi ko sa inyo ang totoo, kung may pananampalataya kayo

---

a 22 *Kaya ba…titiisin ko:* sa literal, *Maiinom ba ninyo ang kopa na iinumin ko?*

b 30 *Anak ni David:* Ito ang tawag ng mga Judio sa Mesias o Cristo dahil sa paniniwalang siya'y mula sa angkan ni David.

c 5 Zac. 9:9.

d 9 *Anak ni David:* Ito ang tawag ng mga Judio sa Mesias o Cristo dahil sa paniniwalang siya'y mula sa angkan ni David.

e 9 Salmo 118:26.

f 13 Isa. 56:7.

g 13 Jer. 7:11.

h 15 *Anak ni David:* Ito ang tawag ng mga Judio sa Mesias o Cristo dahil sa paniniwalang siya'y mula sa angkan ni David.

i 16 Salmo 8:2.

at walang pag-aalinlangan, magagawa rin ninyo ang ginawa ko sa puno ng igos. At hindi lang iyan, maaari rin ninyong sabihin sa bundok, 'Lumipat ka sa dagat!' at lilipat nga ito. ²² Anumang hilingin ninyo *sa Dios* sa panalangin ay matatanggap ninyo kung sumasampalataya kayo."

Ang Tanong tungkol sa Awtoridad ni Jesus
(Mar. 11:27-33; Luc. 20:1-8)

²³ Bumalik sa templo si Jesus, at habang nagtuturo siya, nilapitan siya ng mga namamahalang pari at ng mga pinuno ng mga Judio at tinanong, "Ano ang awtoridad mong gumawa ng mga bagay na ginagawa mo? Sino ang nagbigay sa iyo ng awtoridad na iyan?" ²⁴ Sumagot si Jesus, "Tatanungin ko rin kayo. At kapag sinagot ninyo, sasabihin ko kung ano ang awtoridad ko na gumawa ng mga bagay na ito. ²⁵ Kanino galing ang awtoridad ni Juan para magbautismo, sa Dios*ᵃ* o sa tao?" Nag-usap-usap sila, "Kung sasabihin nating mula sa Dios, sasabihin niya, 'Bakit hindi kayo naniwala kay Juan?' ²⁶ Pero kung sasabihin nating mula sa tao, magagalit sa atin ang mga tao, dahil naniniwala silang si Juan ay propeta *ng Dios*." ²⁷ Kaya sumagot sila, "Hindi namin alam." At sinabi ni Jesus sa kanila, "Kung ganoon, hindi ko rin sasabihin sa inyo kung saan nagmula ang awtoridad ko na gumawa ng mga bagay na ito."

Ang Talinghaga tungkol sa Dalawang Anak

²⁸ *Sinabi pa ni Jesus sa kanila,* "Ano sa palagay ninyo ang kahulugan ng talinghagang ito? May isang tao na may dalawang anak na lalaki. Lumapit siya sa panganay at sinabi, 'Anak, pumunta ka ngayon sa ating ubasan at magtrabaho.' ²⁹ Sumagot siya, 'Ayaw ko po.' Pero maya-maya ay nagbago ang isip niya at pumunta rin. ³⁰ Lumapit din ang ama sa bunso at ganoon din ang sinabi. Sumagot ang bunso, 'Opo,' pero hindi naman siya pumunta. ³¹ Sino ngayon sa dalawa ang sumunod sa kalooban ng kanilang ama?" Sumagot sila, "Ang panganay." Sinabi ni Jesus sa kanila, "Sinasabi ko sa inyo ang totoo, ang mga maningil ng buwis at ang mga babaeng bayaran ay nauuna pa sa inyo na mapabilang sa kaharian ng Dios. ³² Sapagkat dumating sa inyo si Juan *na tagapagbautismo,* at itinuro sa inyo ang tamang daan sa matuwid na pamumuhay, pero hindi kayo naniwala. Pero ang mga maningil ng buwis at ang mga babaeng bayaran ay naniwala sa kanya. At kahit na nakita ninyo ito, hindi pa rin kayo nagsisi sa mga kasalanan ninyo at naniwala sa kanya."

Ang Talinghaga tungkol sa Masasamang Magsasaka
(Mar. 12:1-12; Luc. 20:9-19)

³³ *Muling nagsalita si Jesus sa kanila,* "Makinig kayo sa isa pang talinghaga: May isang taong may bukid na pinataniman niya ng ubas. Pinabakuran niya ito at nagpagawa ng pisaan ng ubas. Nagtayo rin siya ng isang bantayang tore. At pagkatapos ay pinaupahan niya ang kanyang ubasan sa mga magsasaka at pumunta sa malayong lugar. ³⁴ Nang panahon na ng pamimitas ng ubas, pinapunta niya ang kanyang mga alipin sa mga magsasakang

umuupa sa ubasan niya para kunin ang kanyang parte. ³⁵ Pero sinunggaban ng mga magsasaka ang mga alipin. Binugbog nila ang isa, pinatay ang isa at binato naman ang isa pa. ³⁶ Nagsugo ulit ang may-ari ng mas maraming alipin, at ganoon din ang ginawa ng mga magsasaka sa kanila. ³⁷ Nang bandang huli, pinapunta ng may-ari ang kanyang anak. Ang akala niya'y igagalang nila ito. ³⁸ Pero nang makita ng mga magsasaka ang anak *ng may-ari,* sinabi nila, 'Narito na ang tagapamana. Halikayo, patayin natin siya para mapasaatin ang lupang mamanahin niya.' ³⁹ Kaya sinunggaban nila ang anak, dinala sa labas ng ubasan at pinatay."

⁴⁰ *Pagkatapos, nagtanong si Jesus,* "Ano kaya ang gagawin ng may-ari sa mga magsasakang iyon sa kanyang pagbabalik?" ⁴¹ Sumagot ang mga tao, "Tiyak na papatayin niya ang masasamang taong iyon, at pauupahan niya ang kanyang ubasan sa ibang magsasakang magbibigay sa kanya ng parte niya sa bawat panahon ng pamimitas." ⁴² Sinabi sa kanila ni Jesus, "Hindi ba ninyo nabasa *ang talatang ito* sa Kasulatan?

'Ang batong tinanggihan ng mga
    tagapagtayo ng bahay
ang siyang naging batong pundasyon.*ᵇ*
Gawa ito ng Panginoon
at kahanga-hanga ito sa atin!'*ᶜ*

⁴³ "Kaya tandaan ninyo: hindi na kayo ang paghaharian ng Dios kundi ang mga taong sumusunod sa kanyang kalooban. [⁴⁴ Ang sinumang mahulog sa batong ito ay magkakabali-bali, ngunit ang mahulugan nito ay madudurog.]"

⁴⁵ Nang marinig ng mga namamahalang pari at ng mga Pariseo ang talinghagang iyon, alam nilang sila ang tinutukoy ni Jesus. ⁴⁶ Kaya gusto nilang dakpin si Jesus, pero natatakot sila sa mga tao na naniniwalang si Jesus ay isang propeta.

Ang Talinghaga tungkol sa Handaan sa Kasal
(Luc. 14:15-24)

22 Muling nagsalita sa kanila si Jesus sa pamamagitan ng talinghaga. Sinabi niya, ²"Ang paghahari ng Dios ay maitutulad sa *kwentong ito:* May isang hari na naghanda ng salo-salo para sa kasal ng anak niyang lalaki. ³ Sinugo niya ang kanyang mga alipin upang tawagin ang mga inimbitahan sa kasalan, pero ayaw nilang dumalo. ⁴ Sinugo niya ang iba pang mga alipin upang sabihin sa mga inimbitahan, 'Handa na ang lahat; nakatay na ang aking mga baka at iba pang pinatabang hayop. Nakahanda na ang pagkain kaya pumunta na kayo rito!' ⁵ Pero hindi ito pinansin ng mga inimbitahan. Ang iba'y pumunta sa bukid nila, at ang iba'y sa negosyo nila. ⁶ Ang iba nama'y sinunggaban ang mga alipin ng hari, hiniya, at pinatay. ⁷ Kaya galit na galit ang hari sa ginawa ng mga ito. Inutusan niya ang kanyang mga sundalo na patayin ang mga pumatay sa kanyang mga alipin at sunugin ang lungsod ng mga ito. ⁸ Pagkatapos, sinabi ng hari sa kanyang mga utusan, 'Handa na ang salo-salo para sa kasal *ng aking anak,* pero hindi

---

ᵃ 25 sa Dios: sa literal, *sa langit.*

ᵇ 42 batong pundasyon: sa literal, *batong panulukan.*

ᶜ 42 Salmo 118:22-23.

karapat-dapat ang mga inimbitahan. [9]Pumunta na lang kayo sa mga mataong lansangan, at imbitahan ninyo ang lahat ng inyong makita.' [10]Pumunta nga sa mga lansangan ang mga alipin at inimbitahan ang lahat ng nakita nila, masama man o mabuti. Kaya napuno ng bisita ang pinagdarausan ng handaan. [11]Nang pumasok ang hari upang tingnan ang mga bisita, nakita niya ang isang lalaking hindi nakasuot ng damit na para sa kasalan. [12]Kaya tinanong niya ang lalaki, 'Kaibigan, bakit pumasok ka rito nang hindi nakasuot ng damit na para sa kasalan?' Hindi nakasagot ang lalaki. [13]Kaya sinabi ng hari sa kanyang mga utusan, 'Talian ninyo ang mga kamay at paa niya at itapon sa dilim, doon sa labas. Doon ay iiyak siya at magngangalit ang kanyang ngipin.'" [14]*Pagkatapos, sinabi ni Jesus,* "Marami ang tinatawag ng Dios *na mapabilang sa kanyang kaharian,* ngunit kakaunti ang pinili."

Ang Tanong tungkol sa Pagbabayad ng Buwis
(Mar. 12:13-17; Luc. 20:20-26)

[15]Umalis ang mga Pariseo at nagplano kung paano nila mahuhuli si Jesus sa kanyang mga pananalita. [16]Kaya pinapunta nila kay Jesus ang ilan sa kanilang mga kasamahan at ang ilan sa mga tauhan ni Herodes. Sinabi ng mga ito, "Guro, alam po namin na totoo ang mga sinasabi ninyo. Itinuturo n'yo ang katotohanan tungkol sa kalooban ng Dios. Wala kayong pinapaboran, dahil hindi kayo tumitingin sa katayuan ng tao. [17]Ano sa palagay n'yo? Tama po ba na *tayong mga Judio ay* magbayad ng buwis sa Emperador ng Roma[a] o hindi?" [18]Pero alam ni Jesus ang masama nilang balak, kaya sinabi niya, "Mga pakitang-tao! Bakit ninyo ako sinusubukang hulihin *sa tanong na iyan?* [19]Patingin nga ng perang ipinambabayad ng buwis." Iniabot nila sa kanya ang pera.[b] [20]Tinanong sila ni Jesus, "Kaninong mukha at pangalan ang nakaukit sa pera?" [21]Sumagot sila, "Sa Emperador." Kaya sinabi ni Jesus sa kanila, "Kung ganoon, ibigay ninyo sa Emperador ang para sa Emperador, at sa Dios ang para sa Dios." [22]Namangha sila nang marinig ang sagot ni Jesus, kaya iniwan nila siya.

Ang Tanong tungkol sa Muling Pagkabuhay
(Mar. 12:18-27; Luc. 20:27-40)

[23]Nang araw ding iyon, lumapit at nagtanong kay Jesus ang ilang mga Saduceo—mga taong hindi naniniwala sa muling pagkabuhay. [24]Sinabi nila, "Guro, sinabi ni Moises na kapag ang isang lalaki ay namatay na walang anak sa asawa niya, dapat pakasalan ng kanyang kapatid ang naiwan niyang asawa para magkaanak sila para sa kanya.[c] [25]Noon ay may pitong magkakapatid na lalaki rito sa amin. Nag-asawa ang panganay, at namatay na walang anak. Kaya ang biyuda ay napangasawa ng *ikalawang* kapatid. [26]Pero namatay din siya na wala silang anak. Ganoon din ang nangyari sa ikatlo hanggang sa ikapitong kapatid. [27]At kinalaunan, namatay din ang babae. [28]Ngayon, sa araw ng muling pagkabuhay ng mga patay, sino po ba sa pito ang magiging asawa ng babaeng iyon dahil silang lahat ay napangasawa niya?" [29]Sumagot si Jesus, "Maling-mali kayo, dahil hindi ninyo nauunawaan ang Kasulatan at ang kapangyarihan ng Dios. [30]Sapagkat sa muling pagkabuhay hindi na sila mag-aasawa. Magiging tulad sila ng mga anghel sa langit. [31]Tungkol naman sa muling pagkabuhay, hindi ba ninyo nabasa *sa Kasulatan* ang sinabi ng Dios sa inyo? Sinabi niya, [32]'Ako ang Dios nila Abraham, Isaac, at Jacob.'[d] Hindi siya Dios ng mga patay kundi ng mga buhay." [33]Nang marinig ito ng mga tao, namangha sila sa kanyang pagtuturo.

Ang Pinakamahalagang Utos
(Mar. 12:28-34; Luc. 10:25-28)

[34]Nang mabalitaan ng mga Pariseo na walang magawa ang mga Saduceo kay Jesus, nagtipon silang muli *at lumapit sa kanya.* [35]Isa sa kanila, na tagapagturo ng Kautusan, ang nagtanong kay Jesus upang subukin siya, [36]"Guro, ano po ba ang pinakamahalagang utos sa Kautusan?" [37]Sumagot si Jesus, "'Mahalin mo ang Panginoon mong Dios nang buong puso, nang buong kaluluwa, at nang buong pag-iisip.'[e] [38]Ito ang pinakamahalagang utos sa lahat. [39]At ang ikalawang pinakamahalagang utos ay katulad din nito: 'Mahalin mo ang iyong kapwa katulad ng pagmamahal mo sa iyong sarili.'[f] [40]Ang buong Kautusan ni Moises at ang mga isinulat ng mga propeta ay nakasalalay sa dalawang utos na ito."[g]

Ang Tanong tungkol sa Cristo
(Mar. 12:35-37; Luc. 20:41-44)

[41]Habang nagkakatipon pa ang mga Pariseo, tinanong sila ni Jesus, [42]"Ano ba ang pagkakakilala ninyo sa Cristo? Kaninong angkan[h] siya *nagmula?*" Sumagot sila, "Kay David." [43]Sinabi ni Jesus sa kanila, "Kung angkan *lang* siya ni David, bakit tinawag siya ni David na 'Panginoon,' sa patnubay ng *Banal na* Espiritu? Ito ang sinabi niya,

[44]'Sinabi ng Panginoon sa aking Panginoon,
 Maupo ka sa aking kanan hanggang sa
  mapasuko ko sa iyo ang iyong mga
   kaaway.'[i]

[45]Kung tinawag siya ni David na Panginoon, paano siya naging angkan *lang* ni David?" [46]Wala ni isa mang nakasagot sa tanong ni Jesus. Mula noon, wala nang nangahas na magtanong sa kanya.

Babala Laban sa mga Tagapagturo ng Kautusan at sa mga Pariseo
(Mar. 12:38-39; Luc. 11:43, 46; 20:45-46)

23 Pagkatapos, nagsalita si Jesus sa mga tao at sa mga tagasunod niya. [2]Sinabi niya, "Ang mga tagapagturo ng Kautusan at ang mga Pariseo ang kinikilalang tagapagpaliwanag ng Kautusan ni Moises. [3]Kaya dapat ninyong pakinggan at sundin ang lahat ng itinuturo nila sa inyo. Pero

---

a 17 *Emperador ng Roma:* sa literal, *Cesar.*
b 19 *pera:* sa literal, *denarius,* na pera ng mga Romano.
c 24 Deu. 25:5.
d 32 Exo. 3:6.
e 37 Deu. 6:5.
f 39 Lev. 19:18.
g 40 Lev. 19:18.
h 42 *angkan:* sa literal, *anak.*
i 44 Salmo 110:1.

huwag ninyong gayahin ang mga ginawa nila dahil hindi nila ginagawa ang mga itinuturo nila. [4]Ipinapatupad nila sa inyo ang mahihirap nilang kautusan, pero sila mismo ay hindi sumusunod sa mga ito. [5]Ang lahat ng ginagawa nila ay pakitang-tao lang. *At upang ipakita na napakarelihiyoso nila*, nilalakihan nila ang kanilang mga pilakterya[a] at hinahabaan ang laylayan[b] *ng kanilang mga damit*. [6]Mahilig silang umupo sa mga upuang pandangal sa mga handaan at mga sambahan. [7]At gustong-gusto nilang batiin sila't igalang sa mga mataong lugar at tawaging 'Guro.' [8]Ngunit huwag kayong magpatawag na 'Guro,' dahil lahat kayo'y magkakapatid at iisa lang ang inyong Guro. [9]At huwag ninyong tawaging 'Ama' ang sinuman dito sa lupa, dahil iisa lang ang inyong Ama, ang Amang nasa langit. [10]Huwag din kayong magpatawag na 'Amo,' dahil iisa lang ang inyong amo, walang iba kundi ang Cristo. [11]Ang pinakadakila sa inyo ay dapat maging lingkod ninyo. [12]Ang nagpapakataas ng kanyang sarili ay ibababa *ng Dios*, at ang nagpapakababa ay itataas *ng Dios*."

Tinuligsa ni Jesus ang mga Tagapagturo ng Kautusan at mga Pariseo
(Mar. 12:40; Luc. 11:39-42, 44, 52; 20:47)

[13]"Nakakaawa kayong mga tagapagturo ng Kautusan at mga Pariseo, kayong mga mapagkunwari! Hinahadlangan ninyo ang mga tao na mapabilang sa kaharian ng Dios. Kayo mismo ay ayaw mapabilang at pinipigilan pa ninyo ang mga gustong mapabilang! [14][Nakakaawa kayong mga tagapagturo ng Kautusan at mga Pariseo, kayong mga mapagkunwari. Dinadaya ninyo ang mga biyuda para makuha ang kanilang mga ari-arian, at pinagtatakpan ninyo ang inyong mga ginagawa sa pamamagitan ng mahabang pagdarasal. Dahil dito, tatanggap kayo ng mas mabigat na parusa!] [15]Nakakaawa kayong mga tagapagturo ng Kautusan at mga Pariseo, kayong mga mapagkunwari! Nilalakbay ninyo ang dagat at lupa, mahikayat lang ang isang tao sa inyong pananampalataya. At kapag may nahikayat na kayo, ginagawa ninyo siyang mas masahol pa sa inyo at mas karapat-dapat pang parusahan sa impyerno! [16]Kaawa-awa kayong mga bulag na tagaakay! Itinuturo ninyo na kung manunumpa ang isang tao sa templo, hindi niya ito kailangang tuparin. Ngunit kung manunumpa siya sa gintong nasa templo, dapat niya itong tuparin. [17]Mga bulag! Mga hangal! Alin ba ang mas mahalaga, ang ginto o ang templo na nagpabanal sa ginto? [18]Itinuturo rin ninyo na kung manunumpa ang isang tao sa altar, hindi niya ito kailangang tuparin. Ngunit kung manunumpa siya sa handog na nasa altar, dapat niya itong tuparin. [19]Mga bulag! Alin ba ang mas mahalaga, ang handog o ang altar na nagpabanal sa handog? [20]Kaya nga, kapag nanumpa ang isang tao sa altar, nanunumpa rin siya pati sa handog na nasa altar. [21]Kapag nanumpa siya sa templo, nanunumpa rin siya pati sa Dios na naninirahan doon. [22]At kapag nanumpa siya sa langit, nanunumpa rin siya pati sa trono ng Dios at sa Dios mismo na nakaupo roon.

[23]"Nakakaawa kayong mga tagapagturo ng Kautusan at mga Pariseo, kayong mga mapagkunwari! Ibinibigay nga ninyo kahit ang ikapu[c] ng inyong mga pampalasa,[d] ngunit hindi naman ninyo sinusunod ang mga mas mahalagang utos tungkol sa pagiging makatarungan, mahabagin, at pagiging tapat. Dapat ngang magbigay kayo ng inyong mga ikapu, pero huwag naman ninyong kaligtaang gawin ang mga mas mahalagang utos. [24]Mga bulag na tagaakay! Sinasala ninyo ang maliliit na insekto *sa inyong inumin*, pero lumululon naman kayo ng kamelyo!

[25]"Nakakaawa kayong mga tagapagturo ng Kautusan at mga Pariseo, kayong mga mapagkunwari! Nililinis ninyo ang labas ng tasa at pinggan *ayon sa inyong seremonya*, ngunit ang loob ng puso ninyo'y puno naman ng kasakiman at katakawan.[e] [26]Mga bulag na Pariseo! Linisin muna ninyo ang loob ng tasa at baso, at magiging malinis din ang labas nito.[f] [27]Nakakaawa kayong mga tagapagturo ng Kautusan at mga Pariseo, kayong mga mapagkunwari! Katulad kayo ng mga libingang pininturahan ng puti at magandang tingnan sa labas, pero ang nasa loob ay puro kalansay at iba pang maruruming bagay. [28]Ganyang-ganyan kayo, dahil kung masdan kayo ng mga tao'y parang tama ang ginagawa ninyo, pero sa loob ninyo'y puno kayo ng pagkukunwari at kasalanan."

Sinabi ni Jesus ang Kanilang Kaparusahan
(Luc. 11:47-51)

[29]"Nakakaawa kayong mga tagapagturo ng Kautusan at mga Pariseo, kayong mga mapagkunwari! Ipinapaayos ninyo ang mga libingan ng mga propeta at ng mga taong matuwid, at pinagagandang ninyo ang mga ito. [30]At sinasabi ninyo na kung buhay sana kayo sa panahon ng inyong mga ninuno, hindi ninyo papatayin ang mga propeta tulad ng ginawa nila. [31]Kung ganoon, inaamin nga ninyo na lahi kayo ng mga taong pumatay sa mga propeta! [32]Sige, tapusin n'yo ang sinimulan ng inyong mga ninuno! [33]Mga ahas! Lahi kayo ng mga ulupong! Hindi n'yo matatakasan ang kaparusahan sa impyerno! [34]Kaya makinig kayo! Magpapadala ako sa inyo ng mga propeta, marurunong na tao at mga guro. Papatayin ninyo ang ilan sa kanila, at ang iba'y ipapako sa krus. Ang iba'y hahagupitin ninyo sa inyong sambahan, at uusigin ninyo sila saang lugar man sila pumunta. [35]Dahil dito, mananagot kayo sa pagpatay sa lahat ng taong matuwid mula kay Abel hanggang kay Zacarias na anak ni Berekia, na pinatay ninyo sa pagitan ng templo at ng altar. [36]Talagang kayong

---

a 5 pilakterya: Maliit na kahon na nakabigkis sa kanilang mga noo at braso, na naglalaman ng mga talata mula sa Kasulatan.

b 5 laylayan: sa Ingles, *"tassel."* Tingnan sa Bil. 15:37-39 at Deu. 22:12.

c 23 ikapu: sa Ingles, *tenth o tithe.*

d 23 pampalasa: Ang tatlong salitang ginamit sa Griego ay tumutukoy sa tatlong uri ng tanim na pampalasa sa pagkain.

e 25 ngunit...katakawan: o, *ngunit ang laman ng mga ito ay galing naman sa inyong kasakiman at katakawan.*

f 26 Linisin...labas nito: Ang ibig sabihin, *Dapat maging malinis ang kalooban ninyo, at magiging malinis din ang inyong mga iniisip at ginagawa.*

mga nabubuhay sa panahong ito ang mananagot sa lahat ng mga kasalanang ito."

[37] "Kayong mga taga-Jerusalem, binabato ninyo at pinapatay ang mga propeta na sinugo *ng Dios* sa inyo. Maraming beses ko na kayong gustong tipunin *at alagaan* gaya ng isang inahing manok na nagtitipon *at nagkakanlong* ng kanyang mga sisiw sa ilalim ng kanyang mga pakpak, pero ayaw ninyo. [38] Kaya bahala na kayo sa sarili ninyo. [39] Sapagkat hindi n'yo na ako makikita hanggang sa dumating ang panahon na sabihin ninyo, 'Pagpalain ang dumarating sa pangalan ng Panginoon.' "[a]

Sinabi ni Jesus ang Tungkol sa Pagkawasak ng Templo
(Mar. 13:1-2; Luc. 21:5-6)

24 Lumabas si Jesus sa templo, at habang naglalakad, nilapitan siya ng mga tagasunod niya at itinuro sa kanya ang mga gusali ng templo. [2] Sinabi ni Jesus, "Tingnan ninyo ang lahat ng iyan. Sinasabi ko sa inyo ang totoo, magigiba ang lahat ng iyan at walang maiiwang magkapatong na bato."

Mga Paghihirap at Pag-uusig na Darating
(Mar. 13:3-13; Luc. 21:7-19)

[3] Habang nakaupo si Jesus sa isang lugar sa Bundok ng mga Olibo, lumapit sa kanya ang mga tagasunod niya *at nakipag-usap* nang sarilinan. Sinabi nila, "Sabihin n'yo po sa amin kung kailan mangyayari ang sinabi n'yo? At ano po ang mga palatandaan ng muli n'yong pagparito at ng katapusan ng mundo?"

[4] Sumagot si Jesus, "Mag-ingat kayo upang hindi kayo madaya ninuman. [5] Sapagkat marami ang darating sa aking pangalan at sasabihing sila ang Cristo, at marami ang kanilang ililigaw. [6] Makakarinig kayo ng mga digmaang *malapit sa inyo*, at mababalitaan ninyo na may mga digmaan *din sa malayo*. Ngunit huwag kayong matakot. Kinakailangang mangyari ang mga ito, ngunit hindi pa ito ang katapusan. [7] Sapagkat magdidigmaan ang mga bansa at mga kaharian. Magkakaroon ng taggutom at paglindol sa iba't ibang lugar. [8] Ang lahat ng ito'y pasimula pa lang ng mga paghihirap na darating.

[9] "Sa panahong iyon, kamumuhian kayo dahil sa pagsunod ninyo sa akin. Dadakpin kayo upang parusahan at patayin. [10] Marami ang tatalikod sa kanilang pananampalataya. Kapopootan at ipapahuli nila ang kapwa nila *mananampalataya*. [11] Lilitaw ang maraming huwad na propeta at marami ang maililigaw nila. [12] Lalaganap ang kasamaan, at dahil dito, manlalamig ang pag-ibig ng maraming *mananampalataya*. [13] Ngunit mananatiling tapat hanggang sa wakas ay maliligtas. [14] Ipangangaral sa buong mundo ang Magandang Balita tungkol sa paghahari ng Dios upang malaman ito ng lahat ng tao, at saka darating ang katapusan."

Ang Kasuklam-suklam na Darating
(Mar. 13:14-23; Luc. 21:20-24)

[15] "Nagsalita si Propeta Daniel tungkol sa kasuklam-suklam *na darating na magiging dahilan*

ng pag-iwan sa templo. (Kayong mga bumabasa, unawain ninyo itong mabuti!) Kapag nakita na ninyong nasa loob na ito ng templo,[b] [16] ang mga nasa Judea ay dapat nang tumakas papunta sa kabundukan. [17] Ang nasa labas ng bahay[c] ay huwag nang pumasok para kumuha ng anumang gamit. [18] Ang nasa bukid ay huwag nang umuwi para kumuha ng damit. [19] Kawawa ang mga buntis at ang mga nagpapasuso sa mga araw na iyon *dahil mahihirapan silang tumakas.* [20] Idalangin ninyo na ang pagtakas n'yo ay hindi mataon sa taglamig o sa Araw ng Pamamahinga. [21] Sapagkat sa mga panahong iyon, makakaranas ang mga tao ng napakatinding kapighatian na hindi pa nararanasan mula nang likhain ang mundo hanggang ngayon, at wala nang mangyayari pang ganoon kahit kailan. [22] Kung hindi paiikliin[d] *ng Dios* ang panahong iyon, walang matitirang buhay. Ngunit alang-alang sa kanyang mga pinili, paiikliin niya ang panahong iyon.

[23] "Kapag may nagsabi sa inyo, 'Narito ang Cristo!' o 'Naroon siya!' huwag kayong maniniwala. [24] Sapagkat lilitaw ang mga di tunay na Cristo at mga huwad na propeta. Magpapakita sila ng mga kagila-gilalas na himala at kababalaghan upang malinlang, kung maaari, pati ang mga pinili ng Dios. [25] Tandaan ninyo ang mga ito! Binibigyan ko na kayo ng babala habang hindi pa nangyayari ang mga ito. [26] "Kaya kung may magsabi sa inyo, 'Naroon ang Cristo sa ilang!' huwag kayong pupunta roon. At kung may magsabing, 'Nariyan siya sa silid!'[e] huwag kayong maniniwala. [27] Sapagkat *ako na* Anak ng Tao ay babalik na tulad ng kidlat na nagliliwanag mula sa silangan hanggang sa kanluran *na makikita ng lahat.* [28] May kasabihan na, 'Kung saan may bangkay, doon nag-uumpukan ang mga buwitre.'[f]

Ang Pagbabalik ni Jesus sa Mundo
(Mar. 13:24-27; Luc. 21:25-28)

[29] "Pagkatapos ng mga araw na iyon ng matinding kahirapan, magdidilim ang araw, hindi na magliliwanag ang buwan, at mahuhulog ang mga bituin mula sa langit. Ang mga bagay[g] sa kalawakan ay mayayanig at mawawala sa kani-kanilang landas. [30] Pagkatapos, makikita sa langit ang tanda ng aking pagbabalik, at maghihinagpis ang lahat ng tao sa mundo dahil dito. At makikita nila *ako na* Anak ng Tao na dumarating na mula sa ulap na taglay ang kapangyarihan at kaluwalhatian.[h] [31] Sa malakas na tunog ng trumpeta ay ipapadala ko ang aking mga anghel sa lahat ng lugar sa mundo upang tipunin ang aking mga pinili."

Ang Aral Mula sa Puno ng Igos
(Mar. 13:28-31; Luc. 21:29-33)

[32] "Unawain ninyo ang aral na ito mula sa puno ng igos: Kapag nagkakadahon na ang mga sanga nito,

---

b 15 *templo:* sa literal, *banal na lugar.*

c 17 *labas ng bahay:* sa literal, *bubungan.*

d 22 *paiikliin:* o, *pinaikli.*

e 26 *Nariyan siya sa silid:* Maaaring ang ibig sabihin, nandoon siya kasama ng kanyang sekretong grupo.

f 28 *buwitre:* sa Ingles *vulture,* isang malaking ibon na kumakain ng bangkay.

g 29 *mga bagay:* sa literal, *mga kapangyarihan.*

h 30 *kaluwalhatian:* o, *kapangyarihang nagniningning.*

---

a 39 Salmo 118:26.

alam ninyong malapit na ang tag-init. ³³Ganoon din naman, kapag nakita ninyong nangyyayari na ang lahat ng sinasabi kong ito sa inyo, malalaman ninyong malapit na akong dumating. ³⁴Sinasabi ko sa inyo ang totoo, matutupad ang lahat ng ito bago mawala ang henerasyong ito. ³⁵Ang langit at ang lupa ay maglalaho, ngunit ang mga salita ko ay mananatili magpakailanman."ᵃ

Walang Taong Nakakaalam Kung Kailan Babalik si Jesus
(Mar. 13:32-37; Luc. 17:26-30, 34-36)

³⁶"Tungkol sa araw o oras ng aking pagbabalik, walang nakakaalam nito, kahit ang mga anghel sa langit o *ako mismo na* Anak *ng Dios.* Ang Ama lang ang nakakaalam nito. ³⁷Kung ano ang ginawa ng mga tao noong kapanahunan ni Noe ay ganoon din ang gagawin ng mga tao sa pagdating ko na Anak ng Tao. ³⁸Nang mga araw na iyon, bago bumaha, ang mga tao'y nagsisikain, nag-iinuman, at nagsisipag-asawa, hanggang sa araw na pumasok si Noe sa barko. ³⁹Wala silang kaalam-alam sa mangyayari hanggang sa dumating ang baha at nalunod silang lahat. Ganyan din ang mangyayari sa pagdating *ko* na Anak ng Tao. ⁴⁰Sa araw na iyon, kung may dalawang lalaking nagtatrabaho sa bukid; maaaring kukunin ang isa at iiwan ang isa. ⁴¹At kung may dalawang babaeng nagtatrabaho sa gilingan, maaaring kukunin ang isa at iiwan ang isa. ⁴²Kaya maging handa kayong lagi, dahil hindi ninyo alam ang araw o oras ng pagdating ng inyong Panginoon. ⁴³Tandaan ninyo ito: kung alam ng isang tao kung anong oras sa gabi darating ang magnanakaw, magbabantay siya at hindi niya hahayaang pasukin ng magnanakaw ang kanyang bahay. ⁴⁴Kaya maging handa rin kayo, dahil *ako na* Anak ng Tao ay darating sa oras na hindi ninyo inaasahan."

Ang Tapat at ang Hindi Tapat na Utusan
(Luc. 12:41-48)

⁴⁵"Ang tapat at matalinong alipin ang siyang pinamamahala ng kanyang amo sa mga kapwa niya alipin. Siya ang nagbibigay sa kanila ng pagkain nila sa tamang oras. ⁴⁶Mapalad ang aliping iyon kapag nadatnan siya ng amo niya na gumagawa ng kanyang tungkulin. ⁴⁷Sinasabi ko sa inyo ang totoo, pamamahalain siya ng kanyang amo sa lahat ng mga ari-arian nito. ⁴⁸Ngunit kawawa ang masamang alipin na nag-aakalang matatagalan pa ang pagbabalik ng kanyang amo, ⁴⁹kaya habang wala ang kanyang amo ay pagmamalupitan niya ang ibang mga utusan, makikisalo at makikipag-inuman sa mga lasenggo. ⁵⁰Darating ang kanyang amo sa araw o oras na hindi niya inaasahan, ⁵¹at parurusahan siya nang matindi. Isasama siya sa mga mapagkunwari, at doon ay iiyak siya at magngangalit ang kanyang ngipin."ᵇ

Ang Talinghaga tungkol sa Sampung Dalaga

25 "Ang paghahari ng Dios sa araw na iyon ay maitutulad sa *kwentong ito: May* sampung dalagang lumabas na may dalang ilawan upang salubungin ang lalaking ikakasal. ²Ang lima sa kanila'y mangmang, at ang lima'y marurunong. ³Ang mga mangmang ay nagdala ng ilawan pero hindi nagdala ng reserbang langis, ⁴habang marurunong naman ay nagdala ng reserbang langis para sa kanilang mga ilawan. ⁵Natagalan ang pagdating ng lalaking ikakasal kaya ang mga dalaga ay nakatulog sa paghihintay.

⁶"Nang hatinggabi na, biglang may sumigaw, 'Nariyan na ang ikakasal! Halikayo't salubungin ninyo!' ⁷Nagising ang sampung dalaga at inihanda ang kani-kanilang ilawan. ⁸Sinabi ng mga mangmang sa marurunong, 'Pahingi naman ng kaunting langis; malapit na kasing mamatay ang mga ilawan namin.' ⁹Sumagot sila, 'Hindi pwede, dahil hindi magkakasya sa atin ang langis. Pumunta na lang kayo sa tindahan at bumili ng para sa inyo.' ¹⁰Kaya umalis ang mga mangmang na dalaga para bumili ng kanilang langis. Habang wala sila, dumating ang lalaking ikakasal. Ang limang nakahanda ay sumama sa kanya sa handaan. Pagpasok nila, isinara ang pintuan.

¹¹"Maya-maya'y dumating na ang limang mangmang na dalaga at nagsisigaw, 'Papasukin n'yo po kami.' ¹²Pero sumagot ang lalaki, 'Hindi ko kayo kilala.'" ¹³*At sinabi ni Jesus,* "Kaya magbantay kayo, dahil hindi ninyo alam ang araw o oras ng aking pagbabalik."

Ang Talinghaga tungkol sa Tatlong Alipin
(Luc. 19:11-27)

¹⁴*Sinabi pa ni Jesus,* "Ang paghahari ng Dios ay maitutulad sa *kwentong ito: May* isang taong papunta sa malayong lugar. Kaya tinawag niya ang kanyang mga alipin at ipinagkatiwala sa kanila ang pera niya.ᶜ ¹⁵Binigyan niya ang bawat isa ayon sa kani-kanilang kakayahang magnegosyo. Binigyan niya ang isa ng 5,000, ang isa naman ay 2,000, at sa isa pa ay 1,000. Pagkatapos ay umalis na siya. ¹⁶Ang alipin na binigyan ng 5,000 ay kaagad na umalis at ginamit sa negosyo ang pera. At tumubo siya ng 5,000. ¹⁷Ganoon din ang ginawa ng alipin na binigyan ng 2,000. At tumubo siya ng 2,000. ¹⁸Pero ang alipin na binigyan ng 1,000 ay naghukay sa lupa at itinago roon ang pera.

¹⁹"Pagkalipas ng mahabang panahon, bumalik ang amo nila at ipinatawag sila upang magbalita tungkol sa perang ipinagkatiwala sa kanila. ²⁰Lumapit ang alipin na nakatanggap ng 5,000 at sinabi, 'Heto po ang 5,000 na ibinigay n'yo sa akin, at ang karagdagang 5,000 na tinubo ko.' ²¹Sumagot ang amo niya, 'Magaling! Isa kang mabuti at tapat na alipin! At dahil naging matapat ka sa kakaunting ipinagkatiwala sa iyo, ipapamahala ko sa iyo ang mas malaki pang halaga. Halika't makibahagi sa aking kaligayahan!' ²²Pagkatapos, lumapit naman ang alipin na binigyan ng 2,000 at sinabi niya, 'Heto po ang 2,000 na ibinigay n'yo sa akin, at ang karagdagang 2,000 na tinubo ko.' ²³Sumagot ang kanyang amo: 'Magaling! Isa kang mabuti at tapat na alipin! At dahil naging matapat ka sa kakaunting ipinagkatiwala sa iyo, ipapamahala ko sa iyo ang

---

ᵃ 35 *mananatili magpakailanman:* Ang ibig sabihin, *tiyak na matutupad.*

ᵇ 51 *magngangalit ang kanyang ngipin:* Maaaring dahil sa galit o hinagpis.

ᶜ 14 *pera:* o, *ari-arian.*

mas malaki pang halaga. Halika't makibahagi rin sa aking kaligayahan!' ²⁴Lumapit din ang alipin na binigyan ng 1,000 at sinabi sa kanyang amo, 'Alam ko pong mabagsik kayo at walang awa. Inaani ninyo ang hindi ninyo itinanim, at kinukuha ninyo ang pinaghirapan ng iba. ²⁵Natakot po ako kaya ibinaon ko ang pera n'yo sa lupa. Heto po ang 1,000 na ibinigay n'yo sa akin.' ²⁶Sumagot ang kanyang amo, 'Masama at tamad na alipin! Alam mo palang inaani ko ang hindi ko itinanim, at kinukuha ko ang pinaghirapan ng iba. ²⁷Bakit hindi mo na lang idineposito sa bangko ang pera ko para sa pagbalik ko ay may makuha akong interes?' ²⁸Kaya sinabi niya sa iba pang mga utusan, 'Kunin ninyo sa kanya ang 1,000 at ibigay sa mayroong 10,000. ²⁹Sapagkat ang mayroon ay bibigyan pa ng mas marami, ngunit ang wala, kahit ang kaunting nasa kanya ay kukunin pa. ³⁰Itapon ninyo ang walang silbing alipin na iyan sa kadiliman sa labas. Doon ay iiyak siya at magngangalit ang kanyang ngipin.' "

Ang Huling Paghuhukom

³¹"Kapag ako na Anak ng Tao ay dumating na bilang Hari,ᵃ kasama ang lahat ng anghel, uupo ako sa aking dakilang trono. ³²Titipunin ko sa aking harapan ang lahat ng lahi sa mundo. Pagbubukud-bukurin ko sila, tulad ng ginagawa ng pastol sa mga tupa at kambing. ³³Ang mga tupa, na walang iba kundi ang matutuwid, ay ilalagay ko sa aking kanan, at ang mga kambing, na walang iba kundi ang masasama, ay ilalagay ko sa aking kaliwa. ³⁴Pagkatapos, bilang Hari ay sasabihin ko sa mga tao sa aking kanan, 'Halikayo, kayong mga pinagpala ng aking Ama. Manahin ninyo ang kahariang inihanda para sa inyo mula pa nang likhain ang mundo. ³⁵Sapagkat nang nagutom ako ay pinakain ninyo ako, at nang nauhaw ako ay pinainom ninyo. Nang naging dayuhan ako ay pinatuloy ninyo ako sa inyong tahanan, ³⁶at nang wala akong maisuot ay binihisan ninyo. Nang may sakit ako ay inalagaan ninyo, at nang nasa kulungan ako ay binisita ninyo.' ³⁷Sasagot ang mga matuwid, 'Panginoon, kailan po namin kayo nakitang nagutom at aming pinakain, o nauhaw at aming pinainom? ³⁸Kailan namin kayo nakitang naging dayuhan at aming pinatuloy o walang maisuot at aming binihisan? ³⁹Kailan namin kayo nakitang may sakit o nasa kulungan at aming binisita?' ⁴⁰At sasagot ako bilang Hari, 'Sinasabi ko sa inyo ang totoo, nang ginawa n'yo ito sa pinakahamak kong mga kapatid, para na rin n'yo itong ginawa sa akin.'

⁴¹"Pagkatapos, sasabihin ko naman sa mga tao sa aking kaliwa, 'Lumayo kayo sa akin, kayong mga isinumpa ng Dios! Doon kayo sa walang katapusang apoy na inihanda para sa diyablo at sa kanyang mga kampon. ⁴²Sapagkat nang nagutom ako ay hindi n'yo ako pinakain, at nang nauhaw ako ay hindi n'yo pinainom. ⁴³Nang naging dayuhan ako ay hindi n'yo ako pinatuloy sa inyong tahanan, at nang wala akong maisuot ay hindi n'yo binihisan. Nang may sakit ako at nasa kulungan ay hindi n'yo ako inalagaan.' ⁴⁴Tatanungin nila ako, 'Panginoon, kailan po namin kayo nakitang nagutom, nauhaw,

naging dayuhan, walang maisuot, may sakit o nasa kulungan at hindi namin kayo tinulungan?' ⁴⁵At sasagot ako bilang Hari, 'Sinasabi ko sa inyo ang totoo, nang hindi ninyo tinulungan ang pinakahamak kong mga kapatid, ako ang hindi ninyo tinulungan.' ⁴⁶Itataboy ko ang mga taong ito sa walang hanggang kaparusahan, ngunit bibigyan ko ang mga matuwid ng buhay na walang hanggan."

Ang Planong Pagpatay kay Jesus
(Mar. 14:1-2; Luc. 22:1-2; Juan 11:45-53)

26 Pagkatapos ipangaral ni Jesus ang lahat ng ito, sinabi niya sa mga tagasunod niya, ²"Alam n'yo na dalawang araw na lang at sasapit na ang Pista ng Paglampas ng Anghel,ᵇ at ako na Anak ng Tao ay ibibigay sa mga taong kumokontra sa akin upang ipako sa krus." ³Nang mga oras na iyon, ang mga namamahalang pari at ang mga pinuno ng mga Judio ay nagpupulong sa palasyo ni Caifas na punong pari. ⁴Pinagplanuhan nila kung paano dadakpin si Jesus nang hindi nalalaman ng mga tao, at pagkatapos ay ipapapatay. ⁵Sinabi nila, "Huwag nating gawin sa pista dahil baka magkagulo ang mga tao."

Binuhusan ng Pabango si Jesus
(Mar. 14:3-9; Juan 12:1-8)

⁶Nang si Jesus ay nasa Betania, sa bahay ni Simon na dating may malubhang sakit sa balat, ⁷lumapit sa kanya ang isang babae. May dala itong mamahaling pabango sa isang sisidlang yari sa batong alabastro. At habang kumakain si Jesus, ibinuhos ng babae ang pabango sa ulo ni Jesus. ⁸Nagalit ang mga tagasunod ni Jesus nang makita ito. Sinabi nila, "Bakit niya sinasayang ang pabangong iyan? ⁹Maipagbibili sana iyan sa malaking halaga, at maibibigay ang pera sa mga mahihirap." ¹⁰Alam ni Jesus ang pinag-uusapan nila, kaya sinabi niya sa kanila, "Bakit ninyo ginugulo ang babae? Mabuti ang ginawa niyang ito sa akin. ¹¹Ang mga mahihirap ay lagi ninyong makakasama, pero ako ay hindi. ¹²Binuhusan niya ako ng pabango para ihanda ang aking katawan sa libing. ¹³Sinasabi ko sa inyo ang totoo, kahit saan man ipapangaral ang Magandang Balita sa buong mundo, ipapahayag din ang ginawa niyang ito sa akin bilang pag-alaala sa kanya."

Nakipagkasundo si Judas sa mga Kaaway ni Jesus
(Mar. 14:10-11; Luc. 22:3-6)

¹⁴Si Judas Iscariote na isa sa 12 tagasunod ay pumunta sa mga namamahalang pari. ¹⁵Sinabi niya sa kanila, "Ano po ang ibabayad ninyo sa akin kung tutulungan ko kayong madakip si Jesus?" Noon din ay binigyan nila si Judas ng 30 pirasong pilak. ¹⁶Mula noon, humanap na si Judas ng pagkakataon upang traydurin si Jesus.

Sinabi ni Jesus na Tatraydurin Siya
(Mar. 14:12-22; Luc. 22:7-14, 21-23; Juan 13:21-30)

¹⁷Nang dumating ang unang araw ng Pista ng Tinapay na Walang Pampaalsa, lumapit ang mga

---

ᵃ 31 bilang Hari: o, taglay ang aking kaluwalhatian.

ᵇ 2 Pista ng Paglampas ng Anghel: Tingnan sa Exo. 12:1-30 kung paano nagsimula ang pistang ito.

tagasunod ni Jesus at nagtanong, "Saan n'yo po gustong maghanda kami ng hapunan para sa Pista ng Paglampas ng Anghel?" [18]Sumagot si Jesus, "Pumunta kayo sa lungsod *ng Jerusalem*, doon sa taong binanggit ko sa inyo, at sabihin ninyo sa kanya, 'Ipinapasabi ng Guro na malapit na ang kanyang oras, at gusto niyang ipagdiwang ang Pista ng Paglampas ng Anghel sa iyong bahay, kasama ang mga tagasunod niya.' " [19]Sinunod nila ang utos ni Jesus, at inihanda nila roon ang hapunan para sa pista.

[20]Kinagabihan, naghapunan si Jesus at ang 12 tagasunod. [21]Habang kumakain sila, sinabi ni Jesus sa kanila, "Sinasabi ko sa inyo ang totoo, ang isa sa inyo ay magtatraydor sa akin." [22]Nalungkot sila nang marinig iyon, at isa-isa silang nagtanong sa kanya, "Panginoon, hindi po ako iyon, di po ba?" [23]Sumagot siya, "Ang kasabay kong sumawsaw *ng tinapay* sa mangkok ang siyang magtatraydor sa akin. [24]*Ako na* Anak ng Tao ay papatayin ayon sa sinasabi ng Kasulatan, ngunit nakakaawa ang taong magtatraydor sa akin! Mabuti pang hindi na siya ipinanganak." [25]Nagtanong din si Judas na siyang magtatraydor sa kanya, "Guro, ako po ba iyon?" Sumagot si Jesus, "Ikaw na ang nagsabi."

Huling Hapunan ni Jesus
(Mar. 14:22-26; Luc. 22:14-20; 1 Cor. 11:23-25)
[26]Habang kumakain sila, kumuha si Jesus ng tinapay. Nagpasalamat siya *sa Dios* at pagkatapos ay hinati-hati niya ito at ibinigay sa mga tagasunod niya. Sinabi niya, "Kunin ninyo at kainin; ito ang aking katawan." [27]Pagkatapos, kumuha siya ng inumin,[a] nagpasalamat *sa Dios*, at ibinigay sa kanila. Sinabi niya, "Uminom kayong lahat nito, [28]dahil ito ang aking dugo na ibubuhos para sa kapatawaran ng kasalanan ng maraming tao. Katibayan ito ng bagong[b] kasunduan ng Dios sa mga tao. [29]Sinasabi ko sa inyo na hindi na ako muling iinom ng inuming mula sa ubas hanggang sa araw ng paghahari ng aking Ama. At sa araw na iyon, iinom ako ng bagong *klase ng inumin* kasama ninyo sa kaharian ng aking Ama." [30]Umawit sila ng papuri *sa Dios*, at pagkatapos ay pumunta sila sa Bundok ng mga Olibo.

Sinabi ni Jesus na Ikakaila Siya ni Pedro
(Mar. 14:27-31; Luc. 22:31-34; Juan 13:36-38)
[31]Sinabi ni Jesus sa mga tagasunod niya, "Iiwan ninyo akong lahat ngayong gabi, dahil sinabi *ng Dios* sa Kasulatan, 'Papatayin ko ang pastol at magsisipangalat ang mga tupa.'[c] [32]Ngunit pagkatapos na mabuhay akong muli, mauuna ako sa inyo sa Galilea." [33]Sinabi ni Pedro kay Jesus, "Kahit iwanan kayo ng lahat, hinding-hindi ko po kayo iiwan." [34]Sinagot siya ni Jesus, "Sinasabi ko sa iyo ang totoo, bago tumilaok ang manok ngayong gabi, tatlong beses mong ikakaila na kilala mo ako." [35]Sinabi ni Pedro, "Hinding-hindi ko po kayo ikakaila, kahit na

patayin pa akong kasama ninyo." At ganoon din ang sinabi ng iba pang mga tagasunod.

Nanalangin si Jesus sa Getsemane
(Mar. 14:32-42; Luc. 22:39-46)
[36]Pagkatapos, pumunta si Jesus kasama ang mga tagasunod niya sa lugar na kung tawagin ay Getsemane. Pagdating nila roon, sinabi niya sa kanila, "Maupo muna kayo rito. Pupunta ako sa banda roon upang manalangin." [37]Isinama niya si Pedro at ang dalawang anak ni Zebedee. Nagsimulang mabagabag at maghinagpis nang lubos si Jesus, [38]at sinabi niya sa kanila, "Para akong mamamatay sa labis na kalungkutan. Dito lang kayo at magpuyat." [39]Lumayo siya nang kaunti, lumuhod at nanalangin, "Ama ko, kung maaari po ay ilayo n'yo sana sa akin ang mga paghihirap na darating.[d] Ngunit hindi ang kalooban ko ang masunod kundi ang kalooban ninyo."

[40]Binalikan ni Jesus ang *tatlo niyang* tagasunod at dinatnan niya silang natutulog. Sinabi niya kay Pedro, "Hindi ba talaga kayo makapagpuyat na kasama ko kahit isang oras lang? [41]Magpuyat kayo at manalangin upang hindi kayo madaig ng tukso. Ang espiritu'y handang sumunod, ngunit mahina ang laman."[e]

[42]Lumayong muli si Jesus at nanalangin, "Ama ko, kung kinakailangang daanan ko ang paghihirap na ito, nawa'y mangyari ang kalooban ninyo." [43]Pagkatapos, muli niyang binalikan ang mga tagasunod niya at nadatnan na naman niya silang natutulog, dahil antok na antok na sila. [44]Lumayo ulit si Jesus sa ikatlong pagkakataon at nanalangin tulad ng nauna niyang panalangin. [45]Binalikan niya ang mga tagasunod niya at sinabi, "Natutulog pa rin ba kayo at nagpapahinga? Tingnan ninyo! Dumating na ang oras na *ako na* Anak ng Tao ay ibibigay sa mga makasalanan. [46]Tayo na! Narito na ang taong nagtatraydor sa akin."

Ang Pagdakip kay Jesus
(Mar. 14:43-50; Luc. 22:47-53; Juan 18:3-12)
[47]Nagsasalita pa si Jesus nang dumating si Judas na isa sa 12 *tagasunod*. Marami siyang kasama na armado ng mga espada at pamalo. Isinugo sila ng mga namamahalang pari at ng mga pinuno ng mga Judio. [48]Ganito ang palatandaan na[*] ibinigay ng traydor na *si Judas* sa mga huhuli kay Jesus: "Ang babatiin ko sa pamamagitan ng isang halik ay siyang pakay ninyo. Dakpin ninyo siya." [49]Lumapit si Judas kay Jesus at bumati, "Magandang gabi sa iyo, Guro!" saka hinalikan siya. [50]Sinabi ni Jesus sa kanya, "Kaibigan, gawin mo na ang sadya mo rito." Kaya lumapit ang mga tao at dinakip si Jesus. [51]Bumunot ng espada ang isa sa mga tagasunod ni Jesus at tinaga ang alipin ng punong pari, at naputol ang tainga nito. [52]Sinabi ni Jesus sa kanya, "Ibalik mo ang iyong espada sa lalagyan nito! Ang gumagamit

---

a **27** inumin: sa literal, baso o, kopa.

b **28** Hindi makikita ang salitang "bago" sa ibang tekstong Griego.

c **31** Zac. 13:7.

d **39** *ang mga paghihirap na darating*: sa literal, *ang kopang ito.*

e **41** *Ang espiritu'y handang sumunod, ngunit mahina ang laman:* Maaaring ang ibig sabihin nito ay gusto ng kanilang espiritu na magpuyat at manalangin, kaya lang hindi kaya ng kanilang katawan.

ng espada ay sa espada rin mamamatay. ⁵³Hindi mo ba alam na pwede akong humingi ng tulong sa aking Ama, at kaagad niya akong padadalhan ng 12 batalyon ng mga anghel? ⁵⁴Ngunit kung gagawin ko iyon, paano matutupad ang Kasulatan na nagsasabing ito ang dapat mangyari?"

⁵⁵Pagkatapos, sinabi ni Jesus sa mga tao, "Isa ba akong tulisan? Bakit kailangan pa ninyong magdala ng mga espada at mga pamalo upang dakpin ako? Araw-araw akong nasa templo at nagtuturo. Bakit hindi ninyo ako dinakip? ⁵⁶Ngunit nangyari ang lahat ng ito upang matupad ang isinulat ng mga propeta." Iniwan siya noon din ng mga tagasunod niya at nagsitakas sila.

Dinala si Jesus sa Korte ng mga Judio
(Mar. 14:53-63; Luc. 22:54-55, 63-71; Juan 18:13-14, 19-24)

⁵⁷Dinala si Jesus ng mga dumakip sa kanya sa bahay ng punong pari na si Caifas. Doon ay nagkakatipon ang mga tagapagturo ng Kautusan at ang mga pinuno ng mga Judio. ⁵⁸Sumunod din si Pedro roon, pero malayu-layo siya kay Jesus. Pumasok siya sa bakuran ng punong pari at nakiupo sa mga guwardya upang malaman kung ano ang mangyayari kay Jesus. ⁵⁹Doon sa loob, ang mga namamahalang pari at ang lahat ng miyembro ng Korte ng mga Judio ay nagsisikap na makakuha ng mga ebidensya laban kay Jesus upang mahatulan siya ng kamatayan. ⁶⁰Pero wala silang nakuha, kahit marami pa ang lumapit at sumaksi ng kasinungalingan. Nang bandang huli, may dalawang lalaking lumapit ⁶¹at nagsabi, "Sinabi ng taong ito na kaya niyang gibain ang templo ng Dios at sa loob ng tatlong araw ay itatayo niya itong muli."

⁶²Tumayo ang punong pari at tinanong si Jesus, "Wala ka bang maisasagot sa mga paratang na iyan laban sa iyo?" ⁶³Hindi sumagot si Jesus. Kaya tinanong siyang muli ng punong pari, "Sa ngalan ng buhay na Dios, sabihin mo sa amin ngayon: Ikaw ba ang Cristo na Anak ng Dios?" ⁶⁴Sumagot si Jesus, "Ikaw na mismo ang nagsabi. At nais kong sabihin sa inyong lahat na mula ngayon ay makikita ninyo *ako na* Anak ng Tao na nakaupo sa kanan ng makapangyarihan *na Dios.* At makikita rin ninyo ako na dumarating mula sa ulap *dito sa mundo.*"

⁶⁵Nang marinig iyon ng punong pari, pinunit niya ang kanyang damit *sa galit* at sinabi, "Nilalapastangan niya ang Dios! Kailangan pa ba natin ng mga saksi? Narinig ninyo ang paglapastangan niya sa Dios! ⁶⁶Ano ngayon ang hatol ninyo?" Sumagot sila, "Dapat siyang mamatay." ⁶⁷Dinuraan nila si Jesus sa mukha at binugbog. Sinampal naman siya ng iba, ⁶⁸at sinabi, "Kung ikaw ang Cristo, hulaan mo nga kung sino ang sumampal sa iyo!"

Ipinagkaila ni Pedro na Kilala Niya si Jesus
(Mar. 14:66-72; Luc. 22:56-62; Juan 18:15-18, 25-27)

⁶⁹Samantala, habang nakaupo si Pedro sa loob ng bakuran, nilapitan siya ng isang utusang babae ng punong pari at sinabi, "Kasama ka ni Jesus na taga-Galilea, hindi ba?" ⁷⁰Pero itinanggi ito ni Pedro sa harap ng mga tao. Sinabi niya, "Hindi ko alam ang mga sinasabi mo." ⁷¹Kaya pumunta si Pedro sa may labasan, at isa pang utusang babae ang nakakita sa kanya at sinabi sa mga tao roon, "Ang taong iyan ay kasama ni Jesus na taga-Nazaret." ⁷²Muli itong itinanggi ni Pedro at sinabi, "Sumpa man, hindi ko kilala ang taong iyan!" ⁷³Maya-maya, nilapitan si Pedro ng iba pang naroon at sinabi, "Isa ka nga sa mga kasamahan ni Jesus, dahil halata sa pagsasalita mo." ⁷⁴Sumagot si Pedro, "Sumpa man at mamatay man ako! Hindi ko kilala ang taong iyan!" Noon din ay tumilaok ang manok, ⁷⁵at naalala ni Pedro ang sinabi sa kanya ni Jesus, "Bago tumilaok ang manok, tatlong beses mong ikakaila na kilala mo ako." Kaya lumabas si Pedro at humagulgol.

Dinala si Jesus kay Pilato
(Mar. 15:1; Luc. 23:1-2; Juan 18:28-32)

27 Kinaumagahan, nagplano ang lahat ng namamahalang pari at ang pinuno ng mga Judio kung ano ang gagawin nila para maipapatay si Jesus. ²Ginapos nila si Jesus at dinala kay Gobernador Pilato.

Ang Pagkamatay ni Judas
(Mga Gawa 1:18-19)

³Nang malaman ng traydor na si Judas na hinatulan ng kamatayan si Jesus, nagsisi siya sa kanyang ginawa at isinauli ang 30 pirasong pilak sa mga namamahalang pari at mga pinuno ng mga Judio. ⁴Sinabi niya sa kanila, "Nagkasala ako dahil ibinigay ko sa inyo ang isang taong walang kasalanan." Pero sumagot sila, "Ano ang pakialam namin diyan? Problema mo na iyan." ⁵Itinapon ni Judas sa templo ang salapi. Pagkatapos ay umalis siya at nagbigti.

⁶Pinulot ng mga namamahalang pari ang salapi at sinabi, "Hindi natin maaaring ilagay ang salaping ito sa kabang-yaman ng templo, dahil ibinayad ito upang maipapatay ang isang tao. Labag ito sa ating Kautusan." ⁷Kaya napagkasunduan nilang gamitin ang salapi para bilhin ang bukid ng magpapalayok at gawing libingan ng mga dayuhan. ⁸Ito ang dahilan kung bakit hanggang ngayon ay tinatawag pa rin ang lugar na iyon na "Bukid ng Dugo." ⁹Sa pangyayaring iyon, natupad ang ipinahayag ni Propeta Jeremias nang sabihin niya, "Kinuha nila ang 30 pirasong pilak, ang halagang napagkasunduan ng mga taga-Israel na ipambili sa kanya, ¹⁰at ginamit nila ang pera bilang pambili ng bukid ng magpapalayok, ayon sa iniutos sa akin ng Panginoon."ᵃ

Inimbestigahan ni Pilato si Jesus
(Mar. 15:2-5; Luc. 23:3-5; Juan 18:33-38)

¹¹Nang madala na si Jesus kay Pilato, tinanong siya nito, "Ikaw nga ba ang hari ng mga Judio?" Sumagot si Jesus, "Ikaw na ang nagsabi." ¹²Pero hindi sumagot si Jesus sa mga paratang ng mga namamahalang pari at ng mga pinuno ng mga Judio. ¹³Kaya tinanong siyang muli ni Pilato, "Bakit ayaw mong sagutin ang mga paratang nila sa iyo?" ¹⁴Pero hindi pa rin sumagot si Jesus, kaya nagtaka ang gobernador.

---

a 10 Zac. 11:12-13.

Hinatulan si Jesus ng Kamatayan
(Mar. 15:6-15; Luc. 23:13-25; Juan 18:39–19:16)

¹⁵ Tuwing Pista *ng Paglampas ng Anghel,* nakaugalian na ng Gobernador na magpalaya ng isang bilanggo na gustong palayain ng mga tao. ¹⁶ Nang panahong iyon, may isang kilalang bilanggo na ang pangalan ay Barabas. ¹⁷ Nang magtipon ang mga tao, tinanong sila ni Pilato, "Sino ang gusto ninyong palayain ko? Si Barabas o si Jesus na tinatawag na Cristo?" ¹⁸ Alam ni Pilato na pagkainggit ang nagtulak sa pamunuan ng mga Judio na dalhin sa kanya si Jesus.

¹⁹ Habang nakaupo si Pilato sa hukuman, nagpadala ang kanyang asawa ng ganitong mensahe: "Huwag mong pakialaman ang taong iyan na walang kasalanan, sapagkat nabagabag ako nang husto dahil sa panaginip ko tungkol sa kanya."

²⁰ Pero sinulsulan ng mga namamahalang pari at ng mga pinuno ng mga Judio ang mga tao na hilingin kay Pilato na si Barabas ang palayain, at si Jesus ang ipapatay. ²¹ Kaya nagtanong ulit si Pilato sa mga tao, "Sino sa dalawa ang gusto ninyong palayain ko?" Sumigaw sila, "Si Barabas!" ²² Nagtanong pa ulit si Pilato, "Ano ngayon ang gagawin ko kay Jesus na tinatawag na Cristo?" Sumagot ang mga tao, "Ipako siya sa krus!" ²³ Tinanong sila ni Pilato, "Bakit, ano ba ang ginawa niyang kasalanan?" Pero lalo pang sumigaw ang mga tao, "Ipako siya sa krus!" ²⁴ Nang makita ni Pilato na wala siyang magagawa dahil nagsisimula nang magkagulo ang mga tao, nagpakuha siya ng tubig at naghugas ng kamay sa harap ng mga tao at sinabi, "Wala akong pananagutan sa kamatayan ng taong ito. Kayo ang dapat managot. Malinis ang kamay ko sa bagay na ito." ²⁵ Sumagot ang mga tao, "Kami at ang mga anak namin ang mananagot sa kanyang kamatayan!" ²⁶ Pagkatapos, pinalaya ni Pilato si Barabas. Pero si Jesus ay ipinahagupit niya at saka ibinigay *sa mga sundalo* upang ipako sa krus.

Pinahirapan ng mga Sundalo si Jesus
(Mar. 15:16-20; Juan 19:2-3)

²⁷ Dinala ng mga sundalo si Jesus sa loob ng palasyo ng gobernador, at nagtipon ang buong batalyon ng mga sundalo sa paligid niya. ²⁸ Hinubaran nila siya at sinuotan ng pulang kapa. ²⁹ Gumawa sila ng koronang tinik at ipinutong sa kanya, at ipinahawak ang tungkod sa kanyang kanang kamay *bilang setro*ᵃ *niya.* Lumuhod sila sa harap niya at pakutyang sinabi, "Mabuhay ang Hari ng mga Judio!" ³⁰ Dinuraan nila si Jesus at kinuha ang tungkod *sa kanyang kamay* at paulit-ulit inihampas sa kanyang ulo. ³¹ Matapos nilang kutyain si Jesus, hinubad nila sa kanya ang kapa at isinuot muli sa kanya ang damit niya. Pagkatapos, dinala nila siya *sa labas ng lungsod* upang ipako sa krus.

Ipinako sa Krus si Jesus
(Mar. 15:21-32; Luc. 23:26-43; Juan 19:17-27)

³² Nang nasa labas na sila ng lungsod, nakita nila ang isang lalaking taga-Cyrene na ang pangalan ay Simon. Sapilitan nilang ipinapasan sa kanya ang krus ni Jesus. ³³ Pagdating nila sa lugar na tinatawag na Golgota, na ang ibig sabihin ay "lugar ng bungo," ³⁴ pinainom nila si Jesus ng alak na hinaluan ng apdo, pero nang matikman ito ni Jesus ay hindi niya ininom.

³⁵ Ipinako nila si Jesus sa krus, at pinaghatihatian nila ang kanyang mga damit sa pamamagitan ng palabunutan. ³⁶ Pagkatapos, naupo sila at binantayan si Jesus. ³⁷ Naglagay sila ng karatula sa ulunan ni Jesus, at ganito ang nakasulat na paratang laban sa kanya: "Ito si Jesus, ang Hari ng mga Judio." ³⁸ May dalawa ring tulisan na ipinako sa krus kasabay ni Jesus, isa sa kanan at isa sa kaliwa.

³⁹ Ininsulto si Jesus ng mga taong napapadaan doon. Napapailing sila ⁴⁰ at sinasabi, "Hindi ba't sinasabi mong gigibain mo ang templo at muli mong itatayo sa loob ng tatlong araw? Bakit hindi mo iligtas ang iyong sarili? Kung ikaw nga ang Anak ng Dios, bumaba ka sa krus!" ⁴¹ Ganoon din ang pangungutya ng mga namamahalang pari, ng mga tagapagturo ng Kautusan at ng mga pinuno ng mga Judio. Sinabi nila, ⁴² "Iniligtas niya ang iba, pero hindi niya mailigtas ang kanyang sarili. Hindi ba't siya ang Hari ng Israel? Kung bababa siya sa krus, maniniwala na kami sa kanya. ⁴³ Nagtitiwala siya sa Dios at sinasabi niyang siya ang Anak ng Dios. Ngayon, tingnan natin kung talagang ililigtas siya ng Dios!" ⁴⁴ Maging ang mga tulisang ipinakong kasama niya ay nang-insulto rin sa kanya.

Ang Pagkamatay ni Jesus
(Mar. 15:33-41; Luc. 23:44-49; Juan 19:28-30)

⁴⁵ Nang mag-alas dose na ng tanghali, dumilim ang buong lupain sa loob ng tatlong oras. ⁴⁶ Nang mag-alas tres na ng hapon, sumigaw si Jesus nang malakas, "Eloi, Eloi, lema sabachtani?" na ang ibig sabihin ay "Dios ko, Dios ko, bakit mo ako pinabayaan?"ᵇ ⁴⁷ Nang marinig iyon ng mga nakatayo roon, sinabi nila, "Tinatawag niya si Elias." ⁴⁸ Agad namang tumakbo ang isang tao at kumuha ng esponghia at isinawsaw sa maasim na alak. Ikinabit niya ito sa dulo ng isang patpat at idinampi sa bibig ni Jesus upang sipsipin niya. ⁴⁹ Pero sinabi naman ng iba, "Hayaan mo siya. Tingnan natin kung darating nga si Elias para iligtas siya." ⁵⁰ Muling sumigaw nang malakas si Jesus at nalagutan ng hininga.

⁵¹ Nang sandali ring iyon, nahati mula sa itaas hanggang sa ibaba ang kurtina sa loob ng templo. Lumindol sa buong lupain at nagkabitak-bitak ang mga bato. ⁵² Nabuksan ang mga libingan at maraming banalᶜ ang muling nabuhay. ⁵³ Lumabas sila sa libingan, at nang muling mabuhay si Jesus, pumunta sila sa Jerusalemᵈ at marami ang nakakita sa kanila.

⁵⁴ Ang kapitan at ang kanyang mga sundalo na nagbabantay kay Jesus ay nasindak nang mayanig ang lupa at nang makita ang mga pangyayari. Sinabi nila, "Totoo ngang siya ang Anak ng Dios!"

ᵃ *29 setro:* sa Ingles, *"scepter,"* na sumisimbolo ng kapangyarihan ng isang hari.

ᵇ *46* Salmo 22:1.

ᶜ *52 banal:* sa Griego, *hagios,* na ang ibig sabihin ay itinuring ng Dios na sa kanya.

ᵈ *53 Jerusalem:* sa literal, *banal na lungsod.*

55 Sa di-kalayuan ay maraming babae na nanonood sa mga pangyayari. Noong umalis si Jesus sa Galilea, sumunod ang mga babaeng ito sa kanya at tinulungan siya sa kanyang mga pangangailangan. 56 Kabilang sa kanila si Maria na taga-Magdala,[a] si Maria na ina nina Santiago at Jose, at ang asawa ni Zebedee.

Ang Paglilibing kay Jesus
(Mar. 15:42-47; Luc. 23:50-56; Juan 19:38-42)
57 Nang magtakip-silim, isang mayamang lalaki na taga-Arimatea ang dumating. Siya ay si Jose na isa ring tagasunod ni Jesus. 58 Pumunta siya kay Pilato at hiningi ang bangkay ni Jesus. At iniutos naman ni Pilato na ibigay ito sa kanya. 59 Kaya kinuha ni Jose ang bangkay at binalot ng malinis na telang linen. 60 Inilagay niya ito sa bagong libingang hinukay sa gilid ng burol, na ipinagawa niya para sana sa sarili. Pagkatapos, pinagulong niya ang isang malaking bato upang takpan ang pintuan ng libingan, at saka siya umalis. 61 Si Maria na taga-Magdala at ang isa pang Maria ay naroong nakaupo sa harap ng libingan.

Naglagay ng mga Guwardya sa Libingan
62 Kinabukasan, Araw ng Pamamahinga, pumunta ang mga namamahalang pari at ang mga Pariseo kay Pilato. 63 Sinabi nila, "Natatandaan po namin na noong buhay pa ang mapagpanggap na iyon, sinabi niya na mabubuhay daw siyang muli pagkatapos ng tatlong araw. 64 Kaya mabuti sigurong pabantayan po ninyo ang kanyang libingan sa mga susunod na araw, dahil baka nakawin ng mga tagasunod niya ang kanyang bangkay at ipamalitang nabuhay siya. Kapag nangyari ito, mas magiging masahol pa ang pandarayang ito kaysa sa noong una." 65 Sumagot si Pilato sa kanila, "May mga guwardya kayo. Kayo na ang magpabantay ayon sa nalalaman ninyo." 66 Kaya pumunta sila sa libingan, at tinatakan nila ang bato na nakatakip sa libingan upang malaman nila kung may nagbukas, at nag-iwan sila roon ng ilang mga bantay.

Muling Nabuhay si Jesus
(Mar. 16:1-10; Luc. 24:1-12; Juan 20:1-10)
28 Madaling-araw ng Linggo, makalipas ang Araw ng Pamamahinga, pumunta sa libingan si Maria na taga-Magdala kasama ang isa pang Maria upang tingnan ito. 2 Biglang lumindol nang malakas, at isang anghel ng Panginoon ang bumaba mula sa langit at iginulong ang bato na nakatakip sa libingan at inupuan ito. 3 Nakakasilaw na parang kidlat ang kanyang anyo at puting-puti ang kanyang damit. 4 Nanginig sa takot ang mga sundalong nagbabantay sa libingan at hinimatay.

5 Sinabi ng anghel sa mga babae, "Huwag kayong matakot! Alam kong hinahanap ninyo si Jesus na ipinako sa krus. 6 Wala na siya rito, dahil nabuhay siyang muli tulad ng sinabi niya sa inyo. Halikayo, tingnan ninyo ang pinaglagyan ng kanyang bangkay." 7 Pagkatapos, sinabi ng anghel sa kanila, "Puntahan n'yo agad ang mga tagasunod niya, at sabihin ninyo sa kanila na nabuhay siyang muli at mauuna sila sa inyo sa Galilea. Doon ninyo siya makikita. Tandaan ninyo ang sinabi ko sa inyo!" 8 Kaya dali-dali silang umalis sa libingan. At kahit natatakot sila, masaya pa rin sila sa ibinalita sa kanila ng anghel. Patakbo nilang pinuntahan ang mga tagasunod ni Jesus upang ibalita ang pangyayari.

9 Pero maya-maya, sinalubong sila ni Jesus sa daan at binati. Lumapit sila kay Jesus, niyakap ang kanyang mga paa at sinamba siya. 10 Sinabi sa kanila ni Jesus, "Huwag kayong matakot. Puntahan ninyo ang aking mga kapatid at sabihin sa kanila na pumunta sila sa Galilea. Doon nila ako makikita."

Ang Ulat ng Mga Guwardya
11 Pagkaalis ng mga babae sa libingan, pumunta naman sa lungsod ang ilan sa mga guwardya upang ibalita sa mga namamahalang pari ang nangyari. 12 Matapos makipagpulong ng mga namamahalang pari sa mga pinuno ng mga Judio, sinuhulan nila ng malaking halaga ang mga bantay. 13 Sinabi nila sa mga bantay, "Ipamalita ninyo na habang natutulog kayo kagabi, dumating ang mga tagasunod ni Jesus at ninakaw ang kanyang bangkay. 14 Kapag narinig ito ng gobernador, kami na ang bahalang magpaliwanag sa kanya, para hindi kayo mapahamak." 15 Tinanggap ng mga guwardya ang pera at ginawa ang sinabi sa kanila. Kaya hanggang ngayon, ito pa rin ang kwentong ikinakalat ng mga Judio.

Nagpakita si Jesus sa mga Tagasunod Niya
(Mar. 16:14-18; Luc. 24:36-49; Juan 20:19-23; Mga Gawa 1:6-8)
16 Pumunta ang 11 tagasunod ni Jesus sa Galilea, doon sa isang bundok na sinabi sa kanila ni Jesus. 17 Nang makita nila si Jesus, sumamba sila sa kanya, kahit na ang ilan ay may pagdududa. 18 Lumapit sa kanila si Jesus at sinabi, "Ibinigay sa akin ang lahat ng kapangyarihan sa langit at sa lupa. 19 Kaya puntahan ninyo ang lahat ng mga lahi at gawin silang mga tagasunod ko. Bautismuhan ninyo sila sa pangalan ng Ama at ng Anak at ng Banal na Espiritu. 20 Turuan ninyo silang sumunod sa lahat ng iniutos ko sa inyo. At tandaan ninyo: lagi ninyo akong kasama hanggang sa katapusan ng mundo."

---

a 56 Maria na taga-Magdala: Sa ibang salin ng Biblia, Maria Magdalena.

ANG MAGANDANG BALITA TUNGKOL KAY JESU-CRISTO AYON KAY

MARCOS

Ang Pangangaral ni Juan na Tagapagbautismo
(Mat. 3:1-12; Luc. 3:1-18; Juan 1:19-28)

1 Ito ang Magandang Balita tungkol kay Jesu-Cristo na Anak ng Dios. Nagsimula ito nang matupad ang isinulat ni Propeta Isaias *tungkol sa sinabi ng Dios sa kanyang Anak:* "Ipapadala ko ang aking mensahero. Mauuna siya sa iyo upang ihanda ang dadaanan mo.*ª* ³ Maririnig ang kanyang sigaw sa ilang, na nagsasabi,

'Ihanda ninyo ang daan para sa Panginoon, tuwirin ninyo ang mga landas na kanyang dadaanan.'*ᵇ*

⁴⁻⁵ *At natupad ito* noong dumating si Juan na tagapagbautismo roon sa ilang. Napakaraming tao ang pumunta sa kanya galing sa Jerusalem at sa buong *lalawigan ng* Judea. Nangaral si Juan *sa mga tao,* "Magsisi kayo at talikdan ang inyong mga kasalanan; magpabautismo kayo para sa kapatawaran ng inyong mga kasalanan." Ipinahayag nila ang kanilang mga kasalanan at binautismuhan sila ni Juan sa Ilog ng Jordan. ⁶ Ang damit ni Juan ay gawa sa balahibo ng kamelyo at ang sinturon niya'y gawa sa balat ng hayop. Ang kanyang kinakain ay balang at pulot pukyutan. ⁷ Ito ang ipinapahayag niya, "May isang darating na kasunod ko, mas makapangyarihan siya kaysa sa akin at hindi man lang ako karapat-dapat na maging alipin niya.*ᶜ* ⁸ Binabautismuhan ko kayo sa tubig, ngunit babautismuhan niya kayo sa Banal na Espiritu."

Ang Pagbautismo at Pagtukso kay Jesus
(Mat. 3:13-4:11; Luc. 3:21-22; 4:1-13)

⁹ Sa panahong iyon, dumating si Jesus mula sa Nazaret na sakop ng Galilea at nagpabautismo kay Juan sa *Ilog ng* Jordan. ¹⁰ Pagkaahon ni Jesus sa tubig, nakita niyang bumukas ang langit at bumaba sa kanya ang *Banal na* Espiritu tulad ng isang kalapati. ¹¹ At may boses na narinig mula sa langit na nagsabi, "Ikaw ang minamahal kong Anak, na lubos kong kinalulugdan."

¹² At noon din ay pinapunta siya ng *Banal na* Espiritu sa ilang. ¹³ Nanatili siya roon ng 40 araw na tinutukso ni Satanas. May mababangis na hayop doon, pero tinulungan si Jesus ng mga anghel.

Tinawag ni Jesus ang Apat na Mangingisda
(Mat. 4:12-22; Luc. 4:14-15; 5:1-11)

¹⁴ Nang mabilanggo si Juan *na tagapagbautismo,* pumunta si Jesus sa Galilea at ipinangaral doon ang Magandang Balita na mula sa Dios. ¹⁵ Sinabi niya, "Dumating na ang takdang panahon! Malapit na*ᵈ* ang paghahari ng Dios. Pagsisihan na ninyo ang inyong mga kasalanan at maniwala kayo sa Magandang Balita!"

¹⁶ *Isang araw,* habang naglalakad si Jesus sa tabi ng Lawa ng Galilea, nakita niya ang magkapatid na mangingisdang sina Simon at Andres. Naghahagis sila ng lambat. ¹⁷ Sinabi ni Jesus sa kanila, "Sumunod kayo sa akin at gagawin ko kayong mangingisda ng mga tao."*ᵉ* ¹⁸ Iniwan nila agad ang kanilang mga lambat at sumunod sa kanya.

¹⁹ Nagpatuloy si Jesus sa paglalakad, at sa di-kalayuan ay nakita naman niya ang dalawang anak ni Zebedee na sina Santiago at Juan na nag-aayos ng kanilang lambat sa bangka nila. ²⁰ Agad silang tinawag ni Jesus. Iniwan nila sa bangka ang ama nilang si Zebedee at ang mga tauhan nila, at sumunod kay Jesus.

Ang Taong Sinaniban ng Masamang Espiritu
(Luc. 4:31-37)

²¹ Pumunta sina Jesus sa Capernaum. Nang dumating ang Araw ng Pamamahinga, pumunta sila sa sambahan ng mga Judio at doon ay nangaral si Jesus. ²² Namangha ang mga tao sa mga aral niya, dahil nangangaral siya nang may awtoridad, hindi tulad ng mga tagapagturo ng Kautusan.

²³ May isang tao roon na sinasaniban ng masamang espiritu ang biglang nagsigaw: ²⁴ "Ano ang pakialam mo sa amin, Jesus na taga-Nazaret? Naparito ka ba upang puksain kami? Kilala kita. Ikaw ang Banal *na sugo* ng Dios!" ²⁵ Pero sinaway ni Jesus ang masamang espiritu, "Tumahimik ka at lumabas sa kanya!" ²⁶ Pinangisay ng masamang espiritu ang tao, at sumigaw siya habang lumalabas. ²⁷ Namangha ang lahat ng naroon, at sinabi nila sa isa't isa, "Ano ito? Isang bagong aral na may kapangyarihan! Pati ang masamang espiritu ay nauutusan niya at sumusunod sila!" ²⁸ At mabilis na kumalat ang balita tungkol kay Jesus sa buong Galilea.

Maraming Pinagaling si Jesus
(Mat. 8:14-17; Luc. 4:38-41)

²⁹ Mula sa sambahan ng mga Judio, pumunta sina Jesus sa bahay nina Simon at Andres. Kasama pa rin nila sina Santiago at Juan. ³⁰ Nakahiga noon ang biyenang babae ni Simon dahil nilalagnat. Sinabi agad nila ito kay Jesus. ³¹ Nilapitan ni Jesus ang may sakit, hinawakan ang kamay nito at ibinangon. Biglang nawala ang lagnat ng babae, at pinagsilbihan niya sina Jesus.

³² Pagkalubog ng araw, dinala ng mga tao kay Jesus ang lahat ng may sakit at ang mga sinasaniban ng masamang espiritu. ³³ At ang lahat ng tao sa bayang iyon ay nagkatipon-tipon sa harapan ng pinto

---

a 1-2 Mal. 3:1.

b 3 Isa. 40:3.

c 7 Hindi man lang ako karapat-dapat na maging alipin niya: sa literal, *Hindi man lang ako karapat-dapat yumuko para magkalag ng tali ng kanyang sandalyas.*

d 15 Malapit na: o, *Dumating na.*

e 17 mangingisda ng mga tao: Ang ibig sabihin, *tagahikayat ng mga tao na lumapit sa Dios.*

ng bahay. ³⁴Maraming may sakit ang pinagaling ni Jesus, anuman ang kanilang karamdaman, at pinalayas din niya ang maraming masamang espiritu. Hindi niya pinayagang magsalita ang masasamang espiritu, dahil alam nila kung sino siya.

Nangaral si Jesus sa Galilea
(Luc. 4:42-44)

³⁵Kinabukasan ng madaling-araw, bumangon si Jesus at pumunta sa ilang upang manalangin. ³⁶Hinanap siya nina Simon at ng kanyang mga kasama. ³⁷Nang matagpuan nila si Jesus, sinabi nila, "Hinahanap po kayo ng lahat." ³⁸Pero sinabi ni Jesus sa kanila, "Pumunta naman tayo sa mga kalapit-bayan, para makapangaral din ako roon, dahil ito ang dahilan kung bakit ako naparito *sa mundo.*" ³⁹Kaya nilibot ni Jesus ang buong Galilea at nangaral siya sa mga sambahan ng mga Judio at nagpalayas ng masasamang espiritu *sa mga taong sinaniban ng mga ito.*

Pinagaling ni Jesus ang Isang Lalaking May Malubhang Sakit sa Balat
(Mat. 8:1-4; Luc. 5:12-16)

⁴⁰Lumapit kay Jesus ang isang lalaking may malubhang sakit sa balat.^a Lumuhod ito sa harap niya at nagmakaawang *pagalingin siya.* Sinabi niya, "Kung gusto n'yo po, mapapagaling n'yo ako upang maituring akong malinis."^b ⁴¹Naawa si Jesus sa kanya. Kaya hinawakan siya ni Jesus at sinabi, "Gusto ko. Luminis ka!" ⁴²Gumaling agad ang sakit niya, at siya ay luminis. ⁴³⁻⁴⁴Pinaalis siya agad ni Jesus at binilinan, "Huwag mo itong ipagsasabi kahit kanino. Sa halip, pumunta ka sa pari at magpasuri. Pagkatapos, maghandog ka ayon sa iniutos ni Moises bilang patunay *na malinis ka na.*" ⁴⁵Pero pagkaalis niya, ipinamalita niya ang nangyari sa kanya. Kaya kumalat ang balitang ito hanggang sa hindi na lantarang makapasok si Jesus sa mga bayan *dahil pinagkakaguluhan siya ng mga tao.* Kaya roon na lang siya nanatili sa mga ilang. Pero pumupunta pa rin doon ang mga tao mula sa iba't ibang lugar.

Pinagaling ni Jesus ang Isang Paralitiko
(Mat. 9:1-8; Luc. 5:17-26)

2 Pagkalipas ng ilang araw, bumalik si Jesus sa Capernaum. Agad namang kumalat ang balitang naroon siya. Kaya napakaraming tao ang nagtipon doon sa tinutuluyan niya hanggang sa wala nang lugar kahit sa labas ng pintuan. At ipinangaral niya sa kanila ang salita *ng Dios.* ³Habang siya ay nangangaral, may mga taong dumating kasama ang isang paralitikong *nasa higaan* na buhat-buhat ng apat na lalaki. ⁴Dahil sa dami ng tao, hindi sila makalapit kay Jesus. Kaya binutasan nila ang bubong sa tapat ni Jesus at saka ibinaba ang paralitikong nakahiga sa kanyang higaan. ⁵Nang makita ni Jesus ang kanilang

pananampalataya, sinabi niya sa paralitiko, "Anak, pinatawad na ang iyong mga kasalanan." ⁶Narinig ito ng ilang mga tagapagturo ng Kautusan na nakaupo roon. Sinabi nila sa kanilang sarili, ⁷"Bakit siya nagsasalita ng ganyan? Nilalapastangan niya ang Dios! Walang makakapagpatawad ng kasalanan kundi ang Dios lang!" ⁸Nalaman agad ni Jesus ang kanilang iniisip, kaya sinabi niya sa kanila, "Bakit kayo nag-iisip ng ganyan? ⁹Alin ba ang mas madaling sabihin sa paralitiko: 'Pinatawad na ang iyong mga kasalanan,' o 'Tumayo ka, buhatin mo ang iyong higaan at lumakad'? ¹⁰Ngayon, papatunayan ko sa inyo *sa pamamagitan ng pagpapagaling sa taong ito* na *ako na* Anak ng Tao ay may kapangyarihan dito sa lupa na magpatawad ng kasalanan." At sinabi niya sa paralitiko, ¹¹"Tumayo ka, buhatin mo ang iyong higaan at umuwi!" ¹²Tumayo nga ang paralitiko, agad na binuhat ang kanyang higaan at lumabas habang nakatingin ang lahat. Namangha ang lahat at pinuri nila ang Dios. Sinabi nila, "Ngayon lang kami nakakakita ng ganito."

Tinawag ni Jesus si Levi
(Mat. 9:9-13; Luc. 5:27-32)

¹³Muling pumunta si Jesus sa tabi ng lawa *ng Galilea.* Maraming tao ang pumunta roon sa kanya, at tinuruan niya ang mga ito. ¹⁴Habang naglalakad siya, nakita niya *ang maniningil ng buwis na* si Levi na anak ni Alfeus. Nakaupo siya sa lugar na pinagbabayaran ng buwis. Sinabi ni Jesus sa kanya, "Sumunod ka sa akin." Tumayo naman si Levi at sumunod kay Jesus.

¹⁵Habang kumakain si Jesus at ang mga tagasunod niya sa bahay ni Levi, maraming maniningil ng buwis at *iba pang mga itinuturing na* makasalanan ang kasama nilang kumakain, dahil marami sa kanila ang sumusunod kay Jesus. ¹⁶May mga Pariseong tagapagturo ng Kautusan na naroon. Nang makita nilang kumakain si Jesus kasama ng mga maniningil ng buwis at ng *iba pang mga itinuturing nilang* makasalanan, sinabi nila sa mga tagasunod niya, "Bakit kumakain siyang kasama ng mga taong iyan?" ¹⁷Narinig iyon ni Jesus, kaya sinagot niya ang mga ito, "Ang mga taong walang sakit ay hindi nangangailangan ng doktor, kundi ang mga may sakit. Naparito ako hindi upang tawagin ang mga taong matuwid *sa kanilang sariling paningin,* kundi ang mga makasalanan."

Ang Tanong tungkol sa Pag-aayuno
(Mat. 9:14-17; Luc. 5:33-39)

¹⁸Nang minsang nag-aayuno ang mga tagasunod ni Juan *na tagapagbautismo* at ang mga Pariseo, lumapit ang ilang mga tao kay Jesus at nagtanong, "Bakit po nag-aayuno ang mga tagasunod ni Juan at ang mga Pariseo pero ang mga tagasunod n'yo ay hindi?" ¹⁹Sumagot si Jesus, "Maaari bang hindi kumain ang mga panauhin sa kasalan habang kasama pa nila ang lalaking ikakasal? Siyempre, hindi! ²⁰Ngunit darating ang araw na kukunin sa kanila ang lalaking ikakasal, at saka sila mag-aayuno."

²¹*Sinabi pa ni Jesus,* "Walang nagtatagpi ng bagong tela sa lumang damit, dahil uurong^c ang

---

a 40 malubhang sakit sa balat: Sa ibang salin ng Biblia, *ketong.* Ang Griegong salita nito ay ginamit sa iba't ibang klase ng sakit sa balat na itinuturing na marumi ayon sa Lev. 13.

b 40 upang maituring akong malinis: Kapag gumaling na ang taong may malubhang sakit sa balat, kinakailangan niyang magpasuri sa pari at sumailalim sa isang seremonya upang maituring na malinis.

c 21 uurong: sa Ingles, *"shrink."*

bagong tela *kapag nilabhan* at lalo pang lalaki ang punit. ²²Wala ring naglalagay ng bagong alak sa lumang sisidlang-balat, dahil pupuok ang sisidlan at matatapon ang alak, at pareho itong hindi na mapapakinabangan. Sa halip, inilalagay ang bagong alak sa bagong sisidlang-balat."ᵃ

Ang Tanong tungkol sa Araw ng Pamamahinga
(Mat. 12:1-8; Luc. 6:1-5)

²³Isang Araw ng Pamamahinga, habang dumadaan sina Jesus sa triguhan, nagsimulang mamitas ng trigo ang mga tagasunod niya. ²⁴Kaya sinabi sa kanya ng mga Pariseo, "Tingnan mo *ang mga tagasunod mo!* Bakit nila ginagawa ang ipinagbabawal sa Araw ng Pamamahinga?" ²⁵Sinagot sila ni Jesus, "Hindi n'yo ba nabasa *sa Kasulatan* ang ginawa ni David at ng mga kasama niya nang magutom sila at walang makain? ²⁶Pumasok si David sa bahay ng Dios noong si Abiatar ang punong pari. Kinain ni David ang tinapay na inihandog sa Dios, at binigyan pa niya ang mga kasamahan niya, kahit na *ayon sa Kautusan,* ang mga pari lang ang may karapatang kumain nito." ²⁷At sinabi pa ni Jesus sa kanila, "Ginawa ang Araw ng Pamamahinga para sa *ikabubuti ng* tao. Hindi ginawa ang tao para sa *ikabubuti ng* Araw ng Pamamahinga. ²⁸Kaya *ako na* Anak ng Tao ang makapagsasabi kung ano ang nararapat gawin sa Araw ng Pamamahinga."

Ang Lalaking Paralisado ang Isang Kamay
(Mat. 12:9-14; Luc. 6:6-11)

3 Muling pumasok si Jesus sa sambahan ng mga Judio. May isang lalaki roon na paralisado ang isang kamay. ²Araw ng Pamamahinga noon, kaya binantayang mabuti ng mga Pariseo si Jesus kung pagagalingin niya ang lalaking iyon, upang may maiparatang sila laban sa kanya. ³Sinabi ni Jesus sa lalaking paralisado ang kamay, "Halika rito sa harapan." ⁴Pagkatapos, tinanong niya ang mga Pariseo, "Alin ba ang ipinapahintulot *ng Kautusan* sa Araw ng Pamamahinga: ang gumawa ng mabuti o ang gumawa ng masama? Ang magligtas ng buhay o ang pumatay?" Pero hindi sila sumagot. ⁵Galit silang tiningnan ni Jesus, pero nalungkot din siya sa katigasan ng kanilang mga puso. Bumaling siya sa lalaki at sinabi, "Iunat mo ang iyong kamay!" Iniunat nga ng lalaki ang kanyang kamay at gumaling ito. ⁶Agad na umalis ang mga Pariseo at nakipagpulong sa mga tauhan ni Haring Herodes. Pinag-usapan nila kung paano nila ipapapatay si Jesus.

Sinundan ng Maraming Tao si Jesus sa Tabi ng Lawa

⁷Pumunta si Jesus at ang mga tagasunod niya sa tabi ng lawa *ng Galilea.* Sinundan siya ng napakaraming tao na galing sa Galilea, ⁸Judea, Jerusalem, Idumea, sa kabila ng *Ilog ng* Jordan, at sa palibot ng Tyre at Sidon. Dinayo siya ng mga tao dahil nabalitaan nila ang mga ginagawa niya. ⁹Dahil sa dami ng tao, nagpahanda ng isang bangka si Jesus sa mga tagasunod niya, para may masakyan

siya kung sakaling magsiksikan sa kanya ang mga tao. ¹⁰Maraming pinagaling si Jesus, kaya dinumog siya ng lahat ng may sakit para mahawakan man lang siya. ¹¹Kapag nakikita siya ng mga *taong sinasaniban ng* masamang espiritu, lumuluhod sila sa harap niya at sumisigaw: "Ikaw ang Anak ng Dios!" ¹²Pero mahigpit niya silang pinagbawalan na sabihin sa iba kung sino siya.

Pumili si Jesus ng Labindalawang Apostol
(Mat. 10:1-4; Luc. 6:12-16)

¹³Pagkatapos, umakyat si Jesus sa bundok at tinawag niya ang mga taong nais niyang piliin. At lumapit sila sa kanya. ¹⁴Pumili siya ng 12 [na tinawag niyang mga apostol] upang makasama niya at suguing mangaral. ¹⁵Binigyan niya sila ng kapangyarihang magpalayas ng masasamang espiritu. ¹⁶[Ito ang 12 apostol na kanyang pinili:] si Simon na tinawag niyang Pedro, ¹⁷sina Santiago at Juan na mga anak ni Zebedee (tinawag niya silang Boanerges na ang ibig sabihin ay mga anak ng kulog), ¹⁸si Andres, si Felipe, si Bartolome, si Mateo, si Tomas, si Santiago na anak ni Alfeus, si Tadeus, si Simon na makabayanᵇ ¹⁹at si Judas Iscariote na siyang nagtraydor kay Jesus *nang bandang huli.*

Si Jesus at si Satanas
(Mat. 12:22-32; Luc. 11:14-23; 12:10)

²⁰Pag-uwi ni Jesus sa bahay na tinutuluyan niya, muling dumating ang napakaraming tao kaya siya at ang mga tagasunod niya ay hindi man lang nagkaroon ng panahon para kumain. ²¹Nang mabalitaan ng pamilya ni Jesus ang mga ginagawa niya, siya'y sinundo nila, dahil sinasabi ng mga tao na nasisiraan na siya ng bait.

²²Dumating namang mga tagapagturo ng Kautusan galing sa Jerusalem, at sinabi nila, "Sinasaniban siya ni Satanasᶜ na pinuno ng masasamang espiritu. At ito ang nagbibigay sa kanya ng kapangyarihang magpalayas ng masasamang espiritu." ²³Kaya tinawag ni Jesus ang mga tao at nagsalita siya sa kanila sa pamamagitan ng paghahalintulad, "Magagawa ba ni Satanas na palayasin ang mga kampon niya? ²⁴Kung ang *mga mamamayan ng* isang kaharian ay nagkakahati-hati at nag-aaway-away, babagsak ang kahariang iyon. ²⁵Ganoon din ang mangyayari sa isang tahanang *ang nakatira ay* nag-aaway-away. ²⁶Kaya kung si Satanas at ang mga kampon niya ay nagkakahati-hati at nag-aaway-away, babagsak din siya at hindi na makakabangon pa.

²⁷"Hindi maaaring pasukin ng magnanakaw ang bahay ng malakas na tao kung hindi niya muna ito gagapusin. Ngunit kapag naigapos na niya, maaari na niyang nakawan ang bahay nito.ᵈ

²⁸"Sinasabi ko sa inyo ang totoo, lahat ng kasalanan, at anumang paglalapastangan *sa Dios* ay maaaring mapatawad. ²⁹Ngunit ang sinumang lumapastangan sa Banal na Espiritu ay hindi talaga mapapatawad. Ang ganitong kasalanan ay

---

ᵃ 22 Sinabi ni Jesus ang mga paghahambing na ito upang ituro sa kanila na hindi maaaring paghaluin ang mga bagong itinuturo niya at ang mga lumang katuruan ng mga Judio.

ᵇ 18 *makabayan:* Si Simon ay naging kabilang sa grupo ng mga Judiong lumalaban sa mga taga-Roma.

ᶜ 22 *Satanas:* sa Griego, *Beelzebul.*

ᵈ 27 Ang ibig sabihin ni Jesus, nilupig na niya si Satanas at kaya na niyang palayasin ang mga sakop nito.

hindi mapapatawad magpakailanman." ³⁰ *Sinabi iyon ni Jesus dahil sinasabi ng mga tagapagturo ng Kautusan na siya ay may masamang espiritu.*

Ang Ina at mga Kapatid ni Jesus
(Mat. 12:46-50; Luc. 8:19-21)

³¹ Samantala, dumating ang ina at mga kapatid ni Jesus. Nakatayo sila sa labas at ipinatawag nila siya. ³² Maraming tao ang nakaupo sa paligid niya. May nagsabi sa kanya, "Nasa labas po ang inyong ina at mga kapatid, at ipinapatawag kayo." ³³ Sumagot si Jesus, "Sino ang aking ina at mga kapatid?" ³⁴ Tiningnan niya ang mga taong nakapalibot sa kanya at sinabi, "Ang mga ito ang aking ina at mga kapatid! ³⁵ Ang sinumang sumusunod sa kalooban ng Dios ang siya kong ina at mga kapatid."

Ang Talinghaga tungkol sa Manghahasik
(Mat. 13:1-9; Luc. 8:4-8)

4 Muling nagturo si Jesus sa tabi ng lawa *ng Galilea.* At dahil sa dami ng taong nakapalibot sa kanya, sumakay siya sa isang bangka at doon umupo, habang ang mga tao nama'y nasa dalampasigan. ² Marami siyang itinuro sa kanila sa pamamagitan ng mga talinghaga. Sinabi niya, ³ "Makinig kayo! May isang magsasakang naghasik ng binhi. ⁴ Sa kanyang paghahasik, may mga binhing nahulog sa tabi ng daan. Dumating ang mga ibon at tinuka ang mga binhing iyon. ⁵ May mga binhi namang nahulog sa mabatong lugar, kung saan walang gaanong lupa. Mabilis na tumubo ang binhi dahil mababaw ang lupa. ⁶ Ngunit natuyo rin ito nang masikatan ng araw, at dahil hindi malalim ang ugat, namatay ito. ⁷ May mga binhi namang nahulog sa lupang may matitinik na damo. Lumago ang mga damo at natakpan ang mga tumubong binhi kaya hindi namunga. ⁸ Ang iba nama'y nahulog sa mabuting lupa. Tumubo at lumago ang mga ito, at namunga. Ang iba'y katamtaman lang ang bunga; ang iba'y marami, at ang iba nama'y napakarami."ᵃ ⁹ Pagkatapos, sinabi ni Jesus, "Kayong mga nakikinig, dapat n'yo itong pag-isipan."ᵇ

Ang Layunin ng mga Talinghaga
(Mat. 13:10-17; Luc. 8:9-10)

¹⁰ Nang nakauwi na ang mga tao, tinanong siya ng 12 *apostol* at ng iba pang mga tagasunod niya kung ano ang kahulugan ng talinghagang iyon. ¹¹ Sinabi ni Jesus sa kanila, "Ipinagkaloob sa inyo *na malaman* ang mga lihim tungkol sa paghahari ng Dios, ngunit sa ibaᶜ ay ipinapahayag ito sa pamamagitan ng talinghaga, ¹² upang *matupad ang nakasulat sa Kasulatan,*

'Tumingin man sila nang tumingin, hindi sila makakakita.
Makinig man sila nang makinig, hindi sila makakaunawa.

Dahil kung makakaunawa sila, magsisisi sila sa kanilang kasalanan at patatawarin sila ng Dios.'ᵈ"

Ang Kahulugan ng Talinghaga tungkol sa Manghahasik
(Mat. 13:18-23; Luc. 8:11-15)

¹³ Pagkatapos, sinabi ni Jesus sa kanila, "Kung hindi ninyo nauunawaan ang talinghaga na ito, paano ninyo mauunawaan ang iba ko pang mga talinghaga? ¹⁴ Ang inihahasik ng manghahasik ay ang salita *ng Dios.* ¹⁵ Ang tabi ng daan, kung saan nahulog ang ilang binhi ay ang mga taong nakinig sa salita *ng Dios.* Ngunit dumating agad si Satanas at inagaw ang salita *ng Dios* na narinig nila. ¹⁶ Ang mabatong lugar, kung saan nahulog ang ibang binhi, ay ang mga taong nakinig sa salita *ng Dios* at masaya itong tinanggap kaagad. ¹⁷ Ngunit hindi taimtim sa puso ang pagtanggap nila, kaya hindi tumatagal ang kanilang pananampalataya. Pagdating ng kahirapan o pag-uusig dahil sa salita *ng Dios na tinanggap nila,* tumatalikod sila kaagad sa kanilang pananampalataya. ¹⁸ Ang lupang may matitinik na damo, kung saan nahulog ang iba pang binhi ay ang mga taong nakinig sa salita *ng Dios.* ¹⁹ Ngunit dahil sa mga alalahanin dito sa mundo, paghahangad na yumaman, at paghahabol sa marami pang mga bagay, nakakalimutan nila ang salita *ng Dios,* kaya hindi namumunga ang salita sa kanilang buhay. ²⁰ Ngunit ang mabuting lupa na hinasikan ng binhi ay ang mga taong nakikinig ng salita *ng Dios* at tumanggap nito. Kaya namumunga ito *sa kanilang buhay.* Ang iba'y katamtaman lang ang bunga; ang iba'y marami, at ang iba nama'y napakarami."ᵉ

Ang Talinghaga tungkol sa Ilaw
(Luc. 8:16-18)

²¹ Sinabi pa ni Jesus sa kanila, "Walang taong nagsindi ng ilaw at pagkatapos ay tatakpan ng takalan o ilalagay sa ilalim ng higaan. Sa halip, inilalagay ang ilaw sa patungan. ²² Ganoon din naman, walang nakatagong hindi malalantad, at walang lihim na hindi mabubunyag.ᶠ ²³ Kayong mga nakikinig, dapat n'yo itong pag-isipan."ᵍ ²⁴ Sinabi pa niya, "Makinig kayong mabuti sa sinasabi ko. Bibigyan kayo ng Dios ng pang-unawa ayon sa inyong pakikinig,ʰ at dadagdagan pa niya ito. ²⁵ Sapagkat ang taong sumusunod sa narinig niyang katotohanan ay bibigyan pa ng pang-unawa. Ngunit ang taong hindi sumusunod sa katotohanan, kahit ang kaunti niyang naunawaan ay kukunin pa sa kanya."

Ang Paghahalintulad sa Binhing Tumutubo

²⁶ Sinabi pa ni Jesus, "Ang paghahari ng Dios ay maitutulad sa *kwentong ito:* May isang taong naghasik ng binhi sa kanyang bukid. ²⁷ Habang

---

ᵃ 8 *Ang iba'y...napakarami:* sa literal, *Ang iba'y 30, ang iba'y 60, at ang iba nama'y 100.*

ᵇ 9 *Kayong mga nakikinig, dapat n'yo itong pag-isipan:* sa literal, *Ang may taingang nakakarinig ay dapat makinig.*

ᶜ 11 *sa iba:* sa literal, *sa mga nasa labas.* Maaaring ang mga tinutukoy dito ay ang mga nasa labas ng kanilang grupo o ang mga hindi sumasampalataya kay Jesus.

ᵈ 12 Isa. 6:9-10.

ᵉ 20 *Ang iba'y...napakarami:* sa literal, *Ang iba'y 30, ang iba'y 60, at ang iba nama'y 100.*

ᶠ 22 Maaaring ang lihim na tinutukoy dito ay ang tungkol sa paghahari ng Dios na kailangang ihayag.

ᵍ 23 *Kayong mga nakikinig, dapat n'yo itong pag-isipan:* sa literal, *Ang may taingang nakakarinig ay dapat makinig.*

ʰ 24 *Bibigyan...pakikinig:* sa literal, *Ang panukat na ginamit ninyo ay siya ring gagamitin sa inyo.*

nagtatrabaho siya sa araw at natutulog sa gabi, ang mga binhing inihasik niya ay tumutubo at lumalago kahit na hindi niya alam kung paano. ²⁸ Ang lupa ang *nagpapatubo at* nagpapabunga sa tanim. Sisibol muna ang mga dahon, saka ang uhay, at pagkatapos ay ang mga butil. ²⁹ At kapag hinog na, inaani ito ng may-ari, dahil panahon na para anihin."

Ang Paghahalintulad sa Buto ng Mustasa
(Mat. 13:31-32, 34; Luc. 13:18-19)

³⁰ Sinabi pa ni Jesus, "Sa ano kaya maitutulad ang paghahari ng Dios? Sa ano ko kaya ito maihahambing? ³¹ Katulad ito ng isang buto ng mustasa*ᵃ* na siyang pinakamaliit sa lahat ng buto. ³² Ngunit kapag naitanim na at tumubo, nagiging mas mataas ito kaysa sa ibang mga halaman, at kahit ang mga ibon ay nakakapamugad sa lilim ng mga sanga nito."

³³ Marami pang mga talinghaga o mga paghahalintulad na gaya ng mga ito ang ginamit ni Jesus sa pagtuturo sa mga tao ayon sa makakaya ng kanilang pang-unawa. ³⁴ Hindi siya nangangaral sa mga tao nang hindi gumagamit ng talinghaga, pero ipinapaliwanag naman niya sa mga tagasunod niya kapag sila-sila na lang.

Pinatigil ni Jesus ang Malakas na Hangin at Alon
(Mat. 8:23-27; Luc. 8:22-25)

³⁵ Kinagabihan, sinabi ni Jesus sa mga tagasunod niya, "Tumawid tayo sa kabila *ng lawa.*" ³⁶ Kaya iniwan ng mga tagasunod niya ang mga tao at sumakay na rin sila sa bangkang sinasakyan ni Jesus. May mga bangka ring sumunod sa kanila. ³⁷ *Habang naglalayag sila,* biglang lumakas ang hangin. Hinampas ng malalaking alon ang bangka nila at halos mapuno na *ito ng tubig.* ³⁸ Si Jesus ay nasa hulihan ng bangka at natutulog ng nakaunan. Ginising siya ng mga tagasunod niya, "Guro, malulunod na tayo! Balewala lang ba ito sa inyo?" ³⁹ Kaya bumangon si Jesus at pinatigil ang hangin at mga alon. Sinabi niya, "Tigil! Kumalma kayo!" Tumigil nga ang hangin at kumalma ang dagat. ⁴⁰ Tinanong niya ang mga tagasunod niya, "Bakit kayo natatakot? Wala pa ba kayong pananampalataya *sa akin?*" ⁴¹ Takot na takot sila at nag-usap-usap, "Sino kaya ang taong ito na kahit ang hangin at ang dagat ay sumusunod sa kanya?"

Pinagaling ni Jesus ang Taong Sinasaniban ng Masamang Espiritu
(Mat. 8:28-34; Luc. 8:26-39)

5 Dumating sila sa kabila ng lawa, sa lupain ng mga Geraseno.*ᵇ* ² Pagbaba ni Jesus sa bangka, sinalubong siya ng isang lalaking galing sa *kwebang* libingan. Ang lalaking ito'y sinasaniban ng masamang espiritu, ³ at doon na siya nakatira sa mga libingan. Hindi siya maigapos ng matagal kahit kadena pa ang gamitin nila. ⁴ Ilang beses na siyang kinadenahan sa kamay at paa, pero nalalagot niya ang mga ito. Walang nakakapigil sa kanya. ⁵ Nagsisigaw

siya araw at gabi sa mga libingan at kaburulan, at sinusugatan ang sarili ng *matatalas na* bato.

⁶ Malayo pa si Jesus ay nakita na siya ng lalaki. Patakbo siyang lumapit kay Jesus at lumuhod sa harapan niya. ⁷⁻⁸ Sinabi ni Jesus sa masamang espiritu, "Ikaw na masamang espiritu, lumabas ka sa taong iyan!" Sumigaw ang lalaki, "Ano ang pakialam mo sa akin, Jesus na Anak ng Kataas-taasang Dios? Nakikiusap ako, sa pangalan ng Dios, huwag mo akong pahirapan!" ⁹ Tinanong siya ni Jesus, "Ano ang pangalan mo?" Sagot niya, "Kawan, dahil marami kami." ¹⁰ At paulit-ulit na nagmakaawa ang masamang espiritu kay Jesus na huwag silang palayasin sa lupaing iyon.

¹¹ Sa di-kalayuan ay may malaking kawan ng mga baboy na nanginginain sa gilid ng burol. ¹² Nagmakaawa ang masasamang espiritu na kung maaari ay payagan silang pumasok sa mga baboy. ¹³ Kaya pinayagan sila ni Jesus. Lumabas ang masasamang espiritu sa lalaki at pumasok sa mga baboy. Nagtakbuhan ang may dalawang libong baboy pababa ng burol, nagtuloy-tuloy sa lawa at nalunod.

¹⁴ Tumakbo ang mga tagapag-alaga ng baboy papunta sa bayan at ipinamalita roon at sa mga kalapit-nayon ang nangyari. Kaya pumunta roon ang mga tao para alamin ang tunay na nangyari. ¹⁵ Pagdating nila kay Jesus, nakita nila ang taong dating sinasaniban ng kawan ng masasamang espiritu. Nakaupo siya at nakadamit, at matino na ang pag-iisip. Kaya natakot ang mga tao. ¹⁶ Ikinuwento sa kanila ng mga nakakita kung ano ang nangyari sa taong iyon at sa mga baboy. ¹⁷ Kaya pinakiusapan nila si Jesus na umalis sa kanilang lugar. ¹⁸ Nang sumasakay na si Jesus sa bangka, nakiusap sa kanya ang lalaking gumaling na isama siya. ¹⁹ Pero hindi pumayag si Jesus. Sa halip, sinabi niya sa lalaki, "Umuwi ka sa pamilya mo at sabihin mo sa kanila ang lahat ng ginawa sa iyo ng Panginoon at kung paano ka niya kinaawaan." ²⁰ Kaya umalis ang lalaki at ipinamalita sa Decapolis,*ᶜ* ang ginawa sa kanya ni Jesus. At namangha ang lahat *ng nakarinig tungkol sa nangyari.*

Ang Anak ni Jairus at ang Babaeng Dinudugo
(Mat. 9:18-26; Luc. 8:40-56)

²¹ Nang bumalik si Jesus sa kabila ng lawa, napakaraming tao ang nagtipon doon sa kanya. ²² Pumunta rin doon si Jairus na namumuno sa sambahan ng mga Judio. Pagkakita niya kay Jesus, lumuhod siya sa paanan nito ²³ at nagmakaawa, "Agaw-buhay po ang anak kong dalagita. Kung pwede po sana, sumama kayo sa akin at ipatong ninyo ang inyong kamay sa kanya, para gumaling siya at mabuhay!" ²⁴ Sumama sa kanya si Jesus, at sinundan siya ng napakaraming tao na nagsisiksikan sa kanya. ²⁵ May isang babae roon na 12 taon nang dinudugo. ²⁶ Maraming hirap ang dinanas niya sa kabila ng pagpapagamot sa iba't ibang doktor. Naubos na niya ang lahat *ng ari-arian niya sa pagpapagamot,* pero sa halip na gumaling ay lalo pang lumala ang kanyang sakit. ²⁷ Nabalitaan niya ang mga himalang ginagawa ni Jesus, kaya nakipagsiksikan siya sa mga

---

a 31 mustasa: Ito'y isang uri ng mustasa na mataas.
b 1 Geraseno: Sa ibang tekstong Griego, *Gergesena* o, *Gadareno.*

c 20 Decapolis: o, *Sampung Bayan.*

tao upang mahipo man lang ang damit ni Jesus. [28] Naisip kasi ng babae, "Mahipo ko lang ang damit niya ay gagaling ako." [29] *Nang mahipo nga niya ang damit ni Jesus*, biglang tumigil ang kanyang pagdurugo at naramdaman niyang magaling na siya. [30] Agad namang naramdaman ni Jesus na may kapangyarihan na lumabas sa kanya, kaya lumingon siya at nagtanong, "Sino ang humipo sa damit ko?" [31] Sumagot ang mga tagasunod niya, "Sa dami po ng mga taong sumisiksik sa inyo, bakit pa kayo nagtatanong kung sino ang humipo sa inyo?" [32] Pero patuloy siyang tumingin sa paligid para makita kung sino ang humipo sa kanya. [33] Alam ng babae kung ano ang nangyari sa kanya, kaya lumapit siyang nanginginig sa takot at lumuhod sa harap ni Jesus. Ipinagtapat niya ang katotohanan kay Jesus. [34] Pagkatapos, sinabi sa kanya ni Jesus, "Anak, pinagaling[a] ka ng iyong pananampalataya. Umuwi kang mapayapa. Magaling ka na."

[35] Habang kausap pa ni Jesus ang babae, dumating ang ilang tao mula sa bahay ni Jairus. Sinabi nila kay Jairus, "Patay na po ang anak ninyo. Huwag n'yo nang abalahin ang guro." [36] Pero hindi pinansin ni Jesus ang sinabi nila. Sa halip, sinabi niya kay Jairus, "Huwag kang matakot. Manampalataya ka lang." [37] Hindi pinayagan ni Jesus ang mga tao na sumama sa kanya *sa bahay ni Jairus*. Sa halip, si Pedro at ang magkapatid na sina Santiago at Juan lang ang isinama niya. [38] Pagdating nila roon, nakita ni Jesus na nagkakagulo ang mga tao. May mga umiiyak at may mga humahagulgol. [39] Pumasok siya sa bahay at sinabi niya sa mga tao, "Bakit kayo nagkakagulo at nag-iiyakan? Hindi patay ang bata kundi natutulog lang!" [40] Pinagtawanan siya ng mga tao. Kaya pinalabas niya silang lahat maliban sa ama't ina ng bata at sa tatlo niyang tagasunod. Pagkatapos, pumasok sila sa kwartong kinaroroonan ng bata. [41] Hinawakan niya sa kamay ang bata at sinabi, "Talitha koum," na ang ibig sabihin ay "Nene, bumangon ka." [42] Bumangon naman agad ang bata at nagpalakad-lakad. (12 taon na noon ang bata.) Labis ang pagkamangha ng mga tao sa nangyari. [43] Pero mahigpit silang pinagbilinan ni Jesus na huwag ipagsabi kahit kanino ang nangyari. Pagkatapos, sinabihan sila ni Jesus na bigyan ng makakain ang bata.

Hindi Tinanggap si Jesus sa Nazaret
(Mat. 13:53-58; Luc. 4:16-30)

6 Umalis si Jesus sa lugar na iyon at umuwi sa sarili niyang bayan. Kasama niya ang kanyang mga tagasunod. [2] Pagdating ng Araw ng Pamamahinga, pumunta siya sa sambahan ng mga Judio at nagturo roon. Nagtaka ang maraming taong nakikinig sa kanya. Sinabi nila, "Saan kaya niya nakuha ang karunungang iyan? At ano ang karunungang ito na ibinigay sa kanya? Paano siya nakagagawa ng mga himala? [3] Hindi ba't siya ang karpinterong anak ni Maria, at kapatid nina Santiago, Jose, Judas at Simon? Hindi ba't ang mga kapatid niyang babae ay dito rin nakatira sa atin?" At hindi siya pinaniwalaan. [4] Sinabi ni Jesus sa kanila, "Ang isang propeta ay iginagalang kahit saan, maliban

sa kanyang sariling bayan at mga kamag-anak at mga kasambahay." [5] *Iyan ang dahilan kung bakit* hindi siya nakagawa ng mga himala roon maliban sa ilang maysakit na pinatungan niya ng kanyang kamay at pinagaling. [6] Nagtaka siya sa kawalan nila ng pananampalataya sa kanya.

Sinugo ni Jesus ang Labindalawang Apostol
(Mat. 10:5-15; Luc. 9:1-6)

Nilibot ni Jesus ang mga kanayunan at nangaral sa mga tao. [7] Tinawag niya ang 12 *apostol* at sinugo sila nang dala-dalawa. Binigyan niya sila ng kapangyarihang magpalayas ng masasamang espiritu. [8] At ibinilin niya sa kanila, "Huwag kayong magdala ng anuman sa inyong paglalakbay, kahit pagkain, pera o bag, maliban sa isang tungkod. [9] Pwede kayong magsuot ng sandalyas, pero huwag kayong magdala ng bihisan. [10] Kapag pinatuloy kayo sa isang bahay, doon na lang kayo manatili hanggang sa pag-alis ninyo sa lugar na iyon. [11] Kung ayaw kayong tanggapin o pakinggan ng mga tao sa isang lugar, umalis kayo roon at ipagpag ninyo ang alikabok sa inyong mga paa bilang babala laban sa kanila." [12] Kaya umalis ang 12 at nangaral sa mga tao na dapat nilang pagsisihan ang kanilang mga kasalanan. [13] Pinalayas nila ang maraming masamang espiritu at maraming may sakit ang pinahiran nila ng langis at pinagaling.

Ang Pagkamatay ni Juan na Tagapagbautismo
(Mat. 14:1-12; Luc. 9:7-9)

[14] Nabalitaan ni Haring Herodes ang tungkol kay Jesus dahil kilalang-kilala na siya kahit saan. May mga nagsasabi, "Siya ay si Juan na tagapagbautismo na muling nabuhay, kaya nakagagawa siya ng mga himala." [15] Ang sabi naman ng iba, "Siya ay si Elias." At may mga nagsasabi rin na siya ay isang propeta na tulad ng mga propeta noong unang panahon.

[16] Pero nang mabalitaan ni Herodes ang mga sinabing iyon ng mga tao, sinabi niya, "Muling nabuhay si Juan na pinapugutan ko ng ulo!" [17] Ipinahuli noon ni Herodes si Juan at ipinabilanggo, dahil *tinutuligsa ni Juan ang relasyon niya* kay Herodias. Si Herodias ay asawa ng kapatid ni Herodes na si Felipe. Pero kinuha siya ni Herodes bilang asawa. [18] Laging sinasabihan ni Juan si Herodes na hindi tama na kunin niya ang asawa ng kanyang kapatid. [19] Kaya nagkimkim ng galit si Herodias kay Juan, at gusto niya itong ipapatay. Pero hindi niya magawa, *dahil ayaw pumayag ni Herodes*. [20] Takot si Herodes kay Juan dahil alam niyang matuwid at mabuting tao si Juan. Kaya ipinagtatanggol niya ito. Kahit nababagabag siya sa mga sinasabi ni Juan, gustong-gusto pa rin niyang makinig dito.

[21] Pero,sa wakas ay dumating din ang pagkakataong hinihintay *ni Herodias*. Kaarawan noon ni Herodes at nagdaos siya ng malaking handaan. Inimbita niya ang mga opisyal ng Galilea, mga kumander ng mga sundalong *Romano* at iba pang mga kilalang tao roon. [22] Nang oras na ng kasiyahan, pumasok ang anak na babae ni Herodias at nagsayaw. Labis na nasiyahan si Herodes at ang mga bisita niya. Kaya sinabi ni Herodes sa dalaga, "Humingi ka sa akin ng kahit anong gusto mo at

---

a 34 pinagaling: o, iniligtas.

ibibigay ko." ²³At sumumpa pa siya na ibibigay niya sa dalaga kahit ang kalahati pa ng kanyang kaharian. ²⁴Lumabas muna ang dalaga at tinanong ang kanyang ina kung ano ang hihilingin niya. Sinabihan siya ng kanyang ina na hingin ang ulo ni Juan na tagapagbautismo. ²⁵Kaya dali-daling bumalik ang dalaga sa hari at sinabi, "Gusto ko pong ibigay ninyo sa akin ngayon din ang ulo ni Juan na tagapagbautismo, na nakalagay sa isang bandehado." ²⁶Labis itong ikinalungkot ng hari, pero dahil nangako siya sa harap ng mga bisita niya, hindi siya makatanggi sa dalaga. ²⁷Kaya pinapunta niya agad sa bilangguan ang isang sundalo upang dalhin sa kanya ang ulo ni Juan. Pumunta ang sundalo sa bilangguan at pinugutan ng ulo si Juan, ²⁸inilagay niya ang ulo sa bandehado at ibinigay sa dalaga. At ibinigay naman ito ng dalaga sa kanyang ina. ²⁹Nang mabalitaan ng mga tagasunod ni Juan ang nangyari, kinuha nila ang kanyang bangkay at inilibing.

Pinakain ni Jesus ang 5,000 Tao
(Mat. 14:13-21; Luc. 9:10-17; Juan 6:1-14)

³⁰Bumalik ang mga apostol na inutusan ni Jesus na mangaral, at ikinuwento nila sa kanya ang lahat ng ginawa at ipinangaral nila. ³¹Dahil sa dami ng mga taong dumarating at umaalis, wala na silang panahon kahit kumain man lang. Kaya sinabi ni Jesus sa mga tagasunod niya, "Iwan muna natin ang mga taong ito. Pumunta tayo sa ilang para makapagpahinga." ³²Kaya sumakay sila sa isang bangka at pumunta sa isang ilang.

³³Pero marami ang nakakita at nakakilala sa kanila noong umalis sila. Kaya mabilis namang naglakad ang mga tao mula sa iba't ibang bayan papunta sa lugar na pupuntahan nina Jesus. At nauna pa silang dumating doon. ³⁴Kaya nang bumaba si Jesus sa bangka, nakita niya ang napakaraming tao. Naawa siya sa kanila, dahil para silang mga tupa na walang pastol. Kaya tinuruan niya sila ng maraming bagay. ³⁵Nang dapit-hapon na, lumapit kay Jesus ang mga tagasunod niya at sinabi, "Nasa ilang po tayo at malapit nang gumabi. ³⁶Paalisin n'yo na po ang mga tao nang makapunta sila sa mga karatig nayon at bukid para makabili ng pagkain." ³⁷Pero sinabi ni Jesus sa kanila, "Kayo ang magpakain sa kanila." Sumagot sila, "Aabutin po ng walong buwang sahod ang gagastusin para sa kanila! Bibili po ba kami ng ganoong halaga ng tinapay para ipakain sa kanila?" ³⁸Tinanong sila ni Jesus, "Ilan ba ang dala ninyong tinapay? Sige, tingnan nga ninyo." Tiningnan nga nila, at sinabi kay Jesus, "Mayroon po tayong limang tinapay at dalawang isda." ³⁹Pagkatapos, inutusan ni Jesus ang kanyang mga alagad na paupuin ng grupo-grupo ang mga tao sa damuhan. ⁴⁰Kaya umupo nga sila ng grupo-grupo, tig-100 at tig-50 bawat grupo. ⁴¹Kinuha ni Jesus ang limang tinapay at dalawang isda. Tumingala siya sa langit at nagpasalamat *sa Dios*. Pagkatapos, hinati-hati niya ang tinapay at ibinigay sa mga tagasunod niya para ipamigay sa mga tao. Ganoon din ang ginawa niya sa isda. ⁴²Kumain silang lahat at nabusog. ⁴³*Pagkatapos*, tinipon nila ang natirang tinapay at isda, at nakapuno sila ng 12 basket. ⁴⁴Ang bilang ng mga lalaking kumain ay 5,000.

Lumakad si Jesus sa Ibabaw ng Tubig
(Mat. 14:22-33; Juan 6:15-21)

⁴⁵Pagkatapos, pinasakay agad ni Jesus sa bangka ang mga tagasunod niya at pinauna sa *bayan ng* Betsaida, sa kabila ng lawa, habang pinapauwi niya ang mga tao. ⁴⁶Nang makaalis na ang mga tao, umakyat siya sa isang bundok upang manalangin. ⁴⁷Nang gumabi na, nasa laot na ang bangka at siya na lang ang naiwan. ⁴⁸Nakita niyang hirap sa pagsagwan ang mga tagasunod niya, dahil salungat sila sa hangin. Nang madaling-araw na, sumunod sa kanila si Jesus na naglalakad sa ibabaw ng tubig. Lalampasan na lang sana niya sila, ⁴⁹⁻⁵⁰pero nakita siya ng mga tagasunod niya na lumalakad sa ibabaw ng tubig. Natakot sila at nagsigawan, dahil akala nila ay multo siya. Pero nagsalita agad si Jesus, "Ako ito! Huwag kayong matakot. Lakasan ninyo ang inyong loob." ⁵¹Sumakay siya sa bangka at biglang tumigil ang *malakas na* hangin. Namangha sila nang husto, ⁵²dahil hindi pa rin sila nakakaunawa kahit nakita na nila ang himalang ginawa ni Jesus sa tinapay. *Ayaw nilang maniwala* dahil matigas ang puso nila.

Pinagaling ni Jesus ang mga May Sakit sa Genesaret
(Mat. 14:34-36)

⁵³Nang makatawid na sila sa lawa, dumating sila sa Genesaret at doon nila idinaong ang bangka. ⁵⁴Pagbaba nila, nakilala agad si Jesus ng mga tao roon. ⁵⁵Kaya nagmamadaling pumunta ang mga tao sa mga karatig lugar, inilagay sa mga higaan ang mga may sakit at dinala kay Jesus saan man nila mabalitaang naroon siya. ⁵⁶Kahit saan siya pumunta, sa nayon, sa bayan, o sa kabukiran, dinadala ng mga tao ang mga may sakit sa kanila sa mga lugar na pinagtitipunan ng mga tao. Nagmamakaawa sila kay Jesus na kung maaari ay pahipuin niya ang mga may sakit kahit man lang sa laylayan*ᵃ* ng kanyang damit. At ang lahat ng nakahipo ay gumaling.

Ang mga Tradisyon
(Mat. 15:1-9)

7 May mga Pariseo at mga tagapagturo ng Kautusan na dumating galing sa Jerusalem at nagtipon sa paligid ni Jesus. ²Napansin nila na ang ilan sa mga tagasunod ni Jesus ay hindi naghugas ng kamay bago kumain.

³Ang mga Judio, lalo na ang mga Pariseo ay hindi kumakain nang hindi muna naghuhugas ng kamay bilang pagsunod sa tradisyon ng kanilang mga ninuno. ⁴Hindi rin sila kumakain ng anumang nabili sa palengke nang hindi muna nila ginagawa ang ritwal ng paglilinis.*ᵇ* Marami pa silang mga tradisyong tulad nito, gaya ng paghuhugas ng mga kopa, pitsel at lutuang tanso.

⁵Kaya tinanong siya ng mga Pariseo at ng mga tagapagturo ng Kautusan, "Bakit hindi sinusunod ng mga tagasunod mo ang mga tradisyon ng ating mga ninuno? Hindi sila naghuhugas ng kamay bago kumain!" ⁶Sinagot sila ni Jesus, "Tamang-tama ang

---

a 56 laylayan: sa Ingles, *"tassel."* Tingnan sa Bil. 15:37-39 at Deu. 22:12.

b 4 ritwal ng paglilinis: Maaaring ang nililinis ay ang bagay na nabili o ang taong bumili.

sinabi ni Isaias tungkol sa inyo na mga pakitang-tao. Ayon sa isinulat niya, *sinabi ng Dios na,*

'Iginagalang ako ng mga taong ito sa mga
    labi lang nila,
ngunit malayo sa akin ang kanilang mga
    puso.
[7] Walang kabuluhan ang kanilang pagsamba sa
    akin
dahil ang mga itinuturo nila ay mga utos
    lang ng tao.'[a]

[8] Sinusuway ninyo ang utos ng Dios, at ang sinusunod ay mga tradisyon ng tao."

[9] Sinabi pa ni Jesus, "Mahusay kayo sa pagpapawalang-bisa sa mga utos ng Dios para masunod ninyo ang inyong mga tradisyon. [10] Halimbawa na lang, sinabi ni Moises, 'Igalang ninyo ang inyong mga magulang,'[b] at 'Ang lumapastangan sa kanyang mga magulang ay dapat patayin.'[c] [11] Pero itinuturo n'yo naman na kapag sinabi ng isang anak sa mga magulang niya na ang tulong na ibibigay niya sana sa kanila ay Korban (ang ibig sabihin, nakalaan na sa Dios), [12] hindi na siya obligadong tumulong pa sa kanila. [13] Pinapawalang-halaga ninyo ang utos ng Dios sa pamamagitan ng mga tradisyong minana ninyo *sa inyong mga ninuno.* At marami pa kayong ginagawa na tulad nito."

Ang Nagpaparumi sa Tao
(Mat. 15:10-20)

[14] Muling tinawag ni Jesus ang mga tao at sinabi sa kanila, "Makinig kayong lahat sa akin at unawain *ang sasabihin ko.* [15] Hindi ang pumapasok sa bibig ng tao ang nagpaparumi sa kanya, kundi ang mga lumalabas sa kanya." [16] [Kayong mga nakikinig, dapat n'yo itong pag-isipan!]

[17] Pagkatapos, iniwan niya ang mga tao at pumasok sa bahay. *Nang nasa loob na siya,* tinanong siya ng mga tagasunod niya kung ano ang ibig sabihin ng talinghaga na iyon. [18] Sinabi ni Jesus sa kanila, "Bakit, hindi n'yo pa rin ba naiintindihan? Hindi n'yo ba alam na anumang kainin ng tao ay hindi nakakapagparumi sa kanya? [19] Sapagkat anuman ang kainin niya ay hindi naman sa puso pumupunta kundi sa kanyang tiyan, at idudumi rin niya iyon." (*Sa sinabing ito ni Jesus,* ipinahayag niya na lahat ng pagkain ay maaaring kainin.) [20] Sinabi pa ni Jesus, "Ang lumalabas sa tao ang nagpaparumi sa kanya *sa paningin ng Dios.* [21] Sapagkat sa puso ng tao nagmumula ang masamang pag-iisip na nagtutulak sa kanya sa gumawa ng sekswal na imoralidad, pagnanakaw,   pagpatay,   [22] pangangalunya, kasakiman, at paggawa ng lahat ng uri ng kasamaan tulad ng pandaraya, kabastusan, inggitan, paninira sa kapwa, pagyayabang, at kahangalan. [23] Ang lahat ng kasamaang ito ay nanggagaling sa puso ng tao, at siyang nagpaparumi sa kanya."

Ang Pananampalataya ng Babaeng Hindi Judio
(Mat. 15:21-28)

[24] Umalis si Jesus mula roon at pumunta sa mga lugar na malapit sa Tyre. *Pagdating niya roon,*

tumuloy siya sa isang bahay. Ayaw sana niyang malaman ng mga tao na naroon siya; pero hindi rin niya ito naitago. [25-26] Sa katunayan, nalaman agad ito ng isang ina na may anak na babaeng sinaniban ng masamang espiritu. Ang babaeng ito'y taga-Fenicia na sakop ng Syria, at Griego ang kanyang salita. Pinuntahan niya agad si Jesus at nagpatirapa sa paanan nito, at nagmamakaawang palayasin ang masamang espiritu sa kanyang anak. [27] Pero sinagot siya ni Jesus *sa pamamagitan ng isang kasabihan,* "Dapat munang pakainin ang mga anak, dahil hindi tamang kunin ang pagkain ng mga anak at ihagis sa mga aso." [28] Sumagot ang babae, "*Tama po kayo,* Panginoon, pero kahit mga aso sa ilalim ng mesa ay kumakain ng mga mumo na nailalaglag ng mga anak." [29] Kaya sinabi ni Jesus sa kanya, "Dahil sa sagot mong iyan, maaari ka nang umuwi. Lumabas na sa anak mo ang masamang espiritu." [30] Umuwi nga ang babae at nadatnan ang anak niya sa higaan, at wala na nga ang masamang espiritu sa kanya.

Pinagaling ni Jesus ang Isang Pipi't Bingi

[31] Pagbalik ni Jesus mula sa lupain ng Tyre, dumaan siya ng Sidon at umikot sa lupain ng Decapolis, at pagkatapos ay tumuloy sa lawa ng Galilea. [32] Doon, dinala sa kanya ng mga tao ang isang lalaking pipi't bingi. Nakiusap sila na ipatong ni Jesus ang mga kamay niya sa lalaki. [33] Inilayo muna ni Jesus ang lalaki sa mga tao. Pagkatapos, ipinasok niya ang kanyang mga daliri sa mga tainga ng lalaki, saka dinuraan *ang kanyang mga daliri* at hinipo ang dila nito. [34] Tumingala si Jesus sa langit, nagbuntong-hininga, at sinabi sa lalaki, "Effata!" na ang ibig sabihin, "Mabuksan ka!" [35] Pagkatapos nito, nakarinig na ang lalaki at nakapagsalita nang maayos. [36] Pinagbilinan niya ang mga tao na huwag ipamalita ang nangyari. Pero kahit pinagbawalan sila, lalo pa nila itong ipinamalita. [37] Manghang-mangha ang mga tao, at sinabi nila, "Napakagaling[d] ng ginawa niya! Kahit mga pipi't bingi ay nagagawa niyang pagalingin!"

Ang Pagpapakain sa Apat na Libo
(Mat. 15:32-39)

8 Pagkatapos ng ilang araw, muling nagtipon ang maraming tao sa kinaroroonan ni Jesus. Nang wala na silang makain, tinawag ni Jesus ang mga tagasunod niya at sinabi, [2] "Naaawa ako sa mga taong ito. Tatlong araw ko na silang kasama at wala na silang makain. [3] Kung pauuwiin ko naman sila nang gutom, baka himatayin sila sa daan dahil malayo pa ang pinanggalingan ng iba sa kanila." [4] Sumagot ang mga tagasunod niya, "Saan po tayo kukuha ng sapat na pagkain dito sa ilang para sa ganito karaming tao?" [5] Tinanong sila ni Jesus, "Ilan ang tinapay ninyo riyan?" Sinabi nila, "Pito po."

[6] Pinaupo ni Jesus ang mga tao. Kinuha niya ang pitong tinapay at nagpasalamat *sa Dios.* Pagkatapos, hinati-hati niya ito at ibinigay sa mga tagasunod niya para ipamigay sa mga tao. [7] Mayroon din silang ilang maliliit na isda. Pinasalamatan din iyon ni Jesus at iniutos na ipamigay din sa mga tao. [8] Kumain sila at nabusog. Pagkatapos, tinipon nila ang natirang pagkain, at nakapuno sila ng pitong

---

a 7 Isa. 29:13.

b 10 Exo. 20:12; Deu. 5:16.

c 10 Exo. 21:17; Lev. 20:9.

d 37 *Napakagaling:* o, *Napakabuti.*

basket. [9]Ang bilang ng mga taong kumain ay mga 4,000. Pagkatapos ay pinauwi na ni Jesus ang mga tao, [10]at agad siyang sumakay sa bangka kasama ang mga tagasunod niya, at pumunta sila sa Dalmanuta.

Humingi ng Himala ang mga Pariseo
(Mat. 16:1-4)

[11]Pagdating nila roon, may dumating na mga Pariseo at nakipagtalo kay Jesus. Gusto nilang subukin siya kaya hiniling nilang magpakita siya ng himala mula sa Dios[a] bilang patunay *na sugo nga siya ng Dios*. [12]Pero napabuntong-hininga si Jesus at sinabi, "Bakit nga ba humihingi ng himala ang mga tao sa panahong ito? Sinasabi ko sa inyo ang totoo, walang anumang himalang ipapakita sa inyo." [13]Pagkatapos, iniwan niya sila. Sumakay ulit siya sa bangka at tumawid sa kabila *ng lawa*.

Ang Pampaalsa ng mga Pariseo at ni Haring Herodes
(Mat. 16:5-12)

[14]Nakalimutan ng mga tagasunod ni Jesus na magdala ng tinapay. Iisa lang ang baon nilang tinapay sa bangka. [15]Sinabi ni Jesus sa kanila, "Mag-ingat kayo sa pampaalsa[b] ng mga Pariseo at ni *Haring* Herodes." [16]Nag-usap-usap ang mga tagasunod ni Jesus. Akala nila, kaya niya sinabi iyon ay dahil wala silang dalang tinapay. [17]Alam ni Jesus kung ano ang pinag-uusapan nila kaya sinabi niya sa kanila, "Bakit kayo nagtatalo-talo na wala kayong dalang tinapay? Hindi pa ba kayo nakakaunawa? Hindi ba ninyo ito naiintindihan? Matigas pa rin ba ang mga puso ninyo? [18-19]May mga mata kayo, pero hindi kayo makakita. May mga tainga kayo, pero hindi kayo makarinig. Nakalimutan n'yo na ba nang paghahati-hatiin ko ang limang tinapay para sa 5,000 tao? Ilang basket ang natira?" Sumagot sila, "Labindalawa po!" [20]*Nagtanong pa si Jesus*, "At nang paghahati-hatiin ko ang pitong tinapay para sa 4,000 tao ilang basket ang natira?" Sumagot sila, "Pito po!" [21]At sinabi ni Jesus sa kanila, "Hindi n'yo pa rin ba naiintindihan *ang sinabi ko tungkol sa pampaalsa*?"

Pinagaling ni Jesus ang Lalaking Bulag sa Betsaida

[22]Pagdating nila sa Betsaida, may mga taong nagdala ng isang lalaking bulag kay Jesus. Nagmakaawa sila na kung maaari ay hipuin niya ang bulag *upang makakita*. [23]Kaya inakay ni Jesus ang bulag palabas ng Betsaida. Pagdating nila sa labas, dinuraan niya ang mga mata ng bulag. Pagkatapos, ipinatong niya ang kamay niya sa bulag at saka nagtanong, "May nakikita ka na ba?" [24]Tumingala ang lalaki at sinabi, "Nakakakita na po ako ng mga tao, pero para silang mga punongkahoy na lumalakad." [25]Kaya muling ipinatong ni Jesus ang mga kamay niya sa mata ng bulag. Pagkatapos, tumingin ulit ang lalaki at lumiwanag ang kanyang paningin. [26]Bago siya pinauwi ni Jesus ay binilinan siya, "Huwag ka nang bumalik sa Betsaida."

Ang Pahayag ni Pedro tungkol kay Jesus
(Mat. 16:13-20; Luc. 9:18-21)

[27]Pagkatapos, pumunta si Jesus at ang mga tagasunod niya sa mga nayon na sakop ng Cesarea Filipos. Habang naglalakad sila, tinanong ni Jesus ang mga tagasunod niya, "Sino raw ako ayon sa mga tao?" [28]Sumagot sila, "*May mga nagsasabing kayo po si Juan na tagapagbautismo. May nagsasabi ring kayo si Elias. At ang iba nama'y nagsasabing isa po kayo* sa mga propeta." [29]Tinanong sila ni Jesus, "Pero para sa inyo, sino ako?" Sumagot si Pedro, "Kayo po ang Cristo!"[c] [30]Sinabihan sila ni Jesus na huwag nilang ipaalam kahit kanino na siya ang Cristo.

Ang Unang Pagpapahayag ni Jesus tungkol sa Kanyang Kamatayan
(Mat. 16:21-28; Luc. 9:22-27)

[31]Nagsimulang mangaral si Jesus sa mga tagasunod niya na *siya na* Anak ng Tao ay kailangang dumanas ng maraming paghihirap. Itatakwil siya ng mga pinuno ng mga Judio, ng mga namamahalang pari at ng mga tagapagturo ng Kautusan. Ipapapatay nila siya, pero sa ikatlong araw ay muling mabubuhay. [32]Ipinaliwanag niya ang lahat ng ito sa kanila. *Nang marinig iyon ni Pedro*, dinala niya si Jesus sa isang tabi at sinabihan. [33]Pero humarap si Jesus sa mga tagasunod niya at saka sinabi kay Pedro, "Lumayo ka sa akin Satanas! Ang iniisip mo'y hindi ayon sa kalooban ng Dios kundi ayon sa kalooban ng tao!"

[34]Pagkatapos, tinawag niya ang mga tao pati na ang mga tagasunod niya at pinalapit sa kanya. Sinabi niya sa kanila, "Ang sinumang gustong sumunod sa akin ay hindi dapat unahin ang sarili. Dapat ay handa niyang harapin kahit ang kamatayan[d] alang-alang sa pagsunod niya sa akin. [35]Sapagkat ang taong naghahangad magligtas ng kanyang buhay ay mawawalan nito. Ngunit ang taong nagnanais mag-alay ng kanyang buhay alang-alang sa akin at sa Magandang Balita ay magkakaroon ng buhay na walang hanggan. [36]Ano ba ang mapapala ng isang tao kung mapasakanya man ang lahat ng bagay sa mundo, pero mapapahamak naman ang kaluluwa niya? [37]May maibabayad ba siya para mabawi niya ang kanyang buhay? [38]Kung ako at ang mga aral ko ay ikakahiya ninuman sa panahong ito, na ang mga tao'y makasalanan at hindi tapat sa Dios, ikakahiya ko rin siya kapag *ako na* Anak ng Tao ay pumarito na taglay ang kapangyarihan ng aking Ama, at kasama ang mga banal na anghel."

9 Sinabi pa ni Jesus sa kanila, "Sinasabi ko sa inyo ang totoo, may ilan sa inyo rito na hindi mamamatay hangga't hindi nila nakikitang dumarating ang paghahari ng Dios na dumarating nang may kapangyarihan."

Ang Pagbabagong-anyo ni Jesus
(Mat. 17:1-13; Luc. 9:28-36)

[2]Pagkaraan ng anim na araw, isinama ni Jesus sina Pedro, Santiago at Juan sa isang mataas na bundok. Sila lang ang naroon. At habang nakatingin sila kay

---

a 11 *mula sa Dios*: sa literal, *mula sa langit*.

b 15 *pampaalsa*: sa Ingles, "*yeast*." Ang tinutukoy ni Jesus dito ay ang masasamang ugali ng mga Pariseo at ni Herodes na maaaring makahawa sa kanila.

c 29 *Cristo*: Ang ibig sabihin, *haring pinili ng Dios*.

d 34 *Dapat ay handa niyang harapin kahit ang kamatayan*: sa literal, *Dapat ay pasanin niya ang kanyang krus*.

Jesus, nagbago ang kanyang anyo. [3] Naging puting-puti ang damit niya at nakakasilaw tingnan. Walang sinuman dito sa mundo na makakapagpaputi nang katulad noon. [4] At nakita nila sina Elias at Moises na nakikipag-usap kay Jesus. [5] Sinabi ni Pedro kay Jesus, "Guro, mabuti't narito po kami![a] Gagawa kami ng tatlong kubol:[b] isa po para sa inyo, isa para kay Moises at isa para kay Elias." [6] Ito ang nasabi niya dahil hindi niya alam kung ano ang dapat niyang sabihin sapagkat sila ay takot na takot. [7] Pagkatapos, tinakpan sila ng ulap. At may narinig silang tinig mula sa ulap na nagsasabi, "Ito ang minamahal kong Anak. Pakinggan ninyo siya!" [8] Tumingin sila agad sa paligid, pero wala nang ibang naroon kundi si Jesus na lang.

[9] Nang pababa na sila sa bundok, pinagbilinan sila ni Jesus, "Huwag ninyong sasabihin kahit kanino ang nakita ninyo hangga't ako na Anak ng Tao ay hindi pa muling nabubuhay." [10] Kaya hindi nila sinabi kahit kanino ang pangyayaring iyon. Pero pinag-usapan nila kung ano ang ibig niyang sabihin sa muling pagkabuhay. [11] Nagtanong sila kay Jesus, "Bakit sinasabi po ng mga tagapagturo ng Kautusan na kailangan daw munang dumating si Elias bago dumating ang Cristo?" [12-13] Sumagot siya sa kanila, "Totoo iyan, kailangan ngang dumating muna si Elias upang ihanda ang lahat ng bagay. Ngunit sasabihin ko sa inyo: dumating na si Elias at ginawa ng mga tao ang gusto nilang gawin sa kanya ayon na rin sa isinulat tungkol sa kanya. Ngunit bakit nasusulat din na ako na Anak ng Tao ay magtitiis ng maraming hirap at itatakwil ng mga tao?"

Pinagaling ni Jesus ang Batang Sinasaniban ng Masamang Espiritu
(Mat. 17:14-21; Luc. 9:37-43)

[14] Pagdating nina Jesus sa kinaroroonan ng iba pa niyang mga tagasunod na naiwan, nakita nila na maraming tao ang nagtitipon doon. Naroon din ang ilang tagapagturo ng Kautusan na nakikipagtalo sa mga tagasunod ni Jesus. [15] Nabigla ang mga tao nang makita nila si Jesus, at patakbo silang lumapit at bumati sa kanya. [16] Tinanong ni Jesus ang mga tagasunod niya, "Ano ang pinagtatalunan ninyo?" [17] May isang lalaki roon na sumagot, "Guro, dinala ko po rito sa inyo ang anak kong lalaki dahil sinasaniban siya ng masamang espiritu at hindi na makapagsalita. [18] Kapag sinasaniban siya ng masamang espiritu, natutumba siya, bumubula ang bibig, nagngangalit ang mga ngipin, at pagkatapos ay naninigas ang katawan niya. Nakiusap ako sa mga tagasunod n'yo na palayasin ang masamang espiritu, pero hindi po nila kaya." [19] Sinabi ni Jesus sa kanila, "Kayong henerasyon ng mga walang pananampalataya! Hanggang kailan ba ako magtitiis sa inyo? Dalhin n'yo rito ang bata!" [20] Kaya dinala nila ang bata kay Jesus. Pero nang makita ng masamang espiritu si Jesus, pinangisay niya ang bata, itinumba, at pinagulong-gulong sa lupa na bumubula ang bibig. [21] Tinanong ni Jesus ang ama ng bata, "Kailan pa siya nagkaganyan?" Sumagot ang ama, "Mula pa po sa pagkabata. [22] Madalas siyang itinutumba ng masamang espiritu sa apoy o sa tubig

para patayin. Kaya maawa po kayo sa amin; kung may magagawa kayo, tulungan n'yo po kami!" [23] Sinagot siya ni Jesus, "Bakit mo sinabing kung may magagawa ako? Ang lahat ng bagay ay magagawa ko sa taong sumasampalataya sa akin!" [24] Sumagot agad ang ama ng bata, "Sumasampalataya po ako, pero kulang pa. Dagdagan n'yo po ang pananampalataya ko!"

[25] Nang makita ni Jesus na dumarami ang taong paparating sa kanya, sinaway niya ang masamang espiritu, at sinabi, "Ikaw na espiritung nagpapapipi at nagpapabingi sa batang ito, inuutusan kitang lumabas sa kanya! At huwag ka nang babalik sa kanya!" [26] Sumigaw ang masamang espiritu, pinangisay ang bata, at saka lumabas. Naging parang patay ang bata, kaya sinabi ng karamihan, "Patay na siya!" [27] Pero hinawakan ni Jesus ang kamay ng bata at itinayo, at tumayo ang bata.

[28] Nang pumasok na sina Jesus sa bahay na tinutuluyan nila, tinanong siya ng mga tagasunod niya nang sila-sila lang, "Bakit hindi po namin mapalayas ang masamang espiritu?" [29] Sinagot sila ni Jesus, "Ang ganoong uri ng masamang espiritu ay mapapalayas lang sa pamamagitan ng panalangin."

Ang Ikalawang Pagpapahayag ni Jesus tungkol sa Kanyang Kamatayan
(Mat. 17:22-23; Luc. 9:43b-45)

[30] Umalis sila sa lugar na iyon at dumaan sa Galilea. Ayaw ni Jesus na malaman ng mga tao na naroon siya, [31] dahil tinuturuan niya ang mga tagasunod niya. Sinabi niya sa kanila, "Ako na Anak ng Tao ay ibibigay sa kamay ng mga tao na kumokontra sa akin. Papatayin nila ako, ngunit muli akong mabubuhay pagkaraan ng tatlong araw." [32] Ngunit hindi nila naunawaan ang sinabi niya, at natakot naman silang magtanong sa kanya.

Sino ang Pinakadakila?
(Mat. 18:1-5; Luc. 9:46-48)

[33] Dumating sila sa Capernaum. At nang nasa bahay na sila, tinanong sila ni Jesus, "Ano ba ang pinagtatalunan ninyo kanina sa daan?" [34] Hindi sila sumagot, dahil ang pinagtatalunan nila ay kung sino sa kanila ang pinakadakila. [35] Kaya umupo si Jesus at tinawag ang 12 apostol, at sinabi sa kanila, "Ang sinuman sa inyo na gustong maging pinakadakila sa lahat ay dapat magpakababa at maging lingkod ng lahat." [36] Kumuha si Jesus ng isang maliit na bata at pinatayo sa harapan nila. Pagkatapos, kinalong niya ito at sinabi sa kanila, [37] "Ang sinumang tumatanggap sa batang tulad nito dahil sa akin ay tumatanggap din sa akin. At ang tumatanggap sa akin ay tumatanggap sa aking Amang nagsugo sa akin."

Kakampi Natin ang Hindi Laban sa Atin
(Luc. 9:49-50)

[38] Sinabi ni Juan kay Jesus, "Guro, nakakita po kami ng taong nagpapalayas ng masasamang espiritu sa inyong pangalan. Pinagbawalan namin siya dahil hindi natin siya kasamahan." [39] Pero sinabi ni Jesus, "Huwag n'yo siyang pagbawalan, dahil walang sinumang gumagawa ng himala sa aking pangalan ang magsasalita ng masama laban sa akin. [40] Ang hindi laban sa atin ay kakampi natin. [41] Sinasabi ko sa inyo ang totoo, ang sinumang magbigay sa inyo ng

---

a 5 kami: o, tayo.
b 5 kubol: sa Ingles, "temporary shelter."

kahit isang basong tubig, dahil kayo ay kay Cristo, ay tiyak na makakatanggap ng gantimpala."

Mga Dahilan ng Pagkakasala
(Mat. 18:6-9; Luc. 17:1-2)

[42] "Ngunit ang sinumang magiging dahilan ng pagkakasala ng maliliit na batang ito na sumasampalataya sa akin ay mabuti pang talian sa leeg ng gilingang bato at itapon sa dagat. [43-44] Kung ang kamay mo ang dahilan ng iyong pagkakasala, putulin mo! Mas mabuti pang isa lang ang kamay mo pero may buhay na walang hanggan ka, kaysa sa dalawa ang kamay mo pero sa impyerno ka naman mapupunta, kung saan ang apoy ay hindi namamatay. [45-46] Kung ang paa mo ang dahilan ng iyong pagkakasala, putulin mo! Mas mabuti pang isa lang ang paa mo pero may buhay na walang hanggan ka, kaysa sa dalawa ang paa mo pero itatapon ka naman sa impyerno. [47] At kung ang mata mo ang dahilan ng iyong pagkakasala, dukitin mo! Mas mabuti pang isa lang ang mata mo pero kabilang ka sa kaharian ng Dios, kaysa sa dalawa ang mata mo pero itatapon ka naman sa impyerno. [48] Ang mga uod doon ay hindi namamatay, at ang apoy ay hindi rin namamatay.

[49] "Sapagkat ang lahat ay aasinan[a] sa apoy. [50] Mabuti ang asin, pero kung mawalan ng lasa,[b] wala nang magagawa upang ibalik ang lasa nito. Dapat maging tulad kayo sa asin na nakakatulong sa tao. Tulungan ninyo ang isa't isa upang maging mapayapa ang pagsasamahan ninyo."[c]

Ang Turo ni Jesus tungkol sa Paghihiwalay
(Mat. 19:1-12; Luc. 16:18)

10 Umalis si Jesus sa Capernaum at pumunta sa lalawigan ng Judea, at saka tumawid sa *Ilog ng Jordan*. Pinuntahan siya roon ng maraming tao, at tulad ng dati ay nangaral siya sa kanila.

[2] Samantala, may mga Pariseong pumunta sa kanya upang hanapan siya ng butas. Kaya nagtanong sila, "Pinahihintulutan ba ng Kautusan na hiwalayan ng isang lalaki ang kanyang asawa?" [3] Tinanong din sila ni Jesus, "Ano ba ang iniutos sa inyo ni Moises?" [4] Sumagot ang mga Pariseo, "Ipinahintulot ni Moises na maaaring gumawa ang lalaki ng kasulatan ng paghihiwalay, at pagkatapos ay pwede na niyang hiwalayan ang kanyang asawa."[d] [5] Sinabi sa kanila ni Jesus, "Ibinigay ni Moises sa inyo ang kautusang iyan dahil sa katigasan ng ulo ninyo. [6] Ngunit sa simula pa, nang likhain ng Dios ang mundo, 'ginawa niya ang tao na lalaki at babae.'[e] [7] 'Dahil dito, iiwan ng lalaki ang kanyang ama at ina, at magsasama sila ng kanyang asawa. [8] At silang dalawa ay magiging isa.'[f] Hindi na sila dalawa kundi isa na lang. [9] Kaya hindi dapat paghiwalayin ng tao ang pinagsama ng Dios."

---

a 49 aasinan: Maaaring ang ibig sabihin ay dadalisayin, pero maaari ring paparusahan. Magkakaiba ang opinyon ng mga eksperto sa Biblia tungkol dito.

b 50 mawalan ng lasa: o, *sumama ang lasa.*

c 50 Dapat…pagsasamahan: sa literal, *Magkaroon kayo ng asin sa sarili at maging mapayapa kayo sa isa't isa.*

d 4 Deu. 24:1.

e 6 Gen. 1:27; 5:2.

f 8 Gen. 2:24.

[10] Pagbalik nila sa bahay, tinanong siya ng mga tagasunod niya tungkol dito. [11] Sinabi niya sa kanila, "Kung hiwalayan ng isang lalaki ang kanyang asawa at mag-asawa ng iba, nangangalunya siya at nagkasala sa una niyang asawa. [12] At kung hiwalayan ng isang babae ang kanyang asawa at mag-asawa ng iba ay nagkasala rin ng pangangalunya."

Pinagpala ni Jesus ang Maliliit na Bata
(Mat. 19:13-15; Luc. 18:15-17)

[13] Dinala ng mga tao ang kanilang maliliit na anak kay Jesus upang patungan niya ng kamay *at pagpalain.* Pero pinagbawalan sila ng mga tagasunod *ni Jesus.* [14] Nang makita ni Jesus ang nangyari, nagalit siya at sinabi sa mga tagasunod niya, "Hayaan n'yong lumapit sa akin ang mga bata. Huwag n'yo silang pigilan, dahil ang mga katulad nila ay kabilang sa kaharian ng Dios. [15] Sinasabi ko sa inyo ang totoo, ang sinumang hindi tumatanggap sa paghahari ng Dios na gaya ng pagtanggap ng isang maliit na bata ay hindi mapapabilang sa kaharian ng Dios." [16] Pagkatapos, kinalong niya ang mga bata, ipinatong ang kanyang kamay sa kanila at pinagpala.

Ang Mayamang Lalaking
(Mat. 19:16-30; Luc. 18:18-30)

[17] Nang paalis na si Jesus, isang lalaki ang patakbong lumapit sa kanya at lumuhod. Nagtanong ang lalaki, "Mabuting Guro, ano po ang dapat kong gawin para magkaroon ng buhay na walang hanggan?" [18] Sumagot si Jesus, "Bakit mo sinasabing mabuti ako? Ang Dios lang ang mabuti, wala nang iba! [19] *Tungkol sa tanong mo,* alam mo ang sinasabi ng Kautusan: 'Huwag kang papatay, huwag kang mangangalunya, huwag kang magnanakaw, huwag kang sasaksi ng kasinungalingan, huwag kang mandadaya, at igalang mo ang iyong ama at ina.' "[g] [20] Sumagot ang lalaki, "Guro, sinusunod ko po ang lahat ng iyan mula pagkabata." [21] Tiningnan siya ni Jesus nang may pagmamahal at sinabi, "Isang bagay pa ang kulang sa iyo. Umuwi ka at ipagbili ang mga ari-arian mo, at ipamigay mo ang pera sa mga mahihirap. At magkakaroon ka ng kayamanan sa langit. Pagkatapos, bumalik ka at sumunod sa akin." [22] Nalungkot ang lalaki nang marinig ito. At umalis siyang malungkot, dahil napakayaman niya.

[23] Tumingin si Jesus sa paligid at sinabi sa mga tagasunod niya, "Napakahirap para sa mayayaman ang mapabilang sa kaharian ng Dios." [24] Nagtaka sila sa sinabi ni Jesus, kaya sinabi niya, "Mga anak, napakahirap talagang mapabilang sa kaharian ng Dios. [25] Mas madali pang makapasok ang isang kamelyo sa butas ng karayom kaysa sa mapabilang ang isang mayaman sa kaharian ng Dios." [26] Lalong nagtaka ang mga tagasunod niya, kaya nagtanong sila, "Kung ganoon po, sino na lang ang maliligtas?" [27] Tiningnan sila ni Jesus at sinabi, "Imposible ito sa tao pero hindi sa Dios, dahil ang lahat ay posible sa Dios."

[28] Sinabi sa kanya ni Pedro, "Paano naman po kami? Iniwan namin ang lahat upang sumunod sa inyo." [29] Sumagot si Jesus, "Sinasabi ko sa inyo ang totoo, ang lahat ng nag-iwan ng bahay, mga kapatid,

g 19 Gen. 20:12-16; Deu. 5:16-20.

mga magulang, mga anak, o mga lupa dahil sa akin at sa Magandang Balita [30] ay tatanggap sa panahong ito ng mas marami pa kaysa sa kanyang iniwan: mga bahay, mga kapatid, mga ina, mga anak, mga lupa, pati mga pag-uusig. At tatanggap din siya ng buhay na walang hanggan sa darating na panahon. [31] Maraming dakila ngayon na magiging hamak, at maraming hamak ngayon na magiging dakila."

Ang Ikatlong Pagpapahayag ni Jesus tungkol sa Kanyang Kamatayan
(Mat. 20:17-19; Luc. 18:31-34)

[32] Habang naglalakad sila papuntang Jerusalem, nauna sa kanila si Jesus. Kinakabahan ang mga tagasunod niya at natatakot naman ang iba pang sumusunod sa kanila. Ibinukod ni Jesus ang 12 *apostol* at muli niyang sinabi kung ano ang mangyayari sa kanya, [33] "Makinig kayo! Papunta na tayo sa Jerusalem, at *ako na* Anak ng Tao ay ipagkakanulo sa mga namamahalang pari at mga tagapagturo ng Kautusan. Hahatulan nila ako ng kamatayan at ibibigay sa mga hindi Judio. [34] Iinsultuhin nila ako, duduraan, hahagupitin at papatayin. Ngunit muli akong mabubuhay pagkalipas ng tatlong araw."

Ang Kahilingan nina Santiago at Juan
(Mat. 20:20-28)

[35] Lumapit kay Jesus sina Santiago at Juan na mga anak ni Zebedee at nagsabi, "Guro, may hihilingin po sana kami sa inyo." [36] "Ano ang kahilingan ninyo?" Tanong ni Jesus. [37] Sumagot sila, "Sana po, kapag naghahari na kayo ay paupuin n'yo kami *sa inyong tabi*; isa sa kanan at isa sa kaliwa." [38] Pero sinabi ni Jesus sa kanila, "Hindi ninyo alam kung ano ang hinihingi ninyo. Kaya n'yo bang tiisin ang mga pagdurusang titiisin ko? Kaya n'yo ba ang mga hirap na daranasin ko?"[a] [39] Sumagot sila, "Opo, kaya namin." Sinabi ni Jesus, "Maaaring kaya nga ninyong tiisin ang mga ito. [40] Ngunit hindi ako ang pumipili kung sino ang uupo sa kanan o kaliwa ko. Ang mga ito'y para lang sa mga pinaglaanan *ng aking Ama*."

[41] Nang malaman ng sampung tagasunod kung ano ang hiningi nina Santiago at Juan, nagalit sila sa kanila. [42] Kaya tinawag silang lahat ni Jesus at sinabi, "Alam n'yo na ang mga itinuturing na pinuno ng mga bansa ay may kapangyarihan sa mga·taong nasasakupan nila, at kahit ano ang gustuhin nila ay nasusunod. [43] Pero hindi dapat ganyan ang umiral sa inyo. Sa halip, ang sinuman sa inyo na gustong maging dakila ay dapat maging lingkod ninyo. [44] At ang sinuman sa inyo na gustong maging pinuno ay dapat maging alipin ng lahat. [45] Sapagkat kahit *ako, na* Anak ng Tao ay naparito *sa mundo*, hindi upang paglingkuran kundi upang maglingkod at magbigay ng aking buhay para matubos ang maraming tao!"

Pinagaling ni Jesus ang Bulag na si Bartimeus
(Mat. 20:29-34; Luc. 18:35-43)

[46] Dumating sina Jesus sa Jerico. At nang paalis na siya roon kasama ang mga tagasunod niya at marami pang iba, *nadaanan nila ang* isang bulag na nakaupo sa tabi ng daan at namamalimos. Siya'y si Bartimeus na anak ni Timeus. [47] Nang marinig niyang dumadaan si Jesus na taga-Nazaret, sumigaw siya, "Jesus, Anak ni David,[b] maawa po kayo sa akin!" [48] Pinagsabihan siya ng marami na tumahimik. Pero lalo pa niyang nilakasan ang pagsigaw, "Anak ni David, maawa po kayo sa akin!" [49] Tumigil si Jesus at sinabi, "Tawagin ninyo siya." Kaya tinawag nila si Bartimeus at sinabi, "Lakasan mo ang loob mo. Tumayo ka, dahil ipinapatawag ka ni Jesus." [50] Itinapon ni Bartimeus ang balabal niya at dali-daling lumapit kay Jesus. [51] Tinanong siya ni Jesus, "Ano ang gusto mong gawin ko sa iyo?" Sumagot ang bulag, "Guro, gusto ko pong makakita." [52] Sinabi ni Jesus sa kanya, "Umuwi ka na; pinagaling[c] ka ng iyong pananampalataya." Nakakita siya agad, at sumunod siya kay Jesus sa daan.

Ang Matagumpay na Pagpasok ni Jesus sa Jerusalem
(Mat. 21:1-11; Luc. 19:28-40; Juan 12:12-19)

11 Nang malapit na sina Jesus sa Jerusalem, *tumigil* sila sa Bundok ng mga Olibo malapit sa *mga nayon ng* Betfage at Betania.[d] Pinauna ni Jesus ang dalawa niyang tagasunod. [2] Sinabi niya sa kanila, "Pumunta kayo sa susunod na nayon. Pagpasok n'yo roon, makikita ninyo ang isang batang asno na nakatali, na hindi pa nasasakyan ng kahit sino. Kalagan ninyo at dalhin dito. [3] Kapag may nagtanong kung bakit ninyo kinakalagan ang asno, sabihin ninyong kailangan ng Panginoon at ibabalik din agad." [4] Kaya lumakad ang dalawa, at nakita nga nila ang asno sa tabi ng daan, na nakatali sa pintuan ng isang bahay. Nang kinakalagan na nila ang asno, [5] tinanong sila ng mga taong nakatayo roon, "Hoy! Ano ang ginagawa ninyo riyan? Bakit ninyo kinakalagan ang asno?" [6] Sinabi nila ang ipinapasabi ni Jesus, kaya pinabayaan na sila ng mga tao. [7] Dinala nila ang asno kay Jesus. Sinapinan nila ng kanilang mga balabal ang likod ng asno at sinakyan ito ni Jesus. [8] Maraming tao ang naglatag ng mga balabal nila sa daan, at ang iba naman ay naglatag ng mga sangang pinutol nila sa bukid. [9] Ang mga nauuna kay Jesus at ang mga sumusunod sa kanya ay sumisigaw, "Purihin ang Dios! Pagpalain ang dumarating sa pangalan ng Panginoon![e] [10] Pagpalain nawa ng Dios ang dumarating na kaharian ng ninuno nating si David. Purihin natin ang Dios!"

[11] Pagdating ni Jesus sa Jerusalem, pumunta siya sa templo. Pinagmasdan niyang mabuti ang lahat ng bagay doon. At dahil sa gumagabi na, pumunta siya sa Betania kasama ang *kanyang* 12 *apostol*.

Isinumpa ni Jesus ang Puno ng Igos
(Mat. 21:18-19)

[12] Kinabukasan, nang umalis sila sa Betania *pabalik sa Jerusalem*, nagutom si Jesus. [13] May

---

a 38 Kaya n'yo…daranasin ko: sa literal, *Inom ba kayo sa kopa na iinumin ko, at magpapabautismo ba kayo sa bautismo na tatanggapin ko?*

b 47 Anak ni David: Ito ang tawag ng mga Judio sa Mesias o Cristo dahil sa paniniwalang siya'y mula sa angkan ni David.

c 52 pinagaling: o, *iniligtas*.

d 1 tumigil…Betania: o, *tumigil sila sa mga nayon ng Betfage at Betania, sa Bundok ng mga Olibo.*

e 9 Salmo 118:26.

nakita siyang isang madahong puno ng igos. Kaya nilapitan niya ito at tiningnan kung may bunga. Pero wala siyang nakita kundi mga dahon, dahil hindi pa panahon ng mga igos noon. ¹⁴Sinabi ni Jesus sa puno, "Mula ngayon, wala nang makakakain ng bunga mo." Narinig iyon ng mga tagasunod niya.

Ang Pagmamalasakit ni Jesus sa Templo
(Mat. 21:12-17; Luc. 19:45-48; Juan 2:13-22)

¹⁵Pagdating nila sa Jerusalem, pumasok si Jesus sa templo at itinaboy niya ang mga nagtitinda at namimili roon. Itinaob niya ang mga mesa ng mga nagpapalit ng pera at ang mga upuan ng mga nagtitinda ng mga kalapating *inihahandog sa templo.* ¹⁶Pinagbawalan niya ang mga taong may paninda na dumaan sa templo. ¹⁷Pagkatapos, pinangaralan niya ang mga tao roon. Sinabi niya, "Hindi ba't sinasabi *ng Dios* sa Kasulatan, 'Ang aking bahay ay magiging bahay-panalanginan ng lahat ng bansa'?ᵃ Ngunit ginawa ninyong pugad ng mga tulisan."ᵇ

¹⁸Nabalitaan ng mga namamahalang pari at ng mga tagapagturo ng Kautusan *ang ginawa ni Jesus.* Kaya humanap sila ng paraan upang mapatay siya. Pero natatakot sila sa kanya dahil hangang-hanga ang mga tao sa kanyang mga turo.

¹⁹Kinagabihan, umalis si Jesus sa Jerusalem kasama ang mga tagasunod niya.

Ang Aral Mula sa Namatay na Puno ng Igos
(Mat. 21:20-22)

²⁰Kinaumagahan, nang pabalik na silang muli sa Jerusalem, nadaanan nila ang puno ng igos at nakita nilang tuyong-tuyo na ito hanggang sa ugat. ²¹Naalala ni Pedro ang nangyari. Kaya sinabi niya, "Guro, tingnan n'yo po ang puno ng igos na isinumpa ninyo. Natuyo na!" ²²Sinabi ni Jesus sa kanila, "Sumampalataya kayo sa Dios! ²³Sinasabi ko sa inyo ang totoo, kung may pananampalataya kayo, maaari ninyong sabihin sa bundok na ito, 'Lumipat ka sa dagat!' At kung hindi kayo nag-aalinlangan kundi nananampalatayang mangyayari iyon, mangyayari nga ang sinabi ninyo. ²⁴Kaya tandaan ninyo: anuman ang hilingin ninyo *sa Dios* sa panalangin, manampalataya kayong natanggap na ninyo ito, at matatanggap nga ninyo. ²⁵At kapag nananalangin kayo, patawarin n'yo muna ang mga nagkasala sa inyo para ang mga kasalanan ninyo ay patawarin din ng inyong Amang nasa langit. ²⁶[Sapagkat kung ayaw ninyong magpatawad, hindi rin kayo patatawarin ng inyong Amang nasa langit.]"

Ang Tanong tungkol sa Awtoridad ni Jesus
(Mat. 21:23-27; Luc. 20:1-8)

²⁷Pagdating nila sa Jerusalem, bumalik si Jesus sa templo. At habang naglalakad siya roon, lumapit sa kanya ang mga namamahalang pari, mga tagapagturo ng Kautusan, at mga pinuno ng mga Judio. ²⁸Tinanong nila si Jesus, "Ano ang awtoridad mo na gumawa ng mga bagay na ito?ᶜ Sino ang

nagbigay sa iyo ng awtoridad na iyan?" ²⁹Sinagot sila ni Jesus, "Tatanungin ko rin kayo. At kapag sinagot ninyo, sasabihin ko kung ano ang awtoridad ko na gumawa ng mga bagay na ito. ³⁰Kanino galing ang awtoridad ni Juan para magbautismo, sa Diosᵈ o sa tao? Sagutin ninyo ako!" ³¹Nag-usap-usap sila, "Kung sasabihin nating mula sa Dios, sasabihin niya, 'Bakit hindi kayo naniwala kay Juan?' ³²Pero kung sasabihin nating mula sa tao, *magagalit sa atin ang mga tao.*" (Takot sila sa mga tao dahil naniniwala ang mga tao na si Juan ay propeta *ng Dios.*) ³³Kaya sumagot sila, "Hindi namin alam." Sinabi ni Jesus sa kanila, "Kung ganoon, hindi ko rin sasabihin sa inyo kung saan nagmula ang awtoridad ko na gumawa ng mga bagay na ito."

Ang Talinghaga tungkol sa Masasamang Magsasaka
(Mat. 21:33-46; Luc. 20:9-19)

12 Nangaral si Jesus sa mga tao sa pamamagitan ng mga talinghaga. Sinabi niya, "May isang taong nagtanim ng ubas sa kanyang bukid. Pinabakuran niya iyon at nagpagawa siya ng pisaan ng ubas. Nagtayo rin siya ng isang bantayang tore. At pagkatapos ay pinaupahan niya ang kanyang ubasan sa mga magsasaka at pumunta siya sa malayong lugar. ²Nang panahon na ng pamimitas ng ubas, pinapunta niya ang isang alipin sa mga magsasakang umuupa ng kanyang ubasan para kunin ang parte niya. ³Pero sinunggaban ng mga magsasaka ang alipin at binugbog, at pinaalis nang walang dala. ⁴Nagsugo ulit ang may-ari ng isa pang alipin, pero ipinahiya nila ito at hinampas sa ulo. ⁵Muli pang nagsugo ang may-ari ng isa pang alipin, pero pinatay nila ito. Marami pang isinugo ang may-ari, pero ang iba'y binugbog din at ang iba'y pinatay. ⁶Sa bandang huli, wala na siyang maisugo. Kaya isinugo niya ang pinakamamahal niyang anak. Sapagkat iniisip niyang igagalang nila ang kanyang anak. ⁷Pero *nang makita ng mga magsasaka ang kanyang anak,* sinabi nila, 'Narito na ang tagapagmana. Halikayo, patayin natin siya para mapasaatin na ang lupang mamanahin niya.' ⁸Kaya sinunggaban nila ang anak, pinatay at itinapon sa labas ng ubasan."

⁹*Pagkatapos, nagtanong si Jesus,* "Ano kaya ang gagawin ng may-ari ng ubasan? Tiyak na pupuntahan niya ang mga magsasaka at papatayin. Pagkatapos, pauupahan niya sa iba ang kanyang ubasan. ¹⁰Hindi n'yo ba nabasa ang talatang ito sa Kasulatan?

'Ang batong tinanggihan ng mga tagapagtayo ng bahay
ang siyang naging batong pundasyon.ᵉ
¹¹Gawa ito ng Panginoon
at kahanga-hanga ito sa atin!'ᶠ

¹²Alam ng mga pinuno ng mga Judio na sila ang pinatatamaan ni Jesus sa talinghaga na iyon. Kaya gusto nilang dakpin si Jesus, pero natatakot sila sa mga tao. Kaya pinabayaan na lang nila si Jesus, at umalis sila.

ᵃ 17 Isa. 56:7.
ᵇ 17 Jer. 7:11.
ᶜ 28 *ng mga bagay na ito:* Maaaring ang kanyang pagtuturo o ang pagtataboy niya sa mga nagtitinda sa templo.
ᵈ 30 *sa Dios:* sa literal, *sa langit.*
ᵉ 10 *batong pundasyon:* sa literal, *batong panulukan.*
ᶠ 11 Salmo 118:22-23.

Ang Tanong tungkol sa Pagbabayad ng Buwis
(Mat. 22:15-22; Luc. 20:20-26)

¹³Pinapunta ng mga pinuno ng mga Judio kay Jesus ang ilang Pariseo at ilang tauhan ni Herodes upang subaybayan ang mga sinasabi niya *para may maiparatang sila laban sa kanya.* ¹⁴Kaya lumapit sila kay Jesus at nagtanong, "Guro, alam po naming totoo ang mga sinasabi n'yo, at wala kayong pinapaboran. Sapagkat hindi kayo tumitingin sa katayuan ng tao, kundi kung ano ang katotohanan tungkol sa kalooban ng Dios ang siyang itinuturo ninyo. Ngayon, tama po ba na *tayong mga Judio ay* magbayad ng buwis sa Emperador ng Roma?ᵃ Dapat po ba tayong magbayad o hindi?" ¹⁵Pero alam ni Jesus na nagkukunwari sila, kaya sinabi niya, "Bakit ninyo ako sinusubukang hulihin sa tanong na iyan? Magdala nga kayo rito ng peraᵇ at titingnan ko." ¹⁶Dinalhan nga nila *ng pera si Jesus.* Nagtanong si Jesus, "Kaninong mukha at pangalan ang nakaukit sa pera?" Sumagot sila, "Sa Emperador." ¹⁷Kaya sinabi ni Jesus sa kanila, "Ibigay ninyo sa Emperador ang para sa Emperador, at sa Dios ang para sa Dios." Namangha sila sa kanyang sagot.

Ang Tanong tungkol sa Muling Pagkabuhay
(Mat. 22:23-33; Luc. 20:27-40)

¹⁸May mga Saduceo na lumapit kay Jesus at nagtanong. (Ang mga taong ito ay hindi naniniwala sa muling pagkabuhay.) ¹⁹Sinabi nila, "Guro, ayon po sa *batas na* isinulat ni Moises, kapag ang isang lalaki ay namatay na walang anak sa kanyang asawa, dapat ay pakasalan ng kapatid niyang lalaki ang naiwan niyang asawa, para magkaanak sila para sa kanya.ᶜ ²⁰Ngayon, may pitong magkakapatid na lalaki. Nag-asawa ang panganay, at namatay na walang anak. ²¹Kaya ang biyuda ay napangasawa ng ikalawang kapatid. Pero namatay din siya nang wala silang anak. Ganoon din ang nangyari sa ikatlo ²²hanggang sa ikapitong kapatid. Namatay silang lahat nang walang anak sa babae. At sa huli, namatay din ang babae. ²³Ngayon, sa araw ng muling pagkabuhay ng mga patay, sino po sa pito ang magiging asawa ng babaeng iyon dahil napangasawa niya silang lahat?"

²⁴Sumagot si Jesus, "Maling-mali kayo, dahil hindi ninyo nauunawaan ang Kasulatan at ang kapangyarihan ng Dios. ²⁵Sapagkat sa muling pagkabuhay ay wala nang pag-aasawa. Magiging tulad sila ng mga anghel sa langit. ²⁶Tungkol naman sa muling pagkabuhay, hindi n'yo ba nabasa ang isinulat ni Moises? Noong naroon siya sa may nagliliyab na mababang punongkahoy, sinabi sa kanya ng Dios, 'Ako ang Dios nila Abraham, Isaac, at Jacob.' ²⁷Hindi siya Dios ng mga patay kundi ng mga buhay. Kaya maling-mali kayo!"

Ang Pinakamahalagang Utos
(Mat. 22:34-40; Luc. 10:25-28)

²⁸May isang tagapagturo ng Kautusan doon na nakikinig ng pagtatalo nila. Napakinggan niyang mahusay ang sagot ni Jesus, kaya lumapit siya at nagtanong din, "Ano po ba ang pinakamahalagang utos?" ²⁹Sumagot si Jesus, "Ito ang pinakamahalagang utos: 'Pakinggan ninyo mga taga-Israel! Ang Panginoon na ating Dios ang natatanging Panginoon. ³⁰Kaya mahalin mo ang Panginoon mong Dios nang buong puso, nang buong kaluluwa, nang buong pag-iisip, at nang buong lakas!'ᵈ ³¹At ang pangalawa ay ito: 'Mahalin mo ang iyong kapwa tulad ng pagmamahal mo sa iyong sarili.'ᵉ Wala nang ibang utos na higit pang mahalaga kaysa sa dalawang ito." ³²Sinabi ng tagapagturo ng Kautusan, "Tama po kayo, Guro! Totoo ang sinabi ninyo na iisa lang ang Dios at wala nang iba. ³³At kailangang mahalin siya nang buong puso, nang buong pag-iisip, at nang buong lakas. At kailangan ding mahalin ang kapwa tulad ng pagmamahal natin sa ating sarili. Higit na mahalaga ito kaysa sa lahat ng uri ng handog na sinusunog at iba pang mga handog." ³⁴Nang marinig ni Jesus na may katuturan ang mga sagot nito, sinabi niya rito, "Malapit ka nang mapabilang sa kaharian ng Dios." Mula noon, wala nang nangahas na magtanong kay Jesus.

Ang Tanong tungkol sa Cristo
(Mat. 22:41-46; Luc. 20:41-44)

³⁵Nang minsang nangangaral si Jesus sa templo, tinanong niya *ang mga tao,* "Bakit sinasabi ng mga tagapagturo ng Kautusan na ang Cristo raw ay lahi *lang* ni David? ³⁶Samantalang si David na mismo na pinatnubayan ng Banal na Espiritu ang nagsabing,

'Sinabi ng Panginoon sa aking Panginoon,
Maupo ka sa kanan ko
hanggang sa mapasuko ko sa iyo ang iyong
    mga kaaway!'ᶠ

³⁷Ngayon, kung tinawag siya ni David na Panginoon, paano siyang naging lahi *lang* ni David?" Wiling-wili sa pakikinig ang mga tao kay Jesus.

Babala Laban sa mga Tagapagturo ng Kautusan
(Mat. 23:1-36; Luc. 20:45-47)

³⁸Sinabi pa ni Jesus sa kanyang pagtuturo, "Mag-ingat kayo sa mga tagapagturo ng Kautusan. Mahilig silang mamasyal na nakasuot ng espesyal na damit.ᵍ At gustong-gusto nilang batiin sila't igalang sa mga mataong lugar.ʰ ³⁹Mahilig silang maupo sa mga upuang pandangal sa mga sambahan at mga handaan. ⁴⁰Dinadaya nila ang mga biyuda para makuha ang mga ari-arian ng mga ito, at pinagtatakpan nila ang mga ginagawa nila sa pamamagitan ng mahabang pagdarasal! Ang mga taong ito'y tatanggap ng mas mabigat na parusa."

Ang Kaloob ng Biyuda
(Luc. 21:1-4)

⁴¹Umupo si Jesus malapit sa pinaglalagyan ng mga kaloob doon sa templo at pinagmamasdan

---

ᵃ 14 *Emperador ng Roma:* sa literal, *Cesar.*

ᵇ 15 *pera:* sa literal, *denarius,* na pera ng mga Romano.

ᶜ 19 Deu. 25:5.

ᵈ 30 Deu. 6:4-5.

ᵉ 31 Lev. 19:18.

ᶠ 36 Salmo 110:1.

ᵍ 38 *espesyal na damit:* sa literal, *mahabang damit.*

ʰ 38 *mga mataong lugar:* sa literal, *mga palengke.*

ang mga taong naghuhulog ng pera. Maraming mayayamang naghulog ng malalaking halaga. [42] May lumapit doon na isang mahirap na biyuda at naghulog ng dalawang pirasong barya. [43] Tinawag ni Jesus ang mga tagasunod niya at sinabi, "Sinasabi ko sa inyo ang totoo, mas malaki ang ibinigay ng biyudang iyon kaysa sa lahat ng nagbigay. [44] Sapagkat silang lahat ay nagbigay lang ng sumobrang pera nila. Pero ang biyuda ay nagbigay sa kabila ng kanyang kahirapan. Ibinigay niya ang lahat ng kanyang ikinabubuhay."

Sinabi ni Jesus ang tungkol sa Pagkawasak ng Templo
(Mat. 24:1-2; Luc. 21:5-6)

13 Nang paalis na sina Jesus sa templo, sinabi ng isa sa mga tagasunod niya, "Guro, tingnan n'yo po ang templo. Kay laki ng mga ginamit na bato at napakaganda ng pagkakagawa." [2] Sinabi ni Jesus sa kanya, "Ang templong ito na nakikita ninyo ngayon, na gawa sa malalaking bato, ay siguradong magigiba at walang maiiwang magkapatong na bato!"

Mga Paghihirap at Pag-uusig na Darating
(Mat. 24:3-14; Luc. 21:7-19)

[3] Habang nakaupo si Jesus sa *isang lugar* sa Bundok ng mga Olibo na nakaharap sa templo, tinanong siya nang sarilinan nina Pedro, Santiago, Juan at Andres, [4] "Sabihin ninyo sa amin kung kailan mangyayari ang sinabi ninyo? At ano ang mga palatandaan kung malapit nang mangyari ang lahat ng ito?"

[5] Kaya sinabi ni Jesus sa kanila, "Mag-ingat kayo at huwag palilinlang kaninuman. [6] Sapagkat marami ang darating at magsasabi na sila ang Cristo,[a] at marami ang ililigaw nila. [7] Kapag nakarinig kayo ng mga digmaan malapit sa inyo, at nakabalitang may digmaan din sa malayo, huwag kayong matakot. Kinakailangang mangyari ang mga iyan, ngunit hindi pa ito ang katapusan. [8] Sapagkat magdidigmaan ang mga bansa at mga kaharian. Lilindol sa iba't ibang lugar at magkakaroon ng taggutom. Ang mga ito'y pasimula pa lang ng mga paghihirap na darating.

[9] "Mag-ingat kayo dahil dadakpin kayo at dadalhin sa hukuman, at hahagupitin kayo sa sambahan ng mga Judio. Iimbestigahan kayo sa harap ng mga gobernador at mga hari dahil sa pagsunod ninyo sa akin. Magiging pagkakataon n'yo ito upang magpatotoo sa kanila tungkol sa akin. [10] Dapat munang maipangaral ang Magandang Balita sa lahat ng bansa, *bago dumating ang katapusan.* [11] Kapag dinakip kayo at iniharap *sa hukuman,* huwag kayong mag-alala kung ano ang sasabihin ninyo. Basta't sabihin ninyo ang ipinapasabi *ng Banal na Espiritu* sa oras na iyon. Sapagkat hindi kayo ang magsasalita kundi ang Banal na Espiritu *sa pamamagitan ninyo.* [12] *Sa panahong iyon,* may mga taong ipagkakanulo ang kanilang kapatid para patayin. Ganoon din ang mga ama sa kanilang mga anak, at ang mga anak sa kanilang mga magulang. [13] Kapopootan kayo ng

lahat dahil sa pagsunod ninyo sa akin. Ngunit ang mananatiling tapat hanggang wakas ay maliligtas."

Ang Kasuklam-suklam na Darating
(Mat. 24:15-28; Luc. 21:20-24)

[14] "Makikita ninyo ang kasuklam-suklam *na darating na magiging dahilan* ng pag-iwan *sa templo,* at nakatayo ito sa lugar na hindi dapat kalagyan nito." (Kayong mga bumabasa, unawain ninyo itong mabuti!) "Kapag nangyari na ito, ang mga nasa Judea ay dapat nang tumakas papunta sa kabundukan. [15] Ang nasa labas ng bahay[b] ay huwag nang pumasok para kumuha ng anuman. [16] Ang nasa bukid ay huwag nang umuwi para kumuha ng damit. [17] Kawawa ang mga buntis at ang mga nagpapasuso sa mga araw na iyon *dahil mahihirapan silang tumakas.* [18] Idalangin ninyong huwag itong mangyari sa panahon ng taglamig. [19] Sapagkat sa panahong iyon, makakaranas ang mga tao ng mga paghihirap na hindi pa nararanasan mula nang likhain ng Dios ang mundo hanggang ngayon, at wala nang mangyayari pang ganoon kahit kailan. [20] Kung hindi paiikliin[c] ng Panginoon ang panahong iyon, walang matitirang buhay. Ngunit alang-alang sa kanyang mga pinili, paiikliin niya ang panahong iyon.

[21] "Kapag may nagsabi sa inyo, 'Narito ang Cristo!' o 'Naroon siya!' huwag kayong maniniwala. [22] Sapagkat lilitaw ang mga di tunay na Cristo at mga huwad na propeta. Magpapakita sila ng mga himala at kababalaghan upang malinlang, kung maaari, pati ang mga pinili ng Dios. [23] Kaya mag-ingat kayo! Binabalaan ko na kayo habang hindi pa nangyayari ang mga ito."

Ang Pagbabalik ni Jesus sa Mundo
(Mat. 24:29-31; Luc. 21:25-28)

[24] "Pagkatapos ng mga araw na iyon ng matinding kahirapan, magdidilim ang araw, hindi na magliliwanag ang buwan, [25] at mahuhulog ang mga bituin mula sa langit. Ang mga bagay[d] sa kalawakan ay mayayanig at mawawala sa kani-kanilang landas. [26] At makikita nila *ako na* Anak ng Tao na dumarating mula sa mga ulap na taglay ang dakilang kapangyarihan at kaluwalhatian. [27] Ipapadala ko ang aking mga anghel sa lahat ng lugar sa mundo upang tipunin ang aking mga pinili."

Ang Aral Mula sa Puno ng Igos
(Mat. 24:32-35; Luc. 21:29-33)

[28] "Unawain ninyo ang aral na ito mula sa puno ng igos: Kapag nagkakadahon na ang mga sanga nito, alam ninyong malapit na ang tag-init. [29] Ganoon din naman, kapag nakita ninyong nangyayari na ang mga sinasabi kong ito sa inyo, malalaman ninyong malapit na akong dumating. [30] Sinasabi ko sa inyo ang totoo, matutupad ang lahat ng ito bago mawala ang henerasyong ito.

---

a 6 at magsasabi na sila ang Cristo: sa literal, sa pangalan ko na nagsasabi, "Ako nga."

b 15 labas ng bahay: sa literal, bubungan.

c 20 paiikliin: o, pinaikli.

d 25 mga bagay: sa literal, mga kapangyarihan.

[31] "Ang langit at ang lupa ay maglalaho, ngunit ang mga salita ko ay mananatili magpakailanman."[a]

Walang Taong Nakakaalam Kung Kailan Babalik si Jesus
(Mat. 24:36-44)

[32] "Tungkol sa araw o oras ng aking pagbabalik, walang nakakaalam nito, kahit ang mga anghel sa langit o *ako mismo na Anak ng Dios*. Ang Ama lang ang nakakaalam nito. [33] Kaya mag-ingat kayo at laging magbantay, dahil hindi ninyo alam kung kailan ako darating. [34] Maaari natin itong ihambing sa isang taong papunta sa malayong lugar. Bago siya umalis ng bahay ay binigyan niya ng kanya-kanyang gawain ang bawat alipin at saka binilinan ang guwardya sa pintuan na maging handa *sa kanyang pagdating*. [35] Kaya maging handa kayo, dahil hindi ninyo alam kung kailan darating ang may-ari ng bahay; maaaring sa hapon o sa hatinggabi, sa madaling-araw o sa umaga. [36] Baka bigla siyang dumating at datnan kayong natutulog. [37] Kaya ang sinasabi ko sa inyo ay sinasabi ko rin sa lahat: Maging handa kayo!"

Ang Planong Pagpatay kay Jesus
(Mat. 26:1-5; Luc. 22:1-2; Juan 11:45-53)

14 Dalawang araw na lang noon bago sumapit ang Pista ng Paglampas ng Anghel[b] at Pista ng Tinapay na Walang Pampaalsa. Ang mga namamahalang pari at ang mga tagapagturo ng Kautusan ay naghahanap ng pagkakataon upang lihim nilang madakip at maipapatay si Jesus. [2] Sinabi nila, "Huwag nating gawin sa pista dahil baka magkagulo ang mga tao."

Binuhusan ng Pabango si Jesus
(Mat. 26:6-13; Juan 12:1-8)

[3] Si Jesus ay nasa Betania, habang kumakain siya sa bahay ni Simon na *dating* may malubhang sakit sa balat, dumating ang isang babae. May dala siyang mamahaling pabango na nasa isang sisidlang *yari sa batong* alabastro. Ang pabangong ito ay puro *at mula sa tanim* na "nardo." Binasag niya ang *leeg ng* sisidlan at saka ibinuhos ang pabango sa ulo ni Jesus. [4] Nagalit ang ilang tao na naroon. Sinabi nila, "Bakit niya sinasayang ang pabango? [5] Maipagbibili sana iyan sa halagang katumbas ng isang taong sweldo, at maibibigay ang pera sa mga mahihirap." At pinagalitan nila ang babae. [6] Pero sinabi ni Jesus, "Pabayaan ninyo siya! Bakit n'yo siya ginugulo? Mabuti itong ginawa niya sa akin. [7] Ang mga mahihirap ay lagi ninyong makakasama at maaari kayong tumulong sa kanila kahit anong oras, pero ako ay hindi n'yo laging makakasama. [8] Ginawa ng babaeng ito ang makakaya niya para sa akin. Binuhusan niya ng pabango ang katawan ko bilang paghahanda sa aking libing. [9] Sinasabi ko sa inyo ang totoo, kahit saan man ipapangaral ang Magandang Balita sa buong mundo, ipapahayag din ang ginawa niyang ito sa akin bilang pag-alaala sa kanya."

a 31 mananatili magpakailanman: Ang ibig sabihin, *tiyak na matutupad.*
b 1 Pista ng Paglampas ng Anghel: Tingnan sa Exo. 12:1-30 kung paano nagsimula ang pistang ito.

Nakipagkasundo si Judas sa mga Kaaway ni Jesus
(Mat. 26:14-16; Luc. 22:3-6)

[10] Si Judas Iscariote na isa sa 12 *tagasunod* ay pumunta sa mga namamahalang pari upang ipagkanulo si Jesus. [11] Natuwa sila nang malaman nila ang pakay ni Judas, at nangako silang bibigyan siya ng pera. Kaya mula noon, humanap si Judas ng pagkakataon upang maibigay si Jesus sa kanila.

Ang Huling Hapunan ni Jesus Kasama ang mga Tagasunod Niya
(Mat. 26:17-25; Luc. 22:7-14, 21-23; Juan 13:21-30)

[12] Dumating ang unang araw ng Pista ng Tinapay na Walang Pampaalsa. Ito ang araw na inihahandog ang tupa na kinakain sa Pista ng Paglampas ng Anghel. Kaya tinanong si Jesus ng mga tagasunod niya, "Saan n'yo po kami gustong maghanda ng hapunan para sa Pista ng Paglampas ng Anghel?" [13-14] Inutusan niya ang dalawa sa mga tagasunod niya, "Pumunta kayo sa lungsod *ng Jerusalem*, at doon ay may masasalubong kayong isang lalaking may pasan na isang bangang tubig. Sundan ninyo siya sa bahay na papasukan niya, at sabihin ninyo sa may-ari ng bahay, 'Ipinatatanong po ng Guro kung saan ang kwartong kakainan niya ng hapunan na kasama ang mga tagasunod niya upang ipagdiwang ang Pista ng Paglampas ng Anghel.' [15] Ituturo niya sa inyo ang isang malaking kwarto sa itaas, kumpleto na ng kagamitan at nakahanda na. Doon kayo maghanda ng hapunan natin." [16] Umalis ang dalawa niyang tagasunod. At nang dumating sila sa lungsod, nakita nila ang lahat ayon sa sinabi ni Jesus sa kanila. At inihanda nila roon ang hapunan para sa pista.

[17] Kinagabihan, dumating si Jesus at ang 12 *tagasunod*. [18] Habang kumakain na sila sa mesa, sinabi ni Jesus, "Sinasabi ko sa inyo ang totoo, ang isa sa inyo na kasalo ko sa pagkain ay magtatraydor sa akin." [19] Nalungkot sila *nang marinig ito*, at isa-isa silang nagtanong sa kanya, "Hindi ako iyon, di po ba?" [20] Sinabi ni Jesus sa kanila, "Isa siya sa inyong 12 na kasabay kong nagsasawsaw *ng tinapay* sa mangkok. [21] *Ako na* Anak ng Tao ay papatayin ayon sa sinasabi ng Kasulatan, ngunit nakakaawa ang taong magtatraydor sa akin. Mabuti pang hindi na siya ipinanganak."

Huling Hapunan ni Jesus
(Mat. 26:26-30; Luc. 22:15-20; 1 Cor. 11:23-25)

[22] Habang kumakain sila, kumuha ng tinapay si Jesus. Nagpasalamat siya *sa Dios* at pagkatapos ay hinati-hati niya ito at ibinigay sa mga tagasunod niya at sinabi, "Kunin ninyo *at kainin*; ito ang aking katawan." [23] Pagkatapos, kumuha siya ng inumin,[c] nagpasalamat sa Dios, at ibinigay sa kanila. At uminom silang lahat. [24] Sinabi niya sa kanila, "Ito ang aking dugo na ibubuhos para sa maraming tao. Ito ang katibayan ng bagong kasunduan ng Dios sa mga tao. [25] Sinasabi ko sa inyo ang totoo, hindi na ako muling iinom ng inuming mula sa ubas hanggang sa araw ng paghahari ng Dios. At sa araw

c 23 inumin: sa literal, *kopa.*

na iyon, iinom ako ng bagong klase ng inumin." [26] Umawit sila ng papuri sa Dios at pagkatapos ay pumunta sila sa Bundok ng mga Olibo.

Sinabi ni Jesus na Ikakaila Siya ni Pedro
(Mat. 26:31-35; Luc. 22:31-34; Juan 13:36-38)

[27] Sinabi ni Jesus sa mga tagasunod niya, "Iiwan ninyo akong lahat, dahil sinabi *ng Dios* sa Kasulatan, 'Papatayin ko ang pastol at magsisipangalat ang mga tupa.'[a] [28] Ngunit pagkatapos na ako ay muling mabuhay, mauuna ako sa inyo sa Galilea." [29] Sinabi ni Pedro kay Jesus, "Kahit iwanan po kayo ng lahat, hindi ko kayo iiwan." [30] Sinagot siya ni Jesus, "Sinasabi ko sa iyo ang totoo, bago tumilaok ang manok nang pangalawang beses ngayong gabi, tatlong beses mong ikakaila na kilala mo ako." [31] Pero iginiit pa rin ni Pedro, "Hinding-hindi ko kayo ikakaila, kahit na patayin pa akong kasama ninyo." At ganoon din ang sinabi ng iba pa niyang kasamahan.

Nanalangin si Jesus sa Getsemane
(Mat. 26:36-46; Luc. 22:39-46)

[32] Pagkatapos, pumunta sila sa isang lugar na tinatawag na Getsemane. *Pagdating nila roon,* sinabi ni Jesus sa kanila, "Maupo kayo rito habang nananalangin ako." [33] Isinama niya sina Pedro, Santiago, at Juan *sa di-kalayuan.* Balisang-balisa at nababahala si Jesus. [34] Sinabi niya sa kanila, "Para akong mamamatay sa labis na kalungkutan. Dito lang kayo at magpuyat." [35] Lumayo siya nang kaunti, lumuhod sa lupa at nanalangin na kung maaari ay huwag na niyang danasin ang paghihirap na kanyang haharapin. [36] Sinabi niya, "Ama, magagawa n'yo ang lahat ng bagay. Kung maaari, ilayo n'yo sa akin ang mga paghihirap na darating.[b] Ngunit hindi ang kalooban ko ang masunod kundi ang kalooban ninyo."

[37] Binalikan ni Jesus *ang tatlo niyang tagasunod* at dinatnan silang natutulog. Sinabi niya kay Pedro, "Simon, natutulog ka ba? Hindi ka ba makapagpuyat kahit isang oras lang?" [38] *At sinabi niya sa kanila,* "Magpuyat kayo at manalangin para hindi kayo madaig ng tukso. Ang espiritu ay handang sumunod, ngunit mahina ang laman."[c]

[39] Muling lumayo si Jesus at nanalangin. Ganoon pa rin ang kanyang dalangin. [40] Pagkatapos, muli niyang binalikan ang mga tagasunod niya at nadatnan na naman niya silang natutulog, dahil antok na antok na sila. *At nang gisingin sila ni Jesus, nahiya sila* at hindi nila alam kung ano ang sasabihin nila kay Jesus. [41] Sa ikatlong pagbalik ni Jesus, sinabi niya sa kanila, "Natutulog pa rin ba kayo at nagpapahinga? Tama na iyan! Dumating na ang oras na *ako na* Anak ng Tao ay ipagkakanulo sa mga makasalanan. [42] Tayo na! Narito na ang nagtatraydor sa akin."

---

a 27 Zac. 13:7.

b 36 *ang mga paghihirap na darating:* sa literal, *ang kopang ito.*

c 38 *Ang espiritu ay handang sumunod, ngunit mahina ang laman:* Maaaring ang ibig sabihin nito ay gusto ng kanilang espiritu na magpuyat at manalangin, kaya lang ay hindi kaya ng kanilang katawan.

Ang Pagdakip kay Jesus
(Mat. 26:47-56; Luc. 22:47-53; Juan 18:3-12)

[43] Nagsasalita pa si Jesus nang biglang dumating si Judas na isa sa 12 *tagasunod.* Marami siyang kasama na armado ng mga espada at pamalo. Isinugo sila ng mga namamahalang pari, mga tagapagturo ng Kautusan at ng mga pinuno ng mga Judio. [44] Ganito ang palatandaan na ibinigay ng traydor *na si Judas* sa mga huhuli kay Jesus: "Ang babatiin ko sa pamamagitan ng isang halik ang siyang pakay ninyo. Dakpin ninyo siya at dalhin, at bantayang mabuti."

[45] Kaya nang dumating si Judas, agad siyang lumapit kay Jesus at bumati, "Guro!" sabay halik sa kanya. [46] At dinakip agad ng mga tao si Jesus. [47] Bumunot ng espada ang isa sa mga tagasunod ni Jesus at tinaga ang alipin ng punong pari, at naputol ang tainga nito. [48] Sinabi ni Jesus sa mga humuli sa kanya, "Isa ba akong tulisan? Bakit kailangan pa ninyong magdala ng mga espada at mga pamalo para dakpin ako? [49] Araw-araw ay nasa templo ako at nagtuturo, at naroon din kayo. Bakit hindi ninyo ako dinakip? Ngunit kailangang mangyari ito upang matupad ang *sinasabi ng* Kasulatan *tungkol sa akin.*" [50] Iniwan siya noon din ng mga tagasunod niya at nagsitakas sila.

[51] May isang binata roon na sumunod kay Jesus na nakabalabal lang ng telang linen. Dinakip din siya ng mga sundalo, [52] pero nakawala siya at tumakas nang hubad, *dahil nahawakan nila ang kanyang balabal.*

Dinala si Jesus sa Korte ng mga Judio
(Mat. 26:57-68; Luc. 22:54-55, 63-71; Juan 18:13-14, 19-24)

[53] Dinala nila si Jesus sa bahay ng punong pari. Nagtipon doon ang lahat ng namamahalang pari, mga pinuno ng mga Judio at ang mga tagapagturo ng Kautusan. [54] Sumunod din doon si Pedro, pero malayu-layo siya kay Jesus. Pumasok siya sa bakuran ng bahay ng punong pari at nakiupo sa mga guwardya na nagpapainit sa tabi ng apoy. [55] Doon sa loob, ang mga namamahalang pari at ang lahat ng miyembro ng Korte ng mga Judio ay nagsisikap na makakuha ng mga ebidensya laban kay Jesus upang mahatulan siya ng kamatayan. Pero wala silang makuha. [56] Marami ang sumasaksi ng kasinungalingan laban kay Jesus, pero magkakasalungat naman ang mga sinasabi nila.

[57] May ilang sumasaksi ng kasinungalingang ito laban kay Jesus. Sinabi nila, [58] "Narinig po naming sinabi niya, 'Gigibain ko ang templong ito na gawa ng tao, at sa loob ng tatlong araw ay magtatayo ako ng ibang templo na hindi gawa ng tao!' " [59] Pero hindi rin magkakatugma ang sinasabi nila.

[60] Tumayo sa gitna ang punong pari at tinanong si Jesus, "Wala ka bang maisasagot sa mga paratang na ito laban sa iyo?" [61] Hindi sumagot si Jesus. Kaya tinanong siyang muli ng punong pari, "Ikaw ba ang Cristo na Anak ng Kapuri-puring Dios?" [62] Sumagot siya, "Ako nga, at *ako na* Anak ng Tao ay makikita ninyong nakaupo sa kanan ng makapangyarihang *Dios.* At makikita rin ninyo ako sa mga ulap na paparating *dito sa mundo.*"

[63] Nang marinig ito ng punong pari, pinunit niya ang kanyang damit sa galit at sinabi, "Hindi na natin kailangan ng mga saksi! [64] Narinig ninyo ang paglapastangan niya sa Dios. Ano ngayon ang hatol ninyo?" At hinatulan nila si Jesus ng kamatayan.

[65] Dinuraan siya ng ilang naroon. Piniringan din siya at sinuntok, at tinanong, "Sige nga, hulaan mo kung sino ang sumuntok sa iyo?" Pagkatapos, kinuha siya ng mga guwardya at pinagbubugbog.

Ipinagkaila ni Pedro na Kilala Niya si Jesus
(Mat. 26:69-75; Luc. 22:56-62; Juan 18:15-18, 25-27)

[66] Nang si Pedro ay nasa loob pa ng bakuran, dumaan ang isang babaeng utusan ng punong pari. [67] Nang makita niya si Pedro na nagpapainit malapit sa apoy, tinitigan niya ito at sinabi, "Kasama ka rin ni Jesus na taga-Nazaret, hindi ba?" [68] Pero itinanggi ito ni Pedro, "Hindi ko alam ang sinasabi mo." Pagkatapos, umalis siya roon at pumunta sa may labasan, at noon din ay tumilaok ang manok. [69] Nakita na naman siya roon ng babaeng utusan, kaya sinabi ng babae sa mga taong naroon, "Ang taong iyan ay isa rin sa mga kasamahan ni Jesus." [70] Pero muling itinanggi ito ni Pedro. Maya-maya, sinabi ng mga taong naroon, "Isa ka nga sa mga kasamahan niya, dahil taga-Galilea ka rin!" [71] Pero sumumpa si Pedro, "Kahit mamatay man ako, hindi ko talaga kilala ang taong sinasabi ninyo." [72] Noon din ay muling tumilaok ang manok, at naalala ni Pedro ang sinabi sa kanya ni Jesus, "Bago tumilaok ang manok ng dalawang beses, tatlong beses mong ikakaila na kilala mo ako." At humagulgol siya.

Dinala si Jesus kay Pilato
(Mat. 27:1-2, 11-14; Luc. 23:1-5; Juan 18:28-38)

15 Kinaumagahan, nagpulong agad ang mga namamahalang pari, mga pinuno ng mga Judio, mga tagapagturo ng Kautusan at ang lahat ng miyembro ng Korte ng mga Judio. Ginapos nila si Jesus at dinala kay Gobernador Pilato. [2] Nang naroon na sila, tinanong siya ni Pilato, "Ikaw nga ba ang hari ng mga Judio?" Sumagot si Jesus, "Kayo na ang nagsasabi." [3] Maraming paratang ang mga namamahalang pari laban kay Jesus. [4] Kaya tinanong siyang muli ni Pilato, "Wala ka bang sagot sa paratang ng mga ito? Marami silang paratang laban sa iyo!" [5] Pero hindi pa rin sumagot si Jesus, kaya nagtaka si Pilato.

Hinatulan si Jesus ng Kamatayan
(Mat. 27:15-26; Luc. 23:13-25; Juan 18:39–19:16)

[6] Tuwing Pista ng Paglampas ng Anghel, nakaugalian na ni Pilato na magpalaya ng isang bilanggo na gustong palayain ng mga tao. [7] May isang bilanggo roon na ang pangalan ay Barabas. Nabilanggo siya dahil kabilang siya sa mga nakapatay noong naghimagsik sila laban sa pamahalaan. [8] Marami ang lumapit kay Pilato at hiniling na gawin niya ang nakaugaliang pagpapalaya ng bilanggo. [9] Kaya tinanong sila ni Pilato, "Gusto ba ninyo na palayain ko ang Hari ng mga Judio?"

[10] Alam ni Pilato na pagkainggit ang nagtulak sa mga namamahalang pari na dalhin sa kanya si Jesus. [11] Sinulsulan ng mga namamahalang pari ang mga tao na si Barabas ang hilinging palayain at hindi si Jesus. [12] Nagtanong ulit si Pilato sa mga tao, "Ano ngayon ang gagawin ko sa taong tinatawag n'yong Hari ng mga Judio?" [13] Sumigaw sila, "Ipako siya sa krus!" [14] Sinabi ni Pilato sa kanila, "Bakit, ano ba ang ginawa niyang kasalanan?" Pero lalo pang sumigaw ang mga tao, "Ipako siya sa krus!" [15] Dahil gustong pagbigyan ni Pilato ang mga tao, pinalaya niya si Barabas. Ipinahagupit naman niya si Jesus at saka ibinigay sa mga sundalo upang ipako sa krus.

Pinahirapan ng mga Sundalo si Jesus
(Mat. 27:27-31; Juan 19:2-3)

[16] Dinala ng mga sundalo si Jesus sa loob ng palasyo ng gobernador at tinipon nila roon ang buong batalyon ng mga sundalo. [17] Sinuotan nila si Jesus ng kapa na kulay ube at gumawa sila ng koronang tinik at ipinutong sa kanya. [18] Pagkatapos, pakutya silang nagsisigaw, "Mabuhay ang Hari ng mga Judio!" [19] At paulit-ulit nilang pinaghahampas ng tungkod ang kanyang ulo, at pinagduduraan nila siya. Lumuluhod sila sa kanya na kunwari ay sumasamba sa kanya. [20] Matapos nilang kutyain si Jesus, hinubad nila ang kulay ubeng kapa at ipinasuot ang kanyang damit. Pagkatapos, dinala nila siya sa labas ng lungsod upang ipako sa krus.

Ipinako sa Krus si Jesus
(Mat. 27:32-44; Luc. 23:26-43; Juan 19:17-27)

[21] Habang naglalakad sila, nasalubong nila ang isang tao na galing sa bukid. Siya'y si Simon na taga-Cyrene, na ama ni Alexander at ni Rufus. Sapilitan nilang ipinapasan sa kanya ang krus ni Jesus. [22] Pagkatapos, dinala nila si Jesus sa lugar na tinatawag na Golgota, na ang ibig sabihin ay "lugar ng bungo." [23] Pagdating nila roon, biningyan nila si Jesus ng alak na may halong mira,ᵃ pero hindi niya ito ininom. [24] Ipinako nila sa krus si Jesus at pinaghati-hatian nila ang mga damit niya sa pamamagitan ng palabunutan para malaman nila ang bahaging mapupunta sa bawat isa. [25] Alas nuwebe noon ng umaga nang ipako siya sa krus. [26] May karatula sa itaas ng krus, at ganito ang nakasulat na paratang laban sa kanya: "Ang Hari ng mga Judio." [27] May dalawa ring tulisan na ipinako sa krus kasabay ni Jesus, isa sa kanan niya at isa sa kaliwa. [28] [Sa pangyayaring ito, natupad ang sinasabi ng Kasulatan, "Napabilang siya sa mga kriminal."]

[29] Ininsulto si Jesus ng mga taong napapadaan doon. Napapailing sila at sabay sabi, "O ano ngayon? Hindi ba't sinasabi mong gigibain mo ang templo at muli mong itatayo sa loob ng tatlong araw? [30] Bumaba ka sa krus at iligtas mo ang iyong sarili!" [31] Ganito rin ang pangungutya ng mga namamahalang pari at mga tagapagturo ng Kautusan. Sinasabi nila sa isa't isa, "Iniligtas niya ang iba, pero hindi niya mailigtas ang kanyang sarili! [32] Tingnan nga natin kung makakababa sa krus ang Cristong ito na hari raw ng Israel! Kapag nakababa siya, maniniwala na tayo sa kanya."

ᵃ 23 mira: Maaaring ito'y panlunas sa sakit at hapdi.

Maging ang mga ipinakong kasabay niya ay nang-insulto rin sa kanya.

Ang Pagkamatay ni Jesus
(Mat. 27:45-56; Luc. 23:44-49; Juan 19:28-30)

³³Nang mag-alas dose na ng tanghali, dumilim ang buong lupain sa loob ng tatlong oras. ³⁴Nang mag-alas tres na ng hapon, sumigaw si Jesus nang malakas, "Eloi, Eloi, lema sabachtani?" na ang ibig sabihin ay "Dios ko, Dios ko, bakit mo ako pinabayaan?"ᵃ ³⁵Nang marinig iyon ng mga nakatayo roon, sinabi nila, "Pakinggan ninyo, tinatawag niya si Elias." ³⁶Tumakbo agad ang isang tao at kumuha ng esponghat isinawsaw sa maasim na alak. Ikinabit niya ito sa *dulo ng* isang patpat at idinampi sa bibig ni Jesus para sipsipin niya. Sinabi ng taong iyon, "Tingnan natin kung darating nga si Elias upang ibaba siya sa krus." ³⁷Sumigaw nang malakas si Jesus at nalagutan ng hininga.

³⁸Nang sandali ring iyon, nahati mula sa itaas hanggang sa ibaba ang kurtina sa loob ng templo. ³⁹Nakatayo sa harap ng krus ang kapitan ng mga sundalo at nakita niya kung paanong nalagutan ng hininga si Jesus. Sinabi niya, "Totoo ngang siya ang Anak ng Dios!" ⁴⁰Sa di-kalayuan ay may mga babaeng nanonood sa mga nangyayari. Kabilang sa kanila si Salome, si Maria na taga-Magdala, at si Maria na ina ni Jose at ng kakababata nitong kapatid na si Santiago. ⁴¹Ang mga babaeng ito ay sumasama kay Jesus at tumutulong sa kanya noong nasa Galilea siya. Naroon din ang iba pang babaeng sumama sa kanya sa Jerusalem.

Ang Paglilibing kay Jesus
(Mat. 27:57-61; Luc. 23:50-56; Juan 19:38-42)

⁴²*Namatay si Jesus* sa araw ng paghahanda para sa pista. Padilim na noon, at ang susunod na araw ay Araw ng Pamamahinga. ⁴³Kaya naglakas-loob si Jose na taga-Arimatea na puntahan si Pilato at hingin ang bangkay ni Jesus. Si Jose ay isa sa mga iginagalang na miyembro ng Korte ng mga Judio. At isa siya sa mga naghihintay sa pagdating ng paghahari ng Dios. ⁴⁴Nang marinig ni Pilato na patay na si Jesus, nagtaka siya. Kaya ipinatawag niya ang kapitan ng mga sundalo at tinanong kung patay na nga si Jesus. ⁴⁵At nang marinig ni Pilato sa kapitan *na patay na nga si Jesus*, pinayagan niya si Jose na kunin ang bangkay ni Jesus. ⁴⁶Bumili si Jose ng mamahaling telang linen at kinuha ang bangkay ni Jesus sa krus. Binalot niya ito ng telang binili niya at inilagay sa libingang hinukay sa gilid ng burol. At pinagulong niya ang malaking bato upang takpan ang pintuan ng libingan. ⁴⁷Nagmamasid noon si Maria na taga-Magdala at si Maria na ina ni Jose, kaya nakita nila kung saan inilibing si Jesus.

Muling Nabuhay si Jesus
(Mat. 28:1-8; Luc. 24:1-12; Juan 20:1-10)

16 Makalipas ang Araw ng Pamamahinga, sina Maria na taga-Magdala, Maria na ina ni Santiago, at Salome ay bumili ng pabango upang ipahid sa bangkay ni Jesus. ²Nang araw ng Linggo, kasisikat pa lang ng araw ay pumunta na sila sa libingan. ³*Habang naglalakad sila*, nagtatanungan sila kung sino ang mapapakiusapan nilang magpagulong ng bato na nakatakip sa pintuan ng libingan, ⁴dahil napakalaki ng batong iyon. Pero pagdating nila roon, nakita nilang naigulong na sa tabi ang bato. ⁵Kaya pumasok sila sa libingan, at nakita nila roon ang isang kabataang lalaking nakasuot ng puti na nakaupo sa gawing kanan. Takot na takot sila. ⁶Pero sinabi ng lalaki sa kanila, "Huwag kayong matakot! *Alam kong* hinahanap ninyo si Jesus na taga-Nazaret na ipinako sa krus. Wala na siya rito. Nabuhay siyang muli! Tingnan ninyo ang pinaglagyan ng bangkay niya. ⁷*Pagkatapos, sinabi ng lalaki sa kanila,* "Lumakad na kayo, sabihin ninyo sa mga tagasunod niya, lalo na kay Pedro, na mauuna siya sa inyo sa Galilea. Doon ninyo siya makikita gaya ng sinabi niya." ⁸Kaya lumabas sa libingan ang mga babae at tumakbo dahil sa matinding takot. Wala silang pinagsabihan, dahil takot na takot sila.

⁹[Maagang-maaga pa nang araw ng Linggo nang nabuhay si Jesus. Una siyang nagpakita kay Maria na taga-Magdala. (Siya ang babaeng may pitong masasamang espiritu na pinalayas ni Jesus.) ¹⁰Pinuntahan ni Maria ang mga tagasunod ni Jesus na nagluluksa at umiiyak, at ibinalita *ang mga pangyayari*. ¹¹Pero hindi sila naniwala sa ibinalita niyang buhay si Jesus at nagpakita sa kanya. ¹²Pagkatapos noon, nagpakita rin si Jesus sa dalawa pa niyang tagasunod na naglalakad patungo sa bukid, pero iba ang kanyang anyo. ¹³Kaya bumalik sa Jerusalem ang dalawang tagasunod, at sinabi sa iba nilang kasamahan na nagpakita sa kanila si Jesus. Pero hindi rin naniwala ang mga ito.

¹⁴Nang bandang huli, nagpakita rin si Jesus sa 11 *apostol* niya habang kumakain ang mga ito. Pinagsabihan niya ang mga ito dahil sa kawalan nila ng pananampalataya at sa katigasan ng kanilang puso, dahil hindi sila naniwala sa mga nakakita sa kanya matapos na muli siyang mabuhay. ¹⁵Pagkatapos, sinabi ni Jesus sa kanila, "Humayo kayo sa buong mundo at ipangaral ninyo ang Magandang Balita sa lahat ng tao. ¹⁶Ang lahat ng sasampalataya at magpapabautismo ay maliligtas, ngunit ang hindi sasampalataya ay parurusahan. ¹⁷At ito ang mga palatandaang makikita sa mga taong sumasampalataya sa akin: sa pamamagitan ng aking kapangyarihan,ᵇ magpapalayas sila ng masasamang espiritu; magsasalita sila sa ibang mga wika; ¹⁸kung dumampot man sila ng mga ahas o makainom ng anumang lason ay hindi sila mapapahamak; at gagaling ang mga may sakit na papatungan nila ng kanilang mga kamay."

Ang Pag-akyat ni Jesus sa Langit
(Luc. 24:50-53; Mga Gawa 1:9-11)

¹⁹Pagkatapos magsalita ni Jesus sa kanila, iniakyat siya sa langit at umupo sa kanan ng Dios. ²⁰Pumunta naman ang mga tagasunod niya sa iba't ibang lugar at nangaral. Tinulungan sila ng Panginoon at pinatunayan niya ang ipinangangaral nila sa pamamagitan ng mga himala na kanilang ginagawa.]

ᵃ 34 Salmo 22:1.

ᵇ 17 *sa pamamagitan ng aking kapangyarihan*: sa literal, *sa aking pangalan.*

ANG MAGANDANG BALITA TUNGKOL KAY JESU-CRISTO AYON KAY

LUCAS

Pasimula

1 ¹⁻³ Kagalang-galang na Teofilus:

Marami na ang sumulat tungkol sa mga nangyari rito sa atin. *Isinulat nila ang tungkol kay Jesus,* na isinalaysay din sa amin ng mga taong nangaral ng salita *ng Dios* at nakasaksi mismo sa mga pangyayari mula pa noong una. Pagkatapos kong suriing mabuti ang lahat ng ito mula sa simula, minabuti kong sumulat din ng isang maayos na salaysay para sa iyo, ⁴ upang lubusan mong matiyak na totoo ang mga aral na itinuro sa iyo.

Nagpakita ang Anghel kay Zacarias

⁵ Noong si Herodes ang hari sa Judea, may isang pari na ang pangalan ay Zacarias na kabilang sa grupo ng mga pari na tinatawag na "Grupo ni Abijah." Ang asawa niya ay si Elizabet na kabilang din sa angkan ni Aaron. ⁶ Silang dalawa ay kapwa matuwid sa harap ng Dios. Maingat nilang sinusunod ang lahat ng utos at mga tuntunin ng Panginoon. ⁷ Wala silang anak dahil baog si Elizabet, at matanda na silang pareho.

⁸ Isang araw, ang grupo ni Zacarias ang nakatalagang maglingkod sa templo ng Panginoon. ⁹ At katulad ng nakaugalian nila bilang mga pari, nagpalabunutan sila, at si Zacarias na nabunot. Kaya siya ang pumasok sa loob ng templo para magsunog ng insenso sa altar. ¹⁰ Habang nagsusunog siya roon ng insenso, maraming tao ang nananalangin sa labas. ¹¹ Biglang nagpakita kay Zacarias ang isang anghel ng Panginoon. Nakatayo ang anghel sa bandang kanan ng altar na pinagsusunugan ng insenso. ¹² Nabagabag at natakot si Zacarias nang makita niya ang anghel. ¹³ Pero sinabi sa kanya ng anghel, "Huwag kang matakot, Zacarias! Dininig ng Dios ang panalangin mo. Magkakaanak ang isang lalaki ang asawa mong si Elizabet, at Juan ang ipapangalan mo sa kanya. ¹⁴ Matutuwa kayo at magiging maligaya dahil sa kanya, at marami ang magagalak sa pagsilang niya, ¹⁵ dahil magiging dakila siya sa harap ng Panginoon. Hindi siya dapat uminom ng alak o anumang inuming nakakalasing. Sa sinapupunan pa lang ng kanyang ina ay sasakanya na ang Banal na Espiritu. ¹⁶ Maraming Israelita ang panunumbalikin niya sa Panginoon na kanilang Dios. ¹⁷ Mauuna siya sa Panginoon upang ihanda ang mga tao sa pagdating ng Panginoon. Gagawin niya ito sa tulong ng *Banal na* Espiritu at sa pamamagitan ng kapangyarihang katulad ng kay Elias *noon.* Tuturuan niya ang mga magulang[a] na mahalin ang kanilang mga anak, at ibabalik niya sa matuwid na pag-iisip ang mga taong masuwayin *sa Dios."*

¹⁸ Sinabi ni Zacarias sa anghel, "Paano po mangyayari ang mga sinabi n'yo? Matanda na ako, at ganoon din ang asawa ko."

¹⁹ Sumagot ang anghel, "Ako si Gabriel na naglilingkod sa harapan ng Dios. Siya ang nagsugo sa akin para sabihin sa iyo ang magandang balitang ito. ²⁰ Nguni't dahil hindi ka naniwala sa sinabi ko, magiging pipi ka. Hindi ka makakapagsalita hangga't hindi natutupad ang sinabi ko sa iyo. Sapagkat tiyak na mangyayari ang sinabi ko pagdating ng panahong itinakda *ng Dios."*

²¹ Samantala, hinihintay ng mga tao ang paglabas ni Zacarias. Nagtataka sila kung bakit nagtagal siya sa loob ng templo. ²² Nang lumabas siya, hindi na siya makapagsalita at sumesenyas na lang siya. Kaya inisip nila na may nakita siyang pangitain sa loob ng templo. At mula noon naging pipi na siya.

²³ Nang matapos na ang panahon ng kanyang paglilingkod, umuwi na si Zacarias. ²⁴ Hindi nagtagal, nagbuntis si Elizabet, at sa loob ng limang buwan ay hindi siya umalis sa bahay. ²⁵ Sinabi niya, "Napakabuti ng Panginoon. Inalis niya ang kahihiyan ko sa mga tao *bilang isang baog."*

Nagpakita kay Maria ang Anghel

²⁶ Nang ikaanim na buwan *ng pagbubuntis ni Elizabet,* inutusan ng Dios ang anghel na si Gabriel na pumunta sa nayon ng Nazaret sa Galilea. ²⁷ Pinapunta siya sa isang birhen[b] na ang pangalan ay Maria. Nakatakda nang ikasal si Maria kay Jose na mula sa lahi ni *Haring David.* ²⁸ Sinabi ni Gabriel kay Maria, "Matuwa ka,[c] *Maria,* ikaw na pinagpala *ng Dios.* Sumasaiyo ang Panginoon."

²⁹ Nabagabag si Maria sa sinabi ng anghel. Inisip niyang mabuti kung ano ang ibig sabihin noon. ³⁰ Kaya sinabi sa kanya ng anghel, "Huwag kang matakot, Maria, dahil pinagpala ka ng Dios. ³¹ Magbubuntis ka at manganganak ng isang lalaki, at papangalanan mo siyang Jesus. ³² Magiging dakila siya at tatawaging Anak ng Kataas-taasang Dios. Ibibigay sa kanya ng Panginoong Dios ang trono ng ninuno niyang si David. ³³ Maghahari siya sa mga lahi ni Jacob magpakailanman; ang paghahari niya ay walang katapusan."

³⁴ Nagtanong si Maria sa anghel, "Paano po ito mangyayari gayong dalaga pa ako?"

³⁵ Sumagot ang anghel, "Sasaiyo ang Banal na Espiritu at lililiman ka ng kapangyarihan ng Kataas-taasang Dios. Kaya ang banal na sanggol na ipapanganak mo ay tatawaging Anak ng Dios. ³⁶ Maging ang kamag-anak mong si Elizabet ay buntis din sa kabila ng kanyang katandaan. Alam ng lahat na baog siya, pero anim na buwan na siyang buntis ngayon. ³⁷ Sapagkat walang imposible sa Dios."

³⁸ Sumagot si Maria, "Alipin po ako ng Panginoon. Mangyari nawa sa akin ang mga sinabi ninyo." At iniwan siya ng anghel.

Ang Pagdalaw ni Maria kay Elizabet

³⁹ Hindi nagtagal, nag-ayos si Maria at dali-daling pumunta sa isang bayan sa kabundukan ng

---

a 17 magulang: sa literal, *ama.*

b 27 birhen: o, *dalaga.*

c 28 Matuwa ka: o, *Binabati kita.*

Judea *kung saan nakatira sina Zacarias.* [40] Pagdating niya sa bahay nina Zacarias, binati niya si Elizabet. [41] Nang marinig ni Elizabet ang pagbati ni Maria, *naramdaman niyang* gumalaw nang malakas ang sanggol sa kanyang sinapupunan. Napuspos ng Banal na Espiritu si Elizabet [42] at malakas niyang sinabi, "Higit kang pinagpala *ng Dios* sa lahat ng babae, at pinagpala rin niya ang magiging anak mo! [43] Isang malaking karangalan na dalawin ako ng ina ng aking Panginoon. [44] Nang marinig ko ang pagbati mo sa akin, gumalaw nang malakas sa tuwa ang sanggol sa sinapupunan ko. [45] Mapalad ka dahil naniwala kang matutupad ang sinabi sa iyo ng Panginoon."

Ang Awit ni Maria

[46] At sinabi ni Maria,

"Buong puso kong pinupuri ang
	Panginoon,
[47] at nagagalak ang aking espiritu sa Dios na
	aking Tagapagligtas!
[48] Sapagkat inalala niya ako na kanyang abang
	lingkod.
	Mula ngayon ay ituturing akong mapalad
	ng lahat ng henerasyon,
[49] dahil sa dakilang mga bagay na ginawa sa
	akin ng Makapangyarihang Dios.
	Banal siya!
[50] Kinaaawaan niya ang mga taong may takot sa
	kanya sa bawat henerasyon.
[51] Ipinakita niya ang dakila niyang mga
	gawa sa pamamagitan ng kanyang
	kapangyarihan.
	Itinaboy niya ang mga taong mataas ang
	tingin sa sarili.
[52] Ibinagsak niya ang mga makapangyarihang
	hari mula sa kanilang mga trono,
	at itinaas niya ang mga nasa mababang
	kalagayan.
[53] Binusog niya ng mabubuting bagay ang mga
	nagugutom,
	ngunit pinaalis niya na walang dala ang
	mayayaman.
[54-55] Tinulungan niya ang Israel na kanyang lingkod. Sapagkat hindi niya kinalimutan ang kanyang ipinangako sa ating mga ninuno, kay Abraham at sa kanyang lahi, na kaaawaan niya sila magpakailanman."

[56] At nakitira si Maria kina Elizabet ng mga tatlong buwan bago siya umuwi.

Ang Pagsilang kay Juan na Tagapagbautismo

[57] Dumating na ang oras ng panganganak ni Elizabet, at nagsilang siya ng isang lalaki. [58] Nabalitaan ng mga kapitbahay at mga kamag-anak niya kung paano siya pinagpala ng Panginoon, at nakigalak sila sa kanya.

[59] Nang walong araw na ang sanggol, dumalo ang mga kapitbahay at mga kamag-anak sa pagtutuli sa kanya. Zacarias sana ang ipapangalan nila sa bata dahil iyon din ang pangalan ng kanyang ama. [60] Pero sinabi ni Elizabet, "Hindi! Juan ang ipapangalan sa kanya." [61] Sumagot ang mga tao, "Pero wala namang may ganyang pangalan sa pamilya ninyo." [62] Kaya tinanong nila ang ama sa pamamagitan ng senyas kung ano ang gusto niyang ipangalan sa sanggol. [63] Sumenyas siya na bigyan siya ng masusulatan. Pagkatapos ay isinulat niya, "Juan ang ipapangalan sa kanya." Nagtaka silang lahat. [64] Noon din ay nakapagsalita na si Zacarias at nagpuri sa Dios. [65] Nangilabot ang lahat ng kapitbahay nila, at naging usap-usapan sa buong kabundukan ng Judea ang pangyayaring iyon. [66] Ang lahat ng nakabalita ay nag-isip at nagtanong, "Magiging ano kaya ang batang ito kapag lumaki na siya?" Sapagkat malinaw na sumasakanya ang Panginoon.

Ang Pahayag ni Zacarias

[67] Napuspos ng Banal na Espiritu ang ama ni Juan na si Zacarias at kanyang ipinahayag:

[68] "Purihin ang Panginoong Dios ng Israel!
	Sapagkat inalala niya at tinubos ang
	kanyang bayan.
[69] Sinugo niya sa atin ang makapangyarihang
	Tagapagligtas mula sa angkan ng
	lingkod niyang si David.
[70] Ito'y ayon sa ipinangako niya noon pang
	unang panahon sa pamamagitan ng
	kanyang mga banal na propeta.
[71] Ipinangako niya na ililigtas niya tayo sa ating
	mga kaaway at sa lahat ng napopoot
	sa atin.
[72] Kaaawaan niya ang ating mga ninuno,
	at tutuparin ang banal niyang
	kasunduan *sa kanila*
[73] na ipinangako niya sa ninuno nating si
	Abraham.
[74] *Ayon nga sa kanyang kasunduan,* ililigtas
	niya tayo sa ating mga kaaway upang
	makapaglingkod tayo sa kanya nang
	walang takot,
[75] at maging banal at matuwid sa kanyang
	paningin habang tayo ay nabubuhay."
[76] *Sinabi naman ni Zacarias sa anak niya,*
	"Ikaw naman, anak ay tatawaging propeta
	ng Kataas-taasang Dios,
	dahil mauuna ka sa Panginoon upang
	ihanda ang mga tao sa kanyang
	pagdating.
[77] Ituturo mo sa mga mamamayan niya kung
	paano sila maliligtas sa pamamagitan
	ng kapatawaran ng kanilang mga
	kasalanan,
[78] dahil maawain at mapagmahal ang ating
	Dios.
	Tulad ng pagsikat ng araw, ipapadala niya
	sa atin ang Tagapagligtas [79] upang
	maliwanagan ang mga taong nasa
	kadiliman at takot sa kamatayan.
	At tuturuan niya tayo kung paano
	mamuhay nang may mabuting
	relasyon sa Dios at sa kapwa."

[80] Lumaki ang batang si Juan at lumakas sa espiritu. Nanirahan siya sa ilang hanggang sa araw na nagsimula siyang mangaral sa mga Israelita.

Ang Kapanganakan ni Jesus
(Mat. 1:18-25)

2 Nang mga panahong iyon, ang Emperador ng Roma na si Augustus ay gumawa ng kautusan na dapat magpatala ang lahat ng mga mamamayan ng bansang nasasakupan niya. [2](Ito ang kauna-unahang sensus na naganap nang si Quirinius ang gobernador sa lalawigan ng Syria.) [3]Kaya umuwi ang lahat ng tao sa sarili nilang bayan upang magpalista.

[4]Mula sa Nazaret na sakop ng Galilea, pumunta si Jose sa Betlehem na sakop ng Judea, sa bayang sinilangan ni *Haring* David, dahil nagmula siya sa angkan ni David. [5]Kasama niya sa pagpapalista ang magiging asawa niyang si Maria, na noon ay malapit nang manganak. [6]At habang naroon sila sa Betlehem, dumating ang oras ng panganganak ni Maria. [7]Isinilang niya ang panganay niya, na isang lalaki. Binalot niya ng lampin ang sanggol at inihiga sa sabsaban, dahil walang lugar para sa kanila sa mga bahay-panuluyan.

Nagpakita ang mga Anghel sa mga Pastol

[8]Malapit sa Betlehem, may mga pastol na nasa parang, at nagpupuyat sa pagbabantay ng kanilang mga tupa. [9]Biglang nagpakita sa kanila ang isang anghel ng Panginoon, at nagningning sa paligid nila ang nakakasilaw na liwanag ng Panginoon. Ganoon na lang ang pagkatakot nila, [10]pero sinabi sa kanila ng anghel, "Huwag kayong matakot dahil naparito ako upang sabihin sa inyo ang magandang balita na magbibigay ng malaking kagalakan sa lahat ng tao. [11]Sapagkat isinilang ngayon *sa Betlehem*, sa bayan ni *Haring* David, ang inyong Tagapagligtas, ang Cristo[a] *na siyang* Panginoon. [12]Ito ang palatandaan *upang makilala ninyo siya*: makikita ninyo ang sanggol na nababalot ng lampin at nakahiga sa isang sabsaban."

[13]Pagkatapos *magsalita ng anghel*, biglang nagpakita ang napakaraming anghel at sama-sama silang nagpuri sa Dios. Sinabi nila,

[14]"Purihin ang Dios sa langit! May kapayapaan na sa lupa, sa mga taong kinalulugdan niya!"

[15]Nang makaalis na ang mga anghel pabalik sa langit, nag-usap-usap ang mga pastol, "Tayo na sa Betlehem at tingnan natin ang mga pangyayaring sinabi sa atin ng Panginoon." [16]Kaya nagmamadali silang pumunta *sa Betlehem* at nakita nila sina Maria at Jose, at ang sanggol na nakahiga sa sabsaban. [17]At isinalaysay nila ang mga sinabi sa kanila ng anghel tungkol sa sanggol. [18]Nagtaka ang lahat ng nakarinig sa sinabi ng mga pastol. [19]Pero iningatan ito ni Maria sa kanyang puso, at pinagbulay-bulayan ang lahat ng ito. [20]Bumalik sa parang ang mga pastol na labis ang pagpupuri sa Dios dahil sa lahat ng kanilang narinig at nakita, na ayon nga sa sinabi ng anghel.

Pinangalanang Jesus ang Sanggol

[21]Pagdating ng ikawalong araw ay tinuli ang sanggol at pinangalanang Jesus. Ito ang pangalang ibinigay ng anghel bago siya ipinaglihi.

Inihandog si Jesus sa Templo

[22]Dumating ang araw na maghahandog sina Jose at Maria sa templo ng Jerusalem ayon sa Kautusan ni Moises patungkol sa mga babaeng nanganak upang maituring silang malinis. Dinala rin nila ang sanggol sa Jerusalem para ihandog sa Panginoon. [23]Sapagkat nasusulat sa Kautusan ng Panginoon, "Ang bawat panganay na lalaki ay kailangang ihandog sa Panginoon."[b] [24]At *upang maituring na malinis si Maria*, naghandog sila ayon sa sinasabi ng Kautusan ng Panginoon: "isang pares ng batu-bato o dalawang inakay na kalapati."[c]

[25]May isang tao roon sa Jerusalem na ang pangalan ay Simeon. Matuwid siya, may takot sa Dios, at sumasakanya ang Banal na Espiritu. Naghihintay siya sa pagdating ng haring magliligtas sa Israel. [26]Ipinahayag sa kanya ng Banal na Espiritu na hindi siya mamamatay hangga't hindi niya nakikita ang haring *ipinangako* ng Panginoon. [27]Nang araw na iyon, sa patnubay ng *Banal na Espiritu* ay pumunta siya sa templo. At nang dalhin doon nina Maria at Jose si Jesus upang ihandog sa Panginoon ayon sa Kautusan, *nakita ni Simeon ang sanggol*. [28]Kinarga niya ito at pinuri ang Dios. Sinabi niya:

[29]"Panginoon, maaari n'yo na akong kunin na inyong lingkod, dahil natupad na ang pangako n'yo sa akin. Mamamatay na ako nang mapayapa, [30]dahil nakita na ng sarili kong mga mata ang Tagapagligtas, [31]na inihanda ninyo para sa lahat ng tao. [32]Siya ang magbibigay-liwanag sa isipan ng mga hindi Judio na hindi nakakakilala sa iyo, at magbibigay-karangalan sa inyong bayang Israel."

[33]Namangha ang ama at ina ng sanggol sa sinabi ni Simeon tungkol sa sanggol. [34]Binasbasan sila ni Simeon at sinabi niya kay Maria, "Ang batang ito'y itinalaga upang itaas at ibagsak ang marami sa Israel. Magiging tanda siya mula sa Dios. Pero marami ang magsasalita ng laban sa kanya. [35]Kaya ikaw mismo ay masasaktan, na parang sinaksak ng patalim ang puso mo. At dahil sa gagawin niya, mahahayag ang kasamaang nasa isip ng maraming tao."

[36]Naroon din *sa templo* ang isang babaeng propeta *na ang pangalan ay* Ana. Anak siya ni Fanuel na mula sa lahi ni Asher. Matandang-matanda na siya. Pitong taon lang silang nagsama ng kanyang asawa [37]bago siya nabiyuda. At ngayon, 84 na taon na siya.[d] Palagi siyang nasa templo; araw-gabi ay sumasamba *siya sa Dios* sa pamamagitan ng pananalangin at pag-aayuno. [38]Lumapit siya nang oras ding iyon *kina Jose at Maria* at nagpasalamat sa Dios. At nagsalita rin siya tungkol sa bata sa lahat ng naghihintay sa araw ng pagliligtas ng Dios sa Jerusalem.

[39]Nang maisagawa na nina Jose at Maria ang lahat ng dapat nilang gawin ayon sa Kautusan ng Panginoon, umuwi na sila sa kanilang bayan, sa

---

a 11 Cristo: Ang ibig sabihin, *piniling hari.*

b 23 Exo. 13:2-12.

c 24 Lev. 12:8.

d 37 84 na taon na siya: o, 84 na taon na siyang biyuda.

Nazaret na sakop ng Galilea. ⁴⁰Lumaki ang batang si Jesus, at naging malakas at napakatalino. At pinagpala siya ng Dios.

Ang Batang si Jesus sa Templo

⁴¹Bawat taon pumupunta ang mga magulang ni Jesus sa Jerusalem para dumalo sa Pista ng Paglampas ng Anghel.ᵃ ⁴²Nang 12 taon na si Jesus, muli silang pumunta roon gaya ng nakaugalian nila. ⁴³Pagkatapos ng pista, umuwi na sila, pero nagpaiwan si Jesus sa Jerusalem. Hindi ito namalayan ng mga magulang niya. ⁴⁴Ang akala nila'y kasama siya ng iba nilang kababayan na pauwi na rin, kaya nagpatuloy sila sa paglalakad buong araw. Bandang huli ay hinanap nila si Jesus sa kanilang mga kamag-anak at mga kaibigan. ⁴⁵Nang malaman nila na wala si Jesus sa kanila, bumalik sila sa Jerusalem para noon siya hanapin. ⁴⁶At nang ikatlong araw, natagpuan nila si Jesus sa templo na nakaupong kasama ng mga tagapagturo *ng Kautusan*. Nakikinig siya sa kanila at nagtatanong. ⁴⁷Namangha ang lahat ng nakarinig sa mga isinasagot niya at sa kanyang katalinuhan. ⁴⁸Nagtaka ang mga magulang niya nang matagpuan siya roon. Sinabi ng kanyang ina, "Anak, bakit mo ito ginawa sa amin? Balisang-balisa na kami ng iyong ama sa paghahanap sa iyo!" ⁴⁹Sumagot si Jesus, "Bakit po ninyo ako hinahanap? Hindi ba ninyo alam na dapat ay narito ako sa bahay ng aking Ama?" ⁵⁰Pero hindi nila naunawaan ang ibig niyang sabihin.

⁵¹Umuwi si Jesus sa Nazaret kasama ng kanyang mga magulang, at patuloy siyang naging masunuring anak. Ang lahat ng bagay na ito ay iningatan ng kanyang ina sa kanyang puso. ⁵²Patuloy na lumaki si Jesus at lalo pang naging matalino. Kinalugdan siya ng Dios at ng mga tao.

Ang Pangangaral ni Juan na Tagapagbautismo
(Mat. 3:1-12; Mar. 1:1-8; Juan 1:19-28)

3 ¹⁻²Noong ika-15 taon ng paghahari ni Emperador Tiberius, nagsalita ang Dios kay Juan na anak ni Zacarias doon sa ilang. Si Poncio Pilato ang gobernador noon ng Judea, si Herodes naman ang pinuno ng Galilea, at ang kapatid niyang si Felipe ang pinuno ng Iturea at Traconitis, at si Lisanias naman ang pinuno ng Abilenia. Ang mga punong pari noon ay sina Anas at Caifas. ³*At dahil sa sinabi ng Dios kay Juan*, nilibot niya ang mga lugar sa magkabilang panig ng *Ilog ng* Jordan. Nangaral siya *sa mga tao* na kailangan nilang pagsisihan ang kanilang mga kasalanan at magpabautismo, para patawarin sila *ng Dios*. ⁴*Sa ginawa niyang ito*, natupad ang isinulat ni Propeta Isaias,

> "*Maririnig* ang sigaw ng isang tao sa ilang, *na nagsasabi*:
> 'Ihanda ninyo ang daan para sa Panginoon, tuwirin ninyo ang mga landas na kanyang dadaanan!
> ⁵Tambakan ninyo ang mga mababang lugar, at patagin ang mga bundok at burol. Tuwirin ninyo ang liku-likong daan,

at ayusin ang mga baku-bakong daan.
> ⁶At makikita ng lahat ng tao ang pagliligtas ng Dios.' "ᵇ

⁷Maraming tao ang pumunta kay Juan para magpabautismo. Sinabi niya sa kanila, "*Kayong lahi ng mga ahas!* Sino ang nagsabi sa inyo na makakatakas kayo sa darating na parusa ng Dios? ⁸Kung tunay na nagsisisi kayo sa inyong mga kasalanan, patunayan ninyo ito sa inyong mga gawa. Huwag ninyong isipin na hindi kayo mapaparusahan dahil mula kayo sa lahi ni Abraham. Sapagkat tandaan ninyo: kahit ang mga batong ito'y magagawa ng Dios na maging mga anak ni Abraham. ⁹Ngayon pa lang ay nakaamba na ang palakol sa pagputol sa mga puno. Ang mga punong hindi namumunga ng mabuting bunga ay puputulin at itatapon sa apoy."

¹⁰Tinanong ng mga tao si Juan, "Ano ang dapat naming gawin?" ¹¹Sumagot siya, "Kung mayroon kayong dalawang damit, ibigay ninyo ang isa sa taong walang damit. At kung may pagkain kayo, bigyan ninyo ang walang makain." ¹²May mga dumating din na maniningil ng buwis upang magpabautismo. Sinabi nila, "Guro, ano po ang dapat naming gawin?" ¹³Sumagot sa Juan, "Huwag kayong sumingil ng higit sa dapat singilin!" ¹⁴May mga sundalo ring nagtanong sa kanya, "Kami naman po, ano ang dapat naming gawin?" At sinagot niya sila, "Huwag kayong mangingikil sa mga tao, at huwag kayong magpaparatang ng hindi totoo. Makontento kayo sa mga sahod ninyo!"

¹⁵Nang marinig ng mga tao ang pangangaral ni Juan, inisip nila na baka si Juan na ang Cristo na hinihintay nila. ¹⁶Pero sinabi ni Juan sa kanila, "Binabautismuhan ko kayo sa tubig, ngunit may isang darating na ᵃmas makapangyarihan kaysa sa akin. Ni hindi ako karapat-dapat na maging alipin niya.ᶜ Babautismuhan niya kayo sa Banal na Espiritu at sa apoy. ¹⁷*Tulad siya ng isang taong* dala-dala ang kanyang gamit upang ihiwalay ang ipa sa butil ng trigo. Ilalagay niya ang mga trigo sa bodega, at ang ipa naman ay susunugin niya sa apoy na hindi mamamatay kailanman."

¹⁸Marami pang mga bagay ang ipinangaral ni Juan sa pagpapahayag niya ng Magandang Balita. ¹⁹Kahit ang pinunong si Herodes ay pinagsabihan niya, dahil kinakasama nito ang hipag nitong si Herodias, at dahil sa iba pang mga kasamaang ginawa nito. ²⁰Sa bandang huli, nadagdagan pa ang kasalanan ni Herodes dahil ipinabilanggo niya si Juan.

Ang Pagbabautismo kay Jesus
(Mat. 3:13-17; Mar. 1:9-11)

²¹Isang araw, pagkatapos mabautismuhan ni Juan ang mga tao, nagpabautismo rin si Jesus. At nang nananalangin si Jesus, bumukas ang langit, ²²at bumaba sa kanya ang Banal na Espiritu sa anyo ng isang kalapati. At may boses na narinig mula sa langit na nagsabi, "Ikaw ang minamahal kong Anak; lubos kitang kinalulugdan."

ᵇ 6 Isa. 40:3-5.

ᶜ 16 *Ni hindi ako karapat-dapat na maging alipin niya:* sa literal, *Hindi man lang ako karapat-dapat na magkalag ng tali ng kanyang sandalyas.*

ᵃ 41 *Pista ng Paglampas ng Anghel:* Tingnan sa Exo. 12:1-30 kung paano nagsimula ang pistang ito.

Ang mga Ninuno ni Jesus
(Mat. 1:1-17)

²³ Mga 30 taong gulang na si Jesus nang magsimula siya *sa kanyang gawain*. Ayon sa pagkakaalam ng mga tao, anak siya ni Jose na anak ni Eli. ²⁴ Si Eli ay anak ni Matat, na anak ni Levi. Si Levi ay anak ni Melki, na anak ni Janai. Si Janai ay anak ni Jose, ²⁵ na anak ni Matatias. Si Matatias ay anak ni Amos, na anak ni Nahum. Si Nahum ay anak ni Esli, na anak ni Nagai. ²⁶ Si Nagai ay anak ni Maat, na anak ni Matatias. Si Matatias ay anak ni Semein, na anak ni Josec. Si Josec ay anak ni Joda, ²⁷ na anak ni Joanan. Si Joanan ay anak ni Resa, na anak ni Zerubabel. Si Zerubabel ay anak ni Shealtiel, na anak ni Neri. ²⁸ Si Neri ay anak ni Melki, na anak ni Adi. Si Adi ay anak ni Cosam, na anak ni Elmadam. Si Elmadam ay anak ni Er, ²⁹ na anak ni Josue. Si Josue ay anak ni Eliezer, na anak ni Jorim. Si Jorim ay anak ni Matat, na anak ni Levi. ³⁰ Si Levi ay anak ni Simeon, na anak ni Juda. Si Juda ay anak ni Jose, na anak ni Jonam. Si Jonam ay anak ni Eliakim, ³¹ na anak ni Melea. Si Melea ay anak ni Mena, na anak ni Matata. Si Matata ay anak ni Natan, na anak ni David. ³² Si David ay anak ni Jesse, na anak ni Obed. Si Obed ay anak ni Boaz, na anak ni Salmon. Si Salmon ay anak ni Nashon, ³³ na anak ni Aminadab. Si Aminadab ay anak ni Admin, na anak ni Arni. Si Arni ay anak ni Ezron, na anak ni Perez. Si Perez ay anak ni Juda, ³⁴ na anak ni Jacob. Si Jacob ay anak ni Isaac, na anak ni Abraham. Si Abraham ay anak ni Tera, na anak ni Nahor. ³⁵ Si Nahor ay anak ni Serug, na anak ni Reu. Si Reu ay anak ni Peleg, na anak ni Eber. Si Eber ay anak ni Shela, ³⁶ na anak ni Cainan. Si Cainan ay anak ni Arfaxad, na anak ni Shem. Si Shem ay anak ni Noe, na anak ni Lamec. ³⁷ Si Lamec ay anak ni Metusela, na anak ni Enoc. Si Enoc ay anak ni Jared, na anak ni Mahalalel. Si Mahalalel ay anak ni Cainan, na anak ni Enosh. ³⁸ Si Enosh ay anak ni Set, na anak ni Adan. At si Adan ay anak ng Dios.

Ang Pagtukso kay Jesus
(Mat. 4:1-11; Mar. 1:12-13)

4 Umalis si Jesus sa Jordan na puspos ng Banal na Espiritu. At dinala siya ng Espiritu sa ilang. ² Doon ay tinukso siya ng diyablo sa loob ng 40 araw. Hindi siya kumain sa buong panahong iyon, kaya gutom na gutom siya. ³ Sinabi sa kanya ng diyablo, "Kung ikaw nga ang Anak ng Dios, gawin mong tinapay ang batong ito." ⁴ Pero sinagot siya ni Jesus, "Sinasabi sa Kasulatan, 'Hindi lang sa pagkain nabubuhay ang tao.'"ᵃ

⁵ Dinala siya ng diyablo sa isang napakataas na lugar, at sa isang iglap ay ipinakita sa kanya ang lahat ng kaharian ng mundo. ⁶ At sinabi ng diyablo kay Jesus, "Ibibigay ko sa iyo ang lahat ng kapangyarihan at karangyaan ng mga kaharian ito, dahil ipinagkatiwala sa akin ang mga iyan at maibibigay ko sa kanino mang gusto ko. ⁷ Kaya kung sasambahin mo ako, mapapasaiyo ang lahat ng iyan." ⁸ Pero sumagot si Jesus, "Sinasabi sa Kasulatan, 'Sambahin mo ang Panginoon mong Dios at siya lang ang dapat mong paglingkuran.'"ᵇ

⁹ Pagkatapos, dinala siya ng diyablo sa Jerusalem, sa pinakamataas na bahagi ng templo, at sinabi sa kanya, "Kung ikaw nga ang Anak ng Dios, magpatihulog ka. ¹⁰ Sapagkat sinasabi sa Kasulatan, 'Uutusan ng Dios ang kanyang mga anghel na ingatan ka. ¹¹ Aalalayan ka nila upang hindi tumama ang mga paa mo sa bato.'"ᶜ ¹² Pero sumagot si Jesus, "Sinasabi sa Kasulatan, 'Huwag mong subukin ang Panginoon mong Dios.'"ᵈ

¹³ Matapos siyang tuksuhin ng diyablo sa lahat ng paraan, iniwan siya nito at naghintay ng ibang pagkakataon.

Sinimulan ni Jesus ang Kanyang Gawain
(Mat. 4:12-17; Mar. 1:14-15)

¹⁴ Bumalik si Jesus sa Galilea na taglay ang kapangyarihan ng *Banal na* Espiritu. Kumalat sa lahat ng lugar doon ang balita tungkol sa kanya. ¹⁵ Nagturo siya sa mga sambahan ng mga Judio, at pinuri siya ng lahat.

Hindi Tinanggap si Jesus sa Nazaret
(Mat. 13:53-58; Mar. 6:1-6)

¹⁶ Umuwi si Jesus sa Nazaret, sa bayang kinalakihan niya. At katulad ng nakaugalian niya, pumunta siya sa sambahan ng mga Judio sa Araw ng Pamamahinga. Tumayo siya upang bumasa ng Kasulatan. ¹⁷ Ibinigay sa kanya ang aklat ni Propeta Isaias. Binuksan niya ito at pagkakita sa bahagi ng Kasulatan na kanyang hinahanap, binasa niya ito na nagsasabing:

¹⁸ "Sumasaakin ang Espiritu ng Panginoon,
dahil pinili niya ako upang ipangaral sa
mga dukha ang Magandang Balita.
Sinugo niya ako upang ipahayag sa mga
bihag na malaya na sila,
at sa mga bulag na makakakita na sila.
Sinugo rin niya ako upang palayain ang
mga inaapi,
¹⁹ at ipahayag na dumating na ang panahon ng
pagliligtas ng Panginoon."ᵉ

²⁰ Pagkatapos, ibinilot ni Jesus ang Kasulatan at isinauli sa tagapag-ingat nito. Umupo siya *para magsimulang mangaral*. Nakatingin sa kanya ang lahat ng naroon. ²¹ Sinabi ni Jesus sa kanila, "Ang bahaging ito ng Kasulatan ay natupad na sa araw na ito habang nakikinig kayo." ²² Pinuri siya ng lahat at humanga sa napakaganda niyang pananalita. Sinabi nila, "Hindi ba't anak lang siya ni Jose?" ²³ Sinabi ni Jesus sa kanila, "Tiyak na babanggitin ninyo sa akin ang kawikaang ito: 'Manggagamot, gamutin mo muna ang iyong sarili,' *na ang ibig sabihin,* 'Gawin mo rin dito sa sarili mong bayan ang mga nababalitaan naming ginawa mo sa Capernaum.'" ²⁴ Sinabi pa ni Jesus sa kanila, "Sinasabi ko sa inyo ang totoo, walang propetang tinatanggap sa sarili niyang bayan. ²⁵ Alalahanin ninyo ang nangyari noong panahon ni Propeta Elias. Hindi nagpaulan *ang Dios* sa loob ng tatlo at kalahating taon, at nagkaroon ng matinding taggutom sa buong lupain.

a 4 Deu. 8:3.
b 8 Deu. 6:13.
c 11 Salmo 91:11-12.
d 12 Deu. 6:16.
e 19 Isa. 61:1-2.

Maraming biyuda sa Israel noon, ²⁶ pero hindi pinapunta *ng Dios* si Elias sa kaninuman sa kanila kundi sa isang biyuda *na hindi Judio* sa Zarefat na sakop ng Sidon. ²⁷ Ganyan din ang nangyari noong panahon ni propeta Eliseo. Maraming tao sa Israel ang may malubhang sakit sa balat,ᵃ ngunit walang pinagaling ni isa man sa kanila *si Eliseo*. Sa halip, si Naaman pa na taga-Syria ang pinagaling *niya*." ²⁸ Nagalit ang mga taong naroon sa sambahan nang marinig nila ito. ²⁹ Nagtayuan sila at ipinagtabuyan si Jesus palabas ng bayan, at dinala malapit sa gilid ng burol, na kinatatayuan ng kanilang bayan, para ihulog siya sa bangin. ³⁰ Pero dumaan siya sa kalagitnaan nila at iniwan sila.

Ang Taong Sinaniban ng Masamang Espiritu
(Mar. 1:21-28)

³¹ Mula roon, pumunta si Jesus sa bayan ng Capernaum na sakop ng Galilea. Nangaral siya sa *sambahan ng* mga Judio sa Araw ng Pamamahinga. ³² Namangha ang mga tao sa mga aral niya dahil nangaral siya ng may awtoridad. ³³ Doon sa sambahan ay may isang lalaking sinaniban ng masamang espiritu. Sumigaw siya nang malakas, ³⁴ "Ano ang pakialam mo sa amin, Jesus na taga-Nazaret? Naparito ka ba para puksain kami? Kilala kita! Ikaw ang Banal *na sugo* ng Dios." ³⁵ Pero sinaway ni Jesus ang masamang espiritu, "Tumahimik ka at lumabas sa kanya!" At sa harapan ng lahat, itinumba ng masamang espiritu ang lalaki at saka iniwan nang hindi man lang sinaktan. ³⁶ Namangha ang mga tao at sinabi nila sa isa't isa, "Anong uri ang ipinangangaral niyang ito? May kapangyarihan at kakayahan siyang magpalayas ng masasamang espiritu, at sumusunod sila!" ³⁷ Kaya kumalat ang balita tungkol kay Jesus sa buong lupaing iyon.

Maraming Pinagaling si Jesus
(Mat. 8:14-17; Mar. 1:29-34)

³⁸ Umalis si Jesus sa sambahan ng mga Judio at pumunta sa bahay ni Simon. Mataas noon ang lagnat ng biyenang babae ni Simon. Kaya nakiusap sila kay Jesus na pagalingin ito. ³⁹ Nilapitan ni Jesus ang may sakit at iniutos na maalis ang lagnat, at nawala ito. Noon din ay bumangon ang babae at pinagsilbihan sina Jesus.

⁴⁰ Nang palubog na ang araw, dinala ng mga tao kay Jesus ang lahat ng may sakit. Sari-sari ang mga sakit nila. Ipinatong ni Jesus ang mga kamay niya sa bawat isa sa kanila at gumaling silang lahat. ⁴¹ Pinalabas din niya ang masasamang espiritu mula sa maraming tao. Habang lumalabas ang masasamang espiritu, sumisigaw sila *kay Jesus*, "Ikaw ang Anak ng Dios!" Pero sinaway sila ni Jesus at pinatahimik, dahil alam nilang siya ang Cristo.

⁴² Kinaumagahan, maagang umalis ng bayan si Jesus at pumunta sa isang ilang na lugar. Hinanap siya ng mga tao, at nang makita siya ay pinakiusapang huwag munang umalis sa bayan nila. ⁴³ Pero sinabi sa kanila ni Jesus, "Kailangang ipangaral ko rin ang Magandang Balita tungkol sa paghahari ng Dios sa iba pang mga bayan, dahil ito ang dahilan kung bakit ako isinugo." ⁴⁴ Kaya nagpatuloy siya sa pangangaral sa mga sambahan ng mga Judio sa Judea.

Ang Pagtawag ni Jesus sa Kanyang mga Unang Tagasunod
(Mat. 4:18-22; Mar. 1:16-20)

5 Isang araw, nakatayo si Jesus sa baybayin ng Lawa ng Genesaret, at nagsisiksikan sa kanya ang napakaraming tao upang makinig ng salita ng Dios. ² May nakita si Jesus na dalawang bangka sa baybayin. Nagbabaan na sa bangka ang mga mangingisda at naghuhugas na ng mga lambat nila. ³ Sumakay siya sa isang bangka at nakiusap kay Simon na may-ari ng bangka, na itulak iyon nang kaunti sa tubig. Naupo si Jesus sa bangka at nagturo sa mga tao.

⁴ Pagkatapos niyang mangaral, sinabi niya kay Simon, "Pumalaot kayo at ihulog ang mga lambat ninyo, at makakahuli kayo *ng isda*." ⁵ Sumagot si Simon, "Guro, magdamag po kaming nangisda pero wala kaming nahuli. Pero dahil sinabi ninyo, ihuhulog ko ulit ang lambat." ⁶ Kaya pumalaot sila at inihulog ang lambat. At napakaraming isda ang nahuli nila hanggang sa halos masira na ang kanilang lambat. ⁷ Kaya kinawayan nila ang kanilang mga kasama na nasa isa pang bangka para magpatulong. Tinulungan sila ng mga ito at napuno nila ng isda ang dalawang bangka, hanggang sa halos lumubog na sila. ⁸ Nang makita iyon ni Simon Pedro, lumuhod siya sa paanan ni Jesus at sinabi, "Lumayo po kayo sa akin, Panginoon, dahil makasalanan ako." ⁹ *Ganito ang naging reaksiyon niya,* dahil labis siyang namangha, pati na ang mga kasamahan niya, sa dami ng nahuli nila. ¹⁰ Namangha rin sina Santiago at Juan na mga anak ni Zebedee, na mga kasosyo ni Simon. Sinabi ni Jesus kay Simon, "Huwag kang matakot. Mula ngayon, *hindi na isda* ang huhulihin mo *kundi* mga tao na *upang madala sila sa Dios*." ¹¹ Nang maitabi na nila ang kanilang mga bangka, iniwan nila ang lahat at sumunod kay Jesus.

Pinagaling ni Jesus ang Isang Lalaking May Malubhang Sakit sa Balat
(Mat. 8:1-4; Mar. 1:40-45)

¹² Isang araw, nang nasa isang bayan si Jesus, lumapit sa kanya ang isang lalaking may malubhang sakit sa balat,ᵇ Lumuhod ito sa harap niya at nagmakaawa *na pagalingin siya*. Sinabi niya, "Panginoon, kung gusto n'yo po, mapapagaling n'yo ako upang maituring akong malinis." ¹³ Hinawakan siya ni Jesus at sinabi, "Gusto ko. Luminis ka!" At gumaling agad ang kanyang sakit. ¹⁴ Sinabihan siya ni Jesus, "Huwag mo itong sasabihin kahit kanino. Sa halip, pumunta ka sa pari at magpasuri. Pagkatapos, maghandog ka ayon sa iniutos ni Moises bilang patunay na malinis ka na." ¹⁵ Pero lalo pang kumalat ang balita tungkol kay Jesus, kaya dumating ang napakarami pang mga tao upang makinig sa mga aral niya at upang mapagaling sa kanilang mga sakit. ¹⁶ Pero laging pumupunta si Jesus sa ilang at doon nananalangin.

ᵃ 27 *malubhang sakit sa balat:* sa ibang salin ng Biblia, *ketong.* Ang Griegong salita nito ay ginamit sa iba't ibang klase ng sakit sa balat na itinuturing na marumi ayon sa Lev. 13.

ᵇ 12 *malubhang sakit sa balat:* sa ibang salin ng Biblia, *ketong.* Ang Griegong salita nito ay ginamit sa iba't ibang klase ng sakit sa balat na itinuturing na marumi ayon sa Lev. 13.

Pinagaling ni Jesus ang Isang Paralitiko
(Mat. 9:1-8; Mar. 2:1-12)

[17] Isang araw habang nangangaral si Jesus, may mga Pariseo at mga tagapagturo ng Kautusan na nakaupo malapit sa kanya. Nanggaling ang mga ito sa iba't ibang bayan ng Galilea at Judea, at maging sa Jerusalem. Taglay ni Jesus ang kapangyarihan ng Panginoon para magpagaling ng mga may sakit. [18] May mga taong dumating na buhat-buhat ang isang lalaking paralitiko na nasa higaan. Sinikap nilang ipasok ito sa bahay upang ilapit kay Jesus. [19] Pero hindi sila makapasok dahil sa dami ng tao. Kaya umakyat sila sa bubong at binutasan ito. Pagkatapos, ibinaba nila sa harap ni Jesus ang paralitikong nakahiga sa kanyang higaan. [20] Nang makita ni Jesus ang kanilang pananampalataya, sinabi niya sa paralitiko, "Kaibigan,[a] pinatawad na ang mga kasalanan mo."

[21] Sinabi ng mga Pariseo at ng mga tagapagturo ng Kautusan sa kanilang sarili: "Sino kaya ang taong ito na lumalapastangan sa Dios? Walang makakapagpatawad ng kasalanan kundi ang Dios lang!" [22] Pero alam ni Jesus ang iniisip nila, kaya tinanong niya ang mga ito, "Bakit kayo nag-iisip ng ganyan? [23] Alin ba ang mas madaling sabihin: 'Pinatawad na ang iyong mga kasalanan,' o, 'Tumayo ka at lumakad'? [24] Ngayon, papatunayan ko sa inyo *sa pamamagitan ng pagpapagaling sa taong ito na ako,* na Anak ng Tao, ay may kapangyarihan dito sa lupa na magpatawad ng mga kasalanan." At sinabi niya sa paralitiko, "Tumayo ka, buhatin mo ang higaan mo at umuwi!" [25] Tumayo agad ang paralitiko sa harap ng lahat, binuhat nga niya ang kanyang higaan at umuwing nagpupuri sa Dios. [26] Namangha ang lahat at pinuri nila ang Dios. Sinabi nila, "Kahanga-hanga ang mga bagay na nakita natin ngayon!"

Tinawag ni Jesus si Levi
(Mat. 9:9-13; Mar. 2:13-17)

[27] Pagkatapos noon, umalis si Jesus at nakita niya ang maniningil ng buwis na ang pangalan ay Levi. Nakaupo siya sa lugar na pinagbabayaran ng buwis. Sinabi ni Jesus sa kanya, "Sumunod ka sa akin." [28] Tumayo si Levi, iniwan ang lahat at sumunod kay Jesus.

[29] Naghanda si Levi sa kanyang bahay ng malaking handaan bilang parangal kay Jesus. Maraming maniningil ng buwis at iba pang mga tao ang dumalo at nakisalo sa kanila. [30] Nang makita ito ng mga Pariseo at ng mga kasama nilang mga tagapagturo ng Kautusan, nagreklamo sila sa mga tagasunod ni Jesus. Sinabi nila, "Bakit kayo kumakain at umiinom na kasama ang mga maniningil ng buwis at iba pang mga makasalanan?" [31] Sinagot sila ni Jesus, "Ang mga taong walang sakit ay hindi nangangailangan ng doktor, kundi ang mga may sakit. [32] Hindi ako naparito upang tawagin ang mga taong matuwid *sa sarili nilang paningin,* kundi ang mga makasalanan upang magsisi sila sa kanilang mga kasalanan."

Ang Tanong tungkol sa Pag-aayuno
(Mat. 9:14-17; Mar. 2:18-22)

[33] May mga tao roon na nagtanong kay Jesus, "Ang mga tagasunod ni Juan at ng mga Pariseo ay madalas mag-ayuno at manalangin. Bakit ang mga tagasunod mo ay panay lang ang kain at inom?" [34] Sumagot si Jesus, "Maaari bang hindi kumain ang mga panauhin sa kasalan habang kasama pa nila ang lalaking ikakasal? *Siyempre, hindi!* [35] Ngunit darating ang araw na kukunin sa kanila ang lalaking ikakasal, at saka sila mag-aayuno."

[36] Sinabi rin ni Jesus sa kanila ang mga talinghaga na ito: "Hindi ginugupit ang bagong damit para ipangtagpi sa luma. Kapag ginawa ito, masisira ang bagong damit, at ang tagping bago ay hindi babagay sa lumang damit. [37] Wala ring naglalagay ng bagong alak sa lumang sisidlang-balat, dahil puputok ang sisidlan at matatapon ang alak, at ang sisidlan ay hindi na mapapakinabangan pa. [38] Sa halip, inilalagay ang bagong alak sa bagong sisidlang-balat. [39] Wala ring taong nakainom na ng lumang alak ang maghahangad ng bagong alak, dahil para sa kanya, mas masarap ang luma."

Ang Tanong tungkol sa Araw ng Pamamahinga
(Mat. 12:1-8; Mar. 2:23-28)

6 Isang Araw ng Pamamahinga, napadaan sina Jesus sa triguhan. Namitas ng trigo ang mga tagasunod niya at niligis[b] ito sa mga kamay nila, at pagkatapos ay kinain ang mga butil. [2] Kaya sinabi ng ilang Pariseo, "Bakit kayo gumagawa ng ipinagbabawal sa Araw ng Pamamahinga?" [3] Sinagot sila ni Jesus, "Hindi ba ninyo nabasa *sa Kasulatan* ang ginawa ni David nang magutom siya at ang mga kasamahan niya? [4] Pumasok siya sa bahay ng Dios at kumuha ng tinapay na inihandog sa Dios at kinain ito. Binigyan din niya ang mga kasamahan niya. *Hindi sila nagkasala,* kahit na *ayon sa Kautusan,* ang mga pari lang ang may karapatang kumain niyon." [5] At sinabi pa ni Jesus sa kanila, "Ako na Anak ng Tao ang siyang makapagsasabi kung ano ang nararapat gawin sa Araw ng Pamamahinga."

Ang Lalaking Paralisado ang Isang Kamay
(Mat. 12:9-14; Mar. 3:1-6)

[6] Nang isa pang Araw ng Pamamahinga, pumasok si Jesus sa sambahan ng mga Judio at nangaral. May isang lalaki roon na paralisado ang kanang kamay. [7] Binantayang mabuti ng mga tagapagturo ng Kautusan at ng mga Pariseo si Jesus kung magpapagaling siya sa Araw ng Pamamahinga, upang may maiparatang sila laban sa kanya. [8] Pero alam ni Jesus ang iniisip nila, kaya sinabi niya sa lalaking paralisado ang kamay, "Tumayo ka at lumapit dito sa harapan." Lumapit nga ang lalaki at tumayo sa harapan. [9] Pagkatapos, sinabi sa kanila ni Jesus, "Tatanungin ko kayo. Alin ba ang ipinapahintulot ng Kautusan sa Araw ng Pamamahinga: ang gumawa ng mabuti o ang gumawa ng masama? Ang magligtas ng buhay o ang pumatay?" [10] Tiningnan silang lahat ni Jesus, at pagkatapos ay sinabi niya sa lalaki, "Iunat mo ang iyong kamay." Iniunat nga ng lalaki ang kamay niya at gumaling ito. [11] Pero galit na galit ang mga tagapagturo ng Kautusan at mga Pariseo, kaya pinag-usapan nila kung ano ang dapat gawin kay Jesus.

---

a 20 Kaibigan: sa literal, *Lalaki.*

b 1 niligis: o, *kiniskis.*

Pumili si Jesus ng Labindalawang Apostol
(Mat. 10:1-4; Mar. 3:13-19)

¹² Nang panahong iyon, pumunta si Jesus sa bundok at magdamag siyang nanalangin doon. ¹³ Kinaumagahan, tinawag niya ang mga tagasunod niya at pumili siya ng 12 mula sa kanila, at tinawag niya silang mga apostol. ¹⁴ Ito ay sina Simon (na tinawag niyang Pedro), Andres na kapatid nito, Santiago, Juan, Felipe, Bartolome, ¹⁵ Mateo, Tomas, Santiago na anak ni Alfeus, Simon na makabayan,ᵃ ¹⁶ Judas na anak ng isa pang Santiago, at si Judas Iscariote na siyang nagtraydor kay Jesus.

Nangaral at Nagpagaling si Jesus
(Mat. 4:23-25)

¹⁷ Pagkatapos *niyang piliin ang mga apostol niya*, bumaba sila *mula sa bundok* at tumigil sa isang patag na lugar. Naroon ang marami pa niyang tagasunod at ang mga taong nanggaling sa Judea, Jerusalem, at sa baybayin ng Tyre at Sidon. ¹⁸ Pumunta sila roon upang makinig sa kanya at mapagaling sa kanilang mga sakit. Pinagaling din ni Jesus ang lahat ng pinahihirapan ng masasamang espiritu. ¹⁹ Sinikap ng lahat ng tao roon na mahipo siya, dahil may kapangyarihang nagmumula sa kanya na nakapagpapagaling sa lahat.

Ang Mapalad at ang Nakakaawa
(Mat. 5:1-12)

²⁰ Tiningnan ni Jesus ang mga tagasunod niya at sinabi sa kanila,

"Mapalad kayong mga mahihirap,
dahil kabilang kayo sa kaharian ng Dios.
²¹ Mapalad kayong mga nagugutom ngayon,
dahil bubusugin kayo.
Mapalad kayong mga umiiyak ngayon,
dahil tatawa kayo.
²² Mapalad kayo kung dahil sa *pagsunod ninyo sa akin na* Anak ng Tao ay kamuhian kayo, itakwil, insultuhin, at siraan ang inyong pangalan.
²³ Ganoon din ang ginawa ng kanilang mga ninuno sa mga propeta noon. Kaya kung gawin ito sa inyo, magalak kayo at lumukso sa tuwa, dahil malaki ang gantimpala ninyo sa langit.
²⁴ Ngunit nakakaawa kayong mga mayayaman, dahil tinanggap na ninyo ang inyong kaligayahan.
²⁵ Nakakaawa kayong mga busog ngayon, dahil magugutom kayo.
Nakakaawa kayong mga tumatawa ngayon, dahil magdadalamhati kayo at iiyak.
²⁶ Nakakaawa kayo kung pinupuri kayo ng lahat ng tao,
dahil ganoon din ang ginawa ng kanilang mga ninuno sa mga huwad na propeta."

Mahalin ang mga Kaaway
(Mat. 5:38-48; 7:12a)

²⁷ "Ngunit sinasabi ko sa inyo na mga nakikinig sa akin: Mahalin ninyo ang inyong mga kaaway. Maging mabuti kayo sa mga galit sa inyo. ²⁸ Pagpalain ninyo ang mga umaalipusta sa inyo. At idalangin ninyo ang mga nagmamalupit sa inyo. ²⁹ Kapag sinampal ka sa isang pisngi, iharap mo rin ang kabila. Kapag may gustong kumuha ng balabal mo, ibigay mo. At kung pati ang damit mo ay kinukuha niya, ibigay mo na rin. ³⁰ Bigyan mo ang sinumang humihingi sa iyo; at kapag may kumuha ng iyong ari-arian ay huwag mo na itong bawiin pa. ³¹ Gawin ninyo sa inyong kapwa ang gusto ninyong gawin nila sa inyo.

³² "Kung ang mamahalin lang ninyo ay ang mga nagmamahal sa inyo, anong gantimpala ang matatanggap ninyo *mula sa Dios*? Ginagawa rin iyan ng masasamang tao. ³³ At kung ang gagawan lang ninyo ng mabuti ay ang mga taong mabuti sa inyo, anong gantimpala ang matatanggap ninyo *mula sa Dios*? Ginagawa rin iyan ng masasamang tao. ³⁴ At kung ang pinahihiram lang ninyo ay ang mga taong inaasahan ninyong makakabayad sa inyo, anong gantimpala ang matatanggap ninyo *mula sa Dios*? Kahit ang masasamang tao ay nagpapahiram din sa kapwa nila masama sa pag-asang babayaran sila. ³⁵ Ito ang inyong gawin: Mahalin ninyo ang inyong mga kaaway at gumawa kayo ng mabuti sa kanila. Kung magpapahiram kayo, magpahiram kayo nang hindi umaasa ng anumang kabayaran. At malaking gantimpala ang tatanggapin ninyo, at makikilala kayong mga anak ng Kataas-taasang Dios. Sapagkat mabuti siya kahit sa mga taong masama at walang utang na loob. ³⁶ Maging maawain kayo tulad ng inyong Ama."

Huwag Husgahan ang Kapwa
(Mat. 7:1-5)

³⁷ "Huwag ninyong husgahan ang iba, upang hindi rin kayo husgahan *ng Dios*. Huwag kayong magsabi na dapat silang parusahan *ng Dios*, upang hindi rin niya kayo parusahan. Magpatawad kayo, upang patawarin din kayo *ng Dios*. ³⁸ Magbigay kayo, upang bigyan din kayo *ng Dios*. Ibabalik sa inyo nang sobra-sobra at umaapaw ang ibinigay ninyo. Sapagkat kung paano kayo magbigay sa iba, ganoon din ang pagbibigay *ng Dios* sa inyo."ᵇ

³⁹ Pagkatapos, sinabi ni Jesus sa kanila ang talinghaga na ito: "Hindi maaaring maging tagaakay ng bulag ang kapwa bulag, dahil pareho silang mahuhulog sa hukay kapag ginawa iyon. ⁴⁰ Walang mag-aaral na mas higit sa kanyang guro. Ngunit kapag lubusan nang naturuan, magiging katulad siya ng kanyang guro. ⁴¹ Bakit mo pinupuna ang munting puwing sa mata ng kapwa mo, pero hindi mo naman pinapansin ang mala-trosong puwing sa mata mo? ⁴² Paano mo masasabi sa kanya, 'Kapatid, hayaan mong alisin ko ang puwing sa mata mo,' gayong hindi mo nakikita ang mala-trosong puwing sa mata mo? Mapagkunwari! Alisin mo muna ang mala-trosong puwing sa mata mo, nang sa ganoon ay makakita kang mabuti para maalis mo ang puwing sa mata ng kapwa mo."

Nakikilala ang Puno sa Bunga Nito
(Mat. 7:16-20; 12:33-35)

⁴³ "Ang mabuting puno ay hindi namumunga ng masama, at ang masamang puno ay hindi

---

ᵃ 15 makabayan: Si Simon ay naging kabilang sa grupo ng mga Judiong lumaban sa mga taga-Roma.

ᵇ 38 Sapagkat…sa inyo: sa literal, Sapagkat ang panukat na ginamit ninyo ay siya ring gagamitin sa inyo.

namumunga ng mabuti. ⁴⁴Ang bawat puno ay nakikilala sa bunga nito. Ang matitinik na halaman ay hindi namumunga ng igos o ubas. ⁴⁵*Ganoon din naman ang tao.* Ang mabuting tao ay nagsasalita ng mabuti dahil puno ng kabutihan ang puso niya. Ngunit ang masamang tao ay nagsasalita ng masama dahil puno ng kasamaan ang puso niya. Sapagkat kung ano ang nasa puso ng isang tao, iyon din ang lumalabas sa kanyang bibig."

Ang Dalawang Uri ng Taong Nagtayo ng Bahay (Mat. 7:24-27)

⁴⁶"Bakit ninyo ako tinatawag na Panginoon, gayong hindi naman ninyo sinusunod ang mga sinasabi ko? ⁴⁷Sasabihin ko sa inyo kung ano ang kahalintulad ng taong lumalapit sa akin, nakikinig at sumusunod sa mga sinasabi ko: ⁴⁸Katulad siya ng isang taong humukay nang malalim at nagtayo ng bahay sa pundasyong bato. Nang bumaha at dinaanan ng malakas na agos ang bahay, hindi iyon nayanig dahil matibay ang pagkakatayo. ⁴⁹Ngunit ang nakikinig sa mga sinasabi ko pero hindi naman ito sinusunod ay katulad ng isang taong nagtayo ng bahay na walang matibay na pundasyon. *Nang bumaha at dinaanan ng malakas na agos ang bahay, nagiba ito at lubusang nawasak.*

Pinagaling ni Jesus ang Alipin ng Kapitan (Mat. 8:5-13)

7 Pagkatapos ipangaral ni Jesus sa mga tao ang mga bagay na ito, pumunta siya sa Capernaum. ²May isang kapitan doon ng hukbong Romano na may aliping malubha ang sakit at naghihingalo. Mahal niya ang aliping ito. ³Kaya nang mabalitaan ng kapitan ang tungkol kay Jesus, sinugo niya ang ilang mga pinuno ng mga Judio para pakiusapan si Jesus na pumunta *sa bahay niya* at pagalingin ang kanyang alipin. ⁴Pagdating nila kay Jesus, nakiusap silang mabuti sa kanya, "Kung maaari po sana'y tulungan n'yo ang kapitan, dahil mabuti siyang tao. ⁵Mahal niya tayong mga Judio at ipinagpatayo pa niya tayo ng isang sambahan."

⁶Kaya sumama sa kanila si Jesus. Nang malapit na sila sa bahay ng kapitan, sinugo ng kapitan ang ilang mga kaibigan niya para salubungin si Jesus at sabihin, "Panginoon, huwag na po kayong mag-abalang pumunta sa bahay ko, dahil hindi ako karapat-dapat na puntahan n'yo ang tahanan ko. ⁷Kaya nga hindi na rin ako naglakas-loob na lumapit dahil hindi ako karapat-dapat na humarap sa inyo. Sabihin n'yo na lang po at gagaling na ang utusan ko. ⁸Alam ko ito dahil nasa ilalim ako ng nakakataas na opisyal, at may nasasakupan din akong mga sundalo. Kapag sinabi ko sa isa, 'Pumunta ka roon,' pumupunta siya. Kapag sinabi kong, 'Halika,' lumalapit siya. At kahit ano pa ang iutos ko sa aking alipin ay sinusunod niya." ⁹Nang marinig ito ni Jesus, namangha siya sa kapitan at sinabi niya sa mga taong sumusunod sa kanya, "Hindi pa ako nakakita ng isang tao sa Israel na may ganitong pananampalataya." ¹⁰Nang bumalik sa bahay ang mga sinugo ng kapitan, nakita nilang magaling na ang alipin.

Binuhay ni Jesus ang Patay na Binata

¹¹Pagkatapos, pumunta si Jesus sa bayan ng Nain. Sumama sa kanya ang mga tagasunod niya at ang maraming tao. ¹²Nang malapit na sila sa pintuan ng bayan *ng Nain*, nakasalubong nila ang libing ng kaisa-isang anak ng isang biyuda. Marami ang nakikipaglibing. ¹³Nahabag ang Panginoon sa biyuda nang makita niya ito. Sinabi niya sa biyuda, "Huwag kang umiyak." ¹⁴Nilapitan ni Jesus at hinawakan ang kinalalagyan ng patay upang tumigil ang mga nagdadala nito. Sinabi ni Jesus, "Binata, bumangon ka!" ¹⁵Umupo ang patay at nagsalita. At ibinigay siya ni Jesus sa kanyang ina. ¹⁶Kinilabutan ang mga tao at nagpuri sila sa Dios. Sinabi nila, "Inalala tayo ng Dios. Isinugo niya sa atin ang isang dakilang propeta." ¹⁷At kumalat sa buong Judea at sa lahat ng lugar sa palibot nito ang balita tungkol kay Jesus.

Si Jesus at si Juan na Tagapagbautismo (Mat. 11:2-19)

¹⁸Ang lahat ng pangyayaring iyon ay ibinalita kay Juan ng mga tagasunod niya. ¹⁹Kaya tinawag ni Juan ang dalawa sa mga tagasunod niya at pinapunta sa Panginoon upang tanungin, "Kayo na po ba ang inaasahan naming darating o maghihintay pa kami ng iba?" ²⁰Pagdating nila kay Jesus, sinabi nila, "Pinapunta po kami rito ni Juan na tagapagbautismo upang itanong sa inyo kung kayo na po ba ang inaasahan naming darating o maghihintay pa kami ng iba?" ²¹Nang mga sandaling iyon, maraming pinagaling si Jesus na mga may sakit, at pinalayas niya ang masasamang espiritu *sa mga tao.* Pinagaling din niya ang mga bulag. ²²Kaya sinabi niya *sa mga tagasunod ni Juan,* "Bumalik kayo kay Juan at sabihin sa kanya ang nakita at narinig ninyo: Nakakakita ang mga bulag, nakakalakad ang mga lumpo, gumagaling ang mga may malubhang sakit sa balat, nakakarinig ang mga bingi, muling nabubuhay ang mga patay, at ipinangangaral sa mga mahihirap ang Magandang Balita. ²³Mapalad ang taong hindi nagdududa[a] sa akin."

²⁴Nang makaalis na ang mga taong inutusan ni Juan, nagtanong si Jesus sa mga tao tungkol kay Juan, "Noong pumunta kayo kay Juan sa ilang, ano ang inaasahan ninyong makita? Isang taong tulad ng talahib na humahapay sa *ihip ng* hangin? ²⁵Pumunta ba kayo roon upang makita ang isang taong magara ang pananamit? Ang mga taong magara ang pananamit at namumuhay sa karangyaan ay sa palasyo ninyo makikita. ²⁶Pumunta kayo roon para makita ang isang propeta, hindi ba? Totoo, isa nga siyang propeta. At sinasabi ko sa inyo, higit pa siya sa isang propeta. ²⁷Siya ang binabanggit *ng Dios* sa Kasulatan, 'Ipapadala ko ang aking mensahero. Mauuna siya sa iyo upang ihanda ang dadaanan mo.'[b] ²⁸Sinasabi ko sa inyo, walang taong isinilang na mas dakila pa kay Juan. Ngunit mas dakila pa sa kanya ang pinakahamak sa mga taong kabilang sa kaharian ng Dios."

²⁹Nang marinig ng mga tao, pati ng mga maniningil ng buwis, ang pangangaral ni Jesus, sumang-ayon sila na matuwid ang layunin ng Dios, dahil nagpabautismo pa nga sila kay Juan. ³⁰Pero ang mga Pariseo at mga tagapagturo ng Kautusan ay tumanggi sa layunin ng Dios para sa buhay nila, dahil hindi sila nagpabautismo kay Juan.

---

a 23 nagdududa: o, nabibigo.

b 27 Tingnan ang Mal. 3:1.

[31] *Sinabi pa ni Jesus,* "Sa anong bagay ko maihahambing ang mga tao ngayon? Kanino ko sila maihahalintulad? [32] Katulad sila ng mga batang nakaupo sa plasa at sinasabi sa kanilang kalaro, 'Tinugtugan namin kayo *ng tugtuging pangkasal,* pero hindi kayo sumayaw! Umawit kami ng awit para sa patay pero hindi kayo umiyak!' [33] *Katulad nila kayo,* dahil pagdating dito ni Juan na nakita ninyong nag-aayuno at hindi umiinom ng alak, sinabi ninyo, 'Sinasaniban siya ng masamang espiritu.' [34] At nang dumating naman *ako na* Anak ng Tao, nakita ninyong kumakain ako at umiinom, ang sabi naman ninyo, 'Ang taong iyan ay matakaw at lasenggo, at kaibigan ng mga maniningil ng buwis at ng iba pang makasalanan.' [35] Ganoon pa man, ang mga taong sumusunod sa kalooban ng Dios ay sumasang-ayon sa ipinapagawa ng Dios sa amin."[a]

Binuhusan ng Pabango si Jesus

[36] Inanyayahan si Jesus ng isang Pariseo na kumain sa bahay niya. Pumunta naman si Jesus at kumain doon. [37] Sa bayang iyon ay may isang babaeng kilala sa pagiging makasalanan. Nabalitaan niyang kumakain si Jesus sa bahay ng Pariseo, kaya pumunta siya roon at nagdala ng pabango na nasa isang sisidlang *yari sa batong* alabastro. [38] Lumapit siya sa likuran ni Jesus sa bandang paanan. Doon ay umiyak ang babae at tumulo ang luha niya sa paa ni Jesus. Pagkatapos, pinunasan niya ito ng kanyang buhok, hinalikan at binuhusan ng pabango.

[39] Nang makita iyon ng Pariseong nag-anyaya kay Jesus, inisip niya, "Kung talagang propeta ang taong ito, alam sana niyang masama ang babaeng ito na humihipo sa kanya." [40] Pero alam ni Jesus ang nasa isip niya, kaya sinabi ni Jesus, "Simon, may sasabihin ako sa iyo." Sumagot si Simon, "Ano po iyon, Guro?" [41] Sinabi ni Jesus, "May isang lalaking inutangan ng dalawang tao. Ang isa'y umutang sa kanya ng 500, at ang isa nama'y 50. [42] Nang kapwa sila hindi makabayad, pareho silang pinatawad. Ngayon, sa palagay mo, sino sa dalawa ang lalong magmamahal sa nagpautang?" [43] Sumagot si Simon, "Sa palagay ko po, ang may mas malaking utang." "Tama ang sagot mo," sabi ni Jesus. [44] Pagkatapos ay nilingon niya ang babae at sinabi kay Simon, "Tingnan mo ang babaeng ito. Nang pumasok ako sa bahay mo, hindi mo ako binigyan ng tubig na ipanghuhugas sa paa ko. Pero ang babaeng ito'y sariling luha ang ipinanghugas sa paa ko at buhok pa niya ang ipinunas dito. [45] Hindi mo ako hinalikan *bilang pagtanggap,* pero siya'y walang tigil sa paghalik sa mga paa ko mula nang dumating ako. [46] Hindi mo pinahiran ng langis ang ulo ko, pero pinahiran niya ng mamahaling pabango ang mga paa ko. [47] Kaya sinasabi ko sa iyo na ang malaking pagmamahal na ipinakita niya sa akin ay nagpapatunay na pinatawad na ang marami niyang kasalanan. Pero ang taong kaunti lang ang kasalanang pinatawad ay kaunti rin ang ipinapakitang pagmamahal." [48] Pagkatapos, sinabi ni Jesus sa babae, "Pinatawad na ang mga kasalanan mo." [49] Ang mga kasama niya sa pagkain ay nagtanong sa kanilang sarili, "Sino kaya ito na pati kasalanan ay pinapatawad?" [50] Sinabi ni Jesus sa babae, "Iniligtas ka ng iyong pananampalataya. Umuwi kang mapayapa."

Mga Babaeng Tumutulong kay Jesus

8 Pagkatapos, nilibot ni Jesus ang mga bayan at mga nayon *ng Galilea.* Nangaral siya ng Magandang Balita tungkol sa paghahari ng Dios. Kasama niya ang 12 *apostol* [2] at ilang babaeng pinagaling niya sa sakit o pinalaya sa masasamang espiritu. Kabilang dito si Maria na taga-Magdala[b] na pinalaya niya mula sa pitong masasamang espiritu, [3] si Juana na asawa ni Cuza na katiwala ni Herodes, si Susana, at marami pang iba. Ang mga babaeng ito ay tumutulong sa mga pangangailangan nina Jesus mula sa mga ari-arian nila.

Ang Talinghaga tungkol sa Manghahasik
(Mat. 13:1-9; Mar. 4:1-9)

[4] Isang araw, nagdatingan ang maraming tao mula sa iba't ibang bayan at lumapit kay Jesus. Ikinuwento niya sa kanila ang talinghaga na ito: [5] "May isang magsasakang naghasik ng binhi. Sa kanyang paghahasik, may mga binhing nahulog sa tabi ng daan, natapakan ito ng mga dumadaan at tinuka ng mga ibon. [6] May mga binhi namang nahulog sa mabatong lugar. Tumubo ang mga ito, pero madaling nalanta dahil sa kawalan ng tubig. [7] May mga binhi namang nahulog sa lupang may matitinik na damo. Sabay na tumubo ang mga binhi at mga damo, pero sa bandang huli ay natakpan ng mga damo ang mga tumubong binhi. [8] Ang iba nama'y nahulog sa mabuting lupa. Tumubo ang mga ito at namunga nang napakarami."[c] Pagkatapos, sinabi ni Jesus, "Kayong mga nakikinig, dapat n'yo itong pag-isipan!"[d]

Ang Layunin ng mga Talinghaga
(Mat. 13:10-17; Mar. 4:10-12)

[9] Tinanong si Jesus ng mga tagasunod niya kung ano ang kahulugan ng talinghaga na iyon. [10] Sumagot si Jesus, "Ipinagkaloob sa inyo na malaman ang mga lihim tungkol sa paghahari ng Dios, ngunit sa iba'y ipinapahayag ito sa pamamagitan ng talinghaga, upang 'tumingin man sila'y hindi makakita, at makinig man sila'y hindi makaunawa.' "[e]

Ang Kahulugan ng Talinghaga tungkol sa Manghahasik
(Mat. 13:18-23; Mar. 4:13-20)

[11] *Isinalaysay ni Jesus* kung ano ang kahulugan ng talinghaga na iyon: "Ang binhi ay ang salita ng Dios. [12] Ang tabi ng daan, kung saan nahulog ang ilang binhi ay ang mga taong nakinig *ng salita ng Dios,* ngunit dumating ang diyablo at kinuha iyon sa mga puso nila upang hindi sila sumampalataya at maligtas. [13] Ang mabatong lugar, kung saan nahulog

---

a 35 o, *Gayunman, ang karunungan* na ipinangangaral namin ay napatunayang totoo sa buhay ng mga taong tumanggap nito.

b 2 Maria na taga-Magdala: Sa ibang salin ng Biblia, *Maria Magdalena.*

c 8 nang napakarami: sa literal, *isang daang ulit ang dami.*

d 8 Kayong mga nakikinig, dapat n'yo itong pag-isipan: sa literal, *Ang may taingang nakakarinig ay dapat makinig.*

e 10 Isa. 6:9.

ang ibang binhi ay ang mga taong nakinig *ng salita ng Dios* at masaya itong tinanggap. Ngunit hindi taimtim sa puso nila ang pagtanggap, kaya hindi tumagal ang kanilang pananampalataya. Pagdating ng mga pagsubok ay agad silang tumatalikod sa kanilang pananampalataya. [14] Ang lupang may matitinik na damo, kung saan nahulog ang iba pang binhi ay ang mga taong nakinig *ng salita ng Dios.* Ngunit sa katagalan, nadaig sila ng mga alalahanin sa buhay, kayamanan at kalayawan sa mundong ito. Kaya hindi sila lumago at hindi namunga. [15] Ngunit ang mabuting lupang hinasikan ng binhi ay ang mga taong nakikinig sa salita *ng Dios,* at iniingatan ito sa kanilang malinis at tapat na puso, at pinagsisikapang sundin hanggang sa sila'y mamunga."

Ang Aral Mula sa Ilaw
(Mar. 4:21-25)

[16] *Sinabi pa ni Jesus,* "Walang taong nagsisindi ng ilaw at pagkatapos ay tatakpan ng palayok o ilalagay sa ilalim ng higaan. Sa halip, inilalagay ang ilaw sa patungan para magbigay-liwanag sa lahat ng pumapasok sa bahay. [17] Ganoon din naman, walang natatagong hindi mahahayag at walang lihim na hindi malalaman at mabubunyag.[a]

[18] "Kaya makinig kayong mabuti sa sinasabi ko, dahil ang taong sumusunod sa narinig niyang katotohanan ay bibigyan pa ng pang-unawa. Ngunit ang taong hindi sumusunod sa katotohanan, kahit ang inaakala niyang nauunawaan niya ay kukunin pa sa kanya."

Ang Ina at mga Kapatid ni Jesus
(Mat. 12:46-50; Mar. 3:31-35)

[19] Ngayon, pinuntahan si Jesus ng kanyang ina at mga kapatid, pero hindi sila makalapit sa kanya dahil sa dami ng tao. [20] Kaya may nagsabi kay Jesus, "Nasa labas po ang inyong ina at mga kapatid, at gusto kayong makita." [21] Sumagot si Jesus, "Ang mga nakikinig at sumusunod sa salita ng Dios ang siya kong ina at mga kapatid."

Pinatigil ni Jesus ang Malakas na Hangin at Alon
(Mat. 8:23-27; Mar. 4:35-41)

[22] Isang araw, sumakay ng bangka si Jesus kasama ang mga tagasunod niya. Sinabi niya sa kanila, "Tumawid tayo sa kabila ng lawa." At ganoon nga ang ginawa nila. [23] Nang naglalayag na sila, nakatulog si Jesus. Maya-maya'y lumakas ang hangin at pinasok ng maraming tubig ang bangka nila, kaya nalagay sila sa panganib. [24] Nilapitan si Jesus ng mga tagasunod niya at ginising, "Guro![b] Guro! Lulubog na tayo!" Bumangon si Jesus at pinatigil ang *malakas na* hangin at ang malalaking alon. Tumigil ang mga ito at biglang kumalma ang panahon. [25] Pagkatapos, tinanong ni Jesus ang mga tagasunod niya, "Nasaan ang pananampalataya ninyo?" Namangha sila at natakot, at nag-usap-usap, "Sino kaya ito? Kahit ang hangin at ang alon ay inuutusan niya, at sinusunod siya!"

Pinagaling ni Jesus ang Taong Sinaniban ng Masamang Espiritu
(Mat. 8:28-34; Mar. 5:1-20)

[26] Nagpatuloy sila sa paglalayag hanggang sa makarating sila sa lupain ng mga Geraseno[c] na katapat ng Galilea. [27] Pagkababa ni Jesus sa bangka, sinalubong siya ng isang lalaking taga-roon na sinasaniban ng masamang espiritu. Matagal na itong walang suot na damit at ayaw tumira sa bahay kundi sa mga *kwebang* libingan. [28] Nang makita niya si Jesus, sumigaw siya at lumuhod sa harapan ni Jesus. At sinabi niya nang malakas, "Ano ang pakialam mo sa akin, Jesus na Anak ng Kataas-taasang Dios? Nakikiusap ako sa iyo, huwag mo akong pahirapan!" [29] Sinabi niya ito dahil inutusan ni Jesus na lumabas ang masamang espiritu sa kanya. Matagal na siyang sinasaniban nito. At kahit tinatalian siya ng kadena sa kamay at paa at binabantayan, nilalagot niya ng kadena, at pinapapunta siya ng demonyo sa ilang. [30] Tinanong siya ni Jesus, "Ano ang pangalan mo?" Sagot niya, "Kawan," dahil maraming masamang espiritu ang pumasok sa kanya. [31] Nagmakaawa ang masamang espiritu kay Jesus na huwag silang papuntahin sa kailaliman *at parusahan doon.* [32] Sa di-kalayuan ay may malaking kawan ng mga baboy na nanginginain sa gilid ng burol. Nagmakaawa ang masasamang espiritu kay Jesus na payagan silang pumasok sa mga baboy, at pinayagan naman sila ni Jesus. [33] Kaya lumabas ang masasamang espiritu sa lalaki at pumasok sa mga baboy. Nagtakbuhan ang mga baboy pababa ng burol, nagtuloy-tuloy sa lawa at nalunod.

[34] Nang makita iyon ng mga tagapag-alaga ng mga baboy, tumakbo sila patungo sa bayan at sa mga karatig nayon at ipinamalita ang nangyari. [35] Kaya pumunta roon ang mga tao para tingnan ang nangyari. Pagdating nila kay Jesus, nakita nila ang taong sinaniban dati ng masasamang espiritu na nakaupo sa paanan ni Jesus, nakadamit at matino na ang pag-iisip. At natakot ang mga tao. [36] Ikinuwento sa kanila ng mga nakakita kung paano gumaling ang lalaking sinaniban ng masasamang espiritu. [37] Nakiusap ang lahat ng Geraseno[d] kay Jesus na umalis sa kanilang bayan dahil takot na takot sila. Kaya muling sumakay si Jesus sa bangka upang bumalik sa pinanggalingan niya. [38] Nakiusap sa kanya ang lalaking gumaling na isama siya. Pero hindi pumayag si Jesus. Sinabi niya, [39] "Umuwi ka na sa inyo at sabihin mo sa kanila ang ginawa sa iyo ng Dios." Umuwi nga ang lalaki at ipinamalita sa buong bayan ang ginawa sa kanya ni Jesus.

Ang Anak ni Jairus at ang Babaeng Dinudugo
(Mat. 9:18-26; Mar. 5:21-43)

[40] Pagdating ni Jesus sa kabila ng lawa, masaya siyang tinanggap ng mga tao dahil hinihintay siya ng lahat. [41] Dumating naman ang isang lalaking namumuno sa sambahan ng mga Judio, na ang pangalan ay Jairus. Lumuhod siya sa harap ni Jesus at nakiusap na kung maaari ay pumunta siya

---

a 17 Maaaring ang lihim na tinutukoy dito ay ang tungkol sa paghahari ng Dios na kailangang ihayag.
b 24 Guro: sa literal, *Amo.*
c 26 Geraseno: Sa ibang tekstong Griego, *Gergeseno* o, *Gadareno.* Ganito rin sa talatang 37.
d 37 Geraseno: Tingnan ang footnote sa talatang 26.

sa bahay niya, ⁴²dahil naghihingalo ang kaisa-isa niyang anak na babae na 12 taong gulang.

Habang papunta si Jesus *sa bahay ni Jairus,* nagsisiksikan sa kanya ang mga tao. ⁴³May isang babae roon na 12 taon nang dinudugo at hindi mapagaling ng kahit sino. [Naubos na lahat ang mga ari-arian niya sa pagpapagamot.] ⁴⁴Nang makalapit siya sa likuran ni Jesus, hinipo niya ang laylayan*ᵃ* ng damit ni Jesus, at biglang tumigil ang kanyang pagdurugo. ⁴⁵Nagtanong si Jesus, "Sino ang humipo sa akin?" Nang walang umamin, sinabi ni Pedro, "Guro, alam n'yo naman po na napapaligiran kayo ng maraming taong nagsisiksikan papalapit sa inyo." ⁴⁶Pero sinabi ni Jesus, "May humipo sa akin, dahil naramdaman kong may kapangyarihang lumabas sa akin." ⁴⁷Nang malaman ng babae na hindi pala lihim *kay Jesus* ang ginawa niya, lumapit siyang nanginginig *sa takot* at lumuhod sa harap ni Jesus. Pagkatapos, sinabi niya sa harapan ng lahat kung bakit niya hinipo si Jesus, at kung paanong gumaling siya kaagad. ⁴⁸Sinabi sa kanya ni Jesus, "Anak, pinagaling*ᵇ* ka ng iyong pananampalataya. Umuwi kang mapayapa."

⁴⁹Habang kausap pa ni Jesus ang babae, dumating ang isang lalaki galing sa bahay ni Jairus. Sinabi niya *kay Jairus,* "Patay na po ang anak ninyo. Huwag n'yo nang abalahin ang guro." ⁵⁰Nang marinig iyon ni Jesus, sinabi niya kay Jairus, "Huwag kang matakot. Manampalataya ka lang at mabubuhay siyang muli." ⁵¹Pagdating nila sa bahay, wala siyang pinayagang sumama sa loob, maliban kina Pedro, Santiago at Juan, at ang mga magulang ng bata. ⁵²Nag-iiyakan ang mga taong naroroon, kaya sinabi ni Jesus sa kanila, "Huwag kayong umiyak. Hindi patay ang bata kundi natutulog lang." ⁵³Pinagtawanan nila si Jesus dahil alam nilang patay na ang bata. ⁵⁴Pero hinawakan ni Jesus ang kamay ng bata at sinabi sa kanya, "Nene, bumangon ka." ⁵⁵At noon din ay bumalik ang kanyang espiritu at bumangon siya agad. At iniutos ni Jesus na pakainin ang bata. ⁵⁶Labis na namangha ang mga magulang ng bata. Pero pinagbilinan sila ni Jesus na huwag sabihin kaninuman ang nangyari.

Sinugo ni Jesus ang Labindalawang Apostol
(Mat. 10:5-15; Mar. 6:7-13)

9 *Isang araw* tinipon ni Jesus ang 12 *apostol* at biniigyan ng kapangyarihang magpalayas ng lahat ng masasamang espiritu at magpagaling ng mga sakit. ²Pagkatapos, sinugo niya sila upang mangaral tungkol sa paghahari ng Dios at magpagaling ng mga may sakit. ³Sinabi niya sa kanila, "Huwag kayong magdala ng anuman sa inyong paglalakbay, kahit tungkod, bag, pagkain, pera o bihisan. ⁴Kapag tinanggap kayo sa isang bahay, doon kayo makituloy hanggang sa pag-alis ninyo sa bayang iyon. ⁵At kung ayaw kayong tanggapin ng mga tao sa isang bayan, umalis kayo roon at ipagpag ninyo ang alikabok sa mga paa n'yo bilang babala sa kanila." ⁶Pagkatapos noon, umalis ang mga apostol at pumunta sa mga nayon.

---

a 44 laylayan: o, *borlas;* sa Ingles, *tassel.* Tingnan sa Bil. 15:37-39 at Deu. 22:12.

b 48 pinagaling: o, *iniligtas.*

Nangaral sila ng Magandang Balita at nagpagaling ng mga may sakit kahit saan.

Naguluhan si Haring Herodes
(Mat. 14:1-12; Mar. 6:14-29)

⁷Nabalitaan ni Herodes na pinuno *ng Galilea* ang mga ginagawa ni Jesus. Naguluhan siya dahil may mga nagsasabing muling nabuhay si Juan *na tagapagbautismo.* ⁸May nagsasabi namang siya si Elias na nagpakita ngayon. At may nagsasabi pang isa siya sa mga propeta noong unang panahon na muling nabuhay. ⁹Sinabi ni Herodes, "Pinapugutan ko ng ulo si Juan. Pero sino kaya itong nababalitaan ko? Marami akong kahanga-hangang bagay na narinig tungkol sa kanya." Kaya pinagsikapan ni Herodes na makita si Jesus.

Pinakain ni Jesus ang 5,000 Tao
(Mat. 14:13-21; Mar. 6:30-44; Juan 6:1-14)

¹⁰Pagbalik ng mga apostol, ikinuwento nila kay Jesus ang lahat ng ginawa nila. Pagkatapos, isinama sila ni Jesus sa bayan ng Betsaida; wala na siyang isinamang iba. ¹¹Pero nalaman pa rin ng mga tao kung saan sila pumunta at sinundan sila. *Pagdating nila doon,* tinanggap naman sila ni Jesus at nangaral siya sa kanila tungkol sa paghahari ng Dios, at pinagaling din niya ang mga may sakit.

¹²Nang dapit-hapon na, lumapit sa kanya ang 12 *apostol* at sinabi, "Paalisin n'yo na po ang mga tao nang makapunta sila sa kanayunan at kabukiran na malapit para humanap ng matutuluyan at makakain, dahil nasa ilang na lugar po tayo." ¹³Pero sinabi ni Jesus sa kanila, "Kayo ang magpakain sa kanila." Sumagot sila, "May limang tinapay lang po tayo at dalawang isda. *Hindi ito kakasya,* maliban na lang kung bibili kami ng pagkain para sa kanila." ¹⁴(May 5,000 lalaki ang naroon.) Sinabi ni Jesus sa mga tagasunod niya, "Paupuin ninyo sila nang grupo-grupo na tig-50 bawat grupo." ¹⁵At pinaupo nga nila ang lahat. ¹⁶Kinuha ni Jesus ang limang tinapay at dalawang isda. Tumingala siya sa langit at nagpasalamat *sa Dios.* Pagkatapos, hinati-hati niya ang tinapay at ibinigay sa mga tagasunod niya upang ipamigay sa mga tao. ¹⁷Kumain silang lahat at nabusog. Pagkatapos, tinipon nila ang natirang pagkain, at nakapuno sila ng 12 basket.

Ang Pahayag ni Pedro tungkol kay Jesus
(Mat. 16:13-19; Mar. 8:27-29)

¹⁸Isang araw, nanalanging mag-isa si Jesus nang di-kalayuan sa mga tagasunod niya. Tinanong niya sila, "Sino raw ako ayon sa mga tao?" ¹⁹Sumagot sila, "May mga nagsasabing kayo po si Juan na tagapagbautismo. May nagsasabi ring kayo si Elias. At ang iba nama'y nagsasabing isa po kayo sa mga propeta noong unang panahon, na muling nabuhay." ²⁰Tinanong sila ni Jesus, "Pero para sa inyo, sino ako?" Sumagot si Pedro, "Kayo po ang Cristo!"

Ang Unang Pagpapahayag ni Jesus tungkol sa Kanyang Kamatayan
(Mat. 16:20-28; Mar. 8:30–9:1)

²¹Mahigpit na sinabihan ni Jesus ang mga tagasunod niya na huwag nilang ipaalam kahit

kanino na siya ang Cristo. ²²Sinabi pa niya, "*Ako na* Anak ng Tao ay kailangang dumanas ng maraming paghihirap. Itatakwil ako ng mga pinuno ng mga Judio, ng mga namamahalang pari, at ng mga tagapagturo ng Kautusan. Ipapapatay nila ako, ngunit sa ikatlong araw ay muli akong mabubuhay."

²³Pagkatapos, sinabi niya sa kanilang lahat, "Ang sinumang gustong sumunod sa akin ay hindi dapat inuuna ang sarili. At dapat ay handa siyang humarap kahit sa kamatayan*ᵃ* alang-alang sa pagsunod niya sa akin araw-araw. ²⁴Sapagkat ang taong naghahangad magligtas ng kanyang buhay ay mawawalan nito. Ngunit ang taong nagnanais mag-alay ng kanyang buhay alang-alang sa akin ay magkakaroon ng buhay na walang hanggan. ²⁵Ano ba ang mapapala ng isang tao kung mapasakanya man ang lahat ng bagay sa mundo pero mapapahamak naman ang buhay niya? *Wala!* ²⁶Kung ako at ang mga aral ko ay ikakahiya ninuman, ikakahiya ko rin siya kapag *ako na* Anak ng Tao ay pumarito na taglay ang aking kapangyarihan at *ang kapangyarihan* ng Ama at ng mga banal na anghel. ²⁷Sinasabi ko sa inyo ang totoo, may ilan sa inyo rito na hindi mamamatay hangga't hindi nila nakikita ang paghahari ng Dios."

Ang Pagbabagong-anyo ni Jesus
(Mat. 17:1-8; Mar. 9:2-8)

²⁸Mga walong araw matapos sabihin ni Jesus iyon, isinama niya sina Pedro, Juan at Santiago sa isang bundok upang manalangin. ²⁹Habang nananalangin si Jesus, nagbago ang anyo ng kanyang mukha. At ang damit niya ay naging puting-puti at nakakasilaw tingnan. ³⁰Biglang lumitaw ang dalawang lalaki—sina Moises at Elias—at nakipag-usap sa kanya. ³¹Nakakasilaw din ang kanilang anyo, at ang pinag-uusapan nila ni Jesus ay ang tungkol sa kanyang kamatayan na malapit nang maganap sa Jerusalem. ³²Tulog na tulog noon sina Pedro. Pero nagising sila at nakita nila ang nagliliwanag na anyo ni Jesus at ang dalawang lalaking nakatayo sa tabi niya. ³³Nang paalis na ang dalawang lalaki, sinabi ni Pedro kay Jesus, "Guro, mabuti po't narito kami.*ᵇ* Gagawa po kami ng tatlong kubol:*ᶜ* isa para sa inyo, isa para kay Moises at isa para kay Elias." (Ang totoo, hindi niya alam ang sinasabi niya.) ³⁴At habang nagsasalita pa si Pedro, tinakpan sila ng ulap at natakot sila. ³⁵May narinig silang tinig mula sa ulap na nagsasabi, "Ito ang aking Anak, na aking pinili. Pakinggan ninyo siya!" ³⁶Nang tumigil ang tinig, nakita nilang nag-iisa na lang si Jesus. Hindi muna nila sinabi kahit kanino ang mga nasaksihan nila nang mga panahong iyon.

Pinagaling ni Jesus ang Batang Sinasaniban ng Masamang Espiritu
(Mat. 17:14-18; Mar. 9:14-27)

³⁷Kinabukasan, pagbaba nila galing sa bundok ay sinalubong si Jesus ng napakaraming tao. ³⁸May

isang lalaki roon sa karamihan na sumisigaw, "Guro, pakitingnan po ninyo ang kaisa-isa kong anak na lalaki! ³⁹Sinasaniban po siya ng masamang espiritu at bigla na lang siyang sumisigaw, nangingisay at bumubula ang bibig. Sinasaktan siya lagi ng masamang espiritu at halos ayaw siyang iwan. ⁴⁰Nakiusap ako sa mga tagasunod ninyo na palayasin nila ang masamang espiritu, pero hindi po nila kaya." ⁴¹Sumagot si Jesus, "Kayong henerasyon ng mga walang pananampalataya at baluktot ang pag-iisip! Hanggang kailan ba ako magtitiis sa inyo? Dalhin mo rito ang anak mo!" ⁴²Nang papalapit na ang bata, itinumba siya at pinangisay ng masamang espiritu. Pero pinalayas ni Jesus ang masamang espiritu at pinagaling ang bata, at ibinalik sa ama nito. ⁴³Namangha ang lahat sa kapangyarihan ng Dios.

Ang Ikalawang Pagpapahayag ni Jesus tungkol sa Kanyang Kamatayan
(Mat. 17:22-23; Mar. 9:30-32)

Habang mangha pa ang lahat sa mga ginawa ni Jesus, sinabi niya sa mga tagasunod niya, ⁴⁴"Pakinggan ninyo at tandaan ang sasabihin kong ito: *Ako na* Anak ng Tao ay ibibigay sa kamay ng mga tao *na kumokontra sa akin.*" ⁴⁵Pero hindi nila naunawaan ang sinasabi niya, dahil inilihim sa kanila ang kahulugan nito. Nag-aalangan naman silang magtanong sa kanya tungkol sa bagay na ito.

Sino ang Pinakadakila?
(Mat. 18:1-5; Mar. 9:33-37)

⁴⁶Minsan, nagtalo-talo ang mga tagasunod ni Jesus kung sino sa kanila ang pinakadakila. ⁴⁷Alam ni Jesus ang iniisip nila, kaya kumuha siya ng isang maliit na bata at pinatayo sa tabi niya. ⁴⁸Pagkatapos, sinabi niya sa kanila, "Ang sinumang tumatanggap sa batang tulad nito dahil sa akin ay tumatanggap sa akin. At ang tumatanggap sa akin ay tumatanggap sa *aking Amang* nagsugo sa akin. Sapagkat ang pinakamababa sa inyong lahat ang siyang pinakadakila."

Kakampi Natin ang Hindi Laban sa Atin
(Mar. 9:38-40)

⁴⁹Sinabi ni Juan kay Jesus, "Guro, nakakita po kami ng taong nagpapalayas ng masasamang espiritu sa inyong pangalan. Pinagbawalan namin siya dahil hindi natin siya kasamahan." ⁵⁰Pero sinabi sa kanya ni Jesus, "Huwag n'yo siyang pagbawalan, dahil ang hindi laban sa atin ay kakampi natin."

Hindi Tinanggap si Jesus sa Isang Nayon sa Samaria

⁵¹Nang malapit na ang araw para bumalik si Jesus sa langit, nagpasya siyang pumunta sa Jerusalem. ⁵²Kaya pinauna niya ang ilang tao sa isang nayon ng mga Samaritano para humanap ng matutuluyan. ⁵³Pero ayaw siyang tanggapin ng mga taga-roon dahil alam nilang papunta siya sa Jerusalem. ⁵⁴Nang malaman iyon ng mga tagasunod ni Jesus na sina Santiago at Juan, sinabi nila kay Jesus, "Panginoon, gusto n'yo po bang humingi kami ng apoy mula sa langit para sunugin sila?" ⁵⁵Pero lumingon si Jesus

---

a 23 dapat ay handa siyang humarap kahit sa kamatayan: sa literal, *dapat pasanin niya ang kanyang krus.*

b 33 kami: o, *tayo.*

c 33 kubol: sa Ingles, "*temporary shelter.*"

at pinagsabihan sila.[a] [56] At tumuloy na lang sila sa ibang nayon.

Ang mga Nagnais Sumunod kay Jesus
(Mat. 8:19-22)

[57] Habang naglalakad sila, may isang lalaking nagsabi kay Jesus, "Susunod po ako sa inyo kahit saan." [58] Pero sinagot siya ni Jesus, "May mga lungga ang mga asong-gubat, at may mga pugad ang mga ibon, ngunit *ako na* Anak ng Tao ay walang sariling tahanan na mapagpahingahan." [59] Sinabi ni Jesus sa isa, "Sumunod ka sa akin." Pero sumagot siya, "Panginoon, pauwiin po muna ninyo ako para maipalibing ko ang aking ama."[b] [60] Pero sinabi sa kanya ni Jesus, "Ipaubaya mo sa mga patay ang paglilibing ng kanilang patay. Pero ikaw, lumakad ka at ipangaral ang tungkol sa paghahari ng Dios." [61] May isa ring nagsabi kay Jesus, "Susunod po ako sa inyo, Panginoon, pero hayaan n'yo muna po akong magpaalam sa pamilya ko." [62] Sinabi ni Jesus sa kanya, "Ang sinumang nag-aararo na palaging lumilingon ay hindi kapaki-pakinabang *ang paglilingkod* sa ilalim ng paghahari ng Dios."

Sinugo ni Jesus ang Kanyang 72 Tagasunod

10 Pagkatapos nito, pumili pa ang Panginoon ng 72[c] *tagasunod*, at sinugo ang mga ito nang dala-dalawa sa mga bayan at sa iba pang mga lugar na pupuntahan niya. [2] Sinabi niya sa kanila, "Marami ang aanihin ngunit kakaunti ang tagapag-ani. Kaya idalangin ninyo sa Panginoon, na siyang may-ari ng anihin, na magpadala siya ng mga tagapag-ani. [3] Sige, lumakad na kayo. Ngunit mag-ingat kayo, dahil tulad kayo ng mga tupang isinugo ko sa mga lobo. [4] Huwag kayong magdala ng pitaka, bag o sandalyas. At huwag kayong mag-aksaya ng panahon sa pakikipagbatian sa daan. [5] Pagpasok n'yo sa alin mang bahay, sabihin muna ninyo, 'Maghari nawa ang kapayapaan sa tahanang ito.' [6] Kung ang nakatira roon ay maibigin sa kapayapaan, mapapasakanila ang kapayapaang idinalangin ninyo. Ngunit kung hindi, hindi rin nila makakamtan iyon. [7] Manatili kayo sa bahay na tinutuluyan ninyo. Huwag kayong magpalipat-lipat ng bahay. Kainin at inumin ninyo ang anumang ihain nila sa inyo dahil ang manggagawa ay may karapatang tumanggap ng sahod. [8] Kapag dumating kayo sa isang bayan at tinanggap kayo ng mga tao, kainin ninyo ang anumang ihain nila sa inyo. [9] Pagalingin ninyo ang mga may sakit doon, at sabihin ninyo sa kanila na malapit na[d] ang paghahari ng Dios sa kanila. [10] Ngunit kung ayaw kayong tanggapin sa isang bayan, umalis kayo, at habang naglalakad kayo sa lansangan nila ay sabihin ninyo,

[11] 'Kahit ang alikabok ng bayan ninyo na dumidikit sa mga paa namin ay ipinapagpag namin bilang babala sa inyo. Ngunit dapat ninyong malaman na malapit na ang paghahari ng Dios.' " [12] Sinabi pa ni Jesus sa mga tagasunod niya, "Tinitiyak ko sa inyo na sa Araw ng Paghuhukom, mas mabigat na parusa ang tatanggapin nila kaysa sa mga taga-Sodom."

Babala sa mga Bayang Hindi Nagsisisi
(Mat. 11:20-24)

[13] *Sinabi pa ni Jesus,* "Nakakaawa kayong mga taga-Corazin! Nakakaawa rin kayong mga taga-Betsaida! Sapagkat kung sa Tyre at Sidon naganap ang mga himalang ginawa ko sa inyo, matagal na sana silang nagsuot ng sako at naglagay ng abo sa kanilang ulo[e] para ipakita ang pagsisisi nila. [14] Kaya sa Araw ng Paghuhukom, mas mabigat na parusa ang tatanggapin ninyo kaysa sa mga taga-Tyre at taga-Sidon. [15] At kayo namang mga taga-Capernaum, inaakala ninyong pupurihin kayo kahit sa langit. Pero ihuhulog kayo sa lugar ng mga patay!"

[16] *Pagkatapos, sinabi ni Jesus sa mga sinugo niya,* "Ang nakikinig sa inyo'y nakikinig sa akin, ang nagtatakwil sa inyo'y nagtatakwil sa akin, at ang nagtatakwil sa akin ay nagtatakwil sa nagsugo sa akin."

Bumalik ang 72 Tagasunod ni Jesus

[17] Masayang bumalik ang 72 tagasunod *ni Jesus.* Sinabi nila sa kanya, "Panginoon, kahit po ang masasamang espiritu ay sumusunod sa amin *kapag inutusan namin sila* sa pangalan n'yo!" [18] Sinabi ni Jesus sa kanila, "Nakita kong nahulog si Satanas mula sa langit na parang kidlat. [19] Binigyan ko kayo ng kapangyarihang daigin ang masasamang espiritu at ang lahat ng kapangyarihan ng kaaway nating si Satanas.[f] At walang anumang makapipinsala sa inyo. [20] Ganoon pa man, huwag kayong matuwa dahil napapasunod ninyo ang masasamang espiritu kundi matuwa kayo dahil nakasulat sa langit ang pangalan ninyo."

Napuno si Jesus ng Kagalakang Mula sa Banal na Espiritu
(Mat. 11:25-27; 13:16-17)

[21] Nang oras ding iyon, napuno si Jesus ng kagalakang mula sa Banal na Espiritu. At sinabi niya, "Pinupuri kita Ama, Panginoon ng langit at ng lupa, dahil inilihim mo ang mga *katotohanang* ito sa mga *taong ang akala sa sarili'y mga* marurunong at matatalino, at inihayag mo sa mga taong tulad ng bata *na kaunti lang ang nalalaman.* Oo, Ama, *pinupuri kita* dahil iyon ang kalooban mo."

[22] *Pagkatapos, sinabi niya sa mga tao,* "Ibinigay sa akin ng aking Ama ang lahat ng bagay. Walang nakakakilala sa Anak kundi ang Ama, at walang nakakakilala sa Ama kundi ang Anak at ang mga taong nais kong makakilala sa Ama."

[23] Humarap si Jesus sa mga tagasunod niya at sinabi sa kanila ng sarilinan, "Mapalad kayo

---

a 55 May ilang tekstong Griego na may dagdag pang salita sa talatang 55 at 56: *Hindi ninyo alam kung anong uri ng espiritu ang nasa inyo. Sapagkat naparito ang Anak ng Tao upang iligtas ang mga tao at hindi upang ipahamak sila.*

b 59 pauwiin po...aking ama: Maaaring ang ibig sabihin ay uuwi muna siya habang hindi pa patay ang kanyang ama, at kapag namatay na at nailibing, susunod na siya kay Jesus.

c 1 72: Sa ibang tekstong Griego, *70.*

d 9 malapit na: o, *dumating na.*

e 13 naglagay ng abo sa kanilang ulo: o, *naupo sa abo.*

f 19 sa literal, *Binigyan ko kayo ng kapangyarihang tumapak sa mga ahas at mga alakdan, at sa lahat ng kapangyarihan ng kaaway.*

dahil nakita mismo ninyo ang mga ginagawa ko. [24] Sinasabi ko sa inyo na maraming propeta at mga hari noon ang naghangad na makakita at makarinig ng nakikita at naririnig ninyo ngayon, pero hindi ito nangyari sa panahon nila."

Ang Mabuting Samaritano

[25] Lumapit kay Jesus ang isang tagapagturo ng Kautusan upang subukin siya. Nagtanong siya, "Guro, ano po ang dapat kong gawin upang magkaroon ng buhay na walang hanggan?" [26] Sumagot si Jesus, "Ano ang nakasulat sa Kautusan? Ano ang nababasa mo roon?" [27] Sumagot ang lalaki, "Mahalin mo ang Panginoon mong Dios nang buong puso, nang buong kaluluwa, nang buong lakas, at nang buong pag-iisip,[a] At mahalin mo ang iyong kapwa tulad ng pagmamahal mo sa iyong sarili.[b] [28] "Tama ang sagot mo," sabi ni Jesus. "Gawin mo iyan at magkakaroon ka ng buhay na walang hanggan."

[29] Pero ayaw mapahiya ng tagapagturo, kaya nagtanong ulit siya, "At sino naman po ang kapwa ko?" [30] Bilang sagot sa kanya, nagkwento si Jesus: "May isang taong papunta sa Jerico galing sa Jerusalem. Habang naglalakad siya, hinarang siya ng mga tulisan. Kinuha nila ang mga dala niya, pati na ang suot niya. Binugbog nila siya at iniwang halos patay na sa tabi ng daan. [31] Nagkataong dumaan doon ang isang pari. Nang makita niya ang taong nakahandusay, lumihis siya at nagpatuloy sa kanyang paglalakad. [32] Napadaan din ang isang Levita[c] at nakita niya ang tao, pero lumihis din siya sa kabilang daan at nagpatuloy sa kanyang paglalakad. [33] Pero may isang Samaritanong naglalakbay na napadaan doon. Nakita niya ang taong nakahandusay at naawa siya. [34] Nilapitan niya ang lalaki, hinugasan ng alak ang sugat, binuhusan ng langis at saka binendahan. Pagkatapos, isinakay niya ang tao sa sinasakyan niyang hayop, dinala sa bahay-panuluyan at inalagaan doon. [35] Kinabukasan, binigyan ng Samaritano ng pera[d] ang may-ari ng bahay-panuluyan at sinabi, 'Alagaan mo siya, at kung kulang pa iyan sa magagastos mo ay babayaran kita pagbalik ko.'"

[36] Nagtanong ngayon si Jesus sa tagapagturo ng Kautusan, "Sa palagay mo, sino sa tatlong ito ang nagpakita na siya ang tunay na kapwa-tao ng biktima ng mga tulisan?" [37] Sumagot siya, "Ang tao pong nagpakita ng awa sa kanya." Sinabi sa kanya ni Jesus, "Lumakad ka at ganoon din ang gawin mo."

Dumalaw si Jesus kina Marta at Maria

[38] Nagpatuloy si Jesus at ang mga tagasunod niya sa paglalakbay at dumating sila sa isang nayon. May isang babae roon na ang pangalan ay Marta. Malugod niyang tinanggap sina Jesus sa kanyang tahanan. [39] Si Marta ay may kapatid na ang pangalan ay Maria. Naupo si Maria sa paanan ng Panginoon at nakinig sa itinuturo niya. [40] Pero si Marta ay abalang-abala sa paghahanda niya, kaya lumapit

siya kay Jesus at sinabi, "Panginoon, balewala po ba sa inyo na nakaupo lang diyan ang kapatid ko at hinahayaang ako ang gumawa ng lahat? Sabihin n'yo naman po sa kanya na tulungan niya ako." [41] Pero sinagot siya ng Panginoon, "Marta, Marta, hindi ka mapalagay at abalang-abala ka sa maraming bagay. [42] Ngunit isang bagay lang ang kailangan, at ito ang pinili ni Maria. Mas mabuti ito at walang makakakuha nito sa kanya."

Ang Turo Tungkol sa Panalangin
(Mat. 6:9-13; 7:7-11)

11 Minsan ay nananalangin si Jesus sa isang lugar. Pagkatapos niyang manalangin, sinabi sa kanya ng isa sa mga tagasunod niya, "Panginoon, turuan po ninyo kaming manalangin, katulad ng ginawa ni Juan sa mga tagasunod niya."

[2] Sinabi ni Jesus sa kanila, "Kapag nananalangin kayo, ganito ang sabihin ninyo:

'Ama, sambahin nawa kayo ng mga tao.[e]
Nawa'y magsimula na ang inyong
    paghahari.
[3] Bigyan n'yo po kami ng makakain sa
    araw-araw.
[4] At patawarin n'yo kami sa aming mga
    kasalanan,
dahil pinapatawad din namin ang mga
    nagkakasala sa amin.
At huwag n'yo kaming hayaang matukso.'"

[5] Pagkatapos, sinabi niya sa kanila, "Halimbawa, pumunta kayo sa kaibigan ninyo isang hatinggabi at sinabi sa kanya, 'Kaibigan, pahiram naman diyan ng tatlong tinapay, [6] dahil dumating ang isang kaibigan ko na galing sa paglalakbay at wala akong maihain sa kanya.' [7] Sasagot ang kaibigan mo mula sa loob ng bahay, 'Huwag mo na akong istorbohin. Sarado na ang pinto at nakahiga na kami ng mga anak ko. Hindi na ako makakabangon pa para bigyan ka ng kailangan mo.' [8] Ang totoo, kahit ayaw niyang bumangon at magbigay sa inyo sa kabila ng inyong pagkakaibigan, babangon din siya at magbibigay ng kailangan ninyo dahil sa inyong pagpupumilit. [9] Kaya sinasabi ko sa inyo: Humingi kayo sa Dios, at bibigyan niya kayo. Hanapin ninyo sa kanya ang inyong hinahanap, at makikita ninyo. Kumatok kayo sa kanya, at pagbubuksan kayo. [10] Sapagkat ang lahat ng humihingi ay nakakatanggap; ang naghahanap ay nakakakita; at ang kumakatok ay pinagbubuksan. [11] Kayong mga magulang,[f] kung ang anak n'yo ay humihingi ng isda, ahas ba ang ibibigay ninyo? [12] At kung humihingi siya ng itlog, alakdan ba ang ibibigay ninyo? [13] Kung kayong masasama ay marunong magbigay ng mabubuting bagay sa mga anak ninyo, gaano pa kaya ang inyong Amang nasa langit! Ibibigay niya ang Banal na Espiritu sa mga humihingi sa kanya."

Si Jesus at si Satanas
(Mat. 12:22-30; Mar. 3:20-27)

[14] Minsan, pinalayas ni Jesus ang isang masamang espiritu na sanhi ng pagkapipi ng isang lalaki. Nang

---

a 27 Deu. 6:5.
b 27 Lev. 19:18.
c 32 Levita: Katuwang ng mga pari sa templo.
d 35 pera: sa Griego, dalawang denarius. Ang isang denarius ay katumbas ng isang araw na sahod.
e 2 sambahin...mga tao: sa literal, sambahin ang pangalan mo.
f 11 magulang: sa literal, ama.

lumabas na ang masamang espiritu, nakapagsalita ang lalaki. Namangha ang mga tao. [15] Pero may ilan sa kanila ang nagsabi, "Si Satanas[a] na pinuno ng masasamang espiritu ang nagbigay sa kanya ng kapangyarihang magpalayas ng masasamang espiritu!" [16] Ang iba naman ay gustong subukin si Jesus, kaya hiniling nilang magpakita siya ng himala mula sa Dios[b] bilang patunay na sugo siya ng Dios. [17] Pero alam niya ang kanilang iniisip, kaya sinabi niya sa kanila, "Kung ang mga mamamayan ng isang kaharian ay nagkakawatak-watak at nag-aaway-away, mawawasak ang kahariang iyon. Ganoon din ang mangyayari sa isang tahanang ang mga kampon niya ay nag-aaway-away. [18] Kaya kung si Satanas at ang mga kampon niya ay nagkakahati-hati at nag-aaway-away, paano mananatili ang kaharian niya? Tinatanong ko ito sa inyo dahil sinasabi ninyo na nagpapalayas ako ng masasamang espiritu sa pamamagitan ng kapangyarihan ni Satanas.[c] [19] Kung si Satanas nga ang nagbigay sa akin ng kapangyarihang magpalayas ng masasamang espiritu, sino naman ang nagbigay sa mga tagasunod ninyo ng kapangyarihang makapagpalayas din ng masasamang espiritu? Sila na rin ang makakapagpatunay na mali kayo. [20] Ngayon, kung nagpapalayas ako ng masasamang espiritu sa pamamagitan ng kapangyarihan ng Dios, nangangahulugan ito na dumating na sa inyo ang paghahari ng Dios.

[21] "Kung ang isang taong malakas at armado ang nagbabantay sa kanyang bahay, ligtas ang mga ari-arian niya. [22] Pero kapag sinalakay siya ng isang taong mas malakas kaysa sa kanya, matatalo siya, at kukunin nito ang mga armas na inaasahan niya at ipapamahagi ang mga ari-arian niya.

[23] "Ang hindi kumakampi sa akin ay laban sa akin, at ang hindi tumutulong sa pagtitipon ko ay nagkakalat."

Ang Pagbabalik ng Masamang Espiritu
(Mat. 12:43-45)

[24] "Kapag lumabas ang masamang espiritu sa tao, gumagala ito sa mga tuyong lugar para maghanap ng mapagpapahingahan. At kung wala siyang matagpuan ay iisipin na lang niyang bumalik sa kanyang pinanggalingan. [25] Kung sa pagbabalik niya ay makita niyang malinis at maayos ang lahat, [26] aalis siya at tatawag ng pito pang espiritu na mas masama kaysa sa kanya. Papasok sila sa taong iyon at doon maninirahan. Kaya lalo pang sasama ang kalagayan ng taong iyon kaysa sa dati."

Ang Tunay na Mapalad

[27] Nagsasalita pa si Jesus nang biglang sumigaw ang isang babae sa gitna ng karamihan, "Mapalad ang babaeng nagsilang at nagpasuso sa inyo!" [28] Pero sumagot si Jesus, "Higit na mapalad ang mga nakikinig at sumusunod sa salita ng Dios."

Humingi ng Himala ang mga Tao
(Mat. 12:38-42)

[29] Nang lalo pang dumarami ang mga tao, sinabi ni Jesus, "Napakasama na henerasyong ito. Humihingi sila ng himala, pero walang ipapakita sa

kanila maliban sa himalang katulad ng nangyari kay Jonas. [30] Kung paanong naging palatandaan si Jonas sa mga taga-Nineve, ganoon din ako na Anak ng Tao sa heherasyong ito. [31] Sa Araw ng Paghuhukom, tatayo[d] ang Reyna ng Timog[e] at ipapamukha sa henerasyong ito ang kanilang kasalanan. Sapagkat nanggaling pa siya sa napakalayong lugar upang makinig sa karunungan ni Solomon. At ngayon, narito ang isang nakahihigit pa kay Solomon, pero ayaw ninyong makinig sa kanya. [32] Maging ang mga taga-Nineve ay tatayo rin at hahatulan ang henerasyong ito, dahil nagsisi sila nang mangaral sa kanila si Jonas. At ngayon, narito ang isang nakahihigit pa kay Jonas, na nangangaral sa inyo, pero ayaw ninyong magsisi."

Ang Ilaw ng Katawan
(Mat. 5:15; 6:22-23)

[33] "Walang taong nagsisindi ng ilaw at pagkatapos ay itatago o tatakpan ng takalan. Sa halip, inilalagay ang ilaw sa patungan upang magbigay-liwanag sa lahat ng pumapasok sa bahay. [34] Ang mata ang nagsisilbing ilaw ng katawan. Kung malinaw ang mata mo, maliliwanagan ang buo mong katawan. Pero kung malabo ang mata mo, madidiliman ang buo mong katawan. [35] Kaya tiyakin mong naliwanagan ka, dahil baka ang liwanag na inaakala mong nasa sa iyo ay kadiliman pala. [36] Kung naliwanagan ang buo mong katawan, at walang bahaging nadiliman, magiging maliwanag ang lahat, na parang may ilaw na lumiliwanag sa iyo."

Tinuligsa ni Jesus ang mga Pariseo at mga Tagapagturo ng Kautusan
(Mat. 23:1-36; Mar. 12:38-40)

[37] Pagkatapos magsalita ni Jesus, inanyayahan siya ng isang Pariseo na kumain sa kanila. Kaya pumunta si Jesus at kumain. [38] Nagtaka ang Pariseo nang makita niyang hindi muna naghugas ng kamay si Jesus bago kumain ayon sa seremonya ng mga Judio. [39] Kaya sinabi sa kanya ni Jesus, "Kayong mga Pariseo, nililinis ninyo ang labas ng tasa at pinggan, pero ang loob ninyo'y punong-puno ng kasakiman at kasamaan. [40] Mga mangmang! Hindi ba't ang Dios na gumawa ng labas, ang siya ring gumawa ng loob? [41] Para maging malinis kayo, kaawaan ninyo ang mga mahihirap at tulungan n'yo sila sa kanilang pangangailangan.

[42] "Nakakaawa kayong mga Pariseo! Ibinibigay nga ninyo ang ikapu[f] ng mga pampalasa[g] at mga gulay ninyo, pero kinakaligtaan naman ninyo ang makatarungan na pakikitungo sa kapwa at ang pag-ibig sa Dios. Magbigay kayo ng mga ikapu ninyo, pero huwag naman ninyong kaligtaang gawin ang mas mahalagang bagay.

[43] "Nakakaawa kayong mga Pariseo! Mahilig kayong umupo sa mga upuang pandangal sa mga sambahan. At gustong-gusto ninyong batiin kayo

---

a 15 Satanas: sa Griego, Beelzebul. Ganito rin sa talatang 18.
b 16 mula sa Dios: Sa literal, mula sa langit.
c 18 Tingnan ang "footnote" sa talatang 15.

d 31 tatayo: o, muling mabubuhay.
e 31 Reyna ng Timog Siya ang reyna ng Sheba ayon sa 1 Hari 10.
f 42 ikapu: sa Ingles, "tenth o tithe."
g 42 pampalasa: Ang dalawang salitang ginamit sa Griego ay tumutukoy sa dalawang uri ng tanim na pampalasa sa pagkain.

at igalang sa matataong lugar. ⁴⁴Nakakaawa kayo! Sapagkat para kayong mga libingang walang palatandaan at nilalakaran lamang ng mga tao nang hindi nila nalalaman."

⁴⁵Sinagot si Jesus ng isa sa mga tagapagturo ng Kautusan, "Guro, pati kami ay iniinsulto mo sa sinabi mong iyan." ⁴⁶Sumagot si Jesus, "Nakakaawa rin kayong mga tagapagturo ng Kautusan! Sapagkat pinapahirapan ninyo ang mga tao sa inyong mahihirap na kautusan, pero kayo mismo ay hindi sumusunod sa mga ito. ⁴⁷Nakakaawa kayo! Pinapaayos ninyo ang mga libingan ng mga propetang pinatay ng inyong mga ninuno. ⁴⁸Kaya kayo na rin ang nagpapatunay na sang-ayon kayo sa ginawa nila. Sapagkat pinatay nila ang mga propeta, at kayo naman ang nagpapaayos ng mga libingan nila. ⁴⁹Kaya ito ang sinabi ng Dios ayon sa karunungan niya, 'Magpapadala ako sa kanila ng mga propeta at mga apostol; papatayin nila ang ilan sa mga ito at uusigin ang iba.' ⁵⁰Kaya mananagot ang henerasyong ito sa pagkamatay ng mga propeta ng Dios mula nang likhain ang mundo— ⁵¹mula kay Abel hanggang kay Zacarias na pinatay sa pagitan ng altarᵃ at ng templo. Oo, tinitiyak ko sa inyo na parurusahan ang henerasyong ito dahil sa ginawa nila.

⁵²"Nakakaawa kayong mga tagapagturo ng Kautusan! Sapagkat kinuha n'yo sa mga tao ang susi sa pag-unawa ng katotohanan. Ayaw na nga ninyong sumunod sa katotohanan, hinahadlangan pa ninyo ang mga gustong sumunod."

⁵³Umalis si Jesus sa bahay na iyon. At mula noon, matindi na ang pambabatikos sa kanya ng mga Pariseo at tagapagturo ng Kautusan. Pinagtatanong siya tungkol sa maraming bagay, ⁵⁴upang siya ay mahuli nila sa kanyang pananalita.

Babala Laban sa mga Pakitang-tao
(Mat. 10:26-27)
12 Libu-libong tao ang dumagsa *kay Jesus*, kaya nagkakasiksikan na sila. Binalaan ni Jesus ang mga tagasunod niya, "Mag-ingat kayo at baka mahawa kayo sa ugaliᵇ ng mga Pariseo na pakitang-tao. ²Walang natatago na hindi malalantad, at walang nalilihim na hindi mabubunyag. ³Kaya anumang sabihin ninyo sa dilim ay maririnig sa liwanag, at anumang ibulong ninyo sa loob ng kwarto ay malalaman ng lahat."

Ang Dapat Katakutan
(Mat. 10:28-31)
⁴"Sinasabi ko sa inyo, mga kaibigan, huwag kayong matakot sa mga gustong pumatay sa inyo. Ang kaya lang nilang patayin ay ang katawan ninyo, at pagkatapos ay wala na silang magagawa pa. ⁵Sasabihin ko sa inyo kung sino ang dapat ninyong katakutan: katakutan ninyo ang Dios, dahil pagkatapos niyang patayin ang katawan n'yo ay may kapangyarihan pa siyang itapon kayo sa impyerno. Oo, sinasabi ko sa inyo, siya ang dapat ninyong katakutan. ⁶Hindi ba't napakamura ng halaga ng maya? Ngunit kahit isa sa kanila ay hindi

nakakalimutan ng Dios. ⁷Higit kayong mahalaga kaysa sa maraming maya. Kahit ang bilang ng buhok n'yo ay alam niya. Kaya huwag kayong matakot."

Ang Pagkilala kay Cristo
(Mat. 10:32-33; 12:32; 10:19-20)
⁸*Sinabi pa ni Jesus sa kanila,* "Tandaan ninyo: ang sinumang kumikilala sa akin *na ako ang Panginoon niya* sa harap ng mga tao, *ako na* Anak ng Tao, ay kikilalanin din siya sa harap ng mga anghel ng Dios. ⁹Ngunit ang hindi kumikilala sa akin sa harap ng mga tao ay hindi ko rin kikilalanin sa harap ng mga anghel ng Dios. ¹⁰Ang sinumang magsalita ng masama laban sa *akin na* Anak ng Tao ay mapapatawad, ngunit ang magsalita ng masama laban sa Banal na Espiritu ay hindi mapapatawad.

¹¹"Kung dahil sa pananampalataya ninyo ay dadalhin kayo sa mga sambahan ng mga Judio o sa mga tagapamahala ng bayan upang imbestigahan, huwag mag-alala kung paano kayo mangangatwiran o kung ano ang sasabihin ninyo. ¹²Sapagkat ituturo sa inyo ng Banal na Espiritu sa oras ding iyon kung ano ang dapat ninyong sabihin."

Ang Mayamang Hangal
¹³Sinabi kay Jesus ng isa sa karamihan, "Guro, sabihin nga po ninyo sa kapatid ko na ibigay niya sa akin ang bahagi ko sa mana namin." ¹⁴Sumagot si Jesus, "Kaibigan, tagahatol ba ako o tagahati ng pag-aari ninyo?" ¹⁵Pagkatapos, sinabi niya sa kanila, "Mag-ingat kayo sa lahat ng uri ng kasakiman, dahil ang buhay ng tao ay hindi nasusukat sa dami ng kanyang pag-aari." ¹⁶At ikinuwento niya ang talinghaga na ito: "May isang mayamang may bukirin na umani nang sagana. ¹⁷Sinabi niya sa kanyang sarili, 'Ano kaya ang gagawin ko? Wala na akong mapaglagyan ng ani ko.' ¹⁸Alam ko na! Gigibain ko ang mga bodega ko at magpapagawa ako ng mas malaki, at doon ko ilalagay ang ani at mga ari-arian ko. ¹⁹At dahil marami na akong naipon para sa maraming taon, magpapahinga na lang ako, kakain, iinom at magpapakaligaya!' ²⁰Ngunit sinabi sa kanya ng Dios, 'Hangal! Ngayong gabi ay babawiin *ko* sa iyo ang buhay mo. Kanino ngayon mapupunta ang lahat ng inipon mo para sa iyong sarili?' ²¹Ganyan ang mangyayari sa taong nagpapayaman sa sarili ngunit mahirap sa paningin ng Dios."

Manalig sa Dios
(Mat. 6:25-34)
²²Pagkatapos, sinabi ni Jesus sa mga tagasunod niya, "Kaya huwag kayong mag-alala tungkol inyong buhay—kung ano ang inyong kakainin, o susuotin. ²³Dahil kung binigyan kayo ng Dios ng buhay, siguradong bibigyan din niya kayo ng pagkain at isusuot. ²⁴Tingnan ninyo ang mga uwak. Hindi sila nagtatanim, o nag-aani, o nag-iipon sa mga bodega, pero pinakakain sila ng Dios. Higit kayong mahalaga kaysa sa mga ibon! ²⁵Sino sa inyo ang makakapagpahaba ng kanyang buhay nang kahit kaunti sa pamamagitan ng pag-aalala? ²⁶Kaya kung hindi ninyo kayang gawin ang ganyang kaliit na bagay, bakit kayo mag-aalala tungkol sa iba pang

---

ᵃ 51 *altar:* Ang pinagsusunugan ng mga handog sa Dios.
ᵇ 1 *at baka…ugali:* sa literal, *sa pampaalsa.*

bagay? ²⁷ Tingnan ninyo kung paano tumutubo ang mga bulaklak sa parang. Hindi sila nagtatrabaho o gumagawa ng maisusuot nila. Ngunit sasabihin ko sa inyo, kahit si Solomon ay hindi nakapagsuot ng kasingganda ng mga bulaklak na iyon sa kabila ng kanyang karangyaan. ²⁸ Kung dinadamitan ng Dios nang ganito ang mga damo sa parang, na buhay ngayon pero kinabukasan ay *malalanta at* susunugin, kayo pa kaya? Kay liit ng inyong pananampalataya! ²⁹ Kaya huwag kayong mag-alala kung ano ang kakainin o iinumin ninyo. ³⁰ Ang mga bagay na ito ang pinapahalagahan ng mga tao sa mundo na hindi kumikilala sa Dios. Ngunit alam ng inyong Amang nasa langit na kailangan ninyo ang mga ito. ³¹ Sa halip, unahin ninyo ang mapabilang sa kaharian ng Dios at pati ang mga pangangailangan ninyo ay ibibigay niya."

Kayamanan sa Langit
(Mat. 6:19-21)
³² "Kayong mga tagasunod ko ay kaunti lang.ᵃ Ngunit huwag kayong matakot, dahil ipinagkaloob ng inyong Ama na maghari kayong kasama niya. ³³ Ipagbili ninyo ang mga ari-arian ninyo at ipamigay ang pera sa mga mahihirap, upang makaipon kayo ng kayamanan sa langit. Doon, ang maiipon ninyong kayamanan ay hindi maluluma o mauubos, sapagkat doon ay walang makakalapit na magnanakaw o makakapanirang insekto. ³⁴ Sapagkat kung nasaan ang kayamanan ninyo, naroon din ang puso ninyo."

Ang Mapagkakatiwalaang mga Utusan
³⁵⁻³⁶ *Sinabi pa ni Jesus sa kanila,* "Maging handa kayo palagi sa pagbabalik ng inyong Panginoon, katulad ng mga aliping naghihintay sa pag-uwi ng kanilang amo mula sa kasalan. Nakahanda sila at nakasindi ang mga ilawan nila, upang sa pagdating at pagkatok ng amo nila ay mabubuksan nila agad ang pinto. ³⁷ Mapalad ang mga aliping madadatnan ng amo nila na gising at nagbabantay sa kanyang pag-uwi. Sinasabi ko sa inyo ang totoo, maghahanda ang amo nila para pagsilbihan sila. Sila ay pauupuin niya sa kanyang mesa at pagsisilbihan habang kumakain sila. ³⁸ Mapalad ang mga aliping iyon kung madadatnan sila ng amo nila na handa kahit anong oras—hatinggabi man o madaling-araw. ³⁹ Tandaan ninyo ito: kung alam ng isang tao kung anong oras darating ang magnanakaw, hindi niya hahayaang pasukin nito ang bahay niya. ⁴⁰ Kayo man ay dapat maging handa, dahil *ako, na* Anak ng Tao, ay darating sa oras na hindi ninyo inaasahan."

Ang Tapat at Hindi Tapat na Alipin
(Mat. 24:45-51)
⁴¹ Nagtanong si Pedro, "Panginoon, para kanino po ba ang talinghaga na iyon, para sa amin o para sa lahat?" ⁴² Sumagot ang Panginoon, "Hindi ba't ang tapat at matalinong utusan ang pamamahalain ng amo niya sa mga kapwa niya alipin? Siya ang magbibigay sa kanila ng pagkain nila sa tamang oras. ⁴³ Mapalad ang aliping iyon kapag nadatnan siya

ng amo niya na ginagawa ang kanyang tungkulin. ⁴⁴ Sinasabi ko sa inyo ang totoo, pamamahalain siya ng kanyang amo sa lahat ng mga ari-arian nito. ⁴⁵ Ngunit kawawa ang alipin kung inaakala niyang matatagalan pa bago bumalik ang amo niya, at habang wala ito ay pagmamalupitan niya ang ibang mga alipin, lalaki man o babae, at magpapakabusog siya at maglalasing. ⁴⁶ Darating ang amo niya sa araw o oras na hindi niya inaasahan, at parurusahan siya nang matindiᵇ at isasama sa mga hindi mapagkakatiwalaan.

⁴⁷ "Ang aliping nakakaalam ng kagustuhan ng amo niya ngunit hindi naghahanda at hindi gumagawa ng kanyang tungkulin ay tatanggap ng mabigat na parusa.ᶜ ⁴⁸ At ang aliping hindi nakakaalam ng kagustuhan ng amo niya, at nakagawa ng kamalian ay parurusahan din, pero magaan lang. Ang binigyan ng marami ay hahanapan ng marami. Mas marami nga ang pananagutan ng pinagkatiwalaan ng mas marami."

Ang Pagkakahati-hati ng Sambahayan Dahil kay Cristo
(Mat. 10:34-36)
⁴⁹ "Naparito ako sa lupa upang magdala ng apoyᵈ at gusto ko sanang magliyab na ito. ⁵⁰ Ngunit bago ito mangyari, may mga paghihirap na kailangan kong pagdaanan. At hindi ako mapapalagay hangga't hindi ito natutupad.

⁵¹ "Akala ba ninyo ay naparito ako sa lupa upang magkaroon ng maayos na relasyon ang mga tao? Ang totoo, naparito ako upang magkaroon sila ng hidwaan. ⁵² Mula ngayon, mahahati ang limang tao sa loob ng isang pamilya. Tatlo laban sa dalawa at dalawa laban sa tatlo. ⁵³ Kokontrahin ng ama ang anak niyang lalaki, at kokontrahin din ng anak na lalaki ang kanyang ama. Ganoon din ang mangyayari sa ina at sa anak niyang babae, at sa biyenang babae at sa manugang niyang babae."

Magmatyag sa mga Nangyayari Ngayon
(Mat. 16:2-3)
⁵⁴ Sinabi ni Jesus sa mga tao, "Kapag nakita ninyo ang makapal na ulap sa kanluran, sinasabi ninyong uulan, at umuulan nga. ⁵⁵ At kapag umihip naman ang hanging habagat ay sinasabi ninyong iinit, at umiinit nga. ⁵⁶ Mga pakitang-tao! Alam ninyo ang kahulugan ng mga palatandaang nakikita ninyo sa lupa at sa langit, pero bakit hindi ninyo alam ang kahulugan ng mga nangyayari ngayon?

Makipagkasundo sa Kaaway
(Mat. 5:25-26)
⁵⁷ "Bakit hindi ninyo mapagpasyahan kung ano ang matuwid? ⁵⁸ Kapag may magdedemanda sa iyo, pagsikapan mong makipag-ayos sa kanya habang papunta pa lang kayo sa hukuman; dahil baka pilitin ka pa niyang humarap sa hukom, at pagkatapos ay ibigay ka ng hukom sa alagad ng batas upang ipabilanggo. ⁵⁹ Tinitiyak ko sa iyo, hindi

---

ᵃ 32 *Kayong mga tagasunod ko ay kaunti lang:* sa literal, *munting kawan.*

ᵇ 46 *parurusahan siya nang matindi:* sa literal, *kakatayin siya.*

ᶜ 47 *mabigat na parusa:* sa literal, *maraming hampas.*

ᵈ 49 *apoy:* Ang ibig sabihin, *kaparusahan.*

ka makakalabas ng bilangguan hangga't hindi mo nababayaran ang lahat ng multa*ᵃ* mo."

Kailangan ng Pagsisisi

13 May ilang tao roon na nagbalita kay Jesus tungkol sa mga taga-Galileang ipinapatay ni Pilato habang naghahandog sila *sa templo*. ² Sinabi ni Jesus sa kanila, "Ang akala ba ninyo ay mas makakasalanan sila kaysa sa ibang mga taga-Galilea dahil sa nangyari sa kanila? ³ Hindi! Ngunit tinitiyak ko sa inyo: mapapahamak din kayo tulad nila kung hindi n'yo pagsisisihan ang mga kasalanan ninyo. ⁴ Katulad din ng 18 taong nabagsakan ng tore ng Siloam at namatay. Ang akala ba ninyo ay higit silang makasalanan kaysa sa ibang mga taga-Jerusalem? ⁵ Hindi! Ngunit tinitiyak ko sa inyo: mapapahamak din kayo tulad nila kung hindi n'yo pagsisisihan ang mga kasalanan ninyo."

Ang Punong Hindi Namumunga

⁶ Pagkatapos, ikinuwento ni Jesus ang talinghaga na ito: "May isang taong may tanim na puno ng igos*ᵇ* sa ubasan niya. Pinuntahan niya ito upang tingnan kung may bunga, pero wala siyang nakita. ⁷ Kaya sinabi niya sa tagapag-alaga ng kanyang ubasan, 'Tatlong taon na akong pabalik-balik dito para tingnan kung may bunga na ang igos na ito, pero wala pa akong nakikita kahit isa. Putulin mo na lang ang punong iyan. Nasasayang lang ang lupang kinatatayuan niyan!' ⁸ Pero sumagot ang tagapag-alaga, 'Hayaan n'yo na lang po muna ang puno sa taon na ito. Huhukayan ko po ang palibot nito at lalagyan ng pataba. ⁹ Baka sakaling magbunga sa darating na taon. Ngunit kung hindi pa rin, putulin na natin.'"

Pinagaling ni Jesus ang Babaeng Baluktot ang Katawan

¹⁰ Isang Araw ng Pamamahinga, nagtuturo si Jesus sa sambahan ng mga Judio. ¹¹ May isang babae roon na 18 taon nang may karamdaman dahil sa ginawa sa kanya ng *masamang* espiritu. Baluktot ang katawan niya at hindi ito maituwid. ¹² Nang makita siya ni Jesus, tinawag siya at sinabi, "Babae, magaling ka na sa sakit mo." ¹³ Pagkatapos, ipinatong niya ang mga kamay niya sa babae, at noon din ay naituwid ng babae ang kanyang katawan at nagpuri siya sa Dios. ¹⁴ Pero nagalit ang namumuno sa sambahan ng mga Judio dahil nagpagaling si Jesus sa Araw ng Pamamahinga. Sinabi niya sa mga tao, "May anim na araw kayo para magtrabaho. Sa mga araw na iyon kayo pumarito upang magpagaling, at huwag sa Araw ng Pamamahinga." ¹⁵ Sinagot siya ni Jesus, "Mga pakitang-tao! Hindi ba't kinakalagan ninyo ang inyong mga baka o asno at dinadala sa painuman kahit Araw ng Pamamahinga? ¹⁶ Kung sa mga hayop nga ay naaawa kayo, bakit hindi sa babaeng ito na mula rin sa lahi ni Abraham? 18 taon na siyang ginapos ni Satanas, kaya nararapat lang na palayain siya kahit na Araw ng Pamamahinga." ¹⁷ Napahiya ang mga kumakalaban kay Jesus sa sinabi niyang ito. Natuwa naman ang mga tao sa mga kahanga-hangang bagay na ginawa ni Jesus.

Ang Paghahalintulad sa Buto ng Mustasa
(Mat. 13:31-32; Mar. 4:30-32)

¹⁸ Nagpatuloy si Jesus sa pagtuturo niya, "Ano kaya ang katulad ng paghahari ng Dios? Sa ano ko kaya ito maihahambing? ¹⁹ Katulad ito ng isang buto ng mustasa*ᶜ* na itinanim ng isang tao sa kanyang taniman. Tumubo iyon at lumaki na *parang* punongkahoy *ang taas*, at pinamugaran ng mga ibon ang mga sanga nito."

Ang Paghahalintulad sa Pampaalsa
(Mat. 13:33)

²⁰ Sinabi pa ni Jesus, "Sa ano ko pa kaya maihahambing ang paghahari ng Dios? ²¹ Katulad ito ng pampaalsang inihalo ng isang babae sa malaking planggana ng harina, at napaalsa nito ang buong masa ng harina."

Ang Makipot na Pintuan
(Mat. 7:13-14, 21-23)

²² Nagpatuloy si Jesus sa paglalakbay niya papuntang Jerusalem. Dumaan siya sa mga bayan at nayon at nagturo sa mga tao roon. ²³ May isang nagtanong sa kanya, "Panginoon, kakaunti po ba ang maliligtas?" Sumagot si Jesus, ²⁴ "Pagsikapan ninyong makapasok sa makipot na pintuan. Tandaan ninyo: marami ang magsisikap na pumasok ngunit hindi makakapasok. ²⁵ Kapag isinara na ng may-ari ang pinto, maiiwan kayo sa labas na nakatayo, kumakatok at tumatawag, 'Panginoon, papasukin n'yo po kami!' Ngunit sasagutin niya kayo, 'Hindi ko kayo kilala!' ²⁶ At sasabihin ninyo, 'Nakasalo po ninyo kami sa pagkain at pag-inom, at nagturo po kayo sa mga lansangan sa bayan namin.' ²⁷ Sasagot naman siya, 'Hindi ko kayo kilala. Lumayo kayo sa akin, kayong lahat na gumagawa ng masama!' ²⁸ Iiyak kayo at magngangalit ang inyong ngipin*ᵈ* kapag nakita ninyo sina Abraham, Isaac, Jacob at ang lahat ng propeta na napabilang sa paghahari ng Dios, habang kayo naman ay itinaboy sa labas.*ᵉ* ²⁹ Makikita rin ninyo ang mga hindi Judio mula sa iba't ibang dako*ᶠ* ng mundo na kasalo sa handaan ng paghahari ng Dios. ³⁰ May mga hamak ngayon na magiging dakila, at may mga dakila ngayon na magiging hamak."

Ang Pag-ibig ni Jesus sa mga Taga-Jerusalem
(Mat. 23:37-39)

³¹ Nang mga sandaling iyon, dumating ang ilang Pariseo at sinabi kay Jesus, "Umalis na po kayo rito dahil gusto kayong ipapatay ni Herodes." ³² Sumagot si Jesus, "Sabihin ninyo sa asong-gubat*ᵍ* na iyon na patuloy akong magpapalayas ng masasamang espiritu at magpapagaling ng may sakit ngayon at hanggang bukas, at sa ikatlong araw ay tatapusin ko na ang gawain ko. ³³ Basta kailangang ipagpatuloy ko ang aking paglalakbay ngayon, bukas at sa

---

ᵃ 59 multa: o, *piyansa*.

ᵇ 6 puno ng igos: sa Ingles, "fig tree."

ᶜ 19 mustasa: Ito'y isang uri ng mustasa na mataas.

ᵈ 28 magngangalit ang inyong ngipin: Maaaring dahil sa galit o hinagpis.

ᵉ 28 itinaboy sa labas: o, hindi napabilang.

ᶠ 29 mula sa iba't ibang dako: sa literal, *mula sa silangan, kanluran, hilaga at timog*.

ᵍ 32 asong-gubat: o, *mandaraya*.

makalawa, dahil hindi dapat mamatay ang propeta sa labas ng Jerusalem.

³⁴"Kayong mga taga-Jerusalem, binabato ninyo at pinapatay ang mga propeta na isinugo *ng Dios* sa inyo. Maraming beses ko na kayong gustong tipunin *at alagaan* gaya ng isang inahing manok na nagtitipon ng kanyang mga sisiw sa ilalim ng kanyang mga pakpak, pero ayaw ninyo. ³⁵Kaya bahala na kayo sa sarili ninyo. Sapagkat hindi n'yo na ako makikita hanggang sa dumating ang panahon na sabihin ninyo, 'Pagpalain ang dumarating sa pangalan ng Panginoon.' "ᵃ

Pinagaling ni Jesus ang Lalaking Minamanas

14 Isang Araw ng Pamamahinga, inanyayahan si Jesus na kumain sa bahay ng isang pinuno ng mga Pariseo. Minamanmanan siyang mabuti ng mga taong kumokontra sa kanya. ²Doon ay may isang lalaking minamanas. ³Tinanong ni Jesus ang mga tagapagturo ng Kautusan at mga Pariseo, "Ipinapahintulot ba ng Kautusan ang magpagaling *ng may sakit* sa Araw ng Pamamahinga o hindi?" ⁴Pero hindi sila sumagot. Kaya hinawakan ni Jesus ang may sakit, pinagaling at saka pinauwi. ⁵Pagkatapos, sinabi niya sa kanila, "Kung mahulog ang anak o baka ninyo sa isang balon sa Araw ng Pamamahinga, pababayaan n'yo na lang ba ito? Siyempre, iaahon n'yo agad, hindi ba?" ⁶Hindi sila nakasagot sa tanong niya.

Matutong Magpakababa

⁷Napansin ni Jesus na ang mga bisita sa handaan ay nag-uunahan sa mga upuang pandangal, kaya pinangaralan niya ang mga ito, ⁸"Kapag inimbita ka sa isang kasalan, huwag mong pipiliin ang upuang pandangal, dahil baka may inimbitang mas marangal pa kaysa sa iyo. ⁹At lalapitan ka ng nag-imbita sa iyo at sasabihin niya, 'Ibigay mo sa taong ito ang upuan mo.' Kaya mapapahiya ka at uupo na lang sa upuan ng mga karaniwang tao. ¹⁰Ang dapat mong gawin kapag naimbitahan ka ay piliin ang upuan para sa mga karaniwang tao, para pagdating ng nag-imbita sa iyo, sasabihin niya, 'Kaibigan, doon ka maupo sa upuang pandangal.' Sa ganoon ay mapaparangalan ka sa harap ng lahat ng panauhin. ¹¹Sapagkat ang nagpapakataas ng kanyang sarili ay ibababa, at ang nagpapakababa ay itataas." ¹²Pagkatapos, sinabi ni Jesus sa nag-imbita sa kanya, "Kung maghahanda ka, huwag lang ang mga kaibigan, kapatid, kamag-anak, at mayayamang kapitbahay ang imbitahin mo, dahil baka imbitahin ka rin nila, at sa ganoo'y nasuklian ka na sa ginawa mo. ¹³Kaya kung maghahanda ka, imbitahin mo rin ang mga mahihirap, mga lumpo, mga pilay at mga bulag. ¹⁴Sa ganoon ay pagpapalain ka, dahil kahit hindi ka nila masusuklian, ang Dios ang magsusukli sa iyo sa araw ng muling pagkabuhay ng mga matuwid."

Ang Talinghaga tungkol sa Malaking Handaan
(Mat. 22:1-10)

¹⁵Nang marinig iyon ng isa sa mga nakaupo sa may mesa, sinabi niya kay Jesus, "Mapalad ang taong makakasalo sa handaan sa kaharian ng Dios!"

¹⁶Kinuwentuhan siya ni Jesus ng ganito, "May isang taong naghanda ng isang malaking pagdiriwang, at marami ang inimbita niya. ¹⁷Nang handa na ang lahat, inutusan niya ang mga alipin niya na sunduin ang mga inimbita at sabihin sa kanila, 'Tayo na, handa na ang lahat.' ¹⁸Pero nagdahilan ang bawat naimbitahan. Sinabi ng isa, 'Pasensya na. Nakabili ako ng lupa at kailangang puntahan ko at tingnan.' ¹⁹Sabi naman ng isa, 'Nakabili ako ng sampung baka, at susubukan ko kung mabuting ipang-araro. Pasensya na.' ²⁰At sinabi naman ng isa pa, 'Bagong kasal ako, kaya hindi ako makakadalo.' ²¹Kaya umuwi ang alipin, at ibinalita ang lahat sa amo niya. Nagalit ang amo at nag-utos ulit sa alipin niya, 'Sige, pumunta ka sa mga kalsada at mga eskinita ng bayan at dalhin mo rito ang mga mahihirap, mga lumpo, mga bulag at mga pilay.' ²²Nang natupad iyon ng alipin, bumalik siya sa amo niya at sabini, 'Nagawa ko na po ang iniutos ninyo, pero maluwag pa.' ²³Kaya sinabi ng amo niya, 'Pumunta ka sa mga kalsada at mga daan sa labas ng bayan at pilitin mong pumarito ang mga tao para mapuno ng panauhin ang bahay ko. ²⁴Tinitiyak ko sa inyo, ni isa man sa mga una kong inimbita ay hindi makakatikim ng handa ko.' "

Ang Pagsunod sa Panginoon
(Mat. 10:37-38)

²⁵Maraming tao ang sumunod kay Jesus sa paglalakbay niya *papuntang Jerusalem.* Lumingon siya at sinabi sa kanila, ²⁶"Ang sinumang nais sumunod sa akin, pero mas mahalaga sa kanya ang kanyang ama at ina, asawa at mga anak, mga kapatid at maging ang kanyang sarili ay hindi maaaring maging tagasunod ko. ²⁷Ang sinumang ayaw sumunod sa akin dahil natatakot niyang mamatay para sa akinᵇ ay hindi maaaring maging tagasunod ko. ²⁸Ang sinumang gustong sumunod sa akin ay katulad ng isang tao na nagbabalak magtayo ng isang tore. Una, iisipin muna niya kung magkano ang magagastos niya sa pagpapatayo at kung may sapat siyang perang gagastusin hanggang sa matapos ito. ²⁹Sapagkat kung hindi niya ito gagawin, baka hanggang pundasyon lang ang maipagawa niya at hindi na maipatapos. Kaya pagtatawanan siya ng makakakita nito. ³⁰Sasabihin nila, 'Nagpatayo ng bahay ang taong ito pero hindi nakayang ipatapos.' ³¹Katulad din ng isang hari na gustong makipagdigma sa kanyang kapwa hari. Dapat isipin muna niya kung makakayanan ng 10,000 sundalo niya ang 20,000 sundalo ng kanyang kaaway. ³²At kung sa palagay niya'y hindi niya kaya, magpapadala na lang siya ng mga sugo para makipagkasundo bago dumating ang kanyang kaaway. ³³Ganyan din ang gawin ninyo. Isipin muna ninyong mabuti ang pagsunod sa akin, dahil kung hindi ninyo magagawang talikuran ang lahat ng nasa inyo ay hindi kayo maaaring maging tagasunod ko."

Ang Aral Mula sa Asin
(Mat. 5:13; Mar. 9:50)

³⁴"Mabuti ang asin, pero kung mag-iba ang lasa,ᶜ wala nang magagawa para maibalik ang lasa nito.

ᵃ 35 Salmo 118:26.

ᵇ 27 *natatakot siyang mamatay para sa akin:* sa literal, *ayaw niyang pasanin ang kanyang krus.*

ᶜ 34 *mag-iba ang lasa:* o, *mawalan ng lasa.*

35 Wala na itong pakinabang kahit ihalo sa dumi para maging pataba sa lupa, kaya itinatapon na lang ito ng mga tao. Kayong mga nakikinig, dapat ninyo itong unawain!"

Ang Nawawalang Tupa
(Mat. 18:12-14)

15 Maraming maningil ng buwis at *iba pang mga itinuturing na* makasalanan ang pumunta kay Jesus upang makinig sa kanya. 2 Kaya nagreklamo ang mga Pariseo at mga tagapagturo ng Kautusan. Sinabi nila, "Ang taong ito'y tumatanggap ng mga makasalanan at kumakaing kasama nila." 3 Kaya kinuwentuhan sila ni Jesus, 4 "Kung kayo ay may 100 tupa at nawala ang isa, ano ang gagawin ninyo? Hindi ba't iiwan ninyo ang 99 sa pastulan at hahanapin ang nawawala hanggang sa makita ninyo? 5 At kapag nakita na ninyo, masaya ninyo itong papasanin pauwi. 6 Pagkatapos, tatawagin ninyo ang inyong mga kaibigan at kapitbahay ninyo at sasabihin sa kanila, 'Makipagsaya kayo sa akin, dahil nakita ko na ang nawawala kong tupa.'" 7 At sinabi ni Jesus, "Ganoon din sa langit, masayang-masaya sila roon dahil sa isang makasalanang nagsisisi kaysa sa 99 na matuwid na hindi nangangailangang magsisi."

Ang Nawawalang Salaping Pilak

8 "Halimbawa naman, may isang babaeng may sampung salaping pilak at nawala ang isa. Hindi ba't sisindihan niya ang ilaw, wawalisan ang bahay, at hahanaping mabuti ang nawawalang salapi hanggang sa makita niya ito? 9 Pagkatapos, tatawagin niya ang mga kaibigan at kapitbahay niya at sasabihin sa kanila, 'Makipagsaya kayo sa akin, dahil nakita ko na ang nawawala kong salapi.'" 10 At sinabi ni Jesus, "Ganoon din sa langit, masayang-masaya ang mga anghel ng Dios dahil sa isang makasalanang nagsisisi."

Ang Naglayas na Anak

11 Nagpatuloy si Jesus sa kanyang pagkukwento, "May isang ama na may dalawang anak na lalaki. 12 Sinabi ng bunso sa kanyang ama, 'Ama, ibigay n'yo na sa akin ang bahaging mamanahin ko!' Kaya hinati ng ama ang ari-arian niya sa dalawa niyang anak. 13 Pagkalipas ng ilang araw, ipinagbili ng bunso ang lahat ng minana niya at pumunta sa malayong bayan. Doon niya ginastos ang lahat sa walang kwentong pamumuhay. 14 Nang maubos na ang pera niya, nagkaroon ng matinding taggutom sa lupaing iyon, at naghirap siya. 15 Kaya namasukan siya bilang tagapag-alaga ng baboy sa isang taga-roon. 16 Sa tindi ng kanyang gutom, parang gusto na niyang kainin kahit pagkain ng mga baboy, dahil walang nagbibigay sa kanya ng makakain. 17 "Nang mapag-isip-isip niya ang lahat, sinabi niya sa kanyang sarili, 'Sa amin kahit ang mga utusan ng aking ama ay may sapat na pagkain at sobra pa, pero ako rito ay halos mamatay na sa gutom. 18 Babalik na lang ako sa amin at sasabihin ko sa aking ama, "Ama, nagkasala po ako sa Dios at sa inyo. 19 Hindi na ako karapat-dapat na tawaging anak ninyo. Gawin n'yo na lang akong isa sa mga utusan ninyo." ' 20 Kaya bumalik siya sa kanyang ama. Malayo pa ay natanaw na siya ng kanyang ama at naawa ito sa kanya, kaya patakbo siya nitong sinalubong, niyakap at hinalikan. 21 Sinabi ng anak sa kanyang ama, 'Ama, nagkasala po ako sa Dios at sa inyo. Hindi na ako karapat-dapat na tawaging anak ninyo.' 22 Pero tinawag ng ama ang mga utusan niya, 'Madali! Dalhin n'yo rito ang pinakamagandang damit at bihisan siya. Lagyan ninyo ng singsing ang daliri niya at suotan ninyo ng sandalyas ang mga paa niya. 23 At kumuha kayo ng batang baka na pinataba natin, at katayin ninyo. Magdiwang tayo 24 dahil ang anak ko na akala ko'y patay na ay bumalik na buhay. Nawala siya, pero muling nakita.' Kaya nagsimula silang magdiwang.

25 "Samantala, nasa bukid noon ang anak na panganay at nagtatrabaho. Nang pauwi na siya at malapit na sa kanila, narinig niya ang tugtugan at sayawan sa bahay nila. 26 Tinawag niya ang isang utusan at tinanong, 'Bakit? Anong mayroon sa bahay?' 27 Sumagot ang utusan, 'Dumating ang kapatid n'yo kaya ipinakatay ng inyong ama ang pinatabang baka upang ihanda, dahil bumalik siyang ligtas at nasa mabuting kalagayan.' 28 Nagalit ang panganay at ayaw pumasok sa bahay. Kaya pinuntahan siya ng kanyang ama at pinakiusapang pumasok. 29 Pero sumagot siya, 'Pinaglingkuran ko kayo ng tapat sa loob ng maraming taon at kailanman ay hindi ko sinuway ang utos ninyo. Pero kahit minsan ay hindi ninyo ako binigyan ng kahit isang batang kambing para makapaghanda ako at makapagsaya kasama ang mga kaibigan ko. 30 Pero nang dumating ang anak ninyong lumustay ng kayamanan ninyo sa mga babaeng bayaran, ipinagpatay n'yo pa ng pinatabang baka.' 31 Sumagot ang ama, 'Anak, lagi tayong magkasama at ang lahat ng ari-arian ko ay sa iyo. 32 Dapat lang na magsaya tayo dahil ang kapatid mo na inakala nating patay na ay bumalik na buhay. Nawala siya, pero muling nakita!' "

Ang Tusong Katiwala

16 Nagkwento pa si Jesus sa mga tagasunod niya: "May isang mayaman na may katiwala. Nabalitaan niyang nilustay ng katiwalang ito ang mga ari-arian niya. 2 Kaya ipinatawag niya ang katiwala ito at tinanong, 'Ano ba itong naririnig ko tungkol sa iyo? Kuwentahin na natin ang lahat ng ipinagkatiwala ko sa iyo dahil aalisin na kita bilang katiwala.' 3 Naisip ng katiwala, 'Ano kaya ang gagawin ko? Aalisin na ako bilang katiwala. Hindi ko kakayanin ang mabibigat na trabaho tulad ng paghuhukay, at nahihiya naman akong mamalimos. 4 Alam ko na! Gagawa ako ng paraan para tanggapin ako ng mga tao sa tahanan nila kapag inalis na ako sa trabaho ko.' 5 Isa-isa niyang ipinatawag ang mga may utang sa amo niya. Tinanong niya ang una, 'Magkano ang utang mo sa amo ko?' 6 Sumagot ito, '100 banga*a* ng langis ng olibo.' 'Heto ang kasulatan ng pagkakautang mo. Maupo ka at isulat mong 50 na lang ang utang mo,' sabi ng katiwala. 7 At tinanong naman niya ang isa pa, 'At ikaw, magkano ang utang mo?' Sumagot ito, '100 sako ng trigo.'

a 6 100 banga: o, 800 galon.

'Heto ang kasulatan ng pagkakautang mo. Isulat mong 80 na lang ang utang mo,' sabi ng katiwala. [8] *Nang malaman ng amo ang ginawa ng madayang katiwala,* pinuri niya ang kanyang katiwala dahil kumilos ito nang may karunungan. Sapagkat mas marunong ang mga taong makamundo kaysa sa mga taong naliwanagan na tungkol sa Dios.

[9] "Kaya sinasabi ko sa inyo, gamitin ninyo sa pakikipagkaibigan ang kayamanan ninyo sa mundong ito para kapag naubos man ito ay may tatanggap naman sa inyo sa tahanang walang hanggan. [10] Ang taong mapagkakatiwalaan sa maliliit na bagay ay mapagkakatiwalaan din sa malalaking bagay. At ang taong madaya sa maliliit na bagay ay magiging madaya rin sa malalaking bagay. [11] Kaya kung hindi kayo mapagkakatiwalaan sa mga kayamanan ng mundong ito, sino ang magtitiwala sa inyo ng tunay na kayamanan? [12] At kung hindi kayo mapagkakatiwalaan sa kayamanan ng iba, sino ang magbibigay sa inyo ng kayamanan na talagang para sa inyo?

[13] "Walang aliping makapaglilingkod nang sabay sa dalawang amo. Sapagkat tatanggihan niya ang isa at susundin naman ang isa, magiging tapat siya sa isa at tatalikuran ang isa. Ganoon din naman, hindi kayo makapaglilingkod nang sabay sa Dios at sa kayamanan."

Ang Iba pang mga Itinuro ni Jesus
(Mat. 11:12-13; 5:31-32; Mar. 10:11-12)

[14] Nang marinig iyon ng mga Pariseo, kinutya nila si Jesus dahil mahal nila ang salapi. [15] Kaya sinabi ni Jesus sa kanila, "Nagbabanal-banalan kayo sa harap ng mga tao pero alam ng Dios kung ano talaga ang nilalaman ng inyong puso. Sapagkat ang mga bagay na itinuturing ng tao na mahalaga ay kinasusuklaman ng Dios.

[16] "Bago dumating si Juan na tagapagbautismo, ang Kautusan *ni Moises* at ang *isinulat ng* mga propeta ang siyang sinusunod ng mga tao. At mula nang dumating si Juan, ipinangangaral na ang Magandang Balita tungkol sa paghahari ng Dios, at marami ang nagpupumilit na maging sakop nito. [17] Pero *hindi ibig sabihin na wala nang kabuluhan ang Kautusan, dahil* mas madali pang mawala ang langit at lupa kaysa sa mawalan ng kabuluhan kahit ang kaliit-liitang bahagi ng Kautusan.

[18] "Ang lalaking hiniwalayan ng asawa at magasawa ng iba ay nagkasala siya ng pangangalunya. At ang mag-asawa ng babaeng hiniwalayan ay nagkasala rin ng pangangalunya.

Ang Mayaman at si Lazarus

[19] "May isang mayamang lalaki na nakasuot ng mamahaling damit at kumakain ng masasarap na pagkain araw-araw. [20] May isa namang pulubing puno ng galis na ang pangalan ay Lazarus. Dinadala siya sa labas ng pintuan ng bakuran ng mayaman. [21] Gusto niyang makakain kahit ng mga tira-tira lang na nahuhulog galing sa mesa ng mayaman. Nilalapitan siya roon ng mga aso at dinidilaan ang mga galis niya. [22] Namatay ang pulubi at dinala ng mga anghel sa piling ni Abraham. Namatay din ang mayaman at inilibing. [23] At habang nagdurusa

siya sa lugar ng mga patay,[a] nakita niya sa malayo si Lazarus na kasama ni Abraham. [24] Kaya tumawag siya, 'Amang Abraham, maawa kayo sa akin! Utusan n'yo po si Lazarus na isawsaw ang daliri niya sa tubig at ipatak sa dila ko para lumamig-lamig ang pakiramdam ko, dahil hirap na hirap ako dito sa apoy.' [25] Pero sumagot si Abraham, 'Anak, alalahanin mong noong nabubuhay ka pa sa lupa ay mabuti ang kalagayan mo pero si Lazarus ay hirap na hirap. Ngayon naman ay inaaliw siya rito at ikaw naman ang nahihirapan. [26] Isa pa, hindi maaari ang sinabi mo dahil may malawak na bangin sa pagitan natin. Ang mga nandito sa amin na gustong pumunta riyan ay hindi makakatawid; at ang mga nariyan sa inyo ay hindi rin makakatawid dito.' [27] Sinabi pa ng mayaman, 'Kung ganoon, Amang Abraham, nakikiusap ako sa inyo, papuntahin ninyo si Lazarus sa bahay ng aking ama [28] para bigyan ng babala ang lima kong kapatid na lalaki tungkol sa lugar na ito ng paghihirap, nang hindi sila mapunta rito.' [29] Sumagot si Abraham, 'Nasa kanila ang mga isinulat ni Moises at ng mga propeta. Dapat nilang pakinggan ang mga iyon.' [30] Sumagot ang mayaman, 'Hindi po sila makikinig doon, amang Abraham. Pero kung may patay na mabubuhay at pupunta sa kanila, magsisisi ang mga iyon.' [31] Pero sinabi ni Abraham, 'Kung ayaw nilang makinig sa mga isinulat ni Moises at ng mga propeta, hindi rin sila maniniwala kahit may patay pa na muling mabuhay at mangaral sa kanila.' "

Mga Dahilan ng Pagkakasala
(Mat. 18:6-7, 21-22; Mar. 9:42)

17 Sinabi ni Jesus sa mga tagasunod niya, "Hindi maiiwasan ang pagdating ng mga bagay na magiging dahilan ng pagkakasala ng tao. Ngunit nakakaawa ang taong magiging dahilan ng pagkakasala ng kanyang kapwa. [2] Mas mabuti pang talian siya sa leeg ng gilingang bato at itapon sa dagat, kaysa siya ang maging dahilan ng pagkakasala ng isa sa maliliit[b] na ito. [3] Kaya mag-ingat kayo.

"Kung magkasala sa iyo ang kapatid mo, pagsabihan mo siya. At kung magsisi siya, patawarin mo. [4] Kahit pitong beses pa siyang magkasala sa iyo sa maghapon, kung pitong beses din siyang hihingi ng tawad sa iyo ay patawarin mo."

Tungkol sa Pananampalataya

[5] Sinabi ng mga apostol sa Panginoon, "Dagdagan po ninyo ang pananampalataya namin." [6] Sumagot ang Panginoon, "Kung may pananampalataya kayong kasinlaki lang ng buto ng mustasa, masasabi ninyo sa malaking punong ito, 'Mabunot ka at malipat na dagat!' At susundin kayo nito."

Ang Tungkulin ng Alipin

[7] Sinabi pa ni Jesus, "Halimbawa, may alipin kang nag-aararo o nag-aalaga ng mga tupa at kararating lang niya mula sa trabaho niya. Bilang amo sasabihin

---

a 23 *lugar ng mga patay:* sa Griego, *Hades.*

b 2 *maliliit:* Maaaring ang ibig sabihin, *ang mahihina sa pananampalataya o ang mga itinuturing na hamak o mababa o di kaya'y ang maliliit na bata.*

mo ba sa kanya, 'Halika na, maupo ka at kumain'? [8] Hindi! Sa halip, ito ang sasabihin ninyo, 'Magbihis ka na at ipaghanda ako ng hapunan, at pagsilbihan mo ako habang kumakain. Saka ka na kumain pagkatapos ko.' [9] Hindi pinasasalamatan ang alipin dahil ginagawa lang niya ang kanyang tungkulin. [10] Ganoon din naman sa inyo. Pagkatapos ninyong gawin ang mga iniutos sa inyo, sabihin ninyo, 'Mga alipin lamang kami, at hindi nararapat papurihan dahil ginagawa lang namin ang aming tungkulin.'"

Pinagaling ni Jesus ang Sampung Lalaking may Malubhang Sakit sa Balat

[11] Sa paglalakbay ni Jesus papuntang Jerusalem, dumaan siya sa hangganan ng Galilea at Samaria. [12] Nang papasok na siya sa isang nayon, sinalubong siya ng sampung lalaking may malubhang sakit sa balat. Tumayo lang sila sa malayo [13] at sumigaw kay Jesus, "Panginoong Jesus, maawa po kayo sa amin!" [14] Nang makita sila ni Jesus, sinabi niya sa kanila, "Pumunta kayo sa mga pari at magpatingin sa kanila." At habang naglalakad pa lang sila, luminis na ang kanilang balat. [15] Nang makita ng isa sa kanila na magaling na siya, bumalik siya kay Jesus at nagsisigaw ng papuri sa Dios. [16] Lumuhod siya sa harap ni Jesus at nagpasalamat sa kanya. Isa siyang Samaritano. [17] Sinabi ni Jesus, "Hindi ba't sampu ang pinagaling ko? Nasaan ang siyam? [18] Bakit hindi bumalik ang iba upang magpuri sa Dios maliban sa taong ito na hindi Judio?" [19] Sinabi niya sa lalaki, "Tumayo ka at umuwi na. Iniligtas[a] ka ng pananampalataya mo."

Ang tungkol sa Paghahari ng Dios.
(Mat. 24:23-28, 37-41)

[20] Minsan, tinanong ng mga Pariseo si Jesus kung kailan magsisimula ang paghahari ng Dios. Sumagot siya, "Walang makikitang palatandaan na nagsisimula na ang paghahari ng Dios. [21] Kaya walang makapagsasabing, 'Dito maghahari ang Dios!' o, 'Doon siya maghahari!' Dahil naghahari na ang Dios sa puso ninyo."[b] [22] Pagkatapos, sinabi niya sa mga tagasunod niya, "Darating ang panahon na gugustuhin ninyong makita ako na Anak ng Tao kahit isang araw lang, pero hindi pa iyon mangyayari. [23] May mga magsasabi sa inyo, 'Naroon siya!' o, 'Nandito siya!' Huwag kayong sasama sa kanila para hanapin ako. [24] Sapagkat ako na Anak ng Tao ay babalik na tulad ng kidlat na nagliliwanag sa buong kalangitan. [25] Ngunit kailangan muna akong dumanas ng maraming hirap, at itakwil ng henerasyong ito. [26] "Kung ano ang mga ginawa ng mga tao noong kapanahunan ni Noe ay ganoon din ang gagawin ng mga tao sa araw ng pagbabalik ko na Anak ng Tao. [27] Sa panahon nga ni Noe, wala silang inaatupag kundi ang magsaya. Nagkakainan sila, nag-iinuman at nag-aasawa, hanggang sa araw na pumasok si Noe sa barko. Dumating ang baha at nalunod silang lahat. [28] Ganoon din noong kapanahunan ni Lot. Ang mga tao'y nagkakainan, nag-iinuman, nagnenegosyo, nagsasaka at nagtatayo ng mga bahay, [29] hanggang

sa araw na umalis si Lot sa Sodom. At pagkatapos, umulan ng apoy at asupre mula sa langit at namatay silang lahat doon sa Sodom. [30] Ganyan din ang mangyayari sa araw ng pagbabalik ko na Anak ng Tao. [31] Sa araw na iyon, ang nasa labas ng bahay ay huwag nang pumasok para kumuha ng mga ari-arian niya. Ang nasa bukid ay huwag nang umuwi. [32] Alalahanin ninyo ang nangyari sa asawa ni Lot. [33] Sapagkat ang taong naghahangad magligtas ng kanyang buhay ay mawawalan nito. Ngunit ang taong nagnanais mag-alay ng kanyang buhay alang-alang sa akin ay magkakaroon ng buhay na walang hanggan. [34] Sinasabi ko sa inyo, sa gabing iyon, kapag may dalawang natutulog na magkatabi; maaaring kukunin ang isa at iiwan ang isa. [35] Sa dalawang babaeng magkasamang naggigiling, kukunin ang isa at iiwan ang isa. [36] [At kapag may dalawang lalaking nagtatrabaho sa bukid, maaaring kukunin ang isa at iiwan ang isa.]" [37] Tinanong siya ng mga tagasunod niya, "Saan po ito mangyayari, Panginoon?" Sumagot siya sa pamamagitan ng kasabihan, "Kung saan may bangkay, doon nag-uumpukan ang mga buwitre."[c]

Aral Tungkol sa Pananalangin

18 Nagkwento si Jesus sa mga tagasunod niya upang turuan silang laging manalangin at huwag mawalan ng pag-asa. [2] Sinabi niya, "Sa isang bayan ay may isang hukom na walang takot sa Dios at walang iginagalang na tao.[d] [3] Sa bayan ding iyon ay may isang biyuda na palaging pumupunta sa hukom at nagsasabi, 'Bigyan n'yo po ako ng katarungan at ipagtanggol n'yo ako laban sa mga kaaway ko!' [4] Noong una ay hindi pinapansin ng hukom ang biyuda, pero bandang huli ay sinabi niya, 'Kahit hindi ako natatakot sa Dios at walang iginagalang na tao, [5] bibigyan ko ng katarungan ang babaeng ito para hindi na niya ako gambalain ulit. Dahil kung hindi, iinisin niya ako sa kapaparito niya.'" [6] Pagkatapos, sinabi ng Panginoon, "Narinig ninyo ang sinabi ng masamang hukom? [7] Ang Dios pa kaya ang hindi magbigay ng katarungan sa mga pinili niya na tumatawag sa kanya araw at gabi? [8] Tinitiyak ko sa inyo na bibigyan niya agad sila ng katarungan. Ngunit kung ako na Anak ng Tao ay bumalik na rito sa mundo, may makikita kaya akong mga taong sumasampalataya sa akin?"

Ang Kwento tungkol sa Pariseo at sa Maniningil ng Buwis

[9] May mga tao roon na matuwid ang tingin sa sarili at humahamak sa iba. Kaya sinabi ni Jesus sa kanila ang talinghagang ito: [10] "May dalawang lalaking pumunta sa templo upang manalangin. Ang isa'y Pariseo at ang isa'y maniningil ng buwis. [11] Tumayo ang Pariseo at nanalangin tungkol sa kanyang sarili. Sinabi niya, 'O Dios, nagpapasalamat ako sa inyo dahil hindi ako katulad ng iba na magnanakaw, mandaraya at mangangalunya o katulad ng maniningil ng buwis

---

[a] 19 Iniligtas: o, Pinagaling.
[b] 21 sa puso ninyo: o, sa kalagitnaan ninyo.

[c] 37 buwitre: sa Ingles, "vulture," isang malaking ibon na kumakain ng mga patay.
[d] 2 walang iginagalang na tao: o, balewala sa kanya ang kanyang kapwa.

na iyon. ¹²Dalawang beses akong nag-aayuno sa isang linggo, at nagbibigay ako ng ikapu*a* ng lahat ng kinikita ko!' ¹³Ang maniningil naman ng buwis ay nakatayo sa malayo, at hindi man lang makatingala sa langit. Dinadagukan niya ang kanyang dibdib at sinasabi, 'Dios ko, mahabag po kayo sa akin na isang makasalanan.' ¹⁴Sinasabi ko sa inyo na ang maniningil ng buwis na iyon ay umuwing itinuring nang matuwid *ng Dios*, ngunit ang Pariseo ay hindi. Sapagkat ang nagpapakataas ng kanyang sarili ay ibababa, at ang nagpapakababa ay itataas."

Pinagpala ni Jesus ang Maliliit na Bata
(Mat. 19:13-15; Mar. 10:13-16)

¹⁵Dinala ng mga tao ang kanilang maliliit na anak kay Jesus upang patungan niya ng kamay *at pagpalain*. Nang makita iyon ng mga tagasunod ni Jesus, sinaway nila ang mga tao. ¹⁶Pero tinawag ni Jesus ang mga bata, at sinabihan niya *ang mga tagasunod niya*, "Hayaan ninyong lumapit sa akin ang mga bata. Huwag ninyo silang pigilan, dahil ang mga katulad nila ay kabilang sa kaharian ng Dios. ¹⁷Sinasabi ko sa inyo ang totoo, ang sinumang hindi tumatanggap sa paghahari ng Dios na gaya ng pagtanggap ng isang maliit na bata ay hindi mapapabilang sa kaharian ng Dios."

Ang Lalaking Mayaman
(Mat. 19:16-30; Mar. 10:17-31)

¹⁸Isang pinuno ng mga Judio ang nagtanong kay Jesus, "Mabuting Guro, ano po ang dapat kong gawin upang magkaroon ng buhay na walang hanggan?" ¹⁹Sumagot si Jesus, "Bakit mo sinasabing mabuti ako? Ang Dios lang ang mabuti, wala nang iba! ²⁰Alam mo ang sinasabi ng Kautusan: 'Huwag kang mangangalunya, huwag kang papatay, huwag kang magnanakaw, huwag kang sasaksi ng kasinungalingan, at igalang mo ang iyong ama at ina.'*b* ²¹Sumagot ang lalaki, "Sinusunod ko po ang lahat ng iyan mula pagkabata." ²²Nang marinig iyon ni Jesus ay sinabi niya, "Isang bagay pa ang kulang sa iyo. Ipagbili mo ang lahat ng ari-arian mo at ipamigay mo ang pera sa mga mahihirap, at magkakaroon ka ng kayamanan sa langit. Pagkatapos, bumalik ka at sumunod sa akin." ²³Nalungkot ang lalaki nang marinig ito, dahil napakayaman niya.

²⁴Nang makita ni Jesus na malungkot siya, sinabi niya, "Napakahirap para sa mayayaman ang mapabilang sa kaharian ng Dios. ²⁵Mas madali pang makapasok ang isang kamelyo sa butas ng karayom kaysa sa mapabilang ang isang mayaman sa kaharian ng Dios." ²⁶Tinanong siya ng mga nakarinig nito, "Kung ganoon po, sino na lang ang maliligtas?" ²⁷Sumagot si Jesus, "Ang imposible sa tao ay posible sa Dios." ²⁸Sinabi ni Pedro, "Paano naman kami? Iniwan namin ang lahat upang sumunod sa inyo." ²⁹Sumagot si Jesus, "Sinasabi ko sa inyo ang totoo, ang sinumang nag-iwan ng bahay, asawa, mga kapatid, mga magulang, at mga anak alang-alang sa kaharian ng Dios ³⁰ay tatanggap sa panahong ito ng mas marami pa kaysa sa mga

iniwan niya, at tatanggap din ng buhay na walang hanggan sa darating na panahon."

Ang Ikatlong Pagpapahayag ni Jesus tungkol sa Kanyang Kamatayan
(Mat. 20:17-19; Mar. 10:32-34)

³¹Tinawag ni Jesus ang 12 *apostol* at sinabi sa kanila, "Makinig kayo! Pupunta tayo sa Jerusalem, at matutupad na ang lahat ng isinulat ng mga propeta tungkol sa *akin na* Anak ng Tao. ³²Sapagkat ibibigay ako sa mga hindi Judio. Iinsultuhin nila ako, hihiyain at duduraan. ³³Hahagupitin nila ako at papatayin, ngunit muli akong mabubuhay sa ikatlong araw." ³⁴Pero wala silang naintindihan sa mga sinabi ni Jesus, dahil itinago sa kanila ang kahulugan niyon.

Pinagaling ni Jesus ang Isang Bulag
(Mat. 20:29-34; Mar. 10:46-52)

³⁵Nang malapit na sina Jesus sa Jerico, may isang lalaking bulag na nakaupo sa tabi ng daan at namamalimos. ³⁶Nang marinig niya ang maraming taong nagdaraan, nagtanong siya kung ano ang nangyayari. ³⁷Sinabi sa kanya ng mga tao, "Dumadaan si Jesus na taga-Nazaret." ³⁸Sumigaw ang bulag, "Jesus, Anak ni David,*c* maawa po kayo sa akin!" ³⁹Sinaway siya ng mga taong nasa unahan, pero lalo pa niyang nilakasan ang pagsigaw, "Anak ni David, maawa po kayo sa akin!" ⁴⁰Tumigil si Jesus at iniutos na dalhin sa kanya ang bulag. Nang makalapit ang bulag, tinanong niya ito, ⁴¹"Ano ang gusto mong gawin ko sa iyo?" Sumagot ang bulag, "Panginoon, gusto ko pong makakita!" ⁴²Sinabi sa kanya ni Jesus, "Makakita ka na! Pinagaling*d* ka ni iyong pananampalataya." ⁴³Nakakita siya agad, at sumunod siya kay Jesus nang nagpupuri sa Dios. Nang makita ng mga tao ang nangyari, nagpuri rin sila sa Dios.

Si Zaqueo

19 Pumasok si Jesus sa Jerico dahil doon siya dadaan *paputang Jerusalem*. ²May isang lalaki roon na ang pangalan ay Zaqueo. Siya ay mayaman at isa sa mga pinuno ng mga maniningil ng buwis. ³Gusto niyang makita kung sino talaga si Jesus, pero dahil pandak siya at marami ang tao *doon* ay hindi niya ito magawa. ⁴Kaya patakbo siyang nagpauna at umakyat sa isang puno ng sikomoro upang makita si Jesus na dadaan doon. ⁵Pagdating ni Jesus sa lugar na iyon, tumingala siya at sinabi, "Zaqueo, bumaba ka agad, dahil kailangan kong tumuloy sa bahay mo ngayon." ⁶Kaya nagmadaling bumaba si Zaqueo at masayang tinanggap si Jesus. ⁷Nang makita ng mga tao na roon siya tumuloy sa bahay ni Zaqueo, nagbulung-bulungan sila, "Tumuloy siya sa bahay ng isang masamang tao." ⁸*Sa loob ng bahay niya ay* tumayo si Zaqueo at sinabi, "Panginoon, ibibigay ko po sa mga mahihirap ang kalahati ng kayamanan ko. At kung may nadaya akong sinuman, babayaran ko ng apat na beses ang kinuha

---

a 12 ikapu: sa Ingles, *tenth* o *tithe*.
b 20 Exo. 20:12-16; Deu. 5:16-20.

c 38 Anak ni David: Ito ang tawag ng mga Judio sa Mesias o Cristo dahil sa paniniwalang mula siya sa angkan ni David.
d 42 Pinagaling: o, *Iniligtas*.

ko sa kanya." ⁹Sinabi sa kanya ni Jesus, "Dumating na ngayon ang kaligtasan sa sambahayang ito, dahil siya ay mula rin sa lahi ni Abraham. ¹⁰Sapagkat *ako na* Anak ng Tao ay naparito upang hanapin at iligtas ang naliligaw."

Ang Talinghaga tungkol sa Tatlong Alipin (Mat. 25:14-30)

¹¹Habang nakikinig ang mga tao, ikinuwento ni Jesus sa kanila ang isang talinghaga, dahil malapit na sila sa Jerusalem at ang akala ng mga tao ay makikita na nila ang paghahari ng Dios. ¹²Sinabi ni Jesus, "May isang kilala at mayamang tao na pumunta sa malayong lugar upang tanggapin ang awtoridad bilang hari *sa kanyang lugar,* at pagkatapos nito'y babalik siya agad sa kanyang bayan. ¹³*Bago siya umalis,* tinawag niya ang sampu sa mga alipin niya at binigyan sila ng magkakaparehong halaga ng pera. Pagkatapos, sinabi niya sa kanila, 'Gawin ninyo itong puhunan sa negosyo hanggang sa bumalik ako.'

¹⁴"Pero ayaw sa kanya ng mga kababayan niya. Kaya pagkaalis niya, nagpadala sila ng mga kinatawan doon sa pupuntahan niya para sabihin sa kinauukulan na ayaw nila na maghari siya sa kanila. ¹⁵Pero ginawa pa rin siyang hari. Nang makauwi na siya sa bayan niya, ipinatawag niya ang sampung alipin na binigyan niya ng puhunan para malaman kung magkano ang tinubo ng bawat isa. ¹⁶Lumapit sa kanya ang una at sinabi, 'Ang perang ibinigay n'yo sa akin ay tumubo po ng sampu.' ¹⁷Sinabi ng hari, 'Magaling! Mabuti kang alipin! At dahil naging tapat ka sa kakaunting ipinagkatiwala sa iyo, pamamahalain kita sa sampung lungsod.' ¹⁸Lumapit ang ikalawa at nagsabi, 'Ang pera po na ibinigay n'yo sa akin ay tumubo ng lima.' ¹⁹Sinabi ng hari, 'Mamamahala ka sa limang lungsod.' ²⁰Lumapit ang isa pang alipin at nagsabi, 'Ito po ang pera ninyo. Binalot ko po sa isang panyo, ²¹dahil natatakot ako sa inyo. Alam ko kasing mabagsik kayo; kinukuha ninyo ang hindi ninyo pinaghirapan, at inaani ninyo ang hindi ninyo itinanim.'ᵃ ²²Sinabi ng hari, 'Masamang alipin! Hahatulan kita ayon sa sinabi mo. Alam mo palang mabagsik ako, na kinukuha ko ang hindi ko pinaghirapan at inaani ko ang hindi ko itinanim. ²³Bakit hindi mo na lang idineposito sa bangko ang pera ko para sa pagbalik ko ay makuha ko ito ng may tubo?' ²⁴Sinabi ng hari sa mga naroon, 'Kunin n'yo sa kanya ang pera, at ibigay sa tumubo ng sampu.' ²⁵Sinabi nila, 'Kumita na po siya ng sampu.' ²⁶Sumagot ang hari, 'Tandaan ninyo: ang mayroon ay bibigyan pa, ngunit ang wala, kahit ang kaunting nasa kanya ay kukunin pa. ²⁷Tungkol naman sa mga kaaway ko na ayaw pasakop sa akin bilang hari, dalhin n'yo sila rito at patayin sa harap ko.'"

Ang Matagumpay na Pagpasok ni Jesus sa Jerusalem (Mat. 21:1-11; Mar. 11:1-11; Juan 12:12-19)

²⁸Pagkatapos magkwento ni Jesus, nagpatuloy siya sa paglalakad at nanguna sa kanila papuntang Jerusalem. ²⁹Nang malapit na sila sa mga nayon ng Betfage at Betania, sa bundok na kung tawagin ay Bundok ng mga Olibo, pinauna niya ang dalawa niyang tagasunod. ³⁰Sinabi niya sa kanila, "Pumunta kayo sa susunod na nayon. Pagpasok n'yo roon makikita ninyo ang isang batang asno na nakatali. Hindi pa ito nasasakyan ng kahit sino. Kalagan ninyo at dalhin dito. ³¹Kung may magtanong kung bakit ninyo kinakalagan ang asno, sabihin ninyong kailangan ng Panginoon." ³²Kaya lumakad ang dalawang inutusan, at nakakita nga sila ng asno ayon sa sinabi ni Jesus. ³³Nang kinakalagan na nila ang asno, tinanong sila ng mga may-ari, "Bakit ninyo kinakalagan iyan?" ³⁴Sumagot sila, "Kailangan ito ng Panginoon." ³⁵Dinala nila ang asno kay Jesus, at isinapin nila ang kanilang mga balabal nila sa likod ng asno at pinasakay si Jesus. ³⁶Habang nakasakay siya sa asno *paputang Jerusalem,* inilatag ng mga tao ang kanilang mga balabal sa dadaanan nila. ³⁷Nang pababa na siya sa Bundok ng mga Olibo at malapit na sa Jerusalem, nagsigawan sa tuwa ang lahat ng tagasunod niya at nagpuri nang malakas sa Dios dahil sa mga himalang nasaksihan nila. ³⁸Sinabi nila, "Pinagpala ng Panginoon ang haring kanyang ipinadala.ᵇ Mayroon na tayong magandang relasyonᶜ sa Dios. Purihin *ang Dios* sa langit!"

³⁹Sinabi sa kanya ng ilang Pariseong kasama ng karamihan, "Guro, sawayin mo ang mga tagasunod mo." ⁴⁰Pero sinagot sila ni Jesus, "Sinasabi ko sa inyo: kung tatahimik sila, ang mga bato na ang sisigaw ng papuri."

Umiyak si Jesus para sa mga Taga-Jerusalem

⁴¹Nang malapit na si Jesus sa Jerusalem at nakita niya ang lungsod, umiyak siya para sa mga taga-roon. ⁴²Sinabi niya, "Sana nalaman ninyo sa araw na ito kung ano ang makapagbibigay sa inyo ng kapayapaan. Ngunit natakpan ang inyong pang-unawa. ⁴³Darating ang araw na papaligiran kayo ng kuta ng inyong mga kaaway. Palilibutan nila kayo at kabi-kabilang lulusubin. ⁴⁴Lilipulin nila kayo at ang inyong mga anak, at wawasakin nila ang lungsod ninyo. Wala silang iiwang bato na magkapatong. *Mangyayari ang lahat ng ito sa inyo,* dahil binalewala ninyo ang araw ng pagliligtas sa inyo ng Dios."

Ang Pagmamalasakit ni Jesus sa Templo (Mat. 21:12-17; Mar. 11:15-19; Juan 2:13-22)

⁴⁵*Pagdating nila sa Jerusalem,* pumunta si Jesus sa templo at itinaboy niya ang mga nagtitinda roon. ⁴⁶Sinabi niya sa kanila, "Sinasabi *ng Dios* sa Kasulatan, 'Ang aking bahay ay bahay-panalanginan.'ᵈ Ngunit ginawa ninyong pugad ng mga tulisan!"ᵉ

⁴⁷Nagtuturo si Jesus sa templo araw-araw, habang pinagsisikapan naman ng mga namamahalang pari, mga tagapagturo sa Kautusan, at ng mga pinuno ng bayan na patayin siya. ⁴⁸Pero wala silang makitang paraan upang maisagawa ito dahil nakikinig nang mabuti ang mga tao sa mga itinuturo niya.

---

a 21 *inaani…itinanim:* o, *kinukuha ninyo ang kita ng iba.*
b 38 Salmo 118:26.
c 38 *magandang relasyon:* o, *kapayapaan.*
d 46 Isa. 56:7.
e 46 Jer. 7:11.

Ang Tanong tungkol sa Awtoridad ni Jesus
(Mat. 21:23-27; Mar. 11:27-33)

20 Isang araw, habang nangangaral ng Magandang Balita si Jesus sa mga tao sa templo, lumapit sa kanya ang mga namamahalang pari, mga tagapagturo ng Kautusan, at mga pinuno ng mga Judio. ² Sinabi nila sa kanya, "Sabihin mo nga sa aminkung ano ang karapatan mo na gumawa ng mga bagay na ito. Sino ang nagbigay sa iyo ng awtoridad na iyan?" ³ Sinagot sila ni Jesus, "Tatanungin ko rin kayo. Sabihin ninyo sa akin, ⁴ kanino galing ang awtoridad ni Juan para magbautismo, sa Dios^a o sa tao?" ⁵ Nag-usap-usap sila, "Kung sasabihin nating mula sa Dios, sasabihin niya, 'Bakit hindi kayo naniwala kay Juan?' ⁶ Pero kung sasabihin nating mula sa tao, babatuhin tayo ng mga tao, dahil naniniwala silang si Juan ay propeta *ng Dios*." ⁷ Kaya sumagot sila, "Hindi namin alam." ⁸ Sinabi ni Jesus sa kanila, "Kung ganoon, hindi ko rin sasabihin sa inyo kung saan nagmula ang awtoridad ko na gumawa ng mga bagay na ito."

Ang Talinghaga tungkol sa Masasamang Magsasaka
(Mat. 21:33-46; Mar. 12:1-12)

⁹ Pagkatapos noon, ikinuwento ni Jesus sa mga tao ang talinghagang ito: "May isang tao na nagtanim ng mga ubas sa kanyang bukid. Pagkatapos, pinaupahan niya ang ubasan niya sa mga magsasaka at pumunta siya sa malayong lugar, at nanatili roon nang matagal. ¹⁰ Nang panahon na ng pamimitas ng ubas, pinapunta niya ang isang alipin sa mga magsasakang umuupa ng kanyang ubasan upang kunin ang parte niya. Pero binugbog ng mga magsasaka ang alipin at pinaalis na walang dala. ¹¹ Nagsugo ulit ang may-ari ng isa pang alipin, pero binugbog din nila at hiniya, at pinaalis na wala ring dala. ¹² Nagsugo ulit siya ng ikatlong alipin, pero sinaktan din nila ito at pinalayas. ¹³ Nag-isip ang may-ari ng ubasan, 'Ano kaya ang gagawin ko? Alam ko na, papupuntahin ko sa kanila ang minamahal kong anak. Siguro naman ay igagalang nila siya.' ¹⁴ Pero nang makita ng mga magsasaka ang anak niya, sinabi nila, 'Narito na ang tagapagmana. Patayin natin siya para mapasaatin ang lupang mamanahin niya.' ¹⁵ Kaya dinala nila ito sa labas ng ubasan at pinatay.

"Ngayon, ano kaya ang gagawin ng may-ari ng ubasan? ¹⁶ Tiyak na pupuntahan niya ang mga magsasaka at papatayin. Pagkatapos, pauupahan niya sa iba ang kanyang ubasan." Nang marinig ito ng mga tao sinabi nila, "Huwag sanang ipahintulot ng Dios na mangyari ito!" ¹⁷ Tiningnan sila ni Jesus at tinanong, "Ano ba ang ibig sabihin ng talatang ito sa Kasulatan:

'Ang batong tinanggihan ng mga
    tagapagtayo ng bahay ang siyang
    naging batong pundasyon.'^b

¹⁸ Ang sinumang mahulog sa batong ito ay magkakabali-bali, ngunit ang mahulugan nito ay madudurog."

---

a 4 sa Dios: sa literal, *sa langit.*

b 17 Salmo 118:22.

Ang Tanong tungkol sa Pagbabayad ng Buwis
(Mat. 22:15-22; Mar. 12:13-17)

¹⁹ Alam ng mga tagapagturo ng Kautusan at ng mga namamahalang pari na sila ang pinatatamaan ni Jesus sa talinghaga na iyon. Kaya gusto nilang dakpin siya noon din, pero natatakot sila sa mga tao. ²⁰ Kaya naghintay na lang sila ng ibang pagkakataon. Nagsugo sila ng mga espiya na magpapanggap na mabuti ang layunin nila sa pagpunta kay Jesus, upang hulihin siya sa mga pananalita niya at maisakdal sa gobernador. ²¹ Sinabi ng mga espiya kay Jesus, "Guro, alam naming totoo ang mga sinasabi at itinuturo ninyo. At wala kayong pinapaboran, kundi kung ano ang katotohanan tungkol sa kalooban ng Dios ang itinuturo ninyo. ²² Ngayon para sa inyo, tama po ba na *tayong mga Judio* ay magbayad ng buwis sa Emperador ng Roma^c o hindi?" ²³ Pero alam ni Jesus ang katusuhan nila, kaya sinabi niya, ²⁴ "Patingin nga ng pera.^d Kaninong mukha at pangalan ang nakaukit dito?" Sumagot sila, "Sa Emperador." ²⁵ Sinabi ni Jesus, "Kung ganoon, ibigay ninyo sa Emperador ang para sa Emperador, at sa Dios ang para sa Dios." ²⁶ Nabigo sila sa pakay nilang mahuli si Jesus sa kanyang pananalita sa harapan ng mga tao. At dahil namangha sila sa sagot niya, tumahimik na lang sila.

Ang Tanong tungkol sa Muling Pagkabuhay
(Mat. 22:23-33; Mar. 12:18-27)

²⁷ May ilang Saduceo na lumapit kay Jesus at nagtanong. (Ang mga Saduceo ay hindi naniniwala sa muling pagkabuhay.) ²⁸ Sinabi nila, "Guro, ayon po sa *batas na* isinulat ni Moises, kapag ang isang lalaki ay namatay na walang anak sa kanyang asawa, dapat ay pakasalan ng kapatid niyang lalaki ang naiwan niyang asawa, para magkaanak sila para sa kanya.^e ²⁹ Ngayon, may pitong magkakapatid na lalaki. Nag-asawa ang panganay, at namatay na walang anak. ³⁰⁻³¹ Kaya ang biyuda ay napangasawa ng ikalawang kapatid. Pero namatay din siya na wala silang anak. Ganoon din ang nangyari sa ikatlo hanggang sa ikapitong kapatid. Namatay silang lahat na walang anak sa babae. ³² At kinalaunan, namatay din ang babae. ³³ Ngayon, sa araw ng muling pagkabuhay ng mga patay, sino po sa pito ang magiging asawa ng babaeng iyon dahil napangasawa niya silang lahat?" ³⁴ Sumagot si Jesus, "Ang mga tao sa panahong ito ay nag-aasawa. ³⁵ Ngunit ang mga taong mamarapatin ng Dios na mabuhay muli sa panahong darating ay hindi na mag-aasawa. ³⁶ Hindi na rin sila mamamatay dahil matutulad na sila sa mga anghel. Sila'y mga anak ng Dios dahil muli silang binuhay. ³⁷ Maging si Moises ay nagpapatunay na muling bubuhayin ang mga patay. Sapagkat nang naroon siya sa nagliliyab na mababang punongkahoy, tinawag niya ang Panginoon na 'Dios nina Abraham, Isaac at Jacob.'^f ³⁸ Hindi siya Dios ng mga patay kundi ng mga buhay, para sa kanya ang lahat ay buhay."

---

c 22 Emperador ng Roma: sa literal, *Cesar.*

d 24 pera: sa literal, *denarius,* na pera ng mga Romano.

e 28 Deu. 25:5.

f 37 Exo. 3:6.

[39] Sinabi ng ilang tagapagturo ng Kautusan, "Guro, mahusay ang sagot ninyo." [40] At wala nang nangahas na magtanong sa kanya.

Ang Tanong tungkol sa Cristo
(Mat. 22:41-46; Mar. 12:35-37)

[41] Ngayon, si Jesus naman ang nagtanong sa kanila, "Bakit sinasabi ng mga tao na ang Cristo raw ay lahi *lang* ni David? [42] Samantalang si David na rin ang nagsabi sa Aklat ng mga Salmo,

'Sinabi ng Panginoon sa aking Panginoon,
   Maupo ka sa aking kanan
[43] hanggang sa mapasuko ko sa iyo ang iyong
   mga kaaway.'[a]

[44] Ngayon, kung tinawag siya ni David na Panginoon, paano masasabing lahi *lang* siya ni David?"

Babala Laban sa mga Tagapagturo ng Kautusan
(Mat. 23:1-36; Mar. 12:38-40)

[45] Habang nakikinig kay Jesus ang mga tao, sinabi niya sa mga tagasunod niya, [46] "Magingat kayo sa mga tagapagturo ng Kautusan. Mahilig silang lumibot na nakasuot ng espesyal na damit.[b] At gustong-gusto nilang batiin sila't igalang sa matataong lugar. Mahilig silang maupo sa mga upuang pandangal sa mga sambahan at mga handaan. [47] Dinadaya nila ang mga biyuda para makuha ang mga ari-arian ng mga ito, at pinagtatakpan nila ang mga ginagawa nila sa pamamagitan ng mahabang pagdarasal. Ang mga taong ito'y tatanggap ng mas mabigat na parusa."

Ang Kaloob ng Biyuda
(Mar. 12:41-44)

21 Pinagmamasdan ni Jesus ang mayayaman naghuhulog ng pera sa lalagyan ng mga kaloob sa templo. [2] Nakita rin niya ang isang mahirap na biyuda na naghulog ng dalawang pirasong barya. [3] Sinabi ni Jesus, "Sinasabi ko sa inyo ang totoo, mas malaki ang ibinigay ng biyudang iyon kaysa sa kanilang lahat. [4] Sapagkat silang lahat ay nagbigay galing sa sobra nilang pera, pero ang biyuda ay nagbigay sa kabila ng kanyang kahirapan. Ibinigay niya ang lahat ng ikabubuhay niya."

Sinabi ni Jesus ang tungkol sa Pagkawasak ng Templo
(Mat. 24:1-2; Mar. 13:1-2)

[5] May ilan doon na nag-uusap tungkol sa mga mamahaling bato ng templo at mga palamuti nito na inihandog ng mga tao. Sinabi sa kanila ni Jesus, [6] "Darating ang araw na ang lahat ng nakikita ninyong iyan ay magigiba at walang maiiwang bato na magkapatong."

Mga Paghihirap at Pag-uusig na Darating
(Mat. 24:3-14; Mar. 13:3-13)

[7] Tinanong nila si Jesus, "Guro, kailan po mangyayari ang sinabi ninyo? At ano ang mga palatandaan kung malapit nang mangyari iyon?"

[8] Sumagot si Jesus, "Mag-ingat kayo na hindi kayo malinlang ninuman. Sapagkat marami ang darating sa aking pangalan at sasabihin nilang sila ang Cristo, at sasabihin din nilang dumating na ang panahon. Huwag kayong maniniwala sa kanila. [9] At kung makabalita kayo ng mga digmaan at mga himagsikan, huwag kayong matakot. Kinakailangang mangyari ang mga ito, ngunit hindi pa kaagad darating ang katapusan."

[10] Sinabi pa ni Jesus sa kanila, "Magdidigmaan ang mga bansa at mga kaharian. [11] Magkakaroon ng malalakas na lindol, taggutom at mga salot sa iba't ibang lugar. At makakakita kayo ng mga nakakatakot at nakakamanghang palatandaan mula sa langit. [12] "Ngunit bago mangyari ang lahat ng iyan ay uusigin muna kayo at dadakpin ng mga tao. Dadalhin nila kayo sa mga sambahan ng mga Judio *upang akusahan* at ipabilanggo. Iimbestigahan kayo sa harap ng mga hari at mga gobernador dahil sa pagsunod ninyo sa akin. [13] Magiging pagkakataon n'yo ito upang magpatotoo sa kanila tungkol sa akin. [14] Kaya itanim ninyo sa inyong isip na hindi kayo dapat mabalisa kung ano ang inyong isasagot. [15] Sapagkat bibigyan ko kayo ng karunungan sa pagsagot para hindi makaimik ang inyong mga kalaban. [16] Ibibigay kayo sa inyong mga kaaway ng sarili ninyong mga magulang, kapatid, kamag-anak at mga kaibigan, at ipapapatay nila ang ilan sa inyo. [17] Kapopootan kayo ng lahat dahil sa pagsunod ninyo sa akin. [18] Ngunit hindi kayo mapapahamak.[c] [19] At kung magpapakatatag kayo, magkakaroon kayo ng buhay *na walang hanggan*.

Tungkol sa Pagkawasak ng Jerusalem
(Mat. 24:15-21; Mar. 13:14-19)

[20] "Kapag nakita ninyong napapaligiran na ng mga sundalo ang Jerusalem, malalaman ninyong malapit na itong mawasak. [21] Kaya ang mga nasa Judea ay dapat nang tumakas papunta sa kabundukan, at ang mga nasa Jerusalem ay kailangang umalis agad. At ang mga nasa bukid naman ay huwag nang bumalik pa sa Jerusalem. [22] Sapagkat panahon na iyon ng pagpaparusa, upang matupad ang nakasaad sa Kasulatan. [23] Kawawa ang mga buntis at ang mga nagpapasuso sa mga araw na iyon *dahil mahihirapan silang tumakas*. Darating ang napakatinding paghihirap sa lupaing ito dahil sa matinding galit ng Dios sa mga tao rito. [24] Ang iba sa kanila'y papatayin sa espada, at ang iba nama'y dadalhing bihag sa ibang mga bansa. At ang Jerusalem ay sasakupin ng mga hindi Judio hanggang sa matapos ang panahong itinakda ng Dios sa kanila.

Ang Pagbabalik ni Jesus sa Mundo
(Mat. 24:29-31; Mar. 13:24-27)

[25] "May mga palatandaang makikita sa araw, sa buwan, at sa mga bituin. Mababagabag ang mga bansa at hindi nila malalaman kung ano ang gagawin nila dahil sa malalakas na ugong ng mga alon sa dagat. [26] Hihimatayin sa takot ang mga

---

a 43 Salmo 110:1.

b 46 espesyal na damit: sa literal, *mahabang damit.*

c 18 sa literal, *Hindi malalagas kahit isang buhok ng inyong ulo.*

tao dahil sa mga mangyayari sa mundo, dahil mayayanig at mawawala sa kani-kanilang landas ang mga bagay*ᵃ* sa kalawakan. ²⁷At makikita nila *ako na* Anak ng Tao na dumarating mula sa ulap na taglay ang kapangyarihan at kaluwalhatian.*ᵇ* ²⁸Kapag nagsimula nang mangyari ang mga bagay na ito, umasa kayo at maghintay*ᶜ* dahil malapit na ang pagliligtas sa inyo."

Ang Aral Mula sa Puno ng Igos
(Mat. 24:32-35; Mar. 13:28-31)

²⁹Ikinuwento sa kanila ni Jesus ang paghahalintulad na ito: "Tingnan ninyo ang puno ng igos at ang iba pang punongkahoy. ³⁰Kapag nagkakadahon na ang mga ito alam ninyong malapit na ang tag-init. ³¹Ganoon din naman, kapag nakita ninyong nangyayari na ang mga sinasabi kong ito sa inyo, malalaman ninyong malapit na ang paghahari ng Dios. ³²Sinasabi ko sa inyo ang totoo, matutupad ang lahat ng ito bago mawala ang henerasyong ito. ³³Ang langit at ang lupa ay maglalaho, ngunit ang mga salita ko ay mananatili magpakailanman."*ᵈ*

Maging Handa Kayo

³⁴"Kaya mag-ingat kayo na huwag mawili sa kalayawan, sa paglalasing, sa pagkaabala sa inyong kabuhayan, at baka biglang dumating ang araw na iyon ³⁵nang hindi ninyo inaasahan.*ᵉ* Sapagkat darating ang araw na iyon sa lahat ng tao sa buong mundo. ³⁶Kaya maging handa kayo sa lahat ng oras. Palagi kayong manalangin upang magkaroon kayo ng lakas na mapagtagumpayan ang lahat ng mangyayaring kahirapan, at makatayo kayo sa harap ko na Anak ng Tao *nang hindi napapahiya.*"

³⁷Araw-araw, nagtuturo si Jesus sa templo. Pagsapit ng gabi, pumupunta siya sa Bundok ng mga Olibo para magpalipas ng gabi. ³⁸At maagang pumupunta ang mga tao sa templo upang makinig sa kanya.

Ang Planong Pagpatay kay Jesus
(Mat. 26:1-5; Mar. 14:1-2; Juan 11:45-53)

22 Nalalapit na noon ang Pista ng Tinapay na Walang Pampaalsa na tinatawag ding Pista ng Paglampas ng Anghel.*ᶠ* ²Ang mga namamahalang pari at ang mga tagapagturo ng Kautusan ay naghahanap ng paraan upang maipapatay si Jesus *ng hindi magkakagulo,* dahil natatakot sila sa mga tao.

Nakipagkasundo si Judas sa mga Kaaway ni Jesus
(Mat. 26:14-16; Mar. 14:10-11)

³Pumasok si Satanas kay Judas na tinatawag na Iscariote. Isa siya sa 12 *tagasunod ni Jesus.* ⁴Pumunta

siya sa mga namamahalang pari at mga opisyal ng mga guwardya sa templo, at pinag-usapan nila kung paano niya maibibigay sa kanila si Jesus. ⁵Natuwa sila at nakipagkasundo kay Judas na bayaran siya. ⁶Pumayag naman si Judas sa kasunduan, at mula noon, humanap siya ng pagkakataon upang maibigay sa kanila si Jesus nang hindi nalalaman ng mga tao.

Paghahanda ng Hapunan para sa Pista
(Mat. 26:17-25; Mar. 14:12-21; Juan 13:21-30)

⁷Dumating ang Pista ng Tinapay na Walang Pampaalsa. At sa araw na ito, kailangang maghandog *ang mga Judio* ng tupa *na kakainin nila* sa Pista ng Paglampas ng Anghel. ⁸Kaya inutusan ni Jesus sina Pedro at Juan, "Ihanda ninyo ang hapunan natin para sa Pista ng Paglampas ng Anghel." ⁹Nagtanong sila, "Saan n'yo po kami gustong maghanda?" ¹⁰Sumagot si Jesus, "Pagpasok ninyo sa lungsod *ng Jerusalem,* sasalubungin kayo ng isang lalaking may pasan na banga ng tubig. Sundan ninyo siya sa bahay na papasukan niya, ¹¹at sabihin ninyo sa may-ari ng bahay, 'Ipinapatanong ng Guro kung saan ang kwartong kakainin niya ng hapunan na kasama ang mga tagasunod niya upang ipagdiwang ang Pista ng Paglampas ng Anghel.' ¹²Isasama niya kayo sa itaas at ituturo sa inyo ang isang malaking kwarto na kumpleto ang kagamitan. Doon kayo maghanda ng hapunan natin." ¹³Lumakad sila at nakita nga nila ang lahat ayon sa sinabi ni Jesus sa kanila. At inihanda nila roon ang hapunan para sa pista.

Huling Hapunan ni Jesus
(Mat. 26:26-30; Mar. 14:22-26; 1 Cor. 11:23-25)

¹⁴Pagdating ng oras ng hapunan, kumain si Jesus at ang kanyang mga apostol. ¹⁵Sinabi ni Jesus sa kanila, "Gustong-gusto kong makasalo kayo sa hapunang ito sa pagdiriwang ng Pista ng Paglampas ng Anghel, bago ako maghirap. ¹⁶Sapagkat sinasabi ko sa inyo na hindi na ako muling kakain nito hanggang sa matupad ang kahulugan nito sa araw ng paghahari ng Dios." ¹⁷Pagkatapos, kumuha siya ng inumin,*ᵍ* nagpasalamat sa Dios, at sinabi sa kanila, "Kunin ninyo ito at paghati-hatian. ¹⁸Sinasabi ko sa inyo na hindi na ako muling iinom ng inuming mula sa ubas hanggang sa araw ng paghahari ng Dios" ¹⁹Pagkatapos, kumuha siya ng tinapay, at matapos magpasalamat sa Dios ay hinati-hati niya ito at ibinigay sa kanila. Sinabi niya, "Ito ang aking katawan na inihahandog para sa inyo. Gawin ninyo ito bilang pag-alaala sa akin." ²⁰Pagkatapos nilang kumain, ganoon din ang ginawa niya sa inumin: kinuha niya ito *at nagpasalamat sa Dios,* at sinabi, "Ang inuming ito ang bagong kasunduan na pinagtibay ng dugo kong mabubuhos ng dahil sa inyo.

²¹"Ngunit makinig kayo! Kasalo ko sa mesang ito ang taong magtatraydor sa akin. ²²Sapagkat ayon sa itinalaga ng Dios, *Ako na* Anak ng Tao ay papatayin, ngunit nakakaawa ang taong magtatraydor sa akin." ²³Nagtanungan sa isa't isa ang mga tagasunod niya kung sino kaya sa kanila ang gagawa noon.

---

a 26 mga bagay: sa literal, *mga kapangyarihan.*

b 27 kapangyarihan at kaluwalhatian: o, *kapangyarihang nagniningning.*

c 28 umasa kayo at maghintay: sa literal, *tumayo kayo at tumingala.*

d 33 ang mga salita ko ay mananatili magpakailanman: ibig sabihin, *tiyak na matutupad.*

e 35 nang hindi ninyo inaasahan: sa literal, *na parang bitag.*

f 1 Pista ng Paglampas ng Anghel: Tingnan sa Exo. 12:1-30 kung paano nagsimula ang pistang ito.

g 17 inumin: sa literal, kopa. Ganito rin sa talatang 20.

Ang Pagtatalo tungkol sa Kadakilaan

²⁴ Nagtalo-talo ang mga tagasunod ni Jesus kung sino sa kanila ang pinakadakila. ²⁵ Kaya sinabi sa kanila ni Jesus, "Sa mundong ito, ang mga hari ay pinapanginoon ng mga nasasakupan nila, at ang mga may kapangyarihan ay gustong tawagin na 'Tagatulong ng mga Tao.' ²⁶ Ngunit hindi kayo dapat maging ganoon. Ang mas mataas ay dapat magpakababa, at ang pinuno ay dapat maging tulad ng isang tagapaglingkod. ²⁷ Sapagkat sino ba ang mas mataas, ang pinaglilingkuran*ᵃ* o ang naglilingkod? Siyempre, ang pinaglilingkuran. Ngunit naglilingkod ako sa inyo *kahit na ako ang Panginoon ninyo.*"

²⁸ "Kayo ang nanatiling kasama ko sa mga pagsubok na dinaranas ko. ²⁹ Kaya kung paanong binigyan ako ng aking Ama ng kapangyarihang maghari, kayo rin ay bibigyan ko ng ganoong kapangyarihan. ³⁰ Makakasalo ko kayo sa aking mesa sa aking kaharian, at uupo kayo sa mga trono upang mamahala sa 12 lahi ng Israel."

Sinabi ni Jesus na Ikakaila Siya ni Pedro
(Mat. 26:31-35; Mar. 14:27-31; Juan 13:36-38)

³¹ *Sinabi ni Jesus kay Pedro.* "Simon, makinig kang mabuti! Humingi ng pahintulot si Satanas sa Dios na subukin niya kayong lahat tulad ng pag-aalis ng ipa sa mga trigo. ³² Ngunit nanalangin ako para sa iyo, na huwag manghina ang iyong pananampalataya. At kapag nagbalik-loob ka na, palalakasin mo ang pananampalataya ng iyong mga kapatid." ³³ Sumagot si Simon, "Panginoon, handa po akong mabilanggo o mamatay na kasama ninyo." ³⁴ Pero sinabi sa kanya ni Jesus, "Pedro, tandaan mo, bago tumilaok ang manok ngayong gabi, tatlong beses mong ikakaila na kilala mo ako."

Sa Panahon ng Kahirapan

³⁵ Pagkatapos, sinabi ni Jesus sa mga tagasunod niya, "Noong suguin ko kayo nang walang dalang pitaka, bag, o sandalyas, kinulang ba kayo?" Sumagot sila, "Hindi po." ³⁶ "Ngunit ngayon," sabi ni Jesus, "Kung may pitaka o bag kayo, dalhin ninyo. At kung wala kayong espada, ipagbili ninyo ang damit ninyo at bumili kayo ng espada. ³⁷ Sapagkat sinasabi ko sa inyo na kailangang matupad ang sinasabing ito ng Kasulatan tungkol sa akin: 'Itinuring siyang isang kriminal.'*ᵇ* At natutupad na ito ngayon!" ³⁸ Sinabi ng mga tagasunod niya, "Panginoon, may dalawa po kaming espada." "Tama na iyan," sagot niya.

Nanalangin si Jesus sa Bundok ng mga Olibo
(Mat. 26:36-46; Mar. 14:32-42)

³⁹ Lumabas si Jesus sa Jerusalem, at gaya ng nakaugalian niya, pumunta siya sa Bundok ng mga Olibo. Sumama rin ang mga tagasunod niya. ⁴⁰ Pagdating nila roon, sinabi niya sa kanila, "Manalangin kayo upang hindi kayo madaig ng tukso." ⁴¹ Iniwan niya ang mga tagasunod niya at lumayo nang kaunti.*ᶜ* Pagkatapos, lumuhod siya at

nanalangin, ⁴² "Ama, kung maaari ay ilayo n'yo sana sa akin ang mga paghihirap na darating.*ᵈ* Ngunit hindi ang kalooban ko ang masunod kundi ang kalooban ninyo." ⁴³ [Nagpakita sa kanya ang isang anghel mula sa langit at pinalakas siya. ⁴⁴ Dahil sa paghihirap ng kanyang kalooban, lalo siyang nanalangin nang taimtim, at ang mga pawis niya ay parang dugo na tumutulo sa lupa.]

⁴⁵ Pagkatapos, tumayo siya at binalikan ang mga tagasunod niya, pero nadatnan niya silang natutulog dahil napagod sila sa matinding paghihinagpis. ⁴⁶ Kaya sinabi niya sa kanila, "Bakit kayo natutulog? Bumangon kayo at manalangin, upang hindi kayo madaig ng tukso."

Ang Pagdakip kay Jesus
(Mat. 26:47-56; Mar. 14:43-50; Juan 18:3-11)

⁴⁷ Nagsasalita pa si Jesus nang dumating ang maraming tao. Si Judas na isa sa 12 *tagasunod* ang nanguna sa kanila. Nilapitan niya si Jesus at hinalikan. ⁴⁸ Sinabi ni Jesus sa kanya, "Judas, tinatraydor mo ba *ako, na* Anak ng Tao, sa pamamagitan ng isang halik?" ⁴⁹ Nang makita ng mga kasamahan ni Jesus ang mga nangyayari, sinabi nila, "Panginoon, tatagain na ba namin *sila?*" ⁵⁰ At tinaga ng isa sa kanila ang alipin ng punong pari, at naputol ang kanang tainga nito. ⁵¹ Pero sinaway sila ni Jesus, "Tama na iyan!" Hinipo niya ang tainga ng alipin at pinagaling ito.

⁵² Pagkatapos, kinausap ni Jesus ang mga namamahalang pari, mga opisyal ng mga guwardya sa templo at ang mga pinuno ng mga Judio na naroon upang dakpin siya, "Isa ba akong tulisan? Bakit kailangan pa ninyong magdala ng mga espada at mga pamalo upang dakpin ako? ⁵³ Araw-araw akong nasa templo, at naroon din kayo. Bakit hindi n'yo ako dinakip? Ngunit ito na ang pagkakataong ibinigay sa inyo *upang dakpin ako.* At sa sandaling ito ay naghahari ang kadiliman."

Ipinagkaila ni Pedro na Kilala Niya si Jesus
(Mat. 26:57-58, 69-75; Mar. 14:53-54, 66-72; Juan 18:12-18, 25-27)

⁵⁴ Dinakip nila si Jesus at dinala sa bahay ng punong pari. Sumunod naman si Pedro pero nasa malayo siya. ⁵⁵ Nagsiga sa gitna ng bakuran ang mga naroon at naupo sila sa paligid ng siga para magpainit. Nakiupo rin si Pedro sa kanila. ⁵⁶ Nakita siya ng isang utusang babae sa tabi ng siga at tiningnan mabuti. Sinabi ng babae, "Kasamahan din ni Jesus ang lalaking ito!" ⁵⁷ Pero itinanggi ito ni Pedro, "Babae, hindi ko siya kilala." ⁵⁸ Maya-maya, may nakakita na naman sa kanya at nagsabi, "Kasamahan ka rin nila, di ba?" "Aba, hindi!" sagot ni Pedro. ⁵⁹ Pagkalipas ng isang oras, iginiit naman ng isa, "Totoong kasamahan din ni Jesus ang taong ito, dahil taga-Galilea rin siya." ⁶⁰ Pero sumagot si Pedro, "Hindi ko alam kung ano ang pinagsasabi mo!" At habang nagsasalita pa siya ay tumilaok ang manok. ⁶¹ Lumingon ang Panginoon at tiningnan si Pedro. Naalala ni Pedro ang sinabi ng Panginoon, "Bago tumilaok ang manok ngayong gabi, tatlong

---

a 27 pinaglilingkuran: sa literal, *nakaupo sa mesa.*

b 37 Isa. 53:12.

c 41 nang kaunti: sa literal, *ng isang hagis ng bato.*

d 42 ang mga paghihirap na darating: sa literal, *ang kopang ito.*

beses mong ikakaila na kilala mo ako." ⁶²Kaya lumabas si Pedro at humagulgol.

Kinutya at Binugbog si Jesus
(Mat. 26:67-68; Mar. 14:65)

⁶³Samantala, kinutya at binugbog si Jesus ng mga nagbabantay sa kanya. ⁶⁴Piniringan nila siya *at sinuntok*, at tinanong, "Hulaan mo, sino ang sumuntok sa iyo?" ⁶⁵At marami pa silang sinabing masama laban sa kanya.

Dinala si Jesus sa Korte ng mga Judio
(Mat. 26:59-66; Mar. 14:55-64; Juan 18:19-24)

⁶⁶Kinaumagahan, nagtipon ang mga pinuno ng mga Judio, mga namamahalang pari, at ang mga tagapagturo ng Kautusan. Iniharap nila si Jesus sa kanilang korte. ⁶⁷Sinabi nila, "Sabihin mo sa amin, ikaw ba ang Cristo?" Sumagot si Jesus, "Kung sasabihin ko sa inyo, hindi naman kayo maniniwala. ⁶⁸At kung tatanungin ko kayo, hindi naman kayo sasagot. ⁶⁹Ngunit mula ngayon, *ako na* Anak ng Tao ay uupo na sa kanan ng makapangyarihang Dios." ⁷⁰"Kung ganoon, ikaw nga ang Anak ng Dios?" sabi nila. Sumagot si Jesus, "Kayo na rin ang nagsabi na ako nga." ⁷¹Kaya sinabi nila, "Narinig na natin ang sinabi niya, ano pang ebidensya ang kailangan natin?"

Dinala si Jesus kay Pilato
(Mat. 27:1-2; 11:14; Mar. 15:1-5; Juan 18:28-38)

23 Pagkatapos noon, tumayo silang lahat at dinala nila si Jesus kay Pilato. ²At sinabi nila ang mga paratang nila laban kay Jesus: "Nahuli namin ang taong ito na sinusulsulan niya ang mga kababayan namin na maghimagsik. Ipinagbabawal niya ang pagbabayad ng buwis sa Emperador, at sinasabi niyang siya raw ang Cristo, na isang hari!" ³Tinanong siya ni Pilato, "Ikaw nga ba ang hari ng mga Judio?" Sumagot si Jesus, "Kayo na ang nagsasabi." ⁴Sinabi ni Pilato sa mga namamahalang pari at sa mga tao, "Wala akong nakitang kasalanan sa taong ito!" ⁵Pero mapilit sila at sinabing, "Ginugulo niya ang mga tao sa buong Judea sa pamamagitan ng mga turo niya. Nagsimula siya sa Galilea at narito na siya ngayon sa Jerusalem."

Dinala naman si Jesus kay Herodes

⁶Nang marinig ito ni Pilato, itinanong niya kung taga-Galilea si Jesus. ⁷At nang malaman niyang mula nga siya sa Galilea, ipinadala niya si Jesus kay Herodes, na nasa Jerusalem noon, dahil sakop nito ang Galilea.

⁸Tuwang-tuwa si Herodes nang makita niya si Jesus dahil matagal na niya itong gustong makita, dahil sa mga nababalitaan niya at gusto niyang makita si Jesus na gumagawa ng mga himala. ⁹Marami siyang itinanong kay Jesus, pero hindi ito sumagot. ¹⁰Samantala, patuloy na isinisigaw ng mga namamahalang pari at ng mga tagapagturo ng Kautusan ang mga paratang nila laban kay Jesus. ¹¹Hinamak at ininsulto ni Herodes at ng mga sundalo niya si Jesus. Sinuotan nila siya ng magandang damit *bilang pagkutya sa kanya*, at saka

ibinalik kay Pilato. ¹²At nang araw ding iyon ay naging magkaibigan ang dating magkaaway na sina Herodes at Pilato.

Hinatulan si Jesus ng Kamatayan
(Mat. 27:15-26; Mar. 15:6-15; Juan 18:39–19:16)

¹³Ipinatawag ni Pilato ang mga namamahalang pari, mga tagapamahala ng bayan at ang mga tao, ¹⁴at sinabi sa kanila, "Dinala ninyo sa akin ang taong ito na ayon sa inyo ay nanunulsol sa mga tao upang maghimagsik. Inimbestigahan ko siya sa harap ninyo at napatunayan kong hindi totoo ang mga paratang n'yo laban sa kanya. ¹⁵Ganoon din ang napatunayan ni Herodes kaya ipinabalik niya si Jesus dito sa akin. Wala siyang nagawang kasalanan upang parusahan ng kamatayan. ¹⁶Kaya ipahahagupit ko na lang siya at palalayain." ¹⁷[Tuwing Pista ng Paglampas ng Anghel, kailangang magpalaya si Pilato ng isang bilanggo.] ¹⁸Pero sabay-sabay na sumigaw ang mga tao, "Patayin ang taong iyan, at palayain si Barabas!" ¹⁹(Si Barabas ay nabilanggo dahil sa paghihimagsik sa Jerusalem at pagpatay.) ²⁰Muling nagsalita si Pilato sa mga tao dahil gusto niyang palayain si Jesus. ²¹Pero patuloy ang pagsigaw ng mga tao, "Ipako siya sa krus! Ipako siya sa krus!" ²²Sa ikatlong pagkakataon ay nagsalita si Pilato sa kanila, "Bakit, anong kasalanan ang ginawa niya? Wala akong nakikitang kasalanan sa kanya para ipapatay siya. Kaya ipahahagupit ko na lang siya at saka palalayain!" ²³Pero lalo nilang iginigiit na ipinagsisigawan na ipako siya sa krus. Sa wakas ay nanaig din sila. ²⁴Kaya pinagbigyan ni Pilato ang kahilingan ng mga tao *na ipako sa krus si Jesus*. ²⁵At ayon din sa kahilingan nila, pinalaya niya si Barabas, na nabilanggo dahil sa paghihimagsik at pagpatay. Pero ibinigay niya si Jesus sa kanila para gawin ang gusto nila.

Ipinako sa Krus si Jesus
(Mat. 27:32-44; Mar. 15:21-32; Juan 19:17-27)

²⁶Nang dinadala na ng mga sundalo si Jesus sa lugar na pagpapakuan sa kanya, nasalubong nila si Simon na taga-Cyrene na kagagaling lang sa bukid. Dinakip nila ito, at sapilitan nilang ipinapasan sa kanya ang krus, kasunod ni Jesus.

²⁷Sinusundan si Jesus ng napakaraming tao, kabilang ang mga babaeng umiiyak at nananaghoy dahil naaawa sila sa kanya. ²⁸Pero lumingon sa kanila si Jesus at sinabi, "Kayong mga kababaihan ng Jerusalem, huwag ninyo akong iyakan. Ang iyakan ninyo ay ang mga sarili ninyo at ang inyong mga anak. ²⁹Sapagkat darating ang mga araw na sasabihin ng mga tao, 'Mapalad ang mga babaeng walang anak at walang pinasususong sanggol.' ³⁰Sa mga araw na iyon ay sasabihin ng mga tao sa mga bundok at sa mga burol, 'Tabunan ninyo kami!'ᵃ ³¹Sapagkat kung ginawa nila ito sa akin na

---

a 30 Hos. 10:8.

walang kasalanan,[a] ano pa kaya sa mga taong may kasalanan?"[b]

[32] Dalawa pang kriminal ang dinala nila upang pataytraining kasama ni Jesus. [33] Pagdating nila sa lugar na tinatawag na "Bungo," ipinako nila sa krus si Jesus at ang dalawang kriminal, ang isa ay sa kanan ni Jesus at ang isa ay sa kaliwa. [34] [Sinabi ni Jesus, "Ama, patawarin mo sila dahil hindi nila nalalaman ang kanilang ginagawa."] Nagpalabunutan ang mga sundalo para paghahati-hatian ang mga damit ni Jesus. [35] Habang nakatayo ang mga tao roon at nanonood, iniinsulto ng mga tagapamahala ng bayan si Jesus. Sinabi nila, "Iniligtas niya ang iba, iligtas naman niya ngayon ang kanyang sarili kung siya nga talaga ang Cristong pinili ng Dios!" [36] Ininsulto rin siya ng mga sundalo at binigyan ng maasim na alak, [37] at sinabi pa nila sa kanya, "Kung ikaw nga ang Hari ng mga Judio, iligtas mo ang iyong sarili!" [38] May karatula sa ulunan ni Jesus, at ganito ang nakasulat: "Ito ang Hari ng mga Judio."

[39] Ininsulto rin si Jesus ng isa sa mga kriminal sa tabi niya, "Hindi ba ikaw ang Cristo? Iligtas mo ang sarili mo, pati na kami!" [40] Pero sinaway siya ng isa pang kriminal na nakapako, "Hindi ka ba natatakot sa Dios? Ikaw man ay pinaparusahan din ng kamatayan. [41] Dapat lang na parusahan tayo ng kamatayan dahil sa mga ginawa nating kasalanan, pero ang taong ito'y walang ginawang masama!" [42] Pagkatapos ay sinabi niya, "Jesus, alalahanin n'yo ako kapag naghahari na kayo." [43] Sumagot si Jesus, "Sasabihin ko sa iyo ang totoo, ngayon din ay makakasama kita sa Paraiso."

Ang Pagkamatay ni Jesus
(Mat. 27:45-56; Mar. 15:33-41; Juan 19:28-30)

[44-45] Nang mag-aalas dose na ng tanghali, nawala ang liwanag ng araw, at dumilim sa buong lupain sa loob ng tatlong oras. At ang kurtina sa loob ng templo ay nahati *mula sa itaas hanggang sa ibaba.* [46] Sumigaw nang malakas si Jesus, "Ama, ipinagkakatiwala ko sa inyo ang aking espiritu!"[c] At pagkasabi niya nito, nalagot ang kanyang hininga. [47] Nang makita ng kapitan ng mga sundalo ang nangyari, pinuri niya ang Dios at sinabi, "Totoo ngang walang kasalanan ang taong ito." [48] Ang mga taong pumunta roon at nakasaksi sa lahat ng nangyari ay umuwi nang *malungkot at* dinadagukan ang kanilang mga dibdib. [49] Sa di-kalayuan ay nakatayo ang mga kaibigan ni Jesus, pati ang mga babaeng sumama sa kanya mula sa Galilea. At nakita rin nila ang lahat ng nangyari.

Ang Paglilibing kay Jesus
(Mat. 27:57-61; Mar. 15:42-47; Juan 19:38-42)

[50-51] May isang lalaki na ang pangalan ay Jose. Siya ay taga-Arimatea na sakop ng Judea. Kahit na miyembro siya ng korte ng mga Judio, hindi niya sinang-ayunan ang kanilang ginawa kay Jesus. Mabuting tao siya, matuwid at kabilang sa mga naghihintay sa paghahari ng Dios. [52] Pumunta si Jose kay Pilato at hiningi ang bangkay ni Jesus. [53] Inalis niya ang bangkay sa krus at binalot ng telang linen. Pagkatapos, inilagay niya ito sa libingang inukit sa gilid ng burol, na hindi pa napaglilibingan. [54] Biyernes noon at araw ng paghahanda para sa Araw ng Pamamahinga.

[55] Sinundan si Jose ng mga babaeng sumama kay Jesus mula sa Galilea. Nakita nila ang libingan at ang pagkakalagay doon ng bangkay ni Jesus. [56] Pagkatapos, umuwi sila at naghanda ng sari-saring pabango na ipapahid sa bangkay ni Jesus. At nang magsimula na ang Araw ng Pamamahinga, nagpahinga sila, ayon sa Kautusan.

Muling Nabuhay si Jesus
(Mat. 28:1-10; Mar. 16:1-8; Juan 20:1-10)

24 Madaling-araw ng Linggo, pumunta ang mga babae sa libingan dala ang mga pabangong inihanda nila. [2] Nang dumating sila sa libingan, nakita nilang naalis na ang batong nakatakip sa pintuan ng libingan. [3] Kaya pumasok sila sa loob, pero hindi nila nakita ang bangkay ng Panginoong Jesus. [4] Habang naguguluhan sila sa pangyayari, bigla silang nakakita ng dalawang lalaking nakakasilaw ang damit, at nakatayo sa tabi nila. [5] At dahil sa takot, napayuko sila sa lupa. Tinanong sila ng mga lalaki, "Bakit ninyo hinahanap ang buhay dito sa mga patay? [6] Wala na siya rito. Nabuhay siyang muli! Hindi ba sinabi niya sa inyo noong nasa Galilea pa siya, [7] na ang Anak ng Tao ay kailangang ibigay sa masasamang tao at ipako sa krus, pero mabubuhay siyang muli sa ikatlong araw?" [8] At naalala ng mga babae ang mga sinabi ni Jesus. [9] Kaya umuwi sila at ibinalita ang lahat ng ito sa 11 *apostol* at sa iba pa nilang kasamahan. [10] Ang mga babaeng ito ay sina Maria na taga-Magdala, Juana, Maria na ina ni Santiago, at ang iba pang mga babaeng kasama nila. Sinabi nila sa mga apostol ang nakita nila, [11] pero hindi naniwala ang mga apostol dahil akala nila ay gawa-gawa lang iyon ng mga babae. [12] Ganoon pa man, tumakbo si Pedro at pumunta sa libingan. Pagdating niya roon, sumilip siya sa loob pero wala siyang nakita kundi ang *telang* linen na ipinambalot sa bangkay. Kaya umuwi siyang nagtataka sa pangyayari.

Ang Nangyari sa Daan na Patungong Emaus
(Mar. 16:12-13)

[13] Nang araw ding iyon, may dalawang tagasunod si Jesus na naglalakad papuntang Emaus. Ang nayong ito ay mga 11 kilometro ang layo mula sa Jerusalem. [14] Pinag-uusapan ng dalawa ang mga pangyayaring naganap kamakailan lang. [15] Habang nag-uusap sila at nagtatalo *tungkol sa mga bagay na iyon,* lumapit sa kanila si Jesus at nakisabay sa paglalakad. [16] Hindi nila siya nakilala dahil itinago ito sa kanilang paningin. [17] Tinanong sila ni Jesus, "Ano ang pinag-uusapan ninyo habang naglalakad kayo?" Tumigil sandali ang dalawa at malungkot ang mga mukha. [18] Sumagot ang isa na ang pangalan ay Cleopas, "Siguro, sa lahat ng dumadayo sa Jerusalem, kayo lang ang hindi nakabalita tungkol sa mga nangyari roon kamakailan." [19] Nagtanong si Jesus sa

---

a 31 sa akin na walang kasalanan: sa literal, *sa sariwang kahoy.*

b 31 sa mga taong may kasalanan: sa literal, *sa tuyong kahoy.*

c 46 Salmo 31:5.

kanila, "Bakit, ano ang mga nangyari?" At sumagot sila, "Ang nangyari kay Jesus na taga-Nazaret. Isa siyang propetang makapangyarihan sa paningin ng Dios at ng mga tao. At pinatunayan ito ng mga gawa at aral niya. [20] Inakusahan siya ng mga pinuno namin at ng mga namamahalang pari upang mahatulang mamatay. At ipinako siya sa krus. [21] Umasa pa naman kami na siya ang magpapalaya sa Israel *mula sa kamay ng mga taga-Roma.* Pero ikatlong araw na ngayon mula nang pinatay siya. [22-23] Pero nagulat kami sa ibinalita sa amin ng ilang babaeng kasamahan namin na maagang pumunta kanina sa libingan. Hindi nila nakita ang bangkay ni Jesus, pero nakakita raw sila ng mga anghel na nagsabing buhay si Jesus. [24] Pumunta rin sa libingan ang ilan sa mga kasama naming lalaki at nakita nila na wala nga roon ang bangkay, gaya ng sinabi ng mga babae."

[25] Sinabi sa kanila ni Jesus, "Mga mangmang kayo! Ang hirap ninyong papaniwalain sa lahat ng sinabi ng mga propeta *sa Kasulatan.* [26] Hindi ba't ang Cristo ay kailangang magtiis ng lahat ng ito bago siya parangalan ng Dios?" [27] At ipinaliwanag sa kanila ni Jesus ang lahat ng nakasulat sa Kasulatan tungkol sa kanya, mula sa *mga isinulat ni* Moises hanggang sa *mga isinulat ng* mga propeta.

[28] Nang malapit na sila sa Emaus na pupuntahan nila, nagkunwari si Jesus na magpapatuloy sa kanyang paglalakbay. [29] Pero pinigil nila siya, at sinabi, "Dito na muna kayo tumuloy sa amin, dahil palubog na ang araw at dumidilim na." Kaya sumama siya sa kanila. [30] Nang kakain na sila, kinuha ni Jesus ang tinapay at nagpasalamat sa Dios. Pagkatapos, pinaghati-hati niya ito at ibinigay sa kanila. [31] Nabuksan ang kanilang mga paningin at nakilala nila si Jesus. Pero bigla siyang nawala sa kanilang paningin. [32] Sinabi nila, "Kaya pala ang ganda ng pakiramdam natin habang kinakausap niya tayo sa daan at ipinapaliwanag sa atin ang Kasulatan."

[33] Noon din ay bumalik sila sa Jerusalem. Nadatnan nilang nagtitipon ang 11 *apostol* at ang iba pa nilang kasamahan. [34] Pinag-uusapan nilang, "Muli ngang nabuhay ang Panginoon! Nagpakita siya kay Pedro." [35] Ikinuwento naman ng dalawang galing Emaus ang nangyari sa kanila sa daan, at kung paano nila nakilala si Jesus nang paghahati-hatiin niya ang tinapay.

Nagpakita si Jesus sa mga Tagasunod Niya
(Mat. 28:16-20; Mar. 16:14-18; Juan 20:19-23; Mga Gawa 1:6-8)

[36] Habang pinag-uusapan nila ito, nagpakita si Jesus at tumayo sa kalagitnaan nila, at binati sila, "Sumainyo ang kapayapaan!" [37] Pero nagulat sila at natakot dahil akala nila ay multo ang nakita nila. [38] Kaya sinabi ni Jesus sa kanila, "Bakit kayo natatakot? At bakit kayo nag-aalinlangan? [39] Ako talaga ito. Tingnan ninyo ang *mga bakas ng mga pako sa* mga kamay at paa ko. Hawakan ninyo ako at pagmasdan. *Hindi ako multo.* Ang multo ay walang laman at buto pero ako ay mayroon." [40] [Pagkasabi niya nito, ipinakita niya sa kanila ang kanyang mga kamay at paa.] [41] Sa kagalakan nila at pagkamangha, halos hindi pa rin sila makapaniwala. Kaya tinanong sila ni Jesus, "Mayroon ba kayong pagkain dito?" [42] Binigyan nila si Jesus ng isang hiwa ng inihaw na isda. [43] Kinuha niya iyon at kinain sa harap nila.

[44] Pagkatapos, sinabi niya sa kanila, "Sinabi ko na sa inyo noong magkasama pa tayo na kailangang matupad ang lahat ng nasusulat tungkol sa akin sa Kautusan ni Moises, sa *mga isinulat ng* mga propeta at sa mga Salmo." [45] At binuksan ni Jesus ang isip nila upang maunawaan nila ang Kasulatan. [46] Sinabi niya sa kanila, "Ayon sa Kasulatan, kailangang magtiis ng hirap at mamatay ang Cristo ngunit muling mabubuhay sa ikatlong araw. [47] At dapat ipangaral sa buong mundo, mula sa Jerusalem, na sa pamamagitan niya'y patatawarin ng Dios ang nagsisisi sa kanilang mga kasalanan. [48] Kayo ang mga saksi sa mga bagay na ito. [49] Isusugo ko sa inyo ang *Banal na Espiritung* ipinangako ng Ama, kaya manatili muna kayo rito sa Jerusalem hanggang sa dumating sa inyo ang kapangyarihan mula sa langit."

Ang Pag-akyat ni Jesus sa Langit
(Mar. 16:19-20; Mga Gawa 1:9-11)

[50] Pagkatapos, isinama sila ni Jesus sa Betania. Pagdating doon, itinaas niya ang mga kamay niya at pinagpala sila. [51] At habang pinagpapala niya sila, iniwan niya sila at iniakyat siya sa langit. [52] Siya ay sinamba nila at bumalik sila sa Jerusalem na punong-puno ng kagalakan. [53] At palagi silang nasa templo na nagpupuri sa Dios.

ANG MAGANDANG BALITA TUNGKOL KAY JESU-CRISTO AYON KAY

JUAN

Ang Salitang Nakapagbibigay ng Buhay na Walang Hanggan

1 Nang pasimula, naroon na ang *tinatawag na Salita*. Ang Salita ay kasama ng Dios at ang Salita ay Dios. ² Sa simula pa'y kasama na siya ng Dios. ³ Nilikha ang lahat ng bagay sa pamamagitan niya, at walang anumang nalikha nang hindi sa pamamagitan niya. ⁴ Ang Salita ang pinagmumulan ng buhay, at ang buhay na ito'y ilaw, dahil ito ang nagbibigay-liwanag sa mga tao. ⁵ Ang ilaw na ito'y nagliliwanag sa kadiliman,[a] at hindi ito nadaig ng kadiliman.[b]

⁶ Isinugo ng Dios ang isang tao na ang pangalan ay Juan. ⁷ Isinugo siya upang magpatotoo kung sino ang ilaw, upang sa pamamagitan ng kanyang patotoo ay sumampalataya ang lahat ng tao. ⁸ Hindi si Juan ang mismong ilaw, kundi naparito siya upang magpatotoo kung sino ang ilaw. ⁹ Ang tunay na ilaw na nagbibigay-liwanag sa lahat ng tao ay dumating na sa mundo. ¹⁰ Naparito siya sa mundo. At kahit na nilikha ang mundo sa pamamagitan niya, hindi siya kinilala ng mundo. ¹¹ Pumunta siya sa sarili niyang *mga kababayan*, pero tinanggihan siya ng karamihan. ¹² Ngunit ang lahat ng tumanggap at sumampalataya sa kanya ay binigyan niya ng karapatang maging anak ng Dios. ¹³ Naging anak sila ng Dios hindi sa pamamagitan ng pisikal na pagkasilang o dahil sa kagustuhan ng tao kundi dahil sa kalooban ng Dios.

¹⁴ Nagkatawang-tao ang Salita at namuhay na kasama natin. Nakita namin ang kadakilaan niya bilang kaisa-isang Anak ng Ama. Puspos siya ng biyaya at pawang katotohanan ang mga sinasabi niya. ¹⁵ Nagpatotoo si Juan tungkol sa kanya at ito ang kanyang sinabi: "Siya ang tinutukoy ko nang sabihin kong, 'May isang darating na kasunod ko, mas dakila siya kaysa sa akin, dahil nariyan na siya bago pa ako ipanganak.'" ¹⁶ Sa kasaganaan ng kanyang biyaya[c] ay tumanggap tayong lahat ng sunud-sunod na pagpapala. ¹⁷ Ibinigay sa atin ng Dios ang Kautusan sa pamamagitan ni Moises, ngunit ang biyaya at katotohanan ay napasaatin sa pamamagitan ni Jesu-Cristo. ¹⁸ Wala pang nakakita sa Dios *Ama* kahit kailan, ngunit ipinakilala siya sa atin ng kanyang Bugtong na Anak,[d] na Dios din nga at kapiling ng Ama.[e]

Ang Patotoo ni Juan tungkol kay Jesus
(Mat. 3:1-12; Mar. 1:1-8; Luc. 3:1-18)

¹⁹⁻²⁰ Pinapunta *ng mga pinuno* ng mga Judio sa Jerusalem ang ilang mga pari at Levita upang tanungin si Juan kung sino talaga siya. Tinapat sila ni Juan. Sinabi niya, "Hindi ako ang Cristo." ²¹ Nagtanong sila, "Kung ganoon, sino ka? Ikaw ba si Propeta Elias?" Sumagot siya, "Hindi." *Tinanong pa nila si Juan, "Ikaw ba ang Propeta na ipinangakong darating?"* "Hindi rin," sagot ni Juan. ²² "Kung ganoon, sino ka talaga? *Sabihin mo sa amin* para may maisagot kami sa mga nagsugo sa amin. Ano ang masasabi mo tungkol sa sarili mo?" ²³ Sumagot si Juan, "Ako ang taong binanggit ni Propeta Isaias nang sabihin niya,

'Maririnig ang sigaw ng isang tao sa ilang
    na nagsasabi,
Tuwirin ninyo ang dadaanan ng
        Panginoon.'"[f]

²⁴ Ang mga nagsugo sa mga taong pumunta kay Juan ay mga Pariseo.[g] ²⁵ Tinanong nila ulit si Juan, "Bakit ka nagbabautismo kung hindi naman pala ikaw ang Cristo, o si Elias, o ang Propeta?" ²⁶ Sumagot si Juan, "Nagbabautismo ako sa tubig, ngunit may nakatayong kasama ninyo na hindi ninyo nakikilala. ²⁷ Siya ang *sinasabi kong* darating na kasunod ko, at ni hindi man lang ako karapat-dapat na maging alipin niya."[h]

²⁸ Nangyari ito sa Betania, sa kabila ng *Ilog ng* Jordan, kung saan nagbabautismo si Juan.

Si Jesus ang Tupa ng Dios

²⁹ Kinabukasan, nakita ni Juan si Jesus na papalapit sa kanya. Sinabi niya *sa mga tao*, "Narito na ang Tupa ng Dios na *ihahandog upang* mag-alis ng kasalanan *ng mga tao sa mundo!* ³⁰ Siya ang tinutukoy ko nang sabihin ko, 'May isang darating na kasunod ko, mas dakila siya kaysa sa akin, dahil nariyan na siya bago pa ako ipanganak.' ³¹ Noong una'y hindi ko rin kilala kung sino siya. Ngunit naparito akong nagbabautismo sa tubig upang ipakilala siya sa Israel."

³² Pagkatapos, nagpatotoo si Juan, "Nakita ko ang *Banal na Espiritu* na bumaba mula sa langit tulad ng isang kalapati at nanatili sa kanya. ³³ Noong una'y hindi ko rin kilala kung sino siya, ngunit ang Dios na nag-utos sa akin na magbautismo sa tubig ang nagsabi sa akin, 'Kapag nakita mong bumaba ang *Banal na* Espiritu at nanatili sa isang tao, ang taong iyon ang magbabautismo sa Banal na Espiritu.' ³⁴ Nakita ko ito at nagpatotoo ako na siya ang Anak ng Dios."

Ang mga Unang Tagasunod ni Jesus

³⁵ Kinabukasan, naroon ulit si Juan kasama ang dalawa sa mga tagasunod niya. ³⁶ Nang makita

---

a 5 kadiliman: Ang ibig sabihin, kasamaan.

b 5 hindi ito nadaig ng kadiliman: o, hindi ito naunawaan ng mga nasa kadiliman.

c 16 biyaya: Sa ibang salin sa Biblia, kagandahang-loob.

d 18 Bugtong na Anak: o, natatanging Anak.

e 18 kapiling ng Ama: o, minamahal ng Ama; o, laging kasama ng Ama; sa literal, nasa dibdib ng Ama.

f 23 Isa. 40:3.

g 24 o, Ang ilan sa mga inutusang pumunta kay Juan ay mga Pariseo.

h 27 Hindi...alipin niya: sa literal, Hindi man lang ako karapat-dapat na magkalag ng tali ng kanyang sandalyas.

niya si Jesus na dumaraan, sinabi niya, "Narito na ang Tupa ng Dios!" [37]Nang marinig iyon ng dalawang tagasunod ni Juan, sinundan nila si Jesus. [38]Lumingon si Jesus at nakita silang sumusunod. Kaya tinanong niya sila, "Ano ang kailangan ninyo?" Sumagot sila, "Rabbi, saan po kayo nakatira?" (Ang ibig sabihin ng Rabbi ay "Guro.") [39]Sinabi sa kanila ni Jesus, "Halikayo at makikita ninyo." Kaya sumama ang dalawa at nakita nila ang tinutuluyan niya. Bandang alas kwatro na noon ng hapon, kaya doon na sila nagpalipas ng gabi. [40]Ang isa sa dalawang nakarinig ng sinabi ni Juan at sumunod kay Jesus ay si Andres na kapatid ni Simon Pedro. [41]*Kinaumagahan,* hinanap kaagad ni Andres ang kapatid niyang si Simon at sinabi sa kanya, "Natagpuan na namin ang Mesias." (Ang ibig sabihin ng Mesias ay "Cristo".) [42]Isinama niya si Simon kay Jesus. At nang makarating sila kay Jesus, tiningnan ni Jesus si Simon at sinabi, "Ikaw si Simon na anak ni Juan, mula ngayon ay tatawagin ka nang Cefas." (Ang Cefas ay pareho rin ng pangalang Pedro.)[a]

Ang Pagtawag ni Jesus kina Felipe at Natanael

[43]Kinabukasan, nagpasya si Jesus na pumunta sa Galilea. *Pagdating niya roon,* nakita niya si Felipe at sinabi niya rito, "Sumunod ka sa akin." [44](Si Felipe ay taga-Betsaida, tulad nina Andres at Pedro.) [45]Hinanap ni Felipe si Natanael at sinabi niya rito, "Natagpuan na namin ang taong tinutukoy ni Moises sa Kautusan, at *maging sa mga isinulat* ng mga propeta. Siya si Jesus na taga-Nazaret na anak ni Jose." [46]Tinanong siya ni Natanael, "May mabuti bang nanggagaling sa Nazaret?" Sumagot si Felipe, "Halika at tingnan mo."

[47]Nang makita ni Jesus na papalapit sa kanya si Natanael, sinabi niya, "Narito ang isang tunay na Israelita na hindi nandaraya.[b] [48]Tinanong siya ni Natanael, "Paano ninyo ako nakilala?" Sumagot si Jesus, "Bago ka pa man tawagin ni Felipe, nakita na kita habang nasa ilalim ka ng puno ng igos." [49]Sinabi ni Natanael, "Guro, kayo nga ang Anak ng Dios! Kayo ang hari ng Israel!" [50]Sinabi sa kanya ni Jesus, "Sumampalataya ka ba sa akin dahil sinabi kong nakita kita sa ilalim ng puno ng igos? Higit pa rito ang masasaksihan mo." [51]Sinabi pa sa kanya ni Jesus, "Sinasabi ko sa inyo ang totoo, makikita ninyo na bubukas ang langit, at makikita rin ninyo ang mga anghel ng Dios na umaakyat at bumababa sa *akin na* Anak ng Tao."

Ang Kasalan sa Cana

2 Pagkalipas ng dalawang araw, may ginanap na kasalan sa bayan ng Cana na sakop ng Galilea. Naroon ang ina ni Jesus. [2]Inimbita rin si Jesus at ang mga tagasunod niya. [3]Nang maubos ang alak *sa handaan,* sinabi ng ina ni Jesus sa kanya, "Naubusan sila ng alak." [4]Sumagot si Jesus, "Babae,[c] huwag po ninyo akong pangunahan. Hindi pa po dumarating ang panahon ko." [5]Sinabi ng ina ni Jesus sa mga katulong, "Sundin ninyo ang anumang iutos niya."

[6]May anim na tapayan doon na ginagamit ng mga Judio sa ritwal nilang paghuhugas.[d] Ang bawat tapayan ay naglalaman ng 20 hanggang 30 galon ng tubig. [7]Sinabi ni Jesus sa mga katulong, "Punuin ninyo ng tubig ang mga tapayan." At pinuno nga nila ang mga ito. [8]Pagkatapos, sinabi ni Jesus sa kanila, "Sumalok kayo at dalhin sa namamahala ng handaan." Sumalok nga sila at dinala sa namamahala. [9]Tinikman ng namamahala ang tubig na naging alak. Hindi niya alam kung saan nanggaling ang alak. (Pero alam ito ng mga katulong na sumalok ng tubig.) Kaya ipinatawag niya ang lalaking ikinasal [10]at sinabi, "Karaniwan, ang pinakamainam na alak muna ang inihahanda, at kapag marami nang nainom ang mga tao, saka naman inilalabas ang ordinaryong alak. Pero iba ka, dahil ngayon mo lang inilabas ang espesyal na alak."

[11]Ang nangyaring ito sa Cana, Galilea ay ang unang himala na ginawa ni Jesus. *Sa ginawa niyang ito,* ipinakita niya ang kanyang kapangyarihan, at sumampalataya sa kanya ang mga tagasunod niya.

[12]Pagkatapos ng kasalan, pumunta si Jesus sa Capernaum, kasama ang kanyang ina, mga kapatid, at mga tagasunod. Nanatili sila roon ng ilang araw.

Ang Pagmamalasakit ni Jesus sa Templo
(Mat. 21:12-13; Mar. 11:15-17; Luc. 19:45-46)

[13]Malapit na noon ang pista ng mga Judio na tinatawag na Pista ng Paglampas ng Anghel,[e] kaya pumunta si Jesus sa Jerusalem. [14]Nakita niya *roon* sa templo ang mga nagtitinda ng mga baka, tupa at mga kalapati. Nakita rin niya ang mga nagpapalit ng pera ng mga dayuhan sa kanilang mga mesa. [15]Kaya gumawa siya ng panghagupit na lubid, at itinaboy niya palabas ng templo ang mga baka at tupa. Ikinalat niya ang mga pera ng mga nagpapalit at itinaob ang mga mesa nila. [16]Sinabi ni Jesus sa mga nagtitinda ng mga kalapati, "Alisin ninyo ang mga iyan! Huwag ninyong gawing palengke ang bahay ng aking Ama!" [17]Naalala ng mga tagasunod niya ang nakasulat *sa Kasulatan:* "Mapapahamak ako dahil sa pagmamalasakit ko sa bahay ninyo."[f]

[18]Dahil sa ginawa niyang ito, tinanong siya ng mga *pinuno ng mga* Judio, "Anong himala ang maipapakita mo sa amin upang mapatunayan mong may karapatan kang gawin ito?" [19]Sinagot sila ni Jesus, "Gibain ninyo ang templong ito, at sa loob ng tatlong araw ay itatayo kong muli." [20]Sinabi naman nila, "Ginawa ang templong ito ng 46 na taon at itatayo mo sa loob lang ng tatlong araw?" [21]Pero *hindi nila naintindihan na* ang templong tinutukoy ni Jesus ay ang kanyang katawan. [22]Kaya nang nabuhay siyang muli, naalala ng mga tagasunod niya ang sinabi niyang ito. At naniwala sila sa *pahayag ng* Kasulatan at sa mga sinabi ni Jesus *tungkol sa kanyang muling pagkabuhay.*

Alam ni Jesus ang Kalooban ng Tao

[23]Habang si Jesus ay nasa Jerusalem, nang Pista ng Paglampas ng Anghel, marami ang

---

[a] 42 Ang ibig sabihin ng Cefas o Pedro ay "Bato."

[b] 47 *hindi nandaraya:* o, *hindi nagsisinungaling.*

[c] 4 *Babae:* Hindi malinaw kung bakit tinawag ni Jesus na "babae" ang kanyang ina ngunit hindi ito nagpapahiwatig na wala siyang paggalang dito.

[d] 6 *ritwal nilang paghuhugas:* Maaaring ginagamit sa paghuhugas ng kamay at mga sisidlan.

[e] 13 *Pista ng Paglampas ng Anghel:* sa Ingles, "*Passover.*" Tingnan sa Exo. 12:1-30 kung paano nagsimula ang pistang ito.

[f] 17 Salmo 69:9.

sumampalataya sa kanya nang makita nila ang mga himalang ginawa niya. ²⁴Pero hindi nagtiwala si Jesus sa pananampalataya nila, dahil kilala niya ang lahat ng tao. ²⁵At hindi na kailangang may magsabi pa sa kanya tungkol sa mga tao, dahil alam niya kung ano ang nasa mga puso nila.

Tungkol sa Muling Kapanganakan

3 May isang taong nagngangalang Nicodemus. Isa siya sa mga pinuno ng mga Judio at kabilang sa grupo ng mga Pariseo. ²Isang gabi, pumunta siya kay Jesus at sinabi, "Guro, alam naming isa kayong tagapagturo na mula sa Dios, dahil walang makakagawa ng mga himalang ginagawa ninyo, maliban kung sumasakanya ang Dios." ³Sumagot si Jesus, "Sinasabi ko sa iyo ang totoo, hindi mapapabilang sa kaharian ng Dios ang hindi ipinanganak na muli."ᵃ ⁴Nagtanong si Nicodemus, "Paanong maipapanganak muli ang isang taong matanda na? Hindi na siya pwedeng bumalik sa tiyan ng kanyang ina upang ipanganak muli." ⁵Sumagot si Jesus, "Sinasabi ko sa iyo ang totoo, hindi mapapabilang sa kaharian ng Dios ang hindi ipinanganak sa pamamagitan ng tubig at Banal na Espiritu. ⁶Ang ipinanganak sa pamamagitan ng tao ay may pisikal na buhay, ngunit ang ipinanganak sa pamamagitan ng Banal na Espiritu ay nagkakaroon ng bagong buhay na espiritwal. ⁷Kaya huwag kang magtaka sa sinabi ko sa iyo na kailangang ipanganak kayong muli. ⁸Ang hangin ay umiihip kung saan nito gusto. Naririnig natin ang ihip nito, ngunit hindi natin alam kung saan nanggagaling o saan pupunta. Ganoon din ang sinumang ipanganak sa pamamagitan ng Banal na Espiritu." ⁹Nagtanong si Nicodemus, "Paano pong mangyayari iyon?" ¹⁰Sumagot si Jesus, "Isa kang tanyag na tagapagturo sa Israel, pero hindi mo ito alam? ¹¹Sinasabi ko sa iyo ang totoo, ipinapahayag namin ang nalalaman at nasaksihan namin, ngunit hindi ninyo tinatanggap. ¹²Kung hindi kayo naniniwala sa mga sinasabi ko tungkol sa mga bagay dito sa mundo, paano pa kaya kayo maniniwala sa mga sasabihin ko tungkol sa mga bagay sa langit? ¹³Walang sinumang nakapunta sa langit maliban sa akin na Anak ng Tao na nagmula sa langit."

¹⁴Sinabi pa ni Jesus, "Kung paanong itinaas ni Moises ang ahas na tanso sa ilang ay ganoon din naman, ako na Anak ng Tao ay dapat ding itaas,ᵇ ¹⁵upang ang sinumang sumasampalataya sa akin ay magkaroon ng buhay na walang hanggan.

¹⁶"Sapagkat ganito ang pag-ibig ng Dios sa mga tao sa sanlibutan: Ibinigay niya ang kanyang Bugtongᶜ na Anak, upang ang sinumang sumasampalataya sa kanya ay hindi mapahamak kundi magkaroon ng buhay na walang hanggan. ¹⁷Sapagkat hindi sinugo ng Dios ang kanyang Anak dito sa mundo upang hatulan ng parusa ang mga tao, kundi upang iligtas sila. ¹⁸Ang sumasampalataya sa kanya ay hindi hahatulan ng kaparusahan, ngunit ang hindi sumasampalataya ay hinatulan na, dahil hindi siya sumampalataya sa kaisa-isang Anak ng

Dios. ¹⁹Hinatulan sila dahil dumating ang Anak ng Dios bilang ilaw dito sa mundo, ngunit mas ginusto nilang manatili sa dilim kaysa sa lumapit sa kanya na nagbibigay-liwanag, dahil masama ang mga ginagawa nila. ²⁰Ang taong gumagawa ng masama ay ayaw sa liwanag at hindi lumalapit sa liwanag, dahil ayaw niyang malantad ang kanyang mga gawa. ²¹Ngunit ang namumuhay sa katotohanan ay lumalapit sa liwanag, upang malaman ng lahat na ang mabubuti niyang gawa ay nagawa niya sa tulong ng Dios."

Si Jesus at si Juan

²²Pagkatapos nito, pumunta si Jesus at ang mga tagasunod niya sa ibang lugar ng Judea. Nanatili sila roon at nagbautismo ng mga tao. ²³Nagbabautismo rin si Juan sa Enon, malapit sa Salim, dahil maraming tubig doon. Pumupunta sa kanya ang mga tao upang magpabautismo. ²⁴(Hindi pa nakakakulong noon si Juan.)

²⁵Ngayon, nagkaroon ng pagtatalo ang ilang tagasunod ni Juan at ang isang Judio tungkol sa bautismo.ᵈ ²⁶Kaya pumunta sila kay Juan at sinabi, "Guro, ang kasama n'yo sa kabila ng Ilog ng Jordan, na ipinakilala n'yo sa mga tao ay nagbabautismo na rin, at nagpupuntahan sa kanya ang halos lahat ng tao." ²⁷Sumagot si Juan, "Walang magagawa ang tao kung hindi ipahintulot ng Dios. ²⁸Kayo na rin ang makakapagpatunay na sinabi kong hindi ako ang Cristo. Isa lang akong sugo na nauna sa kanya upang ipahayag ang pagdating niya. ²⁹Kagaya sa isang kasal: ang babaeng ikakasal ay para sa lalaking ikakasal, at ang abay na naghihintay ay natutuwa sa pagdating ng lalaking ikakasal. Ganoon din sa akin, tuwang-tuwa ako ngayon na lumalapit na ang mga tao kay Jesus. ³⁰Kailangang lalo pa siyang makilala, at ako nama'y makalimutan na."

Ang Nagmula sa Langit

³¹Sinabi pa ni Juan, "Si Cristo'y nagmula sa langit, kaya dakila siya sa lahat. Tayo naman ay taga-lupa at nagsasalita tungkol lang sa mga bagay dito sa lupa. Ngunit si Cristo na nagmula sa langit ay dakila sa lahat. ³²Ipinapahayag niya ang nakita at narinig niya sa langit, ngunit ilan lang ang naniniwala sa kanyang pahayag. ³³Ngunit ang naniniwala sa pahayag niya ay nagpapatunay na totoo ang mga sinasabi ng Dios. ³⁴Sapagkat si Cristo na sinugo ng Dios ay nagpapahayag sa atin ng mga sinasabi ng Dios, dahil lubos na ipinagkaloob sa kanya ang Banal na Espiritu. ³⁵Mahal ng Ama ang kanyang Anak, at ipinailalim sa kapangyarihan niya ang lahat. ³⁶Ang sumasampalataya sa Anak ng Dios ay may buhay na walang hanggan. Ngunit ang hindi sumusunod sa kanya ay hindi magkakaroon ng buhay na walang hanggan kundi mananatili sa kanya ang galit ng Dios."

Si Jesus at ang Babaeng Taga-Samaria

4 ¹⁻²Nabalitaan ng mga Pariseo na mas marami na ang mga tagasunod ni Jesus kaysa kay Juan, at mas marami na ang nabautismuhan niya. (Kahit na hindi mismong si Jesus ang nagbabautismo kundi

---

a 3 ipinanganak na muli: o, isilang mula sa itaas.

b 14 Bil. 21:8-9.

c 16 Bugtong: o, bukod-tanging.

d 25 bautismo: o, ritwal ng paglilinis.

ang mga tagasunod niya.) Nang malaman ni Jesus na nabalitaan ito ng mga Pariseo, ³umalis siya sa Judea at bumalik sa Galilea. ⁴*Para makabalik sa Galilea,* kailangan niyang dumaan sa Samaria.

⁵Nang dumadaan na sila sa Samaria, dumating sila sa isang bayan na tinatawag na Sycar, malapit sa lupaing ibinigay ni Jacob sa anak niyang si Jose. ⁶May balon doon na ginawa ni Jacob. Dahil tanghaling-tapat na noon at pagod na si Jesus sa paglalakbay, umupo siya sa tabi ng balon *para magpahinga.*

⁷-⁸Tumuloy naman ang mga tagasunod niya sa bayan upang bumili ng pagkain. *Habang nakaupo si Jesus,* dumating ang isang babaeng taga-Samaria para umigib. Sinabi ni Jesus sa kanya, "Pwede bang makiinom?" ⁹Sumagot ang babae, "Kayo po ay isang Judio at ako ay Samaritano, at babae pa.ᵃ Bakit po kayo makikiinom sa akin?" (Sinabi niya ito dahil hindi nakikitungo ang mga Judio sa mga Samaritano.) ¹⁰Sinabi ni Jesus sa babae, "Kung alam mo lang ang ipinagkakaloob ng Dios, at kung sino ang nakikiinom sa iyo, baka ikaw pa ang manghingi sa akin para bigyan kita ng tubig na nagbibigay-buhay." ¹¹Sinabi ng babae, "Malalim po ang balon at wala kayong pang-igib. Saan po kayo kukuha ng tubig na nagbibigay-buhay? ¹²Higit pa po ba kayo sa ating ninuno na si Jacob na humukay ng balong ito? Siya at ang mga anak niya, pati ang mga hayop niya ay dito umiinom noong araw." ¹³Sumagot si Jesus, "Ang lahat ng umiinom ng tubig na ito'y muling mauuhaw, ¹⁴pero ang sinumang iinom ng tubig na ibibigay ko ay hindi na muling mauuhaw. Dahil ang tubig na ibibigay ko ay magiging tulad ng isang bukal sa loob niya na magbibigay ng buhay na walang hanggan." ¹⁵Sinabi ng babae, "Bigyan n'yo po ako ng tubig na sinasabi n'yo upang hindi na ako muling mauhaw at hindi ko na kailangan pang pumarito para umigib." ¹⁶Sinabi sa kanya ni Jesus, "Umuwi ka muna at isama mo rito ang iyong asawa." ¹⁷"Wala po akong asawa," sagot ng babae. Sinabi sa kanya ni Jesus, "Tama ang sinabi mo na wala kang asawa, ¹⁸dahil lima na ang naging asawa mo, at ang kinakasama mo ngayon ay hindi mo tunay na asawa. Nagsasabi ka nga ng totoo." ¹⁹Sumagot ang babae, "Sa tingin ko, isa po kayong propeta. ²⁰Ang aming mga ninuno ay sumamba sa Dios sa bundok na ito, pero kayong *mga Judio* ay nagsasabi na sa Jerusalem lang dapat sumamba ang mga tao." ²¹Sinabi ni Jesus sa kanya, "Maniwala ka sa akin; darating ang panahon na hindi na kayo sasamba sa Ama sa bundok na ito o sa Jerusalem. ²²Kayo *na mga Samaritano* ay hindi nakakakilala sa sinasamba ninyo. Ngunit kilala naming mga Judio ang aming sinasamba, dahil sa pamamagitan namin ay ililigtas ng Dios ang mga tao. ²³Tandaan mo, darating ang panahon, at narito na nga, na ang mga tunay na sumasamba ay sasamba sa Ama sa espiritu at katotohanan. Ganito ang uri ng mga sumasamba na hinahanap ng Ama. ²⁴Ang Dios ay espiritu, kaya ang sumasamba sa kanya ay dapat sumamba sa pamamagitan ng espiritu at katotohanan."

²⁵Sinabi ng babae, "Nalalaman ko pong darating ang Mesias na tinatawag ding Cristo. At pagdating

niya, ipapaliwanag niya sa amin ang lahat ng bagay." ²⁶Sinabi ni Jesus sa kanya, "Akong nagsasalita sa iyo ngayon ang tinutukoy mo."

²⁷Nang sandaling iyon, dumating ang mga tagasunod ni Jesus. Nagtaka sila nang madatnan nilang nakikipag-usap siya sa isang babae. Pero wala ni isa man sa kanila ang nagtanong kung ano ang kailangan niya, at hindi rin sila nagtanong kay Jesus kung bakit nakikipag-usap siya sa babae.

²⁸Iniwan ng babae ang kanyang banga, bumalik sa bayan at sinabi sa mga taga-roon, ²⁹"Halikayo! Ipapakita ko sa inyo ang taong alam na alam ang lahat ng ginawa ko! Maaaring siya na nga ang Cristo." ³⁰Kaya pinuntahan ng mga tao si Jesus.

³¹Samantala, pinapakiusapan ng mga tagasunod niya si Jesus na kumain na. ³²Pero sumagot si Jesus, "May pagkain akong hindi ninyo alam." ³³Kaya nagtanungan ang mga tagasunod niya, "May nagdala kaya sa kanya ng pagkain?" ³⁴Sinabi ni Jesus sa kanila, "Ang pagkain ko ay ang pagsunod sa kalooban ng nagsugo sa akin at ang pagtupad sa kanyang ipinapagawa. ³⁵Hindi ba sinasabi n'yo na apat na buwan pa bago ang anihan? Ngunit sinasabi ko sa inyo, anihan na. Tingnan n'yo ang mga taong dumarating, para silang mga pananim sa bukid na hinog na at pwede nang anihin! ³⁶*Kayong* mga tagapag-ani ay tatanggap ng gantimpala *mula sa Dios.* At ang *mga taong* inaani ninyo ay bibigyan niya ng buhay na walang hanggan. Kaya magkasamang matutuwa ang nagtanim *ng salita ng Dios* at ang nag-ani. ³⁷Totoo ang kasabihang, 'Iba ang nagtatanim at iba rin ang umaani.' ³⁸Sinugo ko kayo upang anihin ang hindi ninyo itinanim. Iba ang nagtanim *ng salita ng Dios,* at kayo ang umaani ng kanilang pinaghirapan."

Maraming Samaritano ang Sumampalataya

³⁹Maraming Samaritano sa bayang iyon ang sumampalataya kay Jesus dahil sa sinabi ng babae na alam ni Jesus ang lahat ng ginawa niya. ⁴⁰Kaya pagdating ng mga Samaritano kay Jesus, hiniling nila na manatili muna siya roon sa kanila. At nanatili nga siya sa kanila ng dalawang araw.

⁴¹Dahil sa pangangaral niya, marami pa sa kanila ang sumampalataya. ⁴²Sinabi ng mga tao sa babae, "Sumasampalataya kami ngayon hindi lang dahil sa sinabi mo sa amin *ang tungkol sa kanya,* kundi dahil sa narinig namin mismo sa kanya. At alam naming siya nga ang Tagapagligtas ng mundo."

Pinagaling ni Jesus ang Anak ng Isang Opisyal

⁴³Pagkatapos ng dalawang araw na pamamalagi roon ni Jesus, umalis siya papuntang Galilea. ⁴⁴(Si Jesus mismo ang nagsabi na ang isang propeta ay hindi iginagalang sa sarili niyang bayan.) ⁴⁵Nang dumating siya sa Galilea, malugod siyang tinanggap ng mga tao, dahil naroon sila sa Jerusalem noong Pista *ng Paglampas ng Anghel* at nakita nila ang lahat ng ginawa niya roon.

⁴⁶Muling bumalik si Jesus sa bayan ng Cana sa Galilea kung saan ginawa niyang alak ang tubig. Doon ay may isang opisyal ng pamahalaan na anak na lalaki ay may sakit at nasa Capernaum. ⁴⁷Nang mabalitaan niyang bumalik si Jesus sa Galilea mula sa Judea, pinuntahan niya ito.

a 9 Ang mga Judio at mga Samaritano noon ay hindi nakikitungo sa isa't isa, lalo na ang mga lalaki sa babae.

Nakiusap siya kay Jesus na pumunta *sa Capernaum* at pagalingin ang anak niyang nag-aagaw-buhay. [48] Sinabi ni Jesus sa kanya, "Hangga't hindi kayo nakakakita ng mga himala at kababalaghan, hindi kayo maniniwala sa akin." [49] Sumagot ang opisyal, "Sumama na po kayo sa akin bago mamatay ang anak ko." [50] Sinabi ni Jesus sa kanya, "Pwede ka nang umuwi. Magaling na ang anak mo." Naniwala ang opisyal sa sinabi ni Jesus at umuwi siya. [51] Habang nasa daan pa lang ay sinalubong na siya ng mga alipin niya at sinabi sa kanya na magaling na ang anak niya. [52] Kaya tinanong niya kung anong oras ito gumaling. Sumagot sila, "Kahapon po ng mga ala-una ng hapon ay nawala na ang lagnat niya." [53] Naalala ng opisyal na nang oras ding iyon ay sinabi sa kanya ni Jesus na magaling na ang anak niya. Kaya siya at ang buong pamilya niya ay sumampalataya *kay Jesus*.

[54] Ito ang ikalawang himala na ginawa ni Jesus sa Galilea pagkagaling niya sa Judea.

Pinagaling ni Jesus ang Isang Lalaki sa Betesda

5 Pagkatapos nito, pumunta si Jesus sa Jerusalem upang dumalo sa isang pista ng mga Judio. [2] Sa isang pintuan ng lungsod ng Jerusalem, kung saan idinadaan ang mga tupa ay may paliguan na ang tawag sa wikang Hebreo ay Betesda.[a] Sa paligid nito ay may limang silungan, [3] kung saan nakahiga ang maraming may sakit—mga bulag, pilay at mga paralitiko. [[4] Hinihintay nilang gumalaw ang tubig, dahil paminsan-minsan, may isang anghel ng Dios na bumababa at kinakalawkaw ang tubig. Ang unang makalusong sa tubig pagkatapos makalawkaw ng anghel ay gumagaling, kahit ano pa ang kanyang sakit.][b] [5] May isang lalaki roon na 38 taon nang may sakit. [6] Nakita ni Jesus ang lalaki na nakahiga roon at nalaman niyang matagal na itong may sakit. Kaya tinanong siya ni Jesus, "Gusto mo bang gumaling?" [7] Sumagot ang may sakit, "Gusto ko po sana, pero walang tumutulong sa aking lumusong sa tubig kapag kinakalawkaw na ito. Sa tuwing papunta pa lang ako, nauunahan na ako ng iba." [8] Sinabi ni Jesus sa kanya, "Tumayo ka, buhatin mo ang higaan mo at lumakad!" [9] Agad na gumaling ang lalaki. Binuhat niya ang higaan niya at lumakad.

Nangyari ito sa Araw ng Pamamahinga. [10] Kaya sinabi ng mga *pinuno ng mga* Judio sa taong pinagaling, "Hindi ba't Araw ng Pamamahinga ngayon? Labag sa Kautusan ang pagbubuhat mo ng higaan!" [11] Pero sumagot siya, "Ang taong nagpagaling sa akin ang nag-utos na buhatin ko ito at lumakad." [12] Tinanong nila siya, "Sino ang nag-utos sa iyong buhatin ang higaan mo at lumakad?" [13] Pero hindi nakilala ng lalaki kung sino ang nagpagaling sa kanya, dahil nawala na si Jesus sa dami ng tao.

[14] Hindi nagtagal, nakita ni Jesus sa templo ang taong pinagaling niya, at sinabihan, "O, magaling ka na ngayon. Huwag ka nang magkasala pa, at baka mas masama pa ang mangyari sa iyo." [15] Umalis ang lalaki at pumunta sa mga *pinuno ng mga* Judio.

Sinabi niya sa kanila na si Jesus ang nagpagaling sa kanya. [16] Kaya mula noon, sinimulang usigin ng mga *pinuno ng mga* Judio si Jesus, dahil nagpagaling siya sa Araw ng Pamamahinga.

[17] Pero sinabihan sila ni Jesus, "Patuloy na gumagawa ang aking Ama, kaya patuloy din ako sa paggawa." [18] Dahil sa sinabing ito ni Jesus, lalong sinikap ng mga *pinuno ng mga* Judio na patayin siya. Sapagkat hindi lang niya nilabag ang batas tungkol sa Araw ng Pamamahinga, kundi tinawag pa niyang sariling Ama ang Dios, at sa gayo'y ipinapantay niya sarili sa Dios.

Ang Kapangyarihan ng Anak ng Dios

[19] Kaya sinabi ni Jesus sa kanila, "Sinasabi ko sa inyo ang totoo, *ako na Anak ng Dios* ay walang magagawa kung sa sarili ko lang, kundi ginagawa ko lang ang nakikita ko na ginagawa ng aking Ama. Kaya kung ano ang ginagawa ng Ama ay siya ring ginagawa ko bilang Anak. [20] Minamahal ng Ama ang Anak, kaya ipinapakita niya sa Anak ang lahat ng ginagawa niya. At higit pa sa mga bagay na ito ang mga gawaing ipapakita niya sa akin *na gagawin ko* para mamangha kayo. [21] Kung paanong ibinabangon ng Ama ang mga patay at binibigyang-buhay ang mga ito, ganoon din naman, binibigyang-buhay ng Anak ang sinumang gusto niyang bigyan nito. [22] Hindi ang Ama ang hahatol sa mga tao kundi *ako na kanyang* Anak, dahil ibinigay niya sa akin ang lahat ng kapangyarihang humatol, [23] upang parangalan ng lahat ang Anak tulad ng pagpaparangal nila sa Ama. Kaya, ang hindi nagpaparangal sa Anak ay hindi rin nagpaparangal sa Ama na nagsugo sa kanya.

[24] "Sinasabi ko sa inyo ang totoo, ang sumusunod sa aking mga salita at sumasampalataya sa nagsugo sa akin ay may buhay na walang hanggan. Hindi na siya hahatulan sapagkat inilipat na nga siya sa buhay mula sa kamatayan. [25] Sinasabi ko sa inyo ang totoo, darating ang panahon, at dumating na nga, na maririnig ng mga patay ang salita[c] ng Anak ng Dios, at ang makinig sa kanya ay mabubuhay. [26] May kapangyarihan ang Ama na magbigay ng buhay. Ganoon din naman, may kapangyarihan *ako na kanyang* Anak na magbigay ng buhay, dahil binigyan niya ako ng kapangyarihang ito. [27] Ibinigay din niya sa akin ang kapangyarihang humatol dahil ako ang Anak ng Tao. [28] Huwag kayong magtaka tungkol dito, dahil darating ang panahon na maririnig ng lahat ng mga patay ang aking salita, [29] at babangon sila mula sa kanilang libingan. Ang mga gumawa ng mabuti ay bibigyán ng buhay *na walang hanggan*, at ang mga gumawa ng masama ay parurusahan."

Ang mga Nagpapatotoo kay Jesus

[30] *Sinabi pa ni Jesus*, "Wala akong magagawa kung sa sarili ko lang. Humahatol nga ako, ngunit ang aking paghatol ay ayon lamang sa sinasabi ng aking Ama. Kaya makatarungan ang hatol ko dahil hindi ang sarili kong kalooban ang aking sinusunod kundi ang kalooban ng nagsugo sa akin. [31] Ngayon, kung ako lang ang nagpapatotoo tungkol sa aking sarili, magduda kayo sa sinasabi ko. [32] Ngunit may

---

a 2 Betesda: Sa ibang tekstong Griego, *Betsata* o, *Betsaida*.

b 4 Ang talatang ito ay hindi makikita sa ibang lumang teksto ng Griego.

c 25 *salita*: sa literal, *tinig*.

isang nagpapatotoo tungkol sa akin, at alam kong totoo ang kanyang sinasabi. ³³Maging si Juan *na tagapagbautismo* ay nagpatotoo tungkol sa akin, at sinabi niya sa inyo ang katotohanan nang magsugo kayo ng ilang tao upang tanungin siya. ³⁴Binanggit ko ang tungkol kay Juan, hindi dahil sa kailangan ko ang patotoo ng isang tao, kundi upang *sumampalataya* kayo *sa akin at* maligtas. ³⁵Si Juan ay tulad ng isang ilaw na nagliliwanag, at lubos kayong nasiyahan sa liwanag niya sa inyo kahit saglit lang. ³⁶Ngunit may nagpapatotoo pa tungkol sa akin na higit pa kay Juan. Ito'y walang iba kundi ang mga ipinapagawa sa akin ng Ama. Ito ang nagpapatunay na ang Ama ang nagsugo sa akin. ³⁷At ang Amang nagsugo sa akin ay nagpapatotoo rin tungkol sa akin. Kailanman ay hindi n'yo narinig ang tinig niya o nakita ang anyo niya. ³⁸At hindi n'yo tinanggap ang kanyang salita dahil hindi kayo sumasampalataya sa akin na kanyang sugo. ³⁹Sinasaliksik n'yo ang Kasulatan sa pag-aakala na sa pamamagitan nito'y magkakaroon kayo ng buhay na walang hanggan. Ang Kasulatan mismo ang nagpapatotoo tungkol sa akin, ⁴⁰pero ayaw ninyong lumapit sa akin upang magkaroon ng buhay *na walang hanggan.*

⁴¹"Hindi ko hinahangad ang papuri ng mga tao. ⁴²Kilala ko talaga kayo at alam kong wala sa inyo puso ninyo ang pagmamahal sa Dios. ⁴³Naparito ako sa pangalan*ᵃ* ng aking Ama, ngunit ayaw ninyo akong tanggapin. Pero kung may dumating sa sarili niyang pangalan ay tinatanggap ninyo siya. ⁴⁴Paano kayo sasampalataya sa akin kung ang papuri lang ng kapwa ang hangad ninyo, at hindi ang papuri ng nag-iisang Dios? ⁴⁵Huwag ninyong isipin na ako ang mag-aakusa sa inyo sa harap ng Ama. Si Moises na inaasahan ninyo ang siyang mag-aakusa sa inyo. ⁴⁶Dahil kung totoong naniniwala kayo kay Moises, maniniwala rin kayo sa akin, dahil si Moises mismo ay sumulat tungkol sa akin. ⁴⁷Ngunit kung hindi kayo naniniwala sa mga isinulat niya, paano kayo maniniwala sa mga sinasabi ko?"

Pinakain ni Jesus ang 5,000 Tao
(Mat. 14:13-21; Mar. 6:30-44; Luc. 9:10-17)

6 Pagkatapos nito, tumawid si Jesus sa Lawa ng Galilea, na tinatawag ding Lawa ng Tiberias. ²Sinundan siya ng napakaraming tao dahil nakita nila ang mga himalang ginawa niya sa pagpapagaling ng mga may sakit. ³Umakyat si Jesus at ang mga tagasunod niya sa isang bundok at naupo roon. ⁴(Malapit na noon ang pista ng mga Judio na tinatawag na Pista ng Paglampas ng Anghel.) ⁵Nang tumingin si Jesus, nakita niya ang napakaraming taong papalapit sa kanya. Tinanong niya si Felipe, "Saan tayo makakabili ng pagkain para pakainin ang mga taong ito?" ⁶(Tinanong niya ito upang subukan si Felipe, kahit alam na niya ang kanyang gagawin.) ⁷Sumagot si Felipe, "Sa dami po nila, ang walong buwan na sahod ng isang tao ay hindi sapat para pakainin ng kahit tigkakaunti ang bawat isa." ⁸Sinabi naman ng isa sa mga tagasunod niyang si Andres na kapatid ni Pedro, ⁹"May isang batang lalaki rito na may limang tinapay at

dalawang isda. Pero kakasya ba naman ito sa dami ng tao?" ¹⁰Sinabi ni Jesus, "Paupuin ninyo ang mga tao." Umupo naman ang mga tao dahil madamo sa lugar na iyon. Ang bilang ng mga lalaki lang ay mga 5,000 na. ¹¹Kinuha ni Jesus ang tinapay at nagpasalamat *sa Dios.* Pagkatapos, ipinamahagi ito sa mga tao. Ganoon din ang ginawa niya sa isda, at nabusog ang lahat. ¹²Pagkakain nila, sinabi ni Jesus sa mga tagasunod niya, "Tipunin n'yo ang lahat ng natira para walang masayang." ¹³Tinipon nga nila ang natira mula sa limang tinapay na ipinakain sa mga tao at nakapuno sila ng 12 basket.

¹⁴Nang makita ng mga tao ang himalang ginawa ni Jesus, sinabi nila, "Siguradong ito na nga ang propetang hinihintay nating darating dito sa mundo!" ¹⁵Alam ni Jesus na balak ng mga taong kunin siya at sapilitang gawing hari. Kaya umalis siya roon at muling umakyat nang mag-isa sa bundok.

Lumakad si Jesus sa Ibabaw ng Tubig
(Mat. 14:22-33; Mar. 6:45-52)

¹⁶Nang gumagabi na, nagpunta ang mga tagasunod ni Jesus sa tabi ng lawa. ¹⁷Madilim na at wala pa rin si Jesus, kaya sumakay na sila sa isang bangka at tumawid papuntang Capernaum. ¹⁸At *habang tumatawid sila,* nagsimulang lumakas ang hangin at lumaki ang mga alon. ¹⁹Nang nakasagwan na sila ng mga anim o limang kilometro, nakita nila si Jesus na naglalakad sa ibabaw ng tubig papalapit sa kanilang bangka. At natakot sila. ²⁰Pero sinabi sa kanila ni Jesus, "Ako ito! Huwag kayong matakot." ²¹Kaya pinasakay nila si Jesus sa bangka, at nakarating agad sila sa kanilang pupuntahan.

Hinanap ng mga Tao si Jesus

²²⁻²³Kinabukasan, naroon pa ang mga tao sa kabila ng lawa, kung saan sila kumain ng tinapay matapos magpasalamat ng Panginoon. Alam nilang iisa lang ang bangka roon nang gabing iyon, at iyon ang sinakyan ng mga tagasunod ni Jesus. Alam din nilang hindi kasamang umalis si Jesus ng mga tagasunod niya. Samantala, may dumating na mga bangka galing sa Tiberias at dumaong malapit sa kinaroroonan ng mga tao. ²⁴Nang mapansin ng mga tao na wala na roon si Jesus at ang mga tagasunod niya, sumakay sila sa mga bangkang iyon at pumunta sa Capernaum para hanapin si Jesus.

Ang Pagkaing Nagbibigay-buhay

²⁵Pagdating ng mga tao sa Capernaum, nakita nila si Jesus at tinanong, "Guro, kailan pa po kayo dumating dito?" ²⁶Sumagot si Jesus sa kanila, "Ang totoo, hinahanap n'yo ako, hindi dahil sa mga nakita ninyong himala, kundi dahil nakakain kayo ng tinapay at nabusog. ²⁷Huwag kayong magtrabaho para lang sa pagkaing nasisira, kundi para sa pagkaing hindi nasisira at nakakapagbigay ng buhay na walang hanggan. *Ako na* Anak ng Tao ang siyang magbibigay sa inyo ng pagkaing ito, dahil ako ang biniyan ng Ama ng kapangyarihang magbigay nito." ²⁸Kaya tinanong ng mga tao si Jesus, "Ano po ang daap't naming gawin upang masunod namin ang ipinapagawa ng Dios?" ²⁹Sumagot si Jesus, "Ito ang ipinapagawa ng Dios sa inyo: manampalataya

a 43 pangalan: o, *kapangyarihan.*

kayo sa akin na isinugo niya." [30]Nagtanong ang mga tao, "Anong himala po ang maipapakita n'yo para manampalataya kami sa inyo? [31]Ang ating mga ninuno ay kumain ng 'manna' noong nasa ilang sila. Sapagkat ayon sa Kasulatan, binigyan sila ni Moises ng tinapay na mula sa langit."[a] [32]Sinabi ni Jesus sa kanila, "Sinasabi ko sa inyo ang totoo, hindi si Moises ang nagbigay sa mga ninuno ninyo ng tinapay na mula sa langit, kundi ang aking Ama. Siya ang nagbibigay sa inyo ng tunay na tinapay mula sa langit. [33]Sapagkat ang tinapay na ibinibigay ng Dios ay walang iba kundi siya na bumaba mula sa langit at nagbibigay-buhay sa *mga tao sa* mundo." [34]Sinabi ng mga tao, "Palagi n'yo po kaming bigyan ng sinasabi n'yong tinapay." [35]Sinabi ni Jesus sa kanila, "Ako ang tinapay na nagbibigay-buhay. Ang sinumang lumalapit at sumasampalataya sa akin ay hindi na magugutom o mauuhaw kailanman.

[36]"Ngunit gaya ng sinabi ko sa inyo, ayaw ninyong manampalataya sa akin kahit nakita na ninyo *ang mga himalang ginawa ko*. [37]Ang lahat ng taong ibinibigay sa akin ng Ama ay lalapit sa akin, at hinding-hindi ko itataboy ang mga lumalapit sa akin. [38]Sapagkat naparito ako mula sa langit, hindi upang gawin ang sarili kong kalooban kundi ang kalooban ng aking Amang nagsugo sa akin. [39]At ito ang kalooban ng nagsugo sa akin: na huwag kong pabayaang mawala ang kahit isa sa mga ibinigay niya sa akin; sa halip ay bubuhayin ko silang muli sa huling araw. [40]Sapagkat kalooban ng aking Ama na ang lahat ng kumikilala at sumasampalataya sa Anak ay magkaroon ng buhay na walang hanggan, at bubuhayin ko silang muli sa huling araw."

[41]Samantala, nagbulung-bulungan ang mga Judio dahil sinabi ni Jesus na siya ang tinapay na mula sa langit. [42]Kaya sinabi nila, "Hindi ba't si Jesus lang naman iyan na anak ni Jose? Bakit sinasabi niyang bumaba siya mula sa langit, samantalang kilala natin ang mga magulang niya?" [43]Sinabi sa kanila ni Jesus, "Huwag kayong magbulung-bulungan. [44]Walang makakalapit sa akin maliban kung papalapitin siya ng Amang nagsugo sa akin. At ang mga lalapit sa akin ay bubuhayin kong muli sa huling araw. [45]Ayon sa isinulat ng mga propeta, 'Tuturuan silang lahat ng Dios.'[b] Kaya ang lahat ng nakikinig at natututo sa Ama ay lalapit sa akin. [46]Hindi ito nangangahulugang may nakakita na sa Ama. Ako lang na nagmula sa Dios Ama ang nakakita sa kanya.

[47]"Sinasabi ko sa inyo ang totoo, ang sumasampalataya *sa akin* ay may buhay na walang hanggan, [48]dahil ako ang tinapay na nagbibigay-buhay. [49]Kumain ng 'manna' ang mga ninuno ninyo noong nasa ilang sila, ngunit namatay din silang lahat. [50]Pero narito ang tinapay na mula sa langit, at hindi na mamamatay ang sinumang kumain nito. [51]Ako ang tinapay na mula sa langit. Mabubuhay magpakailanman ang sinumang kumain ng tinapay na ito. Sapagkat ang ibibigay kong tinapay para magkaroon ng buhay *na walang hanggan ang mga tao* sa mundo ay walang iba kundi ang aking katawan."

[52]Nagtalo-talo ang mga Judiong *nakikinig kay Jesus*. Sinabi nila, "Paano maibibigay sa atin ng taong ito ang kanyang katawan para kainin?" [53]Sinabi ni Jesus sa kanila, "Sinasabi ko sa inyo ang totoo, malibang kainin ninyo ang katawan ng Anak ng Tao at inumin ang kanyang dugo, hindi kayo magkakaroon ng buhay *na walang hanggan*. [54]Pero ang kumakain ng aking katawan at umiinom ng aking dugo ay may buhay na walang hanggan, at bubuhayin ko siyang muli sa huling araw. [55]Sapagkat ang aking katawan ay tunay na pagkain at ang aking dugo ay tunay na inumin. [56]Ang kumakain ng aking katawan at umiinom ng aking dugo ay nananatili sa akin, at ako naman sa kanya. [57]Ang *Dios* Amang nagsugo sa akin ang pinagmumulan ng buhay, at dahil sa kanya ay nabubuhay ako. Ganoon din naman, ang sinumang kumain sa akin ay mabubuhay dahil sa akin. [58]Ako ang tinapay na mula sa langit. Hindi ito tulad ng 'manna' na kinain ng inyong mga ninuno, dahil namatay pa rin sila kahit kumain sila noon. Ngunit ang sinumang kumain ng tinapay na ito ay mabubuhay magpakailanman." [59]Sinabi ni Jesus ang mga bagay na ito nang nangangaral siya sa sambahan ng mga Judio sa Capernaum.

Ang mga Salitang Nagbibigay ng Buhay na Walang Hanggan

[60]Nang marinig iyon ng mga tagasunod ni Jesus, marami sa kanila ang nagsabi, "Mabigat ang itinuturo niya. Sino ang makakatanggap nito?" [61]Kahit na walang nagsabi sa kanya, alam ni Jesus na nagbubulung-bulungan ang mga tagasunod niya dahil sa mga itinuro niya. Kaya sinabi niya sa kanila, "Hindi ba ninyo matanggap ang mga sinabi ko? [62]Paano pa kaya kung makita ninyo *ako na* Anak ng Tao na pumapaitaas pabalik sa aking pinanggalingan? [63]Ang *Banal na* Espiritu ang nagbibigay-buhay; hindi ito magagawa ng tao. Ang mga salitang sinabi ko sa inyo ay mula sa Espiritu at nakakapagbigay-buhay. [64]Pero may ilan sa inyo na hindi sumasampalataya." Sinabi ito ni Jesus dahil alam niya sa simula pa kung sino ang mga hindi sumasampalataya, at kung sino ang magtatraydor sa kanya. [65]"Ito ang dahilan kaya sinabi ko sa inyong walang makakalapit sa akin malibang ipahintulot ng Ama." Dagdag pa ni Jesus.

[66]Mula noon, marami sa mga tagasunod niya ang tumalikod at hindi na sumunod sa kanya. [67]Kaya tinanong ni Jesus ang 12 *apostol*, "Kayo ba, gusto rin ninyong umalis?" [68]Sumagot si Simon Pedro, "Panginoon, kanino po kami pupunta? Kayo lang ang may mensaheng nagbibigay ng buhay *na walang hanggan*. [69]Sumasampalataya kami sa inyo at alam naming kayo ang Banal na sugo ng Dios." [70]Sinabi ni Jesus sa kanila, "Hindi ba't pinili ko kayong 12? Pero ang isa sa inyo ay diyablo!" [71]Ang tinutukoy ni Jesus ay si Judas na anak ni Simon Iscariote,[c] dahil kahit kabilang si Judas sa 12 *apostol*, tatraydurin niya si Jesus sa bandang huli.

Si Jesus at ang Kanyang mga Kapatid

7 Pagkatapos nito, nilibot ni Jesus ang Galilea. Iniwasan niyang pumunta sa Judea dahil gusto siyang patayin ng mga *pinuno ng mga* Judio roon.

---

a 31 Exo. 16:4; Neh. 9:15; Salmo 78:24.

b 45 Isa. 54:13.

c 71 Simon Iscariote: o, *Simon na taga-Keriot.*

² Nang malapit na ang pista ng mga Judio na tinatawag na Pista ng Pagtatayo ng mga Kubol,*ª* ³ sinabi ng mga kapatid ni Jesus sa kanya, "Bakit hindi ka umalis dito at pumunta sa Judea para makita ng mga tagasunod mo ang mga ginagawa mo? ⁴ Dahil walang taong gumagawa nang patago kung gusto niyang sumikat. Gumagawa ka na rin lang ng himala, ipakita mo na sa lahat!" ⁵ (Sinabi ito ng mga kapatid ni Jesus dahil kahit sila ay hindi sumasampalataya sa kanya.) ⁶ Kaya sinabi ni Jesus sa kanila, "Hindi pa ngayon ang panahon para sa akin, pero kayo, pwede n'yong gawin kahit anong oras ang gusto ninyo. ⁷ Hindi sa inyo napopoot ang *mga taong* makamundo, ngunit sa akin sila napopoot, dahil inilalantad ko ang kasamaan nila. ⁸ Kayo na lang ang pumunta sa pista. Hindi ako pupunta dahil hindi pa ito ang panahon ko." ⁹ Pagkasabi niya nito, nagpaiwan siya sa Galilea.

Pumunta si Jesus sa Pista

¹⁰ Pagkaalis ng mga kapatid ni Jesus papunta sa pista, pumunta rin si Jesus pero palihim. ¹¹ Doon sa pista, hinahanap siya *ng mga pinuno* ng mga Judio. "Nasaan kaya siya?" tanong nila. ¹² Maraming bulung-bulungan ang mga tao tungkol kay Jesus. May nagsasabi, "Mabuti siyang tao." Sabi naman ng iba, "Hindi, niloloko lang niya ang mga tao." ¹³ Pero walang nagsasalita tungkol sa kanya nang hayagan dahil sa takot sa mga *pinuno ng mga* Judio.

¹⁴ Nang kalagitnaan na ng pista, pumunta si Jesus sa templo at nangaral. ¹⁵ Namangha sa kanya ang mga *pinuno ng mga* Judio, at sinabi nila, "Paano niya nalaman ang mga bagay na ito, gayong hindi naman siya nakapag-aral?" ¹⁶ Kaya sinabi ni Jesus sa kanila, "Hindi galing sa akin ang mga itinuturo ko, kundi sa nagsugo sa akin. ¹⁷ Malalaman ng sinumang gustong sumunod sa kalooban ng Dios kung ang itinuturo ko'y galing nga sa Dios o sa akin lang. ¹⁸ Ang nagtuturo nang mula sa sarili niyang karunungan ay naghahangad lang na papurihan siya. Ngunit ang naghahangad na papurihan ang nagsugo sa kanya ay tapat at hindi sinungaling. ¹⁹ Hindi ba't ibinigay sa inyo ni Moises ang Kautusan? Ngunit wala ni isa man sa inyo ang sumusunod sa Kautusan. Dahil kung sinusunod ninyo ang Kautusan, bakit gusto n'yo akong patayin?" ²⁰ Sumagot ang mga tao, "Sinasaniban ka na siguro ng masamang espiritu! Sino naman ang gustong pumatay sa iyo?" ²¹ Sinabi sa kanila ni Jesus, "Nagtaka kayo dahil may pinagaling ako noong Araw ng Pamamahinga. ²² Hindi ba't ibinigay sa inyo ni Moises ang utos tungkol sa pagtutuli? (Hindi ito nagmula kay Moises kundi sa mga nauna pang mga ninuno). At dahil dito, tinutuli n'yo ang bata kahit sa Araw ng Pamamahinga. ²³ Ngayon, kung tinutuli n'yo nga ang bata sa Araw ng Pamamahinga para hindi masuway ang utos ni Moises, bakit kayo nagagalit sa akin dahil pinagaling ko ang isang tao sa Araw ng Pamamahinga? ²⁴ Huwag kayong humusga ayon lang sa nakikita ninyo, kundi humusga kayo ayon sa nararapat."

Nagtanong ang mga Tao kung si Jesus nga ba ang Cristo

²⁵ Sinabi ng ilang taga-Jerusalem, "Hindi ba ito ang taong gustong patayin ng mga pinuno natin? ²⁶ Pero tingnan ninyo, lantaran siyang nangangaral at walang sinasabi ang mga pinuno laban sa kanya. Baka kinikilala na nilang siya ang Cristo. ²⁷ Pero alam natin kung saan siya nanggaling, pero ang Cristo na darating ay walang nakakaalam kung saan siya manggagaling."

²⁸ Habang nagtuturo si Jesus sa templo, sinabi niya nang malakas, "Totoo bang kilala ninyo ako at kung saan ako nanggaling? Sinasabi ko sa inyo ang totoo, hindi ako naparito sa sarili kong kagustuhan. Ang tunay na Dios ang nagsugo sa akin, pero hindi ninyo siya kilala. ²⁹ Kilala ko siya dahil nanggaling ako sa kanya, at siya ang nagsugo sa akin." ³⁰ Dahil sa mga sinabing ito ni Jesus, gusto na sana siyang dakpin ng mga pinuno ng mga Judio, pero walang humuli sa kanya dahil hindi pa ito ang oras niya. ³¹ Sa kabila nito, marami pa rin sa mga tao ang sumampalataya sa kanya. Sinabi nila, "Siya na nga ang Cristo, dahil walang makakahigit sa mga himalang ginagawa niya."

Inutusan ang mga Guwardya sa Templo na Dakpin si Jesus

³² Narinig ng mga Pariseo ang usap-usapan ng mga tao tungkol kay Jesus. Kaya inutusan nila at ng mga namamahalang pari ang mga guwardya sa templo na dakpin si Jesus. ³³ Sinabi ni Jesus, "Sandali n'yo na lang akong makakasama, at pagkatapos nito'y babalik na ako sa nagsugo sa akin. ³⁴ Hahanapin n'yo ako, pero hindi n'yo makikita, dahil hindi kayo makakapunta sa pupuntahan ko." ³⁵ Nagtanungan ang mga *pinuno ng mga* Judio, "Saan kaya niya balak pumunta at hindi na raw natin siya makikita? Pupunta kaya siya sa mga lugar ng mga Griego, kung saan nagsipangalat ang mga kapwa natin Judio, para mangaral sa mga Griego? ³⁶ Bakit kaya niya sinabing, 'Hahanapin ninyo ako ngunit hindi ninyo ako makikita, dahil hindi kayo makakapunta sa aking pupuntahan'?"

Ang Tubig na Nagbibigay-buhay

³⁷ Nang dumating ang huli at pinakamahalagang araw ng pista, tumayo si Jesus at sinabi nang malakas, "Ang sinumang nauuhaw ay lumapit sa akin at uminom. ³⁸ Sapagkat sinasabi sa Kasulatan na dadaloy ang tubig na nagbibigay-buhay mula sa puso ng sumasampalataya sa akin." ³⁹ (Ang tubig na tinutukoy ni Jesus ay ang *Banal na* Espiritu na malapit nang tanggapin ng mga sumasampalataya sa kanya. Hindi pa naipagkakaloob ang *Banal na* Espiritu nang panahong iyon dahil hindi pa nakabalik sa langit si Jesus.)

Ang Paniniwala ng mga Tao tungkol kay Jesus

⁴⁰ Maraming tao ang nakarinig sa sinabing iyon ni Jesus, at sinabi ng ilan sa kanila, "Siya na nga ang Propeta *na hinihintay natin*!" ⁴¹ Sinabi naman ng iba, "Siya na nga ang Cristo!" Pero may nagsabi rin, "Hindi siya ang Cristo, dahil hindi maaaring manggaling ang Cristo sa Galilea. ⁴² Hindi ba't sinasabi sa Kasulatan na ang Cristo ay manggagaling sa lahi ni *Haring* David, at ipapanganak sa Betlehem na bayan ni David?" ⁴³ Kaya iba-iba ang paniniwala ng mga tao tungkol kay Jesus. ⁴⁴ Gusto ng ilan na dakpin siya, pero walang humuli sa kanya.

---

a 2 Kubol: sa Ingles, "temporary shelter."

Ayaw Maniwala ng mga Pinuno ng mga Judio kay Jesus

⁴⁵ Bumalik ang mga guwardya ng templo sa mga namamahalang pari at mga Pariseo na nag-utos sa kanila na dakpin si Jesus. Tinanong sila ng mga ito, "Bakit hindi ninyo siya dinala rito?" ⁴⁶ Sumagot sila, "Ngayon lang po kami nakarinig ng katulad niyang magsalita." ⁴⁷ Sinabi ng mga Pariseo, "Kung ganoon, pati kayo ay naloko na rin ng taong iyon? ⁴⁸ May nakita na ba kayong mga pinuno o mga Pariseong sumasampalataya sa kanya? ⁴⁹ Wala! Mga tao lang na walang alam sa Kautusan *ni Moises* ang sumasampalataya sa kanya. Sumpain sila ng Dios!" ⁵⁰ Isa sa mga Pariseong naroon ay si Nicodemus, na minsang dumalaw kay Jesus. Sinabi niya sa mga kasamahan niya, ⁵¹ "Hindi ba't labag sa Kautusan natin na hatulan ang isang tao hangga't hindi siya nalilitis at inaalam kung ano ang ginawa niya?" ⁵² Sumagot sila kay Nicodemus, "Taga-Galilea ka rin ba? Magsaliksik ka *sa Kasulatan* at makikita mong walang propetang nanggagaling sa Galilea." ⁵³ [Pagkatapos nito, nag-uwian na silang lahat.]

Ang Babaeng Nahuli sa Pangangalunya

[8] Si Jesus naman ay pumunta sa bundok ng mga Olibo. ² Kinabukasan, maaga pa ay bumalik na si Jesus sa templo. Maraming tao ang lumapit sa kanya, kaya umupo siya at nangaral sa kanila. ³ Dumating ang mga tagapagturo ng Kautusan at mga Pariseo na may dalang babae na nahuli sa pangangalunya. Pinatayo nila ang babae sa harap ng mga tao, ⁴ at sinabi nila kay Jesus, "Guro, ang babaeng ito'y nahuli sa pangangalunya. ⁵ Ayon sa Kautusan ni Moises, ang mga babaeng tulad niya'y dapat batuhin hanggang sa mamatay. Anong masasabi mo?" ⁶ Itinanong nila ito upang hanapan ng maipaparatang laban sa kanya. Pero yumuko lang si Jesus at sumulat sa lupa sa pamamagitan ng kanyang daliri. ⁷ Pero paulit-ulit silang nagtanong, kaya tumayo*ᵃ* si Jesus at sinabi sa kanila, "Kung sino sa inyo ang walang kasalanan ay siya ang maunang bumato sa kanya." ⁸ At muli siyang yumuko at nagsulat sa lupa.

⁹ Nang marinig nila iyon, isa-isa silang umalis mula sa pinakamatanda, hanggang si Jesus na lang at ang babae ang naiwan. ¹⁰ Tumayo si Jesus at sinabi sa babae, "Babae, nasaan na sila? May humatol ba sa iyo?" ¹¹ Sumagot ang babae, "Wala po." Sinabi ni Jesus sa kanya, "Hindi rin kita hahatulan. Maaari ka nang umalis, pero huwag ka na muling magkasala."]

Si Jesus ang Ilaw ng Mundo

¹² Muling nagsalita si Jesus sa mga tao, "Ako ang ilaw ng mundo. Ang sumusunod sa akin ay hindi na mamumuhay sa kadiliman, kundi magkakaroon ng ilaw na nagbibigay-buhay." ¹³ Nang marinig ito ng mga Pariseo, sinabi nila, "Ikaw lang naman ang nagpapatotoo tungkol sa sarili mo, kaya hindi ka paniniwalaan." ¹⁴ Sumagot si Jesus, "Kahit na nagpapatotoo ako tungkol sa aking sarili, ang sinasabi ko ay totoo, dahil alam ko kung saan ako nanggaling at kung saan ako pupunta. Ngunit kayo, hindi ninyo alam kung saan ako nanggaling at kung saan ako pupunta. ¹⁵ Humahatol kayo ayon sa

pamamaraan ng tao, pero ako ay hindi humahatol kaninuman. ¹⁶ Kung hahatol man ako ay tama ang hatol ko, dahil hindi ako humahatol nang mag-isa kundi ako at ang Amang nagsugo sa akin. ¹⁷ Hindi ba't nakasulat sa Kautusan ninyo na kapag tugma ang patotoo ng dalawang saksi, nangangahulugang totoo ang kanilang sinasabi? ¹⁸ Nagpapatotoo ako tungkol sa aking sarili, at ang Amang nagsugo sa akin ay nagpapatotoo rin tungkol sa akin." ¹⁹ Nagtanong ang mga Pariseo, "Nasaan ba ang iyong Ama?" Sumagot si Jesus, "Hindi n'yo ako kilala o ang aking Ama. Kung kilala sana n'yo ako, makikilala n'yo rin ang aking Ama."

²⁰ Ang mga ito'y sinabi ni Jesus nang nangangaral siya sa templo, malapit sa lalagyan ng mga kaloob. Pero walang nagtangkang dumakip sa kanya dahil hindi pa dumarating ang oras niya.

Si Jesus ay Hindi Taga-mundo

²¹ Muling nagsalita si Jesus sa mga pinuno ng mga Judio, "Aalis ako at hahanapin n'yo ako, ngunit mamamatay kayo na hindi pa napapatawad ang mga kasalanan ninyo. At hindi kayo makakapunta sa pupuntahan ko." ²² Kaya nag-usap-usap ang mga *pinuno ng mga* Judio, "Magpapakamatay kaya siya? Ano ang ibig niyang sabihin na hindi tayo makakapunta sa pupuntahan niya?" ²³ Sinabi ni Jesus sa kanila, "Kayo'y makamundo at ako'y makalangit. ²⁴ Kaya sinasabi kong mamamatay kayo na hindi pa napapatawad ang mga kasalanan ninyo. Sapagkat kung hindi kayo maniniwala na ako ang Cristo, tiyak na mamamatay kayo na hindi pa napapatawad ang mga kasalanan ninyo." ²⁵ "Bakit, sino ka ba talaga?" tanong nila. Sumagot si Jesus, "Hindi ba't noong una pa ay sinabi ko na sa inyo kung sino ako? ²⁶ Marami akong masasabi at maihahatol laban sa inyo. Sinasabi ko sa inyo ang totoo, wala akong ipinapahayag sa *mga tao sa* mundo maliban sa mga ipinapasabi ng nagsugo sa akin. At mapagkakatiwalaan ang mga sinasabi niya."

²⁷ Hindi nila naintindihan na nagsasalita si Jesus tungkol sa Ama. ²⁸ Kaya sinabi ni Jesus, "Kapag itinaas na ninyo*ᵇ ako na* Anak ng Tao, malalaman ninyo na ako nga *ang Cristo*. At malalaman din ninyo na ang lahat ng bagay na ginagawa at sinasabi ko ay ayon sa itinuro sa akin ng aking Ama. ²⁹ Lagi kong kasama ang nagsugo sa akin, at hindi niya ako pababayaang mag-isa, dahil lagi kong ginagawa ang mga bagay na kalugod-lugod sa kanya." ³⁰ Nang marinig ng mga tao ang mga sinabi ni Jesus, marami sa kanila ang sumampalataya sa kanya.

Ang Katotohanang Nagpapalaya sa Tao

³¹ Sinabi ni Jesus sa mga Judiong sumampalataya sa kanya, "Kung patuloy kayong susunod sa aral ko, totoo ngang mga tagasunod ko kayo. ³² Malalaman ninyo ang katotohanan, at ang katotohanan ang magpapalaya sa inyo." ³³ Sumagot sila kay Jesus, "Nagmula kami sa lahi ni Abraham, at kailanma'y hindi kami naging alipin ng kahit sino. Bakit sinabi mong palalayain kami?" ³⁴ Sumagot si Jesus, "Sinasabi ko sa inyo ang totoo, ang sinumang nagkakasala ay alipin ng kasalanan. ³⁵ Ang alipin

---

a 7 tumayo: o, *tumuwid ng upo.*

b 28 itinaas na ninyo: o, *itinaas na ninyo sa krus.*

ay hindi namamalagi sa isang pamilya sa habang panahon, ngunit ang anak ay namamalagi magpakailanman. ³⁶Kaya kung ang Anak *ng Dios* ang magpapalaya sa inyo, talagang magiging malaya kayo. ³⁷Alam kong galing kayo sa lahi ni Abraham, pero tinatangka ninyo akong patayin dahil ayaw ninyong tanggapin ang mga itinuturo ko. ³⁸Sinasabi ko sa inyo ang mga bagay na nakita ko sa aking Ama, ngunit ginagawa naman ninyo ang narinig ninyo sa inyong ama."

³⁹Sinabi ng mga tao, "Si Abraham ang aming ama!" Sumagot si Jesus, "Kung totoong mga anak kayo ni Abraham, tinutularan sana ninyo ang *mabubuting* gawa niya. ⁴⁰Ngunit tinatangka ninyo akong patayin, kahit sinasabi ko lang sa inyo ang mga katotohanang narinig ko mula sa Dios. Hindi ginawa ni Abraham ang mga ginagawa ninyo. ⁴¹Ang mga ginagawa n'yo ay katulad ng ginagawa ng inyong ama." Sumagot sila kay Jesus, "Hindi kami mga anak sa labas.ª Ang Dios ang aming Ama." ⁴²Sinabi ni Jesus sa kanila, "Kung ang Dios nga ang inyong Ama, mamahalin sana ninyo ako, dahil nanggaling ako sa Dios. Hindi ako naparito sa sarili kong kagustuhan, kundi sinugo ako ng Dios. ⁴³Hindi n'yo maintindihan ang sinasabi ko dahil hindi n'yo matanggap ang aral ko. ⁴⁴Ang diyablo ang inyong ama. At kung ano ang gusto niya, iyon ang ginagawa ninyo. Siya'y mamamatay-tao mula pa sa simula, at ayaw niya ng katotohanan dahil walang katotohanan sa kanya. Likas sa kanya ang pagsisinungaling dahil sinungaling siya, at siya ang pinagmumulan ng lahat ng kasinungalingan. ⁴⁵Ngunit ako, pawang katotohanan ang mga sinasabi ko, at ito ang dahilan kung bakit ayaw ninyong maniwala. ⁴⁶Sino sa inyo ang makakapagsabi na nakagawa ako ng kasalanan? *Wala!* Bakit ayaw n'yo akong paniwalaan kung katotohanan ang sinasabi ko? ⁴⁷Ang mga anak ng Dios ay nakikinig sa salita ng Dios. Ngunit hindi kayo mga anak ng Dios kaya hindi kayo nakikinig."

Si Jesus at si Abraham

⁴⁸Sinabi ng mga Judio kay Jesus, "Tama nga ang sinabi naming isa kang Samaritano at sinasaniban ng masamang espiritu." ⁴⁹Sumagot si Jesus, "Hindi ako sinasaniban ng masamang espiritu. Pinararangalan ko lang ang aking Ama, ngunit ipinapahiya ninyo ako. ⁵⁰Hindi ko hinahangad ang sarili kong karangalan. Ang Ama ang naghahangad *na parangalan ako ng mga tao*, at siya ang makapagpapasya na tama ang mga sinasabi ko. ⁵¹Sinasabi ko sa inyo ang totoo, ang sinumang sumusunod sa mga aral ko'ay hindi mamamatay." ⁵²Sinabi ng mga *pinuno ng mga* Judio, "Sigurado na kami na sinasaniban ka nga ng demonyo. Si Abraham ay namatay at ganoon din ang mga propeta, pero sinasabi mong hindi mamamatay ang sinumang sumusunod sa aral mo. ⁵³Mas dakila ka pa ba sa ama naming si Abraham? Kahit siya at ang mga propeta ay namatay! Sino ka ba sa akala mo?" ⁵⁴Sumagot si Jesus, "Kung ako lang ang magpaparangal sa sarili ko, wala itong saysay. Ngunit ang Ama, na sinasabi n'yong Dios ninyo, ang siyang

magpaparangal sa akin. ⁵⁵Hindi n'yo siya kilala. Ngunit ako, kilala ko siya. Kung sasabihin kong hindi ko siya kilala, magiging sinungaling akong tulad ninyo. Ngunit kilala ko talaga siya at tinutupad ko ang kanyang salita. ⁵⁶Natuwa ang ama ninyong si Abraham nang malaman niyang makikita niya ang aking kapanahunan. Nakita nga niya ito, at natuwa siya." ⁵⁷Sinabi ng mga *pinuno ng mga* Judio sa kanya, "Wala ka pang 50 taon, paano mo nasabing nakita mo na si Abraham?" ⁵⁸Sumagot si Jesus, "Sinasabi ko sa inyo ang totoo, bago pa ipanganak si Abraham, nariyan na ako." ⁵⁹Dahil dito, pumulot ng mga bato ang mga tao upang batuhin siya. Pero nakapagtagoᵇ si Jesus at umalis sa templo.

Pinagaling ni Jesus ang Isang Bulag

9 Habang naglalakad si Jesus, may nakita siyang isang lalaki na ipinanganak na bulag. ²Tinanong si Jesus ng mga tagasunod niya, "Guro, sino po ba ang nagkasala at ipinanganak siyang bulag? Siya po ba o ang mga magulang niya?" ³Sumagot si Jesus, "Hindi siya ipinanganak na bulag dahil nagkasala siya o ang mga magulang niya. Nangyari iyon para maipakita ang kapangyarihan ng Dios *sa pamamagitan ng pagpapagaling* sa kanya. ⁴Hindi ba't nagtatrabaho ang tao sa araw dahil hindi na siya makakapagtrabaho sa gabi? Kaya dapat gawin na natin ang mga ipinapagawa ng *Dios na* nagpadala sa akin habang magagawa pa natin. Sapagkat darating ang araw na hindi na natin magagawa ang ipinapagawa niya. ⁵Habang ako ay nasa mundong ito, ako ang ilaw na nagbibigay-liwanag sa mga tao." ⁶Pagkasabi niya nito, dumura siya sa lupa, gumawa ng putik mula sa dura at ipinahid niya sa mata ng bulag. ⁷Sinabi ni Jesus sa bulag, "Pumunta ka sa paliguan ng Siloam at maghilamos ka roon." (Ang ibig sabihin ng Siloam ay "Sinugo".) Pumunta nga roon ang bulag at naghilamos. Nang bumalik siya ay nakakakita na siya.

⁸Dahil dito, nagtanungan ang mga kapitbahay niya at ang iba pang mga nakakita sa kanya noong namamalimos pa siya. Sinabi nila, "Hindi ba't siya ang dating nakaupo at namamalimos?" ⁹Sinabi ng iba, "Siya nga." Pero sinabi naman ng iba, "Hindi, kamukha lang niya iyon." Kaya ang lalaki na mismo ang nagsabi, "Ako nga iyon." ¹⁰"Paano kang nakakita?" tanong nila. ¹¹Sumagot siya, "Ang lalaking tinatawag na Jesus ay gumawa ng putik. Ipinahid niya ito sa mga mata ko at sinabi, 'Pumunta ka sa paliguan ng Siloam at maghilamos.' Kaya pumunta ako roon at naghilamos, at pagkatapos ay nakakita na ako." ¹²Nagtanong ang mga tao, "Nasaan na siya?" Sumagot ang lalaki, "Hindi ko po alam."

Inimbestigahan ng mga Pariseo ang Pagpapagaling

¹³Dinala nila sa mga Pariseo ang dating bulag. ¹⁴Araw noon ng Pamamahinga nang gumawa si Jesus ng putik at pinagaling ang bulag. ¹⁵Kaya tinanong din siya ng mga Pariseo kung paano siya nakakita. At sinabi ng lalaki, "Nilagyan ni Jesus ng putik ang mga mata ko. Naghilamos ako, at pagkatapos ay nakakita na ako." ¹⁶Sinabi ng ilang

---

a 41 Hindi kami mga anak sa labas: Ang ibig sabihin, *Hindi kami mga anak ni Satanas.*

b 59 nakapagtago: o, *itinago.*

Pariseo, "Hindi mula sa Dios ang taong gumawa nito, dahil hindi niya sinusunod ang utos tungkol sa Araw ng Pamamahinga." Pero sinabi naman ng iba, "Kung makasalanan siya, paano siya makakagawa ng ganitong himala?" Hindi magkasundo ang mga opinyon nila tungkol kay Jesus.

[17] Kaya tinanong ulit ng mga Pariseo ang dating bulag, "Ano ang masasabi mo tungkol sa kanya, dahil pinagaling ka niya?" Sumagot ang lalaki, "Isa po siyang propeta." [18] Pero ayaw pa ring maniwala ng mga *pinuno ng mga* Judio na siya nga ang dating bulag na ngayon ay nakakakita na. Kaya ipinatawag nila ang mga magulang niya [19] at tinanong, "Anak n'yo ba ito? Totoo bang ipinanganak siyang bulag? Bakit nakakakita na siya ngayon?" [20] Sumagot ang mga magulang, "Anak nga po namin siya, at ipinanganak nga siyang bulag. [21] Pero hindi namin alam kung paano siya nakakita at kung sino ang nagpagaling sa kanya. Siya na lang po ang tanungin ninyo. Nasa tamang edad na siya, at kaya na niyang sumagot para sa sarili niya." [22] Ito ang sinabi ng mga magulang ng lalaki dahil sa takot sa mga *pinuno ng mga* Judio. Sapagkat napagkasunduan na ng mga *pinuno ng mga* Judio na ang sinumang kikilala kay Jesus bilang Cristo ay hindi na tatanggapin sa sambahan nila. [23] Kaya ganito ang isinagot ng mga magulang: "Nasa tamang edad na siya. Siya na lang po ang tanungin ninyo."

[24] Kaya ipinatawag nila ulit ang dating bulag at sinabi sa kanya, "Sumumpa ka sa harap ng Dios na sasabihin mo ang totoo! Alam naming makasalanan ang taong iyon!" [25] Sumagot ang lalaki, "Hindi ko po alam kung makasalanan siya o hindi. Ang alam ko lang ay dati akong bulag, pero nakakakita na ngayon." [26] Tinanong pa nila ang lalaki, "Ano ang ginawa niya sa iyo? Paano ka niya pinagaling?" [27] Sumagot siya, "Sinabi ko na po sa inyo, pero ayaw naman ninyong maniwala. Bakit gusto ninyong marinig ulit ang sagot ko? Gusto po ba ninyong maging mga tagasunod niya?" [28] Kaya *nagalit sila* at ininsulto ang lalaki. Sinabi nila, "Tagasunod ka niya, pero kami ay mga tagasunod ni Moises. [29] Alam naming nagsalita ang Dios kay Moises, pero ang taong iyon ay hindi namin alam kung saan nanggaling!" [30] Sumagot ang lalaki, "Iyan nga po ang nakakapagtaka. Hindi n'yo alam kung saan siya nanggaling, pero pinagaling niya ang mata ko. [31] Alam nating hindi pinakikinggan ng Dios ang mga makasalanan, pero ang sinumang may takot sa Dios at gumagawa ng kanyang kalooban ay panakinggan niya. [32] Kailanma'y wala pa tayong narinig na may taong nakapagpagaling ng taong ipinanganak na bulag. [33] Kung hindi nanggaling sa Dios ang taong iyon, hindi niya magagawa ang himalang ito." [34] Sumagot ang mga pinuno ng mga Judio, "Ipinanganak kang makasalanan! At ang lakas pa ng loob mo ngayon na pangaralan kami!" At pinagbawalan nila siyang pumasok sa sambahan nila.

Ang Espiritwal na Pagkabulag

[35] Nabalitaan ni Jesus na pinagbawalang pumasok *sa sambahan* ang dating bulag, kaya hinanap niya ito. At nang matagpuan niya, tinanong niya ito, "Sumasampalataya ka ba sa Anak ng Tao?"

[36] Sumagot ang lalaki, "Sino po siya? Sabihin n'yo po sa akin upang sumampalataya ako sa kanya." [37] Sinabi ni Jesus sa kanya, "Nakita mo na siya, at siya ang kausap mo ngayon." [38] Sinabi *agad* ng lalaki, "Panginoon, sumasampalataya po ako sa inyo." At lumuhod siya at sumamba kay Jesus. [39] Sinabi pa ni Jesus, "Naparito ako sa mundo upang hatulan ang mga tao. Ang mga *taong umaaming* bulag *sila sa katotohanan* ay makakakita, ngunit ang mga *nagsasabing* hindi *sila* bulag *sa katotohanan* ay hindi makakakita." [40] Narinig ito ng ilang Pariseong naroon, at nagtanong sila, "Sinasabi mo bang mga bulag din kami?" [41] Sumagot si Jesus, "Kung *inaamin n'yong* mga bulag kayo *sa katotohanan*, wala sana kayong kasalanan. Ngunit dahil sinasabi ninyong hindi kayo bulag, *nangangahulugan ito na* may kasalanan pa rin kayo."

Ang Tunay na Pastol

10 *Nagsalita si Jesus sa pamamagitan ng paghahalintulad. Sinabi niya,* "Sinasabi ko sa inyo ang totoo, ang pumapasok sa kulungan ng mga tupa nang hindi dumadaan sa pintuan, kundi umaakyat sa pader ay magnanakaw at tulisan. [2] Ngunit ang dumadaan sa pintuan ay ang pastol ng mga tupa. [3] Pinapapasok siya ng tagapagbantay sa pintuan, at kilala ng mga tupa ang boses niya. Tinatawag niya ang mga tupa sa kani-kanilang pangalan at inilalabas sa kulungan. [4] Kapag nailabas na niya ang mga tupa, nauuna siya sa kanila at sumusunod naman ang mga tupa dahil, kilala nila ang boses niya. [5] Ngunit hindi nila susundin ang iba; sa halip ay agad pa nga nila itong lalayuan, dahil hindi nila kilala ang boses nito."

[6] Sinabi ni Jesus sa mga tao ang paghahalintulad na ito, pero hindi nila naintindihan ang ibig niyang sabihin.

Si Jesus ang Mabuting Pastol

[7] Kaya muling sinabi ni Jesus, "Sinasabi ko sa inyo ang totoo, ako ang pintuan *na dinadaanan* ng mga tupa. [8] May *mga tagapagturo na* nauna sa akin, na *ang katulad ay* mga magnanakaw at mga tulisan. Ngunit hindi sila pinakinggan ng *aking* mga tupa. [9] Ako ang pintuan, at ang sinumang pumasok sa pamamagitan ko ay maliligtas. Magiging katulad siya ng tupa na malayang nakakapasok at nakakalabas ng kulungan, at makakatagpo siya ng pastulan. [10] Dumarating ang magnanakaw para lang magnakaw, pumatay at mangwasak. Ngunit dumating ako upang magkaroon ang mga tao ng buhay na ganap.

[11] "Ako ang mabuting pastol, at ang isang mabuting pastol ay handang mag-alay ng kanyang buhay para sa kanyang mga tupa. [12] Hindi siya katulad ng bayarang pastol ng mga tupa, sapagkat ang ganitong tagapagbantay ay tumatakas at iniiwan ang mga tupa kapag nakakita na ng asong lobo na paparating. Kaya sinasalakay ng lobo ang mga tupa at nagkakawatak-watak sila. [13] Tumatakas siya dahil bayaran lang siya at walang malasakit sa mga tupa. [14-15] Ako ang mabuting pastol. Kung paano ako nakikilala ng aking Ama at kung paano ko siya nakikilala, ganyan din ang pagkakakilala ko sa aking mga tupa at ang pagkakakilala nila sa akin. At

iniaalay ko ang aking buhay para sa kanila. [16] May iba pa akong mga tupa na wala sa kawan na ito *ng mga Judio*. Kinakailangan ko rin silang tipunin. Pakikinggan din nila ang mga salita ko, at ang lahat ng nakikinig sa akin ay magiging isang kawan na lang na may iisang pastol.

[17] "Mahal ako ng Ama, dahil iniaalay ko ang aking buhay *para sa kanila*, at pagkatapos ay muli akong mabubuhay. [18] Walang makakakuha ng aking buhay, kundi kusa ko itong ibinigay. May kapangyarihan akong ibigay ito, at may kapangyarihan din akong bawiin ito. Sinabi ito ng aking Ama sa akin."

[19] Dahil sa sinabing ito ni Jesus, nagkaroon na naman ng pagtatalo ang mga Judio. [20] Marami sa kanila ang nagsasabi, "Baliw siya at sinasaniban ng masamang espiritu. Bakit n'yo siya pinapakinggan?" [21] Pero sinabi naman ng iba, "Hindi makakapagturo nang ganyan ang sinasaniban ng masamang espiritu. At isa pa, paano siya makakapagpagaling ng bulag kung totoong sinasaniban nga siya?"

Itinakwil ng mga Judio si Jesus

[22] Sumapit ang pagdiriwang ng Pista ng Pagtatalaga ng Templo sa Jerusalem. Taglamig na noon, [23] at naglalakad si Jesus sa bahagi ng templo na kung tawagin ay Balkonahe ni Solomon. [24] Pinalibutan siya ng mga Judio at sinabi sa kanya, "Hanggang kailan mo ililihim sa amin kung sino ka talaga? Kung ikaw nga ang Cristo, tapatin mo na kami." [25] Sumagot si Jesus sa kanila, "Sinabi ko na sa inyo kung sino ako, pero ayaw naman ninyong maniwala. Ang mga ginawa kong himala sa pangalan ng aking Ama ang nagpapatunay kung sino ako. [26] Ngunit ayaw n'yong maniwala sa akin dahil hindi kayo kabilang sa aking mga tupa. [27] Nakikinig sa akin ang aking mga tupa. Kilala ko sila at sumusunod sila sa akin. [28] Binibigyan ko sila ng buhay na walang hanggan, at kailanman ay hindi sila mapapahamak. Walang makakaagaw sa kanila sa aking kamay. [29] Ibinigay sila sa akin ng Ama na higit na makapangyarihan sa lahat. Walang makakaagaw sa kanila mula sa kamay ng aking Ama. [30] Ako at ang Ama ay iisa."

[31] *Nang marinig ito ng* mga Judio, muli silang dumampot ng mga bato para batuhin siya. [32] Pero sinabi sa kanila ni Jesus, "Ipinakita ko sa inyo ang maraming mabubuting gawa na ipinapagawa sa akin ng Ama. Alin sa mga ito ang dahilan kung bakit n'yo ako babatuhin?" [33] Sumagot sila, "Hindi ka namin babatuhin dahil sa mabubuti mong gawa, kundi dahil sa paglapastangan mo sa Dios. Sapagkat sinasabi mong ikaw ay Dios gayong tao ka lang." [34] Sumagot si Jesus, "Hindi ba't nakasulat sa Kautusan na *sinabi ng Dios na* kayo'y mga dios?[a] [35] At hindi natin maaaring balewalain ang Kasulatan. Kaya kung tinawag niyang 'dios' ang mga binigyan niya ng mensahe niya, [36] bakit n'yo sinasabing nilalapastangan ko ang Dios dahil sa sinabi kong ako'y Anak ng Dios? Pinili ako ng Ama at sinugo niya rito sa mundo. [37] Kung hindi ko ginagawa ang mga ipinapagawa ng Ama, huwag kayong maniwala sa akin. [38] Ngunit kung ginagawa ko ang mga ipinapagawa ng aking Ama, kahit ayaw

n'yong maniwala sa akin, paniwalaan n'yo ang mga ginawa ko upang maunawaan n'yo na ang Ama ay nasa akin at ako ay nasa aking Ama."

[39] Tinangka na naman nilang dakpin si Jesus, pero nakatakas siya.

[40] Bumalik si Jesus sa kabila ng *Ilog ng* Jordan, sa lugar na pinagbautismuhan noon ni Juan. Nanatili siya roon [41] at maraming tao ang pumunta sa kanya. Sinabi nila, "Wala ngang ginawang himala si Juan, pero totoong lahat ang sinabi niya tungkol sa taong ito." [42] At marami sa mga naroon ang sumampalataya kay Jesus.

Ang Pagkamatay ni Lazarus

11 [1-2] May isang lalaki na ang pangalan ay Lazarus. Siya at ang mga kapatid niyang sina Maria at Marta ay nakatira sa Betania. Si Maria ang nagbuhos ng pabango sa paa ng Panginoon at pagkatapos ay pinunasan niya ng kanyang buhok. Nagkasakit si Lazarus, [3] kaya nagpasabi ang magkapatid na babae kay Jesus na may sakit ang minamahal niyang kaibigan. [4] Nang mabalitaan ito ni Jesus, sinabi niya, "Ang sakit na ito'y hindi tungo sa kamatayan. Nagkasakit siya upang maparangalan ang Dios, at sa pamamagitan nito'y maparangalan din ang Anak ng Dios."

[5] Mahal ni Jesus ang magkakapatid na Marta, Maria at Lazarus. [6] Pero nang mabalitaan niyang may sakit si Lazarus, nanatili pa siya ng dalawang araw sa kinaroroonan niya. [7] Pagkalipas ng dalawang araw, sinabi niya sa mga tagasunod niya, "Bumalik na tayo sa Judea." [8] Sumagot sila, "Guro, kamakailan lang ay tinangka kayong batuhin ng mga Judio. Bakit pa kayo babalik doon?" [9] Sumagot si Jesus, "Hindi ba't may 12 oras sa maghapon? Kaya ang naglalakad sa araw ay hindi natitisod, dahil maliwanag pa. [10] Ngunit ang naglalakad sa gabi ay natitisod, dahil wala na sa kanya ang liwanag." [11] Pagkatapos, sinabi pa ni Jesus, "Ang kaibigan nating si Lazarus ay natutulog. Pupunta ako roon upang gisingin siya." [12] Sinabi ng mga tagasunod niya, "Panginoon, kung natutulog siya, gagaling pa siya." [13] Ang akala nila'y natutulog lang si Lazarus, pero ang ibig sabihin ni Jesus ay patay na ito. [14] Kaya tinapat niya si Jesus, "Patay na si Lazarus. [15] Ngunit nagpapasalamat ako na wala ako roon, *dahil ang gagawin kong himala sa kanya ay* para sa kabutihan ninyo, upang lalo pa kayong sumampalataya *sa akin.*[b] Tayo na, puntahan natin siya." [16] Si Tomas na tinatawag na Kambal ay nagsabi sa kapwa niya tagasunod, "Sumama tayo sa kanya, kahit mamatay tayong kasama niya."

Binuhay ni Jesus ang Patay

[17] Nang dumating si Jesus *sa Betania*, nalaman niyang apat na araw nang nakalibing si Lazarus. [18] May tatlong kilometro lang ang layo ng Betania sa Jerusalem, [19] kaya maraming Judio *galing sa Jerusalem* ang dumalaw kina Marta at Maria upang makiramay sa pagkamatay ng kanilang kapatid. [20] Nang marinig ni Marta na dumarating na si Jesus, sinalubong niya ito; pero si Maria ay naiwan sa bahay. [21] Sinabi ni Marta kay Jesus, "Panginoon, kung

---

a 34 Salmo 82:6.

b 15 upang lalo pa kayong sumampalataya sa akin: o, upang lalo pang lumakas ang pananampalataya ninyo sa akin.

nandito kayo ay hindi sana namatay ang kapatid ko. ²²Ngunit kahit ngayon, alam kong ibibigay sa inyo ng Dios ang anumang hilingin n'yo sa kanya." ²³Sinabi ni Jesus sa kanya, "Muling mabubuhay ang kapatid mo." ²⁴Sumagot si Marta, "Alam ko pong mabubuhay siyang muli sa huling araw, kapag bubuhayin na ang mga namatay." ²⁵Sinabi ni Jesus sa kanya, "Ako ang bumubuhay sa mga namatay, at ako rin ang nagbibigay ng buhay. Ang sumasampalataya sa akin, kahit mamatay ay muling mabubuhay. ²⁶Ang sinumang nabubuhay at sumasampalataya sa akin ay hindi mamamatay kailanman. Naniniwala ka ba sa sinabi ko?" ²⁷Sumagot si Marta, "Opo, Panginoon, sumasampalataya ako na kayo ang Cristo, ang Anak ng Dios, na *hinihintay naming darating dito sa mundo.*"

Umiyak si Jesus

²⁸Pagkasabi niya nito, bumalik si Marta sa bahay nila. Tinawag niya ang kapatid niyang si Maria at binulungan, "Narito na ang Guro, at ipinatatawag ka niya." ²⁹Nang marinig ito ni Maria, dali-dali siyang tumayo at pinuntahan si Jesus. ³⁰(Hindi pa nakakarating si Jesus sa Betania. Naroon pa lang siya sa lugar kung saan sinalubong siya ni Marta.) ³¹Nang makita ng mga nakikiramay na Judio na tumayo si Maria at dali-daling lumabas, sinundan nila siya sa pag-aakalang pupunta siya sa libingan upang doon manangis.

³²Pagdating ni Maria sa kinaroroonan ni Jesus, lumuhod siya sa harap nito at sinabi, "Panginoon, kung narito lang kayo ay hindi sana namatay ang kapatid ko." ³³Nabagbag ang puso ni Jesus*ᵃ* at naawa siya nang makita niyang umiiyak si Maria, pati na ang mga kasama nitong mga Judio. ³⁴Tinanong niya sila, "Saan ninyo siya inilibing?" Sumagot sila, "Panginoon, halikayo at tingnan ninyo." ³⁵Umiyak si Jesus. ³⁶Kaya sinabi ng mga Judio, "Tingnan ninyo kung gaano niya kamahal si Lazarus." ³⁷Pero sinabi naman ng iba, "Hindi ba't pinagaling niya ang lalaking bulag? Bakit hindi niya nailigtas sa kamatayan si Lazarus?"

Muling Binuhay si Lazarus

³⁸Muling nabagbag ang puso ni Jesus. Kaya pumunta siya sa pinaglibingan kay Lazarus. Isa itong kweba na tinakpan ng isang malaking bato. ³⁹*Pagdating nila roon,* sinabi ni Jesus, "Alisin ninyo ang bato." Sumagot si Marta na kapatid ng namatay, "Panginoon, tiyak na nangangamoy na ngayon ang bangkay. Apat na araw na siyang nakalibing." ⁴⁰Sinabi ni Jesus sa kanya, "Hindi ba't sinabi ko sa iyo na kung sasampalataya ka ay makikita mo ang kapangyarihan*ᵇ* ng Dios?" ⁴¹Kaya inalis nila ang bato. Tumingala si Jesus sa langit at sinabi, "Ama, nagpapasalamat ako sa iyo, dahil dininig mo ako. ⁴²Alam kong lagi mo akong dinidinig, at sinasabi ko ito para sa kapakanan ng mga nasa paligid ko upang maniwala silang ikaw ang nagsugo sa akin." ⁴³Pagkasabi niya nito, sumigaw siya, "Lazarus, lumabas ka!" ⁴⁴At lumabas nga ang namatay *na si Lazarus* na nababalot pa ng tela ang mga kamay at

paa, at may takip na tela ang mukha. Sinabi ni Jesus sa kanila, "Kalagan n'yo siya at palakarin."

Ang Plano ng mga Pinuno Laban kay Jesus (Mat. 26:1-5; Mar. 14:1-2; Luc. 22:1-2)

⁴⁵Marami sa mga Judiong dumalaw kina Maria ang sumampalataya nang makita nila ang ginawa ni Jesus. ⁴⁶Pero ang iba sa kanila ay pumunta sa mga Pariseo at ibinalita ang ginawa ni Jesus. ⁴⁷Kaya ipinatawag ng mga namamahalang pari at ng mga Pariseo ang lahat ng miyembro ng Korte ng mga Judio. At nang nagkatipon na sila, sinabi nila, "Ano ang gagawin natin? Maraming himala ang ginagawa ng taong ito. ⁴⁸Kapag pinabayaan natin siya, maniniwala ang lahat ng tao sa kanya *na siya ang hari ng Israel.* Kapag nangyari iyan, lulusubin tayo ng mga hukbong Romano at wawasakin nila ang templo at ang ating bansa."*ᶜ* ⁴⁹Pero isa sa kanila, si Caifas na punong pari nang taon na iyon, ang nagsabi, "Talagang wala kayong alam. ⁵⁰Hindi n'yo ba naisip na mas mabuting mamatay ang isang tao para sa sambayanan kaysa sa mapahamak ang buong bansa?" ⁵¹Ang sinabing ito ni Caifas ay hindi nanggaling sa sarili lang niya. Bilang punong pari ng taon na iyon, nagpahayag ang Dios sa pamamagitan niya na mamamatay si Jesus para sa buong bansa. ⁵²At hindi lang para sa bansa nila, kundi para sa lahat ng mga anak ng Dios na nagsipangalat sa buong mundo, upang tipunin sila at pag-isahin. ⁵³Mula noon, binalak na nilang ipapatay si Jesus. ⁵⁴Kaya hindi na lantarang nagpakita si Jesus sa mga Judio. Sa halip ay pumunta siya sa lugar na malapit sa ilang, sa isang bayan na kung tawagin ay Efraim. At nanatili siya roon kasama ang mga tagasunod niya.

⁵⁵Nang malapit na ang pista ng mga Judio na tinatawag na Pista ng Paglampas ng Anghel, maraming tao mula sa iba't ibang bayan *ng Israel* ang pumunta sa Jerusalem upang isagawa ang ritwal na paglilinis bago magpista. ⁵⁶Hinanap nila nang hinanap si Jesus, at nagtatanungan sila roon sa templo, "Ano sa palagay ninyo? Paparito kaya siya sa pista?" ⁵⁷Nang mga panahong iyon, ipinag-utos ng mga namamahalang pari at ng mga Pariseo na ipagbigay-alam ng sinumang nakakaalam kung nasaan si Jesus upang madakip nila.

Binuhusan ng Pabango si Jesus (Mat. 26:6-13; Mar. 14:3-9)

12 Anim na araw bago dumating ang Pista ng Paglampas ng Anghel, pumunta si Jesus sa Betania, kung saan nakatira si Lazarus na muli niyang binuhay. ²Kaya naghanda sila roon ng hapunan para kay Jesus. Si Lazarus ay isa sa kasalo ni Jesus sa pagkain. Si Marta ang nagsilbi sa kanila. ³Kumuha si Maria ng kalahating litro ng purong *pabango na gawa sa halamang* nardo na mamahaling pabango. Ibinuhos niya ito sa paa ni Jesus at pinunasan ng kanyang buhok. At humalimuyak ang pabango sa buong bahay. ⁴Ang isa sa mga tagasunod ni Jesus na naroon ay si Judas Iscariote na magtatraydor sa kanya. Sinabi ni Judas,

---

a 33 Nabagbag ang puso ni Jesus: o, Nagalit si Jesus.

b 40 kapangyarihan: o, kadakilaan.

c 48 wawasakin nila ang templo at ating bansa: o, kukunin nila sa atin ang karapatang mamuno sa templo at sa ating bansa.

⁵ "Isang taon na sweldo ang halaga ng pabangong iyan. Bakit hindi na lang iyan ipinagbili, at ibigay sa mahihirap ang pera?" ⁶ Sinabi niya ito, hindi dahil nagmamalasakit siya sa mga mahihirap kundi dahil isa siyang magnanakaw. Bilang tagapag-ingat ng pera nila, madalas niya itong kinukupitan. ⁷ Pero sinabi ni Jesus, "Hayaan mo siya. Ibinuhos niya ito sa katawan ko bilang paghahanda sa aking libing.ᵃ ⁸ Lagi n'yong nakakasama ang mga mahihirap, pero ako'y hindi n'yo laging makakasama."

Ang Planong Pagpatay kay Lazarus

⁹ Maraming Judio ang nakabalita na nasa Betania si Jesus. Kaya nagpuntahan sila roon, hindi lang dahil kay Jesus kundi upang makita rin si Lazarus na muli niyang binuhay. ¹⁰ Kaya binalak din ng mga namamahalang pari na ipapatay si Lazarus, ¹¹ dahil siya ang dahilan kaya maraming Judio ang humihiwalay na sa kanila at sumasampalataya kay Jesus.

Ang Matagumpay na Pagpasok ni Jesus sa Jerusalem
(Mat. 21:1-11; Mar. 11:1-11; Luc. 19:28-40)

¹² Kinabukasan, nabalitaan ng maraming tao na dumalo sa pista na papunta si Jesus sa Jerusalem. ¹³ Kaya kumuha sila ng mga palaspas at sinalubong si Jesus. Sumisigaw sila, "Purihin ang Dios! Pagpalain ang dumarating na ito sa pangalan ng Panginoon.ᵇ Pagpalain ang Hari ng Israel!" ¹⁴ Nakakita si Jesus ng isang batang asno at sinakyan niya ito, gaya ng nakasaad sa Kasulatan,

¹⁵ "Huwag kayong matakot, mga taga-Zion!
Makinig kayo! Paparating na ang inyong Hari
na nakasakay sa isang batang asno!"ᶜ

¹⁶ Hindi pa naiintindihan noon ng mga tagasunod ni Jesus ang ginawang iyon ng mga tao. Pero nang makabalik na si Jesus sa langit, saka lang nila naintindihan na iyon ay nakasaad sa Kasulatan.

¹⁷ Marami ang nakasaksi na muling buhayin ni Jesus si Lazarus. At ipinamalita nila ang pangyayaring ito. ¹⁸ Kaya marami ang sumalubong kay Jesus, dahil nabalitaan nila ang ginawa niyang himala. ¹⁹ Dahil dito, nag-usap-usap ang mga Pariseo, "Tingnan ninyo, sumusunod na sa kanya ang lahat ng tao,ᵈ at wala tayong magawa!"

May mga Griegong Naghanap kay Jesus

²⁰ May mga Griego ring pumunta *sa Jerusalem* upang sumamba *sa Dios* sa kapistahan. ²¹ Lumapit sila kay Felipe na taga-Betsaida *sa probinsya* ng Galilea. Sinabi nila sa kanya, "Gusto po sana naming makita si Jesus." ²² Pinuntahan ni Felipe si Andres at sinabi sa kanya ang kahilingan ng mga Griego. Pagkatapos, pinuntahan nila si Jesus at ipinaalam ang kahilingan. ²³ Sinabi ni Jesus sa kanila, "Dumating na ang oras upang dakilain *ako na* Anak ng Tao. ²⁴ Sinasabi ko sa inyo ang totoo, malibang

mamatay ang isang butil ng trigong itinanim sa lupa, mananatili itong nag-iisa. Ngunit kung mamatay, *tutubo ito at* mamumunga nang marami. ²⁵ Ang taong labis na nagpapahalaga sa kanyang buhay ay mawawalan nito, ngunit ang hindi nanghihinayang sa buhay niya sa mundong ito *alang-alang sa akin* ay magkakaroon ng buhay na walang hanggan. ²⁶ Ang sinumang gustong maglingkod sa akin ay dapat sumunod sa akin, at kung nasaan ako naroon din dapat siya. Ang sinumang naglilingkod sa akin ay pararangalan ng Ama."

Ipinahiwatig ni Jesus ang Kanyang Kamatayan

²⁷ *Sinabi pa ni Jesus,* "Nababagabag ako ngayon. Sasabihin ko ba sa Ama na iligtas niya ako sa nalalapit na paghihirap? Hindi, dahil ito ang dahilan ng pagpunta ko rito." ²⁸ *Pagkatapos, sinabi ni Jesus sa Ama,* "Ama, ipakita n'yo ang inyong kadakilaan." Isang tinig mula sa langit ang sumagot, "Ipinakita ko na *sa pamamagitan mo*, at muli ko itong ipapakita." ²⁹ Nang marinig ng mga taong naroon ang tinig, sinabi nila, "Kumulog!" Pero sinabi naman ng iba, "Kinausap siya ng isang anghel." ³⁰ Sinabi ni Jesus sa kanila, "Ang tinig na iyon ay ipinarinig hindi para sa akin kundi para sa kapakanan ninyo. ³¹ Dumating na ang paghatol *sa mga tao* sa mundo. Malulupig na *si Satanas na* siyang naghahari sa mundong ito. ³² At kapag itinaas na ako mula sa lupa, ilalapit ko ang lahat ng tao sa akin." ³³ (Sinabi ito ni Jesus upang ipahiwatig kung paano siya mamamatay.) ³⁴ Sumagot ang mga tao sa kanya, "Nakasaad sa Kasulatan na ang Cristo'y mabubuhay nang walang hanggan. Bakit mo sinasabing kailangang mamatayᵉ ang Anak ng Tao? Sino ba ang Anak ng Tao na tinutukoy mo?" ³⁵ Sumagot si Jesus, "Maikling panahon na lang ninyong makakasama ang ilaw. Kaya mamuhay kayo sa liwanag ng ilaw na ito habang narito pa, para hindi kayo abutan ng dilim. Sapagkat hindi alam ng naglalakad sa dilim kung saan siya papunta. ³⁶ Kaya sumampalataya kayo sa *akin na siyang* ilaw *ninyo* habang narito pa *ako*, para maliwanagan ang isipan ninyo."ᶠ Pagkasabi ni Jesus nito, umalis siya at nagtago sa kanila.

Ayaw Manampalataya ng mga Judio kay Jesus

³⁷ Kahit na nakita ng mga Judio ang maraming himala na ginawa ni Jesus, hindi pa rin sila sumampalataya sa kanya. ³⁸ Sa ganoon, natupad ang sinabi ni Propeta Isaias,

"Panginoon, sino ang naniwala sa aming mensahe?
Sino sa mga pinakitaan mo ng iyong kapangyarihan ang sumampalataya?"ᵍ

³⁹ Sinabi pa ni Isaias na kaya ayaw nilang sumampalataya ay dahil:

⁴⁰ "Binulag ng Dios ang kanilang mga mata upang hindi sila makakita,

---

a 7 Ibinuhos…libing: o, *Ipatago sa kanya ang natirang pabango para sa aking libing.*

b 13 Salmo 118:26.

c 15 Zac. 9:9.

d 19 lahat ng tao: sa literal, *buong mundo.*

e 34 mamatay: sa literal, *itataas.*

f 36 para maliwanagan ang isipan ninyo: sa literal, *para maging mga anak kayo ng ilaw.*

g 38 Isa. 53:1.

at isinara niya ang kanilang mga isip[a]
upang hindi sila makaunawa,
dahil baka manumbalik pa sila sa kanya, at
pagalingin niya sila."[b]

[41] Sinabi ito ni Isaias dahil nakita niya ang kadakilaan ni Jesus, at nagsalita siya tungkol sa kanya.

[42] Ganoon pa man, maraming pinuno *ng mga Judio* ang sumampalataya kay Jesus. Pero inilihim nila ang kanilang pananampalataya dahil takot silang hindi na tanggapin ng mga Pariseo sa mga sambahan. [43] Sapagkat mas ginusto pa nilang purihin sila ng tao kaysa ng Dios.

Ang Salita ni Jesus ang Hahatol sa mga Tao

[44] Nagsalita si Jesus nang malakas: "Ang sumasampalataya sa akin ay hindi lang sa akin sumasampalataya kundi pati sa nagsugo sa akin. [45] At ang nakakita sa akin ay nakakita na rin sa nagsugo sa akin. [46] Naparito ako bilang ilaw ng mundo, upang ang sinumang sumampalataya sa akin ay hindi na manatili sa kadiliman. [47] Ang sinumang nakarinig ng aking mga aral pero hindi sumunod ay *hahatulan, ngunit* hindi ako ang hahatol sa kanya. Sapagkat hindi ako naparito sa mundo para hatulan ang mga tao kundi iligtas sila. [48] May ibang hahatol sa ayaw tumanggap sa akin at sa aking mga aral. Ang mga salitang ipinangaral ko ang hahatol sa kanila sa huling araw. [49] Sapagkat ang mga aral ko'y hindi galing sa sarili ko lang kundi galing sa Amang nagsugo sa akin. Siya ang nag-uutos kung ano ang sasabihin ko. [50] At alam ko na ang mga utos niya ay nagbibigay ng buhay na walang hanggan. Kaya kung ano ang ipinasasabi ng Ama, iyon lang ang sinasabi ko."

Hinugasan ni Jesus ang Paa ng mga Tagasunod Niya

13 Bago sumapit ang Pista ng Paglampas ng Anghel, alam ni Jesus na dumating na ang panahon ng pag-alis niya sa mundong ito upang bumalik sa Ama. Mahal na mahal niya ang kanyang mga tagasunod dito sa mundo, at ipinakita niya ang kanyang pagmamahal sa kanila hanggang sa katapusan. [2] *Nang gabing iyon,* naghapunan si Jesus kasama ang mga tagasunod niya. Inudyukan na ni Satanas si Judas Iscariote na anak ni Simon na traydurin si Jesus. [3] Alam ni Jesus na ang lahat *ng kapangyarihan* ay ibinigay sa kanya ng Ama. At alam din niyang galing siya sa Dios at babalik din sa Dios. [4] Tumayo si Jesus habang naghahapunan sila. Hinubad niya ang kanyang damit-panlabas at nagbigkis ng tuwalya sa baywang niya. [5] Pagkatapos, nagbuhos siya ng tubig sa isang planggana, at sinimulang hugasan ang paa ng mga tagasunod niya at pinunasan ng tuwalyang nakabigkis sa kanya. [6] Paglapit niya kay Simon Pedro, sinabi nito, "Panginoon, huhugasan n'yo po ba ang mga paa ko?" [7] Sumagot si Jesus, "Hindi mo naiintindihan ang ginagawa ko ngayon, pero maiintindihan mo rin sa bandang huli." [8] Sinabi ni Pedro sa kanya, "Hindi pwedeng kayo ang maghugas ng mga paa ko." Sumagot si Jesus, "Kung ayaw mong hugasan ko *ang paa mo,* wala kang kaugnayan sa akin." [9] Kaya sinabi ni Simon Pedro, "Kung ganoon Panginoon, hindi lang po ang mga paa ko ang hugasan n'yo kundi pati na rin ang mga kamay at ulo ko!" [10] Pero sinabi ni Jesus sa kanya, "Ang naligo na ay malinis na ang buong katawan, kaya hindi na siya kailangang hugasan pa, maliban sa mga paa niya. Malinis na nga kayo, pero hindi kayong lahat." [11] (Sinabi ni Jesus na hindi lahat sila ay malinis dahil alam niya kung sino ang magtatraydor sa kanya.)

[12] Nang mahugasan na ni Jesus ang mga paa nila, muli niyang isinuot ang kanyang damit-panlabas at bumalik sa hapag-kainan. Pagkatapos, tinanong niya sila, "Naintindihan n'yo ba ang ginawa ko sa inyo? [13] Tinatawag n'yo akong 'Guro' at 'Panginoon', at tama kayo dahil iyan nga ang totoo. [14] Kung ako na Guro at Panginoon ninyo ay hinugasan ang inyong mga paa, dapat ay ganoon din ang gawin ninyo sa isa't isa. [15] Ginawa ko ito bilang halimbawa na dapat ninyong tularan. Kaya gawin din ninyo ang ginawa ko sa inyo. [16] Sinasabi ko sa inyo ang totoo, walang alipin na mas higit sa kanyang amo; at wala ring isinugo na mas higit sa nagsugo sa kanya. [17] Ngayong alam n'yo na ang mga bagay na ito, mapalad kayo kung gagawin n'yo ang mga ito.

[18] "Hindi ko sinasabing mapalad kayong lahat, dahil kilala ko ang mga pinili ko. Pero kailangang matupad ang sinasabi sa Kasulatan na 'Trinaydor ako ng nakisalo sa akin sa pagkain.'[c] [19] Sinasabi ko ito sa inyo bago pa man mangyari, upang kapag nangyari na ay maniwala kayo na ako nga ang Cristo. [20] Sinasabi ko sa inyo ang totoo, ang tumatanggap sa mga taong isinugo ko ay tumatanggap sa akin, at ang tumatanggap sa akin ay tumatanggap sa nagsugo sa akin."

Inihayag ni Jesus na May Magtatraydor sa Kanya
(Mat. 26:20-25; Mar. 14:17-21; Luc. 22:21-23)

[21] Pagkasabi nito ni Jesus, labis siyang nabagabag. Sinabi niya, "Ang totoo, tatraydurin ako ng isa sa inyo." [22] Nagtinginan ang mga tagasunod niya na naguguluhan kung sino ang tinutukoy niya. [23] Nakasandal kay Jesus ang tagasunod na minamahal niya. [24] Kaya sinenyasan siya ni Simon Pedro na tanungin si Jesus kung sino ang tinutukoy nito. [25] Kaya habang nakasandal siya kay Jesus, nagtanong siya, "Panginoon, sino po ang tinutukoy ninyo?" [26] Sumagot si Jesus, "Kung sino ang bibigyan ko ng tinapay na isinawsaw ko, siya iyon." Kaya kumuha si Jesus ng tinapay at matapos isawsaw ay ibinigay kay Judas na anak ni Simon Iscariote. [27] Nang matanggap ni Judas ang tinapay, pumasok sa kanya si Satanas. Sinabi ni Jesus sa kanya, "Gawin mo na agad ang gagawin mo." [28] Hindi naintindihan ng mga kasalo sa hapunan kung bakit sinabi iyon ni Jesus. [29] Ang akala ng iba, inutusan lang ni Jesus si Judas na bumili ng mga kakailanganin sa pista o kaya'y magbigay ng limos sa mga mahihirap, dahil siya ang tagapag-ingat ng pera nila. [30] Pagkakain ni Judas ng tinapay, agad siyang umalis. Gabi na noon.

---

a 40 isinara niya ang kanilang mga isip: o, pinatigas niya ang kanilang mga puso.
b 40 Isa. 6:10.

c 18 Salmo 41:9.

Ang Bagong Utos

[31] Nang makaalis na si Judas, sinabi ni Jesus, "*Ako na* Anak ng Tao ay pararangalan na, at sa pamamagitan ko'y pararangalan din ang Dios. [32] At kung sa pamamagitan ko'y pararangalan ang Dios, ihahayag din ng Dios ang aking karangalan, at gagawin niya ito kaagad. [33] Mga anak, sandali na lang ninyo akong makakasama. Hahanapin ninyo ako, pero gaya ng sinabi ko sa mga *pinuno ng mga Judio*, hindi kayo makakapunta sa pupuntahan ko. [34] Kaya isang bagong utos ang ibinibigay ko sa inyo: Magmahalan kayo. Kung paano ko kayo minamahal, ganoon din dapat ang pagmamahal n'yo sa isa't isa. [35] Kung nagmamahalan kayo, malalaman ng lahat ng tao na mga tagasunod ko kayo."

Sinabi ni Jesus na Ikakaila Siya ni Pedro
(Mat. 26:31-35; Mar. 14:27-31; Luc. 22:31-34)

[36] Nagtanong si Simon Pedro kay Jesus, "Panginoon, saan po kayo pupunta?" Sumagot si Jesus, "Sa ngayon ay hindi ka makakasama sa pupuntahan ko, pero susunod ka rin doon balang araw." [37] Nagtanong pa si Pedro, "Panginoon, bakit hindi ako maaaring sumama sa inyo ngayon? Handa naman akong mamatay para sa inyo." [38] Sumagot si Jesus, "Talaga bang handa kang mamatay para sa akin? Sinasabi ko sa iyo ang totoo, bago tumilaok ang manok, tatlong beses mong ikakaila na kilala mo ako."

Si Jesus ang Tanging Daan Patungo sa Ama

14 *Sinabi ni Jesus sa kanila,* "Huwag kayong mabagabag. Magtiwala kayo sa Dios at magtiwala rin kayo sa akin. [2] Sa tahanan ng aking Ama ay maraming silid. Pupunta ako roon para ipaghanda kayo ng lugar. Hindi ko ito sasabihin kung hindi ito totoo. [3] Kapag naroon na ako at naipaghanda na kayo ng lugar, babalik ako at isasama kayo upang kung nasaan ako ay naroon din kayo. [4] At alam n'yo na ang daan papunta sa pupuntahan ko." [5] Sinabi ni Tomas sa kanya, "Panginoon, hindi po namin alam kung saan kayo pupunta, paano po namin malalaman ang daan?" [6] Sumagot si Jesus, "Ako ang daan, ang katotohanan, at ang buhay. Walang makakarating sa Ama kung hindi sa pamamagitan ko. [7] Kung kilala n'yo ako, kilala n'yo na rin ang aking Ama. At ngayon nga ay nakikilala at nakita n'yo na siya."

[8] Sinabi ni Felipe sa kanya, "Panginoon, ipakita n'yo po sa amin ang Ama, at sapat na iyon sa amin." [9] Sumagot si Jesus, "Felipe, ang tagal na nating magkasama, hindi mo pa rin ba ako kilala? Ang nakakakita sa akin ay nakakakita na rin sa Ama. Paano mo nasabing ipakita ko sa inyo ang Ama? [10] Hindi ka ba naniniwala na ako ay nasa Ama at ang Ama ay nasa akin? Ang mga salitang sinasabi ko sa inyo ay hindi nanggaling sa akin kundi sa Amang nasa akin. Siya ang gumagawa ng mga bagay na ginagawa ko. [11] Maniwala kayo na ako ay nasa Ama at ang Ama ay nasa akin. Kung ayaw ninyong maniwala sa sinasabi kong ito, maniwala man lang kayo dahil sa mga ginawa ko. [12] Sinasabi ko sa inyo ang totoo, ang sumasampalataya sa akin ay makakagawa rin ng mga ginagawa ko, at higit pa rito ang magagawa niya dahil pupunta na ako sa Ama. [13] At anuman ang hilingin n'yo sa aking pangalan ay gagawin ko upang maparangalan ang Ama sa pamamagitan *ko na kanyang* Anak. [14] Oo, gagawin ko ang anumang hilingin ninyo sa aking pangalan.

Ipinangako ni Jesus ang Banal na Espiritu

[15] "Kung mahal n'yo ako, susundin n'yo ang aking mga utos. [16] At hihilingin ko sa Ama na bigyan niya kayo ng isang Tagatulong[a] na sasainyo magpakailanman. [17] Siya ang *Banal na* Espiritu *na tagapagturo* ng katotohanan. Hindi siya matanggap ng *mga taong* makamundo dahil hindi siya nakikita o nakikilala ng mga ito. Pero kilala n'yo siya, dahil kasama n'yo siya at sasainyo *magpakailanman*.

[18] "Hindi ko kayo iiwan ng walang kasama;[b] babalik ako sa inyo. [19] Kaunting panahon na lang at hindi na ako makikita ng *mga tao sa* mundo, pero makikita n'yo ako. At dahil buhay ako, mabubuhay din kayo. [20] Sa araw na iyon, malalaman ninyo na ako nga ay nasa aking Ama, at kayo ay nasa akin, at ako ay nasa inyo. [21] "Ang sinumang tumatanggap at sumusunod sa mga utos ko ang siyang nagmamahal sa akin. At ang nagmamahal sa akin ay mamahalin din ng aking Ama. Mamahalin ko rin siya, at ipapakilala ko ang aking sarili sa kanya." [22] Tinanong siya ni Judas (hindi si Judas Iscariote), "Panginoon, bakit sa amin lang po kayo magpapakilala at hindi sa lahat?" [23] Sumagot si Jesus, "Ang nagmamahal sa akin ay susunod sa aking salita. Mamahalin siya ng aking Ama at mananahan kami sa kanya. [24] *Ngunit* ang hindi nagmamahal sa akin ay hindi sumusunod sa aking mga salita. At ang mga salitang narinig n'yo ay hindi nanggaling sa akin kundi sa Amang nagsugo sa akin.

[25] "Sinasabi ko sa inyo ang mga bagay na ito habang kasama n'yo pa ako. [26] Pero *kapag nakaalis na ako*, ang Tagatulong na walang iba kundi ang Banal na Espiritu ang ipapadala ng Ama bilang kapalit ko. Siya ang magtuturo sa inyo ng lahat ng bagay at magpapaalala sa inyo ng lahat ng mga sinabi ko sa inyo.

[27] "Huwag kayong mabagabag, at huwag kayong matakot, dahil iniiwan ko sa inyo ang kapayapaan. Ang aking kapayapaan ang ibinibigay ko sa inyo. Hindi ito katulad ng kapayapaang ibinibigay ng mundo. [28] Narinig n'yo ang sinabi ko na aalis ako pero babalik din sa inyo. Kung mahal n'yo ako, ikasisiya n'yo ang pagpunta ko sa Ama, dahil mas dakila ang Ama kaysa sa akin. [29] Sinasabi ko ito ngayon sa inyo bago pa man mangyari upang sumampalataya kayo *sa akin*[c] kapag nangyari na ito. [30] Hindi na ako magsasalita nang matagal dahil dumarating na *si Satanas na* siyang naghahari sa mundong ito. Wala siyang kapangyarihan sa akin. [31] Ngunit upang malaman ng lahat na mahal ko ang aking Ama, ginagawa ko ang iniuutos niya sa akin. Halina kayo, umalis na tayo rito."

Ang Tunay na Puno ng Ubas

15 *Sinabi pa ni Jesus,* "Ako ang tunay na puno ng ubas, at ang aking Ama ang tagapag-alaga.

---

a 16 Tagatulong: o, Tagapagtanggol.

b 18 walang kasama: sa literal, mga ulila.

c 29 upang sumampalataya kayo sa akin: o, nang lalo pang lumakas ang pananampalataya n'yo sa akin.

² Pinuputol niya ang aking mga sangang hindi namumunga, at nililinis niya ang bawat sangang namumunga para lalo pang mamunga. ³ Malinis na kayo dahil sa mga salitang sinabi ko sa inyo. ⁴ Manatili kayo sa akin at ako'y mananatili sa inyo. Hindi makakamunga ang isang sanga malibang nakakabit ito sa puno. Ganoon din naman, hindi kayo makakamunga kung hindi kayo mananatili sa akin.

⁵ "Ako ang puno ng ubas, at kayo ang aking mga sanga. Ang taong nananatili sa akin at ako rin sa kanya ay mamumunga nang marami. Sapagkat wala kayong magagawa kung hiwalay kayo sa akin. ⁶ Ang hindi mananatili sa akin ay tulad ng mga sangang itinatapon at natutuyo, at pagkatapos ay tinitipon at inihahagis sa apoy para sunugin. ⁷ Kung mananatili kayo sa akin at ang mga salita ko'y mananatili sa inyo, ipagkakaloob ko ang anumang hilingin ninyo. ⁸ Napaparangalan ang aking Ama kung namumunga kayo nang sagana, at sa ganitong paraan ay naipapakita ninyo na mga tagasunod ko kayo. ⁹ Mahal ko kayo gaya ng pagmamahal sa akin ng Ama. Manatili kayo sa aking pag-ibig. ¹⁰ Kung sinusunod ninyo ang mga utos ko, mananatili ang pag-ibig ko sa inyo. Katulad ko, sinusunod ko ang utos ng aking Ama, kaya nananatili ang kanyang pag-ibig sa akin.

¹¹ "Sinabi ko sa inyo ang bagay na ito para magalak kayo katulad ko at malubos din ang inyong kagalakan. ¹² Ito ang aking utos sa inyo: magmahalan kayo katulad ng pagmamahal ko sa inyo. ¹³ Wala nang pag-ibig na hihigit pa sa pag-ibig ng isang taong nag-alay ng kanyang buhay para sa kanyang mga kaibigan. ¹⁴ Mga kaibigan ko kayo kung sinusunod n'yo ang aking mga utos. ¹⁵ Hindi ko na kayo itinuturing na alipin, dahil hindi alam ng alipin kung ano ang ginagawa ng kanyang amo. Sa halip, itinuturing ko na kayong mga kaibigan, dahil sinasabi ko sa inyo ang lahat ng narinig ko sa aking Ama. ¹⁶ Hindi kayo ang pumili sa akin kundi ako ang pumili sa inyo, para humayo kayo at mamunga ng mga bungang mananatili. Sa ganoon, anuman ang hingin ninyo sa Ama sa pangalan ko ay ibibigay niya sa inyo. ¹⁷ Ito nga ang utos ko sa inyo: magmahalan kayo."

Ang Galit ng mga Taong Makamundo sa mga Sumasampalataya kay Jesus

¹⁸ Sinabi pa ni Jesus, "Kung napopoot sa inyo ang mga taong makamundo, alalahanin ninyo na ako ang una nilang kinapootan. ¹⁹ Kung kabilang kayo sa kanila, mamahalin kayo nila. Pero hindi kayo kabilang sa kanila, kundi pinili ko kayo mula sa kanila. Kaya napopoot sila sa inyo. ²⁰ Tandaan n'yo ang sinabi ko sa inyo na walang aliping mas higit sa kanyang amo. Kung inusig nila ako, uusigin din nila kayo. At kung sinunod nila ang aking salita, susundin din nila ang inyong salita. ²¹ Uusigin nila kayo dahil sumasampalataya kayo sa akin at dahil hindi nila kilala ang nagsugo sa akin. ²² Kung hindi ako naparito sa mundo at nangaral sa kanila, wala sana silang pananagutan sa kanilang kasalanan. Pero ngayon, wala na silang maidadahilan sa mga kasalanan nila. ²³ Ang napopoot sa akin ay napopoot

din sa aking Ama. ²⁴ Kung hindi ako gumawa sa harap nila ng mga himalang kailanma'y hindi nagawa ninuman, wala sana silang pananagutan sa kanilang kasalanan. Ngunit kahit nakita na nila ang mga himalang ginawa ko, napopoot pa rin sila sa akin at sa aking Ama. ²⁵ Sa ginawa nilang ito, natupad ang nakasulat sa kanilang Kautusan: 'Napopoot sila sa akin nang walang dahilan.'"ᵃ

²⁶ Pagkatapos, sinabi ni Jesus, "Ipapadala ko sa inyo ang Banal na Espiritu mula sa Ama. Siya ang Tagatulong n'yo at tagapagturo ng katotohanan. Pagdating niya, magpapapatotoo siya kung sino talaga ako. ²⁷ Kayo rin ay dapat na magpatotoo tungkol sa akin, dahil kasama ko na kayo mula pa noong una.

16 "Sinasabi ko na sa inyo ang mga bagay na ito para hindi manghina ang inyong pananampalataya pagdating ng pag-uusig. ² Hindi na kayo tatanggapin ng mga kapwa n'yo Judio sa mga sambahan nila. Sa katunayan, darating ang panahon na ang sinumang papatay sa inyo ay mag-aakalang naglilingkod siya sa Dios. ³ Gagawin nila ang mga bagay na ito dahil hindi nila kilala ang Ama o ako. ⁴ Pero sinasabi ko sa inyo ang mga ito para pagdating ng pag-uusig, maaalala n'yong sinabi ko na ito sa inyo.

Ang Gawain ng Banal na Espiritu

"Hindi ko sinabi sa inyo ang mga bagay na ito noong una, dahil kasama n'yo pa ako. ⁵ Pero ngayon ay babalik na ako sa nagsugo sa akin, at wala ni isa man sa inyo ang nagtatanong kung saan ako pupunta. ⁶ At ngayong sinabi ko na sa inyo, nalulungkot kayo. ⁷ Pero ang totoo, para sa ikabubuti n'yo ang pag-alis ko, dahil hindi paparito sa inyo ang Tagatulong kung hindi ako aalis. Pero kapag umalis na ako, ipapadala ko siya sa inyo. ⁸ Pagdating niya, ipapakita niya sa mga taong makamundo na makasalanan sila at ako nama'y matuwid. At ipapakita rin niya na hahatulan sila ng Dios. ⁹ Ipapakita niya sa mga tao na makasalanan sila dahil hindi sila sumampalataya sa akin. ¹⁰ Ipapakita niya na ako ay matuwid dahil pupunta ako sa Ama at hindi n'yo na makikita. ¹¹ Ipapakita rin niya sa kanila na hahatulan sila ng Dios dahil hinatulan na si Satanas na siyang naghahari sa mga taong makamundo.

¹² "Marami pa sana akong sasabihin sa inyo, pero hindi n'yo pa kayang intindihin sa ngayon. ¹³ Pero pagdating ng Banal na Espiritu na siyang tagapagturo ng katotohanan, tutulungan niya kayo para maintindihan n'yo ang lahat ng katotohanan. Ang ituturo niya ay hindi galing sa kanya; sasabihin niya kung ano lang ang narinig niya at ipapahayag din niya sa inyo ang tungkol sa mga bagay na darating. ¹⁴ Pararangalan niya ako dahil sa akin manggagaling ang lahat ng ipapahayag niya sa inyo. ¹⁵ Ang lahat ng nasa Ama ay nasa akin, kaya sinabi kong sa akin manggagaling ang lahat ng ipapahayag niya sa inyo.

Mapapalitan ng Galak ang Kalungkutan

¹⁶ "Sandaling panahon na lang at hindi n'yo na ako makikita, at pagkatapos ng kaunti pang panahon ay makikita n'yo akong muli." ¹⁷ Nagtanungan ang ilan sa mga tagasunod niya, "Ano kaya ang ibig niyang sabihin? Bakit niya sinabing sandali panahon na

---

ᵃ 25 Salmo 35:19; 69:4.

lang at hindi na natin siya makikita, at pagkatapos ng kaunti pang panahon ay makikita natin siyang muli? Sinabi pa niya na *ang dahilan kung bakit hindi na natin siya makikita ay* dahil babalik na siya sa kanyang Ama. [18] Ano kaya ang ibig niyang sabihin sa 'sandaling panahon'? Hindi natin alam kung ano ang ibig niyang sabihin." [19] Alam ni Jesus na gusto sana nilang magtanong, kaya sinabi niya sa kanila, "Nagtatanungan ba kayo tungkol sa sinabi ko na sandaling panahon na lang at hindi n'yo na ako makikita, at pagkatapos ng kaunti pang panahon ay makikita n'yo akong muli? [20] Sinasabi ko sa inyo ang totoo, iiyak kayo't magdadalamhati *sa mangyayari sa akin*, pero sasaya ang *mga taong* makamundo. Malulungkot kayo, pero ang kalungkutan ninyo ay mapapalitan ng kagalakan. [21] Katulad ito ng isang babaeng naghihirap dahil malapit nang manganak. Pero pagkasilang ng sanggol, nakakalimutan na niya ang lahat ng hirap dahil sa kagalakan sapagkat naisilang na niya ang sanggol dito sa mundo. [22] Ganyan din kayo. Nalulungkot kayo ngayon, pero magagalak kayo sa araw na magkita tayong muli. At walang sinumang makakaagaw ng inyong kagalakan. [23] "Sa araw na iyon, hindi n'yo na kailangang humingi sa akin[a] ng kahit ano. Sinasabi ko sa inyo ang totoo, anumang hingin ninyo sa Ama sa aking pangalan ay ibibigay niya sa inyo. [24] Hanggang ngayon ay wala pa kayong hinihingi sa kanya sa aking pangalan. Humingi kayo at makakatanggap kayo, para malubos ang inyong kagalakan.

Napagtagumpayan ni Jesus ang Kapangyarihan ng Mundo

[25] "Sinasabi ko sa inyo ang mga ito sa pamamagitan ng mga talinghaga, pero darating ang panahon na hindi na ako magsasalita sa inyo nang ganito. Sa halip, tuwiran ko nang sasabihin sa inyo ang tungkol sa Ama. [26] Sa araw ding iyon, kayo na mismo ang hihingi sa Ama sa *pamamagitan ng* aking pangalan. Hindi na kailangang ako pa ang humingi sa Ama para sa inyo. [27] Sapagkat kayo mismo ay minamahal ng Ama, dahil minamahal n'yo ako at naniniwala kayo na nagmula ako sa Dios. [28] Galing ako sa Ama at naparito ako sa mundo. Pero ngayon ay aalis na ako at babalik na sa Ama."

[29] Sinabi ng mga tagasunod niya, "Ngayon po'y nagsasalita na kayo sa amin nang malinaw at hindi sa pamamagitan ng talinghaga. [30] Ngayon alam na namin na alam n'yo ang lahat ng bagay, dahil kahit hindi namin kayo tinatanong, alam n'yo kung ano ang itatanong namin. Kaya naniniwala kami na galing kayo sa Dios." [31] Sumagot si Jesus sa kanila, "Kung ganoon, sumasampalataya na ba kayo ngayon *sa akin?* [32] Pero darating ang oras, at dumating na nga, na magkakawatak-watak kayo at magkakanya-kanya, at iiwan n'yo akong nag-iisa. Ngunit kahit iwan n'yo ako, hindi ako nag-iisa dahil kasama ko ang Ama. [33] Sinabi ko sa inyo ang mga bagay na ito para magkaroon kayo ng kapayapaan sa akin.[b] Daranas kayo ng paghihirap dito sa mundo,[c]

pero magpakatatag kayo dahil nagtagumpay na ako laban sa kapangyarihan ng mundo."

Nanalangin si Jesus para sa mga Tagasunod Niya

17 Pagkasabi ni Jesus ng mga bagay na ito, tumingala siya sa langit at sinabi, "Ama, dumating na ang oras. Parangalan mo ako na iyong Anak para maparangalan din kita. [2] Sapagkat binigyan mo ako ng kapangyarihan sa lahat ng tao para mabigyan ko ng buhay na walang hanggan ang lahat ng taong ibinigay mo sa akin. [3] At ito ang *kahulugan ng* buhay na walang hanggan: ang makilala ka ng mga tao na ikaw lang ang tunay na Dios, at makilala rin nila ako na isinugo mo. [4] Pinarangalan kita rito sa lupa dahil natapos ko na ang ipinagawa mo sa akin. [5] Kaya ngayon, Ama, parangalan mo ako sa piling mo. Ipagkaloob mo sa akin ang karangalang taglay ko sa piling mo bago pa man nilikha ang mundo.

[6] "Ipinakilala kita sa mga taong pinili mo mula sa *mga tao sa* mundo at ibinigay sa akin. Sila ay sa iyo at ibinigay mo sila sa akin, at sinunod nila ang iyong salita. [7] Ngayon alam na nila na ang lahat ng ibinigay mo sa akin ay nanggaling sa iyo. [8] Sapagkat itinuro ko sa kanila ang mga itinuro mo sa akin, at tinanggap naman nila. Sigurado silang nagmula ako sa iyo, at naniniwala silang isinugo mo ako.

[9] "Idinadalangin ko sila. Hindi ako nananalangin para sa *mga taong* makamundo kundi para sa mga taong ibinigay mo sa akin, dahil sila ay sa iyo. [10] Ang lahat ng akin ay sa iyo, at ang lahat ng iyo ay sa akin, at napaparangalan ako sa pamamagitan nila. [11] At ngayon, babalik na ako sa iyo at hindi na ako mananatili rito sa mundo, pero sila ay mananatili pa sa mundo. Banal na Ama, ingatan mo sila sa pamamagitan ng kapangyarihang ibinigay mo sa akin, upang sila'y maging isa katulad natin. [12] Habang kasama nila ako, iningatan ko sila sa pamamagitan ng kapangyarihang ibinigay mo sa akin. Iningatan ko sila at walang napahamak sa kanila maliban sa taong itinakdang mapahamak para matupad ang Kasulatan. [13] Ngayon ay babalik na ako sa iyo. Sinasabi ko ang mga bagay na ito habang nandito pa ako sa mundo para lubos silang magalak tulad ko. [14] Itinuro ko na sa kanila ang salita mo. Napopoot sa kanila ang mga taong makamundo, dahil hindi na sila makamundo, tulad ko na hindi makamundo. [15] Hindi ko idinadalangin na kunin mo na sila sa mundo, kundi ingatan mo sila laban kay Satanas.[d] [16] Hindi sila makamundo, tulad ko na hindi makamundo. [17] Ibukod mo sila upang maging iyo sa pamamagitan ng katotohanan; ang salita mo ay katotohanan. [18] Isinugo mo ako rito sa mundo, kaya isinusugo ko rin sila sa mundo *upang mangaral.* [19] Alang-alang sa kanila, itinatalaga ko ang aking sarili sa iyo, upang sila man ay maitalaga sa iyo sa pamamagitan ng katotohanan.

[20] "Ang panalangin ko'y hindi lang para sa kanila *na sumasampalataya sa akin,* kundi pati na rin sa mga sasampalataya pa sa akin sa pamamagitan ng pangangaral nila. [21] Idinadalangin ko sa iyo, Ama, na silang lahat ay maging isa gaya natin. Kung

---

a 23 humingi sa akin: o, *magtanong sa akin.*

b 33 sa akin: o, *sa pakikipag-isa sa akin;* o, *sa pagsampalataya sa akin.*

c 33 sa mundo: o, *sa kamay ng mga taong makamundo.*

d 15 kay Satanas: sa literal, *sa Masama.*

paanong ikaw ay nasa akin at ako'y nasa iyo, nawa'y sila man ay sumaatin, para maniwala ang *mga tao sa* mundo na ikaw ang nagsugo sa akin. ²²Binigyan ko sila ng karangalan tulad ng ibinigay mo sa akin, upang sila'y maging isa katulad natin. ²³Nasa kanila ako at ikaw ay nasa akin, para sila'y lubos na maging isa. Sa ganoon ay malalaman ng *mga tao sa* mundo na isinugo mo ako, at malalaman din nilang minamahal mo ang mga mananampalataya tulad ng pagmamahal mo sa akin.

²⁴"Ama, gusto ko sanang makasama sa pupuntahan ko ang mga taong ibinigay mo sa akin, para makita rin nila ang kapangyarihang ibinigay mo sa akin, dahil minahal mo na ako bago pa man nilikha ang mundo. ²⁵Amang Makatarungan,ᵃ kahit hindi ka nakikilala ng *mga taong* makamundo, nakikilala naman kita, at alam ng mga mananampalataya na ikaw ang nagsugo sa akin. ²⁶Ipinakilala kita sa kanila, at patuloy kitang ipapakilala upang ang pagmamahal mo sa akin ay mapasakanila at ako man ay mapasakanila."

Ang Pagdakip kay Jesus
(Mat. 26:47-56; Mar. 14:43-50; Luc. 22:47-53)

18 Pagkatapos manalangin ni Jesus, umalis siya kasama ang mga tagasunod niya at tumawid sila sa Lambak ng Kidron. Pumunta sila sa isang lugar na may taniman ng mga olibo. ²Alam ng traydor na si Judas ang lugar na iyon, dahil madalas magtipon doon si Jesus at ang mga tagasunod niya. ³Kaya pumunta roon si Judas kasama ang isang pangkat ng mga *Romanong* sundalo at ilang mga guwardya sa templo na isinugo ng mga namamahalang pari at ng mga Pariseo. May dala-dala silang mga sulo at mga sandata. ⁴Alam ni Jesus ang lahat ng mangyayari sa kanya, kaya sinalubong niya sila at tinanong, "Sino ang hinahanap n'yo?" ⁵Sumagot sila, "Si Jesus na taga-Nazaret." Sinabi ni Jesus sa kanila, "Ako iyon."

Naroon din ang traydor na si Judas na nakatayong kasama ng mga taong naghahanap kay Jesus. ⁶Nang sabihin ni Jesus na siya ang hinahanap nila, napaurong sila at natumba sa lupa. ⁷Kaya muling nagtanong si Jesus, "Sino ang hinahanap n'yo?" Sumagot silang muli, "Si Jesus na taga-Nazaret." ⁸Sinabi sa kanila ni Jesus, "Hindi ba't sinabi ko na sa inyo na ako iyon? Kung ako nga ang hinahanap n'yo, hayaan n'yong makaalis ang mga kasama ko." ⁹(Sinabi niya ito para matupad ang sinabi niya sa Ama, "Wala ni isa mang napahamak sa mga ibinigay mo sa akin.") ¹⁰Sa pagkakataong iyon, bumunot ng espada si Simon Pedro at tinaga ang alipin ng punong pari. Naputol ang kanang tainga ng alipin na ang pangalan ay Malcus. ¹¹Pero sinaway ni Jesus si Pedro, "Ibalik mo ang espada mo sa lalagyan nito. Sa palagay mo ba'y hindi ko titiisin ang paghihirap na ibinigay sa akinᵇ ng Ama?"

Dinala si Jesus kay Anas
¹²Dinakip si Jesus ng mga *Romanong* sundalo sa pangunguna ng kanilang kapitan, kasama ng mga guwardyang Judio. Siya'y iginapos nila at ¹³dinala muna kay Anas na biyenan ni Caifas. Si Caifas ang punong pari nang taon na iyon, ¹⁴at siya ang nagpayo sa mga *pinuno ng mga* Judio na mabuting mamatay ang isang tao kaysa sa mapahamak ang buong bansa.

Ipinagkaila ni Pedro na Kilala Niya si Jesus
(Mat. 26:69-70; Mar. 14:66-68; Luc. 22:55-57)
¹⁵Si Simon Pedro at ang isa pang tagasunod ay sumunod kay Jesus. At dahil kilala ng punong pari ang tagasunod na ito, nakapasok siyang kasama ni Jesus sa bakuran ng punong pari. ¹⁶Naiwan namang nakatayo si Pedro sa labas ng pintuan. Lumabas muli ang tagasunod na kilala ng punong pari at nakiusap sa babaeng nagbabantay sa pinto, kaya pinapasok si Pedro. ¹⁷Sinabi ng babae kay Pedro, "Hindi ba't isa ka sa mga tagasunod ng taong iyan?" Sumagot si Pedro, "Hindi!"

¹⁸Maginaw noon, kaya nagsiga ang mga alipin at mga guwardya, at tumayo sila sa paligid nito para magpainit. Nakihalo si Pedro sa kanila at nagpainit din.

Tinanong si Jesus ng Punong Pari
(Mat. 26:59-66; Mar. 14:55-64; Luc. 22:66-71)
¹⁹Samantala, tinanong ng punong pari si Jesus tungkol sa mga tagasunod niya at sa mga itinuturo niya. ²⁰Sumagot si Jesus, "Hayagan akong nagsasalita sa mga tao. Lagi akong nangangaral sa mga sambahan at sa templo kung saan nagtitipon-tipon ang lahat ng Judio. Wala akong itinuro nang palihim. ²¹Bakit n'yo ako tinatanong ngayon? Tanungin n'yo ang mga nakarinig sa akin; alam nila kung ano ang mga sinabi ko." ²²Nang masabi ito ni Jesus, sinampal siya ng isa sa mga guwardya na malapit sa kanya. Sinabi ng guwardya, "Bakit ganyan ka sumagot sa punong pari?" ²³Sinagot siya ni Jesus, "Kung may masama akong sinabi, patunayan mo. Pero kung totoo ang sinabi ko, bakit mo ako sinampal?"

²⁴Habang nakagapos pa si Jesus, ipinadala siya ni Anas kay Caifas na punong pari.

Muling Ipinagkaila ni Pedro na Kilala Niya si Jesus
(Mat. 26:71-75; Mar. 14:69-72; Luc. 22:58-62)
²⁵Samantala, nakatayo pa rin si Simon Pedro *malapit sa siga* at nagpapainit. Tinanong siya ng mga naroon, "Hindi ba't isa ka sa mga tagasunod niya?" "Hindi!" Tanggi ni Pedro. ²⁶Tinanong din si Pedro ng isa sa mga alipin ng punong pari, na kamag-anak ng pinutulan niya ng tainga, "Hindi ba't nakita kitang kasama niya roon sa may taniman ng mga olibo?" ²⁷Muli itong itinanggi ni Pedro, at noon din ay tumilaok ang manok.

Dinala si Jesus kay Pilato
²⁸Mula kay Caifas, dinala si Jesus sa palasyo ng gobernador. Umaga na noon. Hindi pumasok ang mga Judio sa palasyo dahil ayon sa kautusan nila, ang pumasok sa bahay ng isang hindi Judio ay hindi magiging karapat-dapat kumain ng hapunan sa Pista ng Paglampas ng Anghel. ²⁹Kaya sa labas sila kinausap ni Pilato at tinanong, "Ano ang paratang n'yo laban sa taong ito?" ³⁰Sumagot sila, "Kung hindi

---

ᵃ 25 Makatarungan: o, Matuwid.

ᵇ 11 hindi ko...sa akin: sa literal, hindi ko iinumin ang kopang ibinigay mo sa akin.

po siya kriminal ay hindi namin siya dadalhin sa inyo." ³¹ Sinabi ni Pilato sa kanila, "Dalhin n'yo siya at kayo na ang humatol ayon sa inyong Kautusan." Sumagot ang mga pinuno ng mga Judio, "Ngunit wala kaming kapangyarihang humatol ng kamatayan." ³² (Nangyari ang mga ito upang matupad ang sinabi ni Jesus tungkol sa uri ng kamatayang dadanasin niya.) ³³ Muling pumasok si Pilato sa palasyo at ipinatawag si Jesus, at tinanong, "Ikaw ba ang hari ng mga Judio?" ³⁴ Sumagot si Jesus, "Sa iyo ba nanggaling ang tanong na iyan o may nagsabi lang sa iyo tungkol sa akin?" ³⁵ Sumagot si Pilato, "Judio ba ako? Dinala ka rito sa akin ng mga kababayan mo at ng mga namamahalang pari. Ano ba ang ginawa mo?" ³⁶ Sinabi ni Jesus sa kanya, "Ang kaharian ko ay wala rito sa mundo. Kung nandito ang kaharian ko, makikipaglaban sana ang mga tagasunod ko upang hindi ako madakip ng mga Judio. Pero *tulad nga ng sinabi ko,* ang kaharian ko ay wala rito." ³⁷ Sinabi ni Pilato, "Kung ganoon, isa kang hari?" Sumagot si Jesus, "Tama ang sinabi mo na isa akong hari. At ang dahilan kung bakit ako ipinanganak at naparito sa mundo ay upang ipahayag ang katotohanan. At ang lahat ng gustong makaalam ng katotohanan ay nakikinig sa akin." ³⁸ Tinanong siya ni Pilato, "Ano ba ang katotohanan?"

Hinatulan si Jesus ng Kamatayan
(Mat. 27:15-31; Mar. 15:6-20; Luc. 23:13-25)

Nang masabi ito ni Pilato, lumabas siya at sinabi sa mga Judio, "Wala akong makitang kasalanan sa taong ito. ³⁹ Pero ayon sa kaugalian ninyo, dapat akong magpalaya ng isang bilanggo tuwing Pista ng Paglampas ng Anghel. Kaya gusto ba ninyong palayain ko ang Hari ng mga Judio?" ⁴⁰ Sumigaw ang mga tao, "Hindi siya. Si Barabas!" (Si Barabas ay isang tulisan.)

19 Kaya ipinakuha ni Pilato si Jesus at ipinahagupit. ² Gumawa ang mga sundalo ng koronang tinik at ipinutong kay Jesus, at sinuotan nila siya ng kulay ubeng kapa. ³ At isa-isa silang lumapit sa kanya at nagsabi, "Mabuhay ang Hari ng mga Judio!" at pinagsasampal siya. ⁴ Muling lumabas si Pilato at sinabi sa mga tao, "Makinig kayo! Ihaharap ko siyang muli sa inyo. Gusto kong malaman n'yo na wala akong nakitang kasalanan sa kanya!" ⁵ Nang lumabas si Jesus, suot ang koronang tinik at ang kulay ubeng kapa, sinabi ni Pilato, "Tingnan n'yo siya!" ⁶ Nang makita si Jesus ng mga namamahalang pari at ng mga guwardya, sumigaw sila, "Ipako siya sa krus! Ipako siya sa krus!" Pero sumagot si Pilato, "Kayo ang kumuha sa kanya at magpako sa krus, dahil kung sa akin lang ay wala akong makitang kasalanan sa kanya." ⁷ Pero nagpumilit ang mga Judio, "May Kautusan kami. At ayon dito, dapat siyang mamatay dahil sinasabi niyang Anak siya ng Dios."

⁸ Nang marinig ito ni Pilato, lalo pa siyang natakot. ⁹ Kaya muli niyang dinala si Jesus sa loob ng palasyo at tinanong, "Taga-saan ka ba?" Pero hindi sumagot si Jesus. ¹⁰ Kaya sinabi ni Pilato, "Bakit ayaw mo akong sagutin? Hindi mo ba alam na may kapangyarihan akong palayain ka o ipapako sa krus?" ¹¹ Sumagot si Jesus, "Wala kang maaaring gawin sa akin kung hindi ka binigyan ng Dios ng

kapangyarihan. Kaya mas malaki ang kasalanan ng taong nagdala sa akin dito sa iyo." ¹² Nang marinig ito ni Pilato, muli niyang sinikap na mapalaya si Jesus. Pero nagsigawan ang mga Judio, "Kapag pinalaya mo ang taong iyan, hindi ka kaibigan ng Emperador! Sapagkat ang sinumang nagsasabing hari siya ay kaaway ng Emperador." ¹³ Nang marinig ito ni Pilato, inilabas niya si Jesus *sa palasyo.* Pagkatapos, umupo siya sa upuan ng tagahatol, sa lugar na kung tawagin ay "Batong Plataporma", (na sa *wikang* Hebreo ay "Gabbata").

¹⁴ Bandang tanghali na noon ng bisperas ng Pista ng Paglampas ng Anghel. Sinabi ni Pilato sa mga Judio, "Narito ang hari n'yo!" ¹⁵ Pero nagsigawan ang mga Judio, "Patayin siya! Patayin siya! Ipako siya sa krus!" Sinabi ni Pilato sa kanila, "Ipapako ko ba sa krus ang hari n'yo?" Sumagot ang mga namamahalang pari, "Wala kaming ibang hari kundi ang Emperador!" ¹⁶ Kaya ibinigay ni Pilato sa kanila si Jesus upang ipako sa krus.

Ipinako sa Krus si Jesus
(Mat. 27:32-44; Mar. 15:21-32; Luc. 23:26-43)

Dinala si Jesus ng mga sundalo ¹⁷ palabas ng lungsod. Ipinapasan nila kay Jesus ang kanyang krus papunta sa lugar na tinatawag na "Lugar ng Bungo" (na sa *wikang* Hebreo ay Golgota). ¹⁸ Doon nila ipinako si Jesus sa krus, kasama ng dalawa pa. Sa kanan ang isa at ang isa nama'y sa kaliwa, at nasa gitna nila si Jesus. ¹⁹ Pinalagyan ni Pilato ng karatula ang krus *ni Jesus,* at ganito ang nakasulat: "Si Jesus na taga-Nazaret, ang Hari ng mga Judio." ²⁰ Nakasulat ito sa mga wikang Hebreo, Latin, at Griego. Maraming Judio ang nakabasa nito, dahil malapit lang sa lungsod ang lugar kung saan ipinako sa krus si Jesus. ²¹ Nagreklamo ang mga namamahalang pari kay Pilato, "Hindi dapat 'Hari ng mga Judio' ang isinulat n'yo kundi, 'Sinabi ng taong ito na siya raw ang hari ng mga Judio.' " ²² Pero sinagot sila ni Pilato, "Kung ano ang isinulat ko, iyon na."

²³ Nang maipako na ng mga sundalo si Jesus, kinuha nila ang kanyang damit at hinati-hati sa apat, tig-isang bahagi ang bawat sundalo. Kinuha rin nila ang damit-panloob niya; hinabi ito nang buo at walang tahi o dugtong. ²⁴ Sinabi ng isang sundalo, "Huwag na natin itong paghatian. Magpalabunutan na lang tayo kung kanino ito mapupunta." Nangyari ito upang matupad ang sinabi sa Kasulatan,

> "Pinaghati-hatian nila ang aking damit,
> at nagpalabunutan sila para sa aking
> damit-panloob."ᵃ

At ito nga ang ginawa ng mga sundalo.

²⁵ Nakatayo malapit sa krus ni Jesus ang kanyang ina, ang kapatid ng kanyang ina, si Maria na asawa ni Clopas, at si Maria na taga-Magdala.ᵇ ²⁶ Nang makita ni Jesus ang kanyang ina na nakatayo roon katabi ng minamahal niyang tagasunod, sinabi niya, "Babae, ituring mo siyang anak." ²⁷ At sinabi naman niya sa tagasunod niya, "Ituring mo siyang ina." Mula noon, tumira na ang ina ni Jesus sa tahanan ng tagasunod na ito.

---

a 24 Salmo 22:18.

b 25 *Maria na taga-Magdala:* Sa ibang salin ng Biblia, *Maria Magdalena.*

Ang Pagkamatay ni Jesus
(Mat. 27:45-56; Mar. 15:33-41; Luc. 23:44-49)

[28] Alam ni Jesus na tapos na ang misyon niya, at para matupad ang nakasulat sa Kasulatan, sinabi niya, "Nauuhaw ako." [29] May isang banga roon na puno ng maasim na alak. Isinawsaw ng mga sundalo ang isang espongha sa alak, ikinabit sa sanga ng isopo at inilapit sa bibig ni Jesus. [30] Nang masipsip na ni Jesus ang alak, sinabi niya, "Tapos na!" Iniyuko niya ang kanyang ulo at nalagot ang kanyang hininga.

Sinibat ang Tagiliran ni Jesus

[31] Bisperas na noon ng pista, at kinabukasan ay espesyal na Araw ng Pamamahinga. Dahil ayaw ng mga Judio na maiwan sa krus ang mga bangkay sa Araw ng Pamamahinga, hiniling nila kay Pilato na baliin ang mga binti ng mga nakapako *upang madali silang mamatay*, at nang maalis agad ang mga bangkay. [32] Kaya ito nga ang ginawa ng mga sundalo. Binali nila ang mga binti ng dalawang kasama ni Jesus na ipinako. [33] Pero pagdating nila kay Jesus, nakita nilang patay na siya, kaya hindi na nila binali ang mga binti niya. [34] Sa halip, sinaksak ng sibat ng isa sa kanila ang tagiliran ni Jesus at biglang dumaloy ang dugo at tubig. [35] Nakita ko mismo ang mga pangyayari, at isinasalaysay ko ito sa inyo. Totoong nangyari ito, kaya alam kong totoo ang mga sinasabi ko. Isinasalaysay ko ito upang sumampalataya rin kayo.[a] [36] Nangyari ang mga bagay na ito upang matupad ang sinasabi sa Kasulatan: "Walang mababali ni isa man sa kanyang mga buto."[b] [37] Sinasabi rin sa isa pang bahagi ng Kasulatan, "Pagmamasdan nila ang taong sinaksak nila."[c]

Ang Paglilibing kay Jesus
(Mat. 27:57-61; Mar. 15:42-47; Luc. 23:50-56)

[38] Pagkatapos nito, hiningi ni Jose na taga-Arimatea ang bangkay ni Jesus kay Pilato. (Si Jose ay isang tagasunod ni Jesus, ngunit palihim lang dahil natatakot siya sa mga *pinuno ng mga Judio*.) Pinayagan siya ni Pilato, kaya pinuntahan niya ang bangkay ni Jesus para kunin ito. [39] Sinamahan siya ni Nicodemus, ang lalaking bumisita noon kay Jesus isang gabi. Nagdala si Nicodemus ng mga 35 kilo ng pabango na gawa sa pinaghalong mira at aloe. [40] Kinuha nila ang bangkay ni Jesus at nilagyan ng dala nilang pabango habang ibinabalot ng telang linen, ayon sa nakaugalian ng mga Judio sa paglilibing. [41] Sa lugar kung saan ipinako si Jesus ay may halamanan. At doon ay may isang bagong libingan na hinukay sa gilid ng burol, na hindi pa napapaglibingan. [42] Dahil bisperas na noon ng pista, at dahil malapit lang ang libingang iyon, doon na nila inilibing si Jesus.

Muling Nabuhay si Jesus
(Mat. 28:1-8; Mar. 16:1-8; Luc. 24:1-12)

20 Kinaumagahan ng Linggo, habang madilim pa, pumunta si Maria na taga-Magdala sa libingan. Nakita niyang naalis na ang batong nakatakip sa pintuan nito. [2] Kaya tumakbo siya at pumunta kay Simon Pedro at sa tagasunod na mahal ni Jesus. *Pagdating niya sa kinaroroonan nila,* sinabi niya sa kanila, "Kinuha nila sa libingan ang Panginoon at hindi namin alam kung saan dinala." [3] Kaya tumakbo si Pedro papunta sa libingan kasama ang nasabing tagasunod. [4] Pareho silang tumakbo, pero mas mabilis ang isa kaysa kay Pedro, kaya nauna itong nakarating sa libingan. [5] Yumuko siya at sumilip sa loob ng libingan. Nakita niya ang mga *telang* linen na *ipinambalot kay Jesus*, pero hindi siya pumasok. [6] Kasunod naman niyang dumating si Simon Pedro, at pumasok siya sa loob ng libingan. Nakita niya ang mga telang linen, [7] maging ang ipinambalot sa ulo ni Jesus. Nakatiklop ito sa mismong lugar nito, at nakahiwalay sa ibang piraso ng mga tela. [8-9] Pumasok na rin ang tagasunod na naunang nakarating, at nakita rin niya *ang mga ito*. Kahit na hindi pa nila nauunawaan ang tungkol sa sinasabi ng Kasulatan na si Jesus ay muling mabubuhay, naniwala siya *na muling nabuhay si Jesus*. [10] Pagkatapos nito, umuwi ang dalawang tagasunod.

Nagpakita si Jesus kay Maria na Taga-Magdala
(Mat. 28:9-10; Mar. 16:9-11)

[11] Naiwan si Maria sa labas ng libingan na umiiyak. Habang umiiyak, sumilip siya sa loob ng libingan [12] at nakita niya ang dalawang anghel na nakaputi. Nakaupo sila sa pinaglagyan ng bangkay ni Jesus, isa sa may ulunan at isa sa may paanan. [13] Tinanong nila si Maria, "Babae, bakit ka umiiyak?" Sumagot siya, "May kumuha sa Panginoon ko, at hindi ko alam kung saan siya dinala." [14] Pagkasabi nito'y lumingon siya at nakita si Jesus na nakatayo, pero hindi niya nakilala na si Jesus iyon. [15] Tinanong siya ni Jesus, "Babae, bakit ka umiiyak? Sino ba ang hinahanap mo?" Sa pag-aakalang siya ang hardinero roon, sumagot si Maria, "Kung kayo po ang kumuha sa kanya, ituro n'yo sa akin kung saan n'yo siya dinala, at kukunin ko siya." [16] Sinabi ni Jesus sa kanya, "Maria!" Humarap si Maria kay Jesus at sinabi sa *wikang* Hebreo, "Rabboni!" (Ang ibig sabihin ay "Guro".) [17] Sinabi ni Jesus, "Huwag mo akong hawakan, dahil hindi pa ako nakakabalik sa aking Ama. Pumunta ka sa mga kapatid ko at sabihing babalik na ako sa aking Ama na inyong Ama, at sa aking Dios na inyong Dios." [18] Kaya pinuntahan ni Maria na taga-Magdala ang mga tagasunod *ni Jesus* at ibinalita sa kanila na nakita niya ang Panginoon. At sinabi niya sa kanila ang mga ipinapasabi ni Jesus.

Nagpakita si Jesus sa mga Tagasunod Niya
(Mat. 28:16-20; Mar. 16:14-18; Luc. 24:36-49)

[19] Nang takip-silim na ng araw na iyon, nagsama-sama ang mga tagasunod *ni Jesus*. Ikinandado nila ang mga pinto dahil sa takot sa mga *pinuno ng mga* Judio. Dumating si Jesus at tumayo sa gitna nila, at sinabi, "Sumainyo ang kapayapaan." [20] Pagkasabi niya nito, ipinakita niya ang *sugat sa* mga kamay at tagiliran niya. Labis na natuwa ang mga tagasunod nang makita ang Panginoon. [21] Muling sinabi ni Jesus sa kanila, "Sumainyo ang kapayapaan. Kung

---

a 35 Ayon sa maraming dalubhasa sa Biblia, tinutukoy ni Juan ang kanyang sarili sa talatang ito. Si Juan ang sumulat ng aklat na ito ayon sa tradisyon.

b 36 Exo. 12:46; Bil. 9:12; Salmo 34:20.

c 37 Zac. 12:10.

paanong sinugo ako ng Ama, kayo ay isinusugo ko rin." ²²Pagkasabi niya nito, hiningahan niya sila at sinabi, "Tanggapin n'yo ang Banal na Espiritu. ²³Kung patatawarin n'yo ang kasalanan ng isang tao, pinatawad na siya *ng Dios*. At kung hindi n'yo patatawarin ang kanyang kasalanan, hindi rin siya pinatawad *ng Dios*."

Ang Pagdududa ni Tomas

²⁴Si Tomas na tinatawag na Kambal,ᵃ na isa rin sa 12 *apostol* ay hindi nila kasama noong nagpakita si Jesus. ²⁵Kaya ibinalita nila sa kanya na nakita nila ang Panginoon. Pero sinabi niya sa kanila, "Hindi ako maniniwala hangga't hindi ko nakikita ang mga sugat ng pagkakapako sa mga kamay niya at mahipo ang mga ito, pati na ang *sugat sa* kanyang tagiliran."

²⁶Makalipas ang walong araw, nagtipon ulit ang mga tagasunod ni Jesus sa loob ng bahay. Kasama na nila si Tomas. Kahit nakakandado ang mga pinto, dumating si Jesus at tumayo sa gitna nila, at sinabi, "Sumainyo ang kapayapaan." ²⁷Sinabi ni Jesus kay Tomas, "Tingnan mo ang mga kamay ko. Hipuin mo, pati na rin ang aking tagiliran. Huwag ka nang magduda; maniwala ka na." ²⁸Sinabi ni Tomas sa kanya, "Panginoon ko at Dios ko!" ²⁹Sinabi ni Jesus sa kanya, "Naniniwala ka na ba dahil nakita mo ako? Mapalad ang mga naniniwala kahit hindi nila *ako* nakita."

Ang Layunin ng Aklat na Ito

³⁰Marami pang himalang ginawa si Jesus na nasaksihan ng mga tagasunod niya ang hindi naisulat sa aklat na ito. ³¹Pero ang nasa aklat na ito'y isinulat upang sumampalataya kayo na si Jesus nga ang Cristo, ang Anak ng Dios. At kung sasampalataya kayo sa kanya, magkakaroon kayo ng buhay *na walang hanggan*.

Nagpakita si Jesus sa Kanyang Pitong Tagasunod

21 Pagkalipas ng ilang araw, muling nagpakita si Jesus sa mga tagasunod niya sa may lawa ng Tiberias. Ganito ang nangyari: ²Magkakasama noon sina Simon Pedro, Tomas na tinatawag na Kambal, Natanael na taga-Cana na bayan sa Galilea, mga anak ni Zebedee, at dalawa pang mga tagasunod. ³Sinabi ni Simon Pedro sa kanila, "Mangingisda ako." Sumagot sila, "Sasama kami." Kaya sumakay sila sa bangka at pumalaot. Pero wala silang nahuli nang gabing iyon. ⁴Nang madaling-araw na, may nakita silang nakatayo sa dalampasigan. Pero hindi nila nakilala na si Jesus iyon. ⁵Tinawag sila ni Jesus, "Mga kaibigan,ᵇ may huli ba kayo?" Sumagot sila, "Wala po." ⁶Sinabi ni Jesus sa kanila, "Ihulog n'yo ang lambat sa gawing kanan ng bangka at makakahuli kayo." Iyon nga ang ginawa nila. Halos hindi na nila mahila ang lambat sa dami ng nahuli nilang isda. ⁷Sinabi kay Pedro ng tagasunod na minamahal ni Jesus, "Ang Panginoon iyon!" Nang marinig ito ni Pedro, isinuot niya ang damit na hinubad niya, tumalon sa tubig, *at lumangoy papunta sa dalampasigan*. ⁸Ang ibang mga tagasunod na nasa bangka ay bumalik din sa dalampasigan na

hila-hila ang lambat na puno ng isda, dahil mga 90 metro lang ang layo nila sa pampang. ⁹Pagdating nila sa dalampasigan, nakita nila roon ang nagbabagang uling na may nakasalang na isda, at ilang tinapay. ¹⁰Sinabi ni Jesus sa kanila, "Magdala kayo rito ng ilang isda na nahuli ninyo." ¹¹Kaya sumampa si Pedro at hinila papunta sa pampang ang lambat na puno ng malalaking isda na 153 lahat-lahat. Pero kahit ganoon karami ang isda, hindi nasira ang lambat. ¹²Sinabi ni Jesus sa kanila, "Mag-almusal na kayo." Wala ni isa sa mga tagasunod ni Jesus ang nangahas magtanong kung sino siya dahil alam nila na siya ang Panginoon. ¹³Kumuha si Jesus ng tinapay at ibinigay sa kanila. Ganoon din ang ginawa niya sa isda. ¹⁴Ito na ang ikatlong pagpapakita ni Jesus sa mga tagasunod *niya* pagkatapos niyang mabuhay muli.

Si Jesus at si Pedro

¹⁵Pagkatapos nilang mag-almusal, sinabi ni Jesus kay Simon Pedro, "Simon na anak ni Juan, mahal mo ba ako ng higit sa pagmamahal nila?" Sumagot si Pedro, "Opo, Panginoon, alam n'yo po na mahal ko kayo." Sinabi ni Jesus, "Alagaan mo ang aking mga tupa." ¹⁶Muling sinabi ni Jesus, "Simon na anak ni Juan, mahal mo ba ako?" Sumagot si Pedro, "Opo, Panginoon, alam n'yo po na mahal ko kayo." Sinabi ni Jesus, "Alagaan mo ang aking mga tupa." ¹⁷Sa ikatlong ulit ay sinabi ni Jesus, "Simon na anak ni Juan, mahal mo ba talaga ako?" Nasaktan si Pedro dahil tatlong beses na siyang tinanong kung mahal niya si Jesus. Kaya sumagot siya, "Panginoon, alam n'yo po ang lahat ng bagay. Alam n'yo rin po na mahal ko kayo." Sinabi sa kanya ni Jesus, "Alagaan mo ang aking mga tupa. ¹⁸Sinasabi ko sa iyo ang totoo, noong bata ka pa, ikaw mismo ang nagbibihis sa sarili mo, at pumupunta ka kung saan mo gusto. Pero pagtanda mo, iuunat mo ang mga kamay mo at iba na ang magbibihis sa iyo, at dadalhin ka sa lugar na hindi mo gusto." ¹⁹(Sinabi ito ni Jesus para ipahiwatig kung anong klaseng kamatayan ang daranasin ni Pedro upang maparangalan ang Panginoon.) Pagkatapos, sinabi ni Jesus kay Pedro, "Sumunod ka sa akin."

Ang Tagasunod na Minamahal ni Jesus

²⁰Nang lumingon si Pedro, nakita niyang sumusunod sa kanila ang tagasunod na minamahal ni Jesus. (Siya ang tagasunod na nakasandal kay Jesus nang naghahapunan sila, at siya ang nagtanong kay Jesus kung sino ang magtatraydor sa kanya.) ²¹Nang makita siya ni Pedro, nagtanong siya, "Panginoon, paano naman po siya?" ²²Sumagot si Jesus, "Kung gusto ko siyang mabuhay hanggang sa pagbalik ko, ano naman sa iyo? Sumunod ka lang sa akin." ²³Dahil dito, kumalat ang balita na ang tagasunod na ito ay hindi mamamatay. Pero hindi sinabi ni Jesus na hindi siya mamamatay. Ang sinabi lang niya, "Kung gusto ko siyang mabuhay hanggang sa pagbalik ko, ano naman sa iyo?" ²⁴Ako ang tagasunod na nagpapatotoo sa mga bagay na ito, at siya ring sumulat nito. Alam ng iba na totoo ang sinasabi ko. ²⁵Marami pang mga bagay ang ginawa ni Jesus. Kung isusulat ang lahat ng ito, palagay ko'y hindi magkakasya sa buong mundo ang lahat ng aklat na maisusulat.

---

a 24 Kambal: sa Griego, *Didimus.*
b 5 Mga kaibigan: sa literal, *Mga anak.*

ANG MGA GAWA

NG MGA APOSTOL

1 *Minamahal kong* Teofilus:
Sa aking unang aklat, isinulat ko ang lahat ng ginawa at itinuro ni Jesus mula nang nagsimula siya sa kanyang gawain [2-3] hanggang sa araw na dinala siya sa langit. Matapos siyang mamatay at mabuhay muli, makailang beses siyang nagpakita sa kanyang mga apostol sa iba't ibang paraan para patunayan *sa kanila* na muli siyang nabuhay. Sa loob ng 40 araw, nagpakita siya sa kanila at nagturo tungkol sa paghahari ng Dios. At sa pamamagitan ng Banal na Espiritu, nag-iwan siya ng mga utos sa kanyang piniling mga apostol. [4] Isang araw noon, habang kumakain sila kasama ni Jesus, sinabi niya, "Huwag muna kayong umalis sa Jerusalem. Hintayin ninyo ang *Banal na Espiritu na* ipinangako ng *Dios* Ama. Sinabi ko na ito noon sa inyo. [5] Nagbautismo si Juan sa tubig, ngunit makalipas lang ang ilang araw ay babautismuhan kayo sa Banal na Espiritu."

Ang Pag-akyat ni Jesus sa Langit

[6] Minsan nang nagtitipon sila, tinanong nila si Jesus, "Panginoon, ito na po ba ang panahon na ibabalik ninyo ang kaharian ng Israel?"[a] [7] Sumagot si Jesus, "Hindi pinahihintulutan ng Ama na malaman ninyo kung kailan mangyayari ang mga bagay na itinakda niya. [8] Ngunit pagdating ng Banal na Espiritu sa inyo, bibigyan niya kayo ng kapangyarihan. At ipapahayag ninyo ang mga bagay tungkol sa akin, mula rito sa Jerusalem hanggang sa buong Judea at Samaria, at hanggang sa buong mundo." [9] Pagkasabi niya nito, dinala siya paitaas. At habang nakatingin sila sa kanya na pumapaitaas, tinakpan siya ng ulap at agad na nawala sa kanilang paningin.

[10] Habang nakatitig sila sa langit, may dalawang lalaking nakaputi na biglang tumayo sa tabi nila [11] at nagsabi, "Kayong mga taga-Galilea, bakit nakatayo pa kayo rito at nakatingala sa langit? Si Jesus na inyong nakita na dinala paitaas *ay babalik dito sa mundo.* At kung paano siya pumaitaas, ganyan din ang kanyang pagbalik."

Pumili ang mga Apostol ng Kapalit ni Judas

[12] Pagkatapos noon, bumalik ang mga apostol sa Jerusalem galing sa Bundok ng mga Olibo. Ang bundok na ito ay halos isang kilometro ang layo mula sa lungsod ng Jerusalem. [13] Pagdating nila sa Jerusalem, dumiretso sila sa kwarto na nasa itaas ng bahay na tinutuluyan nila. Sila ay sina Pedro, Juan, Santiago, Andres, Felipe, Tomas, Bartolome, Mateo, Santiago na anak ni Alfeus, Simon na makabayan,[b] at si Judas na anak ni Santiago. [14] Lagi silang nagtitipon para manalangin, kasama ang ilang mga babae, pati si Maria na ina ni Jesus, at ang mga lalaking kapatid ni Jesus.

[15] Nang mga araw na iyon, nagtipon ang mga 120 mananampalataya. Tumayo si Pedro at nagsalita, [16] "Mga kapatid, kinakailangang matupad ang sinasabi ng Kasulatan na ipinahayag ng Banal na Espiritu noong una sa pamamagitan ni David. Ito ay tungkol kay Judas na nanguna sa mga dumakip kay Jesus. [17] Dati, kasama namin siya *bilang apostol,* at may bahagi siya sa aming gawain."

[18] (Pero bumili si Judas ng lupa mula sa perang isinuhol sa kanya sa pagtatraydor kay Jesus, at doon ay pasubsob siyang nahulog. Pumutok ang tiyan niya at lumabas ang kanyang bituka. [19] Nalaman ito ng lahat ng tao sa Jerusalem, kaya tinawag nila ang lugar na iyon na Akeldama, na ang ibig sabihin ay "Bukid ng Dugo".) [20] *Sinabi pa ni Pedro,* "Nasusulat sa mga Salmo,

'Pabayaan na lang ang kanyang tirahan,
  at dapat walang tumira roon.'[c]

At *nasusulat din,*

'Ibigay na lang sa iba ang kanyang
  tungkulin.'

[21-22] "Kaya kinakailangan nating pumili ng tao *na ipapalit kay Judas, na* kasama nating magpapatotoo sa muling pagkabuhay ni Jesus. Dapat isa siya sa mga kasama natin na naglingkod sa Panginoong Jesus noong nandito pa siya sa mundo, mula noong nagbabautismo si Juan hanggang sa panahon na dinala si Jesus sa langit." [23] Kaya dalawang lalaki ang kanilang pinagpilian: si Matias at si Jose na tinatawag na Barsabas (o Justus). [24] At *bago sila pumili,* nanalangin sila, "Panginoon, ikaw ang nakakaalam ng puso ng lahat ng tao. Kaya ipaalam n'yo sa amin kung sino sa dalawang ito ang pipiliin n'yo [25] na maging apostol bilang kapalit ni Judas. Sapagkat tinalikuran ni Judas ang kanyang gawain bilang isang apostol, at pumunta siya sa lugar na nararapat sa kanya." [26] Pagkatapos nilang manalangin, nagpalabunutan sila. At ang nabunot nila ay si Matias. Kaya si Matias ang idinagdag sa 11 apostol.

Ang Pagdating ng Banal na Espiritu

2 Pagdating ng araw ng pista na *tinatawag na* Pentecostes,[d] nagtipon ang lahat ng mananampalataya sa isang bahay. [2] Habang nagtitipon sila, bigla na lang silang nakarinig ng ugong na mula sa langit, na katulad ng malakas na hangin. At puro ugong na lang ang kanilang narinig sa bahay na kanilang pinagtitipunan. [3] Pagkatapos, may nakita silang mga ningas ng apoy na parang mga dila na kumalat at dumapo sa bawat isa sa kanila. [4] Napuspos silang lahat ng Banal na Espiritu,

---

[a] 6 Ang iniisip nila ay baka paaalisin na ni Jesus ang mga Romano na namamahala sa kanila para silang mga Israelita ay makapamahala muli sa kanilang bansa.

[b] 13 *makabayan:* Si Simon ay naging kabilang sa grupo ng mga Judiong lumalaban sa mga taga-Roma.

[c] 20 Salmo 69:25.

[d] 1 Tingnan sa Talaan ng mga Salita sa likod.

at nakapagsalita ng iba't ibang wika na hindi nila natutunan. Ang *Banal na* Espiritu ang siyang nagbigay sa kanila ng kakayahang makapagsalita nang ganoon.

⁵Nang panahon ding iyon, doon sa Jerusalem ay may mga relihiyosong Judio na nanggaling sa iba't ibang bansa sa buong mundo. ⁶Pagkarinig nila sa ugong na iyon, nagmadali silang pumunta sa pinagtitipunan ng mga mananampalataya. Namangha sila dahil narinig nilang sinasalita ng mga mananampalataya ang kani-kanilang wika. ⁷Sinabi nila, "Aba, hindi ba't mga taga-Galilea silang lahat? ⁸Bakit sila nakakapagsalita ng sarili nating wika? ⁹Ang iba sa atin ay taga-Partia, Media at Elam. Mayroon ding mga taga-Mesopotamia, Judea, Capadosia, Pontus at Asia. ¹⁰Ang iba ay taga-Frigia, Pamfilia, Egipto, at mula sa mga lugar na sakop ng Libya na malapit sa Cyrene. Mayroon ding mga taga-Roma, ¹¹mga Judio, at mga hindi Judio na nahikayat sa relihiyon ng mga Judio. At ang iba ay mula sa Crete at Arabia. Pero naririnig natin sila na nagsasalita ng mga wika natin tungkol sa mga kamangha-manghang ginawa ng Dios!"

¹²Namangha talaga ang lahat ng tao roon. At dahil hindi nila maunawaan kung ano ang nangyayari, nagtanungan na lang sila sa isa't isa, "Ano kaya ito?" ¹³Pero tinuya ng iba ang mga mananampalataya. Sinabi nila, "Lasing lang ang mga iyan!"

Nangaral si Pedro

¹⁴Kaya tumayo si Pedro kasama ang 11 *apostol*, at nagsalita nang malakas, "Mga kababayan kong mga Judio, at kayong lahat na naninira sa Jerusalem, makinig kayo sa akin, dahil ipapaliwanag ko kung ano ang ibig sabihin ng mga nangyayaring ito. ¹⁵Mali ang inyong akala na lasing ang mga taong ito, dahil alas nuwebe pa lang ng umaga. ¹⁶Ang pangyayaring ito'y katuparan ng ipinahayag ni propeta Joel noon:

¹⁷'Sinabi ng Dios, "Sa mga huling araw,
    ibubuhos ko ang aking Espiritu sa
    lahat ng uri ng tao.
Ang inyong mga anak na lalaki at babae ay
    magpapahayag ng aking mga salita;
ang inyong mga binata ay makakakita ng
    mga pangitain;
at ang inyong matatandang lalaki ay
    magkakaroon ng mga panaginip.
¹⁸Oo, sa mga araw na iyon, ibubuhos ko ang
    aking Espiritu sa aking mga lingkod
    na lalaki at babae, at ipapahayag nila
    ang aking mga salita.
¹⁹Magpapakita ako ng mga himala sa langit
    at sa lupa *sa pamamagitan ng* dugo,
    apoy, at makapal na usok.
²⁰Magdidilim ang araw, at ang buwan ay pupula
    katulad ng dugo. Mangyayari ito bago
    dumating ang kamangha-manghang
    araw ng *paghahatol ng* Panginoon.
²¹Ngunit ang sinumang tatawag sa Panginoon
    ay maliligtas *sa parusang darating.*' "ᵃ

²²*Nagpatuloy si Pedro sa pagsasalita,* "Mga *kababayan kong* Israelita, makinig kayo sa akin! Si Jesus na taga-Nazaret ay sinugo ng Dios sa inyo, at pinatotohanan ito ng Dios sa pamamagitan ng mga himala at kamangha-manghang ginawa niya sa pamamagitan ni Jesus. Alam n'yo mismo ang mga ito dahil ang lahat ng ito'y nangyari rito sa inyo. ²³Alam na noon pa ng Dios na itong si Jesus ay ibibigay sa inyo at ganito na talaga ang kanyang plano. Ipinapatay ninyo siya sa mga makasalanang tao na nagpako *sa kanya* sa krus. ²⁴Ngunit binuhay siya ng Dios at iniligtas mula sa kapangyarihan ng kamatayan, dahil ang totoo, kahit ang kamatayan ay walang kapangyarihang pigilan siya. ²⁵Ito ang sinabi ni David na para *rin* sa kanya,

'Alam kong ang Panginoon ay lagi
    kong kasama at hindi niya ako
    pinapabayaan, kaya hindi ako
    nangangamba.
²⁶Kaya masaya ako, at hindi mapigil ang aking
    pagpupuri sa Dios.
At kahit mamatay ako, may pag-asa pa rin
    ako.
²⁷Sapagkat alam kong hindi mo ako
    pababayaan doon sa libingan.ᵇ
Hindi mo rin hahayaang mabulok ang
    iyong tapat na lingkod.
²⁸Itinuro mo sa akin ang daan patungo sa
    buhay,
    at dahil sa palagi kitang kasama, masayang-
    masaya ako.'ᶜ

²⁹"Mga kababayan, malinaw na hindi tinutukoy ni David ang kanyang sarili, dahil ang ating ninunong si David ay namatay at inilibing, at hanggang ngayon ay alam natin kung saan siya nakalibing. ³⁰Si David ay propeta at alam niya na nangako ang Dios sa kanya na ang isa sa kanyang mga lahi ay magmamana ng kanyang kaharian. ³¹At dahil alam ni David kung ano ang gagawin ng Dios, nagsalita siya tungkol sa muling pagkabuhay ni Cristo, na hindi siya pinabayaan sa libingan at hindi nabulok ang kanyang katawan. ³²Ang kanyang tinutukoy ay walang iba kundi si Jesus na muling binuhay ng Dios, at kaming lahat ay saksi na muli siyang nabuhay. ³³Itinaas siya sa kanan ng Dios.ᵈ At ibinigay sa kanya ng Ama ang Banal na Espiritung ipinangako sa kanya. Ang Banal na Espiritung ito ay ipinadala naman ni Jesus sa amin, *at ang kanyang kapangyarihan* ang siyang nakikita ninyo at naririnig ngayon. ³⁴⁻³⁵Hindi si David ang itinaas sa langit, pero sinabi niya,

'Nagsalita ang Panginoon sa aking
    Panginoonᵉ:
Umupo ka rito sa kanan ko hanggang sa
    mapasuko ko sa iyo ang iyong mga
    kaaway.'

ᵃ 21 Joel 2:28-32.

ᵇ 27 *libingan:* o, *lugar ng mga patay;* sa literal, *Hades.* Ganito rin sa talatang 31.

ᶜ 28 Salmo 16:8-11.

ᵈ 33 *Itinaas siya sa kanan ng Dios* na siyang pinakamataas na posisyon.

ᵉ 34-35 *Panginoon:* Sa Griego: *Kurios,* na ang ibig sabihin ay Panginoon o amo.

³⁶ Kaya dapat talagang malaman ng lahat ng Israelita na itong si Jesus na ipinako n'yo sa krus ang siyang pinili ng Dios na maging Panginoon at Cristo."

³⁷ Nang marinig iyon ng mga tao, tumagos ito sa kanilang puso. Kaya nagtanong sila kay Pedro at sa kanyang kasamang mga apostol, "Mga kapatid, ano ang dapat naming gawin?" ³⁸ Sumagot si Pedro sa kanila, "Magsisi ang bawat isa sa inyong mga kasalanan at magpabautismo sa pangalan ni Jesu-Cristo,^a at mapapatawad ang inyong mga kasalanan at matatanggap ninyo ang regalo ng Dios na walang iba kundi ang Banal na Espiritu. ³⁹ Sapagkat *ang Banal na Espiritung* ito ay ipinangako para sa inyo, at sa inyong mga anak, at sa lahat ng taong nasa malayo—sa lahat ng tatawagin ng Panginoon nating Dios na magsisilapit sa kanya."

⁴⁰ Marami pang ipinahayag si Pedro para patunayan sa kanila ang kanyang sinabi. At hiniling niya sa kanila, "Iligtas ninyo ang inyong sarili sa masamang henerasyong ito." ⁴¹ Marami ang naniwala sa kanyang mensahe at nagpabautismo agad sila. Nang araw na iyon, mga 3,000 tao ang nadagdag *sa mga mananampalataya.* ⁴² Naging masigasig sila sa pag-aaral ng mga itinuturo ng mga apostol, sa pagtitipon bilang magkakapatid, sa paghahati-hati ng tinapay, at sa pananalangin.

Ang Pamumuhay ng mga Mananampalataya

⁴³ Maraming himala at kamangha-manghang ginawa *ang Dios* sa pamamagitan ng mga apostol. Kaya namuhay ang mga tao nang may paggalang at takot sa Dios. ⁴⁴ Maganda ang pagsasamahan ng mga mananampalataya, at pinag-isa nila ang kanilang mga ari-arian para makabahagi ang lahat. ⁴⁵ Ipinagbili nila ang kanilang mga lupa at mga ari-arian, at ang pera'y ipinamahagi nila sa kanilang mga kasama ayon sa pangangailangan ng bawat isa. ⁴⁶ Araw-araw, nagtitipon sila sa templo at naghahati-hati ng tinapay sa kanilang mga bahay. Lubos ang kagalakan nila sa kanilang pakikibahagi sa pagkain, ⁴⁷ at palagi silang nagpupuri sa Dios. Nagustuhan sila ng lahat ng tao. Araw-araw ay idinaragdag sa kanila ng Panginoon ang mga taong kanyang inililigtas.

Ang Paggaling ng Taong Lumpo

3 Isang araw, bandang alas tres ng hapon, pumunta si Pedro at si Juan sa templo. Oras noon ng pananalangin. ² Sa pintuan ng templo na tinatawag na "Maganda" ay may isang taong lumpo mula nang ipinanganak. Araw-araw siyang dinadala roon para humingi ng limos sa mga taong pumapasok sa templo. ³ Nang makita niya sina Pedro at Juan na papasok sa templo, humingi siya ng limos. ⁴ Tinitigan siya nina Pedro at Juan. Pagkatapos, sinabi ni Pedro sa kanya, "Tumingin ka sa amin." ⁵ Tumingin ang lalaki sa kanila na naghihintay na malimusan. ⁶ Pero sinabi ni Pedro sa kanya, "Wala akong pera.^b Ngunit may ibibigay ako sa iyo: Sa pangalan^c ni Jesu-Cristo na taga-Nazaret, lumakad ka!" ⁷ At hinawakan ni Pedro ang kanang kamay

nito at pinatayo siya. Biglang lumakas ang kanyang mga paa at bukong-bukong. ⁸ Tumayo siya agad at lumakad-lakad. Pagkatapos, sumama siya kina Pedro at Juan sa templo. Palakad-lakad at patalon-talon siyang nagpupuri sa Dios. ⁹ Nakita ng lahat na lumalakad siya at nagpupuri sa Dios. ¹⁰ Napansin nila na siya pala ang taong palaging nakaupo at humihingi ng limos doon sa pintuan ng templo na tinatawag na "Maganda." Kaya lubos ang kanilang pagkamangha sa nangyari sa kanya.

Nagsalita si Pedro sa Balkonahe ni Solomon

¹¹ Parang ayaw nang humiwalay ng taong iyon kina Pedro at Juan. Lagi siyang nakahawak sa kanila habang naglalakad sila sa lugar na tinatawag na "Balkonahe ni Solomon." Nagtakbuhan ang lahat ng tao palapit sa kanila, dahil manghang-mangha sila. ¹² Pagkakita ni Pedro sa mga tao, sinabi niya sa kanila, *"Mga kababayan kong* mga Israelita, bakit kayo namangha sa pangyayaring ito? Bakit ninyo kami tinititigan? Akala ba ninyo'y napalakad namin ang taong ito dahil sa aming kapangyarihan at kabanalan? ¹³ Hindi! Ang Dios ng ating mga ninunong sina Abraham, Isaac, at Jacob ang siyang gumawa nito upang parangalan niya ang kanyang lingkod na si Jesus. *Ang Jesus na ito* ang siyang ibinigay ninyo *sa mga may kapangyarihan* at itinakwil ninyo sa harapan ni Pilato, kahit napagpasyahan na niyang pakawalan siya. ¹⁴ Banal siya at matuwid, ngunit itinakwil n'yo at hiniling *kay Pilato* na pakawalan ang isang mamamatay-tao *sa halip na siya.* ¹⁵ Pinatay n'yo ang nagbibigay ng buhay, ngunit binuhay siyang muli ng Dios. At makapagpapatunay kami na nabuhay siyang muli. ¹⁶ Ang pananampalataya kay Jesus^d ang siyang nagpalakas sa taong ito na inyong namukhaan at nakikita ngayon. Kayo man ay mga saksi na gumaling siya. Nangyari ito dahil sa pananampalataya kay Jesus.

¹⁷ "Mga kapatid, alam kong nagawa ninyo at ng inyong mga pinuno ang mga bagay na iyon kay Jesus dahil hindi n'yo alam kung sino talaga siya. ¹⁸ Ipinahayag na ng Dios noon sa pamamagitan ng mga propeta na si Cristo ay kinakailangang magdusa. At sa inyong ginawa sa kanya, natupad ang sinabi ng Dios. ¹⁹ Kaya ngayon, kailangang magsisi na kayo at lumapit sa Dios, para patawarin niya ang inyong mga kasalanan, ²⁰ at matanggap n'yo ang bagong kalakasan mula sa Panginoon. Pagkatapos, ipapadala niya si Jesus, ang Cristo na itinalaga niya noon para sa inyo. ²¹ Ngunit kinakailangang *manatili muna* si Jesus sa langit hanggang sa dumating ang panahon na mabago ng Dios ang lahat ng bagay. Iyan din ang sinabi ng Dios noon sa pamamagitan ng kanyang mga propeta. ²² Katulad ng sinabi ni Moises, 'Ang Panginoon na ating Dios ay magbibigay sa inyo ng isang propetang katulad ko at kalahi ninyo. Kinakailangang sundin ninyo ang lahat ng sasabihin niya sa inyo. ²³ Ang hindi susunod sa sinasabi ng propetang ito ay ihihiwalay sa bayan ng Dios at lilipulin.'^e ²⁴ Ganyan din ang sinabi ng lahat ng propeta mula kay Samuel. Silang lahat ay nagpahayag tungkol sa mga bagay

---

a 38 *sa pangalan ni Jesu-Cristo:* Ang ibig sabihin, *sa pagpapakilala na sila'y kay Jesu-Cristo na.*

b 6 *pera:* sa literal, *pilak o ginto.*

c 6 *pangalan:* Ang ibig sabihin, *kapangyarihan o awtoridad.*

d 16 *kay Jesus:* sa literal, *sa pangalan ni Jesus.*

e 23 Deu. 18:15, 18, 19.

na mangyayari ngayon. ²⁵ Ang mga ipinangako ng Dios sa pamamagitan ng kanyang mga propeta ay para talaga sa atin na mga Judio, at kasama tayo sa kasunduan na ginawa ng Dios sa ating mga ninuno, dahil sinabi niya kay Abraham, 'Pagpapalain ko ang lahat ng tao sa mundo sa pamamagitan ng iyong lahi.' ²⁶ Kaya sinugo ng Dios ang kanyang piniling Lingkod, una sa atin na mga Judio, para tulungan niya tayong talikuran ang kasamaan."

Sina Pedro at Juan sa Harapan ng Korte

4 Habang nagsasalita pa sina Pedro at Juan sa mga tao, nilapitan sila ng mga pari, ng kapitan ng mga guwardya sa templo, at ng mga Saduceo. ² Nagalit sila dahil nangangaral ang dalawa na muling nabuhay si Jesus, at ito'y nagpapatunay na may muling pagkabuhay. ³ Kaya dinakip nila sina Pedro at Juan. *Iimbestigahan pa sana ang dalawa,* pero dahil gabi na, ipinasok na lang muna sila sa bilangguan hanggang sa kinaumagahan. ⁴ Pero *kahit ganito ang nangyari sa kanila,* marami sa mga nakarinig ng kanilang pagtuturo ang sumampalataya. Ang mga lalaki na sumampalataya ay 5,000.

⁵ Kinabukasan, nagtipon sa Jerusalem ang mga namamahalang pari, mga pinuno ng mga Judio at mga tagapagturo ng Kautusan. ⁶ Naroon din si Anas na punong pari, si Caifas, si Juan, si Alexander, at ang iba pang mga miyembro ng pamilya ni Anas. ⁷ Iniharap sa kanila sina Pedro at Juan at tinanong, "Sa anong kapangyarihan at kaninong awtoridad*ᵃ* ang inyong ginamit sa pagpapagaling sa taong lumpo?"

⁸ Si Pedro na puspos ng Banal na Espiritu ay sumagot, "Kayong mga namamahalang pari at mga pinuno ng mga Judio, ⁹ kung ang itinatanong ninyo sa amin ay tungkol sa paggaling ng taong lumpo, ¹⁰ dapat malaman ninyong lahat at ng lahat ng taga-Israel, na ang taong ito na nakatayo rito ngayon ay pinagaling ng kapangyarihan*ᵇ* ni Jesu-Cristo na taga-Nazaret. Siya ang inyong ipinako sa krus at pinatay, ngunit binuhay siyang muli ng Dios. ¹¹ Si Jesus *ang tinutukoy na bato sa talatang ito ng Kasulatan:* 'Ang bato na itinakwil ninyong mga tagapagtayo ng bahay ang siyang naging batong pundasyon.' ¹² Walang sinuman sa mundong ito ang makapagliligtas sa atin kundi si Jesus lang."

¹³ Namangha sila kina Pedro at Juan dahil sa lakas ng loob nilang magsalita, lalo na nang malaman nilang mga karaniwang tao lang sila at walang mataas na pinag-aralan. Namukhaan din nilang sila'y mga kasama ni Jesus noon. ¹⁴ Magsasalita pa sana sila laban sa himalang ginawa nina Pedro at Juan, pero dahil ang taong pinagaling ay nakatayo mismo sa tabi ng dalawa, wala na silang nasabi. ¹⁵ Kaya pinalabas muna nila sina Pedro at Juan sa kanilang pinagtitipunan at nag-usap-usap sila. ¹⁶ Sinabi nila, "Ano ang gagawin natin sa mga taong ito? Sapagkat kumalat na ang balita sa buong Jerusalem na nakagawa sila ng himala, at hindi natin ito maikakaila. ¹⁷ Kaya para huwag nang kumalat ang kanilang pangangaral sa mga tao, balaan natin sila na huwag nang magturo tungkol kay Jesus."

¹⁸ Ipinatawag nila sina Pedro at Juan at sinabihang huwag nang magsalita o magturo tungkol kay Jesus. ¹⁹ Pero sumagot sina Pedro at Juan, "Isipin nga ninyong mabuti kung alin ang tama sa paningin ng Dios: ang sumunod sa inyo o ang sumunod sa Dios? ²⁰ Hindi pwedeng hindi namin ipahayag ang aming nakita at narinig."

²¹ Pero mahigpit pa rin silang binawalan na mangaral bago sila pinakawalan. Gusto sana nilang parusahan ang dalawa, pero hindi nila magawa. Natatakot sila sa mga tao, dahil pinupuri ng mga ito ang Dios sa nangyaring himala. ²² Sapagkat ang taong pinagaling sa pamamagitan ng himala ay mahigit 40 taon nang *lumpo.*

Ang Panalangin ng mga Mananampalataya

²³ Nang pinakawalan na sina Pedro at Juan, bumalik sila sa kanilang mga kasamahan, at ibinalita nila kung ano ang sinabi ng mga namamahalang pari at ng mga pinuno ng mga Judio. ²⁴ Nang marinig iyon ng mga mananampalataya, nanalangin sila sa Dios. Sinabi nila, "Panginoon na makapangyarihan sa lahat, kayo po ang lumikha ng langit, ng lupa, ng dagat, at lahat ng nasa mga ito. ²⁵ Nagsalita kayo sa pamamagitan ng aming ninunong si David na inyong lingkod. Sinabi niya sa patnubay ng Banal na Espiritu,

'Bakit matindi ang galit ng mga bansa?
Bakit sila nagpaplano ng wala namang
    patutunguhan?
²⁶ Ang mga hari at mga pinuno sa mundo ay
    nagsama-sama,
    at nagsipaghanda sa pakikipaglaban sa
    PANGINOON,
    at sa kanyang Cristo.'*ᶜ*

²⁷ Natupad na ngayon ang sinabi ninyo noon, dahil dito mismo sa Jerusalem, ang mga Judio at hindi Judio, pati si *Haring* Herodes at si *Gobernador* Pilato, ay nagkaisang kalabanin ang inyong banal na lingkod na si Jesus na inyong pinili na maging Hari. ²⁸ Sa kanilang ginawa, natupad na ang inyong balak noon. At ito'y nangyari ayon sa inyong kapangyarihan at kalooban. ²⁹ At ngayon, Panginoon, pinagbabantaan nila kami. Tulungan n'yo kami na inyong mga lingkod na maging matapang sa pangangaral ng inyong salita. ³⁰ Ipakita n'yo ang inyong kapangyarihan. Loobin n'yo na sa pamamagitan ng kapangyarihan*ᵈ* ni Jesus na inyong banal na lingkod ay mapagaling namin ang mga may sakit at makagawa kami ng mga himala at mga kamangha-manghang bagay."

³¹ Pagkatapos nilang manalangin, nayanig ang bahay na kanilang pinagtitipunan. Silang lahat ay napuspos ng Banal na Espiritu at buong tapang na nangaral ng salita ng Dios.

Ang Pagtutulungan ng mga Mananampalataya

³² Nagkaisa ang mga mananampalataya sa damdamin at isipan. Itinuring ng bawat isa na ang kanilang mga ari-arian ay hindi lang para sa kanilang sarili kundi para sa lahat. ³³ Patuloy ang paggawa

---

a 7 awtoridad: sa literal, *pangalan.*

b 10 kapangyarihan: sa literal, *pangalan.*

c 26 Salmo 2:1-2.

d 30 kapangyarihan: sa literal, *pangalan.*

ng mga apostol ng mga kamangha-manghang gawa bilang patunay na ang Panginoong Jesus ay talagang nabuhay muli. At lubusang pinagpala ng Dios ang lahat ng mga mananampalataya. ³⁴Hindi sila nagkulang sa kanilang pangangailangan dahil ipinagbili ng mga may kaya ang kanilang mga lupa't bahay, ³⁵at ang pera'y ibinigay nila sa mga apostol. At ibinigay naman ito ng mga apostol sa bawat isa ayon sa kanilang pangangailangan.

³⁶*Ganyan din ang* ginawa ng Levitang si Jose na taga-Cyprus. Tinatawag siya ng mga apostol na Bernabe, na ang ibig sabihin ay "Tagapagpalakas ng Loob." ³⁷Ibinenta ni Jose ang kanyang lupa at ang pera'y ibinigay niya sa mga apostol.

Sina Ananias at Safira

5 May mag-asawang nagbenta rin ng kanilang lupa. Ang pangalan ng lalaki ay Ananias, at ang babae naman ay Safira. ²Pero binawasan ni Ananias ang pinagbilhan ng kanilang lupa. At pumayag naman ang kanyang asawa. Pagkatapos, ibinigay niya ang natirang pera sa mga apostol, *at sinabi niyang iyon ang buong halaga ng lupa.* ³Agad namang nagtanong si Pedro, "Ananias, bakit ka nagpalinlang kay Satanas? Nagsisinungaling ka sa Banal na Espiritu dahil binawasan mo ang pinagbilhan ng lupa ninyo. ⁴Hindi ba't ikaw ang may-ari ng lupang iyon bago mo ibinenta? At nang maibenta na, hindi ba't nasa iyo ang pagpapasya kung ano ang gagawin mo sa pera? Bakit mo pa nagawa ang ganito? Nagsinungaling ka hindi lang sa tao kundi lalung-lalo na sa Dios."

⁵⁻⁶Pagkarinig noon ni Ananias, natumba siya at namatay. Agad naman siyang nilapitan ng mga binata at binalot ang kanyang bangkay. Pagkatapos, dinala nila siya palabas at inilibing. At ang lahat ng nakarinig sa pangyayaring iyon ay lubhang natakot. ⁷Pagkaraan ng mga tatlong oras, pumasok ang asawa ni Ananias. Wala siyang kamalay-malay sa nangyari sa kanyang asawa. ⁸Tinanong siya ni Pedro, "Sabihin mo sa akin ang totoo, ito lang ba ang pinagbilhan ng inyong lupa?" Sumagot si Safira, "Oo, iyan nga ang buong halaga." ⁹Kaya sinabi ni Pedro sa kanya, "Bakit nagkaisa kayong mag-asawa na subukan ang Espiritu ng Panginoon? Tingnan mo, nandiyan na sa pintuan ang mga binata na naglibing sa asawa mo, at bubuhatin ka rin nila *para ilibing.*"

¹⁰Natumba noon din si Safira sa harapan ni Pedro at namatay. Pagpasok ng mga binata, nakita nilang patay na si Safira. Kaya binuhat nila siya palabas at inilibing sa tabi ng kanyang asawa. ¹¹Dahil sa mga pangyayaring iyon, lubhang natakot ang buong iglesya at ang lahat ng nakabalita nito.

Mga Himala at mga Kamangha-manghang Gawa

¹²Maraming himala at kamangha-manghang ginawa ang mga apostol sa mga tao. Laging nagtitipon ang lahat ng mga mananampalataya sa Balkonahe ni Solomon. ¹³Kahit na mataas ang pagtingin sa kanila ng mga tao, ang iba'y hindi nangahas na sumama sa kanila. ¹⁴Sa kabila nito, nadadagdag pa ang bilang ng mga lalaki at babaeng sumasampalataya sa Panginoon. ¹⁵Dahil *sa mga himalang ginawa ng mga apostol,* dinala ng mga tao ang mga may sakit sa tabi ng daan at inilagay sa mga higaan, para pagdaan ni Pedro ay madadaanan sila kahit anino man lang nito. ¹⁶Hindi lang iyan, kundi marami ring mga tao mula sa mga kalapit baryo ang dumating sa Jerusalem na may dalang mga may sakit at mga taong sinasaniban ng masamang espiritu. At gumaling silang lahat.

Ang Pag-uusig sa mga Apostol

¹⁷Labis na nainggit ang punong pari at ang mga kasama niyang miyembro ng grupong Saduceo. ¹⁸Kaya dinakip nila ang mga apostol at ikinulong. ¹⁹Pero kinagabihan, binuksan ng anghel ng Panginoon ang pintuan ng bilangguan at pinalabas sila. Sinabi ng anghel sa kanila, ²⁰"Pumunta kayo sa templo at turuan ninyo ang mga tao tungkol sa bagong buhay na ibinibigay ng Dios." ²¹Sinunod nila ang sinabi ng anghel. Pagsikat ng araw, pumasok sila sa templo at nagturo sa mga tao.

Ipinatawag ng punong pari at ng kanyang mga kasamahan ang lahat ng pinuno ng mga Judio para magpulong ang buong Korte ng mga Judio. May mga inutusan din silang pumunta sa bilangguan para kunin ang mga apostol at dalhin sa kanila. ²²Pero pagdating ng mga inutusan sa bilangguan, wala na roon ang mga apostol. Kaya bumalik sila sa Korte ng mga Judio ²³at sinabi, "Pagdating namin sa bilangguan nakasusi pa ang mga pintuan, at nakabantay doon ang mga guwardya. Pero nang buksan namin, wala kaming nakitang tao sa loob." ²⁴Nang marinig ito ng kapitan ng mga guwardya sa templo at ng punong pari, naguluhan sila at hindi maunawaan kung ano ang nangyari sa mga apostol. ²⁵Nang bandang huli, may taong dumating at nagbalita, "Ang mga taong ikinulong ninyo ay naroon na sa templo at nagtuturo sa mga tao." ²⁶Agad na pumunta sa templo ang kapitan ng mga guwardya at ang kanyang mga tauhan at muling dinakip ang mga apostol, pero hindi nila sila pinuwersa dahil natatakot sila na baka batuhin sila ng mga tao.

²⁷Dinala nila ang mga apostol doon sa Korte ng mga Judio. Sinabi ng punong pari sa kanila, ²⁸"Hindi ba't pinagbawalan na namin kayong mangaral tungkol kay Jesus? Pero tingnan ninyo ang inyong ginawa! Kumalat na ang inyong aral sa buong Jerusalem, at kami pa ang pinagbibintangan ninyong pumatay sa kanya!" ²⁹Sumagot si Pedro at ang kanyang mga kasama, "Ang Dios ang dapat naming sundin, at hindi ang tao. ³⁰Pinatay ninyo si Jesus sa pamamagitan ng pagpako sa kanya sa krus. Ngunit binuhay siyang muli *ng Dios,* ang Dios na sinasamba ng ating mga ninuno. ³¹Itinaas ng Dios si Jesus, at naroon na siya sa kanyang kanan bilang Pinuno at Tagapagligtas, para tayong mga Judio ay mabigyan ng pagkakataon na magsisi at sa gayo'y mapatawad ang ating mga kasalanan. ³²Nagpapatunay kami na ang lahat ng ito ay totoo, at ganoon din ang Banal na Espiritu na ibinigay ng Dios sa lahat ng sumusunod sa kanya."

³³Nang marinig ito ng mga miyembro ng Korte, galit na galit sila at gusto nilang patayin ang mga apostol. ³⁴Pero tumayo ang kanilang kasamang si Gamaliel. Isa siyang Pariseo at tagapagturo ng Kautusan, at iginagalang ng lahat. Nag-utos siya na palabasin muna ang mga apostol. ³⁵Nang makalabas

na ang mga apostol, sinabi ni Gamaliel sa kanyang mga kasama, *"Mga kababayan kong* Israelita, isipin ninyong mabuti kung ano ang gagawin ninyo sa mga taong iyan, *at baka magkamali kayo.* ³⁶Sapagkat noong araw ay may taong ang pangalan ay Teudas na nagmalaki na parang kung sino, at may mga 400 siyang tagasunod. Pero nang bandang huli, pinatay siya at ang kanyang mga tagasunod ay nagkawatak-watak, at naglaho na lang ang grupong iyon. ³⁷Pagkatapos, noong panahon ng sensus, si Judas naman na taga-Galilea ang nakapagtipon ng mga tagasunod. Pero pinatay din siya at nagkawatak-watak ang kanyang mga tagasunod. ³⁸Kaya ito ang masasabi ko sa inyo: pabayaan na lang natin ang mga taong ito, at huwag silang pansinin. Sapagkat kung ang mga ginagawa at itinuturo nila ay galing lang sa tao, mawawala rin iyan. ³⁹Pero kung galing iyan sa Dios, hindi natin sila mapipigilan. Hindi lang iyan, baka lumabas pa na ang Dios na mismo ang ating kinakalaban." Kaya sinunod ng Korte ang payo ni Gamaliel. ⁴⁰Ipinatawag nilang muli ang mga apostol at ipinahagupit. Pagkatapos, binalaan sila na huwag nang magturo pa tungkol kay Jesus, at pinalaya sila. ⁴¹Umalis doon ang mga apostol na masayang-masaya, dahil binigyan sila ng Dios ng pagkakataon na magtiis alang-alang sa pangalan *ni Jesus.* ⁴²Araw-araw ay pumupunta sila sa templo at sa mga bahay-bahay, patuloy ang kanilang pagtuturo at pangangaral ng Magandang Balita na si Jesus ang Cristo.

Ang Pagpili ng Pitong Lalaki

6 Nang mga panahong iyon, dumarami na ang mga tagasunod *ni Jesus.* Nagreklamo ang mga Judiong nagsasalita ng Griego laban sa mga Judiong nagsasalita ng Hebreo. Ito'y sa dahilang hindi nabibigyan ng pang-araw-araw na rasyon ang kanilang mga biyuda. ²Kaya ipinatawag ng 12 apostol ang lahat ng tagasunod *ni Jesus,* at sinabihan sila, "Hindi mabuting pabayaan namin ang pangangaral ng salita ng Dios para mag-asikaso lang ng materyal na mga tulong. ³Kaya mga kapatid, pumili kayo sa mga kasamahan ninyo ng pitong lalaking may malinis na pangalan, marunong, at puspos ng *Banal na* Espiritu. Sila ang pamamahalain natin sa mga materyal na tulong. ⁴At ilalaan naman namin ang aming oras sa pananalangin at sa pangangaral ng salita ng Dios." ⁵Sumang-ayon ang lahat ng mga mananampalataya sa sinabi ng mga apostol. Kaya pinili nila si Esteban na may matibay na pananampalataya at puspos ng Banal na Espiritu. Pinili rin nila sina Felipe, Procorus, Nicanor, Timon, Parmenas, at Nicolas na taga-Antioc. Si Nicolas ay hindi Judio pero umanib sa relihiyon ng mga Judio. ⁶Dinala nila ang mga napiling ito sa mga apostol. At ipinanalangin sila ng mga apostol at pinatungan ng kamay *bilang pagtatalaga sa tungkulin.*

⁷Kaya patuloy na kumalat ang salita ng Dios. Marami pang mga taga-Jerusalem ang naging tagasunod *ni Jesus,* at marami ring pari ang sumampalataya *sa kanya.*

Ang Pagdakip kay Esteban

⁸Pinagkalooban *ng Dios* si Esteban ng pambihirang kapangyarihan. Kaya maraming himala at mga kamangha-manghang ginawa niya ang nasaksihan ng mga tao. ⁹Pero may mga taong kumalaban sa kanya. Ito ay ang mga Judiong mula sa Cyrene, Alexandria, Cilicia, at Asia. Mga miyembro sila ng sambahan ng mga Judio na tinatawag na Sambahan ng mga Pinalaya sa Pagkaalipin. Nakikipagtalo sila kay Esteban, ¹⁰pero hindi nila kayang talunin si Esteban dahil binigyan siya ng karunungan ng *Banal na* Espiritu. ¹¹Kaya lihim nilang sinulsulan*ᵃ* ang ilang tao na magsabi, "Narinig namin si Esteban na nagsalita ng masama laban kay Moises at sa Dios." ¹²Sa ganitong paraan, naudyukan nilang magalit ang mga tao, ang mga pinuno ng mga Judio, at ang mga tagapagturo ng Kautusan. Dinakip nila si Esteban at dinala sa korte ng mga Judio. ¹³Mayroon din silang pinapasok na ilang tao para tumestigo ng kasinungalingan laban kay Esteban. Sinabi nila, "Ang taong ito ay palaging nagsasalita ng laban sa ating sagradong templo at sa Kautusan *ni Moises.* ¹⁴Narinig naming sinabi niya na ang ating templo ay gigibain ni Jesus na taga-Nazaret at papalitan niya ang mga kaugaliang iniwan sa atin ni Moises!" ¹⁵Ang lahat ng miyembro ng Korte ay tumitig kay Esteban, at nakita nila ang kanyang mukha na nagliwanag na parang mukha ng anghel.

Ang Pangangaral ni Esteban

7 Nagtanong ang punong pari kay Esteban, "Totoo ba ang sinasabi ng mga taong ito?" ²Sumagot si Esteban, "Mga kapatid at mga magulang, pakinggan ninyo ako. Noong unang panahon, nagpakita ang makapangyarihang Dios sa ating ninunong si Abraham noong siya'y nasa Mesopotamia pa, bago siya lumipat sa Haran. ³Sinabi ng Dios sa kanya, 'Lisanin mo ang iyong bansa, ang mga kamag-anak mo at pumunta ka sa lugar na ipapakita ko sa iyo.'*ᵇ* ⁴Kaya umalis si Abraham sa bayan ng Caldeo at doon siya nanirahan sa Haran. Pagkamatay ng kanyang ama, pinapunta siya ng Dios sa lugar na ito na tinitirhan natin ngayon. ⁵Noong panahong iyon, hindi pa binibigyan ng Dios si Abraham ng kahit kapirasong lupa. Pero nangako ang Dios na ang lugar na ito ay ibibigay niya kay Abraham at sa kanyang mga lahi. Wala pang anak si Abraham nang ipinangako ito ng Dios. ⁶Sinabi rin ng Dios sa kanya, 'Ang iyong mga lahi ay maninirahan sa ibang bansa, at gagawin silang mga alipin doon at pagmamalupitan sa loob ng 400 taon. ⁷Ngunit parurusahan ko ang bansang aalipin sa kanila. Pagkatapos, aalis sila sa bansang iyon at babalik sa lugar na ito, at dito sila sasamba sa akin.' ⁸At bilang tanda ng kanyang pangako, nag-utos ang Dios kay Abraham na ang lahat ng lalaki ay dapat tuliin. Kaya nang isilang ang kanyang anak na si Isaac, tinuli niya ito noong walong araw pa lang. Ganito rin ang ginawa ni Isaac sa kanyang anak na si Jacob. At ginawa rin ito ni Jacob sa kanyang 12 anak na siyang pinagmulan nating mga Judio.

⁹"Si Jose na isa sa mga 12 anak ni Jacob ay kinaiinggitan ng mga kapatid niya, kaya ipinagbili nila siya. Dinala siya sa Egipto *at naging alipin doon.* Pero dahil ang Dios ay kasama ni Jose, ¹⁰tinulungan

a 11 lihim nilang sinulsulan: o, *sinuhulan nila.*
b 3 Gen. 12:1.

siya nito sa lahat ng mga paghihirap na kanyang dinanas. Binigyan din siya ng Dios ng karunungan, kaya nagustuhan siya ng Faraon, ang hari ng Egipto. Ginawa siya ng hari na tagapamahala ng buong Egipto at ng lahat ng kanyang ari-arian. ¹¹Dumating ang taggutom sa buong Egipto at Canaan. Hirap na hirap ang mga tao, at ang ating mga ninuno ay walang makunan ng pagkain. ¹²Kaya nang mabalitaan ni Jacob na may pagkain sa Egipto, pinapunta niya roon ang *kanyang mga anak, na siyang* ating mga ninuno. Iyon ang una nilang pagpunta sa Egipto. ¹³Sa ikalawang pagpunta nila, nagpakilala na si Jose na siya'y kapatid nila, at sinabi rin niya sa Faraon ang tungkol sa kanyang pamilya. ¹⁴Pagkatapos, ipinag-utos ni Jose na papuntahin ang ama niyang si Jacob sa Egipto kasama ang kanyang buong pamilya. (Mga 75 silang lahat.) ¹⁵Kaya pumunta si Jacob at ang ating mga ninuno sa Egipto. *Doon sila nanirahan* at doon na rin namatay. ¹⁶Dinala ang kanilang mga bangkay sa Shekem at inilibing sa libingang binili ni Abraham noon sa mga anak ni Hamor.

¹⁷"Nang malapit nang matupad ang pangako ng Dios kay Abraham, lalo pang dumami ang ating mga ninuno na naroon sa Egipto. ¹⁸Dumating din ang araw na nagkaroon ng bagong hari ang Egipto na hindi kilala si Jose. ¹⁹Dinaya ng haring ito ang ating mga ninuno at pinagmalupitan. Pinilit niya silang itapon ang kanilang sanggol para mamatay. ²⁰Iyon din ang panahon nang isilang si Moises, isang bata na kinalugdan ng Dios. Inalagaan siya ng kanyang mga magulang sa kanilang bahay sa loob ng tatlong buwan. ²¹At nang napilitan na silang iwan siya, kinuha siya ng anak na babae ng Faraon at inalagaan na parang tunay niyang anak. ²²Tinuruan si Moises ng lahat ng karunungan ng Egipto, at naging dakila sa salita at sa gawa.

²³"Nang si Moises ay 40 taon na, naisipan niyang dalawin ang kanyang mga kababayang Israelita. ²⁴Nakita niya na pinagmamalupitan ng isang Egipcio ang isa niyang kababayan. Ipinagtanggol niya ito, at bilang paghihiganti, pinatay niya ang Egipcio. ²⁵Sa ginawa niyang iyon inakala niya na mauunawaan ng mga Israelita na siya ang gagamitin ng Dios sa pagpapalaya sa kanila. Pero hindi nila ito naunawaan. ²⁶Kinabukasan, bumalik si Moises at nakita niya ang dalawang Israelitang nag-aaway. Gusto niyang pagkasunduin ang dalawa, kaya sinabi niya sa kanila, 'Pareho kayong mga Israelita. Bakit kayo nag-aaway?' ²⁷Pero itinulak siya ng lalaking nang-aapi at sinabi, 'Sino ang nagtalaga sa iyo para maging pinuno at hukom namin? ²⁸Ano, papatayin mo rin ba ako tulad ng ginawa mo roon sa Egipcio kahapon?' ²⁹Nang marinig ito ni Moises, tumakas siya at pumunta sa Midian. Doon *siya nanirahan at nag-asawa, at doon* din isinilang ang dalawa niyang anak na lalaki.

³⁰"Pagkalipas ng 40 taon, may isang anghel na nagpakita kay Moises habang siya'y nasa ilang, malapit sa Bundok ng Sinai. Nakita ni Moises ang anghel sa nagliliyab na mababang punongkahoy. ³¹Namangha si Moises sa kanyang nakita, kaya nilapitan niya ito para tingnan. Nang papalapit na siya, narinig niya ang tinig ng Panginoon na nagsasabi, ³²'Ako ang Dios ng iyong mga ninunong sina Abraham, Isaac at Jacob.' Nang marinig ito ni Moises, nanginig siya sa takot at hindi na nangahas pang tumingin. ³³Sinabi ng Panginoon sa kanya, 'Tanggalin mo ang iyong sandalyas, dahil banal ang lugar na kinatatayuan mo. ³⁴Nakikita ko ang mga paghihirap na tinitiis ng aking mamamayan sa Egipto, at narinig ko rin ang kanilang mga pagtangis. Kaya bumaba ako upang iligtas sila. Ngayon humanda ka, dahil susuguin kita sa Egipto.'

³⁵"Ito ang Moises na itinakwil noon ng kanyang mga kapwa Israelita na nagsabi, 'Sino ang nagtalaga sa iyo para maging pinuno at hukom *namin*?' Pero siya ang sinugo ng Dios na maging pinuno at tagapagligtas ng mga Israelita sa tulong ng anghel na kanyang nakita roon sa naglliliyab na mababang punongkahoy. ³⁶Si Moises ang nanguna sa mga Israelita palabas sa Egipto. Gumawa siya ng mga himala at mga kamangha-manghang bagay sa Egipto, sa Dagat na Pula, at sa disyerto na kanilang dinaanan sa loob ng 40 taon. ³⁷Ito rin ang Moises na nagsabi sa mga Israelita, 'Magtatalaga ang Dios sa inyo ng isang propeta na katulad ko na sa inyo rin manggagaling.' ³⁸Nang naroon na ang ating mga ninuno sa disyerto, si Moises din ang namagitan sa mga tao at sa anghel na nakipag-usap sa kanya sa Bundok ng Sinai; at doon niya natanggap ang salita ng Dios na nagbibigay ng buhay para ibigay din sa atin.

³⁹"Pero nang hindi pa nakakabalik si Moises galing sa bundok, hindi tinupad ng ating mga ninuno ang ipinagawa sa kanila ni Moises. Itinakwil nila si Moises *bilang kanilang pinuno,* dahil gusto nilang bumalik sa Egipto. ⁴⁰Sinabi nila kay Aaron, 'Igawa mo kami ng mga dios na mangunguna sa amin, dahil hindi namin alam kung ano na ang nangyari kay Moises na nagpalabas sa amin sa Egipto.' ⁴¹Pagkatapos, gumawa sila ng dios-diosang kaanyo ng guya.ᵃ Naghandog sila rito, at ipinagdiwang nila ang gawa ng sarili nilang mga kamay. ⁴²Sa ginawa nilang iyon, tinalikuran sila ng Dios at hinayaan na lang na sumamba sa mga bituin sa langit. Ganito ang isinulat ng mga propeta:

'Kayong mga Israelita, naghandog kayo ng
    iba't ibang uri ng handog sa loob ng
    40 taon doon sa disyerto.
Ngunit hindi ako ang inyong
    pinaghandugan.
⁴³Dala-dala pa ninyo ang tolda ng *inyong dios-
    diosan na si* Molec,
  at ang bituing *imahen* ng inyong dios-
    diosang si Refan.
Ginawa ninyo ang mga iyon upang
    sambahin.
Kaya itataboy ko kayo sa kabila pa ng
    Babilonia.'"

⁴⁴*Sinabi pa ni Esteban,* "Nang naroon pa ang ating mga ninuno sa disyerto, may tolda sila kung saan naroon ang presensya ng Dios. Ginawa ang Tolda ayon sa utos ng Dios kay Moises at sa planong ipinakita sa kanya. ⁴⁵Nang namatay na ang ating mga ninuno, ang kanilang mga anak naman ang nagdala ng tolda. Ang kanilang pinuno ay si Josue. Napasakanila ang lupain *na ipinangako ng Dios* matapos itaboy ng Dios ang mga nakatira roon. At

---

a 41 guya: sa Ingles, *"calf."*

nanatili roon ang tolda hanggang sa panahon ng paghahari ni David. [46] Hiniling ni David sa Dios na pahintulutan siyang magpatayo ng bahay para sa Dios para makasamba roon ang mga lahi ni Jacob. *Pero hindi siya pinayagan, kahit* nalulugod ang Dios sa kanya. [47] Sa halip, si Solomon ang nagtayo ng templo ng Dios.

[48] "Pero ang Kataas-taasang Dios ay hindi tumitira sa mga bahay na gawa ng tao. Katulad ng sinabi *ng Panginoon sa pamamagitan* ng propeta,

[49] 'Ang langit ang aking trono, at ang lupa ang
tuntungan ng aking mga paa. *Kaya*
anong uri ng bahay ang gagawin n'yo
para sa akin? Saan ba ang lugar na
aking mapagpapahingahan? [50] Hindi
ba't ako ang gumawa ng lahat ng
bagay?' "

[51] *Pagkatapos, sinabi ni Esteban,* "Napakatigas ng ulo ninyo! Nagbibingi-bingihan kayo sa mga mensahe ng Dios, dahil ayaw ninyong sumunod sa mga sinasabi niya sa inyo. Palagi ninyong kinakalaban ang Banal na Espiritu. Manang-mana kayo sa ugali ng inyong mga ninuno. [52] Walang propeta sa kanilang kapanahunan na hindi nila inusig. Ang mga nagpahayag tungkol sa pagdating ng Matuwid *na Lingkod*[a] ay pinatay nila. At pagdating dito ni Jesus, kayo ang siyang nagkanulo at pumatay sa kanya. [53] Tumanggap kayo ng Kautusan *na ibinigay ng Dios* sa pamamagitan ng mga anghel, ngunit hindi ninyo sinunod."

Ang Pagbato kay Esteban

[54] Nang marinig iyon ng mga miyembro ng Korte, galit na galit sila kay Esteban. Nagngalit ang kanilang mga ngipin sa matinding galit. [55] Pero si Esteban na puspos ng Banal na Espiritu ay tumingala sa langit, at nakita niya ang nagniningning na kapangyarihan ng Dios at si Jesus na nakatayo sa kanan nito. [56] Sinabi ni Esteban, "Tingnan ninyo! Nakikita kong bukas ang langit at nakatayo si Jesus na Anak ng Tao sa kanan ng Dios!" [57] Sumigaw ang mga miyembro ng Korte at tinakpan nila ang kanilang mga tainga *para hindi nila marinig ang sinasabi ni Esteban.* At sabay-sabay silang sumugod sa kanya. [58] Kinaladkad nila si Esteban palabas ng lungsod at binato. Hinubad ng mga saksing laban kay Esteban ang kanilang balabal at iniwan sa isang binatang may pangalan ng Saulo. [59] Habang binabato nila si Esteban, nananalangin siya. Sinabi niya, "Panginoong Jesus, tanggapin n'yo po ang aking espiritu." [60] Pagkatapos, lumuhod siya at sumigaw nang malakas, "Panginoon, huwag n'yo silang papanagutin sa kasalanang ito na ginawa nila." At pagkasabi niya nito, namatay siya.

8 [1-2] Inilibing si Esteban ng mga taong may takot sa Dios, at labis nila siyang iniyakan.

Pinag-uusig ni Saulo ang mga Mananampalataya

Mula noon, nagsimula na ang matinding pag-uusig sa mga mananampalataya sa Jerusalem. Kaya nagkawatak-watak ang mga mananampalataya sa buong lalawigan ng Judea at Samaria. Ang mga apostol lang ang hindi umalis sa Jerusalem. Si Saulo na sumang-ayon sa pagpatay kay Esteban [3] ay nagsumikap na wasakin ang iglesya. Kaya pinasok niya ang mga bahay-bahay at dinakip *ang mga mananampalataya,* lalaki man o babae, at dinala sa bilangguan.

Ipinangaral ang Magandang Balita sa Samaria

[4] Ang mga mananampalatayang nangalat *sa iba't ibang lugar* ay nangaral ng Magandang Balita. [5] Isa *sa mga mananampalataya* ay si Felipe. Pumunta siya sa isang lungsod ng Samaria at nangaral sa mga tao tungkol kay Cristo. [6] Nang marinig ng mga tao ang mga sinabi ni Felipe at makita ang mga himalang ginawa niya, nakinig sila nang mabuti sa kanya. [7] Maraming taong may masasamang espiritu ang pinagaling niya. Sumisigaw nang malakas ang masasamang espiritu habang lumalabas sa mga tao. Marami ring paralitiko at mga pilay ang gumaling. [8] Kaya masayang-masaya ang mga tao sa lungsod na iyon.

[9] May tao rin doon na ang pangalan ay Simon. Matagal na niyang pinahahanga ang mga taga-Samaria sa kanyang *kahusayan sa* salamangka. Nagmamayabang siya na akala mo kung sino siyang dakila. [10] Ang lahat ng tao sa lungsod, mahirap man o mayaman ay nakikinig nang mabuti sa kanya. Sinabi nila, "Ang taong ito ang siyang kapangyarihan ng Dios na tinatawag na 'Dakilang Kapangyarihan.' " [11] Matagal na niyang pinahahanga ang mga tao sa kanyang *kahusayan sa* salamangka, kaya patuloy silang naniniwala sa kanya. [12] Pero nang mangaral si Felipe sa kanila ng Magandang Balita tungkol sa paghahari ng Dios at tungkol kay Jesu-Cristo, sumampalataya at nagpabautismo ang mga lalaki at babae. [13] Pati si Simon ay sumampalataya rin, at nang mabautismuhan na siya, sumama siya kay Felipe. Talagang napahanga siya sa mga himala at kamangha-manghang bagay na ginawa ni Felipe.

[14] Nang marinig ng mga apostol sa Jerusalem na ang mga taga-Samaria ay sumampalataya rin sa salita ng Dios, ipinadala nila roon sina Pedro at Juan. [15] Pagdating nila sa Samaria, ipinanalangin nila ang mga mananampalataya roon na sana'y matanggap nila ang Banal na Espiritu. [16] Sapagkat kahit nabautismuhan na sila sa pangalan ng Panginoong Jesus, hindi pa nila natatanggap ang Banal na Espiritu. [17] Ipinatong nina Pedro at Juan ang kanilang mga kamay sa kanila, at natanggap nila ang Banal na Espiritu. [18] Nakita ni Simon na sa pagpatong ng kamay ng mga apostol sa mga mananampalataya ay natanggap nila ang *Banal na* Espiritu. Kaya inalok niya ng pera sina Pedro at Juan at sinabi [19] "Bigyan ninyo ako ng ganyang kapangyarihan, para ang sinumang patungan ko ng kamay ay makatanggap din ng Banal na Espiritu." [20] Pero sumagot si Pedro sa kanya, "Mawala ka sana at ang iyong pera! Sapagkat inaakala mong mabibili ng pera ang kaloob ng Dios. [21] Wala kang bahagi sa gawain namin, dahil marumi ang puso mo sa paningin ng Dios. [22] Kaya pagsisihan mo ang masama mong balak at manalangin ka sa Panginoon na patawarin ka sa iyong maruming pag-iisip. [23] Sapagkat nakikita kong inggit na inggit

---

a 52 *Matuwid na Lingkod:* Ang ibig sabihin, si Jesus.

ka at alipin ng kasalanan." ²⁴ Sinabi ni Simon, "Kung maaari, manalangin din kayo sa Panginoon para sa akin upang hindi mangyari sa akin ang parusa na sinasabi ninyo."

²⁵ Pagkatapos magpatotoo nina Pedro at Juan at mangaral ng mensahe ng Panginoon, bumalik sila sa Jerusalem. At nangaral din sila ng Magandang Balita sa mga baryo na dinaanan nila sa lalawigan ng Samaria.

Si Felipe at ang Opisyal na Taga-Etiopia

²⁶ May isang anghel ng Panginoon na nagsabi kay Felipe, "Pumunta ka agad sa timog, at sundan mo ang daan na mula sa Jerusalem papuntang Gaza." (Ang daang iyon ay bihira na lang daanan.) ²⁷ Kaya umalis si Felipe, at doon ay nakita niya ang taong taga-Etiopia. Pauwi na ito galing sa Jerusalem kung saan siya sumamba sa Dios. Mataas ang kanyang tungkulin dahil siya ang pinagkakatiwalaan ng kayamanan ng Candace. (Ang Candace ay reyna ng Etiopia.) ²⁸ Nakasakay siya sa kanyang karwahe*ᵃ* at nagbabasa ng aklat ni Propeta Isaias. ²⁹ Sinabi ng *Banal na* Espiritu kay Felipe, "Puntahan mo at makisabay ka sa kanyang karwahe." ³⁰ Kaya tumakbo si Felipe at *inabutan niya ang karwahe.* Narinig niyang nagbabasa ang opisyal ng aklat ni Propeta Isaias. Tinanong ni Felipe kung nauunawaan niya ang kanyang binabasa. ³¹ Sumagot ang opisyal, "Hindi nga eh! Paano ko mauunawaan kung wala namang magpapaliwanag sa akin?" Inanyayahan niya si Felipe na sumakay sa kanyang karwahe at tumabi sa kanya. ³² Ito ang bahagi ng Kasulatan na kanyang binabasa:

> "Hindi siya nagreklamo.
> Katulad siya ng tupa na dinadala sa
>   katayan,
> o kaya'y isang munting tupa na walang
>   imik habang ginugupitan.
> ³³ Hinamak siya at hinatulan nang hindi tama.
>   Walang makapagsasabi tungkol sa kanyang
>   mga lahi,
> dahil pinaikli ang kanyang buhay dito sa
>   lupa."

³⁴ Sinabi ng opisyal kay Felipe, "Sabihin mo sa akin kung sino ang tinutukoy ng propeta, ang sarili ba niya o ibang tao?" ³⁵ Kaya simula sa bahaging iyon ng Kasulatan, ipinaliwanag sa kanya ni Felipe ang Magandang Balita tungkol kay Jesus. ³⁶ Habang nagpapatuloy sila sa paglalakbay, nakarating sila sa lugar na may tubig. Sinabi ng opisyal kay Felipe, "May tubig dito. May dahilan pa ba para hindi ako mabautismuhan?" [³⁷ Sumagot si Felipe sa kanya, "Maaari ka nang bautismuhan kung sumasampalataya ka nang buong puso." Sumagot ang opisyal, "Oo, sumasampalataya ako na si Jesu-Cristo ang Anak ng Dios."] ³⁸ Pinahinto ng opisyal ang karwahe at lumusong silang dalawa sa tubig at binautismuhan siya ni Felipe. ³⁹ Pagkaahon nila sa tubig, bigla na lang kinuha si Felipe ng Espiritu ng Panginoon. Hindi na siya nakita ng opisyal, pero masaya siyang nagpatuloy sa kanyang paglalakbay. ⁴⁰ Namalayan na lang ni Felipe na siya'y nasa lugar

na ng Azotus.*ᵇ* Nangaral siya ng Magandang Balita sa mga bayan na dinadaanan niya hanggang makarating siya sa Cesarea.

Nakakilala si Saulo sa Panginoon
(Mga Gawa 22:6-16; 26:12-18)

9 Patuloy pa rin ang pagbabanta ni Saulo sa buhay ng mga tagasunod ng Panginoon. Pinuntahan pa niya ang punong pari ² at humingi ng mga sulat *na ipapakita niya* sa mga sambahan ng mga Judio sa Damascus bilang *katibayan na binibigyan siya ng* kapangyarihang hulihin at dalhin sa Jerusalem ang sinumang makikita niya roon na sumusunod sa pamamaraan *ni Jesus,ᶜ* lalaki man ito o babae.

³ Nang malapit na si Saulo sa lungsod ng Damascus, bigla siyang napalibutan ng nakakasilaw na liwanag mula sa langit. ⁴ Natumba siya, at may narinig siyang tinig na nagsasabi, "Saulo, Saulo! Bakit mo ako inuusig?" ⁵ Sumagot si Saulo, "Sino po ba kayo?" Sinagot siya ng tinig, "Ako si Jesus na iyong inuusig. ⁶ Tumayo ka at pumunta sa lungsod, at doon ay may magsasabi sa iyo kung ano ang dapat mong gawin." ⁷ Hindi makapagsalita ang mga kasama ni Saulo. Nakatayo lang sila na natigilan. Nakarinig sila ng boses, pero wala silang nakita. ⁸ Tumayo si Saulo, pero pagmulat niya'y hindi na siya makakita. Kaya inakay na lang siya ng mga kasama niya hanggang sa Damascus. ⁹ Tatlong araw siyang hindi nakakita, at hindi siya kumain o uminom.

¹⁰ Doon sa Damascus ay may isang tagasunod *ni Jesus* na ang pangalan ay Ananias. Nagpakita sa kanya ang Panginoon sa isang pangitain at sinabi, "Ananias!" Sumagot siya, "Panginoon, bakit po?" ¹¹ Sinabi ng Panginoon sa kanya, "Pumunta ka sa daan na tinatawag na 'Matuwid,' at doon sa bahay ni Judas ay hanapin mo ang taong taga-Tarsus na ang pangalan ay Saulo. Nananalangin siya ngayon, ¹² at ipinakita ko sa kanya sa pamamagitan ng isang pangitain na pumasok ka sa kinaroroonan niya at pinatungan mo siya ng kamay para muling makakita." ¹³ Pero sumagot si Ananias, "Panginoon, marami po akong nababalitaan tungkol sa taong iyon, na malupit siya sa inyong mga pinabanal*ᵈ* sa Jerusalem. ¹⁴ Narito siya ngayon sa Damascus at binigyan siya ng kapangyarihan ng mga namamahalang pari na hulihin ang lahat ng kumikilala sa iyo."*ᵉ* ¹⁵ Pero sinabi ng Panginoon kay Ananias, "Lumakad ka, dahil pinili ko siyang maglingkod sa akin, para ipakilala niya ako sa mga hindi Judio at sa kanilang mga hari, at sa mga Israelita. ¹⁶ At ipapakita ko rin sa kanya ang mga paghihirap na dapat niyang danasin para sa akin."

¹⁷ Kaya pinuntahan ni Ananias si Saulo sa bahay *na tinutuluyan nito,* at *pagpasok niya roon ay* ipinatong niya ang kanyang kamay kay Saulo. At sinabi niya, "Saulo, kapatid ko *sa Panginoon,* pinapunta ako rito ng Panginoong Jesus. Siya ang nagpakita sa iyo sa

---

a 28 karwahe: sa Ingles, *"chariot."*

b 40 Azotus: o, *Ashdod.*

c 2 sumusunod sa pamamaraan ni Jesus: Ang ibig sabihin, *sumasampalataya kay Jesus.*

d 13 pinabanal: sa Griego, *hagios,* na ang ibig sabihin ay itinuring ng Dios na sa kanya. Ganito rin sa talatang 32.

e 14 kumikilala sa iyo: sa literal, *tumatawag sa iyong pangalan.*

daan nang papunta ka rito. Inutusan niya ako rito para muli kang makakita at mapuspos ng Banal na Espiritu." ¹⁸Biglang may nahulog na parang mga kaliskis ng isda mula sa mga mata ni Saulo, at nakakita siyang muli. Pagkatapos, tumayo siya at nagpabautismo. ¹⁹Kumain siya at muling lumakas.

Nangaral si Saulo sa Damascus

Nanatili si Saulo ng ilang araw sa Damascus kasama ng mga tagasunod *ni Jesus.* ²⁰Pumunta siya sa mga sambahan ng mga Judio at ipinangaral niyang si Jesus ang Anak ng Dios. ²¹Nagtaka ang lahat ng nakarinig sa kanya. Sinabi nila, "Hindi ba't ito ang taong umuusig sa mga tagasunod ni Jesus doon sa Jerusalem? Hindi ba't naparito siya para hulihin ang mga kumikilala kay Jesus at dalhin sa mga namamahalang pari?"

²²Lalong humusay ang kakayahan ni Saulo sa pangangaral. At hindi makasagot sa kanya ang mga Judio sa Damascus nang patunayan niyang si Jesus ang Cristo.

²³Pagkalipas ng ilang araw, nagtipon ang mga Judio at nagplanong patayin si Saulo. ²⁴Araw-gabi nilang inaabangan si Saulo sa mga pintuan ng lungsod upang patayin. Pero may nakapagsabi kay Saulo tungkol sa plano nila. ²⁵Kaya isang gabi, isinakay siya ng mga tagasunod niya sa malaking kaing at ibinaba sa labas ng pader ng lungsod.

Si Saulo sa Jerusalem

²⁶Pagdating ni Saulo sa Jerusalem, gusto niya sanang makisalamuha sa mga tagasunod *ni Jesus,* pero takot sila sa kanya. Hindi sila naniniwala na siya'y tagasunod na rin *ni Jesus.* ²⁷Pero isinama siya ni Bernabe at dinala sa mga apostol. Ikinuwento ni Bernabe sa kanila kung paano nakita ni Saulo ang Panginoong *Jesus* sa daan at kung ano ang sinabi nito sa kanya. At sinabi rin niya ang katapangan ni Saulo sa pangangaral tungkol kay Jesus doon sa Damascus. ²⁸Kaya mula noon, kasama na nila si Saulo, at buong tapang niyang ipinangaral ang tungkol sa Panginoon *saan man* sa Jerusalem. ²⁹Nakipag-usap din siya at nakipagdebate sa mga Judiong nagsasalita ng Griego, kaya *nagalit sila at* nagplanong patayin siya. ³⁰Nang malaman ng mga mananampalataya ang plano nila, inihatid nila si Saulo sa Cesarea at pinauwi sa Tarsus.

³¹Pagkatapos noon, naging matiwasay ang pamumuhay ng iglesya sa buong Judea, sa Galilea, at sa Samaria. Lalo pang lumakas at kanilang pananampalataya at namuhay silang may takot sa Panginoon. Pinalalakas ng Banal na Espiritu ang kanilang loob, kaya lalo pa silang dumami.

Si Pedro sa Lyda at sa Jopa

³²Maraming lugar ang pinuntahan ni Pedro para dalawin ang mga pinabanal *ng Dios.* Pumunta rin siya sa Lyda. ³³Nakilala niya roon ang isang taong nagngangalang Eneas. Paralisado siya at hindi makabangon sa kanyang higaan sa loob ng walong taon. ³⁴Sinabi ni Pedro sa kanya, "Eneas, pinagagaling ka ni Jesu-Cristo. Kaya bumangon ka at iligpit ang iyong higaan." Agad namang bumangon si Eneas. ³⁵Nakita ng lahat ng

naninirahan sa Lyda at sa Sharon na gumaling na si Eneas, at sumampalataya rin sila sa Panginoon.

³⁶Sa *lungsod ng* Jopa, may isang babaeng mananampalataya na ang pangalan ay Tabita. (Sa Griego, ang kanyang pangalan ay Dorcas*ᵃ*) Marami siyang nagawang mabuti lalung-lalo na sa mga dukha. ³⁷Nagkataon noon na nagkasakit ang babaeng ito at namatay. Nilinis nila ang kanyang bangkay at ibinurol sa isang kwarto sa itaas. ³⁸Ang Jopa ay malapit lang sa Lyda. Kaya nang mabalitaan ng mga tagasunod *ni Jesus* na si Pedro ay naroon sa Lyda, inutusan nila ang dalawang tao na pakiusapan si Pedro na pumunta agad sa Jopa. ³⁹*Pagdating ng dalawa roon kay Pedro,* agad namang sumama si Pedro sa kanila. Pagdating nila sa Jopa, dinala siya sa kwarto na pinagbuburulan ng patay. May mga biyuda roon na umiiyak. Ipinakita nila kay Pedro ang mga damit na tinahi ni Dorcas noong nabubuhay pa siya. ⁴⁰Pinalabas silang lahat ni Pedro sa kwarto. Lumuhod siya at nanalangin. Pagkatapos, humarap siya sa bangkay at sinabi, "Tabita, bumangon ka!" Dumilat si Tabita, at pagkakita niya kay Pedro, naupo siya. ⁴¹Hinawakan siya ni Pedro sa kamay at tinulungang tumayo. Pagkatapos, tinawag ni Pedro ang mga biyuda at ang iba pang mga mananampalataya roon, at ipinakita sa kanila si Tabita na buhay na. ⁴²Ang pangyayaring ito ay napabalita sa buong Jopa, at marami ang sumampalataya sa Panginoong *Jesus.* ⁴³Nanatili pa si Pedro ng mga ilang araw sa Jopa sa bahay ni Simon na mangungulti ng balat.

Ang Pagtawag ni Cornelius kay Pedro

10 Doon sa Cesarea ay may isang lalaking ang pangalan ay Cornelius. Siya'y isang kapitan ng batalyon ng mga sundalong Romano na tinatawag na Batalyong Italyano. ²Siya at ang kanyang buong pamilya ay may takot sa Dios. Marami siyang naibigay na tulong sa mga mahihirap na Judio, at palagi siyang nananalangin sa Dios. ³Isang araw, bandang alas tres ng hapon, nagkaroon siya ng isang pangitain. Kitang-kita niya ang isang anghel ng Dios na pumasok at tinawag siya, "Cornelius!" ⁴Tumitig siya sa anghel at takot na takot na nagsabi, "Ano po ang kailangan n'yo?" Sumagot ang anghel, "Pinakinggan ng Dios ang iyong mga panalangin at natutuwa siya sa pagtulong mo sa mga mahihirap. Kaya inaalala ka ng Dios. ⁵Ngayon, magsugo ka ng mga tao sa Jopa at ipasundo mo si Simon na tinatawag na Pedro. ⁶Doon siya nakatira kay Simon na mangungulti ng balat.*ᵇ* Ang bahay niya ay nasa tabi ng dagat." ⁷Nang makaalis na ang anghel, tinawag ni Cornelius ang dalawa niyang utusan at ang isang sundalong makadios na madalas niyang inuutusan. ⁸Ikinuwento ni Cornelius sa kanila ang lahat ng nangyari, at pagkatapos ay inutusan niya silang pumunta sa Jopa.

⁹Kinabukasan, nang malapit na sila sa bayan ng Jopa, umakyat si Pedro sa bubong *ng bahayᶜ* para manalangin. Tanghaling-tapat noon ¹⁰at gutom na

---

a 36 Dorcas: Ang ibig sabihin ng pangalang ito ay usa.

b 6 mangungulti ng balat: sa Ingles, *tanner.*

c 9 Ang kanilang mga bubong noon ay pantay, at minsan doon sila nagpapahinga.

si Pedro, kaya gusto na niyang kumain. Pero habang inihahanda ang pagkain, may ipinakita sa kanya ang Dios. ¹¹Nakita niyang bumukas ang langit at may bumababang parang malapad na kumot na may tali sa apat na sulok nito. ¹²At sa kumot na ito, nakita niya ang lahat ng uri ng hayop—ang mga lumalakad, gumagapang, at mga lumilipad. ¹³Pagkatapos, may narinig siyang tinig na nagsasabi, "Pedro, tumayo ka! Magkatay ka at kumain." ¹⁴Sumagot si Pedro, "Panginoon, hindi ko magagawa iyan dahil hindi po talaga ako kumakain ng mga hayop na itinuturing na marumi at ipinagbabawal kainin." ¹⁵Muling sinabi ng tinig, "Huwag mong ituring na marumi ang kahit anong bagay na nilinis na ng Dios." ¹⁶Tatlong ulit itong nangyari, at pagkatapos, hinila agad ang bagay na iyon pataas.

¹⁷Habang naguguluhan si Pedro at iniisip kung ano ang ibig sabihin ng nakita niya, dumating naman sa lugar na iyon ang mga taong inutusan ni Cornelius. Nang malaman nila kung saan ang bahay ni Simon, pumunta sila *roon*. *At pagdating nila* sa pinto ng bakod, ¹⁸tumawag sila at nagtanong kung doon ba nanunuluyan si Simon na tinatawag na Pedro. ¹⁹Habang pinag-iisipan ni Pedro kung ano ang ibig sabihin ng kanyang nakita, sinabi ng *Banal na* Espiritu sa kanya, "May tatlong taong naghahanap sa iyo. ²⁰Tumayo ka at bumaba. Huwag kang mag-alinlangang sumama sa kanila, dahil ako ang nag-utos sa kanila." ²¹Bumaba si Pedro at sinabi sa mga tao, "Ako ang hinahanap ninyo. Ano ang kailangan ninyo sa akin?" ²²Sumagot sila, "Inutusan kami rito ni Kapitan Cornelius. Mabuti siyang tao at sumasamba sa Dios. Iginagalang siya ng lahat ng Judio. Sinabihan siya ng anghel ng Dios na imbitahan ka sa kanyang bahay para marinig niya kung ano ang iyong sasabihin." ²³Pinapasok sila ni Pedro, at doon sila natulog nang gabing iyon.

Kinabukasan, sumama si Pedro sa kanila, kasama ang ilang kapatid na taga-Jopa. ²⁴Dumating sila sa Cesarea pagkaraan ng isang araw. Naghihintay sa kanila si Cornelius at ang kanyang mga kamag-anak at mga kaibigan na inimbitahan niyang dumalo. ²⁵Nang dumating si Pedro, sinalubong siya ni Cornelius at lumuhod para sambahin siya. ²⁶Pero pinatayo siya ni Pedro at sinabi, "Tumayo ka, dahil ako'y tao ring katulad mo." ²⁷At patuloy ang kanilang pag-uusap habang papasok sila sa bahay. Sa loob ng bahay, nakita ni Pedro na maraming tao ang nagkakatipon doon. ²⁸Nagsalita si Pedro sa kanila, "Alam ninyo na kaming mga Judio ay pinagbabawalan ng aming relihiyon na dumalaw o makisama sa mga hindi Judio. Pero ipinaliwanag sa akin ng Dios na hindi ko dapat ituring na marumi ang sinuman. ²⁹Kaya nang ipasundo ninyo ako, hindi ako nag-atubiling sumama. Kaya gusto ko ngayong malaman kung bakit ipinatawag ninyo ako."

³⁰Sumagot si Cornelius, "Tatlong araw na ngayon ang lumipas nang nananalangin ako rito sa bahay, at ganito ring oras, mga alas tres ng hapon. Habang nananalangin ako, biglang nagpakita sa akin ang isang taong may damit na nakakasilaw. ³¹Sinabi niya sa akin, 'Cornelius, dininig ng Dios ang iyong panalangin at hindi niya nakalimutan ang pagtulong mo sa mga mahihirap. ³²Magsugo ka ngayon ng mga tao sa Jopa at ipasundo si Simon

na tinatawag na Pedro. Doon siya nakatira sa bahay ni Simon na mangungulti ng balat. Ang kanyang bahay ay sa tabi ng dagat.' ³³Kaya ipinatawag kita agad. Salamat naman at dumating ka. At ngayon, narito kami sa presensya ng Dios para pakinggan ang ipinapasabi sa inyo ng Panginoon."

Nangaral si Pedro sa Bahay ni Cornelius

³⁴Kaya nagsalita si Pedro, "Ngayon alam ko nang walang pinapaboran ang Dios. ³⁵Kung ang tao ay may takot sa Dios at tama ang kanyang ginagawa, kahit ano ang lahi niya'y tatanggapin siya ng Dios. ³⁶Narinig ninyo ang Magandang Balita na ipinahayag ng Dios sa aming mga Israelita, na ang tao'y magkakaroon na ng magandang relasyon sa Dios sa pamamagitan ng pananampalataya kay Jesu-Cristo na siyang Panginoon ng lahat. ³⁷⁻³⁸Alam din ninyo ang mga nangyari sa buong Judea tungkol kay Jesus na taga-Nazaret. Nagsimula ito sa Galilea matapos mangaral ni Juan tungkol sa bautismo. Biniyan ng Dios si Jesus ng Banal na Espiritu at kapangyarihan. At dahil kasama niya ang Dios, pumunta siya sa iba't ibang lugar at gumawa ng kabutihan. Pinagaling niya ang lahat ng sinaniban at pinahirapan ng diyablo. ³⁹Kami mismo ay makakapagpatotoo sa lahat ng ginawa niya, dahil nakita namin ito sa Jerusalem at sa iba pang mga bayan ng mga Judio. Pinatay siya ng mga Judio sa pamamagitan ng pagpako sa krus. ⁴⁰Pero muli siyang binuhay ng Dios sa ikatlong araw at nagpakita sa amin *na siya'y buhay.* ⁴¹Hindi siya nagpakita sa lahat kundi sa amin lamang na mga pinili ng Dios na maging saksi *para ipamalita sa iba ang tungkol sa kanya.* Nakasama pa nga namin siyang kumain at uminom pagkatapos na siya'y muling nabuhay. ⁴²Inutusan niya kaming mangaral *ng Magandang Balita* sa mga tao at magpatotoo na siya ang tunay na pinili ng Dios na maging tagahatol ng mga buhay at ng mga patay. ⁴³Si Jesu-Cristo ang tinutukoy ng lahat ng propeta nang ipahayag nila na ang lahat ng sumasampalataya sa kanya ay patatawarin sa kanilang mga kasalanan sa pamamagitan ng kanyang pangalan."

Dumating ang Banal na Espiritu sa mga Hindi Judio

⁴⁴Habang nagsasalita pa si Pedro, napuspos ng Banal na Espiritu ang lahat ng nakikinig. ⁴⁵Ang mga mananampalatayang Judio na sumama kay Pedro mula sa Jopa ay namangha dahil ipinagkaloob din ng Dios ang Banal na Espiritu sa mga hindi Judio. ⁴⁶Dahil narinig nilang nagsasalita sila ng iba't ibang wika *na hindi nila natutunan* at nagpupuri sila sa Dios. Kaya sinabi ni Pedro, ⁴⁷"Natanggap na nila ang Banal na Espiritu tulad natin *kahit hindi sila mga Judio.* Kaya wala nang makakapigil sa kanila para bautismuhan sila sa tubig." ⁴⁸At iniutos ni Pedro na bautismuhan sila sa pangalan ni Jesu-Cristo. Pagkatapos noon, pinakiusapan nila si Pedro na manatili muna sa kanila ng ilang araw.

Ipinaliwanag ni Pedro ang Kanyang Ginawa

11 Nabalitaan ng mga apostol at ng mga kapatid sa Judea na ang mga hindi Judio ay tumanggap din ng salita ng Dios. ² Kaya pagbalik ni Pedro sa Jerusalem, sinalungat siya ng mga kapatid na Judio na naniniwalang ang mga hindi Judio ay kinakailangang magpatuli *muna bago maging kaanib nila.* ³ Sinabi nila *kay Pedro, "Ikaw ay isang Judio,* bakit ka nakituloy at nakikain sa bahay ng mga *hindi Judio na hindi tuli?"* ⁴ Kaya ipinaliwanag ni Pedro sa kanila ang buong pangyayari mula sa simula.

⁵ Sinabi niya, "Habang nananalangin ako sa lungsod ng Jopa, may ipinakita sa akin ang Dios. Nakita ko ang parang malapad na kumot na bumababa mula sa langit. May tali ito sa apat na sulok, at ibinaba sa tabi ko. ⁶ Pinagmasdan ko itong mabuti at nakita ko roon ang lahat ng uri ng hayop—ang mga lumalakad kasama sa rito at mababangis, mga gumagapang, at mga lumilipad. ⁷ At narinig ko ang boses na nagsasabi sa akin, 'Pedro tumayo ka! Magkatay ka at kumain.' ⁸ Pero sumagot ako, 'Panginoon, hindi ko magagawa iyan dahil hindi po talaga ako kumakain ng mga hayop na itinuturing na marumi at ipinagbabawal kainin.' ⁹ Pagkatapos, muling nagsalita ang tinig mula sa langit, 'Huwag mong ituring na marumi ang kahit na anong bagay na nilinis na ng Dios.' ¹⁰ Tatlong beses naulit ang pangyayaring ito, at pagkatapos ay hinila na pataas ang kumot. ¹¹ Nang mga oras ding iyon, dumating sa bahay na tinutuluyan ko ang tatlong lalaki na galing sa Cesarea. Inutusan sila na sunduin ako. ¹² Sinabi ng *Banal na* Espiritu sa akin na huwag akong mag-alinlangang sumama sa kanila. At nang umalis na kami papunta sa bahay ni Cornelius sa Cesarea, sumama sa akin itong anim na kapatid *natin na taga-Jopa.* ¹³ Pagpasok namin doon, ikinuwento ni Cornelius sa amin na may nakita siyang anghel sa loob ng kanyang bahay na nagsabi sa kanya, 'Magsugo ka sa Jopa para sunduin si Simon na tinatawag na Pedro. ¹⁴ Sasabihin niya sa iyo kung paano ka maliligtas at ang iyong buong pamilya.' ¹⁵ At nang magsalita na ako, napuspos sila ng Banal na Espiritu tulad din ng nangyari sa atin noon. ¹⁶ At naalala ko ang sinabi ng Panginoong *Jesus:* 'Nagbautismo si Juan sa tubig, ngunit babautismuhan kayo sa Banal na Espiritu.' ¹⁷ Kaya ang nangyari sa kanila ay nagpapatunay na ang ibinigay ng Dios sa ating mga Judio, nang sumampalataya tayo sa Panginoong Jesu-Cristo ay ibinigay din niya sa mga hindi Judio. At kung ganoon ang gusto ng Dios, sino ba ako para hadlangan siya?" ¹⁸ Nang marinig ito ng mga kapatid na Judio, hindi na nila binatikos si Pedro, sa halip ay nagpuri sila sa Dios. Sinabi nila, "Kung ganoon, ibinigay din ng Dios sa mga hindi Judio ang pagkakataon na magsisi para matanggap nila ang buhay *na walang hanggan."*

Ang Iglesya ng Antioc sa Syria

¹⁹ *Simula* nang mamatay si Esteban, nangalat ang mga mananampalataya dahil sa pag-uusig sa kanila. Ang iba ay nakarating sa Fenicia, Cyprus, at Antioc. Ipinapahayag nila ang Magandang Balita *kahit saan sila pumunta,* pero sa mga Judio lamang. ²⁰ Pero ang ibang mananampalataya na taga-Cyprus at taga-Cyrene ay pumunta sa Antioc at nagpahayag ng Magandang Balita tungkol sa Panginoong Jesus maging sa mga hindi Judio. ²¹ Ang kapangyarihan ng Panginoon ay nasa kanila at marami ang sumampalataya at nagbalik-loob sa Panginoon.

²² Ang pangyayaring ito ay nabalitaan ng iglesya sa Jerusalem, kaya pinapunta nila si Bernabe sa Antioc. ²³ Pagdating niya roon, natuwa siya dahil nakita niya ang mga kabutihang ginawa ng Dios sa mga tao roon. At pinayuhan niya sila na maging matapat at matatag sa kanilang pananampalataya sa Panginoon. ²⁴ Mabuting tao si Bernabe. Pinapatnubayan siya ng Banal na Espiritu, at matibay ang kanyang pananampalataya *sa Dios.* Kaya marami sa Antioc ang sumampalataya sa Panginoon.

²⁵ Pagkatapos, pumunta si Bernabe sa Tarsus para hanapin si Saulo. ²⁶ Nang makita niya si Saulo, isinama niya ito pabalik sa Antioc. At isang taon silang nakasama ng iglesya roon, at maraming tao ang kanilang tinuruan. Sa Antioc unang tinawag na mga Cristiano ang mga tagasunod ni Jesus.

²⁷ Nang panahong iyon, may mga propeta sa Jerusalem na pumunta sa Antioc. ²⁸ Ang pangalan ng isa sa kanila ay si Agabus. Tumayo siya at nagpahayag sa pamamagitan ng *Banal na* Espiritu na may darating na matinding taggutom sa buong mundo. (Nangyari ito sa panahon ni Claudius na Emperador ng Roma.) ²⁹ Kaya nagpasya ang mga tagasunod *ni Jesus sa Antioc* na ang bawat isa sa kanila ay magpapadala ng tulong sa mga kapatid sa Judea ayon sa kanilang makakaya. ³⁰ Ipinadala nila ito sa pamamagitan nina Bernabe at Saulo para ibigay sa mga namumuno *ng iglesya sa Jerusalem.*

Inusig ni Haring Herodes ang mga Mananampalataya

12 Nang panahong iyon, nagsimula si Haring Herodes[a] sa pag-uusig sa ilang miyembro ng iglesya. ² Ipinapatay niya si Santiago na kapatid ni Juan sa pamamagitan ng espada. ³ Nang makita niyang natuwa ang mga Judio dahil sa kanyang ginawa, ipinahuli rin niya si Pedro. Nangyari ito sa panahon ng Pista ng Tinapay na Walang Pampaalsa. ⁴ Ipinabilanggo niya si Pedro at pinabantayan sa apat na grupo ng mga sundalo na ang bawat grupo ay may apat na sundalo. Ayon sa plano ni Herodes, ang paglilitis kay Pedro ay gagawin niya sa harap ng taong-bayan pagkatapos ng Pista ng Paglampas ng Anghel. ⁵ Habang nasa bilangguan si Pedro, patuloy ang taimtim na pananalangin ng iglesya para sa kanya.

Ang Himalang Pagkalabas ni Pedro sa Bilangguan

⁶ Noong gabing bago iharap si Pedro sa paglilitis, natutulog siyang nakagapos ng dalawang kadena sa pagitan ng dalawang sundalo. Mayroon pang mga guwardyang nakabantay sa pintuan ng bilangguan. ⁷ Walang anu-ano'y biglang nagliwanag sa loob ng bilangguan at napakita ang isang anghel ng Panginoon. Tinapik niya sa tagiliran si Pedro para magising, at sinabi, "Dali, bumangon ka!" At

a 1 Haring Herodes: Ito'y si Herodes Agripa I. Siya'y apo ni Herodes na makikita sa Mat. 2:1; 14:1.

natanggal ang mga kadena sa kanyang mga kamay. [8] Sinabi ng anghel, "Magdamit ka at magsandalyas." At ginawa nga iyon ni Pedro. Sinabi pa ng anghel sa kanya, "Magbalabal ka at sumunod sa akin." [9] At sumunod nga siya sa anghel palabas sa bilangguan. Hindi alam ni Pedro kung totoo ang nangyayari. Ang akala niya'y nananaginip lang siya. [10] Dinaanan lang nila ang una at ang pangalawang grupo ng mga guwardya. Pagdating nila sa pintuang bakal na patungo sa loob ng lungsod, kusa itong bumukas. At lumabas sila agad. Paglampas nila sa isang kalye, bigla na lang siyang iniwan ng anghel. [11] Saka lang niya nalaman na hindi pala ito panaginip lang. Sinabi niya, "Totoo pala talaga na ipinadala ng Panginoon ang kanyang anghel, at iniligtas niya ako sa kamay ni Herodes at sa lahat ng inaasahan ng mga Judio na mangyari sa akin."

[12] Nang maunawaan niya ang nangyari,[a] pumunta siya sa bahay ni Maria na ina ni Juan Marcos. Maraming tao ang nagkakatipon doon at nananalangin. [13] Kumatok si Pedro sa pinto ng bakuran, at lumapit ang utusang si Roda para alamin kung sino ang kumakatok. [14] Nabosesan niyang si Pedro iyon at sa sobrang tuwa, sa halip na buksan ang pinto, tumakbo siyang papasok para ipaalam sa mga kasamahan niya na si Pedro ay nasa labas. [15] Sinabi nila kay Roda, "Nasisiraan ka na yata ng bait!" Pero ipinagpilitan niyang si Pedro nga ang nasa labas. Kaya sinabi nila, "Baka anghel iyon ni Pedro." [16] Samantala, patuloy pa rin sa pagkatok si Pedro. Kaya binuksan nila ang pinto. At nang makita nilang si Pedro nga iyon, hindi sila makapaniwala. [17] Sinenyasan sila ni Pedro na tumahimik, at ikinuwento niya sa kanila kung paano siya pinalabas ng Panginoon sa bilangguan. At sinabi niya sa kanila na ipaalam ito kay Santiago at sa iba pang mga kapatid. Pagkatapos, umalis siya at pumunta sa ibang lugar.

[18] Kinaumagahan, nagkagulo ang mga guwardya, dahil wala na si Pedro at hindi nila alam kung ano ang nangyari sa kanya. [19] Nag-utos si Herodes na hanapin siya, pero hindi talaga nila makita. Kaya pinaimbestigahan niya ang mga guwardya at ipinapatay. Pagkatapos, umalis si Herodes sa Judea. Pumunta siya sa Cesarea at doon nanatili.

Ang Pagkamatay ni Haring Herodes

[20] Galit na galit si *Haring* Herodes sa mga taga-Tyre at taga-Sidon. Kaya nagkaisa ang mga tao na makipag-ayos sa hari dahil sa bayan nito nanggagaling ang kanilang pagkain. Bago sila pumunta sa hari, kinaibigan muna nila si Blastus para tulungan sila, dahil siya ang katiwala ng hari sa palasyo. [21] Nang dumating ang araw *na makikipagkita* na si Herodes sa mga taga-Tyre at taga-Sidon, isinuot niya ang damit panghari at umupo siya sa kanyang trono at nagtalumpati. [22] Sumigaw ang mga tao, "Isang dios ang nagsasalita at hindi tao!" [23] Nang oras ding iyon, pinarusahan siya ng anghel ng Panginoon, dahil hindi niya binigyan ng papuri ang Dios. Inuod siya at namatay.

[24] Kaya patuloy na kumalat ang salita ng Dios at lalo pang dumami ang mga mananampalataya.

[25] Samantala, bumalik sina Bernabe at Saulo sa Antioc galing sa Jerusalem[b] matapos nilang maihatid ang tulong sa mga kapatid. Isinama rin nila si Juan Marcos.

Ipinadala sina Bernabe at Saulo ng Banal na Espiritu

13 Doon sa Antioc ay may mga propeta at mga tagapagturo na miyembro ng iglesya. Sila'y sina Bernabe, Simeon na tinatawag na Negro, Lucius na taga-Cyrene, Manaen na kababata[c] ni Gobernador Herodes, at si Saulo. [2] Habang sumasamba sila sa Panginoon at nag-aayuno, sinabi ng Banal na Espiritu sa kanila, "Italaga ninyo para sa akin sina Bernabe at Saulo, dahil may ipapagawa ako sa kanila." [3] Pagkatapos nilang mag-ayuno at manalangin, pinatungan nila sina Bernabe at Saulo ng kanilang mga kamay at pinaalis na sila.

Ang Unang Paglalakbay ni Pablo Bilang Misyonero

[4] Kaya pumunta sina Bernabe at Saulo sa Seleucia ayon sa sinabi ng Banal na Espiritu. Mula roon, naglayag sila patungo sa *isla ng* Cyprus. [5] Pagdating nila roon sa bayan ng Salamis, nangaral sila ng salita ng Dios sa mga sambahan ng mga Judio. Kasama rin nila si Juan *Marcos* at tumutulong siya sa kanilang gawain. [6] Inikot nila ang buong isla hanggang sa nakarating sila sa bayan ng Pafos. May nakita sila roon na isang Judiong salamangkero na nagkukunwaring propeta *ng Dios*. Ang pangalan niya ay Bar Jesus. [7] Kaibigan siya ni Sergius Paulus, ang matalinong gobernador ng islang iyon. Ipinatawag ng gobernador sina Bernabe at Saulo dahil gusto niyang makinig sa salita ng Dios. [8] Pero hinadlangan sila ng salamangkerong si Elimas. (Ito ang pangalan *ni Bar Jesus* sa wikang Griego.) Ginawa niya ang lahat ng paraan para huwag sumampalataya ang gobernador *kay Jesus*. [9] Pero si Saulo na tinatawag ding Pablo ay napuspos ng Banal na Espiritu, at tinitigan niyang mabuti si Elimas, at sinabi, [10] "Anak ka ng diyablo! Kalaban ka ng lahat ng mabuti! Panay pandaraya at panloloko ang ginagawa mo. Lagi mo na lang binabaligtad ang mga tamang pamamaraan ng Panginoon. [11] Parurusahan ka ngayon ng Panginoon. Mabubulag ka at hindi makakakita sa loob ng ilang araw." Dumilim kaagad ang paningin ni Elimas at nabulag siya. Pakapa-kapa siyang nanghahagilap ng taong aakay sa kanya. [12] Nang makita ng gobernador ang nangyari kay Elimas, sumampalataya siya, at namangha sa mga katuruan tungkol sa Panginoon.

Nangaral si Pablo sa Antioc ng Pisidia

[13] Umalis sina Pablo sa Pafos at bumiyahe papuntang Perga na sakop ng Pamfilia. Pagdating nila roon, iniwan sila ni Juan *Marcos*, at bumalik siya sa Jerusalem. [14] Sina Pablo ay tumuloy sa Antioc na sakop ng Pisidia. Pagdating ng Araw ng Pamamahinga, pumunta sila sa sambahan ng

---

a 12 Nang maunawaan niya ang nangyari: o, *Nang malaman niyang ligtas na siya.*

b 25 sa Antioc galing sa Jerusalem: Ito ang nasa ibang tekstong Griego. Sa iba pang mga kopya, *sa Jerusalem.* Sa iba pang mga kopya, *galing sa Jerusalem.*

c 1 kababata: o, *lumaki sa sambahayan.*

mga Judio at naupo roon. ¹⁵May nagbasa mula sa Kautusan *ni Moises* at sa *mga isinulat ng mga propeta*. Pagkatapos, nag-utos ang namumuno sa sambahan na sabihin ito kina Pablo: "Mga kapatid, kung may sasabihin kayo na makapagpapalakas-loob sa mga tao, sabihin ninyo." ¹⁶Kaya tumayo si Pablo, at sinenyasan niya ang mga tao na makinig sa kanya. Sinabi niya, *"Mga kapwa kong* mga Israelita, at kayong mga *hindi Israelita na* sumasamba rin sa Dios, makinig kayo sa akin! ¹⁷Ang Dios na sinasamba nating mga Israelita ang siyang pumili sa ating mga ninuno. Pinadami niya sila noong nasa Egipto pa sila nakatira. At sa pamamagitan ng kanyang kapangyarihan, tinulungan niya sila para makaalis sa Egipto. ¹⁸Sa loob ng 40 taon, pinagtiyagaan niya sila roon sa disyerto. ¹⁹Pagkatapos, nilipol niya ang pitong bansa sa Canaan, at ibinigay niya ang mga lupain ng mga ito sa ating mga ninuno. ²⁰Ang lahat ng ito ay ginawa ng Dios sa loob ng 450 taon.

"Pagkatapos, binigyan niya sila ng mga taong namuno sa kanila hanggang sa panahon ni Propeta Samuel. ²¹Nang humingi sila ng hari, ibinigay sa kanila ng Dios si Saul na anak ni Kish, na mula sa lahi ni Benjamin. Naghari si Saul sa loob ng 40 taon. ²²Nang alisin ng Dios si Saul, ipinalit niya si David bilang hari. Ito ang sinabi ng Dios: 'Nagustuhan ko si David na anak ni Jesse. Susundin niya ang lahat ng iuutos ko sa kanya.' "

²³*Sinabi pa ni Pablo sa mga tao*, "Sa angkan ni David nagmula si Jesus, ang Tagapagligtas na ipinangako ng Dios sa Israel. ²⁴Bago pa magsimula si Jesus sa kanyang gawain, nangaral si Juan sa lahat ng Israelita na dapat nilang pagsisihan ang kanilang mga kasalanan at magpabautismo. ²⁵At nang malapit nang matapos ni Juan ang kanyang gawain, sinabi niya sa mga tao, 'Marahil, iniisip ninyong ako na nga ang inyong hinihintay. Hindi ako iyon! Pinauna lang ako. Susunod siya sa akin, at sa katunayan hindi ako karapat-dapat man lang na maging alipin niya.'^a

²⁶"Mga kapatid, na mula sa lahi ni Abraham at mga *hindi Judio na* sumasamba rin sa Dios, tayo ang pinadalhan ng Dios ng Magandang Balita tungkol sa kaligtasan. ²⁷Pero ang mga Judiong nakatira sa Jerusalem at ang kanilang mga pinuno ay hindi kumilala kay Jesus bilang Tagapagligtas. Hindi rin nila nauunawaan ang sinasabi ng mga propeta na binabasa nila tuwing Araw ng Pamamahinga. Pero sila na rin ang tumupad sa mga ipinahayag ng mga propeta nang hatulan nila *si Jesus ng kamatayan*. ²⁸Kahit wala silang matibay na ebidensya para patayin siya, hiniling pa rin nila kay Pilato na ipapatay si Jesus. ²⁹Nang magawa na nila ang lahat ng sinasabi ng Kasulatan na mangyari kay Jesus, kinuha nila siya sa krus at inilibing. ³⁰Pero muli siyang binuhay ng Dios. ³¹At sa loob ng maraming araw, nagpakita siya sa mga taong sumama sa kanya nang umalis siya sa Galilea papuntang Jerusalem. Ang mga taong iyon ang siya ring nangangaral ngayon sa mga Israelita tungkol kay Jesus. ³²At narito kami ngayon upang ipahayag sa inyo ang Magandang Balita na ipinangako ng Dios sa ating

mga ninuno, ³³na tinupad niya ngayon sa atin nang muli niyang buhayin si Jesus. Ito ang nasusulat sa ikalawang Salmo,

'Ikaw ang aking anak, at ipapakita ko
ngayon na ako ang iyong Ama.'^b

³⁴Ipinangako na noon pa ng Dios na bubuhayin niya si Jesus, at ang kanyang katawan ay hindi mabubulok, dahil sinabi niya,

'Ang mga ipinangako ko kay David ay
tutuparin ko sa iyo.'^c

³⁵At sinabi pa sa isa pang Salmo,

'Hindi ka papayag na mabulok ang
katawan ng iyong tapat na lingkod.'^d

³⁶*Hindi si David ang tinutukoy dito*, dahil nang matapos ni David ang ipinapagawa sa kanya ng Dios na maglingkod sa kanyang henerasyon, namatay siya at inilibing sa tabi ng kanyang mga ninuno, at ang kanyang katawan ay nabulok. ³⁷Ngunit si Jesus na muling binuhay ng Dios ay hindi nabulok. ³⁸⁻³⁹Kaya nga mga kapatid, dapat ninyong malaman na sa pamamagitan ni Jesus ay ipinapahayag namin sa inyo ang balita na patatawarin tayo ng Dios sa ating mga kasalanan. Ang sinumang sumasampalataya kay Jesus ay itinuturing ng Dios na matuwid. Hindi ito magagawa sa pamamagitan ng pagsunod sa Kautusan ni Moises. ⁴⁰Kaya mag-ingat kayo para hindi mangyari sa inyo ang sinabi ng mga propeta,

⁴¹'Kayong mga nangungutya, mamamangha
kayo *sa aking gagawin*.
Mamamatay kayo dahil mayroon akong
gagawin sa inyong kapanahunan, na
hindi ninyo paniniwalaan kahit na
may magsabi pa sa inyo.' "^e

⁴²Nang palabas na sina Pablo at Bernabe sa sambahan ng mga Judio, inimbitahan sila ng mga tao na muling magsalita tungkol sa mga bagay na ito sa susunod na Araw ng Pamamahinga. ⁴³Pagkatapos ng pagtitipon, maraming Judio at mga taong lumipat sa relihiyon ng mga Judio ang sumunod kina Pablo at Bernabe. Pinangaralan sila nina Pablo at Bernabe at pinayuhan na ipagpatuloy ang kanilang pagtitiwala sa biyaya ng Dios.

Bumaling si Pablo sa mga Hindi Judio

⁴⁴Nang sumunod na Araw ng Pamamahinga, halos lahat ng naninirahan sa Antioc ay nagtipon *sa sambahan ng mga Judio* para makinig sa salita ng Panginoon. ⁴⁵Nang makita ng *pinuno ng mga Judio* na maraming tao ang dumalo, nainggit sila. Sinalungat nila si Pablo at pinagsalitaan nang hindi maganda. ⁴⁶Pero buong tapang silang sinagot nina Pablo at Bernabe, "Dapat sana'y sa inyo munang *mga Judio* ipapangaral ang salita ng Dios. Ngunit dahil tinanggihan ninyo ito, nangangahulugan lang na hindi kayo karapat-dapat bigyan ng buhay na walang hanggan. Kaya mula ngayon, sa mga hindi

a 25 hindi ako...alipin niya: sa literal, *hindi ako karapat-dapat na magkalag ng tali ng kanyang sandalyas.*

b 33 Salmo 2:7.
c 34 Isa. 55:3.
d 35 Salmo 16:10.
e 41 Hab. 1:5.

Judio na kami mangangaral ng Magandang Balita. [47] Sapagkat ito ang utos ng Panginoon sa amin:

'Ginawa kitang ilaw sa mga hindi Judio,
upang sa pamamagitan mo ang
kaligtasan ay makarating sa buong
mundo.'"

[48] Nang marinig iyon ng mga hindi Judio, natuwa sila at *kanilang sinabi*, "Kahanga-hanga ang salita ng Panginoon." At ang lahat ng itinalaga para sa buhay na walang hanggan ay naging mananampalataya.

[49] Kaya kumalat ang salita ng Panginoon sa lugar na iyon. [50] Pero sinulsulan ng mga *pinuno ng mga Judio* ang mga namumuno sa lungsod, pati na rin ang mga relihiyoso at mga kilalang babae, na kalabanin sina Pablo. Kaya inusig nila sina Pablo at Bernabe, at pinalayas sa lugar na iyon. [51] Ipinagpag nina Pablo at Bernabe ang alikabok sa kanilang mga paa bilang babala laban sa kanila. At tumuloy sila sa Iconium. [52] Ang mga tagasunod *ni Jesus doon sa Antioc* ay puspos ng Banal na Espiritu at masayang-masaya.

Sina Pablo at Bernabe sa Iconium

14 Ang nangyari sa Iconium ay katulad din *ng nangyari sa Antioc*. Pumunta sina Pablo at Bernabe sa sambahan ng mga Judio. At dahil sa kanilang pangangaral, maraming Judio at hindi Judio ang sumampalataya kay Jesus. [2] Pero mayroon ding mga Judio na hindi sumampalataya. Siniraan nila ang mga mananampalataya sa mga hindi Judio, at sinulsulan pa nilang kalabanin sila. [3] Nagtagal sina Pablo at Bernabe sa Iconium. Hindi sila natakot magsalita tungkol sa Panginoon. Ipinakita ng Panginoon na totoo ang kanilang itinuturo tungkol sa kanyang biyaya, dahil binigyan niya sila ng kapangyarihang gumawa ng mga himala at mga kamangha-manghang bagay. [4] Kaya nahati ang mga tao sa lungsod na iyon; ang iba'y kumampi sa mga Judiong hindi mananampalataya, at ang iba nama'y sa mga apostol.

[5] Nagplano ang ilang mga Judio at mga hindi Judio, kasama ang kanilang mga pinuno, na saktan at batuhin ang mga apostol. [6] Nang malaman ng mga apostol ang planong iyon, agad silang umalis papuntang Lystra at Derbe, mga lungsod ng Lycaonia, at sa mga lugar sa palibot nito. [7] Ipinangaral nila roon ang Magandang Balita.

Sina Pablo at Bernabe sa Lystra

[8] May isang lalaki sa Lystra na lumpo mula nang ipinanganak. [9] Nakinig siya sa mga mensahe ni Pablo. Tinitigan ni Pablo ang lumpo at nakita niyang may pananampalataya ito na gagaling siya. [10] Kaya malakas niyang sinabi, "Tumayo ka!" Biglang tumayo ang lalaki at naglakad-lakad. [11] Nang makita ng mga tao ang ginawa ni Pablo, sumigaw sila sa wikang Lycaonia, "Bumaba ang mga dios dito sa atin sa anyo ng tao!" [12] Tinawag nilang Zeus si Bernabe, at Hermes naman si Pablo dahil siya ang mismong tagapagsalita. [13] Ang templo ng kanilang dios na si Zeus ay malapit lang sa labas ng lungsod. Kaya nagdala ang pari ni Zeus ng mga torong may kwintas na bulaklak doon sa pintuan ng lungsod. Gusto niya at ng mga tao na ihandog ito sa

mga apostol. [14] Nang malaman iyon nina Bernabe at Pablo, pinunit nila ang kanilang damit[a] at tumakbo sila sa gitna ng mga tao at sumigaw, [15] "Mga kaibigan, bakit maghahandog kayo sa amin? Kami ay mga tao lang na katulad ninyo. Ipinangangaral namin sa inyo ang Magandang Balita para talikuran na ninyo ang mga walang kwentang dios na iyan at lumapit sa Dios na buhay. Siya ang lumikha ng langit, ng lupa, ng dagat, at ng lahat ng bagay na narito. [16] Noon, hinayaan na lang ng Dios ang mga tao na sumunod sa gusto nila. [17] Ngunit hindi nagkulang ang Dios sa pagpapakilala ng kanyang sarili sa mga tao sa pamamagitan ng kanyang mabubuting gawa. Binibigyan niya kayo ng ulan at mga ani sa takdang panahon. Masaganang pagkain ang ibinibigay niya sa inyo para matuwa kayo." [18] Pero kahit ganito ang sinasabi ng mga apostol, nahirapan pa rin silang pigilan ang mga tao na maghandog sa kanila.

[19] May mga Judiong dumating mula sa Antioc *na sakop ng Pisidia* at sa Iconium. Kinumbinsi nila ang mga tao na kumampi sa kanila. Pagkatapos, pinagbabato nila si Pablo at kinaladkad palabas ng lungsod sa pag-aakalang siya'y patay na. [20] Pero nang paligiran siya ng mga tagasunod *ni Jesus*, bumangon siya at bumalik sa lungsod. Kinabukasan, pumunta silang dalawa ni Bernabe sa Derbe.

Bumalik sina Pablo at Bernabe sa Antioc na Sakop ng Syria

[21] Ipinangaral nina Pablo at Bernabe ang Magandang Balita sa Derbe at marami silang nahikayat na sumunod kay Jesu-Cristo. Pagkatapos, bumalik na naman sila sa Lystra, Iconium, at sa Antioc *na sakop ng Pisidia*. [22] Pinatatag nila ang mga tagasunod *ni Jesus* at pinayuhang magpatuloy sa kanilang pananampalataya. Sinabi pa nila, "Maraming kahirapan ang dapat nating danasin para mapabilang sa paghahari ng Dios." [23] Pumili sina Pablo at Bernabe ng mga mamumuno sa bawat iglesya. Nag-ayuno sila at nanalangin para sa mga napili, at ipinagkatiwala nila ang mga ito sa Panginoon na kanilang pinananaligan.

[24] Pagkatapos, dumaan sila sa Pisidia at dumating sa Pamfilia. [25] Nangaral sila roon sa Perga at pagkatapos ay bumaba sila sa Atalia. [26] Mula roon, bumiyahe sila pabalik sa Antioc *na sakop ng Syria*. Ito ang lugar na kanilang pinanggalingan, at dito rin sila ipinanalangin ng mga mananampalataya na pagpalain ng Dios ang kanilang gawain na ngayon ay natapos na nila.

[27] Nang dumating sina Pablo at Bernabe sa Antioc, tinipon nila ang mga mananampalataya[b] at ikinuwento sa kanila ang lahat ng ginawa ng Dios sa pamamagitan nila, at kung paanong binigyan ng Dios ang mga hindi Judio ng pagkakataong sumampalataya. [28] At nanatili sila nang matagal sa Antioc kasama ang mga tagasunod *ni Jesus* doon.

Ang Pagpupulong sa Jerusalem

15 May mga taong galing sa Judea na *pumunta sa Antioc at* nagturo sa mga kapatid doon na

---

a 14 pinunit nila ang kanilang damit para ipakita sa mga tao na hindi tama ang kanilang gagawin.

b 27 mga mananampalataya: sa literal, iglesya.

silang *mga hindi Judio ay* hindi maliligtas kung hindi sila magpapatuli ayon sa kaugaliang itinuro ni Moises. [2] Hindi ito sinang-ayunan nina Pablo at Bernabe, at naging mainit ang pagtatalo nila tungkol dito. Kaya nagkaisa ang mga mananampalataya roon na papuntahin sa Jerusalem sina Pablo at Bernabe at ang iba pang mga mananampalataya sa Antioc, para makipagkita sa mga apostol at sa mga namumuno sa iglesya tungkol sa bagay na ito.

[3] Kaya pinapunta ng iglesya sina Pablo. At nang dumaan sila sa Fenicia at sa Samaria, ibinalita nila sa mga kapatid na may mga hindi Judio na sumampalataya kay Cristo. Nang marinig nila ito, tuwang-tuwa sila. [4] Pagdating *nina Pablo* sa Jerusalem tinanggap sila ng iglesya, ng mga apostol, at ng mga namumuno sa iglesya. Ibinalita nila ang lahat ng ginawa ng Dios sa pamamagitan nila. [5] Pero tumayo ang ilang mananampalatayang miyembro ng grupo ng mga Pariseo at nagsabi, "Kailangang tuliin ang mga hindi Judio at utusang sumunod sa Kautusan ni Moises."

[6] Kaya nagpulong ang mga apostol at ang mga namumuno sa iglesya para pag-usapan ang bagay na ito. [7] Pagkatapos ng mahabang pag-uusap, tumayo si Pedro at nagsalita, "Mga kapatid, alam ninyo na pinili ako ng Dios noong una mula sa inyo para ituro ang Magandang Balita sa mga hindi Judio, nang sa gayo'y makarinig din sila at sumampalataya. [8] Alam ng Dios ang nilalaman ng puso ng bawat tao. At ipinakita niya na tinatanggap din niya ang mga hindi Judio, dahil binigyan din sila ng Banal na Espiritu katulad ng ginawa niya sa atin noon. [9] Sa paningin ng Dios, tayong mga Judio at silang mga hindi Judio ay pare-pareho lang. Dahil nilinis din niya ang kanilang puso nang sumampalataya sila. [10] Ngayon, bakit n'yo sinusubukan ang Dios? Bakit n'yo pinipilit ang mga *hindi Judiong* tagasunod *ni Jesus* na sumunod sa mga kautusan na kahit ang ating mga ninuno at tayo mismo ay hindi makasunod? [11] Naniniwala tayo na maliligtas tayo sa pamamagitan ng biyaya ng Panginoong Jesu-Cristo, at ganito rin naman sa mga hindi Judio."

[12] Nang marinig nila iyon, tumahimik silang lahat. At pinakinggan nila ang salaysay nina Bernabe at Pablo tungkol sa mga himala at kamangha-manghang bagay na ginawa ng Dios sa mga hindi Judio sa pamamagitan nila. [13] Pagkatapos nilang magsalita, sinabi ni Santiago, "Mga kapatid, makinig kayo sa akin. [14] Ikinuwento sa atin ni Simon *Pedro* ang unang pagtawag ng Dios sa mga hindi Judio para may mga tao ring mula sa kanila na maging kanya. [15] Ito'y ayon din sa mga isinulat ng mga propeta noon, dahil sinasabi sa Kasulatan,

[16] 'Pagkatapos nito, babalik ako,
     at itatayo kong muli ang kaharian ni David
         na bumagsak.
Ibabangon ko itong muli mula sa pagkaguho,
[17] para hanapin ako ng ibang tao—ang lahat
     ng hindi Judio na aking tinawag na
         maging akin.
Ako, ang Panginoon, ang nagsasabi nito,
[18] at matagal ko na itong ipinahayag.' "

[19] *Sinabi pa ni Santiago*, "Kaya kung sa akin lang, huwag na nating pahirapan ang mga hindi Judio na lumalapit sa Dios. [20] Sa halip, sulatan natin sila na huwag kumain ng mga pagkaing inihandog sa mga dios-diosan, dahil ito'y itinuturing nating marumi. Iwasan nila ang sekswal na imoralidad. At huwag kakain ng dugo o karne ng hayop na namatay nang hindi tumulo ang dugo. [21] *Ito ang mga utos ni Moises na dapat nilang sundin para hindi mandiri ang mga Judio sa kanila*, dahil mula pa noon, ang Kautusan ni Moises ay binabasa na ng mga Judio sa kanilang sambahan tuwing Araw ng Pamamahinga. At itinuturo nila ito sa bawat bayan."

Ang Sulat para sa mga Hindi Judio

[22] Nagkasundo ang mga apostol, ang mga namumuno sa iglesya at ang lahat ng mga mananampalataya na pipili sila ng mga lalaki mula sa kanilang grupo na ipapadala sa Antioc, kasama nina Pablo at Bernabe. Ang napili nila'y si Judas na tinatawag na Barsabas at si Silas. Ang mga taong ito ay iginagalang ng mga mananampalataya, [23] at sila ang magdadala ng sulat na ito:

"*Mula sa* mga apostol at mga namumuno sa iglesya.

"*Mahal naming* mga kapatid na hindi Judio riyan sa Antioc, Syria at Cilicia:

[24] "Nabalitaan namin na may mga taong mula rito sa amin na pumunta riyan at nilito ang inyong kaisipan dahil sa kanilang itinuro. Hindi namin sila inutusan *na pumunta riyan at magturo ng ganoon*. [25] *Kaya nang marinig namin ito*, napagkaisahan naming pumili ng mga tao na ipapadala namin sa inyo *para sabihin ang mga bagay na aming napagkasunduan*. Kasama nila sina Bernabe at Pablo na minamahal nating *mga kapatid*. [26] Sina Bernabe at Pablo ay naglaan ng kanilang buhay sa paglilingkod sa ating Panginoong Jesu-Cristo. [27] Sasabihin din nina Judas at Silas na aming ipinadala sa inyo ang tungkol sa mga nilalaman ng sulat na ito. [28] Nagkasundo kami ayon sa patnubay ng Banal na Espiritu na huwag nang dagdagan pa ang mga dapat ninyong sundin maliban sa mga ito: [29] Huwag kayong kakain ng mga pagkaing inihandog sa mga dios-diosan; huwag kayong kakain ng dugo o karne ng hayop na namatay nang hindi tumulo ang dugo. At iwasan ninyo ang sekswal na imoralidad. Mabuting iwasan ninyo ang mga bagay na ito. Hanggang dito na lang."

[30] At umalis nga ang mga taong ipinadala nila. Pagdating nila sa Antioc, tinipon nila ang lahat ng mga mananampalataya at ibinigay nila agad ang sulat. [31] Tuwang-tuwa sila nang mabasa ang nilalaman ng sulat na nakapagpasigla sa kanila. [32] Sina Judas at Silas ay mga propeta rin, at marami ang kanilang itinuro sa mga kapatid para palakasin ang kanilang pananampalataya. [33] Pagkatapos ng ilang araw na pananatili roon, bumalik sila *sa Jerusalem*, sa mga nagpadala sa kanila. Pero bago sila umalis, ipinanalangin muna sila ng mga kapatid na maging maayos ang kanilang paglalakbay. [[34] Pero nagpasya si Silas na magpaiwan doon.] [35] Nanatili sina Pablo at Bernabe ng ilang araw sa Antioc. Marami silang kasamang nagtuturo at nangangaral ng salita ng Panginoon.

Naghiwalay sina Pablo at Bernabe

[36] Makalipas ang ilang araw, sinabi ni Pablo

kay Bernabe, "Bumalik tayo sa lahat ng bayan na pinangaralan natin ng salita ng Panginoon, at dalawin natin ang *ating* mga kapatid para malaman natin ang kalagayan nila." [37] Sumang-ayon si Bernabe pero gusto niyang isama si Juan na tinatawag ding Marcos. [38] Pero ayaw pumayag ni Pablo, dahil noong sila nakasama nila si Marcos pero iniwan sila nito noong nasa Pamfilia sila. [39] Matindi ang kanilang pagtatalo, kaya naghiwalay sila. Isinama ni Bernabe si Marcos at pumunta sila sa Cyprus. [40] Isinama naman ni Pablo si Silas. Bago sila umalis, ipinanalangin sila ng mga kapatid na tulungan sila ng Panginoon sa kanilang paglalakbay. [41] Pumunta sina Pablo sa Syria at sa Cilicia at pinatatag nila ang mga iglesya roon.

Ang Pangalawang Paglalakbay ni Pablo Bilang Misyonero

16 Nagpatuloy sina Pablo sa paglalakbay sa Derbe at Lystra. May tagasunod *ni Jesus* doon sa Lystra na ang pangalan ay Timoteo. Ang kanyang ina ay Judio at mananampalataya rin, pero ang kanyang ama ay Griego. [2] Ayon sa mga kapatid doon sa Lystra at sa Iconium, si Timoteo ay mabuting tao. [3] Gusto ni Pablo na isama si Timoteo, kaya tinuli niya ito para walang masabi ang mga Judio laban kay Timoteo, dahil ang lahat ng Judio na nakatira sa lugar na iyon ay nakakaalam na Griego ang ama nito. [4] Pagkatapos, pinuntahan nila ang mga bayan at ipinaalam nila sa mga mananampalataya ang mga patakarang napagkasunduan ng mga apostol at ng mga namumuno sa iglesya sa Jerusalem. Sinabihan nila ang mga mananampalataya na sundin ang mga patakarang ito. [5] Kaya lalong tumibay ang pananampalataya ng mga iglesya, at araw-araw ay nadadagdagan pa ang bilang ng mga mananampalataya.

Ang Pangitain ni Pablo tungkol sa Lalaking Taga-Macedonia

[6] Pumunta sina Pablo sa mga lugar na sakop ng Frigia at Galacia, dahil hindi sila pinahintulutan ng Banal na Espiritu na mangaral ng salita ng Dios sa *lalawigan ng Asia*. [7] Pagdating nila sa hangganan ng Mysia, gusto sana nilang pumunta sa Bitinia, pero hindi sila pinahintulutan ng Espiritu ni Jesus. [8] Kaya dumaan na lang sila sa Mysia at pumunta sa Troas. [9] Nang gabing iyon, ipinakita *ng Dios* kay Pablo ang isang pangitain. Nakita niya ang isang taga-Macedonia na nakatayo at nagmamakaawa sa kanya. Sinabi ng tao, "Tumawid ka rito sa Macedonia at tulungan kami." [10] Pagkatapos makita ni Pablo ang pangitaing iyon, gumayak agad kami papunta sa Macedonia, dahil naramdaman naming pinapapunta kami roon ng Dios para mangaral ng Magandang Balita sa mga taga-roon.

Naniwala si Lydia kay Jesus

[11] Bumiyahe kami mula Troas papuntang Samotrace, at kinabukasan ay dumating kami sa Neapolis. [12] Mula Neapolis, pumunta kami sa Filipos, ang pangunahing lungsod ng Macedonia. Maraming nakatira roon na taga-Roma. Tumigil kami roon ng ilang araw. [13] Pagdating ng Araw ng Pamamahinga, lumabas kami sa lungsod at pumunta sa tabi ng ilog sa pag-aakalang may lugar doon na pinagtititipunan ng mga Judio para manalangin. Nagkataong may mga babaeng nagtitipon doon, kaya kaupo kami at nakipag-usap sa kanila. [14] Isa sa mga nakikinig sa amin ay si Lydia na taga-Tyatira. Siya'y isang negosyante ng mga mamahaling telang kulay ube, at sumasamba siya sa Dios. Binuksan ng Panginoon ang kanyang puso para tanggapin ang mga sinasabi ni Pablo. [15] Nagpabautismo siya at ang kanyang pamilya.[a] Pagkatapos, sinabi niya, "Kung naniniwala kayo na ako ay isa nang tunay na mananampalataya sa Panginoon, doon na kayo tumuloy sa aking bahay." At nakumbinsi niya kaming *tumuloy sa bahay nila.*

Sina Pablo at Silas sa Bilangguan

[16] Isang araw, habang papunta kami sa lugar na pinagtititipunan para manalangin, sinalubong kami ng isang dalagitang alipin. Ang dalagitang iyon ay sinasaniban ng masamang espiritu na nagbibigay ng kanya ng kakayahang manghula. Malaki ang kinikita ng kanyang mga amo dahil sa kanyang panghuhula. [17] Palagi kaming sinusundan ng babaeng ito at ganito ang kanyang isinisigaw, "Ang mga taong ito ay mga lingkod ng Kataas-taasang Dios! Ipinangangaral nila sa inyo kung paano kayo maliligtas!" [18] Araw-araw, iyon ang ginagawa niya hanggang sa nainis na si Pablo. Kaya hinarap niya ang babae at sinabi sa masamang espiritung *nasa kanya*, "Sa pangalan ni Jesu-Cristo, inuutusan kitang lumabas sa kanya!" At agad namang lumabas ang masamang espiritu. [19] Nang makita ng kanyang mga amo na nawalan sila ng pagkakakitaan, hinuli nila sina Pablo at Silas at kinaladkad sa plasa para iharap sa mga opisyal ng lungsod. [20] Sinabi nila sa mga opisyal, "Ang mga taong ito ay mga Judio at nanggugulo sa ating lungsod. [21] Nagtuturo sila ng mga kaugaliang labag sa kautusan nating mga Romano. Hindi natin pwedeng sundin ang mga itinuturo nila." [22] Nakiisa ang mga tao sa pag-uusig[b] kina Pablo. Pinahubaran sila ng mga opisyal at ipinahagupit. [23] At nang mahagupit na sila nang husto, ikinulong sila. At inutusan ang guwardya na bantayan silang mabuti. [24] Kaya ipinasok sila ng guwardya sa kaloob-looban ng selda at itinali ang kanilang mga paa.

[25] Nang maghahatinggabi na, nananalangin sina Pablo at Silas at umaawit ng mga papuri sa Dios. Nakikinig naman sa kanila ang ibang mga bilanggo. [26] Walang anu-ano'y biglang lumindol nang malakas at nayanig ang bilangguan. Nabuksan ang lahat ng pintuan ng bilangguan at natanggal ang mga kadena ng lahat ng bilanggo. [27] Nagising ang guwardya at nakita niyang bukas ang mga pintuan. Akala niya'y tumakas na ang mga bilanggo, kaya hinugot niya ang kanyang espada at magpapakamatay na sana. [28] Pero sumigaw si Pablo, "Huwag kang magpakamatay! Narito kaming lahat!" [29] Nagpakuha ng ilaw ang guwardya at dali-daling pumasok sa loob at nanginginig na lumuhod sa harapan nina Pablo at Silas. [30] Pagkatapos, dinala niya sina Pablo sa labas at

---

a 15 ang kanyang pamilya: o, *ang kanyang mga kasama sa bahay.*

b 22 pag-uusig: o, *pananakit.*

tinanong, "Ano ang dapat kong gawin para maligtas?" [31] Sumagot sila, "Sumampalataya ka sa Panginoong Jesus at maliligtas ka at ang iyong pamilya." [32] At ipinangaral nina Pablo ang salita ng Dios sa kanya at sa lahat ng miyembro ng kanyang pamilya. [33] Nang gabing iyon, hinugasan ng guwardya ang kanilang mga sugat at nagpabautismo siya at ang kanyang buong pamilya. [34] Pagkatapos, isinama niya sina Pablo sa kanyang bahay at pinakain. Natuwa ang guwardya at ang kanyang buong pamilya na sila'y sumasampalataya na sa Dios.

[35] Kinaumagahan, nag-utos ang mga opisyal sa mga pulis na palayain na sina Pablo. [36] At ito'y ibinalita ng guwardya kay Pablo. Sinabi niya, "Nagpautos ang mga opisyal na palayain na kayo. Kaya maaari na kayong lumabas at umalis nang mapayapa." [37] Pero sinabi ni Pablo sa mga pulis na inutusan, "Nilabag ng mga opisyal ang kautusan ng Roma dahil ipinahagupit nila kami sa publiko at ipinabilanggo nang walang paglilitis, kahit na mga Romano kami. At ngayon gusto nilang palayain kami nang palihim. Hindi maaari! Sila mismong mga opisyal ang dapat pumunta rito at magpalaya sa amin." [38] Kaya bumalik ang mga pulis sa mga opisyal at ipinaalam sa kanila ang sinabi ni Pablo. Nang malaman nilang mga Romano pala sina Pablo, natakot sila. [39] Kaya pumunta ang mga opisyal sa bilangguan at humingi ng paumanhin kina Pablo. Pagkatapos, pinalabas sila at pinakiusapang umalis na sa lungsod na iyon. [40] Nang makalabas na sina Pablo at Silas sa bilangguan, pumunta sila kaagad sa bahay ni Lydia. Nakipagkita sila roon sa mga kapatid, at pinalakas nila ang pananampalataya ng mga ito. Pagkatapos, umalis na sila.

Nangaral si Pablo sa Tesalonica

17 Dumaan sila sa Amfipolis at sa Apolonia hanggang sa nakarating sila sa Tesalonica. May sambahan ng mga Judio roon. [2] At ayon sa nakagawian ni Pablo, pumasok siya doon *sa sambahan*. At sa loob ng tatlong Araw ng Pamamahinga, nakipagdiskusyon siya sa mga tao roon. Ginamit niya ang Kasulatan [3] para patunayan sa kanila na ang Cristo ay kinakailangang magtiis at muling mabuhay. Sinabi ni Pablo, "Itong Jesus na aking ipinahahayag sa inyo ay ang Cristo." [4] Ang iba sa kanila'y naniwala at sumama kina Pablo at Silas. Marami ring mga Griego na sumasamba sa Dios at mga kilalang babae ang sumama sa kanila.

[5] Pero nainggit ang mga Judio *kina Pablo at Silas*. Kaya tinipon nila ang mga basagulerong tambay sa kanto. At nang marami na silang natipon, nagsimula silang manggulo sa buong lungsod. Nilusob nila ang bahay ni Jason sa paghahanap kina Pablo at Silas para iharap sila sa mga tao. [6] Pero nang hindi nila makita sina Pablo at Silas, hinuli nila si Jason at ang iba pang mga mananampalataya. Kinaladkad nila ang mga ito papunta sa mga opisyal ng lungsod, at sumigaw sila, "Ang mga taong ito'y nagdadala ng gulo kahit saan sila pumunta dahil sa kanilang itinuturo. At ngayon, narito na sila sa ating lungsod. [7] Pinatuloy ni Jason sina Pablo at Silas sa kanyang bahay. Silang lahat ay kumakalaban sa mga kautusan ng Emperador, dahil sinasabi nilang may iba pang hari na ang pangalan ay Jesus." [8] Nang marinig iyon ng mga tao at ng mga opisyal, nagkagulo sila. [9] Bago nila pinakawalan si Jason at ang kanyang mga kasama, pinagpiyansa muna sila.

Sina Pablo at Silas sa Berea

[10] Kinagabihan, pinapunta ng mga mananampalataya sina Pablo at Silas sa Berea. Pagdating nila roon, pumunta sila sa sambahan ng mga Judio. [11] Mas bukas ang kaisipan ng mga taga-Berea kaysa sa mga taga-Tesalonica. Gustong-gusto nilang makinig sa mga itinuturo *nina Pablo*. At araw-araw nilang sinasaliksik ang Kasulatan para tingnan kung totoo nga ang mga sinasabi *nina Pablo*. [12] Marami sa kanila ang sumampalataya kabilang dito ang mga Griegong babae na kilala sa lipunan at mga Griegong lalaki. [13] Pero nang marinig ng mga Judio sa Tesalonica na nangaral si Pablo ng salita ng Dios sa Berea, pumunta sila roon at sinulsulan ang mga tao na manggulo. [14] Kaya inihatid ng mga mananampalataya si Pablo sa tabing-dagat. Pero sina Silas at Timoteo ay nagpaiwan sa Berea. [15] Ang mga taong naghatid kay Pablo ay sumama sa kanya hanggang sa Athens. Pagkatapos, bumalik sila sa Berea na dala ang bilin *ni Pablo* na pasunurin sa kanya sa Athens sina Silas at Timoteo.

Nangaral si Pablo sa Athens

[16] Habang naghihintay si Pablo kina Silas at Timoteo sa Athens, nakita niyang maraming dios-diosan doon. At lubos niyang ikinabahala ito. [17] Kaya pumasok siya sa sambahan ng mga Judio at nakipagdiskusyon sa kanila at sa mga hindi Judio na sumasamba rin sa Dios. Araw-araw pumupunta rin siya sa plasa at nakikipagdiskusyon sa sinumang makatagpo niya roon. [18] *Dalawang grupo ng mga tagapagturo* ang nakipagtalo kay Pablo. Ang isa ay tinatawag na mga Epicureo, at ang isa naman ay mga Estoico. Sinabi ng ilan sa kanila, "Ano kaya ang idinadaldal ng mayabang na iyan?" Ang sabi naman ng iba, "Iba yatang dios ang ipinangangaral niya." Ganoon ang sinabi nila dahil nangaral si Pablo tungkol kay Jesus at sa kanyang muling pagkabuhay. [19] Isinama nila si Pablo sa *pinagtitipunan ng mga namumuno sa bayan, na tinatawag na* Areopagus. Sinabi nila sa kanya, "Gusto naming malaman ang bagong aral na itinuturo mo. [20] Bago kasi sa aming pandinig ang mga sinasabi mo, kaya gusto naming malaman kung ano iyan." [21] (*Sinabi nila ito dahil ang mga taga-Athens at mga dayuhang naninirahan doon ay mahilig magdiskusyon tungkol sa mga bagong aral.*)

[22] Kaya tumayo si Pablo sa harapan ng *mga tao roon sa* Areopagus at sinabi, "Mga taga-Athens! Nakita kong napakarelihiyoso ninyo. [23] Sapagkat sa aking paglilibot dito sa inyong lungsod, nakita ko ang mga sinasamba ninyo. May nakita pa akong altar na may nakasulat na ganito: 'Para sa hindi nakikilalang Dios.' Itong Dios na inyong sinasamba na hindi pa ninyo kilala ay ang Dios na aking ipinangangaral sa inyo. [24] Siya ang lumikha ng mundo at ng lahat ng narito. Siya ang Panginoong nagmamay-ari ng langit at lupa, kaya hindi siya nakatira sa mga templo na ginawa ng mga tao.

²⁵ Hindi siya nangangailangan ng tulong mula sa tao dahil siya mismo ang nagbibigay ng buhay sa atin, maging ng lahat ng pangangailangan natin. ²⁶ Mula sa isang tao, nilikha niya ang lahat ng lahi at ipinangalat sa buong mundo. Noon pa'y itinakda na niya ang hangganan ng tirahan ng mga tao at ang panahon na sila'y mabubuhay dito sa lupa. ²⁷ *Ang lahat ng ito'y ginawa ng Dios* upang hanapin natin siya, at baka sakaling matagpuan natin siya. Pero ang totoo, ang Dios ay hindi malayo sa atin, ²⁸ 'dahil sa pamamagitan ng kanyang kapangyarihan tayo'y nabubuhay at nakakakilos.' Katulad din ng sinabi ng ilan sa inyong mga makata, 'Tayo nga'y mga anak niya.' ²⁹ Dahil tayo nga ay mga anak ng Dios, huwag nating isipin na ang Dios ay katulad ng dios-diosang ginto, pilak, o bato na pawang imbento ng isip at kamay ng tao. ³⁰ Noong una, nang hindi pa kilala ng mga tao ang Dios, hindi niya pinansin ang kanilang mga kasalanan. Ngunit ngayon, inuutusan ng Dios ang lahat ng tao sa lahat ng lugar na magsisi at talikuran ang kanilang masamang gawain. ³¹ Sapagkat nagtakda ang Dios ng araw kung kailan niya ipapataw ang kanyang makatarungang hatol sa lahat ng tao rito sa mundo sa pamamagitan ng taong kanyang pinili. Pinatunayan niya ito sa lahat, nang buhayin niyang muli ang taong iyon."

³² Nang marinig nila ang sinabi ni Pablo tungkol sa muling pagkabuhay, pinagtawanan siya ng ilan. Pero sinabi naman ng iba, "Bumalik ka uli rito, dahil gusto pa naming makinig tungkol sa mga bagay na ito." ³³ Pagkatapos, umalis si Pablo sa kanilang pinagtitipunan. ³⁴ May ilang lalaking kumampi kay Pablo at sumampalataya *kay Jesus*. Ang isa sa kanila ay si Dionisius na miyembro ng Areopagus, at ang babaeng si Damaris, at may iba pa.

Ang Pagpunta ni Pablo sa Corinto

18 Pagkatapos noon, umalis si Pablo sa Athens at pumunta sa Corinto. ² Nakilala niya roon si Aquila na isang Judio na taga-Pontus, at ang asawa nitong si Priscila. Kararating lang nila galing sa Italia, dahil may utos si Emperador Claudius na ang lahat ng Judio ay dapat umalis sa Roma. Dinalaw ni Pablo ang mag-asawang ito sa kanilang bahay. ³ Pareho silang manggagawa ng tolda, kaya nakitira na siya sa kanila at nagtrabahong kasama nila. ⁴ Tuwing Araw ng Pamamahinga pumupunta si Pablo sa sambahan ng mga Judio para makipagdiskusyon, dahil gusto niyang sumampalataya ang mga Judio at mga Griego kay Cristo.

⁵ Nang dumating sina Silas at Timoteo mula sa Macedonia, ginamit ni Pablo ang buong panahon niya sa pangangaral ng salita ng Dios. Pinatunayan niya sa mga Judio na si Jesus ang Cristo. ⁶ Pero kinontra nila si Pablo at pinagsabihan ng masama. Kaya ipinagpag ni Pablo ang alikabok sa kanyang damit *bilang babala laban sa kanila*. Sinabi niya, "Kasalanan na ninyo kung parurusahan kayo ng Dios. Wala na akong pananagutan sa inyo. Simula ngayon, sa mga hindi Judio na ako mangangaral." ⁷ Kaya iniwan niya ang mga Judio at doon siya nakituloy sa bahay ni Titius Justus. Ang taong ito ay *hindi Judio, pero* sumasamba sa Dios. Ang bahay niya ay nasa tabi mismo ng sambahan ng mga Judio.

⁸ Si Crispus na namumuno sa sambahan ng mga Judio at ang kanyang pamilya ay sumampalataya rin sa Panginoong *Jesus*; at marami pang mga taga-Corinto na nakinig kay Pablo ang sumampalataya at nagpabautismo.

⁹ Isang gabi, nagpakita ang Panginoon kay Pablo sa pamamagitan ng pangitain at sinabi, "Huwag kang matakot. Ipagpatuloy mo ang pangangaral at huwag kang titigil, ¹⁰ dahil kasama mo ako. Marami akong tagasunod sa lungsod na ito, kaya walang mangangahas na manakit sa iyo." ¹¹ Kaya nanatili si Pablo sa Corinto sa loob ng isa't kalahating taon, at itinuro niya sa mga tao ang salita ng Dios.

¹² Pero nang si Galio na ang gobernador ng Acaya, nagkaisa ang mga Judio laban kay Pablo. Hinuli nila siya at dinala kay Galio para akusahan. ¹³ Sinabi nila, "Hinihikayat ng lalaking ito ang mga tao na sumamba sa Dios sa paraan na labag sa ating kautusan." ¹⁴ Magsasalita na sana si Pablo, pero nagsalita si Galio sa mga Judio, "Kung ang kasong ito na dinala ninyo sa akin ay tungkol sa isang krimen o mabigat na kasalanan, makikinig ako sa inyo. ¹⁵ Pero tungkol lang ito sa mga salita, mga pangalan, at sa inyong Kautusan. Kayo na ang bahala riyan. Ayaw kong humatol sa ganyang mga bagay." ¹⁶ At pinalabas niya sila sa korte. ¹⁷ Pagkatapos, hinuli ng mga Griego si Sostenes na namumuno sa sambahan ng mga Judio ar ginulpi nila roon mismo sa labas ng korte, pero hindi ito pinansin ni Galio.

Ang Pagbalik ni Pablo sa Antioc na Sakop ng Syria

¹⁸ Nanatili pa si Pablo nang ilang araw *sa Corinto*. Pagkatapos, nagpaalam siya sa mga kapatid at pumunta sa Cencrea kasama ang mag-asawang Priscila at Aquila. Nagpagupit siya roon ng buhok dahil natupad na niya ang isa niyang panata sa Dios. Mula sa Cencrea bumiyahe sila papuntang Syria. ¹⁹⁻²¹ Dumaan sila sa Efeso at pumasok si Pablo sa sambahan ng mga Judio at nakipagdiskusyon sa kanila. Kinausap nila si Pablo na manatili muna roon sa kanila, pero ayaw ni Pablo. Bago siya umalis, sinabi niya sa kanila, "Kung loloobin ng Dios, babalik ako rito." Iniwan ni Pablo ang mag-asawang Priscila at Aquila sa Efeso at bumiyahe siya papuntang Syria.

²² Pagdating niya sa Cesarea, pumunta siya sa Jerusalem at dinalaw ang iglesya, at saka tumuloy sa Antioc. ²³ Hindi siya nagtagal doon, umalis siya at inikot niya ang mga lugar na sakop ng Galacia at Frigia at pinalakas niya ang pananampalataya ng mga tagasunod *ni Jesus* doon.

Ang Pagtuturo ni Apolos sa Efeso

²⁴ Samantala, dumating sa Efeso ang isang Judiong taga-Alexandria. Ang kanyang pangalan ay Apolos. Mahusay siyang magsalita at maraming nalalaman sa Kasulatan. ²⁵ Naturuan na siya tungkol sa pamamaraan ng Panginoon. Masipag siyang mangaral at tama ang kanyang itinuturo tungkol kay Jesus. Pero ang bautismong alam niya ay ang bautismo lang na itinuro ni Juan. ²⁶ Hindi siya natatakot magsalita sa sambahan ng mga Judio. Nang marinig nina Priscila at Aquila ang kanyang

itinuturo, inimbitahan nila siya sa kanilang bahay at ipinaliwanag nila nang mabuti sa kanya ang pamamaraan ng Dios. [27] At nang magpasya si Apolos na pumunta sa Acaya, tinulungan siya ng mga mananampalataya sa Efeso. Sumulat sila sa mga tagasunod *ni Jesus* sa Acaya na tanggapin nila si Apolos. Pagdating niya roon, malaki ang naitulong niya sa mga naging mananampalataya dahil sa biyaya ng Dios. [28] At tinalo niya nang husto ang mga Judio sa kanilang mga diskusyon sa harap ng madla, at pinatunayan sa kanila mula sa Kasulatan na si Jesus ang Cristo.

Ang Pangatlong Paglalakbay ni Pablo Bilang Misyonero

19 Habang nasa Corinto si Apolos, pumunta si Pablo sa mga bulubunduking lugar ng lalawigan hanggang sa nakarating siya sa Efeso. May nakita siyang mga tagasunod doon. [2] Tinanong niya sila, "Natanggap n'yo na ba ang Banal na Espiritu nang sumampalataya kayo?" Sumagot sila, "Hindi nga namin narinig na may tinatawag na Banal na Espiritu." [3] Nagtanong si Pablo sa kanila, "Sa anong bautismo kayo binautismuhan?" Sumagot sila, "Sa bautismo ni Juan." [4] Sinabi ni Pablo sa kanila, "Ang bautismo ni Juan ay para sa mga taong nagsisisi sa kanilang kasalanan. Ngunit sinabi rin ni Juan sa mga tao na dapat silang sumampalataya sa darating na kasunod niya, na walang iba kundi si Jesus." [5] Nang marinig nila ito, binautismuhan sila sa pangalan ng Panginoong Jesus. [6] At nang ipinatong ni Pablo ang kanyang kamay sa kanila, bumaba sa kanila ang Banal na Espiritu. Nakapagsalita sila ng iba't ibang wika na hindi nila natutunan, at may mga ipinahayag silang mensahe mula sa Dios. [7] Labindalawang lalaki silang lahat.

[8] Sa loob ng tatlong buwan, patuloy ang pagpunta ni Pablo sa sambahan ng mga Judio. Hindi siya natatakot magsalita sa mga tao. Nakipagdiskusyon siya at ipinaliwanag sa kanila ang tungkol sa paghahari ng Dios. [9] Pero ang iba sa kanila'y matigas talaga ang ulo at ayaw maniwala, at siniraan nila sa publiko ang pamamaraan *ni Jesus*. Kaya umalis si Pablo sa kanilang sambahan kasama ang mga tagasunod *ni Jesus*, at araw-araw *ay pumupunta* siya sa paaralan ni Tyranus para ipagpatuloy ang pakikipagdiskusyon sa harap ng madla. [10] Sa loob ng dalawang taon, ganoon ang kanyang ginagawa, kaya ang lahat ng nakatira sa *lalawigan ng* Asia, Judio at hindi Judio ay nakarinig ng salita ng Dios.

[11] Maraming pambihirang himala ang ginawa ng Dios sa pamamagitan ni Pablo. [12] Kahit mga panyo at mga epron na ginagamit niya ay dinadala sa mga may sakit at gumagaling sila, at lumalabas din ang masasamang espiritu. [13] May ilang mga Judio roon na gumagala at nagpapalayas ng masasamang espiritu sa mga taong sinasaniban nito. Sinubukan nilang gamitin ang pangalan ng Panginoong Jesus para palabasin ang masasamang espiritu. Sinabi nila sa masasamang espiritu, "Sa pangalan ni Jesus na ipinangangaral ni Pablo, inuutusan ko kayong lumabas!" [14] Ganito rin ang ginagawa ng pitong anak na lalaki ni Esceva. Si Esceva ay isa sa mga namamahalang pari. [15] Sinusubukan nilang palabasin ang masamang espiritu sa pangalan ni Jesus. Pero sinagot sila ng masamang espiritu, "Kilala ko si Jesus, ganoon din si Pablo, pero sino naman kayo?" [16] At nilundag sila ng taong sinaniban ng masamang espiritu at sinaktan. Wala silang magawa kaya tumakbo sila palabas ng bahay na hubad at sugatan. [17] Ang pangyayaring ito ay nabalitaan ng lahat ng Judio at mga hindi Judio na nakatira roon sa Efeso. Natakot sila, at lalo pang naparangalan ang pangalan ng Panginoong Jesus. [18] Marami sa mga sumasampalataya ang lumapit at nagtapat ng kanilang masasamang gawain. [19] At marami ring mga salamangkero ang nagdala ng kanilang aklat at sinunog nila mismo ang mga ito sa harap ng lahat. Ang halaga ng mga aklat na sinunog ay umabot ng ilang milyon. [20] Dahil sa pangyayaring ito, lalo pang lumaganap ang kapangyarihan ng salita ng Dios.

Ang Kaguluhan sa Efeso

[21] Pagkatapos ng mga pangyayaring iyon, nagpasya si Pablo na dumaan muna sa Macedonia at sa Acaya bago pumunta sa Jerusalem. At ayon sa kanya, kailangan din niyang puntahan ang Roma pagkagaling sa Jerusalem. [22] Pinauna niya sa Macedonia ang dalawang tumutulong sa kanya *sa gawain ng Dios* na sina Timoteo at Erastus, at siya'y nagpaiwan muna sa *lalawigan ng* Asia. [23] Nang panahon ding iyon, nagkaroon ng malaking kaguluhan *sa Efeso dahil ayaw pumayag ng iba na magturo ang mga mananampalataya* tungkol sa pamamaraan *ni Jesus*.

[24] May isang platero roon[a] na ngangngangalang Demetrius. Gumagawa siya at ang kanyang mga tauhan ng maliliit na templong yari sa pilak na iginaya sa templo ni Artemis *na kanilang diosa*, at ito'y pinagkakakitaan nila nang malaki. [25] Kaya ipinatawag niya ang kanyang mga manggagawa at ang iba pang mga platero. At sinabi niya sa kanila, "Mga kaibigan, alam ninyong umaasenso tayo sa ganitong klaseng hanapbuhay. [26] Nakita ninyo at narinig ang ginagawa ng taong si Pablo. Sinasabi niya na ang mga dios na ginagawa ng tao ay hindi totoong mga dios. Marami ang naniwala sa kanya rito sa Efeso at sa buong *lalawigan ng* Asia. [27] Kaya nanganganib ang ating hanapbuhay, dahil baka masamain ito ng mga tao. At hindi lang iyan, nanganganib din ang templo ng ating dakilang diosang si Artemis, dahil baka mawalan na ito ng saysay, at hindi na kikilalanin ng mga tao ang diosa na sinasamba hindi lang dito sa Asia kundi maging sa buong mundo."

[28] Nang marinig ito ng mga tao, galit na galit sila at nagsigawan, "Makapangyarihan si Artemis ng mga taga-Efeso!" [29] At ang kaguluhan ay kumalat sa buong lungsod. Hinuli nila ang mga kasama ni Pablo na sina Gaius at Aristarcus na mga taga-Macedonia. Pagkatapos, sama-sama silang nagtakbuhan sa lugar na pinagtitipunan ng mga tao habang kinakaladkad nila ang dalawa. [30] Nais sana ni Pablo na magsalita sa mga tao, pero pinigilan siya ng mga tagasunod *ni Jesus*. [31] Maging ang ilang mga opisyal ng lalawigan ng Asia na mga kaibigan ni Pablo ay nagpasabi na huwag siyang pumunta sa pinagtitipunan ng mga tao.

a 24 platero: sa Ingles, *silversmith.*

³²Lalo pang nagkagulo ang mga tao. Iba't iba ang kanilang mga isinisigaw, dahil hindi alam ng karamihan kung bakit sila naroon. ³³May isang tao roon na ang pangalan ay Alexander. Itinulak siya ng mga Judio sa unahan para magpaliwanag na silang mga Judio ay walang kinalaman sa mga ginagawa nina Pablo. Sinenyasan niya ang mga tao na tumahimik. ³⁴Nang malaman ng mga tao na isa siyang Judio, sumigaw silang lahat, "Makapangyarihan si Artemis ng mga taga-Efeso!" Dalawang oras nilang isinisigaw ang ganoon.

³⁵Nang bandang huli, napatahimik din sila ng namumuno sa lungsod. Sinabi niya sa kanila, *"Mga kababayang taga-Efeso*, alam ng lahat ng tao na tayong mga taga-Efeso ang siyang tagapag-ingat ng templo ni Artemis na makapangyarihan at ng sagradong bato na nahulog mula sa langit. ³⁶Hindi ito maikakaila ninuman. Kaya huminahon kayo, at huwag kayong pabigla-bigla. ³⁷Dinala ninyo rito ang mga taong ito kahit hindi naman nila ninakawan ang ating templo o nilapastangan ang ating diosa. ³⁸Kung si Demetrius at ang kanyang mga kasamang platero ay may reklamo laban kaninuman, may mga korte at mga hukom tayo. Dapat doon nila dalhin ang kanilang mga reklamo. ³⁹Pero kung may iba pa kayong reklamo, iyan ay kinakailangang ayusin sa opisyal na pagtitipon ng taong-bayan. ⁴⁰Sa ginagawa nating ito, nanganganib tayong maakusahan *ng mga opisyal ng Roma* ng panggugulo. Wala tayong maibibigay na dahilan kung bakit natin ginagawa ito." ⁴¹Pagkatapos niyang magsalita, pinauwi niya ang mga tao.

Ang Pagpunta ni Pablo sa Macedonia at Grecia

20 Nang matapos na ang gulo, ipinatawag ni Pablo ang mga tagasunod *ni Jesus*. Pinayuhan niya sila na magpakatatag, at pagkatapos niyang magpaalam sa kanila, pumunta siya sa Macedonia. ²Maraming lugar ang kanyang pinuntahan sa Macedonia, at pinalakas niya ang loob ng mga mananampalataya sa pamamagitan ng pangangaral sa kanila. Pagkatapos, pumunta siya sa Grecia, ³at nanatili siya roon ng tatlong buwan. Nang bibiyahe na sana siya papuntang Syria, nalaman niya ang plano ng mga Judio na patayin siya. Kaya nagpasya siyang bumalik at sa Macedonia dumaan. ⁴Sumama sa kanya si Sopater na taga-Berea na anak ni Pyrrhus, sina Aristarcus at Secundus na mga taga-Tesalonica, si Gaius na taga-Derbe, si Timoteo, at sina Tykicus at Trofimus na mga taga-Asia.ᵃ ⁵Pagdating namin sa Filipos, nauna sila sa amin sa Troas at doon nila kami hinintay. ⁶Pinalampas muna namin ang Pista ng Tinapay na Walang Pampaalsa bago kami bumiyahe galing sa Filipos. Limang araw ang biyahe namin at nagkita kaming muli sa Troas. Nanatili kami roon ng pitong araw.

Ang Huling Pagdalaw ni Pablo sa Troas

⁷Nang Sabado ng gabi,ᵇ nagtipon kami sa paghahati-hati ng tinapay. At dahil bibiyahe si Pablo kinabukasan, nangaral siya hanggang hatinggabi.

⁸Maraming ilaw sa itaas ng silid na pinagtitipunan namin. ⁹May isang binata roon na ang pangalan ay Euticus na nakaupo sa bintana. At dahil sa haba ng pagsasalita ni Pablo, inantok siya at nakatulog nang mahimbing, at nahulog siya sa bintana mula sa pangatlong palapag. Patay na siya nang buhatin nila. ¹⁰Pero bumaba si Pablo at dinapaan niya si Euticus at niyakap. Sinabi niya sa mga tao, "Huwag kayong mag-alala, buhay siya!" ¹¹At bumalik si Pablo sa itaas, hinati-hati ang tinapay at kumain. Pagkatapos, nangaral pa siya hanggang madaling-araw. At saka siya umalis. ¹²Ang binatang nahulog ay iniuwi nilang buhay, at lubos silang natuwa.

Mula sa Troas Papuntang Miletus

¹³Sumakay kami ng barko papuntang Asos. Doon namin tatagpuin si Pablo, dahil sinabi niyang maglalakad lang siya papunta roon. ¹⁴Nang magkita kami sa Asos, pinasakay namin siya at pumunta kami sa Mitilene. ¹⁵Mula sa Mitilene, tumuloy kami sa Kios, at nakarating kami roon kinabukasan. Nang sumunod na araw, nasa Samos na kami, at makaraan ang isa pang araw ay narating namin ang Miletus. ¹⁶Hindi kami dumaan sa Efeso, dahil ayaw ni Pablo na magugol ng oras sa *lalawigan ng Asia*. Nagmamadali siya dahil gusto niyang makarating sa Jerusalem bago dumating ang Araw ng Pentecostes.

Ang Pamamaalam ni Pablo sa mga Namumuno ng Iglesya sa Efeso

¹⁷Habang nasa Miletus si Pablo, may pinapunta siya sa Efeso para sabihin sa mga namumuno sa iglesya na makipagkita sa kanya. ¹⁸Pagdating nila, sinabi ni Pablo sa kanila, "Alam ninyo kung paano akong namuhay noong kasama pa ninyo ako, mula nang dumating ako sa *lalawigan ng Asia*. ¹⁹Naglingkod ako sa Panginoon nang may kapakumbabaan at pagluha.ᶜ Maraming kahirapan ang tiniis ko dahil sa masasamang balak ng mga Judio laban sa akin. ²⁰Alam din ninyo na wala akong inilihim sa inyo sa aking pagtuturo tungkol sa mga bagay na para sa inyong ikabubuti, na itinuro ko sa publiko at sa bahay-bahay. ²¹Pinaalalahanan ko ang mga Judio at mga hindi Judio na kailangan nilang magsisi sa kanilang mga kasalanan at magbalik-loob sa Dios, at sumampalataya sa ating Panginoong Jesus. ²²Ngayon, pupunta ako sa Jerusalem dahil ito ang utos ng *Banal na* Espiritu sa akin. Hindi ko alam kung ano ang mangyayari sa akin doon. ²³Ang alam ko lang, kahit saang lungsod ako pumunta, pinapaalalahanan ako ng Banal na Espiritu na bilangguan at pag-uusig ang naghihintay sa akin. ²⁴Pero hindi mahalaga sa akin kung ano man ang mangyari sa akin, matapos ko lamang ang gawain na ibinigay sa akin ng Panginoong Jesus, na maipangaral ang Magandang Balita tungkol sa biyaya ng Dios.

²⁵"Napuntahan ko kayong lahat sa aking pangangaral tungkol sa paghahari ng Dios, at ngayon alam kong hindi na tayo magkikita pang muli. ²⁶Kaya sasabihin ko sa inyo ngayon, na kung mayroon sa inyo na hindi maliligtas, wala na akong pananagutan sa Dios. ²⁷Sapagkat wala akong inilihim sa inyo sa

---

ᵃ *4 taga-Asia:* Hindi ito ang Asia na kilala ngayon, kundi bahagi ito ng bansang kilala ngayon na Turkey.

ᵇ *7 Sabado ng gabi:* sa literal, *Unang araw ng linggo.*

ᶜ *19 pagluha:* Marahil dahil sa kanyang pagdadalamhati para sa mundo.

aking pagtuturo tungkol sa buong layunin at plano ng Dios. ²⁸Ingatan ninyo ang inyong sarili at ang lahat ng mga mananampalatayangᵃ pinababantayan sa inyo ng Banal na Espiritu. Pangalagaan ninyo ang iglesya ng Dios na kanyang tinubos sa pamamagitan ng sariling dugo. ²⁹Sapagkat alam kong pagkaalis ko'y may mga *tagapagturo riyan na katulad ng* mga lobo na papasok sa inyo at sisira sa inyong grupo. ³⁰Darating din ang panahon na may magtuturo ng kasinungalingan mula mismo sa inyong grupo at ililigaw nila ang mga tagasunod *ni Jesus* para sila ang kanilang sundin. ³¹Kaya mag-ingat kayo, at alalahanin ninyong sa loob ng tatlong taon, walang tigil ko kayong pinaalalahanan araw at gabi nang may pagluha.

³²At ngayon, ipinagkakatiwala ko kayo sa Dios at sa kanyang salita na tungkol sa kanyang biyaya. Makapagpapatibay ito sa inyong pananampalataya at makapagbibigay ng lahat ng pagpapalang inilaan ng Dios para sa lahat ng taong itinuring niyang sa kanya. ³³Hindi ko hinangad ang inyong mga kayamanan at mga damit. ³⁴Alam ninyong nagtrabaho ako para matustusan ang mga pangangailangan namin ng aking mga kasamahan. ³⁵Ginawa ko ito upang maipakita sa inyo na sa ganitong pagsusumikap ay matutulungan natin ang mga dukha. Lagi nating alalahanin ang sinabi ng Panginoong Jesus na mas mapalad ang nagbibigay kaysa sa tumatanggap."

³⁶Pagkatapos magsalita ni Pablo, sama-sama silang lumuhod at nanalangin. ³⁷Umiyak silang lahat, at niyakap nila si Pablo at hinalikan. ³⁸Labis nilang ikinalungkot ang sinabi ni Pablo na hindi na sila magkikitang muli. Pagkatapos, inihatid nila si Pablo sa barko.

Ang Paglalakbay ni Pablo sa Jerusalem

21 Nagpaalam kami sa mga namumuno sa iglesya sa Efeso, at bumiyahe kami nang tuloy-tuloy hanggang sa nakarating kami sa Cos. Kinabukasan, dumating kami sa isla ng Rodes. At mula roon, nagpatuloy kami sa Patara. ²Doon sa Patara ay may nakita kaming barko na papuntang Fenicia, kaya sumakay agad kami. ³Natanaw namin ang *isla ng* Cyprus, pero hindi kami pumunta roon kundi dumaan kami sa gawing kanan at tumuloy sa Syria. Dumaong kami sa *bayan ng* Tyre, dahil nagbaba roon ng kargamento ang barko. ⁴Hinanap namin doon ang mga tagasunod *ni Jesus*, at nakituloy kami sa kanila sa loob ng isang linggo. Sa pamamagitan ng kapangyarihan ng *Banal na* Espiritu, binalaan nila si Pablo na huwag pumunta sa Jerusalem. ⁵Pero pagkaraan ng isang linggo, nagpatuloy kami sa aming paglalakbay. Lahat sila, pati ang kanilang mga asawa't anak ay naghatid sa amin sa labas ng lungsod. Lumuhod kaming lahat sa dalampasigan at nanalangin. ⁶Nang makapagpaalam na kami sa kanila, sumakay kami sa barko at umuwi naman sila.

⁷Mula sa Tyre, nagpatuloy kami sa aming paglalakbay papuntang Tolemais. Pagdating namin doon, nakipagkita kami sa mga kapatid at tumigil kami sa kanila ng isang araw. ⁸Pagkatapos, pumunta naman kami sa Cesarea. Pagdating namin doon, pumunta kami sa bahay ni Felipe na tagapangaral ng Magandang Balita, at doon kami nakituloy. Si Felipe ay isa sa mga pitong *lalaking hinirang noon sa Jerusalem na tumulong sa mga apostol.* ⁹Apat ang kanyang anak na dalaga na pawang mga propeta. ¹⁰Pagkaraan ng ilang araw, dumating ang propetang si Agabus mula sa Judea. ¹¹Pinuntahan niya kami at kinuha ang sinturon ni Pablo, at itinali sa kanyang mga paa at mga kamay. At sinabi niya, "Ayon sa Banal na Espiritu, ganito ang gagawin ng mga Judio sa Jerusalem sa may-ari ng sinturong ito, at siya'y ibibigay nila sa mga hindi Judio." ¹²Nang marinig namin ito, kami at ang mga kapatid doon ay humiling kay Pablo na huwag nang pumunta sa Jerusalem. ¹³Pero sumagot si Pablo, "Bakit kayo umiiyak? Pinahihina lamang ninyo ang loob ko. Nakahanda akong magpagapos at kahit mamatay pa sa Jerusalem para sa Panginoong Jesus." ¹⁴Hindi talaga namin mapigilan si Pablo, kaya sinabi na lang namin, "Matupad sana ang kalooban ng Panginoon."

Dumating si Pablo sa Jerusalem

¹⁵Makaraan ang ilang araw, naghanda kami at umalis papuntang Jerusalem. ¹⁶Sinamahan kami ng ilang mga tagasunod *ni Jesus* na taga-Cesarea. Dinala nila kami sa bahay ni Mnason na taga-Cyprus at doon kami nakituloy. *Si Mnason ay* isa sa mga unang tagasunod *ni Jesus.*

Dinalaw ni Pablo si Santiago

¹⁷Pagdating namin sa Jerusalem, malugod kaming tinanggap ng mga kapatid. ¹⁸Kinabukasan, sumama kami kay Pablo at dinalaw namin si Santiago. Naroon din ang mga namumuno *ng iglesya sa Jerusalem.* ¹⁹Binati sila ni Pablo at ikinuwento niya ang lahat ng ginawa ng Dios sa mga hindi Judio sa pamamagitan niya.

²⁰Nang marinig nila ito, nagpuri silang lahat sa Dios. At sinabi nila kay Pablo, "Alam mo kapatid, libu-libo nang mga Judio ang sumampalataya kay Jesus at silang lahat ay masigasig sa pagsunod sa Kautusan ni Moises. ²¹Nabalitaan nilang itinuturo mo sa mga Judiong nakatira sa ibang bansa na hindi na nila kailangang sumunod sa Kautusan ni Moises. Sinabi mo raw na huwag na nilang tuliin ang kanilang mga anak o sundin ang iba pang kaugalian *nating mga Judio.* ²²Ngayon, ano kaya ang dapat mong gawin? Sapagkat siguradong malalaman nila na nandito ka. ²³Mabuti siguro'y gawin mo ang sasabihin namin sa iyo. May apat na lalaki rito na may panata *sa Dios.* ²⁴Sumama ka sa kanila at gawin ninyo ang seremonya sa paglilinis *ayon sa Kautusan.* Bayaran mo na rin ang gastos nila sa seremonya para makapagpaahit din sila ng kanilang ulo. Sa ganitong paraan, malalaman ng lahat na ang balita na narinig nila tungkol sa iyo ay hindi totoo, dahil makikita nila na ikaw din ay sumusunod sa Kautusan *ni Moises.* ²⁵Kung tungkol sa mga hindi Judiong sumasampalataya kay Jesus, nakapagpadala na kami ng sulat sa kanila tungkol sa aming napagkasunduan na hindi sila kakain ng mga pagkain na inihandog sa mga dios-diosan, o dugo, o karne ng hayop na namatay na hindi tumulo ang dugo. At iwasan nila

ang sekswal na imoralidad." ²⁶Kaya kinabukasan, isinama ni Pablo ang apat na lalaki at isinagawa nila ang seremonya ng paglilinis. Pagkatapos, pumunta si Pablo sa templo at ipinagbigay-alam kung kailan matatapos ang kanilang paglilinis para maihandog ang mga hayop para sa bawat isa sa kanila.

Hinuli si Pablo

²⁷Nang matatapos na ang ikapitong araw ng kanilang paglilinis, may mga Judiong mula sa *lalawigan ng Asia* na nakakita kay Pablo sa templo. Sinulsulan nila ang lahat ng tao roon sa templo na hulihin si Pablo. ²⁸Sumigaw sila, "*Mga kababayan kong* mga Israelita, tulungan ninyo kami! Ang taong ito ang nagtuturo laban sa Kautusan at sa templong ito kahit saan siya pumunta. Hindi lang iyan, dinala pa niya rito sa templo ang mga hindi Judio, kaya dinudungisan niya ang sagradong lugar na ito!" ²⁹(Sinabi nila ito dahil nakita nila si Trofimus na taga-Efeso na sumama kay Pablo roon sa Jerusalem, at ang akala nila'y dinala siya ni Pablo sa templo).

³⁰Kaya nagkagulo ang mga tao sa buong Jerusalem, at sumugod sila sa templo para hulihin si Pablo. Pagkahuli nila sa kanya, kinaladkad nila siya palabas at isinara agad nila ang pintuan ng templo. ³¹Papatayin na sana nila si Pablo pero may nakapagsabi sa kumander ng mga sundalong Romano na nagkakagulo sa buong Jerusalem. ³²Kaya nagsama agad ang kumander ng mga kapitan at mga sundalo, at pinuntahan nila ang mga taong nagkakagulo. Pagkakita ng mga tao sa kumander at sa mga sundalo, itinigil nila ang pagbubugbog kay Pablo. ³³Pinuntahan ng kumander si Pablo at ipinahuli, at iniutos na gapusin siya ng dalawang kadena. Pagkatapos, tinanong ng kumander *ang mga tao,* "Sino ba talaga ang tao at ano ang kanyang ginawa?" ³⁴Pero iba-iba ang mga sagot na kanyang narinig, at dahil sa sobrang kaguluhan ng mga tao hindi nalaman ng kumander kung ano talaga ang nangyari. Kaya inutusan niya ang mga sundalo na dalhin si Pablo sa kampo. ³⁵Pagdating nila sa hagdanan *ng kampo,* binuhat na lang nila si Pablo dahil sa kaguluhan ng mga tao ³⁶na humahabol at sumisigaw ng, "Patayin siya!"

Ipinagtanggol ni Pablo ang Sarili

³⁷Nang dalhin na si Pablo sa loob ng kampo *ng mga sundalo,* sinabi niya sa kumander, "May sasabihin sana ako sa iyo." Sumagot ang kumander, "Marunong ka palang magsalita ng Griego? ³⁸Ang akala ko'y ikaw ang lalaking taga-Egipto na kailan lang ay nanguna sa pagrerebelde sa pamahalaan. Dinala niya sa disyerto ang 4,000 lalaking matatapang at pawang armado." ³⁹Sumagot si Pablo, "Ako'y isang Judiong taga-Tarsus na sakop ng Cilicia. Ang Tarsus ay hindi ordinaryong lungsod lang. Kung maaari, payagan ninyo akong magsalita sa mga tao." ⁴⁰Pinayagan siya ng kumander, kaya tumayo si Pablo sa hagdanan at sumenyas sa mga tao na may sasabihin siya. Nang tumahimik na sila, nagsalita siya sa wikang Hebreo.

22 "Mga kapatid at mga magulang, pakinggan muna ninyo ang sasabihin ko bilang pagtatanggol sa aking sarili!" ²Nang marinig ng mga tao na nagsalita siya sa wikang Hebreo, lalo silang tumahimik. At nagpatuloy si Pablo sa pagsasalita: ³"Ako'y isang Judiong ipinanganak sa Tarsus na sakop ng Cilicia, pero lumaki ako rito sa Jerusalem. Dito ako nag-aral at naging guro ko si Gamaliel. Sinanay akong mabuti sa Kautusan na sinunod din ng ating mga ninuno. Gaya ninyo ngayon, masigasig din akong naglilingkod sa ating Dios. ⁴Inusig ko at sinikap na patayin ang mga sumusunod sa pamamaraan *ni Jesus.* Hinuli ko sila at ikinulong, lalaki man o babae. ⁵Ang punong pari at ang lahat ng miyembro ng Korte ng mga Judio ay makapagpapatunay sa lahat ng sinasabi ko. Sila mismo ang nagbigay sa akin ng sulat para sa mga kapatid *nating Judio* doon sa Damascus. *At sa bisa ng sulat na iyon,* pumunta ako sa Damascus para hulihin ang mga sumasampalataya kay Jesus at dalhin pabalik dito sa Jerusalem para parusahan.

Ikinuwento ni Pablo Kung Paano Niya Nakilala si Jesus

⁶"Tanghaling-tapat na noon at malapit na kami sa Damascus. Biglang kumislap sa aming paligid ang isang nakakasilaw na liwanag mula sa langit. ⁷Napasubsob ako sa lupa at may narinig akong tinig na nagsasabi sa akin, 'Saulo, Saulo, bakit mo ako inuusig?' ⁸Nagtanong ako, 'Sino po kayo?' Sumagot ang tinig, 'Ako'y si Jesus na taga-Nazaret, na iyong inuusig.' ⁹Nakita ng mga kasama ko ang liwanag pero hindi nila narinig[a] ang boses na nagsasalita sa akin. ¹⁰At nagtanong pa ako, 'Ano ang gagawin ko, Panginoon?' At sinabi niya sa akin, 'Tumayo ka at pumunta sa Damascus, at sasabihin sa iyo roon ang lahat ng iyong gagawin.' ¹¹Nabulag ako sa tindi ng liwanag. Kaya inakay ako ng aking mga kasama papuntang Damascus.

¹²"Doon sa Damascus, may isang tao na ang pangalan ay Ananias. May takot siya sa Dios at sumusunod sa Kautusan. Iginagalang siya ng mga Judiong naninirahan doon. ¹³Pumunta siya sa akin at sinabi, 'Kapatid na Saulo, makakakita ka na.' Noon din ay *gumaling ako* at nakita ko si Ananias. ¹⁴Sinabi niya sa akin, 'Pinili ka ng Dios ng ating mga ninuno para malaman mo ang kalooban niya at para makita mo at marinig ang boses ng Matuwid *na si Jesus.* ¹⁵Sapagkat ipapahayag mo sa lahat ng tao ang iyong nakita at narinig. ¹⁶Ngayon, ano pa ang hinihintay mo? Tumayo ka na at magpabautismo, at tumawag sa Panginoon para maging malinis ka sa iyong mga kasalanan.'"

Inutusan si Pablo na Mangaral sa mga Hindi Judio

¹⁷"Pagkatapos, bumalik ako sa Jerusalem. At habang nananalangin ako sa templo, nagkaroon ako ng pangitain. ¹⁸Nakita ko si Jesus na nagsasabi sa akin, 'Bilisan mo! Umalis ka agad sa Jerusalem, dahil hindi tatanggapin ng mga taga-rito ang patotoo mo tungkol sa akin.' ¹⁹Sinabi ko sa kanya, '*Ngunit bakit hindi sila maniniwala,* Panginoon, *samantalang* alam nila na inikot ko noon ang mga sambahan ng mga Judio para hulihin at gulpihin ang mga taong

a 9 hindi nila narinig: Maaaring ang ibig sabihin ay hindi nila naunawaan.

sumasampalataya sa iyo? ²⁰At nang patayin si Esteban na iyong saksi, naroon ako at sumasang-ayon sa pagpatay sa kanya, at ako pa nga ang nagbabantay ng mga damit ng mga pumapatay sa kanya.' ²¹Pero sinabi ng Panginoon sa akin, 'Umalis ka *sa Jerusalem*, dahil ipapadala kita sa malayong lugar *para ipangaral mo ang Magandang Balita* sa mga hindi Judio!' "

²²Pagkasabi nito ni Pablo, ayaw na siyang pakinggan ng mga tao. Sumigaw sila, "Patayin ang taong iyan! Hindi siya dapat mabuhay dito sa mundo!" ²³Patuloy ang kanilang pagsigaw, habang ibinabalibag nila ang kanilang mga damit at inihahagis ang alikabok paitaas.

²⁴Kaya iniutos ng kumander *sa kanyang mga sundalo* na dalhin si Pablo sa loob ng kampo at hagupitin para ipagtapat niya ang kanyang nagawang kasalanan. Gusto niyang malaman kung bakit ganoon na lamang ang sigawan ng mga tao laban sa kanya. ²⁵Nang iginagapos na nila si Pablo para hagupitin, sinabi niya sa kapitan na nakatayo roon, "Naaayon ba sa batas na hagupitin ninyo ang isang Romano kahit hindi pa napatunayang may kasalanan siya?" ²⁶Nang marinig ito ng kapitan, pumunta siya sa kumander at sinabi, "Ano itong ipinapagawa mo? Romano pala ang taong iyon!" ²⁷Kaya pumunta ang kumander kay Pablo at nagtanong, "Romano ka ba?" "Opo," sagot ni Pablo. ²⁸Sinabi ng kumander, "Ako rin ay naging Romano sa pamamagitan ng pagbayad ng malaking halaga." Sumagot si Pablo, "Pero ako'y isinilang na isang Romano!" ²⁹Umurong agad ang mga sundalo na mag-iimbestiga sana sa kanya. Natakot din ang kumander dahil ipinagapos niya si Pablo, gayong isa pala siyang Romano.

Dinala si Pablo sa Korte ng mga Judio

³⁰Gusto talagang malaman ng kumander kung bakit inaakusahan ng mga Judio si Pablo. Kaya kinabukasan, ipinatawag niya ang mga namamahalang pari at ang lahat ng miyembro ng Korte ng mga Judio. Pagkatapos, ipinatanggal niya ang kadena ni Pablo at iniharap siya sa kanila.

23 Tinitigang mabuti ni Pablo ang mga miyembro ng Korte at sinabi, "Mga kapatid, kung tungkol sa aking pamumuhay, malinis ang aking konsensya sa Dios hanggang ngayon." ²Pagkasabi nito ni Pablo, inutusan ng punong pari na si Ananias ang mga nakatayong malapit kay Pablo na sampalin siya sa bibig. ³Sinabi ni Pablo sa kanya, "Sampalin ka rin ng Dios, ikaw na pakitang-tao! Nakaupo ka riyan para hatulan ako ayon sa Kautusan, pero nilabag mo rin ang Kautusan nang iniutos mo na sampalin ako!" ⁴Sinabi ng mga taong nakatayo malapit kay Pablo, "Iniinsulto mo ang punong pari ng Dios!" ⁵Sumagot si Pablo, "Mga kapatid, hindi ko alam na siya pala ang punong pari, dahil sinasabi sa Kasulatan na huwag tayong magsalita ng masama laban sa namumuno sa atin."

⁶Nang makita ni Pablo na may mga Saduceo at mga Pariseo roon, sinabi niya nang malakas sa mga miyembro ng Korte, "Mga kapatid, ako'y isang Pariseo, at ang aking ama at mga ninuno ay Pariseo rin. Inaakusahan ako ngayon dahil umaasa akong muling mabubuhay ang mga patay."

⁷Nang masabi niya ito, nagkagulo ang mga Pariseo at mga Saduceo at nagkahati-hati ang mga miyembro ng Korte. ⁸Nangyari iyon dahil ayon sa mga Saduceo walang muling pagkabuhay. Hindi rin sila naniniwala na may mga anghel o may mga espiritu. Pero ang lahat ng ito ay pinaniniwalaan ng mga Pariseo. ⁹Kaya ang nangyari, lumakas ang kanilang sigawan. Tumayo ang ilang mga tagapagturo ng Kautusan na mga Pariseo at mariin nilang sinabi, "Wala kaming makitang kasalanan sa taong ito. Baka may espiritu o kaya'y anghel na nakipag-usap sa kanya!"

¹⁰Lalong uminit ang kanilang pagtatalo, hanggang sa natakot ang kumander na baka pagtulung-tulungan ng mga tao si Pablo. Kaya nag-utos siya sa kanyang mga sundalo na bumaba at kunin si Pablo sa mga tao at dalhin sa kampo.

¹¹Kinagabihan, nagpakita ang Panginoon kay Pablo at sinabi *sa kanya*, "Huwag kang matakot! Sapagkat kung paano ka nagpahayag tungkol sa akin dito sa Jerusalem, ganoon din ang gagawin mo sa Roma."

Ang Planong Pagpatay kay Pablo

¹²⁻¹³Kinaumagahan, nagpulong ang mahigit 40 Judio, at nagplano sila kung ano ang kanilang gagawin. Nanumpa sila na hindi sila kakain at iinom hangga't hindi nila napapatay si Pablo. ¹⁴Pagkatapos, pumunta sila sa mga namamahalang pari at sa mga pinuno ng mga Judio at sinabi sa kanila, "Nanumpa kami na hindi kami kakain ng kahit ano hangga't hindi namin napapatay si Pablo. ¹⁵Kaya hilingin ninyo at ng Korte sa kumander *ng mga sundalong Romano* na gusto ninyong papuntahin ulit dito sa inyo si Pablo. Sabihin ninyo na gusto ninyong imbestigahan nang mabuti si Pablo. Pero bago pa siya makarating dito, papatayin namin siya."

¹⁶Pero ang plano nila'y narinig ng pamangking lalaki ni Pablo, na anak ng kapatid niyang babae. Kaya pumunta siya sa kampo *ng mga sundalo* at ibinalita ito kay Pablo. ¹⁷Tinawag ni Pablo ang isa sa mga kapitan doon at sinabi, "Dalhin ninyo ang binatilyong ito sa kumander, dahil may sasabihin siya sa kanya." ¹⁸Kaya dinala siya ng kapitan sa kumander. Pagdating nila roon, sinabi ng kapitan, "Tinawag ako ng bilanggong si Pablo, at nakiusap na dalhin ko rito sa iyo ang binatilyong ito, dahil may sasabihin daw siya sa iyo." ¹⁹Hinawakan ng kumander ang kamay ng binatilyo, at dinala siya sa lugar na walang ibang makakarinig. At tinanong niya, "Ano ba ang sasabihin mo sa akin?" ²⁰Sinabi ng binatilyo, "Nagkasundo ang mga Judio na hilingin sa inyo na dalhin si Pablo sa Korte bukas, dahil iimbestigahan daw nila nang mabuti. ²¹Pero huwag po kayong maniwala sa kanila, dahil mahigit 40 lalaki ang naghihintay na tambangan si kanya. Nanumpa sila na hindi sila kakain at iinom hangga't hindi nila napapatay si Pablo. Nakahanda na sila at naghihintay na lang ng pahintulot ninyo." ²²Sinabi ng kumander sa kanya, "Huwag mong sasabihin kahit kanino na ipinaalam mo ito sa akin." At pinauwi niya ang binatilyo.

Ipinadala si Pablo sa Cesarea

²³Ipinatawag agad ng kumander ang dalawa sa kanyang mga kapitan at sinabi sa kanila, "Maghanda kayo ng 200 sundalo at ipapadala ko

kayo sa Cesarea. Magdala rin kayo ng 70 sundalong nakakabayo at 200 sundalong may sibat. At lumakad kayo mamayang gabi, mga alas nuwebe. ²⁴Maghanda rin kayo ng mga kabayo na sasakyan ni Pablo. Bantayan ninyo siyang mabuti para walang mangyari sa kanya hanggang sa makarating siya kay Gobernador Felix." ²⁵At sumulat ang kumander *sa gobernador* ng ganito:

²⁶"*Mula kay* Claudius Lysias.

"Mahal at kagalang-galang na Gobernador Felix: ²⁷"Ang taong ito *na ipinadala ko sa iyo* ay dinakip ng mga Judio, at papatayin na sana. Pero nang malaman kong isa pala siyang Romano, nagsama ako ng mga sundalo at iniligtas siya. ²⁸Dinala ko siya sa kanilang Korte para malaman kung ano ang kanyang nagawang kasalanan. ²⁹Natuklasan ko na ang akusasyon sa kanya ay tungkol lang sa mga bagay na may kinalaman sa kautusan ng kanilang relihiyon. Wala talagang sapat na dahilan para ipakulong siya o ipapatay. ³⁰Kaya nang malaman kong may plano ang mga Judio na patayin siya, agad ko siyang ipinadala sa inyo. At sinabihan ko ang mga nag-akusa sa kanya na sa inyo na sila magreklamo."

³¹Sinunod ng mga sundalo ang utos sa kanila. At nang gabing iyon, dinala nila si Pablo sa Antipatris. ³²Kinabukasan, bumalik ang mga sundalo sa kampo, samantalang nagpaiwan ang mga sundalong nakakabayo para samahan si Pablo. ³³Nang dumating sila sa Cesarea, iniharap nila si Pablo sa gobernador at ibinigay ang sulat. ³⁴Binasa ito ng gobernador at pagkatapos ay tinanong si Pablo kung saang lalawigan siya nanggaling. Nang malaman niyang taga-Cilicia si Pablo, ³⁵sinabi niya, "Pakikinggan ko ang kaso mo kapag dumating na ang mga nag-aaakusa sa iyo." At pinabantayan ng gobernador si Pablo sa palasyo na ipinagawa ni Herodes.

Umapela si Pablo kay Felix

24 Makalipas ang limang araw, pumunta *sa Cesarea* si Ananias na punong pari. Kasama niya ang ilang pinuno ng mga Judio at ang abogadong si Tertulus. Humarap sila kay Gobernador Felix at sinabi nila sa kanya ang kanilang akusasyon laban kay Pablo. ²Pagkatawag kay Pablo, inumpisahan ni Tertulus ang pag-aakusa sa kanya. Sinabi niya, "Kagalang-galang na Gobernador, dahil sa inyong magandang pamamalakad, naging mapayapa ang aming bansa. At maraming pagbabagong naganap na nakabuti sa aming bansa. ³Kaya lubos ang pasasalamat namin sa inyo at hindi namin ito makakalimutan. ⁴Ngayon, hindi namin gustong maabala kayo, kaya nakikiusap po ako na kung maaari'y pakinggan ninyo ang maikli naming salaysay. ⁵Nakita namin na ang taong ito'y nakakaperwisyo. Nagdadala siya ng kagulo sa mga Judio sa buong mundo, at namumuno siya sa sekta na tinatawag na Nazareno. ⁶Kahit ang templo namin ay tinangka niyang dungisan. Kaya hinuli namin siya. [Hahatulan na sana namin siya ayon sa aming Kautusan, ⁷pero dumating ang kumander na si Lysias at sapilitan niyang kinuha sa amin si Pablo. ⁸At sinabi niya na kung sino ang may akusasyon laban kay Pablo ay kinakailangang pumunta sa inyo.] Kung iimbestigahan n'yo ang taong ito,

malalaman n'yo ang lahat ng inaakusa namin sa kanya." ⁹At sinang-ayunan din ng mga Judio ang lahat ng sinabi ni Tertulus.

Sinagot ni Pablo ang mga Akusasyon sa Kanya

¹⁰Sinenyasan ng gobernador si Pablo na siya naman ang magsalita. Kaya nagsalita si Pablo, "Alam kong matagal na po kayong naging hukom sa bansang ito. Kaya ikinagagalak kong ipagtanggol ang aking sarili sa inyong harapan. ¹¹Kung mag-iimbestiga kayo, malalaman ninyo na 12 araw pa lang ang nakalipas nang dumating ako sa Jerusalem para sumamba. ¹²Ang mga Judiong ito'y hindi kailanman nakakita sa akin na nakikipagdiskusyon kahit kanino o kaya'y nanggulo sa templo o sa sambahan ng mga Judio, o kahit saan *sa Jerusalem*. ¹³Hindi nga po nila mapapatunayan sa inyo na totoo ang kanilang akusasyon sa akin. ¹⁴Pero inaamin kong sinasamba ko ang Dios ng aming mga ninuno sa pamamaraan na ayon sa mga taong ito ay maling sekta. Pero naniniwala rin ako sa lahat ng nasusulat sa Kautusan *ni Moises* at sa lahat na isinulat ng mga propeta. ¹⁵Ang pag-asa ko sa Dios ay katulad din ng pag-asa nila, na ang lahat ng tao, mabuti man o masama, ay muli niyang bubuhayin. ¹⁶Kaya pinagsisikapan ko na laging maging malinis ang aking konsensya sa *harap ng* Dios at sa mga tao.

¹⁷"Pagkalipas ng ilang taon *na wala po ako sa Jerusalem*, bumalik ako roon para magdala ng tulong para sa aking *mahihirap na* kababayan, at para maghandog *sa templo*. ¹⁸At nadatnan nila ako roon sa templo na naghahandog matapos kong gawin ang seremonya ng paglilinis. Kakaunti lang ang mga tao sa templo nang oras na iyon, at walang kaguluhan. ¹⁹Pero may mga Judio roon na galing sa *lalawigan ng* Asia. Sila sana ang dapat humarap sa inyo kung talagang may akusasyon sila laban sa akin. ²⁰At dahil wala sila rito, ang mga tao na lang na naririto ang magsalita kung anong kasalanan ang nakita nila sa akin nang imbestigahan ako sa kanilang Korte. ²¹Sapagkat wala akong ibang sinabi sa harapan nila kundi ito: 'Inaakusahan ninyo ako ngayon dahil naniniwala ako na muling bubuhayin ang mga patay.'"

²²Dahil sa marami nang nalalaman noon si Felix tungkol sa pamamaraan *ni Jesus*, pinatigil niya ang paglilitis. Sinabi niya, "Hahatulan ko lang ang kasong ito kung dumating na rito si kumander Lysias." ²³Pagkatapos, inutusan niya ang kapitan na bantayan si Pablo pero huwag higpitan, at payagan ang kanyang mga kaibigan na tumulong sa mga pangangailangan niya.

Humarap si Pablo kina Felix at Drusila

²⁴Pagkaraan ng ilang araw, bumalik si Felix at dinala niya ang kanyang asawang si Drusila na isang Judio. Ipinatawag niya si Pablo at nakinig siya sa mga pahayag ni Pablo tungkol sa pananampalataya kay Cristo Jesus. ²⁵Pero nang magpaliwanag si Pablo tungkol sa matuwid na pamumuhay, sa pagpipigil sa sarili, at tungkol sa darating na Araw ng Paghuhukom, natakot si Felix at sinabi niya kay Pablo, "Tama na muna iyan! Ipapatawag na lang kitang muli kung sakaling may pagkakataon ako."

²⁶Palagi niyang ipinapatawag si Pablo at nakikipag-usap dito, dahil hinihintay niyang suhulan siya ni Pablo. ²⁷Pagkalipas ng dalawang taon, pinalitan si Felix ni Porcius Festus bilang gobernador. At dahil sa nais ni Felix na magustuhan siya ng mga Judio, pinabayaan niya si Pablo sa bilangguan.

Umapela si Pablo kay Festus

25 Dumating si Festus sa lalawigan *ng Judea bilang gobernador*, at pagkaraan ng tatlong araw, pumunta siya sa Jerusalem mula Cesarea. ²Doon sinabi sa kanya ng mga namamahalang pari at ng mga pinuno ng mga Judio ang kanilang akusasyon laban kay Pablo. At hiniling nila kay Festus na bigyan sila ng pabor, ³na ipadala niya si Pablo sa Jerusalem. (Pero balak pala nilang tambangan si Pablo sa daan at patayin). ⁴Sumagot si Festus, "Doon na lang si Pablo sa bilangguan sa Cesarea. Hindi ako magtatagal dito dahil babalik ako roon. ⁵Kaya pasamahin ninyo sa akin ang inyong mga pinuno at doon ninyo siya akusahan kung may masamang nagawa."

⁶Mahigit isang linggo ang pananatili ni Festus sa Jerusalem, pagkatapos, bumalik siya sa Cesarea. Kinabukasan, umupo siya sa hukuman at nag-utos na papasukin si Pablo. ⁷Pagpasok ni Pablo, pinaligiran agad siya ng mga Judiong galing sa Jerusalem, at marami silang mabibigat na akusasyon laban sa kanya na hindi naman nila talaga napatunayan. ⁸Ipinagtanggol ni Pablo ang kanyang sarili. Sinabi niya, "Wala akong nagawang kasalanan laban sa Kautusan ng mga Judio, sa templo, o kaya'y sa Emperador ng Roma." ⁹Dahil nais ni Festus na magustuhan siya ng mga Judio, tinanong niya si Pablo, "Gusto mo bang pumunta sa Jerusalem at doon ko lilitisin ang kaso mo?" ¹⁰Sumagot si Pablo, "Dito po ako nakatayo sa korte ng Emperador, at dito n'yo ako dapat hatulan. Wala akong ginawang kasalanan sa mga Judio at alam naman ninyo iyan. ¹¹Kung totoong lumabag ako sa kautusan at dapat akong parusahan ng kamatayan, tatanggapin ko ang hatol sa akin. Pero kung walang katotohanan ang kanilang akusasyon sa akin, hindi ako dapat ipagkatiwala sa kanila. Kaya aapela na lang ako sa Emperador ng Roma!" ¹²Nakipag-usap agad si Festus sa mga miyembro ng kanyang korte, at pagkatapos ay sinabi niya kay Pablo, "Dahil gusto mong lumapit sa Emperador, ipapadala kita sa kanya."

Pinaharap si Pablo kay Haring Agripa

¹³Makaraan ang ilang araw, dumating sa Cesarea si Haring Agripa*ᵃ* at *ang kanyang kapatid na si Bernice* dahil nais nilang dalawin si *Gobernador* Festus. ¹⁴Nanatili sila roon ng ilang araw, at sinabi ni Festus sa hari ang kaso ni Pablo. Sinabi niya, "May bilanggong iniwan dito ang dating gobernador na si Felix. ¹⁵Pagpunta ko sa Jerusalem, inakusahan ang taong ito ng mga namamahalang pari at ng mga pinuno ng mga Judio. Hiniling nila sa akin na parusahan ko siya. ¹⁶Sinabi ko sa kanila na hindi ugali ng mga Romano na parusahan ang kahit sino na hindi humaharap sa mga nag-aakusa sa kanya, at

hindi pa nabibigyan ng pagkakataon na masagot ang mga akusasyon laban sa kanya. ¹⁷Kaya sumama sila sa akin pabalik dito sa Cesarea. Hindi na ako nag-aksaya ng panahon, kaya kinabukasan, umupo ako sa hukuman at ipinatawag ko ang taong ito. ¹⁸Akala ko'y may mabigat talaga silang akusasyon laban sa kanya, pero nang magkaharap-harap na sila, wala naman pala. ¹⁹Ang mga bagay na pinagtatalunan nila ay tungkol lang sa relihiyon nila at sa isang taong ang pangalan ay Jesus. Patay na ang taong ito, pero ayon kay Pablo ay buhay siya. ²⁰Hindi ko alam kung ano ang aking gagawin sa kasong ito, kaya tinanong ko si Pablo kung gusto niyang pumunta sa Jerusalem at doon mismo lilitisin ang kaso. ²¹Pero sinabi ni Pablo na lalapit na lang siya sa Emperador para ang Emperador na mismo ang magpasya. Kaya nag-utos ako na bantayan siya hanggang maipadala ko siya sa Emperador." ²²Sinabi ni Agripa kay Festus, "Gusto kong mapakinggan ang taong ito." Sinabi ni Festus, "Sige, bukas mapapakinggan mo siya."

Nagsalita si Pablo kay Agripa

²³Kinabukasan, dumating sa korte sina Agripa at Bernice na may buong parangal. Maraming opisyal ng mga sundalo at mga kilalang tao sa lungsod ang sumama sa kanila. Pagkatapos, nag-utos si Festus na dalhin doon si Pablo. *Nang nasa loob na si Pablo,* ²⁴sinabi ni Festus, "Haring Agripa at kayong lahat na naririto ngayon, narito ang taong pinaakusahan sa akin ng mga Judio rito sa Cesarea at sa Jerusalem. Isinisigaw nila na ang taong ito ay dapat patayin. ²⁵Pero ayon sa pag-iimbestiga ko, wala akong nakitang dahilan para parusahan siya ng kamatayan. At dahil nais niyang lumapit sa Emperador, nagpasya akong ipadala siya sa Emperador. ²⁶Pero wala akong maisulat na dahilan sa Emperador kung bakit ipinadala ko siya roon. Kaya ipinapaharap ko siya sa inyo, at lalung-lalo na sa inyo Haring Agripa, para pagkatapos ng pag-iimbestiga natin sa kanya, mayroon na akong maisusulat. ²⁷Sapagkat hindi ko maaaring ipadala sa Emperador ang isang bilanggo nang walang malinaw na akusasyon laban sa kanya."

Ipinagtanggol ni Pablo ang Kanyang Sarili sa Harapan ni Agripa

26 Pagkatapos, sinabi ni Agripa kay Pablo, "Sige, pinapahintulutan kang magsalita para maipagtanggol mo ang iyong sarili." Kaya sumenyas si Pablo na magsasalita na siya. Sinabi niya,

²"Haring Agripa, mapalad po ako dahil binigyan ninyo ako ng pagkakataong tumayo sa inyong harapan para maipagtanggol ang aking sarili sa lahat ng akusasyon ng mga Judio laban sa akin. ³Lalo na't alam na alam ninyo ang lahat ng kaugalian at mga pinagtatalunan ng mga Judio. Kaya hinihiling ko na kung maaari ay pakingan n'yo ang sasabihin ko.

⁴"Alam ng mga Judio kung ano ang aking pamumuhay sa bayan ko at sa Jerusalem, mula nang bata pa ako. ⁵Kung magsasabi lamang sila ng totoo, sila na rin ang makapagpapatunay na miyembro ako ng mga Pariseo mula pa noong una. Ang mga Pariseo ang siyang pinakamahigpit na sekta sa relihiyon ng mga Judio. ⁶At narito ako ngayon sa korte na nililitis

---

a 13 Haring Agripa: Siya si Herodes Agripa II, ang anak ni Haring Herodes na makikita sa 12:1.

dahil umaasa akong tutuparin ng Dios ang kanyang pangako sa aming mga ninuno. [7] Ang aming 12 lahi ay umaasa na matutupad ang pangakong ito. Kaya araw at gabi naming sinasamba ang Dios. At dahil sa aking pananampalataya sa mga bagay na ito, Haring Agripa, inaakusahan po ako ng mga Judio. [8] *At kayong mga Judio,* bakit hindi kayo makapaniwala na kaya ng Dios na bumuhay ng mga patay?

[9] "Noong una, napag-isipan ko mismo na dapat kong gawin ang aking makakaya para kalabanin si Jesus na taga-Nazaret. [10] Ganito ang aking ginawa noon sa Jerusalem. Sa pamamagitan ng kapangyarihang ibinigay sa akin ng mga namamahalang pari, maraming pinabanal[a] ng Dios ang ipinabilanggo ko. At nang hatulan sila ng kamatayan, sumang-ayon ako. [11] Maraming beses na inikot ko ang mga sambahan ng mga Judio para hanapin sila at parusahan, para piliting magsalita laban kay Jesus. Sa tindi ng galit ko sa kanila, nakarating ako sa malalayong lungsod sa pag-uusig sa kanila."

Ikinuwento ni Pablo kung Paano Niya Nakilala ang Panginoon
(Mga Gawa 9:1-19; 22:6-16)

[12] "Iyan ang dahilan kung bakit ako pumunta sa Damascus na may dalang sulat mula sa mga namamahalang pari. Ang sulat na iyon ang nagbigay sa akin ng kapangyarihan at pahintulot sa gawain ko roon. [13] Tanghaling-tapat po noon, Haring Agripa, at habang naglalakbay ako, biglang kumislap sa paligid namin ng mga kasama ko ang nakakasilaw na liwanag mula sa langit, na mas nakakasilaw pa kaysa sa araw. [14] Napasubsob kaming lahat sa lupa, at may narinig akong tinig na nagsasalita sa akin sa wikang Hebreo: 'Saulo, Saulo! Bakit mo ako inuusig? Pinaparusahan mo lang ang iyong sarili. Para kang sumisipa sa matulis na kahoy.' [15] Nagtanong ako, 'Sino po kayo?' Sumagot ang Panginoon, 'Ako si Jesus na inuusig mo. [16] Bumangon ka at tumayo. Nagpakita ako sa iyo dahil pinili kita na maging lingkod ko. Ipahayag mo sa iba ang tungkol sa pagpapakita ko sa iyo ngayon, at tungkol sa mga bagay na ipapakita ko pa sa iyo. [17] Ililigtas kita sa mga Judio at sa mga hindi Judio. Ipapadala kita sa kanila [18] para imulat ang kanilang mata at dalhin sila mula sa kadiliman papunta sa liwanag, at mula sa kapangyarihan ni Satanas papunta sa Dios. At sa pamamagitan ng kanilang pananampalataya sa akin, patatawarin sila sa kanilang mga kasalanan, at mapapabilang na sila sa mga taong itinuring ng Dios na sa kanya.'

Isinalaysay ni Pablo ang Kanyang Gawain

[19] "Kaya Haring Agripa, sinunod ko po ang pangitain na ipinakita sa akin mula sa langit. [20] Ang una kong ginawa ay nangaral ako sa Damascus at pagkatapos ay sa Jerusalem. Mula sa Jerusalem inikot ko ang buong Judea, at pinuntahan ko rin ang mga hindi Judio. Pinangaralan ko sila na dapat silang magsisi sa kanilang kasalanan at lumapit sa Dios, at ipakita nila sa pamamagitan ng kanilang gawa na sila'y totoong nagsisisi. [21] Iyan po ang dahilan kung bakit hinuli ako ng mga Judio roon

sa templo at tinangkang patayin. [22] Pero tinulungan ako ng Dios hanggang sa araw na ito. Kaya narito ako ngayon para sabihin sa lahat, sa mga kilalang tao o hindi, ang sinabi noon ng mga propeta at ni Moises na mangyayari: [23] na ang Cristo ay dapat magdusa at mamatay, at unang mabubuhay mula sa kamatayan upang magbigay ng liwanag sa mga Judio at sa mga hindi Judio."

[24] Habang nagsasalita pa si Pablo, sumigaw si Festus, "Pablo, naloloko ka na yata! Sinira na nang labis mong karunungan ang ulo mo!" [25] Sumagot si Pablo, "Kagalang-galang na Festus, hindi po ako naloloko. Totoo ang mga sinasabi ko at matino ang pag-iisip ko. [26] Ang mga bagay na ito ay alam ni Haring Agripa. Kaya hindi ako natatakot magsalita sa kanya. Nasisiguro kong alam niya talaga ang mga bagay na ito, dahil ang mga ito'y hindi nangyari sa lihim lang. [27] Haring Agripa, naniniwala po ba kayo sa mga sinasabi ng mga propeta? Alam kong naniniwala kayo." [28] Sumagot si Agripa, "Baka ang akala mo'y madali mo akong mahihikayat na maging Cristiano." [29] Sumagot si Pablo, "Ang kahilingan ko sa Dios, mangyari man ito agad o hindi ay hindi lang po kayo kundi ang lahat ding nakikinig sa akin ngayon ay maging Cristiano tulad ko, maliban sa aking pagiging bilanggo."

[30] Pagkatapos, tumayo ang hari, ang gobernador, si Bernice, at ang lahat ng mga kasama nilang nakaupo roon. [31] Nang lumabas sila, sinabi nila sa isa't isa, "Wala namang ginawang anuman ang taong iyon para hatulan ng kamatayan o ibilanggo." [32] Sinabi ni Agripa kay Festus, "Kung hindi lang niya inilapit sa Emperador ang kaso niya, maaari na sana siyang palayain."

Ang Biyahe ni Pablo Papuntang Roma

27 Nang mapagpasyahan nilang papuntahin kami sa Italia, ipinagkatiwala nila si Pablo at ang iba pang mga bilanggo kay Julius. Si Julius ay isang kapitan ng mga sundalong Romano na nasa Batalyon ng Emperador. [2] *Doon sa Cesarea* ay may isang barkong galing sa Adramitium at papaalis na papunta sa mga daungan ng *lalawigan ng* Asia. Doon kami sumakay. Sumama sa amin si Aristarcus na taga-Tesalonica na sakop ng Macedonia. [3] Kinabukasan, dumaong kami sa Sidon. Mabait si Julius kay Pablo. Pinahintulutan niya si Pablo na dumalaw sa kanyang mga kaibigan doon para matulungan siya sa kanyang mga pangangailangan. [4] Mula sa Sidon, bumiyahe uli kami. At dahil salungat sa amin ang hangin, doon kami dumaan sa kabila ng isla ng Cyprus na kubli sa hangin. [5] Nilakbay namin ang karagatan ng Cilicia at Pamfilia, at dumaong kami sa Myra na sakop ng Lycia. [6] Nakakita roon si Kapitan *Julius* ng isang barko na galing sa Alexandria at papunta sa Italia, kaya pinalipat niya kami roon. [7] Mabagal ang biyahe namin. Tumagal ito ng maraming araw, at talagang nahirapan kami hanggang sa nakarating kami malapit sa Cnidus. At dahil salungat ang hangin, hindi kami makatuloy sa pupuntahan namin. Kaya bumiyahe kami sa kabila ng *isla ng* Crete na kubli sa hangin, at doon kami dumaan malapit sa Salmone. [8] Namaybay kami, pero talagang nahirapan kami bago makarating sa

---

a 10 *pinabanal:* Tingnan ang "footnote" sa 9:13.

lugar na tinatawag na "Magagandang Daungan." Malapit ito sa bayan ng Lasea.

⁹Nagtagal kami roon hanggang inabot kami ng panahong mapanganib ang pagbibiyahe, dahil nakalipas na ang *Araw ng* Pag-aayuno.ᵃ Kaya sinabi ni Pablo sa aming mga kasama, ¹⁰"Ang tantiya ko, mapanganib na kung tutuloy tayo, at hindi lang ang mga karga at ang barko ang mawawala baka pati na rin ang ating buhay." ¹¹Pero mas naniwala ang kapitan ng mga sundalo sa sinabi ng kapitan ng barko at ng may-ari nito kaysa sa payo ni Pablo. ¹²At dahil sa hindi ligtas sa malakas na hangin ang daungan doon, karamihan sa mga kasama namin ay sumang-ayon na magbiyahe. Nagbakasakali silang makakarating kami sa Fenix at doon magpapalipas ng tag-unos. Sapagkat ang Fenix ay isang daungan sa Crete na may magandang kublihan kung tag-unos.

Ang Malakas na Hangin at Alon sa Dagat

¹³Nang umihip ang mahinang hangin galing sa timog, ang akala ng mga kasamahan namin ay pwede na kaming bumiyahe. Kaya itinaas nila ang angkla at nagbiyahe kaming namamaybay sa *isla ng* Crete. ¹⁴Hindi nagtagal, bumugso ang malakas na hilagang-silangang hangin mula sa isla *ng Crete*. ¹⁵Pagtama ng malakas na hangin sa amin, hindi na kami makaabante,ᵇ kaya nagpatangay na lang kami kung saan kami dalhin ng hangin. ¹⁶Nang nasa bandang timog na kami ng maliit na isla ng Cauda, nakapagkubli kami nang kaunti. Kahit nahirapan kami, naisampa pa namin ang maliit na bangka na dala ng barko *para hindi ito mawasak*. ¹⁷Nang mahatak na ang bangka, itinali ito nang mahigpit sa barko. Sapagkat natatakot sila na baka sumayad ang barko malapit sa Libya,ᶜ ibinaba nila ang layag at nagpatangay sa hangin. ¹⁸Tuloy-tuloy pa rin ang malakas na bagyo, kaya kinabukasan, nagsimula silang magtapon ng mga kargamento sa dagat. ¹⁹Nang sumunod pang araw, ang mga kagamitan na mismo ng barko ang kanilang itinapon. ²⁰Sa loob ng ilang araw, hindi na namin nakita ang araw at mga bituin, at tuloy-tuloy pa rin ang bagyo, hanggang sa nawalan na kami ng pag-asang makakaligtas pa.

²¹Ilang araw nang hindi kumakain ang mga tao, kaya sinabi ni Pablo sa kanila, "Mga kaibigan, kung nakinig lang kayo sa akin na hindi tayo dapat umalis sa Crete, hindi sana nangyari sa atin ang mga kahirapan at mga kapinsalaang ito. ²²Pero ngayon, hinihiling ko sa inyo na lakasan ninyo ang inyong loob dahil walang mamamatay sa atin. Ang barko lang ang masisira. ²³Sapagkat kagabi, nagpakita sa akin ang isang anghel. Ipinadala siya ng Dios na nagmamay-ari sa akin at aking pinaglilingkuran. ²⁴Sinabi niya, 'Pablo, huwag kang matakot. Dapat kang humarap sa Emperador sa Roma. At sa awa ng Dios, ang lahat mong kasama rito sa barko ay maliligtas dahil sa iyo.' ²⁵Kaya mga kaibigan, huwag

na kayong matakot, dahil nananalig ako sa Dios na matutupad ang kanyang sinabi sa akin. ²⁶Pero ipapadpad tayo sa isang isla."

²⁷Ika-14 na ng gabi nang tinangay kami ng bagyo sa Dagat ng Mediteraneo. At nang mga hatinggabi na, tinantiya ng mga tripulante na malapit na kami sa tabi ng dagat. ²⁸Kaya sinukat nila ang lalim ng dagat at nalaman nilang mga 20 dipa ang lalim. Maya-maya'y sinukat nilang muli ang lalim, at mga 15 dipa na lang. ²⁹At dahil sa takot na bumangga kami sa mga batuhan, naghulog sila ng apat na angkla sa hulihan ng barko. At nanalangin sila na mag-umaga na sana. ³⁰Gusto sana ng mga tripulante na lisanin na ang barko. Kaya ibinaba nila sa dagat ang maliit na bangka at kunwari'y maghuhulog lang sila ng mga angkla sa unahan ng barko. ³¹Pero sinabi ni Pablo sa kapitan at sa mga sundalo, "Kung aalis ang mga tripulante sa barko hindi kayo makakaligtas." ³²Kaya pinutol ng mga sundalo ang mga lubid ng bangka at pinabayaan itong maanod.

³³Nang madaling-araw na, pinilit silang lahat ni Pablo na kumain. Sinabi niya, "Dalawang linggo na kayong naghihintay na lumipas ang bagyo, at hindi pa kayo kumakain. ³⁴Kaya kumain na kayo upang lumakas kayo, dahil walang mamamatay sa inyo kahit isa." ³⁵Pagkatapos magsalita ni Pablo, kumuha siya ng tinapay, at sa harapan ng lahat ay nagpasalamat siya sa Dios. Pinira-piraso niya ang tinapay at kumain. ³⁶Lumakas ang kanilang loob at kumain silang lahat. ³⁷(276 kaming lahat na sakay ng barko.) ³⁸Nang makakain na ang lahat at busog na, itinapon nila sa dagat ang kanilang mga dalang trigo para gumaan ang barko.

Ang Pagkasira ng Barko

³⁹Nang mag-umaga na, hindi alam ng mga tripulante kung saang isla kami napadpad, pero may nakita silang isang look na may dalampasigan, kaya nagkasundo sila na doon nila isadsad ang barko. ⁴⁰Kaya pinutol nila ang mga lubid na nakatali sa angkla. Kinalag din nila ang mga tali ng timon. At itinaas nila ang layag sa unahan para tangayin ng hangin ang barko papuntang dalampasigan. ⁴¹Pero sumayad ang barko sa mababaw na parte ng tubig. Bumaon ang unahan nito at hindi na makaalis. Ang hulihan naman ay nawasak dahil sa salpok ng malalakas na alon.

⁴²Papatayin na sana ng mga sundalo ang lahat ng bilanggo para walang makalangoy papuntang dalampasigan at makatakas. ⁴³Pero pinigilan sila ng kanilang kapitan dahil gusto niyang maligtas si Pablo. Nag-utos siya na lumukso muna ang lahat ng marunong lumangoy, at mauna na sa dalampasigan. ⁴⁴Pagkatapos, pinasunod niya ang iba na nakakapit sa tabla at sa mga parte ng barko *na lumulutang*. Ganoon ang aming ginawa, at lahat kami ay ligtas na nakarating sa dalampasigan.

Sa Malta

28 Nang makaahon na kami at ligtas na sa panganib, nalaman namin na ang islang iyon ay tinatawag na Malta. ²Napakabait sa amin ng mga taga-roon at mabuti ang kanilang pagtanggap sa

---

ᵃ **9** *Araw ng Pag-aayuno*: Ito ang tinatawag na "Yom Kippur" o "Day of Atonement." Pagkalipas ng panahong ito, lumalakas na ang hangin at mapanganib nang bumiyahe sa dagat.

ᵇ **15** *hindi na kami makaabante*: o, *hindi namin maiharap ang barko sa hangin*.

ᶜ **17** *Libya*: sa Griego, *Syrtis*.

aming lahat. Nagsiga sila *para makapagpainit kami*, dahil umuulan at maginaw. [3] Nanguha si Pablo ng isang bigkis ng kahoy na panggatong. Pero nang mailagay na niya ang mga kahoy sa apoy, biglang lumabas ang makamandag na ahas dahil sa init ng apoy, at tinuklaw ang kanyang kamay. [4] Pagkakita ng mga taga-roon sa ahas na nakabitin sa kamay ni Pablo, sinabi nila, "Tiyak na kriminal ang taong ito. Nakaligtas siya sa dagat pero ayaw pumayag ng *dios ng* katarungan na mabuhay pa siya." [5] Pero ipinagpag lang ni Pablo ang ahas doon sa apoy at hindi siya napano. [6] Hinihintay ng mga tao na mamaga ang kamay ni Pablo o kaya'y matumba siya at mamatay. Pero matapos nilang maghintay nang matagal, walang nangyari kay Pablo. Kaya nagbago ang kanilang iniisip. Sinabi nila, "Isa siyang dios!"

[7] Ang pangalan ng pinuno ng lugar na iyon ay si Publius. Ang kanyang lupa ay malapit lang sa lugar kung saan kami umahon. Mabuti ang kanyang pagtanggap sa amin, at doon kami tumuloy sa kanila sa loob ng tatlong araw. [8] Nagkataon noon na ang ama ni Publius ay may sakit. May lagnat siya at disintirya. Kaya pumasok si Pablo sa kanyang silid at nanalangin. Ipinatong niya ang kanyang kamay sa may sakit at gumaling ito. [9] Dahil sa pangyayaring iyon, ang lahat ng may sakit sa isla ay pumunta sa amin at pinagaling din sila. [10] Marami silang ibinigay sa amin na regalo. At nang paalis na kami, binigyan pa nila kami[a] ng mga kakailanganin namin sa paglalakbay.

Mula Malta Papuntang Roma

[11] Matapos ang tatlong buwan na *pananatili namin sa isla ng Malta*, sumakay kami sa isang barkong nagpalipas doon ng tag-unos. Ang barkong ito'y galing sa Alexandria, at nakalarawan sa unahan nito ang kambal na dios. [12] Mula sa Malta, pumunta kami sa Syracuse at tatlong araw kami roon. [13] Mula roon, bumiyahe kami hanggang sa nakarating kami sa Regium. Kinabukasan, umihip ang habagat, at sa loob ng dalawang araw ay nakarating kami sa Puteoli. [14] Doon may nakita kaming mga kapatid *sa Panginoon*. Hiniling nila sa amin na manatili roon ng isang linggo. Pagkatapos, dumiretso kami sa Roma. [15] Nang marinig ng mga kapatid sa Roma na dumating kami, sinalubong nila kami sa Pamilihan ng Apius[b] at sa Tres Tabernas. Nang makita ni Pablo ang mga kapatid, nagpasalamat siya sa Dios at lumakas ang kanyang loob.

Sa Roma

[16] Pagdating namin sa Roma, pinahintulutan si Pablo na tumira kahit saan niya gusto, pero may isang sundalong magbabantay sa kanya.

[17] Pagkalipas ng tatlong araw, ipinatawag ni Pablo ang mga pinuno ng mga Judio sa Roma. Nang nagkakatipon na sila, sinabi niya, "Mga kapatid, kahit na wala akong nagawang kasalanan laban sa ating bayan o sa mga kaugaliang mula sa ating mga ninuno, dinakip nila ako sa Jerusalem at inakusahan sa gobyerno ng Roma. [18] Nilitis ako ng mga Romanong opisyal, at nang malaman nila na wala akong nagawang masama para hatulan ng kamatayan, palalayain na sana nila ako. [19] Pero tinutulan ng mga Judio, kaya napilitan akong lumapit sa Emperador, kahit wala akong paratang laban sa aking mga kababayan. [20] Ito ang dahilan kung bakit hiniling kong makita kayo, para makapagsalita ako sa inyo, dahil nakakadena ako ngayon dahil naniniwala ako sa inaasahan ng mga Judio."

[21] Sinagot nila si Pablo, "Wala kaming natanggap na sulat mula sa Judea tungkol sa iyo. Ang mga kapwa natin Judio na dumating dito galing sa Jerusalem ay wala ring ibinalita o sinabi laban sa iyo. [22] Pero gusto rin naming marinig kung ano ang iyong sasabihin, dahil alam namin na kahit saang lugar, minamasama ng mga tao ang sekta mong iyan."

[23] Kaya nagtakda sila ng araw para magtipong muli. Pagdating ng araw na iyon, lalong dumami ang pumunta sa bahay na tinutuluyan ni Pablo. Pinatunayan niya sa kanila ang tungkol sa paghahari ng Dios, at ipinaliwanag niya ang tungkol kay Jesus sa pamamagitan ng mga Kautusan ni Moises at ng *mga isinulat ng* mga propeta para sumampalataya sila *sa kanya*. [24] Ang iba ay naniwala sa kanyang sinabi, pero ang iba naman ay hindi. [25] At dahil sila hindi magkasundo, nagsiuwian sila. Pero bago sila umalis, sinabi ni Pablo sa kanila, "Tama ang sinabi ng Banal na Espiritu sa ating mga ninuno sa pamamagitan ni Propeta Isaias. [26] Sapagkat sinabi niya,

'Puntahan mo ang mga taong ito at sabihin
    mo sa kanila na kahit makinig sila,
      hindi sila makakaunawa,
  at kahit tumingin sila, hindi sila
      makakakita,
[27] dahil matigas ang puso ng mga taong ito.
  Tinakpan nila ang kanilang mga tainga at
    ipinikit nila ang kanilang mga mata.
  Dahil baka makakita sila at makarinig,
  at maunawaan nila kung ano ang tama,
    at magbalik-loob sila sa akin, at
      pagalingin ko sila.' "[c]

[28] *Sinabi pa ni Pablo,* "Gusto ko ring sabihin sa inyo na ang salita ng Dios tungkol sa kaligtasan ay ibinalita na sa mga hindi Judio, at sila ay talagang nakikinig." [[29] Pagkasabi nito ni Pablo, nag-uwian ang mga Judio na mainit na nagtatalo.]

[30] Sa loob ng dalawang taon, nanatili si Pablo sa bahay na kanyang inuupahan. At tinanggap niya ang lahat ng dumadalaw sa kanya. [31] Tinuruan niya sila tungkol sa paghahari ng Dios at tungkol sa Panginoong Jesu-Cristo. Hindi siya natakot sa kanyang pagtuturo at wala namang pumigil sa kanya.

---

a 10 binigyan pa nila kami: o, *dinalhan pa nila kami sa barko.*

b 15 ng Apius: o, *ni Apius.*

c 27 Isa. 6:9-10.

ANG SULAT NI PABLO SA MGA

TAGA-ROMA

1 *Mula kay* Pablo na lingkod[a] ni Cristo Jesus.

Pinili at tinawag ako ng Dios na maging apostol upang ipangaral ang kanyang Magandang Balita. [2] Ang Magandang Balitang ito'y ipinangako ng Dios noon sa pamamagitan ng mga propeta at nakasulat sa Banal na Kasulatan. [3-4] Ang balitang ito'y tungkol sa kanyang Anak, ang ating Panginoong Jesu-Cristo. Sa kanyang pagkatao, isinilang siya sa lahi ni *Haring* David, at sa kanyang banal na espiritu,[b] napatunayang siya ang makapangyarihang Anak ng Dios, nang siya'y nabuhay mula sa mga patay. [5] Sa pamamagitan ni Cristo, tinanggap namin ang kaloob na maging apostol para madala namin sa pananampalataya at pagsunod sa kanya ang mga tao sa lahat ng bansa. Ginagawa namin ito para sa kanya. [6] At kayong *mga mananampalataya riyan sa Roma* ay kabilang din sa kanyang mga tinawag na maging tagasunod ni Jesu-Cristo.

[7] Sa inyong lahat diyan sa Roma na minamahal ng Dios at tinawag na maging banal,[c] sumainyo nawa ang biyaya at kapayapaang galing sa Dios na ating Ama at sa Panginoong Jesu-Cristo.

Ang Dahilan ng Pagpunta ni Pablo sa Roma

[8] Una sa lahat, nagpapasalamat ako sa Dios sa pamamagitan ni Jesu-Cristo dahil sa inyong lahat, dahil balitang-balita ang inyong pananampalataya sa buong mundo. [9] Palagi ko kayong idinadalangin, at alam ito ng Dios na buong puso kong pinaglilingkuran sa aking pangangaral ng Magandang Balita tungkol sa kanyang Anak. [10] Lagi ko ring idinadalangin na loobin sana ng Dios na makapunta ako riyan sa inyo. [11] Nananabik akong makita kayo para maipamahagi sa inyo ang mga espiritwal na kaloob na makakapagpatatag sa inyo. [12] Sa ganoon, magkakatulungan tayo sa pagpapalakas ng pananampalataya ng isa't isa.

[13] Mga kapatid, nais kong malaman ninyo na ilang ulit ko nang binalak na pumunta riyan, pero laging may humahadlang. *Nais kong pumunta riyan* para mayroon din akong maakay sa pananampalataya kay Cristo, tulad ng ginawa ko sa mga hindi Judio *sa mga napuntahan kong lugar.* [14] Sapagkat may pananagutan ako *na mangaral sa lahat ng tao*: sa mga may pinag-aralan man o wala, sa marurunong o hangal. [15] Iyan ang dahilan kung bakit nais ko ring maipangaral ang Magandang Balita riyan sa inyo sa Roma.

Ang Kapangyarihan ng Magandang Balita

[16] Hindi ko ikinakahiya ang Magandang Balita *tungkol kay Cristo*, dahil ito ang kapangyarihan ng Dios sa ikaliligtas ng lahat ng sumasampalataya — una ang mga Judio at gayon din ang mga hindi Judio.

[17] Sapagkat ipinapahayag *sa Magandang Balita* kung paano itinuturing ng Dios na matuwid ang tao,[d] at ito'y sa pamamagitan lang ng pananampalataya. Ayon sa Kasulatan, "Sa pananampalataya mabubuhay ang matuwid."[e]

Ang Galit ng Dios sa Lahat ng Kasamaan

[18] Ipinapahayag ng Dios mula sa langit ang kanyang poot sa lahat ng kasamaan at kalapastanganang ginagawa ng mga tao, na siyang pumipigil sa kanila para malaman ang katotohanan tungkol sa Dios. [19] Sapagkat ang katotohanan tungkol sa Dios ay malinaw sa kanila dahil inihayag ito sa kanila ng Dios. [20] Totoong hindi nakikita ang Dios, pero mula pa nang likhain niya ang mundo, ang kanyang walang hanggang kapangyarihan at pagka-Dios ay naipahayag sa mga bagay na ginawa niya; kaya wala silang maidadahilan. [21] At kahit alam nilang may Dios, hindi nila siya pinarangalan o pinasalamatan man lang. Sa halip, ibinaling nila ang kanilang pag-iisip sa mga bagay na walang kabuluhan, kaya napuno ng kadiliman ang mga hangal nilang pag-iisip. [22] Nagmamarunong sila, pero lumilitaw na sila'y mga mangmang. [23] Sapagkat ipinagpalit nila ang dakila at walang kamatayang Dios sa mga dios-diosang anyong tao na may kamatayan, mga ibon, mga hayop na may apat na paa, at mga hayop na nagsisigapang.

[24] Kaya hinayaan na lang sila ng Dios sa maruruming hangarin ng kanilang puso, hanggang sa gumawa sila ng kahalay-an at kahiya-hiyang mga bagay sa isa't isa. [25] Ipinagpalit nila sa kasinungalingan ang katotohanan tungkol sa Dios. Sinamba nila at pinaglingkuran ang mga nilikha sa halip na ang Manlilikha na siyang dapat papurihan magpakailanman. Amen!

[26] Dahil ayaw nilang kilalanin ang Dios, hinayaan na lang sila ng Dios na gawin ang kanilang malalaswang pagnanasa. Ipinagpalit ng mga babae ang natural na pakikipagrelasyon nila sa lalaki sa pamamagitan ng pakikipagrelasyon sa kapwa babae. [27] Ganoon din ang mga lalaki. Tinalikuran nila ang natural na pakikipagrelasyon sa babae, at sa halip ay pinagnasahan ang kapwa lalaki. Kahiya-hiya ang ginagawa nila sa isa't isa. Dahil dito, pinarusahan sila ng Dios nang nararapat sa kanila.

[28] At dahil sa ayaw talaga nilang kilalanin ang Dios, hinayaan niya sila sa kanilang kaisipang hindi makapili ng tama. Kaya ginagawa nila ang mga bagay na hindi nararapat. [29] Naging alipin sila ng lahat ng uri ng kasamaan, kalikuan, kasakiman at masasamang hangarin. Sila'y mainggitin, mamamatay-tao, mapanggulo, mandaraya, at laging nag-iisip ng masama sa kanilang kapwa. Sila'y mga tsismoso't tsismosa [30] at mapanirang-puri. Napopoot sila sa Dios, mga walang galang at mapagmataas.

---

a 1 lingkod: sa literal, *alipin*.

b 3-4 *sa kanyang banal na espiritu*: o, *sa pamamagitan ng banal na Espiritu*.

c 7 banal: sa Griego, *hagios*, na ang ibig sabihin ay itinuring ng Dios na sa kanya.

d 17 itinuturing ng Dios na matuwid: o, *pinapawalang-sala ng Dios.*

e 17 Hab. 2:4.

Naghahanap sila ng magagawang masama, at suwail sa mga magulang nila. [31] Sila'y mga hangal, mga traydor, at walang awa. [32] Alam nila ang utos ng Dios na dapat parusahan ng kamatayan ang mga taong gumagawa ng mga kasalanang ito, pero patuloy pa rin silang gumagawa nito, at natutuwa pa sila na ginagawa rin ito ng iba.

Ang Hatol ng Dios

2 Ngayon, masasabi mong dapat lang hatulan ang mga taong ito dahil sa kanilang kasamaan. Pero maging ikaw na humahatol ay walang maidadahilan. Sapagkat sa iyong paghatol sa iba ay hinahatulan mo rin ang iyong sarili, dahil ginagawa mo rin ang mga bagay na iyon. [2] Alam nating makatarungan ang hatol ng Dios sa mga taong gumagawa ng kasamaan. [3-4] Pero sino ka para humatol sa iba kung ikaw mismo ay gumagawa rin ng mga iyon? Ang akala mo ba'y makakaligtas ka sa hatol ng Dios dahil alam mong siya'y mabuti, matiyaga at mapagtimpi? Dapat mong malaman na ang Dios ay mabuti sa iyo dahil binibigyan ka niya ng pagkakataong magsisi sa mga kasalanan mo. [5] Pero dahil sa matigas ang ulo mo at ayaw mong magsisi, pinabibigat mo ang parusa ng Dios sa iyo sa araw na ihahayag niya ang kanyang poot at makatarungang paghatol. [6] Sapagkat ibibigay ng Dios sa bawat isa ang nararapat ayon sa kanyang mga gawa.[a] [7] Bibigyan niya ng buhay na walang hanggan ang mga taong nagpapatuloy sa paggawa ng mabuti, na ang hangad ay makamtan ang karangalan, papuri mula sa Dios, at buhay na walang kamatayan. [8] Sa iba naman na walang iniisip kundi ang sarili at ayaw sumunod sa katotohanan kundi sa kasamaan, ibubuhos sa kanila ng Dios ang kanyang matinding galit. [9] Lahat ng taong gumagawa ng masama ay parurusahan ng Dios, ang mga Judio muna bago ang mga hindi Judio. [10] Ngunit bibigyan ng Dios ng papuri, karangalan at kapayapaan ang lahat ng gumagawa ng kabutihan, una ang mga Judio bago ang mga hindi Judio. [11] Sapagkat pantay-pantay ang pagtingin ng Dios sa lahat ng tao.

[12] Ang mga taong nagkakasala na walang alam sa Kautusan ni Moises ay mapapahamak,[b] at ang kaparusahan nila ay hindi ibabatay sa Kautusan. Ang mga nakakaalam naman ng Kautusan ni Moises, pero patuloy na gumagawa ng kasamaan ay parurusahan na batay sa Kautusan. [13] Sapagkat hindi ang nakikinig sa Kautusan ang itinuturing ng Dios na matuwid kundi ang tumutupad nito. [14] Ang mga hindi Judio ay walang kaalaman tungkol sa Kautusan ni Moises. Pero kung gumagawa sila nang naaayon sa sinasabi ng Kautusan, ipinapakita nila na kahit wala silang alam tungkol dito ay alam nila ang nararapat gawin. [15] Ang mabubuting gawa nila ay nagpapakita na ang iniuutos ng Kautusan ay nakaukit sa kanilang puso. Pinatutunayan ito ng kanilang konsensya, dahil kung minsa'y inuusig sila nito at kung minsan nama'y ipinagtatanggol. [16] At ayon sa Magandang Balita na itinuturo ko, ang konsensya ay pagbabatayan din sa araw na hahatulan ng Dios, sa pamamagitan ni Jesu-Cristo, ang lahat ng lihim ng mga tao.

Ang mga Judio at ang Kautusan

[17] Sinasabi ninyo na mga Judio kayo, nagtitiwala kayo sa Kautusan at ipinagmamalaki ang inyong kaugnayan sa Dios. [18] Alam ninyo kung ano ang kalooban ng Dios at alam din ninyo kung ano ang dapat gawin, dahil itinuro ito sa inyo sa Kautusan. [19] Ipinapalagay ninyong tagaakay kayo ng mga bulag sa katotohanan, ilaw sa mga taong nasa kadiliman, [20] at tagapagturo sa mga kulang ng pang-unawa at mga bata pa sa mga bagay tungkol sa Dios. Ganito nga ang palagay ninyo sa inyong sarili, dahil naniniwala kayo na sa pamamagitan ng Kautusan ay nakamit na ninyo ang lahat ng kaalaman at katotohanan. [21] Tinuturuan ninyo ang iba, pero bakit hindi ninyo maturuan ang inyong sarili? Nangangaral kayong huwag magnakaw, pero kayo mismo'y nagnanakaw. [22] Sinasabi ninyong huwag mangalunya, pero kayo mismo ay nangangalunya. Kinasusuklaman ninyo ang mga dios-diosang sinasamba ng mga hindi Judio, pero ninanakawan naman ninyo ang kanilang mga templo. [23] Nagmamalaki kayo na nasa inyo ang Kautusan ng Dios, pero ginagawa ninyong kahiya-hiya ang Dios dahil sa paglabag ninyo sa Kautusan. [24] Sinasabi sa Kasulatan, "Dahil sa inyo, nilalapastangan ng mga hindi Judio ang pangalan ng Dios."[c]

[25] Nagtitiwala kayo na kayo ang mga taong pinili ng Dios dahil kayo'y tuli. May halaga lang ang pagiging tuli kung sinusunod ninyo ang Kautusan. Pero kung nilalabag naman ninyo ang Kautusan, para na rin kayong mga hindi tuli. [26] At kung sinusunod naman ng isang hindi tuli ang Kautusan, ituturing siya ng Dios na para na ring tuli. [27] Kahit na kayo ay mga Judio at tuli, papatunayan ng mga hindi Judio na dapat kayong parusahan. Sapagkat kahit na hindi sila tuli at wala sa kanila ang Kautusan, sinusunod naman nila ito, samantalang kayong mga may hawak ng Kautusan ay lumalabag dito. [28] Ang pagka-Judio ng isang tao ay hindi dahil sa Judio ang kanyang mga magulang at tuli siya sa laman. [29] Ang tunay na Judio ay ang taong nabago[d] ang puso sa pamamagitan ng Espiritu, at hindi dahil tuli siya ayon sa Kautusan. Ang ganyang tao ay pinupuri ng Dios kahit hindi pinupuri ng tao.

3 Kung ganoon, ano ang kalamangan ng pagiging isang Judio? At ano ang kahalagahan ng pagiging tuli? [2] Totoong nakakahigit ang mga Judio sa maraming bagay. Una sa lahat, ipinagkatiwala sa kanila ang salita ng Dios. [3] Kung hindi naging tapat ang ilan sa pagsunod sa Dios, nangangahulugan bang hindi na rin magiging tapat ang Dios sa pagtupad sa kanyang mga pangako? [4] Aba hindi! Sapagkat ang Dios sa kanyang mga salita, maging sinungaling man ang lahat ng tao. Gaya nga ng sinasabi sa Kasulatan, "Mapapatunayang tapat ka sa iyong salita, at laging tama sa iyong paghatol."[e]

[5] Baka naman may magsabi, "Kung sa pamamagitan ng mga ginagawa naming masama ay makikita ang kabutihan ng Dios, hindi makatarungan ang Dios kung parusahan niya kami." (Ganyan ang pangangatwiran ng tao.) [6] Aba,

---

[a] 6 Salmo 62:12; Kaw. 24:12.
[b] 12 mapapahamak: sa Ingles, will perish.
[c] 24 Isa. 52:5.
[d] 29 nabago: sa literal, natuli.
[e] 4 Salmo 51:4.

hindi maaari iyan. Sapagkat kung ganyan, paano niya hahatulan ang mga tao sa mundo? ⁷ Baka naman mayroon ding magsabi, "Kung sa aking pagsisinungaling ay lumalabas na hindi sinungaling ang Dios, at dahil dito papupurihan pa siya, bakit niya ako parurusahan bilang isang makasalanan?" ⁸ Kung ganito ang iyong pangangatwiran, para mo na ring sinasabi na gumawa tayo ng masama para lumabas ang mabuti. At ayon sa mga taong naninira sa amin, ganyan daw ang aming itinuturo. Ang mga taong iyan ay nararapat lamang na parusahan ng Dios.

Ang Lahat ng Tao ay Makasalanan

⁹ Ano ngayon ang masasabi natin? Na tayo bang mga Judio ay talagang nakakalamang sa mga hindi Judio? Hindi! Sapagkat ipinaliwanag ko na, na ang lahat ng tao ay makasalanan, Judio man o hindi. ¹⁰ Gaya nga ng sinasabi sa Kasulatan,

"Walang matuwid sa paningin ng Dios,
    wala kahit isa.
¹¹ Walang nakakaunawa tungkol sa Dios,
    walang nagsisikap na makilala siya.
¹² Ang lahat ay tumalikod sa Dios at naging
    walang kabuluhan.
  Walang gumagawa ng mabuti, wala kahit
    isa."ᵃ
¹³ "Ang kanilang pananalita'yᵇ hindi masikmura
    tulad ng bukas na libingan.
  Ang kanilang sinasabi'yᶜ puro pandaraya.ᵈ
  Ang mga salitaᵉ nila'y parang kamandag ng
    ahas.ᶠ
¹⁴ Ang lumalabas sa kanilang bibig ay panay
    pagmumura at masasakit na salita.ᵍ
¹⁵ Sa kaunting dahilan lang pumapatay agad sila
    ng tao.
¹⁶ Kapahamakan at hinagpis ang dala nila kahit
    saan.
¹⁷ Hindi nila alam ang mamuhay nang
    mapayapa,ʰ
¹⁸ at wala silang takot sa Dios."ⁱ

¹⁹ Ngayon, alam natin na ang lahat ng sinasabi ng Kautusan ay para sa ating mga Judio na namumuhay sa ilalim ng Kautusan, para walang maidahilan ang sinuman na hindi siya dapat parusahan. Ang lahat ng tao sa mundo ay mananagot sa Dios. ²⁰ Sapagkat walang sinuman ang ituturing ng Dios na matuwid sa pamamagitan ng pagsunod sa Kautusan. Sa halip, ipinapakita ng Kautusan sa tao na makasalanan siya.

²¹ Pero ngayon, inihayag na kung paano itinuturing ng Dios na matuwid ang tao. Ito'y hindi sa pamamagitan ng pagsunod sa Kautusan. Ang Kautusan na mismo at ang mga propeta ang nagpapatotoo rito. ²² Ang tao'y itinuturing ng Dios na matuwid sa pamamagitan ng pananampalataya kay Jesu-Cristo. At walang pinapaboran ang Dios. Kaya ang sinumang sumasampalataya kay Jesu-Cristo ay itinuturing niyang matuwid. ²³ Sapagkat ang lahat ay nagkasala at hindi naging karapat-dapat sa paningin ng Dios. ²⁴ Ngunit dahil sa biyaya ng Dios sa atin, itinuring niya tayong matuwid sa pamamagitan ni Cristo Jesus na siyang tumubos sa atin. Ito'y regalo ng Dios. ²⁵ Isinugo si Cristo Jesus sa mundo para ialay ang kanyang buhay, nang sa ganoon mawala ang galit ng Dios sa atin, at sa pamamagitan ng kanyang dugo ay mapatawad ang ating mga kasalanan kung sasampalataya tayo sa kanya. Ginawa iyon ng Dios para ipakita na matuwid siya. Noong una'y nagtimpi siya at pinalampas ang mga kasalanang ginawa ng mga tao, kahit na dapat sana'y pinarusahan na sila. ²⁶ Isinugo niya si Cristo para ipakita sa kasalukuyang panahon na matuwid siya. Dahil sa ginawa ng Dios, pinatunayan niyang matuwid siya maging sa pagturing niyang matuwid sa mga makasalanang sumasampalataya kay Jesus. ²⁷ Kaya wala tayong maipagmamalaki, dahil ang pagturing sa atin na matuwid ay hindi sa pamamagitan ng ating pagsunod sa Kautusan, kundi sa ating pananampalataya kay Jesus. ²⁸ Sapagkat naniniwala tayo na itinuturing ng Dios na matuwid ang tao sa pamamagitan ng kanyang pananampalataya kay Cristo at hindi sa pagsunod sa Kautusan. ²⁹ Ang Dios ay hindi lamang Dios ng mga Judio, kundi Dios din ng mga hindi Judio, dahil siya'y Dios ng lahat. ³⁰ Iisa lamang ang Dios para sa mga Judio at hindi Judio, at ituturing silang matuwid ng Dios dahil sa kanilang pananampalataya kay Cristo. ³¹ Nangangahulugan bang binabalewala namin ang Kautusan sa pamamagitan ng pananampalataya? Hindi! Sa halip, lalo pa nga naming tinutupad ang layunin ng Kautusan.

Ginawang Halimbawa si Abraham

4 Bilang halimbawa kung paano itinuturing ng Dios na matuwid ang tao, isipin ninyo si Abraham na Ama ng mga Judio sa laman. ² Kung itinuring siya ng Dios na matuwid dahil sa mga nagawa niya, sana'y may maipagmamalaki siya. Pero wala siyang maipagmamalaki sa Dios, ³ dahil sinasabi sa Kasulatan, "Sumampalataya si Abraham sa Dios, at dahil dito'y itinuring siyang matuwid ng Dios."ʲ ⁴ Ang ibinibigay sa isang taong nagtatrabaho ay hindi kaloob kundi bayad. ⁵ Pero itinuring tayong matuwid ng Dios sa kabila ng ating mga kasalanan hindi dahil sa ating mabubuting gawa kundi dahil sa pananampalataya natin sa kanya. ⁶ Ito ang ibig sabihin ni Haring David nang banggitin niya ang pagiging mapalad ng mga taong itinuring na matuwid ng Dios hindi dahil sa kanilang mabubuting gawa. ⁷ Ang sinabi niya,

"Mapalad ang taong pinatawad at
    kinalimutan na ng Dios ang kanyang
    kasalanan.
⁸ Mapalad ang tao kapag hindi na ibibilang
    ng Panginoon laban sa kanya ang
    kanyang mga kasalanan."ᵏ

---

a 12 Salmo 14:1-3; 53:1-3.
b 13 pananalita: sa literal, lalamunan.
c 13 sinasabi: sa literal, dila.
d 13 Salmo 5:9.
e 13 salita: sa literal, labi.
f 13 Salmo 140:3.
g 14 Salmo 10:7.
h 17 Isa. 59:7-8.
i 18 Salmo 36:1.
j 3 Gen. 15:6.
k 8 Salmo 32:1-2.

⁹Ang mga sinabing ito ni Haring David ay hindi lang para sa mga Judio, kundi pati na rin sa mga hindi Judio. Alam natin ito dahil binanggit na namin na, "itinuring ng Dios na matuwid si Abraham dahil sa kanyang pananampalataya." ¹⁰Kailan ba siya itinuring na matuwid? Hindi ba't noong hindi pa siya tuli? ¹¹Tinuli siya bilang tanda na itinuring na siyang matuwid dahil sa kanyang pananampalataya. Kaya si Abraham ay naging amaᵃ ng lahat ng mga mananampalatayang hindi tuli. At dahil nga sa kanilang pananampalataya, itinuring silang matuwid *ng Dios*. ¹²Siya rin ang ama ng mga Judiong tuli, hindi lang dahil sila'y tuli *sa laman*, kundi dahil sumasampalataya rin sila tulad ng ating ninunong si Abraham noong hindi pa siya tuli.

Natatanggap ang Pangako ng Dios sa Pamamagitan ng Pananampalataya

¹³Ipinangako ng Dios kay Abraham at sa kanyang lahi na mamanahin nila ang mundo. Ang pangakong ito ay ibinigay ng Dios kay Abraham hindi dahil sa pagsunod niya sa Kautusan, kundi dahil itinuring siya ng Dios na matuwid sa pamamagitan ng *kanyang* pananampalataya. ¹⁴Kung ang mga nasasakop lamang ng Kautusan ang magiging tagapagmana, walang kabuluhan ang pananampalataya at ganoon din naman ang pangako ng Dios. ¹⁵Ang Kautusan ang siyang naging dahilan kung bakit may parusa *mula sa Dios*. Kung walang Kautusan, wala ring paglabag.

¹⁶Kaya nakabatay ang pangako ng Dios sa pananampalataya, para ito'y maging biyaya ng Dios at tiyak na matatanggap ng lahat ng lahi ni Abraham—hindi lamang ng mga *Judio na* sakop ng Kautusan, kundi maging ng mga *hindi Judio na* sumasampalataya ring tulad ni Abraham na ama nating lahat. ¹⁷Gaya nga ng sinasabi sa Kasulatan, "Ginawa kitang ama ng maraming bansa."ᵇ Kaya sa paningin ng Dios, si Abraham ang ating ama. At ang Dios na pinaniwalaan ni Abraham, ang siya ring Dios na bumubuhay sa mga patay at lumilikha ng mga bagay na wala pa. ¹⁸Kahit na wala nang pag-asang *maging ama* si Abraham, nanalig pa rin siyang magiging ama siya ng maraming bansa; gaya nga ng sinabi ng Dios sa kanya, "Magiging kasindami ng bituin ang bilang ng mga anak mo."ᶜ ¹⁹Mag-iisang daang taong gulang na siya noon. Alam niyang matanda na siya at mahina na ang katawan. Alam din niyang si Sara ay baog at hindi maaaring magkaanak. Ganoon pa man, hindi nanghina ang kanyang pananampalataya. ²⁰Hindi siya nag-alinlangan sa pangako ng Dios, kundi lalo pang tumibay ang kanyang pananampalataya. Pinapurihan niya ang Dios ²¹dahil lubos siyang umasa na tutuparin ng Dios ang kanyang pangako. ²²Kaya nga, itinuring *ng Dios* na matuwid si Abraham dahil sa kanyang pananampalataya. ²³Pero ang katagang, "itinuring na matuwid," ay hindi lamang para kay Abraham, ²⁴kundi para rin sa atin. Tayo rin ay itinuturing *ng Dios* na matuwid kung sumasampalataya tayo sa kanya na muling

bumuhay sa ating Panginoong Jesus. ²⁵Pinatay si Jesus dahil sa ating mga kasalanan, at muling binuhay para tayo'y maituring na matuwid.

Mayroon na Tayong Magandang Relasyon sa Dios

5 Kaya ngayong itinututuring na tayong matuwid dahil sa pananampalataya natin sa ating Panginoong Jesu-Cristo, mayroon na tayong magandang relasyon sa Dios. ²Sa pamamagitan ni Jesus at dahil sa ating pananampalataya, tinatamasa natin ngayon ang biyaya ng Dios at nagagalak tayo dahil sa ating pag-asa na makakabahagi tayo sa kadakilaan ng Dios. ³At nagagalak din tayo kahit na dumaranas tayo ng mga paghihirap, dahil natututo tayong magtiis. ⁴Alam natin na ang pagtitiis ay nagpapabuti sa ating pagkatao.ᵈ At kung mabuti ang ating pagkatao,ᵉ may pag-asa tayo *na makakabahagi tayo sa kadakilaan ng Dios*. ⁵At hindi tayo mabibigo sa ating pag-asa dahil ipinadama ng Dios sa atin ang kanyang pagmamahal sa pamamagitan ng Banal na Espiritu na ibinigay niya sa atin.

⁶Nang wala tayong kakayahang *makaligtas sa kaparusahan*, namatay si Cristo para sa ating mga kasalanan sa panahong itinakda ng Dios. ⁷Bihira ang taong mag-aalay ng kanyang buhay para sa isang taong matuwid, bagama't maaaring mayroong maglakas-loob na ibigay ang kanyang buhay para sa isang mabuting tao. ⁸Pero ipinakita ng Dios sa atin ang kanyang pag-ibig sa ganitong paraan: Kahit noong tayo'y makasalanan pa, namatay si Cristo para sa atin. ⁹At ngayong itinuring na tayong matuwid sa pamamagitan ng dugo ni Cristo, tiyak na maliligtas tayo sa parusaᶠ *ng Dios* dahil kay Cristo. ¹⁰Dati'y kaaway tayo ng Dios, pero ngayon, tinanggap na niya tayong mga kaibigan sa pamamagitan ng pagkamatay ng kanyang Anak. At ngayong mayroon na tayong magandang relasyon sa Dios, tiyak na ililigtas niya tayo *sa kaparusahan* sa pamamagitan ng buhay ni Cristo. ¹¹Hindi lang iyan, nagagalak tayo sa relasyon natin sa Dios ngayon dahil sa ginawa ng ating Panginoong Jesu-Cristo. Naibalik na ang magandang relasyon natin sa Dios dahil sa kanya.

Si Adan at si Cristo

¹²Dumating ang kasalanan sa mundo dahil sa paglabag ni Adan sa utos ng Dios. At dahil sa kasalanan, dumating din ang kamatayan. Kaya lumaganap ang kamatayan sa lahat ng tao, dahil nagkasala ang lahat. ¹³Nasa mundo na ang kasalanan bago pa man ibigay *ng Dios* ang Kautusan. Pero hindi pinapanagot ang mga tao sa kanilang mga kasalanan kung wala namang Kautusan. ¹⁴Ganoon pa man, naghari pa rin ang kamatayan mula kay Adan hanggang kay Moises, kahit sa mga taong hindi naman nagkasala nang tulad ni Adan na lumabag sa utos ng Dios.

---

a 11 ama: Ang ibig sabihin, *ama sa pananampalataya.*

b 17 Gen. 17:5.

c 18 Gen. 15:5.

d 4 nagpapabuti sa ating pagkatao: o, *nagbibigay-lugod sa Dios.*

e 4 kung mabuti ang ating pagkatao: o, *kung nalulugod ang Dios sa atin.*

f 9 parusa: sa literal, *poot.*

Si Adan ay larawan ng Cristo na *noo'y* inaasahang darating. [15] Pero *magkaiba ang dalawang ito, dahil* ang kaloob ng Dios ay hindi katulad sa kasalanan ni Adan. Totoo ngang nagdala ng kamatayan sa maraming tao ang kasalanan ni Adan, pero mas nakakahigit ang biyaya at kaloob ng Dios na dumating sa maraming tao sa pamamagitan ng isang tao na walang iba kundi si Jesu-Cristo. [16] Ibang-iba ang idinulot ng kaloob ng Dios sa idinulot ng kasalanan ni Adan. Ang kasalanan ni Adan ay nagdulot ng kaparusahan, pero ang kaloob na ibinigay ng Dios sa kabila ng maraming kasalanan ay nagdulot ng kapatawaran. [17] Dahil sa kasalanan ng isang tao, naghari ang kamatayan, pero dahil sa ginawa ng isa pang tao na si Jesu-Cristo ang mga taong tumanggap ng masaganang biyaya at kaloob ng Dios ay itinuring niyang matuwid, at maghahari sila sa buhay *na walang hanggan*. [18] Kaya dahil sa kasalanan ng isang tao, ang lahat ay nahatulang maparusahan. Ganoon din naman, dahil sa matuwid na ginawa ng isang tao, ang lahat ay maituturing na matuwid at mabibigyan ng *bagong* buhay. [19] Kung sa pagsuway ng isang tao, marami ang naging makasalanan, ganoon din naman, dahil sa pagsunod ng isang tao marami ang itinuring *ng Dios* na matuwid. [20] Ibinigay ng Dios ang Kautusan para ipakita sa mga tao na marami ang kanilang pagsuway, at nadadagdagan pa nga dahil sa Kautusan. Pero kung nadadagdagan ang pagsuway, higit na nadadagdagan ang biyaya ng Dios. [21] Kaya kung paanong naghari ang kasalanan at nagdulot ng kamatayan, ganoon din naman, naghahari ang biyaya *ng Dios* at nagdudulot ng buhay na walang hanggan. At dahil sa ginawa ng ating Panginoong Jesu-Cristo, itinuring tayong matuwid *ng Dios*.

Ang Bagong Buhay kay Cristo

6 Ano ngayon ang masasabi natin? Magpapatuloy ba tayo sa kasalanan para lalong madagdagan ang biyaya ng Dios sa atin? [2] Aba, hindi maaari! Hindi maaari na magpatuloy pa tayo sa pagkakasala dahil ang kasalanan ay wala ng kapangyarihan sa atin. [3] Hindi ba ninyo alam na noong binautismuhan tayo kay Jesu-Cristo, nangangahulugan ito na kasama tayo sa kanyang kamatayan? [4] Kaya noong binautismuhan tayo, namatay tayo at inilibing na kasama niya. Kung paanong binuhay muli si Cristo sa pamamagitan ng dakilang kapangyarihan ng Ama, tayo rin ay mamuhay sa bagong buhay.

[5] At kung nakasama tayo sa kanyang kamatayan, tiyak na mabubuhay tayong muli[a] tulad ng muli niyang pagkabuhay. [6] Alam natin na ang dati nating pagkatao ay ipinako na sa krus kasama ni Cristo para mamatay, kaya hindi na tayo dapat alipinin pa ng kasalanan. [7] Sapagkat ang taong patay na ay malaya na sa kasalanan. [8] At kung namatay tayong kasama ni Cristo, naniniwala tayong mabubuhay din tayong kasama niya. [9] Sapagkat alam nating si Cristo'y muling nabuhay at hindi na muling mamamatay. Wala nang kapangyarihan sa kanya ang kamatayan. [10] Minsan lang siyang namatay para

sa kasalanan *ng mga tao*; at nabubuhay siya ngayon para sa Dios. [11] At dahil nakay Cristo Jesus na kayo, ituring ninyo ang inyong mga sarili na patay na sa kasalanan at nabubuhay na para sa Dios. [12] Huwag na ninyong paghariin ang kasalanan sa inyong katawang may kamatayan, para hindi na ninyo sundin ang masasamang hilig nito. [13] Huwag na ninyong gamitin ang alin mang bahagi ng inyong katawan sa paggawa ng kasalanan. Sa halip, ialay ninyo ang inyong sarili sa Dios bilang mga taong binigyan ng *bagong* buhay. Ilaan ninyo sa Dios ang inyong katawan sa paggawa ng kabutihan. [14] Sapagkat hindi na dapat maghari pa sa inyo ang kasalanan, dahil wala na kayo sa ilalim ng Kautusan kundi sa ilalim na ng biyaya *ng Dios*.

Mga Alipin ng Katuwiran

[15] Ngayon, dahil wala na tayo sa ilalim ng Kautusan kundi sa biyaya na *ng Dios*, nangangahulugan bang magpapatuloy pa rin tayo sa paggawa ng kasalanan? Aba, hindi! [16] Hindi n'yo ba alam na alipin tayo ng anumang sinusunod natin? Kaya kung sinusunod natin ang kasalanan, alipin tayo ng kasalanan at ang dulot nito'y kamatayan. Pero kung sumusunod tayo sa Dios, mga alipin tayo ng Dios at ang dulot nito'y katuwiran. [17] Noong una, alipin kayo ng kasalanan. Pero salamat sa Dios dahil ngayon, buong puso ninyong sinusunod ang mga aral na itinuro sa inyo. [18] Pinalaya na kayo sa kasalanan at ngayo'y mga alipin na kayo ng katuwiran.

[19] Ginagamit ko bilang halimbawa ang tungkol sa mga alipin para madali ninyong maunawaan ang ibig kong sabihin. Noong una'y nagpaalipin kayo sa karumihan at kasamaan, at naging masama nga kayo. Ngayon nama'y magpaalipin kayo sa kabutihan para maging banal kayo. [20] Noong alipin pa kayo ng kasalanan, wala kayong pakialam sa matuwid na pamumuhay. [21] Ano nga ba ang napala ninyo sa dati ninyong pamumuhay na ikinakahiya na ninyo ngayon? Ang dulot ng mga iyon ay kamatayan. [22] Pero pinalaya na kayo sa kasalanan at alipin na kayo ng Dios. At ang dulot nito'y kabanalan at buhay na walang hanggan. [23] Sapagkat ang kabayaran ng kasalanan ay kamatayan, ngunit ang kaloob ng Dios ay buhay na walang hanggan sa pamamagitan ni Cristo Jesus na ating Panginoon.

Malaya na Tayo sa Kautusan

7 Mga kapatid, alam naman ninyo ang tungkol sa batas. Kaya nauunawaan ninyo na ang tao'y nasasakop lamang ng batas habang nabubuhay siya. [2] Halimbawa, ayon sa batas, ang isang babaeng may asawa ay nakatali sa kanyang asawa habang nabubuhay ito. Pero kung namatay na ang kanyang asawa, malaya na siya sa batas tungkol sa mga mag-asawa. [3] Kaya kung makikisama siya sa ibang lalaki habang buhay pa ang kanyang asawa, nagkakasala siya ng pangangalunya. Pero kung patay na ang kanyang asawa, malaya na siya sa batas tungkol sa mga mag-asawa. At kung mag-asawa man sila'y muli, hindi siya nagkakasala ng pangangalunya.

[4] Ganyan din ang nangyari sa inyo, mga kapatid. Malaya na kayo sa Kautusan sa pamamagitan ng pagkamatay ni Cristo. Muli siyang nabuhay at

---

a 5 mabubuhay tayong muli: o, *magkakaroon tayo ng bagong buhay.*

kayo'y pinag-isa sa kanya para maging kapaki-pakinabang sa paglilingkod sa Dios. ⁵Noong namumuhay pa tayo sa dati nating pagkatao, ang masamang pagnanasa ang naghahari sa ating katawan, at pinukaw pa ng Kautusan, kaya gumawa tayo ng mga bagay na nakapagdudulot ng kamatayan. ⁶Pero ngayon ay malaya na tayo sa Kautusan, dahil namatay na tayo sa *Kautusang ito na* dating umalipin sa atin. Ang ating paglilingkod ngayon sa Dios ay hindi na ayon sa dating buhay na dulot ng Kautusan kundi sa bagong buhay na dulot ng *Banal na* Espiritu.

Ang Kautusan at ang Kasalanan

⁷Ang ibig ko bang sabihin ay masama ang Kautusan? Aba, hindi! Sapagkat kung walang Kautusan hindi ko malalaman kung ano ang kasalanan. Halimbawa, kung hindi sinabi ng Kautusang, "Huwag kang maging sakim,"ᵃ hindi ko sana nalaman na masama pala ang pagiging sakim. ⁸Ngunit ginamit ng kasalanan ang kautusang ito para pukawin sa akin ang lahat ng uri ng kasakiman. Sapagkat kung walang Kautusan, walang kapangyarihan ang kasalanan. ⁹Noong una, nabuhay ako nang walang Kautusan. Pero nang malaman ko ang Kautusan, nalaman kong ako pala'y makasalanan at nahatulan na ng kamatayan. ¹⁰Kaya ang Kautusan na dapat sana'y magbibigay ng buhay ang siya pang nagdulot sa akin ng kamatayan. ¹¹Sapagkat ginamit ng kasalanan ang Kautusan para dayain ako, at dahil dito nahatulan ako ng kamatayan *dahil hindi ko masunod ang Kautusan.* ¹²Pero sa kabila nito, banal pa rin ang Kautusan; ang bawat utos nito ay banal, matuwid at mabuti. ¹³Nangangahulugan ba ang mabuting bagay pa ang siyang nagdulot sa akin ng kamatayan? Aba, hindi! Ang kasalanan ang siyang nagdulot nito. Ginamit ng kasalanan ang Kautusan, na isang mabuting bagay, para ako'y mahatulan ng kamatayan. At dahil dito, nalaman ko kung gaano talaga kasama ang kasalanan.

Ang Kaguluhan sa Puso ng Tao

¹⁴Alam natin na ang Kautusan ay mula sa *Banal na* Espiritu. Pero makamundo ako, at alipin ng kasalanan. ¹⁵Hindi ko maintindihan ang aking sarili. Dahil ang *mabubuting* bagay na gusto kong gawin ay hindi ko magawa, pero ang mga bagay na ayaw kong gawin ang siya kong ginagawa. ¹⁶At kung ayaw ko ang mga ginagawa kong masama, ibig sabihin nito'y sumasang-ayon ako na tama nga ang sinasabi ng Kautusan. ¹⁷Kaya hindi talaga ako gumagawa ng masama, kundi ang kasalanang likas sa akin. ¹⁸Alam kong walang mabuti sa akin; ang tinutukoy ko ay ang makasalanan kong pagkatao, dahil kahit gusto kong gumawa ng mabuti, hindi ko ito magawa. ¹⁹Dahil dito, ang mabubuting bagay na gusto kong gawin ay hindi ko magawa, pero ang mga bagay na kinasusuklaman kong gawin ang siya kong ginagawa. ²⁰Kung ginagawa ko man ang ayaw kong gawin, hindi na ako ang talagang gumagawa nito kundi ang kasalanang likas sa akin.

²¹Ito ang natuklasan ko tungkol sa aking sarili: Kung ibig kong gumawa ng mabuti, hinahadlangan ako ng kasamaang likas sa akin. ²²Sa kaibuturan ng aking puso, nalulugod ako sa Kautusan ng Dios, ²³pero may napapansin akong ibang kapangyarihanᵇ na kumikilos sa aking pagkatao, na sumasalungat sa pagsunod ko sa Kautusan na alam ko. Dahil dito, naging alipin ako ng kapangyarihan ng kasalanan likas sa aking pagkatao. ²⁴Kawawa naman ako! Sino ang magliligtas sa akin *sa makasalanan* kong pagkatao na nagdudulot sa akin ng kamatayan? ²⁵Salamat sa Dios, *siya ang magliligtas sa akin* sa pamamagitan ni Jesu-Cristo na ating Panginoon!

Ito ang aking kalagayan: Ang kaisipan ko ay nagpapasakop sa Kautusan ng Dios, pero ang aking makasalanang pagkatao ay nagpapasakop sa kapangyarihanᶜ ng kasalanan.

Pamumuhay na Ayon sa Banal na Espiritu

8 Kaya ngayon, hindi na hahatulan ng kaparusahan ang mga nakay Cristo Jesus. ²Sapagkat sa pakikipag-isa natin kay Cristo Jesus, pinalaya na tayo sa kapangyarihanᵈ ng kasalanan at kamatayan sa pamamagitan ng kapangyarihan ng *Banal na* Espiritu na nagbibigay-buhay. ³Ang Kautusan ay hindi makapag-aalis ng kapangyarihan ng kasalanan sa ating buhay dahil sa kahinaan ng ating makasalanang pagkatao. Ang Dios na nag-alis nito nang isinugo niya ang sarili niyang Anak sa anyo ng isang taong makasalanan upang handog para sa ating mga kasalanan. At sa kanyang pagiging tao, tinapos na ng Dios ang kapangyarihan ng kasalanan. ⁴Ginawa ito ng Dios para ang ipinatutupad ng Kautusan ay matupad nating mga namumuhay sa patnubay ng *Banal na* Espiritu at hindi ayon sa ating makasalanang pagkatao. ⁵Sapagkat ang mga taong namumuhay ayon sa kanilang makasalanang pagkatao ay walang ibang iniisip kundi ang nais ng kanilang pagkatao. Pero ang tao namang namumuhay ayon sa *Banal na* Espiritu ay walang ibang iniisip kundi ang nais ng *Banal na* Espiritu. ⁶Ang kahihinatnan ng pagsunod sa nais ng makasalanang pagkatao ay kamatayan, pero ang kahihinatnan ng pagsunod sa nais ng *Banal na* Espiritu ay kapayapaan at buhay *na walang hanggan.* ⁷Kalaban ng Dios ang sinumang sumusunod sa nais ng makasalanan niyang pagkatao, dahil ayaw niyang sumunod sa Kautusan ng Dios, at talagang hindi niya magagawang sumunod. ⁸Kaya ang mga taong nabubuhay ayon sa kanilang makasalanang pagkatao ay hindi maaaring kalugdan ng Dios.

⁹Pero hindi na kayo nabubuhay ayon sa makasalanang pagkatao kundi ayon sa patnubay ng Espiritu, kung totoong nasa inyo na nga ang Espiritu ng Dios. Kung wala sa isang tao ang Espiritu ni Cristo, siya'y hindi kay Cristo. ¹⁰Pero dahil nasa inyo na si Cristo, mamatay man ang katawan n'yo dahil sa kasalanan, buhay naman ang inyong espiritu dahil itinuring na kayong matuwid

---

ᵃ 7 Exo. 20:17; Deu. 5:21.

ᵇ 23 *kapangyarihan:* sa literal, *kautusan.* Ganito rin sa talatang 25.

ᶜ 25 *kapangyarihan:* sa literal, *kautusan.*

ᵈ 2 *kapangyarihan:* sa literal, *kautusan.*

ng Dios. ¹¹At dahil nasa inyo na ang Espiritu *ng Dios* na muling bumuhay kay Jesu-Cristo, siya rin ang magbibigay ng buhay sa inyong mga katawang may kamatayan. Gagawin niya ito sa pamamagitan ng kanyang Espiritung nananahan sa inyo.

¹²Kaya nga mga kapatid, hindi tayo dapat mamuhay ayon sa ating makasalanang pagkatao. ¹³Sapagkat mamamatay kayo kapag namuhay kayo ayon sa inyong makasalanang pagkatao. Pero mabubuhay kayo kung susupilin ninyo ang inyong makasalanang pagkatao sa pamamagitan ng *Banal na* Espiritu. ¹⁴Ang mga taong pinapatnubayan ng Espiritu ng Dios ay mga anak ng Dios. ¹⁵At ang Espiritu na tinanggap ninyo ay hindi kayo inalipin upang muling matakot, sa halip ginawa kayong mga anak ng Dios. Ngayon, sa pamamagitan ng Banal na Espiritu, matatawag na ninyong "Ama" ang Dios. ¹⁶Ang *Banal na* Espiritu at ang ating espiritu ay parehong nagpapatunay na tayo'y mga anak ng Dios. ¹⁷At bilang mga anak, mga tagapagmana tayo ng Dios at kasama ni Cristo na magmamana *ng mga pagpapalang inilaan niya.* Sapagkat kung magtitiis tayo kagaya ni Cristo noon, darating ang araw na pararangalan din tayong kasama niya.

Ang Napakagandang Kalagayan sa Hinaharap

¹⁸Para sa akin, ang mga paghihirap sa buhay na ito ay hindi maihahambing sa napakagandang kalagayan na mapapasaatin balang araw. ¹⁹Maging ang buong nilikha ay sabik na naghihintay na ihayag ng Dios ang mga anak niya. ²⁰Sapagkat ang lahat ng nilikha ng Dios ay hindi nakaabot sa layuning para sa kanila. Nangyari ito hindi dahil sa gusto nila, kundi dahil ito ang gusto ng Dios. Pero may pag-asa pa, ²¹dahil palalayain din niya ang buong nilikha mula sa kabulukang umaalipin dito, at makakasama rin sa napakagandang kalagayan ng mga anak ng Dios. ²²Alam natin na hanggang ngayon, ang buong nilikha ay naghihirap at dumaraing tulad ng isang babaeng manganganak na. ²³At hindi lamang ang buong nilikha, kundi pati tayong mga tumanggap ng *Banal na* Espiritu na siyang unang kaloob ng Dios ay dumaraing din habang naghihintay tayo na matubos ang ating mga katawan at mahayag ang ganap na katayuan natin bilang mga anak ng Dios. ²⁴Ligtas na tayo at naghihintay na lang na maging ganap ang kaligtasang ito. Umaasa tayo dahil wala pa ang inaasahan natin. Aasa pa ba tayo kung nariyan na ang ating inaasahan? ²⁵Pero kung ang inaasahan nati'y wala pa, maghihintay tayo nang may pagtitiyaga.

²⁶Tinutulungan tayo ng *Banal na* Espiritu sa kahinaan natin. Hindi natin alam kung ano ang dapat nating ipanalangin, kaya ang Espiritu na rin ang namamagitan sa Dios para sa atin sa pamamagitan ng mga daing na hindi natin kayang sabihin. ²⁷At ang anumang nais sabihin ng *Banal na* Espiritu ay alam ng Dios na siyang sumisiyasat sa puso ng mga tao. Sapagkat namamagitan ang *Banal na* Espiritu para sa mga mananampalataya,ᵃ kung ano ang ayon sa kalooban ng Dios.

²⁸Alam natin na sa lahat ng bagay, gumagawa ang Dios para sa ikabubuti ng mga umiibig sa kanya,

na kanyang tinawag ayon sa kanyang layunin. ²⁹Sapagkat alam na ng Dios noon pa man kung sinu-sino ang kanyang magiging mga anak. At sila'y itinalaga niyang matulad sa kanyang Anak na si Jesus para siya ang maging panganay sa maraming magkakapatid. ³⁰Kaya nga, ang mga taong pinili ng Dios noong una pa ay tinawag niya *para maging kanyang mga anak,* at ang mga tinawag niya ay itinuring niyang matuwid, at ang itinuring niyang matuwid ay binigyan niya ng karangalan.

Ang Pag-ibig ng Dios

³¹Ngayon, kung iisipin natin ang mga bagay na ito, masasabi nating panig sa atin ang Dios, at dahil dito, walang magtatagumpay laban sa atin. ³²Kung ang sarili niyang Anak ay hindi niya ipinagkait sa halip ay ibinigay para sa atin, tiyak na ibibigay din niya sa atin ang lahat ng bagay. ³³Sino ang maaaring mag-akusa sa mga pinili ng Dios? Ang Dios na mismo ang nagturing sa atin na matuwid. ³⁴Wala ring makakahatol sa atin ng kaparusahan, dahil si Cristo Jesus na mismo ang *hinatulang* mamatay *para sa atin.* At hindi lang iyan, muli siyang binuhay at nasa kanang kamay na ngayon ng Dios at namamagitan para sa atin. ³⁵Walang makapaghihiwalay sa atin sa pag-ibig ni Cristo, kahit dumanas pa tayo ng mga pagsubok, paghihirap, pag-uusig, gutom, kawalan,ᵇ panganib, o maging kamatayan. ³⁶Gaya nga ng sinasabi sa Kasulatan,

> "Alang-alang sa iyo, palaging nasa
> panganib ang aming buhay. Para
> kaming mga tupang kakatayin."ᶜ

³⁷Pero kahit ganito ang kalagayan natin, kayang-kaya nating pagtagumpayan ito sa tulong ni Cristo na nagmamahal sa atin. ³⁸⁻³⁹Sapagkat natitiyak ko na walang makakapaghiwalay sa atin sa pag-ibig ng Dios na ipinakita sa atin sa pamamagitan ni Cristo Jesus na ating Panginoon. Maging kamatayan o buhay, mga anghel o anumang makapangyarihang espiritu, ang kasalukuyang panahon o ang hinaharap, ang mga kapangyarihan, ang mga nasa itaas o mga nasa ibaba, o kahit ano pang mga bagay sa buong mundo ay hindi makapaghihiwalay sa atin sa pag-ibig ng Dios.

Ang Dios at ang mga Israelita

9 Ngayon, ako na mananampalataya ni Cristo ay may sasabihin sa inyo. Totoo ito at hindi ako nagsisinungaling. At pinapatunayan ng *Banal na* Espiritu sa aking konsensya na totoo ang sasabihin ko: ²Labis akong nalulungkot at nababalisa ³para sa aking mga kalahi at kababayang Judio. Kung maaari lang sana, ako na lang ang sumpain ng Dios at mahiwalay kay Cristo, maligtas lang sila. ⁴Bilang mga Israelita itinuring sila ng Dios na kanyang mga anak; ipinakita niya sa kanila ang kanyang kadakilaan; gumawa ang Dios ng mga kasunduan sa kanila; ibinigay sa kanila ang Kautusan; tinuruan sila ng tunay na pagsamba; maraming ipinangako ang Dios sa kanila; ⁵ang kanilang mga ninuno'y mga pinili ng Dios; at nagmula sa kanilang lahi

---

ᵃ **27** *mananampalataya:* sa Griego, *hagios,* na ang ibig sabihin ay itinuring ng Dios na sa kanya.

ᵇ **35** *kawalan:* sa literal, *kahubaran.*

ᶜ **36** Salmo 44:22.

si Cristo nang siya'y maging tao—ang Dios na makapangyarihan sa lahat na dapat purihin magpakailanman! Amen.

[6] Hindi ito nangangahulugan na hindi natupad ang mga pangako ng Dios *dahil hindi sila sumampalataya,* sapagkat hindi naman lahat ng nagmula kay Israel ay maituturing na pinili ng Dios. [7] At hindi rin naman lahat ng nagmula kay Abraham ay maituturing na mga anak ni Abraham. Sapagkat sinabi ng Dios kay Abraham, "Ang mga anak lang na magmumula kay Isaac ang mga lahi *na aking ipinangako.*"[a] [8] Ang ibig sabihin, hindi lahat ng anak ni Abraham ay itinuturing na anak ng Dios, kundi ang mga anak lamang na ipinanganak ayon sa ipinangako. [9] Sapagkat ganito ang ipinangako ng Dios sa kanya, "Babalik ako rito sa ganito ring panahon sa susunod na taon at magkakaroon ng anak na lalaki si Sara."[b]

[10] Hindi lang iyon, kundi nangyari rin ang ganoon sa dalawang anak ni Rebeka sa ating ninunong si Isaac, *ipinakita rin ng Dios na hindi lahat ng nagmula kay Abraham ay itinuturing na mga anak niya.* [11-12] Bago pa man ipanganak ang kambal, sinabi na ng Dios kay Rebeka, "Maglilingkod ang nakatatanda sa nakababatang kapatid."[c] Sinabi ito ng Dios noong wala pa silang nagagawang mabuti o masama, para patunayan na ang pagpili niya ay batay sa sarili niyang pasya at hindi sa *mabubuting* gawa ng tao. [13] Gaya nga ng sinabi ng Dios sa Kasulatan,

> "Minamahal ko si Jacob, pero si Esau ay hindi."[d]

[14] Baka naman sabihin ng iba na hindi makatarungan ang Dios. Aba, hindi! [15] Sapagkat sinabi niya kay Moises, "Mahahabag ako sa gusto kong kahabagan; maaawa ako sa gusto kong kaawaan."[e] [16] Kung ganoon, ang pagpili ng Dios ay hindi batay sa kagustuhan ng tao o sa paggawa niya ng mabuti, kundi sa awa ng Dios. [17] Sapagkat ayon sa Kasulatan, sinabi ng Dios sa Faraon, "Pinayagan kitang mabuhay dahil dito: para maipakita ko ang kapangyarihan ko sa pamamagitan mo at makilala ang pangalan ko sa buong mundo."[f] [18] Kaya nga, kinaaawaan ng Dios ang ibig niyang kaawaan, at pinatitigas niya ang ulo ng ibig niyang patigasin.

Ang Galit at Awa ng Dios

[19] Maaaring may magsabi sa akin, "Kung ganoon, bakit pa niya pinapanagot ang mga tao *sa kanilang mga kasalanan?* At sino ang makakasalungat sa kanyang kalooban?" [20] Pero sino ka para magreklamo sa Dios ng ganyan? Tayo'y mga nilikha lang ng Dios, kaya hindi tayo makakapagreklamo kung bakit niya tayo ginawang ganito. [21] Tulad sa isang gumagawa ng palayok, may karapatan siyang gawin ng putik ayon sa gusto niya. May karapatan siyang gumawa ng dalawang uri ng sisidlan mula sa iisang tumpok ng putik: ang isa ay pang-espesyal, at ang isa naman ay pangkaraniwan lang.

[22] Ganoon din naman ang Dios. Nais niyang ipakita ang kanyang kapangyarihan at matinding galit sa mga makasalanan, pero minabuti niyang tiisin muna nang buong tiyaga ang mga taong dapat sanang lipulin na. [23] Ginawa niya ito para ipakita kung gaano siya kadakila sa mga taong kinaaawaan niya, na inihanda na niya noon pa para parangalan. [24] Ito'y walang iba kundi tayo na mga tinawag niya, hindi lang mula sa mga Judio kundi mula rin sa mga hindi Judio. [25] Ito ang sinabi ng Dios sa aklat ni Hoseas:

> "Ang dating hindi ko mga tao ay tatawagin kong, 'Mga tao ko.'
> At ang dating hindi ko mahal ay mamahalin ko.[g]

[26] At sa mga sinabihang, 'Kayo'y hindi ko mga mamamayan,'
> sila'y tatawaging, 'Mga anak ng Dios na buhay.' "[h]

[27] Tungkol naman sa mga Israelita, sinabi ni *Propeta* Isaias: "Kahit na maging kasindami pa ng buhangin sa tabing-dagat ang lahi ni Israel, kakaunti lang sa kanila ang maliligtas, [28] dahil mabilis at matindi ang gagawing paghatol ng Panginoon sa *mga tao sa mundo.*"[i] [29] Sinabi rin ni Isaias,

> "Kung ang Panginoong Makapangyarihan ay walang itinira sa ating lahi, natulad na sana tayo sa Sodom at Gomora."[j]

Ang Israel at ang Magandang Balita

[30] Ano ngayon ang masasabi natin tungkol dito? Ang mga hindi Judio na hindi nagsikap na maging matuwid ay itinuring ng Dios na matuwid nang dahil sa kanilang pananampalataya. [31] Pero ang mga Judio na nagsikap na maituring na matuwid sa pamamagitan ng pagsunod nila sa Kautusan ay nabigo. [32] Bakit sila nabigo? Sapagkat nagtiwala sila sa kanilang mga gawa at hindi sila sumampalataya *kay Jesu-Cristo.* Natisod sila sa "batong nakakatisod." [33] Gaya nga ng sinabi *ng Dios* sa Kasulatan,

> "Maglalagay ako sa Zion ng batong naging katitisuran sa mga tao, at nakakapagpadapa sa kanila.
> Pero hindi mapapahiya ang mga sumampalataya sa kanya."[k]

10 Mga kapatid, ang nais ng aking puso at dalangin sa Dios ay ang kaligtasan ng aking mga kalahing Judio. [2] Ako na rin ang makakapagpatunay na masigasig sila sa kanilang paglilingkod sa Dios, kaya nga lang ay hindi ayon sa katotohanan. [3] Ito'y sa dahilang hindi nila alam kung paano itinuturing ng Dios na matuwid ang isang tao. Nagsikap silang gumawa ng sariling pamamaraan sa halip na sundin nila ang pamamaraan ng Dios. [4] Sapagkat *hindi nila alam na* si Cristo ang hangganan ng

---

a 7 Gen. 21:12.
b 9 Gen. 18:10, 14.
c 11-12 Gen. 25:23.
d 13 Mal. 1:2-3.
e 15 Exo. 33:19.
f 17 Exo. 9:16.

g 25 Hos. 2:23.
h 26 Hos. 1:10.
i 28 Isa. 10:22-23.
j 29 Isa. 1:9.
k 33 Isa. 8:14; 28:16.

Kautusan. Dahil sa kanyang ginawa, ang lahat ng sumasampalataya sa kanya ay itinuturing ng Dios na matuwid.

Ang Kaligtasan ay para sa Lahat

⁵ Ganito ang isinulat ni Moises tungkol sa taong itinuturing ng Dios na matuwid batay sa Kautusan: "Ang taong sumusunod sa Kautusan ay mabubuhay nang ayon sa Kautusan."ᵃ ⁶ Pero ganito naman ang sinasabi ng Kasulatan tungkol sa pagiging matuwid sa pamamagitan ng pananampalataya: "Huwag mong sabihin sa iyong sarili, 'Sino ba ang aakyat sa langit?'" (para ibaba si Cristo). ⁷ "O di kaya'y, 'Sino ang bababa sa lugar ng mga patay?'" (para ibangon si Cristo mula sa mga patay). ⁸ Sa halip, sinasabi ng Kasulatan,

"Ang salita *ng Dios* ay malapit sa iyo; nasa bibig at puso mo."ᵇ

Ito'y *walang iba kundi* ang pananampalataya na ipinangangaral namin: ⁹ na kung ipapahayag mo na si Jesus ay Panginoon at sasampalataya ka nang buong puso na muli siyang binuhay ng Dios, maliligtas ka. ¹⁰ Sapagkat itinuring *ng Dios* na matuwid ang taong sumasampalataya sa kanya nang buong puso. At kung ipapahayag niya *na siya'y sumasampalataya*, maliligtas siya. ¹¹ Sapagkat sinasabi sa Kasulatan, "Hindi mabibigo ang sinumang sumasampalataya sa kanya."ᶜ ¹² *At ang pangakong ito'y para sa lahat* dahil walang pagkakaiba ang Judio sa hindi Judio.ᵈ Ang Panginoon ay Panginoon ng lahat, at pinagpapala niya nang masagana ang lahat ng tumatawag sa kanya. ¹³ Sapagkat *sinasabi sa Kasulatan*, "Maliligtas ang lahat ng tumatawag sa Panginoon."ᵉ

¹⁴ Pero paano sila tatawag kung hindi naman sila sumasampalataya sa kanya? At paano sila sasampalataya kung hindi pa sila nakakarinig ng tungkol sa kanya? At paano sila makakarinig kung walang nangangaral? ¹⁵ At paano makakapangaral ang sinuman kung hindi naman siya isinugo? Ayon sa Kasulatan, "Napakagandang pagmasdan ang pagdating ng mga nagdadala ng magandang balita."ᶠ ¹⁶ Pero hindi naman tinatanggap ng lahat ang Magandang Balita. Sinabi nga ni Isaias, "Panginoon, sino po ba ang naniwala sa sinabi namin?"ᵍ

¹⁷ Sasampalataya lang ang tao kung maririnig niya ang mensahe tungkol kay Cristo, at maririnig lang niya ito kung may mangangaral sa kanya. ¹⁸ Ito ngayon ang tanong ko: Hindi ba nakarinig ang mga Israelita? Nakarinig sila, dahil *sinasabi sa Kasulatan*, "Narinig sa lahat ng dako ang kanilang tinig, at ang sinabi nila ay nakarating sa buong mundo."ʰ ¹⁹ Kung ganoon, hindi ba nila ito naunawaan? Naunawaan nila, dahil ayon sa isinulat ni Moises, *sinabi ng Dios sa kanila*, "Iinggitin ko kayo sa pamamagitan

ng ibang bansa. Iinisin ko kayo dahil ipapakita ko ang aking awa sa mga taong hindi nakakakilala sa akin."ⁱ ²⁰ At buong tapang naman na sinabi ni Isaias *ang sinabing ito ng Dios*:

"Natagpuan ako ng mga taong hindi naghahanap sa akin. Ipinakilala ko ang aking sarili sa mga hindi nagtatanong tungkol sa akin."ʲ

²¹ Pero tungkol naman sa Israel, ito ang sinabi ng Dios: "Matagal akong nanawagan at naghintay sa isang bansang matigas ang ulo at suwail."ᵏ

Ang Awa ng Dios sa Israel

11 Ang tanong ko ngayon, itinakwil na ba ng Dios ang mga taong pinili niya? Aba, hindi! Ako mismo ay isang Israelita, mula sa lahi ni Abraham at kabilang sa lahi ni Benjamin. ² Hindi itinakwil ng Dios ang kanyang mga mamamayan na sa simula pa'y pinili na niya. Hindi n'yo ba natatandaan ang sinasabi sa Kasulatan na ireklamo ni *Propeta* Elias sa Dios ang mga Israelita? ³ *Ang sabi ni Elias*, "Panginoon, pinatay po nila ang inyong mga propeta at winasak ang inyong mga altar. Ako na lang po ang natitira at gusto pa nila akong patayin." ⁴ Pero ano ang isinagot sa kanya ng Dios? "Nagtira ako ng 7,000 *Israelitang* hindi sumasamba sa *dios-diosang si Baal*." ⁵ Ganyan din ngayon, may mga natitira pang *mga Israelita na tapat sa Dios, na* pinili niya dahil sa kanyang biyaya. ⁶ Ngayon, kung ang pagkapili sa kanila ay dahil sa kanyang biyaya, hindi na ito nakasalalay sa kanilang *mabubuting* gawa. Sapagkat kung nakasalalay sa *mabubuting* gawa, hindi na ito biyaya.

⁷ Ngayon, masasabi natin na hindi nakamtan ng mga Israelita ang kanilang ninanais *na maituring silang matuwid ng Dios*. Ang mga pinili ng Dios ang siyang nagkamit nito, pero ang karamihan ay pinatigas ang ulo. ⁸ Gaya nga ng sinasabi sa Kasulatan, "Ginawa silang manhid ng Dios at hanggang ngayon ay para silang mga bulag o bingi *sa katotohanan*." ⁹ Sinabi rin ni David *tungkol sa kanila*: "Ang kanilang mga handogⁱ sana ang magdala sa kanila ng kapahamakan, kasiraan, at kaparusahan. ¹⁰ Mabulag sana sila at magkandakuba *sa bigat ng kanilang mga papasanin*."

¹¹ Natisod ang mga Judio *dahil hindi sila sumampalataya kay Cristo*. Ibig bang sabihin, tuluyan na silang mapapahamak? Hindi! Pero dahil sa paglabag nila, nabigyan ng pagkakataon ang mga hindi Judio na maligtas. At dahil dito, maiinggit ang mga Judio. ¹² Ngayon, kung ang paglabag at pagkabigong ito ng mga Judio ay nagdulot ng malaking pagpapala sa mga hindi Judio sa buong mundo, gaano pa kaya kalaki ang pagpapalang maidudulot kung makumpleto na ang buong bilang ng mga Judio *na sasampalataya kay Cristo*.

---

a 5 Lev. 18:5.

b 8 Deu. 30:12-14.

c 11 Isa. 28:16.

d 12 hindi Judio: sa literal, *Griego.*

e 13 Joel 2:32.

f 15 Isa. 52:7.

g 16 Isa. 53:1.

h 18 Salmo 19:4.

i 19 Deu. 32:21.

j 20 Isa. 65:1.

k 21 Isa. 65:2.

l 9 handog: o, *kapistahan.* Sa literal, *mesa.*

Ang Kaligtasan ng mga Hindi Judio

[13] Ngayon, ito naman ang sasabihin ko sa inyong mga hindi Judio: Ginawa akong apostol ng Dios para sa inyo, at ikinararangal ko ang tungkuling ito. [14] Baka sakaling sa pamamagitan nito ay magawa kong inggitin ang mga kapwa ko Judio para *sumampalataya* ang ilan sa kanila at maligtas. [15] Kung ang pagtakwil ng Dios sa mga Judio ang naging daan para makalapit sa kanya ang *ibang mga tao sa* mundo, hindi ba't lalo pang malaking kabutihan ang maidudulot kung ang mga Judio ay muling tanggapin ng Dios? Sila ay para na ring muling binuhay.

[16] *Maihahambing natin ang mga Judio sa isang tinapay.* Kung inihandog sa Dios ang bahagi ng tinapay, ganoon na rin ang buong tinapay. At kung inihandog sa Dios ang ugat ng isang puno, ganoon na rin ang mga sanga nito. [17] Ang mga Judio ay tulad sa isang puno ng olibo na pinutol ang ilang mga sanga. At kayong mga hindi Judio ay tulad sa mga sanga ng ligaw na olibo na ikinabit bilang kapalit sa pinutol na mga sanga. Kaya nakabahagi kayo sa mga pagpapala ng Dios para sa mga Judio. [18] Pero huwag kayong magmalaki na mas mabuti kayo sa mga sangang pinutol. Alalahanin ninyong *mga sanga lang kayo*; hindi kayo ang bumubuhay sa ugat kundi ang ugat ang bumubuhay sa inyo.

[19] Maaaring sabihin ninyo, "Pinutol sila para maikabit kami." [20] Totoo iyan. Pinutol sila dahil hindi sila sumampalataya *kay Cristo*, at kayo naman ay ikinabit dahil sumampalataya kayo. Kaya huwag kayong magmataas, sa halip ay magkaroon kayo ng takot. [21] Sapagkat kung nagawang putulin ng Dios ang mga likas na sanga, magagawa rin niya kayong putulin. [22] Dito'y makikita natin ang kabutihan at kabagsikan ng Dios. Mabagsik siya sa mga nagkakasala, pero mabuti siya sa inyo kung mananatili kayo sa kanyang kabutihan. Pero kung hindi, kayo man ay puputulin din. [23] At kung hindi na magmamatigas ang mga Judio kundi sasampalataya, ikakabit din silang muli sa puno, dahil kaya itong gawin ng Dios. [24] Sapagkat kung kayong mga sanga ng olibong ligaw ay naidugtong niya sa olibong inalagaan kahit na hindi ito kadalasang ginagawa, mas madaling idugtong muli ng Dios ang mga sangang pinutol mula sa dating puno.

Ang Dios ay Maawain sa Lahat

[25] Mga kapatid, nais kong malaman ninyo ang isang katotohanan na ngayon ko lang ihahayag sa inyo, para hindi maging mataas ang tingin n'yo sa inyong sarili. Ang pagmamatigas ng mga Judio ay hindi panghabang panahon. Ito'y hanggang makumpleto lang ang kabuuang bilang ng mga hindi Judio *na sasampalataya kay Cristo*. [26] Pagkatapos niyan, maliligtas ang buong Israel,[a] gaya ng sinasabi sa Kasulatan,

"Magmumula sa Zion ang Tagapagligtas;
aalisin niya ang kasamaan sa lahi ni Jacob.

[27] Gagawin ko ang kasunduang ito sa kanila
sa araw na aalisin ko ang kanilang
kasalanan."

[28] Dahil tinanggihan ng mga Judio ang Magandang Balita, naging kaaway sila ng Dios para kayong mga hindi Judio ay mabigyan ng pagkakataong maligtas. Pero kung ang pagpili ng Dios ang pag-uusapan, mahal pa rin sila ng Dios dahil sa kanilang mga ninuno. [29] Sapagkat ang Dios ay hindi nagbabago ng isip sa kanyang pagpili at pagpapala. [30] Dati, kayong mga hindi Judio ay suwail sa Dios, pero kinaawaan niya kayo dahil sa pagsuway ng mga Judio. [31] Ganoon din naman, kaaawaan niya ang mga Judio sa kabila ng pagkasuwail nila, tulad ng ginawa niya sa inyo. [32] Sapagkat hinayaan ng Dios na ang lahat ng tao ay maging alipin ng kasalanan para maipakita sa kanila ang kanyang awa.

Papuri sa Dios

[33] Napakadakila ng kabutihan ng Dios! Napakalalim ng kanyang karunungan at kaalaman! Hindi natin kayang unawain ang kanyang mga pasya at pamamaraan! [34] Gaya nga ng sinasabi sa *Kasulatan:*

"Sino kaya ang makakaunawa sa kaisipan
ng Panginoon?
Sino kaya ang makakapagpayo sa kanya?[b]
[35] Sino kaya ang makakapagbigay ng anuman sa
kanya
para tumanaw siya ng utang na loob?"[c]

[36] Sapagkat ang lahat ng bagay ay nanggaling sa kanya, at nilikha ang mga ito sa pamamagitan niya at para sa kanya. Purihin ang Dios magpakailanman! Amen.

Pamumuhay Bilang Cristiano

12 Kaya nga mga kapatid, nakikiusap ako sa inyo alang-alang sa maraming pagkakataong kinaawaan tayo ng Dios, ibigay ninyo sa kanya ang inyong mga sarili bilang mga handog na buhay, banal at kalugod-lugod sa kanya. Ito ang tunay na pagsamba sa kanya. [2] Huwag ninyong tularan ang mga pag-uugali ng mga tao sa mundong ito. Hayaan ninyong baguhin kayo *ng Dios* sa pamamagitan ng pagbabago ng inyong mga isip, para malaman ninyo ang kalooban ng Dios—kung ano ang mabuti, ganap, at kalugod-lugod sa kanyang paningin. [3] Sa biyayang ipinagkaloob ng Dios sa akin, sinasabi ko sa inyo na huwag ninyong pahalagahan ang inyong sarili ng higit sa nararapat. Sa halip, suriin ninyong mabuti ang inyong kakayahan ayon sa pananampalatayang ibinigay ng Dios sa inyo. [4] Kung paanong ang katawan ay binubuo ng maraming bahagi at ang bawat bahagi ay may kanya-kanyang gawain, [5] ganoon din tayong mga mananampalataya. Kahit na marami tayo, iisang katawan lang tayo kay Cristo, at magkakaugnay tayo sa isa't isa. [6] Iba't iba ang kakayahang ibinigay sa atin ng Dios ayon sa kanyang biyaya, kaya gamitin natin ang mga kaloob na iyan. Kung ang

a 26 buong Israel: o, lahat ng mananampalatayang Israelita.

b 34 Isa. 40:13.
c 35 Job 41:11.

kaloob ng isang tao ay pagpapahayag ng salita ng Dios, kailangang ipahayag niya ito ayon sa kanyang pananampalataya. [7] Kung ang kaloob niya ay paglilingkod *sa kapwa*, maglingkod siya. Kung pagtuturo, magturo siya; [8] kung pagpapayo, magpayo siya *nang mabuti*; kung pagbibigay, magbigay siya nang maluwag; kung pamumuno, mamuno siya nang buong sikap; at kung pagtulong sa nangangailangan, tumulong siya nang may kagalakan.

[9] Magmahalan kayo nang tapat. Iwasan ninyo ang masama at laging gawin ang mabuti. [10] Magmahalan kayo bilang magkakapatid *kay Cristo* at maging magalang sa isa't isa. [11] Huwag kayong maging tamad kundi magpakasipag at buong pusong maglingkod sa Panginoon. [12] At dahil may pag-asa kayo sa buhay, magalak kayo. Magtiis kayo sa mga paghihirap at laging manalangin. [13] Tulungan ninyo ang mga pinabanal[a] ng Dios na nangangailangan, at patuluyin ninyo sa inyong mga tahanan ang walang matutuluyan. [14] Idalangin ninyo sa Dios na pagpalain ang mga taong umuusig sa inyo. Pagpalain ninyo sila sa halip na sumpain. [15] Makigalak kayo sa mga nagagalak, at makiramay kayo sa mga naghihinagpis. [16] Mamuhay kayo nang mapayapa sa isa't isa.[b] Huwag kayong magmataas, sa halip ay makipagkaibigan kayo sa mga taong mababa ang kalagayan. Huwag kayong magmarunong.

[17] Huwag ninyong gantihan ng masama ang mga gumagawa sa inyo ng masama. Gawin ninyo ang mabuti sa paningin ng lahat. [18] Hangga't maaari, mamuhay kayo nang mapayapa sa lahat ng tao. [19] Mga minamahal, huwag kayong maghihiganti. Ipaubaya ninyo iyan *sa Dios*. Sapagkat sinabi ng Panginoon sa Kasulatan, "Ako ang maghihiganti; ako ang magpaparusa."[c] [20] Kaya, "Kung nagugutom ang iyong kaaway, pakainin mo. Kung siya'y nauuhaw, painumin mo. Dahil kapag ginawa mo ang mga ito, mapapahiya siya sa kanyang sarili."[d] [21] Huwag kayong patatalo sa masama kundi talunin ninyo ang masama sa pamamagitan ng paggawa ng mabuti.

Tungkulin sa mga Pinuno ng Bayan

13 Magpasakop kayong lahat sa mga namumuno sa pamahalaan. Sapagkat ang lahat ng pamahalaan ay nagmula sa Dios, at siya ang naglagay sa mga namumuno sa kanilang pwesto. [2] Kaya ang mga lumalaban sa pamahalaan ay lumalaban sa itinalaga ng Dios, at dahil dito parurusahan niya silâ. [3] Ang mga namumuno ay hindi dapat katakutan ng mga gumagawa ng mabuti. Ang dapat matakot sa kanila ay ang mga gumagawa ng masama. Kaya kung nais mo na wala kang ikatakot sa mga namumuno, gawin mo ang mabuti at pupurihin ka pa nila. [4] Sapagkat ang mga namumuno sa bayan ay mga lingkod ng Dios para sa ating ikabubuti. Pero

kung gagawa ka ng masama, dapat kang matakot dahil may kapangyarihan silang parusahan ka. Sila'y mga lingkod ng Dios na nagpaparusa sa mga gumagawa ng masama. [5] Kaya magpasakop kayo *sa pamahalaan*, hindi lang para maiwasan ang parusa kundi dahil ito ang nararapat gawin.

[6] Iyan din ang dahilan kung bakit tayo nagbabayad ng buwis. Sapagkat ang mga namumuno ay lingkod ng Dios at inilalaan nila ang kanilang buong panahon sa pagtupad ng kanilang tungkulin. [7] Kaya ibigay ninyo ang nararapat ibigay. Bayaran ninyo ang inyong mga buwis, igalang ang dapat igalang, at parangalan ang dapat parangalan.

Tungkulin sa Isa't Isa

[8] Huwag kayong mananatiling may utang kaninuman, maliban sa utang ng pagmamahalan. Sapagkat ang nagmamahal sa kapwa ay tumutupad sa Kautusan. [9] Ang mga kautusang, "Huwag kang mangangalunya, huwag kang papatay, huwag kang magnanakaw, huwag kang mag-iimbot," at ang iba pang mga utos ay napapaloob sa iisang utos: "Mahalin mo ang iyong kapwa gaya ng pagmamahal mo sa iyong sarili." [10] Ang taong nagmamahal ay hindi gumagawa ng masama sa kanyang kapwa. Kaya kung nagmamahalan tayo, tinutupad natin ang buong Kautusan.

[11] Dapat ninyong gawin ito dahil alam ninyong panahon na para gumising kayo. Sapagkat mas malapit na ngayon ang oras ng ating kaligtasan kaysa noong una, nang tayo'y sumampalataya *kay Jesu-Cristo*. [12] Mag-uumaga na, kaya iwanan na natin ang mga gawain ng kadiliman at isuot na ang kabutihan bilang panlaban nating mga nasa liwanag. [13] Mamuhay tayo nang marangal dahil tayo'y nasa liwanag na. Huwag nating gawin ang paglalasing, magugulong kasiyahan, sekswal na imoralidad, kalaswaan, ang pag-aaway, at inggitan. [14] Sa halip, paghariin ninyo sa inyong buhay ang Panginoong Jesu-Cristo, at huwag ninyong pagbigyan ang inyong makamundong pagnanasa.

Huwag Humatol sa Kapatid

14 Tanggapin ninyo ang kapatid na mahina ang pananampalataya at huwag makipagtalo sa kanyang mga paniniwala. [2] Halimbawa, may kapatid na naniniwala na lahat ng pagkain ay maaaring kainin. Mayroon namang mahina *ang pananampalataya* at para sa kanya, gulay lamang ang dapat kainin. [3] Hindi dapat hamakin ng taong kumakain ng kahit ano ang tao na ang kinakain ay gulay lamang. At huwag hatulan ng tao na ang kinakain ay gulay lamang ang taong kumakain ng kahit ano. Sapagkat pareho silang tinatanggap ng Dios, [4] at sa Dios lang din sila mananagot. Kaya, sino ka para humatol sa utusan ng iba? Ang Amo[e] lang niya ang makapagsasabi kung mabuti o masama ang ginagawa niya. At talagang magagawa niya ang tama, dahil ang Panginoon ang tutulong sa kanya.

[5] May mga taong naniniwala na mas mahalaga ang isang araw kaysa sa ibang mga araw. May tao namang pare-pareho lang para sa kanya ang lahat ng

---

a 13 *pinabanal*: sa Griego, *hagios*, na ang ibig sabihin ay itinuring ng Dios na banal.

b 16 *Mamuhay kayo nang mapayapa sa isa't isa*: o, *Ituring ninyo nang pantay-pantay ang bawat isa*.

c 19 Deu. 32:35.

d 20 *mapapahiya siya sa kanyang sarili*: sa literal, *nilalagyan mo siya ng baga sa ulo*.

e 4 *Amo*: sa literal, *panginoon*.

araw. Ang bawat tao ang bahalang magpasya para sa kanyang sarili *tungkol sa bagay na iyan.* ⁶ Ang taong may pinapahalagahang araw ay gumagawa nito para sa Panginoon. At ang tao namang kumakain ng kahit anong pagkain ay gumagawa rin nito para sa Panginoon, dahil pinapasalamatan niya ang Dios para sa kanyang pagkain. Ang hindi naman kumakain ng ilang klase ng pagkain ay gumagawa nito para sa Panginoon at nagpapasalamat din siya sa Dios. ⁷ Wala ni isa man sa atin ang nabubuhay o namamatay para sa sarili lamang. ⁸ Kung tayo'y nabubuhay, nabubuhay tayo para sa Panginoon, at kung tayo'y mamamatay, mamamatay tayo para sa Panginoon. Kaya mabuhay man tayo o mamatay, tayo'y sa Panginoon. ⁹ Ito ang dahilan kung bakit namatay at muling nabuhay si Cristo, para maging Panginoon siya ng mga buhay at mga patay. ¹⁰ Kaya huwag ninyong hahatulan o hahamakin ang inyong kapatid *kay Cristo.* Sapagkat tayong lahat ay haharap sa Dios, at siya ang hahatol *kung ang ginawa natin ay mabuti o masama.* ¹¹ Sapagkat sinasabi sa Kasulatan, "Ako, ang Panginoon na buhay ay sumusumpa na darating ang araw na luluhod ang lahat ng tao sa akin at kikilalanin akong Dios."ᵃ ¹² Kaya lahat tayo'y mananagot sa Dios sa lahat ng ating mga ginawa.

¹³ Kaya nga huwag na tayong maghatulan. Sa halip, iwasan na nating gumawa ng mga bagay na magiging dahilan ng pagkakasala ng ating kapatid. ¹⁴ Dahil nakipag-isa na ako sa Panginoong Jesus, alam ko na wala talagang bawal na pagkain. Pero kung inaakala ng isang tao na bawal ang isang pagkain, dapat huwag niyang kainin. ¹⁵ Kung nasasaktan ang iyong kapatid dahil sa kinakain mo, hindi na naaayon sa pag-ibig ang ginagawa mo. Huwag mong ipapahamak ang kapatid mo kay Cristo dahil lang sa pagkain, dahil namatay din si Cristo para sa kanya. ¹⁶ Huwag mong gawin ang anumang bagay na itinuturing ng iba na masama kahit na para sa iyo ito ay mabuti. ¹⁷ Sapagkat ang kaharian ng Dios ay hindi tungkol sa pagkain o inumin, kundi tungkol sa matuwid na pamumuhay, magandang relasyon sa isa't isa, at kagalakan na mula sa Banal na Espiritu. ¹⁸ Ang naglilingkod kay Cristo sa ganitong paraan ay kalugod-lugod sa Dios at iginagalang ng kapwa.

¹⁹ Kaya pagsikapan nating gawin lagi ang mga bagay na magbibigay ng kapayapaan at makakapagpatibay sa isa't isa. ²⁰ Huwag mong sirain ang pananampalataya ng isang iniligtas ng Dios nang dahil lang sa pagkain. Lahat ng pagkain ay maaaring kainin, pero ang pagkain nito ay masama kapag naging dahilan ito ng pagkakasala ng iba. ²¹ Mas mabuti pang huwag nang kumain ng karne o uminom ng alak o gawin ang isang bagay kung iyon ang magiging dahilan ng pagkakasala ng iyong kapatid. ²² Kaya anuman ang iyong paniniwala sa mga bagay na ito, ikaw na lang at ang Dios ang dapat makaalam. Mapalad ang taong hindi inuusig ng kanyang konsensya dahil sa paggawa ng mga bagay na alam niyang tama. ²³ Pero ang sinumang kumakain nang may pag-aalinlangan ay nagkakasalaᵇ dahil hindi na ito ayon sa kanyang

paniniwala. Sapagkat kasalanan ang anumang bagay na ginagawa natin na hindi ayon sa ating paniniwala.

Mamuhay Tayo para sa Ikabubuti ng Iba

15 Tayong malalakas *sa pananampalataya* ay dapat tumulong sa mga kapatid nating mahihina *sa pananampalataya.* Hindi lang ang sarili nating kapakanan ang dapat nating isipin, ² kundi ang kapakanan din ng iba, para mapalakas ang kanilang pananampalataya. ³ Maging si Cristo ay hindi hinangad ang sariling kapakanan, kundi ayon sa Kasulatan, "Nasaktan din ako sa mga pang-iinsultong ginawa sa inyo."ᶜ ⁴ Ang lahat ng nakasulat sa Kasulatan noong unang panahon ay isinulat para turuan tayo. At sa pamamagitan ng Kasulatan, tayo'y magiging matatag at malakas ang loob, at magkakaroon ng pag-asa.

⁵ Nawa ang Dios na nagpapalakas at nagbibigay sa atin ng pag-asa ay tulungan kayong mamuhay nang may pagkakaisa bilang mga tagasunod ni Cristo Jesus. ⁶ Sa ganoon, sama-sama kayong magpupuri sa Dios at Ama ng ating Panginoong Jesu-Cristo.

Ang Magandang Balita para sa mga Hindi Judio

⁷ Kaya tanggapin ninyo ang isa't isa gaya nang pagtanggap ni Cristo sa inyo para mapapurihan ang Dios. ⁸ Sapagkat sinasabi ko sa inyo na isinugo ng Dios si Cristo para maglingkod sa mga Judio at para ipakita na ang Dios ay tapat sa pagtupad ng kanyang mga pangako sa kanilang mga ninuno. ⁹ *Sinugo rin si Cristo* para ipakita ang awa ng Dios sa mga hindi Judio, nang sa ganoon ay papurihan din nila ang Dios. Ayon nga sa Kasulatan,

"Pasasalamatan kita sa piling ng mga hindi Judio,
at aawit ako ng mga papuri sa iyo."ᵈ

¹⁰ At sinabi pa sa Kasulatan,

"Kayong mga hindi Judio, makigalak kayo sa mga taong sakop ng Dios."ᵉ

¹¹ At sinabi pa,

"Kayong lahat na mga hindi Judio, purihin ninyo ang Panginoon.
Kayong lahat, purihin siya."ᶠ

¹² Sinabi naman ni Isaias,

"Magmumula sa lahi ni Jesse ang isang mamumuno sa mga hindi Judio,
at aasa sila sa kanya."ᵍ

¹³ Nawa ang Dios na nagbibigay sa atin ng pag-asa ay siya ring magbigay sa inyo ng buong kagalakan at kapayapaan dahil sa inyong pananampalataya sa kanya, para patuloy na lumago ang inyong pag-asa sa pamamagitan ng Banal na Espiritu.

ᵃ 11 Isa. 45:23.
ᵇ 23 *nagkakasala:* o, *hinahatulan ng Dios.*
ᶜ 3 Salmo 69:9.
ᵈ 9 2 Sam. 22:50; Salmo 18:49.
ᵉ 10 Deu. 32:43.
ᶠ 11 Salmo 117:1.
ᵍ 12 Isa. 11:10.

Ang Dahilan ng Pagsulat ni Pablo

[14] Mga kapatid, lubos akong naniniwala na puno kayo ng kabutihan, may sapat na kaalaman, at marunong magpaalala sa isa't isa. [15] Ganoon pa man, sumulat pa rin ako ng walang pag-aalinlangan tungkol sa mga bagay na dapat ipaalala sa inyo, dahil ipinagkaloob ng Dios sa akin [16] na maging lingkod ni Cristo Jesus para sa mga hindi Judio. Naglilingkod ako sa kanila na tulad ng isang pari at ipinangangaral ko ang Magandang Balita ng Dios. *Ginagawa ko ito* para maging handog sila na katanggap-tanggap sa Dios, na itinalaga sa kanya sa pamamagitan ng Banal na Espiritu. [17] At dahil ako'y nakay Cristo Jesus, maipagmamalaki ko ang aking mga nagawa para sa Dios. [18] At wala akong ibang ipinagmamalaki kundi ang mga ginawa ni Cristo sa pamamagitan ko, na nahikayat ko ang mga hindi Judio na sumunod sa Dios sa pamamagitan ng aking mga aral at mga gawa, [19] sa tulong ng mga himala at kamangha-manghang mga bagay na gawa ng kapangyarihan ng *Banal na* Espiritu. Kaya naipangaral ko ang Magandang Balita tungkol kay Cristo mula sa Jerusalem hanggang Iliricum. [20] Ang tanging nais ko'y maipangaral ang Magandang Balita sa mga lugar na hindi pa naipapangaral si Cristo para hindi ako makapangaral sa lugar na may gawaing pinasimulan na ng iba. [21] Sinasabi sa Kasulatan,

> "Makikilala siya ng mga hindi pa
>   nasasabihan ng tungkol sa kanya.
> Makakaunawa ang mga hindi pa
>   nakakarinig."[a]

Ang Plano ni Pablo na Pagpunta sa Roma

[22] *Ang pangangaral ko sa mga lugar dito* ang dahilan kung bakit hanggang ngayon ay hindi pa ako nakakarating diyan sa inyo. [23] Pero ngayong natapos ko na ang mga gawain ko rito, at dahil matagal ko nang gustong pumunta riyan, [24] inaasahan kong magkikita-kita na tayo ngayon. Dadaan ako riyan sa pagpunta ko sa España. At alam kong magiging masaya ako sa ating pagkikita kahit saglit lang. Inaasahan ko rin na matutulungan ninyo ako sa pagpunta ko sa España mula riyan. [25] Pero sa ngayon, kailangan ko munang pumunta sa Jerusalem para ihatid ang tulong sa mga pinabanal[b] ng Dios. [26] Sapagkat minabuti ng mga *kapatid* sa Macedonia at Acaya na magbigay ng tulong para sa mga mahihirap na pinabanal *ng Dios* doon sa Jerusalem. [27] Masaya nilang ginagawa ito, at ito ang nararapat, dahil may utang na loob sila sa mga kapatid sa Jerusalem. Kung ang mga hindi Judio ay nakabahagi sa pagpapalang espiritwal ng mga Judio, dapat lang na tulungan nila ang mga Judio sa mga pagpapalang materyal. [28] Pagkatapos kong maihatid ang nakolektang tulong sa mga kapatid sa Jerusalem, dadaan ako riyan sa inyo bago ako pumunta sa España. [29] Naniniwala ako na pagdating ko riyan, dala ko ang maraming pagpapala para sa inyo mula kay Cristo.

[30] Kaya nakikiusap ako sa inyo, mga kapatid, alang-alang sa Panginoong Jesu-Cristo at sa pag-ibig na bigay ng *Banal na* Espiritu, tulungan ninyo ako sa pamamagitan ng inyong taimtim na panalangin sa Dios para sa akin. [31] Ipanalangin ninyo na maligtas ako sa mga di-mananampalataya sa Judea, at malugod na tanggapin ng mga pinabanal *ng Dios* sa Jerusalem ang dala kong tulong para sa kanila. [32] Sa ganoon, masaya akong darating diyan sa inyo kung loloobin ng Dios, at makakapagpahinga sa piling ninyo. [33] Patnubayan nawa kayo ng Dios na nagbibigay ng kapayapaan. Amen.

Mga Pangangamusta

16 Ngayon, nais kong ipakilala sa inyo ang kapatid nating si Febe. Naglilingkod siya sa iglesya sa Cencrea. [2] Tanggapin ninyo siya *bilang kapatid* sa Panginoon gaya ng nararapat gawin ng mga pinabanal[c] *ng Dios.* Tulungan ninyo siya sa anumang kakailanganin niya dahil marami siyang natulungan at isa na ako roon.

[3] Ikumusta ninyo ako kina Priscila at Aquila. Sila'y kapwa ko manggagawa kay Cristo Jesus. [4] Itinaya nila ang kanilang buhay alang-alang sa akin. Malaki ang utang na loob ko sa kanila, at hindi lang ako kundi pati na rin ang lahat ng iglesyang hindi Judio. [5] Ikumusta rin ninyo ako sa mga mananampalatayang[d] nagtitipon sa kanilang tahanan.

Ipaabot din ninyo ang pangangamusta ko sa minamahal kong kaibigan na si Epenetus. Siya ang unang sumampalataya kay Cristo Jesus sa *probinsya* ng Asia. [6] Ikumusta n'yo rin ako kay Maria, na nagsikap nang husto para sa inyo. [7] Kumusta rin kina Andronicus at Junias, mga kapwa kong Judio at nakasama ko sa bilangguan. Nauna silang naging Cristiano kaysa sa akin, at kilalang-kilala sila ng mga apostol.

[8] Ikumusta n'yo rin ako sa minamahal kong kaibigan sa Panginoon na si Ampliatus. [9] Kumusta rin kay Urbanus na kapwa ko manggagawa kay Cristo, at ganoon din sa minamahal kong *kaibigan na* si Stakis. [10] Kumusta rin kay Apeles na isang subok at tapat na lingkod ni Cristo. Kumusta rin sa pamilya ni Aristobulus, [11] sa kapwa ko Judio na si Herodion, at sa mga kapatid sa Panginoon sa pamilya ni Narcisus.

[12] Ikumusta n'yo rin ako kina Trifena at Trifosa, na masisipag na manggagawa ng Panginoon. Kumusta rin sa minamahal kong *kaibigan na* si Persis. Malaki ang naitulong niya sa gawain ng Panginoon. [13] Kumusta rin kay Rufus, na isang mahusay na lingkod ng Panginoon. Kumusta rin sa kanyang ina, na para ko na ring ina. [14] Ikumusta rin ninyo ako kina Asyncritus, Flegon, Hermes, Patrobas, Hermas at sa mga kapatid na kasama nila. [15] Kumusta rin kina Filologus, Julia, Nereus at sa kapatid niyang babae na si Olimpas, at sa *lahat ng* pinabanal *ng Dios* na kasama nila.

---

a 21 Isa. 52:15.

b 25 pinabanal: sa Griego, *hagios,* na ang ibig sabihin ay itinuring ng Dios na sa kanya. Ganito rin sa mga talatang 26 at 31.

c 2 pinabanal: Tingnan ang "footnote" sa 15:25.

d 5 mga mananampalataya: sa literal, *iglesya.*

¹⁶ Magbatian kayo bilang mga magkakapatid kay Cristo.ᵃ Kinukumusta kayo ng lahat ng iglesya ni Cristo rito.

¹⁷ Mga kapatid, mag-ingat kayo sa mga taong lumilikha ng pagkakahati-hati at gumugulo sa pananampalataya ninyo. Nangangaral sila laban sa mga aral na natanggap ninyo sa amin. Kaya iwasan ninyo sila. ¹⁸ Ang mga taong ganyan ay hindi naglilingkod sa Panginoong Jesu-Cristo, kundi sa sarili nilang hanganⁿᵇ sila sumusunod. Dinadaya nila ang mga kulang sa kaalaman sa pamamagitan ng mahuhusay at magaganda nilang pananalita. ¹⁹ Balitang-balita sa lahat ang inyong katapatan sa pagsunod sa Panginoon, at nagagalak ako dahil diyan. Pero gusto kong maging matalino kayo sa mga bagay na mabuti, at walang alam sa paggawa ng kasamaan. ²⁰ Ang Dios ang nagbibigay ng kapayapaan, at malapit na niyang puksain ang kapangyarihan ni Satanas sa pamamagitan ninyo. Pagpalain kayo ng Panginoong Jesus.

²¹ Kinukumusta kayo ni Timoteo na kapwa ko manggagawa sa Panginoon, at nina Lucius, Jason at Sosipater na mga kapwa ko Judio.

²² (Kinukumusta ko rin kayo. Ako si Tertius na nasa Panginoon din na siyang sumulat ng liham na ito ni Pablo.)

²³ Kinukumusta rin kayo ni Gaius. Akong si Pablo ay nakikituloy dito sa bahay niya, at dito rin nagtitipon ang mga mananampalatayaᶜ sa lugar na ito. Kinukumusta rin kayo ni Erastus na tresurero ng lungsod at ng ating kapatid na si Quartus. [²⁴ Pagpalain kayong lahat ng ating Panginoong Jesu-Cristo. Amen.]

Papuri sa Dios

²⁵ Purihin natin ang Dios na siyang makakapagpatibay sa pananampalataya ninyo ayon sa Magandang Balita na ipinangaral ko sa inyo. Ang Magandang Balita tungkol kay Jesu-Cristo ay inilihim nang matagal na panahon, ²⁶ pero ipinahayag na ngayon sa pamamagitan ng mga isinulat ng mga propeta. Ito'y ayon sa utos ng walang kamatayang Dios, para ang lahat ng tao ay sumampalataya at sumunod sa kanya.

²⁷ Purihin natin ang Dios na tanging nakakaalam ng lahat. Purihin natin siya magpakailanman sa pamamagitan ni Jesu-Cristo! Amen.

a 16 bilang mga magkakapatid kay Cristo: sa literal, sa pamamagitan ng banal na halik.
b 18 sarili nilang hangarin: sa literal, ang kanilang tiyan.
c 23 mga mananampalataya: sa literal, iglesya.

1 Mula kay Pablo na tinawag upang maging apostol ni Cristo Jesus ayon sa kalooban ng Dios, *kasama si* Sostenes na *ating* kapatid.

² *Mahal kong mga kapatid* sa iglesya*ª* ng Dios diyan sa Corinto. Kayo'y naging kanya sa inyong pakikipag-isa kay Cristo Jesus. Tinawag niya kayo upang maging banal,*b* kasama ng lahat ng kumikilala sa ating Panginoong Jesu-Cristo saan mang lugar. Siya'y Panginoon nating lahat.

³ Sumainyo nawa ang biyaya at kapayapaang galing sa Dios na ating Ama at sa Panginoong Jesu-Cristo.

Mga Pagpapala Mula kay Cristo

⁴ Lagi akong nagpapasalamat sa Dios dahil sa mga pagpapalang ibinigay niya sa inyo sa pamamagitan ng inyong pakikipag-isa kay Cristo Jesus. ⁵ Sapagkat sa inyong pakikipag-isa sa kanya, pinalago kayo *ng Dios* sa lahat ng bagay—sa pananalita at kaalaman. ⁶ Dahil dito, napatunayan sa inyo na ang mga itinuro namin tungkol kay Cristo ay totoo. ⁷ Kaya hindi kayo kinukulang sa anumang kaloob na espiritwal habang hinihintay ninyo ang pagbabalik ng ating Panginoong Jesu-Cristo. ⁸ Pananatilihin niya kayong matatag *sa pananampalataya* hanggang sa katapusan, upang kayo'y maging walang kapintasan sa araw ng kanyang pagdating. ⁹ Tapat ang Dios na tumawag sa inyo upang makipag-isa sa kanyang Anak na si Jesu-Cristo na ating Panginoon.

Dapat Magkaisa ang mga Mananampalataya

¹⁰ Mga kapatid, nakikiusap ako sa inyo, sa pangalan ng ating Panginoong Jesu-Cristo, na magkaisa kayong lahat, na walang hidwaang mamagitan sa inyo. Magkaisa kayo sa isip at layunin. ¹¹ Sinasabi ko ito, dahil may nagbalita sa akin mula sa tahanan ni Cloe na may mga nag-aalitan sa inyo. ¹² Ito ang ibig kong sabihin: Ang iba daw sa inyo ay nagsasabi, "Kay Pablo ako"; ang iba naman ay "Kay Apolos ako." May iba ring nasasabi, "Kay Pedro*c* ako"; at ang iba naman ay "Kay Cristo ako." ¹³ Bakit, nahahati ba si Cristo? Si Pablo ba ang ipinako sa krus para sa inyo? Binautismuhan ba kayo sa pangalan ni Pablo?

¹⁴ Salamat sa Dios at wala akong binautismuhan sa inyo maliban kina Crispus at Gaius. ¹⁵ Kaya walang makapagsasabing binautismuhan kayo sa pangalan ko. ¹⁶ (Binautismuhan ko rin pala si Stefanas at ang kanyang pamilya. Maliban sa kanila, wala na akong natatandaang binautismuhan ko.) ¹⁷ Sapagkat hindi ako isinugo ni Cristo upang magbautismo, kundi upang mangaral ng Magandang Balita. At hindi ko ito ginagawa sa pamamagitan ng mahusay na pananalita at karunungan ·ng tao, upang hindi mawalan ng kapangyarihan ang pagkamatay ni Cristo sa krus.

Si Cristo ang Kapangyarihan at Karunungan ng Dios.

¹⁸ Ang mensahe ng *pagkamatay ni Cristo sa* krus ay kamangmangan para sa mga napapahamak, ngunit sa mga naliligtas, ito'y kapangyarihan ng Dios. ¹⁹ Sapagkat sinasabi ng Kasulatan, "Sisirain ko ang karunungan ng marurunong, at ipapawalang-saysay ko ang katalinuhan ng matatalino."*d* ²⁰ Ano ngayon ang kabuluhan ng marurunong, ng mga tagapagturo ng Kautusan, at ng mahuhusay sa debate sa panahong ito? Hindi ba't ipinakita ng Dios na ang karunungan ng mundo ay kamangmangan?

²¹ Sapagkat sa karunungan ng Dios, hindi niya pinahintulot na makilala siya ng tao sa pamamagitan ng karunungan ng mundong ito. Mas minabuti ng Dios na iligtas ang mga tao sa pamamagitan ng kanilang pananampalataya sa ipinangangaral na *Magandang Balita*, na ayon sa iba ay kamangmangan lamang. ²² Ang mga Judio ay ayaw maniwala hangga't walang nakikitang himala, at ang mga Griego naman ay humahanap ng *sinasabi nilang* karunungan. ²³ Ngunit kami naman ay ipinapangaral ang Cristo na ipinako sa krus—bagay na hindi matanggap ng mga Judio, at isang kamangmangan para sa mga hindi Judio. ²⁴ Ngunit para sa mga tinawag *ng Dios*, Judio man o hindi, si Cristo ang siyang kapangyarihan at karunungan ng Dios. ²⁵ Sapagkat ang *inaakala ng tao na* kamangmangan ng Dios ay higit pa sa karunungan ng tao, at ang *inaakala nilang* kahinaan ng Dios ay higit pa sa kalakasan ng tao. ²⁶ Mga kapatid, isipin ninyo kung ano ang inyong kalagayan nang tawagin kayo ng Dios. Iilan lamang sa inyo ang masasabing matalino sa paningin ng mundo, at iilan lamang ang makapangyarihan o nagmula sa mga kilalang angkan. ²⁷ Ngunit pinili ng Dios ang mga itinuturing ng mundo na mangmang upang hiyain ang marurunong. Pinili ng Dios ang mga itinuturing ng mundo na mahihina upang hiyain ang malalakas. ²⁸ At pinili ng Dios ang mga itinuturing ng mundo na mababa at walang halaga upang mapawalang-halaga ang itinuturing ng mundo na mahalaga. ²⁹ Kaya walang makakapagmalaki sa harap ng Dios. ³⁰ Dahil sa kanya, tayo'y nakay Cristo Jesus. Si Cristo ang karunungan ng Dios para sa atin. Sa pamamagitan niya, itinuring tayo ng Dios na matuwid, ibinukod para sa kanya, at tinubos sa ating mga kasalanan. ³¹ Kaya gaya ng sinasabi sa Kasulatan, "Ang gustong magmalaki, ipagmalaki lamang ang ginawa ng Dios."*e*

Ang Kamatayan ni Cristo sa Krus

2 Mga kapatid, nang pumunta ako riyan upang ipahayag ang lihim na plano ng Dios, hindi ako gumamit ng malalalim na pananalita o

---

a 2 iglesya: Ang ibig sabihin, *mga mananampalataya ni Cristo.*

b 2 banal: sa Griego, *hagios,* na ang ibig sabihin ay itinuring ng Dios na sa kanya.

c 12 Pedro: sa Griego, *Cefas.*

d 19 Isa. 29:14.

e 31 Jer. 9:24.

karunungan. ² Sapagkat ipinasya ko na wala akong ipangangaral sa inyo kundi si Jesu-Cristo lang at ang kanyang pagkapako sa krus. ³ Pumunta ako riyan na may kahinaan, at nanginginig pa sa takot. ⁴ At nang mangaral ako sa inyo, hindi ako gumamit ng matatamis na pananalita batay sa karunungan ng tao upang kumbinsihin kayo. Sa halip, pinatunayan ng *Banal na* Espiritu ang aking pangangaral sa pamamagitan ng kanyang kapangyarihan, ⁵ nang sa ganoon, hindi nakasalalay sa karunungan ng tao ang inyong pananampalataya kundi sa kapangyarihan ng Dios.

⁶ Kung sabagay, nagtuturo rin kami ng malalalim na karunungan sa mga matatag na sa pananampalataya, ngunit ang karunungang ito'y hindi mula sa karunungan ng mundong ito, o sa mga namumuno sa mundong ito na nakatakda nang malipol. ⁷ Ang karunungang sinasabi ko ay ang karunungan ng Dios na kanyang inilihim noon. Ito'y itinalaga niya para sa ating karangalan bago pa man niya likhain ang mundo. ⁸ Ang karunungang ito ay hindi naunawaan ng mga namumuno sa mundong ito. Sapagkat kung naunawaan nila, hindi sana nila ipinako sa krus ang dakilang Panginoon. ⁹ Ganito nga ang sinasabi ng Kasulatan,

> "Wala pang taong nakakita, nakarinig, o
> nakaisip sa mga bagay na inihanda
> ng Dios para sa mga nagmamahal sa
> kanya."ᵃ

¹⁰ Ngunit ang mga bagay na ito'y ipinahayag na sa atin ng Dios sa pamamagitan ng kanyang Espiritu. Sapagkat ang lahat ng bagay ay nalalaman ng Espiritu, maging ang mga malalalim na kaisipan ng Dios. ¹¹ Hindi ba't walang nakakaalam sa iniisip ng isang tao maliban sa kanyang sariling espiritu? Ganoon din naman, walang nakakaalam sa iniisip ng Dios maliban sa kanyang Espiritu. ¹² At ang Espiritu na ito ng Dios ang tinanggap nating mga mananampalataya, hindi ang espiritu ng mundong ito, upang maunawaan natin ang mga pagpapalang ibinigay sa atin ng Dios.

¹³ Kaya nga ipinangangaral namin ang mga bagay na ito sa pamamagitan ng mga salitang mula sa *Banal na* Espiritu at hindi mula sa karunungan ng tao. Ipinangangaral namin ang espiritwal na mga bagay sa mga taong pinananahanan ng Espiritu. ¹⁴ Ngunit sa taong hindi pinananahanan ng Espiritu ng Dios, hindi niya tinatanggap ang mga aral mula sa Espiritu, dahil para sa kanya ito'y kamangmangan. At hindi niya ito nauunawaan, dahil ang mga bagay na ito'y mauunawaan lamang sa tulong ng Espiritu. ¹⁵ Sa taong pinananahanan ng Espiritu, nauunawaan niya ang mga bagay na ito, ngunit hindi naman siya mauunawaan ng mga tao na hindi pinananahanan ng Espiritu ng Dios. ¹⁶ Ayon nga sa sinasabi ng Kasulatan,

> "Sino ba ang nakakaalam ng isip ng
> Panginoon?
> Sino ba ang makakapagpayo sa kanya?"

Ngunit tayo, taglay natin ang pag-iisip ni Cristo, *kaya nakakaunawa tayo.*

ᵃ 9 Isa. 64:4.

Mga Lingkod ng Dios

3 Mga kapatid, hindi ko kayo makausap noon bilang mga taong ginagabayan ng Espiritu ng Dios, kundi bilang mga taong makamundo at sanggol pa *sa pananampalataya* kay Cristo. ² Ang mga ipinangaral ko sa inyo'y mga simpleng aral lamang dahil sa hindi pa ninyo kayang unawain ang malalalim na pangaral. At kahit ngayon, hindi pa ninyo ito kayang unawain, ³ dahil makamundo pa rin kayo. Nag-iinggitan kayo at nag-aaway-away. Hindi ba't patunay ito na makamundo pa rin kayo at namumuhay ayon sa laman? ⁴ Kapag sinasabi ninyong "Kay Pablo ako," o "Kay Apolos ako," hindi ba't para kayong mga taong makamundo *na nagkakampi-kampihan?*

⁵ Bakit, sino ba si Apolos? At sino nga ba naman *akong* si Pablo? Kami ay mga lingkod lamang ng Dios na ginamit niya upang sumampalataya kayo. At ang bawat isa sa amin ay gumagawa lamang ng gawaing ibinigay sa amin ng Panginoon. ⁶ Ako ang nagtanim, at si Apolos ang nagdilig. Ngunit ang Dios ang siyang nagpatubo. ⁷ Hindi ang nagtanim at ang nagdilig ang mahalaga, kundi ang Dios na siyang nagpapatubo nito. ⁸ Ang nagtatanim at ang nagdidilig ay parehong mga lingkod lamang. Ang bawat isa sa kanila'y tatanggap ng gantimpala ayon sa kanilang ginawa. ⁹ Kami ni Apolos ay nagtutulungan bilang mga manggagawa ng Dios, at kayo'y katulad ng bukirin *na ipinasasaka sa amin* ng Dios.

Maihahalintulad din kayo sa isang gusali na kanyang itinatayo. ¹⁰ At ako naman, bilang dalubhasang tagapagtayo ang siyang naglagay ng pundasyon ayon sa kakayahang ibinigay sa akin ng Dios. Pagkatapos, iba namang manggagawa ang nagpapatuloy sa pagtatayo ng gusali. Ngunit kailangan maging maingat ang bawat nagtatayo ¹¹ dahil wala nang pundasyong maaari pang ilagay maliban sa nailagay na, at ito'y walang iba kundi si Jesu-Cristo.

¹² May magtatayo sa pundasyong ito na gagamit ng *mabuting klase ng mga materyales gaya ng* ginto, pilak at mamahaling bato. *Mayroon namang gagamit lamang ng* kahoy, tuyong damo at dayami. ¹³ Ngunit sa Araw ng Paghuhukom, makikita ang kalidad ng itinayo ng bawat isa dahil susubukin ito sa apoy. ¹⁴ Kung ang itinayo ay hindi masusunog, tatanggap ng gantimpala ang nagtayo. ¹⁵ Ngunit kung ito nama'y masunog, wala siyang tatanggaping gantimpala. Ganoon pa man, maliligtas siya, ngunit tulad lamang ng isang taong nakaligtas sa sunog *na walang nailigtas na kagamitan.*

¹⁶ Hindi n'yo ba alam na kayo'y templo ng Dios, at ang Espiritu ng Dios ay naninirahan sa inyo? ¹⁷ Ang sinumang wawasak sa templo ng Dios ay parurusahan niya, dahil banal ang templo ng Dios. At ang templong iyon ay walang iba kundi kayo.

¹⁸ Huwag ninyong dayain ang inyong sarili. Kung mayroon man sa inyong nag-aakala na siya'y marunong ayon sa karunungan ng mundo, kinakailangang tigilan na niya ang ganyang pag-iisip upang maging marunong siya *sa paningin ng Dios.* ¹⁹ Sapagkat ang karunungan ng mundo ay kamangmangan lamang sa paningin ng Dios. Ayon nga sa Kasulatan, "Hinuhuli ng Dios ang

marurunong sa kanilang katusuhan,"[a] [20] at "Alam ng Dios na ang mga pangangatwiran ng marurunong ay walang kabuluhan." [21] Kaya huwag ninyong ipagmalaki ang sinuman. Sapagkat lahat ay *ibinigay ng Dios* sa inyo *para sa ikabubuti ninyo.* [22] Ako, si Apolos, at si Pedro[b], kaming lahat ay inyo. Maging ang mundo, ang buhay at kamatayan, ang kasalukuyan at hinaharap, lahat ng ito'y sa inyo. [23] At kayo naman ay kay Cristo, at si Cristo naman ay sa Dios.

Mga Apostol ni Cristo

4 Kaya dapat ituring ninyo kami ni Apolos bilang mga lingkod ni Cristo na pinagkatiwalaan ng Dios na mangaral ng katotohanang inilihim niya *noong una.* [2] At ang katiwala'y dapat maging tapat. [3] Hindi mahalaga sa akin kung ano ang iniisip ninyo o ng sinuman sa akin, ni hindi ko nga pinapahalagahan ang sarili kong opinyon. [4] Kung sabagay, malinis ang aking konsensya, pero hindi ito nangangahulugan na wala akong kasalanan. Ang Panginoon lang ang makapagsasabi kung tama o mali ang aking ginagawa. [5] Kaya huwag kayong humatol nang wala sa takdang panahon. Hintayin ninyo ang pagbabalik ng Panginoon. Pagdating niya, ilalantad niya ang lahat ng mga sekreto at motibo ng bawat isa. At sa panahong iyon, tatanggapin ng bawat isa ang papuring mula sa Dios *na ayon sa kanyang ginawa.*

[6] Mga kapatid, ginamit kong halimbawa ang aking sarili at si Apolos upang matutunan ninyo ang ibig sabihin ng kasabihang, "Huwag ninyong higitan ang sinasabi ng Kasulatan." Kaya huwag ninyong ipagmalaki ang isa at sabihing mas mabuti siya kaysa sa iba. [7] Bakit sinasabi ninyong nakakahigit kayo sa iba? Ano ba ang mayroon kayo na hindi nagmula sa Dios? Kung ang lahat ng nasa inyo'y nagmula sa Dios, bakit nagmamalaki kayo na parang galing mismo sa inyo ang mga ito?

[8] Inaakala ninyo na nasa inyo na ang lahat ng inyong kailangan, na mayayaman na kayo at naghahari na *sa kaharian ng Dios* nang wala kami. Sana nga'y naghahari na kayo nang makapaghari naman kaming kasama ninyo. [9] Sa tingin ko, kaming mga apostol ay ginawa ng Dios na parang pinakahamak sa lahat ng tao. Para kaming mga taong nahatulan nang mamatay, na ipinaparada sa harap ng buong mundo, sa mga tao at pati sa mga anghel. [10] Dahil *sa pangangaral namin tungkol* kay Cristo, *itinuturing* kaming mga hangal. Ngunit kayo naman ay *nag-aakalang* marurunong dahil nakay Cristo kayo. Kami ay mahihina, at *sa palagay ninyo* ay malalakas kayo. Iginagalang kayo *ng mga tao,* habang kami naman ay hinahamak. [11] Maging sa oras na ito, kami ay nagugutom at nauuhaw, hindi makapanamit nang maayos, pinagmamalupitan, at walang matuluyan. [12] Nagtatrabaho kami nang husto *upang mabuhay.* Kung nilalait kami ng mga tao, pinagpapala namin sila. Kung kami ay inuusig, tinitiis na lang namin ito. [13] Kung kami ay sinisiraan, mahinahon kaming sumasagot. Hanggang ngayon, itinuturing kaming mga basura sa mundo.

[14] Hindi ko sinusulat ang mga ito upang ipahiya kayo, kundi upang paalalahanan kayo bilang mga minamahal kong mga anak. [15] Sapagkat kahit marami ang nag-aalaga sa inyong pamumuhay Cristiano, iisa lamang ang inyong ama sa pananampalataya. *At ako ang inyong ama,* dahil naging anak ko kayo sa pananampalataya kay Cristo Jesus sa pamamagitan ng Magandang Balita *na ipinangaral ko sa inyo.* [16] Kaya nakikiusap ako na tularan ninyo ako sa aking pamumuhay. [17] At dahil nga rito, pinapapunta ko riyan si Timoteo, ang aking minamahal at tapat na anak sa Panginoon. Ipapaalala niya sa inyo ang tungkol sa pamumuhay ko kay Cristo Jesus, na siya ring itinuturo ko sa lahat ng iglesya saan mang lugar.

[18] Ang ilan sa inyo ay nagmamataas na akala nila'y hindi na ako pupunta riyan. [19] Ngunit kung loloobin ng Panginoon, pupunta ako riyan sa lalong madaling panahon. At titingnan ko kung ano ang magagawa ng mga tao riyan na mayayabang magsalita. [20] Sapagkat malalaman natin kung ano isang tao ay pinaghaharian ng Dios sa pamamagitan ng kanyang mga gawa at hindi sa salita lamang. [21] Ngayon, ano ang gusto ninyo: darating ako nang galit sa inyo, o darating nang mahinahon at may pag-ibig?

Parusahan ang Gumagawa ng Imoralidad

5 May nagbalita sa akin na mayroon diyan sa inyo na gumagawa ng sekswal na imoralidad—kinakasama niya ang asawa ng kanyang ama. Ito'y masahol pa sa ginagawa ng mga taong hindi kumikilala sa Dios, dahil maging sila ay hindi gumagawa nito. [2] At *sa kabila ng pangyayaring ito,* nagawa pa ninyong magyabang! Dapat sana ay naghinagpis kayo at pinalayas na ninyo sa inyong grupo ang gumagawa nito. [3-4] Kahit na wala ako riyan ng personal, nariyan naman ako sa espiritu. At sa pangalan[c] ng ating Panginoong Jesu-Cristo, hinatulan ko na ang taong iyon. Kaya sa pagtitipon ninyo, isipin ninyo na parang nariyan na rin ako sa espiritu. At sa kapangyarihang ibinigay sa atin ng ating Panginoong Jesu-Cristo, [5] ipaubaya ninyo kay Satanas ang taong iyon upang mapahamak ang kanyang katawan at maligtas ang kanyang espiritu sa araw *ng paghuhukom ng* Panginoon.

[6] Hindi tama ang pagyayabang ninyo. Hindi n'yo ba alam ang kasabihang, "Ang kaunting pampaalsa ay nakakapagpaalsa sa buong masa ng harina"? [7] Kaya alisin ninyo ang lumang pampaalsa *na walang iba kundi ang kasalanan,* upang maging bago at malinis kayo. Sa katunayan, nilinis na kayo dahil inialay si Cristo para sa atin. Tulad siya ng tupang iniaalay tuwing Pista ng Paglampas ng Anghel. [8] Kaya ipagdiwang natin ang pistang ito hindi sa pamamagitan ng tinapay na may lumang pampaalsa kundi ng tinapay na walang pampaalsa, na ang ibig sabihin ay talikuran na natin ang dati nating mga kasalanan at kasamaan, at mamuhay na tayo nang malinis at tapat.

[9] Sumulat ako sa inyo noon na huwag kayong makikisama sa mga imoral.[d] [10] Hindi ko tinutukoy

---

a **19** Salmo 94:11.

b **22** Pedro: sa Griego, *Cefas.*

c **3-4** pangalan: Ang ibig sabihin, *kapangyarihan o awtoridad.*

d **9** imoral: Ang ibig sabihin dito ay ang gumagawa ng sekswal na imoralidad.

dito ang mga taong hindi sumasampalataya sa Dios—ang mga imoral, sakim, magnanakaw, at sumasamba sa dios-diosan. Dahil kung iiwasan ninyo sila, kinakailangan n'yo talagang umalis sa mundong ito. ¹¹ Ang tinutukoy ko na huwag ninyong pakikisamahan ay ang mga nagsasabing sila'y mga kapatid *sa Panginoon* pero mga imoral, sakim, sumasamba sa dios-diosan, mapanlait, lasenggo, at magnanakaw. Ni huwag kayong makisalo sa kanila sa pagkain. ¹²⁻¹³ Kung sabagay, ano ba ang karapatan nating husgahan ang mga hindi mananampalataya? Ang Dios na ang huhusga sa kanila. Ngunit tungkulin ninyo na husgahan ang mga kapatid kung tama o mali ang kanilang ginagawa, *dahil sinasabi ng Kasulatan,* "Paalisin ninyo ·sa inyong grupo ang taong masama."ᵃ

Demanda Laban sa Kapatid sa Panginoon

6 Kapag may reklamo ang isa sa inyo laban sa kanyang kapatid, bakit dinadala niya ito sa hukom na hindi sumasampalataya sa Dios? Dapat dalhin niya ito sa mga sumasampalataya sa Diosᵇ ² Hindi n'yo ba alam na *sa mga huling araw tayong* mga banal ang hahatol sa *mga tao sa* mundo? At kung kayo ang hahatol sa *mga tao sa* mundo, wala ba kayong kakayahang hatulan ang maliliit na bagay na iyan? ³ Hindi n'yo ba alam na tayo ang hahatol sa mga anghel? *At kung kaya nating gawin ito,* mas lalong kaya ninyong ayusin ang mga alitan sa buhay na ito. ⁴ Kaya kung mayroon kayong mga alitan, bakit dinadala pa ninyo ito sa mga taong hindi kinikilala ng iglesya? ⁵ Mahiya naman kayo! Wala na ba talagang marurunong sa inyo na may kakayahang umayos ng mga alitan ng mga mananampalataya? ⁶ Ang nangyayari, nagdedemandahan ang magkakapatid *sa Panginoon,* at sa harapan pa ng mga hindi mananampalataya!

⁷ Kayo mismo ang talo sa pagkakaroon ninyo ng mga kaso laban sa isa't isa. Bakit hindi na lang ninyo tiisin ang mga gumagawa ng masama at nandaraya sa inyo? ⁸ Ngunit ang nangyayari, kayo pa mismo ang gumagawa ng masama at nandaraya, at ginagawa ninyo ito mismo sa inyong kapatid *sa Panginoon.* ⁹⁻¹⁰ Hindi n'yo ba alam na hindi magmamana ng kaharian ng Dios ang masasama? Huwag kayong palilinlang! Sapagkat kailanma'y hindi magmamana ng kaharian ng Dios ang mga imoral,ᶜ sumasamba sa dios-diosan, nangangalunya, nakikipagrelasyon sa kapwa lalaki o babae, magnanakaw, sakim, lasenggo, mapanlait, at mandarambong. ¹¹ At ganyan nga ang ilan sa inyo noon. Ngunit nilinis na kayo *sa inyong mga kasalanan* at ibinukod na kayo ng Dios para maging kanya; itinuring na kayong matuwid dahil sa Panginoong Jesu-Cristo at sa Espiritu ng ating Dios.

Ang Katawan Ninyo ay Templo ng Banal na Espiritu

¹² Maaaring may magsabi sa inyo ng ganito, "Pwede kong gawin ang kahit ano." *Totoo iyan,* ngunit hindi lahat ng bagay ay nakakabuti sa inyo. Kaya kahit pwede kong gawin ang kahit ano, hindi naman ako paaalipin dito. ¹³ *Maaari rin namang sabihin ng iba,* "Ang pagkain ay ginawa para sa tiyan at ang tiyan ay para sa pagkain." *Totoo iyan,* ngunit darating ang araw na pareho itong sisirain ng Dios. Ang katawan ay hindi para sa sekswal na imoralidad kundi para sa paglilingkod sa Dios; at ang Dios ang nag-iingat nito. ¹⁴ Ang katawan nati'y muling bubuhayin ng Dios sa huling araw, tulad ng ginawa niya sa ating Panginoon.

¹⁵ Hindi ba't tayong mga mananampalataya ay bahagi ng katawan ni Cristo? Iyan ang dahilan kung bakit hindi talaga natin maaaring gamitin ang ating katawan, na bahagi ng katawan ni Cristo, sa pakikipagtalik sa babaeng bayaran. ¹⁶ Hindi ba't ang nakikipagtalik sa ganoong babae ay nagiging kaisang-katawan niya? Sapagkat sinasabi sa Kasulatan, "Silang dalawa'y magiging isa."ᵈ ¹⁷ At kung nakikipag-isa tayo sa Panginoong *Jesu-Cristo* kaisa niya tayo sa ating Espiritu.

¹⁸ Kaya lumayo kayo sa sekswal na imoralidad. Ang ibang kasalanang ginagawa ng tao ay walang kinalaman sa kanyang katawan, ngunit ang gumagawa ng sekswal na imoralidad ay nagkakasala sa sarili niyang katawan. ¹⁹ Hindi ba't ang katawan ninyo ay templo ng Banal na Espiritu na nasa inyo at tinanggap ninyo mula sa Dios? Kung ganoon, ang katawan ninyo'y hindi sa inyo *kundi sa Dios,* ²⁰ dahil tinubos kayo ng Dios sa napakalaking halaga. Kaya gamitin ninyo ang inyong katawan sa paraang ikapupuri ng Dios.

Tungkol sa Pag-aasawa

7 Ngayon, ito naman ang masasabi ko tungkol sa mga bagay na isinulat ninyo sa akin. Mas makabubuti sa isang lalaki kung hindi na lang mag-aasawa. ² Ngunit dahil sa marami ang natutuksong gumawa ng sekswal na imoralidad, mas mabuti pa na mag-asawa na lang ang bawat lalaki o babae. ³ Dapat tuparin ng lalaki ang kanyang tungkulin sa kanyang asawa, at ganoon din naman ang babae. ⁴ Sapagkat ang lalaki ay may karapatan sa katawan ng kanyang asawa. At ganoon din naman, ang babae sa kanyang asawa. ⁵ Kaya huwag ninyong ipagkait ang pagsiping sa inyong asawa, maliban na lamang kung napagkasunduan ninyong ipagpaliban ito, upang mailaan ninyo ang inyong mga sarili sa pananalangin. Ngunit pagkalipas ng inyong pinagkasunduan, magsiping na uli kayo dahil baka hindi na kayo makapagpigil at matukso kayo ni Satanas.

⁶ Ang sinasabi ko'y hindi isang utos kundi mungkahi lamang. ⁷ Kung pwede lang, gusto ko sanang kayong lahat ay maging katulad ko *na walang asawa.* Ngunit may kanya-kanyang kaloob sa atin ang Dios, at hindi ito pare-pareho.

⁸ Ngayon, ito naman ang masasabi ko sa mga wala pang asawa at sa mga biyuda: mas mabuti kung magpatuloy na lang kayo sa kalagayan ninyong iyan. ⁹ Ngunit kung hindi kayo makapagpigil sa inyong sarili, mag-asawa na lang kayo. Mas mabuti na ito kaysa sa magkasala kayo dahil sa matinding pagnanasa ng laman.

ᵃ 12-13 Deu. 17:7.

ᵇ 1 sumasampalataya sa Dios: o, banal. Sa Griego, *hagios,* na ang ibig sabihin ay itinuring ng Dios na sa kanya.

ᶜ 9-10 imoral: Ang ibig sabihin dito ay ang gumagawa ng sekswal na imoralidad.

ᵈ 16 Gen. 2:24.

10-11 Ngayon, sa inyong mga may asawa, may utos ako na sinabi mismo ng Panginoon: Hindi dapat hiwalayan ng lalaki ang kanyang asawa, at ganoon din naman ang babae sa kanyang asawa. Ngunit kung hihiwalay ang babae sa kanyang asawa, dapat manatili siyang walang asawa o di kaya'y bumalik na lang sa kanyang asawa.

12 Sa iba naman, ito ang masasabi ko (ito'y opinyon ko lang; walang sinabi ang Panginoon tungkol dito): Kung ang isang mananampalatayang lalaki ay may asawa na hindi mananampalataya na gusto namang magsama sila, hindi niya dapat hiwalayan ang babae. 13 At kung ang isang babae naman ay may asawang hindi mananampalataya na gusto namang magsama sila, hindi niya dapat hiwalayan ang lalaki. 14 Sapagkat ang lalaking hindi mananampalataya ay tinatanggap ng Dios dahil sa kanyang *mananampalatayang* asawa, at ang babaeng hindi mananampalataya ay tinatanggap din ng Dios dahil sa kanyang *mananampalatayang* asawa. Dahil kung hindi, maging ang mga anak nila ay hindi tatanggapin ng Dios. Ngunit ang totoo, tinatanggap din sila ng Dios. 15 Ngunit kung gustong humiwalay ng asawang hindi mananampalataya, hayaan siyang humiwalay. Sa ganitong pangyayari ay wala nang pananagutan ang mananampalatayang asawa, dahil tinawag tayo ng Dios upang mamuhay nang mapayapa. 16 Kung sabagay, hindi naman kayo nakasisiguro kung ang inyong pagsasama ay magiging kasangkapan ng Dios para maligtas ang inyong asawa.

Mamuhay Ayon sa Kalagayang Ibinigay ng Dios

17 Ang bawat isa sa inyo ay dapat mamuhay ayon sa kalagayan na ibinigay ng Panginoon sa kanya. Dapat manatili siya sa kanyang kalagayan nang tinawag siya ng Dios.*a* Ito ang iniuutos ko sa lahat ng iglesya. 18 Halimbawa, kung ang isang lalaki ay tuli nang siya'y tawagin *ng Dios*, hindi na niya dapat baguhin ang kanyang kalagayan. At kung hindi pa siya tuli nang siya'y tawagin, hindi na niya kailangang magpatuli pa. 19 Sapagkat hindi mahalaga kung tuli ang isang lalaki o hindi. Ang mahalaga ay ang pagsunod sa mga utos ng Dios. 20 Kaya mamuhay ang bawat isa ayon sa kanyang kalagayan nang tinawag siya ng Dios. 21 Ikaw ba'y isang alipin nang tawagin *ng Dios*? Hindi na bale, ngunit kung may magagawa ka naman para maging malaya, samantalahin mo ito. 22 Sapagkat ang alipin nang tawagin siya ng Panginoon ay malaya na sa harap ng Panginoon. Ang tao namang malaya nang tawagin siya ay alipin na ngayon ni Cristo. 23 Binili kayo *ng Dios* sa malaking halaga, kaya huwag kayong basta magpaalipin sa tao. 24 Kaya nga mga kapatid, mamuhay ang bawat isa sa inyo ayon sa kanyang kalagayan nang tawagin siya ng Dios.

Tungkol sa mga Walang Asawa at mga Biyuda

25 Ngayon, tungkol naman sa mga walang asawa, wala akong utos mula sa Panginoon. Ngunit bilang isang mapagkakatiwalaan dahil sa awa ng Dios, ito ang aking masasabi:

26 Dahil sa mga kahirapan ngayon, mas mabuti kung magpatuloy na lang kayo sa inyong kalagayan. 27 Kaya kung ikaw ay may asawa na, huwag mong hihiwalayan ang iyong asawa. At kung ikaw naman ay wala pang asawa, mas mabuti na huwag ka na lang mag-asawa. 28 Ngunit kung mag-asawa ka man, hindi ka nagkasala. At kung mag-asawa ang isang dalaga, hindi rin siya nagkasala. Kaya ko lang sinasabi sa mga wala pang asawa na manatili na lang na ganoon dahil gusto kong maiwasan nila ang mga hirap ng buhay may asawa.

29 Ang ibig kong sabihin mga kapatid, maikli na lang ang natitirang panahon. Kaya ang mga may asawa ay dapat nang mamuhay na parang walang asawa, 30 ang mga umiiyak naman na parang hindi umiyak, ang mga nagagalak na parang hindi nagagalak, at ang mga bumibili na parang hindi bumibili para sa sarili. 31 Ang mga gumagamit ng mga bagay dito sa mundo ay hindi dapat mawili sa mga bagay na ito, dahil ang mga bagay sa mundong ito ay lilipas.

32 Gusto ko sanang maging malaya kayo sa mga alalahanin *sa mundong ito*. Kung ang isang lalaki ay walang asawa, ang pinagkakaabalahan niya ay ang mga gawain ng Panginoon at kung paano siya magiging kalugod-lugod sa kanya. 33 Ngunit ang lalaking may asawa'y abala sa mga bagay dito sa mundo, kung paano niya mapapaligaya ang kanyang asawa. 34 Dahil dito, hati ang kanyang isipan. Ganoon din naman sa mga babae. Kung ang isang babae'y walang asawa, ang pinagkakaabalahan niya ay ang paglilingkod sa Panginoon, at nais niyang ilaan ang kanyang buong buhay sa paglilingkod sa kanya. Ngunit ang babaeng may asawa ay abala sa mga bagay dito sa mundo, kung paano niya mapapaligaya ang kanyang asawa.

35 Sinasabi ko lamang ito para sa inyong kabutihan. Hindi ko kayo pinagbabawalang mag-asawa. Gusto ko lamang hangga't maaari ay maging maayos at walang hadlang ang inyong paglilingkod sa Panginoon.

36 Ngayon, *tungkol naman sa mga magkasintahan*: Kung sa palagay ng lalaki ay hindi tama ang ikinikilos niya sa kanyang nobya dahil sa pagnanasa, at sa palagay niya'y dapat na silang magpakasal, mas mabuti ngang magpakasal na sila. Hindi ito kasalanan. 37 Ngunit kung nagpasya ang lalaki na hindi na lang niya pakakasalan ang kanyang nobya, at hindi na lang siya mag-aasawa dahil kaya naman niyang magpigil sa sarili, mabuti rin ang kanyang ginagawa. 38 Kaya mabuti kung mag-aasawa siya, ngunit mas mabuti kung hindi.

39 Ang babae'y nakatali sa kanyang asawa habang nabubuhay pa ito. Ngunit kung patay na ang kanyang asawa, maaari na siyang mag-asawa uli, pero dapat sa isang mananampalataya. 40 Para sa akin, mas maligaya siya kung hindi na lang siya mag-aasawang muli. Opinyon ko lang naman ito, ngunit sa tingin ko'y ito rin ang itinuturo ng Espiritu ng Dios na nasa akin.

---

a 17 tinawag siya ng Dios: Tingnan sa 1:2.

Tungkol sa mga Pagkain na Inialay sa mga Dios-diosan.

8 Ngayon, tungkol naman sa mga pagkaing inialay sa mga dios-diosan, *kung maaari ba natin itong kainin o hindi:* Kahit marami na ang ating nalalaman, dapat nating tandaan na kung minsan ang kaalaman ay nagpapayabang sa tao. Mas mahalaga ang pagmamahalan, dahil ito'y nakapagpapatatag *sa atin.* ² Ang taong nag-aakala na marami na siyang alam ay kulang pa rin talaga sa kaalaman. ³ Ngunit ang taong nagmamahal sa Dios ay siyang kinikilala ng Dios na kanya.

⁴ Kaya kung tungkol sa mga pagkaing inialay sa mga dios-diosan, alam natin na ang mga dios-diosang ito'y hindi totoong Dios, dahil iisa lamang ang Dios. ⁵ At kahit na sinasabi ng iba na may mga dios sa langit at sa lupa, at marami ang mga tinatawag na "mga dios" at mga "panginoon," ⁶ para sa atin iisa lamang ang Dios, ang ating Ama na lumikha ng lahat ng bagay, at nabubuhay tayo para sa kanya. At may iisang Panginoon lamang, si Jesu-Cristo. Sa pamamagitan niya ay nilikha ang lahat ng bagay, at sa pamamagitan din niya ay nabubuhay tayo ngayon.

⁷ Ngunit may mga mananampalataya na hindi pa alam ang katotohanang ito. Ang iba sa kanila'y sumasamba noon sa mga dios-diosan, kaya hanggang ngayon, kapag kumakain sila ng mga pagkaing inialay sa mga dios-diosan, naiisip nila na parang kasama na sila sa pagsamba sa mga dios-diosan. At dahil sa kakaunti pa lang ang kaalaman nila, nagkakasala sila sa kanilang konsensya. ⁸ Kung sabagay, ang pagkain ay walang kinalaman sa ating kaugnayan sa Dios. Walang mawawala sa ating *kaugnayan sa Dios* kung hindi tayo kakain, at wala rin naman tayong mapapala kung kumain man tayo.

⁹ Ngunit kahit na malaya kayong kumain ng kahit ano, mag-ingat kayo dahil baka iyan ang maging dahilan ng pagkakasala ng mga taong mahihina pa *sa kanilang pananampalataya.* ¹⁰ Halimbawa, may kapatid kang hindi pa nakakaunawa sa katotohanang ito, at ikaw na nakakaunawa ay nakita niyang kumakain sa templo ng mga dios-diosan, hindi ba't mahihikayat din siyang kumain ng mga pagkaing inialay sa mga dios-diosan kahit na para sa kanya ay isa itong kasalanan? ¹¹ Dahil sa iyong "kaalaman," napapahamak ang iyong kapatid na mahina pa *sa pananampalataya,* na kung tutuusin ay namatay din si Cristo para sa kanya. ¹² At sa ganitong paraan ay nagkasala ka na rin kay Cristo, dahil nagkasala ka sa iyong kapatid na mahina pa *ang pananampalataya* sa pag-udyok mo sa kanya na gumawa ng bagay na labag sa kanyang kalooban. ¹³ Kaya kung ang kinakain ko ay nagiging dahilan ng pagkakasala ng aking kapatid, hindi na lang ako kakain nito*ᵃ* kailanman, para hindi magkasala ang aking kapatid.

Mga Karapatan at Responsibilidad ng Isang Apostol

9 Hindi ba't malaya ako? Hindi ba't isa akong apostol? Hindi ba't nagpakita mismo sa akin ang

ating Panginoong Jesus? Hindi ba't dahil sa akin kaya kayo naging mga mananampalataya? ² Kahit hindi man ako kilalanin ng iba bilang apostol, alam kong kikilalanin ninyo ako dahil kayo mismo ang katunayan ng aking pagiging apostol, at dahil sa akin kaya ngayon kayo ay nasa Panginoon. ³ At ito nga ang isinasagot ko sa mga taong hindi kumikilala sa akin bilang apostol.

⁴ *Bilang apostol,* wala ba kaming karapatang tumanggap ng pagkain at inumin *mula sa mga napangangaralan namin*? ⁵ Wala ba kaming karapatang magsama ng asawang mananampalataya *sa aming mga paglalakbay,* tulad ng ginagawa ng mga kapatid sa Panginoon, ni Pedro, at ng iba pang mga apostol? ⁶ Kami lang ba ni Bernabe ang kinakailangang magtrabaho para sa aming ikabubuhay? ⁷ Mayroon bang sundalo na siya pa ang gumagastos para sa kanyang paglilingkod? Mayroon bang nagtatanim na hindi nakikinabang sa mga bunga nito? At mayroon bang nag-aalaga ng kambing na hindi nakikinabang sa gatas nito?

⁸ Ang sinasabi kong ito ay hindi lamang opinyon ng tao, kundi itinuturo mismo ng Kautusan. ⁹ Sapagkat nasusulat sa Kautusan ni Moises, "Huwag mong bubusalan ang baka habang gumigiik."*ᵇ* Ang mga baka lamang ba ang tinutukoy dito ng Dios? ¹⁰ Hindi. Maging tayo ay tinutukoy niya, kaya ito isinulat. Sapagkat ang nag-aararo at ang gumigiik ay umaasang makakabahagi sa aanihin. ¹¹ Nagtanim kami sa inyo ng mga espiritwal na pagpapapala. Malaking bagay ba kung umani naman kami ng mga materyal na pagpapala sa inyo? ¹² Kung ang ibang *mga mangangaral* ay may karapatang tumanggap mula sa inyo, hindi ba't lalo na kami? Ngunit kahit may karapatan kami ay hindi kami humingi sa inyo. Tiniis namin ang lahat upang sa ganoon ay walang maging hadlang sa pagpapalaganap ng Magandang Balita tungkol kay Cristo. ¹³ Hindi n'yo ba alam na ang mga naglilingkod sa templo ay tumatanggap ng pagkain mula sa templo, at ang mga naglilingkod sa altar ay tumatanggap din ng parte sa mga bagay na inialay sa altar? ¹⁴ Sa ganito rin namang paraan, iniutos ng Panginoon na ang mga tumanggap ng Magandang Balita ay dapat tumulong sa mga pangangailangan ng mga nangangaral ng Magandang Balita para mabuhay sila.

¹⁵ Ngunit hindi ko ginamit ang karapatan kong iyan. At hindi ako sumusulat sa inyo upang magbigay kayo sa akin ng tulong. Mas gugustuhin ko pang mamatay kaysa sa maalis ang karapatan kong ipagmalaki ito.*ᶜ* ¹⁶ Hindi ko ipinagmamalaki ang pangangaral ko ng Magandang Balita, dahil tungkulin ko ito. Nakakaawa ako kung hindi ko ipapangaral ang Magandang Balita! ¹⁷ Kung ginagawa ko ito nang kusang-loob, may maaasahan akong gantimpala. Ngunit ang totoo, ginagawa ko lamang ang aking tungkulin dahil ito ang gawaing ipinagkatiwala ng Dios sa akin. ¹⁸ Ano ngayon ang gantimpala ko? Ang itinuturing kong gantimpala ay ang kaligayahan na ako'y hindi nagpapabayad sa aking pangangaral ng Magandang Balita, kahit

---

a 13 nito: sa literal, *karne.*

b 9 Deu. 25:4.

c 15 ipagmalaki ito na nangangaral ako ng Magandang Balita nang walang bayad.

may karapatan akong tumanggap ng bayad sa pangangaral ko nito.

¹⁹Kahit hindi ako isang alipin, nagpaalipin ako sa lahat upang makahikayat ako ng mas marami *na sasampalataya kay Cristo.* ²⁰Sa piling ng mga kapwa ko Judio, namumuhay ako bilang Judio upang mahikayat ko silang sumampalataya kay Cristo. Kaya kahit wala man ako sa ilalim ng Kautusan *ng mga Judio,* sinusunod ko ito upang madala ko sila sa pananampalataya. ²¹Sa piling naman ng mga hindi Judio, namumuhay ako na parang wala sa ilalim ng Kautusan upang madala sila sa pananampalataya. Hindi nangangahulugan na hindi ko na sinusunod ang mga utos ng Dios, dahil ang totoo, sinusunod ko ang mga utos ni Cristo. ²²Sa mahihina pa *ang pananampalataya,* nakikibagay ako upang mapatatag ko sila kay Cristo. Nakikibagay ako sa lahat ng tao, upang sa kahit anong paraan ay mailigtas ko ang ilan sa kanila. ²³Ginagawa ko ang lahat ng ito sa ikalalaganap ng Magandang Balita, upang makabahagi rin ako sa mga pagpapala nito.

²⁴*Sa ating pagsunod sa Dios ay para tayong mananakbo.* Alam ninyo na sa isang takbuhan, marami ang sumasali ngunit isa lang ang nananalo. Kaya pagbutihin ninyo ang pagtakbo upang makamit ninyo ang gantimpala. ²⁵Ang bawat manlalaro ay nagsasanay nang mabuti at dinidisiplina ang sarili upang makamit ang gantimpala. Ginagawa niya ito para sa gantimpalang hindi nagtatagal. Ngunit ang gantimpalang hinahangad natin ay magtatagal magpakailanman. ²⁶Kaya nga, may layunin at direksyon ang aking pagtakbo. *Kung baga sa isang boksingero,* hindi ako sumusuntok sa hangin. ²⁷Dinidisiplina ko ang aking katawan at sinusupil ko ang masasamang pagnanasa nito, dahil baka pagkatapos kong ipangaral ang Magandang Balita sa iba ay ako pa ang hindi makatanggap ng gantimpala mula sa Dios.

Babala sa Pagsamba sa mga Dios-diosan

10 Mga kapatid, gusto kong malaman ninyo ang nangyari sa aming mga ninuno *noon na kasama ni Moises.* Ginabayan sila ng Dios sa pamamagitan ng isang ulap *na nanguna sa kanila,* at tinulungan sila sa kanilang pagtawid sa Dagat *na Pula.* ²Sa pamamagitan ng ulap at ng dagat ay *parang* binautismuhan sila bilang mga tagasunod ni Moises. ³Kumain silang lahat ng pagkaing mula sa Dios. ⁴At uminom din silang lahat ng inuming ibinigay niya, dahil uminom sila ng tubig na pinaagos ng Dios mula sa Bato. Ang Batong iyon na sumama sa kanila ay walang iba kundi si Cristo. ⁵Ngunit sa kabila nito, karamihan sa kanila ay gumawa ng hindi kalugod-lugod sa Dios, at dahil dito, nangalat ang kanilang mga bangkay sa ilang. ⁶Ang mga nangyaring iyon sa kanila ay nagsisilbing aral sa atin *para mabigyan tayo ng babala* upang hindi tayo hindi tayo maghangad ng masasamang bagay tulad ng ginawa nila. ⁷Huwag kayong sumamba sa mga dios-diosan, tulad ng ginawa ng iba sa kanila. Sapagkat sinasabi sa Kasulatan, "Nagpista ang mga tao, nag-inuman at nagsayawan sa pagsamba nila sa mga dios-diosan."*ᵃ*

⁸Huwag kayong gumawa ng sekswal na imoralidad, tulad ng ginawa ng iba sa kanila, *kaya pinarusahan sila ng Dios,* at 23,000 ang namatay sa kanila sa loob lang ng isang araw. ⁹Huwag ninyong subukin ang Panginoon tulad ng ginawa ng iba sa kanila, kaya namatay sila sa tuklaw ng mga ahas. ¹⁰Huwag din kayong mareklamo tulad ng ilan sa kanila, kaya pinatay sila ng Anghel ng kamatayan.

¹¹Ang mga bagay na ito'y nangyari bilang halimbawa sa atin, at isinulat upang magsilbing babala sa ating mga nabubuhay sa panahong nalalapit na ang katapusan ng lahat.

¹²Kaya kung iniisip ninyo na matatag na kayo *sa inyong pananampalataya,* mag-ingat kayo at baka mahulog kayo *sa kasalanan!* ¹³Walang pagsubok na dumarating sa inyo na hindi naranasan ng ibang tao. Ngunit maaasahan natin ang pangako ng Dios na hindi niya tayo pababayaang subukin ng higit pa sa ating makakaya. Kaya kung dumaranas kayo ng pagsubok, gagawa siya ng paraan para mapagtagumpayan ninyo ito.

¹⁴Kaya mga minamahal, huwag kayong sasamba sa mga dios-diosan. ¹⁵Sinasabi ko ito sa inyo bilang mga taong nakakaunawa, kaya pag-isipan ninyo ang sinasabi ko. ¹⁶*Sa tuwing nagtitipon tayo bilang pag-alaala sa kamatayan ni Cristo,* may iniinom tayo na ating pinasasalamatan sa Dios at may tinapay din tayong hinahati-hati at kinakain. Hindi ba't pakikibahagi ito sa dugo at katawan ni Cristo? ¹⁷Kaya nga, iisang katawan lang tayo kahit maraming bahagi, dahil iisang tinapay lang ang ating pinagsasaluhan.

¹⁸Tingnan ninyo ang mga Israelita. Ang mga kumakain ng mga handog ay mga kabahagi sa gawain sa altar. ¹⁹Ano ang ibig kong sabihin? *Sinasabi ko ba* na may kabuluhan ang mga dios-diosan o ang pagkaing inihandog sa kanila? ²⁰Hindi! Ang ibig kong sabihin ay inialay nila ang mga handog na iyan sa masasamang espiritu at hindi sa Dios. Ayaw kong maging kabahagi kayo ng masasamang espiritu. ²¹Hindi tayo maaaring makiinom sa baso ng Panginoon at sa baso ng masasamang espiritu, at hindi rin tayo maaaring makisalo sa hapag ng Panginoon at sa hapag ng masasamang espiritu. ²²Gusto ba nating magselos ang Panginoon? Mas makapangyarihan ba tayo kaysa sa kanya?

²³Maaari nating gawin ang kahit ano, pero hindi lahat ay nakakabuti o nakakatulong. ²⁴Huwag lamang ang sarili ninyong kapakanan ang inyong isipin kundi ang kapakanan din ng iba.

²⁵Kumain kayo ng anumang nabibili sa pamilihan ng karne at huwag nang magtanong *kung ito ba'y inihandog sa mga dios-diosan o hindi,* upang hindi na kayo usigin ng inyong konsensya. ²⁶Sapagkat *sinasabi ng Kasulatan,* "Ang mundo at ang lahat ng naroroon ay pag-aari ng Panginoon." ²⁷Kung imbitahan kayo ng isang hindi mananampalataya sa isang salo-salo at gusto ninyong dumalo, kainin ninyo ang anumang ihain sa inyo nang hindi na nagtatanong *kung ito ba'y inihandog sa mga dios-diosan o hindi,* upang hindi na kayo usigin ng inyong konsensya. ²⁸Ngunit kung sinabihan kayo na ang pagkain ay inihandog sa mga dios-diosan, huwag na kayong kumain, alang-alang sa nagsabi

---

a 7 Exo. 32:6.

nito sa inyo, upang walang mabalisang konsensya.
²⁹ Hindi ang inyong konsensya ang ibig kong tukuyin, kundi ang konsensya ng inyong kapwa.

Maaaring sabihin ng iba sa inyo, "Bakit ko hahadlangan ang gusto ko dahil lang sa konsensya ng iba? ³⁰ Bakit ako susumbatan sa pagkain ko ng isang bagay na ipinagpasalamat ko naman sa Dios?" ³¹ *Ito ang maisasagot ko riyan:* Anuman ang inyong gawin, kumain man o uminom, gawin ninyo ang lahat sa ikapupuri ng Dios. ³² Huwag ninyong gagawa ng kahit anong makakatisod sa *pananampalataya ng* mga Judio o hindi Judio, o sa iglesya ng Dios. ³³ Sundin ninyo ang aking ginagawa: Sinisikap ko na sa lahat ng aking ginagawa ay matutulungan ko ang lahat. Hindi ang sarili kong kapakanan ang aking iniisip kundi ang kapakanan ng iba upang maligtas sila.

11 Kaya nga, tularan ninyo ako, gaya ng pagtulad ko kay Cristo.

Ang Pagtatakip sa Ulo Kapag Sumasamba

² Pinupuri ko kayo dahil lagi ninyo akong inaalala, at sinusunod ninyo ang mga itinuro ko sa inyo. ³ Ngayon, gusto kong malaman ninyo na si Cristo ang ulo ng bawat lalaki, at ang lalaki ang siya namang ulo ng babae, at ang Dios naman ang ulo ni Cristo. ⁴ Kung ang isang lalaki ay nananalangin o nagpapahayag ng mensahe ng Dios na may takip ang ulo, nagdadala siya ng kahihiyan sa kanyang ulo *na si Cristo.* ⁵ Ang babae namang nananalangin o nagpapahayag ng mensahe ng Dios na walang takip ang ulo ay nagdadala ng kahihiyan sa kanyang ulo *na walang iba kundi ang lalaki*, at para na rin siyang nagpakalbo. ⁶ Kung ayaw magtakip ng ulo ang isang babae, magpaputol na lang siya ng buhok. Ngunit kahiya-hiya naman sa babae ang magpaputol ng buhok o magpakalbo, kaya dapat siyang magtakip ng ulo. ⁷ Hindi dapat magtakip ng ulo ang lalaki *kapag sumasamba* dahil siya'y larawan at karangalan ng Dios. Ngunit ang babae ang karangalan ng lalaki. ⁸ Sapagkat hindi naman nilikha ang lalaki mula sa babae, kundi ang babae ang nagmula sa lalaki. ⁹ At hindi naman nilikha ang lalaki para sa babae, kundi ang babae para sa lalaki. ¹⁰ Kaya dapat magtakip ng ulo ang babae upang makita, maging ng mga anghel, na nagpapasakop siya sa kanyang asawa. ¹¹ Ngunit *dapat ninyong tandaan na sa buhay natin* sa Panginoon, kailangan ng babae ang lalaki, at kailangan din ng lalaki ang babae. ¹² Dahil kung nagmula ang unang babae sa lalaki, ang lalaki naman ay ipinapanganak ng babae; at ang lahat naman ay nagmumula sa Dios.

¹³ Kayo na rin ang magpasya: Kaaya-aya ba na makita ang isang babae na nananalangin nang walang takip sa ulo? ¹⁴ Natural sa isang lalaki na maiksi ang buhok, dahil kahiya-hiya kung mahaba ito. ¹⁵ Ngunit karangalan ng babae ang pagkakaroon ng mahabang buhok. Sapagkat ipinagkaloob sa kanya ng Dios ang buhok bilang pantakip sa kanyang ulo. ¹⁶ Kung mayroon mang gustong makipagtalo tungkol dito, wala na akong masasabi dahil ito ang aming nakaugalian, at ito ang sinusunod ng mga iglesya ng Dios *sa kahit saang lugar.*

Ang Banal na Hapunan
(Mat. 26:1-29; Mar. 14:22-25; Luc. 22:14-20)

¹⁷ Tungkol sa bagay na tatalakayin ko ngayon ay hindi ko kayo mapupuri, dahil ang mga pagtitipon ninyo ay nakakasama sa halip na nakakabuti. ¹⁸ Sapagkat nabalitaan ko, una sa lahat, na tuwing nagtititipon-tipon kayo bilang iglesya, nagkakaroon kayo ng pagkakapangkat-pangkat, at medyo naniniwala ako na iyan nga ang nangyayari. ¹⁹ Kinakailangan sigurong mangyari iyan para malaman kung sino sa inyo ang mga tunay na mananampalataya. ²⁰ Kapag nagtitipon kayo upang ipagdiwang ang Banal na Hapunan,ᵃ hindi tama ang ginagawa ninyo, ²¹ dahil kapag oras na ng kainan hindi kayo naghihintayan, kaya ang iba'y *busog at* lasing na, at ang iba nama'y gutom. ²² Wala ba kayong sariling bahay upang doon kumain at uminom? Sa ginagawa ninyo'y nilalait ninyo ang iglesya ng Dios at hinihiya ang mga mahihirap. Ano ngayon ang gusto ninyong gawin ko? Purihin kayo? Aba, hindi!

²³ Ito ang turo na ibinigay sa akin ng Panginoon, at itinuturo ko naman sa inyo: Noong gabing traydurin ang Panginoong Jesus, kumuha siya ng tinapay, ²⁴ at pagkatapos niyang magpasalamat *sa Dios*, hinati-hati niya ito at sinabi, "Ito ang aking katawan na inihahandog para sa inyo. Gawin ninyo ito bilang pag-alaala sa akin." ²⁵ Pagkatapos nilang kumain, ganoon din ang ginawa niya sa inumin.ᵇ *Kinuha niya ito* at sinabi, "Ang inuming ito ang bagong kasunduan na pinagtibay ng aking dugo. Tuwing iinumin ninyo ito, gawin ninyo bilang pag-alaala sa akin." ²⁶ Sapagkat tuwing kakain kayo ng tinapay na ito at iinom ng inuming ito, ipinapahayag ninyo ang kamatayan ng Panginoon hanggang sa kanyang pagbabalik.

²⁷ Kaya nga, ang sinumang kumakain ng tinapay at umiinom ng inumin ng Panginoon nang hindi karapat-dapat ay nagkakasala sa katawan at dugo ng Panginoon. ²⁸ Kailangang suriin ng bawat isa ang kanilang sarili bago kumain ng tinapay at uminom ng inumin. ²⁹ Sapagkat ang sinumang kumain at uminom nito nang hindi pinapahalagahan ang katawan ng Panginoon ay nagdadala ng kaparusahan sa kanyang sarili. ³⁰ At ito nga ang dahilan kung bakit marami sa inyo ang mahihina at may sakit, at ang ilan ay namatay. ³¹ Ngunit kung susuriin natin ang ating sarili—*kung tama o mali ba ang ating mga ginagawa*, hindi tayo parurusahan ng Dios. ³² Kung tayo man ay pinarurusahan ng Dios, dinidisiplina niya tayo upang hindi tayo maparusahang kasama ng *mga tao sa* mundo.

³³ Kaya nga, mga kapatid, kapag nagtitipon-tipon kayo para sa Banal na Hapunan, maghintayan kayo. ³⁴ Kung may nagugutom sa inyo, kumain na muna siya sa kanyang bahay nang hindi kayo maparusahan ng Panginoon dahil sa mga ginagawa ninyo sa inyong pagtitipon. At tungkol naman sa iba pang mga bagay, saka ko na aayusin pagdating ko riyan.

---

a 20 Banal na Hapunan: sa literal, *Hapunan ng Panginoon.*
b 25 inumin: sa literal, *kopa.*

Mga Kaloob ng Banal na Espiritu

12 Ngayon, mga kapatid, nais kong maunawaan ninyo ang tungkol sa mga kaloob ng Banal na Espiritu. ² Alam naman ninyo na noong hindi pa kayo nakakakilala sa Dios, iniligaw kayo upang sumamba sa mga dios-diosan, na hindi naman nakakapagsalita. ³ Kaya gusto kong malaman ninyo na walang taong pinapatnubayan ng Espiritu ng Dios ang magsasabi, "Sumpain si Jesus!" At wala ring taong makapagsasabi na, "Si Jesus ay Panginoon," kung hindi siya pinapatnubayan ng Banal na Espiritu.

⁴ May iba't iba tayong kaloob, ngunit iisa lang ang Espiritung pinagmulan nito. ⁵ May iba't ibang paraan ng paglilingkod, ngunit iisa lang ang Panginoong pinaglilingkuran natin. ⁶ Iba't iba ang ipinapagawa ng Dios sa atin, ngunit iisa lang ang Dios na nagbibigay sa atin ng kakayahang gawin ang mga ito. ⁷ Ang bawat isa ay binigyan ng kakayahan na nagpapakita na sumasakanya ang *Banal na* Espiritu, upang makatulong *siya sa kapwa niya mananampalataya.* ⁸ Sa isa'y ipinagkaloob ng Espiritu ang kakayahang maghayag ng kaalaman *tungkol sa Dios,* at sa isa naman ay ang kakayahang unawain ito. ⁹ Ang iba'y pinagkalooban ng Espiritu ng *malaking* pananalig sa Dios, at ang iba naman ay binigyan ng kakayahang magpagaling sa mga may sakit. ¹⁰ Ang iba'y pinagkalooban *ng Espiritu* ng kapangyarihang gumawa ng mga himala, at ang iba naman ay binigyan ng kakayahang maghayag ng mensahe ng Dios. Mayroon namang pinagkalooban ng kakayahang makakilala kung ang kapangyarihan ng isang tao ay mula sa *Banal na* Espiritu o sa masasamang espiritu. Sa iba'y ipinagkaloob ang kakayahang magsalita sa iba't ibang wika *na hindi nila natutunan,* at sa iba naman ay ang kakayahang maipaliwanag ang sinasabi ng mga wikang iyon. ¹¹ Ngunit iisang Espiritu lang ang nagbigay ng lahat ng ito, at ipinamamahagi niya sa bawat tao ayon sa kanyang kagustuhan.

Tayo'y Bahagi ng Iisang Katawan

¹² Ang katawan ng tao ay binubuo ng maraming parte, ngunit iisa pa ring katawan. Ganoon din sa *ating mga mananampalataya na siyang katawan ni* Cristo. ¹³ Tayong lahat, Judio man o hindi, alipin o malaya ay nabautismuhan sa iisang Espiritu upang maging isang katawan. At iisang Espiritu rin ang tinanggap nating lahat.

¹⁴ Ang katawan ay binubuo ng maraming parte at hindi ng isang parte lamang. ¹⁵ Kaya kung sabihin ng paa, "Dahil hindi ako kamay, hindi ako parte ng katawan," hindi ito nangangahulugang hindi siya parte ng katawan. ¹⁶ At kung sabihin naman ng tainga, "Dahil hindi ako mata, hindi ako parte ng katawan," hindi rin ito nangangahulugang hindi siya parte ng katawan. ¹⁷ Dahil kung ang buong katawan ay puro mata, paano ito makakarinig? At kung ang katawan ay puro lang tainga, paano ito makakaamoy? ¹⁸ Ngunit nilikha ng Dios ang ating katawan na may iba't ibang parte ayon sa kanyang nais. ¹⁹ Kung ang katawan ay binubuo lamang ng isang parte, matatawag pa ba itong katawan? ²⁰ Ang

totoo'y ang katawan ay binubuo ng maraming parte, ngunit iisang katawan lamang ito.

²¹ Kaya hindi maaaring sabihin ng mata sa kamay, "Hindi kita kailangan," at hindi rin masasabi ng ulo sa paa, "Hindi kita kailangan." ²² Ang totoo, ang mga parte ng katawan na parang mahina ang siya pang kailangang-kailangan. ²³ Ang mga parte ng katawan na sa tingin natin ay hindi gaanong mahalaga ay inaalagaan nating mabuti, at ang mga parteng hindi maganda ay ating pinapaganda. ²⁴ Hindi na kailangang pagandahin ang mga parteng maganda na. Ganoon din nang isaayos ng Dios ang ating katawan, binigyan niya ng karangalan ang mga parteng hindi gaanong marangal, ²⁵ upang hindi magkaroon ng pagkakahati-hati kundi pagmamalasakit sa isa't isa. ²⁶ Kaya kung nasasaktan ang isang parte ng katawan, ang ibang parte ay nasasaktan din. At kung ang isang parte ay pinararangalan, ang ibang parte ay natutuwa rin.

²⁷ Kayong lahat ang bumubuo ng katawan ni Cristo, at ang bawat isa'y parte ng kanyang katawan. ²⁸ At sa *katawang ito, na walang iba kundi ang* iglesya, naglagay ang Dios *ng mga sumusunod:* una, mga apostol; pangalawa, mga propeta; pangatlo, mga guro. *Naglagay din siya ng* mga gumagawa ng mga himala, mga nagpapagaling sa mga may sakit, mga matulungin, mga tagapangasiwa, at mga nagsasalita sa iba't ibang wika *na hindi nila natutunan.* ²⁹ Alam naman natin na hindi lahat ay apostol; hindi lahat ay propeta o guro. Hindi lahat ay may kapangyarihang gumawa ng mga himala, ³⁰ magpagaling ng mga may sakit, makapagsalita sa iba't ibang wika *na hindi nila natutunan* o magpaliwanag nito. ³¹ Ngunit sikapin ninyong makamtan ang mas mahalagang mga kaloob. At ngayon ay ituturo ko sa inyo ang pinakamabuti sa lahat.

Ang Pag-ibig

13 Kung makapagsalita man ako sa iba't ibang wika ng mga tao at ng mga anghel, ngunit wala naman akong pag-ibig, para lang akong batingaw na umaalingawngaw o pompyang na tumatagingting. ² Kung may kakayahan man akong maghayag ng mensahe ng Dios, at may pang-unawa sa lahat ng lihim na katotohanan at lahat ng kaalaman, at kung mailipat ko man ang mga bundok sa laki ng aking pananampalataya, ngunit wala naman akong pag-ibig, wala akong kabuluhan. ³ At kahit ipamigay ko man ang lahat ng aking ari-arian at ialay pati aking katawan upang sunugin, kung wala naman akong pag-ibig, wala pa rin akong mapapala.

⁴ Ang *taong may* pag-ibig ay mapagtiis, mabait, hindi marunong mainggit, hindi hambog o mapagmataas, ⁵ hindi bastos ang pag-uugali, hindi makasarili, hindi magagalitin, o mapagtanim ng sama ng loob sa kapwa, ⁶ hindi natutuwa sa kasamaan, kundi nagagalak sa katotohanan, ⁷ matiyaga, laging nagtitiwala, laging may pag-asa, at tinitiis ang lahat.

⁸ May katapusan ang pagpapahayag ng mensahe ng Dios at ang pagsasalita sa ibang wika *na hindi natutunan,* ganoon din ang *pagpapahayag ng* kaalaman *tungkol sa Dios,* ngunit ang pag-ibig ay walang hangganan. ⁹ Hindi pa ganap ang ating kaalaman, ganoon din ang pagpapahayag natin

ng mensahe ng Dios. ¹⁰Ngunit pagdating ng araw na magiging ganap ang lahat, mawawala na ang anumang hindi ganap.

¹¹Noong bata pa ako, ang aking pagsasalita, pag-iisip at pangangatwiran ay tulad ng sa bata. Ngunit ngayong ako'y mayroon nang sapat na gulang, iniwan ko na ang mga ugaling bata. ¹²Sa ngayon, para tayong nakatingin sa malabong salamin. Ngunit darating ang araw na magiging malinaw ang lahat sa atin. Bahagya lamang ating nalalaman sa ngayon; ngunit darating ang araw na malalaman natin ang lahat, tulad ng pagkakaalam ng Dios sa atin.

¹³Tatlong bagay ang nananatili: ang pagtitiwala, pag-asa, at pag-ibig. Ngunit ang pinakadakila sa mga ito ay ang pag-ibig.

Ang Pagsasalita ng Ibang Wika na Hindi Natutunan

14 Sikapin ninyong makamtan ang pag-ibig, ngunit sikapin din ninyong makamtan ang mga kaloob na espiritwal, lalo na ang pagpapahayag ng mensahe ng Dios. ²Ang taong nagsasalita sa ibang wika *na hindi niya natutunan* ay nakikipag-usap hindi sa tao kundi sa Dios, dahil wala namang nakakaunawa sa kanya. Nagsasalita siya ng mga hiwaga sa tulong ng *Banal na* Espiritu. ³Ngunit ang taong nagpapahayag ng mensahe ng Dios ay nagsasalita sa mga tao upang sila'y matulungan, mapalago at mapalakas ang loob. ⁴Ang nagsasalita sa ibang wika *na hindi niya natutunan* ay pinatitibay ang kanyang sarili, ngunit ang nagpapahayag ng mensahe ng Dios ay nagpapatibay sa iglesya. ⁵Gusto ko sanang kayong lahat ay makapagsalita sa ibang wika *na hindi natutunan*, ngunit mas ninanais kong makapagpahayag kayo ng mensahe ng Dios. Sapagkat ang taong nagpapahayag ng mensahe ng Dios ay mas mahalaga kaysa sa nagsasalita sa ibang wika *na hindi natutunan*, maliban na lamang kung ipapaliwanag niya ang kahulugan ng kanyang sinasabi upang mapatibay ang iglesya. ⁶Ano ba ang mapapala ninyo, mga kapatid, kung pumunta ako riyan at magsalita ng ibang wika na hindi ninyo naiintindihan? *Wala!* Maliban na lang kung magbigay ako sa inyo ng pahayag mula sa Dios, o kaalaman, mensahe, o aral.

⁷Kahit na ang mga instrumentong walang buhay tulad ng plauta at alpa, kung hindi malinaw ang mga notang tinutugtog, paano malalaman ng nakakarinig kung anong awit ang tinutugtog? ⁸At kung hindi malinaw ang tunog ng trumpeta *sa mga sundalo*, sinong maghahanda para sa labanan? ⁹Ganito rin sa inyo. Paano makakaunawa ang isang mananampalataya sa sinasabi mo sa ibang wika kung hindi naman niya naiintindihan? Para ka na ring nakikipag-usap sa hangin. ¹⁰Maraming wika sa buong mundo at *ang bawat salita nito ay* may kahulugan. ¹¹Ngunit kung hindi ko maintindihan ang sinasabi ng isang tao at hindi rin naman niya ako maintindihan, wala kaming mapapala sa isa't isa. ¹²At dahil nga hinahangad naman ninyo ang mga kaloob ng *Banal na* Espiritu, pagsikapan ninyong matanggap ang mga kaloob na nagpapatibay sa iglesya.

¹³Kaya nga, ang taong nagsasalita sa ibang wika *na hindi niya natutunan* ay manalangin na bigyan din siya ng kakayahang maipaliwanag ito. ¹⁴Kung nananalangin ako sa ibang wika *na hindi ko natutunan*, nananalangin nga ang aking espiritu, ngunit hindi naman naiintindihan ng aking isipan. ¹⁵Kung ganoon, ano ang dapat kong gawin? Mananalangin ako at aawit sa pamamagitan ng *aking* espiritu *kahit hindi ko ito naiintindihan*, at mananalangin din *ako at aawit sa paraang naiintindihan* ng aking isipan. ¹⁶Kung magpapasalamat ka sa Dios sa pamamagitan ng *iyong* espiritu lamang, *at hindi ito maintindihan*, paanong makakasagot ng "Amen" ang iba kung hindi naman nila naiintindihan ang iyong sinasabi? ¹⁷Kahit maayos ang pagpapasalamat mo sa Dios, *kung hindi naman naiintindihan ng iba*, hindi ka rin makakapagpatatag sa kanila.

¹⁸Nagpapasalamat ako sa Dios na nakapagsasalita ako sa iba't ibang wika *na hindi natutunan* ng higit pa sa inyong lahat. ¹⁹Ngunit sa pagtitipon ng mga mananampalataya,ᵃ mas makakabuti pa ang magsalita ako ng limang kataga na naiintindihan upang maturuan ko sila, kaysa sa magsalita ako ng libu-libong kataga sa wikang wala namang nakakaintindi.

²⁰Mga kapatid, *kung tungkol sa mga bagay na ito*, huwag kayong mag-isip-bata. Kung sa masasamang bagay, maging tulad kayo ng mga batang *walang malay sa kasamaan*. Ngunit sa pang-unawa, *mag-isip* matanda kayo. ²¹Sinasabi ng Panginoon sa Kasulatan,

> "Magsasalita ako sa mga taong ito sa
>   pamamagitan ng iba't ibang wika at sa
>   pamamagitan ng mga dayuhan,
> ngunit hindi pa rin sila makikinig sa akin."ᵇ

²²Kaya ang pagsasalita sa iba't ibang wika *na hindi natutunan* ay isang tanda, hindi para sa mga mananampalataya, kundi para sa mga hindi mananampalataya. Ngunit ang pagpapahayag ng mensahe ng Dios ay para sa mga mananampalataya, hindi sa mga di-mananampalataya. ²³Kung nagtitipon kayong mga mananampalataya at lahat kayo'y nagsasalita sa ibang wika *na hindi ninyo natutunan*, at may dumating na mga di-mananampalataya na hindi alam ang inyong ginagawa, hindi ba nila aakalaing nasisiraan kayo ng bait? ²⁴Ngunit kung lahat kayo'y nagpapahayag ng mensahe ng Dios at may dumating na hindi mananampalataya na hindi alam ang inyong ginagawa, makikilala niyang makasalanan siya, at malalaman niya ang tunay niyang kalagayan. ²⁵Maging ang mga lihim ng kanyang puso ay maihahayag, at dahil dito, siya'y magpapatirapa *sa pagsisisi* at sasamba sa Dios, at masasabi niyang ang Dios ay talagang nasa piling ninyo.

Ang Maayos na Pagsamba

²⁶Kaya mga kapatid, *ito ang nararapat ninyong gawin* sa inyong pagtitipon: ang iba'y aawit, ang

---

ᵃ **19** *pagtitipon ng mga mananampalataya:* sa literal, *iglesya.* Ganito rin sa talatang 23.
ᵇ **21** Isa. 28:11-12.

iba'y magtuturo, ang iba'y magpapahayag ng mensahe ng Dios, at ang iba'y magsasalita sa iba't ibang wika *na hindi nila natutunan*, at ang iba nama'y magpapaliwanag kung ano ang ibig sabihin ng mga sinasabi sa mga wikang iyon. At ang lahat ng inyong gagawin sa inyong pagtitipon ay gawin ninyo sa ikatitibay ng iglesya. ²⁷Kung may magsasalita sa ibang wika *na hindi natutunan*, kailangan dalawa lamang o tatlo, at huwag sabay-sabay, at dapat may magpapaliwanag *sa kanilang sinasabi*. ²⁸Ngunit kung walang magpapaliwanag, mas mabuti pang tumahimik na lamang sila sa loob ng iglesya at makipag-usap na lang sa Dios nang sarilinan. ²⁹Kung mayroon sa inyo ang pinagkalooban ng mensahe ng Dios, hayaang magsalita ang dalawa o tatlo sa kanila. Ang iba nama'y dapat makinig at unawaing mabuti kung tama o mali ang kanilang sinasabi. ³⁰Ngayon, kung sa mga nakaupo ay may pinagkalooban ng mensahe ng Dios, dapat tumahimik na ang nagsasalita upang makapagsalita naman ang iba. ³¹Sapagkat kayong lahat ay maaaring makapagpahayag ng mensahe ng Dios nang isa-isa, upang matuto ang lahat at mapalakas ang kanilang pananampalataya. ³²Ang nagpapahayag ng mensahe ng Dios ay dapat may pagpipigil sa sarili.ᵃ ³³Sapagkat ang Dios ay hindi nagdadala ng kaguluhan kundi kaayusan.

Tulad ng nakaugalian sa lahat ng iglesya ng mga pinabanalᵇ *ng Dios*, ³⁴ang mga babae ay dapat tumahimik sa mga pagtitipon n'yo dahil hindi sila pinahihintulutang magsalita. Dapat silang magpasakop sa mga lalaki ayon sa sinasabi ng Kautusan. ³⁵Kung may tanong sila, tanungin na lang nila ang kanilang asawa pagdating sa kanilang bahay. Sapagkat nakakahiyang magsalita ang isang babae sa loob ng iglesya.

³⁶Inaakala ba ninyong nagmula sa inyo ang salita ng Dios, o di kaya'y kayo lang ang nakatanggap nito? ³⁷Kung mayroon sa inyong nag-aakala na may kakayahan siyang magpahayag ng mensahe ng Dios o sumasakanya ang *Banal na Espiritu*, dapat din niyang kilalanin na ang mga sinusulat ko sa inyo'y utos mismo ng Panginoon. ³⁸At kung mayroon mang hindi kumikilala sa aking mga sinasabi ay huwag din ninyong kilalanin.

³⁹Kaya mga kapatid, pakahangarin ninyong makapagpahayag kayo ng mensahe ng Dios, at huwag ninyong ipagbawal ang pagsasalita sa ibang wika *na hindi natutunan*. ⁴⁰Ngunit gawin ninyo ang lahat sa maayos at wastong paraan.

Ang Muling Pagkabuhay ni Cristo

15 Mga kapatid, nais kong ipaalala sa inyo ang Magandang Balita na ipinangaral ko sa inyo. Ito ang aral na inyong tinanggap at hanggang ngayon ay pinaninindigan ninyo. ²Sa pamamagitan nito'y maliligtas kayo kung panghahawakan ninyong mabuti ang ipinangaral ko, maliban na lamang kung hindi talaga tunay ang inyong pananampalataya.

ᵃ *32 dapat may pagpipigil sa sarili:* o, *may kakayahang pigilin ang kanyang sarili.*

ᵇ *33 pinabanal:* sa Griego, *hagios,* na ang ibig sabihin ay itinuring ng Dios na sa kanya.

³Sapagkat ibinigay ko sa inyo ang pinakamahalagang aral na ibinigay sa akin: Na si Cristo'y namatay upang iligtas tayo sa ating mga kasalanan, ayon sa Kasulatan. ⁴Inilibing siya ngunit muling nabuhay sa ikatlong araw, ayon din sa Kasulatan. ⁵Nagpakita siya kay Pedro, at sa iba pang 12 *apostol*. ⁶Pagkatapos, nagpakita rin siya sa mahigit 500 na mga kapatid na nagkakatipon. Karamihan sa kanila'y buhay pa hanggang ngayon, ngunit ang ilan sa kanila ay patay na. ⁷Nagpakita rin siya kay Santiago, at pagkatapos sa lahat ng apostol.

⁸At sa kahuli-hulihan ay nagpakita rin siya sa akin. Ang katulad ko'y isang sanggol na ipinanganak nang wala sa panahon *dahil biglaan ang aking pagkakilala sa kanya*. ⁹Ako ang pinakahamak sa mga apostol at hindi nga ako karapat-dapat tawaging apostol dahil inusig ko ang iglesya ng Dios. ¹⁰Ngunit dahil sa awa ng Dios sa akin, naging apostol ako. At hindi nasayang ang biyayang ipinagkaloob niya sa akin, dahil higit akong nagpagal kung ihahambing sa ibang mga apostol, bagama't ito'y sa pamamagitan ng tulong ng Dios at hindi ng aking sarili lamang. ¹¹Kaya nga, walang pagkakaiba kung sila o ako ang nangangaral *sa inyo*. Ang mahalaga'y iisa ang aming ipinangangaral at iyon din ang inyong pinananaligan.

Ang Muling Pagkabuhay ng mga Patay

¹²Ngayon, kung ipinangangaral namin sa inyo na si Cristo'y muling nabuhay, bakit sinasabi ng ilan sa inyo na walang muling pagkabuhay? ¹³Kung totoong walang muling pagkabuhay, nangangahulugan na maging si Cristo ay hindi rin muling nabuhay. ¹⁴At kung si Cristo'y hindi muling nabuhay, walang kabuluhan ang aming pangangaral, at wala ring silbi ang inyong pananampalataya. ¹⁵At hindi lang iyan, lalabas din na sinungaling kami tungkol sa Dios dahil ipinapahayag namin na binuhay niyang muli si Cristo. ¹⁶Ngunit hindi siya muling nabuhay kung talagang walang muling pagkabuhay. ¹⁷At kung si Cristo'y hindi muling nabuhay, walang silbi ang inyong pananampalataya at hindi pa kayo napapatawad sa inyong mga kasalanan. ¹⁸At nangangahulugan din na ang mga mananampalataya kay Cristo na namatay na ay hindi naligtas. ¹⁹Kung ang pag-asa natin kay Cristo ay hanggang sa buhay na ito lamang, tayo ang pinakakawawa sa lahat ng tao.

²⁰Ngunit ang totoo, muling nabuhay si Cristo bilang katibayan na muling bubuhayin ang mga patay. ²¹Dahil sa isang tao *na si Adan*, dumating ang kamatayan sa lahat ng tao. At dahil din sa isang tao *na si Cristo*, muling mabubuhay ang mga patay. ²²Sapagkat kung paanong tayong mga tao ay mamamatay dahil sa kaugnayan natin kay Adan, ganoon din naman, dahil sa ating kaugnayan kay Cristo, tayong lahat ay muling mabubuhay. ²³Ngunit may kanya-kanyang takdang panahon ang muling pagkabuhay. Unang nabuhay si Cristo; pagkatapos, ang mga nakay Cristo naman ang bubuhayin pagbalik niya rito sa mundo. ²⁴At pagkatapos nito, darating ang katapusan. Lulupigin niya ang lahat ng kaharian, pamahalaan at kapangyarihan, at ibibigay ang paghahari sa Dios Ama. ²⁵Sapagkat si Cristo'y

dapat maghari hanggang sa lubusan niyang malupig ang lahat ng kanyang mga kaaway. ²⁶ At ang huling kaaway na kanyang lulupigin ay ang kamatayan. ²⁷ Sinasabi sa Kasulatan na ang lahat ng bagay ay ipinasakop ng Dios kay Cristo.ª Ngunit sa salitang "lahat ng bagay," hindi nangangahulugan na kasama rito ang Dios na siyang nagpasakop ng lahat ng bagay sa ilalim ng kapangyarihan ni Cristo. ²⁸ At kung ang lahat ay naipasakop na sa kapangyarihan ni Cristo, maging si Cristo ay magpapasakop sa Dios na siyang naglagay ng lahat ng bagay sa ilalim ng kanyang kapangyarihan, upang ang Dios ang siyang maghari sa lahat.

²⁹ May mga taong nagpapabautismo para sa mga namatay. Ano ang halaga ng ginagawa nila kung hindi naman muling mabubuhay ang mga patay? ³⁰ At bakit pa namin inilalagay ang aming mga sarili sa panganib oras-oras? ³¹ Araw-araw akong nasa bingit ng kamatayan, mga kapatid! At kung paanong totoo na ipinagmamalaki ko kayo sa ating pakikipag-isa kay Cristo Jesus na ating Panginoon, totoo rin ang sinasabi kong ito. ³² Nahihirapan ako dito sa Efeso, dahil ang mga kumakalaban sa akin ay tulad ng mababangis na hayop. Kung ang paghihirap kong ito'y para lang sa kapakanan ng tao sa buhay na ito, ano ang kabuluhan nito? Kung totoong hindi na mabubuhay ang mga patay, mabuti pang sundin na lang natin ang kasabihan, "Kumain tayo't uminom, dahil baka bukas, mamamatay na tayo."

³³ Huwag kayong palilinlang sa kasabihang iyan. Sa halip, ito ang inyong paniwalaan: "Ang masasamang kasama'y nakakasira ng mabuting ugali." ³⁴ Magpakatino kayo at talikuran n'yo na ang kasalanan. Sinasabi ko ito upang mahiya kayo sa inyong sarili, dahil may ilan sa inyo na mali ang pagkakakilala sa Dios.

Ang Katawan sa Muling Pagkabuhay

³⁵ Maaaring may magtanong, "Paano bubuhaying muli ang mga patay? Anong uri ng katawan ang matatanggap nila?" ³⁶ Ito ang sagot ko sa taong iyan na walang nalalaman: Ang inihahasik na binhi ay hindi mabubuhay hangga't hindi ito namamatay. ³⁷ At kahit anong binhi ang itanim mo, trigo man o ibang binhi, magiging iba ang anyo nito kapag tumubo na. ³⁸ Ang Dios ang nagbibigay anyo sa binhing iyon, ayon sa kanyang kalooban. At ang bawat binhi ay may kanya-kanyang anyo kapag tumubo na.

³⁹ Ganoon din sa katawan; hindi lahat ng katawan ay pare-pareho. Iba ang katawan ng tao, ng hayop, ng ibon at ng isda. ⁴⁰ May mga katawang panlupa at may mga katawang panlangit, at ang bawat isa'y may kanya-kanyang kagandahan. Iba ang kagandahan ng katawan dito sa lupa, at iba rin naman ang kagandahan ng katawan doon sa langit. ⁴¹ Iba ang ningning ng araw sa ningning ng buwan, at iba rin naman ang ningning ng mga bituin. At kahit ang mga bituin ay may iba't ibang ningning.

⁴² Ganyan din sa muling pagkabuhay ng mga patay. Ang katawang inilibing ay mabubulok, ngunit kapag ito'y muling binuhay, hindi na ito mabubulok kailanman. ⁴³ Ang katawang inilibing ay pangit at mahina, ngunit kapag ito'y muling binuhay, ito'y maganda na at malakas. ⁴⁴ Ang katawang inilibing ay panlupa, ngunit kapag ito'y muling binuhay, ito'y panlangit na. Sapagkat kung mayroong katawang panlupa ay mayroon din namang katawang panlangit. ⁴⁵ Sinasabi sa Kasulatan, "Ang unang tao na si Adan ay binigyan ng buhay." Ngunit ang huling Adan na si Cristo ay espiritung nagbibigay-buhay. ⁴⁶ Hindi ang panlangit na katawan ang nauna kundi ang panlupa, at pagkatapos noon ay ang panlangit naman. ⁴⁷ Ang unang tao na si Adan ay mula sa lupa, ngunit pangalawang tao na si Cristo ay mula sa langit. ⁴⁸ Ang katawang panlupa ay katulad ng katawan ng tao na gawa sa lupa, at ang katawang panlangit ay katulad ng katawan ng nagmula sa langit. ⁴⁹ Kaya kung paanong ang katawan natin ngayon ay katulad ng kay Adan na nagmula sa lupa, darating ang araw na ang katawan natin ay magiging katulad ng kay Cristo na nagmula sa langit.

⁵⁰ Mga kapatid, ito ang gusto kong sabihin: Ang ating katawan na binubuo ng laman at dugo ay hindi magkakaroon ng bahagi sa paghahari ng Dios. Ang katawang ito na nabubulok ay hindi maaaring makatanggap ng buhay na walang hanggan.

⁵¹ Ngunit makinig kayo dahil may sasabihin ako sa inyo na isang lihim: Hindi lahat sa atin ay mamamatay, ngunit tayong lahat ay bibigyan ng bagong katawan ⁵² sa isang iglap, sa isang kisap-mata, kasabay ng pagtunog ng huling trumpeta. At sa pagtunog ng trumpeta'y muling bubuhayin ang mga patay at bibigyan ng katawang hindi nabubulok. At tayong mga buhay pa ay bibigyan din ng bagong katawan. ⁵³ Sapagkat itong katawan nating nabubulok at namamatay ay dapat mapalitan ng katawang hindi nabubulok at hindi namamatay. ⁵⁴ At kapag ang katawang ito na nabubulok at namamatay ay napalitan na ng katawang hindi nabubulok at hindi namamatay, matutupad na ang sinasabi sa Kasulatan na,

> "Nalupig na ang kamatayan; ganap na ang tagumpay!"

⁵⁵ "Nasaan, O kamatayan, ang iyong tagumpay? Nasaan na ang iyong kapangyarihan?"

⁵⁶ May kapangyarihan lamang ang kamatayan sa atin dahil sa kasalanan, at may kapangyarihan ang kasalanan sa atin dahil mayroong Kautusan. ⁵⁷ Ngunit salamat sa Dios dahil binigyan niya tayo ng tagumpay sa mga bagay na ito sa pamamagitan ng ating Panginoong Jesu-Cristo. ⁵⁸ Kaya nga, mga minamahal na kapatid, magpakatatag kayo at huwag manghina sa inyong pananampalataya. Magpakasipag kayo sa gawaing ibinigay sa inyo ng Panginoon, dahil alam ninyo na hindi masasayang ang mga paghihirap ninyo para sa kanya.

Tulong para sa mga Taga-Judea

16 Ngayon, tungkol naman sa tulong na nalikom para sa mga mananampalatayaᵇ ng Dios sa Judea, gayahin ninyo ang ipinagawa ko sa mga

---

ª 27 Isa. 22:13.

ᵇ 1 mananampalataya: sa Griego, hagios, na ang ibig sabihin ay itinuring ng Dios na sa kanya.

iglesyang nasa Galacia. ² Sa bawat Linggo, ang bawat isa sa inyo'y maglaan na ng halaga ayon sa inyong kita, at ipunin ninyo ito upang pagdating ko riyan ay nakahanda na ang inyong tulong. ³ Pagdating ko riyan, papupuntahin ko sa Jerusalem ang mga taong pipiliin ninyo na magdadala ng inyong tulong, at gagawa ako ng sulat na magpapakilala sa kanila. ⁴ At kung kinakailangan ding pumunta ako *sa Jerusalem*, isasama ko na sila.

Mga Plano ni Pablo

⁵ Tutuloy ako riyan sa Corinto pagkagaling ko sa Macedonia dahil kailangan kong dumaan doon. ⁶ Maaaring magtagal ako riyan sa inyo. Baka riyan ako magpalipas ng taglamig, upang matulungan ninyo ako sa mga pangangailangan ko sa susunod kong paglalakbay, *bagama't hindi ko pa alam* kung saan ako pupunta. ⁷ Ayaw kong dadaan lang ako sa inyo. Gusto kong magtagal sa piling ninyo kung loloobin ng Panginoon.

⁸ Samantala, mananatili ako rito sa Efeso hanggang sa araw ng Pentecostes, ⁹ dahil nabigyan ako ng magandang pagkakataon upang maisulong ang gawain dito, kahit na maraming sumasalungat.

¹⁰ Kung dumating diyan si Timoteo, asikasuhin ninyo siyang mabuti upang mapanatag ang kanyang kalooban, dahil katulad ko rin siyang naglilingkod sa Panginoon. ¹¹ Huwag ninyo siyang hamakin. At sa kanyang pag-alis, tulungan ninyo siya sa kanyang mga pangangailangan upang makabalik siya agad sa akin. Sapagkat inaasahan ko siya *na dumating dito* kasama ang iba pang mga kapatid *sa pananampalataya*.

¹² Tungkol naman sa kapatid nating si Apolos, pinakiusapan ko siyang dumalaw diyan kasama ang ilang mga kapatid, ngunit hindi pa raw sila makakapunta riyan. Dadalaw na lang daw siya kung mayroon siyang pagkakataon.

Katapusang Tagubilin

¹³ Maging listo kayo at magpakatatag sa inyong pananampalataya. Magpakatapang kayo at magpakatibay. ¹⁴ At anuman ang inyong gawin, gawin ninyo nang may pag-ibig.

¹⁵ Alam ninyong si Stefanas at ang pamilya niya ang unang naging Cristiano riyan sa Acaya. Inilaan nila ang kanilang mga sarili sa paglilingkod sa mga pinabanal*ᵃ* ng Dios. Kaya nakikiusap ako sa inyo, mga kapatid, ¹⁶ na magpasakop kayo sa kanila at sa lahat ng katulad nila na naglilingkod *sa Panginoon*.

¹⁷ Natutuwa ako sa pagdating nina Stefanas, Fortunatus, at Acaicus, dahil kahit wala kayo rito, nandito naman sila, at ginagawa nila sa akin ang hindi ninyo magawa. ¹⁸ Ako'y pinasigla nila, at ganoon din kayo. Pahalagahan ninyo ang mga katulad nila.

¹⁹ Kinukumusta kayo ng mga mananampalataya sa *lalawigan ng* Asia. Kinukumusta rin kayo nina Aquila at Priscila at ng mga mananampalatayang*ᵇ* nagtitipon sa kanilang tahanan, dahil kayong nasa Panginoon. ²⁰ At kinukumusta rin kayong lahat ng mga mananampalataya rito.

Magbatian kayo bilang magkakapatid kay Cristo.*ᶜ*

²¹ Akong si Pablo *ay nangungumusta rin sa inyo, at ako* mismo ang sumusulat ng pagbating ito.

²² Parusahan nawa ng Dios ang sinumang hindi nagmamahal sa kanya.

Panginoon, bumalik na po kayo!

²³ Pagpalain nawa kayo ng Panginoong Jesus.

²⁴ Minamahal ko kayong lahat *bilang mga kapatid* kay Cristo Jesus.

---

a 15 pinabanal: sa Griego, *hagios,* na ang ibig sabihin ay itinuring ng Dios na sa kanya.

b 19 mga mananampalataya: sa literal, *iglesya.*

c 20 bilang magkakapatid kay Cristo: sa literal, *sa pamamagitan ng banal na halik.*

ANG IKALAWANG SULAT NI PABLO SA MGA
TAGA-CORINTO

1 *Mula kay* Pablo na apostol ni Cristo Jesus ayon sa kalooban ng Dios, *kasama si* Timoteo na *ating* kapatid.

Mahal kong mga kapatid sa iglesya[a] ng Dios diyan sa Corinto, kasama ang lahat ng mga pinabanal[b] *ng Dios* sa Acaya:

[2] Sumainyo nawa ang biyaya at kapayapaang galing sa Dios na ating Ama at sa Panginoong Jesu-Cristo.

Pasasalamat sa Dios

[3] Purihin ang Dios at Ama ng ating Panginoong Jesu-Cristo. Siya'y maawaing Ama at Dios na laging nagpapalakas ng ating loob. [4] Pinalalakas niya ang ating loob sa lahat ng ating paghihirap, para sa pamamagitan ng kalakasan ng loob na ibinigay sa atin ng Dios ay mapalakas din natin ang loob ng ibang naghihirap. [5] Sapagkat kung gaano karami ang mga paghihirap natin dahil kay Cristo, ganoon din karaming beses niyang pinalalakas ang ating loob. [6] Kung naghihirap man kami, ito'y para mapalakas ang inyong loob, at para kayo'y maligtas. At kung pinalakas man ng Dios ang aming loob, ito'y para mapalakas din ang loob ninyo, nang sa ganoon ay makayanan ninyo ang mga paghihirap na tulad ng dinaranas namin. [7] Kaya malaki ang aming pag-asa para sa inyo, dahil alam namin na kung naghihirap kayo tulad namin, palalakasin din ng Dios ang inyong loob tulad ng sa amin.

[8] Mga kapatid, gusto naming malaman ninyo ang mga paghihirap na dinanas namin sa *lalawigan ng Asia*. Napakabigat ng mga dinanas namin doon, halos hindi na namin nakayanan at nawalan na kami ng pag-asang mabuhay pa. [9] Ang akala namin noon ay katapusan na namin. Ngunit nangyari ang lahat ng iyon para matuto kami na huwag magtiwala sa aming sarili kundi sa Dios na siyang bumubuhay ng mga patay. [10] Iniligtas niya kami sa malagim na kamatayan, at patuloy niya kaming ililigtas. At umaasa kami na patuloy niyang gagawin ito [11] sa tulong ng inyong mga panalangin. Sa ganoon, marami ang magpapasalamat sa Dios dahil sa mga pagpapalang tatanggapin namin mula sa kanya bilang sagot sa mga panalangin ng marami.

Nagbago ng Plano si Pablo

[12] Isang bagay ang maipagmamalaki namin: Namumuhay kaming matuwid at tapat sa harap ng lahat ng tao, lalung-lalo na sa inyo. Nagawa namin ito hindi sa pamamagitan ng karunungan ng mundo kundi dahil sa biyaya ng Dios. At pinatutunayan ng aming konsensya na talagang totoo itong aming ipinagmamalaki. [13-14] Sapagkat wala kaming isinusulat sa inyo na hindi ninyo mababasa o maintindihan. Kahit na hindi n'yo pa kami kilalang mabuti, umaasa akong darating ang araw na makikilala n'yo kami nang lubusan, para maipagmalaki ninyo kami sa araw ng pagdating ng Panginoong Jesus, at maipagmamalaki rin namin kayo.

[15] Dahil sa tiwalang ito, binalak kong bisitahin kayo noong una, para makatanggap kayo ng dobleng pagpapala[c] *sa pagbisita ko sa inyo ng dalawang beses.* [16] Binalak kong dumaan muna sa inyo pagpunta ko sa Macedonia, at sa aking pagbalik mula roon, muli akong dadaan diyan para matulungan ninyo ako sa aking paglalakbay papuntang Judea. [17] Iyon sana ang plano ko noon. *Ngunit dahil hindi ito natuloy,* masasabi ba ninyong pabago-bago ang aking isip? Katulad din ba ako ng mga taong makamundo na "Oo" nang "Oo," pero "Hindi" naman pala ang ibig sabihin? [18] *Aba, hindi!* Kung paanong tapat ang Dios, ganoon din naman kami sa aming mga sinasabi. [19] Kami nina Silas at Timoteo ay nangaral sa inyo tungkol kay Jesu-Cristo na Anak ng Dios. At alam ninyong si Cristo'y tapat sa kanyang mga salita. Talagang tutuparin niya ang kanyang mga pangako. [20] Sapagkat kahit gaano man karami ang pangako ng Dios, tutuparin niyang lahat ito sa pamamagitan ni Cristo. Kaya nga masasabi natin na tapat ang Dios,[d] at ito'y nakapagbibigay ng kapurihan sa kanya. [21] Ang Dios ang nagpapatibay sa atin, at sa ating pakikipag-isa kay Cristo. Pinili niya tayo *para maglingkod sa kanya.* [22] Tinatakan niya tayo *bilang tanda na tayo'y nasa kanya na.* Ginawa niya ito sa pamamagitan ng paglalagay ng kanyang *Banal na* Espiritu sa ating mga puso. *Ang Banal na Espiritu* ang nagsisilbing garantiya na matatanggap natin ang kanyang mga ipinangako.

[23] Saksi ko ang Dios, na kaya hindi na ako tumuloy diyan sa Corinto ay dahil ayaw kong sumama at loob ninyo sa akin. [24] Ayaw naming diktahan kayo sa inyong pananampalataya dahil matatag na kayo riyan. Nais lamang naming magkatulungan tayo para maging masaya kayo.

2 Naisip kong huwag na munang pumunta riyan kung makapagdudulot lang naman ng kalungkutan ang pagdalaw ko sa inyo. [2] Kayo lang ang nagpapasaya sa akin. Ngunit kung magiging malungkot kayo nang dahil sa akin, papaano n'yo pa ako mapapasaya? [3] Iyan ang dahilan kung bakit sumulat ako sa inyo noon. Ayaw kong sa pagpunta ko riyan ay maging malungkot ang mga taong dapat sana'y magpapaligaya sa akin. At naniniwala ako na ang kaligayahan ko ay kaligayahan din ninyong lahat. [4] Nang sumulat ako noon sa inyo, nabagabag ang aking kalooban. Nalungkot ako't lumuha. Sumulat ako sa inyo hindi dahil sa gusto ko kayong saktan kundi dahil gusto kong maipakita kung gaano ko kayo kamahal.

---

a 1 iglesya: Ang ibig sabihin, *mga mananampalataya ni Cristo.*

b 1 pinabanal: sa Griego, *hagios,* na ang ibig sabihin ay itinuring ng Dios na sa kanya.

c 15 para makatanggap kayo ng dobleng pagpapala: o, *para doble ang inyong pagkakataong makatulong.*

d 20 tapat ang Dios: sa literal, *Amen.*

Patawarin ang Nagkasala

⁵Ngayon, tungkol naman sa taong nagdulot ng kalungkutan kaninuman, hindi lamang ako ang binigyan niya ng kalungkutan. Ayaw kong magmalabis, pero nagbigay din siya ng kalungkutan sa inyong lahat. ⁶Pero sapat na ang kaparusahang ibinigay ninyo sa kanya. ⁷Kaya patawarin na ninyo siya at patatagin, dahil baka maging labis ang kanyang hinagpis at tuluyang panghinaan ng loob. ⁸Nakikiusap ako na ipakita ninyo sa kanya na mahal n'yo pa rin siya. ⁹At ito nga ang dahilan ng pagsulat ko sa inyo, dahil gusto kong malaman kung sinusunod ninyong mabuti ang lahat *ng sinasabi ko sa inyo.* ¹⁰Kung pinatawad na ninyo ang taong nagkasala, pinatawad ko na rin siya. At kung nagpatawad man ako, saksi si Cristo na ginawa ko iyon alang-alang sa inyo. ¹¹Nararapat *lamang na magpatawad tayo para* hindi tayo madaig ni Satanas. Alam naman natin ang mga binabalak niyang masama.

Si Pablo sa Troas

¹²Nang dumating ako sa Troas para ipangaral ang Magandang Balita tungkol kay Cristo, binigyan ako ng Panginoon ng magandang pagkakataon na magawa iyon. ¹³Pero hindi ako mapalagay dahil hindi ko nakita roon ang kapatid nating si Tito. Kaya nagpaalam ako sa mga mananampalataya roon at pumunta sa Macedonia.

Tagumpay sa Pamamagitan ni Cristo

¹⁴Salamat sa Dios dahil lagi siyang nasa unahan natin sa parada ng tagumpay. Ginagawa niya ito dahil tayo ay nakay Cristo. Saan man kami pumunta, ginagamit kami ng Dios para ipakilala si Cristo sa mga tao. At itong ipinapalaganap namin ay parang halimuyak ng pabango. ¹⁵Para kaming mabangong handog na iniaalay ni Cristo sa Dios, at naaamoy ng mga taong naliligtas at ng napapahamak. ¹⁶Sa mga napapahamak, para kaming nakamamatay na amoy; ngunit sa mga naliligtas, para kaming halimuyak na nagbibigay-buhay. Sino ang may kakayahang gampanan ang gawaing ito? ¹⁷Hindi kami tulad ng marami riyan na ginagawang negosyo ang salita ng Dios para magkapera. Alam naming nakikita kami ng Dios, kaya bilang mga mananampalataya ni Cristo at sugo ng Dios, tapat naming ipinangangaral ang kanyang salita.

3 Baka sabihin ninyong pinupuri na naman namin ang aming sarili. Hindi kami katulad ng iba riyan na kailangan ang rekomendasyon para tanggapin ninyo, at *pagkatapos hihingi naman ng* rekomendasyon mula sa inyo *para tanggapin din sa ibang lugar.* ²*Hindi na namin kailangan ito* dahil kayo na mismo ang aming rekomendasyon na nakasulat sa aming puso. Sapagkat ang pamumuhay ninyo ay parang sulat na nakikita at nababasa ng lahat. ³Malinaw na ang buhay ninyo ay parang isang sulat mula kay Cristo na isinulat sa pamamagitan namin. At hindi tinta ang ginamit sa sulat na ito kundi ang Espiritu ng Dios na buhay. At hindi rin ito isinulat sa malapad na mga bato, kundi sa puso ng mga tao.

⁴Nasasabi namin ang mga ito dahil sa mga ginagawa ni Cristo sa pamamagitan namin at dahil sa aming pagtitiwala sa Dios. ⁵Kung sa aming sarili lamang, wala kaming sapat na kakayahang gawin ito. Lahat ng aming kakayahan ay mula sa Dios. ⁶Siya ang nagbigay sa amin ng kakayahan para maipahayag namin ang kanyang bagong pamamaraan *para mailapit ang mga tao sa kanya.* At ang bagong pamamaraan na ito ay hindi ayon sa isinulat *na Kautusan* kundi sa pamamagitan ng Espiritu. Sapagkat ang Kautusan ay nagdudulot ng kamatayan, ngunit ang Espiritu ay nagbibigay-buhay.

⁷Noong ibinigay *ng Dios kay Moises* ang Kautusan na nakasulat sa *malapad na* mga bato, hindi matingnan ng mga Israelita ang mukha ni Moises dahil nasisilaw sila. Ngunit *ang ningning na iyon sa kanyang mukha ay* unti-unti ring nawala. Ngayon, kung nagpakita ang Dios ng kanyang kapangyarihan sa Kautusan na nagdudulot ng kamatayan, ⁸higit pa ang ipapakita niyang kapangyarihan kung kikilos na ang Espiritu. ⁹Kung nagpakita ang Dios ng kapangyarihan niya sa pamamagitan ng Kautusan na nagdudulot ng hatol na kamatayan, higit pa ang ipapakita niyang kapangyarihan sa pagpapawalang-sala sa mga tao. ¹⁰Ang totoo, balewala ang kapangyarihan ng Kautusan kung ihahambing sa kapangyarihan ng bagong pamamaraan *ng Dios.* ¹¹Kung may kapangyarihang ipinakita ang *Dios sa pamamagitan ng* Kautusan na lumilipas, higit pa ang kapangyarihang *ipinapakita niya* sa bagong pamamaraang ito na nananatili magpakailanman.

¹²At dahil sa pag-asa naming ito, malakas ang aming loob na ipahayag ang salita ng Dios. ¹³Hindi kami tulad ni Moises na nagtakip ng mukha para hindi makita ng mga Israelita ang liwanag sa kanyang mukha na unti-unting nawawala. ¹⁴Ang totoo, hindi naintindihan ng mga Israelita ang kahulugan nito noon dahil may nakatakip sa kanilang isipan. At kahit ngayon, may nakatakip pa rin sa kanilang isipan habang binabasa nila ang dating kasunduan. At maaalis lamang ito kapag ang isang tao'y nakay Cristo. ¹⁵Totoong hanggang ngayon ay may nakatakip sa kanilang isipan habang binabasa nila ang mga isinulat ni Moises. ¹⁶Ngunit kung lalapit ang tao sa Panginoon, maaalis ang takip sa kanyang isipan. ¹⁷Ngayon, ang binabanggit ditong Panginoon ay ang *Banal na* Espiritu, at kung ang Espiritu ng Panginoon ay nasa isang tao, malaya na siya. ¹⁸At dahil naalis na ang takip sa ating isipan, nakikita na natin ang kapangyarihan ng Panginoon. At ang kapangyarihang ito ay mula sa Panginoon, na siyang *Banal na* Espiritu, ang siyang unti-unting bumabago sa atin hanggang tayo'y maging katulad niya.

Kayamanan sa Palayok

4 Dahil sa awa ng Dios, pinili niya kami para ipahayag ang kanyang bagong pamamaraan *sa pagpapawalang-sala sa mga tao,* kaya naman hindi kami pinanghihinaan ng loob. ²Tinalikuran namin ang mga kahiya-hiya at patagong gawain. Hindi kami nanlilinlang, at hindi rin namin binabaluktot ang salita ng Dios. Pawang katotohanan ang ipinangangaral namin. Alam ito ng Dios, at malinis ang aming konsensya sa harap ng tao. ³Ngunit kung may mga hindi nakakaintindi sa Magandang Balita na aming ipinapahayag, ito ay ang mga taong napapahamak. ⁴Ayaw nilang maniwala sa

Magandang Balita dahil ang kanilang mga isipan ay binulag ni Satanas na naghahari sa mundong ito.[a] Binulag niya sila para hindi nila maintindihan ang Magandang Balita tungkol sa kapangyarihan ni Cristo, na siyang larawan ng Dios. [5] Hindi namin ipinangangaral ang aming mga sarili kundi si Jesu-Cristo, na siyang Panginoon. Naglilingkod kami sa inyo dahil kay Jesus. [6] Sapagkat ang Dios na nagsabing, "Magkaroon ng liwanag sa kadiliman," ang siya ring nagbigay-liwanag sa aming mga isipan para maunawaan namin ang kapangyarihan ng Dios na nahayag kay Jesu-Cristo.

[7] Nasa amin ang kayamanang ito, ngunit tulad lang kami ng palayok na pinaglagyan nito para maipakita na ang hindi mapamarisang kapangyarihan na nasa amin ay mula sa Dios at hindi sa amin. [8] *Sa aming pangangaral*, ginigipit *kami* sa lahat ng paraan, pero hindi *kami* nalulupig. Kung minsan *kami* ay naguguluhan, pero hindi *kami* nawawalan ng pag-asa. [9] Maraming umuusig sa amin, ngunit hindi kami pinapabayaan ng Dios. Kung minsa'y sinasaktan kami, ngunit hindi tuluyang napapatay. [10] Lagi kaming nasa bingit ng kamatayan tulad ng nangyari kay Jesus, para sa pamamagitan ng aming buhay ay makita rin ang buhay ni Jesus. [11] Lagi kaming nasa bingit ng kamatayan dahil sa paglilingkod namin kay Jesus, para sa pamamagitan ng aming katawang may kamatayan, makita ng lahat ang buhay ni Jesus. [12] Maaaring mamatay kami *dahil sa aming pangangaral*, pero ito naman ang nagdudulot sa inyo ng buhay *na walang hanggan*.

[13] Sinasabi ng Kasulatan, "Sumampalataya ako, kaya nagsalita ako."[b] Ganoon din ang aming ginagawa: Sumasampalataya kami, kaya nagsasalita kami. [14] Sapagkat alam namin na ang Dios na muling bumuhay sa Panginoong Jesus ang siya ring bubuhay sa amin, tulad ng ginawa niya kay Jesus, at dadalhin niya tayong lahat *sa kanyang piling*. [15] Ang lahat *ng paghihirap namin* ay para sa inyong ikabubuti, para lalo pang dumami ang tumanggap ng biyaya *ng Dios. At habang dumarami ang tumatanggap ng biyaya ng Dios*, dumarami rin ang nagpapasalamat sa kanya. At dahil dito ay mapupuri siya.

[16] Iyan ang dahilan kung bakit hindi kami pinanghihinaan ng loob. Kahit na unti-unting humihina ang aming katawan, patuloy namang lumalakas ang aming espiritu. [17] Sapagkat ang mga paghihirap na dinaranas namin sa mundong ito ay panandalian lamang at hindi naman gaanong mabigat. At *dahil sa aming mga paghihirap*, may inihahandang gantimpala ang Dios para sa amin na mananatili magpakailanman at hinding-hindi mapapantayan. [18] Kaya hindi namin pinapahalagahan ang mga bagay na nakikita *sa mundong ito* kundi ang mga bagay na hindi nakikita. Sapagkat ang mga bagay na nakikita ay panandalian lamang, pero ang mga bagay na hindi nakikita ay walang hanggan.

Ang Bagong Katawan

5 Alam natin na ang ating katawang panlupa ay parang bahay na ating tinutuluyan habang nasa

mundo pa tayo, at ito'y masisira. Ngunit alam din natin na may inihandang katawang panlangit ang Dios para sa atin na hindi mamamatay kailanman. Ang katawang ito ay ginawa ng Dios at hindi ng tao. [2] Dumaraing tayo sa ngayon, dahil pinananabikan nating maisuot na ang katawang panlangit. [3] At kapag nangyari ito, hindi matatagpuang hubad ang ating kaluluwa. [4] Habang nandito pa tayo sa ating katawan, dumadaing tayo dahil sa mga paghihirap. Hindi dahil sa gusto na nating mamatay, kundi dahil sa gusto na nating magkaroon ng bagong katawan, para mapalitan na ang katawang may kamatayan ng katawang walang kamatayan. [5] Ang Dios na rin ang siyang naghanda sa atin para tanggapin natin ang bagong katawan, at bilang katiyakan, ibinigay niya sa atin ang kanyang *Banal na* Espiritu.

[6] Kaya panatag ang aming kalooban, kahit na alam namin na habang nabubuhay pa tayo sa ating katawan ay wala pa tayo sa tahanan ng Panginoon. [7] Sapagkat namumuhay tayo sa pananampalataya at hindi ayon sa mga bagay na nakikita. [8] Hindi kami pinanghihinaan ng loob, kahit na mas gusto naming iwanan ang aming katawan at makapiling na ang Panginoon. [9] Kaya naman, sinisikap naming malugod ang Dios sa amin, maging dito man o sa piling na niya. [10] Sapagkat haharap tayong lahat kay Cristo para hatulan. Tatanggapin ng bawat isa ang nararapat na kabayaran sa kanyang mga ginawa, mabuti man o masama, nang nabubuhay pa siya sa mundong ito.

Nakabalik Tayo sa Dios Dahil kay Cristo

[11] Kaya nga, dahil may takot kami sa Panginoon, ginagawa namin ang lahat para mahikayat ang mga tao na manumbalik sa kanya. Alam ng Dios ang tunay naming pagkatao, at umaasa akong alam din ninyo ito. [12] Hindi dahil sa ibinibida na naman namin ang aming sarili, kundi dahil gusto namin na may maipagmalaki kayo tungkol sa amin, para may maisagot kayo sa mga taong pumupuri lamang sa mga bagay na panlabas, at hindi sa nilalaman ng puso. [13] Kung magmukha man kaming nasisiraan ng bait, ito'y para sa Dios. At kung kami naman ay matino, ito'y para sa inyong kapakanan. [14] Sapagkat ang pag-ibig ni Cristo ang siyang nag-uudyok sa amin na sundin ang kanyang kalooban. Kumbinsido kami na namatay si Cristo para sa lahat, kaya maituturing din na namatay ang lahat. [15] Namatay siya para sa lahat, para ang lahat ng nabubuhay ngayon ay hindi na mamumuhay para sa sarili, kundi para sa kanya na namatay at nabuhay para sa kanila.

[16] Kaya ngayon, hindi na namin tinitingnan ang mga tao ayon sa batayan ng mga hindi kumikilala sa Dios. Noong una, ganoon ang pagtingin namin kay Cristo, pero hindi na ngayon. [17] Ang sinumang nakay Cristo ay isa nang bagong nilalang. Wala na ang dati niyang pagkatao; binago na siya. [18] Ang lahat ng ito'y gawa ng Dios na nagpapanumbalik sa atin sa kanya sa pamamagitan ni Cristo. At ibinigay niya sa amin ang tungkuling papanumbalikin ang mga tao sa kanya. [19] *At ito nga ang aming ibinabalita:* Pinapanumbalik ng Dios ang mga tao sa kanya sa pamamagitan ni Cristo, at hindi na ibinibilang na laban sa kanila ang kanilang mga kasalanan. At kami

---

a 4 ni Satanas na naghahari sa mundong ito: sa literal, *ng dios ng panahong ito.*

b 13 Salmo 116:10.

ang kanyang pinagkatiwalaan na magpahayag ng mensaheng ito. [20] Kaya nga, mga sugo kami ni Cristo, at sa pamamagitan namin, nakikiusap ang Dios sa inyo na manumbalik na kayo sa kanya. [21] Kailanma'y hindi nagkasala si Cristo, ngunit alang-alang sa atin, itinuring siyang makasalanan para sa pamamagitan niya'y maituring tayong matuwid ng Dios.

6 Bilang mga katuwang sa gawain ng Dios, nakikiusap kami sa inyo na huwag ninyong balewalain ang biyaya ng Dios na inyong natanggap. [2] Sapagkat sinabi ng Dios,

"Dininig kita sa tamang panahon,
at tinulungan kita sa araw ng kaligtasan."

Kaya makinig kayo! Ngayon na ang tamang panahon! Ngayon na ang araw ng kaligtasan.

[3] Hindi kami gumagawa ng kahit ano na ikatitisod ng ibang tao, para hindi mapintasan ang paglilingkod namin *sa Dios*. [4] Sa lahat ng aming ginagawa, sinisikap naming ipakita na kami ay totoong mga lingkod ng Dios. Tinitiis namin anumang hirap, pasakit, at kagipitan. [5] *Nakaranas kami ng* pambubugbog, pagkakakulong, at panggugulo *ng mga tao*. Nagsikap kami nang husto, at kung minsan ay wala pang tulog at wala ring pagkain. [6] *Pinatunayan namin sa lahat na kami ay mga tunay na lingkod ng Dios* sa pamamagitan ng aming malinis na pamumuhay, kaalaman, pagtitiyaga, kagandahang-loob, sa pamamagitan ng patnubay ng Banal na Espiritu sa amin, sa tapat na pag-ibig [7] at pananalita, at sa pamamagitan ng kapangyarihan ng Dios. Ang matuwid naming pamumuhay ang aming sandata na panlaban at pananggalang sa kaaway. [8] *Bilang mga lingkod ng Dios*, naranasan naming parangalan at siraan *ng kapwa*, purihin ng iba at laitin ng iba. Pawang katotohanan ang aming mga sinasabi, ngunit itinuturing kaming mga sinungaling. [9] Kami ay tanyag, ngunit hindi kinikilala; lagi kaming nasa bingit ng kamatayan, ngunit buhay pa rin hanggang ngayon. Dinidisiplina kami ng Dios pero hindi pinapatay. [10] May mga nagpapalungkot sa amin, ngunit lagi pa rin kaming masaya. Mahirap lang kami, ngunit marami kaming pinapayaman. *Kung tungkol sa mga bagay dito sa mundo*, wala kaming masasabing amin, ngunit ang totoo, kami ang nagmamay-ari sa lahat ng mga bagay.

[11] Mga taga-Corinto, naging tapat kami sa aming pananalita sa inyo, dahil mahal na mahal namin kayo. [12] Hindi kami nagkulang sa pagmamahal sa inyo. Kayo ang nagkulang sa pagmamahal sa amin. [13] Nakikiusap ako sa inyo tulad ng isang ama sa kanyang mga anak: Mahalin ninyo ako tulad ng pagmamahal ko sa inyo.

Huwag Makikiisa sa mga Hindi Mananampalataya

[14] Huwag kayong makiisa sa mga hindi mananampalataya. Sapagkat hindi maaaring magkaisa ang kabutihan at kasamaan, gaya ng liwanag at dilim hindi rin sila maaaring magsama. [15] At kung paanong hindi magkasundo si Cristo at si Satanas, ganoon din naman ang mananampalataya at ang hindi mananampalataya. [16] Hindi maaaring magsama ang mga dios-diosan at ang Dios sa iisang

templo. At tayo ang templo ng Dios na buhay! Gaya ng sinabi ng Dios,

"Mananahan ako't mamumuhay sa kanilang piling.
Ako'y magiging Dios nila,
at sila'y magiging mga taong sakop ko.
[17] Kaya lumayo kayo at humiwalay sa kanila,[a]
Layuan ninyo ang itinuring na marumi[b]
at tatanggapin ko kayo.
[18] At ako'y magiging Ama ninyo,
at kayo nama'y magiging mga anak ko.
Ako, ang Panginoong Makapangyarihan,
ang nagsasabi nito."

7 Mga minamahal, dahil sa mga ipinangako *ng Dios* sa atin, linisin natin ang ating sarili sa anumang bagay na nagpaparumi sa ating katawan at espiritu, at sikapin nating mamuhay nang banal at may takot sa Dios.

Ang Kagalakan ni Pablo

[2] Tanggapin ninyo kami sa inyong mga puso. Wala kaming ginawang masama kahit kanino. Hindi namin siniraan o dinaya ang sinuman. [3] Hindi ko sinasabi ito para ipahiya kayo. Gaya ng sinabi ko noong una, mahal na mahal namin kayo at handa kaming mabuhay o mamatay na kasama ninyo. [4] Malaki ang tiwala ko sa inyo, at ipinagmamalaki ko kayo! Labis *ninyong* pinalakas ang aming loob at nag-uumapaw sa aming puso ang kagalakan sa kabila ng lahat ng aming mga paghihirap.

[5] Nang dumating kami sa Macedonia, wala rin kaming pahinga, dahil kahit saan ay nagdalamhati kami. Sa paligid ay nariyan ang mga kumokontra sa amin, at sa loob naman namin ay may pag-aalala para sa mga mananampalataya. [6] Ngunit pinalakas ng Dios ang aming loob nang dumating si Tito. Tunay na pinalalakas niya ang loob ng mga nalulumbay. [7] At hindi lang ang pagdating ni Tito ang nagpalakas ng aming loob, kundi maging ang balita na pinalakas din ninyo ang loob niya. Ibinalita niya ang pananabik ninyo *sa amin*, ang inyong panaghoy *sa mga pangyayari*, at ang katapatan[c] ninyo sa akin. Dahil dito, lalo akong natuwa!

[8] Kahit na nagdulot sa inyo ng kalungkutan ang aking sulat, hindi ko ito pinagsisisihan. Nagsisi ako noong una dahil nakita kong pinalungkot kayo ng aking sulat, ngunit sandali lamang. [9] Ngunit masaya ako ngayon, hindi dahil malungkot kayo, kundi dahil naging paraan iyon para magsisi kayo. At iyan nga ang nais ng Dios na mangyari, kaya hindi nakasama sa inyo ang aking mga sulat. [10] Sapagkat ang kalungkutang ayon sa kalooban ng Dios ay nagdadala sa atin sa pagsisisi, at nagdudulot ng kaligtasan. Hindi pinagsisihan ang ganitong kalungkutan. Ngunit ang kalungkutan ng mga taong makamundo ay nagdadala sa kanila sa kamatayan. [11] Tingnan ninyo ang idinulot ng kalungkutang ayon sa kalooban ng Dios! Naging masigasig kayong patunayan na wala kayong kasalanan *tungkol sa*

---

a 17 sa kanila: Ang ibig sabihin, sa mga taong hindi naniniwala sa Dios.

b 17 Layuan ninyo ang itinuring na marumi: sa literal, *Huwag kayong humipo ng anumang marumi.*

c 7 katapatan: o, *pagmamalasakit.*

mga bagay na sinasabi ko sa inyo. Nagalit kayo *sa gumawa ng kasalanang iyon,* at natakot *sa maaaring idulot nito.* Naging masigasig kayong *maibalik ang dati nating samahan.* Pinarusahan *ninyo* ang nagkasala, at pinatunayan ninyo sa lahat ng paraan na wala kayong kinalaman sa kasalanang iyon.

¹² Ang dahilan ng pagsulat ko ay hindi para tuligsain ang nagkasala o ipagtanggol ang ginawan niya ng kasalanan, kundi para maipakita ninyo sa presensya ng Dios kung gaano kayo katapat sa amin. ¹³ At dahil dito, pinalakas ninyo ang aming loob.

At lalo pa kaming sumigla nang makita naming masaya si Tito dahil sa kasiyahang naranasan niya sa inyong piling. ¹⁴ Ipinagmalaki ko kayo sa kanya, at napatunayan niyang totoo ang sinabi ko sa kanya tungkol sa inyo, kaya hindi ako napahiya. ¹⁵ At sa tuwing naaalala ni Tito ang inyong pagkamasunurin at ang inyong pagtanggap at paggalang, lalo kayong napapamahal sa kanya. ¹⁶ At masaya naman ako dahil mapagkakatiwalaan ko kayo nang lubos.

Ang Pagtutulungan ng mga Cristiano

8 Ngayon mga kapatid, nais kong malaman ninyo ang ginawa ng mga iglesya sa Macedonia dahil sa biyaya ng Dios sa kanila. ² Kahit na dumaranas sila ng maraming pagsubok, masayang-masaya pa rin sila. Kaya nga naging lubos silang mapagbigay sa kabila ng kanilang matinding kahirapan. ³ Makapagpapatotoo ako sa inyo na kusang-loob silang nagbigay at higit pa nga sa kanilang makakaya. ⁴ Sapagkat sila na mismo ang paulit-ulit na nakiusap sa amin na bigyan sila ng pagkakataong makatulong sa *mahihirap na* mga mananampalataya.[a] ⁵ At higit pa nga sa aming inaasahan ang kanilang ginawa, dahil una sa lahat, inialay nila ang kanilang mga sarili sa Panginoon at sa amin, ayon sa kalooban ng Dios. ⁶ Dahil sa kanilang ginawa ay pinakiusapan namin si Tito na bumalik sa inyo, at tapusin ang inumpisahan niyang pangongolekta ng inyong tulong *para sa mga kapatid sa Judea.* ⁷ Kayong mga nasa Corinto ay nangunguna sa lahat ng bagay—malakas ang inyong pananampalataya, magaling kayong magturo, marami kayong alam, masipag *sa paglilingkod sa Dios,* at malaki ang inyong pag-ibig sa amin. Kaya gusto namin na manguna rin kayo sa pagbibigay. ⁸ Hindi ia inuutusan ko kayo; sinasabi ko lamang sa inyo ang ginagawang pagtulong ng iba para maipakita *rin ninyo sa amin* na tunay ang inyong pagmamahal. ⁹ Sapagkat alam naman ninyo ang biyayang ipinakita ng ating Panginoong Jesu-Cristo, na kahit na mayaman siya *doon sa langit* ay nagpakadukha siya *dito sa mundo* alang-alang sa atin, para sa pamamagitan ng kanyang kahirapan ay maging mayaman tayo.

¹⁰ Kaya ito ang maipapayo ko sa inyo: Makabubuti kung ipagpapatuloy ninyo ang inumpisahan ninyong pagbibigay noong nakaraang taon. Kayo ang unang nakaisip nito, at kayo rin ang unang nagsagawa. ¹¹ Kaya ituloy ninyo ito! Pagsikapan ninyong tapusin ang gawain na masigasig ninyong inumpisahan, at magbigay kayo sa abot ng inyong makakaya. ¹² Sapagkat kung kusang-loob ang inyong pagbibigay,

tatanggapin ng Dios ang anumang makayanan ninyo. Hindi niya kayo pinagbibigay nang hindi ninyo kaya. ¹³ Hindi *ko sinasabi* na magbigay kayo para guminhawa ang iba at kayo naman ang maghirap, kundi para magkaroon ng pagkakapantay-pantay *sa ating kalagayan.* ¹⁴ Sa ngayon ay masagana kayo, kaya nararapat lamang na tulungan ninyo ang nangangailangan. Sa panahon na kayo naman ang mangailangan, at sila ang masagana, sila naman ang tutulong sa inyo. Sa ganoon, magkakapantay-pantay *ang kalagayan ng isa't isa.* ¹⁵ Ayon nga sa Kasulatan,

"Ang nagtipon ng marami ay hindi sumobra,
at ang nagtipon ng kaunti ay hindi naman
    kinulang."

¹⁶ Nagpapasalamat kami sa Dios na ipinadama niya sa puso ni Tito ang pagmamalasakit sa inyo na tulad ng pagmamalasakit namin sa inyo. ¹⁷ Sapagkat hindi lang siya sumang-ayon sa aming pakiusap, kundi siya na rin mismo ang may gustong pumunta riyan. ¹⁸ Pasasamahin namin sa kanya ang isa sa mga kapatid natin na kilala sa lahat ng iglesya dahil sa paglilingkod niya para sa Magandang Balita. ¹⁹ Hindi lang iyan, siya rin ang pinili ng mga iglesya na sumama sa amin para magdala ng tulong sa mga nangangailangan, nang sa ganoon ay maparangalan ang Panginoon at maipakita namin na talagang gusto naming *makatulong.* ²⁰ *Isinusugo namin siya kasama si Tito dahil* nais naming maiwasang may masabi ang iba tungkol sa pangangasiwa namin sa malaking tulong na ito. ²¹ Sapagkat sinisikap naming gawin ang tama, hindi lamang sa paningin ng Panginoon, kundi maging sa paningin ng tao.

²² Kasama nila sa pagpunta riyan ang isa pang kapatid *sa pananampalataya,* na subok na namin sa maraming bagay at nakita namin ang kanyang sigasig sa pagtulong. At higit pa nga ang kanyang sigasig ngayon, dahil malaki ang kanyang tiwala sa inyo. ²³ Tungkol naman kay Tito, siya ang kasama at katulong ko sa aking mga gawain diyan sa inyo. Tungkol naman sa mga kapatid *na kasama niya,* sila ang mga kinatawan ng mga iglesya. Ang kanilang pamumuhay ay isang karangalan para kay Cristo. ²⁴ Kaya ipakita ninyo sa kanila ang inyong pagmamahal para mapatunayan nila na talagang totoo ang pagmamalaki namin sa inyo, at malaman din ito ng ibang iglesya *sa pamamagitan nila.*

9 Hindi ko na kinakailangang sumulat pa sa inyo tungkol sa pagtulong sa mga pinabanal[b] *ng Dios sa Judea,* ² dahil alam ko naming gustong-gusto ninyong tumulong. Ipinagmamalaki ko pa nga ito sa mga taga-Macedonia. Sinasabi ko sa kanila na mula pa noong nakaraang taon, kayong mga taga-Acaya ay handa ng magbigay ng tulong, at ito nga ang nagtulak sa karamihan *sa kanila* na magbigay din. ³ Kaya nga pinauna ko na riyan sina Tito, para matiyak na handa na kayo sa inyong tulong gaya ng ipinagmalaki ko sa mga taga-Macedonia. Sa ganoon, hindi nila masasabi na walang kwenta ang pagmamalaki namin tungkol sa inyo. ⁴ Sapagkat kung dumating ako riyan kasama ang ilang mga taga-Macedonia at makita nilang hindi pa pala kayo handa sa inyong ibibigay gaya ng sinabi ko sa kanila,

---

a 4 mga mananampalataya: sa Griego, *hagios,* na ang ibig sabihin ay itinuring ng Dios na sa kanya.

b 1 pinabanal: Tingnan ang "footnote" sa 1:1.

mapapahiya ako at pati na rin kayo. ⁵Kaya nga naisip kong paunahin ang mga kapatid na ito sa akin para habang hindi pa ako nakakarating ay malikom na ang inyong mga ipinangakong tulong. At sa ganitong paraan, makikita ng mga tao na kusang-loob ang inyong pagbibigay, at hindi dahil napilitan lamang.

⁶Tandaan ninyo ito: Ang naghahasik ng kaunti ay umaani ng kaunti, at ang naghahasik ng marami ay umaani ng marami. ⁷Ang bawat isa sa inyo ay magbigay nang ayon sa sariling kapasyahan, nang walang pag-aatubili, at hindi sapilitan, dahil mahal ng Dios ang mga nagbibigay nang may kagalakan. ⁸At magagawa ng Dios na ibigay sa inyo ang higit pa sa inyong mga pangangailangan, para sa lahat ng panahon ay maging sapat kayo sa lahat ng bagay, at lagi ninyong matutulungan ang iba. ⁹Gaya ng sinasabi sa Kasulatan,

"Namigay siya sa mga dukha;
kailanman ay hindi makakalimutan ang
kanyang mabubuting gawa."

¹⁰Ang Dios na nagbibigay ng binhi sa magsasaka at tinapay na makakain, ang siya ring magbibigay ng inyong mga pangangailangan para lalo pa kayong makatulong sa iba. ¹¹Pasasaganain kayo ng Dios sa lahat ng bagay para lagi kayong makatulong sa iba. At marami ang magpapasalamat sa Dios dahil sa tulong na ipinapadala ninyo sa kanila sa pamamagitan namin.

¹²Dahil sa inyong pagbibigay, hindi lamang ninyo tinutugunan ang pangangailangan ng mga mananampalataya[a] na nasa Judea, kundi magiging dahilan din ito para marami ang magpasalamat sa Dios. ¹³Sapagkat pinatutunayan ninyo sa inyong pagtulong na sinusunod ninyo ang Magandang Balita tungkol kay Cristo na inyong pinaniniwalaan. At dahil sa pagtulong ninyo sa kanila at sa iba pa, papupurihan nila ang Dios. ¹⁴Buong puso silang mananalangin para sa inyo dahil sa dakilang biyaya ng Dios na ipinamalas niya sa inyo. ¹⁵Pasalamatan natin ang Dios sa kanyang kaloob na hindi natin kayang ipaliwanag.

Ang Sagot ni Pablo sa mga Kumakalaban sa Kanya

10 ¹⁻²Mayroong mga nagsasabi sa inyo na akong si Pablo ay matapang lamang sa sulat pero maamo kapag harap-harapan. Nakikiusap ako sa inyo nang may kababaang-loob tulad ni Cristo, na huwag sana ninyo akong piliting magpakita ng tapang pagdating ko riyan. Sapagkat handa kong harapin ang nagsasabi sa inyo na makamundo raw ang pamumuhay namin. ³Kahit na namumuhay kami rito sa mundo, hindi kami nakikipaglaban sa mga kumokontra sa katotohanan nang ayon sa pamamaraan ng mundo. ⁴⁻⁵Sa halip, ang kapangyarihan ng Dios ang aming armas. Iyon ang aming ginagamit na panlaban sa mga maling pangangatwiran ng mga taong mapagmataas at ayaw maniwala sa mga turo ng Dios. Sinisira namin ang kanilang maling pangangatwiran na tulad ng matibay na pader na humahadlang sa kanila na makilala ang Dios. Kinukumbinsi namin

silang sundin ang mga utos ni Cristo. ⁶At kung matiyak naming lubos na kayong masunurin, handa na kaming parusahan ang lahat ng suwail.

⁷Ang problema sa inyo ay tumitingin lamang kayo sa panlabas na anyo. Isipin nga ninyong mabuti! Kung may nagtitiwalang siya'y kay Cristo, dapat niyang isipin na kami man ay kay Cristo rin. ⁸Kahit sabihing labis na ang pagmamalaki ko sa kapangyarihang ibinigay ng Panginoon sa akin, hindi ako nahihiya. Sapagkat ang kapangyarihang ito ay ginagamit ko sa pagpapalago sa inyong pananampalataya at hindi sa pagsira nito. ⁹Ayaw kong isipin ninyo na tinatakot ko kayo sa aking mga sulat. ¹⁰Sapagkat may mga nagsasabi riyan na matapang ako sa aking mga sulat, pero kapag harapan na ay mahina at nagsasalita ng walang kabuluhan. ¹¹Dapat malaman ng mga taong iyan na kung ano ang sinasabi namin sa aming sulat, ito rin ang gagawin namin kapag dumating na kami riyan.

¹²Hindi namin ibinibilang o ikinukumpara ang aming sarili sa mga iba na mataas ang tingin sa sarili. Mga hangal sila, dahil sinusukat nila at kinukumpara ang kani-kanilang sarili. ¹³Pero kami ay hindi nagmamalaki sa mga gawaing hindi na namin sakop, kundi sa mga gawain lamang na ibinigay sa amin ng Dios, at kasama na rito ang gawain namin sa inyo. ¹⁴Kung hindi kami nakarating diyan, pwede nilang sabihin na labis ang aming pagmamalaki. Pero ang totoo, kami ang unang dumating sa inyo at nangaral ng Magandang Balita tungkol kay Cristo. ¹⁵Kaya hindi labis ang aming pagmamalaki dahil hindi namin inaangkin at ipinagmamalaki ang pinaghirapan ng iba. Sa halip, umaasa kami na sa paglago ninyo sa pananampalataya ay lalawak pa ang gawain namin sa inyo, ayon sa ipinapagawa sa amin ng Dios. ¹⁶Pagkatapos, maipangangaral naman namin ang Magandang Balita sa iba pang mga lugar na malayo sa inyo. Sapagkat ayaw naming angkinin at ipagmalaki ang pinaghirapan ng iba. ¹⁷Gaya ng sinasabi sa Kasulatan, "Kung mayroong nais magmalaki, ipagmalaki na niya kung ano ang ginawa ng Panginoon." ¹⁸Sapagkat nalulugod ang Panginoon sa taong kanyang pinupuri at hindi sa taong pumupuri sa sarili.

Si Pablo at ang mga Nagkukunwaring Apostol

11 Ipagpaumanhin ninyo kung ngayon ay magsalita ako na parang hangal. ²Makadios na pagseselos kasi ang nararamdaman ko para sa inyo. Sapagkat tulad kayo ng isang dalagang birhen na ipinangako kong ipapakasal sa isang lalaki, si Cristo. ³Pero nag-aalala ako na baka malinlang kayo, tulad ni Eva na nalinlang ng ahas, at mawala ang inyong taos-pusong hangaring sumunod kay Cristo. ⁴Sapagkat madali kayong napapaniwala ng kahit sinong dumarating diyan na nangangaral ng ibang Jesus kaysa sa aming ipinangaral sa inyo. At tinatanggap din ninyo ang ibang uri ng espiritu at ang kanilang sinasabing magandang balita na iba kaysa sa inyong tinanggap sa amin.

⁵Sa tingin ko, hindi naman ako huli sa mga nagsasabi riyan na magagaling daw sila na mga apostol. ⁶Maaaring hindi ako magaling magsalita pero sapat naman ang karunungan ko sa

a 12 mga mananampalataya: sa Griego, hagios, tingnan ang "footnote" sa 8:4.

katotohanan. At iyan ay naipakita namin sa inyo sa lahat ng aming pagtuturo.

⁷Hindi ako humingi ng bayad nang ipangaral ko sa inyo ang Magandang Balita mula sa Dios, kundi nagtrabaho ako para matulungan ko kayo sa inyong buhay espiritwal. Masama ba ang ginawa kong ito? ⁸Tumanggap ako ng tulong mula sa ibang iglesya noong ako'y naglilingkod sa inyo. Parang ninakawan ko sila, matulungan lamang kayo. ⁹At noong kinapos ako sa aking mga pangangailangan habang kasama ninyo, hindi ako naging pabigat kaninuman sa inyo. Ang ating mga kapatid na dumating mula sa Macedonia ang nagbigay ng aking mga pangangailangan. Iniwasan kong maging pabigat sa inyo at iyan ang palagi kong gagawin. ¹⁰Hindi ako titigil sa pagmamalaki sa lahat ng lugar sa Acaya *na hindi ako naging pabigat sa inyo*. Totoo ang sinasabi kong ito dahil nasa akin si Cristo. ¹¹Pero baka isipin ninyo na *kaya hindi ako humihingi ng tulong sa inyo ay* dahil sa hindi ko na kayo mahal. *Hindi totoo iyan*. Alam ng Dios na mahal na mahal ko kayo!

¹²Pero patuloy kong paninindigan ang sinasabi ko ngayon na hindi ako hihingi ng tulong sa inyo, para hindi masabi ng mga nagpapakaapostol na sila'y katulad namin kung maglingkod. ¹³Sapagkat ang mga taong iyan ay hindi naman mga tunay na apostol, kundi mga manlilinlang at nagpapanggap lang na mga apostol ni Cristo. ¹⁴At hindi naman iyan nakapagtataka, dahil maging si Satanas ay nagkukunwaring anghel *ng Dios* na nagbibigay-liwanag. ¹⁵Kaya hindi rin nakapagtataka na ang kanyang mga alagad ay magkunwari ding mga alagad ng katuwiran. Pero darating ang araw na parurusahan sila sa lahat ng kanilang mga ginagawa.

Ang mga Paghihirap ni Pablo Bilang Apostol

¹⁶Inuulit ko, huwag ninyong isipin na isa akong hangal. Pero kung ganyan ang tingin ninyo sa akin, hindi na bale, basta hayaan ninyo akong magmalaki nang kahit kaunti. ¹⁷Kung sa bagay, kung ipagmamalaki ko ang aking sarili, hindi ito galing sa Panginoon, at para akong hangal. ¹⁸Pero dahil sa marami riyan ang nagmamalaki tulad ng mga taong makamundo, magmamalaki rin ako. ¹⁹*Sinasabi ninyong* matatalino kayo, pero hinahayaan lamang ninyong diktahan kayo ng mga hangal. ²⁰*Sa katunayan*, hinahayaan lang ninyo na alipinin kayo, agawan ng mga ari-arian, pagsamantalahan, pagmataasan, at hamakin. ²¹Nakakahiya mang aminin na mahihina kami, pero hindi namin kayang gawin ang mga iyan!

Kung may magmamalaki riyan, magmamalaki rin ako, kahit na magmukha akong hangal sa sinasabi ko. ²²Ipinagmamalaki ba nilang sila'y mga Judio, mga Israelita, at kabilang sa lahi ni Abraham? Ako rin! ²³Sila ba'y mga lingkod ni Cristo? Alam kong para na akong baliw sa sinasabi ko, *pero ako rin ay lingkod ni Cristo*, at higit pa nga kaysa sa kanila! Dahil higit akong nagpakahirap kaysa sa kanila; mas maraming beses akong nakulong, nahagupit, at nalagay sa bingit ng kamatayan. ²⁴Limang beses akong tumanggap ng 39 na hagupit sa *kapwa ko* mga Judio. ²⁵Tatlong beses akong pinaghahampas

ng mga sundalong Romano. Minsan na rin akong pinagbabato *ng mga Judio*. Tatlong beses kong naranasan na lumubog ang sinasakyang barko, at minsa'y buong araw at gabi akong *palutang-lutang* sa dagat. ²⁶Sa aking paglalakbay *sa iba't ibang lugar*, nalagay ako sa panganib: sa pagtawid sa mga ilog, sa mga tulisan, sa kapwa ko mga Judio, sa mga hindi Judio, sa mga lungsod, sa mga ilang, sa dagat, at sa mga taong nagpapanggap na mga kapatid *kay Cristo*. ²⁷Naranasan ko rin ang sobrang hirap at pagod, at kawalan ng tulog. Naranasan ko ang magutom, mauhaw, kadalasa'y walang makain, at naranasan kong ginawit dahil sa kakulangan ng maisusuot. ²⁸Maliban sa iba pang mga karanasan na hindi ko nabanggit, inaalala ko pa araw-araw ang kalagayan ng lahat na iglesya. ²⁹Kung may nanghihina *sa pananampalataya*, nalulungkot ako. At kung may nagkakasala, naghihirap ang kalooban ko.

³⁰Kung kailangan kong magmalaki, ang ipagmamalaki ko ay ang aking mga kahinaan. ³¹Hindi ako nagsisinungaling, at alam iyan ng Dios at Ama ng ating Panginoong Jesus. Purihin siya magpakailanman! ³²Noong ako'y nasa lungsod ng Damascus, pinabantayan ng gobernador na sakop ni Haring Aretas ang *pintuan ng* lungsod para dakpin ako. ³³Ngunit inilagay ako *ng aking mga kasama* sa isang kaing at ibinaba sa labas ng pader *ng lungsod*, kaya nakatakas ako.

Ang mga Ipinahayag ng Dios kay Pablo

12 Napilitan akong magmalaki kahit na alam kong wala akong mapapala dito. Sasabihin ko sa inyo ngayon ang mga ipinahayag at ipinakita sa akin ng Panginoon. ²⁻³May 14 na taon na ang nakakaraan nang dalhin ako sa ikatlong langit. (Cristiano na ako noon.) Hindi ko matiyak kung nasa katawan ako noon o nasa espiritu lamang, ang Dios lang ang nakakaalam. ⁴Ang tanging alam ko ay nakarating ako sa Paraiso, at narinig ko roon ang mga kamangha-manghang bagay na hindi kayang ipaliwanag at hindi dapat sabihin kahit kanino. ⁵Maipagmamalaki ko ang karanasan kong iyon. Pero kung tungkol sa aking sarili, wala akong maipagmamalaki maliban sa aking mga kahinaan. ⁶At kung magmamalaki man ako, hindi ako magmimistulang hangal, dahil totoo naman ang aking sasabihin. Pero hindi ko ito gagawin dahil baka sumobra ang palagay ng ilan sa akin kaysa sa nakikita nila sa aking pamumuhay.

⁷Para hindi ako maging mayabang dahil sa mga kamangha-manghang ipinakita ng Dios sa akin, binigyan ako ng isang kapansanan sa katawan. Hinayaan ng Dios na pahirapan ako ni Satanas sa aking kapansanan para hindi ako maging mayabang. ⁸Tatlong beses akong nakiusap sa Panginoon na alisin ito sa akin. ⁹Ngunit sinabi ng Panginoon sa akin, "Sapat na sa iyo ang aking biyaya, dahil ang kapangyarihan ko'y nakikita sa iyong kahinaan." Kaya buong galak kong ipinagmamalaki ang aking mga kahinaan, nang sa ganoon ay lagi kong maranasan ang kapangyarihan ni Cristo. ¹⁰Dahil dito, maligaya ako sa aking kahinaan, sa mga panlalait sa akin, sa mga pasakit, pang-uusig at sa mga paghihirap alang-alang kay

Cristo. Sapagkat kung kailan ako mahina, saka naman ako pinalalakas *ng Dios.*

Ang Malasakit ni Pablo sa mga Taga-Corinto

[11] Para akong hangal *sa aking pagmamalaki*, pero kayo na rin ang nagtulak sa akin *para gawin ito.* Dapat sana'y pinuri ninyo ako sa mga nagpapanggap na mga apostol, pero hindi ninyo ito ginawa. Kahit na wala akong maipagmamalaki sa aking sarili, hindi naman ako nahuhuli sa mga taong iyan na magagaling daw na mga apostol. [12] Pinatunayan ko sa inyo na ako'y tunay na apostol sa pamamagitan ng mga himala, kababalaghan, at iba pang mga kamangha-manghang gawain. [13] Kung ano ang mga ginawa ko riyan sa inyo, ganoon din ang ginawa ko sa ibang mga iglesya, maliban na lamang sa hindi ko paghingi ng tulong sa inyo. Kung sa inyo'y isa itong pagkakamali, patawarin sana ninyo ako!

[14] Handa na ako ngayong dumalaw sa inyo sa ikatlong pagkakataon. At tulad ng dati, hindi ako hihingi ng tulong sa inyo dahil kayo ang gusto ko at hindi ang inyong ari-arian. *Para ko kayong mga anak.* Di ba't ang mga magulang ang nag-iipon para sa kanilang mga anak at hindi ang mga anak para sa mga magulang? [15] Ang totoo, ikaliligaya kong gugulin ang lahat at ialay pati ang aking sarili para sa inyo. Ngunit bakit katiting lang ang isinusukli ninyo sa sobra-sobrang pagmamahal ko sa inyo?

[16] Sumasang-ayon kayo na hindi nga ako naging pabigat sa inyo, pero may nagsasabi pa rin na nilinlang ko kayo at dinaya sa ibang paraan. [17] Pero paano? Alam naman ninyong hindi ako nagsamantala sa inyo sa pamamagitan ng mga kapatid na pinapunta ko riyan. [18] Noong pinapunta ko sa inyo si Tito, kasama ang isang kapatid, nagsamantala ba siya sa inyo? Hindi! Sapagkat iisang Espiritu ang aming sinusunod,[a] at iisa ang aming layunin.

[19] Baka sa simula pa iniisip na ninyo na *wala kaming ginagawa kundi* ipagtanggol ang aming sarili. *Aba, hindi!* Sa presensya ng Dios at bilang mga Cristiano, sinasabi namin sa inyo, mga minamahal, na lahat ng aming ginagawa ay para sa ikatitibay ng inyong pananampalataya. [20] Nag-aalala ako na baka pagdating ko riyan ay makita ko kayong iba sa aking inaasahan at makita rin ninyo akong iba sa inyong inaasahan. Baka madatnan ko kayong nag-aaway-away, nag-iinggitan, nagkakagalit, nagmamaramot, nagsisiraan, nagtsitsismisan, nagpapayabangan, at nagkakagulo. [21] Nag-aalala ako na baka pagdating ko riyan ay ipahiya ako ng aking Dios sa inyong harapan. At baka maging malungkot ako dahil marami sa inyo ang nagkasala na hanggang ngayon ay hindi pa nagsisisi sa kanilang kalaswaan, sekswal na imoralidad, at kahalayan.

Pangwakas na mga Bilin at mga Pangangamusta

13 Ito na ang pangatlong pagdalaw ko sa inyo. *Sinasabi sa Kasulatan,* "Ang anumang kaso ng isa laban sa kapwa ay dapat patotohanan ng dalawa o tatlong saksi."[b] [2] Ngayon, binabalaan ko ang mga nagkasala noon, pati na rin ang lahat, na walang sinumang makakaligtas sa aking pagdidisiplina. Sinabi ko na ito noong pangalawang pagbisita ko riyan, at inuulit ko ngayon habang hindi pa ako nakakarating. [3] Gagawin ko ito para patunayan sa inyo na si Cristo ay nagsasalita sa pamamagitan ko, dahil ito rin ang hinahanap ninyo sa akin. Hindi siya mahina sa pakikitungo sa inyo, kundi makapangyarihan. [4] Kahit na nagpakababa siya[c] nang ipako sa krus, nabubuhay siya ngayon sa kapangyarihan ng Dios. Ganoon din naman, nagpapakababa rin kami[d] bilang mga mananampalataya ni Cristo. Pero nabubuhay kami sa kapangyarihan ng Dios para makapaglingkod sa inyo.

[5] Suriin ninyo ang inyong sarili kung talagang may pananampalataya kayo *kay Cristo.* Tingnan ninyong mabuti ang inyong sarili. Hindi n'yo ba alam na si Cristo ay nasa inyo?—maliban na lang kung hindi kayo tunay na mananampalataya. [6] Umaasa akong makikita ninyo na tunay kaming mga apostol ni Cristo. [7] Ipinapanalangin namin sa Dios na hindi kayo gagawa ng kahit anumang masama. Ginagawa namin ito hindi para ipakita sa mga tao na sinusunod ninyo ang aming mga itinuturo, kundi para patuloy kayong gumawa ng tama, kahit sabihin man nilang hindi kami tunay *na mga apostol.* [8] Kailanman ay hindi kami gagawa ng labag sa katotohanan, kundi ang naaayon lamang sa katotohanan. [9] Nagagalak kami dahil sa aming pagpapakumbaba ay nating matatag kayo *sa inyong pananampalataya.* At ipinanalangin namin na walang makitang kapintasan sa inyo. [10] Kaya nga isinusulat ko ito ngayon habang wala pa ako riyan, para pagdating ko, hindi ko na kailangang maging marahas sa paggamit ng kapangyarihang ibinigay ng Panginoon sa akin. Sapagkat nais kong gamitin ang kapangyarihang ito para sa inyong ikabubuti at hindi sa inyong ikapapahamak.

[11] Hanggang dito na lamang, mga kapatid, at paalam na sa inyo.[e] Sikapin ninyo na walang makitang kapintasan sa inyo, at sundin ninyo ang mga payo ko. Magkaisa kayo at mamuhay nang payapa. Nang sa ganoon, ang Dios *na pinanggagalingan* ng pag-ibig at kapayapaan ay sasainyo.

[12] Magbatian kayo bilang mga magkakapatid kay Cristo.[f]

Kinukumusta kayong lahat ng mga mananampalataya[g] rito.

[13] Nawa'y sumainyong lahat ang biyaya ng ating Panginoong Jesu-Cristo, ang pag-ibig ng Dios, at ang pakikipag-isa ng Banal na Espiritu.[h]

---

a 18 iisang Espiritu ang aming sinusunod: o, *pareho ang aming pag-uugali.*
b 1 Deu. 19:15.
c 4 nagpakababa siya: o, *mahina siya.*
d 4 nagpapakababa rin kami: o, *mahina rin kami.*
e 11 paalam na sa inyo: o, *magalak kayo.*
f 12 bilang mga magkakapatid kay Cristo: sa literal, *sa pamamagitan ng banal na halik.*
g 12 mga mananampalataya: Tingnan ang "footnote" sa 8:4.
h 13 Makikita sa ibang salin na ang talata 12 ay ginawang dalawang talata kaya ang talata 13 ay naging 14. Sa saling ito, ang sinunod ay ang pamamaraan ng pagtatalata na makikita sa kopyang Griego.

ANG SULAT NI PABLO SA MGA
TAGA-GALACIA

1 *Mula kay* Pablo na isang apostol, kasama ang lahat ng kapatid dito. Ang pagka-apostol ko ay hindi galing sa tao o sa pamamagitan ng tao, kundi sa pamamagitan ni Jesu-Cristo at ng Dios Ama na muling bumuhay sa kanya mula sa kamatayan.

Mahal kong mga kapatid sa mga iglesya*ᵃ* diyan sa Galacia:

³ Sumainyo nawa ang biyaya at kapayapaang galing sa Dios Ama at sa ating Panginoong Jesu-Cristo. ⁴ Inialay ni Cristo ang sarili niya para sa mga kasalanan natin, ayon sa kalooban ng ating Dios at Ama. Ginawa niya ito para mailigtas tayo sa kasamaan nitong kasalukuyang mundo. ⁵ Purihin natin ang Dios magpakailanman! Amen.

Iisa Lang ang Magandang Balita

⁶ Nagtaka ako dahil ang dali ninyong tumalikod sa Dios na tumawag sa inyo sa pamamagitan ng biyaya ni Cristo. Bumaling kayo sa ibang magandang balita na hindi naman totoo. ⁷ *Ang totoo*, walang ibang magandang balita. Nasabi ko ito dahil may mga taong nanggugulo sa inyo, at gusto nilang baluktutin ang Magandang Balita tungkol kay Cristo. ⁸ Sumpain nawa ng Dios ang sinuman—kami o maging isang anghel galing sa langit—na mangangaral sa inyo ng magandang balita na iba kaysa sa ipinangaral namin sa inyo. ⁹ Sinabi na namin sa inyo noon at muli kong sasabihin: Kung may mangangaral sa inyo ng magandang balita na iba kaysa sa tinanggap ninyo, sumpain siya ng Dios! ¹⁰ Huwag ninyong isipin na ang nais ko ay malugod sa akin ang tao. *Hindi!* Ang nais ko ay malugod sa akin ang Dios. Kung ang ikalulugod ng tao ang hinahanap ko, hindi ako tunay na lingkod ni Cristo.

Paano Naging Apostol si Pablo

¹¹ Gusto kong malaman ninyo, mga kapatid, na ang Magandang Balitang ipinangaral ko sa inyo ay hindi gawa-gawa lang ng tao. ¹² At hindi ko rin ito tinanggap o natutunan mula sa mga tao, kundi ipinahayag mismo sa akin ni Jesu-Cristo.

¹³ Alam naman ninyo ang dati kong pamumuhay noong kasapi ako sa relihiyon ng mga Judio. Inusig ko nang lubos ang iglesya ng Dios at sinikap ko itong lipulin. ¹⁴ At tungkol naman sa pagsunod sa relihiyon ng mga Judio, nahigitan ko ang marami sa mga kaedad ko, dahil tapat kong sinunod ang mga tradisyong nanggaling pa sa mga ninuno namin.

¹⁵⁻¹⁶ Ngunit sa awa ng Dios, bago pa man ako ipanganak, pinili na niya ako at tinawag upang ihayag sa akin ang kanyang Anak para maipangaral siya sa mga hindi Judio. Nang mangyari ito, hindi ako sumangguni kaninuman. ¹⁷ Hindi rin ako pumunta sa Jerusalem para makipagkita sa mga naunang naging apostol kaysa sa akin. Sa halip, pumunta ako sa Arabia at pagkatapos ay bumalik

---

ako sa Damascus. ¹⁸ Pagkatapos ng tatlong taon, pumunta ako sa Jerusalem para makipagkita kay Pedro. Dalawang linggo akong namalagi sa kanya. ¹⁹ Wala na akong nakita pang ibang apostol maliban kay Santiago na kapatid ng Panginoon.

²⁰ Totoo ang lahat ng sinasabi ko sa sulat na ito, at alam ng Dios na hindi ako nagsisinungaling.

²¹ Pagkatapos, pumunta na ako sa Syria at Cilicia. ²² Nang panahong iyon, hindi pa ako personal na nakikita ng mga iglesya sa Judea na nakay Cristo. ²³ Nabalitaan lang nila na ang dating umuusig sa kanila ay nangangaral na ngayon ng tungkol sa pananampalatayang sinikap niyang puksain noon. ²⁴ Kaya pinapurihan nila ang Dios dahil sa ginawa niya sa akin.

Ang Pagtanggap kay Pablo bilang Apostol

2 Pagkatapos ng 14 na taon, pumunta ulit ako sa Jerusalem. Kasama ko sina Bernabe at Tito. ² Bumalik ako dahil nangusap sa akin ang Dios na dapat akong pumunta roon. Nakipagkita ako nang sarilinan sa mga pinuno ng iglesya, at ipinaliwanag ko sa kanila ang Magandang Balita na ipinangangaral ko sa mga hindi Judio. Ginawa ko ito para masiguro ko na hindi masasayang ang mga pinagpaguran ko noon hanggang ngayon. ³ *Nalaman kong sang-ayon sila sa ipinangangaral ko* dahil hindi nila pinilit na magpatuli ang kasama kong si Tito kahit na hindi siya Judio. ⁴ *Lumabas ang usapin tungkol sa pagtutuli* dahil sa ilang mga nagpapanggap na mga kapatid na nakisalamuha sa atin para sirain ang kalayaang natamo natin kay Cristo Jesus, at gawin ulit tayong alipin *ng Kautusan ni Moises.* ⁵ Ngunit kahit minsan, hindi kami sumang-ayon sa gusto nila, upang maingatan namin para sa inyo ang mga katotohanang itinuturo ng Magandang Balita.

⁶ Ang mga namumuno sa mga mananampalataya *sa Jerusalem* ay wala namang idinagdag sa mga itinuturo ko. (Kung sabagay hindi mahalaga sa akin kung sinuman sila, dahil walang itinatangi ang Dios.) ⁷ Sa halip *na dagdagan nila ang mga itinuturo ko*, kinilala nilang pinagkatiwalaan ako ng Dios sa pagpapahayag ng Magandang Balita sa mga hindi Judio, tulad ni Pedro na pinagkatiwalaan sa pagpapahayag ng Magandang Balita sa mga Judio. ⁸ Sapagkat ang Dios na kumikilos sa gawain ni Pedro bilang apostol sa mga Judio ang siya ring kumikilos sa gawain ko *bilang apostol* sa mga hindi Judio. ⁹ Kaya nang malaman ng mga kinikilalang pinuno ng iglesya, na sina Santiago, Pedro at Juan, na ipinagkaloob sa akin ng Dios ang gawaing ito, tinanggap nila kami ni Bernabe bilang mga kamanggagawa *sa pangangaral ng Magandang Balita.* Napagkasunduan namin na kami *ang mangangaral* sa mga hindi Judio, at sila naman *ang mangangaral* sa mga Judio. ¹⁰ Ang tanging hiling nila ay huwag naming kalilimutang tulungan ang

---

a 1-2 iglesya: Tingnan sa Talaan ng mga Salita sa likod.

mga mahihirap, at iyan din naman talaga ang nais kong gawin.

Pinagsabihan ni Pablo si Pedro

[11] Noong dumating si Pedro sa Antioc, pinagsabihan ko siya nang harapan dahil mali ang ginawa niya. [12] Sapagkat bago dumating ang ilang tao mula kay Santiago, kumakain si Pedro kasama ng mga hindi Judio. Pero nang dumating ang mga iyon, nagsimula na siyang umiwas at ayaw nang kumaing kasama ng mga hindi Judio. Natakot siya sa maaaring sabihin ng mga Judiong nagpupumilit na magpatuli ang mga hindi Judio *para maligtas*. [13] Pati tuloy ang ibang mga *kapatid na* Judio ay nakigaya sa pagkukunwari niya, at maging si Bernabe ay napagaya na rin.

[14] Nang makita kong hindi na ayon sa katotohanan ng Magandang Balita ang ginagawa nila, pinagsabihan ko si Pedro sa harap ng lahat, "Bakit mo pinipilit ang mga hindi Judio na mamuhay na parang mga Judio? Ikaw nga mismo na isang Judio ay namumuhay na parang hindi Judio."

Ang Kaligtasan ay para sa Lahat

[15] Kaming mga ipinanganak na Judio ay iba sa mga hindi Judio na itinuturing *ng mga kapwa naming Judio* na makasalanan. [16] Ngunit alam namin na ang tao ay itinuturing na matuwid *ng Dios* sa pamamagitan ng pananampalataya kay Jesu-Cristo at hindi sa pagsunod sa Kautusan. Kaya nga kaming mga Judio ay sumampalataya rin kay Cristo Jesus para maituring na matuwid sa pamamagitan ng pananampalataya, at hindi dahil sa pagsunod sa Kautusan. Sapagkat walang sinumang maituturing na matuwid sa pamamagitan ng pagsunod sa Kautusan. [17] Ngayon, kung lumalabas na makasalanan pa rin kami sa kagustuhan naming maituring na matuwid sa pamamagitan ng pakikipag-isa kay Cristo, masasabi bang si Cristo ang dahilan ng pagiging makasalanan namin? Hindi! [18] Ngunit kung babalikan ko naman ang *pagsunod sa Kautusang* iniwan ko na, ako na rin ang nagpapatunay na makasalanan ako. [19] Sa katunayan, sa pamamagitan mismo ng Kautusan, nalaman ko na wala nang kapangyarihan ang Kautusan sa akin. Kaya malaya na akong mamuhay para sa Dios. [20] Namatay akong kasama ni Cristo sa krus. Hindi na ako ang nabubuhay sa aking sarili, kundi si Cristo na. Ipinapamuhay ko ang buhay kong ito sa pamamagitan ng pananampalataya sa Anak ng Dios na nagmahal sa akin at nag-alay ng buhay niya para sa akin. [21] Hindi ko binabalewala ang biyaya ng Dios, dahil kung maituturing na matuwid ang tao sa pamamagitan ng Kautusan, walang saysay ang pagkamatay ni Cristo!

Ang Pagsunod sa Kautusan at ang Pananampalataya kay Cristo

3 Ano ba naman kayong mga taga-Galacia! Hindi ba kayo makaintindi? Bakit kayo naniniwala sa mga nanlilinlang sa inyo? Hindi ba't malinaw na ipinangaral ko sa inyo ang kahulugan ng pagkamatay ni Cristo sa krus? [2] Ito ngayon ang gusto kong itanong sa inyo: Tinanggap n'yo ba ang *Banal na* Espiritu dahil sa pagsunod sa Kautusan, o dahil sumampalataya kayo sa *Magandang Balita na* napakinggan n'yo? [3] Talagang hindi nga kayo makaintindi! Nagsimula kayo *bilang mananampalataya* sa pamamagitan *ng kapangyarihan* ng Espiritu, bakit ngayon pinipilit ninyong magpakabanal sa pamamagitan ng sarili n'yong pagsisikap? [4] Wala na bang halaga sa inyo ang naranasan ninyo? Mawawalan na lang ba ito ng kabuluhan? [5] Hindi ba't ibinigay sa inyo ng Dios ang kanyang Espiritu, at sa pamamagitan niya'y gumagawa kayo ng mga himala? Tinanggap n'yo ba ito dahil sa pagsunod sa Kautusan o dahil sumampalataya kayo sa *Magandang Balita na* napakinggan ninyo?

[6] Tingnan n'yo ang nangyari kay Abraham. *Ayon sa Kasulatan,* "Sumampalataya siya sa Dios, kaya itinuring siyang matuwid."[a] [7] Malinaw na ang mga sumasampalataya sa Dios ang siyang mga tunay na anak ni Abraham. [8] Noon pa man, sinasabi na sa Kasulatan na ituturing na matuwid ng Dios ang mga hindi Judio sa pamamagitan ng pananampalataya *nila*. At ang Magandang Balitang ito'y ipinahayag ng Dios kay Abraham *nang sabihin niya*, "Pagpapalain ko ang lahat ng bansa sa pamamagitan mo."[b] [9] Sumampalataya si Abraham sa Dios *at pinagpala siya*. Kaya lahat ng sumasampalataya *sa Dios* ay pinagpapala rin tulad ni Abraham.

[10] Ngunit ang lahat ng umaasang maituturing na matuwid sa pamamagitan ng pagsunod sa Kautusan ay isinumpa na *ng Dios*. Sapagkat sinasabi sa Kasulatan, "Isinusumpa ang sinumang hindi sumusunod sa lahat ng nasusulat sa aklat ng Kautusan."[c] [11] Malinaw na walang taong ituturing na matuwid sa harap ng Dios sa pamamagitan ng pagsunod sa Kautusan dahil *sinasabi sa Kasulatan,* "Ang taong itinuring na matuwid ng Dios dahil sa pananampalataya niya ay mabubuhay."[d] [12] Ang Kautusan ay hindi nakabatay sa pananampalataya. Sapagkat *sinasabi sa Kasulatan,* "Ang nagnanais mabuhay sa pamamagitan ng Kautusan ay kailangang sumunod sa lahat ng iniuutos nito."[e] [13] Ngunit hindi natin masunod ang lahat ng iniuutos ng Kautusan, kaya sinumpa tayo *ng Dios*. Pero ngayon, tinubos na tayo ni Cristo sa sumpang ito. Sinumpa siya alang-alang sa atin, dahil sinasabi sa Kasulatan, "Isinumpa ang sinumang binitay sa puno."[f] [14] *Ginawa ito ng Dios* para ang pagpapalang ibinigay niya kay Abraham ay matanggap din ng mga hindi Judio sa pamamagitan ni Cristo Jesus; at para matanggap natin ang ipinangakong Espiritu sa pamamagitan ng pananampalataya.

Ang Kautusan at ang Pangako ng Dios

[15] Mga kapatid, bibigyan ko kayo ng halimbawa. Hindi maaaring basta na lang ipawalang-bisa o dagdagan ang anumang kasunduang nalagdaan na. Ganoon din naman sa mga pangako ng Dios.

a 6 Gen. 15:16.
b 8 Gen. 12:3; 18:18; 22:18.
c 10 Deu. 27:26.
d 11 Hab. 2:4.
e 12 Lev. 18:5.
f 13 Deu. 21:23.

¹⁶Ngayon, nangako ang Dios kay Abraham at sa kanyang salinlahi. Hindi niya sinabi, "sa mga apo*ᵃ* mo," na nangangahulugang marami, kundi "sa apo mo," na ang ibig sabihin ay iisa, at ito'y walang iba kundi si Cristo. ¹⁷Ito ang ibig kong sabihin: May kasunduang ginawa ang Dios kay Abraham, at ipinangako niyang tutuparin ito. Ang pangakong ito ay ibinigay niya 430 taon bago dumating ang Kautusan. Kaya ang pangakong iyon ay hindi mapapawalang-bisa o mapapawalang-saysay ng Kautusan. ¹⁸Sapagkat kung matatanggap natin ang pagpapala sa pamamagitan ng pagsunod sa Kautusan, walang kabuluhan ang pangako ng Dios kay Abraham. Ngunit ang totoo, ibinigay ng Dios ang pagpapala bilang pagtupad sa pangako niya.

¹⁹Kung ganoon, ano ba ang silbi ng Kautusan? Ibinigay ito para malaman ng tao na nagkakasala sila. Ngunit ito'y hanggang sa dumating lamang ang ipinangakong apo *ni Abraham.* Ibinigay ng Dios ang Kautusan sa pamamagitan ng mga anghel, at sila ang nagbigay nito sa mga tao sa tulong ng isang tagapamagitan. ²⁰*Ngunit ang pangako ay hindi tulad nito.* Dahil nang ibigay ito ng Dios *kay Abraham,* hindi siya gumamit ng tagapamagitan o mga anghel kundi siya mismo.

²¹Kung ganoon, taliwas ba ang Kautusan sa mga pangako ng Dios? Hindi! Sapagkat kung ang Kautusan ay makapagbibigay-buhay, ito na sana ang naging paraan ng Dios para ituring tayong matuwid. ²²Ngunit sinasabi ng Kautusan na ang buong mundo ay alipin ng kasalanan. Kaya ang mga sumasampalataya lamang kay Jesu-Cristo ang makakatanggap ng mga ipinangako ng Dios.

²³Noong hindi pa dumarating itong tinatawag na pananampalataya *kay Cristo,* para tayong mga bilanggo. Binilanggo tayo ng kautusan hanggang sa araw na inihayag ang *kaligtasan natin sa pamamagitan ng* pananampalataya. ²⁴Ang Kautusan ay naging tagapag-alaga natin hanggang sa dumating si Cristo, para sa pamamagitan ng pananampalataya *sa kanya* ay maituring tayong matuwid. ²⁵At ngayong may pananampalataya na, wala na tayo sa patnubay ng *Kautusan na* tagapag-alaga.

Mga Anak ng Dios sa Pananampalataya

²⁶Kayong lahat ay mga anak ng Dios dahil sa pananampalataya ninyo kay Cristo Jesus. ²⁷Sapagkat binautismuhan kayo sa pakikipag-isa ninyo kay Cristo*ᵇ* at namumuhay kayong katulad niya. ²⁸Ngayon, wala nang pagkakaiba ang Judio sa hindi Judio, ang alipin sa malaya, ang lalaki at babae. Kayong lahat ay iisa na dahil kayo'y nakay Cristo na. ²⁹At dahil kayo'y kay Cristo na, kabilang na kayo sa lahi ni Abraham at mga tagapagmana ng mga ipinangako *ng Dios sa kanya.*

4 Ito ang ibig kong sabihin: Habang bata pa ang tagapagmana, wala siyang ipinagkaiba sa mga alipin kahit kanya ang lahat ng ari-arian. ²Itinatagubilin siya sa mga taong nag-aalaga sa kanya at namamahala ng mga ari-arian niya hanggang sa araw na itinakda ng kanyang ama.

³Ganoon din naman ang kalagayan natin bago dumating si Cristo*ᶜ*—inalipin tayo ng mga panuntunan ng mundong ito. ⁴Ngunit nang dumating na ang takdang panahon, isinugo ng Dios ang kanyang Anak *sa mundo.* Ipinanganak siya ng isang babae at namuhay sa ilalim ng Kautusan ⁵para palayain ang mga nasa ilalim ng Kautusan, nang sa ganoon ay maging anak tayo *ng Dios.* ⁶At dahil mga anak na tayo ngayon *ng Dios,* isinugo ng Dios ang Espiritu ng kanyang Anak sa ating puso, kaya makakatawag na tayo sa kanya ng "Ama." ⁷Ngayon, hindi na tayo mga alipin kundi mga anak. At kung mga anak tayo *ng Dios,* tagapagmana rin tayo *ng mga pangako niya.*

Ang Pagmamalasakit ni Pablo sa mga Taga-Galacia

⁸Noong hindi n'yo pa kilala ang Dios, naging alipin kayo ng mga dios-diosan. ⁹Ngunit ngayong kilala n'yo na ang Dios (o mas mabuting sabihin na kinilala kayo ng Dios *bilang mga anak*) bakit bumabalik pa kayo sa walang bisa at mga walang kwentang panuntunan? Bakit gusto ninyong magpaaliping muli sa mga ito? ¹⁰May pinapahalagahan pa kayong mga araw, buwan, panahon at mga taon! ¹¹Nag-aalala ako na baka nasayang lang ang lahat ng pagsisikap ko sa inyo.

¹²Nakikiusap ako sa inyo mga kapatid, na tularan ninyo ako, *dahil kahit isa akong Judio, tinalikuran ko ang pagsunod sa Kautusan ng mga Judio at* naging katulad ninyong hindi Judio.

Wala kayong kasalanan sa akin. ¹³Alam naman ninyo na ang pagkakasakit ko ang naging dahilan kaya ko naipangaral sa inyo ang Magandang Balita sa unang pagkakataon. ¹⁴Kahit naging pagsubok sa inyo ang sakit ko, hindi n'yo ako hinamak o itinakwil. Sa halip, tinanggap n'yo pa nga ako na parang isang anghel ng Dios o parang ako na mismo si Jesu-Cristo. ¹⁵Napakasaya natin noon. Ano ang nangyari? Ako mismo ang makakapagpatunay na kung maaari lang noon ay dinukit na ninyo ang inyong mga mata para ibigay sa akin. ¹⁶Naging kaaway na ba ninyo ako dahil sinasabi ko ang katotohanan?

¹⁷May mga tao riyan na nagpapakita ng pagmamalasakit sa inyo, pero hindi mabuti ang hangarin nila. Gusto lang nila akong siraan, para sila ang sundin ninyo. ¹⁸Hindi masamang magpakita sila ng pagmamalasakit kahit wala ako sa piling n'yo, basta't mabuti lang ang hangarin nila. ¹⁹*Minamahal* kong mga anak, hangga't hindi nakikita sa inyo ang buhay ni Cristo, maghihirap akong parang isang *babaeng* nanganganak. ²⁰Kung maaari lang sana, makapunta na ako riyan at makausap kayo nang maayos dahil nag-aalala ako ng labis sa inyo!

Ang Halimbawa ni Sara at Hagar

²¹Ngayon, sabihin nga ninyo sa akin, kayong mga nais magpailalim sa Kautusan, hindi ba ninyo alam ang sinasabi sa Kautusan? ²²Sinasabi roon na may dalawang anak si Abraham. Ang isa'y anak niya

---

a 16 apo: sa Ingles, *"descendant."*

b 27 sa pakikipag-isa ninyo kay Cristo: o, *bilang tanda na kayo ay nakay Cristo na.*

c 3 bago dumating si Cristo: sa literal, *noong mga bata pa tayo.*

sa kanyang alipin *na si Hagar*, at ang isa naman ay anak niya sa asawa niya *na si Sara*. ²³ Ang kanyang anak sa alipin ay ipinanganak ayon sa karaniwang panganganak. Ngunit ang anak niya sa kanyang asawa ay ipinanganak ayon sa pangako *ng Dios*. ²⁴ Maaari nating tingnan ang dalawang babaeng ito bilang isang paghahalintulad. Kumakatawan sila sa dalawang kasunduan. Si Hagar ay kumakatawan sa kasunduan na ibinigay *ng Dios kay Moises* sa Bundok ng Sinai. Ipinanganak ang mga alipin ang mga anak niya. ²⁵ Si Hagar, na kumakatawan sa Bundok ng Sinai sa Arabia ay kumakatawan din sa kasalukuyang Jerusalem. Sapagkat ang mga tao sa Jerusalem ay naging alipin *ng Kautusan*. ²⁶ Ngunit *ang asawang si Sara ay* hindi alipin, *at siya ay kumakatawan sa* Jerusalem na nasa langit, at siya ang ating ina *dahil hindi tayo alipin ng Kautusan*. ²⁷ Sapagkat sinasabi sa Kasulatan:

"Matuwa ka, baog na babae, ikaw na hindi pa
    nagkakaanak!
Humiyaw ka sa kagalakan, ikaw na hindi pa
    nakakaranas ng sakit sa panganganak.
    Sapagkat kahit iniwan ka ng asawa mo,
    mas marami ang magiging anak mo kaysa
    sa babaeng kapiling ang kanyang
    asawa."ᵃ

²⁸ Mga kapatid, mga anak kayo ng Dios ayon sa pangako niya, tulad ni Isaac *na ipinanganak ayon sa pangako ng Dios*. ²⁹ Noong una, si *Isaac na* ipinanganak ayon sa Espiritu ay inusig ni *Ishmael na* ipinanganak ayon sa karaniwang panganganak. Ganoon din ang nangyayari ngayon; *inuusig tayo ng mga taong nais magpaalipin sa Kautusan*. ³⁰ Pero ano ba ang sinasabi sa Kasulatan? "Palayasin mo ang babaeng alipin at ang anak niya, dahil ang anak ng babaeng alipin ay hindi maaaring makibahagi sa mamanahin ng anak ng babaeng hindi alipin."ᵇ ³¹ Kaya nga mga kapatid, hindi tayo anak ng babaeng alipin, kundi anak ng babaeng hindi alipin.

Ang Ating Kalayaan kay Cristo

5 Pinalaya tayo ni Cristo *sa ilalim ng Kautusan*. Kaya manindigan kayo *sa pananampalataya n'yo* at huwag na kayong magpaaliping muli. ² Tandaan n'yo ang sinasabi ko: Ako mismong si Pablo ang nagsasabi sa inyo na kung magpapatuli kayo *para maging katanggap-tanggap sa Dios*, mawawalan ng kabuluhan ang ginawa ni Cristo para sa inyo. ³ Inuulit ko na ang sinumang magpapatuli *para maging katanggap-tanggap sa Dios* ay obligadong sumunod sa buong Kautusan. ⁴ Kayong mga nagsisikap na ituring na matuwid ng Dios sa pamamagitan ng Kautusan ay nahiwalay na kay Cristo. Nahiwalay na kayo sa biyaya *ng Dios*. ⁵ Ngunit umaasa kami at nananalig na sa pamamagitan ng *Banal na* Espiritu at ng pananampalataya namin, ituturing kaming matuwid ng Dios. ⁶ Sapagkat sa mga nakay Cristo, walang halaga ang pagiging tuli o hindi. Ang tanging mahalaga ay ang pananampalatayang nakikita sa pamamagitan ng pagmamahalan.

⁷ Mabuti noon ang mga ginagawa ninyo. Sino ang pumigil sa inyo sa pagsunod sa katotohanan? ⁸ Hindi maaaring ang Dios ang pumigil sa inyo dahil siya ang tumawag sa inyo *sa pananampalataya*. ⁹ Isipin n'yo sana na ang maling aral ay parang pampaalsa na kahit kaunti ay nakakapagpaalsa ng buong masa ng harina. ¹⁰ Umaasa ako sa Panginoon na hindi kayo magpapadala sa ibang pananaw. Parurusahan ng Dios ang mga nanggugulo sa inyo maging sino man sila.

¹¹ May mga nagsasabing itinuturo ko raw na kailangan ang pagtutuli *para maging katanggap-tanggap sa Dios*. Kung totoo iyan, mga kapatid, bakit inuusig pa rin ako hanggang ngayon? At kung iyan nga ang itinuturo ko, walang kabuluhan ang *mensahe tungkol sa kamatayan ni Cristo sa* krus, ang mensaheng hindi matanggap ng iba. ¹² At sa mga nanggugulo naman sa inyo, hindi lang sana sila magpatuli kundi magpakapon na rin.

¹³ Mga kapatid, tinawag kayo upang maging malaya. Ngunit huwag ninyong gamitin ang kalayaan n'yo para pagbigyan ang pagnanasa ng laman. Sa halip, magmahalan kayo't magtulungan. ¹⁴ Sapagkat ang buod ng buong Kautusan ay nasa isang utos: "Mahalin mo ang iyong kapwa gaya ng iyong sarili."ᶜ ¹⁵ Ngunit kung patuloy kayong magaaway-away na parang mga hayop, baka tuluyan na ninyong masira ang buhay ng isa't isa.

Ang Pamumuhay sa Banal na Espiritu

¹⁶ Kaya mamuhay kayo nang ayon sa nais ng *Banal na* Espiritu para hindi ninyo mapagbigyan ang pagnanasa ng laman. ¹⁷ Sapagkat ang ninanasa ng laman ay laban sa nais ng Espiritu, at ang nais ng Espiritu ay laban sa ninanasa ng laman. Magkalaban ang dalawang ito, kaya hindi ninyo magawa ang gusto ninyong gawin. ¹⁸ Ngunit kung nagpapasakop na kayo sa *Banal na* Espiritu, hindi na kayo sakop ng Kautusan.

¹⁹ Ang mga taong sumusunod sa ninanasa ng laman ay makikilala sa gawa nila: sekswal na imoralidad, kalaswaan, kahalayan, ²⁰ pagsamba sa mga dios-diosan, pangkukulam, pagkapoot, pagaaway-away, pagkasakim,ᵈ pagkagalit, pagkakawatak-watak, pagkakahati-hati, ²¹ pagkainggit, paglalasing, pagkahilig sa kalayawan, at iba pang kasamaan. Binabalaan ko kayo tulad ng ginawa ko na noon: Ang mga namumuhay nang ganito ay hindi mapapabilang sa kaharian ng Dios.

²² Ngunit ito ang bungang makikita sa taong namumuhay sa kapangyarihan ng *Banal na* Espiritu: pag-ibig, kagalakan, kapayapaan, pagtitiis, kabutihan, kagandahang-loob, katapatan, ²³ kahinahunan, at pagpipigil sa sarili. Kung ganito ang pamumuhay natin hindi natin malalabag ang mga utos ng Dios. ²⁴ Ipinako na ng mga nakay Cristo ang pagnanasa at masasamang hangarin ng kanilang laman doon sa krus. ²⁵ At dahil nga namumuhay na tayo sa kapangyarihan ng *Banal na* Espiritu, magpatuloy tayo sa patnubay nito. ²⁶ Huwag tayong maging mapagmataas, huwag nating galitin ang ating kapwa, at iwasan ang inggitan.

---

a 27 Isa. 54:1.
b 30 Gen. 21:10.

c 14 Lev. 19:18.
d 20 pagkasakim: o, *pagkamakasarili.*

Magtulungan Tayo

6 Mga kapatid, kung may magkasala man sa inyo, kayong mga ginagabayan ng *Banal na* Espiritu ang dapat tumulong sa kanya para magbalik-loob sa Panginoon. Ngunit gawin n'yo ito nang buong hinahon, at mag-ingat kayo dahil baka kayo naman ang matukso. [2] Tulungan ninyo ang isa't isa sa mga problema, at sa ganitong paraan ay matutupad ninyo ang utos ni Cristo. [3] Kung mayroon sa inyong nag-aakala na nakakahigit siya sa iba gayong hindi naman, nililinlang lamang niya ang kanyang sarili. [4] Dapat suriin ng bawat isa ang ginagawa niya. At kung mabuti ang ginagawa niya, magalak siya. Pero huwag niyang ikukumpara ang sarili niya sa iba, [5] dahil may pananagutan ang bawat isa sa kanyang ginagawa.

[6] Ang mga tinuturuan ng salita *ng Dios* ay dapat na tumulong at magbigay sa mga nagtuturo sa kanila.

[7] Huwag ninyong linlangin ang inyong sarili. Ang Dios ay hindi madadaya ninuman. Kung ano ang itinanim ng tao, iyon din ang kanyang aanihin. [8] Kung ninanasa ng laman ang sinusunod ng isang tao, kamatayan ang aanihin niya. Pero kung ang *Banal na* Espiritu ang sinusunod ng isang tao, matatanggap niya mula sa Espiritu ang buhay na walang hanggan. [9] Kaya huwag tayong magsasawa sa paggawa ng mabuti, dahil sa tamang panahon matatanggap natin ang ating gantimpala kung hindi tayo susuko. [10] Kaya nga sa tuwing may pagkakataon, gumawa tayo ng kabutihan sa lahat ng tao, lalo na sa mga kapatid natin sa pananampalataya.

Mga Huling Bilin

[11] Mapapansin ninyo na malalaki na ang mga letrang nakasulat dito. Ako na ang sumulat nito.

[12] Gusto lamang ng mga namimilit sa inyong magpatuli na magbigay-lugod *sa kapwa nila Judio.* Sapagkat natatakot silang usigin ng mga ito kung ituturo nila na ang kamatayan lamang ni Cristo ang siyang makapagliligtas sa tao. [13] Sila mismong mga tinuli ay hindi naman sumusunod sa Kautusan. Ipinagpipilitan lang nila na magpatuli kayo para maipagmalaki nila na sumusunod kayo sa seremonyang ito.

[14] Ngunit para sa akin, wala akong ibang ipinagmamalaki maliban sa *kamatayan ng* ating Panginoong Jesu-Cristo sa krus. At dahil sa kamatayan niya sa krus, wala nang halaga para sa akin ang mga bagay sa mundo, at wala rin akong halaga para sa mundo. [15] Hindi na mahalaga kung tuli tayo o hindi. Ang tanging mahalaga ay kung binago na tayo ng Dios.

[16] Sa lahat ng pinili ng Dios[a] at namumuhay ayon sa mga turo kong ito, sumainyo nawa ang kapayapaan at awa *ng Dios.*

[17] Mula ngayon, huwag n'yo na akong guluhin. Ang tanda ng mga sugat sa katawan ko ay nagpapatunay na sinusunod ko si Jesus.

[18] Mga kapatid, pagpalain nawa kayo ng ating Panginoong Jesu-Cristo. Amen.

---

a 16 *pinili ng Dios:* sa literal, *Israel ng Dios.*

ANG SULAT NI PABLO SA MGA
TAGA-EFESO

1 *Mula kay* Pablo na apostol ni Cristo Jesus ayon sa kalooban ng Dios.

Mahal kong mga pinabanal*a* sa Efeso, mga matatapat na nakay Cristo Jesus:

[2] Sumainyo nawa ang biyaya at kapayapaang galing sa Dios na ating Ama at sa Panginoong Jesu-Cristo.

[3-4] Purihin natin ang Dios at Ama ng ating Panginoong Jesu-Cristo! Dahil sa pakikipag-isa natin kay Cristo, ibinigay niya sa atin ang lahat ng pagpapalang espiritwal mula sa langit. Bago pa man niya likhain ang mundo, pinili na niya tayo para maging banal at walang kapintasan sa paningin niya. Dahil sa pag-ibig niya, [5] noong una pa'y itinalaga na niya tayo para maging mga anak niya sa pamamagitan ni Jesu-Cristo. Ayon na rin ito sa kanyang layunin at kalooban. [6] Purihin natin ang Dios dahil sa kamangha-mangha niyang biyaya na ibinigay sa atin sa pamamagitan ng kanyang minamahal *na Anak*.

[7-8] Sa pamamagitan ng dugo ni Cristo, tinubos tayo, na ang ibig sabihin ay pinatawad ang mga kasalanan natin. Napakalaki ng biyayang ipinagkaloob sa atin ng Dios. Binigyan niya tayo ng karunungan at pang-unawa [9] para maunawaan ang kanyang lihim na plano na nais niyang matupad sa pamamagitan ni Cristo [10] pagdating ng itinakdang panahon. At ang plano niya'y pag-isahin ang lahat ng nasa langit at nasa lupa, at ipasailalim sa kapangyarihan ni Cristo.

[11] Ginagawa ng Dios ang lahat ng bagay ayon sa plano niya at kalooban. At ayon nga sa plano niya noon pang una, pinili niya kami para maging kanya sa pamamagitan ng pakikipag-isa kay Cristo. [12] Ginawa niya ito para kaming mga naunang sumampalataya kay Cristo ay magbigay-puri sa kanya. [13] Kayo man ay napabilang na kay Cristo nang marinig ninyo ang katotohanan, ang Magandang Balita kung paano kayo maliligtas. Sa pagsampalataya ninyo sa kanya, ibinigay niya ang Banal na Espiritu na kanyang ipinangako bilang tanda na pagmamay-ari na niya kayo. [14] Ang Banal na Espiritu ang katibayan na matatanggap natin mula sa Dios ang ipinangako sa atin bilang mga anak niya, hanggang sa matanggap natin ang lubos na kaligtasan. At dahil dito, papupurihin siya!

Ang Panalangin ni Pablo

[15] Kaya nga, mula nang mabalitaan ko ang pananampalataya n'yo sa *ating* Panginoong Jesus at ang pag-ibig n'yo sa lahat ng mga pinabanal, [16] walang tigil ang pasasalamat ko sa Dios dahil sa inyo. At lagi ko kayong ipinapanalangin. [17] Hinihiling ko sa Dios, ang dakilang Ama ng ating Panginoong Jesu-Cristo, na bigyan niya kayo ng karunungan at pang-unawa mula sa *Banal na Espiritu*, para lalo n'yo pa siyang makilala. [18] Ipinapanalangin ko rin na maliwanagan ang inyong puso't isipan para maunawaan n'yo ang pag-asa na inilaan niya sa atin, ang napakahalaga

a 1 pinabanal: sa Griego, *hagios,* na ang ibig sabihin ay itinurang ng Dios na sa kanya. Ganito rin sa talatang 15 at 18.

at napakasaganang pagpapala na ipinangako niya sa mga pinabanal. [19-20] Ipinapanalangin ko rin na malaman n'yo ang napakadakilang kapangyarihan ng Dios para sa ating mga sumasampalataya sa kanya. Ang kapangyarihan ding ito ang ginamit niya nang buhayin niyang muli si Cristo at nang paupuin sa kanyang kanan sa langit. [21] Kaya nasa ilalim ng kapangyarihan ni Cristo ang lahat ng *espiritung* naghahari at namamahala, mga *espiritung* namumuno at may kapangyarihan. Ang titulo niya ay hindi mapapantayan ninuman, hindi lang sa panahong ito kundi sa darating pang panahon. [22] Ipinaiilalim ng Dios kay Cristo ang lahat ng bagay, at ginawa siyang pangulo ng lahat para sa ikabubuti ng iglesya [23] na siyang katawan ni Cristo. Ang iglesya ay ang kabuuan ni Cristo na siyang bumubuo sa lahat.

Binuhay Kayo Kasama ni Cristo

2 Noong una, *itinuring* kayong mga patay *ng Dios* dahil sa mga pagsuway ninyo at mga kasalanan. [2] Namuhay kayong gaya ng mga taong makamundo. Sakop kayo noon ng kapangyarihan ni *Satanas, ang hari ng mga espiritung naghahari sa mundo.* At siya rin ang espiritung kumikilos sa puso ng mga taong ayaw sumunod *sa Dios.* [3] Dati, namuhay din tayong katulad nila. Namuhay tayo ayon sa pagnanasa ng laman at sinunod natin ang masasamang hilig ng katawan at pag-iisip. Sa kalagayan nating iyon, kasama rin sana nila tayo na nararapat parusahan ng Dios.

[4] Ngunit napakamaawain ng Dios at napakadakila ng pag-ibig niya sa atin, [5] na kahit itinuring tayong patay dahil sa mga kasalanan natin, muli niya tayong binuhay kasama ni Cristo. (Kaya naligtas tayo dahil lamang sa biyaya *ng Dios.*) [6] At dahil sa pakikipag-isa natin kay Cristo Jesus, binuhay tayo ng Dios mula sa mga patay kasama ni Cristo, para maghari tayong kasama niya sa kaharian ng langit. [7] *Ginawa niya ito* para maipakita niya sa lahat, sa darating na panahon, ang hindi mapapantayang kasaganaan ng biyaya niya at kabutihan na ibinigay niya sa atin sa pamamagitan ni Cristo Jesus. [8] Dahil sa biyaya *ng Dios,* naligtas kayo sa pamamagitan ng inyong pananampalataya sa *kanya kay Cristo.* Kaloob ito ng Dios, at hindi galing sa inyo. [9] Hindi ito nakasalalay sa *mabubuti* ninyong gawa, para walang maipagmalaki ang sinuman. [10] Nilikha tayo ng Dios; at sa pakikipag-isa natin kay Cristo Jesus, binigyan niya tayo ng bagong buhay, para gumawa tayo ng kabutihan na noon pa'y itinalaga na ng Dios na gawin natin.

[11] Alalahanin n'yo ang kalagayan ninyo noon bilang mga hindi Judio. Ipinanganak kayong hindi mga Judio at sinasabi ng mga Judio na wala kayong kaugnayan sa Dios dahil sa hindi kayo katulad nila na mga tuli, pero ang pagkakatuling ito ay sa laman lang. [12] Alalahanin n'yo rin na noon ay hindi n'yo pa kilala si Cristo; hindi kayo kabilang sa mga mamamayan ng Israel at hindi sakop ng mga kasunduan ng Dios na batay sa mga pangako niya. Namumuhay kayo sa mundong ito ng walang pag-asa at walang Dios.

¹³Ngunit kayo ngayon ay na kay Cristo na. Malayo kayo noon *sa Dios*, pero ngayon ay malapit na kayo sa kanya sa pamamagitan ng dugo ni Cristo. ¹⁴At sa pamamagitan ng kamatayan niya, pinagkasundo niya tayo. Pinag-isa niya ang mga Judio at ang mga hindi Judio sa pamamagitan ng paggiba sa pader na naghihiwalay sa atin. ¹⁵Ang pader na giniba niya ay ang Kautusan, kasama ang mga utos at mga tuntunin nito. Ginawa niya ito para pag-isahin ang mga Judio at hindi Judio, nang sa ganoon ay magkasundo na ang dalawa. ¹⁶Ngayong iisang katawan na lang tayo sa pamamagitan ng *kamatayan niya sa* krus, winakasan na niya ang alitan natin at ibinalik niya tayo sa Dios. ¹⁷Pumarito si Cristo at ipinahayag ang Magandang Balita na nagbibigay ng kapayapaan sa inyong mga hindi Judio na noong una'y malayo sa Dios, at maging sa aming mga Judio na malapit sa Dios. ¹⁸Ngayon, tayong lahat ay makakalapit sa Ama sa pamamagitan ng iisang *Banal na* Espiritu dahil sa ginawa ni Cristo para sa atin. ¹⁹Kaya kayong mga hindi Judio ay hindi na mga dayuhan o taga-ibang bansa, kundi kaisa na ng mga pinabanal*ᵃ* at kabilang sa pamilya ng Dios. ²⁰*Tayong mga mananampalataya ay katulad ng* gusali na ang mga haligi ay ang mga apostol at mga propeta, at ang pundasyon ay si Cristo Jesus. ²¹Sa pamamagitan ni Cristo, ang lahat ng bahagi ng gusali ay nagkakaugnay-ugnay at nagiging isang banal na templo ng Panginoon. ²²At dahil kayo ay nakay Cristo, bahagi na rin kayo nitong gusaling itinatayo, kung saan nananahan ang Dios sa pamamagitan ng kanyang Espiritu.

Ang Plano ng Dios sa mga Hindi Judio

3 Akong si Pablo ay nabilanggo dahil sa paglilingkod ko kay Cristo sa pamamagitan ng pagtuturo na kayong mga hindi Judio ay kasama rin sa mga pagpapala ng Dios. ²Siguradong nabalitaan n'yo na dahil sa biyaya ng Dios, ipinagkatiwala niya sa akin ang pagpapahayag ng biyaya niya para sa inyo. ³Gaya ng nabanggit ko sa sulat na ito,*ᵇ* ang Dios mismo ang nagpahayag sa akin tungkol sa kanyang lihim na plano *para sa inyo*. ⁴Habang binabasa n'yo ang sulat kong ito,*ᶜ* malalaman n'yo ang pagkaunawa ko tungkol sa lihim na plano *ng Dios para sa inyo sa pamamagitan ni Cristo*. ⁵Hindi inihayag ng Dios ang planong ito sa mga tao noon, pero ipinahayag na niya ngayon sa mga banal*ᵈ* na apostol at mga propeta sa pamamagitan ng *Banal na* Espiritu. ⁶*At ito nga ang plano ng Dios:* na sa pamamagitan ng Magandang Balita, ang mga hindi Judio ay tatanggap ng mga pangako ng Dios kasama ng mga Judio, at magiging bahagi rin sila ng iisang katawan dahil sa pakikipag-isa nila kay Cristo Jesus.

⁷Dahil sa biyaya ng Dios, naging tagapangaral ako ng Magandang Balitang ito sa pamamagitan ng kapangyarihan niya. ⁸Kahit ako ay pinakahamak sa lahat ng mga mananampalataya,*ᵉ* ipinagkaloob pa rin sa akin *ng Dios* ang pribilehiyong ipangaral

sa mga hindi Judio ang hindi masukat na biyayang galing kay Cristo, ⁹at ipaliwanag sa lahat kung paano maisasakatuparan ang plano ng Dios. Noong una'y inilihim ito ng Dios na lumikha ng lahat ng bagay, ¹⁰para sa pamamagitan ng iglesya ay maipahayag ngayon sa mga namumuno at may kapangyarihan sa kalangitan ang karunungan niyang nahahayag sa iba't ibang paraan. ¹¹Ito na ang plano niya sa simula pa lang, at natupad niya ito sa pamamagitan ni Cristo Jesus na Panginoon natin. ¹²Sa pananampalataya natin kay Cristo Jesus at pakikipag-isa sa kanya, tayo ngayon ay malaya nang makakalapit sa Dios nang walang takot o pag-aalinlangan. ¹³Kaya huwag sana kayong panghinaan ng loob dahil sa mga paghihirap na dinaranas ko, dahil para ito sa ikabubuti*ᶠ* ninyo.

Ang Pag-ibig ni Cristo

¹⁴Tuwing naaalala ko ang plano ng Dios, lumuluhod ako *sa pagsamba* sa kanya. ¹⁵Siya ang Ama ng mga nasa langit at nasa lupa na itinuturing niya na kanyang buong pamilya. ¹⁶Ipinapanalangin ko na sa kadakilaan ng kapangyarihan niya ay palakasin niya ang espiritwal n'yong pamumuhay sa pamamagitan ng kanyang Espiritu ¹⁷para manahan si Cristo sa mga puso n'yo dahil sa inyong pananampalataya. Ipinapanalangin ko rin na maging matibay kayo at matatag sa pag-ibig ng Dios, ¹⁸⁻¹⁹para maunawaan n'yo at ng iba pang mga pinabanal*ᵍ* kung gaano kalawak, at kahaba, at kataas, at kalalim *ang pag-ibig ni Cristo sa atin*. Maranasan n'yo sana ito, kahit hindi ito lubusang maunawaan, para maging ganap sa inyo ang katangian ng Dios. ²⁰*Purihin natin* ang Dios na makakagawa ng higit pa sa hinihingi o inaasahan natin sa pamamagitan ng kapangyarihan niyang kumikilos sa atin. ²¹Purihin natin siya magpakailanman dahil sa mga ginawa niya para sa iglesya na nakay Cristo Jesus. Amen.

Iisang Katawan kay Cristo

4 Bilang isang bilanggo dahil sa paglilingkod sa Panginoon, hinihiling kong mamuhay kayo nang karapat-dapat bilang mga tinawag ng Dios. ²Maging mahinahon kayo, mapagpakumbaba, maunawain at mapagpaumanhin sa mga pagkukulang ng bawat isa bilang pagpapakita ng pag-ibig ninyo. ³Pagsikapan ninyong mapanatili ang pagkakaisa n'yo mula sa *Banal na* Espiritu sa pamamagitan ng mapayapa ninyong pagsasamahan. ⁴Sapagkat iisang katawan lamang tayo na may iisang *Banal na* Espiritu, at iisa rin ang pag-asang ibinigay sa atin nang tawagin tayo ng Dios. ⁵Iisa ang Panginoon *natin*, iisang pananampalataya, at iisang bautismo. ⁶Iisa ang Dios *natin* at siya ang Ama nating lahat. Naghahari siya, kumikilos at nananahan sa ating lahat.

⁷Ngunit *kahit na bahagi tayo ng iisang katawan*, binigyan ang bawat isa sa atin ng kaloob ayon sa nais ibigay ni Cristo. ⁸Tulad ng sinasabi sa Kasulatan,

> "Nang umakyat siya sa langit, marami
> siyang dinalang bihag
> at binigyan niya ng mga kaloob ang mga
> tao."*ʰ*

---

a 19 pinabanal: Tingnan ang "footnote" sa 1:1.

b 3 Gaya...sulat na ito: o, *Gaya ng nabanggit ko sa isa kong sulat.*

c 4 Habang...sulat kong ito: o, *Kung mabasa n'yo ang sulat kong iyon.*

d 5 banal: o, *pinili.*

e 8 mananampalataya: sa Griego, *hagios,* Tingnan ang "footnote" sa 1:1.

f 13 ikabubuti: o, *ikararangal.*

g 18-19 pinabanal: Tingnan ang "footnote" sa 1:1.

h 8 Salmo 68:18.

⁹(Ngayon, ano ang kahulugan ng, "Umakyat siya *sa langit*"? Ang ibig sabihin nito ay bumaba muna siya rito sa lupa. ¹⁰At siya na bumaba rito sa lupa ang siya ring umakyat sa kataas-taasang langit para maging lubos ang kapangyarihan niya sa lahat ng bagay.) ¹¹Ang iba'y ginawa niyang apostol, ang iba'y propeta, ang iba'y mangangaral ng Magandang Balita, at ang iba naman ay pastor at guro. ¹²*Ginawa niya ito* para ihanda sa paglilingkod ang mga pinabanal,ᵃ at para lumago at maging matatag *sila bilang* katawan ni Cristo. ¹³Sa ganitong paraan, maaabot nating lahat ang pagkakaisa sa pananampalataya at pagkakilala sa Anak ng Dios, at ganap na lalago sa espiritwal nating pamumuhay hanggang maging katulad tayo ni Cristo. ¹⁴At kapag naabot na natin ito, hindi na tayo tulad ng mga bata na *pabago-bago ng isip at* nadadala ng iba't ibang aral ng mga taong nanlilinlang, na ang hangad ay dalhin ang mga tao sa kamalian. ¹⁵Sa halip, mananatili tayo sa katotohanan nang may pag-ibig, upang sa lahat ng bagay ay maging katulad tayo ni Cristo na siyang ulo *ng iglesya.* ¹⁶At sa pamumuno niya, ang lahat ng bahagi ng katawan, *na walang iba kundi ang mga mananampalataya,* ay pinag-uugnay-ugnay, at ang bawat isa'y nagtutulungan. At sa pagganap ng bawat isa sa kani-kanilang tungkulin nang may pag-ibig, ang buong katawan ay lalago at lalakas.

Ang Bagong Buhay kay Cristo

¹⁷Sa *pangalan ng* Panginoon, iginigiit kong huwag na kayong mamuhay gaya ng mga taong hindi nakakakilala sa Dios. Walang kabuluhan ang iniisip nila, ¹⁸dahil nadiliman ang isipan nila sa pag-unawa ng mga espiritwal na bagay. At nawalay sila sa buhay na ipinagkaloob ng Dios dahil sa kamangmangan nila at katigasan ng kanilang puso. ¹⁹Nawalan na sila ng kahihiyan, kaya nawili sila sa kahalayan at laging sabik na sabik gumawa ng karumihan.

²⁰Ngunit hindi ganyan ang natutunan n'yo tungkol kay Cristo. ²¹Hindi ba't alam na ninyo ang tungkol kay Jesus? At bilang mga mananampalataya niya, hindi ba't naturuan na kayo ng katotohanang nasa kanya? ²²Kaya talikuran n'yo na ang dati ninyong pamumuhay dahil gawain ito ng dati ninyong pagkatao. Ang pagkataong ito ang siyang nagpapahamak sa inyo dahil sa masasamang hangarin na dumadaya sa inyo. ²³Baguhin n'yo na ang inyong pag-iisip at pag-uugali. ²⁴Ipakita n'yong binago na kayo ng Dios at binigyan ng buhay na matuwid at banal katulad ng sa Dios.

²⁵Kaya huwag na kayong magsisinungaling. Ang bawat isa'y magsabi ng katotohanan sa kanyang mga kapatidᵇ *kay Cristo,* dahil kabilang tayong lahat sa iisang katawan. ²⁶Kung magalit man kayo, huwag kayong magkasala.ᶜ At huwag n'yong hayaan na lumipas ang araw na galit pa rin kayo. ²⁷Huwag ninyong bigyan ng pagkakataon si Satanas. ²⁸Ang magnanakaw ay huwag nang magnakaw, sa halip ay maghanapbuhay siya nang marangal para makatulong din siya sa mga nangangailangan. ²⁹Huwag kayong magsasalita ng masama kundi iyong makabubuti at angkop sa sitwasyon para

maging kapaki-pakinabang sa nakakarinig. ³⁰At huwag ninyong bigyan ng kalungkutan ang Banal na Espiritu ng Dios. Sapagkat ang Banal na Espiritu ang siyang tanda na kayo'y sa Dios, at siya ang katiyakan ng kaligtasan n'yo pagdating ng araw. ³¹Alisin n'yo ang anumang samaan ng loob, galit, pag-aaway, pambubulyaw, paninira sa kapwa, pati na ang lahat ng uri ng masasamang hangarin. ³²Sa halip, maging mabait kayo at maawain sa isa't isa. At magpatawad kayo sa isa't isa gaya ng pagpapatawad ng Dios sa inyo dahil kay Cristo.

Mamuhay Bilang mga Taong Naliwanagan

5 Tularan n'yo ang Dios dahil kayong lahat ay minamahal niyang mga anak. ²Mamuhay kayo nang may pag-ibig sa kapwa tulad ng pag-ibig sa atin ni Cristo. Inialay niya ang sarili niya para sa atin bilang mabangong handog sa Dios.

³Dahil mga banal kayo, hindi nararapat na ang isa man sa inyo ay masabihang siya ay malaswa, mahalay at sakim. ⁴At hindi rin nararapat na marinig sa inyo ang mga malalaswa o walang kabuluhang usapan at masasamang biro. Sa halip, maging mapagpasalamat kayo sa Dios. ⁵Tandaan ninyo: Walang taong mahalay, malaswa ang pamumuhay, at sakim ang mapapabilang sa kaharian ni Cristo at ng Dios. Sapagkat ang kasakiman ay tulad din ng pagsamba sa mga dios-diosan.

⁶Huwag kayong padadala sa walang kabuluhang pangangatwiran ng iba tungkol sa masama nilang gawain, dahil galit ang Dios sa mga suwail. ⁷Huwag kayong makikibahagi sa ginagawa ng mga taong ito. ⁸Dati, namumuhay kayo sa kadiliman, pero ngayon ay naliwanagan na kayo dahil kayo ay nasa Panginoon na. Kaya ipakita sa pamumuhay n'yo na naliwanagan na kayo. ⁹(Sapagkat kung ang isang tao ay naliwanagan na, makikita sa kanya ang kabutihan, katuwiran, at katotohanan.) ¹⁰Alamin ninyo kung ano ang nakalulugod sa Panginoon. ¹¹Huwag kayong makibahagi sa mga walang kabuluhang gawain ng mga taong nasa kadiliman, sa halip, ipamukha n'yo sa kanila ang kasamaan nila. ¹²(Nakakahiyang banggitin man lang ang mga bagay na ginagawa nila nang lihim.) ¹³Pero kung pagsasabihin n'yo sila sa masasama nilang ginagawa, malalaman nilang masama nga ang kanilang mga ginagawa. ¹⁴Sapagkat maliliwanagan ang lahat ng naabot ng liwanag *ng katotohanan.* Kaya nga sinasabi,

"Gumising ka, ikaw na natutulog,
bumangon ka mula sa mga patay
at liliwanagan ka ni Cristo."

¹⁵Kaya mag-ingat kayo kung paano kayo namumuhay. Huwag kayong mamuhay tulad ng mga mangmang kundi tulad ng marurunong *na nakakaalam ng kalooban ng Dios.* ¹⁶Huwag ninyong sayangin ang panahon n'yo; gamitin n'yo ito sa paggawa ng mabuti, dahil maraming gumagawa ng kasamaan sa panahong ito. ¹⁷Huwag kayong magpakamangmang kundi alamin n'yo kung ano ang kalooban ng Panginoon *na gawin ninyo.*

¹⁸Huwag kayong maglalasing dahil nakakasira ito ng maayos na pamumuhay. Sa halip, hayaan ninyong mapuspos kayo ng Banal na Espiritu. ¹⁹*Sa pagtitipon n'yo,* umawit kayo ng mga salmo, himno, at ng iba pang mga awiting espiritwal. Buong puso kayong

---

a 12 pinabanal: sa Griego, *hagios.* Tingnan ang "footnote" sa 1:1.

b 25 Zac. 8:16.

c 26 Salmo 4:4.

umawit at magpuri sa Panginoon. ²⁰Lagi kayong magpasalamat sa Dios Ama sa lahat ng bagay bilang mananampalataya ng ating Panginoong Jesu-Cristo.ᵃ

Aral sa mga Mag-asawa

²¹Magpasakop kayo sa isa't isa bilang paggalang kay Cristo.

²²Mga babae, magpasakop kayo sa inyong asawa gaya nang pagpapasakop n'yo sa Panginoon. ²³Sapagkat ang lalaki ang siyang ulo ng kanyang asawa, tulad ni Cristo na ulo ng iglesya na kanyang katawan, at siyang Tagapagligtas nito. ²⁴Kaya kung paanong nagpapasakop ang iglesya kay Cristo, dapat ding magpasakop ang mga babae sa asawa nila sa lahat ng bagay.

²⁵Mga lalaki, mahalin ninyo ang inyong asawa, tulad ng pagmamahal ni Cristo sa kanyang iglesya. Inihandog niya ang kanyang sarili para sa iglesya ²⁶upang maging banal ito matapos linisin sa pamamagitan ng *bautismo* sa tubig at ng salita *ng Dios*. ²⁷Ginawa niya ito para maiharap niya sa kanyang sarili ang iglesya na maluwalhati, banal, walang kapintasan, at walang anumang bahid o dungis. ²⁸Kaya dapat mahalin ng lalaki ang asawa niya tulad ng pagmamahal niya sa kanyang sarili. Sapagkat ang nagmamahal sa kanyang asawa ay nagmamahal sa kanyang sarili. ²⁹⁻³⁰Walang taong nasusuklam sa sariling katawan, sa halip, pinapakain niya ito at inaalagaan. Ganito rin ang ginagawa ni Cristo sa atin dahil bahagi tayo ng kanyang katawan *na tinatawag na iglesya*.

³¹Sinasabi sa Kasulatan, "Iiwan ng lalaki ang kanyang ama't ina at makikipag-isa sa kanyang asawa, at silang dalawa ay magiging isa."ᵇ ³²Kamanghamangha itong malalim na katotohanan na ipinahayag *ng Dios*. Isinasalarawan nito ang ugnayan ni Cristo at ng iglesya niya. ³³Kaya kayong mga lalaki, mahalin ninyo ang inyong asawa gaya ng pagmamahal ninyo sa inyong sarili. At kayong mga babae, igalang n'yo ang inyong asawa.

Aral sa mga Magulang at mga Anak

6 Mga anak, sundin n'yo ang mga magulang n'yo dahil ito ang nararapat gawin *bilang mga mananampalataya* sa Panginoon. ²"Igalang n'yo ang inyong ama't ina." Ito ang unang utos na may kasamang pangako. ³*At ito ang pangako*, "Giginhawa ka at hahaba ang buhay mo rito sa lupa."ᶜ

⁴At kayo namang mga magulang,ᵈ huwag kayong gumawa ng mga bagay na ikasasama ng loob ng mga anak ninyo. Sa halip, palakihin ninyo sila nang may disiplina at turuan ng mga aral ng Panginoon.

Aral sa mga Alipin at mga Amo

⁵Mga alipin, sundin n'yo ang inyong mga amo rito sa lupa nang may katapatan, paggalang at pagkatakot na parang si Cristo ang pinaglilingkuran ninyo. ⁶Gawin n'yo ito nang kusang-loob hindi dahil nakatingin sila para sila'y malugod, kundi dahil mga alipin kayo ni Cristo na gumagawa ng kalooban ng Dios. ⁷Maglingkod kayo nang may mabuting kalooban na para bang ang Panginoon mismo ang pinaglilingkuran n'yo at hindi ang tao. ⁸Alalahanin ninyong gagantimpalaan ng Panginoon ang bawat isa ayon sa ginawa niyang mabuti, maging alipin man siya o hindi.

⁹At kayo namang mga amo, tratuhin ninyo nang mabuti ang inyong mga alipin at huwag ninyo silang tatakutin o pagbabantaan, dahil alam naman ninyong kayo at sila ay may iisang amo sa langit, at wala siyang kinikilingan kahit sino.

Mga Kagamitang Pandigma na Kaloob ng Dios

¹⁰At bilang pangwakas, magpakatatag kayo sa Panginoon sa pamamagitan ng dakila niyang kapangyarihan. ¹¹Gamitin n'yo ang lahat ng kagamitang pandigma na ibinigay sa inyo ng Dios para malabanan n'yo ang mga lalang ng diyablo. ¹²Sapagkat ang kalaban natin ay hindi mga tao kundi masasamang espiritu sa himpapawid—mga pinuno, may kapangyarihan at mga tagapamahala ng kadiliman namamayani sa mundong ito. ¹³Kaya gamitin n'yo ang lahat ng kagamitang pandigma na ibinigay sa inyo ng Dios, para sa oras na dumating ang kasamaan ay magawa ninyong makipaglaban, at pagkatapos ng pakikipaglaban ay manatili pa rin kayong matatag.

¹⁴Kaya maging handa kayo. Gawin ninyong sinturon ang katotohanan. Isuot n'yo ang pagkamatuwid bilang panlaban sa dibdib ninyo. ¹⁵Isuot n'yo bilang sapatos ang pagiging handa sa pangangaral ng Magandang Balita na nagbibigay ng kapayapaan. ¹⁶Hindi lang iyan, gamitin din ninyo bilang pananggga ang pananampalataya *ninyo* para hindi kayo tablan ng mga panunukso ni Satanas na parang mga palasong nagliliyab. ¹⁷Isuot n'yo bilang helmet ang tinanggap ninyong kaligtasan, at gamitin n'yo bilang espada ang Salita ng Dios na kaloob ng *Banal na* Espiritu. ¹⁸At manalangin kayo sa lahat ng oras sa tulong ng *Banal na* Espiritu. Ipanalangin n'yo ang lahat ng dapat ipanalangin. Huwag kayong magpabaya; patuloy kayong manalangin lalo na para sa lahat ng mga pinabanal.ᵉ ¹⁹Ipanalangin din ninyo ako sa tuwing mangangaral ako, na bigyan ako *ng Dios* ng wastong pananalita para maipahayag ko nang buong tapang ang Magandang Balita na inilihim noon. ²⁰Sapagkat isinugo ako *ng Dios* para mangaral ng Magandang Balitang ito na siyang dahilan ng pagkakabilanggo ko. Kaya kung maaari, ipanalangin ninyong maipahayag ko ito nang buong tapang gaya ng nararapat.

Mga Pangwakas na Pagbati

²¹Si Tykicus, na minamahal nating kapatid at tapat na lingkod ng Panginoon, ang magbabalita sa inyo ng lahat tungkol sa akin, para malaman n'yo ang kalagayan ko at kung ano at mga ginagawa ko. ²²Ito ang dahilan kung bakit pinapupunta ko siya sa inyo: Para malaman n'yo ang tungkol sa amin at mapalakas niya ang loob ninyo.

²³Mga kapatid, sumainyo nawa ang kapayapaan, pag-ibig at pananampalatayang mula sa Dios na *ating* Ama at sa Panginoong Jesu-Cristo. ²⁴Pagpalain nawa ng Panginoong Jesu-Cristo ang lahat ng nagmamahal sa kanya nang tapat.

ᵃ 20 *bilang mananampalataya…Cristo:* sa literal, *sa pangalan ng ating Panginoong Jesu-Cristo.*

ᵇ 31 Gen. 2:24.

ᶜ 3 Exo. 20:12; Deu. 5:16.

ᵈ 4 *magulang:* sa literal, *mga ama.*

ᵉ 18 *pinabanal:* Tingnan ang "footnote" sa 1:15.

ANG SULAT NI PABLO SA MGA

TAGA-FILIPOS

Pagbati mula kay Pablo

1 *Mula kay* Pablo, kasama si Timoteo na kapwa ko lingkod[a] ni Jesu-Cristo.

Mahal kong mga banal[b] na nakay Cristo Jesus diyan sa Filipos, kasama ng mga namumuno sa inyo at ng mga tumutulong sa kanila:

[2] Sumainyo nawa ang biyaya at kapayapaang galing sa Dios na ating Ama at sa Panginoong Jesu-Cristo.

Ang Panalangin ni Pablo para sa mga Taga-Filipos

[3] Tuwing naaalala ko kayo, nagpapasalamat ako sa Dios, [4] at palagi akong masaya sa tuwing nananalangin ako para sa inyong lahat; [5] dahil mula pa nang sumampalataya kayo hanggang ngayon ay katulong ko na kayo sa pagpapalaganap ng Magandang Balita. [6] Natitiyak kong ipagpapatuloy ng Dios ang mabuting gawain na sinimulan niya sa inyo hanggang sa araw ng pagbabalik ni Cristo Jesus. [7] Dapat lang na ganito ang maramdaman ko dahil mahal ko kayo. Naging kabahagi kayo sa gawaing ibinigay ng Dios sa akin, kahit na nakabilanggo ako ngayong nagtatanggol at nagpapatunay sa Magandang Balita. [8] Alam ng Dios na sabik na sabik na akong makita kayo dahil mahal ko kayo tulad ng pagmamahal ni Cristo Jesus sa inyo.

[9] Ipinapanalangin ko na lalo pang lumago ang pagmamahal n'yo sa isa't isa nang may karunungan at pang-unawa, [10] para mapili n'yo ang pinakamabuti sa lahat ng bagay at madatnan kayong malinis at walang kapintasan sa araw ng pagbabalik ni Cristo. [11] Mapuspos nawa kayo ng mga katangiang ipinagkaloob ni Jesu-Cristo sa inyo para maparangalan at mapupurihan ang Dios.

Ang Kagalakan ni Pablo na Naipapangaral si Cristo

[12] Mga kapatid, nais kong malaman ninyo na ang mga nangyari sa akin ay nakatulong nang malaki sa ikalalaganap ng Magandang Balita. [13] Sapagkat alam na ng lahat ng guwardya sa palasyo at ng iba pang naririto na nabilanggo ako dahil sa pagsunod ko kay Cristo. [14] Dahil din sa pagkakabilanggo ko, lalo pang tumibay ang pananampalataya ng karamihan sa ating mga kapatid sa Panginoon at lalo rin silang tumapang sa pagpapahayag ng Magandang Balita. [15] Totoong may ilan diyan na nangangaral tungkol kay Cristo dahil naiinggit sila sa akin at gusto nilang ipakita na mas magaling sila kaysa sa akin. Ngunit may ilan din namang tapat ang hangarin sa pangangaral. [16] *Nangangaral sila* dahil sa pagmamahal, at alam nilang dinala ako rito *ng Dios* para ipagtanggol ang Magandang Balita. [17] Ang mga taong naiinggit ay hindi tapat sa pangangaral nila tungkol kay Cristo. Ginagawa nila ito dahil sa pansariling hangarin. Inaakala nilang lalo pang madadagdagan ang mga paghihirap ko sa bilangguan dahil sa ginagawa nila. [18] Pero walang anuman ang lahat ng iyon sa akin. Nagagalak pa nga ako sa mga pangyayari dahil kahit papaano, naipapangaral si Cristo, tama man o mali ang hangarin nila. At patuloy akong magagalak, [19] dahil alam ko na sa pamamagitan ng mga panalangin n'yo at sa tulong ng Espiritu ni Jesu-Cristo ay makakalaya ako. [20] Malaki ang hangarin at pag-asa ko na hindi ako mapapahiya, kundi tulad ng dati, magkakaroon ako ng lakas ng loob para sa pamamagitan ng buhay o kamatayan ko ay maparangalan si Cristo. [21] Sapagkat para sa akin, ang buhay ko ay para kay Cristo. At kung mamatay man ako, kapakinabangan ito sa akin *dahil makakapiling ko na siya.* [22] Kung patuloy naman akong mabubuhay, makakagawa pa ako ng mabubuting bagay. Kaya hindi ko alam ngayon kung alin ang pipiliin ko. [23] Nahahati ang isip ko sa dalawa: Ang mabuhay o ang mamatay. Gusto ko na sanang pumanaw para makapiling na si Cristo, dahil ito ang mas mabuti. [24] Pero kailangan kong patuloy na mabuhay para sa kapakanan ninyo. [25] Dahil dito, natitiyak kong mabubuhay pa ako at makakasama n'yo para matulungan kayong lumago at maging maligaya sa pananampalataya. [26] At kapag nakabalik na ako sa inyo, lalo pa kayong magkakaroon ng dahilan para purihin si Cristo.

[27] Mamuhay kayo nang ayon sa Magandang Balita ni Cristo. Nang sa ganoon, makadalaw man ako sa inyo o hindi, mababalitaan kong nagkakaisa kayo at sama-samang naninindigan para sa pananampalatayang ayon sa Magandang Balita. [28] Huwag kayong matakot sa mga kumakalaban sa inyo. Dahil kung hindi kayo natatakot, magiging palatandaan ito sa kanila na mapapahamak sila at ililigtas naman kayo ng Dios. [29] Sapagkat hindi lang ang pribilehiyong sumampalataya kay Cristo ang ibinigay sa inyo, kundi ang maghirap din para sa kanya. [30] Ngayon, dinaranas n'yo na ang paghihirap na nakita ninyong dinanas ko noong una, at nababalitaan ninyong dinaranas ko pa rin hanggang ngayon.

Ang Pagpapakumbaba ni Cristo

2 Hindi ba't masigla kayo dahil nakay Cristo kayo? Hindi ba't masaya kayo dahil alam ninyong mahal niya kayo? Hindi ba't may mabuti kayong pagsasamahan dahil sa *Banal na* Espiritu? At hindi ba't may malasakit at pang-unawa kayo sa isa't isa? [2] Kung ganoon, nakikiusap ako na lubusin na ninyo ang kagalakan ko: Magkasundo kayo't magmahalan, at magkaisa sa isip at layunin. [3] Huwag kayong gumawa ng anumang bagay dahil sa makasariling hangarin o sa paghahangad na maitaas ang sarili. Sa halip, magpakumbaba kayo sa isa't isa at ituring na mas mabuti ang iba kaysa sa inyo. [4] Huwag lang ang sarili ninyong kapakanan

---

a 1 *lingkod*: sa literal, *alipin.*

b 1 *banal*: sa Griego, *hagios,* na ang ibig sabihin ay itinurad ng Dios na sa kanya.

ang isipin n'yo kundi ang kapakanan din ng iba. ⁵ Dapat maging katulad ng kay Cristo Jesus ang pananaw n'yo:

⁶ Kahit na nasa kanya ang katangian ng Dios,
   hindi niya itinuring ang pagiging
   kapantay ng Dios bilang isang bagay
   na dapat panghawakan.
⁷ Sa halip, ibinaba niya nang lubusan ang sarili
   niya sa pamamagitan ng pag-aanyong
   alipin.
   Naging tao siyang tulad natin. ⁸ At sa
   pagiging tao niya, nagpakumbaba
   siya at naging masunurin sa Dios
   hanggang sa kamatayan, maging sa
   kamatayan sa krus.
⁹ Kaya naman itinaas siyang lubos ng Dios at
   biniyan ng titulong higit sa lahat ng
   titulo,
¹⁰ upang ang lahat ng nasa langit at lupa, at nasa
   ilalim ng lupa ay luluhod *sa pagsamba*
   sa kanya.
¹¹ At kikilalanin ng lahat na si Jesu-Cristo ang
   Panginoon, sa ikapupuri ng Dios Ama.

Magsilbi Kayong Ilaw na Nagliliwanag

¹² Mga minamahal, kung paanong lagi ninyo akong sinusunod noong magkakasama pa tayo, lalo sana kayong maging masunurin kahit ngayong malayo na ako sa inyo. Sikapin ninyong ipamuhay*a* ang kaligtasang tinanggap n'yo, *at gawin n'yo ito* nang may takot at *paggalang sa Dios*. ¹³ Sapagkat ang Dios ang siyang nagbibigay sa inyo ng pagnanais at kakayahang masunod n'yo ang kalooban niya.

¹⁴ Gawin n'yo ang lahat nang walang reklamo o pagtatalo, ¹⁵ para maging *malinis kayo at walang kapintasang mga anak ng Dios sa gitna ng mga mapanlinlang at masasamang *tao* sa panahong ito. Kailangang magsilbi kayong ilaw na nagliliwanag sa kanila ¹⁶ habang pinaninindigan n'yo*b* ang salita na nagbibigay ng buhay *na walang hanggan*. At kung gagawin n'yo ito, may maipagmamalaki ako sa pagbabalik ni Cristo, dahil alam kong hindi nasayang ang pagsisikap ko sa inyo. ¹⁷ Ang paglilingkod ninyo na bunga ng inyong pananampalataya ay tulad sa isang handog. At kung kinakailangang ibuhos ko ang aking dugo*c* sa handog na ito, maligaya pa rin ako at makikigalak sa inyo. ¹⁸ At dapat maligaya rin kayo at makigalak sa akin.

Si Timoteo at si Epafroditus

¹⁹ Umaasa ako sa Panginoong Jesus na mapapapunta ko riyan si Timoteo sa lalong madaling panahon, para masiyahan naman ako kapag naibalita niya ang tungkol sa inyo. ²⁰ Siya lang ang kilala ko na katulad kong nagmamalasakit sa inyo nang totoo. ²¹ Ang iba'y walang ibang iniisip kundi ang sarili nilang kapakanan at hindi ang kay Jesu-Cristo. ²² Ngunit alam n'yo kung paano pinatunayan ni Timoteo ang kanyang sarili. Para ko siyang tunay

na anak sa pagtulong niya sa akin sa pangangaral ng Magandang Balita. ²³ Binabalak kong papuntahin siya sa inyo kapag nalaman ko na ang magiging hatol sa akin dito. ²⁴ At umaasa ako sa Panginoon na ako mismo ay makakapunta sa inyo sa lalong madaling panahon.

²⁵ Sa ngayon, naisip kong kailangan nang pabalikin ang kapatid nating si Epafroditus na pinapunta n'yo rito para tulungan ako. Tulad ko rin siyang manggagawa at tagapagtanggol *ng Magandang Balita*. ²⁶ Pababalikin ko na siya sa inyo dahil sabik na sabik na siyang makita kayo, at hindi siya mapalagay dahil nabalitaan ninyong nagkasakit siya. ²⁷ Totoo ngang nagkasakit siya, at muntik nang mamatay. Ngunit naawa ang Dios sa kanya at maging sa akin, dahil *pinagaling siya* at naligtas naman ako sa matinding kalungkutan. ²⁸ Kaya gusto ko na siyang pabalikin para matuwa kayo kapag nakita n'yo na siya ulit, at hindi na rin ako mag-aalala *para sa inyo*. ²⁹ Kaya tanggapin n'yo siya nang buong galak bilang kapatid sa Panginoon. Igalang n'yo ang mga taong tulad niya, ³⁰ dahil nalagay sa panganib ang buhay niya para sa gawain ni Cristo. Itinaya niya ang buhay niya para matulungan ako bilang kinatawan ninyo.

Ang Tunay na Pagiging Matuwid

3 Ngayon, mga kapatid, magalak kayo sa Panginoon. Hindi ako magsasawang sabihin ito nang paulit-ulit dahil para ito sa kabutihan ninyo. ² Mag-ingat kayo sa mga *Judio na* namimilit na tuliin *ang mga hindi Judio*. Mga asal-hayop sila at gumagawa ng masama. ³ Ngunit tayo ang totoong tuli,*d* dahil sumasamba tayo sa Dios sa tulong ng *Banal na Espiritu*, at ipinagmamalaki ang ginawa ni Cristo Jesus. Hindi tayo nagtitiwala sa mga panlabas na seremonya o panuntunan *para maligtas tayo*. ⁴ Kung sabagay, mayroon akong maipagmamalaki kung ang pagsunod sa mga seremonya ang pag-uusapan. Kung iniisip ninuman na may katuwiran siyang magmalaki sa mga bagay na ito, lalo na ako. ⁵ *Sapagkat* noong walong araw pa lamang ako ay tinuli na ako. Isa akong Israelita na mula sa lahi ni Benjamin. *Kaya kung pagiging tunay na Judio ang pag-uusapan*, talagang tunay *akong* Judio. At kung pagsunod sa Kautusan *ng mga Judio* naman ang pag-uusapan, talagang sinusunod ko ito dahil Pariseo ako. ⁶ Kung tungkol naman sa sigasig *ng pagsunod ko sa relihiyon ng mga Judio*, inusig ko ang iglesya. Walang maipipintas sa akin pagdating sa pagsunod sa Kautusan. ⁷ Pinapahalagahan ko noon ang lahat ng ito, pero ngayon itinuturing ko na itong walang halaga dahil kay Cristo. ⁸ At hindi lang iyan, para sa akin, ang lahat ng bagay ay walang halaga kung ihahambing sa pagkakakilala ko kay Cristo Jesus na aking Panginoon. Itinuring ko na parang basura ang lahat ng bagay makamtan lang si Cristo, ⁹ at ako nama'y maging kanya. Hindi na ako nagtitiwala na ako'y magiging matuwid sa pamamagitan ng pagsunod sa Kautusan kundi sa pananampalataya kay Cristo. Ang pagiging matuwid ko ay kaloob sa

---

a 12 ipamuhay: o, *maging lubos*.

b 16 habang pinaninindigan n'yo: o, *dahil ibinibigay n'yo sa kanila*.

c 17 ibuhos ko ang aking dugo: Ang ibig sabihin, *ialay ko ang aking buhay*.

d 3 tayo ang totoong tuli: Ang ibig sabihin, *tayo ang may tunay na palatandaan na tayo'y mga anak ng Dios*.

akin ng Dios nang sumampalataya ako *kay Cristo.*
[10] Nais ko ngayon na higit pang makilala si Cristo, maranasan ang kapangyarihan ng muli niyang pagkabuhay, makabahagi sa mga paghihirap niya at matulad sa kanya, sa kamatayan niya. [11] Sa ganoon, mabubuhay akong muli. Harinawa.

Magpatuloy Hanggang Makamtan ang Gantimpala

[12] Hindi ko sinasabing nakamtan ko na ang lahat, o kaya'y naging ganap na ako. Sa halip, patuloy akong nagsusumikap para makamtan iyon, dahil ito ang layunin ni Cristo Jesus nang tawagin niya ako. [13] Mga kapatid, hindi ko sinasabing naabot ko na ang ganap na buhay. Ngunit ito ang ginagawa ko ngayon: Kinakalimutan ko na ang nakaraan at pinagsisikapan kong makamtan ang nasa hinaharap. [14] *Tulad ng isang manlalaro,* nagpapatuloy ako hanggang makamtan ko ang gantimpala na walang iba kundi ang pagtawag sa akin ng Dios na makapamuhay sa langit sa pamamagitan ni Cristo Jesus. [15] Tayong malalago sa pananampalataya ay magkaroon sana ng ganitong kaisipan. Pero kung hindi ganito ang pag-iisip n'yo, ipapaunawa ito sa inyo ng Dios. [16] Ang mahalaga ay patuloy nating sinusunod ang mga katotohanang natutunan na natin.

[17] Mga kapatid, tularan n'yo ako, at tularan din ninyo ang iba pang namumuhay nang tulad namin. [18] Sapagkat maraming namumuhay na salungat sa aral tungkol sa kamatayan ni Cristo sa krus. Ilang ulit ko nang sinabi sa inyo ang tungkol sa kanila, at naluluha akong ipaalala ulit ito sa inyo ngayon. [19] Kapahamakan ang kahihinatnan nila dahil dinidios nila ang kanilang tiyan.[a] Ipinagmamalaki pa nila ang mga bagay na dapat sana nilang ikahiya, at wala silang iniisip kundi ang mga makamundong bagay. [20] Ngunit para sa atin, ang langit ang tunay nating bayan. At mula roon, hinihintay natin nang may pananabik ang pagbabalik ng Tagapagligtas, ang Panginoong Jesu-Cristo. [21] Sa pagdating niya, babaguhin niya ang mahihina at namamatay nating katawang lupa at gagawing tulad ng maluwalhati niyang katawan. Gagawin niya ito sa pamamagitan ng kapangyarihan niyang sumasakop sa lahat ng bagay.

Mga Bilin

4 Kaya nga, mga minamahal na kapatid, magpakatatag kayo sa Panginoon. Mahal na mahal ko kayo at nasasabik akong makita kayo. Kayo ang kagalakan at gantimpala ko sa paglilingkod.
[2] Nakikiusap ako kina Eudia at Syntique, na magkasundo na sila bilang magkapatid sa Panginoon. [3] At nakikiusap din ako sa iyo, tapat kong kasama sa pangangaral, na tulungan mo ang mga babaeng ito. Sapagkat katulong ko sila sa pagpapalaganap ng Magandang Balita, kasama nina Clement at ng iba ko pang kamanggagawa na ang mga pangalan ay nakasulat sa aklat ng buhay.[b]
[4] Magalak kayong lagi sa Panginoon! Inuulit ko, magalak kayo!

[5] Ipakita n'yo sa lahat ang kagandahang-loob ninyo. Malapit nang dumating ang Panginoon. [6] Huwag kayong mag-alala sa anumang bagay. Sa halip, ilapit sa Dios ang lahat ng pangangailangan n'yo sa pamamagitan ng panalangin na may pasasalamat. [7] Kapag ginawa n'yo ito, bibigyan kayo ng Dios ng kapayapaan na siyang mag-iingat sa puso ninyo at pag-iisip dahil kayo'y nakay Cristo Jesus. At ang kapayapaang ito ay hindi kayang unawain ng tao.

[8] Bukod diyan, mga kapatid, lagi ninyong isaisip ang mga bagay na mabuti at kapuri-puri: mga bagay na totoo, marangal, matuwid, malinis, maganda, at kanais-nais. [9] Ipamuhay n'yo ang lahat ng natutunan n'yo at tinanggap mula sa akin, sa salita at sa gawa, at sasainyo ang Dios na nagbibigay ng kapayapaan.

Ang Pasasalamat ni Pablo sa Kanilang Tulong

[10] Lubos akong nagagalak sa Panginoon dahil muli n'yong ipinakita ang pagmamalasakit n'yo sa akin. Alam kong lagi kayong nagmamalasakit sa akin, kaya lang wala kayong pagkakataong maipakita ito. [11] Hindi ko sinasabi ito dahil nanghihingi ako ng tulong sa inyo. Sapagkat natutunan kong maging kontento anuman ang kalagayan ko. [12] Marunong akong mamuhay sa hirap o ginhawa. Natutunan ko na ang lahat ng ito, kaya maging anuman ang kalagayan ko, busog man o gutom, sagana o salat, kontento pa rin ako. [13] Kaya kong harapin ang kahit anong kalagayan sa pamamagitan ng tulong ni Cristo na nagpapatatag sa akin. [14] Ganoon pa man, nagpapasalamat ako dahil tinulungan n'yo ako sa kagipitan ko. [15] Alam naman ninyong mga taga-Filipos na noong umalis ako sa Macedonia at nagsisimula pa lang sa pangangaral ng Magandang Balita, walang ibang iglesya na tumulong sa mga pangangailangan ko kundi kayo lang. [16] Kahit noong nasa Tesalonica ako, ilang ulit din kayong nagpadala ng tulong sa akin. [17] Sinasabi ko ito, hindi dahil gusto kong makatanggap ulit ng tulong mula sa inyo, kundi dahil gusto kong makatanggap kayo ng mga gantimpala dahil sa kagandahang-loob ninyo. [18] Ngayon, dahil sa tulong na ipinadala n'yo sa akin sa pamamagitan ni Epafroditus, natugunan na ang mga pangangailangan ko at sobra pa nga. Ang tulong ninyo ay tulad ng mabangong handog sa Dios na tinatanggap niya nang may kasiyahan. [19] At dahil kayo'y nakay Cristo Jesus, ibibigay sa inyo ng aking Dios ang lahat ng pangangailangan n'yo, mula sa kasaganaan ng kayamanan niya. [20] Purihin natin ang ating Dios at Ama magpakailanman. Amen.

Mga Huling Pangangamusta

[21] Ikumusta n'yo ako sa lahat ng mga pinabanal[c] diyan *ng Dios* na nakay Cristo Jesus. Kinukumusta kayo ng mga kapatid *kay Cristo* na kasama ko rito. [22] Kinukumusta rin kayo ng lahat ng mga pinabanal *ng Dios dito,* lalung-lalo na ang mga naglilingkod sa palasyo ng Emperador.
[23] Pagpalain nawa kayo ng Panginoong Jesu-Cristo.

---

a 19 *ang kanilang tiyan:* o, *ang hilig ng kanilang katawan.*
b 3 *aklat ng buhay:* Dito nakasulat ang pangalan ng mga taong binigyan ng buhay na walang hanggan.

c 21 *pinabanal:* sa Griego, *hagios,* na ang ibig sabihin ay itinuring ng Dios na sa kanya.

ANG SULAT NI PABLO SA MGA

TAGA-COLOSAS

1 *Mula kay* Pablo na apostol ni Cristo Jesus ayon sa kalooban ng Dios, *kasama si* Timoteo na kapatid *natin.*

[2] *Mahal kong* mga taga-Colosas, pinabanal[a] at matatapat na kapatid na nakay Cristo:

Sumainyo nawa ang biyaya at kapayapaang galing sa Dios na ating Ama.

Ang Panalangin ni Pablo para sa mga Taga-Colosas

[3] Lagi kaming nagpapasalamat sa Dios na Ama ng ating Panginoong Jesu-Cristo sa tuwing nananalangin kami para sa inyo. [4] Sapagkat nabalitaan namin ang pananampalataya n'yo bilang mga nakay Cristo Jesus at ang pag-ibig n'yo sa lahat ng mga pinabanal *ng Dios,* [5] dahil umaasa kayong makakamtan ninyo ang mga inilaan para sa inyo sa langit. Ang pag-asang ito'y ina ninyong narinig nang ipangaral sa inyo ang salita ng katotohanan, ang Magandang Balita. [6] At ang Magandang Balitang ito'y lumalaganap at lumalago sa buong mundo, katulad ng nangyari sa inyo noong una ninyong marinig at maunawaan ang katotohanan tungkol sa biyaya ng Dios. [7] Natutunan n'yo ito kay Epafras na minamahal namin at kapwa lingkod *ng Panginoon.* Isa siyang tapat na lingkod ni Cristo, at pumariyan siya bilang kinatawan namin. [8] Siya ang nagbalita sa amin tungkol sa pag-ibig n'yo na ibinigay ng *Banal na* Espiritu.

[9] Kaya nga, mula nang mabalitaan namin *ang tungkol sa inyo,* patuloy namin kayong ipinapanalangin. Hinihiling namin *sa Dios* na bigyan nawa kayo ng karunungan at pang-unawang mula sa *Banal na* Espiritu para lubusan ninyong malaman ang kalooban niya. [10] Sa ganoon, makakapamuhay kayo nang karapat-dapat at kalugod-lugod sa Panginoon sa lahat ng bagay. At makikita na lumago kayo sa mabubuting gawa at sa pagkakakilala sa Dios. [11] Nawa'y palakasin niya kayo sa pamamagitan ng dakila niyang kapangyarihan, para makatagal at makapagtiis kayo sa lahat ng bagay nang may kagalakan. [12] At makapagpapasalamat din kayo sa Ama. Ginawa niya kayong karapat-dapat na makabahagi sa mamanahin ng mga pinabanal *niya,* ang manang nasa *kinaroroonan ng* kaliwanagan. [13] Iniligtas niya tayo mula sa kapangyarihan ng kadiliman at inilipat tayo sa kaharian ng minamahal niyang Anak. [14] At sa pamamagitan ng kanyang Anak, tinubos *niya* tayo, na ang ibig sabihin ay pinatawad na ang ating mga kasalanan.

Ang Kadakilaan ni Cristo

[15] Si Cristo ang larawan ng di-nakikitang Dios, at siya ang may kapangyarihan sa lahat ng nilikha. [16] Sapagkat sa pamamagitan niya, at para sa kanya, nilikha ang lahat ng nasa langit at nasa mundo, ang nakikita pati rin ang di-nakikita, katulad ng mga *espiritung* naghahari at namamahala, mga *espiritung* namumuno at may kapangyarihan. [17] Bago pa man likhain ang anumang bagay, naroon na si Cristo, at sa pamamagitan niya ang lahat ay nananatiling nasa kaayusan. [18] Si Cristo ang ulo ng iglesya na kanyang katawan. Siya ang pinagmulan[b] nito, ang unang nabuhay sa mga patay, para maging pinakadakila siya sa lahat. [19] Sapagkat minabuti ng Dios na *ang pagka-Dios niya ay* manahan nang lubos kay Cristo, [20] at sa pamamagitan ni Cristo, ipagkakasundo sa kanya ang lahat *ng nilikha* sa langit at sa mundo. *Ginawa niya ito* sa pamamagitan ng dugo[c] ni Cristo sa krus.

[21] Noong una ay malayo kayo *sa Dios,* at naging kaaway *niya* dahil sa kasamaan ng inyong pag-iisip at mga gawa. [22] Pero ngayon, ibinalik na niya kayo sa kanyang sarili sa pamamagitan ng kamatayan ng katawang-tao ni Cristo. Kaya maihaharap na kayo sa kanya na banal, malinis at walang kapintasan. [23] Pero kailangan ninyong manatiling tapat at matatag sa pananampalataya, at huwag hayaang mawala ang pag-asang dulot ng Magandang Balita na narinig ninyo. Ang Magandang Balita na ito ay ipinahayag na sa buong mundo, at akong si Pablo ay naging lingkod nito.

Ang Paghihirap ni Pablo para sa mga Mananampalataya

[24] Masaya ako sa mga nararanasan kong paghihirap ng katawan ko para sa inyo. Dahil dito, napupunan ko ang kulang sa mga paghihirap ni Cristo para sa iglesya na kanyang katawan. [25] Itinalaga ako ng Dios na maging tagapaglingkod ng iglesya para lubusang ipahayag ang mensahe niya sa inyo *na mga hindi Judio.* [26] Ito ang lihim niyang plano na hindi inihayag noon sa naunang mga panahon at mga salinlahi, pero ngayon ay inihayag na sa *atin na* mga pinabanal niya. [27] Nais ng Dios na ihayag sa atin ang dakila at kamangha-mangha niyang plano para sa lahat ng tao. At ito ang lihim na plano: Si Cristo ay sumasainyo at ito ang *basehan ng* pag-asa ninyo na inyong makakamtan ang napakabuting kalagayan sa hinaharap. [28] Kaya nga ipinangangaral namin si Cristo sa lahat ng tao. Pinapaalalahanan at tinuturuan namin ang bawat isa ayon sa karunungang *ibinigay sa amin ng Dios.* Sa ganoon, maihaharap namin ang bawat isa *sa Dios* nang ganap sa pakikipag-isa nila kay Cristo. [29] At para matupad ito, nagpapakahirap ako sa pamamagitan ng kapangyarihan ni Cristo na nagpapalakas sa akin.

2 Nais kong malaman n'yo kung gaano kalaki ang paghihirap ko para sa inyo, ganoon din sa mga nasa Laodicea at sa lahat ng hindi pa nakakakilala sa akin nang personal. [2] Ginagawa ko ito para palakasin ang loob ninyong lahat at pag-isahin kayo

---

[a] 2 pinabanal: sa Griego, *hagios,* na ang ibig sabihin ay itinuring ng Dios na sa kanya. Ganito rin sa talatang 4, 12, at 26.

[b] 18 pinagmulan: o, *nagpasimula.*

[c] 20 dugo: Ang ibig sabihin, *pagkamatay.*

sa pag-ibig. Sa ganoon, malalaman at mauunawaan n'yo nang lubos ang lihim na plano ng Dios tungkol kay Cristo. ³Si Cristo ang pinagmumulan ng lahat ng karunungan at kaalaman.

⁴Sinasabi ko sa inyo ang mga bagay na ito para hindi kayo malinlang ninuman sa pamamagitan ng magagaling nilang pangangatwiran. ⁵Kahit wala ako riyan sa inyo, lagi kayong nasa isipan ko. At masaya ako dahil maayos ang pamumuhay n'yo at matatag ang inyong pananampalataya kay Cristo.

Si Cristo ang Dapat Nating Sundin

⁶Dahil tinanggap n'yo na si Cristo Jesus bilang Panginoon, mamuhay kayo *nang karapat-dapat* sa kanya. ⁷Patuloy kayong lumago at tumibay sa kanya. Magpakatatag kayo sa pananampalatayang itinuro sa inyo, at maging mapagpasalamat din kayo.

⁸Mag-ingat kayo nang hindi kayo madala ng walang kabuluhan at mapandayang pilosopiya. Mga tradisyon lang ito at mga pamamaraan ng mundo, at hindi mula kay Cristo. ⁹*Kaya huwag kayong padadala*, dahil ang kapuspusan ng Dios ay nananahan sa katawan ni Cristo. ¹⁰At naging ganap kayo sa pakikipag-isa n'yo sa kanya, na siyang pangulo ng lahat ng *espiritung* namumuno at may kapangyarihan.

¹¹Dahil sa pakikipag-isa n'yo kay Cristo, tinuli na kayo. Ang pagtutuli na ito ay hindi pisikal kundi espiritwal—ang pag-aalis ng masasamang hilig ng laman. Ito ang pagtutuling mula kay Cristo. ¹²Inilibing kayong kasama ni Cristo nang bautismuhan kayo. At dahil nakay Cristo na kayo, muli kayong binuhay na kasama niya, dahil nananalig kayo sa kapangyarihan ng Dios na bumuhay sa kanya. ¹³Noong una, itinuring kayong mga patay *ng Dios* dahil sa mga kasalanan ninyo. Pero ngayon, binuhay kayo ng Dios kasama ni Cristo. Pinatawad niya ang lahat ng kasalanan natin. ¹⁴May pananagutan dapat tayo sa Dios dahil hindi natin matupad ang Kautusan. Pero inalis ito ng Dios sa pamamagitan ng pagkapako ni Cristo sa krus. Kaya hindi na tayo parurusahan. ¹⁵Doon din sa krus nilupig ng Dios ang mga *espiritung* namumuno at may kapangyarihan, at ipinakita sa lahat na ang mga ito ay bihag na niya.

¹⁶Kaya nga, huwag na kayong padadala sa mga tao na nagsasabi sa inyo kung ano ang hindi dapat kainin o inumin, o kung ano ang dapat gawin tuwing kapistahan, Pista ng Pagsisimula ng Buwan, o Araw ng Pamamahinga. ¹⁷Anino lang ang mga ito ng inaasahan noon na darating, at si Cristo ang katuparan nito. ¹⁸Huwag kayong padadaya sa mga taong humihikayat na kailangan ninyong pagkaitan ang sarili n'yo at sambahin ang mga anghel. Pinaninindigan nila ang mga ito dahil sa mga pangitain nila na pagyayabang lang, walang kabuluhan, at gawa-gawa lang ng makamundo nilang pag-iisip. ¹⁹Wala silang kaugnayan kay Cristo na siyang ulo *natin*. Siya ang nag-uugnay-ugnay at nag-aalaga sa *atin na kanyang* katawan sa pamamagitan ng mga magkakaugnay na bahagi nito. Sa ganoon, lumalago tayo nang naaayon sa Dios.

Ang Bagong Buhay Kay Cristo

²⁰Namatay kayong kasama ni Cristo, at pinalaya sa mga *walang kabuluhang* pamamaraan ng mundo, kaya bakit namumuhay pa rin kayo na parang mga makamundo? Bakit sumusunod pa rin kayo sa mga tuntuning tulad ng, ²¹"Huwag hahawak nito," "Huwag titikim niyon," "Huwag hihipo niyan"? ²²Ang mga ito'y batay lang sa utos at turo ng tao tungkol sa mga bagay na nawawala pagkatapos kainin o inumin. ²³Sa unang tingin, parang may karunungan ang mga ganitong katuruan tungkol sa gusto nilang pagsamba, pagpapakumbaba, at pagpapahirap sa sariling katawan. Pero ang totoo, wala namang naitutulong ang mga ito sa pagpipigil sa masasamang hilig ng laman.

3 Binuhay kayong muli kasama ni Cristo, kaya sikapin ninyong makamtan ang mga bagay na nasa langit kung saan naroon si Cristo na nakaupo sa kanan ng Dios. ²Doon ninyo ituon ang isip n'yo, at hindi sa mga makamundong bagay. ³Sapagkat namatay na kayo *sa dati n'yong buhay*, at ang buhay ninyo *ngayon* ay nakatago sa Dios kasama ni Cristo. ⁴Si Cristo ang buhay ninyo, at kapag dumating na ang panahon na nahayag na siya, mahahayag din kayo at makikibahagi sa kapangyarihan niya at karangalan.

Ang Dati at ang Bagong Buhay

⁵Kaya patayin n'yo ang anumang kamunduhang nasa inyo: ang sekswal na imoralidad, kalaswaan, pagnanasa, at kasakiman na katumbas na rin ng pagsamba sa mga dios-diosan. ⁶Parurusahan ng Dios ang mga taong gumagawa ng mga bagay na iyon. ⁷Ganoon din ang pamumuhay ninyo noon. ⁸Pero ngayon, dapat na ninyong itakwil ang lahat ng ito: galit, poot, sama ng loob, paninira sa kapwa, at mga bastos na pananalita. ⁹Huwag kayong magsinungaling sa isa't isa, dahil hinubad n'yo na ang dati ninyong pagkatao at masasamang gawain, ¹⁰at isinuot na ninyo ang bagong pagkatao. *Ang pagkataong* ito'y patuloy na binabago ng Dios na lumikha nito, para maging katulad niya tayo at para makilala natin siya nang lubusan. ¹¹Sa bagong buhay na ito, wala nang ipinagkaiba ang Judio sa hindi Judio, ang tuli sa hindi tuli, ang naturuan sa hindi naturuan, at ang alipin sa malaya dahil si Cristo ang lahat-lahat, at siya'y nasa *ating* lahat.

¹²Kaya bilang mga banal at minamahal na mga piniling Dios, dapat kayong maging mapagmalasakit, maganda ang kalooban, mapagpakumbaba, mabait at mapagtiis. ¹³Magpasensiyahan kayo sa isa't isa at magpatawaran kayo kung may hinanakit kayo kaninuman, dahil pinatawad din kayo ng Panginoon. ¹⁴At higit sa lahat, magmahalan kayo, dahil ito ang magdudulot ng tunay na pagkakaisa. ¹⁵Paghariin ninyo sa mga puso n'yo ang kapayapaan ni Cristo. Sapagkat bilang mga bahagi ng iisang katawan, tinawag kayo *ng Dios* upang mamuhay nang mapayapa. Dapat din kayong maging mapagpasalamat.

¹⁶Itanim ninyong mabuti sa mga puso n'yo ang mga aral ni Cristo. Paalalahanan at turuan n'yo ang isa't isa ayon sa karunungang kaloob ng Dios. Umawit kayo ng mga salmo, himno, at iba pang

mga awiting espiritwal na may pasasalamat sa Dios sa mga puso ninyo. [17] At anuman ang ginagawa n'yo, sa salita man o sa gawa, gawin n'yo ang lahat bilang mananampalataya sa Panginoong Jesus,[a] at magpasalamat kayo sa Dios Ama sa pamamagitan niya.

Ang Mabuting Relasyon sa Kapwa

[18] Mga babae, magpasakop kayo sa asawa n'yo, dahil iyan ang nararapat gawin bilang mananampalataya sa Panginoon.

[19] Mga lalaki, mahalin ninyo ang inyong asawa at huwag ninyo silang pagmamalupitan.

[20] Mga anak, sundin ninyo ang mga magulang n'yo sa lahat ng bagay, dahil kalugod-lugod ito sa Panginoon.

[21] Mga magulang,[b] huwag kayong gumawa ng anumang bagay na ikasasama ng loob ng mga anak n'yo para hindi sila panghinaan ng loob.

[22] Mga alipin, sundin n'yo sa lahat ng bagay ang mga amo n'yo rito sa lupa. Hindi lang dahil nakatingin sila at nais ninyong malugod sila sa inyo, kundi gawin ninyo ito nang buong puso at may takot sa Panginoon. [23] Anuman ang gawin n'yo, gawin n'yo ito nang buong katapatan na parang ang Panginoon ang pinaglilingkuran n'yo at hindi ang tao. [24] Alam naman ninyong may gantimpala kayong matatanggap sa Panginoon, dahil si Cristo na Panginoon *natin* ang siyang pinaglilingkuran ninyo. [25] Ang sinumang gumagawa ng masama ay parurusahan ayon sa kasalanan niya, dahil ang Dios ay walang pinapaboran.

4 Mga amo, maging mabuti at makatarungan kayo sa mga alipin ninyo. Alalahanin ninyong kayo rin ay mayroong amo sa langit.

Ang Ilan pang mga Bilin

[2] Magpakasigasig kayo sa pananalangin nang may pasasalamat, at habang nananalangin kayo ingatan ninyo ang pag-iisip ninyo. [3] Ipanalangin n'yo rin na bigyan kami ng Dios ng pagkakataon na maihayag ang mensahe tungkol kay Cristo na inilihim noon. Ang pangangaral ko tungkol dito ang dahilan ng pagkabilanggo ko. [4] Ipanalangin n'yo na maipangaral ko ito nang mabuti, gaya nang nararapat.

[5] Maging matalino kayo sa pakikitungo sa mga hindi mananampalataya, at samantalahin n'yo ang lahat ng pagkakataon *na maibahagi ang pananampalataya n'yo.* [6] Kung nakikipag-usap kayo sa kanila, gumamit kayo ng mga kawili-wiling salita para makinig sila sa inyo, at dapat alam n'yo kung paano sumagot sa tanong ng bawat isa.

Mga Pangangamusta

[7] Kung tungkol naman sa kalagayan ko rito, ang minamahal naming si Tykicus ang magbabalita sa inyo. Isa siyang tapat na manggagawa at kapwa ko lingkod ng Panginoon. [8] Pinapunta ko siya riyan para malaman n'yo ang kalagayan namin, nang lumakas naman ang loob ninyo. [9] Kasama niya sa pagpunta riyan si Onesimus, ang tapat at minamahal nating kapatid na kababayan ninyo. Sila ang magbabalita sa inyo tungkol sa lahat ng nangyayari rito.

[10] Kinukumusta kayo nina Aristarcus na kapwa ko bilanggo at Marcos na pinsan ni Bernabe. (Gaya ng ibinilin ko sa inyo, malugod ninyong tanggapin si Marcos pagdating niya riyan.) [11] Kinukumusta rin kayo ni Jesus na tinatawag na Justus. Sila lang ang mga Judio na kasama ko ritong naglilingkod para sa kaharian ng Dios, at pinapalakas nila ang loob ko.

[12] Kinukumusta rin kayo ng kababayan ninyong si Epafras na isa ring lingkod ni Cristo Jesus. Lagi siyang nananalangin nang taimtim na manatili kayong matatag, maging ganap, at may buong katiyakan sa kalooban ng Dios. [13] Saksi ako sa mga pagsisikap ni Epafras para sa inyo at para sa mga nasa Laodicea at Hierapolis. [14] Kinukumusta rin kayo ni Lucas, ang minamahal nating doktor, at ni Demas.

[15] Ikumusta n'yo ako sa mga kapatid sa Laodicea, ganoon din kay Nymfa at sa mga mananampalataya[c] na nagtitipon sa bahay niya. [16] Pagkabasa n'yo ng sulat na ito, ipabasa n'yo rin sa iglesya sa Laodicea at basahin n'yo rin ang sulat mula sa kanila. [17] Pakisabi kay Arkipus na ipagpatuloy niya ang gawaing tinanggap niya sa Panginoon.

[18] Ako, si Pablo, ang mismong sumulat ng pagbating ito.

Alalahanin n'yo ako rito sa bilangguan.

Pagpalain nawa kayo *ng Dios.*

---

a 17 *bilang mananampalataya sa Panginoong Jesus:* sa literal, *sa pangalan ng Panginoong Jesus.*
b 21 *Mga magulang:* sa literal, *Mga ama.*
c 15 *mga mananampalataya:* sa literal, *iglesya.*

ANG UNANG SULAT NI PABLO SA MGA

TAGA-TESALONICA

1 *Mula kay* Pablo, *kasama* sina Silas at Timoteo.

Mahal kong mga kapatid sa iglesya[a] diyan sa Tesalonica na nasa Dios Ama at sa Panginoong Jesu-Cristo:

Sumainyo nawa ang biyaya at kapayapaan.

[2] *Mga kapatid,* lagi kaming nagpapasalamat sa Dios dahil sa inyong lahat, at lagi namin kayong binabanggit sa mga panalangin namin. [3] *Nagpapasalamat kami* kapag inaalaala namin ang mabubuti ninyong gawa na bunga ng inyong pananampalataya. Inaalaala rin namin ang pagsisikap na bunga ng pag-ibig ninyo, at ang katatagan na bunga ng matibay ninyong pag-asa sa *pagbabalik ng ating Panginoong Jesu-Cristo.* Ginagawa n'yo ang lahat ng ito sa paningin ng Dios na ating Ama. [4] *Mga kapatid na minamahal ng Dios, nagpapasalamat din kami dahil* alam naming pinili niya kayo para sa kanya, [5] dahil tinanggap n'yo ang Magandang Balita na ipinahayag namin sa inyo. Dumating ito sa inyo hindi lang sa salita kundi sa pamamagitan din ng kapangyarihan ng Banal na Espiritu, at may katiyakan na totoo ang ipinangaral namin sa inyo. Alam ninyo kung paano kami namuhay noong nasa inyo kami—ginawa namin ito para sa kabutihan ninyo. [6] Tinularan n'yo ang pamumuhay namin at ng Panginoon, dahil tinanggap n'yo ang salita *ng Dios* kahit dumanas kayo ng hirap. *Ganoon pa man, tinanggap n'yo ito* nang may kagalakan na galing sa Banal na Espiritu. [7] Dahil dito, naging halimbawa kayo sa lahat ng mga mananampalatayang nasa Macedonia at Acaya. [8] Sapagkat mula sa inyo, lumaganap ang mensahe ng Panginoon. Hindi lang sa Macedonia at Acaya nabalitaan ang pananampalataya n'yo sa Dios, kundi sa lahat ng lugar. Kaya hindi na namin kailangang banggitin pa sa mga tao ang tungkol sa pananampalataya ninyo. [9] Sapagkat sila mismo ang nagbabalita kung paano n'yo kami tinanggap, at kung paano n'yo tinalikuran ang pagsamba sa mga dios-diosan para maglingkod sa tunay at buhay na Dios. [10] At sila na rin ang nagsasabi tungkol sa paghihintay n'yo sa pagbabalik ng Anak ng Dios mula sa langit, na walang iba kundi si Jesus na muli niyang binuhay. Siya ang magliligtas sa atin sa darating na kaparusahan.

2 Mga kapatid, kayo na rin ang nakakaalam na hindi nasayang ang pagpunta namin diyan sa inyo. [2] Alam n'yo ang mga paghihirap at pag-aalipusta na dinanas namin sa Filipos *bago pa man kami dumating diyan sa inyo.* Pero sa kabila nito, binigyan kami ng Dios ng lakas ng loob na ipangaral ang Magandang Balita sa inyo, kahit na maraming hadlang. [3] Ang pangangaral namin ay hindi batay sa kamalian, masamang hangarin o sa balak na manlinlang. [4] Sa halip, nangangaral kami bilang mga karapat-dapat na katiwala ng Dios na kanyang Magandang Balita. Ginagawa namin ito hindi para kalugdan kami ng mga tao kundi ng Dios na siyang sumisiyasat sa mga puso namin. [5] Alam n'yo rin na hindi namin kayo dinaan sa matatamis na pananalita sa pangangaral namin at hindi rin kami nangaral para samantalahin kayo. Ang Dios mismo ang saksi namin. [6] Hindi namin hinangad ang papuri ninyo o ng sinuman, [7] kahit may karapatan kaming tumanggap nito bilang mga apostol ni Cristo. Sa halip, naging maaruga kami sa inyo tulad ng isang mapagkalingang ina sa mga anak niya. [8] At dahil mahal namin kayo, hindi lang ang Magandang Balita ang malugod naming ibinigay sa inyo kundi pati na rin ang buhay namin, dahil napamahal na kayo sa amin. [9] Tiyak na natatandaan n'yo pa, mga kapatid, ang pagsisikap namin *noong nasa inyo pa kami.* Habang ipinangangaral namin ang Magandang Balita ng Dios, araw-gabi kaming nagtatrabaho para hindi kami maging pabigat sa inyo. [10] Saksi namin kayo at ang Dios na ang pakikitungo namin sa inyong mga mananampalataya ay tapat, matuwid at walang kapintasan. [11] Alam ninyong katulad ng isang ama sa kanyang mga anak ang turing namin sa bawat isa sa inyo. [12] Pinalakas namin ang loob n'yo, pinayuhan at hinikayat na mamuhay nang karapat-dapat sa Dios na humirang sa inyo para sa kanyang kaharian at kadakilaan.

[13] Lagi rin kaming nagpapasalamat sa Dios dahil nang tanggapin n'yo ang pangangaral namin, tinanggap n'yo ito hindi bilang salita ng tao, kundi bilang salita ng Dios na kumikilos sa buhay ninyong mga sumasampalataya. [14] Mga kapatid, ang mga nangyayari sa inyo ay tulad din ng nangyayari sa mga iglesya ng Dios sa Judea na nakay Cristo Jesus. Kung anong paghihirap ang dinaranas n'yo sa kamay ng mga kababayan n'yo, ito rin ang paghihirap na dinaranas nila sa kamay ng kapwa nila Judio. [15] Silang mga Judio ang pumatay sa Panginoong Jesus at sa mga propeta noon. Sila rin ang mga taong umuusig sa amin. Hindi nalulugod ang Dios sa ginagawa nila, at maging ang lahat ng tao'y kinakalaban nila. [16] Hinahadlangan nila ang pangangaral namin *ng salita ng Dios* sa mga hindi Judio na siyang ikaliligtas ng mga ito. Dahil dito, umabot na sa sukdulan ang mga kasalanan nila at hahatulan na sila ng Dios.

Ang Hangarin ni Pablo na Makadalaw Muli sa Tesalonica

[17] Mga kapatid, nananabik na kaming makita kayong *muli,* kahit sandali pa lang kaming nawalay sa inyo. Nawalay nga kami sa katawan, pero hindi sa isipan. [18] Gusto naming bumalik diyan sa inyo, lalung-lalo na ako, si Pablo. Maraming beses naming binalak na dalawin kayo pero hinadlangan kami ni Satanas. [19] *Gusto naming bumalik,* dahil walang ibang nagbibigay sa amin ng pag-asa at kagalakan kundi kayo. Hindi ba't kayo rin ang maipagmamalaki namin sa harap ng Panginoong

---

a 1 iglesya: Tingnan sa Talaan ng mga Salita sa likod.

Jesu-Cristo sa pagbabalik niya? ²⁰Tunay nga na kayo ang karangalan at kagalakan namin.

3 Nang hindi na kami makatiis *dahil sa pananabik namin sa inyo*, nagpasya kaming magpaiwan na lang sa Athens ²at isugo sa inyo si Timoteo. Kapatid natin siya at kasama naming naglilingkod sa Dios sa pangangaral ng Magandang Balita tungkol kay Cristo. Pinapunta namin siya para patibayin at palakasin ang pananampalataya ninyo, ³para walang panghinaan ng loob sa inyo dahil sa mga nararanasan ninyong pag-uusig. Alam naman ninyong kailangan nating pagdaanan ang mga pag-uusig. ⁴Noong nariyan pa kami sa inyo, lagi namin kayong pinapaalalahanan na makakaranas tayo ng mga pag-uusig. At gaya ng alam n'yo, ito nga ang nangyari. ⁵Kaya nang hindi na ako makatiis, pinapunta ko riyan si Timoteo para makabalita tungkol sa kalagayan ng pananampalataya n'yo *sa Panginoon*; dahil nag-aalala ako na baka nanaig na sa inyo si Satanas at nasayang lang ang pagod namin *sa pangangaral sa inyo*.

⁶Ngayon, nakabalik na sa amin si Timoteo galing sa inyo. Dala niya ang magandang balita tungkol sa pananampalataya at pag-ibig n'yo, ang magagandang alaala ninyo tungkol sa amin, at ang pananabik ninyong makita kami gaya ng pananabik namin sa inyo. ⁷Dahil dito, mga kapatid, sumigla kami sa kabila ng mga paghihirap at problema namin. ⁸Nabuhayan kami ng loob dahil nananatili kayong matatag sa Panginoon. ⁹Paano namin mapapasalamatan ang Dios sa lahat ng kagalakang dulot ninyo sa amin dahil sa inyong pananampalataya? ¹⁰Araw-gabi, taimtim naming ipinapanalangin na makasama ulit kayo para *maturuan kayo at* mapunan namin ang anumang kakulangan sa inyong pananampalataya.

¹¹Bigyan nawa kami ng Dios na ating Ama at ng Panginoong Jesus ng paraan para makapunta riyan sa inyo. ¹²Palaguin nawa ng Pag-alabin din ng Panginoon ang pag-ibig n'yo sa bawat isa at sa lahat ng tao, gaya ng pag-ibig namin sa inyo. ¹³At dahil dito, magiging malakas ang loob n'yo, at magiging banal at walang kapintasan ang inyong buhay sa harapan ng ating Dios Ama sa araw ng pagbabalik ng ating Panginoong Jesus, kasama ang mga pinili niya.

Ang Buhay na Kaaya-aya sa Dios

4 Mga kapatid, natutunan n'yo sa amin kung paano mamuhay nang kalugod-lugod sa Dios, at ito nga ang ginagawa ninyo. Hinihiling namin ngayon sa pangalan ng Panginoong Jesus na lalo n'yo pa sana itong pag-ibayuhin. ²Sapagkat alam naman ninyo ang mga utos ng Panginoong Jesus na ibinigay namin sa inyo: ³Nais ng Dios na maging banal kayo, kaya lumayo kayo sa sekswal na imoralidad. ⁴Dapat ay matutong makitungo ang bawat isa sa asawa niya*ᵃ* sa banal at marangal na pamamaraan, ⁵at hindi sa makamundong pagnanasa katulad ng ginagawa ng mga hindi kumikilala sa Dios, ⁶upang sa ganoon, hindi kayo makagagawa ng masama o mananamantala sa

---

a 4 o, Dapat ay matutong magpigil ang bawat isa sa sarili niyang katawan.

kapwa, dahil parurusahan ng Dios ang sinumang gumagawa ng mga ito, tulad ng sinabi at pinaalala namin sa inyo noon pa. ⁷Tinawag tayo ng Dios para mamuhay sa kabanalan, hindi sa kahalayan. ⁸Ang sinumang hindi sumusunod sa mga utos na ito ay hindi sa tao sumusuway kundi sa Dios na nagbibigay sa inyo ng kanyang Banal na Espiritu.

⁹Ngayon, tungkol sa pagmamahalan bilang magkakapatid *sa Panginoon*, hindi na kayo kailangang paalalahanan pa tungkol dito, dahil ang Dios na mismo ang nagturo sa inyo na magmahalan. ¹⁰At ito nga ang ginagawa n'yo sa lahat ng kapatid sa Macedonia. Ganoon pa man, hinihiling namin sa lalo pa ninyong pag-ibayuhin ang pag-ibig ninyo. ¹¹Sikapin ninyong mamuhay nang mapayapa, at huwag kayong makikialam sa buhay ng iba. Magtrabaho ang bawat isa para sa ikabubuhay niya, tulad ng ibinilin namin sa inyo. ¹²Nang sa ganoon, hindi n'yo na kailangang umasa sa iba, at igagalang kayo ng mga hindi mananampalataya.

Ang Pagbabalik ng Panginoon

¹³Mga kapatid, gusto naming malaman n'yo ang katotohanan tungkol sa mga namatay na, para hindi kayo magdalamhati gaya ng iba na walang pag-asa. ¹⁴Naniniwala tayong si Jesus ay namatay at muling nabuhay. Kaya naman, naniniwala tayong bubuhayin din ng Dios ang mga sumasampalataya kay Jesus, at isasama niya kay Jesus.

¹⁵Sinasabi namin sa inyo ang mismong turo ng Panginoon: Tayong mga buhay pa pagbalik ng Panginoon ay hindi mauuna sa mga namatay na. ¹⁶*Sa araw na iyon*, ang Panginoon mismo ang bababa mula sa langit kasabay ng malakas na utos. Maririnig ang pagtawag ng punong anghel at ang pagtunog ng trumpeta ng Dios. Ang mga namatay na sumasampalataya kay Cristo ang unang bubuhayin; ¹⁷pagkatapos, ang mga buhay pa sa atin sa araw na iyon ay kasama nilang dadalhin sa mga ulap para salubungin ang Panginoon sa himpapawid. At makakasama na natin ang Panginoon magpakailanman. ¹⁸Kaya nga, *mga kapatid*, pasiglahin ninyo ang isa't isa sa pamamagitan ng mga aral na ito.

Maging Handa sa Pagbalik ng Panginoon

5 Mga kapatid, hindi ko na kailangang isulat pa sa inyo kung kailan mangyayari ang mga bagay na ito, ²dahil alam na ninyo na ang pagbabalik ng Panginoon ay katulad ng pagdating ng isang magnanakaw sa gabi. ³Mangyayari ito habang inaakala ng mga tao na mapayapa at ligtas ang kalagayan nila. Biglang darating ang kapahamakan nila katulad ng pagsumpong ng sakit na nararamdaman ng babaeng manganganak na. At hindi sila makakaligtas. ⁴Ngunit kayo, mga kapatid ay hindi namumuhay sa kadiliman. Kaya hindi kayo mabibigla *sa araw ng pagbabalik ng Panginoon* katulad ng pagkabigla *ng isang tao* sa pagdating ng magnanakaw. ⁵Dahil namumuhay na kayong lahat sa liwanag at hindi sa kadiliman. ⁶Kaya nga, huwag tayong *maging pabaya* katulad ng iba na natutulog, kundi maging handa at mapagpigil sa sarili. ⁷Sapagkat ang taong namumuhay sa kadiliman ay katulad ng taong *pabaya na* natutulog o katulad ng lasing *na walang pagpipigil sa sarili.*[a] [8] Pero dahil namumuhay na tayo sa liwanag, dapat ay may pagpipigil tayo sa sarili. Gawin natin bilang panangga sa dibdib ang pananampalataya at pag-ibig, at bilang helmet naman ang pag-asa natin sa pagliligtas sa atin *ng Dios.* [9] Sapagkat hindi tayo itinalaga ng Dios para sa kaparusahan, kundi para sa pagtatamo ng kaligtasan sa pamamagitan ng ating Panginoong Jesu-Cristo. [10] Namatay siya para sa atin, para kahit buhay pa tayo o patay na *sa pagbalik niya* ay mabuhay tayo sa piling niya. [11] Dahil dito, patuloy ninyong pasiglahin at patatagin ang isa't isa, katulad nga ng ginagawa ninyo.

Mga Pangwakas na Bilin at Pagbati

[12] Hinihiling namin sa inyo, mga kapatid, na pahalagahan ninyo ang mga naglilingkod sa inyo na pinili ng Panginoon para mamuno at mangaral sa inyo. [13] Ibigay n'yo sa kanila ang lubos na paggalang at pag-ibig dahil sa gawain nila. Mamuhay kayo nang may mabuting pakikitungo sa isa't isa.

[14] Nakikiusap kami sa inyo, mga kapatid, na pagsabihan n'yo ang mga tamad. Palakasin ang mga mahihina *sa pananampalataya nila.* Maging mapagpasensya kayo sa lahat. [15] Huwag na huwag ninyong gagantihin ng masama ang gumagawa sa inyo ng masama, sa halip, sikapin ninyong makagawa ng mabuti sa isa't isa at sa lahat. [16] Lagi kayong magalak, [17] laging manalangin, [18] at magpasalamat kayo kahit ano ang mangyari, dahil ito ang kalooban ng Dios para sa inyo na mga nakay Cristo Jesus.

[19] Huwag ninyong hadlangan ang ginagawa ng *Banal na* Espiritu, [20] at huwag ninyong hamakin ang mga pahayag ng Dios. [21] Sa halip, suriin ninyong mabuti ang lahat *para malaman kung galing ito sa Dios o hindi.* Panghawakan n'yo ang mabuti, [22] at iwasan ang lahat ng uri ng kasamaan.

[23] Pakabanalin nawa kayong lubos ng Dios na siyang nagbibigay ng kapayapaan. At nawa'y panatilihin niyang walang kapintasan ang buo ninyong pagkatao—ang espiritu, kaluluwa at katawan—hanggang sa pagbabalik ng ating Panginoong Jesu-Cristo. [24] Tapat ang Dios na tumawag sa inyo, at gagawin niya *itong mga sinasabi namin.*

[25] Ipanalangin n'yo rin kami, mga kapatid.

[26] Magiliw ninyong batiin ang lahat ng mga kapatid diyan.[b]

[27] Iniuutos ko sa inyo, sa pangalan ng Panginoon, na basahin ninyo ang liham na ito sa lahat ng mga kapatid.

[28] Pagpalain nawa kayo ng Panginoong Jesu-Cristo.

ANG IKALAWANG SULAT NI PABLO SA MGA

TAGA-TESALONICA

1 *Mula kay Pablo, kasama sina Silas at Timoteo.*

Mahal kong mga kapatid sa iglesya[a] diyan sa Tesalonica na nasa Dios na ating Ama at sa Panginoong Jesu-Cristo:

[2] Sumainyo nawa ang biyaya at kapayapaang galing sa Dios Ama at sa Panginoong Jesu-Cristo.

Ang Pagbabalik ni Cristo at ang Paghuhukom

[3] Mga kapatid, lagi kaming nagpapasalamat sa Dios dahil sa inyo. Nararapat lang na gawin namin ito, dahil patuloy na lumalago at pananampalataya n'yo *kay Cristo* at pagmamahalan sa isa't isa. [4] Kaya naman, ipinagmamalaki namin kayo sa mga iglesya ng Dios *sa ibang lugar* dahil sa katatagan at pananampalataya n'yo, sa kabila ng lahat ng dinaranas ninyong paghihirap at pag-uusig.

[5] Nagpapatunay ang mga ito na makatarungan ang hatol ng Dios, dahil sa dinaranas ninyong paghihirap para sa kaharian niya ay gagamitin niyang patotoo na karapat-dapat nga kayong mapabilang dito. [6] Gagawin ng Dios ang nararapat; tiyak na pahihirapan niya ang mga nagpapahirap sa inyo. [7] At kayong mga naghihirap ay bibigyan niya ng kapahingahan kasama namin. Mangyayari ito pagbalik ng Panginoong Jesus galing sa langit kasama ng makapangyarihan niyang mga anghel. [8] *Darating siyang* napapalibutan ng nagliliyab na apoy, at paruruasahan niya ang mga hindi kumikilala sa Dios at hindi sumusunod sa Magandang Balita tungkol sa ating Panginoong Jesus. [9] Parurusahan sila ng walang hanggang paghihirap at pagkawalay sa Panginoon, at hindi na nila makikita pa ang dakila niyang kapangyarihan. [10] *Mangyayari ito* sa araw ng pagbabalik niya, at papapurihan at pararangalan siya ng mga pinabanal niya na walang iba kundi ang lahat ng sumasampalataya sa kanya. *Kabilang kayo rito,* dahil sumampalataya kayo sa ipinahayag namin *sa inyo.*

[11] Ito ang dahilan kung bakit lagi namin kayong ipinapanalangin. Dalangin namin na tulungan sana kayo ng Dios na mamuhay nang karapat-dapat bilang mga tinawag niya. At dalangin din namin na sa tulong ng kapangyarihan niya, magawa n'yo ang lahat ng mabubuting bagay na gusto ninyong gawin dahil sa inyong pananampalataya. [12] Sa ganitong paraan, mapaparangalan n'yo ang ating Panginoong Jesus at kayo naman ay mapaparangalan niya ayon sa biyaya ng ating Dios at ng Panginoong Jesu-Cristo.

Ang mga Mangyayari Bago Bumalik ang Panginoon

2 Tungkol naman sa pagbabalik ng ating Panginoong Jesu-Cristo at sa pagtitipon natin sa kanya, hinihiling namin, mga kapatid, [2] na huwag kayong mag-alala o mabahala dahil sa mga taong nagsasabing bumalik na ang Panginoon. Huwag kayong maniwala kahit sabihin pa nilang sinabi ito ng Espiritu sa kanila, nabalitaan, o nabasa

man sa isang sulat na galing daw sa amin. [3] Huwag kayong magpadaya sa kanila sa anumang paraan. Sapagkat hindi darating ang araw ng pagbabalik ng Panginoon hanggat hindi pa nagsisimula ang huling paghihimagsik ng mga tao sa Dios, at hindi pa dumarating ang masamang tao na itinalaga sa walang hanggang kaparusahan. [4] Kakalabanin niya ang lahat ng sinasamba at itinuturing na dios ng mga tao, at itataas ang sarili sa lahat ng mga ito. Uupo siya sa loob ng templo ng Dios at itatanghal ang sarili bilang Dios.

[5] Hindi ba't sinabi ko na ang mga bagay na ito nang kasama n'yo pa ako riyan? [6] Alam n'yo kung ano ang pumipigil sa pagpapakita niya. Ngunit sa takdang panahon, magpapakita siya. [7] Kahit ngayon, palihim nang kumikilos ang kasamaan ng taong ito, at mananatiling palihim hangga't hindi pa inaalis ang pumipigil sa pagpapakita niya. [8] Ihahayag siya kapag inalis na ang pumipigil. Ngunit sa pagdating ng Panginoong Jesu-Cristo, papatayin niya ang masamang taong ito sa pamamagitan lang ng isang ihip niya.

[9] Ihahayag ang taong masama na taglay ang kapangyarihan ni Satanas. Gagawa siya ng lahat ng uri ng nakalilinlang na himala, kababalaghan, at kamangha-manghang bagay. [10] Gagamitin niya ang lahat ng uri ng pandaraya sa mga taong mapapahamak. Mapapahamak sila dahil ayaw nilang pahalagahan ang katotohanang makakapagligtas *sana* sa kanila. [11] Kaya pababayaan na lang sila ng Dios sa matinding pagkalinlang para maniwala sila sa kasinungalingan, [12] nang sa ganoon, maparusahan ang lahat ng ayaw maniwala sa katotohanan at nagpakaligaya sa kasamaan.

Pinili Kayo para Hindi Mahatulan

[13] Mga kapatid, lagi kaming nagpapasalamat sa Dios dahil sa inyo na mga minamahal ng Panginoon. At nararapat lang kaming magpasalamat, dahil noong una pa man ay pinili ni kayong maligtas ng Dios sa pamamagitan ng Espiritung nagpapabanal sa inyo, at sa pamamagitan ng pananampalataya n'yo sa katotohanan. [14] Tinawag kayo ng Dios sa pamamagitan ng Magandang Balita na ipinahayag namin sa inyo para makabahagi kayo sa kadakilaan ng Panginoong Jesu-Cristo. [15] Kaya nga, mga kapatid, manatili kayong matatag at panghawakan n'yo ang mga itinuro namin sa inyo, maging sa salita o sa sulat. [16-17] Aliwin at palakasin nawa kayo ng ating Panginoong Jesu-Cristo at ng Dios na ating Ama. Mahal tayo ng Dios at siya ang nagbigay sa atin ng walang hanggang kaaliwan at kalakasan, at matibay na pag-asa dahil sa biyaya niya. At nawa'y bigyan din niya kayo ng lakas ng loob na maipahayag at maisagawa ang lahat ng mabuti.

Ipanalangin Ninyo Kami

3 At ngayon, mga kapatid, ipanalangin n'yo kami para lumaganap nang mabilis ang salita ng Panginoon at malugod na tanggapin sa iba pang mga lugar, katulad *ng pagtanggap* ninyo. ² Ipanalangin n'yo rin na maligtas kami sa mga masasama at makasalanang tao; dahil hindi lahat ng tao'y naniniwala *sa itinuturo namin.* ³ Pero tapat ang Panginoon; bibigyan niya kayo ng lakas at iingatan laban sa diyablo. ⁴ Dahil sa Panginoon, nagtitiwala kaming ginagawa n'yo at patuloy na gagawin ang mga ibinilin namin. ⁵ Gabayan nawa kayo ng Panginoon para makita sa inyo ang pag-ibig ng Dios at katatagan ni Cristo.

Tungkol sa Katamaran

⁶ Mga kapatid, sa pangalan ng ating Panginoong Jesu-Cristo, iniuutos namin sa inyo na layuan n'yo ang sinumang kapatid na tamad at hindi sumusunod sa mga ipinangaral namin sa inyo. ⁷ Sapagkat alam naman ninyo na dapat n'yo kaming tularan dahil hindi kami naging tamad noong nariyan pa kami. ⁸ Hindi kami tumanggap ng pagkain mula sa inyo nang hindi namin binayaran. Sa halip, nagtrabaho kami araw at gabi para hindi kami maging pabigat kaninuman sa inyo. ⁹ *Ginawa namin ito,* hindi dahil wala kaming karapatang *tumanggap ng tulong galing sa inyo,* kundi para bigyan kayo ng halimbawa para sundin ninyo. ¹⁰ Nang kasama n'yo pa kami, sinabi namin sa inyo na huwag pakainin ang sinumang ayaw magtrabaho.

¹¹ Binabanggit namin ito dahil nabalitaan namin na ang ilan sa inyo ay tamad, ayaw magtrabaho, at walang ginagawa kundi makialam sa buhay ng iba. ¹² Kaya sa *pangalan ng* Panginoong Jesu-Cristo, mahigpit naming inuutusan ang mga taong ito na maghanapbuhay at huwag makialam sa buhay ng iba.

¹³ At sa inyo naman, mga kapatid, huwag kayong magsawa sa paggawa ng mabuti. ¹⁴ Kung mayroon mang ayaw sumunod sa mga sinabi namin sa sulat na ito, tandaan n'yo kung sino siya at iwasan para mapahiya siya. ¹⁵ Ngunit huwag n'yo siyang ituring na kaaway, kundi paalalahanan siya bilang kapatid.

Paalam at Bendisyon

¹⁶ Nawa'y ang Panginoon na pinagmumulan ng kapayapaan ang siya ring magbigay sa inyo ng kapayapaan sa lahat ng pagkakataon, maging anuman ang kalagayan ninyo. At patnubayan nawa kayong lahat ng Panginoon.

¹⁷ Akong si Pablo ang mismong sumusulat ng pagbating ito: *Binabati ko kayong lahat.* Ganito ang ginagamit kong paraan sa lahat ng sulat ko para malaman n'yo na ako nga ang sumulat. ¹⁸ Pagpalain nawa kayong lahat ng ating Panginoong Jesu-Cristo.

ANG UNANG SULAT NI PABLO KAY

TIMOTEO

1 *Mula kay* Pablo na apostol ni Cristo Jesus ayon sa utos ng Dios na ating Tagapagligtas at ni Cristo Jesus na ating pag-asa.

² *Mahal kong* Timoteo, tunay *kong* anak sa pananampalataya:

Sumaiyo nawa ang biyaya, awa at kapayapaang galing sa Dios Ama at kay Cristo Jesus na ating Panginoon.

Babala sa mga Maling Aral

³ Gaya ng ibinilin ko sa iyo noong papunta ako sa Macedonia, manatili ka muna riyan sa Efeso para patigilin ang ilang tao riyan na nagtuturo ng maling doktrina. ⁴ Pagsabihan mo rin sila na huwag pag-aksayahan ng panahon ang mga walang kabuluhang alamat at ang pagsasaliksik sa kung sinu-sino ang mga ninuno nila. Nagdudulot lang ng pagtatalo-talo ang mga bagay na ito. Hindi ito makakatulong para malaman nila ang kalooban ng Dios. Malalaman lang natin ito sa pamamagitan ng pananampalataya. ⁵ Ang layunin ng utos kong ito ay magmahalan sila. At magagawa lang nila ito kung malinis ang kanilang puso at konsensya, at kung tunay ang pananampalataya nila. ⁶ May ilang tumalikod na sa mga bagay na ito, at bumaling sa walang kwentang pakikipagtalo. ⁷ Gusto nilang maging tagapagturo ng Kautusan, pero hindi naman nila nauunawaan ang mga sinasabi nila, ni ang mga bagay na pilit nilang pinaniniwalaan.

⁸ Alam nating mabuti ang Kautusan kung ginagamit ito sa wastong paraan. ⁹ Dapat nating alalahanin na hindi ibinigay ang Kautusan para sa mga matuwid kundi para sa mga lumalabag sa batas, suwail, ayaw kumilala sa Dios, makasalanan, walang hilig sa kabanalan, lapastangan, pumapatay sa sariling magulang, at mga mamamatay-tao. ¹⁰ *Ang Kautusan ay ibinigay din para sa* mga gumagawa ng sekswal na imoralidad, mga nakikipagtalik sa kapwa lalaki, kidnaper, sinungaling at tumetestigo nang hindi totoo, at sa sinumang sumasalungat sa tamang aral ¹¹ na naaayon sa Magandang Balita ng*ᵃ* dakila at mapagpalang Dios. Ipinagkatiwala sa akin *Ang Magandang Balitang* ito *para ipahayag.*

Pasasalamat sa Awa ng Dios

¹² Nagpapasalamat ako kay Cristo Jesus na ating Panginoon na nagbigay sa akin ng lakas *na maglingkod sa kanya,* dahil itinuring niya akong mapagkakatiwalaan. Kaya nga pinili niya akong maglingkod sa kanya, ¹³ kahit na nilapastangan ko siya noong una. Bukod pa riyan, inusig at nilait *ko ang mga sumasampalataya sa kanya.* Ngunit kinaawaan ako ng Dios, dahil ginawa ko ito noong hindi pa ako sumasampalataya sa kanya at hindi ko alam ang ginagawa ko. ¹⁴ Sadyang napakalaki ng biyayang ipinagkaloob sa akin ng ating Panginoon, pati na ang pag-ibig at pananampalataya, na napasaatin

dahil kay Cristo Jesus. ¹⁵ Ito ang katotohanang dapat tanggapin at paniwalaan ng lahat: naparito si Cristo Jesus sa mundo para iligtas ang mga makasalanan. At ako ang pinakamakasalanan sa lahat. ¹⁶ Ngunit kinaawaan ako *ng Dios* para maipakita ni Jesu-Cristo sa pamamagitan ko kung gaano siya katiyaga *sa mga makasalanan.* Magsisilbing halimbawa ang ginawa ni Cristo sa akin para sa iba na sasampalataya sa kanya na pagkakalooban niya ng buhay na walang hanggan. ¹⁷ Purihin at dakilain magpakailanman ang Haring walang hanggan at walang kamatayan—ang di-nakikita at nag-iisang Dios. Amen.

¹⁸ Timoteo, anak ko, ibinibilin ko sa iyo na huwag mong kalimutan ang sinabi noon ng mga propeta tungkol sa iyo, para magawa mong makipaglaban nang mabuti sa mga sumasalungat sa katotohanan. ¹⁹ Ingatan mo ang pananampalataya mo at panatilihin mong malinis ang konsensya mo. May mga taong hindi nakinig sa konsensya nila, at dahil dito, sinira nila ang kanilang pananampalataya. ²⁰ Kabilang na rito sina Hymeneus at Alexander na ipinaubaya ko na kay Satanas para maturuang huwag lumapastangan *sa Dios.*

Mga Bilin Tungkol sa Panalangin

2 Una sa lahat, ipinapakiusap kong ipanalangin n'yo ang lahat ng tao. Ipaabot ninyo sa Dios ang kahilingan n'yo para sa kanila nang may pasasalamat. ² Ipanalangin n'yo ang mga hari at mga may kapangyarihan para makapamuhay tayo nang tahimik at mapayapa na may kabanalan at tamang pag-uugali. ³ Mabuti ito at nakalulugod sa Dios na ating Tagapagligtas. ⁴ Nais niyang maligtas ang lahat ng tao at malaman ang katotohanan. ⁵ Sapagkat iisa lang ang Dios at iisa lang ang tagapamagitan sa Dios at sa mga tao. Ito'y walang iba kundi ang taong si Cristo Jesus. ⁶ Ibinigay niya ang buhay niya bilang pantubos sa lahat ng tao. Ito ang nagpapatunay *na nais ng Dios na maligtas ang lahat ng tao,* at inihayag niya ito sa takdang panahon. ⁷ At ito ang dahilan ng pagkahirang ko bilang apostol at tagapangaral sa mga hindi Judio tungkol sa pananampalataya at katotohanan. Totoo ang sinasabi ko, at hindi ako nagsisinungaling.

⁸ Gusto kong sa lahat ng pagtitipon-tipon*ᵇ* ay manalangin ang mga lalaki nang may malinis na kalooban, na sa pagtaas nila ng kamay sa pananalangin ay walang galit o pakikipagtalo. ⁹ Gusto ko rin na maging maayos at marangal ang mga babae sa pananamit nila, at iwasan ang labis na pag-aayos ng buhok at pagsusuot ng mga alahas o mamahaling damit. ¹⁰ Sa halip, magpakita sila ng mabubuting gawa na nararapat sa mga babaeng sumasampalataya sa Dios. ¹¹ At kung may nagtuturo, dapat tahimik na makinig ang mga babae at lubos na magpasakop. ¹² Hindi ko pinahihintulutan ang

---

a 11 sa Magandang Balita ng: o, sa Magandang Balita tungkol sa.

b 8 lahat ng pagtitipon-tipon: o, lahat ng lugar.

mga babae na magturo o mamuno sa mga lalaki. Kailangang tumahimik lang sila. [13] Sapagkat unang nilalang si Adan bago si Eva, [14] at hindi si Adan ang nadaya, kundi si Eva ang nadaya at lumabag sa utos ng Dios. [15] Ganoon pa man, maliligtas ang mga babae sa pamamagitan ng panganganak nila, kung magpapatuloy sila sa pananampalataya, pag-ibig, kabanalan, at tamang pag-uugali.

Ang mga Namumuno sa Iglesya

3 Totoo ang kasabihan na ang nagnanais na mamuno sa iglesya ay nagnanais ng mabuting gawain. [2] Kailangan na ang namumuno ay walang kapintasan,[a] iisa ang asawa, marunong magpigil sa sarili, marunong magpasya kung ano ang nararapat, kagalang-galang, bukas ang tahanan sa mga tao, at magaling magturo. [3] Hindi siya dapat lasenggo, hindi marahas kundi mahinahon, hindi palaaway, at hindi mukhang pera. [4] Kailangan ding mahusay siyang mamahala sa pamilya niya; iginagalang at sinusunod ng mga anak niya. [5] Sapagkat kung hindi siya marunong mamahala sa sariling pamilya, paano siya makakapagasiwa nang maayos sa iglesya? [6] Dapat ay hindi siya bagong mananampalataya, at baka maging mayabang siya at mahatulan katulad ni Satanas. [7] Bukod pa rito, kailangang iginagalang siya ng mga hindi miyembro ng iglesya para hindi siya mapintasan at hindi mahulog sa bitag ng diablo.

Ang mga Tagapaglingkod sa Iglesya

[8] Ganoon din naman sa mga tagapaglingkod sa iglesya:[b] kailangang kagalang-galang sila, tapat sa kanilang salita, hindi lasenggo, at hindi sakim. [9] Kailangang iniingatan nila nang may malinis na konsensya ang ipinahayag na katotohanan tungkol sa pananampalataya *kay Cristo.* [10] Kailangan ding masubok muna sila; at kung mapatunayang karapat-dapat, hayaan silang makapaglingkod. [11] Kailangang kagalang-galang din ang mga asawa nila, hindi mapanira sa kapwa, marunong magpigil sa sarili, at maaasahan sa lahat ng bagay. [12] Dapat iisa lang ang asawa ng mga tagapaglingkod at mahusay mamahala ng kanilang pamilya. [13] Ang mga naglilingkod nang mabuti ay iginagalang ng mga tao at hindi na natatakot magsalita tungkol sa pananampalataya nila kay Cristo Jesus.

Ang Hiwaga ng Ating Pananampalataya

[14] Kahit na inaasahan kong makakapunta riyan sa iyo sa lalong madaling panahon, isinulat ko pa rin ang tagubiling ito para [15] kung sakaling maantala ako, alam mo na kung ano ang dapat ugaliin ng mga mananampalataya bilang pamilya ng Dios. Tayong mga mananampalataya ang iglesya ng buhay na Dios, ang haligi at saligan ng katotohanan. [16] Tunay na napakahiwaga ng mga katotohanan ng ating relihiyon:

Nagpakita siya bilang tao,
pinatotohanan ng *Banal na* Espiritu na
siya'y matuwid,
nakita siya ng mga anghel,
ipinangaral sa mga bansa,

pinaniwalaan ng mundo,
at dinala sa langit.

Mga Huwad at Sinungaling na Guro

4 Malinaw ang sinasabi ng *Banal na* Espiritu na sa mga huling araw tatalikod ang iba sa pananampalataya nila *sa Dios.* Susunod sila sa mga mapanlinlang na mga espiritu at itinuturo ng mga demonyo. [2] Ang mga aral na ito'y itinuturo ng mga taong mandaraya, sinungaling at walang konsensya. [3] Ipinagbabawal nila ang pag-aasawa at ang ilang uri ng pagkain, kahit na ginawa ng Dios ang mga pagkaing ito para tanggapin nang may pasasalamat ng mga mananampalataya at nakakaalam sa katotohanan. [4] Lahat ng nilikha ng Dios ay mabuti, at dapat walang ituring na masama kung tinatanggap nang may pasasalamat, [5] dahil nilinis ito ng salita ng Dios at ng panalangin.

Ang Mabuting Lingkod ni Cristo Jesus

[6] Magiging mabuti kang lingkod ni Cristo Jesus kung ituturo mo sa mga kapatid ang mga bagay na ito. At sa pagtuturo mo sa kanila, lalago ka rin sa pamamagitan ng mga katotohanan ng pananampalataya natin at sa tunay na aral na sinusunod mo. [7] Huwag mong pag-aksayahan ng panahon ang mga walang kabuluhang alamat na sabi-sabi lang ng matatanda. Sa halip, sanayin mo sa kabanalan ang sarili mo. [8] Sapagkat kung may mabuting naidudulot ang pagsasanay natin sa katawan, may mas mabuting maidudulot ang pagsasanay sa kabanalan sa lahat ng bagay, hindi lang sa buhay na ito kundi maging sa buhay na darating. [9] Totoo ang kasabihang ito, at dapat tanggapin at paniwalaan ng lahat. [10] At ito ang dahilan kung bakit nagsisikap at nagtitiyaga tayo *sa pagtuturo sa mga tao,* dahil umaasa tayo sa Dios na buhay na siyang Tagapagligtas ng lahat ng tao, lalo na ng mga mananampalataya. [11] Ituro at ipatupad mo ang mga bagay na ito.

[12] Huwag mong hayaang hamakin ka ninuman dahil sa iyong kabataan. Sa halip, maging halimbawa ka sa mga mananampalataya sa iyong pananalita, pag-uugali, pag-ibig, pananampalataya at malinis na pamumuhay. [13] Habang wala pa ako riyan, gamitin mo ang panahon mo sa pagbabasa *ng Kasulatan sa mga tao,* sa pangangaral at pagtuturo. [14] Huwag mong pababayaan ang kaloob sa iyo na Banal na Espiritu ayon sa inihayag ng mga namumuno sa iglesya nang ipatong nila ang kamay nila sa iyo. [15] Gawin mo ang mga tungkuling ito at lubos mong italaga ang sarili mo sa mga ito para makita ng lahat ang paglago mo. [16] Maging maingat ka sa pamumuhay at pagtuturo mo. Patuloy mong gawin ang mga bagay na ito para maligtas ka at ang mga nakikinig sa iyo.

Ang mga Responsibilidad ng mga Mananampalataya

5 Huwag mong pagsasabihan nang marahas ang matatandang lalaki, sa halip kausapin mo sila na parang *iyong* ama. Ituring mo ang mga kabataang lalaki na parang mga kapatid, [2] at ang matatandang babae na parang iyong ina. Pakitunguhan mo nang

---

a 2 *walang kapintasan:* o, *may magandang reputasyon.*
b 8 *tagapaglingkod sa iglesya:* sa Griego, *diakonos.*

may malinis na puso ang mga nakababatang babae na parang kapatid mo na rin.

³ Bigyan mo ng kaukulang pansin at tulong ang mga biyuda na wala nang ibang inaasahan. ⁴ Ngunit kung may mga anak o apo ang isang biyuda, sila ang dapat kumalinga sa kanya bilang pagpapakita ng takot nila sa Dios at bilang pagtanaw ng utang na loob sa magulang nila. Sapagkat nakalulugod ito sa Dios. ⁵ Ang biyudang nag-iisa na lang sa buhay ay umaasa na lang sa Dios. Araw-gabi siyang nananalangin at humihingi ng tulong sa Dios. ⁶ Ngunit ang biyudang mahilig sa kalayawan ay patay na *sa paningin ng Dios* kahit na buhay pa siya. ⁷ Ituro mo sa mga kapatid ang mga tuntuning ito upang walang masabing masama laban sa kanila. ⁸ Ang sinumang hindi kumakalinga sa sariling kamag-anak, lalo na sa sariling pamilya ay tumatalikod sa pananampalataya at masahol pa sa mga hindi mananampalataya.

⁹ Ang isama mo lang sa listahan ng mga biyuda na tutulungan ay ang mga hindi bababa sa 60 taong gulang at naging tapat sa asawa niya,ᵃ ¹⁰ kilala sa paggawa ng mabuti gaya ng maayos na pagpapalaki ng mga anak, bukas ang tahanan sa mga nakikituloy, naglilingkodᵇ sa mga pinabanalᶜ ng Dios, tumutulong sa mga nangangailangan, at inilalaan ang sarili sa mabubuting gawa.

¹¹ Ngunit huwag mong isama sa listahan ang mga biyuda na bata pa; dahil kung dumating ang panahon na nais nilang mag-asawa ulit, mapapabayaan nila ang paglilingkod kay Cristo. ¹² At dahil dito, magkakasala sila dahil magiging walang saysay ang pangako nila *na maglingkod na lang kay Cristo.* ¹³ Maliban dito, matututo silang maging tamad at mag-aksaya ng panahon sa pangangapit-bahay. Hindi lang sila magiging tamad kundi magiging tsismosa at pakialamera, at kung anu-ano ang mga sinasabi. ¹⁴ Kaya para sa akin, kung ganito lang ang mangyayari, mas mabuti pang muli na lang silang mag-asawa at magkaanak, at mag-asikaso sa sariling pamilya. Sa ganoon, walang masasabing masama ang mga sumasalungat sa atin. ¹⁵ *Sinasabi ko ito* dahil may ilang biyuda na ang tumalikod *sa pananampalataya* at sumusunod na kay Satanas. ¹⁶ Kung ang isang mananampalatayang babae ay may kamag-anak na biyuda, dapat niya itong tulungan. Sa ganoon, hindi mabibigatan ang iglesya sa pag-aaruga sa kanila, at matutulungan pa ang mga biyuda na talagang wala nang inaasahan.

¹⁷ Ang mga namumuno sa iglesya na naglilingkod nang mabuti ay dapat bigyan ng nararapat na sahod, lalo na ang mga naglilingkod sa pangangaral at pagtuturo *ng salita ng Dios.* ¹⁸ Sapagkat sinasabi sa Kasulatan, "Huwag mong bubusalan ang baka habang gumigiik"ᵈ at sinasabi pa, "Nararapat bigyan ng sahod ang manggagawa."ᵉ ¹⁹ Huwag mong papansinin ang paratang sa isang namumuno sa iglesya kung walang patotoo ng dalawa o tatlong saksi. ²⁰ At tungkol naman sa mga nagpapatuloy sa

mga kasalanan nila, pagsabihin mo sila sa harap ng lahat ng mananampalataya para maging babala sa iba.

²¹ Sa presensya ng Dios at ni Cristo Jesus at ng kanyang mga anghel, iniuutos ko sa iyo na sundin mo ang mga utos na ito nang walang kinikilingan o kinakampihan. ²² Huwag kang padalos-dalos sa pagpapatong ng kamay mo sa kahit sino *para bigyan ng kapangyarihang mamuno sa iglesya.* Ingatan mong huwag masangkot sa kasalanan ng iba. Manatili kang walang bahid ng kasalanan.

²³ Dahil sa madalas na pananakit ng sikmura mo, uminom ka ng kaunting alak.ᶠ

²⁴ May mga taong lantad na lantad ang mga kasalanan nila bago pa man sila hatulan. Pero ang iba nama'y sa bandang huli na lang nalalantad ang kasalanan. ²⁵ Ganoon din naman, may mabubuting gawa na lantad na ngayon pa lang, habang ang iba naman ay malalantad din balang araw.

6 Sa mga alipin na mananampalataya, dapat igalang nila nang lubos ang mga amo nila para walang masabi ang mga tao laban sa Dios at sa itinuturo natin. ² At kung mga mananampalataya rin ang amo nila, hindi sila dapat mawalan ng paggalang dahil lang sa magkakapatid sila sa pananampalataya. Sa halip, lalo pa nga nilang dapat pagbutihin ang paglilingkod nila dahil kapwa mananampalataya ang nakikinabang sa paglilingkod nila, at mahal din ng Dios.

Mga Maling Aral at ang Pag-ibig sa Salapi

Ituro mo ang mga bagay na ito at hikayatin silang sundin ito. ³ Kung may nagtuturo man nang salungat dito at hindi naaayon sa tamang turo ng ating Panginoong Jesu-Cristo, at mga turo tungkol sa pagsunod sa Dios, ⁴ ang taong ito'y mayabang pero wala namang nalalaman. Gusto lang niyang makipagtalo na nauuwi lang naman sa inggitan, alitan, paninira, pambibintang, ⁵ at walang tigil na awayan. Ito ang ugali ng taong baluktot ang pag-iisip at hindi na nakakaalam ng katotohanan. Inaakala nilang ang kabanalan ay paraan ng pagpapayaman. ⁶ Kung sabagay, daig pa ng taong namumuhay nang banal at kontento na sa kalagayan na mayaman. ⁷ Ang totoo, wala tayong dinala sa mundong ito, at wala rin tayong madadala pag-alis dito. ⁸ Kaya kung mayroon na tayong pagkain at pananamit, dapat na tayong makontento. ⁹ Ang mga taong naghahangad yumaman ay nahuhulog sa tukso, sa isang bitag ng mapanira at walang kabuluhang mga hangarin na nagdadala sa kanila sa kapahamakan. ¹⁰ Sapagkat ang pag-ibig sa salapi ang siyang ugat ng lahat ng kasamaan. Ang sobrang paghahangad ng salapi ang nagtulak sa iba na tumalikod sa pananampalataya at nagdulot ng maraming paghihinagpis sa buhay nila.

¹¹ Ngunit ikaw, bilang lingkod ng Dios, iwasan mo ang mga bagay na iyan. Sikapin mong mamuhay nang matuwid, banal, may *matibay na* pananampalataya, mapagmahal, mapagtiis at mabait *sa kapwa.* ¹² Ipaglaban mong mabuti ang pananampalataya. Panghawakan mong mabuti

---

ᵃ 9 *naging tapat sa asawa niya:* o, iisa ang naging asawa.

ᵇ 10 *naglilingkod:* sa literal, naghuhugas ng mga paa.

ᶜ 10 *pinabanal:* sa Griego, hagios, na ang ibig sabihin ay itinuring ng Dios na sa kanya.

ᵈ 18 Deu. 25:4.

ᵉ 18 Luc. 10:7.

ᶠ 23 *alak:* Hindi ito tumutukoy sa matapang na alak, kundi sa katas ng ubas na ginawang alak.

ang buhay na walang hanggan, dahil tinawag ka ng Dios para sa buhay na ito nang ipahayag mo ang pananampalataya mo sa harap ng maraming saksi. [13] Sa presensya ng Dios na nagbibigay-buhay sa lahat, at sa presensya ni Cristo Jesus na nagpatotoo sa harap ni Poncio Pilato, inuutusan kitang [14] sundin mong mabuti ang mga iniutos sa iyo para walang masabi laban sa iyo. Gawin mo ito hanggang sa pagdating ng ating Panginoong Jesu-Cristo. [15] Sa takdang panahon, ihahayag siya ng dakila at makapangyarihang Dios, ang Hari ng mga hari, at Panginoon ng mga panginoon. [16] Siya lang ang walang kamatayan, at nananahan sa di-malapit-lapitang liwanag. Hindi siya nakita o maaaring makita ninuman. Sa kanya ang karangalan at walang hanggang kapangyarihan. Amen.

[17] Sabihin mo sa mga mayayaman sa mundong ito na huwag silang maging mayabang o umasa sa kayamanan nilang madaling mawala. Sa halip, umasa sila sa Dios na nagkakaloob sa atin ng lahat ng bagay na ikasisiya natin. [18] Turuan mo silang gumawa ng mabuti, maging mayaman sa mabubuting gawa, at mapagbigay at matulungin sa kapwa. [19] Sa ganoon, makapag-iipon sila ng kayamanan sa langit na hindi mawawala, at matatamo nila ang tunay na buhay.

[20] Timoteo, ingatan mo ang *mga aral na* ipinagkatiwala sa iyo. Iwasan mo ang mga walang kabuluhang usap-usapan na ipinapalagay ng iba na karunungan, pero sumasalungat sa itinuturo natin. [21] Dahil sa ganyang pagmamarunong ng ilan, naligaw tuloy sila sa pananampalataya.

Pagpalain ka nawa *ng Dios.*

ANG IKALAWANG SULAT NI PABLO KAY

TIMOTEO

1 *Mula kay* Pablo na apostol ni Cristo Jesus ayon sa kalooban ng Dios. *Sinugo ako ng Dios para ipahayag ang tungkol sa buhay na ipinangako niyang makakamtan nating mga nakay Cristo Jesus.* ²Timoteo, minamahal kong anak:

Sumaiyo nawa ang biyaya, awa at kapayapaang galing sa Dios Ama at kay Cristo Jesus na ating Panginoon.

Pasasalamat sa Dios at Paalala kay Timoteo

³Nagpapasalamat ako sa Dios na pinaglilingkuran ko nang may malinis na konsensya, tulad ng ginawa ng mga ninuno ko. *Nagpapasalamat ako sa kanya sa tuwing inaalala kita sa panalangin araw at gabi.* ⁴Kapag naaalala ko ang pag-iyak mo *noong umalis ako,* kaya nasasabik akong makita ka para maging lubos ang kagalakan ko. ⁵Hindi ko makakalimutan ang tapat mong pananampalataya tulad ng nasa iyong Lola Luisa at ng iyong inang si Eunice, at natitiyak kong nasa iyo rin ngayon. ⁶Dahil dito, pinaaalalahanan kita na lalo ka pang maging masigasig sa paggamit ng kakayahang ipinagkaloob sa iyo ng Dios, na tinanggap mo nang patungan kita ng kamay. ⁷Sapagkat hindi tayo binigyan ng Dios ng espiritu ng kaduwagan, kundi espiritu ng kapangyarihan, pag-ibig, at disiplina sa sarili.

⁸Kaya huwag kang mahihiyang magpatotoo tungkol sa ating Panginoon o tungkol sa akin na bilanggo dahil sa kanya. Sa halip, sa tulong ng Dios, makibahagi ka sa mga paghihirap dahil sa Magandang Balita. ⁹Iniligtas at tinawag tayo ng Dios para maging kanya, hindi dahil sa ating mga gawa kundi ayon sa layunin at biyaya na ibinigay sa atin ni Cristo Jesus bago pa nagsimula ang mundo. ¹⁰Ngunit nahayag lang ito nang dumating si Cristo Jesus na ating Tagapagligtas. Tinanggalan niya ng kapangyarihan ang kamatayan at ipinahayag sa atin ang buhay na walang hanggan sa pamamagitan ng Magandang Balita.

¹¹Pinili ako *ng Dios* na maging apostol at guro para ipahayag ang Magandang Balitang ito. ¹²Ito ang dahilan kaya ako dumaranas ng mga paghihirap. Ngunit hindi ko ito ikinakahiya, dahil kilala ko kung sino ang sinasampalatayanan ko at natitiyak kong maiingatan niya hanggang sa huling araw ang ipinagkatiwala ko sa kanya.ᵃ ¹³Ituro mo ang tamang aral na natutunan mo sa akin, nang may pananampalataya at pag-ibig dahil ito ang karapat-dapat gawin ng *mga* nakay Cristo Jesus. ¹⁴Sa tulong ng Banal na Espiritu na nasa atin, ingatan mo ang tamang aral na ipinagkatiwala ko sa iyo.

¹⁵Alam mong tinalikuran ako ng halos lahat *ng mga kapatid* sa *probinsya ng* Asia, pati na sina Figelus at Hermogenes. ¹⁶Kaawaan sana ng Dios si Onesiforus at ang pamilya niya, dahil lagi niya akong tinutulungan,ᵇ at hindi niya ako ikinahiya

kahit na ako'y isang bilanggo. ¹⁷Sa katunayan, nang dumating siya sa Roma, sinikap niya akong hanapin hanggang sa matagpuan niya ako. ¹⁸At alam na alam mo kung paano niya ako tinulungan noong nasa Efeso ako. Kaawaan sana siya ng Panginoon sa Araw ng Paghuhukom.

Ang Mabuting Sundalo ni Cristo Jesus

2 Kaya ikaw *Timoteo,* bilang anak ko *sa pananampalataya,* magpakatatag ka sa tulong ni Cristo Jesus. ²Ituro mo rin sa mga mapagkakatiwalaang tao, na makakapagturo rin sa iba, ang mga aral na narinig mo sa akin sa harapan ng maraming saksi. ³Makibahagi ka sa mga paghihirap bilang isang mabuting sundalo ni Cristo Jesus. ⁴*Dapat katulad ka* ng isang sundalong nasa serbisyo; hindi siya nakikisangkot sa iba pang gawain para mabigyan niya ng kasiyahan ang kanyang opisyal. ⁵Ganoon din naman, *dapat katulad ka* ng manlalaro; hindi siya makakakuha ng premyo kung hindi siya sumusunod sa tuntunin ng laro. ⁶At *dapat katulad ka rin* ng masipag na magsasaka; hindi ba't siya ang unang karapat-dapat na tumanggap ng bahagi sa ani? ⁷Pag-isipan mong mabuti ang sinasabi ko sa iyo, at ipapaunawa sa iyo ng Dios ang lahat ng ito.

⁸Alalahanin mo ang *Magandang Balita tungkol kay* Jesu-Cristo, na nabuhay mula sa mga patay at nagmula sa angkan ni David. Ito ang ipinapangaral ko ⁹na siyang dahilan ng paghihirap ko hanggang sa ikadena ako na parang kriminal. Pero hindi nakakadenahan ang salita ng Dios. ¹⁰Dahil dito, tinitiis ko ang lahat ng paghihirap alang-alang sa mga pinili *ng Dios,* para makamtan din nila ang kaligtasang nakay Cristo Jesus at ang buhay na walang hanggan. ¹¹Totoo ang kasabihang,

"Kung namatay tayong kasama niya,
mabubuhay din tayong kasama niya.
¹²Kung magtitiis tayo,
maghahari rin tayong kasama niya.
Kung itatakwil natin siya,
itatakwil din niya tayo.
¹³Kung hindi man tayo tapat,
mananatili siyang tapat,
dahil hindi niya maikakaila ang kanyang sarili."

Ang Karapat-dapat na Alagad ng Dios

¹⁴Ipaalala mo sa kanila ang mga bagay na ito, at pagbilinan mo sila sa presensya ng Dios na iwasan ang walang kwentang pagtatalo. Wala itong mabuting naidudulot kundi kapahamakan sa mga nakikinig. ¹⁵Pagsikapan mong maging karapat-dapat sa Dios, bilang isang manggagawa na walang dapat ikahiya, at tapat na nagtuturo ng katotohanan. ¹⁶Iwasan mo ang makamundo at walang kwentang usap-usapan, dahil lalo lang napapalayo sa Dios ang mga gumagawa nito. ¹⁷Ang mga aral nila'y parang kanser na kumakalat *sa katawan.* Kabilang na sina

---

a 12 ipinagkatiwala ko sa kanya: o, ipinagkatiwala niya sa akin.

b 16 tinutulungan: o, inaaliw.

Hymeneus at Filetus sa mga taong ito. [18]Lumihis sila sa katotohanan dahil itinuturo nilang naganap na ang muling pagkabuhay ng mga patay, at ginugulo tuloy nila ang pananampalataya ng iba. [19]Ganoon pa man, nananatiling matibay ang saligang itinatag ng Dios, at may nakasulat na "Alam ng Panginoon kung sino ang sa kanya,"[a] at "Dapat lumayo sa kasamaan ang bawat taong nagsasabi na siya'y sa Panginoon."

[20]Sa isang malaking bahay, may mga kasangkapang yari sa ginto at pilak, at mayroon ding yari sa kahoy at putik.[b] Ginagamit sa mahahalagang okasyon ang mga kasangkapang yari sa ginto at pilak, at ang mga kasangkapang yari naman sa kahoy at putik ay sa pang-araw-araw na gamit. [21]Ang mga taong lumalayo sa kasamaan ay nabibilang sa mga kasangkapang ginagamit sa mahahalagang okasyon. Nakatalaga sila sa Panginoon, kapaki-pakinabang sa kanya, at laging handa sa lahat ng mabubuting gawain. [22]Kaya iwasan mo ang masasamang hilig ng kabataan. Pagsikapan mong mamuhay nang matuwid, tapat, mapagmahal at may mabuting pakikitungo sa kapwa, kasama ng mga tumatawag sa Panginoon nang may malinis na puso. [23]Iwasan mo ang mga walang kwentang pakikipagtalo at kalokohan lamang, dahil alam mong hahantong lang ito sa alitan. [24]Ang lingkod ng Dios ay hindi dapat nakikipag-away, kundi mabait sa lahat, marunong magturo at mapagtimpi. [25]Kailangan mahinahon siya sa pagtutuwid sa mga sumasalungat sa kanya, baka sakaling sa ganitong paraan ay bigyan sila ng Dios ng pagkakataong magsisi at malaman ang katotohanan. [26]Sa ganoon, maliliwanagan ang isip nila at makakawala sila sa bitag ng diablo na bumihag sa kanila para gawin ang nais nito.

Ang mga Huling Araw

3 Tandaan mo ito: Magiging mahirap ang mga huling araw, [2]dahil magiging makasarili ang mga tao, sakim sa salapi, mayabang, mapagmataas, mapang-insulto, masuwayin sa magulang, walang utang na loob, at hindi makadios. [3]Ayaw nilang makipagkasundo sa kaaway nila, malupit, walang awa, mapanira sa kapwa, walang pagpipigil sa sarili, at galit sa anumang mabuti. [4]Hindi lang iyan, mga taksil sila, mapusok, mapagmataas, mahilig sa kalayawan sa halip na maibigin sa Dios. [5]Ipinapakita nilang makadios sila pero hindi naman nakikita ang kapangyarihan nito sa buhay nila. Iwasan mo ang mga taong ganito. [6]May ilan sa kanilang gumagawa ng paraan para makapasok sa mga tahanan at manloko ng mga babaeng mahihina ang loob, na lulong na sa kasalanan at alipin ng sari-saring pagnanasa. [7]Nais laging matuto ng mga babaeng ito, pero hindi nila mauunawaan ang katotohanan kailanman. [8]Ang pagkontra sa katotohanan ng mga lalaking nangangaral sa kanila ay gaya ng pagkontra nina Jannes at Jambres kay Moises. Hindi matino ang pag-iisip nila, at ang sinasabi nilang pananampalataya ay walang kabuluhan. [9]Pero hindi rin magpapatuloy ang ginagawa nila dahil mahahalata ng lahat ang

kahangalan nila, gaya ng nangyari kina Jannes at Jambres.

Mga Bilin

[10]Ngunit ikaw, *Timoteo,* alam mo lahat ang itinuturo ko, ang aking pamumuhay, layunin, pananampalataya, pagtitiyaga, pag-ibig at pagtitiis. [11]Alam mo rin ang mga dinanas kong pag-uusig at paghihirap, katulad ng nangyari sa akin sa Antioc, Iconium at Lystra. Ngunit iniligtas ng Panginoon sa lahat ng mga iyon. [12]Ang totoo, lahat ng nagnanais mamuhay nang matuwid bilang tagasunod ni Cristo Jesus ay daranas ng pag-uusig. [13]Ang masasama at manlilinlang nama'y lalo pang sasama at patuloy na manlilinlang. Maging sila mismo'y malilinlang. [14]Ngunit ikaw, magpatuloy ka sa mga bagay na natutunan mo at pinanaligan, dahil alam mo kung kanino mo ito natutunan. [15]Mula pa sa pagkabata, alam mo na ang Banal na Kasulatan, na nakapagbibigay sa iyo ng karunungan tungo sa kaligtasan sa pamamagitan ng pananampalataya kay Cristo Jesus. [16]Lahat ng Kasulatan ay isinulat sa pamamagitan ng kapangyarihan ng Dios, at mapapakinabangan sa pagtuturo *ng katotohanan,* pagsasaway, pagtutuwid, at sa pagsasanay sa matuwid na pamumuhay, [17]para maging handa sa lahat ng mabubuting gawa ang naglilingkod sa Dios.

4 Inaatasan kita sa presensya ng Dios at ni Cristo Jesus, na siyang hahatol sa mga buhay at mga patay, at muling babalik at maghahari: [2]Maging handa ka sa pangangaral ng Salita ng Dios sa anumang panahon. Ilantad mo ang mga maling aral; pagsabihan ang mga tao *sa mga mali nilang gawain,* at patatagin *ang pananampalataya nila* sa pamamagitan ng matiyagang pagtuturo. [3]Sapagkat darating ang panahon na ayaw nang makinig ng mga tao sa tamang aral. Sa halip, hahanap sila ng mga gurong magtuturo lamang ng gusto nilang marinig para masunod nila ang kanilang layaw. [4]Hindi na nila pakikinggan ang katotohanan at babaling sila sa mga *aral na* gawa-gawa lang ng tao. [5]Ngunit ikaw, maging mapagpigil ka sa lahat ng oras; magtiis ka sa mga paghihirap. Gawin mo ang tungkulin mo bilang tagapangaral ng Magandang Balita, at tuparin mo ang mga tungkulin mo bilang lingkod ng Dios.

[6]Ang buhay ko ay iaalay na, dahil dumating na ang panahon ng pagpanaw ko. [7]Puspusan akong nakipaglaban sa paligsahan. Natapos ko ang dapat kong takbuhin. Nanatili akong tapat sa pananampalataya. [8]At ngayon, may inilaan *ang Dios* sa akin na korona ng katuwiran.[c] Ibibigay ito sa akin ng makatarungang Panginoon sa araw ng paghuhukom niya. At hindi lang ako ang bibigyan, kundi maging ang lahat ng nananabik sa pagbabalik niya.

Mga Personal na Bilin

[9]Pagsikapan mong makapunta rito sa akin sa lalong madaling panahon [10]dahil iniwanan ako ni

---

a 19 Bil. 16:5.

b 20 *putik:* sa Ingles, *"clay."*

c 8 *korona ng katuwiran:* Ang ibig sabihin ay may gantimpalang ibibigay sa kanya ang Dios dahil sa matuwid niyang pamumuhay, o ang gantimpala mismo sa kanya ay ang ganap na pagkamatuwid.

Demas at nagpunta siya sa Tesalonica. Iniwanan niya ako dahil mas mahal niya ang mga bagay sa mundong ito. Si Cresens naman ay nagpunta sa Galacia, at si Tito sa Dalmatia. ¹¹ Si Lucas lang ang kasama ko. Kaya isama mo na rin si Marcos sa pagpunta mo rito dahil malaki ang maitutulong niya sa mga gawain ko. ¹² Si Tykicus nama'y pinapunta ko sa Efeso. ¹³ Pagpunta mo rito'y dalhin mo ang balabal ko na iniwan ko kay Carpus sa Troas. Dalhin mo rin ang mga aklat ko, lalo na iyong mga gawa sa balat ng hayop.

¹⁴ Napakasama ng ginawa sa akin ng panday na si Alexander. Ang Panginoon na ang bahalang magparusa sa kanya ayon sa kanyang ginawa. ¹⁵ Mag-ingat ka rin sa kanya dahil sinasalungat niya nang husto ang mga ipinangangaral natin.

¹⁶ Walang sumama sa akin sa unang paglilitis sa akin; iniwan ako ng lahat. Patawarin sana sila *ng* Dios. ¹⁷ Ngunit hindi ako pinabayaan ng Panginoon; binigyan niya ako ng lakas para maipahayag nang husto ang Magandang Balita sa mga hindi Judio. Iniligtas niya ako sa tiyak na kamatayan.ᵃ ¹⁸ Ililigtas ako ng Panginoon sa lahat ng kasamaan, at dadalhin niya akong ligtas sa kanyang kaharian sa langit. Purihin ang Dios magpakailanman! Amen!

Mga Pangangamusta

¹⁹ Ikumusta mo ako kina Priscila at Aquila at sa pamilya ni Onesiforus. ²⁰ Si Erastus ay nanatili sa Corinto, at si Trofimus nama'y iniwan ko sa Miletus dahil may sakit siya. ²¹ Sikapin mong makarating dito bago magtaglamig.

Kinukumusta ka nina Eubulus, Pudens, Linus, Claudia at ng lahat ng mga kapatid *dito*.

²² Sumainyo nawa ang Panginoon at ang pagpapala niya.

---

a 17 *sa tiyak na kamatayan:* sa literal, *sa bunganga ng leon.*

ANG SULAT NI PABLO KAY

TITO

1

Mula kay Pablo, na lingkod[a] ng Dios at apostol ni Jesu-Cristo. Sinugo ako ng Dios upang patibayin ang pananampalataya ng kanyang mga pinili, at ipaunawa sa kanila ang katotohanan tungkol sa uri ng buhay na katanggap-tanggap sa kanya. [2] Ang pananampalataya at pang-unawang ito ang siyang nagbibigay sa atin ng pag-asa na makakamtan natin ang buhay na walang hanggan. Ang buhay na ito'y ipinangako na ng Dios bago pa man niya likhain ang mundo, at hindi siya nagsisinungaling. [3] At ngayon na ang panahon na itinakda niya upang maihayag ang kanyang salita tungkol sa buhay na ito. At sa akin ipinagkatiwala ng Dios na ating Tagapagligtas ang pangangaral ng salitang ito.

[4] Mahal kong Tito, aking tunay na anak sa iisang pananampalataya:

Sumaiyo nawa ang biyaya at kapayapaang galing sa Dios Ama at sa ating Tagapagligtas na si Cristo Jesus.

Ang mga Gawain ni Tito sa Crete

[5] Iniwan kita sa Crete upang tapusin ang mga gawaing hindi ko natapos, gaya ng bilin ko sa iyo na pumili ng mga mamumuno sa iglesya sa bawat bayan. [6] Piliin mo ang may magandang reputasyon,[b] isa lang ang asawa, ang mga anak ay mananampalataya at hindi napaparatangang magulo o matigas ang ulo. [7] Sapagkat kailangang maganda ang reputasyon ng isang namumuno bilang tagapangasiwa sa gawain ng Dios. Dapat ay hindi siya mayabang, hindi mainitin ang ulo, hindi lasenggo, hindi basagulero, at hindi gahaman sa pera. [8] Sa halip ay dapat bukas ang kanyang tahanan sa kapwa, maibigin sa kabutihan, marunong magpasya kung ano ang nararapat,[c] matuwid, banal at marunong magpigil sa sarili. [9] Dapat ay pinanghahawakan niyang mabuti ang mapagkakatiwalaang mensahe na itinuro sa kanya, upang maituro rin niya sa iba at maituwid ang mga sumasalungat dito. [10] Sapagkat marami ang hindi naniniwala sa aral na ito, lalo na ang grupong ipinipilit na magpatuli ang mga mananampalataya. Walang kabuluhan ang kanilang mga sinasabi at mga mandaraya sila. [11] Kinakailangang pigilan sila, dahil nanggugulo sila sa mga sambahayan sa pangangaral ng mga bagay na hindi naman dapat ituro, para lang kumita ng salapi. [12] Isa mismo sa kanilang mga propeta ang nagsabi: "Ang mga taga-Crete ay sinungaling, asal-hayop, at mga batugang matatakaw." [13] Tama ang kanyang sinabi. Kaya mahigpit mo silang pagsabihan upang maging wasto ang kanilang pananampalataya [14] at huwag nang pansinin ang mga kathang-isip ng mga Judio o mga kautusang gawa-gawa lamang ng mga taong tumalikod sa katotohanan. [15] Sa mga malilinis ang isip, lahat ng bagay ay malinis. Ngunit sa mga marurumi ang isip at hindi sumasampalataya ay walang anumang malinis. Ang totoo, narumihan ang kanilang isipan at budhi. [16] Sinasabi nilang kilala nila ang Dios, ngunit hindi naman nakikita sa kanilang mga gawa. Sila'y kasuklam-suklam, masuwayin at walang mabuting ginagawa.

Ang Wastong Pagtuturo

2

Ngunit ikaw, Tito, ituro mo ang naaayon sa wastong aral. [2] Ang mga nakatatandang lalaki ay turuan mong maging mahinahon, marangal, marunong magpasya kung ano ang nararapat,[d] at matatag sa pananampalataya, sa pag-ibig at sa pagtitiis. [3] Ganoon din sa mga nakatatandang babae: turuan mo silang mamuhay nang maayos bilang mga mananampalataya. Huwag silang mapanira sa kapwa, at huwag maging mahilig sa alak. Dapat ay ituro nila ang mabuti, [4] upang maturuan nila ang mga nakababatang babae na mahalin ang kanilang asawa at mga anak, [5] marunong magpasya kung ano ang nararapat, malinis ang isipan, masipag sa tahanan, mabait, at nagpapasakop sa asawa, upang hindi mapintasan ang salita ng Dios na ating itinuturo.

[6] Ganoon din, hikayatin mo ang mga nakababatang lalaki na magpasya kung ano ang nararapat. [7] Magpakita ka ng mabuting halimbawa sa lahat ng bagay. Maging tapat ka at taos-puso sa iyong pagtuturo. [8] Tiyakin mong tama ang iyong pananalita at walang maipipintas dito, upang ang mga sumasalungat sa atin ay mapahiya dahil wala silang masabing masama laban sa atin.

[9] Turuan mo rin ang mga alipin na maging masunurin sa kanilang mga amo sa lahat ng bagay, upang masiyahan ang mga ito. At huwag silang maging palasagot. [10] Huwag din silang mangungupit sa kanilang amo, kundi ipakita nilang sila'y tapat at mapagkakatiwalaan. Nang sa ganoon, maipapakita nila sa lahat ng kanilang ginagawa ang kagandahan ng ating mga itinuturo tungkol sa Dios na ating Tagapagligtas.

[11] Sapagkat ang biyaya ng Dios na nagbibigay ng kaligtasan ay inihayag na sa lahat ng tao. [12] Ito ang nagtuturo sa atin na talikuran ang kasamaan at makamundong pagnanasa. Kaya mamuhay tayo sa mundong ito nang maayos, matuwid at makadios [13] habang hinihintay natin ang napakagandang pag-asa, na walang iba kundi ang maluwalhating pagbabalik ng ating dakilang Dios at Tagapagligtas na si Jesu-Cristo. [14] Ibinigay niya ang kanyang sarili para sa atin upang tubusin tayo sa lahat ng kasamaan, at upang tayo'y maging mamamayan niya na malinis at handang gumawa ng mabuti.

[15] Ituro mo sa kanila ang mga bagay na ito. Gamitin mo ang iyong kapangyarihan sa paghimok at pagsaway. At huwag mong hayaang hamakin ka ninuman.

---

a 1 lingkod: sa literal, alipin.

b 6 may magandang reputasyon: o, walang kapintasan.

c 8 marunong magpasya kung ano ang nararapat: o, mapagpigil sa sarili.

d 2 marunong magpasya kung ano ang nararapat: o, mapagpigil sa sarili.

Ang Ugaling Cristiano

3 Paalalahanan mo ang mga mananampalataya na magpasakop at sumunod sa mga may kapangyarihan. Kinakailangang lagi silang handa sa paggawa ng anumang mabuti. ²Huwag nilang siraan ang sinuman, at huwag silang maging palaaway, sa halip, dapat silang maging maunawain at mapagpakumbaba sa lahat. ³Sapagkat noong una, tayo rin ay kulang sa pang-unawa tungkol sa katotohanan at mga masuwayin. Nilinlang at inalipin tayo ng lahat ng uri ng kahalayan at kalayawan. Naghari sa atin ang masamang isipan at pagkainggit. Kinapootan tayo ng iba, at kinapootan din natin sila. ⁴Ngunit nang mahayag ang biyaya at pag-ibig ng Dios na ating Tagapagligtas, ⁵iniligtas niya tayo, hindi dahil sa ating mabubuting gawa, kundi dahil sa kanyang awa. Iniligtas niya tayo sa pamamagitan ng Banal na Espiritu na naghugas sa atin at nagbigay ng bagong buhay. ⁶Masaganang ibinigay sa atin ng Dios ang Banal na Espiritu sa pamamagitan ni Jesu-Cristo na ating Tagapagligtas, ⁷upang sa kanyang biyaya'y maituring tayong matuwid at makamtan natin ang buhay na walang hanggan na ating inaasahan. ⁸Ang mga aral na ito'y totoo at mapagkakatiwalaan. Kaya gusto kong ituro mo ang mga bagay na ito upang ang mga sumasampalataya sa Dios ay maging masigasig sa paggawa ng mabuti. Ang mga ito'y mabuti at kapaki-pakinabang sa...

ang mga walang kwe... pagsusuri kung sinu-sino... mga diskusyon at debate tung... wala itong naidudulot na mab... ang taong sumisira sa inyong pag... siya kung pagkatapos ng dalawa... pa rin siya nagbabago. ¹¹Alam n'yo n... ganyang tao, at ang kanyang mga kasal... ang nagpapatunay na parurusahan siya.

Mga Huling Bilin

¹²Papupuntahin ko riyan si Artemas o si Tykic... Kapag dumating na ang sinuman sa kanila, sikapin mong makapunta agad sa akin sa Nicopolis, dahil napagpasyahan kong doon magpalipas ng taglamig. ¹³Gawin mo ang iyong magagawa para matulungan sina Zenas na abogado at Apolos sa kanilang paglalakbay, at *tiyakin mo na* hindi sila kukulangin *sa kanilang mga pangangailangan.* ¹⁴At turuan mo ang ating mga kapatid na maging masigasig sa paggawa ng mabuti, para makatulong sila sa mga nangangailangan. Sa ganitong paraan, magiging kapaki-pakinabang ang kanilang buhay.

¹⁵Kinukumusta ka ng mga kasama ko rito. Ikumusta mo rin kami sa mga kapatid diyan na nagmamahal sa amin.

Pagpalain nawa kayong lahat *ng Dios.*

FILEMON

lahat. ⁹Nguni...
...tang pagtatalo...
...ang mga ninuno...
...kol sa Kautusan...
...⁰Pagsabihan...
...kaisa. Itakwil mo...
...babala'y hindi...
...nan mismo...

...ahil kay
...patid.
...ggagawa
...kapatid, si
...Cristo, at ang
...pon*a* sa iyong

...yaya at kapayapaang
...Ama at sa Panginoong

Ang Pag-ibig at Pananampalataya ni Filemon

⁴ Lagi akong nagpapasalamat sa Dios sa tuwing ipinapanalangin kita, ⁵dahil nabalitaan ko ang iyong pananampalataya sa Panginoong Jesus at ang pagmamahal mo sa lahat ng mga pinabanal*b* ng Dios. ⁶Idinadalangin ko na sana ang pagiging mapagbigay mo, *na bunga* ng iyong pananampalataya,*c* ay magpatuloy habang lumalago ang iyong pang-unawa sa lahat ng mabubuting bagay na ibinigay sa atin dahil tayo'y nakay Cristo. ⁷*Minamahal kong* kapatid, labis na nagbigay kagalakan at kaaliwan sa akin ang iyong pagmamahal sa mga mananampalataya na nagpasigla sa kanila.

Ang Hiling ni Pablo para kay Onesimus

⁸ Ngayon, bilang apostol ni Cristo, maaari kitang utusan kung ano ang dapat mong gawin, ⁹pero dahil mahal kita, minarapat kong makiusap na lamang sa iyo. Kaya bilang isang nakatatanda at bilanggo dahil kay Cristo, ¹⁰nakikiusap ako sa iyo para kay Onesimus, *na sana patawarin mo na siya.* Siya'y naging anak ko sa pananampalataya rito sa bilangguan. ¹¹Dati'y wala siyang pakinabang sa iyo, ngunit ngayo'y kapaki-pakinabang na siya sa ating dalawa.

¹²Pinababalik ko na sa iyo ang minamahal kong si Onesimus. ¹³Gusto ko sanang dito na muna siya upang sa pamamagitan niya, makakatulong ka sa akin habang nakabilanggo ako dahil sa aking pagpapahayag ng Magandang Balita. ¹⁴Ngunit ayaw ko itong gawin nang wala kang pahintulot, upang maging kusang-loob ang iyong pagtulong at hindi sapilitan.

¹⁵Marahil nahiwalay siya sa iyo nang saglit upang sa kanyang pagbabalik ay hindi na kayo magkahiwalay pang muli. ¹⁶Kahit na alipin mo siya, isa na rin siyang minamahal na kapatid. Napamahal siya sa akin, at lalo na sa iyo, ngayong hindi mo lang siya alipin kundi kapatid pa sa Panginoon.

¹⁷Kaya kung itinuturing mo akong kamanggagawa*d* sa Panginoon, tanggapin mo siya na parang ako ang iyong tinatanggap. ¹⁸Kung siya man ay nagkasala o nagkautang sa iyo, ako na lamang ang singilin mo. ¹⁹Ako mismo, si Pablo, ang sumulat nito: Ako ang magbabayad sa anumang pagkakautang niya sa iyo. Kahit na kung tutuusin ay utang mo sa akin ang iyong pagkakilala kay Cristo. ²⁰Kaya kapatid, pagbigyan mo sana ang aking kahilingan alang-alang sa Panginoon. Paligayahin mo ang puso ko bilang kapatid kay Cristo. ²¹Sumulat ako dahil malaki ang tiwala kong pagbibigyan mo ang aking kahilingan, at alam kong higit pa roon ang iyong gagawin.

²²Siya nga pala, ipaghanda mo ako ng matutuluyan, dahil umaasa akong makakabalik sa inyo dahil sa inyong panalangin.

Pangwakas na Pagbati

²³Kinukumusta ka ni Epafras na kapwa ko bilanggo dahil kay Cristo Jesus. ²⁴Kinukumusta ka rin ng mga kamanggagawa kong sina Marcos, Aristarcus, Demas at Lucas.

²⁵Pagpalain nawa kayo ng Panginoong Jesu-Cristo.

---

a 1:2 *mga mananampalatayang nagtitipon:* sa literal, *iglesya.*

b 1:5 *pinabanal:* sa Griego, *hagios,* na ang ibig sabihin ay itinuring ng Dios na sa kanya.

c 1:6 *pagiging mapagbigay mo, na bunga ng iyong pananampalataya:* o, *pagbabahagi mo ng iyong pananampalataya.*

---

d 1:17 *kamanggagawa:* o, *kapwa mananampalataya.*

Ang Salita ng Dios sa Pamamagitan ng Kanyang Anak

1 Noong una, nangusap ang Dios sa mga ninuno natin sa iba't ibang panahon at paraan sa pamamagitan ng mga propeta. ²Ngunit nitong mga huling araw, nangusap siya sa atin sa pamamagitan ng kanyang Anak. Sa pamamagitan niya, nilikha ng Dios ang sanlibutan, at siya rin ang pinili niyang magmay-ari ng lahat ng bagay. ³Sa kanya makikita ang nagniningning na kadakilaan ng Dios, at kung ano ang Dios ay ganoon din siya. Siya ang nag-iingat sa lahat ng bagay sa mundo sa pamamagitan ng makapangyarihan niyang salita. Matapos niya tayong linisin sa ating mga kasalanan, umupo siya sa kanan ng Makapangyarihang Dios doon sa langit.

Mas Dakila ang Anak ng Dios Kaysa sa Mga Anghel

⁴Kaya naging mas dakila ang Anak ng Dios kaysa sa mga anghel at higit na dakila ang pangalan niya kaysa sa kanila. ⁵Sapagkat kailanman, wala ni isa man sa mga anghel ang sinabihan ng Dios ng ganito:

"Ikaw ang Anak ko,
at ngayon, ipapahayag ko na ako ang iyong Ama."ᵃ

At wala ring sinabihan *ang Dios nang ganito sa sinumang anghel:*

"Ako'y magiging Ama niya,
at siya'y magiging Anak ko."ᵇ

⁶At nang isusugo na ng Dios ang kanyang bugtong na Anak sa mundo, sinabi niya,

"Dapat siyang sambahin ng lahat ng anghel ng Dios."ᶜ

⁷Ito ang sinabi ng Dios tungkol sa mga anghel:

"Ang mga anghel ay magagawa kong hangin.
Sila na mga lingkod ko ay *magagawa ko ring* nagliliyab na apoy."ᵈ

⁸Ngunit ito naman ang sinabi ng Dios tungkol sa kanyang Anak:

"O Dios, ang kaharian mo ay magpakailanman at ang paghahari mo'y makatuwiran.
⁹Kinalugdan mo ang gumagawa ng matuwid
at kinamuhian mo ang gumagawa ng masama.
Kaya pinili ka ng Dios, na iyong Dios,
at binigyan ng kagalakang higit sa ibinigay niya sa mga kasama mo."ᵉ

¹⁰At *sinabi pa niya sa kanyang A...*

"Sa simula, ikaw Panginoon, ang mundo at ng kalangitan.
¹¹Maglalaho ang mga ito, ngunit mana... magpakailanman.
Maluluma itong lahat tulad ng damit.
¹²Titiklupin mo ang mga ito tulad ng isang balabal, at papalitan tulad ng damit.
Ngunit hindi ka magbabago, at mananatili kang buhay magpakailanman."ᶠ

¹³Kailanma'y hindi sinabi ng Dios sa sinumang anghel:

"Maupo ka sa kanan ko hanggang mapasuko ko sa iyoᵍ ang mga kaaway mo."ʰ

¹⁴Kung ganoon, ang mga anghel ay mga espiritung naglilingkod lang sa Dios, at sinusugo niya para tumulong sa mga taong tatanggap ng kaligtasan.

Babala sa mga Lumilihis ng Landas

2 Kaya dapat nating panghawakang mabuti ang mga *katotohanang* narinig natin para hindi tayo maligaw. ²Isipin ninyo: Ang Kautusang ibinigay ng Dios sa pamamagitan ng mga anghel ay napatunayang totoo, at tumanggap ng kaukulang parusa ang bawat taong lumabag o sumuway dito. ³Kaya hindi tayo makakaligtas kung babalewalain natin ang dakilang kaligtasang ito. Ang Panginoon mismo ang unang nagpahayag ng kaligtasang ito, at pinatunayan sa atin ng mga nakarinig sa kanya. ⁴Pinatunayan din ito ng Dios sa pamamagitan ng mga himala at mga kamangha-manghang gawa, at iba't ibang kakayahang kaloob ng Banal na Espiritu na ipinamahagi niya ayon sa kanyang kalooban.

Dumating ang Kaligtasan sa Pamamagitan ni Cristo

⁵Ngayon, tungkol sa mundong darating na sinasabi namin, hindi ito ipinamahala ng Dios sa mga anghel. ⁶Sapagkat ito ang sinasabi ng Kasulatan:

"O Dios, ano ba ang tao upang inyong alalahanin?
Sino nga ba siya upang inyong kalingain?
⁷Sa maikling panahon ginawa ninyong mas mababa ang kalagayan niya kaysa sa mga anghel.
Ngunit pinarangalan n'yo siya bilang hari, ⁸at ipinasakop n'yo sa kanyang kapangyarihan ang lahat ng bagay."ⁱ

---

a 5 Salmo 2:7.
b 5 2 Sam. 7:14; 1 Cro. 17:13.
c 6 Deu. 32:43.
d 7 Salmo 104:4.
e 9 Salmo 45:6-7.

f 12 Salmo 102:25-27.
g 13 mapasuko ko sa iyo: sa literal, *gawin kong tuntungan ng paa mo.*
h 13 Salmo 110:1.
i 8 Salmo 8:4-6.

Ang sinasabi ng / bagay sa tao ay / na walang a...

...lahat ng ...ng araw ...asakop ...a sakop ...ngkol kay ...ahon naging ...kaysa sa mga ...mamatay para sa ...ng Dios. At ngayon, ...at kadakilaan dahil tiniis Jesus, ...gnawa ng Dios at lahat ng ...ito para sa sarili niya. Kaya ...hayag siyang maghirap si Jesus, ...agampanan ni Jesus ang nararapat ...humulan ng kaligtasan. Sa ganoon, ...nga tao ang magiging kanyang mga anak ...ng mapaparangalan. Si Jesus ang naglilinis ng ating mga kasalanan. At ang kanyang Ama ay siya rin nating Ama. Kaya hindi niya ikinakahiya na ituring tayong mga kapatid niya. 12 Ito ang sinabi niya *sa kanyang Ama*:

"Ipapahayag ko sa aking mga kapatid
ang mga ginawa mo, at aawit ako
ng papuri sa iyo sa piling ng mga
sumasamba sa iyo."*a*

13 Sinabi rin niya,

"Magtitiwala ako sa Dios."*b*

At idinagdag pa niya,

"Narito ako, kasama ang mga anak ng Dios
na kanyang ibinigay sa akin."*c*

14 At yamang ang mga anak *ng Dios na binanggit niya* ay mga taong may laman at dugo, naging tao rin si Jesus upang sa pamamagitan ng kanyang kamatayan ay malupig niya ang diyablo na siyang may kapangyarihan sa kamatayan. 15 Sa ganitong paraan, pinalaya niya sila na naging alipin ng takot sa kamatayan sa buong buhay nila. 16 Kaya malinaw na hindi ang mga anghel ang tinutulungan ni Jesus kundi ang lahi ni Abraham. 17 Ito ang dahilan kung bakit kinailangang magkatawang-tao ni Jesus, upang maging katulad niya ng mga kapatid niya sa lahat ng bagay. Sa ganoon, siya ay magiging punong pari nila na maawain at tapat, na makapaghahandog sa Dios para sa kapatawaran ng mga kasalanan ng tao. 18 At dahil siya mismo ay nakaranas ng paghihirap nang tinukso siya, matutulungan niya ang mga dumaranas ng tukso.

Mas Dakila si Jesus kaysa kay Moises

3 Kaya nga mga kapatid ko sa pananampalataya, at mga kapwa ko na tinawag ng Dios na makakasama sa langit, alalahanin n'yo si Jesus. Siya ang apostol at punong pari ng ating pananampalataya. 2 Tapat siya sa Dios na nagsugo sa kanya, katulad ni Moises na naging tapat sa pamamahala ng pamilya ng Dios. 3 Ngunit itinuring *ng Dios* si Jesus na higit kaysa kay Moises, dahil kung ihahalintulad sa bahay, higit ang karangalan ng nagtayo kaysa sa bahay na itinayo. 4 Alam natin na may gumawa ng bawat bahay. Ngunit*d* ang Dios ang gumawa ng lahat ng bagay. 5 Tapat si Moises sa pamamahala niya sa pamilya ng Dios bilang isang lingkod. At ang mga bagay na ginawa niya ay larawan ng mga bagay na mangyayari sa hinaharap. 6 Ngunit si Cristo ay tapat bilang Anak na namamahala sa pamilya ng Dios. At tayo ang pamilya ng Dios, kung patuloy tayong magiging tapat sa pag-asang ipinagmamalaki natin. 7 Kaya gaya ng sinasabi ng Banal na Espiritu:

"Kung marinig n'yo ngayon ang tinig ng
Dios,
8 huwag ninyong patigasin ang puso n'yo,
tulad ng *ginawa noon ng mga ninuno n'yo.*
Naghimagsik sila *laban sa Dios* at siya'y
sinubok nila roon sa ilang.
9 *Sinabi ng Dios,* 'Sinubok nila ako *sa kasamaan
nila,*
kahit na nakita nila ang ginawa ko sa loob
ng 40 taon.
10 Kaya galit na galit ako sa henerasyong ito at
sinabi ko,
"Laging lumalayo ang puso nila sa akin,
at ayaw nilang sumunod sa mga itinuturo
ko sa kanila."
11 Kaya sa galit ko, isinumpa kong hindi nila
makakamtan ang kapahingahang
galing sa akin.' "*e*

12 Kaya mga kapatid, mag-ingat kayo at baka maging masama ang puso n'yo *na siyang magpapahina ng pananampalataya n'yo* hanggang sa lumayo kayo sa Dios na buhay. 13 Magpaalalahanan kayo araw-araw habang may panahon pa, para walang sinuman sa inyo ang madaya ng kasalanan na nagpapatigas *sa puso n'yo.* 14 Sapagkat kasama tayo ni Cristo kung mananatiling matatag ang pananampalataya natin sa kanya hanggang sa wakas. 15 Gaya nga ng nabanggit *sa Kasulatan:* "Kung marinig n'yo ngayon ang tinig ng Dios, huwag ninyong patigasin ang puso n'yo tulad *ng ginawa noon ng mga ninuno n'yo* nang naghimagsik sila laban *sa Dios.*"*f* 16 Sino ba ang mga taong nakarinig sa *tinig ng* Dios at naghimagsik *pa rin sa kabila nito?* Hindi ba't ang mga inilabas ni Moises sa Egipto? 17 At kanino ba nagalit ang Dios sa loob ng 40 taon? Hindi ba't sa mga nagkasala at namatay sa ilang? 18 At sino ba ang isinumpa ng Dios na hindi makakamtan ang kapahingahan? Hindi ba't ang mga ayaw sumunod sa kanya? 19 Kaya malinaw na hindi nila nakamtan *ang kapahingahan* dahil sa kawalan ng pananampalataya *sa Dios.*

4 *Ngunit kahit na ganoon ang nangyari sa kanila,* nanatili pa rin ang pangako ng Dios na makakamtan natin ang kapahingahang mula sa kanya. Kaya mag-ingat tayo at baka mayroon sa atin na hindi magkakamit ng pangakong ito. 2 Sapagkat nakarinig din tayo ng Magandang Balita katulad nila, pero naging walang saysay ang narinig nila dahil hindi sila sumampalataya.

a 12 Salmo 22:22.
b 13 Isa. 8:17.
c 13 Isa. 8:18.
d 4 *Ngunit:* o, At.
e 11 Salmo 95:7-11.
f 15 Salmo 95:7-8.

³ Tayong mga sumasampalataya ang magkakamit ng kapahingahang mula sa Dios. *Ngunit hindi ito makakamit ng hindi sumasampalataya,* dahil sinabi ng Dios,

> "Sa galit ko, isinumpa kong hindi nila
> makakamtan ang kapahingahang
> galing sa akin."ᵃ

Hindi ibig sabihin na wala pa ang kapahingahan. Ang totoo, nariyan na ito mula pa nang likhain ang mundo. ⁴ Sapagkat sinasabi ng Kasulatan tungkol sa ikapitong araw,

> "Sa ikapitong araw, nagpahinga ang Dios sa
> kanyang paglikha."ᵇ

⁵ At sinabi rin sa Kasulatan, "Hinding-hindi nila makakamtan ang kapahingahang galing sa akin."
⁶ Malinaw na niloob ng Dios na may magkakamit ng kapahingahang ito, pero ang mga nakarinig noon ng Magandang Balita ay hindi ito nakamtan dahil sa pagsuway nila sa kanya. ⁷ Kaya muling nagtakda ang Dios ng isa pang pagkakataon, na walang iba kundi ngayon. Dahil pagkalipas ng matagal na panahon sinabi ng Dios sa pamamagitan ni David,

> "Kung marinig n'yo ngayon ang tinig ng
> Dios, huwag ninyong patigasin ang
> puso ninyo."ᶜ

⁸ Dahil kung tunay na nadala ni Josue sa kapahingahan ang mga tao noong una, hindi na sana nagsalita ang Dios tungkol sa isa pang kapahingahan. ⁹ Kaya may kapahingahan pang nakalaan sa mga taong sakop ng Dios. *At ang kapahingahang ito'y katulad ng pagpapahinga ng Dios sa ikapitong araw.* ¹⁰ Sapagkat ang sinumang magkakamit ng kapahingahang mula sa Dios ay makapagpapahinga rin sa mga gawain niya, tulad ng pamamahinga ng Dios matapos niyang likhain ang lahat. ¹¹ Kaya sikapin nating makamit ang kapahingahang ito. Huwag nating tularan ang mga tao noong una na sumuway sa Dios, at baka hindi natin ito makamtan. ¹² Sapagkat buhay at mabisa ang salita ng Dios, at higit na matalas kaysa sa alinmang espadang magkabila ang talim. Tumatagos ito hanggang kaluluwa't espiritu, at hanggang sa kasu-kasuan at kaloob-looban ng buto. Nalalaman nito ang pinakamalalim na iniisip at hinahangad ng tao. ¹³ Walang makapagtatago sa Dios. Nakikita niya at lantad sa paningin niya ang lahat, at sa kanya tayo mananagot.

Si Cristo ang Ating Punong Pari

¹⁴ Kaya panghawakan nating mabuti ang pinaniniwalaan natin dahil mayroon tayong dakilang punong pari na pumasok sa kalangitan, *na walang iba kundi* si Jesus na Anak ng Dios. ¹⁵ Nadarama rin ng ating punong pari ang lahat ng kahinaan natin, dahil naranasan din niya ang lahat ng pagsubok na dumarating sa atin, pero hindi siya nagkasala. ¹⁶ Kaya huwag tayong mag-atubiling lumapit sa trono ng maawaing Dios para matanggap

natin ang awa at biyayang makakatulong sa atin sa panahon ng pangangailangan.

5 Ang bawat punong pari ay pinili mula sa mga tao upang maglingkod sa Dios para sa kanila. Tungkulin niyang maghandog ng mga kaloob at iba pang mga handog para sa kapatawaran ng mga kasalanan. ² At dahil tao rin siyang tulad natin na may mga kahinaan, mahinahon siyang nakikitungo sa mga taong hindi nakakaalam na naliligaw sila sa landas. ³ At dahil nagkakasala rin siya, kailangan niyang maghandog, hindi lang para sa kasalanan ng mga tao, kundi para rin sa sarili niyang mga kasalanan. ⁴ Hindi maaaring makamtan ninuman sa sarili niyang *kagustuhan* ang karangalan *ng pagiging punong pari.* Sapagkat ang Dios mismo ang humirang sa kanya na maging punong pari, tulad *ng pagkahirang* kay Aaron. ⁵ Ganoon din naman, hindi si Cristo ang nagparangal sa sarili niya na maging punong pari *kundi ang Dios.* Sapagkat sinabi sa kanya ng Dios,

> "Ikaw ang Anak ko, at ngayon ipapahayag
> ko na ako ang iyong Ama."ᵈ

⁶ At sinabi pa ng Dios sa ibang bahagi ng Kasulatan,

> "Ikaw ay pari magpakailanman, tulad ng
> pagkapari ni Melkizedek."ᵉ

⁷ Noong namumuhay pa si Jesus sa mundong ito, umiiyak siyang nananalangin at nagmamakaawa sa Dios na makapagliligtas sa kanya sa kamatayan. At dininig naman siya dahil lubos siyang naging masunurin. ⁸ At kahit Anak siya *mismo ng Dios,* natutunan niya ang pagiging masunurin sa pamamagitan ng mga pagtitiis na dinanas niya. ⁹ Naging ganap siya at pinagmulan ng walang hanggang kaligtasanᶠ ng lahat ng sumusunod sa kanya. ¹⁰ Kaya itinalaga siya ng Dios na maging punong pari tulad ng pagkapari ni Melkizedek.

Babala sa Pagtalikod sa Dios

¹¹ Marami pa sana kaming sasabihin tungkol sa mga bagay na ito, pero mahirap ipaliwanag dahil mahina ang pang-unawa ninyo. ¹² Dapat mga tagapagturo na sana kayo dahil matagal na kayo sa pananampalataya, ngunit hanggang ngayon ay kailangan pa kayong turuan ng mga panimulang aralin tungkol sa salita ng Dios. *Katulad pa rin* kayo *ng mga sanggol na* nangangailangan ng gatas dahil hindi n'yo pa kaya ang matigas na pagkain. ¹³ Ang mga nabubuhay sa gatas ay mga sanggol pa at walang muwang kung ano ang mabuti at masama. ¹⁴ Ngunit ang matigas na pagkain ay para sa may mga sapat na gulang na, at alam na kung ano ang mabuti at masama.

6 Kaya *bilang matatagal nang sumasampalataya,* dapat na tayong iwan ang mga panimulang aralin tungkol kay Cristo, at magpatuloy sa mga malalalim na aralin. Huwag na tayong magpabalik-balik pa sa mga aral tungkol sa pagsisisi at pagtalikod sa

---

ᵃ 3 Salmo 95:11.
ᵇ 4 Gen. 2:2.
ᶜ 7 Salmo 95:7-8.
ᵈ 5 Salmo 2:7.
ᵉ 6 Salmo 110:4.
ᶠ 9 *walang hanggang kaligtasan:* Ang ibig sabihin, pinalaya sila magpakailanman sa kaparusahan ng mga kasalanan nila.

mga bagay na walang kabuluhan, at tungkol sa pananampalataya sa Dios, ²mga aral tungkol sa bautismo, pagpapatong ng kamay sa ulo, muling pagkabuhay ng mga patay, at paghahatol *ng Dios sa magiging kalagayan ng tao* magpakailanman. ³Sa halip, kung loloobin ng Dios, magpatuloy tayo sa malalalim na aralin, ⁴⁻⁶*upang hindi natin siya talikuran.* Sapagkat kung tatalikuran ng isang tao ang Dios, hindi na siya mapagsisisi at mapapanumbalik pa sa Dios. Naliwanagan na ang pag-iisip niya, nakatikim na ng mga biyaya mula sa langit, tumanggap ng Banal na Espiritu, nakatikim na ng kabutihang dulot ng salita ng Dios, at nakadama na ng kapangyarihang ihahayag sa huling araw. Pagkatapos, kung tumalikod pa rin siya sa Dios, hindi na siya mapagsisisi at mapapanumbalik sa Dios dahil para na rin niyang ipinakong muli sa krus at dinala sa kahihiyan ang Anak ng Dios.

⁷*Tulad tayo* ng lupang pinagpapala ng Dios, na matapos tumanggap ng masaganang ulan ay tinutubuan ng mga halamang pakikinabangan ng magsasaka. ⁸Ngunit kung matitinik na mga halaman lang ang tumutubo roon, wala itong pakinabang. Nanganganib itong sumpain na lang ng Dios, at sa bandang huli ay susunugin.

⁹Mga minamahal, kahit na ganito ang sinasabi namin, nakakatiyak kaming nasa mabuti kayong kalagayan tungkol sa kaligtasan ninyo. ¹⁰Makatarungan ang Dios, at hindi niya magagawang kalimutan ang inyong *mabubuting* gawa at ang pagmamahal na ipinakita ninyo sa kanya at patuloy na ipinapakita sa pamamagitan ng pagtulong sa mga *kapwa* pinabanal*ᵃ* ng Dios. ¹¹Nais naming patuloy na maging masigasig ang bawat isa sa inyo sa pag-asa n'yo sa Dios hanggang sa wakas, *para makamtan ninyo ang inaasahan ninyo.* ¹²Huwag kayong maging tamad, sa halip, tularan n'yo ang mga tao na tumatanggap ng mga ipinangako *ng Dios* sa pamamagitan ng pananampalataya nila at pagtitiis.

Tiyak ang Pangako ng Dios

¹³Tingnan n'yo ang karanasan ni Abraham: Nang mangako ang Dios kay Abraham, hindi siya gumamit ng ibang pangalan para patunayan ang pangako niya, kundi ginamit niya ang sarili niyang pangalan dahil wala nang makahihigit pa sa kanya. ¹⁴Sinabi niya, "Talagang pagpapalain kita at pararamihin ko ang lahi mo."*ᵇ* ¹⁵At pagkatapos ng matiyagang paghihintay, natanggap ni Abraham ang mga ipinangako sa kanya. ¹⁶Nanunumpa ng mga tao sa *pangalan ng Dios na* mas nakahihigit sa kanila para paniwalaan sila at wala ng pag-usapan pa. ¹⁷Ganito rin ang ginawa ng Dios noon sa mga taong pinangakuan niya. Ipinakita niya sa kanila sa pamamagitan ng panunumpa na tutuparin niya ang pangako niya. ¹⁸At ang dalawang bagay na ito—*ang pangako niya at panunumpa*—ay hindi mababago, dahil hindi magagawang magsinungaling ng Dios. Kaya tayong mga nagpapakalinga sa kanya ay may matibay na pag-asang pinanghahawakan sa

gagawin niya ang ipinangako niya sa atin. ¹⁹Ang pag-asang ito ay matibay tulad ng angkla, at ito ay nagbibigay kapanatagan sa buhay natin, dahil umaabot ito sa Pinakabanal na Lugar, ²⁰kung saan nauna nang pumasok si Jesus para sa atin. Siya ay punong pari natin magpakailanman, katulad ng pagkapari ni Melkizedek.

Ang Paring si Melkizedek

7 Itong si Melkizedek ay hari noon sa Salem, at pari ng Kataas-taasang Dios. Nang pauwi na si Abraham mula sa pakikipaglaban sa mga haring nilupig *niya*, sinalubong siya ni Melkizedek at pinagpala. ²Pagkatapos, ibinigay sa kanya ni Abraham ang ikapu *ng lahat ng nasamsam niya sa labanan*. Ang kahulugan ng pangalang Melkizedek ay "Hari ng Katuwiran." At dahil hari siya ng Salem, nangangahulugan na siya'y "Hari ng Kapayapaan." ³Walang *naisulat tungkol sa kanyang* ama at ina o maging sa mga ninuno niya. At wala *ring naisulat tungkol sa kanyang* kapanganakan at kamatayan. Katulad siya ng Anak ng Dios; ang pagkapari niya'y walang hanggan. ⁴Isipin n'yo na lang kung gaano kadakila si Melkizedek: Kahit na si Abraham na ama ng ating lahi ay nagbigay sa kanya ng ikapu mula sa lahat ng nasamsam niya sa labanan. ⁵Ayon sa Kautusan *ni Moises*, ang mga paring mula sa lahi ni Levi ay siyang tatanggap ng ikapu mula sa mga kapwa nila Judio, kahit na nagmula silang lahat kay Abraham. ⁶Hindi kabilang si Melkizedek sa lahi ni Levi, pero tumanggap siya ng ikapu mula kay Abraham at pinagpala pa niya si Abraham, ang taong pinangakuan ng Dios. ⁷At alam nating mas mataas ang nagpapala kaysa sa pinagpapala. ⁸Kung tungkol sa mga paring *mula sa lahi ni Levi na* tumatanggap ng ikapu, mga tao lang sila na may kamatayan. Pero pinatutunayan ng Kasulatan na si Melkizedek *na tumanggap ng ikapu mula kay Abraham* ay nananatiling buhay. ⁹At masasabi natin na kahit si Levi, na *ang angkan niya ay* tumatanggap ng ikapu, ay nagbigay din ng kanyang ikapu sa pamamagitan ni Abraham. ¹⁰Sapagkat nang magbigay si Abraham kay Melkizedek, masasabi nating si Levi ay nasa katawan pa ng ninuno niyang si Abraham.

¹¹Alam natin na ang Kautusang ibinigay ng Dios sa mga Judio ay batay sa pagkapari na nanggaling sa lahi ni Levi. Kung makakamtan sa pamamagitan ng mga ginagawa ng mga paring ito ang pagiging matuwid, hindi na sana kakailanganin pa ang ibang pari na katulad ng pagkapari ni Melkizedek, na iba sa pagkapari ni Aaron. ¹²At kung papalitan ang pagkapari, kailangan ding palitan ang Kautusan. ¹³⁻¹⁴Ang ating Panginoong *Jesus* na siyang tinutukoy na ipinalit sa mga pari ay kabilang sa ibang lahi, dahil malinaw na galing siya sa lahi ni Juda *at hindi kay Levi*. At wala pang naglingkod kahit kailan bilang pari mula sa lahi ni Juda. Sapagkat nang sabihin ni Moises kung sino ang maaaring maging pari, wala siyang sinabi tungkol sa lahi ni Juda.

Si Jesus ay Katulad ni Melkizedek

¹⁵Lalo pang naging malinaw *na pinalitan na ang mga paring mula sa lahi ni Levi* nang magkaroon

---

a 10 pinabanal: sa Griego, *hagios,* na ang ibig sabihin ay ibinukod ng Dios para sa kanya.

b 14 Gen. 22:16-17.

ng ibang pari na gaya ni Melkizedek. ¹⁶ Naging pari siya, hindi dahil sa lahi niya ayon sa Kautusan, kundi dahil sa makapangyarihan niyang buhay na walang hanggan. ¹⁷ Sapagkat ito ang sinasabi *ng Kasulatan tungkol sa kanya*: "Ikaw ay pari magpakailanman, ayon sa pagkapari ni Melkizedek."ᵃ ¹⁸ Kaya nga pinalitan na ng Dios ang dating Kautusan dahil mahina ito at hindi makakatulong *sa atin*, ¹⁹ sapagkat walang naging matuwid *sa paningin ng Dios* sa pamamagitan ng *pagsunod sa* Kautusan. Ito ang dahilan kung bakit tayo binigyan ngayon ng mas mabuting pag-asa, at sa pamamagitan nito'y makakalapit na tayo sa Dios.

²⁰ Mas mabuti ang bagong pag-asang ito dahil nilakipan ito *ng Dios* ng panunumpa. Hindi siya nanumpa nang gawin niyang mga pari ang lahi ni Levi, ²¹ pero nanumpa siya nang gawin niyang pari si Jesus. *Ito ang sinasabi ng Kasulatan:*

"Sumumpa ang Panginoon na ikaw ay pari magpakailanman.ᵇ At hindi magbabago ang pasya niya."

²² Kaya si Jesus ang naging katiyakan natin sa isang mas mabuting kasunduan. ²³ Maraming pari noon, dahil kapag namatay ang isa, pinapalitan siya ng isa upang maipagpatuloy ang mga gawain nila bilang mga pari. ²⁴ Ngunit si Jesus ay walang kamatayan, kaya hindi nililipat sa iba ang pagkapari niya. ²⁵ Kaya maililigtas niya nang lubos ang sinumang lumalapit sa Dios sa pamamagitan niya, dahil nabubuhay siya magpakailanman upang mamagitan para sa kanila.

²⁶ Kaya si Jesus ang punong pari na kailangan natin. Banal siya, walang kapintasan, walang kasalanan, hiwalay sa mga makasalanan, at itinaas ng higit pa sa kalangitan. ²⁷ Hindi siya katulad ng ibang punong pari na kailangang maghandog araw-araw para sa kasalanan niya, at pagkatapos, para naman sa mga kasalanan ng mga tao. Si Jesus ay minsan lang naghandog para sa lahat nang ialay niya ang kanyang sarili. ²⁸ Ang mga tao na naging punong pari ayon sa Kautusan ay may mga kahinaan. Ngunit ayon sa sinumpaan ng Dios matapos *maibigay* ang Kautusan, itinalaga niya ang kanyang Anak *na maging punong pari* magpakailanman, dahil natupad nito ang layunin ng Dios.

Si Cristo ang Ating Punong Pari

8 Ito ang ibig kong sabihin: Mayroon na tayo ngayong punong pari na nakaupo sa kanan ng trono ng Kataas-taasang Dios sa langit. ² Naglilingkod siya bilang punong pari sa Pinakabanal na Lugar na hindi tao ang gumawa kundi ang Panginoon *mismo*. ³ Ang bawat punong pari ay itinalagang mag-alay ng mga handog at kaloob, kaya kailangan na may ihandog din ang punong pari natin. ⁴ Kung nandito pa siya sa lupa, hindi siya maaaring maging pari dahil mayroon nang mga paring nag-aalay ng mga handog ayon sa Kautusan. ⁵ Ang pag-aalay na ginagawa nila ay anino lang ng mga bagay na nangyayari roon

sa langit. Sapagkat nang itatayo na ni Moises ang Toldang Sambahan, mahigpit siyang pinagbilinan *ng Dios*, "Kailangang sundin mo ang planong ipinakita ko sa iyo sa bundok."ᶜ ⁶ Ngunit higit na dakila ang mga gawain ni Jesus bilang punong pari *kaysa sa mga gawain ng mga pari*, dahil siya ang tagapamagitan ng isang kasunduang higit na mabuti *kaysa sa nauna*. At nakasalalay ito sa mas mabubuting pangako *ng Dios*.

⁷ Kung walang kakulangan ang unang kasunduan, hindi na sana kailangan pang palitan. ⁸ Ngunit nakita *ng Dios* ang pagkukulang ng mga taong *sumusunod sa unang kasunduan, kaya* sinabi niya,

"Darating ang panahon na gagawa ako ng bagong kasunduan sa mga taga-Israel at taga-Juda.
⁹ Hindi ito katulad ng kasunduang ginawa ko sa mga ninuno nila noong akayin ko sila palabas sa Egipto.
Hindi nila sinunod ang *unang* kasunduang ibinigay ko sa kanila, kaya pinabayaan ko sila."

¹⁰ Sinabi pa ng Panginoon,

"Ito ang *bagong* kasunduan na gagawin ko sa mga mamamayan ng Israel pagdating ng araw na iyon:
Itatanim ko sa isipan nila ang mga utos ko, at isusulat ko ang mga ito sa mga puso nila.
Ako ang magiging Dios nila, at sila naman ang magiging bayan ko.
¹¹ Hindi na nila kailangan pang turuan ang mga kababayan o kapatid nila na kilalanin ang Panginoon.
Sapagkat kikilalanin nila akong lahat, mula sa pinakamababa hanggang sa pinakadakila.
¹² Sapagkat patatawarin ko ang kasamaan nila at lilimutin ko na ang mga kasalanan nila."ᵈ

¹³ Nang sabihin ng Dios na may bago nang kasunduan, malinaw na pinawalang-bisa na niya ang nauna, at ang anumang wala nang bisa at luma na ay mawawala na lamang.

Ang Pagsamba Rito sa Lupa at Doon sa Langit

9 May mga tuntunin ang unang kasunduan tungkol sa pagsamba at may sambahang gawa ng tao. ² Itong Toldang Sambahan na ginawa nila *ay may dalawang silid*. Ang unang silid ay ang Banal na Lugar, kung saan naroon ang ilawan, ang mesa, at ang tinapay na handog sa Dios. ³ Ang ikalawang silid ay ang Pinakabanal na Lugar. ⁴ Naroon ang gintong altar na pinagsusunugan ng insenso at ang Kahon ng Kasunduan na nababalutan ng ginto. Nasa loob ng Kahon ang lalagyang ginto na may lamang "manna", ang tungkod ni Aaron na nagkasibol, at ang malapad na mga bato kung saan nakaukit ang mga utos ng Dios. ⁵ Sa ibabaw

---

ᵃ 17 Salmo 110:4.
ᵇ 21 Salmo 110:4.
ᶜ 5 Exo. 25:40.
ᵈ 12 Jer. 31:31-34.

ng Kahon ay may mga kerubin na nagpapahiwatig ng presensya ng Dios, at nilililiman ng mga pakpak nito ang lugar na iyon kung saan pinapatawad ng Dios ang mga kasalanan ng tao. Ngunit hindi namin ito maipapaliwanag nang detalyado sa ngayon.

[6] Ganoon ang pagkakaayos sa loob ng Toldang Sambahan. At araw-araw pumapasok ang mga pari sa unang silid ng Tolda para gampanan ang tungkulin nila. [7] Ngunit ang punong pari lang ang nakakapasok sa Pinakabanal na Lugar at minsan lang sa isang taon. At sa tuwing papasok siya rito, naghahandog siya ng dugo para sa sarili niyang mga kasalanan at sa mga kasalanang nagawa ng mga tao nang hindi nila nalalaman. [8] Sa ginagawa nilang ito, ipinapakita ng Banal na Espiritu na hindi makakapasok sa Pinakabanal na Lugar *ang karaniwang tao* hangga't naroon pa ang dating Toldang Sambahan. [9] Ang Toldang iyon ay larawan lang ng kasalukuyang panahon. Sapagkat ang mga handog at kaloob na iniaalay doon ng mga tao ay hindi nakapaglilinis ng kanilang konsensya. [10] Ang mga ginagawa nilang ito'y nauukol lang sa mga pagkain at inumin at mga seremonya ng paglilinis. Mga tuntuning panlabas lamang ito na ipinapatupad hanggang sa dumating ang bagong pamamaraan *ng Dios*.

[11] Ngunit dumating na si Cristo na punong pari ng bagong pamamaraan na higit na mabuti kaysa sa dati. Pumasok siya sa mas dakila at mas ganap na Tolda na hindi gawa ng tao, at wala sa mundong ito. [12] Minsan lang pumasok si Cristo sa Pinakabanal na Lugar. At hindi dugo ng kambing o ng guya[a] ang dala niya kundi ang sarili niyang dugo. At sa pamamagitan ng kanyang dugo, tinubos niya tayo *sa mga kasalanan natin* magpakailanman. [13] *Ayon sa Kautusan*, kung itinuturing na marumi ang isang tao, kailangan siyang wisikan ng dugo ng kambing at toro, at ng abo ng guya para maging malinis. [14] *Kung nakakalinis ang mga ito*, di lalo na ang dugo ni Cristo. Sa pamamagitan ng walang hanggan *Banal na* Espiritu, inialay ni Cristo ang sarili niya bilang handog na walang kapintasan sa Dios. *Ang dugo niya* ang lilinis sa ating puso't isipan para matalikuran natin ang mga gawaing walang kabuluhan at paglingkuran ang Dios na buhay.

[15] Kaya si Cristo ang ginawang tagapamagitan *sa atin at sa Dios* sa bagong kasunduan. Sapagkat sa pamamagitan ng kanyang kamatayan, tinubos niya ang mga taong lumabag sa unang kasunduan. Dahil dito, matatanggap ng mga tinawag *ng Dios* ang walang hanggang pagpapala na ipinangako niya. [16] Maihahalintulad ito sa isang huling testamento na kailangan mapatunayan na namatay na ang gumawa nito, [17] dahil wala itong bisa habang nabubuhay pa siya. Nagkakabisa lang ang isang testamento kapag namatay na ang gumawa nito. [18] Kaya maging ang unang kasunduan ay kinailangang pagtibayin sa pamamagitan ng dugo. [19] Sapagkat nang ipahayag ni Moises ang Kautusan sa mga tao, kumuha siya ng dugo ng mga guya't kambing, at hinaluan ng tubig. Isinawsaw niya rito ang balahibo ng tupa na kinulayan ng pula na nakatali sa sanga ng isopo. Pagkatapos,

winisikan niya ang aklat *ng Kautusan* at ang mga tao. [20] At sinabi niya: "Ito ang dugong nagpapatibay sa kasunduang *ibinigay at* ipinatutupad sa inyo ng Dios."[b] [21] Winisikan din niya ng dugo ang Toldang Sambahan at ang lahat ng bagay doon na ginagamit sa pagsamba. [22] Ayon sa Kautusan, nililinis sa pamamagitan ng dugo ang halos lahat ng bagay na ginagamit sa pagsamba. At kung walang pagbubuhos ng dugo *bilang handog sa Dios*, wala ring kapatawaran ng mga kasalanan.

[23] Kaya kailangang linisin sa pamamagitan ng ganitong paraan ng paghahandog ang mga *bagay sa sambahang ito na* larawan lang ng mga bagay na nasa langit. Pero nangangailangan ng mas mabuting handog ang mga bagay na nasa langit. [24] Sapagkat hindi pumasok si Cristo sa isang banal na lugar na gawa ng tao at larawan lang ng mga bagay na nasa langit, kundi sa langit mismo. Siya ngayon ay namamagitan para sa atin sa harap ng Dios. [25] Ang punong pari *ng mga Judio* ay pumapasok sa Pinakabanal na Lugar bawat taon, na may dalang dugo ng hayop. Ngunit si Cristo ay minsan lamang naghandog ng kanyang sarili, at hindi na niya ito inulit-ulit pa. [26] Dahil kung kailangang ulit-ulitin, maraming beses sanang nagdusa si Cristo mula pa nang likhain ang mundo. Pero minsan lamang siya naparito *sa mundo* para alisin ang mga kasalanan *natin* sa pamamagitan ng paghahandog ng kanyang sarili. Ginawa niya ito nitong mga huling araw. [27] Itinakda sa mga tao ang mamatay nang minsan at pagkatapos nito'y ang paghuhukom *ng Dios*. [28] Ganoon din naman, minsan lang namatay si Cristo nang inihandog niya ang kanyang sarili para alisin ang kasalanan ng mga tao. At muli siyang babalik *dito sa mundo*, hindi na para akuing muli ang kasalanan *ng mga tao*, kundi para iligtas ang mga taong naghihintay sa kanya.

10 Ang Kautusan ay anino lang ng mabubuting bagay na darating. Kailanman ay hindi ito nakakapagpabanal sa mga taong lumalapit sa Dios sa pamamagitan ng mga handog na iniaalay nila taun-taon. [2] Dahil kung napatawad na sila sa pamamagitan ng mga handog, hindi na sana sila uusigin ng kanilang budhi, at hindi na nila kailangang maghandog pa. [3] Ngunit ang paghahandog *na ginagawa nila* taun-taon ay siya pang nagpapaalala sa mga kasalanan nila, [4] dahil hindi makapag-aalis ng kasalanan ang dugo ng mga toro at kambing na inihahandog nila. [5] Kaya nga, nang dumating si Jesus dito sa mundo, sinabi niya *sa kanyang Ama*,

"Hindi mo nagustuhan ang mga handog at kaloob *ng mga tao*,
     kaya binigyan mo ako ng katawan *na ihahandog ko*.
[6] Hindi ka nasiyahan sa mga handog na sinusunog at mga handog sa paglilinis.
[7] Kaya sinabi ko sa iyo, 'Narito ako para tuparin ang kalooban mo, O Dios, ayon sa nasusulat sa Kasulatan tungkol sa akin.'"[c]

---

a 12 guya: sa Ingles, *"calf."*

b 20 Exo. 24:8.

c 7 Salmo 40:6-8.

[8] Una, sinabi ni Cristo na hindi nagustuhan ng Dios ang mga handog at kaloob, at hindi siya nasiyahan sa mga handog na sinusunog at mga handog sa paglilinis kahit na ipinapatupad ito ng Kautusan. [9] Pagkatapos, sinabi niya *sa kanyang Ama,* "Nandito ako para sundin ang kalooban mo." Kaya inalis ng Dios ang dating paraan *ng paghahandog* upang palitan ng paghahandog ni Cristo. [10] At dahil sinunod ni Jesu-Cristo ang kalooban ng Dios, nilinis niya tayo sa mga kasalanan natin sa pamamagitan ng minsang paghahandog ng sarili niya.

[11] Naglilingkod ang mga pari araw-araw, at paulit-ulit na nag-aalay ng ganoon ding mga handog, na hindi naman nakapag-aalis ng kasalanan. [12] Ngunit si Cristo ay minsan lamang naghandog para sa ating mga kasalanan, at hindi na ito mauulit kailanman. Pagkatapos nito, umupo na siya sa kanan ng Dios. [13] At hinihintay na lang niya ngayon ang panahong pasukin sa kanya *ng Dios* ang mga kaaway niya. [14] Kaya sa pamamagitan lang ng minsang paghahandog, ginawa niyang ganap magpakailanman ang mga pinabanal[a] niya.

[15] Ang Banal na Espiritu mismo ang nagpapatotoo tungkol dito. Sapagkat sinabi niya,

[16] " 'Ganito ang *bagong* kasunduan na gagawin ko sa kanila sa darating na panahon,' sabi ng Panginoon:

'Ilalagay ko ang aking mga utos sa puso nila at itatanim ko ang mga ito sa kanilang isipan.' "[b]

[17] Dagdag pa niya, "Tuluyan ko nang lilimutin ang mga kasalanan at kasamaan nila."[c] [18] At dahil napatawad na ang mga kasalanan natin, hindi na *natin* kailangan pang maghandog para sa *ating* mga kasalanan.

Lumapit Tayo sa Dios

[19] Kaya mga kapatid, malaya na tayong makakapasok sa Pinakabanal na Lugar dahil sa dugo ni Jesus. [20] Sa pamamagitan ng paghahandog ng kanyang katawan, binuksan niya para sa atin ang bagong daan *patungo sa Pinakabanal na Lugar* na nasa kabila ng tabing. At ang daang ito ang nagdadala sa atin sa buhay *na walang hanggan.* [21] At dahil mayroon tayong dakilang punong pari na namamahala ng pamilya ng Dios, [22] lumapit tayo sa kanya nang may tapat na puso at matatag na pananampalataya, dahil nilinis[d] na *ng dugo ni Jesus* ang mga puso natin mula sa maruming pag-iisip, at nahugasan na ang mga katawan natin ng malinis na tubig. [23] Magpakatatag tayo sa pag-asa natin at huwag tayong mag-alinlangan, dahil tapat ang Dios na nangako *sa atin.* [24] At sikapin nating mahikayat ang isa't isa sa pagmamahalan at sa paggawa ng kabutihan. [25] Huwag nating pababayaan ang mga pagtitipon natin gaya ng nakaugalian na ng ilan. Sa halip, palakasin natin ang loob ng bawat isa, lalo na ngayong nalalapit na ang *huling* araw.

[26] Sapagkat kung sasadyain pa nating magpatuloy sa paggawa ng kasalanan pagkatapos nating malaman ang katotohanan, wala nang handog na maiaalay pa para mapatawad ang mga kasalanan natin. [27] Tanging ang nakakatakot na paghuhukom at nagliliyab na apoy ang naghihintay sa mga taong kumakalaban *sa Dios.* [28] Ipinapapatay noon nang walang awa ang lumalabag sa Kautusan ni Moises, kapag napatunayan ng dalawa o tatlong saksi ang paglabag niya. [29] Gaano pa kaya kabigat ang parusang tatanggapin ng taong lumapastangan sa Anak ng Dios at nagpawalang-halaga sa dugo na nagpatibay sa kasunduan *ng Dios* at naglinis sa mga kasalanan niya? *Talagang mas mabigat ang parusa sa mga taong ito* na humamak sa maawaing *Banal na* Espiritu. [30] Sapagkat kilala natin ang Dios na nagsabi, "Ako ang maghihiganti; ako ang magpaparusa."[e] At mayroon ding nakasulat na ganito: "Hahatulan ng Panginoon ang mga taong sakop niya."[f] [31] Kakila-kilabot ang kahihinatnan ng mga hahatulan ng Dios na buhay.

[32] Alalahanin n'yo ang nakaraang panahon, noong una kayong naliwanagan. Dumaan kayo sa matinding hirap, pero tiniis n'yo ito *at hindi kayo nadaig.* [33] Kung minsan, inaalipusta kayo at pinag-uusig sa harapan ng mga tao. At kung minsan nama'y dinadamayan n'yo ang mga kapatid na dumaranas ng ganitong pagsubok. [34] Dinadamayan n'yo ang mga *kapatid na* nakabilanggo. At kahit inagawan kayo ng mga ari-arian, tiniis n'yo ito nang may kagalakan dahil alam ninyong mayroon kayong mas mabuting kayamanan na hindi mawawala kailanman. [35] Kaya huwag kayong mawawalan ng pananalig *sa Dios,* dahil may malaking gantimpalang *nakalaan para sa inyo.* [36] Kailangan ninyong magtiis para masunod n'yo ang kalooban ng Dios, at matanggap n'yo ang ipinangako niya. [37] Sapagkat *sinasabi sa Kasulatan,*

"Sandaling panahon na lang at darating na siya. Hindi na siya magtatagal.
[38] At mabubuhay ang taong itinuring kong matuwid dahil sa pananampalataya niya. Ngunit kung tumalikod siya sa akin, hindi ko na siya kalulugdan."[g]

[39] Ngunit hindi tayo kabilang sa mga tumatalikod sa Dios at napapahamak, kundi kabilang tayo sa mga sumasampalataya at naliligtas.

Mga Dakilang Halimbawa ng Pananampalataya

11 Ang pananampalataya ay ang katiyakan na matatanggap natin ang mga bagay na inaasahan natin. At ito ay ang pagiging sigurado sa mga bagay na hindi natin nakikita. [2] Dahil sa pananampalataya ng mga ninuno natin, kinalugdan sila ng Dios. [3] Dahil sa pananampalataya, alam natin na ang sanlibutan ay ginawa ng Dios sa pamamagitan ng kanyang salita. Kaya ang mga bagay na nakikita natin ay galing sa mga hindi nakikita.

---

a 14 *pinabanal:* sa Griego, *hagios,* na ang ibig sabihin ay itinuring ng Dios para sa kanya.

b 16 Jer. 31:33.

c 17 Jer. 31:34.

d 22 *nilinis:* sa literal, *nawisikan.*

e 30 Deu. 32:35.

f 30 Deu. 32:36.

g 38 Hab. 2:3-4.

⁴Dahil sa pananampalataya, nag-alay si Abel ng mas mabuting handog kaysa kay Cain. At dahil sa pananampalataya niya, itinuring siyang matuwid ng Dios, dahil tinanggap ng Dios ang handog niya. Kaya kahit patay na si Abel, may itinuturo pa rin siya sa atin sa pamamagitan ng pananampalataya niya.

⁵Dahil sa pananampalataya, hindi namatay si Enoc kundi dinala siya sa langit,ᵃ "Hindi na siya nakita pa dahil dinala siya ng Dios."ᵇ Ayon sa Kasulatan dinala siya dahil nalugod ang Dios sa buhay niya. ⁶Hindi makapagbibigay-lugod sa Dios ang taong walang pananampalataya, dahil ang sinumang lumalapit sa kanya ay dapat maniwalang may Dios at nagbibigay siya ng gantimpala sa mga taong humahanap sa kanya.

⁷Dahil sa pananampalataya, pinakinggan ni Noe ang babala ng Dios tungkol sa mga bagay na mangyayari kahit hindi pa niya nakikita. Kaya gumawa siya ng isang barko para mailigtas niya ang kanyang sarili at ang pamilya niya. At sa pananampalataya niya, hinatulan ang mga tao sa mundo, pero itinuring siyang matuwid ng Dios.

⁸Dahil sa pananampalataya, sinunod ni Abraham ang utos ng Dios na pumunta sa lugar na ipinangako sa kanya. Umalis siya *sa bayan niya* kahit hindi niya alam kung saan siya pupunta. ⁹Dahil din sa pananampalataya, nanirahan si Abraham sa lupaing ipinangako *sa kanya ng Dios* kahit na sa tolda lang siya tumira na parang isang dayuhan. Tumira rin *sa tolda ang anak niya na* si Isaac at *apong* si Jacob, na mga tagapagmana rin ng pangako ng Dios. ¹⁰Sapagkat ang talagang inaasahan ni Abraham ay isang lungsod na may *matibay na* pundasyon, na ang Dios mismo ang nagplano at nagtayo.

¹¹Dahil sa pananampalataya, nagkaanak si Abraham kahit na matanda na siya at baog ang asawa niyang si Sara, dahil naniwala si Abraham na tutuparin ng Dios ang pangako niya *na magkakaanak si Sara.* ¹²Kaya mula kay Abraham, na wala nang pag-asang magkaanak pa,ᶜ nagmula ang isang lahi na kasindami ng mga bituin sa langit at buhangin sa dalampasigan.

¹³Ang lahat ng taong ito'y namatay na sumasampalataya. Hindi man nila natanggap ang mga pangako ng Dios noong nabubuhay pa sila, natitiyak naman nilang darating ang araw na matatanggap nila ang kanilang hinihintay. Itinuring nilang mga dayuhan ang sarili nila at naninirahan lang sa mundong ito. ¹⁴Ang mga taong may ganitong pananaw ay nagpapahiwatig na naghahanap sila ng sariling bayan. ¹⁵Kung ang bayang iniwan nila ang iniisip nila, may pagkakataon pa silang makabalik. ¹⁶Ngunit hinahangad nila ang mas mabuting lugar, at ito'y walang iba kundi ang *lungsod na nasa* langit. Kaya hindi ikinakahiya ng Dios na siya'y tawagin nilang Dios, dahil ipinaghanda niya sila ng isang lungsod.

¹⁷⁻¹⁸Dahil sa pananampalataya, handang ihandog ni Abraham ang kaisa-isa niyang anak na si Isaac

a 5 dinala siya sa langit: sa literal, *dinala paitaas.*

b 5 Gen. 5:24.

c 12 wala nang pag-asang magkaanak pa: sa literal, *halos patay na.*

nang subukin siya ng Dios. Kahit na alam niyang si Isaac ang ipinangako ng Dios na pagmumulan ng kanyang lahi, handa pa rin niya itong ialay.ᵈ ¹⁹Sapagkat nanalig si Abraham na kung mamamatay si Isaac, muli siyang bubuhayin ng Dios. At ganoon nga ang nangyari—parang bumalik sa kanya si Isaac mula sa kamatayan.

²⁰Dahil sa pananampalataya, binasbasan ni Isaac sina Jacob at Esau para maging mabuti ang hinaharap nila.

²¹Dahil sa pananampalataya, binasbasan ni Jacob ang mga anak ni Jose bago siya namatay. At sumamba siya sa Dios habang nakatukod sa kanyang tungkod.

²²Dahil sa pananampalataya, sinabi ni Jose nang malapit na siyang mamatay na aalis ang mga Israelita sa Egipto, at ipinagbilin niyang dalhin nila ang mga buto niya kapag umalis na sila.

²³Dahil sa pananampalataya, hindi natakot sumuway ang mga magulang ni Moises sa utos ng hari. Sapagkat nang makita nilang maganda ang sanggol, itinago nila ito sa loob ng tatlong buwan.

²⁴Dahil sa pananampalataya, nang malaki na si Moises ay tumanggi siyang tawaging anak ng prinsesa ng Egipto. ²⁵Mas ginusto niyang makibahagi sa paghihirap na dinaranas ng mga taong sakop ng Dios kaysa lasapin ang mga panandaliang kaligayahan na dulot ng kasalanan. ²⁶Itinuring niyang mas mahalaga ang maalipusta para kay Cristo kaysa sa mga kayamanan ng Egipto, dahil inaasam niya ang gantimpalang matatanggap niya.

²⁷Dahil sa pananampalataya, iniwan ni Moises ang Egipto at hindi siya natakot kahit na magalit ang hari sa kanya. Nanindigan siya dahil parang nakita niya ang *Dios na* hindi nakikita. ²⁸Dahil sa pananampalataya niya, sinimulan niya ang pagdaraos ng Pista ng Paglampas ng Anghel. *Inutusan niya ang mga Israelita* na pahiran ng dugo *ng tupa ang mga pintuan nila,* para maligtas ang mga panganay nila sa anghel na papatay sa mga panganay *ng mga Egipcio.*

²⁹Dahil sa pananampalataya, nakatawid ang mga Israelita sa Dagat na Pula na parang dumadaan sa tuyong lupa. Pero nang subukang tumawid ng mga humahabol na Egipcio, nalunod sila.

³⁰Dahil sa pananampalataya, gumuho ang mga pader ng Jerico matapos itong ikutan ng mga Israelita sa loob ng pitong araw.

³¹Dahil sa pananampalataya, tinulungan ni Rahab na babaeng bayaran ang mga espiya at hindi siya pinatay kasama ng mga kababayan niyang suwail sa Dios.

³²Kailangan ko pa bang magbigay ng maraming halimbawa? Kakapusin ako ng panahon kung iisa-isahin ko pa ang mga ginawa nina Gideon, Barak, Samson, Jefta, David, Samuel, at ng iba pang mga propeta. ³³Dahil sa pananampalataya nila, nilupig nila ang mga kaharian, namahala sila nang may katarungan, at tinanggap nila ang mga ipinangako ng Dios. *Dahil sa pananampalataya nila,* hindi sila ginalaw ng mga leon, ³⁴hindi sila napaso sa nagliliyab na apoy, at nakaligtas sila sa kamatayan

d 17-18 Gen. 21:12.

sa pamamagitan ng espada. Ang iba sa kanila'y mahihina, pero pinalakas sila *ng Dios*. At naging makapangyarihan sila sa digmaan at nilupig ang mga dayuhang hukbo. [35] May mga babae naman na *dahil sa pananampalataya nila sa Dios ay* muling nabuhay ang kanilang mga *anak na* namatay. Ang iba *namang sumasampalataya sa Dios* ay pinahirapan *hanggang sa mamatay*. Tinanggihan nila ang alok na kalayaan *kapalit ng pagtalikod nila sa kanilang pananampalataya dahil nalalaman nilang darating ang araw na bubuhayin sila ng Dios at matatanggap nila ang mas mabuting gantimpala.* [36] Ang iba naman ay dumanas ng mga panlalait at panghahagupit dahil sa pananampalataya nila, at ang iba ay ikinadena at ibinilanggo. [37] Pinagbabato ang iba hanggang sa mamatay, ang iba naman ay nilagari hanggang mahati *ang katawan nila*, at mayroon ding pinatay sa espada. Ang ilan sa kanila ay nagdamit na lang ng balat ng tupa at kambing. Naranasan nilang maghikahos, usigin at apihin. [38] Nagtago sila sa mga ilang, mga kabundukan, mga kweba at mga lungga sa lupa. Hindi karapat-dapat ang mundong ito para sa kanila.

[39] Kinalugdan silang lahat *ng Dios* dahil sa pananampalataya nila. Ngunit hindi nila natanggap *sa panahon nila* ang ipinangako *ng Dios sa kanila.* [40] Ito'y dahil may mas mabuting plano ang Dios para sa atin, dahil nais niyang makasama nila tayo kapag tinupad na niya ang ipinangako niya sa kanila.

Ang Dios na Ama Natin

12 Napapaligiran tayo ng maraming tao na nagpapatotoo *tungkol sa pananampalataya nila sa Dios.* Kaya talikuran na natin ang kasalanang pumipigil sa atin at alisin ang anumang hadlang sa pagtakbo natin. Buong tiyaga tayong magpatuloy sa takbuhing itinakda *ng Dios* para sa atin. [2] Ituon natin ang ating paningin kay Jesus na siyang sandigan ng pananampalataya natin mula sa simula hanggang sa katapusan. Tiniis niya ang paghihirap sa krus at hindi niya ito ikinahiya, dahil inisip niya ang kaligayahang naghihintay sa kanya. At ngayon nga ay nakaupo na siya sa kanan ng trono ng Dios. [3] Isipin n'yo ang mga tiniis ni Jesus na paghihirap sa kamay ng mga makasalanang tao, para hindi kayo panghinaan ng loob. [4] Kung tutuusin, wala pa namang pinatay sa inyo dahil sa pakikipaglaban sa kasalanan. [5] Baka nakalimutan n'yo na ang pangaral ng Dios sa inyo bilang mga anak niya:

"Anak, huwag mong balewalain ang
  pagdidisiplina ng Panginoon,
at huwag kang panghinaan ng loob kung
  sinasaway ka niya.
[6] Sapagkat dinidisiplina ng Panginoon ang mga
  minamahal niya,
at pinapalo niya ang itinuturing niyang
  mga anak."[a]

[7] Tiisin n'yo *ang lahat ng paghihirap* bilang pagdidisiplina ng Dios sa inyo dahil itinuturing niya kayong mga anak. Sino bang anak ang hindi dinidisiplina ng ama? [8] Kung hindi kayo dinidisiplina ng Dios gaya ng pagdidisiplina niya sa lahat ng anak niya, hindi kayo mga tunay na anak kundi mga anak sa labas. [9] Kahit ang mga ama natin dito sa lupa ay dinidisiplina tayo, at sa kabila nito, iginagalang natin sila. Kaya lalong dapat tayong magpasakop sa *pagdidisiplina* ng ating Ama na nasa langit, para maging mabuti ang pamumuhay natin. [10] Sa maikling panahon, dinidisiplina tayo ng mga ama natin dito sa lupa ayon sa inaakala nilang mabuti. Ngunit ang pagdidisiplina ng Dios ay laging para sa ikabubuti natin upang maging banal tayong gaya niya. [11] Habang dinidisiplina tayo, hindi tayo natutuwa kundi nasasaktan. Ngunit ang ibubunga naman nito sa bandang huli ay ang mapayapa at matuwid na pamumuhay.

Mga Babala at Bilin

[12] Kaya palakasin ninyo ang sarili n'yo at patibayin ang inyong loob. [13] Lumakad kayo sa matuwid na daan upang ang mga kapatid na sumusunod sa inyo, na mahihina ang pananampalataya, ay hindi matisod at mapilayan kundi lumakas. [14] Pagsikapan ninyong mamuhay nang may mabuting relasyon sa lahat ng tao, at magpakabanal kayo. Sapagkat kung hindi banal ang pamumuhay n'yo, hindi n'yo makikita ang Panginoon. [15] Ingatan n'yo na walang sinuman *sa inyo* ang tatalikod sa biyaya ng Dios. At huwag ninyong hayaang umiral ang samaan ng loob sa inyo at marami ang madamay. [16] *Ingatan din ninyo na* walang sinuman *sa inyo* ang gagawa ng sekswal na imoralidad o mamumuhay nang gaya ni Esau, na hindi pinahalagahan ang mga espiritwal na bagay, dahil ipinagpalit niya ang karapatan niya bilang panganay sa isang kainan.[b] [17] At alam n'yo na rin na pagkatapos ay hiningi ni Esau sa kanyang ama ang pagpapalang nauukol sa panganay, pero tinanggihan siya. Sapagkat hindi na mababago ang ginawa niya anumang pagsisikap at pag-iyak ang gawin niya.

[18] Ang paglapit n'yo *sa Dios* ay hindi katulad ng paglapit *ng mga Israelita noon*. Lumapit sila sa isang bundok na nakikita nila—*ang Bundok ng Sinai* na may nagliliyab na apoy, may kadiliman at malakas na hangin. [19] Nakarinig din sila ng tunog ng trumpeta at boses ng nagsasalita. At nang marinig nila ang boses na iyon, nagmakaawa silang huwag na itong magsalita pa sa kanila [20] dahil hindi nila makayanan ang utos na ito: "Ang sinumang tumapak sa bundok, kahit hayop, ay babatuhin hanggang sa mamatay."[c] [21] Tunay na kakila-kilabot ang tanawing iyon, kaya maging si Moises ay nagsabi, "Nanginginig ako sa takot!"[d]

[22] *Ngunit hindi ganito ang paglapit n'yo sa Panginoon. Dahil* ang nilapitan ninyo ay ang Bundok ng Zion, ang lungsod ng Dios na buhay, ang Jerusalem na nasa langit na may libu-libong anghel na nagtitipon nang may kagalakan. [23] Lumapit kayo sa pagtitipon[e] ng mga itinuturing na mga panganay *ng Dios*, na ang mga pangalan nila ay nakasulat sa langit. Lumapit kayo sa Dios na siyang hukom ng lahat, at sa mga espiritu *ng mga*

---

[a] 6 Kaw. 3:11-12.
[b] 16 *isang kainan:* sa Ingles, *"one meal."*
[c] 20 Exo. 19:12.
[d] 21 Deu. 9:19.
[e] 23 *pagtitipon:* sa literal, *iglesya.*

taong itinuring na matuwid *ng Dios* at ginawa na *niyang* ganap. [24] Lumapit kayo kay Jesus na siyang tagapamagitan *natin sa Dios* sa bagong kasunduan. *Ang kasunduang ito'y pinagtibay* ng kanyang dugo na higit na mabuti kaysa sa dugo ni Abel *na humihingi ng katarungan.*

[25] Kaya mag-ingat kayo at huwag tanggihan ang *Dios na* nagsasalita *sa atin.* Ang mga tao noon na hindi nakinig sa mga propeta rito sa lupa ay hindi nakaligtas *sa parusa.* Paano kaya tayo *makakaligtas* kung hindi natin pakikinggan ang nagsasalita mula sa langit? [26] Yumanig noon ang lupa nang magsalita ang Dios. At ngayon ay nangako siya, "Minsan ko pang yayanigin ang mundo, pati na rin ang langit."[a] [27] Ang katagang "minsan pa" ay nagpapahiwatig na aalisin ng Dios ang lahat ng nilikha niya na nayayanig, para manatili ang mga bagay na hindi nayayanig. [28] Kaya magpasalamat tayo sa Dios dahil kabilang na tayo sa kaharian niya na hindi nayayanig. Sambahin natin siya sa paraang kalugod-lugod, na may takot at paggalang sa kanya, [29] dahil *kapag nagparusa* ang ating Dios, ito'y parang apoy na nakakatupok.[b]

Ang Paglilingkod na Nakalulugod sa Dios

13 Magpatuloy kayo sa pag-iibigan bilang magkakapatid kay Cristo. [2] Huwag ninyong kalimutang patuluyin ang mga dayuhan sa tahanan ninyo. May mga taong gumawa niyan *noon,* at hindi nila alam na mga anghel na pala ang mga bisita nila. [3] Damayan ninyo ang mga *kapatid na* nasa bilangguan na parang nakabilanggo rin kayong kasama nila, at *damayan din ninyo* ang mga *kapatid na* pinagmamalupitan na para bang dumaranas din kayo ng ganoon.

[4] Dapat ninyong pahalagahan ang pag-aasawa, at dapat ninyong iwasan ang pangangalunya. Sapagkat hahatulan ng Dios ang mga nangangalunya at ang mga imoral.

[5] Iwasan n'yo ang pagiging sakim sa salapi. Maging kontento kayo sa anumang nasa inyo, sapagkat sinabi ng Dios, "Hinding-hindi ko kayo iiwan o pababayaan man."[c] [6] Kaya buong pagtitiwalang masasabi natin,

"Ang Panginoon ang tumutulong sa akin,
kaya hindi ako matatakot. Ano ang
magagawa ng tao laban sa akin?"[d]

[7] Alalahanin n'yo ang mga *dating* namuno sa inyo na nagbahagi sa inyo ng salita ng Dios. Isipin n'yo kung paano silang namuhay at namatay na may pananampalataya. Sila ay tularan ninyo. [8] Si Jesu-Cristo ay hindi nagbabago. Kung ano siya noon, ganoon din siya ngayon at magpakailanman. [9] Huwag kayong padadala sa kung anu-anong mga aral na iba sa natutunan ninyo. Mas mabuting patibayin natin ang ating pananampalataya sa pamamagitan ng biyaya *ng Dios* kaysa *sa pamamagitan ng pagsunod sa mga tuntunin tungkol* sa pagkain, na wala namang naidudulot sa mga sumusunod nito.

[10] Tayong *mga mananampalataya* ay may altar, at walang karapatang makisalo rito ang mga pari ng mga Judio na naghahandog sa sambahan nila. [11] Sapagkat ang dugo ng mga hayop na handog sa paglilinis ay dinadala ng punong pari sa Pinakabanal na Lugar, pero ang katawan ng mga hayop ay sinusunog sa labas ng bayan. [12] Ganyan din ang nangyari kay Jesus, pinatay siya sa labas ng bayan para malinis niya ang mga tao *sa mga kasalanan nila* sa pamamagitan ng kanyang dugo. [13] Kaya lumapit tayo kay Jesus sa "labas ng bayan" at makibahagi sa mga tiniis niyang kahihiyan. [14] Sapagkat wala tayong tunay na bayan *sa mundong ito,* pero hinihintay natin ang bayan na paparating pa lang. [15] Kaya patuloy tayong maghandog ng papuri sa Dios sa pamamagitan ni Jesus. Ito'y mga handog na nagmumula sa mga labi natin at *nagpapahayag ng* pagkilala *natin* sa kanya. [16] At huwag nating kalimutan ang paggawa ng mabuti at pagtulong sa iba, dahil ang ganitong *uri ng* handog ay kalugod-lugod sa Dios.

[17] Sundin n'yo ang mga namumuno sa inyo at magpasakop kayo sa kanila, dahil sila ang nangangalaga sa espiritwal ninyong kalagayan. At alam nilang may pananagutan sila *sa Dios sa pangangalaga nila sa inyo. Kung susundin n'yo sila,* magiging masaya sila sa pagtupad ng tungkulin nila. Ngunit kung hindi, malulungkot sila, at hindi ito makakatulong sa inyo.

[18] Ipanalangin n'yo kami, dahil sigurado kaming malinis ang mga konsensya namin. Sapagkat hinahangad naming mamuhay nang marangal sa lahat ng bagay. [19] At lalo ninyong ipanalangin na makabalik ako sa inyo sa lalong madaling panahon. [20] Idinadalangin ko rin kayo sa Dios na siyang pinagmumulan ng kapayapaan. Siya ang bumuhay sa ating Panginoong Jesus na ating Dakilang Pastol. At dahil sa kanyang dugo, pinagtibay niya ang walang hanggang kasunduan. [21] Nawa'y ipagkaloob niya sa inyo ang lahat ng inyong kailangan para masunod ninyo ang kalooban niya. At sa pamamagitan ni Jesu-Cristo, nawa'y gawin niya sa atin ang kalugod-lugod sa kanyang paningin. Purihin natin siya magpakailanman. Amen.

Huling Bilin

[22] Mga kapatid, nakikiusap ako sa inyo na pakinggan ninyong mabuti ang mga payo ko, dahil maikli lang ang sulat na ito. [23] Gusto ko ring malaman n'yo na pinalaya na sa bilangguan ang kapatid nating si Timoteo. At kung makarating agad siya rito, isasama ko siya pagpunta ko riyan.

[24] Ikumusta n'yo kami sa mga namumuno sa inyo at sa lahat ng mga pinabanal[e] *ng Dios.* Kinukumusta kayo ng mga kapatid nating taga-Italia.

[25] Pagpalain nawa kayong lahat *ng Dios.*

---

a **26** Hageo 2:6.
b **29** Deu. 4:24.
c **5** Deu. 31:6-8.
d **6** Salmo 118:6.

e **24** *pinabanal:* sa Griego, *hagios,* na ang ibig sabihin ay itinuring ng Dios para sa kanya.

ANG SULAT NI
SANTIAGO

1 *Mula kay* Santiago na lingkod[a] ng Dios at ng Panginoong Jesu-Cristo.

Mahal kong mga mananampalataya na nagsipangalat saan man sa mundo.[b]

Ang Pananampalataya at Karunungan

[2] Mga kapatid, magalak kayo sa tuwing dumaranas kayo ng mga pagsubok. [3] Sapagkat alam ninyong nagdudulot ito ng katatagan sa inyong pananampalataya. [4] Kaya tiisin ninyo ang mga pagsubok upang maging ganap at walang anumang pagkukulang *ang buhay n'yo.* [5] Kung mayroon mang nagkukulang sa inyo sa karunungan, humingi siya sa Dios at ibibigay ito sa kanya nang walang pagmamaramot at panunumbat. [6] Ngunit dapat magtiwala ang humihingi at huwag magduda, dahil ang taong nagdududa ay katulad ng alon sa dagat na tinatangay at pinapadpad ng hangin. [7] Ang ganitong tao ay hindi dapat umasa na may matatanggap mula sa Panginoon [8] dahil nagdadalawang-isip siya at walang katiyakan sa mga ginagawa niya.

Mga Mahihirap at Mayayaman

[9] Dapat ikagalak ng mga mahihirap na kapatid *kay Cristo* ang pagpaparangal *ng Dios* sa kanila. [10] Ang mga mayayaman naman *na kapatid kay Cristo* ay dapat ding ikarangal ang pagkakababa sa kanila *ng Dios,* dahil lilipas sila katulad ng mga bulaklak sa parang.[c] [11] Natutuyo ang mga damo sa matinding sikat ng araw, nalalagas ang mga bulaklak nito, at kumukupas ang ganda. Ganoon din naman ang isang mayaman, mamamatay siya sa kasagsagan ng paghahanapbuhay niya.

Mga Pagsubok at Tukso

[12] Mapalad ang taong nananatiling matatag sa kabila ng mga pagsubok dahil pagkatapos niyang mapagtagumpayan ang mga ito, tatanggapin niya bilang gantimpala ang buhay *na walang hanggan,* na ipinangako ng Dios sa mga nagmamahal sa kanya. [13] Kung dumaranas ng tukso ang isang tao, hindi niya dapat isiping galing ito sa Dios, dahil hindi maaaring matukso ang Dios sa kasamaan, at hindi rin siya nanunukso sa kahit kanino. [14] Natutukso ang isang tao kapag nahihikayat siya at nadadala ng sariling pagnanasa. [15] At kung susundin niya ang pagnanasa niya, magbubunga ito ng kasalanan; at kung magpapatuloy siya sa kasalanan, hahantong ito sa kamatayan.

[16] Kaya huwag kayong magpadaya, mga minamahal kong kapatid. [17] Lahat ng mabubuti at angkop na kaloob ay nanggagaling sa Dios na siyang lumikha ng mga bagay sa langit na nagbibigay-liwanag. At kahit pabago-bago at paiba-iba ang anyo ng anino ng mga ito, ang Dios ay hindi nagbabago. [18] Ayon sa kanyang kalooban, ginawa niya tayong mga anak niya sa pamamagitan ng pagkilala natin sa katotohanan,[d] upang maging higit tayo sa lahat ng nilikha niya.

Pagdinig at Pagsunod

[19] Tandaan n'yo ito, mga minamahal kong kapatid: Dapat maging handa kayo sa pakikinig, dahan-dahan sa pananalita, at huwag agad magagalit. [20] Sapagkat ang galit ay hindi nakakatulong sa tao para maging matuwid sa paningin ng Dios. [21] Kaya talikuran n'yo na ang lahat ng kasamaan at maruruming gawain, at tanggapin nang may pagpapakumbaba ang salita ng Dios na itinanim sa inyong puso na siyang makapagliligtas sa inyo.

[22] Huwag lang kayong maging tagapakinig ng salita *ng Dios* kundi sundin n'yo ang sinasabi nito. Dahil kung hindi, dinadaya n'yo lang ang sarili ninyo. [23] Dahil kung nakikinig lang ang isang tao sa salita *ng Dios* pero hindi naman niya tinutupad ang sinasabi nito, katulad siya ng isang taong tumitingin sa salamin [24] na pagkatapos makita ang sarili ay umaalis at agad kinakalimutan ang ayos niya. [25] Ngunit ang taong nagsasaliksik at tumutupad sa Kautusang ganap na nagpapalaya, at hindi tagapakinig lang na nakakalimot agad, ay ang taong pagpapalain ng Dios sa mga ginagawa niya.

[26] Kung may nag-aakalang siya ay relihiyoso pero hindi naman magawang pigilan ang dila niya, walang silbi ang pagiging relihiyoso niya at niloloko lang niya ang kanyang sarili. [27] Ang pagkarelihiyosong itinuturing na dalisay at walang kapintasan ng Dios Ama ay ito: Ang pagtulong sa mga ulila at mga biyuda sa kahirapan nila, at ang pagtalikod sa lahat ng kasamaan sa mundong ito.

Babala Laban sa mga May Pinapaboran

2 Mga kapatid, bilang mga mananampalataya ng dakila nating Panginoong Jesu-Cristo, dapat wala kayong pinapaboran. [2] Halimbawa, dumating sa inyong pagtitipon ang *isang mayaman na* may gintong singsing at nakasuot ng mamahaling damit, at dumating din ang isang mahirap na punit-punit naman ang damit. [3] Kung aasikasuhin n'yo nang mabuti ang nakasuot ng mamahaling damit at bibigyan ng upuan, samantalang ang mahirap ay patatayuin na lang ninyo o pauupuin sa sahig, [4] hindi ba't may pinapaboran kayo ayon sa masama ninyong pag-iisip?[e]

[5] Makinig kayo, mga minamahal kong kapatid: Hindi ba't pinili ng Dios ang mga mahihirap sa mundong ito upang maging mayaman sila sa pananampalataya, at maging tagapagmana ng kahariang ipinangako niya sa mga nagmamahal sa kanya? [6] Ngunit minamaliit n'yo naman ang mga mahihirap. Hindi ba't ang mga mayayaman ang nagpapahirap at nagpaparatang sa inyo? [7] Hindi ba't sila ang nanlalait sa marangal na pangalan *ni Jesu-Cristo,* at sa pangalang ito kayo nakilala?

---

a 1 *lingkod:* sa literal, *alipin.*

b 1 *mga mananampalataya...mundo:* sa literal, *12 lahi na nagsipangalat.*

c 10 *bulaklak sa parang:* o, *bulaklak ng damo.*

d 18 *pagkilala natin sa katotohanan:* sa literal, *salita ng katotohanan.*

e 4 *masama ninyong pag-iisip:* o, *masamang hangarin.*

[8]Pero kung sinusunod n'yo ang utos ng Hari sa Kasulatan, na nagsasabi, "Mahalin mo ang iyong kapwa, gaya ng pagmamahal mo sa iyong sarili,"[a] mabuti ang ginagawa ninyo. [9]Ngunit kung may pinapaboran kayo, nagkakasala kayo at ayon sa Kautusan dapat kayong parusahan, dahil nilabag n'yo ang utos na ito. [10]Ang tumutupad sa buong Kautusan pero lumabag sa isa sa mga ito ay lumabag na rin sa buong Kautusan. [11]Sapagkat ang Dios na nag-utos, "Huwag kang mangangalunya," ay nagsabi ring, "Huwag kang papatay."[b] Hindi ka nga nangangalunya, pero pumapatay ka naman, nilalabag mo pa rin ang Kautusan. [12]Kaya mag-ingat kayo sa pananalita at gawa n'yo, dahil ang Kautusan na nagpalaya sa inyo ang siya ring hahatol sa inyo. [13]Walang awang hahatulan ng Dios ang hindi marunong maawa; pero ang maawain sa kapwa ay hindi kailangang matakot sa oras ng paghatol.

Ang Pananampalataya at Mabuting Gawa

[14]Mga kapatid, ano bang mapapala ng isang tao kung sabihin niyang mayroon siyang pananampalataya, pero wala naman siyang *mabuting* gawa? Maliligtas ba siya ng ganyang pananampalataya? [15]Halimbawa, walang maisuot at walang makain ang isang kapatid, [16]at sasabihin mo, "Pagpalain ka ng Dios at hindi ka sana ginawin at magutom," pero hindi mo naman siya binigyan ng kailangan niya, may nagawa ba itong mabuti? [17]Ganito rin naman ang pananampalataya; kung hindi ito kinakikitaan ng *mabuting* gawa, wala itong kabuluhan.[c]

[18]Kung talagang may magsasabi, "May pananampalataya ako, at ikaw naman ay may *mabuting* gawa." *Ito naman ang isasagot ko,* paano ko makikita ang pananampalataya mo kung wala ka namang *mabuting* gawa? Ipapakita ko sa iyo na may pananampalataya ako sa pamamagitan ng *mabuti* kong gawa. [19]Naniniwala ka na may iisang Dios? Mabuti iyan! Pero kahit ang masasamang espiritu man ay naniniwala rin, at nanginginig *pa nga sa takot.* [20]Ikaw na walang pang-unawa, gusto mo bang patunayan ko na walang kabuluhan ang pananampalataya kung walang *mabuting* gawa? [21]Hindi ba't itinuring na matuwid *ng Dios* ang ninuno nating si Abraham dahil sa *mabuti niyang* gawa nang ihandog niya sa altar ang anak niyang si Isaac? [22]Makikita mo na ang pananampalataya niya'y may kasamang *mabuting* gawa. Naipakita na tunay[d] ang pananampalataya niya sa pamamagitan ng *mabuting* gawa. [23]Natupad ang sinasabi ng Kasulatan, "Sumampalataya si Abraham sa Dios, at dahil dito, itinuring siyang matuwid. Tinawag pa nga siyang kaibigan ng Dios."[e] [24]Dito n'yo makikita na itinuturing na matuwid *ng Dios* ang tao dahil sa *mabuti nitong* gawa at hindi dahil sa pananampalataya lamang.

[25]Ganoon din si Rahab, ang babaeng bayaran. Itinuring siyang matuwid dahil itinago niya ang mga espiya *ng mga Israelita* at itinuro at ibang daan para makatakas sila.

[26]Kung paanong patay ang katawang walang espiritu, patay din ang pananampalataya kung walang *mabuting* gawa.

Ang Dila

3 Mga kapatid, huwag basta-bastang maghangad na maging tagapagturo ang marami sa inyo, dahil alam ninyong mas mabigat ang paghatol sa aming mga nagtuturo. [2]Lahat tayo ay madalas magkamali. Kung mayroon mang hindi nagkakamali sa pananalita niya, isa siyang taong ganap at may kakayahang pigilin ang kanyang sarili. [3]Nirerendahan natin ang mga kabayo para sumunod saan man natin gustong papuntahin. [4]Isipin n'yo rin ang mga barko na kahit napakalaki at itinutulak ng malakas na hangin ay napapabaling ng maliit na timon at napapapunta ng kapitan saan man niya gustuhin. [5]Ganoon din naman ang dila natin; kahit na maliit na bahagi ng katawan, nakakagawa ng malaking kayabangan. Isipin n'yo kung gaano kalawak na gubat ang masusunog na galing lang sa maliit na apoy. [6]Ang dila ay tulad ng apoy. Napakaraming kasamaan ang nagmumula sa ating dila at ito ay nagpaparumi sa buong pagkatao natin. Katulad ito ng apoy na nanggagaling sa impyerno, at sumisira sa buong buhay natin. [7]Lahat ng uri ng hayop na lumalakad, lumilipad, gumagapang o nakatira sa tubig ay napapaamo ng tao. [8]Pero walang taong nakakagawa nito sa dila. Wala itong tigil sa kasamaan at puno ng lasong nakamamatay. [9]Sa pamamagitan ng dila, pinupuri natin ang *ating* Panginoon at Ama, pero sa pamamagitan din nito ay isinusumpa natin ang ating kapwa na nilikhang kalarawan ng Dios. [10]Mula sa iisang bibig nanggagaling ang pagpupuri at pagsumpa. Mga kapatid, hindi dapat ganyan. [11]Maaari bang lumabas sa iisang bukal ang matabang na tubig at ang maalat na tubig? Hindi! [12]Mga kapatid, hindi rin maaaring mamunga ng olibo ang puno ng igos o ng igos ang ubas. Hindi rin maaaring makakuha ng tubig-tabang sa tubig-alat.

Ang Karunungang Mula sa Dios

[13]Sino sa inyo ang marunong at nakakaunawa? Ipakita niya na talagang marunong siya sa pamamagitan ng mabuting pamumuhay na may pagpapakumbaba. [14]Kung pagkainggit at pagkamakasarili naman ang umiiral sa inyong puso, huwag ninyong ipagyabang *na may karunungan kayo,* dahil pinasisinungalingan n'yo ang katotohanan. [15]Ang ganitong karunungan ay hindi nagmumula sa Dios kundi sa mundo. Mula ito sa diyablo at hindi sa Banal na Espiritu. [16]Sapagkat kung saan umiiral ang pagkainggit at pagkamakasarili, naroon din ang kaguluhan at lahat ng uri ng kasamaan. [17]Ngunit ang taong may karunungang mula sa Dios, una sa lahat ay may malinis na pamumuhay. Maibigin siya sa kapayapaan, mahinahon, masunurin, puno ng awa at kabutihan, walang pinapaboran, at hindi nagkukunwari. [18]Ang taong maibigin sa kapayapaan at nagpapalaganap nito ay nagdudulot ng maayos na relasyon sa iba.

Huwag Ibigin ang Mundo

4 Ano ba ang pinagmumulan ng mga pag-aaway at alitan ninyo? Hindi ba't ang masasamang kagustuhan na naglalaban-laban sa puso n'yo? [2]May

---

a 8 Lev. 19:18.
b 11 Exo. 20:13-14; Deu. 5:17-18.
c 17 *wala itong kabuluhan:* sa literal, *patay.*
d 22 *tunay:* o, *ganap.*
e 23 Gen. 15:6.

mga ninanais kayo pero hindi n'yo makamtan, kaya handa kayong pumatay dahil dito. May mga gusto kayong makuha at kapag hindi ito nangyari, nag-aaway-away kayo. Hindi n'yo nakakamtan ang mga ninanais n'yo dahil hindi kayo humihingi sa Dios. ³ At kung humihingi naman kayo, wala kayong natatanggap dahil humihingi kayo nang may masamang motibo para mapagbigyan ang sarili n'yong kasiyahan. ⁴ Kayong mga hindi tapat sa Dios, hindi n'yo ba alam na kaaway ng Dios ang umiibig sa mundo? Kaya ang sinumang nagnanais makipagkaibigan sa mundo ay ginagawa niyang kaaway ng Dios ang sarili niya. ⁵ Huwag ninyong isipin na walang kabuluhan ang sinasabi ng Kasulatan, "Ayaw ng Espiritung pinatira sa atin na may kaagaw sa pag-ibig niya."ª ⁶ Ngunit sapat ang biyayang ibinigay ng Dios. Kaya nga sinasabi sa Kasulatan, "Kinakalaban ng Dios ang mga mapagmataas, pero kinakaawaan niya ang mapagpakumbaba."ᵇ

⁷ Kaya magpasakop kayo sa Dios. Labanan n'yo ang diyablo at lalayo ito sa inyo. ⁸ Lumapit kayo sa Dios at lalapit din siya sa inyo. Kayong mga makasalanan, mamuhay kayo nang malinis. At kayong mga nagdadalawang-isip, linisin n'yo ang inyong puso. ⁹ Maging malungkot kayo at maghinagpis *dahil sa mga kasalanan n'yo*. Palitan n'yo ng pagdadalamhati ang pagsasaya ninyo. ¹⁰ Magpakumbaba kayo sa harapan ng Panginoon, at itataas niya kayo.

Paalala sa Paghuhusga sa Kapwa

¹¹ Mga kapatid, huwag ninyong siraan ang isa't isa. Ang naninira o humahatol sa kapatid niya ay nagsasalita laban sa Kautusan at humahatol sa Kautusan. At kung ikaw ang humahatol sa Kautusan, hindi ka na tagatupad nito kundi isa nang hukom. ¹² Ngunit ang Dios lang ang nagbigay ng Kautusan at siya lamang ang hukom. Tanging siya ang may kakayahang magligtas at magparusa.ᶜ Kaya sino ka para husgahan ang kapwa mo?

Paalala sa Pagmamalaki

¹³ Makinig kayo sa akin, kayong nagsasabi, "Ngayon o bukas, pupunta kami sa isang bayan. Mamamalagi kami roon ng isang taon, magnenegosyo, at kikita ng malaki." ¹⁴ Sa katunayan, hindi n'yo alam kung ano ang mangyayari sa inyo bukas. Sapagkat ang buhay ay parang hamog na lilitaw nang sandali at mawawala pagkatapos. ¹⁵ Kaya nga, ito ang dapat ninyong sabihin: "Kung loloobin ng Panginoon at mabubuhay pa tayo, ganito o kaya ganoon ang gagawin natin." ¹⁶ Ngunit sa ngayon, nagmamalaki at nagmamayabang kayo. Ang ganyang pagyayabang ay masama.

¹⁷ Kung alam ng isang tao ang mabuti na dapat niyang gawin, pero hindi naman ginagawa, nagkakasala siya.

Paalala sa mga Mayayaman

5 Kayong mayayaman, makinig kayo! Umiyak kayo't maghinagpis dahil sa mga kahirapang

darating sa inyo. ² Nabubulok na ang mga kayamanan n'yo at sinisira na ng insekto ang mga damit ninyo. ³ Itinatago n'yo lang ang mga pera n'yo at hindi naman napapakinabangan. Sa mga huling araw, hahatulan kayo sa impyerno dahil sa pera ninyong hindi naman ginamit sa kabutihan. Sayang lang ang mga itinago n'yo dahil malapit na ang katapusan ng mundo. ⁴ Pakinggan ninyo ang reklamo ng mga manggagawa laban sa inyo. Pinagtrabaho ninyo sila sa inyong bukirin pero hindi ninyo binigyan ng sahod. Nakarating na sa Panginoong Makapangyarihan ang mga hinaing nila. ⁵ Namuhay kayo nang marangya at maluho sa mundong ito. Para n'yo na ring pinataba ang sarili n'yo para sa araw ng pagkatay. ⁶ Hinatulan ninyo't ipinapatay ang mga taong walang kasalanan kahit hindi sila lumalaban sa inyo.

Pagtitiyaga at Pananalangin

⁷ Mga kapatid, maging matiyaga kayo hanggang sa pagdating ng Panginoon. Pagmasdan ninyo ang magsasaka: matiyaga niyang hinihintay ang unang pag-ulan. At pagkatapos niyang magtanim, matiyaga rin siyang naghihintay sa susunod na ulan at anihan. ⁸ Dapat din kayong magtiyaga. Tibayan ninyo ang inyong loob dahil nalalapit na ang pagdating ng Panginoon.

⁹ Huwag kayong magsisihan, mga kapatid, para hindi kayo hatulan ng Dios. Malapit nang dumating ang Hukom. ¹⁰ Tularan n'yo ang pagtitiyaga at pagtitiis ng mga propeta na mga tagapagsalita ng Panginoon. ¹¹ Hindi ba't itinuturing nating mapalad ang mga taong nagtitiis? Alam n'yo ang tungkol sa pagtitiis ni Job, at alam naman ninyo kung paano siya tinulungan ng Panginoon sa bandang huli. Sadyang mabuti at maawain ang Panginoon.

¹² Higit sa lahat, mga kapatid, huwag kayong manunumpa sa mga pangako ninyo. Huwag ninyong sabihin, "Saksi ko ang langit," o "Saksi ko ang lupa," o ano pa man. Sabihin n'yo lang na "Oo" kung oo, at "Hindi" kung hindi, para hindi kayo hatulan ng Dios.

¹³ Mayroon bang dumaranas ng paghihirap sa inyo? Dapat siyang manalangin *sa Dios*. Mayroon bang masaya sa inyo? Dapat siyang umawit ng mga papuri. ¹⁴ Mayroon bang may sakit sa inyo? Dapat niyang ipatawag ang mga namumuno sa iglesya para ipanalangin siya at pahiran ng langis sa pangalan ng Panginoon. ¹⁵ Ang panalanging may pananampalataya ay nakapagpapagaling ng may sakit. Ibabangon siya ng Panginoon at patatawarin kung nagkasala siya. ¹⁶ Kaya nga, ipagtapat ninyo sa isa't isa ang mga kasalanan n'yo at ipanalangin ang isa't isa para gumaling kayo. Malaki ang nagagawa ng panalangin ng taong matuwid, ¹⁷ katulad ni *propeta* Elias. Tao rin siyang tulad natin. Mataimtim siyang nanalangin na huwag umulan, at hindi nga umulan ng tatlo't kalahating taon. ¹⁸ At nang nanalangin siya para umulan, bumuhos ang ulan, at namunga ang mga pananim.

¹⁹ Mga kapatid, kung nalilihis sa katotohanan ang isa sa inyo at may nakapagpabalik sa kanya sa tamang landas, ²⁰ dapat ninyong malaman na ang nagpabalik sa isang makasalanan mula sa kanyang masamang pamumuhay ay nagliligtas ng kaluluwa ng taong iyon sa kamatayan, at magdudulot ng kapatawaran ng maraming kasalanan.

---

a 5 Ayaw ng…pag-ibig niya: o, *Nais ng Dios na siya lang ang mamahalin ng espiritung ibinigay niya sa atin.*
b 6 Kaw. 3:34.
c 12 magparusa: sa literal, *mamuksa.*

ANG UNANG SULAT NI

PEDRO

1 *Mula kay* Pedro na apostol ni Jesu-Cristo.

Mahal kong mga pinili ng Dios na nangalat at naninirahan bilang mga dayuhan sa Pontus, Galacia, Capadosia, Asia at Bitinia: [2] Pinili na kayo ng Dios Ama noon pa para maging mga anak niya sa pamamagitan ng *Banal na* Espiritu, para sundin n'yo si Jesu-Cristo at upang linisin kayo sa mga kasalanan n'yo sa pamamagitan ng kanyang dugo.

Sumainyo nawa ang higit pang biyaya at kapayapaan.

May Inihanda ang Dios para sa Atin

[3-4] Purihin natin ang Dios at Ama ng ating Panginoong Jesu-Cristo! Dahil sa dakila niyang awa sa atin, ipinanganak tayong muli sa pamamagitan ng muling pagkabuhay ni Jesu-Cristo. Ito ang nagbibigay sa atin ng malaking pag-asa na may nakahandang mana ang Dios para sa atin. Ang manang ito'y nasa langit, walang kapintasan, hindi nasisira, at hindi kumukupas. [5] At sa pamamagitan ng pananampalataya n'yo, iniingatan kayo ng kapangyarihan ng Dios habang naghihintay kayo ng kaligtasang nakalaang ihayag sa huling panahon.

[6] Dahil dito, dapat kayong magalak sa kabila ng iba't ibang pagsubok, dahil ang mga pagsubok na ito'y panandalian lang, at dapat ninyong maranasan, [7] para masubukan kung talagang tunay ang pananampalataya ninyo. Katulad ng ginto, sinusubok ito sa apoy para malaman kung tunay o hindi. Pero mas mahalaga ang pananampalataya natin kaysa sa ginto na nawawala. Kaya kapag napatunayang tunay ang pananampalataya n'yo, papupurihin kayo't pararangalan pagdating ni Jesu-Cristo. [8] Kahit hindi n'yo siya nakita ay mahal n'yo siya, at kahit hindi n'yo pa siya nakikita hanggang ngayon, sumasampalataya *pa rin* kayo sa kanya. At nag-uumapaw ang inyong kagalakan na hindi kayang ipahayag ng bibig, [9] dahil tinatanggap n'yo ang bunga ng pananampalataya n'yo, na walang iba kundi ang inyong kaligtasan. [10] Ang kaligtasang ito'y pinagsikapang saliksikin ng mga propeta noon. Sila ang nagpahayag tungkol sa kaloob na ito ng Dios sa atin. [11] Ipinahayag na sa kanila ng Espiritu ni Cristo na nasa kanila, na maghihirap siya bago parangalan. Kaya patuloy sa pagsasaliksik ang mga propeta noon kung kailan at kung papaano ito mangyayari. [12] Ipinahayag din sa kanila na ang mga bagay na ipinaalam nila ay hindi para sa ikabubuti nila kundi para sa atin.[a] At ngayon, napakinggan n'yo na sa mga nangangaral ng Magandang Balita ang mga ipinahayag nila. Nagsalita sila sa inyo sa pamamagitan ng *kapangyarihan ng* Banal na Espiritung sinugo sa kanila mula sa langit. Kahit ang mga anghel noon ay nagnais na maunawaan ang Magandang Balitang ito na ipinangaral sa inyo.

Sundin Ninyo ang Dios

[13] Kaya lagi kayong maging handa na gawin ang kalooban ng Dios. Magpakatatag kayo at lubos na umasa na matatanggap n'yo ang mga pagpapalang ibibigay sa inyo kapag dumating na si Jesu-Cristo. [14] Bilang masunuring mga anak ng Dios, huwag kayong padadala sa masasamang hilig ninyo noong hindi pa kayo nakakakilala sa Dios. [15] Banal ang Dios na tumawag sa inyo, kaya dapat magpakabanal din kayo sa lahat ng ginagawa ninyo. [16] Sapagkat sinasabi *ng Dios* sa Kasulatan, "Magpakabanal kayo dahil banal ako."[b]

[17] Walang pinapaboran ang Dios. Hinahatulan niya ang mga tao ayon sa gawa ng bawat isa. Kaya kung tinatawag n'yo siyang Ama kapag nananalangin kayo sa kanya, igalang n'yo siya habang naninirahan pa kayo sa mundong ito. [18] Alam naman ninyo kung ano ang ipinangtubos sa inyo mula sa walang kabuluhang pamumuhay na minana n'yo sa mga ninuno ninyo. Ang ipinangtubos sa inyo'y hindi ang mga bagay na nawawala katulad ng ginto o pilak, [19] kundi ang mahalagang dugo ni Cristo. Katulad siya ng isang tupa na walang dungis o kapintasan na inihandog sa Dios. [20] Bago pa likhain ang mundo, pinili na ng Dios si Cristo *para maging Tagapagligtas natin.* At ipinahayag siya ng Dios nitong mga huling araw alang-alang sa inyo. [21] Sa pamamagitan niya, sumasampalataya kayo sa Dios na muling bumuhay at nagparangal sa kanya. Kaya ang pananalig n'yo ay sa Dios, at umaasa kayo sa kanya *na muli niya rin kayong bubuhayin at pararangalan.*

[22] At dahil sumusunod na kayo sa katotohanan, malinis na kayo sa mga kasalanan ninyo, at ngayon ay nagkaroon na kayo ng tapat na pagmamahal sa mga kapatid n'yo *kay Cristo.* Magmahalan kayo ng taos-puso, [23] dahil ipinanganak na kayong muli. At ang kapanganakang ito'y hindi sa pamamagitan ng mga magulang ninyong namamatay, kundi sa pamamagitan ng buhay at walang hanggang salita ng Dios. [24] Ayon sa Kasulatan,

> "Ang lahat ng tao ay parang damo,
> ang kanilang katanyagan ay parang
>   bulaklak nito.
> Ang damo ay nalalanta at ang bulaklak nito
>   ay nalalaglag,
> [25] ngunit ang salita ng Panginoon ay nananatili
>   magpakailanman."[c]

At ang salitang ito ay ang Magandang Balitang ipinangaral sa inyo.

2 Dahil ipinanganak na kayong muli, talikuran n'yo na ang lahat ng uri ng kasamaan: pandaraya, pagkukunwari, pagkainggit, at lahat ng paninirang-puri. [2] Gaya ng sanggol na bagong panganak, manabik kayo sa dalisay na gatas na espiritwal, upang lumago kayo hanggang makamtan n'yo ang

---

a 12 *atin:* sa literal, *inyo.*

b 16 Lev. 11:44, 45; 19:2.

c 25 Isa. 40:6-8.

ganap na kaligtasan ³ngayon naranasan na ninyo ang kabutihan ng Panginoon. ⁴Siya ang batong buhay na itinakwil ng mga tao pero pinili ng Dios at mahalaga sa paningin niya. At habang lumalapit kayo sa kanya, ⁵kayo na tulad din ng batong buhay ay itinatayo ng Dios bilang isang gusaling espiritwal. At bilang mga banal na paring pinili ng Dios, nag-aalay kayo sa kanya ng mga espiritwal na handog na kalugod-lugod sa kanya dahil ginagawa n'yo ito sa pamamagitan ni Jesu-Cristo. ⁶Sapagkat sinasabi *ng Dios* sa Kasulatan,

"May pinili akong maghahari sa Zion.
Tulad niya'y mahalagang bato na ginawa kong pundasyon.
Ang sumasampalataya sa kanya ay hindi mapapahiya."ᵃ

⁷Kaya kayong sumasampalataya ay pararangalan ng Dios. Ngunit sa taong hindi sumasampalataya ay naganap ang sinasabi sa Kasulatan,

"Ang batong itinakwil ng mga tagapagtayo ay siyang naging batong pundasyon."ᵇ

⁸"Ang batong ito ay naging katitisuran sa mga tao, at nakakapagpadapa sa kanila."ᶜ

Natitisod sila dahil ayaw nilang sundin ang salita ng Dios; ganoon ang nakatalaga para sa kanila. ⁹Ngunit kayo'y mga taong pinili, mga maharlikang pari, at mga mamamayan ng Dios. Pinili kayo ng Dios na maging kanya upang ipahayag ninyo ang kahanga-hanga niyang mga gawa. Siya ang tumawag sa inyo mula sa kadiliman tungo sa kahanga-hanga niyang kaliwanagan. ¹⁰Dati'y hindi kayo mga taong sakop ng Dios, pero ngayon, mga sakop na niya kayo. Noon, hindi kayo kinaawaan ng Dios, pero ngayon, kinaawaan na niya kayo.

¹¹Mga minamahal, mga dayuhan kayong nakikitira lang sa mundong ito. Kaya nakikiusap ako sa inyong talikuran na ninyo ang masasamang pagnanasa ng inyong katawan na nakikipaglaban sa inyong espiritu. ¹²Sa lahat ng oras, ipakita n'yo sa mga taong hindi kumikilala sa Dios ang matuwid ninyong pamumuhay. Kahit pinararatangan nila kayo ngayon ng masama, sa bandang huli ay makikita nila ang mga kabutihang ginagawa n'yo at luluwalhatiin nila ang Dios sa araw ng pagdating niya.

Magpasakop Kayo sa mga Tagapamahala ng Bayan

¹³Alang-alang sa Panginoon, magpasakop kayo sa lahat ng tagapamahala ng bayan, maging sa emperador na may pinakamataas na kapangyarihan ¹⁴o sa mga gobernador na sinugo ng Dios para magparusa sa mga gumagawa ng masama at magparangal sa mga gumagawa ng mabuti. ¹⁵Sapagkat ito ang kalooban ng Dios, na sa pamamagitan ng mabubuti ninyong gawa ay walang masabi ang mga hangal na walang alam sa katotohanan. ¹⁶Malaya nga kayo, pero hindi ito nangangahulugang malaya na kayong gumawa ng masama, kundi mamuhay kayo bilang mga alipin ng Dios. ¹⁷Igalang n'yo ang lahat ng tao at mahalin

n'yo ang mga kapatid ninyo *kay Cristo*. Mamuhay kayo nang may takot sa Dios, at igalang ninyo ang Emperador.

Tularan Ninyo si Cristo

¹⁸Mga alipin, sundin ninyo nang may takot sa Dios ang mga amo ninyo, hindi lang ang mababait kundi pati ang malulupit. ¹⁹Sapagkat pagpapalain kayo ng Dios kung tinitiis ninyo ang mga pagpapahirap kahit wala kayong kasalanan dahil sa nais ninyong sundin ang kalooban niya. ²⁰Pero kung parusahan kayo dahil sa ginagawa ninyong masama, wala ring kabuluhan kahit tiisin ninyo ito. Nguni't kung pinaparusahan kayo kahit mabuti ang ginagawa ninyo, at tinitiis ninyo ito, kalulugdan kayo ng Dios. ²¹Ang mga pagdurusa ni Cristo para sa atin ang halimbawang dapat nating tularan. Ito ang dahilan kung bakit tayo tinawag, para tularan natin ang buhay ni Cristo. ²²Hindi siya nagkasala o nagsinungaling man. ²³Iniinsulto siya pero hindi siya gumanti ng insulto. Pinahirapan siya pero hindi siya nagbanta. Ipinagkatiwala niya ang lahat sa Dios na humahatol nang makatarungan. ²⁴Si Cristo ang umako sa mga kasalanan natin nang ipako siya sa krus, para iwanan na natin ang buhay na makasalanan at mamuhay nang matuwid. Dahil sa mga sugat niya, gumaling tayo. ²⁵Para tayong mga tupang naligaw noon, pero nakabalik na tayo ngayon sa *Panginoon na* Tagapag-alaga at Tagapagbantay ng ating buhay.

Sa mga Mag-asawa

3 Kayong mga babae, magpasakop kayo sa asawa ninyo, upang kung ang asawa ninyo'y hindi pa naniniwala sa salita ng Dios, maaaring madala n'yo sila sa Panginoon sa pamamagitan ng mabuti ninyong pag-uugali kahit na hindi kayo magsalita. ²Sapagkat nakikita nilang may takot kayo sa Dios at malinis ang pamumuhay ninyo. ³Kung gusto ninyong maging maganda, huwag na ipanlabas lang tulad ng pag-aayos n'yo ng buhok na nilalagyan ng mamahaling alahas, at pagsusuot ng mamahaling damit. ⁴Sa halip, pagandahin ninyo ang inyong kalooban, ang mabuting pag-uugali na hindi nagbabago. Maging mahinhin kayo at maging mabait. Ito ang mahalaga sa paningin ng Dios. ⁵At ito ang ginagawa ng mga babaeng banal noong unang panahon. Nagpapaganda sila sa pamamagitan ng pagpapasakop nila sa kanilang asawa. ⁶Katulad ni Sara, sinunod niya si Abraham at tinawag pa niyang "panginoon." Mga anak na kayo ni Sara, kaya dapat matuwid ang ginagawa n'yo, at huwag kayong matakot sa kahit anuman.

⁷Kayo namang mga lalaki, pakisamahan ninyong mabuti ang inyong asawa, dahil ito ang nararapat bilang isang Cristiano. Igalang n'yo sila bilang mga babaeng mas mahina kaysa sa inyo, dahil binigyan din sila ng Dios ng buhay *na walang hanggan* katulad ninyo. Kapag ginawa n'yo ito, sasagutin *ng Dios* ang mga panalangin ninyo.

Magmahalan Kayong Lahat

⁸Ngayon, narito ang ilan ko pang bilin sa inyong lahat: Dapat magkaisa kayo sa isip at

---

a 6 Isa. 28:16.
b 7 Salmo 118:22.
c 8 Isa. 8:14.

damdamin, at magdamayan. Magmahalan kayo bilang magkakapatid. Maging maunawain at mapagpakumbaba kayo sa isa't isa. ⁹Huwag ninyong gantihin ng masama ang gumagawa sa inyo ng masama, at huwag din ninyong gantihin ng pang-iinsulto ang mga nang-iinsulto sa inyo. Ang dapat ninyong gawin ay manalangin na kaawaan sila ng Dios, dahil pinili kayo ng Dios na gawin ito, at para kaawaan din niya kayo. ¹⁰Sapagkat *sinasabi sa Kasulatan,*

> "Ang sinumang nagnanais ng maligaya
>   at masaganang pamumuhay ay
>   hindi dapat magsalita ng masama at
>   kasinungalingan.
> ¹¹Dapat lumayo siya sa masama at gawin ang
>   mabuti.
>   Pagsikapan niyang kamtin ang kapayapaan.
> ¹²Sapagkat iniingatan ng Panginoon ang
>   matuwid, at sinasagot niya ang mga
>   panalangin nila,
>   ngunit galit siya sa mga gumagawa ng
>   masama."ᵃ

¹³Sino ang gagawa ng masama sa inyo kung laging mabuti ang ginagawa n'yo? ¹⁴Pero kung usigin kayo dahil sa kabutihang ginagawa n'yo, mapalad kayo. Huwag kayong matakot o mag-alala sa ano mang gawin nila sa inyo. ¹⁵Alalahanin n'yo na si Cristo ang dapat ninyong parangalan at sundin. Dapat lagi kayong handang magpaliwanag sa sinumang magtatanong sa inyo tungkol sa pag-asa ninyo. ¹⁶At maging mahinahon at magalang kayo sa inyong pagsagot. Tiyakin ninyong laging malinis ang inyong konsensya, para mapahiya ang mga taong minamasama ang mabubuti ninyong gawa bilang mga tagasunod ni Cristo. ¹⁷Mas mabuti pang magtiis kayo ng hirap dahil sa paggawa ng mabuti, kung ito talaga ang kalooban ng Dios, kaysa sa magtiis kayo ng hirap dahil sa paggawa ng masama. ¹⁸Sapagkat si Cristo nga'y pinatay *kahit wala siyang nagawang masama.* At minsan lang siya namatay para mapatawad ang mga kasalanan natin. Siya na walang kasalanan ay pinatay alang-alang sa atin na mga makasalanan, para madala niya tayo sa Dios. Pinatay siya sa laman pero binuhay siya sa espiritu. ¹⁹⁻²⁰At sa kalagayan niyang espiritwal, nangaral siya kahit sa mga espiritu ng mga taong nakabilanggo, na hindi sumunod sa Dios noong panahon ni Noe. Sa panahong iyon, matiyagang hinintay ng Dios *ang pagsampalataya nila sa kanya* habang ginagawa ang barko. Ngunit walong tao lang ang *sumampalataya at pumasok sa barko* at nakaligtas sa tubig. ²¹Ang tubig na ito'y larawan ng bautismong nagliligtas sa atin sa pamamagitan ng muling pagkabuhay ni Jesu-Cristo. Hindi ito paghuhugas ng dumi sa katawan, kundi pangako natin sa Dios na hindi na tayo gagawa ng anumang bagay na alam nating labag sa kalooban niya. ²²Si Jesu-Cristo ay nasa langit na ngayon, sa kanan ng Dios,ᵇ at ipinasakop sa kanya ang lahat ng anghel at ang lahat ng *espiritung* namumuno at may kapangyarihan.

Ang Bagong Buhay

4 Dahil naghirap si Cristo sa katawang-tao niya, dapat ay handa rin kayong maghirap. Sapagkat hindi na gumagawa ng kasalanan ang taong nagtitiis ng hirap. ²Hindi na siya sumusunod sa masasama niyang ugali kundi sumusunod na siya sa kalooban ng Dios. ³Kaya huwag na ninyong gawin ang mga ginagawa n'yo noon, ang mga bagay na gustong gawin ng mga taong hindi kumikilala sa Dios. Puno ng kahalayan ang buhay n'yo noon at sinunod n'yo ang nasa ng inyong laman. Palagi kayong nagtititipon-tipon para mag-inuman at gumagawa ng mga bagay na kahiya-hiya. At sa pagsamba ninyo sa inyong mga dios-diosan, kung anu-ano pang masasamang bagay ang ginagawa ninyo. ⁴Pero nagtataka ngayon sa inyo ang mga taong hindi kumikilala sa Dios kung bakit hindi na kayo nakikisama sa magulo at maluho nilang pamumuhay. Kaya nagsasalita sila ng masama sa inyo. ⁵Ngunit mananagot sila sa Dios sa ginagawa nila, dahil hahatulan ng Dios ang lahat ng tao, buhay man o patay. ⁶Ito ang dahilan kung bakit ipinangaral ang Magandang Balita sa mga taong patay na. Nang sa ganoon, kahit patay na sila sa laman, at mahatulan tulad ng lahat ng tao, mabubuhay pa rin sila sa espiritu gaya ng Dios.

Gamitin Ninyo ang Kaloob na Ibinigay ng Dios

⁷Malapit na ang katapusan ng mundo. Kaya pigilan ninyo ang sarili n'yo para hindi kayo makagawa ng masama at nang walang maging hadlang sa mga panalangin ninyo. ⁸Higit sa lahat, magmahalan kayo nang tapat. Sapagkat kung mahal mo ang kapwa mo, mapapatawad mo siya kahit gaano pa karami ang nagawa niyang kasalanan. ⁹Tanggapin ninyo sa inyong tahanan ang isa't isa nang maluwag sa puso. ¹⁰Biniyayaan ng Dios ang bawat isa sa atin ng kaloob. Gamitin natin ito para sa ikabubuti ng lahat bilang mabubuting katiwala ng iba't ibang kaloob ng Dios. ¹¹Ang binigyan ng kaloob sa pangangaral ay dapat mangaral ng salita ng Dios. At ang binigyan ng kaloob para maglingkod ay dapat maglingkod ayon sa kakayahang ibinigay sa kanya ng Dios, upang mapapurihan ang Dios sa lahat ng ginagawa natin sa pamamagitan ni Jesu-Cristo. Makapangyarihan siya at karapat-dapat purihin magpakailanman! Amen.

Ang Pagtitiis Bilang Cristiano

¹²Mga minamahal, huwag kayong magtaka sa mabibigat na pagsubok na nararanasan ninyo. Kapag sinusubok ang inyong pananampalataya, huwag ninyong isipin kung ano na ang mangyayari sa inyo. ¹³Sa halip, magalak kayo dahil nakikibahagi kayo sa mga hirap ni Cristo. At magiging lubos ang kagalakan n'yo kapag naipakita na niya ang kapangyarihan niya sa lahat. ¹⁴Kaya kung iniinsulto kayo dahil mga tagasunod kayo ni Cristo, mapalad kayo dahil nasa inyo ang makapangyarihang Espiritu, ang Espiritu ng Dios. ¹⁵Kung pinarusahan man kayo, sana'y hindi dahil nakapatay kayo ng tao, o nagnakaw, o nakagawa ng masama, o kaya'y nakialam sa ginagawa ng iba. ¹⁶Ngunit kung pinarusahan kayo dahil Cristiano kayo, huwag kayong mahiya; sa halip ay magpasalamat kayo

---

sa Dios dahil tinatawag kayo sa pangalang ito. [17] Dumating na ang panahong magsisimula na ang Dios sa paghatol sa mga anak niya. At kung ito'y magsisimula sa atin na mga anak niya, ano kaya ang sasapitin ng mga hindi sumusunod sa Magandang Balita ng Dios? [18] Tulad ng sinasabi sa Kasulatan,

> "Kung ang mga matuwid ay halos hindi
> maligtas, ano pa kaya ang mangyayari
> sa mga makasalanan at hindi
> kumikilala sa Dios?"[a]

[19] Kaya kayong nagtitiis ngayon, dahil ito ang kalooban ng Dios para sa inyo, ay magpatuloy sa paggawa ng mabuti. Ipagkatiwala ninyo ang sarili n'yo sa Dios na lumikha sa inyo, dahil hinding-hindi niya kayo pababayaan.

Mga Bilin sa mga Namumuno sa Iglesya at sa mga Kabataan

5 Sa mga namumuno sa iglesya, may nais akong ipakiusap sa inyo bilang isa ring namumuno sa iglesya at nakasaksi sa mga paghihirap ni Cristo, at makakabahagi rin sa kaluwalhatian niya sa kanyang pagdating. [2] Alagaan ninyong mabuti ang mga mananampalatayang[b] kasama ninyo. Katulad sila ng mga tupa at kayo ang mga tagapag-alaga nila. Dapat taos-puso ninyo silang pangalagaan, dahil ito ang nais ng Dios. Hindi dahil sa napipilitan lang kayo, o dahil sa may hinihintay kayong kapalit, kundi dahil sa nais talaga ninyong makatulong sa kanila. [3] Huwag kayong maghahari-harian sa mga mananampalatayang ipinagkatiwala sa inyo upang alagaan, kundi maging halimbawa kayo sa kanila. [4] At pagdating ni Cristo na siyang Pangulong Tagapag-alaga, tatanggap kayo ng gantimpalang napakaganda at hindi kukupas kailanman.

[5] At kayo namang mga kabataan, magpasakop kayo sa matatanda. At kayong lahat na mga mananampalataya, magpakumbaba kayo at maglingkod sa isa't isa, dahil sinasabi sa Kasulatan, "Kinamumuhian ng Dios ang mga mapagmataas, ngunit kinakaawaan niya ang mga mapagpakumbaba."[c] [6] Kaya magpasakop kayo sa kapangyarihan ng Dios, dahil darating ang araw na pararangalan niya kayo. [7] Ipagkatiwala n'yo sa kanya ang lahat ng kabalisahan n'yo, dahil nagmamalasakit siya sa inyo. [8] Humanda kayo at mag-ingat, dahil ang kaaway ninyong si Satanas ay umaali-aligid na parang leong umaatungal at naghahanap ng malalapa. [9] Patatagin ninyo ang inyong pananampalataya sa Dios at labanan ninyo si Satanas. Alalahanin ninyong hindi lang kayo ang naghihirap kundi pati ang mga kapatid n'yo kay Cristo sa buong mundo. Nararanasan din nila ang mga paghihirap na ito. [10] Maikling panahon lang ang paghihirap ninyo. Pagkatapos nito, tutulungan kayo ng Dios para maging ganap ang buhay ninyo. At siya rin ang magpapatatag at magpapalakas sa inyo, dahil siya ang pinagmumulan ng lahat ng pagpapala. Pinili niya kayo upang makabahagi rin sa walang hanggang kaluwalhatian niya sa pamamagitan ng pakikipag-isa ninyo kay Cristo. [11] Purihin siya sa kapangyarihan niyang walang hanggan! Amen.

Mga Pangangamusta

[12] Isinulat ko sa inyo ang maikling sulat na ito sa tulong ni Silvanus. Kapatid natin siya kay Cristo at talagang mapagkakatiwalaan. Napalakas ko sana ang inyong loob sa pamamagitan ng sulat na ito at napatunayan ko ang kabutihan sa atin ng Dios. Manatili kayo sa kabutihan niya.

[13] Kinukumusta kayo ng mga mananampalataya sa Babilonia. Katulad n'yo, mga pinili rin sila ng Dios na maging mga anak niya. Kinukumusta rin kayo ni Marcos na itinuturing kong anak. [14] Magbatian kayo bilang magkakapatid kay Cristo.[d]

Sa inyong lahat na nakay Cristo, sumainyo nawa ang kapayapaan.

---

a 18 Kaw. 11:31.

b 2 mga mananampalataya: sa literal, kawan.

c 5 Kaw. 3:34.

d 14 bilang magkakapatid kay Cristo: sa literal, sa pamamagitan ng banal na halik.

ANG IKALAWANG SULAT NI

PEDRO

Pagbati Mula kay Pedro

1 *Mula kay* Simon Pedro na lingkod at apostol ni Jesu-Cristo.

Mahal kong mga *kapatid na* kabahagi sa napakahalagang pananampalataya na tinanggap din namin. Ang pananampalatayang ito'y ibinigay sa atin ni Jesu-Cristo na ating Dios at Tagapagligtas, dahil matuwid siya.

[2] Sumainyo nawa ang higit pang biyaya at kapayapaan dahil sa pagkakakilala ninyo sa ating Dios at Panginoong Jesu-Cristo.

Pinili Tayo ng Dios na Maging mga Anak Niya

[3] Ang kapangyarihan ng Dios ang nagbigay sa atin ng lahat ng kailangan natin para mamuhay nang may kabanalan. Ito'y sa pamamagitan ng pagkakakilala natin sa kanya na tumawag sa atin. Tinawag niya tayo sa pamamagitan ng kapangyarihan niya at kabutihan. [4] At sa pamamagitan din nito, ipinagkaloob niya sa atin ang mahahalaga at dakila niyang pangako. Ginawa niya ito para makabahagi tayo sa kabanalan ng Dios at matakasan ang mapanirang pagnanasa na umiiral sa mundong ito. [5] Dahil dito, pagsikapan ninyong maidagdag sa pananampalataya n'yo ang kabutihang-asal; sa kabutihang-asal, ang kaalaman; [6] sa kaalaman, ang pagpipigil sa sarili; sa pagpipigil sa sarili, ang pagtitiis; sa pagtitiis, ang kabanalan; [7] sa kabanalan, ang pag-ibig sa mga kapatid *kay Cristo*; at sa pag-ibig sa mga kapatid *kay Cristo*, ang pag-ibig sa lahat. [8] Sapagkat kung ang mga katangiang ito ay nasa inyo at lumalago, nagiging makabuluhan at kapaki-pakinabang ang pagkakakilala n'yo sa ating Panginoong Jesu-Cristo. [9] Ngunit ang mga nagkukulang sa mga katangiang ito ay mga bulag *sa katotohanan.* Nakalimutan na nilang nilinis na sila ng Dios sa dati nilang mga kasalanan.

[10] Kaya nga, minamahal kong mga kapatid *kay Cristo*, pagsikapan ninyong mapatunayan na mga tinawag nga kayo at pinili ng Dios. Sapagkat kung gagawin n'yo ang mga bagay na ito, hindi kayo matitisod, [11] kundi buong galak kayong tatanggapin sa walang katapusang kaharian ng ating Panginoon at Tagapagligtas na si Jesu-Cristo.

[12] Kaya lagi ko kayong pinapaalalahanan tungkol sa mga bagay na ito, kahit alam n'yo na ang mga ito at matatag na kayo sa katotohanang tinanggap ninyo. [13] At sa palagay ko, nararapat na paalalahanan ko kayo sa mga bagay na ito habang nabubuhay pa ako, [14] dahil alam kong hindi na ako magtatagal sa mundong ito. Ang ating Panginoong Jesu-Cristo mismo ang nagpahayag nito sa akin. [15] Kaya gagawin ko ang lahat para makatiyak akong maaalala n'yo pa rin ang mga itinuro ko kahit wala na ako rito.

Naging Saksi Kami sa Kapangyarihan ni Cristo

[16] Ang mga ipinangaral namin sa inyo tungkol sa kapangyarihan at pagdating ng ating Panginoong Jesu-Cristo ay hindi kwentong gawa-gawa lang. Nasaksihan namin mismo ang kadakilaan niya.

[17] Sapagkat nang parangalan at papurihan si Jesu-Cristo ng Dios Ama, narinig namin ang tinig ng Makapangyarihang Dios na nagsasabi, "Ito ang minamahal kong Anak na lubos kong kinalulugdan." [18] Narinig namin mismo ang tinig na nanggaling sa langit noong kasama namin si Jesus doon sa banal na bundok. [19] Dahil nga rito, lalong tumibay ang paniniwala namin sa mga ipinahayag ng mga propeta noon. Kaya nararapat lang na bigyan n'yo ng pansin ang mga sinabi nila, dahil para itong ilaw na tumatanglaw sa madilim na lugar hanggang sa araw ng pagdating ng Panginoon. Tulad siya ng tala sa umaga na nagbibigay-liwanag sa isipan ninyo.[a] [20] Higit sa lahat, dapat ninyong tandaan na ang lahat ng isinulat ng mga propeta sa Kasulatan ay hindi ayon sa sarili nilang interpretasyon. [21] Sapagkat hindi galing sa sarili nilang kalooban ang mga ipinangaral nila kundi sa Banal na Espiritu na nag-udyok sa kanila upang sabihin ang salita ng Dios.

Ang mga Huwad na Guro

2 Ngunit nagkaroon din ng mga huwad na propeta sa mga mamamayan ng Israel noong araw, at ganito rin ang mangyayari sa inyo. Magkakaroon ng mga huwad na guro sa inyo at palihim nilang ituturo ang mga aral na makakasira sa pananampalataya ninyo. Itatakwil nila maging ang Panginoon na tumubos sa kanila, kaya biglang darating sa kanila ang kapahamakan. [2] Sa kabila nito, marami pa ring susunod sa nakakahiya nilang pamumuhay, at dahil sa kanila, malalapastangan ang katotohanang sinusunod natin. [3] Dahil sa kasakiman nila, lilinlangin nila kayo sa pamamagitan ng matatamis na salita para kwartahan kayo. Matagal nang nakahanda ang hatol sa kanila, at malapit na silang lipulin.

[4] Kahit nga ang mga anghel ay hindi kinaawaan ng Dios nang nagkasala sila. Sa halip, itinapon sila sa malalim at madilim na hukay para roon hintayin ang Araw ng Paghuhukom. [5] Hindi rin kinaawaan ng Dios ang mga tao noong unang panahon dahil sa kasamaan nila, kundi nilipol silang lahat sa baha. Tanging si Noe na nangaral tungkol sa matuwid na pamumuhay at ang pito niyang kasama ang nakaligtas. [6] Hinatulan din ng Dios ang mga lungsod ng Sodom at Gomora dahil sa kasamaan nila, at sinunog ang mga ito, para ipakita ang mangyayari sa masasama. [7] Pero iniligtas ng Dios si Lot, isang taong matuwid na nababahala sa malaswang pamumuhay ng mga tao. [8] Habang naninirahan doon si Lot, araw-araw niyang nasasaksihan ang masasama nilang gawain at labis na naghihirap ang kalooban niya. [9-10] Kaya makikita natin na alam ng Panginoon kung paano iligtas sa mga pagsubok ang mga matuwid, at kung paano parusahan ang masasama. Parurusahan niya lalo na ang mga sumusunod sa masasamang nasa

---

[a] 19 *hanggang sa araw…isipan ninyo:* sa literal, *hanggang sa pagsapit ng bukang-liwayway, at pagsinag ng tala ng umaga sa mga puso ninyo.*

ng kanilang laman at ayaw magpasakop sa kanya, hanggang sa pagdating ng Araw ng Paghuhukom. Ang binabanggit kong mga huwad na guro ay mayayabang at mapangahas. Hindi sila natatakot lapastanganin ang mga makapangyarihang nilalang. [11] Kahit ang mga anghel, na higit pang malakas at makapangyarihan sa mga gurong ito, ay hindi nilalapastangan ang mga makapangyarihang nilalang sa harap ng Panginoon. [12] Pero nilalapastangan ng mga gurong ito ang mga bagay na wala naman silang alam. Para silang mga hayop na walang isip at ipinanganak para hulihin at patayin. Talagang lilipulin ang mga taong ito. [13] Ito ang kabayaran sa ginagawa nilang kasamaan. Mahilig silang gumawa ng lantarang kalaswaan. Malaking kahihiyan at kapintasan ang dala nila sa inyo. Natutuwa silang lokohin kayo habang kumakain silang kasama ninyo sa mga pagsasalo-salo ninyo. [14] Kung tumingin sila sa babae, puno ito ng pagnanasa. Wala silang tigil sa paggawa ng kasalanan at hinihikayat pa ang mga taong mahihina. Sanay sila sa pagiging sakim. Mga isinumpa sila! [15] Tinalikuran nila ang tamang daan, kaya sila naligaw. Sinunod nila ang halimbawa ni Balaam na anak ni Beor na pumayag masuhulan sa paggawa ng masama. [16] At dahil nilabag niya ang utos ng Dios, sinumbatan siya ng asno[a] niyang nakapagsalita na parang tao upang mapigilan siya sa kabaliwan niya.

[17] Ang mga huwad na gurong ito'y tulad ng mga natuyong batis at mga ulap na tinatangay ng malakas na hangin. Inilaan na sila ng Dios sa kadiliman. [18] Mayabang silang magsalita, pero wala namang kabuluhan. Sinasabi nilang hindi masama ang pagsunod sa masasamang nasa ng laman. Kaya nahihikayat nilang bumalik sa imoralidad ang mga taong kakatalikod pa lamang sa masamang pamumuhay. [19] Ipinapangako nila ang kalayaan sa mga nahihikayat nila, pero sila mismo ay mga alipin ng kasalanang magpapahamak sa kanila. Sapagkat alipin ang tao ng anumang kumokontrol sa kanya. [20] Ang mga taong nakakilala na kay Jesu-Cristo na Panginoon at Tagapagligtas ay tumalikod na sa kasamaan ng mundo. Ngunit kung muli silang bumalik sa kasamaan at maging alipin muli nito, mas masahol pa sa dati ang magiging kalagayan nila. [21] Mas mabuti pang hindi na nila natagpuan ang landas patungo sa matuwid na pamumuhay, kaysa sa natagpuan ito at talikuran lang sa bandang huli ang mga banal na utos na ibinigay sa kanila. [22] Bagay sa kanila ang kasabihan,

"Ang aso'y kumakain ng suka niya."[b]
At, "Ang baboy, paliguan man ay babalik din sa kanyang lubluban."

Ang Pagbabalik ng Panginoon

3 Mga minamahal, pangalawang sulat ko na ito sa inyo. Sa mga sulat ko, sinikap kong gisingin ang kaisipan n'yo sa kabutihan, sa pamamagitan ng pagpapaalala sa inyo ng ilang bagay. [2] Nais kong ipaalala sa inyo ang mga salita ng mga propeta ng Dios noong una at ang utos na ibinigay sa inyo ng ating Panginoon at Tagapagligtas sa pamamagitan ng mga apostol na isinugo sa inyo. [3] Una sa lahat, dapat ninyong maunawaan na sa mga huling araw ay darating ang mga manlilibak at susundin ang masasama nilang nasa. [4] Sasabihin nila, "Hindi ba't nangako si Cristo na babalik siya? Nasaan na siya ngayon? Namatay na ang mga magulang namin pero wala pa ring pagbabago mula nang likhain ang mundo." [5] Sinasadya nilang kalimutan ang katotohanan na nilikha ng Dios ang langit sa pamamagitan ng kanyang salita. At nilikha niya ang lupa mula sa tubig at sa pamamagitan ng tubig.[c] [6] At sa pamamagitan din ng tubig, bumaha sa mundo at nalipol ang lahat. [7] Sa pamamagitan din ng kanyang salita, itinakdang tupukin ng Dios sa apoy ang kasalukuyang langit at lupa sa Araw ng Paghuhukom at paglipol sa masasama.

[8] Ngunit huwag sana ninyong kakalimutan mga minamahal, na sa Panginoon, walang pinagkaiba ang isang araw sa isang libong taon. Para sa kanya ang mga ito ay pareho lang. [9] Hindi nagpapabaya ang Panginoon sa pagtupad sa pangako niya, gaya ng inaakala ng ilan. Ang totoo, binibigyan lang niya ng pagkakataong magsisi ang lahat sa mga kasalanan nila, dahil ayaw niyang mapahamak ang sinuman. [10] Ang araw ng Panginoon ay darating na tulad ng isang magnanakaw. Sa araw na iyon, biglang mawawala ang kalangitan na may nakakapangilabot na ugong. Masusunog ang lupa[d], at mawawala ang lahat ng nasa lupa. [11] Kung ganito ang magiging kahihinatnan ng lahat, dapat kayong mamuhay nang banal at makadios, [12] habang hinihintay n'yo ang araw ng pagdating ng Dios at ginagawa ang makakayanan n'yo para mapadali ang pagdating niya. Sa araw na ito, masusunog ang langit sa apoy at matutunaw ang lahat ng nasa lupa sa tindi ng init. [13] Ngunit ayon sa pangako niya, may maaasahan din tayong bagong langit at lupa na paghaharian ng katarungan.

[14] Kaya nga, mga minamahal, habang inaasahan n'yo ang bagay na ito, pagsikapan ninyong mamuhay nang mapayapa, malinis, at walang kapintasan sa paningin niya. [15] Alalahanin n'yo na kaya hindi pa dumarating ang Panginoon ay para bigyan ng pagkakataong maligtas ang mga tao, gaya nga ng mga isinulat sa inyo ng mahal nating kapatid na si Pablo sa pamamagitan ng karunungang ibinigay sa kanya ng Panginoon. [16] At ito rin ang sinasabi niya sa lahat ng sulat niya. May ilang bahagi sa mga sulat niya na mahirap intindihin, na binibigyan ng maling kahulugan ng mga hangal at mahihina ang pananampalataya, gaya ng ginagawa nila sa ibang mga Kasulatan. Kaya sila mismo ang nagpapahamak sa sarili nila. [17] Mga minamahal, alam na ninyo ito kahit noon pa. Kaya mag-ingat kayo nang hindi kayo maloko sa pamamagitan ng mga maling aral ng mga taong suwail, at mawalay sa mabuti ninyong kalagayan sa Dios. [18] Sa halip, lumago kayo sa biyaya ng Dios at sa pagkakakilala sa ating Panginoon at Tagapagligtas na si Jesu-Cristo. Purihin siya ngayon at magpakailanman! Amen.

---

[a] 16 asno: sa Ingles, donkey.
[b] 22 Kaw. 26:11.
[c] 5 Ang ibig sabihin, nalikha ang lupa nang ihiwalay ng Dios ang tubig sa isang lugar (Gen. 1:9-10).
[d] 10 Masusunog ang lupa: Nakasulat sa Griego na ang mga elemento ay mawawala sa pamamagitan ng pagsunog. Ang ibig sabihin nito ay masusunog ang lupa, at mawawala ang lahat ng nasa lupa.

ANG UNANG SULAT NI
JUAN

Ang Salitang Nagbibigay ng Buhay na Walang Hanggan

1 Ipinapahayag namin sa inyo ang tungkol sa kanya na mula pa sa simula ay nariyan na.ᵃ Narinig namin siya, nakita't napagmasdan ng sarili naming mga mata, at nahawakan pa namin siya. Siya ang Salita ng Dios na nagbibigay ng buhay *na walang hanggan.* ² Siya na pinagmumulan ng buhay na walang hanggan ay nahayag at aming nakita. Pinapatotohanan at ipinapahayag namin siya sa inyo, na sa simula't simula pa ay kasama na ng Ama, at nagpakita sa amin. ³ Ipinapahayag namin sa inyo ang nakita at narinig namin upang maging kaisa namin kayo sa Ama at sa kanyang Anak na si Jesu-Cristo. ⁴ Isinusulat namin ito upang malubos ang amingᵇ kagalakan.

Ang Pamumuhay sa Liwanag

⁵ Ito ang mensaheng narinig namin mula kay Jesu-Cristo at ipinapahayag naman namin sa inyo: Ang Dios ay liwanag at sa kanya ay walang anumang kadiliman. ⁶ Kung sinasabi nating may pakikiisa tayo sa kanya ngunit namumuhay naman tayo sa kadiliman, nagsisinungaling tayo at hindi namumuhay nang ayon sa katotohanan. ⁷ Ngunit kung namumuhay tayo sa liwanag, tulad ng Dios na nasa liwanag, may pagkakaisa tayo, at nililinis tayo ng dugo ni Jesus na kanyang Anak sa lahat ng kasalanan. ⁸ Kung sinasabi nating wala tayong kasalanan, dinadaya natin ang ating sarili at wala sa atin ang katotohanan. ⁹ Ngunit kung ipinagtatapat natin sa Dios ang ating mga kasalanan, maaasahan nating patatawarin niya ay ating mga kasalanan at lilinisin tayo sa lahat ng uri ng kasamaan dahil matuwid siya. ¹⁰ Kung sinasabi nating wala tayong kasalanan, ginagawa nating sinungaling ang Dios, at wala sa atin ang kanyang salita.

2 Mga anak, sinusulat ko sa inyo ang mga bagay na ito upang hindi kayo magkasala. Ngunit kung may magkasala man, may tagapamagitan tayo sa Ama—siya ay si Jesu-Cristo, ang Matuwid. ² Siya ang ibinigay na handog para sa kapatawaran ng ating mga kasalanan, at hindi lang ng mga kasalanan natin kundi pati na rin ng kasalanan ng buong mundo. ³ Nakatitiyak tayong kilala natin ang Dios kung sinusunod natin ang kanyang mga utos. ⁴ Ang nagsasabing nakikilala niya ang Dios ngunit hindi naman sumusunod sa kanyang mga utos ay sinungaling, at wala sa kanya ang katotohanan. ⁵ Ngunit sa sinumang sumusunod sa salita ng Dios, lubos na natupad sa kanya ang pag-ibig ng Dios. At sa ganitong paraan natin malalaman na tayo'y nasa kanya: ⁶ ang sinumang nagsasabing siya ay sa Dios, dapat siyang mamuhay nang tulad ni Jesu-Cristo. ⁷ Mga minamahal, hindi bago ang ibinibigay kong utos *na magmahalan kayo,* kundi dati na. Ang utos na ito ay walang iba kundi ang mensaheng narinig at tinanggap ninyo mula nang sumampalataya kayo. ⁸ Ngunit masasabi rin natin na ang utos na ito'y bago,

dahil lumilipas na ang kadiliman at naglliwanag na ang tunay na ilaw. At ang katotohanang ito ay nakita sa buhay ni Cristo at maging sa inyo. ⁹ Ang sinumang nagsasabing siya'y nasa liwanag ngunit napopoot naman sa kanyang kapatid ay nasa kadiliman pa rin. ¹⁰ Ang sinumang nagmamahal sa kanyang kapatid ay namumuhay sa liwanag, at walang anuman sa buhay niya ang magiging dahilan ng pagkakasala ng kanyang kapwa. ¹¹ Ngunit ang sinumang napopoot sa kanyang kapatid ay nasa kadiliman. Lumalakad siya sa kadiliman at hindi niya alam ang kanyang patutunguhan dahil binulag siya ng kadilimang ito.

¹² Sumusulat ako sa inyo, mga anak, dahil
   pinatawad na *ng Dios* ang mga
   kasalanan ninyo dahil kay Cristo.
¹³ Sumusulat ako sa inyo, mga ama, dahil
   nakilala n'yo na siya na mula pa sa
   simula ay nariyan na.ᶜ
   Sumusulat ako sa inyo, mga kabataan, dahil
   nalupig na ninyo si Satanas.ᵈ
¹⁴ Sumusulat ako sa inyo, mga anak, dahil
   nakilala n'yo na ang Ama.
   Sumusulat ako sa inyo, mga ama, dahil
   nakilala n'yo na siya na mula pa sa
   simula ay nariyan na.
   Sumusulat ako sa inyo, mga kabataan, dahil
   matatag ang *inyong pananampalataya.*
   Sinusunod ninyo ang salita ng Dios, at
   nalupig na ninyo si Satanas.

Huwag Ibigin ang Mundo

¹⁵ Huwag ninyong ibigin ang mundo o ang mga makamundong bagay. Ang umiibig sa mga ito ay hindi umiibig sa Ama. ¹⁶ Sapagkat ang lahat ng kamunduhan—ang masasamang hilig ng laman, ang pagnanasa sa mga nakikita ng mata, at ang anumang pagmamayabang sa buhay—ay hindi nagmumula sa Ama kundi sa mundo. ¹⁷ Ang mundo at lahat ng bagay dito na hinahangad ng tao ay mawawala, ngunit ang taong sumusunod sa kalooban ng Dios ay mabubuhay magpakailanman.

Ang Anti-Cristo

¹⁸ Mga anak, malapit na ang mga huling araw, at tulad ng narinig ninyo, malapit na ang pagdating ng anti-Cristo. Ngayon pa lang ay marami nang anti-Cristo, kaya alam nating malapit na ang mga huling araw. ¹⁹ Kahit naging kasama natin sila noong una, hindi sila tunay na kabilang sa atin. Sapagkat kung tunay na kabilang sila, nanatili sana sila sa atin. Ngunit ang pagtiwalag nila'y nagpapakita na hindi talaga sila kabilang sa atin. ²⁰ Ngunit ipinagkaloob sa inyo ang Banal na Espiritu, kaya alam ninyong lahat *ang katotohanan.* ²¹ Sumusulat ako sa inyo, hindi dahil sa hindi ninyo alam ang katotohanan kundi dahil sa alam n'yo na, at alam din ninyo na walang kasinungalingan na maaaring magmula sa katotohanan. ²² At sino ba ang sinungaling? Ang taong nagsasabing hindi si Jesus ang

---

ᵃ 1 *nariyan na:* o, *nabubuhay na.*
ᵇ 4 *aming:* o, *ating.*

ᶜ 13 *nariyan na:* o, *nabubuhay na.* Ganito rin sa talatang 14.
ᵈ 13 *Satanas:* sa Griego, *Ang Masama.*

Cristo. Siya ang anti-Cristo. Ayaw niyang kilalanin ang Ama at ang Anak. ²³Ang taong hindi kumikilala sa Anak, hindi sumasakanya ang Ama. Ngunit ang taong kumikilala sa Anak, sumasakanya ang Ama.

²⁴Huwag ninyong kalimutan ang mga natutunan ninyo mula pa noong una, upang patuloy kayong mamuhay nang may pagkakaisa sa Anak at sa Ama. ²⁵Sa ganoon, mapapasainyo ang ipinangako ni Cristo: ang buhay na walang hanggan.

²⁶Isinusulat ko sa inyo ang tungkol sa mga taong nanlilinlang sa inyo. ²⁷Kung tungkol naman sa inyo, ang Banal na Espirituᵃ na tinanggap ninyo kay Cristo ay nananatili sa inyo, kaya hindi na kailangang turuan pa kayo ng iba. Sapagkat ang Banal na Espiritu ang magtuturo sa inyo sa lahat ng bagay. At ang mga itinuturo niya ay katotohanan at hindi kasinungalingan. At gaya ng itinuro niya sa inyo, manatili kayo kay Cristo.

²⁸Kaya nga, mga anak, manatili kayo sa kanya, upang magkaroon tayo ng kapanatagan sa kanyang pagbabalik, at hindi tayo mapahiya pagdating ng araw na iyon. ²⁹Alam ninyo na si Cristo ay matuwid, kaya makasisiguro kayo na ang lahat ng taong gumagawa ng matuwid ay mga anak ng Dios.

Mga Anak ng Dios

3 Pag-isipan ninyo kung gaano kadakila ang pag-ibig ng Ama sa atin! Tinawag niya tayong mga anak niya, at tunay nga na tayo'y mga anak niya! Kaya hindi tayo nakikilala ng mga tao sa mundo dahil hindi nila kilala ang Dios. ²Mga minamahal, mga anak na tayo ng Dios. Ngunit hindi pa naihahayag kung magiging ano tayo sa hinaharap. Alam natin na sa pagbabalik ni Cristo, tayo ay magiging katulad niya dahil makikita natin kung sino talaga siya. ³Kaya ang sinumang may ganitong pag-asa kay Cristo ay dapat maging matuwid sa kanyang buhay, tulad ng buhay ni Cristo na matuwid. ⁴Ang lahat ng nagkakasala ay lumalabag sa Kautusan ng Dios dahil ang kasalanan ay paglabag sa Kautusan. ⁵Alam ninyong si Cristo na walang kasalanan ay naparito sa mundo upang alisin ang ating mga kasalanan. ⁶Ang sinumang nananatili kay Cristo ay hindi na nagpapatuloy sa kasalanan. Ang nagpapatuloy sa kasalanan ay hindi pa nakakita o nakakilala sa kanya.

⁷Mga anak, huwag kayong padadaya kaninuman! Ang sinumang gumagawa ng tama ay matuwid, tulad ni Cristo na matuwid. ⁸Ngunit ang nagpapatuloy sa kasalanan ay kampon ng diyablo, dahil ang diyablo ay gumagawa na ng kasalanan mula pa sa simula. Ito ang dahilan kung bakit naparito ang Anak ng Dios, upang wasakin ang mga gawa ng diyablo. ⁹Ang sinumang naging anak ng Dios ay hindi na nagpapatuloy sa kasalanan dahil ang katangian ng Dios ay nasa kanya na. At dahil nga ang Dios ay kanyang Ama, hindi na siya nagpapatuloy sa kasalanan. ¹⁰At dito makikilala kung sino ang mga anak ng Dios at kung sino ang mga anak ng diyablo: ang lahat ng hindi gumagawa ng matuwid o hindi nagmamahal sa kanyang kapatid ay hindi anak ng Dios.

Magmahalan Tayo

¹¹Ito ang aral na narinig ninyo nang sumampalataya kayo: Dapat tayong magmahalan.

ᵃ 27 Banal na Espiritu: sa literal, pagpahid.

¹²Huwag nating tularan si Cain, na kampon ng diyablo kaya pinatay niya ang kanyang kapatid. At bakit niya pinatay ang kanyang kapatid? Sapagkat masama ang mga gawa niya, at matuwid naman ang mga gawa ng kanyang kapatid. ¹³Kaya huwag kayong magtaka, mga kapatid, kung galit sa inyo ang mga makamundo. ¹⁴Alam nating inilipat na tayo sa buhay na walang hanggan mula sa kamatayan dahil minamahal natin ang ating mga kapatid. Ang sinumang hindi nagmamahal sa kanyang kapwa ay nananatili sa kamatayan. ¹⁵Ang sinumang napopoot sa kanyang kapatid ay isang mamamatay-tao, at alam ninyo na walang mamamatay-tao ang may buhay na walang hanggan. ¹⁶Sa ganitong paraan natin nalalaman ang tunay na pag-ibig: ibinigay ni Jesu-Cristo ang kanyang buhay para sa atin. Kaya dapat din nating ialay ang ating buhay para sa ating mga kapatid. ¹⁷Kung mayroon man sa atin ang nasa mabuting pamumuhay at nakikita ang isang kapatid na nangangailangan ngunit hindi naman niya ito tinutulungan, masasabi ba natin na sumasakanya ang pag-ibig ng Dios? ¹⁸Mga anak, huwag tayong magmahalan sa salita lang, kundi ipakita natin sa gawa na tunay tayong nagmamahalan. ¹⁹Sa ganitong paraan, mapapatunayan natin na tayo nga ay nasa katotohanan at magiging panatag ang ating kalooban sa kanyang harapan ²⁰kahit inuusig man tayo ng ating konsensya. Sapagkat ang Dios ay mas higit kaysa sa ating konsensya at nalalaman niya ang lahat ng bagay. ²¹Mga minamahal, kung hindi tayo inuusig ng ating konsensya, panatag tayong makakalapit sa Dios. ²²At matatanggap natin ang anumang hinihiling natin sa kanya, dahil sumusunod tayo sa kanyang mga utos at ginagawa ang naaayon sa kanyang kalooban. ²³At ito ang kanyang utos: Dapat tayong sumampalataya sa kanyang Anak na si Jesu-Cristo, at magmahalan gaya ng iniutos niya sa atin. ²⁴Ang mga sumusunod sa utos niya ay nananatili sa kanya, at siya'y nananatili rin sa kanila. At malalaman natin na nananatili ang Dios sa atin sa pamamagitan ng Banal na Espiritu na ibinigay niya sa atin.

Ang Espiritu ng Dios at ang Espiritu ng Anti-Cristo

4 Mga minamahal, huwag kayong basta maniniwala sa mga taong nagsasabi na ang ipinangangaral nila'y mula sa Banal na Espiritu. Sa halip, alamin muna ninyo kung nagmula nga sa Dios ang itinuturo nila. Sapagkat marami nang huwad at sinungaling na propetang nagkalat sa mundo. ²Sa ganitong paraan ninyo malalaman kung ang espiritung sumasakanila ay mula sa Dios: kung kinikilala nila na si Jesu-Cristo'y naging tao, ang Dios mismo ang nagsugo sa kanila. ³Ngunit ang hindi kumikilala na si Jesus ay naging tao ay hindi isinugo ng Dios kundi ng espiritu ng anti-Cristo. Narinig ninyo na darating na ang anti-Cristo, at naririto na nga sa mundo. ⁴Ngunit mga anak ko, kayo'y sa Dios at napagtagumpayan na ninyo ang mga huwad at sinungaling na propeta, dahil ang Espiritung nasa inyo ay higit na makapangyarihan kaysa kay Satanas, na siyang naghahari ngayon sa mga makamundo. ⁵Itong mga huwad at sinungaling na propeta'y makamundo, kaya ang mga bagay ng mundo ang kanilang itinuturo, at nakikinig sa kanila ang mga makamundo. ⁶Ngunit tayo naman ay sa Dios. Ang mga kumikilala sa Dios ay nakikinig sa mga itinuturo natin, ngunit ang mga hindi kumikilala sa Dios ay hindi nakikinig sa atin. Sa gayong paraan natin makikilala kung sino ang nangangaral ng mula sa Espiritu ng katotohanan o sa espiritu ng kasinungalingan.

Ang Dios ay Pag-ibig

[7] Mga minamahal, mag-ibigan tayo dahil ang pag-ibig ay mula sa Dios. Ang umiibig sa kanyang kapwa ay anak ng Dios at kumikilala sa Dios. [8] Ang sinumang hindi umiibig sa kanyang kapwa ay hindi kumikilala sa Dios dahil ang Dios ay pag-ibig. [9] Ipinakita ng Dios ang kanyang pag-ibig sa atin nang isinugo niya ang kanyang kaisa-isang*a* anak dito sa mundo, upang sa pamamagitan niya ay magkaroon tayo ng buhay na walang hanggan. [10] Ito ang *tunay na* pag-ibig: hindi tayo ang umiibig sa Dios kundi siya ang umibig sa atin; at isinugo niya ang kanyang anak upang akuin ang ating mga kasalanan para sa kapatawaran natin.

[11] Mga minamahal, kung ganoon na lamang ang pag-ibig ng Dios sa atin, nararapat lamang na mag-ibigan tayo. [12] Wala pang tao na nakakita sa Dios. Ngunit kung magmamahalan tayo, ang Dios ay sumasaatin at lubos na natupad ang kanyang pag-ibig sa atin.

[13] Nalalaman nating tayo'y nasa Dios at ang Dios ay sumasaatin dahil ibinigay niya sa atin ang kanyang Espiritu. [14] Nakita at pinatototohanan namin na isinugo ng Ama ang kanyang anak bilang Tagapagligtas ng mundo. [15] Ang sinumang kumikilala na si Jesus ay Anak ng Dios, ang Dios ay nasa kanya at siya naman ay nasa Dios. [16] Kaya nakilala na natin at pinaniwalaan ang pag-ibig ng Dios sa atin.

Ang Dios ay pag-ibig. At ang nabubuhay nang may pag-ibig ay nananatili sa Dios at nananatili rin sa kanya ang Dios. [17] Sa ganitong paraan ay naging ganap ang pag-ibig sa atin, kaya panatag tayo sa pagdating ng Araw ng Paghuhukom, dahil ang pamumuhay natin dito sa mundo ay tulad ng kay Cristo. [18] Walang anumang takot sa pag-ibig. Pinapawi ng ganap na pag-ibig ang anumang takot. Kung natatakot man ang isang tao, ito'y dahil sa takot na maparusahan, at ipinapakita lang nito na hindi pa lubos na natupad sa kanya ang pag-ibig.

[19] Umiibig tayo *sa Dios* dahil siya ang unang umibig sa atin. [20] Ang nagsasabing mahal niya ang Dios ngunit napopoot naman sa kanyang kapatid ay sinungaling. Dahil kung ang kapatid niya mismo na nakikita niya ay hindi niya mahal, paano pa kaya niya magagawang mahalin ang Dios na hindi naman niya nakikita? [21] Kaya ito ang utos na ibinibigay sa atin ni Cristo: ang taong nagmamahal sa Dios ay dapat ding magmahal sa kanyang kapatid.

Ang Pag-ibig, Pananampalataya, at Tagumpay

5 Ang sinumang sumasampalataya na si Jesus ang Cristo ay anak ng Dios. At ang sinumang umiibig sa ama ay umiibig din sa kanyang anak. [2] Sa ganitong paraan natin malalaman na iniibig natin ang mga anak ng Dios: Kung minamahal natin ang Dios at sinusunod natin ang kanyang mga utos. [3] Dahil ang tunay na umiibig sa Dios ay sumusunod sa kanyang utos, at hindi naman mahirap sundin

ang kanyang mga utos. [4] Sapagkat ang bawat anak ng Dios ay nagtatagumpay laban sa mundo. Napagtatagumpayan niya ito sa pamamagitan ng pananampalataya. [5] At sino ba ang nagtatagumpay laban sa mundo? Ang sumasampalataya na si Jesus ay Anak ng Dios. [6] Si Jesus na naparito sa mundo ay napatunayang Anak ng Dios sa pamamagitan ng tubig *nang magpabautismo siya* at sa pamamagitan ng dugo *nang mamatay siya.* Hindi lang sa tubig kundi sa pamamagitan din ng dugo. At ang mga bagay na ito'y pinatotohanan din *sa atin* ng Banal na Espiritu, dahil ang Espiritu ay katotohanan. [7] Kaya may tatlong nagpapatotoo *tungkol kay Jesus:* [8] ang *Banal na* Espiritu, ang tubig *nang magpabautismo siya,* at ang dugo *nang mamatay siya.* At ang tatlong ito'y nagkakaisa. [9] Tinatanggap natin ang patotoo ng mga tao, ngunit higit na maaasahan ang patotoo ng Dios dahil siya mismo ang nagpatotoo tungkol sa kanyang Anak. [10] Ang sinumang sumasampalataya sa Anak ng Dios ay naniniwala sa patotoo ng Dios. Ang sinumang hindi naniniwala sa patotoong ito ay ginagawang sinungaling ang Dios dahil hindi siya naniniwala sa patotoo ng Dios tungkol sa kanyang Anak. [11] At ito ang patotoo ng Dios: Binigyan niya tayo ng buhay na walang hanggan, at ang buhay na ito'y nasa kanyang Anak. [12] Ang sinumang nasa kanya ang Anak *ng Dios* ay may buhay *na walang hanggan.* Ngunit ang sinumang wala sa kanya ang Anak ng Dios ay walang buhay *na walang hanggan.*

Ang Buhay na Walang Hanggan

[13] Isinusulat ko ito sa inyo na mga sumasampalataya sa Anak ng Dios upang malaman ninyong mayroon kayong buhay na walang hanggan. [14] At may kapanatagan tayo sa paglapit natin sa Dios, dahil naniniwala tayong ibibigay niya sa atin ang anumang hilingin natin na ayon sa kanyang kalooban. [15] At kung alam nating nakikinig sa atin ang Dios, alam nating tinatanggap na natin ang hinihiling natin sa kanya.

[16] Kung nakikita ninyo ang inyong kapatid *kay Cristo* na gumagawa ng kasalanang hindi hahantong sa *espiritwal na* kamatayan, ipanalangin ninyo siya at bibigyan siya ng Dios ng buhay. Ito ay para lang sa mga nakagawa ng kasalanang hindi hahantong sa *espiritwal na* kamatayan. May mga kasalanang nagdudulot ng *espiritwal na* kamatayan. Hindi ko sinasabing ipanalangin ninyo ang mga taong nakagawa ng ganitong kasalanan. [17] Ang lahat ng gawaing hindi matuwid ay kasalanan, ngunit may mga kasalanang hindi hahantong sa *espiritwal na* kamatayan.

[18] Alam nating ang sinumang naging anak ng Dios ay hindi na nagpapatuloy sa kasalanan. Iniingatan siya ng Anak ng Dios, at hindi siya maaaring saktan ng diyablo. [19] Ang buong mundo ay nasa ilalim ng kapangyarihan ng diyablo, ngunit alam nating tayo'y mga anak ng Dios. [20] Alam din nating ang Anak ng Dios ay naparito sa mundo, at binigyan niya tayo ng pang-unawa upang makilala natin ang tunay *na Dios.* At tayo nga ay nasa tunay *na Dios* sa pamamagitan ng kanyang anak na si Jesu-Cristo. Siya ay tunay na Dios, at ang buhay na walang hanggan. [21] Mga anak, lumayo kayo sa mga dios-diosan.

---

a 9 kaisa-isang: o, *bukod-tanging.*

ANG IKALAWANG SULAT NI

JUAN

¹ *Mula sa* namumuno sa iglesya.

Mahal kong Ginang na pinili *ng Dios*, kasama ng iyong mga anak. Minamahal ko kayong tunay,*ᵃ* at hindi lang ako kundi ang lahat ng nakakakilala sa katotohanan. ² *Minamahal namin kayo* dahil sa katotohanang nasa atin at mananatili sa atin magpakailanman.

³ Manatili sana sa atin ang biyaya, awa, at kapayapaang galing sa Dios Ama at sa Panginoong Jesu-Cristo na kanyang Anak, habang namumuhay tayo sa katotohanan at pag-ibig.

Ang Katotohanan at Ang Pag-ibig

⁴ Labis ang kagalakan ko nang malaman ko na ang ilan sa mga anak mo ay sumusunod sa katotohanan, ayon sa iniutos sa atin ng *Dios* Ama. ⁵ Kaya Ginang, hinihiling ko sa iyo ngayon na magmahalan tayong lahat. Hindi ito isang panibagong utos kundi ito rin ang utos na ibinigay sa atin noong una tayong sumampalataya. ⁶ Makikita ang pag-ibig sa atin kung namumuhay tayo ayon sa mga utos ng Dios. At ang utos niya na narinig ninyo mula nang sumampalataya kayo ay ito: mamuhay tayo nang may pag-ibig.

⁷ *Mahalaga ito,* dahil marami nang nagkalat na manlilinlang sa mundo. Ito ang mga taong hindi kumikilala na si Jesu-Cristo ay naging tao. Sila'y mga manlilinlang at anti-Cristo. ⁸ Mag-ingat kayo at nang hindi mawala ang inyong pinaghirapan, sa halip ay matanggap ninyo ang buong gantimpala.

⁹ Ang sinumang hindi sumusunod sa aral ni Cristo o nagtuturo pa ng labis dito ay hindi pinananahanan ng Dios. Ngunit ang sinumang sumusunod sa aral ni Cristo ay pinananahanan ng Ama at ng Anak. ¹⁰ Kung may dumating man sa inyo na iba ang ipinangangaral tungkol kay Cristo, huwag n'yo siyang tanggapin sa inyong tahanan, ni huwag n'yo siyang batiin nang may pagpapala. ¹¹ Sapagkat ang sinumang bumati sa kanya ng ganoon ay nakikibahagi sa masasama niyang gawain.

¹² Marami pa sana akong sasabihin sa inyo, ngunit hindi ko na lang isusulat. Sapagkat umaasa akong makakadalaw ako riyan at makakausap kayo nang personal, upang malubos ang ating kagalakan.

¹³ Kinukumusta ka ng mga anak ng kapatid mong babae, na tulad mo'y isa rin sa mga pinili ng Dios.

---

a 1:1 kayong tunay: o, *kayo sa katotohanan.*

ANG IKATLONG SULAT NI

JUAN

1-2 *Mula sa* namumuno sa iglesya.

Mahal na kaibigang Gaius, na lubos kong minamahal[a]:

Idinadalangin ko na maging malusog ka at sana'y nasa mabuting kalagayan, tulad ng buhay mong espiritwal na alam kong nasa mabuti ring kalagayan. ³Labis akong natuwa nang dumating dito ang ilang mga kapatid at ibinalita *sa akin* na naging tapat ka sa katotohanan at namumuhay ayon dito. ⁴Wala ng higit na makakapagpasaya sa akin kundi ang malamang namumuhay ayon sa katotohanan ang mga anak ko *sa pananampalataya*.

⁵Mahal *kong kaibigan*, maaasahan ka talaga, dahil inaasikaso mo ang mga kapatid na napapadaan diyan, kahit na ang mga hindi mo kakilala. ⁶Ibinalita nila sa iglesya *rito* ang tungkol sa pag-ibig mo. Kung maaari, tulungan mo sila sa paraang kalugod-lugod sa Dios upang makapagpatuloy sila sa kanilang paglalakbay. ⁷Sapagkat pumupunta sila sa iba't ibang lugar upang ipangaral ang tungkol sa Panginoon, nang hindi tumatanggap ng kahit anong tulong sa mga taong hindi kumikilala sa Dios. ⁸Kaya dapat lang na tulungan natin sila, nang sa ganoon ay maging kabahagi tayo sa kanilang gawain para sa katotohanan.

⁹Sumulat ako sa iglesya *riyan* tungkol sa bagay na ito, ngunit hindi kami kinilala ni Diotrefes na gustong manguna sa inyo. ¹⁰Kaya kapag pumunta ako riyan, sasabihin ko sa inyo ang mga pinaggagawa niya—ang mga paninirang ikinakalat niya tungkol sa amin. Bukod pa rito, hindi niya tinatanggap ang mga kapatid *na dumaraan diyan*, at pinagbabawalan pa niya ang iba na tumulong sa kanila. At ang mga gusto namang tumulong ay pinapaalis niya sa iglesya.

¹¹Mahal *kong kaibigan*, huwag mong gayahin ang masamang *ginagawa ng taong iyan*. Sa halip, gawin mo ang mabuti. Ang gumagawa ng mabuti ay sa Dios, at ang gumagawa ng masama ay hindi nakakakilala sa Dios. ¹²Tingnan mo si Demetrius. Sinasabi ng lahat ng mga mananampalataya na mabuti siyang tao, at nakikita sa buhay niya na sumusunod siya sa katotohanan. Kami rin ay nagpapatotoo na mabuti siyang tao, at alam mong totoo ang sinasabi namin. ¹³Marami pa sana akong sasabihin sa iyo, ngunit hindi ko na isusulat. ¹⁴Umaasa ako na madadalaw kita sa lalong madaling panahon at mapag-usapan natin ito.

¹⁵Sumaiyo nawa ang kapayapaan. Kinukumusta ka ng mga kaibigan natin dito. Ikumusta mo rin ako sa bawat isang kaibigan natin diyan.

---

a 1:1-2 lubos kong minamahal: o, minamahal ko sa katotohanan.

ANG SULAT NI
JUDAS

[1] *Mula kay* Judas na alipin ni Jesu-Cristo at kapatid ni Santiago.

Mahal kong mga pinili ng Dios Ama na maging kanya, na minamahal niya at iniingatan ni Jesu-Cristo:

[2] Sumainyo nawa ang higit pang awa, kapayapaan, at pag-ibig *mula sa Dios.*

Mga Huwad at Sinungaling na Guro

[3] Mga minamahal, gustong-gusto ko sanang sumulat sa inyo tungkol sa kaligtasang natanggap natin, pero naisip ko na mas kailangan ko ngayong sumulat tungkol sa mga bagay na magpapalakas ng inyong loob upang maninindigan sa mga aral ng ating pananampalataya. Ang mga aral na ito ay ipinagkatiwala ng Dios sa mga pinabanal[a] niya, at hindi dapat baguhin. [4] Sumulat ako sa inyo dahil hindi ninyo namalayan na napasok kayo ng ilang mga tao na pinipilit baguhin ang mga aral tungkol sa biyaya ng Dios upang makagawa ng kalaswaan. Tinalikuran nila ang ating Panginoong Jesu-Cristo na nagmamay-ari ng ating buhay. Sila'y mga taong walang Dios na noon pa man ay nakatakda nang parusahan ayon sa Kasulatan.

[5] Kahit alam n'yo na, gusto ko pa ring ipaalala sa inyo na kahit iniligtas ng Panginoon ang mga Israelita sa pagkaalipin sa Egipto, sa bandang huli ay pinatay niya ang ilan sa kanila dahil hindi sila sumampalataya sa kanya. [6] Alalahanin n'yo rin ang mga anghel na hindi nanatili sa dati nilang kalagayan kundi iniwan ang kanilang lugar. Ginapos *ng Dios* ang mga iyon ng mga kadenang hindi mapuputol, at ikinulong sa napakadilim na lugar hanggang sa araw na hahatulan sila. [7] At alalahanin n'yo rin ang nangyari sa Sodom at Gomora at sa mga kalapit na bayan nila. Katulad ng mga anghel na iyon, gumawa sila ng lahat ng uri ng kalaswaan, pati na ng kahalayan sa hindi nila kauri. Pinarusahan sila sa walang hanggang apoy bilang babala sa lahat.

[8] Ganyan din ang mga taong nakapasok sa inyo *nang hindi ninyo namalayan.* May mga pangitain sila na nag-uudyok sa kanila na gumawa ng kahalayan sa sarili nilang katawan. *At dahil din sa mga pangitaing iyon,* ayaw nilang magpasakop sa kapangyarihan *ng Panginoon,* at nilalait nila ang mga makapangyarihang nilalang. [9] Kahit na si Micael na pinuno ng mga anghel ay hindi nanlait ng ganoon. Sapagkat nang makipagtalo siya sa diyablo kung sino sa kanila ang kukuha ng bangkay ni Moises, hindi siya nangahas umakusa nang may panlait. Sa halip, sinabi lang niya, "Sawayin ka ng Panginoon!" [10] Pero ang mga taong ito'y nanlalait sa mga bagay na hindi nila naiintindihan. Tulad ng mga hayop na hindi iniisip ang kanilang ginagawa, wala silang ibang sinusunod kundi ang likas na damdamin nila na siyang nagdadala sa kanila sa kapahamakan. [11] Nakakaawa ang sasapitin ng mga taong ito dahil sinunod nila ang ginawa ni Cain. Tinularan din nila si Balaam, dahil kahit alam nilang mali ang ginagawa nila, patuloy pa rin nila itong ginagawa dahil nasilaw

sila sa salapi. At tulad din ni Kora, naghihimagsik sila laban sa Dios, kaya sila ay parurusahan ding tulad niya. [12] Ang mga taong ito'y nakakasira[b] sa pagsasalo-salo ninyo bilang magkakapatid sa Panginoon. Ang tanging habol nila ay kumain at uminom, at hindi sila nahihiya sa ginagawa nila. Wala silang iniisip kundi ang kanilang sarili. Para silang mga ulap na tinatangay ng hangin pero wala namang dalang ulan. Para rin silang mga punongkahoy na walang bunga sa kapanahunan nito, binunot pati ang ugat at talagang patay na. [13] At kung paanong nakikita ang bula ng malalakas na alon sa dagat, nakikita rin ang mga gawa nilang kahiya-hiya. Para rin silang mga ligaw na bituin. Itinakda sila ng Dios para sa napakadilim na lugar, at mananatili sila roon magpakailanman.

[14] Si Enoc, na kabilang sa ikapitong henerasyon mula kay Adan ay may propesiya tungkol sa kanila. Sinabi niya, "Makinig kayo, darating ang Panginoon na kasama ang libu-libo niyang mga anghel [15] para hatulan ang lahat at parusahan ang mga hindi kumikilala sa Dios dahil sa masasama nilang gawa at masasakit na pananalita laban sa kanya." [16] Ang mga taong ito *na sumasalungat sa katotohanan* ay mareklamo, mapagpuna, at ang tanging sinusunod ay ang masasamang hangarin nila. Mayabang sila sa kanilang pananalita, at nililinlang nila ang mga tao para makuha ang gusto nila.

Mga Payo at Babala

[17] Ngunit lagi ninyong tandaan, mga minamahal, ang sinabi ng mga apostol ni Jesu-Cristo na ating Panginoon. [18] Sinabi nila, "Sa mga huling araw, darating ang mga taong mapanlait na ang tanging sinusunod ay ang masasama nilang hangarin." [19] Sila ang mga taong gumagawa ng paraan upang masira ang pagkakaisa ninyo. Makamundo sila, at wala sa kanila ang *Banal na* Espiritu. [20] Ngunit mga minamahal, magpakatatag kayo sa inyong banal na pananampalataya. Lagi kayong manalangin sa *tulong ng* Banal na Espiritu. [21] Manatili kayo sa pag-ibig ng Dios, habang hinihintay ninyo ang buhay na walang hanggan na ibibigay ng ating Panginoong Jesu-Cristo dahil sa awa niya sa atin. [22] Maawa kayo sa mga nag-aalinlangan. [23] Tulungan ninyo ang iba na maligtas sa kaparusahan, na para bang nagliligtas kayo ng isang bagay na masusunog na. Maawa kayo kahit sa mga taong napakasama, pero mag-ingat kayo *sa masasama nilang gawa.* Kasuklaman ninyo kahit na ang damit nilang nadumihan ng kasamaan nila.

Papuri at Pasasalamat sa Dios

[24] At ngayon, purihin natin ang Dios—siya na makakapag-ingat sa inyo upang hindi kayo magkasala, at makakapagdala sa inyo sa kanyang harapan nang walang kapintasan at may lubos na kagalakan. [25] Siya lang ang Dios at ating Tagapagligtas sa pamamagitan ni ating Panginoong Jesu-Cristo. Sa kanya ang kapurihan, karangalan, kadakilaan at kapangyarihan, mula pa noong una, hanggang ngayon, at magpakailanman. Amen.

---

a 1:3 pinabanal: sa Griego, *hagios,* na ang ibig sabihin ay itinuring ng Dios na sa kanya.

b 1:12 nakakasira: o, *nakakadungis.*

PAHAYAG

1 Ang sulat na ito ay tungkol sa mga bagay na inihayag ni Jesu-Cristo na mangyayari sa lalong madaling panahon. Ibinigay ito ng Dios kay Cristo upang maihayag naman sa mga naglilingkod sa Dios. Kaya inihayag ito ni Cristo sa lingkod niyang si Juan sa pamamagitan ng anghel na kanyang isinugo. Ako si Juan, ² at pinapatotohanan ko ang lahat ng nakita ko tungkol sa inihayag ng Dios at sa katotohanang itinuro ni Jesu-Cristo. ³ Mapalad ang bumabasa at ang mga nakikinig sa sulat na ito kung tinutupad nila ang nakasulat dito. Sapagkat ang mga sinasabi rito ay malapit nang mangyari.

Pagbati sa Pitong Iglesya

⁴⁻⁵ Mula kay Juan, para sa pitong iglesya sa *probinsya ng Asia*.

Sumainyo nawa ang pagpapala at kapayapaang galing sa Dios, sa Espiritu, at kay Jesu-Cristo. Kung tungkol sa Dios, siya'y hindi nagbabago ngayon, noon, at sa hinaharap. Kung tungkol sa pitong Espiritu,ᵃ siya'y nasa harapan ng trono ng Dios. At kung tungkol kay Jesu-Cristo, siya ang mapagkakatiwalaang saksi. Siya ang unang nabuhay mula sa mga patay.ᵇ At siya rin ang namumuno sa *lahat ng* hari sa lupa. Iniibig niya tayo, at sa pamamagitan ng kanyang dugoᶜ iniligtas niya tayo sa ating mga kasalanan. ⁶ Ginawa niya tayong mga hariᵈ at mga pari upang maglingkod sa Dios na kanyang Ama. Sa kanya ang kaluwalhatian at ang kapangyarihan magpakailanman. Amen.

⁷ Magsipaghanda kayo! Darating si Jesus na nasa mga ulap. Makikita siya ng lahat ng tao, pati na ng mga pumatay sa kanya. At iiyak ang mga tao sa lahat ng bansa sa mundo dahil sa takot nilang sila ay parurusahan na niya. Totoo ito at talagang mangyayari.

⁸ Ang Panginoong Dios ang makapangyarihan sa lahat. Kung ano siya noon, ganoon din siya ngayon at maging sa hinaharap. Kaya sabi niya, "Ako ang Alpha at ang Omega."ᵉ

Nagpakita si Cristo kay Juan

⁹ Ako si Juan na kapatid ninyo at kasama sa paghihirap, paghahari, at pagtitiis dahil tayo ay nakay Jesus. Itinapon ako sa isla ng Patmos dahil sa *pangangaral ko ng salita ng Dios* at ng katotohanang itinuro ni Jesus. ¹⁰ Noong araw ng Panginoon, pinuspos ako ng *Banal na* Espiritu, at narinig ko ang malakas na tinig na parang tunog ng trumpeta mula sa aking likuran. ¹¹ At ito ang sinabi sa akin, "Isulat mo kung ano ang makikita mo, at ipadala agad sa pitong iglesya: sa Efeso, Smirna, Pergamum, Tiatira, Sardis, Filadelfia, at Laodicea."

¹² Nang marinig ko ito, lumingon agad ako upang tingnan kung sino ang nagsasalita sa akin. At nakita ko ang pitong ilawang ginto. ¹³ Sa gitna ng mga ilawan ay may nakatayong parang Anak ng Tao. Mahaba ang damit niya na umaabot sa kanyang paa, at may gintong pamigkis sa kanyang dibdib. ¹⁴ Ang buhok niya ay napakaputi tulad ng telang puting-puti, at ang mga mata niya ay nagbabagang parang apoy. ¹⁵ Ang mga paa niya ay kumikinang na parang tansong dinalisay sa apoy at pinakintab. Ang tinig niya ay napakalakas na parang rumaragasang tubig. ¹⁶ May hawak siyang pitong bituin sa kanang kamay niya, at lumalabas sa bibig niya ang isang matalas na espada na dalawa ang talim. Ang mukha niya ay nakakasilaw tulad ng araw sa katanghaliang tapat.

¹⁷ Nang makita ko siya, napahandusay ako na parang patay sa kanyang paanan. Ipinatong niya agad ang kanang kamay niya sa akin at sinabi, "Huwag kang matakot! Ako ang simula at ang katapusan. ¹⁸ Ako'y buhay magpakailanman. Namatay ako, pero masdan mo, buhay ako, at hindi na muling mamamatay. Nasa ilalim ng aking kapangyarihan ang kamatayan at ang lugar ng mga patay.ᶠ ¹⁹ Kaya isulat mo ang mga bagay na ipinapakita ko sa iyo—ang mga bagay na nangyayari ngayon at ang mangyayari pa lang. ²⁰ Ito ang ibig sabihin ng pitong bituin na nakita mo sa kanang kamay ko at ang pitong ilawang ginto: ang pitong bituin ay ang pitong anghel na nagbabantay sa pitong iglesya, at ang pitong ilawang ginto ay ang pitong iglesya."

Ang Sulat para sa Iglesya sa Efeso

2 "Isulat mo ito para sa anghel na nagbabantay sa iglesya sa Efeso:

"Ito ang mensahe ng may hawak ng pitong bituin sa kanang kamay at lumalakad sa gitna ng pitong ilawang ginto: ² Alam ko ang mga ginagawa ninyo pati ang inyong mga pagsisikap at pagtitiyaga. Alam ko rin na hindi ninyo kinukunsinti ang masasamang tao. Siniyasat ninyo ang mga nagpapanggap na apostol, at napatunayan ninyong mga sinungaling sila. ³ Tiniis ninyo ang mga kahirapan dahil sa pananampalataya ninyo sa akin, at hindi kayo nanghina. ⁴ Ngunit ito ang ayaw ko sa inyo: ang inyong pag-ibig sa akin ngayon ay hindi na tulad ng dati. ⁵ Alalahanin ninyo kung gaano kayo nanamlay *sa pananampalataya*. Magsisi kayo sa mga kasalanan ninyo at gawing muli ang dati ninyong ginagawa. Kung hindi, pupuntahan ko kayo at kukunin ang inyong ilawan. ⁶ Ngunit ito ang gusto ko sa inyo: kinasusuklaman ninyo ang mga ginagawa ng mga Nicolaita,ᵍ na kinasusuklaman ko rin.

---

a 4-5 *pitong Espiritu:* Ang ibig sabihin, *ang kabuuan ng Espiritu.* Sapagkat ang bilang na "pito" ay nangangahulugang buo, kumpleto o ganap. Sa ibang salin, *pitong espiritu.*

b 4-5 *Siya ang unang nabuhay mula sa mga patay* na hindi na mamamatay pang muli.

c 4-5 *kanyang dugo:* Ang ibig sabihin ay ang kamatayan niya sa krus bilang handog.

d 6 *mga hari:* o, *isang kaharian.*

e 8 *Ako ang Alpha at ang Omega:* Ang ibig sabihin ni Jesus, siya ang simula at ang katapusan ng lahat. Ang *alpha* ang unang letra sa alpabetong Griego at ang *omega* ang huling letra.

---

f 18 *lugar ng mga patay:* sa Griego, *Hades.*

g 6 *Nicolaita:* Tingnan sa Talaan ng mga Salita sa likod.

[7] "Kayong nakikinig, pag-isipan ninyong mabuti ang sinasabi ng *Banal na* Espiritu sa mga iglesya.

"Ang magtatagumpay ay papayagan kong kumain ng bunga ng punongkahoy na nagbibigay ng buhay. Ang punong ito ay nasa paraiso ng Dios."

Ang Sulat para sa Iglesya sa Smirna

[8] "Isulat mo ito para sa anghel na nagbabantay sa iglesya sa Smirna:

"Ito ang mensahe *niya* na siyang simula at katapusan *ng lahat*, na namatay ngunit muling nabuhay: [9] Alam ko ang inyong pagtitiis. Alam ko ring mahirap kayo, ngunit mayaman *sa espiritwal na mga bagay.* Alam kong hinahamak kayo ng mga taong nagsasabing mga Judio sila, ngunit ang totoo'y mga kampon sila ni Satanas. [10] Huwag kayong matakot sa mga paghihirap na malapit na ninyong danasin. Tandaan ninyo: Ipapabilanggo ni Satanas ang ilan sa inyo upang subukan kayo. Daranas kayo ng pang-uusig sa loob ng sampung araw. Manatili kayong tapat hanggang kamatayan, at gagantimpalaan ko kayo ng buhay *na walang hanggan.*

[11] "Kayong nakikinig, pag-isipan ninyong mabuti ang sinasabi ng *Banal na* Espiritu sa mga iglesya.

"Ang magtatagumpay ay hindi makakaranas ng ikalawang kamatayan."

Ang Sulat para sa Iglesya sa Pergamum

[12] "Isulat mo ito para sa anghel na nagbabantay sa iglesya sa Pergamum:

"Ito ang mensahe ng may hawak ng matalas na espada na dalawa ang talim: [13] Alam ko na kahit nakatira kayo sa lugar na hawak ni Satanas ay nananatili pa rin kayong tapat sa akin. Sapagkat hindi kayo tumalikod sa pananampalataya *ninyo* sa akin, kahit noong patayin si Antipas na tapat kong saksi riyan sa lugar ninyo na tirahan ni Satanas. [14] Ngunit ito ang ayaw ko sa inyo: May ilan sa inyo na sumusunod sa mga aral ni Balaam. Si Balaam ang nagturo kay Balak kung paano udyukan ang mga Israelita na magkasala sa pamamagitan ng pagkain ng mga inihandog sa mga dios-diosan at sa pamamagitan ng paggawa ng sekswal na imoralidad. [15] At may ilan din sa inyo na sumusunod sa mga aral ng mga Nicolaita. [16] Kaya magsisi kayo sa mga kasalanan ninyo! Sapagkat kung hindi, pupunta ako riyan sa lalong madaling panahon at kakalabanin ko ang mga taong iyan *na sumusunod sa mga maling aral* sa pamamagitan ng espada na lumalabas sa aking bibig.

[17] "Kayong nakikinig, pag-isipan ninyong mabuti ang sinasabi ng *Banal na* Espiritu sa mga iglesya.

"Ang magtatagumpay ay bibigyan ko ng pagkain na inilaan ko *sa langit.* Bibigyan ko rin ang bawat isa sa kanila ng puting bato na may nakasulat na bagong pangalan na walang ibang nakakaalam kundi ang makakatanggap nito."

Ang Sulat para sa Iglesya sa Tiatira

[18] "Isulat mo ito para sa anghel na nagbabantay sa iglesya sa Tiatira:

"Ito ang mensahe ng Anak ng Dios, na ang mga mata'y nagliliyab na parang apoy at ang mga paa'y nagniningning na parang pinakintab na tanso: [19] Alam ko ang mga ginagawa ninyo. Alam ko na mapagmahal kayo, matapat, masigasig maglingkod at matiyaga. Alam ko rin na higit pa ang ginagawa ninyo ngayon kaysa sa noong una. [20] Ngunit ito ang ayaw ko sa inyo: Hinahayaan ninyo lang na magturo ang babaeng si Jezebel na nagpapanggap na propeta. Nililinlang niya ang mga taong naglilingkod sa akin at hinihikayat na gumawa ng sekswal na imoralidad at kumain ng mga inihandog sa mga dios-diosan. [21] Biniyan ko siya ng panahon upang magsisi sa kanyang imoralidad, ngunit ayaw niya. [22] Makinig kayo! Bibigyan ko siya ng karamdaman hanggang sa hindi na siya makabangon sa higaan. Parurusahan ko siya nang matindi pati ang mga nakipagrelasyon sa kanya, kung hindi sila magsisi sa kanilang kasamaan. [23] Papatayin ko ang mga tagasunod niya upang malaman ng lahat ng iglesya na alam ko ang iniisip at hinahangad ng tao. Gagantihan ko ang bawat isa sa inyo ayon sa mga ginawa ninyo.

[24] "Pero ang iba sa inyo riyan sa Tiatira ay hindi sumusunod sa mga turo ni Jezebel. Hindi kayo natuto na tinatawag nilang 'malalalim na mga turo ni Satanas.' Kaya wala na akong idadagdag pang tuntunin na dapat ninyong sundin. [25] Ipagpatuloy na lang ninyo ang inyong katapatan sa akin hanggang sa pagdating ko. [26-27] Sapagkat ang mga magtatagumpay at patuloy na sumusunod sa kalooban ko hanggang sa wakas ay bibigyan ko ng kapangyarihang mamahala sa mga bansa, tulad ng kapangyarihang ibinigay sa akin ng aking Ama. Mamamahala sila sa pamamagitan ng kamay na bakal at dudurugin nila ang mga bansa gaya ng pagdurog sa palayok.[a] [28] At ibibigay ko rin sa kanila ang tala sa umaga.[b]

[29] "Kayong nakikinig, pag-isipan ninyong mabuti ang sinasabi ng *Banal na* Espiritu sa mga iglesya."

Ang Sulat para sa Iglesya sa Sardis

3 "Isulat mo ito para sa anghel na nagbabantay sa iglesya sa Sardis:

"Ito ang mensahe ng may pitong Espiritu ng Dios[c] at may hawak na pitong bituin: Alam ko ang mga ginagawa ninyo. Marami ang nagsasabi na buhay na buhay ang pananampalataya n'yo sa akin, ngunit ang totoo, para kayong patay. [2] Gumising kayo at pasiglahin ang natitira ninyong pananampalataya, para hindi tuluyang mamatay. Dahil nakikita ko na ang mga gawa n'yo ay hindi pa ganap sa paningin ng aking Dios. [3] Kaya alalahanin ninyo ang mga aral na tinanggap ninyo. Sundin ninyo ang mga iyon at pagsisihan *ang inyong mga kasalanan.* Kung hindi kayo gigising, darating ako sa oras na hindi ninyo inaasahan, tulad ng isang magnanakaw na hindi ninyo alam kung kailan darating. [4] Ngunit may ilan sa inyo riyan sa Sardis na hindi nahawa sa masamang gawain ng iba. Lalakad silang kasama ko na nakasuot ng puting damit, dahil karapat-dapat sila. [5] Ang magtatagumpay ay bibihisan ng puting damit at hindi ko aalisin ang pangalan niya sa aklat

---

a 26-27 Tingnan ang Salmo 2:8-9.

b 28 tala sa umaga: sa Ingles, "*morning star.*"

c 1 pitong Espiritu ng Dios: Tingnan ang "footnote" sa 1:4-5.

na listahan ng mga taong binigyan ng buhay *na walang hanggan.* Ipapakilala ko sila sa aking Ama at sa kanyang mga anghel *na sila ay mga tagasunod ko.*

⁶ "Kayong nakikinig, pag-isipan ninyong mabuti ang sinasabi ng *Banal na* Espiritu sa mga iglesya."

Ang Sulat para sa Iglesya sa Filadelfia

⁷ "Isulat mo ito para sa anghel na nagbabantay sa iglesya sa Filadelfia:

"Ito ang mensahe ng banal at mapagkakatiwalaan na may hawak ng susi *ng kaharian* ni David. Kapag binuksan niya *ang pinto ng kaharian,* walang makapagsasara nito. At kapag isinara niya, wala sinumang makapagbubukas nito: ⁸ Alam ko ang mga ginagawa ninyo. Kahit kakaunti ang inyong kakayahan, sinunod ninyo ang mga turo ko at naging tapat kayo sa akin. Kaya nagbukas ako ng pintuan para sa inyo na walang sinumang makapagsasara. ⁹ Makinig kayo! Ito naman ang gagawin ko sa mga kampon ni Satanas na mga sinungaling at nagpapanggap na mga Judio: Paluluhurin ko sila sa harapan ninyo, at malalaman nila na mahal ko kayo. ¹⁰ Darating at matinding kahirapan sa buong mundo na susubok sa mga tao. Ngunit dahil sinunod ninyo ang utos ko na magtiis, ililigtas ko kayo sa panahong iyon. ¹¹ Malapit na akong dumating. Kaya ipagpatuloy ninyo ang mabubuti ninyong gawa upang hindi maagaw ng kahit sino ang gantimpalang inihanda para sa inyo. ¹² Ang magtatagumpay ay gagawin kong parang haligi sa bahay ng aking Dios, at hindi na siya aalis doon. Isusulat ko sa kanya ang pangalan ng aking Dios at ang pangalan ng lungsod ng Dios, ang bagong Jerusalem na bababa mula sa langit. Isusulat ko rin sa kanya ang aking bagong pangalan.

¹³ "Kayong nakikinig, pag-isipan ninyong mabuti ang sinasabi ng *Banal na* Espiritu sa mga iglesya."

Ang Sulat para sa Iglesya sa Laodicea

¹⁴ "Isulat mo ito para sa anghel na nagbabantay sa iglesya sa Laodicea:

"Ito ang mensahe ng tinatawag na Amen, ang tapat at tunay na saksi. Siya ang pinagmulan ng lahat ng nilalang ng Dios: ¹⁵⁻¹⁶ Alam ko ang mga ginagawa ninyo. Alam kong hindi kayo malamig o mainit. Gusto ko sanang malamig kayo o mainit. Ngunit dahil maligamgam kayo, isusuka ko kayo. ¹⁷ Sinasabi ninyo na mayaman kayo, sagana sa lahat ng bagay at wala nang pangangailangan. Ngunit hindi n'yo alam na kaawa-awa kayo dahil mahirap kayo *sa pananampalataya,* bulag *sa katotohanan* at hubad *sa paningin ng Dios.* ¹⁸ Kaya pinapayuhan ko kayong bumili sa akin ng ginto na dinalisay sa apoyᵃ upang maging totoong mayaman kayo. Bumili rin kayo sa akin ng puting damit upang matakpan ang nakakahiya ninyong kahubaran, at pati na rin ng gamot sa mata upang makita ninyo *ang katotohanan.* ¹⁹ Ang lahat ng minamahal ko ay tinutuwid ko at dinidisiplina. Kaya magsisi kayo at ituwid ang ugali ninyo. ²⁰ Narito ako sa labas ng pintuan ninyo at kumakatok. Kung may makarinig sa akin at buksan ang pinto, papasok ako at

magsasalo kami sa pagkain. ²¹ Ang magtatagumpay ay pauupuin ko sa tabi ng aking trono,ᵇ tulad ko na nagtagumpay at naupo sa tabi ng trono ng aking Ama.

²² "Kayong nakikinig, pag-isipan ninyong mabuti ang sinasabi ng *Banal na* Espiritu sa mga iglesya."

Ang Pagsamba sa Langit

4 Pagkatapos nito, nakita kong nabuksan ang pinto sa langit. At narinig kong muli ang tinig na parang trumpeta. Sinabi niya, "Umakyat ka rito at ipapakita ko sa iyo ang mga mangyayari sa hinaharap." ² Bigla na lang akong napuspos ng *Banal na* Espiritu. At nakita ko roon sa langit ang isang trono na may nakaupo ³ na *nagniningning* tulad ng *mamahaling mga batong* jasper at kornalina. At nakapaikot sa trono ang bahagharing kakulay ng *batong* esmeralda. ⁴ Nakapaligid sa trono ang 24 pang trono kung saan nakaupo ang 24 na namumuno na nakaputi at may mga koronang ginto. ⁵ Mula sa trono'y kumikidlat, kumukulog at may umuugong. Sa harap ng trono'y may pitong nakasindíng ilawan. Ito ang pitong Espiritu ng Dios.ᶜ ⁶ Sa harap ng trono ay mayroon ding parang dagat na salamin na kasinglinaw ng kristal.

Nakapaligid sa trono ang apat na buhay na nilalang na punong-puno ng mga mata sa harap at likod. ⁷ Ang unang nilalang ay parang leon, ang pangalawa ay parang guya,ᵈ ang pangatlo ay may mukha na parang tao, at ang pang-apat ay parang agilang lumilipad. ⁸ Tig-aanim ang mga pakpak nila at punong-puno ng mata ang buong katawan. Araw-gabi ay wala silang tigil sa pagsasabi ng:

"Banal! Banal! Banal ang Panginoong Dios
　　nating makapangyarihan sa lahat.
Siya ang Dios noon, ngayon, at sa
　　hinaharap."

⁹ Habang nagbibigay sila ng parangal, papuri at pasasalamat sa nakaupo sa trono na nabubuhay magpakailanman, ¹⁰ lumuluhod at sumasamba sa kanya ang 24 na namumuno. Iniaalay nila ang mga korona nila sa harap ng trono, at sinasabi,

¹¹ "Karapat-dapat po kayo Panginoon naming
　　Dios na tumanggap ng parangal,
　　papuri at kapangyarihan,
dahil kayo ang lumikha sa lahat ng bagay.
　　At ginawa ninyo ang mga ito ayon sa
　　inyong kagustuhan."

Ang Kasulatan at ang Tupa

5 Pagkatapos nito, nakita ko ang nakarolyong kasulatan na hawak-hawak ng nakaupo sa trono sa kanang kamay niya. May nakasulat sa magkabilang panig nito, at may pitong selyoᵉ para hindi mabuksan. ² At nakita ko ang isang

---

ᵃ **18** *ginto na dinalisay sa apoy:* Maaaring ang ibig sabihin, *ang tunay at subok na pananampalataya.*

ᵇ **21** *pauupuin ko sa tabi ng aking trono:* Ang ibig sabihin, *maghaharing kasama ko.*

ᶜ **5** *pitong Espiritu ng Dios:* Tingnan ang "footnote" sa 1:4-5.

ᵈ **7** *guya:* sa Ingles, *"calf."*

ᵉ **1** *selyo:* Ang selyong tinutukoy dito ay gawa sa "wax" at inilalagay sa gilid ng nakarolyong kasulatan upang manatiling sarado.

makapangyarihang anghel na sumisigaw, "Sino ang karapat-dapat na magtanggal ng mga selyo at nang mabuksan ang kasulatang ito?" ³ Pero walang isa man sa langit, sa lupa o sa ilalim ng lupa na makapagbukas ng kasulatan upang mabasa ang nakasulat doon. ⁴ Umiyak ako nang labis dahil walang natagpuang karapat-dapat na magbukas at bumasa ng kasulatang iyon. ⁵ Sinabi sa akin ng isa sa mga namumuno, "Huwag kang umiyak dahil si Jesus na tinaguriang Leon mula sa lahi ni Juda, ang anak ni David ay nagtagumpay at karapat-dapat siyang magtanggal ng pitong selyo upang mabuksan ang kasulatan."

⁶ Pagkatapos, nakita ko ang isang Tupaᵃ na mukhang pinatay, pero nakatayo na sa pagitan ng mga namumuno at ng tronong napapaligiran ng apat na buhay na nilalang. Mayroon itong pitong sungay at pitong mata, na siyang pitong Espiritu ng Diosᵇ na isinugo sa lahat ng lugar sa mundo. ⁷ Lumapit ang Tupa sa trono at kinuha niya ang kasulatan sa kanang kamay ng nakaupo roon. ⁸ Nang kunin niya iyon, lumuhod sa harap ng Tupa ang apat na buhay na nilalang at ang 24 na namumuno at sumamba sa kanya. Ang bawat isa sa kanila ay may hawak na gintong sisidlan na puno ng insenso, na siyang panalangin ng mga pinabanal.ᶜ May alpaᵈ rin silang tinutugtog, ⁹ at umaawit sila ng bagong awit na ito:

"Kayo po ang karapat-dapat na kumuha ng
    kasulatan at magtanggal ng mga selyo
    nito,
dahil kayo ay pinatay, at sa pamamagitan
    ng inyong dugo ay tinubos n'yo ang
    mga tao para sa Dios.
Ang mga taong ito ay mula sa bawat
    angkan, wika, lahi, at bansa.
¹⁰ Ginawa n'yo silang mga hari at mga pari
    upang maglingkod sa ating Dios.
At maghahari sila sa mundo."

¹¹ Nakita ko at narinig ang tinig ng libu-libo at milyon-milyong mga anghel na nakapaligid sa trono, sa apat na buhay na nilalang at sa 24 na namumuno. ¹² Umaawit sila nang malakas:

"Ang Tupang pinatay ay karapat-dapat
    tumanggap ng kapangyarihan,
    kayamanan, karunungan, kalakasan,
    karangalan, kaluwalhatian at
    kapurihan!"

¹³ At narinig ko ang lahat ng nilalang sa langit, sa lupa, sa ilalim ng lupa, at sa dagat na umaawit:

"Ibigay sa nakaupo sa trono at sa Tupa ang
    kapurihan, kaluwalhatian, karangalan
    at kapangyarihan magpakailanman!"

¹⁴ Sumagot ang apat na buhay na nilalang, "Amen!" At lumuhod ang mga namumuno at sumamba.

Ang mga Selyo

6 Nakita kong tinanggal ng Tupa ang una sa pitong selyo ng nakarolyong kasulatan. At narinig kong nagsalita sa tinig na parang kulog ang isa sa apat na buhay na nilalang: "Halika!" ang sabi niya. ² Nang tumingin ako, nakita ko ang isang puting kabayo. Ang nakasakay sa kabayo ay may hawak na pana. Biniyan siya ng korona. At umalis siya upang lumusob at magtagumpay sa pakikipagdigma.

³ Nang tanggalin ng Tupa ang ikalawang selyo, narinig kong sinabi ng ikalawang buhay na nilalang, "Halika!" ⁴ At lumitaw ang isang pulang kabayo. Ang nakasakay ay binigyan ng malaking espada at kapangyarihan upang magpasimula ng digmaan sa mundo at magpatayan ang mga tao.

⁵ Nang tanggalin ng Tupa ang ikatlong selyo, narinig kong sinabi ng ikatlong buhay na nilalang, "Halika!" At nakita ko ang isang itim na kabayo. Ang nakasakay ay may hawak na timbangan. ⁶ May narinig akong parang tinig mula sa apat na buhay na nilalang. At sinabi *sa nakasakay sa kabayo,* "Itaas mo ang presyo ng pagkain. Ang presyo ng isang kilo ng *harinang* trigo ay dapat isang araw na sahod, at ganoon din ang presyo ng tatlong kilo ng *harinang* sebada. Pero huwag itaas ang presyo ng langis at alak!"

⁷ Nang tanggalin ng Tupa ang ikaapat na selyo, narinig kong sinabi ng ikaapat na buhay na nilalang, "Halika!" ⁸ At nakita ko ang isang maputlang kabayo. Ang pangalan ng nakasakay ay Kamatayan, at kasunod nito ang Hades.ᵉ Binigyan sila ng kapangyarihang patayin ang ikaapat na bahagi ng *populasyon ng* mundo sa pamamagitan ng digmaan, gutom, sakit at mababangis na hayop.

⁹ Nang tanggalin ng Tupa ang ikalimang selyo, nakita ko sa ilalim ng altar ang kaluluwa ng mga taong pinatay dahil sa tapat na pangangaral nila ng salita ng Dios. ¹⁰ Sumisigaw sila nang malakas, "Panginoong Makapangyarihan, banal at tapat, gaano pa po kami katagal na maghihintay bago ninyo hatulan at parusahan ang mga taong pumatay sa amin?" ¹¹ Bawat isa sa kanila'y binigyan ng puting damit at sinabihang maghintay nang kaunti pang panahon, hanggang sa mabuo ang bilang ng kanilang mga kapatid at kapwa naglilingkod sa Dios, na papatayin ding tulad nila.

¹² Nang tanggalin ng Tupa ang ikaanim na selyo, lumindol nang malakas. Nagdilim ang araw na kasing-itim ng damit-panluksa, at pumula ang buwan na kasimpula ng dugo. ¹³ Nahulog sa lupa ang mga bituin, na parang mga hilaw na bunga ng igos na hinahampas ng malakas na hangin. ¹⁴ Naalis ang langit na parang binilot na papel, at naalis din ang mga bundok at isla sa kinalalagyan nila. ¹⁵ Nagtago sa mga kweba at sa malalaking bato sa kabundukan ang mga hari, mga namumuno, mga opisyal ng mga kawal, mga mayayaman, mga makapangyarihan, at ang lahat ng klase ng tao, alipin man o hindi. ¹⁶ Sinabi nila sa mga bundok at mga bato, "Tabunan ninyo kami at itago upang hindi namin makita ang mukha ng nakaupo sa trono at upang makaligtas kami sa galit ng Tupa. ¹⁷ Sapagkat dumating na ang araw na parurusahan nila ang mga tao, at walang sinumang makakapigil sa kanila."

---

a 6 Tupa: sa literal, *batang tupa.* Sa ibang salin, *kordero.*
b 6 pitong Espiritu ng Dios: Tingnan ang "footnote" sa 1:4-5.
c 6 pinabanal: sa Griego, *hagios,* na ang ibig sabihin ay itinuring ng Dios na sa kanya.
d 8 alpa: parang gitara.
e 8 Hades: Ang ibig sabihin, *lugar ng mga patay.*

Ang 144,000 na Tinatakan Mula sa mga Lahi ng Israel

7 Pagkatapos nito, nakita ko ang apat na anghel na nakatayo sa apat na sulok ng mundo. Pinipigil nila ang apat na hangin upang walang hanging umihip sa lupa, sa dagat o sa alin mang punongkahoy. [2]At nakita ko ang isa pang anghel na galing sa silangan na taglay ang pantatak ng buhay na Dios. Sumigaw siya sa apat na anghel na binigyan ng Dios ng kapangyarihang maminsala sa lupa at dagat. [3]Sinabi niya, "Huwag muna ninyong pinsalain ang lupa, ang dagat o ang mga punongkahoy hangga't hindi pa natin natatatakan sa noo ang mga lingkod ng ating Dios." [4]Ayon sa narinig ko, 144,000 ang lahat ng tinatakan mula sa 12 lahi ng Israel.

[5]12,000 mula sa lahi ni Juda;
12,000 mula sa lahi ni Reuben;
12,000 mula sa lahi ni Gad;
[6]12,000 mula sa lahi ni Asher;
12,000 mula sa lahi ni Naftali;
12,000 mula sa lahi ni Manase;
[7]12,000 mula sa lahi ni Simeon;
12,000 mula sa lahi ni Levi;
12,000 mula sa lahi ni Isacar;
[8]12,000 mula sa lahi ni Zebulun;
12,000 mula sa lahi ni Jose;
12,000 mula sa lahi ni Benjamin.

Ang mga Tao sa Harap ng Trono ng Dios

[9]Pagkatapos nito, nakita ko ang napakaraming tao na hindi mabilang sa dami. Nagmula sila sa lahat ng bansa, angkan, lahi at wika. Nakatayo sila sa harap ng trono at sa Tupa. Silang lahat ay nakadamit ng puti at may dalang palaspas. [10]Sumisigaw sila nang malakas, "Purihin ang Dios na nakaupo sa trono, at purihin din ang Tupa dahil iniligtas nila kami sa kaparusahan!" [11]Tumayo ang mga anghel sa palibot ng trono, ng mga namumuno, at ng apat na buhay na nilalang. At lumuhod sila sa harap ng trono at sumamba sa Dios. [12]Sinabi nila, "Amen! Ang Dios natin ay dapat purihin, sambahin, pasalamatan at parangalan. Nalalaman niya ang lahat, at nasa kanya ang lahat ng kapangyarihan at kalakasan. Purihin siya magpakailanman! Amen!"

[13]Tinanong ako ng isa sa 24 na namumuno, "Sino ang mga taong iyon na nakadamit ng puti, at saan sila nanggaling?" [14]Sumagot ako, "Hindi ko po alam. Kayo po ang nakakaalam." At sinabi niya sa akin, "Sila ang mga dumaan sa matinding paghihirap. Nilinis at pinaputi nila ang kanilang mga damit sa pamamagitan ng dugo ng Tupa. [15]Iyan ang dahilan kung bakit nasa harap sila ng trono ng Dios. Naglilingkod sila sa kanya araw at gabi sa kanyang templo. At ang *Dios mismo na* nakaupo sa kanyang trono ang siyang kumakalinga sa kanila. [16]Hindi na sila magugutom o mauuhaw pang muli. At hindi na rin mabibilad sa init o mapapaso sa sinag ng araw. [17]Sapagkat ang Tupang nasa trono ang magiging pastol nila, at dadalhin sila sa mga bukal na nagbibigay-buhay, at papahirin na ng Dios ang lahat ng luha sa kanilang mga mata."

Ang Ikapitong Selyo

8 Nang tanggalin ng Tupa ang ikapitong selyo, tumahimik ang langit ng mga kalahating oras. [2]Pagkatapos, nakita ko ang pitong anghel na nakatayo sa harapan ng Dios. Ang bawat isa sa kanila'y binigyan ng trumpeta.

[3]May isa pang anghel na lumapit sa altar, dala ang isang gintong lalagyan ng insenso. Binigyan siya ng maraming insenso para maisama niya sa mga dalangin ng lahat ng mga pinabanal[a] *ng Dios* at maihandog sa gintong altar sa harap ng trono. [4]Mula sa kamay ng anghel ay pumailanlang sa harap ng Dios ang usok ng insenso kasama ang mga panalangin ng mga pinabanal. [5]Pagkatapos, kumuha ang anghel ng mga baga sa altar at pinuno ang lalagyan ng insenso, at inihagis sa lupa. At bigla namang kumidlat, kumulog, umugong at lumindol.

Ang mga Trumpeta

[6]Nakahanda na ang pitong anghel upang patunugin ang kanilang trumpeta. [7]Nang patunugin ng unang anghel ang kanyang trumpeta, umulan ng yelo at apoy na may halong dugo. Nasunog ang ikatlong bahagi ng lupa, ang ikatlong bahagi ng mga kahoy at ang lahat ng damo.

[8]Nang patunugin ng ikalawang anghel ang kanyang trumpeta, bumagsak sa dagat ang parang malaking bundok na nagliliyab. At naging dugo ang ikatlong bahagi ng dagat. [9]Namatay ang ikatlong bahagi ng mga nabubuhay sa dagat, at nawasak ang ikatlong bahagi ng bilang ng mga sasakyang pandagat.

[10]Nang patunugin ng ikatlong anghel ang kanyang trumpeta, nahulog mula sa langit ang isang malaking bituing nagliliyab na parang sulo at tumama sa ikatlong bahagi ng mga ilog at mga bukal. [11]Ang pangalan ng bituin ay "Mapait." Kaya pumait ang ikatlong bahagi ng tubig, at maraming tao ang namatay nang makainom ng tubig na iyon.

[12]Nang patunugin ng ikaapat na anghel ang kanyang trumpeta, napinsala ang ikatlong bahagi ng araw, ang ikatlong bahagi ng buwan, at ang ikatlong bahagi ng mga bituin, kaya nabawasan ang mga liwanag nito. Nawala ang ikatlong bahagi ng liwanag sa araw at sa gabi.

[13]Pagkatapos, nakita ko ang isang agila na lumilipad sa himpapawid at sumisigaw nang malakas, "Nakakaawa! Kawawang-kawawa ang mga nakatira sa lupa kapag pinatunog na ng tatlo pang anghel ang mga trumpeta nila."

9 Nang patunugin ng ikalimang anghel ang kanyang trumpeta, nakita ko ang isang bituin mula sa langit na nahulog sa lupa. At ibinigay sa kanya ang susi sa pintuan ng kailaliman.[b] [2]At nang buksan niya ito, lumabas ang makapal na usok na parang galing sa malaking hurno. Kaya dumilim ang mundo dahil natakpan ng usok ang araw. [3]At mula sa usok, naglabasan ang mga balang at kumalat sa lupa. Binigyan sila ng kapangyarihang manakit tulad ng alakdan. [4]Ngunit pinagbawalan silang maminsala ng mga damo o anumang

a 3 *pinabanal:* sa Griego, *hagios,* na ang ibig sabihin ay itinuring ng Dios na sa kanya. Ganito rin sa talatang 4.
b 1 *kailaliman:* na kulungan ng masasamang espiritu.

halaman at puno, kundi ng mga tao lang na walang tatak ng Dios sa kanilang noo. ⁵ Pinagbawalan din silang patayin ang mga taong ito, kundi pahirapan lang sa loob ng limang buwan. Ang hapdi ng kagat nila ay katulad ng kagat ng alakdan. ⁶ Kaya sa loob ng limang buwan, mas gugustuhin pa ng mga tao na mamatay, ngunit hindi ito mangyayari kahit gustuhin man nila.

⁷ Ang mga balang ay parang mga kabayong nakahanda sa digmaan. May nakapatong sa mga ulo nila na parang koronang ginto. Ang mga mukha nila ay parang mukha ng tao. ⁸ Mahaba ang buhok nila tulad ng sa mga babae, at ang ngipin nila ay parang ngipin ng leon. ⁹ Ang dibdib nila ay natatakpan ng parang pananggalang na bakal at ang tunog ng pakpak nila ay parang ingay ng mga karwaheng hinihila ng mga kabayo na sumusugod sa labanan. ¹⁰ Ang buntot nilang tulad ng sa alakdan ay may kapangyarihang manakit sa mga tao sa loob ng limang buwan. ¹¹ May haring namumuno sa kanila—ang anghel *na nagbukas ng pintuan* sa kailaliman. Ang pangalan niya sa *wikang* Hebreo ay Abadon, at Apolyon*ᵃ* naman sa *wikang* Griego.

¹² Tapos na ang unang nakakatakot na pangyayari ngunit may dalawa pang darating.

¹³ Nang patunugin ng ikaanim na anghel ang kanyang trumpeta, narinig ko ang isang tinig mula sa mga sulok ng gintong altar na nasa harapan ng Dios. ¹⁴ Sinabi ng tinig sa ikaanim na anghel na may trumpeta, "Pakawalan mo na ang apat na anghel na nakagapos doon sa malaking ilog ng Eufrates!" ¹⁵ Kaya pinakawalan ang apat na anghel na iyon. Inihanda sila noon pa para sa oras na iyon upang patayin ang ikatlong bahagi ng sangkatauhan. ¹⁶ Narinig ko na ang bilang ng mga hukbo nilang nakasakay sa kabayo ay 200,000,000. ¹⁷ At nakita ko sa pangitain ko ang mga kabayo at ang mga sakay nito. *Ang mga nakasakay ay* may mga pananggalang na *pula na tulad ng* apoy, *asul na tulad ng* sapiro at *dilaw na tulad ng* asupre. Ang ulo ng mga kabayo ay parang ulo ng leon at sa bibig nila ay may lumalabas na apoy, usok at asupre. ¹⁸ At sa pamamagitan ng tatlong salot na ito—ang apoy, usok at asupre—namatay ang ikatlong bahagi ng mga tao. ¹⁹ Ang kapangyarihan ng mga kabayo ay nasa bibig at buntot nila. Ang buntot nila ay may mga ulo na parang mga ahas, at ito ang ginagamit nila sa pananakit ng mga tao.

²⁰ Ngunit ang mga tao na natitirang buhay ay ayaw pa ring tumalikod sa mga dios-diosang ginawa nila. Patuloy pa rin sila sa pagsamba sa masasamang espiritu at mga rebultong yari sa ginto, pilak, tanso, bato, at kahoy. Ang mga rebultong ito ay hindi nakakakita, hindi nakakarinig, at hindi nakakalakad. ²¹ Hindi rin sila nagsisi sa kanilang pagpatay, pangkukulam, sekswal na imoralidad at pagnanakaw.

Ang Anghel at ang Maliit na Kasulatan

10 Pagkatapos nito, isa na namang makapangyarihang anghel ang nakita ko, bumababa siya mula sa langit. Nababalot siya ng mga ulap at may bahaghari sa kanyang ulo. Ang mukha niya ay nagliliwanag tulad ng araw at ang mga paa niya ay parang nagliliyab na apoy. ² May hawak siyang maliit na kasulatang nakabukas. Itinuntong niya sa dagat ang kanang paa niya at sa lupa naman ang kaliwa. ³ Sumigaw siya nang malakas na parang atungal ng leon, at tinugon naman siya ng dagundong ng pitong kulog. ⁴ Isusulat ko na sana ang sinabi ng pitong kulog, ngunit may nagsalita sa akin mula sa langit, "Ilihim mo ang sinabi ng pitong kulog. Huwag mong isulat."

⁵ Itinaas ng anghel na nakatayo sa dagat at sa lupa, ang kanang kamay niya sa langit ⁶ at nanumpa sa Dios na nabubuhay magpakailanman, na siyang lumikha ng langit, lupa at dagat, at ng lahat ng naroon. Sinabi ng anghel, "Hindi na magtatagal ang panahon. ⁷ Kapag pinatunog na ng ikapitong anghel ang kanyang trumpeta, matutupad na ang lihim na plano ng Dios ayon sa sinabi ng mga propeta na kanyang lingkod."

⁸ Muling nagsalita sa akin ang tinig na mula sa langit. Sinabi niya, "Pumunta ka sa anghel na nakatayo sa dagat at sa lupa, at kunin mo sa kamay niya ang nakabukas na kasulatan." ⁹ Kaya lumapit ako sa anghel at hiningi ko ang kasulatang iyon. Sinabi niya sa akin, "Narito, kunin mo at kainin. Matamis ito na parang pulot sa bibig mo, ngunit magiging mapait sa tiyan mo." ¹⁰ Kinuha ko ang kasulatan sa kamay niya at kinain. Kasintamis nga ito ng pulot sa aking bibig, ngunit nang malunok ko na ay naging mapait sa aking tiyan.

¹¹ Pagkatapos, may nagsabi sa akin, "Kailangang ipahayag mong muli ang mensahe ng Dios tungkol sa iba't ibang tao, bansa, wika at hari."

Ang Dalawang Saksi

11 Pagkatapos nito, binigyan ako ng isang panukat na parang tungkod at sinabi sa akin, "Sukatin mo ang templo ng Dios at ang altar, at bilangin mo ang mga taong sumasamba roon. ² Pero huwag mong sukatin ang labas ng templo dahil inilaan iyan para sa mga taong hindi kumikilala sa Dios. Sila ang mga taong sisira sa banal na lungsod *ng Jerusalem* sa loob ng 42 buwan. ³ Sa mga araw na iyon isusugo ko roon ang dalawang saksi ko. Magsusuot sila ng damit na sako *bilang pahiwatig sa mga tao na kailangan na nilang magsisi sa mga kasalanan nila.* Ipapahayag nila ang mensahe ng Dios sa loob ng 1,260 araw."

⁴ Ang dalawang saksing ito ay ang dalawang punong olibo*ᵇ* at dalawang ilawan sa harap ng Panginoon ng buong mundo. ⁵ Kung may magtangkang manakit sa dalawang ito, may apoy na lalabas sa bibig nila at masusunog ang kanilang kaaway. Ganyan papatayin ang sinumang magtangkang manakit sa kanila. ⁶ May kapangyarihan silang pigilin ang ulan upang hindi umulan habang ipinapahayag nila ang mensahe ng Dios. May kapangyarihan din sila na gawing dugo ang mga tubig at magpadala ng lahat ng uri ng salot sa mundo anumang oras na gustuhin nila.

⁷ Pagkatapos nilang ipahayag ang mensahe ng Dios, makikipaglaban sa kanila ang halimaw na galing

---

a 11 Abadon...Apolyon: Ang ibig sabihin ng mga pangalang ito, *mangwawasak.*

b 4 dalawang punong olibo: Tingnan sa Zac. 4:2-14.

sa kailaliman. Tatalunin at papatayin sila ng halimaw. [8] Ang bangkay nila ay pababayaan sa lansangan ng tanyag na lungsod, ang lugar na pinagpakuan sa krus ng kanilang Panginoon. Ito rin ang lungsod na tinaguriang Sodom at Egipto. [9] Sa loob ng tatlo't kalahating araw, ang bangkay nila ay panonoorin ng mga tao mula sa iba't ibang lahi, angkan, wika at bansa, at hindi sila papayag na ilibing ang mga ito. [10] Matutuwa ang mga tao sa buong mundo dahil sa pagkamatay ng dalawang propeta. Magdiriwang sila at magbibigayan ng mga regalo dahil namatay na ang dalawang iyon na nagpahirap sa mga tao sa mundo. [11] Ngunit pagkalipas ng tatlo't kalahating araw, muli silang binuhay ng Dios. Bumangon sila, at ganoon na lang ang takot ng lahat ng nakakita sa kanila. [12] Narinig ng dalawa ang malakas na tinig mula sa langit, "Umakyat kayo rito!" At habang tinitingnan sila ng mga kaaway nila, pumapaitaas sila sa langit sakay ng ulap. [13] Nang oras ding iyon, lumindol nang napakalakas. Nawasak ang ikasampung bahagi ng lungsod, at 7,000 ang namatay. Natakot ang natirang mga tao, kaya pinuri nila ang Dios sa langit.

[14] Natapos na ang ikalawang nakakatakot na pangyayari, ngunit susunod pa ang ikatlo.

Ang Ikapitong Trumpeta

[15] Nang patunugin ng ikapitong anghel ang kanyang trumpeta, may narinig akong malalakas na tinig mula sa langit na nagsasabi, "Maghahari na ngayon sa buong mundo ang ating Panginoon at ang Cristo na kanyang pinili. At maghahari siya magpakailanman." [16] At ang 24 na namumuno na nakaupo sa mga trono nila ay lumuhod at sumamba sa Dios. [17] Sinabi nila,

"Panginoong Dios na makapangyarihan sa
    lahat,
kayo po ang Dios noon, at kayo rin ang
    Dios ngayon.
Nagpapasalamat kami sa inyo dahil
    ginamit n'yo na ang inyong
    kapangyarihan,
at nagsimula na kayong maghari ngayon sa
    mundo.
[18] Galit na galit ang mga taong hindi kumikilala
    sa inyo,
dahil dumating na ang panahon upang
    parusahan n'yo sila.
Panahon na upang hatulan n'yo ang mga
    patay
at bigyan ng gantimpala ang inyong mga
    lingkod, mga propeta, mga pinabanal,
at ang lahat ng may takot sa inyo, dakila
    man o hindi.
At panahon na rin upang lipulin ang mga
    namumuksa sa mundo."

[19] Pagkatapos, binuksan ang templo ng Dios doon sa langit, at naroon sa loob ang Kahon ng Kasunduan. Kumidlat, kumulog, umugong, lumindol at umulan ng yelo na parang mga bato.

Ang Babae at ang Dragon

12 Pagkatapos nito, isang kagila-gilalas na bagay ang nagpakita sa langit. Nakita ko ang isang babaeng nadaramitan ng araw at nakatuntong sa buwan. May korona siya sa ulo na may 12 bituin. [2] Manganganak na siya, kaya dumadaing siya dahil sa matinding sakit.

[3] May isa pang kagila-gilalas na bagay akong nakita sa langit: isang malaking pulang dragon na may pitong ulo at sampung sungay na may korona sa bawat ulo. [4] Tinangay ng buntot niya ang ikatlong bahagi ng mga bituin sa langit at itinapon sa lupa. Tumayo ang dragon sa harap ng babaeng manganganak na upang lamunin ang sanggol sa oras na isilang ito. [5] At nanganak nga ang babae ng isang sanggol na lalaki na siyang maghahari[a] sa lahat ng bansa sa pamamagitan ng kamay na bakal. *Hindi nakain ng dragon ang sanggol dahil* inagaw agad ang sanggol at dinala sa Dios doon sa kanyang trono. [6] Ang babae naman ay tumakas sa ilang, sa isang lugar na inihanda ng Dios para sa kanya, upang maalagaan siya roon sa loob ng 1,260 araw.

[7] Pagkatapos nito, nagkaroon ng digmaan sa langit. Si Micael at ang mga kasama niyang mga anghel ay nakipaglaban sa dragon. At lumaban din ang dragon at ang kanyang mga anghel. [8] Ngunit natalo ang dragon at ang kanyang mga anghel, at pinalayas sila mula sa langit. [9] Kaya itinaboy ang malaking dragon—ang ahas noong unang panahon na tinatawag na diyablo o Satanas na nanlilinlang sa *mga tao sa* buong mundo. Itinapon siya sa lupa kasama ang kanyang mga anghel.

[10] Pagkatapos, narinig ko ang malakas na tinig mula sa langit na nagsasabi, "Dumating na ang pagliligtas ng Dios sa mga tao. Ipinapakita na niya ang kanyang kapangyarihan bilang hari at ang awtoridad ni Cristo na kanyang pinili. Sapagkat pinalayas na mula sa langit ang umaakusa sa ating mga kapatid sa harap ng Dios araw at gabi. [11] Ngunit natalo na siya ng ating mga kapatid sa pamamagitan ng dugo ng Tupa at ng katotohanang ipinangangaral nila. Hindi sila takot na ialay ang kanilang buhay alang-alang sa kanilang pananampalataya. [12] Kaya magalak kayo, kayong nakatira sa kalangitan. Pero nakakaawa kayong mga nakatira sa lupa at dagat dahil itinapon na riyan sa inyo si Satanas. Galit na galit siya dahil alam niyang kakaunti na lang ang natitirang panahon para sa kanya."

[13] Nang makita ng dragon na itinapon na siya sa lupa, tinugis niya ang babaeng nanganak ng sanggol na lalaki. [14] Ngunit binigyan ang babae ng dalawang pakpak na tulad sa malaking agila upang makalipad sa isang lugar sa ilang na inihanda para sa kanya. Doon siya aalagaan sa loob ng tatlo't kalahating taon, malayo at ligtas sa dragon. [15] Dahil dito, nagbuga ang dragon ng maraming tubig, parang baha, upang tangayin ang babae. [16] Pero tinulungan ng lupa ang babae. Bumitak ito nang malalaki at hinigop ang tubig na galing sa bibig ng dragon. [17] Lalo pang nagalit ang dragon kaya nilusob niya ang iba pang mga anak ng babae. Ito'y walang iba kundi ang mga *taong* sumusunod sa mga utos ng Dios at sa mga katotohanang itinuro ni Jesus. [18] At tumayo ang dragon sa tabi ng dagat.

_____
a 5 maghahari: sa literal, *magpapastol.*

Ang Dalawang Halimaw

13 Pagkatapos, may nakita akong halimaw na umaahon sa dagat. Pito ang ulo nito at sampu ang sungay. Bawat sungay nito ay may korona, at sa bawat ulo naman ay may nakasulat na pangalang lumalapastangan sa Dios.*ᵃ ²* Ang halimaw ay parang leopardo, at may mga paang katulad ng sa oso. Ang bibig niya ay parang bibig ng leon. Ibinigay ng dragon sa halimaw ang kanyang kapangyarihan at trono upang maging malawak ang kapangyarihan nito. ³ Nakita kong isa sa mga ulo ng halimaw ay parang pinatay, ngunit gumaling na ang matinding sugat nito. Kaya humanga sa halimaw ang mga tao sa buong mundo at naging tagasunod sila nito. ⁴ Sinamba nila ang dragon dahil siya ang nagbigay ng kapangyarihan sa halimaw. Sinamba rin nila ang halimaw, at sinabi, "Wala nang makakatulad sa halimaw! Walang makakalaban sa kanya!"

⁵ Hinayaan *ng Dios* na magsalita ang halimaw ng kalapastanganan *laban sa kanya* at maghari sa loob ng 42 buwan. ⁶ Nagsalita siya ng kalapastanganan laban sa Dios, laban sa pangalan ng Dios, sa kanyang tahanan, at sa lahat ng nakatira sa langit. ⁷ Hinayaan din ang halimaw na makipaglaban at talunin ang mga pinabanal*ᵇ ng Dios.* At binigyan din siya ng kapangyarihang maghari sa lahat ng *tao sa mundo, anumang* angkan, lahi, wika at bansa. ⁸ Sasambahin siya ng lahat ng tao sa mundo na ang mga pangalan ay hindi nakasulat sa aklat *na listahan ng mga taong binigyan ng buhay na walang hanggan.* Bago pa man likhain ang mundo, ang mga pangalan nila ay hindi na nakasulat sa aklat na ito na hawak ng Tupang pinatay.

⁹ Kayong nakikinig, pag-isipan ninyong mabuti ang mga bagay na ito. ¹⁰ Ang sinumang itinakdang dakpin ay dadakpin. At ang sinumang itinakdang mamatay sa espada ay mamamatay sa espada. Kaya ang mga pinabanal *ng Dios* ay kailangang maging matiisin at matatag sa kanilang pananampalataya.

¹¹ Pagkatapos, nakita ko ang isa pang halimaw na lumalabas mula sa lupa. Ito ay may dalawang sungay na katulad ng sa tupa, ngunit parang dragon kung magsalita. ¹² Naglingkod siya sa unang halimaw at ginamit niya ang lahat ng kapangyarihan nito. Pinilit niya ang lahat ng tao sa mundo na sumamba sa unang halimaw na may malubhang sugat na gumaling. ¹³ Gumawa ng kagila-gilalas na mga himala ang pangalawang halimaw tulad ng pagpapaulan ng apoy mula sa langit. Ginawa niya ito upang ipakita sa mga tao ang kanyang kapangyarihan. ¹⁴ At dahil sa mga himalang ito na ipinagawa sa kanya ng *unang* halimaw, nalinlang niya ang mga tao. Inutusan niya ang mga tao na gumawa ng imahen ng *unang* halimaw na malubhang nasugatan ng espada ngunit nabuhay pa. ¹⁵ Hinayaan *ng Dios* ang pangalawang halimaw na magbigay ng buhay sa imahen ng *unang* halimaw. Kaya nakapagsalita ang imahen at nakapag-utos na patayin ang lahat ng ayaw sumamba sa kanya. ¹⁶ Pinilit ng pangalawang halimaw ang lahat ng tao – dakila o hindi, mayaman o mahirap, alipin o malaya – na magpatatak sa kanang kamay o sa noo. ¹⁷ At ang sinumang ayaw magpatatak ng pangalan o numero ng *unang* halimaw ay hindi maaaring bumili o magbenta. ¹⁸ Kailangan dito ang talino upang maunawaan ang kahulugan ng numero ng *unang* halimaw, dahil simbolo ito ng pangalan ng tao. At ang numero ay 666.

Ang Awit ng mga Tinubos

14 Pagkatapos, nakita ko ang Tupa na nakatayo sa bundok ng Zion. Kasama niya ang 144,000 tao. Nakasulat sa noo nila ang pangalan ng Tupa at ng kanyang Ama. ² Nakarinig ako ng ingay mula sa langit, na parang lagaslas ng talon o dagundong ng malakas na kulog. At para ring tugtugan ng mga manunugtog ng alpa. ³ Ang 144,000 tao ay umaawit sa harap ng trono, ng apat na buhay na nilalang, at ng mga namumuno. Bago ang kanilang awit at walang nakakaalam maliban sa kanila na 144,000 na tinubos mula sa mundo. ⁴ Sila ay mga lalaking hindi sumiping sa babae at hindi nag-asawa. Sumunod sila sa Tupa kahit saan siya pumunta. Tinubos sila mula sa mga tao upang maging unang handog sa Dios at sa Tupa. ⁵ Hindi sila nagsinungaling kailanman at wala silang anumang kapintasan.

Ang Tatlong Anghel

⁶ At nakita ko ang isa pang anghel na lumilipad sa himpapawid. Dala niya ang walang kupas na Magandang Balita upang ipangaral sa mga tao sa buong mundo, sa lahat ng bansa, angkan, wika, at lahi. ⁷ Ito ang isinisigaw niya, "Matakot kayo sa Dios, at purihin ninyo siya, dahil dumating na ang oras na hahatulan niya ang lahat. Sambahin ninyo ang Dios na lumikha ng langit, lupa, dagat at mga bukal."

⁸ Kasunod namang lumipad ang pangalawang anghel na sumisigaw, "Bumagsak na! Bumagsak na ang dakilang lungsod ng Babilonia! Ang mga mamamayan nito ang humikayat sa mga tao na buong mundo na sumunod sa imoralidad nila na kinamumuhian ng Dios."

⁹ Sumunod pa ang isang anghel sa dalawang anghel na nauna. Sumisigaw din siya, "Ang lahat ng sumamba sa halimaw at sa imahen nito, at tumanggap ng tatak nito sa noo o sa kanang kamay, ¹⁰ ay makakaranas ng galit ng Dios. Sapagkat parurusahan sila sa nagniningas na apoy at asupre sa harapan ng Tupa at ng mga anghel ng Dios. ¹¹ Ang usok ng apoy na magpaparahirap sa kanila ay papailanlang magpakailanman. Araw-gabi ay wala silang pahinga *sa kanilang paghihirap,* dahil sinamba nila ang halimaw at ang imahen nito at nagpatatak ng pangalan nito."

¹² Kaya kayong mga pinabanal*ᶜ ng Dios* na sumusunod sa kanyang mga utos at patuloy na sumasampalataya kay Jesus, kinakailangang maging matiisin kayo.

¹³ Pagkatapos, may narinig akong tinig mula sa langit na nagsasabi, "Isulat mo ito: Mapalad ang mga taong namatay na naglilingkod sa Panginoon.

---

a 1 pangalang lumalapastangan sa Dios: Maaaring dahil sa ginamit niya ang pangalan ng Dios para sa kanyang sarili.

b 7 pinabanal: Tingnan ang "footnote" sa 5:8.

c 12 pinabanal: Tingnan ang "footnote" sa 5:8.

Mula ngayon, makakapagpahinga na sila sa mga paghihirap nila, dahil tatanggapin na nila ang gantimpala para sa *mabubuti* nilang gawa. At ito ay pinatotohanan mismo ng *Banal na Espiritu.*"

Ang Pag-ani sa Mundo

¹⁴Pagkatapos, nakakita ako ng maputing ulap na may nakaupong parang tao.ᵃ May gintong korona siya at may hawak na isang matalim na karit. ¹⁵At may isa pang anghel na lumabas mula sa templo at sumigaw sa nakaupo sa ulap, "Gamitin mo na ang karit mo, dahil panahon na ito ng pag-aani. Hinog na ang aanihin sa lupa!" ¹⁶Kaya ginapas na ng nakaupo sa ulap ang aanihin sa lupa.

¹⁷Nakita ko ang isa pang anghel na lumabas sa templo roon sa langit, at may karit din siyang matalim.

¹⁸At mula sa altar ay lumabas ang isa pang anghel. Siya ang anghel na namamahala sa apoy doon sa altar. Sumigaw siya sa anghel na may matalim na karit, "Gamitin mo na ang karit mo at anihin mo na ang mga ubas sa lupa dahil hinog na!" ¹⁹Kaya inani niya ito at inilagay doon sa malaking pisaan ng ubas. Ang pisaan iyon ay ang parusa ng Dios. ²⁰Pinisa ang mga ubas sa labas ng lungsod, at umagos mula sa pisaan ang dugo na bumaha ng hanggang 300 kilometro ang layo at isang dipa ang lalim.

Ang Panghuling mga Salot

15 Isa pang kagila-gilalas na pangitain ang nakita ko sa langit. May pitong anghel doon na may dalang pito pang salot. Iyon ang panghuling mga salot na ipapadala ng Dios bilang parusa sa mga tao. ²At nakita ko ang parang dagat na kasinglinaw ng kristal na may nagliliyab na apoy. Nakatayo roon ang mga nagtagumpay laban sa halimaw at sa imahen nito. Hindi sila nagpatatak ng numero na simbolo ng pangalan ng halimaw na iyon. May hawak silang mga alpa na ibinigay sa kanila ng Dios. ³Umaawit sila ng awit ni Moises na lingkod ng Dios, na siya ring awit ng Tupa. Ito ang awit nila:

"Panginoong Dios na makapangyarihan sa lahat,
kahanga-hanga ang inyong mga gawa!
Hari kayo ng lahat ng bansa,
ang mga pamamaraan ninyo ay makatarungan at tama!
⁴Sino ang hindi matatakot at hindi magpupuri sa inyo?
Kayo lang ang banal.
Lalapit at sasamba sa inyo ang mga tao sa lahat ng bansa,
sapagkat nakita na ng lahat ang matuwid ninyong gawa."

⁵Pagkatapos nito, nakita ko na bumukas ang templo sa langit, ang Toldang Sambahan, kung saan nakalagay ang Kautusan. ⁶At mula roon sa templo ay lumabas ang pitong anghel na may dalang pitong salot. Nakasuot sila ng damit na puting-puti at may gintong pamigkis sa kanilang dibdib. ⁷Ang isa sa apat na buhay na nilalang ay nagbigay sa pitong

anghel ng tig-iisang sisidlang ginto na puno ng mga parusa ng Dios na nabubuhay magpakailanman. ⁸Napuno ng usok ang templo dahil sa kadakilaan at kapangyarihan ng Dios. At walang makakapasok doon hangga't hindi pa natatapos ang pitong salot na dala ng pitong anghel.

Ang mga Sisidlan ng Galit ng Dios

16 Mula roon sa templo ay narinig ko ang malakas na sigaw na nag-uutos sa pitong anghel, "Humayo na kayo at ibuhos ninyo ang parusa ng Dios sa mga tao mula sa pitong sisidlan na iyan."

²Kaya humayo ang unang anghel at ibinuhos sa lupa ang laman ng kanyang sisidlan. At nagkaroon ng masasakit at nakapandidiring mga sugat ang mga taong may tatak ng halimaw at sumasamba sa imahen nito.

³Ibinuhos ng ikalawang anghel ang laman ng kanyang sisidlan sa dagat, at ang dagat ay naging parang dugo ng patay na tao. At namatay ang lahat ng nilalang sa dagat.

⁴Pagkatapos, ibinuhos ng ikatlong anghel ang laman ng kanyang sisidlan sa mga ilog at mga bukal, at naging dugo ang lahat ng mga ito. ⁵Narinig kong sinabi ng anghel na katiwala sa tubig, "Makatarungan po kayo, *Panginoon.* Kayo ang Dios noon at kayo rin ang Dios magpahanggang ngayon. Banal kayo, at matuwid ang pagpaparusa ninyong ito sa mga tao. ⁶Pinadanak nila ang dugo ng mga pinabanal at ng *inyong* mga propeta, kaya dugo rin ang ipaiinom n'yo sa kanila. Ito ang nararapat na ganti sa kanila." ⁷At narinig ko na may sumagot sa altar, "Panginoong Dios na makapangyarihan sa lahat, tama at matuwid ang pagpaparusa n'yo sa mga tao!"

⁸Ibinuhos ng ikaapat na anghel ang laman ng kanyang sisidlan sa araw, at naging mainit na mainit ang sikat ng araw kaya napaso ang mga tao. ⁹Pero kahit na napaso ang mga tao, hindi pa rin sila nagsisi sa mga kasalanan nila. Hindi rin nila pinapurihan ang Dios, sa halip ay nilapastangan nila ang Dios na nagpadala ng salot na iyon sa kanila.

¹⁰Ibinuhos ng ikalimang anghel ang laman ng kanyang sisidlan sa trono ng halimaw, at nagdilim ang buong kaharian nito. Napakagat-labi ang mga tao dahil sa hirap na dinanas nila. ¹¹Hindi pa rin nila pinagsisihan ang mga kasamaan nila, sa halip ay nilapastangan nila ang Dios ng kalangitan dahil sa mga sakit at sugat na tinitiis nila.

¹²Ibinuhos ng ikaanim na anghel ang laman ng kanyang sisidlan sa malawak na ilog ng Eufrates. Natuyo ang ilog upang makadaan doon ang hari mula sa silangan. ¹³At nakita kong lumabas mula sa bunganga ng dragon, ng halimaw, at ng huwad at sinungaling na propeta, ang tatlong masasamang espiritu na parang mga palaka. ¹⁴Iyon ang mga demonyong gumagawa ng mga kababalaghan. Pumunta sila sa mga hari sa buong mundo upang tipunin sila para sa pakikipaglaban sa Dios pagdating ng dakilang araw *na itinakda* ng Dios na makapangyarihan sa lahat. ¹⁵⁻¹⁶Ang lugar na pinagtipunan sa kanila *at sa kanilang mga sundalo* ay tinatawag na Armagedon sa wikang Hebreo.

ᵃ 14 *parang tao:* o, *parang Anak ng Tao.*

Pero sinabi ng Panginoon, "Makinig kayong mabuti! Darating ako na tulad ng magnanakaw *dahil walang nakakaalam.* Mapalad ang taong nagbabantay at hindi naghuhubad ng kanyang damit, upang sa pagdating ko ay hindi siya lalakad na hubad at hindi mapapahiya sa mga tao."

¹⁷Ibinuhos ng ikapitong anghel ang laman ng kanyang sisidlan sa hangin. At may narinig akong sumisigaw mula sa trono sa templo, "Naganap na ang lahat!" ¹⁸Pagkatapos, kumidlat, kumulog, umugong at lumindol nang napakalakas. Walang ganoong kalakas na lindol sa buong kasaysayan ng tao. Iyon ang pinakamalakas sa lahat. ¹⁹Ang dakilang lungsod ng Babilonia ay nahati sa tatlo at ang mga lungsod sa lahat ng bansa ay nawasak. Tinupad ng Dios ang sinabi niya tungkol sa mga taong nakatira sa lungsod ng Babilonia, kaya dumating na sa kanila ang parusa ng Dios, dahil sa matinding galit niya. ²⁰Naglaho ang lahat ng isla at naglaho rin ang mga bundok. ²¹Inulan ang mga tao ng malalaking tipak ng yelo na tumitimbang ng 50 kilo bawat tipak. At nilait ng mga tao ang Dios dahil sa matinding salot na iyon.

Ang Babaeng Bayaran

17 Pagkatapos, lumapit sa akin ang isa sa pitong anghel na may sisidlan at sinabi, "Halika, ipapakita ko sa iyo ang pagpaparusa sa sikat na babaeng bayaran. Ang babaeng ito ay ang malaking lungsod na itinayo malapit sa maraming tubig. ²Nakipagrelasyon sa kanya ang mga hari sa buong mundo *sa pamamagitan ng pagsunod sa mga itinuro niya,* at ang mga tao naman sa mundo ay parang nalasing sa mga itinuro niyang kasamaan."

³Pagkatapos, napuspos ako ng *Banal na* Espiritu at dinala ng anghel sa ilang. Nakita ko roon ang isang babaeng nakasakay sa pulang halimaw. Ang halimaw na iyon ay may pitong ulo at sampung sungay. At sa buong katawan ay nakasulat ang mga pangalang lumalapastangan sa Dios. ⁴Kulay ube at pula ang damit ng babae, at may mga alahas siyang ginto, mamahaling bato, at perlas. May hawak siyang gintong tasa na puno ng kasamaan at karumihan niya dahil sa kanyang sekswal na imoralidad. ⁵Nakasulat sa noo niya ang pangalang ito na may lihim na kahulugan: "Ang sikat na lungsod ng Babilonia, ang ina ng lahat ng babaeng bayaran*ᵃ* at ng lahat ng kasamaan sa buong mundo." ⁶At nakita kong lasing ang babaeng iyon sa dugo ng mga pinabanal*ᵇ ng Dios na ipinapatay* niya dahil sa pagsunod nila kay Jesus.

Namangha ako nang makita ko siya. ⁷Pero sinabi sa akin ng anghel, "Huwag kang mamangha. Sasabihin ko sa iyo ang lihim na kahulugan ng babae at ng halimaw na sinasakyan niya, na may pitong ulo at sampung sungay. ⁸Ang halimaw na nakita mo ay buhay noon, pero patay na ngayon. Pero muli siyang lalabas mula sa kailaliman, at agad namang mapupunta sa walang hanggang kapahamakan. Makikita siya ng mga taong hindi nakasulat ang mga pangalan sa aklat *na listahan ng*

mga taong binigyan ng buhay *na walang hanggan.* Bago pa man likhain ang mundo, ang pangalan nila ay hindi na nakasulat sa aklat na ito. At kapag nakita nila ang halimaw, mamangha sila dahil buhay siya noon, at namatay na, ngunit nabuhay na naman.

⁹"Kailangan dito ang talino upang maintindihan ang kahulugan ng mga ito. Ang pitong ulo ay ang pitong bundok na inuupuan ng babae. Nangangahulugan din ito ng pitong hari. ¹⁰Lima sa pitong iyon ay patay na, ang isa ay naghahari pa ngayon, at ang isa ay hindi pa dumarating. Kapag dumating na siya, sandali lang ang paghahari niya. ¹¹Ang halimaw na buhay noon, pero patay na ngayon, ay siyang ikawalong hari. Kabilang din siya sa naunang pitong hari, at hahantong din siya sa kapahamakan.

¹²"Ang sampung sungay na nakita mo ay ang sampung hari na hindi pa naghahari. Bibigyan sila ng kapangyarihang maghari kasama ang halimaw sa loob lang ng maikling panahon.*ᶜ* ¹³Iisa ang layunin ng sampung haring iyon. At ipapailalim nila ang kapangyarihan at pamamahala nila sa halimaw.*ᵈ* ¹⁴Lalabanan nila ang Tupa ngunit matatalo sila, dahil siya ang Panginoon ng mga panginoon at Hari ng mga hari. Kasama ng Tupa ang mga tapat na tagasunod niya na kanyang tinawag at pinili."

¹⁵Sinabi rin sa akin ng anghel, "Ang tubig na nakita mo na inuupuan ng babaeng bayaran ay ang mga tao sa iba't ibang lahi, bansa at wika. ¹⁶Ang sampung sungay at ang halimaw na nakita mo ay mapopoot sa babaeng bayaran. Kukunin nila ang mga ari-arian niya pati na ang suot niyang damit at walang maiiwan sa kanya. Kakainin nila ang kanyang laman at susunugin *ang matitira.* ¹⁷Niloob ng Dios na maisakatuparan ng sampung hari ang kanyang layunin. Kaya mapagkakasunduan nila na ipailalim sa halimaw ang kapangyarihan at pamamahala nila hanggang sa matupad ang sinabi ng Dios.

¹⁸"Ang babaeng nakita mo ay ang sikat na lungsod na naghahari sa mga hari sa mundo."

Ang Pagbagsak ng Babilonia

18 Pagkatapos nito, nakita ko ang isang anghel na bumaba mula sa langit. Makapangyarihan ang anghel na ito at nagliwanag ang buong mundo dahil sa kanyang kaningningan. ²Sumigaw siya nang malakas, "Bumagsak na! Bumagsak na ang sikat na lungsod ng Babilonia. Tirahan na lang ito ngayon ng mga demonyo at masasamang espiritu, at mga kasuklam-suklam na ibon na itinuturing na marumi. ³Nangyari ito sa lungsod ng Babilonia dahil inakit nito ang mga tao sa buong mundo na sumunod sa imoralidad niya na kinamumuhian ng Dios. Ang mga hari sa mundo ay nakipagrelasyon sa kanya. At yumaman ang mga negosyante sa mundo, dahil sa kanila siya bumibili ng mga pangangailangan niya upang masunod ang bisyo at kalayawan niya."

---

a 5 ina ng lahat ng babaeng bayaran: Maaaring ang ibig sabihin, *ina ng lahat ng sumasamba sa mga dios-diosan.*

b 6 pinabanal: Tingnan ang "footnote" sa 5:8.

c 12 sa loob lang ng maikling panahon: sa literal, *sa loob ng isang oras.*

d 13 ipapailalim…sa halimaw: Ang ibig sabihin, tutulungan nila ang halimaw sa pamamagitan ng kanilang kapangyarihan.

[4] Pagkatapos, may narinig akong isa pang tinig mula sa langit na nagsasabi,

"Kayong mga mamamayan ko, lumayo
    kayo sa kanya
upang hindi kayo maging bahagi sa
    ginagawa niyang kasalanan,
at upang hindi ninyo danasin ang parusang
    nakalaan sa kanya.
[5] Ang bunton ng kanyang kasalanan ay abot
    hanggang langit.
At hindi na palalagpasin ng Dios ang
    kanyang kasamaan.
[6] Gawin ninyo sa kanya ang ginawa niyang
    masama sa inyo.
Gumanti kayo nang doble sa kanyang
    ginawa.
Kung ano ang ginawa niyang masama
    sa inyo doblehin ninyo at ibigay sa
    kanya.
[7] Kung paanong nagmataas siya at namuhay sa
    karangyaan at kalayawan,
gantihan ninyo siya ng katumbas na
    kahirapan at kalungkutan.
Sapagkat inakala niyang reyna siya at hindi
    makakaranas ng kalungkutan tulad ng
    mga biyuda.
[8] Dahil dito, sabay-sabay na darating sa kanya
    sa loob lang ng isang araw ang mga
    salot:
mga sakit, kalungkutan, at gutom.
Pagkatapos, susunugin siya,
sapagkat makapangyarihan ang
    Panginoong Dios na nagpaparusa sa
    kanya."

[9] "Iiyakan siya ng mga haring nakipagrelasyon sa kanya at nakisama sa kalayawan niya kapag nakita nila ang usok ng kanyang pagkasunog. [10] Tatayo lang sila sa malayo at magmamasid dahil takot silang madamay sa parusa sa lungsod na iyon. Sasabihin nila, 'Sayang! Sayang ang sikat at makapangyarihang lungsod ng Babilonia. Sa loob lang ng maikling panahon[a] ay naparusahan siya!'

[11] "Iiyak at magdadalamhati sa kanya ang mga negosyante sa buong mundo dahil wala nang bibili ng mga paninda nila. [12] Wala nang bibili ng kanilang mga ginto, pilak, mamahaling bato, at perlas; at ng kanilang mga telang linen, seda at mga telang kulay ube at pula. Wala na ring bibili ng kanilang mababangong kahoy, mga kagamitang yari sa pangil ng elepante at yari sa mamahaling kahoy, tanso, bakal at marmol. [13] At sino pa ang bibili ng mga pabango nila tulad ng sinamon, kamangyan, mira at iba pa? Wala nang bibili ng kanilang mga alak, langis, harina at trigo; at ng kanilang mga baka, tupa, kabayo at karo; at pati ng kanilang mga alipin at mga tao. [14] Sasabihin ng mga negosyante sa lungsod ng Babilonia, 'Nawala na ang lahat ng bagay na hinangad mo na maangkin. Kinuha na sa iyo ang lahat ng kayamanan at ari-ariang ipinagmamalaki mo, at hindi mo na makikitang muli ang mga ito!' [15] Ang mga negosyanteng yumaman dahil sa kalakal

nila sa lungsod ay tatayo lang sa malayo dahil takot silang madamay sa parusa sa kanya. Iiyak sila at magdadalamhati, [16] at sasabihin nila, 'Sayang! Sayang ang sikat na lungsod na iyan! Dati ang mga tao riyan ay nagdadamit ng mamahaling telang kulay puti, ube at pula, at napapalamutian ng ginto, mamahaling bato at perlas! [17] Pero sa loob lang ng maikling panahon, nawala ang lahat ng kanyang kayamanan!'

"Tatayo lang at magmamasid ang mga kapitan ng barko at ang mga tripulante nila, pati na ang mga pasahero at ang lahat ng mga naghahanapbuhay sa dagat. [18] At habang minamasdan nila ang usok ng nasusunog na lungsod, sisigaw sila, 'Walang katulad ang sikat na lungsod na iyan!' [19] At dahil sa kanilang kalungkutan, lalagyan nila ng alikabok ang ulo nila at mag-iiyakan. Sasabihin nila, 'Sayang! Sayang ang sikat na lungsod na iyan. Dahil sa yaman niya, yumaman ang mga may-ari ng barko na bumibiyahe roon. Pero sa loob lang ng maikling panahon, nawala ang lahat!'

[20] "Kaya kayong lahat ng nasa langit, matuwa kayo dahil sa nangyari sa lungsod na iyon. Matuwa kayo, kayong mga propeta, mga apostol at mga pinabanal ng Dios, dahil hinatulan na siya ng Dios sa mga ginawa niya sa inyo!"

[21] Pagkatapos, may isang makapangyarihang anghel na kumuha ng isang batong kasinlaki ng malaking gilingan at inihagis sa dagat. Sinabi niya, "Katulad nito ang pagkawala ng sikat na lungsod ng Babilonia, dahil hindi na siya makikitang muli. [22] Hindi na maririnig ang mga pagtugtog ng alpa, plauta at trumpeta; at ang tinig ng mga mang-aawit. Hindi na makikita roon ang mahusay na mga manggagawa ng anumang uri ng gawain, at hindi na rin maririnig ang ingay ng mga gilingan. [23] Magiging madilim doon, dahil wala nang ilaw kahit isa. Wala na ring masayang tinig ng bagong kasal na mapapakinggan. Mangyayari ito sa kanya dahil ang mga negosyante niya ay masyadong mapagmataas, at dinaya niya ang lahat sa pamamagitan ng pangkukulam."

[24] At ang lungsod na iyon ang pumatay sa mga propeta at sa mga pinabanal ng Dios, at sa iba pang mga tao sa buong mundo.

19

Pagkatapos, nakarinig ako ng parang napakaraming tao sa langit na nagsisigawan, "Purihin ang Panginoon! Purihin ang Dios nating makapangyarihan, dahil siya ang nagligtas sa atin! [2] Matuwid at tama ang kanyang paghatol. Hinatulan niya ang sikat na babaeng bayaran na nagpasama sa mga tao sa mundo dahil sa kanyang imoralidad. Pinarusahan siya ng Dios dahil pinatay niya ang mga lingkod ng Dios." [3] Sinabi nilang muli, "Purihin ang Panginoon! Ang usok ng nasusunog na lungsod ay papailanlang magpakailanman!" [4] Lumuhod ang 24 na namumuno at ang apat na buhay na nilalang at sumamba sa Dios na nakaupo sa kanyang trono. Sinabi nila, "Amen! Purihin ang Panginoon!"

Handaan sa Kasal ng Tupa

[5] Pagkatapos, may narinig akong nagsalita mula sa trono, "Purihin ninyo ang ating Dios, kayong lahat na naglilingkod sa kanya nang may takot,

---

a 10 *sa loob lang ng maikling panahon:* sa literal, *sa loob ng isang oras.* Ganito rin sa talatang 17 at 19.

dakila man o hindi." ⁶Pagkatapos, muling may narinig ako, parang ingay ng napakaraming tao na parang lagaslas ng talon o dagundong ng malakas na kulog. Ito ang sinasabi, "Purihin ang Panginoon! Sapagkat naghahari na ang Panginoon na ating Dios na makapangyarihan sa lahat! ⁷Magalak tayo at magsaya, at purihin natin siya. Sapagkat dumating na ang oras ng kasal ng Tupa, at nakahanda na ang kanyang nobya. ⁸Pinagsuot siya ng damit na malinis, makinang, at puting-puti." Ang ibig sabihin ng puting damit ay ang mabubuting gawa ng mga pinabanal*ᵃ* ng Dios.

⁹At sinabi sa akin ng anghel, "Isulat mo ito: Mapalad ang mga inimbitahan sa handaan sa kasal ng Tupa." At sinabi pa niya, "Totoo ang mga sinasabing ito ng Dios." ¹⁰Lumuhod ako sa paanan niya upang sumamba sa kanya. Pero sinabi niya sa akin, "Huwag! Huwag mo akong sambahin. Sapagkat alipin din ako *ng Dios,* tulad mo at ng mga kapatid mong nagpapahayag ng katotohanang itinuro ni Jesus.*ᵇ* Ang Dios ang sambahin mo!" (Sapagkat ang mga katotohanang itinuro ni Jesus ay siyang buod ng mga sinabi at isinulat ng mga propeta.)

Ang Nakasakay sa Puting Kabayo

¹¹Pagkatapos, nakita kong nabuksan ang langit, at may puting kabayo na nakatayo roon. Ang nakasakay ay tinatawag na Tapat at Totoo. Sapagkat matuwid siyang humatol at makipagdigma. ¹²Parang nagniningas na apoy ang mga mata niya at marami ang mga korona niya sa ulo. May nakasulat na pangalan sa kanya, na siya lang ang nakakaalam *kung ano ang kahulugan.* ¹³Ang suot niyang damit ay inilubog sa dugo. At ang tawag sa kanya ay "Salita ng Dios." ¹⁴Sinusundan siya ng mga sundalo mula sa langit. Nakasakay din sila sa mga puting kabayo, at ang mga damit nila ay malinis at puting-puti. ¹⁵Mula sa bibig niya ay lumalabas ang matalas na espada na gagamitin niyang panlupig sa mga bansa. At pamamahalaan niya sila sa pamamagitan ng kamay na bakal. Ipapakita niya sa kanila ang matinding galit ng Dios na makapangyarihan sa lahat. ¹⁶Sa damit at sa hita niya ay may nakasulat: "Hari ng mga hari at Panginoon ng mga panginoon."

¹⁷Pagkatapos, nakita ko ang isang anghel na nakatayo sa araw. Sumigaw siya sa mga ibong lumilipad sa himpapawid, "Halikayo! Magtipon kayo para sa malaking handaan ng Dios! ¹⁸Halikayo! Kainin ninyo ang laman ng mga hari, mga heneral, mga kawal, mga nakasakay sa kabayo, pati na ang laman ng kanilang mga kabayo. Kainin ninyo ang laman ng lahat ng tao, alipin man o hindi, hamak man o dakila."

¹⁹Pagkatapos, nakita ko ang halimaw at ang mga hari sa mundo kasama ang kanilang mga kawal. Nagtipon sila upang labanan ang nakasakay sa *puting* kabayo at ang kanyang mga sundalo *mula sa langit.* ²⁰Ngunit dinakip ang halimaw. Dinakip din ang huwad at sinungaling na propeta na gumagawa ng mga himala para sa halimaw. Ang mga himalang

ito ang ginamit niya upang dayain ang mga taong may tatak ng halimaw at sumasamba sa imahen nito. Silang dalawa ay itinapon nang buhay sa lawang apoy na may nagliliyab na asupre. ²¹Pinatay ang mga sundalo nila sa pamamagitan ng espadang lumabas sa bibig ng nakasakay sa *puting* kabayo. At ang mga ibon ay nagsawa sa kakakain ng kanilang bangkay.

Ang 1,000 Taon

20 Pagkatapos nito, may nakita akong anghel na bumababa mula sa langit. May hawak siyang susi ng kailaliman, at may malaki siyang kadena. ²Dinakip niya ang dragon—ang ahas noong unang panahon na tinatawag na diyablo o Satanas—at saka iginapos ang kadena sa loob ng 1,000 taon. ³Inihulog siya ng anghel sa kailaliman, saka isinara at sinusian, at tinatakan pa ang pintuan nito upang walang mangahas na magbukas. *Ikinulong siya* upang hindi makapandaya ng mga tao sa iba't ibang bansa sa loob ng 1,000 taon. Pero pagkatapos ng 1,000 taon, pakakawalan siya sa loob ng maikling panahon.

⁴Pagkatapos, may nakita akong mga trono, at ang mga nakaupo roon ay binigyan ng karapatang humatol. Nakita ko rin ang kaluluwa ng mga taong pinugutan ng ulo dahil sa pangangaral nila tungkol kay Jesus at dahil sa pagpapahayag nila ng salita ng Dios. Ang mga ito ay hindi sumamba sa halimaw o sa imahen nito, at hindi tumanggap ng tatak nito sa noo o kanang kamay nila. Binuhay sila at binigyan ng karapatang maghari na kasama ni Cristo sa loob ng 1,000 taon. ⁵Ito ang unang pagkabuhay ng mga patay. (Ang ibang mga patay ay saka lang bubuhayin pagkatapos ng 1,000 taon.) ⁶Mapalad at banal ang mga kabilang sa unang pagkabuhay ng mga patay. Walang kapangyarihan sa kanila ang ikalawang kamatayan. Magiging mga pari sila ng Dios at ni Cristo, at maghaharing kasama niya sa loob ng 1,000 taon.

Ang Pagkatalo ni Satanas

⁷Pagkatapos ng 1,000 taon, pakakawalan si Satanas mula sa kanyang bilangguan. ⁸Lalabas siya at dadayain ang mga bansa sa buong mundo, na tatawaging Gog at Magog. Titipunin sila ni Satanas at isasama sa pakikipagdigma *sa mga mananampalataya.* At ang matitipon niyang mga sundalo ay kasindami ng buhangin sa tabing-dagat *na hindi kayang bilangin.* ⁹Kakalat sila sa buong mundo, at paliligiran nila ang kampo ng mga banal at ang pinakamamahal na lungsod. Pero pauulanan sila ng Dios ng apoy mula sa langit at mamamatay silang lahat. ¹⁰At si Satanas na dumaya sa kanila ay itatapon sa lawang apoy at asupre, na siya ring pinagtapunan ng halimaw at ng huwad at sinungaling na propeta. Magkakasama silang parurusahan at pahihirapan araw-gabi, magpakailanman.

Ang Huling Paghatol

¹¹Pagkatapos, nakita ko ang malaki at puting trono at ang nakaupo roon. Ang langit at ang lupa ay biglang naglaho at hindi na nakita. ¹²At nakita ko ang mga namatay, tanyag at hindi, na nakatayo sa

harap ng trono. Binuksan ang mga aklat, pati na ang aklat *na listahan ng mga taong binigyan* ng buhay *na walang hanggan*. At ang bawat isa ay kanila ay hinatulan ayon sa ginawa nila na nakasulat sa mga aklat na iyon. ¹³Kahit sa dagat sila namatay o sa lupa, naglabasan sila mula sa lugar ng mga patay. At hinatulan ang lahat ayon sa mga ginawa nila. ¹⁴⁻¹⁵At ang sinumang hindi nakasulat ang pangalan sa aklat *na listahan ng mga taong binigyan* ng buhay *na walang hanggan* ay itinapon sa lawang apoy. Pagkatapos, itinapon din doon ang kamatayan at ang Hades.ᵃ Ang parusang ito sa lawang apoy ay ang ikalawang kamatayan.

Ang Bagong Langit at ang Bagong Lupa

21 Pagkatapos nito, nakita ko ang bagong langit at ang bagong lupa. Naglaho na ang dating langit at lupa, pati na rin ang dagat. ²At nakita ko ang Banal na Lungsod, ang bagong Jerusalem, na bumababa mula sa langit galing sa Dios. Ang lungsod na iyon ay tulad ng isang babaeng ikakasal. Handang-handa na, at gayak na gayak sa pagsalubong sa lalaking mapapangasawa niya. ³Narinig ko ang isang malakas na sigaw mula sa trono, "Ngayon, ang tahanan ng Dios ay nasa piling na ng mga tao! Mananahan na siyang kasama nila. Sila'y magiging mga mamamayan niya. At siya'y makakapiling na nila [at magiging Dios nila.] ⁴Papahirin niya ang mga luha sa kanilang mga mata. Wala nang kamatayan, kalungkutan, iyakan o sakit. Sapagkat lumipas na ang dating kalagayan." ⁵At sinabi ng nakaupo sa trono, "Binabago ko na ngayon ang lahat ng bagay!" At sinabi niya sa akin, "Isulat mo ang sinasabi ko dahil totoo ito at maaasahan." ⁶At sinabi pa niya, "Naganap na *ang lahat*! Ako ang Alpha at ang Omega, *na ang ibig sabihin*, ang simula at ang katapusan *ng lahat*. Ang sinumang nauuhaw ay paiinumin ko nang walang bayad sa bukal na nagbibigay ng buhay *na walang hanggan*. ⁷Ang mga magtatagumpay ay gagawin kong mga anak ko, at ako'y magiging Dios nila. ⁸Pero *nakakatakot ang sasapitin ng* mga duwag, mga ayaw sumampalataya sa akin, marurumi ang gawain, mga mamamatay-tao, mga imoral, mga mangkukulam, mga sumasamba sa mga diosdiosan, at lahat ng sinungaling. Itatapon sila sa nagliliyab na lawang apoy at asupre, na siyang ikalawang kamatayan."

Ang Bagong Jerusalem

⁹Lumapit sa akin ang isa sa pitong anghel na nagbuhos sa laman ng kanilang mga sisidlan, na siyang pitong panghuling salot. Sinabi niya, "Halika, ipapakita ko sa iyo ang babaeng ikakasal sa Tupa." ¹⁰Napuspos agad ako ng *Banal na Espiritu*, at dinala ako ng anghel sa tuktok ng napakataas na bundok. At ipinakita niya sa akin ang Banal na Lungsod, ang bagong Jerusalem, na bumababa mula sa langit galing sa Dios. ¹¹Nakakasilaw itong tingnan dahil sa kapangyarihan ng Dios, at kumikislap na parang mamahaling batong jasper na kasinglinaw ng kristal. ¹²Ang lungsod ay napapalibutan ng mataas at matibay na pader, na may 12 pintuan, at bawat

pintuan ay may tagapagbantay na anghel. Nakasulat sa mga pintuan ang pangalan ng 12 lahi ng Israel. ¹³Tatlo ang pinto sa bawat panig ng pader: tatlo sa silangan, tatlo sa hilaga, tatlo sa timog, at tatlo sa kanluran. ¹⁴Ang pader ay may 12 pundasyong bato at nakasulat doon ang 12 pangalan ng mga apostol ng Tupa.

¹⁵Ang anghel na nakikipag-usap sa akin ay may dalang panukat na ginto upang sukatin ang lungsod, pati na ang mga pinto ng pader nito. ¹⁶Kwadrado ang sukat ng lungsod. Pareho ang haba at ang luwang— 2,400 kilometro.ᵇ Ganoon din ang taas nito. ¹⁷Sinukat din niya ang pader, 64 metroᶜ ang taas nito. (Ang panukat na ginamit ng anghel ay katulad din ng panukat na ginagamit ng tao.) ¹⁸Ang pader ay yari sa *batong* jasper. Ang lungsod naman ay yari sa purong ginto na kasinglinaw ng kristal. ¹⁹Ang pundasyon ng pader ay napapalamutian ng sari-saring mamahaling bato: una, jasper; ikalawa, safiro; ikatlo, kalsedonia; ikaapat, esmeralda; ²⁰ikalima, sardonix; ikaanim, kornalina; ikapito, krisolito; ikawalo, beril; ikasiyam, topaz; ikasampu, krisopraso; ika-11, hasinto; at ika-12, ametista. ²¹Perlas ang 12 pinto, dahil ang bawat pinto ay yari sa isang malaking perlas. Ang mga pangunahing lansangan ay purong ginto na kasinglinaw ng kristal.

²²Wala akong nakitang templo sa lungsod na iyon, dahil ang pinaka-templo ay walang iba kundi ang Panginoong Dios na makapangyarihan sa lahat at ang Tupa. ²³Hindi na kailangan ang araw o ang buwan sa lungsod dahil ang kapangyarihan ng Dios ang nagbibigay ng liwanag, at ang Tupa ang ilaw doon. ²⁴Ang ilaw ng lungsod na iyon ay magbibigay-liwanag sa mga bansa. At dadalhin doon ng mga hari sa mundo ang mga kayamanan nila. ²⁵Palaging bukas ang mga pinto ng lungsod dahil wala nang gabi roon. ²⁶Ang magaganda at mamahaling bagay ng mga bansa ay dadalhin din sa lungsod na iyon. ²⁷Pero hindi makakapasok doon ang anumang bagay na marumi sa paningin ng Dios, ang mga gumagawa ng mga bagay na nakakahiya, at ang mga sinungaling. Ang mga makakapasok lang doon ay ang mga taong nakasulat ang pangalan sa aklat ng Tupa, *na listahan ng mga taong binigyan* ng buhay *na walang hanggan*.

22 Ipinakita rin sa akin ng anghel ang ilog na nagbibigay-buhay. Ang tubig nito ay kasinglinaw ng kristal at dumadaloy mula sa trono ng Dios at ng Tupa, ²at umaagos sa gitna ng pangunahing lansangan ng lungsod. Sa magkabilang tabi ng ilog ay may punongkahoy na nagbibigay-buhay. Namumunga ito ng 12 beses sa isang taon, isang beses sa bawat buwan. At ang mga dahon nito ay ginagamit sa pagpapagaling sa mga bansa. ³Walang anumang isinumpa ng Dios na makikita *roon*. Naroon ang trono ng Dios at ng Tupa, at sasambahin siya ng mga lingkod niya. ⁴Makikita nila ang kanyang mukha, at isusulat sa mga noo nila ang kanyang pangalan. ⁵Wala nang gabi roon, kaya hindi na kailangan ang mga ilawan o ang liwanag ng araw, dahil ang Panginoong

---

ᵃ 14-15 Hades: Ang ibig sabihin, *lugar ng mga patay*.
ᵇ 16 2,400 kilometro: sa literal, *12,000 stadia*.
ᶜ 17 64 metro: sa literal, *144 cubits*.

Dios ang magiging ilaw nila. At maghahari sila magpakailanman.

Ang Pagbabalik ni Jesus

⁶ At sinabi sa akin ng anghel, "Ang mga salitang ito ay totoo at maaasahan. Ang Panginoong Dios, na nagpapahayag sa kanyang mga propeta,ᵃ ang siyang nagsugo ng anghel niya upang ipakita sa mga lingkod niya ang mga bagay na malapit nang mangyari."

⁷ *Sinabi ni Jesus,* "Malapit na akong dumating! Mapalad ang mga sumusunod sa mga pahayag ng Dios sa aklat na ito."

⁸ Akong si Juan ang nakarinig at nakakita ng lahat ng ito. Matapos kong marinig at makita ang lahat ng ito, lumuhod ako upang sumamba sa anghel na nagpakita sa akin ng mga ito. ⁹ Pero sinabi niya sa akin, "Huwag! Huwag mo akong sambahin. Sapagkat katulad mo, alipin din ako *ng Dios* at ng mga katulad mong propeta, at ng lahat ng sumusunod sa mga nakasulat sa aklat na ito. Ang Dios ang sambahin mo!" ¹⁰ Sinabi pa niya sa akin, "Huwag mong ililihim ang mga propesiya sa aklat na ito, dahil malapit na itong matupad. ¹¹ Ang masama ay magpapakasama pa, at ang marumi ay magpapakarumi pa. Pero ang matuwid ay magpapakatuwid pa, at ang banal ay magpapakabanal pa."

¹² *Sinabi ng Panginoong Jesus,* "Makinig kayo! Malapit na akong dumating! Dala ko ang aking gantimpala para sa bawat isa ayon sa mga ginawa niya. ¹³ Ako ang Alpha at ang Omega, *na ang ibig sabihin,* ang una at ang huli, o ang simula at ang katapusan *ng lahat.*

¹⁴ "Mapalad ang naglilinis ng mga damit nila,ᵇ dahil papayagan silang makapasok sa lungsod at kumain ng bunga ng punongkahoy na nagbibigay-buhay. ¹⁵ Pero maiiwan sa labas ang masasamang tao,ᶜ mga mangkukulam, mga imoral, mga mamamatay-tao, mga sumusamba sa mga dios-diosan, at ang lahat ng nabubuhay sa kasinungalingan.

¹⁶ "Akong si Jesus ang nagsugo sa aking anghel upang sabihin sa iyo ang mga bagay na ito para sa mga iglesya. Galing ako sa angkan ni David at ako rin ang maningning na bituin sa umaga."

¹⁷ Nag-iimbita ang *Banal na* Espiritu at ang babaeng ikakasal, "Halikayo!" Ang lahat ng nakaririnig nito ay magsabi rin, "Halikayo!" Lumapit ang sinumang nauuhaw at gustong uminom ng tubig na nagbibigay-buhay. Wala itong bayad.

Ang Pangwakas na Sinabi ni Juan

¹⁸ Ako, *si Juan* ay nagbibigay babala sa lahat ng nakaririnig sa mga pahayag ng Dios sa aklat na ito. Ang sinumang magdagdag sa mga nilalaman ng aklat na ito, idaragdag ng Dios sa kanyang parusa ang mga salot na nakasulat dito. ¹⁹ At ang sinumang magbawas sa mga nilalaman ng aklat na ito ay aalisan ng Dios ng karapatang kumain sa bunga ng punongkahoy na nagbibigay-buhay. At mawawalan din siya ng karapatang makapasok sa Banal na Lungsod na nabanggit sa aklat na ito.

²⁰ Si Jesus ang nagpapatunay sa lahat ng nakasulat dito. At sinabi pa niya, "Talagang malapit na akong dumating!" *Sinabi ko naman,* "Sana nga po!ᵈ Pumarito na po kayo, Panginoong Jesus."

²¹ Pagpalain kayong lahat ng Panginoong Jesus.

ᵃ 6 *Ang Panginoong Dios...propeta:* sa literal, *Ang Panginoong Dios ng mga espiritu ng mga propeta.*

ᵇ 14 *damit nila:* Tingnan sa 7:14.

ᶜ 15 *masasamang tao:* sa literal, *mga aso.*

ᵈ 20 *Sana nga po:* sa literal, *Amen.*

PALIWANAG TUNGKOL SA SALIN NA ITO

Maaari ninyong maitanong kung bakit kailangan pa ng bagong salin, gayong mayroon na namang mga salin ng Biblia sa Tagalog? Totoo pong mayroon nang mga salin ng Biblia sa Tagalog, pero alam po natin na ang wika ay nagbabago sa paglipas ng panahon. Ayon sa mga dalubhasa sa pag-aaral ng mga wika, nangyayari ito dahil ang wika ay *dynamic* o pabago-bago—may mga salitang hindi na ginagamit ngayon at may mga salita ring napalitan na ang ibig sabihin, kaya hindi na nauunawaan o iba na ang kahulugan nito para sa bagong henerasyon. May mga salita ring Ingles o kaya'y nanggaling sa ibang wika na ginagamit at tinatanggap na sa wikang Tagalog. Ang mga pagbabagong ito sa wika ay kailangang bigyang pansin upang ang isang salin ng Biblia ay maging kapaki-pakinabang sa mga babasa.

Matagal na panahon din ang iginugol para maisalin "Ang Salita ng Dios." Galing sa iba't ibang *Christian denominations* ang mga nagtulong-tulong sa masusing pagsasalin, pagre-*review* at pagsisiyasat nito. Ang bagong salin na ito ay ibinatay sa mga orihinal na wikang ginamit sa Biblia, ang Hebreo at Griego. Gumamit din ang mga *translators* ng mga Ingles at Filipino *Bible versions, Bible Commentaries, Lexicons, Encyclopedias, Dictionaries,* at iba pang aklat at babasahin upang makapagbigay sa kanila ng dagdag na kaalaman tungkol sa kultura, kasaysayan, mga lugar, hayop, halaman at mga kagamitang nabanggit sa tekstong Hebreo at Griego. Ngunit higit sa lahat, ang wikang Hebreo at Griego ang pinagbatayan nila. Ginamit din nila ang mga lumang *translations* katulad ng Septuagint at Syriac, lalo na kung ang talata ay hindi maliwanag sa Hebreo o Griego. Gumamit din ang mga *translators* at *reviewers* ng pinakabagong *translation softwares.*

Alam natin na wala talagang perpektong salin. Ngunit isang bagay ang pinatototohanan ng mga tagasalin at tagasuri: Ginawa nila ang lahat sa abot ng kanilang makakaya, kasama ang tapat na pagmamahal at sigasig sa paglilingkod sa pagsasalin. Ang lahat ng ito ay para sa kaluwalhatian ng Panginoon at sa pagpapalaganap ng Kanyang Salita tungo sa kaligtasan at paglagong espiritwal ng tao.

Ang saling ito ay para sa lahat ng Pilipino, dahil ang ginamit na mga salita ay simple at mauunawaan din ng mga hindi galing o nakatira sa mga rehiyong Tagalog.

Ang saling ito ay gumagamit din ng mga *italics* na makikita rin sa mga Bibliang Ingles katulad ng King James Version (KJV) at New American Standard Bible (NASB). Ang layunin ng *italics* ay ang pagiging tapat sa mambabasa na ang mga salitang ginamit ay wala sa teksto na Hebreo o Griego pero iyon din ang nais nitong ipahayag. Inilagay ang *italics* hindi para dagdagan ang mensahe, kundi para maging malinaw at natural kapag binabasa ang salin. Halimbawa, ang literal na translation ng Santiago 1:1 ay ganito: "Santiago na alipin ng Dios at ni Jesu-Cristo". Ipinapaalam dito ni Santiago na sa kanya galing ang sulat. Ngunit hindi ito malinaw para sa iba. Kaya sa *translation* na ito ay mababasa, "Mula kay Santiago na lingkod…" (ang "Mula kay" ay naka-*italics*). Kung minsan makikita sa Biblia ang mga hayop, halaman, lugar, at iba pang mga bagay na hindi matatagpuan dito sa Pilipinas. Kaya para maging malinaw at hindi mapagkamalan na ibang bagay ito, dinadagdagan ito ng mga salitang makapagbibigay-linaw na nakasulat sa *italics* katulad ng "halamang mandragora" at "telang linen."

Kung minsan ay may makikita ring mga salitang nasa loob ng brackets [ ] katulad ng nasa Marcos 16:9-20. Ito'y nangangahulugan na ang mga nasabing mga salita ay wala sa luma at mapagkakatiwalaang mga kopya ng orihinal na teksto.

Ang bilang ng mga kabanata at talata ay katulad rin ng karamihang mga Pilipino at *English translation.* Pero kung minsan ay pinagsasama ang dalawa o tatlong talata tulad ng Efeso 1:3-4 at 7-8. Ito'y ginawa upang hindi maligaw ang nagbabasa at para maunawaan niyang mabuti ang sinasabi ng mga talata.

Makikita rin ang mga *footnotes* sa gawing ibaba ng mga pahina. Ang *footnote* ay dagdag na paliwanag sa mga salita o talata. Nagbibigay din ito ng reperensya (*reference*) kung saan makikita ang teksto na binanggit sa ibang bahagi ng Biblia.

Sa ibaba ng ilang *paragraph title* o *section heading* ay makikita ang mga reperensya kung saan makikita ang mga katulad na teksto (*parallel passages*).

Ang tradisyonal na *spelling* ng mga pangalan ng tao at lugar na makikita sa naunang mga Tagalog *Bible* ay nagmula sa *Spanish translations*. Pero dahil sa impluwensya ngayon ng *English translations*, mas pamilyar ang *English spelling* kaysa sa *Spanish*. Halimbawa, mas pamilyar ang Hezekiah (*English*) kaysa sa Ezequias (*Spanish*) o Ahab (*English*) kaysa sa Acab (*Spanish*). Kumuha din ng ideya ang mga *translators* sa Hebreo at Griego sa pagpapasya ng dapat na *spelling*.

Kung tungkol naman sa pangalan ng Dios na Yhwh o tinatawag na tetragrammaton, ito ang ginamit na panuntunan sa pagsalin: kung ang ginamit na mga vowels ay Yhwh ay nagmula sa salitang Hebreo na adonai, isinalin ito na "Panginoon" sa malalaking titik upang malaman na bumabasa na hindi ito ang salitang Hebreo na adonai na isinalin din na "Panginoon" sa maliliit na titik. Kung ang mga vowels naman na ginamit ay mula sa salitang elohim, isinalin ito na "Dios" sa malalaking titik upang malaman na hindi ito ang Hebreo na elohim na isinasalin din na "Dios" sa maliliit na titik.

May mga kapaki-pakinabang na "Bible tools" sa mga huling pahina na makakapagbigay sa inyo ng karagdagang kaalaman sa Biblia. Ang Talaan ng mga Salitang Kailangang Ipaliwanag ay makakatulong sa inyo na maunawaan ang kahulugan ng ilang mga salita na makikita sa Biblia. Ang Talaan ng mga Paksa ay nagbibigay ng mga reperensya (aklat, kabanata, at talata) kung saan makikita ang mahahalagang paksa katulad ng, "kaligtasan", "pag-ibig", at iba pa. Ang mga Mapa ay makakatulong kung saan makikita ang mga lugar na binabanggit sa Biblia.

Totoong napakahirap ang magsalin ng Biblia at alam ito ng mga *translators*. Pero sa kabila nito, naging matiyaga sila at naging tapat sa kanilang gawain. Ginawa nila ang kanilang bahagi nang may kagalakan sapagkat alam nila na sa kabila ng kahirapan ng kanilang ginagawa ay hindi ito magiging walang kabuluhan, sapagkat maraming tao ang makakatanggap ng pagpapala sa pamamagitan ng Bibliang ito. Nagpapasalamat sila sa mga *Bible Scholars* at sa ibang pang *translators* na nakapagbigay sa kanila ng dagdag na kaalaman sa pagsalin. Higit sa lahat ay nagpapasalamat sila sa Dios sa Kanyang tulong, pagbigay ng kalakasan, kalusugan, at kagalakan hanggang sa matapos ang proyektong ito. Nananalangin sila na nawa'y magalak ang Dios sa Bibliang ito upang lalo pang mailapit sa Kanya ang Kanyang mga anak. At sa pamamagitan nito ay "malaman ninyo ang kalooban ng Dios—kung ano ang mabuti, ganap, at kaaya-aya sa kanyang paningin" (Roma 12:2). Nawa'y maghari ang Dios at masunod ang kanyang kalooban sa buong Pilipinas sa tulong ng Bibliang ito. Sa Dios nawa ang lahat ng kapurihan magpakailanman.

TALAAN NG MGA SALITANG KAILANGANG IPALIWANAG

Panginoon Itong salita (na malaki ang mga titik) sa Hebreo "Yahweh", at makikita lang ito sa Unang Tipan. Hindi malinaw kung ano ang ibig sabihin ng salitang Yahweh, pero maaaring galing sa Hebreo na salitang "Ehyeh" ("I am").

Alpa sa Ingles, harp, isang uri ng instrumentong may mga kwerdas. Ang balangkas nito ay gawa sa kahoy at kurba ang hugis. Tinutugtog ito nang patayo. Iba-iba ang laki nito at iba-iba rin ang dami ng kwerdas. Kahawig din nito ang instrumentong "lira" (lyre) na makikita rin sa Biblia.

Altar Karaniwang pinagsusunugan ito ng handog para sa Panginoon.

Amen Ito ay salitang Hebreo na ang ibig sabihin ay "Siya nawa" o "Sana nga" o "Totoo yan".

Anak ng Tao Ito ang tawag ni Jesus sa kanyang sarili bilang pinili ng Dios na ipinadala dito sa mundo. Ipinapakita rin nito na si Jesus ay hindi lamang Dios kundi tao rin.

Apostol "Isinugo" o "Ipinadala". Ito ang tawag sa 12 tao na pinili ni Jesus para sumunod sa kanya upang makasama niya sa kanyang mga gawain.

Araw ng Paghuhukom Araw ng paghuhukom sa lahat ng tao, buhay o patay, sa mga ginawa nila rito sa mundo. Mangyayari ito sa panahon ng pagbabalik ni Cristo. Araw ng Pagtubos Isinasagawa ito ng mga Judio tuwing ikasampung araw ng buwan ng Tishri (sa katapusan ng Setyembre). Sa araw na ito, ang buong bansa ng Israel ay humihingi ng kapatawaran sa Dios sa mga nagawa nilang kasalanan. Ginagawa nila ito kasabay ng pag-aayuno. Noong may templo pa sila, ang punong pari ang naghahandog ng hayop para matubos ang kasalanan ng mga tao. Ang tawag ngayon ng mga Judio sa pistang ito ay "Yom Kippur" (ibig sabihin, "Araw ng Pagtubos").

Araw ng Pamamahinga Ang ikapitong araw ng linggo, mula sa paglubog ng araw sa araw ng Biyernes hanggang sa paglubog ng araw sa araw ng Sabado. Banal na araw ito para sa mga Judio at hindi pinapayagang magtrabaho ang mga tao.

Asno Isang uri ng hayop na parang kabayo, na ang tawag sa Ingles ay donkey.

Baal Isang uri ng dios-diosang sinasamba ng mga taga-Canaan noong unang panahon.

Banal Kung ang tinutukoy ay Dios, ang ibig sabihin ay malinis at walang dungis. Kung ang tinutukoy naman ay tao o bagay (katulad ng mga bagay sa Templo), ang ibig sabihin ay nakatalaga para sa layunin ng Dios. At kung ang tao ay banal, ang kinaugalian niya ay dapat kagaya sa Dios.

Banal na Lungsod Ito ang tawag sa Jerusalem dahil itinayo dito ang templo ng mga Judio, at ito ang sentro ng pananambahan ng mga Judio at paghahandog sa Dios.

Buhay na Walang Hanggan Bagong buhay na matatanggap ng tao kapag siya'y kay Cristo na. At ang ganap na buhay na walang hanggan ay matatanggap ng mga mananampalataya sa araw ng pagbabalik ni Cristo at magpapatuloy magpakailanman. Kung minsan ang salitang "buhay" lang ang mababasa sa Biblia pero nangangahulugan din ito ng "buhay na walang hanggan".

Cristo Ito'y salitang Griego at ang Hebreo nito ay Mesias. Ang ibig sabihin ay "pinili" o "hinirang" (sa literal, "pinahiran"). Tinawag si Jesus na Cristo dahil siya ang pinili ng Dios na maging Tagapagligtas at Panginoon na maghahari.

Emperador Ang pinakamataas na pinuno ng isang kaharian.

Epicureo ang mga tagasunod ni Epicuros. Ayon sa kanyang turo ang pagpapakaligaya ang pangunahin sa buhay ng tao, kaya dapat iwasan ang kalungkutan.

Estoico Ang mga tagasunod ni Zeno. Ayon sa kanyang turo ang tao ay dapat mamuhay ayon sa takbo ng panahon, at hindi dapat maapektuhan ng kahit anong kalagayan, maging ito'y mabuti o masama. Dapat malaman ng tao na may sarili siyang kakayahan para harapin ang anumang kalagayan. Sa ganitong paraan mararanasan ng tao ang tunay na kaligayahan.

Guwardya sa Templo Mga katulong ng mga pari sa templo, at naglilingkod bilang mga pulis sa templo. Sila ay mga Levita.

Handog na Inumin Handog na alak na ibinubuhos sa ilalim ng altar o sa lupa upang parangalan ang Dios.

Handog na Itinataas Ito'y bahagi ng handog na para sa mga pari mula sa "handog para sa mabuting relasyon" at itinataas ng mga pari sa kanilang seremonya. Mayroon ding "handog na itinataas" na sinusunog bilang handog sa Dios o ibinibigay sa templo.

Handog na Pambayad ng Kasalanan Ang pangunahing layunin ng handog na ito ay para mabayaran ng naghahandog ang mga nagawa niyang kasalanan.

Handog na Regalo Sa ibang salin ng Biblia, "handog na pagkain" o "handog na butil". Ang salitang Hebreo na madalas na ginagamit sa Biblia na ang kahulugan ay "regalo". Kaya maaaring ang handog na ito ay ibinibigay sa Dios bilang isang regalo upang matuwa siya o para matanggap ang pagpapala niya.

Handog na Sinusunog Ang Hebreo nito sa literal ay nangangahulugang "pumapaitaas" na maaaring tumutukoy sa usok na pumapaitaas sa Dios. Ang handog na ito ay sinusunog lahat para sa Dios; walang itinitira, hindi tulad ng ibang handog. Hindi gaanong malinaw ang layunin ng handog na ito. Pero mababasa natin sa Biblia na ang handog na ito ay para parangalan o pasalamatan ang Dios, para sa kapatawaran ng kasalanan ng mga tao, o para mawala ang galit ng Dios.

Handog para sa Mabuting Relasyon Sa ibang salin ng Biblia, "handog para sa kapayapaan." Ang pangunahing layunin ng handog na ito ay upang maging mabuti ang relasyon ng naghahandog sa Dios at sa kanyang kapwa. Mayroong tatlong uri ang handog na ito: 1. "Handog ng Pasasalamat"–ginagawa bilang pasasalamat sa kabutihan ng Dios; 2. "Handog bilang Pagtupad sa Panata"–ginagawa sa tuwing natutupad ang isang panata; at 3. "Handog na kusang-loob"–ginagawa ito hindi dahil sa iniuutos kundi kusang-loob ng naghahandog.

Handog sa Paglilinis Sa ibang salin ng Biblia, "handog para sa kasalanan" o "handog para sa mga kasalanang hindi sinasadya". Inihahandog ito para mapatawad ang tao sa mga kasalanan niya. Inihahandog din ito para maging malinis ang tao o ang isang bagay na itinuring na marumi.

Hebreo Ito ang tawag sa mga Israelita o sa kanilang salita.

Hermes Isa sa mga dios ng mga Griego, at pinaniniwalaang mensahero ng ibang mga dios.

Iglesya Ito ang tawag sa mga mananampalataya kay Cristo. Galing ito sa salitang Griego na "ekklesia" na ang literal na kahulugan ay "sambayanan".

Igos Ang puno ng igos (o fig tree) ay may maliliit at matatamis na bunga. Ginagamit ding gamot ang bunga nito (2 Hari 20:7).

Insenso Isang mabangong bagay na sinusunog bilang handog sa Dios. Ito'y simbolo ng panalangin.

Judio Ang unang kahulugan nito ay "taga-Juda", pero kinalaunan ay naging tawag sa lahat ng mga Israelita. Palagi itong mababasa sa Bagong Tipan.

Kahon ng Kasunduan Tinatawag din itong "Kaban ng Kautusan". Gawa ito sa kahoy na akasya at binalutan ng ginto. Ito ang pinakamahalagang bagay na matatagpuan sa loob ng Pinakabanal na lugar sa templo. Sa kahong ito nakalagay ang malalapad na batong sinulatan ng sampung utos, ang sisidlan na may lamang pagkain na tinatawag na "manna", at ang tungkod ni Aaron na nagkasibol.

Kaligtasan Karamihan sa Bagong Tipan (New Testament), ang ibig sabihin ng salitang ito ay kalayaan sa kasamaan, sa kasalanan, at sa darating na kaparusahan.

Kamatayan Ito'y may tatlong kahulugan sa Biblia: 1. Pisikal na kamatayan o kamatayan ng katawan. 2. Espiritwal na kamatayan. Ang ibig sabihin nito, ang taong makasalanan ay patay sa paningin ng Dios kahit na buhay pa siya (1 Juan 3:14). 3. Pangalawang kamatayan. Ito'y ang walang hanggang pagkawalay sa Dios at walang hanggang paghihirap sa impyerno (Pah. 2:11; 21:8).

Kasulatan Sa Bagong Tipan, ang tinutukoy nito ay ang buong Unang Tipan o ang bahagi nito.

Kautusan Ito ang tawag sa kautusan ni Moises. Ito rin ang tawag sa naunang limang aklat sa Unang Tipan (Old Testament).

Kerubin Mga makalangit na nilalang o anghel na pinaniniwalaang may mga pakpak.

Korte ng mga Judio Tinatawag din itong "Sanhedrin". Ito'y binubuo ng 70 tao mula sa pinuno ng mga pari, mga tagapagturo ng kautusan, at mga pinuno ng mga Judio. Ang pinakapinuno nila ay ang punong pari. Sila ang may pinakamataas na

tungkulin sa pag-aayos o pagpapasya sa mga bagay na patungkol sa relihiyon ng mga Judio.

Levita Sila'y mula sa angkan ni Levi. Mga katulong sila ng mga pari sa mga gawain sa templo.

Magandang Balita Ang balita tungkol sa pagliligtas ng Dios sa mga tao sa pamamagitan ng pananampalataya nila kay Jesus.

Manna Ang pagkaing ibinigay ng Dios sa mga Israelita noong naglalakbay sila nang panahon ni Moises. Tingnan sa Exodus 16.

Mira Mabangong dagtang matigas ng isang uri ng halaman na ginagamit na pabango at gamot.

Namumuno sa sambahan ng mga Judio Tungkulin niya ang pangangasiwa ng mga gawain sa sambahan. Siya ang pumipili kung sino ang magbabasa sa kasulatan, mananalangin, at mangangaral.

Nazareo Ang taong nag-alay ng buong buhay niya sa Dios at nagpanata na hindi iinom ng alak, hindi magpapagupit ng buhok, at hindi lalapit sa patay.

Nicolaita Isang grupo ng mga tao na naging bahagi ng iglesya na nagtuturo na ang mga Kristiyano ay may ganap na kalayaan sa kasalanan at sa kapangyarihan ni Satanas, kaya hindi na raw sila apektado ng anumang ginagawa nila kahit sumiping sila sa hindi nila asawa at kumain ng mga handog na pagkain na iniaalay sa mga dios-diosan. Ayon sa tradisyon, si Nicolas na isa sa mga napiling katulong sa iglesya (Mga Gawa 6:5) ang siyang namuno sa grupong ito.

Opisyal ng mga Guwardya sa Templo Mga pari na may mataas na katungkulan at siyang namumuno sa mga Judiong pulis sa templo.

Paghahari ng Dios Sa ibang salin ng Biblia, "Kaharian ng Dios". Hindi ito ang langit kundi ang "paghahari ng Dios" na nahayag noong dumating si Cristo at ganap na mararanasan sa pagbalik niya.

Pangalan 1. Sa Biblia, kapag ang isang tao ay gumawa ng isang bagay sa "pangalan" ng isang tao, nangangahulugang ginagamit niya ang kapangyarihan ng taong iyon. Kaya noong nagpagaling ang mga apostol ng mga maysakit sa pangalan ni Jesus, ang ibig sabihin noon ay nagpapagaling sila sa pamamagitan ng kapangyarihan ni Jesus. 2. Ang pangalan ang kumakatawan sa tao mismo. Halimbawa, sinasabi sa Mga Gawa 2:21: "Ang sinumang tumawag sa pangalan ng Panginoon ay maliligtas." Ang ibig sabihin nito ay ang sinumang lumapit sa Panginoon ay maliligtas.

Panginoon Ang salitang Griego nito ay "kurios" at ang Hebreo naman ay "adonai". Ang "kurios" at "adonai" ay nangangahulugang "amo" o kung sa Ingles, "master/boss". Kung minsan ang "kurios" at "adonai" ay ginagamit ding tanda ng paggalang at minsan isinalin sa Tagalog "po" o "Ginoo/ginoo".

Pari Sa Biblia, ang mga pari ay mga Judiong angkan ni Levi na siyang pinagkakatiwalaan ng Dios ng mga gawain sa templo.

Pariseo Isang grupo ng mga Judio na masusing sumusunod sa kautusan ni Moises at sa mga tradisyon nila.

Pentecostes o Pista ng Pag-aani Ipinagdiriwang ito ng mga Judio sa ikaanim na araw ng buwan ng

Sivan (sa ikatlong linggo ng Mayo). Ito'y ika-50 araw pagkatapos ng Pista ng Paglampas ng Anghel. Tinatawag itong "Pentecostes" dahil ito ang salitang "50" sa Griego. Panahon ito ng pag-ani ng trigo, kaya pinapasalamatan at pinararangalan nila ang Dios sa mga pagpapalang iyon.

Pinuno ng mga Judio Sa ibang salin ng Biblia, "matatanda ng mga Judio." Sila ang namumuno sa mga Judio sa iba't ibang katungkulan. Ang ilan sa kanila ay miyembro ng Korte ng mga Judio (Mga Gawa 22:5).

Pista ng Paglampas ng Anghel Ipinagdiriwang ito ng mga Judio tuwing ika-14 na araw ng buwan ng Nison (unang linggo ng Abril). Ito'y bilang paggunita sa pagpapalaya ng Dios sa mga Israelita mula sa pagkakaalipin sa Egipto. Tinatawag nila itong "Pista ng Paglampas ng Anghel" dahil ang anghel na pumatay ng mga panganay ng mga Egipcio ay lumampas lang sa mga bahay ng mga Israelita, kaya hindi sila napahamak.

Pista ng Pagpapatunog ng mga Trumpeta Sa ibang salin ng Biblia, "Pista ng Bagong Taon". Ipinagdiriwang ito ng mga Judio sa unang araw ng buwan ng Tishri (pangatlong linggo ng Setyembre). Ipinagdiriwang ito na may pagpapatunog ng mga trumpeta. Hindi malinaw sa Biblia kung ano ang layunin ng pistang ito, pero ayon sa mga tradisyon ng mga Judio, pagdiriwang nila ito ng bagong taon. Ang buwan ng Tishri sa kalendaryo ng mga Judio ay ang unang buwan ng tinatawag nilang "civil year". Ang buwan naman ng Nisan o Abib ay ang unang buwan ng "sacred year". Ang pistang ito ay tinatawag ngayon ng mga Judio na "Rosh Hashanah" (ang ibig sabihin, "pagsisimula ng taon").

Pista ng Pagsisimula ng Buwan Ang unang araw ng bawat buwan ay itinuturing noon ng mga Judio na banal. Kaya gumagawa sila ng seremonya sa araw na iyon sa pamamagitan ng pagpapatunog ng mga trumpeta at paghahandog sa Dios.

Pista ng Pagtatayo ng mga Kubol Ipinagdiriwang ito ng mga Judio sa loob ng isang linggo, mula ika-21 araw ng buwan ng Tishri (unang linggo ng Oktubre). Sa panahong ito ay inaalala ng mga Judio ang pananatili ng kanilang mga ninuno sa ilang noong lumaya sila sa Egipto. Nagpapatayo sila ng mga kubol upang alalahanin ang pagtira ng kanilang mga ninuno sa pansamantalang tirahan sa ilang. Ipinagdiriwang din nila sa pistang ito ang katatapos lang na pag-ani ng mga prutas.

Pista ng Tinapay na Walang Pampaalsa Isang linggong pagdiriwang ng mga Judio na nagsisimula sa Pista ng Paglampas ng Anghel. Ipinagdiriwang ito mula ika-21 araw ng buwan ng Nisan (unang linggo ng Abril). Ang pistang ito'y may kaugnayan sa pagpapalaya ng Dios sa mga Israelita sa Egipto. Sa pistang ito, kakain sila ng tinapay na walang pampaalsa sa loob ng pitong araw katulad ng ginawa ng kanilang mga ninuno noong lumabas sila sa Egipto (Exo. 12:39).

Pomegranata Mapula-pulang prutas na kasinlaki ng mansanas. Makapal ang balat nito at matamis ang laman na may maraming buto.

Propeta Ang tagapagsalita ng mensahe ng Dios. Ang ibang propeta ay binigyan ng Dios ng kakayahang magsalita tungkol sa mga mangyayari sa hinaharap.

Punong Pari Ang pinakapinuno ng mga pari. Minsan sa isang taon siya pumapasok sa loob ng Pinakabanal na Lugar ng Templo upang maghandog sa Dios para sa kanyang kasalanan at para sa kasalanan ng mga Israelita.

Purim Isa sa mga pistang ipinagdiriwang ng mga Judio sa ika-14 at ika-15 araw ng buwan ng Adar (unang linggo ng Marso). Ito'y pag-alaala sa pagliligtas ng Dios sa mga Judio sa tiyak na kamatayan noong panahon ni Ester.

Saduceo Isang grupo ng mga Judio na karamihan ay mga pari. Ang tanging pinaniniwalaan nilang kasulatan ay ang limang aklat sa Unang Tipan. Hindi sila naniniwala na may muling pagkabuhay, ni sa mga anghel o sa masasamang espiritu. Hindi rin sila naniniwalang ang kaluluwa ng tao ay pupunta sa langit o sa impyerno.

Samaritano Ang tawag sa mga nakatira sa Samaria, ang lugar sa pagitan ng Juda at Galilea. Hindi maganda ang relasyon ng mga Judio at mga taga-Samaria dahil sa pagkakaiba ng kanilang relihiyon, lahi, kultura, at politika.

Sambahan sa Matataas na Lugar Mga sambahang ginawa para maghandog sa Dios o sa mga dios-diosan. Ipinatayo itong mga sambahan sa mga bundok o burol. Ang iba sa mga ito'y mga bato lang na ginawang altar. Nang wala pang Templo sa Jerusalem, sa mga sambahang ito naghahandog ang mga Israelita. Pero nang maitayo na ang Templo, hindi na pinapayagan ng Dios na maghandog dito.

Tagapagturo ng Kautusan Ang mga ito ang nagtuturo sa mga tao tungkol sa nakasulat sa Unang Tipan lalung-lalo na sa unang limang aklat nito.

Taon ng Pagpapalaya at Pagsasauli Ito'y isinasagawa noon sa bawat ika-50 taon. Sa taong iyon ay pinapalaya ng mga Israelita ang kanilang mga alipin, kinakansela ang mga utang, at ibinabalik sa may-ari ang lupaing ibinenta nito.

Toldang Tipanan Isang maluwang na tolda kung saan sinasamba ang Dios noong wala pang templo. Tinatawag nila ito na "Toldang Tipanan" dahil dito nakikipagkita o nakikipag-usap ang Dios sa tao. Tinatawag din ito sa Biblia na "Toldang Sambahan".

Yahweh Ang pangalan ng Dios ng mga Israelita. Ipinahayag ang pangalan ito kay Moises. Kung sa Hebreo apat lang ang letra (YHWH). Ang salitang katumbas nito sa Hebreo ay maaaring nanggaling sa salitang "Ehyeh" ("I am") na makikita sa Hebreong teksto sa Exodus 3:14.

Zeus Itinuturing na dios ng mga Griego at pinaniniwalaang ama raw ng mga dios at ng ibang mga tao.

Zion Isa sa mga pangalan ng Jerusalem. Ito rin ang tawag minsan sa buong bansa ng Israel.

PAANO BA AKO MALILIGTAS?

Ang Kuwento ng Bibliya

Simulan natin sa umpisa: Nilalang ng Diyos ang langit at ang lupa.

Pinupunan ng Diyos ang mundo ng kagandahan at pagkakaiba-iba, mula sa mga magagandang tanawin hanggang sa mga nakamamanghang nilalang hanggang sa pinakatatangi niyang nilikha: ang sangkatauhan. Ibinubukod niya ang tao upang matulungan siyang mapamunuan ang kanyang mga nilikha ng maayos. Sa umpisa ng kuwento, ipagkakanulo siya ng kanyang mga pinagkakatiwalaang tao. Nagsimula silang pamunuan ang mga nilalang sa kanilang sariling pamamaraan, na hindi lamang sumisira ng kanilang ugnayan sa Manlilikha kundi pati na rin sa mga nilikha mismo.

Ito ang kuwento ng Bibliya. Papaano kaya isinasaayos muli ng Diyos ang kanyang likha – lalung-lalo na ang sangkatauhan, na lubos niyang minamahal? Sinimulan niya sa pagtawag ng isang tao, si Abraham, upang pamunuan ang isang pamilya na magdadala ng pagpapala sa lahat ng nilikha. Sa pamamagitan ng apo ni Abraham na si Jacob, ang Israel ay nakatanggap ng pangako na mahihikayat nila ang lahat ng tao pabalik sa Diyos.

Karaniwang binabanggit sa Bibliya na ang mga kinatawan ng Diyos, ang Israel sa panahong ito, ay gumagawa ng mga kahindik-hindik na mga desisyon at kumikilos ng masama. Kahit na ang pinakadakilang hari nila na si David ay pumatay ng isang lalaki upang makuha ang asawa nito. Ang isa naman sa kanyang mga anak ay pumatay ng sariling kapatid at nagtangkang agawin ang trono ng kanyang ama. Pinili ng mga kinatawan ng Diyos na sumamba sa mga rebulto ng diyus-diyosan na kanilang pinagkatiwalaan para sa kanilang proteksyon at mga pangangailangan, kahit na labag ito sa utos ng Diyos. Kalaunan, ang kasalanan ng tao ay lumala at sila ay pinatapong bihag.

Nang ang lahi ni Abraham, ang mga tao ng Israel, ay nakauwi na sa kanilang sariling bayan pagkatapos ng pitumpung taon, hinintay nilang manumbalik ang presensiya ng Diyos sa kanila. Hinintay nilang may magligtas sa kanila sa mga walang katapusang pananalakay at pang-aapi, kagutuman at kamatayan. Nangako ang mga propeta ng Diyos ng pag-asa para sa Israel at sa sanlibutan, ngunit matapos ang apat na siglo, wala pa ring senyales galing sa Diyos. Pagkatapos noon ay nagsimula nang magpakita sa tao ang mga sugo ng Diyos at ang mga anghel, na nangakong ang Diyos ay may gagawing hindi pangkaraniwan. Nalaman ni Maria na siya ay magkakaroon ng anak na tatawaging Hesus, na kanyang ipagdadalang-tao sa pamamagitan ng kapangyarihan ng Espiritu ng Diyos. Nabalitaan rin ng kanyang kasintahan na si Jose na si Hesus ang magliligtas sa tao mula sa kanilang mga kasalanan.

Namuhay si Hesus bilang isang totoong tao, ang pamamaraang dapat sanang ipinamuhay ng mga nauna. Namuhay siya bilang totoong Israel, na sinusunod ang Diyos at pinapakita sa mundo ang pagpapalang pinangako sa pamamagitan ni Abraham. Siya ang Hari na ipinangako ng Diyos sa angkan ni David. Ngunit hindi nagustuhan ng mga relihiyosong pinuno ng Israel na si Hesus ay nagpapatawad rin ng mga kasalanan – para sa kanila ay gawain ito ng Diyos, at ito ay nagaganap lamang sa loob ng templo ng Jerusalem. Sila ay nainggit sa kapangyarihan ni Hesus na magpagaling at magbigay inspirasyon sa mga tao. Ang mga pinunong ito ay nakasisiguradong ang kanilang pamamaraan ay makapagliligtas ng tao at makapgbibigay-buhay, kaya naman si Hesus ay kanilang dinala sa kamatayan.

Matapos ang tatlong araw, si Hesus ay nabuhay mula sa mga patay! Sinasalungat nito ang maling hatol na "Nagkasala!" na idineklara sa kanya sa korte ng mga relihiyosong pinuno. Ipinapakita nito na si Hesus ay ang pinangakong anak ng Diyos, ang totoong Hari ng Israel at ng sanlibutan. Gayon naman, ang lahat ng mga tagasunod ni Hesus ay naglalakbay sa buong mundo at ihinahayag ang magandang balita – si Hesus ay Hari, at nililigtas niya tayo mula sa lahat ng kamalian sa atin. Ginagawa niyang bagong nilalang ang mga tao at binibigyan niya ng bagong buhay ang mga komunidad sa pamamagitan ng Banal na Espiritu. Siya ang tunay na tagapagligtas.

Ang isa sa mga alagad ng Diyos na si Pedro, ay nagsabing, "Datapuwa't ginanap ang mga bagay na ipinagpaunang ibinalita ng Dios sa pamamagitan ng bibig ng lahat ng mga propeta, na ang kaniyang Cristo ay magdurusa. Kaya nga mangagsisi kayo, at mangagbalik-loob, upang mangapawi ang inyong mga kasalanan, upang kung magkagayon ay magsidating ang mga panahon ng kaginhawahang mula sa harapan ng Panginoon; At upang kaniyang suguin ang Cristo na itinalaga sa inyo, na si Jesus: Na siya'y kinakailangang tanggapin ng langit hanggang sa mga panahon ng pagsasauli sa dati ng lahat ng mga bagay, na sinalita ng Dios sa pamamagitan ng bibig ng kaniyang mga banal na propeta buhat pa nang una."

Ating hinihintay si Hesus na bumalik at gawing bago ang lahat, kasama na ang bagong langit at lupa. Ngunit maraming sumusuway sa Hari kahit saan, na sinusubukang pagharian ang kanilang mundo sa sarili nilang pamamaraan. Kadalasan, ito ay kapahamakan.

Anong kinalaman nito sa akin?

Maaaring nararamdaman mong parang isang sakuna ang iyong buhay, o kaya nama'y parang may kulang, o napupuno ka ng pagsisisi sa mga nagawa mo. Paano ka maliligtas sa kasalanan at kamatayan? Paano ka magiging kaisa sa sambayanan ng Diyos, nang buong kababaang-loob at grasya na nagdadala ng mabuting pamamahala ng Diyos sa lahat ng nilalang? Dapat mong ipahayag ang iyong katapatan sa Haring Hesus, at maniwalang siya'y anak ng Diyos na nagliligtas sa'yo sa iyong kasalanan at siya ring nagbabago sa iyo. Maaari kang manalangin kay Hesus sa iyong isipan o sabihin sa kaniya ito nang malakas. Ang tawag dito ay "kumpisal". Kapag ikinumpisal mo na si Hesus ang iyong Hari at tumalikod ka sa iyong kasalanan, isusugo ng Diyos ang kanyang Espiritu upang manahan sa'yo. Papatawarin ka ni Hesus sa anuman at sa lahat ng kasalanan.

Kung ipinagtapat mo nang si Hesus ang iyong Hari, maligayang pagdating sa kanyang pamilya! Ang Diyos ang iyong ama, at kahit na si Hesus ang iyong Hari, siya rin ay iyong kapatid. Inaanyayahan ka niya na pamunuan ang kanyang mga nilikha, sa kanyang pamamaraan. Upang masimulan ang iyong bagong buhay, basahin at aralin ang Bibliya araw-araw, magpasakop ka ng iyong buhay kay Hesus, at manalangin na ipagpatuloy niya ang pagbabago sa iyo. Napakahalaga rin na ikaw ay sumali sa iba na bahagi ng kaharian ni Hesus. Ito ay ang mga taong nagdeklara na si Hesus ay ang Diyos at Hari, palagiang nagtuturo ng Bibliya, na sumasamba lamang sa Diyos – ang Ama, Anak, at Banal na Espiritu– at pinaglilingkuran ang iba dahil sa pagmamahal. Maaari mong makita ang mga ganitong klase ng tao sa loob ng simbahan o sa pag-aaralan ng Bibliya. Ngayon nama'y ipamahagi mo sa iba ang magandang balita tungkol sa'yo at sa iyong Hari, si Hesus.

Narito ang buod kung papaano ka maliligtas:

1. Kilalanin ang problema: ang mundo ay hindi dapat ganito, at ang lahat ng tao ay nagkakasala laban sa Diyos.

2. Humingi ng tulong: Ang anak ng Diyos na si Hesus, na siyang karapat-dapat na Hari ng sanlibutan, ay nagpapatawad ng ating mga kasalanan at nagbabago sa atin. Kaya niyang isaayos lahat ng nasira.

3. Mabuhay para sa kaharian ng Diyos: binabago tayo ng Espiritu Santo upang maging mamamayan ng kaharian ng Diyos dito sa mundo habang ating inaaral ang Bibliya, namumuhay sa komunidad kasama ang mga tagasunod ni Hesus, at pinagsisilbihan ang iba dahil sa pag-ibig. Maghahari tayo kasama si Hesus magpakailanman kapag naibalik na ng Diyos ang kanyang mga nilikha sa ayos.